ਮੇਰਾ ਦਾਗ਼ਿਸਤਾਨ

(ਸੰਪੂਰਨ ਰੂਪ ਵਿੱਚ)

ਅਨੁਵਾਦਕ ਦੀ ਕਲਮ ਤੋਂ....

ਗ਼ਜ਼ਲ-ਸੰਗ੍ਰਹਿ:

ਯਾਦਾਂ ਦੇ ਪੁੱਠਕੰਡੇ	ਮਾਰਚ, 2010
ਤੁਪਕੇ ਵਿੱਚ ਸਮੁੰਦਰ	ਜਨਵਰੀ, 2011
ਚੁੱਲ੍ਹੇ ਵਿੱਚ ਬਸੰਤਰ	ਅਪ੍ਰੈਲ, 2012
ਕਦ ਬੋਲਾਂਗੇ	ਜਨਵਰੀ, 2014
ਚਾਨਣ ਦੀ ਲਲਕਾਰ	ਅਪ੍ਰੈਲ, 2016
ਅੱਖ ਤਿਣ	ਜੁਲਾਈ, 2018

ਕਾਵਿ-ਸੰਗ੍ਰਹਿ:

ਠੰਡੇ ਬੁਰਜ ਦੀ ਆਵਾਜ਼	ਜਨਵਰੀ, 2013

ਗੀਤ-ਸੰਗ੍ਰਹਿ:

ਪੈੜ 'ਚ ਪੈਰ	ਨਵੰਬਰ, 2018

ਆਲੋਚਨਾ:

ਹਲੂਣਾ	ਫਰਵਰੀ, 2020

ਸੰਪਾਦਿਤ ਸੰਗ੍ਰਹਿ:

ਲਗਰਾਂ ਬਣੀਆਂ ਰੁੱਖ	ਅਪ੍ਰੈਲ, 2014
ਸੂਰਜਾਂ ਦਾ ਕਾਫ਼ਲਾ	ਮਾਰਚ, 2016
ਚੋਣਵੇਂ ਪੰਜਾਬੀ ਸ਼ਿਅਰ	ਨਵੰਬਰ, 2020
ਗੁਰਮੇਲ ਮਡਾਹੜ ਦੀਆਂ ਚੋਣਵੀਂਆਂ ਕਹਾਣੀਆਂ	ਜਨਵਰੀ, 2021
ਚੋਣਵੀਆਂ ਉਰਦੂ ਕਹਾਣੀਆਂ	ਨਵੰਬਰ, 2021

ਅਨੁਵਾਦਿਤ ਸੰਗ੍ਰਹਿ:

ਮਹਾਸ਼ਵੇਤਾ ਦੇਵੀ ਦੀਆਂ ਚੋਣਵੀਆਂ ਕਹਾਣੀਆਂ	ਜਨਵਰੀ, 2021
ਹਸਪਤਾਲ 'ਚੋਂ ਜਿਊਂਦੇ ਕਿਵੇਂ ਮੁੜੀਏ	ਅਪ੍ਰੈਲ, 2021
ਚਿੰਤਾ ਛੱਡੋ ਸੁੱਖ ਨਾਲ ਜੀਓ	ਜੁਲਾਈ, 2021
ਭਾਸ਼ਣ ਕਲਾ ਅਤੇ ਕਾਮਯਾਬੀ	ਅਗਸਤ, 2021
ਆਪਣੇ ਕੈਰੀਅਰ ਨੂੰ ਨਵੀਂ ਦਿਸ਼ਾ ਕਿਵੇਂ ਦੇਈਏ	ਜਨਵਰੀ, 2022
ਮੇਰਾ ਸੰਘਰਸ਼ (ਅਡੋਲਫ ਹਿਟਲਰ)	ਜੂਨ, 2022
ਮੰਟੋ ਦੀਆਂ ਬਦਨਾਮ ਕਹਾਣੀਆਂ	ਅਗਸਤ, 2022
ਇਸਮਤ ਚੁਗ਼ਤਾਈ ਦੀਆਂ ਚੋਣਵੀਆਂ ਕਹਾਣੀਆਂ	ਸਤੰਬਰ, 2022
ਐਂਟਨ ਚੈਖ਼ੋਵ ਦੀਆਂ ਚੋਣਵੀਆਂ ਕਹਾਣੀਆਂ	ਅਕਤੂਬਰ, 2022

ਮੇਰਾ ਦਾਗ਼ਿਸਤਾਨ

(ਸੰਪੂਰਨ ਰੂਪ ਵਿੱਚ)

ਰਸੂਲ ਹਮਜ਼ਾਤੋਵ

ਅਨੁਵਾਦਕ

ਕਰਮ ਸਿੰਘ ਜ਼ਖ਼ਮੀ

Navrang

PUBLICATIONS

Mera Dagistan

Written By

Rasul Gamzatov

Translated By

Karam Singh Zakhmi

Guru Teg Bahadur Nagar,

Hareri Road, Sangrur-148001

Mobile : 98146-28027, 98885-28027

Email : karamsinghzakhmi@gmail.com

ISBN 978-93-91989-89-7

ਪਹਿਲਾ ਸੰਸਕਰਣ: ਨਵੰਬਰ 2022

13ਵਾਂ ਸੰਸਕਰਣ: ਫਰਵਰੀ: 2026

ਹੁਣ ਤੱਕ: 42900

Published by

Navrang Publications

Vill. Chak Amritsaria, Patran Road

Samana-147101

Ph. 01764-224747, 99151-29747,76529-08747

email: navrang47samana@gmail.com

www.navrangpublications.com

Printed at:

R.K. Printers, Delhi

ਸਮਰਪਿਤ

ਆਪਣੀ ਮਾਤ-ਭਾਸ਼ਾ ਅਤੇ ਮਾਤ-ਭੂਮੀ ਨੂੰ ਮੁਹੱਬਤ ਕਰਨ ਵਾਲੇ

ਹਰੇਕ ਵਿਅਕਤੀ ਨੂੰ

ਅਨੁਵਾਦਕੀ

ਸੋਵੀਅਤ ਯੂਨੀਅਨ ਦੇ ਮਹਾਨ ਸਪੂਤ ਰਸੂਲ ਹਮਜ਼ਾਤੋਵ ਦਾ ਨਾਂ ਲੋਕ-ਮਨਾਂ ਵਿੱਚ ਕਿਸੇ ਮੁਹਾਵਰੇ ਜਾਂ ਕਹਾਵਤ ਵਾਂਗ ਸਮਾਇਆ ਹੋਇਆ ਹੈ। ਉਨ੍ਹਾਂ ਦਾ ਜਨਮ ਦਾਗ਼ਿਸਤਾਨ ਦੇ ਇੱਕ ਪਹਾੜੀ ਪਿੰਡ ਤਸਾਦਾ ਵਿੱਚ ਸਤੰਬਰ 1923 ਵਿੱਚ ਹੋਇਆ। ਰਸੂਲ ਦੇ ਅੱਖਰੀ ਅਰਥ ਹੁੰਦੇ ਹਨ, ਦੂਤ ਜਾਂ ਪ੍ਰਤੀਨਿਧੀ। ਆਪਣੇ ਨਿੱਕੇ ਜਿਹੇ ਪਿੰਡ ਦੇ ਪਹਾੜਾਂ, ਦਰੱਖਤਾਂ, ਚਸ਼ਮਿਆਂ, ਪਗਡੰਡੀਆਂ, ਕਿੱਸੇ-ਕਹਾਣੀਆਂ, ਮੁਹਾਵਰਿਆਂ, ਕਹਾਵਤਾਂ, ਬਜ਼ੁਰਗਾਂ ਦੀਆਂ ਅਸੀਸਾਂ, ਮਾਂਵਾਂ ਦੀਆਂ ਲੋਰੀਆਂ ਅਤੇ ਮਾਤ-ਭੂਮੀ ਦੇ ਪਿਆਰ ਵਿੱਚ ਜੰਮੇ-ਪਲੇ ਉਹ ਸੱਚ-ਮੁੱਚ ਹੀ ਰਸੂਲ ਬਣ ਗਏ ਸਨ। ਜ਼ਿੰਦਗੀ ਦੇ ਆਖ਼ਰੀ ਸਾਹ ਤੱਕ ਉਹ ਆਪਣੇ ਜਾਨ ਤੋਂ ਪਿਆਰੇ ਦਾਗ਼ਿਸਤਾਨ ਦੇ ਲੋਕਾਂ ਦੀਆਂ ਰੰਗਲੀਆਂ ਗੱਲਾਂ ਕਰਦੇ ਰਹੇ ਅਤੇ ਉਨ੍ਹਾਂ ਦੇ ਜ਼ਿੰਦਗੀ ਵਿੱਚ ਭਿੱਜੇ ਗੀਤ ਗਾਉਂਦੇ ਰਹੇ।

ਦਾਗ਼ਿਸਤਾਨ ਦੇ ਸਿਰਮੌਰ ਲੋਕ-ਕਵੀ, ਆਪਣੇ ਪਿਤਾ ਹਮਜ਼ਾਤ ਤਸਾਦਾਸਾ ਦੀ ਛਤਰ-ਛਾਇਆ ਵਿੱਚ ਉਹ ਬਚਪਨ ਤੋਂ ਹੀ ਕਵਿਤਾ ਨਾਲ ਇੱਕਸੁਰ ਹੋ ਗਏ ਅਤੇ ਲੋਕਧਾਰਾ ਨੂੰ ਆਪਣੇ ਹਿਰਦੇ ਵਿੱਚ ਅਕੀਦੇ ਵਾਂਗ ਵਸਾ ਲਿਆ। ਉਨ੍ਹਾਂ ਨੇ ਆਪਣੀ ਬਹੁਤੀ ਕਵਿਤਾ ਹਮੇਸ਼ਾ ਆਪਣੀ ਮਾਤ-ਭਾਸ਼ਾ ਅਵਾਰ ਵਿੱਚ ਹੀ ਲਿਖੀ, ਜਿਸ ਨੂੰ ਬੋਲਣ ਅਤੇ ਪੜ੍ਹਨ ਵਾਲੇ ਲੋਕਾਂ ਦੀ ਗਿਣਤੀ ਬਹੁਤ ਥੋੜ੍ਹੀ ਸੀ। ਛੋਟੀ ਉਮਰ ਵਿੱਚ ਹੀ ਉਨ੍ਹਾਂ ਦੀਆਂ ਕਵਿਤਾਵਾਂ ਅਵਾਰ ਭਾਸ਼ਾ ਦੇ ਅਖ਼ਬਾਰਾਂ ਅਤੇ ਪਰਚਿਆਂ ਵਿੱਚ ਪ੍ਰਕਾਸ਼ਿਤ ਹੋਣ ਲੱਗ ਪਈਆਂ ਸਨ। ਉਨ੍ਹਾਂ ਦੀ ਨਿਰਾਲੀ ਸ਼ੈਲੀ ਅਤੇ ਮਨਮੋਹਕ ਵਿਸ਼ਿਆਂ ਨੇ ਉਸ ਵੇਲੇ ਦੇ ਵਿਦਵਾਨਾਂ ਦਾ ਖ਼ੂਬ ਧਿਆਨ ਖਿੱਚਿਆ। ਉਨ੍ਹਾਂ ਦਾ ਪਹਿਲਾ ਕਾਵਿ-ਸੰਗ੍ਰਹਿ 1937 ਵਿੱਚ ਪ੍ਰਕਾਸ਼ਿਤ ਹੋਇਆ ਪਰ ਲੋਕਾਂ ਵਿੱਚ ਉਨ੍ਹਾਂ ਦੀ ਪਛਾਣ ਉਨ੍ਹਾਂ ਦੀ ਰਚਨਾ 'ਮੇਰਾ ਦਾਗ਼ਿਸਤਾਨ' ਕਰਕੇ ਹੀ ਬਣੀ।

ਉਨ੍ਹਾਂ ਦੇ ਸਿਰਜਣਾਤਮਿਕ ਜੀਵਨ ਦੇ ਨਵੇਂ ਯੁੱਗ ਦਾ ਆਰੰਭ ਉਦੋਂ ਹੋਇਆ, ਜਦੋਂ ਉਨ੍ਹਾਂ ਨੇ ਮਾਸਕੋ ਦੀ ਸਾਹਿਤਕ ਸੰਸਥਾ ਵਿੱਚ ਦਾਖ਼ਲ ਲਿਆ। ਇੱਥੇ ਹੀ ਉਨ੍ਹਾਂ ਨੂੰ ਉਹ ਅਨੁਵਾਦਕ ਵੀ ਮਿਲੇ, ਜਿਨ੍ਹਾਂ ਨੇ ਉਨ੍ਹਾਂ ਦੀਆਂ ਕਵਿਤਾਵਾਂ ਦੇ ਅਨੁਵਾਦ ਕਰ ਕੇ ਉਨ੍ਹਾਂ ਨੂੰ ਮਹਾਨ ਰੂਸੀ ਸਾਹਿਤ ਅਤੇ ਵਿਸ਼ਵ-ਸਾਹਿਤ ਦਾ ਜ਼ਿਕਰਯੋਗ ਹਿੱਸਾ ਬਣਾ ਦਿੱਤਾ। ਬਜ਼ੁਰਗ ਹਮਜ਼ਾਤ ਨੇ ਤਾਂ ਆਪਣੇ ਜੀਵਨ ਵਿੱਚ ਸਭ ਤੋਂ ਲੰਬੀ ਯਾਤਰਾ ਦਾਗ਼ਿਸਤਾਨ ਤੋਂ ਮਾਸਕੋ ਤੱਕ ਹੀ ਕੀਤੀ ਸੀ, ਪਰ ਬਹੁ-ਕੌਮੀ ਸੋਵੀਅਤ ਸੱਭਿਆਚਾਰ ਦੇ ਮੁੱਖ ਪ੍ਰਤੀਨਿਧੀ ਵਜੋਂ ਰਸੂਲ ਹਮਜ਼ਾਤੋਵ ਨੂੰ ਦੁਨੀਆ ਦੇ ਲੱਗਭੱਗ ਸਾਰੇ ਦੇਸ਼ਾਂ ਵਿੱਚ ਘੁੰਮਣ ਦਾ ਮੌਕਾ ਮਿਲਿਆ। ਇਸ ਨਾਲ ਉਨ੍ਹਾਂ ਦੀ ਸ਼ੈਲੀ, ਭਾਸ਼ਾ ਅਤੇ ਵਿਸ਼ਿਆਂ ਵਿੱਚ ਵਿਲੱਖਣਤਾ ਤਾਂ ਜ਼ਰੂਰ ਆਈ, ਪਰ ਉਨ੍ਹਾਂ ਦੀ ਇਸ ਧਾਰਨਾ ਨੂੰ ਪ੍ਰਪੱਕਤਾ ਵੀ ਮਿਲੀ ਕਿ ਕਿਸੇ ਵੀ ਕੀਮਤ 'ਤੇ ਮੌਲਿਕਤਾ ਦਾ ਕੋਈ ਬਦਲ ਨਹੀਂ ਹੁੰਦਾ।

ਮੈਂ ਤਹਿ ਦਿਲੋਂ ਧੰਨਵਾਦੀ ਹਾਂ ਪਿਆਰੇ ਵੀਰ ਚਰਨਜੀਤ ਸਿੰਘ 'ਨਵਰੰਗ ਪਬਲੀਕੇਸ਼ਨਜ਼' ਸਮਾਣੇ ਵਾਲਿਆਂ ਦਾ, ਜਿਨ੍ਹਾਂ ਨੇ ਮੈਨੂੰ ਇਸ ਵਿਸ਼ਵ ਪ੍ਰਸਿੱਧ ਹਰਮਨ ਪਿਆਰੀ ਪੁਸਤਕ 'ਮੇਰਾ ਦਾਗ਼ਿਸਤਾਨ' ਦੇ ਪੰਜਾਬੀ ਅਨੁਵਾਦ ਦਾ ਖ਼ੂਬਸੂਰਤ ਮੌਕਾ ਪ੍ਰਦਾਨ ਕੀਤਾ। ਮੇਰੇ ਲਈ ਇਹ ਸੱਚਮੁੱਚ ਹੀ ਬੇਹੱਦ ਖ਼ੁਸ਼ੀ ਅਤੇ ਮਾਣ ਵਾਲੀ ਗੱਲ ਹੈ। ਆਪਣੇ ਇਸ ਕਾਰਜ ਵਿੱਚ ਮੈਂ ਕਿੰਨਾ ਕੁ ਸਫ਼ਲ ਰਿਹਾ, ਇਸ ਸਬੰਧੀ ਤੁਹਾਡੇ ਕੀਮਤੀ ਵਿਚਾਰਾਂ ਅਤੇ ਸੁਝਾਵਾਂ ਦੀ ਹਮੇਸ਼ਾ ਵਾਂਗ ਹੀ ਉਡੀਕ ਰਹੇਗੀ।

—ਕਰਮ ਸਿੰਘ ਜ਼ਖ਼ਮੀ

ਤਰਤੀਬ

ਭਾਗ-1

ਭਾਗ-2

'ਮੇਰਾ ਦਾਗ਼ਿਸਤਾਨ' ਅਤੇ ਉਸ ਦੇ ਲੇਖਕ

ਦਾਗ਼ਿਸਤਾਨੀ ਪਹਾੜਾਂ ਦੀ ਗਹਿਰਾਈ ਵਿੱਚ, ਵਿਸ਼ਾਲ ਵਾਦੀ ਦੇ ਕਿਨਾਰੇ 'ਤੇ ਤਸਾਦਾ ਨਾਂ ਦਾ ਇੱਕ ਅਵਾਰ ਪਹਾੜੀ ਪਿੰਡ ਹੈ। ਇਸ ਪਿੰਡ ਵਿੱਚ ਇੱਕ ਘਰ ਹੈ, ਜੋ ਆਪਣੇ ਸੱਜੇ-ਖੱਬੇ ਦੇ ਗੁਆਂਢੀ ਘਰਾਂ ਨਾਲੋਂ ਕਿਸੇ ਤਰ੍ਹਾਂ ਵੀ ਵੱਖ ਨਹੀਂ ਹੈ। ਉਸ ਦੀ ਉਹੋ ਜਿਹੀ ਹੀ ਪੱਧਰੀ ਛੱਤ ਹੈ, ਛੱਤ 'ਤੇ ਉਹੋ ਜਿਹਾ ਹੀ ਛੱਤ ਨੂੰ ਪੱਧਰਾ ਕਰਨ ਲਈ ਪੱਥਰ ਦਾ ਰੋਲਰ ਹੈ, ਉਹੋ ਜਿਹਾ ਹੀ ਫਾਟਕ ਹੈ ਅਤੇ ਉਹੋ ਜਿਹਾ ਹੀ ਛੋਟਾ ਜਿਹਾ ਵਿਹੜਾ ਹੈ। ਪਰ ਇਸੇ ਛੋਟੇ ਜਿਹੇ ਪਹਾੜੀ ਘਰ, ਇਸੇ ਸਖ਼ਤ, ਭਾਵ ਪਹਾੜੀ ਆਲ੍ਹਣੇ ਤੋਂ ਦੋ ਕਵੀਆਂ ਦੇ ਨਾਂ ਉੱਡ ਕੇ ਸੰਸਾਰ ਵਿੱਚ ਬਹੁਤ ਦੂਰ-ਦੂਰ ਤੱਕ ਜਾ ਪਹੁੰਚੇ। ਪਹਿਲਾ ਨਾਂ ਹੈ ਦਾਗ਼ਿਸਤਾਨ ਦੇ ਲੋਕ-ਕਵੀ ਹਮਜ਼ਾਤ ਤਸਾਦਾਸਾ ਅਤੇ ਦੂਜਾ ਦਾਗ਼ਿਸਤਾਨ ਦੇ ਲੋਕ-ਕਵੀ ਰਸੂਲ ਹਮਜ਼ਾਤੋਵ ਦਾ।

ਇਸ ਵਿੱਚ ਹੈਰਾਨੀ ਦੀ ਤਾਂ ਕੋਈ ਗੱਲ ਨਹੀਂ ਕਿ ਬਜ਼ੁਰਗ ਪਹਾੜੀ ਕਵੀ ਦੇ ਪਰਿਵਾਰ ਵਿੱਚ ਜੰਮੇ-ਪਲੇ ਲੜਕੇ ਨੂੰ ਕਵਿਤਾ ਨਾਲ ਪਿਆਰ ਹੋ ਗਿਆ ਅਤੇ ਉਹ ਖ਼ੁਦ ਵੀ ਕਵਿਤਾ ਰਚਣ ਲੱਗਿਆ। ਪਰ ਕਵੀ ਬਣ ਜਾਣ ਵਾਲੇ ਕਵੀ ਦੇ ਬੇਟੇ ਨੇ ਆਪਣੀ ਪ੍ਰਸਿੱਧੀ ਦੀ ਸੀਮਾ ਬਹੁਤ ਦੂਰ-ਦੂਰ ਤੱਕ ਫ਼ੈਲਾ ਦਿੱਤੀ! ਬਜ਼ੁਰਗ ਹਮਜ਼ਾਤ ਨੇ ਆਪਣੇ ਜੀਵਨ ਵਿੱਚ ਜੋ ਸਭ ਤੋਂ ਲੰਬੀ ਯਾਤਰਾ ਕੀਤੀ, ਉਹ ਸੀ ਦਾਗ਼ਿਸਤਾਨ ਤੋਂ ਮਾਸਕੋ ਤੱਕ। ਪਰ ਰਸੂਲ ਹਮਜ਼ਾਤੋਵ, ਜੋ ਬਹੁ-ਕੌਮੀ ਸੋਵੀਅਤ ਸੱਭਿਆਚਾਰ ਦੇ ਮੁੱਖ ਪ੍ਰਤੀਨਿਧੀ ਹਨ, ਦੁਨੀਆ ਦੇ ਲੱਗਭੱਗ ਸਾਰੇ ਦੇਸ਼ਾਂ ਵਿੱਚ ਘੁੰਮ ਚੁੱਕੇ ਹਨ।

ਵੈਸੇ ਤਾਂ ਰਸੂਲ ਹਮਜ਼ਾਤੋਵ ਦੀ ਜੀਵਨੀ ਵਿੱਚ ਕੋਈ ਖ਼ਾਸ ਗੱਲ ਨਹੀਂ ਹੈ। ਦਾਗ਼ਿਸਤਾਨੀ ਖ਼ੁਦਮੁਖਤਿਆਰ ਸੋਵੀਅਤ ਸਮਾਜਵਾਦੀ ਲੋਕਤੰਤਰ ਦੇ ਤਸਾਦਾ ਪਿੰਡ ਵਿੱਚ 1923 ਵਿੱਚ ਰਸੂਲ ਹਮਜ਼ਾਤੋਵ ਦਾ ਜਨਮ ਹੋਇਆ। ਅਰਾਨੀ ਦੇ ਹਾਈ ਸਕੂਲ ਅਤੇ ਬੂਯਨਾਕਸਕ ਦੇ ਅਵਾਰ ਅਧਿਆਪਕ ਸਿਖਲਾਈ ਸਕੂਲ ਵਿੱਚ ਸਿੱਖਿਆ ਪ੍ਰਾਪਤ ਕੀਤੀ। ਉਹ ਅਧਿਆਪਕ ਰਹੇ, ਅਵਾਰ ਥਿਏਟਰ ਅਤੇ ਲੋਕਤੰਤਰੀ ਅਖ਼ਬਾਰ ਦੇ ਸੰਪਾਦਕ ਮੰਡਲ ਵਿੱਚ ਉਨ੍ਹਾਂ ਨੇ ਕੰਮ ਕੀਤਾ। ਰਸੂਲ ਹਮਜ਼ਾਤੋਵ ਦੀ ਪਹਿਲੀ ਕਵਿਤਾ 1937 ਵਿੱਚ ਪ੍ਰਕਾਸ਼ਿਤ ਹੋਈ।

ਮਾਸਕੋ ਦੇ ਸਾਹਿਤਕ ਇੰਸਟੀਚਿਊਟ ਵਿੱਚ ਰਸੂਲ ਹਮਜ਼ਾਤੋਵ ਦੇ ਦਾਖ਼ਲੇ ਨੂੰ ਉਨ੍ਹਾਂ ਦੇ ਸਿਰਜਣਾਤਮਿਕ ਜੀਵਨ ਦੇ ਨਵੇਂ ਯੁੱਗ ਦਾ ਆਰੰਭ ਮੰਨਿਆ ਜਾਣਾ ਚਾਹੀਦਾ ਹੈ। ਉੱਥੇ ਉਨ੍ਹਾਂ ਨੂੰ ਨਾ ਕੇਵਲ ਮਾਸਕੋ ਦੇ ਮੁੱਖ ਕਵੀ ਅਧਿਆਪਕਾਂ ਦੇ ਰੂਪ ਵਿੱਚ ਮਿਲੇ, ਬਲਕਿ ਮਿੱਤਰ, ਕਲਾ-ਮਾਰਗ ਦੇ ਸੰਗੀ-ਸਾਥੀ ਵੀ ਪ੍ਰਾਪਤ ਹੋਏ। ਇਸੇ ਸੰਸਥਾ ਵਿੱਚ ਉਨ੍ਹਾਂ ਨੂੰ ਆਪਣੇ ਪਹਿਲੇ ਅਨੁਵਾਦਕ ਮਿਲੇ ਜਾਂ ਸ਼ਾਇਦ ਇਹ ਕਹਿਣਾ ਜ਼ਿਆਦਾ ਸਹੀ ਹੋਵੇਗਾ ਕਿ

ਅਨੁਵਾਦਕਾਂ ਨੂੰ ਉਹ ਮਿਲ ਗਏ। ਇੱਥੇ ਹੀ ਉਨ੍ਹਾਂ ਦੀਆਂ ਅਵਾਰ ਕਵਿਤਾਵਾਂ ਰੂਸੀ ਕਵਿਤਾ ਵਿੱਚ ਵੀ ਇੱਕ ਤੱਥ ਬਣੀਆਂ।

ਉਦੋਂ ਤੋਂ ਹੁਣ ਤੱਕ ਮਖ਼ਚ-ਕਲਾ ਵਿੱਚ ਮਾਂ-ਬੋਲੀ ਵਿੱਚ ਅਤੇ ਮਾਸਕੋ ਵਿੱਚ ਰੂਸੀ ਵਿੱਚ ਉਨ੍ਹਾਂ ਦੇ ਲੱਗਭੱਗ ਚਾਲੀ ਕਾਵਿ-ਸੰਗ੍ਰਹਿ ਛਪ ਚੁੱਕੇ ਹਨ। ਹੁਣ ਬਹੁਤ ਦੂਰ-ਦੂਰ ਤੱਕ ਉਨ੍ਹਾਂ ਦਾ ਨਾਂ ਰੌਸ਼ਨ ਹੋ ਚੁੱਕਿਆ ਹੈ, ਉਹ ਲੈਨਿਨ ਪੁਰਸਕਾਰ ਅਤੇ ਦਾਗਿਸਤਾਨ ਦੇ ਲੋਕ-ਕਵੀ ਦੇ ਰੁਤਬੇ ਨਾਲ ਸਨਮਾਨਿਤ ਹੋ ਚੁੱਕੇ ਹਨ ਅਤੇ ਦੁਨੀਆ ਦੀਆਂ ਅਨੇਕਾਂ ਭਾਸ਼ਾਵਾਂ ਵਿੱਚ ਉਨ੍ਹਾਂ ਦੀਆਂ ਕਵਿਤਾਵਾਂ ਅਨੁਵਾਦਿਤ ਹੋ ਚੁੱਕੀਆਂ ਹਨ।

ਹਾਂ, ਹੁਣ ਰਸੂਲ ਹਮਜ਼ਾਤੋਵ ਨੇ ਪਹਿਲੀ ਵਾਰਤਕ ਪੁਸਤਕ ਲਿਖੀ ਹੈ। ਪਹਿਲਾਂ ਤੋਂ ਇਹ ਮੰਨਿਆ ਜਾ ਸਕਦਾ ਸੀ ਕਿ ਇਸ ਖੇਤਰ ਵਿੱਚ ਵੀ ਰਸੂਲ ਹਮਜ਼ਾਤੋਵ ਦੀ ਪ੍ਰਤਿਭਾ ਆਪਣੀ ਮੌਲਿਕਤਾ ਲੈ ਕੇ ਸਾਹਮਣੇ ਆਵੇਗੀ ਅਤੇ ਉਨ੍ਹਾਂ ਦੀ ਵਾਰਤਕ ਸਾਧਾਰਨ ਨਾਵਲ ਜਾਂ ਲਘੂ-ਨਾਵਲ ਵਰਗੀ ਨਹੀਂ ਹੋਵੇਗੀ। ਸੱਚਮੁੱਚ ਅਜਿਹਾ ਹੀ ਹੋਇਆ। ਫਿਰ ਵੀ ਇਸ ਵਾਰਤਕ ਦੀਆਂ ਵਿਸ਼ੇਸ਼ਤਾਵਾਂ ਦਾ ਕੁੱਝ ਸਪੱਸ਼ਟੀਕਰਨ ਜ਼ਰੂਰੀ ਹੈ।

ਰਸੂਲ ਹਮਜ਼ਾਤੋਵ ਤਾਂ ਇਸ ਤਰ੍ਹਾਂ ਲਿਖ ਰਿਹਾ ਹੈ, ਜਿਵੇਂ ਆਪਣੀ ਆਉਣ ਵਾਲੀ ਪੁਸਤਕ ਦੀ ਭੂਮਿਕਾ ਲਿਖ ਰਿਹਾ ਹੋਵੇ। ਉਹ ਦੱਸਦੇ ਹਨ ਕਿ ਇਹ ਪੁਸਤਕ ਕਿਹੋ ਜਿਹੀ ਹੋਣੀ ਚਾਹੀਦੀ ਹੈ, ਕਿਹੜੀ ਵਿਧਾ ਵਿੱਚ ਲਿਖੀ ਜਾਵੇ, ਇਸ ਦਾ ਸਿਰਲੇਖ ਕੀ ਹੋਵੇਗਾ, ਇਸ ਦੀ ਭਾਸ਼ਾ-ਸ਼ੈਲੀ, ਰੂਪਕ-ਪ੍ਰਣਾਲੀ ਅਤੇ ਵਿਸ਼ਾ-ਵਸਤੂ ਕੀ ਹੋਵੇ। ਰਸੂਲ ਹਮਜ਼ਾਤੋਵ ਦੀ ਇਹ ਪੁਸਤਕ ਪੜ੍ਹ ਕੇ ਕੋਈ ਵੀ ਪਾਠਕ ਯਕੀਨਨ ਹੀ ਇਹ ਪੁੱਛ ਸਕਦਾ ਹੈ, "ਇਹ ਤਾਂ ਭੂਮਿਕਾ ਹੋਈ, ਖ਼ੁਦ ਪੁਸਤਕ ਕਿੱਥੇ ਐ" ਪਰ ਪਾਠਕ ਦਾ ਅਜਿਹਾ ਪੁੱਛਣਾ ਸਹੀ ਨਹੀਂ ਹੋਵੇਗਾ। ਬੜੀ ਆਸਾਨੀ ਨਾਲ ਹੀ ਇਹ ਗੱਲ ਸਪੱਸ਼ਟ ਹੋ ਜਾਂਦੀ ਹੈ ਕਿ ਆਉਣ ਵਾਲੀ ਪੁਸਤਕ ਬਾਰੇ ਚਿੰਤਨ ਅਸਲ ਵਿੱਚ ਲਿਖਣ ਦਾ ਇੱਕ ਢੰਗ ਹੀ ਹੈ। ਹੌਲੀ-ਹੌਲੀ ਅਤੇ ਅਣਜਾਣੇ ਹੀ ਪੁਸਤਕ ਦੀ 'ਭੂਮਿਕਾ" ਮਾਤ-ਭੂਮੀ, ਉਸ ਨੂੰ ਪਿਆਰ ਕਰਨ ਵਾਲੇ ਬੇਟੇ ਦੇ ਰਵੱਈਏ, ਕਵੀ ਦੇ ਦਿਲਚਸਪ ਅਤੇ ਮੁਸ਼ਕਿਲ ਫ਼ਰਜ਼, ਉਸ ਤੋਂ ਕੁੱਝ ਘੱਟ ਮੁਸ਼ਕਿਲ ਅਤੇ ਘੱਟ ਦਿਲਚਸਪ ਨਾ ਹੋਣ ਵਾਲੇ ਨਾਗਰਿਕ ਦੇ ਫ਼ਰਜ਼ ਨਾਲ ਸਬੰਧਿਤ ਆਪਣੇ ਆਪ ਵਿੱਚ ਸੰਪੂਰਨ ਅਤੇ ਮਹੱਤਵਪੂਰਨ ਪੁਸਤਕ ਦਾ ਰੂਪ ਧਾਰ ਲੈਂਦੀ ਹੈ।

ਪੁਸਤਕ ਆਤਮ-ਕਥਾਤਮਿਕ ਹੈ। ਕਿਤੇ-ਕਿਤੇ ਤਾਂ ਉਹ ਆਤਮ-ਪ੍ਰਵਾਨਗੀ ਦਾ ਰੂਪ ਲੈ ਲੈਂਦੀ ਹੈ। ਉਸ ਵਿੱਚ ਨਿਰਛਲਤਾ ਹੈ, ਕਾਵਿਕ ਮਿਠਾਸ ਹੈ। ਇਸ ਵਿੱਚ ਜਿੱਥੇ ਕਿਤੇ ਲੇਖਕ ਦਾ ਹਲਕਾ-ਫੁਲਕਾ ਮਜ਼ਾਕ, ਮੈਂ ਤਾਂ ਕਹਾਂਗਾ, ਵਿਅੰਗ-ਵਿਨੋਦ ਬਿੱਖਰਿਆ ਹੋਇਆ ਹੈ। ਸੰਖੇਪ ਵਿੱਚ, ਇਹ ਬਿਲਕੁੱਲ ਉਹੋ ਜਿਹੀ ਹੀ ਹੈ, ਜਿਹੋ ਜਿਹਾ ਇਸ ਦਾ ਲੇਖਕ। ਇਸ ਪੁਸਤਕ ਬਾਰੇ ਕੇਂਦਰੀ ਅਖ਼ਬਾਰ ਵਿੱਚ ਪ੍ਰਕਾਸ਼ਿਤ ਇੱਕ ਲੇਖ ਨੂੰ 'ਜੀਵਨ ਦੀ ਭੂਮਿਕਾ' ਸਿਰਲੇਖ ਹੇਠ ਸਹੀ ਹੀ ਛਾਪਿਆ ਗਿਆ ਸੀ।

'ਮੇਰਾ ਦਾਗਿਸਤਾਨ' ਪੁਸਤਕ ਵਿੱਚ ਪਾਠਕ ਨੂੰ ਅਨੇਕਾਂ ਅਵਾਰ ਕਹਾਵਤਾਂ ਅਤੇ ਮੁਹਾਵਰੇ ਮਿਲਣਗੇ, ਖ਼ੁਸ਼ੀ ਨਾਲ ਖਿੜਦੇ ਜਾਂ ਗ਼ਮ ਵਿੱਚ ਡੁੱਬੇ ਹੋਏ ਅਜਿਹੇ ਬਹੁਤ ਸਾਰੇ ਕਿੱਸੇ ਮਿਲਣਗੇ, ਜਿਨ੍ਹਾਂ ਦਾ ਲੇਖਕ ਨੂੰ ਜਾਂ ਤਾਂ ਖ਼ੁਦ ਅਨੁਭਵ ਹੋਇਆ, ਜਾਂ ਜੋ ਲੋਕ-ਚੇਤਿਆਂ ਵਿੱਚ ਸੁਰੱਖਿਅਤ ਹਨ ਅਤੇ ਇਸ ਤਰ੍ਹਾਂ ਜੀਵਨ ਅਤੇ ਕਲਾ ਬਾਰੇ ਉਹ ਪਰਿਪੱਕ ਚਿੰਤਨ ਵੀ

ਪ੍ਰਾਪਤ ਕਰ ਸਕਣਗੇ। ਇਸ ਕਿਤਾਬ ਵਿੱਚ ਭਲਾਈ ਦੀਆਂ ਬਹੁਤ ਸਾਰੀਆਂ ਗੱਲਾਂ ਹਨ, ਆਮ ਆਦਮੀ ਅਤੇ ਮਾਤ-ਭੂਮੀ ਪ੍ਰਤੀ ਪ੍ਰੇਮ ਨਾਲ ਭਰਪੂਰ ਹੈ ਇਹ।

ਪਾਠਕਾਂ ਨੂੰ ਸੰਬੋਧਿਤ ਹੁੰਦੇ ਹੋਏ ਰਸੂਲ ਹਮਜ਼ਾਤੋਵ ਨੇ ਆਪਣੀ ਰਚਨਾ ਬਾਰੇ ਇਹ ਲਿਖਿਆ ਹੈ, "ਅਜਿਹੇ ਵੀ ਲੋਕ ਹਨ, ਜਿਨ੍ਹਾਂ ਦੀਆਂ ਅਤੀਤ ਸਬੰਧੀ ਯਾਦਾਂ ਬੜੀਆਂ ਦੁੱਖਦਾਈ ਅਤੇ ਕੌੜੀਆਂ ਹਨ। ਅਜਿਹੇ ਲੋਕ ਵਰਤਮਾਨ ਅਤੇ ਭਵਿੱਖ ਦੀ ਵੀ ਇਸੇ ਰੂਪ ਵਿੱਚ ਕਲਪਨਾ ਕਰਦੇ ਹਨ। ਅਜਿਹੇ ਲੋਕ ਵੀ ਹਨ, ਜਿਨ੍ਹਾਂ ਦੀਆਂ ਅਤੀਤ ਸਬੰਧੀ ਯਾਦਾਂ ਬੜੀਆਂ ਮਿੱਠੀਆਂ ਅਤੇ ਸੁੱਖਦਾਈ ਹਨ। ਉਨ੍ਹਾਂ ਦੀ ਕਲਪਨਾ ਵਿੱਚ ਵਰਤਮਾਨ ਅਤੇ ਭਵਿੱਖ ਵੀ ਮਿਠਾਸ ਭਰਪੂਰ ਹੁੰਦੇ ਹਨ। ਤੀਜੀ ਤਰ੍ਹਾਂ ਦੇ ਲੋਕਾਂ ਦੀਆਂ ਯਾਦਾਂ ਸੁੱਖਦਾਈ ਅਤੇ ਦੁੱਖਦਾਈ, ਮਿੱਠੀਆਂ ਅਤੇ ਕੌੜੀਆਂ ਵੀ ਹੁੰਦੀਆਂ ਹਨ। ਵਰਤਮਾਨ ਅਤੇ ਭਵਿੱਖ ਸਬੰਧੀ ਉਨ੍ਹਾਂ ਦੇ ਵਿਚਾਰਾਂ ਵਿੱਚ ਵੰਨ-ਸੁਵੰਨੀਆਂ ਭਾਵਨਾਵਾਂ, ਖ਼ਿਆਲ ਅਤੇ ਰੰਗ ਘੁਲੇ-ਮਿਲੇ ਹੁੰਦੇ ਹਨ। ਮੈਂ ਅਜਿਹੇ ਹੀ ਲੋਕਾਂ ਵਿੱਚੋਂ ਹਾਂ।

"ਮੇਰੇ ਰਾਹ ਹਮੇਸ਼ਾ ਹੀ ਸਿੱਧੇ-ਪੱਧਰੇ ਨਹੀਂ ਰਹੇ, ਹਮੇਸ਼ਾ ਹੀ ਮੇਰਾ ਜੀਵਨ ਚਿੰਤਾ-ਮੁਕਤ ਨਹੀਂ ਰਿਹਾ। ਮੇਰੇ ਸਮਕਾਲੀ, ਤੁਹਾਡੇ ਵਾਂਗ ਮੈਂ ਵੀ ਆਪਣੇ ਸਮੇਂ ਦੀ ਹਲਚਲ, ਦੁਨੀਆ ਦੀ ਉੱਥਲ-ਪੁੱਥਲ ਅਤੇ ਬੜੀਆਂ ਮਹੱਤਵਪੂਰਨ ਘਟਨਾਵਾਂ ਨਾਲ ਘਿਰਿਆ ਰਿਹਾ ਹਾਂ। ਹਰ ਅਜਿਹੀ ਘਟਨਾ ਲੇਖਕ ਦੇ ਦਿਲ ਨੂੰ ਝੰਜੋੜ ਦਿੰਦੀ ਹੈ। ਲੇਖਕ ਕਿਸੇ ਘਟਨਾ ਦੀ ਖ਼ੁਸ਼ੀ ਅਤੇ ਦੁੱਖ ਪ੍ਰਤੀ ਉਦਾਸੀਨ ਨਹੀਂ ਰਹਿ ਸਕਦਾ। ਉਹ ਬਰਫ਼ 'ਤੇ ਦਿਖਾਈ ਦਿੰਦੀਆਂ ਪੈੜਾਂ ਨਹੀਂ, ਬਲਕਿ ਪੱਥਰ 'ਤੇ ਕੀਤੀ ਗਈ ਚਿੱਤਰਕਾਰੀ ਹੁੰਦੇ ਹਨ। ਹੁਣ ਮੈਂ ਅਤੀਤ ਬਾਰੇ ਆਪਣੀ ਸਾਰੀ ਜਾਣਕਾਰੀ ਅਤੇ ਭਵਿੱਖ ਬਾਰੇ ਸਾਰੇ ਖ਼ਿਆਲਾਂ ਨੂੰ ਇੱਕ ਲੜੀ ਵਿੱਚ ਪਿਰੋ ਕੇ ਤੁਹਾਡੇ ਕੋਲ ਆ ਰਿਹਾ ਹਾਂ, ਤੁਹਾਡੇ ਦਰਵਾਜ਼ੇ 'ਤੇ ਦਸਤਕ ਦਿੰਦਾ ਹਾਂ ਅਤੇ ਕਹਿੰਦਾ ਹਾਂ, "ਮੇਰੇ ਪਿਆਰੇ ਦੋਸਤ, ਇਹ ਮੈਂ ਹਾਂ। ਮੈਨੂੰ ਅੰਦਰ ਆਉਣ ਦਿਓ।"

—ਵਲਾਦੀਮੀਰ ਸੋਲੋਊਖ਼ਿਨ

ਮੇਰੇ ਘਰ ਨੂੰ ਜੇ ਅਣਗੌਲਿਆ ਕਰ ਜਾਵੇਂ ਤੂੰ ਰਾਹੀ,
ਬੱਦਲ-ਬਿਜਲੀ ਡਿੱਗੇ ਤੇਰੇ 'ਤੇ, ਤੇਰੇ 'ਤੇ ਬੱਦਲ-ਬਿਜਲੀ।
ਮੇਰੇ ਘਰੋਂ ਦੁਖੀ ਮਨ ਲੈ ਕੇ ਜੇ, ਜਾਵੇਂ ਤੂੰ ਰਾਹੀ,
ਬੱਦਲ-ਬਿਜਲੀ ਡਿੱਗੇ ਮੇਰੇ 'ਤੇ, ਮੇਰੇ 'ਤੇ ਬੱਦਲ-ਬਿਜਲੀ।

—ਦਰਵਾਜ਼ੇ 'ਤੇ ਉੱਕਰੇ ਸ਼ਬਦ

ਜੇਕਰ ਤੁਸੀਂ ਅਤੀਤ 'ਤੇ ਪਿਸਤੌਲ ਨਾਲ ਗੋਲੀ ਚਲਾਓਗੇ,
ਤਾਂ ਭਵਿੱਖ ਤੁਹਾਡੇ 'ਤੇ ਤੋਪ ਦੇ ਗੋਲੇ ਬਰਸਾਵੇਗਾ।

—ਅਬੂਤਾਲਿਬ

ਭੂਮਿਕਾ ਦੀ ਥਾਂ ਅਤੇ ਭੂਮਿਕਾਵਾਂ ਬਾਰੇ

ਜਦੋਂ ਅੱਖ ਖੁੱਲ੍ਹਦੀ ਹੈ,
ਤਾਂ ਬਿਸਤਰੇ ਵਿੱਚੋਂ ਇਸ ਤਰ੍ਹਾਂ ਛਾਲ ਮਾਰ ਕੇ ਨਾ ਉੱਠੋ,
ਜਿਵੇਂ ਤੁਹਾਨੂੰ ਕਿਸੇ ਨੇ ਡੰਗ ਮਾਰ ਦਿੱਤਾ ਹੋਵੇ।
ਤੁਸੀਂ ਜੋ ਕੁੱਝ ਆਪਣੇ ਸੁਪਨਿਆਂ ਵਿੱਚ ਦੇਖਿਆ ਹੈ,
ਪਹਿਲਾਂ ਉਸ 'ਤੇ ਵਿਚਾਰ ਕਰ ਲਵੋ।

ਮੇਰੇ ਖ਼ਿਆਲ ਵਿੱਚ ਤਾਂ ਯਾਰਾਂ-ਦੋਸਤਾਂ ਨੂੰ ਕੋਈ ਦਿਲਚਸਪ ਕਿੱਸਾ ਸੁਣਾਉਣ ਜਾਂ ਨਵਾਂ ਉਪਦੇਸ਼ ਦੇਣ ਤੋਂ ਪਹਿਲਾਂ ਖ਼ੁਦ ਅੱਲ੍ਹਾ ਵੀ ਸਿਗਰਟ ਸੁਲਘਾਉਂਦਾ ਹੋਵੇਗਾ, ਲੰਬੇ-ਲੰਬੇ ਕਸ਼ ਖਿੱਚਦਾ ਅਤੇ ਕੁੱਝ ਸੋਚਦਾ-ਵਿਚਾਰਦਾ ਹੋਵੇਗਾ।

ਹਵਾਈ ਜਹਾਜ਼ ਉੱਡਣ ਤੋਂ ਪਹਿਲਾਂ ਦੇਰ ਤੱਕ ਸ਼ੋਰ ਮਚਾਉਂਦਾ ਹੈ, ਫਿਰ ਸਾਰਾ ਹਵਾਈ ਅੱਡਾ ਪਾਰ ਕਰਕੇ, ਉਸ ਨੂੰ ਉਡਾਣ ਭਰਨ ਵਾਲੇ ਰਸਤੇ 'ਤੇ ਲਿਆਂਦਾ ਜਾਂਦਾ ਹੈ, ਇਸ ਤੋਂ ਬਾਅਦ ਉਹ ਹੋਰ ਵੀ ਜ਼ੋਰ ਨਾਲ ਸ਼ੋਰ ਮਚਾਉਂਦਾ ਹੈ, ਫਿਰ ਖ਼ੂਬ ਤੇਜੀ ਨਾਲ ਦੌੜਦਾ ਹੈ ਅਤੇ ਇਹ ਸਭ ਕੁੱਝ ਕਰਨ ਤੋਂ ਬਾਅਦ ਹੀ ਉੱਡਦਾ ਹੈ।

ਹੈਲੀ ਕਾਪਟਰ ਦੌੜ ਤਾਂ ਨਹੀਂ ਲਗਾਉਂਦਾ, ਪਰ ਜ਼ਮੀਨ ਤੋਂ ਉੱਪਰ ਉੱਠਣ ਤੋਂ ਪਹਿਲਾਂ ਉਹ ਵੀ ਦੇਰ ਤੱਕ ਸ਼ੋਰ ਮਚਾਉਂਦਾ ਹੈ, ਗਰਜਦਾ ਹੈ ਅਤੇ ਬੁਰੀ ਤਰ੍ਹਾਂ ਗੜਗੜਾਹਟ ਨਾਲ ਕੰਬਦਾ ਹੈ।

ਕੇਵਲ ਪਹਾੜੀ ਉਕਾਬ ਹੀ ਚੱਟਾਨ ਤੋਂ ਇੱਕ ਵਾਰੀ ਆਸਮਾਨ ਵਿੱਚ ਉੱਡ ਜਾਂਦਾ ਹੈ ਅਤੇ ਆਸਾਨੀ ਨਾਲ ਵੱਧ ਤੋਂ ਵੱਧ ਉੱਪਰ ਚੜ੍ਹਦਾ ਹੋਇਆ ਛੋਟੇ ਜਿਹੇ ਬਿੰਦੂ ਵਿੱਚ ਬਦਲ ਜਾਂਦਾ ਹੈ।

ਹਰ ਚੰਗੀ ਕਿਤਾਬ ਦਾ ਅਜਿਹਾ ਹੀ ਆਰੰਭ ਹੋਣਾ ਚਾਹੀਦਾ ਹੈ, ਲੰਬੀ-ਚੌੜੀ ਅਤੇ ਅਕਾਊ ਭੂਮਿਕਾ ਤੋਂ ਬਿਨਾਂ। ਜ਼ਾਹਿਰ ਹੈ ਕਿ ਜੇਕਰ ਅਸੀਂ ਕੋਲੋਂ ਦੀ ਭੱਜੇ ਜਾਂਦੇ ਸਾਨ੍ਹ ਨੂੰ ਸਿੰਗਾਂ ਤੋਂ ਫੜ ਕੇ ਕਾਬੂ ਨਹੀਂ ਕਰ ਸਕਦੇ, ਤਾਂ ਪੂਛ ਤੋਂ ਤਾਂ ਉਹ ਕਾਬੂ ਵਿੱਚ ਆਉਣ ਤੋਂ ਰਿਹਾ।

ਲਓ, ਗਾਇਕ ਨੇ ਪੰਦੂਰ (ਤਿੰਨ ਤਾਰਾ) ਹੱਥ ਵਿੱਚ ਚੁੱਕ ਲਿਆ। ਮੈਨੂੰ ਪਤਾ ਹੈ ਕਿ ਉਸ ਦੀ ਆਵਾਜ਼ ਸੁਰੀਲੀ ਹੈ। ਪਰ ਗੀਤ ਸ਼ੁਰੂ ਕਰਨ ਤੋਂ ਪਹਿਲਾਂ ਕਾਹਦੇ ਲਈ ਉਹ ਤਾਰਾਂ ਨੂੰ ਛੇੜਦਾ ਰਹਿੰਦਾ ਹੈ? ਪੇਸ਼ਕਾਰੀ ਤੋਂ ਪਹਿਲਾਂ ਬਿਆਨ, ਨਾਟਕ ਤੋਂ ਪਹਿਲਾਂ ਭਾਸ਼ਣ ਅਤੇ ਆਪਣੇ ਜਵਾਈ ਨੂੰ ਮੇਜ 'ਤੇ ਬੁਲਾ ਕੇ ਤੁਰੰਤ ਜਾਮ ਭਰਨ ਦੀ ਬਜਾਇ ਸਹੁਰੇ ਵੱਲੋਂ ਦਿੱਤੀਆਂ ਜਾਂਦੀਆਂ ਅਕਾਊ ਨਸੀਹਤਾਂ ਬਾਰੇ ਵੀ ਮੈਂ ਅਜਿਹਾ ਹੀ ਕਹਾਂਗਾ।

ਇੱਕ ਵਾਰ ਮੁਰੀਦ ਆਪਣੀਆਂ-ਆਪਣੀਆਂ ਤਲਵਾਰਾਂ ਦੀ ਫੜ੍ਹ ਮਾਰਨ ਲੱਗੇ। ਉਨ੍ਹਾਂ ਨੇ ਕਿਹਾ ਕਿ ਕਿੰਨੇ ਵਧੀਆ ਫੌਲਾਦ ਤੋਂ ਬਣੀਆਂ ਹੋਈਆਂ ਹਨ, ਉਨ੍ਹਾਂ ਦੀਆਂ ਤਲਵਾਰਾਂ ਅਤੇ ਕੁਰਾਨ ਦੀਆਂ ਕਿੰਨੀਆਂ ਵਧੀਆ ਆਇਤਾਂ ਉਨ੍ਹਾਂ 'ਤੇ ਉੱਕਰੀਆਂ ਹੋਈਆਂ ਹਨ। ਮਹਾਨ ਸ਼ਾਮਿਲ ਦਾ ਨਾਇਬ ਹਾਜੀ-ਮੁਰਾਦ ਵੀ ਮੁਰੀਦਾਂ ਵਿੱਚ ਹਾਜ਼ਰ ਸੀ। ਉਹ ਬੋਲਿਆ:

"ਦਰੱਖਤਾਂ ਦੀ ਠੰਢੀ ਛਾਂ ਵਿੱਚ ਤੁਸੀਂ ਕਿਸ ਲਈ ਇਹ ਬਹਿਸ ਕਰ ਰਹੇ ਹੋ? ਕੱਲ੍ਹ ਨੂੰ ਪਹੁ ਫਟਦੇ ਹੀ ਲੜਾਈ ਹੋਵੇਗੀ ਅਤੇ ਉਦੋਂ ਤੁਹਾਡੀਆਂ ਤਲਵਾਰਾਂ ਖ਼ੁਦ ਹੀ ਫ਼ੈਸਲਾ ਕਰ ਦੇਣਗੀਆਂ ਕਿ ਉਨ੍ਹਾਂ ਵਿੱਚੋਂ ਕਿਹੜੀ ਬਿਹਤਰ ਐ।"

ਫਿਰ ਵੀ ਮੇਰਾ ਇਹ ਖ਼ਿਆਲ ਹੈ ਕਿ ਅੱਲ੍ਹਾ ਆਪਣੀ ਕਹਾਣੀ ਸ਼ੁਰੂ ਕਰਨ ਤੋਂ ਪਹਿਲਾਂ ਮਜ਼ੇ ਨਾਲ ਸਿਗਰਟ ਦੇ ਕਸ਼ ਲਗਾਉਂਦਾ ਹੈ।

ਫਿਰ ਵੀ ਸਾਡੇ ਪਹਾੜਾਂ ਵਿੱਚ ਇਹ ਰਵਾਇਤ ਹੈ ਕਿ ਘੋੜ-ਸਵਾਰ ਆਪਣੇ ਪਹਾੜੀ ਘਰ ਦੀਆਂ ਬਰੂਹਾਂ ਤੋਂ ਹੀ ਘੋੜੇ 'ਤੇ ਸਵਾਰ ਨਹੀਂ ਹੁੰਦਾ। ਉਸ ਨੂੰ ਘੋੜੇ ਨੂੰ ਪਿੰਡ ਤੋਂ ਬਾਹਰ ਤੱਕ ਲਿਜਾਣਾ ਪੈਂਦਾ ਹੈ। ਸ਼ਾਇਦ ਇਸ ਲਈ ਅਜਿਹਾ ਕਰਨਾ ਜ਼ਰੂਰੀ ਹੁੰਦਾ ਹੈ ਕਿ ਉਹ ਇੱਕ ਵਾਰ ਫਿਰ ਇਸ ਗੱਲ 'ਤੇ ਗ਼ੌਰ ਕਰ ਲਵੇ ਕਿ ਉਹ ਇੱਥੇ ਕੀ ਛੱਡ ਕੇ ਜਾ ਰਿਹਾ ਹੈ ਅਤੇ ਰਸਤੇ ਵਿੱਚ ਉਸ ਦੇ ਨਾਲ ਕੀ ਹੋਣ ਵਾਲਾ ਹੈ। ਕੰਮ-ਕਾਜ ਚਾਹੇ ਉਸ ਨੂੰ ਕਿੰਨੀ ਵੀ ਕਾਹਲੀ ਕਰਨ ਲਈ ਮਜ਼ਬੂਰ ਕਿਉਂ ਨਾ ਕਰੇ, ਉਹ ਤਸੱਲੀ ਨਾਲ ਸੋਚਦੇ ਹੋਏ ਆਪਣੇ ਘੋੜੇ ਨੂੰ ਸਾਰੇ ਪਿੰਡ ਦੇ ਕਿਨਾਰੇ ਤੱਕ ਲੈ ਜਾਂਦਾ ਹੈ ਅਤੇ ਫਿਰ ਰਕਾਬਾਂ ਨੂੰ ਛੂਹੇ ਬਿਨਾਂ ਹੀ ਕਾਠੀ 'ਤੇ ਜਾ ਬੈਠਦਾ ਹੈ, ਅੱਗੇ ਨੂੰ ਝੁਕਦਾ ਹੈ ਅਤੇ ਧੂੜ ਦੇ ਬੱਦਲਾਂ ਵਿੱਚ ਖੋ ਜਾਂਦਾ ਹੈ।

ਤਾਂ ਇਸੇ ਤਰ੍ਹਾਂ ਆਪਣੀ ਕਿਤਾਬ ਦੀ ਕਾਠੀ ਉੱਤੇ ਸਵਾਰ ਹੋਣ ਤੋਂ ਪਹਿਲਾਂ ਮੈਂ ਵੀ ਸੋਚਦਾ ਹੋਇਆ ਹੌਲੀ-ਹੌਲੀ ਚੱਲ ਰਿਹਾ ਹਾਂ। ਮੈਂ ਘੋੜੇ ਦੀ ਲਗਾਮ ਫੜ ਕੇ ਉਸ ਦੇ ਨਾਲ-ਨਾਲ ਜਾ ਰਿਹਾ ਹਾਂ। ਮੈਂ ਸੋਚ ਰਿਹਾ ਹਾਂ, ਮੂੰਹੋਂ ਸ਼ਬਦ ਕੱਢਣ ਵਿੱਚ ਦੇਰ ਕਰ ਰਿਹਾ ਹਾਂ।

ਹਕਲਾਉਣ ਵਾਲੇ ਦੀ ਜ਼ੁਬਾਨ ਵਿੱਚੋਂ ਹੀ ਨਹੀਂ, ਬਲਕਿ ਅਜਿਹੇ ਵਿਅਕਤੀ ਦੀ ਜ਼ੁਬਾਨ ਵਿੱਚੋਂ ਵੀ ਸ਼ਬਦ ਰੁਕ-ਰੁਕ ਕੇ ਨਿੱਕਲ ਸਕਦੇ ਹਨ, ਜੋ ਜ਼ਿਆਦਾ ਢੁਕਵੇਂ, ਜ਼ਿਆਦਾ ਜ਼ਰੂਰੀ ਅਤੇ ਬੁੱਧੀਮਾਨੀ ਵਾਲੇ ਸ਼ਬਦਾਂ ਦੀ ਖੋਜ ਕਰ ਰਿਹਾ ਹੋਵੇ। ਆਪਣੀ ਬੁੱਧੀਮਾਨੀ ਨਾਲ ਹੈਰਾਨ ਕਰਨ ਦੀ ਤਾਂ ਮੈਂ ਉਮੀਦ ਨਹੀਂ ਕਰਦਾ, ਪਰ ਹਕਲਾ ਵੀ ਨਹੀਂ ਹਾਂ। ਮੈਂ ਸ਼ਬਦ ਖੋਜ ਰਿਹਾ ਹਾਂ।

ਅਬੂਤਾਲਿਬ ਨੇ ਕਿਹਾ ਹੈ ਕਿ ਮੇਰੀ ਪੁਸਤਕ ਦੀ ਭੂਮਿਕਾ ਤਾਂ ਉਹੀ ਤਿਣਕਾ ਹੈ, ਜੋ ਅੰਧਵਿਸ਼ਵਾਸੀ ਪਹਾੜਣ ਪਤੀ ਦਾ ਭੇਡ ਦੀ ਖੱਲ ਦਾ ਕੋਟ ਠੀਕ ਕਰਦੇ ਹੋਏ ਦੰਦਾਂ ਹੇਠ ਦਬਾ ਕੇ ਰੱਖਦੀ ਹੈ। ਜੇਕਰ ਇਹ ਤਿਣਕਾ ਦੰਦਾਂ ਹੇਠ ਨਾ ਦਬਾ ਕੇ ਰੱਖੇ, ਤਾਂ ਮੰਨਿਆ ਜਾਂਦਾ ਹੈ ਕਿ ਭੇਡ ਦੀ ਖੱਲ ਦਾ ਕੋਟ ਕੱਫ਼ਨ ਵਿੱਚ ਬਦਲ ਸਕਦਾ ਹੈ।

ਅਬੂਤਾਲਿਬ ਨੇ ਇਹ ਵੀ ਕਿਹਾ ਹੈ ਕਿ ਮੈਂ ਉਸ ਆਦਮੀ ਵਰਗਾ ਹਾਂ, ਜੋ ਹਨੇਰੇ ਵਿੱਚ ਅਜਿਹੇ ਦਰਵਾਜ਼ੇ ਦੀ ਭਾਲ ਕਰ ਰਿਹਾ ਹੈ, ਜਿਸ ਵਿੱਚ ਦਾਖ਼ਲ ਹੋਇਆ ਜਾ ਸਕੇ, ਜਾਂ ਉਸ ਆਦਮੀ ਵਰਗਾ ਹਾਂ, ਜਿਸ ਨੂੰ ਦਰਵਾਜ਼ਾ ਮਿਲ ਗਿਆ ਹੈ, ਪਰ ਜਿਸ ਨੂੰ ਇਹ ਵਿਸ਼ਵਾਸ ਨਹੀਂ ਕਿ ਉਹ ਉਸ ਵਿੱਚ ਦਾਖ਼ਲ ਹੋ ਸਕਦਾ ਹੈ ਜਾਂ ਉਸ ਵਿੱਚ ਦਾਖ਼ਲ ਹੋਣਾ ਵੀ ਚਾਹੀਦਾ

ਹੈ ਜਾਂ ਨਹੀਂ। ਉਹ ਦਰਵਾਜ਼ੇ 'ਤੇ ਦਸਤਕ ਦਿੰਦਾ ਹੈ, ਠੱਕ...ਠੱਕ।

"ਐ ਘਰ ਵਾਲਿਓ, ਜੇਕਰ ਤੁਸੀਂ ਮਾਸ ਰਿੰਨ੍ਹਣਾ ਚਾਹੁੰਦੇ ਹੋ, ਤਾਂ ਤੁਹਾਡੇ ਉੱਠਣ ਦਾ ਵੇਲਾ ਹੋ ਗਿਆ!"

"ਐ ਘਰ ਵਾਲਿਓ, ਜੇਕਰ ਤੁਸੀਂ ਜੌਂਅ ਪੀਹਣੇ ਨੇ, ਤਾਂ ਮਜ਼ੇ ਨਾਲ ਸੁੱਤੇ ਨਾ ਰਹੋ, ਛੇਤੀ ਕਰਨ ਦੀ ਜ਼ਰੂਰਤ ਐ।"

"ਐ ਘਰ ਵਾਲਿਓ, ਜੇਕਰ ਤੁਸੀਂ ਬੂਜ਼ਾ (ਇੱਕ ਤਰ੍ਹਾਂ ਦੀ ਬੀਅਰ) ਪੀਣ ਦਾ ਇਰਾਦਾ ਰੱਖਦੇ ਹੋ, ਤਾਂ ਗੁਆਂਢੀ ਨੂੰ ਬੁਲਾਉਣਾ ਨਾ ਭੁੱਲ ਜਾਣਾ!"

ਠਕ-ਠਕ, ਠਕ-ਠਕ!

"ਤਾਂ ਕੀ ਮੈਂ ਅੰਦਰ ਆ ਜਾਵਾਂ ਜਾਂ ਮੇਰੇ ਬਿਨਾਂ ਹੀ ਤੁਹਾਡਾ ਕੰਮ ਸਰ ਜਾਵੇਗਾ?"

ਬੋਲਣਾ ਸਿੱਖਣ ਲਈ ਆਦਮੀ ਨੂੰ ਦੋ ਸਾਲ ਦੀ ਜ਼ਰੂਰਤ ਹੁੰਦੀ ਹੈ, ਪਰ ਇਹ ਸਿੱਖਣ ਲਈ ਕਿ ਜ਼ੁਬਾਨ ਨੂੰ ਵੱਸ ਵਿੱਚ ਕਿਵੇਂ ਰੱਖਿਆ ਜਾਵੇ, ਸੱਠ ਸਾਲਾਂ ਦੀ ਜ਼ਰੂਰਤ ਹੁੰਦੀ ਹੈ।

ਮੈਂ ਨਾ ਤਾਂ ਦੋ ਸਾਲ ਦਾ ਹਾਂ ਅਤੇ ਨਾ ਸੱਠ ਸਾਲ ਦਾ। ਮੈਂ ਦੋਵਾਂ ਦੇ ਵਿਚਕਾਰ ਹਾਂ। ਫਿਰ ਵੀ ਮੈਂ ਸ਼ਾਇਦ ਦੂਜੇ ਬਿੰਦੂ ਦੇ ਜ਼ਿਆਦਾ ਨੇੜੇ ਹਾਂ, ਕਿਉਂਕਿ ਮੈਨੂੰ ਅਣਕਹੇ ਸ਼ਬਦ, ਕਹੇ ਜਾ ਚੁੱਕੇ ਸਾਰੇ ਸ਼ਬਦਾਂ ਨਾਲੋਂ ਜ਼ਿਆਦਾ ਪਿਆਰੇ ਹਨ।

ਉਹ ਪੁਸਤਕ ਜੋ ਮੈਂ ਅਜੇ ਤੱਕ ਨਹੀਂ ਲਿਖੀ, ਲਿਖੀਆਂ ਜਾ ਚੁੱਕੀਆਂ ਸਾਰੀਆਂ ਪੁਸਤਕਾਂ ਤੋਂ ਜ਼ਿਆਦਾ ਪਿਆਰੀ ਹੈ। ਉਹ ਸਭ ਤੋਂ ਜ਼ਿਆਦਾ ਪਿਆਰੀ, ਇੱਛਤ ਅਤੇ ਮੁਸ਼ਕਿਲ ਹੈ।

ਨਵੀਂ ਕਿਤਾਬ, ਇਹ ਤਾਂ ਉਹ ਦੱਰਾ ਹੈ, ਜਿਸ ਵਿੱਚ ਮੈਂ ਕਦੇ ਨਹੀਂ ਗਿਆ, ਪਰ ਜੋ ਮੇਰੇ ਸਾਹਮਣੇ ਖੁੱਲ੍ਹ ਚੁੱਕਿਆ ਹੈ, ਮੈਨੂੰ ਆਪਣੀ ਧੁੰਦਲੀ ਦੂਰੀ ਵੱਲ ਖਿੱਚਦਾ ਹੈ। ਨਵੀਂ ਪੁਸਤਕ, ਇਹ ਤਾਂ ਉਹ ਘੋੜਾ ਹੈ, ਜਿਸ 'ਤੇ ਮੈਂ ਅਜੇ ਤੱਕ ਕਦੇ ਸਵਾਰੀ ਨਹੀਂ ਕੀਤੀ, ਉਹ ਖੰਜਰ ਹੈ, ਜਿਸ ਨੂੰ ਮੈਂ ਮਿਆਨ ਵਿੱਚੋਂ ਨਹੀਂ ਕੱਢਿਆ।

ਪਹਾੜੀ ਲੋਕਾਂ ਵਿੱਚ ਕਿਹਾ ਜਾਂਦਾ ਹੈ, "ਜ਼ਰੂਰਤ ਤੋਂ ਬਿਨਾਂ ਖੰਜਰ ਨੂੰ ਬਾਹਰ ਨਾ ਕੱਢੋ। ਜੇਕਰ ਕੱਢ ਲਿਐ, ਤਾਂ ਮਾਰੋ! ਇਸ ਤਰ੍ਹਾਂ ਮਾਰੋ ਕਿ ਘੋੜ-ਸਵਾਰ ਅਤੇ ਘੋੜਾ ਦੋਵੇਂ ਹੀ ਤੁਰੰਤ ਦੂਜੀ ਦੁਨੀਆ ਵਿੱਚ ਪਹੁੰਚ ਜਾਣ।"

ਤੁਹਾਡਾ ਕਹਿਣਾ ਠੀਕ ਹੈ, ਪਹਾੜੀ ਲੋਕੋ!

ਫਿਰ ਵੀ ਖੰਜਰ ਕੱਢਣ ਤੋਂ ਪਹਿਲਾਂ ਤੁਹਾਨੂੰ ਇਹ ਗਿਆਨ ਹੋਣਾ ਚਾਹੀਦਾ ਹੈ ਕਿ ਉਸ ਦੀ ਧਾਰ ਖ਼ੂਬ ਤੇਜ ਹੈ।

ਮੇਰੀ ਪੁਸਤਕ, ਬਹੁਤ ਸਾਲਾਂ ਤੱਕ ਤੂੰ ਮੇਰੀ ਆਤਮਾ ਵਿੱਚ ਜਿਊਂਦੀ ਰਹੀ ਹੈਂ! ਤੂੰ ਉਸ ਔਰਤ, ਦਿਲ ਦੀ ਉਸ ਰਾਣੀ ਵਰਗੀ ਹੈਂ, ਜਿਸ ਨੂੰ ਉਸ ਦਾ ਪ੍ਰੇਮੀ ਦੂਰੋਂ ਦੇਖਿਆ ਕਰਦਾ ਹੈ, ਜਿਸ ਦੇ ਸੁਪਨੇ ਦੇਖਦਾ ਹੈ, ਪਰ ਜਿਸ ਨੂੰ ਛੂਹਣ ਦਾ ਉਸ ਨੂੰ ਸੁਭਾਗ ਪ੍ਰਾਪਤ ਨਹੀਂ ਹੋਇਆ। ਕਦੇ-ਕਦੇ ਅਜਿਹਾ ਵੀ ਹੋਇਆ ਹੈ ਕਿ ਉਹ ਬਿਲਕੁੱਲ ਨਜ਼ਦੀਕ ਹੀ ਖੜ੍ਹੀ ਰਹੀ ਹੈ, ਬਸ ਹੱਥ ਵਧਾਉਣ ਦੀ ਹੀ ਜ਼ਰੂਰਤ ਸੀ, ਪਰ ਮੇਰੀ ਹਿੰਮਤ ਨਹੀਂ ਹੋਈ, ਮੈਂ ਝਿਜਕ ਗਿਆ, ਮੇਰਾ ਚਿਹਰਾ ਲਾਲ ਹੋ ਗਿਆ ਅਤੇ ਮੈਂ ਦੂਰ ਹਟ ਗਿਆ।

ਪਰ ਹੁਣ ਇਹ ਸਭ ਕੁੱਝ ਖ਼ਤਮ ਹੋ ਚੁੱਕਿਆ ਹੈ। ਮੈਂ ਦਲੇਰੀ ਕਰ ਕੇ ਉਸ ਕੋਲ ਜਾਣ ਅਤੇ ਉਸ ਦਾ ਹੱਥ ਆਪਣੇ ਹੱਥ ਵਿੱਚ ਫੜਨ ਦਾ ਨਿਰਣਾ ਕਰ ਲਿਆ ਹੈ। ਝਿਜਕਣ ਵਾਲੇ ਪ੍ਰੇਮੀ ਦੀ ਜਗ੍ਹਾ ਮੈਂ ਦਲੇਰ ਅਤੇ ਅਨੁਭਵੀ ਮਰਦ ਬਣਨਾ ਚਾਹੁੰਦਾ ਹਾਂ। ਮੈਂ ਘੋੜੇ 'ਤੇ ਸਵਾਰ ਹੁੰਦਾ ਹਾਂ, ਤਿੰਨ ਵਾਰ ਛਾਂਟਾ ਹਿਲਾਉਂਦਾ ਹਾਂ, ਜੋ ਵੀ ਹੋਣਾ ਹੋਵੇ, ਸੋ ਹੋ ਜਾਵੇ।

ਫਿਰ ਵੀ ਮੈਂ ਆਪਣੇ ਕੌੜੇ ਦੇਸੀ ਤੰਬਾਕੂ ਨੂੰ ਕਾਗਜ਼ 'ਤੇ ਪਾਉਂਦਾ ਹਾਂ, ਤਸੱਲੀ ਨਾਲ ਸਿਗਰਟ ਲਪੇਟਦਾ ਹਾਂ। ਜੇਕਰ ਸਿਗਰਟ ਲਪੇਟਣ ਵਿੱਚ ਹੀ ਇੰਨਾ ਮਜ਼ਾ ਹੈ, ਤਾਂ ਕਸ਼ ਲਗਾਉਣ ਵਿੱਚ ਕਿੰਨਾ ਮਜ਼ਾ ਹੋਵੇਗਾ!

ਮੇਰੀ ਪੁਸਤਕ, ਤੈਨੂੰ ਸ਼ੁਰੂ ਕਰਨ ਤੋਂ ਪਹਿਲਾਂ ਮੈਂ ਇਹ ਦੱਸਣਾ ਚਾਹੁੰਦਾ ਹਾਂ ਕਿ ਤੂੰ ਕਿਵੇਂ ਮੇਰੀ ਆਤਮਾ ਵਿੱਚ ਰੂਪ ਧਾਰਨ ਕੀਤਾ। ਕਿਵੇਂ ਮੈਂ ਤੇਰਾ ਨਾਂ ਚੁਣਿਆ। ਕਿਉਂ ਮੈਂ ਤੈਨੂੰ ਲਿਖਣਾ ਚਾਹੁੰਦਾ ਹਾਂ। ਜੀਵਨ ਵਿੱਚ ਮੇਰੇ ਕੀ ਉਦੇਸ਼-ਟੀਚੇ ਹਨ।

ਮਹਿਮਾਨ ਨੂੰ ਮੈਂ ਰਸੋਈ ਵਿੱਚ ਜਾਣ ਦਿੰਦਾ ਹਾਂ, ਜਿੱਥੇ ਅਜੇ ਭੇਡ ਦਾ ਧੜ ਸਾਫ਼ ਕੀਤਾ ਜਾ ਰਿਹਾ ਹੈ ਅਤੇ ਅਜੇ ਸੀਖ-ਕਬਾਬ ਦੀ ਨਹੀਂ, ਲਹੂ ਅਤੇ ਗਰਮ ਮਾਸ ਦੀ ਗੰਧ ਆ ਰਹੀ ਹੈ।

ਦੋਸਤਾਂ ਨੂੰ ਮੈਂ ਆਪਣੇ ਪਵਿੱਤਰ ਕਾਰਜ-ਖੇਤਰ ਵਿੱਚ ਲੈ ਜਾਂਦਾ ਹਾਂ, ਜਿੱਥੇ ਮੇਰੇ ਖਰੜੇ ਰੱਖੇ ਹਨ ਅਤੇ ਮੈਂ ਉਨ੍ਹਾਂ ਨੂੰ ਪੜ੍ਹਨ ਦੀ ਇਜਾਜ਼ਤ ਦਿੰਦਾ ਹਾਂ।

ਮੇਰੇ ਪਿਤਾ ਜੀ ਚਾਹੇ ਇਹ ਕਿਹਾ ਕਰਦੇ ਸਨ ਕਿ ਜਿਹੜਾ ਪਰਾਏ ਖਰੜੇ ਪੜ੍ਹਦਾ ਹੈ, ਉਹ ਦੂਜਿਆਂ ਦੀ ਜੇਬ ਵਿੱਚ ਹੱਥ ਪਾਉਣ ਵਾਲਿਆਂ ਵਰਗਾ ਹੈ।

ਪਿਤਾ ਜੀ ਇਹ ਵੀ ਕਿਹਾ ਕਰਦੇ ਸਨ ਕਿ ਭੂਮਿਕਾ, ਥਿਏਟਰ ਵਿੱਚ ਤੁਹਾਡੇ ਸਾਹਮਣੇ ਬੈਠੇ ਚੌੜੇ-ਚਪਟੇ ਮੋਢਿਆਂ ਅਤੇ ਨਾਲ ਹੀ ਟੋਪੀ ਵਾਲੇ ਆਦਮੀ ਦੀ ਯਾਦ ਦਿਵਾਉਂਦੀ ਹੈ। ਜੇਕਰ ਉਹ ਟਿਕ ਕੇ ਬੈਠਾ ਰਹੇ, ਸੱਜੇ-ਖੱਬੇ ਨਾ ਹਿੱਲੇ, ਤਾਂ ਵੀ ਖ਼ੁਸ਼ਕਿਸਮਤੀ ਸਮਝੋ। ਦਰਸ਼ਕ ਦੇ ਨਾਤੇ ਅਜਿਹੇ ਆਦਮੀ ਨਾਲ ਮੈਨੂੰ ਬੜੀ ਔਖ ਅਤੇ ਅੰਤ ਨੂੰ ਖਿੱਝ ਚੜ੍ਹਨ ਲੱਗਦੀ ਹੈ।

ਡਾਇਰੀ ਵਿੱਚੋਂ

ਮੈਨੂੰ ਮਾਸਕੋ ਜਾਂ ਰੂਸ ਦੇ ਦੂਜੇ ਸ਼ਹਿਰਾਂ ਵਿੱਚ ਅਕਸਰ ਕਵੀ ਸਮਾਰੋਹਾਂ ਵਿੱਚ ਹਿੱਸਾ ਲੈਣਾ ਪੈਂਦਾ ਹੈ। ਹਾਲ ਵਿੱਚ ਬੈਠੇ ਲੋਕ ਅਵਾਰ ਭਾਸ਼ਾ ਨਹੀਂ ਜਾਣਦੇ ਹੁੰਦੇ। ਸ਼ੁਰੂ ਵਿੱਚ ਅਸ਼ੁੱਧ ਉਚਾਰਣ ਨਾਲ ਮੈਂ ਜਿਵੇਂ-ਕਿਵੇਂ ਰੂਸੀ ਭਾਸ਼ਾ ਵਿੱਚ ਆਪਣੇ ਬਾਰੇ ਕੁੱਝ ਦੱਸਦਾ ਹਾਂ। ਇਸ ਤੋਂ ਬਾਅਦ ਮੇਰੇ ਦੋਸਤ, ਰੂਸੀ ਕਵੀ, ਮੇਰੀਆਂ ਕਵਿਤਾਵਾਂ ਦਾ ਅਨੁਵਾਦ ਸੁਣਾਉਂਦੇ ਹਨ। ਪਰ ਉਨ੍ਹਾਂ ਦੇ ਸ਼ੁਰੂ ਕਰਨ ਤੋਂ ਪਹਿਲਾਂ ਆਮ ਤੌਰ 'ਤੇ ਮੈਨੂੰ ਮੇਰੀ ਮਾਂ-ਬੋਲੀ ਵਿੱਚ ਇੱਕ ਕਵਿਤਾ ਸੁਣਾਉਣ ਲਈ ਕਿਹਾ ਜਾਂਦਾ ਹੈ, "ਅਸੀਂ ਅਵਾਰ ਭਾਸ਼ਾ ਅਤੇ ਕਵਿਤਾ ਦੇ ਸੰਗੀਤ ਦਾ ਰਸ ਮਾਣਨਾ ਚਾਹੁੰਦੇ ਹਾਂ।" ਮੈਂ ਸੁਣਾਉਂਦਾ ਹਾਂ, ਪਰ ਮੇਰਾ ਕਵਿਤਾ-ਪਾਠ, ਗਾਣਾ ਸ਼ੁਰੂ ਕਰਨ ਤੋਂ ਪਹਿਲਾਂ ਪੰਦੂਰ ਦੀ ਟੁਣਕਾਰ ਤੋਂ ਇਲਾਵਾ ਹੋਰ ਕੁੱਝ ਨਹੀਂ ਹੁੰਦਾ।

ਤਾਂ ਕੀ ਮੇਰੀ ਕਿਤਾਬ ਦੀ ਭੂਮਿਕਾ ਵੀ ਅਜਿਹੀ ਹੀ ਨਹੀਂ ਹੈ?

ਡਾਇਰੀ ਵਿੱਚੋਂ

ਮੈਂ ਜਦੋਂ ਵਿੱਦਿਆਰਥੀ ਸੀ, ਤਾਂ ਸਰਦੀ ਵਾਲਾ ਓਵਰਕੋਟ ਖਰੀਦਣ ਲਈ ਪਿਤਾ ਜੀ ਨੇ ਮੈਨੂੰ ਪੈਸੇ ਭੇਜੇ। ਪੈਸੇ ਤਾਂ ਮੈਂ ਖਰਚ ਕਰ ਦਿੱਤੇ ਅਤੇ ਓਵਰਕੋਟ ਨਹੀਂ ਖਰੀਦਿਆ। ਸਰਦੀਆਂ ਦੀਆਂ ਛੁੱਟੀਆਂ ਵਿੱਚ ਹਲਕਾ ਜਿਹਾ ਓਵਰਕੋਟ ਪਹਿਨ ਕੇ ਦਾਗ਼ਿਸਤਾਨ ਜਾਣਾ ਪਿਆ, ਜਿਸ ਨੂੰ ਪਹਿਨ ਕੇ ਮੈਂ ਗਰਮੀਆਂ ਵਿੱਚ ਮਾਸਕੋ ਪੜ੍ਹਨ ਆਇਆ ਸੀ।

ਘਰ ਵਿੱਚ ਪਿਤਾ ਜੀ ਦੇ ਸਾਹਮਣੇ ਮੈਂ ਆਪਣੀ ਸਫ਼ਾਈ ਪੇਸ਼ ਕਰਨ ਲੱਗਿਆ, ਕਾਹਲੀ ਵਿੱਚ ਇੱਕ ਤੋਂ ਬਾਅਦ ਇੱਕ ਬੇਤੁਕਾ ਅਤੇ ਬੇਸਿਰ-ਪੈਰ ਵਾਲਾ ਕਿੱਸਾ ਘੜ ਕੇ ਸੁਣਾਉਣ ਲੱਗਿਆ। ਜਦੋਂ ਮੈਂ ਆਪਣੇ ਹੀ ਤਾਣੇ-ਬਾਣੇ ਵਿੱਚ ਪੂਰੀ ਤਰ੍ਹਾਂ ਉਲਝ ਗਿਆ, ਤਾਂ ਪਿਤਾ ਜੀ ਨੇ ਮੈਨੂੰ ਟੋਕਦੇ ਹੋਏ ਕਿਹਾ:

"ਰੁਕੋ, ਰਸੂਲ। ਮੈਂ ਤੁਹਾਨੂੰ ਦੋ ਸਵਾਲ ਪੁੱਛਣੇ ਚਾਹੁਨਾਂ।"

"ਪੁੱਛੋ।"

"ਓਵਰਕੋਟ ਖਰੀਦਿਆ?"

"ਨਹੀਂ।"

"ਪੈਸੇ ਖਰਚ ਕਰ ਦਿੱਤੇ?"

"ਹਾਂ।"

"ਬਸ, ਹੁਣ ਸਾਰੀ ਗੱਲ ਸਾਫ਼ ਹੋ ਗਈ। ਜੇਕਰ ਦੋ ਲਫ਼ਜ਼ਾਂ ਵਿੱਚ ਹੀ ਮਾਮਲੇ ਦਾ ਨਿਚੋੜ ਨਿੱਕਲ ਸਕਦੈ, ਤਾਂ ਤੂੰ ਕਾਹਦੇ ਲਈ ਇੰਨੇ ਬੇਕਾਰ ਸ਼ਬਦ ਕਹੇ, ਇੰਨੀ ਲੰਬੀ-ਚੌੜੀ ਭੂਮਿਕਾ ਬੰਨ੍ਹੀ?"

ਮੇਰੇ ਪਿਤਾ ਜੀ ਨੇ ਮੈਨੂੰ ਅਜਿਹੀ ਸਿੱਖਿਆ ਦਿੱਤੀ ਸੀ।

ਫਿਰ ਵੀ ਬੱਚਾ ਪੈਦਾ ਹੁੰਦੇ ਹੀ ਨਹੀਂ ਬੋਲਣ ਲੱਗਦਾ। ਸ਼ਬਦ ਕਹਿਣ ਤੋਂ ਪਹਿਲਾਂ ਉਹ ਆਪਣੀ ਤੋਤਲੀ ਭਾਸ਼ਾ ਵਿੱਚ ਕੁੱਝ ਅਜਿਹਾ ਬੋਲਦਾ ਹੈ, ਜੋ ਕਿਸੇ ਦੇ ਪੱਲੇ ਨਹੀਂ ਪੈਂਦਾ। ਅਜਿਹਾ ਵੀ ਹੁੰਦਾ ਹੈ ਕਿ ਜਦੋਂ ਉਹ ਦਰਦ ਨਾਲ ਰੋਂਦਾ-ਵਿਲਕਦਾ ਹੈ, ਤਾਂ ਮਾਂ ਲਈ ਵੀ ਇਹ ਜਾਣਨਾ ਮੁਸ਼ਕਿਲ ਹੋ ਜਾਂਦਾ ਹੈ ਕਿ ਉਸ ਦੇ ਕਿੱਥੇ ਦਰਦ ਹੋ ਰਿਹਾ ਹੈ।

ਕੀ ਕਵੀ ਦੀ ਆਤਮਾ ਬੱਚੇ ਦੀ ਆਤਮਾ ਵਰਗੀ ਨਹੀਂ ਹੁੰਦੀ?

ਪਿਤਾ ਜੀ ਕਿਹਾ ਕਰਦੇ ਸਨ ਕਿ ਲੋਕ ਜਦੋਂ ਪਹਾੜਾਂ ਤੋਂ ਭੇਡਾਂ ਦੇ ਝੁੰਡ ਆਉਣ ਦੀ ਉਡੀਕ ਕਰਦੇ ਹਨ, ਤਾਂ ਸਭ ਤੋਂ ਪਹਿਲਾਂ ਉਨ੍ਹਾਂ ਨੂੰ ਹਮੇਸ਼ਾ ਅੱਗੇ-ਅੱਗੇ ਆਉਣ ਵਾਲੇ ਬੱਕਰੇ ਦੇ ਸਿੰਗ ਦਿਖਾਈ ਦਿੰਦੇ ਹਨ, ਫਿਰ ਪੂਰਾ ਬੱਕਰਾ ਨਜ਼ਰ ਆਉਂਦਾ ਹੈ ਅਤੇ ਇਸ ਤੋਂ ਬਾਅਦ ਹੀ ਉਹ ਝੁੰਡ ਨੂੰ ਦੇਖ ਸਕਦੇ ਹਨ।

ਲੋਕ ਜਦੋਂ ਬਾਰਾਤ ਜਾਂ ਅਰਥੀ ਦੀ ਉਡੀਕ ਕਰਦੇ ਹਨ, ਤਾਂ ਪਹਿਲਾਂ ਤਾਂ ਉਨ੍ਹਾਂ ਨੂੰ ਹਰਕਾਰਾ ਦਿਖਾਈ ਦਿੰਦਾ ਹੈ।

ਪਿੰਡ ਦੇ ਲੋਕ ਜਦੋਂ ਹਰਕਾਰੇ ਦੀ ਉਡੀਕ ਵਿੱਚ ਹੁੰਦੇ ਹਨ, ਤਾਂ ਪਹਿਲਾਂ ਤਾਂ ਉਨ੍ਹਾਂ ਨੂੰ ਧੂੜ ਦੇ ਬੱਦਲ, ਫਿਰ ਘੋੜਾ ਅਤੇ ਉਸ ਤੋਂ ਬਾਅਦ ਹੀ ਘੋੜ-ਸਵਾਰ ਨਜ਼ਰ ਆਉਂਦਾ ਹੈ।

ਲੋਕ ਜਦੋਂ ਸ਼ਿਕਾਰੀ ਦੇ ਪਰਤਣ ਦੀ ਉਡੀਕ ਵਿੱਚ ਹੁੰਦੇ ਹਨ, ਤਾਂ ਪਹਿਲਾਂ ਤਾਂ ਉਨ੍ਹਾਂ ਨੂੰ ਉਸ ਦਾ ਕੁੱਤਾ ਹੀ ਦਿਖਾਈ ਦਿੰਦਾ ਹੈ।

ਇਸ ਪੁਸਤਕ ਦਾ ਕਿਵੇਂ ਜਨਮ ਹੋਇਆ ਅਤੇ ਇਹ ਕਿੱਥੇ ਲਿਖੀ ਗਈ

ਛੋਟੇ ਬੱਚੇ ਵੀ ਵੱਡੇ ਸੁਪਨੇ ਦੇਖਦੇ ਹਨ।

—ਪੰਘੂੜੇ 'ਤੇ ਉੱਕਰੇ ਸ਼ਬਦ

ਹਥਿਆਰ, ਜਿਸ ਦੀ ਕੇਵਲ ਇੱਕ ਵਾਰ ਹੀ ਜ਼ਰੂਰਤ ਪਵੇ,
ਜੀਵਨ ਭਰ ਆਪਣੇ ਨਾਲ ਰੱਖਣਾ ਪੈਂਦਾ ਹੈ।

ਕਵਿਤਾਵਾਂ, ਜਿਨ੍ਹਾਂ ਨੂੰ ਜੀਵਨ ਭਰ ਦੁਹਰਾਇਆ ਜਾਂਦਾ ਹੈ,
ਇੱਕ ਵਾਰ ਹੀ ਲਿਖੀਆਂ ਜਾਂਦੀਆਂ ਹਨ।

ਬਸੰਤ ਦੇ ਦਿਨਾਂ ਵਿੱਚ ਇੱਕ ਪੰਛੀ ਕਿਸੇ ਪਿੰਡ ਵਿੱਚ ਉੱਡਦਾ ਹੋਇਆ ਆਇਆ। ਲੱਗਿਆ ਸੋਚਣ ਕਿ ਬੈਠ ਕੇ ਆਰਾਮ ਕਰੇ। ਇੱਕ ਪਹਾੜੀ ਘਰ ਦੀ ਚੌੜੀ, ਪੱਧਰੀ ਅਤੇ ਸਾਫ਼ ਛੱਤ 'ਤੇ ਨਜ਼ਰ ਪਈ। ਛੱਤ 'ਤੇ ਉਸ ਨੂੰ ਪੱਧਰਾ ਕਰਨ ਲਈ ਰੋਲਰ ਹੈ। ਪੰਛੀ ਆਸਮਾਨ ਤੋਂ ਹੇਠਾਂ ਉੱਤਰਿਆ ਅਤੇ ਰੋਲਰ 'ਤੇ ਆਰਾਮ ਕਰਨ ਲਈ ਬੈਠ ਗਿਆ। ਚੁਸਤ ਪਹਾੜਣ ਪੰਛੀ ਨੂੰ ਫੜ ਕੇ ਘਰੇ ਲੈ ਗਈ। ਪੰਛੀ ਨੇ ਦੇਖਿਆ ਕਿ ਘਰ ਦੇ ਸਾਰੇ ਲੋਕ ਉਸ ਦੇ ਨਾਲ ਵਧੀਆ ਵਿਹਾਰ ਕਰਦੇ ਹਨ ਅਤੇ ਇਸ ਲਈ ਉਹ ਉੱਥੇ ਹੀ ਰਹਿਣ ਲੱਗਿਆ। ਉਸ ਨੇ ਧੂਏਂ ਨਾਲ ਕਾਲੇ ਹੋਏ ਪੁਰਾਣੇ ਸ਼ਤੀਰ 'ਤੇ ਠੋਕੀ ਹੋਈ ਨਾਲ ਵਿੱਚ ਆਪਣਾ ਆਲ੍ਹਣਾ ਬਣਾ ਲਿਆ।

ਕੀ ਮੇਰੀ ਕਿਤਾਬ ਬਾਰੇ ਵੀ ਇਹੀ ਗੱਲ ਨਹੀਂ ਹੈ?

ਕਿੰਨੀ ਹੀ ਵਾਰ ਮੈਂ ਆਪਣੇ ਕਾਵਿ-ਗਗਨ ਤੋਂ ਹੇਠਾਂ, ਵਾਰਤਕ ਦੇ ਪੱਧਰੇ ਮੈਦਾਨ 'ਤੇ ਇਹ ਲੱਭਦੇ ਹੋਏ ਨਜ਼ਰ ਮਾਰੀ ਕਿ ਕਿੱਥੇ ਬੈਠ ਕੇ ਆਰਾਮ ਕਰਾਂ......।

ਨਹੀਂ, ਇਸ ਸਿਲਸਿਲੇ ਵਿੱਚ ਉਸ ਹਵਾਈ ਜਹਾਜ਼ ਨਾਲ ਤੁਲਨਾ ਕਰਨੀ ਜ਼ਿਆਦਾ ਸਹੀ ਹੋਵੇਗੀ, ਜਿਸ ਨੇ ਹਵਾਈ ਅੱਡੇ 'ਤੇ ਉੱਤਰਨਾ ਹੈ। ਲਓ, ਮੈਂ ਚੱਕਰ ਕੱਢਦਾ ਹਾਂ, ਤਾਂ ਕਿ ਹੇਠਾਂ ਉਤਰਨ ਲੱਗਾਂ। ਪਰ ਬੁਰੇ ਮੌਸਮ ਕਾਰਨ ਹਵਾਈ ਅੱਡੇ ਵਾਲੇ ਮੈਨੂੰ ਅਜਿਹਾ ਕਰਨ ਦੀ ਇਜਾਜ਼ਤ ਨਹੀਂ ਦਿੰਦੇ। ਬਹੁਤ ਵੱਡਾ ਚੱਕਰ ਕੱਢਣ ਦੀ ਬਜਾਇ ਮੈਂ ਦੁਬਾਰਾ ਸਿੱਧੀ ਉਡਾਣ ਭਰਦਾ ਹੋਇਆ ਅੱਗੇ ਉੱਡਣ ਲੱਗਦਾ ਹਾਂ ਅਤੇ ਮਨਚਾਹੀ ਪ੍ਰਿਥਵੀ ਫਿਰ ਹੇਠਾਂ ਰਹਿ ਜਾਂਦੀ ਹੈ...। ਅਨੇਕਾਂ ਵਾਰ ਅਜਿਹਾ ਹੀ ਹੋ ਚੁੱਕਿਆ ਹੈ।

ਤਾਂ ਮੈਂ ਸੋਚਿਆ, ਇਸ ਦਾ ਤਾਂ ਇਹੀ ਮਤਲਬ ਨਿੱਕਲਦਾ ਹੈ ਕਿ ਪੱਥਰ ਦਾ ਮਜ਼ਬੂਤ ਆਧਾਰ ਮੇਰੀ ਕਿਸਮਤ ਵਿੱਚ ਨਹੀਂ ਲਿਖਿਆ। ਇਸ ਦਾ ਤਾਂ ਇਹੀ ਅਰਥ ਹੈ ਕਿ

ਮੇਰੇ ਪੈਰਾਂ ਨੂੰ ਧਰਤੀ 'ਤੇ ਬਿਨਾਂ ਰੁਕੇ ਚੱਲਣਾ ਹੀ ਪਵੇਗਾ, ਮੇਰੀਆਂ ਅੱਖਾਂ ਨੂੰ ਨਿਰੰਤਰ ਪ੍ਰਿਥਵੀ ਦੀਆਂ ਨਵੀਆਂ ਥਾਵਾਂ ਨੂੰ ਲੱਭਦੇ ਰਹਿਣਾ ਹੋਵੇਗਾ, ਮੇਰੇ ਹਿਰਦੇ ਨੂੰ ਲਗਾਤਾਰ ਨਵੇਂ ਗੀਤ ਰਚਣੇ ਹੋਣਗੇ।

ਜਿਸ ਤਰ੍ਹਾਂ ਕੋਈ ਹਲਵਾਹਕ ਆਸਮਾਨ ਵਿੱਚ ਤੈਰਦੇ ਹੋਏ ਦੂਧੀਆ ਬੱਦਲ ਜਾਂ ਤਿਕੋਣ ਬਣਾ ਕੇ ਉੱਡੇ ਜਾਂਦੇ ਹੰਸਾਂ ਨੂੰ ਦੇਖਦੇ ਹੋਏ ਆਪਣੀ ਸੁੱਧ-ਬੁੱਧ ਭੁੱਲ ਜਾਂਦਾ ਹੈ, ਪਰ ਕੁੱਝ ਹੀ ਪਲਾਂ ਬਾਅਦ ਇਸ ਜਾਦੂ ਤੋਂ ਮੁਕਤ ਹੋ ਕੇ ਜ਼ਿਆਦਾ ਉਤਸ਼ਾਹ ਨਾਲ ਹਲ ਵਾਹੁਣ ਲੱਗਦਾ ਹੈ, ਉਸੇ ਤਰ੍ਹਾਂ ਮੈਂ ਅਧੂਰੀ ਛੱਡੀ ਗਈ ਆਪਣੀ ਲੰਬੀ ਕਵਿਤਾ ਵੱਲ ਮੁੜਿਆ ਹਾਂ।

ਹਾਂ, ਮੇਰੀ ਕਵਿਤਾ, ਮੈਂ ਪੁਲਾੜ ਨਾਲ ਉਸ ਦੀ ਚਾਹੇ ਜਿੰਨੀ ਮਰਜ਼ੀ ਤੁਲਨਾ ਕਰਾਂ, ਮੇਰੇ ਲਈ ਉਹ ਮੇਰੀ ਠੋਸ ਜ਼ਮੀਨ ਸੀ, ਮੇਰਾ ਖੇਤ ਸੀ, ਮੇਰਾ ਗਾੜ੍ਹਾ ਪਸੀਨਾ ਸੀ। ਹੁਣ ਤੱਕ ਵਾਰਤਕ ਤਾਂ ਮੈਂ ਬਿਲਕੁੱਲ ਹੀ ਨਹੀਂ ਲਿਖੀ ਸੀ।

ਤਾਂ ਇੱਕ ਦਿਨ ਮੈਨੂੰ ਇੱਕ ਪੈਕਟ ਮਿਲਿਆ। ਪੈਕਟ ਵਿੱਚ ਉਸ ਪੱਤ੍ਰਿਕਾ ਦੇ ਸੰਪਾਦਕ ਦੀ ਚਿੱਠੀ ਸੀ, ਜਿਸ ਦਾ ਮੈਂ ਬਹੁਤ ਸਤਿਕਾਰ ਕਰਦਾ ਹਾਂ। ਵੈਸੇ, ਸਤਿਕਾਰ ਤਾਂ ਮੈਂ ਸੰਪਾਦਕ ਦਾ ਵੀ ਬਹੁਤ ਕਰਦਾ ਹਾਂ। ਹਾਂ, ਸੰਪਾਦਕ ਨੇ ਵੀ ਆਪਣੀ ਚਿੱਠੀ 'ਸਤਿਕਾਰਯੋਗ ਰਸੂਲ' ਸ਼ਬਦਾਂ ਨਾਲ ਸ਼ੁਰੂ ਕੀਤੀ ਸੀ। ਕੁੱਲ ਮਿਲਾ ਕੇ, ਡੂੰਘੀ ਆਪਸੀ ਸਤਿਕਾਰ ਭਾਵਨਾ ਸਾਹਮਣੇ ਆਈ।

ਚਿੱਠੀ ਨੂੰ ਜਦੋਂ ਮੈਂ ਖੋਲ੍ਹਿਆ, ਤਾਂ ਉਹ ਮੈਨੂੰ ਮੱਝ ਦੀ ਉਸ ਖੱਲ ਵਰਗੀ ਪ੍ਰਤੀਤ ਹੋਈ, ਜਿਸ ਨੂੰ ਪਹਾੜੀ ਲੋਕ ਚੰਗੀ ਤਰ੍ਹਾਂ ਸੁਕਾਉਣ ਲਈ ਆਪਣੇ ਘਰ ਦੀ ਪੱਧਰੀ ਛੱਤ 'ਤੇ ਵਿਛਾ ਦਿੰਦੇ ਹਨ। ਚੰਗੀ ਤਰ੍ਹਾਂ ਸੁੱਕ ਚੁੱਕੀ ਮੱਝ ਦੀ ਖੱਲ ਨੂੰ ਘਰੇ ਲਿਜਾਣ ਲਈ ਜਦੋਂ ਤਹਿ ਲਗਾਈ ਜਾਂਦੀ ਹੈ, ਤਾਂ ਉਹ ਜਿੰਨੀ ਆਵਾਜ਼ ਕਰਦੀ ਹੈ, ਇਸੇ ਤਰ੍ਹਾਂ ਉਸ ਚਿੱਠੀ ਨੂੰ ਪੜ੍ਹਦੇ ਸਮੇਂ ਉਸ ਦੇ ਕਾਗਜ਼ਾਂ ਨੇ ਵੀ ਕੋਈ ਘੱਟ ਕੜ-ਕੜ ਨਹੀਂ ਕੀਤੀ। ਕੇਵਲ ਖੱਲ ਦੀ ਨੱਕ ਵਿੱਚ ਖੁਜਲੀ ਜਿਹੀ ਪੈਦਾ ਕਰਨ ਵਾਲੀ ਤੇਜ ਗੰਧ ਨਹੀਂ ਸੀ। ਚਿੱਠੀ ਵਿੱਚੋਂ ਕਿਸੇ ਵੀ ਤਰ੍ਹਾਂ ਦੀ ਗੰਧ ਨਹੀਂ ਆ ਰਹੀ ਸੀ।

ਖ਼ੈਰ, ਤਾਂ ਸੰਪਾਦਕ ਨੇ ਇਹ ਲਿਖਿਆ ਸੀ, "ਸਾਡੇ ਸੰਪਾਦਕੀ ਮੰਡਲ ਨੇ ਆਪਣੀ ਪੱਤ੍ਰਿਕਾ ਦੇ ਅਗਲੇ ਕੁੱਝ ਅੰਕਾਂ ਵਿੱਚ ਦਾਗ਼ਿਸਤਾਨ ਦੀਆਂ ਪ੍ਰਾਪਤੀਆਂ, ਸ਼ੁਭ ਕਾਰਜਾਂ ਅਤੇ ਆਮ ਰੋਜ਼ਾਨਾ ਕਿਰਤ ਬਾਰੇ ਸਮੱਗਰੀ ਛਾਪਣ ਦਾ ਨਿਰਣਾ ਲਿਆ ਹੈ। ਇਹ ਆਮ ਮਿਹਨਤਕਸ਼ਾਂ, ਉਨ੍ਹਾਂ ਦੇ ਦਲੇਰ ਕਾਰਜਾਂ, ਉਨ੍ਹਾਂ ਦੀਆਂ ਆਸ਼ਾਵਾਂ-ਉਮੀਦਾਂ ਦੀ ਕਹਾਣੀ ਹੋਣੀ ਚਾਹੀਦੀ ਹੈ। ਇਹ ਕਹਾਣੀ ਹੋਣੀ ਚਾਹੀਦੀ ਹੈ, ਤੁਹਾਡੇ ਪਹਾੜੀ ਪ੍ਰਦੇਸ਼ ਦੇ ਸਾਫ਼-ਸੁਥਰੇ 'ਭਵਿੱਖ', ਉਸ ਦੀਆਂ ਸਦੀਆਂ ਪੁਰਾਣੀਆਂ ਪਰੰਪਰਾਵਾਂ ਦੀ, ਪਰ ਮੁੱਖ ਤੌਰ 'ਤੇ ਇਹ ਕਹਾਣੀ ਹੋਣੀ ਚਾਹੀਦੀ ਹੈ, ਉਸ ਦੇ ਸ਼ਾਨਦਾਰ 'ਵਰਤਮਾਨ' ਦੀ। ਅਸੀਂ ਤੈਅ ਕੀਤਾ ਹੈ ਕਿ ਅਜਿਹੀ ਕਹਾਣੀ ਸਭ ਤੋਂ ਬਿਹਤਰ ਤੁਸੀਂ ਹੀ ਲਿਖ ਸਕਦੇ ਹੋ। ਇਸ ਦੇ ਲਈ ਵਿਧਾ ਤੁਸੀਂ ਆਪਣੀ ਪਸੰਦ ਦੇ ਅਨੁਸਾਰ ਚੁਣ ਸਕਦੇ ਹੋ, ਕਹਾਣੀ, ਲੇਖ, ਰੇਖਾ-ਚਿੱਤਰ, ਕੁੱਝ ਲਘੂ ਸ਼ਬਦ-ਚਿੱਤਰ, ਕਿਸੇ ਵੀ ਰੂਪ ਵਿੱਚ ਲਿਖ ਸਕਦੇ ਹੋ। ਸਮੱਗਰੀ ਨੌਂ-ਦਸ ਟਾਈਪ ਕੀਤੇ ਪੰਨਿਆਂ ਦੀ ਹੋਵੇ ਅਤੇ ਵੀਹ-ਪੱਚੀ ਦਿਨਾਂ ਵਿੱਚ ਪਹੁੰਚ ਜਾਵੇ। ਸਾਨੂੰ ਤੁਹਾਡੇ ਸਹਿਯੋਗ ਦੀ ਪੂਰੀ ਉਮੀਦ ਹੈ ਅਤੇ ਅਸੀਂ ਤੁਹਾਡਾ ਅਗਾਊਂ ਧੰਨਵਾਦ ਕਰਦੇ ਹਾਂ......।"

ਕਦੇ ਉਹ ਜ਼ਮਾਨਾ ਸੀ ਕਿ ਲੜਕੀ ਦੀ ਸ਼ਾਦੀ ਕਰਦੇ ਹੋਏ ਉਸ ਦੀ ਸਹਿਮਤੀ ਨਹੀਂ ਲਈ ਜਾਂਦੀ ਸੀ। ਬਸ, ਸ਼ਾਦੀ ਕਰ ਦਿੱਤੀ ਜਾਂਦੀ ਸੀ, ਜਾਂ ਜਿਵੇਂ ਅੱਜਕੱਲ੍ਹ ਕਿਹਾ ਜਾਂਦਾ ਹੈ ਕਿ ਸ਼ਾਦੀ ਦਾ ਤੱਥ ਉਸ ਦੇ ਸਾਹਮਣੇ ਰੱਖ ਦਿੱਤਾ ਜਾਂਦਾ ਸੀ। ਪਰ ਉਨ੍ਹਾਂ ਵੇਲਿਆਂ ਵਿੱਚ ਵੀ ਸਾਡੇ ਪਹਾੜਾਂ ਦੇ ਬੇਟੇ ਦੀ ਸਹਿਮਤੀ ਤੋਂ ਬਿਨਾਂ ਕੋਈ ਉਸ ਦੀ ਸ਼ਾਦੀ ਕਰਨ ਦੀ ਹਿੰਮਤ ਨਹੀਂ ਕਰ ਸਕਦਾ ਸੀ। ਸੁਣਨ ਵਿੱਚ ਆਇਆ ਹੈ ਕਿ ਕਿਸੇ ਹਿਦਾਲਤੀ ਵਾਸੀ ਨੇ ਇੱਕ ਵਾਰ ਅਜਿਹਾ ਕੀਤਾ ਸੀ। ਪਰ ਕੀ ਮੇਰਾ ਸਤਿਕਾਰਯੋਗ ਸੰਪਾਦਕ ਹਿਦਾਲਤੀ ਪਿੰਡ ਦਾ ਰਹਿਣ ਵਾਲਾ ਹੈ? ਮੇਰੇ ਲਈ ਉਸ ਨੇ ਸਭ ਕੁੱਝ ਤੈਅ ਕਰ ਲਿਆ...। ਪਰ ਕੀ ਮੈਂ ਨੌਂ ਪੰਨਿਆਂ ਅਤੇ ਬਾਈ ਦਿਨਾਂ ਵਿੱਚ ਆਪਣੇ ਦਾਗ਼ਿਸਤਾਨ ਬਾਰੇ ਦੱਸਣ ਦਾ ਨਿਰਣਾ ਲਿਆ ਹੈ?

ਆਪਣੇ ਲਈ ਅਪਮਾਨਜਨਕ ਇਸ ਚਿੱਠੀ ਨੂੰ ਮੈਂ ਪ੍ਰੇਸ਼ਾਨੀ ਵਿੱਚ ਕਿਤੇ ਦੂਰ ਸੁੱਟ ਦਿੱਤਾ। ਪਰ ਕੁੱਝ ਦਿਨਾਂ ਬਾਅਦ ਮੇਰੇ ਟੈਲੀਫੋਨ ਦੀ ਘੰਟੀ ਇਸ ਤਰ੍ਹਾਂ ਲਗਾਤਾਰ ਵੱਜਣ ਲੱਗੀ, ਜਿਵੇਂ ਉਹ ਟੈਲੀਫੋਨ ਨਾ ਹੋ ਕੇ ਅੰਡੇ ਦੇਣ ਵਾਲੀ ਮੁਰਗੀ ਹੋਵੇ। ਜ਼ਾਹਿਰ ਹੈ ਕਿ ਰਸਾਲੇ ਦੇ ਸੰਪਾਦਕੀ ਦਫ਼ਤਰ ਦਾ ਹੀ ਇਹ ਫੋਨ ਸੀ।

"ਸਲਾਮ, ਰਸੂਲ! ਸਾਡੀ ਚਿੱਠੀ ਮਿਲੀ?"

"ਹਾਂ।"

"ਸਮੱਗਰੀ ਦਾ ਕੀ ਬਣਿਆ?"

"ਸਮੱਗਰੀ...ਮੈਂ ਕੰਮ-ਕਾਜ ਵਿੱਚ ਉਲਝਿਆ ਰਿਹਾ...ਵਿਹਲ ਨਹੀਂ ਮਿਲੀ।"

"ਇਹ ਤੁਸੀਂ ਕੀ ਕਰ ਰਹੇ ਹੋ, ਰਸੂਲ! ਭਲਾਂ ਅਜਿਹਾ ਕਿਵੇਂ ਹੋ ਸਕਦੈ! ਸਾਡੀ ਪੱਤ੍ਰਿਕਾ ਦੀਆਂ ਤਾਂ ਲੱਗਭੱਗ ਦਸ ਲੱਖ ਕਾਪੀਆਂ ਛਪਦੀਆਂ ਨੇ। ਵਿਦੇਸ਼ਾਂ ਵਿੱਚ ਵੀ ਉਸ ਦੇ ਪਾਠਕ ਨੇ। ਪਰ ਜੇਕਰ ਤੁਸੀਂ ਸੱਚਮੁੱਚ ਹੀ ਕੁੱਝ ਵਿਅਸਤ ਹੋ, ਤਾਂ ਅਸੀਂ ਕੋਈ ਆਦਮੀ ਤੁਹਾਡੇ ਕੋਲ ਭੇਜ ਦਿੰਨੇ ਆਂ। ਤੁਸੀਂ ਆਪਣੇ ਕੁੱਝ ਵਿਚਾਰ ਅਤੇ ਵੇਰਵੇ ਉਸ ਨੂੰ ਦੱਸ ਦੇਣਾ, ਬਾਕੀ ਉਹ ਸਭ ਕੁੱਝ ਖ਼ੁਦ ਹੀ ਕਰ ਲਵੇਗਾ। ਤੁਸੀਂ ਉਸ ਨੂੰ ਪੜ੍ਹ ਕੇ, ਠੀਕ-ਠਾਕ ਕਰ ਕੇ, ਉਸ 'ਤੇ ਆਪਣੇ ਦਸਤਖ਼ਤ ਕਰ ਦੇਣਾ। ਸਾਡੇ ਲਈ ਤਾਂ ਮੁੱਖ ਚੀਜ਼ ਤੁਹਾਡਾ ਨਾਂ ਐ।"

"ਮਹਿਮਾਨਾਂ ਨੂੰ ਦੇਖ ਕੇ ਜੋ ਖ਼ੁਸ਼ ਨਾ ਹੋਵੇ, ਉਸ ਦੀਆਂ ਸਾਰੀਆਂ ਹੱਡੀਆਂ ਟੁੱਟ ਜਾਣ। ਜੇਕਰ ਕੋਈ ਮਹਿਮਾਨ ਦੇ ਆਉਣ 'ਤੇ ਰੋਣੀ ਸੂਰਤ ਬਣਾਵੇ ਜਾਂ ਨੱਕ-ਮੂੰਹ ਚੜ੍ਹਾਵੇ, ਤਾਂ ਉਸ ਦੇ ਘਰ ਵਿੱਚ ਨਾ ਤਾਂ ਵੱਡੇ ਹੀ ਰਹਿਣ, ਜੋ ਸਿਆਣੀ ਸਲਾਹ ਦੇ ਸਕਣ ਅਤੇ ਨਾ ਛੋਟੇ ਹੀ ਰਹਿਣ, ਜੋ ਉਨ੍ਹਾਂ ਸਲਾਹਾਂ ਨੂੰ ਸੁਣ ਸਕਣ! ਅਜਿਹਾ ਐ ਮਹਿਮਾਨਾਂ ਵਾਸਤੇ ਸਾਡੇ ਪਹਾੜੀ ਲੋਕਾਂ ਦਾ ਦ੍ਰਿਸ਼ਟੀਕੋਣ। ਪਰ ਰੱਬ ਦਾ ਵਾਸਤੇ ਕੋਈ ਮੱਦਦਗਾਰ ਨਾ ਭੇਜਣਾ। ਆਪਣਾ ਸਾਜ਼ ਮੈਂ ਉਸ ਤੋਂ ਬਿਨਾਂ ਹੀ ਸੁਰ ਵਿੱਚ ਕਰ ਲਵਾਂਗਾ। ਆਪਣੀ ਗਾਗਰ ਨੂੰ ਹੱਥੀ ਮੈਂ ਆਪੇ ਹੀ ਲਗਾ ਲਵਾਂਗਾ। ਜੇਕਰ ਮੇਰੀ ਪਿੱਠ 'ਤੇ ਖੁਰਕ ਹੋਵੇਗੀ, ਤਾਂ ਖ਼ੁਦ ਮੈਥੋਂ ਬਿਹਤਰ ਤਾਂ ਕੋਈ ਉਸ ਨੂੰ ਖੁਰਕ ਨਹੀਂ ਸਕੇਗਾ।"

ਬਸ, ਇੱਥੇ ਸਾਡੀ ਗੱਲਬਾਤ ਦਾ ਅੰਤ ਹੋ ਗਿਆ। ਵਾ ਸਲਾਮ, ਵਾ ਕਲਾਮ! ਮੈਂ ਇੱਕ ਮਹੀਨੇ ਦੀ ਛੁੱਟੀ ਲਈ ਅਤੇ ਆਪਣੇ ਜੱਦੀ ਪਿੰਡ ਤਸਾਦਾ ਚਲਾ ਗਿਆ।

* * *

ਤਸਾਦਾ...ਸੱਤਰ ਗਰਮ ਚੁੱਲ੍ਹੇ। ਨਿਰਮਲ ਅਤੇ ਉੱਚੇ ਆਕਾਸ਼ ਵਿੱਚ ਸੱਤਰ ਚਿਮਨੀਆਂ ਵਿੱਚੋਂ ਨੀਲਾ ਧੂਆਂ ਉੱਠਿਆ ਕਰਦਾ ਹੈ। ਕਾਲੀ ਧਰਤੀ 'ਤੇ ਸਫ਼ੈਦ ਪਹਾੜੀ ਘਰ ਹਨ। ਪਿੰਡ, ਸਫ਼ੈਦ ਘਰਾਂ ਦੇ ਸਾਹਮਣੇ ਹਰੇ, ਪੱਧਰੇ ਮੈਦਾਨ ਹਨ। ਪਿੰਡ ਦੇ ਪਿੱਛੇ ਚੱਟਾਨਾਂ ਉੱਪਰ ਨੂੰ ਉੱਠਦੀਆਂ ਚਲੀਆਂ ਗਈਆਂ ਹਨ। ਸਾਡੇ ਪਿੰਡ ਦੇ ਉੱਪਰ ਭੂਰੀਆਂ ਚੱਟਾਨਾਂ ਦਾ ਅਜਿਹਾ ਸਮੂਹ ਹੈ, ਜਿਵੇਂ ਬੱਚੇ ਹੇਠਾਂ ਸ਼ਾਦੀ ਵਾਲੇ ਵਿਹੜੇ ਵਿੱਚ ਝਾਕਣ ਲਈ ਪੱਧਰੀ ਛੱਤ 'ਤੇ ਇਕੱਠੇ ਗਏ ਹੋਣ।

ਤਸਾਦਾ ਪਿੰਡ ਵਿੱਚ ਆਉਣ ਲਈ ਮੈਨੂੰ ਪਿਤਾ ਜੀ ਦੀ ਉਹ ਚਿੱਠੀ ਯਾਦ ਆ ਗਈ, ਜੋ ਪਹਿਲੀ ਵਾਰ ਮਾਸਕੋ ਦੇਖਣ 'ਤੇ ਉਨ੍ਹਾਂ ਨੇ ਮੈਨੂੰ ਲਿਖੀ ਸੀ। ਇਹ ਸਮਝ ਸਕਣਾ ਮੁਸ਼ਕਿਲ ਸੀ ਕਿ ਪਿਤਾ ਜੀ ਨੇ ਆਪਣੀ ਚਿੱਠੀ ਵਿੱਚ ਕਿਹੜੀ ਜਗ੍ਹਾ 'ਤੇ ਮਜ਼ਾਕ ਕੀਤਾ ਹੈ ਅਤੇ ਕਿੱਥੇ ਸੰਜੀਦਗੀ ਨਾਲ ਗੱਲ ਲਿਖੀ ਹੈ। ਮਾਸਕੋ ਦੇਖ ਕੇ ਉਨ੍ਹਾਂ ਨੂੰ ਬੜੀ ਹੈਰਾਨੀ ਹੋਈ ਸੀ:

"ਅਜਿਹਾ ਲੱਗਦੈ ਕਿ ਇੱਥੇ ਮਾਸਕੋ ਵਿੱਚ ਖਾਣਾ ਬਣਾਉਣ ਲਈ ਅੱਗ ਨਹੀਂ ਮਚਾਈ ਜਾਂਦੀ, ਕਿਉਂਕਿ ਮੈਨੂੰ ਇੱਥੇ ਆਪਣੇ ਘਰਾਂ ਦੀਆਂ ਕੰਧਾਂ 'ਤੇ ਪਾਥੀਆਂ ਪੱਥਣ ਵਾਲੀਆਂ ਔਰਤਾਂ ਨਜ਼ਰ ਨਹੀਂ ਆਉਂਦੀਆਂ, ਘਰਾਂ ਦੀਆਂ ਛੱਤਾਂ ਦੇ ਉੱਪਰ ਅਬੂਤਾਲਿਬ ਦੀ ਵੱਡੀ ਟੋਪੀ ਵਰਗਾ ਧੂਆਂ ਦਿਖਾਈ ਨਹੀਂ ਦਿੰਦਾ। ਛੱਤ ਨੂੰ ਪੱਧਰਾ ਕਰਨ ਲਈ ਰੋਲਰ ਵੀ ਨਿਗ੍ਹਾ ਨਹੀਂ ਆਉਂਦੇ। ਮਾਸਕੋ ਵਾਸੀ ਆਪਣੀਆਂ ਛੱਤਾਂ 'ਤੇ ਘਾਹ ਸੁਕਾਉਂਦੇ ਹੋਣ, ਅਜਿਹਾ ਵੀ ਨਹੀਂ ਲੱਗਦਾ। ਪਰ ਜੇਕਰ ਘਾਹ ਨਹੀਂ ਸੁਕਾਉਂਦੇ, ਤਾਂ ਆਪਣੀਆਂ ਗਾਂਵਾਂ ਨੂੰ ਕੀ ਖਵਾਉਂਦੇ ਨੇ? ਸੁੱਕੀਆਂ ਟਾਹਣੀਆਂ ਜਾਂ ਘਾਹ ਦੀ ਪੰਡ ਉਠਾਈਂ ਇੱਕ ਵੀ ਔਰਤ ਕਿਤੇ ਨਜ਼ਰ ਨਹੀਂ ਆਈ। ਨਾ ਤਾਂ ਕਦੇ ਵੰਝਲੀ ਦੀ ਧੁਨ ਅਤੇ ਨਾ ਹੀ ਕਿਤੇ ਡਫਲੀ ਦੀ ਧਮਕ ਹੀ ਸੁਣਾਈ ਦਿੱਤੀ ਐ। ਅਜਿਹਾ ਲੱਗ ਸਕਦੈ ਕਿ ਜਿਵੇਂ ਜਵਾਨ ਲੋਕ ਇੱਥੇ ਸ਼ਾਦੀਆਂ ਹੀ ਨਹੀਂ ਕਰਦੇ ਅਤੇ ਵਿਆਹ ਦਾ ਧੂਮ-ਧੜੱਕਾ ਹੀ ਨਹੀਂ ਹੁੰਦਾ। ਇਸ ਅਜੀਬ ਸ਼ਹਿਰ ਦੀਆਂ ਗਲੀਆਂ-ਸੜਕਾਂ 'ਤੇ ਮੈਂ ਕਿੰਨੇ ਹੀ ਚੱਕਰ ਲਗਾਏ ਪਰ ਕਿਤੇ ਇੱਕ ਵਾਰ ਵੀ ਕੋਈ ਭੇਡ ਨਿਗ੍ਹਾ ਨਹੀਂ ਆਈ। ਤਾਂ ਸਵਾਲ ਪੈਦਾ ਹੁੰਦੈ ਕਿ ਜਦੋਂ ਕੋਈ ਮਹਿਮਾਨ ਆਉਂਦੈ, ਤਾਂ ਮਾਸਕੋ ਵਾਲੇ ਕੀ ਹਲਾਲ ਕਰਦੇ ਨੇ! ਜੇਕਰ ਭੇਡ ਨੂੰ ਹਲਾਲ ਕਰ ਕੇ ਨਹੀਂ, ਤਾਂ ਯਾਰ-ਦੋਸਤ ਦੇ ਆਉਣ 'ਤੇ ਉਹ ਉਸ ਦੀ ਕਿਵੇਂ ਆਓ-ਭਗਤ ਕਰਦੇ ਨੇ! ਨਹੀਂ, ਅਜਿਹੀ ਜ਼ਿੰਦਗੀ ਮੈਨੂੰ ਨਹੀਂ ਚਾਹੀਦੀ। ਮੈਂ ਤਾਂ ਆਪਣੇ ਤਸਾਦਾ ਪਿੰਡ ਵਿੱਚ ਹੀ ਰਹਿਣਾ ਚਾਹੁਨਾਂ, ਜਿੱਥੇ ਬੀਵੀ ਨੂੰ ਇਹ ਕਹਿ ਕੇ ਕਿ ਉਹ ਕੁੱਝ ਜ਼ਿਆਦਾ ਲਸਣ ਪਾ ਕੇ ਮੀਟ ਬਣਾਵੇ, ਉਨ੍ਹਾਂ ਨੂੰ ਜੀਅ ਭਰ ਕੇ ਖਾਧਾ ਜਾ ਸਕਦੈ......?"

ਮੇਰੇ ਪਿਤਾ ਜੀ ਨੇ ਆਪਣੇ ਜੱਦੀ ਪਿੰਡ ਦੇ ਮੁਕਾਬਲੇ ਹੋਰ ਵੀ ਬਹੁਤ ਸਾਰੀਆਂ ਊਣਤਾਈਆਂ ਲੱਭ ਲਈਆਂ। ਜ਼ਾਹਿਰ ਹੈ ਕਿ ਜਦੋਂ ਉਨ੍ਹਾਂ ਨੇ ਇਸ ਗੱਲ ਦੀ ਹੈਰਾਨੀ ਜ਼ਾਹਿਰ ਕੀਤੀ ਸੀ ਕਿ ਮਾਸਕੋ ਦੇ ਘਰਾਂ 'ਤੇ ਪਾਥੀਆਂ ਨਹੀਂ ਪੱਥੀਆਂ ਹੋਈਆਂ ਸਨ, ਤਾਂ ਮਜ਼ਾਕ ਕੀਤਾ ਸੀ, ਪਰ ਜਦੋਂ ਵੱਡੇ ਸ਼ਹਿਰ ਦੇ ਮੁਕਾਬਲੇ ਆਪਣੇ ਜੱਦੀ ਪਿੰਡ ਨੂੰ ਤਰਜੀਹ ਦਿੱਤੀ ਸੀ, ਤਾਂ ਉਸ ਵਿੱਚ ਮਜ਼ਾਕ ਨਹੀਂ ਸੀ। ਉਹ ਆਪਣੇ ਤਸਾਦਾ ਨੂੰ ਹੀ ਪਿਆਰ ਕਰਦੇ ਸਨ ਅਤੇ ਉਸ ਦੇ ਮੁਕਾਬਲੇ ਦੁਨੀਆ ਦੀਆਂ ਸਾਰੀਆਂ ਰਾਜਧਾਨੀਆਂ ਨੂੰ ਠੁਕਰਾ ਦਿੰਦੇ ਸਨ।

ਪਿਆਰੇ ਤਸਾਦਾ! ਤਾਂ ਲਓ ਉਸ ਵੱਡੀ ਦੁਨੀਆ ਵਿੱਚੋਂ ਮੈਂ ਤੇਰੇ ਕੋਲ ਆ ਗਿਆ ਹਾਂ, ਜਿਸ ਵਿੱਚ ਮੇਰੇ ਪਿਤਾ ਜੀ ਨੂੰ ਹੀ ਇੰਨੀਆਂ ਜ਼ਿਆਦਾ ਊਣਤਾਈਆਂ ਨਜ਼ਰ ਆਈਆਂ ਸਨ। ਮੈਂ ਘੁੰਮ ਆਇਆ ਹਾਂ, ਇਸ ਦੁਨੀਆਂ ਵਿੱਚ ਅਤੇ ਬਹੁਤ ਸਾਰੇ ਅਜੂਬੇ ਦੇਖੇ ਹਨ ਮੈਂ। ਇੰਨੀ ਜ਼ਿਆਦਾ ਖ਼ੂਬਸੂਰਤੀ ਦੇਖਣ ਨੂੰ ਮਿਲੀ ਕਿ ਅੱਖਾਂ ਇਹੀ ਤੈਅ ਨਾ ਕਰ ਸਕੀਆਂ ਕਿ ਉਹ ਕਿੱਥੇ ਟਿਕਣ। ਇੱਕ ਸੁੰਦਰ ਮੰਦਰ-ਮਸਜਿਦ ਤੋਂ ਮੇਰੀ ਨਿਗ੍ਹਾ ਦੂਜੇ ਮੰਦਿਰ-ਮਸਜਿਦ ਵੱਲ ਦੌੜਦੀ ਰਹੀ, ਇੱਕ ਖ਼ੂਬਸੂਰਤ ਚਿਹਰੇ ਤੋਂ ਦੂਜੇ ਖ਼ੂਬਸੂਰਤ ਚਿਹਰੇ ਵੱਲ ਖਿੱਚੀ ਜਾਂਦੀ ਰਹੀ। ਪਰ ਮੈਂ ਜਾਣਦਾ ਸੀ ਕਿ ਜੋ ਕੁੱਝ ਇਸ ਵੇਲੇ ਮੈਂ ਦੇਖ ਰਿਹਾ ਹਾਂ, ਉਹ ਚਾਹੇ ਕਿੰਨਾ ਵੀ ਖ਼ੂਬਸੂਰਤ ਕਿਉਂ ਨਾ ਹੋਵੇ, ਕੱਲ੍ਹ ਨੂੰ ਮੈਨੂੰ ਉਸ ਤੋਂ ਵੀ ਜ਼ਿਆਦਾ ਖ਼ੂਬਸੂਰਤੀ ਦੇਖਣ ਨੂੰ ਮਿਲੇਗੀ...ਦੁਨੀਆ ਦਾ ਤਾਂ ਕੋਈ ਅੰਤ ਹੀ ਨਹੀਂ ਹੈ।

ਭਾਰਤ ਦੇ ਬੁੱਧ ਮੰਦਰ, ਮਿਸਰ ਦੇ ਪਿਰਾਮਿਡ, ਇਟਲੀ ਦੇ ਸ਼ਾਹੀ ਮਹਿਲ ਮੈਨੂੰ ਮਾਫ਼ ਕਰਨ, ਅਮਰੀਕਾ ਦੇ ਰਾਜ-ਮਾਰਗ, ਪੈਰਿਸ ਦੀਆਂ ਹਰਿਆਲੀਆਂ ਸੜਕਾਂ, ਇੰਗਲੈਂਡ ਦੇ ਪਾਰਕ ਅਤੇ ਸਵਿਟਰਜ਼ਰਲੈਂਡ ਦੇ ਪਹਾੜ ਮੈਨੂੰ ਮਾਫ਼ ਕਰਨ, ਪੋਲੈਂਡ, ਜਾਪਾਨ ਅਤੇ ਰੋਮ ਦੀਆਂ ਔਰਤਾਂ ਤੋਂ ਮੈਂ ਮਾਫ਼ੀ ਚਾਹੁੰਦਾ ਹਾਂ, ਤੁਹਾਡੇ ਸਾਰਿਆਂ 'ਤੇ ਮੋਹਿਤ ਹੋਇਆ, ਪਰ ਮੇਰਾ ਦਿਲ ਚੈਨ ਨਾਲ ਧੜਕਦਾ ਰਿਹਾ। ਜੇਕਰ ਇਸ ਦੀ ਧੜਕਣ ਵਧੀ ਵੀ, ਤਾਂ ਉਨੀ ਨਹੀਂ ਕਿ ਗਲਾ ਸੁੱਕ ਜਾਂਦਾ ਅਤੇ ਸਿਰ ਚਕਰਾਉਣ ਲੱਗਦਾ।

ਪਰ ਹੁਣ ਜਦੋਂ ਮੈਂ ਚੱਟਾਨ ਦੀ ਬੁੱਕਲ ਵਿੱਚ ਵੱਸੇ ਹੋਏ ਇਨ੍ਹਾਂ ਸੱਤਰ ਘਰਾਂ ਨੂੰ ਦੁਬਾਰਾ ਦੇਖਿਆ ਹੈ, ਤਾਂ ਮੇਰਾ ਦਿਲ ਇਸ ਤਰ੍ਹਾਂ ਕਿਉਂ ਉੱਛਲ ਰਿਹਾ ਹੈ ਕਿ ਪੱਸਲੀਆਂ ਵਿੱਚ ਦਰਦ ਹੋਣ ਲੱਗਿਆ ਹੈ, ਅੱਖਾਂ ਦੇ ਸਾਹਮਣੇ ਹਨੇਰਾ ਛਾ ਗਿਆ ਹੈ ਅਤੇ ਸਿਰ ਇਸ ਤਰ੍ਹਾਂ ਚਕਰਾਉਣ ਲੱਗਿਆ ਹੈ, ਜਿਵੇਂ ਮੈਂ ਬਿਮਾਰ ਜਾਂ ਨਸ਼ੇ ਵਿੱਚ ਗੁੱਟ ਹੋਵਾਂ!

ਕੀ ਦਾਗ਼ਿਸਤਾਨ ਦਾ ਛੋਟਾ ਜਿਹਾ ਪਿੰਡ ਵੇਨਿਸ, ਕਾਹਿਰਾ ਜਾਂ ਕੋਲਕਾਤੇ ਤੋਂ ਵਧ ਕੇ ਹੈ? ਕੀ ਲੱਕੜਾਂ ਦੀ ਭਰੀ ਉਠਾ ਕੇ ਪਗਡੰਡੀ 'ਤੇ ਜਾਣ ਵਾਲੀ ਅਵਾਰ ਔਰਤ, ਸਕੈਂਡੇਨੇਵੀਆ ਦੀ ਉੱਚੇ ਕੱਦ ਅਤੇ ਸੁਨਹਿਰੇ ਵਾਲਾਂ ਸੁੰਦਰੀ ਤੋਂ ਵਧ ਕੇ ਹੈ?

ਤਸਾਦਾ! ਮੈਂ ਤੇਰੇ ਖੇਤਾਂ ਵਿੱਚ ਘੁੰਮ ਰਿਹਾ ਹਾਂ ਅਤੇ ਸੁਬ੍ਹਾ ਦੀ ਠੰਢੀ ਤ੍ਰੇਲ ਮੇਰੇ ਥੱਕੇ ਹੋਏ ਪੈਰਾਂ ਨੂੰ ਧੋ ਰਹੀ ਹੈ। ਪਹਾੜੀ ਨਦੀਆਂ ਵਿੱਚ ਵੀ ਨਹੀਂ, ਚਸ਼ਮੇ ਦੇ ਪਾਣੀ ਨਾਲ ਮੈਂ ਆਪਣਾ ਮੂੰਹ ਧੋਂਦਾ ਹਾਂ। ਕਿਹਾ ਜਾਂਦਾ ਹੈ ਕਿ ਜੇਕਰ ਪੀਣਾ ਹੀ ਹੈ, ਤਾਂ ਚਸ਼ਮੇ ਤੋਂ ਪੀਓ। ਇਹ ਵੀ ਕਿਹਾ ਜਾਂਦਾ ਹੈ, ਮੇਰੇ ਪਿਤਾ ਜੀ ਅਜਿਹਾ ਕਿਹਾ ਕਰਦੇ ਸਨ ਕਿ ਮਰਦ ਕੇਵਲ ਦੋ ਹੀ ਹਾਲਤਾਂ ਵਿੱਚ ਗੋਡਿਆਂ ਭਾਰ ਖੜ੍ਹਾ ਹੋ ਸਕਦਾ ਹੈ, ਚਸ਼ਮੇ ਤੋਂ ਪਾਣੀ ਪੀਣ ਲਈ ਅਤੇ ਫੁੱਲ ਤੋੜਨ ਲਈ। ਤਸਾਦਾ, ਤੂੰ ਮੇਰੇ ਲਈ ਚਸ਼ਮੇ ਵਾਂਗ ਹੈਂ। ਮੈਂ ਗੋਡਿਆਂ ਭਾਰ ਹੋ ਕੇ ਤੈਥੋਂ ਆਪਣੀ ਪਿਆਸ ਬੁਝਾਉਂਦਾ ਹਾਂ।

ਮੈਂ ਇੱਕ ਪੱਥਰ ਦੇਖਦਾ ਹਾਂ ਅਤੇ ਉਸ 'ਤੇ ਮੈਨੂੰ ਜਿਵੇਂ ਪਾਰਦਰਸ਼ੀ ਜਿਹੀ ਇੱਕ ਪਰਛਾਈ ਨਜ਼ਰ ਆਉਂਦੀ ਹੈ। ਇਹ ਮੈਂ ਖ਼ੁਦ ਹੀ ਹਾਂ, ਜਿਹੋ ਜਿਹਾ ਤੀਹ ਸਾਲ ਪਹਿਲਾਂ ਸੀ। ਪੱਥਰ 'ਤੇ ਬੈਠਾ ਹਾਂ ਅਤੇ ਭੇਡਾਂ ਚਰਾ ਰਿਹਾ ਹਾਂ। ਮੇਰੇ ਸਿਰ 'ਤੇ ਜੱਤ ਦੀ ਟੋਪੀ ਹੈ, ਹੱਥ ਵਿੱਚ ਲੰਬਾ ਡੰਡਾ ਅਤੇ ਪੈਰਾਂ ਵਿੱਚ ਧੂੜ ਹੈ।

ਪਗਡੰਡੀ ਦੇਖਦਾ ਹਾਂ ਅਤੇ ਉਸ 'ਤੇ ਵੀ ਜਿਵੇਂ ਪਾਰਦਰਸ਼ੀ ਪਰਛਾਈ ਨਜ਼ਰ ਆਉਂਦੀ ਹੈ। ਇਹ ਵੀ ਮੈਂ ਹੀ ਹਾਂ, ਜਿਹੋ ਜਿਹਾ ਤੀਹ ਸਾਲ ਪਹਿਲਾਂ ਸੀ। ਕਿਸੇ ਕਾਰਨ ਗੁਆਂਢ ਦੇ ਪਿੰਡ ਵਿੱਚ ਗਿਆ ਸੀ। ਸ਼ਾਇਦ ਪਿਤਾ ਜੀ ਨੇ ਮੈਨੂੰ ਭੇਜਿਆ ਸੀ।

ਹਰ ਕਦਮ 'ਤੇ ਖ਼ੁਦ ਆਪਣੇ ਆਪ ਨਾਲ ਹੀ, ਆਪਣੇ ਬਚਪਨ, ਆਪਣੇ ਬਸੰਤਾਂ, ਆਪਣੀਆਂ ਬਰਸਾਤਾਂ, ਫ਼ੁੱਲਾਂ, ਪੱਤਝੜ ਵਿੱਚ ਝੜੇ ਹੋਏ ਪੱਤਿਆਂ ਨਾਲ ਮੇਰੀ ਮੁਲਾਕਾਤ ਹੁੰਦੀ ਹੈ।

ਮੈਂ ਕੱਪੜੇ ਲਾਹ ਕੇ ਚਮਕਦੇ ਹੋਏ ਝਰਨੇ ਦੇ ਹੇਠਾਂ ਖੜ੍ਹਾ ਹੋ ਜਾਂਦਾ ਹਾਂ। ਚੱਟਾਨ ਦੇ ਅੱਠ ਉੱਭਰੇ ਹਿੱਸਿਆਂ ਤੋਂ ਉੱਛਲਦਾ ਹੋਇਆ ਉਹ ਖਿੰਡ ਜਾਂਦਾ ਹੈ, ਦੁਬਾਰਾ ਆਪਣੇ ਪਾਣੀ ਦੇ ਤੁਪਕਿਆਂ ਨੂੰ ਇਕੱਤਰ ਕਰਦਾ ਹੈ ਅਤੇ ਅੰਤ ਮੇਰੇ ਮੋਢਿਆਂ, ਹੱਥਾਂ ਅਤੇ ਸਿਰ ਨਾਲ ਟਕਰਾ ਕੇ ਖਿੰਡ ਜਾਂਦਾ ਹੈ। ਪੈਰਿਸ ਦੇ 'ਸ਼ਾਹੀ ਮਹਿਲ' ਹੋਟਲ ਦਾ ਨਹਾਉਣ ਵਾਲਾ ਫੁਹਾਰਾ ਮੇਰੇ ਠੰਢੇ ਝਰਨਿਆਂ ਦੇ ਮੁਕਾਬਲੇ ਵਿੱਚ ਪਲਾਸਟਿਕ ਦਾ ਨਿੱਕਾ ਜਿਹਾ ਖਿਡੌਣਾ ਲੱਗਦਾ ਹੈ।

ਪਹਾੜੀ ਨਦੀ ਦੀ ਨਾਲ ਵਾਲੀ ਧਾਰਾ ਨਾਲ ਵਹਿ ਕੇ ਆਉਣ ਵਾਲਾ ਪਾਣੀ ਗਰਮ ਪੱਥਰਾਂ ਵਿਚਕਾਰ ਦਿਨ ਭਰ ਵਿੱਚ ਗਰਮ ਹੋ ਜਾਂਦਾ ਹੈ। ਲੰਡਨ ਦੇ 'ਮੈਟ੍ਰੋਪੋਲ' ਹੋਟਲ ਦਾ ਨੀਲਾ ਜਿਹਾ ਗੁਸਲਖਾਨਾ ਮੇਰੇ ਪਹਾੜੀ ਗੁਸਲਖਾਨੇ ਦੇ ਮੁਕਾਬਲੇ ਵਿੱਚ ਮਾਮੂਲੀ ਥਾਲੀ ਜਿਹਾਂ ਮਹਿਸੂਸ ਹੁੰਦਾ ਹੈ।

ਹਾਂ, ਮੈਨੂੰ ਵੱਡੇ ਸ਼ਹਿਰਾਂ ਵਿੱਚ ਪੈਦਲ ਘੁੰਮਣਾ ਪਸੰਦ ਹੈ। ਪਰ ਪੰਜ-ਛੇ ਲੰਬੀਆਂ ਸੈਰਾਂ ਤੋਂ ਬਾਅਦ ਸ਼ਹਿਰ ਜਾਣਿਆ-ਪਛਾਣਿਆ ਜਿਹਾ ਮਹਿਸੂਸ ਹੁੰਦਾ ਹੈ ਅਤੇ ਉੱਥੇ ਲਗਾਤਾਰ ਘੁੰਮਦੇ ਰਹਿਣ ਦੀ ਇੱਛਾ ਖ਼ਤਮ ਹੋ ਜਾਂਦੀ ਹੈ।

ਪਰ ਆਪਣੀ ਪਿੰਡ ਦੀ ਛੋਟੀ ਜਿਹੀ ਸੜਕ 'ਤੇ ਮੈਂ ਹਜ਼ਾਰਵੀਂ ਵਾਰ ਜਾ ਰਿਹਾ ਹਾਂ, ਪਰ ਮਨ ਨਹੀਂ ਭਰਿਆ, ਉਸ 'ਤੇ ਜਾਣ ਦੀ ਇੱਛਾ ਦਾ ਅੰਤ ਨਹੀਂ ਹੋਇਆ।

ਇਸ ਵਾਰ ਇੱਥੇ ਆਉਣ 'ਤੇ ਮੈਂ ਹਰ ਘਰ ਵਿੱਚ ਗਿਆ। ਹਰ ਚੁੱਲ੍ਹੇ ਕੋਲ, ਜਿੱਥੇ ਅੱਗ ਬਲਦੀ ਹੈ, ਜਿੱਥੇ ਅੰਗਾਰੇ ਦਹਿਕ ਰਹੇ ਹਨ ਜਾਂ ਜਿੱਥੇ ਕਦੋਂ ਦੀ ਸੁਆਹ ਠੰਢੀ ਹੋ ਚੁੱਕੀ ਹੈ, ਮੈਂ ਸਮੇਂ ਦੀ ਠੰਢੀ, ਸਫ਼ੈਦ ਸੁਆਹ ਨਾਲ ਢਕਿਆ ਹੋਇਆ ਆਪਣਾ ਸਿਰ ਝੁਕਾਇਆ।

ਮੈਂ ਉਨ੍ਹਾਂ ਪੰਘੂੜਿਆਂ ਕੋਲ ਖੜ੍ਹਾ ਰਿਹਾ, ਜਿੱਥੇ ਭਵਿੱਖ ਦੇ ਪਹਾੜੀ-ਪਹਾੜਣਾਂ ਹੱਥ-ਪੈਰ ਮਾਰਦੇ ਸਨ ਜਾਂ ਜੋ ਖਾਲੀ ਸਨ, ਪਰ ਉਨ੍ਹਾਂ ਵਿੱਚ ਅਜੇ ਗਰਮੀ ਬਾਕੀ ਸੀ ਜਾਂ ਜਿਨ੍ਹਾਂ ਦੇ ਕੰਬਲ ਅਤੇ ਸਿਰਾਣ੍ਹੇ ਕਦੋਂ ਦੇ ਠੰਢੇ ਪੈ ਚੁੱਕੇ ਸਨ।

ਹਰ ਪੰਘੂੜੇ ਕੋਲ ਮੈਨੂੰ ਅਜਿਹਾ ਲੱਗਿਆ, ਜਿਵੇਂ ਮੈਂ ਖ਼ੁਦ ਹੀ ਉਨ੍ਹਾਂ ਵਿੱਚ ਲੇਟਿਆ ਹੋਇਆ ਹਾਂ ਅਤੇ ਪਹਾੜੀ ਪਗਡੰਡੀਆਂ, ਰੂਸ ਦੇ ਚੌੜੇ ਰਸਤੇ ਅਤੇ ਦੂਰ-ਦੁਰਾਡੇ ਦੇ ਦੇਸ਼ਾਂ ਦੇ ਰਾਜ-ਮਾਰਗ ਅਤੇ ਹਵਾਈ ਅੱਡੇ, ਇਹ ਸਭ ਅਜੇ ਅੱਗੇ ਚੱਲ ਕੇ ਮੇਰੇ ਸਾਹਮਣੇ ਆਉਣ ਵਾਲੇ ਹਨ।

ਮੈਂ ਬੱਚਿਆਂ ਲਈ ਲੋਰੀਆਂ ਗਾਈਆਂ ਅਤੇ ਉਹ ਮੇਰੇ ਸਿੱਧੇ-ਸਰਲ ਗੀਤ ਸੁਣ ਕੇ ਮਿੱਠੀ ਨੀਂਦ ਵਿੱਚ ਸੌਂ ਗਏ।

ਤਸਾਦਾ ਦੇ ਕਬਰਸਤਾਨ ਵਿੱਚ ਵੀ ਮੈਂ ਘੁੰਮਦਾ ਰਿਹਾ, ਜਿੱਥੇ ਪੁਰਾਣੀਆਂ ਕਬਰਾਂ

ਦੇ ਨੇੜੇ ਹੀ, ਜਿਨ੍ਹਾਂ 'ਤੇ ਉੱਚਾ-ਉੱਚਾ ਘਾਹ ਉੱਗਿਆ ਹੋਇਆ ਸੀ, ਅਜਿਹੀਆਂ ਨਵੀਆਂ ਕਬਰਾਂ ਵੀ ਸਨ, ਜਿਨ੍ਹਾਂ ਵਿੱਚੋਂ ਤਾਜੀ ਮਿੱਟੀ ਦੀ ਗੰਧ ਆ ਰਹੀ ਸੀ।

ਅਫ਼ਸੋਸ ਕਰਨ ਲਈ ਮੈਂ ਘਰਾਂ ਵਿੱਚ ਜਾ ਕੇ ਬੈਠਾ ਰਿਹਾ, ਸ਼ਾਦੀਆਂ ਵਿੱਚ ਖ਼ੂਬ ਖ਼ੁਸ਼ੀ ਨਾਲ ਨੱਚਿਆ। ਬਹੁਤ ਸਾਰੇ ਅਜਿਹੇ ਸ਼ਬਦ ਅਤੇ ਕਿੱਸੇ ਸੁਣੇ, ਜੋ ਹੁਣ ਤੱਕ ਨਹੀਂ ਸੁਣ ਸਕਿਆ ਸੀ। ਬਹੁਤ ਕੁੱਝ ਅਜਿਹਾ, ਜੋ ਮੈਂ ਕਦੇ ਜਾਣਦਾ ਸੀ ਅਤੇ ਹੁਣ ਭੁੱਲ ਗਿਆ ਸੀ, ਹੁਣ ਮੈਨੂੰ ਦੁਬਾਰਾ ਯਾਦ ਹੋ ਗਿਆ, ਯਾਦਾਂ ਦੀਆਂ ਬਿਨਾਂ ਤਲ ਵਾਲੀਆਂ ਅਤੇ ਹਨੇਰੀਆਂ ਗਹਿਰਾਈਆਂ ਵਿੱਚੋਂ ਉੱਭਰ ਕੇ ਉੱਪਰ ਆ ਗਿਆ।

ਨਵਾਂ ਮੈਂ ਆਪਣੀਆਂ ਅੱਖਾਂ ਨਾਲ ਦੇਖਿਆ ਅਤੇ ਪੁਰਾਣੇ ਦੀ ਚਰਚਾ ਸੁਣ ਕੇ ਉਸ ਨੂੰ ਯਾਦ ਕੀਤਾ ਅਤੇ ਮੇਰੇ ਵਿਚਾਰਾਂ ਨੇ ਵੱਡੇ ਤੱਕਲੇ ਦੁਆਲੇ ਲਿਪਟੇ ਰੰਗ-ਬਰੰਗੇ ਧਾਗਿਆਂ ਵਰਗਾ ਰੂਪ ਧਾਰਿਆ। ਮੈਂ ਮਨ ਹੀ ਮਨ ਉਸ ਬਹੁਰੰਗੇ ਗਲੀਚੇ ਦੀ ਕਲਪਨਾ ਕੀਤੀ, ਜੋ ਇਨ੍ਹਾਂ ਧਾਗਿਆਂ ਨਾਲ ਬੁਣਿਆ ਜਾ ਸਕਦਾ ਹੈ।

ਕੱਲ੍ਹ ਤੱਕ ਲੜਕਾ ਸੀ, ਪੰਛੀ ਫੜਿਆ ਕਰਦਾ ਸੀ,
ਯਾਰਾਂ ਨੂੰ ਮੈਂ ਲੈ ਕੇ ਨਾਲ।
ਨੀਲੀਆਂ-ਨੀਲੀਆਂ ਅੱਖਾਂ ਵਾਲਾ ਹੋਇਆ ਜਦੋਂ ਪਿਆਰ,
ਪਲ ਵਿੱਚ ਜਵਾਨੀ ਕਰੀ ਕਮਾਲ।

ਕੱਲ੍ਹ ਤੱਕ ਮੰਨ ਰਿਹਾ ਸੀ ਖ਼ੁਦ ਨੂੰ, ਰੁੱਝਿਆ, ਸਮਝਿਆ, ਸੁਲਝਿਆ,
ਮੈਂ ਤਾਂ ਜਿਵੇਂ ਸਾਰਾ ਜੀਵਨ।
ਹੋਇਆ ਪਿਆਰ, ਅਤੇ ਜਦ ਆ ਕੇ, ਉਹ ਹੌਲੀ ਜਿਹੀ ਮੁਸਕਰਾਇਆ,
ਫੇਰ ਹੋਇਆ ਲੜਕੇ ਜਿਹਾ ਮਨ।

ਹਾਂ, ਮੇਰੀ ਲੰਬੀ ਪ੍ਰੇਮ-ਕਵਿਤਾ ਅਧੂਰੀ ਹੀ ਹੈ। ਪ੍ਰੇਮੀ ਅਤੇ ਪ੍ਰੇਮਿਕਾ। ਪ੍ਰੇਮੀ, ਇਹ ਤਾਂ ਮੈਂ ਹਾਂ। ਪਰ ਮੇਰੀ ਮੁੱਖ ਨਾਇਕਾ ਹੈ, ਮੇਰਾ ਪਿਆਰ। ਇਸ ਕਵਿਤਾ ਨੂੰ ਪੂਰਾ ਕਰਨਾ ਚਾਹੀਦਾ ਹੈ। ਪਰ ਮੈਨੂੰ ਅਜਿਹਾ ਲੱਗਦਾ ਹੈ ਕਿ ਮੇਰੇ ਨਾਂ ਹੁਣੇ-ਹੁਣੇ ਇੱਕ ਚਿੰਤਾ ਵਾਲੀ ਤਾਰ ਆ ਗਈ ਹੈ ਅਤੇ ਇਸ ਲਈ ਮੈਨੂੰ ਤੁਰੰਤ ਹਵਾਈ ਅੱਡੇ ਵੱਲ ਭੱਜਣਾ ਚਾਹੀਦਾ ਹੈ।

ਜਾਂ ਅਜਿਹਾ ਵੀ ਹੁੰਦਾ ਹੈ ਕਿ ਪਹਾੜਣ ਜਦੋਂ ਸਵੇਰੇ ਹੀ ਚੁੱਲ੍ਹੇ ਵਿੱਚ ਅੱਗ ਬਾਲਦੀ ਹੈ, ਤਾਂ ਪਿਛਲੇ ਦਿਨ ਦਾ ਬਚਿਆ ਹੋਇਆ ਖਾਣਾ ਗਰਮ ਕਰਨਾ ਚਾਹੁੰਦੀ ਹੈ, ਜੋ ਪਰਿਵਾਰ ਦੇ ਸਾਰੇ ਲੋਕਾਂ ਲਈ ਪੇਟ ਭਰ ਕੇ ਖਾਣ ਲਈ ਕਾਫ਼ੀ ਹੋਵੇਗਾ। ਪਰ ਅਚਾਨਕ ਹੀ ਦੇਹਲੀ 'ਤੇ ਮਹਿਮਾਨ ਆ ਖੜ੍ਹਾ ਹੁੰਦਾ ਹੈ। ਹੁਣ ਪਿਛਲੇ ਦਿਨ ਦੇ ਖਾਣੇ ਦਾ ਪਤੀਲਾ ਲਾਹੁਣਾ ਅਤੇ ਤਾਜਾ ਖਾਣਾ ਤਿਆਰ ਕਰਨਾ ਜ਼ਰੂਰੀ ਹੋ ਜਾਂਦਾ ਹੈ।

ਜਾਂ ਅਜਿਹਾ ਵੀ ਹੁੰਦਾ ਹੈ ਕਿ ਸ਼ਾਦੀ ਵੇਲੇ ਨੌਜਵਾਨ ਆਪਣੇ ਸਾਥੀ ਅਤੇ ਹਮ-ਉਮਰ ਲਾੜੇ ਦੇ ਕੋਲ ਬੈਠ ਜਾਂਦੇ ਹਨ, ਪਰ ਅਚਾਨਕ ਉਨ੍ਹਾਂ ਨੂੰ ਉੱਠਣਾ ਅਤੇ ਸਥਾਨ ਖਾਲੀ ਕਰਨਾ ਪੈਂਦਾ ਹੈ, ਕਿਉਂਕਿ ਕਮਰੇ ਵਿੱਚ ਉਨ੍ਹਾਂ ਤੋਂ ਵੱਡੀ ਉਮਰ ਦੇ ਲੋਕ ਆ ਜਾਂਦੇ ਹਨ।

ਜਾਂ ਅਜਿਹਾ ਵੀ ਹੁੰਦਾ ਹੈ ਕਿ ਬੈਠਕ ਵਿੱਚ ਬਜ਼ੁਰਗ ਜਮ੍ਹਾਂ ਹੁੰਦੇ ਹਨ ਅਤੇ ਨੇੜੇ ਹੀ

ਬੱਚੇ ਵੀ ਖੇਡਦੇ ਹੁੰਦੇ ਹਨ। ਅਚਾਨਕ ਬੱਚਿਆਂ ਨੂੰ ਬੈਠਕ ਤੋਂ ਬਾਹਰ ਭੇਜ ਦਿੱਤਾ ਜਾਂਦਾ ਹੈ, ਕਿਉਂਕਿ ਬਜ਼ੁਰਗਾਂ ਨੇ ਆਪਸ ਵਿੱਚ ਕੋਈ ਜ਼ਰੂਰੀ ਸਲਾਹ-ਮਸ਼ਵਰਾ ਕਰਨਾ ਹੁੰਦਾ ਹੈ।

ਕਦੇ-ਕਦੇ ਮੈਨੂੰ ਅਜਿਹਾ ਲੱਗਦਾ ਹੈ ਕਿ ਮੈਂ ਸ਼ਿਕਾਰੀ ਹਾਂ, ਮਛੇਰਾ ਹਾਂ, ਘੋੜ-ਸਵਾਰ ਹਾਂ: ਮੈਂ ਖ਼ਿਆਲਾਂ ਦਾ ਸ਼ਿਕਾਰ ਕਰਦਾ ਹਾਂ, ਉਨ੍ਹਾਂ ਨੂੰ ਫਸਾਉਂਦਾ ਹਾਂ, ਉਨ੍ਹਾਂ 'ਤੇ ਕਾਠੀ ਪਾਉਂਦਾ ਹਾਂ ਅਤੇ ਉਨ੍ਹਾਂ ਨੂੰ ਅੱਡੀ ਲਗਾਉਂਦਾ ਹਾਂ। ਪਰ ਕਦੇ-ਕਦੇ ਮੈਨੂੰ ਅਜਿਹਾ ਪ੍ਰਤੀਤ ਹੁੰਦਾ ਹੈ ਕਿ ਮੈਂ ਹਿਰਨ ਹਾਂ, ਸਾਮਨ ਮੱਛੀ ਹਾਂ, ਘੋੜਾ ਹਾਂ ਅਤੇ ਵਿਚਾਰ, ਚਿੰਤਨ, ਭਾਵਨਾਵਾਂ ਮੈਨੂੰ ਲੱਭਦੀਆਂ ਹਨ, ਮੈਨੂੰ ਫਸਾਉਂਦੀਆਂ ਹਨ, ਮੇਰੇ 'ਤੇ ਕਾਠੀ ਪਾਉਂਦੀਆਂ ਹਨ ਅਤੇ ਮੇਰਾ ਸੰਚਾਲਨ ਕਰਦੀਆਂ ਹਨ।

ਹਾਂ, ਭਾਵਨਾਵਾਂ ਅਤੇ ਵਿਚਾਰ ਅਜਿਹੇ ਹੀ ਹੁੰਦੇ ਹਨ, ਜਿਵੇਂ ਪਹਾੜਾਂ ਵਿੱਚ ਬਿਨਾਂ ਬੁਲਾਏ ਅਤੇ ਸੂਚਨਾ ਦਿੱਤੇ ਬਿਨਾਂ ਮਹਿਮਾਨ ਆਉਂਦਾ ਹੈ। ਮਹਿਮਾਨ ਵਾਂਗ ਨਾ ਤਾਂ ਉਨ੍ਹਾਂ ਤੋਂ ਲੁਕਿਆ ਜਾ ਸਕਦਾ ਹੈ ਅਤੇ ਨਾ ਬਚ ਕੇ ਕਿਤੇ ਭੱਜਣਾ ਹੀ ਸੰਭਵ ਹੈ।

ਸਾਡੇ ਇੱਥੇ ਪਹਾੜਾਂ ਵਿੱਚ ਛੋਟੇ ਜਾਂ ਵੱਡੇ, ਜ਼ਿਆਦਾ ਜਾਂ ਘੱਟ ਮਹੱਤਵ ਰੱਖਣ ਵਾਲੇ ਮਹਿਮਾਨ ਨਹੀਂ ਹੁੰਦੇ। ਸਭ ਤੋਂ ਛੋਟਾ ਮਹਿਮਾਨ ਵੀ ਸਾਡੇ ਲਈ ਮਹੱਤਵ ਰੱਖਦਾ ਹੈ, ਕਿਉਂਕਿ ਉਹ ਸਾਡੇ ਲਈ ਮਹਿਮਾਨ ਹੈ। ਸਭ ਤੋਂ ਛੋਟਾ ਮਹਿਮਾਨ ਸਭ ਤੋਂ ਬਜ਼ੁਰਗ ਘਰ ਦੇ ਮਾਲਕ ਤੋਂ ਵੀ ਜ਼ਿਆਦਾ ਸਤਿਕਾਰਤ ਹੋ ਜਾਂਦਾ ਹੈ। ਇਹ ਪੁੱਛੇ ਬਿਨਾਂ ਹੀ ਕਿ ਉਹ ਕਿਹੜੇ ਇਲਾਕੇ ਦਾ ਰਹਿਣ ਵਾਲਾ ਹੈ, ਅਸੀਂ ਦਰਵਾਜ਼ੇ 'ਤੇ ਹੀ ਮਹਿਮਾਨ ਦਾ ਸਵਾਗਤ ਕਰਦੇ ਹਾਂ, ਉਸ ਨੂੰ ਅੱਗ ਦੇ ਨੇੜੇ ਅੱਗੇ ਵਾਲੀ ਥਾਂ 'ਤੇ ਲੈ ਜਾਂਦੇ ਹਾਂ ਅਤੇ ਗੱਦੀ 'ਤੇ ਬਿਠਾਉਂਦੇ ਹਾਂ।

ਪਹਾੜਾਂ ਵਿੱਚ ਮਹਿਮਾਨ ਹਮੇਸ਼ਾ ਅਚਾਨਕ ਹੀ ਆਉਂਦਾ ਹੈ। ਪਰ ਉਹ ਕਦੇ ਵੀ ਅਣਗੌਲਿਆ ਨਹੀਂ ਹੁੰਦਾ, ਉਸ ਦੇ ਆਉਣ ਦੀ ਸਾਨੂੰ ਕਦੇ ਹੈਰਾਨੀ ਨਹੀਂ ਹੁੰਦੀ, ਕਿਉਂਕਿ ਸਾਨੂੰ ਹਮੇਸ਼ਾ, ਹਰ ਰੋਜ਼ ਅਤੇ ਹਰ ਘੜੀ ਉਸ ਦੀ ਉਡੀਕ ਰਹਿੰਦੀ ਹੈ।

ਇਸ ਕਿਤਾਬ ਦਾ ਖ਼ਿਆਲ ਵੀ ਪਹਾੜਾਂ ਦੇ ਮਹਿਮਾਨ ਵਾਂਗ ਹੀ ਮੇਰੇ ਦਿਮਾਗ ਵਿੱਚ ਆਇਆ।

ਜਾਂ ਅਜਿਹਾ ਵੀ ਹੁੰਦਾ ਹੈ ਕਿ ਸੁਸਤ, ਕਰਨ-ਕਰਵਾਉਣ ਲਈ ਕੁੱਝ ਨਾ ਹੋਣ ਕਾਰਨ ਕੋਈ ਆਦਮੀ ਇਹ ਪਰਖਣ ਲਈ ਕਿ ਪੰਦੂਰ ਸੁਰ ਵਿੱਚ ਹੈ ਕਿ ਨਹੀਂ, ਉਸ ਨੂੰ ਕੰਧ ਤੋਂ ਲਾਹ ਕੇ ਵਜਾਉਣ ਲੱਗਦਾ ਹੈ। ਪਰ ਅਚਾਨਕ ਬਿਲਕੁੱਲ ਬਿਨਾਂ ਉਮੀਦ ਤੋਂ ਹੀ ਕੋਈ ਗੀਤ ਉਸ ਦੇ ਦਿਮਾਗ ਵਿੱਚ ਆਉਣ ਲੱਗਦਾ ਹੈ, ਟੁਣਕਾਰ ਧੁਨ ਦਾ ਰੂਪ ਧਾਰਨ ਲੱਗਦੀ ਹੈ, ਸੁਰ ਵਿੱਚ ਬੱਝੀਆਂ ਧੁਨੀਆਂ ਫ਼ੈਲਣ ਲੱਗਦੀਆਂ ਹਨ ਅਤੇ ਉਹ ਆਦਮੀ ਗਾਉਣ ਵਿੱਚ ਅਜਿਹਾ ਲੀਨ ਹੋ ਜਾਂਦਾ ਹੈ ਕਿ ਉਸ ਨੂੰ ਪਤਾ ਵੀ ਨਹੀਂ ਲੱਗਦਾ ਕਿ ਕਦੋਂ ਰਾਤ ਬੀਤ ਗਈ ਅਤੇ ਕਦੋਂ ਸਵੇਰਾ ਹੋ ਗਿਆ।

ਜਾਂ ਅਜਿਹਾ ਵੀ ਹੁੰਦਾ ਹੈ ਕਿ ਨੌਜਵਾਨ ਕਿਸੇ ਛੋਟੇ-ਮੋਟੇ ਕੰਮ ਲਈ ਗੁਆਂਢੀ ਪਿੰਡ ਵਿੱਚ ਜਾਂਦਾ ਹੈ ਅਤੇ ਕਾਠੀ 'ਤੇ ਬੈਠੀ ਹੋਈ ਬੀਵੀ ਸਮੇਤ ਵਾਪਸ ਮੁੜਦਾ ਹੈ।

ਪਿਆਰੇ ਸੰਪਾਦਕ! ਤੁਸੀਂ ਆਪਣੀ ਚਿੱਠੀ ਵਿੱਚ ਜੋ ਕਿਹਾ ਸੀ, ਮੈਂ ਉਸ ਨੂੰ ਪੂਰਾ ਕਰ ਰਿਹਾ ਹਾਂ। ਜਲਦੀ ਹੀ ਮੈਂ ਦਾਗ਼ਿਸਤਾਨ ਬਾਰੇ ਕਿਤਾਬ ਲਿਖਣੀ ਸ਼ੁਰੂ ਕਰ ਦਿਆਂਗਾ।

ਪਰ ਸਿਰਫ਼ ਇਸ ਗੱਲ ਦੀ ਮਾਫ਼ੀ ਚਾਹੁੰਦਾ ਹਾਂ ਕਿ ਤੁਸੀਂ ਇਸ ਦੇ ਲਈ ਜਿੰਨਾ ਸਮਾਂ ਦਿੱਤਾ ਹੈ, ਸ਼ਾਇਦ ਉਨੇ ਵਿੱਚ ਇਸ ਨੂੰ ਪੂਰਾ ਨਹੀਂ ਕਰ ਸਕਾਂਗਾ। ਬਹੁਤ ਹੀ ਜ਼ਿਆਦਾ ਪਗਡੰਡੀਆਂ ਮੈਨੂੰ ਲੰਘਣੀਆਂ ਪੈਣਗੀਆਂ ਅਤੇ ਸਾਡੇ ਪਹਾੜਾਂ ਵਿੱਚ ਉਹ ਬਹੁਤ ਹੀ ਤੰਗ ਅਤੇ ਢਾਲੂ ਹਨ।

ਮੇਰੇ ਪਹਾੜ ਬਿਨਾਂ ਪਾਲਿਸ਼ ਕੀਤੇ ਹੀਰਿਆਂ ਵਾਂਗ ਰਹੱਸਮਈ ਢੰਗ ਨਾਲ ਦੂਰੋਂ ਹੀ ਚਮਕਦੇ ਹਨ। ਮੇਰੇ ਤੇਜ ਘੋੜੇ ਦੇ ਸਾਹਮਣੇ ਬਹੁਤ ਵਿਸਥਾਰ ਹੈ। ਉਹ ਤੁਹਾਡੇ ਦੱਸੇ ਹੋਏ ਤੰਗ ਦੱਰੇ ਵਿੱਚ ਨਹੀਂ ਦੌੜਨਾ ਚਾਹੁੰਦਾ।

ਆਪਣੇ ਦਾਗ਼ਿਸਤਾਨ ਨੂੰ ਮੈਂ ਤੁਹਾਡੇ ਨੌਂ-ਦਸ ਪੰਨਿਆਂ ਵਿੱਚ ਨਹੀਂ ਸਮੇਟ ਸਕਦਾ। ਹਾਂ, ਪ੍ਰਾਪਤੀਆਂ, ਸ਼ੁਭ ਕਾਰਜਾਂ, ਆਮ ਦਿਨਾਂ ਦੀ ਕਿਰਤ, ਆਮ ਕਿਰਤੀਆਂ, ਉਨ੍ਹਾਂ ਦੇ ਹਿੰਮਤੀ ਕਾਰਜਾਂ, ਉਨ੍ਹਾਂ ਦੀਆਂ ਆਸ਼ਾਵਾਂ-ਉਮੀਦਾਂ, ਪਹਾੜੀ ਪ੍ਰਦੇਸ਼ ਦੇ ਸਾਫ਼-ਸੁਥਰੇ ਭਵਿੱਖ ਅਤੇ ਉਸ ਦੀਆਂ ਸਦੀਆਂ ਪੁਰਾਣੀਆਂ ਪਰੰਪਰਾਵਾਂ, ਪਰ ਮੁੱਖ ਤੌਰ 'ਤੇ ਉਸ ਦੇ ਸ਼ਾਨਦਾਰ ਵਰਤਮਾਨ ਬਾਰੇ ਵੀ ਮੈਂ ਸਮੱਗਰੀ ਨਹੀਂ ਲਿਖ ਸਕਾਂਗਾ।

ਮੇਰੀ ਛੋਟੀ ਜਿਹੀ ਕਲਮ ਇੰਨਾ ਬੋਝ ਉਠਾਉਣ ਤੋਂ ਅਸਮਰੱਥ ਹੈ। ਉਸ ਦੀ ਨੋਕ 'ਤੇ ਲੱਗੀ ਸਿਆਹੀ ਦੀ ਬੂੰਦ ਮਸਤੀ ਵਿੱਚ ਵਹਿੰਦੀਆਂ ਵੱਡੀਆਂ ਨਦੀਆਂ, ਗਰਜਦੇ ਪਹਾੜੀ ਝਰਨਿਆਂ, ਦੁਨੀਆ ਦੀ ਕਿਸਮਤ ਅਤੇ ਕਿਸੇ ਇੱਕ ਵਿਅਕਤੀ ਦੇ ਭਾਗ ਨੂੰ ਆਪਣੇ ਆਪ ਵਿੱਚ ਨਹੀਂ ਸਮੇਟ ਸਕਦੀ।

ਵੱਡਾ ਪਰਿੰਦਾ-ਜ਼ਿਆਦਾ ਖ਼ੂਨ, ਛੋਟਾ ਪਰਿੰਦਾ-ਥੋੜ੍ਹਾ ਖ਼ੂਨ। ਜਿੰਨਾ ਵੱਡਾ ਪਰਿੰਦਾ, ਉਨਾ ਹੀ ਖ਼ੂਨ।

ਕਹਿੰਦੇ ਹਨ ਕਿ ਸਬੱਬ ਨਾਲ ਹੀ ਕਿਸੇ ਨੇ ਗੁਠਲੀ ਸੁੱਟ ਦਿੱਤੀ, ਸਬੱਬ ਨਾਲ ਹੀ ਉਹ ਹਿਰਨ ਦੇ ਸਿਰ 'ਤੇ ਜਾ ਡਿੱਗੀ ਅਤੇ ਲਓ ਹਿਰਨ ਦੇ ਸ਼ਾਨਦਾਰ ਸਿੰਗ ਉੱਗ ਆਏ।

ਕਹਿੰਦੇ ਹਨ ਕਿ ਜੇਕਰ ਦੁਨੀਆ ਵਿੱਚ ਰਾਤ ਨਾ ਹੁੰਦੀ, ਤਾਂ ਸੁਬ੍ਹਾ ਕਿੱਥੋਂ ਆਉਂਦੀ।

ਕਹਿੰਦੇ ਹਨ:

"ਉਕਾਬ, ਕਿੱਥੇ ਜਨਮ ਹੋਇਆ ਤੇਰਾ?"

"ਤੰਗ ਦੱਰੇ ਵਿੱਚ।"

"ਕਿੱਥੇ ਉੱਡਿਆ ਜਾ ਰਿਹੈਂ ਉਕਾਬ?"

"ਅਨੰਤ ਆਕਾਸ਼ ਵਿੱਚ।"

ਇਸ ਪੁਸਤਕ ਦੇ ਭਾਵ ਅਤੇ ਨਾਂ ਬਾਰੇ

ਜਸ਼ਨ ਅਤੇ ਖ਼ੁਸ਼ੀਆਂ ਦਾ ਹੀ ਤਾਂ,
ਇਸ ਤੋਂ ਮਹਿਸੂਸ ਸਦਾ ਹੁੰਦਾ ਹੈ।
ਕਦੇ-ਕਦੇ ਪਰ ਇਸ ਵਿੱਚ ਕੋਈ,
ਗ਼ਮ ਵੀ, ਖ਼ਤਰਾ ਵੀ ਸੌਂਦਾ ਹੈ।

—ਘੜਿਆਲ 'ਤੇ ਉੱਕਰੇ ਸ਼ਬਦ

ਪਿਤਾ ਬਹਾਦਰ ਸੀ ਅਤੇ ਅੰਤ ਤੱਕ,
ਸੱਚ ਦਾ ਪੱਲਾ ਰੱਖਿਆ ਫੜ।
ਪੁੱਤਰ ਇੱਥੇ ਜੋ ਸੌਂਦਾ ਹੈ,
ਚਮਕੇਗਾ ਅਜਿਹਾ ਹੀ ਉਹ ਬਣ।

ਸਿਰ ਦੇ ਉੱਪਰ ਲਟਕ ਰਿਹਾ ਹੈ,
ਖੰਜਰ ਇਸ ਦੇ ਬਹਾਦਰ ਪਿਤਾ ਦਾ।
ਕੰਮ ਸੁਣਾਏ ਜਾਣ ਉਨ੍ਹਾਂ ਦੇ,
ਇਸ ਨੂੰ ਲੋਰੀਆਂ ਦੇ ਵਿੱਚ ਗਾ-ਗਾ।

–ਪੰਘੂੜੇ 'ਤੇ ਉੱਕਰੇ ਸ਼ਬਦ

ਪਹਾੜੀ ਆਦਮੀ ਨੂੰ ਦੋ ਚੀਜ਼ਾਂ ਦੀ ਰੱਖਿਆ ਕਰਨੀ ਚਾਹੀਦੀ ਹੈ, ਆਪਣੀ ਟੋਪੀ ਅਤੇ ਆਪਣੇ ਨਾਂ ਦੀ। ਟੋਪੀ ਦੀ ਰੱਖਿਆ ਉਹੀ ਕਰ ਸਕੇਗਾ, ਜਿਸ ਦੇ ਕੋਲ ਟੋਪੀ ਦੇ ਹੇਠਾਂ ਸਿਰ ਹੈ। ਨਾਂ ਦੀ ਰੱਖਿਆ ਉਹੀ ਕਰ ਸਕੇਗਾ, ਜਿਸ ਦੇ ਦਿਲ ਵਿੱਚ ਅੱਗ ਹੈ।

ਸਾਡੇ ਤੰਗ ਜਿਹੇ ਪਹਾੜੀ ਘਰ ਦੀ ਛੱਤ ਵਿੱਚ ਗੋਲੀਆਂ ਦੇ ਬਹੁਤ ਸਾਰੇ ਨਿਸ਼ਾਨ ਹਨ। ਮੇਰੇ ਪਿਤਾ ਜੀ ਦੇ ਦੋਸਤਾਂ ਨੇ ਪਿਸਤੌਲਾਂ ਨਾਲ ਇਹ ਗੋਲੀਆਂ ਚਲਾਈਆਂ ਸਨ, ਤਾਂ ਕਿ ਨੇੜੇ-ਤੇੜੇ ਦੇ ਉਕਾਬਾਂ ਨੂੰ ਪਤਾ ਲੱਗ ਜਾਣਾ ਚਾਹੀਦਾ ਹੈ ਕਿ ਉਨ੍ਹਾਂ ਦੇ ਇੱਕ ਭਰਾ ਨੇ ਜਨਮ ਲਿਆ ਹੈ, ਕਿ ਦਾਗ਼ਿਸਤਾਨ ਵਿੱਚ ਇੱਕ ਉਕਾਬ ਹੋਰ ਵਧ ਗਿਆ ਹੈ।

ਜ਼ਾਹਿਰ ਹੈ ਕਿ ਪਿਸਤੌਲ ਚਲਾਉਣ, ਗੋਲੀ ਚਲਾਉਣ ਨਾਲ ਬੱਚਾ ਪੈਦਾ ਨਹੀਂ ਹੋ ਸਕਦਾ। ਪਰ ਬੇਟੇ ਦੇ ਜਨਮ ਦਾ ਐਲਾਨ ਕਰਨ ਲਈ ਤਾਂ ਹਮੇਸ਼ਾ ਗੋਲੀ ਕੋਲ ਹੋਣੀ ਚਾਹੀਦੀ ਹੈ।

ਜਦੋਂ ਮੈਂ ਪੈਦਾ ਹੋਇਆ ਅਤੇ ਜਦੋਂ ਮੇਰਾ ਨਾਂ ਰੱਖਿਆ ਗਿਆ, ਤਾਂ ਮੇਰੇ ਪਿਤਾ ਜੀ ਦੇ ਦੋਸਤ ਨੇ ਦੋ ਗੋਲੀਆਂ ਚਲਾਈਆਂ, ਇੱਕ ਛੱਤ ਵਿੱਚ ਅਤੇ ਦੂਜੀ ਫ਼ਰਸ਼ 'ਤੇ।

ਅੰਮਾਂ ਨੇ ਮੈਨੂੰ ਦੱਸਿਆ ਕਿ ਮੇਰਾ ਨਾਂ ਕਿਵੇਂ ਰੱਖਿਆ ਗਿਆ। ਆਪਣੇ ਘਰ ਵਿੱਚ ਮੈਂ ਤੀਜਾ ਬੇਟਾ ਸੀ। ਇੱਕ ਲੜਕੀ ਮੇਰੀ ਭੈਣ ਵੀ ਸੀ, ਪਰ ਅਸੀਂ ਤਾਂ ਮਰਦਾਂ ਦਾ, ਬੇਟਿਆਂ ਦਾ ਜ਼ਿਕਰ ਕਰ ਰਹੇ ਹਾਂ।

ਜੇਠੇ ਬੇਟੇ ਦਾ ਨਾਂ ਤਾਂ ਉਸ ਦੇ ਪੈਦਾ ਹੋਣ ਤੋਂ ਬਹੁਤ ਪਹਿਲਾਂ ਹੀ ਸਾਰਾ ਪਿੰਡ ਜਾਣਦਾ ਸੀ। ਉਹ ਇਸ ਲਈ ਕਿ ਉਸ ਨੂੰ ਤਾਂ ਉਸ ਦੇ ਸਵਰਗਵਾਸੀ ਦਾਦਾ ਜੀ ਦਾ ਨਾਂ ਦਿੱਤਾ ਜਾਣਾ ਸੀ। ਪਿੰਡ ਦੇ ਹਰ ਆਦਮੀ ਨੂੰ ਇਹ ਯਾਦ ਸੀ ਅਤੇ ਇਸ ਲਈ ਸਾਰੇ ਇਹ ਕਹਿੰਦੇ ਸਨ ਕਿ ਜਲਦੀ ਹੀ ਹਮਜ਼ਾਤੋਵਾਂ ਦੇ ਘਰ ਵਿੱਚ ਮੁਹੰਮਦ ਪੈਦਾ ਹੋਵੇਗਾ।

ਮੇਰੇ ਦਾਦਾ ਜੀ ਦੇ ਵਿਹੜੇ ਵਿੱਚ ਕੁੱਤੇ-ਬਿੱਲੀ ਨੂੰ ਛੱਡ ਕੇ ਕਦੇ ਇੱਕ ਵੀ ਚਾਰ-ਪੈਰਾ ਜਾਨਵਰ ਨਹੀਂ ਆਇਆ ਸੀ। ਸ਼ਾਇਦ ਹੀ ਕਦੇ ਉਹ ਕੰਬਲ ਲੈ ਕੇ ਸੁੱਤੇ ਹੋਣ, ਸ਼ਾਇਦ ਹੀ ਉਨ੍ਹਾਂ ਨੇ ਕਦੇ ਅੰਡਰਵੀਅਰ ਦੇਖਿਆ ਹੋਵੇ। ਦੁਨੀਆ ਦਾ ਕੋਈ ਵੀ ਡਾਕਟਰ ਇਸ ਗੱਲ ਦੀ ਫੜ੍ਹ ਨਹੀਂ ਮਾਰ ਸਕਦਾ ਕਿ ਉਸ ਨੇ ਮੇਰੇ ਦਾਦਾ ਮੁਹੰਮਦ ਦੀ ਡਾਕਟਰੀ ਜਾਂਚ ਕੀਤੀ ਸੀ, ਉਨ੍ਹਾਂ ਦੇ ਮੂੰਹ ਦਾ ਮੁਆਇਨਾ ਕੀਤਾ ਸੀ, ਨਬਜ਼ ਦੇਖੀ ਸੀ, ਕਦੇ ਉਨ੍ਹਾਂ ਨੂੰ ਲੰਬਾ-ਲੰਬਾ ਅਤੇ ਕਦੇ ਰੁਕ-ਰੁਕ ਕੇ ਸਾਹ ਲੈਣ ਲਈ ਮਜ਼ਬੂਰ ਕੀਤਾ ਸੀ ਜਾਂ ਇਹ ਕਿ ਉਨ੍ਹਾਂ ਦਾ ਜਿਸਮ ਹੀ ਦੇਖਿਆ ਸੀ। ਇਸੇ ਤਰ੍ਹਾਂ ਸਾਡੇ ਪਿੰਡ ਵਿੱਚ ਉਨ੍ਹਾਂ ਦੇ ਜਨਮ ਅਤੇ ਮੌਤ ਦੀ ਸਹੀ ਤਰੀਕ ਵੀ ਕਿਸੇ ਨੂੰ ਪਤਾ ਨਹੀਂ ਸੀ। ਜੇਕਰ ਇੱਕ ਅਰਜ਼ੀ 'ਤੇ ਵਿਸ਼ਵਾਸ ਕੀਤਾ ਜਾਵੇ, ਜੋ ਇਸ ਲਈ ਲਿਖੀ ਹੋਈ ਸੀ ਕਿ ਮੇਰੇ ਪਿਤਾ ਜੀ 'ਤੇ ਕੁੱਝ ਕਾਲੀ ਪਰਛਾਈ ਪੈ ਸਕੇ, ਤਾਂ ਮੇਰੇ ਦਾਦਾ ਮੁਹੰਮਦ ਥੋੜ੍ਹੀ ਜਿਹੀ ਅਰਬੀ ਵੀ ਜਾਣਦੇ ਸਨ। ਮੇਰੇ ਪਿਤਾ ਜੀ ਨੇ ਉਨ੍ਹਾਂ ਦਾ ਹੀ ਨਾਂ ਆਪਣੇ ਜੇਠੇ ਬੇਟੇ, ਮੇਰੇ ਸਭ ਤੋਂ ਵੱਡੇ ਭਰਾ ਨੂੰ ਦਿੱਤਾ।

ਮੇਰੇ ਪਿਤਾ ਜੀ ਦੇ ਇੱਕ ਚਾਚਾ ਵੀ ਸਨ, ਜਿਨ੍ਹਾਂ ਦਾ ਦੂਜੇ ਲੜਕੇ ਦੇ ਜਨਮ ਤੋਂ ਕੁੱਝ ਹੀ ਪਹਿਲਾਂ ਦੇਹਾਂਤ ਹੋਇਆ ਸੀ। ਚਾਚੇ ਦਾ ਨਾਂ ਅਖ਼ੀਲਚੀ ਸੀ।

"ਲਓ, ਅਖ਼ੀਲਚੀ ਨੇ ਨਵਾਂ ਜਨਮ ਲੈ ਲਿਆ!" ਸਾਡੇ ਘਰ ਵਿੱਚ ਜਦੋਂ ਦੂਜੇ ਲੜਕੇ ਨੇ ਜਨਮ ਲਿਆ, ਤਾਂ ਪਿੰਡ ਵਾਲਿਆਂ ਨੇ ਖ਼ੁਸ਼ ਹੋ ਕੇ ਕਿਹਾ, "ਸਾਡੇ ਅਖ਼ੀਲਚੀ ਦਾ ਪੁਨਰ-ਜਨਮ ਹੋ ਗਿਆ। ਜੇਕਰ ਉਸ ਦੇ ਗਰੀਬ ਘਰ 'ਤੇ ਕਾਂ ਬੈਠੇ, ਤਾਂ ਮੁਸੀਬਤ ਨਹੀਂ, ਕੋਈ ਖ਼ੁਸ਼ੀ ਹੀ ਲੈ ਕੇ ਆਵੇ। ਸਾਡੀ ਇਹੀ ਤਮੰਨਾ ਐ ਕਿ ਲੜਕਾ ਉਹੋ ਜਿਹਾ ਹੀ ਨੇਕ ਆਦਮੀ ਬਣੇ, ਜਿਹੋ ਜਿਹਾ ਉਹ ਸੀ, ਜਿਸ ਦਾ ਨਾਂ ਉਸ ਨੂੰ ਨਸੀਬ ਹੋਇਐ।"

ਜਦੋਂ ਮੈਂ ਜਨਮ ਲੈਣਾ ਸੀ, ਤਾਂ ਪਿਤਾ ਜੀ ਦਾ ਨਾ ਤਾਂ ਕੋਈ ਅਜਿਹਾ ਰਿਸ਼ਤੇਦਾਰ ਸੀ ਅਤੇ ਨਾ ਹੀ ਦੋਸਤ, ਜਿਸ ਦੀ ਕੁੱਝ ਸਮਾਂ ਪਹਿਲਾਂ ਮੌਤ ਹੋਈ ਹੋਵੇ ਜਾਂ ਜੋ ਪਰਾਏ ਇਲਾਕੇ ਵਿੱਚ ਕਿਤੇ ਗੁੰਮ ਗਿਆ ਹੋਵੇ ਅਤੇ ਜਿਸ ਦਾ ਨਾਂ ਮੈਨੂੰ ਦਿੱਤਾ ਜਾ ਸਕਦਾ ਹੋਵੇ, ਤਾਂ ਕਿ ਦੁਨੀਆ ਵਿੱਚ ਉਸ ਦੀ ਉਹੋ ਜਿਹੀ ਹੀ ਇੱਜ਼ਤ ਬਣਾਈ ਰੱਖ ਸਕਾਂ।

ਜਦੋਂ ਮੇਰਾ ਜਨਮ ਹੋਇਆ, ਤਾਂ ਪਿਤਾ ਜੀ ਨੇ ਮੇਰਾ ਨਾਂ ਰੱਖਣ ਦੀ ਰਸਮ ਅਦਾ ਕਰਨ ਲਈ ਪਿੰਡ ਦੇ ਸਭ ਤੋਂ ਇੱਜ਼ਤਦਾਰ ਲੋਕਾਂ ਨੂੰ ਆਪਣੇ ਘਰ ਬੁਲਾਇਆ। ਉਹ ਘਰੇ ਆ ਕੇ ਬੜੀ ਤਸੱਲੀ ਅਤੇ ਸ਼ਾਨ ਨਾਲ ਇਸ ਤਰ੍ਹਾਂ ਬੈਠ ਗਏ, ਜਿਵੇਂ ਸਾਰੇ ਮੁਲਕ ਦੀ ਕਿਸਮਤ ਦਾ ਹੀ ਫ਼ੈਸਲਾ ਕਰਨ ਵਾਲੇ ਹੋਣ। ਉਨ੍ਹਾਂ ਦੇ ਹੱਥਾਂ ਵਿੱਚ ਬਾਲਖ਼ਾਰੀ ਦੇ ਘੁਮਿਆਰਾਂ ਦੀਆਂ

ਬਣਾਈਆਂ ਹੋਈਆਂ ਵੱਡੀਆਂ-ਵੱਡੀਆਂ ਗੋਲਾਈ ਵਾਲੀਆਂ ਸੁਰਾਹੀਆਂ ਸਨ। ਜ਼ਾਹਿਰ ਹੈ ਕਿ ਇਨ੍ਹਾਂ ਸੁਰਾਹੀਆਂ ਵਿੱਚ ਫੇਨਿਲ ਬੀਅਰ ਸੀ। ਸਿਰਫ਼ ਪੈਗੰਬਰ ਵਰਗੇ ਲੱਗਦੇ, ਬਰਫ਼ ਵਰਗੇ ਸਫ਼ੈਦ ਵਾਲਾਂ ਅਤੇ ਦਾੜ੍ਹੀ ਵਾਲੇ ਸਭ ਤੋਂ ਬਜ਼ੁਰਗ ਦੇ ਹੱਥ ਹੀ ਖਾਲੀ ਸਨ।

ਦੂਜੇ ਕਮਰੇ ਵਿੱਚੋਂ ਬਾਹਰ ਆ ਕੇ ਮੇਰੀ ਅੰਮਾਂ ਨੇ ਮੈਨੂੰ ਇਸ ਬਜ਼ੁਰਗ ਦੇ ਹੱਥਾਂ ਵਿੱਚ ਸੌਂਪ ਦਿੱਤਾ। ਮੈਂ ਬਜ਼ੁਰਗ ਦੇ ਹੱਥਾਂ ਵਿੱਚ ਲਾਚੜਦਾ ਰਿਹਾ ਅਤੇ ਇਸੇ ਦੌਰਾਨ ਅੰਮਾਂ ਨੇ ਕਿਹਾ:

"ਤੁਸੀਂ ਕਦੇ ਪੰਦੂਰ ਅਤੇ ਕਦੇ ਡਫਲੀ ਹੱਥਾਂ ਵਿੱਚ ਲੈ ਕੇ ਮੇਰੀ ਸ਼ਾਦੀ ਵਿੱਚ ਗਾਇਆ ਸੀ। ਬਹੁਤ ਹੀ ਚੰਗੇ ਸੀ ਤੁਹਾਡੇ ਗੀਤ। ਮੇਰੇ ਬੱਚੇ ਨੂੰ ਹੱਥ ਵਿੱਚ ਲੈ ਕੇ ਇਸ ਵੇਲੇ ਤੁਸੀਂ ਕਿਹੜਾ ਗੀਤ ਗੀਤ ਗਾਓਗੇ!"

"ਐ ਦੇਵੀ! ਪੰਘੂੜਾ ਝੁਲਾਉਂਦੇ ਹੋਏ ਉਸ ਦੇ ਲਈ ਗੀਤ ਤਾਂ ਤੂੰ ਗਾਵੇਂਗੀ, ਤੂੰ ਉਸ ਦੀ ਮਾਂ। ਇਸ ਤੋਂ ਬਾਅਦ ਉਸ ਦੇ ਲਈ ਗਾਂਵਾਂ, ਪਰਿੰਦੇ ਅਤੇ ਨਦੀਆਂ, ਤਲਵਾਰਾਂ ਅਤੇ ਪਿਸਤੌਲਾਂ ਵੀ ਉਸ ਨੂੰ ਗੀਤ ਸੁਣਾਉਣਗੇ। ਸਭ ਤੋਂ ਵਧੀਆ ਗੀਤ ਉਸ ਨੂੰ ਸੁਣਾਵੇਗੀ ਉਸ ਦੀ ਦੁੱਲਹਣ!"

"ਤਾਂ ਇਸ ਦਾ ਨਾਂ ਰੱਖ ਦਿਓ। ਤੁਸੀਂ ਇਸ ਵੇਲੇ ਇਸ ਨੂੰ ਜੋ ਵੀ ਨਾਂ ਦਿਓ, ਉਹ ਮੈਂ, ਇਸ ਦੀ ਮਾਂ, ਸਾਰਾ ਪਿੰਡ ਅਤੇ ਸਾਰਾ ਦਾਗ਼ਿਸਤਾਨ ਸੁਣੇ।"

ਬਜ਼ੁਰਗ ਮੈਨੂੰ ਛੱਤ ਤੱਕ ਉੱਚਾ ਉਠਾਇਆ ਅਤੇ ਕਿਹਾ:

"ਲੜਕੀ ਦਾ ਨਾਂ ਤਾਰੇ ਦੀ ਚਮਕ ਜਾਂ ਫੁੱਲ ਦੀ ਕੋਮਲਤਾ ਵਰਗਾ ਹੋਣਾ ਚਾਹੀਦੈ। ਮਰਦ ਦੇ ਨਾਂ ਵਿੱਚ ਤਲਵਾਰ ਦੀ ਲਿਸ਼ਕੋਰ ਅਤੇ ਕਿਤਾਬਾਂ ਦੀ ਸਿਆਣਪ ਨੂੰ ਅਮਲੀ ਸ਼ਕਲ ਮਿਲਣੀ ਚਾਹੀਦੀ ਐ। ਕਿਤਾਬਾਂ ਪੜ੍ਹਦੇ ਹੋਏ ਮੈਂ ਬਹੁਤ ਨਾਂ ਜਾਣੇ। ਮੇਰੀ ਕਿਤਾਬ ਅਤੇ ਮੇਰੀਆਂ ਤਲਵਾਰਾਂ ਮੇਰੇ ਕੰਨਾਂ ਵਿੱਚ ਹੁਣ 'ਰਸੂਲ' ਨਾਂ ਲੈਂਦੀਆਂ ਨੇ।"

ਪੈਗੰਬਰ ਵਰਗੇ ਲੱਗਣ ਵਾਲੇ ਬਜ਼ੁਰਗ ਨੇ ਮੇਰੇ ਕੰਨ ਕੋਲ ਝੁਕ ਕੇ 'ਰਸੂਲ' ਕਿਹਾ। ਫਿਰ ਉਨ੍ਹਾਂ ਨੇ ਮੇਰੇ ਦੂਜੇ ਕੰਨ ਕੋਲ ਝੁਕ ਕੇ ਜ਼ੋਰ ਨਾਲ ਕਿਹਾ 'ਰਸੂਲ!' ਇਸ ਤੋਂ ਬਾਅਦ ਉਨ੍ਹਾਂ ਨੇ ਮੈਨੂੰ ਰੋਂਦੇ ਹੋਏ ਨੂੰ ਮੇਰੀ ਮਾਂ ਦੇ ਹੱਥਾਂ ਵਿੱਚ ਸੌਂਪ ਦਿੱਤਾ ਅਤੇ ਉਸ ਨੂੰ ਅਤੇ ਘਰ ਵਿੱਚ ਬੈਠੇ ਸਾਰੇ ਲੋਕਾਂ ਨੂੰ ਸੰਬੋਧਿਤ ਹੁੰਦੇ ਹੋਏ ਕਿਹਾ:

"ਤਾਂ ਇਹ ਐ ਰਸੂਲ!"

ਘਰ ਵਿੱਚ ਬੈਠੇ ਲੋਕਾਂ ਨੇ ਖ਼ਾਮੋਸ਼ ਸਹਿਮਤੀ ਨਾਲ ਮੇਰੇ ਨਾਂ ਦੀ ਪੁਸ਼ਟੀ ਕੀਤੀ। ਵੱਡੇ ਬਜ਼ੁਰਗਾਂ ਨੇ ਬੀਅਰ ਪੀਣੀ ਸ਼ੁਰੂ ਕੀਤੀ ਅਤੇ ਹਰ ਕੋਈ ਹੱਥ ਨਾਲ ਮੁੱਛਾਂ ਨੂੰ ਸਾਫ਼ ਕਰਦੇ ਹੋਏ ਦਿਖਾਈ ਦਿੱਤਾ।

ਹਰ ਪਹਾੜੀ ਨੂੰ ਦੋ ਚੀਜ਼ਾਂ ਦੀ ਰੱਖਿਆ ਕਰਨੀ ਚਾਹੀਦੀ ਹੈ, ਟੋਪੀ ਦੀ ਅਤੇ ਨਾਂ ਦੀ। ਟੋਪੀ ਬਹੁਤ ਭਾਰੀ ਹੋ ਸਕਦੀ ਹੈ ਅਤੇ ਨਾਂ ਵੀ। ਅਜਿਹਾ ਲੱਗਦਾ ਹੈ ਕਿ ਦੁਨੀਆ ਨੂੰ ਦੇਖਣ-ਜਾਣਨ ਅਤੇ ਬਹੁਤ ਸਾਰੀਆਂ ਕਿਤਾਬਾਂ ਪੜ੍ਹੇ-ਗੁਣੇ ਸਫ਼ੈਦ ਵਾਲਾਂ ਵਾਲੇ ਬਜ਼ੁਰਗ ਨੇ ਮੇਰੇ ਨਾਂ ਵਿੱਚ ਕੋਈ ਅਰਥ ਅਤੇ ਉਦੇਸ਼ ਭਰ ਦਿੱਤਾ ਸੀ।

ਅਰਬੀ ਭਾਸ਼ਾ ਵਿੱਚ ਰਸੂਲ ਦਾ ਅਰਥ ਹੈ, ਦੂਤ ਜਾਂ ਜੇਕਰ ਇਸ ਤੋਂ ਵੀ ਸਹੀ ਰੂਪ ਵਿੱਚ ਕਿਹਾ ਜਾਵੇ, ਤਾਂ ਪ੍ਰਤੀਨਿਧੀ। ਹਾਂ, ਤਾਂ ਕਿਸ ਦਾ ਦੂਤ ਜਾਂ ਪ੍ਰਤੀਨਿਧੀ ਹਾਂ ਮੈਂ?

ਡਾਇਰੀ ਵਿੱਚੋਂ

ਬੈਲਜੀਅਮ। ਮੈਂ ਸੰਸਾਰ ਦੇ ਕਵੀ ਸਮਾਰੋਹ ਵਿੱਚ ਹਿੱਸਾ ਲੈ ਰਿਹਾ ਹਾਂ। ਵੱਖ-ਵੱਖ ਜਾਤੀਆਂ ਅਤੇ ਦੇਸ਼ਾਂ ਦੇ ਪ੍ਰਤੀਨਿਧੀ ਇੱਥੇ ਜਮ੍ਹਾਂ ਹਨ। ਹਰ ਕਿਸੇ ਨੇ ਮੰਚ 'ਤੇ ਆ ਕੇ ਆਪਣੀ ਜਨਤਾ, ਜਨਤਾ ਦੇ ਸੱਭਿਆਚਾਰ, ਕਵਿਤਾ ਅਤੇ ਕਿਸਮਤ ਬਾਰੇ ਚਰਚਾ ਕੀਤੀ। ਕੁੱਝ ਅਜਿਹੇ ਪ੍ਰਤੀਨਿਧੀ ਵੀ ਸਨ, ਲੰਡਨ ਤੋਂ ਆਉਣ ਵਾਲਾ ਹੰਗੇਰਿਆਈ, ਪੈਰਿਸ ਤੋਂ ਆਉਣ ਵਾਲਾ ਐਸਤੋਨਿਆਈ, ਸਾਨ-ਫ੍ਰਾਂਸਿਸਕੋ ਤੋਂ ਆਉਣ ਵਾਲਾ ਪੋਲੈਂਡੀ...ਇਸ ਵਿੱਚ ਕੋਈ ਕੀ ਕਰ ਸਕਦਾ ਹੈ। ਕਿਸਮਤ ਨੇ ਉਨ੍ਹਾਂ ਨੂੰ ਵੱਖ-ਵੱਖ ਦੇਸ਼ਾਂ, ਸਾਗਰਾਂ ਅਤੇ ਪਰਬਤਾਂ, ਉਨ੍ਹਾਂ ਦੀਆਂ ਮਾਤ-ਭੂਮੀਆਂ ਤੋਂ ਦੂਰ ਲਿਜਾ ਕੇ ਸੁੱਟ ਦਿੱਤਾ ਹੈ।

ਸਭ ਤੋਂ ਜ਼ਿਆਦਾ ਤਾਂ ਮੈਨੂੰ ਉਸ ਕਵੀ ਨੇ ਹੈਰਾਨ ਕੀਤਾ, ਜਿਸ ਨੇ ਕਿਹਾ:

"ਸਤਿਕਾਰਤ ਸੱਜਣੋ, ਤੁਸੀਂ ਵੱਖ-ਵੱਖ ਦੇਸ਼ਾਂ ਤੋਂ ਆ ਕੇ ਇੱਥੇ ਇਕੱਠੇ ਹੋਏ ਹੋ। ਤੁਸੀਂ ਵੱਖ-ਵੱਖ ਕੌਮਾਂ ਦੇ ਪ੍ਰਤੀਨਿਧੀ ਹੋ। ਕੇਵਲ ਮੈਂ ਹੀ ਨਾ ਤਾਂ ਕਿਸੇ ਕੌਮ ਅਤੇ ਨਾ ਕਿਸੇ ਦੇਸ਼ ਦਾ ਪ੍ਰਤੀਨਿਧੀ ਆਂ। ਮੈਂ ਸਾਰੀਆਂ ਕੌਮਾਂ, ਸਾਰੇ ਦੇਸ਼ਾਂ ਦਾ ਪ੍ਰਤੀਨਿਧੀ ਆਂ, ਮੈਂ ਕਵਿਤਾ ਦਾ ਪ੍ਰਤੀਨਿਧੀ ਆਂ। ਹਾਂ, ਮੈਂ ਕਵਿਤਾ ਆਂ। ਮੈਂ ਉਹ ਸੂਰਜ ਆਂ, ਜੋ ਸਾਰੀ ਦੁਨੀਆ ਨੂੰ ਰੌਸ਼ਨੀ ਦਿੰਦੈ, ਮੈਂ ਉਹ ਬਾਰਿਸ਼ ਆਂ, ਜੋ ਆਪਣੀ ਕੌਮ ਦਾ ਖ਼ਿਆਲ ਕੀਤੇ ਬਿਨਾਂ ਸਾਰੀ ਪ੍ਰਿਥਵੀ 'ਤੇ ਪਾਣੀ ਵਰਸਾਉਂਦੀ ਐ, ਮੈਂ ਉਹ ਦਰੱਖਤ ਆਂ, ਜੋ ਪ੍ਰਿਥਵੀ ਦੇ ਹਰ ਹਿੱਸੇ ਵਿੱਚ ਵਧਦਾ-ਫੁੱਲਦੈ।"

ਉਹ ਇਸ ਤਰ੍ਹਾਂ ਕਹਿ ਕੇ ਮੰਚ ਤੋਂ ਹੇਠਾਂ ਉੱਤਰ ਗਿਆ। ਬਹੁਤਿਆਂ ਨੇ ਤਾੜੀਆਂ ਮਾਰੀਆਂ। ਮੈਂ ਸੋਚਿਆ, ਉਸ ਦੀ ਗੱਲ ਸਹੀ ਹੈ, ਯਕੀਨਨ ਹੀ ਅਸੀਂ ਕਵੀ ਸਾਰੀ ਦੁਨੀਆ ਲਈ ਜ਼ਿੰਮੇਵਾਰ ਹਾਂ, ਪਰ ਜਿਸ ਨੂੰ ਆਪਣੇ ਪਰਬਤਾਂ ਨਾਲ ਪਿਆਰ ਨਹੀਂ, ਉਹ ਸਾਰੀ ਪ੍ਰਿਥਵੀ ਦੀ ਪ੍ਰਤੀਨਿਧਤਾ ਨਹੀਂ ਕਰ ਸਕਦਾ। ਮੈਨੂੰ ਤਾਂ ਉਹ ਉਸ ਆਦਮੀ ਵਰਗਾ ਲੱਗਦਾ ਹੈ, ਜੋ ਆਪਣਾ ਘਰ-ਘਾਟ ਛੱਡ ਕੇ ਕਿਸੇ ਦੂਜੀ ਜਗ੍ਹਾ ਚਲਾ ਜਾਵੇ, ਉੱਥੇ ਸ਼ਾਦੀ ਕਰ ਲਵੇ ਅਤੇ ਸੱਸ ਨੂੰ ਮਾਂ ਕਹਿਣ ਲੱਗੇ। ਮੈਂ ਸੱਸਾਂ ਦੇ ਖ਼ਿਲਾਫ਼ ਨਹੀਂ ਹਾਂ, ਪਰ ਆਪਣੀ ਮਾਂ ਨੂੰ ਛੱਡ ਕੇ ਕੋਈ ਦੂਜੀ ਮਾਂ ਨਹੀਂ ਹੋ ਸਕਦੀ।

ਜਦੋਂ ਕਿਸੇ ਨੂੰ ਇਹ ਪੁੱਛਿਆ ਜਾਂਦਾ ਹੈ ਕਿ ਤੁਸੀਂ ਕੌਣ ਹੋ, ਤਾਂ ਉਹ ਆਪਣਾ ਪਾਸਪੋਰਟ ਜਾਂ ਅਜਿਹੀ ਦਸਤਾਵੇਜ਼ ਦਿਖਾ ਸਕਦਾ ਹੈ, ਜਿਸ ਵਿੱਚ ਉਸ ਬਾਰੇ ਸਾਰੇ ਤੱਥ ਦਰਜ ਹੁੰਦੇ ਹਨ। ਪਰ ਜਦੋਂ ਕਿਸੇ ਕੌਮ ਤੋਂ ਉਸ ਦੇ ਬਾਰੇ ਪੁੱਛਿਆ ਜਾਂਦਾ ਹੈ, ਤਾਂ ਉਹ ਪਾਸਪੋਰਟ ਦੇ ਰੂਪ ਵਿੱਚ ਆਪਣੇ ਕਿਸੇ ਵਿਦਵਾਨ ਲੇਖਕ, ਚਿੱਤਰਕਾਰ, ਗਾਇਕ, ਰਾਜਨੀਤਕ ਜਾਂ ਸੈਨਾਪਤੀ ਦਾ ਨਾਂ ਪੇਸ਼ ਕਰਦੀ ਹੈ।

ਹਰ ਵਿਅਕਤੀ ਨੂੰ ਛੋਟੀ ਉਮਰ ਵਿੱਚ ਹੀ ਇਹ ਸਮਝ ਲੈਣਾ ਚਾਹੀਦਾ ਹੈ ਕਿ ਉਹ ਆਪਣੀ ਜਨਤਾ ਦਾ ਪ੍ਰਤੀਨਿਧੀ ਬਣਨ ਲਈ ਇਸ ਦੁਨੀਆ ਵਿੱਚ ਆਇਆ ਹੈ ਅਤੇ ਉਸ ਨੂੰ ਇਹ ਭੂਮਿਕਾ ਨਿਭਾਉਣ ਦੀ ਜ਼ਿੰਮੇਵਾਰੀ ਆਪਣੇ ਮੋਢਿਆਂ 'ਤੇ ਲੈਣ ਲਈ ਤਿਆਰ ਰਹਿਣਾ ਚਾਹੀਦਾ ਹੈ।

ਇਨਸਾਨ ਨੂੰ ਨਾਂ, ਟੋਪੀ ਅਤੇ ਹਥਿਆਰ ਦਿੱਤੇ ਜਾਂਦੇ ਹਨ, ਪੰਘੂੜੇ ਦੇ ਸਮੇਂ ਤੋਂ ਹੀ ਉਸ ਨੂੰ ਆਪਣੇ ਪਿਆਰੇ ਗੀਤ ਸਿਖਾਏ ਜਾਂਦੇ ਹਨ।

ਕਿਸਮਤ ਮੈਨੂੰ ਕਿਤੇ ਵੀ ਕਿਉਂ ਨਾ ਲਿਜਾ ਸੁੱਟੇ, ਹਰ ਜਗ੍ਹਾ ਹੀ ਮੈਂ ਆਪਣੇ ਆਪ ਨੂੰ ਉਸ ਧਰਤੀ, ਉਨ੍ਹਾਂ ਪਹਾੜਾਂ, ਉਸ ਪਿੰਡ ਦਾ ਪ੍ਰਤੀਨਿਧੀ ਅਨੁਭਵ ਕਰਦਾ ਹਾਂ, ਜਿੱਥੇ ਮੈਂ ਘੋੜੇ 'ਤੇ ਕਾਠੀ ਪਾਉਣੀ ਸਿੱਖੀ। ਮੈਂ ਹਰ ਜਗ੍ਹਾ ਖ਼ੁਦ ਨੂੰ ਆਪਣੇ ਦਾਗ਼ਿਸਤਾਨ ਦਾ ਵਿਸ਼ੇਸ਼ ਪੱਤਰਕਾਰ ਮੰਨਦਾ ਹਾਂ।

ਪਰ ਆਪਣੇ ਦਾਗ਼ਿਸਤਾਨ ਵਿੱਚ ਮੈਂ ਸਮੁੱਚੀ ਮਾਨਵਤਾ ਦਾ ਵਿਸ਼ੇਸ਼ ਪੱਤਰਕਾਰ, ਆਪਣੇ ਸਾਰੇ ਦੇਸ਼, ਇੱਥੋਂ ਤੱਕ ਕਿ ਸਾਰੀ ਦੁਨੀਆ ਦਾ ਪ੍ਰਤੀਨਿਧੀ ਬਣ ਕੇ ਮੁੜਦਾ ਹਾਂ।

ਆਪਣੀ ਧਰਤੀ ਦੇ ਬਾਰੇ,
ਕਹਿਣਾ ਚਾਹਿਆ ਬਹੁਤ, ਪਰ ਬੋਲ ਨਾ ਸਕਿਆ।
ਭਰੀਆਂ ਖੁਰਜੀਆਂ ਨਾਲ ਨੇ ਮੇਰੇ,
ਹਾਏ ਮੁਸੀਬਤ ਮੈਂ ਉਨ੍ਹਾਂ ਨੂੰ ਖੋਲ੍ਹ ਨਾ ਸਕਿਆ।

ਆਪਣੀ ਭਾਸ਼ਾ ਵਿੱਚ ਦੁਨੀਆ ਦਾ,
ਗਾਉਣਾ ਚਾਹਿਆ ਗੀਤ, ਪਰ ਗਾ ਨਾ ਪਾਇਆ।
ਲੱਦਿਆ ਹੈ ਸੰਦੂਕ ਪਿੱਠ 'ਤੇ,
ਹਾਏ ਮੁਸੀਬਤ ਜਿੰਦਾ ਨਾ ਪਰ ਖੁੱਲ੍ਹਿਆ-ਖੁਲ੍ਹਾਇਆ।

ਪਹਾੜੀ ਘਰ ਦੀ ਪੱਧਰੀ ਛੱਤ 'ਤੇ ਅਸੀਂ ਬੈਠ ਜਾਂਦੇ ਹਾਂ ਅਤੇ ਮੇਰੇ ਪਿੰਡ ਵਾਲੇ ਮੈਨੂੰ ਪੁੱਛਣ ਲੱਗਦੇ ਹਨ:

"ਦੂਰ-ਦੁਰਾਡੇ ਦੇ ਮੁਲਕਾਂ ਵਿੱਚ ਕਿਤੇ ਕੋਈ ਸਾਡਾ ਹਮਵਤਨ ਨਹੀਂ ਮਿਲਿਆ?"

"ਦੁਨੀਆ ਵਿੱਚ ਸਾਡੇ ਪਹਾੜਾਂ ਵਰਗੇ ਪਹਾੜ ਵੀ ਕਿੱਥੇ ਨੇ?"

"ਅਣਜਾਣੀਆਂ ਥਾਵਾਂ 'ਤੇ ਕੀ ਤੁਹਾਡਾ ਮਨ ਉਦਾਸ ਹੋਇਆ, ਤੁਹਾਨੂੰ ਸਾਡੇ ਪਿੰਡ ਦੀ ਯਾਦ ਆਈ?"

"ਦੂਜੇ ਦੇਸ਼ਾਂ ਦੇ ਲੋਕ ਸਾਡੇ ਬਾਰੇ ਜਾਣਦੇ ਨੇ ਜਾਂ ਨਹੀਂ? ਉਨ੍ਹਾਂ ਨੂੰ ਪਤੈ ਕਿ ਇਸ ਦੁਨੀਆ ਵਿੱਚ ਅਸੀਂ ਵੀ ਰਹਿਨੇ ਆਂ?"

ਮੈਂ ਉਨ੍ਹਾਂ ਨੂੰ ਜਵਾਬ ਦਿੰਨਾਂ:

"ਜੇਕਰ ਅਸੀਂ ਖ਼ੁਦ ਹੀ ਆਪਣੇ ਢੰਗ ਨਾਲ ਆਪਣੇ ਆਪ ਨੂੰ ਨਹੀਂ ਜਾਣਦੇ, ਤਾਂ ਉਹ ਸਾਨੂੰ ਕਿੱਥੋਂ ਜਾਣਨਗੇ। ਅਸੀਂ ਕੁੱਲ ਦਸ ਲੱਖ ਆਂ। ਅਸੀਂ ਦਾਗ਼ਿਸਤਾਨੀ ਪਹਾੜਾਂ ਦੀ ਪਥਰੀਲੀ ਮਿੱਟੀ ਵਿੱਚ ਜਿਵੇਂ ਬੰਦ ਆਂ। ਦਸ ਲੱਖ ਲੋਕ ਆਂ ਅਤੇ ਚਾਲੀ ਬੋਲੀਆਂ ਬੋਲਦੇ ਆਂ......।"

"ਤਾਂ ਤੁਸੀਂ ਹੀ ਸਾਡੇ ਬਾਰੇ ਦੱਸੋ, ਖ਼ੁਦ ਸਾਨੂੰ ਵੀ ਅਤੇ ਸਾਰੀ ਦੁਨੀਆ ਵਿੱਚ ਰਹਿਣ ਵਾਲੇ ਦੂਜੇ ਲੋਕਾਂ ਨੂੰ ਵੀ। ਸਦੀਆਂ ਦੌਰਾਨ ਖੰਜਰਾਂ ਅਤੇ ਤਲਵਾਰਾਂ ਨੇ ਸਾਡੀ ਦਾਸਤਾਨ ਲਿਖੀ ਐ। ਇਸ ਨੂੰ ਲੋਕਾਂ ਦੀ ਭਾਸ਼ਾ ਵਿੱਚ ਬਦਲ ਕੇ ਲਿਖ ਦਿਓ। ਜੇਕਰ ਤੁਸੀਂ, ਜਿਸ ਨੇ ਤਸਾਦਾ ਪਿੰਡ ਵਿੱਚ ਜਨਮ ਲਿਐ, ਅਜਿਹਾ ਨਹੀਂ ਕਰੋਗੇ, ਤਾਂ ਕੋਈ ਦੂਜਾ ਤਾਂ ਇਹ ਕਰਨ ਤੋਂ ਰਿਹਾ।"

"ਆਪਣੇ ਵਿਚਾਰਾਂ ਨੂੰ ਚੁਣੇ ਹੋਏ ਘੋੜਿਆਂ ਦੇ ਝੁੰਡ ਵਿੱਚ ਇਕੱਤਰ ਕਰ ਲਓ। ਅਜਿਹੇ ਝੁੰਡ ਵਿੱਚ, ਜਿਸ ਵਿੱਚ ਇੱਕ ਤੋਂ ਇੱਕ ਤੇਜ ਘੋੜਾ ਹੋਵੇ, ਘਟੀਆ ਘੋੜਿਆਂ ਦਾ ਨਾਮੋ-ਨਿਸ਼ਾਨ ਵੀ ਨਾ ਹੋਵੇ। ਤੁਹਾਡੇ ਵਿਚਾਰ ਡਰੇ ਹੋਏ ਘੋੜਿਆਂ ਜਾਂ ਪਹਾੜੀ ਬੱਕਰਿਆਂ ਦੇ ਝੁੰਡ ਵਾਂਗ ਪੰਨਿਆਂ 'ਤੇ ਨਿਰੰਤਰ ਦੌੜਦੇ ਹੋਏ ਆਉਣ।"

"ਆਪਣੇ ਭਾਵਾਂ ਨੂੰ ਛਿਪਾਓ ਨਾ। ਛਿਪਾਓਗੇ, ਤਾਂ ਬਾਅਦ ਵਿੱਚ ਭੁੱਲ ਜਾਓਗੇ ਕਿ ਉਨ੍ਹਾਂ ਨੂੰ ਕਿੱਥੇ ਰੱਖ ਦਿੱਤਾ। ਕੋਈ ਕੰਜੂਸ ਵੀ ਕਦੇ-ਕਦੇ ਇਸੇ ਤਰ੍ਹਾਂ ਆਪਣੇ ਗੁਪਤ ਖਜ਼ਾਨੇ ਨੂੰ ਭੁੱਲ ਜਾਂਦੈ ਅਤੇ ਕੰਜੂਸੀ ਕਾਰਨ ਆਪਣੀ ਦੌਲਤ ਖੋ ਬੈਠਦੈ।"

"ਪਰ ਆਪਣੇ ਵਿਚਾਰ ਦੂਜਿਆਂ ਨੂੰ ਵੀ ਨਾ ਦਿਓ। ਖਿਡੌਣੇ ਦੀ ਜਗ੍ਹਾ ਬੱਚੇ ਨੂੰ ਕੀਮਤੀ ਸਾਜ਼ ਤਾਂ ਨਹੀਂ ਦੇਣਾ ਚਾਹੀਦਾ। ਬੱਚਾ ਸਾਜ਼ ਨੂੰ ਜਾਂ ਤਾਂ ਤੋੜ ਦੇਵੇਗਾ ਜਾਂ ਖੋ ਦੇਵੇਗਾ ਜਾਂ ਫਿਰ ਉਸ ਨਾਲ ਆਪਣੇ ਆਪ ਨੂੰ ਜ਼ਖ਼ਮੀ ਕਰ ਲਵੇਗਾ।"

"ਆਪਣੇ ਘੋੜਿਆਂ ਦੀਆਂ ਆਦਤਾਂ ਨੂੰ ਖ਼ੁਦ ਤੁਹਾਡੇ ਨਾਲੋਂ ਚੰਗੀ ਤਰ੍ਹਾਂ ਹੋਰ ਕੋਈ ਨਹੀਂ ਜਾਣਦਾ।"

ਮੇਰੇ ਪਿਤਾ ਜੀ ਦੀ ਪਗਡੰਡੀ ਦਾ ਕਿੱਸਾ

ਸਾਡੇ ਛੋਟੇ ਜਿਹੇ ਤਸਾਦਾ ਅਤੇ ਵੱਡੇ ਖ਼ੂੰਜ਼ਹ ਪਿੰਡ ਵਿਚਕਾਰ ਪੱਕੀ ਸੜਕ ਹੈ। ਖ਼ੂੰਜ਼ਹ ਹਲਕਾ ਕੇਂਦਰ ਹੈ। ਮੇਰੇ ਪਿਤਾ ਜੀ ਆਮ ਰਸਤੇ ਰਾਹੀਂ ਨਹੀਂ ਬਲਕਿ ਆਪਣੀ ਬਣਾਈ ਪਗਡੰਡੀ ਰਾਹੀਂ ਹੀ ਹਮੇਸ਼ਾ ਖ਼ੂੰਜ਼ਹ ਜਾਂਦੇ ਸਨ। ਉਨ੍ਹਾਂ ਨੇ ਹੀ ਉਸ ਪਗਡੰਡੀ ਦੇ ਨਿਸ਼ਾਨ ਬਣਾਏ, ਉਸ ਨੂੰ ਆਪਣੇ ਪੈਰਾਂ ਨਾਲ ਲਤਾੜਿਆ, ਹਰ ਸੁਬ੍ਹਾ ਅਤੇ ਸ਼ਾਮ ਉਹ ਉਸ 'ਤੇ ਆਉਂਦੇ-ਜਾਂਦੇ ਸਨ।

ਆਪਣੀ ਪਗਡੰਡੀ 'ਤੇ ਉਹ ਅਦਭੁੱਤ ਫੁੱਲ ਲੱਭ ਲੈਂਦੇ ਸਨ। ਉਹ ਉਨ੍ਹਾਂ ਦਾ ਗੁਲਦਸਤਾ ਤਾਂ ਹੋਰ ਵੀ ਅਦਭੁੱਤ ਬਣਾਉਂਦੇ ਸਨ।

ਸਰਦੀ ਵਿੱਚ ਉਹ ਪਗਡੰਡੀ ਦੇ ਦੋਵੇਂ ਪਾਸੇ ਤਾਜ਼ਾ ਡਿੱਗੀ ਬਰਫ਼ ਨਾਲ ਲੋਕਾਂ, ਘੋੜਿਆਂ ਅਤੇ ਘੋੜ-ਸਵਾਰਾਂ ਦੀਆਂ ਮੂਰਤੀਆਂ ਬਣਾਉਂਦੇ। ਤਸਾਦਾ ਅਤੇ ਖ਼ੂੰਜ਼ਹ ਦੇ ਲੋਕ ਬਾਅਦ ਵਿੱਚ ਇਨ੍ਹਾਂ ਆਕਾਰਾਂ ਨੂੰ ਦੇਖਣ ਆਉਂਦੇ।

ਉਹ ਗੁਲਦਸਤੇ ਕਦੋਂ ਦੇ ਮੁਰਝਾ ਅਤੇ ਸੁੱਕ ਚੁੱਕੇ, ਬਰਫ਼ ਨਾਲ ਬਣਾਏ ਗਏ ਆਕਾਰ ਵੀ ਕਦੋਂ ਦੇ ਪਿਘਲ ਚੁੱਕੇ। ਪਰ ਦਾਗ਼ਿਸਤਾਨ ਦੇ ਫੁੱਲ, ਪਹਾੜੀ ਲੋਕਾਂ ਦਾ ਸਰੂਪ ਮੇਰੇ ਪਿਤਾ ਜੀ ਦੀਆਂ ਕਵਿਤਾਵਾਂ ਵਿੱਚ ਜਿਊਂਦਾ ਹੈ।

ਜਦੋਂ ਮੈਂ ਨਾਬਾਲਗ ਸੀ ਅਤੇ ਮੇਰੇ ਪਿਤਾ ਜੀ ਅਜੇ ਜਿਊਂਦੇ ਸਨ, ਤਾਂ ਇੱਕ ਵਾਰ ਮੈਨੂੰ ਖ਼ੂੰਜ਼ਹ ਜਾਣਾ ਪਿਆ। ਮੈਂ ਵੱਡੇ ਰਸਤੇ ਤੋਂ ਹਟ ਗਿਆ ਅਤੇ ਮੈਂ ਉਸ ਪਗਡੰਡੀ ਰਾਹੀਂ ਜਾਣਾ ਚਾਹਿਆ, ਜੋ ਮੇਰੇ ਅੱਬਾ ਨੇ ਬਣਾਈ ਸੀ। ਇੱਕ ਬਜ਼ੁਰਗ ਪਹਾੜੀ ਨੇ ਮੈਨੂੰ ਦੇਖ ਕੇ ਰੋਕਿਆ ਅਤੇ ਬੋਲੇ:

"ਪਿਤਾ ਦੀ ਪਗਡੰਡੀ ਪਿਤਾ ਲਈ ਰਹਿਣ ਦਿਓ। ਆਪਣੇ ਲਈ ਦੂਜੀ ਆਪਣੀ ਪਗਡੰਡੀ ਲੱਭ ਲਵੋ।"

ਬਜ਼ੁਰਗ ਪਹਾੜੀ ਦੀ ਗੱਲ ਮੰਨਦੇ ਹੋਏ ਮੈਂ ਨਵੇਂ ਮਾਰਗ ਦੀ ਖੋਜ ਵਿੱਚ ਚੱਲ ਪਿਆ। ਮੇਰੇ ਗੀਤਾਂ ਦੀ ਪਗਡੰਡੀ ਲੰਬੀ ਅਤੇ ਵਿੰਗ-ਟੇਢੀ ਰਹੀ, ਪਰ ਆਪਣੇ ਗੁਲਦਸਤੇ ਲਈ ਆਪਣੇ ਫੁੱਲ ਚੁਗਦਾ ਹੋਇਆ ਮੈਂ ਉਸ 'ਤੇ ਚੱਲ ਰਿਹਾ ਹਾਂ।

ਇਸੇ ਪਗਡੰਡੀ 'ਤੇ ਚੱਲਦੇ ਹੋਏ ਹੀ ਪਹਿਲਾਂ-ਪਹਿਲਾਂ ਇਸ ਕਿਤਾਬ ਦਾ ਖ਼ਿਆਲ ਮੇਰੇ ਦਿਮਾਗ ਵਿੱਚ ਆਇਆ।

***

ਇਰਾਦਾ ਬਣ ਗਿਆ, ਇਸ ਦਾ ਮਤਲਬ ਹੈ ਕਿ ਬਿਸਮਿੱਲ੍ਹਾ ਹੋ ਜਾਵੇ। ਬੱਚਾ ਤਾਂ ਜ਼ਰੂਰ ਪੈਦਾ ਹੋਵੇਗਾ, ਜ਼ਰੂਰਤ ਤਾਂ ਹੈ ਉਸ ਨੂੰ ਸੰਭਾਲਣ ਦੀ, ਠੀਕ ਉਸੇ ਤਰ੍ਹਾਂ ਜਿਵੇਂ ਔਰਤ ਆਪਣੇ ਗਰਭ ਨੂੰ ਸੰਭਾਲਦੀ ਹੈ ਅਤੇ ਜਣਨ-ਪੀੜਾਂ ਸਹਿ ਕੇ, ਪਸੀਨੇ ਨਾਲ ਪਾਣੀ-ਪਾਣੀ ਹੋ ਕੇ ਬੱਚੇ ਨੂੰ ਜਨਮ ਦਿੰਦੀ ਹੈ। ਕਿਤਾਬ ਵੀ ਇਸੇ ਤਰ੍ਹਾਂ ਲਿਖੀ ਜਾਂਦੀ ਹੈ।

ਪਰ ਬੱਚੇ ਦਾ ਨਾਂ ਤਾਂ ਉਸ ਦੇ ਜਨਮ ਤੋਂ ਪਹਿਲਾਂ ਹੀ ਚੁਣਿਆ ਜਾ ਸਕਦਾ ਹੈ। ਆਪਣੀ ਕਿਤਾਬ ਨੂੰ ਮੈਂ ਕੀ ਨਾਂ ਦਿਆਂ? ਫੁੱਲਾਂ ਵਿੱਚੋਂ ਮੈਂ ਉਸ ਦਾ ਨਾਂ ਚੁਣਾਂ? ਜਾਂ ਤਾਰਿਆਂ ਵਿੱਚੋਂ? ਜਾਂ ਦੂਜੀਆਂ ਬੁੱਧੀਮਾਨੀ ਵਾਲੀਆਂ ਕਿਤਾਬਾਂ ਵਿੱਚੋਂ ਚੁਣਾਂ?

ਨਹੀਂ, ਆਪਣੇ ਘੋੜੇ 'ਤੇ ਮੈਂ ਪਰਾਈ ਕਾਠੀ ਨਹੀਂ ਪਾਵਾਂਗਾ। ਕਿਸੇ ਦੂਜੀ ਜਗ੍ਹਾ ਤੋਂ ਲਿਆ ਗਿਆ ਨਾਂ ਤਾਂ ਕੇਵਲ ਉਪਨਾਮ ਜਾਂ ਖ਼ਿਤਾਬ ਹੀ ਹੋ ਸਕਦਾ ਹੈ, ਨਾਂ ਨਹੀਂ।

ਇਹ ਤਾਂ ਅਜਿਹਾ ਹੀ ਹੈ, ਪਰ ਜੇਕਰ ਅਸੀਂ ਸਿਰਲੇਖ ਦੀ ਭਾਲ ਵਿੱਚ ਹੁੰਦੇ ਹਾਂ, ਤਾਂ ਪੁਸਤਕ ਦਾ ਵਿਸ਼ਾ-ਵਸਤੂ, ਆਪਣੇ ਸਾਹਮਣੇ ਰੱਖੇ ਹੋਏ ਉਦੇਸ਼ ਨੂੰ ਹੀ ਉਸ ਦਾ ਆਧਾਰ ਬਣਾਉਣਾ ਚਾਹੀਦਾ ਹੈ। ਟੋਪੀ ਸਿਰ ਦੇ ਮੁਤਾਬਿਕ ਚੁਣੀ ਜਾਂਦੀ ਹੈ, ਨਾ ਕਿ ਇਸ ਦੇ ਉਲਟ। ਪੰਦੂਰ ਦੀ ਲੰਬਾਈ ਤੋਂ ਹੀ ਉਸ ਦੀਆਂ ਤਾਰਾਂ ਦੀ ਲੰਬਾਈ ਤੈਅ ਹੁੰਦੀ ਹੈ।

ਮੇਰਾ ਪਿੰਡ, ਮੇਰੇ ਪਹਾੜ, ਮੇਰਾ ਦਾਗ਼ਿਸਤਾਨ। ਬਸ, ਇਹੀ ਆਲ੍ਹਣਾ ਹੈ ਮੇਰੇ ਚਿੰਤਨ, ਭਾਵਨਾਵਾਂ ਅਤੇ ਉਮੀਦਾਂ ਦਾ। ਖੰਭ ਨਿੱਕਲਣ 'ਤੇ ਇਸੇ ਆਲ੍ਹਣੇ ਵਿੱਚੋਂ ਮੈਂ ਉੱਡਿਆ ਸੀ। ਇਸੇ ਆਲ੍ਹਣੇ ਵਿੱਚ ਮੇਰੇ ਗੀਤ ਜਨਮ ਲੈਂਦੇ ਹਨ। ਦਾਗ਼ਿਸਤਾਨ ਮੇਰਾ ਚੁੱਲ੍ਹਾ ਹੈ, ਮੇਰਾ ਪੰਘੂੜਾ ਹੈ।

ਤਾਂ ਫਿਰ ਦੇਰ ਤੱਕ ਸੋਚਣ ਦੀ ਕੀ ਜ਼ਰੂਰਤ ਹੈ, ਪਹਾੜਾਂ ਵਿੱਚ ਬੇਟੇ ਨੂੰ ਅਕਸਰ ਦਾਦੇ ਦਾ ਨਾਂ ਦਿੱਤਾ ਜਾਂਦਾ ਹੈ। ਮੇਰੀ ਕਿਤਾਬ ਮੇਰਾ ਬੱਚਾ ਹੋਵੇਗੀ ਅਤੇ ਮੈਂ ਦਾਗ਼ਿਸਤਾਨ ਦਾ ਬੇਟਾ ਹਾਂ। ਇਸ ਦਾ ਮਤਲਬ ਹੈ ਕਿ ਇਸ ਦਾ ਨਾਂ ਹੋਇਆ 'ਦਾਗ਼ਿਸਤਾਨ'। ਭਲਾਂ ਇਸ ਤੋਂ ਜ਼ਿਆਦਾ ਢੁਕਵਾਂ, ਜ਼ਿਆਦਾ ਸੁੰਦਰ ਅਤੇ ਸਹੀ ਕੋਈ ਦੂਜਾ ਨਾਂ ਵੀ ਹੋ ਸਕਦਾ ਹੈ?

ਕੋਈ ਰਾਜਪੂਤ ਕਿਹੜੇ ਦੇਸ਼ ਦੀ ਪ੍ਰਤੀਨਿਧਤਾ ਕਰਦਾ ਹੈ, ਉਸ ਦੀ ਗੱਡੀ 'ਤੇ ਲੱਗੀ ਝੰਡੀ ਤੋਂ ਇਸ ਦਾ ਪਤਾ ਲੱਗਦਾ ਹੈ। ਮੇਰੀ ਕਿਤਾਬ, ਮੇਰਾ ਦੇਸ਼ ਹੈ। ਉਸ ਦਾ ਨਾਂ ਝੰਡੀ ਹੈ।

***

ਲੇਖਕ ਦੇ ਵਿਚਾਰ ਹਰ ਪੰਨੇ 'ਤੇ, ਹਰ ਪੰਕਤੀ ਵਿੱਚ, ਹਰ ਸ਼ਬਦ ਦੇ ਲਈ ਆਪਸ ਵਿੱਚ ਉਲਝਦੇ ਹਨ। ਤਾਂ ਮੇਰੇ ਵਿਚਾਰ ਵੀ ਕਿਸੇ ਅੰਤਰ-ਰਾਸ਼ਟਰੀ ਗੋਸ਼ਟੀ ਵਿੱਚ ਕਾਰਜ-

ਸੂਚੀ ਨਾਲ ਸ਼ੁਰੂ ਕਰ ਕੇ ਲਗਾਤਾਰ ਸ਼ਬਦਾਂ ਦੀ ਹੱਥੋ-ਪਾਈ ਵਿੱਚ ਉਲਝਣ ਵਾਲੇ ਮੰਤਰੀਆਂ ਵਾਂਗ ਪੁਸਤਕ ਦੇ ਨਾਂ ਬਾਰੇ ਬਹਿਸ ਸ਼ੁਰੂ ਕਰ ਰਹੇ ਹਨ।

ਤਾਂ ਇੱਕ ਮੰਤਰੀ ਨੇ ਆਉਣ ਵਾਲੀ ਪੁਸਤਕ ਨੂੰ ਇੱਕ ਸ਼ਬਦ 'ਦਾਗ਼ਿਸਤਾਨ' ਨਾਂ ਦੇਣ ਦਾ ਸੁਝਾਅ ਪੇਸ਼ ਕੀਤਾ। ਦੂਜੇ ਮੰਤਰੀ ਨੂੰ ਇਹ ਨਹੀਂ ਜਚਿਆ। ਉਸ ਨੇ ਸਾਹਮਣੇ ਕਾਗਜ਼ ਖੋਲ੍ਹਦੇ ਹੋਏ ਉਸ ਦੇ ਇਤਰਾਜ਼ ਕੀਤਾ:

"ਇਹ ਨਾਂ ਨਹੀਂ ਚੱਲੇਗਾ। ਠੀਕ ਨਹੀਂ ਰਹੇਗਾ। ਛੋਟੀ ਜਿਹੀ ਕਿਤਾਬ ਨੂੰ ਭਲਾਂ ਸਾਰੇ ਦੇਸ਼ ਦਾ ਨਾਂ ਕਿਵੇਂ ਦਿੱਤਾ ਜਾ ਸਕਦੈ? ਬਾਪ ਦੀ ਟੋਪੀ ਤਾਂ ਬੱਚੇ ਦੇ ਸਿਰ 'ਤੇ ਨਹੀਂ ਰੱਖੀ ਜਾ ਸਕਦੀ, ਬੱਚੇ ਦਾ ਸਿਰ ਹੀ ਉਸ ਵਿੱਚ ਗ਼ਾਇਬ ਹੋ ਜਾਵੇਗਾ।"

"ਕਿਉਂ ਠੀਕ ਨਹੀਂ ਰਹੇਗਾ?" ਸੁਝਾਅ ਦੇਣ ਵਾਲੇ ਮੰਤਰੀ ਨੇ ਉਸ ਦੀ ਗੱਲ ਕੱਟੀ, "ਚੰਦ ਜਦੋਂ ਆਸਮਾਨ ਵਿੱਚ ਤੈਰਦੈ ਅਤੇ ਸਾਗਰ ਜਾਂ ਚੀਕਣੇ ਤਲ 'ਤੇ ਪ੍ਰਤੀਬਿੰਬਤ ਹੁੰਦੈ, ਤਾਂ ਉਸ ਦੇ ਪ੍ਰਤੀਬਿੰਬ ਨੂੰ ਵੀ ਚੰਦ ਹੀ ਕਹਿੰਦੇ ਨੇ, ਨਾ ਕਿ ਕੁੱਝ ਹੋਰ। ਇਸ ਪ੍ਰਤੀਬਿੰਬ ਲਈ ਕੀ ਕੋਈ ਦੂਜਾ ਨਾਂ ਘੜਨ ਦੀ ਜ਼ਰੂਰਤ ਆ? ਹਾਂ, ਇਹ ਸਹੀ ਐ ਕਿ ਇੱਕ ਕਿੱਸੇ ਵਿੱਚ ਲੂੰਬੜੀ ਭੇੜੀਏ ਨੂੰ ਚੰਦ ਦਾ ਪ੍ਰਤੀਬਿੰਬ ਦਿਖਾ ਕੇ ਉਸ ਨੂੰ ਇਹ ਵਿਸ਼ਵਾਸ ਦਿਵਾ ਦਿੰਦੀ ਐ ਕਿ ਉਹ ਚਰਬੀ ਦਾ ਟੁਕੜਾ ਐ ਅਤੇ ਭੇੜੀਆ ਬੇਵਕੂਫ਼ ਬਣ ਕੇ ਨਦੀ ਵਿੱਚ ਛਾਲ ਮਾਰ ਦਿੰਦੈ ਪਰ ਲੂੰਬੜੀ ਤਾਂ ਜਾਣੀ-ਪਛਾਣੀ ਧੋਖੇਬਾਜ਼ ਅਤੇ ਮੱਕਾਰ ਐ।"

"ਨਹੀਂ ਚੱਲੇਗਾ। ਠੀਕ ਨਹੀਂ ਰਹੇਗਾ।" ਦੂਜਾ ਮੰਤਰੀ ਆਪਣੀ ਗੱਲ 'ਤੇ ਅੜਿਆ ਰਿਹਾ, "ਦਾਗ਼ਿਸਤਾਨ ਤਾਂ ਸਭ ਤੋਂ ਪਹਿਲਾਂ ਭੂਗੋਲਿਕ ਅਰਥ ਦਾ ਸੂਚਕ ਐ। ਪਰਬਤ, ਨਦੀਆਂ, ਦੱਰੇ, ਝਰਨੇ, ਇੱਥੋਂ ਤੱਕ ਕਿ ਸਾਗਰ ਵੀ। ਮੈਨੂੰ ਤਾਂ ਜਦੋਂ ਕੋਈ 'ਦਾਗ਼ਿਸਤਾਨ' ਕਹਿੰਦੈ, ਤਾਂ ਸਭ ਤੋਂ ਪਹਿਲਾਂ ਭੂਗੋਲਿਕ ਮਾਨਚਿੱਤਰ ਹੀ ਮੇਰੇ ਸਾਹਮਣੇ ਉੱਭਰਦੈ।"

"ਜੀ ਨਹੀਂ!" ਮੈਂ ਦਖ਼ਲ ਦਿੰਦੇ ਹੋਏ ਕਿਹਾ, "ਮੇਰਾ ਦਿਲ ਦਾਗ਼ਿਸਤਾਨ ਨਾਲ ਪੂਰੀ ਤਰ੍ਹਾਂ ਭਰਿਆ ਹੋਇਐ, ਪਰ ਇਹ ਭੂਗੋਲਿਕ ਮਾਨਚਿੱਤਰ ਨਹੀਂ। ਮੇਰੇ ਦਾਗ਼ਿਸਤਾਨ ਦੀ ਭੂਗੋਲਿਕ ਜਾਂ ਦੂਜੀਆਂ ਵੀ ਕੋਈ ਹੱਦਾਂ ਨਹੀਂ। ਨਾ ਹੀ ਮੇਰਾ ਦਾਗ਼ਿਸਤਾਨ ਸੁੰਦਰ, ਲੜੀਬੱਧ ਰੂਪ ਵਿੱਚ ਇੱਕ ਸਦੀ ਤੋਂ ਦੂਜੀ ਸਦੀ ਤੱਕ ਵਹਿੰਦੈ। ਮੇਰੀ ਕਿਤਾਬ, ਜੇਕਰ ਮੈਂ ਉਸ ਨੂੰ ਕਦੇ ਲਿਖ ਲਿਆ, ਤਾਂ ਉਹ ਦਾਗ਼ਿਸਤਾਨ ਬਾਰੇ ਪਾਠ-ਪੁਸਤਕ ਵਰਗੀ ਨਹੀਂ ਹੋਵੇਗੀ। ਮੈਂ ਸਦੀਆਂ ਨੂੰ ਘੁਲਾ-ਮਿਲਾ ਦਿਆਂਗਾ, ਫਿਰ ਇਤਿਹਾਸਕ ਘਟਨਾਵਾਂ ਦਾ ਸਾਰ, ਜਨਤਾ ਅਤੇ 'ਦਾਗ਼ਿਸਤਾਨ' ਸ਼ਬਦ ਦਾ ਨਿਚੋੜ ਕੱਢ ਲਵਾਂਗਾ।"

ਅਜਿਹਾ ਲੱਗ ਸਕਦਾ ਹੈ ਕਿ ਦਾਗ਼ਿਸਤਾਨ ਸਾਰੇ ਦਾਗ਼ਿਸਤਾਨੀਆਂ ਲਈ ਇੱਕੋ ਜਿਹਾ ਹੈ, ਬਰਾਬਰ ਹੈ। ਫਿਰ ਵੀ ਹਰ ਦਾਗ਼ਿਸਤਾਨੀ ਦਾ ਆਪਣਾ ਦਾਗ਼ਿਸਤਾਨ ਹੈ।

ਮੇਰਾ ਵੀ ਆਪਣਾ ਦਾਗ਼ਿਸਤਾਨ ਹੈ। ਇਸ ਰੂਪ ਵਿੱਚ ਕੇਵਲ ਮੈਂ ਹੀ ਇਸ ਨੂੰ ਦੇਖਦਾ ਹਾਂ, ਕੇਵਲ ਮੈਂ ਹੀ ਜਾਣਦਾ ਹਾਂ। ਦਾਗ਼ਿਸਤਾਨ ਵਿੱਚ ਮੈਂ ਜੋ ਕੁੱਝ ਦੇਖਿਆ, ਜੋ ਕੁੱਝ ਅਨੁਭਵ ਕੀਤਾ, ਮੈਥੋਂ ਪਹਿਲਾਂ ਦੇ ਅਤੇ ਮੇਰੇ ਨਾਲ ਜਿਉਣ ਵਾਲੇ ਸਾਰੇ ਦਾਗ਼ਿਸਤਾਨੀਆਂ ਨੇ ਜੋ ਕੁੱਝ ਅਨੁਭਵ ਕੀਤਾ, ਗੀਤਾਂ ਅਤੇ ਨਦੀਆਂ, ਕਹਾਵਤਾਂ ਅਤੇ ਚੱਟਾਨਾਂ, ਉਕਾਬਾਂ ਅਤੇ ਨਾਲਿਆਂ, ਪਹਾੜੀ ਪਗਡੰਡੀਆਂ ਅਤੇ ਇੱਥੋਂ ਤੱਕ ਕਿ ਪਹਾੜਾਂ ਦੀ ਪ੍ਰਤੀਧੁਨੀ ਤੋਂ ਵੀ ਮੇਰੇ ਆਪਣੇ ਦਾਗ਼ਿਸਤਾਨ ਦਾ ਰੂਪ ਬਣਿਆ ਹੈ।

ਡਾਇਰੀ ਵਿੱਚੋਂ

ਕਿਸਲੋਵੋਦਸਕ। ਕਮਰੇ ਵਿੱਚ ਅਸੀਂ ਦੋ ਜਣੇ ਰਹਿੰਦੇ ਹਾਂ। ਇੱਕ ਮੈਂ ਹਾਂ ਅਤੇ ਦੂਜਾ ਉਜ਼ਬੇਕ ਹੈ। ਸੂਰਜ ਚੜ੍ਹਨ ਅਚੇ ਛਿਪਣ ਦੇ ਸਮੇਂ ਸਾਨੂੰ ਖਿੜਕੀ ਵਿੱਚੋਂ ਐਲਬਰੁਜ਼ ਦੀਆਂ ਦੋਵੇਂ ਚੋਟੀਆਂ ਨਜ਼ਰ ਆਉਂਦੀਆਂ ਹਨ।

ਮੈਂ ਸੋਚਦਾ ਹਾਂ ਕਿ ਇਹ ਸ਼ਾਮਿਲ ਦੇ ਦੋ ਮੁਰੀਦਾਂ, ਦੋ ਦੋਸਤਾਂ ਦੇ ਮੁੰਨੇ ਹੋਏ ਅਤੇ ਜ਼ਖ਼ਮਾਂ ਨਾਲ ਭਰੇ ਸਿਰਾਂ ਵਰਗੀਆਂ ਹਨ।

ਇਸੇ ਵੇਲੇ ਮੇਰਾ ਉਜ਼ਬੇਕ ਸਾਥੀ ਕਹਿੰਦਾ ਹੈ:

"ਦੋ ਸਿਰਾਂ ਵਾਲਾ ਇਹ ਪਹਾੜ ਮੈਨੂੰ ਬੁਖ਼ਾਰਾ ਦੇ ਸਫ਼ੈਦ ਵਾਲਾਂ ਵਾਲੇ ਉਸ ਬਜ਼ੁਰਗ ਦੀ ਯਾਦ ਦਿਵਾਉਂਦੈ, ਜੋ ਪੁਲਾਵ ਦੀਆਂ ਦੋ ਪਲੇਟਾਂ ਲੈ ਕੇ ਜਾ ਰਿਹੈ ਅਤੇ ਸੁਬ੍ਹਾ ਵੇਲੇ ਘਾਟੀ ਦੇ ਨਜ਼ਾਰੇ ਨਾਲ ਮਗਨ ਹੋ ਕੇ ਅਚਾਨਕ ਰੁਕਿਆ ਅਤੇ ਉੱਥੇ ਦਾ ਉੱਥੇ ਬੁੱਤ ਬਣਿਆ ਖੜ੍ਹਾ ਰਹਿ ਗਿਆ।"

ਡਾਇਰੀ ਵਿੱਚੋਂ

ਕੋਲਕਾਤੇ ਦੇ ਮਹਾਨ ਰਵਿੰਦਰ ਨਾਥ ਟੈਗੋਰ ਦੇ ਘਰ ਵਿੱਚ ਮੈਂ ਇੱਕ ਪੰਛੀ ਦਾ ਚਿੱਤਰ ਦੇਖਿਆ। ਅਜਿਹਾ ਪੰਛੀ ਧਰਤੀ 'ਤੇ ਕਿਤੇ ਨਹੀਂ ਹੈ ਅਤੇ ਨਾ ਹੀ ਕਦੇ ਸੀ। ਟੈਗੋਰ ਦੀ ਆਤਮਾ ਵਿੱਚ ਉਸ ਦਾ ਜਨਮ ਹੋਇਆ ਅਤੇ ਉੱਥੇ ਹੀ ਉਹ ਰਿਹਾ। ਉਹ ਉਨ੍ਹਾਂ ਦੀ ਕਲਪਨਾ ਦਾ ਨਤੀਜਾ ਸੀ। ਪਰ, ਜ਼ਾਹਿਰ ਹੈ ਕਿ ਜੇਕਰ ਟੈਗੋਰ ਨੇ ਸਾਡੀ ਦੁਨੀਆ ਦੇ ਅਸਲੀ ਪਰਿੰਦੇ ਨਾ ਦੇਖੇ ਹੁੰਦੇ, ਤਾਂ ਉਹ ਆਪਣੇ ਇਸ ਅਦਭੁੱਤ ਪੰਛੀ ਦੀ ਵੀ ਕਲਪਨਾ ਨਾ ਕਰ ਸਕਦੇ।

ਮੇਰਾ ਵੀ ਅਜਿਹਾ ਅਨੂਠਾ ਪਰਿੰਦਾ ਹੈ, ਮੇਰਾ ਦਾਗ਼ਿਸਤਾਨ। ਤਾਂ ਇਸ ਲਈ ਕਿ ਪੁਸਤਕ ਦਾ ਨਾਂ ਬਿਲਕੁੱਲ ਸਹੀ ਹੋਵੇ, ਉਸ ਨੂੰ 'ਮੇਰਾ ਦਾਗ਼ਿਸਤਾਨ' ਕਹਿਣਾ ਚਾਹੀਦਾ ਹੈ। ਅਜਿਹਾ ਇਸ ਲਈ ਨਹੀਂ ਕਿ ਉਹ ਸੰਪਤੀ ਦੇ ਰੂਪ ਵਿੱਚ ਮੇਰਾ ਹੈ, ਬਲਕਿ ਇਸ ਲਈ ਕਿ ਉਸ ਬਾਰੇ ਮੇਰੀ ਕਲਪਨਾ ਦੂਜੇ ਲੋਕਾਂ ਦੀ ਕਲਪਨਾ ਤੋਂ ਵੱਖਰੀ ਹੈ।

ਸੋ ਤੈਅ ਹੋ ਗਿਆ। ਕਿਤਾਬ ਦੀ ਜਿਲਦ ਉੱਤੇ ਲਿਖਿਆ ਜਾਵੇਗਾ, "ਮੇਰਾ ਦਾਗ਼ਿਸਤਾਨ।"

* * *

ਮੰਤਰੀਆਂ ਦੀ ਸਭਾ ਵਿੱਚ ਕੁੱਝ ਦੇਰ ਖ਼ਾਮੋਸ਼ੀ ਰਹੀ, ਕਿਸੇ ਨੇ ਕੋਈ ਇਤਰਾਜ਼ ਨਹੀਂ ਕੀਤਾ। ਪਰ ਅਚਾਨਕ ਤੀਜਾ ਮੰਤਰੀ, ਜੋ ਹੁਣ ਤੱਕ ਚੁੱਪ-ਚਾਪ ਬੈਠਾ ਰਿਹਾ ਸੀ, ਆਪਣੀ ਜਗ੍ਹਾ ਤੋਂ ਉੱਠ ਕੇ ਮੰਚ ਵੱਲ ਚੱਲ ਪਿਆ।

"ਮੇਰਾ ਦਾਗ਼ਿਸਤਾਨ, ਮੇਰੇ ਪਹਾੜ, ਮੇਰੀਆਂ ਨਦੀਆਂ। ਕੁੱਝ ਬੁਰਾ ਨਹੀਂ ਇਸ ਵਿੱਚ। ਕੇਵਲ ਜਵਾਨ ਅਵਸਥਾ, ਵਿੱਦਿਆਰਥੀ ਜੀਵਨ ਦੇ ਦਿਨਾਂ ਵਿੱਚ ਹੋਸਟਲ ਵਿੱਚ ਰਹਿਣਾ ਚੰਗਾ ਹੁੰਦੈ। ਬਾਅਦ ਵਿੱਚ ਆਦਮੀ ਦਾ ਆਪਣਾ ਕਮਰਾ ਜਾਂ ਆਪਣਾ ਫ਼ਲੈਟ ਹੋਣਾ ਚਾਹੀਦੈ। 'ਮੇਰਾ ਚੁੱਲ੍ਹਾ', ਇੰਨਾ ਕਹਿਣਾ ਹੀ ਕਾਫ਼ੀ ਨਹੀਂ, ਚੁੱਲ੍ਹੇ ਵਿੱਚ ਅੱਗ ਵੀ ਹੋਣੀ ਚਾਹੀਦੀ ਐ। "ਮੇਰਾ ਪੰਘੂੜਾ', ਇੰਨਾ ਕਹਿਣ ਨਾਲ ਹੀ ਕੰਮ ਨਹੀਂ ਚੱਲਦਾ, ਪੰਘੂੜੇ ਵਿੱਚ

ਬੱਚਾ ਵੀ ਹੋਣਾ ਚਾਹੀਦੈ। 'ਮੇਰਾ ਦਾਗ਼ਿਸਤਾਨ' ਇੰਨਾ ਕਹਿਣਾ ਹੀ ਕਾਫ਼ੀ, ਇਨ੍ਹਾਂ ਸ਼ਬਦਾਂ ਦੀ ਤਹਿ ਵਿੱਚ ਕੋਈ ਵਿਚਾਰ, ਦਾਗ਼ਿਸਤਾਨ ਦੀ ਕਿਸਮਤ, ਉਸ ਦਾ ਅੱਜ ਦਾ ਦਿਨ ਵੀ ਹੋਣਾ ਚਾਹੀਦੈ। ਦਾਗ਼ਿਸਤਾਨ ਦੇ ਕਵੀ ਸੁਲੇਮਾਨ ਸਤਾਲਸਕੀ ਆਪਣੀ ਸੂਝ-ਬੂਝ ਲਈ ਪ੍ਰਸਿੱਧ ਨੇ। ਉਹ ਉਸ ਗੱਲ ਨੂੰ ਸਮਝਦੇ ਸੀ, ਜੋ ਮੈਂ ਹੁਣ ਕਹਿਣੀ ਚਾਹੁਨਾਂ। ਉਨ੍ਹਾਂ ਨੇ ਕਿਹੈ, "ਮੈਂ ਨਾ ਤਾਂ ਲੇਜ਼ਗੀਨ, ਨਾ ਦਾਗ਼ਿਸਤਾਨੀ ਅਤੇ ਨਾ ਕਾਕੇਸ਼ੀਆਈ ਕਵੀ ਆਂ। ਮੈਂ ਸੋਵੀਅਤ ਕਵੀ ਆਂ। ਮੈਂ ਇਸ ਸਮੁੱਚੇ ਵਿਰਾਟ ਦੇਸ਼ ਦਾ ਮਾਲਕ ਆਂ।" ਤਾਂ ਅਜਿਹਾ ਕਿਹੈ ਸਫ਼ੈਦ ਵਾਲਾਂ ਵਾਲੇ ਅਕਲਮੰਦ ਸੁਲੇਮਾਨ ਨੇ। ਪਰ ਤੁਸੀਂ ਇੱਕੋ ਹੀ ਰਟ ਲਗਾਈਂ ਜਾ ਰਹੇ ਹੋ, ਮੇਰਾ ਪਿੰਡ, ਮੇਰੇ ਪਹਾੜ, ਮੇਰਾ ਦਾਗ਼ਿਸਤਾਨ। ਅਜਿਹਾ ਸੋਚਿਆ ਜਾ ਸਕਦੈ ਕਿ ਤੁਹਾਡੇ ਲਈ ਦਾਗ਼ਿਸਤਾਨ ਨਾਲ ਹੀ ਸਾਰੀ ਦੁਨੀਆ ਦਾ ਆਰੰਭ ਅਤੇ ਅੰਤ ਹੁੰਦੈ। ਪਰ ਕੀ ਕ੍ਰੇਮਲਿਨ ਨਾਲ ਹੀ ਦੁਨੀਆ ਦੀ ਸ਼ੁਰੂਆਤ ਨਹੀਂ ਹੋਈ? ਇਹੀ ਐ, ਜੋ ਮੈਨੂੰ ਕਿਤਾਬ ਦੇ ਤੁਹਾਡੇ ਵਾਲੇ ਨਾਂ ਵਿੱਚ ਮਹਿਸੂਸ ਨਹੀਂ ਹੁੰਦਾ। ਤੁਸੀਂ ਸੀਨਾ ਤਾਂ ਬਣਾ ਦਿੱਤਾ, ਪਰ ਉਸ ਵਿੱਚ ਧੜਕਦਾ ਹੋਇਆ ਦਿਲ ਰੱਖਣਾ ਭੁੱਲ ਗਏ। ਤੁਸੀਂ ਅੱਖਾਂ ਤਾਂ ਬਣਾ ਦਿੱਤੀਆਂ, ਪਰ ਉਨ੍ਹਾਂ ਵਿੱਚ ਭਾਵਾਂ ਦੀ ਚਮਕ ਪੈਦਾ ਕਰਨੀ ਭੁੱਲ ਗਏ। ਅਜਿਹੀਆਂ ਨਿਰਜੀਵ ਅੱਖਾਂ ਅੰਗੂਰਾਂ ਵਾਂਗ ਹੁੰਦੀਆਂ ਨੇ।"

ਮੰਚ ਤੋਂ ਅਜਿਹੀ ਵਧੀਆ ਉਸਤਤ ਕਰ ਕੇ ਇਹ ਤੀਜਾ ਮੰਤਰੀ ਮੋਟੀਆਂ-ਮੋਟੀਆਂ ਅਤੇ ਬੜੀਆਂ ਗੰਭੀਰ ਪੁਸਤਕਾਂ ਦੀਆਂ ਉਦਾਹਰਣਾਂ ਵਾਲਾ ਕਾਗਜ਼ਾਂ ਦਾ ਪੁਲੰਦਾ ਕੱਛ ਵਿੱਚ ਦਬਾ ਕੇ ਬੜੀ ਸ਼ਾਨ ਨਾਲ ਆਪਣੀ ਸੀਟ ਵੱਲ ਚੱਲ ਪਿਆ। ਨਾਲ ਹੀ ਉਸ ਨੇ ਦੂਜਿਆਂ ਵੱਲ ਇਸ ਤਰ੍ਹਾਂ ਦੇਖਿਆ, ਜਿਵੇਂ ਉਸ ਦੇ ਸ਼ਬਦਾਂ ਤੋਂ ਬਾਅਦ ਉਹ ਉਸੇ ਤਰ੍ਹਾਂ ਕੁੱਝ ਨਾ ਕਹਿ ਸਕਦੇ ਹੋਣ, ਜਿਵੇਂ ਕਿ ਜੱਜ ਦੇ ਫ਼ੈਸਲੇ ਤੋਂ ਬਾਅਦ ਹੁੰਦਾ ਹੈ।

ਪਰ ਇਸੇ ਵੇਲੇ ਸਭਾ ਵਿੱਚ ਹਿੱਸਾ ਲੈਣ ਵਾਲਾ ਇੱਕ ਹੋਰ ਮੰਤਰੀ ਭੱਜ ਕੇ ਮੰਚ 'ਤੇ ਆ ਖੜ੍ਹਾ ਹੋਇਆ। ਉਹ ਚੁਸਤ, ਹੱਸਮੁਖ ਅਤੇ ਦੂਜਿਆਂ ਦੇ ਮੁਕਾਬਲੇ ਕੁੱਝ ਘੱਟ ਉਮਰ ਦਾ ਵੀ ਸੀ। ਉਸ ਨੇ ਆਪਣਾ ਭਾਸ਼ਣ ਦੂਜਿਆਂ ਵਾਂਗ ਨਹੀਂ, ਬਲਕਿ ਕਵਿਤਾ ਨਾਲ ਸ਼ੁਰੂ ਕੀਤਾ:

ਜਦੋਂ ਤੱਕ ਕੋਈ ਬੈਠਾ ਹੈ, ਅਸੀਂ ਜਾਣ ਨਾ ਸਕੀਏ,
ਲੰਗੜਾ ਹੈ ਉਹ, ਜਾਂ ਕਿ ਨਹੀਂ ਹੈ ਉਹ ਲੰਗੜਾ।
ਜਦੋਂ ਤੱਕ ਕੋਈ ਸੌਂਦਾ ਹੈ, ਅਸੀਂ ਜਾਣ ਨਾ ਸਕੀਏ,
ਅੰਨ੍ਹਾਂ ਹੈ ਉਹ ਜਾਂ ਕਿ ਉਹ ਨਹੀਂ ਹੈ ਅੰਨ੍ਹਾਂ।
ਜਦੋਂ ਤੱਕ ਕੋਈ ਖਾਂਦਾ ਹੈ, ਅਸੀਂ ਜਾਣ ਨਾ ਸਕੀਏ,
ਬੁਜ਼ਦਿਲ ਹੈ ਉਹ, ਜਾਂ ਕਿ ਬੀਰ ਹੈ ਬਹੁਤ ਵੱਡਾ।
ਜਦੋਂ ਤੱਕ ਕੋਈ ਚੁੱਪ ਰਹਿੰਦਾ, ਅਸੀਂ ਜਾਣ ਨਾ ਸਕੀਏ,
ਸੱਚਾ ਹੈ ਉਹ, ਜਾਂ ਕਿ ਝੂਠ ਹੈ ਉਸ ਦਾ ਧੰਦਾ।

"ਤਾਂ ਮੈਂ ਇਹ ਕਹਿਣਾ ਚਾਹੁਨਾਂ।" ਉਸ ਨੇ ਆਪਣੀ ਗੱਲ ਜਾਰੀ ਰੱਖਦੇ ਹੋਏ ਕਿਹਾ, "ਯਕੀਨਨ ਹੀ ਜਦੋਂ ਕੋਈ ਵਿਚਾਰ ਹੋਵੇ, ਤਾਂ ਚੰਗਾ ਰਹਿੰਦੈ, ਵਿਸ਼ੇਸ਼ ਕਰ ਕੇ ਅਜਿਹਾ ਵਿਚਾਰ, ਜਿਸ ਦਾ ਮੈਥੋਂ ਪਹਿਲੇ ਬੁਲਾਰਿਆਂ ਨੇ ਜ਼ਿਕਰ ਕੀਤੈ। ਪਰ ਕੁੱਝ ਬਹੁਤੇ ਵਿਚਾਰਾਂ ਵਾਲੇ ਸਾਥੀ ਵੀ ਤਾਂ ਹੁੰਦੇ ਨੇ। ਅਜਿਹੇ ਲੋਕਾਂ ਨਾਲ ਤਾਂ ਵਿਚਾਰ ਨੂੰ ਹਾਨੀ ਪਹੁੰਚਦੀ ਐ। ਮੈਂ

ਇੱਤਲਾ ਪਿੰਡ ਦੇ ਇੱਕ ਅਜਿਹੇ ਹੀ ਮਿਖ਼ਾਈਲ ਦੀ ਯਾਦ ਦਿਵਾਉਣੀ ਚਾਹੁਨਾਂ।"

ਸਭਾ ਵਿੱਚ ਕਿਉਂਕਿ ਹਰ ਬੁਲਾਰੇ ਲਈ ਸਮਾਂ ਨਿਸ਼ਚਿਤ ਨਹੀਂ ਕੀਤਾ ਗਿਆ ਸੀ, ਇਸ ਲਈ ਭਾਸ਼ਣ ਦੇਣ ਵਾਲੇ ਨੇ ਪ੍ਰਸੰਗ ਅਨੁਸਾਰ ਸਾਨੂੰ ਮਿਖ਼ਾਈਲ ਦਾ ਕਿੱਸਾ ਵੀ ਸੁਣਾ ਦਿੱਤਾ।

ਖ਼ੂੰਜ਼ਹ ਹਲਕਾ ਪਾਰਟੀ ਕਮੇਟੀ ਵਿੱਚ ਮਿਖ਼ਾਈਲ ਗ੍ਰਿਗੋਰਿਏਵਿਚ ਹੁਸੈਨੋਵ ਘੋੜਿਆਂ ਦੀ ਦੇਖ-ਭਾਲ ਦਾ ਕੰਮ ਕਰਦਾ ਸੀ। ਅਸਲ ਵਿੱਚ ਉਹ ਮਿਖ਼ਾਈਲ ਨਹੀਂ, ਮੁਹੰਮਦ ਸੀ। ਗ੍ਰਹਿ-ਯੁੱਧ ਦੇ ਦਿਨਾਂ ਵਿੱਚ ਕਿਸੇ ਦੂਜੀ ਜਗ੍ਹਾ ਰਿਹਾ ਅਤੇ ਜਨਮ ਸਥਾਨ 'ਤੇ ਮੁਹੰਮਦ ਨਹੀਂ, ਬਲਕਿ ਮੀਸ਼ਾ ਬਣ ਕੇ ਮੁੜਿਆ। ਮਤਲਬ ਇਹ ਕਿ ਉਸ ਨੇ ਆਪਣਾ ਦਾਗਿਸਤਾਨੀ ਨਾਂ ਬਦਲ ਲਿਆ। ਉਸ ਦੇ ਬੁੱਢੇ ਬਾਪ ਨੇ ਉਦੋਂ ਇਸ ਨਵੇਂ ਜੰਮੇ ਮੀਸ਼ਾ ਨੂੰ ਕਿਹਾ:

"ਤੁਹਾਡੀ ਮਾਂ ਤੁਹਾਡਾ ਸੋਗ ਮਨਾਵੇ! ਬੇਸ਼ੱਕ ਮੈਂ ਤੁਹਾਨੂੰ ਮੁਹੰਮਦ ਨਾਂ ਦਿੱਤਾ ਸੀ, ਫਿਰ ਵੀ ਇਹ ਤੁਹਾਡਾ ਨਾਂ ਐ ਅਤੇ ਤੁਸੀਂ ਉਸ ਦੇ ਨਾਲ ਜਿਹੋ ਜਿਹਾ ਵੀ ਚਾਹੋ, ਵਿਹਾਰ ਕਰਨ ਦਾ ਅਧਿਕਾਰ ਰੱਖਦੇ ਹੋ। ਪਰ ਮੇਰੇ ਨਾਲ ਅਜਿਹਾ ਵਿਹਾਰ ਕਰਨ ਦੀ ਇਜਾਜ਼ਤ ਤੁਹਾਨੂੰ ਕਿਸ ਨੇ ਦਿੱਤੀ? ਹਸਨ ਨੂੰ ਗ੍ਰਿਗੋਰੀ ਵਿੱਚ ਬਦਲਣ ਦਾ ਅਧਿਕਾਰ ਤੁਹਾਨੂੰ ਕਿਸ ਨੇ ਦਿੱਤਾ? ਮੈਂ ਤੁਹਾਡਾ ਬਾਪ ਆਂ, ਅਜੇ ਜਿਊਨਾਂ! ਅਤੇ ਮੈਂ ਹਸਨ ਹੀ ਰਹਿਣਾ ਚਾਹੁਨਾਂ!"

ਗ੍ਰਹਿ-ਯੁੱਧ ਵਿੱਚ ਹਿੱਸਾ ਲੈਣ ਵਾਲਾ ਅਟੱਲ ਰਿਹਾ। ਉਹ ਮਿਖ਼ਾਈਲ ਗ੍ਰਿਗੋਰਿਏਵਿਚ ਹੀ ਬਣਿਆ ਰਿਹਾ ਅਤੇ ਇਸੇ ਰੁਤਬੇ ਨਾਲ ਖ਼ੂੰਜ਼ਹ ਹਲਕਾ ਪਾਰਟੀ ਕਮੇਟੀ ਵਿੱਚ ਘੋੜਿਆਂ ਦੀ ਦੇਖ-ਭਾਲ ਕਰਦਾ ਰਿਹਾ।

ਉਸ ਦੀ ਸਮਝ-ਬੂਝ ਦੇ ਘੋੜੇ ਬਹੁਤ ਘੱਟ ਅਤੇ ਕਮਜ਼ੋਰ ਹੋ ਗਏ ਸਨ, ਪਰ ਉਹ ਆਪਣੇ ਆਪ ਨੂੰ ਬਹੁਤ ਜ਼ਿਆਦਾ ਵਿਚਾਰਵਾਨ ਵਿਅਕਤੀ ਸਮਝਦਾ ਸੀ ਅਤੇ ਹਰ ਜਗ੍ਹਾ ਇਸ ਦੀ ਚਰਚਾ ਕਰਦਾ ਸੀ। ਬਹੁਤ ਸਾਰੇ ਲੋਕ ਉਸ ਨੂੰ ਵਿਚਾਰਾਂ ਦਾ ਸਭ ਤੋਂ ਉਤਸ਼ਾਹੀ ਜੁਝਾਰੂ ਮੰਨਣ ਲੱਗੇ।

ਇੱਕ ਵਾਰ ਸਾਡੇ ਉਸਤਾਦ ਹਾਜੀ ਦੀ ਇਸ ਕਰਕੇ ਨਿੰਦਿਆ ਕੀਤੀ ਗਈ ਕਿ ਉਸ ਦੇ ਦੂਰ ਦੇ ਰਿਸ਼ਤੇ ਦਾ ਇੱਕ ਭਰਾ ਸ਼ਾਇਦ ਕੋਈ ਸ਼ਾਹਜ਼ਾਦਾ ਸੀ। ਉਸਤਾਦ ਹਾਜੀ ਨੇ ਆਪਣੇ ਪਾਰਟੀ-ਫਾਰਮ ਵਿੱਚ ਇਹ ਨਹੀਂ ਲਿਖਿਆ ਸੀ।

ਪਾਰਟੀ ਦੀ ਇਸ ਨਿੰਦਿਆ ਦੀ ਵਜ੍ਹਾ ਕਰਕੇ ਭਰੇ ਮਨ ਨਾਲ ਹਾਜੀ ਹੌਲੀ-ਹੌਲੀ ਆਪਣੇ ਬਾਤਲਾਹੀਚ ਪਿੰਡ ਜਾ ਰਿਹਾ ਸੀ। ਰਸਤੇ ਵਿੱਚ ਹਲਕਾ ਪਾਰਟੀ ਕਮੇਟੀ ਦਾ ਘੋੜਿਆਂ ਦੀ ਦੇਖ-ਭਾਲ ਕਰਨ ਵਾਲਾ ਮਿਖ਼ਾਈਲ ਗ੍ਰਿਗੋਰਿਏਵਿਚ ਉਸ ਨੂੰ ਆ ਮਿਲਿਆ। ਹਾਜੀ ਨੇ ਉਸ ਕੋਲ ਆਪਣੀ ਮੁਸੀਬਤ ਜਾ ਜ਼ਿਕਰ ਕੀਤਾ।

"ਨਿੰਦਿਆ ਤਾਂ ਬਹੁਤ ਘੱਟ ਐ ਤੁਹਾਡੇ ਲਈ! ਪਾਰਟੀ ਵਿੱਚੋਂ ਕੱਢ ਦੇਣਾ ਚਾਹੀਦਾ ਸੀ। ਤੁਸੀਂ ਕਿਹੋ ਜਿਹੇ ਪਾਰਟੀ ਵਾਲੇ ਹੋ, ਕਿਹੋ ਜਿਹੇ ਕਮਿਊਨਿਸਟ ਹੋ? ਅਸਲੀ ਕਮਿਊਨਿਸਟ ਨੂੰ ਤਾਂ ਇੱਥੇ ਜ਼ਰੂਰੀ ਸੀ, ਖ਼ੁਦ ਹੀ ਸਭ ਕੁੱਝ ਲਿਖ ਦੇਣਾ ਚਾਹੀਦਾ ਸੀ... ਬੇਸ਼ੱਕ ਉਹ ਦੂਰ ਦੇ ਰਿਸ਼ਤੇ ਦਾ ਹੀ ਨਹੀਂ, ਸਕਾ ਭਰਾ, ਸਕੀ ਭੈਣ ਜਾਂ ਸਕਾ ਬਾਪ ਹੀ ਕਿਉਂ ਨਾ ਹੁੰਦਾ......।"

ਉਸਤਾਦ ਨੇ ਨਜ਼ਰ ਉੱਪਰ ਉਠਾਈ, ਮਿਖ਼ਾਈਲ ਗ੍ਰਿਗੋਰਿਏਵਿਚ ਵੱਲ ਦੇਖਿਆ ਅਤੇ ਕਿਹਾ:

"ਸਹੀ ਅਰਥਾਂ ਵਿੱਚ ਤੁਹਾਨੂੰ ਸਭ ਤੋਂ ਜ਼ਿਆਦਾ ਵਿਚਾਰਵਾਨ ਮੰਨਿਆ ਜਾਂਦੈ। ਹੈਰਾਨੀ ਹੁੰਦੀ ਐ ਕਿ ਕਿਵੇਂ ਤੁਸੀਂ ਦਾਗ਼ਿਸਤਾਨ ਦੇ ਸਾਰੇ ਪਰਬਤਾਂ ਨੂੰ ਹੁਣ ਤੱਕ ਪੱਧਰੇ ਨਹੀਂ ਕਰ ਦਿੱਤਾ। ਸਿੱਧੇ ਖੜ੍ਹੇ ਪਰਬਤਾਂ ਦੇ ਮੁਕਾਬਲੇ ਪੱਧਰੇ ਮੈਦਾਨ ਜ਼ਿਆਦਾ ਵਿਚਾਰਪੂਰਨ ਅਤੇ ਸੌਖੇ-ਸਰਲ ਹੁੰਦੇ ਹਨ। ਪਰ ਖ਼ੈਰ ਤੁਹਾਡੇ ਵਰਗਿਆਂ ਨਾਲ ਗੱਲ ਕਰਨੀ ਬੇਕਾਰ ਐ।"

ਭਾਵੇਂ ਦੋਵਾਂ ਨੇ ਇੱਕ ਹੀ ਪਿੰਡ ਵਿੱਚ ਜਾਣਾ ਸੀ, ਫਿਰ ਵੀ ਹਾਜੀ ਸੜਕ ਛੱਡ ਕੇ ਨਾਲ ਵਾਲੀ ਪਗਡੰਡੀ 'ਤੇ ਹੋ ਗਿਆ।

"ਕਿੱਥੇ ਚਲੇ ਗਏ ਤੁਸੀਂ?"

"ਤੁਹਾਨੂੰ ਇਸ ਨਾਲ ਕੀ ਮਤਲਬ ਐ, ਸਾਡਾ ਰਸਤਾ ਇੱਕ ਨਹੀਂ।"

"ਪਰ ਮੈਂ ਤਾਂ ਕਮਿਊਨਿਜ਼ਮ ਵੱਲ ਜਾ ਰਿਹਾਂ। ਜੇਕਰ ਤੁਸੀਂ ਇਸ ਦੇ ਉਲਟ ਦਿਸ਼ਾ ਵਿੱਚ ਜਾਣਾ ਚਾਹੁੰਦੇ ਹੋ, ਤਾਂ ......?"

"ਕਮਿਊਨਿਜ਼ਮ ਵੱਲ ਮੈਂ ਤੁਹਾਡੇ ਨਾਲ ਨਹੀਂ ਜਾਣਾ ਚਾਹੁੰਦਾ। ਦੇਖਦੇ ਆਂ ਕਿ ਸਾਡੇ ਵਿੱਚੋਂ ਕਿਹੜਾ ਉੱਥੇ ਜਲਦੀ ਪਹੁੰਚਦੈ।"

* * *

ਇਹ ਕਿੱਸਾ ਖ਼ਤਮ ਕਰ ਕੇ ਬੁਲਾਰੇ ਨੇ ਆਪਣੀ ਗੱਲ ਜਾਰੀ ਰੱਖਦੇ ਹੋਏ ਕਿਹਾ:

"ਇੱਕ ਕਵੀ ਨੇ ਚਰਵਾਹੇ ਬਾਰੇ ਅਜਿਹੀ ਕਵਿਤਾ ਲਿਖੀ ਹੈ।"

ਲਓ, ਪਹਾੜਾਂ ਦੀ ਧੁੰਦ ਖਿੰਡ ਗਈ,
ਰਸਤਾ ਹੈ ਸਾਫ਼, ਹੁਣ ਰੌਸ਼ਨ,
ਕਮਿਊਨਿਜ਼ਮ ਵਿੱਚ, ਐ ਆਜੜੀ,
ਤੂੰ ਸਾਰੀਆਂ ਭੇਡਾਂ, ਲੈ ਕੇ ਚੱਲ।

ਜਾਂ ਫਿਰ ਵਿਚਾਰਾਂ ਦੇ ਅਜਿਹੇ ਹੀ ਇੱਕ ਦੂਜੇ ਦੀਵਾਨੇ ਨੇ ਹਲਕਾ ਪਾਰਟੀ ਕਮੇਟੀ ਨੂੰ ਇਹ ਅਰਜ਼ੀ ਲਿਖ ਭੇਜੀ, "ਮੇਰੀਆਂ ਸਾਰੀਆਂ ਕੋਸ਼ਿਸ਼ਾਂ, ਇੱਥੋਂ ਤੱਕ ਕਿ ਸਰੀਰਕ ਜ਼ੋਰ-ਜ਼ਬਰਦਸਤੀ ਦੇ ਬਾਵਜੂਦ ਮੇਰੀ ਪਤਨੀ ਬੜੀ ਲਗਨ ਨਾਲ 'ਕਮਿਊਨਿਸਟ ਪਾਰਟੀ (ਬੋਲਸ਼ੇਵਿਕ) ਦਾ ਸੰਖੇਪ ਇਤਿਹਾਸ' ਨਹੀਂ ਪੜ੍ਹਦੀ। ਵਿਚਾਰਕ ਸਿੱਖਿਆ ਵਿੱਚ ਸਹਾਇਤਾ ਦੇਣ ਦੇ ਉਦੇਸ਼ ਨਾਲ ਮੈਂ ਹਲਕਾ ਕਮੇਟੀ ਨੂੰ ਆਪਣੀ ਪਤਨੀ 'ਤੇ ਪ੍ਰਭਾਵ ਪਾਉਣ ਲਈ ਕਹਿੰਦਾ ਹਾਂ।"

ਜਾਂ ਫਿਰ ਦਾਗ਼ਿਸਤਾਨ ਦੇ ਲੇਖਕ ਸੰਘ ਦੇ ਦਰਵਾਜ਼ੇ 'ਤੇ ਇੱਕ ਵਾਰ ਇਹ ਭਿਆਨਕ ਐਲਾਨ ਦਿਖਾਈ ਦਿੱਤਾ, "ਡੂੰਘੀ ਸਿਧਾਂਤਿਕ ਤਿਆਰੀ ਤੋਂ ਬਿਨਾਂ ਤੁਹਾਨੂੰ ਇਸ ਦਰਵਾਜ਼ੇ ਨੂੰ ਲੰਘਣ ਦਾ ਅਧਿਕਾਰ ਨਹੀਂ ਹੈ।"

ਮਸ਼ਹੂਰ ਬਜ਼ੁਰਗ ਸ਼ਾਇਰ ਅਬੂਤਾਲਿਬ ਗਫ਼ੂਰੋਵ ਕਿਸੇ ਕੰਮ ਕਰਕੇ ਲੇਖਕ ਸੰਘ ਜਾ ਰਹੇ ਸਨ, ਪਰ ਇਹ ਚੇਤਾਵਨੀ ਪੜ੍ਹ ਕੇ ਵਾਪਸ ਮੁੜ ਗਏ।

ਜਾਂ ਫਿਰ ਬਹੁਕੌਮੀ ਨਗਰ, ਮਖ਼ਚਕਲਾ ਵਿੱਚ ਈਸਾਈਆਂ, ਮੁਸਲਮਾਨਾਂ ਅਤੇ ਯਹੂਦੀਆਂ ਦੇ ਵੱਖੋ-ਵੱਖਰੇ ਕਬਰਿਸਤਾਨ ਹਨ। ਲੋਕਤੰਤਰ ਦੇ ਸਰਗਰਮ ਕਾਰਜ-ਕਰਤਾਵਾਂ ਦੀ ਬੈਠਕ ਵਿੱਚ ਇੱਕ ਬਹੁਤ ਵਿਚਾਰਵਾਨ ਸਾਥੀ ਨੇ ਆਪਣੇ ਭਾਸ਼ਣ ਵਿੱਚ ਇਹ ਕਿਹਾ:

"ਅਸੀਂ ਕੌਮਾਂ ਵਿੱਚਕਾਰ ਮਿੱਤਰਤਾ ਪਰਿਪੱਕ ਕਰਨ ਲਈ ਹਮੇਸ਼ਾ ਅਣਥੱਕ ਸੰਘਰਸ਼ ਕਰ ਰਹੇ ਆਂ, ਪਰ ਸਾਡੇ ਇੱਥੇ ਫਿਰ ਵੀ ਕਿੰਨੇ ਹੀ ਵੱਖੋ-ਵੱਖਰੇ ਕਬਰਿਸਤਾਨ ਨੇ। ਹੁਣ ਇੱਕ ਸਾਂਝਾ ਕਬਰਿਸਤਾਨ ਬਣਾਉਣ ਦਾ ਸਮਾਂ ਆ ਗਿਐ। ਉਸ ਦੇ ਨਾਂ ਬਾਰੇ ਵੀ ਸੋਚਿਆ ਜਾ ਸਕਦੈ। ਮਿਸਾਲ ਦੇ ਤੌਰ 'ਤੇ 'ਇੱਕ ਹੀ ਪਰਿਵਾਰ ਦੇ ਬੱਚੇ' ਭਾਵ ਕੁੱਝ ਅਜਿਹਾ ਹੀ...... ਉਦਾਹਰਣ ਦੇ ਲਈ, ਮੇਰੇ ਮਾਂ-ਬਾਪ ਭਗਵਾਨ ਨੂੰ ਮੰਨਦੇ ਸੀ, ਉਸ ਦੀ ਪੂਜਾ ਕਰਦੇ ਸੀ। ਭਲਾਂ ਮੈਂ, ਜੋ 1937 ਤੋਂ ਪਾਰਟੀ ਦਾ ਮੈਂਬਰ ਆਂ, ਇੱਕ ਹੀ ਕਬਰਿਸਤਾਨ ਵਿੱਚ ਉਨ੍ਹਾਂ ਦੇ ਨਾਲ ਕਿਵੇਂ ਲੇਟ ਸਕਦਾਂ। ਨਹੀਂ, ਬਹੁਤ ਪਹਿਲਾਂ ਤੋਂ ਹੀ ਸਾਡੇ ਸ਼ਹਿਰ ਵਿੱਚ ਬਹੁਤ ਉੱਚੇ ਵਿਚਾਰਧਾਰਕ ਪੱਧਰ 'ਤੇ ਕਬਰਿਸਤਾਨ ਬਣਾਇਆ ਜਾਣਾ ਚਾਹੀਦਾ ਸੀ।"

ਕਹਿੰਦੇ ਹਨ ਕਿ ਕੁੱਝ ਹੀ ਸਮਾਂ ਪਹਿਲਾਂ ਉਹ ਵਿਚਾਰਾ ਚੱਲ ਵੱਸਿਆ ਅਤੇ ਨਵਾਂ ਕਬਰਿਸਤਾਨ ਨਹੀਂ ਦੇਖ ਸਕਿਆ।

* * *

"ਇਸ ਲਈ ਮੈਂ ਇਹ ਕਹਿਨਾਂ।" ਆਵਾਜ਼ ਉੱਚੀ ਕਰਦੇ ਹੋਏ ਮੰਤਰੀ ਨੇ ਆਪਣੀ ਗੱਲ ਜਾਰੀ ਰੱਖੀ, "ਮੇਰਾ ਦਾਗ਼ਿਸਤਾਨ, ਇਹ ਤਾਂ ਟੋਪੀ ਐ। ਜ਼ਿਆਦਾ ਮਹੱਤਵਪੂਰਨ ਕੀ ਐ, ਟੋਪੀ ਜਾਂ ਸਿਰ! ਮੈਂ ਤੁਹਾਨੂੰ ਇਹ ਕਿੱਸਾ ਸੁਣਾਉਨਾਂ ਕਿ ਤਿੰਨ ਸ਼ਿਕਾਰੀਆਂ ਨੇ ਕਿਵੇਂ ਇੱਕ ਭੇੜੀਏ ਦਾ ਸ਼ਿਕਾਰ ਕਰਨਾ ਚਾਹਿਆ।"

ਸ਼ਿਕਾਰੀ ਦਾ ਸਿਰ ਸੀ ਕਿ ਨਹੀਂ:

ਤਿੰਨ ਸ਼ਿਕਾਰੀਆਂ ਨੂੰ ਇਹ ਪਤਾ ਲੱਗਿਆ ਕਿ ਪਿੰਡ ਤੋਂ ਥੋੜ੍ਹੀ ਹੀ ਦੂਰ ਦੱਰੇ ਵਿੱਚ ਇੱਕ ਭੇੜੀਆ ਛਿਪਿਆ ਹੋਇਆ ਹੈ। ਉਨ੍ਹਾਂ ਨੇ ਉਸ ਨੂੰ ਲੱਭਣ ਅਤੇ ਮਾਰ ਦੇਣ ਦਾ ਫ਼ੈਸਲਾ ਕੀਤਾ। ਕਿਵੇਂ ਉਨ੍ਹਾਂ ਨੇ ਉਸ ਦਾ ਸ਼ਿਕਾਰ ਕੀਤਾ, ਲੋਕ ਵੱਖ-ਵੱਖ ਢੰਗ-ਤਰੀਕਿਆਂ ਨਾਲ ਇਹ ਗੱਲ ਸੁਣਾਉਂਦੇ ਹਨ। ਮੈਨੂੰ ਤਾਂ ਬਚਪਨ ਤੋਂ ਹੀ ਇਹ ਕਿੱਸਾ ਇਸ ਤਰ੍ਹਾਂ ਯਾਦ ਹੈ।

ਸ਼ਿਕਾਰੀਆਂ ਤੋਂ ਬਚਣ ਲਈ ਭੇੜੀਆ ਗੁਫ਼ਾ ਵਿੱਚ ਜਾ ਲੁਕਿਆ। ਉਸ ਵਿੱਚ ਜਾਣ ਦਾ ਇੱਕ ਹੀ ਅਤੇ ਉਹ ਵੀ ਬਹੁਤ ਤੰਗ ਰਸਤਾ ਸੀ। ਸਿਰ ਤਾਂ ਉਸ ਵਿੱਚ ਜਾ ਸਕਦਾ ਸੀ, ਪਰ ਮੋਢੇ ਨਹੀਂ। ਸ਼ਿਕਾਰੀ ਪੱਥਰਾਂ ਪਿੱਛੇ ਲੁਕ ਗਏ, ਆਪਣੀਆਂ ਬੰਦੂਕਾਂ ਉਨ੍ਹਾਂ ਨੇ ਗੁਫ਼ਾ ਦੇ ਮੂੰਹ ਵੱਲ ਤਾਣ ਲਈਆਂ ਅਤੇ ਭੇੜੀਏ ਦੇ ਬਾਹਰ ਆਉਣ ਦੀ ਉਡੀਕ ਕਰਨ ਲੱਗੇ। ਪਰ ਲੱਗਦਾ ਹੈ ਕਿ ਭੇੜੀਆ ਵੀ ਕੋਈ ਮੂਰਖ ਨਹੀਂ ਸੀ। ਉਹ ਆਰਾਮ ਨਾਲ ਨਹੀਂ ਬੈਠਾ ਰਿਹਾ। ਮਤਲਬ ਇਹ ਕਿ ਹਾਰ ਉਸ ਦੀ ਹੋਵੇਗੀ, ਜੋ ਬੈਠੇ-ਬੈਠੇ ਅਤੇ ਉਡੀਕ ਕਰਦੇ-ਕਰਦੇ ਪਹਿਲਾਂ ਅੱਕ ਜਾਵੇਗਾ।

ਇੱਕ ਸ਼ਿਕਾਰੀ ਅੱਕ ਗਿਆ। ਉਸ ਨੇ ਕਿਸੇ ਨਾ ਕਿਸੇ ਤਰ੍ਹਾਂ ਗੁਫ਼ਾ ਵਿੱਚ ਜਾਣ ਅਤੇ ਉੱਥੋਂ ਭੇੜੀਏ ਨੂੰ ਕੱਢਣ ਦਾ ਫ਼ੈਸਲਾ ਕੀਤਾ। ਗੁਫ਼ਾ ਦੇ ਮੂੰਹ ਕੋਲ ਜਾ ਕੇ ਉਸ ਨੇ ਉਸ ਵਿੱਚ ਆਪਣਾ ਸਿਰ ਘੁਸੇੜ ਦਿੱਤਾ। ਬਾਕੀ ਦੋ ਸ਼ਿਕਾਰੀ ਦੇਰ ਤੱਕ ਆਪਣੇ ਸਾਥੀ ਵੱਲ ਦੇਖਦੇ ਅਤੇ ਹੈਰਾਨ ਹੁੰਦੇ ਰਹੇ ਕਿ ਉਹ ਅੱਗੇ ਵਧਣ ਜਾਂ ਫਿਰ ਸਿਰ ਬਾਹਰ ਕੱਢਣ ਦੀ ਕੋਸ਼ਿਸ਼ ਕਿਉਂ ਨਹੀਂ ਕਰਦਾ। ਆਖ਼ਰ ਉਹ ਉਡੀਕ ਕਰਦੇ-ਕਰਦੇ ਤੰਗ ਆ ਗਏ। ਉਨ੍ਹਾਂ ਨੇ ਸ਼ਿਕਾਰੀ ਨੂੰ

ਹਿਲਾਇਆ-ਜੁਲਾਇਆ ਅਤੇ ਫਿਰ ਉਨ੍ਹਾਂ ਨੂੰ ਇਸ ਗੱਲ ਦਾ ਵਿਸ਼ਵਾਸ ਹੋ ਗਿਆ ਕਿ ਉਸ ਦਾ ਸਿਰ ਨਹੀਂ ਹੈ।

ਹੁਣ ਉਹ ਇਹ ਸੋਚਣ ਲੱਗੇ, ਗੁਫ਼ਾ ਵਿੱਚ ਜਾਣ ਤੋਂ ਪਹਿਲਾਂ ਉਸ ਦਾ ਸਿਰ ਸੀ ਕਿ ਨਹੀਂ? ਇੱਕ ਨੇ ਕਿਹਾ ਕਿ ਸ਼ਾਇਦ ਸੀ, ਤਾਂ ਦੂਜਾ ਬੋਲਿਆ ਕਿ ਸ਼ਾਇਦ ਨਹੀਂ ਸੀ।

ਸਿਰ ਤੋਂ ਬਿਨਾਂ ਧੜ ਨੂੰ ਉਹ ਪਿੰਡ ਲੈ ਆਏ ਅਤੇ ਲੋਕਾਂ ਨੂੰ ਇਹ ਕਹਾਣੀ ਸੁਣਾਈ। ਇੱਕ ਬਜ਼ੁਰਗ ਨੇ ਕਿਹਾ ਕਿ ਇਸ ਗੱਲ ਨੂੰ ਧਿਆਨ ਵਿੱਚ ਰੱਖਦੇ ਹੋਏ ਕਿ ਸ਼ਿਕਾਰੀ ਭੇੜੀਏ ਕੋਲ ਗੁਫ਼ਾ ਵਿੱਚ ਘੁਸਿਆ, ਉਹ ਇੱਕ ਜ਼ਮਾਨੇ ਤੋਂ ਹੀ, ਇੱਥੋਂ ਤੱਕ ਕਿ ਜਨਮ ਤੋਂ ਹੀ ਸਿਰ ਤੋਂ ਬਿਨਾਂ ਸੀ। ਗੱਲ ਨੂੰ ਸਪੱਸ਼ਟ ਕਰਨ ਲਈ ਉਹ ਉਸ ਦੀ ਵਿਧਵਾ ਹੋ ਗਈ ਬੀਵੀ ਕੋਲ ਗਏ।

"ਮੈਨੂੰ ਕੀ ਪਤਾ ਕਿ ਮੇਰੇ ਪਤੀ ਦਾ ਸਿਰ ਸੀ ਕਿ ਨਹੀਂ? ਸਿਰਫ਼ ਇੰਨਾ ਹੀ ਯਾਦ ਐ ਕਿ ਹਰ ਸਾਲ ਉਹ ਆਪਣੇ ਲਈ ਨਵੀਂ ਟੋਪੀ ਦਾ ਆਰਡਰ ਦਿੰਦਾ ਸੀ।"

* * *

ਵਿਚਾਰ ਤਾਂ ਸ਼ਬਦਾਂ ਵਿੱਚ ਨਹੀਂ, ਕੰਮ ਵਿੱਚ ਹੋਣਾ ਚਾਹੀਦਾ ਹੈ। ਉਹ ਖ਼ੁਦ ਪੁਸਤਕ ਵਿੱਚ ਹੋਣਾ ਚਾਹੀਦਾ ਹੈ, ਨਾ ਕਿ ਜਿਲਦ ਤੋਂ ਸ਼ੋਰ-ਸ਼ਰਾਬਾ ਕਰੇ। ਉਹ ਸ਼ਬਦ, ਜੋ ਭਾਸ਼ਣ ਦੇ ਅੰਤ ਵਿੱਚ ਕਿਹਾ ਜਾ ਸਕਦਾ ਹੈ, ਉਸ ਨੂੰ ਸ਼ੁਰੂ ਵਿੱਚ ਕਹਿਣ ਦੀ ਜ਼ਰੂਰਤ ਨਹੀਂ ਹੁੰਦੀ।

ਨਵੇਂ ਜੰਮੇ ਬੱਚੇ ਦੀ ਛਾਤੀ 'ਤੇ ਅਕਸਰ ਧਾਗਾ-ਤਵੀਤ ਲਮਕਾ ਦਿੱਤਾ ਜਾਂਦਾ ਹੈ, ਤਾਂ ਕਿ ਉਸ ਦੀ ਜ਼ਿੰਦਗੀ ਸੁੱਖ-ਚੈਨ ਨਾਲ ਬਤੀਤ ਹੋਵੇ, ਉਹ ਬਿਮਾਰ ਨਾ ਹੋਵੇ, ਉਸ ਨੂੰ ਦੁੱਖ-ਮੁਸੀਬਤਾਂ ਦਾ ਸਾਹਮਣਾ ਨਾ ਕਰਨਾ ਪਵੇ। ਅਸੀਂ ਇਸ ਬਹਿਸ ਵਿੱਚ ਨਹੀਂ ਪਵਾਂਗੇ ਕਿ ਧਾਗੇ-ਤਵੀਤ ਨਾਲ ਕੋਈ ਫ਼ਾਇਦਾ ਹੁੰਦਾ ਹੈ ਕਿ ਨਹੀਂ, ਪਰ ਇੰਨਾ ਸਾਰੇ ਜਾਣਦੇ ਹਨ ਕਿ ਉਸ ਨੂੰ ਕਮੀਜ ਦੇ ਹੇਠਾਂ ਪਹਿਨ ਲਿਆ ਜਾਂਦਾ ਹੈ, ਉਸ ਦੀ ਬਾਹਰ ਨੁਮਾਇਸ਼ ਨਹੀਂ ਲਗਾਈ ਜਾਂਦੀ।

ਹਰ ਕਿਤਾਬ ਵਿੱਚ ਅਜਿਹਾ ਹੀ ਧਾਗਾ-ਤਵੀਤ ਹੋਣਾ ਚਾਹੀਦਾ ਹੈ, ਜਿਸ ਦਾ ਲੇਖਕ ਨੂੰ ਪਤਾ ਹੋਵੇ, ਜਿਸ ਬਾਰੇ ਪਾਠਕ ਅਨੁਮਾਨ ਲਗਾਵੇ, ਪਰ ਜੋ ਕਮੀਜ ਦੇ ਹੇਠਾਂ ਛਿਪਿਆ ਹੋਵੇ।

ਜਾਂ ਫਿਰ ਜਦੋਂ ਸ਼ਰਬਤ ਬਣਾਇਆ ਜਾਂਦਾ ਹੈ, ਤਾਂ ਉਸ ਵਿੱਚ ਥੋੜ੍ਹਾ ਜਿਹਾ ਸ਼ਹਿਦ ਮਿਲਾ ਦਿੱਤਾ ਜਾਂਦਾ ਹੈ। ਸ਼ਹਿਦ ਮਿੱਠਾ ਅਤੇ ਸੁਗੰਧਿਤ ਪਦਾਰਥ ਵਿੱਚ ਬਦਲ ਜਾਂਦਾ ਹੈ, ਪਰ ਉਸ ਨੂੰ ਨਾ ਤਾਂ ਦੇਖਿਆ ਅਤੇ ਨਾ ਹੀ ਛੂਹਿਆ ਜਾ ਸਕਦਾ ਹੈ।

ਜਾਂ ਫਿਰ ਮੁੰਬਈ ਵਿੱਚ ਇੱਕ ਅਜਿਹਾ ਬਾਗ਼ ਹੈ, ਜੋ ਹਮੇਸ਼ਾ ਹਰਾ-ਭਰਾ ਰਹਿੰਦਾ ਹੈ। ਆਲੇ-ਦੁਆਲੇ ਬੇਹੱਦ ਖੁਸ਼ਕੀ ਅਤੇ ਗਰਮੀ ਦੇ ਬਾਵਜੂਦ ਉਹ ਨਾ ਤਾਂ ਕਦੇ ਮੁਰਝਾਉਂਦਾ ਹੈ ਅਤੇ ਨਾ ਹੀ ਸੁੱਕਦਾ ਹੈ। ਮਾਮਲਾ ਇਹ ਹੈ ਕਿ ਬਾਗ਼ ਦੇ ਹੇਠਾਂ ਕਿਸੇ ਨੂੰ ਵੀ ਨਜ਼ਰ ਨਾ ਆਉਣ ਵਾਲੀ ਝੀਲ ਹੈ, ਜੋ ਦਰੱਖਤਾਂ ਨੂੰ ਠੰਢੀ, ਜੀਵੰਤ ਸਿੱਲ੍ਹ ਪ੍ਰਦਾਨ ਕਰਦੀ ਹੈ।

ਵਿਚਾਰ ਉਹ ਪਾਣੀ ਨਹੀਂ ਹੈ, ਜੋ ਸ਼ੋਰ ਮਚਾਉਂਦਾ ਹੋਇਆ ਪੱਥਰਾਂ 'ਤੇ ਦੌੜ ਲਗਾਉਂਦਾ ਹੈ, ਛਿੱਟੇ ਉਡਾਉਂਦਾ ਹੈ, ਬਲਕਿ ਉਹ ਪਾਣੀ ਹੈ, ਜੋ ਅਦਿੱਖ ਰੂਪ ਵਿੱਚ ਮਿੱਟੀ ਨੂੰ

ਤਰ ਕਰਦਾ ਹੈ ਅਤੇ ਬਿਰਖ-ਬੂਟਿਆਂ ਦੀਆਂ ਜੜ੍ਹਾਂ ਨੂੰ ਸਿੰਜਦਾ ਹੈ।

"ਇਸ ਦਾ ਕੀ ਅਰਥ ਨਿੱਕਲਦੈ!" ਛਾਲ ਮਾਰ ਕੇ ਖੜ੍ਹੇ ਹੁੰਦੇ ਅਤੇ ਮੇਜ ਥਪਥਪਾਉਂਦੇ ਹੋਏ ਉਸ ਮੰਤਰੀ ਨੇ ਉੱਚੀ ਆਵਾਜ਼ ਵਿੱਚ ਕਿਹਾ, ਜੋ ਕਿਤਾਬਾਂ ਅਤੇ ਉਦਾਹਰਣਾਂ ਨਾਲ ਘਿਰਿਆ ਹੋਇਆ ਸੀ, "ਇਸ ਦਾ ਮਤਲਬ ਇਹ ਨਿੱਕਲਦੈ ਕਿ ਟੋਪੀ ਨੂੰ ਸਫ਼ੈਦ ਪੱਗ, ਲਾਲ ਫੀਤੇ ਜਾਂ ਪੰਜ ਨੋਕਾਂ ਵਾਲੇ ਤਾਰੇ, ਕਿਹੜੀ ਚੀਜ਼ ਨਾਲ ਸ਼ਿੰਗਾਰਿਆ ਜਾਂਦੈ, ਇਸ ਨਾਲ ਕੋਈ ਫ਼ਰਕ ਨਹੀਂ ਪੈਂਦਾ? ਇਸ ਦਾ ਤਾਂ ਇਹ ਅਰਥ ਨਿੱਕਲਦੈ ਕਿ ਆਦਮੀ ਸੀਨੇ 'ਤੇ ਲਾਲ ਤਮਗਾ ਲਗਾਉਂਦੈ ਜਾਂ ਕਾਲੀ ਸਲੀਬ, ਇਸ ਨਾਲ ਕੋਈ ਫ਼ਰਕ ਨਹੀਂ ਪੈਂਦਾ? ਤੁਹਾਡੇ ਮੁਤਾਬਿਕ ਤਾਂ ਸਿਰਫ਼ ਨੇਕ-ਦਿਲ ਹੋਣਾ ਹੀ ਕਾਫ਼ੀ ਐ। ਤਾਨੂੱਸੀ ਪਿੰਡ ਦੇ ਹਸਨ ਵਾਂਗ ਇੱਕ ਆਦਮੀ ਨੂੰ ਇੱਕੋ ਸਮੇਂ ਗ਼ੋਨੋਹ ਵਿੱਚ ਅਧਿਆਪਕ, ਗੀਨਵਚੂਤਲ ਵਿੱਚ ਨੌਜਵਾਨ ਕਮਿਊਨਿਸਟ ਸੰਘ ਦਾ ਸਕੱਤਰ ਅਤੇ ਖ਼ੂੰਜ਼ਹ ਵਿੱਚ ਮੁੱਲ੍ਹਾਂ ਨਹੀਂ ਹੋਣਾ ਚਾਹੀਦਾ। ਕਿਤਾਬ 'ਤੇ ਵੀ ਇਹੀ ਗੱਲ ਲਾਗੂ ਹੁੰਦੀ ਐ। ਨਹੀਂ-ਨਹੀਂ, ਬਿਲਕੁੱਲ ਵੀ ਨਹੀਂ! ਵਿਚਾਰ ਤਾਂ ਝੰਡਾ ਐ ਅਤੇ ਉਸ ਨੂੰ ਨਜ਼ਰ ਤੋਂ ਨਹੀਂ ਛਿਪਾਉਣਾ ਚਾਹੀਦਾ। ਉਸ ਨੂੰ ਉੱਚਾ ਉਠਾ ਕੇ ਇਸ ਤਰ੍ਹਾਂ ਲਿਜਾਣਾ ਚਾਹੀਦੈ ਕਿ ਸਾਰੇ ਲੋਕ ਦੇਖਣ ਅਤੇ ਉਸ ਦੇ ਪਿੱਛੇ ਚੱਲਣ।"

"ਆਹਾ! ਜੋ ਤੁਹਾਡੇ ਸ਼ਬਦਾਂ ਦਾ ਵਿਰੋਧ ਕਰੇ, ਉਸ ਦੀ ਬੀਵੀ ਉਸ ਨੂੰ ਦਗ਼ਾ ਦੇਵੇ।" ਅਣਗੌਲੇ ਕੀਤੇ ਜਵਾਨ ਮੰਤਰੀ ਨੇ ਫਿਰ ਕਹਿਣਾ ਸ਼ੁਰੂ ਕੀਤਾ, "ਪਰ ਤੁਸੀਂ ਇਸ ਤਰ੍ਹਾਂ ਕਰਨਾ ਚਾਹੁੰਦੇ ਹੋ ਕਿ ਝੰਡਾ ਵੱਖ ਹੋਵੇ ਅਤੇ ਉਸ ਨੂੰ ਦੇਖਣ ਵਾਲੇ ਲੋਕ ਵੱਖ ਹੋਣ। ਮਤਲਬ ਇਹ ਕਿ ਵਿਚਾਰ ਲੋਕਾਂ ਦੀਆਂ ਆਤਮਾਵਾਂ ਅਤੇ ਹਿਰਦਿਆਂ ਤੋਂ ਵੱਖ ਜਿਊਣ। ਤੁਸੀਂ ਉਨ੍ਹਾਂ ਨੂੰ ਦੋ ਵੱਖੋ-ਵੱਖ ਘੋੜਾ-ਗੱਡੀਆਂ ਵਿੱਚ ਬਿਠਾਉਂਦੇ ਹੋ। ਪਰ ਬਾਅਦ ਵਿੱਚ ਇਹ ਘੋੜਾ-ਗੱਡੀਆਂ ਜੇਕਰ ਅਚਾਨਕ ਵੱਖੋ-ਵੱਖਰੀ ਦਿਸ਼ਾ ਵਿੱਚ ਚੱਲ ਪੈਣ, ਤਾਂ? ਤੁਸੀਂ ਕਹਿੰਦੇ ਹੋ ਕਿ ਆਦਮੀ ਨੂੰ ਨਾ ਤਾਂ ਅਵਾਰ, ਨਾ ਦਾਗ਼ਿਸਤਾਨੀ, ਬਲਕਿ ਸਿਰਫ਼ ਸੋਵੀਅਤ ਹੋਣਾ ਚਾਹੀਦੈ। ਪਰ ਮਿਸਾਲ ਦੇ ਤੌਰ 'ਤੇ ਮੈਂ ਆਪਣੇ ਆਪ ਨੂੰ ਅਵਾਰ, ਦਾਗ਼ਿਸਤਾਨ ਦਾ ਬੇਟਾ ਅਤੇ ਨਾਲ ਹੀ ਸੋਵੀਅਤ ਸੰਘ ਦਾ ਨਾਗਰਿਕ ਅਨੁਭਵ ਕਰਦਾਂ। ਕੀ ਇਹ ਭਾਵਨਾਵਾਂ ਇੱਕ-ਦੂਜੀ ਦਾ ਵਿਰੋਧ ਕਰਦੀਆਂ ਨੇ?"

ਜਿਵੇਂ ਕਿ ਸਾਰੇ ਜਾਣਦੇ ਹਨ, ਕ੍ਰੇਮਲਿਨ ਤੋਂ ਦੁਨੀਆ ਸ਼ੁਰੂ ਹੁੰਦੀ ਹੈ। ਮੈਂ ਵੀ ਇਸ ਨਾਲ ਸਹਿਮਤ ਹਾਂ। ਪਰ ਮੇਰੇ ਲਈ ਇਸ ਤੋਂ ਇਲਾਵਾ ਦੁਨੀਆ ਦਾ ਆਰੰਭ ਮੇਰੇ ਚੁੱਲ੍ਹੇ, ਮੇਰੇ ਪਹਾੜੀ ਘਰ ਦੀ ਦੇਹਲੀ, ਮੇਰੇ ਪਿੰਡ ਤੋਂ ਵੀ ਹੁੰਦਾ ਹੈ। ਕ੍ਰੇਮਲਿਨ ਅਤੇ ਪਿੰਡ, ਕਮਿਊਨਿਜ਼ਮ ਦੇ ਵਿਚਾਰ ਅਤੇ ਮਾਤ-ਭੂਮੀ ਦੀ ਭਾਵਨਾ, ਪੰਛੀ ਦੇ ਦੋ ਖੰਭ ਹਨ, ਮੇਰੇ ਪੰਦੂਰ ਦੀਆਂ ਦੋ ਤਾਰਾਂ ਹਨ।

"ਤਾਂ ਫਿਰ ਇੱਕ ਲੱਤ 'ਤੇ ਚੱਲਣ ਦੀ ਕੀ ਜ਼ਰੂਰਤ ਐ? ਫਿਰ ਕਿਤਾਬ ਦਾ ਦੂਜਾ ਨਾਂ ਵੀ ਸੋਚਣਾ ਚਾਹੀਦੈ, ਤਾਂ ਕਿ ਉਹ ਉਸ ਦਾ ਅੰਦਰੂਨੀ ਸਾਰ ਪ੍ਰਗਟ ਕਰੇ।"

ਮੈਂ ਉਸ ਨੂੰ ਹਰ ਜਗ੍ਹਾ ਭਾਲਿਆ। ਭਾਰਤ ਦੀ ਯਾਤਰਾ ਕਰਦੇ ਹੋਏ ਮੈਂ ਦਾਗ਼ਿਸਤਾਨ ਬਾਰੇ ਸੋਚਦਾ ਰਿਹਾ। ਉਸ ਦੇਸ਼ ਦੇ ਪੁਰਾਤਨ ਸੱਭਿਆਚਾਰ, ਉਸ ਦੇ ਦਰਸ਼ਨ ਵਿੱਚ ਮੈਨੂੰ ਕਿਸੇ ਰਹੱਸਮਈ ਗਲੇ ਦੀਆਂ ਧੁਨੀਆਂ ਸੁਣਾਈ ਦਿੱਤੀਆਂ ਪਰ ਮੇਰੇ ਲਈ ਮੇਰੇ ਦਾਗ਼ਿਸਤਾਨ ਦੀ

ਧੁਨੀ ਹਰ ਪੱਖੋਂ ਅਸਲੀ ਹੈ ਅਤੇ ਉਹ ਤਾਂ ਪ੍ਰਿਥਵੀ 'ਤੇ ਬਹੁਤ ਦੂਰ ਤੱਕ ਵੀ ਸੁਣਾਈ ਦਿੰਦੀ ਹੈ। ਕਦੇ ਉਹ ਵੇਲਾ ਵੀ ਸੀ, ਜਦੋਂ ਵੀਰਾਨ ਦੱਰੇ ਅਤੇ ਨੰਗੀਆਂ ਚੱਟਾਨਾਂ ਹੀ 'ਦਾਗ਼ਿਸਤਾਨ' ਸ਼ਬਦ ਦੀ ਪ੍ਰਤੀਧੁਨੀ ਬਣਦੀਆਂ ਸਨ। ਹੁਣ ਉਹ ਸਾਰੇ ਦੇਸ਼, ਸਾਰੀ ਦੁਨੀਆ ਵਿੱਚ ਗੂੰਜਦਾ ਹੈ ਅਤੇ ਕਰੋੜਾਂ ਦਿਲਾਂ ਵਿੱਚ ਉਸ ਦੀ ਪ੍ਰਤੀਧੁਨੀ ਹੁੰਦੀ ਹੈ।

ਨੇਪਾਲ ਦੇ ਬੁੱਧ-ਮੱਠਾਂ ਵਿੱਚ, ਜਿੱਥੇ ਬਾਈ ਸਿਹਤਮੰਦ ਧਾਰਾਵਾਂ ਵਹਿੰਦੀਆਂ ਹਨ, ਮੈਂ ਦਾਗ਼ਿਸਤਾਨ ਬਾਰੇ ਸੋਚਿਆ। ਪਰ ਨੇਪਾਲ ਅਜੇ ਤਰਾਸ਼ਿਆ ਹੋਇਆ ਹੀਰਾ ਨਹੀਂ ਅਤੇ ਮੈਂ ਆਪਣੇ ਦਾਗ਼ਿਸਤਾਨ ਨਾਲ ਉਸ ਦੀ ਤੁਲਨਾ ਨਹੀਂ ਕਰ ਸਕਦਾ ਸੀ, ਕਿਉਂਕਿ ਦਾਗ਼ਿਸਤਾਨ ਦਾ ਹੀਰਾ ਤਾਂ ਕਈ ਸ਼ੀਸ਼ੇ ਕੱਟ ਚੁੱਕਿਆ ਹੈ।

ਅਫ਼ਰੀਕਾ ਵਿੱਚ ਵੀ ਮੈਂ ਦਾਗ਼ਿਸਤਾਨ ਬਾਰੇ ਸੋਚਿਆ। ਉਦੋਂ ਮੈਨੂੰ ਅਜਿਹੇ ਖੰਜਰ ਦੀ ਯਾਦ ਆਈ, ਜੋ ਮਿਆਨ ਵਿੱਚੋਂ ਕੇਵਲ ਇੱਕ-ਚੌਥਾਈ ਬਾਹਰ ਕੱਢਿਆ ਗਿਆ ਹੋਵੇ। ਦੂਜੇ ਦੇਸ਼ਾਂ ਕੈਨੇਡਾ, ਇੰਗਲੈਂਡ, ਸਪੇਨ, ਮਿਸਰ, ਜਾਪਾਨ ਵਿੱਚ ਵੀ ਮੈਂ ਦਾਗ਼ਿਸਤਾਨ ਬਾਰੇ ਸੋਚਦਾ ਰਿਹਾ, ਉਨ੍ਹਾਂ ਦੇ ਨਾਲ ਦਾਗ਼ਿਸਤਾਨ ਦੀ ਸਮਾਨਤਾ ਜਾਂ ਭਿੰਨਤਾ ਲੱਭਦਾ ਰਿਹਾ।

ਯੂਗੋਸਲਾਵੀਆ ਦੀ ਯਾਤਰਾ ਕਰਦੇ ਹੋਏ ਇੱਕ ਵਾਰ ਮੈਂ ਐਡ੍ਰਿਆਟਿਕ ਸਾਗਰ ਦੇ ਤੱਟਵਰਤੀ, ਅਦਭੁੱਤ ਦੁਬ੍ਰੋਵਨਿਕ ਨਗਰ ਵਿੱਚ ਜਾ ਪਹੁੰਚਿਆ। ਇਸ ਨਗਰ ਵਿੱਚ ਘਰ ਅਤੇ ਸੜਕਆਂ, ਦੱਰੇ ਅਤੇ ਚੱਟਾਨਾਂ, ਅਨੇਕਾਂ ਉਭਾਰਾਂ ਅਤੇ ਪੱਧਰੇ ਸਥਾਨਾਂ ਨਾਲ ਮਿਲਦੀਆਂ-ਜੁਲਦੀਆਂ ਹਨ। ਘਰ ਦੇ ਦਰਵਾਜ਼ੇ ਕਦੇ-ਕਦੇ ਤਾਂ ਚੱਟਾਨਾਂ ਨੂੰ ਤੋੜ ਕੇ ਬਣਾਏ ਗਏ ਗੁਫ਼ਾ-ਦੁਆਰ ਜਿਹੇ ਲੱਗਦੇ ਹਨ। ਪਰ ਮੱਧ-ਯੁੱਗ ਦੇ ਅਤੇ ਉਨ੍ਹਾਂ ਤੋਂ ਵੀ ਜ਼ਿਆਦਾ ਪੁਰਾਣੇ ਘਰਾਂ ਦੇ ਨਾਲ ਹੀ ਆਧੁਨਿਕ ਮਕਾਨ ਵੀ ਬਣ ਰਹੇ ਹਨ।

ਸਾਡੇ ਦਰਬੰਦ ਸ਼ਹਿਰ ਵਾਂਗ ਸਾਰੇ ਨਗਰ ਦੇ ਆਲੇ-ਦੁਆਲੇ ਇੱਕ ਕੰਧ ਹੈ। ਇਸੇ ਕੰਧ 'ਤੇ ਮੈਂ ਤੰਗ, ਖੜ੍ਹਵੇਂ ਰਸਤਿਆਂ ਅਤੇ ਪਥਰੀਲੀਆਂ ਪੌੜੀਆਂ ਰਾਹੀਂ ਚੜ੍ਹਿਆ। ਸਾਰੀ ਕੰਧ ਦੇ ਨਾਲ-ਨਾਲ ਬਰਾਬਰ ਫ਼ਾਸਲੇ 'ਤੇ ਪਥਰੀਲੇ ਮਿਨਾਰ ਖੜ੍ਹੇ ਹਨ। ਹਰ ਮਿਨਾਰ ਵਿੱਚ ਦੋ ਸਖ਼ਤ ਅੱਖਾਂ ਵਾਂਗ ਦੋ ਸੁਰਾਖ ਹਨ। ਇਹ ਮਿਨਾਰ ਬੜੀ ਲਗਨ ਅਤੇ ਵਫ਼ਾਦਾਰੀ ਨਾਲ ਸੇਵਾ ਕਰਨ ਵਾਲੇ ਕਿਸੇ ਇਮਾਮ ਦੇ ਮੁਰੀਦਾਂ ਵਰਗੇ ਲੱਗਦੇ ਹਨ।

ਕੰਧ 'ਤੇ ਘਿਸਰਦੇ ਹੋਏ ਮੈਂ ਮਿਨਾਰਾਂ ਦੇ ਅੰਦਰ ਬਣੇ ਸੁਰਾਖਾਂ ਵਿੱਚੋਂ ਝਾਕਣਾ ਚਾਹੁੰਦਾ ਸੀ। ਮੈਂ ਤੁਰੰਤ ਅਜਿਹਾ ਕੀਤਾ ਹੁੰਦਾ, ਪਰ ਉੱਥੇ ਯਾਤਰੀਆਂ ਦੀ ਭੀੜ ਲੱਗੀ ਸੀ ਅਤੇ ਮੈਂ ਸੁਰਾਖਾਂ ਦੇ ਨੇੜੇ ਨਾ ਜਾ ਸਕਿਆ। ਦੂਰੋਂ ਸੁਰਾਖਾਂ ਵਿੱਚੋਂ ਮੈਨੂੰ ਆਸਮਾਨੀ ਰੰਗ ਦੇ ਛੋਟੇ-ਛੋਟੇ ਟੁਕੜਿਆਂ ਦੀ ਹੀ ਝਲਕ ਮਿਲੀ। ਇਹ ਟੁਕੜੇ ਸੁਰਾਖਾਂ ਜਿੰਨੇ ਸਨ ਅਤੇ ਸੁਰਾਖ ਹਥੇਲੀ ਦੇ ਬਰਾਬਰ ਸਨ।

ਆਖ਼ਰ ਜਦੋਂ ਮੈਂ ਨੇੜੇ ਜਾ ਕੇ ਸੁਰਾਖ ਦੇ ਨਾਲ ਆਪਣਾ ਚਿਹਰਾ ਲਗਾਇਆ, ਤਾਂ ਜਨਵਰੀ ਮਹੀਨੇ ਦੀ ਧੁੱਪ ਵਿੱਚ ਲਹਿਰਾਉਂਦਾ ਹੋਇਆ ਵਿਰਾਟ ਸਾਗਰ ਦੇਖ ਕੇ ਦੰਗ ਰਹਿ ਗਿਆ। ਉਹ ਬੜਾ ਪਿਆਰਾ ਜਿਹਾ ਸੀ, ਕਿਉਕਿ ਐਡ੍ਰਿਆਟਿਕ ਸਾਗਰ ਫਿਰ ਵੀ ਦੱਖਣੀ ਸਾਗਰ ਹੈ ਅਤੇ ਨਾਲ ਹੀ ਉਹ ਬੜਾ ਬੇਚੈਨ ਸੀ ਕਿਉਂਕਿ ਆਖ਼ਰ ਤਾਂ ਜਨਵਰੀ ਦਾ ਮਹੀਨਾ ਸੀ। ਸਾਗਰ ਆਸਮਾਨੀ ਨਹੀਂ, ਰੰਗ-ਬਿਰੰਗਾ ਸੀ। ਉਹ ਆਪਣੀਆਂ ਲਹਿਰਾਂ ਨੂੰ ਤੱਟਵਰਤੀ

ਚੱਟਾਨਾਂ 'ਤੇ ਸੁੱਟਦਾ ਸੀ, ਉਹ ਤੋਪ ਵਰਗਾ ਧਮਾਕਾ ਕਰਦੀਆਂ ਹੋਈਆਂ ਚੱਟਾਨਾਂ ਨਾਲ ਟਕਰਾਉਂਦੀਆਂ ਅਤੇ ਵਾਪਸ ਮੁੜ ਜਾਂਦੀਆਂ। ਸਾਗਰ ਵਿੱਚ ਜਹਾਜ਼ ਤੈਰ ਰਹੇ ਸਨ ਅਤੇ ਉਨ੍ਹਾਂ ਵਿੱਚੋਂ ਹਰੇਕ ਸਾਡੇ ਪਿੰਡ ਦੇ ਬਰਾਬਰ ਸੀ।

ਮੈਂ ਅਜੇ ਵੀ ਯਾਤਰੀਆਂ ਦੇ ਪਿੱਛੇ ਖੜ੍ਹਾ ਸੀ ਅਤੇ ਵਿਰਾਟ ਸੰਸਾਰ 'ਤੇ ਨਜ਼ਰ ਮਾਰਨ ਲਈ ਪੰਜਿਆਂ 'ਤੇ ਝੁਕਿਆ ਹੋਇਆ ਸੀ। ਆਖ਼ਰ ਖਿੜਕੀ ਦੇ ਕੋਲ ਜਾ ਕੇ ਉਸ ਨੂੰ ਚੰਗੀ ਤਰ੍ਹਾਂ ਦੇਖ ਲੈਣ ਬਾਅਦ ਮੈਨੂੰ ਦੁਬਾਰਾ ਦਾਗ਼ਿਸਤਾਨ ਦਾ ਖ਼ਿਆਲ ਆ ਗਿਆ।

ਦਾਗ਼ਿਸਤਾਨ ਵੀ ਤਾਂ ਆਪਣੀ ਵਾਰੀ ਦੀ ਉਡੀਕ ਵਿੱਚ ਪਿੱਛੇ ਹੀ ਖੜ੍ਹਾ ਰਿਹਾ ਸੀ, ਉਹ ਵੀ ਤਾਂ ਆਪਣੇ ਪੰਜਿਆਂ 'ਤੇ ਝੁਕਿਆ ਰਿਹਾ ਸੀ ਅਤੇ ਅੱਗੇ ਖੜ੍ਹੇ ਖ਼ੁਸ਼ਕਿਸਮਤਾਂ ਦੀਆਂ ਚੌੜੀਆਂ ਪਿੱਠਾਂ ਉਸ ਦੇ ਲਈ ਵੀ ਤਾਂ ਰੁਕਾਵਟ ਬਣੀਆਂ ਰਹੀਆਂ ਸਨ। ਹੁਣ ਉਸ ਦੇ ਕਿਲੇ ਦੀ ਕੰਧ ਦੀ ਛੋਟੀ ਜਿਹੀ ਖਿੜਕੀ ਵਿੱਚੋਂ ਜਿਵੇਂ ਸਾਰੀ ਦੁਨੀਆ ਨੂੰ ਦੇਖ ਲਿਆ ਹੈ। ਵਿਰਾਟ ਸੰਸਾਰ ਵਿੱਚ ਉਹ ਖ਼ੁਦ ਘੁਲ-ਮਿਲ ਗਿਆ ਹੈ, ਆਪਣੀਆਂ ਰਸਮਾਂ-ਰਿਵਾਜ਼ਾਂ, ਤੌਰ-ਤਰੀਕਿਆਂ, ਗੀਤਾਂ ਅਤੇ ਆਪਣੀ ਸ਼ਾਨ ਨੂੰ ਉਸ ਨੇ ਉਸ ਦਾ ਅੰਗ ਬਣਾ ਦਿੱਤਾ ਹੈ।

ਦਾਗ਼ਿਸਤਾਨ ਬਾਰੇ ਆਪਣੀ ਭਾਵਨਾ ਨੂੰ ਪ੍ਰਗਟ ਕਰਨ ਲਈ ਵੱਖ-ਵੱਖ ਕਵੀਆਂ ਨੇ ਵੱਖ-ਵੱਖ ਸਮਿਆਂ 'ਤੇ ਵੱਖ-ਵੱਖ ਸਿਫ਼ਤਾਂ ਲੱਭੀਆਂ। ਦਰਦ ਭਰੇ ਗਾਇਕ ਮੁਹੰਮਦ ਨੇ ਦਾਗ਼ਿਸਤਾਨ ਦੀਆਂ ਕੌਮਾਂ ਬਾਰੇ ਇਹ ਕਿਹਾ ਸੀ ਕਿ ਉਹ ਪਹਾੜੀ ਨਦੀਆਂ ਵਾਂਗ ਹਨ, ਜੋ ਲਗਾਤਾਰ ਘੁਲ-ਮਿਲ ਕੇ ਇੱਕ ਧਾਰਾ ਬਣ ਜਾਣਾ ਚਾਹੁੰਦੀਆਂ ਹਨ, ਪਰ ਅਜਿਹਾ ਨਹੀਂ ਕਰ ਸਕਦੀਆਂ ਅਤੇ ਹਰੇਕ ਵੱਖੋ-ਵੱਖ ਹੀ ਵਹਿੰਦੀ ਜਾ ਰਹੀ ਹੈ। ਉਨ੍ਹਾਂ ਨੇ ਇਹ ਵੀ ਕਿਹਾ ਹੈ ਕਿ ਦਾਗ਼ਿਸਤਾਨ ਦੀਆਂ ਕੌਮਾਂ ਉਨ੍ਹਾਂ ਨੂੰ ਤੰਗ ਦੱਰੇ ਦੇ ਫੁੱਲਾਂ ਦੀ ਯਾਦ ਦਿਵਾਉਂਦੀਆਂ ਹਨ, ਜੋ ਇੱਕ-ਦੂਜੇ ਵੱਲ ਝੁਕਦੇ ਹਨ, ਪਰ ਗਲੇ ਨਹੀਂ ਲੱਗ ਸਕਦੇ। ਪਰ ਕੀ ਦਾਗ਼ਿਸਤਾਨ ਦੀਆਂ ਕੌਮਾਂ ਹੁਣ ਇੱਕ ਪਹਾੜੀ ਧਾਰਾ ਨਹੀਂ ਬਣ ਗਈਆਂ, ਉਨ੍ਹਾਂ ਨੇ ਇੱਕ ਗੁਲਦਸਤੇ ਦਾ ਰੂਪ ਨਹੀਂ ਲੈ ਲਿਆ?

ਬਾਤੀਰਾਈ ਨੇ ਕਿਹਾ ਹੈ ਕਿ ਜਿਸ ਤਰ੍ਹਾਂ ਗਰੀਬ ਆਦਮੀ ਭੇਡ ਦੀ ਖੱਲ ਦਾ ਆਪਣਾ ਫਟਿਆ-ਪੁਰਾਣਾ ਕੋਟ ਕਿਸੇ ਕੋਨੇ ਵਿੱਚ ਸੁੱਟ ਦਿੰਦਾ ਹੈ, ਉਸੇ ਤਰ੍ਹਾਂ ਟੁਕੜੇ-ਟੁਕੜੇ ਹੋਇਆ ਦਾਗ਼ਿਸਤਾਨ ਪਹਾੜੀ ਦੱਰਿਆਂ ਵਿੱਚ ਸੁੱਟ ਦਿੱਤਾ ਗਿਆ ਹੈ।

ਦਾਗ਼ਿਸਤਾਨ ਦਾ ਇਤਿਹਾਸ ਪੜ੍ਹਨ ਤੋਂ ਬਾਅਦ ਮੇਰੇ ਪਿਤਾ ਜੀ ਨੇ ਦਾਗ਼ਿਸਤਾਨ ਦੀ ਤੁਲਨਾ ਸਿੰਗ ਦੇ ਉਸ ਜਾਮ ਨਾਲ ਕੀਤੀ ਸੀ, ਜਿਸ ਨੂੰ ਪੀਂਦੇ ਸਮੇਂ ਸ਼ਰਾਬੀ ਇੱਕ-ਦੂਜੇ ਵੱਲ ਵਧਾਉਂਦੇ ਜਾਂਦੇ ਹਨ।

ਮੈਂ ਕਿਸ ਨਾਲ ਤੁਹਾਡੀ ਤੁਲਨਾ ਕਰਾਂ, ਮੇਰੇ ਦਾਗ਼ਿਸਤਾਨ? ਤੁਹਾਡੀ ਕਿਸਮਤ, ਤੁਹਾਡੇ ਇਤਿਹਾਸ ਬਾਰੇ ਆਪਣੇ ਵਿਚਾਰ ਪ੍ਰਗਟ ਕਰਨ ਲਈ ਕਿਹੜੀ ਸਿਫ਼ਤ ਲੱਭਾਂ? ਸ਼ਾਇਦ ਬਾਅਦ ਵਿੱਚ ਮੈਨੂੰ ਬਿਹਤਰ ਅਤੇ ਜ਼ਿਆਦਾ ਢੁਕਵੇਂ ਸ਼ਬਦ ਮਿਲ ਜਾਣ, ਪਰ ਅੱਜ ਤਾਂ ਮੈਂ ਇਹੀ ਕਹਿੰਦਾ ਹਾਂ, "ਸੰਸਾਰ ਦੇ ਮਹਾਨ ਮਹਾਂਸਾਗਰ ਵੱਲ ਛੋਟੀ ਖਿੜਕੀ।" ਜਾਂ ਜ਼ਿਆਦਾ ਸੰਖੇਪ ਰੂਪ ਵਿੱਚ, "ਮਹਾਨ ਮਹਾਂਸਾਗਰ ਵਿੱਚ ਖੁੱਲ੍ਹਣ ਵਾਲੀ ਛੋਟੀ ਖਿੜਕੀ।"

ਤਾਂ ਸਾਥੀ ਮੰਤਰੀਓ! ਇਹ ਹੈ ਦੂਜਾ ਨਾਂ ਉਸ ਕਿਤਾਬ ਦਾ, ਜੋ ਮੈਂ ਲਿਖਣ ਵਾਲਾ

ਹਾਂ। ਮੈਂ ਇਹ ਸਮਝਦਾ ਹਾਂ ਕਿ ਦੂਜੇ, ਦੇਸ਼, ਮੇਰੇ ਦਾਗ਼ਿਸਤਾਨ ਦੇ ਗੁਆਂਢੀ ਵੀ ਆਪਣੇ ਬਾਰੇ ਅਜਿਹਾ ਹੀ ਕਹਿ ਸਕਦੇ ਹਨ। ਇਸ ਵਿੱਚ ਕੀ ਬੁਰੀ ਗੱਲ ਹੈ, ਬੇਸ਼ੱਕ ਉਸ ਦੇ ਹਮ-ਨਾਮ ਵੀ ਹੋਣ।

ਤਾਂ ਲਓ 'ਮੇਰਾ ਦਾਗ਼ਿਸਤਾਨ' ਹੈ ਮੇਰੀ ਟੋਪੀ ਅਤੇ 'ਮਹਾਨ ਮਹਾਂਸਾਗਰ ਵਿੱਚ ਖੁੱਲ੍ਹਣ ਵਾਲੀ ਛੋਟੀ ਖਿੜਕੀ' ਹੈ, ਉਸ 'ਤੇ ਲੱਗਿਆ ਹੋਇਆ ਤਾਰਾ।

ਮੈਂ ਆਪਣਾ ਦੋ ਤਾਰਾਂ ਵਾਲਾ ਪੰਦੂਰ ਸੁਰ ਕਰ ਲਿਆ ਹੈ ਅਤੇ ਮੈਂ ਉਸ ਨੂੰ ਵਜਾਉਣ ਲਈ ਤਿਆਰ ਹਾਂ। ਸਿਲਾਈ ਕਰਨ ਲਈ ਤਿਆਰ ਵਿਅਕਤੀ ਵਾਂਗ ਮੈਂ ਸੂਈ ਵਿੱਚ ਧਾਗਾ ਪਾ ਲਿਆ ਹੈ।

ਮੇਰੇ ਮੰਤਰੀਆਂ ਨੇ ਕਿਤਾਬ ਦਾ ਨਾਂ ਸਵੀਕਾਰ ਕਰ ਲਿਆ, ਉਸੇ ਤਰ੍ਹਾਂ ਜਿਵੇਂ ਅੰਤਰ-ਰਾਸ਼ਟਰੀ ਸਭਾ ਵਿੱਚ ਮੰਤਰੀ ਆਖ਼ਰ ਵਿੱਚ ਕਾਰਜ-ਸੂਚੀ ਨੂੰ ਸਵੀਕਾਰ ਲੈਂਦੇ ਹਨ।

ਅਜਿਹਾ ਵੀ ਹੁੰਦਾ ਹੈ ਕਿ ਦੋ ਭਰਾ ਬੜੇ ਪਿਆਰ ਨਾਲ ਇੱਕ ਹੀ ਘੋੜੇ 'ਤੇ ਸਵਾਰ ਹੋ ਕੇ ਜਾਂਦੇ ਹਨ। ਅਜਿਹਾ ਵੀ ਹੁੰਦਾ ਹੈ ਕਿ ਇੱਕ ਨੌਜਵਾਨ ਦੋ ਘੋੜਿਆਂ ਨੂੰ ਇੱਕ ਹੀ ਲਗਾਮ ਨਾਲ ਪਾਣੀ ਪਿਲਾਉਣ ਲੈ ਜਾਂਦਾ ਹੈ।

ਅਬੂਤਾਲਿਬ ਨੇ ਕਿਹਾ ਹੈ ਕਿ ਟੋਪੀ ਤਾਂ ਉਸ ਨੇ ਲੀਓ ਟਾਲਸਟਾਏ ਵਰਗੀ ਖਰੀਦ ਲਈ, ਪਰ ਉਹੋ ਜਿਹਾ ਸਿਰ ਕਿੱਥੋਂ ਖਰੀਦੇਗਾ?

ਕਹਿੰਦੇ ਹਨ ਕਿ ਨਾਂ ਤਾਂ ਉਸ ਦਾ ਵਧੀਆ ਹੈ, ਪਰ ਉਹ ਵੱਡਾ ਹੋ ਕੇ ਖ਼ੁਦ ਕਿਹੋ ਜਿਹਾ ਆਦਮੀ ਬਣੇਗਾ?

ਇਸ ਪੁਸਤਕ ਦਾ ਰੂਪ ਅਤੇ ਇਸ ਨੂੰ ਕਿਵੇਂ ਲਿਖਿਆ ਜਾਵੇ

ਪਿਆ ਰਹੇਗਾ ਸਦਾ ਮਿਆਨ ਵਿੱਚ ਜੋ ਖੰਜਰ,
ਜੰਗ ਉਸ ਨੂੰ ਲੱਗ ਜਾਵੇਗਾ।
ਪਿਆ ਰਹੇਗਾ ਜੇ ਬਹਾਦਰ ਘਰੇ ਸੁੱਤਾ,
ਉਹ ਤਾਂ ਗੋਗੜ ਫੁਲਾਵੇਗਾ।

ਪਾ ਲਿਆ ਹੈ ਧਾਗਾ ਮੈਂ ਸੂਈ ਵਿੱਚ,
ਪਰ ਮੈਂ ਪਤਾ ਨਹੀਂ ਕਿਹੋ ਜਿਹਾ ਕੋਟ ਬਣਾਵਾਂਗਾ।
ਤਾਰਾਂ ਕਸੀਆਂ, ਕਰ ਲਿਆ ਉਨ੍ਹਾਂ ਨੂੰ ਸੁਰ ਮੈਂ,
ਪਰ ਪਤਾ ਨਹੀਂ ਕਿਹੋ ਜਿਹਾ ਗਾਣਾ ਗਾਵਾਂਗਾ।

–ਖੰਜਰ 'ਤੇ ਉੱਕਰੇ ਸ਼ਬਦ

ਮੇਰੇ ਬੇਚੈਨ, ਮੇਰੇ ਵਫ਼ਾਦਾਰ ਘੋੜੇ ਦੀਆਂ ਖੁਰੀਆਂ ਚੰਗੀ ਤਰ੍ਹਾਂ ਲੱਗੀਆਂ ਹੋਈਆਂ ਹਨ। ਮੈਂ ਖ਼ੁਦ ਉਸ ਦੀ ਹਰ ਲੱਤ ਉਠਾ ਕੇ ਖੁਰੀਆਂ ਦੀ ਮਜ਼ਬੂਤੀ ਜਾਣ ਲਈ ਹੈ। ਮੈਂ ਆਪਣੇ ਹੱਥਾਂ ਨਾਲ ਉਸ 'ਤੇ ਕਾਠੀ ਪਾਈ ਹੈ, ਉਸ ਦੀ ਪੇਟੀ ਕਸੀ ਹੈ। ਉਂਗਲਾਂ ਵੀ ਮੁਸ਼ਕਿਲ ਨਾਲ ਪੇਟੀ ਦੇ ਹੇਠਾਂ ਜਾਂਦੀਆਂ ਹਨ। ਘੋੜੇ 'ਤੇ ਚੰਗੀ ਤਰ੍ਹਾਂ ਅਤੇ ਵਧੀਆ ਢੰਗ ਨਾਲ ਕਾਠੀ ਪਾ ਲਈ ਹੈ।

ਮੇਰੇ ਪਿਤਾ ਜੀ ਨਾਲ ਕੁੱਝ-ਕੁੱਝ ਮਿਲਦੇ-ਜੁਲਦੇ ਬਜ਼ੁਰਗ ਨੇ ਮੈਨੂੰ ਲਗਾਮਾਂ ਫੜਾਈਆਂ। ਚੰਚਲ ਅੱਖਾਂ ਵਾਲੀ ਛੋਟੀ ਜਿਹੀ ਲੜਕੀ ਨੇ ਮੇਰੇ ਵੱਲ ਛਾਂਟਾ ਵਧਾ ਦਿੱਤਾ। ਗੁਆਂਢ ਦੀ ਪਹਾੜਣ ਪਾਣੀ ਨਾਲ ਭਰੀ ਹੋਈ ਗਾਗਰ ਲੈ ਕੇ ਜਾਣ-ਬੁੱਝ ਕੇ ਅੱਗੋਂ ਦੀ ਲੰਘੀ। ਇਸ ਤਰ੍ਹਾਂ ਉਸ ਨੇ ਮੇਰੀ ਸ਼ੁਭ ਯਾਤਰਾ ਦੀ ਕਾਮਨਾ ਕੀਤੀ।

ਪਿੰਡ ਵਿੱਚ ਕਿਸੇ ਦੇ ਕੋਲ ਦੀ ਵੀ ਮੇਰਾ ਘੋੜਾ ਲੰਘਿਆ, ਉਸੇ ਨੇ ਮੈਨੂੰ ਇਹ ਕਿਹਾ, "ਤੁਹਾਡਾ ਸਫ਼ਰ ਸਫ਼ਲ ਰਹੇ!"

ਪਿੰਡ ਦੇ ਕਿਨਾਰੇ 'ਤੇ ਪਹਾੜਣ ਨੇ ਖਿੜਕੀ ਵਿੱਚ ਬਲਦਾ ਹੋਇਆ ਲੈਂਪ ਰੱਖ ਦਿੱਤਾ। ਇਸ ਤਰ੍ਹਾਂ ਉਸ ਨੇ ਮੈਨੂੰ ਇਹ ਕਿਹਾ:

"ਇਸ ਖਿੜਕੀ, ਇਸ ਰੌਸ਼ਨੀ ਨੂੰ ਨਾ ਭੁੱਲਣਾ। ਜਦੋਂ ਤੱਕ ਤੁਸੀਂ ਮੁੜੋਗੇ ਨਹੀਂ, ਇਹ ਲੈਂਪ ਬਲਦਾ ਰਹੇਗਾ। ਦੂਰ ਦੇ ਰਸਤੇ ਵਿੱਚ, ਮੁਸ਼ਕਿਲ ਅਤੇ ਬੁਰੇ ਮੌਸਮ ਵਿੱਚ, ਸਾਲਾਂ ਦੌਰਾਨ ਰਾਤਾਂ ਨੂੰ ਇਹ ਤੁਹਾਨੂੰ ਰੌਸ਼ਨੀ ਦੇਵੇਗਾ। ਲੰਬੇ ਸਫ਼ਰ ਤੋਂ ਥੱਕ-ਹਾਰ ਕੇ ਜਦੋਂ ਤੁਸੀਂ

ਆਪਣੇ ਪਿੰਡ ਦੇ ਨੇੜੇ ਪਹੁੰਚੋਗੇ, ਤਾਂ ਇਹੀ ਸਭ ਤੋਂ ਪਹਿਲਾਂ ਤੁਹਾਨੂੰ ਆਪਣੀ ਚਮਕ ਦਿਖਾਵੇਗਾ। ਇਸ ਖਿੜਕੀ ਅਤੇ ਇਸ ਰੌਸ਼ਨੀ ਨੂੰ ਯਾਦ ਰੱਖਣਾ।

ਆਪਣੇ ਪਿਆਰੇ ਪਿੰਡ ਨੂੰ ਇੱਕ ਵਾਰ ਦੁਬਾਰਾ ਦੇਖਣ ਲਈ ਮੈਂ ਮੁੜਦਾ ਹਾਂ। ਘਰ ਦੀ ਛੱਤ 'ਤੇ ਮੈਨੂੰ ਮਾਂ ਦਿਖਾਈ ਦਿੰਦੀ ਹੈ। ਉਹ ਸਿੱਧੀ ਅਤੇ ਇਕੱਲੀ ਖੜ੍ਹੀ ਹੈ। ਉਹ ਛੋਟੀ ਅਤੇ ਹੋਰ ਛੋਟੀ ਹੁੰਦੀ ਜਾ ਰਹੀ ਹੈ, ਚਪਟੀ ਛੱਤ ਦੀਆਂ ਟੇਢੀਆਂ ਰੇਖਾਵਾਂ ਵਿੱਚ ਸਿੱਧਾ ਬਿੰਦੂ ਜਿਹਾ ਲੱਗ ਰਹੀ ਹੈ। ਆਖ਼ਰ ਅਗਲੇ ਮੋੜ ਤੋਂ ਬਾਅਦ ਪਹਾੜ ਮੇਰੇ ਪਿੰਡ ਦੇ ਸਾਹਮਣੇ ਆ ਜਾਂਦਾ ਹੈ ਅਤੇ ਮੁੜ ਕੇ ਦੇਖਣ 'ਤੇ ਪਹਾੜ ਤੋਂ ਬਿਨਾਂ ਮੈਨੂੰ ਹੋਰ ਕੁੱਝ ਵੀ ਦਿਖਾਈ ਨਹੀਂ ਦਿੰਦਾ।

ਸਾਹਮਣੇ ਵੀ ਮੈਨੂੰ ਪਹਾੜ ਹੀ ਦਿਖਾਈ ਦੇ ਰਿਹਾ ਹੈ। ਪਰ ਮੈਨੂੰ ਪਤਾ ਹੈ ਕਿ ਉਸ ਦੇ ਪਿੱਛੇ ਬਹੁਤ ਵੱਡੀ ਦੁਨੀਆ ਹੈ। ਦੂਜੇ ਪਿੰਡ ਹਨ, ਵੱਡੇ ਸ਼ਹਿਰ ਹਨ, ਮਹਾਂਸਾਗਰ ਹਨ, ਰੇਲਵੇ ਸਟੇਸ਼ਨ, ਹਵਾਈ ਅੱਡੇ ਹਨ ਅਤੇ ਕਿਤਾਬਾਂ ਹਨ।

ਦਾਗ਼ਿਸਤਾਨ ਦੀ ਪਿਆਰੀ ਧਰਤੀ ਦੇ ਰਸਤੇ 'ਤੇ ਘੋੜੇ ਦੀਆਂ ਖੁਰੀਆਂ ਵੱਜ ਰਹੀਆਂ ਹਨ। ਸਿਰ ਦੇ ਉੱਪਰ ਪਹਾੜਾਂ ਦੀਆਂ ਚੋਟੀਆਂ ਨਾਲ ਪਥਰਾਇਆ ਜਿਹਾ ਆਕਾਸ਼ ਹੈ। ਕਦੇ ਉਹ ਧੁੱਪ ਨਾਲ ਚਮਕ ਉੱਠਦਾ ਹੈ, ਕਦੇ ਉਸ 'ਤੇ ਤਾਰੇ ਜਗਮਗਾ ਉੱਠਦੇ ਹਨ, ਕਦੇ ਉਹ ਬੱਦਲਾਂ ਨਾਲ ਢਕਿਆ ਜਾਂਦਾ ਹੈ ਅਤੇ ਕਦੇ ਪ੍ਰਿਥਵੀ ਨੂੰ ਬਾਰਿਸ਼ ਨਾਲ ਧੋ ਦਿੰਦਾ ਹੈ।

ਰੁਕ ਜਾਓ, ਐ ਘੋੜੇ ਮੇਰੇ, ਰੁਕ ਜਾਓ,
ਨਹੀਂ ਅਜੇ ਮੈਂ ਮੁੜ ਕੇ ਪਿੱਛੇ ਦੇਖਿਆ।
ਪਿਆਰਾ-ਪਿਆਰਾ ਪਿੰਡ ਸਾਡਾ ਰਿਹਾ ਉੱਥੇ,
ਧੁੰਦਲੀ ਪੈਂਦੀ ਜਾਂਦੀ ਹੁਣ ਜਿਸ ਦੀ ਰੇਖਾ।

ਨਿਰੰਤਰ ਉੱਡਦੇ ਜਾਓ ਤੁਸੀਂ ਘੋੜੇ ਮੇਰੇ,
ਕਿਉਂ ਆਪਾਂ ਦੇਖੀਏ ਮੁੜ-ਮੁੜ ਕੇ?
ਭਰਾ, ਦੋਸਤ ਮਿਲਣਗੇ ਸਾਨੂੰ ਸਾਰੇ ਉੱਥੇ,
ਆਪਾਂ ਜਾ ਨਿਕਲੇ, ਜਿੱਧਰ, ਜਿੱਥੇ।

ਕਿੱਧਰ ਜਾ ਰਿਹਾ ਹਾਂ ਮੈਂ? ਕਿਵੇਂ ਮੈਂ ਆਪਣਾ ਸਹੀ ਰਸਤਾ ਚੁਣਾਂ? ਕਿਵੇਂ ਨਵੀਂ ਕਿਤਾਬ ਲਿਖਾਂ?

ਡਾਇਰੀ ਵਿੱਚੋਂ

ਹੁਣ ਦਾਗ਼ਿਸਤਾਨ ਵਿੱਚ ਨੌਜਵਾਨ ਸਾਡੀਆਂ ਰਾਸ਼ਟਰੀ ਪੁਸ਼ਾਕਾਂ ਨਹੀਂ ਪਹਿਨਦੇ। ਉਹ ਮਾਸਕੋ, ਤਬਿਲਿਸੀ, ਤਾਸ਼ਕੰਦ, ਦੁਸ਼ੰਬੇ ਅਤੇ ਮਿੰਸਕ ਵਾਸੀਆਂ ਵਾਂਗ ਪੈਂਟ, ਕੋਟ, ਬੂਸ਼ਰਟ ਅਤੇ ਕਮੀਜ ਨਾਲ ਟਾਈ ਲਗਾਉਂਦੇ ਹਨ।

ਨੱਚਣ-ਗਾਉਣ ਵਾਲੀਆਂ ਕਲਾਕਾਰ ਮੰਡਲੀਆਂ ਹੀ ਹੁਣ ਰਾਸ਼ਟਰੀ ਪੁਸ਼ਾਕਾਂ ਪਹਿਨਦੀਆਂ ਹਨ। ਹਾਂ, ਸ਼ਾਦੀ ਦੇ ਮੌਕੇ 'ਤੇ ਕਿਸੇ ਨੂੰ ਪੁਰਾਣੀ ਪੁਸ਼ਾਕ ਪਹਿਨਦੇ ਦੇਖਿਆ ਜਾ ਸਕਦਾ ਹੈ। ਜੇਕਰ ਕਦੇ ਕੋਈ ਦਾਗ਼ਿਸਤਾਨੀ ਢੰਗ ਦੇ ਕੱਪੜੇ ਪਹਿਨਣਾ ਚਾਹੁੰਦਾ ਹੈ, ਤਾਂ

ਦੋਸਤਾਂ, ਜਾਣ-ਪਛਾਣ ਵਾਲੇ ਲੋਕਾਂ ਤੋਂ ਕਿਰਾਏ 'ਤੇ ਕੱਪੜੇ ਲੈਂਦਾ ਹੈ। ਆਪਣੀ ਦਾਗ਼ਿਸਤਾਨੀ ਪੁਸ਼ਾਕ ਤਾਂ ਉਸ ਦੇ ਕੋਲ ਹੁੰਦੀ ਨਹੀਂ। ਥੋੜ੍ਹੇ ਵਿੱਚ, ਜੇਕਰ ਇਹ ਨਾ ਕਿਹਾ ਜਾਵੇ ਕਿ ਰਾਸ਼ਟਰੀ ਪੁਸ਼ਾਕ ਗ਼ਾਇਬ ਹੋ ਗਈ ਹੈ, ਤਾਂ ਇਹ ਕਿਹਾ ਜਾ ਸਕਦਾ ਹੈ ਕਿ ਗ਼ਾਇਬ ਹੋ ਰਹੀ ਹੈ।

ਪਰ ਗੱਲ ਇਹ ਹੈ ਕਿ ਕੁੱਝ ਕਵੀਆਂ ਦੀਆਂ ਕਵਿਤਾਵਾਂ ਦਾ ਰਾਸ਼ਟਰੀ ਰੂਪ ਵੀ ਗ਼ਾਇਬ ਹੁੰਦਾ ਜਾ ਰਿਹਾ ਹੈ ਅਤੇ ਉਹ ਉਸ 'ਤੇ ਮਾਣ ਵੀ ਕਰਦੇ ਹਨ।

ਮੈਂ ਯੂਰੋਪੀ ਸੂਟ ਪਹਿਨਦਾ ਹਾਂ, ਮੈਂ ਵੀ ਪਿਤਾ ਜੀ ਦਾ ਚੇਰਕੇਸੀ ਕੋਟ ਨਹੀਂ ਪਹਿਨਦਾ। ਪਰ ਆਪਣੀਆਂ ਕਵਿਤਾਵਾਂ ਨੂੰ ਬੇਡੌਲ ਸੂਟ ਨਹੀਂ ਪਹਨਾਉਣੇ ਚਾਹੁੰਦਾ। ਮੈਂ ਚਾਹੁੰਦਾ ਹਾਂ ਕਿ ਮੇਰੀਆਂ ਕਵਿਤਾਵਾਂ ਦਾ, ਸਾਡਾ ਦਾਗ਼ਿਸਤਾਨੀ ਰੂਪ ਹੀ ਹੋਵੇ।

ਮੈਂ ਭਲਾਂ ਕੀ ਹਾਂ! ਕੁੱਝ ਹੀ ਦਹਾਕਿਆਂ ਦਾ ਜੀਵਨ ਮਿਲਿਆ ਹੈ ਮੈਨੂੰ। ਇਹ ਦਹਾਕੇ ਅਜਿਹੇ ਦੌਰ ਵਿੱਚ ਆ ਗਏ, ਜਦੋਂ ਲੋਕ ਪੈਂਟ, ਬੂਟ ਅਤੇ ਕੋਟ ਪਹਿਨ ਕੇ ਘੁੰਮਦੇ ਹਨ। ਕਵਿਤਾਵਾਂ ਦਾ ਆਪਣਾ ਜੀਵਨ ਹੁੰਦਾ ਹੈ। ਉਨ੍ਹਾਂ ਦੀਆਂ ਜਨਮ-ਮਰਨ ਦੀਆਂ ਆਪਣੀਆਂ ਮਿਆਦਾਂ ਹੁੰਦੀਆਂ ਹਨ। ਆਪਣੀਆਂ ਕਵਿਤਾਵਾਂ ਬਾਰੇ ਮੈਂ ਕੁੱਝ ਨਹੀਂ ਕਹਿ ਰਿਹਾ। ਸੰਭਵ ਹੈ ਕਿ ਉਹ ਮੇਰੇ ਬਾਅਦ ਜਿਊਂਦੀਆਂ ਨਾ ਰਹਿਣ।

ਮਾਸਕੋ ਵਿੱਚ ਮੈਂ ਬਲੂਤ ਦਾ ਇੱਕ ਪੁਰਾਣਾ ਦਰੱਖਤ ਦੇਖਿਆ। ਕਹਿੰਦੇ ਹਨ ਕਿ ਇਹ ਭਿਆਨਕ ਇਵਾਨ ਨੇ ਲਾਇਆ ਸੀ। ਇਸ ਦਾ ਮਤਲਬ ਇਹ ਹੈ ਕਿ ਜਦੋਂ ਤੱਕ ਉਹ ਵੱਡਾ ਹੁੰਦਾ ਰਿਹਾ, ਸ਼ੁਰੂ ਵਿੱਚ ਲੋਕ ਬੋਆਰ ਕੱਪੜੇ ਦੀਆਂ ਪੁਸ਼ਾਕਾਂ, ਇਸ ਤੋਂ ਬਾਅਦ ਬਾਸਕਟਾਂ ਤੇ ਪਾਊਡਰ ਲੱਗੇ ਵਿੱਗ, ਫਿਰ ਉੱਚੇ ਟੋਪ ਅਤੇ ਕਾਲੇ ਫ਼੍ਰਾਕ-ਕੋਟ, ਇਸ ਤੋਂ ਬਾਅਦ ਬੁਦਿਓਨੀ ਟੋਪੀਆਂ ਅਤੇ ਚਮੜੇ ਦੀਆਂ ਜਾਕਟਾਂ, ਫਿਰ ਸਾਧਾਰਨ ਕੋਟ ਅਤੇ ਚੌੜੀ ਮੂਹਰੀ ਵਾਲੀਆਂ ਪੈਂਟਾਂ ਅਤੇ ਇਸ ਤੋਂ ਬਾਅਦ ਤੰਗ ਪੈਂਟ ਪਹਿਨਦੇ ਰਹੇ...ਅਤੇ ਬਲੂਤ ਜਿਵੇਂ ਲੋਕਾਂ ਨੂੰ ਇਹ ਕਹਿੰਦਾ ਰਿਹਾ ਕਿ ਜੇਕਰ ਤੁਹਾਡੇ ਕਰਨ ਲਈ ਹੋਰ ਕੁੱਝ ਨਹੀਂ, ਤਾਂ ਉੱਥੇ ਹੇਠਾਂ ਭੱਜ ਕੇ ਜਾਓ, ਆਪਣੇ ਕੱਪੜੇ ਬਦਲ ਆਓ। ਮੇਰੇ ਜ਼ਿੰਮੇ ਤਾਂ ਆਪਣਾ ਕੰਮ ਹੈ, ਸੂਰਜ ਦੀਆਂ ਕਿਰਨਾਂ ਨੂੰ ਫੜਨਾ ਅਤੇ ਉਨ੍ਹਾਂ ਨੂੰ ਮਜ਼ਬੂਤ ਖੜਕਦੀ ਹੋਈ ਲੱਕੜ ਅਤੇ ਉਨ੍ਹਾਂ ਬੀਜ਼ਾਂ ਵਿੱਚ ਬਦਲਣਾ, ਜਿਨ੍ਹਾਂ ਤੋਂ ਅਜਿਹੇ ਜਾਨਦਾਰ ਦਰੱਖਤ ਜਨਮ ਲੈਂਦੇ ਹਨ।

ਪਹਾੜਾਂ ਵਿੱਚ ਕਿਹਾ ਜਾਂਦਾ ਹੈ ਕਿ ਪੁਸ਼ਾਕ ਤੋਂ ਆਦਮੀ ਦਾ ਪਤਾ ਲੱਗਦਾ ਹੈ ਅਤੇ ਘੋੜੇ ਤੋਂ ਸੂਰਮੇ ਦਾ। ਇਹ ਕਹਾਵਤ ਸੁਣਨ ਵਿੱਚ ਤਾਂ ਵਧੀਆ ਲੱਗਦੀ ਹੈ, ਪਰ ਮੈਨੂੰ ਨਾਜਾਇਜ਼ ਜਿਹੀ ਪ੍ਰਤੀਤ ਹੁੰਦੀ ਹੈ। ਚੀਤੇ ਦੀ ਖੱਲ ਪਹਿਨ ਕੇ ਆਦਮੀ ਦਾ ਬਹਾਦਰ ਹੋਣਾ ਲਾਜ਼ਮੀ ਨਹੀਂ। ਕਦੇ-ਕਦੇ ਫ਼ੌਲਾਦੀ ਕਵਚ ਦੇ ਹੇਠਾਂ ਵੀ ਬੁਜ਼ਦਿਲ ਦਾ ਦਿਲ ਹੋ ਸਕਦਾ ਹੈ।

ਕਿਉਂਕਿ ਅਨੇਕਾਂ ਵਾਰ ਸੁੰਦਰਤਾ ਦੀ ਵਜ੍ਹਾ ਨਾਲ ਮੇਰੇ ਵੱਲੋਂ ਚੁਣੇ ਹੋਏ ਤਰਬੂਜ ਦੇ ਕੱਚਾ ਅਤੇ ਫਿੱਕਾ ਨਿੱਕਲ ਆਉਣ 'ਤੇ ਮੈਨੂੰ ਬੜੀ ਠੋਡੀ ਖੁਰਕਣੀ ਪਈ ਹੈ।

ਕਿਉਂਕਿ ਇੱਕ ਵਾਰ ਕੋਈ ਊਨਸੂਕੂਲ ਵਾਸੀ ਆਪਣੀ ਪ੍ਰੇਮਿਕਾ ਨੂੰ ਉਨ ਦੇ ਬੁਰਕੇ ਵਿੱਚ ਲਪੇਟ ਕੇ ਭਜਾ ਕੇ ਲੈ ਗਿਆ, ਪਰ ਜਦੋਂ ਬੁਰਕਾ ਲਾਹਿਆ, ਤਾਂ ਪ੍ਰੇਮਿਕਾ ਦੀ ਜਗ੍ਹਾ ਚਿਪਕੇ ਜਿਹੇ ਮੂੰਹ ਵਾਲੀ ਉਸ ਦੀ ਨਾਨੀ ਸਾਹਮਣੇ ਦਿਖਾਈ ਦਿੱਤੀ।

ਕਿਉਂਕਿ ਅਬੂਤਾਲਿਬ ਨੇ ਮੈਨੂੰ ਸੁਣਾਇਆ ਕਿ ਕਿਵੇਂ ਇੱਕ ਵਾਰ ਉਨ੍ਹਾਂ ਨੂੰ ਦੂਰ ਦੇ

ਪਿੰਡ ਵਿੱਚ ਸ਼ਾਦੀ 'ਤੇ ਬੁਲਾਇਆ ਗਿਆ ਅਤੇ ਉੱਥੇ ਉਹ ਸ਼ਹਿਨਾਈ ਵਜਾਉਂਦੇ ਰਹੇ। ਸ਼ਾਦੀ ਧੂਮ-ਧੜੱਕੇ ਨਾਲ ਹੁੰਦੀ ਰਹੀ। ਪਿੰਡ ਦੇ ਸਾਹਮਣੇ ਵਾਲੇ ਮੈਦਾਨ ਵਿੱਚ ਤਿੰਨ ਦਿਨਾਂ ਤੱਕ ਸ਼ਹਿਨਾਈਆਂ ਵੱਜਦੀਆਂ ਰਹੀਆਂ, ਢੋਲ-ਢਮੱਕਾ ਹੁੰਦਾ ਰਿਹਾ, ਵਾਇਲਨ ਦਰਦੀਲੀਆਂ ਧੁਨੀਆਂ ਸੁਣਾਉਂਦੀ ਰਹੀ, ਹਾਰਮੋਨੀਅਮ ਵੱਜਦਾ ਰਿਹਾ ਅਤੇ ਗੀਤ ਗੂੰਜਦੇ ਰਹੇ। ਜਿਵੇਂ ਕਿ ਦਾਗ਼ਿਸਤਾਨ ਵਿੱਚ ਕਿਹਾ ਜਾਂਦਾ ਹੈ, "ਢਮ-ਢਮ ਵੀ ਸੀ, ਛਮ-ਛਮ ਵੀ।" ਭਾਵ ਸੁਣਨ ਨੂੰ ਵੀ ਕੁੱਝ ਸੀ ਅਤੇ ਖਾਣ-ਪੀਣ ਨੂੰ ਵੀ। ਸਾਰਾ ਪਿੰਡ ਸ਼ਾਦੀ ਵਿੱਚ ਆਇਆ ਅਤੇ ਬੱਚੇ ਤੋਂ ਬੁੱਢੇ ਤੱਕ ਹਰ ਕੋਈ ਥੋੜ੍ਹਾ-ਬਹੁਤਾ ਨੱਚਿਆ ਵੀ।

ਸ਼ਾਦੀ ਤੋਂ ਤੀਜੇ ਦਿਨ ਚੌਧਰੀ ਦੇ ਕਹਿਣ 'ਤੇ ਐਲਾਨ ਕਰਨ ਵਾਲੇ ਨੇ ਉੱਚੀ ਆਵਾਜ਼ ਵਿੱਚ ਇਹ ਐਲਾਨ ਕੀਤਾ ਕਿ ਹੁਣ ਦੁੱਲ੍ਹਾ ਅਤੇ ਦੁੱਲਹਣ ਨੱਚਣ ਲਈ ਮੈਦਾਨ ਵਿੱਚ ਨਿੱਤਰਨਗੇ। ਤਿੰਨ ਦਿਨਾਂ ਦੌਰਾਨ ਦੁੱਲ੍ਹੇ ਨੂੰ ਵੀ ਸਾਰਿਆਂ ਨੇ ਦੇਖ ਲਿਆ ਸੀ, ਪਰ ਦੁੱਲਹਣ ਸਾਰਾ ਸਮਾਂ ਘੁੰਡ ਕੱਢ ਕੇ ਬੈਠੀ ਰਹੀ ਸੀ। ਤਿੰਨ ਦਿਨਾਂ ਤੱਕ ਅਬੂਤਾਲਿਬ ਉਸ ਦੀਆਂ ਵਧੀਆ ਪੁਸ਼ਾਕਾਂ ਨੂੰ ਦੇਖਦਾ ਰਿਹਾ ਸੀ। ਉਸ ਦੀਆਂ ਭੜਕੀਲੀਆਂ ਪੁਸ਼ਾਕਾਂ ਸ਼ਾਇਦ ਕਾਕੇਸ਼ਿਆਈ ਕਾਵਿ-ਸੰਗ੍ਰਹਿ ਦੀ ਰੰਗ-ਬਿਰੰਗੀ ਜਿਲਦ ਦੀ ਯਾਦ ਦਿਵਾਉਂਦੀਆਂ ਰਹੀਆਂ ਸਨ।

ਦੁੱਲਹਣ ਜਦੋਂ ਉੱਠੀ ਅਤੇ ਨੱਚਣ ਲਈ ਘੇਰੇ ਵਿੱਚ ਆਈ, ਤਾਂ ਉਸ ਦੇ ਸਰੀਰ ਦੀ ਕਾਠੀ ਤੋਂ ਅਬੂਤਾਲਿਬ ਤ੍ਰਬਕੇ। ਮੋਟਾਪੇ ਦੀ ਦ੍ਰਿਸ਼ਟੀ ਤੋਂ ਤਾਂ ਸਰਕਾਰੀ ਸਾਹਿਤ ਪ੍ਰਕਾਸ਼ਨ-ਘਰ ਵੱਲੋਂ ਪ੍ਰਕਾਸ਼ਿਤ ਕਿਰਗੀਜ਼ ਮਹਾਂ-ਕਾਵਿ 'ਮਾਨਾਸ' ਵੀ ਉਸ ਦਾ ਕੀ ਮੁਕਾਬਲਾ ਕਰ ਸਕਦਾ ਸੀ। ਦੁੱਲਹਣ ਚਿਹਰੇ ਤੋਂ ਪਰਦਾ ਹਟਾਉਣ ਲਈ ਤਿਆਰ ਹੋਈ, ਸਾਰੇ ਬੁੱਤ ਜਿਹੇ ਬਣ ਗਏ ਅਤੇ ਅਬੂਤਾਲਿਬ ਨੇ ਵੀ ਆਪਣਾ ਸਾਹ ਰੋਕ ਲਿਆ। ਲਓ, ਦੁੱਲਹਣ ਨੇ ਦੁਪੱਟਾ ਹਟਾਇਆ ਭਾਵ ਉਹ ਪਲ ਆਇਆ, ਜਿਸ ਦੀ ਤਿੰਨ ਦਿਨਾਂ ਤੋਂ ਉਡੀਕ ਹੋ ਰਹੀ ਸੀ।

ਦੁੱਲਹਣ ਦੀ ਇੱਕ ਅੱਖ ਖ਼ੂੰਜ਼ਹ ਨੂੰ ਦੇਖ ਰਹੀ ਸੀ, ਤਾਂ ਦੂਜੀ ਬੋਤਲੀਖ਼ ਨੂੰ। ਗੁੱਸੇ ਵਿੱਚ ਇੱਕ-ਦੂਜੇ ਨਾਲ ਰੁੱਸੀਆਂ ਹੋਈਆਂ ਅੱਖਾਂ ਵਿਚਕਾਰ ਬਹੁਤ ਲੰਬਾ ਅਤੇ ਭੱਦਾ ਜਿਹਾ ਨੱਕ ਟਿਕਿਆ ਹੋਇਆ ਸੀ।

ਅਬੂਤਾਲਿਬ ਦਾ ਦਿਲ ਉਦਾਸ ਹੋ ਗਿਆ। ਇਸ ਤੋਂ ਬਾਅਦ ਉਹ ਨਾ ਤਾਂ ਸਾਜ਼ ਵਜਾ ਸਕੇ ਅਤੇ ਨਾ ਹੀ ਉਨ੍ਹਾਂ ਦਾ ਕੁੱਝ ਖਾਣ ਨੂੰ ਮਨ ਕੀਤਾ। ਉਨ੍ਹਾਂ ਨੂੰ ਸ਼ਾਦੀ ਦੇ ਜਸ਼ਨ ਵਿੱਚੋਂ ਜਾਣਾ ਪਿਆ।

ਮੇਰੇ ਖ਼ਿਆਲ ਵਿੱਚ ਅਬੂਤਾਲਿਬ ਕੁੱਝ ਵਧਾ-ਚੜ੍ਹਾ ਕੇ ਇਹ ਕਿੱਸਾ ਸੁਣਾਇਆ ਸੀ।

ਫਿਰ ਵੀ ਚੰਗੀ ਸਜਾਵਟ ਬੁਰੀ ਕਿਤਾਬ ਨੂੰ ਨਹੀਂ ਬਚਾ ਸਕਦੀ। ਉਸ ਦਾ ਸਹੀ ਮੁੱਲਾਂਕਣ ਕਰਨ ਲਈ ਉਸ ਤੋਂ ਪਰਦਾ ਹਟਾਉਣਾ ਜ਼ਰੂਰੀ ਹੈ।

ਕਿਉਂਕਿ ਇੱਕ ਅਜਿਹਾ ਸਾਲ ਵੀ ਸੀ, ਜਦੋਂ ਪਹਾੜੀ ਔਰਤਾਂ ਦੀ ਸਥਿਤੀ ਅਤੇ ਉਨ੍ਹਾਂ ਨਾਲ ਮਰਦਾਂ ਦੇ ਵਿਹਾਰ ਦਾ ਸਵਾਲ ਢੁਕਵੇਂ ਉੱਚੇ ਪੱਧਰ 'ਤੇ ਅਤੇ 'ਭਖਵੇਂ ਰੂਪ' ਵਿੱਚ ਉਠਾਇਆ ਗਿਆ ਸੀ।

ਉਸ ਸਾਲ ਪਤੀ ਆਪਣੀ ਪਤਨੀ ਨੂੰ ਇੱਕ ਵੀ ਭਲਾ-ਬੁਰਾ ਸ਼ਬਦ ਕਹਿਣ ਦੀ ਹਿੰਮਤ ਨਹੀਂ ਕਰ ਸਕਦਾ ਸੀ। ਮਾਮੂਲੀ ਘਰੇਲੂ ਝਗੜੇ ਕਾਰਨ ਵੀ ਪਤੀ ਨੂੰ ਪਾਰਟੀ ਦੀ ਹਲਕਾ ਕਮੇਟੀ ਵਿੱਚ ਬੁਲਾ ਕੇ ਝਿੜਕਿਆ ਜਾਂਦਾ ਸੀ। ਇਸ ਲਈ ਇਸ ਤਰ੍ਹਾਂ ਦੇ ਸ਼ਿਕਵੇ-ਸ਼ਿਕਾਇਤਾਂ ਨਾ ਹੋਣ, ਸਭ ਤੋਂ ਪਹਿਲਾਂ ਤਾਂ ਹਲਕਾ ਪਾਰਟੀ ਕਮੇਟੀ ਦੇ ਸਾਰੇ ਕਰਮਚਾਰੀਆਂ ਦੀ ਇੱਕ-ਇੱਕ ਕਰ ਕੇ ਨਿੰਦਿਆ ਕੀਤੀ ਗਈ। ਉਸੇ ਸਾਲ ਪਹਾੜੀ ਔਰਤਾਂ ਦੇ ਅਕਸਰ ਇਕੱਠ ਹੋਏ, ਜਿਨ੍ਹਾਂ ਵਿੱਚ ਮਨਚਾਹੇ ਢੰਗ ਨਾਲ ਇੰਨੇ ਸ਼ਬਦ ਕਹੇ ਗਏ, ਜਿੰਨੇ ਬਾਅਦ ਦੇ ਸਾਰੇ ਇਕੱਠਾਂ ਵਿੱਚ ਨਹੀਂ ਕਹੇ ਗਏ ਹੋਣਗੇ।

ਉਸੇ ਸਾਲ ਐਤਵਾਰਾਂ ਨੂੰ ਇੱਕ ਚੰਗੀ ਡੀਲ-ਡੌਲ ਵਾਲੀ ਔਰਤ ਬਾਜ਼ਾਰਾਂ ਵਿੱਚ ਗ਼ੈਰ-ਕਾਨੂੰਨੀ ਮਾਲ ਵੇਚਣ ਲਈ ਆਉਣ ਲੱਗੀ। ਪੁਲਿਸ ਵਾਲਾ ਉਸ ਨੂੰ ਟੋਕਣ ਤੋਂ ਡਰਦਾ ਸੀ ਕਿ ਕਿਤੇ ਸੁਤੰਤਰ ਅਤੇ ਬਰਾਬਰ ਅਧਿਕਾਰਾਂ ਵਾਲੀ ਪਹਾੜੀ ਔਰਤ ਨਾਲ ਕੋਈ ਜ਼ਿਆਦਤੀ ਨਾ ਹੋ ਜਾਵੇ। ਪਰ ਫਿਰ ਵੀ ਤੀਜੇ ਐਤਵਾਰ ਨੂੰ ਉਸ ਨੇ ਡਰਦੇ-ਡਰਦੇ ਉਸ ਪਹਾੜੀ ਔਰਤ ਨੂੰ ਇਹ ਚੇਤਾਵਨੀ ਦੇ ਦਿੱਤੀ ਅਤੇ ਪੰਜਵੇਂ ਐਤਵਾਰ ਨੂੰ, ਜੋ ਵੀ ਹੋਣਾ ਸੀ, ਉਹ ਹੋ ਗਿਆ! ਉਸ ਨੂੰ ਹਿਰਾਸਤ ਵਿੱਚ ਲੈ ਕੇ ਥਾਣੇ ਲਿਜਾਣ ਦਾ ਫ਼ੈਸਲਾ ਕੀਤਾ।

ਪੁਲਿਸ ਵਾਲਾ ਜਦੋਂ ਉਸ ਨੂੰ ਸੜਕ ਤੋਂ ਆਪਣੇ ਨਾਲ ਲਿਜਾਂਦਾ ਰਿਹਾ, ਸਾਰੇ ਪਾਸਿਆਂ ਤੋਂ ਉਸ ਵੱਲ ਉਂਗਲੀਆਂ ਉੱਠਦੀਆਂ ਰਹੀਆਂ ਅਤੇ ਲੋਕ ਹੈਰਾਨ ਹੁੰਦੇ ਰਹੇ ਕਿ ਸੁਤੰਤਰ ਅਤੇ ਗ਼ੁਲਾਮੀ ਮੁਕਤ ਹੋਈ ਪਹਾੜੀ ਔਰਤ ਨੂੰ ਹਿਰਾਸਤ ਵਿੱਚ ਲੈਣ ਦੀ ਉਸ ਦੀ ਹਿੰਮਤ ਕਿਵੇਂ ਹੋਈ।

ਉੱਥੇ, ਬਾਜ਼ਾਰ ਦੇ ਭੀੜ-ਭੜੱਕੇ ਵਿੱਚ ਇਸ ਮਾਲ ਵੇਚਣ ਵਾਲੀ ਔਰਤ ਨੂੰ ਚੰਗੀ ਤਰ੍ਹਾਂ ਦੇਖ ਸਕਣਾ ਮੁਸ਼ਕਿਲ ਸੀ, ਪਰ ਹੁਣ ਕਈ ਚੀਜ਼ਾਂ, ਜਿਵੇਂ ਕਿ ਚੋਲੀ ਹੇਠੋਂ ਝਾਕਦੇ ਹੋਏ ਬਹੁਤ ਹੀ ਵੱਡੇ-ਵੱਡੇ ਜੁੱਤੇ ਪੁਲਿਸ ਵਾਲੇ ਦਾ ਧਿਆਨ ਖਿੱਚਣ ਲੱਗੇ।

"ਹਾਂ, ਇੱਥੇ ਦਾਲ ਵਿੱਚ ਕੁੱਝ ਕਾਲਾ ਜ਼ਰੂਰ ਐ!" ਪੁਲਿਸ ਵਾਲੇ ਨੇ ਸੋਚਿਆ ਅਤੇ ਔਰਤ ਦੇ ਮੂੰਹ ਤੋਂ ਦੁਪੱਟਾ ਹਟਾ ਦਿੱਤਾ। ਹੈਰਾਨੀ ਨਾਲ ਉੱਭਰੀਆਂ ਹੋਈਆਂ ਅੱਖਾਂ ਅਤੇ ਚੱਟਾਨ 'ਤੇ ਉੱਚੀ ਕੰਡਿਆਲੀ ਝਾੜੀ ਵਰਗੀਆਂ ਮੁੱਛਾਂ ਵਾਲੇ ਮਰਦ ਦਾ ਚਿਹਰਾ ਪੁਲਿਸ ਵਾਲੇ ਦੇ ਸਾਹਮਣੇ ਸੀ।

* * *

ਕੁੱਝ ਕਲਾਕਾਰ ਵੀ, ਜਿਨ੍ਹਾਂ ਵਿੱਚ ਪ੍ਰਤਿਭਾ, ਸਬਰ ਅਤੇ ਸਵੈ-ਮਾਣ ਦੀ ਘਾਟ ਹੁੰਦੀ ਹੈ, ਆਪਣਾ ਮਾਲ ਵੇਚਣ ਲਈ ਪਰਾਏ ਕੱਪੜੇ ਪਹਿਨ ਲੈਂਦੇ ਹਨ, ਬਾਹਰੀ ਰੂਪ ਦੀ ਚਮਕ-ਦਮਕ ਨਾਲ ਵਿਚਾਰਾਂ ਦੀ ਕਮਜ਼ੋਰੀ ਨੂੰ ਛਿਪਾਉਂਦੇ ਹਨ। ਪਰ ਜਦੋਂ ਪੇਟ ਵਿੱਚ ਚੂਹੇ ਨੱਚ ਰਹੇ ਹੋਣ, ਤਾਂ ਟੌਹ੍ਹ ਲਈ ਫ਼ਰ ਦੀ ਟੋਪੀ ਪਹਿਨਣ ਦੀ ਕੀ ਤੁਕ ਹੈ?

ਇਸੇ ਤਰ੍ਹਾਂ ਹੀ ਲੱਕੜ ਦਾ ਬਣਿਆ ਹੋਇਆ ਖੰਜਰ ਚਾਹੇ ਕਿੰਨਾ ਵੀ ਸੁੰਦਰ ਕਿਉਂ ਨਾ ਹੋਵੇ, ਉਸ ਨਾਲ ਤਾਂ ਚੂਚੇ ਨੂੰ ਵੀ ਕੱਟਿਆ ਨਹੀਂ ਜਾ ਸਕਦਾ। ਉਹ ਤਾਂ ਸਿਰਫ਼ ਇਸੇ ਯੋਗ ਹੈ ਕਿ ਬਾਰਿਸ਼ ਦੀ ਧਾਰ ਨੂੰ ਕੱਟ ਲਵੇ।

ਇਸੇ ਤਰ੍ਹਾਂ ਹੀ ਗੁੱਡੇ-ਗੁੱਡੀਆਂ ਦੀ ਸ਼ਾਦੀ ਕਰਨ ਨਾਲ ਬੱਚੇ ਪੈਦਾ ਨਹੀਂ ਹੁੰਦੇ।

ਇਸੇ ਤਰ੍ਹਾਂ ਹੀ ਜਦੋਂ ਲੜਕੇ ਦੀ ਸੁੰਨਤ ਕਰਨੀ ਹੁੰਦੀ ਹੈ, ਤਾਂ ਉਸ ਨੂੰ ਹੰਸ ਦਾ ਖੰਭ ਦਿਖਾਇਆ ਜਾਂਦਾ ਹੈ। ਹੰਸ ਦੇ ਖੰਭ ਨਾਲ ਸੁੰਨਤ ਨਹੀਂ ਹੋ ਸਕਦੀ, ਇਸ ਦੇ ਲਈ ਤੇਜ਼ ਚਾਕੂ ਦੀ ਜ਼ਰੂਰਤ ਹੁੰਦੀ ਹੈ।

ਪਰ ਪਾਠਕ ਬੱਚੇ ਨਹੀਂ ਕਿ ਉਨ੍ਹਾਂ ਦੀਆਂ ਅੱਖਾਂ ਵਿੱਚ ਧੂੜ ਝੋਕੀ ਜਾਵੇ ਅਤੇ ਮੈਂ ਅਦਾਕਾਰ ਨਹੀਂ ਹਾਂ ਕਿ ਮਿਆਨ ਵਿੱਚ ਗੱਤੇ ਦਾ ਖੰਜਰ ਲਈ ਫਿਰਾਂ, ਚਾਹੇ ਉਹ ਕਿੰਨਾ ਵੀ ਅਸਲੀ ਅਤੇ ਸੋਨੇ ਵਿੱਚ ਮੜ੍ਹਿਆ ਹੋਵੇ।

ਬੇਸ਼ੱਕ ਇਹ ਠੀਕ ਹੈ ਕਿ ਮਿਆਨਾਂ ਨੂੰ ਵੀ ਸੰਭਾਲ ਦੀ ਜ਼ਰੂਰਤ ਹੁੰਦੀ ਹੈ, ਉਨ੍ਹਾਂ ਤੋਂ ਬਿਨਾਂ ਖੰਜਰਾਂ ਨੂੰ ਜੰਗਾਲ ਲੱਗ ਜਾਂਦੀ ਹੈ। ਮਿਆਨ ਜੇਕਰ ਸੁੰਦਰ ਹੋਵੇ, ਤਾਂ ਚੰਗਾ ਹੀ ਹੈ।

ਬੇਸ਼ੱਕ ਇਹ ਠੀਕ ਹੈ ਕਿ ਜਦੋਂ ਕੋਈ ਸੂਰਮਾ ਹਮਲੇ ਵਿੱਚ ਕੋਈ ਕੀਮਤੀ ਚੀਜ਼ ਲੈ ਕੇ ਮੁੜਦਾ ਹੈ, ਤਾਂ ਬੀਵੀ ਘੋੜੇ ਦੀ ਗਰਦਨ 'ਤੇ ਰੇਸ਼ਮੀ ਰੁਮਾਲ ਬੰਨ੍ਹਦੀ ਹੈ।

ਬੇਸ਼ੱਕ ਇਹ ਠੀਕ ਹੈ ਕਿ ਬਹੁਤ ਹੀ ਵਧੀਆ ਵਿਚਾਰ ਲਈ ਬਹੁਤ ਹੀ ਨਿਰਜੀਵ ਭਾਸ਼ਾ ਤਾਂ ਇਸੇ ਤਰ੍ਹਾਂ ਹੈ, ਜਿਵੇਂ ਮੇਮਣੇ ਲਈ ਭੇੜੀਆ।

ਬੇਸ਼ੱਕ ਇਹ ਠੀਕ ਹੈ ਕਿ ਮਜ਼ਬੂਤ ਤੋਂ ਮਜ਼ਬੂਤ ਛਕੜਾ ਉੱਚੇ-ਨੀਵੇਂ ਰਸਤੇ ਵਿੱਚ ਬੁੜ੍ਹਕ ਸਕਦਾ ਹੈ ਅਤੇ ਖੱਡ ਵਿੱਚ ਵੀ ਡਿੱਗ ਸਕਦਾ ਹੈ।

ਬੇਸ਼ੱਕ ਇਹ ਠੀਕ ਹੈ ਕਿ ਗਧੇ ਦਾ ਸਾਜ਼ ਘੋੜੇ ਦੀ ਪਿੱਠ ਦੀ ਸ਼ੋਭਾ ਨਹੀਂ ਵਧਾ ਸਕਦਾ ਅਤੇ ਵਧੀਆ ਘੋੜੇ ਦੀ ਕਾਠੀ ਗਧੇ ਦੀ ਪਿੱਠ 'ਤੇ ਸ਼ੋਭਾ ਨਹੀਂ ਦਿੰਦੀ।

ਇੱਥੇ ਮੈਂ ਤੁਹਾਨੂੰ ਇੱਕ ਬਾਲਖ਼ਾਰੀ ਵਾਸੀ ਅਤੇ ਉਸ ਦੀ ਬੁੱਢੀ ਘੋੜੀ ਦਾ ਕਿੱਸਾ ਸੁਣਾਉਂਦਾ ਹਾਂ।

ਇੱਕ ਬਾਲਖ਼ਾਰੀ ਵਾਸੀ ਅਤੇ ਉਸ ਦੀ ਬੁੱਢੀ ਘੋੜੀ ਦਾ ਕਿੱਸਾ

ਇੱਕ ਵਾਰ ਬਾਲਖ਼ਾਰੀ ਵਾਸੀ ਨੇ ਆਪਣੀ ਵਿਚਾਰੀ ਬੁੱਢੀ ਘੋੜੀ 'ਤੇ ਗਮਲੇ, ਗਾਗਰਾਂ, ਸੁਰਾਹੀਆਂ ਅਤੇ ਥਾਲੀਆਂ ਲੱਦੀਆਂ ਅਤੇ ਚੱਲ ਪਿਆ ਉਨ੍ਹਾਂ ਨੂੰ ਪਿੰਡਾਂ ਵਿੱਚ ਵੇਚਣ।

ਇੱਕ ਅਵਾਰ ਪਿੰਡ ਵਿੱਚ ਉਸ ਦਿਨ ਘੋੜ-ਦੌੜਾਂ ਦਾ ਜਸ਼ਨ ਸੀ। ਜੋਸ਼ੀਲੇ ਜਵਾਨ ਆਪਣੇ ਹੋਰ ਵੀ ਜ਼ਿਆਦਾ ਜੋਸ਼ੀਲੇ ਘੋੜਿਆਂ 'ਤੇ ਇਸ ਪਿੰਡ ਵੱਲ ਜਾ ਰਹੇ ਸਨ। ਜਵਾਨ ਵੀ ਵਧੀਆ ਸਨ ਅਤੇ ਘੋੜੇ ਵੀ। ਜਵਾਨ ਵੀ ਸੁਡੌਲ ਅਤੇ ਸੁੰਦਰ ਸਨ ਅਤੇ ਘੋੜੇ ਹੋਰ ਵੀ ਜ਼ਿਆਦਾ ਸੁਡੌਲ ਅਤੇ ਸੁੰਦਰ ਸਨ। ਜਵਾਨਾਂ ਦੀਆਂ ਅੱਖਾਂ ਵਿੱਚ ਦਲੇਰੀ ਅਤੇ ਫੜ੍ਹ ਦੀ ਚਮਕ ਸੀ ਅਤੇ ਘੋੜਿਆਂ ਦੀਆਂ ਅੱਖਾਂ ਵਿੱਚ ਬੇਚੈਨੀ ਦੀ।

ਘੋੜ-ਸਵਾਰ ਇੱਕ ਕਤਾਰ ਵਿੱਚ ਖੜ੍ਹੇ ਹੋਣੇ ਸ਼ੁਰੂ ਹੋ ਗਏ ਸਨ ਕਿ ਅਚਾਨਕ ਸ਼ਾਂਤ ਬਾਲਖ਼ਾਰੀ ਵਾਸੀ ਆਪਣੀ ਬੁੱਢੀ ਘੋੜੀ 'ਤੇ ਉਸੇ ਮੈਦਾਨ ਵਿੱਚ ਸਾਹਮਣੇ ਆ ਗਿਆ। ਬਾਲਖ਼ਾਰੀ ਵਾਸੀ ਊਂਘਦਾ ਜਿਹਾ ਲੱਗਦਾ ਸੀ ਅਤੇ ਉਸ ਦੀ ਘੋੜੀ ਤਾਂ ਜਿਵੇਂ ਚੱਲਦੇ-ਚੱਲਦੇ ਸੁੱਤੀ ਹੀ ਜਾਂਦੀ ਸੀ। ਜਵਾਨ ਲੋਕਾ ਨੇ ਬਾਲਖ਼ਾਰੀ ਵਾਸੀ ਨੂੰ ਮਜ਼ਾਕ ਕਰਨਾ ਸ਼ੁਰੂ ਕਰ ਦਿੱਤਾ।

"ਆਓ, ਤੁਸੀਂ ਵੀ ਸਾਡੇ ਨਾਲ ਘੋੜ-ਦੌੜ ਵਿੱਚ ਸ਼ਾਮਲ ਹੋ ਜਾਓ!"

"ਲਿਆਓ, ਤੁਹਾਡੀ ਘੋੜੀ ਨੂੰ ਵੀ ਤੇਜ ਘੋੜਿਆਂ ਵਿੱਚ ਸ਼ਾਮਲ ਕਰ ਲਈਏ।"

"ਭਲਾਂ ਇਹ ਤੁਹਾਡੀ ਘੋੜੀ ਕਿਉਂ ਨਾ ਸਾਡੇ ਘੋੜਿਆਂ ਨਾਲ ਮੁਕਾਬਲੇ ਕਰੇ?"

"ਸਾਡੇ ਨਾਲ ਦੌੜਾਓ ਇਸ ਨੂੰ, ਨਹੀਂ ਤਾਂ ਸਾਡੇ ਘੋੜਿਆਂ ਦੀਆਂ ਖੁਰੀਆਂ ਕੌਣ ਸਮੇਟੇਗਾ?"

ਇਨ੍ਹਾਂ ਸਾਰੇ ਮਜ਼ਾਕਾਂ ਦੇ ਜਵਾਬ ਵਿੱਚ ਬਾਲਖ਼ਾਰੀ ਵਾਸੀ ਨੇ ਆਪਣੀ ਘੋੜੀ ਤੋਂ ਚੁੱਪ-ਚਾਪ ਮਿੱਟੀ ਦੇ ਬਰਤਨ, ਗਾਗਰਾਂ-ਸੁਰਾਹੀਆਂ ਅਤੇ ਥਾਲੀਆਂ ਉਤਾਰਨੀਆਂ ਸ਼ੁਰੂ ਕੀਤੀਆਂ। ਬੜੀ ਤਸੱਲੀ ਨਾਲ ਉਸ ਨੇ ਆਪਣੀਆਂ ਚੀਜ਼ਾਂ ਦਾ ਢੇਰ ਲਗਾਇਆ, ਤਸੱਲੀ ਨਾਲ ਘੋੜੀ 'ਤੇ ਸਵਾਰ ਹੋਇਆ ਅਤੇ ਜਵਾਨਾਂ ਕੋਲ ਆਪਣੀ ਘੋੜੀ ਲਿਜਾ ਕੇ ਖੜ੍ਹੀ ਕਰ ਦਿੱਤੀ।

ਜਵਾਨਾਂ ਦੇ ਘੋੜੇ ਆਪਣੇ ਸੁੰਮਾਂ ਨਾਲ ਜ਼ਮੀਨ ਪੁੱਟ ਰਹੇ ਸਨ, ਆਪਣੀਆਂ ਲੱਤਾਂ ਨੂੰ ਉੱਪਰ ਉਠਾ ਕੇ ਪਿਛਲੀਆਂ ਲੱਤਾਂ 'ਤੇ ਖੜ੍ਹੇ ਹੋ ਰਹੇ ਸਨ, ਜਦੋਂ ਕਿ ਬਾਲਖ਼ਾਰੀ ਵਾਸੀ ਦੀ ਘੋੜੀ ਸਿਰ ਝੁਕਾਈ ਊਂਘ ਰਹੀ ਸੀ।

ਤਾਂ ਘੋੜ-ਦੌੜ ਸ਼ੁਰੂ ਹੋਈ, ਜੋਸ਼ੀਲੇ ਘੋੜੇ ਤੂਫ਼ਾਨ ਵਾਂਗ ਦੌੜਨ ਲੱਗੇ। ਧੂੜ ਦਾ ਬੱਦਲ ਉੱਡਿਆ ਅਤੇ ਇਸੇ ਬੱਦਲ ਵਿੱਚ, ਉਸ ਦੇ ਸਿਰ 'ਤੇ ਬਾਲਖ਼ਾਰੀ ਵਾਸੀ ਦੀ ਘੋੜੀ ਵੀ ਦੌੜਨ ਲੱਗੀ। ਘੋੜ-ਦੌੜ ਦਾ ਇੱਕ ਚੱਕਰ, ਦੂਜਾ ਅਤੇ ਫਿਰ ਤੀਜਾ ਚੱਕਰ ਖ਼ਤਮ ਹੋਇਆ। ਸਾਰੇ ਘੋੜਿਆਂ ਨੂੰ ਥੱਕਦੇ ਹੋਏ ਦੇਖ ਰਹੇ ਸਨ। ਪਹਿਲਾਂ ਤਾਂ ਉਹ ਪਸੀਨੇ ਨਾਲ ਪਾਣੀ-ਪਾਣੀ ਹੋਏ, ਫਿਰ ਉਨ੍ਹਾਂ 'ਤੇ ਝੱਗ ਦਿਖਾਈ ਦਿੱਤੀ ਅਤੇ ਉਹ ਗੋਲਿਆਂ ਦੇ ਰੂਪ ਵਿੱਚ ਗਰਮ ਧੂੜ ਵਿੱਚ ਡਿੱਗਣ ਲੱਗੇ। ਤੇਜ ਘੋੜਿਆਂ ਦੀਆਂ ਲੱਤਾਂ ਜਿਵੇਂ ਵੱਧ ਤੋਂ ਵੱਧ ਬੇਜਾਨ ਹੁੰਦੀ ਜਾਂਦੀਆਂ ਸਨ, ਉਨ੍ਹਾਂ ਦੀ ਰਫ਼ਤਾਰ ਮੱਧਮ ਪੈਂਦੀ ਜਾਂਦੀ ਸੀ। ਜਵਾਨ ਆਪਣੇ ਘੋੜਿਆਂ 'ਤੇ ਚਾਹੇ ਕਿੰਨੇ ਹੀ ਛਾਂਟੇ ਬਰਸਾਉਂਦੇ, ਚਾਹੇ ਜੁੱਤਿਆਂ ਦੀਆਂ ਕਿੰਨੀਆਂ ਵੀ ਅੱਡੀਆਂ ਮਾਰਦੇ, ਪਰ ਕਿਸੇ ਵੀ ਤਰ੍ਹਾਂ ਘੋੜੇ ਜ਼ਿਆਦਾ ਤੇਜ ਨਹੀਂ ਦੌੜਦੇ ਸਨ। ਸਿਰਫ਼ ਬਾਲਖ਼ਾਰੀ ਵਾਸੀ ਦੀਆਂ ਬੁੱਢੀ ਘੋੜੀ ਹੀ ਪਹਿਲਾਂ ਵਾਂਗ ਤੇਜ ਦੌੜਦੀ ਜਾਂਦੀ ਸੀ, ਨਾ ਤੇਜ, ਨਾ ਹੌਲੀ, ਪਹਿਲਾਂ ਤਾਂ ਉਹ ਸਭ ਤੋਂ ਪਿੱਛੇ ਵਾਲੇ ਘੋੜਿਆਂ ਤੋਂ ਅੱਗੇ ਨਿੱਕਲੀ, ਫਿਰ ਅੱਗੇ ਵਾਲੇ ਘੋੜਿਆਂ ਦੇ ਬਰਾਬਰ ਹੋਈ ਅਤੇ ਬਾਅਦ ਵਿੱਚ ਆਖ਼ਰੀ ਦਸਵੇਂ ਚੱਕਰ ਵਿੱਚ, ਉਨ੍ਹਾਂ ਤੋਂ ਵੀ ਅੱਗੇ ਨਿੱਕਲ ਗਈ।

ਇਨਾਮ ਦਾ ਸ਼ਾਨਦਾਰ ਰੁਮਾਲ ਬਾਲਖ਼ਾਰੀ ਵਾਸੀ ਦੀ ਬੁੱਢੀ ਘੋੜੀ ਦੀ ਝੁਕੀ ਹੋਈ ਗਰਦਨ 'ਤੇ ਬੰਨ੍ਹਣਾ ਪਿਆ। ਬਾਲਖ਼ਾਰੀ ਵਾਸੀ ਬੜੀ ਤਸੱਲੀ ਨਾਲ ਘੋੜੀ ਨੂੰ ਮਿੱਟੀ ਵਾਲੇ ਬਰਤਨਾਂ ਦੇ ਢੇਰ ਕੋਲ ਲੈ ਗਿਆ, ਉਨ੍ਹਾਂ ਨੂੰ ਲੱਦਿਆ ਅਤੇ ਅੱਗੇ ਚੱਲ ਪਿਆ।

* * *

ਘੋੜ-ਦੌੜਾਂ ਦੇ ਮੁਕਾਬਲੇ ਵਿੱਚ ਅਜਿਹੀਆਂ ਘਟਨਾਵਾਂ ਸਾਹਿਤ ਵਿੱਚ ਅਕਸਰ ਕਿਤੇ ਨਾ ਕਿਤੇ ਹੁੰਦੀਆਂ ਰਹਿੰਦੀਆਂ ਹਨ।

ਡਾਇਰੀ ਵਿੱਚੋਂ

ਜੋ ਕਵਿਤਾਵਾਂ ਆਸਾਨੀ ਨਾਲ ਲਿਖੀਆਂ ਗਈਆਂ ਸਨ, ਉਨ੍ਹਾਂ ਨੂੰ ਪੜ੍ਹਨਾ ਮੁਸ਼ਕਿਲ ਹੁੰਦਾ ਹੈ। ਜੋ ਕਵਿਤਾਵਾਂ ਮੁਸ਼ਕਿਲ ਨਾਲ ਲਿਖੀਆਂ ਗਈਆਂ ਸਨ, ਉਨ੍ਹਾਂ ਨੂੰ ਪੜ੍ਹਨਾ ਆਸਾਨ ਹੁੰਦਾ ਹੈ। ਕਵਿਤਾ ਦਾ ਰੂਪ ਅਤੇ ਭਾਵ, ਇਹ ਤਾਂ ਜਿਵੇਂ ਪੁਸ਼ਾਕ ਅਤੇ ਵਿਅਕਤੀ ਹੁੰਦੇ ਹਨ। ਜੇਕਰ ਆਦਮੀ ਭਲਾ, ਸਮਝਦਾਰ ਅਤੇ ਨੇਕ ਹੋਵੇ, ਤਾਂ ਉਹ ਆਪਣੇ ਅਨੁਸਾਰ ਹੀ ਕੱਪੜੇ ਵੀ ਕਿਉਂ ਨਾ ਪਹਿਨੇ। ਜੇਕਰ ਆਦਮੀ ਦਾ ਚਿਹਰਾ ਸੁੰਦਰ ਹੋਵੇ, ਤਾਂ ਉਸ ਦੇ ਭਾਵ ਵੀ ਕਿਉਂ ਨਾ ਸੁੰਦਰ ਹੋਣ।

ਅਕਸਰ ਅਜਿਹਾ ਹੁੰਦਾ ਹੈ ਕਿ ਸੁੰਦਰ ਔਰਤਾਂ ਸਮਝਦਾਰ ਨਹੀਂ ਹੁੰਦੀਆਂ ਅਤੇ ਜੇਕਰ ਉਹ ਬਹੁਤ ਸਮਝਦਾਰ ਹੁੰਦੀਆਂ ਹਨ, ਤਾਂ ਸੁੰਦਰ ਨਹੀਂ ਹੁੰਦੀਆਂ। ਕਲਾ-ਕ੍ਰਿਤੀਆਂ ਦੇ ਨਾਲ ਵੀ ਅਜਿਹਾ ਹੀ ਹੁੰਦਾ ਹੈ।

ਪਰ ਸੁੰਦਰ ਅਤੇ ਸਮਝਦਾਰ ਔਰਤਾਂ ਵੀ ਹੁੰਦੀਆਂ ਹਨ। ਅਸਲ ਵਿੱਚ ਪ੍ਰਤਿਭਾਸ਼ਾਲੀ ਕਵੀਆਂ ਦੀਆਂ ਕਿਤਾਬਾਂ ਬਾਰੇ ਵੀ ਅਜਿਹਾ ਹੀ ਕਿਹਾ ਜਾ ਸਕਦਾ ਹੈ।

ਇੱਕ ਮਆਲੀ ਵਾਸੀ ਨੇ ਕਿਹਾ ਸੀ, "ਸਾਡੇ ਪਿੰਡ ਵੱਲ ਆਉਣ ਵਾਲਾ ਵਿਅਕਤੀ ਜਿਉਂ ਹੀ ਦੱਰੇ ਵਿੱਚ ਦਿਖਾਈ ਦਿੰਦੈ, ਤਿਉਂ ਹੀ ਮੈਂ ਇਹ ਜਾਣ ਲੈਨਾਂ ਕਿ ਉਹ ਚੰਗਾ ਆਦਮੀ ਐ ਜਾਂ ਬੁਰਾ।"

ਇੱਕ ਕੂਬਾਚੀ ਵਾਸੀ ਨੇ ਕਿਹਾ ਸੀ, "ਸੋਨਾ ਜਾਂ ਚਾਦੀਂ ਖ਼ੁਦ ਆਪਣੇ ਆਪ ਵਿੱਚ ਕੋਈ ਮਹੱਤਵ ਨਹੀਂ ਰੱਖਦੇ। ਜ਼ਰੂਰਤ ਤਾਂ ਇਸ ਗੱਲ ਦੀ ਐ ਕਿ ਕਾਰੀਗਰ ਦੇ ਹੱਥ ਸੋਨੇ ਦੇ ਹੋਣ।"

ਸਾਧਾਰਨ ਮਿੱਟੀ ਨਾਲ ਹੀ ਤਾਂ,
ਬਣੀਆਂ ਗਾਗਰਾਂ ਅਦਭੁੱਤ, ਸੁੰਦਰ।
ਜਿਵੇਂ ਸਾਧਾਰਨ ਸ਼ਬਦਾਂ ਵਿੱਚ,
ਕਵਿਤਾ ਚਮਕੇ ਨਿੱਖਰ, ਸੰਵਰ।

-ਗਾਗਰ 'ਤੇ ਉੱਕਰੇ ਸ਼ਬਦ

ਪੰਦਰਾਂ ਹਜ਼ਾਰ ਤੋਂ ਵੱਧ ਦਿਨ ਮੈਂ ਇਸ ਦੁਨੀਆ ਵਿੱਚ ਜਿਊਂ ਚੁੱਕਿਆ ਹਾਂ। ਬਹੁਤ ਸਾਰੇ ਰਸਤਿਆਂ 'ਤੇ ਮੈਂ ਆ-ਜਾ ਚੁੱਕਿਆਂ ਹਾਂ। ਹਜ਼ਾਰਾਂ ਲੋਕਾਂ ਨਾਲ ਮੇਰੀ ਮੁਲਾਕਾਤ ਹੋ ਚੁੱਕੀ ਹੈ। ਜਿਵੇਂ ਬਰਸਾਤ ਜਾਂ ਬਰਫ਼ ਪਿਘਲਣ ਵੇਲੇ ਬਹੁਤ ਸਾਰੀਆਂ ਪਹਾੜੀ ਧਾਰਾਵਾਂ ਵਹਿ ਨਿੱਕਲਦੀਆਂ ਹਨ, ਉਵੇਂ ਹੀ ਮੇਰੇ ਅਨੁਭਵ ਵੀ ਅਸੰਖਾਂ ਹਨ। ਪਰ ਉਨ੍ਹਾਂ ਨੂੰ ਕਿਵੇਂ ਲੜੀਬੱਧ ਕਰਾਂ, ਤਾਂ ਕਿ ਉਹ ਕਿਤਾਬ ਦਾ ਰੂਪ ਲੈ ਸਕਣ? ਉਸ ਨੂੰ ਲਿਖਣਾ ਤਾਂ ਉਹੋ ਜਿਹੀ ਗੱਲ ਹੀ ਹੈ, ਜਿਵੇਂ ਘਾਟੀ ਵਿੱਚ ਚੌੜੀ ਅਤੇ ਡੂੰਘੀ ਧਾਰਾ ਬਣਾਉਣਾ। ਪਰ ਇਹ ਤਾਂ ਅਧੂਰਾ ਹੀ ਕੰਮ ਹੋਵੇਗਾ। ਜ਼ਰੂਰਤ ਤਾਂ ਇਸ ਗੱਲ ਦੀ ਹੈ ਕਿ ਸਾਰੀਆਂ ਪਹਾੜੀ ਧਾਰਾਵਾਂ ਮਿਲ ਕੇ ਇਸ ਵੱਡੀ ਧਾਰਾ ਵਿੱਚ ਵਹਿਣ। ਇਸ ਤਰ੍ਹਾਂ ਮੈਂ ਕਿਵੇਂ ਕਰਾਂ? ਜੀਵਨ ਦੀ ਜਾਣਕਾਰੀ ਤੋਂ ਇਲਾਵਾ ਹੋਰ ਕੀ ਜਾਣਨਾ ਜ਼ਰੂਰੀ ਹੈ? ਜੀਵਨ ਦੀ ਸਿਧਾਂਤਕ ਜਾਣਕਾਰੀ? ਕਵਿਤਾ ਲਿਖਣ ਦੀ ਬਜਾਇ ਇਸ ਬਾਰੇ ਜ਼ਿਆਦਾ ਸੋਚਣਾ ਠੀਕ ਨਹੀਂ ਕਿ ਕਵਿਤਾ ਲਿਖੀ ਕਿਵੇਂ ਜਾਵੇ।

ਮੈਂ ਇਹ ਜਾਣਨਾ ਚਾਹੁੰਦਾ ਹਾਂ ਕਿ ਅਜਿਹੀਆਂ ਸਾਹਿਤਕ ਸ਼ੈਲੀਆਂ ਅਤੇ ਧਾਰਾਵਾਂ ਨਹੀਂ ਹਨ, ਜਿਨ੍ਹਾਂ ਨਾਲ ਮੈਨੂੰ ਪਿਆਰ ਹੋਵੇ। ਮੇਰੇ ਪਿਆਰੇ ਲੇਖਕ, ਚਿੱਤਰਕਾਰ ਅਤੇ ਕਲਾਕਾਰ ਹਨ।

ਡਾਇਰੀ ਵਿੱਚੋਂ

ਸਾਹਿਤਕ ਸੰਸਥਾ ਵਿੱਚ ਇੱਕ ਅਵਾਰ ਤੋਂ ਪ੍ਰੀਖਿਆ ਵੇਲੇ ਇਹ ਪੁੱਛਿਆ ਗਿਆ ਕਿ ਯਥਾਰਥਵਾਦ ਅਤੇ ਰੋਮਾਨਵਾਦ ਵਿੱਚ ਕੀ ਫ਼ਰਕ ਹੈ? ਅਵਾਰ ਨੇ ਇਸ ਵਿਸ਼ੇ ਬਾਰੇ ਤਾਂ ਕੋਈ ਕਿਤਾਬ ਸ਼ਾਇਦ ਪੜ੍ਹੀ ਨਹੀਂ ਸੀ, ਪਰ ਜਵਾਬ ਦੇਣਾ ਜ਼ਰੂਰੀ ਸੀ। ਉਸ ਨੇ ਸੋਚਿਆ ਅਤੇ ਪ੍ਰੋਫੈਸਰ ਨੂੰ ਇਹ ਜਵਾਬ ਦਿੱਤਾ:

"ਜਦੋਂ ਅਸੀਂ ਉਕਾਬ ਨੂੰ ਉਕਾਬ ਕਹਿਨੇ ਆਂ, ਤਾਂ ਉਹ ਯਥਾਰਥਵਾਦ ਹੁੰਦੈ ਅਤੇ ਜਦੋਂ ਮੁਰਗੇ ਨੂੰ ਉਕਾਬ ਕਹਿਨੇ ਆਂ, ਤਾਂ ਰੋਮਾਨਵਾਦ।"

ਪ੍ਰੋਫੈਸਰ ਹੱਸ ਪਏ ਅਤੇ ਮੇਰੇ ਅਵਾਰ ਭਰਾ ਨੂੰ ਪਾਸ ਕਰ ਦਿੱਤਾ।

ਜਿੱਥੋਂ ਤੱਕ ਮੇਰਾ ਸਬੰਧ ਹੈ, ਤਾਂ ਮੈਂ ਤਾਂ ਸ਼ੁਰੂ ਤੋਂ ਹੀ ਘੋੜੇ ਨੂੰ ਘੋੜਾ, ਗਧੇ ਨੂੰ ਗਧਾ, ਮੁਰਗੇ ਨੂੰ ਮੁਰਗਾ ਅਤੇ ਮਰਦ ਨੂੰ ਮਰਦ ਕਹਿਣ ਦੀ ਕੋਸ਼ਿਸ਼ ਕਰਦਾ ਹਾਂ।

ਡਾਇਰੀ ਵਿੱਚੋਂ

ਉੱਘੇ ਕਵੀ ਰਵਿੰਦਰ ਨਾਥ ਟੈਗੋਰ ਦੇ ਇੱਕ ਭਰਾ ਸਨ, ਉਹ ਵੀ ਲੇਖਕ ਸਨ। ਉਹ ਭਾਰਤੀ ਸਾਹਿਤ ਵਿੱਚ ਬੰਗਾਲੀ ਸ਼ੈਲੀ ਦੇ ਸਮੱਰਥਕ ਸਨ। ਰਵਿੰਦਰ ਨਾਥ ਟੈਗੋਰ ਤਾਂ ਖ਼ੁਦ ਇੱਕ ਸ਼ੈਲੀ, ਪੂਰੀ ਇੱਕ ਸਾਹਿਤਕ ਧਾਰਾ ਸਨ ਅਤੇ ਦੋਵੇਂ ਭਰਾਵਾਂ ਵਿੱਚ ਇਹੀ ਅੰਤਰ ਸੀ।

ਰਵਿੰਦਰ ਨਾਥ ਟੈਗੋਰ ਦੀ ਆਤਮਾ ਵਿੱਚ ਆਪਣਾ ਇੱਕ ਪੰਛੀ ਸੀ, ਜੋ ਦੂਜੇ ਪੰਛੀਆਂ ਤੋਂ ਬਿਲਕੁੱਲ ਵੱਖਰਾ ਸੀ ਅਤੇ ਉਨ੍ਹਾਂ ਤੋਂ ਪਹਿਲਾਂ, ਜਿਸ ਦਾ ਕਦੇ ਵੀ ਵਜੂਦ ਨਹੀਂ ਰਿਹਾ ਸੀ। ਉਨ੍ਹਾਂ ਨੇ ਕਲਾ-ਖੇਤਰ ਵਿੱਚ ਉਸ ਨੂੰ ਸੁਤੰਤਰਤਾ ਨਲ ਉਡਾਣ ਭਰਨ ਦਿੱਤੀ ਅਤੇ ਸਾਰਿਆਂ ਨੇ ਦੇਖਿਆ ਕਿ ਇਹ ਰਵਿੰਦਰ ਨਾਥ ਟੈਗੋਰ ਦਾ ਪੰਛੀ ਹੈ।

ਜੇਕਰ ਚਿੱਤਰਕਾਰ ਆਪਣੇ ਪੰਛੀ ਨੂੰ ਮੁਕਤ ਉਡਾਣ ਭਰਨ ਲਈ ਛੱਡ ਦਿੰਦਾ ਹੈ ਅਤੇ ਉਹ ਦੂਜੇ, ਆਪਣੇ ਵਰਗੇ ਪੰਛੀਆਂ ਦੇ ਝੁੰਡ ਵਿੱਚ ਘੁਲ-ਮਿਲ ਜਾਂਦਾ ਹੈ, ਤਾਂ ਇਸ ਦਾ ਮਤਲਬ ਹੁੰਦਾ ਹੈ ਕਿ ਉਹ ਚਿੱਤਰਕਾਰ ਨਹੀਂ ਹੈ। ਇਸ ਦਾ ਇਹ ਅਰਥ ਨਿੱਕਲਦਾ ਹੈ ਕਿ ਉਹ ਆਪਣਾ ਅਸਾਧਾਰਨ ਅਤੇ ਅਦਭੁੱਤ ਪੰਛੀ ਨਹੀਂ, ਬਲਕਿ ਮਾਮੂਲੀ ਚਿੜੀਆਂ ਉਡਾਉਂਦਾ ਹੈ ਅਤੇ ਹੁਣ ਕੋਈ ਵੀ ਉਸ ਦੀ ਚਿੜੀ ਨੂੰ ਦੂਜਿਆਂ ਦੀਆਂ ਚਿੜੀਆਂ ਨਾਲੋਂ ਨਿਖੇੜ ਨਹੀਂ ਸਕਦਾ, ਕਿਉਂਕਿ ਬੇਸ਼ੱਕ ਸੁੰਦਰ ਹੋਣ, ਪਰ ਹਨ ਤਾਂ ਚਿੜੀਆਂ ਹੀ।

ਖ਼ੁਦ ਅੱਗ ਬਾਲਣ ਲਈ ਆਦਮੀ ਕੋਲ ਆਪਣਾ ਚੁੱਲ੍ਹਾ ਹੋਣਾ ਚਾਹੀਦਾ ਹੈ। ਕਿਸੇ ਦੂਜੇ ਦੇ ਘੋੜੇ 'ਤੇ ਸਵਾਰ ਹੋਣ ਵਾਲੇ ਨੂੰ ਦੇਰ-ਸਵੇਰ ਉਸ ਤੋਂ ਉੱਤਰਨਾ ਅਤੇ ਉਸ ਦੇ ਮਾਲਕ ਨੂੰ ਸੌਂਪ ਦੇਣਾ ਹੀ ਪੈਂਦਾ ਹੈ। ਪਰਾਏ ਵਿਚਾਰਾਂ 'ਤੇ ਕੋਠੀ ਨਹੀਂ ਪਾਈਦੀ, ਆਪਣੇ ਲਈ ਆਪਣੇ ਵਿਚਾਰ ਲੱਭੋ।

ਮੈਂ ਸਾਹਿਤ ਦੀ ਪੰਦੂਰ ਅਤੇ ਲੇਖਕ ਦੀ ਉਸ ਦੀਆਂ ਤਾਰਾਂ ਨਾਲ ਤੁਲਨਾ ਕਰਨ ਦੀ ਦਲੇਰੀ ਨਹੀਂ ਕਰਦਾ। ਹਰ ਤਾਰ ਦੀ ਆਪਣੀ ਆਵਾਜ਼, ਆਪਣੀ ਗੂੰਜ ਹੁੰਦੀ ਹੈ, ਪਰ ਮਿਲ ਕੇ ਉਹ ਮਧੁਰ ਸੰਗੀਤ ਪੈਦਾ ਕਰਦੇ ਹਨ।

ਅਵਾਰ ਕੌਮ ਦੇ ਪੰਦੂਰ ਦੀਆਂ ਸਿਰਫ਼ ਦੋ ਤਾਰਾਂ ਹੁੰਦੀਆਂ ਹਨ। ਮੇਰੇ ਪਿਤਾ ਦੇ ਬਾਰੇ ਕਿਹਾ ਜਾਂਦਾ ਹੈ ਕਿ ਅਵਾਰ ਸਾਹਿਤ ਦੇ ਪੰਦੂਰ 'ਤੇ ਉਨ੍ਹਾਂ ਨੇ ਇੱਕ ਤਾਰ ਹੋਰ ਜੋੜ ਦਿੱਤੀ ਹੈ।

ਮੈਂ ਆਪਣੀ ਵੀ ਇੱਕ ਤਾਰ ਜੋੜਨੀ ਚਾਹੁੰਦਾ ਹਾਂ, ਜਿਸ ਦੀ ਝੁਣਕਾਰ ਦੂਜਿਆਂ ਤੋਂ ਵੱਖਰੀ ਹੋਵੇ। ਪ੍ਰਾਚੀਨ ਅਵਾਰ ਸਾਜ਼ ਦੀ ਮੈਂ ਇੱਕ ਹੋਰ ਤਾਰ ਬਣਨਾ ਚਾਹੁੰਦਾ ਹਾਂ।

ਮੈਂ ਉਨ੍ਹਾਂ ਸ਼ਿਕਾਰੀਆਂ ਵਰਗਾ ਨਹੀਂ ਹੋਣਾ ਚਾਹੁੰਦਾ, ਜੋ ਬਾਜ਼ਾਰ ਵਿੱਚੋਂ ਹਿਰਨ ਖ਼ਰੀਦ ਲੈਂਦੇ ਹਨ ਅਤੇ ਘਰ ਆ ਕੇ ਇਹ ਕਹਿੰਦੇ ਹਨ ਕਿ ਖ਼ੁਦ ਮਾਰ ਕੇ ਲਿਆਏ ਹਨ।

ਜਾਂ ਅਜਿਹਾ ਵੀ ਹੁੰਦਾ ਹੈ ਕਿ ਇਹ ਅਫ਼ਵਾਹ ਫ਼ੈਲ ਜਾਂਦੀ ਹੈ ਕਿ ਜਿਵੇਂ ਕਿਸੇ ਦੱਰੇ ਵਿੱਚ ਸ਼ਿਕਾਰੀ ਨੇ ਬਹੁਤ ਵੱਡੇ ਪਹਾੜੀ ਬੱਕਰੇ ਨੂੰ ਗੋਲੀ ਦਾ ਨਿਸ਼ਾਨਾ ਬਣਾਇਆ ਹੈ। ਸਾਰੇ ਸ਼ਿਕਾਰੀ ਕਾਹਲੀ ਨਾਲ ਇਸੇ ਖ਼ੁਸ਼ਕਿਸਮਤ ਦੱਰੇ ਵੱਲ ਭੱਜ ਲੈਂਦੇ ਹਨ। ਇਸੇ ਦੌਰਾਨ ਪਹਿਲਾ ਸ਼ਿਕਾਰੀ ਕਿਸੇ ਦੂਜੀ ਜਗ੍ਹਾ 'ਤੇ ਇੱਕ ਬਹੁਤ ਵੱਡੇ ਰਿੱਛ ਨੂੰ ਮਾਰ ਲੈਂਦਾ ਹੈ। ਸ਼ਿਕਾਰੀਆਂ ਦਾ ਝੁੰਡ ਉੱਧਰ ਨੂੰ ਭੱਜਦਾ ਹੈ, ਜਦੋਂ ਕਿ ਵਧੀਆ ਸ਼ਿਕਾਰੀ ਕਿਸੇ ਤੀਜੀ ਜਗ੍ਹਾ 'ਤੇ ਵੱਡਾ ਸਾਰਾ ਚੀਤਾ ਮਾਰ ਲੈਂਦਾ ਹੈ...ਤਾਂ ਸਵਾਲ ਪੈਦਾ ਹੁੰਦਾ ਹੈ ਕਿ ਅਸਲੀ ਸ਼ਿਕਾਰੀ ਕੌਣ ਹੈ? ਉਹ ਜੋ ਸ਼ਿਕਾਰ ਕਰਦਾ ਹੈ, ਜਾਂ ਉਹ ਜੋ ਉਸ ਦੇ ਪਿੱਛੇ-ਪਿੱਛੇ ਭੱਜਦੇ ਹਨ? ਅਜਿਹਿਆਂ ਨੂੰ ਤਾਂ ਦੂਜਿਆਂ ਦੇ ਫੰਦਿਆਂ ਵਿੱਚੋਂ ਸ਼ਿਕਾਰ ਕੱਢਦਿਆਂ ਵੀ ਸ਼ਰਮ ਨਹੀਂ ਆਉਂਦੀ।

ਉਹ ਮੈਨੂੰ ਕੁੱਝ ਲੇਖਕਾਂ ਦੀ ਯਾਦ ਦਿਵਾਉਂਦੇ ਹਨ। ਅਜਿਹਾ ਕਰਨਾ ਤਾਂ ਜਾਇਜ਼ ਨਹੀਂ, ਜਿਵੇਂ ਕਿ ਮੇਰੇ ਇੱਕ ਜਾਣਕਾਰ ਨੇ ਕੀਤਾ ਹੈ। ਕੋਰਨੇਈ ਇਵਾਨੋਵਿਚ ਚੁਕੋਵਸਕੀ ਨਾਲ ਜਾਣ-ਪਛਾਣ ਹੋਣ ਤੋਂ ਬਾਅਦ ਉਹ ਇਸ ਤਰ੍ਹਾਂ ਜ਼ਾਹਿਰ ਕਰਦਾ ਸੀ, ਜਿਵੇਂ ਅਬੂਤਾਲਿਬ ਨੂੰ ਜਾਣਦਾ ਹੀ ਨਾ ਹੋਵੇ।

ਸਾਗਰ ਤੱਕ ਪਹੁੰਚ ਜਾਣ ਵਾਲੀ, ਆਪਣੇ ਜ਼ਮਾਨੇ ਵਿੱਚ ਅਸੀਮ ਨੀਲਾ ਵਿਸਥਾਰ ਵੇਖਣ ਅਤੇ ਉਸ ਮਹਾਨ ਨੀਲੇ ਰੰਗ ਵਿੱਚ ਘੁਲ-ਮਿਲ ਜਾਣ ਵਾਲੀ ਨਦੀ ਨੂੰ ਉੱਚੇ ਪਹਾੜਾਂ ਵਿੱਚ ਉਸ ਚਸ਼ਮੇ ਨੂੰ ਨਹੀਂ ਭੁੱਲਣਾ ਚਾਹੀਦਾ, ਜਿਸ ਤੋਂ ਧਰਤੀ 'ਤੇ ਉਸ ਦਾ ਪੰਧ ਸ਼ੁਰੂ ਹੋਇਆ। ਉਸ ਪਥਰੀਲੇ, ਤੰਗ, ਉੱਚੇ-ਨੀਵੇਂ ਅਤੇ ਟੇਢੇ-ਮੇਢੇ ਰਸਤੇ ਨੂੰ ਵੀ ਨਹੀਂ ਭੁੱਲ ਜਾਣਾ ਚਾਹੀਦਾ, ਜੋ ਉਸ ਨੂੰ ਤੈਅ ਕਰਨਾ ਪਿਆ।

ਹਾਂ, ਮੈਂ ਪਹਾੜੀ ਨਦੀ ਹਾਂ। ਮੈਂ ਆਪਣੇ ਸਰੋਤ, ਆਪਣੇ ਚਸ਼ਮੇ ਆਪਣੇ ਪਥਰੀਲੇ ਢਾਂਚੇ ਨੂੰ ਪਿਆਰ ਕਰਦਾ ਹਾਂ। ਮੈਂ ਪਿਆਰ ਕਰਦਾ ਹਾਂ, ਉਨ੍ਹਾਂ ਧੁੰਦਲੇ ਦੱਰਿਆਂ ਨੂੰ, ਜਿਨ੍ਹਾਂ ਵਿੱਚੋਂ ਮੇਰਾ ਪਾਣੀ ਵਹਿੰਦਾ ਹੈ, ਉਨ੍ਹਾਂ ਚੱਟਾਨਾਂ ਨੂੰ, ਜਿਨ੍ਹਾਂ ਉੱਤੋਂ ਦੀ ਉਹ ਚਮਕੀਲੇ ਝਰਨਿਆਂ ਵਿੱਚ ਡਿੱਗਦਾ ਹੈ, ਉਨ੍ਹਾਂ ਸ਼ਾਂਤ ਪੱਧਰੇ ਸਥਾਨਾਂ ਨੂੰ, ਜਿੱਥੇ ਉਹ ਆਲੇ-ਦੁਆਲੇ ਦੇ ਪਹਾੜਾਂ, ਆਕਾਸ਼ ਅਤੇ ਆਕਾਸ਼ ਦੇ ਤਾਰਿਆਂ ਨੂੰ ਪ੍ਰਤੀਬਿੰਬਤ ਕਰਦਾ ਹੋਇਆ ਗਹਿਰਾਈ ਵਿੱਚ ਜਮ੍ਹਾਂ ਹੁੰਦਾ ਹੈ, ਫਿਰ ਹੌਲੀ-ਹੌਲੀ ਵਹਿਣ ਲੱਗਦਾ ਹੈ ਅਤੇ ਬਾਅਦ ਵਿੱਚ ਆਪਣੀ ਗਤੀ ਤੇਜ ਕਰ ਲੈਂਦਾ ਹੈ।

ਪਰ ਮੈਂ ਇਹ ਨਹੀਂ ਕਹਿੰਦਾ ਕਿ ਮੇਰੇ ਲਈ ਸਿਰਫ਼ ਦੱਰੇ ਹੀ ਕਾਫ਼ੀ ਹੋਣਗੇ। ਮੈਂ ਵਹਿੰਦਾ ਜਾ ਰਿਹਾ ਹਾਂ, ਇਸ ਦਾ ਮਤਲਬ ਹੈ ਕਿ ਮੇਰੇ ਸਾਹਮਣੇ ਉਦੇਸ਼ ਹੈ। ਮੈਨੂੰ ਕੇਵਲ ਪੂਰਬ-ਅਨੁਭਵ ਹੀ ਨਹੀਂ ਹੁੰਦਾ, ਮੈਂ ਸਾਗਰ ਦੇ ਅਸੀਮ ਵਿਸਥਾਰ ਨੂੰ ਦੇਖ ਰਿਹਾ ਹਾਂ, ਉਸ ਨੂੰ ਜਾਣਦਾ ਹਾਂ।

ਮੈਂ ਇਕੱਲਾ ਹੀ ਤਾਂ ਅਜਿਹਾ ਨਹੀਂ ਹਾਂ। ਇਹ ਕਹਿਣਾ ਜ਼ਿਆਦਾ ਸਹੀ ਹੋਵੇਗਾ ਕਿ ਸਾਰੇ ਦਾਗ਼ਿਸਤਾਨ ਦੇ ਨਾਲ-ਨਾਲ ਮੇਰਾ ਦ੍ਰਿਸ਼ਟੀ-ਖੇਤਰ ਵੀ ਵਿਸ਼ਾਲ ਹੋ ਗਿਆ ਹੈ। ਇਨ੍ਹਾਂ ਸਾਲਾਂ ਅਤੇ ਦਹਾਕਿਆਂ ਦੌਰਾਨ ਸਾਡੇ ਕਬਰਿਸਤਾਨਾਂ ਦੀ ਹੀ ਨਹੀਂ, ਜੀਵਨ ਅਤੇ ਦੁਨੀਆ ਬਾਰੇ ਸਾਡੇ ਦ੍ਰਿਸ਼ਟੀਕੋਣਾਂ ਦੀਆਂ ਹੱਦਾਂ ਵੀ ਵਿਸ਼ਾਲ ਹੋਈਆਂ ਹਨ।

ਮੈਂ ਅਵਾਰ ਕਵੀ ਹਾਂ। ਪਰ ਆਪਣੇ ਦਿਲ ਵਿੱਚ ਮੈਂ ਕੇਵਲ ਅਵਾਰਿਸਤਾਨ, ਕੇਵਲ ਦਾਗ਼ਿਸਤਾਨ, ਕੇਵਲ ਸਾਰੇ ਦੇਸ਼ ਦੇ ਲਈ ਹੀ ਨਹੀਂ, ਬਲਕਿ ਸਾਰੀ ਪ੍ਰਿਥਵੀ ਲਈ ਜ਼ਿੰਮੇਵਾਰੀ ਮਹਿਸੂਸ ਕਰਦਾ ਹਾਂ। ਇਹ ਵੀਹਵੀਂ ਸਦੀ ਹੈ। ਇਸ ਵਿੱਚ ਸਿਰਫ਼ ਇਸ ਤਰ੍ਹਾਂ ਹੀ ਜੀਵਿਆ ਜਾ ਸਕਦਾ ਹੈ।

ਮੈਨੂੰ ਦੱਸਿਆ ਗਿਆ। ਮੇਰੇ ਜਨਮ ਤੋਂ ਤਰੰਤ ਬਾਅਦ ਮੇਰੇ ਪਿਤਾ ਜੀ ਨੂੰ ਨੌਕਰੀ ਦੇ ਸਿਲਸਿਲੇ ਵਿੱਚ ਅਸਥਾਈ ਰੂਪ ਵਿੱਚ ਹਾਰਾਦਾਰੀਹ ਪਿੰਡ ਵਿੱਚ ਜਾਣਾ ਪਿਆ। ਪਿਤਾ ਜੀ ਦੇ ਘੋੜੇ ਨਾਲ ਦੋ ਸਫ਼ਰੀ ਥੈਲੇ, ਦੋ ਖੁਰਜੀਆਂ ਲਟਕੀਆਂ ਹੋਈਆਂ ਸਨ। ਇੱਕ ਵਿੱਚ ਤਾਂ ਸਾਡਾ ਘਰੇਲੂ ਸਾਮਾਨ ਸੀ, ਕੱਪੜੇ-ਲੀੜੇ, ਬਚਿਆ-ਖੁਚਿਆ ਆਟਾ, ਦਲੀਆ, ਚਰਬੀ ਅਤੇ ਕਿਤਾਬਾਂ, ਦੂਜੇ ਥੈਲੇ ਵਿੱਚੋਂ ਮੇਰਾ ਸਿਰ ਬਾਹਰ ਝਾਕ ਰਿਹਾ ਸੀ।

ਇਸ ਸਫ਼ਰ ਵਿੱਚ ਮੇਰੀ ਮਾਂ ਸਖ਼ਤ ਬਿਮਾਰ ਹੋ ਗਈ। ਅਸੀਂ ਜਿਸ ਪਿੰਡ ਵਿੱਚ ਪਹੁੰਚੇ, ਉੱਥੇ ਇੱਕ ਅਜਿਹੀ ਗਰੀਬ ਅਤੇ ਇਕਲਾਪੀ ਔਰਤ ਮਿਲ ਗਈ, ਜਿਸ ਦਾ ਬੱਚਾ ਉਨ੍ਹਾਂ ਦਿਨਾਂ ਵਿੱਚ ਚੱਲ ਵੱਸਿਆ ਸੀ। ਉਹੀ ਮੈਨੂੰ ਆਪਣਾ ਦੁੱਧ ਪਿਲਾਉਣ ਲੱਗੀ। ਉਹ ਮੇਰੀ ਪਾਲਣਹਾਰੀ, ਮੇਰੀ ਦੂਜੀ ਮਾਂ ਬਣ ਗਈ।

* * *

ਤਾਂ ਇਸ ਦੁਨੀਆਂ ਵਿੱਚ ਦੋ ਔਰਤਾਂ ਹਨ, ਜਿਨ੍ਹਾਂ ਦਾ ਮੈਂ ਰਿਣੀ ਹਾਂ। ਮੇਰੀ ਉਮਰ ਚਾਹੇ ਕਿੰਨੀ ਹੀ ਲੰਬੀ ਕਿਉਂ ਨਾ ਹੋ ਜਾਵੇ ਅਤੇ ਇਨ੍ਹਾਂ ਔਰਤਾਂ ਲਈ ਚਾਹੇ ਮੈਂ ਕੁੱਝ ਵੀ ਨਾ ਕਰ ਸਕਾਂ, ਉਨ੍ਹਾਂ ਦੇ ਨਾਂ 'ਤੇ ਕੋਈ ਕਾਰਨਾਮਾ ਕਰ ਕੇ ਨਾ ਦਿਖਾ ਸਕਾਂ, ਉਨ੍ਹਾਂ ਦਾ ਕਰਜ਼ਾ ਕਦੇ ਚੁਕਾ ਨਹੀਂ ਸਕਦਾ।

ਇਨ੍ਹਾਂ ਦੋ ਔਰਤਾਂ ਵਿੱਚੋਂ ਇੱਕ ਮੇਰੀ ਮਾਂ ਹੈ, ਜਿਸ ਨੇ ਮੈਨੂੰ ਜਨਮ ਦਿੱਤਾ, ਸਭ ਤੋਂ ਪਹਿਲਾਂ ਮੈਨੂੰ ਪੰਘੂੜੇ ਵਿੱਚ ਝੁਲਾਇਆ, ਪਹਿਲੀ ਲੋਰੀ ਗਾਈ ਅਤੇ ਦੂਜੀ...ਉਹ ਵੀ ਮੇਰੀ ਮਾਂ ਹੈ, ਜਿਸ ਨੇ ਮੈਨੂੰ ਆਪਣੀ ਛਾਤੀ ਦਾ ਦੁੱਧ ਪਿਲਾ ਕੇ ਮੌਤ ਦੇ ਮੂੰਹ ਵਿੱਚੋਂ ਬਚਾਇਆ, ਜਿਸ ਦੀ ਬਦੌਲਤ ਮੇਰੇ ਵਿੱਚ ਜ਼ਿੰਦਗੀ ਦੀ ਗਰਮਾਇਸ਼ ਆਈ ਅਤੇ ਮੈਂ ਮੌਤ ਦੀ ਤੰਗ ਪਗਡੰਡੀ ਤੋਂ ਜ਼ਿੰਦਗੀ ਦੇ ਵੱਡੇ ਰਸਤੇ 'ਤੇ ਆ ਗਿਆ।

ਮੇਰੀ ਜਨਤਾ, ਮੇਰੇ ਛੋਟੇ ਜਿਹੇ ਦੇਸ਼, ਮੇਰੀ ਹਰ ਕਿਤਾਬ ਦੀਆਂ ਵੀ ਦੋ ਮਾਵਾਂ ਹਨ।

ਮੇਰੀ ਪਹਿਲੀ ਮਾਂ ਹੈ, ਮੇਰੀ ਜਨਮ-ਭੂਮੀ ਦਾਗ਼ਿਸਤਾਨ। ਇੱਥੇ ਮੇਰਾ ਜਨਮ

ਹੋਇਆ, ਇੱਥੇ ਹੀ ਮੈਂ ਪਹਿਲੀ ਵਾਰ ਮਾਂ-ਬੋਲੀ ਸੁਣੀ, ਉਸ ਨੂੰ ਸਿੱਖਿਆ ਅਤੇ ਉਹ ਮੇਰੇ ਜੀਵਨ ਦਾ ਅਟੁੱਟ ਅੰਗ ਬਣ ਗਈ। ਇੱਥੇ ਹੀ ਮੈਂ ਪਹਿਲੀ ਵਾਰ ਆਪਣੇ ਲੋਕਾਂ ਦੇ ਗੀਤ ਸੁਣੇ ਅਤੇ ਖ਼ੁਦ ਪਹਿਲਾ ਗੀਤ ਗਾਇਆ। ਇੱਥੇ ਹੀ ਮੈਂ ਪਹਿਲੀ ਵਾਰ ਪਾਣੀ ਅਤੇ ਰੋਟੀ ਦਾ ਸਵਾਦ ਦੇਖਿਆ। ਤਿੱਖੀਆਂ-ਨੋਕਦਾਰ ਚੱਟਾਨਾਂ 'ਤੇ ਚੜ੍ਹਦੇ ਹੋਏ ਕਿੰਨੀ ਹੀ ਵਾਰ ਮੈਨੂੰ ਸੱਟਾਂ ਲੱਗੀਆਂ, ਪਰ ਮੇਰੀ ਜਨਮ-ਭੂਮੀ ਦੇ ਪਾਣੀ ਅਤੇ ਜੜੀਆਂ-ਬੂਟੀਆਂ ਨੇ ਮੇਰੇ ਸਾਰੇ ਜ਼ਖ਼ਮਾਂ ਨੂੰ ਠੀਕ ਕਰ ਦਿੱਤਾ। ਪਹਾੜੀ ਲੋਕਾਂ ਦਾ ਕਹਿਣਾ ਹੈ ਕਿ ਅਜਿਹੀ ਕੋਈ ਵੀ ਬਿਮਾਰੀ ਨਹੀਂ, ਜਿਸ ਦੇ ਇਲਾਜ ਲਈ ਸਾਡੇ ਇੱਥੇ ਪਹਾੜੀ ਜੜੀਆਂ-ਬੂਟੀਆਂ ਨਾ ਹੋਣ।

ਮੇਰੀ ਦੂਜੀ ਮਾਂ ਹੈ, ਮਹਾਨ ਰੂਸ, ਮਾਸਕੋ। ਉਸ ਨੇ ਮੈਨੂੰ ਸਿੱਖਿਆ-ਦੀਖਸ਼ਾ ਦਿੱਤੀ, ਮੈਨੂੰ ਖੰਭ ਦਿੱਤੇ, ਮੈਨੂੰ ਵੱਡੇ ਰਸਤੇ 'ਤੇ ਪਹੁੰਚਾਇਆ, ਅਸੀਮ ਦਿਸਹੱਦੇ ਦਿਖਾਏ, ਸਾਰੀ ਦੁਨੀਆ ਨੂੰ ਮੇਰੇ ਸਾਹਮਣੇ ਉਭਾਰਿਆ।

ਬੇਟੇ ਦੇ ਰੂਪ ਵਿੱਚ ਮੈਂ ਦੋਵਾਂ ਦਾ ਰਿਣੀ ਹਾਂ। ਮੇਰੇ ਪਹਾੜੀ ਘਰ ਦੀ ਕੰਧ 'ਤੇ ਗਲੀਚਾ-ਚਿੱਤਰ ਲਟਕੇ ਹੋਏ ਹਨ। ਇੱਕ ਚਿੱਤਰ ਹੈ ਮਹਿਮੂਦ ਦਾ ਅਤੇ ਦੂਜਾ ਪੁਸ਼ਕਿਨ ਦਾ। ਬਲਾਕ ਦੇ ਰਚਨਾ-ਖੰਡਾਂ ਵਿੱਚ, ਜਿਨ੍ਹਾਂ ਵਿੱਚ ਪੀਟਰਸਬਰਗ ਦੀਆਂ ਦੂਧੀਆਂ ਰਾਤਾਂ ਦੇ ਠੰਢੇ ਸਾਹਾਂ ਦਾ ਅਨੁਭਵ ਹੁੰਦਾ ਹੈ, ਉੱਚੀਆਂ ਅਵਾਰ ਚਾਰਗਾਹਾਂ ਦੇ ਅੰਗਾਰਿਆਂ ਨਾਲ ਦਹਿਕਦੇ ਹੋਏ ਅਨੇਕਾਂ ਰੰਗਾਂ ਦੇ ਫੁੱਲ ਰੱਖੇ ਹਨ।

ਦੋ ਮਾਵਾਂ, ਇਹ ਤਾਂ ਜਿਵੇਂ ਦੋ ਖੰਭ ਹਨ, ਦੋ ਹੱਥ, ਦੋ ਅੱਖਾਂ, ਦੋ ਗੀਤ। ਦੋ ਮਾਵਾਂ ਦੇ ਹੱਥਾਂ ਨੇ ਮੇਰਾ ਸਿਰ ਪਲੋਸਿਆ ਹੈ ਅਤੇ ਜ਼ਰੂਰਤ ਪੈਣ 'ਤੇ ਮੇਰੇ ਕੰਨ ਵੀ ਖਿੱਚੇ ਹਨ। ਦੋਵਾਂ ਮਾਵਾਂ ਨੇ ਮੇਰੇ ਪੰਦੂਰ 'ਤੇ ਇੱਕ-ਇੱਕ ਤਾਰ ਲਗਾਈ ਹੈ। ਉਨ੍ਹਾਂ ਨੇ ਮੈਨੂੰ ਜ਼ਮੀਨ ਤੋਂ, ਮੇਰੇ ਪਿੰਡ ਤੋਂ ਉੱਪਰ ਉਠਾਇਆ ਅਤੇ ਉਨ੍ਹਾਂ ਦੇ ਮੋਢਿਆਂ 'ਤੇ ਮੈਂ ਦੁਨੀਆ ਵਿੱਚ ਬਹੁਤ ਕੁੱਝ ਦੇਖਿਆ, ਜਿਸ ਨੂੰ ਮੈਂ ਕਦੇ ਨਾ ਦੇਖ ਸਕਦਾ, ਜੇਕਰ ਉਹ ਮੈਨੂੰ ਉੱਪਰ ਨਾ ਉਠਾਉਂਦੀਆਂ। ਜਿਸ ਤਰ੍ਹਾਂ ਉੱਡਦਾ ਹੋਇਆ ਉਕਾਬ ਇਹ ਨਹੀਂ ਜਾਣਦਾ ਕਿ ਕਿਹੜਾ ਖੰਭ ਉਸ ਦੇ ਲਈ ਜ਼ਿਆਦਾ ਜ਼ਰੂਰੀ ਅਤੇ ਕੀਮਤੀ ਹੈ, ਉਸੇ ਤਰ੍ਹਾਂ ਮੈਨੂੰ ਵੀ ਪਤਾ ਨਹੀਂ ਕਿ ਕਿਹੜੀ ਮਾਂ ਮੇਰੇ ਲਈ ਜ਼ਿਆਦਾ ਕੀਮਤੀ ਹੈ।

ਪਹਿਲਾਂ ਪਹਾੜੀ ਲੋਕ ਜੜੀਆਂ-ਬੂਟੀਆਂ ਅਤੇ ਪਾਣੀ ਨਾਲ ਆਪਣੀਆਂ ਸਾਰੀਆਂ ਬਿਮਾਰੀਆਂ ਦਾ ਇਲਾਜ ਕਰਦੇ ਸਨ। ਨੀਮ-ਹਕੀਮਾਂ 'ਤੇ ਵੀ ਵਿਸ਼ਵਾਸ ਸੀ ਉਨ੍ਹਾਂ ਨੂੰ। ਹਾਂ, ਅਜਿਹੇ ਨੀਮ-ਹਕੀਮ ਵੀ ਸਨ, ਜਿਨ੍ਹਾਂ ਦੀ ਲੋਕ ਅਜੇ ਤੱਕ ਚਰਚਾ ਕਰਦੇ ਹਨ। ਇਹ ਨੀਮ-ਹਕੀਮ ਸਿਰ ਦੇ ਦਰਦ ਦਾ ਇਲਾਜ ਕਰਨ ਲਈ ਕਾਲੀ ਭੇਡ ਵੱਢਣ ਲਈ ਮਜ਼ਬੂਰ ਕਰਦੇ ਸਨ।

ਹਰ ਅਵਾਰ ਇਹ ਜਾਣਦਾ ਹੈ ਕਿ ਭੂਰੀ ਸਫ਼ੈਦ ਭੇਡ ਦੇ ਮੁਕਾਬਲੇ ਕਾਲੀ ਭੇਡ ਦਾ ਮੀਟ ਜ਼ਿਆਦਾ ਰਸੀਲਾ ਅਤੇ ਜ਼ਾਇਕੇਦਾਰ ਹੁੰਦਾ ਹੈ। ਨੀਮ-ਹਕੀਮ ਉਸੇ ਵੇਲੇ ਲਾਹੀ ਗਈ ਭੇਡ ਦੀ ਖੱਲ ਨੂੰ ਬਿਮਾਰ ਦੇ ਸਿਰ ਦੁਆਲੇ ਲਪੇਟ ਦਿੰਦਾ ਅਤੇ ਉਸ ਨੂੰ ਇਸੇ ਤਰ੍ਹਾਂ ਹੀ ਬੈਠਣ ਲਈ ਮਜ਼ਬੂਰ ਕਰਦਾ। ਮੀਟ ਉਹ ਆਪਣੇ ਨਾਲ ਲੈ ਜਾਂਦਾ।

ਅਜਿਹੇ ਨੀਮ-ਹਕੀਮਾਂ ਦਾ ਤਾਂ ਹੁਣ ਜ਼ਿਕਰ ਨਹੀਂ ਕਰਾਂਗੇ। ਪਰ ਚੰਗੇ ਲੋਕ-ਵੈਦ ਅਤੇ ਚੰਗੀਆਂ ਦਵਾਈਆਂ ਵੀ ਸਨ।

ਇੱਕ ਵਾਰ ਮੇਰੇ ਪਿਤਾ ਜੀ ਮਾਸਕੋ ਦੇ ਕ੍ਰੇਮਲਿਨ ਹਸਪਤਾਲ ਵਿੱਚ ਸਨ। ਉੱਥੇ ਉਨ੍ਹਾਂ ਨੂੰ ਦਾਗ਼ਿਸਤਾਨ ਦੀਆਂ ਜੜੀਆਂ-ਬੂਟੀਆਂ ਅਤੇ ਪਾਣੀ ਦਾ ਖ਼ਿਆਲ ਆ ਗਿਆ ਅਤੇ ਉਨ੍ਹਾਂ ਨੇ ਆਪਣੇ ਬੇਟਿਆਂ ਨੂੰ ਬੂਤਸਰਾ ਪਰਬਤ ਦੇ ਛੋਟੇ ਜਿਹੇ ਝਰਨੇ ਦਾ ਪਾਣੀ ਲਿਆਉਣ ਲਈ ਕਿਹਾ।

ਬੇਟਿਆਂ ਲਈ ਪਿਤਾ ਦੇ ਸ਼ਬਦ ਕਾਨੂੰਨ ਹੁੰਦੇ ਹਨ। ਉਹ ਦਾਗ਼ਿਸਤਾਨ ਪਹੁੰਚੇ, ਬੂਤਸਰਾ ਪਰਬਤ 'ਤੇ ਚੜ੍ਹੇ, ਉੱਥੇ ਝਰਨਾ ਲੱਭਿਆ ਅਤੇ ਕ੍ਰੇਮਲਿਨ ਹਸਪਤਾਲ ਵਿੱਚ ਬਿਮਾਰ ਪਏ ਅਵਾਰ ਕਵੀ ਲਈ ਉੱਥੋਂ ਪਾਣੀ ਲਿਆਏ।

ਪਿਤਾ ਜੀ ਨੇ ਪਾਣੀ ਪੀਤਾ ਅਤੇ ਜਿਵੇਂ ਉਨ੍ਹਾਂ ਨੂੰ ਕੁੱਝ ਚੈਨ ਮਿਲਿਆ। ਉਹ ਤਾਂ ਤੰਦਰੁਸਤ ਵੀ ਹੋ ਗਏ। ਪਰ ਉਨ੍ਹਾਂ ਨੂੰ ਇਹ ਪਤਾ ਨਹੀਂ ਸੀ ਕਿ ਉਸੇ ਦਿਨ ਉਨ੍ਹਾਂ ਨੂੰ ਵਿਦੇਸ਼ ਤੋਂ ਲਿਆਂਦੀ ਗਈ ਕਿਸੇ ਦਵਾਈ ਦੇ ਟੀਕੇ ਵੀ ਲਗਾਏ ਜਾਣ ਲੱਗੇ ਸਨ।

ਸੰਭਵ ਹੈ ਕਿ ਉਹ ਕੇਵਲ ਵਿਸ਼ਵ ਇਲਾਜ ਵਿਗਿਆਨ ਵੱਲੋਂ ਤਿਆਰ ਕੀਤੀਆਂ ਗਈਆਂ ਦਵਾਈਆਂ ਨਾਲ ਤੰਦਰੁਸਤ ਨਾ ਹੁੰਦੇ। ਸੰਭਵ ਹੈ ਕਿ ਕੇਵਲ ਅਵਾਰ ਪਾਣੀ, ਸਾਡੀ ਕੌਮੀ ਲੋਕ-ਦਵਾਈ ਨਾਲ ਹੀ ਉਨ੍ਹਾਂ ਨੂੰ ਸਿਹਤ-ਲਾਭ ਨਾ ਹੁੰਦਾ। ਪਰ ਦੋਵਾਂ ਦਵਾਈਆਂ ਨਾਲ ਉਹ ਤੰਦਰੁਸਤ ਹੋ ਗਏ।

ਸਾਹਿਤ ਵਿੱਚ ਵੀ ਅਜਿਹਾ ਹੀ ਹੋਣਾ ਚਾਹੀਦਾ ਹੈ। ਉਸ ਦੇ ਸਰੋਤ ਹਨ, ਜਨਮ-ਭੂਮੀ, ਆਪਣੇ ਲੋਕ, ਮਾਂ-ਬੋਲੀ। ਪਰ ਹਰ ਸੱਚੇ ਲੇਖਕ ਦੀ ਚੇਤਨਾ ਆਪਣੀ ਕੌਮ ਦੀਆਂ ਹੱਦਾਂ ਤੋਂ ਕਿਤੇ ਜ਼ਿਆਦਾ ਵਿਸ਼ਾਲ ਹੁੰਦੀ ਹੈ। ਸਾਰੀ ਮਨੁੱਖ-ਜਾਤੀ, ਸਮੁੱਚੀ ਦੁਨੀਆ ਦੀਆਂ ਸਮੱਸਿਆਵਾਂ ਉਸ ਨੂੰ ਬੇਚੈਨ ਕਰਦੀਆਂ ਹਨ, ਉਸ ਦੇ ਦਿਲ-ਦਿਮਾਗ ਵਿੱਚ ਥਾਂ ਲੈਂਦੀਆਂ ਹਨ।

ਚੱਲਦਾ ਰਾਹੀ ਜਦੋਂ ਮੰਜ਼ਿਲ ਵੱਲ,
ਨਾਲ ਭਲਾਂ ਉਹ ਲੈਂਦਾ ਕੀ?
ਰੋਟੀ ਲੈਂਦਾ, ਸ਼ਰਾਬ ਲੈਂਦਾ,
ਇਸ ਦੀ ਪਰ ਜ਼ਰੂਰਤ ਕੀ?

ਅਸੀਂ ਆਦਰ-ਸਤਿਕਾਰ ਕਰਾਂਗੇ,
ਸਿਰ-ਮੱਥੇ 'ਤੇ, ਆਉਣ ਵਾਲੇ।
ਰੋਟੀ ਤੁਹਾਨੂੰ ਪਹਾੜਣ ਦੇਵੇਗੀ,
ਅਤੇ ਪਹਾੜੀ ਸ਼ਰਾਬ ਪਿਆਵੇ।

ਚੱਲਦਾ ਰਾਹੀ ਜਦ ਮੰਜ਼ਿਲ ਵੱਲ,
ਨਾਲ ਭਲਾਂ ਉਹ ਲੈਂਦਾ ਕੀ?
ਖੰਜਰ ਤਿੱਖਾ ਹੱਥ ਵਿੱਚ ਲੈਂਦਾ,
ਉਸ ਦੀ ਪਰ ਜ਼ਰੂਰਤ ਕੀ?

ਇੱਥੇ ਪਹਾੜਾਂ ਵਿੱਚ ਸਵਾਗਤ ਹੈ,
ਪਰ ਜੇਕਰ ਕੋਈ ਦੁਸ਼ਮਣ।
ਘਾਤ ਲਗਾਈਂ ਬੈਠਾ ਹੋਵੇ,
ਬਿੰਨ੍ਹ ਦਿਆਂਗੇ ਉਸ ਦਾ ਤਨ।

ਚੱਲਦਾ ਰਾਹੀ ਜਦ ਮੰਜ਼ਿਲ ਵੱਲ,
ਨਾਲ ਭਲਾਂ ਉਹ ਲੈਂਦਾ ਕੀ?
ਗੀਤ ਨਾਲ ਉਹ ਆਪਣੇ ਲੈਂਦਾ,
ਉਸ ਦੀ ਪਰ ਜ਼ਰੂਰਤ ਕੀ?

ਗੀਤ ਇੱਥੇ ਅਦਭੁੱਤ ਤੋਂ ਅਦਭੁੱਤ,
ਉਸ ਦਾ ਕੋਈ ਨਹੀਂ ਸ਼ੁਮਾਰ।
ਫਿਰ ਵੀ ਚਾਹੋ ਤਾਂ ਨਾਲ ਲੈ ਲਓ,
ਉਸ ਦਾ ਨਹੀਂ ਜਰਾ ਵੀ ਭਾਰ।

ਜਦੋਂ ਡਾਕਟਰ ਨਾਲ ਲੇਖਕ ਦੀ ਤੁਲਨਾ ਕੀਤੀ ਜਾਵੇ, ਤਾਂ ਉਸ ਨੂੰ ਸਦੀਆਂ ਦੀਆਂ ਜਾਣੀਆਂ-ਪਰਖੀਆਂ ਲੋਕ-ਦਵਾਈਆਂ ਅਤੇ ਵਿਸ਼ਵ ਵਿਗਿਆਨ ਦੀਆਂ ਨਵੀਆਂ ਪ੍ਰਾਪਤੀਆਂ ਦੀ ਵਰਤੋਂ ਕਰਨ ਵਿੱਚ ਸਮਰੱਥ ਹੋਣਾ ਚਾਹੀਦਾ ਹੈ।

ਜੇਕਰ ਪੈਦਲ-ਯਾਤਰੀ ਨਾਲ ਲੇਖਕ ਦੀ ਤੁਲਨਾ ਕੀਤੀ ਜਾਵੇ, ਤਾਂ ਕਿਸੇ ਦੂਜੀ ਕੌਮ ਦਾ ਮਹਿਮਾਨ ਬਣਦੇ ਹੋਏ, ਉਸ ਨੂੰ ਆਪਣੀ ਧਰਤੀ ਦੇ ਗੀਤਾਂ ਨੂੰ ਹਿਰਦੇ ਵਿੱਚ ਸਮਾ ਕੇ ਲੈ ਜਾਣਾ ਚਾਹੀਦਾ ਹੈ, ਪਰ ਉਨ੍ਹਾਂ ਗੀਤਾਂ ਲਈ ਵੀ ਆਪਣੇ ਹਿਰਦੇ ਵਿੱਚ ਸਥਾਨ ਰੱਖਣਾ ਚਾਹੀਦਾ ਹੈ, ਜੋ ਉਸ ਨੂੰ ਉੱਥੇ ਸੁਣਾਏ ਜਾਣਗੇ।

ਉਸ ਦੇ ਆਪਣੇ ਲੋਕ ਉਸ ਨੂੰ ਵਿਦਾ ਕਰਦੇ ਹਨ, ਦੂਜੇ ਉਸ ਦਾ ਸਵਾਗਤ ਕਰਦੇ ਹਨ ਅਤੇ ਗੀਤ ਸਾਰੀਆਂ ਕੌਮਾਂ ਕੋਲ ਹੁੰਦੇ ਹਨ।

ਸਾਡੇ ਪਿੰਡਾਂ ਵਿੱਚ ਜਦੋਂ ਪਹਿਲਾਂ ਵਿਆਖਿਆ ਕਰਨ ਵਾਲੇ ਅਤੇ ਭਾਸ਼ਣ ਦੇਣ ਵਾਲੇ ਆਉਣ ਲੱਗੇ, ਤਾਂ ਕੇਲੇਬ ਪਿੰਡ ਦੀਆਂ ਔਰਤਾਂ ਵਿਆਖਿਆ ਕਰਨ ਵਾਲਿਆਂ ਵੱਲ ਪਿੱਠ ਕਰ ਕੇ ਬੈਠਦੀਆਂ ਸਨ, ਤਾਂ ਕਿ ਉਹ ਉਨ੍ਹਾਂ ਚਿਹਰੇ ਨਾ ਦੇਖ ਸਕਣ। ਪਰ ਵਿਆਖਿਆ ਕਰਨ ਤੋਂ ਬਾਅਦ ਜਦੋਂ ਗਾਇਕ ਸਾਹਮਣੇ ਆਉਂਦਾ ਅਤੇ ਗਾਉਣ ਲੱਗਦਾ, ਤਾਂ ਔਰਤਾਂ ਗਾਉਣ ਦਾ ਆਦਰ ਕਰਦੇ ਹੋਏ ਪਹਿਲੀਆਂ ਧਾਰਨਾਵਾਂ ਨੂੰ ਤਾਕ 'ਤੇ ਰੱਖ ਕੇ ਗਾਇਕ ਵੱਲ ਮੂੰਹ ਕਰ ਲੈਂਦੀਆਂ। ਇੰਨਾ ਹੀ ਨਹੀਂ, ਉਹ ਤਾਂ ਮੂੰਹ ਤੋਂ ਪਰਦਾ ਵੀ ਹਟਾ ਦਿੰਦੀਆਂ।

ਕੋਈ ਅਜਿਹਾ ਦਿਨ, ਕੋਈ ਅਜਿਹਾ ਮਿੰਟ ਵੀ ਨਹੀਂ ਹੁੰਦਾ, ਜਦੋਂ ਮੇਰੀ ਆਤਮਾ ਵਿੱਚ ਉਹ ਗੀਤ ਧੜਕਦਾ ਨਾ ਹੋਵੇ, ਉਸ ਗੀਤ ਦੀ ਗੂੰਜ ਸੁਣਾਈ ਨਾ ਦੇਵੇ, ਜੋ ਮੇਰੀ ਮਾਂ ਨੇ ਮੇਰੇ ਪੰਘੂੜੇ ਕੋਲ ਝੁਕ ਕੇ ਗਾਇਆ ਸੀ। ਇਹੀ ਗੀਤ, ਮੇਰੇ ਸਾਰੇ ਗੀਤਾਂ ਦਾ ਪੰਘੂੜਾ ਹੈ। ਇਹ ਉਹ ਸਿਰ੍ਹਾਣਾ ਹੈ, ਜਿਸ 'ਤੇ ਮੈਂ ਆਪਣਾ ਥੱਕਿਆ ਹੋਇਆ ਸਿਰ ਟਿਕਾਉਂਦਾ ਹਾਂ। ਉਹ ਘੋੜਾ

ਹੈ, ਜੋ ਮੈਨੂੰ ਲੈ ਕੇ ਹਰ ਜਗ੍ਹਾ ਘੁੰਮਦਾ ਹੈ। ਇਹ ਉਹ ਚਸ਼ਮਾ ਹੈ, ਜੋ ਮੇਰੀ ਪਿਆਸ ਬੁਝਾਉਂਦਾ ਹੈ, ਉਹ ਚੁੱਲ੍ਹਾ ਹੈ, ਜੋ ਮੈਨੂੰ ਗਰਮਾਉਂਦਾ ਹੈ ਅਤੇ ਮੈਂ ਇਸੇ ਦੀ ਗਰਮੀ ਆਪਣੇ ਨਾਲ ਲੈ ਕੇ ਘੁੰਮਦਾ ਹਾਂ।

ਪਰ ਨਾਲ ਹੀ ਮੈਂ ਸ਼ੁਕੂਮ ਵਰਗਾ ਨਹੀਂ ਬਣਨਾ ਚਾਹੁੰਦਾ, ਜੋ ਵੱਡਾ ਅਤੇ ਤਕੜਾ ਬੱਚਾ ਹੋ ਜਾਣ 'ਤੇ ਵੀ ਮਾਂ ਦਾ ਦੁੱਧ ਪੀਤੇ ਬਿਨਾਂ ਨਹੀਂ ਰਹਿ ਸਕਦਾ ਸੀ ਅਤੇ ਇਸ ਲਈ ਉਸ ਦੀ ਛਾਤੀ ਵੱਲ ਦੌੜਦਾ ਸੀ। ਅਜਿਹਿਆਂ ਬਾਰੇ ਕਿਹਾ ਜਾਂਦਾ ਹੈ, "ਜਿਸਮ ਢੱਠੇ ਦਾ, ਦਿਮਾਗ ਬੱਛੇ ਦਾ।"

ਅੱਜਕੱਲ੍ਹ ਅਸੀਂ ਤਰ੍ਹਾਂ-ਤਰ੍ਹਾਂ ਦੀਆਂ ਪ੍ਰਸ਼ਨਾਵਲੀਆਂ ਦੇ ਉੱਤਰ ਲਿਖਣ ਦੇ ਆਦੀ ਹੋ ਚੁੱਕੇ ਹਾਂ। ਆਪਣੇ ਜੀਵਨ ਵਿੱਚ ਪਤਾ ਨਹੀਂ ਕਿੰਨੇ ਅਜਿਹੇ ਪ੍ਰਸ਼ਨ-ਪੱਤਰ ਭਰ ਚੁੱਕਿਆ ਹਾਂ ਮੈਂ! ਇੱਕ ਵੀ ਪ੍ਰਸ਼ਨ-ਪੱਤਰ ਵਿੱਚ ਮੈਂ ਜਨਮ-ਭੂਮੀ ਪ੍ਰਤੀ ਪਿਆਰ ਵਾਲਾ ਪ੍ਰਸ਼ਨ ਨਹੀਂ ਦੇਖਿਆ। ਪਰ ਇਸ ਦਾ ਇਹ ਮਤਲਬ ਬਿਲਕੁੱਲ ਹੀ ਨਹੀਂ ਹੈ ਕਿ ਅਜਿਹਾ ਪਿਆਰ ਦੁਨੀਆ ਦੇ ਲੋਕਾਂ ਵਿੱਚ ਹੈ ਹੀ ਨਹੀਂ।

ਦੂਜੇ ਪਾਸੇ, ਪ੍ਰਸ਼ਨ-ਪੱਤਰ ਵਿੱਚ ਕੇਵਲ 'ਸੋਵੀਅਤ ਸੰਘ ਦਾ ਨਾਗਰਿਕ' ਲਿਖ ਦੇਣਾ ਹੀ ਕਾਫ਼ੀ ਨਹੀਂ, ਵਿਅਕਤੀ ਨੂੰ ਅਸਲ ਵਿੱਚ ਉਹੋ ਜਿਹਾ ਹੋਣਾ ਵੀ ਚਾਹੀਦਾ ਹੈ। 'ਸੋਵੀਅਤ ਸੰਘ ਦੀ ਕਮਿਊਨਿਸਟ ਪਾਰਟੀ ਦਾ ਮੈਂਬਰ' ਲਿਖ ਦੇਣਾ ਹੀ ਕਾਫ਼ੀ ਨਹੀਂ, ਸਹੀ ਅਰਥਾਂ ਵਿੱਚ ਉਹੋ ਜਿਹਾ ਬਣਨਾ ਵੀ ਚਾਹੀਦਾ ਹੈ। 'ਮਾਂ-ਬੋਲੀ ਅਵਾਰ' ਲਿਖ ਦੇਣਾ ਹੀ ਕਾਫ਼ੀ ਨਹੀਂ, ਅਸਲ ਵਿੱਚ ਹੀ ਇਹ ਮਾਂ-ਬੋਲੀ ਹੋਣੀ ਚਾਹੀਦੀ ਹੈ, ਇਸ ਪ੍ਰਤੀ ਵਫ਼ਾਦਰ ਰਹਿਣ ਦੀ ਦਲੇਰੀ ਹੋਣੀ ਚਾਹੀਦੀ ਹੈ।

ਜਗ੍ਹਾ-ਜਗ੍ਹਾ ਤੋਂ ਆਏ ਮਹਿਮਾਨੋ, ਮੇਰੇ ਕੋਲ ਆਓ, ਮੇਰੇ ਕੋਲ ਤਰ੍ਹਾਂ-ਤਰ੍ਹਾਂ ਦੇ ਗੀਤ ਲਿਆਓ, ਭਰਾਵਾਂ-ਭੈਣਾਂ ਵਾਂਗ ਆਓ, ਮੈਂ ਸਾਰਿਆਂ ਦਾ ਸਵਾਗਤ ਕਰਾਂਗਾ, ਸਾਰਿਆਂ ਨੂੰ ਆਪਣੇ ਦਿਲ ਵਿੱਚ ਜਗ੍ਹਾ ਦੇ ਸਕਾਂਗਾ!

ਜੇਕਰ ਕੋਈ ਪਹਾੜੀ ਆਦਮੀ ਕਿਸੇ ਦੂਜੀ ਕੌਮ ਦੀ ਔਰਤ ਨੂੰ ਕਾਠੀ 'ਤੇ ਆਪਣੇ ਪਿੱਛੇ ਬਿਠਾ ਕੇ ਖ਼ੂੰਜ਼ਹ ਵਿੱਚ ਮੁੜਦਾ ਸੀ, ਤਾਂ ਅਜਿਹੇ ਆਦਮੀ ਨੂੰ ਨਫ਼ਰਤ ਦੀ ਨਿਗ੍ਹਾ ਨਾਲ ਦੇਖਿਆ ਜਾਂਦਾ ਸੀ, ਪਿੰਡ ਦੇ ਵੱਡੇ-ਬਜ਼ੁਰਗ ਉਸ ਦੀ ਇਸ ਹਰਕਤ ਦੀ ਨਿਖੇਧੀ ਕਰਦੇ ਸਨ। ਪਰ ਹੁਣ ਤਾਂ ਬੁੱਢੇ-ਜਵਾਨ, ਸਾਰੇ ਇਸ ਚੀਜ਼ ਦੇ ਆਦੀ ਹੋ ਚੁੱਕੇ ਹਨ। ਕਿਸੇ ਵੀ ਦੂਜੀ ਕੌਮ ਦੀ ਔਰਤ ਨਾਲ ਕਿਸੇ ਅਵਾਰ ਦੀ ਸ਼ਾਦੀ ਨੂੰ ਕਲੰਕ ਨਹੀਂ ਮੰਨਿਆ ਜਾਂਦਾ। ਹੁਣ ਕੇਵਲ ਇੱਕ ਹੀ ਵਿਆਹ ਦੀ ਨਿੰਦਿਆ ਕੀਤੀ ਜਾਂਦੀ ਹੈ, ਪ੍ਰੇਮ-ਹੀਣ ਵਿਆਹ ਦੀ।

ਕੀ ਇਹ ਸੱਚ ਨਹੀਂ ਕਿ ਫੁੱਲ ਜਿੰਨੇ ਵੀ ਵੰਨ-ਸੁਵੰਨੇ ਹੋਣਗੇ, ਉਨਾ ਹੀ ਉਨ੍ਹਾਂ ਦਾ ਖ਼ੂਬਸੂਰਤ ਗੁਲਦਸਤਾ ਬਣੇਗਾ। ਆਕਾਸ਼ ਵਿੱਚ ਜਿੰਨੇ ਜ਼ਿਆਦਾ ਤਾਰੇ ਹੋਣਗੇ, ਉਹ ਉਨਾ ਹੀ ਜ਼ਿਆਦਾ ਜਗਮਗਾਵੇਗਾ। ਸਤਰੰਗੀ-ਪੀਂਘ ਤਾਂ ਸੁੰਦਰ ਲੱਗਦੀ ਹੈ ਕਿਉਂਕਿ ਉਹ ਪ੍ਰਿਥਵੀ ਦੇ ਸਾਰੇ ਰੰਗਾਂ ਨੂੰ ਆਪਣੇ ਵਿੱਚ ਸਮੇਟ ਲੈਂਦੀ ਹੈ।

ਅਫ਼ਰੀਕਾ ਵਿੱਚ ਮੈਂ ਇੱਕ ਅਦਭੁੱਤ, ਇੱਕ ਅਸਾਧਾਰਨ ਫੁੱਲ ਦੇਖਿਆ। ਇਸ ਫੁੱਲ ਦੀ ਹਰ ਪੰਖੜੀ ਦਾ ਆਪਣਾ ਵੱਖਰਾ ਰੰਗ ਹੁੰਦਾ ਹੈ। ਹਰ ਪੰਖੜੀ ਦੀ ਆਪਣੀ ਸੁਗੰਧ,

ਆਪਣਾ ਨਾਂ ਹੈ। ਸੰਖੇਪ ਵਿੱਚ, ਡੰਡੀ 'ਤੇ ਇੱਕ ਵਧੀਆ, ਤਿਆਰ ਕੀਤਾ ਗੁਲਦਸਤਾ ਪੈਦਾ ਹੁੰਦਾ ਹੈ, ਪਰ ਫਿਰ ਵੀ ਉਹ ਇੱਕ ਹੀ ਫੁੱਲ ਹੁੰਦਾ ਹੈ।

ਮੈਂ ਇਹ ਚਾਹੁੰਦਾ ਹਾਂ ਕਿ ਮੇਰੀ ਅਵਾਰ ਪੁਸਤਕ ਉਸ ਅਦਭੁੱਤ ਅਫ਼ਰੀਕੀ ਫੁੱਲ ਵਰਗੀ ਹੋਵੇ, ਤਾਂ ਕਿ ਹਰ ਕੋਈ ਉਸ ਵਿੱਚ ਆਪਣਾ ਕੁੱਝ ਪਿਆਰਾ, ਕੁੱਝ ਨੇੜਲਾ ਦੇਖ ਸਕੇ।

ਲਓ, ਮੈਂ ਉਹ ਸਾਰੀਆਂ ਚੀਜ਼ਾਂ, ਜਿਨ੍ਹਾਂ ਨਾਲ ਅਜਿਹੀ ਪੁਸਤਕ ਬਣਨੀ ਚਾਹੀਦੀ ਹੈ, ਆਪਣੇ ਸਾਹਮਣੇ ਰੱਖ ਲੈਂਦਾ ਹਾਂ। ਕੂਬਾਚੀ ਦੇ ਚੰਗੇ ਕਾਰੀਗਰ ਵਾਂਗ ਹਰ ਚੀਜ਼ ਮੇਰੇ ਨੇੜੇ ਰੱਖੀ ਹੈ। ਉਨ੍ਹਾਂ ਕੋਲ ਹੁੰਦੇ ਹਨ, ਚਾਂਦੀ, ਸੋਨਾ, ਕੱਟਣ ਵਾਲੇ ਸੰਦ, ਹਥੌੜੀਆਂ, ਛੈਣੀਆਂ, ਠੱਪੇ ਅਤੇ ਖਾਕੇ। ਮੇਰੇ ਕੋਲ ਹਨ, ਮਾਂ-ਬੋਲੀ, ਜੀਵਨ ਦਾ ਅਨੁਭਵ, ਲੋਕਾਂ ਦੇ ਚਿੱਤਰ ਅਤੇ ਚਰਿੱਤਰ, ਗੀਤਾਂ ਦੀਆਂ ਧੁਨੀਆਂ, ਇਤਿਹਾਸ ਦੀ ਸਮਝ, ਨਿਆਂ ਦੀ ਭਾਵਨਾ, ਪਿਆਰ, ਮਾਂ-ਬੋਲੀ ਦੀ ਕੁਦਰਤੀ ਸੁੰਦਰਤਾ, ਆਪਣੇ ਪਿਤਾ ਦੀ ਯਾਦ, ਆਪਣੇ ਲੋਕਾਂ ਦਾ ਅਤੀਤ ਅਤੇ ਭਵਿੱਖ...ਮੇਰੇ ਹੱਥਾਂ ਵਿੱਚ ਸਵਰਣ-ਪਿੰਡ ਹਨ। ਪਰ ਮੇਰੇ ਹੱਥ ਵੀ ਸੋਨੇ ਦੇ ਹਨ ਜਾਂ ਨਹੀਂ? ਮੇਰੇ ਵਿੱਚ ਕਾਫ਼ੀ ਪ੍ਰਤਿਭਾ, ਕਾਫ਼ੀ ਕਾਰਾਗਰੀ ਵੀ ਹੋਵੇਗੀ।

ਮੈਂ, ਕਰਾਂ ਕਿ ਮੇਰਾ ਗੀਤ ਜਿਊਂਦੇ-ਜਾਗਦੇ, ਖੰਭ ਫੜਫੜਾਉਂਦੇ ਪੰਛੀ ਵਾਂਗ ਤੁਹਾਡੀ ਹਥੇਲੀ 'ਤੇ ਰੱਖਿਆ ਜਾ ਸਕੇ, ਕਿ ਉਹ ਪਿਆਰ ਵਾਂਗ ਸੱਦੇ ਅਤੇ ਅਗਾਊਂ ਸੂਚਨਾ ਤੋਂ ਬਿਨਾਂ ਤੁਹਾਡੇ ਦਿਲਾਂ ਵਿੱਚ ਲਹਿ ਜਾਵੇ?

ਮੇਰੇ ਮੇਜ 'ਤੇ ਜੋ ਕੁੱਝ ਮੇਰੇ ਸਾਹਮਣੇ ਰੱਖਿਆ ਹੈ, ਮੈਂ ਦੁਬਾਰਾ ਉਸ 'ਤੇ ਨਜ਼ਰ ਮਾਰਦਾ ਹਾਂ।

ਕਹਿੰਦੇ ਹਨ ਕਿ ਉਸ ਜਵਾਨ ਦੀ ਬੀਵੀ ਉਸ ਨੂੰ ਛੱਡ ਜਾਵੇ, ਜਿਸ ਕੋਲ ਘੋੜਾ ਨਹੀਂ।

ਅਜਿਹਾ ਵੀ ਕਹਿੰਦੇ ਹਨ ਕਿ ਉਸ ਜਵਾਨ ਦੀ ਬੀਵੀ ਉਸ ਨੂੰ ਛੱਡ ਜਾਵੇ, ਜਿਸ ਕੋਲ ਘੋੜੇ ਦੀ ਕਾਠੀ ਜਾਂ ਛਾਂਟਾ ਨਹੀਂ।

ਕਹਿੰਦੇ ਹਨ ਕਿ ਉਕਾਬ ਨੂੰ ਘਾਹ ਅਤੇ ਗਧੇ ਨੂੰ ਮਾਸ ਨਾ ਖਵਾਓ।

ਕਹਿੰਦੇ ਹਨ ਕਿ ਜੇਕਰ ਕੰਧਾਂ ਮਜ਼ਬੂਤ ਨਹੀਂ, ਤਾਂ ਸੁੰਦਰ ਮਕਾਨ ਵੀ ਡਿੱਗ ਸਕਦਾ ਹੈ।

ਕਹਿੰਦੇ ਹਨ ਕਿ ਮੁਰਗੀ ਨੂੰ ਮਾਦਾ ਉਕਾਬ ਹੋਣ ਦਾ ਸੁਪਨਾ ਆਇਆ, ਚੱਟਾਨ ਤੋਂ ਉੱਡੀ ਅਤੇ ਖੰਭ ਤੁੜਵਾ ਲਏ।

ਛੋਟੇ ਜਿਹੇ ਨਾਲੇ ਨੇ ਇਹ ਸੁਪਨਾ ਦੇਖਿਆ ਕਿ ਉਹ ਵੱਡਾ ਦਰਿਆ ਹੈ, ਉਹ ਰੇਤ ਵਿੱਚ ਚਲਾ ਗਿਆ ਅਤੇ ਸੁੱਕ ਗਿਆ।

ਭਾਸ਼ਾ

ਬੱਚਾ ਇਥੇ, ਰੋਂਦਾ ਹੈ ਤੇ ਹੱਸਦਾ ਹੈ,
ਮੂੰਹੋਂ ਪਰ ਸ਼ਬਦ ਨਹੀਂ ਕਹਿ ਸਕਦਾ ਹੈ।
ਆਵੇਗਾ, ਉਹ ਦਿਨ ਵੀ ਆਖ਼ਰ ਆਵੇਗਾ,
ਕੌਣ, ਕਿਉਂ ਜੱਗ 'ਤੇ ਆਇਆ, ਸਮਝਾਵੇਗਾ।

–ਪੰਘੂੜੇ 'ਤੇ ਉੱਕਰੇ ਸ਼ਬਦ

ਦੁਨੀਆ ਵਿੱਚ ਜੇਕਰ ਸ਼ਬਦ ਨਾ ਹੁੰਦਾ,
ਤਾਂ ਉਹ ਉਹੋ ਜਿਹੀ ਨਾ ਹੁੰਦੀ, ਜਿਹੋ ਜਿਹੀ ਹੈ।

ਸੰਸਾਰ ਦੀ ਰਚਨਾ ਤੋਂ ਇੱਕ ਸੌ ਸਾਲ ਪਹਿਲਾਂ,
ਕਵੀ ਦਾ ਜਨਮ ਹੋਇਆ।

ਭਾਸ਼ਾ-ਗਿਆਨ ਤੋਂ ਬਿਨਾਂ ਕਵਿਤਾ ਰਚਣ ਦਾ,
ਨਿਰਣਾ ਕਰਨ ਵਾਲਾ ਵਿਅਕਤੀ ਉਸ ਪਾਗਲ ਵਾਂਗ ਹੈ,
ਜੋ ਤੈਰਨਾ ਨਾ ਜਾਣਦੇ ਹੋਏ ਵੀ,
ਤੂਫ਼ਾਨੀ ਨਦੀ ਵਿੱਚ ਕੁੱਦ ਪੈਂਦਾ ਹੈ।

ਕੁੱਝ ਲੋਕ ਇਸ ਲਈ ਨਹੀਂ ਬੋਲਦੇ ਕਿ ਉਨ੍ਹਾਂ ਦੇ ਦਿਮਾਗ ਵਿੱਚ ਮਹੱਤਵਪੂਰਨ ਵਿਚਾਰਾਂ ਦਾ ਭੰਡਾਰ ਹੁੰਦਾ ਹੈ, ਬਲਕਿ ਇਸ ਲਈ ਕਿ ਉਨ੍ਹਾਂ ਦੀ ਜੀਭ 'ਤੇ ਖੁਰਕ ਹੁੰਦੀ ਹੈ। ਕੁੱਝ ਲੋਕ ਇਸ ਲਈ ਕਾਵਿ-ਰਚਨਾ ਨਹੀਂ ਕਰਦੇ ਕਿ ਉਨ੍ਹਾਂ ਦੇ ਹਿਰਦਿਆਂ ਵਿੱਚ ਮਜ਼ਬੂਤ ਭਾਵਨਾਵਾਂ ਪੈਦਾ ਹੁੰਦੀਆਂ ਹਨ, ਬਲਕਿ ਇਸ ਲਈ ਕਿ...ਅਸਲ ਵਿੱਚ ਇਹ ਕਹਿਣਾ ਵੀ ਮੁਸ਼ਕਿਲ ਹੈ ਕਿ ਕਿਉਂ ਉਹ ਅਚਾਨਕ ਕਵਿਤਾ ਰਚਣ ਲੱਗਦੇ ਹਨ। ਉਨ੍ਹਾਂ ਦੀਆਂ ਕਵਿਤਾਵਾਂ ਦੀ ਗੂੰਜ ਭੇਡ ਦੀ ਕੱਚੀ ਖੱਲ ਦੀ ਥੈਲੀ ਵਿੱਚ ਪਾਏ ਅਖਰੋਟਾਂ ਦੇ ਖੜਕਣ ਦੀ ਉਦਾਸ ਆਵਾਜ਼ ਵਰਗੀ ਹੁੰਦੀ ਹੈ।

ਇਹ ਲੋਕ ਆਪਣੇ ਆਲੇ-ਦੁਆਲੇ ਦੇਖਣਾ ਅਤੇ ਪਹਿਲਾਂ ਇਸ ਚੀਜ਼ 'ਤੇ ਨਜ਼ਰ ਮਾਰਨਾ ਚਾਹੁੰਦੇ ਹਨ ਕਿ ਦੁਨੀਆ ਵਿੱਚ ਕੀ ਹੋ ਰਿਹਾ ਹੈ। ਉਹ ਉਨ੍ਹਾਂ ਸਵਰਾਂ, ਗੀਤਾਂ ਅਤੇ ਧੁਨਾਂ ਨੂੰ ਸੁਣਨਾ ਅਤੇ ਜਾਣਨਾ ਨਹੀਂ ਚਾਹੁੰਦੇ, ਜਿਨ੍ਹਾਂ ਨਾਲ ਇਹ ਦੁਨੀਆ ਭਰਪੂਰ ਹੈ।

ਇਹ ਪੁੱਛਿਆ ਜਾਂਦਾ ਹੈ ਕਿ ਆਦਮੀ ਨੂੰ ਅੱਖਾਂ, ਕੰਨ ਅਤੇ ਜ਼ੁਬਾਨ ਕਿਸ ਲਈ

ਦਿੱਤੇ ਗਏ ਹਨ? ਕਿਸ ਲਈ ਆਦਮੀ ਦੀਆਂ ਦੋ ਅੱਖਾਂ ਅਤੇ ਦੋ ਕੰਨ ਹਨ, ਪਰ ਜ਼ੁਬਾਨ ਇੱਕ ਹੈ? ਇਸ ਦਾ ਕਾਰਨ ਇਹ ਹੈ ਕਿ ਜ਼ੁਬਾਨ ਵਿੱਚੋਂ ਇੱਕ ਵੀ ਸ਼ਬਦ ਦੁਨੀਆ ਸਾਹਮਣੇ ਕੱਢਣ ਤੋਂ ਪਹਿਲਾਂ ਦੋ ਅੱਖਾਂ ਨੂੰ ਦੇਖਣਾ ਅਤੇ ਦੋ ਕੰਨਾਂ ਨੂੰ ਸੁਣਨਾ ਚਾਹੀਦਾ ਹੈ।

ਜ਼ੁਬਾਨ ਵਿੱਚੋਂ ਨਿੱਕਲਿਆ ਹੋਇਆ ਸ਼ਬਦ ਤਾਂ ਤੰਗ ਅਤੇ ਖੜ੍ਹਵੀਆਂ ਪਹਾੜੀਆਂ ਦੇ ਖੁੱਲ੍ਹੇ ਮੈਦਾਨ ਵਿੱਚ ਉੱਤਰਨ ਵਾਲੇ ਘੋੜੇ ਵਾਂਗ ਹੈ। ਪੁੱਛਿਆ ਜਾ ਸਕਦਾ ਹੈ ਕਿ ਕੀ ਉਸ ਸ਼ਬਦ ਨੂੰ ਦੁਨੀਆ ਵਿੱਚ ਭੇਜਣਾ ਸਹੀ ਹੋਵੇਗਾ, ਜੋ ਦਿਲ ਵਿੱਚੋਂ ਹੋ ਕੇ ਨਹੀਂ ਆਇਆ?

ਸਿਰਫ਼ ਸ਼ਬਦ ਨਾਂ ਦੀ ਕੋਈ ਚੀਜ਼ ਨਹੀਂ ਹੈ। ਉਹ ਜਾਂ ਤਾਂ ਸਰਾਪ ਹੈ ਜਾਂ ਵਧਾਈ, ਸੁੰਦਰਤਾ ਹੈ ਜਾਂ ਪੀੜਾ, ਗੰਦਗੀ ਹੈ ਜਾਂ ਭੁੱਲ, ਝੂਠ ਹੈ ਜਾਂ ਸੱਚ, ਪ੍ਰਕਾਸ਼ ਹੈ ਜਾਂ ਹਨੇਰਾ।

ਉੱਚੇ-ਨੀਵੇਂ, ਭਿਆਨਕ ਖੇਤਰ ਵਿੱਚ, ਸੁਣਿਆ ਕਦੇ ਇਹ,
ਸਾਡੇ ਪਾਪੀਆਂ ਲਈ ਕੇਵਲ ਸ਼ਬਦ ਨੇ ਰਚਿਆ ਸੰਸਾਰ।
ਕਿਹੋ ਜਿਹੀ ਹੈ ਗੂੰਜ ਸ਼ਬਦ ਦੀ,
ਪੂਜਾ ਵਰਗੀ? ਜਾਂ ਸਹੁੰ ਵਰਗੀ? ਜਾਂ ਹੁਕਮ ਜਾਂ ਪੁਕਾਰ?

ਇਸ ਦੁਨੀਆ ਦੀ ਰੱਖਿਆ ਲਈ ਅਸੀਂ ਡਟਦੇ ਹਾਂ,
ਜ਼ਖ਼ਮੀ ਦੁਨੀਆ, ਬੁਰਾਈਆਂ ਕਾਰਨ ਹਰੇ।
ਸਾਨੂੰ ਸ਼ਬਦ ਦਿਓ, ਪੂਜਾ ਦਾ, ਜਾਂ ਉਸ ਵਿੱਚ ਸੰਕਲਪ ਹੋਵੇ,
ਬੇਸ਼ੱਕ ਹੋਵੇ ਸਰਾਪ, ਪਰ ਇਹ ਦੁਨੀਆ ਦੀ ਰੱਖਿਆ ਕਰੇ।

ਮੇਰੇ ਇੱਕ ਦੋਸਤ ਨੇ ਇੱਕ ਵਾਰ ਕਿਹਾ ਸੀ, ਆਪਣੇ ਸ਼ਬਦ ਦਾ ਮੈਂ ਖ਼ੁਦ ਮਾਲਕ ਹਾਂ, ਚਾਹਾਂ ਤਾਂ ਉਸ ਨੂੰ ਪੂਰਾ ਕਰਾਂ, ਚਾਹਾਂ ਤਾਂ ਨਾ ਪੂਰਾ ਕਰਾਂ। ਮੇਰੇ ਦੋਸਤ ਲਈ ਤਾਂ ਸ਼ਾਇਦ ਅਜਿਹਾ ਹੀ ਠੀਕ ਰਹੇ, ਪਰ ਲੇਖਕ ਨੂੰ ਤਾਂ ਆਪਣੇ ਸ਼ਬਦਾਂ, ਆਪਣੇ ਵਚਨਾਂ ਦਾ ਮਾਲਕ ਹੋਣਾ ਚਾਹੀਦਾ ਹੈ। ਇੱਕ ਹੀ ਚੀਜ਼ ਦੇ ਲਈ ਉਹ ਦੋ ਵਾਰ ਸਹੁੰਆਂ ਨਹੀਂ ਖਾ ਸਕਦਾ। ਵੈਸੇ, ਜੋ ਅਕਸਰ ਸਹੁੰਆਂ ਖਾਂਦਾ ਹੈ, ਮੇਰੇ ਖ਼ਿਆਲ ਵਿੱਚ ਉਹ ਕੇਵਲ ਝੂਠਾ ਹੁੰਦਾ ਹੈ।

ਜੇਕਰ ਇਸ ਪੁਸਤਕ ਦੀ ਤੁਲਨਾ ਗਲੀਚੇ ਨਾਲ ਕੀਤੀ ਜਾਵੇ, ਤਾਂ ਮੈਂ ਅਵਾਰ ਭਾਸ਼ਾ ਦੇ ਰੰਗ-ਬਰੰਗੇ ਧਾਗਿਆਂ ਨਾਲ ਉਸ ਨੂੰ ਬੁਣ ਰਿਹਾ ਹਾਂ। ਜੇਕਰ ਇਸ ਨੂੰ ਭੇਡ ਦੀ ਖੱਲ੍ਹ ਦਾ ਕੋਟ ਮੰਨ ਲਿਆ ਜਾਵੇ, ਤਾਂ ਅਵਾਰ ਭਾਸ਼ਾ ਦੇ ਮਜ਼ਬੂਤ ਧਾਗਿਆਂ ਨਾਲ ਮੈਂ ਇਸ ਖੱਲ ਦੀ ਸਿਲਾਈ ਕਰ ਰਿਹਾ ਹਾਂ।

ਸੁਣਨ ਵਿੱਚ ਆਉਂਦਾ ਹੈ ਕਿ ਬਹੁਤ ਪਹਿਲਾਂ ਅਵਾਰ ਭਾਸ਼ਾ ਵਿੱਚ ਬਹੁਤ ਹੀ ਥੋੜ੍ਹੇ ਸ਼ਬਦ ਸਨ। 'ਸੁਤੰਤਰਤਾ', 'ਦਲੇਰੀ', 'ਮਿੱਤਰਤਾ', 'ਨੇਕੀ' ਵਰਗੀਆਂ ਧਾਰਨਾਵਾਂ ਲਈ ਇੱਕ ਹੀ ਸ਼ਬਦ ਜਾਂ ਅਰਥ ਦੀ ਦ੍ਰਿਸ਼ਟੀ ਨਾਲ ਇੱਕ-ਦੂਜੇ ਨਾਲ ਕਾਫ਼ੀ ਹੱਦ ਤੱਕ ਮਿਲਦੇ-ਜੁਲਦੇ ਸ਼ਬਦਾਂ ਰਾਹੀਂ ਪ੍ਰਗਟ ਕੀਤਾ ਜਾਂਦਾ ਸੀ। ਦੂਜੇ ਲੋਕ ਬੇਸ਼ੱਕ ਇਹ ਕਹਿੰਦੇ ਰਹਿਣ ਕਿ ਸਾਡੀ ਛੋਟੀ ਜਿਹੀ ਕੌਮ ਦੀ ਭਾਸ਼ਾ ਸਮਰੱਥ ਨਹੀਂ, ਪਰ ਮੈਂ ਤਾਂ ਆਪਣੀ ਭਾਸ਼ਾ ਵਿੱਚ ਜੋ ਚਾਹਾਂ, ਉਹੀ ਕਹਿ ਸਕਦਾ ਹਾਂ ਅਤੇ ਆਪਣੇ ਵਿਚਾਰਾਂ ਜਾਂ ਭਾਵਨਾਵਾਂ ਨੂੰ ਪ੍ਰਗਟ ਕਰਨ ਲਈ ਮੈਨੂੰ ਕਿਸੇ ਦੂਜੀ ਭਾਸ਼ਾ ਦੀ ਜ਼ਰੂਰਤ ਨਹੀਂ।

ਦਾਗ਼ਿਸਤਾਨ ਵਿੱਚ ਲਾਕ ਨਾਂ ਦੀ ਇੱਕ ਬਹੁਤ ਛੋਟੀ ਜਾਤੀ ਹੈ। ਲੱਗਭੱਗ ਪੰਜਾਹ ਹਜ਼ਾਰ ਲੋਕ ਲਾਕ ਭਾਸ਼ਾ ਬੋਲਦੇ ਹਨ। ਇਸ ਤੋਂ ਜ਼ਿਆਦਾ ਸਹੀ ਗਿਣਤੀ ਕਰਨੀ ਮੁਸ਼ਕਿਲ ਹੋਵੇਗੀ, ਕਿਉਂਕਿ ਉੱਥੇ ਬੱਚੇ ਵੀ ਹਨ, ਜੋ ਅਜੇ ਬੋਲਣਾ ਨਹੀਂ ਸਿੱਖੇ, ਜੋ ਆਪਣੇ ਪਿਉ-ਦਾਦਿਆਂ ਦੀ ਜ਼ੁਬਾਨ ਭੁੱਲ ਚੁੱਕੇ ਹਨ।

ਲਾਕਾਂ ਦੀ ਗਿਣਤੀ ਤਾਂ ਥੋੜ੍ਹੀ ਹੈ, ਫਿਰ ਵੀ ਦੁਨੀਆ ਦੇ ਬਹੁਤ ਸਾਰੇ ਹਿੱਸਿਆਂ ਵਿੱਚ ਉਨ੍ਹਾਂ ਨਾਲ ਮੁਲਾਕਾਤ ਹੋ ਸਕਦੀ ਹੈ। ਪਥਰੀਲੀ ਜ਼ਮੀਨ 'ਤੇ ਗਰੀਬੀ ਦੀ ਜ਼ਿੰਦਗੀ ਨੇ ਉਨ੍ਹਾਂ ਨੂੰ ਦੁਨੀਆ ਭਰ ਵਿੱਚ ਭਟਕਣ ਲਈ ਮਜ਼ਬੂਰ ਕੀਤਾ। ਇਹ ਸਾਰੇ ਬਹੁਤ ਵਧੀਆ ਕਾਰੀਗਰ, ਵਧੀਆ ਮੋਚੀ, ਸੁਨਿਆਰ ਅਤੇ ਕਲੀਸਾਜ਼ ਹਨ। ਕੁੱਝ ਗੀਤ ਗਾਉਂਦੇ ਹੋਏ ਇੱਥੇ-ਉੱਥੇ ਭਟਕਦੇ ਫਿਰਿਆ ਕਰਦੇ ਸਨ। ਦਾਗ਼ਿਸਤਾਨ ਵਿੱਚ ਇਸ ਤਰ੍ਹਾਂ ਕਿਹਾ ਜਾਂਦਾ ਹੈ, "ਤਰਬੂਜ ਨੂੰ ਸਾਵਧਾਨੀ ਨਾਲ ਕੱਟਣਾ, ਕਿਤੇ ਉਸ ਵਿੱਚੋਂ ਲਾਕ ਛਾਲ ਮਾਰ ਕੇ ਬਾਹਰ ਨਾ ਆ ਜਾਵੇ।"

ਕਿਸੇ ਲਾਕ ਬੇਟੇ ਨੂੰ ਵਿਦੇਸ਼ ਭੇਜਦੇ ਹੋਏ ਉਸ ਦੀ ਮਾਂ ਇਹ ਹਦਾਇਤ ਕਰਦੀ ਸੀ, "ਸ਼ਹਿਰੀ ਪਲੇਟ ਵਿੱਚ ਦਲੀਆ ਖਾਂਦੇ ਸਮੇਂ ਇਹ ਦੇਖ ਲੈਣਾ ਕਿ ਦਲੀਏ ਦੇ ਹੇਠਾਂ ਸਾਡਾ ਕੋਈ ਲਾਕ ਤਾਂ ਨਹੀਂ।"

ਇਹ ਕਿੱਸਾ ਸੁਣਾਇਆ ਜਾਂਦਾ ਹੈ

ਕਿਸੇ ਵੱਡੇ ਸ਼ਹਿਰ, ਮਾਸਕੋ ਜਾਂ ਲੈਨਿਨਗਰਾਦ ਵਿੱਚ ਇੱਕ ਲਾਕ ਘੁੰਮ ਰਿਹਾ ਸੀ। ਅਚਾਨਕ ਉਸ ਨੂੰ ਦਾਗ਼ਿਸਤਾਨੀ ਪੁਸ਼ਾਕ ਪਹਿਨੀਂ ਇੱਕ ਆਦਮੀ ਦਿਖਾਈ ਦਿੱਤਾ। ਉਸ ਨੇ ਜਿਵੇਂ ਆਪਣੇ ਵਤਨ ਦੀ ਹਵਾ ਦਾ ਬੁੱਲਾ ਮਹਿਸੂਸ ਕੀਤਾ, ਗੱਲਬਾਤ ਕਰਨ ਨੂੰ ਮਨ ਕਾਹਲਾ ਪੈ ਗਿਆ। ਬਸ, ਭੱਜ ਕੇ ਹਮਵਤਨ ਕੋਲ ਗਿਆ ਅਤੇ ਲਾਕ ਬੋਲੀ ਵਿੱਚ ਉਸ ਨਾਲ ਗੱਲਬਾਤ ਕਰਨ ਲੱਗਿਆ। ਇਸ ਹਮਵਤਨ ਨੇ ਉਸ ਦੀ ਗੱਲ ਨਹੀਂ ਸਮਝੀ ਅਤੇ ਸਿਰ ਹਿਲਾਇਆ। ਲਾਕ ਨੇ ਕੁਮੀਕ, ਫਿਰ ਤਾਤ ਅਤੇ ਲੇਜ਼ਗੀਨ ਬੋਲੀ ਵਿੱਚ ਗੱਲ ਕਰਨ ਦੀ ਕੋਸ਼ਿਸ਼ ਕੀਤੀ...ਲਾਕ ਨੇ ਚਾਹੇ ਕਿਸੇ ਜ਼ੁਬਾਨ ਵਿੱਚ ਗੱਲ ਕਰਨ ਦੀ ਕੋਸ਼ਿਸ਼ ਕਿਉਂ ਨਾ ਕੀਤੀ, ਦਾਗ਼ਿਸਤਾਨੀ ਪੁਸ਼ਾਕ ਵਿੱਚ ਉਸ ਦਾ ਹਮਵਤਨ ਗੱਲਬਾਤ ਨੂੰ ਅੱਗੇ ਨਾ ਵਧਾ ਸਕਿਆ! ਇਸ ਲਈ ਰੂਸੀ ਭਾਸ਼ਾ ਦਾ ਸਹਾਰਾ ਲੈਣਾ ਪਿਆ। ਫਿਰ ਪਤਾ ਲੱਗਿਆ ਕਿ ਲਾਕ ਦੀ ਅਵਾਰ ਨਾਲ ਮੁਲਾਕਾਤ ਹੋ ਗਈ ਸੀ। ਅਵਾਰ ਅਚਾਨਕ ਹੀ ਸਾਹਮਣੇ ਆ ਜਾਣ ਵਾਲੇ ਇਸ ਲਾਕ ਨੂੰ ਭਲਾ-ਬੁਰਾ ਕਹਿਣ ਅਤੇ ਸ਼ਰਮਿੰਦਾ ਕਰਨ ਲੱਗਿਆ:

"ਤੁਸੀਂ ਵੀ ਕਿਹੋ ਜਿਹੇ ਦਾਗ਼ਿਸਤਾਨੀ ਹੋ, ਕਿਹੋ ਜਿਹੇ ਹਮਵਤਨ ਹੋ, ਅਵਾਰ ਭਾਸ਼ਾ ਹੀ ਨਹੀਂ ਜਾਣਦੇ! ਤੁਸੀਂ ਦਾਗ਼ਿਸਤਾਨੀ ਨਹੀਂ, ਮੂਰਖ ਊਠ ਹੋ।"

ਇਸ ਮਾਮਲੇ ਵਿੱਚ ਮੈਂ ਆਪਣੇ ਅਵਾਰ ਭਰਾ ਦੇ ਹੱਕ ਵਿੱਚ ਨਹੀਂ ਹਾਂ। ਵਿਚਾਰੇ ਲਾਕ ਨੂੰ ਭਲਾ-ਬੁਰਾ ਕਹਿਣ ਦਾ ਉਸ ਨੂੰ ਕੋਈ ਹੱਕ ਨਹੀਂ ਸੀ। ਅਵਾਰ ਭਾਸ਼ਾ ਦੀ ਜਾਣਕਾਰੀ ਹੋ ਵੀ ਸਕਦੀ ਹੈ, ਨਹੀਂ ਵੀ ਹੋ ਸਕਦੀ। ਮਹੱਤਵਪੂਰਨ ਗੱਲ ਤਾਂ ਇਹ ਹੈ ਕਿ ਉਸ ਨੂੰ ਆਪਣੀ ਮਾਂ-ਬੋਲੀ ਲਾਕ ਆਉਣੀ ਚਾਹੀਦੀ ਹੈ। ਉਹ ਤਾਂ ਦੂਜੀਆਂ ਕਈ ਭਾਸ਼ਾਵਾਂ ਵੀ ਜਾਣਦਾ ਸੀ,

ਜਦੋਂ ਕਿ ਅਵਾਰ ਨੂੰ ਉਹ ਭਾਸ਼ਾਵਾਂ ਨਹੀਂ ਆਉਂਦੀਆਂ ਸਨ।

ਅਬੂਤਾਲਿਬ ਇੱਕ ਵਾਰ ਮਾਸਕੋ ਵਿੱਚ ਸਨ। ਸੜਕ 'ਤੇ ਉਨ੍ਹਾਂ ਨੂੰ ਕਿਸੇ ਰਾਹਗੀਰ ਤੋਂ ਕੁੱਝ ਪੁੱਛਣ ਦੀ ਲੋੜ ਪਈ। ਸ਼ਾਇਦ ਇਹੀ ਕਿ ਮੰਡੀ ਕਿੱਥੇ ਹੈ। ਸਬੱਬ ਨਾਲ ਕੋਈ ਅੰਗਰੇਜ਼ ਹੀ ਉਨ੍ਹਾਂ ਦੇ ਸਾਹਮਣੇ ਆ ਗਿਆ। ਇਸ ਵਿੱਚ ਹੈਰਾਨੀ ਦੀ ਤਾਂ ਕੋਈ ਗੱਲ ਨਹੀਂ, ਮਾਸਕੋ ਦੀਆਂ ਸੜਕਾਂ 'ਤੇ ਤਾਂ ਵਿਦੇਸ਼ੀਆਂ ਦੀ ਕੋਈ ਘਾਟ ਨਹੀਂ।

ਅੰਗਰੇਜ਼ ਅਬੂਤਾਲਿਬ ਦੀ ਗੱਲ ਨਾ ਸਮਝ ਸਕਿਆ ਅਤੇ ਪਹਿਲਾਂ ਤਾਂ ਅੰਗਰੇਜ਼ੀ, ਫਿਰ ਫ਼੍ਰਾਂਸੀਸੀ, ਸਪੇਨੀ ਅਤੇ ਸ਼ਾਇਦ ਦੂਜੀਆਂ ਭਾਸ਼ਾਵਾਂ ਵਿੱਚ ਪੁੱਛ-ਗਿੱਛ ਕਰਨ ਲੱਗਿਆ।

ਅਬੂਤਾਲਿਬ ਨੇ ਸ਼ੁਰੂ ਵਿੱਚ ਰੂਸੀ, ਫਿਰ ਲਾਕ, ਅਵਾਰ, ਲੇਜ਼ਗੀਨ, ਦਾਰਗ਼ਿਨ ਅਤੇ ਕੁਮੀਕ ਭਾਸ਼ਾਵਾਂ ਵਿੱਚ ਅੰਗਰੇਜ਼ ਨੂੰ ਆਪਣੀ ਗੱਲ ਸਮਝਾਉਣ ਦੀ ਕੋਸ਼ਿਸ਼ ਕੀਤੀ।

ਆਖ਼ਰ ਇੱਕ-ਦੂਜੇ ਨੂੰ ਸਮਝੇ ਬਿਨਾਂ ਉਹ ਦੋਵੇਂ ਆਪੋ ਆਪਣੇ ਰਾਹ ਚਲੇ ਗਏ। ਇੱਕ ਬਹੁਤ ਹੀ ਪੜ੍ਹੇ-ਲਿਖੇ ਦਾਗ਼ਿਸਤਾਨੀ ਨੇ ਜੋ ਅੰਗਰੇਜ਼ੀ ਭਾਸ਼ਾ ਦੇ ਢਾਈ ਸ਼ਬਦ ਜਾਣਦਾ ਸੀ, ਬਾਅਦ ਵਿੱਚ ਅਬੂਤਾਲਿਬ ਨੂੰ ਉਪਦੇਸ਼ ਦਿੰਦੇ ਹੋਏ ਕਿਹਾ:

"ਦੇਖਿਆ, ਸੱਭਿਆਚਾਰ ਦਾ ਕੀ ਮਹੱਤਵ ਐ। ਜੇਕਰ ਤੁਸੀਂ ਕੁੱਝ ਜ਼ਿਆਦਾ ਪੜ੍ਹੇ-ਲਿਖੇ ਹੁੰਦੇ, ਤਾਂ ਅੰਗਰੇਜ਼ ਨਾਲ ਗੱਲ ਕਰ ਸਕਦੇ ਸੀ। ਸਮਝੇ ਨਾ?"

"ਸਮਝ ਰਿਹਾ ਹਾਂ।" ਅਬੂਤਾਲਿਬ ਨੇ ਜਵਾਬ ਦਿੱਤਾ, "ਪਰ ਅੰਗਰੇਜ਼ ਨੂੰ ਮੈਥੋਂ ਜ਼ਿਆਦਾ ਪੜ੍ਹਿਆ-ਲਿਖਿਆ ਕਿਵੇਂ ਮੰਨ ਲਿਆ ਜਾਵੇ? ਉਹ ਵੀ ਤਾਂ ਉਨ੍ਹਾਂ ਵਿੱਚੋਂ ਇੱਕ ਵੀ ਭਾਸ਼ਾ ਨਹੀਂ ਜਾਣਦਾ ਸੀ, ਜਿਨ੍ਹਾਂ ਵਿੱਚ ਮੈਂ ਉਸ ਨਾਲ ਗੱਲ ਕਰਨ ਦੀ ਕੋਸ਼ਿਸ਼ ਕੀਤੀ।"

ਮੇਰੇ ਲਈ ਵੱਖ-ਵੱਖ ਕੌਮਾਂ ਦੀਆਂ ਦੀਆਂ ਬੋਲੀਆਂ ਆਕਾਸ਼ ਦੇ ਤਾਰਿਆਂ ਵਾਂਗ ਹਨ। ਮੈਂ ਇਹ ਨਹੀਂ ਚਾਹੁੰਦਾ ਕਿ ਸਾਰੇ ਤਾਰੇ ਅੱਧੇ ਆਕਾਸ਼ ਨੂੰ ਘੇਰ ਲੈਣ ਵਾਲੇ ਵੱਡੇ ਕੱਦ ਵਾਲੇ ਤਾਰੇ ਵਿੱਚ ਮਿਲ ਜਾਣ। ਇਸ ਦੇ ਲਈ ਸੂਰਜ ਹੈ। ਪਰ ਤਾਰਿਆਂ ਨੂੰ ਵੀ ਤਾਂ ਚਮਕਦਾ ਰਹਿਣਾ ਚਾਹੀਦਾ ਹੈ। ਹਰ ਵਿਅਕਤੀ ਕੋਲ ਆਪਣਾ ਤਾਰਾ ਹੋਣਾ ਚਾਹੀਦਾ ਹੈ।

ਮੈਂ ਆਪਣੇ ਤਾਰੇ, ਆਪਣੀ ਅਵਾਰ ਮਾਂ-ਬੋਲੀ ਨੂੰ ਪਿਆਰ ਕਰਦਾ ਹਾਂ। ਮੈਂ ਉਨ੍ਹਾਂ ਭੂ-ਵਿਗਿਆਨੀਆਂ 'ਤੇ ਵਿਸ਼ਵਾਸ ਕਰਦਾ ਹਾਂ, ਜੋ ਇਹ ਕਹਿੰਦੇ ਹਨ ਕਿ ਛੋਟੇ ਜਿਹੇ ਪਹਾੜ ਵਿੱਚ ਵੀ ਬਹੁਤ ਸਾਰਾ ਸੋਨਾ ਹੋ ਸਕਦਾ ਹੈ।

"ਅੱਲ੍ਹਾ ਤੇਰੇ ਬੱਚਿਆਂ ਨੂੰ ਉਨ੍ਹਾਂ ਦੀ ਮਾਂ ਦੀ ਬੋਲੀ ਤੋਂ ਵਾਂਝਾ ਕਰ ਦੇਵੇ।" ਇੱਕ ਔਰਤ ਨੇ ਦੂਜੀ ਨੂੰ ਬਦਸੀਸ ਦਿੱਤੀ।

ਬਦਸੀਸਾਂ ਬਾਰੇ

ਜਦੋਂ ਮੈਂ ਆਪਣੀ ਲੰਬੀ ਕਵਿਤਾ 'ਪਹਾੜਣ' ਲਿਖੀ, ਤਾਂ ਉਸ ਦੀ ਇੱਕ ਗੁੱਸੇ ਵਾਲੀ ਪਾਤਰ ਦੇ ਮੂੰਹੋਂ ਅਖਵਾਉਣ ਲਈ ਬਦਸੀਸਾਂ ਦੀ ਜ਼ਰੂਰਤ ਮਹਿਸੂਸ ਹੋਈ। ਮੈਨੂੰ ਦੱਸਿਆ ਗਿਆ ਕਿ ਇੱਕ ਪਿੰਡ ਵਿੱਚ ਇੱਕ ਬਜ਼ੁਰਗ ਪਹਾੜਣ ਰਹਿੰਦੀ ਹੈ, ਜਿਸ ਨੂੰ ਉਸ ਦੀਆਂ ਗੁਆਂਢਣਾਂ ਵਿੱਚੋਂ ਕੋਈ ਵੀ ਬਦਸੀਸਾਂ ਦੇ ਮਾਮਲੇ ਵਿੱਚ ਮਾਤ ਨਹੀਂ ਦੇ ਸਕਦੀ। ਮੈਂ ਤੁਰੰਤ ਉਸੇ ਅਦਭੁੱਤ ਔਰਤ ਵੱਲ ਚੱਲ ਪਿਆ।

ਬਸੰਤ ਦੀ ਇੱਕ ਪਿਆਰੀ ਸੁਬ੍ਹਾ ਨੂੰ, ਜਦੋਂ ਬੁਰਾ-ਭਲਾ ਕਹਿਣ ਅਤੇ ਗਾਲਾਂ ਕੱਢਣ ਦੀ ਬਜਾਇ ਖ਼ੁਸ਼ ਹੋਣ ਅਤੇ ਗਾਉਣ ਨੂੰ ਮਨ ਕਰਦਾ ਹੈ, ਮੈਂ ਉਸ ਬਜ਼ੁਰਗ ਔਰਤ ਦੇ ਘਰ ਪਹੁੰਚਿਆ। ਮੈਂ ਨਿਰਛਲ ਭਾਵ ਨਾਲ ਆਪਣੇ ਆਉਣ ਦਾ ਉਦੇਸ਼ ਦੱਸ ਦਿੱਤਾ ਕਿ ਮੈਂ ਤਾਂ ਤੁਹਾਡੇ ਕੋਲੋਂ ਜ਼ੋਰਦਾਰ ਗਾਲਾਂ ਸੁਣਨਾ ਚਾਹੁੰਦਾ ਹਾਂ। ਮੈਂ ਉਨ੍ਹਾਂ ਨੂੰ ਲਿਖ ਲਵਾਂਗਾ ਅਤੇ ਆਪਣੀ ਲੰਬੀ ਕਵਿਤਾ ਵਿੱਚ ਉਨ੍ਹਾਂ ਦੀ ਵਰਤੋਂ ਕਰਾਂਗਾ।

"ਅੱਲ੍ਹਾ ਕਰੇ ਤੇਰੀ ਜ਼ੁਬਾਨ ਸੁੱਕ ਜਾਵੇ, ਕਿ ਤੂੰ ਆਪਣੀ ਪ੍ਰੇਮਿਕਾ ਦਾ ਨਾਂ ਭੁੱਲ ਜਾਵੇਂ, ਕਿ ਜਿਸ ਆਦਮੀ ਕੋਲ ਤੈਨੂੰ ਕੰਮ ਭੇਜਿਆ ਜਾਵੇ, ਉਹ ਤੇਰੀ ਗੱਲ ਨੂੰ ਸਹੀ ਢੰਗ ਨਾਲ ਨਾ ਸਮਝੇ। ਕਿ ਜਦੋਂ ਤੂੰ ਦੂਰ-ਦੁਰਾਡੇ ਦਾ ਸਫ਼ਰ ਕਰ ਕੇ ਵਾਪਸ ਮੁੜੇਂ, ਤਾਂ ਆਪਣੇ ਪਿੰਡ ਨੂੰ ਧੰਨਵਾਦ ਦੇ ਸ਼ਬਦ ਕਹਿਣੇ ਭੁੱਲ ਜਾਵੇਂ, ਕਿ ਜਦੋਂ ਤੇਰੇ ਮੂੰਹ ਵਿੱਚ ਦੰਦ ਨਾ ਰਹਿਣ, ਤਾਂ ਉਸ ਵਿੱਚ ਹਵਾ ਸੀਟੀਆਂ ਵਜਾਵੇ...ਗਿੱਦੜ ਦੇ ਬੇਟੇ, ਜੇਕਰ ਮੇਰਾ ਮਨ ਖ਼ੁਸ਼ ਨਹੀਂ, ਤਾਂ ਕੀ ਮੈਂ ਹੱਸ ਸਕਦੀ ਹਾਂ (ਅੱਲ੍ਹਾ ਤੈਨੂੰ ਇਸ ਖ਼ੁਸ਼ੀ ਤੋਂ ਵਾਂਝਾ ਰੱਖੇ!)? ਜਿਸ ਘਰ ਵਿੱਚ ਕੋਈ ਮਰਿਆ ਨਹੀਂ, ਉੱਥੇ ਰੋਣ-ਧੋਣ ਦੀ ਕੀ ਤੁਕ ਹੈ? ਜੇਕਰ ਕਿਸੇ ਨੇ ਮੇਰਾ ਦਿਲ ਨਹੀਂ ਦੁਖਾਇਆ, ਮੈਨੂੰ ਠੇਸ ਨਹੀਂ ਪਹੁੰਚਾਈ, ਤਾਂ ਕੀ ਮੈਂ ਆਪਣੇ ਮਨ ਨਾਲ ਗਾਲਾਂ ਘੜਾਂ? ਜਾਓ, ਆਪਣਾ ਰਸਤਾ ਨਾਪੋ, ਫਿਰ ਕਦੇ ਅਜਿਹੀ ਮੰਗ ਲੈ ਕੇ ਮੇਰੇ ਕੋਲ ਨਾ ਆਉਣਾ।"

"ਸ਼ੁਕਰੀਆ, ਮਿਹਰਬਾਨ ਦਾਦੀ।" ਮੈਂ ਕਿਹਾ ਅਤੇ ਉਸ ਦੇ ਘਰ ਤੋਂ ਬਾਹਰ ਆ ਗਿਆ।

ਰਸਤੇ ਵਿੱਚ ਮੈਂ ਇਹ ਸੋਚਣ ਲੱਗਿਆ, "ਜੇਕਰ ਕਿਸੇ ਤਰ੍ਹਾਂ ਦੇ ਗੁੱਸੇ-ਗਿਲੇ ਤੋਂ ਬਿਨਾਂ ਉਂਝ ਹੀ, ਉਸ ਨੇ ਮੇਰੇ 'ਤੇ ਗਾਲਾਂ ਦੀ ਬਾਰਿਸ਼ ਕਰ ਦਿੱਤੀ, ਤਾਂ ਇਸ ਨੂੰ ਸੱਚਮੁੱਚ ਹੀ ਨਾਰਾਜ਼ ਕਰ ਦੇਣ ਵਾਲੇ ਦਾ ਕੀ ਹਾਲ ਹੁੰਦਾ ਹੋਵੇਗਾ?"

ਮੈਂ ਸੋਚਦਾ ਹਾਂ ਕਿ ਕਦੇ ਨਾ ਕਦੇ ਕੋਈ ਲੋਕ-ਸਾਹਿਤ ਇਕੱਤਰ ਕਰਨ ਵਾਲਾ ਪਹਾੜੀ ਬਦਸੀਸਾਂ ਦਾ ਸੰਗ੍ਰਹਿ ਛਾਪੇਗਾ ਅਤੇ ਉਦੋਂ ਲੋਕਾਂ ਨੂੰ ਇਸ ਗੱਲ ਦਾ ਪਤਾ ਲੱਗ ਜਾਵੇਗਾ ਕਿ ਪਹਾੜੀ ਕਿੰਨੀ ਦੂਰ ਦੀ ਕੌਡੀ ਲਿਆਉਂਦੇ ਹਨ, ਜ਼ੁਬਾਨ ਦਾ ਕਿਹੋ ਜਿਹਾ ਕਮਾਲ ਦਿਖਾਉਂਦੇ ਹਨ, ਕਲਪਨਾ ਦੀਆਂ ਕਿੰਨੀਆਂ ਉੱਚੀਆਂ-ਉੱਚੀਆਂ ਉਡਾਰੀਆਂ ਮਾਰਦੇ ਹਨ ਅਤੇ ਇਹ ਵੀ ਕਿ ਸਾਡੀ ਭਾਸ਼ਾ ਕਿੰਨੀ ਪ੍ਰਗਟਾਵੇ ਵਾਲੀ ਹੈ।

ਹਰ ਪਿੰਡ ਦੀਆਂ ਆਪਣੀਆਂ ਬਦਸੀਸਾਂ-ਸਰਾਪ ਹਨ। ਇੱਕ ਵਿੱਚ ਅਦਿੱਖ ਸੂਤਰਾਂ ਨਾਲ ਤੁਹਾਡੇ ਹੱਥ-ਪੈਰ ਜਕੜੇ ਜਾਂਦੇ ਹਨ, ਦੂਜੇ ਵਿੱਚ ਤੁਸੀਂ ਤਾਬੂਤ ਵਿੱਚ ਜਾ ਪਹੁੰਚਦੇ ਹੋ ਅਤੇ ਤੀਜੇ ਵਿੱਚ ਤੁਹਾਡੀਆਂ ਅੱਖਾਂ ਨਿੱਕਲ ਕੇ ਉਸੇ ਪਲੇਟ ਵਿੱਚ ਜਾ ਡਿੱਗਦੀਆਂ ਹਨ, ਜਿਸ ਵਿੱਚ ਤੁਸੀਂ ਖਾ ਰਹੇ ਹੁੰਦੇ ਹੋ ਅਤੇ ਚੌਥੇ ਪਿੰਡ ਵਿੱਚ ਤੁਹਾਡੀਆਂ ਅੱਖਾਂ ਤਿੱਖੇ ਪੱਥਰਾਂ ਤੋਂ ਲੁੜਕਦੀਆਂ ਹੋਈਆਂ ਖੱਡ ਵਿੱਚ ਜਾ ਡਿੱਗਦੀਆਂ ਹਨ। ਅੱਖਾਂ ਦੇ ਸਰਾਪ ਸਭ ਤੋਂ ਭਿਆਨਕ ਸਰਾਪ ਮੰਨੇ ਜਾਂਦੇ ਹਨ। ਪਰ ਉਨ੍ਹਾਂ ਤੋਂ ਜ਼ਿਆਦਾ ਬੁਰੇ ਸਰਾਪ ਵੀ ਹਨ। ਇੱਕ ਪਿੰਡ ਵਿੱਚ ਮੈਂ ਦੋ ਔਰਤਾਂ ਨੂੰ ਇਸ ਤਰ੍ਹਾਂ ਬਦਸੀਸਾਂ ਦਿੰਦੇ ਸੁਣਿਆ:

"ਅੱਲ੍ਹਾ ਤੁਹਾਡੇ ਬੱਚਿਆਂ ਨੂੰ ਉਸ ਤੋਂ ਵਾਂਝਾ ਕਰੇ, ਜੋ ਉਨ੍ਹਾਂ ਨੂੰ ਉਨ੍ਹਾਂ ਦੀ ਜ਼ੁਬਾਨ ਸਿਖਾ ਸਕਦਾ ਹੋਵੇ।"

"ਨਹੀਂ, ਅੱਲ੍ਹਾ ਤੁਹਾਡੇ ਬੱਚਿਆਂ ਨੂੰ ਉਸ ਤੋਂ ਵਾਂਝ ਕਰ ਦੇਵੇ, ਜਿਸ ਨੂੰ ਉਹ ਆਪਣੀ ਜ਼ੁਬਾਨ ਸਿਖਾ ਸਕਦੇ ਹੋਣ!"

ਤਾਂ ਅਜਿਹੇ ਭਿਆਨਕ ਹੁੰਦੇ ਹਨ, ਸਰਾਪ। ਪਰ ਪਹਾੜਾਂ ਵਿੱਚ ਤਾਂ ਕਿਸੇ ਤਰ੍ਹਾਂ ਦੇ ਸਰਾਪ ਤੋਂ ਬਿਨਾਂ ਵੀ ਉਸ ਆਦਮੀ ਦੀ ਕੋਈ ਇੱਜ਼ਤ ਨਹੀਂ ਰਹਿੰਦੀ, ਜੋ ਆਪਣੀ ਜ਼ੁਬਾਨ ਦੀ ਇੱਜ਼ਤ ਨਹੀਂ ਕਰਦਾ। ਪਹਾੜੀ ਮਾਂ ਵਿਗੜੀ ਹੋਈ ਭਾਸ਼ਾ ਵਿੱਚ ਲਿਖੀਆਂ ਹੋਈਆਂ ਆਪਣੇ ਬੇਟੇ ਦੀਆਂ ਕਵਿਤਾਵਾਂ ਨਹੀਂ ਪੜ੍ਹੇਗੀ।

ਡਾਇਰੀ ਵਿੱਚੋਂ

ਇੱਕ ਵਾਰ ਪੈਰਿਸ ਵਿੱਚ ਇੱਕ ਦਾਗ਼ਿਸਤਾਨੀ ਚਿੱਤਰਕਾਰ ਨਾਲ ਮੇਰੀ ਮੁਲਾਕਾਤ ਹੋਈ। ਇਨਕਲਾਬ ਤੋਂ ਕੁੱਝ ਹੀ ਸਮਾਂ ਬਾਅਦ ਉਹ ਪੜ੍ਹਨ ਲਈ ਇਟਲੀ ਗਿਆ ਸੀ, ਉੱਥੇ ਹੀ ਇੱਕ ਇਟਾਲਵੀ ਲੜਕੀ ਨਾਲ ਉਸ ਨੇ ਸ਼ਾਦੀ ਕਰ ਲਈ ਅਤੇ ਆਪਣੇ ਘਰ ਨਹੀਂ ਮੁੜਿਆ। ਪਹਾੜਾਂ ਦੇ ਨਿਯਮਾਂ ਦੇ ਆਦੀ ਇਸ ਦਾਗ਼ਿਸਤਾਨੀ ਲਈ ਆਪਣੇ ਆਪ ਨੂੰ ਨਵੇਂ ਅਪਣਾਏ ਦੇਸ਼ ਦੇ ਅਨੁਕੂਲ ਢਾਲਣਾ ਮੁਸ਼ਕਿਲ ਸੀ। ਉਹ ਬਹੁਤ ਸਾਰੇ ਦੇਸ਼ਾਂ ਵਿੱਚ ਘੁੰਮਦਾ ਰਿਹਾ, ਉਸ ਨੇ ਦੂਰ-ਦੁਰਾਡੇ ਦੇ ਅਜਨਬੀ ਮੁਲਕਾਂ ਦੀਆਂ ਰਾਜਧਾਨੀਆਂ ਦੇਖੀਆਂ, ਪਰ ਜਿੱਥੇ ਵੀ ਗਿਆ, ਹਰ ਜਗ੍ਹਾ ਘਰ ਦੀ ਯਾਦ ਉਸ ਨੂੰ ਸਤਾਉਂਦੀ ਰਹੀ। ਮੈਂ ਇਹ ਦੇਖਣਾ ਚਾਹਿਆ ਕਿ ਰੰਗਾਂ ਦੇ ਰੂਪ ਵਿੱਚ ਇਹ ਯਾਦ ਕਿਵੇਂ ਪ੍ਰਗਟ ਹੋਈ। ਇਸ ਲਈ ਮੈਂ ਚਿੱਤਰਕਾਰ ਨੂੰ ਆਪਣੇ ਚਿੱਤਰ ਦਿਖਾਉਣ ਲਈ ਕਿਹਾ।

ਇੱਕ ਚਿੱਤਰ ਦਾ ਨਾਂ ਹੀ ਸੀ, "ਮਾਤ-ਭੂਮੀ ਦੀ ਯਾਦ।" ਚਿੱਤਰ ਵਿੱਚ ਇਟਾਲਵੀ ਔਰਤ (ਉਸ ਦੀ ਪਤਨੀ) ਪੁਰਾਣੀ ਅਵਾਰ ਪੁਸ਼ਾਕ ਵਿੱਚ ਦਿਖਾਈ ਗਈ ਸੀ। ਉਹ ਹੋਤਸਾਤਲ ਦੇ ਮਸ਼ਹੂਰ ਕਾਰੀਗਰਾਂ ਦੀ ਨੱਕਾਸ਼ੀ ਵਾਲੀ ਚਾਂਦੀ ਦੀ ਗਾਗਰ ਲੈ ਕੇ ਪਹਾੜੀ ਚਸ਼ਮੇ ਕੋਲ ਖੜ੍ਹੀ ਸੀ। ਪਹਾੜੀ ਢਲਾਣ 'ਤੇ ਪੱਥਰਾਂ ਦੇ ਘਰਾਂ ਵਾਲਾ ਉਦਾਸ ਜਿਹਾ ਅਵਾਰ ਪਿੰਡ ਦਿਖਾਇਆ ਗਿਆ ਸੀ ਅਤੇ ਪਿੰਡ ਦੇ ਉੱਪਰ ਪਹਾੜ ਤਾਂ ਹੋਰ ਵੀ ਉਦਾਸ ਜਿਹੇ ਲੱਗ ਰਹੇ ਸਨ। ਪਹਾੜੀ ਚੋਟੀਆਂ ਧੁੰਦ ਵਿੱਚ ਲਿਪਟੀਆਂ ਹੋਈਆਂ ਸਨ।

"ਪਹਾੜਾਂ ਦੇ ਹੰਝੂ ਹੀ ਧੁੰਦ ਐ।" ਚਿੱਤਰਕਾਰ ਨੇ ਕਿਹਾ, "ਉਹ ਜਦੋਂ ਢਲਾਣਾਂ ਨੂੰ ਢਕ ਦਿੰਦੇ, ਤਾਂ ਚੱਟਾਨਾਂ ਦੀਆਂ ਝੁਰੜੀਆਂ 'ਤੇ ਸਾਫ਼ ਬੂੰਦਾਂ ਵਹਿਣ ਲੱਗਦੀਆਂ ਨੇ। ਮੈਂ ਧੁੰਦ ਹੀ ਆਂ।"

ਦੂਜੇ ਚਿੱਤਰ ਵਿੱਚ ਮੈਂ ਕੰਡਿਆਲੀ ਜੰਗਲੀ ਝਾੜੀ ਵਿੱਚ ਬੈਠਾ ਹੋਇਆ ਇੱਕ ਪੰਛੀ ਦੇਖਿਆ। ਝਾੜੀ ਨੰਗੇ ਪੱਥਰਾਂ ਵਿਚਕਾਰ ਉੱਗੀ ਹੋਈ ਸੀ। ਪੰਛੀ ਗਾਉਂਦਾ ਹੋਇਆ ਦਿਖਾਇਆ ਗਿਆ ਸੀ ਅਤੇ ਪਹਾੜੀ ਘਰ ਦੀ ਖਿੜਕੀ ਵਿੱਚੋਂ ਇੱਕ ਉਦਾਸ ਪਹਾੜਣ ਉਸ ਵੱਲ ਦੇਖ ਰਹੀ ਸੀ। ਚਿੱਤਰ ਵਿੱਚ ਮੇਰੀ ਦਿਲਚਸਪੀ ਦੇਖ ਕੇ ਚਿੱਤਰਕਾਰ ਨੇ ਸਪੱਸ਼ਟ ਕੀਤਾ:

"ਇਹ ਚਿੱਤਰ ਪੁਰਾਣੀ ਅਵਾਰ ਕਥਾ ਦੇ ਆਧਾਰ 'ਤੇ ਬਣਾਇਆ ਗਿਐ।"

"ਕਿਹੜੀ ਕਥਾ ਦੇ ਆਧਾਰ 'ਤੇ?"

"ਇੱਕ ਪੰਛੀ ਨੂੰ ਫੜ ਕੇ ਪਿੰਜਰੇ ਵਿੱਚ ਬੰਦ ਕਰ ਦਿੱਤਾ ਗਿਆ। ਬੰਦੀ ਪੰਛੀ

ਦਿਨ-ਰਾਤ ਇੱਕ ਹੀ ਰੱਟ ਲਗਾਈ ਰੱਖਦਾ ਸੀ, ਮਾਤ-ਭੂਮੀ, ਮੇਰੀ ਮਾਤ-ਭੂਮੀ, ਮਾਤ-ਭੂਮੀ, ਮਾਤ-ਭੂਮੀ, ਮਾਤ-ਭੂਮੀ...। ਬਿਲਕੁੱਲ ਉਵੇਂ ਹੀ, ਜਿਵੇਂ ਇਨ੍ਹਾਂ ਸਾਰੇ ਸਾਲਾਂ ਦੌਰਾਨ ਮੈਂ ਵੀ ਇਹੀ ਰੱਟਦਾ ਰਿਹਾਂ......ਪੰਛੀ ਦੇ ਮਾਲਕ ਨੇ ਸੋਚਿਆ, "ਪਤਾ ਨਹੀਂ ਕਿਹੋ ਜਿਹੀ ਐ ਉਸ ਦੀ ਮਾਤ-ਭੂਮੀ, ਕਿੱਥੇ ਐ, ਜ਼ਰੂਰ ਹੀ ਉਹ ਕੋਈ ਵਧਦਾ-ਫੁੱਲਦਾ ਸੁੰਦਰ ਦੇਸ਼ ਹੋਵੇਗਾ, ਜਿਸ ਵਿੱਚ ਸਵਰਗੀ ਦਰੱਖਤ ਅਤੇ ਸਵਰਗੀ ਪੰਛੀ ਹੋਣਗੇ। ਤਾਂ ਮੈਂ ਇਸ ਪਰਿੰਦੇ ਨੂੰ ਆਜ਼ਾਦ ਕਰ ਦਿੰਨਾਂ ਅਤੇ ਫਿਰ ਇਹ ਦੇਖਾਂਗਾ ਕਿ ਉਹ ਉੱਡ ਕੇ ਕਿੱਧਰ ਜਾਂਦੈ। ਇਸ ਤਰ੍ਹਾਂ ਉਹ ਮੈਨੂੰ ਉਸ ਅਦਭੁੱਤ ਦੇਸ਼ ਦਾ ਰਸਤਾ ਦਿਖਾ ਦੇਵੇਗਾ। ਉਸ ਨੇ ਪਿੰਜਰਾ ਖੋਲ੍ਹ ਦਿੱਤਾ ਅਤੇ ਪੰਛੀ ਬਾਹਰ ਉੱਡ ਗਿਆ। ਦਸ ਕੁ ਕਦਮਾਂ ਦੀ ਦੂਰੀ ਤੱਕ ਉੱਡ ਕੇ ਉਹ ਪੱਥਰਾਂ ਵਿਚਕਾਰ ਉੱਗੀ ਜੰਗਲੀ ਝਾੜੀ ਵਿੱਚ ਜਾ ਬੈਠਾ। ਇਸ ਝਾੜੀ ਦੀਆਂ ਸ਼ਾਖਾਵਾਂ 'ਤੇ ਉਸ ਦਾ ਆਲ੍ਹਣਾ ਸੀ...ਆਪਣੀ ਮਾਤ-ਭੂਮੀ ਨੂੰ ਮੈਂ ਵੀ ਆਪਣੇ ਪਿੰਜਰੇ ਦੀ ਖਿੜਕੀ ਵਿੱਚੋਂ ਹੀ ਦੇਖਦਾ ਹਾਂ।" ਚਿੱਤਰਕਾਰ ਨੇ ਆਪਣੀ ਗੱਲ ਖ਼ਤਮ ਕੀਤੀ।

"ਤਾਂ ਤੁਸੀਂ ਵਾਪਸ ਮੁੜਨਾ ਕਿਉਂ ਨਹੀਂ ਚਾਹੁੰਦੇ?"

"ਦੇਰ ਹੋ ਚੁੱਕੀ ਐ। ਕਦੇ ਮੈਂ ਆਪਣੀ ਮਾਤ-ਭੂਮੀ ਤੋਂ ਜਵਾਨ ਅਤੇ ਜੋਸ਼ੀਲਾ ਦਿਲ ਲੈ ਕੇ ਆਇਆ ਸੀ। ਹੁਣ ਮੈਂ ਉਸ ਨੂੰ ਸਿਰਫ਼ ਬੁੱਢੀਆਂ ਹੱਡੀਆਂ ਕਿਵੇਂ ਮੋੜ ਸਕਦਾਂ?"

ਪੈਰਿਸ ਤੋਂ ਘਰ ਮੁੜ ਕੇ ਮੈਂ ਚਿੱਤਰਕਾਰ ਦੇ ਸਕੇ-ਸਬੰਧੀਆਂ ਨੂੰ ਭਾਲ ਲਿਆ। ਮੈਨੂੰ ਇਸ ਗੱਲ ਦੀ ਬੜੀ ਹੈਰਾਨੀ ਹੋਈ ਕਿ ਉਸ ਦੀ ਮਾਂ ਅਜੇ ਤੱਕ ਵੀ ਜਿਊਂਦੀ ਸੀ। ਆਪਣੀ ਮਾਤ-ਭੂਮੀ ਨੂੰ ਛੱਡ ਦੇਣ ਅਤੇ ਵਿਦੇਸ਼ ਵਿੱਚ ਜਾ ਵੱਸਣ ਵਾਲੇ ਬੇਟੇ ਬਾਰੇ ਉਸ ਦੇ ਸਕੇ-ਸਬੰਧੀਆਂ ਨੇ ਉਦਾਸ ਹੁੰਦੇ ਹੋਏ ਮੇਰੀਆਂ ਗੱਲਾਂ ਸੁਣੀਆਂ। ਅਜਿਹਾ ਲੱਗਦਾ ਸੀ ਕਿ ਉਨ੍ਹਾਂ ਨੇ ਜਿਵੇਂ ਉਸ ਨੂੰ ਮਾਫ਼ ਕਰ ਦਿੱਤਾ ਸੀ ਅਤੇ ਉਹ ਇਸ ਗੱਲ ਕਰਕੇ ਖ਼ੁਸ਼ ਸਨ ਕਿ ਉਹ ਜਿਊਂਦਾ ਤਾਂ ਹੈ। ਪਰ ਉਦੋਂ ਹੀ ਉਸ ਦੀ ਮਾਂ ਅਚਾਨਕ ਪੁੱਛ ਬੈਠੀ:

"ਤੁਸੀਂ ਦੋਵਾਂ ਨੇ ਅਵਾਰ ਭਾਸ਼ਾ ਵਿੱਚ ਗੱਲ ਕੀਤੀ?"

"ਨਹੀਂ। ਸਾਡੀ ਗੱਲਬਾਤ ਦੁਭਾਸ਼ੀਏ ਰਾਹੀਂ ਹੋਈ। ਮੈਂ ਰੂਸੀ ਬੋਲਦਾ ਸੀ ਅਤੇ ਤੁਹਾਡਾ ਬੇਟਾ ਫ੍ਰਾਂਸੀਸੀ।"

ਮਾਂ ਨੇ ਕਾਲੇ ਕੱਪੜੇ ਨਾਲ ਮੂੰਹ ਢਕ ਲਿਆ, ਜਿਵੇਂ ਬੇਟੇ ਦੀ ਮੌਤ ਦੀ ਖ਼ਬਰ ਸੁਣ ਕੇ ਕੀਤਾ ਜਾਂਦਾ ਹੈ। ਪਹਾੜੀ ਘਰ ਦੀ ਛੱਤ 'ਤੇ ਬਾਰਿਸ਼ ਨਿਰੰਤਰ ਤਾਲ ਦੇ ਰਹੀ ਸੀ। ਅਸੀਂ ਅਵਾਰਿਸਤਾਨ ਵਿੱਚ ਬੈਠੇ ਸੀ। ਆਪਣੀ ਮਾਤ-ਭੂਮੀ ਨੂੰ ਤਿਆਗ ਦੇਣ ਵਾਲਾ ਦਾਗ਼ਿਸਤਾਨ ਦਾ ਬੇਟਾ ਵੀ ਸ਼ਾਇਦ ਪ੍ਰਿਥਵੀ ਦੇ ਦੂਜੇ ਕਿਨਾਰੇ 'ਤੇ, ਪੈਰਿਸ ਵਿੱਚ ਬਾਰਿਸ਼ ਦਾ ਰਾਗ ਸੁਣ ਰਿਹਾ ਸੀ, ਬਹੁਤ ਦੇਰ ਤੱਕ ਚੁੱਪ ਰਹਿਣ ਤੋਂ ਬਾਅਦ ਚਿੱਤਰਕਾਰ ਦੀ ਮਾਂ ਬੋਲੀ:

"ਤੁਹਾਨੂੰ ਭੁਲੇਖਾ ਲੱਗਿਆ, ਰਸੂਲ। ਮੇਰਾ ਬੇਟਾ ਤਾਂ ਕਦੋਂ ਦਾ ਮਰ ਚੁੱਕਿਆ। ਉਹ ਮੇਰਾ ਬੇਟਾ ਨਹੀਂ ਸੀ। ਮੇਰਾ ਬੇਟਾ ਉਹ ਜ਼ੁਬਾਨ ਨਹੀਂ ਭੁੱਲ ਸਕਦਾ, ਜਿਹੜੀ ਉਸ ਨੂੰ ਮੈਂ, ਅਵਾਰ ਮਾਂ ਨੇ ਸਿਖਾਈ ਸੀ।"

ਯਾਦਾਂ

ਕਦੇ ਮੈਂ ਇੱਕ ਅਵਾਰ ਥਿਏਟਰ ਵਿੱਚ ਕੰਮ ਕਰਦਾ ਸੀ। ਮੰਚ ਦੀ ਸਜਾਵਟ ਵਾਲੀਆਂ ਚੀਜ਼ਾਂ, ਪੁਸ਼ਾਕਾਂ ਅਤੇ ਦੂਜੀਆਂ ਚੀਜ਼ਾਂ ਨਾਲ (ਜਿਨ੍ਹਾਂ ਨੂੰ ਗਧਿਆਂ 'ਤੇ ਲੱਦਿਆ ਜਾਂਦਾ ਸੀ, ਪਰ ਫਿਰ ਵੀ ਉਨ੍ਹਾਂ ਵਿੱਚੋਂ ਕੁੱਝ ਕਲਾਕਾਰਾਂ ਦੇ ਉਠਾਉਣ ਲਈ ਬਚ ਜਾਂਦੀਆਂ ਸਨ) ਅਸੀਂ ਪਿੰਡ-ਪਿੰਡ ਘੁੰਮ ਕੇ ਪਹਾੜੀ ਕਲਾ ਨੂੰ ਨਾਟਕ ਕਲਾ ਤੋਂ ਜਾਣੂ ਕਰਵਾਇਆ ਕਰਦੇ ਸੀ। ਥਿਏਟਰ ਵਿੱਚ ਇਸ ਤਰ੍ਹਾਂ ਬਿਤਾਏ ਗਏ ਇੱਕ ਸਾਲ ਦੀ ਮੈਨੂੰ ਅਕਸਰ ਯਾਦ ਆਉਂਦੀ ਹੈ।

ਕੁੱਝ ਨਾਟਕਾਂ ਵਿੱਚ ਮੈਨੂੰ ਛੋਟੀਆਂ-ਮੋਟੀਆਂ ਭੂਮਿਕਾਵਾਂ ਦੇ ਦਿੱਤੀਆਂ ਜਾਂਦੀਆਂ ਸਨ, ਪਰ ਜ਼ਿਆਦਾਤਰ ਤਾਂ ਮੈਂ ਪ੍ਰੋਮਪਟਰ ਬੌਕਸ ਵਿੱਚ ਬੈਠਾ ਰਹਿੰਦਾ ਸੀ। ਮੈਨੂੰ ਬਾਕੀ ਸਾਰੀਆਂ ਭੂਮਿਕਾਵਾਂ ਦੇ ਮੁਕਾਬਲੇ ਪ੍ਰੋਮਪਟਰ ਦਾ ਕੰਮ ਜ਼ਿਆਦਾ ਪਸੰਦ ਸੀ। ਕਲਾਕਾਰਾਂ ਦੀ ਅਦਾਕਾਰੀ, ਉਨ੍ਹਾਂ ਦੇ ਮੁੱਖ-ਅੰਦਾਜ਼, ਰੰਗ-ਮੰਚ 'ਤੇ ਉਨ੍ਹਾਂ ਦੀਆਂ ਗਤੀਵਿਧੀਆਂ ਨੂੰ ਮੈਂ ਬਹੁਤ ਮਹੱਤਵਪੂਰਨ ਨਹੀਂ ਮੰਨਦਾ ਸੀ, ਤੁੱਛ ਸਥਾਨ ਦਿੰਦਾ ਸੀ। ਪੁਸ਼ਾਕਾਂ, ਮੇਕ-ਅੱਪ ਅਤੇ ਮੰਚ ਦੀ ਸਜਾਵਟ ਵੀ ਘੱਟ ਮਹੱਤਵ ਰੱਖਦੇ ਸਨ। ਸ਼ਬਦਾਂ ਨੂੰ ਹੀ ਮੈਂ ਸਭ ਤੋਂ ਉੱਚਾ ਸਥਾਨ ਦਿੰਦਾ ਸੀ ਅਤੇ ਇਸ ਗੱਲ ਦੀ ਬੇਹੱਦ ਚਿੰਤਾ ਕਰਦਾ ਸੀ ਕਿ ਕਲਾਕਾਰ ਸ਼ਬਦਾਂ ਨੂੰ ਨਾ ਵਿਗਾੜਣ, ਉਨ੍ਹਾਂ ਦਾ ਸਹੀ-ਸਹੀ ਉਚਾਰਣ ਕਰਨ। ਜੇਕਰ ਕੋਈ ਕਲਾਕਾਰ ਸ਼ਬਦਾਂ ਨੂੰ ਛੱਡ ਜਾਂਦਾ ਜਾਂ ਉਨ੍ਹਾਂ ਨੂੰ ਗਲਤ ਢੰਗ ਨਾਲ ਕਹਿੰਦਾ, ਤਾਂ ਮੈਂ ਬੌਕਸ ਵਿੱਚੋਂ ਅੱਗੇ ਵੱਲ ਝੁਕ ਕੇ ਇੰਨੇ ਜ਼ੋਰ ਨਾਲ ਅਤੇ ਸਹੀ ਰੂਪ ਵਿੱਚ ਇਨ੍ਹਾਂ ਸ਼ਬਦਾਂ ਨੂੰ ਕਹਿੰਦਾ ਕਿ ਉਹ ਸਾਰੇ ਹਾਲ ਵਿੱਚ ਗੂੰਜ ਜਾਂਦੇ।

ਹਾਂ, ਮੂਲ ਪਾਠ ਅਤੇ ਸ਼ਬਦ ਨੂੰ ਹੀ ਮੈਂ ਸਭ ਤੋਂ ਜ਼ਿਆਦਾ ਮੰਨਦਾ ਸੀ, ਕਿਉਂਕਿ ਸ਼ਬਦ ਪੁਸ਼ਾਕ ਅਤੇ ਮੇਕ-ਅੱਪ ਤੋਂ ਬਿਨਾਂ ਵੀ ਜਿਉਂਦਾ ਰਹਿ ਸਕਦਾ ਹੈ, ਉਸ ਦਾ ਭਾਵ ਦਰਸ਼ਕਾਂ ਦੀ ਸਮਝ ਵਿੱਚ ਆ ਜਾਵੇਗਾ।

ਮੈਨੂੰ ਇੱਕ ਘਟਨਾ ਯਾਦ ਆ ਰਹੀ ਹੈ। ਉਨ੍ਹਾਂ ਦਿਨਾਂ ਵਿੱਚ ਅਸੀਂ 'ਪਹਾੜੀ ਲੋਕ' ਨਾਟਕ ਦਿਖਾ ਰਹੇ ਸੀ, ਜਿਸ ਦਾ ਅਵਾਰ ਕੌਮ ਦੇ ਅਤੀਤ ਨਾਲ ਸਬੰਧ ਸੀ। ਜਿਵੇਂ ਕਿ ਆਮ ਤੌਰ 'ਤੇ ਹੁੰਦਾ ਸੀ, ਮੈਂ ਪ੍ਰੋਮਪਟਰ ਸੀ। ਨਾਟਕ ਵਿੱਚ ਇੱਕ ਅਜਿਹਾ ਸਥਾਨ ਆਉਂਦਾ ਸੀ, ਜਦੋਂ ਨਾਇਕ ਆਈਗ਼ਾਜ਼ੀ, ਜੋ ਖੂਨ ਦੇ ਪਿਆਸੇ ਦੁਸ਼ਮਣਾਂ ਤੋਂ ਬਚਣ ਲਈ ਪਹਾੜਾਂ ਵਿੱਚ ਲੁਕਿਆ ਰਹਿੰਦਾ ਸੀ, ਰਾਤ ਵੇਲੇ ਆਪਣੀ ਪ੍ਰੇਮਿਕਾ ਨੂੰ ਮਿਲਣ ਲਈ ਪਿੰਡ ਆਇਆ। ਪ੍ਰੇਮਿਕਾ ਨੇ ਉਸ ਦੀ ਮਿੰਨਤ ਕੀਤੀ ਕਿ ਉਹ ਛੇਤੀ ਪਹਾੜਾਂ ਵਿੱਚ ਵਾਪਸ ਚਲਾ ਜਾਵੇ, ਨਹੀਂ ਤਾਂ ਦੁਸ਼ਮਣ ਉਸ ਨੂੰ ਮਾਰ ਦੇਣਗੇ। ਪਰ ਆਈਗ਼ਾਜ਼ੀ (ਅਦਾਕਾਰ ਮਾਗਾਯੋਵ ਇਹ ਭੂਮਿਕਾ ਨਿਭਾ ਰਹੇ ਸਨ) ਆਪਣੀ ਪ੍ਰੇਮਿਕਾ ਨੂੰ ਬਾਰਿਸ਼ ਤੋਂ ਬਚਾਉਣ ਲਈ ਉਸ ਨੂੰ ਉੱਨ ਦੇ ਕੰਬਲ ਨਾਲ ਢਕ ਲੈਂਦਾ ਹੈ ਅਤੇ ਉਸ ਨਾਲ ਆਪਣੇ ਪਿਆਰ, ਆਪਣੇ ਵਿਛੋੜੇ ਦੇ ਦਰਦ ਦੀ ਚਰਚਾ ਕਰਨ ਲੱਗਦਾ ਹੈ।

ਇਸੇ ਵੇਲੇ ਇੱਕ ਅਣਹੋਣੀ ਜਿਹੀ ਗੱਲ ਹੋ ਗਈ। ਅਦਾਕਾਰ ਮਾਗਾਯੇਵ ਦੀ ਪਤਨੀ ਅਚਾਨਕ ਮੰਚ 'ਤੇ ਪਹੁੰਚੀ। ਉਹ ਗੁੱਸੇ ਵਿੱਚ ਆਪਣੇ ਪਤੀ 'ਤੇ ਇਸ ਲਈ ਝਪਟੀ ਕਿ ਉਹ ਦੂਜੀ ਔਰਤ ਨਾਲ ਪਿਆਰ ਦੀਆਂ ਗੱਲਾਂ ਕਰ ਰਿਹਾ ਸੀ। ਮਾਗਯੇਵ ਆਪਣੀ

ਪਤਨੀ ਦਾ ਹੱਥ ਫੜ ਕੇ ਉਸ ਨੂੰ ਪਰਦੇ ਪਿੱਛੇ ਲੈ ਗਏ, ਤਾਂ ਕਿ ਉਸ ਨੂੰ ਗੱਲ ਸਮਝਾ ਸਕਣ ਉਨ੍ਹਾਂ ਨੂੰ ਉਮੀਦ ਸੀ ਕਿ ਉਹ ਉਸੇ ਪਲ ਰੰਗ-ਮੰਚ 'ਤੇ ਵਾਪਸ ਆ ਜਾਣਗੇ ਅਤੇ ਨਾਟਕ ਚੱਲਦਾ ਰਹੇਗਾ। ਪਰ ਪਤਨੀ ਤਾਂ ਪਤੀ ਨਾਲ ਲਿਪਟ ਗਈ ਅਤੇ ਉਸ ਨੂੰ ਰੰਗ-ਮੰਚ 'ਤੇ ਵਾਪਸ ਜਾਣ ਨਹੀਂ ਦਿੱਤਾ। ਨਾਟਕ ਦੀ ਪ੍ਰੇਮਿਕਾ ਰੰਗ-ਮੰਚ 'ਤੇ ਇਕੱਲੀ ਖੜ੍ਹੀ ਰਹਿ ਗਈ। ਨਾਟਕ ਰੁਕ ਗਿਆ।

ਮੈਂ ਆਪਣੇ ਪ੍ਰੋਮਪਟਰ ਬੌਕਸ ਵਿੱਚ ਥਿਏਟਰੀ ਪੁਸ਼ਾਕ ਅਤੇ ਮੇਕ-ਅੱਪ ਤੋਂ ਬਿਨਾ ਮਾਮੂਲੀ ਪੈਂਟ ਅਤੇ ਖੁੱਲ੍ਹੇ ਕਾਲਰ ਵਾਲੀ ਸਫ਼ੈਦ ਕਮੀਜ ਪਹਿਨੀਂ ਬੈਠਾ ਸੀ। ਲੱਗਦਾ ਹੈ ਕਿ ਪੈਰਾਂ ਵਿੱਚ ਸਲੀਪਰ ਸਨ। ਬੇਸ਼ੱਕ ਮਾਗਯੇਵ ਦਾ ਪਾਰਟ ਮੈਨੂੰ ਜ਼ੁਬਾਨੀ ਯਾਦ ਸੀ, ਪਰ ਜਿਸ ਹਾਲ ਵਿੱਚ ਮੈਂ ਬੈਠਾ ਸੀ, ਉਸ ਵਿੱਚ ਮਾਗਾਯੇਵ ਦੀ ਜਗ੍ਹਾ ਲੈਣਾ ਮੇਰੇ ਲਈ ਸੰਭਵ ਨਹੀਂ ਸੀ ਪਰ ਕਿਉਂਕਿ ਮੇਰੇ ਲਈ ਪੁਸ਼ਾਕ ਨਹੀਂ, ਬਲਕਿ ਸ਼ਬਦ ਹੀ ਸਭ ਤੋਂ ਜ਼ਿਆਦਾ ਮਹੱਤਵ ਰੱਖਦੇ ਸਨ, ਇਸ ਲਈ ਮੈਂ ਆਪਣੇ ਬੌਕਸ ਵਿੱਚੋਂ ਨਿੱਕਲ ਕੇ ਰੰਗ-ਮੰਚ 'ਤੇ ਆ ਗਿਆ ਅਤੇ ਉਸ ਵਿਚਾਰੀ ਪ੍ਰੇਮਿਕਾ ਨੂੰ ਉਹ ਸ਼ਬਦ ਕਹੇ, ਜੋ ਆਈ.ਗਾਜ਼ੀ, ਭਾਵ ਅਦਾਕਾਰ ਮਾਗਾਯੇਵ ਨੂੰ ਕਹਿਣੇ ਚਾਹੀਦੇ ਸਨ।

ਮੈਨੂੰ ਪਤਾ ਨਹੀਂ ਕਿ ਦਰਸ਼ਕਾਂ ਨੂੰ ਤਸੱਲੀ ਹੋਈ ਜਾਂ ਨਹੀਂ, ਜਾਂ ਨਾਟਕ ਉਨ੍ਹਾਂ ਲਈ ਵੱਡਾ ਮਜ਼ਾਕ ਹੀ ਬਣ ਕੇ ਰਹਿ ਗਿਆ, ਪਰ ਮੈਨੂੰ ਤਾਂ ਖ਼ੁਸ਼ੀ ਹੋਈ। ਦਰਸ਼ਕ ਨਾਟਕ ਦਾ ਸਾਰ ਸਮਝ ਗਏ ਸਨ, ਇੱਕ ਵੀ ਸ਼ਬਦ ਤੋਂ ਵੰਚਿਤ ਨਹੀਂ ਹੋਏ ਸਨ ਅਤੇ ਮੈਂ ਇਸੇ ਨੂੰ ਸਭ ਤੋਂ ਜ਼ਿਆਦਾ ਮਹੱਤਵਪੂਰਨ ਗੱਲ ਮੰਨਦਾ ਸੀ।

ਮੈਨੂੰ ਯਾਦ ਹੈ ਕਿ ਇਸੇ ਨਾਟਕ-ਮੰਡਲੀ ਨਾਲ ਮੈਂ ਪਹਿਲੀ ਵਾਰ ਪ੍ਰਸਿੱਧ, ਉੱਚੇ ਪਹਾੜੀ ਪਿੰਡ ਗ਼ੂਨੀਬ ਗਿਆ ਸੀ। ਇਹ ਤਾਂ ਸਾਰੇ ਜਾਣਦੇ ਹਨ ਕਿ ਬੇਸ਼ੱਕ ਕਵੀ ਇੱਕ-ਦੂਜੇ ਤੋਂ ਅਣਜਾਣ ਵੀ ਹੋਣ, ਤਾਂ ਵੀ ਇੱਕ-ਦੂਜੇ ਦੇ ਯਾਰ ਹੁੰਦੇ ਹਨ। ਗ਼ੂਨੀਬ ਵਿੱਚ ਇੱਕ ਅਜਿਹਾ ਹੀ ਕਵੀ ਰਹਿੰਦਾ ਸੀ, ਜਿਸ ਦੇ ਬਾਰੇ ਮੈਂ ਸੁਣਿਆ ਤਾਂ ਸੀ, ਪਰ ਮਿਲਣ ਦਾ ਮੌਕਾ ਨਹੀਂ ਮਿਲਿਆ ਸੀ। ਮੈਂ ਇਸ ਕਵੀ ਨੂੰ ਮਿਲਣ ਗਿਆ ਅਤੇ ਜਦੋਂ ਤੱਕ ਸਾਡੀ ਨਾਟਕ-ਮੰਡਲੀ ਉੱਥੇ ਰਹੀ, ਮੈਂ ਉਸੇ ਦੇ ਘਰ ਵਿੱਚ ਰਿਹਾ।

ਮਿਹਰਬਾਨ ਮੇਜ਼ਬਾਨਾਂ ਨੇ ਮੇਰੀ ਇੰਨੀ ਜ਼ਿਆਦਾ ਆਓ-ਭਗਤ ਕੀਤੀ ਕਿ ਮੈਨੂੰ ਪ੍ਰੇਸ਼ਾਨੀ ਜਿਹੀ ਹੋਣ ਲੱਗੀ, ਮੇਰੀ ਸਮਝ ਵਿੱਚ ਇਹੀ ਨਹੀਂ ਆਉਂਦਾ ਸੀ ਕਿ ਕਿਵੇਂ ਆਪਣੀ ਝਿਜਕ ਲੁਕੋਵਾਂ। ਕਵੀ ਦੀ ਮਾਂ ਦੇ ਸਨੇਹ ਦੀ ਤਾਂ ਮੇਰੇ ਮਨ 'ਤੇ ਵਿਸ਼ੇਸ਼ ਰੂਪ ਵਿੱਚ ਗਹਿਰੀ ਛਾਪ ਸੀ।

ਉੱਥੋਂ ਰਵਾਨਾ ਹੋਣ ਵੇਲੇ ਮੈਨੂੰ ਉਨ੍ਹਾਂ ਦਾ ਧੰਨਵਾਦ ਕਰਨ ਲਈ ਸ਼ਬਦ ਨਹੀਂ ਮਿਲ ਰਹੇ ਸਨ। ਕੁੱਝ ਅਜਿਹਾ ਹੋਇਆ ਕਿ ਜਦੋਂ ਮੈਂ ਕਵੀ ਦੀ ਮਾਂ ਤੋਂ ਵਿਦਾ ਲਈ, ਤਾਂ ਕਮਰੇ ਵਿੱਚ ਕੋਈ ਨਹੀਂ ਸੀ। ਮੈਂ ਜਾਣਦਾ ਸੀ ਕਿ ਜੇਕਰ ਉਸ ਦੇ ਬੇਟੇ ਬਾਰੇ ਕੁੱਝ ਚੰਗੇ ਸ਼ਬਦ ਕਹਾਂ, ਤਾਂ ਮਾਂ ਦੇ ਲਈ ਇਸ ਤੋਂ ਵਧੀਆ ਖ਼ੁਸ਼ੀ ਵਾਲੀ ਗੱਲ ਹੋਰ ਕੋਈ ਨਹੀਂ ਹੋ ਸਕਦੀ। ਬੇਸ਼ੱਕ ਮੈਂ ਇਹ ਚੰਗੀ ਤਰ੍ਹਾਂ ਸਮਝਦਾ ਸੀ ਕਿ ਗ਼ੂਨੀਬ ਦਾ ਉਹ ਕਵੀ ਸਾਧਾਰਨ ਹੈ, ਫਿਰ ਵੀ ਮੈਂ ਉਸ ਦੀ ਪ੍ਰਸ਼ੰਸਾ ਕਰਨ ਲੱਗਿਆ। ਮੈਂ ਉਸ ਦੀ ਮਾਂ ਨੂੰ ਇਹ ਕਹਿਣਾ ਸ਼ੁਰੂ ਕੀਤਾ ਕਿ ਉਸ ਦਾ ਬੇਟਾ

ਬਹੁਤ ਅਗਾਂਹਵਧੂ ਕਵੀ ਹੈ, ਸਦਾ ਭਖਦੇ ਮਸਲਿਆਂ 'ਤੇ ਕਵਿਤਾਵਾਂ ਰਚਦਾ ਹੈ।

"ਸੰਭਵ ਹੈ ਕਿ ਅਗਾਂਹਵਧੂ ਹੀ ਹੋਵੇ।" ਮਾਂ ਨੇ ਉਦਾਸੀ ਨਾਲ ਮੈਨੂੰ ਟੋਕਦੇ ਹੋਏ ਕਿਹਾ, "ਪਰ ਪ੍ਰਤਿਭਾ ਉਸ ਵਿੱਚ ਨਹੀਂ। ਬੇਸ਼ੱਕ ਉਸ ਦੀਆਂ ਕਵਿਤਾਵਾਂ ਭਖਦੇ ਮਸਲਿਆਂ ਨਾਲ ਸਬੰਧਿਤ ਹੋਣ, ਪਰ ਜਦੋਂ ਮੈਂ ਉਨ੍ਹਾਂ ਨੂੰ ਪੜ੍ਹਦੀ ਆਂ, ਤਾਂ ਮੈਨੂੰ ਅਕੇਵਾਂ ਮਹਿਸੂਸ ਹੋਣ ਲੱਗਦੈ। ਰਸੂਲ, ਤੁਸੀਂ ਹੀ ਜਰਾ ਗ਼ੌਰ ਕਰੋ ਕਿ ਜਦੋਂ ਮੇਰਾ ਬੇਟਾ ਪਹਿਲੇ ਸ਼ਬਦ ਬੋਲਣੇ ਸਿੱਖ ਰਿਹਾ ਸੀ, ਜਿਨ੍ਹਾਂ ਨੂੰ ਤਾਂ ਸਮਝਣਾ ਵੀ ਮੁਸ਼ਕਿਲ ਸੀ, ਤਾਂ ਮੈਨੂੰ ਇੰਨੀ ਖ਼ੁਸ਼ੀ ਹੋਈ ਸੀ ਕਿ ਉਸ ਦਾ ਬਿਆਨ ਨਹੀਂ ਕਰ ਸਕਦੀ। ਪਰ ਹੁਣ, ਜਦੋਂ ਉਹ ਬੋਲਣਾ ਹੀ ਨਹੀਂ, ਕਵਿਤਾ ਰਚਣਾ ਵੀ ਸਿੱਖ ਗਿਆ, ਤਾਂ ਮੈਨੂੰ ਅਕੇਵਾਂ ਮਹਿਸੂਸ ਹੁੰਦੈ। ਕਹਿੰਦੇ ਨੇ ਕਿ ਔਰਤ ਦੀ ਅਕਲ ਉਸ ਦੀ ਫ਼ਾਕ ਦੇ ਪੱਲੇ ਵਿੱਚ ਹੁੰਦੀ। ਜਦੋਂ ਉਹ ਬੈਠੀ ਹੁੰਦੀ, ਤਾਂ ਉਸ ਦੀ ਅਕਲ ਵੀ ਉਸ ਦੇ ਕੋਲ ਰਹਿੰਦੀ ਐ, ਪਰ ਜਿਉਂ ਹੀ ਉਹ ਖੜ੍ਹੀ ਹੁੰਦੀ ਐ, ਤਿਉਂ ਹੀ ਉਸ ਦੀ ਅਕਲ ਲੁੜਕ ਕੇ ਫ਼ਰਸ਼ 'ਤੇ ਜਾ ਡਿੱਗਦੀ ਐ। ਮੇਰੇ ਬੇਟੇ ਦਾ ਵੀ ਇਹੀ ਹਾਲ ਐ। ਜਦੋਂ ਤੱਕ ਖਾਣੇ ਦੇ ਮੇਜ 'ਤੇ ਬੈਠਾ ਰਹਿੰਦੈ, ਖਾਂਦੇ ਹੋਏ ਸਾਧਾਰਨ ਢੰਗ ਨਾਲ ਗੱਲਬਾਤ ਕਰਦੈ, ਮੈਂ ਖ਼ੁਸ਼ੀ ਨਾਲ ਉਸ ਦੀਆਂ ਗੱਲਾਂ ਸੁਣਦੀ ਆਂ। ਪਰ ਖਾਣੇ ਮੇਜ ਤੋਂ ਪੜ੍ਹਨ-ਲਿਖਣ ਵਾਲੇ ਮੇਜ ਤੱਕ ਜਾਂਦੇ-ਜਾਂਦੇ ਉਹ ਸਿੱਧੇ-ਸਾਦੇ ਅਤੇ ਚੰਗੇ-ਚੰਗੇ ਸ਼ਬਦ ਗਵਾ ਬੈਠਦੈ। ਬਸ, ਅਪਹੁੰਚ, ਉਦਾਸ ਅਤੇ ਅਕਾਊ ਸ਼ਬਦ ਹੀ ਉਸ ਦੇ ਕੋਲ ਰਹਿ ਜਾਂਦੇ ਨੇ।"

ਇਸ ਘਟਨਾ ਨੂੰ ਯਾਦ ਕਰ ਕੇ ਮੈਂ ਅੱਲ੍ਹ ਤੋਂ ਇਹੀ ਦੁਆ ਮੰਗਦਾ ਹਾਂ ਕਿ ਉਹ ਮੇਰੀ ਜ਼ੁਬਾਨ ਮੇਰੇ ਕੋਲ ਰਹਿਣ ਦੇਵੇ। ਮੈਂ ਇਸ ਤਰ੍ਹਾਂ ਲਿਖਣਾ ਚਾਹੁੰਦਾ ਹਾਂ ਕਿ ਮੇਰੀਆਂ ਕਵਿਤਾਵਾਂ, ਮੇਰੀ ਇਸ ਕਿਤਾਬ ਨੂੰ ਜਾਂ ਇਨ੍ਹਾਂ ਤੋਂ ਇਲਾਵਾ ਮੈਂ ਹੋਰ ਵੀ ਜੋ ਕੁੱਝ ਲਿਖਾਂ, ਉਸ ਨੂੰ ਵੀ ਮਾਂ, ਭੈਣ, ਹਰ ਪਹਾੜੀ ਅਤੇ ਹਰ ਉਹ ਵਿਅਕਤੀ, ਜਿਸ ਦੇ ਹੱਥ ਵਿੱਚ ਮੇਰੀ ਕਿਤਾਬ ਜਾਵੇ, ਸਮਝੇ, ਪਿਆਰ ਕਰੇ। ਮੈਂ ਅਕੇਵਾਂ ਪੈਦਾ ਨਹੀਂ ਕਰਨਾ ਚਾਹੁੰਦਾ, ਲੋਕਾਂ ਨੂੰ ਖ਼ੁਸ਼ੀ ਦੇਣਾ ਚਾਹੁੰਦਾ ਹਾਂ। ਜੇਕਰ ਮੇਰੀ ਭਾਸ਼ਾ ਵਿਗੜ ਜਾਂਦੀ ਹੈ, ਜਾਂ ਕਿਹਾ ਜਾਵੇ ਕਿ ਜੇਕਰ ਮੈਂ ਆਪਣੀ ਮਾਤ-ਭਾਸ਼ਾ ਨੂੰ ਵਿਗਾੜਦਾ ਹਾਂ, ਤਾਂ ਮੇਰੇ ਜੀਵਨ ਵਿੱਚ ਇਸ ਤੋਂ ਜ਼ਿਆਦਾ ਭਿਆਨਕ ਗੱਲ ਹੋਰ ਕੋਈ ਨਹੀਂ ਹੋ ਸਕਦੀ।

ਬਹੁਤ ਪਹਿਲਾਂ ਦੀ ਗੱਲ ਹੈ, ਉਦੋਂ ਮੈਂ ਬੱਚਾ ਹੀ ਸੀ ਸਾਡੇ ਪਿੰਡ ਦੇ ਲੋਕ ਮਸਜਿਦ ਦੇ ਨੇੜੇ ਇਕੱਠੇ ਹੋ ਕੇ ਆਪਣੇ ਸਾਂਝੇ ਮਸਲਿਆਂ 'ਤੇ ਸੋਚ-ਵਿਚਾਰ ਕਰਿਆ ਕਰਦੇ ਸਨ। ਉਦੋਂ ਮੈਂ ਉੱਥੇ ਆਪਣੀਆਂ ਪਿਤਾ ਦੀਆਂ ਕਵਿਤਾਵਾਂ ਪੜ੍ਹ ਕੇ ਸੁਣਾਇਆ ਕਰਦਾ ਸੀ। ਬੱਚਾ ਹੁੰਦੇ ਹੋਏ ਵੀ ਮੈਂ ਬੜੇ ਜੋਸ਼ ਨਾਲ (ਜ਼ਰੂਰਤ ਤੋਂ ਜ਼ਿਆਦਾ ਜੋਸ਼ ਨਾਲ) ਖ਼ੂਬ ਉੱਚੀ ਅਤੇ ਉਨ੍ਹਾਂ ਸ਼ਬਦਾਂ ਜਾਂ ਆਵਾਜ਼ਾਂ 'ਤੇ ਖ਼ਾਸ ਜ਼ੋਰ ਦੇ ਕੇ ਕਵਿਤਾਵਾਂ ਪੜ੍ਹਦਾ ਸੀ, ਜੋ ਮੈਨੂੰ ਪਸੰਦ ਆਉਂਦੀਆਂ ਸਨ। ਉਦਾਹਰਣ ਦੇ ਲਈ, ਪਿਤਾ ਜੀ ਦੀ ਨਵੀਂ ਕਵਿਤਾ 'ਤਸਾਦਾ ਵਿੱਚ ਭੇੜੀਏ ਦਾ ਸ਼ਿਕਾਰ' ਦਾ ਪਾਠ ਕਰਦੇ ਹੋਏ, ਮੈਂ ਸਾਰੇ ਸ਼ਬਦਾਂ ਵਿੱਚ 'ਤਸ' ਧੁਨੀ ਦਾ ਦੰਦ ਘੁੱਟ ਕੇ ਇਸ ਤਰ੍ਹਾਂ ਉਚਾਰਣ ਕਰਦਾ ਸੀ ਕਿ ਉਹ ਕੰਬਦੇ, ਆਪਸ ਵਿੱਚ ਟਕਰਾਉਂਦੇ ਅਤੇ ਗੂੰਜਦੇ ਸਨ। ਮੈਨੂੰ ਲੱਗਦਾ ਸੀ ਕਿ ਇਨ੍ਹਾਂ ਧੁਨੀਆਂ ਦੇ ਅਜਿਹੇ ਤਿੱਖੇ ਅਤੇ ਜ਼ੋਰਦਾਰ ਉਚਾਰਣ ਨਾਲ ਜ਼ਿਆਦਾ ਪ੍ਰਭਾਵ ਪੈਂਦਾ ਹੈ।

ਪਿਤਾ ਜੀ ਹਰ ਵਾਰ ਇਹ ਕਹਿੰਦੇ ਹੋਏ ਮੈਨੂੰ ਸਮਝਾਉਣ ਦੀ ਕੋਸ਼ਿਸ਼ ਕਰਦੇ:

"ਸ਼ਬਦ ਕੀ ਕੋਈ ਅਖਰੋਟ ਜਾਂ ਬਦਾਮ ਐ, ਜਿਸ ਨੂੰ ਦੰਦ ਨਾਲ ਤੋੜਿਆ ਜਾਵੇ? ਜਾਂ ਫਿਰ ਸ਼ਬਦ ਕੀ ਕੋਈ ਲਸਣ ਐ ਕਿ ਉਸ ਨੂੰ ਵੱਟੇ ਨਾਲ ਪੱਥਰ 'ਤੇ ਪੀਸਿਆ ਜਾਵੇ? ਜਾਂ ਸ਼ਬਦ ਕੋਈ ਸੁੱਕੀ ਪਥਰੀਲੀ ਜ਼ਮੀਨ ਐ ਕਿ ਸਾਰਾ ਜ਼ੋਰ ਲਗਾ ਕੇ ਉਸ ਵਿੱਚ ਹਲ ਚਲਾਇਆ ਜਾਵੇ? ਸ਼ਬਦਾਂ ਨੂੰ ਚੱਬੇ ਬਿਨਾਂ ਇਸ ਤਰ੍ਹਾਂ ਸਹਿਜ ਨਾਲ ਉਚਾਰਣ ਕਰੋ ਕਿ ਤੁਹਾਡੇ ਦੰਦ ਟਕਰਾਉਣ ਨਾ, ਉਨ੍ਹਾਂ ਵਿੱਚ ਕੰਬਣੀ ਪੈਦਾ ਨਾ ਹੋਵੇ।"

ਮੈਂ ਦੁਬਾਰਾ ਕਵਿਤਾ ਪੜ੍ਹਦਾ, ਪਰ ਫਿਰ ਵੀ ਉਹੀ ਨਤੀਜਾ ਨਿੱਕਲਦਾ। ਇੱਕ ਵਾਰ ਮੇਰੀ ਮਾਂ ਉਸ ਵੇਲੇ ਘਰ ਦੀ ਛੱਤ 'ਤੇ ਖੜ੍ਹੀ ਸੀ। ਪਿਤਾ ਜੀ ਨੇ ਬੁਲਾ ਕੇ ਮਾਂ ਨੂੰ ਕਿਹਾ:

ਤੁਸੀਂ ਹੀ ਇਸ ਨੂੰ ਕਿਸੇ ਤਰ੍ਹਾਂ ਸਿਖਾ ਦਿਓ!"

ਮਾਂ ਨੇ ਮੇਰੇ ਲਈ ਸਖ਼ਤ ਸ਼ਬਦਾਂ ਦਾ ਉਵੇਂ ਹੀ ਉਚਾਰਣ ਕੀਤਾ, ਜਿਵੇਂ ਪਿਤਾ ਜੀ ਚਾਹੁੰਦੇ ਸਨ।

"ਸੁਣਿਆ? ਹੁਣ ਇਨ੍ਹਾਂ ਨੂੰ ਇਸੇ ਤਰ੍ਹਾਂ ਹੀ ਦੁਹਰਾਓ।"

ਮੈਨੂੰ ਫਿਰ ਵੀ ਸਫ਼ਲਤਾ ਨਹੀਂ ਮਿਲੀ।

"ਛੀ...ਛੀ।" ਪਿਤਾ ਜੀ ਖਿੱਝ ਗਏ, "ਸ਼ਬਦਾਂ ਨੂੰ ਵਿਗਾੜਨ ਵਾਲੇ ਇੱਕ ਜਾਲਾਤੂਰੀ ਵਾਸੀ ਨੂੰ ਮੈਂ ਝਾੜੂ ਨਾਲ ਕੁੱਟਿਆ ਸੀ। ਆਪਣੇ ਬੇਟੇ ਦਾ ਮੈਂ ਕੀ ਕਰਾਂ?"

ਉਹ ਦੁਖੀ ਹੋ ਕੇ ਸਭਾ ਵਿੱਚੋਂ ਚਲੇ ਗਏ।

ਪਿਤਾ ਜੀ ਨੇ ਜਾਲਾਤੂਰੀ ਨੂੰ ਕਿਵੇਂ ਕੁੱਟਿਆ

ਬਸੰਤ ਦੇ ਮੌਸਮ ਵਿੱਚ ਮੰਡੀ ਲਗਾਉਣ ਦਾ ਦਿਨ ਸੀ। ਜਿਵੇਂ ਕਿ ਸਾਰੇ ਜਾਣਦੇ ਹਨ, ਬਸੰਤ ਵਿੱਚ ਪਿਛਲੀ ਫ਼ਸਲ ਦੀਆਂ ਬਚੀਆਂ-ਖੁਚੀਆਂ ਸਾਰੀਆਂ ਚੀਜ਼ਾਂ ਖ਼ਤਮ ਹੋ ਜਾਂਦੀਆਂ ਹਨ ਅਤੇ ਨਵੀਂ ਫ਼ਸਲ ਅਜੇ ਆਈ ਨਹੀਂ ਹੁੰਦੀ। ਬਸੰਤ ਵਿੱਚ ਪੱਤਝੜ ਦੇ ਮੁਕਾਬਲੇ ਸਾਰੀਆਂ ਚੀਜ਼ਾਂ ਬਾਜ਼ਾਰ ਵਿੱਚ ਮਹਿੰਗੀਆਂ ਹੁੰਦੀਆਂ ਹਨ, ਇੱਥੋਂ ਤੱਕ ਕਿ ਘੜੇ ਵੀ, ਭਾਵੇਂ ਉਹ ਖੇਤ ਵਿੱਚ ਪੈਦਾ ਨਹੀਂ ਹੁੰਦੇ।

ਮੇਰੇ ਪਿਤਾ ਜੀ ਨੇ, ਜੋ ਉਸ ਵੇਲੇ ਨੌਜਵਾਨ ਸਨ, ਬਾਜ਼ਾਰ ਜਾਣ ਦਾ ਇਰਾਦਾ ਬਣਾਇਆ। ਗੁਆਂਢੀ ਨੇ ਉਨ੍ਹਾਂ ਨੂੰ ਝਾੜੂ ਖਰੀਦਣ ਲਈ ਕਿਹਾ ਅਤੇ ਇਸ ਦੇ ਲਈ ਵੀਹ ਕੋਪੇਕ ਦਿੱਤੇ।

"ਜੇਕਰ ਝਾੜੂ ਸਸਤਾ ਮਿਲ ਜਾਵੇ, ਤਾਂ ਬਾਕੀ ਪੈਸੇ ਕੋਲ ਰੱਖ ਲੈਣਾ।" ਗੁਆਂਢੀ ਨੇ ਨੌਜਵਾਨ ਹਮਜ਼ਾਤ ਨੂੰ ਕਿਹਾ। ਖ਼ੈਰ, ਉਹ ਬਾਜ਼ਾਰ ਪਹੁੰਚੇ।

ਝਾੜੂ ਵੇਚਣ ਵਾਲੇ ਨੂੰ ਉਨ੍ਹਾਂ ਨੇ ਜਲਦੀ ਹੀ ਲੱਭ ਲਿਆ ਅਤੇ ਲੱਗੇ ਮੁੱਲ-ਭਾਅ ਕਰਨ।

ਇਹ ਤਾਂ ਸ਼ਾਇਦ ਸਾਰੇ ਜਾਣਦੇ ਹਨ ਕਿ ਪੂਰਬੀ ਬਾਜ਼ਾਰ ਵਿੱਚ ਕਿਸੇ ਵੀ ਚੀਜ਼ ਲਈ ਮੰਗੇ ਜਾਣ ਵਾਲੇ ਮੁੱਲ ਦਾ ਕੋਈ ਮਹੱਤਵ ਨਹੀਂ ਹੁੰਦਾ। ਪੰਜ ਕੋਪੇਕ ਦੀ ਚੀਜ਼ ਦੇ ਸੌ ਰੂਬਲ ਵੀ ਦੱਸੇ ਜਾ ਸਕਦੇ ਹਨ।

ਪਿਤਾ ਜੀ ਨੇ ਚੰਗਾ ਅਤੇ ਮਜ਼ਬੂਤ ਜਿਹਾ ਝਾੜੂ ਚੁਣ ਕੇ ਪੁੱਛਿਆ:

"ਵੇਚਦੇ ਹੋ?"

"ਤਾਂ ਹੋਰ ਕਿਸ ਲਈ ਖੜ੍ਹਾਂ?"

"ਕੀ ਕੀਮਤ ਐ?"

"ਚਾਲੀ ਕੋਪੇਕ।"

"ਝਾੜੂ ਤਾਂ ਘੋੜਾ ਨਹੀਂ ਕਿ ਉੱਚੀ ਕੀਮਤ ਨਾਲ ਸੌਦੇਬਾਜ਼ੀ ਸ਼ੁਰੂ ਕੀਤੀ ਜਾਵੇ। ਇੱਕ ਵਾਰ ਹੀ ਅਸਲੀ ਮੁੱਲ ਕਹਿ ਦਿਓ ਅਤੇ ਮਾਮਲਾ ਤੈਅ ਕਰੋ।"

"ਚਾਲੀ ਕੋਪੇਕ।"

"ਮਜ਼ਾਕ ਛੱਡੋ।"

"ਚਾਲੀ ਕੋਪੇਕ।"

"ਵੀਹ ਵਿੱਚ ਦੇ ਦਿਓ।"

"ਚਾਲੀ ਕੋਪੇਕ।"

"ਪਰ ਮੇਰੇ ਕੋਲ ਤਾਂ ਸਿਰਫ਼ ਵੀਹ ਕੋਪੇਕ ਨੇ।"

"ਚਾਲੀ ਕੋਪੇਕ।"

"ਪਰ ਮੇਰੇ ਕੋਲ ਤਾਂ ਸੱਚਮੁੱਚ ਹੀ ਹੋਰ ਪੈਸੇ ਨਹੀਂ।"

"ਜਦੋਂ ਹੋਣ, ਉਦੋਂ ਆ ਜਾਣਾ।"

ਇਹ ਸਮਝ ਵਿੱਚ ਆ ਜਾਣ 'ਤੇ ਕਿ ਝਾੜੂ ਨਹੀਂ ਖਰੀਦਿਆ ਜਾ ਸਕੇਗਾ, ਮੇਰੇ ਪਿਤਾ ਜੀ ਬਾਜ਼ਾਰ ਵਿੱਚ ਘੁੰਮਣ ਲੱਗੇ ਅਤੇ ਜਲਦੀ ਹੀ ਦੁਕਾਨਾਂ ਦੇ ਨੇੜੇ ਇੱਕ ਉੱਚੀ ਜਗ੍ਹਾ 'ਤੇ ਉਨ੍ਹਾਂ ਨੂੰ ਲੋਕਾਂ ਦੀ ਭੀੜ ਦਿਖਾਈ ਦਿੱਤੀ। ਉਹ ਨੇੜੇ ਗਏ, ਤਾਂ ਧੱਕੇ ਨਾਲ ਅੱਗੇ ਵਧੇ ਅਤੇ ਸਮਝ ਗਏ ਕਿ ਲੋਕ ਗਾਇਕ ਮਹਿਮੂਦ ਦਾ ਗਾਣਾ ਸੁਣ ਰਹੇ ਹਨ।

ਮਹਿਮੂਦ ਪੰਦੂਰ ਹੱਥਾਂ ਵਿੱਚ ਫੜ ਕੇ ਭੀੜ ਵਿੱਚ ਬੈਠਾ ਸੀ। ਉਹ ਕਦੇ ਪੰਦੂਰ ਵਜਾਉਂਦਾ ਸੀ ਅਤੇ ਕਦੇ ਤਾਰਾਂ 'ਤੇ ਹੱਥ ਰੱਖ ਕੇ ਗਾਉਣ ਲੱਗਦਾ ਸੀ। ਸਾਰੇ ਸਾਹ ਰੋਕ ਕੇ ਉਸ ਨੂੰ ਸੁਣ ਰਹੇ ਸਨ। ਆਪਣੇ ਰੋਜ਼ ਦੇ ਧੰਦੇ ਦੇ ਸਿਲਸਿਲੇ ਵਿੱਚ ਬਾਜ਼ਾਰ ਉੱਪਰ ਉੱਡਣ ਵਾਲੀਆਂ ਸ਼ਹਿਦ ਦੀਆਂ ਮੱਖੀਆਂ ਦੀ ਭਿਣ-ਭਿਣ ਸੁਣਾਈ ਦੇ ਰਹੀ ਸੀ। ਗਾਉਣ ਦੌਰਾਨ ਇੱਕ ਲੜਕਾ ਖੰਘਣ ਲੱਗਿਆ, ਤਾਂ ਸਫ਼ੈਦ ਵਾਲਾਂ ਵਾਲੇ ਇੱਕ ਪਹਾੜੀ ਨੇ, ਜੋ ਸ਼ਾਇਦ ਲੜਕੇ ਦਾ ਪਿਤਾ ਸੀ, ਉਸ ਨੂੰ ਤੁਰੰਤ ਦੂਰ ਭਜਾ ਦਿੱਤਾ।

ਅਜਿਹੀ ਗਹਿਰੀ ਖ਼ਾਮੋਸ਼ੀ ਵਿੱਚ ਹੀ, ਜਦੋਂ ਮਹਿਮੂਦ ਦੇ ਗਾਣੇ ਤੋਂ ਇਲਾਵਾ ਹੋਰ ਕੁੱਝ ਵੀ ਸੁਣਾਈ ਨਹੀਂ ਦੇ ਰਿਹਾ ਸੀ, ਕੋਈ ਜਾਲਾਤੂਰੀ ਵਾਲੀ ਆਪਣੇ ਕੋਲ ਖੜ੍ਹੇ ਆਦਮੀ ਨਾਲ ਗੱਲਾਂ ਕਰਨ ਲੱਗਿਆ। ਵੈਸੇ ਤਾਂ ਉਹ ਜਾਲਾਤੂਰੀ ਵਾਸੀ ਨੇਕ ਇਰਾਦੇ ਨਾਲ ਹੀ ਅਜਿਹਾ ਕਰ ਰਿਹਾ ਸੀ। ਉਸ ਦੇ ਕੋਲ ਖੜ੍ਹਾ ਹੋਇਆ ਆਦਮੀ ਅਵਾਰ ਭਾਸ਼ਾ ਦਾ ਇੱਕ ਵੀ ਸ਼ਬਦ ਨਹੀਂ ਸਮਝਦਾ ਸੀ ਅਤੇ ਮਹਿਮੂਦ ਜੋ ਕੁੱਝ ਗਾਉਂਦਾ ਸੀ, ਇਹ ਜਾਲਾਤੂਰੀ ਵਾਸੀ ਉਸ ਨੂੰ ਨਾਲ-ਨਾਲ ਉਹ ਸਭ ਕੁੱਝ ਸਮਝਾਉਂਦਾ ਜਾਂਦਾ ਸੀ। ਪਰ ਮੁਸੀਬਤ ਤਾਂ ਇਹ ਸੀ ਕਿ ਉਸ ਦੇ ਲਗਾਤਾਰ ਬੋਲਦੇ ਰਹਿਣ ਨਾਲ ਗਾਉਣ ਦਾ ਰੰਗ ਭੰਗ ਹੁੰਦਾ ਸੀ ਅਤੇ ਬਾਕੀ ਲੋਕ ਉਸ ਦਾ ਪੂਰਾ ਮਜ਼ਾ ਨਹੀਂ ਲੈ ਸਕਦੇ ਸਨ।

ਮੇਰੇ ਹੋਣ ਵਾਲੇ ਪਿਤਾ, ਨੌਜਵਾਨ ਹਮਜ਼ਾਤ ਨੂੰ ਜਾਲਾਤੂਰੀ ਵਾਸੀ ਦੀ ਇਹ ਹਰਕਤ ਬਹੁਤ ਬੁਰੀ ਲੱਗੀ। ਉਨ੍ਹਾਂ ਨੇ ਉਸ ਨੂੰ ਚੁੱਪ ਕਰਾਉਣ ਲਈ ਉਸ ਦੀ ਬਾਂਹ ਖਿੱਚੀ, ਪਰ ਬੇਕਾਰ। ਉਸ ਦੇ ਕੰਨ ਵਿੱਚ ਇਹ ਕਿਹਾ ਕਿ ਉਹ ਚੁੱਪ ਰਹੇ। ਪਰ ਉਸ ਨੇ ਇਸ ਵੱਲ ਵੀ ਕੋਈ ਧਿਆਨ ਨਹੀਂ ਦਿੱਤਾ। ਹਮਜ਼ਾਤ ਦੀ ਸਮਝ ਵਿੱਚ ਨਹੀਂ ਆ ਰਿਹਾ ਸੀ ਕਿ ਉਸ ਨੂੰ ਕਿਵੇਂ ਚੁੱਪ ਕਰਾਵੇ। ਇਸੇ ਪ੍ਰੇਸ਼ਾਨੀ ਵਿੱਚ ਉਨ੍ਹਾਂ ਨੇ ਇੱਧਰ-ਉੱਧਰ ਨਿਗ੍ਹਾ ਦੌੜਾਈ, ਤਾਂ ਦੇਖਿਆ ਕਿ ਝਾੜੂ ਵੇਚਣ ਵਾਲਾ ਵੀ ਗਾਣਾ ਸੁਣਨ ਲਈ ਕੋਲ ਹੀ ਆ ਖੜ੍ਹਾ ਹੋਇਆ ਹੈ। ਪਿਤਾ ਜੀ ਭੱਜ ਕੇ ਉਸ ਕੋਲ ਗਏ, ਸਭ ਤੋਂ ਵੱਡਾ ਝਾੜੂ ਉਸ ਦੇ ਹੱਥ ਵਿੱਚੋਂ ਖੋਹ ਲਿਆ ਅਤੇ ਉਸ ਨਾਲ ਲੋਕਾਂ ਦੇ ਰੰਗ ਵਿੱਚ ਭੰਗ ਪਾਉਣ ਵਾਲੇ ਇਸ ਜਾਲਾਤੂਰੀ ਵਾਸੀ ਨੂੰ ਕੁਟਾਪਾ ਚਾੜ੍ਹਨ ਲੱਗੇ।

ਜਾਲਾਤੂਰੀ ਵਾਸੀ ਧਮਕੀਆਂ ਦਿੰਦਾ ਹੋਇਆ ਪਿੱਛੇ ਹਟਣ ਲੱਗਿਆ, ਪਰ ਪਿਤਾ ਜੀ ਅਜਿਹੇ ਅੱਗ-ਬਬੂਲਾ ਹੋ ਗਏ ਸਨ ਕਿ ਉਨ੍ਹਾਂ ਨੇ ਉਸ ਦੀਆਂ ਧਮਕੀਆਂ ਦੀ ਜਰਾ ਵੀ ਪ੍ਰਵਾਹ ਨਾ ਕਰਦੇ ਹੋਏ ਗਾਣੇ ਵਿੱਚ ਗੜਬੜ ਵਿਘਨ ਪਾਉਣ ਵਾਲੇ ਉਸ ਆਦਮੀ ਨੂੰ ਉੱਥੋਂ ਖਦੇੜ ਹੀ ਦਿੱਤਾ। ਇਸ ਤੋਂ ਬਾਅਦ ਪਿਤਾ ਜੀ ਝਾੜੂ ਵੇਚਣ ਵਾਲੇ ਕੋਲ ਝਾੜੂ ਮੋੜਨ ਗਏ।

"ਆਪਣੇ ਕੋਲ ਹੀ ਰੱਖ ਲਓ।"

ਪਰ ਮੇਰੇ ਕੋਲ ਤਾਂ ਸਿਰਫ਼ ਵੀਹ ਕੋਪੇਕ ਨੇ ਅਤੇ ਤੁਸੀਂ ਚਾਲੀ ਮੰਗਦੇ ਹੋ।"

"ਮੁਫ਼ਤ ਹੀ ਲੈ ਜਾਓ। ਤੁਸੀਂ ਜੋ ਕੰਮ ਕੀਤੈ, ਉਹ ਤਾਂ ਮੇਰੇ ਸਾਰੇ ਮਾਲ ਤੋਂ ਜ਼ਿਆਦਾ ਕੀਮਤ ਰੱਖਦੈ।"

ਗੀਤ ਦਾ ਮਜ਼ਾ ਕਿਰਕਿਰਾ ਕਰਨ ਵਾਲੇ ਜਾਲਾਤੂਰੀ ਵਾਸੀ ਤਾਂ ਇਸ ਦੁਨੀਆ ਵਿੱਚ ਬਹੁਤ ਹਨ। ਅਫ਼ਸੋਸ ਤਾਂ ਇਸ ਗੱਲ ਦਾ ਹੈ ਕਿ ਉਨ੍ਹਾਂ ਲਈ ਝਾੜੂ ਅਤੇ ਅਜਿਹਾ ਆਦਮੀ ਨਹੀਂ ਹੈ, ਜੋ ਉਸ ਝਾੜੂ ਦੀ ਵਰਤੋਂ ਕਰਦਾ।

***

ਪਹਾੜਾਂ ਵਿੱਚ ਵਧੀਆ, ਤੀਰ ਵਾਂਗ ਨਿਸ਼ਾਨੇ ਦੇ ਲੱਗਣ ਵਾਲੇ ਅਤੇ ਤਿੱਖੇ ਸ਼ਬਦ ਦੀ ਸਿਫ਼ਤ ਵਿੱਚ ਕਿਹਾ ਜਾਂਦਾ ਹੈ:

"ਕਾਠੀ ਪਾਈ ਵਾਲੇ ਘੋੜੇ ਦੇ ਬਰਾਬਰ ਕੀਮਤ ਐ ਇਸ ਦੀ।"

ਡਾਇਰੀ ਵਿੱਚੋਂ

ਮਖ਼ਚਕਲਾ ਵਿੱਚ ਮੇਰਾ ਗੁਆਂਢੀ ਅਲੀ ਅਲੀਯੇਵ ਬਹੁਤ ਹੀ ਸ਼ਾਨਦਾਰ ਪਹਿਲਵਾਨ ਹੈ, ਚਾਰ ਵਾਰ ਵਿਸ਼ਵ-ਚੈਂਪੀਅਨ ਰਹਿ ਚੁੱਕਿਆ ਹੈ। ਇੱਕ ਵਾਰ ਇਸਤਾਂਬੂਲ ਵਿੱਚ ਉਸ ਨੂੰ ਤੁਰਕੀ ਦੇ ਸਭ ਤੋਂ ਵੱਡੇ ਤਕੜੇ ਪਹਿਲਵਾਨ ਨਾਲ ਕੁਸ਼ਤੀ ਕਰਨੀ ਪਈ। ਤੁਰਕ ਪਹਿਲਵਾਨ ਸੱਚਮੁੱਚ ਹੀ ਬਹੁਤ ਤਾਕਤਵਰ ਅਤੇ ਫੁਰਤੀਲਾ ਸੀ। ਪਰ ਸ਼ਾਂਤ-ਚਿੱਤ ਅਤੇ ਸਾਹਸੀ ਅਲੀ ਅਲੀਯੇਵ ਨੇ ਤੁਰਕ ਨੂੰ ਡੋਰ ਦੇ ਗੋਲੇ ਵਾਂਗ ਗਲੀਚੇ 'ਤੇ ਚਿੱਤ ਕਰ ਕੇ ਸੁੱਟ ਦਿੱਤਾ। ਤੁਰਕ ਨੇ ਉੱਠਦੇ ਹੋਏ ਅਵਾਰ ਭਾਸ਼ਾ ਵਿੱਚ ਹੌਲੀ ਜਿਹੀ ਕੁੱਝ ਬੁਰਾ-ਭਲਾ ਕਿਹਾ। ਆਪਣੀ ਭਾਸ਼ਾ ਸੁਣ ਕੇ ਅਲੀ ਅਲੀਯੇਵ ਨੂੰ ਬੜੀ ਹੈਰਾਨੀ ਹੋਈ। ਪਰ ਜਦੋਂ ਜੇਤੂ ਨੇ ਵੀ ਅਵਾਰ ਭਾਸ਼ਾ ਵਿੱਚ ਇਹ ਕਿਹਾ, "ਹਮਵਤਨ, ਬਦਸੀਸਾਂ ਕਿਉਂ ਹੋਣ, ਖੇਡ ਤਾਂ ਖੇਡ ਹੀ

ਹੁੰਦੀ ਐ।" ਤਾਂ ਤੁਰਕ ਨੂੰ ਹੋਰ ਵੀ ਹੈਰਾਨੀ ਹੋਈ।

ਫਿਰ ਜਦੋਂ ਬੜੀ ਮੁੱਦਤ ਤੋਂ ਵਿੱਛੜੇ ਹੋਏ ਦੋ ਭਰਾਵਾਂ ਵਾਂਗ ਦੋਵਾਂ ਪਹਿਲਵਾਨਾਂ ਨੇ ਅਚਾਨਕ ਇੱਕ-ਦੂਜੇ ਨੂੰ ਬਾਹਾਂ ਵਿੱਚ ਭਰ ਲਿਆ, ਤਾਂ ਉਨ੍ਹਾਂ ਦੋਵਾਂ ਤੋਂ ਵੀ ਜ਼ਿਆਦਾ ਹੈਰਾਨੀ ਰੈਫ਼ਰੀ ਅਤੇ ਦਰਸ਼ਕਾਂ ਨੂੰ ਹੋਈ।

ਪਤਾ ਇਹ ਲੱਗਿਆ ਕਿ ਤੁਰਕ ਉਸ ਅਵਾਰ ਪਰਿਵਾਰ ਨਾਲ ਸਬੰਧ ਰੱਖਦਾ ਸੀ, ਜੋ ਸ਼ਾਮਿਲ ਦੀ ਗ੍ਰਿਫ਼ਤਾਰੀ ਤੋਂ ਬਾਅਦ ਤੁਰਕੀ ਚਲਾ ਗਿਆ ਸੀ। ਹੁਣ ਵੀ ਜਦੋਂ ਕਦੇ ਇਨ੍ਹਾਂ ਦੋਵਾਂ ਪਹਿਲਵਾਨਾਂ ਦੀ ਮੁਲਾਕਤ ਹੁੰਦੀ ਹੈ, ਤਾਂ ਉਹ ਦੋਸਤਾਂ ਵਾਂਗ ਮਿਲਦੇ ਹਨ।

ਪਿਤਾ ਜੀ ਦੀਆਂ ਯਾਦਾਂ

1939 ਵਿੱਚ ਮੇਰੇ ਪਿਤਾ ਜੀ ਇੱਕ ਸਨਮਾਨ-ਚਿੰਨ੍ਹ ਲੈਣ ਲਈ ਮਾਸਕੋ ਗਏ। ਉਸ ਵੇਲੇ ਤਾਂ ਇਹ ਇੱਕ ਵੱਡੀ ਘਟਨਾ ਸੀ। ਜਦੋਂ ਉਹ ਸੀਨੇ ਨਾਲ ਸਨਮਾਨ-ਚਿੰਨ੍ਹ ਲਗਾ ਕੇ ਮੁੜੇ, ਤਾਂ ਪਿੰਡ ਵਿੱਚ ਇਕੱਠ ਹੋਇਆ ਅਤੇ ਲੋਕਾਂ ਨੇ ਉਨ੍ਹਾਂ ਤੋਂ ਮਾਸਕੋ, ਕ੍ਰੇਮਲਿਨ ਅਤੇ ਮਿਖ਼ਾਈਲ ਇਵਾਨੋਵਿਚ ਕਾਲੀਨਿਨ ਬਾਰੇ, ਜੋ ਉਸ ਵੇਲੇ ਸਨਮਾਨ-ਚਿੰਨ੍ਹ ਭੇਟ ਕਰਿਆ ਕਰਦੇ ਸਨ, ਇਹ ਵੀ ਦੱਸਣ ਲਈ ਕਿਹਾ ਕਿ ਕਿਹੜੀ ਚੀਜ਼ ਨੇ ਉਨ੍ਹਾਂ ਦੇ ਦਿਲ 'ਤੇ ਸਭ ਤੋਂ ਗਹਿਰੀ ਛਾਪ ਛੱਡੀ।

ਜੋ ਕੁੱਝ ਹੋਇਆ ਸੀ, ਪਿਤਾ ਜੀ ਨੇ ਉਹ ਸਾਰਾ ਕੁੱਝ ਲੜੀਵਾਰ ਸੁਣਾਇਆ ਅਤੇ ਫਿਰ ਇਹ ਵੀ ਕਿਹਾ:

"ਸਭ ਤੋਂ ਵੱਡੀ ਗੱਲ ਤਾਂ ਇਹ ਐ ਕਿ ਮਿਖ਼ਾਈਲ ਇਵਾਨੋਵਿਚ ਕਾਲੀਨਿਨ ਨੇ ਰੂਸੀ ਵਿੱਚ ਨਹੀਂ, ਅਵਾਰ ਭਾਸ਼ਾ ਵਿੱਚ ਮੇਰੇ ਨਾਂ ਦਾ ਉਚਾਰਣ ਕੀਤਾ। ਉਨ੍ਹਾਂ ਨੇ ਮੈਨੂੰ ਹਮਜ਼ਾਤ ਤਸਾਦਾਸਾ ਨਹੀਂ ਤਸ'ਅਦਾਸਾ ਹਮਜ਼ਾਤ ਕਿਹਾ।"

ਪਿੰਡ ਦੇ ਵੱਡੇ ਬੁੱਢੇ ਹੈਰਾਨ ਹੋਏ ਅਤੇ ਉਨ੍ਹਾਂ ਨੇ ਸਿਰ ਹਿਲਾ ਕੇ ਆਪਣੀ ਖ਼ੁਸ਼ੀ ਜ਼ਾਹਿਰ ਕੀਤੀ।

"ਦੇਖੋ ਨਾ।" ਪਿਤਾ ਜੀ ਨੇ ਕਿਹਾ, "ਮੇਰੀ ਜ਼ੁਬਾਨ ਤੋਂ ਇਹ ਸੁਣ ਕੇ ਹੀ ਤੁਹਾਨੂੰ ਕਿੰਨੀ ਖ਼ੁਸ਼ੀ ਹੋ ਰਹੀ ਐ। ਕ੍ਰੇਮਲਿਨ ਵਿੱਚ ਖ਼ੁਦ ਕਾਲੀਨਿਨ ਦੇ ਮੂੰਹੋਂ ਇਹ ਸੁਣ ਕੇ ਮੈਨੂੰ ਕਿੰਨਾ ਚੰਗਾ ਲੱਗਿਆ ਹੋਵੇਗਾ। ਤੁਹਾਨੂੰ ਈਮਾਨ ਦੀ ਗੱਲ ਕਹਿਨਾਂ ਕਿ ਇਸ ਨਾਲ ਇੰਨੀ ਜ਼ਿਆਦਾ ਖ਼ੁਸ਼ੀ ਹੋਈ ਸੀ ਕਿ ਸਨਮਾਨ-ਚਿੰਨ੍ਹ ਬਾਰੇ ਖ਼ੁਸ਼ ਹੋਣ ਦੀ ਹੋਸ਼ ਹੀ ਨਹੀਂ ਰਹੀ।"

ਪਿਤਾ ਜੀ ਦੀਆਂ ਭਾਵਨਾਵਾਂ ਨੂੰ ਮੈਂ ਚੰਗੀ ਤਰ੍ਹਾਂ ਸਮਝਦਾ ਹਾਂ।

ਕੁੱਝ ਸਾਲ ਪਹਿਲਾਂ ਮੈਂ ਸੋਵੀਅਤ ਲੇਖਕਾਂ ਦੇ ਇੱਕ ਪ੍ਰਤੀਨਿਧੀ ਮੰਡਲ ਦੇ ਮੈਂਬਰ ਦੇ ਨਾਤੇ ਪੋਲੈਂਡ ਗਿਆ। ਇੱਕ ਦਿਨ ਕ੍ਰੈਕੋ ਵਿੱਚ ਕਿਸੇ ਨੇ ਹੋਟਲ ਵਿੱਚ ਮੇਰੇ ਕਮਰੇ ਦੇ ਦਰਵਾਜ਼ੇ 'ਤੇ ਦਸਤਕ ਦਿੱਤੀ। ਮੈਂ ਦਰਵਾਜ਼ਾ ਖੋਲ੍ਹਿਆ। ਕਿਸੇ ਅਣਜਾਣੇ ਵਿਅਕਤੀ ਨੇ ਸ਼ੁੱਧ ਅਵਾਰ ਭਾਸ਼ਾ ਵਿੱਚ ਪੁੱਛਿਆ:

"ਹਮਜ਼ਾਤੀਲ ਰਸੂਲ ਇੱਥੇ ਹੀ ਰਹਿੰਦੇ ਨੇ?"

ਮੈਂ ਹੈਰਾਨ ਹੋਇਆ ਅਤੇ ਨਾਲ ਹੀ ਬੇਹੱਦ ਖ਼ੁਸ਼ ਹੋਇਆ।

"ਅੱਲ੍ਹਾ ਕਰੇ ਤੁਹਾਡੇ ਅੱਬਾ ਦੇ ਘਰ ਨੂੰ ਅੱਗ ਨਾ ਲੱਗੇ, ਉਹ ਕਦੇ ਤਬਾਹ ਨਾ ਹੋਵੇ! ਇਹ ਦੱਸੋ ਕਿ ਤੁਸੀਂ ਅਵਾਰ ਇੱਥੇ ਕ੍ਰੈਕੋ ਵਿੱਚ ਕਿਵੇਂ ਆ ਵੱਸੇ?"

ਮੈਂ ਦੌੜ ਕੇ ਆਪਣੇ ਮਹਿਮਾਨ ਨੂੰ ਗਲੇ ਲਗਾ ਲਿਆ, ਕਮਰੇ ਵਿੱਚ ਖਿੱਚ ਕੇ ਲੈ ਗਿਆ, ਸਾਰਾ ਦਿਨ ਅਤੇ ਸਾਰੀ ਸ਼ਾਮ ਅਸੀਂ ਗੱਲਾਂ ਕਰਦੇ ਰਹੇ।

ਪਰ ਮੇਰੇ ਮਹਿਮਾਨ ਅਵਾਰ ਨਹੀਂ ਸਨ। ਉਹ ਦਾਗ਼ਿਸਤਾਨ ਦੀ ਭਾਸ਼ਾ ਅਤੇ ਸਾਹਿਤ ਦਾ ਅਧਿਐਨ ਕਰਨ ਵਾਲੇ ਪੋਲਿਸ਼ ਵਿਦਵਾਨ ਸਨ। ਅਵਾਰ ਭਾਸ਼ਾ ਵਿੱਚ ਉਨ੍ਹਾਂ ਨੇ ਨਜ਼ਰਬੰਦ ਕੈਂਪ ਦੇ ਦੋ ਅਵਾਰ ਕੈਦੀਆਂ ਤੋਂ ਹੀ ਪਹਿਲੀ ਵਾਰ ਸੁਣੀ ਸੀ। ਭਾਸ਼ਾ ਉਨ੍ਹਾਂ ਨੂੰ ਚੰਗੀ ਲੱਗੀ ਅਤੇ ਖ਼ੁਦ ਅਵਾਰ ਤਾਂ ਹੋਰ ਵੀ ਜ਼ਿਆਦਾ ਪਸੰਦ ਆਏ। ਉਹ ਅਵਾਰ ਭਾਸ਼ਾ ਸਿੱਖਣ ਲੱਗੇ। ਬਾਅਦ ਵਿੱਚ ਇੱਕ ਅਵਾਰ ਤਾਂ ਚੱਲ ਵੱਸਿਆ, ਦੂਜਾ ਕੈਦੀ ਰਿਹਾ, ਸੋਵੀਅਤ ਸੈਨਾ ਨੇ ਉਸ ਨੂੰ ਮੁਕਤੀ ਦਿਵਾਈ ਅਤੇ ਉਹ ਅਜੇ ਤੱਕ ਜਿਊਂਦਾ ਹੈ।

ਪੋਲਿਸ਼ ਵਿਦਵਾਨ ਦੇ ਨਾਲ ਅਸੀਂ ਕੇਵਲ ਅਵਾਰ ਭਾਸ਼ਾ ਵਿੱਚ ਗੱਲਬਾਤ ਕੀਤੀ। ਮੇਰੇ ਲਈ ਇਹ ਅਨੂਠੀ ਅਤੇ ਅਸਾਧਾਰਨ ਗੱਲ ਸੀ। ਮੈਂ ਉਸ ਨੂੰ ਦਾਗ਼ਿਸਤਾਨ ਆਉਣ ਦੀ ਦਾਵਤ ਦਿੱਤੀ।

ਹਾਂ, ਤਾਂ ਉਸ ਦਿਨ ਅਸੀਂ ਦੋਵਾਂ ਨੇ ਅਵਾਰ ਭਾਸ਼ਾ ਵਿੱਚ ਗੱਲਬਾਤ ਕੀਤੀ। ਪਰ ਮੇਰੀ ਅਤੇ ਉਨ੍ਹਾਂ ਦੀ ਭਾਸ਼ਾ ਵਿੱਚ ਬਹੁਤ ਅੰਤਰ ਸੀ। ਉਹ ਵਿਦਵਾਨਾਂ ਵਾਲੀ, ਸ਼ੁੱਧ, ਬਹੁਤ ਸਹੀ, ਬਹੁਤ ਹੀ ਜ਼ਿਆਦਾ ਸਹੀ, ਇੱਥੋਂ ਤੱਕ ਕਿ ਬੇਜਾਨ ਭਾਸ਼ਾ ਵਿੱਚ ਬੋਲਦੇ ਸਨ। ਉਹ ਭਾਸ਼ਾ ਦੀ ਰੰਗੀਨੀ ਅਤੇ ਹਰ ਸ਼ਬਦ ਦੀ ਧੜਕਣ ਦੇ ਮੁਕਾਬਲੇ ਵਿੱਚ ਵਿਆਕਰਣ, ਸ਼ਬਦ-ਜੋੜ ਅਤੇ ਵਾਕ-ਰਚਨਾ ਵੱਲ ਜ਼ਿਆਦਾ ਧਿਆਨ ਦਿੰਦੇ ਹਨ।

ਮੈਂ ਅਜਿਹੀ ਪੁਸਤਕ ਲਿਖਣੀ ਚਾਹੁੰਦਾ ਹਾਂ, ਜਿਸ ਵਿੱਚ ਭਾਸ਼ਾ ਵਿਆਕਰਣ ਦੇ ਅਧੀਨ ਨਾ ਹੋ ਕੇ ਵਿਆਕਰਣ ਭਾਸ਼ਾ ਦੇ ਅਧੀਨ ਹੋਵੇ।

ਨਹੀਂ ਤਾਂ ਮੈਂ ਵਿਆਕਰਣ ਨੂੰ ਸੜਕ 'ਤੇ ਪੈਦਲ ਚੱਲਣ ਵਾਲੇ ਅਤੇ ਸਾਹਿਤ ਨੂੰ ਖੱਚਰ 'ਤੇ ਸਵਾਰ ਮੁਸਾਫ਼ਿਰ ਕਹਾਂਗਾ। ਪੈਦਲ ਚੱਲਣ ਵਾਲੇ ਨੇ ਖੱਚਰ 'ਤੇ ਸਵਾਰ ਮੁਸਾਫ਼ਰ ਨੂੰ ਕਿਹਾ ਕਿ ਉਹ ਉਸ ਨੂੰ ਖੱਚਰ 'ਤੇ ਬਿਠਾ ਲਵੇ। ਉਸ ਨੇ ਉਸ ਨੂੰ ਆਪਣੇ ਪਿੱਛੇ ਕਾਠੀ 'ਤੇ ਬਿਠਾ ਲਿਆ। ਪੈਦਲ ਮੁਸਾਫ਼ਿਰ ਦੀ ਹੌਲੀ-ਹੌਲੀ ਹਿੰਮਤ ਵਧੀ, ਉਸ ਨੇ ਖੱਚਰ ਸਵਾਰ ਨੂੰ ਕਾਠੀ ਤੋਂ ਹੇਠਾਂ ਧੱਕਾ ਮਾਰ ਦਿੱਤਾ ਅਤੇ ਫਿਰ ਉਹ ਚੀਕਾਂ ਮਾਰ ਕੇ ਉਸ ਨੂੰ ਫਿਟਕਾਰਨ ਲੱਗਿਆ:

"ਇਹ ਖੱਚਰ ਅਤੇ ਕਾਠੀ ਨਾਲ ਬੰਨ੍ਹਿਆ ਸਾਰਾ ਮਾਲ-ਪੱਤਾ ਵੀ ਮੇਰਾ ਐ!"

ਮੇਰੀ ਪਿਆਰੀ ਅਵਾਰ ਭਾਸ਼ਾ! ਤੂੰ ਮੇਰੀ ਦੌਲਤ ਹੈਂ, ਬੁਰੇ ਦਿਨਾਂ ਲਈ ਜੋੜ ਕੇ ਰੱਖਿਆ ਖਜ਼ਾਨਾ ਹੈਂ, ਸਾਰੇ ਰੋਗਾਂ ਲਈ ਰਾਮ-ਬਾਣ ਹੈਂ । ਜੇਕਰ ਆਦਮੀ ਗਾਇਕ ਦੀ ਆਤਮਾ ਲੈ ਕੇ ਗੂੰਗਾ ਪੈਦਾ ਹੋਇਐ ਹੈ, ਤਾਂ ਉਸ ਦਾ ਜਨਮ ਨਾ ਲੈਣਾ ਹੀ ਬਿਹਤਰ ਹੁੰਦਾ। ਮੇਰੀ ਆਤਮਾ ਵਿੱਚ ਢੇਰ ਸਾਰੇ ਗੀਤ ਹਨ ਅਤੇ ਮੈਨੂੰ ਆਵਾਜ਼ ਵੀ ਮਿਲੀ ਹੈ। ਇਹ ਆਵਾਜ਼ ਤੂੰ ਹੈਂ, ਮੇਰੀ ਪਿਆਰੀ ਅਵਾਰ ਭਾਸ਼ਾ। ਇੱਕ ਬੱਚੇ ਵਾਂਗ ਹੱਥ ਫੜ ਕੇ ਤੂੰ ਮੈਨੂੰ ਪਿੰਡ ਤੋਂ ਵੱਡੀ ਦੁਨੀਆ ਵਿੱਚ, ਲੋਕਾਂ ਦੇ ਕੋਲ ਲੈ ਗਈ ਹੈਂ ਅਤੇ ਮੈਂ ਉਨ੍ਹਾਂ ਨੂੰ ਆਪਣੀ ਮਾਤ-ਭੂਮੀ ਬਾਰੇ

ਦੱਸਦਾ ਹਾਂ। ਤੂੰ ਹੀ ਮੈਨੂੰ ਉਸ ਦੇਵਤੇ ਕੋਲ ਲੈ ਗਈ, ਜਿਸ ਦਾ ਨਾਂ ਮਹਾਨ ਰੂਸੀ ਭਾਸ਼ਾ ਹੈ। ਉਹ ਵੀ ਮੇਰੇ ਲਈ ਮਾਤ-ਭਾਸ਼ਾ ਬਣ ਗਈ। ਉਸ ਨੇ ਮੇਰਾ ਦੂਜਾ ਹੱਥ ਫੜਿਆ ਅਤੇ ਮੈਨੂੰ ਦੁਨੀਆ ਦੇ ਸਾਰੇ ਦੇਸ਼ਾਂ ਵਿੱਚ ਲੈ ਗਈ। ਮੈਂ ਉਸ ਦਾ ਉਸੇ ਤਰ੍ਹਾਂ ਰਿਣੀ ਹਾਂ, ਜਿਵੇਂ ਹਾਰਾਦਰੀਹ ਪਿੰਡ ਦੀ ਉਸ ਔਰਤ ਦਾ, ਜੋ ਮੇਰੀ ਪਾਲਣਹਾਰੀ ਸੀ। ਪਰ ਫਿਰ ਵੀ ਮੈਂ ਇਹ ਚੰਗੀ ਤਰ੍ਹਾਂ ਜਾਣਦਾ ਹਾਂ ਕਿ ਮੇਰੀ ਸਕੀ ਮਾਂ ਵੀ ਹੈ।

ਕਿਉਂਕਿ ਆਪਣੇ ਚੁੱਲ੍ਹੇ ਵਿੱਚ ਅੱਗ ਮਚਾਉਣ ਲਈ ਅਸੀਂ ਗੁਆਂਢੀ ਤੋਂ ਮਾਚਿਸ ਲਿਆ ਸਕਦੇ ਹਾਂ। ਪਰ ਅਸੀਂ ਅਜਿਹੀ ਮਾਚਿਸ ਮੰਗਣ ਲਈ ਦੋਸਤਾਂ ਕੋਲ ਨਹੀਂ ਜਾ ਸਕਦੇ, ਜਿਸ ਨਾਲ ਦਿਲ ਵਿੱਚ ਅੱਗ ਮਚਾਈ ਜਾ ਸਕੇ।

ਲੋਕਾਂ ਦੀਆਂ ਭਾਸ਼ਾਵਾਂ ਬੇਸ਼ੱਕ ਵੱਖ-ਵੱਖ ਹੋਣ, ਪਰ ਦਿਲ ਇੱਕ ਹੋਣੇ ਚਾਹੀਦੇ ਹਨ। ਮੈਂ ਅਜਿਹੇ ਕਈ ਦੋਸਤਾਂ ਨੂੰ ਜਾਣਦਾ ਹਾਂ, ਜੋ ਆਪਣਾ ਪਿੰਡ ਛੱਡ ਕੇ ਵੱਡੇ ਸ਼ਹਿਰਾਂ ਵਿੱਚ ਜਾ ਵੱਸੇ ਹਨ। ਇਸ ਵਿੱਚ ਕੋਈ ਖ਼ਾਸ ਬੁਰੀ ਗੱਲ ਨਹੀਂ ਹੈ। ਪੰਛੀਆਂ ਦੇ ਬੱਚੇ ਵੀ ਖੰਭ ਨਿੱਕਲਣ ਤੱਕ ਹੀ ਆਲ੍ਹਣਿਆਂ ਵਿੱਚ ਰਹਿੰਦੇ ਹਨ। ਪਰ ਇਸ ਗੱਲ ਦਾ ਕੀ ਕੀਤਾ ਜਾਵੇ ਕਿ ਵੱਡੇ ਸ਼ਹਿਰਾਂ ਵਿੱਚ ਰਹਿਣ ਵਾਲੇ ਮੇਰੇ ਦੋਸਤਾਂ ਵਿੱਚੋਂ ਕੁੱਝ ਕੁ ਦੂਜੀਆਂ ਭਾਸ਼ਾਵਾਂ ਵਿੱਚ ਲਿਖਦੇ ਹਨ। ਜ਼ਾਹਿਰ ਹੈ ਕਿ ਇਹ ਉਨ੍ਹਾਂ ਦਾ ਆਪਣਾ ਮਾਮਲਾ ਹੈ ਅਤੇ ਮੈਂ ਉਨ੍ਹਾਂ ਨੂੰ ਕੋਈ ਸਿੱਖਿਆ ਨਹੀਂ ਦੇਣੀ ਚਾਹੁੰਦਾ। ਪਰ ਫਿਰ ਵੀ ਉਹ ਇੱਕ ਹੱਥ ਵਿੱਚ ਦੋ ਤਰਬੂਜ ਸੰਭਾਲਣ ਵਾਲੇ ਲੋਕਾਂ ਵਰਗੇ ਹਨ।

ਮੈਂ ਇਨ੍ਹਾਂ ਵਿਚਾਰਿਆਂ ਦੀ ਗੱਲ ਕੀਤੀ ਅਤੇ ਇਸ ਨਤੀਜੇ 'ਤੇ ਪਹੁੰਚਿਆ ਕਿ ਜਿਸ ਭਾਸ਼ਾ ਵਿੱਚ ਹੁਣ ਉਹ ਲਿਖਦੇ ਹਨ, ਉਹ ਅਵਾਰ ਤਾਂ ਹੈ ਹੀ ਨਹੀਂ, ਪਰ ਰੂਸੀ ਵੀ ਨਹੀਂ। ਉਹ ਮੈਨੂੰ ਅਜਿਹੇ ਬਣ ਦੀ ਯਾਦ ਦਿਵਾਉਂਦੇ ਹਨ, ਜਿੱਥੇ ਲੱਕੜਹਾਰਿਆਂ ਨੇ ਬੜੇ ਕੁਚੱਜੇ ਢੰਗ ਨਾਲ ਕੰਮ ਕੀਤਾ ਹੈ।

ਹਾਂ, ਮੈਂ ਅਜਿਹੇ ਲੋਕ ਦੇਖੇ ਹਨ, ਜਿਨ੍ਹਾਂ ਲਈ ਆਪਣੀ ਮਾਤ-ਭਾਸ਼ਾ ਕਮਜ਼ੋਰ ਅਤੇ ਅਧੂਰੀ ਸੀ ਅਤੇ ਉਹ ਮਜ਼ਬੂਤ ਭਾਸ਼ਾ ਦੀ ਖੋਜ ਵਿੱਚ ਨਿੱਕਲ ਪਏ। ਪਰ ਨਤੀਜਾ ਨਿੱਕਲਿਆ ਉਸ ਅਵਾਰ ਲੋਕ-ਕਥਾ ਵਰਗਾ, ਜਿਸ ਵਿੱਚ ਇੱਕ ਬੱਕਰੀ ਭੇੜੀਏ ਵਰਗੀ ਪੂਛ ਵਧਾਉਣ ਲਈ ਜੰਗਲ ਵਿੱਚ ਗਈ। ਪਰ ਵਾਪਸ ਮੁੜੀ ਤਾਂ ਸਿੰਗਾਂ ਤੋਂ ਵੀ ਹੱਥ ਧੋ ਕੇ।

ਜਾਂ ਫਿਰ ਉਹ ਪਾਲਤੂ ਹੰਸਾਂ ਵਰਗੇ ਹਨ, ਜੋ ਤੈਰ ਅਤੇ ਡੁਬਕੀ ਵੀ ਲਗਾ ਸਕਦੇ ਹਨ, ਪਰ ਮੱਛੀ ਵਾਂਗ ਨਹੀਂ, ਕੁੱਝ ਉੱਡ ਵੀ ਸਕਦੇ ਹਨ, ਪਰ ਆਜ਼ਾਦ ਪੰਛੀਆਂ ਵਾਂਗ ਨਹੀਂ, ਕੁੱਝ ਗਾ ਵੀ ਸਕਦੇ ਹਨ, ਪਰ ਫਿਰ ਵੀ ਬੁਲਬੁਲ ਵਾਂਗ ਨਹੀਂ ਹਨ। ਉਹ ਕੁੱਝ ਵੀ ਤਾਂ ਢੰਗ ਨਾਲ ਨਹੀਂ ਕਰ ਸਕਦੇ।

"ਕੀ ਹਾਲ-ਚਾਲ ਐ?" ਇੱਕ ਵਾਰ ਮੈਂ ਅਬੂਤਾਲਿਬ ਨੂੰ ਪੁੱਛਿਆ।

"ਬਸ, ਉਹੋ ਜਿਹਾ ਹੀ। ਨਾ ਤਾਂ ਭੇੜੀਏ ਵਰਗਾ, ਨਾ ਖਰਗੋਸ਼ ਵਰਗਾ। ਦੋਵਾਂ ਦੇ ਵਿਚਕਾਰਲਾ ਜਿਹਾ।" ਅਬੂਤਾਲਿਬ ਕੁੱਝ ਦੇਰ ਚੁੱਪ ਰਹਿ ਕੇ ਬੋਲੇ, "ਲੇਖਕ ਦੇ ਲਈ ਇਹ ਵਿਚਕਾਰਲੀ ਸਥਿਤੀ ਹੀ ਸਭ ਤੋਂ ਬੁਰੀ ਹੁੰਦੀ ਹੈ। ਉਸ ਨੂੰ ਜਾਂ ਤਾਂ ਖਰਗੋਸ਼ ਨੂੰ ਹੜੱਪਣ ਵਾਲੇ ਭੇੜੀਏ ਜਾਂ ਭੇੜੀਏ ਤੋਂ ਬਚ ਕੇ ਨਿੱਕਲਣ ਵਾਲੇ ਖਰਗੋਸ਼ ਵਾਂਗ ਆਪਣੇ ਆਪ ਨੂੰ ਮਹਿਸੂਸ ਕਰਨਾ ਚਾਹੀਦੈ।"

ਡਾਇਰੀ ਵਿੱਚੋਂ

ਇੱਕ ਵਾਰ ਗੁਆਂਢੀ ਪਿੰਡ ਦੇ ਕੁੱਝ ਲੜਕੇ ਮੇਰੇ ਪਿਤਾ ਜੀ ਕੋਲ ਆਏ ਅਤੇ ਉਨ੍ਹਾਂ ਨੂੰ ਦੱਸਿਆ ਕਿ ਉਨ੍ਹਾਂ ਨੇ ਇੱਕ ਗਾਇਕ ਨੂੰ ਕੁਟਾਪਾ ਚਾੜ੍ਹ ਦਿੱਤਾ ਹੈ।

"ਕਿਉਂ ਕੁੱਟਿਆ ਤੁਸੀਂ ਉਸ ਨੂੰ?"

"ਉਹ ਗਾਉਂਦੇ ਹੋਏ ਮੂੰਹ ਵਿਗਾੜਦਾ ਸੀ, ਜਾਣ-ਬੁੱਝ ਕੇ ਖੰਘਦਾ ਸੀ, ਸ਼ਬਦਾਂ ਨੂੰ ਤੋੜਦਾ-ਮਰੋੜਦਾ ਸੀ, ਕਦੇ ਚੀਕਣ ਅਤੇ ਕਦੇ ਕੁੱਤੇ ਵਾਂਗ ਭੌਂਕਣ ਲੱਗਦਾ ਸੀ। ਉਸ ਨੇ ਗਾਉਣ ਦਾ ਸੱਤਿਆਨਾਸ਼ ਕਰ ਦਿੱਤਾ ਸੀ, ਇਸ ਲਈ ਅਸੀਂ ਉਸ ਦੀ ਮੁਰੰਮਤ ਕਰ ਦਿੱਤੀ।"

"ਕਿਸ ਚੀਜ਼ ਨਾਲ ਮੁਰੰਮਤ ਕੀਤੀ ਤੁਸੀਂ ਉਸ ਦੀ?"

"ਕਿਸੇ ਨੇ ਬੈਲਟ ਨਾਲ, ਕਿਸੇ ਨੇ ਘਸੁੰਨਾਂ ਨਾਲ।"

"ਛਾਂਟੇ ਨਾਲ ਵੀ ਕੁਟਾਪਾ ਚਾੜ੍ਹਨਾ ਚਾਹੀਦਾ ਸੀ। ਪਰ ਮੈਂ ਇਹ ਜਾਣਦਾਂ ਕਿ ਕਿਹੜੀਆਂ ਥਾਵਾਂ 'ਤੇ ਤੁਸੀਂ ਉਸ ਨੂੰ ਕੁਟਾਪਾ ਚਾੜ੍ਹਿਆ?"

"ਜ਼ਿਆਦਾ ਤਾਂ ਧੜ ਦੇ ਹੇਠਲੇ ਹਿੱਸਿਆਂ 'ਤੇ। ਪਰ ਜ਼ਾਹਿਰ ਐ ਕਿ ਗਰਦਨ ਵੀ ਬਚੀ ਨਹੀਂ ਰਹੀ।"

"ਪਰ ਸਭ ਤੋਂ ਜ਼ਿਆਦਾ ਕਸੂਰ ਤਾਂ ਸਿਰ ਦਾ ਸੀ।"

ਯਾਦਾਂ

ਇੱਕ ਹੋਰ ਘਟਨਾ ਜੇਕਰ ਯਾਦ ਆ ਗਈ ਹੈ, ਤਾਂ ਕਿਉਂ ਨਾ ਉਸ ਦਾ ਜ਼ਿਕਰ ਕਰ ਦਿੱਤਾ ਜਾਵੇ? ਮਖ਼ਚਕਲਾ ਵਿੱਚ ਇੱਕ ਅਵਾਰ ਗਾਇਕ ਰਹਿੰਦੇ ਹਨ...। ਮੈਂ ਉਨ੍ਹਾਂ ਦਾ ਨਾਂ ਨਹੀਂ ਦੱਸਣਾ ਚਾਹੁੰਦਾ। ਉਹ ਤਾਂ ਖ਼ੈਰ ਜਾਣ ਹੀ ਜਾਣਗੇ ਕਿ ਇੱਥੇ ਉਨ੍ਹਾਂ ਦਾ ਹੀ ਜ਼ਿਕਰ ਕੀਤਾ ਗਿਆ ਹੈ ਅਤੇ ਤੁਹਾਨੂੰ ਨਾਂ ਜਾਣਨ ਜਾਂ ਨਾ ਜਾਣਨ ਨਾਲ ਫ਼ਰਕ ਹੀ ਕੀ ਪੈਂਦਾ ਹੈ? ਉਹ ਗਾਇਕ ਅਕਸਰ ਮੇਰੇ ਪਿਤਾ ਜੀ ਕੋਲ ਆਉਂਦੇ ਅਤੇ ਉਨ੍ਹਾਂ ਨੂੰ ਆਪਣੀਆਂ ਧੁਨਾਂ 'ਤੇ ਗੀਤ ਲਿਖਣ ਲਈ ਕਹਿੰਦੇ। ਪਿਤਾ ਜੀ ਰਾਜ਼ੀ ਹੋ ਜਾਂਦੇ ਅਤੇ ਇਸ ਤਰ੍ਹਾਂ ਗਾਣਿਆਂ ਦਾ ਜਨਮ ਹੁੰਦਾ।

ਇੱਕ ਦਿਨ ਅਸੀਂ ਚਾਹ ਪੀ ਰਹੇ ਸੀ, ਜਦੋਂ ਰੇਡੀਓ 'ਤੇ ਇਹ ਐਲਾਨ ਹੋਇਆ ਕਿ ਮਸ਼ਹੂਰ ਗਾਇਕ ਹਮਜ਼ਾਤ ਤਸਾਦਾਸਾ ਦਾ ਲਿਖਿਆ ਗੀਤ ਗਾਉਣਗੇ। ਅਸੀਂ ਸਾਰੇ ਅਤੇ ਪਿਤਾ ਜੀ ਵੀ ਧਿਆਨ ਨਾਲ ਸੁਣਨ ਲੱਗੇ। ਪਰ ਗਾਣਾ ਜਿਉਂ-ਜਿਉਂ ਅੱਗੇ ਵਧਦਾ ਸੀ, ਸਾਡੀ ਹੈਰਾਨੀ ਵੀ ਉਨੀ ਹੀ ਜ਼ਿਆਦਾ ਵਧਦੀ ਜਾਂਦੀ ਸੀ। ਗਾਇਕ ਇਸ ਤਰ੍ਹਾਂ ਗਾ ਰਹੇ ਸਨ ਕਿ ਇੱਕ ਵੀ ਸ਼ਬਦ ਪੱਲੇ ਨਹੀਂ ਪੈਂਦਾ ਸੀ। ਬਸ, ਕੁੱਝ ਗੱਲਾਂ ਹੀ ਸੁਣਾਈ ਦਿੰਦੀਆਂ ਸਨ ਅਤੇ ਗਾਇਕ ਸ਼ਬਦਾਂ ਨੂੰ ਇਸ ਤਰ੍ਹਾਂ ਨਿਗਲ ਜਾਂਦੇ ਸਨ, ਜਿਵੇਂ ਕੋਈ ਮੁਰਗਾ ਆਪਣੇ ਸਾਰੇ ਚਾਰੇ ਨੂੰ ਪਹਿਲਾਂ ਤਾਂ ਇੱਧਰ-ਉੱਧਰ ਖਿੰਡਾ ਦੇਵੇ ਅਤੇ ਫਿਰ ਦਾਨਾ-ਦਾਨਾ ਕਰ ਕੇ ਉਨ੍ਹਾਂ ਨੂੰ ਚੁਗਣ ਲੱਗੇ।

ਗਾਇਕ ਨਾਲ ਮੁਲਾਕਾਤ ਹੋਣ 'ਤੇ ਪਿਤਾ ਜੀ ਨੇ ਉਨ੍ਹਾਂ ਨੂੰ ਪੁੱਛਿਆ ਕਿ ਉਨ੍ਹਾਂ ਦੇ ਗੀਤ ਨਾਲ ਉਨ੍ਹਾਂ ਨੇ ਅਜਿਹੀ ਵਧੀਕੀ ਕਿਉਂ ਕੀਤੀ।

"ਮੈਂ ਇਸ ਲਈ ਅਜਿਹਾ ਕਰਦਾਂ।" ਗਾਇਕ ਨੇ ਜਵਾਬ ਦਿੱਤਾ, "ਕਿ ਦੂਜੇ ਨਾ ਤਾਂ ਕੁੱਝ ਸਮਝ ਸਕਣ ਅਤੇ ਨਾ ਹੀ ਯਾਦ ਰੱਖ ਸਕਣ। ਜੇਕਰ ਦੂਜੇ ਗਾਇਕਾਂ ਨੂੰ ਗੀਤ ਯਾਦ ਹੋ ਗਿਆ, ਤਾਂ ਉਹ ਵੀ ਗਾਉਣ ਲੱਗਣਗੇ, ਪਰ ਮੈਂ ਚਾਹੁਨਾਂ ਕਿ ਸਿਰਫ਼ ਮੈਂ ਹੀ ਉਸ ਨੂੰ ਗਾਵਾਂ।"

ਕੁੱਝ ਸਮੇਂ ਬਾਅਦ ਪਿਤਾ ਜੀ ਨੇ ਆਪਣੇ ਦੋਸਤਾਂ ਨੂੰ ਦਾਵਤ ਦਿੱਤੀ। ਗਾਇਕ ਵੀ ਆਏ ਸਨ। ਦਾਵਤ ਜਦੋਂ ਖ਼ਤਮ ਹੋਣ ਵਾਲੀ ਸੀ, ਤਾਂ ਪਿਤਾ ਜੀ ਨੇ ਕੰਧ ਤੋਂ ਟੁੱਟੀਆਂ ਤਾਰਾਂ ਵਾਲਾ ਸਾਜ਼ ਲਾਹਿਆ ਅਤੇ ਉਹ ਗੀਤ ਗਾਉਣ ਲੱਗੇ, ਜਿਸ ਦੀ ਧੁਨ ਗਾਇਕ ਨੇ ਬਣਾਈ ਸੀ। ਪਿਤਾ ਜੀ ਸ਼ਬਦਾਂ ਦਾ ਤਾਂ ਬਹੁਤ ਸਪੱਸ਼ਟ ਉਚਾਰਣ ਕਰਦੇ ਸਨ, ਪਰ ਬੇਸੁਰੇ ਸਾਜ਼ 'ਤੇ ਵਜਾਈ ਜਾਣ ਵਾਲੀ ਧੁਨ ਦਾ ਪੂਰੀ ਤਰ੍ਹਾਂ ਹੁਲੀਆ ਵਿਗੜ ਗਿਆ। ਗਾਇਕ ਨੂੰ ਬਹੁਤ ਬੁਰਾ ਲੱਗਿਆ, ਕਹਿਣ ਲੱਗੇ ਕਿ ਟੁੱਟੀਆਂ ਤਾਰਾਂ ਵਾਲੇ, ਬੇਸੁਰੇ ਸਾਜ਼ 'ਤੇ ਉਨ੍ਹਾਂ ਦੀ ਬਣਾਈ ਹੋਈ ਧੁਨ ਨਹੀਂ ਵਜਾਉਣੀ ਚਾਹੀਦੀ ਸੀ, ਕਿਉਂਕਿ ਅਜਿਹਾ ਸਾਜ਼ ਉਨ੍ਹਾਂ ਦੇ ਗਾਣੇ ਦੀ ਰਸ-ਭਿੰਨੀ ਪੇਸ਼ਕਾਰੀ ਕਰਨ ਵਿੱਚ ਅਸਮਰੱਥ ਹੈ। ਪਿਤਾ ਜੀ ਨੇ ਬੜੀ ਤਸੱਲੀ ਨਾਲ ਜਵਾਬ ਦਿੱਤਾ:

"ਇਹ ਤਾਂ ਮੈਂ ਜਾਣ-ਬੁੱਝ ਕੇ ਇਸ ਤਰ੍ਹਾਂ ਗਾਉਨਾਂ ਅਤੇ ਸਾਜ਼ ਵਜਾਉਨਾਂ, ਤਾਂ ਕਿ ਦੂਜੇ ਸਾਡੀ ਧੁਨ ਨੂੰ ਸਮਝ ਕੇ ਯਾਦ ਨਾ ਕਰ ਲੈਣ। ਜੇਕਰ ਅਜਿਹਾ ਗਾਣਾ ਚੱਲ ਸਕਦੈ, ਜਿਸ ਵਿੱਚ ਸ਼ਬਦ ਪੱਲੇ ਨਾ ਪੈਣ, ਤਾਂ ਭਲਾਂ ਅਜਿਹਾ ਗਾਣਾ ਕਿਉਂ ਨਹੀਂ ਚੱਲੇਗਾ, ਜਿਸ ਵਿੱਚ ਧੁਨ ਦਾ ਸਿਰ-ਪੈਰ ਪਤਾ ਨਾ ਲੱਗ ਸਕੇ।"

ਦਾਗ਼ਿਸਤਾਨੀ ਲੇਖਕ ਦਸ ਭਾਸ਼ਾਵਾਂ ਵਿੱਚ ਲਿਖਦੇ ਹਨ ਅਤੇ ਨੌਂ ਵਿੱਚ ਆਪਣੀਆਂ ਰਚਨਾਵਾਂ ਛਾਪਦੇ ਹਨ। ਪਰ ਅਜਿਹੀ ਸਥਿਤੀ ਵਿੱਚ ਉਹ ਕੀ ਕਰਦੇ ਹਨ, ਜੋ ਦਸਵੀਂ ਵਾਰ ਲਿਖਦੇ ਹਨ? ਅਤੇ ਇਹ ਭਾਸ਼ਾ ਕਿਹੜੀ ਹੈ?

ਦਸਵੀਂ ਭਾਸ਼ਾ ਵਿੱਚ ਉਹ ਲਿਖਦੇ ਹਨ, ਜੋ ਆਪਣੀ ਮਾਤ-ਭਾਸ਼ਾ, ਉਹ ਚਾਹੇ ਅਵਾਰ, ਲਾਕ ਜਾਂ ਤਾਤ, ਕੋਈ ਵੀ ਕਿਉਂ ਨਾ ਹੋਵੇ, ਭੁੱਲ ਚੁੱਕੇ ਹਨ, ਪਰ ਪਰਾਈ ਭਾਸ਼ਾ ਸਿੱਖ ਨਹੀਂ ਸਕੇ। ਉਹ ਨਾ ਘਰ ਦੇ ਹਨ ਅਤੇ ਨਾ ਘਾਟ ਦੇ।

ਜੇਕਰ ਤੁਸੀਂ ਪਰਾਈ ਭਾਸ਼ਾ ਨੂੰ ਆਪਣੀ ਮਾਤ-ਭਾਸ਼ਾ ਤੋਂ ਜ਼ਿਆਦਾ ਚੰਗੀ ਤਰ੍ਹਾਂ ਸਮਝਦੇ ਹੋ, ਤਾਂ ਉਸ ਵਿੱਚ ਲਿਖੋ। ਜਾਂ ਫਿਰ ਕੋਈ ਦੂਜੀ ਭਾਸ਼ਾ ਢੰਗ ਨਾਲ ਨਹੀਂ ਜਾਣਦੇ, ਤਾਂ ਆਪਣੀ ਮਾਤ-ਭਾਸ਼ਾ ਵਿੱਚ ਲਿਖੋ। ਪਰ ਦਸਵੀਂ ਭਾਸ਼ਾ ਵਿੱਚ ਨਾ ਲਿਖੋ।

ਹਾਂ, ਮੈਂ ਦਸਵੀਂ ਭਾਸ਼ਾ ਦਾ ਦੁਸ਼ਮਣ ਨਹੀਂ। ਭਾਸ਼ਾ ਪੁਰਾਣੀ, ਇੱਕ ਹਜ਼ਾਰ ਸਾਲ ਦੀ ਹੋਣੀ ਚਾਹੀਦੀ ਹੈ। ਤਾਂ ਹੀ ਉਹ ਕੰਮ ਆ ਸਕਦੀ ਹੈ।

ਯਕੀਨਨ ਹੀ ਭਾਸ਼ਾ ਬਦਲਦੀ ਰਹਿੰਦੀ ਹੈ ਅਤੇ ਇਸ ਦੇ ਖ਼ਿਲਾਫ਼ ਮੈਂ ਕਿਸੇ ਤਰ੍ਹਾਂ ਦੀ ਬਹਿਸ ਨਹੀਂ ਕਰਾਂਗਾ। ਦਰੱਖਤ ਦੇ ਪੱਤੇ ਵੀ ਤਾਂ ਹਰ ਸਾਲ ਬਦਲਦੇ ਹਨ, ਕੁੱਝ ਡਿੱਗਦੇ ਹਨ ਅਤੇ ਕੁੱਝ ਦੂਜੇ ਉਨ੍ਹਾਂ ਦੀ ਜਗ੍ਹਾ ਆਉਂਦੇ ਹਨ। ਪਰ ਦਰੱਖਤ ਤਾਂ ਜਿਉਂ ਦਾ ਤਿਉਂ ਬਣਿਆ ਰਹਿੰਦਾ ਹੈ। ਉਹ ਹਰ ਸਾਲ ਹੋਰ ਉੱਚਾ ਹੁੰਦਾ ਰਹਿੰਦਾ ਹੈ, ਉਸ ਦੀਆਂ ਸ਼ਾਖਾਵਾਂ ਵਧਦੀਆਂ ਜਾਂਦੀਆਂ ਹਨ। ਆਖ਼ਰ ਉਸ ਨੂੰ ਫ਼ਲ ਲੱਗ ਜਾਂਦੇ ਹਨ।

ਮੈਂ ਤੁਹਾਨੂੰ ਆਪਣੇ ਗੀਤ, ਆਪਣੀਆਂ ਕਿਤਾਬਾਂ ਦਿੰਦਾ ਹਾਂ, ਅਵਾਰ ਭਾਸ਼ਾ ਦੇ ਛੋਟੇ, ਪਰ ਪ੍ਰਾਚੀਨ ਦਰੱਖਤ ਦੇ ਪੈਦਾ ਕੀਤੇ ਫ਼ਲ ਤੁਹਾਨੂੰ ਭੇਟ ਕਰਦਾ ਹਾਂ।

ਮਾਤਾ-ਭਾਸ਼ਾ

ਸੁਪਨਿਆਂ ਵਿੱਚ ਤਾਂ ਅਨੋਖੀਆਂ ਅਤੇ ਊਟ-ਪਟਾਂਗ ਗੱਲਾਂ ਹੁੰਦੀਆਂ,
ਅੱਜ ਅਚਾਨਕ ਮੈਂ ਆਪਣੇ ਆਪ ਨੂੰ ਸੁਪਨੇ ਵਿੱਚ ਮਰਦਾ ਦੇਖਿਆ।
ਦਾਗ਼ਿਸਤਾਨੀ ਘਾਟੀ ਸੀ, ਮੈਂ ਸੀ ਅਤੇ ਧੁੱਪ ਝੁਲਸਦੀ ਸੀ,
ਸੀਨਾ ਗੋਲੀ ਨਾਲ ਛਲਣੀ ਸੀ, ਮਿਟਦੀ ਸੀ ਜੀਵਨ ਦੀ ਰੇਖਾ।

ਕਲ-ਕਲ, ਕਲ-ਕਲ ਨਦੀ ਵਹਿੰਦੀ, ਉਹ ਬੇਰੋਕ ਹੀ ਦੌੜੀ ਜਾਂਦੀ,
ਨਹੀਂ ਜ਼ਰੂਰਤ ਜਿਸ ਦੀ ਜੱਗ ਨੂੰ ਅਤੇ ਸਭ ਨੇ ਜਿਸ ਨੂੰ ਭੁਲਾਇਆ।
ਮੇਰੇ ਹੇਠਾਂ ਸੀ ਮੇਰੀ ਹੀ, ਆਪਣੀ ਮਿੱਟੀ, ਆਪਣੀ ਧਰਤੀ,
ਉਸ ਦਾ ਹਿੱਸਾ ਬਣ ਰਹੀ ਸੀ, ਕੁੱਝ ਪਲ ਮੇਰੀ ਵੀ ਕਾਇਆ।

ਗਿਣਦਾ ਹਾਂ ਮੈਂ ਸਾਹ, ਪਰ ਕੋਈ ਨਾ ਇੰਨਾ ਜਾਣੇ,
ਕੋਲ ਨਾ ਮੇਰੇ ਕੋਈ ਆਵੇ, ਪਲੋਸੇ ਨਾ ਪਿਆਰੀ ਬਾਹਾਂ।
ਉਕਾਬ ਕਿਤੇ ਦੂਰੀ 'ਤੇ, ਉੱਚੀਆਂ-ਉੱਚੀਆਂ ਭਰੇ ਉਡਾਣਾਂ,
ਅਤੇ ਕਿਤੇ ਇੱਕ ਪਾਸੇ ਨੂੰ, ਹਿਰਨ ਭਰੇ ਠੰਢੀਆਂ ਆਹਾਂ।

ਆਪਣੀ ਭਰੀ ਜਵਾਨੀ ਵਿੱਚ ਮੈਂ ਛੱਡ ਰਿਹਾਂ ਹਾਂ ਇਸ ਦੁਨੀਆ ਨੂੰ,
ਫਿਰ ਵੀ ਮੇਰੀ ਇਸ ਮਿੱਟੀ 'ਤੇ, ਮੇਰੀ ਲਾਸ਼ 'ਤੇ ਅਤੇ ਕਬਰ 'ਤੇ।
ਮਾਂ ਵੀ ਨਹੀਂ, ਨਹੀਂ ਪਿਆਰੀ ਵੀ, ਨਹੀਂ ਦੋਸਤ ਕੋਈ ਰੋਣ ਨੂੰ,
ਨਹੀਂ ਕਿਉਂ ਉਹ ਵੀ ਆਉਂਦੀਆਂ, ਜੋ ਰੋਂਦੀਆਂ ਨੇ ਪੈਸੇ ਲੈ ਕੇ।

ਬੇਵੱਸ ਪਿਆ ਇਸੇ ਤਰ੍ਹਾਂ ਹੀ, ਤੋੜ ਰਿਹਾ ਸੀ ਮੈਂ ਦਮ ਆਪਣਾ,
ਉਦੋਂ ਅਚਾਨਕ ਕਿਤੋਂ ਨੇੜਿਓਂ ਹੀ, ਕੁੱਝ ਆਵਾਜ਼ਾਂ ਪਈਆਂ ਸੁਣਾਈ।
ਚੱਲੇ ਜਾ ਰਹੇ ਸੀ ਦੋ ਸਾਥੀ, ਉਹ ਕੁੱਝ ਕਹਿੰਦੇ, ਕੋਈ ਗੱਲ ਕਰਦੇ,
ਭਾਸ਼ਾ ਉਨ੍ਹਾਂ ਦੀ ਵੀ ਅਵਾਰ ਸੀ, ਮੇਰੇ ਕੰਨਾਂ ਲਈ ਸੁੱਖਦਾਈ।

ਅੱਗ ਉਗਲਦੀ ਦੁਪਹਿਰ ਵਿੱਚ ਉਸ ਦਾਗ਼ਿਸਤਾਨੀ ਘਾਟੀ ਵਿੱਚ,
ਮੈਂ ਮਰਦਾ ਸੀ, ਪਰ ਲੋਕ ਤਾਂ, ਹੱਸਦੇ, ਗੱਲ ਕਰਦੇ ਜਾਂਦੇ ਸੀ।
ਕਿਸੇ ਹਸਨ ਦੀ ਮੱਕਾਰੀ ਦੀ, ਕਿਸੇ ਅਲੀ ਦੀ ਸੂਝ-ਬੂਝ ਦੀ,
ਮਜ਼ੇ-ਮਜ਼ੇ ਨਾਲ ਚਰਚਾ ਕਰਦੇ, ਕਿੱਸੇ ਕਹਿ ਮਨ ਬਹਿਲਾਂਦੇ ਸੀ।

ਆਪਣੀ ਹੀ ਭਾਸ਼ਾ ਵਿੱਚ ਸੁਣ ਕੇ ਕੁੱਝ ਹੌਲੀਆਂ-ਹੌਲੀਆਂ ਆਵਾਜ਼ਾਂ,
ਮੈਨੂੰ ਲੱਗਿਆ ਕੁੱਝ ਏਦਾਂ, ਜਿਉਂ ਫਿਰ ਜਾਨ ਜਿਸਮ ਵਿੱਚ ਆਵੇ।
ਸਮਝ ਗਿਆ ਮੈਂ ਵੈਦ, ਡਾਕਟਰ, ਮੈਨੂੰ ਨਾ ਕੋਈ ਬਚਾ ਸਕੇਗਾ,
ਕੇਵਲ ਮੇਰੀ ਆਪਣੀ ਭਾਸ਼ਾ, ਮੈਨੂੰ ਪ੍ਰਾਣ ਦੇ ਸਕੇ, ਬਚਾਵੇ।

ਸ਼ਾਇਦ ਹੋਰ ਕਿਸੇ ਨੂੰ ਦੇ ਦੇ, ਸਿਹਤ ਕਿਤੇ ਅਜਨਬੀ ਭਾਸ਼ਾ,
ਪਰ ਮੇਰੇ ਅੱਗੇ ਉਹ ਨਿਰਬਲ, ਨਹੀਂ ਮੈਂ ਉਸ ਵਿੱਚ ਗਾਣਾ।
ਮੇਰੀ ਭਾਸ਼ਾ ਦੇ ਭਾਗਾਂ ਵਿੱਚ, ਮਿਟ ਜਾਣਾ ਜੇਕਰ ਲਿਖਿਆ,
ਮੈਂ ਤਾਂ ਕੇਵਲ ਇਹ ਚਾਹਾਂਗਾ, ਅੱਜ ਇਸੇ ਪਲ ਹੀ ਮਰ ਜਾਣਾ।

ਮੈਂ ਤਾਂ ਆਪਣੀ ਭਾਸ਼ਾ ਨੂੰ, ਸਦਾ ਹਿਰਦੇ ਨਾਲ ਪਿਆਰ ਕਰਿਆ,
ਬੇਸ਼ੱਕ ਲੋਕ ਕਹਿਣ, ਕਹਿਣ ਦਿਓ, ਮੇਰੀ ਭਾਸ਼ਾ ਨਿਰਬਲ ਹੈ।
ਵੱਡੇ ਸਮਾਰੋਹਾਂ ਵਿੱਚ ਇਸ ਦਾ, ਅਸੀਂ ਉਪਯੋਗ ਨਹੀਂ ਸੁਣਦੇ,
ਪਰ ਮੈਨੂੰ ਮਿਲੀ ਮਾਂ ਦੇ ਦੁੱਧ ਵਿੱਚ, ਉਹ ਤਾਂ ਬੜੀ ਪ੍ਰਬਲ ਹੈ।

ਆਉਣ ਵਾਲੀਆਂ ਨਵੀਆਂ ਪੀੜ੍ਹੀਆਂ, ਕੀ ਅਨੁਵਾਦ ਰਾਹੀਂ ਹੀ,
ਸਮਝਣਗੀਆਂ ਮਹਿਮੂਦ ਦੀ ਕਵਿਤਾ ਦਾ ਰੰਗ ਨਿਰਾਲਾ?
ਕੀ ਮੈਂ ਹੀ ਅੰਤਿਮ ਕਵੀ ਹਾਂ, ਜੋ ਆਪਣੀ ਪਿਆਰੀ ਭਾਸ਼ਾ ਵਿੱਚ,
ਜੋ ਅਵਾਰ ਭਾਸ਼ਾ ਵਿੱਚ ਲਿਖਦਾ, ਉਸ ਦੇ ਛੰਦ ਬਣਾਉਣ ਵਾਲਾ।

ਪਿਆਰ ਮੈਨੂੰ ਬੇਹੱਦ ਜੀਵਨ ਨਾਲ, ਪਿਆਰ ਮੈਨੂੰ ਸਾਰੀ ਧਰਤੀ ਨਾਲ,
ਉਸ ਦਾ ਕੋਨਾ-ਕੋਨਾ ਪਿਆਰਾ, ਪਿਆਰਾ ਉਸ ਦਾ ਸਾਇਆ, ਛਾਇਆ।
ਫਿਰ ਵੀ ਸੋਵੀਅਤ ਦੇਸ਼ ਅਨੂਠਾ ਮੈਨੂੰ ਸਭ ਤੋਂ ਜ਼ਿਆਦਾ ਪਿਆਰਾ,
ਆਪਣੀ ਭਾਸ਼ਾ ਵਿੱਚ ਉਸ ਦਾ ਹੀ, ਮੈਂ ਜੀਅ ਭਰ ਕੇ ਗੌਰਵ ਗਾਇਆ।

ਬਾਲਟਿਕ ਤੋਂ ਲੈ, ਸ.ਖਾਲੀਨ ਤੱਕ, ਸੁਤੰਤਰ ਖਿੜੀ ਧਰਤੀ ਦਾ,
ਹਰ ਕੋਨਾ ਮੈਨੂੰ ਪਿਆਰਾ ਹੈ, ਹਰ ਕੋਨਾ ਹੀ ਮਨ ਭਰਮਾਵੇ।
ਇਸ ਦੇ ਨਾਲ ਹੱਸਦੇ-ਹੱਸਦੇ ਹੀ, ਦੇ ਦਿਆਂਗਾ ਮੈਂ ਪ੍ਰਾਣ ਕਿਤੇ ਵੀ,
ਪਰ ਮੇਰੇ ਹੀ ਜੱਦੀ ਪਿੰਡ ਵਿੱਚ, ਬਸ, ਮੈਨੂੰ ਦ.ਫਨਾਇਆ ਜਾਵੇ।

ਤਾਂ ਕਿ ਪਿੰਡ ਦੇ ਲੋਕ ਕਦੇ ਆ, ਕਰਨ ਕਬਰ 'ਤੇ ਚਰਚਾ ਮੇਰੀ,
ਆਖਣ ਸਾਡੀ ਭਾਸ਼ਾ ਵਿੱਚ ਇਹ, ਇੱਥੇ ਰਸੂਲ ਆਪਣਾ ਹੁੰਦਾ ਹੈ।
ਆਪਣੀ ਭਾਸ਼ਾ ਵਿੱਚ ਹੀ ਜਿਸ ਨੇ, ਮਨ ਦੇ ਭਾਵਾਂ ਨੂੰ ਸੀ ਗਾਇਆ,
ਤਸਾਦਾ ਦੇ ਹਮਜ਼ਾਤ ਕਵੀ ਦਾ, ਓਹੀ ਤਾਂ ਬੇਟਾ ਹੁੰਦਾ ਹੈ।

ਡਾਇਰੀ ਵਿੱਚੋਂ

ਇੱਕ ਪਹਾੜੀ ਨੌਜਵਾਨ ਦੇ ਮਾਪੇ ਇਸ ਗੱਲੋਂ ਖ਼ਿਲਾਫ਼ ਸਨ ਕਿ ਉਹ ਰੂਸੀ ਲੜਕੀ ਨਾਲ ਸ਼ਾਦੀ ਕਰੇ। ਪਰ ਉਹ ਲੜਕੀ ਸ਼ਾਇਦ ਆਪਣੇ ਅਵਾਰ ਪ੍ਰੇਮੀ ਨੂੰ ਬਹੁਤ ਪਿਆਰ ਕਰਦੀ ਸੀ। ਇੱਕ ਦਿਨ ਉਸ ਨੌਜਵਾਨ ਨੂੰ ਆਪਣੀ ਪ੍ਰੇਮਿਕਾ ਦਾ ਅਵਾਰ ਭਾਸ਼ਾ ਵਿੱਚ ਲਿਖਿਆ ਹੋਇਆ ਖ਼ਤ ਮਿਲਿਆ। ਨੌਜਵਾਨ ਨੇ ਮਾਂ-ਬਾਪ ਨੂੰ ਉਹ ਖ਼ਤ ਦਿਖਾਇਆ। ਉਨ੍ਹਾਂ ਨੇ ਉਸ ਨੂੰ ਪੜ੍ਹਿਆ ਅਤੇ ਬਹੁਤ ਹੈਰਾਨ ਹੋਏ। ਇਸ ਖ਼ਤ ਨੇ ਉਨ੍ਹਾਂ ਦੇ ਦਿਲ 'ਤੇ ਇੰਨਾ ਅਸਰ ਕੀਤਾ ਕਿ ਉਨ੍ਹਾਂ ਨੇ ਉਸ ਅਸਾਧਾਰਨ ਚਿੱਠੀ ਨੂੰ ਹੱਥ ਵਿੱਚ ਫੜ ਕੇ ਉਸੇ ਸਮੇਂ ਉਸ ਲੜਕੀ ਨੂੰ ਆਪਣੇ ਘਰ ਲਿਆਉਣ ਦੀ ਇਜਾਜ਼ਤ ਦੇ ਦਿੱਤੀ।

ਡਾਇਰੀ ਵਿੱਚੋਂ

ਲੇਖਕ ਲਈ ਭਾਸ਼ਾ ਉਸੇ ਤਰ੍ਹਾਂ ਹੀ ਹੈ, ਜਿਵੇਂ ਕਿਸਾਨ ਲਈ ਖੇਤ ਵਿੱਚ ਫ਼ਸਲ। ਹਰ ਬੱਲੀ ਵਿੱਚ ਬਹੁਤ ਸਾਰੇ ਦਾਣੇ ਹੁੰਦੇ ਹਨ ਅਤੇ ਇੰਨੀਆਂ ਜ਼ਿਆਦਾ ਬੱਲੀਆਂ ਹੁੰਦੀਆਂ ਹਨ ਕਿ ਗਿਣਨੀਆਂ ਅਸੰਭਵ। ਪਰ ਕਿਸਾਨ ਜੇਕਰ ਹੱਥ 'ਤੇ ਹੱਥ ਰੱਖ ਕੇ ਬੈਠਾ ਆਪਣੀ ਫ਼ਸਲ ਨੂੰ ਦੇਖਦਾ ਰਹੇ, ਤਾਂ ਇੱਕ ਵੀ ਦਾਣਾ ਉਸ ਨੂੰ ਨਹੀਂ ਮਿਲੇਗਾ। ਜੌਂਆਂ ਦੀ ਫ਼ਸਲ ਨੂੰ ਵੱਢਣਾ ਅਤੇ ਫਿਰ ਗਾਹੁਣਾ ਚਾਹੀਦਾ ਹੈ। ਪਰ ਇੰਨੇ ਨਾਲ ਹੀ ਕੰਮ ਸਮਾਪਤ ਨਹੀਂ ਹੋ ਜਾਂਦਾ। ਗਾਹੇ ਹੋਏ ਅਨਾਜ ਨੂੰ ਛੰਡਣਾ ਅਤੇ ਦਾਣਿਆਂ ਨੂੰ ਤੂੜੀ, ਘਾਹ-ਫੂਸ ਤੋਂ ਵੱਖਰਾ ਕਰਨਾ ਜ਼ਰੂਰੀ ਹੁੰਦਾ ਹੈ। ਇਸ ਤੋਂ ਬਾਅਦ ਆਟਾ ਪੀਹਣ, ਗੁੰਨ੍ਹਣ ਅਤੇ ਰੋਟੀ ਪਕਾਉਣ ਦੀ ਜ਼ਰੂਰਤ ਹੁੰਦੀ ਹੈ। ਪਰ ਸ਼ਾਇਦ ਸਭ ਤੋਂ ਜ਼ਿਆਦਾ ਜ਼ਰੂਰੀ ਤਾਂ ਇਹ ਯਾਦ ਰੱਖਣਾ ਹੁੰਦਾ ਹੈ ਕਿ ਰੋਟੀ ਦੀ ਚਾਹੇ ਕਿੰਨੀ ਵੀ ਜ਼ਿਆਦਾ ਜ਼ਰੂਰਤ ਕਿਉਂ ਨਾ ਹੋਵੇ, ਸਾਰਾ ਅਨਾਜ ਵਰਤਿਆ ਨਹੀਂ ਜਾਣਾ ਚਾਹੀਦਾ। ਕਿਸਾਨ ਸਭ ਤੋਂ ਵਧੀਆ ਦਾਣਿਆਂ ਨੂੰ ਬੀਜਾਂ ਦੇ ਰੂਪ ਵਿੱਚ ਵਰਤਣ ਲਈ ਰੱਖ ਲੈਂਦਾ ਹੈ।

ਭਾਸ਼ਾ 'ਤੇ ਕੰਮ ਕਰਨ ਵਾਲਾ ਲੇਖਕ ਸਭ ਤੋਂ ਜ਼ਿਆਦਾ ਤਾਂ ਕਿਸਾਨ ਵਰਗਾ ਹੀ ਹੁੰਦਾ ਹੈ।

ਕਹਿੰਦੇ ਹਨ ਕਿ ਬੱਚਿਆਂ ਨੇ ਉਸ ਦਰੱਖਤ ਨੂੰ ਵੱਢ ਦਿੱਤਾ, ਜਿਸ 'ਤੇ ਇੱਕ ਪੰਛੀ ਰਹਿੰਦਾ ਸੀ ਅਤੇ ਉਸ ਦਾ ਆਲ੍ਹਣਾ ਤਬਾਹ ਕਰ ਦਿੱਤਾ।

"ਦਰੱਖਤ ਤੈਨੂੰ ਕਿਉਂ ਵੱਢ ਦਿੱਤਾ ਗਿਆ?"

"ਕਿਉਂਕਿ ਮੈਂ ਬੇਜ਼ੁਬਾਨ ਆਂ।"

"ਪੰਛੀ ਤੇਰਾ ਆਲ੍ਹਣਾ ਕਿਉਂ ਬਰਬਾਦ ਕਰ ਦਿੱਤਾ ਗਿਆ?"

"ਕਿਉਂਕਿ ਮੈਂ ਬਹੁਤ ਬਕ-ਬਕ ਕਰਦਾ ਸੀ।"

ਕਹਿੰਦੇ ਹਨ ਕਿ ਸ਼ਬਦ ਤਾਂ ਬਾਰਿਸ਼ ਵਰਗੇ ਹੁੰਦੇ ਹਨ: ਇੱਕ ਵਾਰ ਮਹਾਨ ਵਰਦਾਨ ਹੈ, ਦੂਜੀ ਵਾਰ ਚੰਗੀ ਰਹਿੰਦੀ ਹੈ, ਤੀਜੀ ਵਾਰ ਸਹਿਣ ਹੋ ਜਾਂਦੀ ਹੈ ਅਤੇ ਚੌਥੀ ਵਾਰ ਦੁੱਖ ਅਤੇ ਮੁਸੀਬਤ ਬਣ ਜਾਂਦੀ ਹੈ।

ਵਿਸ਼ਾ

ਦਰਵਾਜ਼ੇ ਨੂੰ ਤੋੜੋ ਨਾ, ਉਹ ਬਿਨਾਂ ਮੁਸ਼ਕਿਲ ਦੇ
ਚਾਬੀ ਨਾਲ ਖੁੱਲ੍ਹ ਜਾਂਦਾ ਹੈ।

–ਦਰਵਾਜ਼ੇ 'ਤੇ ਉੱਕਰੇ ਸ਼ਬਦ

ਇਹ ਨਾ ਕਹੋ, "ਮੈਨੂੰ ਵਿਸ਼ਾ ਦਿਓ।"
ਇਹ ਕਹੋ, "ਮੈਨੂੰ ਅੱਖਾਂ ਦਿਓ।"

–ਨੌਜਵਾਨ ਲੇਖਕ ਨੂੰ ਸਿੱਖਿਆ

"ਪਿਆਰੇ ਸਾਥੀਓ, ਮੇਰੀ ਕਲਮ ਲਿਖਣ ਲਈ ਬੇਕਰਾਰ ਐ। ਪਰ ਇਹ ਸਮਝ ਵਿੱਚ ਨਹੀਂ ਆਉਂਦਾ ਕਿ ਕਿਹੜੇ ਵਿਸ਼ੇ 'ਤੇ ਲਿਖਾਂ। ਮੈਨੂੰ ਮੌਜੂਦਾ ਮਹੱਤਵ ਵਾਲਾ ਕੋਈ ਵਿਸ਼ਾ ਦੱਸੋ ਅਤੇ ਮੈਂ ਉਸ 'ਤੇ ਇੱਕ ਬਹੁਤ ਵਧੀਆ ਕਿਤਾਬ ਲਿਖ ਦਿਆਂਗਾ।"

ਲੇਖਕ ਸੰਘ, ਪੱਤ੍ਰਿਕਾਵਾਂ ਜਾਂ ਅਖ਼ਬਾਰਾਂ ਦੇ ਸੰਪਾਦਕੀ-ਮੰਡਲਾਂ ਜਾਂ ਲੇਖਕਾਂ ਦੇ ਨਾਂ ਆਪਣੇ ਪੱਤਰਾਂ ਵਿੱਚ ਨੌਜਵਾਨ ਇਸ ਤਰ੍ਹਾਂ ਕਹਿੰਦੇ ਹਨ। ਮੇਰੇ ਕੋਲ ਵੀ ਅਜਿਹੇ ਖ਼ਤ ਆਉਂਦੇ ਹਨ। ਮੇਰੇ ਪਿਤਾ ਜੀ ਦੇ ਕੋਲ ਵੀ ਅਜਿਹੇ ਪੱਤਰ ਆਇਆ ਕਰਦੇ ਸਨ। ਕਦੇ-ਕਦੇ ਉਹ ਸਿਰ ਹਿਲਾਉਂਦੇ ਹੋਏ ਕਹਿੰਦੇ:

"ਨੌਜਵਾਨ ਆਦਮੀ ਸ਼ਾਦੀ ਕਰਨਾ ਚਾਹੁੰਦੈ, ਪਰ ਮੁਸੀਬਤ ਇਹ ਐ ਕਿ ਸ਼ਾਦੀ ਕਿਸ ਨਾਲ ਕਰੇ, ਉਸ ਨੂੰ ਇਹ ਪਤਾ ਨਹੀਂ। ਉਸ ਦੀ ਨਿਗ੍ਹਾ ਵਿੱਚ ਇੱਕ ਵੀ ਲੜਕੀ ਨਹੀਂ, ਇਸ ਲਈ ਕੋਈ ਵੀ ਨਹੀਂ ਜਾਣਦਾ ਕਿ ਮੰਗਣੀ ਕਰਨ ਵਾਲਿਆਂ ਨੂੰ ਕਿੱਥੇ ਭੇਜਿਆ ਜਾਵੇ।"

ਯਾਦ

ਇੱਕ ਵਾਰ ਦਾਗ਼ਿਸਤਾਨ ਦੇ ਲੇਖਕ ਸੰਘ ਵਿੱਚ ਅਬੂਤਾਲਿਬ ਦਾ ਖ਼ਤ ਆਇਆ। ਕਵੀ ਨੇ ਲਿਖਿਆ ਸੀ ਕਿ ਉਨ੍ਹਾਂ ਨੂੰ ਇੱਕ ਮਹੀਨੇ ਲਈ ਦੂਰ ਪਹਾੜੀ ਪਿੰਡਾਂ ਵਿੱਚ ਸਮੱਗਰੀ ਪਹੁੰਚਾਉਣ ਲਈ ਭੇਜ ਦਿੱਤਾ ਜਾਵੇ। ਪ੍ਰਬੰਧਕ ਕਮੇਟੀ ਦੀ ਮੀਟਿੰਗ ਵਿੱਚ ਅਬੂਤਾਲਿਬ ਤੋਂ ਪੁੱਛਿਆ ਗਿਆ ਕਿ ਉਹ ਕਿਸ ਬਾਰੇ, ਕਿਸ ਵਿਸ਼ੇ 'ਤੇ ਲਿਖਣਾ ਚਾਹੁੰਦੇ ਹਨ। ਬਜ਼ੁਰਗ ਸ਼ਾਇਦ ਖਿੱਝ ਗਏ:

"ਕੀ ਸ਼ਿਕਾਰੀ ਪਹਿਲਾਂ ਹੀ ਇਹ ਜਾਣ ਸਕਦੈ ਕਿ ਕਿਹੜਾ ਸ਼ਿਕਾਰ ਉਸ ਦੇ ਸਾਹਮਣੇ ਆ ਜਾਵੇਗਾ, ਖ਼ਰਗੋਸ਼, ਹੰਸ, ਭੇੜੀਆ ਜਾਂ ਲਾਲ ਲੂੰਬੜੀ? ਕੀ ਕੋਈ ਯੋਧਾ ਪਹਿਲਾਂ ਹੀ ਇਹ ਜਾਣ ਸਕਦੈ ਕਿ ਲੜਾਈ ਦੇ ਮੈਦਾਨ ਵਿੱਚ ਉਹ ਬਹਾਦਰੀ ਵਾਲਾ ਕਿਹੜਾ ਕਾਰਨਾਮਾ ਕਰ ਕੇ ਦਿਖਾਵੇਗਾ?"

ਮੈਂ ਵੀ ਉਸ ਬੈਠਕ ਵਿੱਚ ਹਾਜ਼ਰ ਸੀ। ਅਬੂਤਾਲਿਬ ਦੇ ਸ਼ਬਦਾਂ ਨੇ ਮੇਰੇ ਦਿਲ ਵਿੱਚ ਘਰ ਕਰ ਲਿਆ।

ਮੈਨੂੰ ਤਾਂ ਅਜਿਹੇ ਲੋਕਾਂ ਦੀ ਵਜ੍ਹਾ ਕਰ ਕੇ ਹਮੇਸ਼ਾ ਹੈਰਾਨੀ ਹੁੰਦੀ ਹੈ, ਜੋ ਲੇਖਕ ਤੋਂ ਕੁਰੇਦ-ਕੁਰੇਦ ਕੇ ਇਹ ਪੁੱਛਦੇ ਹਨ ਕਿ ਅਗਲੇ ਕੁੱਝ ਸਾਲਾਂ ਵਿੱਚ ਉਹ ਕੀ ਰਚਣ ਦਾ ਇਰਾਦਾ ਰੱਖਦਾ ਹੈ। ਇਹ ਸਹੀ ਹੈ ਕਿ ਕਿਸ ਤਰ੍ਹਾਂ ਦੀ ਚੀਜ਼ ਉਹ ਲਿਖਣਾ ਚਾਹੁੰਦਾ ਹੈ, ਉਸ ਦੀ ਕੁੱਝ ਮੋਟੀ ਜਿਹੀ ਰੂਪ-ਰੇਖਾ ਲੇਖਕ ਦੇ ਦਿਮਾਗ ਵਿੱਚ ਹੁੰਦੀ ਹੈ। ਸ਼ਾਇਦ ਉਹ ਇਹ ਯੋਜਨਾ ਬਣਾ ਸਕਦਾ ਹੈ ਕਿ ਨਾਵਲ ਲਿਖੇਗਾ ਜਾਂ ਤਿੰਨ ਹਿੱਸਿਆਂ ਵਾਲਾ ਨਾਵਲ ਲਿਖੇਗਾ, ਪਰ ਕਵਿਤਾ....ਕਵਿਤਾ ਤਾਂ ਅਚਾਨਕ ਹੀ ਆਉਂਦੀ ਹੈ, ਤੋਹਫ਼ੇ ਵਾਂਗ। ਕਵੀ ਦਾ ਧੰਦਾ ਯੋਜਨਾਵਾਂ ਦੇ ਸਖ਼ਤ ਬੰਧਨਾਂ ਨੂੰ ਨਹੀਂ ਮੰਨਦਾ। ਕੋਈ ਆਪਣੇ ਲਈ ਇਸ ਤਰ੍ਹਾਂ ਦੀ ਯੋਜਨਾ ਤਾਂ ਨਹੀਂ ਬਣਾ ਸਕਦਾ ਕਿ ਅੱਜ ਸੁਬ੍ਹਾ ਦੇ ਦਸ ਵਜੇ ਮੈਂ ਸੜਕ 'ਤੇ ਮਿਲ ਜਾਣ ਵਾਲੀ ਲੜਕੀ ਨਾਲ ਪ੍ਰੇਮ ਕਰਨ ਲੱਗਾਂਗਾ। ਜਾਂ ਇਹ ਕਿ ਕੱਲ੍ਹ ਸ਼ਾਮ ਦੇ ਪੰਜ ਵਜੇ ਕਿਸੇ ਨੀਚ ਆਦਮੀ ਨਾਲ ਨਫ਼ਰਤ ਕਰਨ ਲੱਗਾਂਗਾ।

ਕਵਿਤਾ ਗੁਲਾਬਾਂ ਦੇ ਬਗੀਚੇ ਜਾਂ ਕਿਆਰੀਆਂ ਵਿੱਚ ਖਿੜਨ ਵਾਲੇ ਫੁੱਲਾਂ ਵਰਗੀ ਨਹੀਂ ਹੈ। ਉਹ ਤਾਂ ਹਮੇਸ਼ਾ ਸਾਡੇ ਸਾਹਮਣੇ ਹੁੰਦੇ ਹਨ, ਉਨ੍ਹਾਂ ਨੂੰ ਲੱਭਣਾ ਨਹੀਂ ਪੈਂਦਾ। ਕਵਿਤਾ ਤਾਂ ਮੈਦਾਨਾਂ, ਉੱਚੀਆਂ ਚਾਰਗਾਹਾਂ ਵਿੱਚ ਖਿੜਨ ਵਾਲੇ ਫੁੱਲਾਂ ਵਾਂਗ ਹੁੰਦੀ ਹੈ। ਉੱਥੇ ਹਰ ਕਦਮ 'ਤੇ ਨਵਾਂ, ਹੋਰ ਜ਼ਿਆਦਾ ਸੁੰਦਰ ਫੁੱਲ ਪ੍ਰਾਪਤ ਕਰਨ ਦੀ ਉਮੀਦ ਬਣੀ ਰਹਿੰਦੀ ਹੈ।

ਭਾਵਨਾਵਾਂ ਵਿੱਚੋਂ ਸੰਗੀਤ ਦਾ ਜਨਮ ਹੁੰਦਾ ਹੈ, ਸੰਗੀਤ ਵਿੱਚੋਂ ਭਾਵਨਾਵਾਂ ਦਾ। ਕਿਸ ਨੂੰ ਪਹਿਲਾ ਸਥਾਨ ਦਿੱਤਾ ਜਾਵੇ? ਅੱਜ ਤੱਕ ਇਸ ਸਵਾਲ ਦਾ ਜਵਾਬ ਨਹੀਂ ਮਿਲ ਸਕਿਆ ਕਿ ਪਹਿਲਾਂ ਮੁਰਗੀ ਪੈਦਾ ਹੋਈ ਜਾਂ ਅੰਡਾ? ਠੀਕ ਅਜਿਹਾ ਹੀ ਇਹ ਸਵਾਲ ਹੈ ਕਿ ਲੇਖਕ ਵਿਸ਼ੇ ਨੂੰ ਜਨਮ ਦਿੰਦਾ ਹੈ ਜਾਂ ਵਿਸ਼ਾ ਲੇਖਕ ਨੂੰ? ਵਿਸ਼ਾ, ਇਹ ਤਾਂ ਲੇਖਕ ਦਾ ਸੰਪੂਰਨ ਸੰਸਾਰ ਹੈ, ਸੰਪੂਰਨ ਲੇਖਕ ਹੈ। ਵਿਸ਼ੇ ਤੋਂ ਬਿਨਾਂ ਉਸ ਦਾ ਵਜੂਦ ਹੀ ਨਹੀਂ ਹੁੰਦਾ। ਹਰ ਲੇਖਕ ਹੀ ਵਿਸ਼ਾ ਹੁੰਦਾ ਹੈ।

ਵਿਚਾਰ ਅਤੇ ਭਾਵਨਾਵਾਂ ਪੰਛੀ ਹਨ, ਵਿਸ਼ਾ ਆਕਾਸ਼ ਹੈ, ਵਿਚਾਰ ਅਤੇ ਭਾਵਨਾਵਾਂ ਹਿਰਨ ਹਨ, ਵਿਸ਼ਾ ਉਹ ਸ਼ਹਿਰ ਹੈ, ਜਿੱਧਰ ਇਹ ਰਸਤੇ ਲੈ ਜਾਂਦੇ ਹਨ ਅਤੇ ਆਪਸ ਵਿੱਚ ਜਾ ਮਿਲਦੇ ਹਨ।

ਮੇਰਾ ਵਿਸ਼ਾ ਹੈ, ਮਾਤ-ਭੂਮੀ। ਉਸ ਨੂੰ ਲੱਭਣ ਅਤੇ ਚੁਣਨ ਦੀ ਜ਼ਰੂਰਤ ਨਹੀਂ। ਅਸੀਂ ਤਾਂ ਆਪਣੇ ਲਈ ਮਾਤ-ਭੂਮੀ ਨਹੀਂ ਚੁਣਦੇ, ਪਰ ਮਾਤ-ਭੂਮੀ ਨੇ ਸਾਨੂੰ ਸ਼ੁਰੂ ਤੋਂ ਹੀ ਚੁਣ ਲਿਆ ਹੈ। ਆਕਾਸ਼ ਤੋਂ ਬਿਨਾਂ ਉਕਾਬ, ਚੱਟਾਨਾਂ ਤੋਂ ਬਿਨਾਂ ਪਹਾੜੀ ਬੱਕਰਾ, ਤੇਜ ਅਤੇ ਨਿਰਮਲ ਪਾਣੀ ਵਾਲੀ ਨਦੀ ਤੋਂ ਬਿਨਾਂ ਟ੍ਰਾਊਟ ਮੱਛੀ ਅਤੇ ਹਵਾਈ ਅੱਡੇ ਤੋਂ ਬਿਨਾਂ ਹਵਾਈ ਜਹਾਜ਼ ਨਹੀਂ ਹੋ ਸਕਦਾ। ਇਸੇ ਤਰ੍ਹਾਂ ਹੀ ਮਾਤ-ਭੂਮੀ ਤੋਂ ਬਿਨਾਂ ਲੇਖਕ ਨਹੀਂ ਹੋ ਸਕਦਾ।

ਮੁਰਗੇ-ਮੁਰਗੀਆਂ ਦੇ ਵਿਚਕਾਰ ਵਿਹੜੇ ਵਿੱਚ ਹੌਲੀ-ਹੌਲੀ ਚੱਲਣ ਵਾਲਾ ਉਕਾਬ, ਉਕਾਬ ਨਹੀਂ ਰਿਹਾ। ਸਾਂਝੇ ਫ਼ਾਰਮ ਦੀਆਂ ਭੇਡ-ਬੱਕਰੀਆਂ ਵਿਚਕਾਰ ਚਰਨ ਵਾਲਾ ਪਹਾੜੀ ਬੱਕਰਾ, ਪਹਾੜੀ ਬੱਕਰਾ ਨਹੀਂ ਰਿਹਾ। ਮੱਛੀ-ਘਰ ਵਿੱਚ ਤੈਰਨ ਵਾਲੀ ਟ੍ਰਾਊਟ, ਟ੍ਰਾਊਟ ਨਹੀਂ

ਰਹੀ। ਅਜਾਇਬ-ਘਰ ਵਿੱਚ ਰੱਖਿਆ ਹੋਇਆ ਹਵਾਈ ਜਹਾਜ਼, ਹਵਾਈ ਜਹਾਜ਼ ਨਹੀਂ ਰਿਹਾ।

ਠੀਕ ਇਸੇ ਤਰ੍ਹਾਂ ਹੀ ਬੁਲਬੁਲ ਦੇ ਤਰਾਨੇ ਤੋਂ ਬਿਨਾਂ ਬੁਲਬੁਲ ਨਹੀਂ ਹੋ ਸਕਦੀ।

ਵਿਸ਼ੇ ਬਾਰੇ ਕੁਝ ਹੋਰ

ਬਚਪਨ ਤੋਂ ਹੀ ਇੱਕ ਦ੍ਰਿਸ਼ ਮੈਨੂੰ ਬਹੁਤ ਪਿਆਰਾ ਹੈ। ਅਜਿਹਾ ਹੁੰਦਾ ਕਿ ਜਦੋਂ ਕਦੇ ਮੈਂ ਆਪਣੇ ਪਿਤਾ ਜੀ ਦੇ ਪਹਾੜੀ ਘਰ ਦੀ ਛੋਟੀ ਜਿਹੀ ਖਿੜਕੀ ਖੋਲ੍ਹਦਾ, ਮੈਨੂੰ ਪਿੰਡ ਦੀ ਬੁੱਕਲ ਵਿੱਚ ਮੇਜਪੋਸ਼ ਵਾਂਗ ਵਿਛਿਆ ਹੋਇਆ ਇੱਕ ਹਰਾ-ਭਰਾ, ਚੌੜਾ ਮੈਦਾਨ ਦਿਖਾਈ ਦਿੰਦਾ। ਸਾਰੇ ਪਾਸਿਆਂ ਤੋਂ ਚੱਟਾਨਾਂ ਉਸ ਦੇ ਉੱਪਰ ਝੁਕੀਆਂ ਹੁੰਦੀਆਂ ਸਨ। ਚੱਟਾਨਾਂ ਦੇ ਵਿਚਕਾਰ ਵਿੰਗੀਆਂ-ਟੇਢੀਆਂ ਪਗਡੰਡੀਆਂ ਸਨ, ਜੋ ਬਚਪਨ ਵਿੱਚ ਮੈਨੂੰ ਸੱਪਾਂ ਦੀ ਯਾਦ ਦਿਵਾਉਂਦੀਆਂ ਸਨ ਅਤੇ ਗੁਫ਼ਾਵਾਂ ਦੇ ਮੂੰਹ ਮੇਰੇ ਲਈ ਹਮੇਸ਼ਾ ਹੀ ਦਰਿੰਦਿਆਂ ਦੇ ਜੁਬਾੜਿਆਂ ਵਰਗੇ ਹੁੰਦੇ ਸਨ। ਪਹਾੜਾਂ ਕੀ ਪਹਿਲੀ ਕਤਾਰ ਤੋਂ ਬਾਅਦ ਦੂਜੀ ਕਤਾਰ ਨਜ਼ਰ ਆਉਂਦੀ ਸੀ। ਪਹਾੜ ਗੋਲ-ਮੋਲ, ਕਾਲੇ-ਕਾਲੇ ਅਤੇ ਊਠ ਦੀ ਪਿੱਠ ਵਾਂਗ ਜੱਤਲ ਜਿਹੇ ਲੱਗਦੇ ਸਨ।

ਹੁਣ ਮੈਂ ਇਹ ਸਮਝਦਾ ਹਾਂ ਕਿ ਸਵਿਟਰਜ਼ਰਲੈਂਡ ਜਾਂ ਨੈਪੁਲਸ ਵਿੱਚ ਜ਼ਿਆਦਾ ਸੁੰਦਰ ਥਾਵਾਂ ਵੀ ਹਨ, ਪਰ ਮੈਂ ਇੱਥੇ ਕਿਤੇ ਵੀ ਨਹੀਂ ਗਿਆ। ਮੇਰੀਆਂ ਅੱਖਾਂ ਨੇ ਇਸ ਧਰਤੀ ਦੀ ਕਿਹੋ ਜਿਹੀ ਵੀ ਸੁੰਦਰਤਾ ਨੂੰ ਨਹੀਂ ਦੇਖਿਆ। ਮੈਂ ਉਸ ਦੂਰ ਦੇ ਬਚਪਨ ਵਾਲੇ ਚਿੱਤਰ ਨਾਲ, ਪਹਾੜੀ ਘਰ ਦੀ ਛੋਟੀ ਜਿਹੀ ਖਿੜਕੀ ਦੇ ਚੌਖਟੇ ਵਿੱਚ ਜੜੇ ਚਿੱਤਰ ਨਾਲ ਉਸ ਦੀ ਤੁਲਨਾ ਕਰਦਾ ਹਾਂ ਅਤੇ ਦੁਨੀਆ ਦੀ ਸਾਰੀ ਸੁੰਦਰਤਾ ਉਸ ਦੇ ਸਾਹਮਣੇ ਫਿੱਕੀ ਪੈ ਜਾਂਦੀ ਹੈ। ਜੇਕਰ ਕਿਸੇ ਕਾਰਨ ਕਰ ਕੇ ਮੇਰਾ ਆਪਣਾ ਪਿੰਡ ਅਤੇ ਉਸ ਦੇ ਆਲੇ-ਦੁਆਲੇ ਦੀਆਂ ਥਾਵਾਂ ਨਾ ਹੁੰਦੀਆਂ, ਜੇਕਰ ਉਹ ਸਾਰੇ ਮੇਰੀ ਯਾਦ ਵਿੱਚ ਜਿਊਂਦੇ ਨਾ ਰਹਿੰਦੇ, ਤਾਂ ਮੇਰੇ ਲਈ ਸਾਰੀ ਦੁਨੀਆ ਛਾਤੀ ਹੁੰਦੀ, ਪਰ ਦਿਲ ਤੋਂ ਬਿਨਾਂ, ਮੂੰਹ ਹੁੰਦੀ, ਪਰ ਜ਼ੁਬਾਨ ਤੋਂ ਬਿਨਾਂ, ਅੱਖਾਂ ਹੁੰਦੀ, ਪਰ ਪੁਤਲੀਆਂ ਤੋਂ ਬਿਨਾਂ, ਆਲ੍ਹਣਾ ਹੁੰਦੀ, ਪਰ ਪੰਛੀਆਂ ਤੋਂ ਬਿਨਾਂ। ਇਸ ਦਾ ਉੱਕਾ ਹੀ ਇਹ ਮਤਲਬ ਨਹੀਂ ਹੈ ਕਿ ਆਪਣੇ ਵਿਸ਼ੇ ਨੂੰ ਮੈਂ ਆਪਣੇ ਪਿੰਡ ਅਤੇ ਆਪਣੇ ਘਰ ਦੀਆਂ ਹੱਦਾਂ ਵਿੱਚ ਬੰਦ ਕਰ ਰਿਹਾ ਹਾਂ, ਕਿ ਮਨਪਸੰਦ ਵਿਸ਼ੇ ਦੇ ਆਲੇ-ਦੁਆਲੇ ਕਿਲੇ ਦੀਆਂ ਉੱਚੀਆਂ ਕੰਧਾਂ ਖੜ੍ਹੀਆਂ ਕਰ ਰਿਹਾ ਹਾਂ।

ਅਜਿਹੀ ਜ਼ਮੀਨ ਵੀ ਹੁੰਦੀ ਹੈ, ਜਿੱਥੇ ਹਲ ਨਾਲ ਵਾਹੀ ਕੀਤੀ ਜਾਂਦੀ ਹੈ, ਪਰ ਵਾਹੀ ਹੋਈ ਮੋਟੀ ਤਹਿ ਦੇ ਹੇਠਾਂ ਜ਼ਮੀਨ ਦੀ ਨਵੀਂ ਨਰਮ ਤਹਿ ਨਜ਼ਰ ਆਉਂਦੀ ਹੈ। ਅਜਿਹੀ ਜ਼ਮੀਨ ਵੀ ਹੁੰਦੀ ਹੈ ਕਿ ਜਿਸ 'ਤੇ ਹਲਕੀ ਜਿਹੀ ਵਾਹੀ ਕਰਦੇ ਹੀ ਹੇਠਾਂ ਸਖ਼ਤ ਪੱਥਰ ਨਜ਼ਰ ਆਉਣ ਲੱਗਦੇ ਹਨ। ਮੈਂ ਅਜਿਹੀ ਜ਼ਮੀਨ 'ਤੇ ਹਲ ਚਲਾਉਣ ਦਾ ਇਰਾਦਾ ਨਹੀਂ ਰੱਖਦਾ, ਕਿਉਂਕਿ ਮੈਂ ਜਾਣਦਾ ਹਾਂ ਕਿ ਉੱਥੇ ਵਧੀਆ ਫ਼ਸਲ ਨਹੀਂ ਹੋਵੇਗੀ।

ਮਾਤ-ਭੂਮੀ ਪ੍ਰਤੀ ਆਪਣੇ ਪਿਆਰ ਨੂੰ ਮੈਂ ਉਸ ਘੋੜੇ ਵਾਂਗ ਪੈਰ ਬੰਨ੍ਹ ਕੇ ਜਾਂ ਡਹਾ ਪਾ ਕੇ ਨਹੀਂ ਰੱਖਣਾ ਚਾਹੁੰਦਾ, ਜਿਸ ਨੇ ਚੰਗੀ ਤਰ੍ਹਾਂ ਕੰਮ ਕੀਤਾ ਹੈ ਅਤੇ ਜਿਸ ਨੂੰ ਹੁਣ ਮੈਦਾਨ ਵਿੱਚ ਘਾਹ ਚਰਨਾ ਚਾਹੀਦਾ ਹੈ। ਮੈਂ ਤਾਂ ਘੋੜੇ ਦੀ ਲਗਾਮ ਲਾਹ ਕੇ ਉਸ ਦੀ ਪਸੀਨੇ ਨਾਲ

ਭਿੱਜੀ ਗਰਮ ਗਰਦਨ ਨੂੰ ਥਾਪੜਦਾ ਅਤੇ ਕਹਿੰਦਾ ਹਾਂ, "ਜਾਓ ਜਾ ਕੇ ਮੌਜ ਨਾਲ ਚਰੋ, ਸ਼ਕਤੀ ਇਕੱਠੀ ਕਰੋ।" ਮਾਤ-ਭੂਮੀ ਪ੍ਰਤੀ ਮੇਰੀ ਭਾਵਨਾ ਵਿੱਚ ਆਜ਼ਾਦੀ ਨਾਲ ਚਰਨ ਵਾਲੇ ਘੋੜੇ ਵਾਂਗ ਕੁੱਝ ਚੈਨ ਅਤੇ ਮਸਤੀ ਹੈ।

ਦੁਨੀਆ ਦੇ ਵਰਤਾਰਿਆਂ ਨੂੰ ਮੈਂ ਆਪਣੇ ਪਹਾੜੀ ਘਰ, ਆਪਣੇ ਪਿੰਡ, ਆਪਣੇ ਦਾਗ਼ਿਸਤਾਨ, ਮਾਤ-ਭੂਮੀ ਪ੍ਰਤੀ ਆਪਣੀ ਭਾਵਨਾ ਦੇ ਅਧੀਨ ਨਹੀਂ ਲੱਭਣਾ ਚਾਹੁੰਦਾ। ਇਸ ਦੇ ਉਲਟ, ਦੁਨੀਆ ਦੇ ਸਾਰੇ ਵਰਤਾਰਿਆਂ, ਇਸ ਦੇ ਸਾਰੇ ਕੋਨਿਆਂ ਵਿੱਚੋਂ ਮੈਂ ਮਾਤ-ਭੂਮੀ ਦੀ ਭਾਵਨਾ ਅਨੁਭਵ ਕਰਦਾ ਹਾਂ। ਇਸ ਅਰਥ ਮੁਤਾਬਿਕ ਸਾਰੀ ਦੁਨੀਆ ਮੇਰਾ ਵਿਸ਼ਾ ਹੈ।

ਮੈਨੂੰ ਯਾਦ ਹੈ ਕਿ ਦੂਰ-ਦੁਰਾਡੇ ਦੇ ਅਤੇ ਖ਼ੂਬਸੂਰਤ ਸਾਂਤਿਆਗੋ ਵਿੱਚ ਮੁਰਗਿਆਂ ਨੇ ਮੈਨੂੰ ਜਗਾ ਦਿੱਤਾ। ਜਾਗਣ 'ਤੇ ਕੁੱਝ ਮਿੰਟਾਂ ਤੱਕ ਮੈਨੂੰ ਅਜਿਹਾ ਲੱਗਿਆ ਕਿ ਜਿਵੇਂ ਮੈਂ ਛੋਟੇ ਜਿਹੀ ਪਹਾੜੀ ਪਿੰਡ ਵਿੱਚ ਹਾਂ। ਇਸ ਤਰ੍ਹਾਂ ਸਾਂਤਿਆਗੋ ਦੇ ਮੁਰਗੇ ਮੇਰੀ ਰਚਨਾ ਦਾ ਵਿਸ਼ਾ ਬਣੇ।

ਜਾਪਾਨ ਵਿੱਚ ਹੋਰ ਵੀ ਜ਼ਿਆਦਾ ਸੁੰਦਰ ਕਾਮਾਕੂਰ ਸ਼ਹਿਰ ਵਿੱਚ ਮੈਨੂੰ ਸੁੰਦਰਤਾ ਮੁਕਾਬਲੇ ਦੇਖਣ ਦਾ ਮੌਕਾ ਮਿਲਿਆ। ਉੱਥੇ 'ਰੂਪ ਦੀ ਮਹਾਰਾਣੀ' ਚੁਣੀ ਜਾਣ ਵਾਲੀ ਸੀ। ਜਾਪਾਨੀ ਸੁੰਦਰੀਆਂ ਕਤਾਰ ਬਣਾ ਕੇ ਸਾਡੇ ਸਾਹਮਣੇ ਆਈਆਂ। ਮੈਂ ਸੁਭਾਵਿਕ ਹੀ ਉਨ੍ਹਾਂ ਨਾਲ ਅਵਾਰ ਪਹਾੜਾਂ ਵਿੱਚ ਰਹਿ ਜਾਣ ਵਾਲੀ ਉਸ 'ਇੱਕੋ-ਇੱਕ' ਨਾਲ ਤੁਲਨਾ ਕੀਤੀ ਅਤੇ ਉਨ੍ਹਾਂ ਵਿੱਚ ਮੈਨੂੰ ਉਹ ਕੁੱਝ ਨਹੀਂ ਮਿਲਿਆ, ਜੋ ਮੇਰੀ ਮਹਾਰਾਣੀ ਵਿੱਚ ਹੈ। ਇਸ ਤਰ੍ਹਾਂ ਜਾਪਾਨੀ ਸੁੰਦਰੀਆਂ ਅਤੇ ਜਾਪਾਨੀ ਰੂਪ ਦੀ ਮਹਾਰਾਣੀ ਮੇਰਾ ਵਿਸ਼ਾ ਬਣੀ।

ਨੇਪਾਲ ਵਿੱਚ ਬੁੱਧ-ਮੰਦਰਾਂ, ਸ਼ਾਹੀ ਮਹਿਲਾਂ ਅਤੇ ਬਾਈ ਚਸ਼ਮਿਆਂ ਨੂੰ, ਜੋ ਸਾਰੀਆਂ ਬਿਮਾਰੀਆਂ ਨੂੰ ਦੂਰ ਕਰਦੇ ਹਨ, ਸਾਰੇ ਜਾਦੂ-ਟੂਣੇ, ਸਾਰੀਆਂ ਬੁਰਾਈਆਂ ਨੂੰ ਦੂਰ ਭਜਾਉਂਦੇ ਹਨ, ਜੀਅ ਭਰ ਕੇ ਦੇਖਣ ਤੋਂ ਬਾਅਦ ਆਖ਼ਰ ਮੈਂ ਕਾਠਮੰਡੂ ਪਹਾੜਾਂ ਦੀਆਂ ਖੜ੍ਹਵੀਆਂ ਚੜ੍ਹਾਈਆਂ 'ਤੇ ਚੜ੍ਹਿਆ। ਇਨ੍ਹਾਂ ਪਹਾੜਾਂ ਨੇ ਮੈਨੂੰ ਆਪਣੇ ਦਾਗ਼ਿਸਤਾਨ ਦੀ ਯਾਦ ਦਿਵਾ ਦਿੱਤੀ ਅਤੇ ਸ਼ਾਨਦਾਰ ਜਾਂ ਆਲੀਸ਼ਾਨ ਮਹਿਲਾਂ ਅਤੇ ਮੰਦਰਾਂ ਦੀ ਤੁਲਨਾ ਵਿੱਚ ਉਨ੍ਹਾਂ ਨੂੰ ਦੇਖ ਕੇ ਦਿਲ ਨੂੰ ਕਿਤੇ ਜ਼ਿਆਦਾ ਖ਼ੁਸ਼ੀ ਹੋਈ। ਵਾਸਤੂ-ਕਲਾ ਦੀਆਂ ਵਿਲੱਖਣ ਕ੍ਰਿਤੀਆਂ ਦੇ ਮੁਕਾਬਲੇ ਵਿੱਚ ਮੈਨੂੰ ਮਾਮੂਲੀ ਪਹਾੜ ਕਿਤੇ ਜ਼ਿਆਦਾ ਕੀਮਤੀ ਲੱਗੇ। ਮੇਰੇ ਦਿਮਾਗ ਵਿੱਚ ਇਹ ਖ਼ਿਆਲ ਆਇਆ ਕਿ ਚਮਤਕਾਰੀ ਚਸ਼ਮੇ ਨਹੀਂ, ਬਲਕਿ ਇਹ ਪਹਾੜ ਸਾਰੀਆਂ ਬਿਮਾਰੀਆਂ, ਸਾਰੀਆਂ ਬੁਰਾਈਆਂ ਨੂੰ ਦੂਰ ਭਜਾ ਸਕਦੇ ਹਨ। ਇਸ ਤਰ੍ਹਾਂ ਨੇਪਾਲ ਦੇ ਬੁੱਧ-ਮੰਦਰ ਅਤੇ ਪਰਬਤ ਮੇਰੀ ਰਚਨਾ ਦਾ ਵਿਸ਼ਾ ਬਣ ਗਏ।

ਵੱਡੇ-ਵੱਡੇ ਅਤੇ ਜਿਗਿਆਸਾ ਭਰਪੂਰ ਭਾਰਤੀ ਸ਼ਹਿਰਾਂ ਤੋਂ ਬਾਅਦ ਮੈਨੂੰ ਕੋਲਕਾਤਾ ਦੇ ਨੇੜੇ ਇੱਕ ਛੋਟੇ ਜਿਹੇ ਪਿੰਡ ਵਿੱਚ ਲਿਜਾਇਆ ਗਿਆ। ਵੱਡੇ ਸਾਰੇ ਪਿੜ ਵਿੱਚ ਅਨਾਜ ਲਤੜਿਆ ਜਾ ਰਿਹਾ ਸੀ, ਬਲਦ ਕਣਕ ਦੀਆਂ ਸੁਨਹਿਰੀ ਬੱਲੀਆਂ 'ਤੇ ਚੱਕਰ ਕੱਢ ਰਹੇ ਸਨ। ਦੁਨੀਆ ਦੇ ਇੱਕ ਵੀ ਭੰਡਾਰ, ਇੱਕ ਵੀ ਥਿਏਟਰ ਤੋਂ ਮੈਨੂੰ ਇੰਨੀ ਖ਼ੁਸ਼ੀ ਨਹੀਂ ਮਿਲੀ, ਜਿੰਨੀ ਆਪਣੇ ਖੁਰਾਂ ਨਾਲ ਕਣਕ ਦੀਆਂ ਬੱਲੀਆਂ ਨੂੰ ਮੱਧਮ ਚਾਲ ਨਾਲ ਲਤਾੜਨ ਵਾਲੇ

ਇਨ੍ਹਾਂ ਬਲਦਾਂ ਨੂੰ ਦੇਖ ਕੇ। ਮੈਨੂੰ ਲੱਗਿਆ ਜਿਵੇਂ ਮੈਂ ਆਪਣੇ ਬਚਪਨ ਅਤੇ ਪਿਆਰੇ ਪਿੰਡ ਵਿੱਚ ਮੁੜ ਗਿਆ ਹਾਂ। ਇਸ ਤਰ੍ਹਾਂ ਕੋਲਕਾਤੇ ਦਾ ਨੇੜਲਾ ਪਿੰਡ ਮੇਰਾ ਵਿਸ਼ਾ ਬਣਿਆ।

ਮੈਂ ਦੇਖ ਚੁੱਕਿਆ ਹਾਂ, ਹਿੰਦੇਸ਼ੀਆ ਦੇ ਪਹਾੜਾਂ ਵਿੱਚ ਸਾਡੇ ਪਹਾੜਾਂ ਵਾਂਗ ਢੋਲ ਵੱਜਦੇ, ਨਿਊਯਾਰਕ ਦੀਆਂ ਸੜਕਾਂ 'ਤੇ ਚੇਰਕੇਸੀ ਕੌਮੀ ਪੁਸ਼ਾਕ ਪਹਿਨੀਂ ਕਿਸੇ ਕਾਕੇਸ਼ਿਆਈ ਨੂੰ ਘੁੰਮਦੇ, ਇਸਤਾਂਬੂਲ ਅਤੇ ਪੈਰਿਸ ਵਿੱਚ ਉਹ ਦੁਖੀ ਪਹਾੜੀ ਲੋਕ, ਜਿਨ੍ਹਾਂ ਨੇ ਖ਼ੁਦ ਆਪਣੇ ਆਪ ਨੂੰ ਦੇਸ਼-ਨਿਕਾਲਾ ਦੇ ਰੱਖਿਆ ਹੈ ਅਤੇ ਜੋ ਦੁਨੀਆ ਦੇ ਸਭ ਤੋਂ ਬਦਕਿਸਮਤ ਲੋਕ ਹਨ, ਲੰਡਨ ਦੀ ਪ੍ਰਦਰਸ਼ਨੀ ਵਿੱਚ ਬਾਲਖ਼ਾਰੀ ਦੇ ਮਸ਼ਹੂਰ ਘੁਮਿਆਰਾਂ ਦੇ ਮਿੱਟੀ ਦੇ ਬਰਤਨਾਂ ਦੀ ਪ੍ਰਦਰਸ਼ਨੀ, ਵੇਨਿਸ ਵਿੱਚ ਲਾਕਾਂ ਦੇ ਤਸੋਕਰਾ ਪਿੰਡ ਦੇ ਰੱਸੀ 'ਤੇ ਨੱਚਣ ਵਾਲਿਆਂ ਦੇ ਕਰਤੱਵਾਂ ਨਾਲ ਹੈਰਾਨ ਹੋਣ ਵਾਲੇ ਦਰਸ਼ਕ, ਪੀਟਸਬਰਗ ਦੀਆਂ ਪੁਰਾਣੀਆਂ ਕਿਤਾਬਾਂ ਦੀ ਇੱਕ ਦੁਕਾਨ ਵਿੱਚ ਸ਼ਾਮਿਲ ਬਾਰੇ ਇੱਕ ਪੁਸਤਕ।

ਸਾਰੀਆਂ ਥਾਵਾਂ 'ਤੇ, ਜਿੱਥੇ ਕਿਤੇ ਵੀ ਮੈਂ ਗਿਆ, ਦਾਗ਼ਿਸਤਾਨ ਨਾਲ ਮੇਰੀ ਇੱਕ ਤਾਰ ਜਿਹੀ ਜੁੜੀ ਰਹੀ ਹੈ।

ਜੇਕਰ ਕਿਸੇ ਯੋਧੇ 'ਤੇ ਕਈ ਆਦਮੀ ਤਲਵਾਰਾਂ ਲੈ ਕੇ ਇੱਕੋ ਸਮੇਂ ਹਮਲਾ ਕਰ ਦਿੰਦੇ ਹਨ, ਤਾਂ ਸਮਝ ਲਵੋ ਕਿ ਉਸ ਦੀ ਸ਼ਾਮਤ ਆ ਗਈ। ਉਹ ਇੱਕੋ ਸਮੇਂ ਸਾਹਮਣੇ ਅਤੇ ਪਿੱਛੇ ਤੋਂ ਆਪਣਾ ਬਚਾ ਨਹੀਂ ਕਰ ਸਕਦਾ। ਪਰ ਜੇਕਰ ਉਸ ਨੂੰ ਕੋਈ ਚੱਟਾਨ ਮਿਲ ਜਾਵੇ, ਜਿਸ ਦੇ ਨਾਲ ਉਹ ਆਪਣੀ ਪਿੱਠ ਲਗਾ ਸਕੇ, ਤਾਂ ਸਥਿਤੀ ਇੰਨੀ ਵਿਗੜ ਨਹੀਂ ਸਕਦੀ। ਪਿੱਠ ਨੂੰ ਚੱਟਾਨ ਨਾਲ ਲਗਾ ਕੇ ਚੁਸਤ ਅਤੇ ਤਾਕਤਵਰ ਯੋਧਾ ਇੱਕੋ ਸਮੇਂ ਦੋ-ਤਿੰਨ ਦੁਸ਼ਮਣਾਂ ਨਾਲ ਵੀ ਲੜ ਸਕਦਾ ਹੈ।

ਦਾਗ਼ਿਸਤਾਨ ਮੇਰੇ ਲਈ ਅਜਿਹੀ ਹੀ ਚੱਟਾਨ ਹੈ। ਉਹ ਮੈਨੂੰ ਮੁਸ਼ਕਿਲ ਤੋਂ ਮੁਸ਼ਕਿਲ ਪ੍ਰੀਖਿਆਵਾਂ ਵਿੱਚੋਂ ਵੀ ਪਾਸ ਹੋਣ ਵਿੱਚ ਮੱਦਦ ਕਰਦਾ ਹੈ।

ਯਾਤਰੀ ਜਿਨ੍ਹਾਂ ਦੇਸ਼ਾਂ ਦੀ ਯਾਤਰਾ ਕਰਦੇ ਹਨ, ਉਨ੍ਹਾਂ ਦੇ ਗੀਤ ਆਪਣੇ ਦੇਸ਼ ਲੈ ਆਉਂਦੇ ਹਨ। ਪਰ ਮੇਰੀ ਮੁਸੀਬਤ ਤਾਂ ਇਹ ਹੈ ਕਿ ਕਿਤੇ ਵੀ ਕਿਉਂ ਨਾ ਜਾਵਾਂ, ਹਰ ਜਗ੍ਹਾ ਤੋਂ ਦਾਗ਼ਿਸਤਾਨ ਬਾਰੇ ਹੀ ਗੀਤ ਲੈ ਕੇ ਮੁੜਦਾ ਹਾਂ। ਉਸ ਨਾਲ ਹਰ ਕਵਿਤਾ ਨਾਲ ਮੇਰੀ ਜਿਵੇਂ ਨਵੀਂ ਜਾਣ-ਪਛਾਣ ਹੁੰਦੀ ਹੈ, ਉਸ ਨੂੰ ਨਵੇਂ ਹੀ ਸਿਰੇ ਤੋਂ ਸਮਝਦਾ ਅਤੇ ਪਿਆਰ ਕਰਦਾ ਹਾਂ। ਮੇਰੇ ਲਈ ਮੇਰੀ ਮਾਤ-ਭੂਮੀ ਦਾਗ਼ਿਸਤਾਨ ਅਮੁੱਕ ਅਤੇ ਅਥਾਹ ਭੰਡਾਰ ਹੈ?

ਡਾਇਰੀ ਵਿੱਚੋਂ

"ਉਕਾਬ, ਤੇਰਾ ਸਭ ਤੋਂ ਪਿਆਰਾ ਗੀਤ ਕਿਸ ਦੇ ਬਾਰੇ ਐ?"

"ਖੜ੍ਹੇ ਪਹਾੜਾਂ ਬਾਰੇ।"

"ਮੁਰਗਾਬੀ, ਤੇਰਾ ਮਨਪਸੰਦ ਗੀਤ ਕਿਸ ਦੇ ਬਾਰੇ ਐ?"

"ਨੀਲੇ ਸਾਗਰ ਬਾਰੇ।"

"ਕਾਵਾਂ, ਤੇਰਾ ਸਭ ਤੋਂ ਪਿਆਰਾ ਗੀਤ ਕਿਸ ਦੇ ਬਾਰੇ ਐ?"

"ਲੜਾਈ ਦੇ ਮੈਦਾਨ ਵਿੱਚ ਪਈਆਂ ਮਜ਼ੇਦਾਰ ਲਾਸ਼ਾਂ ਬਾਰੇ।"

ਸਾਹਿਤ ਦੇ ਵੀ ਅਜਿਹੇ ਪੰਛੀ ਹਨ, ਉਕਾਬ ਹਨ ਅਤੇ ਮੁਰਗਾਬੀਆਂ ਹਨ। ਇੱਕ ਪਹਾੜਾਂ ਦੀਆਂ ਸਿਫ਼ਤਾਂ ਕਰਦਾ ਹੈ, ਦੂਜਾ ਸਾਗਰ ਦੀਆਂ। ਹਰੇਕ ਦੀ ਆਪਣੀ ਮਾਤ--ਭੂਮੀ ਹੈ, ਆਪਣਾ ਵਿਸ਼ਾ ਹੈ। ਪਰ ਕਾਂ ਵੀ ਹਨ। ਉਹ ਤਾਂ ਆਪਣੇ ਆਪ ਨੂੰ ਹੀ ਜ਼ਿਆਦਾ ਪਿਆਰ ਕਰਦੇ ਹਨ। ਕਾਂ ਜਦੋਂ ਯੁੱਧ ਦੇ ਮੈਦਾਨ ਵਿੱਚ ਪਈ ਲਾਸ਼ ਦੀ ਅੱਖ ਕੱਢਦਾ ਹੈ, ਤਾਂ ਇਹ ਨਹੀਂ ਸੋਚਦਾ ਕਿ ਉਹ ਅੱਖ ਬਹਾਦਰ ਦੀ ਹੈ ਜਾਂ ਡਰਪੋਕ ਦੀ। ਮੈਂ ਅਜਿਹੇ ਸਾਹਿਤਕਾਰਾਂ ਨੂੰ ਵੀ ਜਾਣਦਾ ਹਾਂ, ਜੋ ਅੱਜ ਉਹ ਕਰਦੇ ਹਨ, ਜਿਸ ਨਾਲ ਅੱਜ ਲਾਭ ਹੈ ਅਤੇ ਕੱਲ੍ਹ ਨੂੰ ਉਹ ਕਰਨਗੇ, ਜਿਸ ਨਾਲ ਕੱਲ੍ਹ ਨੂੰ ਲਾਭ ਹੋਵੇਗਾ।

ਵਿਸ਼ੇ ਬਾਰੇ ਕੁੱਝ ਹੋਰ

ਵਿਸ਼ਾ, ਇਹ ਤਾਂ ਮਾਲ-ਪੱਤੇ ਦਾ ਭਰਿਆ ਸੰਦੂਕ ਹੈ। ਸ਼ਬਦ, ਇਹ ਸੰਦੂਕ ਦੀ ਚਾਬੀ ਹੈ। ਪਰ ਸੰਦੂਕ ਵਿੱਚ ਆਪਣੀ ਦੌਲਤ ਹੋਣੀ ਚਾਹੀਦੀ ਹੈ, ਪਰਾਈ ਨਹੀਂ।

ਕੁੱਝ ਲੇਖਕ ਇੱਕ ਵਿਸ਼ੇ ਤੋਂ ਦੂਜੇ ਵਿਸ਼ੇ ਵੱਲ ਛਾਲ ਮਾਰਦੇ ਰਹਿੰਦੇ ਹਨ, ਇੱਕ ਦੀ ਗਹਿਰਾਈ ਵਿੱਚ ਵੀ ਨਹੀਂ ਉੱਤਰ ਸਕਦੇ। ਉਹ ਜਰਾ ਸੰਦੂਕ ਦਾ ਢੱਕਣ ਚੁੱਕਦੇ ਹਨ, ਉੱਪਰ ਪਏ ਕੱਪੜਿਆਂ ਨੂੰ ਹੀ ਹਿਲਾਉਂਦੇ-ਜੁਲਾਉਂਦੇ ਹਨ ਅਤੇ ਝੱਟ-ਪੱਟ ਅੱਗੇ ਵਧ ਜਾਂਦੇ ਹਨ। ਸੰਦੂਕ ਦਾ ਅਸਲੀ ਮਾਲਕ ਤਾਂ ਇਹ ਜਾਣਦਾ ਹੈ ਕਿ ਜੇਕਰ ਸਾਵਧਾਨੀ ਨਾਲ ਇੱਕ ਤੋਂ ਬਾਅਦ ਇੱਕ ਚੀਜ਼ ਬਾਹਰ ਕੱਢੀ ਜਾਵੇ, ਤਾਂ ਸਭ ਤੋਂ ਹੇਠਾਂ ਹੀਰੇ-ਮੋਤੀਆਂ ਨਾਲ ਭਰੀ ਪਟਾਰੀ ਹੱਥ ਲੱਗੇਗੀ।

ਇੱਕ ਵਿਸ਼ੇ ਤੋਂ ਦੂਜੇ ਵਿਸ਼ੇ ਵੱਲ ਛਾਲ ਮਾਰਨ ਵਾਲੇ ਲੇਖਕ ਅਨੇਕਾਂ ਸ਼ਾਦੀਆਂ ਕਰਨ ਲਈ ਪਹਾੜਾਂ ਵਿੱਚ ਮਸ਼ਹੂਰ ਦਲਾਗਾਲੋਵ ਵਾਂਗ ਹਨ। ਉਸ ਨੇ ਜਿਵੇਂ-ਕਿਵੇਂ ਅਠਾਈ ਵਾਰ ਸ਼ਾਦੀ ਕੀਤੀ, ਪਰ ਆਖ਼ਰ ਵਿੱਚ ਬਿਲਕੁੱਲ ਇਕੱਲੀ ਜਾਨ ਹੀ ਰਹਿ ਗਿਆ।

ਫਿਰ ਵੀ ਇਕੱਲੀ ਕਾਨੂੰਨੀ ਬਵੀ ਨਾਲ ਵਿਸ਼ੇ ਦੀ ਤੁਲਨਾ ਕਰਨੀ ਠੀਕ ਨਹੀਂ ਹੋਵੇਗੀ। ਇੱਕ ਮਾਂ ਜਾਂ ਇੱਕ ਬੱਚੇ ਨਾਲ ਵੀ ਉਸ ਦੀ ਤੁਲਨਾ ਨਹੀਂ ਕੀਤੀ ਜਾ ਸਕਦੀ। ਕਿਉਂਕਿ ਅਸੀਂ ਅਜਿਹਾ ਨਹੀਂ ਕਹਿ ਸਕਦੇ, ਇਹ ਮੇਰਾ ਵਿਸ਼ਾ ਹੈ, ਖ਼ਬਰਦਾਰ, ਜੇ ਕਿਸੇ ਨੇ ਇਸ ਨੂੰ ਛੂਹਿਆ।

ਵਿਸ਼ਾ ਤਾਂ ਮੇਰਾ ਹੈ, ਪਰ ਸਾਰੇ ਹੀ ਇਸ ਵਿਸ਼ੇ ਨੂੰ ਲੈ ਸਕਦੇ ਹਨ। ਮੈਂ ਇੱਕ ਲੇਖਕ ਨੂੰ ਇਸ ਲਈ ਬੁਰਾ-ਭਲਾ ਕਹਿੰਦੇ ਸੁਣਿਆ ਸੀ ਕਿ ਉਸ ਨੇ ਉਸ ਦਾ ਵਿਸ਼ਾ 'ਚੁਰਾ' ਲਿਆ ਸੀ। ਉਹ ਕਹਿ ਰਿਹਾ ਸੀ, "ਇਰਚੇ ਗ਼ਾਜ਼ਾਖ਼ (ਪਿਛਲੀ ਸਦੀ ਦੇ ਕੁਮੀਕ ਸਾਹਿਤ ਦਾ ਜਨਮ-ਦਾਤਾ ਕਵੀ) ਬਾਰੇ ਲਿਖਣ ਦਾ ਹੱਕ ਤੁਹਾਨੂੰ ਕਿਸ ਨੇ ਦਿੱਤਾ? ਤੁਸੀਂ ਤਾਂ ਜਾਣਦੇ ਹੀ ਹੋ ਕਿ ਇਹ ਮੇਰਾ ਵਿਸ਼ਾ ਐ, ਕਿ ਇਰਚੇ ਗ਼ਾਜ਼ਾਖ਼ ਬਾਰੇ ਮੈਂ ਲਿਖਦਾਂ। ਇਹ ਤਾਂ ਦਿਨ-ਦਿਹਾੜੇ ਚੋਰੀ ਐ।" ਇਹ ਲੇਖਕ ਅਜਿਹਾ ਆਪੇ ਤੋਂ ਬਾਹਰ ਹੋਇਆ ਜਾ ਰਿਹਾ ਸੀ, ਜਿਵੇਂ ਉਸ ਵੇਲੇ ਕੋਈ ਉਸ ਦੀ ਪ੍ਰੇਮਿਕਾ ਨੂੰ ਲੈ ਕੇ ਭੱਜ ਗਿਆ ਹੋਵੇ।

ਉਸ ਨੂੰ ਜਵਾਬ ਵੀ ਅਜਿਹਾ ਕਰਾਰਾ ਮਿਲਿਆ, ਜਿਹੜਾ ਕੋਈ ਪਹਾੜੀ ਹੀ ਦੇ ਸਕਦਾ ਸੀ:

"ਇਮਾਮ ਉਹੀ ਬਣ ਸਕਦੈ, ਜਿਸ ਦੀ ਤਲਵਾਰ ਵਿੱਚ ਦਮ ਹੋਵੇ, ਜਿਸ ਦੀ ਧਾਰ ਤੇਜ ਹੋਵੇ। ਦੁੱਲਹਣ ਉਸ ਦੀ ਨਹੀਂ ਹੁੰਦੀ, ਜਿਸ ਨੇ ਮੰਗਣੀ ਕਰਨ ਲਈ ਵਿਚੋਲੇ ਨੂੰ ਉਸ ਦੇ ਘਰ ਭੇਜਿਆ ਹੋਵੇ, ਬਲਕਿ ਉਸ ਦੀ ਹੁੰਦੀ ਐ, ਜਿਹੜਾ ਉਸ ਨੂੰ ਆਪਣੀ ਬੀਵੀ ਬਣਾ ਲੈਂਦਾ ਹੈ। ਸਾਰੇ ਹੋਰ ਵਿਸ਼ਿਆਂ ਵਾਂਗ ਇਰਚੇ ਦਾ ਵਿਸ਼ਾ ਵੀ ਉਸ ਦਾ ਹੋਵੇਗਾ, ਜੋ ਉਸ ਬਾਰੇ ਬਿਹਤਰ ਲਿਖੇਗਾ।"

ਹਾਂ, ਵੱਖ-ਵੱਖ ਲੇਖਕ ਸੁਤੰਤਰ ਰੂਪ ਵਿੱਚ ਇੱਕ ਹੀ ਵਿਸ਼ੇ 'ਤੇ ਕੰਮ ਕਰ ਸਕਦੇ ਹਨ। ਸਾਹਿਤ ਵਿੱਚ ਸਾਂਝਾ ਫ਼ਾਰਮ ਨਹੀਂ ਹੋ ਸਕਦਾ। ਹਰ ਲੇਖਕ ਦਾ ਆਪਣਾ ਖੇਤ, ਆਪਣਾ ਸਿਆੜ ਹੁੰਦਾ ਹੈ, ਜੋ ਚਾਹੇ ਕਿੰਨਾ ਵੀ ਛੋਟਾ ਕਿਉਂ ਨਾ ਹੋਵੇ। ਪਰ ਮੈਂ ਕਿਸੇ ਨੂੰ ਇਸ ਆਧਾਰ 'ਤੇ ਆਪਣੇ ਖੇਤ ਕੋਲ ਆਉਣ ਤੋਂ ਨਹੀਂ ਰੋਕਦਾ ਕਿ ਉਹ ਖ਼ੁਦ ਆਪਣੇ ਸਿਆੜਾਂ ਕੋਲ ਨਹੀਂ ਜਾਂਦਾ। ਮੇਰੀ ਸੀਮਾ-ਰੇਖਾ 'ਤੇ ਨਾ ਤਾਂ ਤੁਹਾਨੂੰ ਕੁੱਤੇ ਨਜ਼ਰ ਆਉਣਗੇ ਅਤੇ ਨਾ ਹੀ ਬੰਦੂਕ ਵਾਲੇ ਪਹਿਰੇਦਾਰ। ਪਰ ਕੋਈ ਸੀਮਾ-ਰੇਖਾ ਹੈ ਕਿੱਥੇ, ਉਸ ਨੂੰ ਕਿਸ ਨੇ ਬਣਾਇਆ, ਕਿਹੜੀ ਚੀਜ਼ ਨਾਲ ਉਸ ਦੁਆਲੇ ਵਾੜ ਬਣਾਈ ਜਾਵੇ? ਮੇਰਾ ਵਿਸ਼ਾ ਨਾ ਤਾਂ ਮਨਾਹੀ ਵਾਲਾ ਘਾਹ ਦਾ ਮੈਦਾਨ ਹੈ ਅਤੇ ਨਾ ਹੀ ਮਸਜਿਦ ਦੀ ਅਜਿਹੀ ਜਗ੍ਹਾ, ਜਿੱਥੇ ਕਿਸੇ ਪਰਾਏ ਆਦਮੀ ਦਾ ਪੈਰ ਨਹੀਂ ਪੈਣਾ ਚਾਹੀਦਾ।

ਦਾਗ਼ਿਸਤਾਨ ਦੇ ਲੇਖਕਾਂ ਦਾ ਸੰਮੇਲਨ ਹੋ ਰਿਹਾ ਸੀ। ਉਸ ਵਿੱਚ ਬਹਿਸ ਹੋ ਰਹੀ ਸੀ। ਇੱਕ ਬੁਲਾਰੇ ਨੇ ਕਿਹਾ:

"ਦਾਗ਼ਿਸਤਾਨੀਆਂ ਨੂੰ ਦੂਜੇ ਦੇਸ਼ਾਂ ਅਤੇ ਦੂਜੇ ਲੋਕਾਂ ਬਾਰੇ ਲਿਖਣ ਦੀ ਕੀ ਲੋੜ ਪਈ ਐ? ਸਪੇਨ ਬਾਰੇ ਸਪੇਨੀ, ਜਾਪਾਨ ਬਾਰੇ ਜਾਪਾਨੀ ਅਤੇ ਉਰਾਲ ਦੇ ਉਦਯੋਗਾਂ ਬਾਰੇ ਉਰਾਲੀ ਲਿਖਣ। ਜੇਕਰ ਕਿਸੇ ਪੰਛੀ ਦਾ ਆਲ੍ਹਣਾ ਕਿਸੇ ਇੱਕ ਬਾਗ਼ ਵਿੱਚ ਐ, ਤਾਂ ਕੀ ਉਹ ਆਪਣਾ ਗੀਤ ਗਾਉਣ ਲਈ ਕਿਸੇ ਦੂਜੇ ਬਾਗ਼ ਵਿੱਚ ਉੱਡ ਕੇ ਜਾਵੇਗਾ? ਕੀ ਪਹਾੜਾਂ ਤੋਂ ਪਥਰੀਲੀ ਮਿੱਟੀ ਘਾਟੀ ਵਿੱਚ ਲਿਆਉਣੀ ਚਾਹੀਦੀ ਐ, ਜਿੱਥੇ ਉਸ ਤੋਂ ਬਿਨਾਂ ਹੀ ਵੱਧ ਤੋਂ ਵੱਧ ਉਪਜਾਊ ਮਿੱਟੀ ਐ? ਭੇਡੂ ਦੀ ਚਰਬੀ ਨਾਲ ਭਰੀ ਪੂਛ ਨੂੰ ਭੁੰਨਣ ਤੋਂ ਪਹਿਲਾਂ ਕੀ ਉਸ 'ਤੇ ਹੋਰ ਘਿਉ ਚੋਪੜਣ ਦੀ ਵੀ ਜ਼ਰੂਰ ਹੁੰਦੀ ਐ?"

ਸੰਮੇਲਨ ਵਿੱਚ ਇੱਕ ਹੋਰ ਲੋਕਤੰਤਰ ਤੋਂ ਆਇਆ ਹੋਇਆ ਮਹਿਮਾਨ ਵੀ ਸ਼ਾਮਲ ਸੀ। ਉਸ ਨੇ ਬੁਲਾਰੇ ਨੂੰ ਇਹ ਜਵਾਬ ਦਿੱਤਾ:

"ਜਿਵੇਂ ਪੰਛੀਆਂ ਦਾ ਆਲ੍ਹਣਾ ਹੁੰਦੈ, ਉਵੇਂ ਹੀ ਜੰਗਲੀ ਜਾਨਵਰਾਂ ਦਾ ਘੋਰਨਾ ਹੁੰਦੈ। ਪਰ ਸੂਰਜ ਸਾਰੇ ਜਾਨਵਰਾਂ ਨੂੰ ਰੌਸ਼ਨੀ ਦਿੰਦੈ ਅਤੇ ਬਾਰਿਸ਼ ਸਾਰੇ ਦਰੱਖਤਾਂ ਨੂੰ ਸਿੰਜਦੀ ਐ। ਸਤਰੰਗੀ ਪੀਂਘ ਸਾਰਿਆਂ ਨੂੰ ਆਪਣੀ ਨਜ਼ਾਰਾ ਦਿਖਾਉਂਦੀ ਐ। ਬਿਜਲੀ ਉੱਚੇ ਪਹਾੜਾਂ ਵਿੱਚ ਵੀ ਚਮਕਦੀ ਐ ਅਤੇ ਡੂੰਘੇ ਦੱਰਿਆਂ ਵਿੱਚ ਵੀ। ਬੱਦਲ ਵੀ ਇਸੇ ਤਰ੍ਹਾਂ ਹੀ ਸਭ ਜਗ੍ਹਾ ਗਰਜਦੇ ਨੇ। ਵਿਦੇਸ਼ ਵਿੱਚੋਂ ਲਿਆਂਦੇ ਗਏ ਚਾਵਲ ਨਾਲ ਵੀ ਵਧੀਆ ਪੁਲਾਓ ਤਿਆਰ ਕੀਤਾ ਜਾ ਸਕਦੈ। ਮੈਂ ਤੁਹਾਡੇ ਸੰਮੇਲਨ ਵਿੱਚ ਬਹੁਤ ਦੂਰ ਤੋਂ ਆਇਆਂ। ਉਹ ਵੀ ਵਧਾਈ ਦੇਣ ਲਈ। ਪਰ ਹੁਣ ਮੈਨੂੰ ਇਹ ਲੱਗਦੈ ਕਿ ਤੁਹਾਡੇ ਪਹਾੜਾਂ, ਤੁਹਾਡੇ ਸਾਗਰਾਂ, ਤੁਹਾਡੇ ਨੇਕ-ਪੁਰਖਾਂ ਅਤੇ ਪ੍ਰਭਾਵਸ਼ਾਲੀ ਔਰਤਾਂ ਨਾਲ ਮੈਨੂੰ ਪਿਆਰ ਹੋ ਗਿਐ। ਜੇਕਰ ਮੈਂ ਤੁਹਾਡੇ

ਬਾਰੇ ਲਿਖਾਂਗਾ, ਤਾਂ ਮੇਰੇ ਲੋਕ ਇਸ ਲਈ ਮੇਰੇ ਧੰਨਵਾਦੀ ਹੋਣਗੇ। ਜੇਕਰ ਤੁਸੀਂ ਮੇਰੀ ਜਨਮ-ਭੂਮੀ ਬਾਰੇ ਲਿਖੋਗੇ, ਤਾਂ ਇਸ ਦੇ ਵਿੱਚ ਵੀ ਕੋਈ ਬੁਰਾਈ ਨਹੀਂ ਹੋਵੇਗੀ। ਪਿਆਰ ਵਾਂਗ ਲੇਖਕ ਵੀ ਆਪਣੇ ਵਿਸ਼ੇ ਦੀ ਚੋਣ ਵਿੱਚ ਸੁਤੰਤਰ ਹੁੰਦੈ। ਕੀ ਪਿਆਰ ਕਦੇ ਆਗਿਆ ਲੈ ਕੇ ਕਿਸੇ ਦੇ ਦਿਲ ਵਿੱਚ ਆਪਣੀ ਜਗ੍ਹਾ ਬਣਾਉਂਦੈ?"

ਸੰਮੇਲਨ ਵਿੱਚ ਹਾਜ਼ਰ ਸਾਰੇ ਲੋਕਾਂ ਨੇ ਖ਼ੂਬ ਤਾੜੀਆਂ ਵਜਾਈਆਂ, ਮਹਿਮਾਨ ਦੇ ਸ਼ਬਦ ਤੀਰ ਵਾਂਗ ਤਿੱਖੇ ਸਨ ਅਤੇ ਠੀਕ ਨਿਸ਼ਾਨੇ 'ਤੇ ਲੱਗੇ ਸਨ। ਪਰ ਤਾੜੀਆਂ ਵਜਾਉਂਦੇ ਅਤੇ ਮਹਿਮਾਨ ਨਾਲ ਸਹਿਮਤ ਹੁੰਦੇ ਹੋਏ ਵੀ ਕੁੱਝ ਵਿਚਾਰ ਮੇਰੇ ਦਿਮਾਗ ਵਿੱਚ ਆਉਂਦੇ ਰਹੇ।

ਦੂਜੇ ਦੇਸ਼ਾਂ ਅਤੇ ਦੂਜੇ ਲੋਕਾਂ ਬਾਰੇ ਲਿਖਣਾ ਤਾਂ ਚੰਗੀ ਗੱਲ ਹੈ, ਪਰ ਆਪਣੇ ਵਿਸ਼ੇ ਵਿੱਚ ਪੂਰੀ ਤਰ੍ਹਾਂ ਮਾਹਿਰ ਹੋਣ ਦੇ ਬਾਵਜੂਦ ਹੀ ਅਜਿਹਾ ਕਰਨਾ ਚਾਹੀਦਾ ਹੈ।

ਮੇਰਾ ਛੋਟਾ ਜਿਹਾ ਦਾਗ਼ਿਸਤਾਨ ਅਤੇ ਮੇਰੀ ਬਹੁਤ ਵੱਡੀ ਦੁਨੀਆ। ਇਹ ਦੋ ਨਦੀਆਂ ਹਨ, ਜੋ ਘਾਟੀ ਵਿੱਚ ਪਹੁੰਚ ਕੇ ਇੱਕ ਹੋ ਜਾਂਦੀਆਂ ਹਨ। ਹੰਝੂਆਂ ਦੀਆਂ ਦੋ ਬੂੰਦਾਂ ਹਨ, ਜੋ ਦੋ ਅੱਖਾਂ ਵਿੱਚੋਂ ਛਲਕ ਕੇ, ਦੋ ਗੱਲ੍ਹਾਂ 'ਤੇ ਵਹਿੰਦੀਆਂ ਹਨ, ਪਰ ਇੱਕ ਹੀ ਗ਼ਮ ਜਾਂ ਇੱਕ ਹੀ ਖ਼ੁਸ਼ੀ ਵਿੱਚੋਂ ਪੈਦਾ ਹੁੰਦੀਆਂ ਹਨ।

ਦੋ ਬੂੰਦਾਂ ਕਵੀ ਦੀਆਂ ਗੱਲ੍ਹਾਂ 'ਤੇ, ਡਿੱਗੀਆਂ ਨਮੀ ਦੀਆਂ,
ਇੱਕ ਬੂੰਦ ਸੱਜੀ 'ਤੇ ਆਈ, ਇੱਕ ਬੂੰਦ ਖੱਬੀ 'ਤੇ ਛਲਕੀ।
ਇੱਕ ਖ਼ੁਸ਼ੀ ਦੀ, ਇੱਕ ਗ਼ਮੀ ਦੀ,
ਇੱਕ ਹਿਰਦੇ ਦਾ ਕ੍ਰੋਧ, ਇੱਕ ਮਨ ਦਾ ਪਿਆਰ ਬਣ ਢਲਕੀ।

ਨੰਨ੍ਹੀਆਂ-ਨੰਨ੍ਹੀਆਂ ਇਹ ਦੋ ਬੂੰਦਾਂ, ਸ਼ਾਂਤ ਬੜੀਆਂ,
ਸ਼ਕਤੀਹੀਣ ਨੇ ਵੱਖ-ਵੱਖ ਪਰ, ਜੇਕਰ ਦੋਵੇਂ ਮਿਲ ਜਾਵਣ।
ਉਹ ਕਵਿਤਾ ਦਾ ਰੂਪ ਗ੍ਰਹਿਣ ਕਰ ਕੇ ਉਦੋਂ ਬੇਜੋੜ,
ਬਿਜਲੀ ਵਾਂਗ ਗਰਜਣ, ਬੱਦਲ ਬਣ ਕੇ ਮੀਂਹ ਵਰ੍ਹਾਵਣ।

ਮੇਰਾ ਛੋਟਾ ਜਿਹਾ ਦਾਗ਼ਿਸਤਾਨ ਅਤੇ ਮੇਰੀ ਬਹੁਤ ਵੱਡੀ ਦੁਨੀਆ। ਬਸ, ਇਹੀ ਹੈ ਮੇਰੀ ਜ਼ਿੰਦਗੀ, ਮੇਰਾ ਗੀਤ, ਮੇਰੀ ਕਿਤਾਬ, ਮੇਰਾ ਵਿਸ਼ਾ।

ਜੋ ਉਕਾਬ ਉੱਚੀਆਂ ਚੱਟਾਨਾਂ ਤੋਂ ਘਾਟੀ ਦੀਆਂ ਗਹਿਰਾਈਆਂ ਵੱਲ ਉਡਾਣ ਨਹੀਂ ਭਰਦਾ, ਬੁਰਾ ਉਕਾਬ ਹੈ।

ਜੋ ਉਕਾਬ ਘਾਟੀ ਦੀਆਂ ਗਹਿਰਾਈਆਂ ਤੋਂ ਉੱਚੀਆਂ ਚੱਟਾਨਾਂ ਵੱਲ ਨਹੀਂ ਮੁੜਦਾ, ਬੁਰਾ ਉਕਾਬ ਹੈ।

ਪਰ ਉਕਾਬ ਲਈ ਅਜਿਹਾ ਕਰਨਾ ਆਸਾਨ ਹੈ। ਉਹ ਪੈਦਾ ਹੀ ਉਕਾਬ ਹੋਇਆ ਹੈ ਅਤੇ ਚਾਹੁੰਦੇ ਹੋਏ ਵੀ ਉਹ ਮੁਰਗਾਬੀ ਜਾਂ ਕਾਂ ਨਹੀਂ ਬਣ ਸਕਦਾ। ਜੇਕਰ ਲੇਖਕ ਇਸ ਉੱਤਮ ਅਤੇ ਦਲੇਰ ਪੰਛੀ ਦੇ ਗੁਣ ਲੈ ਕੇ ਪੈਦਾ ਨਹੀਂ ਹੁੰਦਾ, ਤਾਂ ਉਸ ਲਈ ਉਕਾਬ ਬਣਨਾ ਮੁਸ਼ਕਿਲ ਹੈ।

ਸਾਡੇ ਇੱਥੇ ਜੋ ਆਦਮੀ ਸਾਜ਼ ਵਜਾਉਣਾ ਨਹੀਂ ਜਾਣਦਾ, ਉਸ ਬਾਰੇ ਤਸੱਲੀ

ਦਿੰਦੇ ਹੋਏ ਕਿਹਾ ਜਾਂਦਾ ਹੈ, ਕੋਈ ਗੱਲ ਨਹੀਂ, ਦੂਜੀ ਦੁਨੀਆ ਵਿੱਚ ਸਿੱਖ ਜਾਵੇਗਾ।

ਕਿੰਨੇ ਜ਼ਿਆਦਾ ਹਨ ਅਜਿਹੇ ਲੋਕ, ਜੋ ਪਿਆਰ ਜਾਂ ਘਿਰਣਾ ਦੀਆਂ ਭਾਵਨਾਵਾਂ ਨਾਲ ਪ੍ਰੇਰਿਤ ਹੋ ਕੇ ਨਹੀਂ, ਬਲਕਿ ਕੇਵਲ ਗੰਧ ਤੋਂ ਪ੍ਰੇਰਿਤ ਹੋ ਕੇ ਕਲਮ ਉਠਾਉਂਦੇ ਹਨ।

ਗੱਲ ਇਹ ਹੈ ਕਿ ਪਿੰਡ ਵਿੱਚ ਆਉਣ ਵਾਲਾ ਮਹਿਮਾਨ ਇਹ ਸੋਚਦਾ ਹੋਇਆ ਕਿ ਕਿਹੜਾ ਘਰ ਉਹ ਆਪਣੇ ਵਾਸਤੇ ਚੁਣੇ, ਆਖ਼ਰ ਰਸੋਈ ਵਿੱਚੋਂ ਨਿੱਕਲਣ ਵਾਲੇ ਧੂਏਂ ਦੀ ਗੰਧ ਦੇ ਆਧਾਰ 'ਤੇ ਹੀ ਇਸ ਤਰ੍ਹਾਂ ਕਰਦਾ ਹੈ। ਇੱਕ ਘਰ ਦੇ ਧੂਏਂ ਵਿੱਚ ਮੱਕੀ ਦੀਆਂ ਰੋਟੀਆਂ ਦੀ ਗੰਧ ਹੁੰਦੀ ਹੈ ਅਤੇ ਦੂਜੇ ਦੇ ਧੂਏਂ ਵਿੱਚ ਭੁੰਨੇ ਹੋਏ ਮਾਸ ਦੀ।

ਦੁੱਲ੍ਹਾ ਵੀ ਤਾਂ ਦੋ ਲੜਕੀਆਂ ਵਿੱਚੋਂ, ਜਿਨ੍ਹਾਂ ਵਿੱਚੋਂ ਇੱਕ ਬੁੱਧੂ ਅਤੇ ਦੂਜੀ ਸਮਝਦਾਰ ਹੁੰਦੀ ਹੈ, ਬੁੱਧੂ ਨੂੰ ਹੀ ਚੁਣ ਲੈਂਦਾ ਹੈ ਕਿ ਉਸ ਕੋਲ ਦੌਲਤ ਜ਼ਿਆਦਾ ਹੈ।

ਅਜਿਹੇ ਵੀ ਤਾਂ ਲੇਖਕ ਹਨ, ਜ਼ਿਨ੍ਹਾਂ ਨੂੰ ਇਸ ਗੱਲ ਨਾਲ ਕੋਈ ਫ਼ਰਕ ਨਹੀਂ ਪੈਂਦਾ ਕਿ ਉਹ ਕਿਹੜੇ ਵਿਸ਼ੇ 'ਤੇ ਜਾਂ ਕਿਹੜੇ ਦੇਸ਼ ਬਾਰੇ ਲਿਖਦੇ ਹਨ। ਉਹ ਤਾਂ ਮੁਨਾਫ਼ਾਖ਼ੋਰਾਂ ਵਰਗੇ ਹਨ, ਜੋ ਇਹ ਸੋਚਦੇ ਹਨ ਕਿ ਜਿੰਨੀ ਦੂਰ ਜਾਵਾਂਗੇ, ਆਪਣਾ ਮਾਲ ਉਨਾ ਹੀ ਜ਼ਿਆਦਾ ਮਹਿੰਗਾ ਵੇਚ ਸਕਾਂਗੇ।

ਉਹ ਮੈਨੂੰ ਫ਼ਾਰਖ਼ਾਲਸ਼ਾ ਨਾਂ ਦੀ ਉਸ ਲੜਕੀ ਦੀ ਯਾਦ ਦਿਵਾਉਂਦੇ ਹਨ, ਜੋ ਇਹ ਮੰਨਦੀ ਸੀ ਕਿ ਆਪਣੇ ਪਿੰਡ ਵਿੱਚ ਉਸ ਦੇ ਯੋਗ ਕੋਈ ਲੜਕਾ ਨਹੀਂ ਹੈ, ਇਸ ਲਈ ਦੂਜੇ ਪਿੰਡ ਦੇ ਨੌਜਵਾਨਾਂ 'ਤੇ ਆਸ ਲਗਾਈ ਬੈਠੀ ਰਹੀ ਅਤੇ ਜਿਵੇਂ ਕਿ ਆਸਾਨੀ ਨਾਲ ਅਨੁਮਾਨ ਲਗਾਇਆ ਜਾ ਸਕਦਾ ਹੈ ਕਿ ਉਹ ਆਖ਼ਰ ਨੂੰ ਹਮੇਸ਼ਾ ਲਈ ਕੁਆਰੀ ਹੀ ਰਹਿ ਗਈ।

ਜੰਗਲ ਵਿੱਚ ਜਾਣ ਵਾਲੇ ਪਹਾੜੀਆਂ ਦਾ ਕਿੱਸਾ

ਕਿਸੇ ਪਿੰਡ ਦੇ ਦੋ ਪਹਾੜੀ ਆਦਮੀ ਪੰਜਾਲੀ ਲਈ ਲੱਕੜ ਕੱਟਣ ਲਈ ਜੰਗਲ ਵਿੱਚ ਗਏ। ਜ਼ਾਹਿਰ ਹੈ ਕਿ ਉਨ੍ਹਾਂ ਦੀਆਂ ਪੁਰਾਣੀਆਂ ਪੰਜਾਲੀਆਂ ਕੰਮ ਦੀਆਂ ਨਹੀਂ ਰਹੀਆਂ ਹੋਣਗੀਆਂ।

ਇੱਕ ਨੂੰ ਤਾਂ ਤੁਰੰਤ ਵਧੀਆ ਦਰੱਖਤ ਮਿਲ ਗਿਆ ਅਤੇ ਉਸ ਨੇ ਦੋ ਵਧੀਆ ਸੁੱਕੇ ਤਣੇ ਕੱਟ ਲਏ। ਪਰ ਉਸ ਦੇ ਸਾਥੀ ਨੂੰ ਅਜਿਹਾ ਹੀ ਲੱਗਦਾ ਰਿਹਾ ਕਿ ਅਗਲਾ ਦਰੱਖਤ ਜ਼ਿਆਦਾ ਵਧੀਆ ਹੋਵੇਗਾ। ਉਹ ਦਿਨ ਭਰ ਇਸੇ ਤਰ੍ਹਾਂ ਹੀ ਜੰਗਲ ਵਿੱਚ ਭਟਕਦਾ ਰਿਹਾ ਅਤੇ ਜੋ ਕੁੱਝ ਚਾਹੀਦਾ ਸੀ, ਉਸ ਨੂੰ ਚੁਣਨ ਬਾਰੇ ਆਪਣਾ ਇਰਾਦਾ ਨਾ ਬਣਾ ਸਕਿਆ। ਆਖ਼ਰ ਉਸ ਨੇ ਦੋ ਤਣੇ ਕੱਟ ਲਏ, ਜੋ ਸ਼ੁਰੂ ਵਿੱਚ ਮਿਲਣ ਵਾਲਿਆਂ ਦਾ ਮੁਕਾਬਲੇ ਕਿਤੇ ਘਟੀਆ ਸਨ। ਉਹ ਸ਼ਾਮ ਹੋਣ 'ਤੇ ਉਦੋਂ ਘਰ ਮੁੜਿਆ, ਜਦੋਂ ਪਹਿਲਾ ਪਹਾੜੀ ਨਵੀਂ ਪੰਜਾਲੀ ਦੀ ਵਰਤੋਂ ਕਰ ਕੇ ਖੇਤ ਵਾਹੁਣ ਤੋਂ ਬਾਅਦ ਘਰ ਮੁੜ ਰਿਹਾ ਸੀ।

ਅਬੂਤਾਲਿਬ ਨੇ ਮੈਨੂੰ ਇਹ ਕਿੱਸਾ ਇਸ ਸਿਲਸਿਲੇ ਵਿੱਚ ਸੁਣਾਇਆ ਸੀ ਕਿ ਇੱਕ ਦਾਗ਼ਿਸਤਾਨੀ ਕਵੀ ਬਹੁਤ ਲੰਬੀ ਯਾਤਰਾ ਤੋਂ ਬਾਅਦ ਦੋ ਘਟੀਆ ਜਿਹੀਆਂ ਕਵਿਤਾਵਾਂ ਰਚ ਕੇ ਘਰ ਮੁੜਿਆ ਸੀ।

"ਜਿਹੜਾ ਗੀਤ ਆਪਣੇ ਘਰ ਵਿੱਚ ਨਹੀਂ ਸਿੱਖਿਆ ਗਿਆ, ਉਹ ਘਰ ਤੋਂ ਦੂਰ

ਜਾ ਕੇ ਨਹੀਂ ਸਿੱਖਿਆ ਜਾ ਸਕਦਾ।" ਬਜ਼ੁਰਗ ਸ਼ਾਇਰ ਨੇ ਇਹ ਨਤੀਜਾ ਕੱਢਿਆ ਅਤੇ ਫਿਰ ਇੰਨਾ ਹੋਰ ਜੋੜ ਦਿੱਤਾ, "ਕਵੀ ਕਦੇ-ਕਦੇ ਉਸ ਪਹਾੜੀ ਆਦਮੀ ਵਰਗੇ ਹੁੰਦੇ ਨੇ, ਜਿਹੜਾ ਦਿਨ ਭਰ ਆਪਣੀ ਫ਼ਰ ਦੀ ਟੋਪੀ ਨੂੰ ਲੱਭਦਾ ਰਿਹਾ, ਜਦੋਂ ਕਿ ਉਹ ਉਸ ਦੇ ਮੂਰਖਤਾਪੂਰਨ ਸਿਰ 'ਤੇ ਮੌਜ ਮਨਾ ਰਹੀ ਸੀ।"

ਵਿਸ਼ੇ ਬਾਰੇ ਕੁੱਝ ਹੋਰ

ਇੱਕ ਅਜਿਹਾ ਵੀ ਦਿਨ ਸੀ, ਜਦੋਂ ਮੈਂ ਪਹਿਲੀ ਵਾਰ ਆਪਣਾ ਘਰ ਛੱਡ ਕੇ ਸਫ਼ਰ ਲਈ ਨਿੱਕਲਿਆ ਸੀ। ਮਾਂ ਨੇ ਬਲਦਾ ਹੋਇਆ ਲੈਂਪ ਖਿੜਕੀ ਵਿੱਚ ਰੱਖ ਦਿੱਤਾ ਸੀ। ਮੈਂ ਥੋੜ੍ਹਾ ਜਿਹਾ ਚੱਲਦਾ, ਮੁੜ ਕੇ ਦੇਖਦਾ, ਫਿਰ ਚੱਲਦਾ, ਪਰ ਮੇਰੇ ਘਰ ਦਾ ਲੈਂਪ ਧੁੰਦ ਅਤੇ ਹਨੇਰੇ ਨੂੰ ਚੀਰ ਕੇ ਮੈਨੂੰ ਝਲਕ ਦਿਖਾਉਂਦਾ ਰਿਹਾ।

ਛੋਟੀ ਜਿਹੀ ਖਿੜਕੀ ਵਿੱਚ ਰੱਖਿਆ ਹੋਇਆ ਲੈਂਪ ਅਨੇਕਾਂ ਵਰ੍ਹਿਆਂ ਦੌਰਾਨ, ਜਦੋਂ ਮੈਂ ਦੁਨੀਆ ਵਿੱਚ ਘੁੰਮਦਾ ਰਿਹਾ, ਮੇਰੀਆਂ ਅੱਖਾਂ ਸਾਹਮਣੇ ਟਿਮਟਿਮਾਉਂਦਾ ਰਿਹਾ। ਹੁਣ ਆਪਣੇ ਘਰ ਵਾਪਸ ਆ ਕੇ ਮੈਂ ਇਸ ਖਿੜਕੀ ਵਿੱਚੋਂ ਝਾਕਿਆ, ਤਾਂ ਮੈਨੂੰ ਉਹ ਸਾਰੀ ਵੱਡੀ ਦੁਨੀਆ ਦਿਖਾਈ ਦਿੱਤੀ, ਜੋ ਮੈਂ ਹੁਣ ਤੱਕ ਘੁੰਮ ਚੁੱਕਿਆ ਸੀ।

ਲੇਖਕ ਨੂੰ ਵਿਸ਼ੇ ਭਲਾਂ ਕੌਣ ਦੇ ਸਕਦਾ ਹੈ? ਉਸ ਨੂੰ ਸਿਰ, ਅੱਖਾਂ, ਕੰਨ ਅਤੇ ਦਿਲ ਦੇਣਾ ਕਿਤੇ ਜ਼ਿਆਦਾ ਸੌਖਾ ਹੈ। ਜਿਹੜਾ ਲੇਖਕ ਪ੍ਰੇਮ ਜਾਂ ਘਿਰਣਾ ਤੋਂ ਪ੍ਰੇਰਿਤ ਹੋ ਕੇ ਨਹੀਂ, ਗੰਧ ਜਾਂ ਹੋਰ ਸਪੱਸ਼ਟ ਕਹਿ ਲਿਆ ਜਾਵੇ ਕਿ ਆਪਣੀ ਸੁੰਘਣ-ਸ਼ਕਤੀ ਦੇ ਆਧਾਰ 'ਤੇ ਵਿਸ਼ੇ ਲੱਭਦੇ ਹਨ, ਉਹ ਯੁੱਗ-ਪੁੱਤਰ ਨਹੀਂ ਬਣ ਸਕਦੇ। ਉਹ ਆਪਣੇ ਸਮੇਂ ਦੇ ਨਹੀਂ, ਇੱਕ ਦਿਨ ਦੇ ਬੇਟੇ ਹੁੰਦੇ ਹਨ। ਇਸ ਤੋਂ ਇਲਾਵਾ ਬੋਲੀ ਦੁੱਲਹਣ ਨਾਲ ਵੀ ਉਨ੍ਹਾਂ ਦੀ ਤੁਲਨਾ ਕੀਤੀ ਜਾ ਸਕਦੀ ਹੈ।

ਬੋਲੀ ਦੁੱਲਹਣ ਦਾ ਕਿੱਸਾ

ਕਦੇ ਕਿਸੇ ਪਿੰਡ ਵਿੱਚ ਇੱਕ ਬੋਲੀ ਲੜਕੀ ਰਹਿੰਦੀ ਸੀ। ਦੂਜੇ ਪਿੰਡ ਦੇ ਇੱਕ ਨੌਜਵਾਨ ਨੇ, ਜਿਸ ਨੂੰ ਉਸ ਦੇ ਬੋਲੀ ਹੋਣ ਬਾਰੇ ਕੋਈ ਪਤਾ ਨਹੀਂ ਸੀ, ਉਸ ਦੇ ਘਰ ਮੰਗਣੀ ਕਰਨ ਵਾਲੇ ਭੇਜ ਦਿੱਤੇ। ਢੰਗ ਨਾਲ ਸਾਰਾ ਪ੍ਰਬੰਧ ਹੋ ਗਿਆ ਅਤੇ ਸ਼ਾਦੀ ਸ਼ੁਰੂ ਹੋ ਗਈ। ਬੇਸ਼ੁਮਾਰ ਮਹਿਮਾਨ ਇਕੱਠੇ ਹੋ ਗਏ। ਦੁੱਲਹਣ ਇਹ ਨਹੀਂ ਚਾਹੁੰਦੀ ਸੀ ਕਿ ਸ਼ਾਦੀ ਵਿੱਚ ਸ਼ਾਮਲ ਹੋਣ ਵਾਲੇ ਸਾਰੇ ਲੋਕਾਂ ਨੂੰ ਉਸ ਦੇ ਬੋਲੀ ਹੋਣ ਬਾਰੇ ਪਤਾ ਲੱਗੇ। ਉਸ ਨੇ ਆਪਣੀ ਸਹੇਲੀ ਨੂੰ ਕਿਹਾ ਕਿ ਹਰ ਵੇਲੇ ਉਸ ਦੇ ਕੋਲ ਬੈਠੀ ਰਹੇ। ਜੇਕਰ ਲੋਕ ਕੋਈ ਖ਼ੁਸ਼ੀ ਵਾਲੀ ਗੱਲ ਸੁਣਾਉਣ, ਭਾਵ ਅਜਿਹੀ ਕਿ ਜਿਸ 'ਤੇ ਹੱਸਣਾ ਚਾਹੀਦਾ ਹੈ, ਤਾਂ ਸਹੇਲੀ ਉਸ ਦੇ ਖੱਬੇ ਮੋਢੇ 'ਤੇ ਚੂੰਢੀ ਵੱਢੇ ਅਤੇ ਜੇਕਰ ਦੁੱਖ ਜਾਂ ਉਦਾਸੀ ਵਾਲੀ ਕੋਈ ਗੱਲ ਹੋਵੇ, ਤਾਂ ਸਹੇਲੀ ਸੱਜੇ ਮੋਢੇ 'ਤੇ ਚੂੰਢੀ ਵੱਢੇ।

ਸ਼ਾਦੀ ਵੇਲੇ ਦੁੱਲਹਣ ਦਾ ਖ਼ੁਦ ਬੋਲਣਾ-ਚੱਲਣਾ ਜ਼ਰੂਰੀ ਨਹੀਂ ਹੁੰਦਾ, ਉਸ ਦਾ ਚੁੱਪ ਰਹਿਣਾ ਜ਼ਿਆਦਾ ਚੰਗਾ ਹੁੰਦਾ ਹੈ। ਇਸ ਲਈ ਕੁੱਝ ਸਮਾਂ ਤਾਂ ਮਾਮਲਾ ਸਹੀ ਢੰਗ ਨਾਲ

ਚੱਲਦਾ ਰਿਹਾ। ਜਦੋਂ ਹੱਸਣਾ ਜ਼ਰੂਰੀ ਹੁੰਦਾ, ਤਾਂ ਦੁੱਲਹਣ ਹੱਸਦੀ ਅਤੇ ਆਲੇ-ਦੁਆਲੇ ਲੋਕ ਜਦੋਂ ਦੁਖੀ ਹੁੰਦੇ, ਤਾਂ ਉਹ ਉਦਾਸ ਹੁੰਦੀ।

ਪਰ ਬਾਅਦ ਵਿੱਚ ਉਸ ਦੀ ਸਹੇਲੀ ਭੁੱਲ ਗਈ, ਜੋ ਤੈਅ ਕੀਤਾ ਗਿਆ ਸੀ ਅਤੇ ਜਦੋਂ ਖੱਬੇ ਮੋਢੇ 'ਤੇ ਚੂੰਢੀ ਵੱਢਣੀ ਹੁੰਦੀ, ਤਾਂ ਉਹ ਸੱਜੇ 'ਤੇ ਵੱਢ ਦਿੰਦੀ, ਭਾਵ ਸਭ ਕੁੱਝ ਉਲਟ ਕਰਨ ਲੱਗੀ। ਦੁੱਲਹਣ ਦੁੱਖ ਅਤੇ ਗਹਿਰੀ ਸੋਚ ਦੇ ਪਲਾਂ ਵਿੱਚ ਠਹਾਕੇ ਲਗਾਉਂਦੀ ਅਤੇ ਜਦੋਂ ਸਭ ਹੱਸਦੇ, ਤਾਂ ਉਹ ਹਉਕੇ ਭਰਦੀ, ਦੁਖੀ ਹੁੰਦੀ।

ਦੁੱਲ੍ਹਾ ਦੁੱਲਹਣ ਨੂੰ ਗ਼ੌਰ ਨਾਲ ਦੇਖਣ ਲੱਗਿਆ, ਦੇਖਦਾ ਰਿਹਾ ਅਤੇ ਇਸ ਨਤੀਜੇ 'ਤੇ ਪਹੁੰਚਿਆ ਕਿ ਉਹ ਬਿਲਕੁੱਲ ਮੂਰਖ ਹੈ। ਉਸ ਨੇ ਉਸ ਵੇਲੇ ਉਸੇ ਰਸਤੇ ਉਸ ਨੂੰ ਵਾਪਸ ਭੇਜ ਦਿੱਤਾ, ਜਿਸ ਰਸਤੇ ਤੋਂ ਉਹ ਆਈ ਸੀ।

***

ਤਾਂ ਇਸ ਲਈ ਅਸਲੀ ਲੇਖਕ ਨੂੰ ਸੱਜੇ ਅਤੇ ਖੱਬੇ ਪਾਸੇ ਤੋਂ ਚੂੰਢੀਆਂ ਦੀ ਲੋੜ ਨਹੀਂ ਹੋਣੀ ਚਾਹੀਦੀ। ਉਸ ਦੇ ਆਪਣੇ ਹੀ ਦਿਲ ਦੀ ਪੀੜਾ, ਸਿਰਫ਼ ਆਪਣੀ ਹੀ ਖ਼ੁਸ਼ੀ ਉਸ ਨੂੰ ਕਲਮ ਉਠਾਉਣ ਲਈ ਮਜ਼ਬੂਰ ਕਰੇ। ਉਹ ਇਸ ਲਈ ਨਹੀਂ ਹੱਸਦਾ ਕਿ ਦੂਜੇ ਹੱਸਦੇ ਹਨ ਅਤੇ ਇਸ ਕਰਕੇ ਉਸ ਨੂੰ ਵੀ ਅਜਿਹਾ ਕਰਨਾ ਚਾਹੀਦਾ ਹੈ। ਉਹ ਇਸ ਲਈ ਦੁਖੀ ਨਹੀਂ ਹੁੰਦਾ ਕਿ ਦੂਜੇ ਦੁਖੀ ਹਨ ਅਤੇ ਇਸ ਲਈ ਉਸ ਨੂੰ ਉਨ੍ਹਾਂ ਦਾ ਸਾਥ ਦੇਣਾ ਚਾਹੀਦਾ ਹੈ। ਨਹੀਂ, ਸ਼ਾਦੀ ਨੂੰ ਤਾਂ ਉਸ ਨੂੰ ਆਪਣਾ ਹੀ ਰੰਗ ਦੇਣਾ ਚਾਹੀਦਾ ਹੈ। ਕਵੀ ਜਦੋਂ ਹੱਸੇ, ਤਾਂ ਆਲੇ-ਦੁਆਲੇ ਸਾਰੇ ਖ਼ੁਸ਼ ਹੋ ਜਾਣ। ਕਵੀ ਜਦੋਂ ਆਪਣੇ ਦਿਲ ਦਾ ਦਰਦ ਉਨ੍ਹਾਂ ਦੇ ਸਾਹਮਣੇ ਰੱਖੇ, ਤਾਂ ਉਨ੍ਹਾਂ ਸਾਰਿਆਂ ਦੇ ਦਿਲ ਦਰਦ ਨਾਲ ਤੜਫ਼ ਉੱਠਣ।

ਜੇਕਰ ਕੋਈ ਅਜੇ ਵੀ ਮੇਰੇ ਦ੍ਰਿਸ਼ਟਕੋਣ ਨਾਲ ਸਹਿਮਤ ਨਹੀਂ ਹੈ ਅਤੇ ਇਹ ਮੰਨਦਾ ਹੈ ਕਿ ਦੂਜਿਆਂ ਦੇ ਦੱਸੇ ਹੋਏ ਵਿਸ਼ੇ 'ਤੇ ਲਿਖਣਾ ਜ਼ਿਆਦਾ ਸੌਖਾ ਹੈ, ਤਾਂ ਉਹ ਮੇਰੇ ਨਾਲ ਵਾਪਰੀ ਹੋਈ ਘਟਨਾ ਤੋਂ ਸਬਕ ਲੈਣ।

ਯਾਦਾਂ

ਉਦੋਂ ਮੈਂ ਖ਼ੰਜ਼ੂਹ ਦੀ ਗੜ੍ਹੀ ਵਾਲੇ ਪ੍ਰਾਇਮਰੀ ਸਕੂਲ ਦੀ ਦੂਜੀ ਜਮਾਤ ਵਿੱਚ ਪੜ੍ਹਦਾ ਸੀ। ਨੀਲੀਆਂ ਅੱਖਾਂ ਵਾਲੀ ਨੀਨਾ ਦੀ ਨਾਂ ਲੜਕੀ, ਜੋ ਰੂਸੀ ਅਧਿਆਪਕਾ ਦੀ ਬੇਟੀ ਸੀ, ਮੇਰੇ ਨਾਲ ਇੱਕ ਹੀ ਡੈਸਕ 'ਤੇ ਬੈਠਦੀ ਸੀ। ਮੈਨੂੰ ਉਹ ਬਹੁਤ ਚੰਗੀ ਲੱਗਦੀ ਸੀ, ਪਰ ਉਸ ਨੂੰ ਇਹ ਕਹਿਣ ਦੀ ਮੇਰੀ ਹਿੰਮਤ ਨਹੀਂ ਹੁੰਦੀ ਸੀ। ਆਖ਼ਰ ਮੈਂ ਇੱਕ ਪਰਚੀ 'ਤੇ ਇਹ ਲਿਖ ਕੇ ਉਸ ਨੂੰ ਦੇਣ ਦਾ ਫ਼ੈਸਲਾ ਲਿਆ। ਪਰ ਇਹ ਵੀ ਕੋਈ ਆਸਾਨ ਕੰਮ ਨਹੀਂ ਸੀ, ਇਸ ਲਈ ਉਸ ਵੇਲੇ ਤੱਕ ਮੈਨੂੰ ਰੂਸੀ ਵਿੱਚ ਇੱਕ ਵੀ ਸ਼ਬਦ ਲਿਖਣਾ ਨਹੀਂ ਆਉਂਦਾ ਸੀ। ਕਿਉਂਕਿ ਮੈਂ ਆਪਣੇ ਇੱਕ ਦੋਸਤ ਨੂੰ ਮੱਦਦ ਕਰਨ ਦੀ ਬੇਨਤੀ ਕੀਤੀ। ਉਹ ਸਮਝ ਵਿੱਚ ਨਾ ਆਉਣ ਵਾਲੇ ਕੁੱਝ ਰੂਸੀ ਸ਼ਬਦ ਬੋਲਦਾ ਗਿਆ ਅਤੇ ਮੈਂ ਰੂਸੀ ਅੱਖਰਾਂ ਵਿੱਚ ਲਿਖਦਾ ਗਿਆ। ਮੈਂ ਸੋਚ ਰਿਹਾ ਸੀ ਕਿ ਪਿਆਰ ਦੇ ਬਹੁਤ ਵਧੀਆ ਸ਼ਬਦ, ਜਿਹੋ ਜਿਹੇ ਮੈਂ ਨੀਨਾ ਨੂੰ ਲਿਖਣੇ ਚਾਹੁੰਦਾ ਸੀ, ਲਿਖ ਰਿਹਾ ਹਾਂ। ਕੰਬਦੇ ਹੱਥਾਂ ਨਾਲ ਮੈਂ ਉਹ ਪਰਚੀ ਨੀਨਾ ਨੂੰ ਦਿੱਤੀ, ਕੰਬਦੇ ਹੱਥਾਂ ਨਾਲ

ਉਸ ਨੇ ਉਹ ਫੜੀ ਅਤੇ ਉਸ ਨੂੰ ਪੜ੍ਹਨ ਲੱਗੀ। ਅਚਾਨਕ ਉਸ ਦਾ ਮੂੰਹ ਲਾਲ ਹੋ ਗਿਆ, ਉਹ ਜਮਾਤ ਤੋਂ ਬਾਹਰ ਭੱਜ ਗਈ ਅਤੇ ਫਿਰ ਕਦੇ ਉਹ ਡੈਸਕ 'ਤੇ ਮੇਰੇ ਨਾਲ ਨਹੀਂ ਬੈਠੀ। ਬਾਅਦ ਵਿੱਚ ਪਤਾ ਲੱਗਿਆ ਕਿ ਮੇਰਾ ਸਾਰਾ ਪ੍ਰੇਮ-ਪੱਤਰ ਬਹੁਤ ਹੀ ਅਸ਼ਲੀਲ ਅਤੇ ਗੰਦੇ-ਮੰਦੇ ਸ਼ਬਦਾਂ ਨਾਲ ਭਰਿਆ ਪਿਆ ਸੀ।

ਇੱਕ ਹੋਰ ਘਟਨਾ ਯਾਦ ਆ ਰਹੀ ਹੈ। ਮੈਂ ਸਾਹਿਤ ਸੰਸਥਾ ਦਾ ਵਿੱਦਿਆਰਥੀ ਸੀ ਅਤੇ ਨੀਨਾ ਲੈਨਿਨ ਨਾਮਕ ਅਧਿਆਪਕ ਸਿਖਲਾਈ ਸੰਸਥਾ ਦੀ। ਦਸੰਬਰ ਦੇ ਮਹੀਨੇ ਵਿੱਚ ਇੱਕ ਦਿਨ ਉਸ ਨੇ ਮੈਨੂੰ ਆਪਣੇ ਕੋਲ ਆਉਣ ਦੀ ਦਾਵਤ ਦਿੱਤੀ। ਮੈਨੂੰ ਪਤਾ ਸੀ ਕਿ ਉਸ ਨੇ ਮੈਨੂੰ ਆਪਣੇ ਜਨਮ-ਦਿਨ 'ਤੇ ਬੁਲਾਇਆ ਹੈ। ਜ਼ਾਹਿਰ ਹੈ ਕਿ ਮੈਨੂੰ ਤੋਹਫ਼ਿਆਂ ਦਾ ਫ਼ਿਕਰ ਹੋਇਆ, ਪਰ ਮੈਨੂੰ ਲੱਗਿਆ ਕਿ ਜੇਕਰ ਮੈਂ ਨੀਨਾ ਬਾਰੇ ਕਵਿਤਾ ਲਿਖਾਂ, ਉਸ ਨੂੰ ਸਾਰਿਆਂ ਦੇ ਸਾਹਮਣੇ ਪੜ੍ਹ ਕੇ ਸੁਣਾਵਾਂ ਅਤੇ ਫਿਰ ਉਸ ਨੂੰ ਭੇਟ ਕਰਾਂ, ਤਾਂ ਇਹ ਸਭ ਤੋਂ ਵਧੀਆ ਤੋਹਫ਼ਾ ਰਹੇਗਾ।

ਤਾਂ ਇਸ ਤਰ੍ਹਾਂ ਮੈਂ ਵਧਾਈ ਦੀ ਕਵਿਤਾ ਲਿਖੀ, ਰੂਸੀ ਭਾਸ਼ਾ ਵਿੱਚ ਉਸ ਦਾ ਅਨੁਵਾਦ ਕਰਨ ਲਈ ਆਪਣੇ ਇੱਕ ਹਮਜਮਾਤੀ ਨੂੰ ਸਹਿਮਤ ਕੀਤਾ, ਜੋ ਮੇਰੇ ਵਾਂਗ ਹੀ ਨੌਜਵਾਨ ਕਵੀ ਸੀ। ਮੇਰਾ ਸਾਥੀ ਰਾਤ ਭਰ ਉਸ ਕਵਿਤਾ ਦਾ ਅਨੁਵਾਦ ਕਰਦਾ ਰਿਹਾ। ਜਦੋਂ ਉਸ ਨੇ ਮੈਨੂੰ ਉਸ ਨੇ ਉਹ ਕਵਿਤਾ ਪੜ੍ਹ ਕੇ ਸੁਣਾਈ, ਤਾਂ ਮੈਂ ਉਸ ਨੂੰ ਪਛਾਣ ਹੀ ਨਹੀਂ ਸਕਿਆ। ਉਸ ਵਿੱਚ ਬਹੁਤ ਜ਼ਿਆਦਾ ਭਾਵੁਕਤਾ ਭਰਪੂਰ ਭਾਵਨਾਵਾਂ ਸਨ, ਪਿਆਰ ਦੀ ਤੜਫ਼ ਅਤੇ ਵੇਦਨਾ ਦੀਆਂ ਗੱਲਾਂ ਸਨ। ਪਰ ਮੈਂ ਨੀਨਾ ਨੂੰ ਜੋ ਕੁੱਝ ਕਹਿਣਾ ਚਾਹੁੰਦਾ ਸੀ, ਉਸ ਵਿੱਚੋਂ ਕੁੱਝ ਵੀ ਬਾਕੀ ਨਹੀਂ ਬਚਿਆ ਸੀ।

ਪਰ ਹੁਣ ਮੈਨੂੰ ਧੋਖਾ ਦੇਣਾ ਮੁਸ਼ਕਿਲ ਸੀ। ਮੈਂ ਇੱਕ ਵਾਰ ਅਜਿਹੇ ਜਾਲ ਵਿੱਚ ਫਸ ਚੁੱਕਿਆ ਸੀ। ਇਸ ਲਈ ਮੈਂ ਆਪਣੇ ਸਾਥੀ ਨੂੰ ਕਿਹਾ:

"ਖ਼ੈਰ, ਇਹ ਕਵਿਤਾ ਤੁਸੀਂ ਆਪਣੀ ਪ੍ਰੇਮਿਕਾ ਨੂੰ ਉਸ ਦੇ ਜਨਮ ਦਿਨ 'ਤੇ ਪੜ੍ਹ ਕੇ ਸੁਣਾਉਣਾ, ਕਿਉਂਕਿ ਇਹ ਮੇਰੀ ਨਹੀਂ ਤੁਹਾਡੀ ਕਵਿਤਾ ਐ।"

ਵਿਸ਼ੇ ਬਾਰੇ ਕੁੱਝ ਹੋਰ

ਵਿਸ਼ਾ ਸੁੱਤੀ ਹੋਈ ਮੱਛੀ ਵਾਂਗ ਪੇਟ ਉੱਪਰ ਵੱਲ ਕਰ ਕੇ ਉੱਪਰਲੀ ਤਹਿ 'ਤੇ ਨਹੀਂ ਤੈਰਿਆ ਕਰਦਾ। ਉਹ ਤਾਂ ਗਹਿਰਾਈ ਵਿੱਚ, ਤੇਜ ਅਤੇ ਨਿਰਮਲ ਪਾਣੀ ਵਿੱਚ ਹੁੰਦਾ ਹੈ। ਉਸ ਨੂੰ ਉੱਥੇ ਲੱਭੋ, ਝਾਲ ਵਿੱਚੋਂ, ਪਾਣੀ ਦੇ ਝਰਨਿਆਂ ਦੇ ਹੇਠੋਂ ਨਿੱਕਲਣ ਦੀ ਸਮਰੱਥਾ ਪੈਦਾ ਕਰੋ। ਕੀ ਲੰਬੇ ਸਮੇਂ ਤੱਕ ਅਤੇ ਕਠੋਰ ਮਿਹਨਤ ਨਾਲ ਕਮਾਏ ਹੋਏ ਅਤੇ ਸੜਕ 'ਤੇ ਸਬੱਬ ਨਾਲ ਮਿਲ ਜਾਣ ਵਾਲੇ ਧਨ ਦੀ ਕੀਮਤ ਇੱਕੋ ਜਿਹੀ ਹੋ ਸਕਦੀ ਹੈ

ਪਹਾੜੀ ਲੋਕਾਂ ਵਿੱਚ ਕਿਹਾ ਜਾਂਦਾ ਹੈ ਕਿ ਅਸੀਂ ਬਹੁਤ ਸਾਰੇ ਜਾਨਵਰ ਫੜ ਸਕਦੇ ਹਾਂ, ਪਰ ਉਹ ਸਾਰੇ ਗਿੱਦੜ ਅਤੇ ਖ਼ਰਗੋਸ਼ ਹੀ ਹੋਣਗੇ। ਇੱਕ ਜਾਨਵਰ ਫੜਨਾ ਹੀ ਬਿਹਤਰ ਹੈ, ਪਰ ਸ਼ਰਤ ਹੈ ਕਿ ਉਹ ਲੂੰਬੜੀ ਹੋਵੇ। ਪਰ ਕੋਈ ਵੀ ਇਹ ਨਹੀਂ ਕਹਿ ਸਕਦਾ ਕਿ ਉਹ ਕਿੱਥੇ ਮਿਲੇਗੀ। ਇਹ ਗੱਲ ਜ਼ਰੂਰੀ ਨਹੀਂ ਹੈ ਕਿ ਸਭ ਤੋਂ ਚੰਗਾ ਜਾਨਵਰ ਸਭ ਤੋਂ ਦੂਰ ਵਾਲੇ ਦੱਰੇ ਵਿੱਚ ਹੀ ਰਹਿੰਦਾ ਹੋਵੇ।

ਇੱਕ ਸ਼ਿਕਾਰੀ ਜੀਵਨ ਭਰ ਕੋਈ ਚਾਂਦੀ ਰੰਗੀ ਲੂੰਬੜੀ ਫੜਨ ਦਾ ਸੁਪਨਾ ਦੇਖਦਾ ਰਿਹਾ। ਉਮਰ ਭਰ ਉਸ ਦੀ ਭਾਲ ਵਿੱਚ ਉਸ ਨੇ ਸਾਰੇ ਪਹਾੜ ਛਾਣ ਮਾਰੇ। ਬੁਢਾਪੇ ਵਿੱਚ ਉਸ ਲਈ ਦੂਰ-ਦੂਰ ਜਾਣਾ ਮੁਸ਼ਕਿਲ ਹੋ ਗਿਆ ਅਤੇ ਘਰ ਦੇ ਕੋਲ ਨੇੜਲੇ ਦੱਰਿਆਂ ਵਿੱਚ ਹੀ ਸ਼ਿਕਾਰ ਕਰਨ ਲੱਗਿਆ। ਅਚਾਨਕ ਉੱਥੇ ਹੀ ਇੱਕ ਦਿਨ ਉਸ ਨੂੰ ਚਾਂਦੀ ਰੰਗੀ ਲੂੰਬੜੀ ਮਿਲ ਗਈ। ਸ਼ਿਕਾਰੀ ਨੇ ਲੂੰਬੜੀ ਨੂੰ ਪੁੱਛਿਆ:

"ਤੂੰ ਹੁਣ ਤੱਕ ਕਿੱਥੇ ਲੁਕੀ ਰਹੀ ਸੀ? ਮੈਂ ਤਾਂ ਜ਼ਿੰਦਗੀ ਭਰ ਤੇਰੀ ਭਾਲ ਕਰਦਾ ਰਿਹਾ।"

"ਮੈਂ ਤਾਂ ਸਾਰੀ ਉਮਰ ਇਸੇ ਦੱਰੇ ਵਿੱਚ ਹੀ ਰਹੀ ਆਂ।" ਲੂੰਬੜੀ ਨੇ ਜਵਾਬ ਦਿੱਤਾ, "ਕੀ ਤੁਸੀਂ ਇਹ ਨਹੀਂ ਜਾਣਦੇ ਕਿ ਭਾਲ ਵਿੱਚ ਤਾਂ ਬੇਸ਼ੱਕ ਸਾਰੀ ਜ਼ਿੰਦਗੀ ਲਗਾਈ ਜਾ ਸਕਦੀ ਐ, ਤਾਂ ਵੀ ਪਾਉਣ ਲਈ ਇੱਕ ਦਿਨ ਜਾਂ ਇੱਕ ਘੜੀ ਦੀ ਜ਼ਰੂਰਤ ਹੁੰਦੀ ਐ?"

ਹਾਂ, ਹਰ ਲੇਖਕ ਦੇ ਜੀਵਨ ਵਿੱਚ ਇੱਕ ਦਿਨ ਆਉਂਦਾ ਹੈ, ਜਦੋਂ ਉਹ ਖ਼ੁਦ ਆਪਣੇ ਆਪ ਨੂੰ ਪਛਾਣ ਸਕਦਾ ਹੈ, ਜਦੋਂ ਉਸ ਨੂੰ ਆਪਣਾ ਮੁੱਖ ਵਿਸ਼ਾ ਮਿਲ ਜਾਂਦਾ ਹੈ। ਇਸ ਵਿਸ਼ੇ ਨਾਲ ਉਸ ਨੂੰ ਬਾਅਦ ਵਿੱਚ ਗੱਦਾਰੀ ਨਹੀਂ ਕਰਨੀ ਚਾਹੀਦੀ। ਜੇਕਰ ਉਹ ਅਜਿਹਾ ਕਰੇਗਾ, ਤਾਂ ਉਸ ਦੇ ਨਾਲ ਵੀ ਉਹੋ ਜਿਹੀ ਹੀ ਬੀਤ ਸਕਦੀ ਹੈ, ਜਿਹੋ ਜਿਹੀ ਇੱਕ ਜਾਣ-ਪਛਾਣ ਵਾਲੇ ਨਾਲ ਬੀਤੀ।

ਮੇਰੇ ਇੱਕ ਜਾਣ-ਪਛਾਣ ਵਾਲੇ ਦੇ ਨਾਟਕ ਦਾ ਕਿੱਸਾ

ਇੱਕ ਦਾਗ਼ਿਸਤਾਨੀ ਲੇਖਕ ਨੇ ਸਾਂਝੇ ਫ਼ਾਰਮ ਦੇ ਜੀਵਨ ਬਾਰੇ ਇੱਕ ਨਾਟਕ ਲਿਖਿਆ। ਵਿਸ਼ਾ ਚਾਹੇ ਕਿੰਨਾ ਵੀ ਮਹੱਤਵਪੂਰਨ ਸੀ, ਥਿਏਟਰ ਨੇ ਨਾਟਕ ਸਵੀਕਾਰ ਨਹੀਂ ਕੀਤਾ ਅਤੇ ਇਸ ਬਹੁਤ ਹੀ ਘਟੀਆ ਆਧਾਰ 'ਤੇ ਉਸ ਨੂੰ ਵਾਪਸ ਕਰ ਦਿੱਤਾ, 'ਨਾਟਕ ਪਸੰਦ ਨਹੀਂ ਆਇਆ।'

ਸ਼ਾਇਦ ਕਿਸੇ ਹੋਰ ਵਿਅਕਤੀ ਲਈ ਤਾਂ ਇਹ ਕਾਰਨ ਕਾਫ਼ੀ ਹੁੰਦਾ, ਪਰ ਨਾਟਕਕਾਰ ਨੂੰ ਇਸ ਨਾਲ ਤਸੱਲੀ ਨਹੀਂ ਹੋਈ। ਉਹ ਨਾਰਾਜ਼ ਹੋ ਗਿਆ ਅਤੇ ਉਸ ਨੇ ਠੀਕ ਜਗ੍ਹਾ 'ਤੇ ਸ਼ਿਕਾਇਤੀ ਚਿੱਠੀ ਲਿਖ ਭੇਜੀ। ਉਸੇ ਵੇਲੇ ਇਸ ਮਾਮਲੇ 'ਤੇ ਗ਼ੌਰ ਕਰਨ ਅਤੇ ਜ਼ਰੂਰੀ ਕਦਮ ਉਠਾਉਣ ਲਈ ਇੱਕ ਕਮੇਟੀ ਬਣਾ ਦਿੱਤੀ ਗਈ। ਨਾਟਕ ਦਾ ਅਧਿਐਨ ਕਰਨ 'ਤੇ ਉਸ ਦਾ ਇਹ ਨਿਚੋੜ ਸਾਹਮਣੇ ਆਇਆ, ਕਣਕ ਦੀ ਬਹੁਤ ਹੀ ਵਧੀਆ ਵਾਢੀ ਲਈ ਖ਼ੁਸ਼ੀ ਭਰੇ ਗੀਤ ਗਾਉਂਦੀਆਂ ਹੋਈਆਂ, ਦੋ ਟੋਲੀਆਂ ਆਪਸ ਵਿੱਚ ਸਮਾਜਵਾਦੀ ਪ੍ਰਤਿਯੋਗਤਾ ਕਰਦੀਆਂ ਹਨ।

ਇਸ ਤਰ੍ਹਾਂ ਦੇ ਕਥਾਨਕ ਵਾਲਾ ਨਾਟਕ ਕਮੇਟੀ ਨੂੰ ਜ਼ਰੂਰ ਪਸੰਦ ਆਉਂਦਾ ਅਤੇ ਨਾਟਕ ਦੇ ਰਸਤੇ ਵਿੱਚ ਕੋਈ ਰੁਕਾਵਟ ਨਹੀਂ ਆ ਸਕਦੀ ਸੀ, ਪਰ ਉਦੋਂ ਕੁੱਝ ਦੂਜੀਆਂ ਹਾਲਤਾਂ ਨੇ ਗੜਬੜ ਕਰ ਦਿੱਤੀ। ਇਸੇ ਵੇਲੇ ਇਹ ਤੈਅ ਕੀਤਾ ਗਿਆ ਕਿ ਕੁਮੀਕ ਸਤੇਪੀਆਂ ਵਿੱਚ, ਜਿੱਥੇ ਹੱਸਦੀਆਂ-ਗਾਉਂਦੀਆਂ ਟੋਲੀਆਂ ਆਪਸ ਵਿੱਚ ਮੁਕਾਬਲਾ ਕਰਦੀਆਂ ਹੋਈਆਂ ਫ਼ਸਲ ਵੱਢ ਰਹੀਆਂ ਸਨ, ਕਣਕ ਦੀ ਜਗ੍ਹਾ ਕਪਾਹ ਬੀਜੀ ਜਾਵੇ। ਹੁਣ 'ਕਪਾਹ' ਦੀਆਂ

ਪ੍ਰਸਥਿਤੀਆਂ ਵਿੱਚ ਕਣਕ ਬਾਰੇ ਨਾਟਕ ਪੇਸ਼ ਨਹੀਂ ਕੀਤਾ ਜਾ ਸਕਦਾ ਸੀ। ਨਾਟਕਕਾਰ ਨੇ ਸੋਚ-ਵਿਚਾਰ ਵਿੱਚ ਜ਼ਿਆਦਾ ਸਮਾਂ ਬਰਬਾਦ ਨਹੀਂ ਕੀਤਾ ਅਤੇ ਆਪਣੇ ਨਾਟਕ ਵਿੱਚ ਜ਼ਰੂਰੀ ਤਬਦੀਲੀਆਂ ਕਰਨ ਲੱਗਿਆ। ਨਵੀਂ ਬੀਜੀ ਗਈ ਕਪਾਹ ਨੂੰ ਅਜੇ ਫੁੱਲ ਵੀ ਨਹੀਂ ਲੱਗੇ ਸਨ ਕਿ ਨਾਟਕ ਨੂੰ ਨਵੀਂ, ਵਧੀਆ ਸ਼ਕਲ ਦੇ ਦਿੱਤੀ ਗਈ। ਨਾਟਕ ਦੁਬਾਰਾ ਥਿਏਟਰ ਵਿੱਚ ਪੜ੍ਹਿਆ ਜਾਣ ਲੱਗਿਆ। ਅਜੇ ਉਸ ਬਾਰੇ ਵਿਚਾਰ-ਵਟਾਂਦਰਾ ਚੱਲ ਹੀ ਰਿਹਾ ਸੀ ਕਿ ਇੱਕ ਨਵਾਂ ਫ਼ੈਸਲਾ ਸਾਹਮਣੇ ਆ ਗਿਆ। ਉਸ ਵਿੱਚ ਕਿਹਾ ਗਿਆ ਸੀ ਕਿ ਕੁਮੀਕ ਸਤੇਪੀਆਂ ਵਿੱਚ ਕਪਾਹ ਉਗਾਉਣਾ ਤਾਂ ਕਣਕ ਤੋਂ ਵੀ ਘੱਟ ਫ਼ਾਇਦੇਮੰਦ ਹੈ ਅਤੇ ਇਸ ਲਈ ਉੱਥੇ ਮੱਕੀ ਉਗਾਈ ਜਾਣੀ ਚਾਹੀਦੀ ਹੈ।

ਮਿਹਨਤੀ ਨਾਟਕਕਾਰ ਆਪਣੇ ਨਾਟਕ ਨੂੰ ਦੁਬਾਰਾ ਨਵਾਂ ਰੂਪ ਦੇਣ ਲੱਗਿਆ। ਪਤਾ ਨਹੀਂ ਕਿ ਇਹ ਮਾਮਲਾ ਅੱਗੇ ਜਾ ਕੇ ਕੀ ਰੂਪ ਧਾਰਦਾ, ਪਰ ਇਸੇ ਵੇਲੇ ਥਿਏਟਰ ਜਲ ਗਿਆ। ਮੇਰੇ ਜਾਣਕਾਰ ਨੂੰ ਬੜੀ ਨਿਰਾਸ਼ਾ ਹੋਈ, ਉਹ ਨਦੀ ਦੇ ਕਿਨਾਰੇ 'ਤੇ ਗਿਆ ਅਤੇ ਨਿਰਾਸ਼ਾ ਵਿੱਚ ਆਪਣੇ ਨਾਟਕ ਨੂੰ ਪਾਣੀ ਦੀਆਂ ਤੇਜ ਛੱਲਾਂ ਵਿੱਚ ਵਹਾ ਦਿੱਤਾ। ਹੁਣ ਉਸ ਨੂੰ ਨਾਟਕ ਬਾਰੇ ਕੋਈ ਅਫ਼ਸੋਸ ਨਹੀਂ ਹੁੰਦਾ।

ਸ਼ਾਇਦ ਇੱਕ ਹੋਰ ਨਾਟਕ ਦਾ ਕਿੱਸਾ ਸੁਣਾ ਦੇਣਾ ਵੀ ਠੀਕ ਰਹੇਗਾ। ਉਸ ਨੂੰ ਇੱਕ ਰੂਸੀ ਲੇਖਕ ਨੇ ਲਿਖਿਆ ਅਤੇ ਉਸ ਦਾ ਨਾਂ ਸੀ, 'ਜੋਸ਼ੀਲੇ ਲੋਕ।" ਇਹ ਕਣਕ-ਕਪਾਹ ਦਾ ਨਹੀਂ, 'ਮਾਹੀਗੀਰੀ' ਦਾ ਨਾਟਕ ਸੀ। ਅਸਲ ਵਿੱਚ ਇਹ ਨਾਟਕ ਮਾਹੀਗੀਰੀ ਬਾਰੇ ਨਹੀਂ, ਬਲਕਿ ਹੇਠ ਲਿਖੇ ਵਿਸ਼ੇ ਨਾਲ ਸਬੰਧ ਰੱਖਦਾ ਸੀ।

ਇੱਕ ਅਜਿਹੀ ਪ੍ਰਬਿਰਤੀ ਦੇਖਣ ਵਿੱਚ ਆਉਂਦੀ ਹੈ ਕਿ ਪਹਾੜੀ ਲੋਕਾਂ ਨੂੰ ਉਨ੍ਹਾਂ ਦੇ ਸਦੀਆਂ ਪੁਰਾਣੇ ਪਿੰਡਾਂ ਵਿੱਚੋਂ ਕੱਢ ਕੇ ਮੈਦਾਨਾਂ ਵਿੱਚ ਸਾਗਰ ਕਿਨਾਰੇ ਵਸਾਇਆ ਜਾਵੇ। ਇਸ ਨੂੰ 'ਮੈਦਾਨਾਂ ਵਿੱਚ ਵਸਾਉਣਾ' ਕਿਹਾ ਜਾਂਦਾ ਹੈ। ਅਸੀਂ ਇੱਥੇ ਇਸ ਮਸਲੇ ਦੇ ਵਿਸਥਾਰ ਵਿੱਚ ਨਹੀਂ ਜਾਵਾਂਗੇ। ਸਿਰਫ਼ ਇੰਨਾ ਹੀ ਕਹਾਂਗੇ ਕਿ ਸਦੀਆਂ ਤੋਂ ਭੇਡਾਂ ਪਾਲਣ ਵਾਲੇ ਪਹਾੜੀ ਲੋਕ ਕਦੇ-ਕਦੇ ਮਛੇਰੇ ਬਣ ਜਾਂਦੇ ਹਨ। ਬੁਰਾ ਮਛੇਰਾ ਵਧੀਆ ਚਰਵਾਹੇ ਤੋਂ ਕਿਵੇਂ ਬਿਹਤਰ ਹੈ, ਇਹ ਵੀ ਆਸਾਨੀ ਨਾਲ ਸਮਝਣਾ ਮੁਸ਼ਕਿਲ ਹੈ। ਪਰ 'ਜੋਸ਼ੀਲੇ ਲੋਕ' ਨਾਟਕ ਵਿੱਚ ਇਹੀ ਦੱਸਿਆ ਗਿਆ ਸੀ ਕਿ ਦੂਰ-ਦੁਰਾਡੇ ਦੇ ਇੱਕ ਪਿੰਡ ਦੇ ਪਹਾੜੀ ਲੋਕ ਕਿਵੇਂ ਕਾਸਪੀਅਨ ਸਾਗਰ ਦੇ ਮਛੇਰੇ ਬਣ ਗਏ।

ਨਾਟਕ ਦੇ ਸਾਰੇ ਪਾਤਰ ਅਵਾਰ ਸਨ ਅਤੇ ਇਸ ਲਈ ਨਾਟਕਕਾਰ ਨੇ ਅਵਾਰ ਥਿਏਟਰ ਨੂੰ ਆਪਣਾ ਨਾਟਕ ਭੇਜਿਆ। ਪਰ ਅਵਾਰ ਥਿਏਟਰ ਨੇ ਨਾਟਕ ਅਪ੍ਰਵਾਨ ਕਰ ਕੇ ਵਾਪਸ ਮੋੜ ਦਿੱਤਾ।

ਨਾਟਕਕਾਰ ਹੁਣ ਕੀ ਕਰੇ? ਉਸ ਦੀ ਜਗ੍ਹਾ ਕੋਈ ਦੂਜਾ ਹੁੰਦਾ, ਤਾਂ ਸ਼ਾਇਦ ਪ੍ਰੇਸ਼ਾਨ ਹੋ ਜਾਂਦਾ ਅਤੇ ਹਿੰਮਤ ਹਾਰ ਬੈਠਦਾ। ਪਰ ਅਸੀਂ ਜਾਣਦੇ ਹਾਂ ਕਿ ਸ਼ਤਰੰਜ ਵਿੱਚ ਕਾਲੇ ਮੋਹਰੇ ਕਦੇ-ਕਦੇ ਅਜਿਹੀ ਮੁਸ਼ਕਿਲ ਪ੍ਰਸਥਿਤੀ ਵਿੱਚ ਪੈ ਜਾਂਦੇ ਹਨ, ਅਜਿਹੀ ਜਗ੍ਹਾ ਧੱਕ ਦਿੱਤੇ ਜਾਂਦੇ ਹਨ ਕਿ ਉਨ੍ਹਾਂ ਨੂੰ ਜਿਊਣ-ਮਰਨ ਦਾ ਰਸਤਾ ਨਿਗ੍ਹਾ ਨਹੀਂ ਆਉਂਦਾ। ਅਚਾਨਕ ਇਸੇ ਵੇਲੇ ਉਹ ਆਪਣਾ ਘੋੜਾ ਅੱਗੇ ਵਧਾ ਦਿੰਦੇ ਹਨ। ਇਹ ਬਹੁਤ ਅਚਾਨਕ ਅਤੇ ਬਹੁਤ ਸਿੱਧੀ

ਜਿਹੀ ਚਾਲ ਹੁੰਦੀ ਹੈ। ਬਸ, ਸਾਰਾ ਪਾਸਾ ਹੀ ਪਲਟ ਜਾਂਦਾ ਹੈ। ਹੁਣ ਸਫ਼ੈਦ ਮੋਹਰਿਆਂ ਨੂੰ ਆਪਣੀ ਰੱਖਿਆ ਕਰਨੀ ਪੈਂਦੀ ਹੈ, ਸਮਾਂ ਰਹਿੰਦੇ ਆਪਣੀ ਜਾਨ ਬਚਾ ਕੇ ਭੱਜਣਾ ਪੈਂਦਾ ਹੈ।

'ਜੋਸ਼ੀਲੇ ਲੋਕ' ਨਾਟਕ ਦੇ ਰਚੇਤਾ ਨੇ ਵੀ ਅਜਿਹੀ ਸਿੱਧੀ ਜਿਹੀ ਚਾਲ ਚੱਲੀ। ਅਚਾਨਕ ਉਸ ਨੇ ਸਾਰੇ ਅਵਾਰ ਨਾਵਾਂ ਨੂੰ ਕੁਮੀਕ ਨਾਵਾਂ ਵਿੱਚ ਬਦਲ ਦਿੱਤਾ ਅਤੇ ਨਾਟਕ ਕੁਮੀਕ ਥਿਏਟਰ ਨੂੰ ਭੇਜ ਦਿੱਤਾ। ਪਰ ਸ਼ਤਰੰਜੀ ਘੋੜਾ ਬਦਲਣ ਨਾਲ ਵੀ ਗੱਲ ਨਹੀਂ ਬਣੀ। ਕੁਮੀਕ ਥਿਏਟਰ ਨੇ ਵੀ ਮਛੇਰੇ ਬਣ ਜਾਣ ਵਾਲੇ ਚਰਵਾਹਿਆਂ ਬਾਰੇ ਨਾਟਕ ਪੇਸ਼ ਕਰਨ ਤੋਂ ਇਨਕਾਰ ਕਰ ਦਿੱਤਾ।

ਸਾਡੇ ਦਾਗ਼ਿਸਤਾਨ ਵਿੱਚ ਅਨੇਕਾਂ ਜਾਤੀਆਂ ਹਨ। ਨਾਟਕ ਦੇ ਪਾਤਰ ਦਾਰਗ਼ਿਨ ਵੀ ਬਣੇ ਅਤੇ ਲੇਜ਼ਗੀਨ ਵੀ, ਪਰ ਚੰਗੇ ਮਛੇਰੇ ਤਾਂ ਫਿਰ ਵੀ ਨਹੀਂ ਬਣ ਸਕੇ। ਭੁੱਖੇ ਕੁੱਤੇ ਵਾਂਗ, ਜਿਸ ਨੂੰ ਘਰੇ ਖਵਾਉਣ ਲਈ ਕੁੱਝ ਨਹੀਂ ਸੀ, ਨਾਟਕਕਾਰ ਨੇ ਆਪਣੇ ਨਾਟਕ ਨੂੰ ਬਾਹਰ ਸੜਕ 'ਤੇ ਛੱਡ ਦਿੱਤਾ। ਕੁੱਤੇ ਨੇ ਬਹੁਤ ਦਰਵਾਜ਼ਿਆਂ ਦੇ ਚੱਕਰ ਲਗਾਏ, ਪਰ ਉਸ ਨੂੰ ਕਿਤੇ ਇੱਕ ਵੀ ਹੱਡੀ ਨਹੀਂ ਮਿਲੀ।

ਕੁੱਝ ਸਾਲ ਬਾਅਦ ਨਾਟਕਕਾਰ ਉੱਚ ਸਾਹਿਤਕ ਸਿਲੇਬਸ ਵਿੱਚ ਸਿੱਖਿਆ ਪ੍ਰਾਪਤ ਕਰਨ ਲਈ ਮਾਸਕੋ ਚਲਾ ਗਿਆ। ਉਦੋਂ ਮਖ਼ਚਕਲਾ ਵਿੱਚ ਇਹ ਖ਼ਬਰ ਪਹੁੰਚੀ ਕਿ ਉਸ ਦੇ ਮਛੇਰੇ ਖਾਨਾਬਦੋਸ਼ ਬਣ ਗਏ ਹਨ। ਖਾਨਾਬਦੋਸ਼ਾਂ ਦੇ 'ਰੋਮੇਨ' ਥਿਏਟਰ ਨੇ ਨਾਟਕ ਵਿੱਚ ਦਿਲਚਸਪੀ ਦਿਖਾਈ। ਆਖ਼ਰ ਲੰਗੜੀ ਦੁੱਲਹਣ ਨੂੰ ਦੁੱਲ੍ਹਾ ਮਿਲ ਗਿਆ। ਖ਼ੈਰ, ਇਹ ਸ਼ਾਦੀ ਬਹੁਤੇ ਦਿਨਾਂ ਤੱਕ ਕਾਇਮ ਨਾ ਰਹਿ ਸਕੀ।

ਤਾਂ ਲਓ, ਮੈਂ ਆਪਣੇ ਜਾਣਕਾਰ ਲੇਖਕਾਂ ਦੇ ਦੋ ਨਾਟਕਾਂ ਦੀ ਇੱਕੋ ਸਮੇਂ ਆਲੋਚਨਾ ਕਰ ਦਿੱਤੀ। ਜੇਕਰ ਉਸ ਵੇਲੇ ਮੈਂ ਲੇਖਕਾਂ ਦੀ ਸਭਾ ਵਿੱਚ ਮੰਚ 'ਤੇ ਖੜ੍ਹਾ ਹੁੰਦਾ, ਤਾਂ ਕਦੋਂ ਦੀਆਂ ਮੈਨੂੰ ਇਹ ਆਵਾਜ਼ਾਂ ਸੁਣਾਈ ਦਿੱਤੀਆਂ ਹੁੰਦੀਆਂ, "ਆਪਣੀ ਚਰਚਾ ਕਰੋ! ਆਪਣੀ ਆਲੋਚਨਾ ਕਰੋ!"

ਆਪਣੇ ਬਾਰੇ ਮੈਂ ਕੀ ਕਹਾਂ? ਮੈਂ ਤਾਂ ਸ਼ਾਇਦ ਬਹੁਤ ਖ਼ੁਸ਼ਕਿਸਮਤ ਹੁੰਦਾ, ਜੇਕਰ ਲੇਖਕਾਂ ਦੇ ਅਜਿਹੇ ਗੁਨਾਹਾਂ ਲਈ ਮੇਰੇ 'ਤੇ ਦੋਸ਼ ਲਗਾਏ ਜਾਂਦੇ, ਜਿਨ੍ਹਾਂ ਦੀ ਮੈਂ ਹੁਣੇ ਚਰਚਾ ਕੀਤੀ ਹੈ। ਪਰ ਮੈਂ ਤਾਂ ਆਪਣੇ ਉੱਪਰ ਅਜਿਹੇ ਗੁਨਾਹ ਦਾ ਬੋਝ ਲੱਦਿਆ ਹੋਇਆ ਹੈ, ਜਿਸ ਦੇ ਸਾਹਮਣੇ ਕਪਾਹ ਅਤੇ ਮਛੇਰਿਆਂ ਸਬੰਧੀ ਸਾਰੇ ਗੁਨਾਹ ਮਜ਼ਾਕ ਜਿਹਾ ਲੱਗਦੇ ਹਨ, ਤੁੱਛ ਅਤੇ ਬੇਅਰਥ ਹਨ। ਜਵਾਨੀ ਦੇ ਦਿਨਾਂ ਵਿੱਚ ਮੈਂ ਇੱਕ ਅਜਿਹੀ ਹਰਕਤ ਕੀਤੀ, ਜਿਸ ਨੂੰ ਯਾਦ ਕਰ ਕੇ ਦਿਲ ਨੂੰ ਬਹੁਤ ਦੁੱਖ ਹੁੰਦਾ ਹੈ।

ਬਾਅਦ ਵਿੱਚ ਮੇਰੇ ਦੋਸਤਾਂ ਨੇ ਬੜਾ ਚਿਰ ਹੋਰ ਜੀਅ ਭਰ ਕੇ ਮੈਨੂੰ ਬੁਰਾ-ਭਲਾ ਕਿਹਾ। ਮੇਰੇ ਲਈ ਇਹ ਸਜ਼ਾ ਸੀ। ਪਰ ਸਭ ਤੋਂ ਵੱਡੀ ਸਜ਼ਾ ਤਾਂ ਮੈਂ ਖ਼ੁਦ ਆਪਣੇ ਅੰਦਰ ਮਹਿਸੂਸ ਕਰਦਾ ਹਾਂ ਅਤੇ ਕੋਈ ਵੀ ਮੈਨੂੰ ਇਸ ਤੋਂ ਵੱਧ ਦੰਡ ਨਹੀਂ ਦੇ ਸਕਦਾ ਸੀ।

ਪਿਤਾ ਜੀ ਕਿਹਾ ਕਰਦੇ ਸਨ ਕਿ ਜੇਕਰ ਕਿ ਕੋਈ ਨੀਚਤਾ ਵਾਲੀ ਸ਼ਰਮਨਾਕ ਹਰਕਤ ਕਰੋਗੇ, ਤਾਂ ਬਾਅਦ ਵਿੱਚ ਚਾਹੇ ਕਿੰਨਾ ਵੀ ਨੱਕ ਕਿਉਂ ਨਾ ਰਗੜੋ, ਉਹ ਹਰਕਤ ਤਾਂ ਵਾਪਸ ਨਹੀਂ ਲੈ ਸਕੋਗੇ।

ਪਿਤਾ ਜੀ ਕਿਹਾ ਕਰਦੇ ਸਨ ਕਿ ਸ਼ਰਮਨਾਕ ਹਰਕਤ ਕਰਨ ਅਤੇ ਕੁੱਝ ਸਾਲ ਬਾਅਦ ਉਸ ਲਈ ਪਛਤਾਉਣ ਵਾਲਾ ਆਦਮੀ ਉਸ ਕਰਜ਼ਈ ਵਰਗਾ ਹੁੰਦਾ ਹੈ, ਜੋ ਪੁਰਾਣੇ ਅਤੇ ਗ਼ੈਰ-ਕਾਨੂੰਨੀ ਐਲਾਨੇ ਗਏ ਰੁਪਏ ਨਾਲ ਆਪਣਾ ਕਰਜ਼ਾ ਮੋੜਨਾ ਚਾਹੁੰਦਾ ਹੈ।

ਪਿਤਾ ਜੀ ਇਹ ਵੀ ਕਿਹਾ ਕਰਦੇ ਸਨ ਕਿ ਜੇਕਰ ਤੁਸੀਂ ਬੁਰਾਈ ਨੂੰ ਮਨਮਾਨੀ ਕਰਨ ਦਿਓਗੇ ਅਤੇ ਘਰ ਤੋਂ ਬਾਹਰ ਆਜ਼ਾਦ ਛੱਡ ਦਿਓਗੇ, ਤਾਂ ਉਸ ਜਗ੍ਹਾ ਨੂੰ ਕੁੱਟਣ ਨਾਲ ਕੀ ਫ਼ਾਇਦਾ ਹੋਵੇਗਾ, ਜਿੱਥੇ ਉਹ ਬੈਠੀ ਸੀ?

ਬਲਦਾਂ ਦੇ ਚੋਰੀ ਹੋ ਜਾਣ ਬਾਅਦ ਵੱਡਾ ਸਾਰਾ ਜਿੰਦਾ ਲਗਾਉਣ ਦੀ ਕੀ ਤੁਕ ਬਣਦੀ ਹੈ?

ਇਹ ਸਭ ਕੁੱਝ ਸਹੀ ਹੈ। ਮੈਂ ਇਹ ਵੀ ਜਾਣਦਾ ਹਾਂ ਕਿ ਮਾਰ-ਕੁੱਟ ਤੋਂ ਬਾਅਦ ਘਸੁੰਨ ਚਲਾਉਣੇ ਬੇਕਾਰ ਹਨ। ਪਰ ਮੇਰੇ ਪਾਠਕ ਕਦੇ-ਕਦੇ ਮੈਨੂੰ ਫਿਰ ਖ਼ਤ ਲਿਖ ਦਿੰਦੇ ਹਨ, ਬੀਤੀ ਗੱਲ ਯਾਦ ਕਰਵਾ ਦਿੰਦੇ ਹਨ, ਮੇਰੇ ਜ਼ਖ਼ਮ ਨੂੰ ਹਰਾ ਕਰ ਦਿੰਦੇ ਹਨ। ਉਹ ਜਿਵੇਂ ਮੇਰੀ ਖਿੜਕੀ 'ਤੇ ਪੱਥਰ ਮਾਰਦੇ ਹਨ, ਜਿਵੇਂ ਹਾਕ ਮਾਰ ਕੇ ਕਹਿੰਦੇ ਹਨ:

"ਰਸੂਲ ਹਮਜ਼ਾਤੋਵ, ਖਿੜਕੀ ਵਿੱਚੋਂ ਝਾਕੋ, ਆਪਣੀ ਸੂਰਤ ਦਿਖਾਓ। ਸਾਨੂੰ, ਆਪਣੇ ਪਾਠਕਾਂ ਨੂੰ ਇਹ ਦੱਸੋ ਕਿ ਇਹ ਸਭ ਕੁੱਝ ਕਿਵੇਂ ਹੋਇਆ?"

"ਕੀ ਅਤੇ ਕਿਸ ਬਾਰੇ ਮੈਂ ਦੱਸਾਂ?"

ਇਸ ਬਾਰੇ ਕਿ ਉੱਨੀ ਸੌ ਇਕਵੰਜਾ ਵਿੱਚ ਤੁਸੀਂ ਸ਼ਾਮਿਲ ਨੂੰ ਕਲੰਕਿਤ ਕਰਨ ਵਾਲੀ ਕਵਿਤਾ ਲਿਖੀ ਸੀ ਅਤੇ ਉੱਨੀ ਸੌ ਇਕਾਹਠ ਵਿੱਚ ਲਿਖੀ ਗਈ ਕਵਿਤਾ ਵਿੱਚ ਉਸ ਦੇ ਗੁਣ ਗਾਏ ਗਏ। ਦੋਵੇਂ ਕਵਿਤਾਵਾਂ 'ਤੇ ਰਸੂਲ ਹਮਜ਼ਾਤੋਵ ਦਾ ਨਾਂ ਹੈ। ਹੁਣ ਅਸੀਂ ਇਹ ਜਾਣਨਾ ਚਾਹੁੰਦੇ ਹਾਂ ਕਿ ਇਹ ਇੱਕੋ ਹੀ ਰਸੂਲ ਹੈ ਜਾਂ ਵੱਖਰੇ-ਵੱਖਰੇ ਰਸੂਲ ਹਨ ਅਤੇ ਅਸੀਂ ਕਿਹੜੇ ਰਸੂਲ 'ਤੇ ਵਿਸ਼ਵਾਸ ਕਰੀਏ।

ਬਹੁਤ ਹੀ ਟੇਢਾ ਸਵਾਲ ਹੈ ਇਹ। ਸਰੀਰ ਵਿੱਚ ਲੱਗਣ ਵਾਲਾ ਤੀਰ ਤਾਂ ਕੱਢਿਆ ਜਾ ਸਕਦਾ ਹੈ, ਪਰ ਕੀ ਦਿਲ ਵਿੱਚ ਲੱਗਣ ਵਾਲਾ ਤੀਰ ਕੱਢਣਾ ਸੰਭਵ ਹੈ

ਮੇਰੇ ਪਿਆਰੇ ਪਾਠਕੋ, ਮੈਨੂੰ ਪਤਾ ਨਹੀਂ ਕਿ ਤੁਹਾਡੀ ਉਮਰ ਕਿੰਨੀ ਹੈ। ਹੋ ਸਕਦਾ ਹੈ ਕਿ ਤੁਸੀਂ ਅਜੇ ਜਵਾਨ ਹੋਵੋ। ਕੀ ਤੁਹਾਡੇ ਜੀਵਨ ਵਿੱਚ ਅਜਿਹੀਆਂ ਸੀਮਾ-ਰੇਖਾਵਾਂ, ਅਜਿਹੀਆਂ ਹੱਦਾਂ ਆਈਆਂ ਹਨ, ਜੋ ਤੁਹਾਨੂੰ ਪਾਰ ਕਰਨੀਆਂ ਪਈਆਂ ਹੋਣ? ਮੈਨੂੰ ਇੱਕ ਅਜਿਹੀ ਸੀਮਾ ਪਾਰ ਕਰਨੀ ਪਈ ਹੈ, ਆਪਣੀਆਂ ਭਾਵਨਾਵਾਂ ਨੂੰ ਗੰਭੀਰਤਾ ਨਾਲ ਸਮਝੇ ਬਿਨਾਂ ਮੈਂ ਪਿਆਰ ਕੀਤਾ ਹੈ। ਬਾਅਦ ਵਿੱਚ ਮੈਨੂੰ ਇਸ ਦੇ ਲਈ ਪਛਤਾਉਣਾ ਪਿਆ।

ਅਜਿਹਾ ਵੀ ਹੁੰਦਾ ਹੈ ਕਿ ਗੁਆਂਢੀਆਂ ਦੇ ਘਰਾਂ ਦੀਆਂ ਖਿੜਕੀਆਂ ਵਿਚਕਾਰ ਤੰਗ ਜਿਹੀ ਇੱਕ ਵਿਰਲ ਹੁੰਦੀ ਹੈ। ਹਰ ਖਿੜਕੀ ਵਿੱਚ ਗੁਆਂਢੀ ਇੱਕ ਦੂਜੇ ਦੇ ਸਾਹਮਣੇ ਖੜ੍ਹੇ ਹਨ। ਉਹ ਇੱਕ-ਦੂਜੇ ਨੂੰ ਬੁਰਾ-ਭਲਾ ਕਹਿੰਦੇ ਹਨ, ਵੱਡਾ ਛੋਟੇ 'ਤੇ ਅਤੇ ਛੋਟਾ ਵੱਡੇ 'ਤੇ ਬੁਰੀਆਂ ਹਰਕਤਾਂ ਦੇ ਦੂਸ਼ਣ ਲਗਾਉਂਦਾ ਹੈ। ਮੈਂ ਇੱਕ-ਦੂਜੇ ਨੂੰ ਕੋਸਣ ਵਾਲੇ ਇਨ੍ਹਾਂ ਗੁਆਂਢੀਆਂ ਵਰਗਾ ਹਾਂ, ਪਰ ਦੋਵੇਂ ਖਿੜਕੀਆਂ ਵਿੱਚ ਮੈਂ ਹੀ ਖੜ੍ਹਾ ਹਾਂ। ਫ਼ਰਕ ਸਿਰਫ਼ ਇੰਨਾ ਹੈ ਕਿ ਇੱਕ ਖਿੜਕੀ ਵਿੱਚ ਮੈਂ ਜਵਾਨ ਹਾਂ ਅਤੇ ਦੂਜੀ ਵਿੱਚ, ਜਿਹੋ ਜਿਹਾ ਇਸ ਵੇਲੇ ਹਾਂ।

ਜਿਵੇਂ ਕੋਈ ਬਹੁਤ ਹੀ ਸੁੰਦਰ ਲੜਕੀ ਕਿਸੇ ਬੁੱਧੂ ਨੌਜਵਾਨ ਨੂੰ ਅੰਨ੍ਹਾਂ ਕਰ ਦਿੰਦੀ ਹੈ, ਉਸੇ ਤਰ੍ਹਾਂ ਸਮੇਂ ਦੀ ਚਮਕ ਨੇ ਮੈਨੂੰ ਚੁੰਧਿਆ ਦਿੱਤਾ ਸੀ। ਮੈਂ ਹਰ ਚੀਜ਼ ਨੂੰ ਉਵੇਂ ਹੀ ਨਿਰਦੋਸ਼ ਦੇਖਦਾ ਸੀ, ਜਿਵੇਂ ਪ੍ਰੇਮੀ ਆਪਣੀ ਪ੍ਰੇਮਿਕਾ ਨੂੰ।

ਜੇਕਰ ਸੰਜੀਦਗੀ ਨਾਲ ਗੱਲ ਕੀਤੀ ਜਾਵੇ, ਤਾਂ ਇਹੀ ਕਹਿਣਾ ਪਵੇਗਾ ਕਿ ਮੈਂ ਸਮੇਂ ਦਾ ਪਰਛਾਵਾਂ ਸੀ। ਇਹ ਤਾਂ ਸਾਰੇ ਜਾਣਦੇ ਹਨ ਕਿ ਜਿਹੋ ਜਿਹਾ ਡੰਡਾ, ਉਹੋ ਜਿਹਾ ਹੀ ਉਸ ਦਾ ਪਰਛਾਵਾਂ। ਸਰਕਾਰੀ ਤੌਰ 'ਤੇ ਇਹ ਨਿਰਣਾ ਲਿਆ ਗਿਆ ਸੀ ਕਿ ਸ਼ਾਮਿਲ ਅੰਗਰੇਜ਼ਾਂ ਅਤੇ ਤੁਰਕਾਂ ਦਾ ਭਾੜੇ ਦਾ ਟੱਟੂ ਸੀ ਅਤੇ ਉਸ ਦਾ ਮੁੱਖ ਉਦੇਸ਼ ਵੱਖ-ਵੱਖ ਕੌਮਾਂ ਵਿੱਚ ਫੁੱਟ ਪਾਉਣਾ ਸੀ। ਜਿੱਥੇ ਇਹ ਨਿਰਣਾ ਕੀਤਾ ਗਿਆ ਸੀ, ਮੈਂ ਉਸ ਘਰ, ਉਸ ਘਰ ਦੇ ਮਾਲਕ 'ਤੇ ਇਤਬਾਰ ਕੀਤਾ। ਉਦੋਂ ਮੈਂ ਲੋਕਾਂ ਵੱਲੋਂ ਸ਼ਾਮਿਲ ਨੂੰ ਬੇਨਕਾਬ ਕਰਨ ਵਾਲੀ ਕਵਿਤਾ ਲਿਖੀ ਸੀ।

ਹੁਣ ਕਦੇ-ਕਦੇ ਤਸੱਲੀ ਦੇਣ ਲਈ ਮੈਨੂੰ ਇਹ ਕਿਹਾ ਜਾਂਦਾ ਹੈ:

"ਅਸੀਂ ਸੁਣਿਐ ਕਿ ਤੁਸੀਂ ਉਹ ਕਵਿਤਾ ਖ਼ਾਸ ਸਿਫ਼ਾਰਿਸ਼ 'ਤੇ ਲਿਖੀ ਸੀ, ਤੁਹਾਨੂੰ ਉਹ ਕਵਿਤਾ ਲਿਖਣ ਲਈ ਮਜ਼ਬੂਰ ਕੀਤਾ ਗਿਆ ਸੀ।"

ਇਹ ਝੂਠ ਹੈ! ਕਿਸੇ ਨੇ ਵੀ ਮੇਰੇ ਨਾਲ ਜ਼ੋਰ-ਜ਼ਬਰਦਸਤੀ ਨਹੀਂ ਕੀਤੀ, ਮੈਨੂੰ ਮਜ਼ਬੂਰ ਨਹੀਂ ਕੀਤਾ। ਮੈਂ ਖ਼ੁਦ ਆਪਣੀ ਇੱਛਾ ਨਾਲ ਸ਼ਾਮਿਲ ਬਾਰੇ ਕਵਿਤਾ ਲਿਖੀ ਸੀ ਅਤੇ ਖ਼ੁਦ ਹੀ ਉਸ ਨੂੰ ਸੰਪਾਦਕ ਕੋਲ ਲੈ ਕੇ ਗਿਆ ਸੀ। ਗੱਲ ਸਿਰਫ਼ ਇੰਨੀ ਹੈ ਕਿ ਉਸ ਵੇਲੇ ਮੈਂ ਉਨ੍ਹਾਂ ਪਹਾੜੀ ਲੋਕਾਂ ਵਰਗਾ ਸੀ, ਜੋ ਅਰਬੀ ਦਾ ਇੱਕ ਅੱਖਰ ਵੀ ਨਾ ਜਾਣਦੇ ਹੋਏ ਕੁਰਾਨ ਦੇ ਪੰਨੇ ਉਲਟਦੇ-ਪਲਟਦੇ ਹਨ, ਭਾਵ ਕੁੱਝ ਵੀ ਨਹੀਂ ਸਮਝ ਸਕਦੇ, ਫਿਰ ਵੀ ਇੱਕ ਖ਼ਾਸ ਪਿਆਰੀ ਜਿਹੀ ਖ਼ੁਸ਼ੀ ਮਹਿਸੂਸ ਕਰਦੇ ਹਨ।

ਮੈਂ ਸਮੇਂ ਦਾ ਪਰਛਾਵਾਂ ਸੀ। ਉਦੋਂ ਮੈਂ ਇਹ ਨਹੀਂ ਜਾਣਦਾ ਸੀ ਕਿ ਕਵੀ ਕਦੇ ਪਰਛਾਵਾਂ ਨਹੀਂ ਹੋ ਸਕਦਾ, ਕਿ ਉਹ ਹਮੇਸ਼ਾ ਅੱਗ, ਪ੍ਰਕਾਸ਼ ਦਾ ਸਰੋਤ ਹੁੰਦਾ ਹੈ ਅਤੇ ਇਸ ਗੱਲ ਨਾਲ ਕੋਈ ਫ਼ਰਕ ਨਹੀਂ ਪੈਂਦਾ ਕਿ ਉਹ ਹਲਕੀ ਜਿਹੀ ਰੌਸ਼ਨੀ ਹੈ ਜਾਂ ਵੱਡਾ ਸੂਰਜ। ਰੌਸ਼ਨੀ ਦਾ ਕਦੇ ਪਰਛਾਵਾਂ ਨਹੀਂ ਹੁੰਦਾ, ਰੌਸ਼ਨੀ ਨਾਲ ਤਾਂ ਸਿਰਫ਼ ਰੌਸ਼ਨੀ ਹੁੰਦੀ ਹੈ।

ਸ਼ਾਇਦ ਮੈਂ ਇਹ ਗੱਲ ਦੇਰ ਨਾਲ ਸਮਝਿਆ ਹਾਂ। ਪਰ ਕੀ ਹੋਇਆ, ਸੇਬ ਵੀ ਵੱਖ-ਵੱਖ ਕਿਸਮ ਦੇ ਹੁੰਦੇ ਹਨ। ਕੁੱਝ ਜਲਦੀ ਪੱਕ ਜਾਂਦੇ ਹਨ ਅਤੇ ਦੂਜੇ ਸਿਰਫ਼ ਪੱਤਝੜ ਵਿੱਚ ਜਾ ਕੇ ਹੀ ਰਸੀਲੇ ਹੁੰਦੇ ਹਨ। ਲੱਗਦਾ ਹੈ ਕਿ ਮੈਂ ਪੱਤਝੜ ਵਾਲੀ ਹੀ ਕਿਸਮ ਹਾਂ।

ਤਾਂ ਇਸ ਤਰ੍ਹਾਂ ਹੋਇਆ ਸੀ ਇਹ ਸਭ ਕੁੱਝ। ਜਿੱਥੋਂ ਤੱਕ ਮੇਰੇ ਜ਼ਖ਼ਮ ਦਾ ਸਬੰਧ ਹੈ, ਤਾਂ ਉਹ ਮੇਰੇ ਨਾਲ ਹੈ।

ਕਦੇ ਨਾ ਭਰਨ ਵਾਲਾ, ਮੇਰਾ ਜ਼ਖ਼ਮ ਹਰਾ ਹੋ ਗਿਆ ਦੁਬਾਰਾ,
ਦੁਬਾਰਾ ਦਿਲ ਨੂੰ ਚੀਰ ਰਿਹਾ ਉਹ, ਅੰਗਿਆਰੇ ਜਿਹੇ ਭਖਾਉਂਦਾ।
ਦਾਦਾ ਮੈਨੂੰ ਸੁਣਾਉਂਦੇ ਰਹਿੰਦੇ ਸੀ ਬਚਪਨ ਵਿੱਚ ਜਿਸ ਦੇ ਕਿੱਸੇ,
ਲੋਕਾਂ ਦੀਆਂ ਗੱਲਾਂ ਵਿੱਚ ਉਸ ਦਾ ਜ਼ਿਕਰ ਸੀ ਅਕਸਰ ਆਉਂਦਾ।

ਉਹ ਕਿੱਸੇ ਜਿਹਾ, ਲੋਕ-ਕਥਾ ਜਿਹਾ, ਪਰ ਫਿਰ ਵੀ ਠੋਸ ਹਕੀਕਤ,
ਬੜੇ ਸ਼ੌਕ ਨਾਲ ਸੁਣਦਾ ਸੀ ਮੈਂ, ਬਚਪਨ ਵਿੱਚ ਉਸ ਦੀਆਂ ਗੱਲਾਂ।
ਅਤੇ ਸਾਡੇ ਘਰ ਦੇ ਉੱਪਰ ਸ਼ਾਮ ਦੇ ਲਾਲ ਚਮਕੀਲੇ ਅੰਬਰ ਵਿੱਚ,
ਉਸ ਦੇ ਬੀਰ ਸੈਨਿਕਾਂ ਵਰਗੀਆਂ, ਤੈਰਦੀਆਂ ਬੱਦਲ ਦੀਆਂ ਪਰਤਾਂ।

ਗੀਤ ਪਹਾੜਾਂ ਦਾ ਸੀ ਉਹ ਤਾਂ, ਉਸੇ ਗੀਤ ਨੂੰ ਮੇਰੀ ਅੰਮਾਂ,
ਕਦੇ-ਕਦੇ ਗਾਇਆ ਕਰਦੀ ਸੀ, ਮੈਂ ਤਾਂ ਨਹੀਂ ਭੁਲਾ ਸਕਦਾ।
ਕਿਵੇਂ ਉਸ ਦੀਆਂ ਸਾਫ਼ ਅੱਖਾਂ ਵਿੱਚ, ਹੰਝੂਆਂ ਦਾ ਕਣ ਉੱਜਲਾ,
ਸ਼ਾਮ ਸਮੇਂ ਦੀ ਚਾਰਗਾਹ ਵਿੱਚ, ਤ੍ਰੇਲ-ਕਣ ਜਿਹਾ ਬਣ ਜਾਂਦਾ।

ਉਹ ਬਜ਼ੁਰਗ ਫ਼ੌਜੀ ਪਹਿਨੇ, ਪਹਿਰਾਵਾ ਸਾਡਾ ਪਹਾੜੀਆਂ ਦਾ,
ਨੇੜੇ ਖੜ੍ਹਾ ਖਿੜਕੀ ਵਿੱਚ ਜਿੱਦਾਂ, ਝਾਕਿਆ ਕਰਦਾ ਸੀ ਘਰ ਵਿੱਚ।
ਉਸ ਦੇ ਸਭ ਹਥਿਆਰ ਬੰਨ੍ਹੇ ਰਹਿੰਦੇ ਸੀ ਸੱਜੇ ਪਾਸੇ ਵੱਲ,
ਅਤੇ ਖ਼ੂਬ ਲੜਦਾ ਸੀ ਉਹ ਤਾਂ ਖੜਗ ਲੈ ਕੇ ਖੱਬੇ ਕਰ ਵਿੱਚ।

ਮੈਨੂੰ ਯਾਦ ਹੈ ਉਸ ਬਜ਼ੁਰਗ ਨੇ, ਜਿਸ ਦਾ ਹੈ ਚਿਹਰਾ ਸਾਹਮਣੇ,
ਮੇਰੇ ਦੋ ਵੱਡੇ ਭਰਾਵਾਂ ਨੂੰ, ਯੁੱਧ-ਭੂਮੀ ਵਿੱਚ ਵਿਦਾ ਸੀ ਕੀਤਾ।
ਤਾਂ ਕਿ ਉਸ ਦਾ ਨਾਂ ਲਿਖੇ ਵਾਲਾ ਵੀ ਟੈਂਕ ਕੋਈ ਬਣ ਸਕੇ,
ਭੈਣ ਮੇਰੀ ਨੇ ਗਾਨੀ, ਕੰਗਣਾਂ ਦਾ ਜੋੜਾ ਵੀ ਉਸ ਨੂੰ ਦੇ ਦਿੱਤਾ।

ਅਤੇ ਪਿਤਾ ਨੇ ਆਪਣੇ ਸਵਰਗਵਾਸ ਤੋਂ ਕੁੱਝ ਸਮਾਂ ਪਹਿਲਾਂ,
ਬੀਰ 'ਤੇ ਕਵਿਤਾ ਰਚ ਦਿੱਤੀ ਪਰ ਇਹ ਕੀ ਗ਼ਜ਼ਬ ਹੋਇਆ।
ਉਹ ਸੀ ਅਜਿਹਾ ਸਮਾਂ ਕਿ ਸ਼ਾਮਿਲ ਨੂੰ ਸਮਝ ਨਾ ਸਕੇ ਅਸੀਂ,
ਦੂਸ਼ਣ ਉਸ 'ਤੇ ਲੱਗਦੇ ਸੀ, ਸਭ ਕਹਿੰਦੇ ਸੀ ਬੁਰਾ-ਭਲਾ।

ਜੇਕਰ ਪਿਤਾ ਦੇ ਦਿਲ ਨੂੰ ਐਸਾ ਝਟਕਾ ਨਾ ਅਚਾਨਕ ਲੱਗਦਾ,
ਸ਼ਾਇਦ ਜਿਊਂਦੇ ਬਹੁਤ ਦਿਨ, ਉਦੋਂ ਗਲਤੀ ਮੈਂ ਵੀ ਕੀਤੀ।
ਕਰ ਬੈਠਾ ਵਿਸ਼ਵਾਸ ਸਹਿਜ, ਲੋਕਾਂ ਦੀਆਂ ਝੂਠੀਆਂ ਗੱਲਾਂ 'ਤੇ,
ਉਸੇ ਵੇਗ ਵਿੱਚ ਵਹਿ ਕੇ ਮੈਂ, ਝੱਟਪੱਟ ਕਵਿਤਾ ਵੀ ਲਿਖ ਦਿੱਤੀ।

ਉਸ ਬਜ਼ੁਰਗ ਦੀ ਖੜਗ, ਜਿਸ ਨੇ ਵਰ੍ਹਿਆਂ ਤੱਕ ਹਿੰਮਤ ਨਾਲ,
ਦੁਸ਼ਮਣਾਂ ਨਾਲ ਟੱਕਰ ਲਈ, ਉਨ੍ਹਾਂ ਦਾ ਖ਼ੂਬ ਖ਼ੂਨ ਵਹਾਇਆ ਸੀ।
ਹੋ ਗੁੰਮਰਾਹ, ਭਟਕ ਚੱਕਰ ਵਿੱਚ, ਆਪਣੀ ਕੱਚੀ ਕਵਿਤਾ ਵਿੱਚ,
ਇੱਕ ਦੇਸ਼-ਧ੍ਰੋਹੀ ਦਾ ਖੰਡਾ, ਮੈਂ ਵੀ ਉਸ ਨੂੰ ਠਹਿਰਾਇਆ ਸੀ।

ਉਸ ਦੇ ਭਾਰੀ ਕਦਮਾਂ ਨੂੰ ਹੁਣ, ਰਾਤਾਂ ਨੂੰ ਆਹਟ ਮਿਲਦੀ ਹੈ,
ਜਿਉਂ ਹੀ ਬੁਝਦੀ ਹੈ ਬੱਤੀ, ਉਹ ਖਿੜਕੀ ਵਿੱਚ ਆ ਜਾਂਦਾ।
ਕਦੇ ਆਹੂਲਗੋ ਪਿੰਡ ਬਚਾਉਂਦਾ, ਰਣ ਵਿੱਚ ਲੜਦਾ-ਭਿੜਦਾ,
ਜਾਂ ਗੁਨੀਬ ਦੇ ਉਸ ਬਜ਼ੁਰਗ ਜਿਹਾ ਉਹ ਮੇਰੇ ਸਾਹਮਣੇ ਆਉਂਦਾ।

ਕਹਿੰਦਾ ਹੈ ਮੈਂ ਯੁੱਧਾਂ ਵਿੱਚ, ਅੰਗਿਆਰਾਂ, ਭਾਂਬੜਾਂ ਵਿੱਚ ਵੀ,
ਆਪਣਾ ਕਿੰਨਾ ਖ਼ੂਨ ਵਹਾਇਆ ਅਤੇ ਬਹੁਤ ਪੀੜਾ ਜਾਨੀ।
ਉੱਨੀ ਜ਼ਖ਼ਮ ਸਹੇ ਸੀ ਤਨ 'ਤੇ, ਬਹੁਤ ਚਸਕਦੇ, ਦੁਖਦੇ,
ਅਤੇ ਵੀਹਵਾਂ ਜ਼ਖ਼ਮ ਤੁਹਾਡਾ, ਕੱਚੀ ਉਮਰ ਦੀ ਨਾਦਾਨੀ।

ਜ਼ਖ਼ਮ ਖੰਜਰਾਂ ਦੇ ਸੀ ਤਨ 'ਤੇ, ਜ਼ਖ਼ਮ ਗੋਲੀਆਂ ਦੇ ਵੀ ਸੀ,
ਪਰ ਤੂੰ ਜ਼ਖ਼ਮ ਦਿੱਤਾ ਜਿਹੜਾ, ਉਸ ਦਾ ਦਰਦ ਹੈ ਬਦਤਰ।
ਕਿਉਂਕਿ ਕਿਸੇ ਪਹਾੜੀ ਦਾ, ਮੇਰੇ 'ਤੇ ਵਾਰ ਇਹ ਪਹਿਲਾ,
ਮੇਰੇ ਦਿਲ, ਸੀਨੇ ਵਿੱਚ ਸਿੱਧਾ, ਉੱਤਰ ਗਿਆ ਤੇਰਾ ਖੰਜਰ।

ਇਹ ਸੰਭਵ ਹੈ ਕਿ ਹੁਣ ਜਹਾਦ ਵੀ, ਨਹੀਂ ਸਮੇਂ ਦੀ ਮੰਗ ਰਿਹਾ,
ਪਰ ਕਦੇ ਇਸੇ ਨੇ ਤੇਰੇ, ਘਰ, ਪਰਬਤ ਦੀ ਰੱਖਿਆ ਕੀਤੀ।
ਲੱਗਦੈ ਮੇਰਾ ਖੰਡਾ ਵੀ, ਅੱਜ ਸਮੇਂ ਤੋਂ ਪਛੜ ਗਿਆ ਹੈ,
ਆਜ਼ਾਦੀ ਲਈ ਕਦੇ ਵੈਰੀ ਦੀ, ਇਸ ਨੇ ਸਖ਼ਤ ਪ੍ਰੀਖਿਆ ਲਈ।

ਭੁੱਲ ਸਾਰੇ ਆਰਾਮ, ਚੈਨ ਨੂੰ, ਇੱਕ ਪਹਾੜੀ ਦੀ ਦ੍ਰਿੜ੍ਹਤਾ ਨਾਲ,
ਲੜਦਾ ਰਿਹਾ ਨਾ ਹੋਸ਼ ਸੀ ਮੈਨੂੰ, ਗੀਤਾਂ, ਮੌਜ-ਬਹਾਰਾਂ ਦੀ।
ਕਦੇ-ਕਦੇ ਛਾਂਟਿਆਂ ਨਾਲ ਮੈਂ, ਕਰਵਾਈ ਸੀ ਸਖ਼ਤ ਮੁਰੰਮਤ,
ਕਥਾਕਾਰ, ਗਾਇਕ, ਕਵੀਆਂ ਦੀ, ਸੁੰਦਰ ਰਚਨਾਕਾਰਾਂ ਦੀ।

ਹੋ ਸਕਦੈ ਮੈਂ ਗਲਤੀ ਕੀਤੀ, ਉਸ ਨੂੰ ਬੇਅਰਥ ਸਤਾ ਕੇ,
ਉਸ ਵੇਲੇ ਮੈਂ ਗੁੱਸੇ 'ਤੇ ਸੀ, ਕਾਬੂ ਪਾਉਣਾ ਨਾ ਜਾਣਿਆ।
ਦੇਖ ਤੁਹਾਡੇ ਵਰਗੇ ਥੋਥੇ ਤੁਕਬੰਦਾਂ ਨੂੰ, ਪਰ ਇਹ ਲੱਗਦੈ,
ਭੁੱਲ ਨਾ ਕੀਤੀ ਉਦੋਂ ਵੀ ਮੈਂ, ਉਦੋਂ ਵੀ ਸੱਚ ਪਛਾਣਿਆ।

ਇਉਂ ਹੀ ਸੂਰਜ ਚੜ੍ਹਨ ਤੱਕ, ਮੈਨੂੰ ਕੋਸਦਾ ਕੋਲ ਖੜ੍ਹਾ ਉਹ,
ਮੈਂ ਪਛਾਣ ਉਸ ਨੂੰ ਲੈਂਦਾ ਹਾਂ, ਭਾਵੇਂ ਹੋਵੇ ਦਿੱਖ ਛਿਪਾਈ।
ਮਹਿੰਦੀ ਨਾਲ ਰੰਗੀ ਉਸ ਦੀ ਫੁੱਲੀ, ਲਹਿਰਾਉਂਦੀ ਦਾੜ੍ਹੀ,
ਦਿਸ ਜਾਂਦੀ ਉਹਦੀ ਟੋਪੀ ਮੈਨੂੰ, ਦਿੰਦੀ ਪੱਗ ਦਿਖਾਈ।

ਕੀ ਜਵਾਬ ਦੇ ਸਕਦਾਂ ਮੈਂ, ਉਸ ਦੇ ਅੱਗੇ, ਤੇਰੇ ਅੱਗੇ,
ਮੇਰੀ ਜਨਤਾ ਮੈਂ ਤਾਂ ਸੱਚਮੁੱਚ, ਬਣ ਅਪਰਾਧੀ ਖੜ੍ਹਾ।
ਸੀ ਇਮਾਮ, ਉਸ ਦਾ ਨਾਇਬ, ਛੱਡ ਗਿਆ ਪਰ ਸਾਥ,
ਯੋਧਾ ਹਾਜੀ-ਮਰਾਦ ਦਾ, ਉਹ ਸੈਨਾਨੀ ਸਖ਼ਤ ਬੜਾ।

ਪਛਤਾਵਾ ਸੀ ਉਦੋਂ ਉਸ ਨੂੰ, ਨਿਰਣਾ ਕੀਤਾ ਮੁੜਨ ਦਾ,
ਪਰ ਰਸਤੇ ਵਿੱਚ ਦਲਦਲ ਆਈ, ਉਸ ਨੇ ਨਿਗਲ ਲਿਆ।
ਕੀ ਇਮਾਮ ਦੇ ਕੋਲ ਚੱਲਾਂ? ਬੇਤੁਕਾ ਖ਼ਿਆਲ ਕਿਹੋ ਜਿਹਾ,
ਉਹ ਤਾਂ ਨਹੀਂ ਰਸਤਾ ਮੇਰਾ, ਅੱਜ ਜ਼ਮਾਨਾ ਬਦਲ ਗਿਆ।

ਬਿਨਾਂ ਸੋਚੇ-ਸਮਝੇ ਹੀ ਮੈਂ ਉਦੋਂ ਜੋ ਕਵਿਤਾ ਲਿਖ ਦਿੱਤੀ ਸੀ,
ਸ਼ਰਮ, ਉਨੀਂਦੇ ਨਾਲ ਵੀ ਉਹਦਾ ਮੁਸ਼ਕਿਲ ਮੁੱਲ ਚੁਕਾਉਣਾ।
ਗਲਤੀ ਕੀਤੀ ਕਿ ਇਮਾਮ ਤੋਂ ਮਾਫ਼ੀ ਮੰਗਣ ਦਾ ਇੱਛਕ ਹਾਂ,
ਪਰ ਦਲਦਲ ਵਿੱਚ ਏਦਾਂ ਖ਼ੁਦ ਨੂੰ ਚਾਹੁੰਦਾ ਨਹੀਂ ਖਪਾਉਣਾ।

ਮੈਨੂੰ ਅਜਿਹਾ ਲੱਗਦਾ ਹੈ, ਮੈਂ ਜਿਸ ਨੂੰ ਠੇਸ ਪਹੁੰਚਾਈ,
ਕੀਤਾ ਬੜਾ ਅਪਮਾਨ, ਦੂਸ਼ਣ ਨਾ ਅਜਿਹੇ ਧਰਦਾ।
ਉਸ ਨੂੰ ਕਲੰਕਿਤ ਕਰਨ ਵਾਲੀ, ਰਚੀ ਕੱਚੀ ਕਵਿਤਾ,
ਤਲਵਾਰਾਂ ਨਾਲ ਲਿਖਣ ਵਾਲਾ, ਉਸ ਨੂੰ ਮਾਫ਼ ਨਾ ਕਰਦਾ।

ਭਾਵੇਂ ਅਜਿਹਾ ਹੀ ਹੋਣ ਦਿਓ, ਪਰ ਤੂੰ ਮੇਰੀ ਪਿਆਰੀ ਜਨਤਾ,
ਮੇਰਾ ਇਹ ਅਪਰਾਧ ਭੁਲਾ ਦੇ, ਮੈਨੂੰ ਮਾਫ਼ ਕਰ ਕੇ।
ਪਿਆਰੀ ਧਰਤੀ ਤੂੰ ਤਾਂ, ਦੇਖ ਨਾ ਆਪਣੇ ਕਵੀ ਨੂੰ ਏਦਾਂ,
ਜਿਵੇਂ ਕੋਈ ਮਾਂ, ਬੇਟੇ ਨੂੰ ਦੇਖੇ, ਗੁੱਸੇ ਦੇ ਵਿੱਚ ਭਰ ਕੇ।

ਮੈਨੂੰ ਪਤਾ ਨਹੀਂ ਕਿ ਦਾਗ਼ਿਸਤਾਨੀਆਂ ਨੇ ਮੈਨੂੰ ਮੇਰੀ ਪੁਰਾਣੀ ਕਵਿਤਾ ਲਈ ਮਾਫ਼ ਕੀਤਾ ਜਾਂ ਨਹੀਂ, ਨਹੀਂ ਪਤਾ ਕਿ ਸ਼ਾਮਿਲ ਦੇ ਪਰਛਾਵੇਂ ਨੇ ਉਸ ਦੇ ਲਈ ਮੈਨੂੰ ਮਾਫ਼ ਕੀਤਾ ਜਾਂ ਨਹੀਂ, ਪਰ ਖ਼ੁਦ ਮੈਂ ਆਪਣੇ ਆਪ ਨੂੰ ਕਦੇ ਮਾਫ਼ ਨਹੀਂ ਕਰਾਂਗਾ।

ਮੇਰੇ ਪਿਤਾ ਜੀ ਨੇ ਮੈਨੂੰ ਕਿਹਾ ਸੀ:

"ਸ਼ਾਮਿਲ ਨੂੰ ਨਹੀਂ ਛੱਡਣਾ, ਜੇਕਰ ਅਜਿਹਾ ਕਰੋਗੇ, ਤਾਂ ਜ਼ਿੰਦਗੀ ਭਰ ਚੈਨ ਨਹੀਂ ਪਾਓਗੇ।"

ਪਿਤਾ ਜੀ ਦੀ ਗੱਲ ਸੱਚੀ ਨਿੱਕਲੀ।

ਪਰਬਤ ਵਾਸੀ ਦਾ ਮੈਂ ਬੇਟਾ, ਬਚਪਨ ਤੋਂ ਸੀ ਸਖ਼ਤਾਈ,
ਝਿੜਕ-ਝੰਬ ਤੋਂ ਜਾਣੂ ਹਾਂ ਮੈਂ, ਕੁੱਟ-ਮਾਰ ਵੀ ਹਿੱਸੇ ਆਈ।

ਮੇਰੀਆਂ ਭੁੱਲਾਂ, ਅਪਰਾਧਾਂ 'ਤੇ, ਪਿਤਾ ਨਾ ਤਰਸ ਸੀ ਖਾਂਦੇ,
ਖ਼ੂਬ ਜ਼ੋਰ ਨਾਲ ਕੰਨ ਖਿੱਚ ਕੇ, ਅਕਲ ਟਿਕਾਣੇ ਲਿਆਂਦੇ।

ਹੁਣ ਮੈਂ ਬਾਲਗ, ਹਰ ਰੋਜ਼ ਹੁਣ ਮੈਨੂੰ ਪਵੇ ਸਮੇਂ ਦੀ ਮਾਰ,
ਹੁਣ ਇਹ ਮੇਰੇ ਕੰਨ ਖਿੱਚੇ, ਖਿੱਚ-ਖਿੱਚ ਕਰ ਦਏ ਲਾਲ।
ਜਿਵੇਂ ਕੋਈ ਬੇਸੁਰ ਦੋਤਾਰੇ ਦੀਆਂ ਕਿੱਲੀਆਂ ਨੂੰ ਮਰੋੜ ਕੇ,
ਵਾਦਕ ਉਸ ਦੀ ਤਾਰ ਖਿੱਚ ਕੇ ਜਿਵੇਂ ਕਰ ਦੇਵੇ ਕਮਾਲ।

ਸਮਾਂ! ਦਿਨਾਂ ਤੋਂ ਸਾਲ ਅਤੇ ਸਾਲਾਂ ਤੋਂ ਸਦੀਆਂ ਬਣਦੀਆਂ ਹਨ। ਪਰ ਯੁੱਗ ਕੀ ਹੈ? ਉਹ ਸਦੀਆਂ ਤੋਂ ਬਣਦਾ ਹੈ ਜਾਂ ਸਾਲਾਂ ਤੋਂ? ਜਾਂ ਫਿਰ ਇੱਕ ਦਿਨ ਵੀ ਯੁੱਗ ਬਣ ਸਕਦਾ ਹੈ? ਦਰੱਖਤ ਪੰਜ ਮਹੀਨਿਆਂ ਤੱਕ ਹਰਾ ਰਹਿੰਦਾ ਹੈ, ਪਰ ਉਸ ਦੇ ਸਾਰੇ ਪੱਤਿਆਂ ਨੂੰ ਪੀਲਾ ਕਰਨ ਲਈ ਇੱਕ ਦਿਨ ਜਾਂ ਇੱਕ ਰਾਤ ਹੀ ਕਾਫ਼ੀ ਹੁੰਦੀ ਹੈ। ਇਸ ਦੇ ਉਲਟ ਵੀ ਹੁੰਦਾ ਹੈ। ਪੰਜ ਮਹੀਨਿਆਂ ਤੱਕ ਦਰੱਖਤ ਬਿਨਾਂ ਪੱਤਿਆਂ ਤੋਂ ਅਤੇ ਕੋਲੇ ਵਾਂਗ ਕਾਲਾ ਰਹਿੰਦਾ ਹੈ। ਉਸ ਨੂੰ ਹਰਾ-ਭਰਾ ਕਰਨ ਲਈ ਇੱਕ ਸੋਹਣੀ, ਸੁਹਾਵਣੀ ਸਵੇਰ ਹੀ ਕਾਫ਼ੀ ਹੁੰਦੀ ਹੈ। ਖ਼ੁਸ਼ੀ ਭਰੀ ਇੱਕ ਸੁਬ੍ਹਾ ਹੀ ਉਸ ਨੂੰ ਫੁੱਲ ਲਗਾਉਣ ਲਈ ਕਾਫ਼ੀ ਹੁੰਦੀ ਹੈ।

ਅਜਿਹੇ ਦਰੱਖਤ ਵੀ ਹਨ, ਜੋ ਹਰ ਮਹੀਨੇ ਆਪਣਾ ਰੰਗ ਬਦਲਦੇ ਹਨ ਅਤੇ ਅਜਿਹੇ ਵੀ ਹਨ, ਜੋ ਕਦੇ ਰੰਗ ਨਹੀਂ ਬਦਲਦੇ।

ਮੌਸਮੀ ਪੰਛੀ ਵੀ ਹਨ, ਜੋ ਮੌਸਮ ਮੁਤਾਬਿਕ ਸਾਰੀ ਦੁਨੀਆ ਵਿੱਚ ਜਿੱਥੇ-ਕਿਤੇ ਉੱਡਦੇ ਰਹਿੰਦੇ ਹਨ ਅਤੇ ਉਕਾਬ ਵੀ ਹਨ, ਜੋ ਕਦੇ ਆਪਣੇ ਪਹਾੜ ਛੱਡ ਕੇ ਨਹੀਂ ਜਾਂਦੇ।

ਪੰਛੀ ਹਵਾ ਦੇ ਰੁਖ਼ ਦੇ ਖ਼ਿਲਾਫ਼ ਉੱਡਣਾ ਪਸੰਦ ਕਰਦੇ ਹਨ। ਚੰਗੀ ਮੱਛੀ ਹਮੇਸ਼ਾ ਧਾਰਾ ਦੇ ਉਲਟ ਤੈਰਦੀ ਹੈ। ਸੱਚਾ ਕਵੀ ਆਪਣੇ ਹਿਰਦੇ ਦਾ ਆਦੇਸ਼ ਮੰਨਦੇ ਹੋਏ 'ਵਿਸ਼ਵ ਮੱਤ' ਦਾ ਵਿਰੋਧ ਕਰਨ ਤੋਂ ਵੀ ਕਦੇ ਨਹੀਂ ਝਿਜਕਦਾ।

ਡਾਇਰੀ ਵਿੱਚੋਂ

ਮੇਰਾ ਇੱਕ ਦੋਸਤ ਹੈ, ਇੱਕ ਅਵਾਰ ਕਵੀ। ਪਿਛਲੇ ਸਾਲ ਉਸ ਦੀਆਂ ਕਵਿਤਾਵਾਂ ਦਾ ਇੱਕ ਸੰਗ੍ਰਹਿ ਛਪਿਆ ਹੈ। ਪੁਸਤਕ ਦੀਆਂ ਸਾਰੀਆਂ ਕਵਿਤਾਵਾਂ ਨੂੰ ਉਸ ਨੇ ਇਸ ਤਰ੍ਹਾਂ ਭਾਗਾਂ ਵਿੱਚ ਵੰਡ ਦਿੱਤਾ ਹੈ, ਜਿਵੇਂ ਕਿ ਸ਼ਹਿਰੀ ਫ਼ਲੈਟ ਦੇ ਕਮਰਿਆਂ ਨੂੰ ਵੱਖ-ਵੱਖ ਉਦੇਸ਼ਾਂ ਲਈ ਵੰਡਿਆ ਜਾਂਦਾ ਹੈ। ਰਾਜਨੀਤਕ ਜਾਂ ਸਮਾਜਿਕ ਕਵਿਤਾਵਾਂ ਵਾਲਾ ਭਾਗ ਤਾਂ ਜਿਵੇਂ ਸੌਣ ਵਾਲਾ ਕਮਰਾ ਹੈ ਅਤੇ ਸਾਧਾਰਨ ਕਿਸਮ ਦੀਆਂ ਕਵਿਤਾਵਾਂ ਜਿਵੇਂ ਬੈਠਕ ਵਾਂਗ ਹਨ। ਪਰ ਸਮਝ ਵਿੱਚ ਨਹੀਂ ਆਉਂਦਾ ਕਿ ਖੇਤੀ, ਅਨਾਜ ਅਤੇ ਚਰਵਾਹਿਆਂ ਸਬੰਧੀ ਕਵਿਤਾਵਾਂ ਨੂੰ ਕਿੱਥੇ ਜਗ੍ਹਾ ਦਿੱਤੀ ਜਾਵੇ, ਕੀ ਰਸੋਈ ਵਿੱਚ?

ਕੀ ਦਾਗਿਸਤਾਨੀ ਗਾਇਕਾਂ ਦੀ ਪ੍ਰਤੀਯੋਗਤਾ ਵਿੱਚ ਹਿੱਸਾ ਲੈਣ ਲਈ ਪਹਾੜਾਂ ਤੋਂ ਆਉਣ ਵਾਲੇ ਗਾਇਕ ਨੇ ਠੀਕ ਹੀ ਨਹੀਂ ਕੀਤਾ ਸੀ? ਆਪਣੀਆਂ ਕਵਿਤਾਵਾਂ ਨੂੰ ਵੱਖ-ਵੱਖ ਭਾਗਾਂ ਵਿੱਚ ਵੰਡਣ ਵਾਲੇ ਸਾਡੇ ਇਸ ਕਵੀ ਨੇ ਗਾਇਕ ਨੂੰ ਕਿਹਾ ਕਿ ਉਹ ਹਰ

ਭਾਗ ਵਿੱਚੋਂ ਇੱਕ ਕਵਿਤਾ ਗਾਵੇ। ਗਾਇਕ ਨੇ ਆਪਣੇ ਸਾਜ਼ ਨੂੰ ਸੁਰਬੱਧ ਕੀਤਾ, ਕੁੱਝ ਮਿੰਟਾਂ ਤੱਕ ਚੁੱਪ ਰਿਹਾ, ਜਿਵੇਂ ਆਪਣੇ ਵਿਚਾਰਾਂ ਨੂੰ ਇਕੱਤਰਿਤ ਕਰਦਾ ਰਿਹਾ ਹੋਵੇ ਅਤੇ ਫਿਰ ਗਾਉਣ ਲੱਗਿਆ। ਬਹੁਤ ਦੇਰ ਤੱਕ ਗਾਉਂਦਾ ਰਿਹਾ ਉਹ। ਸਾਰੇ ਸਰੋਤੇ ਘਬਰਾ ਉੱਠੇ, ਜੇਕਰ ਇੱਕ ਕਵਿਤਾ ਗਾਉਂਦੇ ਹੋਏ ਹੀ ਉਸ ਨੇ ਇੰਨਾ ਸਮਾਂ ਲਗਾ ਦਿੱਤਾ, ਤਾਂ ਚਾਰ ਭਾਗਾਂ ਵਿੱਚੋਂ ਕਵਿਤਾਵਾਂ ਗਾਉਂਦੇ ਹੋਏ ਕਿੰਨਾ ਸਮਾਂ ਲਵੇਗਾ, ਕਦੋਂ ਗਾਉਣਾ ਖ਼ਤਮ ਹੋਵੇਗਾ? ਪਰ ਗਾਇਕ ਉਦੋਂ ਹੀ ਚੁੱਪ ਹੋ ਗਿਆ ਅਤੇ ਤਾਰਾਂ 'ਤੇ ਹਥੇਲੀ ਰੱਖ ਕੇ ਉਸ ਨੇ ਉਨ੍ਹਾਂ ਦੀ ਟੁਣਕਾਰ ਨੂੰ ਸ਼ਾਂਤ ਕੀਤਾ। ਉਸ ਤੋਂ ਬਾਅਦ ਉਸ ਨੇ ਹੋਰ ਨਹੀਂ ਗਾਇਆ। ਹੋਇਆ ਇਹ ਕਿ ਉਸ ਨੇ ਕਵੀ ਦੇ ਮੁੱਖ ਵਿਚਾਰਾਂ ਅਤੇ ਭਾਵਨਾਵਾਂ ਨੂੰ ਇੱਕ ਹੀ ਗਾਣੇ ਵਿੱਚ ਸਮੇਟ ਦਿੱਤਾ। ਕਵੀ ਨੇ ਗਾਇਕ ਨੂੰ ਪੁੱਛਿਆ ਕਿ ਉਸ ਨੇ ਅਜਿਹਾ ਕਿਉਂ ਕੀਤਾ।

"ਦੋਸਤ।" ਗਾਇਕ ਨੇ ਜਵਾਬ ਦਿੱਤਾ, "ਇਹ ਮੇਰਾ ਸਾਜ਼ ਐ ਅਤੇ ਇਸ ਵਿੱਚ ਤਿੰਨ ਤਾਰਾਂ ਨੇ। ਮੈਂ ਪਹਿਲਾਂ ਇੱਕ, ਫਿਰ ਦੂਜੀ ਅਤੇ ਫਿਰ ਤੀਜੀ ਤਾਰ ਤਾਂ ਨਹੀਂ ਵਜਾ ਸਕਦਾ।"

ਵਿਸ਼ੇ ਬਾਰੇ ਕੁੱਝ ਹੋਰ

ਸ਼ਾਇਦ ਸਾਰਿਆਂ ਨੂੰ ਇਹ ਕਿੱਸਾ ਪਤਾ ਨਹੀਂ ਹੈ ਕਿ ਇੱਕ ਪਹਾੜੀ ਆਦਮੀ ਨਵੇਂ, ਉੱਚੇ ਬੂਟ ਪਹਿਨਦਾ ਸੀ ਅਤੇ ਉਸ ਨੂੰ ਇਸ ਗੱਲ ਦਾ ਬੜੀ ਫ਼ਿਕਰ ਰਹਿੰਦਾ ਸੀ ਕਿ ਕਿਤੇ ਉਹ ਗੰਦੇ ਨਾ ਹੋ ਜਾਣ। ਇਸ ਲਈ ਉਹ ਪੱਬਾਂ ਭਾਰ ਚੱਲਦਾ ਸੀ। ਇੱਕ ਦਿਨ ਉਹ ਅਜਿਹੀ ਜਗ੍ਹਾ ਜਾ ਫਸਿਆ, ਜਿੱਥੇ ਗੋਡਿਆਂ ਤੱਕ ਚਿੱਕੜ ਸੀ। ਇਸ ਲਈ ਵਿਚਾਰੇ ਨੂੰ ਸਿਰ ਦੇ ਭਾਰ ਖੜ੍ਹਾ ਹੋਣਾ ਪਿਆ।

ਅਜਿਹਾ ਹੁੰਦਾ ਹੈ ਕਿ ਕਵੀ ਕਦੇ-ਕਦੇ ਸਿਰਜਣਾ ਨਹੀਂ ਕਰਦੇ, ਬਲਕਿ ਆਪਣੇ ਆਪ ਨੂੰ ਜਿਵੇਂ ਐਤਵਾਰੀ ਘੋੜ-ਦੌੜਾਂ ਵਿੱਚ ਹਿੱਸਾ ਲੈਂਦਾ ਮਹਿਸੂਸ ਕਰਦੇ ਹਨ। ਇਸ ਲਈ ਕਿ ਇਨਾਮ ਦਾ ਰੁਮਾਲ ਪੰਜ ਮਿੰਟ ਲਈ ਉਨ੍ਹਾਂ ਦੇ ਘੋੜੇ ਦੀ ਗਰਦਨ ਦੀ ਸ਼ੋਭਾ ਵਧਾ ਸਕੇ, ਉਹ ਉਸ ਦੀ ਪਿੱਠ ਨੂੰ ਛਾਂਟੇ ਮਾਰ-ਮਾਰ ਕੇ ਲਹੂ-ਲੁਹਾਣ ਕਰਨ ਲਈ ਵੀ ਤਿਆਰ ਰਹਿੰਦੇ ਹਨ। ਰੁਮਾਲ ਤਾਂ ਉਸੇ ਦਿਨ ਉਤਾਰਨਾ ਪਵੇਗਾ, ਪਰ ਜ਼ਖ਼ਮ ਬਹੁਤ ਦੇਰ ਤੱਕ ਨਹੀਂ ਭਰ ਸਕਣਗੇ। ਅਜਿਹੇ ਕਵੀ ਤਾਲਾਤਲ ਦੇ ਅਲੀਬੁਤਾਲ ਵਾਂਗ ਹਮੇਸ਼ਾ ਇਸ ਗੱਲ ਲਈ ਤਿਆਰ-ਬਰ-ਤਿਆਰ ਰਹਿੰਦੇ ਹਨ ਕਿ...ਪਰ ਤੁਸੀਂ ਤਾਂ ਨਹੀਂ ਜਾਣਦੇ ਕਿ ਅਲੀਬੁਤਾਲ ਦਾ ਕਿੱਸਾ ਕੀ ਹੈ?

ਇੱਕ ਵਾਰ ਖ਼ੂੰਜ਼ਹ ਦੇ ਨਾਇਬ ਨੇ ਨੁਕੇਰ (ਅੰਗ-ਰੱਖਿਅਕ) ਅਲੀਬੁਤਾਲ ਨੂੰ ਕਿਹਾ:

"ਤਿਆਰ ਹੋ ਜਾਓ, ਕੱਲ੍ਹ ਸੁਬ੍ਹਾ ਤੁਹਾਨੂੰ ਤਾਲਾਤਲ ਪਿੰਡ ਜਾਣਾ ਪਵੇਗਾ।"

"ਮੈਂ ਤਿਆਰ ਆਂ।" ਹੁਕਮ ਵਜਾਉਣ ਵਾਲੇ ਅਲੀਬੁਤਾਲ ਨੇ ਜਵਾਬ ਦਿੱਤਾ।

ਪਹਾੜਾਂ ਦੀਆਂ ਚੋਟੀਆਂ ਅਜੇ ਚੰਗੀ ਤਰ੍ਹਾਂ ਰੌਸ਼ਨ ਵੀ ਨਹੀਂ ਹੋਈਆਂ ਸਨ ਕਿ ਅਲੀਬੁਤਾਲ ਨੇ ਆਪਣੇ ਘੋੜੇ 'ਤੇ ਕਾਠੀ ਪਾ ਲਈ ਅਤੇ ਰਵਾਨਾ ਹੋ ਗਿਆ। ਦੁਪਹਿਰ ਦੇ

ਖਾਣੇ ਵੇਲੇ ਤੱਕ ਉਹ ਖ਼ੁੰਜ਼ਹ ਵਾਪਸ ਮੁੜ ਆਇਆ। ਜਦੋਂ ਉਹ ਖ਼ੁੰਜ਼ਹ ਦੇ ਨੇੜੇ ਪਹੁੰਚ ਰਿਹਾ ਸੀ, ਤਾਂ ਕੁੱਝ ਜਾਣਕਾਰ ਪਹਾੜੀ ਲੋਕ ਉਸ ਨੂੰ ਮਿਲੇ ਅਤੇ ਉਨ੍ਹਾਂ ਨੇ ਪੁੱਛਿਆ:

"ਅੱਲ੍ਹਾ ਤੁਹਾਡੀ ਰੱਖਿਆ ਕਰੇ, ਕੀ ਬਹੁਤ ਦੂਰ ਤੋਂ ਵਾਪਸ ਆ ਰਹੇ ਹੋ, ਅਲੀਬੁਤਾਲ?"

"ਹਾਂ, ਤਾਲਾਤਲ ਤੋਂ ਵਾਪਸ ਆ ਰਿਹਾਂ।"

"ਕਿਹੜੇ ਕੰਮ ਕਰਕੇ ਗਏ ਸੀ, ਤਾਲਾਤਲ?"

"ਇਹ ਮੈਨੂੰ ਪਤਾ ਨਹੀਂ। ਕੰਮ ਬਾਰੇ ਨਾਇਬ ਹੀ ਜਾਣਦੇ ਨੇ। ਉਨ੍ਹਾਂ ਨੇ ਕੱਲ੍ਹ ਮੈਨੂੰ ਕਿਹਾ ਸੀ ਕਿ ਜਾਣਾ ਪਵੇਗਾ ਅਤੇ ਬਸ, ਮੈਂ ਚਲਾ ਗਿਆ।"

ਸਾਡੇ ਸਾਹਿਤ ਵਿੱਚ ਅਜਿਹੇ ਅਲੀਬੁਤਾਲ ਵੀ ਵਿਦਮਾਨ ਹਨ।

ਵਿਸ਼ੇ ਬਾਰੇ ਕਵਿਤਾ

ਜਦੋਂ ਛੋਟਾ ਸੀ, ਉਦੋਂ ਜਦੋਂ ਕਦੇ ਕਿਸੇ ਵਿਆਹ-ਸ਼ਾਦੀ ਵਿੱਚ ਜਾਂਦਾ,
ਧੂਮ-ਧਾਮ ਵਿੱਚ, ਮੌਜ-ਮਜ਼ੇ ਵਿੱਚ, ਮੈਂ ਵੀ ਬੜੇ ਰੰਗ ਵਿੱਚ ਆਉਂਦਾ।
ਜਾਮ ਖੜਕਦੇ, ਜਾਮ ਛਲਕਦੇ ਅਤੇ ਛਟੀ ਉਹ ਮੈਨੂੰ ਫੜਾਉਂਦੇ,
ਚੁਣੋ ਨਾਚ ਦੀ ਸਾਥੀ ਕੋਈ, ਇਹ ਗੱਲ ਉਦੋਂ ਮੈਨੂੰ ਉਹ ਸਮਝਾਉਂਦੇ।
ਲੋਕਾਂ ਦੀ ਉਸ ਭੀੜ, ਸ਼ੋਰ ਵਿੱਚ, ਮੈਂ ਘਬਰਾਉਂਦਾ, ਮੈਂ ਸ਼ਰਮਾਉਂਦਾ,
ਕਿਹਨੂੰ ਚੁਣਾਂ ਨਾਚ ਦੀ ਸਾਥੀ, ਪਰ ਇਹ ਮੈਂ ਸਮਝ ਨਾ ਪਾਉਂਦਾ।
'ਇਸ ਨੂੰ ਚੁਣ ਲਓ, ਉਸ ਨੂੰ ਚੁਣ ਲਓ', ਬੜਾ ਮੈਨੂੰ ਉਹ ਸਮਝਾਉਂਦੇ,
ਆਪਣੀ ਸਮਝ-ਬੂਝ ਦਿਖਾਉਂਦੇ, ਇਸ਼ਾਰਿਆਂ ਨਾਲ ਸਮਝਾਉਂਦੇ।
ਹੁਣ ਮੈਂ ਬਾਲਗ ਹੋਇਆ, ਮੈਨੂੰ ਸਾਜ਼ ਦੇ ਦਿੱਤਾ, ਲਓ ਤੁਸੀਂ ਗਾਓ,
ਆਪਣੀ ਉਸ ਸੁੰਦਰ ਧਰਤੀ ਦਾ, ਸਾਰੇ ਜੱਗ ਵਿੱਚ ਗੀਤ ਪਹੁੰਚਾਓ।
ਪਰ ਫਿਰ ਉਹ ਸਭ ਸਿੱਖਿਆ ਦਿੰਦੇ, ਦੁਬਾਰਾ ਮੈਨੂੰ ਰਾਹ ਦਿਖਾਉਂਦੇ,
ਤੁਸੀਂ ਇਹ ਗਾਓ, ਇਹ ਨਾ ਗਾਓ, ਬੱਚਾ ਸਮਝ ਮੈਨੂੰ ਸਿਖਾਉਂਦੇ।

ਵਿਸ਼ੇ ਬਾਰੇ ਕੁੱਝ ਹੋਰ

ਮੈਂ ਬਹੁਤ ਸਾਰੇ ਅਜਿਹੇ ਨੌਜਵਾਨ ਦੇਖੇ ਹਨ, ਜੋ ਸ਼ਾਦੀ ਕਰਨ ਤੋਂ ਪਹਿਲਾਂ ਆਪਣੇ ਦਿਲ ਨਾਲ ਨਹੀਂ, ਬਲਕਿ ਰਿਸ਼ਤੇਦਾਰਾਂ, ਚਾਚੇ-ਚਾਚੀਆਂ ਨਾਲ ਸਲਾਹ-ਮਸ਼ਵਰਾ ਕਰਦੇ ਹਨ। ਆਪਣੀ ਸਿਰਜਣ ਕਿਰਿਆ ਵਿੱਚ ਲੇਖਕ ਦੀ ਤਾਂ ਪਿਆਰ ਤੋਂ ਬਿਨਾਂ ਸ਼ਾਦੀ ਹੋ ਹੀ ਨਹੀਂ ਸਕਦੀ। ਚਾਚੀ ਜਾਂ ਮਾਸੀ ਦੀ ਸਲਾਹ ਨਾਲ ਹੋਈ ਸ਼ਾਦੀ ਦੇ ਨਤੀਜੇ ਵਜੋਂ ਘੱਟ ਤੋਂ ਘੱਟ ਜਿਊਂਦੇ ਬੱਚੇ ਤਾਂ ਹੁੰਦੇ ਹੀ ਹਨ। ਬੇਸ਼ੱਕ ਅਜਿਹਾ ਸੁਣਨ ਵਿੱਚ ਆਇਆ ਹੈ ਕਿ ਪਤੀ-ਪਤਨੀ ਵਿੱਚ ਜਿੰਨਾ ਜ਼ਿਆਦਾ ਪਿਆਰ ਹੁੰਦਾ ਹੈ, ਬੱਚੇ ਉਨੇ ਹੀ ਜ਼ਿਆਦਾ ਸੁੰਦਰ ਹੁੰਦੇ ਹਨ, ਪਰ ਲੇਖਕ ਦੀ ਪ੍ਰੇਮ ਵਿਹੂਣੀ ਸ਼ਾਦੀ ਨਾਲ ਤਾਂ ਮੁਰਦਾ ਪੁਸਤਕਾਂ ਦਾ ਹੀ ਜਨਮ ਹੁੰਦਾ ਹੈ। ਲੇਖਕ ਨੂੰ ਆਪਣੇ ਵਿਸ਼ੇ ਨਾਲ ਨਾਤਾ ਜੋੜਨ ਤੋਂ ਪਹਿਲਾਂ ਇਹ ਸੁਣ ਲੈਣਾ ਚਾਹੀਦਾ ਹੈ ਕਿ ਉਸ ਦਾ ਦਿਲ ਕੀ ਕਹਿੰਦਾ ਹੈ।

ਚਾਚੇ-ਚਾਚੀਆਂ ਦੀ ਸਲਾਹ ਨਾਲ ਲਿਖੀਆਂ ਜਾਣ ਵਾਲੀਆਂ ਕਵਿਤਾਵਾਂ ਦਾ ਉਹੋ ਜਿਹਾ ਹੀ ਹਾਲ ਹੋਵੇਗਾ, ਜਿਹੋ ਜਿਹਾ ਮੇਰੇ ਇੱਕ ਦੋਸਤ ਦੀ ਕਿਤਾਬ ਦਾ ਹੋਇਆ ਸੀ।

ਮੇਰੇ ਦੋਸਤ ਦੀ ਕਿਤਾਬ ਬਾਰੇ

ਸਾਲ ਤਾਂ ਮੈਨੂੰ ਚੰਗੀ ਤਰ੍ਹਾਂ ਯਾਦ ਨਹੀਂ, ਪਰ ਉਦੋਂ ਅਚਾਨਕ ਇਹ ਕਿਹਾ ਜਾਣ ਲੱਗਿਆ ਕਿ ਸਾਡੇ ਦੇਸ਼ ਨੂੰ ਗੋਗੋਲਾਂ ਅਤੇ ਸ਼ਚੇਦ੍ਰੀਨਾਂ ਦੀ ਜ਼ਰੂਰਤ ਹੈ। ਸੋਵੀਅਤ ਵਿਅੰਗ ਸਾਹਿਤ ਦੀ ਅਚਾਨਕ ਜ਼ਰੂਰਤ ਮਹਿਸੂਸ ਹੋਈ।

ਮੇਰਾ ਦੋਸਤ ਥੋੜ੍ਹਾ ਜਿਹਾ ਕਵੀ, ਥੋੜ੍ਹਾ ਜਿਹਾ ਗੀਤਕਾਰ ਅਤੇ ਥੋੜ੍ਹਾ ਜਿਹਾ ਸੰਪਾਦਕ ਹੈ। ਮਤਲਬ ਇਹ ਕਿ ਸਾਹਿਤਕਾਰ ਹੈ। ਉਸ ਨੇ ਉਪਰੋਕਤ ਸੱਦੇ ਵੱਲ ਤੁਰੰਤ ਕੰਨ ਕਰਿਆ ਅਤੇ ਵਿਅੰਗਾਤਮਿਕ ਕਵਿਤਾਵਾਂ ਦੀ ਇੱਕ ਕਿਤਾਬ ਲਿਖ ਦਿੱਤੀ। ਉਸ ਨੇ ਚੁਗਲਖ਼ੋਰਾਂ, ਚਾਪਲੂਸਾਂ, ਕੰਮਚੋਰਾਂ, ਅਨੇਕਾਂ ਪਤਨੀਆਂ ਵਾਲਿਆਂ ਅਤੇ ਅਜਿਹੇ ਹੀ ਹੋਰ ਬੁਰੇ ਤੱਤਾਂ ਨੂੰ ਆਪਣੇ ਵਿਅੰਗ-ਬਾਣਾਂ ਦਾ ਨਿਸ਼ਾਨਾ ਬਣਾਇਆ, ਜੋ ਕੁੱਲ ਮਿਲਾ ਕੇ ਸੋਵੀਅਤ ਜੀਵਨ 'ਤੇ ਕਾਲਾ ਪਰਛਾਵਾਂ ਪਾਉਂਦੇ ਹਨ।

ਕਿਤਾਬ ਦੁਕਾਨਾਂ 'ਤੇ ਆਈ ਹੀ ਸੀ ਕਿ ਇੱਕ ਆਲੋਚਕ ਨੇ ਆਪਣੇ ਲੇਖ ਵਿੱਚ ਦੱਬ ਕੇ ਲੇਖਕ ਦੀ ਖ਼ਬਰ ਲਈ। ਉਸ ਨੇ ਲਿਖਿਆ, "ਸਾਨੂੰ ਗੋਗਲਾਂ ਅਤੇ ਸ਼ਚੇਦ੍ਰੀਨਾਂ ਦੀ ਜ਼ਰੂਰਤ ਹੈ, ਲੇਖਕ ਨੇ ਇਸ ਨਾਅਰੇ ਨੂੰ ਸ਼ਾਬਦਿਕ ਅਤੇ ਬਹੁਤ ਹੀ ਸਿੱਧੇ-ਸਰਲ ਢੰਗ ਨਾਲ ਸਮਝਿਆ ਹੈ। ਹੁਣ ਸਾਨੂੰ ਪਤਾ ਲੱਗਿਆ ਹੈ ਕਿ ਕਿਹੋ ਜਿਹਾ ਘਟੀਆ ਅਤੇ ਦੁਸ਼ਟ ਆਦਮੀ ਸਾਡੇ ਨੇੜੇ ਰਹਿੰਦਾ ਰਿਹਾ ਹੈ। ਹੁਣ ਸਾਨੂੰ ਪਤਾ ਲੱਗਿਆ ਹੈ ਕਿ ਉਸ ਦਾ ਕਿੰਨਾ ਛੋਟਾ ਅਤੇ ਕਾਲਾ ਦਿਲ ਹੈ। ਜਿਨ੍ਹਾਂ ਲੋਕਾਂ ਦਾ ਉਸ ਨੇ ਆਪਣੀ ਕਿਤਾਬ ਵਿੱਚ ਜ਼ਿਕਰ ਕੀਤਾ ਹੈ, ਉਹ ਉਸ ਨੂੰ ਮਿਲੇ ਕਿੱਥੇ? ਸਾਡੇ ਸੋਵੀਅਤ ਦੇਸ਼ ਵਿੱਚ ਕੀ ਸੱਚਮੁੱਚ ਅਜਿਹੇ ਲੋਕ ਹਨ। ਨਹੀਂ, ਸੋਵੀਅਤ ਦੇਸ਼ ਵਿੱਚ ਅਜਿਹੇ ਲੋਕ ਨਹੀਂ ਹੋ ਸਕਦੇ। ਉਹ ਕਾਲੀ ਆਤਮਾ ਵਾਲੇ ਇਸ ਵਿਅਕਤੀ ਦੀ ਕਾਲੀ ਕਲਪਨਾ ਦੀ ਉਪਜ ਹਨ ਅਤੇ ਉਸ ਦੀ ਚਿੱਕੜ ਉਛਾਲਣ ਵਾਲੀ ਕਿਤਾਬ ਨਾਲ ਸਾਡੇ ਦੁਸ਼ਮਣਾਂ ਨੂੰ ਹੀ ਲਾਭ ਹੋਇਆ ਹੋਵੇਗਾ।"

ਵੱਡਾ ਅਧਿਕਾਰੀ ਮੁਖ਼ਤਾਰਬੋਗੋਵ ਮੇਜ 'ਤੇ ਮੁੱਕਾ ਮਾਰਦੇ ਹੋਏ ਉੱਚੀ ਆਵਾਜ਼ ਵਿੱਚ ਬੋਲਿਆ:

ਕਿੱਥੇ ਦੇਖਿਆ ਤੁਸੀਂ ਅਜਿਹਾ ਸੁਸਤ, ਅਜਿਹਾ ਨਿਕੰਮਾ ਅਤੇ ਇਸ ਤੋਂ ਇਲਾਵਾ ਪਿਆਕੜ-ਟੋਲੀ ਦਾ ਮੁਖੀਆ?"

"ਆਪਣੇ ਪਿੰਡ ਵਿੱਚ।" ਲੇਖਕ ਨੇ ਨਿਮਰਤਾ ਨਾਲ ਜਵਾਬ ਦਿੱਤਾ।

"ਇਹ ਤਾਂ ਝੂਠਾ ਦੂਸ਼ਣ ਐ। ਮੈਨੂੰ ਪਤੈ ਕਿ ਤੁਹਾਡੇ ਪਿੰਡ ਦਾ ਸਾਂਝਾ ਫਾਰਮ ਮੋਹਰੀ ਐ। ਮੋਹਰੀ ਸਾਂਝੇ ਫਾਰਮ ਵਿੱਚ ਅਜਿਹਾ ਟੋਲੀ-ਮੁਖੀਆ ਨਹੀਂ ਹੋ ਸਕਦਾ।"

ਸੰਖੇਪ ਵਿੱਚ ਇਹ ਕਿ ਵਿਅੰਗਕਾਰ ਖ਼ੁਦ ਹੀ ਆਪਣੇ ਵਿਅੰਗ ਦਾ ਸ਼ਿਕਾਰ ਹੋ ਗਿਆ। ਇੱਕ ਪੋਲਿਸ਼ ਪੱਤ੍ਰਿਕਾ ਵਿੱਚ ਛਪੇ ਕਾਰਟੂਨ ਵਾਲੀ ਹੀ ਗੱਲ ਹੋਈ। ਕਾਰਟੂਨ ਵਿੱਚ ਦੋ ਛੱਜੇ ਦਿਖਾਏ ਗਏ ਸਨ, ਇੱਕ ਪਹਿਲੀ ਅਤੇ ਦੂਜਾ ਚੌਥੀ ਮੰਜ਼ਿਲ 'ਤੇ। ਦੋਵੇਂ ਛੱਜਿਆਂ 'ਤੇ

ਇੱਕ-ਇੱਕ ਆਦਮੀ ਖੜ੍ਹਾ ਸੀ। ਹੇਠਾਂ ਵਾਲਾ ਆਦਮੀ ਉੱਪਰ ਵਾਲੇ 'ਤੇ ਇੱਟਾਂ ਵਗਾਹੁੰਦਾ, ਪਰ ਉਹ ਚੌਥੀ ਮੰਜ਼ਿਲ ਤੱਕ ਨਾ ਪਹੁੰਚਦੀਆਂ ਅਤੇ ਸੁੱਟਣ ਵਾਲੇ ਦੇ ਸਿਰ 'ਤੇ ਵਾਪਸ ਆ ਡਿੱਗਦੀਆਂ। ਉੱਪਰ ਵਾਲਾ ਆਦਮੀ ਤਸੱਲੀ ਨਾਲ ਹੇਠਾਂ ਇੱਟਾਂ ਸੁੱਟਦਾ ਜਾਂਦਾ ਸੀ ਅਤੇ ਉਹ ਵੀ ਹੇਠਲੇ ਛੱਜੇ 'ਤੇ ਖੜ੍ਹੇ ਆਦਮੀ ਦੇ ਲੱਗਦੀਆਂ ਸਨ। ਕਾਰਟੂਨ ਦੇ ਹੇਠਾਂ ਇਹ ਸਿਰਲੇਖ ਲਿਖਿਆ ਸੀ, "ਹੇਠੋਂ ਅਤੇ ਉੱਪਰੋਂ ਆਲੋਚਨਾ।"

ਕਿਸਮਤ ਦੇ ਮਾਰੇ ਇਸ ਵਿਅੰਗਕਾਰ ਨੂੰ ਕਿਸੇ ਨੇ ਇਹ ਸਲਾਹ ਦਿੱਤੀ ਕਿ ਆਪਣੇ ਆਪ ਨੂੰ ਅਪਰਾਧੀ ਮੰਨ ਲੈਣਾ ਹੀ ਉਸ ਲਈ ਸਭ ਤੋਂ ਵਧੀਆ ਰਹੇਗਾ। ਉਹ ਵੀ ਇੱਕ ਵਾਰ ਨਹੀਂ, ਕਈ ਵਾਰ ਅਤੇ ਜਿੱਥੇ ਵੀ ਸੰਭਵ ਹੋ ਸਕੇ, ਅਖ਼ਬਾਰ ਵਿੱਚ, ਪੱਤ੍ਰਿਕਾ ਅਤੇ ਹਰ ਬੈਠਕ ਵਿੱਚ। ਬਦਕਿਸਮਤ ਕਿਤਾਬ ਦੇ ਲੇਖਕ ਨੇ ਪਛਤਾਉਣਾ, ਰੋਣਾ-ਪਿੱਟਣਾ ਸ਼ੁਰੂ ਕੀਤਾ। ਪਰ ਇਹ ਕਾਫ਼ੀ ਨਹੀਂ ਮੰਨਿਆ ਗਿਆ। ਵੱਡੇ ਅਧਿਕਾਰੀ ਮੁਖ਼ਾਰਬੇਗੋਵ ਨੇ ਕਿਹਾ:

"ਚਿੱਕੜ ਉਛਾਲਣ ਵਾਲੀਆਂ ਤੁਹਾਡੀਆਂ ਕਵਿਤਾਵਾਂ ਤੋਂ ਬਾਅਦ ਸਾਨੂੰ ਤੁਹਾਡੇ 'ਤੇ ਵਿਸ਼ਵਾਸ ਨਹੀਂ ਰਿਹਾ। ਤੁਹਾਨੂੰ ਅਮਲੀ ਤੌਰ 'ਤੇ ਆਪਣੀ ਕਲਮ ਨਾਲ ਇਹ ਸਾਬਤ ਕਰਨਾ ਪਵੇਗਾ ਕਿ ਤੁਸੀਂ ਆਪਣੇ ਆਪ ਨੂੰ ਸੁਧਾਰ ਲਿਐ।"

ਮੇਰੇ ਦੋਸਤ ਲਈ ਸਭ ਕੁੱਝ ਇੱਕੋ ਜਿਹਾ ਸੀ, ਆਲੋਚਨਾ ਕਰਨ ਲਈ ਕਹੋ, ਤਾਂ ਵੀ ਤਿਆਰ ਅਤੇ ਆਪਣੀ ਭੁੱਲ ਸੁਧਾਰਨ ਲਈ ਕਹੋ, ਤਾਂ ਵੀ ਤਿਆਰ। ਉਹ ਕੰਮ ਵਿੱਚ ਜੁੱਟ ਗਿਆ ਅਤੇ ਉਸ ਨੇ 'ਮਿਹਨਤੀ ਮਰਜਾਨਤ' ਨਾਂ ਦੀ ਇੱਕ ਲੰਬੀ ਕਵਿਤਾ ਲਿਖ ਦਿੱਤੀ। ਕਵਿਤਾ ਦੀ ਨਾਇਕਾ ਆਗੂ ਅਤੇ ਜੋਸ਼ੀਲੀ ਲੜਕੀ ਕੁੱਝ ਹੀ ਸਮੇਂ ਵਿੱਚ ਸਾਰੇ ਸਾਂਝੇ ਫਾਰਮ ਨੂੰ ਮੋਹਰੀ ਬਣਾ ਦਿੰਦੀ ਹੈ, ਸਾਰੀਆਂ ਯੋਜਨਾਵਾਂ ਦੀ ਸਮੇਂ ਸਿਰ ਪੂਰਤੀ ਕਰਦੀ ਹੈ ਅਤੇ ਇੱਥੋਂ ਤੱਕ ਕਿ ਸ਼ੌਕੀਆ ਕਲਾ-ਸਮਾਗਮ ਵਿੱਚ ਖ਼ੁਦ ਲਿਖਿਆ ਹੋਇਆ ਗੀਤ ਗਾ ਕੇ ਪਹਿਲਾ ਸਥਾਨ ਵੀ ਪ੍ਰਾਪਤ ਕਰ ਲੈਂਦੀ ਹੈ। ਇਸ ਕਵਿਤਾ ਨੂੰ ਤੁਰੰਤ ਪੱਤ੍ਰਿਕਾ ਵਿੱਚ ਛਾਪਿਆ ਗਿਆ ਅਤੇ ਪੁਸਤਕ ਦੇ ਰੂਪ ਵਿੱਚ ਵੀ ਪ੍ਰਕਾਸ਼ਿਤ ਕੀਤਾ ਗਿਆ। ਪਰ ਸਮੇਂ ਨੇ ਕੁੱਝ ਰੂਪ ਬਦਲਿਆ। ਉਨ੍ਹਾਂ ਹੀ ਅਖ਼ਬਾਰਾਂ ਨੇ, ਜਿਨ੍ਹਾਂ ਨੇ ਉਸ ਨੂੰ ਝੂਠੀ ਬਦਨਾਮੀ ਕਰਨ ਅਤੇ ਚਿੱਕੜ ਉਛਾਲਣ ਵਾਲਾ ਕਿਹਾ ਸੀ, ਅਚਾਨਕ ਇਹ ਫ਼ਤਵਾ ਦੇ ਦਿੱਤਾ ਕਿ ਉਹ ਪਹਿਲੇ ਦਰਜੇ ਦਾ ਚਾਪਲੂਸ ਹੈ। ਵੱਡੇ ਅਧਿਕਾਰੀ ਮੁਖ਼ਾਰਬੇਗੋਵ ਨੇ ਫਿਰ ਮੇਜ 'ਤੇ ਮੁੱਕਾ ਮਾਰਦੇ ਹੋਏ ਕਿਹਾ:

"ਇਹ ਤੁਸੀਂ ਕਿੱਥੇ ਦੇਖਿਐ ਕਿ ਸਾਂਝੇ ਫਾਰਮ ਵਿੱਚ ਕੋਈ ਵੀ ਘਾਟ-ਵਾਧ ਨਾ ਹੋਵੇ? ਅਜਿਹਾ ਆਦਰਸ਼ ਸਾਂਝਾ ਫਾਰਮ ਤੁਹਾਨੂੰ ਕਿੱਥੇ ਮਿਲ ਗਿਆ?"

ਅਪਰਾਧੀ ਨੇ ਇਸ ਵਾਰ ਮੌਨ ਧਾਰੀਂ ਰੱਖਿਆ। ਕੁੱਝ ਅਜਿਹੀਆਂ ਮਜ਼ਬੂਤ ਗੰਢਾਂ ਵੀ ਹੁੰਦੀਆਂ ਹਨ, ਜੋ ਹੱਥਾਂ ਨਾਲ ਨਹੀਂ ਖੁੱਲ੍ਹਦੀਆਂ, ਪਰ ਉਨ੍ਹਾਂ ਨੂੰ ਦੰਦਾਂ ਨਾਲ ਵੀ ਨਹੀਂ ਖੋਲ੍ਹਿਆ ਜਾ ਸਕਦਾ, ਕਿਉਂਕਿ ਗੰਦਗੀ ਨਾਲ ਲੱਥ-ਪੱਥ ਹੁੰਦੀਆਂ ਹਨ। ਮੇਰਾ ਦੋਸਤ ਸਮਝ ਗਿਆ ਸੀ ਕੁ ਉਸ ਦੇ ਸਾਹਮਣੇ ਅਜਿਹੀ ਹੀ ਗੰਢ ਹੈ ਅਤੇ ਇਸ ਲਈ ਉਹ ਸਿਰ ਝੁਕਾ ਕੇ ਬੈਠਾ ਰਿਹਾ।

ਦਸ ਸਾਲ ਤੱਕ ਉਸ ਦੀ ਇਹ ਖ਼ਾਮੋਸ਼ੀ ਬਣੀ ਰਹੀ। ਇਨ੍ਹਾਂ ਸਾਲਾਂ ਦੌਰਾਨ ਉਹ ਲੇਖਕ ਸੰਘ ਵਿੱਚ ਵੀ ਕਦੇ ਨਹੀਂ ਆਇਆ। ਸਿਰਫ਼ ਇੱਕ ਵਾਰ ਹੀ, ਜਦੋਂ ਉਸ ਨੂੰ ਫਲੈਟ

ਦਿੱਤਾ ਗਿਆ, ਉਹ ਉੱਥੇ ਆਇਆ। ਤੁਸੀਂ ਸਹਿਮਤ ਹੋਵੋਗੇ ਕਿ ਉਸ ਵੇਲੇ ਤਾਂ ਆਏ ਬਿਨਾਂ ਕੰਮ ਹੀ ਨਹੀਂ ਚੱਲ ਸਕਦਾ ਸੀ।

ਵੱਡੇ ਅਧਿਕਾਰੀ ਮੁਖ਼ਾਰਬੇਗੋਵ ਨੂੰ ਕੁੱਝ ਹੀ ਸਮੇਂ ਬਾਅਦ ਧੋਖਾਧੜੀ ਕਾਰਨ ਉੱਚੇ ਅਹੁਦੇ ਤੋਂ ਹਟਾ ਦਿੱਤਾ ਗਿਆ। ਕਿਸੇ ਨੂੰ ਵੀ ਉਸ ਦੇ ਲਈ ਅਫ਼ਸੋਸ ਨਹੀਂ ਹੋਇਆ।

ਸਬੱਬ ਨਾਲ ਇਹ ਵੀ ਦੱਸ ਦਿਆਂ ਕਿ ਉਸ ਨੂੰ ਸਾਗਰ ਵਿੱਚ ਨਹਾਉਣਾ ਬਹੁਤ ਪਸੰਦ ਸੀ। ਸੁਬ੍ਹਾ ਅਤੇ ਸ਼ਾਮ ਨੂੰ ਉਹ ਵੱਡੀ ਕਾਰ ਵਿੱਚ ਕਾਲੀ 'ਜ਼ੀਮ' ਵਿੱਚ ਖ਼ਾਸ ਤੱਟ 'ਤੇ ਜਾਂਦਾ ਅਤੇ ਉੱਥੇ ਇਕੱਲਾ ਹੀ ਕੈਸਪੀਅਨ ਸਾਗਰ ਦੇ ਠੰਢੇ ਅਤੇ ਨਮਕੀਨ ਪਾਣੀ ਵਿੱਚ ਡੁੱਬਕੀਆਂ ਲਗਾਉਂਦਾ। ਘਰ ਵੀ ਉਸ ਦਾ ਸਾਗਰ ਤੱਟ 'ਤੇ ਹੀ ਸੀ। ਪਰ ਹੁਣ ਕਿਸੇ ਨੇ ਵੀ ਮੁਖ਼ਾਰਬੇਗੋਵ ਨੂੰ ਨਹਾਉਂਦੇ ਨਹੀਂ ਦੇਖਿਆ। ਆਮ ਤੱਟ 'ਤੇ, ਜਿੱਥੇ ਸਾਰੇ ਲੋਕ ਨਹਾਉਂਦੇ ਹਨ, ਉਸ ਨੇ ਨਹਾਉਣਾ ਪਸੰਦ ਨਹੀਂ ਕੀਤਾ। ਸ਼ਾਇਦ ਉਹ ਆਪਣੇ ਆਪ ਨੂੰ ਬਦਲ ਨਹੀਂ ਸਕਿਆ, ਆਪਣੀ ਆਕੜ ਨਹੀਂ ਛੱਡ ਸਕਿਆ।

ਵਿਸ਼ੇ ਬਾਰੇ ਕੁੱਝ ਹੋਰ

ਜਦੋਂ ਅਸੀਂ ਸੜਕ 'ਤੇ ਆਉਂਦੇ ਹਾਂ, ਤਾਂ ਸਾਨੂੰ ਆਪਣੇ ਸਾਰੇ ਪਾਸੇ, ਜ਼ਮੀਨ 'ਤੇ, ਝਾੜੀਆਂ ਵਿੱਚ, ਦਰੱਖਤਾਂ 'ਤੇ, ਬਹੁਤ ਸਾਰੇ ਪੰਛੀ ਉੱਡਦੇ ਦਿਖਾਈ ਦਿੰਦੇ ਹਨ। ਉਹ ਆਕਾਸ਼ ਵਿੱਚ ਵੀ ਉੱਡਦੇ ਹਨ, ਕੁੱਝ ਉੱਚੇ, ਕੁੱਝ ਨੀਵੇਂ। ਇਨ੍ਹਾਂ ਵਿੱਚ ਚਿੜੀਆਂ, ਕਾਂ, ਡੋਮ ਕਾਂ, ਕਾਲੀਆਂ ਚਿੜੀਆਂ ਅਤੇ ਅਜਿਹੇ ਹੀ ਕੁੱਝ ਦੂਜੇ ਪੰਛੀ ਹੁੰਦੇ ਹਨ। ਅਜਿਹੇ ਪੰਛੀਆਂ ਵਿਚਕਾਰ ਆਕਾਸ਼ ਵਿੱਚ ਇੱਕ ਹੀ ਉਕਾਬ ਹੁੰਦਾ ਹੈ। ਉਹ ਸਭ ਤੋਂ ਉੱਚਾ, ਨਜ਼ਰ ਤੋਂ ਬਹੁਤ ਦੂਰ ਹੁੰਦਾ ਹੈ, ਪਰ ਫਿਰ ਵੀ ਜੇਕਰ ਉਹ ਆਕਾਸ਼ ਵਿੱਚ ਹੈ, ਤਾਂ ਘਰ ਤੋਂ ਬਾਹਰ ਆਉਣ ਵਾਲੇ ਆਦਮੀ ਨੂੰ ਉਕਾਬ ਹੀ ਸਭ ਤੋਂ ਪਹਿਲਾਂ ਦਿਖਾਈ ਦੇਵੇਗਾ। ਉਹ ਦੂਜੇ ਪੰਛੀਆਂ ਨਾਲੋਂ ਇਸ ਲਈ ਵੱਖਰਾ ਅਤੇ ਸਭ ਤੋਂ ਪਹਿਲਾਂ ਨਜ਼ਰ ਆਉਂਦਾ ਹੈ ਕਿ ਸਭ ਤੋਂ ਦੂਰ ਅਤੇ ਉੱਚਾ ਹੁੰਦਾ ਹੈ। ਇਸ ਤੋਂ ਬਾਅਦ ਘਰ ਦੇ ਦਰਵਾਜ਼ੇ ਤੋਂ ਪੰਜ ਕਦਮ ਦੂਰ ਬੈਠੀ ਚਿੜੀ ਵੱਲ ਧਿਆਨ ਜਾਂਦਾ ਹੈ।

ਪਰ ਉਕਾਬ ਨੂੰ ਦੇਖ ਲੈਣ ਨਾਲ ਕੋਈ ਉਕਾਬ ਨਹੀਂ ਬਣ ਜਾਂਦਾ। ਕਿਸੇ ਬਹਾਦਰ ਬਾਰੇ ਲਿਖਣ ਵਾਲਾ ਲੇਖਕ ਖ਼ੁਦ ਬਹਾਦਰ ਨਹੀਂ ਬਣ ਜਾਂਦਾ। ਬੀਰ-ਰਸ ਵਾਲੀਆਂ ਕਵਿਤਾਵਾਂ ਲਈ ਮਸ਼ਹੂਰ ਬਹੁਤ ਸਾਰੇ ਡਰਪੋਕਾਂ ਨੂੰ ਮੈਂ ਜਾਣਦਾ ਹਾਂ। ਜੇਕਰ ਪਹਾੜੀ ਸੂਰਮਾ ਮਖ਼ਚ ਦਾਖ਼ਾਦਾਯੇਵ ਆਪਣੀ ਕਬਰ ਵਿੱਚੋਂ ਬਾਹਰ ਆ ਸਕਦਾ, ਤਾਂ ਆਪਣੇ ਬਾਰੇ ਖੋਜ-ਪੱਤਰ ਲਿਖਣ ਵਾਲੇ ਵਿਦਵਾਨ ਨੂੰ ਉਹ ਕੀ ਕਹਿੰਦਾ?

"ਤੁਸੀਂ ਮੇਰੇ ਬਹਾਦਰੀ ਵਾਲੇ ਜੀਵਨ ਬਾਰੇ ਦੱਸ ਹੀ ਕੀ ਸਕਦੇ ਹੋ, ਜਦੋਂ ਕਿ ਤੁਸੀਂ ਆਪਣੇ ਲਿਖੇ ਹੋਏ ਇੱਕ ਵੀ ਵਾਕ ਨੂੰ ਸੰਪਾਦਕ ਤੋਂ ਨਹੀਂ ਬਚਾ ਸਕਦੇ? ਮੇਰੇ ਬਾਰੇ ਤੁਹਾਡੇ ਵਿਚਾਰਾਂ ਨੂੰ ਹਰ ਸੰਪਾਦਕ ਜਿਵੇਂ ਚਾਹੁੰਦਾ ਹੈ, ਬਦਲ ਦਿੰਦਾ ਹੈ ਅਤੇ ਤੁਸੀਂ ਜਰਾ ਵੀ ਨਾਰਾਜ਼ਗੀ ਦਿਖਾਉਣ ਦਾ ਸਾਹਸ ਨਹੀਂ ਕਰ ਸਕਦੇ। ਨਹੀਂ, ਤੁਸੀਂ ਮਖ਼ਚ ਦਾਖ਼ਾਦਾਯੇਵ ਵਰਗੇ ਆਦਮੀ ਬਾਰੇ ਖੋਜ-ਪੱਤਰ ਲਿਖਣ ਦੇ ਯੋਗ ਨਹੀਂ ਹੋ।" ਪਹਾੜੀ ਸੂਰਮਿਆਂ ਨੇ ਇਹੀ ਕਿਹਾ ਹੁੰਦਾ, ਜੇਕਰ ਉਹ ਕਬਰ ਵਿੱਚੋਂ ਬਾਹਰ ਨਿੱਕਲ ਸਕਦੇ।

ਕੁੱਝ ਲੋਕਾਂ ਨੂੰ ਅਜਿਹਾ ਲੱਗਦਾ ਹੈ ਕਿ ਕੋਈ ਮਹਾਨ ਵਿਸ਼ਾ ਚੁਣ ਲੈਣ ਨਾਲ ਉਹ ਖ਼ੁਦ ਵੀ ਮਹਾਨ ਬਣ ਜਾਣਗੇ। ਪਰ ਸਭ ਤੋਂ ਸਧਾਰਨ ਹੀ ਸਭ ਤੋਂ ਮਹਾਨ ਹੁੰਦਾ ਹੈ। ਬਾਰਿਸ਼ ਦੀਆਂ ਬੂੰਦਾਂ ਵਿੱਚ ਹੀ ਝਰਨਾ ਲੁਕਿਆ ਹੁੰਦਾ ਹੈ। ਮਹਾਨ ਅਤੇ ਤੁੱਛ ਵਿਅਕਤੀ ਵਿੱਚ ਇਹ ਅੰਤਰ ਹੁੰਦਾ ਹੈ ਕਿ ਤੁੱਛ ਵਿਅਕਤੀ ਵੱਡੀਆਂ ਚੀਜ਼ਾਂ ਅਤੇ ਘਟਨਾਵਾਂ ਨੂੰ ਦੇਖ ਸਕਦਾ ਹੈ ਅਤੇ ਆਪਣੇ ਆਲੇ-ਦੁਆਲੇ ਉਸ ਦੀ ਨਜ਼ਰ ਨਹੀਂ ਜਾਂਦੀ। ਪਰ ਮਹਾਨ ਵਿਅਕਤੀ ਛੋਟੀਆਂ-ਵੱਡੀਆਂ ਸਾਰੀਆਂ ਚੀਜ਼ਾਂ ਨੂੰ ਦੇਖਦਾ ਹੈ ਅਤੇ ਤੁੱਛਤਾ ਵਿੱਚ ਸ਼ਾਨਦਾਰ ਨੂੰ ਲੱਭ ਲੈਂਦਾ ਹੈ ਅਤੇ ਦੂਜਿਆਂ ਨੂੰ ਦਿਖਾ ਸਕਦਾ ਹੈ।

ਯਾਦ

ਕਦੇ-ਕਦੇ ਅਜਿਹਾ ਵੀ ਹੁੰਦਾ ਹੈ ਕਿ ਪ੍ਰਤਿਭਾਸ਼ਾਲੀ ਲੇਖਕ ਮੂੰਹ ਲਮਕਾਈਂ ਦਿਖਾਈ ਦਿੰਦੇ ਹਨ ਅਤੇ ਪ੍ਰਤਿਭਾਹੀਣ ਸੀਨਾ ਤਾਣ ਕੇ ਘੁੰਮਦੇ ਹਨ। ਅਜਿਹਾ ਉਦੋਂ ਹੁੰਦਾ ਹੈ, ਜਦੋਂ ਲੇਖਕ ਦੇ ਨੇਕ ਇਰਾਦਿਆਂ ਨੂੰ ਹੀ ਮਹੱਤਵ ਦਿੱਤਾ ਜਾਂਦਾ ਹੈ, ਪਰ ਉਸ ਦੀ ਕਿਤਾਬ ਕਿਹੋ ਜਿਹੀ ਬਣ ਸਕੀ ਹੈ, ਉਸ ਦੇ ਲੇਖਕ ਵਿੱਚ ਕਿੰਨੀ ਪ੍ਰਤਿਭਾ ਹੈ, ਲਿਖਣ-ਕਲਾ ਵਿੱਚ ਉਹ ਕਿੰਨਾ ਨਿਪੁੰਨ ਹੈ, ਇਸ ਦਾ ਗੰਭੀਰਤਾ ਨਾਲ ਮੁੱਲਾਂਕਣ ਨਹੀਂ ਕੀਤਾ ਜਾਂਦਾ। ਅਜਿਹੀਆਂ ਸਥਿਤੀਆਂ ਵਿੱਚ ਗੁਰੂ ਜ਼ਿਆਦਾ ਅਤੇ ਚੇਲੇ ਘੱਟ, ਮਾਲ ਤੋਂ ਜ਼ਿਆਦਾ ਗ੍ਰਾਹਕ, ਲੇਖਕਾਂ ਤੋਂ ਜ਼ਿਆਦਾ ਬਕਵਾਸੀ ਹੋ ਜਾਂਦੇ ਹਨ।

ਅਜਿਹੇ ਸਮੇਂ ਮੇਰੇ ਪਿਤਾ ਜੀ ਨੇ ਸ਼ਾਮਿਲ ਬਾਰੇ ਇੱਕ ਵੱਡੀ ਕਵਿਤਾ ਲਿਖਣ ਦੀ ਬੜੀ ਇੱਛਾ ਮਹਿਸੂਸ ਕੀਤੀ। ਕਵਿਤਾ ਛਪਣ ਹੀ ਵਾਲੀ ਸੀ ਕਿ ਸ਼ਾਮਿਲ ਨੂੰ ਉਸ ਵੇਲੇ ਤੋਂ ਅਤੇ ਹਮੇਸ਼ਾ ਲਈ ਅੰਗਰੇਜ਼ਾਂ-ਤੁਰਕਾਂ ਦਾ ਭਾੜੇ ਦਾ ਟੱਟੂ ਮੰਨਣ ਦਾ ਹੁਕਮਨਾਮਾ ਆ ਗਿਆ। ਇਹ ਪਤਾ ਲੱਗਿਆ ਕਿ ਸ਼ਾਮਿਲ ਦਾਗ਼ਿਸਤਾਨ ਦੇ ਲੋਕਾਂ ਦੀ ਆਜ਼ਾਦੀ ਲਈ ਨਹੀਂ, ਬਲਕਿ ਉਨ੍ਹਾਂ ਨੂੰ ਧੋਖਾ ਦੇਣ ਲਈ ਪੱਚੀ ਸਾਲ ਤੱਕ ਲੜਦਾ ਰਿਹਾ ਸੀ।

ਆਪਣੀ ਬਹਾਦਰੀ ਭਰਪੂਰ ਕਵਿਤਾ ਦਾ ਮੇਰੇ ਪਿਤਾ ਜੀ ਕੀ ਕਰਦੇ! ਉਨ੍ਹਾਂ ਨੂੰ ਸਮਝਾਇਆ ਗਿਆ ਕਿ ਸਾਡੇ ਚੰਗੇ ਜ਼ਮਾਨੇ ਵਿੱਚ ਪੁਰਾਣੇ ਇਤਿਹਾਸ ਦੇ ਪੰਨੇ ਉਲਟਣ ਵਿੱਚ ਕੀ ਰੱਖਿਆ ਹੈ ਅਤੇ ਜੇਕਰ ਉਹ ਜ਼ਿਆਦਾ ਸਮਕਾਲੀ ਅਤੇ ਪਾਠਕਾਂ ਦੇ ਜ਼ਿਆਦਾ ਨੇੜਲੇ ਕਿਸੇ ਵਿਸ਼ੇ 'ਤੇ ਨਵੀਂ ਕਵਿਤਾ ਲਿਖਣ, ਤਾਂ ਜ਼ਿਆਦਾ ਸਹੀ ਹੋਵੇਗਾ।

ਉਨ੍ਹਾਂ ਦਿਨਾਂ ਵਿੱਚ ਸਾਡੇ ਪਰਿਵਾਰਿਕ ਮਿੱਤਰ, ਖ਼ੁਸ਼ਦਿਲ ਅਬੂਤਾਲਿਬ ਅਕਸਰ ਪਿਤਾ ਜੀ ਕੋਲ ਆਉਂਦੇ ਰਹਿੰਦੇ ਸਨ। ਸ਼ਹਿਨਾਈ ਜਾਂ ਬੰਸਰੀ ਹਮੇਸ਼ਾ ਉਨ੍ਹਾਂ ਕੋਲ ਹੁੰਦੀ ਸੀ।

"ਹਮਜ਼ਾਤ!" ਅਬੂਤਾਲਿਬ ਆਰਾਮ ਨਾਲ ਬੈਠ ਕੇ ਸ਼ਹਿਨਾਈ ਨੂੰ ਸੁਰ ਵਿੱਚ ਕਰਦੇ ਹੋਏ ਬੋਲੇ, "ਬਹੁਤੇ ਦੁਖੀ ਨਾ ਹੋਵੋ। ਜਦੋਂ ਮੈਂ ਲੜਕਾ ਸੀ ਅਤੇ ਕਵਿਤਾ ਨਹੀਂ ਲਿਖਦਾ ਸੀ, ਤਾਂ ਹਮੇਸ਼ਾ ਸ਼ਹਿਨਾਈ ਵਜਾਉਂਦਾ ਸੀ। ਕਈ ਸਾਲਾਂ ਤੱਕ ਇਸ ਨੇ ਮੈਨੂੰ ਅਤੇ ਮੇਰੇ ਪਰਿਵਾਰ ਨੂੰ ਰੋਟੀ ਦਿੱਤੀ। ਇਸ 'ਤੇ ਹਰੇਕ ਧੁਨ ਵੱਜਦੀ ਸੀ। ਆਓ, ਆਪਣੇ ਉਨ੍ਹਾਂ ਜਵਾਨੀ ਦੇ ਦਿਨਾਂ ਦੀ ਯਾਦ ਤਾਜ਼ੀ ਕਰੀਏ, ਕੁੱਝ ਸਮੇਂ ਲਈ ਕਵਿਤਾ ਨੂੰ ਭੁੱਲ ਜਾਈਏ ਅਤੇ ਸੰਗੀਤ ਦਾ ਮਜ਼ਾ ਲਈਏ। ਮੈਂ ਸ਼ਹਿਨਾਈ ਵਜਾਵਾਂਗਾ ਅਤੇ ਹਮਜ਼ਾਤ, ਤੁਸੀਂ ਢੋਲ ਵਜਾਓ, ਇਸ ਤਰ੍ਹਾਂ ਸਾਨੂੰ ਰਾਹਤ ਮਿਲੇਗੀ।"

"ਇਹ ਤੁਸੀਂ ਕੀ ਕਰ ਰਹੇ ਹੋ, ਅਬੂਤਾਲਿਬ! ਜੇਕਰ ਅਸੀਂ ਢੋਲ ਅਤੇ ਸ਼ਹਿਨਾਈ ਵਜਾਉਣ ਵਾਲੇ ਬਣ ਜਾਂਦੇ, ਤਾਂ ਵੀ ਇੰਨਾ ਬੁਰਾ ਨਾ ਹੁੰਦਾ। ਸ਼ਹਿਨਾਈ-ਵਾਦਕ ਤਾਂ ਆਪਣੀ ਸ਼ਹਿਨਾਈ ਵਜਾਉਂਦੈ ਅਤੇ ਨੱਚਣ ਵਾਲਾ ਉਸ ਦੀ ਧੁਨ 'ਤੇ ਨੱਚਦੈ ਜਾਂ ਕਲਾਕਾਰ ਕੱਸੇ ਹੋਏ ਰੱਸੇ 'ਤੇ ਤੁਰਦੈ। ਸ਼ਹਿਨਾਈ-ਵਾਦਕ ਹੇਠਾਂ ਖੜ੍ਹਾ ਹੁੰਦੈ ਅਤੇ ਕਲਾਕਾਰ ਕੱਸੇ ਹੋਏ ਰੱਸੇ 'ਤੇ ਨੱਚਦੈ। ਦੱਸੋ ਅਬੂਤਾਲਿਬ, ਉਨ੍ਹਾਂ ਦੋਵਾਂ ਵਿੱਚੋਂ ਕਿਸ ਦੀ ਹਾਲਤ ਜ਼ਿਆਦਾ ਬੁਰੀ ਹੁੰਦੀ ਐ? ਅਸੀਂ ਦੋਵੇਂ ਰੱਸੇ 'ਤੇ ਤੁਰਨ ਵਾਲਿਆਂ ਵਰਗੇ ਆਂ। ਉਹ ਸਾਨੂੰ ਰੱਸੇ 'ਤੇ ਤੁਰਨ ਵਾਲੇ ਅਤੇ ਨੱਚਣ ਵਾਲੇ ਬਣਾਉਣਾ ਚਾਹੁੰਦੇ ਨੇ।"

ਖ਼ੁਸ਼ਦਿਲ ਅਬੂਤਾਲਿਬ ਉਦਾਸ ਹੋ ਗਏ ਅਤੇ ਉਨ੍ਹਾਂ ਦੇ ਨਾਲ ਹੀ ਸ਼ਹਿਨਾਈ ਵੀ ਉਦਾਸ ਹੋ ਗਈ। ਦੇਰ ਤੱਕ ਉਹ ਆਪਣਾ ਵਾਜਾ ਵਜਾਉਂਦੇ ਰਹੇ, ਫਿਰ ਉਨ੍ਹਾਂ ਨੇ ਸਿਰ ਉੱਪਰ ਉਠਾਇਆ ਅਤੇ ਬੋਲੇ:

"ਬੜਾ ਮੁਸ਼ਕਿਲ ਧੰਦਾ ਐ ਕਵਿਤਾ ਰਚਣ ਦਾ।"

ਜਦ-ਜਦ ਉੱਚੀ ਚੋਟੀ ਦੇਖੀਏ,
ਘਾਟੀ ਤੋਂ ਅਸੀਂ ਨਿਗ੍ਹਾ ਟਿਕਾ ਕੇ।
ਇਉਂ ਲੱਗਦਾ ਛੂਹ ਲਵਾਂਗੇ ਅਸੀਂ,
ਅੱਗੇ ਵਧ ਕੇ, ਹੱਥ ਵਧਾ ਕੇ।
ਪਰ ਸੰਘਣੀ-ਡੂੰਘੀ ਬਰਫ ਵਿੱਚ
ਪਹਾੜੀ ਪਗਡੰਡੀ 'ਤੇ ਪੈਰ ਟਿਕਾ।
ਅਸੀਂ ਵਧਦੇ, ਤੁਰਦੇ ਜਾਂਦੇ ਹਾਂ,
ਅੰਤ ਨਾ ਆਉਂਦਾ ਕਿਤੇ ਨਿਗ੍ਹਾ।
ਇਸੇ ਤਰ੍ਹਾਂ ਹੀ ਕੰਮ ਸਾਡਾ,
ਸਿੱਧਾ-ਸਾਦਾ ਜਿਹਾ ਲੱਗਦਾ।
ਪਰ ਸ਼ਬਦਾਂ ਦੇ ਹੇਰ-ਫੇਰ ਵਿੱਚ
ਬਹੁਤ ਵੱਡਾ ਹੈ ਝੰਜਟ ਪੈਂਦਾ।
ਕਦੇ-ਕਦੇ ਕਤਾਰ ਨਾ ਬਣਦੀ,
ਸ਼ਬਦਾਂ ਵਿੱਚ ਆਵੇ ਅਕੜਾ।
ਉਦੋਂ ਲੱਗਦਾ ਕਵਿਤਾ ਲਿਖਣ ਤੋਂ,
ਪਹੁੰਚਣਾ ਚੋਟੀ 'ਤੇ ਹੈ ਸੌਖਾ।

ਉਕਾਬ ਦੀ ਬਰਾਬਰੀ ਕਰਨ ਦੇ ਇੱਛਕ ਪੰਛੀ ਦਾ ਕਿੱਸਾ

ਭੇਡਾਂ ਦਾ ਇੱਜੜ ਪਹਾੜਾਂ ਤੋਂ ਘਾਟੀ ਵਿੱਚ ਉੱਤਰ ਰਿਹਾ ਸੀ। ਅਚਾਨਕ ਉਕਾਬ ਨੇ ਆਕਾਸ਼ ਤੋਂ ਹੇਠਾਂ ਝਪਟ ਮਾਰੀ, ਇੱਕ ਮੇਮਣੇ ਨੂੰ ਪੰਜਿਆਂ ਵਿੱਚ ਦਬਾਇਆ ਅਤੇ ਉਠਾ ਕੇ ਲੈ ਗਿਆ। ਇੱਕ ਛੋਟੇ ਜਿਹੇ ਪਰਿੰਦੇ ਨੇ ਇਹ ਸਭ ਕੁੱਝ ਦੇਖਿਆ। ਉਸ ਨੇ ਸੋਚਿਆ, "ਭਲਾਂ ਮੈਂ ਵੀ ਇਸ ਤਰ੍ਹਾਂ ਹੀ ਕਿਉਂ ਨਾ ਕਰਾਂ, ਜਿਵੇਂ ਉਕਾਬ ਨੇ ਕੀਤਾ? ਮੇਮਣੇ ਦੀ ਕੀ ਗੱਲ ਐ, ਮੈਂ

ਤਾਂ ਪੂਰੀ ਭੇਡ ਹੀ ਉਠਾ ਲਿਜਾਵਾਂਗਾ।" ਪੰਛੀ ਬਹੁਤ ਉੱਚਾ ਉੱਡਿਆ, ਉਸ ਨੇ ਖੰਭ ਸਮੇਟੇ ਅਤੇ ਹੇਠਾਂ ਵੱਲ ਝਪਟਿਆ। ਪਰ ਇਹ ਕਿੱਸਾ ਇਸ ਤਰ੍ਹਾਂ ਖ਼ਤਮ ਹੋਇਆ ਕਿ ਉਹ ਭੇਡ ਦੇ ਸਿੰਗਾਂ ਨਾਲ ਟਕਰਾਇਆ ਅਤੇ ਆਪਣੀ ਜਾਨ ਗਵਾ ਬੈਠਾ।

"ਇੱਕ ਵਾਰ ਮੱਖੀ ਨੇ ਵੀ ਪੱਥਰ ਸੁੱਟਣਾ ਚਾਹਿਆ ਸੀ।" ਮਰੇ ਹੋਏ ਪਰਿੰਦੇ ਨੂੰ ਹੱਥੇਲੀ 'ਤੇ ਰੱਖ ਕੇ ਚਰਵਾਹੇ ਨੇ ਕਿਹਾ।

ਇਸ ਤਰ੍ਹਾਂ ਉਕਾਬ ਦੀ ਬਰਾਬਰੀ ਕਰਨ ਵਾਲੇ ਪੰਛੀ ਦੀ ਮੱਖੀ ਨਾਲ ਹੀ ਤੁਲਨਾ ਕੀਤੀ ਗਈ।

ਵਿਸ਼ੇ ਬਾਰੇ ਕੁੱਝ ਹੋਰ

ਵਿਸ਼ਾ ਪਿਆਰ ਵੀ ਹੈ, ਸਹੁੰ ਵੀ ਹੈ, ਮੰਗਣਾ ਵੀ ਹੈ, ਪ੍ਰਾਰਥਨਾ ਵੀ ਹੈ। ਪੂਰਬ ਵਿੱਚ ਕਿਹਾ ਜਾਂਦਾ ਹੈ ਕਿ ਦੁਹਰਾਉਣ ਨਾਲ ਪ੍ਰਾਰਥਨਾ ਵਿਗੜਦੀ ਨਹੀਂ, ਬਿਹਤਰ ਹੀ ਹੋ ਜਾਂਦੀ ਹੈ।

ਵਿਸ਼ੇ ਬਾਰੇ ਅਜਿਹਾ ਨਹੀਂ ਕਿਹਾ ਜਾ ਸਕਦਾ। ਜੇਕਰ ਇੱਕ ਹੀ ਵਿਸ਼ੇ ਨੂੰ ਲਗਾਤਾਰ ਦੁਹਰਾਇਆ ਜਾਵੇ, ਤਾਂ ਉਹ ਘਸਿਆ-ਪਿਟਿਆ ਹੋ ਜਾਵੇਗਾ, ਉਸ ਦੀ ਕੋਈ ਕੀਮਤ ਨਹੀਂ ਰਹੇਗੀ। ਹੀਰਾ ਜਿੰਨਾ ਜ਼ਿਆਦਾ ਵੱਡਾ ਹੋਵੇਗਾ, ਉਨੀ ਹੀ ਜ਼ਿਆਦਾ ਉਸ ਦੀ ਕੀਮਤ ਹੋਵੇਗੀ। ਹੀਰੇ ਦੀ ਧੂੜ ਦੀ ਕਿਸ ਨੂੰ ਜ਼ਰੂਰਤ ਹੈ?

ਇੱਕ ਵਾਰ ਮੈਂ ਰੂਸੀ ਅਧਿਆਪਕਾ ਵੇਰਾ ਵਸੀਲਿਓਨਾ ਬਾਰੇ ਇੱਕ ਕਵਿਤਾ ਰਚੀ। ਮੈਂ ਦੇਖਿਆ ਕਿ ਪਾਠਕਾਂ ਨੂੰ, ਇੱਥੋਂ ਤੱਕ ਕਿ ਆਲੋਚਕਾਂ ਨੂੰ ਵੀ ਉਹ ਕਵਿਤਾ ਪਸੰਦ ਆਈ। ਮੈਨੂੰ ਖ਼ੁਸ਼ੀ ਹੋਈ ਅਤੇ ਲੱਗਿਆ ਉਸੇ ਵਿਸ਼ੇ ਨੂੰ ਰਗੜਨ।

ਮੇਰੀਆਂ ਕਵਿਤਾਵਾਂ ਉਸ ਸ਼ਰਾਬ ਵਰਗੀਆਂ ਨਹੀਂ ਰਹੀਆਂ, ਜੋ ਸ਼ੁਰੂ ਵਿੱਚ ਪੀਪੇ ਵਿੱਚ ਸੀ, ਬਲਕਿ ਉਸ ਸ਼ਰਾਬ ਵਰਗੀਆਂ ਹੋ ਗਈਆਂ, ਜੋ ਪੀਪੇ ਨੂੰ ਧੋਣ ਤੋਂ ਬਾਅਦ ਹਾਸਲ ਹੁੰਦੀ ਹੈ।

ਪੁਰਾਣੀ ਸ਼ਰਾਬ ਦਾ ਲੇਬਲ ਲਗਾ ਕੇ ਕੱਚੀ ਸ਼ਰਾਬ ਵੀ ਵੇਚੀ ਜਾ ਸਕਦੀ ਹੈ। ਹੁਣ ਮੈਂ ਤੁਹਾਨੂੰ ਇਹ ਸੁਣਾਉਂਦਾ ਹਾਂ ਕਿ ਮਾਸਕੋ ਵਾਸੀਆਂ ਨੂੰ ਆਪਣੀ ਘਰ ਦੀ ਬਣੀ ਸ਼ਰਾਬ ਪਿਲਾਉਂਦੇ ਹੋਏ ਅਸੀਂ ਕੀ ਕਰਦੇ ਸੀ।

ਮੈਂ ਅਤੇ ਕਾਕੇਸ਼ੀਆ ਦੇ ਮੇਰੇ ਦੂਜੇ ਦੋਸਤ ਆਪਣੇ ਘਰਾਂ ਵਿੱਚ ਮਾਸਕੋ ਵਾਪਸ ਆਉਂਦੇ ਹੋਏ ਹਮੇਸ਼ਾ ਆਪਣੇ ਨਾਲ ਸ਼ਰਾਬ ਲਿਆਉਂਦੇ ਸਨ। ਦੋਸਤ ਇਕੱਠੇ ਹੁੰਦੇ, ਅਸੀਂ ਪੀਪਾ ਖੋਲ੍ਹਦੇ ਅਤੇ ਜਾਮ ਖਾਲੀ ਕੀਤੇ ਜਾਣ ਲੱਗਦੇ। ਪੀਪੇ ਵਿੱਚ ਪੁਰਾਣੀ, ਖ਼ੂਬ ਚੰਗੀ ਤਰ੍ਹਾਂ ਤਿਆਰ ਅਤੇ ਵਧੀਆ ਸ਼ਰਾਬ ਹੁੰਦੀ। ਸਾਡੇ ਦੋਸਤ ਸ਼ਰਾਬ ਪੀ ਕੇ ਉਸ ਦੀ ਸਿਫ਼ਤ ਕਰਦੇ ਅਤੇ ਦੂਜੇ ਦੋਸਤਾਂ ਨਾਲ ਉਸ ਦੀ ਚਰਚਾ ਕਰਦੇ। ਵਧੀਆ ਸ਼ਰਾਬ ਚਾਹੁਣ ਵਾਲੇ ਬਹੁਤ ਜ਼ਿਆਦਾ ਹੁੰਦੇ। ਜ਼ਾਹਿਰ ਹੈ ਕਿ ਪੀਪਾ ਤਾਂ ਆਖ਼ਰ ਖਾਲੀ ਹੋ ਹੀ ਜਾਂਦਾ। ਕਦੇ-ਕਦੇ ਅਸੀਂ ਇਹ ਗੁਨਾਹ ਕਰਦੇ ਕਿ ਆਮ ਬਾਜ਼ਾਰੀ ਸ਼ਰਾਬ ਖਰੀਦ ਕੇ ਉਸ ਨੂੰ ਆਪਣੇ ਪੀਪੇ ਵਿੱਚ ਪਾ ਲੈਂਦੇ ਅਤੇ ਇਹ ਕਹਿੰਦੇ ਕਿ ਅਸਲੀ, ਘਰ ਦੀ ਕੱਢੀ ਹੋਈ, ਵਧੀਆ ਸ਼ਰਾਬ ਹੈ। ਅਜਿਹੇ

ਪਾਰਖੂਆਂ ਨਾਲ ਕਦੇ ਵਾਸਤਾ ਨਹੀਂ ਪਿਆ ਸੀ, ਜੋ ਸਾਡਾ ਭਾਂਡਾ ਭੰਨ ਦਿੰਦੇ। ਸਿਰਫ਼ ਇੱਕ ਮਹਿਮਾਨ ਨੇ ਹੀ ਸ਼ਰਾਬ ਚੱਖਣ ਤੋਂ ਬਾਅਦ ਮੇਰੇ ਵੱਲ ਦੇਖਿਆ ਅਤੇ ਜਿਵੇਂ ਨਿੰਦਿਆ ਕਰਦੇ ਹੋਏ ਸਿਰ ਹਿਲਾਇਆ। ਬਾਕੀ ਤਾਂ ਜਿੰਨੀ ਜ਼ਿਆਦਾ ਪੀਂਦੇ, ਉਨ੍ਹਾਂ ਨੂੰ ਉਨਾ ਹੀ ਜ਼ਿਆਦਾ ਨਸ਼ਾ ਹੁੰਦਾ ਅਤੇ ਉਹ ਉਨੇ ਹੀ ਜ਼ਿਆਦਾ ਤਾਰੀਫ਼ਾਂ ਦੇ ਪੁਲ ਬੰਨ੍ਹਦੇ।

ਮੇਰੀਆਂ ਉਨ੍ਹਾਂ ਕਵਿਤਾਵਾਂ ਬਾਰੇ ਵੀ, ਜਿਨ੍ਹਾਂ ਨੂੰ ਮੈਂ ਅਕਸਰ ਦੁਹਰਾਉਣ ਲੱਗਿਆ ਸੀ, ਇਹੀ ਕਿਹਾ ਜਾ ਸਕਦਾ ਹੈ। ਕੇਵਲ ਕੁੱਝ ਬਹੁਤ ਹੀ ਸਮਝਦਾਰ ਅਤੇ ਕਠੋਰ ਪਾਠਕ ਸਿਰ ਹਿਲਾ ਕੇ ਕਹਿੰਦੇ:

"ਬਈ, ਦਾਲਾਗਾਲੋਵ ਵੀ ਇਸੇ ਕੰਮ ਹੀ ਆਇਆ ਸੀ।"

ਜਾਂ ਫਿਰ ਇਹ ਕਹਿੰਦੇ, "ਇੱਕ ਪਿੰਡ ਲਈ ਇੱਕ ਹੀ ਮੂਰਖ ਕਾਫ਼ੀ ਐ।"

ਉਦੋਂ ਇਹ ਗੱਲ ਮੇਰੀ ਸਮਝ ਵਿੱਚ ਆਈ ਕਿ ਮੈਂ ਵੀ ਉਹੀ ਕੁੱਝ ਕਰ ਰਿਹਾ ਹਾਂ, ਜੋ ਵਧੀਆ ਕਾਰੀਗਰਾਂ ਨੇ ਆਪਣੀਆਂ ਛਟੀਆਂ ਨਾਲ ਕੀਤਾ ਸੀ।

ਹੁਣ ਮੈਂ ਤੁਹਾਨੂੰ ਢੰਗ ਨਾਲ ਇਹ ਸਾਰਾ ਕਿੱਸਾ ਸੁਣਾਉਂਦਾ ਹਾਂ।

ਜਦੋਂ ਮੈਂ ਲੜਕਾ ਹੀ ਸੀ, ਤਾਂ ਕੁਰਬਾਨ ਅਲੀ ਨਾਂ ਦਾ ਇੱਕ ਡਾਕੀਆ ਢੇਰ ਸਾਰੇ ਖ਼ਤ ਅਤੇ ਅਖ਼ਬਾਰ ਲੈ ਕੇ ਹਰ ਰੋਜ਼ ਸਾਡੇ ਪਿੰਡ ਵਿੱਚ ਆਉਂਦਾ। ਉਹ ਆਬੂਤਾ ਪਿੰਡ ਦਾ ਰਹਿਣ ਵਾਲਾ ਬੜਾ ਹੀ ਹੱਸਮੁਖ ਅਤੇ ਮਸਤ-ਮੌਲਾ ਸੀ। ਡਾਕ ਵੰਡਣ ਵੇਲੇ ਕੁਰਬਾਨ ਅਲੀ ਗੱਪ-ਸ਼ੱਪ ਕਰਨ ਅਤੇ ਹੁੱਕੇ ਦੇ ਕਸ਼ ਲਗਾਉਣ ਲਈ ਜ਼ਰੂਰ ਹੀ ਮੇਰੇ ਪਿਤਾ ਜੀ ਕੋਲ ਆਉਂਦਾ। ਕਹਿ ਨਹੀਂ ਸਕਦਾ ਕਿ ਅਜਿਹੀ ਗੱਲਬਾਤ ਲਈ ਉਸ ਨੇ ਮੇਰੇ ਪਿਤਾ ਜੀ ਨੂੰ ਹੀ ਕਿਉਂ ਚੁਣਿਆ ਸੀ। ਗੱਲ ਇਹ ਹੈ ਕਿ ਉਸ ਦੀ ਗੱਲਬਾਤ ਦਾ ਵਿਸ਼ਾ ਹਮੇਸ਼ਾ ਇੱਕ ਹੀ ਹੁੰਦਾ ਸੀ, ਸ਼ਾਦੀ ਬਾਰੇ। ਸ਼ਾਇਦ ਇਹ ਕਹਿਣਾ ਜ਼ਿਆਦਾ ਸਹੀ ਹੋਵੇਗਾ ਕਿ ਨਵੀਂ ਸ਼ਾਦੀ ਬਾਰੇ। ਕਾਰਨ ਇਹ ਸੀ ਕਿ ਉਹ ਉਨ੍ਹਾਂ ਲੋਕਾਂ ਵਿੱਚੋਂ ਸੀ, ਜੋ ਇੱਕ ਹਫਤੇ ਬਾਅਦ ਸ਼ਾਦੀ ਕਰਦੇ ਹਨ ਅਤੇ ਇੱਕ ਮਹੀਨੇ ਬਾਅਦ ਤਲਾਕ ਦੇ ਦਿੰਦੇ ਹਨ।

ਇਹ ਉਸ ਵੇਲੇ ਦੀ ਗੱਲ ਹੈ, ਜਦੋਂ ਉਸ ਨੇ ਤਲਾਕ ਦਿੱਤਾ ਹੀ ਸੀ ਅਤੇ ਆਪਣੇ ਲਈ ਜਵਾਨ ਵਿਧਵਾ ਦੀ ਭਾਲ ਕਰ ਰਿਹਾ ਸੀ। ਉਸ ਨੇ ਤਾਂ ਜਿਵੇਂ ਉਸ ਨੂੰ ਭਾਲ ਹੀ ਲਿਆ ਸੀ, ਕਿਉਂਕਿ ਹਰ ਰੋਜ਼ ਉਹ ਇਸੇ ਗੱਲ ਦੀ ਚਰਚਾ ਕਰਦਾ ਸੀ ਕਿ ਉਹ ਕਿੰਨੀ ਸੁੰਦਰ ਹੈ, ਜਵਾਨ ਤੇ ਮਿਲਣਸਾਰ ਹੈ।

ਪਰ ਅਚਾਨਕ ਜਵਾਨ ਵਿਧਵਾ ਬਾਰੇ ਗੱਲਬਾਤ ਬੰਦ ਹੋ ਗਈ। ਕੁਰਬਾਨ ਅਲੀ ਪਹਿਲਾਂ ਵਾਂਗ ਹੀ ਹਰ ਰੋਜ਼ ਆਉਂਦਾ, ਪਰ ਗੱਲਬਾਤ ਮੌਸਮ ਜਾਂ ਸਾਂਝੇ ਫ਼ਾਰਮ ਦੇ ਕੰਮ-ਕਾਜ ਅਤੇ ਅਜਿਹੇ ਹੀ ਹੋਰ ਤਰ੍ਹਾਂ ਦੇ ਵਿਸ਼ਿਆਂ ਬਾਰੇ ਕਰਦਾ, ਕੁੱਝ ਹੀ ਸਮੇਂ ਬਾਅਦ ਹੋਣ ਵਾਲੀ ਆਪਣੀ ਸ਼ਾਦੀ ਬਾਰੇ ਨਹੀਂ।

"ਤੁਸੀਂ ਕਿਸੇ ਨਾਲ ਸ਼ਾਦੀ ਕਰਨ ਬਾਰੇ ਸੋਚ ਰਹੇ ਸੀ, ਕੀ ਕਰ ਲਈ?" ਪਿਤਾ ਜੀ ਨੇ ਇੱਕ ਦਿਨ ਪੁੱਛਿਆ।

"ਨਹੀਂ ਹਮਜ਼ਾਤ, ਇਹ ਤਾਂ ਮੈਂ ਸੋਚ ਰਿਹਾ ਸੀ, ਪਰ ਲੱਗਦਾ ਹੈ ਕਿ ਉਸ ਦਾ ਤਾਂ ਬਿਲਕੁੱਲ ਖ਼ਿਆਲ ਹੀ ਨਹੀਂ ਸੀ। ਹੁਣ ਜਵਾਨ ਵਿਧਵਾ ਲੱਭਣ ਲਈ ਮੈਨੂੰ ਸਾਰੇ ਦਾਗ਼ਿਸਤਾਨ ਦਾ ਚੱਕਰ ਲਗਾਉਣਾ ਪਵੇਗਾ।"

ਕੁਰਬਾਨ ਅਲੀ ਨੇ ਬਹੁਤ ਸਮੇਂ ਤੱਕ ਸੂਰਤ ਨਹੀਂ ਦਿਖਾਈ। ਇਸ ਦਾ ਮਤਲਬ ਤਾਂ ਇਹੀ ਸੀ ਕਿ ਉਹ ਸੱਚਮੁੱਚ ਪਿੰਡਾਂ ਦੇ ਚੱਕਰ ਲਗਾਉਂਦਾ ਹੋਇਆ ਆਪਣੇ ਲਈ ਬੀਵੀ ਭਾਲ ਰਿਹਾ ਸੀ। ਇਸੇ ਦੌਰਾਨ ਉਸ ਦਾ ਬੇਟਾ ਡਾਕ ਵੰਡਣ ਆਉਂਦਾ ਰਿਹਾ। ਬਦਕਿਸਮਤ ਡਾਕੀਆ ਜਦੋਂ ਦੁਬਾਰਾ ਸਾਡੇ ਘਰ ਆਇਆ, ਤਾਂ ਅਸੀਂ ਬੜੀ ਬੇਸਬਰੀ ਨਾਲ ਉਸ ਨੂੰ ਪੁੱਛਿਆ:

"ਸੁਣਾਓ, ਕੀ ਹਾਲ ਐ? ਤੁਹਾਡਾ ਰਸਤਾ ਤਾਂ ਸਿੱਧਾ ਅਤੇ ਛੋਟਾ ਹੀ ਰਿਹਾ ਨਾ?"

"ਸ਼ਾਇਦ ਸਿੱਧਾ ਹੀ ਰਹਿੰਦਾ, ਪਰ ਦਾਲਾਗਾਲੋਵ ਨੇ ਉਸ ਨੂੰ ਟੇਢਾ ਕਰ ਦਿੱਤਾ।"

"ਉਹ ਕਿਵੇਂ?"

"ਬਹੁਤ ਸਿੱਧੇ-ਸਾਦੇ ਢੰਗ ਨਾਲ। ਆਪਣੇ ਉਦੇਸ਼ ਲਈ ਮੈਂ ਜਿੱਥੇ ਕਿਤੇ ਵੀ ਗਿਆ, ਮੈਨੂੰ ਇਹੀ ਦੱਸਿਆ ਗਿਆ ਕਿ ਦੇਰ ਨਾਲ ਆਏ ਹੋ। ਦਾਲਾਗਾਲੋਵ ਵੀ ਇਸੇ ਕੰਮ ਆਇਆ ਸੀ।"

ਦਰਬੀਸ਼ ਦਾਲਾਗਲੋਵ ਔਰਤਾਂ ਦੇ ਮੈਦਾਨ ਦਾ ਮਸ਼ਹੂਰ ਸੂਰਮਾ ਸੀ, ਜਿਸ ਨੇ 1938 ਵਿੱਚ ਅਠਾਰਾਂ ਵਾਰ ਸ਼ਾਦੀ ਕੀਤੀ ਸੀ।

ਡਾਕੀਏ ਕੁਰਬਾਨ ਅਲੀ ਦੀ ਬਦੌਲਤ ਸਾਰੇ ਦਾਗ਼ਿਸਤਾਨ ਵਿੱਚ ਆਸਾਨੀ ਨਾਲ ਇਹ ਕਹਾਵਤ ਫ਼ੈਲ ਗਈ, "ਦਾਲਾਗਾਲੋਵ ਵੀ ਇਸੇ ਕੰਮ ਹੀ ਆਇਆ ਸੀ।"

ਦੂਜਾ ਕਿੱਸਾ ਹੈ, ਇੱਕ ਮੂਰਖ ਬਾਰੇ। ਇਹ ਤਾਂ ਸਾਰੇ ਜਾਣਦੇ ਹਨ ਕਿ ਹਰ ਪਿੰਡ ਵਿੱਚ ਇੱਕ ਮੂਰਖ ਜ਼ਰੂਰ ਰਹਿੰਦਾ ਹੈ। ਇਹੀ ਚੰਗੀ ਗੱਲ ਹੈ। ਜਦੋਂ ਬਹੁਤ ਸਾਰੇ ਬੁੱਧੂ ਜਾਂ ਮੂਰਖ ਹੁੰਦੇ ਹਨ, ਤਾਂ ਬੁਰਾ ਹੁੰਦਾ ਹੈ। ਜਦੋਂ ਇੱਕ ਵੀ ਨਹੀਂ ਹੁੰਦਾ, ਤਾਂ ਵੀ ਜਿਵੇਂ ਕੋਈ ਘਾਟ ਜਿਹੀ ਮਹਿਸੂਸ ਹੁੰਦੀ ਹੈ। ਮੂਰਖਾਂ ਦੀ ਇੱਕ-ਦੂਜੇ ਨਾਲ ਚੰਗੀ ਤਰ੍ਹਾਂ ਜਾਣ-ਪਛਾਣ ਹੁੰਦੀ ਹੈ ਅਤੇ ਉਹ ਤਾਂ ਇੱਕ-ਦੂਜੇ ਦੇ ਘਰ ਮਹਿਮਾਨ ਬਣ ਕੇ ਜਾਂਦੇ-ਆਉਂਦੇ ਵੀ ਹਨ। ਇਸੇ ਰਿਵਾਜ ਮੁਤਾਬਿਕ ਇੱਕ ਵਾਰ ਪਿੰਡ ਦਾ ਮੂਰਖ ਖ਼ੂਜ਼ਹ ਪਿੰਡ ਦੇ ਮੂਰਖ ਦੇ ਘਰ ਮਹਿਮਾਨ ਬਣ ਕੇ ਆਇਆ।

"ਸਲਾਮ ਅਲੈਕੁਮ, ਮੂਰਖ!"

"ਵਾਲੈਕੁਮ ਸਲਾਮ, ਮੂਰਖ!"

ਅੱਗੇ ਸਭ ਕੁੱਝ ਉਵੇਂ ਹੀ ਹੋਇਆ, ਜਿਵੇਂ ਕਿ ਦੋ ਦੋਸਤਾਂ ਵਿਚਕਾਰ ਹੁੰਦਾ ਹੈ। ਉਹ ਚੁੱਲ੍ਹੇ ਕੋਲ ਬੈਠ ਗਏ, ਖ਼ੂਬ ਖਾਧਾ-ਪੀਤਾ। ਤੀਜੇ ਦਿਨ ਗੂਰਤਾਕੁਲੀ ਦਾ ਮੂਰਖ ਆਪਣੇ ਘਰ ਜਾਣ ਲਈ ਤਿਆਰ ਹੋਇਆ। ਮੇਜਬਾਨ ਮੂਰਖ ਨੇ ਜਿਵੇਂ ਕਰਨਾ ਚਾਹੀਦਾ ਸੀ, ਉਵੇਂ ਹੀ ਬੜੇ ਸਤਿਕਾਰ ਨਾਲ ਮਹਿਮਾਨ ਨੂੰ ਵਿਦਾ ਕੀਤਾ, ਤੋਹਫ਼ੇ ਦਿੱਤੇ ਅਤੇ ਪਿੰਡ ਦੀ ਜੂਹ ਤੱਕ ਛੱਡਣ ਗਿਆ। ਦੋਵੇਂ ਮੂਰਖਾਂ ਨੇ ਇੱਕ-ਦੂਜੇ ਤੋਂ ਵਿਦਾ ਲਈ।

ਮਹਿਮਾਨ-ਨਿਵਾਜੀ ਦੀਆਂ ਸਾਰੀਆਂ ਰਸਮਾਂ ਪੂਰੀਆਂ ਹੋ ਚੁੱਕੀਆਂ ਸਨ। ਕੁੱਝ ਹੀ ਦੇਰ ਪਹਿਲਾਂ ਦਾ ਮਹਿਮਾਨ ਜਿਵੇਂ ਹੀ ਪਿੰਡ ਦੀ ਹੱਦ ਤੋਂ ਬਾਹਰ ਹੋ ਜਾਂਦਾ ਹੈ, ਉਸ ਦੇ ਨਾਲ ਮਨਚਾਹਿਆ ਵਰਤਾਓ ਕੀਤਾ ਜਾ ਸਕਦਾ ਹੈ, ਕਿਉਂਕਿ ਹੁਣ ਉਹ ਮਹਿਮਾਨ ਨਹੀਂ ਰਿਹਾ। ਉਸੇ ਵੇਲੇ ਖ਼ੂਜ਼ਹ ਦਾ ਮੂਰਖ ਭੱਜ ਕੇ ਗੂਰਤਾਕੁਲੀ ਵਾਲੇ ਮੂਰਖ ਕੋਲ ਪਹੁੰਚਿਆ ਅਤੇ ਅਚਾਨਕ ਉਸ ਨੂੰ ਕੁੱਟਣ ਲੱਗ ਪਿਆ।

"ਮੈਨੂੰ ਕਿਸ ਲਈ ਕੁੱਟ ਰਹੇ ਹੋ?"

"ਮੇਰੇ ਘਰ ਕਦੇ ਮਹਿਮਾਨ ਬਣ ਕੇ ਨਹੀਂ ਆਉਣਾ। ਕੀ ਤੁਸੀਂ ਇੰਨਾ ਵੀ ਨਹੀਂ ਜਾਣਦੇ ਕਿ ਇੱਕ ਪਿੰਡ ਵਿੱਚ ਸਿਰਫ਼ ਇੱਕ ਹੀ ਮੂਰਖ ਕਾਫ਼ੀ ਐ।"

ਕਦੇ-ਕਦੇ ਮੈਂ ਇਸ ਕਿੱਸੇ 'ਤੇ ਗ਼ੌਰ ਕਰਦਾ ਹਾਂ ਅਤੇ ਮੇਰੇ ਦਿਮਾਗ ਵਿੱਚ ਇਹ ਖ਼ਿਆਲ ਆਉਂਦਾ ਹੈ ਕਿ ਇੱਕ ਪਿੰਡ ਲਈ ਇੱਕ ਹੀ ਅਕਲਮੰਦ ਵੀ ਕਾਫ਼ੀ ਹੈ।

ਡਾਇਰੀ ਵਿੱਚੋਂ

ਕਿਸੇ ਅਮੀਰ ਖਾਨ ਨੇ ਕਿਸੇ ਗਰੀਬ ਨੂੰ ਪੁੱਛਿਆ:

"ਬੱਤਖ ਦਾ ਕਿਹੜਾ ਹਿੱਸਾ ਸਭ ਤੋਂ ਜ਼ਿਆਦਾ ਮਜ਼ੇਦਾਰ ਹੁੰਦੈ? ਜੇਕਰ ਠੀਕ ਜਵਾਬ ਦਿਓਗੇ, ਤਾਂ ਇਨਾਮ ਮਿਲੇਗਾ।"

"ਪਿਛਲਾ।" ਗਰੀਬ ਨੇ ਤੁਰੰਤ ਜਵਾਬ ਦਿੱਤਾ।

ਜਦੋਂ ਬੱਤਖ ਬਣ ਕੇ ਤਿਆਰ ਹੋ ਗਈ, ਤਾਂ ਖਾਨ ਨੇ ਇਸੇ ਹਿੱਸੇ ਨੂੰ ਚੱਖਿਆ ਅਤੇ ਉਸ ਨੂੰ ਬੇਹੱਦ ਪਸੰਦ ਆਇਆ। ਉਸ ਨੇ ਦੂਜੇ ਗਰੀਬ ਨੂੰ ਪੁੱਛਿਆ:

"ਮੱਛ ਦਾ ਕਿਹੜਾ ਹਿੱਸਾ ਸਭ ਤੋਂ ਜ਼ਿਆਦਾ ਮਜ਼ੇਦਾਰ ਹੁੰਦੈ?"

ਦੂਜਾ ਗਰੀਬ ਆਦਮੀ ਵੀ ਇਨਾਮ ਲੈਣਾ ਚਾਹੁੰਦਾ ਸੀ, ਇਸ ਲਈ ਉਸ ਨੇ ਪਹਿਲੇ ਵਾਂਗ ਹੀ ਜਵਾਬ ਦਿੱਤਾ:

"ਪਿਛਲਾ।"

ਖਾਨ ਨੇ ਉਸ ਨੂੰ ਚੱਖਿਆ ਅਤੇ ਇਸ ਦੂਜੇ ਗਰੀਬ ਨੂੰ ਛਾਂਟੇ ਲਗਵਾਏ।

ਬੜੇ ਅਫ਼ਸੋਸ ਦੀ ਗੱਲ ਹੈ ਕਿ ਉਨ੍ਹਾਂ ਲੇਖਕਾਂ ਲਈ ਛਾਂਟੇ ਨਹੀਂ, ਜੋ ਸੋਚੇ-ਸਮਝੇ ਬਿਨਾਂ ਵੱਖ-ਵੱਖ ਮੌਕਿਆਂ 'ਤੇ ਇੱਕੋ ਹੀ ਗੱਲ ਦੁਹਰਾਉਂਦੇ ਰਹਿੰਦੇ ਹਨ।

ਉਨਸੂਕੂਲ ਦੀ ਸੋਟੀ ਦੀ ਲਿਖਤ ਦੀ ਕਹਾਣੀ

ਮਾਸਕੋ ਦੇ ਸਾਹਿਤਕਾਰ ਵਲਾਦਲੇਨ ਬਾਖ਼ਨੋਵ ਲੰਗੜਾਉਂਦੇ ਹਨ ਅਤੇ ਸੋਟੀ ਦੇ ਸਹਾਰੇ ਚੱਲਦੇ ਹਨ। ਛੁੱਟੀਆਂ ਵਿੱਚ ਦਾਗ਼ਿਸਤਾਨ ਜਾਂਦੇ ਹੋਏ ਮੈਂ ਉਨ੍ਹਾਂ ਨਾਲ ਵਾਅਦਾ ਕੀਤਾ ਕਿ ਉਨਸੂਕੂਲ ਦੇ ਪ੍ਰਸਿੱਧ ਕਾਰੀਗਰਾਂ ਦੀ ਨੱਕਾਸ਼ੀ ਵਾਲੀ ਸੁੰਦਰ ਸੋਟੀ ਉਨ੍ਹਾਂ ਨੂੰ ਲਿਆ ਕੇ ਦਿਆਂਗਾ। ਘਰ ਪਹੁੰਚਦੇ ਹੀ ਮੈਂ ਆਪਣੇ ਇੱਕ ਜਾਣਕਾਰ ਨੱਕਾਸ਼ ਨੂੰ ਇਸ ਬੇਨਤੀ ਦਾ ਪੱਤਰ ਲਿਖ ਭੇਜਿਆ। ਨੱਕਾਸ਼ ਬਜ਼ੁਰਗ ਕਾਰੀਗਰ ਅਤੇ ਮੇਰੇ ਪਿਤਾ ਦੇ ਦੋਸਤ ਸਨ ਅਤੇ ਇਸ ਲਈ ਇਹ ਉਮੀਦ ਕੀਤੀ ਜਾ ਸਕਦੀ ਸੀ ਕਿ ਸੋਟੀ ਜਿਹੋ ਜਿਹੀ ਵਧੀਆ ਹੋਣੀ ਚਾਹੀਦੀ ਹੈ, ਉਹੋ ਜਿਹੀ ਹੀ ਹੋਵੇਗੀ। ਸਿਰਫ਼ ਇੱਕ ਗੱਲ ਮੇਰੀ ਸਮਝ ਵਿੱਚ ਨਹੀਂ ਸੀ ਆ ਰਹੀ ਕਿ ਇਸ ਸੋਟੀ 'ਤੇ ਲਿਖਵਾਇਆ ਕੀ ਜਾਵੇ।

ਇਸੇ ਸਮੇਂ ਇੱਕ ਕੇਂਦਰੀ ਸਮਾਚਾਰ ਪੱਤਰ ਵਿੱਚ ਸਾਹਿਤਕ ਵਿਸ਼ੇ 'ਤੇ ਇੱਕ ਵੱਡਾ ਲੇਖ ਛਪਿਆ। ਉਸ ਦਾ ਸਿਰਲੇਖ ਸੀ, "ਆਲੋਚਨਾ ਦੀ ਜਗ੍ਹਾ ਡੰਡਾ।"

"ਬਹੁਤ ਖ਼ੂਬ।" ਮੈਂ ਸੋਚਿਆ, "ਅਜਿਹੀ ਲਿਖਤ ਮਾਸਕੋ ਦੇ ਸਾਹਿਤਕਾਰ ਨੂੰ ਭੇਟ

ਕੀਤੀ ਜਾਣ ਵਾਲੀ ਸੋਟੀ ਲਈ ਬਿਲਕੁੱਲ ਠੀਕ ਰਹੇਗੀ।"

ਦੋ ਹਫਤੇ ਬਾਅਦ ਸੋਟੀ ਤਿਆਰ ਹੋ ਗਈ। ਊਨਸੂਕੂਲ ਦੀਆਂ ਸੋਟੀਆਂ ਵਿੱਚ ਇਹ ਸਭ ਤੋਂ ਵਧ-ਚੜ੍ਹ ਕੇ ਸੀ। ਉਚਿੱਤ ਸਥਾਨ 'ਤੇ ਇਹ ਸ਼ਬਦ ਸ਼ੋਭਾ ਦੇ ਰਹੇ ਸਨ, "ਬਲਾ. ਬਾਖ਼ਨੋਵ ਨੂੰ। ਆਲੋਚਨਾ ਦੀ ਜਗ੍ਹਾ ਡੰਡਾ। ਰਸੂਲ ਹਮਜ਼ਾਤੋਵ ਵੱਲੋਂ।"

ਉਂਝ ਤਾਂ ਮਖ਼ਚਕਲਾ, ਕਿਸਲੋਵੋਦਸਕ, ਪਿਆਤਿਗੋਸਰਕ ਦੀਆਂ ਯਾਦ-ਚਿੰਨ੍ਹਾਂ ਦੀਆਂ ਦੁਕਾਨਾਂ ਜਾਂ ਪਹਾੜੀ ਪਿੰਡਾਂ ਦੀਆਂ ਮੰਡੀਆਂ ਵਿੱਚ ਊਨਸੂਕੂਲ ਦੀਆਂ ਸੋਟੀਆਂ ਵਿਕਦੀਆਂ ਹਨ।

ਕੁੱਝ ਸਮੇਂ ਬਾਅਦ ਇਨ੍ਹਾਂ ਸਾਰੀਆਂ ਥਾਵਾਂ 'ਤੇ "ਬਲਾ. ਬਾਖ਼ਨੋਵ ਨੂੰ। ਆਲੋਚਨਾ ਦੀ ਜਗ੍ਹਾ ਡੰਡਾ। ਰਸੂਲ ਹਮਜ਼ਾਤੋਵ ਵੱਲੋਂ" ਲਿਖਤ ਵਾਲੀਆਂ ਸੋਟੀਆਂ ਵਿਕਣ ਲੱਗੀਆਂ। ਇਨ੍ਹਾਂ ਤੰਦਰੁਸਤੀ ਦੇਣ ਵਾਲੇ ਸਥਾਨਾਂ 'ਤੇ ਆਉਣ ਵਾਲੇ ਲੋਕ ਸ਼ਾਇਦ ਅਜਿਹੀ ਲਿਖਤ ਵਾਲਾ ਤੋਹਫ਼ਾ ਖਰੀਦਦੇ ਸਮੇਂ ਹੈਰਾਨ ਹੋਏ ਹੋਣਗੇ। ਪਰ ਸਭ ਤੋਂ ਜ਼ਿਆਦਾ ਹੈਰਾਨੀ ਤਾਂ ਮੈਨੂੰ ਹੋਈ।

ਹੋਇਆ ਇਹ ਕਿ ਬਜ਼ੁਰਗ ਕਾਰੀਗਰ, ਜਿਨ੍ਹਾਂ ਨੇ ਪਹਿਲੀ ਸੋਟੀ ਬਣਾਈ ਸੀ, ਰੂਸੀ ਭਾਸ਼ਾ ਦਾ ਇੱਕ ਸ਼ਬਦ ਵੀ ਨਹੀਂ ਜਾਣਦੇ ਸਨ। ਮੈਂ ਕਾਗਜ਼ 'ਤੇ ਜੋ ਕੁੱਝ ਲਿਖ ਕੇ ਭੇਜ ਦਿੱਤਾ ਸੀ, ਉਨ੍ਹਾਂ ਨੇ ਉਸ ਨੂੰ ਜਿਉਂ ਦਾ ਤਿਉਂ ਸੋਟੀ 'ਤੇ ਉਤਾਰ ਦਿੱਤਾ ਸੀ। ਉਨ੍ਹਾਂ ਨੇ ਸੋਚਿਆ ਕਿ ਜੇਕਰ ਕਵੀ ਨੇ ਸੋਟੀ 'ਤੇ ਇਹ ਸ਼ਬਦ ਲਿਖਵਾਉਣੇ ਚਾਹੇ ਹਨ, ਤਾਂ ਇਸ ਵਿੱਚ ਜ਼ਰੂਰ ਕੋਈ ਵੱਡੀ ਸਮਝਦਾਰੀ ਦੀ ਗੱਲ ਛਿਪੀ ਹੋਵੇਗੀ। ਤਾਂ ਭਲਾਂ ਇਹੀ ਸ਼ਬਦ ਦੂਜੀਆਂ ਸੋਟੀਆਂ ਦੀ ਸ਼ੋਭਾ ਕਿਉਂ ਨਾ ਵਧਾਉਣ?

ਬਜ਼ੁਰਗ ਕਾਰੀਗਰ ਨੂੰ ਦੋਸ਼ ਨਹੀਂ ਦਿੱਤਾ ਜਾ ਸਕਦਾ। ਉਨ੍ਹਾਂ ਨੇ ਭੋਲੇਪਣ ਵਿੱਚ ਕਵੀ 'ਤੇ ਵਿਸ਼ਵਾਸ ਕਰ ਲਿਆ ਅਤੇ ਆਪਣੇ ਸਹਿਜ ਵਿਸ਼ਵਾਸ ਵਿੱਚ ਉਦਾਰਤਾ ਅਤੇ ਨਿਰਛਲਤਾ ਦਾ ਸਬੂਤ ਦਿੱਤਾ। ਪਰ ਕੀ ਅਸੀਂ ਅਨੁਭਵੀ ਸਾਹਿਤਕਾਰ ਵੀ ਤਾਂ ਕਦੇ-ਕਦੇ ਇਸ ਬਜ਼ੁਰਗ ਵਰਗੇ ਨਹੀਂ ਹੁੰਦੇ?

ਵਿਸ਼ੇ ਬਾਰੇ ਅੰਤਿਮ ਸ਼ਬਦ

ਇੱਕ ਵਿਸ਼ਾ ਹੈ, ਜੋ ਪ੍ਰਾਰਥਨਾ ਵਰਗਾ ਹੈ। ਉਸ ਨੂੰ ਜਿੰਨਾ ਜ਼ਿਆਦਾ ਦੁਹਰਾਇਆ ਜਾਂਦਾ ਹੈ, ਉਹ ਉਨਾ ਹੀ ਜ਼ਿਆਦਾ ਕੀਮਤੀ, ਉੱਚ ਅਤੇ ਉੱਤਮ ਹੋ ਜਾਂਦਾ ਹੈ। ਇਹ ਵਿਸ਼ਾ ਅਤੇ ਪ੍ਰਾਰਥਨਾ ਹੈ ਮੇਰੀ ਮਾਤ-ਭੂਮੀ।

ਬੱਚੇ ਨੂੰ ਜਦੋਂ ਕਿਸੇ ਸ਼ਰਾਰਤ ਦੇ ਲਈ ਸਜ਼ਾ ਦਿੱਤੀ ਜਾਂਦੀ ਹੈ, ਤਾਂ ਪਹਾੜੀ ਇਲਾਕਿਆਂ ਦੇ ਰਿਵਾਜ ਅਨੁਸਾਰ ਚਿਹਰੇ ਤੋਂ ਇਲਾਵਾ ਉਸ ਦੀ ਕਿਸੇ ਵੀ ਜਗ੍ਹਾ 'ਤੇ ਮਾਰ-ਕੁੱਟ ਕੀਤੀ ਜਾ ਸਕਦੀ ਹੈ। ਇਨਸਾਨ ਦੇ ਚਿਹਰੇ ਨੂੰ ਨਹੀਂ ਛੂਹਿਆ ਜਾ ਸਕਦਾ ਅਤੇ ਇਹ ਚੀਜ਼ ਹਰ ਪਹਾੜੀ ਆਦਮੀ ਲਈ ਕਾਨੂੰਨ ਹੈ।

ਦਾਗ਼ਿਸਤਾਨ ਤੂੰ ਮੇਰਾ ਚਿਹਰਾ ਹੈਂ। ਮੈਂ ਤੈਨੂੰ ਛੂਹਣ ਦੀ ਮਨਾਹੀ ਕਰਦਾ ਹਾਂ।

ਲੜਾਈ-ਝਗੜੇ ਵਿੱਚ ਲੋਕ ਬੜੇ ਸਬਰ ਤੋਂ ਕੰਮ ਲੈਂਦੇ ਹਨ। ਉਹ ਇੱਕ-ਦੂਜੇ ਨੂੰ

ਬਹੁਤ ਸਾਰੇ ਬੁਰੇ-ਬੁਰੇ ਸ਼ਬਦ ਕਹਿੰਦੇ ਹਨ ਅਤੇ ਹਰ ਕੋਈ ਉਨ੍ਹਾਂ ਨੂੰ ਬਰਦਾਸ਼ਤ ਕਰਦਾ ਹੈ ਜਾਂ ਉਨ੍ਹਾਂ ਦੇ ਜਵਾਬ ਵਿੱਚ ਆਪਣੇ ਗੰਦੇ ਸ਼ਬਦ ਕਹਿੰਦਾ ਹੈ। ਪਰ ਅਜਿਹਾ ਉਦੋਂ ਤੱਕ ਹੁੰਦਾ ਹੈ, ਜਦੋਂ ਤੱਕ ਕਿ ਇਨ੍ਹਾਂ ਗੰਦੇ ਸ਼ਬਦਾਂ ਦਾ ਸਿਰਫ਼ ਆਪਸ ਵਿੱਚ ਝਗੜਣ ਵਾਲਿਆਂ ਤੱਕ ਹੀ ਸਬੰਧ ਰਹਿੰਦਾ ਹੈ। ਪਰ ਜੇਕਰ ਸਬੱਬ ਜਾਂ ਅਸਾਵਧਾਨੀ ਨਾਲ ਕੋਈ ਮਾਂ ਜਾਂ ਭੈਣ ਨੂੰ ਕੁੱਝ ਬੁਰਾ-ਭਲਾ ਕਹਿ ਬੈਠਦਾ ਹੈ, ਤਾਂ ਸਮਝੋ ਕਿ ਮੁਸੀਬਤ ਆ ਗਈ, ਉਦੋਂ ਖੰਜਰ ਚੱਲ ਜਾਣਗੇ।

ਦਾਗ਼ਿਸਤਾਨ, ਤੂੰ ਮੇਰੇ ਲਈ ਮਾਂ ਹੈਂ। ਉਹ ਸਾਰੇ ਇਸ ਗੱਲ ਨੂੰ ਪੱਲੇ ਬੰਨ੍ਹ ਲੈਣ, ਜਿਨ੍ਹਾਂ ਨੂੰ ਮੇਰੇ ਨਾਲ ਉਲਝਣਾ ਪਵੇਗਾ। ਮੈਨੂੰ ਤਾਂ ਭਾਵੇਂ ਜਿੰਨੇ ਮਰਜ਼ੀ ਬੁਰਾ-ਵਲੇ ਸ਼ਬਦ ਕਹਿ ਲਵੋ, ਮੈਂ ਸਾਰੇ ਬਰਦਾਸਤ ਕਰ ਲਵਾਂਗਾ, ਪਰ ਮੇਰੇ ਦਾਗ਼ਿਸਤਾਨ ਨੂੰ ਨਹੀਂ ਛੂਹਣਾ।

ਦਾਗ਼ਿਸਤਾਨ, ਉਹ ਮੇਰਾ ਪਿਆਰ ਹੈ, ਮੇਰਾ ਪ੍ਰਣ, ਮੇਰੀ ਮੰਗ, ਮੇਰੀ ਪ੍ਰਾਰਥਨਾ ਹੈ। ਤੂੰ ਹੀ ਮੇਰੀਆਂ ਸਾਰੀਆਂ ਕਿਤਾਬਾਂ, ਮੇਰੇ ਸਾਰੇ ਗਿਆਨ ਦਾ ਮੁੱਖ ਵਿਸ਼ਾ ਹੈਂ।

ਕਦੇ-ਕਦੇ ਮੈਨੂੰ ਇਹ ਕਿਹਾ ਜਾਂਦਾ ਹੈ ਕਿ ਮੈਂ ਕੇਵਲ ਅਤੀਤ ਦੀ ਚਰਚਾ ਕਰਾਂ, ਪੁਰਾਣੇ ਰਸਮਾਂ-ਰਿਵਾਜਾਂ, ਦੰਦ-ਕਥਾਵਾਂ ਅਤੇ ਗੀਤਾਂ, ਸ਼ਾਦੀਆਂ ਅਤੇ ਤਲਵਾਰਾਂ, ਲੜਾਈਆਂ ਅਤੇ ਦੋਸਤੀਆਂ, ਮੁਰੀਦਾਂ ਦੇ ਫੌਲਾਦੀ ਕਲੇਜਿਆਂ ਅਤੇ ਵਫ਼ਾਦਾਰ ਕੁਮਾਰੀਆਂ, ਸ਼ੋਭਾ ਅਤੇ ਸਾਹਸ, ਨੌਜਵਾਨਾਂ ਦੇ ਖ਼ੂਨ ਅਤੇ ਮਾਵਾਂ ਦੇ ਹੰਝੂਆਂ ਦਾ ਹੀ ਵਰਣਨ ਕਰਾਂ।

ਕਦੇ-ਕਦੇ ਮੈਨੂੰ ਤੁਹਾਡੇ ਵਰਤਮਾਨ ਦਾ ਹੀ ਵਖਿਆਣ ਕਰਨ ਲਈ ਕਿਹਾ ਜਾਂਦਾ ਹੈ। ਮੈਨੂੰ ਕਿਹਾ ਜਾਂਦਾ ਹੈ ਕਿ ਮੈਂ ਸਰਕਾਰੀ ਫ਼ਾਰਮਾਂ ਅਤੇ ਸਾਂਝੇ ਫ਼ਾਰਮਾਂ, ਟੋਲੀ ਅਤੇ ਉਪਟੋਲੀ ਦੇ ਮੁਖੀਆਂ, ਲਾਇਬਰੇਰੀਆਂ ਅਤੇ ਥਿਏਟਰਾਂ, ਤੁਹਾਡੀਆਂ ਕਿਰਤ ਸਬੰਧੀ ਪ੍ਰਾਪਤੀਆਂ ਦਾ ਜ਼ਿਕਰ ਕਰਾਂ।

ਮੈਂ ਆਪਣੇ ਆਪ ਨੂੰ ਇਸ ਜਾਂ ਉਸ, ਅਤੀਤ ਜਾਂ ਵਰਤਮਾਨ ਤੱਕ ਹੀ ਸੀਮਤ ਨਹੀਂ ਕਰ ਸਕਦਾ। ਮੇਰੇ ਲਈ ਤਾਂ ਇੱਕ ਦਾਗ਼ਿਸਤਾਨ ਹੈ, ਜੋ ਇੱਕ ਹਜ਼ਾਰ ਸਾਲ ਦੀ ਜ਼ਿੰਦਗੀ ਦੇਖ ਚੁੱਕਿਆ ਹੈ। ਮੇਰੇ ਲਈ ਉਸ ਦਾ ਅਤੀਤ, ਵਰਤਮਾਨ ਅਤੇ ਭਵਿੱਖ ਘੁਲ-ਮਿਲ ਕੇ ਇੱਕ ਹੋ ਗਏ ਹਨ। ਮੈਂ ਉਸ ਨੂੰ ਵੱਖ-ਵੱਖ ਕਾਲਾਂ ਵਿੱਚ ਨਹੀਂ ਵੰਡ ਸਕਦਾ।

ਦੂਜੇ ਰਾਜਾਂ ਅਤੇ ਦੇਸ਼ਾਂ ਦਾ ਇਤਿਹਾਸ ਤਾਂ ਸਿਰਫ਼ ਖ਼ੂਨ ਨਾਲ ਹੀ ਨਹੀਂ, ਕਲਮ ਅਤੇ ਸਿਆਹੀ ਨਾਲ ਕਾਗਜ਼ 'ਤੇ ਵੀ ਕਦੋਂ ਦਾ ਲਿਖਿਆ ਜਾ ਚੁੱਕਿਆ ਹੈ। ਉਸ ਨੂੰ ਤਾਂ ਸੈਨਿਕ ਅਤੇ ਸੈਨਾਪਤੀ ਹੀ ਨਹੀਂ, ਲੇਖਕ ਅਤੇ ਇਤਿਹਾਸਕਾਰ ਵੀ ਲਿਖ ਚੁੱਕੇ ਹਨ। ਦਾਗ਼ਿਸਤਾਨ ਦਾ ਇਤਿਹਾਸ ਤਾਂ ਤਲਵਾਰਾਂ ਨੇ ਲਿਖਿਆ ਹੈ। ਸਿਰਫ਼ ਵੀਹਵੀਂ ਸਦੀ ਨੇ ਹੀ ਦਾਗ਼ਿਸਤਾਨ ਨੂੰ ਕਲਮ ਦਿੱਤੀ ਹੈ।

ਦਾਗ਼ਿਸਤਾਨ, ਮੈਂ ਤੇਰੀਆਂ ਪ੍ਰਾਚੀਨ ਲੜਾਈਆਂ ਦੇ ਚਿੰਨ੍ਹਾਂ ਨੂੰ ਦੇਖ ਆਇਆ ਹਾਂ, ਉਨ੍ਹਾਂ ਅਨੇਕਾਂ ਰਣ-ਭੂਮੀਆਂ ਵਿੱਚ ਜਾ ਆਇਆ ਹਾਂ, ਜਿਨ੍ਹਾਂ ਵਿੱਚ ਤੇਰੇ ਪੁੱਤਰਾਂ ਦੀਆਂ ਹੱਡੀਆਂ ਬੀਜੀਆਂ ਗਈਆਂ ਹਨ। ਸਾਂਝੇ ਫਾਰਮਾਂ ਦੀ ਕਣਕ ਜਾਂ ਮੱਕੀ ਦੇ ਖੇਤ ਇਸ ਗੱਲ ਲਈ ਮੇਰੇ ਨਾਲ ਨਾਰਾਜ਼ ਨਾ ਹੋਣ, ਕਿਉਂਕਿ ਜਦੋਂ ਮੈਂ ਆਪਣੀਆਂ ਕਵਿਤਾਵਾਂ ਵਿੱਚ ਆਧੁਨਿਕ ਦਾਗ਼ਿਸਤਾਨ ਦੀ ਚਰਚਾ ਕਰਦਾ ਹਾਂ, ਤਾਂ ਅਤੀਤ ਇਸ ਦੇ ਲਈ ਮੇਰੀ ਨਿੰਦਿਆ ਨਹੀਂ ਕਰਦਾ।

ਦੂਰ-ਦੁਰਾਡੇ ਦੀਆਂ ਯਾਤਰਾਵਾਂ ਤੋਂ ਬਾਅਦ ਜਦੋਂ ਮੈਂ ਆਪਣੇ ਘਰ ਵਾਪਸ ਮੁੜਦਾ ਹਾਂ, ਤਾਂ ਪਹਾੜੀ ਲੋਕ ਮੈਨੂੰ ਘੇਰ ਲੈਂਦੇ ਹਨ ਅਤੇ ਜੋ ਕੁੱਝ ਮੈਂ ਦੇਖਿਆ ਹੁੰਦਾ ਹੈ, ਉਸ ਨੂੰ ਬਿਆਨ ਕਰਨ ਲਈ ਕਹਿੰਦੇ ਹਨ। ਉਹ ਮੇਰੇ ਆਲੇ-ਦੁਆਲੇ ਘੇਰਾ ਪਾ ਕੇ ਬਹਿ ਜਾਂਦੇ ਹਨ ਅਤੇ ਸੁਣਦੇ ਹਨ। ਜ਼ਿਆਦਾ ਤੋਂ ਜ਼ਿਆਦਾ ਮੈਂ ਤਿੰਨ ਘੰਟੇ ਹੀ ਬੋਲ ਸਕਦਾ ਹਾਂ ਅਤੇ ਮੈਂ ਉਨ੍ਹਾਂ ਨੂੰ ਫ੍ਰਾਂਸ, ਭਾਰਤ, ਜਾਪਾਨ ਜਾਂ ਤੁਰਕੀ ਬਾਰੇ ਦੱਸਦਾ ਰਹਿੰਦਾ ਹਾਂ। ਪਰ ਤਿੰਨ ਘੰਟਿਆਂ ਤੋਂ ਬਾਅਦ ਆਪਣੇ ਆਪ ਅਤੇ ਅਣਜਾਣੇ ਹੀ ਦਾਗ਼ਿਸਤਾਨ ਬਾਰੇ ਗੱਲਬਾਤ ਸ਼ੁਰੂ ਹੋ ਜਾਂਦੀ ਹੈ। ਮੈਂ ਆਪਣੇ ਪਹਾੜੀ ਲੋਕਾਂ ਨਾਲ ਦਾਗ਼ਿਸਤਾਨ ਦੀ ਚਰਚਾ ਕਰਨ ਲੱਗਦਾ ਹਾਂ ਅਤੇ ਉਹ ਮੈਨੂੰ ਇਸ ਤਰ੍ਹਾਂ ਸੁਣਦੇ ਰਹਿੰਦੇ ਹਨ, ਜਿਵੇਂ ਪਹਿਲੀ ਵਾਰ ਸੁਣ ਰਹੇ ਹੋਣ, ਭਾਵੇਂ ਉਹ ਖ਼ੁਦ ਹੀ ਤਾਂ ਦਾਗ਼ਿਸਤਾਨ ਹਨ।

ਮਹਿਮੂਦ ਵੱਡੇ ਕਵੀ ਸਨ। ਉਨ੍ਹਾਂ ਦਾ ਮੁੱਖ ਵਿਸ਼ਾ ਸੀ, ਮਰੀਅਮ ਪ੍ਰਤੀ ਉਨ੍ਹਾਂ ਦਾ ਪਿਆਰ। ਉਨ੍ਹਾਂ ਦੇ ਇੱਕ ਕਰੀਬੀ ਮਿੱਤਰ ਨੇ ਮਹਿਮੂਦ ਨੂੰ ਲੋਰੀ ਲਿਖਣ ਲਈ ਕਿਹਾ, ਕਿਉਂਕਿ ਉਸ ਦੇ ਘਰ ਬੇਟਾ ਹੋਇਆ ਸੀ। ਮਹਿਮੂਦ ਨੇ ਆਪਣੀ ਕਲਮ ਆਜ਼ਮਾਈ, ਪਰ ਉਨ੍ਹਾਂ ਨੂੰ ਕਾਮਯਾਬੀ ਨਹੀਂ ਮਿਲੀ। ਮਹਿਮੂਦ ਦੀ ਲਿਖੀ ਲੋਰੀ ਸੁਣ ਕੇ ਬੱਚਾ ਪੰਘੂੜੇ ਵਿੱਚ ਰੋਂਦਾ ਰਹਿੰਦਾ, ਜਦੋਂ ਕਿ ਉਸ ਨਾਲ ਉਸ ਨੂੰ ਨੀਂਦ ਆਉਣੀ ਚਾਹੀਦੀ ਸੀ। ਦੂਜੇ ਮਿੱਤਰ ਨੇ ਕਿਹਾ ਕਿ ਉਹ ਉਸ ਦੀ ਪਤਨੀ ਬਾਰੇ ਸੋਗ-ਗੀਤ ਲਿਖ ਦੇਵੇ, ਜਿਸ ਦਾ ਦੇਹਾਂਤ ਹੋ ਗਿਆ ਸੀ। ਮਹਿਮੂਦ ਨੇ ਅਜਿਹਾ ਕੀਤਾ, ਪਰ ਉਸ ਨੂੰ ਸਫ਼ਲਤਾ ਨਹੀਂ ਮਿਲੀ। ਮਹਿਮੂਦ ਦਾ ਸੋਗ-ਗੀਤ ਸੁਣ ਕੇ ਕਿਸੇ ਦੀਆਂ ਵੀ ਅੱਖਾਂ ਵਿੱਚ ਹੰਝੂ ਨਹੀਂ ਆਏ। ਇਸ ਦੇ ਉਲਟ, ਕੁੱਝ ਤਾਂ ਮੁਸਕਰਾ ਵੀ ਪਏ।

ਪਰ ਮਰੀਅਮ ਪ੍ਰਤੀ ਮਹਿਮੂਦ ਦੇ ਅਸਫ਼ਲ ਪਿਆਰ ਨਾਲ ਸਬੰਧਿਤ ਉਨ੍ਹਾਂ ਦੇ ਗੀਤ ਸੁਣ ਕੇ ਲੋਕ ਹੁਣ ਤੱਕ ਰੋਂਦੇ ਹਨ।

ਮਹਿਮੂਦ ਦੀ ਕਾਵਿ-ਸਾਧਨਾ ਦਾ ਮੁੱਖ ਵਿਸ਼ਾ ਸੀ, ਮਰੀਅਮ। ਮੇਰਾ ਮੁੱਖ ਵਿਸ਼ਾ ਹੈ, ਦਾਗ਼ਿਸਤਾਨ। ਮੇਰਾ ਪਿਆਰ ਮਹਾਨ ਹੋਵੇ ਜਾਂ ਤੁੱਛ, ਮੇਰੀ ਸੱਚਾਈ ਸਾਧਾਰਨ ਹੋਵੇ ਜਾਂ ਡੂੰਘੀ, ਮੇਰੀਆਂ ਭਾਵਨਾਵਾਂ ਪੁਰਾਤਨ ਹੋਣ ਜਾਂ ਨਵੀਆਂ, ਪਰ ਮੈਂ ਤੇਰੇ ਬਾਰੇ ਹੀ ਲਿਖਦਾ ਹਾਂ, ਦਾਗ਼ਿਸਤਾਨ। ਜਦੋਂ ਮੈਂ ਕਲਮ ਉਠਾਉਂਦਾ ਹਾਂ, ਤਾਂ ਉਹ ਮਜ਼ਬੂਰ ਮੇਰੇ ਹੱਥਾਂ ਵਿੱਚ ਕੰਬਣ ਲੱਗਦੀ ਹੈ।

ਪਿਤਾ ਜੀ ਕਿਹਾ ਕਰਦੇ ਸਨ ਕਿ ਜੇਕਰ ਤਰਬੂਜ਼ਾਂ ਦਾ ਖੇਤ ਬਿਲਕੁੱਲ ਸੜਕ ਕਿਨਾਰੇ ਹੈ, ਤਾਂ ਕੋਲ ਦੀ ਲੰਘਣ ਵਾਲਾ ਹਰ ਰਾਹਗੀਰ ਕੱਚਾ ਤਰਬੂਜ ਤੋੜ ਲਵੇਗਾ।

ਕਹਿੰਦੇ ਹਨ ਕਿ ਜਿਸ ਪੱਥਰ ਨੂੰ ਉਠਾ ਨਹੀਂ ਸਕਦੇ, ਉਸ ਨੂੰ ਹੱਥ ਨਾ ਲਗਾਓ। ਇੰਨੀ ਦੂਰ ਤੱਕ ਨਾ ਤੈਰੋ, ਜਿੱਥੋਂ ਵਾਪਸ ਨਹੀਂ ਮੁੜ ਸਕਦੇ।

ਕਹਿੰਦੇ ਹਨ ਕਿ ਜੇਕਰ ਨਾਲੇ ਵਿੱਚ ਗਿੱਟਿਆਂ ਤੱਕ ਪਾਣੀ ਹੈ, ਤਾਂ ਪੈਂਟ ਨੂੰ ਗੋਡਿਆਂ ਤੋਂ ਉੱਪਰ ਨਾ ਉਠਾਓ।

ਵਿਧਾ

ਮੂਰਖ ਚੀਕ ਮਾਰ ਕੇ ਹੈਰਾਨ ਕਰਦਾ ਹੈ,
ਬੁੱਧੀਮਾਨ ਢੁਕਵੀਂ ਕਹਾਵਤ ਨਾਲ।

ਬਸੰਤ ਆਈ, ਗੀਤ ਗਾਓ।
ਸਰਦੀ ਆਈ, ਕਿੱਸਾ ਸੁਣਾਓ।

ਲਓ, ਮੈਂ ਉਸ ਪਹਾੜ ਦੇ ਸਾਹਮਣੇ ਖੜ੍ਹਾ ਹਾਂ, ਜਿਸ ਨੂੰ ਪਾਰ ਕਰਨਾ ਹੈ। ਵਧੀਆ ਘੋੜਾ ਮੈਨੂੰ ਹਰ ਦੱਰੇ ਤੋਂ ਪਾਰ ਲੈ ਜਾਵੇਗਾ। ਪਹਾੜ, ਮੇਰਾ ਵਿਸ਼ਾ ਹੈ, ਘੋੜਾ, ਮੇਰੀ ਭਾਸ਼ਾ ਹੈ। ਪਰ ਹੁਣ ਮੈਂ ਉਹ ਪਗਡੰਡੀ ਚੁਣਨੀ ਹੈ, ਜੋ ਮੈਨੂੰ ਖੜ੍ਹੇ ਪਹਾੜ ਤੋਂ ਪਾਰ ਲੈ ਜਾਵੇਗੀ।

ਮੇਰੇ ਸਾਰੇ ਪਹਾੜੀ ਪੁਰਖਿਆਂ ਨੂੰ ਸਿੱਧੀ ਪਗਡੰਡੀ ਪਸੰਦ ਆਉਂਦੀ ਰਹੀ ਹੈ। ਉਸ 'ਤੇ ਚੜ੍ਹਨਾ ਮੁਸ਼ਕਿਲ ਅਤੇ ਖ਼ਤਰਨਾਕ ਹੁੰਦਾ ਹੈ, ਪਰ ਉਹ ਛੋਟੀ ਹੁੰਦੀ ਹੈ...ਉਹ ਜਾਨ ਵੀ ਲੈ ਸਕਦੀ ਹੈ, ਜਲਦੀ ਮੰਜ਼ਿਲ 'ਤੇ ਵੀ ਪਹੁੰਚਾ ਸਕਦੀ ਹੈ।

ਜਾਂ ਫਿਰ ਮੈਂ ਉਸ ਕਿਲੇ ਦੇ ਸਾਹਮਣੇ ਖੜ੍ਹਾ ਹਾਂ, ਜਿਸ 'ਤੇ ਕਬਜ਼ਾ ਕਰਨਾ ਹੈ। ਮੇਰੇ ਕੋਲ ਬਹੁਤ ਵਧੀਆ ਹਥਿਆਰ ਹੈ, ਜੋ ਲੜਾਈ ਵਿੱਚ ਮੈਨੂੰ ਕਦੇ ਧੋਖਾ ਨਹੀਂ ਦੇਵੇਗਾ। ਕਿਲਾ ਹੈ ਮੇਰਾ ਵਿਸ਼ਾ ਅਤੇ ਭਾਸ਼ਾ ਹੈ ਮੇਰਾ ਹਥਿਆਰ। ਪਰ ਮੈਂ ਅਜਿਹਾ ਤਰੀਕਾ ਚੁਣਨਾ ਹੈ, ਜਿਸ ਨਾਲ ਇਸ ਨਾ ਤੋੜੇ ਜਾ ਸਕਣ ਵਾਲੇ ਕਿਲੇ 'ਤੇ ਆਸਾਨੀ ਨਾਲ ਕਬਜ਼ਾ ਕੀਤਾ ਜਾ ਸਕੇ। ਇਸ 'ਤੇ ਅਚਾਨਕ ਹਮਲਾ ਬੋਲਿਆ ਜਾਵੇ ਜਾਂ ਹੌਲੀ-ਹੌਲੀ ਘੇਰਾ ਪਾਉਣਾ ਬਿਹਤਰ ਹੋਵੇਗਾ?

ਇੱਕ ਖੇਤ ਵਿੱਚ ਬਾਜਰਾ ਬੀਜਿਆ ਹੋਇਆ ਹੈ ਅਤੇ ਨੇੜੇ ਹੀ ਪਹਾੜੀ ਨਦੀ ਵਿੱਚ ਪਾਣੀ ਹੈ। ਪਰ ਇਸ ਪਾਣੀ ਨੂੰ ਖੇਤ ਤੱਕ ਕਿਵੇਂ ਲਿਆਂਦਾ ਜਾਵੇ?

ਚੁੱਲ੍ਹੇ ਵਿੱਚ ਲੱਕੜ ਹੈ, ਪਤੀਲਾ ਅਤੇ ਕੁੱਝ ਉਹ ਵੀ ਹੈ, ਜੋ ਪਤੀਲੇ ਵਿੱਚ ਪਾਇਆ ਜਾਣਾ ਹੈ। ਪਰ ਫਿਰ ਵੀ ਇਹ ਸਵਾਲ ਤਾਂ ਹੈ ਹੀ ਕਿ ਦੁਪਹਿਰ ਦੇ ਖਾਣੇ ਲਈ ਕੀ ਬਣਾਇਆ ਜਾਵੇ?

ਸੰਪਾਦਕ ਸਾਹਿਬ ਨੇ ਆਪਣੇ ਪੱਤਰ ਵਿੱਚ ਮੈਨੂੰ ਇਸ ਗੱਲ ਦੀ ਛੂਟ ਦਿੱਤੀ ਸੀ ਕਿ ਮੈਂ ਆਪਣੇ ਲਈ ਕੋਈ ਵੀ ਸਾਹਿਤਕ ਵਿਧਾ ਚੁਣ ਸਕਦਾ ਹਾਂ, ਕਹਾਣੀ ਜਾਂ ਨਾਵਲ, ਕਵਿਤਾ ਜਾਂ ਲੇਖ। ਜਿੰਨੀਆਂ ਜ਼ਿਆਦਾ ਸੰਭਾਵਨਾਵਾਂ ਹੁੰਦੀਆਂ ਹਨ, ਚੋਣ ਉਨੀ ਹੀ ਜ਼ਿਆਦਾ ਮੁਸ਼ਕਿਲ ਹੁੰਦੀ ਹੈ।

ਡਾਇਰੀ ਵਿੱਚੋਂ

ਸਾਡੀ ਸਾਹਿਤਕ ਸੰਸਥਾ ਵਿੱਚ ਇਸ ਤਰ੍ਹਾਂ ਹੋਇਆ ਸੀ। ਪਹਿਲੇ ਸਾਲ ਦੀ ਪੜ੍ਹਾਈ ਵੇਲੇ ਵੀਹ ਕਵੀ ਸਨ, ਚਾਰ ਵਾਰਤਕਕਾਰ ਅਤੇ ਇੱਕ ਨਾਟਕਕਾਰ। ਦੂਜੇ ਸਾਲ ਵਿੱਚ ਪੰਦਰਾਂ ਕਵੀ, ਅੱਠ ਵਾਰਤਕਕਾਰ, ਇੱਕ ਨਾਟਕਕਾਰ ਅਤੇ ਇੱਕ ਆਲੋਚਕ। ਪੰਜਵੇਂ ਸਾਲ ਦੇ ਅੰਤ ਵਿੱਚ ਇੱਕ ਕਵੀ, ਇੱਕ ਵਾਰਤਕਕਾਰ, ਇੱਕ ਨਾਟਕਕਾਰ ਅਤੇ ਬਾਕੀ ਸਾਰੇ ਆਲੋਚਕ।

ਖ਼ੈਰ, ਇਹ ਤਾਂ ਅਤਿਕਥਨੀ ਹੈ, ਚੁਟਕਲਾ ਹੈ। ਪਰ ਇਹ ਤਾਂ ਸੱਚ ਹੈ ਕਿ ਬਹੁਤ ਸਾਰੇ ਕਵਿਤਾ ਨਾਲ ਆਪਣਾ ਸਾਹਿਤਕ ਸਫ਼ਰ ਸ਼ੁਰੂ ਕਰਦੇ ਹਨ, ਉਸ ਤੋਂ ਬਾਅਦ ਕਹਾਣੀ-ਨਾਵਲ, ਫਿਰ ਨਾਟਕ ਅਤੇ ਉਸ ਤੋਂ ਬਾਅਦ ਲੇਖ ਲਿਖਣ ਲੱਗਦੇ ਹਨ। ਹਾਂ, ਅੱਜਕੱਲ੍ਹ ਤਾਂ ਫ਼ਿਲਮ ਦ੍ਰਿਸ਼ ਲਿਖਣ ਦਾ ਜ਼ਿਆਦਾ ਫ਼ੈਸ਼ਨ ਹੈ।

ਕੁੱਝ ਬਾਦਸ਼ਾਹਾਂ ਅਤੇ ਸ਼ਾਹਾਂ ਨੇ ਆਪਣੀਆਂ ਮਲਿਕਾਵਾਂ ਅਤੇ ਬੇਗਮਾਂ ਨੂੰ ਇਸ ਲਈ ਛੱਡ ਦਿੱਤਾ ਸੀ ਕਿ ਉਨ੍ਹਾਂ ਦੇ ਸੰਤਾਨ ਨਹੀਂ ਹੋਈ ਸੀ। ਪਰ ਕੁੱਝ ਬੀਵੀਆਂ ਬਦਲਣ ਤੋਂ ਬਾਅਦ ਉਨ੍ਹਾਂ ਨੂੰ ਇਸ ਗੱਲ ਦਾ ਵਿਸ਼ਵਾਸ ਹੋ ਗਿਆ ਕਿ ਇਸ ਦੇ ਲਈ ਉਹ ਬਿਲਕੁੱਲ ਦੋਸ਼ੀ ਨਹੀਂ ਸਨ। ਦੂਜੇ ਪਾਸੇ ਕੋਈ ਵੀ ਕਿਸਾਨ ਜ਼ਿੰਦਗੀ ਭਰ ਇੱਕ ਹੀ ਬੀਵੀ ਨਾਲ ਰਹਿੰਦਾ ਹੈ ਅਤੇ ਉਸੇ ਤੋਂ ਇੱਕ ਦਰਜਨ ਬੱਚੇ ਪੈਦਾ ਕਰ ਲੈਂਦਾ ਹੈ।

ਮੈਂ ਤਾਂ ਇਹ ਮੰਨਦਾ ਹਾਂ ਕਿ ਸ਼ਰਾਬ ਪੀਓ, ਪਰ ਰੋਟੀ ਤੋਂ ਮੂੰਹ ਨਾ ਮੋੜੋ। ਗੀਤ ਗਾਓ, ਪਰ ਕਿੱਸੇ ਵੀ ਸੁਣੋ। ਕਵਿਤਾਵਾਂ ਰਚੋ, ਪਰ ਸਿੱਧੀ-ਸਾਦੀ ਕਹਾਣੀ ਨੂੰ ਦੂਰ ਨਾ ਭਜਾਓ।

ਵਾਰਤਕ

ਇੱਕ ਉਹ ਵੀ ਜ਼ਮਾਨਾ ਸੀ, ਜਦੋਂ ਮੈਂ ਪੰਘੂੜੇ ਵਿੱਚ ਲੇਟਿਆ ਰਹਿੰਦਾ ਸੀ ਅਤੇ ਮੇਰੀ ਮਾਂ ਲੋਰੀ ਗਾਇਆ ਕਰਦੀ ਸੀ, ਉਨ੍ਹਾਂ ਨੂੰ ਸਿਰਫ਼ ਇੱਕ ਹੀ ਲੋਰੀ ਆਉਂਦੀ ਸੀ। ਸਾਡੇ ਪਿਤਾ ਜੀ ਭਾਵੇਂ ਮੰਨੇ-ਪ੍ਰਮੰਨੇ ਕਵੀ ਸਨ, ਆਪਣੇ ਬੇਟਿਆਂ ਲਈ ਉਨ੍ਹਾਂ ਨੇ ਇੱਕ ਵੀ ਗੀਤ ਨਹੀਂ ਰਚਿਆ। ਉਹ ਸਾਨੂੰ ਬੜੇ ਸ਼ੌਕ ਨਾਲ ਤਰ੍ਹਾਂ-ਤਰ੍ਹਾਂ ਦੇ ਕਿੱਸੇ-ਕਹਾਣੀਆਂ ਸੁਣਾਉਂਦੇ ਸਨ। ਇਹ ਉਨ੍ਹਾਂ ਦੀ ਵਾਰਤਕ ਸੀ।

ਪਿਤਾ ਜੀ ਨੂੰ ਆਪਣੀਆਂ ਕਵਿਤਾਵਾਂ ਦੀ ਚਰਚਾ ਕਰਨੀ ਪਸੰਦ ਨਹੀਂ ਸੀ। ਮੇਰੇ ਖ਼ਿਆਲ ਵਿੱਚ ਉਹ ਕਾਵਿ-ਰਚਨਾ ਨੂੰ ਗੰਭੀਰ ਕਾਰਜ ਨਹੀਂ ਮੰਨਦੇ ਸਨ। ਉਨ੍ਹਾਂ ਦੇ ਸੰਜੀਦਾ ਕੰਮ ਸਨ, ਜ਼ਮੀਨ ਵਾਹੁਣਾ, ਖੇਤ ਨੂੰ ਠੀਕ-ਠਾਕ ਕਰਨਾ, ਗਾਂ ਅਤੇ ਘੋੜੇ ਦੀ ਦੇਖ-ਭਾਲ ਕਰਨਾ, ਛੱਤ ਤੋਂ ਬਰਫ਼ ਸਾਫ਼ ਕਰਨਾ ਅਤੇ ਇਸ ਤੋਂ ਇਲਾਵਾ ਪਿੰਡ, ਇੱਥੋਂ ਤੱਕ ਕਿ ਹਲਕੇ ਦੇ ਮਾਮਲਿਆਂ ਵਿੱਚ ਸਰਗਰਮ ਹਿੱਸਾ ਲੈਣਾ।

ਕਵਿਤਾ ਰਚਣ ਤੋਂ ਬਾਅਦ ਮੇਰੇ ਪਿਤਾ ਇਸ ਗੱਲ ਦੀ ਖ਼ਾਸ ਚਿੰਤਾ ਨਹੀਂ ਕਰਦੇ ਸਨ ਕਿ ਉਹ ਕਿੱਥੇ ਛਪਦੀ ਹੈ। ਕੇਂਦਰੀ ਅਖ਼ਬਾਰ ਹੋਵੇ ਜਾਂ ਪਿੰਡ ਦੇ ਮੋਚੀਆਂ ਦਾ ਦੀਵਾਰੀ ਅਖ਼ਬਾਰ। ਇਸ ਗੱਲ ਵੱਲ ਮੇਰਾ ਧਿਆਨ ਗਿਆ ਸੀ ਕਿ ਦੀਵਾਰੀ ਅਖ਼ਬਾਰ ਵਿੱਚ ਸਥਾਨ ਦਿੱਤੇ ਜਾਣ 'ਤੇ ਉਨ੍ਹਾਂ ਨੂੰ ਜ਼ਿਆਦਾ ਖ਼ੁਸ਼ੀ ਹੁੰਦੀ ਸੀ।

ਉਹ ਅਕਸਰ ਉਨ੍ਹਾਂ ਸ਼ਬਦਾਂ ਨੂੰ ਯਾਦ ਕਰਿਆ ਕਰਦੇ ਸਨ, ਜੋ ਪਿਆਰ ਦੇ ਮਸ਼ਹੂਰ ਗਾਇਕ, ਕਵੀ ਮਹਿਮੂਦ ਨੂੰ ਉਨ੍ਹਾਂ ਦੇ ਪਿਤਾ ਅਨਾਸੀਲ ਮੁਹੰਮਦ ਨੇ ਕਹੇ ਸਨ। ਪਿਆਰ ਅਤੇ ਪਿਆਰ ਦੇ ਗੀਤਾਂ ਨਾਲ ਬੇਹਾਲ, ਭੁੱਖੇ ਅਤੇ ਪੀਲੇ ਚਿਹਰੇ ਵਾਲੇ ਨਿਕੰਮੇ ਬੇਟੇ ਵਰਗੇ ਕਵੀ ਮਹਿਮੂਦ ਨੇ ਜਦੋਂ ਘਰ ਆ ਕੇ ਰੋਟੀ ਮੰਗੀ, ਤਾਂ ਉਨ੍ਹਾਂ ਦੇ ਪਿਤਾ ਨੇ ਬੜੀ ਤਸੱਲੀ ਨਾਲ ਇਹ ਜਵਾਬ ਦਿੱਤਾ:

"ਕਵਿਤਾ ਖਾਓ ਅਤੇ ਪਿਆਰ ਪੀਓ। ਮੈਂ ਤੁਹਾਡੇ ਲਈ ਹਲ ਵਾਹੁੰਦਾ-ਵਾਹੁੰਦਾ ਥੱਕ ਗਿਆਂ!"

ਇਸ ਵਿੱਚ ਕੋਈ ਸ਼ੱਕ ਨਹੀਂ ਕਿ ਗੀਤ ਤੋਂ ਬਿਨਾਂ ਤਾਂ ਪੰਛੀ ਵੀ ਨਹੀਂ ਰਹਿ ਸਕਦਾ। ਪਰ ਪੰਛੀ ਦਾ ਮੁੱਖ ਕੰਮ ਤਾਂ ਹੈ, ਆਲ੍ਹਣਾ ਬਣਾਉਣਾ, ਚੋਗਾ ਚੁਗਣਾ, ਆਪਣੇ ਬੱਚਿਆਂ ਦਾ ਪੇਟ ਭਰਨਾ।

ਪਿਤਾ ਜੀ ਲਈ ਉਨ੍ਹਾਂ ਦੀਆਂ ਕਵਿਤਾਵਾਂ ਪੰਛੀ ਦੇ ਤਰਾਨੇ ਵਰਗੀਆਂ ਹੀ ਸਨ, ਸੁੰਦਰ, ਸੁੱਖਦਾਈ, ਪਰ ਲਾਜ਼ਮੀ ਨਹੀਂ। ਉਹ ਉਨ੍ਹਾਂ ਨੂੰ ਸੁਬ੍ਹਾ ਵੇਲੇ ਕਹੀ ਜਾਣ ਵਾਲੀ 'ਸ਼ੁਭ ਪ੍ਰਭਾਤ' ਅਤੇ ਰਾਤ ਨੂੰ ਬਿਸਤਰੇ 'ਤੇ ਜਾਂਦੇ ਵੇਲੇ 'ਸ਼ੁਭ ਰਾਤ' ਵਰਗੇ ਸ਼ਬਦਾਂ, ਜਨਮ ਦਿਨ ਦੀ ਵਧਾਈ ਜਾਂ ਦੁੱਖ ਦੇ ਸੋਗ-ਸੰਦੇਸ਼ ਵਾਂਗ ਹੀ ਮੰਨਦੇ ਸਨ।

ਅਜਿਹੀ ਧਾਰਨਾ ਹੈ ਕਿ ਕਵੀ ਇਸ ਦੁਨੀਆ ਤੋਂ ਕੁੱਝ ਨਿਰਾਲੇ ਹੁੰਦੇ ਹਨ, ਹਰ ਕੋਈ ਆਪਣੇ ਹੀ ਢੰਗ ਨਾਲ। ਪਰ ਪਿਤਾ ਜੀ ਆਪਣੇ ਸੁਭਾਅ ਅਤੇ ਮਾਨਸਿਕ ਸੰਰਚਨਾ ਦੀ ਦ੍ਰਿਸ਼ਟੀ ਤੋਂ ਸਾਧਾਰਨ ਪਹਾੜੀ ਆਦਮੀ ਸਨ। ਸਭ ਤੋਂ ਜ਼ਿਆਦਾ ਤਾਂ ਉਨ੍ਹਾਂ ਨੂੰ ਮੰਡਲੀ ਵਿੱਚ ਬੈਠ ਕੇ, ਜਦੋਂ ਲੋਕ ਇੱਕ-ਦੂਜੇ ਨੂੰ ਟੋਕਦੇ ਨਹੀਂ, ਮਜ਼ੇ ਨਾਲ ਗੱਲਬਾਤ ਕਰਨੀ, ਤਰ੍ਹਾਂ-ਤਰ੍ਹਾਂ ਦੇ ਕਿੱਸੇ-ਕਹਾਣੀਆਂ ਅਤੇ ਘਟਨਾਵਾਂ ਸੁਣਾਉਣਾ, ਭਾਵ ਵਾਰਤਕ ਹੀ ਪਸੰਦ ਸੀ।

ਪਿਤਾ ਜੀ ਨੇ ਮਸ਼ਹੂਰ ਕਵੀ ਮਹਿਮੂਦ ਨੂੰ ਆਪਣੀਆਂ ਕਵਿਤਾਵਾਂ ਦਿਖਾਈਆਂ। ਕਵੀ ਨੂੰ ਪਿਤਾ ਜੀ ਦੀਆਂ ਕਵਿਤਾਵਾਂ ਦੇਖ ਕੇ ਹੈਰਾਨੀ ਹੋਈ ਅਤੇ ਬੋਲੇ ਕਿ ਉਹ ਉਨ੍ਹਾਂ ਦੀ ਸਮਝ ਵਿੱਚ ਨਹੀਂ ਆਉਂਦੀਆਂ ਅਤੇ ਕੁੱਲ ਮਿਲਾ ਕੇ ਉਹ ਇਹ ਸਮਝ ਹੀ ਨਹੀਂ ਸਕਦੇ ਕਿ ਗਾਂਵਾਂ, ਟ੍ਰੈਕਟਰਾਂ, ਕੁੱਤਿਆਂ ਅਤੇ ਖ਼ੂੰਜ਼ਹ ਪਿੰਡ ਦੀ ਪਗਡੰਡੀ ਬਾਰੇ ਕਿਵੇਂ ਕਵਿਤਾਵਾਂ ਰਚੀਆਂ ਜਾ ਸਕਦੀਆਂ ਹਨ।

"ਤਾਂ ਕਿਸ ਬਾਰੇ ਕਵਿਤਾਵਾਂ ਰਚੀਆਂ ਜਾਣ?" ਪਿਤਾ ਜੀ ਨੇ ਨਿਮਰਤਾ ਨਾਲ ਪੁੱਛਿਆ।

"ਪਿਆਰ, ਕੇਵਲ ਪਿਆਰ ਬਾਰੇ! ਪਿਆਰ ਦਾ ਮਹਿਲ ਬਣਾਉਣਾ ਚਾਹੀਦੈ।"

ਮਹਿਮੂਦ ਦੀ ਕਵਿਤਾ

ਮਹਿਲ ਬਣਾਏ ਇਸ ਧਰਤੀ 'ਤੇ, ਮੈਂ ਪਿਆਰ ਅਨੂਠੇ ਦੇ,
ਪਰ ਵਾੜ ਦੇ ਹੇਠਾਂ ਮੈਂ ਖ਼ੁਦ, ਮੌਸਮ ਵੀ ਵਿਗੜਿਆ ਹੋਇਆ।
ਸੁਹਿਰਦ ਭਾਵਨਾਵਾਂ ਦਾ ਮੈਂ, ਇੱਕ ਬਣਾਇਆ ਸ਼ਾਹੀ ਪੁਲ,
ਟੁੱਟ ਗਿਆ, ਮੈਂ ਉਸ ਨੂੰ ਦੇਖਦਾ ਪੱਥਰ 'ਤੇ ਖੜੋਇਆ।

ਪਿਤਾ ਜੀ ਨੇ ਪਿਆਰ ਦਾ ਮਹਿਲ ਨਹੀਂ ਬਣਾਇਆ। ਉਨ੍ਹਾਂ ਨੂੰ ਉਸ ਦੇ ਨਿਰਮਾਣ

ਦੀ ਚਿੰਤਾ ਵੀ ਨਹੀਂ ਸੀ। ਉਨ੍ਹਾਂ ਦੀ ਚਿੰਤਾ, ਉਨ੍ਹਾਂ ਦਾ ਮਹਿਲ, ਉਨ੍ਹਾਂ ਦੀ ਕਵਿਤਾ, ਜਿਨ੍ਹਾਂ ਨਾਲ ਭਰਪੂਰ ਸੀ, ਉਹ ਸਨ, ਉਨ੍ਹਾਂ ਦਾ ਪਹਾੜੀ ਘਰ, ਪਰਿਵਾਰ, ਬੱਚੇ, ਉਨ੍ਹਾਂ ਦਾ ਪਿੰਡ, ਘੋੜਾ, ਸ਼ਾਂਤੀ ਅਤੇ ਧਰਤੀ, ਆਕਾਸ਼, ਬਾਰਿਸ਼, ਸੂਰਜ ਅਤੇ ਘਾਹ।

ਹਾਂ, ਇੱਕ ਵਾਰ ਉਨ੍ਹਾਂ ਨੇ ਪਿਆਰ ਦੀ ਕਵਿਤਾ, ਉਸ ਔਰਤ ਬਾਰੇ ਵੀ ਕਵਿਤਾ ਲਿਖੀ ਸੀ, ਜਿਸ ਨੂੰ ਉਹ ਪਿਆਰ ਕਰਦੇ ਸਨ। ਪਰ ਇਸ ਲਈ ਕਿ ਕੋਈ ਉਸ ਕਵਿਤਾ ਨੂੰ ਪੜ੍ਹ ਨਾ ਸਕੇ, ਉਨ੍ਹਾਂ ਨੇ ਉਸ ਨੂੰ ਅਰਬੀ ਵਿੱਚ ਰਚਿਆ ਸੀ। ਇਹ ਕਵਿਤਾ ਕੇਵਲ ਉਨ੍ਹਾਂ ਦੇ ਅਤੇ ਉਨ੍ਹਾਂ ਦੀ ਪ੍ਰੇਮਿਕਾ ਲਈ ਸੀ।

ਹਾਂ, ਪਿਤਾ ਜੀ ਨੂੰ ਹੌਲੀ-ਹੌਲੀ ਅੱਗੇ ਵਧਣ ਵਾਲਾ ਸਿਆਣਪ ਵਾਲਾ ਕਿੱਸਾ ਬਹੁਤ ਵਧੀਆ ਲੱਗਦਾ ਸੀ। ਸ਼ਾਮ ਦੇ ਮੱਧਮ ਚਾਨਣ ਵਿੱਚ ਉਹ ਮੈਨੂੰ ਗੋਦ ਵਿੱਚ ਬਿਠਾ ਲੈਂਦੇ, ਭੇਡ ਦੀ ਖੱਲ ਨਾਲ ਸੁਗੰਧਿਤ ਕੋਟ ਦੇ ਪੱਲੇ ਢਕ ਦਿੰਦੇ ਅਤੇ ਕਿੱਸੇ ਸੁਣਾਉਂਦੇ ਰਹਿੰਦੇ, ਸੁਣਾਉਂਦੇ ਰਹਿੰਦੇ। ਉਹ ਉਨ੍ਹਾਂ ਦੀ ਚਰਚਾ ਕਰਦੇ, ਜੋ ਵਿਦੇਸ਼ਾਂ ਵਿੱਚ ਚਲੇ ਗਏ ਸਨ ਅਤੇ ਜੋ ਆਪਣੀ ਮਾਤ-ਭੂਮੀ ਵਿੱਚ ਰਹਿ ਗਏ ਸਨ। ਉਹ ਰਸਤਿਆਂ ਅਤੇ ਨਦੀਆਂ ਦਾ ਜ਼ਿਕਰ ਕਰਦੇ, ਉਹ ਦੱਸਦੇ ਕਿ ਫੁੱਲ ਕਿਵੇਂ ਖਿੜਦੇ ਹਨ ਅਤੇ ਕਿਵੇਂ ਸੂਰਜ ਚੜ੍ਹਦਾ ਅਤੇ ਛਿਪਦਾ ਹੈ।

ਉਹ ਮੈਨੂੰ ਦੱਸਦੇ ਕਿ ਜੌਆਂ ਦੇ ਇੱਕ ਛਿੱਟੇ ਵਿੱਚ ਕਿੰਨੇ ਦਾਣੇ ਹੁੰਦੇ ਹਨ ਅਤੇ ਸੁੰਦਰ ਸਤਰੰਗੀ ਪੀਂਘ ਦਾ ਜਨਮ ਕਿਵੇਂ ਹੁੰਦਾ ਹੈ।

ਜੇਕਰ ਕਿਸੇ ਦੂਜੇ ਪਿੰਡ ਤੋਂ ਸਾਡੇ ਪਿੰਡ ਵੱਲ ਆਉਂਦਾ ਹੋਇਆ ਕੋਈ ਰਾਹਗੀਰ ਦੂਰ ਤੋਂ ਦਿਖਾਈ ਦਿੰਦਾ, ਤਾਂ ਪਿਤਾ ਜੀ ਵਿਸਥਾਰ ਸਹਿਤ ਇਹ ਦੱਸ ਸਕਦੇ ਸਨ ਕਿ ਉਹ ਕੌਣ ਹੈ, ਕਿਸ ਮਕਸਦ ਲਈ ਆ ਰਿਹਾ ਹੈ, ਕਿਸ ਕੋਲ ਠਹਿਰੇਗਾ......।

ਆਹ! ਪਿਤਾ ਜੀ ਇਹ ਸਭ ਕੁੱਝ ਮੈਨੂੰ ਕਿਉਂ ਦੱਸਦੇ ਸਨ? ਕਿਤੇ ਜ਼ਿਆਦਾ ਚੰਗਾ ਹੁੰਦਾ, ਜੇਕਰ ਇਨ੍ਹਾਂ ਸਭ ਚੀਜ਼ਾਂ ਨੂੰ ਲਿਖ ਦਿੰਦੇ। ਤਾਂ ਇਹ ਉਨ੍ਹਾਂ ਦੀ ਵਾਰਤਕ ਹੁੰਦੀ, ਕਵੀ ਹਮਜ਼ਾਤ ਤਸਾਦਾਸਾ ਦੀ ਵਾਰਤਕ।

ਉਨ੍ਹਾਂ ਲਈ ਕਹਾਣੀ ਅਤੇ ਜੀਵਨ ਇੱਕੋ ਹੀ ਚੀਜ਼ ਸਨ। ਵਿਚਾਰ ਨੂੰ ਉਹ ਕਹਾਣੀ ਅਤੇ ਕਹਾਣੀ ਨੂੰ ਵਿਚਾਰ ਮੰਨਦੇ ਸਨ। ਕਵਿਤਾ ਦੀ ਤੁਲਨਾ ਉਹ ਮਨ ਦੀ ਲਹਿਰ ਨਾਲ ਕਰਦੇ ਸਨ।

ਪਿਤਾ ਜੀ ਜੇਕਰ ਆਪਣੀਆਂ ਸਾਰੀਆਂ ਕਹਾਣੀਆਂ ਲਿਖ ਦਿੰਦੇ, ਤਾਂ ਬਹੁਤ ਚੰਗਾ ਹੁੰਦਾ। ਕਿਉਂਕਿ ਜਦੋਂ ਮੈਂ ਵੱਡਾ ਹੋਇਆ, ਤਾਂ ਮੇਰੀ ਸ਼ਖ਼ਸੀਅਤ ਵਿੱਚ ਮੇਰੇ ਹਿਰਦੇ ਨੇ ਹੀ ਪ੍ਰਧਾਨਤਾ ਪ੍ਰਾਪਤ ਕੀਤੀ। ਜਦੋਂ ਕੋਈ ਪੰਛੀ ਨੇੜੇ ਤੋਂ ਉੱਡਦਾ ਹੋਇਆ ਲੰਘਦਾ, ਤਾਂ ਮੈਂ ਇਹ ਸੋਚੇ ਬਿਨਾਂ ਹੀ ਕਿ ਉਹ ਕਿੱਧਰ ਅਤੇ ਕਿਉਂ ਉੱਡਿਆ ਜਾ ਰਿਹਾ ਹੈ, ਉਸ ਨੂੰ ਉੱਡਦੇ ਹੋਏ ਨੂੰ ਹੀ ਫੜਨਾ ਚਾਹੁੰਦਾ। ਪਿਤਾ ਜੀ ਨੇ ਚਾਹੇ ਕਿੰਨੀ ਵੀ ਕੋਸ਼ਿਸ਼ ਕਿਉਂ ਨਾ ਕੀਤੀ, ਫਿਰ ਵੀ ਆਪਣੇ ਬਚਪਨ ਵਿੱਚ ਮਾਂ ਦੀ ਇੱਕੋ-ਇੱਕ ਲੋਰੀ ਮੇਰੇ ਲਈ ਉਨ੍ਹਾਂ ਦੇ ਸਾਰੇ ਕਿੱਸੇ-ਕਹਾਣੀਆਂ ਤੋਂ ਜ਼ਿਆਦਾ ਪਿਆਰੀ ਬਣੀ ਰਹੀ।

ਗੀਤ ਨਾਲ ਮੇਰਾ ਬਚਪਨ ਬੀਤਿਆ, ਜਵਾਨੀ ਵਿੱਚ ਵੀ ਗੀਤ ਹੀ ਮੇਰੇ ਨਾਲ ਰਿਹਾ, ਉਸੇ ਦੇ ਨਾਲ ਹੀ ਮੈਂ ਪੂਰੀ ਤਰ੍ਹਾਂ ਬਾਲਗ ਹੋਇਆ ਅਤੇ ਮੇਰੇ ਵਾਲ ਚਿੱਟੇ ਹੋਏ।

ਪਰ ਹੁਣ ਮੈਂ ਇਹ ਸਮਝਦਾ ਹਾਂ ਕਿ ਮੈਂ ਚਾਹੇ ਕਿਤੇ ਵੀ ਕਿਉਂ ਨਾ ਭਟਕਦਾ ਰਿਹਾ, ਮੈਂ ਕਿਹੋ ਜਿਹੇ ਵੀ ਗੀਤ ਕਿਉਂ ਨਾ ਗਾਏ, ਹਰ ਵੇਲੇ ਇੱਕ ਚੱਟਾਨ ਹਮੇਸ਼ਾ ਇਹ ਉਡੀਕ ਕਰਦੀ ਰਹੀ ਕਿ ਕਦੋਂ ਉਕਾਬ ਆ ਕੇ ਉਸ 'ਤੇ ਬੈਠੇਗਾ। ਇੱਕ ਦਰੱਖਤ ਸੀ, ਜੋ ਲਗਾਤਾਰ ਇਹ ਰਾਹ ਦੇਖਦਾ ਰਿਹਾ ਕਿ ਕਦੋਂ ਪੰਛੀ ਉਸ 'ਤੇ ਆਲ੍ਹਣਾ ਬਣਾਵੇਗਾ, ਇੱਕ ਘਰ ਲਗਾਤਾਰ ਇਸ ਉਡੀਕ ਵਿੱਚ ਰਿਹਾ ਕਿ ਕਦੋਂ ਉਸ ਦੇ ਦਰਵਾਜ਼ੇ 'ਤੇ ਦਸਤਕ ਹੋਵੇਗੀ ਅਤੇ ਵਾਰਤਕ ਲਗਾਤਾਰ ਇਹ ਉਡੀਕ ਕਰਦੀ ਰਹੀ ਕਿ ਕਦੋਂ ਕਵੀ ਉਸ ਦੇ ਕੋਲ ਆਵੇਗਾ।

ਤਾਂ ਮੈਂ ਹੁਣ ਉਸ ਚੱਟਾਨ 'ਤੇ ਉੱਤਰਦਾ ਹਾਂ, ਜੋ ਮੇਰਾ ਰਾਹ ਦੇਖਦੀ ਹੈ, ਦਰਵਾਜ਼ੇ 'ਤੇ ਦਸਤਕ ਦਿੰਦਾ ਹਾਂ ਕਿ ਉਸ ਨੂੰ ਖੋਲ੍ਹ ਦਿੱਤਾ ਜਾਵੇ, ਮੈਨੂੰ ਅੰਦਰ ਆਉਣ ਦਿੱਤਾ ਜਾਵੇ। ਮੈਂ ਸਮਝ ਗਿਆ ਹਾਂ ਕਿ ਪ੍ਰਿਥਵੀ 'ਤੇ ਮੈਂ ਜੋ ਕੁੱਝ ਦੇਖਿਆ ਹੈ, ਮੈਂ ਜੋ ਕੁੱਝ ਸੋਚਦਾ ਅਤੇ ਅਨੁਭਵ ਕਰਦਾ ਹਾਂ, ਉਸ ਸਭ ਨੂੰ ਕਵਿਤਾ ਵਿੱਚ ਬਿਆਨ ਨਹੀਂ ਕਰ ਸਕਦਾ।

ਮੈਂ ਇਹ ਗੱਲ ਸਮਝਦਾ ਹਾਂ ਕਿ ਵਾਰਤਕ ਕਵਿਤਾ ਨਹੀਂ ਹੈ, ਜਿਸ ਨੂੰ ਖੜ੍ਹੇ-ਖੜ੍ਹੇ ਗਾਇਆ ਜਾ ਸਕਦਾ ਹੈ। ਇਸ ਦੇ ਲਈ ਮੇਜ ਦੇ ਨੇੜੇ ਬੈਠਣਾ ਪਵੇਗਾ, ਬਾਹਾਂ ਚੜ੍ਹਾਉਣੀਆਂ ਪੈਣਗੀਆਂ, ਸਵੇਰੇ ਜਲਦੀ ਜਾਗਣ ਲਈ ਅਲਾਰਮ ਘੜੀ ਨੂੰ ਚਾਬੀ ਦੇਣੀ ਪਵੇਗੀ, ਤੇਜ ਚਾਹ ਤਿਆਰ ਕਰਨੀ ਪਵੇਗੀ, ਤਾਂ ਕਿ ਰਾਤ ਨੂੰ ਨੀਂਦ ਨਾ ਆ ਜਾਵੇ।

ਹਾਂ, ਜੇਕਰ ਨੀਂਹ ਸਹੀ ਢੰਗ ਨਾਲ ਰੱਖੀ ਗਈ ਹੈ ਅਤੇ ਪੈੜ ਢੰਗ ਨਾਲ ਬਣਾਈ ਗਈ ਹੈ, ਤਾਂ ਮਕਾਨ ਦੀ ਉਸਾਰੀ ਵੀ ਤੇਜੀ ਨਾਲ ਹੋਵੇਗੀ। ਪਰ ਇਹ ਕਹਾਣੀ ਹੋਵੇਗੀ, ਲਘੂ-ਨਾਵਲ, ਕਥਾ ਜਾਂ ਕਿੱਸਾ, ਦੰਦ-ਕਥਾ ਜਾਂ ਵਿਚਾਰ-ਸੰਗ੍ਰਹਿ ਜਾਂ ਕੇਵਲ ਲੇਖ, ਇਹ ਮੈਨੂੰ ਪਤਾ ਨਹੀਂ।

ਕੁੱਝ ਸੰਪਾਦਕ ਅਤੇ ਆਲੋਚਕ ਮੈਨੂੰ ਇਹ ਕਹਿਣਗੇ ਕਿ ਮੈਂ ਨਾ ਤਾਂ ਨਾਵਲ, ਨਾ ਕਿੱਸਾ ਅਤੇ ਨਾ ਲਘੂ-ਨਾਵਲ ਹੀ ਲਿਖਿਆ ਹੈ, ਕੁੱਲ ਮਿਲਾ ਕੇ ਇਹ ਕਿ ਪਤਾ ਨਹੀਂ ਕੀ ਲਿਖ ਦਿੱਤਾ ਹੈ। ਕੁੱਝ ਦੂਜੇ ਸੰਪਾਦਕ ਅਤੇ ਆਲੋਚਕ ਕਹਿਣਗੇ ਕਿ ਇਹ ਪਹਿਲੀ, ਦੂਜੀ ਅਤੇ ਤੀਜੀ ਚੀਜ਼ ਵੀ ਹੈ, ਇਹ ਵੀ ਹੈ, ਉਹ ਵੀ ਹੈ।

ਮੈਂ ਕੋਈ ਇਤਰਾਜ਼ ਨਹੀਂ ਕਰਾਂਗਾ। ਮੈਂ ਕਿਤਾਬੀ ਕਾਨੂੰਨਾਂ ਮੁਤਾਬਿਕ ਨਹੀਂ, ਬਲਕਿ ਆਪਣੇ ਦਿਲ ਦੀ ਇੱਛਾ ਅਨੁਸਾਰ ਲਿਖਦਾ ਹਾਂ। ਦਿਲ ਦੇ ਲਈ ਤਾਂ ਕਿਸੇ ਤਰ੍ਹਾਂ ਦੇ ਕਾਨੂੰਨ ਨਹੀਂ ਹਨ। ਸ਼ਾਇਦ ਇਹ ਕਹਿਣਾ ਜ਼ਿਆਦਾ ਸਹੀ ਹੋਵੇਗਾ ਕਿ ਉਸ ਦੇ ਆਪਣੇ ਕਾਨੂੰਨ ਹਨ, ਜੋ ਸਾਰਿਆਂ 'ਤੇ ਇੱਕੋ ਜਿਹੇ ਲਾਗੂ ਨਹੀਂ ਹੁੰਦੇ।

ਮੈਂ ਮਨ ਹੀ ਮਨ ਸੋਚਦਾ ਹਾਂ ਕਿ ਜੇਕਰ ਇੱਕ ਹੀ ਪਤੀਲੇ ਵਿੱਚ ਮਾਸ, ਚਾਵਲ, ਫਲ, ਮਿਰਚ ਅਤੇ ਨਾਲ ਹੀ ਲੂਣ ਅਤੇ ਸ਼ਹਿਦ ਪਾ ਦਿਆਂਗਾ, ਤਾਂ ਕਿਤੇ ਖਾਣੇ ਦਾ ਮਜ਼ਾ ਤਾਂ ਕਿਰਕਿਰਾ ਨਹੀਂ ਕਰ ਦਿਆਂਗਾ। ਜਾਂ ਇਸ ਦੇ ਉਲਟ ਇਹ ਬਹੁਤ ਹੀ ਮਜ਼ੇਦਾਰ, ਅਦਭੁੱਤ ਭੋਜਨ ਬਣੇਗਾ। ਚੰਗਾ ਹੈ ਕਿ ਉਹੀ ਇਸ ਦੇ ਬਾਰੇ ਵਿੱਚ ਰਾਇ ਦੇਣ, ਜੋ ਇਸ ਨੂੰ ਖਾਣਗੇ।

ਮੇਰੀ ਕਹਾਣੀ, ਮੇਰੇ ਵਿਚਾਰ, ਮੇਰੀ ਕਥਾ! ਬਚਪਨ ਵਿੱਚ ਕਦੇ-ਕਦੇ ਅਜਿਹਾ ਵੀ ਹੁੰਦਾ ਸੀ ਕਿ ਸਰਦੀ ਦੀ ਰਾਤ ਵਿੱਚ ਮੈਂ ਸੌਂ ਨਹੀਂ ਸਕਦਾ ਸੀ। ਕਿਉਂਕਿ ਜਾਂ ਤਾਂ ਭਰਾਵਾਂ ਜਾਂ ਪਿਤਾ ਜੀ ਦੇ ਵਾਪਸ ਮੁੜਨ ਦੀ ਬੜੀ ਬੇਸਬਰੀ ਨਾਲ ਉਡੀਕ ਕਰਦਾ ਸੀ। ਮੈਂ ਦਰਵਾਜ਼ੇ ਕੋਲ

ਹੋਣ ਵਾਲੀ ਚਿਰਰ-ਚਿਰਰ ਜਾਂ ਦੂਰ ਦੀ ਆਹਟ 'ਤੇ ਕੰਨ ਟਿਕਾ ਕੇ ਰੱਖਦਾ ਅਤੇ ਉਦੋਂ ਮਿੰਟ ਘੰਟਿਆਂ ਵਿੱਚ ਬਦਲ ਜਾਂਦੇ।

ਅਜਿਹੀਆਂ ਰਾਤਾਂ ਵਿੱਚ ਦਾਦਾ ਮੇਰੇ ਕੋਲ ਬੈਠ ਕੇ ਹੌਲੀ-ਹੌਲੀ ਕੁੱਝ ਸੁਣਾਉਣ ਲੱਗਦੇ। ਕਦੇ ਕੋਈ ਲੋਕ-ਕਥਾ, ਕਦੇ ਗੀਤ, ਕਦੇ ਕੋਈ ਅਕਲਮੰਦੀ ਦੀ ਗੱਲ, ਕੋਈ ਕਹਾਵਤ, ਜੋ ਕਦੇ ਤਾਂ ਮਜ਼ਾਕੀਆ ਹੁੰਦੀ ਅਤੇ ਕਦੇ ਭਿਆਨਕ। ਮੇਰੇ ਲਈ ਮਿੰਟ ਅਤੇ ਘੰਟੇ ਗ਼ਾਇਬ ਹੋ ਜਾਂਦੇ ਅਤੇ ਰਹਿ ਜਾਂਦੀ ਕੇਵਲ ਦਾਦਾ ਜੀ ਦੀ ਆਵਾਜ਼ ਅਤੇ ਕਲਪਨਾ ਦੀ ਉਡਾਣ ਨਾਲ ਬਣਨ ਵਾਲੇ ਚਿੱਤਰ। ਭਰਾ ਜਾਂ ਪਿਤਾ ਜੀ ਆਉਂਦੇ, ਦਾਦਾ ਜੀ ਦੀਆਂ ਗੱਲਾਂ ਵਿੱਚ ਅੜਿੱਕਾ ਲਗਾਉਂਦੇ ਅਤੇ ਉਦੋਂ ਮੈਨੂੰ ਇਸ ਗੱਲ ਦਾ ਅਹਿਸਾਸ ਹੁੰਦਾ ਕਿ ਉਨ੍ਹਾਂ ਦੇ ਆਉਣ ਨਾਲ ਦਿਲਚਸਪ ਕਿੱਸੇ ਦਾ ਰੰਗ ਭੰਗ ਹੋ ਜਾਂਦਾ ਹੈ।

ਫਿਰ ਜਦੋਂ ਮੈਂ ਖ਼ੁਦ ਵੱਡਾ ਹੋ ਗਿਆ, ਦੁਨੀਆ ਭਰ ਵਿੱਚ ਘੁੰਮਣ ਅਤੇ ਉਸੇ ਰਾਹ ਆਪਣੇ ਘਰ ਵਾਪਸ ਮੁੜਨ ਦੀ ਜਲਦੀ ਕਰਨ ਲੱਗਿਆ, ਜਿਵੇਂ ਕਦੇ ਮੇਰੇ ਭਰਾ ਜਾਂ ਪਿਤਾ ਜੀ ਕਰਦੇ ਸਨ, ਤਾਂ ਜਿੰਨਾ ਘਰ ਦੇ ਕੋਲ ਪਹੁੰਚਦਾ, ਮੇਰਾ ਦਿਲ ਉਨਾ ਹੀ ਜ਼ਿਆਦਾ ਅਤੇ ਬੇਚੈਨੀ ਨਾਲ ਧੜਕਣ ਲੱਗਦਾ। ਮੈਂ ਰਸਤੇ ਵਿੱਚ ਬਾਕੀ ਰਹਿ ਗਏ ਦੱਰੇ ਗਿਣਦਾ। ਉਸੇ ਵੇਲੇ ਕੋਈ ਹਮਰਾਹੀ ਦਿਲਚਸਪ ਕਿੱਸਾ, ਆਪਣੇ ਜੀਵਨ ਦੀ ਕੋਈ ਘਟਨਾ ਜਾਂ ਕਥਾ ਸੁਣਾਉਣ ਲੱਗਦਾ, ਮੈਂ ਧਿਆਨ ਨਾਲ ਸੁਣਦਾ ਰਹਿੰਦਾ, ਪਰ ਉਦੋਂ ਰਸਤਾ ਖ਼ਤਮ ਹੋ ਜਾਂਦਾ ਅਤੇ ਦਿਲ ਨੂੰ ਇਸ ਗੱਲ ਦਾ ਕੁੱਝ ਅਫ਼ਸੋਸ ਹੁੰਦਾ ਕਿ ਕਿੱਸਾ ਸੁਣਾਉਣ ਵਾਲਾ ਆਪਣਾ ਕਿੱਸਾ ਖ਼ਤਮ ਨਹੀਂ ਕਰ ਸਕਿਆ।

ਪਿਤਾ ਜੀ ਪੁੱਛਦੇ:

"ਸੁਣਾਓ, ਤੁਸੀਂ ਕਿਵੇਂ ਪਹਾੜ ਨੂੰ ਪਾਰ ਕੀਤਾ, ਦੱਰੇ ਵਿੱਚ ਕੀ ਹਾਲ ਰਿਹਾ, ਉਹ ਬਰਫ਼ ਨਾਲ ਢਕਿਆ ਹੋਇਆ ਤਾਂ ਨਹੀਂ ਸੀ?"

ਪਰ ਮੈਨੂੰ ਤਾਂ ਨਾ ਪਹਾੜ ਯਾਦ ਹੁੰਦਾ ਸੀ, ਨਾ ਦੱਰਾ ਅਤੇ ਨਾ ਬਰਫ਼। ਮੇਰਾ ਹਮਰਾਹੀ ਜੋ ਕੁੱਝ ਸੁਣਾਉਂਦਾ ਰਿਹਾ ਸੀ, ਮੈਨੂੰ ਤਾਂ ਸਿਰਫ਼ ਉਹੀ ਯਾਦ ਹੁੰਦਾ ਸੀ। ਉਸ ਦੇ ਕਿੱਸਿਆਂ ਨੇ ਖੜ੍ਹੇ ਪਹਾੜਾਂ ਨੂੰ ਪੱਧਰੀ ਘਾਟੀ ਅਤੇ ਠੰਢੀ ਬਰਫ਼ ਨੂੰ ਗਰਮ ਰੂੰਅ ਵਿੱਚ ਬਦਲ ਦਿੱਤਾ ਸੀ।

ਮੇਰੀਆਂ ਕਹਾਣੀਓ, ਮੇਰੇ ਵਿਚਾਰੋ! ਕੀ ਤੁਸੀਂ ਸਕੇ-ਸਬੰਧੀਆਂ ਦੀ ਉਡੀਕ ਕਰਨ ਵਾਲਿਆਂ ਦੀ ਸਰਦੀ ਦੀ ਲੰਬੀ ਰਾਤ ਜਾਂ ਪਿਆਰੇ ਚੁੱਲ੍ਹੇ ਤੱਕ ਪਹੁੰਚਣ ਦੇ ਇੱਛਕ ਦਾ ਸਰਦੀ ਦਾ ਲੰਬਾ ਰਸਤਾ ਛੋਟਾ ਕਰ ਸਕਦੇ ਹੋ?

ਸ਼ੋਰਬੇ ਨੂੰ ਮਜ਼ੇਦਾਰ ਬਣਾਉਣ ਲਈ ਜਿਸ ਤਰ੍ਹਾਂ ਉਸ ਵਿੱਚ ਤਰ੍ਹਾਂ-ਤਰ੍ਹਾਂ ਦੇ ਸੁਗੰਧਿਤ ਪੱਤੇ ਜਾਂ ਮਸਾਲੇ ਪਾਏ ਜਾਂਦੇ ਹਨ, ਉਸੇ ਤਰ੍ਹਾਂ ਆਪਣੀਆਂ ਉਦਾਸ-ਫਿੱਕੀਆਂ ਕਹਾਣੀਆਂ ਵਿੱਚ ਮੈਂ ਕਿਤੇ-ਕਿਤੇ ਇੱਕ-ਅੱਧੀ ਕਹਾਵਤ ਜਾਂ ਮੁਹਾਵਰਾ ਪਾ ਦਿੰਦਾ ਹਾਂ।

ਤਾਈਲੂਖ਼ ਪਿੰਡ ਦੀਆਂ ਲੜਕੀਆਂ ਹੋਂਠਾਂ ਦੇ ਕੋਣਿਆਂ ਕੋਲ ਦੋ ਚਮਕਦੇ ਹੋਏ ਬਿੰਦੂ ਲਗਾਉਂਦੀਆਂ ਹਨ। ਮੇਰੀ ਵਾਰਤਕ ਵਿੱਚ ਕਹਾਵਤਾਂ ਵੀ ਉਹੋ ਜਿਹੀਆਂ ਹੀ ਹੋਣ, ਜਿਹੋ ਜਿਹੇ ਲੜਕੀਆਂ ਦੇ ਚਿਹਰੇ 'ਤੇ ਇਹ ਬਿੰਦੂ।

ਆਪਣੀਆਂ ਕਹਾਣੀਆਂ ਦੇ ਤਾਣੇ-ਬਾਣੇ ਵਿੱਚ ਮੈਂ ਆਪਣੀਆਂ ਯਾਦਾਂ ਅਤੇ ਖ਼ਿਆਲਾਂ ਨੂੰ ਉਸੇ ਤਰ੍ਹਾਂ ਟਿਕਾ ਰਿਹਾ ਹਾਂ, ਜਿਵੇਂ ਸਿੱਧੀ ਕੰਧ ਵਿੱਚ ਤਰਾਸ਼ੇ ਹੋਏ ਪੱਥਰ ਚਿਣੇ ਜਾਂਦੇ ਹਨ। ਹਰ ਪੱਥਰ ਕੰਧ ਵਿੱਚ ਚੰਗੀ ਤਰ੍ਹਾਂ ਨਹੀਂ ਜੱਚਦਾ। ਉਨ੍ਹਾਂ ਵਿੱਚੋਂ ਕੁੱਝ ਪੱਥਰਾਂ ਦੀ ਚਿਣਾਈ ਕਰਨ ਤੋਂ ਬਾਅਦ ਜਦੋਂ ਮੈਂ ਆਪਣੀ ਕਹਾਣੀ ਨੂੰ ਅੱਗੇ ਵਧਾ ਕੇ ਲੈ ਗਿਆ, ਤਾਂ ਮੈਨੂੰ ਕੁੱਝ ਅਜਿਹਾ ਮਹਿਸੂਸ ਹੋਇਆ, ਜਿਸ ਤੋਂ ਸ਼ਾਇਦ ਧਾਰਮਿਕ ਸੁਭਾਅ ਵਾਲੇ ਲੋਕ ਜਾਣੂ ਹਨ। ਅਜਿਹਾ ਅਹਿਸਾਸ ਉਦੋਂ ਹੁੰਦਾ ਹੈ, ਜਦੋਂ ਸਾਧਨਾ ਦਾ ਮੂਡ ਖ਼ਤਮ ਹੋਣ 'ਤੇ ਵੀ ਸਾਧਨਾ ਜਾਰੀ ਰਹਿੰਦੀ ਹੈ। ਸੂਤ ਨਾ ਆਉਣ ਵਾਲੇ ਪੱਥਰਾਂ ਨੂੰ ਕੰਧ ਵਿੱਚੋਂ ਕੱਢਣਾ ਪਿਆ।

ਤਾਂ ਇਸ ਤਰ੍ਹਾਂ ਭਾਵਨਾਵਾਂ ਦੀਆਂ ਠਾਠਾਂ ਮਾਰਦੀਆਂ ਕਵਿਤਾਵਾਂ ਅਤੇ ਗੀਤਾਂ ਵੱਲੋਂ ਮੈਂ ਸ਼ਾਂਤ ਕਹਾਣੀ ਵੱਲ, ਵਾਰਤਕ ਵੱਲ ਵਧਦਾ ਹਾਂ। ਪਰ ਜੇਕਰ ਮੈਂ ਕੁੱਝ ਸਮੇਂ ਲਈ ਕਵਿਤਾ ਨਾਲੋਂ ਜੁਦਾ ਹੋਣ ਦਾ ਫ਼ੈਸਲਾ ਕੀਤਾ ਹੈ, ਤਾਂ ਉਹ ਮੈਥੋਂ ਵੱਖ ਨਹੀਂ ਹੋਣੀ ਚਾਹੁੰਦੀ। ਜਦੋਂ ਮੈਂ ਸੌਂਦਾ ਹਾਂ, ਤਾਂ ਪਿਆਰ ਕਰਨ ਵਾਲੀ ਬਿੱਲੀ ਦੇ ਬੱਚੇ ਵਾਂਗ ਉਹ ਮੇਰੇ ਕੰਬਲ ਵਿੱਚ ਆ ਵੜਦੀ ਹੈ। ਪਹਾੜਾਂ ਪਿੱਛੋਂ ਸਾਹਮਣੇ ਆਉਣ ਵਾਲੇ ਸੁਬ੍ਹਾ ਦੇ ਸੂਰਜ ਦੀ ਕਿਰਨ ਵਾਂਗ ਉਹ ਮੇਰੇ ਖਿੜਕੀ ਖੋਲ੍ਹਦੇ ਹੀ ਅੰਦਰ ਵੜ ਆਉਂਦੀ ਹੈ। ਉਹ ਸ਼ਰਾਬ ਦੀਆਂ ਅੰਤਿਮ ਅਤੇ ਸਭ ਤੋਂ ਮਿੱਠੀਆਂ ਬੂੰਦਾਂ ਨਾਲ ਗਿਲਾਸ ਦੇ ਤਲ ਵਿੱਚ ਮੇਰੀ ਉਡੀਕ ਕਰਦੀ ਹੈ। ਉਹ ਉਸ ਔਰਤ ਵਾਂਗ ਹਰ ਜਗ੍ਹਾ ਮੇਰਾ ਪਿੱਛਾ ਕਰਦੀ ਹੈ, ਜਿਸ ਨੂੰ ਅਚਾਨਕ ਤਿਆਗ ਦਿੱਤਾ ਗਿਆ ਹੈ ਅਤੇ ਜੋ ਆਪਣੇ ਰਹਿ ਚੁੱਕੇ ਪ੍ਰੇਮੀ ਨੂੰ ਰਸਤੇ ਵਿੱਚ ਮਿਲਣ 'ਤੇ ਇਹ ਕਹਿੰਦੀ ਹੈ:

"ਕੀ ਤੁਸੀਂ ਸੱਚਮੁੱਚ ਮੇਰੇ ਨਾਲ ਨਾਤਾ ਜੋੜਨ ਦਾ ਨਿਰਣਾ ਕਰ ਲਿਐ? ਪਰ ਜਰਾ ਸੋਚ ਲਓ, ਮੇਰੇ ਬਿਨਾਂ ਰਹਿ ਲਓਗੇ? ਤੁਸੀਂ ਪਹਾੜੀ ਬੱਕਰੇ ਹੋ ਅਤੇ ਠੰਢੇ ਜੰਗਲਾਂ ਵਿੱਚ ਰਹਿਣ ਦੇ ਆਦੀ ਹੋ। ਤੁਸੀਂ ਸਾਲਮਨ ਮੱਛੀ ਵਾਂਗ ਹੋ ਅਤੇ ਜਿਹੜੀ ਠੰਢੀਆਂ ਲਹਿਰਾਂ ਵਿੱਚ ਰਹਿਣਾ ਗਿੱਝੀ ਐ। ਕੀ ਤੁਸੀਂ ਇਹ ਸੋਚਦੇ ਹੋ ਕਿ ਸ਼ਾਂਤ, ਗਰਮ ਝੀਲ ਵਿੱਚ ਰਹਿਣਾ ਤੁਹਾਨੂੰ ਚੰਗਾ ਲੱਗੇਗਾ? ਪਰ ਖ਼ੈਰ, ਜੇਕਰ ਤੁਸੀਂ ਮੈਥੋਂ ਵੱਖ ਹੋਣ ਦਾ ਹੀ ਫ਼ੈਸਲਾ ਕਰ ਲਿਐ, ਤਾਂ ਆਓ ਆਖ਼ਰ ਕੁੱਝ ਦੇਰ ਇਕੱਠੇ ਬੈਠ ਲਈਏ।"

ਕਵਿਤਾ, ਕੀ ਤੂੰ ਨਹੀਂ ਜਾਣਦੀ ਕਿ ਮੈਂ ਕਦੇ ਤੈਥੋਂ ਵੱਖ ਨਹੀਂ ਹੋ ਸਕਦਾ? ਕੀ ਮੈਂ ਆਪਣੇ ਅੰਦਰ ਜਨਮ ਲੈਣ ਵਾਲੀਆਂ ਸਾਰੀਆਂ ਖ਼ੁਸ਼ੀਆਂ, ਸਾਰੇ ਹੰਝੂਆਂ ਤੋਂ ਵੱਖ ਹੋ ਸਕਦਾ ਹਾਂ।

ਤੂੰ ਉਸ ਲੜਕੀ ਵਰਗੀ ਹੈਂ, ਜਿਸ ਦਾ ਜਨਮ ਉਦੋਂ ਹੋਇਆ, ਜਦੋਂ ਸਾਰੇ ਲੜਕੇ ਦਾ ਰਾਹ ਦੇਖ ਰਹੇ ਸਨ। ਤੂੰ ਉਸ ਲੜਕੀ ਦੇ ਵਾਂਗ ਹੈਂ, ਜੋ ਪੈਦਾ ਹੋ ਕੇ ਖ਼ੁਦ ਹੀ ਆਪਣੇ ਬਾਰੇ ਇਹ ਕਹੇ, "ਮੈਂ ਜਾਣਦੀ ਆਂ ਕਿ ਤੁਸੀਂ ਮੇਰੀ ਉਡੀਕ ਨਹੀਂ ਕਰ ਰਹੇ ਸੀ ਅਤੇ ਸ਼ਾਇਦ ਤੁਹਾਡੇ ਵਿੱਚੋਂ ਕੋਈ ਵੀ ਮੈਨੂੰ ਪਿਆਰ ਨਹੀਂ ਕਰਦਾ। ਪਰ ਕੋਈ ਗੱਲ ਨਹੀਂ, ਮੈਨੂੰ ਜਰਾ ਵੱਡੀ ਹੋਣ ਅਤੇ ਖਿੜਨ ਦਿਓ, ਗੁੱਤਾਂ ਕਰਨ ਅਤੇ ਗੀਤ ਗਾਉਣ ਦਿਓ। ਫਿਰ ਦੇਖਾਂਗੇ ਕਿ ਕੀ ਇਸ ਦੁਨੀਆ ਵਿੱਚ ਕੋਈ ਅਜਿਹਾ ਆਦਮੀ ਹੈ, ਜੋ ਮੈਨੂੰ ਪਿਆਰ ਨਾ ਕਰਨ ਦੀ ਹਿੰਮਤ ਕਰੇਗਾ।"

ਕਵਿਤਾ

ਕੰਮ ਖ਼ਤਮ ਹੋ ਜਾਣ 'ਤੇ, ਅਸੀਂ ਲਾਉਂਦੇ ਹਾਂ ਮਹਿਫ਼ਲ,
ਤੁਰਦੇ-ਤੁਰਦੇ ਥੱਕਦੇ ਹਾਂ, ਤਾਂ ਦਮ ਲੈਂਦੇ ਹਾਂ ਕੁੱਝ ਪਲ।
ਮੇਰੇ ਲਈ ਮੁਸ਼ਕਿਲ ਤੂੰ ਮੰਜ਼ਿਲ, ਤੂੰ ਹੀ ਮਧੁਰ ਪੜਾਅ,
ਤੂੰ ਹੀ ਮਿਹਨਤ ਸਖ਼ਤ ਹੈਂ, ਤੂੰ ਹੀ ਮਨ ਬਹਿਲਾਅ।

ਲੋਰੀ ਬਣ ਕੇ ਤੂੰ ਮੇਰਾ, ਬਚਪਨ ਸਹਿਜ ਬਣਾਇਆ,
ਤੈਨੂੰ ਬੀਰਤਾ ਜਾਂ ਬਸੰਤ ਦੇ ਸੁਪਨਿਆਂ ਵਿੱਚ ਪਾਇਆ।
ਖਿੜਿਆ ਪ੍ਰੇਮ ਫੁੱਲ ਹਿਰਦੇ ਵਿੱਚ, ਤੂੰ ਉਸ ਵਿੱਚ ਬੋਲੀ,
ਪਰ ਮੇਰੇ ਹੀ ਨਾਲ ਪ੍ਰੇਮ ਨੇ, ਮਨ ਵਿੱਚ ਅੱਖ ਖੋਲ੍ਹੀ।

ਬੱਚਾ ਸੀ ਤਾਂ ਤੇਰੇ ਵਿੱਚ ਸੀ, ਮਾਂ ਦੀ ਮਮਤਾ ਛਲਕੀ,
ਫਿਰ ਤੂੰ ਬਣੀ ਪ੍ਰੇਮਿਕਾ ਮੇਰੀ, ਬਣ ਕੇ ਮਦਰਾ ਛਲਕੀ।
ਮੇਰੇ ਲਾਚਾਰ ਬੁਢਾਪੇ ਵਿੱਚ, ਧੀ ਬਣ ਕੇ ਲਵੇਂਗੀ ਸਾਰ,
ਤੂੰ ਯਾਦ ਬਣ ਕੇ ਚਮਕੇਂਗੀ, ਛੱਡ ਜਾਣਾ ਜਦ ਸੰਸਾਰ।

ਕਦੇ-ਕਦੇ ਲੱਗਦਾ ਹੈ ਮੈਨੂੰ, ਤੂੰ ਕੋਈ ਅਪਹੁੰਚ ਸਿਖਰ,
ਕਦੇ ਤੂੰ ਜਾਪੇਂ ਸਿੱਖਿਅਤ ਕੋਈ ਪੰਛੀ ਚਿੜੀਆ-ਘਰ।
ਤੂੰ ਉਡਾਣ ਵਿੱਚ ਖੰਭ ਬਰਾਬਰ
ਯੁੱਧ-ਭੂਮੀ ਵਿੱਚ ਜਿੱਦਾਂ ਸ਼ਸ਼ਤਰ।
ਮੇਰੇ ਲਈ ਸਭ ਕੁੱਝ ਕਵਿਤਾ, ਕੇਵਲ ਚੈਨ ਨਾ ਪਾਵਾਂ,
ਚੰਗਾ ਹੈ ਜਾਂ ਬੁਰਾ, ਪਤਾ ਨਹੀਂ, ਸੇਵਾ ਕਰਦਾ ਜਾਵਾਂ।

ਕਿਰਤ ਦਾ ਅੰਤ ਕਿੱਥੇ ਹੁੰਦਾ, ਸ਼ੁਰੂ ਕਿੱਥੇ ਮਨ-ਬਹਿਲਾਅ,
ਕੂਚ ਕਿੱਥੋਂ ਤੱਕ ਜਾਰੀ ਰਹਿੰਦਾ, ਰਾਹ ਦਾ ਕਿੱਥੇ ਪੜਾਅ।
ਤੂੰ ਹੀ ਮੇਰਾ ਮੁਸ਼ਕਿਲ ਸਫ਼ਰ, ਤੂੰ ਹੀ ਰਾਹ ਦਾ ਵਿਸ਼ਰਾਮ,
ਮੇਰੇ ਲਈ ਤਾਂ ਤੂੰ ਦੋਵੇਂ ਹੀ ਹੈਂ, ਮਿਹਨਤ ਅਤੇ ਆਰਾਮ।

ਪਿਤਾ ਜੀ ਕਿਹਾ ਕਰਦੇ ਸਨ ਕਿ ਬੜਬੋਲੇ ਵਿਅਕਤੀ ਨੂੰ ਚੁੱਪ ਕਰਵਾਉਣ ਲਈ ਕਿਸੇ ਸਨਮਾਨਿਤ ਬਜ਼ੁਰਗ ਜਾਂ ਮਹਿਮਾਨ ਨੂੰ ਬੋਲਣਾ ਸ਼ੁਰੂ ਕਰ ਦੇਣਾ ਚਾਹੀਦਾ ਹੈ। ਜੇਕਰ ਬੜਬੋਲਾ ਇਸ ਤੋਂ ਬਾਅਦ ਵੀ ਆਪਣੀ ਬੇਤੁਕੀ ਬਕਵਾਸ ਬੰਦ ਨਾ ਕਰੇ, ਤਾਂ ਗੀਤ ਗਾਉਣਾ ਸ਼ੁਰੂ ਕਰ ਦਿਓ। ਜੇਕਰ ਗੀਤ ਦਾ ਵੀ ਉਸ 'ਤੇ ਕੋਈ ਅਸਰ ਨਾ ਹੋਵੇ, ਤਾਂ ਬੇਝਿਜਕ ਉਸ ਨੂੰ ਗਲਾਮੇ ਤੋਂ ਫੜ ਕੇ ਘਰ ਤੋਂ ਬਾਹਰ ਕੱਢ ਦਿਓ। ਆਪਣੀ ਬਕ-ਬਕ ਨਾਲ ਗੀਤ ਵਿੱਚ ਵਿਘਨ ਪਾਉਣ ਵਾਲੇ ਹਰ ਆਦਮੀ ਦੀ ਵੀ ਇਸੇ ਤਰ੍ਹਾਂ ਚੰਗੀ ਮੁਰੰਮਤ ਕੀਤੀ ਜਾ ਸਕਦੀ ਹੈ।

ਕਵਿਤਾ, ਤੂੰ ਤਾਂ ਖ਼ੁਦ ਹੀ ਦੂਜਿਆਂ ਤੋਂ ਕਿਤੇ ਜ਼ਿਆਦਾ ਚੰਗੀ ਤਰ੍ਹਾਂ ਇਹ ਜਾਣਦੀ

ਹੈਂ ਕਿ ਤੇਰੀ ਚਰਚਾ ਕਰਨ ਨਾਲ ਤੂੰ ਨਾ ਤਾਂ ਬਿਹਤਰ ਅਤੇ ਨਾ ਹੀ ਉੱਚੀ ਹੋ ਜਾਵੇਂਗੀ। ਕੀ ਗੱਲਾਂ ਨਾਲ ਗੀਤ ਦੀ ਮਹੱਤਤਾ ਵਧਾਈ ਜਾ ਸਕਦੀ ਹੈ? ਕੀ ਕੇਤਲੀ ਦੇ ਪਾਣੀ ਨਾਲ ਪਹਾੜੀ ਧਾਰਾ ਦਾ ਪ੍ਰਵਾਹ ਤੇਜ ਕੀਤਾ ਜਾ ਸਕਦਾ ਹੈ? ਕੀ ਫੂਕਾਂ ਨਾਲ ਹਵਾ ਨੂੰ ਹੋਰ ਤੇਜ ਕੀਤਾ ਜਾ ਸਕਦਾ ਹੈ? ਕੀ ਮੁੱਠੀ ਭਰ ਬਰਫ਼ ਨਾਲ ਗਗਨ ਨੂੰ ਛੂਹਣ ਵਾਲੀਆਂ ਚੋਟੀਆਂ ਦੀ ਸ਼ਾਨ ਵਧਾਈ ਜਾ ਸਕਦੀ ਹੈ? ਕੀ ਪੁਸ਼ਾਕ ਦੀ ਕਾਟ ਜਾਂ ਮੁੱਛਾਂ ਦੇ ਫ਼ੈਸ਼ਨ ਨਾਲ ਬੇਟੇ ਪ੍ਰਤੀ ਮਾਂ ਦਾ ਪਿਆਰ ਵਧਾਇਆ ਜਾ ਸਕਦਾ ਹੈ?

ਕਵਿਤਾ, ਤੇਰੇ ਬਿਨਾਂ ਮੈਂ ਯਤੀਮ ਹੋ ਜਾਂਦਾ!

ਕਵਿਤਾ

ਤੇਰੇ ਬਿਨਾਂ ਸਾਡੀ ਦੁਨੀਆ ਹੁੰਦੀ, ਜਿੱਦਾਂ ਗੁ.ਫਾ ਹਨੇਰੀ,
ਸੂਰਜ ਕੀ ਹੁੰਦਾ ਹੈ, ਉਹ ਇੰਨਾ ਵੀ ਸਮਝ ਨਾ ਪਾਉਂਦੀ।
ਜਾਂ ਐਸਾ ਅੰਬਰ ਹੁੰਦੀ, ਜਿਸ ਵਿੱਚ ਤਾਰਾ ਕੋਈ ਨਾ ਚਮਕੇ,
ਜਾਂ ਫਿਰ ਐਸਾ ਪਿਆਰ ਕਿ ਜਿਸ ਨੂੰ ਰੱਜ ਕੇ ਨਾ ਹੰਢਾਉਂਦੀ।

ਦੁਨੀਆ ਹੁੰਦੀ ਸਾਗਰ ਵਰਗੀ, ਨੀਲੱਤਣ ਤੋਂ ਅਣਜਾਣੀ,
ਬਰ.ਫ ਨਾਲ ਢਕਿਆ ਜਿਹੜਾ ਮਨਮੋਹਕ ਸਦੀਵੀ ਸੁੰਦਰ।
ਜਾਂ ਫਿਰ ਐਸਾ ਬਾ.ਗ ਕਿ ਜਿੱਥੇ ਫੁੱਲ-ਕਲੀਆਂ ਨਾ ਖਿੜਦੇ,
ਜਿੱਥੇ ਨਾ ਗਾਉਂਦੀਆਂ ਬੁਲਬੁਲਾਂ, ਨਾ ਭੌਰਿਆਂ ਦਾ ਸਵਰ।

ਬਿਨਾਂ ਪੱਤੇ ਜਿਵੇਂ ਦਰੱਖਤ ਹੁੰਦੇ, ਭੱਦੇ, ਭੈੜੇ, ਕਾਲੇ-ਕਾਲੇ,
ਗਰਮੀ ਨਹੀਂ, ਨਾ ਸਰਦੀ ਹੁੰਦੀ, ਨਾ ਬਸੰਤ ਕੇਵਲ ਪੱਤਝੜ।
ਲੋਕ ਅਸੱਭਿਅਕ ਸਭ ਹੁੰਦੇ, ਦੀਨਹੀਣ ਜਿਹੇ, ਭਾਵਹੀਣ ਜਿਹੇ,
ਗੀਤ ਕਦੇ ਵੀ ਜਨਮ ਨਾ ਲੈਂਦਾ, ਇਹ ਧਰਤੀ ਹੁੰਦੀ ਰੁੱਖੜ।

ਅਵਾਰ ਲੋਕਾਂ ਵਿੱਚ ਕਿਹਾ ਜਾਂਦਾ ਹੈ ਕਿ ਸੰਸਾਰ ਦੀ ਰਚਨਾ ਤੋਂ ਇੱਕ ਸੌ ਸਾਲ ਪਹਿਲਾਂ ਹੀ ਕਵੀ ਦਾ ਜਨਮ ਹੋਇਆ ਸੀ। ਇਸ ਤਰ੍ਹਾਂ ਉਹ ਸ਼ਾਇਦ ਇਹ ਕਹਿਣਾ ਚਾਹੁੰਦੇ ਹਨ ਕਿ ਜੇਕਰ ਕਵੀ ਸੰਸਾਰ ਦੀ ਰਚਨਾ ਵਿੱਚ ਹਿੱਸਾ ਨਾ ਲੈਂਦਾ, ਤਾਂ ਦੁਨੀਆ ਇੰਨੀ ਸੁੰਦਰ ਨਾ ਬਣਦੀ।

ਅਸੀਂ ਤਿੰਨ ਭਰਾ ਸੀ ਅਤੇ ਸਾਡੀ ਇੱਕ ਭੈਣ ਸੀ। ਭੈਣ ਸਭ ਤੋਂ ਵੱਡੀ ਸੀ। ਸਾਰੀਆਂ ਪਹਾੜੀ ਔਰਤਾਂ ਵਾਂਗ ਉਸ ਦੇ ਕਰਮਾਂ ਵਿੱਚ ਵੀ ਬਹੁਤ ਕੰਮ ਲਿਖਿਆ ਸੀ, ਦੁੱਖ-ਦਰਦ ਅਤੇ ਹੰਝੂ ਲਿਖੇ ਸਨ। ਪਿਤਾ ਜੀ ਵਾਰ-ਵਾਰ ਸਾਨੂੰ ਇਹ ਕਿਹਾ ਕਰਦੇ ਸਨ:

"ਭਰਾ ਤਾਂ ਤੁਸੀਂ ਤਿੰਨ ਹੋ ਅਤੇ ਭੈਣ ਤੁਹਾਡੀ ਇੱਕ ਐ। ਉਸ ਨੂੰ ਸੰਭਾਲੋ, ਉਸ ਦੀ ਚਿੰਤਾ ਕਰੋ। ਤੁਹਾਡੇ ਲਈ ਭੈਣ ਤੋਂ ਵਧ ਕੇ ਨੇੜਲਾ ਹੋਰ ਕੋਈ ਵਿਅਕਤੀ ਨਹੀਂ ਹੋ ਸਕਦਾ।"

ਇਹ ਸੱਚ ਹੈ, ਮੈਨੂੰ ਭੈਣ ਸਭ ਤੋਂ ਜ਼ਿਆਦਾ ਪਿਆਰੀ ਹੈ। ਪਰ ਮੇਰੀ ਇੱਕ ਹੋਰ ਭੈਣ ਵੀ ਹੈ ਅਤੇ ਮੈਂ ਨਹੀਂ ਜਾਣਦਾ ਕਿ ਉਨ੍ਹਾਂ ਦੋਵਾਂ ਵਿੱਚੋਂ ਕਿਹੜੀ ਮੈਨੂੰ ਜ਼ਿਆਦਾ ਪਿਆਰੀ ਹੈ।

ਮੇਰੀ ਦੂਜੀ ਭੈਣ ਹੈ, ਕਵਿਤਾ। ਉਸ ਤੋਂ ਬਿਨਾਂ ਮੈਂ ਜਿਉਂਦਾ ਨਹੀਂ ਰਹਿ ਸਕਦਾ।

ਕਦੇ-ਕਦੇ ਮੈਂ ਆਪਣੇ ਆਪ ਨੂੰ ਇਹ ਸਵਾਲ ਕਰਦਾ ਹਾਂ ਕਿ ਕਿਹੜੀ ਚੀਜ਼ ਕਵਿਤਾ ਦਾ ਸਥਾਨ ਲੈ ਸਕਦੀ ਹੈ। ਇਸ ਵਿੱਚ ਕੋਈ ਸ਼ੱਕ ਨਹੀਂ ਕਿ ਕਵਿਤਾ ਤੋਂ ਇਲਾਵਾ ਪਹਾੜ ਹਨ, ਬਰਫ਼ ਅਤੇ ਨਦੀਆਂ-ਨਾਲੇ ਹਨ, ਬਾਰਿਸ਼ ਅਤੇ ਤਾਰੇ ਹਨ, ਸੂਰਜ ਅਤੇ ਅਨਾਜ ਦੇ ਖੇਤ ਹਨ...ਪਰ ਕੀ ਪਹਾੜ, ਬਾਰਿਸ਼, ਫੁੱਲ ਅਤੇ ਸੂਰਜ ਦਾ ਕਵਿਤਾ ਤੋਂ ਬਿਨਾਂ ਅਤੇ ਕਵਿਤਾ ਦਾ ਇਨ੍ਹਾਂ ਤੋਂ ਬਿਨਾਂ ਕੰਮ ਸਰ ਸਕਦਾ ਹੈ? ਕਵਿਤਾ ਤੋਂ ਬਿਨਾਂ ਪਹਾੜ ਵਿਰਾਟ ਪੱਥਰ ਬਣ ਜਾਣਗੇ, ਬਾਰਿਸ਼ ਪ੍ਰੇਸ਼ਾਨ ਕਰਨ ਵਾਲੇ ਪਾਣੀ ਅਤੇ ਛੱਪੜਾਂ ਵਿੱਚ ਬਦਲ ਜਾਵੇਗੀ, ਸੂਰਜ ਗਰਮੀ ਦੇਣ ਵਾਲਾ ਪੁਲਾੜੀ ਪਿੰਡ ਬਣ ਕੇ ਰਹਿ ਜਾਵੇਗਾ।

ਦੁਬਾਰਾ ਮੈਂ ਇਹ ਸਵਾਲ ਕਰਦਾ ਹਾਂ, ਕਿਹੜੀ ਚੀਜ਼ ਕਵਿਤਾ ਦਾ ਸਥਾਨ ਲੈ ਸਕਦੀ ਹੈ? ਹਾਂ, ਦੂਰ-ਦੁਰਾਡੇ ਦੇ ਦੇਸ਼ ਹਨ, ਪੰਛੀਆਂ ਦੇ ਤਰਾਨੇ ਹਨ, ਆਕਾਸ਼ ਹੈ ਅਤੇ ਦਿਲ ਦੀ ਧੜਕਣ ਹੈ। ਪਰ ਕਵਿਤਾ ਤੋਂ ਬਿਨਾਂ ਕੁੱਝ ਵੀ ਤਾਂ ਅਜਿਹਾ ਨਹੀਂ ਰਹਿ ਜਾਂਦਾ। ਦੂਰ-ਦੁਰਾਡੇ ਦੇ ਲੁਭਾਵਣੇ ਦੇਸ਼ਾਂ ਦੀ ਜਗ੍ਹਾ ਕੇਵਲ ਭੂਗੋਲਿਕ ਅਰਥ ਹੀ ਰਹਿ ਜਾਵੇਗਾ, ਮਹਾਂਸਾਗਰ ਦੀ ਜਗ੍ਹਾ ਪਾਣੀ ਦਾ ਬੇਹੂਦਾ ਅਪਾਰ ਭੰਡਾਰ ਹੀ ਰਹਿ ਜਾਵੇਗਾ, ਪੰਛੀਆਂ ਦੇ ਤਰਾਨੇ ਨਰ-ਮਾਦਾ ਦੀ ਜ਼ਰੂਰੀ ਪੁਕਾਰ ਹੀ ਬਣ ਜਾਣਗੇ, ਨੀਲੇ ਆਕਾਸ਼ ਦੀ ਜਗ੍ਹਾ ਕਈ ਗੈਸਾਂ ਦਾ ਮਿਸ਼ਰਣ ਅਤੇ ਦਿਲ ਦੀ ਧੜਕਣ ਦੀ ਜਗ੍ਹਾ ਸਿਰਫ਼ ਖ਼ੂਨ ਦਾ ਦੌਰਾ ਹੀ ਬਣ ਕੇ ਰਹਿ ਜਾਵੇਗਾ।

ਯਕੀਨਨ ਹੀ ਕੋਮਲਤਾ, ਨੇਕੀ, ਦਇਆ, ਪਿਆਰ, ਸੁੰਦਰਤਾ, ਸਾਹਸ, ਘਿਰਣਾ ਅਤੇ ਮਾਣ ਵੀ ਹਨ...ਪਰ ਇਹ ਭਾਵਨਾਵਾਂ ਕਵਿਤਾ ਵਿੱਚੋਂ ਹੀ ਜਨਮੀਆਂ ਹਨ, ਉਸੇ ਤਰ੍ਹਾਂ ਜਿਵੇਂ ਕਵਿਤਾ ਨੇ ਇਨ੍ਹਾਂ ਤੋਂ ਜਨਮ ਲਿਆ ਹੈ। ਉਹ ਕਵਿਤਾ ਤੋਂ ਬਿਨਾਂ ਨਹੀਂ ਰਹਿ ਸਕਦੀਆਂ ਅਤੇ ਕਵਿਤਾ ਉਨ੍ਹਾਂ ਤੋਂ ਬਿਨਾਂ।

ਮੇਰੀ ਕਵਿਤਾ ਮੇਰੀ ਸਿਰਜਣਾ ਕਰਦੀ ਹੈ ਅਤੇ ਮੈਂ ਆਪਣੀ ਕਵਿਤਾ ਦੀ। ਇੱਕ-ਦੂਜੇ ਤੋਂ ਬਿਨਾਂ ਅਸੀਂ ਨਿਰਜੀਵ ਹਾਂ। ਇੰਨਾ ਹੀ ਨਹੀਂ, ਸਾਡਾ ਵਜੂਦ ਹੀ ਨਹੀਂ ਰਹਿੰਦਾ। ਮੇਰੇ ਜਿਸਮ ਵਿੱਚ ਹੱਡੀਆਂ ਹਨ। ਕੋਈ ਅਜਨਬੀ ਅੱਖ ਇਹ ਨਹੀਂ ਦੱਸ ਸਕਦੀ ਕਿ ਮੇਰੀਆਂ ਕਿਹੜੀਆਂ ਹੱਡੀਆਂ ਮਜ਼ਬੂਤ ਅਤੇ ਸਹੀ-ਸਲਾਮਤ ਹਨ ਜਾਂ ਕਿਹੜੀਆਂ ਟੁੱਟੀਆਂ ਅਤੇ ਬਾਅਦ ਵਿੱਚ ਜੁੜ ਗਈਆਂ। ਪਰ ਐਕਸ-ਰੇ ਨਾਲ ਸਭ ਕੁੱਝ ਨਿਗ੍ਹਾ ਆ ਜਾਵੇਗਾ ਅਤੇ ਮੇਰੇ ਅੰਦਰ ਜੋ ਕੁੱਝ ਗੁਪਤ ਅਤੇ ਰਹੱਸਮਈ ਹੈ, ਉਸ ਨੂੰ ਸਾਰੇ ਦੇਖ ਸਕਣਗੇ।

ਮੇਰੀਆਂ ਪੱਸਲੀਆਂ, ਰੀੜ੍ਹ ਦੀ ਹੱਡੀ ਅਤੇ ਫੇਫੜਿਆਂ ਦੇ ਮੁਕਾਬਲੇ ਮੇਰੀ ਆਤਮਾ ਕਿਤੇ ਡੂੰਘੀ ਅਤੇ ਜ਼ਿਆਦਾ ਭਰੋਸੇਯੋਗ ਢੰਗ ਨਾਲ ਛਿਪੀ ਹੋਈ ਹੈ। ਪਰ ਕਵਿਤਾ ਦੀਆਂ ਕਿਰਨਾਂ ਮੈਨੂੰ ਰੌਸ਼ਨ ਕਰ ਦਿੰਦੀਆਂ ਹਨ ਅਤੇ ਮੇਰੀ ਆਤਮਾ ਦੀ ਹਰ ਗਤੀਵਿਧੀ ਲੋਕਾਂ ਦੇ ਸਾਹਮਣੇ ਆ ਜਾਂਦੀ ਹੈ। ਕਵਿਤਾ ਦੀਆਂ ਜਾਦੂਈ ਕਿਰਨਾਂ ਨਾਲ ਪ੍ਰਕਾਸ਼ਿਤ ਮੇਰੀ ਆਤਮਾ ਬਿਲਕੁੱਲ ਬੇਪਰਦ ਅਤੇ ਪਾਰਦਰਸ਼ੀ ਹੋ ਕੇ ਜਿਵੇਂ ਹਥੇਲੀ 'ਤੇ ਰੱਖ ਦਿੱਤੀ ਜਾਂਦੀ ਹੈ ਅਤੇ ਲੋਕ ਮੇਰੇ ਆਰ-ਪਾਰ ਦੇਖ ਸਕਦੇ ਹਨ।

ਆਧੁਨਿਕ ਵਿਸ਼ਲੇਸ਼ਣ ਕਰਨ ਵਾਲੇ ਯੰਤਰਾਂ ਵਿੱਚ ਹਜ਼ਾਰਾਂ ਤਾਰਾਂ ਅਤੇ ਚੱਕਰ

ਲੱਗੇ ਹੁੰਦੇ ਹਨ। ਵੱਡੀ ਗਿਣਤੀ ਵਿੱਚ ਗੁੰਝਲਦਾਰ ਸਵਾਲ ਉਨ੍ਹਾਂ ਨੂੰ ਹੱਲ ਕਰਨ ਲਈ ਦਿੱਤੇ ਜਾਂਦੇ ਹਨ। ਬਿਜਲੀ ਦੀ ਤਰੰਗ ਅਣਗਿਣਤ ਚੱਕਰਾਂ ਅਤੇ ਤਾਰਾਂ ਵਿੱਚੋਂ ਲੰਘਦੀ ਹੈ। ਇਨ੍ਹਾਂ ਗੁੰਝਲਦਾਰ ਯੰਤਰਾਂ ਵਿੱਚ ਜੋ ਪ੍ਰਕਿਰਿਆਵਾਂ ਹੁੰਦੀਆਂ ਹਨ, ਕੋਈ ਅੱਖ ਜਾਂ ਕੋਈ ਦਿਮਾਗ ਉਨ੍ਹਾਂ ਨੂੰ ਜਾਣ ਨਹੀਂ ਸਕਦਾ। ਪਰ ਬਾਅਦ ਵਿੱਚ ਆਖ਼ਰੀ ਜਵਾਬ, ਨਤੀਜੇ ਦੇ ਰੂਪ ਵਿੱਚ ਕੋਈ ਇੱਕ ਸੰਖਿਆ ਸਾਡੇ ਸਾਹਮਣੇ ਆ ਜਾਂਦੀ ਹੈ।

ਮੇਰੇ ਸਰੀਰ ਦੀਆਂ ਅਣਗਿਣਤ ਤਾਰਾਂ ਵਿੱਚੋਂ ਕਿਹੋ ਜਿਹੇ ਪ੍ਰਭਾਵਾਂ, ਪਿਆਰ ਅਤੇ ਘਿਰਣਾ ਦੀਆਂ ਕਿਹੋ ਜਿਹੀਆਂ ਲਹਿਰਾਂ ਦੌੜਦੀਆਂ ਹਨ, ਇਹ ਕੋਈ ਨਹੀਂ ਜਾਣ ਸਕਦਾ। ਮੇਰੇ ਰੋਮ-ਰੋਮ ਵਿੱਚ ਆਪਣੀ ਛਾਪ ਛੱਡਣ ਵਾਲੇ ਅਨੁਭਵਾਂ ਤੋਂ ਬਾਅਦ ਵਿੱਚ ਕਵਿਤਾ ਜਨਮ ਲੈਂਦੀ ਹੈ। ਮੇਰੀ ਆਤਮਾ ਅੰਤਿਮ ਅਤੇ ਸਿਖਰਲੇ ਰੂਪ ਵਿੱਚ ਇਸੇ ਦੀ ਸਿਰਜਣਾ ਕਰ ਸਕਦੀ ਹੈ, ਇਸੇ ਨੂੰ ਹੀ ਜਨਮ ਦੇ ਸਕਦੀ ਹੈ।

ਬਹੁਤ ਘੁੰਮਿਆ-ਫਿਰਿਆ ਹਾਂ ਮੈਂ ਇਸ ਦੁਨੀਆ ਵਿੱਚ। ਕਦੇ ਪੈਦਲ ਅਤੇ ਕਦੇ ਘੋੜੇ 'ਤੇ, ਕਦੇ ਹਵਾਈ ਜਹਾਜ਼ ਵਿੱਚ ਕੁਰਸੀ 'ਤੇ ਇਸ ਤਰ੍ਹਾਂ ਪੀਨਕ ਲਗਾ ਕੇ ਜਿਵੇਂ ਊਂਘ ਰਿਹਾ ਹਾਂ, ਕਦੇ ਰੇਲ-ਗੱਡੀ ਦੀ ਉੱਪਰ ਵਾਲੀ ਸੀਟ 'ਤੇ ਲੇਟ ਕੇ ਅਤੇ ਕਦੇ ਤੇਜ ਕਾਰ ਵਿੱਚ।

ਪਗਡੰਡੀ ਜਾਂ ਘੋੜੇ 'ਤੇ ਮੈਨੂੰ ਦੇਖ ਕੇ ਲੋਕ ਇਹ ਕਹਿ ਸਕਦੇ ਸਨ ਕਿ ਉਹ ਰਸੂਲ ਹਮਜ਼ਾਤੋਵ ਹੈ! ਉਹ ਇਕੱਲਾ ਹੀ ਜਾ ਰਿਹਾ ਹੈ ਅਤੇ ਸ਼ਾਇਦ ਉਸ ਨੂੰ ਇਕੱਲਤਾ ਕਾਰਨ ਅਕੇਵਾਂ ਮਹਿਸੂਸ ਹੋ ਰਿਹਾ ਹੋਵੇਗਾ। ਪਰ ਮੈਂ ਕਦੇ ਵੀ ਇਕੱਲਾ ਨਹੀਂ ਹੁੰਦਾ। ਮੇਰੀ ਭੈਣ ਕਵਿਤਾ ਹਮੇਸ਼ਾ ਮੇਰੇ ਨਾਲ ਰਹਿੰਦੀ ਹੈ। ਇੱਕ ਮਿੰਟ ਲਈ ਵੀ ਅਸੀਂ ਦੋਵੇਂ ਜੁਦਾ ਨਹੀਂ ਹੁੰਦੇ। ਕਦੇ-ਕਦੇ ਤਾਂ ਨੀਂਦ ਵਿੱਚ ਵੀ ਮੈਂ ਕਾਵਿ-ਰਚਨਾ ਕਰਦਾ ਹਾਂ, ਜਾਂ ਪਹਿਲਾਂ ਦੀਆਂ ਲਿਖੀਆਂ ਹੋਈਆਂ ਆਪਣੀਆਂ ਕਵਿਤਾਵਾਂ ਯਾਦ ਕਰਦਾ ਹਾਂ, ਜਾਂ ਦੂਜੇ ਕਵੀਆਂ ਦੀਆਂ ਕਵਿਤਾਵਾਂ ਪੜ੍ਹਦਾ ਹਾਂ।

ਪਹਿਲਾਂ ਮੈਂ ਇਹ ਸੋਚਦਾ ਸੀ ਕਿ ਧਰਤੀ 'ਤੇ ਬਹੁਤ ਘੱਟ ਕਵੀ ਹਨ। ਸ਼ਾਇਦ ਕਵੀਆਂ ਨੂੰ ਦੂਜੇ ਲੋਕਾਂ ਵਿੱਚ ਬਹੁਤ ਅਕੇਵਾਂ ਮਹਿਸੂਸ ਹੁੰਦਾ ਹੋਵੇਗਾ। ਜੀਵਨ ਵਿੱਚ ਹਰ ਕਿਸੇ ਦੀ ਆਪਣੀ ਦਿਲਚਸਪੀ ਹੁੰਦੀ ਹੈ, ਭਾਵ ਜਿਸ ਬਾਰੇ ਸਾਥੀਆਂ ਅਤੇ ਗੁਆਂਢੀਆਂ ਨਾਲ ਗੱਲਬਾਤ ਕੀਤੀ ਜਾ ਸਕਦੀ ਹੈ, ਕੰਮ ਬਾਰੇ, ਬੀਵੀ, ਤਨਖਾਹ, ਛੁੱਟੀ ਵਾਲੇ ਦਿਨ, ਘਰ-ਗ੍ਰਿਹਸਥੀ, ਮੱਛੀਆਂ ਫੜਣ, ਸਿਨੇਮਾ ਜਾਂ ਬਿਮਾਰੀ ਬਾਰੇ...ਮੈਂ ਸੋਚਦਾ ਸੀ ਕਿ ਇਨ੍ਹਾਂ ਸਾਰੀਆਂ ਗੱਲਾਂ ਬਾਰੇ ਕਵੀ ਵੀ ਲੋਕਾਂ ਨਾਲ ਗੱਲਬਾਤ ਕਰ ਸਕਦਾ ਹੈ, ਪਰ ਜਿਸ ਕਾਵਿਕ ਰੂਪ ਵਿੱਚ ਉਹ ਦੁਨੀਆ ਨੂੰ ਗ੍ਰਹਿਣ ਕਰਦਾ ਹੈ, ਉਸ ਬਾਰੇ ਉਹ ਕਿਸ ਨਾਲ ਚਰਚਾ ਕਰੇਗਾ?

ਪਰ ਬਾਅਦ ਵਿੱਚ ਇਹ ਗੱਲ ਮੇਰੀ ਸਮਝ ਵਿੱਚ ਆਈ ਕਿ ਅਜਿਹਾ ਦੁਨੀਆ ਵਿੱਚ ਕੋਈ ਨਹੀਂ ਹੈ, ਜੋ ਕਵੀ ਨਾ ਹੋਵੇ। ਹਰ ਵਿਅਕਤੀ ਦੀ ਆਤਮਾ ਵਿੱਚ ਕੁੱਝ ਕਵੀ ਵੱਸਿਆ ਹੋਇਆ ਹੈ। ਘੱਟੋ-ਘੱਟ ਕਵਿਤਾ ਹਰ ਕਿਸੇ ਕੋਲ ਉਸੇ ਤਰ੍ਹਾਂ ਮਹਿਮਾਨ ਬਣ ਕੇ ਆਉਂਦੀ ਹੈ, ਜਿਵੇਂ ਦੋਸਤ ਆਪਣੇ ਦੋਸਤ ਕੋਲ ਆਉਂਦਾ ਹੈ।

ਸਾਡੇ ਲੋਕਾਂ ਵਿੱਚ ਗੀਤ ਪ੍ਰਤੀ ਪਿਆਰ ਉਨਾ ਹੀ ਸੁਭਾਵਿਕ ਅਤੇ ਸਮਝ ਵਿੱਚ ਆਉਣ ਵਾਲਾ ਹੈ, ਜਿੰਨਾ ਬੱਚਿਆਂ ਪ੍ਰਤੀ ਪਿਆਰ। ਹਾਂ, ਅਸੀਂ ਸਾਰੇ ਕਵੀ ਹਾਂ। ਸਾਡੇ ਵਿੱਚ ਕੇਵਲ ਇੰਨਾ ਹੀ ਅੰਤਰ ਹੈ ਕਿ ਕੁੱਝ ਇਸ ਲਈ ਕਵਿਤਾ ਰਚਦੇ ਹਨ ਕਿਉਂਕਿ ਉਹ ਅਜਿਹਾ

ਕਰ ਸਕਦੇ ਹਨ। ਦੂਜੇ ਇਸ ਲਈ ਕਾਵਿ-ਰਚਨਾ ਕਰਦੇ ਹਨ ਕਿਉਂਕਿ ਉਨ੍ਹਾਂ ਨੂੰ ਲੱਗਦਾ ਹੈ ਕਿ ਉਹ ਅਜਿਹਾ ਕਰਨ ਵਿੱਚ ਸਮਰੱਥ ਹਨ। ਪਰ ਤੀਜੇ ਬਿਲਕੁੱਲ ਕਵਿਤਾ ਨਹੀਂ ਰਚਦੇ। ਸ਼ਾਇਦ, ਉਹ ਤੀਜੇ ਹੀ ਅਸਲੀ ਕਵੀ ਹਨ।

ਉਹ ਜ਼ਮਾਨਾ ਵੀ ਸੀ, ਜਦੋਂ ਮੈਂ ਕਵਿਤਾ ਨਹੀਂ ਰਚਦਾ ਸੀ। ਤਾਂ ਕੀ ਮੈਂ ਉਦੋਂ ਕਵੀ ਨਹੀਂ ਸੀ? ਕੀ ਉਦੋਂ ਮੇਰਾ ਹਿਰਦਾ ਘੱਟ ਧੜਕਦਾ ਸੀ ਅਤੇ ਖ਼ੂਨ ਵਿੱਚ ਘੱਟ ਗਰਮੀ ਹੁੰਦੀ ਸੀ? ਕੀ ਦੁੱਖ-ਦਰਦ ਨਾਲ ਮੇਰਾ ਹਿਰਦਾ ਘੱਟ ਦੁੱਖਦਾ ਸੀ ਅਤੇ ਖ਼ੁਸ਼ੀ ਵਿੱਚ ਘੱਟ ਨੱਚਦਾ ਸੀ? ਕੀ ਉਦੋਂ ਸਭ ਕੁੱਝ ਜਾਣਨ ਦੀ ਜਿਗਿਆਸਾ ਮੇਰੇ ਵਿੱਚ ਘੱਟ ਸੀ? ਕੀ ਹੁਣ ਮੇਰੀਆਂ ਅੱਖਾਂ ਨੂੰ ਇਹ ਦੁਨੀਆ ਇੰਨੀ ਸੁੰਦਰ ਨਹੀਂ ਲੱਗਦੀ ਸੀ, ਜਿੰਨੀ ਹੁਣ? ਕੀ ਕਾਲੀਆਂ ਘਟਾਵਾਂ ਵਿੱਚ ਵੱਡਾ ਸਾਰਾ ਨੀਲਾ ਤਾਰਾ ਦੇਖ ਕੇ ਮੈਂ ਇਸੇ ਤਰ੍ਹਾਂ ਆਨੰਦਿਤ ਨਹੀਂ ਹੋ ਉੱਠਦਾ ਸੀ? ਕੀ ਝਰਨੇ ਦੀ ਝਰ-ਝਰ ਵਿੱਚ ਮੈਨੂੰ ਮਿੱਠੇ ਸੰਗੀਤ ਦਾ ਅਨੁਭਵ ਨਹੀਂ ਸੀ ਹੁੰਦਾ? ਕੀ ਹੰਸਾਂ ਦੀਆਂ ਆਵਾਜ਼ਾਂ ਅਤੇ ਘੋੜਿਆਂ ਦਾ ਹਿਣਕਣਾ ਸੁਣ ਕੇ ਮੈਂ ਵਿਆਕੁਲ ਨਹੀਂ ਹੋ ਉੱਠਦਾ ਸੀ? ਕੀ ਕੋਈ ਪੁਰਾਣਾ ਗੀਤ ਜਾਂ ਬਜ਼ੁਰਗਾਂ ਦੇ ਵਧੀਆ ਕਾਰਨਾਮੇ ਸੁਣ ਕੇ ਮੇਰੀਆਂ ਅੱਖਾਂ ਭਰ ਨਹੀਂ ਆਉਂਦੀਆਂ ਸਨ?

ਮੈਨੂੰ ਯਾਦ ਆਉਂਦਾ ਹੈ ਕਿ ਜਦੋਂ ਮੈਂ ਛੋਟਾ ਸੀ, ਤਾਂ ਇੱਕ ਗੁਆਂਢੀ ਦੇ ਘੋੜੇ ਚਰਾਉਣ ਦਾ ਕੰਮ ਕਰਨ ਲੱਗਿਆ ਸੀ। ਮੈਨੂੰ ਤਿੰਨ ਦਿਨਾਂ ਦੇ ਕੰਮ ਬਦਲੇ ਗੁਆਂਢੀ ਨੂੰ ਇੱਕ ਕਿੱਸਾ ਸੁਣਾਉਣਾ ਪੈਂਦਾ ਸੀ।

ਮੈਨੂੰ ਯਾਦ ਆਉਂਦਾ ਹੈ ਕਿ ਉਦੋਂ ਮੈਂ ਚਰਵਾਹਿਆਂ ਕੋਲ ਪਹਾੜਾਂ ਵਿੱਚ ਜਾਇਆ ਕਰਦਾ ਸੀ। ਅੱਧਾ ਦਿਨ ਉੱਧਰ ਜਾਣ ਅਤੇ ਅੱਧਾ ਦਿਨ ਵਾਪਸ ਮੁੜਨ ਨੂੰ ਲੱਗਦਾ ਸੀ। ਅਤੇ ਮੈਂ ਉੱਥੇ ਜਾਂਦਾ ਸੀ, ਇੱਕ ਕਵਿਤਾ ਸੁਣਨ।

ਉਨਸੂਕੂਲ ਦੀਆਂ ਨਾਸ਼ਪਾਤੀਆਂ, ਗਿਮਰਾ ਦੇ ਅੰਗੂਰ, ਬੂਤਸਰਾ ਦਾ ਸ਼ਹਿਦ, ਅਵਾਰ ਗੀਤ।

ਮੈਨੂੰ ਯਾਦ ਆਉਂਦਾ ਹੈ ਕਿ ਜਦੋਂ ਮੈਂ ਦੂਜੀ ਜਮਾਤ ਵਿੱਚ ਪੜ੍ਹਦਾ ਸੀ, ਤਾਂ ਇੱਕ ਦਿਨ ਮਾਂ ਆਪਣੇ ਤਸਾਦਾ ਪਿੰਡ ਤੋਂ ਖੜ੍ਹਵੀਆਂ ਪਹਾੜੀਆਂ ਪਗਡੰਡੀਆਂ ਰਾਹੀਂ ਚੜ੍ਹਦਾ ਹੋਇਆ ਬੂਤਸਰਾ ਪਿੰਡ ਗਿਆ, ਜੋ ਵੀਹ ਕਿਲੋਮੀਟਰ ਦੂਰ ਹੈ। ਉੱਥੇ ਮੇਰੇ ਪਿਤਾ ਜੀ ਦੇ ਇੱਕ ਬਜ਼ੁਰਗ ਦੋਸਤ ਰਹਿੰਦੇ ਸਨ, ਜਿਨ੍ਹਾਂ ਨੂੰ ਬਹੁਤ ਸਾਰੇ ਪੁਰਾਣੇ ਗੀਤ, ਕਵਿਤਾਵਾਂ ਅਤੇ ਦੰਦ-ਕਥਾਵਾਂ ਯਾਦ ਸਨ। ਬਜ਼ੁਰਗ ਚਾਰ ਦਿਨਾਂ ਤੱਕ ਸੁਬ੍ਹਾ ਤੋਂ ਸ਼ਾਮ ਤੱਕ ਮੈਨੂੰ ਇਹ ਸਭ ਕੁੱਝ ਸੁਣਾਉਂਦੇ ਰਹੇ ਅਤੇ ਮੈਥੋਂ ਜਿਵੇਂ ਹੋ ਸਕਿਆ, ਮੈਂ ਗੀਤ ਲਿਖਦਾ ਰਿਹਾ। ਮੈਂ ਕਵਿਤਾਵਾਂ ਅਤੇ ਗੀਤਾਂ ਨਾਲ ਭਰਿਆ ਹੋਇਆ ਝੋਲਾ ਲੈ ਕੇ ਖ਼ੁਸ਼ੀ-ਖ਼ੁਸ਼ੀ ਵਾਪਸ ਆ ਰਿਹਾ ਸੀ।

ਬੂਤਸਰਾ ਪਿੰਡ ਦੇ ਉੱਪਰ ਇੱਕ ਪਹਾੜ ਸਿਰ ਉਠਾਈਂ ਖੜ੍ਹਾ ਹੈ। ਜਦੋਂ ਮੈਂ ਇਸ ਪਹਾੜ 'ਤੇ ਚੜ੍ਹ ਗਿਆ, ਤਾਂ ਪਤਾ ਨਹੀਂ ਕਿੱਥੋਂ ਵੱਡੇ-ਵੱਡੇ ਅਤੇ ਭਿਆਨਕ ਐਲਸ਼ੇਸ਼ਨ ਕੁੱਤੇ ਮੇਰੇ ਵੱਲ ਝਪਟੇ। ਉਹ ਘੱਟ ਤੋਂ ਘੱਟ ਇੱਕ ਦਰਜਨ ਹੋਣਗੇ। ਹਰੇ ਘਾਹ 'ਤੇ ਉਹ ਇਸ ਤਰ੍ਹਾਂ ਤੇਜੀ ਨਾਲ ਦੌੜੇ ਆ ਰਹੇ ਸਨ, ਜਿਵੇਂ ਕੋਈ ਪਣਡੁੱਬੀ ਕਿਸੇ ਜਹਾਜ਼ ਦੇ ਕਾਲੇ ਢਾਂਚੇ ਵੱਲ ਨਿਸ਼ਾਨਾ ਬੰਨ੍ਹ ਕੇ ਦੌੜੀ ਆਉਂਦੀ ਹੈ। ਉਨ੍ਹਾਂ ਦੇ ਵੱਡੇ-ਵੱਡੇ ਅਤੇ ਪੀਲੇ ਅਤੇ ਗਿੱਲੇ ਦੰਦਾਂ

ਵਾਲੇ ਜਬਾੜ੍ਹੇ ਮੈਨੂੰ ਦਿਖਾਈ ਦੇ ਰਹੇ ਸਨ। ਬਸ ਇੱਕ ਮਿੰਟ ਹੋਰ ਬੀਤ ਜਾਂਦਾ, ਤਾਂ ਉਹ ਮੈਨੂੰ ਪਾੜ ਸੁੱਟਦੇ। ਪਰ ਇਸੇ ਵੇਲੇ ਮੈਨੂੰ ਚਰਵਾਹੇ ਦੀ ਆਵਾਜ਼ ਸੁਣਾਈ ਦਿੱਤੀ:

"ਲੇਟ ਜਾਓ! ਹਿੱਲੋ ਨਾ।"

ਮੈਂ ਲੇਟ ਗਿਆ, ਧਰਤੀ ਨਾਲ ਚਿਪਕ ਗਿਆ ਅਤੇ ਨਿਰਜੀਵ ਜਿਹਾ ਹੋ ਗਿਆ। ਹਿੱਲਦੇ-ਜੁੱਲਦੇ ਹੋਏ ਮੈਨੂੰ ਡਰ ਲੱਗਦਾ ਸੀ ਅਤੇ ਸ਼ਾਇਦ ਮੈਂ ਤਾਂ ਸਾਹ ਵੀ ਰੋਕ ਲਿਆ ਸੀ। ਸਿਰਫ਼ ਮੇਰਾ ਦਿਲ ਹੀ ਇਸ ਤਰ੍ਹਾਂ ਜ਼ੋਰ ਨਾਲ ਧੜਕ ਰਿਹਾ ਸੀ ਕਿ ਮੈਨੂੰ ਇਉਂ ਲੱਗਿਆ, ਜਿਵੇਂ ਉਸ ਦੀ ਧੜਕਣ ਦੂਰ ਤੱਕ ਸੁਣਾਈ ਦੇ ਰਹੀ ਹੈ। ਕੁੱਤੇ ਕੁੱਝ ਵੀ ਨਾ ਸਮਝਦੇ ਹੋਏ ਮੇਰੇ ਕੋਲ ਰੁਕ ਗਏ, ਮੈਨੂੰ ਅਤੇ ਕਵਿਤਾਵਾਂ ਨਾਲ ਭਰੇ ਮੇਰੇ ਥੈਲੇ ਨੂੰ ਸੁੰਘਦੇ ਰਹੇ। ਕੁੱਤੇ ਇਹ ਸੋਚ ਕੇ ਕਿ ਉਨ੍ਹਾਂ ਨੂੰ ਕੋਈ ਭੁਲੇਖਾ ਲੱਗ ਗਿਆ ਹੈ, ਉਲਝਣ ਵਿੱਚ ਇੱਕ-ਦੂਜੇ ਵੱਲ ਦੇਖਦੇ ਅਤੇ ਆਪਣੀ ਕਲਪਨਾ ਦੇ ਸ਼ਿਕਾਰ ਨੂੰ ਫੜਨ ਲਈ ਅੱਗੇ ਦੌੜ ਗਏ। ਜਲਦੀ ਹੀ ਮੋੜ ਦੇ ਪਿੱਛੇ ਗ਼ਾਇਬ ਹੋ ਗਏ।

ਚਰਵਾਹੇ ਦੇ ਆਉਣ ਤੱਕ ਮੈਂ ਲੇਟਿਆ ਰਿਹਾ।

"ਕਿਸ ਦੇ ਬੇਟੇ ਹੋ?"

"ਮੈਂ ਰਸੂਲ ਆਂ, ਤਸਾਦਾ ਦੇ ਹਮਜ਼ਾਤ ਦੇ ਬੇਟਾ।" ਮੈਂ ਇਸ ਉਮੀਦ ਨਾਲ ਜਾਣ-ਬੁੱਝ ਕੇ ਪਿਤਾ ਜੀ ਦਾ ਨਾਂ ਲਿਆ ਸੀ ਕਿ ਉਸ ਨੂੰ ਸੁਣ ਕੇ ਚਰਵਾਹਾ ਮੇਰੀ ਚਿੰਤਾ ਕਰੇਗਾ ਅਤੇ ਮੈਨੂੰ ਕਿਸੇ ਤਰ੍ਹਾਂ ਦੀ ਤਕਲੀਫ਼ ਨਹੀਂ ਹੋਣ ਦੇਵਗਾ।

"ਇੱਥੇ ਪਹਾੜ 'ਤੇ ਕੀ ਕਰ ਰਹੇ ਹੋ?"

"ਮੈਂ ਕਵਿਤਾਵਾਂ ਲਈ ਬੂਤਸਰਾ ਗਿਆ ਸੀ, ਇਹ ਨੇ ਥੈਲੇ ਵਿੱਚ।"

ਚਰਵਾਹੇ ਨੇ ਕਵਿਤਾਵਾਂ ਕੱਢ ਕੇ ਉਨ੍ਹਾਂ ਨੂੰ ਧਿਆਨ ਨਾਲ ਦੇਖਿਆ।

"ਤਾਂ ਤੁਸੀਂ ਵੀ ਕਵੀ ਬਣਨਾ ਚਾਹੁੰਦੇ ਹੋ? ਤਾਂ ਫਿਰ ਤੁਸੀਂ ਕੁੱਤਿਆਂ ਤੋਂ ਕਿਉਂ ਡਰ ਗਏ? ਤੁਹਾਡੇ ਰਸਤੇ 'ਤੇ ਇਸ ਤੋਂ ਵੀ ਭੈੜੇ ਕੁੱਤੇ ਤੁਹਾਡੇ 'ਤੇ ਝਪਟਣਗੇ। ਮੇਰੇ ਐਲਸ਼ੇਸ਼ਨ ਕੁੱਤਿਆਂ ਵਾਂਗ ਉਹ ਕਵਿਤਾਵਾਂ ਸੁੰਘ ਕੇ ਅੱਗੇ ਨਹੀਂ ਭੱਜਣਗੇ। ਤੁਹਾਨੂੰ ਡਰਨਾ ਨਹੀਂ ਚਾਹੀਦਾ, ਕਿਸੇ ਵੀ ਚੀਜ਼ ਤੋਂ ਡਰਨਾ ਨਹੀਂ ਚਾਹੀਦਾ। ਜਾਣਦੇ ਹੋ ਇਹ ਕਿਹੜਾ ਪਹਾੜ ਐ? ਇਸੇ ਪਹਾੜ ਤੋਂ ਹਾਜੀ-ਮੁਰਾਦ ਸੰਤਰੀਆਂ ਦੀਆਂ ਅੱਖਾਂ ਵਿੱਚ ਘੱਟਾ ਪਾ ਕੇ ਹੇਠਾਂ ਛਾਲ ਮਾਰ ਗਿਆ ਸੀ। ਸੰਤਰੀ ਮੂੰਹ ਅੱਡ ਕੇ ਦੇਖਦੇ ਰਹਿ ਗਏ ਸਨ ਅਤੇ ਹਾਜੀ-ਮੁਰਾਦ ਬਚ ਨਿੱਕਲਿਆ ਸੀ। ਆਪਣੇ ਦੇਸ਼ ਵਿੱਚ ਤਾਂ ਪਹਾੜ ਵੀ ਮੱਦਦ ਕਰਦੇ ਹਨ।"

ਪਹਿਲਾਂ ਮੈਂ ਅਜਿਹਾ ਸਮਝਦਾ ਸੀ ਕਿ ਕਾਵਿਕ ਹਲਚਲ, ਜੋ ਮੇਰੇ 'ਤੇ ਹਾਵੀ ਹੋ ਗਈ ਹੈ, ਉਹ ਬੇਚੈਨੀ, ਜੋ ਨਿਰੰਤਰ ਮੇਰੀ ਆਤਮਾ ਵਿੱਚ ਵੱਸੀ ਰਹਿੰਦੀ ਹੈ, ਉਹ ਪਿਆਰ, ਜੋ ਮੇਰੇ ਹਿਰਦੇ ਵਿੱਚ ਜੰਮ ਕੇ ਬੈਠ ਗਿਆ ਹੈ, ਇਹ ਸਭ ਅਤੇ ਖ਼ੂਨ ਦਾ ਉਬਾਲ ਵੀ ਵਕਤੀ ਚੀਜ਼ ਹੈ ਅਤੇ ਇਹ ਜਲਦੀ ਹੀ ਖ਼ਤਮ ਹੋ ਜਾਵੇਗਾ। ਪਰ ਮੇਰਾ ਸਿਰ ਸਫ਼ੈਦ ਹੋ ਰਿਹਾ ਹੈ, ਬੱਚੇ ਵੱਡੇ ਹੋ ਗਏ ਹਨ ਅਤੇ ਮੇਰੀਆਂ ਕਿਤਾਬਾਂ ਪੁਰਾਣੀਆਂ ਹੁੰਦੀਆਂ ਜਾ ਰਹੀਆਂ ਹਨ, ਪਰ ਇੱਕ ਵੀ ਭਾਵਨਾ ਨੇ ਮੇਰਾ ਸਾਥ ਨਹੀਂ ਛੱਡਿਆ। ਮੇਰੀ ਕਵਿਤਾ ਮੇਰੀ ਬਹੁਤ ਵਫ਼ਾਦਾਰ ਸਾਥਣ ਰਹੀ ਹੈ।

ਹੁਣ ਮੈਂ ਉਸ ਨੂੰ ਸੰਬੋਧਨ ਕਰਦਾ ਹਾਂ।

ਕਵਿਤਾ, ਦੁਨੀਆ ਅਤੇ ਜ਼ਿੰਦਗੀ ਦੇ ਲੰਬੇ ਸਫ਼ਰ ਵਿੱਚ ਤੂੰ ਕਦੇ ਵੀ ਮੇਰਾ ਸਾਥ ਨਹੀਂ ਛੱਡਿਆ ਅਤੇ ਹੁਣ, ਜਦੋਂ ਕਿ ਮੈਂ ਵਾਰਤਕ ਦੇ ਬੜੇ ਪੱਧਰੇ ਵਿਸਥਾਰਾਂ ਵਿੱਚ ਵਧਣ ਜਾ ਰਿਹਾ ਹਾਂ, ਤੂੰ ਹੁਣ ਵੀ ਮੇਰਾ ਸਾਥ ਨਹੀਂ ਛੱਡੇਂਗੀ। ਮੈਂ ਜਾਣਦਾ ਹਾਂ ਕਿ ਕਹਾਣੀ ਨੂੰ ਛੰਦਾਂ ਵਿੱਚ ਬੰਨ੍ਹਣਾ ਬੇਅਰਥ ਹੈ। ਇਸ ਤਰ੍ਹਾਂ ਬਹੁਤ ਹੀ ਵਧੀਆ ਕਹਾਣੀ ਨੂੰ ਬਹੁਤ ਹੀ ਬੁਰੀ ਕਵਿਤਾ ਬਣਾਇਆ ਜਾ ਸਕਦਾ ਹੈ। ਪਰ ਕਹਾਣੀ ਵਿੱਚ ਕਵਿਤਾ ਤਾਂ ਖਾਣੇ ਵਿੱਚ ਲੂਣ ਦਾ ਕੰਮ ਦੇ ਸਕਦੀ ਹੈ। ਮੇਰੇ ਤਾਂ ਸਮੁੱਚੇ ਜੀਵਨ ਲਈ ਹੀ ਕਵਿਤਾ ਲੂਣ ਵਰਗੀ ਰਹੀ ਹੈ। ਉਸ ਤੋਂ ਬਿਨਾਂ ਤਾਂ ਮੇਰਾ ਜੀਵਨ ਫਿੱਕਾ ਅਤੇ ਬੇਸੁਆਦਾ ਹੁੰਦਾ। ਅਸੀਂ ਪਹਾੜੀ ਲੋਕ ਮੇਜ 'ਤੇ ਖਾਣਾ ਲਗਾਉਂਦੇ ਸਮੇਂ ਲੂਣਦਾਨੀ ਰੱਖਣੀ ਕਦੇ ਨਹੀਂ ਭੁੱਲਦੇ।

ਵਾਰਤਕ ਦੂਰ ਤੱਕ ਉੱਡ ਸਕਦੀ ਹੈ, ਪਰ ਕਵਿਤਾ ਦੀ ਉਡਾਣ ਉੱਚੀ ਹੁੰਦੀ ਹੈ। ਵਾਰਤਕ ਉਸ ਵੱਡੇ ਹਵਾਈ ਜਹਾਜ਼ ਵਰਗੀ ਹੈ, ਜੋ ਬੜੀ ਤਸੱਲੀ ਨਾਲ ਸਾਰੀ ਦੁਨੀਆ ਦੁਆਲੇ ਚੱਕਰ ਲਗਾ ਸਕਦਾ ਹੈ। ਕਵਿਤਾ ਲੜਾਕੂ ਹਵਾਈ ਜਹਾਜ਼ ਹੈ, ਜੋ ਬਿਜਲੀ ਵਾਂਗ ਆਪਣੀ ਜਗ੍ਹਾ ਤੋਂ ਦੌੜਦਾ ਹੈ, ਕੁੱਝ ਹੀ ਸਮੇਂ ਵਿੱਚ ਆਕਾਸ਼ ਦੀਆਂ ਗਹਿਰਾਈਆਂ ਵਿੱਚ ਜਾ ਪਹੁੰਚਦਾ ਹੈ ਅਤੇ ਵਾਰਤਕ ਦੇ ਵੱਡੇ ਜਹਾਜ਼ ਨੂੰ, ਉਹ ਚਾਹੇ ਕਿੰਨਾ ਵੀ ਉੱਚਾ ਕਿਉਂ ਨਾ ਹੋਵੇ, ਜਾ ਫੜਦਾ ਹੈ।

ਆਪਣੀ ਪੁਸਤਕ ਵਿੱਚ ਮੈਂ ਵੱਖ-ਵੱਖ ਵਿਧਾਵਾਂ ਨੂੰ ਮਿਲਾਉਣਾ ਅਤੇ ਉਸ ਨੂੰ ਅਵਾਰਸਿਤਾਨ ਦੀਆਂ ਹੱਦਾਂ ਤੋਂ ਦੂਰ ਭੇਜਣਾ ਚਾਹੁੰਦਾ ਹਾਂ। ਭਲਾਂ ਕਿਉਂ ਨਾ ਕਰਾਂ ਅਜਿਹਾ? ਸਾਡੀਆਂ ਕਵਿਤਾਵਾਂ ਤਾਂ ਇੱਕ ਅਰਸੇ ਤੱਕ ਦਾਗ਼ਿਸਤਾਨ ਦੀਆਂ ਹੱਦਾਂ ਤੋਂ ਬਹੁਤ ਦੂਰ ਪਾਠਕਾਂ ਦੇ ਦਿਲਾਂ 'ਤੇ ਆਪਣੀਆਂ ਪਗਡੰਡੀਆਂ ਬਣਾ ਰਹੀਆਂ ਹਨ। ਕੁੱਝ ਕਹਾਣੀਆਂ ਨੂੰ ਵੀ ਵਿਦੇਸ਼ ਜਾਣ ਦੇ ਆਗਿਆ-ਪੱਤਰ ਮਿਲ ਚੁੱਕੇ ਹਨ। ਹਾਂ, ਸਾਡੇ ਨਾਟਕ ਅਜੇ ਘਰੇ ਹੀ ਬੈਠੇ ਹਨ। ਸ਼ਾਇਦ ਉਨ੍ਹਾਂ ਦੇ ਕਾਗਜ਼ਾਂ ਦੀ ਜਾਂਚ ਹੋ ਰਹੀ ਹੈ ਜਾਂ ਉਨ੍ਹਾਂ ਨੂੰ ਅਜੇ ਚੰਗਾ ਵਿਹਾਰ ਅਤੇ ਤੌਰ-ਤਰੀਕੇ ਸਿਖਾਉਣ ਦੀ ਲੋੜ ਹੈ।

ਜੇਕਰ ਮੇਰੇ ਦਿਮਾਗ ਵਿੱਚ ਨਾਟਕ ਲਿਖਣ ਦਾ ਵਿਚਾਰ ਆ ਜਾਂਦਾ, ਤਾਂ ਸਾਰਾ ਦਾਗ਼ਿਸਤਾਨ, ਪਿੰਡ, ਸ਼ਹਿਰ, ਸਾਰੇ ਦੇਸ਼ ਅਤੇ ਸਾਰੀ ਦੁਨੀਆ ਉਸ ਦੇ ਘਟਨਾ-ਸਥਾਨ ਹੁੰਦੇ। ਪਹਾੜ, ਆਕਾਸ਼, ਤੇਜ ਨਦੀਆਂ, ਸਾਗਰ ਅਤੇ ਧਰਤੀ ਮੰਚ-ਦ੍ਰਿਸ਼ ਹੁੰਦੇ। ਬੀਤੀਆਂ ਸਦੀਆਂ, ਵਰਤਮਾਨ ਅਤੇ ਪੂਰਾ ਭਵਿੱਖ ਉਸ ਦਾ ਘਟਨਾ-ਕਾਲ ਹੁੰਦਾ। ਹਜ਼ਾਰਾਂ ਸਾਲਾਂ ਨੂੰ ਪਲਾਂ ਵਿੱਚ ਪ੍ਰਗਟ ਕਰਦਾ। ਉਸ ਦੇ ਪਾਤਰ ਹੁੰਦੇ, ਮੈਂ ਖ਼ੁਦ, ਮੇਰੇ ਪਿਤਾ ਜੀ, ਮੇਰੇ ਬੱਚੇ, ਮੇਰੇ ਦੋਸਤ ਅਤੇ ਕਦੋਂ ਦੇ ਮਰ-ਖਪ ਗਏ ਜਾਂ ਅਜਿਹੇ ਲੋਕ ਵੀ, ਜਿਨ੍ਹਾਂ ਦਾ ਅਜੇ ਜਨਮ ਨਹੀਂ ਹੋਇਆ।

ਇਹ ਨਾਟਕ ਮੇਰੀ ਮੁੱਖ ਰਚਨਾ, ਮੇਰਾ 'ਯੁੱਧ ਅਤੇ ਸ਼ਾਂਤੀ', ਮੇਰਾ 'ਦੋਨਕਵਿਕਸਾਤ', ਮੇਰਾ 'ਦੈਵਿਕ ਕਾਮੇਡੀ' ਹੁੰਦਾ। ਪਰ ਮੈਂ ਨਾ ਕੇਵਲ ਨਾਟਕ ਲਿਖਣ, ਬਲਕਿ ਆਪਣੀ ਭਵਿੱਖ ਦੀ ਪੁਸਤਕ ਦੀ ਕੰਧ ਵਿੱਚ ਇੱਕ 'ਨਾਟਕੀ' ਪੱਥਰ ਦਾ ਵੀ ਖ਼ਤਰਾ ਮੁੱਲ ਨਹੀਂ ਲਵਾਂਗਾ। ਨਾਟਕ ਨੂੰ ਮੈਂ ਕਿਸੇ ਦੂਜੇ ਵੇਲੇ, ਬਲਕਿ ਦੂਜੇ ਲੇਖਕਾਂ ਲਈ ਰਹਿਣ ਦਿੰਦਾ ਹਾਂ। ਵਾਰੀ-ਵਾਰੀ ਵਾਰਤਕ ਅਤੇ ਕਵਿਤਾ ਹੀ ਲਿਖਾਂਗਾ। ਕਵਿਤਾ ਤੇਜ ਘੋੜ-ਸਵਾਰੀ ਹੈ ਅਤੇ ਵਾਰਤਕ ਪੈਦਲ ਯਾਤਰਾ। ਪੈਦਲ ਦੂਰ ਤੱਕ ਜਾਇਆ ਜਾ ਸਕਦਾ ਹੈ। ਘੋੜੇ 'ਤੇ ਜਲਦੀ ਜਾਣਾ ਸੰਭਵ

ਹੈ। ਕਦੇ ਮੈਂ ਪੈਦਲ ਚੱਲਾਂਗਾ ਅਤੇ ਕਦੇ ਘੋੜ-ਸਵਾਰੀ ਕਰਾਂਗਾ। ਜੋ ਕੁੱਝ ਕਹਾਣੀ ਦੇ ਰੂਪ ਵਿੱਚ ਸੁਣਾ ਸਕਦਾ ਹਾਂ, ਸੁਣਾਵਾਂਗਾ। ਜੋ ਕੁੱਝ ਵਾਰਤਕ ਦੇ ਰੂਪ ਵਿੱਚ ਨਹੀਂ ਸੁਣਾ ਸਕਾਂਗਾ, ਉਸ ਨੂੰ ਗਾਵਾਂਗਾ। ਮੇਰੇ ਵਿੱਚ ਜਵਾਨੀ ਦੀ ਚੰਚਲਤਾ ਹੈ ਅਤੇ ਬੁਢਾਪੇ ਦੀ ਸਮਝ-ਬੂਝ। ਜਵਾਨੀ ਗਾਵੇ ਅਤੇ ਬੁੱਧੀਮਾਨੀ ਵਾਰਤਕ ਵਿੱਚ ਆਪਣੀ ਗੱਲ ਸੁਣਾਵੇ।

ਮੇਰੇ ਅੰਦਰ ਵੱਖ-ਵੱਖ ਲੋਕ ਰਹਿੰਦੇ ਹਨ। ਕਦੇ ਤਾਂ ਮੈਂ ਮਾਵਾ ਲੱਗੇ ਨੈਪਕਿਨ ਦੀ ਵਰਤੋਂ ਕਰਦੇ ਹੋਏ ਅਤੇ ਸੱਜੇ ਹੱਥ ਵਿੱਚ ਕਾਂਟਾ ਫੜ ਕੇ ਸੱਭਿਅਕ ਢੰਗ ਨਾਲ ਖਾਣਾ ਖਾਂਦਾ ਹਾਂ ਅਤੇ ਕਦੇ ਭੇਡ ਦੇ ਮਾਸ ਦਾ ਵੱਡਾ ਸਾਰਾ ਟੁਕੜਾ ਦੋਵੇਂ ਹੱਥਾਂ ਵਿੱਚ ਫੜ ਕੇ ਆਪਣੇ ਪਿੰਡ ਵਾਲਿਆਂ ਨਾਲ ਘਾਹ 'ਤੇ ਬੈਠ ਕੇ ਖਾਂਦਾ ਹਾਂ ਅਤੇ ਸ਼ਰਾਬ ਪੀਂਦਾ ਹਾਂ।

ਸ਼ਹਿਰ ਤੋਂ ਜਦੋਂ ਮੈਂ ਪਹਾੜਾਂ ਨੂੰ ਜਾਂਦਾ ਹਾਂ, ਤਾਂ ਸ਼ਹਿਰੀ ਢੰਗ ਨਾਲ ਵਧੀਆ ਸ਼ਰਾਬਾਂ ਅਤੇ ਫ਼ਲ ਆਪਣੇ ਨਾਲ ਰੱਖਦਾ ਹਾਂ। ਭੋਲੇ-ਭਾਲੇ ਅਤੇ ਮਹਿਮਾਨ-ਨਿਵਾਜ਼ ਚਰਵਾਹਿਆਂ ਕੋਲੋਂ ਜਦੋਂ ਮੈਂ ਪਿੰਡ ਵਾਪਸ ਮੁੜਦਾ ਹਾਂ, ਤਾਂ ਕਾਠੀ ਦੇ ਦੋਵੇਂ ਪਾਸੇ ਲਟਕਦਾ ਹੋਇਆ ਭੇਡ ਦਾ ਧੜ ਨਾਲ ਲਿਆਉਂਦਾ ਹਾਂ।

ਸਾਗਰ ਵੀ ਤਾਂ ਕਦੇ ਪਲੋਸਦਾ ਹੈ ਅਤੇ ਕਦੇ ਨਾਰਾਜ਼ ਹੁੰਦਾ ਹੈ, ਕਦੇ ਸਨਕੀ ਹੁੰਦਾ ਹੈ ਅਤੇ ਕਦੇ ਗੁੱਸੇ ਵਿੱਚ ਫੁੰਕਾਰਦਾ ਹੈ। ਠੀਕ ਇਸੇ ਤਰ੍ਹਾਂ ਬਹੁਤ ਸਾਰੇ ਚਰਿੱਤਰ ਮੇਰੇ ਅੰਦਰ ਸਾਹ ਲੈਂਦੇ ਹਨ।

ਖੱਡ ਦੇ ਸਿਰੇ 'ਤੇ ਮੈਂ ਇੱਕ ਨੌਜਵਾਨ ਅਤੇ ਮੁਟਿਆਰ ਨੂੰ ਗਲਵੱਕੜੀ ਪਾ ਕੇ ਬੈਠੇ ਦੇਖਿਆ। ਉਨ੍ਹਾਂ ਨੇ ਇੱਕ-ਦੂਜੇ ਨੂੰ ਇਸ ਤਰ੍ਹਾਂ ਬਾਹਾਂ ਵਿੱਚ ਕੱਸਿਆ ਹੋਇਆ ਸੀ, ਇਸ ਤਰ੍ਹਾਂ ਉਹ ਇੱਕ-ਦੂਜੇ ਵਿੱਚ ਮਿਲ ਕੇ ਇੱਕ ਹੋ ਗਏ ਸਨ ਕਿ ਉਨ੍ਹਾਂ ਨੂੰ ਨਿਖੇੜ ਕੇ ਦੇਖਣਾ ਸੰਭਵ ਨਹੀਂ ਸੀ।

ਠੀਕ ਇਸੇ ਤਰ੍ਹਾਂ ਮੇਰੇ ਅੰਦਰ ਸੁੱਖ-ਦੁੱਖ, ਹੰਝੂ ਅਤੇ ਖ਼ੁਸ਼ੀ, ਤਾਕਤ ਅਤੇ ਕਮਜ਼ੋਰੀ ਅਟੁੱਟ ਰੂਪ ਵਿੱਚ ਨਾਲੋ-ਨਾਲ ਰਹਿੰਦੀਆਂ ਹਨ।

ਨਹੀਂ ਖੜ੍ਹਾ ਸੀ ਘੋੜਾ ਪਿਛਲੀਆਂ ਲੱਤਾਂ 'ਤੇ
ਅਤੇ ਬੇਚੈਨੀ ਨਾਲ ਲਗਾਮ ਵੀ ਨਹੀਂ ਚਬਾਉਂਦਾ ਸੀ।
ਭਾਰੀ-ਬੋਝਲ ਦਿਲ ਨਾਲ ਸੀਸ ਝੁਕਾ ਕੇ,
ਚਿੱਟੇ-ਚਿੱਟੇ ਦੰਦ ਦਿਖਾ, ਹੱਸਦਾ ਤੇ ਮੁਸਕਰਾਉਂਦਾ ਸੀ।

ਲੱਗਭੱਗ ਛੂੰਹਦੇ ਸੀ ਗਰਦਨ ਦੇ ਵਾਲ ਉਸ ਦੇ ਧਰਤੀ,
ਉਹ ਕੁਮੈਤੀ ਘੋੜਾ ਜਵਾਲਾ ਜਿਹਾ ਜਲਦਾ ਲੱਗਦਾ।
ਪਹਿਲਾਂ ਤਾਂ ਇਹ ਮੈਂ ਸੋਚਿਆ, ਕਿ ਗ਼ਜ਼ਬ ਹੈ,
ਮਾਨਵ ਵਾਂਗੂ ਪਤਾ ਨਹੀਂ ਕਿੰਝ ਇਹ ਘੋੜਾ ਹੱਸਦਾ।

ਹੈਰਾਨੀ ਕਿਸ ਨੂੰ ਨਹੀਂ ਹੁੰਦੀ ਅਜਿਹੀ ਝਾਕੀ ਨਾਲ,
ਕੀਤਾ ਫ਼ੈਸਲਾ, ਦੇਖਾਂਗਾ ਮੈਂ ਉਸ ਦੇ ਕੋਲ ਜਾ ਕੇ।

ਕੀ ਦੇਖਿਆ? ਹੱਸ ਨਹੀਂ ਰਿਹਾ, ਉਹ ਰੋਂਦਾ ਹੈ,
ਮਾਨਵ ਦੇ ਵਾਂਗ ਹੀ ਦੁਖੀ ਮਨ, ਸੀਸ ਝੁਕਾ ਕੇ।

ਲੰਬੇ-ਲੰਬੇ ਪੱਤਿਆਂ ਜਿਹੀਆਂ ਲੰਬੀਆਂ ਲੱਤਾਂ,
ਧੁੰਦਲੀਆਂ-ਧੁੰਦਲੀਆਂ, ਜਿਨ੍ਹਾਂ ਵਿੱਚ ਹੰਝੂ ਚਮਕ ਰਹੇ।
ਜਦੋਂ ਹੱਸਦਾ ਹਾਂ, ਮੈਨੂੰ ਧਿਆਨ ਨਾਲ ਉਦੋਂ ਦੇਖੋ,
ਛਿਪੀਆਂ ਨਾ ਹੋਣ ਮੇਰੀਆਂ ਪਲਕਾਂ ਵਿੱਚ ਦੋ ਬੂੰਦਾਂ ਕਿਤੇ।

ਡਾਇਰੀ ਵਿੱਚੋਂ

ਸਿਵੁਖ਼ ਪਿੰਡ ਦੇ ਇੱਕ ਪਹਾੜੀ ਨੇ ਪਹਾੜ ਦੀ ਬੁੱਕਲ ਵਿੱਚ ਸਫ਼ੈਦ ਬੱਦਲ ਦੇਖੇ, ਤਾਂ ਇਹ ਸਮਝਿਆ ਕਿ ਫੁੱਲੀ-ਫੁੱਲੀ ਸਫ਼ੈਦ ਉੱਨ ਦਾ ਢੇਰ ਹੈ ਅਤੇ ਉਸ ਨੇ ਹੇਠਾਂ ਛਾਲ ਮਾਰ ਦਿੱਤੀ। ਫੁੱਲੇ-ਫੁੱਲੇ ਬੱਦਲ ਉੱਨ ਜਾਂ ਰੂੰਅ ਦੇ ਢੇਰ ਨਾਲ ਚਾਹੇ ਕਿੰਨੇ ਹੀ ਮਿਲਦੇ-ਜੁਲਦੇ ਕਿਉਂ ਨਾ ਹੋਣ, ਫਿਰ ਵੀ ਉਹ ਰੂੰਅ ਕਦੇ ਨਹੀਂ ਬਣ ਸਕਣਗੇ।

ਕੇਵਲ ਰੂਪ ਨੂੰ ਧਿਆਨ ਵਿੱਚ ਰੱਖ ਕੇ ਲਿਖੀ ਗਈ ਪੁਸਤਕ, ਰੂਪ ਦੀ ਦ੍ਰਿਸ਼ਟੀ ਤੋਂ ਚਾਹੇ ਕਿੰਨੀ ਵੀ ਸੁੰਦਰ ਕਿਉਂ ਨਾ ਹੋਵੇ, ਫਿਰ ਵੀ ਉਹ ਮਾਨਵੀ ਆਤਮਾ ਨੂੰ ਕਦੇ ਨਹੀਂ ਛੂਹ ਸਕੇਗੀ।

ਕੇਵਲ ਰੂਪ ਵੱਲ ਧਿਆਨ ਦੇਣਾ ਜਾਇਜ਼ ਨਹੀਂ। ਸਾਗਰ ਤੱਟ 'ਤੇ ਸਾਰਾ ਜੀਵਨ ਬਿਤਾ ਦੇਣ ਵਾਲੇ ਇੱਕ ਮਛੇਰੇ ਨੇ ਜੰਗਲ ਵਿੱਚ ਕੀੜੀਆਂ ਦਾ ਭੌਣ ਦੇਖਿਆ, ਤਾਂ ਉਸ ਨੂੰ ਕੈਵੀਅਰ ਮੱਛੀਆਂ ਦਾ ਢੇਰ ਸਮਝ ਲਿਆ। ਸਾਗਰ 'ਤੇ ਕਦੇ ਨਾ ਜਾਣ ਵਾਲੇ ਇੱਕ ਪਹਾੜੀ ਨੇ ਜਦੋਂ ਕੈਵੀਅਰ ਮੱਛੀਆਂ ਦਾ ਢੇਰ ਦੇਖਿਆ, ਤਾਂ ਉਸ ਨੂੰ ਕੀੜੀਆਂ ਦਾ ਭੌਣ ਸਮਝ ਬੈਠਾ।

ਡਾਇਰੀ ਵਿੱਚੋਂ ਕੁੱਝ ਹੋਰ

ਸੀਨਾ ਇੱਕ ਹੀ ਸ਼ੋਭਾ ਦਿੰਦਾ, ਜਿਸ 'ਤੇ ਤਮਗਾ, ਗੋਲੀ ਦਾ ਵੀ ਪਵੇ ਨਿਸ਼ਾਨ,
ਚਿਹਰਾ ਇੱਕ ਕਿ ਹੰਝੂ ਜਿਸ 'ਤੇ ਡੁੱਲ੍ਹ ਜਾਂਦੇ, ਖਿੜ ਉੱਠਦੀ ਮਿੱਠੀ ਮੁਸਕਾਨ।
ਹੋਠ ਉਹੀ ਨੇ, ਕਦੇ ਜ਼ਹਿਰ ਨੂੰ ਛੂੰਹਦੇ ਨੇ, ਕਦੇ ਸ਼ਹਿਦ ਦਾ ਕਰਦੇ ਪਾਣ,
ਗਗਨ ਇੱਕ ਹੈ, ਉਸ ਵਿੱਚ ਹੀ ਉੱਡਣ ਕਾਂ ਅਤੇ ਉਕਾਬ ਭਰਨ ਉਡਾਣ।
ਬੱਦਲ ਕਾਲਾ, ਪਰ ਉਸ ਵਿੱਚ ਪਾਣੀ-ਅੱਗ ਦੋਵੇਂ, ਰਹਿੰਦੇ ਸਦਾ ਗਤੀਮਾਨ,
ਕਿੱਲ ਇੱਕ ਹੀ, ਪਰ ਉਸ 'ਤੇ ਲਟਕਣ ਸਾਜ਼ ਅਤੇ ਖ਼ੰਜਰ ਸਮੇਤ ਮਿਆਨ।

ਡਾਇਰੀ ਵਿੱਚੋਂ ਕੁੱਝ ਹੋਰ

ਪਹਿਲੀ ਵਾਰ ਪਿਆਰ ਕਰਨ ਵਾਲੀ ਜਵਾਨ ਪਹਾੜੀ ਲੜਕੀ ਨੇ ਸੁਬ੍ਹਾ ਖਿੜਕੀ ਵਿੱਚੋਂ ਬਾਹਰ ਦੇਖਿਆ, ਤਾਂ ਖ਼ੁਸ਼ੀ ਨਾਲ ਚੀਕ ਉੱਠੀ:

"ਇਨ੍ਹਾਂ ਦਰੱਖਤਾਂ 'ਤੇ ਕਿੰਨੇ ਸੁੰਦਰ ਫੁੱਲ ਲੱਗ ਗਏ ਨੇ!"

"ਦਰੱਖਤਾਂ 'ਤੇ ਤੁਹਾਨੂੰ ਫੁੱਲ ਕਿੱਥੇ ਨਿਗ੍ਹਾ ਆ ਰਹੇ ਨੇ" ਉਸ ਦੀ ਬੁੱਢੀ ਮਾਂ ਨੇ

ਇਤਰਾਜ਼ ਕੀਤਾ, "ਇਹ ਤਾਂ ਬਰਫ਼ ਐ, ਪੱਤਝੜ ਦਾ ਅੰਤ ਅਤੇ ਸਰਦੀ ਦੀ ਸ਼ੁਰੂਆਤ ਹੋ ਰਹੀ ਐ।"

ਸੁਬ੍ਹਾ ਇੱਕ ਹੀ ਸੀ, ਪਰ ਇੱਕ ਔਰਤ ਦੇ ਲਈ ਬਸੰਤ ਦੀ ਅਤੇ ਦੂਜੀ ਦੇ ਲਈ ਸਰਦੀ ਦੀ। ਮੇਰੇ ਅੰਦਰ ਮੇਰੇ ਅੰਦਰ ਦੋ ਵੱਖ-ਵੱਖ ਵਿਅਕਤੀ ਰਹਿੰਦੇ ਹਨ, ਜਿਨ੍ਹਾਂ ਦਾ ਮੈਂ ਇੱਕ ਰੂਪ ਹਾਂ। ਉਨ੍ਹਾਂ ਵਿੱਚੋਂ ਇੱਕ ਨੌਜਵਾਨ ਹੈ ਅਤੇ ਦੂਜਾ ਬੁੱਢਾ। ਇੱਕ ਫੁੱਲ ਹੈ, ਦੂਜਾ ਬਰਫ਼, ਇੱਕ ਬਸੰਤ ਹੈ, ਦੂਜਾ ਸਰਦੀ। ਜੇਕਰ ਮੇਰੀ ਕਿਤਾਬ ਵਿੱਚ ਤੁਹਾਨੂੰ ਵਾਰਤਕ ਅਤੇ ਕਵਿਤਾ ਦੋਵੇਂ ਮਿਲਣ, ਤਾਂ ਹੈਰਾਨ ਨਾ ਹੋਣਾ।

"ਤਾਂ ਕੀ ਤੁਸੀਂ ਇੱਕ ਹੱਥ ਵਿੱਚ ਦੋ ਤਰਬੂਜ ਉਠਾਉਣ ਦੀ ਕੋਸ਼ਿਸ਼ ਨਹੀਂ ਕਰ ਰਹੇ?" ਮੈਨੂੰ ਪੁੱਛਿਆ ਜਾ ਸਕਦਾ ਹੈ।

"ਨਹੀਂ, ਮੈਂ ਅਜਿਹਾ ਨਹੀਂ ਕਰ ਰਿਹਾ।" ਇਹੀ ਮੇਰਾ ਜਵਾਬ ਹੈ।

ਜਦੋਂ ਮੈਂ ਵੱਖ-ਵੱਖ ਵਿਧਾਵਾਂ ਨੂੰ ਇਕੱਠੀਆਂ ਕਰਦਾ ਹਾਂ, ਤਾਂ ਇਸ ਦਾ ਇਹ ਮਤਲਬ ਨਹੀਂ ਕਿ ਮੈਂ ਤਰ੍ਹਾਂ-ਤਰ੍ਹਾਂ ਦੇ ਫ਼ਲਾਂ ਨੂੰ ਕੱਟ ਕੇ, ਇਕੱਠੇ ਮਿਲਾ ਕੇ, ਉਨ੍ਹਾਂ ਦਾ ਸੰਗ੍ਰਹਿ ਕਰ ਕੇ ਇੱਕ ਨਵੀਂ ਕਿਸਮ ਤਿਆਰ ਕਰਨੀ ਚਾਹੁੰਦਾ ਹਾਂ।

ਪਤਾ ਨਹੀਂ ਕਿ ਇਸ ਦਾ ਕਿਹੋ ਜਿਹਾ ਫ਼ਲ ਸਾਹਮਣੇ ਆਵੇਗਾ। ਪਰ ਹਰ ਕੰਮ ਵਿੱਚ ਅਜਿਹਾ ਹੀ ਹੁੰਦਾ ਹੈ। ਅੱਗ ਬਾਲਦੇ ਸਮੇਂ ਅਸੀਂ ਉਸ ਦੇ ਸਾਰੇ ਨਤੀਜਿਆਂ ਦੀ ਕਲਪਨਾ ਨਹੀਂ ਕਰ ਸਕਦੇ। ਪਰ ਇਸ ਦਾ ਮਤਲਬ ਇਹ ਨਹੀਂ ਹੈ ਕਿ ਹਰ ਵਾਰ ਅੱਗ ਬਾਲਦੇ ਸਮੇਂ ਡਰਿਆ ਜਾਵੇ। ਤਾਂ ਲਓ, ਮੈਂ ਮਾਚਿਸ ਬਾਲਦਾ ਹਾਂ, ਉਸ ਨੂੰ ਸੁੱਕੀ ਟਾਹਣੀ ਕੋਲ ਲੈ ਜਾਂਦਾ ਹਾਂ ਅਤੇ ਹੱਥ ਦੀ ਓਟ ਕਰ ਕੇ ਉਸ ਨੂੰ ਹਵਾ ਤੋਂ ਬਚਾਉਂਦਾ ਹਾਂ। ਅੱਗ ਬਲਣ ਲੱਗਦੀ ਹੈ। ਮੈਨੂੰ ਇਸ ਗੱਲ ਦਾ ਡਰ ਨਹੀਂ ਕਿ ਇਸ ਵੇਲੇ ਜੋ ਅੱਗ ਇੰਨੀ ਕਮਜ਼ੋਰ ਅਤੇ ਸਹਿਮੀ-ਸਹਿਮੀ ਜਿਹੀ ਹੈ, ਉਹ ਅਚਾਨਕ ਕਾਬੂ ਵਿੱਚ ਨਾ ਆਉਣ ਵਾਲੇ ਦਰਿੰਦੇ ਦਾ ਰੂਪ ਧਾਰਨ ਕਰ ਲਵੇਗੀ। ਮੈਂ ਇਸ ਬਾਰੇ ਨਹੀਂ ਸੋਚਦਾ, ਬਸ, ਬਾਲ ਰਿਹਾ ਹਾਂ।

ਸ਼ਾਮਿਲ ਨੇ ਆਪਣੀ ਤਲਵਾਰ 'ਤੇ ਇੱਕ ਆਪਣੀ ਹੀ ਕਹਾਵਤ ਖੁਦਵਾਈ ਹੋਈ ਸੀ, "ਯੁੱਧ-ਭੂਮੀ ਵੱਲ ਆਪਣਾ ਘੋੜਾ ਵਧਾਉਂਦੇ ਹੋਏ ਜੋ ਆਦਮੀ ਨਤੀਜਿਆਂ ਦੀ ਚਿੰਤਾ ਕਰਦਾ ਹੈ, ਉਹ ਬਹਾਦਰ ਨਹੀਂ।"

ਕਹਿੰਦੇ ਹਨ ਕਿ ਸਮਝਦਾਰ ਹੱਥਾਂ ਵਿੱਚ ਸੱਪ ਦੀ ਜ਼ਹਿਰ ਵੀ ਫ਼ਾਇਦੇਮੰਦ ਹੋ ਸਕਦੀ ਹੈ ਅਤੇ ਮੂਰਖ ਦੇ ਹੱਥਾਂ ਵਿੱਚ ਸ਼ਹਿਦ ਵੀ ਨੁਕਸਾਨ ਪਹੁੰਚਾ ਸਕਦਾ ਹੈ।

ਕਹਿੰਦੇ ਹਨ ਕਿ ਜੇਕਰ ਤੁਸੀਂ ਕਹਾਣੀ ਸੁਣਾ ਨਹੀਂ ਸਕਦੇ, ਤਾਂ ਗਾਓ, ਜੇਕਰ ਗਾ ਨਹੀਂ ਸਕਦੇ, ਤਾਂ ਕੁੱਝ ਸੁਣਾਓ।

ਸ਼ੈਲੀ

ਕਿਹੋ ਜਿਹਾ ਹੈ ਗਾਇਕ, ਉਸ ਦੀ ਆਵਾਜ਼ ਨੇ ਕਹਿਣਾ,
ਕਿਹੋ ਜਿਹਾ ਹੈ ਸੁਨਿਆਰ, ਉਹਦਾ ਦੱਸ ਦਿੰਦਾ ਗਹਿਣਾ।
–ਕੂਬਾਚੀ ਦਸਤਕਾਰੀ 'ਤੇ ਉੱਕਰੇ ਸ਼ਬਦ

"ਤੁਸੀਂ ਮੇਰੇ ਉੱਪਰ ਚੀਕ ਕਿਉਂ ਰਹੇ ਹੋ?"
"ਮੈਂ ਚੀਕਦਾ ਨਹੀਂ,
ਮੇਰਾ ਗੱਲਬਾਤ ਕਰਨ ਦਾ ਢੰਗ ਹੀ ਅਜਿਹਾ ਐ।"
–ਪਤੀ-ਪਤਨੀ ਦੀ ਗੱਲਬਾਤ ਵਿੱਚੋਂ

"ਤੁਹਾਡੀਆਂ ਕਵਿਤਾਵਾਂ, ਕਵਿਤਾਵਾਂ ਵਰਗੀਆਂ ਨਹੀਂ ਲੱਗਦੀਆਂ।"
"ਮੇਰਾ ਲਿਖਣ ਦਾ ਢੰਗ ਹੀ ਅਜਿਹਾ ਐ।"
–ਕਵੀ ਅਤੇ ਉਸ ਦੇ ਪਾਠਕ ਦੀ ਗੱਲਬਾਤ ਵਿੱਚੋਂ

ਸਾਨੂੰ ਲੜਕਿਆਂ ਨੂੰ ਸੱਥ ਵਿੱਚ ਜਾਣ ਦੀ ਇਜਾਜ਼ਤ ਨਹੀਂ ਹੁੰਦੀ ਸੀ, ਜਿੱਥੇ ਪਿੰਡ ਦੇ ਬਾਲਗਾਂ ਦਾ ਇਕੱਠ ਹੁੰਦਾ ਹੈ। ਵੱਡੇ ਸਾਰੇ ਪੱਥਰ 'ਤੇ ਬੈਠ ਕੇ ਕਦੇ-ਕਦੇ ਉਨ੍ਹਾਂ ਨੂੰ ਦੂਰ ਤੋਂ ਹੀ ਦੇਖਿਆ ਕਰਦੇ ਸੀ।

ਇੱਕ ਦਿਨ ਅਸੀਂ ਆਨਦੀ ਪਿੰਡ ਤੋਂ ਆਏ ਇੱਕ ਮਹਿਮਾਨ ਨੂੰ ਲਗਾਤਾਰ ਇੱਕ ਘੰਟੇ ਤੱਕ ਬੋਲਦੇ ਅਤੇ ਸਾਰੇ ਲੋਕਾਂ ਨੂੰ ਚੁੱਪ-ਚਾਪ ਉਸ ਨੂੰ ਸੁਣਦੇ ਦੇਖਿਆ। ਅਸੀਂ ਆਪਸ ਵਿੱਚ ਇਹ ਤੈਅ ਕੀਤਾ ਕਿ ਆਨਦੀ ਦਾ ਰਹਿਣ ਵਾਲਾ ਜ਼ਰੂਰ ਕੋਈ ਬਹੁਤ ਮਹੱਤਵਪੂਰਨ ਸਮਾਚਾਰ ਲਿਆਇਆ ਹੈ। ਇਸੇ ਲਈ ਤਾਂ ਸਾਰੇ ਇੰਨੀ ਦੇਰ ਤੱਕ ਅਤੇ ਇੰਨੇ ਧਿਆਨ ਨਾਲ ਉਸ ਦੀਆਂ ਗੱਲਾਂ ਸੁਣ ਰਹੇ ਹਨ।

ਘਰੇ ਬੈਠੇ ਮੈਂ ਪਿਤਾ ਜੀ ਨੂੰ ਪੁੱਛਿਆ, "ਆਨਦੀ ਵਾਲੇ ਮਹਿਮਾਨ ਨੇ ਅੱਜ ਕੀ ਕੁੱਝ ਦੱਸਿਆ ਤੁਹਾਨੂੰ?"

"ਜੋ ਕੁੱਝ ਉਸ ਨੇ ਅੱਜ ਦੱਸਿਆ, ਅਸੀਂ ਤਸਾਦਾ ਵਾਸੀ ਵੀਹ ਵਾਰ ਉਹ ਸਾਰਾ ਕੁੱਝ ਪਹਿਲਾਂ ਵੀ ਸੁਣ ਚੁੱਕੇ ਆਂ। ਪਰ ਉਹ ਸੁਣਾਉਂਦਾ ਅਜਿਹੇ ਢੰਗ ਨਾਲ ਐ ਕਿ ਨਾ ਚਾਹੁੰਦੇ ਹੋਏ ਵੀ ਉਸ ਨੂੰ ਸੁਣਨਾ ਹੀ ਪੈਂਦੈ। ਸ਼ਾਬਾਸ਼ ਐ ਇਸ ਆਨਦੀ ਵਾਸੀ ਨੂੰ, ਅੱਲ੍ਹਾ ਉਸ ਦੀ ਉਮਰ ਲੰਬੀ ਕਰੇ।"

ਢੰਗ ਬਾਰੇ ਕੁੱਝ ਹੋਰ

ਹਰ ਜਾਨਵਰ ਆਪਣੇ ਢੰਗ ਨਾਲ ਚਲਾਕ ਹੁੰਦਾ ਹੈ, ਸ਼ਿਕਾਰੀ ਕੋਲੋਂ ਬਚ ਨਿੱਕਲਣ ਦਾ ਉਸ ਦਾ ਆਪਣਾ ਢੰਗ ਹੁੰਦਾ ਹੈ। ਹਰ ਸ਼ਿਕਾਰੀ ਦਾ ਜਾਨਵਰ ਨੂੰ ਫਸਾਉਣ, ਉਸ ਦਾ ਸ਼ਿਕਾਰ ਕਰਨ ਦਾ ਆਪਣਾ ਢੰਗ ਹੁੰਦਾ ਹੈ। ਠੀਕ ਇਸੇ ਤਰ੍ਹਾਂ ਹਰ ਲੇਖਕ ਦਾ ਆਪਣਾ ਢੰਗ, ਲਿਖਣ ਦਾ ਆਪਣਾ ਤਰੀਕਾ, ਆਪਣਾ ਸੁਭਾਅ ਅਤੇ ਆਪਣੀ ਸ਼ੈਲੀ ਹੁੰਦੀ ਹੈ।

ਨੌਜਵਾਨ ਕਵੀ ਦੇ ਰੂਪ ਵਿੱਚ ਜਦੋਂ ਮੈਂ ਮਾਸਕੋ ਦੀ ਸਾਹਿਤਕ ਸੰਸਥਾ ਵਿੱਚ ਪੜ੍ਹਨ ਗਿਆ, ਤਾਂ ਮੈਂ ਆਪਣੇ ਆਪ ਨੂੰ ਨਵੇਂ ਅਤੇ ਅਣਜਾਣੇ ਵਾਤਾਵਰਨ ਵਿੱਚ ਪਾਇਆ। ਸਭ ਕੁੱਝ ਹੀ ਮੈਨੂੰ ਸਿੱਖਿਆ ਦਿੰਦਾ ਸੀ, ਖ਼ੁਦ ਮਾਸਕੋ, ਸੈਮੀਨਾਰ, ਸੈਮੀਨਾਰ ਵਿੱਚ ਆਉਣ ਵਾਲੇ ਮੁੱਖ ਕਵੀ, ਪ੍ਰੋਫ਼ੈਸਰ ਸਾਹਿਬਾਨ, ਮੇਰੇ ਹਮਜਮਾਤੀ ਅਤੇ ਹੋਸਟਲ ਦੇ ਸਾਥੀ। ਸਾਰੇ ਪਾਸਿਆਂ ਤੋਂ ਮੇਰੇ ਉੱਪਰ ਸਿੱਖਿਆ ਦੀ ਬੁਛਾੜ ਹੁੰਦੀ ਸੀ ਅਤੇ ਇਸ ਲਈ ਕੁੱਝ ਸਮੇਂ ਲਈ ਮੈਂ ਜਿਵੇਂ ਉਲਝਣ ਵਿੱਚ ਫਸ ਗਿਆ, ਭਟਕ ਗਿਆ ਅਤੇ ਇੱਕ ਨਵੇਂ, ਇੱਕ ਅਜੀਬ ਢੰਗ ਨਾਲ ਲਿਖਣ ਲੱਗਿਆ, ਜਿਸ ਦਾ ਅਵਾਰ ਸਾਹਿਤ ਵਿੱਚ ਅਜੇ ਤੱਕ ਵਜੂਦ ਨਹੀਂ ਸੀ।

ਮੈਂ ਇਹ ਨਹੀਂ ਛਿਪਾਵਾਂਗਾ ਕਿ ਉਨ੍ਹਾਂ ਦਿਨਾਂ ਵਿੱਚ ਮੈਂ ਆਪਣੀਆਂ ਕਵਿਤਾਵਾਂ ਨੂੰ ਰੂਸੀ ਵਿੱਚ ਅਨੁਵਾਦ ਹੋਈਆਂ ਦੇਖਣ ਦਾ ਬਹੁਤ ਚਾਹਵਾਨ ਸੀ। ਮੈਂ ਰੂਸੀ ਪਾਠਕ ਵੱਲ ਝੁਕ ਰਿਹਾ ਸੀ ਅਤੇ ਮੈਨੂੰ ਲੱਗਿਆ ਕਿ ਮੇਰਾ ਨਵਾਂ ਢੰਗ ਰੂਸੀ ਪਾਠਕ ਦੇ ਜ਼ਿਆਦਾ ਨੇੜੇ ਹੋਵੇਗਾ, ਉਹ ਆਸਾਨੀ ਨਾਲ ਉਸ ਦੀ ਸਮਝ ਵਿੱਚ ਆ ਜਾਵੇਗਾ। ਮੈਂ ਆਪਣੀ ਅਵਾਰ ਮਾਤ-ਭਾਸ਼ਾ ਦੇ ਸੰਗੀਤ, ਕਵਿਤਾ ਦੀ ਸੁਰ-ਤਾਲ ਵੱਲ ਧਿਆਨ ਦੇਣਾ ਛੱਡ ਦਿੱਤਾ। ਕਵਿਤਾ ਦੇ ਰੂਪ, ਅਲੰਕਾਰਹੀਣ ਭਾਵ ਨੇ ਮੁੱਖ ਸਥਾਨ ਲੈ ਲਿਆ। ਮੈਂ ਇਹ ਸੋਚਦਾ ਸੀ ਕਿ ਜਾਇਜ਼ ਢੰਗ ਦਾ ਵਿਹਾਰ ਕਰ ਰਿਹਾ ਹਾਂ, ਪਰ ਅਸਲ ਵਿੱਚ, ਹੁਣ ਇਹ ਸਮਝਦਾ ਹਾਂ ਕਿ ਚਲਾਕ ਬਣ ਰਿਹਾ ਸੀ।

ਖ਼ੁਸ਼ਕਿਸਮਤੀ ਨਾਲ ਮੈਂ ਜਲਦੀ ਹੀ ਇਹ ਸਮਝ ਗਿਆ ਕਿ ਕਵਿਤਾ ਅਤੇ ਚਲਾਕੀ ਅਜਿਹੀਆਂ ਦੋ ਤਲਵਾਰਾਂ ਹਨ, ਜੋ ਇੱਕ ਮਿਆਨ ਵਿੱਚ ਨਹੀਂ ਸਮਾ ਸਕਦੀਆਂ। ਪਰ ਮੇਰੇ ਬੁੱਧੀਮਾਨ ਪਿਤਾ ਮੈਨੂੰ ਹੋਰ ਵੀ ਪਹਿਲਾਂ ਸਮਝ ਗਏ ਸਨ। ਮੇਰੀਆਂ ਨਵੀਆਂ ਕਵਿਤਾਵਾਂ ਪੜ੍ਹ ਕੇ ਉਨ੍ਹਾਂ ਨੂੰ ਇਹ ਸਪੱਸ਼ਟ ਹੋ ਗਿਆ ਕਿ ਭੇਡ ਦੀ ਮੋਟੀ ਪੂਛ ਵਾਸਤੇ ਮੈਂ ਭੇਡ ਨੂੰ ਗਵਾਉਣਾ ਚਾਹੁੰਦਾ ਹਾਂ, ਕਿਉਂਕਿ ਮੈਂ ਇਸ ਬੰਜਰ ਅਤੇ ਪਥਰੀਲੀ ਜ਼ਮੀਨ ਨੂੰ ਵਾਹੁਣਾ ਅਤੇ ਬੀਜਣਾ ਚਾਹੁੰਦਾ ਹਾਂ, ਜਿਸ ਵਿੱਚ ਲੱਖ ਸਿੰਜਣ ਦੇ ਬਾਵਜੂਦ ਵੀ ਕੁੱਝ ਪੈਦਾ ਨਹੀਂ ਹੋਵੇਗਾ, ਕਿਉਂਕਿ ਮੈਂ ਆਕਾਸ਼ ਤੋਂ ਬਿਨਾਂ ਬਾਰਿਸ਼ ਚਾਹੁੰਦਾ ਹਾਂ।

ਪਿਤਾ ਜੀ ਤੁਰੰਤ ਇਹ ਸਭ ਕੁੱਝ ਸਮਝ ਗਏ, ਪਰ ਉਹ ਬਹੁਤ ਹੀ ਸਾਵਧਾਨ ਅਤੇ ਅਸੂਲੀ ਆਦਮੀ ਸਨ। ਇੱਕ ਦਿਨ ਗੱਲਬਾਤ ਦੌਰਾਨ ਬੋਲੇ:

"ਰਸੂਲ, ਮੈਨੂੰ ਇਸ ਗੱਲ ਦੀ ਚਿੰਤਾ ਹੋ ਰਹੀ ਐ ਕਿ ਤੁਹਾਡਾ ਲਿਖਣ ਦਾ ਢੰਗ ਬਦਲਣ ਲੱਗਿਐ।"

"ਪਿਤਾ ਜੀ, ਮੈਂ ਹੁਣ ਬਾਲਗ ਆਂ ਅਤੇ ਲਿਖਣ ਦੇ ਢੰਗ ਵੱਲ ਸਿਰਫ਼ ਸਕੂਲ ਵਿੱਚ ਹੀ ਧਿਆਨ ਦਿੱਤਾ ਜਾਂਦੈ। ਬਾਲਗ ਨੂੰ ਸਿਰਫ਼ ਇਹੀ ਨਹੀਂ ਪੁੱਛਿਆ ਜਾਂਦਾ ਕਿ ਉਸ ਨੇ ਕਿਵੇਂ ਲਿਖਿਐ, ਬਲਕਿ ਇਹ ਪੁੱਛਿਆ ਜਾਂਦੈ ਕਿ ਕੀ ਲਿਖਿਐ।"

ਮਿਲੀਸ਼ਿਆਮੈਨ ਜਾਂ ਗ੍ਰਾਮ-ਸੋਵੀਅਤ ਦੇ ਪ੍ਰਮਾਣ-ਪੱਤਰ ਦੇਣ ਵਾਲੇ ਸਕੱਤਰ ਬਾਰੇ ਤਾਂ ਸ਼ਾਇਦ ਇਸ ਤਰ੍ਹਾਂ ਹੀ ਸਹੀ ਹੈ। ਪਰ ਕਵੀ ਲਈ ਉਸ ਦਾ ਢੰਗ, ਉਸ ਦੀ ਸ਼ੈਲੀ, ਲੱਗਭੱਗ ਅੱਧਾ ਕੰਮ ਹੈ। ਕਵਿਤਾ ਵਿੱਚ ਚਾਹੇ ਕਿੰਨਾ ਵੀ ਮੌਲਿਕ ਵਿਚਾਰ ਕਿਉਂ ਨਾ ਪ੍ਰਗਟ ਕੀਤਾ ਜਾਵੇ, ਉਸ ਨੂੰ ਸੁੰਦਰ ਜ਼ਰੂਰ ਹੋਣਾ ਚਾਹੀਦਾ ਹੈ। ਸੁੰਦਰ ਹੀ ਨਹੀਂ, ਆਪਣੇ ਢੰਗ ਨਾਲ ਸੁੰਦਰ ਹੋਣਾ ਚਾਹੀਦਾ ਹੈ। ਕਵੀ ਲਈ ਆਪਣੀ ਸ਼ੈਲੀ ਲੱਭ ਸਕਣਾ, ਆਪਣੇ ਆਪ ਨੂੰ ਲੱਭ ਸਕਣਾ ਹੀ ਕਵੀ ਬਣਨਾ ਹੈ।

"ਤੁਸੀਂ ਬਹੁਤ ਕਾਹਲੀ ਕਰ ਰਹੇ ਹੋ, ਪਰ ਤੇਜ ਅਤੇ ਛੜੱਪੇ ਮਾਰਨ ਵਾਲਾ ਨਾਲਾ ਕਦੇ ਸਾਗਰ ਤੱਕ ਨਹੀਂ ਪਹੁੰਚ ਸਕਦਾ। ਜ਼ਿਆਦਾ ਸ਼ਾਂਤ ਅਤੇ ਤਸੱਲੀ ਨਾਲ ਵਹਿਣ ਵਾਲੀ ਦੂਜੀ ਧਾਰਾ ਉਸ ਨੂੰ ਨਿਗਲ ਜਾਂਦੀ ਐ।"

"ਜ਼ਿਆਦਾ ਆਲ੍ਹਣੇ ਬਦਲਣ ਅਤੇ ਇਹ ਨਾ ਜਾਣਨ ਵਾਲਾ ਪਰਿੰਦਾ ਕਿ ਕਿਹੜਾ ਆਲ੍ਹਣਾ ਚੁਣੇ, ਆਖ਼ਰ ਆਲ੍ਹਣੇ ਤੋਂ ਬਿਨਾਂ ਹੀ ਰਹਿ ਜਾਂਦੈ। ਕੀ ਆਪਣਾ ਆਲ੍ਹਣਾ ਬਣਾ ਲੈਣਾ ਜ਼ਿਆਦਾ ਆਸਾਨ ਨਹੀਂ, ਉਦੋਂ ਚੁਣਨ ਦਾ ਸਵਾਲ ਹੀ ਨਹੀਂ ਰਹੇਗਾ।"

***

ਹੁਣ ਜਦੋਂ ਕਿ ਮੈਂ ਚਾਲੀ ਤੋਂ ਪਾਰ ਪਹੁੰਚ ਚੁੱਕਿਆ ਹਾਂ, ਆਪਣੀਆਂ ਚਾਲੀ ਕਿਤਾਬਾਂ ਦੇ ਪੰਨੇ ਉਲਟਦਾ ਹਾਂ, ਤਾਂ ਇਹ ਦੇਖਦਾ ਹਾਂ ਕਿ ਮੇਰੇ ਖੇਤ ਵਿੱਚ ਕਣਕ ਬੀਜੀ ਸੀ, ਪਰਾਏ ਖੇਤਾਂ ਦੇ ਅਜਿਹੇ ਪੌਦੇ ਵੀ ਉੱਗ ਆਏ ਹਨ, ਜਿਨ੍ਹਾਂ ਨੂੰ ਮੈਂ ਬੀਜਿਆ ਨਹੀਂ ਸੀ। ਬੇਸ਼ੱਕ ਇਹ ਝਾੜ-ਝਾਫੇ ਨਹੀਂ, ਬਲਕਿ ਵਧੀਆ ਜੌਂਅ, ਜਵੀ ਜਾਂ ਰਾਈ, ਪਰ ਕਣਕ ਦੇ ਖੇਤ ਵਿੱਚ ਇਹ ਓਪਰੇ ਹਨ।

ਆਪਣੇ ਇੱਜੜ ਵਿੱਚ ਮੈਨੂੰ ਦੂਜਿਆਂ ਦੀਆਂ ਭੇਡਾਂ ਨਜ਼ਰ ਆ ਰਹੀਆਂ ਹਨ। ਉਹ ਕਦੇ ਵੀ ਉਚਾਈ ਅਤੇ ਪਹਾੜੀ ਹਵਾ ਦੀਆਂ ਆਦੀ ਨਹੀਂ ਹੋ ਸਕਣਗੀਆਂ।

ਖ਼ੁਦ ਆਪਣੇ ਆਪ ਵਿੱਚੋਂ ਮੈਂ ਕਦੇ-ਕਦੇ ਦੂਜੇ ਲੋਕਾਂ ਨੂੰ ਮਹਿਸੂਸ ਕਰਦਾ ਹਾਂ। ਪਰ ਇਸ ਕਿਤਾਬ ਵਿੱਚ ਮੈਂ ਆਪਣਾ ਹੀ ਰੂਪ ਰਹਿਣਾ ਚਾਹੁੰਦਾ ਹਾਂ। ਚੰਗਾ ਹਾਂ ਜਾਂ ਬੁਰਾ, ਜਿਹੋ ਜਿਹਾ ਵੀ ਹਾਂ, ਉਸੇ ਰੂਪ ਵਿੱਚ ਮੈਨੂੰ ਪ੍ਰਵਾਨ ਕਰੋ।

ਪਹਾੜਾਂ ਵਿੱਚ ਜਦੋਂ ਕੋਈ ਪਹਾੜੀ ਆਦਮੀ ਸ਼ਾਦੀ ਵਿੱਚ ਸ਼ਾਮਲ ਹੁੰਦਾ ਹੈ, ਤਾਂ ਆਪਣੇ ਤੋਂ ਪਹਿਲਾਂ ਉੱਥੇ ਇਕੱਠੇ ਹੋਏ ਲੋਕਾਂ ਨੂੰ ਉਹ ਇਹ ਪੁੱਛਦਾ ਹੈ:

"ਤੁਸੀਂ ਖ਼ੁਦ ਹੀ ਇੱਥੇ ਕਾਫ਼ੀ ਹੋ ਜਾਂ ਮੈਂ ਵੀ ਆ ਜਾਵਾਂ?"

ਸ਼ਾਦੀ ਵਿੱਚ ਸ਼ਾਮਲ ਪਹਾੜੀ ਇਹ ਜਵਾਬ ਦਿੰਦੇ ਹਨ:

"ਜੇਕਰ ਤੁਸੀਂ ਅਸਲ ਵਿੱਚ ਹੀ ਤੁਸੀਂ ਹੋ, ਤਾਂ ਅੰਦਰ ਆ ਜਾਓ।"

ਤਾਂ ਇਹ ਹੈ ਮੇਰੀ ਕਿਤਾਬ, ਜਿਸ ਨਾਲ ਮੈਂ ਇਹ ਸਾਬਤ ਕਰਨਾ ਹੈ ਕਿ ਮੈਂ, ਮੈਂ ਹਾਂ। ਮੈਂ ਲੇਖਕ ਬਣਨਾ ਚਾਹੁੰਦਾ ਹਾਂ, ਲੇਖਕ ਦੀ ਭੂਮਿਕਾ ਨਹੀਂ ਨਿਭਾਉਣਾ ਚਾਹੁੰਦਾ। ਦੇਖੋ ਤਾਂ ਸਹੀ, ਅਦਾਕਾਰ ਕਿਵੇਂ ਰੰਗ-ਮੰਚ 'ਤੇ ਬ੍ਰਾਂਡੀ ਪੀਂਦਾ ਹੈ। ਲਓ, ਉਹ ਨਸ਼ੇ ਵਿੱਚ ਗੁੱਟ ਹੋ ਗਿਆ, ਜ਼ੁਬਾਨ ਵਿੱਚੋਂ ਠੀਕ-ਠੀਕ ਸ਼ਬਦ ਨਹੀਂ ਨਿੱਕਲਦੇ, ਸਿਰ ਛਾਤੀ 'ਤੇ ਝੁਕ ਗਿਆ। ਪਰ ਜਿਸ ਬੋਤਲ ਵਿੱਚੋਂ ਉਹ ਪੀ ਰਿਹਾ ਹੈ, ਉਸ ਵਿੱਚ ਬ੍ਰਾਂਡੀ ਨਹੀਂ, ਚਾਹ ਹੈ। ਚਾਹ ਨਾਲ

ਨਸ਼ਾ ਨਹੀਂ ਹੁੰਦਾ। ਮੇਰੇ ਖ਼ਿਆਲ ਵਿੱਚ ਮੇਰੀ ਇਸ ਗੱਲ ਨਾਲ ਉਹ ਤਾਂ ਸਹਿਮਤ ਹੋਣਗੇ, ਜਿਨ੍ਹਾਂ ਨੇ ਕਦੇ ਬ੍ਰਾਂਡੀ ਨਹੀਂ ਪੀਤੀ।

ਅਜਿਹਾ ਮਹਿਸੂਸ ਹੁੰਦਾ ਹੈ ਕਿ ਜੇਕਰ ਕਿਸੇ ਨਾਟਕ ਵਿੱਚ ਕਵੀ ਦੀ ਭੂਮਿਕਾ ਹੁੰਦੀ ਹੈ, ਤਾਂ ਨਾਟਕਕਾਰ ਲਈ ਇਸ ਕਵੀ ਦੀਆਂ ਕਵਿਤਾਵਾਂ ਰਚਣਾ ਹੀ ਸਭ ਤੋਂ ਜ਼ਿਆਦਾ ਮੁਸ਼ਕਿਲ ਕੰਮ ਹੁੰਦਾ ਹੈ। ਇਸ ਲਈ ਨਾਟਕ ਵਿੱਚ ਜੇਕਰ ਕੋਈ ਕਵੀ ਹੁੰਦਾ ਹੈ, ਤਾਂ ਉਹ ਆਪਣੀਆਂ ਕਵਿਤਾਵਾਂ ਨਹੀਂ ਸੁਣਾਉਂਦਾ। ਪਰ ਕਵਿਤਾ ਤੋਂ ਬਿਨਾਂ ਭਲਾਂ ਕਵੀ ਕੀ ਹੋਵੇਗਾ? ਦੁਕਾਨ ਦੀ ਸ਼ੋਅ-ਵਿੰਡੋ ਦੀ ਰੌਣਕ ਵਧਾਉਣ ਵਾਲੇ ਗੱਤੇ ਦੇ ਮਾਡਲ ਤੋਂ ਇਹ ਕਿਵੇਂ ਵੱਖ ਹੈ? ਮੈਨੂੰ ਕਿਸੇ ਵਰਗਾ, ਉਮਰ ਖ਼ਿਆਮ, ਪੁਸ਼ਕਿਨ ਜਾਂ ਵਾਇਰਨ ਵਰਗਾ ਵੀ ਨਹੀਂ ਹੋਣਾ ਚਾਹੀਦਾ।

ਕੁੱਝ ਮੱਝ-ਚੋਰ ਕਿਸੇ ਦੀ ਮੱਝ ਚੁਰਾ ਕੇ ਉਸ ਦੇ ਸਿੰਗ ਤੋੜ ਦਿੰਦੇ ਹਨ ਜਾਂ ਪੂਛ ਕੱਟ ਦਿੰਦੇ ਹਨ। ਕਾਰ ਚੁਰਾਉਣ ਵਾਲੇ ਚੋਰ ਉਸ ਨੂੰ ਦੂਜਾ ਰੰਗ ਕਰ ਦਿੰਦੇ ਹਨ। ਪਰ ਸਾਰੀ ਚਲਾਕੀ ਦੇ ਬਾਵਜੂਦ ਚੋਰੀ ਤਾਂ ਚੋਰੀ ਰਹਿੰਦੀ ਹੈ।

ਪਾਠਕਾਂ ਦੀ ਗੱਲਬਾਤ ਵਿੱਚ ਮੈਨੂੰ ਇਹ ਸੁਣ ਕੇ ਸਭ ਤੋਂ ਜ਼ਿਆਦਾ ਖ਼ੁਸ਼ੀ ਹੋਵੇਗੀ ਕਿ ਰਸੂਲ ਨੇ, ਰਸੂਲ ਦੇ ਹੀ ਢੰਗ ਨਾਲ ਕਿਤਾਬ ਲਿਖੀ ਹੈ।

ਚਹਿਕਣ ਵਾਲੇ ਪਰਿੰਦਿਆਂ ਦੇ ਮੁਕਾਬਲੇ ਮੈਨੂੰ ਗਾਉਣ ਵਾਲੇ ਪਰਿੰਦੇ ਜ਼ਿਆਦਾ ਪਸੰਦ ਹਨ। ਕੂੜੇ-ਕਰਕਟ ਵਿੱਚੋਂ ਕੁੱਝ ਚੁਗਣ ਵਾਲੇ ਪੰਛੀ ਦੀ ਤੁਲਨਾ ਵਿੱਚ ਉੱਡਦਾ ਹੋਇਆ ਪੰਛੀ ਮੈਨੂੰ ਜ਼ਿਆਦਾ ਵਧੀਆ ਲੱਗਦਾ ਹੈ। ਤੰਗ ਬੰਦਰਗਾਹ ਵਿੱਚ ਖੜ੍ਹੇ ਜਹਾਜ਼ ਦੇ ਮੁਕਾਬਲੇ ਨੀਲੇ ਸਾਗਰ ਦੀਆਂ ਲਹਿਰਾਂ 'ਤੇ ਤੈਰਦਾ ਹੋਇਆ ਜਹਾਜ਼ ਮੈਨੂੰ ਕਿਤੇ ਜ਼ਿਆਦਾ ਵਧੀਆ ਲੱਗਦਾ ਹੈ।

ਹਲਕੀਆਂ-ਫੁਲਕੀਆਂ ਕਿਸ਼ਤੀਆਂ ਨੂੰ ਦੇਖੋ! ਉਹ ਹਰ ਤਰ੍ਹਾਂ ਦੀਆਂ ਲਹਿਰਾਂ 'ਤੇ ਕਿਵੇਂ ਨੱਚਦੀਆਂ ਹਨ। ਵੱਡੇ ਅਤੇ ਭਾਰੀ ਜਹਾਜ਼ਾਂ ਨੂੰ ਦੇਖੋ! ਉਹ ਤਾਂ ਤੂਫ਼ਾਨ ਵੇਲੇ ਵੀ ਨਹੀਂ ਡੋਲਦੇ।

ਸ਼ਰਾਬ ਦੀ ਇੱਕ ਬੂੰਦ ਪੀਤੇ ਬਿਨਾਂ ਹੀ ਮੂਰਖ ਸ਼ੋਰ ਮਚਾਉਂਦੇ ਅਤੇ ਲੜਾਈ-ਝਗੜਾ ਕਰਦੇ ਹਨ। ਬੁੱਧੀਮਾਨ ਵੱਡਾ ਜਾਮ ਪੀਣ ਤੋਂ ਬਾਅਦ ਵੀ ਹੌਲੀ-ਹੌਲੀ, ਸ਼ਾਂਤੀ ਅਤੇ ਸੰਜ਼ੀਦਗੀ ਨਾਲ ਗੱਲ ਕਰਦੇ ਹਨ।

ਰਸੂਲ ਦੀ ਕਿਤਾਬ, ਤੂੰ ਲੋਕਾਂ ਸਾਹਮਣੇ ਆਪਣੇ ਆਪ ਨੂੰ ਇਸ ਤਰ੍ਹਾਂ ਪੇਸ਼ ਕਰ, ਜਿਵੇਂ ਰਸੂਲ ਦੀ ਕਿਤਾਬ ਨੂੰ ਸ਼ੋਭਾ ਦਿੰਦਾ ਹੈ।

ਕਿਸੇ ਪਹਾੜੀ ਦੇ ਘਰ ਵਿੱਚ ਜੇਕਰ ਕੋਈ ਅਣਜਾਣ ਮਹਿਮਾਨ ਆ ਜਾਂਦਾ ਹੈ, ਤਾਂ ਤਿੰਨ ਦਿਨਾਂ ਤੋਂ ਪਹਿਲਾਂ ਉਸ ਦਾ ਨਾਂ ਅਤੇ ਇਹ ਨਹੀਂ ਪੁੱਛਿਆ ਜਾਂਦਾ ਕਿ ਉਹ ਕਿੱਥੋਂ ਆਇਆ ਹੈ।

ਮੇਰੀ ਕਿਤਾਬ ਨੂੰ ਵੀ ਤੁਸੀਂ ਇਸੇ ਤਰ੍ਹਾਂ ਹੀ ਸਵੀਕਾਰ ਕਰੋ। ਇਹ ਨਾ ਪੁੱਛੋ ਕਿ ਉਹ ਕੌਣ ਹੈ, ਕਿੱਥੋਂ ਆਈ ਹੈ, ਕਿਸੇ ਨੇ ਲਿਖੀ ਹੈ। ਉਸ ਨੂੰ ਖ਼ੁਦ ਹੀ ਆਪਣੀ ਪਛਾਣ ਦੇਣ ਦਿਓ।

ਮੈਂ ਜਿਹੋ ਜਿਹਾ ਹਾਂ, ਉਸ ਤੋਂ ਚੰਗਾ ਜਾਂ ਬੁਰਾ ਨਹੀਂ ਹੋਣਾ ਚਾਹੁੰਦਾ। ਵੀਹ ਸਾਲ ਦੀ ਉਮਰ ਵਿੱਚ ਜੇਕਰ ਤਾਕਤ ਨਹੀਂ, ਤਾਂ ਉਡੀਕ ਨਾ ਕਰੋ, ਉਹ ਨਹੀਂ ਆਵੇਗੀ। ਤੀਹ ਸਾਲ ਦੀ ਉਮਰ ਵਿੱਚ ਜੇਕਰ ਅਕਲ ਨਹੀਂ, ਤਾਂ ਉਡੀਕ ਨਾ ਕਰੋ, ਉਹ ਨਹੀਂ ਆਵੇਗੀ। ਚਾਲੀ

ਸਾਲ ਦੀ ਉਮਰ ਵਿੱਚ ਜੇਕਰ ਧਨ ਨਹੀਂ, ਤਾਂ ਉਡੀਕ ਨਾ ਕਰੋ, ਉਹ ਨਹੀਂ ਆਵੇਗਾ। ਅਜਿਹੀ ਹੈ ਇੱਕ ਰੂਸੀ ਕਹਾਵਤ। ਸਾਡੇ ਪਹਾੜਾਂ ਵਿੱਚ ਕਿਹਾ ਜਾਂਦਾ ਹੈ, ਜੇਕਰ ਚਾਲੀ ਸਾਲ ਵਿੱਚ ਆਦਮੀ ਉਕਾਬ ਨਹੀਂ ਬਣਿਆ, ਤਾਂ ਉਹ ਕਦੇ ਨਹੀਂ ਉੱਡ ਸਕੇਗਾ। ਮੇਰੀ ਘੋੜਾ-ਗੱਡੀ ਨੂੰ ਮੇਰੇ ਹੀ ਰਸਤੇ 'ਤੇ ਚੱਲਣ ਦਿਓ।

ਜਦੋਂ ਬਾਰਿਸ਼ ਹੁੰਦੀ ਹੈ, ਤਾਂ ਸਾਡੇ ਪਿੰਡ ਦੇ ਉੱਪਰ ਖੜ੍ਹੇ ਪਹਾੜ ਤੋਂ ਬਹੁਤ ਹੀ ਛੋਟੀਆਂ-ਛੋਟੀਆਂ ਧਾਰਾਵਾਂ ਹੇਠਾਂ ਵਹਿ ਕੇ ਆਉਂਦੀਆਂ ਹਨ। ਹੇਠਾਂ ਉਹ ਸਾਰੀਆਂ ਘੁਲ-ਮਿਲ ਕੇ ਵਕਤੀ ਬਰਸਾਤੀ ਝੀਲ ਬਣ ਜਾਂਦੀਆਂ ਹਨ। ਫਿਰ ਇਸ ਝੀਲ ਵਿੱਚੋਂ ਸਿਰਫ਼ ਇੱਕ ਹੀ ਵੱਡੀ ਨਦੀ ਵਹਿੰਦੀ ਹੈ।

ਸਾਡੇ ਆਲੇ-ਦੁਆਲੇ ਦੇ ਪਹਾੜਾਂ ਤੋਂ ਬਹੁਤ ਸਾਰੀਆਂ ਪਗਡੰਡੀਆਂ ਸਾਡੇ ਪਿੰਡ ਵੱਲ ਆਉਂਦੀਆਂ ਹਨ। ਲਹਿਰਾਂ ਵਾਂਗ ਉਹ ਸਾਰੀਆਂ ਸਾਡੇ ਪਿੰਡ ਵਿੱਚ ਆ ਕੇ ਮਿਲ ਜਾਂਦੀਆਂ ਹਨ। ਪਰ ਜੇਕਰ ਪਿੰਡ ਤੋਂ ਹਲਕਾ, ਸ਼ਹਿਰ ਜਾਂ ਵੱਡੀ ਦੁਨੀਆ ਵਿੱਚ ਜਾਣਾ ਹੋਵੇ, ਤਾਂ ਉਸ ਵਾਸਤੇ ਇੱਕ ਹੀ ਚੌੜੀ ਸੜਕ ਹੈ।

ਮੈਂ ਨਹੀਂ ਜਾਣਦਾ ਕਿ ਸੜਕ ਜਾਂ ਨਦੀ, ਕਿਸ ਨਾਲ ਆਪਣੀ ਤੁਲਨਾ ਕਰਾਂ। ਪਰ ਮੈਂ ਇੰਨਾ ਜਾਣਦਾ ਹਾਂ ਕਿ ਮੇਰੇ ਬਹੁਤ ਸਾਰੇ ਹਮਵਤਨਾਂ ਦੇ ਵਿਚਾਰ, ਮੇਰੇ ਬਹੁਤ ਸਾਰੇ ਹਮਵਤਨਾਂ ਦੇ ਸ਼ਬਦ ਅਤੇ ਭਾਵਨਵਾਂ ਪਹਾੜੀ ਲਹਿਰਾਂ ਜਾਂ ਵਿੰਗੀਆਂ-ਟੇਢੀਆਂ ਪਗਡੰਡੀਆਂ ਵਾਂਗ ਮੇਰੇ ਵਿੱਚ ਆ ਕੇ ਘੁਲ-ਮਿਲ ਗਈਆਂ ਹਨ। ਮੇਰੀ ਆਪਣੀ ਪਗਡੰਡੀ, ਮੇਰਾ ਰਾਹ ਮੈਨੂੰ ਪਿੰਡ ਤੋਂ ਕਵਿਤਾ ਖੇਤਰ ਵਿੱਚ ਲੈ ਗਿਆ ਹੈ।

ਮੈਂ ਦੁਨੀਆ ਦੇ ਬਹੁਤ ਸਾਰੇ ਹਿੱਸਿਆਂ ਵਿੱਚ ਹੋ ਆਇਆ ਹਾਂ, ਵੱਡੀਆਂ-ਵੱਡੀਆਂ ਸ਼ਾਨਦਾਰ ਦਾਵਤਾਂ ਅਤੇ ਸਵਾਗਤ-ਸਮਾਰੋਹਾਂ ਵਿੱਚ ਜਾਣ ਦਾ ਮੈਨੂੰ ਮੌਕਾ ਮਿਲਿਆ ਹੈ। ਇਹ ਸਵਾਗਤ-ਸਮਾਰੋਹ ਰਾਸ਼ਟਰਪਤੀਆਂ ਅਤੇ ਬਾਦਸ਼ਾਹਾਂ ਦੇ ਵੀ ਸਨ, ਪ੍ਰਧਾਨ ਮੰਤਰੀਆਂ ਅਤੇ ਸਾਧਾਰਨ ਮੰਤਰੀਆਂ ਜਾਂ ਰਾਜਦੂਤਾਂ ਦੇ ਵੀ। ਇਨ੍ਹਾਂ ਸਮਾਰੋਹਾਂ ਵਿੱਚ ਬੂਟ ਅਤੇ ਗੰਜ ਕਿਵੇਂ ਚਮਕਦੇ ਹਨ, ਕਿਵੇਂ ਵਧੀਆ ਢੰਗ ਨਾਲ ਟਾਈਆਂ ਬੰਨ੍ਹੀਆਂ ਹੁੰਦੀਆਂ ਹਨ, ਕਿਵੇਂ ਬਰਫ਼ ਵਰਗੇ ਸਫ਼ੈਦ ਕਫ ਹੁੰਦੇ ਹਨ, ਕਿਵੇਂ ਸੌਂਭਿਅਕ ਢੰਗ ਨਾਲ ਸਿਰ ਝੁਕਾਏ ਜਾਂਦੇ ਹਨ ਅਤੇ ਮੁਸਕਰਾਇਆ ਜਾਂਦਾ ਹੈ। ਹਰ ਸ਼ਬਦ ਅਤੇ ਹਾਵ-ਭਾਵ ਕਿੰਨਾ ਸੂਝ-ਬੂਝ ਵਾਲਾ ਹੁੰਦਾ ਹੈ। ਅਜਿਹੇ ਸਮਾਰੋਹਾਂ ਵਿੱਤ ਕਲਾਕਾਰ ਪ੍ਰਧਾਨ ਮੰਤਰੀਆਂ ਵਰਗੇ ਲੱਗਦੇ ਹਨ ਅਤੇ ਪ੍ਰਧਾਨ ਮੰਤਰੀ ਕਲਾਕਰਾਂ ਵਰਗੇ।

ਅਜਿਹੇ ਸਮਾਰੋਹਾਂ ਵਿੱਚ ਮੈਂ ਕਦੇ ਵੀ ਮੈਂ ਨਹੀਂ ਹੁੰਦਾ। ਮੈਂ ਅਜਿਹੇ ਹਾਵ-ਭਾਵ ਪ੍ਰਗਟ ਕਰਦਾ ਹਾਂ, ਜੋ ਕਰਨੇ ਨਹੀਂ ਚਾਹੁੰਦਾ, ਅਜਿਹੇ ਸ਼ਬਦ ਕਹਿੰਦਾ ਹਾਂ, ਜਿਨ੍ਹਾਂ ਨੂੰ ਕਹਿਣ ਦਾ ਮਨ ਨਹੀਂ ਹੁੰਦਾ। ਇਨ੍ਹਾਂ ਸਮਾਰੋਹਾਂ ਦੀ ਚਮਕ-ਦਮਕ ਵਿੱਚੋਂ ਅਚਾਨਕ ਮੈਨੂੰ ਤਸਾਦਾ ਦੇ ਆਪਣੇ ਚੁੱਲ੍ਹੇ ਅਤੇ ਉਸ ਦੇ ਦੁਆਲੇ ਬੈਠੇ ਆਪਣੇ ਪਰਿਵਾਰ ਅਤੇ ਕਿਸੇ ਹੋਟਲ ਦੇ ਕਮਰੇ ਵਿੱਚ ਇਕੱਠੇ ਹੱਸਮੁਖ ਦੋਸਤਾਂ ਦੀ ਝਲਕ ਮਿਲਦੀ ਹੈ। ਉਸ ਵੇਲੇ ਉਨ੍ਹਾਂ ਬਹੁਤ ਸਾਰੇ ਪਕਵਾਨਾਂ ਦੀ ਜਗ੍ਹਾ ਲਸਣ ਵਾਲੇ ਖ਼ੀਨਕਾਲ ਖਾਣ ਦੀ ਤੀਬਰ ਇੱਛਾ ਹੁੰਦੀ ਹੈ! ਆਹਾ, ਬਾਹਾਂ ਚੜ੍ਹਾ ਕੇ ਆਪਣੇ ਘਰ ਦੇ ਚੁੱਲ੍ਹੇ ਦੁਆਲੇ ਦੋਸਤਾਂ ਵਿੱਚ ਬੈਠ ਕੇ ਲਸਣ ਵਾਲੇ ਖ਼ੀਨਕਾਲ ਇਸ ਤਰ੍ਹਾਂ ਹੜੱਪਣ ਵਿੱਚ ਕਿੰਨਾ ਮਜ਼ਾ ਆਉਂਦਾ ਹੈ ਕਿ ਬਾਹਾਂ ਘਿਓ ਨਾਲ ਤਰ ਹੋ ਜਾਣ!

ਕੁੱਝ ਕਿਤਾਬਾਂ ਪੜ੍ਹਦੇ ਹੋਏ ਮੈਨੂੰ ਅਜਿਹਾ ਲੱਗਦਾ ਹੈ, ਜਿਵੇਂ ਉਹ ਕੂਟਨੀਤਕ ਸਮਾਰੋਹਾਂ ਵਿੱਚ ਸ਼ਾਮਲ ਹੋਣ। ਉਨ੍ਹਾਂ ਵਿੱਚ ਹਾਵ-ਭਾਵ, ਗਤੀਵਿਧੀ ਅਤੇ ਭਾਸ਼ਣ ਦੀ ਸੁਤੰਤਰਤਾ ਨਹੀਂ ਹੁੰਦੀ।

ਮੇਰੀ ਕਿਤਾਬ, ਤੂੰ ਕੂਟਨੀਤਕ ਸਮਾਰੋਹ ਵਿੱਚ ਮਹਿਮਾਨ ਨਹੀਂ ਬਣਨਾ। ਤੂੰ ਕੇਵਲ ਉਹੀ ਸ਼ਬਦ ਕਹਿਣਾ, ਜੋ ਤੇਰੇ ਅਸਲੀ ਚਰਿੱਤਰ ਦੇ ਅਨਸਾਰ ਹੋਣ, ਅਜਿਹੇ ਸ਼ਬਦ ਨਹੀਂ, ਜਿਹੜੇ ਕੇਵਲ ਸ਼ਿਸ਼ਟਚਾਰ ਕਰ ਕੇ ਕਹਿਣੇ ਪੈਂਦੇ ਹਨ।

ਮੈਂ ਅਜਿਹੇ ਲੋਕ ਦੇਖੇ ਹਨ, ਜਿਹੜੇ ਜਦੋਂ ਤੱਕ ਆਪਣੇ ਘਰ, ਆਪਣੇ ਪਰਿਵਾਰ, ਆਪਣੇ ਬੀਵੀ-ਬੱਚਿਆਂ ਅਤੇ ਦੋਸਤਾਂ ਵਿੱਚ ਹੁੰਦੇ ਹਨ, ਲੋਕ ਰਹਿੰਦੇ ਹਨ। ਪਰ ਜਿਵੇਂ ਹੀ ਆਪਣੇ ਦਫ਼ਤਰ ਦੀ ਕੁਰਸੀ 'ਤੇ ਜਾ ਬੈਠਦੇ ਹਨ, ਰੁੱਖੇ, ਕੁਰੱਖਤ ਅਤੇ ਕਮੀਨੇ ਹੋ ਜਾਂਦੇ ਹਨ। ਉਨ੍ਹਾਂ ਦਾ ਤਾਂ ਜਿਵੇਂ ਕਾਇਆ-ਪਲਟ ਹੋ ਜਾਂਦਾ ਹੈ। ਹਰ ਨਵੇਂ ਪਦ, ਹਰ ਨਵੀਂ ਕੁਰਸੀ ਨਾਲ ਉਨ੍ਹਾਂ ਦਾ ਚਰਿੱਤਰ, ਵਿਹਾਰ ਅਤੇ ਚਿਹਰਾ ਬਦਲ ਜਾਂਦਾ ਹੈ।

ਮੇਰੀ ਪੁਸਤਕ, ਤੂੰ ਅਡੋਲ ਰਹਿਣਾ, ਆਪਣਾ ਚਰਿੱਤਰ ਨਾ ਬਦਲਣਾ, ਉਸੇ ਤਰ੍ਹਾਂ ਹੀ, ਜਿਸ ਤਰ੍ਹਾਂ ਮੈਂ ਆਪਣਾ ਚਰਿੱਤਰ ਨਹੀਂ ਬਦਲਦਾ। ਸਵਾਗਤ-ਸਮਾਰੋਹਾਂ ਨੂੰ ਨਹੀਂ, ਦੋਸਤਾਂ ਅਤੇ ਆਪਣੇ ਚੁੱਲ੍ਹੇ ਦੇ ਧੂਏਂ ਨੂੰ ਪਿਆਰ ਕਰਨਾ, ਸਮਾਰੋਹ ਹਾਲਾਂ ਨੂੰ ਨਹੀਂ, ਆਪਣੇ ਖੇਤਾਂ ਨੂੰ ਪਿਆਰ ਕਰਨਾ, ਧਰਤੀ ਦੀ ਆਵਾਜ਼ ਸੁਣਨਾ, ਸਭਾਵਾਂ ਦਾ ਸ਼ੋਰ ਨਹੀਂ। ਅਜਿਹਾ ਹੁੰਦਾ ਹੈ ਕਿ ਸਭਾਵਾਂ ਵਿੱਚ ਇੱਕ ਗੱਲ ਕਹੀ ਜਾਂਦੀ ਹੈ ਅਤੇ ਸਭਾਵਾਂ ਤੋਂ ਬਾਅਦ ਬਿਲਕੁੱਲ ਦੂਜੀ ਹੀ।

ਡਾਇਰੀ ਵਿੱਚੋਂ

ਕਿਹੜਾ ਅਜਿਹਾ ਦਾਗ਼ਿਸਤਾਨੀ ਹੋਵੇਗਾ, ਜੋ ਸੁਲੇਮਾਨ ਸਤਾਲਸਕੀ ਦੀ ਵੱਡੀ ਫ਼ਰ ਦੀ ਟੋਪੀ, ਭੇਡ ਦੀ ਸੁਗੰਧਿਤ ਖੱਲ ਦੇ ਭਾਰੀ ਕੋਟ ਅਤੇ ਕਾਫ਼ ਚਮੜੇ ਦੇ ਹਲਕੇ-ਫੁਲਕੇ ਬੂਟਾਂ ਤੋਂ ਜਾਣੂ ਨਾ ਹੋਵੇ! ਮੇਰੇ ਖ਼ਿਆਲ ਵਿੱਚ ਤਾਂ ਕੇਵਲ ਦਾਗ਼ਿਸਤਾਨੀ ਹੀ ਨਹੀਂ, ਦੂਜੇ ਲੋਕ ਵੀ ਅਜਿਹੀ ਟੋਪੀ ਅਤੇ ਬੂਟਾਂ ਤੋਂ ਬਿਨਾਂ ਸੁਲੇਮਾਨ ਦੀ ਕਲਪਨਾ ਨਹੀਂ ਕਰ ਸਕਦੇ ਸਨ।

ਤਾਂ ਸੁਲੇਮਾਨ ਸਤਾਲਸਕੀ ਨੂੰ ਸਨਮਾਨਿਤ ਕੀਤਾ ਗਿਆ ਅਤੇ ਮੈਕਸਿਮ ਗੋਰਕੀ ਨੇ ਉਨ੍ਹਾਂ ਨੂੰ ਵੀਹਵੀਂ ਸਦੀ ਦਾ ਹੋਮਰ ਕਿਹਾ। ਸੁਲੇਮਾਨ ਨੂੰ ਮਾਸਕੋ ਬੁਲਾਇਆ ਗਿਆ। ਮਾਸਕੋ ਵਿੱਚ ਇੱਕ ਦਾਗ਼ਿਸਤਾਨੀ ਮੰਤਰੀ ਉਨ੍ਹਾਂ ਨੂੰ ਮਿਲੇ।

"ਪਿਆਰੇ ਸੁਲੇਮਾਨ!" ਮੰਤਰੀ ਨੇ ਕਵੀ ਨੂੰ ਕਿਹਾ, "ਮਾਸਕੋ ਵਿੱਚ ਤਾਂ ਪਿੰਡ ਵਰਗਾ ਰੰਗ-ਢੰਗ ਚੰਗਾ ਨਹੀਂ ਲੱਗਦਾ। ਤੁਹਾਨੂੰ ਆਪਣਾ ਇਹ ਭੇਸ ਬਦਲਣਾ ਪਵੇਗਾ।"

ਦਾਗ਼ਿਸਤਾਨੀ ਸਰਕਾਰ ਦੇ ਹੁਕਮ ਅਨੁਸਾਰ ਸੁਲੇਮਾਨ ਲਈ ਉੱਨੀ ਸੂਟ ਸਿਲਵਾਇਆ ਗਿਆ, ਉਨ੍ਹਾਂ ਲਈ ਨਵੇਂ ਬੂਟ, ਕਨਟੋਪਾ ਅਤੇ ਕਰਾਕੂਲ ਦੀ ਫ਼ਰ ਦੇ ਕਾਲਰ ਵਾਲਾ ਓਵਰ ਕੋਟ ਵੀ ਖਰੀਦਿਆ ਗਿਆ। ਸੁਲੇਮਾਨ ਨੇ ਹਰ ਚੀਜ਼ ਨੂੰ ਬੜੇ ਧਿਆਨ ਨਾਲ ਦੇਖਿਆ। ਓਵਰਕੋਟ ਨੂੰ ਹੱਥ 'ਤੇ ਲਟਕਾ ਕੇ ਪੜਚੋਲਿਆ, ਬੂਟਾਂ ਦੇ ਤਲੇ ਆਪਸ ਵਿੱਚ ਵਜਾਏ ਅਤੇ ਬਾਅਦ ਵਿੱਚ ਸਾਰੀਆਂ ਚੀਜ਼ਾਂ ਨੂੰ ਉਵੇਂ-ਜਿਵੇਂ ਲਪੇਟ ਕੇ ਸੂਟਕੇਸ ਵਿੱਚ ਰੱਖ ਦਿੱਤਾ।

"ਧੰਨਵਾਦ, ਚੰਗੀਆਂ ਨਵੀਆਂ ਚੀਜ਼ਾਂ ਨੇ। ਮੇਰੇ ਬੇਟੇ ਮੁਸਲਿਮ ਲਈ ਬਿਲਕੁੱਲ ਠੀਕ ਰਹਿਣਗੀਆਂ। ਮੈਂ ਤਾਂ ਸੁਲੇਮਾਨ ਹੀ ਰਹਿਣਾ ਚਾਹੁਨਾਂ, ਸੂਟਾਂ ਅਤੇ ਬੂਟਾਂ ਲਈ ਆਪਣਾ ਨਾਂ ਨਹੀਂ ਬਦਲਣਾ ਚਾਹੁੰਦਾ। ਮੇਰੇ ਆਪਣੇ ਬੂਟ ਮੇਰੇ ਨਾਲ ਨਾਰਾਜ਼ ਹੋ ਜਾਣਗੇ।

ਆਪਣੇ ਬਾਹਰੀ ਰੂਪ ਦੀ ਇਸ ਮੌਲਿਕਤਾ ਪ੍ਰਤੀ ਵੀ ਸੁਲੇਮਾਨ ਦਾ ਇਹ ਲਗਾਅ ਮੇਰੇ ਪਿਤਾ ਜੀ ਨੂੰ ਬਹੁਤ ਪਸੰਦ ਆਇਆ।

ਡਾਇਰੀ ਵਿੱਚੋਂ

ਸੁਲੇਮਾਨ ਦੇ ਬੇਟਿਆਂ ਨੇ ਉਨ੍ਹਾਂ ਨੂੰ ਕਈ ਵਾਰ ਪੜ੍ਹਨਾ-ਲਿਖਣਾ ਸਿਖਾਉਣ ਦੀ ਕੋਸ਼ਿਸ਼ ਕੀਤੀ। ਸੁਲੇਮਾਨ ਨੇ ਹਰ ਵਾਰ ਬੜੀ ਲਗਨ ਨਾਲ ਇਹ ਕੰਮ ਸ਼ੁਰੂ ਕੀਤਾ, ਪਰ ਬਾਅਦ ਵਿੱਚ ਕਾਗਜ਼ ਰੱਖ ਕੇ ਇਹ ਕਿਹਾ:

"ਨਹੀਂ ਬੱਚਿਓ, ਜਿਵੇਂ ਹੀ ਮੈਂ ਪੈਨਸਿਲ ਹੱਥ ਵਿੱਚ ਫੜਦਾਂ, ਕਵਿਤਾ ਤੁਰੰਤ ਮੈਥੋਂ ਦੂਰ ਭੱਜ ਜਾਂਦੀ ਐ। ਕਿਉਂਕਿ ਮੈਂ ਕਵਿਤਾ ਬਾਰੇ ਨਹੀਂ, ਉਹ ਸੋਚਣ ਲੱਗਦਾਂ ਕਿ ਇਸ ਕੰਬਖ਼ਤ ਪੈਨਸਿਲ ਨੂੰ ਹੱਥ ਵਿੱਚ ਕਿਵੇਂ ਫੜਨਾ ਚਾਹੀਦੈ।"

ਡਾਇਰੀ ਵਿੱਚੋਂ

ਆਫ਼ੰਦੀ ਕਾਪੀਏਵ ਸੁਲੇਮਾਨ ਦੇ ਦੋਸਤ ਸਨ। ਉਨ੍ਹਾਂ ਨੇ ਰੂਸੀ ਭਾਸ਼ਾ ਵਿੱਚ ਸੁਲੇਮਾਨ ਦੀਆਂ ਕਵਿਤਾਵਾਂ ਦਾ ਅਨੁਵਾਦ ਕੀਤਾ। ਤੁੱਛ ਅਤੇ ਘਟੀਆ ਲੋਕਾਂ ਨੂੰ ਇਸ ਦੋਸਤੀ ਨਾਲ ਈਰਖਾ ਹੁੰਦੀ ਸੀ। ਉਨ੍ਹਾਂ ਨੇ ਕਾਪੀਏਵ ਨੂੰ ਪ੍ਰਸਿੱਧ ਕਵੀ ਦੀਆਂ ਨਜ਼ਰਾਂ ਵਿੱਚ ਡੇਗਣਾ ਚਾਹਿਆ ਅਤੇ ਬਦਨਾਮ ਵੀ ਕੀਤਾ। ਉਨ੍ਹਾਂ ਨੇ ਸੁਲੇਮਾਨ ਨੂੰ ਕਿਹਾ:

"ਤੁਸੀਂ ਤਾਂ ਰੂਸੀ ਪੜ੍ਹ ਨਹੀਂ ਸਕਦੇ, ਪਰ ਅਸੀਂ ਜਾਣਦੇ ਆਂ ਕਿ ਆਫ਼ੰਦੀ ਅਨੁਵਾਦ ਕਰਦੇ ਸਮੇਂ ਕਾਪੀਏਵ ਤੁਹਾਡੀਆਂ ਕਵਿਤਾਵਾਂ ਨੂੰ ਵਿਗਾੜ ਦਿੰਦੈ। ਜਿੱਥੇ ਚਾਹੁੰਦੈ, ਉਨ੍ਹਾਂ ਨੂੰ ਵਧਾ ਦਿੰਦੈ, ਜਿੱਥੇ ਚਾਹੁੰਦੈ, ਘਟਾ ਦਿੰਦੈ ਅਤੇ ਬਹੁਤ ਸਾਰੀਆਂ ਪੰਕਤੀਆਂ ਨੂੰ ਆਪਣੇ ਹੀ ਢੰਗ ਨਾਲ ਬਦਲ ਦਿੰਦੈ।"

ਇੱਕ ਦਿਨ ਸਾਧਾਰਨ ਗੱਲਬਾਤ ਦੌਰਾਨ ਸੁਲੇਮਾਨ ਨੇ ਇਹ ਚਰਚਾ ਚਲਾਈ:

"ਦੋਸਤ!" ਉਹ ਬੋਲੇ, "ਮੈਂ ਸੁਣਿਐ ਕਿ ਤੁਸੀਂ ਮੇਰੇ ਬੱਚਿਆਂ ਨੂੰ ਕੁੱਟਦੇ ਹੋ?"

"ਆਫ਼ੰਦੀ ਤੁਰੰਤ ਸਮਝ ਗਏ ਕਿ ਕਿਹੜੀ ਗੱਲ ਵੱਲ ਇਸ਼ਾਰਾ ਕੀਤਾ ਜਾ ਰਿਹਾ ਹੈ।

"ਤੁਹਾਡੀਆਂ ਕਵਿਤਾਵਾਂ ਤੁਹਾਡੇ ਬੱਚੇ ਨਹੀਂ, ਸੁਲੇਮਾਨ। ਉਹ ਤਾਂ ਤੁਸੀਂ ਖ਼ੁਦ ਸੁਲੇਮਾਨ ਸਤਾਲਸਕੀ ਹੋ।"

"ਫਿਰ, ਮੈਂ ਬੁੱਢਾ ਤਾਂ ਬੱਚਿਆਂ ਤੋਂ ਵੀ ਜ਼ਿਆਦਾ ਇੱਜ਼ਤ ਦਾ ਹੱਕਦਾਰ ਆਂ।"

"ਪਰ ਸੁਲੇਮਾਨ, ਤੁਹਾਡੇ ਲਈ ਕੀ ਜ਼ਿਆਦਾ ਮਹੱਤਵਪੂਰਨ ਐ, ਕਵਿਤਾ ਦੀਆਂ ਪੰਕਤੀਆਂ ਜਾਂ ਉਨ੍ਹਾਂ ਦੀ ਸ਼ੈਲੀ ਅਤੇ ਆਤਮਾ? ਤੁਹਾਡੇ ਸਾਹਮਣੇ ਸ਼ਰਾਬ ਦੀ ਬੋਤਲ ਰੱਖੀ ਐ। ਜੇਕਰ ਇਹ ਸ਼ਰਾਬ ਖਰਾਬ ਹੋ ਜਾਵੇ, ਤਾਂ ਇਸ ਦੀ ਮਾਤਰਾ ਤਾਂ ਘੱਟ ਨਹੀਂ ਹੋ ਜਾਵੇਗੀ, ਪਰ ਇਹ ਉਹ ਸ਼ਰਾਬ ਨਹੀਂ ਰਹੇਗੀ, ਜਿਸ ਨੂੰ ਅਸੀਂ ਪੀਨੇ ਆਂ ਅਤੇ ਮਜ਼ਾ ਲੈਨੇ ਆਂ। ਸਵਾਲ

ਸ਼ਰਾਬ ਦੀ ਮਾਤਰਾ ਦਾ ਨਹੀਂ, ਉਸ ਦੀ ਖ਼ੁਸ਼ਬੂ, ਸਵਾਦ ਅਤੇ ਨਸ਼ਾ ਦੇਣ ਦੀ ਸ਼ਕਤੀ ਦਾ ਐ।"

"ਤੁਸੀਂ ਠੀਕ ਕਹਿੰਦੇ ਹੋ, ਇਹੀ ਸਭ ਤੋਂ ਜ਼ਿਆਦਾ ਮਹੱਤਵਪੂਰਨ ਐ।"

ਅਸਲ ਵਿੱਚ ਅਜਿਹਾ ਹੀ ਹੋਇਆ ਕਿ ਆਫ਼ੰਦੀ ਕਾਪੀਏਵ ਨੇ ਹੀ ਸੁਲੇਮਾਨ ਨੂੰ ਰੂਸੀ ਪਾਠਕਾਂ ਤੱਕ ਪਹੁੰਚਾਇਆ।

ਡਾਇਰੀ ਵਿੱਚੋਂ

"ਤੁਹਾਡੇ ਪਿਤਾ ਦੀਆਂ ਕਵਿਤਾਵਾਂ ਦੀ ਮੈਨੂੰ ਕਿਸੇ ਤਰ੍ਹਾਂ ਵੀ ਚਾਬੀ ਨਹੀਂ ਮਿਲਦੀ।" ਆਫ਼ੰਦੀ ਨੇ ਸ਼ਿਕਾਇਤ ਕੀਤੀ। ਹਮਜ਼ਾਤ ਤਸਾਦਾਸਾ ਦੀਆਂ ਕਵਿਤਾਵਾਂ ਦਾ ਵੀ ਉਨ੍ਹਾਂ ਨੇ ਰੂਸੀ ਵਿੱਚ ਅਨੁਵਾਦ ਕੀਤਾ ਸੀ, "ਤੁਹਾਡੇ ਪਿਤਾ ਦਾ ਆਪਣਾ ਹੀ ਜਿੰਦਾ ਐ। ਅਜਿਹਾ ਲੱਗਦੈ ਕਿ ਉਹ ਪ੍ਰਸ਼ੰਸਾ ਕਰ ਰਹੇ ਨੇ, ਪਰ ਅਸਲ ਵਿੱਚ ਵਿਅੰਗ, ਇੱਥੋਂ ਤੱਕ ਕਿ ਮਜ਼ਾਕ ਕਰਦੇ ਹੁੰਦੇ ਨੇ। ਇਹ ਸਭ ਕੁੱਝ ਮੈਂ ਸਮਝਦਾਂ, ਪਰ ਰੂਸੀ ਭਾਸ਼ਾ ਵਿੱਚ ਪ੍ਰਗਟ ਨਹੀਂ ਕਰ ਸਕਦਾ। ਮੈਂ ਉਨ੍ਹਾਂ ਦੀ ਕਵਿਤਾ ਦੀ ਸ਼ੈਲੀ, ਉਨ੍ਹਾਂ ਦਾ ਭਾਵ ਤਾਂ ਪ੍ਰਗਟ ਕਰ ਸਕਦਾਂ, ਪਰ ਮੈਨੂੰ ਤਾਂ ਖ਼ੁਦ ਹਮਜ਼ਾਤ ਚਾਹੀਦੈ, ਉਸੇ ਤਰ੍ਹਾਂ ਹੀ ਜਿਊਂਦਾ-ਜਾਗਦਾ, ਜਿਹੋ ਜਿਹਾ ਅਸੀਂ ਉਨ੍ਹਾਂ ਨੂੰ ਜਾਣਦੇ ਆਂ। ਰੂਸੀ ਭਾਸ਼ਾ ਦੇ ਪਾਠਕਾਂ ਨੂੰ ਉਨ੍ਹਾਂ ਨੂੰ ਇਸੇ ਰੂਪ ਵਿੱਚ ਹੀ ਜਾਣਨਾ ਚਾਹੀਦੈ। ਉਹ ਜਿਵੇਂ ਸਾਰੇ ਲੋਕਾਂ ਵਰਗੇ ਨੇ, ਫਿਰ ਵੀ ਬਾਕੀ ਸਾਰਿਆਂ ਤੋਂ ਵੱਖਰੇ ਨੇ।"

ਕਵੀ ਦੀਆਂ ਕਵਿਤਾਵਾਂ ਵੀ ਅਜਿਹੀਆਂ ਹੀ ਹੋਣੀਆਂ ਚਾਹੀਦੀਆਂ ਹਨ।

ਯਾਦਾਂ ਵਿੱਚੋਂ

ਹੁਣ ਮੇਰੇ ਪਿੰਡ ਵਾਲੇ ਮੈਨੂੰ ਕਵੀ ਰਸੂਲ ਹਮਜ਼ਾਤੋਵ ਦੇ ਰੂਪ ਵਿੱਚ ਜਾਣਦੇ ਹਨ। ਪਰ ਕਦੇ ਅਜਿਹਾ ਵੀ ਸਮਾਂ ਸੀ, ਜਦੋਂ ਸਾਰੇ ਮੈਨੂੰ ਭੁਲੱਕੜ ਅਤੇ ਗੜਬੜ ਕਰਨ ਵਾਲਾ ਵਿਅਕਤੀ ਮੰਨਦੇ ਸਨ। ਮੈਂ ਕਿਸੇ ਕੰਮ ਵਿੱਚ ਉਲਝਿਆ ਹੁੰਦਾ, ਤਾਂ ਉਸੇ ਵੇਲੇ ਕਿਸੇ ਦੂਜੀ ਚੀਜ਼ ਬਾਰੇ ਵੀ ਸੋਚਦਾ ਰਹਿੰਦਾ। ਨਤੀਜਾ ਇਹ ਹੁੰਦਾ ਕਿ ਕਮੀਜ ਪੁੱਠੀ ਪਹਿਨ ਲੈਂਦਾ, ਓਵਰਕੋਟ ਦੇ ਬਟਨ ਗਲਤ ਢੰਗ ਨਾਲ ਲਗਾ ਲੈਂਦਾ ਅਤੇ ਇਸੇ ਤਰ੍ਹਾਂ ਹੀ ਬਾਹਰ ਚਲਾ ਜਾਂਦਾ। ਬੂਟਾਂ ਦੇ ਫੀਤੇ ਨਾ ਬੰਨ੍ਹਦਾ ਅਤੇ ਜੇਕਰ ਬੰਨ੍ਹਦਾ, ਤਾਂ ਇਸ ਤਰ੍ਹਾਂ ਕਿ ਉਹ ਤੁਰੰਤ ਖੁੱਲ੍ਹ ਜਾਂਦੇ। ਉਸ ਵੇਲੇ ਮੇਰੇ ਬਾਰੇ ਕਿਹਾ ਜਾਂਦਾ ਸੀ:

"ਇਹ ਕਿਵੇਂ ਹੋਇਆ ਕਿ ਅਜਿਹੇ ਸਿਆਣੇ, ਅਜਿਹੇ ਸੁਚੱਜੇ ਅਤੇ ਸ਼ਾਂਤ ਪਿਤਾ ਦੇ ਘਰ ਅਜਿਹੇ ਕਲੇਸ਼ੀ ਅਤੇ ਕੁਚੱਜੇ ਬੇਟੇ ਨੇ ਜਨਮ ਲਿਆ ਹੋਵੇ? ਇਨ੍ਹਾਂ ਦੋਵਾਂ ਵਿੱਚੋਂ ਕਿਹੜਾ ਬੁੱਢਾ ਅਤੇ ਕਿਹੜਾ ਜਵਾਨ ਐ, ਉਹ ਜਿਹੜਾ ਫੀਤੇ ਬੰਨ੍ਹਣੇ ਭੁੱਲ ਜਾਂਦੈ ਜਾਂ ਉਹ ਜਿਹੜਾ ਕਦੇ ਕੁੱਝ ਨਹੀਂ ਭੁੱਲਦਾ?"

"ਹਾਂ।" ਮੈਂ ਅਜਿਹੀ ਫ਼ਜ਼ੂਲ ਗੱਲ ਦੇ ਜਵਾਬ ਵਿੱਚ ਕਹਿੰਦਾ, "ਮੈਂ ਪਿਤਾ ਜੀ ਦਾ ਬੁਢਾਪਾ ਲੈ ਲਿਐ ਅਤੇ ਉਨ੍ਹਾਂ ਨੂੰ ਆਪਣੀ ਜਵਾਨੀ ਦੇ ਦਿੱਤੀ ਐ।"

ਹਾਂ, ਮੇਰੇ ਪਿਤਾ ਜੀ ਆਖ਼ਰੀ ਦਮ ਤੱਕ ਜਵਾਨ ਆਦਮੀ ਵਾਂਗ ਸਮਝਦਾਰ ਅਤੇ ਚੁਸਤ ਬਣੇ ਰਹੇ। ਬਾਹਰੀ ਅਤੇ ਅੰਦਰੂਨੀ ਤੌਰ 'ਤੇ ਸਦਾ ਸਮਝ-ਬੂਝ ਵਾਲੇ, ਅਨੁਸ਼ਾਸਿਤ ਅਤੇ ਸੰਜਮੀ ਰਹੇ। ਪਿੰਡ ਦੇ ਸਾਰੇ ਲੋਕ ਇਹ ਜਾਣਦੇ ਸਨ ਕਿ ਮੇਰੇ ਪਿਤਾ ਭੇਡ ਦਾ ਕੋਟ ਪਹਿਨ

ਕੇ ਕਿਸ ਵੇਲੇ ਆਪਣੇ ਘਰ ਦੀ ਛੱਤ 'ਤੇ ਆਉਂਦੇ ਹਨ। ਪਿਤਾ ਜੀ ਦੇ ਛੱਤ 'ਤੇ ਆਉਣ ਦੇ ਸਮੇਂ ਅਨੁਸਾਰ ਉਹ ਆਪਣੀਆਂ ਘੜੀਆਂ ਠੀਕ ਕਰ ਸਕਦੇ ਸਨ। ਸਾਡੇ ਪਿੰਡ ਦੇ ਇੱਕ ਨੌਜਵਾਨ ਨੇ ਫ਼ੌਜ ਤੋਂ ਆਪਣੇ ਮਾਂ-ਬਾਪ ਦੇ ਨਾਂ ਖ਼ਤ ਵਿੱਚ ਇਹ ਲਿਖਿਆ, "ਅਸੀਂ ਸਵੇਰੇ-ਸਵੇਰੇ ਉੱਠ ਜਾਨੇ ਆਂ। ਸਾਨੂੰ ਠੀਕ ਉਸੇ ਵੇਲੇ ਜਗਾਇਆ ਜਾਂਦੈ, ਜਦੋਂ ਹਮਜ਼ਾਤ ਆਪਣੀ ਛੱਤ 'ਤੇ ਆਉਂਦੇ ਨੇ।"

ਜੇਕਰ ਕੋਈ ਸੁਬ੍ਹਾ ਵੇਲੇ ਹਮਜ਼ਾਤ ਨੂੰ ਮਿਲਣਾ ਚਾਹੁੰਦਾ, ਤਾਂ ਉਸ ਨੂੰ ਇਹ ਪਤਾ ਹੁੰਦਾ ਸੀ ਕਿ ਕਿੰਨੇ ਵੱਜ ਕੇ ਕਿੰਨੇ ਮਿੰਟ 'ਤੇ ਖ਼ੁੰਜ਼ਹ ਵੱਲ ਜਾਣ ਵਾਲੇ ਰਸਤੇ 'ਤੇ ਪਹੁੰਚਣਾ ਚਾਹੀਦੈ। ਹਮਜ਼ਾਤ ਹਮੇਸ਼ਾ ਇੱਕੋ ਹੀ ਵੇਲੇ ਘਰ ਤੋਂ ਕੰਮ ਲਈ ਰਵਾਨਾ ਹੁੰਦੇ ਸਨ।

ਲੋਕ ਉਨ੍ਹਾਂ ਬਾਰੇ ਸਭ ਕੁੱਝ ਜਾਣਦੇ ਸਨ। ਉਨ੍ਹਾਂ ਨੂੰ ਪਤਾ ਸੀ ਕਿ ਕਿਹੜੀ ਜਗ੍ਹਾ ਤੱਕ ਉਹ ਘੋੜੇ ਦੀ ਲਗਾਮਾਂ ਫੜ ਕੇ ਚੱਲਦੇ ਹਨ ਅਤੇ ਕਿੱਥੇ ਜਾ ਕੇ ਘੋੜੇ 'ਤੇ ਸਵਾਰ ਹੁੰਦੇ ਹਨ। ਉਨ੍ਹਾਂ ਦੀ ਮਾਮੂਲੀ ਕਾਲੀ ਕਮੀਜ, ਬਿਰਜਿਸ ਅਤੇ ਗੋਡਿਆਂ ਤੱਕ ਦੇ ਉਨ੍ਹਾਂ ਦੇ ਉਨ੍ਹਾਂ ਬੂਟਾਂ ਤੋਂ ਵੀ ਉਹ ਜਾਣੂ ਸਨ, ਜਿਨ੍ਹਾਂ ਨੂੰ ਉਨ੍ਹਾਂ ਨੇ ਖ਼ੁਦ ਬਣਾਇਆ ਸੀ ਅਤੇ ਹਰ ਸੁਬ੍ਹਾ ਆਪਣੇ ਹੱਥ ਨਾਲ ਸਾਫ਼ ਕਰਦੇ ਸਨ। ਉਨ੍ਹਾਂ ਦੀ ਪੇਟੀ, ਇੱਕ ਵਾਰ ਵੀ ਉਸਤਰੇ ਨਾਲ ਨਾ ਸਾਫ਼ ਕੀਤੇ ਗਏ ਅਤੇ ਆਪਣੇ ਹੀ ਢੰਗ ਨਾਲ ਮੁੰਨੇ ਹੋਏ ਸਿਰ, ਉਨ੍ਹਾਂ ਦੀ ਫ਼ਰ ਦੀ ਟੋਪੀ ਤੋਂ ਵੀ ਵਾਕਿਫ਼ ਸਨ, ਜਿਸ ਨੂੰ ਉਹ ਸਹੀ ਢੰਗ ਨਾਲ ਸਿਰ 'ਤੇ ਰੱਖਦੇ ਸਨ। ਟੋਪੀ ਦੀ ਜੱਤ ਨਾ ਤਾਂ ਬਹੁਤੀ ਘੁੰਗਰਾਲੀ ਸੀ ਅਤੇ ਨਾ ਹੀ ਬਹੁਤ ਮੁਲਾਇਮ।

ਪਿਤਾ ਜੀ ਦਾ ਆਪਣਾ ਹੀ ਇੱਕ ਸਰੂਪ ਸੀ ਅਤੇ ਜੋ ਕੁੱਝ ਉਹ ਪਹਿਨਦੇ ਅਤੇ ਕਰਦੇ ਸਨ, ਇਸ ਸਰੂਪ ਦੇ ਬਹੁਤ ਅਨੁਸਾਰ ਸੀ। ਹਮਜ਼ਾਤ ਦੀ ਪੁਸ਼ਾਕ ਅਤੇ ਗਤੀਵਿਧੀ ਵਿੱਚ ਕਿਸੇ ਦੂਜੀ ਚੀਜ਼ ਦੀ ਕਲਪਨਾ ਕਰਨੀ ਹੀ ਅਸੰਭਵ ਸੀ।

ਖ਼ੁਦ ਉਨ੍ਹਾਂ ਨੂੰ ਵੀ ਕਿਸੇ ਤਰ੍ਹਾਂ ਦੇ ਪਰਿਵਰਤਨ ਪਸੰਦ ਨਹੀਂ ਸਨ। ਜਦੋਂ ਉਨ੍ਹਾਂ ਦਾ ਕੋਈ ਕੱਪੜਾ ਫਟ ਜਾਂਦਾ ਅਤੇ ਨਵਾਂ ਖਰੀਦਣਾ ਹੁੰਦਾ, ਤਾਂ ਉਹ ਬਿਲਕੁੱਲ ਉਹੋ ਜਿਹਾ ਹੀ ਭਾਲਦੇ। ਨਵੀਂ ਪੁਸ਼ਾਕ ਬੇਸ਼ੱਕ ਉਸੇ ਨਾਪ ਅਤੇ ਉਸੇ ਡਿਜ਼ਾਇਨ ਦੀ ਹੁੰਦੀ, ਫਿਰ ਵੀ ਪਿਤਾ ਜੀ ਪਹਿਲਾਂ ਕੁੱਝ ਦਿਨਾਂ ਵਿੱਚ ਆਪਣੇ ਆਪ ਨੂੰ ਅਜੀਬ-ਅਜੀਬ ਅਤੇ ਅਸੁਭਾਵਿਕ ਜਿਹਾ ਮਹਿਸੂਸ ਕਰਦੇ ਰਹਿੰਦੇ।

ਇੱਕ ਵਾਰ ਉਨ੍ਹਾਂ ਦੀ ਪੇਟੀ ਘਸ ਕੇ ਟੁੱਟ ਗਈ। ਨਵੀਂ ਪੇਟੀ ਖਰੀਦ ਲੈਣੀ ਮਾਮੂਲੀ ਗੱਲ ਸੀ। ਪਰ ਹਮਜ਼ਾਤ ਨੇ ਉਸੇ ਪੇਟੀ ਨੂੰ, ਜਿਸ ਦੇ ਉਹ ਆਦੀ ਸਨ, ਬੜੇ ਯਤਨ ਨਾਲ ਸਿਊਂ ਲਿਆ ਅਤੇ ਕੁੱਝ ਸਮੇਂ ਤੱਕ ਉਸ ਨੂੰ ਹੀ ਵਰਤਦੇ ਰਹੇ। ਉਹ ਕੰਜੂਸ ਨਹੀਂ ਸਨ, ਪੈਸਿਆਂ ਦੀ ਵੀ ਉਨ੍ਹਾਂ ਨੂੰ ਕੋਈ ਘਾਟ ਨਹੀਂ ਸੀ, ਪਰ ਜਿਸ ਚੀਜ਼ ਦੇ ਉਹ ਆਦੀ ਹੋ ਗਏ ਸਨ, ਉਸ ਤੋਂ ਵੱਖ ਹੁੰਦਿਆਂ ਉਨ੍ਹਾਂ ਨੂੰ ਦੁੱਖ ਹੁੰਦਾ ਸੀ। ਆਖ਼ਰ ਉਹ ਪੇਟੀ ਫਿਰ ਟੁੱਟ ਗਈ ਅਤੇ ਪਿਤਾ ਜੀ ਨੂੰ ਨਵੀਂ ਪੇਟੀ ਖਰੀਦਣੀ ਹੀ ਪਈ। ਫਿਰ ਵੀ ਉਨ੍ਹਾਂ ਨੇ ਨਵੀਂ ਪੇਟੀ ਨਾਲ ਪੁਰਾਣਾ ਬੱਕਲ ਸਿਊਂ ਲਿਆ।

ਆਪਣੀ ਫ਼ਰ ਦੀ ਟੋਪੀ ਨੂੰ ਉਹ ਜਿਊਂਦੇ ਮੇਮਣੇ ਵਾਂਗ ਪਲੋਸਦੇ ਸਨ। ਜੇਕਰ ਉਨ੍ਹਾਂ ਨੂੰ ਆਪਣੀ ਉਹ ਪੇਟੀ ਹੀ ਇੰਨੀ ਪਿਆਰੀ ਸੀ, ਜਿਸ ਦੇ ਉਹ ਆਦੀ ਸਨ, ਤਾਂ ਸੋਚੋ ਕਿ ਫ਼ਰ ਦੀ ਟੋਪੀ ਕਿੰਨੀ ਪਿਆਰੀ ਹੋਵੇਗੀ।

1941 ਦੀ ਗਰਮੀ ਵਿੱਚ ਜਦੋਂ ਦੇਸ਼-ਭਗਤੀ ਵਾਲਾ ਯੁੱਧ ਸ਼ੁਰੂ ਹੋਇਆ, ਤਾਂ ਦਾਗ਼ਿਸਤਾਨ ਦੀ ਸਰਕਾਰ ਨੇ ਪਿਤਾ ਜੀ ਨੂੰ ਇਹ ਕਿਹਾ ਕਿ ਉਹ ਪਹਾੜਾਂ ਦੀ ਬਜਾਇ ਮਖ਼ਚਕਲਾ ਵਿੱਚ ਆ ਕੇ ਵੱਸਣ। ਉੱਚੇ, ਠੰਢੇ ਪਹਾੜਾਂ ਤੋਂ ਬਿਨਾਂ ਸ਼ਹਿਰ ਵਿੱਚ ਉਨ੍ਹਾਂ ਨੂੰ ਘੁਟਣ ਅਤੇ ਗਰਮੀ ਮਹਿਸੂਸ ਹੋਈ। ਉੱਚੇ ਪਹਾੜੀ ਇਲਾਕਿਆਂ ਵਿੱਚ ਪਹਿਨੀ ਜਾਣ ਵਾਲੀ ਪੁਸ਼ਾਕ ਉਨ੍ਹਾਂ ਨੂੰ ਗਰਮ ਸ਼ਹਿਰੀ ਹਵਾ ਵਿੱਚ ਭਾਰੀ ਮਹਿਸੂਸ ਹੋਣ ਲੱਗੀ। ਫ਼ਰ ਦੀ ਟੋਪੀ ਤਾਂ ਖ਼ਾਸ ਤੌਰ 'ਤੇ ਜਲਵਾਯੂ ਦੇ ਅਨੁਕੂਲ ਪ੍ਰਤੀਤ ਨਾ ਹੋਈ। ਪਿਤਾ ਜੀ ਨੇ ਕਈ ਟੋਪ ਅਤੇ ਹਲਕੀਆਂ ਟੋਪੀਆਂ ਪਹਿਨ ਕੇ ਦੇਖੀਆਂ, ਪਰ ਉਹ ਹਮਜ਼ਾਤ ਦੀ ਸ਼ਖ਼ਸੀਅਤ ਨੂੰ ਪੂਰੀ ਤਰ੍ਹਾਂ ਬਦਲ ਦਿੰਦੀਆਂ ਸਨ ਕਿਉਂਕਿ ਸਾਡੇ ਬਹੁਤ ਮਨਾਉਣ ਦੇ ਬਾਵਜੂਦ ਵੀ ਉਹ ਉਨ੍ਹਾਂ ਨੂੰ ਲਾਹ ਕੇ ਇੱਕ ਪਾਸੇ ਸੁੱਟ ਦਿੰਦੇ ਸਨ।

ਤਾਂ ਹਮਜ਼ਾਤ ਉਸ ਫ਼ਰ ਦੀ ਟੋਪੀ ਨੂੰ ਹੱਥ ਵਿੱਚ ਫੜ ਕੇ ਹੀ ਮਖ਼ਚਕਲਾ ਵਿੱਚ ਘੁੰਮਦੇ ਰਹਿੰਦੇ। ਕਦੇ ਉਹ ਉਸ ਨੂੰ ਲਾਹ ਦਿੰਦੇ, ਕਦੇ ਪਹਿਨ ਲੈਂਦੇ, ਪਰ ਇੱਕ ਮਿੰਟ ਲਈ ਵੀ ਉਸ ਨੂੰ ਆਪਣੇ ਤੋਂ ਵੱਖ ਨਾ ਕਰਦੇ।

ਲੋਕ ਜੰਗ ਵਰਗੀ ਮੁਸੀਬਤ ਦੇ ਵੀ ਆਦੀ ਹੋ ਜਾਂਦੇ ਹਨ ਅਤੇ ਬੇਸ਼ੱਕ ਨਵਾਂ ਹੀ ਹੋਵੇ ਪਰ ਜ਼ਿੰਦਗੀ ਜੰਗੀ ਸੁਰ ਨੂੰ ਵੀ ਅਪਣਾਅ ਲੈਂਦੀ ਹੈ। ਪਿਤਾ ਜੀ ਕਦੇ-ਕਦੇ ਫਿਰ ਪਹਾੜਾਂ 'ਤੇ ਜਾਣ ਲੱਗੇ। ਕਿਵੇਂ ਚੈਨ ਦਾ ਸਾਹ ਲੈਂਦੇ ਸੀ ਉਹ ਉੱਥੇ, ਕਿੰਨੀ ਖ਼ੁਸ਼ੀ ਨਾਲ ਉਹ ਆਪਣੀ ਫ਼ਰ ਦੀ ਟੋਪੀ ਪਹਿਨਦੇ ਸਨ, ਜਿਸ ਨੂੰ ਉਨ੍ਹਾਂ ਨੇ ਕਦੇ ਆਪਣੇ ਤੋਂ ਵੱਖ ਨਹੀਂ ਕੀਤਾ ਸੀ। ਉਨ੍ਹਾਂ ਦਿਨਾਂ ਵਿੱਚ ਉਸ ਆਦਮੀ ਵਾਂਗ ਹੁੰਦੇ, ਜਿਸ ਕੋਲ ਜਾਂ ਤਾਂ ਕੁੱਝ ਸਮੇਂ ਲਈ ਪੀਣ ਨੂੰ ਸਿਗਰਟ ਨਾ ਰਹੀ ਹੋਵੇ ਜਾਂ ਜਿਸ ਦੀ ਸਖ਼ਤ ਮਨਾਹੀ ਕਰ ਦਿੱਤੀ ਗਈ ਹੋਵੇ ਅਤੇ ਫਿਰ ਅਚਾਨਕ ਉਸ ਨੂੰ ਤਸੱਲੀ ਨਾਲ ਤੇਜ ਦੇਸੀ ਤੰਬਾਕੂ ਦੀ ਸਿਗਰਟ ਲਪੇਟਣ, ਚੈਨ ਅਤੇ ਬੜੇ ਮਜ਼ੇ ਨਾਲ ਸਿਗਰਟ ਪੀਣ ਅਤੇ ਲੰਬੇ ਕਸ਼ ਖਿੱਚਣ ਦੀ ਸੰਭਾਵਨਾ ਮਿਲ ਗਈ ਹੋਵੇ।

ਮੇਰੇ ਪਿਤਾ ਜੀ ਨੇ ਕਦੇ ਤੰਬਾਕੂ ਨਹੀਂ ਪੀਤਾ ਸੀ, ਪਰ ਉਹ ਦੂਜੀਆਂ ਛੋਟੀਆਂ-ਮੋਟੀਆਂ ਚੀਜ਼ਾਂ ਨਾਲ ਹੋਰ ਵੀ ਜ਼ਿਆਦਾ ਖ਼ੁਸ਼ੀ ਮਹਿਸੂਸ ਕਰਦੇ ਸਨ, ਸਿਰਜਣਾ ਅਤੇ ਆਪਣੀ ਧਰਤੀ ਪ੍ਰਤੀ ਪਿਆਰ ਦਾ ਤਾਂ ਖ਼ੈਰ ਜ਼ਿਕਰ ਹੀ ਕੀ ਕੀਤਾ ਜਾਵੇ।

ਪਿਤਾ ਜੀ ਦੀ ਡਾਇਰੀ ਵਿੱਚੋਂ

"ਰਜਬ ਬੇਸ਼ੱਕ ਮੇਰਾ ਦੋਸਤ ਹੈ, ਪਰ ਉਸ ਨੇ ਮੇਰੇ ਨਾਲ ਦੁਸ਼ਮਣ ਤੋਂ ਵੀ ਬੁਰਾ ਵਿਹਾਰ ਕੀਤਾ। ਉਸ ਨੇ ਮੇਰੇ ਖ਼ਿਲਾਫ਼ ਉਸਤਰਾ ਹਥਿਆਰ ਬਣਾਇਆ।" ਮੇਰੇ ਪਿਤਾ ਜੀ ਨੇ ਆਪਣੀ ਡਾਇਰੀ ਵਿੱਚ ਇੱਕ ਵਾਰ ਲਿਖਿਆ ਸੀ। ਕਿੱਸਾ ਇਸ ਤਰ੍ਹਾਂ ਹੋਇਆ ਸੀ ਕਿ 1934 ਵਿੱਚ ਪਿਤਾ ਜੀ ਪਹਿਲੇ ਲੇਖਕ ਸੰਮੇਲਨ ਵਿੱਚ ਹਿੱਸਾ ਲੈਣ ਲਈ ਮਾਸਕੋ ਗਏ। ਅਵਾਰ ਲੇਖਕ ਰਜਬ ਦੀਨਮਾਗਾਮਾਯੇਵ ਉਦੋਂ ਜਿਉਂਦੇ ਸਨ। ਉਹ ਪਿਤਾ ਜੀ ਨੂੰ ਨਾਈ ਦੀ ਦੁਕਾਨ 'ਤੇ ਖਿੱਚ ਕੇ ਲੈ ਗਏ, ਤਾਂ ਕਿ ਉਨ੍ਹਾਂ ਦੇ ਸਿਰ ਅਤੇ ਦਾੜ੍ਹੀ ਦੇ ਵਾਲ ਕੁੱਝ ਕਟਵਾ ਦਿੱਤੇ ਜਾਣ। ਰਜਬ ਨੇ ਜਾਣ-ਬੁੱਝ ਕੇ ਅਜਿਹਾ ਕਰਵਾਇਆ ਜਾਂ ਨਾਈ ਇਹ ਨਹੀਂ ਸਮਝਿਆ ਕਿ ਉਸ ਨੂੰ ਕੀ ਕਰਨ ਲਈ ਕਿਹਾ ਗਿਆ ਹੈ, ਪਰ ਉਸ ਨੇ ਪਿਤਾ ਜੀ ਦੀ ਕਦੇ ਵੀ ਸਾਫ਼ ਨਾ ਕੀਤੀ ਗਈ ਦਾੜ੍ਹੀ ਨੂੰ ਬਿਲਕੁੱਲ ਹੀ ਮੁੰਨ ਦਿੱਤਾ। ਪਿਤਾ ਜੀ ਦਾ ਧਿਆਨ ਇਸ ਪਾਸੇ ਬਾਅਦ

ਵਿੱਚ ਹੀ ਗਿਆ। ਸ਼ੀਸ਼ੇ ਵਿੱਚ ਬਿਲਕੁੱਲ ਹੀ ਪਰਾਇਆ, ਅਜਨਬੀ ਚਿਹਰਾ ਦੇਖ ਕੇ ਉਹ ਚੀਕ ਉੱਠੇ, ਉਨ੍ਹਾਂ ਨੇ ਹੱਥਾਂ ਨਾਲ ਮੂੰਹ ਢਕ ਲਿਆ ਅਤੇ ਨਾਈ ਦੀ ਦੁਕਾਨ ਤੋਂ ਬਾਹਰ ਦੌੜ ਗਏ। ਇਸ ਤੋਂ ਬਾਅਦ ਉਹ ਸੰਮੇਲਨ ਦੀਆਂ ਬੈਠਕਾਂ ਵਿੱਚ ਵੀ ਨਹੀਂ ਗਏ, ਲੋਕਾਂ ਨੂੰ ਆਪਣੀ ਸੂਰਤ ਦਿਖਾਉਣ ਦੀ ਉਨ੍ਹਾਂ ਦੀ ਹਿੰਮਤ ਨਹੀਂ ਹੋਈ।

"ਮੈਂ ਤਾਂ ਜੀਵਨ ਭਰ ਆਪਣਾ ਚਿਹਰਾ ਨਹੀਂ ਬਦਲ ਸਕਿਆ।" ਪਿਤਾ ਜੀ ਨੇ ਬਾਅਦ ਵਿੱਚ ਕਿਹਾ, "ਕਵਿਤਾ ਵਿੱਚ ਆਪਣਾ ਚਿਹਰਾ ਕਿਵੇਂ ਬਦਲ ਸਕਦਾਂ?"

ਪਿਤਾ ਜੀ ਨੂੰ ਜੀਵਨ ਵਿੱਚ ਅਤੇ ਉਸੇ ਤਰ੍ਹਾਂ ਕਵਿਤਾ ਵਿੱਚ ਵੀ ਬਨਾਵਟ ਪਸੰਦ ਨਹੀਂ ਸੀ। ਹਾਂ, ਇੱਕ ਵਾਰ ਉਹ ਪਰਾਏ ਅਤੇ ਬਨਾਉਟੀ ਢੰਗ ਦੇ ਲੱਗਭੱਗ ਆਦੀ ਹੋ ਗਏ ਸਨ।

ਯਾਦਾਂ ਵਿੱਚੋਂ

ਇੱਕ ਵਾਰ ਕੁੱਝ ਪਿੰਡ ਵਾਸੀ ਮਖ਼ਚਕਲਾ ਵਿੱਚ ਪਿਤਾ ਜੀ ਦੇ ਕੋਲ ਮਹਿਮਾਨ ਆਏ। ਉਨ੍ਹਾਂ ਨੇ ਦੇਖਿਆ ਕਿ ਉਨ੍ਹਾਂ ਨਾਲ ਗੱਲਬਾਤ ਕਰਦੇ ਹੋਏ ਪਿਤਾ ਜੀ ਕਿਸੇ ਅਸੁਭਾਵਿਕ, ਓਪਰੇ ਢੰਗ ਨਾਲ ਬੈਠਦੇ ਹਨ ਭਾਵ ਆਪਣੀ ਠੋਡੀ ਨੂੰ ਤਿੰਨ ਉਂਗਲਾਂ 'ਤੇ ਟਿਕਾਈ ਰੱਖਦੇ ਹਨ। ਇੱਕ ਪਹਾੜੀ ਨੇ ਕਿਹਾ:

"ਪਹਿਲਾਂ ਤਾਂ ਅਸੀਂ ਕਦੇ ਤੁਹਾਨੂੰ ਤਿੰਨ ਉਂਗਲਾਂ 'ਤੇ ਠੋਡੀ ਟਿਕਾ ਕੇ ਬੈਠੇ ਨਹੀਂ ਦੇਖਿਆ ਸੀ। ਕਦੋਂ ਤੋਂ ਤੁਸੀਂ ਅਜਿਹਾ ਕਰਨ ਲੱਗੇ ਹੋ? ਅਤੇ ਕਿਸ ਲਈ? ਅਜਿਹਾ ਕਰਨਾ ਤੁਹਾਨੂੰ ਜਰਾ ਵੀ ਨਹੀਂ ਜੱਚਦਾ। ਇਹ ਤੁਹਾਡੀ ਆਦਤ ਨਹੀਂ, ਹਮਜ਼ਾਤ।"

"ਹਾਂ, ਮੈਨੂੰ ਇਸ ਨੂੰ ਛੱਡਣਾ ਚਾਹੀਦੈ।" ਹਮਜ਼ਾਤ ਨੇ ਜਵਾਬ ਦਿੱਤਾ, "ਇਹ ਚਿੱਤਰਕਾਰ ਮੁਹਿਦੀਨ ਜਮਾਲ ਦਾ ਕਸੂਰ ਐ। ਉਸ ਨੇ ਤਿੰਨ ਮਹੀਨੇ ਤੱਕ ਮੇਰਾ ਚਿੱਤਰ ਬਣਾਉਣ ਲਈ ਮੈਨੂੰ ਆਪਣੇ ਸਾਹਮਣੇ ਬਿਠਾਈ ਰੱਖਿਆ। ਤਿੰਨ ਮਹੀਨੇ ਤੱਕ ਮੈਂ ਤਿੰਨ ਉਂਗਲੀਆਂ 'ਤੇ ਠੋਡੀ ਟਿਕਾ ਕੇ ਉਸ ਦੇ ਸਾਹਮਣੇ ਬੁੱਤ ਬਣਿਆ ਬੈਠਾ ਰਿਹਾ। ਚਿੱਤਰਕਾਰ ਨੇ ਅਜਿਹਾ ਹੀ ਚਾਹਿਆ ਅਤੇ ਮੈਨੂੰ ਉਸ ਦਾ ਹੁਕਮ ਮੰਨਣਾ ਪਿਆ।"

"ਬਹੁਤ ਪ੍ਰੇਸ਼ਾਨੀ ਹੋਈ ਹੋਵੇਗੀ ਤੁਹਾਨੂੰ?"

"ਬੈਠਣ ਨਾਲ ਤਾਂ ਨਹੀਂ, ਪਰ ਇਹ ਅੰਦਾਜ਼ ਬਣਾਈ ਰੱਖਣ ਨਾਲ। ਕਦੇ-ਕਦੇ ਮੈਨੂੰ ਅਜਿਹਾ ਲੱਗਦਾ ਸੀ ਕਿ ਠੋਡੀ ਨੂੰ ਸਹਾਰਾ ਦੇਣ ਵਾਲੀਆਂ ਤਿੰਨ ਉਂਗਲਾਂ ਮੇਰੀਆਂ ਆਪਣੀਆਂ ਨਹੀਂ। ਫਿਰ ਕਦੇ ਮੈਨੂੰ ਅਜਿਹਾ ਮਹਿਸੂਸ ਹੁੰਦਾ ਕਿ ਮੇਰੀਆਂ ਤਿੰਨ ਉਂਗਲਾਂ ਕਿਸੇ ਦੂਜੇ ਦੀ ਠੋਡੀ ਨੂੰ ਸਹਾਰਾ ਦੇ ਰਹੀਆਂ ਨੇ। ਤਿੰਨ ਮਹੀਨਿਆਂ ਤੱਕ ਮੈਂ ਲਗਾਤਾਰ ਹਰ ਰੋਜ਼ ਇਸ ਤਰ੍ਹਾਂ ਹੀ ਬੈਠਾ ਰਿਹਾ ਅਤੇ ਆਖ਼ਰ ਇਸ ਦਾ ਆਦੀ ਹੋ ਗਿਆ। ਚਿੱਤਰਕਾਰ ਦੇ ਸਾਹਮਣੇ ਬੈਠਣ ਦਾ ਸਿਲਸਿਲਾ ਖ਼ਤਮ ਹੋ ਚੁੱਕਿਆ, ਤਸਵੀਰ ਬਣ ਚੁੱਕੀ ਅਤੇ ਕੰਧ 'ਤੇ ਲਟਕੀ ਹੋਈ ਐ, ਪਰ ਮੈਂ, ਜਿਵੇਂ ਕਿ ਤੁਸੀਂ ਦੇਖ ਰਹੇ ਹੋ, ਅਜੇ ਵੀ ਆਪਣੀ ਠੋਡੀ ਨੂੰ ਤਿੰਨ ਉਂਗਲਾਂ 'ਤੇ ਟਿਕਾਈ ਰੱਖਦਾਂ। ਜਾਣਦੇ ਹੋ ਨਾ ਕਿ ਦਿਲ ਦਾ ਰੋਗੀ ਦਿਲ ਵਿੱਚ ਦਰਦ ਨਾ ਹੋਣ 'ਤੇ ਵੀ ਛਾਤੀ ਦੇ ਖੱਬੇ ਪਾਸੇ ਆਪਣਾ ਹੱਥ ਰੱਖੀਂ ਰੱਖਦੈ। ਖ਼ੈਰ, ਕੋਈ ਗੱਲ ਨਹੀਂ, ਮੈਂ ਇਸ ਆਦਤ ਤੋਂ ਛੁਟਕਾਰਾ ਪਾ ਲਵਾਂਗਾ।"

ਪਿਤਾ ਜੀ ਦੀ ਡਾਇਰੀ ਵਿੱਚ ਇਸ ਗੱਲ ਦਾ ਵੀ ਜ਼ਿਕਰ ਮਿਲਦਾ ਹੈ ਕਿ ਕਿਵੇਂ ਉਨ੍ਹਾਂ ਨੇ ਨਵੇਂ ਦੰਦ ਲਗਵਾਏ।

ਦੰਦਾਂ ਦੇ ਡਾਕਟਰ ਨੇ ਉਨ੍ਹਾਂ ਨੂੰ ਪੁੱਛਿਆ ਕਿ ਉਹ ਕਿਹੜੇ ਸੋਨੇ, ਚਾਂਦੀ ਜਾਂ ਇਸਪਾਤ ਦੇ ਦੰਦ ਲਗਵਾਉਣੇ ਪਸੰਦ ਕਰਨਗੇ। ਹਮਜ਼ਾਤ ਨੂੰ ਕੋਈ ਜਵਾਬ ਨਹੀਂ ਸੁੱਝਿਆ ਅਤੇ ਉਨ੍ਹਾਂ ਨੇ ਉੱਥੇ ਹਾਜ਼ਰ ਦੋਸਤਾਂ ਵੱਲ ਸਲਾਹ ਅਤੇ ਮੱਦਦ ਲਈ ਦੇਖਿਆ।

"ਸੋਨੇ ਦੇ ਲਗਵਾ ਲਵੋ।" ਇੱਕ ਦੋਸਤ ਨੇ ਕਿਹਾ, "ਸੋਨਾ ਬਹੁਤ ਚੰਗੀ ਧਾਤ ਐ।"

"ਇਸਪਾਤ ਦੇ ਲਗਵਾ ਲਵੋ।" ਦੂਜੇ ਦੋਸਤ ਨੇ ਕਿਹਾ, "ਇਸਪਾਤ ਜ਼ਿਆਦਾ ਮਜ਼ਬੂਤ ਹੁੰਦੈ ਅਤੇ ਅਜਿਹੇ ਦੰਦ ਕਦੇ ਨਹੀਂ ਟੁੱਟਣਗੇ।"

"ਪਰ ਇਸ ਦਾ ਨਤੀਜਾ ਕੀ ਹੋਵੇਗਾ। ਹਮਜ਼ਾਤ ਨੇ ਨਾਰਾਜ਼ਗੀ ਜ਼ਾਹਿਰ ਕੀਤੀ, "ਜੇਕਰ ਮੈਂ ਸੋਨੇ ਜਾਂ ਇਸਪਾਤ ਦੇ ਦੰਦ ਲਗਵਾ ਕੇ ਪਿੰਡ ਵਾਪਸ ਜਾਵਾਂਗਾ, ਤਾਂ ਲੋਕ ਮੈਨੂੰ ਇਸ ਤਰ੍ਹਾਂ ਦੇਖਣਗੇ, ਜਿਵੇਂ ਮੇਰੇ ਮੂੰਹ ਵਿੱਚ ਬੱਤੀਆਂ ਜਗ ਰਹੀਆਂ ਹੋਣ। ਲੋਕ ਮੇਰੇ 'ਤੇ ਨਹੀਂ, ਮੇਰੇ ਦੰਦਾਂ 'ਤੇ ਹੀ ਨਜ਼ਰ ਟਿਕਾਈ ਰੱਖਣਗੇ। ਦੰਦ ਮੇਰੇ ਚਿਹਰੇ 'ਤੇ ਹਾਵੀ ਹੋ ਜਾਣਗੇ। ਕੀ ਹੱਡੀ ਦੇ, ਅਜਿਹੇ ਹੀ ਦੰਦ ਲਗਵਾਉਣੇ ਸੰਭਵ ਨਹੀਂ, ਤਾਂ ਕਿ ਕਿਸੇ ਨੂੰ ਇਹ ਵੀ ਪਤਾ ਨਾ ਲੱਗੇ ਕਿ ਮੈਂ ਨਵੇਂ ਦੰਦ ਲਗਵਾਏ ਨੇ। ਮੈਂ ਅਜਿਹੇ ਲਗਵਾਉਣ ਲਈ ਤਿਆਰ ਆਂ, ਜਿਨ੍ਹਾਂ ਨਾਲ ਇਹ ਪਤਾ ਨਾ ਲੱਗੇ ਕਿ ਉਹ ਨਵੇਂ ਨੇ।"

ਦੰਦਾਂ ਦੇ ਡਾਕਟਰ ਨੇ ਅਜਿਹਾ ਹੀ ਕੀਤਾ ਅਤੇ ਦੰਦ ਲਗਾ ਦਿੱਤੇ, ਜੋ ਉਨ੍ਹਾਂ ਦੇ ਪਹਿਲੇ ਕੁਦਰਤੀ ਦੰਦਾਂ ਵਰਗੇ ਸਨ।

ਇਸ ਤੋਂ ਬਾਅਦ ਜਦੋਂ ਕਦੇ ਕਿਸੇ ਕਵੀ ਦੀ ਕਵਿਤਾ ਵਿੱਚ ਪਰਾਈਆਂ ਜਾਂ ਕਿਤੋਂ ਲਈਆਂ ਗਈਆਂ ਪੰਕਤੀਆਂ ਦੀ ਝਲਕ ਮਿਲਦੀ, ਤਾਂ ਉਹ ਕਹਿੰਦੇ:

"ਇਸ ਕਵਿਤਾ ਵਿੱਚ ਮੈਨੂੰ ਨਕਲੀ ਦੰਦ ਚਮਕਦੇ ਦਿਖਾਈ ਦੇ ਰਹੇ ਨੇ।"

ਸੋਨੇ ਦੇ ਦੰਦਾਂ ਨਾਲ ਵੀ ਸੇਬ ਖਾਧਾ ਜਾ ਸਕਦਾ ਹੈ, ਪਰ ਮੇਰਾ ਖ਼ਿਆਲ ਹੈ ਕਿ ਉਹ ਇੰਨਾ ਰਸੀਲਾ ਅਤੇ ਸਵਾਦਲਾ ਨਹੀਂ ਲੱਗੇਗਾ, ਜਿੰਨਾ ਆਪਣੇ ਦੰਦਾਂ ਨਾਲ ਖਾਣ ਨਾਲ।

ਯਾਦ

1947 ਵਿੱਚ ਮਖ਼ਚਕਲਾ ਦੇ ਥਿਏਟਰ ਵਿੱਚ ਇੱਕ ਵੱਡਾ ਸਮਾਰੋਹ ਹੋਇਆ। ਕਵੀ ਹਮਜ਼ਾਤ ਤਸਾਦਾਸਾ ਦਾ ਸੱਤਰਵਾਂ ਜਨਮ ਦਿਨ ਮਨਾਇਆ ਜਾ ਰਿਹਾ ਸੀ। ਬਹੁਤ ਸਾਰੇ ਭਾਸ਼ਣ ਹੋਏ, ਬਹੁਤ ਸਾਰੀਆਂ ਵਧਾਈਆਂ ਦਿੱਤੀਆਂ ਗਈਆਂ, ਬਹੁਤ ਸਾਰੀਆਂ ਕਵਿਤਾਵਾਂ ਪੜ੍ਹੀਆਂ ਗਈਆਂ ਅਤੇ ਢੇਰ ਸਾਰੇ ਤੋਹਫ਼ੇ ਭੇਟ ਕੀਤੇ ਗਏ। ਜਿਸ ਦਾ ਜਨਮ ਦਿਨ ਮਨਾਇਆ ਜਾ ਰਿਹਾ ਸੀ, ਆਖ਼ਰ ਉਸ ਨੂੰ ਭਾਵ ਪਿਤਾ ਜੀ ਨੂੰ ਕੁੱਝ ਬੋਲਣ ਲਈ ਕਿਹਾ ਗਿਆ। ਹਮਜ਼ਾਤ ਮੰਚ 'ਤੇ ਆਏ, ਤਸੱਲੀ ਨਾਲ ਉਨ੍ਹਾਂ ਨੇ ਆਪਣੀ ਇੱਕ ਜੇਬ ਵਿੱਚੋਂ ਇਸ ਦਿਨ ਲਈ ਵਿਸ਼ੇਸ਼ ਰੂਪ ਵਿੱਚ ਲਿਖੀਆਂ ਗਈਆਂ ਕਵਿਤਾਵਾਂ ਕੱਢੀਆਂ ਅਤੇ ਐਨਕ ਕੱਢਣ ਲਈ ਉਸੇ ਤਰ੍ਹਾਂ ਤਸੱਲੀ ਨਾਲ ਦੂਜੀ ਜੇਬ ਵਿੱਚ ਹੱਥ ਪਾਇਆ...ਪਰ ਉਸੇ ਵੇਲੇ ਪਿਤਾ ਜੀ ਬੇਚੈਨ ਹੋ ਗਏ। ਉਨ੍ਹਾਂ ਨੇ ਇੱਕ ਜੇਬ ਫਰੋਲੀ, ਫਿਰ ਦੂਜੀ। ਸਾਰੇ ਸਮਝ ਗਏ ਕਿ ਜਨਮ ਦਿਨ

ਦੇ ਨਾਇਕ ਹਮਜ਼ਾਤ ਆਪਣੀ ਐਨਕ ਨਾਲ ਲਿਆਉਣੀ ਭੁੱਲ ਗਏ ਹਨ।

ਉਸੇ ਵੇਲੇ ਕਿਸੇ ਨੂੰ ਐਨਕ ਲੈਣ ਲਈ ਭੇਜ ਦਿੱਤਾ ਗਿਆ। ਪਰ ਹਮਜ਼ਾਤ ਮੰਚ 'ਤੇ ਖੜ੍ਹੇ ਸਨ ਅਤੇ ਕੁੱਝ ਵੀ ਤਾਂ ਨਹੀਂ ਕਰ ਸਕਦੇ ਸਨ। ਉਦੋਂ ਹਮਜ਼ਾਤ ਦੇ ਦੋਸਤ ਅਬੂਤਾਲਿਬ ਨੇ ਉਨ੍ਹਾਂ ਨੂੰ ਆਪਣੀ ਐਨਕ ਦਿੱਤੀ, ਜੋ ਉਨ੍ਹਾਂ ਨੂੰ ਫਿੱਟ ਬੈਠ ਗਈ। ਪਿਤਾ ਜੀ ਉਸ ਨੂੰ ਲਗਾ ਕੇ ਕਵਿਤਾ ਪੜ੍ਹਨ ਲੱਗੇ। ਉਹ ਆਪਣੀ ਕਵਿਤਾ ਪੜ੍ਹ ਰਹੇ ਸਨ, ਪਰ ਉਨ੍ਹਾਂ ਦੀ ਆਵਾਜ਼, ਉਨ੍ਹਾਂ ਦੇ ਪੂਰੇ ਅੰਦਾਜ਼ ਵਿੱਚ ਕੁੱਝ ਬੇਭਰੋਸਗੀ, ਕੁੱਝ ਘਬਰਾਹਟ ਸੀ ਅਤੇ ਸਾਰਿਆਂ ਨੂੰ ਅਜਿਹਾ ਪ੍ਰਤੀਤ ਹੁੰਦਾ ਸੀ ਕਿ ਜਿਵੇਂ ਉਹ ਆਪਣੀ ਨਹੀਂ, ਉਂਝ ਹੀ ਸਬੱਬ ਨਾਲ ਹੱਥ ਲੱਗ ਗਈ ਕਿਸੇ ਦੂਜੇ ਵਿਅਕਤੀ ਦੀ ਉਹ ਕਵਿਤਾ ਪੜ੍ਹ ਰਹੇ ਹਨ, ਜਿਨ੍ਹਾਂ ਨੂੰ ਉਹ ਖ਼ੁਦ ਪਹਿਲੀ ਵਾਰ ਦੇਖ ਰਹੇ ਹੋਣ।

ਪਿਤਾ ਜੀ ਜਦੋਂ ਦੂਜੀ ਕਵਿਤਾ ਕਵਿਤਾ ਪੜ੍ਹਨ ਲੱਗੇ, ਤਾਂ ਜਿਸ ਨੌਜਵਾਨ ਨੂੰ ਐਨਕ ਲੈਣ ਲਈ ਭੇਜਿਆ ਗਿਆ ਸੀ, ਉਹ ਭੱਜਦਾ ਹੋਇਆ ਹਾਲ ਵਿੱਚ ਪਹੁੰਚਿਆ। ਹਮਜ਼ਾਤ ਨੇ ਅਬੂਤਾਲਿਬ ਦੀ ਐਨਕ ਲਾਹ ਕੇ ਆਪਣੀ ਐਨਕ ਲਗਾਈ, ਤਾਂ ਤੁਰੰਤ ਨਕਸ਼ਾ ਬਦਲ ਗਿਆ, ਉਸੇ ਵੇਲੇ ਉਨ੍ਹਾਂ ਦੀ ਆਵਾਜ਼ ਵਿੱਚ ਜੋਸ਼ ਆ ਗਿਆ। ਹਾਲ ਵਿੱਚ ਬੈਠੇ ਲੋਕਾਂ ਨੇ ਤਾੜੀਆਂ ਵਜਾਈਆਂ, ਜਿਵੇਂ ਹੁਣ ਅਸਲੀ ਹਮਜ਼ਾਤ ਤਸਾਦਾਸਾ ਮੰਚ 'ਤੇ ਆਏ ਹੋਣ ਅਤੇ ਇਸ ਤੋਂ ਪਹਿਲਾਂ ਉਨ੍ਹਾਂ ਦੀ ਸ਼ਕਲ-ਸੂਰਤ ਵਾਲਾ ਕੋਈ ਦੂਜਾ ਵਿਅਕਤੀ ਉਨ੍ਹਾਂ ਦੇ ਸਾਹਮਣੇ ਖੜ੍ਹਾ ਰਿਹਾ ਹੋਵੇ।

"ਐਨਕ ਨੇ ਤਾਂ ਮੇਰੇ ਜਨਮ ਦਿਨ ਦਾ ਮਜ਼ਾ ਹੀ ਕਿਰਕਿਰਾ ਕਰ ਦਿੱਤਾ ਹੁੰਦਾ।" ਹਮਜ਼ਾਤ ਨੇ ਮੁਸਕਰਾਉਂਦੇ ਹੋਏ ਕਿਹਾ।

"ਕੀ ਮੇਰੀ ਐਨਕ ਕੁੱਝ ਬੁਰੀ ਐ?" ਅਬੂਤਾਲਿਬ ਨੇ ਉੱਚੀ ਆਵਾਜ਼ ਵਿੱਚ ਪੁੱਛਿਆ।

"ਬਹੁਤ ਹੀ ਵਧੀਆ ਐ, ਪਰ ਫਿਰ ਉਹ ਤੁਹਾਡੀ ਐਨਕ ਐ। ਹਰ ਆਦਮੀ ਦੀਆਂ ਆਪਣੀਆਂ ਅੱਖਾਂ ਨੇ ਅਤੇ ਐਨਕ ਵੀ ਆਪਣੀ ਹੀ ਹੋਣੀ ਚਾਹੀਦਾ ਐ।"

ਪਿਤਾ ਜੀ ਨੂੰ ਨਾ ਤਾਂ ਬਹੁਤ ਤੇਜ ਰੌਸ਼ਨੀ ਪਸੰਦ ਸੀ ਅਤੇ ਨਾ ਹੀ ਸੰਘਣਾ ਹਨੇਰਾ। ਉਨ੍ਹਾਂ ਨੂੰ ਬਹੁਤ ਗਾੜ੍ਹਾ ਅਤੇ ਬਹੁਤ ਹਲਕਾ, ਬਹੁਤ ਹੀ ਠੰਢਾ ਅਤੇ ਬਹੁਤ ਹੀ ਗਰਮ, ਬਹੁਤ ਹੀ ਮਹਿੰਗਾ ਅਤੇ ਬਹੁਤ ਹੀ ਸਸਤਾ, ਬਹੁਤ ਹੀ ਪਛੜਿਆ ਹੋਇਆ ਅਤੇ ਬਹੁਤ ਹੀ ਮੋਹਰੀ, ਅਜਿਹਾ ਕੁੱਝ ਵੀ ਪਸੰਦ ਨਹੀਂ ਸੀ।

ਉਨ੍ਹਾਂ ਨੂੰ ਭੇੜੀਆਂ ਦੀ ਦਰਿੰਦਗੀ ਅਤੇ ਖਰਗੋਸ਼ ਦੀ ਕਮਜ਼ੋਰੀ ਚੰਗੀ ਨਹੀਂ ਲੱਗਦੀ ਸੀ। ਸੱਤ੍ਹਾ ਦਾ ਜ਼ੁਲਮ ਅਤੇ ਜਨਤਾ ਦੀ ਅਧੀਨਗੀ ਪਸੰਦ ਨਹੀਂ ਸੀ। ਉਹ ਕਿਹਾ ਕਰਦੇ ਸਨ:

"ਇਸ ਤਰ੍ਹਾਂ ਨਾ ਸੁੱਕੋ ਕਿ ਆਕੜ ਕੇ ਟੁੱਟ ਜਾਵੋ, ਪਰ ਇੰਨੇ ਗਿੱਲੇ ਵੀ ਨਾ ਹੋਵੋ ਕਿ ਚੀਥੜਿਆਂ ਵਾਂਗ ਨਿਚੋੜ ਲਿਆ ਜਾਵੇ।"

ਪਰ ਪਿਤਾ ਜੀ ਉਨ੍ਹਾਂ ਲੋਕਾਂ ਵਿੱਚੋਂ ਨਹੀਂ ਸਨ, ਜੋ ਬਾਰਿਸ਼ ਦੀ ਇੱਕ ਬੂੰਦ ਨਾਲ ਭਿੱਜ ਜਾਂਦੇ ਹਨ ਅਤੇ ਹਵਾ ਦਾ ਹਲਕਾ ਜਿਹਾ ਬੁੱਲਾ ਲੱਗਣ 'ਤੇ ਸੁੱਕ ਜਾਂਦੇ ਹਨ। ਉਹ ਸਾਧਾਰਨ ਵਿਅਕਤੀ ਸਨ ਅਤੇ ਉਨ੍ਹਾਂ ਵਿੱਚ ਸਾਡੇ ਲੋਕਾਂ ਦੀਆਂ ਸਾਰੀਆਂ ਆਦਤਾਂ ਅਤੇ ਗੁਣ ਵਿਦਮਾਨ ਸਨ ਅਤੇ ਉਹ ਉਨ੍ਹਾਂ ਵਿੱਚ ਨਾਲ-ਨਾਲ ਬਣੇ ਰਹੇ।

ਯਾਦ

ਇੱਕ ਵਾਰ ਪਿਤਾ ਜੀ ਨਾਲ ਸਾਨੂੰ ਇੱਕ ਬਿਮਾਰ ਰਿਸ਼ਤੇਦਾਰ ਦੀ ਸਾਂਭ-ਸੰਭਾਲ ਲਈ ਮਖ਼ਚਕਲਾ ਤੋਂ ਪਿੰਡ ਜਾਣਾ ਸੀ। ਉਸ ਵੇਲੇ ਅਬਦੁਰ ਰਹਿਮਾਨ ਦਾਨੀਆਲੋਵ ਦਾਗ਼ਿਸਤਾਨੀ ਸਰਕਾਰ ਦੇ ਮੁਖੀ ਸਨ। ਇਹ ਪਤਾ ਲੱਗਣ 'ਤੇ ਕਿ ਅਸੀਂ ਪਹਾੜ ਜਾ ਰਹੇ ਹਾਂ, ਉਨ੍ਹਾਂ ਨੇ ਸਾਡੇ ਲਈ ਕਾਲੀ ਸਰਕਾਰੀ ਕਾਰ ਭੇਜ ਦਿੱਤੀ। ਸ਼ਾਇਦ ਉਹ 'ਜ਼ੀਮ' ਸੀ।

ਜਦੋਂ ਤੱਕ ਸਾਡੀ ਕਾਰ ਸ਼ਹਿਰੀ ਸੜਕਾਂ ਨੂੰ ਮਿਣਦੀ ਰਹੀ, ਪਿਤਾ ਜੀ ਬੜੇ ਰੰਗ ਵਿੱਚ ਰਹੇ। ਪਰ ਜਿਉਂ ਹੀ ਸ਼ਹਿਰ ਤੋਂ ਬਾਹਰਲੀ ਸੜਕ 'ਤੇ ਸਾਡੀ ਕਾਰ ਗਧਿਆਂ, ਟੱਟੂਆਂ ਅਤੇ ਘੋੜਿਆਂ 'ਤੇ ਸਵਾਰ ਜਾਂ ਪੈਦਲ ਪਹਾੜੀ ਲੋਕਾਂ ਨੂੰ ਪਿੱਛੇ ਛੱਡਣ ਲੱਗੀ, ਪਿਤਾ ਜੀ ਨਰਮ ਅਤੇ ਆਰਾਮਦਾਇਕ ਸੀਟ 'ਤੇ ਬੇਚੈਨੀ ਨਾਲ ਇੱਧਰ-ਉੱਧਰ ਹਿੱਲਣ-ਜੁੱਲਣ ਲੱਗੇ। ਉਸ ਵੇਲੇ ਆਪਣੀ ਜਵਾਨੀ ਦੇ ਰੰਗ ਵਿੱਚ ਮੈਂ ਤਾਂ ਜਿੱਥੇ ਖਿੜਕੀ ਵਿੱਚੋਂ ਆਪਣਾ ਸਿਰ ਬਾਹਰ ਕੱਢਣ ਦੀ ਕੋਸ਼ਿਸ਼ ਕਰਦਾ ਸੀ, ਤਾਂ ਕਿ ਸਾਰੇ ਦੇਖ ਸਕਣ ਕਿ ਅਸੀਂ ਕਾਰ ਵਿੱਚ ਜਾ ਰਹੇ ਹਾਂ, ਉੱਥੇ ਪਿਤਾ ਜੀ ਜ਼ਿਆਦਾ ਤੋਂ ਜ਼ਿਆਦਾ ਪਿੱਛੇ ਹਟਦੇ ਗਏ, ਲੁਕ ਜਿਹੇ ਗਏ।

ਬਾਰਿਸ਼ ਹੋ ਰਹੀ ਸੀ। ਹੋਤਸਾਤਲ ਪਿੰਡ ਦੀ ਨਦੀ ਦੇ ਕਰੀਬ ਪਹੁੰਚਣ 'ਤੇ ਅਸੀਂ ਦੇਖਿਆ ਕਿ ਇੱਕ ਬਲਦ-ਗੱਡੀ ਨਦੀ ਦੇ ਬਿਲਕੁੱਲ ਵਿਚਕਾਰ ਫਸ ਗਈ ਹੈ ਅਤੇ ਉਸ ਵਿੱਚ ਇੱਕ ਬੁੱਢਾ ਸਵਾਰ ਹੈ। ਪਿਤਾ ਜੀ ਨੇ ਤੁਰੰਤ ਕਾਰ ਰੁਕਵਾਈ, ਨਦੀ ਵਿੱਚ ਵੜ ਗਏ ਅਤੇ ਬੁੱਢੇ ਦੀ ਮੱਦਦ ਕਰਨ ਲੱਗੇ। ਬੁੱਢੇ ਨਾਲ ਮਿਲ ਕੇ ਉਨ੍ਹਾਂ ਨੇ ਬਲਦਾਂ ਨੂੰ ਹੱਕਿਆ ਅਤੇ ਪਹੀਆਂ ਨੂੰ ਅੱਗੇ ਧੱਕਿਆ। ਬਲਦ-ਗੱਡੀ ਜਲਦੀ ਹੀ ਪੱਧਰੇ ਰਸਤੇ 'ਤੇ ਆ ਗਈ। ਸਾਡੀ ਕਾਰ ਅੱਗੇ ਵਧੀ। ਕੁੱਝ ਕਿਲੋਮੀਟਰਾਂ ਦੇ ਫ਼ਾਸਲੇ 'ਤੇ ਇੱਕ ਹੋਰ ਨਦੀ ਰਸਤੇ ਵਿੱਚ ਆ ਗਈ। ਪਿਤਾ ਜੀ ਨੇ ਫਿਰ ਕਾਰ ਰੋਕਣ ਲਈ ਕਿਹਾ ਅਤੇ ਬਲਦ-ਗੱਡੀ ਵਾਲੇ ਬੁੱਢੇ ਦੀ ਉਡੀਕ ਕਰਨ ਲੱਗੇ।

"ਬੁੱਢੇ ਦੀ ਗੱਡੀ ਇੱਥੇ ਜ਼ਰੂਰ ਅੜ ਜਾਵੇਗੀ। ਮੈਨੂੰ ਪਤੈ ਕਿ ਬਲਦਾਂ ਨੂੰ ਕਿਵੇਂ ਇਸ ਨਦੀ ਤੋਂ ਪਾਰ ਲਿਜਾਇਆ ਜਾ ਸਕਦੈ। ਮੈਂ ਬੁੱਢੇ ਦੀ ਉਡੀਕ ਅਤੇ ਉਸ ਦੀ ਮੱਦਦ ਕਰਾਂਗਾ।"

ਅਸਲ ਵਿੱਚ ਅਜਿਹਾ ਹੀ ਹੋਇਆ। ਅਸੀਂ ਉਡੀਕ ਕੀਤੀ ਅਤੇ ਚੂੰ-ਚਰਰ ਕਰਦੀ ਹੋਈ ਬਲਦ-ਗੱਡੀ ਜਦੋਂ ਦੂਜੀ ਨਦੀ ਕੋਲ ਪਹੁੰਚੀ, ਤਾਂ ਪਿਤਾ ਜੀ ਬੜੀ ਹੁਸ਼ਿਆਰੀ ਨਾਲ ਬਲਦਾਂ ਨੂੰ ਨਦੀਂ ਤੋਂ ਪਾਰ ਲੈ ਗਏ।

"ਬੂਯਨਾਕਸਕ ਤੋਂ ਜਦੋਂ ਮੈਂ ਤਰ੍ਹਾਂ-ਤਰ੍ਹਾਂ ਦਾ ਸਾਮਾਨ ਲੈ ਕੇ ਪਹਾੜਾਂ ਨੂੰ ਜਾਂਦਾ ਸੀ, ਤਾਂ ਕਈ ਵਾਰ ਇਸੇ ਤਰ੍ਹਾਂ ਦੀ ਮੁਸੀਬਤ ਵਿੱਚ ਫਸ ਜਾਇਆ ਕਰਦਾ ਸੀ।" ਕਾਰ ਦੇ ਕੋਲ ਆ ਕੇ ਅਤੇ ਆਪਣੇ ਕੱਪੜਿਆਂ ਦੇ ਪੱਲੇ ਨਾਲ ਹੱਥ ਪੂੰਝਦੇ ਹੋਏ ਪਿਤਾ ਜੀ ਨੇ ਸਾਨੂੰ ਕਿਹਾ। ਦੂਰ ਜਾਂਦੀ ਹੋਈ ਬਲਦ-ਗੱਡੀ ਦੇਖ ਕੇ ਉਹ ਇੰਨੇ ਦੁਖੀ ਮਨ ਨਾਲ ਮੁਸਕਰਾ ਪਏ ਕਿ ਜਿਵੇਂ ਉਸ ਦੇ ਨਾਲ ਹੀ ਉਨ੍ਹਾਂ ਦਾ ਸਾਰਾ ਅਤੀਤ, ਉਨ੍ਹਾਂ ਦਾ ਸਾਰਾ ਜੀਵਨ ਜਾ ਰਿਹਾ ਹੋਵੇ।

ਖ਼ੂੰਜ਼ਹ ਦੀ ਉਚਾਈ 'ਤੇ ਚੜ੍ਹਦੇ ਹੋਏ ਇੱਕ ਟਰੱਕ ਸਾਡੀ ਕਾਰ ਨਾਲ ਜਰਾ ਜਿਹਾ ਛੂਹ ਗਿਆ। ਇੱਕ ਪਹੀਆ ਟੁੱਟ ਗਿਆ। ਪਿਤਾ ਜੀ ਨੂੰ ਤਾਂ ਜਿਵੇਂ ਇਸ ਗੱਲ ਦੀ ਖ਼ੁਸ਼ੀ ਹੋਈ ਅਤੇ ਉਹ ਪੈਦਲ ਹੀ ਪਿੰਡ ਵੱਲ ਚੱਲ ਪਏ। ਅਸੀਂ ਉਨ੍ਹਾਂ ਨੂੰ ਬਹੁਤ ਮਨਾਇਆ ਕਿ ਦੂਜਾ ਪਹੀਆ ਲੱਗ ਜਾਣ ਤੱਕ ਰੁਕ ਜਾਣ, ਪਰ ਉਹ ਰਾਜ਼ੀ ਨਾ ਹੋਏ।

"ਮੈਨੂੰ ਤਾਂ ਸ਼ਾਦੀ ਵਿੱਚ ਸ਼ਾਮਲ ਹੋਣ ਲਈ ਕਾਰ 'ਤੇ ਜਾਂਦੇ ਹੋਏ ਸ਼ਰਮ ਆਉਂਦੀ ਐ ਅਤੇ ਬਿਮਾਰ ਦੋਸਤ ਦੀ ਸਾਂਭ-ਸੰਭਾਲ ਲਈ ਤਾਂ ਇਸ ਤਰ੍ਹਾਂ ਠਾਠ-ਬਾਠ ਨਾਲ ਜਾਣ ਦੀ ਕੋਈ ਜ਼ਰੂਰਤ ਹੀ ਨਹੀਂ। ਮੈਂ ਬਹੁਤ ਖ਼ੁਸ਼ ਆਂ ਕਿ ਕਾਰ ਖਰਾਬ ਹੋ ਗਈ, ਮੈਂ ਪੈਦਲ ਹੀ ਜਾਵਾਂਗਾ।"

ਪਿਤਾ ਜੀ ਬਚਪਨ ਤੋਂ ਹੀ ਆਪਣੀ ਜਾਣੀ-ਪਛਾਣੀ ਉਸ ਪਗਡੰਡੀ 'ਤੇ ਚੱਲ ਪਏ, ਜਿਸ 'ਤੇ ਸਾਡੇ ਪਿੰਡ ਜਾਣ ਲਈ ਪਹਾੜੀ ਲੋਕਾਂ ਦੀਆਂ ਪੀੜ੍ਹੀਆਂ ਚੱਲਦੀਆਂ ਰਹੀਆਂ ਸਨ। ਕਾਰ ਠੀਕ ਹੋਈ ਤਾਂ ਅਸੀਂ ਵੱਡੇ ਰਸਤੇ ਰਾਹੀਂ ਪਿੰਡ ਵੱਲ ਚੱਲ ਪਏ ਅਤੇ ਪਿਤਾ ਜੀ ਦੇ ਨਾਲ-ਨਾਲ ਹੀ ਪਿੰਡ ਪਹੁੰਚੇ।

ਬਾਅਦ ਵਿੱਚ ਅਬਦੁਰ ਰਹਿਮਾਨ ਦਾਨੀਆਲੋਵ ਨੇ ਚਿੰਤਾ ਪ੍ਰਗਟ ਕਰਦੇ ਹੋਏ ਰਸਤੇ ਦੀ ਦੁਰਘਟਨਾ ਬਾਰੇ ਪੁੱਛਿਆ।

ਪਿਤਾ ਜੀ ਨੇ ਮਜ਼ਾਕ ਵਿੱਚ ਜਵਾਬ ਦਿੱਤਾ:

"ਕਾਰ ਜ਼ਰੂਰਤ ਤੋਂ ਜ਼ਿਆਦਾ ਹੀ ਵਧੀਆ ਐ। ਜੇਕਰ ਜਰਾ ਘਟੀਆ ਹੁੰਦੀ, ਤਾਂ ਸ਼ਾਇਦ ਉਸ ਦਾ ਕੁੱਝ ਵੀ ਨਾ ਵਿਗੜਦਾ।"

ਯਾਦ

ਆਪਣੇ ਜੀਵਨ ਦੇ ਆਖ਼ਰੀ ਵਰ੍ਹਿਆਂ ਵਿੱਚ ਮੇਰੇ ਪਿਤਾ ਜੀ ਬਹੁਤ ਬਿਮਾਰ ਰਹੇ। ਪਹਾੜਾਂ ਦੀ ਯਾਤਰਾ ਸਮੇਂ ਬਿਮਾਰੀ ਨੇ ਅਚਾਨਕ ਉਨ੍ਹਾਂ ਨੂੰ ਜਕੜ ਲਿਆ ਸੀ, ਜਿੱਥੇ ਉਹ ਚੋਣ ਅਧਿਕਾਰੀਆਂ ਨੂੰ ਮਿਲਣ ਗਏ ਸਨ। ਸੋਵੀਅਤ ਸੰਘ ਦੀ ਸਰਬ-ਉੱਚ ਸੋਵੀਅਤ ਦੀ ਚੋਣ ਨੇੜੇ ਆ ਰਹੀ ਸੀ ਅਤੇ ਹਮਜ਼ਾਤ ਤਸਾਦਾਸਾ ਦਾ ਨਾਂ ਉਮੀਦਵਾਰ ਦੇ ਰੂਪ ਵਿੱਚ ਪੇਸ਼ ਕੀਤਾ ਗਿਆ ਸੀ।

ਹਲਕੇ ਦੇ ਕੇਂਦਰ ਤੱਕ ਉਹ ਕਾਰ ਵਿੱਚ ਗਏ, ਪਰ ਉਨ੍ਹਾਂ ਦਿਨਾਂ ਵਿੱਚ ਪਹਾੜੀ ਪਿੰਡਾਂ ਵਿੱਚ ਕੇਵਲ ਘੋੜਿਆਂ 'ਤੇ ਹੀ ਜਾਣਾ ਸੰਭਵ ਸੀ। ਆਮ ਤੌਰ 'ਤੇ ਉਹ ਘੋੜੇ ਨੂੰ ਹੌਲੀ-ਹੌਲੀ ਲੈ ਜਾਂਦੇ ਸਨ ਅਤੇ ਅਕਸਰ ਤਾਂ ਉਸ ਦੀ ਲਗਾਮ ਫੜ ਕੇ ਚੱਲਦੇ ਰਹਿੰਦੇ ਸਨ। ਹਮਜ਼ਾਤ ਨੂੰ ਪੈਦਲ ਚੱਲਣਾ ਸਭ ਤੋਂ ਜ਼ਿਆਦਾ ਪਸੰਦ ਸੀ।

ਸਥਾਨਕ ਅਧਿਕਾਰੀਆਂ ਨੇ ਹਮਜ਼ਾਤ ਵੱਲ ਬਹੁਤ ਧਿਆਨ ਦਿੱਤਾ। ਸਰਬ-ਉੱਚ ਸੋਵੀਅਤ ਦੇ ਹੋਣ ਵਾਲੇ ਮੈਂਬਰ ਲਈ ਉਹ ਜਵਾਨ ਅਤੇ ਬਹੁਤ ਤੇਜ ਘੋੜਾ ਲਿਆਏ। ਅਧਿਕਾਰੀਆਂ ਨੂੰ ਦੋਸ਼ ਦੇਣਾ ਨਾਜਾਇਜ਼ ਹੋਵੇਗਾ, ਉਨ੍ਹਾਂ ਨੇ ਤਾਂ ਆਪਣੇ ਵੱਲੋਂ ਉਹੀ ਕਰਨ ਦੀ ਕੋਸ਼ਿਸ਼ ਕੀਤੀ, ਜੋ ਉਨ੍ਹਾਂ ਨੂੰ ਬਹੁਤ ਚੰਗਾ ਲੱਗਿਆ। ਉਨ੍ਹਾਂ ਨੇ ਇਹੀ ਸਮਝਿਆ ਕਿ ਅਜਿਹੇ ਪਿਆਰੇ ਮਹਿਮਾਨ ਨੂੰ ਆਪਣੇ ਹਲਕੇ ਦਾ ਸਭ ਤੋਂ ਚੰਗਾ ਘੋੜਾ ਸਵਾਰੀ ਲਈ ਦੇਣਾ ਚਾਹੀਦਾ ਹੈ।

ਬਹੱਤਰ ਸਾਲ ਦੇ ਬਜ਼ੁਰਗ ਆਪਣੇ ਮੇਜ਼ਬਾਨਾਂ ਨੂੰ ਨਾਰਾਜ਼ ਨਹੀਂ ਕਰਨਾ ਚਾਹੁੰਦੇ ਸਨ ਅਤੇ ਆਪਣੇ ਬੀਤੇ ਦਿਨਾਂ ਨੂੰ ਯਾਦ ਕਰ ਕੇ ਨੌਜਵਾਨ ਵਾਂਗ ਛਾਲ ਮਾਰ ਕੇ ਘੋੜੇ ਉੱਪਰ ਸਵਾਰ ਹੋ ਗਏ। ਘੋੜਿਆਂ 'ਤੇ ਸਵਾਰ ਨੌਜਵਾਨਾਂ ਵਿੱਚ ਘਿਰੇ ਹੋਏ ਬਜ਼ੁਰਗ ਸ਼ਾਇਦ ਨਾਇਬਾਂ ਵਿੱਚ ਇਮਾਮ ਜਿਹੇ ਲੱਗ ਰਹੇ ਸਨ।

ਨੌਜਵਾਨਾਂ ਨੇ ਆਪਣੇ ਘੋੜਿਆਂ ਨੂੰ ਅੱਡੀਆਂ ਛੁਹਾਈਆਂ ਅਤੇ ਵੱਖ-ਵੱਖ ਦਿਸ਼ਾਵਾਂ ਦੇ ਵੱਖ-ਵੱਖ ਪਿੰਡਾਂ ਵਿੱਚ ਇਹ ਸੂਚਨਾ ਦੇਣ ਲਈ ਚਲੇ ਗਏ ਕਿ ਹਮਜ਼ਾਤ ਜਲਦੀ ਹੀ ਉੱਥੇ ਪਹੁੰਚਣਗੇ। ਦੂਜੇ ਘੋੜਿਆਂ ਦੀ ਦੇਖਾ-ਦੇਖੀ ਹਮਜ਼ਾਤ ਦਾ ਘੋੜਾ ਵੀ ਜੋਸ਼ ਵਿੱਚ ਆ ਕੇ ਹਵਾ ਨਾਲ ਗੱਲਾਂ ਕਰਨ ਲੱਗਿਆ। ਬਜ਼ੁਰਗ ਉਸ ਨੂੰ ਕਾਬੂ ਵਿੱਚ ਨਾ ਕਰ ਸਕੇ ਅਤੇ ਤੇਜ ਘੋੜ-ਦੌੜ ਸ਼ੁਰੂ ਹੋ ਗਈ। ਹਮਜ਼ਾਤ ਨੂੰ ਜ਼ੋਰਦਾਰ ਝਟਕੇ ਲੱਗੇ, ਉਹ ਜ਼ਮੀਨ 'ਤੇ ਬਹੁਤ ਜ਼ਿਆਦਾ ਬੁੜ੍ਹਕਦੇ ਰਹੇ, ਉਨ੍ਹਾਂ ਦੀ ਹਾਲਤ ਬਹੁਤ ਜ਼ਿਆਦਾ ਬੁਰੀ ਹੁੰਦੀ ਗਈ, ਆਖ਼ਰ ਉਹ ਕਾਠੀ ਤੋਂ ਹੇਠਾਂ ਜਾ ਡਿੱਗੇ। ਉਹ ਬਿਮਾਰ ਹੋ ਕੇ ਮਖ਼ਚਕਲਾ ਵਾਪਸ ਮੁੜੇ ਅਤੇ ਇਹ ਬਿਮਾਰੀ ਉਨ੍ਹਾਂ ਦੀ ਜਾਨ ਲੈ ਕੇ ਹੀ ਰਹੀ।

"ਕਵਿਤਾਵਾਂ ਦੇ ਨਾਲ ਵੀ ਅਜਿਹਾ ਹੀ ਹੁੰਦੈ।" ਪਿਤਾ ਜੀ ਖੰਘਦੇ ਹੋਏ ਕਹਿੰਦੇ, "ਕਵੀ ਨੂੰ ਆਪਣੇ ਘੋੜੇ 'ਤੇ ਹੀ ਸਵਾਰੀ ਕਰਨੀ ਚਾਹੀਦੀ ਐ, ਪਰਾਏ ਜਾਂ ਅਣਜਾਣ ਘੋੜੇ 'ਤੇ ਨਹੀਂ ਬੈਠਣਾ ਚਾਹੀਦਾ। ਪਰਾਇਆ ਘੋੜਾ ਤਾਂ ਕਾਠੀ ਤੋਂ ਹੇਠਾਂ ਸੁੱਟ ਸਕਦੈ।"

ਆਪਣੇ ਪਿਤਾ ਜੀ ਬਾਰੇ ਮੈਂ ਬਹੁਤ ਦੇਰ ਤੱਕ ਬਹੁਤ ਕੁੱਝ ਦੱਸ ਸਕਦਾ ਹਾਂ। ਪਰ ਹੁਣ ਮਾਂ ਉਨ੍ਹਾਂ ਦੇ ਦੋਸਤ ਅਬੂਤਾਲਿਬ ਬਾਰੇ ਕੁੱਝ ਦੱਸਣਾ ਚਾਹੁੰਦਾ ਹਾਂ। ਕੱਲ੍ਹ ਦਾ ਸਾਰਾ ਦਿਨ ਮੈਂ ਉਨ੍ਹਾਂ ਦੇ ਨਾਲ ਹੀ ਬਿਤਾਇਆ ਸੀ।

ਅਬੂਤਾਲਿਬ ਨਾਲ ਬਿਤਾਇਆ ਦਿਨ

ਕਿਸੇ ਕਾਰਨ ਕਰ ਕੇ ਅਧੂਰੀ ਰਹਿ ਜਾਣ ਵਾਲੀ ਕਵਿਤਾ ਨੂੰ ਦੁਬਾਰਾ ਬੈਠ ਕੇ ਲਿਖਣਾ ਅਤੇ ਪੂਰਾ ਕਰਨਾ ਮੇਰੇ ਲਈ ਸਭ ਤੋਂ ਜ਼ਿਆਦਾ ਮੁਸ਼ਕਿਲ ਕੰਮ ਹੁੰਦਾ ਸੀ। ਪਹਾੜੀ ਲੋਕਾਂ ਵਿੱਚ ਅਜਿਹਾ ਕਿਹਾ ਜਾਂਦਾ ਹੈ ਕਿ ਡੱਡ ਇਸ ਲਈ ਹੁਣ ਤੱਕ ਪੂਛ ਤੋਂ ਬਿਨਾਂ ਹੈ ਕਿਉਂਕਿ ਉਸ ਨੇ ਪੂਛ ਚਿਪਕਾਉਣ ਦਾ ਕੰਮ ਅਗਲੇ ਦਿਨ 'ਤੇ ਛੱਡ ਦਿੱਤਾ ਸੀ।

ਦੋ ਹਫਤੇ ਪਹਿਲਾਂ ਸ਼ੁਰੂ ਕੀਤੀ ਗਈ ਇੱਕ ਲੰਬੀ ਕਵਿਤਾ ਨੂੰ ਖ਼ਤਮ ਕਰਨ ਦਾ ਮੈਂ ਸੁਬ੍ਹਾ ਤੋਂ ਹੀ ਇਰਾਦਾ ਬਣਾ ਲਿਆ ਸੀ। ਕੰਮ ਮੁਸ਼ਕਿਲ ਸੀ ਅਤੇ ਮੈਂ ਆਪਣੀ ਨੌਕਰਾਣੀ ਫ਼ੌਸੀਆ ਨੂੰ ਕਿਹਾ:

"ਜੇਕਰ ਕੋਈ ਮੇਰੇ ਬਾਰੇ ਪੁੱਛੇ, ਤਾਂ ਕਹਿ ਦੇਣਾ ਕਿ ਮੈਂ ਘਰੇ ਨਹੀਂ। ਜਿਸ ਨੂੰ ਮੇਰੀ ਜ਼ਰੂਰਤ ਹੋਵੇ, ਉਹ ਦੁਪਹਿਰ ਦੇ ਖਾਣੇ ਤੋਂ ਬਾਅਦ ਆ ਜਾਵੇ।"

ਅਜਿਹੀ ਹਦਾਇਤ ਕਰ ਕੇ ਮੈਂ ਉੱਪਰ ਵਾਲੇ ਕਮਰੇ ਵਿੱਚ ਚਲਾ ਗਿਆ ਅਤੇ ਤਸੱਲੀ ਨਾਲ ਕੰਮ ਵਿੱਚ ਜੁੱਟ ਗਿਆ। ਪਰ ਸੜਕ ਦੀਆਂ ਆਵਾਜ਼ਾਂ ਤਾਂ ਮੇਰੇ ਕੰਨਾਂ ਤੱਕ ਪਹੁੰਚ ਰਹੀਆਂ ਸਨ ਅਤੇ ਮੈਨੂੰ ਬਾਹਰਲੇ ਫਾਟਕ ਦੀ ਚੀਂ-ਚਰਰ ਸੁਣਾਈ ਦਿੱਤੀ। ਕੁੱਝ ਪਲਾਂ ਬਾਅਦ ਦਰਵਾਜ਼ੇ ਦੀ ਛੰਟੀ ਵੱਜੀ। ਫ਼ੌਸੀਆ ਦੀ ਆਵਾਜ਼ ਤਾਂ ਮੈਨੂੰ ਸੁਣਾਈ ਨਹੀਂ ਦਿੱਤੀ, ਪਰ ਅਬੂਤਾਲਿਬ ਦਾ ਬੋਲ ਮੇਰੇ ਤੱਕ ਪਹੁੰਚ ਗਿਆ। ਮੈਨੂੰ ਆਪਣੀ ਕੁਰਸੀ ਮੱਘਦੇ ਤਵੇ ਜਾਂ ਕੰਡਿਆਲੀ ਝਾੜੀ ਵਰਗੀ ਮਹਿਸੂਸ ਹੋਣ ਲੱਗੀ। ਕਦੇ ਅਜਿਹਾ ਨਹੀਂ ਹੋਇਆ ਸੀ ਕਿ ਹਮਜ਼ਾਤ ਤਸਾਦਾਸਾ ਦੇ ਘਰ ਵਿੱਚ, ਜੋ ਹੁਣ ਰਸੂਲ ਦਾ ਘਰ ਸੀ, ਅਬੂਤਾਲਿਬ ਦਾ ਸਵਾਗਤ ਨਾ ਹੋਇਆ ਹੋਵੇ, ਕਿ ਉਸ ਦੇ ਘਰ ਦੀ ਦੇਹਲੀ ਤੋਂ ਵਾਪਸ ਮੁੜਨਾ ਪਿਆ ਹੋਵੇ। ਅਜਿਹਾ

ਕਦੇ ਨਹੀਂ ਹੋਇਆ ਸੀ ਅਤੇ ਹੋ ਵੀ ਨਹੀਂ ਸਕਦਾ ਸੀ। ਪਰ ਮੈਂ ਬੜੀ ਅਜੀਬ ਜਿਹੀ ਸਥਿਤੀ ਵਿੱਚ ਸੀ, ਇੱਕ ਪਾਸੇ ਤਾਂ ਅਬੂਤਾਲਿਬ ਨੂੰ ਵਾਪਸ ਮੁੜਨ ਨਹੀਂ ਦਿੱਤਾ ਜਾ ਸਕਦਾ ਸੀ ਅਤੇ ਦੂਜੇ ਪਾਸੇ ਫ਼ੌਸੀਆ ਨੂੰ ਝੂਠੀ ਸਾਬਤ ਕਰਨਾ ਵੀ ਜਾਇਜ਼ ਨਹੀਂ ਸੀ, ਜਿਸ ਨੇ ਈਮਾਨਦਾਰੀ ਨਾਲ ਮੇਰਾ ਕਿਹਾ ਮੰਨਦੇ ਹੋਏ ਅਬੂਤਾਲਿਬ ਨੂੰ ਇਹ ਕਹਿ ਦਿੱਤਾ ਸੀ ਕਿ ਮੈਂ ਦੁਪਹਿਰ ਦੇ ਖਾਣੇ ਬਾਅਦ ਹੀ ਘਰੇ ਵਾਪਸ ਮੁੜਾਂਗਾ।

ਮੈਂ ਆਪਣੇ ਦਿਮਾਗ ਦੀ ਨਹੀਂ, ਦਿਲ ਦੀ ਮੰਨੀ। ਮੈਂ ਖਿੜਕੀ ਵਿੱਚੋਂ ਸਿਰ ਬਾਹਰ ਕੱਢ ਕੇ ਆਪਣੇ ਪਿਤਾ ਜੀ ਦੇ ਦੋਸਤ ਨੂੰ ਆਵਾਜ਼ ਦਿੱਤੀ:

"ਅੰਦਰ ਆ ਜਾਓ ਅਬੂਤਾਲਿਬ, ਮੈਂ ਇੱਥੇ ਆਂ।"

"ਆਹ, ਅੱਲ੍ਹਾ ਤੁਹਾਡਾ ਭਲਾ ਕਰੇ। ਕੀ ਤਸਾਦਾਸਾ ਦੇ ਹਮਜ਼ਾਤ ਦਾ ਬੇਟਾ ਆਪਣੇ ਲਹਿਣੇਦਾਰਾਂ ਤੋਂ ਲੁਕਦੈ?" ਅਬੂਤਾਲਿਬ ਨੇ ਝੱਟ ਆਪਣੀ ਫ਼ਰ ਦੀ ਟੋਪੀ ਲਾਹੀ ਅਤੇ ਫ਼ੌਸੀਆ ਕੋਲੋਂ ਲੰਘਦੇ ਹੋਏ ਉਸ ਵੱਲ ਅੱਖ ਦਾ ਇਸ਼ਾਰਾ ਕਰ ਕੇ ਕਿਹਾ, "ਰਸੂਲ, ਇਸ ਔਰਤ ਨੂੰ ਕਹਿ ਦਿਓ ਕਿ ਜਦੋਂ ਅਬੂਤਾਲਿਬ ਇਸ ਘਰ ਵਿੱਚ ਆਉਂਦੈ, ਤਾਂ ਦਰਵਾਜ਼ੇ ਆਪਣੇ ਆਪ ਹੀ ਖੁੱਲ੍ਹ ਜਾਂਦੇ ਨੇ ਅਤੇ ਇਹ ਵੀ ਕਿ ਉਸ ਵੇਲੇ ਰਸੂਲ ਘਰ ਵਿੱਚ ਹੀ ਹੁੰਦੈ। ਜੇਕਰ ਤੁਸੀਂ ਘਰ ਵਿੱਚ ਨਹੀਂ ਵੀ ਹੋ, ਤਾਂ ਵੀ ਅਬੂਤਾਲਿਬ ਇਸ ਘਰ ਵਿੱਚ ਖਾ-ਪੀ ਸਕਦੈ ਅਤੇ ਜ਼ਰੂਰਤ ਪੈਣ 'ਤੇ ਸੌਂ ਵੀ ਸਕਦੈ।"

"ਫ਼ੌਸੀਆ ਦਾ ਕੋਈ ਕਸੂਰ ਨਹੀਂ। ਮੇਰੀ ਬੀਵੀ ਫ਼ਾਤਿਮਾਤ ਕੰਮ 'ਤੇ ਜਾਂਦੇ ਹੋਏ ਉਸ ਨੂੰ ਸਾਰਿਆਂ ਨੂੰ ਇਹ ਕਹਿਣ ਦੀ ਹਦਾਇਤ ਕਰ ਗਈ ਸੀ ਕਿ ਮੈਂ ਘਰੇ ਨਹੀਂ। ਬੀਵੀ ਮੇਰਾ ਬੜਾ ਫ਼ਿਕਰ ਕਰਦੀ ਐ।"

"ਖ਼ੁਸ਼ਕਿਸਮਤ ਨੇ ਉਹ, ਜਿਨ੍ਹਾਂ ਦੀਆਂ ਬੀਵੀਆਂ ਨੇ ਅਤੇ ਜਿਨ੍ਹਾਂ ਦੇ ਸਿਰ ਉਹ ਆਪਣੇ ਸਾਰੇ ਗ਼ੁਨਾਹ ਮੜ੍ਹ ਸਕਦੇ ਨੇ। ਉਹ ਫ਼ਾਤਿਮਾਤ ਕੀ ਇਹ ਭੁੱਲ ਗਈ ਕਿ ਅੱਜ ਵੀਰਵਾਰ ਐ?" ਆਪਣੀ ਗਿੱਲੀ ਫ਼ਰ ਦੀ ਟੋਪੀ ਝਾੜਦੇ ਹੋਏ ਅਬੂਤਾਲਿਬ ਨੇ ਕਿਹਾ।

"ਵੀਰਵਾਰ ਨੂੰ ਕੀ ਖ਼ਾਸ ਗੱਲ ਹੁੰਦੀ ਐ?"

"ਇਸ ਦਿਨ ਮੈਂ ਨਹਾਉਨਾਂ। ਕੀ ਤੁਸੀਂ ਇਸ ਗੱਲ ਵੱਲ ਧਿਆਨ ਨਹੀਂ ਦਿੱਤਾ ਕਿ ਮੈਂ ਹਰ ਵੀਰਵਾਰ ਨੂੰ ਹਮਾਮਘਰ ਜਾਨਾਂ ਅਤੇ ਕਿਉਂਕਿ ਹਮਾਮਘਰ ਤੁਹਾਡੇ ਘਰ ਦੇ ਕੋਲ ਐ, ਇਸ ਲਈ ਹਮੇਸ਼ਾ ਇਹ ਉਮੀਦ ਕੀਤੀ ਜਾ ਸਕਦੀ ਐ ਕਿ ਮੈਂ ਕੁੱਝ ਦੇਰ ਬੈਠਣ, ਗੱਪ-ਸ਼ੱਪ ਕਰਨ ਅਤੇ ਸਿਗਰਟ ਦੇ ਕਸ਼ ਲਗਉਣ ਲਈ ਤੁਹਾਡੇ ਕੋਲ ਵੀ ਆ ਸਕਦਾਂ।"

"ਤੁਹਾਨੂੰ ਹਮਾਮਘਰ ਜਾਣ ਦੀ ਕੀ ਲੋੜ ਪਈ ਐ, ਅਬੂਤਾਲਿਬ? ਤੁਹਾਡੇ ਤਾਂ ਫ਼ਲੈਟ ਵਿੱਚ ਹੀ ਗੁਸਲਖਾਨਾ ਅਤੇ ਗਰਮ ਪਾਣੀ ਵੀ ਐ।"

"ਗੁਸਲਖਾਨਾ ਅਤੇ ਫੁਹਾਰਾ, ਇਹ ਤਾਂ ਜੌਂਆਂ ਦੀ ਰੋਟੀ ਵਰਗੇ ਨੇ, ਪਰ ਹਮਾਮਘਰ ਹੈ ਸ਼ਾਦੀ ਦੀ ਦਾਵਤ ਦੇ ਬਰਾਬਰ। ਮੇਰਾ ਇੱਕ ਬਾਗ਼ ਐ ਅਤੇ ਹਜ਼ਾਰਾਂ ਸਾਲਾਂ ਤੋਂ ਪਹਾੜਾਂ ਵਿੱਚੋਂ ਵਹਿ ਕੇ ਆਉਣ ਵਾਲਾ ਇੱਕ ਨਾਲਾ ਵੀ ਐ। ਮੈਂ ਇਸ ਨਾਲੇ ਦੇ ਪਾਣੀ ਨਾਲ ਆਪਣੇ ਦਰੱਖਤਾਂ ਦੀ ਸੰਜਾਈ ਕਰਦਾਂ। ਪਰ ਕੀ ਮੈਂ ਭਾਂਡੇ ਨਾਲ ਸਾਰੇ ਦਰੱਖਤਾਂ ਨੂੰ ਸਿੰਜ ਸਕਦਾ ਸੀ? ਹਮਾਮਘਰ ਨੂੰ ਮੈਂ ਭਰਪੂਰ ਪਹਾੜੀ ਨਾਲਾ ਮੰਨਦਾਂ ਅਤੇ ਤੁਹਾਡੇ ਸ਼ਾਵਰ ਜਾਂ ਗੁਸਲਖਾਨੇ ਨੂੰ

ਪਾਣੀ ਵਾਲੇ ਭਾਂਡੇ। ਨਹੀਂ ਰਸੂਲ, ਇਨ੍ਹਾਂ ਖਿਡੌਣਿਆਂ ਨੂੰ ਤੁਸੀਂ ਬੱਚਿਆਂ ਦੇ ਕਵੀ ਨੂਰੁਦੀਨ ਯੂਸੁਫ਼ੋਵ ਲਈ ਹੀ ਰਹਿਣ ਦਿਓ। ਸੁਣਿਐ ਕਿ ਹੁਣ ਉਹ ਕਠਪੁਤਲੀਆਂ ਲਈ ਪਟਕਥ ਲਿਖਦੈ। ਉਸ ਦੀਆਂ ਕਠਪੁਤਲੀਆਂ ਲਈ ਉਹ ਵਧੀਆ ਰਹਿਣਗੇ।"

"ਹਮਾਮਘਰ ਤੋਂ ਬਾਅਦ ਚਾਹ ਪੀਣਾ ਵਧੀਆ ਰਹੇਗਾ।" ਜਦੋਂ ਉਹ ਬਰਾਂਡੇ ਤੋਂ ਕਮਰੇ ਵਿੱਚ ਆਏ, ਤਾਂ ਮੈਂ ਅਬੂਤਾਲਿਬ ਨੂੰ ਇਹ ਸੁਝਾਅ ਦਿੱਤਾ।

"ਵੱਲਾਹ, ਚਾਹ ਵੀ ਚੱਲੇਗੀ, ਬਿੱਲਾਹ, ਸ਼ੋਰਬਾ ਵੀ ਕੋਈ ਬੁਰਾ ਨਹੀਂ ਰਹੇਗਾ ਤੱਲਹਾ, ਸ਼ਰਾਬ ਨਾਲ ਵੀ ਕੰਮ ਚੱਲ ਜਾਵੇਗਾ। ਪਰ ਨਹਾਉਣ ਤੋਂ ਬਾਅਦ ਵੋਦਕਾ ਹੀ ਸਭ ਤੋਂ ਵਧੀਆ ਰਹੇਗੀ।"

"ਸ਼ੋਰਬਾ ਤਾਂ ਸਾਡੇ ਕੋਲ ਐ, ਪਰ ਕੱਲ੍ਹ ਦਾ। ਇਸ ਵੇਲੇ ਸੁਬ੍ਹਾ ਐ, ਅਜੇ ਤਾਜ਼ ਸ਼ੋਰਬਾ ਨਹੀਂ ਬਣਿਆ।"

"ਆਪਾਂ ਕੱਲ੍ਹ ਵਾਲੇ ਸ਼ੋਰਬੇ ਨਾਲ ਸ਼ੁਰੂ ਕਰਾਂਗੇ ਅਤੇ ਉਦੋਂ ਤੱਕ ਤਾਜ਼ਾ ਵੀ ਤਿਆ ਹੋ ਜਾਵੇਗਾ।"

ਫ਼ੈਸੀਆ ਨੇ ਜਦੋਂ ਤੱਕ ਮੇਜ ਲਗਾਇਆ, ਮੈਂ ਵਿਦੇਸ਼ੀ ਸ਼ਰਾਬਾਂ ਦੇ ਆਪਣੇ ਭੰਡਾ ਦਾ ਪ੍ਰਦਰਸ਼ਨ ਸ਼ੁਰੂ ਕੀਤਾ।

ਸਾਗਰ ਪਾਰ ਦੇ ਵੱਖ-ਵੱਖ ਦੇਸ਼ਾਂ ਤੋਂ ਮੈਂ ਰੰਗ-ਬਰੰਗੀਆਂ ਸੁੰਦਰ ਬੋਤਲਾਂ ਵਿੱਚ ਰੰਮ, ਬ੍ਰਾਂਡੀ, ਜਿਨ, ਵਿਸਕੀ, ਕਾਲਵਾਦੋਸ, ਅਵਸੇਂਟ, ਵੇਰਮੂਤ, ਸੁਲਵੋਵਿਤਸਾ ਅ ਹੰਗੇਰਿਆਈ ਊਨੀਕੂਮ ਆਦਿ ਲਿਆਇਆ ਸੀ...ਬ੍ਰਾਂਡੀਆਂ ਵੀ ਤਰ੍ਹਾਂ-ਤਰ੍ਹਾਂ ਦੀਆਂ ਸਨ ਮਾਰਟੀਨੀ, ਕੀਮਿਊ ਅਤੇ ਪਲੀਸਕਾ।

"ਜਿਹੜੀ ਵੀ ਪੀਣੀ ਚਾਹੁੰਦੇ ਹੋ, ਉਹੀ ਆਪਣੇ ਲਈ ਚੁਣ ਲਵੋ, ਅਬੂਤਾਲਿਬ

"ਰਸੂਲ, ਇਹ ਸਾਰਾ ਬਕਵਾਸ ਤੁਸੀਂ ਮੇਰੇ ਸਾਹਮਣੇ ਤੋਂ ਉਠਾ ਲਵੋ। ਜੇਕ ਪਿਲਾਉਣੀ ਹੀ ਚਾਹੁੰਦੇ ਹੋ, ਤਾਂ ਸਫ਼ੈਦ ਨਿਸ਼ਾਨ ਵਾਲੀ ਸਾਧਾਰਨ ਵੋਦਕਾ ਪਿਲਾਓ। ਸਫ਼ੈ ਨਿਸ਼ਾਨ ਵਾਲੀ ਵੋਦਕਾ ਸਿਰਫ਼ ਇਸ ਲਈ ਚੰਗੀ ਨਹੀਂ, ਕਿ ਆਪਾਂ ਉਸ ਨੂੰ ਜਾਣਦੇ ਅ ਬਲਕਿ ਇਸ ਲਈ ਵੀ ਕਿ ਉਹ ਆਪਾਂ ਨੂੰ ਜਾਣਦੀ ਐ। ਜੋ ਕੁੱਝ ਤੁਸੀਂ ਮੈਨੂੰ ਦਿਖਾ ਰਹੇ ਹੋ ਸੰਭਵ ਹੈ ਕਿ ਬਹੁਤ ਮਜ਼ੇਦਾਰ ਹੋਣ, ਪਰ ਇਹ ਸਾਰੀਆਂ ਬੋਤਲਾਂ ਬਹੁਤ ਦੂਰੋਂ ਆਈਆਂ ਨੇ ਉਹ ਪਰਾਈਆਂ ਨੇ, ਮੇਰੇ ਲਈ ਅਣਜਾਣੀ ਭਾਸ਼ਾ ਵਿੱਚ ਬੋਲਦੀਆਂ ਨੇ ਅਤੇ ਮੈਂ ਜਿਸ ਭਾ ਵਿੱਚ ਬੋਲਦਾਂ, ਉਹ ਉਨ੍ਹਾਂ ਦੀ ਸਮਝ ਵਿੱਚ ਨਹੀਂ ਆਵੇਗੀ। ਇਸ ਤੋਂ ਇਲਾਵਾ ਆਦਤ ਅ ਸੁਭਾਅ ਦਾ ਵੀ ਸਵਾਲ ਐ। ਨਹੀਂ, ਅਸੀਂ ਇੱਕ ਦੂਜੇ ਨੂੰ ਬਿਲਕੁੱਲ ਨਹੀਂ ਜਾਣਦੇ। ਇ ਬੋਤਲਾਂ ਅਣਜਾਣ ਮਹਿਮਾਨਾਂ ਵਰਗੀਆਂ ਨੇ, ਜਿਨ੍ਹਾਂ ਦੇ ਨਾਲ ਪਹਿਲਾਂ ਗੱਲਬਾਤ ਅ ਜਾਣ-ਪਛਾਣ ਕਰਨੀ, ਚੰਗੀ ਤਰ੍ਹਾਂ ਘੁਲਣਾ-ਮਿਲਣਾ ਜ਼ਰੂਰੀ ਐ। ਮੈਨੂੰ ਸ਼ੱਕ ਐ ਕਿ ਅਸ ਇੱਕ-ਦੂਜੇ ਨੂੰ ਸਮਝ ਨਹੀਂ ਸਕਾਂਗੇ। ਇਨ੍ਹਾਂ ਨੂੰ ਆਪਣੇ ਮਾਸਕੋ ਵਾਲੇ ਲੇਖਕ ਦੋਸਤਾਂ ਲਈ ਰਹਿਣ ਦਿਓ। ਇਨ੍ਹਾਂ ਨੂੰ ਉਨ੍ਹਾਂ ਲਈ ਵੀ ਰੱਖ ਦਿਓ, ਜਿਹੜੇ ਸਕੀ ਮਾਂ ਵੱਲੋਂ ਆਪਣੇ ਘ ਵਿੱਚ ਬਣਾਏ ਖਾਣੇ ਦਾ ਸਵਾਦ ਭੁੱਲ ਚੁੱਕੇ ਨੇ।"

ਮੇਰੇ ਸੰਗ੍ਰਹਿ ਵਿੱਚ ਵੋਦਕਾ ਦੀ ਇੱਕ ਵੀ ਬੋਤਲ ਨਹੀਂ ਸੀ। ਮੈਂ ਇਸ ਤਰ੍ਹਾਂ ਜ਼ਾਹਿ

ਕੀਤਾ ਕਿ ਹੁਣੇ ਦੁਕਾਨ ਤੋਂ ਬੋਤਲ ਲੈ ਆਉਂਦਾ ਹਾਂ। ਮੈਨੂੰ ਉਮੀਦ ਸੀ ਕਿ ਅਬੂਤਾਲਿਬ ਅਜਿਹਾ ਕਰਨ ਤੋਂ ਮਨ੍ਹਾ ਕਰਨਗੇ ਕਿਉਂਕਿ ਬਾਹਰ ਬਾਰਿਸ਼ ਸੀ, ਠੰਢੀ ਹਵਾ ਚੱਲ ਰਹੀ ਸੀ ਅਤੇ ਇਸ ਤੋਂ ਇਲਾਵਾ ਘਰ ਵਿੱਚ ਪੀਣ ਲਈ ਬਹੁਤ ਕੁੱਝ ਸੀ। ਉਂਝ ਤਾਂ ਇਹ ਸਨਕ ਹੀ ਸੀ ਮੇਜ 'ਤੇ ਬਿਹਤਰੀਨ ਫ੍ਰਾਂਸੀਸੀ ਬ੍ਰਾਂਡੀਆਂ ਦੀਆਂ ਬੋਤਲਾਂ ਹੁੰਦੇ ਹੋਏ ਵੀ ਵੋਦਕਾ ਦੀ ਮੰਗ ਕੀਤੀ ਜਾਵੇ।

ਅਬੂਤਾਲਿਬ ਸੱਚਮੁੱਚ ਹੀ ਮੈਨੂੰ ਜਾਣ ਤੋਂ ਰੋਕਣ ਲੱਗੇ:

"ਰਸੂਲ, ਬੇਸ਼ੱਕ ਤੁਹਾਡੇ ਵਾਲ ਪੱਕ ਗਏ ਨੇ, ਫਿਰ ਵੀ ਤੁਰੰਤ ਇਹ ਪਤਾ ਲੱਗਦੈ ਕਿ ਤੁਸੀਂ ਅਜੇ ਬੱਚੇ ਹੀ ਹੋ। ਕੀ ਵੋਦਕਾ ਲਿਆਉਣ ਲਈ ਤੁਹਾਨੂੰ ਖ਼ੁਦ ਜਾਣਾ ਚਾਹੀਦੈ, ਕੀ ਤੁਹਾਡੇ ਨਾਲੋਂ ਘੱਟ ਉਮਰ ਦੇ ਲੋਕ ਨਹੀਂ? ਬਾਹਰ ਵਿਹੜੇ ਵਿੱਚ ਜਾਓ, ਗੁਆਂਢ ਵਿੱਚ ਰਹਿਣ ਵਾਲੇ ਕਿਸੇ ਵੀ ਲੜਕੇ ਨੂੰ ਕਹੋ, ਉਹੀ ਜਾ ਕੇ ਲੈ ਆਵੇਗਾ। ਮੈਨੂੰ ਕਿਤੇ ਜਾਣ ਦੀ ਕਾਹਲੀ ਨਹੀਂ, ਮੈਂ ਖ਼ੁਸ਼ੀ ਨਾਲ ਉਸ ਦੇ ਮੁੜਨ ਦੀ ਉਡੀਕ ਕਰਾਂਗਾ।"

ਅਬੂਤਾਲਿਬ ਨੇ ਜਿਵੇਂ ਕਿਹਾ, ਮੈਨੂੰ ਉਵੇਂ ਹੀ ਕਰਨਾ ਪਿਆ। ਮੈਂ ਗੁਆਂਢ ਵਿੱਚ ਰਹਿਣ ਵਾਲੇ ਇੱਕ ਲੜਕੇ ਨੂੰ ਪੈਸੇ ਦਿੱਤੇ ਅਤੇ ਉਹੀ ਵੋਦਕਾ ਲੈਣ ਦੌੜ ਗਿਆ। ਅਬੂਤਾਲਿਬ ਨੇ ਇਸੇ ਦੌਰਾਨ ਇੱਧਰ-ਉੱਧਰ ਨਜ਼ਰ ਦੌੜਾਈ।

"ਤੁਹਾਡੇ ਘਰ ਵਿੱਚ ਪਹਾੜ ਤੋਂ ਆਉਣ ਵਾਲਾ ਕੋਈ ਮਹਿਮਾਨ ਦਿਖਾਈ ਨਹੀਂ ਦੇ ਰਿਹਾ। ਕੀ ਸੱਚਮੁੱਚ ਇੱਕ ਵੀ ਮਹਿਮਾਨ ਨਹੀਂ?"

"ਅੱਜ ਤਾਂ ਕੋਈ ਨਹੀਂ।"

"ਜਦੋਂ ਮੇਰੇ ਦੋਸਤ ਅਤੇ ਤੁਹਾਡੇ ਪਿਤਾ ਹਮਜ਼ਾਤ ਜਿਊਂਦੇ ਸਨ, ਤਾਂ ਇਸ ਘਰ ਵਿੱਚ ਹਮੇਸ਼ਾ ਮਹਿਮਾਨ ਹੁੰਦੇ ਸਨ। ਮਹਿਮਾਨਾਂ ਦਾ ਹੋਣਾ ਇਸ ਲਈ ਚੰਗਾ ਰਹਿੰਦੈ ਕਿ ਉਨ੍ਹਾਂ ਕੋਲ ਹਮੇਸ਼ਾ ਤੰਬਾਕੂ ਹੁੰਦੈ।"

"ਤੰਬਾਕੂਨੋਸ਼ੀ ਲਈ ਤਾਂ ਮੇਰੇ ਕੋਲ ਵੀ ਕੁੱਝ ਮਿਲ ਜਾਵੇਗਾ।" ਮੈਂ ਤਰ੍ਹਾਂ-ਤਰ੍ਹਾਂ ਦੀਆਂ ਵਧੀਆ ਸਿਗਰਟਾਂ ਦਾ ਡੱਬਾ ਕੱਢ ਕੇ ਸਾਹਮਣੇ ਰੱਖ ਦਿੱਤਾ।

"ਇਹ ਚੀਕਣੀਆਂ ਸਫ਼ੈਦ ਨਾਲੀਆਂ ਮੇਰੇ ਲਈ ਨਹੀਂ। ਇਹ ਤਾਂ ਤੁਹਾਡੇ ਮਾਸਕੋ ਵਾਲਿਆਂ ਲਈ ਹੀ ਠੀਕ ਨੇ। ਮੈਨੂੰ ਤਾਂ ਸਿਰਫ਼ ਆਪਣਾ ਤੇਜ ਪਹਾੜੀ ਤੰਬਾਕੂ ਹੀ ਪਸੰਦ ਐ। ਆਪਣੀ ਤੰਬਾਕੂ ਦੀ ਥੈਲੀ ਕੱਢਣੀ ਪਵੇਗੀ।"

ਅਬੂਤਾਲਿਬ ਨੇ ਕੁੜਤੇ ਦੇ ਹੇਠੋਂ ਵੱਡੀ ਸਾਰੀ ਥੈਲੀ ਕੱਢੀ ਅਤੇ ਉਸ ਨੂੰ ਉਲਟ ਕੇ ਉਸ ਦੇ ਥੱਲੇ ਦੀ ਸਿਉਣ ਨੂੰ ਖੁਰਚਿਆ ਅਤੇ ਇੱਕ ਸਿਗਰਟ ਬਣਾਉਣ ਲਈ ਤੰਬਾਕੂ ਕੱਢਿਆ। ਬੜੀ ਨਿਪੁੰਨਤਾ ਨਾਲ ਉਨ੍ਹਾਂ ਨੇ ਸਿਗਰਟ ਲਪੇਟੀ ਅਤੇ ਜੀਭ ਨਾਲ ਥੁੱਕ ਲਗਾ ਕੇ ਉਸ ਨੂੰ ਚਿਪਕਾਇਆ।

"ਖ਼ੁਦ ਬਣਾਈ ਗਈ ਇਸ ਸਿਗਰਟ ਨਾਲ ਭਲਾਂ ਤੁਹਾਡੀਆਂ ਇਨ੍ਹਾਂ ਸਿੱਧੀਆਂ ਡੰਡੀਆਂ ਦਾ ਮੁਕਾਬਲਾ ਹੋ ਸਕਦੈ? ਮੇਰੀ ਇਸ ਸਿਗਰਟ ਦਾ ਆਪਣਾ ਰੂਪ ਐ, ਉਹ ਕਿਸੇ ਹੋਰ ਨਾਲ ਮਿਲਦੀ-ਜੁਲਦੀ ਨਹੀਂ। ਪਰ ਤੁਹਾਡੀਆਂ ਸਾਰੀਆਂ ਸਿਗਰਟਾਂ ਇੱਕੋ ਜਿਹੀਆਂ ਨੇ। ਹੁਣ ਤੁਸੀਂ ਹੀ ਦੱਸੋ ਮੈਨੂੰ ਕਿ ਡੱਬੇ ਵਿੱਚੋਂ ਬਣੀ-ਬਣਾਈ ਸਿਗਰਟ ਕੱਢਣ ਵਿੱਚ ਜਾਂ

ਆਪਣੇ ਹੱਥ ਨਾਲ ਅਜਿਹੀ ਸਿਗਰਟ ਬਣਾਉਣ ਵਿੱਚ ਜ਼ਿਆਦਾ ਮਜ਼ਾ ਐ? ਗੱਲ ਇਹ ਐ ਕਿ ਜਦੋਂ ਮੈਂ ਇਸ ਨੂੰ ਬਣਾਉਨਾਂ, ਤਾਂ ਉਸ ਵੇਲੇ ਵੀ ਖ਼ੁਸ਼ੀ ਹਾਸਲ ਕਰਦਾਂ। ਮੈਂ ਭਲਾਂ ਇਹ ਖ਼ੁਸ਼ੀ ਕਿਉਂ ਗਵਾਵਾਂ?"

ਮੈਂ ਸਵਿਸ ਜਾਂ ਬੈਲਜੀਅਮ ਦਾ ਲਾਈਟਰ ਬਾਲਿਆ, ਪਰ ਅਬੂਤਾਲਿਬ ਨੇ ਬਲਦੇ ਹੋਏ ਲਾਈਟਰ ਵਾਲਾ ਮੇਰਾ ਹੱਥ ਪਰ੍ਹੇ ਹਟਾ ਦਿੱਤਾ। ਉਨ੍ਹਾਂ ਨੇ ਜੇਬ ਵਿੱਚੋਂ ਇਸਪਾਤ ਦਾ ਇੱਕ ਟੁਕੜਾ, ਛੋਟਾ ਜਿਹਾ ਚਕਮਕ ਅਤੇ ਵੱਟੇ ਹੋਏ ਸੂਤ ਦਾ ਇੱਕ ਟੁਕੜਾ ਕੱਢਿਆ। ਸੂਤ ਉਨ੍ਹਾਂ ਨੇ ਚਕਮਕ 'ਤੇ ਰੱਖਿਆ ਅਤੇ ਇਸਪਾਤ ਦਾ ਟੁਕੜਾ ਮਾਰ ਕੇ ਚਿੰਗਾੜੀ ਪੈਦਾ ਕੀਤੀ। ਇਸ ਤੋਂ ਬਾਅਦ ਉਨ੍ਹਾਂ ਨੇ ਸੂਤ ਨੂੰ ਹਿਲਾ-ਜੁਲਾ ਕੇ ਉਸ ਨੂੰ ਜ਼ੋਰ ਨਾਲ ਬਲਣ ਲਈ ਮਜ਼ਬੂਰ ਕੀਤਾ ਅਤੇ ਉਸ ਨਾਲ ਸਿਗਰਟ ਸੁਲਘਾਈ। ਬਲਦੇ ਹੋਏ ਸੂਤ ਨੂੰ ਮੇਰੇ ਨੱਕ ਦੇ ਕੋਲ ਲਿਜਾ ਕੇ ਬੋਲੇ:

"ਸੁੰਘੋ ਤਾਂ ਸਹੀ, ਕਿਹੋ ਜਿਹੀ ਗੰਧ ਐ ਇਸ ਦੀ?" ਵਧੀਆ ਐ ਨਾ? ਅਤੇ ਤੁਹਾਡੇ ਲਾਈਟਰ ਵਿੱਚੋਂ ਕਿਹੋ ਜਿਹੀ ਗੰਧ ਆਉਂਦੀ ਐ?"

ਕੁੱਝ ਦੇਰ ਤਾਂ ਅਬੂਤਾਲਿਬ ਧੂਏਂ ਦੇ ਬੱਦਲ ਵਿੱਚ ਖੋਅ ਗਏ। ਧੂਆਂ ਕੁੱਝ ਗ਼ਾਇਬ ਹੋ ਜਾਣ 'ਤੇ ਅਬੂਤਾਲਿਬ ਨੇ ਪੁੱਛਿਆ:

"ਇਹ ਦੱਸੋ ਰਸੂਲ, ਕਿ ਤੁਹਾਡਾ ਸਿਰ ਹੁਣੇ ਹੀ ਕਿਉਂ ਸਫ਼ੈਦ ਹੋ ਗਿਆ?"

"ਪਤਾ ਨਹੀਂ, ਅਬੂਤਾਲਿਬ।"

"ਪਰ ਮੈਨੂੰ ਪਤੈ ਕਿ ਮੇਰਾ ਸਿਰ ਸਫ਼ੈਦ ਕਿਉਂ ਐ।"

"ਕਿਉਂ ਭਲਾਂ?"

"ਮੇਰਾ ਸਿਰ ਇਸ ਲਈ ਸਫ਼ੈਦ ਹੋ ਗਿਆ ਕਿ ਮੈਨੂੰ ਵੋਦਕਾ ਲਿਆਉਣ ਲਈ ਦੁਕਾਨ 'ਤੇ ਜਾਣ ਵਾਲੇ ਇਨ੍ਹਾਂ ਲੜਕਿਆਂ ਦੀ ਹਮੇਸ਼ਾ ਬਹੁਤ ਉਡੀਕ ਕਰਨੀ ਪੈਂਦੀ ਐ। ਹਾਂ ਰਸੂਲ, ਬੱਚੇ ਉਦੋਂ ਤੱਕ ਮਾਂ-ਬਾਪ ਦੀਆਂ ਪ੍ਰੇਸ਼ਾਨੀਆਂ ਨੂੰ ਨਹੀਂ ਸਮਝ ਸਕਦੇ, ਜਦੋਂ ਤੱਕ ਉਨ੍ਹਾਂ ਦੇ ਆਪਣੇ ਬੱਚੇ ਨਹੀਂ ਹੋ ਜਾਂਦੇ। ਠੀਕ ਇਸੇ ਤਰ੍ਹਾਂ ਉਹ, ਜਿਹੜੇ ਪੀਂਦੇ ਨਹੀਂ, ਸਾਨੂੰ ਨਹੀਂ ਸਮਝ ਸਕਦੇ। ਵੋਦਕਾ ਲਿਆਉਣ ਲਈ ਉਸ ਨੂੰ ਭੇਜਣਾ ਚਾਹੀਦੈ, ਜਿਹੜਾ ਖ਼ੁਦ ਉਸ ਨੂੰ ਪਿਆਰ ਕਰਦਾ ਹੋਵੇ, ਫਿਰ ਦੇਰ ਨਹੀਂ ਲੱਗੇਗੀ।"

ਇਸੇ ਦੌਰਾਨ ਫ਼ੌਸੀਆ ਨੇ ਮੇਜ ਲਗਾ ਦਿੱਤਾ। ਕੁੱਝ ਦੇਰ ਬਾਅਦ ਮੇਜ ਦੇ ਵਿਚਕਾਰ ਵੋਦਕਾ ਦੀ ਬੋਤਲ ਵੀ ਆ ਗਈ।

"ਆਹ!" ਅਬੂਤਾਲਿਬ ਨੇ ਕਿਹਾ, "ਸਾਧਾਰਨ ਸਹਿਕਾਰੀ ਕਿਸਾਨਾਂ ਦੇ ਵਿਚਕਾਰ ਜਿਵੇਂ ਸਿਵੁਖ਼ ਦਾ ਪ੍ਰਧਾਨ ਆ ਗਿਆ ਹੋਵੇ।" ਉਨ੍ਹਾਂ ਨੇ ਵੋਦਕਾ ਦੀ ਬੋਤਲ ਨੂੰ ਚੁੱਕ ਕੇ ਬੱਚੇ ਵਾਂਗ ਝੁਲਾਇਆ, "ਉਈ, ਉਈ, ਉਈ, ਕਿੰਨੀ ਵਧੀਆ ਬੋਤਲ ਐ। ਸ਼ਾਇਦ ਇਸ ਨੂੰ ਲਿਆਉਣ ਵਾਲਾ ਲੜਕਾ ਬਹੁਤ ਹੀ ਭਲਾ ਆਦਮੀ ਬਣੇਗਾ।"

ਇਸੇ ਵੇਲੇ ਮੇਜ 'ਤੇ ਰੱਖੇ ਛੋਟੇ-ਛੋਟੇ ਜਾਮਾਂ ਵੱਲ ਅਬੂਤਾਲਿਬ ਦਾ ਧਿਆਨ ਗਿਆ। ਉਨ੍ਹਾਂ ਦੇ ਮੱਥੇ 'ਤੇ ਇਸ ਤਰ੍ਹਾਂ ਵਲ ਪੈ ਗਏ, ਜਿਵੇਂ ਮੂੰਹ ਵਿੱਚ ਕੋਈ ਬਹੁਤ ਕੌੜੀ ਚੀਜ਼ ਆ ਗਈ ਹੋਵੇ ਜਾਂ ਦੰਦ ਵਿੱਚ ਦਰਦ ਹੋਵੇ। ਉਨ੍ਹਾਂ ਨੇ ਜਾਮ ਨੂੰ ਇੱਧਰ-ਉੱਧਰ ਘੁਮਾ ਕੇ ਦੇਖਿਆ, ਉਸ ਵਿੱਚ ਝਾਕਿਆ, ਸ਼ਾਇਦ ਉਹ ਉਸ ਵਿੱਚ ਆਪਣੀ ਸਿਗਰਟ ਦਾ ਟੋਟਾ ਸੁੱਟਣਾ ਅਤੇ

ਇਸ ਤਰ੍ਹਾਂ ਉਸ ਚੀਜ਼ ਪ੍ਰਤੀ ਆਪਣੀ ਨਫ਼ਰਤ ਦੀ ਭਾਵਨਾ ਪ੍ਰਗਟ ਕਰਨੀ ਚਾਹੁੰਦੇ ਸਨ, ਜਿਹੜੀ ਇਸੇ ਦੀ ਹੱਕਦਾਰ ਸੀ।

ਮੈਂ ਜਾਰਜੀਅਨਾਂ ਵੱਲੋਂ ਭੇਟ ਕੀਤਾ ਗਿਆ ਵੱਡਾ ਸਾਰਾ ਸਿੰਗ-ਜਾਮ ਅਬੂਤਾਲਿਬ ਵੱਲ ਵਧਾ ਦਿੱਤਾ।

ਬਜ਼ੁਰਗ ਕਵੀ ਨੇ ਵੱਖ-ਵੱਖ ਦਿਸ਼ਾਵਾਂ ਤੋਂ ਦੇਰ ਤੱਕ ਉਸ ਨੂੰ ਗ਼ੌਰ ਨਾਲ ਦੇਖਿਆ ਅਤੇ ਫਿਰ ਆਪਣੀ ਰਾਇ ਜ਼ਾਹਿਰ ਕੀਤੀ:

"ਵਧੀਆ ਸਿੰਗ ਐ, ਪਰ ਜੇਕਰ ਇਸ 'ਤੇ ਚਾਂਦੀ ਨਾ ਮੜ੍ਹੀ ਹੁੰਦੀ, ਤਾਂ ਹੋਰ ਵੀ ਜ਼ਿਆਦਾ ਸੁੰਦਰ ਲੱਗਦਾ। ਸਿੰਗ 'ਤੇ ਇਹ ਨੱਕਾਸ਼ੀ ਵਾਲੀ ਚਾਂਦੀ ਦੂਲ੍ਹੇ ਦੀ ਪੇਟੀ ਵਰਗੀ ਲੱਗਦੀ ਐ। ਕੀ ਜ਼ਰੂਰਤ ਐ ਇਸ ਦੀ? ਕੀ ਚਾਂਦੀ ਨਾਲ ਵੋਦਕਾ ਜ਼ਿਆਦਾ ਨਸ਼ੇ ਵਾਲੀ ਜਾਂ ਜ਼ਿਆਦਾ ਮਜ਼ੇਦਾਰ ਹੋ ਜਾਵੇਗੀ? ਨਹੀਂ ਰਸੂਲ, ਤੁਸੀਂ ਮੈਨੂੰ ਮਾਮੂਲੀ ਗਿਲਾਸ ਦਿਓ, ਜਿਹੜਾ ਜ਼ਿੰਦਗੀ ਭਰ ਮੇਰੇ ਹੱਥ ਵਿੱਚ ਰਿਹੈ। ਮੈਨੂੰ ਪਤੈ ਕਿ ਗਿਲਾਸ ਵਿੱਚ ਕਿੰਨੇ ਘੁੱਟ ਹੁੰਦੇ ਨੇ, ਕਦੋਂ ਮੈਨੂੰ ਰੁਕਣਾ ਅਤੇ ਕਦੋਂ ਪੀਣਾ ਜਾਰੀ ਰੱਖਣਾ ਚਾਹੀਦੈ।"

ਮੈਂ ਅਬੂਤਾਲਿਬ ਦੀ ਇਹ ਇੱਛਾ ਵੀ ਪੂਰੀ ਕਰ ਦਿੱਤੀ। ਉਨ੍ਹਾਂ ਨੇ ਵੋਦਕਾ ਗਿਲਾਸ ਵਿੱਚ ਪਾਈ, ਉਸ ਵਿੱਚ ਡਬਲ-ਰੋਟੀ ਦਾ ਇੱਕ ਛੋਟਾ ਜਿਹਾ ਟੁਕੜਾ ਪਾਇਆ ਅਤੇ ਦਾਰਗ਼ਿਨ ਭਾਸ਼ਾ ਵਿੱਚ ਕਿਹਾ:

"ਦੇਰਖ਼ਾਬ।" ਇਸ ਤੋਂ ਬਾਅਦ ਇੱਕ ਹੀ ਵਾਰੀ ਵਿੱਚ ਗਿਲਾਸ ਖਾਲੀ ਕਰ ਦਿੱਤਾ, ਸਾਹ ਲਿਆ ਅਤੇ ਕਿਹਾ, "ਪੀਣ ਤੋਂ ਪਹਿਲਾਂ ਹਮੇਸ਼ਾ 'ਦੇਰਖ਼ਾਬ' ਕਹਿਣਾ ਚਾਹੀਦੈ। ਇਹ ਸਹੀ ਐ ਕਿ ਉਸ ਦਾ ਅਰਥ ਸਪੱਸ਼ਟ ਕਰਨਾ ਮੁਸ਼ਕਿਲ ਐ, ਇਹ ਵੀ ਸੰਭਵ ਐ ਕਿ ਉਸ ਦਾ ਕੋਈ ਵਿਸ਼ੇਸ਼ ਅਰਥ ਹੋਵੇ ਵੀ ਨਾ, ਪਰ ਕੀ 'ਦੇਰਖ਼ਾਬ' ਸ਼ਬਦ ਉਂਝ ਹੀ ਸਮਝ ਵਿੱਚ ਨਹੀਂ ਆ ਜਾਂਦਾ।"

ਵੋਦਕਾ ਪੀਣ ਤੋਂ ਬਾਅਦ ਅਬੂਤਾਲਿਬ ਨੇ ਸ਼ੋਰਬੇ ਦੀ ਥਾਲੀ ਆਪਣੇ ਵੱਲ ਖਿੱਚ ਲਈ, ਇੱਕ ਵੱਖਰੀ ਪਲੇਟ ਵਿੱਚ ਮਾਸ ਕੱਢ ਲਿਆ ਅਤੇ ਸ਼ੋਰਬੇ ਵਿੱਚ ਡਬਲ ਰੋਟੀ ਦੇ ਟੁਕੜੇ ਪਾਏ। ਉਹ ਹੌਲੀ-ਹੌਲੀ, ਗਰਮ ਅਤੇ ਸਵਾਦਲੇ ਸ਼ੋਰਬੇ ਦੇ ਹਰ ਚਮਚੇ ਦਾ ਸਵਾਦ ਲੈ ਕੇ ਉਸ ਨੂੰ ਖਾਣ ਲੱਗੇ। ਕਦੇ-ਕਦੇ ਉਹ ਤਸੱਲੀ ਨਾਲ ਮਾਸ ਦਾ ਛੋਟਾ ਜਿਹਾ ਟੁਕੜਾ ਕੱਟ ਕੇ ਵੀ ਮੂੰਹ ਵਿੱਚ ਪਾ ਲੈਂਦੇ। ਮੇਰੇ ਖ਼ਿਆਲ ਵਿੱਚ ਜੇਕਰ ਉਹ ਉਸ ਨੂੰ ਕਿਸੇ ਦੂਜੀ ਤਰ੍ਹਾਂ ਖਾਂਦੇ ਜਾਂ ਆਪਣੇ ਜੇਬੀ ਚਾਕੂ ਦੀ ਬਜਾਇ ਕਿਸੇ ਹੋਰ ਚੀਜ਼ ਨਾਲ ਕੱਟਦੇ, ਤਾਂ ਸ਼ਾਇਦ ਮਾਸ ਉਨ੍ਹਾਂ ਨੂੰ ਇੰਨਾ ਸਵਾਦਲਾ ਨਾ ਲੱਗਦਾ।

ਸ਼ੋਰਬਾ ਅਤੇ ਮਾਸ ਖਾਣ ਤੋਂ ਬਾਅਦ ਅਬੂਤਾਲਿਬ ਨੇ ਮੇਜ ਤੋਂ ਡਬਲ-ਰੋਟੀ ਦੇ ਸਾਰੇ ਭੋਰੇ ਇਕੱਠੇ ਕੀਤੇ ਅਤੇ ਉਨ੍ਹਾਂ ਨੂੰ ਮੂੰਹ ਵਿੱਚ ਪਾ ਲਿਆ। ਇਸ ਤੋਂ ਬਾਅਦ ਉਨ੍ਹਾਂ ਨੇ ਥੋੜ੍ਹੀ ਜਿਹੀ ਵੋਦਕਾ ਹੋਰ ਪੀਤੀ ਅਤੇ ਮੁੱਛਾਂ 'ਤੇ ਹੱਥ ਫੇਰਿਆ।

"ਸ਼ਾਇਦ ਹੁਣ ਚਾਹ ਪੀਣਾ ਪਸੰਦ ਕਰੋਗੇ?"

"ਹੁਣ ਫਿਰ ਤੰਬਾਕੂ ਮੇਰੀ ਚਾਹ ਹੋਵੇਗਾ। ਰਸੂਲ, ਮੈਨੂੰ ਇਹ ਦੱਸੋ ਕਿ ਸਿਗਰਟ ਦੂਜੀਆਂ ਸਾਰੀਆਂ ਚੀਜ਼ਾਂ ਤੋਂ ਕਿਵੇਂ ਵੱਖਰੀ ਐ?"

"ਪਤਾ ਨਹੀਂ।"

"ਬਾਕੀ ਸਾਰੀਆਂ ਚੀਜ਼ਾਂ ਨੂੰ ਜਦੋਂ ਖਿੱਚਿਆ ਜਾਂਦੈ, ਤਾਂ ਉਹ ਲੰਬੀਆਂ ਹੋ ਜਾਂਦੀਆਂ ਨੇ ਅਤੇ ਇਹ ਉਲਟਾ ਛੋਟੀ ਰਹਿ ਜਾਂਦੀ ਐ।" ਆਪਣੀ ਇਸ ਭੋਲੀ-ਭਾਲੀ ਬੁਝਾਰਤ ਨਾਲ ਖ਼ੁਸ਼ ਹੁੰਦੇ ਹੋਏ ਉਹ ਹੱਸ ਪਏ।

"ਤੁਸੀਂ ਬਹੁਤ ਜ਼ਿਆਦਾ ਸਿਗਰਟਾਂ ਪੀਂਦੇ ਹੋ, ਅਬੂਤਾਲਿਬ। ਕੀ ਇਹ ਤੁਹਾਡੀ ਸਿਹਤ ਲਈ ਬੁਰੀਆਂ ਨਹੀਂ?"

"ਕਹਿੰਦੇ ਨੇ ਕਿ ਵਧੀਆ ਖਾਣੇ ਤੋਂ ਬਾਅਦ ਖ਼ੁਦ ਅੱਲ੍ਹਾ ਵੀ ਤੰਬਾਕੂਨੋਸ਼ੀ ਕਰਦੈ।"

ਸਿਗਰਟ ਪੀਣ ਤੋਂ ਬਾਅਦ ਅਬੂਤਾਲਿਬ ਨੇ ਅਚਾਨਕ ਇਹ ਪੁੱਛਿਆ:

"ਲੇਖਕ ਸੰਘ ਦੀ ਪ੍ਰਬੰਧਕ ਕਮੇਟੀ ਦੀ ਬੈਠਕ ਕਦੋਂ ਹੋਵੇਗੀ?"

"ਕੱਲ੍ਹ ਨੂੰ।"

"ਲੇਖਕ ਸਹਾਇਤਾ ਕੋਸ਼ ਵਿੱਚ ਇਸ ਵਾਰ ਜ਼ੈਨੁਦੀਨ ਦੀ ਅਰਜ਼ੀ 'ਤੇ ਗ਼ੌਰ ਕੀਤਾ ਜਾਵੇਗਾ ਜਾਂ ਨਹੀਂ?"

"ਪਤਾ ਨਹੀਂ, ਪਰ ਤੁਹਾਡਾ ਇਸ ਨਾਲ ਕੀ ਲੈਣਾ-ਦੇਣਾ?"

"ਤੁਹਾਨੂੰ ਇੱਕ ਕਿੱਸਾ ਸੁਣਾਉਨਾਂ। ਜਦੋਂ ਮੈਂ ਅਜੇ ਨਾਬਾਲਗ ਸੀ, ਤਾਂ ਵੱਛੜੇ ਚਰਾਇਆ ਕਰਦਾ ਸੀ। ਮੇਰੇ ਵੱਛੜੇ ਬੜੇ ਹੀ ਭਲੇ ਸਨ। ਮੈਂ ਮਜ਼ੇ ਨਾਲ ਧੁੱਪ ਵਿੱਚ ਹਰੇ ਘਾਹ 'ਤੇ ਲੇਟਿਆ ਰਹਿੰਦਾ ਅਤੇ ਉਹ ਮੇਰੇ ਆਸ-ਪਾਸ ਚਰਦੇ ਰਹਿੰਦੇ। ਸਾਰੇ ਬਹੁਤ ਖ਼ੁਸ਼ ਸਨ, ਮੈਂ ਵੀ, ਵੱਛੜੇ ਵੀ ਅਤੇ ਵੱਛੜਿਆਂ ਦੀ ਮਾਲਕਣ ਵੀ। ਪਰ ਬਾਅਦ ਵਿੱਚ ਮੁਸੀਬਤ ਆ ਗਈ, ਇੱਕ ਬੇਪ੍ਰਵਾਹ ਵੱਛੜੇ ਨੇ ਜੌਂਆਂ ਦੇ ਖੇਤ ਦਾ ਰਸਤਾ ਪਤਾ ਕਰ ਲਿਆ। ਉਸ ਦੇ ਪਿੱਛੇ-ਪਿੱਛੇ ਬਾਕੀ ਵੱਛੜੇ ਵੀ ਉੱਧਰ ਹੀ ਜਾਣ ਲੱਗੇ। ਬਸ, ਮੇਰੀ ਚੈਨ ਦੀ ਜ਼ਿੰਦਗੀ ਖ਼ਤਮ ਹੋ ਗਈ। ਵੱਛੜਿਆਂ ਨੂੰ ਜੌਂਆਂ ਦੇ ਖੇਤ ਵੱਲ ਜਾਣ ਤੋਂ ਮੈਂ ਰੋਕ ਨਾ ਸਕਿਆ ਅਤੇ ਇਸ ਲਈ ਹਰ ਵੇਲੇ ਉਨ੍ਹਾਂ ਦੇ ਕੋਲ ਹੀ ਰਹਿਣਾ ਪੈਂਦਾ ਸੀ। ਸਾਡੇ ਕਵੀਆਂ ਲਈ ਲੇਖਕ ਸਹਾਇਤਾ-ਕੋਸ਼ ਵੀ ਅਜਿਹਾ ਹੀ ਬਣ ਗਿਐ। ਜਦੋਂ ਤੱਕ ਉਨ੍ਹਾਂ ਨੂੰ ਇਸ ਕੋਸ਼ ਦੀ ਗੰਧ ਨਹੀਂ ਆਈ ਸੀ, ਉਹ ਚੈਨ ਨਾਲ ਰਹਿੰਦੇ ਸਨ, ਕਿਤਾਬਾਂ ਲਿਖਦੇ ਸਨ। ਪਤਾ ਨਹੀਂ ਕਿ ਪਹਿਲ ਕਿਸ ਨੇ ਕੀਤੀ, ਪਰ ਹੁਣ ਤਾਂ ਜੌਂਅ ਚਰਨ ਵਾਲੇ ਮੇਰੇ ਵੱਛੜਿਆਂ ਵਾਂਗ ਸਾਰੇ ਸਾਹਿਤਕਾਰ ਸਹਾਇਤਾ-ਕੋਸ਼ ਦੇ ਹੀ ਸੁਪਨੇ ਦੇਖਦੇ ਨੇ। ਹੁਣ ਤਾਂ ਕਵਿਤਾ ਦੇ ਮੁਕਾਬਲੇ ਸਹਾਇਤਾ-ਕੋਸ਼ ਬਾਰੇ ਕਿਤੇ ਜ਼ਿਆਦਾ ਸੋਚਦੇ ਨੇ। ਸੁਬ੍ਹਾ ਉੱਠਦੇ ਹੀ ਉਹ ਕਵਿਤਾਵਾਂ ਨਹੀਂ, ਆਰਥਿਕ ਸਹਾਇਤਾ ਪਾਉਣ ਲਈ ਤਰ੍ਹਾਂ-ਤਰ੍ਹਾਂ ਦੀਆਂ ਅਰਜ਼ੀਆਂ ਲਿਖਣ ਬੈਠ ਜਾਂਦੇ ਨੇ। ਸੋ ਮੈਂ ਵੀ ਇੱਕ ਅਰਜ਼ੀ ਲਿਖਣੀ ਚਾਹੁਨਾਂ ਅਤੇ ਤੁਸੀਂ ਸਾਰੇ ਪ੍ਰਬੰਧਕ ਕਮੇਟੀ ਵਿੱਚ ਉਸ ਬਾਰੇ ਵਿਚਾਰ ਕਰਨੀ।"

"ਕਿਸ ਬਾਰੇ, ਅਬੂਤਾਲਿਬ? ਕਿਸ ਚੀਜ਼ ਦੀ ਜ਼ਰੂਰਤ ਐ ਤੁਹਾਨੂੰ?"

"ਇਹ ਤਾਂ ਤੁਹਾਨੂੰ ਪਤਾ ਹੀ ਐ ਕਿ ਹੁਣ ਤੱਕ ਇੱਕ ਵੀ ਡਾਕਟਰ ਮੇਰਾ ਸਰੀਰ ਨਹੀਂ ਦੇਖ ਸਕਿਆ। ਫਿਰ ਵੀ ਮੈਂ ਸੈਨੇਟੋਰੀਅਮ ਦਾ ਪਾਸ ਲੈਣ ਦਾ ਨਿਰਣਾ ਲਿਐ।"

"ਇਹੀ ਸਮਝੋ ਕਿ ਪਾਸ ਤੁਹਾਡੀ ਜੇਬ ਵਿੱਚ ਐ। ਪਰ ਕੀ ਲੇਖਕ ਸੰਘ ਦੀ ਬਜਾਇ ਦਾਗ਼ਿਸਤਾਨ ਦੀ ਸਰਬ-ਉੱਚ ਸੋਵੀਅਤ ਨੂੰ ਕਹਿਣਾ ਤੁਹਾਡੇ ਲਈ ਜ਼ਿਆਦਾ ਸਹੀ ਨਹੀਂ

ਹੋਵੇਗਾ? ਤੁਸੀਂ ਤਾਂ ਸਰਬ-ਉੱਚ ਸੋਵੀਅਤ ਦੇ ਪ੍ਰਧਾਨਗੀ ਮੰਡਲ ਦੇ ਮੈਂਬਰ ਹੋ। ਲੇਖਕਾਂ ਦੇ ਸੈਨੇਟੋਰੀਅਮ ਦੇ ਮੁਕਾਬਲੇ ਸਰਕਾਰੀ ਸੈਨੇਟੋਰੀਅਮ ਬਿਹਤਰ ਐ।"

ਅਬੂਤਾਲਿਬ ਸਿਰ ਹਿਲਾਉਣ ਅਤੇ ਤਾਲੂ ਨੂੰ ਜੀਭ ਲਗਾ ਕੇ 'ਟੱਕ-ਟੱਕ' ਕਰਨ ਲੱਗਿਆ। ਉਨ੍ਹਾਂ ਦੀ ਇਹ ਹਰਕਤ ਬਹੁਤ ਹੀ ਵੱਖਰੀਆਂ ਭਾਵਨਾਵਾਂ, ਖ਼ੁਸ਼ੀ, ਨਿਰਾਸ਼, ਹੈਰਾਨੀ ਅਤੇ ਜਿਵੇਂ ਕਿ ਇਸ ਸਮੇਂ ਸੀ, ਅਸਹਿਮਤੀ ਪ੍ਰਗਟ ਕਰ ਸਕਦੀ ਸੀ।

"ਨਹੀਂ ਰਸੂਲ, ਪਹਿਲੀ ਗੱਲ ਤਾਂ ਇਹ ਐ ਕਿ ਸਰਬ-ਉੱਚ ਸੋਵੀਅਤ ਲਈ ਮੈਨੂੰ ਅਸਥਾਈ ਰੂਪ ਵਿੱਚ ਸਿਰਫ਼ ਚਾਰ ਸਾਲ ਲਈ ਚੁਣਿਆ ਗਿਐ ਅਤੇ ਲੇਖਕ ਮੈਂ ਜ਼ਿੰਦਗੀ ਭਰ ਲਈ ਆਂ। ਦੂਜਾ, ਦੋਵੇਂ ਸੈਨੇਟੋਰੀਅਮਾਂ ਵਿੱਚ ਕੁੱਝ ਨਾ ਕੁੱਝ ਊਣਤਾਈਆਂ ਤਾਂ ਹੋਣਗੀਆਂ ਹੀ। ਤਾਂ ਦੱਸੋ ਕਿ ਤੁਹਾਡੀ ਅਤੇ ਖ਼ਾਪਾਲਾਯੇਵ ਦੀ ਆਲੋਚਨਾ ਕਰਨਾ ਜ਼ਿਆਦਾ ਸੌਖਾ ਹੋਵੇਗਾ ਜਾਂ ਸਰਬ-ਉੱਚ ਸੋਵੀਅਤ ਦੀ?"

"ਤਾਂ ਅਰਜ਼ੀ ਲਿਖ ਦਿਓ, ਕੱਲ੍ਹ ਨੂੰ ਉਸ 'ਤੇ ਗ਼ੌਰ ਕਰ ਲਵਾਂਗੇ।"

"ਅਰਜ਼ੀ ਤਾਂ ਮਿਰਜ਼ਾ ਲਿਖ ਦੇਵੇਗਾ, ਮੈਂ ਤਾਂ ਕਦੇ ਨਹੀਂ ਲਿਖੀ, ਪਰ ਤੁਸੀਂ ਪਾਸ ਤਿਆਰ ਕਰ ਲਵੋ।" ਇੰਨਾ ਕਹਿ ਕੇ ਅਬੂਤਾਲਿਬ ਖੜ੍ਹੇ ਹੋ ਗਏ ਅਤੇ ਬਾਹਰ ਜਾਣ ਲਈ ਤਿਆਰ ਹੋ ਗਏ।

"ਅਬੂਤਾਲਿਬ, ਹੁਣ ਕਿੱਥੇ ਜਾਓਗੇ?"

"ਪ੍ਰਕਾਸ਼ਨ-ਘਰ ਜਾਣਾ ਚਾਹੁਨਾਂ। ਸੁਣਿਐ ਕਿ ਮੇਰੀ ਨਵੀਂ ਕਿਤਾਬ ਛਪ ਗਈ ਐ। ਦੇਖਣਾ ਚਾਹੀਦੈ ਕਿ ਬੇਟਾ ਐ ਜਾਂ ਬੇਟੀ।"

"ਸ਼ਾਮ ਨੂੰ ਅਧਿਆਪਿਕਾ ਸਿਖਲਾਈ ਸੰਸਥਾ ਵਿੱਚ ਆਇਓ, ਲੇਖਕਾਂ ਦੀ ਵਿੱਦਿਆਰਥੀਆਂ ਨਾਲ ਮੁਲਾਕਾਤ ਹੋਵੇਗੀ।"

"ਚੰਗੀ ਗੱਲ ਐ। ਸ਼ਹਿਨਾਈ ਨਾਲ ਲਿਆਵਾਂ?"

"ਆਹ, ਅਬੂਤਾਲਿਬ, ਤੁਸੀਂ ਸ਼ਹਿਨਾਈ-ਵਾਦਕ ਨਹੀਂ, ਕਵੀ ਹੋ। ਕਵਿਤਾ-ਸੰਗ੍ਰਹਿ ਨਾਲ ਲਿਆਇਓ, ਇਹੀ ਜ਼ਿਆਦਾ ਠੀਕ ਰਹੇਗਾ।"

"ਤਾਂ ਮੁਲਾਕਾਤ ਹੋਵੇਗੀ।" ਅਬੂਤਾਲਿਬ ਕਹਿ ਕੇ ਚਲੇ ਗਏ।

ਅਧਿਆਪਿਕਾ ਸਿਖਲਾਈ ਸੰਸਥਾ ਵਿੱਚ ਕਵੀ ਸੰਮੇਲਨ ਸ਼ਾਮ ਦੇ ਸੱਤ ਵਜੇ ਸ਼ੁਰੂ ਹੋਣ ਵਾਲਾ ਸੀ। ਬਹੁ-ਕੌਮੀ ਦਾਗ਼ਿਸਤਾਨ ਦੇ ਕਵੀ ਇਕੱਠੇ ਹੋ ਰਹੇ ਸਨ। ਸੱਤ ਵਜੇ ਮੈਂ ਇੱਧਰ-ਉੱਧਰ ਨਜ਼ਰ ਦੌੜਾਈ। ਅਬੂਤਾਲਿਬ ਕਿਤੇ ਨਜ਼ਰ ਨਹੀਂ ਆਏ। ਉਨ੍ਹਾਂ ਤੋਂ ਬਿਨਾਂ ਹੀ ਕਵੀ ਸੰਮੇਲਨ ਸ਼ੁਰੂ ਕਰਨਾ ਪਿਆ। ਮੰਚ 'ਤੇ ਇੱਕ ਤੋਂ ਬਾਅਦ ਇੱਕ ਕਵੀ ਆਉਂਦਾ ਰਿਹਾ। ਹਰ ਕਿਸੇ ਨੇ ਆਪਣੀ ਭਾਸ਼ਾ ਵਿੱਚ ਕਵਿਤਾ ਸੁਣਾਈ। ਕਿਸੇ ਨੇ ਲਾਕ, ਕਿਸੇ ਨੇ ਕੁਮੀਕ, ਕਿਸੇ ਨੇ ਲੇਜ਼ਗੀਨ ਅਤੇ ਕਿਸੇ ਨੇ ਅਵਾਰ ਭਾਸ਼ਾ ਵਿੱਚ। ਇੱਕ ਨੌਜਵਾਨ ਕਵੀ ਜਦੋਂ ਆਪਣੀ ਲੰਬੀ ਕਵਿਤਾ ਸੁਣਾ ਰਿਹਾ ਸੀ, ਤਾਂ ਹਾਲ ਵਿੱਚ ਬੈਠੇ ਲੋਕਾਂ ਨੇ ਜ਼ੋਰ ਨਾਲ ਤਾੜੀਆਂ ਵਜਾਉਣੀਆਂ ਸ਼ੁਰੂ ਕਰ ਦਿੱਤੀਆਂ। ਇਹ ਅਬੂਤਾਲਿਬ ਗ਼ਫ਼ੂਰੋਵ ਮੰਚ 'ਤੇ ਆਏ ਸਨ। ਲੜਕੀਆਂ ਨੇ ਤਾੜੀਆਂ ਵਜਾ ਕੇ ਉਨ੍ਹਾਂ ਦਾ ਸਵਾਗਤ ਕੀਤਾ ਸੀ।

ਹੋਰ ਦੋ ਕਵੀਆਂ ਦੀਆਂ ਕਵਿਤਾਵਾਂ ਸੁਣਨ ਤੋਂ ਬਾਅਦ ਮੈਂ ਅਬੂਤਾਲਿਬ ਨੂੰ

ਇਸ਼ਾਰਾ ਕੀਤਾ ਕਿ ਉਹ ਕਵਿਤਾ-ਪਾਠ ਕਰਨ ਲਈ ਤਿਆਰ ਹੋ ਜਾਣ। ਅਬੂਤਾਲਿਬ ਨੇ ਤੁਰੰਤ ਗੰਭੀਰ ਲਹਿਜਾ ਬਣਾ ਲਿਆ, ਇਸ ਤਰ੍ਹਾਂ ਬੈਠ ਗਏ, ਜਿਵੇਂ ਫੋਟੋ ਖਿਚਵਾਉਣ ਲੱਗੇ ਹੋਣ ਅਤੇ ਮੁੱਛਾਂ ਨੂੰ ਤਾਅ ਦੇਣ ਲੱਗੇ, "ਦੇਖ ਰਹੇ ਹੋ ਨਾ, ਤਿਆਰ ਹੋ ਰਿਹਾਂ।" ਬਜ਼ੁਰਗ ਸ਼ਾਇਰ ਜਿਵੇਂ ਇਸ ਤਰ੍ਹਾਂ ਮੈਨੂੰ ਕਹਿਣਾ ਚਾਹੁੰਦੇ ਸਨ।

ਮੰਚ 'ਤੇ ਆ ਕੇ ਅਬੂਤਾਲਿਬ ਨੇ ਲੜਕੀਆਂ ਨਾਲ ਵੀ ਕਦੇ ਰੂਸੀ, ਕਦੇ ਅਵਾਰ ਅਤੇ ਕਦੇ ਲਾਕ ਭਾਸ਼ਾ ਵਿੱਚ ਕੁੱਝ ਗੱਲਬਾਤ ਕੀਤੀ। ਉਹ ਦਾਗ਼ਿਸਤਾਨ ਦੀ ਹਰ ਭਾਸ਼ਾ ਕੁੱਝ-ਕੁੱਝ ਜਾਣਦੇ ਹਨ। ਲਾਕ ਭਾਸ਼ਾ ਵਿੱਚ ਉਨ੍ਹਾਂ ਨੇ ਦੋ ਕਵਿਤਾਵਾਂ ਸੁਣਾਈਆਂ।

ਅਬੂਤਾਲਿਬ ਨੇ ਆਪਣਾ ਇਹ ਸਾਹਿਤਕ ਸਮਾਗਮ ਛੇਤੀ-ਛੇਤੀ ਖ਼ਤਮ ਕੀਤਾ, ਜਿਵੇਂ ਇਹ ਮੁੱਖਬੰਧ ਜਾਂ ਭੂਮਿਕਾ ਹੋਵੇ ਅਤੇ ਉਹ ਮੁੱਖ ਚੀਜ਼ ਲਈ ਸਮਾਂ ਬਚਾ ਰਹੇ ਹੋਣ। ਹੱਥ ਨਾਲ ਇਸ਼ਾਰਾ ਕਰ ਕੇ ਉਨ੍ਹਾਂ ਨੇ ਤਾੜੀਆਂ ਬੰਦ ਕਰਵਾਈਆਂ ਅਤੇ ਲੜਕੀਆਂ ਨੂੰ ਪੁੱਛਿਆ:

"ਚਾਹੁੰਦੀਆਂ ਹੋ ਕਿ ਮੈਂ ਸ਼ਹਿਨਾਈ ਸੁਣਾਵਾਂ?"

"ਚਾਹੁਨੀਆਂ, ਚਾਹੁਨੀਆਂ, ਸੁਣਾਓ।" ਲੜਕੀਆਂ ਉੱਚੀ ਆਵਾਜ਼ ਵਿੱਚ ਬੋਲੀਆਂ।

ਅਬੂਤਾਲਿਬ ਮੰਚ ਦੇ ਪਿੱਛੋਂ ਸ਼ਹਿਨਾਈ ਅਤੇ ਮੁਰਲੀ ਲਿਆਏ। ਫਿਰ ਹੌਲੀ-ਹੌਲੀ ਕਦੇ ਇੱਕ ਅਤੇ ਕਦੇ ਦੂਜਾ ਸਾਜ਼ ਵਜਾਉਣ ਲੱਗੇ। ਪਰ ਸਾਰੇ ਸਮਝ ਰਹੇ ਸਨ ਕਿ ਇਹ ਤਾਂ ਸਿਰਫ਼ ਤਿਆਰੀ ਹੋ ਰਹੀ ਹੈ, ਸਾਜ਼ਾਂ ਨੂੰ ਸੁਰ ਵਿੱਚ ਕੀਤਾ ਜਾ ਰਿਹਾ ਹੈ, ਜਿਵੇਂ ਆਵਾਜ਼ ਨੂੰ ਪਰਖ ਕੇ ਦੇਖਿਆ ਜਾ ਰਿਹਾ ਹੋਵੇ। ਇਹ ਵਿਸ਼ਵਾਸ ਹੋ ਜਾਣ 'ਤੇ ਕਿ ਸਾਜ਼ ਸੁਰ ਵਿੱਚ ਹੋ ਗਏ ਹਨ, ਅਬੂਤਾਲਿਬ ਨੇ ਅਚਾਨਕ ਮੇਜ ਤੋਂ ਪਾਣੀ ਦਾ ਭਰਿਆ ਹੋਇਆ ਗਿਲਾਸ ਚੁੱਕਿਆ ਅਤੇ ਪਾਣੀ ਸ਼ਹਿਨਾਈ ਵਿੱਚ ਉਲੱਦ ਦਿੱਤਾ।

"ਖ਼ੁਦ ਪੀਣ ਤੋਂ ਪਹਿਲਾਂ ਘੋੜੇ ਨੂੰ ਪਿਲਾਓ।" ਪਹਾੜੀ ਲੋਕ ਅਜਿਹਾ ਕਹਿੰਦੇ ਹਨ, "ਖ਼ੁਦ ਪੀਣ ਤੋਂ ਪਹਿਲਾਂ ਸ਼ਹਿਨਾਈ ਨੂੰ ਪਿਲਾਓ।" ਪਹਾੜਾਂ ਵਿੱਚ ਸ਼ਹਿਨਾਈ-ਵਾਦਕ ਕਹਿੰਦੇ ਹਨ।

ਅਬੂਤਾਲਿਬ ਸ਼ਹਿਨਾਈ ਵਜਾਉਣ ਅਤੇ ਉਸ ਦੇ ਨਾਲ-ਨਾਲ ਖ਼ੁਦ ਵੀ ਕਦੇ ਇੱਕ ਅਤੇ ਕਦੇ ਦੂਜੀ ਦਿਸ਼ਾ ਵਿੱਚ ਹਿੱਲਣ-ਜੁੱਲਣ ਲੱਗੇ। ਨੌਜਵਾਨ ਲੜਕੀਆਂ ਨਾਲ ਭਰਿਆ ਹੋਇਆ ਹਾਲ ਦੇਖ ਕੇ ਅਬੂਤਾਲਿਬ ਰੰਗ ਵਿੱਚ ਆ ਗਏ ਸਨ। ਸ਼ਾਇਦ ਉਸ ਰਾਤ ਅਬੂਤਾਲਿਬ ਦੀ ਸ਼ਹਿਨਾਈ ਸਾਰੇ ਮਖ਼ਚਕਲਾ ਵਿੱਚ ਸੁਣਾਈ ਦਿੱਤੀ ਹੋਵੇਗੀ।

ਪ੍ਰਧਾਨਗੀ ਮੰਡਲ ਵਿੱਚ ਆਪਣੀ ਜਗ੍ਹਾ 'ਤੇ ਬੈਠਦੇ ਹੋਏ ਅਬੂਤਾਲਿਬ ਨੇ ਪੁੱਛਿਆ:

"ਕਿਉਂ, ਕਿਹੋ ਜਿਹੀ ਵਜਾਈ ਮੈਂ ਸ਼ਹਿਨਾਈ ਵਧੀਆ ਸੀ ਨਾ?"

"ਹਾਂ, ਵਧੀਆ।"

"ਤਾਂ ਤੁਸੀਂ ਹੌਲੀ-ਹੌਲੀ ਤਾੜੀਆਂ ਕਿਉਂ ਵਜਾਈਆਂ? ਅਜੇ ਹੋਰ ਤਾੜੀਆਂ ਵਜਾਓ।"

ਅਬੂਤਾਲਿਬ ਦੇ ਇਹ ਸ਼ਬਦ ਸੁਣ ਕੇ ਸਰੋਤੇ ਖ਼ੁਸ਼ ਹੋ ਕੇ ਹੱਸ ਪਏ।

ਕਵੀ ਸੰਮੇਲਨ ਦਾ ਮੈਂ ਹੀ ਸੰਚਾਲਨ ਕਰ ਰਿਹਾ ਸੀ ਅਤੇ ਮੈਨੂੰ ਸੱਚਮੁੱਚ ਹੀ ਇਹ

ਚੰਗਾ ਨਹੀਂ ਲੱਗਿਆ ਸੀ ਕਿ ਅਬੂਤਾਲਿਬ ਜਿਹੇ ਵਧੀਆ ਕਵੀ ਸ਼ਹਿਨਾਈ-ਵਾਦਕ ਦੇ ਰੂਪ ਵਿੱਚ ਸਾਹਮਣੇ ਆਏ ਸਨ। ਇਹ ਤਾਂ ਬਿਲਕੁੱਲ ਉਹੋ ਜਿਹੀ ਹੀ ਗੱਲ ਹੈ ਕਿ ਜਿਵੇਂ ਰੂਸੀ ਕਵੀ ਯੇਸੇਨਿਨ ਕਵਿਤਾਵਾਂ ਸੁਣਾਉਣ ਦੀ ਬਜਾਇ ਮੰਚ 'ਤੇ ਨੱਚਣ ਲੱਗਣ। ਸ਼ਾਇਦ ਯੇਸੇਨਿਨ ਨੱਚ ਤਾਂ ਸਕਦੇ ਹੀ ਸਨ ਪਰ ਹਰ ਚੀਜ਼ ਦਾ ਆਪਣਾ ਸਮਾਂ ਹੁੰਦਾ ਹੈ। ਸ਼ਾਇਦ ਪ੍ਰਧਾਨਗੀ ਮੰਡਲ ਵਿੱਚ ਬੈਠਾ ਹੋਇਆ ਮੈਂ ਨੱਕ-ਮੂੰਹ ਚੜ੍ਹਾ ਰਿਹਾ ਸੀ ਅਤੇ ਮੈਂ ਤਾੜੀਆਂ ਵੀ ਘੱਟ ਵਜਾਈਆਂ ਸਨ ਅਤੇ ਇਸੇ ਲਈ ਅਬੂਤਾਲਿਬ ਦੇ ਸ਼ਬਦ ਸੁਣ ਕੇ ਲੋਕ ਹੱਸ ਪਏ ਸਨ।

ਲੜਕੀਆਂ ਦੇ ਇੱਕ ਦਲ ਨਾਲ ਚੌੜੀ ਪੌੜੀ ਉੱਤਰ ਕੇ ਅਸੀਂ ਉੱਥੇ ਗਏ, ਜਿੱਥੇ ਅਸੀਂ ਓਵਰਕੋਟ ਲਾਹੇ ਸਨ। ਓਵਰਕੋਟ ਪਹਿਨ ਕੇ ਮੈਂ ਸ਼ੀਸ਼ੇ ਵਿੱਚ ਆਪਣੇ ਆਪ ਨੂੰ ਦੇਖਿਆ। ਉਨ੍ਹਾਂ ਦਿਨਾਂ ਵਿੱਚ ਉੱਚੇ, ਚੌੜੇ ਅਤੇ ਪੈਡ ਵਾਲੇ ਓਵਰਕੋਟਾਂ ਦਾ ਰਿਵਾਜ ਸੀ। ਮੈਂ ਅਜਿਹਾ ਹੀ ਓਵਰਕੋਟ ਪਹਿਨਿਆ ਹੋਇਆ ਸੀ। ਅਬੂਤਾਲਿਬ ਨੇ ਇਹ ਦੇਖ ਕੇ ਸਿਰ ਹਿਲਾਇਆ:

"ਪਹਿਲਾਂ ਤਾਂ ਭੇਡੂ, ਭਾਵ ਚਰਬੀ ਵਾਲੀ ਵਧੀਆ ਖੁਰਾਕ ਖਾ ਕੇ ਮੋਢੇ ਚੌੜੇ ਹੁੰਦੇ ਸੀ ਅਤੇ ਹੁਣ ਰੂੰਅ ਨਾਲ। ਪਹਿਲਾਂ ਸਾਜ਼ ਨਾਲ ਗੀਤ ਗਾਏ ਜਾਂਦੇ ਸੀ ਅਤੇ ਹੁਣ ਕਾਗਜ਼ ਸਾਹਮਣੇ ਰੱਖ ਕੇ ਪੜ੍ਹੇ ਜਾਂਦੇ ਨੇ। ਬੜੀਆਂ ਤਬਦੀਲੀਆਂ ਹੋ ਗਈਆਂ ਨੇ ਦੁਨੀਆ ਵਿੱਚ। ਮੈਨੂੰ ਉਹ ਪਸੰਦ ਨਹੀਂ।"

"ਕਵੀ ਸੰਮੇਲਨ ਵਿੱਚ ਦੇਰ ਨਾਲ ਕਿਉਂ ਆਏ ਸੀ, ਅਬੂਤਾਲਿਬ?"

"ਮੈਂ ਤਾਂ ਬਿਲਕੁੱਲ ਤਿਆਰ ਹੋ ਕੇ ਘਰੋਂ ਨਿੱਕਲਣ ਹੀ ਵਾਲਾ ਸੀ ਕਿ ਅਚਾਨਕ ਅਵਾਰ ਥਿਏਟਰ ਦਾ ਇੱਕ ਕਲਾਕਾਰ ਮੇਰੇ ਕੋਲ ਆਇਆ......।"

"ਅਵਾਰ ਥਿਏਟਰ ਨੂੰ ਤੁਹਾਡੀ ਕੀ ਲੋੜ ਪੈ ਗਈ?"

"ਗੱਲ ਇਹ ਐ ਕਿ ਉਨ੍ਹਾਂ ਦੇ ਨਾਟਕ ਵਿੱਚ ਸ਼ਾਦੀ ਦਾ ਦ੍ਰਿਸ਼ ਆਉਂਦੈ। ਹੁਣ ਤਾਂ ਸ਼ਾਦੀ ਤੋਂ ਬਿਨਾਂ ਇੱਕ ਵੀ ਨਾਟਕ ਨਹੀਂ ਹੁੰਦਾ। ਪਰ ਸ਼ਹਿਨਾਈ-ਵਾਦਕ ਬਿਮਾਰ ਹੋ ਗਿਆ। ਸ਼ਹਿਨਾਈ ਤੋਂ ਬਿਨਾਂ ਭਲਾਂ ਕੀ ਸ਼ਾਦੀ ਹੋ ਸਕਦੀ ਐ? ਇਸ ਲਈ ਉਨ੍ਹਾਂ ਨੇ ਮੈਨੂੰ ਸਿਰਫ਼ ਦਸ ਮਿੰਟ ਲਈ ਸ਼ਹਿਨਾਈ ਵਜਾਉਣ ਲਈ ਬੁਲਾ ਲਿਆ। ਪਰ ਜਦੋਂ ਤੱਕ ਅਸੀਂ ਥਿਏਟਰ ਪਹੁੰਚੇ, ਜਦੋਂ ਤੱਕ ਸ਼ਾਦੀ ਸ਼ੁਰੂ ਹੋਈ, ਸਮਾਂ ਤਾਂ ਬੀਤਦਾ ਗਿਆ। ਮੈਂ ਅਜਿਹੇ ਦੋ ਗੀਤ ਵਜਾਏ ਕਿ ਦਰਸ਼ਕ ਨਾਟਕ ਨੂੰ ਭੁੱਲ-ਭੁਲਾ ਕੇ ਸਿਰਫ਼ ਮੈਨੂੰ ਹੀ ਸੁਣਦੇ ਰਹੇ। ਜੇਕਰ ਮੈਂ ਦੇਰ ਰਾਤ ਤੱਕ ਸ਼ਹਿਨਾਈ ਵਜਾਉਂਦਾ ਰਹਿੰਦਾ, ਤਾਂ ਵੀ ਉਹ ਸੁਣਦੇ ਰਹਿੰਦੇ।"

"ਪ੍ਰਸਿੱਧ ਕਵੀ ਅਬੂਤਾਲਿਬ ਗਫ਼ੂਰੋਵ ਅਤੇ ਜਨਤੰਤਰ ਦੀ ਸਰਬ-ਉੱਚ ਸੋਵੀਅਤ ਦੇ ਪ੍ਰਧਾਨਗੀ ਮੰਡਲ ਦੇ ਮੈਂਬਰ ਦੀ ਜਗ੍ਹਾ ਜੇਕਰ ਮੈਂ ਹੁੰਦਾ, ਤਾਂ ਸ਼ਹਿਨਾਈ-ਵਾਦਕ ਦੇ ਰੂਪ ਵਿੱਚ ਕਦੇ ਉੱਥੇ ਨਾ ਜਾਂਦਾ।"

"ਅਬੂਤਾਲਿਬ ਤੁਹਾਡੇ ਨਾਲੋਂ ਬਿਹਤਰ ਜਾਣਦੈ ਕਿ ਉਸ ਨੂੰ ਕੀ ਕਰਨਾ ਅਤੇ ਕੀ ਨਹੀਂ ਕਰਨਾ ਚਾਹੀਦਾ।"

"ਤੁਸੀਂ ਪ੍ਰਕਾਸ਼ਨ-ਘਰ ਵਿੱਚ ਤਾਂ ਜਾ ਆਏ ਨਾ? ਤੁਹਾਡੀ ਕਿਤਾਬ ਦਾ ਕੀ ਹਾਲ ਐ?"

"ਅੱਲ੍ਹਾ ਦਾ ਸ਼ੁਕਰ ਐ ਕਿ ਕਿਤਾਬ ਛਪ ਗਈ। ਅੱਲ੍ਹਾ ਦਾ ਸ਼ੁਕਰ ਐ ਕਿ ਕੁੱਝ ਪੈਸੇ

ਮਿਲ ਗਏ। ਅੱਲ੍ਹਾ ਦਾ ਸ਼ੁਕਰ ਐ ਕਿ ਕਰਜ਼ਾ ਅਦਾ ਕਰ ਦਿੱਤਾ। ਅੱਲ੍ਹਾ ਦਾ ਸ਼ੁਕਰ ਐ ਕਿ ਬੱਤਖ ਖਰੀਦ ਲਈ।"

"ਤਾਂ 'ਮਾਗਾਰੀਚ' (ਦਾਵਤ) ਹੋਵੇਗੀ?"

"ਕਿਸ ਦੀ?"

"ਸੰਪਾਦਕ, ਚਿੱਤਰਕਾਰ ਅਤੇ ਲੇਖਪਾਲ ਦੀ। ਉਨ੍ਹਾਂ ਸਾਰਿਆਂ ਦੀ, ਜਿਨ੍ਹਾਂ ਨੇ ਪੁਸਤਕ ਦੀ ਪ੍ਰਕਾਸ਼ਨਾ ਵਿੱਚ ਹਿੱਸਾ ਪਾਇਐ।"

"ਸੰਪਾਦਕ ਦੀ 'ਮਾਗਾਰੀਚ' ਨਹੀਂ, 'ਮੋਗੋਰੋਚ' ਹੋਣੀ ਚਾਹੀਦੀ ਐ।" ਅਵਾਰ ਭਾਸ਼ਾ ਵਿੱਚ ਮੋਗੋਰਚ ਦਾ ਅਰਥ ਹੈ ਮੁਰੰਮਤ ਜਾਂ ਕੁੱਟਾਪਾ ਚਾੜ੍ਹਨਾ। ਆਪਣੇ ਵਧੀਆ ਸ਼ਬਦ-ਖਿਲਵਾੜ ਤੋਂ ਖ਼ੁਸ਼ ਹੋ ਕੇ ਅਬੂਤਾਲਿਬ ਦੇਰ ਤੱਕ ਹੱਸਦੇ ਰਹੇ। ਇਸ ਤੋਂ ਬਾਅਦ ਆਪਣੀ ਗੱਲ ਜਾਰੀ ਰੱਖਦੇ ਹੋਏ ਬੋਲੇ:

"ਸੁਣੋ ਰਸੂਲ, ਲੋਕ ਕਹਿੰਦੇ ਨੇ ਕਿ ਜੇਕਰ ਕੋਈ ਦਾਗ਼ਿਸਤਾਨੀ ਆਪਣੇ ਬੇਟਿਆਂ ਦੀ ਸੁੰਨਤ ਕਰਵਾਵੇਗਾ, ਤਾਂ ਉਸ ਨੂੰ ਨੌਕਰੀ, ਇੱਥੋਂ ਤੱਕ ਕਿ ਪਾਰਟੀ ਵਿੱਚੋਂ ਵੀ ਬਰਖ਼ਾਸਤ ਕੀਤਾ ਜਾ ਸਕਦੈ। ਉਨ੍ਹਾਂ ਸੰਪਾਦਕਾਂ ਦਾ ਪੱਤਾ ਕਿਉਂ ਨਹੀਂ ਕੱਟਿਆ ਜਾਂਦਾ, ਜੋ ਮੇਰੀਆਂ ਕਵਿਤਾਵਾਂ ਦਾ ਹੁਲੀਆ ਵਿਗਾੜਦੇ ਨੇ, ਉਨ੍ਹਾਂ ਦੇ ਟੁਕੜੇ-ਟੁਕੜੇ ਕਰਦੇ ਨੇ? ਸੰਪਾਦਿਤ ਕਵਿਤਾ ਦੇਖਦੇ ਹੀ ਮੈਂ ਤੁਹਾਨੂੰ ਇਹ ਦੱਸ ਸਕਦਾਂ ਕਿ ਸੰਪਾਦਕ ਕਿਹੜੇ ਪਿੰਡ ਦਾ ਰਹਿਣ ਵਾਲਾ ਐ। ਸਾਡੀ ਲਾਕਾਂ ਦੇ ਹਰ ਪਿੰਡ ਦੀ ਆਪਣੀ ਬੋਲੀ ਐ। ਸੰਪਾਦਕ ਮੈਨੂੰ ਆਪਣੀ ਬੋਲੀ ਵਿੱਚ ਢਾਲਣ ਦੀ ਕੋਸ਼ਿਸ਼ ਕਰਦੈ।" ਅਬੂਤਾਲਿਬ ਅਚਾਨਕ ਖ਼ਾਮੋਸ਼ ਹੋ ਗਏ ਅਤੇ ਫਿਰ ਮੁਸਕਰਾ ਕੇ ਬੋਲੇ, "ਹਾਂ, ਉਹ ਔਰਤ, ਜੋ ਸਮਝੌਤੇ 'ਤੇ ਦਸਤਖ਼ਤ ਕਰਵਾਉਂਦੀ ਐ, ਉਹ ਵਧੀਆ ਐ। ਆਹਾ, ਕਿੰਨੀ ਵਧੀਆ ਔਰਤ ਐ ਉਹ। ਇਸ ਔਰਤ ਦਾ ਮੈਂ ਬਹੁਤ-ਬਹੁਤ ਧੰਨਵਾਦ ਕੀਤਾ।"

"ਹੋਰ ਕੀ ਕਿਹਾ ਤੁਸੀਂ ਉਸ ਨੂੰ? ਸ਼ਾਇਦ ਕੋਈ ਤੋਹਫ਼ਾ ਦਿੱਤਾ?"

"ਮੈਂ ਉਸ ਨੂੰ ਕਿਹਾ ਕਿ ਜੇਕਰ ਉਸ ਕੋਲ ਕੋਈ ਖਰਾਬ, ਟੁੱਟਿਆ-ਫੁੱਟਿਆ ਬਰਤਨ ਹੋਵੇ, ਤਾਂ ਉਹ ਉਸ ਨੂੰ ਮੇਰੇ ਕੋਲ ਲੈ ਆਵੇ। ਮੈਂ ਉਸ ਦੀ ਮੁਰੰਮਤ ਕਰ ਦਿਆਂਗਾ, ਟਾਂਕਾ ਲਗਾ ਦਿਆਂਗਾ ਅਤੇ ਉਹ ਨਵੇਂ ਵਰਗਾ ਹੋ ਜਾਵੇਗਾ।"

ਅਬੂਤਾਲਿਬ ਦੀ ਇਹ ਸ਼ਰਾਰਤ ਮੈਨੂੰ ਅਵਾਰ ਥਿਏਟਰ ਵਿੱਚ ਉਨ੍ਹਾਂ ਦੇ ਸ਼ਹਿਨਾਈ-ਵਾਦਨ ਨਾਲੋਂ ਨੀ ਜ਼ਿਆਦਾ ਰੜਕੀ। ਵਾੜ ਕੋਲ ਤਾਂਬੇ ਦੇ ਟੁਕੜਿਆਂ ਦਾ ਢੇਰ ਦੇਖ ਕੇ ਮੈਂ ਬਜ਼ੁਰਗ ਸ਼ਾਇਰ ਨੂੰ ਜਾਣ-ਬੁੱਝ ਕੇ ਚਿੜਾਉਂਦੇ ਹੋਏ ਕਿਹਾ:

"ਪਹਿਲਾਂ ਜਦੋਂ ਤੁਸੀਂ ਭਾਂਡੇ ਕਲੀ ਕਰਦੇ ਸੀ, ਤਾਂ ਸ਼ਾਇਦ ਉਨ੍ਹਾਂ ਦਿਨਾਂ ਵਿੱਚ ਇੱਥੇ ਪੁਰਾਣੇ ਬਰਤਨ ਇਸ ਤਰ੍ਹਾਂ ਨਾ ਪਏ ਰਹਿੰਦੇ। ਤੁਸੀਂ ਇਨ੍ਹਾਂ ਨੂੰ ਇਕੱਠੇ ਕਰ ਕੇ ਘਰ ਲੈ ਜਾਂਦੇ?"

"ਨਹੀਂ ਮੈਨੂੰ ਇਨ੍ਹਾਂ ਨੂੰ ਲਿਜਾਣ ਦਾ ਮੌਕਾ ਨਾ ਮਿਲਦਾ, ਰਸੂਲ।" ਅਬੂਤਾਲਿਬ ਨੇ ਖ਼ੁਸ਼ ਹੋ ਕੇ ਜਵਾਬ ਦਿੱਤਾ, "ਇਨ੍ਹਾਂ ਨੂੰ ਤਾਂ ਮੈਥੋਂ ਪਹਿਲਾਂ ਹੀ ਦੂਜੇ ਉਠਾ ਕੇ ਲੈ ਗਏ ਹੁੰਦੇ।"

ਰਸਤੇ ਵਿੱਚ ਸਾਨੂੰ ਦੇਰ ਨਾਲ ਜਾਣ ਵਾਲਾ ਇੱਕ ਰਾਹਗੀਰ ਮਿਲ ਗਿਆ।

ਅਬੂਤਾਲਿਬ ਨੇ ਕਿਸੇ ਤਰ੍ਹਾਂ ਦੀ ਹਿਚਕ-ਝਿਜਕ ਤੋਂ ਬਿਨਾਂ ਉਸ ਨੂੰ ਰੋਕਿਆ, ਉਸ ਤੋਂ ਤੰਬਾਕੂ ਅਤੇ ਮਾਚਿਸ ਮੰਗੀ ਅਤੇ ਸਿਗਰਟ ਪੀਣ ਲੱਗੇ।

ਸਾਫ਼ ਗੱਲ ਇਹ ਹੈ ਕਿ ਅਬੂਤਾਲਿਬ ਦੀਆਂ ਅਜਿਹੀਆਂ ਹਰਕਤਾਂ ਮੈਨੂੰ ਚੰਗੀਆਂ ਨਹੀਂ ਲੱਗੀਆਂ। ਦਾਗ਼ਿਸਤਾਨ ਦੇ ਲੋਕ-ਕਵੀ, ਆਪਣੇ ਸਾਰੇ ਲੋਕਤੰਤਰ ਦੇ ਪ੍ਰਸਿੱਧ ਵਿਅਕਤੀ ਅਤੇ ਸਰਕਾਰ ਦੇ ਮੈਂਬਰ, ਉਹ ਕਦੇ ਤਾਂ ਰੰਗ-ਮੰਚ 'ਤੇ ਸ਼ਹਿਨਾਈ ਵਜਾਉਂਦੇ ਸਨ, ਕਦੇ ਪ੍ਰਕਾਸ਼ਨ ਦੀ ਸਕੱਤਰ ਦੇ ਬਰਤਨਾਂ ਦੀ ਮੁਰੰਮਤ ਕਰਨ ਲਈ ਤਿਆਰ ਸਨ, ਕਦੇ ਦੇਰ ਨਾਲ ਰਾਤ ਨੂੰ ਮਖ਼ਚਕਲਾ ਦੀ ਸੜਕ 'ਤੇ ਮਿਲ ਜਾਣ ਵਾਲੇ ਅਜਨਬੀ ਰਾਹਗੀਰ ਤੋਂ ਤੰਬਾਕੂ ਮੰਗਦੇ ਸਨ। ਪਰ ਮੈਂ ਬਜ਼ੁਰਗ ਦੀ ਝਾੜ-ਝੰਬ ਨਹੀਂ ਕੀਤੀ। ਮੈਨੂੰ ਡਰ ਸੀ ਕਿ ਉਹ ਨਾਰਾਜ਼ ਹੋ ਜਾਣਗੇ। ਇਸ ਲਈ ਮੈਂ ਉਨ੍ਹਾਂ ਨੂੰ ਕਿਹਾ:

ਤੁਸੀਂ ਕਾਫ਼ੀ ਵੱਡੀ ਉਮਰ ਦੇ ਹੋ ਚੁੱਕੇ ਹੋ, ਅਬੂਤਾਲਿਬ। ਜੇਕਰ ਤੁਸੀਂ ਸਿਗਰਟ ਪੀਣੀ ਛੱਡ ਦਿਓ, ਤਾਂ ਕੀ ਇਹ ਤੁਹਾਡੀ ਸਿਹਤ ਲਈ ਜ਼ਿਆਦਾ ਚੰਗਾ ਨਹੀਂ ਹੋਵੇਗਾ?"

"ਮਤਲਬ ਇਹ ਕਿ ਅੱਜ ਸਿਗਰਟ ਪੀਣੀ ਛੱਡ ਦਿਓ, ਕੱਲ੍ਹ ਨੂੰ ਬਰਤਨ ਮੁਰੰਮਤ ਕਰਨੇ ਛੱਡ ਦਿਓ ਅਤੇ ਪਰਸੋਂ ਸ਼ਹਿਨਾਈ ਵਜਾਉਣਾ ਛੱਡ ਦਿਓ। ਅਜਿਹਾ ਕਰਨ ਨਾਲ ਤਾਂ ਮੈਂ ਖ਼ੁਦ ਹੀ ਕਵਿਤਾ ਲਿਖਣੀ ਛੱਡ ਦਿਆਂਗਾ, ਉਹ ਆਪਣੇ ਆਪ ਮੈਥੋਂ ਦੂਰ ਭੱਜ ਜਾਵੇਗੀ। ਉਹ ਉਸੇ ਅਬੂਤਾਲਿਬ ਨੂੰ ਜਾਣਦੀ ਐ ਅਤੇ ਪਿਆਰ ਕਰਦੀ ਐ, ਜੋ ਬਰਤਨਾਂ ਦੀ ਮੁਰੰਮਤ ਕਰਦੈ, ਸਿਗਰਟਾਂ ਪੀਂਦੈ ਅਤੇ ਸ਼ਹਿਨਾਈ ਵਜਾਉਂਦੈ। ਜੇਕਰ ਮੈਂ ਅਬੂਤਾਲ਼ਿਬ ਹੀ ਨਹੀਂ ਰਹਾਂਗਾ, ਤਾਂ ਮੇਰੀਆਂ ਕਵਿਤਾਵਾਂ ਨੂੰ ਮੇਰੀ ਕੀ ਜ਼ਰੂਰਤ ਰਹੇਗੀ? ਮੈਂ ਅਬੂਤਾਲਿਬ ਗਫ਼ੂਰੋਵ ਆਂ, ਰਸੂਲ ਹਮਜ਼ਾਤੋਵ ਨਹੀਂ, ਜੋ ਸਿਗਰਟਾਂ ਨਹੀਂ ਪੀਣੀਆਂ ਚਾਹੁੰਦਾ ਅਤੇ ਬਰਤਨਾਂ ਦੀ ਮੁਰੰਮਤ ਨਹੀਂ ਕਰ ਸਕਦਾ, ਪਰ ਲੇਖਕ ਸੰਘ ਦਾ ਸੰਚਾਲਨ ਕਰਨ ਦੇ ਸਮਰੱਥ ਐ। ਇਸ, ਤਰ੍ਹਾਂ ਮੈਂ ਨਾ ਤਾਂ ਯੂਸੁਫ਼ ਖ਼ਾਪਾਲਾਯੇਵ ਆਂ, ਨਾ ਨੂਰੁਦੀਨ ਯੂਸੁਫ਼ੋਵ, ਨਾ ਮੈਕਸਿਮ ਗੋਰਕੀ ਅਤੇ ਨਾ ਹੀ ਜ਼ੋਸ਼ਚੇਂਕੋ......।"

(ਉਨ੍ਹਾਂ ਦਿਨਾਂ ਵਿੱਚ ਜ਼ੋਸ਼ਚੇਂਕੋ ਦੀ ਸਖ਼ਤ ਆਲੋਚਨਾ ਹੋ ਰਹੀ ਸੀ ਅਤੇ ਇਸ ਲਈ ਅਬੂਤਾਲਿਬ ਨੂੰ ਉਸ ਦਾ ਨਾਂ ਵੀ ਯਾਦ ਆ ਗਿਆ।)

"ਪਹਾੜੀ ਬੱਕਰਾ ਪਹਾੜਾਂ ਤੋਂ ਬਿਨਾਂ ਕਿੱਥੇ ਛਿਪ ਸਕਦੈ? ਨਾਲਾ ਦੱਰੇ ਤੋਂ ਬਿਨਾਂ ਕਿੱਥੇ ਵਹਿ ਸਕਦੈ? ਤੁਸੀਂ ਮੇਰੇ ਸਿਰ 'ਤੇ ਪਰਾਈ ਟੋਪੀ ਨਾ ਰੱਖੋ। ਤੁਸੀਂ ਹੱਥ ਧੋ ਕੇ ਮੇਰੇ ਅਤੀਤ ਦੇ ਪਿੱਛੇ ਕਿਉਂ ਪਏ ਹੋ? ਹਾਂ, ਮੈਂ ਕਦੇ ਸ਼ਹਿਨਾਈ-ਵਾਦਕ, ਚਰਵਾਹਾ ਅਤੇ ਕਲੀ ਕਰਨ ਵਾਲਾ ਸੀ। ਪਰ ਕੀ ਮੈਨੂੰ ਆਪਣੇ ਅਤੀਤ 'ਤੇ ਸ਼ਰਮ ਆਉਂਦੀ ਐ? ਉਹ ਅਤੀਤ ਵੀ ਤਾਂ ਮੇਰਾ ਹੀ ਸੀ, ਮੇਰਾ ਅਬੂਤਾਲਿਬ ਦਾ। ਰਸੂਲ, ਮੈਂ ਇਸ ਵੇਲੇ ਤੁਹਾਨੂੰ ਜੋ ਕਹਿ ਰਿਹਾਂ, ਮੇਰੇ ਇਨ੍ਹਾਂ ਸ਼ਬਦਾਂ ਨੂੰ ਯਾਦ ਕਰ ਲਵੋ। ਜੇਕਰ ਤੁਸੀਂ ਅਤੀਤ 'ਤੇ ਪਿਸਤੌਲ ਨਾਲ ਗੋਲੀ ਚਲਾਓਗੇ, ਤਾਂ ਭਵਿੱਖ ਤੁਹਾਡੇ 'ਤੇ ਤੋਪ ਦੇ ਗੋਲੇ ਬਰਸਾਵੇਗਾ। ਮੈਂ ਬੀਵੀਆਂ ਨੂੰ ਛੱਡਿਆ ਅਤੇ ਬੀਵੀਆਂ ਨੇ ਮੈਨੂੰ। ਪਰ ਮੈਂ ਜੋ ਕੰਮ ਕਰਨਾ ਚਾਹੁਨਾਂ, ਉਹ ਮੈਨੂੰ ਛੱਡ ਕੇ ਨਹੀਂ ਜਾ ਸਕਦਾ ਅਤੇ ਨਾ ਹੀ ਮੈਂ ਉਸ ਨੂੰ ਛੱਡ ਸਕਦਾਂ।"

ਹਾਂ, ਇਹੀ ਸਨ ਬਜ਼ੁਰਗ ਸ਼ਾਇਰ ਅਬੂਤਾਲਿਬ, ਮੇਰੇ ਪਿਤਾ ਦੇ ਦੋਸਤ। ਉਹ

ਅਜਿਹੇ ਹੀ ਸਨ ਅਤੇ ਇਸੇ ਰੂਪ ਵਿੱਚ ਉਨ੍ਹਾਂ ਨੂੰ ਗ੍ਰਹਿਣ ਕਰਨਾ ਚਾਹੀਦੈ। ਜੇਕਰ ਉਹ ਬਦਲ ਜਾਂਦੇ, ਤਾਂ ਅਬੂਤਾਲਿਬ ਅਤੇ ਕਵੀ ਵੀ ਨਾ ਰਹਿੰਦੇ।

ਇੱਕ ਹੋਰ ਕਿੱਸਾ ਸੁਣਾਉਂਦਾ ਹਾਂ, ਜਿਸ ਦਾ ਸਿਰਲੇਖ ਹੋ ਸਕਦਾ ਹੈ, ਅਬੂਤਾਲਿਬ ਦਾ ਨਵਾਂ ਫਲੈਟ। ਇਹ ਉਦੋਂ ਦੀ ਗੱਲ ਹੈ, ਜਦੋਂ ਮੈਨੂੰ ਦਾਗ਼ਿਸਤਾਨ ਦੇ ਲੇਖਕ ਸੰਘ ਦਾ ਪ੍ਰਧਾਨ ਚੁਣਿਆ ਹੀ ਗਿਆ ਸੀ। ਇਹ ਅਜਿਹਾ ਪਦ ਹੈ, ਜਿਸ ਵਿੱਚ ਫ਼ਰਜ਼ਾਂ ਦੀ ਤੁਲਨਾ ਵਿੱਚ ਅਧਿਕਾਰ ਜ਼ਿਆਦਾ ਹਨ। ਜੇਕਰ ਕੋਈ ਖ਼ੁਦ ਹੀ ਆਪਣੇ ਲਈ ਕੰਮ ਨਾ ਲੱਭੇ, ਤਾਂ ਮਜ਼ੇ ਨਾਲ ਆਪਣਾ ਮੁੱਢਲਾ ਕਾਰਜ, ਭਾਵ ਕਵਿਤਾਵਾਂ ਲਿਖਣਾ ਜਾਰੀ ਰੱਖ ਸਕਦਾ ਹੈ। ਪਰ ਮੈਂ ਉਸ ਵੇਲੇ ਜੋਸ਼ੀਲਾ ਨੌਜਵਾਨ ਸੀ। ਮੈਂ ਸਰਗਰਮੀ ਦਿਖਾਉਣੀ ਸ਼ੁਰੂ ਕੀਤੀ। ਮੈਂ ਆਪਣੇ ਪਦ ਨਾਲ ਸਬੰਧਿਤ ਹਰ ਤਰ੍ਹਾਂ ਕੰਮ ਲੱਭਣ ਲੱਗਿਆ।

ਮੇਰੇ ਖ਼ਿਆਲ ਵਿੱਚ ਜੇਕਰ ਕੋਈ ਆਦਮੀ ਆਪਣੇ ਘਰ ਦੀ ਮਜ਼ਬੂਤੀ ਅਤੇ ਦ੍ਰਿੜ੍ਹਤਾ ਪਰਖਣੀ ਚਾਹੁੰਦਾ ਹੈ, ਤਾਂ ਉਹ ਸ਼ਤੀਰਾਂ, ਕੋਨਿਆਂ ਦੇ ਆਧਾਰ ਥਮਲਿਆਂ, ਭਾਵ ਹਰ ਤਰ੍ਹਾਂ ਦੇ ਥਮਲਿਆਂ ਨੂੰ ਹੀ ਪਰਖਣਾ ਸ਼ੁਰੂ ਕਰਦਾ ਹੈ। ਮੈਂ ਧਿਆਨ ਨਾਲ ਦੇਖਿਆ ਅਤੇ ਇਸ ਨਤੀਜੇ 'ਤੇ ਪਹੁੰਚਿਆ ਕਿ ਚਾਰ ਲੋਕ-ਕਵੀ ਲੇਜ਼ਗੀਨ ਤਾਹਿਰ ਖ਼ੂਰਿਊਕਸਕੀ, ਕੁਮੀਕ ਅਲੀ ਗ਼ਜ਼ੀਯੇਵ, ਅਵਾਰ ਜ਼ਾਹਿਦ ਹਨ। ਇਹ ਸਮਝਣ ਤੋਂ ਬਾਅਦ ਮੈਂ ਆਪਣੀ ਕਾਰਵਾਈ ਦੀ ਵਿਉਂਤ ਬਣਾਈ। ਮੈਂ ਇਹ ਤੈਅ ਕੀਤਾ ਕਿ ਜੇਕਰ ਦਾਗ਼ਿਸਤਾਨ ਦੇ ਸਰਕਾਰੀ ਪ੍ਰਤੀਨਿਧੀ ਨਾਲ ਇਨ੍ਹਾਂ ਚਾਰੇ ਮਹਾਂਰਥੀਆਂ ਦੀ ਮੁਲਾਕਾਤ ਕਰਵਾਈ ਜਾਵੇ, ਤਾਂ ਚੰਗਾ ਰਹੇ। ਕਵੀ ਉਸ ਨੂੰ ਆਪਣੀਆਂ ਜ਼ਰੂਰਤਾਂ ਦੱਸਣਗੇ ਅਤੇ ਸਰਕਾਰੀ ਪ੍ਰਤੀਨਿਧੀ ਕਵੀਆਂ ਦੇ ਸਾਹਮਣੇ ਆਪਣੀਆਂ ਇੱਛਾਵਾਂ ਪ੍ਰਗਟ ਕਰ ਸਕੇਗਾ।

ਤਾਂ ਸੂਬਾਈ ਪਾਰਟੀ ਕਮੇਟੀ ਦੇ ਸਕੱਤਰ ਅਬਦੁਰ ਰਹਿਮਾਨ ਦਾਨੀਆਲੋਵ ਨਾਲ ਸਾਡੀਆਂ ਗੱਲਾਂ ਹੋ ਰਹੀਆਂ ਸਨ। ਚਾਹ ਦੀਆਂ ਚੁਸਕੀਆਂ ਲੈਂਦੇ ਹੋਏ ਗ਼ੈਰ-ਰਵਾਇਤੀ ਢੰਗ ਨਾਲ ਖੁੱਲ੍ਹ ਕੇ ਗੱਲਾਂ ਕੀਤੀਆਂ ਜਾ ਰਹੀਆਂ ਸਨ। ਮੇਰੇ ਕਵੀਆਂ ਦੀ ਖ਼ੁਸ਼ੀ ਦਾ ਟਿਕਾਣਾ ਨਹੀਂ ਸੀ ਅਤੇ ਚਾਰੇ ਇੱਕੋ ਹੀ ਆਵਾਜ਼ ਵਿੱਚ ਇਹ ਕਹਿ ਰਹੇ ਸਨ ਕਿ ਸਾਡੇ ਲੇਖਕ ਸੰਘ ਦਾ ਨਵਾਂ ਪ੍ਰਧਾਨ ਰਸੂਲ ਹਮਜ਼ਾਤੋਵ ਕਿੰਨਾ ਚੰਗਾ ਆਦਮੀ ਹੈ। ਸਾਥੀ ਦਾਨੀਆਲੋਵ ਨੂੰ ਲੋਕ-ਕਵੀਆਂ ਨਾਲ ਗੱਲਬਾਤ ਕਰਦੇ ਹੋਏ ਖ਼ੁਸ਼ੀ ਹੋ ਰਹੀ ਸੀ ਅਤੇ ਉਹ ਵੀ ਮਨ ਹੀ ਮਨ ਰਸੂਲ ਦੀ ਸਿਫ਼ਤ ਕਰ ਰਹੇ ਸਨ। ਪਰ ਮੈਂ ਇਸ ਤਰ੍ਹਾਂ ਜ਼ਾਹਿਰ ਕਰ ਰਿਹਾ ਸੀ, ਜਿਵੇਂ ਮੇਰਾ ਇਸ ਮਾਮਲੇ ਨਾਲ ਕੋਈ ਸਬੰਧ ਹੀ ਨਾ ਹੋਵੇ।

ਅਸੀਂ ਦਾਗ਼ਿਸਤਾਨ, ਜੀਵਨ ਅਤੇ ਕਵਿਤਾਵਾਂ ਦੀ ਚਰਚਾ ਕੀਤੀ। ਆਖ਼ਰ ਸੂਬਾਈ ਕਮੇਟੀ ਦੇ ਸਕੱਤਰ ਨੇ ਕਿਹਾ ਕਿ ਹਰ ਕਵੀ ਆਪਣੀ ਕੋਈ ਨਾ ਕੋਈ ਇੱਛਾ ਪ੍ਰਗਟ ਕਰੇ। ਤਾਹਿਰ ਖ਼ੂਰਿਊਕਸਕੀ ਨੇ ਸਭ ਤੋਂ ਪਹਿਲਾਂ ਆਪਣੀ ਗੱਲ ਕਹੀ:

"ਸਾਥੀ ਦਾਨੀਯਾਲੋਵ, ਮੈਨੂੰ ਇਸ ਚੀਜ਼ ਤੋਂ ਬਹੁਤ ਦੁੱਖ ਹੁੰਦਾ ਹੈ ਕਿ ਠੰਢ ਪੈਣ 'ਤੇ ਬਹੁਤ ਸਾਰੀਆਂ ਭੇਡਾਂ ਘਾਹ ਦੇ ਮੈਦਾਨਾਂ ਵਿੱਚ ਮਰ ਜਾਂਦੀਆਂ ਨੇ। ਕੀ ਗਰਮੀਆਂ ਵਿੱਚ ਬਹੁਤ ਜ਼ਿਆਦਾ ਆਦਮੀਆਂ ਨੂੰ ਉੱਥੇ ਭੇਜਣਾ ਸੰਭਵ ਨਹੀਂ, ਤਾਂ ਕਿ ਪੂਰੀਆਂ ਸਰਦੀਆਂ ਲਈ ਚਾਰਾ ਤਿਆਰ ਕਰ ਲਿਆ ਕਰਨ?"

ਸਾਥੀ ਦਾਨੀਆਲੋਵ ਨੇ ਕਵੀ ਦੇ ਸ਼ਬਦ ਨੋਟ ਕਰ ਲਏ ਅਤੇ ਪੁੱਛਿਆ:

"ਕੁੱਝ ਹੋਰ ਵੀ ਕਹਿਣੈ ਤੁਸੀਂ?"

"ਸਾਡੇ ਖ਼ੁਰਿਊਕ ਪਿੰਡ ਦੇ ਸਮੁੱਚੇ ਫ਼ਾਰਮ ਲਈ ਕੀ ਇੱਕ ਮੋਟਰ ਦੇਣੀ ਸੰਭਵ ਨਹੀਂ?"

ਹੁਣ ਗ਼ਾਜ਼ੀਯੇਵ ਅਲੀ ਦੀ ਵਾਰੀ ਆਈ। ਉਨ੍ਹਾਂ ਨੇ ਆਪਣਾ ਮੂੰਹ ਖੋਲ੍ਹਿਆ ਅਤੇ ਸਕੱਤਰ ਸਮੇਤ, ਅਸੀਂ ਸਾਰਿਆਂ ਨੂੰ ਆਪਣੇ ਪੁਰਾਣੇ ਅਤੇ ਗਲੇ ਹੋਏ ਦੰਦ ਦਿਖਾਏ।

"ਕੀ ਮੇਰੇ ਮੂੰਹ ਵਿੱਚ ਚੰਗੇ, ਨਵੇਂ ਦੰਦ ਨਹੀਂ ਲਗਵਾਏ ਜਾ ਸਕਦੇ? ਇਨ੍ਹਾਂ ਨਾਲ ਖਾਣ ਵਿੱਚ ਤਕਲੀਫ਼ ਹੁੰਦੀ ਐ। ਦੰਦਾਂ ਤੋਂ ਬਿਨਾਂ ਗਾਉਣ ਵਿੱਚ ਵੀ ਤਾਂ ਮਜ਼ਾ ਨਹੀਂ ਆਉਂਦਾ। ਜਦੋਂ ਕਵਿਤਾ ਪਾਠ ਕਰਦਾਂ, ਤਾਂ ਫੂਕ ਜਿਹੀ ਨਿੱਕਲਦੀ ਐ।"

ਗ਼ਜ਼ੀਯੇਵ ਨੇ ਉਸੇ ਵੇਲੇ ਇਸ ਚੀਜ਼ ਦਾ ਅਮਲੀ ਤੌਰ 'ਤੇ ਪ੍ਰਦਰਸ਼ਨ ਵੀ ਕੀਤਾ ਕਿ ਦੰਦਾਂ ਤੋਂ ਬਿਨਾਂ ਕਵਿਤਾ ਪਾਠ ਵਿੱਚ ਔਖ ਹੁੰਦੀ ਹੈ। ਉਨ੍ਹਾਂ ਨੇ ਖ਼ਾਸਾਫ਼ਿਊਰਤ ਸ਼ਹਿਰ ਕਾਰਜਕਾਰਨੀ ਦੇ ਪ੍ਰਧਾਨ ਨੂੰ ਕਵਿਤਾ ਦੇ ਰੂਪ ਵਿੱਚ ਭੇਜੀ ਗਈ ਅਰਜ਼ੀ ਸੁਣਾਈ। ਕਵਿਤਾ ਵਿੱਚ ਬਜ਼ੁਰਗ ਕਵੀ ਨੂੰ ਘਰ ਗਰਮਾਉਣ ਲਈ ਕੋਲਾ ਦੇਣ ਦੀ ਦਰਦਨਾਕ ਪ੍ਰਾਰਥਨਾ ਕੀਤੀ ਗਈ ਸੀ।

"ਤਾਂ ਮਿਲਿਆ ਕੋਲਾ?" ਦਾਨੀਆਲੋਵ ਨੇ ਪੁੱਛਿਆ।

"ਪਿਛਲੇ ਸਾਲ ਤੋਂ ਮਾਮਲਾ ਲਟਕਦਾ ਚਲਿਆ ਆ ਰਿਹੈ।"

ਸਕੱਤਰ ਨੇ ਦੁਬਾਰਾ ਕਾਗਜ਼ 'ਤੇ ਕੁੱਝ ਲਿਖਿਆ ਅਤੇ ਜ਼ਾਹਿਦਾ ਹਾਜੀਯੇਵ ਦੀ ਗੱਲ ਸੁਣਨ ਲਈ ਤਿਆਰ ਹੋਏ।

"ਨੌਜਵਾਨ ਲੋਕ ਹਾਲਾਂ ਵਿੱਚ ਗਾਉਣ ਦੀ ਬਜਾਇ ਚੀਕਾਂ ਮਾਰਦੇ ਨੇ। ਆਪਣੇ ਚੀਕ-ਚਿਹਾੜੇ ਨਾਲ ਉਹ ਲੋਕਾਂ ਦਾ ਸੱਤਿਆਨਾਸ਼ ਕਰਦੇ ਨੇ। ਨਵੇਂ ਗੀਤ ਅਜਿਹੇ ਨੇ ਕਿ ਗਾਇਕਾਂ ਨੂੰ ਜਾਣੇ-ਅਣਜਾਣੇ ਚੀਕਣ ਲਈ ਮਜ਼ਬੂਰ ਕਰਦੇ ਨੇ। ਇਹ ਸਭ ਕੁੱਝ ਬੰਦ ਹੋਣਾ ਚਾਹੀਦੈ। ਰੇਡੀਓ 'ਤੇ ਪ੍ਰੇਮ ਬਾਰੇ ਬਹੁਤ ਗਾਇਆ ਜਾਂਦੈ। ਕੁੱਝ ਗਾਇਕ ਤਾਂ ਪ੍ਰਾਚੀਨ ਦੰਦ-ਕਥਾਵਾਂ ਦੀਆਂ ਹੂਰਾਂ ਦਾ ਗੁਣਗਾਣ ਵੀ ਕਰਦੇ ਨੇ। ਸਾਥੀ ਦਾਨੀਆਲੋਵ, ਉਨ੍ਹਾਂ ਨੂੰ ਕਹੋ ਕਿ ਉਹ ਹੂਰਾਂ ਦਾ ਨਹੀਂ, ਬਲਕਿ ਸਾਡੀ ਖੇਤੀ ਦੇ ਮੋਹਰੀ ਕਿਰਤੀਆਂ 'ਤੇ ਮਾਣ ਦੇ ਗੀਤ ਗਾਉਣ।"

ਆਪਣੀ ਗੱਲ ਕਹਿਣ ਤੋਂ ਬਾਅਦ ਹਾਜੀਯੇਵ ਮੇਰੇ ਵੱਲ ਮੁੜੇ ਅਤੇ ਕੰਨ ਵਿੱਚ ਹੌਲੀ ਜਿਹੀ ਬੋਲੇ:

"ਇਸ ਤੋਂ ਇਲਾਵਾ, ਇਹ ਵੀ ਪਤਾ ਲੱਗਿਐ ਕਿ ਕੱਲ੍ਹ ਨੂੰ ਸ਼ਾਹਤਾਮਾਨੋਵ ਅਤੇ ਸੁਲੇਮਾਨੋਵ ਨੇ ਰੈਸਟੋਰੈਂਟ ਵਿੱਚ ਸ਼ਰਾਬ ਪੀਤੀ। ਲੇਖਕਾਂ ਲਈ ਸ਼ਰਾਬ ਪੀਣ ਦੀ ਮਨਾਹੀ ਕਰਨੀ ਚਾਹੀਦੀ ਐ। ਇਸ ਸਿਲਸਿਲੇ ਵਿੱਚ ਮੈਂ ਤੁਹਾਡੇ ਨਾਲ ਇਕਾਂਤ ਵਿੱਚ ਗੱਲ ਕਰਨ ਆਵਾਂਗਾ।"

ਇਸ ਤੋਂ ਬਾਅਦ ਅਬੂਤਾਲਿਬ ਦੀ ਵਾਰੀ ਆਈ।

"ਪਿਆਰੇ ਅਬਦੁਰ ਰਹਿਮਾਨ।" ਅਬੂਤਾਲਿਬ ਨੇ ਪਹਿਲਾਂ ਸਕੱਤਰ ਨੂੰ ਸੰਬੋਧਿਤ ਹੁੰਦੇ ਹੋਏ ਕਿਹਾ, "ਮੇਰੀ ਨਵੀਂ ਪਤਨੀ ਨੇ ਮੇਰੇ ਲਈ ਬੇਟਾ ਜੰਮਿਐ।"

"ਨਵੀਂ ਪਤਨੀ ਤੋਂ ਤੁਹਾਡਾ ਕੀ ਭਾਵ ਐ?"

"ਮੇਰੀਆਂ ਬਹੁਤ ਸਾਰੀਆਂ ਬੀਵੀਆਂ ਹੋ ਚੁੱਕੀਆਂ ਨੇ। ਮੈਂ ਕਰ ਹੀ ਕੀ ਸਕਦਾਂ। ਅਖ਼ਬਾਰਾਂ ਵਿੱਚ ਮੇਰੀਆਂ ਫੋਟੋਆਂ ਛਪਦੀਆਂ ਨੇ, ਰੇਡੀਓ 'ਤੇ ਮੇਰੀ ਚਰਚਾ ਕੀਤੀ ਜਾਂਦੀ ਐ, ਖ਼ੂਬ ਸ਼ੋਰ-ਸ਼ਰਾਬੇ ਨਾਲ ਲੋਕਾਂ ਨੂੰ ਦੱਸਿਆ ਜਾਂਦੈ ਕਿ ਮੈਂ ਦਾਗ਼ਿਸਤਾਨ ਦਾ ਲੋਕ-ਕਵੀ ਆਂ, ਸੰਸਦ ਮੈਂਬਰ ਆਂ, ਸਰਕਾਰੀ ਪੁਰਸਕਾਰਾਂ ਨਾਲ ਸਨਮਾਨਿਤ ਹੋ ਚੁੱਕਾਂ। ਭੋਲੀਆਂ-ਭਾਲੀਆਂ ਔਰਤਾਂ ਇਨ੍ਹਾਂ ਗੱਲਾਂ ਦੇ ਚੱਕਰ ਵਿੱਚ ਪੈ ਜਾਂਦੀਆਂ ਨੇ, ਧੋਖਾ ਖਾ ਜਾਂਦੀਆਂ ਨੇ। ਉਹ ਸੋਚਦੀਆਂ ਨੇ ਕਿ ਜੇਕਰ ਮੈਂ ਇੰਨਾ ਮੰਨਿਆ-ਪ੍ਰਮੰਨਿਆ ਆਦਮੀ ਆਂ, ਤਾਂ ਮਹਿਲ ਵਿੱਚ ਰਹਿੰਦਾ ਹੋਵਾਂਗਾ, ਮੇਰੇ ਕੋਲ ਮਾਲ-ਪੱਤੇ ਨਾਲ ਸੰਦੂਕ ਅਤੇ ਦੌਲਤ ਨਾਲ ਥੈਲੀਆਂ ਭਰੀਆਂ ਹੋਣਗੀਆਂ। ਬਸ, ਉਹ ਮੇਰੇ ਨਾਲ ਸ਼ਾਦੀ ਕਰ ਲੈਂਦੀਆਂ ਨੇ। ਪਰ ਬਾਅਦ ਵਿੱਚ ਉਹ ਗਰੀਬ ਅਬੂਤਾਲਿਬ ਨੂੰ ਭੋਰੇ ਵਿੱਚ ਬੈਠਾ ਦੇਖਦੀਆਂ ਨੇ। ਇਹ ਉਨ੍ਹਾਂ ਨੂੰ ਚੰਗਾ ਨਹੀਂ ਲੱਗਦਾ ਅਤੇ ਉਹ ਮੈਨੂੰ ਛੱਡ ਕੇ ਭੱਜ ਜਾਂਦੀਆਂ ਨੇ। ਇਸੇ ਲਈ ਮੇਰੀ ਬਹੁਤ ਵਾਰ ਸ਼ਾਦੀ ਹੋਈ ਐ। ਹਾਂ, ਪਿਆਰੇ ਅਬਦੁਰ ਰਹਿਮਾਨ, ਮੇਰੇ ਗੀਤ ਤਾਂ ਬੁਲਬੁਲਾਂ ਵਾਂਗ ਆਕਾਸ਼ ਵਿੱਚ ਉਡਾਰੀਆਂ ਮਾਰਦੇ ਨੇ, ਪਰ ਮੈਂ ਖ਼ੁਦ ਭੋਰੇ ਵਿੱਚ ਹੀ ਜ਼ਿੰਦਗੀ ਕੱਟ ਰਿਹਾਂ। ਤਰਸਯੋਗ ਭੋਰੇ ਵਿੱਚੋਂ ਮੈਂ ਆਪਣੇ ਸੁਨਹਿਰੀ ਗੀਤ ਆਕਾਸ਼ ਵਿੱਚ ਉਡਾਉਨਾਂ। ਹੁਣ ਮੇਰੀ ਨਵੀਂ ਬੀਵੀ, ਜਿਸ ਨੇ ਮੈਨੂੰ ਬੇਟਾ ਦਿੱਤੈ, ਇਸ ਗੱਲ ਦੀ ਧਮਕੀ ਦੇ ਰਹੀ ਐ ਕਿ ਜੇਕਰ ਮੈਂ ਚੰਗਾ ਅਤੇ ਨਵਾਂ ਫਲੈਟ ਹਾਸਲ ਨਹੀਂ ਕਰਾਂਗਾ, ਤਾਂ ਉਹ ਮੈਨੂੰ ਛੱਡ ਕੇ ਚਲੀ ਜਾਵੇਗੀ। ਉਹ ਬੱਚੇ ਨੂੰ ਛਾਤੀ ਨਾਲ ਲਗਾ ਕੇ ਚਲੀ ਜਾਵੇਗੀ...ਸੁਣੋ ਅਬਦੁਰ ਰਹਿਮਾਨ, ਉਹ ਅਜੇ ਗਈ ਨਹੀਂ, ਪਰ ਮੈਨੂੰ ਉਸ ਲਈ ਅਫ਼ਸੋਸ ਹੋਣ ਲੱਗਿਐ, ਤੁਸੀਂ ਮੇਰਾ ਪਰਿਵਾਰ ਨਾ ਤੋੜੋ, ਮੈਨੂੰ ਅਜਿਹਾ ਚੁੱਲ੍ਹਾ ਦੇ ਦਿਓ, ਜਿੱਥੇ ਮੈਂ ਆਪਣਾ ਪਤੀਲਾ ਰੱਖ ਸਕਾਂ। ਮੈਂ ਸੱਤਰ ਨੂੰ ਪਾਰ ਕਰ ਚੁੱਕਿਆਂ ਅਤੇ ਮੇਰੀ ਗੱਡੀ ਉੱਪਰ ਨੂੰ ਨਹੀਂ, ਹੇਠਾਂ ਨੂੰ ਜਾ ਰਹੀ ਐ। ਇਸ ਤੋਂ ਇਲਾਵਾ ਇਹ ਵੀ ਸੁਣ ਲਓ ਕਿ ਜੇਕਰ ਤੁਸੀਂ ਮੈਨੂੰ ਫਲੈਟ ਦੇ ਦਿਉਗੇ, ਤਾਂ ਮੈਂ ਤੁਹਾਨੂੰ ਆਪਣੇ ਕੋਲ ਆਉਣ ਦੀ ਦਾਵਤ ਦਿਆਂਗਾ।"

ਇੱਕ ਹਫਤਾ ਵੀ ਨਹੀਂ ਬੀਤਿਆ ਕਿ ਅਬੂਤਲਿਬ ਨੂੰ ਨਵੇਂ ਫਲੈਟ ਦੀ ਚਾਬੀ ਮਿਲ ਗਈ। ਅਲਵਿਦਾ ਪਿਆਰੇ ਭੋਰੇ। ਸਾਡੇ ਅਬੂਤਾਲਿਬ ਪੁਸ਼ਕਿਨ ਸੜਕ 'ਤੇ ਇੱਕ ਨਵੇਂ ਮਕਾਨ ਦੀ ਤੀਜੀ ਮੰਜ਼ਿਲ ਦੇ ਤਿੰਨ ਕਮਰਿਆਂ ਵਾਲੇ ਫਲੈਟ ਵਿੱਚ ਚਲੇ ਗਏ ਸਨ।

ਇੱਕ ਦਿਨ ਸੜਕ 'ਤੇ ਅਬੂਤਾਲਿਬ ਨਾਲ ਮੇਰੀ ਮੁਲਾਕਾਤ ਹੋ ਗਈ। ਮੈਨੂੰ ਦੇਖ ਕੇ ਉਨ੍ਹਾਂ ਨੇ ਅਜਿਹਾ ਜ਼ਾਹਿਰ ਕੀਤਾ, ਜਿਵੇਂ ਲੋਹੇ ਦੇ ਟੁਕੜਿਆਂ ਦੇ ਢੇਰ ਵਿੱਚੋਂ ਕੁਝ ਲੱਭ ਰਹੇ ਹੋਣ, ਜਿਸ ਕੋਲੋਂ ਉਹ ਲੰਘ ਰਹੇ ਸਨ।

"ਸਲਾਮ ਅਬੂਤਾਲਿਬ, ਕਿਵੇਂ ਜ਼ਿੰਦਗੀ ਬੀਤ ਰਹੀ ਐ ਨਵੀਂ ਜਗ੍ਹਾ? ਫਲੈਟ ਤਾਂ ਪਸੰਦ ਐ ਨਾ?"

"ਕਈ ਦਿਨਾਂ ਤੋਂ ਘੰਟੀ ਲੱਭ ਰਿਹਾਂ, ਤਾਂ ਕਿ ਉਸ ਨੂੰ ਘਰ ਕੋਲ ਲਮਕਾ ਕੇ ਵਜਾਵਾਂ ਅਤੇ ਤੁਹਾਨੂੰ, ਤਸਾਦਾ ਪਿੰਡ ਦੇ ਹਮਜ਼ਾਤ ਦੇ ਬੇਟੇ ਨੂੰ, ਆਪਣੇ ਕੋਲ ਮਹਿਮਾਨ ਬੁਲਾਵਾਂ। ਤਿੰਨ ਵਾਰ ਮੈਂ ਸਾਗਰ ਵੱਲ ਖਿੜਕੀ ਖੋਲ੍ਹੀ ਅਤੇ ਇਸ ਉਮੀਦ ਨਾਲ ਸ਼ਹਿਨਾਈ ਵਜਾਈ ਕਿ ਤੁਸੀਂ ਉਸ ਨੂੰ ਸੁਣੋਗੇ ਅਤੇ ਉਸ ਦੀ ਪੁਕਾਰ ਵੱਲ ਕੰਨ ਕਰ ਕੇ ਚਲੇ ਆਓਗੇ।

ਪਰ ਅਜਿਹਾ ਲੱਗਦੈ ਕਿ ਬਹੁਤ ਵੱਡੀ ਘੰਟੀ ਤੋਂ ਬਿਨਾਂ ਕੰਮ ਨਹੀਂ ਬਣੇਗਾ। ਚੱਲ ਕੇ ਲੱਭਦਾਂ।"

ਅਸੀਂ ਇਸੇ ਤਰ੍ਹਾਂ ਅਬੂਤਾਲਿਬ ਦਾ ਨਵਾਂ ਘਰ ਦੇਖਣ ਚੱਲ ਪਏ। ਉੱਥੇ ਤਾਂ ਸਿਰਫ਼ ਕੰਧਾਂ ਹੀ ਕੰਧਾਂ ਸਨ। ਫ਼ਰਸ਼ 'ਤੇ ਇੱਧਰ-ਉੱਧਰ ਊਟ-ਪਟਾਂਗ ਚੀਜ਼ਾਂ ਪਈਆਂ ਸਨ, ਜਿਨ੍ਹਾਂ ਨੂੰ ਅਬੂਤਾਲਿਬ ਭੋਰੇ ਵਿੱਚ ਆਪਣੇ ਨਾਲ ਲੈ ਆਏ ਸਨ। ਪੁਰਾਣੀ ਸ਼ਹਿਨਾਈ, ਸਾਜ਼, ਲੁਹਾਰ ਦੀਆਂ ਪੁਰਾਣੀਆਂ ਫੂਕਣੀਆਂ (ਰੱਬ ਹੀ ਜਾਣੇ ਕਿ ਨਵੇਂ ਫਲੈਟ ਵਿੱਚ ਉਨ੍ਹਾਂ ਨੂੰ ਉਨ੍ਹਾਂ ਦੀ ਕੀ ਜ਼ਰੂਰਤ ਸੀ), ਮਿੱਟੀ ਦੇ ਤੇਲ ਦੇ ਪੁਰਾਣੇ ਸਟੋਵ, ਟੱਬ, ਬਾਲਟੀਆਂ, ਗਾਗਰਾਂ, ਗੋਡਿਆਂ ਤੱਕ ਦੇ ਬੂਟ, ਭੇਡ ਦੀ ਖੱਲ ਦਾ ਕੋਟ। ਪਹਾੜਾਂ 'ਤੇ ਬੁੱਢੇ ਲੋਕ ਅਬੂਤਾਲਿਬ ਕੋਲ ਮਹਿਮਾਨ ਆਉਂਦੇ ਅਤੇ ਉਹ ਵੀ ਆਪਣੇ ਕਿਸੇ ਕੰਮ-ਧੰਦੇ ਦੇ ਸਿਲਸਿਲੇ ਵਿੱਚ ਦੌੜ-ਭੱਜ ਕਰਦੇ। ਉਨ੍ਹਾਂ ਦੀਆਂ ਖੁਰਜੀਆਂ ਵੀ ਪੁਰਾਣੀਆਂ ਹੁੰਦੀਆਂ। ਕਿਸੇ ਅਜਿਹੇ ਹੀ ਮਹਿਮਾਨ ਦੀ ਖਾਲੀ ਖੁਰਜੀ ਹੱਥ ਵਿੱਚ ਚੁੱਕਦੇ ਹੋਏ ਅਬੂਤਾਲਿਬ ਨੇ ਕਿਹਾ:

"ਕਿਸਮਤ ਮਾਰੀ ਖੁਰਜੀ, ਤੂੰ ਖਾਲੀ ਕਿਉਂ ਐਂ? ਜੇਕਰ ਤੂੰ ਭੇਡ ਦੇ ਮਾਸ ਵਰਗੀ ਕਿਸੇ ਭਾਰੀ ਚੀਜ਼ ਨਾਲ ਭਰੀ ਹੁੰਦੀ, ਤਾਂ ਮੇਰੇ ਮਹਿਮਾਨ ਨੂੰ ਉਡੀਕ ਨਾ ਕਰਨੀ ਪੈਂਦੀ। ਇਸੇ ਲਈ ਤੂੰ ਖਾਲੀ ਐਂ, ਲੋਕਾਂ ਨੂੰ ਕਿੰਨੀ ਵਾਰ ਬੇਕਾਰ ਹੀ ਦਾਗ਼ ਪਹਾੜ 'ਤੇ ਚੜ੍ਹਨਾ ਪੈਂਦੈ।"

ਤਾਂ ਅਬੂਤਾਲਿਬ ਨੇ ਨਜ਼ਰਾਂ ਨਾਲ ਅਜਿਹੀ ਜਗ੍ਹਾ ਲੱਭਦੇ ਹੋਏ, ਜਿੱਥੇ ਮੈਨੂੰ ਬਿਠਾ ਸਕਦੇ, ਖਾਲੀ ਖ਼ੁਰਜੀ ਨੂੰ ਬੁਰੀ ਤਰ੍ਹਾਂ ਕੋਸਿਆ। ਆਖ਼ਰ ਜਦੋਂ ਉਨ੍ਹਾਂ ਨੂੰ ਅਜਿਹੀ ਜਗ੍ਹਾ ਨਾ ਮਿਲੀ, ਤਾਂ ਉਨ੍ਹਾਂ ਨੇ ਵੱਡਾ ਸਾਰਾ ਛੁਰਾ ਮੇਰੇ ਹੱਥ ਵਿੱਚ ਫੜਾਇਆ ਅਤੇ ਮੈਨੂੰ ਖਿੜਕੀ ਦੇ ਕੋਲ ਲਿਜਾ ਕੇ ਵਿਹੜੇ ਵਿੱਚ ਸ਼ੈੱਡ ਵੱਲ ਇਸ਼ਾਰਾ ਕਰਦੇ ਹੋਏ ਬੋਲੇ:

"ਉੱਥੇ ਇੱਕ ਬੱਤਖ ਬੈਠੀ ਐ। ਜਾਓ, ਜਾ ਕੇ ਉਸ ਨੂੰ ਹਲਾਲ ਕਰ ਦਿਓ। ਬਸ, ਉਹੀ ਸਾਡਾ ਖਾਣਾ ਹੋ ਜਾਵੇਗਾ।"

ਮੈਂ ਸ਼ੈੱਡ ਦਾ ਦਰਵਾਜ਼ਾ ਖੋਲ੍ਹਿਆ, ਕਿਸੇ ਤਰ੍ਹਾਂ ਬੱਤਖ ਨੂੰ ਫੜਿਆ। ਜਦੋਂ ਮੈਂ ਉਸ ਨੂੰ ਹਲਾਲ ਕਰਨਾ ਸ਼ੁਰੂ ਕੀਤਾ, ਤਾਂ ਉਹ ਬੁਰੀ ਤਰ੍ਹਾਂ ਫੜਫੜਾਉਣ ਲੱਗੀ। ਉੱਪਰੋਂ ਅਬੂਤਾਲਿਬ ਦੀ ਆਵਾਜ਼ ਸੁਣਾਈ ਦਿੱਤੀ:

"ਕੌਣ ਇਸ ਨੂੰ ਹਲਾਲ ਕਰਦੈ? ਬੱਤਖ ਦਾ ਸਿਰ ਦੂਜੇ ਪਾਸੇ ਕਰ ਦਿਓ। ਕੀ ਤੁਸੀਂ ਇਹ ਵੀ ਨਹੀਂ ਜਾਣਦੇ ਕਿ ਮੱਕਾ ਕਿੱਧਰ ਐ?"

ਕੁੱਲ ਮਿਲਾ ਕੇ ਮੈਂ ਆਪਣਾ ਕੰਮ ਚੰਗੀ ਤਰ੍ਹਾਂ ਪੂਰਾ ਕਰ ਦਿੱਤਾ ਅਤੇ ਇੱਥੋਂ ਤੱਕ ਕਿ ਅਬੂਤਾਲਿਬ ਵੀ ਸਿਫ਼ਤ ਕੀਤੇ ਬਿਨਾਂ ਨਾ ਰਹਿ ਸਕੇ।

ਜਿਵੇਂ ਕਿ ਸਾਡੇ ਇੱਥੇ ਕਹਿੰਦੇ ਹਨ, ਅਬੂਤਾਲਿਬ ਨੇ ਚੁੱਲ੍ਹੇ 'ਤੇ ਪਤੀਲੇ ਦੀ ਕਾਠੀ ਚੜ੍ਹਾਈ ਅਤੇ ਦੇਰ ਤੱਕ ਖਾਣਾ ਬਣਾਉਣ ਦੇ ਕੰਮ ਵਿੱਚ ਉਲਝੇ ਰਹੇ। ਇਸੇ ਦੌਰਾਨ ਮੈਂ ਫਲੈਟ ਦਾ ਚੰਗੀ ਤਰ੍ਹਾਂ ਜਾਇਜ਼ਾ ਲੈ ਲਿਆ। ਬਜ਼ੁਰਗ ਸ਼ਾਇਰ ਬੇਸ਼ੱਕ ਭੋਰੇ ਵਿੱਚੋਂ ਨਿੱਕਲ ਕੇ ਨਵੇਂ ਫਲੈਟ ਵਿੱਚ ਆ ਵੱਸੇ ਸਨ, ਪਰ ਪੁਰਾਣੇ ਪਤੀਲੇ ਤੋਂ ਲੈ ਕੇ ਪੁਰਾਣੀਆਂ ਆਦਤਾਂ ਤੱਕ ਭੋਰੇ ਦੀ ਆਪਣੀ ਸਾਰੀ ਜ਼ਿੰਦਗੀ ਇੱਥੇ ਨਾਲ ਲੈ ਆਏ ਸਨ। ਫਲੈਟ ਵਿੱਚ ਇੱਕ ਵੀ ਕੁਰਸੀ, ਮੇਜ, ਅਲਮਾਰੀ, ਪਲੰਘ, ਭਾਵ ਕਿਸੇ ਵੀ ਤਰ੍ਹਾਂ ਦਾ ਕੋਈ ਫਰਨੀਚਰ ਨਹੀਂ ਸੀ।

"ਕਵਿਤਾਵਾਂ ਇੱਥੇ ਬੈਠ ਕੇ ਲਿਖਦੇ ਹੋ, ਅਬੂਤਾਲਿਬ?"

"ਇਨ੍ਹਾਂ ਕਮਰਿਆਂ ਵਿੱਚ ਤਾਂ ਹੁਣ ਤੱਕ ਮੈਂ ਕੰਮ ਦੀ ਇੱਕ ਵੀ ਕਵਿਤਾ ਨਹੀਂ ਲਿਖੀ। ਸ਼ੁਰੂ ਵਿੱਚ ਤਾਂ ਮੈਂ ਪੁਰਾਣੇ ਭੋਰੇ ਵਿੱਚ ਕਵਿਤਾ ਲਿਖਣ ਜਾਂਦਾ ਸੀ। ਪਰ ਹੁਣ ਉੱਥੇ ਕਿਸੇ ਚਿੱਤਰਕਾਰ ਦਾ ਸਟੂਡੀਓ ਬਣਾ ਦਿੱਤਾ ਗਿਐ। ਅੱਲ੍ਹਾ ਗਵਾਹ ਐ, ਉਸ ਭੋਰੇ ਦੇ ਮੁਕਾਬਲੇ ਮੈਨੂੰ ਇੱਥੇ ਨੀਂਦ ਵੀ ਬੁਰੀ ਆਉਂਦੀ ਐ... ਉੱਥੇ ਮੇਰਾ ਖਰਚਾ ਵੀ ਘੱਟ ਹੁੰਦਾ ਸੀ ਅਤੇ ਮੇਰੇ ਕੋਲ ਸਮਾਂ ਵੀ ਜ਼ਿਆਦਾ ਰਹਿੰਦਾ ਸੀ। ਲੋਕ ਵੀ ਇੰਨੀ ਬੁਰੀ ਤਰ੍ਹਾਂ ਤੰਗ ਨਹੀਂ ਕਰਦੇ ਸਨ... ਕਦੇ ਕੋਈ ਭੁੱਲਿਆ-ਭਟਕਿਆ ਹੀ ਉਸ ਭੋਰੇ ਵਿੱਚ ਆਉਂਦਾ ਸੀ। ਇਹ ਸੱਚ ਐ ਕਿ ਉੱਥੇ ਸਮੁੰਦਰ ਦੀ ਝਲਕ ਨਹੀਂ ਮਿਲਦੀ ਸੀ, ਪਰ ਹੁਣ ਹਰ ਵੇਲੇ ਬੁੱਢੇ ਅਬੂਤਾਲਿਬ ਦੀਆਂ ਅੱਖਾਂ ਦੇ ਸਾਹਮਣੇ ਰਹਿੰਦੈ।"

ਅਬੂਤਾਲਿਬ ਦੇਰ ਤੱਕ ਕਾਸਪੀਅਨ ਸਾਗਰ ਨੂੰ ਗ਼ੌਰ ਨਾਲ ਦੇਖਦੇ ਰਹੇ, ਜੋ ਇਸ ਵੇਲੇ ਤੂਫ਼ਾਨ ਦੇ ਜ਼ੋਰਦਾਰ ਥਪੇੜਿਆਂ ਦੇ ਕਾਰਨ ਨੀਲਾ-ਸਫ਼ੈਦ ਹੋ ਰਿਹਾ ਸੀ। ਮੈਂ ਉਨ੍ਹਾਂ ਨੂੰ ਸਾਗਰ ਦੇਖਣ ਦਿੱਤਾ, ਕਿਸੇ ਤਰ੍ਹਾਂ ਦਾ ਵਿਘਨ ਨਹੀਂ ਪਾਇਆ। ਅਸੀਂ ਖ਼ਾਮੋਸ਼ ਰਹੇ। ਕੁੱਝ ਦੇਰ ਬਾਅਦ ਅਬੂਤਾਲਿਬ ਨੇ ਕਿਹਾ, "ਰਸੂਲ, ਮੈਂ ਤੁਹਾਨੂੰ ਜ਼ਿੰਦਗੀ ਦੇ ਦੋ ਦਿਨਾਂ, ਇੱਕ ਸਭ ਤੋਂ ਜ਼ਿਆਦਾ ਖ਼ੁਸ਼ੀ ਅਤੇ ਇੱਕ ਸਭ ਤੋਂ ਜ਼ਿਆਦਾ ਦੁੱਖ ਬਾਰੇ ਦੱਸਦਾਂ।"

"ਦੱਸੋ।"

"ਗੱਲ ਇਹ ਐ ਰਸੂਲ, ਕਿ ਉਂਝ ਤਾਂ ਮੇਰੀ ਜ਼ਿੰਦਗੀ ਵਿੱਚ ਖ਼ੁਸ਼ੀ ਦੇ ਬਹੁਤ ਦਿਨ ਆਏ ਨੇ। ਸਰਕਾਰੀ ਸਨਮਾਨ-ਚਿੰਨ੍ਹ ਮਿਲਿਆ, ਮੈਨੂੰ ਖ਼ੁਸ਼ੀ ਹੋਈ, ਫਲੈਟ ਦੀ ਚਾਬੀ ਮਿਲੀ, ਮੈਨੂੰ ਖ਼ੁਸ਼ੀ ਹੋਈ, ਤੀਜੇ ਦਹਾਕੇ ਵਿੱਚ ਜਦੋਂ ਲਾਲ ਸੈਨਾ ਨੇ ਫ਼ੌਜੀ ਘੋੜਾ ਦਿੱਤਾ, ਮੈਨੂੰ ਖ਼ੁਸ਼ੀ ਹੋਈ। ਉਨ੍ਹਾਂ ਦਿਨਾਂ ਵਿੱਚ ਘੋੜੇ 'ਤੇ ਸਵਾਰ ਹੋ ਕੇ ਮੈਂ ਲਾਲ ਸੈਨਾ ਨਾਲ ਜਾਂਦਾ ਸੀ, ਦਸਤੇ ਦਾ ਸ਼ਹਿਨਾਈ-ਵਾਦਕ ਸੀ। ਲੜਾਈ ਦੇ ਰਸਤਿਆਂ 'ਤੇ ਮੇਰਾ ਘੋੜਾ ਕਮਾਂਡਰ ਦੇ ਘੋੜੇ ਦੇ ਬਿਲਕੁੱਲ ਪਿੱਛੇ ਰਹਿੰਦਾ ਸੀ। ਇਸ ਨਾਲ ਵੀ ਮੈਨੂੰ ਖ਼ੁਸ਼ੀ ਹੁੰਦੀ ਸੀ। ਪਰ ਫਿਰ ਵੀ ਮੇਰੀ ਸਭ ਤੋਂ ਪਹਿਲੀ ਅਤੇ ਸਭ ਤੋਂ ਵੱਡੀ ਖ਼ੁਸ਼ੀ ਉਹ ਨਹੀਂ ਸੀ।

"ਮੇਰੀ ਜ਼ਿੰਦਗੀ ਵਿੱਚ ਸਭ ਤੋਂ ਜ਼ਿਆਦਾ ਖ਼ੁਸ਼ੀ ਦਾ ਦਿਨ ਉਦੋਂ ਆਇਆ ਸੀ, ਜਦੋਂ ਮੈਂ ਗਿਆਰਾਂ ਸਾਲ ਦਾ ਸੀ ਅਤੇ ਵੱਛੜੇ ਚਰਾਉਂਦਾ ਸੀ। ਮੇਰੇ ਪਿਤਾ ਨੇ ਜ਼ਿੰਦਗੀ ਵਿੱਚ ਪਹਿਲੀ ਵਾਰ ਮੈਨੂੰ ਬੂਟ ਲੈ ਕੇ ਦਿੱਤੇ। ਉਹ ਨਵੇਂ ਬੂਟ ਪਾ ਕੇ ਮੇਰੀ ਆਤਮਾ ਵਿੱਚ ਮਾਣ ਦੀ ਜੋ ਭਾਵਨਾ ਪੈਦਾ ਹੋਈ, ਉਸ ਨੂੰ ਬਿਆਨ ਕਰਨ ਲਈ ਸ਼ਬਦ ਨਹੀਂ ਮਿਲ ਸਕਦੇ। ਮੈਂ ਹੁਣ ਬੇਖ਼ੌਫ਼ ਉਨ੍ਹਾਂ ਖੱਡਿਆਂ ਵਿੱਚ ਅਤੇ ਉਨ੍ਹਾਂ ਪਗਡੰਡੀਆਂ 'ਤੇ ਜਾਂਦਾ, ਜਿੱਥੇ ਇੱਕ ਦਿਨ ਪਹਿਲਾਂ ਤੱਕ ਤਿੱਖੇ, ਠੰਢੇ ਪੱਥਰਾਂ ਨਾਲ ਮੇਰੇ ਪੈਰ ਜ਼ਖ਼ਮੀ ਹੋ ਜਾਂਦੇ ਸੀ। ਹੁਣ ਮੈਂ ਦ੍ਰਿੜ੍ਹਤਾ ਨਾਲ ਇਨ੍ਹਾਂ ਪੱਥਰਾਂ 'ਤੇ ਪੈਰ ਰੱਖਦਾ, ਨਾ ਦਰਦ ਅਤੇ ਨਾ ਠੰਢ ਮਹਿਸੂਸ ਕਰਦਾ।

"ਮੇਰੀ ਖ਼ੁਸ਼ੀ ਤਿੰਨਾਂ ਦਿਨਾਂ ਤੱਕ ਬਣੀ ਰਹੀ ਅਤੇ ਉਸ ਤੋਂ ਬਾਅਦ ਮੇਰੀ ਜ਼ਿੰਦਗੀ ਦੇ ਸਭ ਤੋਂ ਕੌੜੇ ਪਲ ਆਏ। ਚੌਥੇ ਦਿਨ ਪਿਤਾ ਜੀ ਬੋਲੇ:

"ਸੁਣੋ ਅਬੂਤਾਲਿਬ, ਤੁਹਾਡੇ ਕੋਲ ਹੁਣ ਨਵੇਂ ਮਜ਼ਬੂਤ ਬੂਟ ਨੇ, ਤੁਹਾਡੇ ਕੋਲ ਸੋਟੀ ਐ ਅਤੇ ਗਿਆਰਾਂ ਸਾਲ ਤੱਕ ਤੁਸੀਂ ਇਸ ਧਰਤੀ 'ਤੇ ਜਿਊਂ ਵੀ ਚੁੱਕੇ ਹੋ। ਸਮਾਂ ਆ ਗਿਐ ਕਿ ਆਪਣੀ ਰੋਜ਼ੀ-ਰੋਟੀ ਦੇ ਫ਼ਿਕਰ ਵਿੱਚ ਹੁਣ ਤੁਸੀਂ ਆਪਣਾ ਰਾਹ ਫੜੋ।"

"ਪਿਤਾ ਜੀ ਨੇ ਕਿਹਾ ਕਿ ਮੈਂ ਪਿੰਡ-ਪਿੰਡ ਘੁੰਮ ਕੇ ਭੀਖ ਮੰਗਿਆ ਕਰਾਂ। ਉਸ ਵੇਲੇ ਮੇਰੇ ਦਿਲ 'ਤੇ ਜਿਵੇਂ ਗੁਜ਼ਰੀ, ਉਵੇਂ ਤਾਂ ਬਾਕੀ ਸਾਰੀ ਜ਼ਿੰਦਗੀ ਵਿੱਚ ਵੀ ਨਹੀਂ ਗੁਜ਼ਰੀ। ਮੇਰੀਆਂ ਅੱਖਾਂ ਵਿੱਚ ਹੰਝੂ ਤਾਂ ਬਾਅਦ ਵਿੱਚ ਵੀ ਵਹੇ, ਪਰ ਉਹੋ ਜਿਹੇ ਕੌੜੇ ਹੰਝੂ ਉਹ ਨਹੀਂ ਸਨ।

"ਇੱਕ ਲੇਖਕ ਨੇ ਮੇਰੇ ਬਾਰੇ ਕਿਹੈ, "ਅਬੂਤਾਲਿਬ ਨੂੰ ਨਵਾਂ ਫਲੈਟ ਮਿਲ ਗਿਐ। ਦੇਖਾਂਗੇ ਕਿ ਉਸ ਵਿੱਚ ਕਿਹੋ ਜਿਹੀਆਂ ਕਵਿਤਾਵਾਂ ਲਿਖਦੈ।" ਜਿਵੇਂ ਕਿ ਮੈਨੂੰ ਇਹ ਪਤਾ ਨਾ ਹੋਵੇ ਕਿ ਕਵਿਤਾਵਾਂ ਫਲੈਟ 'ਤੇ ਨਿਰਭਰ ਨਹੀਂ ਕਰਦੀਆਂ। ਆਪਣੀਆਂ ਕਵਿਤਾਵਾਂ ਲਈ ਕਵੀ ਖ਼ੁਦ ਫਲੈਟ ਐ। ਕਵੀ ਦਾ ਹਿਰਦਾ ਹੀ ਉਸ ਦੀ ਕਵਿਤਾ ਦਾ ਘਰ ਐ। ਮੇਰੇ ਜੀਵਨ ਦੇ ਦੁੱਖ-ਸੁੱਖ ਦੇ ਸਾਰੇ ਪਲ ਮੇਰੀ ਆਤਮਾ ਵਿੱਚ ਸਾਹ ਲੈਂਦੇ ਨੇ। ਮੈਂ ਖ਼ੁਦ ਕਿੱਥੇ ਰਹਿਨਾਂ, ਇਸ ਦਾ ਕੋਈ ਮਹੱਤਵ ਨਹੀਂ।"

ਅਬੂਤਾਲਿਬ ਦੇ ਫਲੈਟ ਨੇ ਮੈਨੂੰ ਪ੍ਰੇਸ਼ਾਨ ਕਰ ਦਿੱਤਾ। ਮੈਂ ਦਾਗ਼ਿਸਤਾਨ ਲੋਕਤੰਤਰ ਦੇ ਕਰਤੇ-ਧਰਤਿਆਂ ਨਾਲ ਉਸ ਦੀ ਚਰਚਾ ਕੀਤੀ। ਇਹ ਤੈਅ ਸਮਝਿਆ ਗਿਆ ਕਿ ਅਬੂਤਾਲਿਬ ਦੀ ਕਿਤਾਬ 'ਕਾਲੀਆਂ ਚਿੜੀਆਂ ਦੱਖਣ ਨੂੰ ਉੱਡਦੀਆਂ ਨੇ' ਦੀ ਰਾਇਲਟੀ ਦਾ ਇੱਕ ਹਿੱਸਾ ਕਵੀ ਦੇ ਨਵੇਂ ਫਲੈਟ ਲਈ ਨਵਾਂ ਅਤੇ ਵਧੀਆ ਫਰਨੀਚਰ ਖਰੀਦਣ ਲਈ ਵਰਤਿਆ ਜਾਵੇ। ਇਸ ਦੇ ਲਈ 'ਕਾਰਗੁਜ਼ਾਰੀ ਦੀ ਤਿੱਕੜੀ' ਬਣਾਈ ਗਈ, ਦਾਗ਼ਿਸਤਾਨ ਦੇ ਪੁਸਤਕ-ਪ੍ਰਕਾਸ਼ਨ ਘਰ ਦੇ ਡਾਇਰੈਕਟਰ, ਵਪਾਰ ਮੰਤਰੀ ਅਤੇ ਮੈਨੂੰ ਇਹ ਕੰਮ ਸੌਂਪਿਆ ਗਿਆ। ਅਸੀਂ ਜ਼ਰੂਰੀ ਫਰਨੀਚਰ ਲੱਭਣਾ, ਖਰੀਦਣਾ ਅਤੇ ਅਬੂਤਾਲਿਬ ਦੇ ਘਰ ਪਹੁੰਚਾਉਣਾ ਸੀ। ਇਸ ਕੰਮ ਦੇ ਸਿਲਸਿਲੇ ਵਿੱਚ ਪੈਦਾ ਹੋਣ ਵਾਲੇ ਸਾਰੇ ਮਾਮਲਿਆਂ ਬਾਰੇ ਸਾਰੀ ਗੱਲਬਾਤ ਕਰਨ ਦਾ ਭਾਰ ਮੈਨੂੰ ਸੌਂਪਿਆ ਗਿਆ।

ਅਸੀਂ ਤਿੰਨਾਂ ਨੇ ਮਖ਼ਚਕਲਾ ਦੇ ਸਾਰੇ ਫਰਨੀਚਰ-ਗੋਦਾਮਾਂ ਦੇ ਚੱਕਰ ਲਗਾਏ ਅਤੇ ਜ਼ਰੂਰੀ ਫਰਨੀਚਰ ਚੁਣ ਲਿਆ। ਸੌਣ ਵਾਲੇ ਦੇ ਕਮਰੇ ਲਈ, ਤਾਂ ਕਿ ਸਾਡੇ ਲੋਕ-ਕਵੀ ਮਜ਼ੇ ਨਾਲ ਆਰਾਮ ਕਰਨ, ਪੜ੍ਹਨ-ਲਿਖਣ ਵਾਲੇ ਕਮਰੇ ਲਈ, ਤਾਂ ਕਿ ਉਹ ਆਪਣੀਆਂ ਵਧੀਆ ਕਵਿਤਾਵਾਂ ਰਚਣ, ਖਾਣ-ਪੀਣ ਵਲੇ ਕਮਰੇ ਲਈ, ਤਾਂ ਕਿ ਉਹ ਸਵਾਦਲੇ ਪਕਵਾਨ ਖਾਣ ਅਤੇ ਮਿੱਠੇ ਸ਼ਰਬਤ ਪੀਣ।

ਸਾਡਾ ਖ਼ਿਆਲ ਸੀ ਕਿ ਇਹ ਸਾਰਾ ਫਰਨੀਚਰ ਪਾ ਕੇ ਅਤੇ ਉਸ ਨੂੰ ਤਰੀਕੇ ਨਾਲ ਸਜਾ ਕੇ ਅਬੂਤਾਲਿਬ ਸਾਡੇ ਪ੍ਰਤੀ ਰਿਣੀ ਹੋਣ ਦਾ ਭਾਵ ਪ੍ਰਗਟ ਕਰਨ ਲਈ ਭੱਜੇ ਆਉਣਗੇ। ਪਰ ਉਨ੍ਹਾਂ ਮੂੰਹੋਂ ਤਾਂ ਸਾਡਾ ਸਿਰਫ਼ ਸ਼ੁਕਰੀਆ ਜਾਂ ਇਹ ਕਹਿਣ ਨੂੰ ਵੀ ਨਹੀਂ ਮਿਲਿਆ ਕਿ ਫਰਨੀਚਰ ਪਹੁੰਚ ਗਿਆ ਹੈ। ਫਿਰ ਅਸੀਂ ਖ਼ੁਦ ਹੀ ਅਬੂਤਾਲਿਬ ਦੇ ਘਰ ਜਾ ਕੇ ਇਹ ਦੇਖਣ ਦਾ ਫ਼ੈਸਲਾ ਕੀਤਾ ਕਿ ਸਾਡੇ ਖਰੀਦੇ ਹੋਏ ਫਰਨੀਚਰ ਦਾ ਉਨ੍ਹਾਂ ਨੇ ਕੀ ਕੀਤਾ ਹੈ।

ਸਾਨੂੰ ਦਰਵਾਜ਼ੇ 'ਤੇ ਦਸਤਕ ਦੇਣ ਦੀ ਜ਼ਰੂਰਤ ਨਹੀਂ ਪਈ, ਕਿਉਂਕਿ ਫਲੈਟ ਦਾ ਦਰਵਾਜ਼ਾ ਖੁੱਲ੍ਹ ਸੀ। ਅਸੀਂ ਕਮਰੇ ਵਿੱਚ ਦਾਖ਼ਲ ਹੋਏ। ਖਾਣੇ ਵਾਲੇ ਮੇਜ ਦੇ ਨੇੜੇ ਅਬੂਤਾਲਿਬ ਆਪਣੇ ਪਰਿਵਾਰ ਨਾਲ ਗਲੀਚੇ 'ਤੇ ਬੈਠੇ ਸਨ। ਘਰ ਦੇ ਸਾਰੇ ਲੋਕ ਘੇਰਾ ਬਣਾ ਕੇ ਪੈਰਾਂ ਭਾਰ ਬੈਠੇ ਸਨ ਅਤੇ ਉਨ੍ਹਾਂ ਦੇ ਸਾਹਮਣੇ ਅਖ਼ਬਾਰ 'ਤੇ ਖਾਣਾ ਰੱਖਿਆ ਹੋਇਆ ਸੀ। ਅਬੂਤਾਲਿਬ

ਪਲੇਟ ਵਿੱਚੋਂ ਦਹੀਂ ਖਾ ਰਹੇ ਸਨ। ਖਾਣੇ ਵਾਲੇ ਚਮਕਦੇ ਹੋਏ ਮੇਜ ਵੱਲ ਅਬੂਤਾਲਿਬ ਇਸ ਤਰ੍ਹਾਂ ਦੇਖ ਰਹੇ ਸਨ, ਜਿਵੇਂ ਉਹ ਗਲਵੱਕੜੀ ਵਿੱਚ ਆਉਣ ਲਈ ਤਿਆਰ ਕੋਈ ਲੜਕੀ ਹੋਵੇ, ਪਰ ਜਿਸ ਨੂੰ ਬਾਹਾਂ ਵਿੱਚ ਘੁੱਟਣ ਦੀ ਅਬੂਤਾਲਿਬ ਦੀ ਕੋਈ ਇੱਛਾ ਨਾ ਹੋਵੇ।

ਦੂਜੇ ਕਮਰੇ ਵਿੱਚ ਸਾਨੂੰ ਲਿਖਣ ਵਾਲਾ ਬਹੁਤ ਹੀ ਵਧੀਆ ਮੇਜ ਦਿਖਾਈ ਦਿੱਤਾ। ਉਸ 'ਤੇ ਕਾਗਜ਼ ਰੱਖੇ ਹੋਏ ਸਨ, ਜਿਨ੍ਹਾਂ ਨੂੰ ਛੂਹਿਆ ਵੀ ਨਹੀਂ ਗਿਆ ਸੀ। ਪੈੱਨ ਅਤੇ ਸਿਆਹੀ ਦੀ ਦਵਾਤ ਵੀ ਰੱਖੀ ਹੋਈ ਸੀ। ਇਹ ਸਾਰੀਆਂ ਚੀਜ਼ਾਂ ਅਤੇ ਖ਼ੁਦ ਮੇਜ ਵੀ ਵਰਤੋਂ ਦੀਆਂ ਚੀਜਾਂ ਦੀ ਬਜਾਇ ਸੰਗ੍ਰਹਿ ਵਿੱਚ ਪ੍ਰਦਰਸ਼ਿਤ ਵਸਤੂਆਂ ਵਰਗੀਆਂ ਜ਼ਿਆਦਾ ਲੱਗਦੀਆਂ ਸਨ। ਕਮਰੇ ਦੇ ਇੱਕ ਕੋਨੇ ਵਿੱਚ ਫ਼ਰਸ਼ 'ਤੇ ਅਰਬੀ ਲਿੱਪੀ ਵਿੱਚ ਲਿਖੇ ਹੋਏ ਕੁੱਝ ਕਾਗਜ਼ ਪਏ ਸਨ।

"ਅਬੂਤਾਲਿਬ ਕੀ ਤੁਸੀਂ ਆਧੁਨਿਕ ਲਿੱਪੀ ਨਹੀਂ ਜਾਣਦੇ?"

"ਜਾਣਦਾਂ, ਪਰ ਪੁਰਾਣੇ ਢੰਗ ਨਾਲ ਲਿਖਣ ਦੀ ਆਦਤ ਪਈ ਹੋਈ ਐ। ਪਹਿਲਾਂ ਅਰਬੀ ਲਿੱਪੀ ਵਿੱਚ ਲਿਖ ਲੈਨਾਂ ਅਤੇ ਫਿਰ ਸੰਪਾਦਕ ਲਈ ਅਜੋਕੀ ਲਿੱਪੀ ਵਿੱਚ ਨਕਲ ਕਰਦਾਂ, ਭਾਵ ਆਪਣੀਆਂ ਰਚਨਾਵਾਂ ਨੂੰ ਅਨੁਵਾਦ ਕਰਦਾਂ।"

"ਪਲੰਘ 'ਤੇ ਇੱਕ ਵਾਰ ਵੀ ਨਹੀਂ ਸੁੱਤੇ।" ਅਬੂਤਾਲਿਬ ਦੀ ਬੀਵੀ ਨੇ ਸਾਨੂੰ ਦੱਸਿਆ, "ਬੇਕਾਰ ਹੀ ਤੁਸੀਂ ਮਹਿੰਗੀਆਂ ਚੀਜ਼ਾਂ ਖਰੀਦੀਆਂ।"

"ਪਲੰਘ ਬਾਰੇ ਵੀ ਖ਼ੂਬ ਕਿਹਾ! ਸ਼ੁਰੂ ਵਿੱਚ ਸ਼ਹਿਰ ਵਾਲੀ ਆਪਣੀ ਜ਼ਿੰਦਗੀ ਦੇ ਪਹਿਲੇ ਸਾਲ ਵਿੱਚ ਮੈਂ ਸਿਰ੍ਹਾਣੇ ਦੀ ਜਗ੍ਹਾ ਪੱਥਰ ਰੱਖ ਲੈਂਦਾ ਸੀ ਅਤੇ ਸਿਰ੍ਹਾਣੇ ਦੇ ਮੁਕਾਬਲੇ ਵਧੀਆ ਨੀਂਦ ਸੌਂਦਾ ਸੀ। ਜਦੋਂ ਵੱਛੜੇ ਚਰਾਇਆ ਕਰਦਾ ਸੀ, ਉਨ੍ਹਾਂ ਹੀ ਦਿਨਾਂ ਵਿੱਚ ਮੈਨੂੰ ਪੱਥਰ 'ਤੇ ਸਿਰ ਰੱਖ ਕੇ ਸੌਣ ਦੀ ਆਦਤ ਪੈ ਗਈ ਸੀ।"

"ਤਾਂ ਮਤਲਬ ਇਹ ਐ ਕਿ ਅਸੀਂ ਤੁਹਾਡੇ ਲਈ ਜਿਹੜੀਆਂ ਚੀਜ਼ਾਂ ਖਰੀਦੀਆਂ ਨੇ, ਤੁਸੀਂ ਉਨ੍ਹਾਂ ਨਾਲ ਖ਼ੁਸ਼ ਨਹੀਂ? ਪੜ੍ਹਨ-ਲਿਖਣ ਵਾਲੇ ਕਮਰੇ ਦੇ ਫਰਨੀਚਰ ਨਾਲ, ਇਨ੍ਹਾਂ ਕੁਰਸੀਆਂ, ਇਸ ਮੇਜ ਅਤੇ ਅਲਮਾਰੀ ਨਾਲ?"

"ਫਰਨੀਚਰ ਬਹੁਤ ਵਧੀਆ ਐ। ਪਰ ਮੇਰੇ ਗੁਆਂਢੀ ਗੌਡਫ਼ੀਡ ਹਸਨੋਵ ਲਈ ਜ਼ਿਆਦਾ ਵਧੀਆ ਰਹਿੰਦਾ।"

"ਗੌਡਫ਼ੀਡ ਹਸਨੋਵ ਚੰਗਾ ਗੁਆਂਢੀ ਐ?"

"ਹੋ ਸਕਦੈ ਕਿ ਉਹ ਚੰਗਾ ਗੁਆਂਢੀ ਹੋਵੇ, ਪਰ ਸਾਡੇ ਵਿੱਚ ਤਾਂ ਅਣਬਣ ਹੀ ਰਹਿੰਦੀ ਐ।"

"ਉਹ ਕਿਉਂ?"

"ਉਹ ਕੁੱਝ ਜ਼ਿਆਦਾ ਹੀ ਸੱਭਿਅਕ ਐ। ਇਸ ਤੋਂ ਇਲਾਵਾ ਮੈਂ ਕੁੱਝ ਜ਼ਿਆਦਾ ਹੀ ਦਿਹਾਤੀ ਆਂ ਅਤੇ ਉਹ ਜ਼ਿਆਦਾ ਹੀ ਸ਼ਹਿਰੀ ਐ। ਮੈਂ ਕੁੱਝ ਜ਼ਿਆਦਾ ਹੀ ਪਹਾੜੀ ਆਂ ਅਤੇ ਉਹ ਜ਼ਿਆਦਾ ਹੀ ਮੈਦਾਨੀ ਐ। ਸਾਡੀਆਂ ਫ਼ਰ ਦੀਆਂ ਟੋਪੀਆਂ ਵੀ ਵੱਖੋ-ਵੱਖ ਨੇ। ਸ਼ਾਇਦ ਸਿਰ ਵੀ ਇੱਕੋ ਜਿਹੇ ਨਹੀਂ। ਮੈਂ ਆਪਣੀ ਧਰਤੀ ਦਾ ਪੁੱਤਰ ਆਂ ਅਤੇ ਉਹ ਆਪਣੇ ਧੰਦੇ ਦਾ। ਉਹ ਮੇਰੀ ਸ਼ਹਿਨਾਈ ਅਤੇ ਉਸ ਦੀ ਧੁਨ ਨੂੰ ਬਰਦਾਸ਼ਤ ਨਹੀਂ ਕਰ ਸਕਦਾ ਅਤੇ ਮੈਂ ਉਸ ਦੇ

ਪਿਆਨੋ ਅਤੇ ਸਿੰਫ਼ਨੀ ਨੂੰ। ਉਸ ਦੇ ਸੰਗੀਤ ਦਾ ਮਜ਼ਾ ਲੈਣ ਦੀ ਕੋਸ਼ਿਸ਼ ਕਰਦਾਂ, ਪਰ ਨਹੀਂ ਲੈ ਸਕਦਾ। ਇਹੀ ਹਾਲ ਉਸ ਦਾ ਐ। ਮੈਂ ਸ਼ਹਿਨਾਈ ਹੱਥ ਵਿੱਚ ਲੈਂਦਾ ਹੀ ਆਂ ਕਿ ਉਹ ਦਰਵਾਜ਼ਾ ਖੜਕਾਉਣ ਲੱਗਦੈ, "ਅਬੂਤਾਲਿਬ, ਤੁਸੀਂ ਮੈਨੂੰ ਕੰਮ ਨਹੀਂ ਕਰਨ ਦਿੰਦੇ!" ਮੈਂ ਉਸ ਨੂੰ ਝੂਠ-ਮੂਠ ਕਹਿਨਾਂ ਕਿ ਇਹ ਤਾਂ ਰੇਡੀਓ ਵਿੱਚੋਂ ਆਵਾਜ਼ ਆ ਰਹੀ ਐ। ਅਸਲ ਵਿੱਚ ਕਈ ਵਾਰ ਅਜਿਹਾ ਹੋਇਆ ਵੀ ਐ ਕਿ ਉਸ ਨੇ ਉਸ ਵੇਲੇ ਮੇਰਾ ਦਰਵਾਜ਼ਾ ਖੜਕਾਇਆ, ਜਦੋਂ ਰੇਡੀਓ 'ਤੇ ਸ਼ਹਿਨਾਈ-ਵਾਦਨ ਹੋ ਰਿਹਾ ਸੀ। ਤਾਂ ਇਹ ਸਮਝਣਾ ਚਾਹੀਦੈ ਕਿ ਉਹ ਨਾ ਸਿਰਫ਼ ਮੈਨੂੰ ਸ਼ਹਿਨਾਈ-ਵਾਦਨ ਤੋਂ, ਬਲਕਿ ਰੇਡੀਓ ਤੋਂ ਵੀ ਉਸ ਨੂੰ ਸੁਣਨ ਤੋਂ ਮਨ੍ਹਾਂ ਕਰਦੈ। ਸੰਖੇਪ ਵਿੱਚ ਇਹ ਕਿ ਅਸੀਂ ਇੱਕ-ਦੂਜੇ ਤੋਂ ਬਿਲਕੁੱਲ ਵੱਖਰੇ ਆਦਮੀ ਆਂ। ਮੇਰੇ ਕੋਲ ਪਹਾੜਾਂ ਅਤੇ ਦਿਹਾਤਾਂ ਵਿੱਚੋਂ ਖੁਰਜੀਆਂ ਵਾਲੇ, ਉਸ ਦੇ ਕੋਲ ਮਾਸਕੋ ਤੋਂ ਬੈਗਾਂ ਵਾਲੇ ਮਹਿਮਾਨ ਆਉਂਦੇ ਨੇ। ਮੈਂ ਦੇਸੀ ਸ਼ਰਾਬ ਅਤੇ ਲਸਣ ਵਾਲੇ ਖ਼ੀਨਕਾਲਾਂ ਨਾਲ ਆਪਣੇ ਮਹਿਮਾਨਾਂ ਦੀ ਸੇਵਾ ਕਰਦਾਂ ਅਤੇ ਉਹ ਆਪਣੇ ਮਹਿਮਾਨਾਂ ਦੇ ਸਾਹਮਣੇ ਬ੍ਰਾਂਡੀ ਅਤੇ ਕੌਫੀ ਪੇਸ਼ ਕਰਦੈ। ਮੈਂ ਮੰਡੀ ਵਿੱਚ ਜਾਨਾਂ ਅਤੇ ਉਹ ਦੁਕਾਨਾਂ 'ਤੇ। ਜਦੋਂ ਮੈਂ ਸੌਂਨਾਂ, ਤਾਂ ਉਹ ਆਪਣਾ ਸੰਗੀਤ ਰਚਦੈ ਅਤੇ ਉਹ ਸੌਂਦੈ, ਤਾਂ ਮੈਂ ਆਪਣੀਆਂ ਕਵਿਤਾਵਾਂ ਲਿਖਦਾਂ। ਉਸ ਨੂੰ ਸ਼ਹਿਰੀ ਕਿਆਰੀਆਂ ਵਿੱਚ ਖਿੜਣ ਵਾਲੇ ਫੁੱਲ ਪਸੰਦ ਨੇ ਅਤੇ ਮੈਨੂੰ ਉੱਚੇ ਪਹਾੜੀ ਘਾਹ ਦੇ ਮੈਦਾਨਾਂ ਵਿੱਚ ਮਹਿਕਦਾ ਹੋਇਆ ਘਾਹ। ਸੁਣ ਰਹੇ ਹੋ ਨਾ, ਉਹ ਇਸ ਵੇਲੇ ਵੀ ਆਪਣੀ ਕੋਈ ਨਵੀਂ ਸਿੰਫ਼ਨੀ ਵਜਾ ਰਿਹੈ।"

ਅਬੂਤਾਲਿਬ ਦੇ ਗੁਆਂਢੀ ਨੂੰ ਅਸੀਂ ਚੰਗੀ ਤਰ੍ਹਾਂ ਜਾਣਦੇ ਸੀ। ਉਹ ਦਾਗ਼ਿਸਤਾਨ ਅਤੇ ਰੂਸੀ ਸੰਘ ਦਾ ਸਤਿਕਾਰਤ ਕਲਾ ਦਾ ਕਾਰਜ-ਕਰਤਾ ਗੌਡਫ਼ਰੀਡ ਅਲੀਏਵਿਚ ਹਸਨੋਵ ਸੀ। ਉਨ੍ਹਾਂ ਦਿਨਾਂ ਵਿੱਚ ਉਹ ਪਿਆਨੋ ਲਈ ਆਪਣਾ ਸੰਗੀਤ ਰਚ ਰਿਹਾ ਸੀ। ਮੈਂ ਬਹੁਤ ਖ਼ੁਸ਼ੀ ਨਾਲ ਉਸ ਦਾ ਸੂਖਮ ਅਤੇ ਪ੍ਰੇਰਣਾਦਾਇਕ ਸੰਗੀਤ ਸੁਣਿਆ। ਮੇਰੇ ਦਿਮਾਗ ਵਿੱਚ ਇਹ ਖ਼ਿਆਲ ਆਇਆ, "ਇਨ੍ਹਾਂ ਦੋ ਵੱਡੀਆਂ ਅਤੇ ਜ਼ੋਰਦਾਰ ਪ੍ਰਤਿਭਾਵਾਂ, ਅਬੂਤਾਲਿਬ ਦੀ ਸਾਧਾਰਨ ਲੋਕ-ਪ੍ਰਤਿਭਾ ਅਤੇ ਹਸਨੋਵ ਦੀ ਵਪਾਰਕ ਜਾਂ ਸੰਪੰਨ ਪ੍ਰਤਿਭਾ ਨੂੰ ਜੇਕਰ ਮਿਲਾ ਕੇ ਇੱਕ ਕਰ ਦਿੱਤਾ ਜਾਵੇ, ਤਾਂ ਅਸਲ ਵਿੱਚ ਹੀ ਕਿਹੋ ਜਿਹਾ ਅਦਭੁੱਤ ਸੰਗੀਤ ਬਣ ਸਕਦੈ।"

ਮੇਰੇ ਦਿਮਾਗ ਵਿੱਚ ਇਹ ਗੱਲ ਵੀ ਆਈ ਕਿ ਜੇਕਰ ਆਪਣੀਆਂ ਕਵਿਤਾਵਾਂ, ਆਪਣੀਆਂ ਕਿਤਾਬਾਂ ਵਿੱਚ ਮੈਂ ਇਨ੍ਹਾਂ ਦੋਵੇਂ ਧਾਰਾਵਾਂ, ਆਪਣੀ ਜਨਤਾ ਦਾ ਸਰਲ ਚਰਿੱਤਰ, ਉਸ ਦੀ ਨਿਰਛਲ ਖੁੱਲ੍ਹੀ ਆਤਮਾ ਅਤੇ ਪ੍ਰਪੱਕ ਵਪਾਰਿਕ ਨਿਪੁੰਨਤਾ ਨੂੰ ਮਿਲਾ ਸਕਾਂ, ਤਾਂ ਇਹ ਬਹੁਤ ਵੱਡੀ ਸਫ਼ਲਤਾ ਹੋਵੇਗੀ। ਮੈਂ ਚਾਹੁਨਾਂ ਕਿ ਅਬੂਤਾਲਿਬ ਅਤੇ ਗੌਡਫ਼ਰੀਡ ਮੇਰੀਆਂ ਕਵਿਤਾਵਾਂ ਵਿੱਚ ਘੁਲ-ਮਿਲ ਜਾਣ। ਮੈਂ ਚਾਹੁਨਾਂ ਕਿ ਮੇਰੀ ਰਚਨਾਤਮਿਕਤਾ ਵਿੱਚ ਉਹ ਅਸਲੀ ਜੀਵਨ ਵਰਗੇ ਨਹੀਂ, ਬਲਕਿ ਸ਼ਾਂਤੀ ਨਾਲ ਰਹਿਣ ਵਾਲੇ ਗੁਆਂਢੀ ਹੋਣ।

ਹਾਂ, ਮੈਂ ਇਨ੍ਹਾਂ ਦੋਵੇਂ ਸਿਧਾਂਤਾਂ ਦੇ ਸ਼ਾਂਤੀਪੂਰਬਕ ਮੇਲ-ਜੋਲ ਦੀ ਉਮੀਦ ਕਰਦਾ ਹਾਂ, ਪਰ ਜੇਕਰ ਅਜਿਹਾ ਸੰਭਵ ਨਹੀਂ ਹੋ ਸਕਦਾ ਅਤੇ ਮੈਨੂੰ ਚੁਣਨ ਲਈ ਮਜ਼ਬੂਰ ਹੀ ਹੋਣਾ ਪਵੇ...ਤਾਂ ਮੈਂ ਅੱਜਕੱਲ੍ਹ ਦੇ ਵਧੀਆ ਤੋਂ ਵਧੀਆ ਸ਼ਰਬਤ ਦੇ ਮੁਕਾਬਲੇ ਪਹਾੜੀ ਚਸ਼ਮੇ ਦੀ ਠੰਢੀ, ਨਿਰਮਲ-ਧਾਰਾ ਨੂੰ ਹੀ ਤਰਜੀਹ ਦਿਆਂਗਾ। ਮੇਰਾ ਮਤਲਬ ਇਹ ਹੈ ਕਿ ਸੱਭਿਆਚਾਰ,

ਸੱਭਿਅਤਾ ਅਤੇ ਪੇਸ਼ੇ ਦੀ ਸੂਖਮਤਾ, ਜੇਕਰ ਇਸ ਦੀ ਅਣਹੋਂਦ ਹੈ, ਤਾਂ ਇਨ੍ਹਾਂ ਨੂੰ ਪ੍ਰਾਪਤ ਕੀਤਾ ਜਾ ਸਕਦਾ ਹੈ। ਪਰ ਕੌਮੀਅਤ ਦੀ ਭਾਵਨਾ ਅਤੇ ਲੋਕ-ਭਾਵਨਾ ਵਿਅਕਤੀ ਨੂੰ ਜਨਮ ਤੋਂ ਹੀ ਮਿਲਦੀ ਹੈ। ਲੋਕ-ਕਵੀ ਅਤੇ ਸ਼ਹਿਨਾਈ-ਵਾਦਕ ਅਬੂਤਾਲਿਬ ਹੋਰ ਪ੍ਰਸਥਿਤੀਆਂ ਵਿੱਚ ਪੇਸ਼ੇਵਰ ਸੰਗੀਤਕਾਰ ਅਤੇ ਗਾਇਕ ਵੀ ਬਣ ਸਕਦੇ ਸਨ, ਪਰ ਮੇਰੇ ਖ਼ਿਆਲ ਵਿੱਚ ਪੇਸ਼ੇਵਰ ਗਾਇਕ ਅਤੇ ਸੰਗੀਤਕਾਰ ਗੌਡਫ਼੍ਰੀਡ ਲਈ ਕਦੇ ਵੀ ਸਾਧਾਰਨ ਲੋਕ-ਗਾਇਕ ਬਣਨਾ ਸੰਭਵ ਨਹੀਂ ਸੀ।

ਜਦੋਂ ਅਸੀਂ ਅਬੂਤਾਲਿਬ ਤੋਂ ਵਿਦਾ ਲੈ ਕੇ ਚੱਲਣ ਲੱਗੇ, ਤਾਂ ਅਚਾਨਕ ਉਨ੍ਹਾਂ ਨੇ ਪੁੱਛਿਆ:

"ਰਸੂਲ, ਮੇਰੇ ਘਰ ਟੈਲੀਫੋਨ ਨਹੀਂ ਲੱਗ ਸਕਦਾ?"

"ਤੁਸੀਂ ਤਾਂ ਲਿਖਣ ਵਾਲਾ ਮੇਜ ਅਤੇ ਪਲੰਘ ਵੀ ਨਹੀਂ ਵਰਤਦੇ, ਤਾਂ ਟੈਲੀਫੋਨ ਦਾ ਕੀ ਕਰੋਗੇ?"

"ਟੈਲੀਫੋਨ 'ਤੇ ਮੈਂ ਆਪਣੀ ਸ਼ਹਿਨਾਈ ਵਜਾਇਆ ਕਰਾਂਗਾ। ਕਦੇ ਮਾਸਕੋ ਵਿੱਚ ਨਿਕੋਲਾਈ ਤੀਖ਼ੋਨੋਵ ਨੂੰ ਅਤੇ ਕਦੇ ਆਪਣੇ ਸਾਂਝੇ ਫਾਰਮ ਦੇ ਪ੍ਰਧਾਨ ਨੂੰ ਸ਼ਹਿਨਾਈ ਸੁਣਾਇਆ ਕਰਾਂਗਾ। ਮੇਰੇ ਪ੍ਰਧਾਨ ਨੂੰ ਇਹ ਤਾਂ ਪਤਾ ਹੋਣਾ ਚਾਹੀਦੈ ਕਿ ਮੇਰੀ ਸ਼ਹਿਨਾਈ ਪਹਿਲਾਂ ਵਰਗੇ ਉਹੀ ਗੀਤ ਗਾਉਂਦੀ ਐ। ਟੈਲੀਫੋਨ 'ਤੇ ਮੇਰੀ ਸ਼ਹਿਨਾਈ ਸੁਣ ਕੇ ਪ੍ਰਧਾਨ ਇਹ ਸਮਝ ਜਾਵੇਗਾ ਕਿ ਮੇਰੇ ਸ਼ਹਿਰੀ ਫਲੈਟ ਵਿੱਚ ਸਾਡੇ ਪਹਾੜਾਂ ਦੀਆਂ ਧੁਨਾਂ ਅਤੇ ਗੰਧਾਂ ਸਾਹ ਲੈਂਦੀਆਂ ਨੇ।"

"ਹਟਾਓ ਅਬੂਤਾਲਿਬ, ਪਹਾੜਾਂ ਦੀ ਗੰਧ ਨਾਲ ਮਹਿਕੀਆਂ ਹੋਈਆਂ ਤੁਹਾਡੀਆਂ ਧੁਨਾਂ ਟੈਲੀਫੋਨ ਤੋਂ ਬਿਨਾਂ ਹੀ ਮਾਸਕੋ ਤੱਕ, ਤੁਹਾਡੇ ਜਨਮ ਵਾਲੇ ਪਿੰਡ ਤੱਕ ਅਤੇ ਦਾਗ਼ਿਸਤਾਨ ਤੱਕ ਪਹੁੰਚ ਜਾਣਗੀਆਂ। ਉਹ ਪਹਾੜਾਂ ਤੋਂ ਵੀ ਉੱਚੀਆਂ ਉਡਾਰੀਆਂ ਮਾਰਦੀਆਂ ਹੋਈਆਂ ਧਰਤੀ ਦੇ ਹਰ ਕੋਨੇ ਤੱਕ ਜਾ ਪਹੁੰਚਣਗੀਆਂ।"

ਹੁਣ ਮੈਂ ਅਬੂਤਾਲਿਬ ਤੋਂ ਵਿਦਾ ਲੈਂਦਾ ਹਾਂ ਅਤੇ ਉਹ ਘਟਨਾ ਸੁਣਾਉਂਦਾ ਹਾਂ, ਜੋ ਮੇਰੇ ਨਾਲ ਅਤੇ ਮੇਰੇ ਪਿਤਾ ਜੀ ਨਾਲ ਵਾਪਰੀ।

ਯਾਦਾਂ

ਪਤਾ ਨਹੀਂ ਕਿਉਂ, ਪਰ ਅਸੀਂ ਦੋਵੇਂ ਇੱਕ-ਦੂਜੇ ਨੂੰ ਆਪਣੀਆਂ ਕਵਿਤਾਵਾਂ ਨਹੀਂ ਸੁਣਾਉਂਦੇ ਸੀ, ਇੱਥੋਂ ਤੱਕ ਕਿ ਉਨ੍ਹਾਂ ਦੀ ਚਰਚਾ ਵੀ ਨਹੀਂ ਕਰਦੇ ਸੀ। ਪਿਤਾ ਜੀ ਦੀਆਂ ਨਵੀਆਂ ਕਵਿਤਾਵਾਂ ਦਾ ਮੈਨੂੰ ਉਦੋਂ ਪਤਾ ਲੱਗਦਾ ਸੀ, ਜਦੋਂ ਉਹ ਛਪ ਜਾਂਦੀਆਂ ਸਨ ਜਾਂ ਜਦੋਂ ਉਨ੍ਹਾਂ ਨੂੰ ਰੇਡੀਓ ਤੋਂ ਪ੍ਰਸਾਰਿਤ ਕੀਤਾ ਜਾਂਦਾ ਸੀ, ਜਾਂ ਫਿਰ ਜਦੋਂ ਯਾਰ-ਦੋਸਤ ਉਨ੍ਹਾਂ ਕਵਿਤਾਵਾਂ ਨੂੰ ਸੁਣ ਕੇ ਉਨ੍ਹਾਂ ਦੀ ਚਰਚਾ ਕਰਦੇ ਸਨ। ਇਸੇ ਤਰ੍ਹਾਂ ਪਿਤਾ ਜੀ ਨੂੰ ਵੀ ਮੇਰੀਆਂ ਨਵੀਆਂ ਕਵਿਤਾਵਾਂ ਬਾਰੇ, ਉਨ੍ਹਾਂ ਦੇ ਛਪ ਜਾਣ ਤੱਕ ਕੁੱਝ ਵੀ ਪਤਾ ਨਹੀਂ ਹੁੰਦਾ ਸੀ।

1949 ਵਿੱਚ ਅਵਾਰ ਅਖ਼ਬਾਰ ਵਿੱਚ ਮੇਰੀ ਲੰਬੀ ਕਵਿਤਾ 'ਮੇਰਾ ਜਨਮ ਸਾਲ' ਛਪੀ। ਜ਼ਾਹਿਰ ਹੈ ਕਿ ਉਹ ਪੱਤਰ ਪਿਤਾ ਜੀ ਦੇ ਹੱਥਾਂ ਵਿੱਚ ਵੀ ਪਹੁੰਚਿਆ ਅਤੇ ਅਚਾਨਕ

ਪੈਨਸਿਲ ਦੇ ਨਿਸ਼ਾਨਾਂ ਵਾਲੀ ਇੱਕ ਕਾਪੀ ਮੇਰੇ ਹੱਥ ਲੱਗ ਗਈ। ਮੈਂ ਕੀ ਦੇਖਿਆ ਕਿ ਪਿਤਾ ਜੀ ਨੇ ਬਹੁਤ ਧਿਆਨ ਨਾਲ ਮੇਰੀ ਕਵਿਤਾ ਪੜ੍ਹੀ ਸੀ ਅਤੇ ਬਹੁਤ ਸਾਰੀਆਂ ਪੰਕਤੀਆਂ ਨੂੰ ਆਪਣੇ ਢੰਗ ਨਾਲ ਬਦਲ ਦਿੱਤਾ ਸੀ। ਇਹ ਦੇਖਣਾ ਕੁੱਝ ਮੁਸ਼ਕਿਲ ਨਹੀਂ ਸੀ ਕਿ ਪਿਤਾ ਜੀ ਨੇ ਮੇਰੀ ਅਲੰਕ੍ਰਿਤ ਪੰਕਤੀਆਂ ਨੂੰ ਹੀ ਬਦਲਿਆ ਸੀ, ਉਨ੍ਹਾਂ ਨੂੰ ਮੇਰੀਆਂ ਜ਼ਿਆਦਾ ਗੁੰਝਲਦਾਰ ਵਿਲੱਖਣਤਾਵਾਂ, ਜ਼ਿਆਦਾ ਤਿੱਖੀਆਂ ਉਪਮਾਵਾਂ ਪਸੰਦ ਨਹੀਂ ਆਈਆਂ ਸਨ। ਮੇਰੀਆਂ ਪੰਕਤੀਆਂ ਦੇ ਉੱਪਰ ਲਿਖੀਆਂ ਪੰਕਤੀਆਂ ਵਿੱਚ ਪਿਤਾ ਜੀ ਨੇ ਜ਼ਿਆਦਾ ਸਿੱਧੇ-ਸਾਦੇ, ਸਪੱਸ਼ਟ ਅਤੇ ਸਮਝ ਵਿੱਚ ਆਉਣ ਵਾਲੇ ਢੰਗ ਨਾਲ ਵਿਚਾਰਾਂ ਨੂੰ ਪ੍ਰਗਟ ਕਰਨ ਦੀ ਕੋਸ਼ਿਸ਼ ਕੀਤੀ ਸੀ।

ਮੈਨੂੰ ਹੁਣ ਤੱਕ ਇਸ ਗੱਲ ਦਾ ਬਹੁਤ ਅਫ਼ਸੋਸ ਹੈ ਕਿ ਹਮਜ਼ਾਤ ਵੱਲੋਂ ਸੁਧਾਰੀਆਂ ਗਈਆਂ ਪੰਕਤੀਆਂ ਵਾਲਾ ਇਹ ਪੱਤਰ ਸੁਰੱਖਿਅਤ ਨਹੀਂ ਰਿਹਾ। ਮੇਰੀ ਇਹ ਆਦਤ ਹੈ ਕਿ ਜਿਵੇਂ ਹੀ ਕਵਿਤਾਵਾਂ ਛਪ ਜਾਂਦੀਆਂ ਹਨ, ਮੈਂ ਉਨ੍ਹਾਂ ਦੇ ਮੁੱਢਲੇ ਰੂਪਾਂ ਅਤੇ ਖਰੜਿਆਂ ਦੇ ਵੱਖ-ਵੱਖ ਰੂਪਾਂ ਦੀਆਂ ਕਾਪੀਆਂ ਜਲਾ ਦਿੰਦਾ ਹਾਂ।

ਪਿਤਾ ਜੀ ਦੇ ਬਹੁਤੇ ਸੁਧਾਰਾਂ ਨਾਲ ਮੈਨੂੰ ਖ਼ੁਸ਼ੀ ਹੋਈ। ਮੈਂ ਦੇਖਿਆ ਕਿ ਕਵਿਤਾ ਬਿਹਤਰ ਹੋ ਗਈ ਹੈ, ਪਰ ਬਹੁਤ ਸਾਰੇ ਸੁਧਾਰਾਂ ਨਾਲ ਮੈਂ ਸਹਿਮਤ ਨਹੀਂ ਸੀ। ਮੈਂ ਪਿਤਾ ਜੀ ਨੂੰ ਕਿਹਾ:

"ਇਹ ਸਹੀ ਐ ਕਿ ਤੁਸੀਂ ਮੈਥੋਂ ਜ਼ਿਆਦਾ ਬੁੱਧੀਮਾਨ, ਪ੍ਰਤਿਭਾਸ਼ਾਲੀ ਅਤੇ ਜ਼ਿਆਦਾ ਵੱਡੇ ਕਵੀ ਹੋ। ਪਰ ਮੈਂ ਦੂਜੇ ਯੁੱਗ ਦਾ ਕਵੀ ਆਂ। ਮੈਂ ਦੂਜੀ ਸਾਹਿਤਕ ਪ੍ਰਬਿਰਤੀ ਨਾਲ ਸਬੰਧ ਰੱਖਦਾਂ, ਮੇਰੀਆਂ ਸਾਹਿਤਕ ਰੁਚੀਆਂ ਦੂਜੀਆਂ ਨੇ, ਸ਼ੈਲੀ ਦੂਜੀ ਐ, ਸਭ ਕੁੱਝ ਦੂਜਾ ਐ। ਇਨ੍ਹਾਂ ਸੁਧਾਰਾਂ ਵਿੱਚ ਹਮਜ਼ਾਤ ਤਸਾਦਾਸਾ ਦੀ ਛਾਪ ਬਿਲਕੁੱਲ ਸਪੱਸ਼ਟ ਦਿਖਾਈ ਦਿੰਦੀ ਐ। ਪਰ ਮੈਂ ਤਾਂ ਹਮਜ਼ਾਤ ਨਹੀਂ ਆਂ। ਮੈਨੂੰ ਆਪਣੀ ਸ਼ੈਲੀ, ਆਪਣੇ ਢੰਗ ਦਾ ਪਾਲਣ ਕਰਨ ਦਿਓ।"

"ਤੁਹਾਡੀ ਗੱਲ ਸਹੀ ਨਹੀਂ। ਤੁਹਾਡੀਆਂ ਕਵਿਤਾਵਾਂ ਵਿੱਚ ਤੁਹਾਡੀ ਸ਼ੈਲੀ, ਤੁਹਾਡੇ ਢੰਗ, ਭਾਵ ਤੁਹਾਡੀ ਪਸੰਦ ਅਤੇ ਸੁਭਾਅ ਦਾ ਗੌਣ ਸਥਾਨ ਹੋਣਾ ਚਾਹੀਦੈ। ਆਪਣੀ ਜਨਤਾ ਦੀ ਪਸੰਦ ਅਤੇ ਸੁਭਾਅ ਨੂੰ ਪਹਿਲਾ ਸਥਾਨ ਦੇਣਾ ਚਾਹੀਦੈ। ਸਭ ਤੋਂ ਪਹਿਲਾਂ ਤਾਂ ਤੁਸੀਂ ਪਹਾੜੀ ਹੋ, ਅਵਾਰ ਹੋ ਅਤੇ ਉਸ ਤੋਂ ਬਾਅਦ ਹੀ ਰਸੂਲ ਹਮਜ਼ਾਤੋਵ ਹੋ। ਆਪਣੀਆਂ ਕਵਿਤਾਵਾਂ ਵਿੱਚ ਤੁਸੀਂ ਆਪਣੀਆਂ ਭਾਵਨਾਵਾਂ ਦਾ ਇਸ ਤਰ੍ਹਾਂ ਪ੍ਰਗਟਾਵਾ ਕਰਦੇ ਹੋ, ਜਿਵੇਂ ਕਿਸੇ ਇੱਕ ਵੀ ਪਹਾੜੀ ਆਦਮੀ ਨੇ ਕਦੇ ਵੀ ਆਪਣੇ ਆਪ ਨੂੰ ਪ੍ਰਗਟ ਨਹੀਂ ਕੀਤਾ। ਜੇਕਰ ਤੁਹਾਡੀਆਂ ਕਵਿਤਾਵਾਂ, ਪਹਾੜੀ ਲੋਕਾਂ ਦੀਆਂ ਭਾਵਨਾਵਾਂ ਅਤੇ ਉਨ੍ਹਾਂ ਦੇ ਸੁਭਾਅ ਲਈ ਅਜਨਬੀ ਹੋਣਗੀਆਂ, ਤਾਂ ਤੁਹਾਡਾ ਢੰਗ ਕੇਵਲ ਢੰਗ ਹੀ ਬਣ ਕੇ ਰਹਿ ਜਾਵੇਗਾ ਅਤੇ ਤੁਹਾਡੀਆਂ ਕਵਿਤਾਵਾਂ ਸੁੰਦਰ ਅਤੇ ਸ਼ਾਇਦ ਦਿਲਚਸਪ ਖਿਡੌਣੇ ਹੀ ਬਣ ਕੇ ਰਹਿ ਜਾਣਗੀਆਂ। ਜੇਕਰ ਬੱਦਲ ਹੀ ਨਹੀਂ ਹੋਣਗੇ, ਤਾਂ ਬਾਰਿਸ਼ ਕਿੱਥੋਂ ਹੋਵੇਗੀ ਆਕਾਸ਼ ਹੀ ਨਹੀਂ ਹੋਵੇਗਾ, ਤਾਂ ਬਰਫ ਕਿੱਥੋਂ ਡਿੱਗੇਗੀ? ਜੇਕਰ ਅਵਾਰਿਸਤਾਨ, ਅਵਾਰ ਜਾਤੀ ਹੀ ਨਹੀਂ ਹੋਵੇਗੀ, ਤਾਂ ਰਸੂਲ ਹਮਜ਼ਾਤੋਵ ਕਿੱਥੋਂ ਆਵੇਗਾ? ਜੇਕਰ ਸਦੀਆਂ ਦੌਰਾਨ ਤੁਹਾਡੀ ਜਨਤਾ ਲਈ

ਬਣਾਏ ਗਏ ਨਿਯਮ ਹੀ ਨਹੀਂ ਹੋਣਗੇ, ਤਾਂ ਤੁਹਾਡੇ ਆਪਣੇ ਨਿਯਮ ਕਿੱਥੋਂ ਬਣ ਜਾਣਗੇ?"

ਤਾਂ ਇੱਕ ਵਾਰ ਅਜਿਹੀ ਗੱਲਬਾਤ ਹੋਈ ਸੀ, ਮੇਰੀ ਆਪਣੇ ਪਿਤਾ ਜੀ ਨਾਲ। ਮੇਰੇ ਜੀਵਨ ਦੇ ਬਾਕੀ ਸਾਰੇ ਸਾਲਾਂ, ਮੇਰੇ ਬਾਕੀ ਸਾਰੇ ਰਾਹਾਂ ਨੇ ਬਾਅਦ ਵਿੱਚ ਇਸੇ ਗੱਲ ਦੀ ਪੁਸ਼ਟੀ ਕੀਤੀ ਕਿ ਪਿਤਾ ਜੀ ਨੇ ਉਸ ਵੇਲੇ ਜੋ ਕੁੱਝ ਕਿਹਾ ਸੀ, ਉਹ ਸਹੀ ਸੀ।

ਤੀਜੀ ਬੀਵੀ ਦਾ ਕਿੱਸਾ

ਇੱਕ ਨੌਜਵਾਨ ਦਾਗ਼ਿਸਤਾਨੀ ਕਵੀ ਮਾਸਕੋ ਦੀ ਸਾਹਿਤਕ ਸੰਸਥਾ ਵਿੱਚ ਪੜ੍ਹਨ ਲੱਗਿਆ। ਇੱਕ ਸਾਲ ਬੀਤਿਆ, ਤਾਂ ਅਚਾਨਕ ਉਸ ਨੇ ਇਹ ਐਲਾਨ ਕਰ ਦਿੱਤਾ ਕਿ ਆਪਣੀ ਬੀਵੀ, ਦੂਰ ਰਹਿੰਦੀ ਪਹਾੜੀ ਔਰਤ ਨੂੰ ਤਲਾਕ ਦੇ ਰਿਹਾ ਹੈ।

"ਕਿਸ ਲਈ ਤਲਾਕ ਦੇ ਰਹੇ ਹੋ?" ਅਸੀਂ ਉਸ ਨੂੰ ਪੁੱਛਿਆ, "ਬਹੁਤਾ ਚਿਰ ਨਹੀਂ ਹੋਇਆ ਤੁਹਾਨੂੰ ਸ਼ਾਦੀ ਕੀਤਿਆਂ ਅਤੇ ਜਿੱਥੋਂ ਤੱਕ ਸਾਨੂੰ ਪਤੈ, ਤੁਸੀਂ ਉਸ ਨਾਲ ਇਸ ਲਈ ਸ਼ਾਦੀ ਕੀਤੀ ਸੀ ਕਿ ਉਸ ਨੂੰ ਪਿਆਰ ਕਰਦੇ ਸੀ। ਤਾਂ ਹੁਣ ਕੀ ਹੋ ਗਿਆ?"

"ਸਾਡੇ ਵਿੱਚ ਹੁਣ ਕੁੱਝ ਵੀ ਆਮ ਵਾਂਗ ਨਹੀਂ। ਉਹ ਸ਼ੈਕਸਪੀਅਰ ਤੋਂ ਅਣਜਾਣ ਐ, ਉਸ ਨੇ 'ਯੇਵਗੇਨੀ ਓਨੇਗਿਨ' ਨਹੀਂ ਪੜ੍ਹਿਆ, ਉਸ ਨੂੰ ਇਹ ਪਤਾ ਨਹੀਂ ਕਿ 'ਲੇਕ ਸਕੂਲ' ਕਿਸ ਨੂੰ ਕਹਿੰਦੇ ਨੇ ਅਤੇ ਉਸ ਨੂੰ ਮੇਰਿਮੇ ਬਾਰੇ ਵੀ ਕੁੱਝ ਨਹੀਂ ਸੁਣਿਆ।"

ਕੁੱਝ ਹੀ ਸਮਾਂ ਬਾਅਦ ਨੌਜਵਾਨ ਕਵੀ ਮਾਸਕੋ ਵਾਸੀ ਪਤਨੀ ਨਾਲ ਮਖ਼ਚਕਲਾ ਆਇਆ, ਜਿਸ ਨੇ ਸ਼ਾਇਦ ਮੇਰਿਮੇ ਅਤੇ ਸ਼ੈਕਸਪੀਅਰ ਬਾਰੇ ਸੁਣਿਆ ਸੀ। ਸਾਡੇ ਸ਼ਹਿਰ ਵਿੱਚ ਇਹ ਸਿਰਫ਼ ਇੱਕ ਸਾਲ ਰਹੀ ਅਤੇ ਫਿਰ ਉਸ ਨੂੰ ਮਾਸਕੋ ਵਾਪਸ ਮੁੜਨਾ ਪਿਆ, ਕਿਉਂਕਿ ਪਤੀ ਨੇ ਉਸ ਨੂੰ ਤਲਾਕ ਦੇ ਦਿੱਤਾ ਸੀ।

"ਤੁਸੀਂ ਉਸ ਨੂੰ ਤਲਾਕ ਕਿਉਂ ਦਿੱਤਾ? ਅਸੀਂ ਉਸ ਨੂੰ ਪੁੱਛਿਆ, "ਤੁਸੀਂ ਹੁਣੇ ਹੀ ਤਾਂ ਸ਼ਾਦੀ ਕੀਤੀ ਸੀ ਅਤੇ ਉਹ ਵੀ ਇਸ ਲਈ ਕਿ ਉਸ ਨੂੰ ਪਿਆਰ ਕਰਦੇ ਸੀ। ਤਾਂ ਹੁਣ ਕੀ ਹੋ ਗਿਆ?"

"ਇਸ ਲਈ ਕਿ ਸਾਡੇ ਵਿੱਚ ਕੁੱਝ ਵੀ ਤਾਂ ਆਮ ਵਾਂਗ ਨਹੀਂ ਸੀ। ਉਹ ਅਵਾਰ ਭਾਸ਼ਾ ਦਾ ਇੱਕ ਵੀ ਸ਼ਬਦ ਨਹੀਂ ਸੀ ਜਾਣਦੀ, ਅਵਾਰ ਰੀਤੀ-ਰਿਵਾਜਾਂ ਤੋਂ ਅਣਜਾਣ ਐ, ਪਹਾੜੀ ਲੋਕਾਂ, ਮੇਰੇ ਹਮਵਤਨਾਂ ਦਾ ਸੁਭਾਅ ਨਹੀਂ ਸਮਝਦੀ, ਉਸ ਨੂੰ ਉਨ੍ਹਾਂ ਦਾ ਆਪਣੇ ਘਰ ਵਿੱਚ ਆਉਣਾ ਚੰਗਾ ਨਹੀਂ ਲੱਗਦਾ। ਉਹ ਇੱਕ ਵੀ ਅਵਾਰ ਕਹਾਵਤ, ਅਵਾਰ ਪਹੇਲੀ ਅਤੇ ਗੀਤ ਨਹੀਂ ਜਾਣਦੀ।"

"ਤਾਂ ਹੁਣ ਤੁਸੀਂ ਕੀ ਕਰੋਗੇ?"

"ਸ਼ਾਇਦ ਤੀਜੀ ਵਾਰ ਸ਼ਾਦੀ ਕਰਨੀ ਪਵੇਗੀ।"

* * *

ਮੈਨੂੰ ਲੱਗਦਾ ਹੈ ਕਿ ਤੀਜੀ ਬੀਵੀ ਲੱਭਣ ਤੋਂ ਪਹਿਲਾਂ ਇਸ ਨੌਜਵਾਨ ਕਵੀ ਨੂੰ ਖ਼ੁਦ ਆਪਣੇ ਆਪ ਨੂੰ ਸਮਝਣਾ ਚਾਹੀਦਾ ਹੈ।

ਮੈਂ ਚਾਹੁੰਦਾ ਹਾਂ ਕਿ ਮੇਰੀ ਕਿਤਾਬ ਵਿੱਚ ਅਵਾਰ ਪਰਬਤ ਵੀ ਹੋਣ ਅਤੇ ਸ਼ੈਕਸਪੀਅਰ

ਦਾ ਕਾਵਿ ਵੀ। ਇਹੀ ਕਾਮਨਾ ਹੈ ਕਿ ਮੇਰੀ ਕਿਤਾਬ ਉਹ ਤੀਜੀ ਬੀਵੀ ਹੋਵੇ, ਜਿਸ ਨੂੰ ਨੌਜਵਾਨ ਦਾਗ਼ਿਸਤਾਨੀ ਕਵੀ ਲੱਭ ਰਿਹਾ ਹੈ।

ਡਾਇਰੀ ਵਿੱਚੋਂ

ਮਖ਼ਚਕਲਾ ਵਿੱਚ ਚਾਲੀ ਫਲੈਟਾਂ ਵਾਲਾ ਲੇਖਕ-ਭਵਨ ਬਣਾਇਆ ਗਿਆ। ਫਲੈਟਾਂ ਦੀ ਵੰਡ ਸ਼ੁਰੂ ਹੋਈ। ਕੁੱਝ ਲੇਖਕਾਂ ਨੇ ਕਿਹਾ ਕਿ ਪ੍ਰਤਿਭਾ ਦੇ ਅਨੁਸਾਰ ਫਲੈਟ ਵੰਡੇ ਜਾਣ, ਦੂਜੇ ਬੋਲੇ ਕਿ ਬੱਚਿਆਂ ਦੀ ਸੰਖਿਆ ਨੂੰ ਧਿਆਨ ਵਿੱਚ ਰੱਖਿਆ ਜਾਵੇ।

ਇਹ ਤਾਂ ਕਹਿਣਾ ਹੀ ਪਵੇਗਾ ਕਿ ਲੇਖਕਾਂ ਦੇ ਫਲੈਟਾਂ ਦੀ ਵੰਡ ਮੁਸ਼ਕਿਲ ਕੰਮ ਹੈ। ਪਰ ਜਿਵੇਂ-ਕਿਵੇਂ ਇਹ ਕੰਮ ਸਿਰੇ ਚੜ੍ਹ ਗਿਆ। ਚਾਲੀ ਲੇਖਕਾਂ ਦੇ ਪਰਿਵਾਰ ਇਨ੍ਹਾਂ ਫਲੈਟਾਂ ਵਿੱਚ ਆ ਵੱਸੇ। ਉਨ੍ਹਾਂ ਨੇ ਗ੍ਰਹਿ-ਪ੍ਰਵੇਸ਼ ਦੀਆਂ ਪਾਰਟੀਆਂ ਵੀ ਕਰ ਲਈਆਂ। ਅਗਲੇ ਦਿਨ ਵੀਹ ਲੇਖਕਾਂ ਦੀਆਂ ਬੀਵੀਆਂ ਇਕੱਠੀਆਂ ਮਾਸਕੋ ਰਵਾਨਾ ਹੋ ਗਈਆਂ। ਉਹ ਕੁੱਝ ਦਿਨ ਬਾਅਦ ਇਸ ਤਰ੍ਹਾਂ ਥੱਕੀਆਂ-ਹਾਰੀਆਂ ਅਤੇ ਕਮਜ਼ੋਰ ਜਿਹੀਆਂ ਹੋ ਕੇ ਵਾਪਸ ਮੁੜੀਆਂ, ਜਿਵੇਂ ਜੰਗ ਦੇ ਮੋਰਚੇ ਤੋਂ ਆਈਆਂ ਹੋਣ। ਕੁੱਝ ਦਿਨ ਬੀਤਣ 'ਤੇ ਮਾਲ-ਗੱਡੀ ਰਾਹੀਂ ਮਾਸਕੋ ਦਾ ਨਵਾਂ ਫਰਨੀਚਰ ਸਾਡੇ ਸ਼ਹਿਰ ਪਹੁੰਚਣ ਲੱਗਿਆ।

ਹੋਇਆ ਇਹ ਕਿ ਸ਼ੁਰੂ ਵਿੱਚ ਉਹ ਬਹੁਤ ਦੇਰ ਤੱਕ ਫਰਨੀਚਰ ਲੱਭਦੀਆਂ ਅਤੇ ਚੁਣਦੀਆਂ ਰਹੀਆਂ। ਬਾਅਦ ਵਿੱਚ ਇੱਕ ਨੇ ਹਿੰਮਤ ਕਰ ਕੇ ਫਰਨੀਚਰ ਖਰੀਦ ਲਿਆ। ਦੂਜੀਆਂ ਬੀਵੀਆਂ ਇਹ ਨਹੀਂ ਚਾਹੁੰਦੀਆਂ ਸਨ ਕਿ ਉਨ੍ਹਾਂ ਦਾ ਫਰਨੀਚਰ ਘਟੀਆ ਹੋਵੇ। ਬਦਕਿਸਮਤੀ ਨਾਲ ਪਹਿਲੀ ਬੀਵੀ ਨੇ ਸਭ ਤੋਂ ਮਹਿੰਗਾ ਫਰਨੀਚਰ ਖਰੀਦਿਆ ਸੀ ਅਤੇ ਉਸ ਤੋਂ ਜ਼ਿਆਦਾ ਮਹਿੰਗਾ ਫਰਨੀਚਰ ਖਰੀਦ ਕੇ ਬਾਜ਼ੀ ਮਾਰ ਲੈਣੀ ਸੰਭਵ ਨਹੀਂ ਸੀ। ਨਤੀਜਾ ਇਹ ਹੋਇਆ ਕਿ ਵੀਹ ਦੇ ਵੀਹ ਫਲੈਟ ਕੰਘੇ ਦੇ ਦੰਦਿਆਂ ਵਾਂਗ ਬਿਲਕੁੱਲ ਇੱਕੋ ਜਿਹੇ ਲੱਗਦੇ ਹਨ। ਅਜਿਹੇ ਫਲੈਟ ਵਿੱਚ ਆਉਣ 'ਤੇ ਇਹ ਨਹੀਂ ਕਿਹਾ ਜਾ ਸਕਦਾ ਕਿ ਇਸ ਵਿੱਚ ਅਵਾਰ ਲੋਕ ਰਹਿੰਦੇ ਹਨ।

ਰਹੇ ਦੂਜੇ ਵੀਹ ਫਲੈਟ, ਤਾਂ ਉਨ੍ਹਾਂ ਦੀਆਂ ਦੇਹਲੀਆਂ 'ਤੇ ਪੈਰ ਰੱਖਦੇ ਹੀ ਸੁਕਾਏ ਹੋਏ ਮਾਸ ਅਤੇ ਘਰ ਦੀਆਂ ਬਣੀਆਂ ਸਾਸੇਜਾਂ, ਘਰ ਦੀ ਸ਼ਰਾਬ, ਭੇਡ ਦੀ ਖੱਲ ਅਤੇ ਭੁੰਨੀ ਹੋਈ ਚਰਬੀ ਦੀ ਤੇਜ ਗੰਧ ਨੱਕ ਨੂੰ ਚੜ੍ਹੇਗੀ। ਹਾਂ, ਇਸ ਗੱਲ ਦਾ ਪਤਾ ਲੱਗਦਾ ਹੈ ਕਿ ਅਵਾਰ ਲੋਕ ਰਹਿੰਦੇ ਹਨ, ਪਰ ਇਹ ਮਹਿਸੂਸ ਨਹੀਂ ਹੁੰਦਾ ਕਿ ਸਮੇਂ ਦੀ ਨਬਜ਼ ਨੂੰ ਸਮਝਣ ਅਤੇ ਮਹਿਸੂਸ ਕਰਨ ਵਾਲੇ ਲੇਖਕ ਰਹਿੰਦੇ ਹਨ।

ਮੈਂ ਚਾਹੁੰਦਾ ਹਾਂ ਕਿ ਮੇਰੀ ਕਿਤਾਬ ਦਾ ਹਰ ਪਾਠਕ ਤੁਰੰਤ ਇਹ ਸਮਝ ਜਾਵੇ ਕਿ ਇੱਥੇ ਹੀ ਅਵਾਰ ਰਹਿੰਦੇ ਹਨ, ਪਰ ਨਾਲ ਹੀ ਇਹ ਵੀ ਸਮਝ ਜਾਵੇ ਕਿ ਇੱਥੇ ਉਸ ਦਾ ਸਮਕਾਲੀ, ਵੀਹਵੀਂ ਸਦੀ ਦਾ ਆਦਮੀ ਰਹਿੰਦਾ ਹੈ।

ਮੈਂ ਨਾ ਤਾਂ ਸਿਰਫ਼ ਧੁੱਪ ਅਤੇ ਨਾ ਸਿਰਫ਼ ਛਾਂ ਹੀ ਚਾਹੁੰਦਾ ਹਾਂ। ਮੇਰੇ ਫਲੈਟ ਵਿੱਚ ਅਜਿਹੀਆਂ ਵੱਡੀਆਂ-ਵੱਡੀਆਂ ਖਿੜਕੀਆਂ ਹੋਣ, ਜਿਨ੍ਹਾਂ ਵਿੱਚੋਂ ਧੁੱਪ ਆਵੇ, ਪਰ ਉਸ ਵਿੱਚ ਛਾਂਦਾਰ ਇਕਾਂਤ-ਸ਼ਾਂਤ ਕੋਨੇ ਵੀ ਹੋਣ। ਮੇਰੀ ਇੱਛਾ ਹੈ ਕਿ ਮੇਰੇ ਫਲੈਟ ਵਿੱਚ ਹਰ ਮਹਿਮਾਨ

ਆਰਾਮ, ਸੁਵਿਧਾ ਅਤੇ ਸਹਿਜ ਮਹਿਸੂਸ ਕਰੇ, ਕਿ ਉਹ ਉੱਥੋਂ ਜਾਣਾ ਨਾ ਚਾਹੇ, ਜਾਂ ਸ਼ਾਇਦ (ਮਹਿਮਾਨਾਂ ਬਾਰੇ) ਇਹ ਕਹਿਣਾ ਜ਼ਿਆਦਾ ਸਹੀ ਹੋਵੇਗਾ ਕਿ ਉਹ ਅਫ਼ਸੋਸ ਨਾਲ ਉੱਥੋਂ ਜਾਣ ਅਤੇ ਖ਼ੁਸ਼ੀ ਨਾਲ ਫਿਰ ਵਾਪਸ ਆਉਣਾ ਚਾਹੁਣ।

ਇੱਕ ਵਾਰ ਜਾਪਾਨ ਵਿੱਚ ਵੱਖ-ਵੱਖ ਦੇਸ਼ਾਂ ਦੇ ਪ੍ਰਤੀਨਿਧੀ ਆਪਣੇ ਦਿਲਾਂ 'ਤੇ ਪਈ ਉਸ ਦੇਸ਼ ਦੀ ਛਾਪ ਦੇ ਸਬੰਧ ਵਿੱਚ ਆਪਸ ਵਿੱਚ ਚਰਚਾ ਕਰਨ ਲੱਗੇ। ਅਸੀਂ ਉਸ ਫੁਹਾਰੇ ਦੇ ਕੋਲ ਖੜ੍ਹੇ ਸੀ, ਜੋ ਉਨ੍ਹਾਂ ਹੀ ਦਾਗ਼ਿਸਤਾਨੀ ਪੱਥਰਾਂ ਬਣਿਆ ਪ੍ਰਤੀਤ ਹੁੰਦਾ ਸੀ, ਜੋ ਸਾਡੇ ਪਿੰਡ ਵਿੱਚ ਉਸ ਜਗ੍ਹਾ ਲੱਗੇ ਹੋਏ ਹਨ, ਜਿੱਥੇ ਲੋਕਾਂ ਦਾ ਇਕੱਠ ਜੁੜਦਾ ਹੈ।

"ਅਦਭੁੱਤ ਦੇਸ਼ ਐ।" ਸਭ ਤੋਂ ਪਹਿਲਾਂ ਅਮਰੀਕੀ ਸੰਗੀਤਕਾਰ ਬੋਲਿਆ, "ਮੈਨੂੰ ਤਾਂ ਜਾਪਾਨ ਵਿੱਚ ਉਦਯੋਗਿਕ ਉੱਨਤੀ ਵਾਲੇ ਅਮਰੀਕਾ ਦਾ ਰੂਪ ਦਿਖਾਈ ਦੇ ਰਿਹੈ।"

"ਨਹੀਂ ਜੀ।" ਹੈਟੀ ਦੇ ਪੱਤਰਕਾਰ ਨੇ ਇਤਰਾਜ਼ ਕੀਤਾ, "ਮੈਂ ਹੁਣੇ-ਹੁਣੇ ਇੱਕ ਜਾਪਾਨੀ ਪਿੰਡ ਤੋਂ ਵਾਪਸ ਮੁੜਿਆਂ, ਜਾਪਾਨ ਤਾਂ ਸਾਡੇ ਛੋਟੇ ਜਿਹੇ ਦੀਪ ਨਾਲ ਹੀ ਜ਼ਿਆਦਾ ਮਿਲਦਾ-ਜੁਲਦਾ ਐ।"

"ਜਨਾਬ, ਤੁਹਾਡੀ ਬਹਿਸ ਬੇਕਾਰ ਐ, ਪੈਰਿਸ ਦੇ ਸਾਰੇ ਦੁੱਖ-ਸੁੱਖ, ਇੱਥੇ ਨਾਲੋ-ਨਾਲ ਇਕੱਠੇ ਹੋ ਗਏ ਨੇ।" ਫ੍ਰਾਂਸੀਸੀ ਵਾਸਤੂਕਾਰ ਨੇ ਉਨ੍ਹਾਂ ਦੋਵਾਂ ਤੋਂ ਵੱਖਰਾ ਆਪਣਾ ਵਿਚਾਰ ਪ੍ਰਗਟ ਕੀਤਾ।

ਪਰ ਮੈਂ ਜਾਪਾਨੀ ਫੁਹਾਰੇ ਦੇ ਉਨ੍ਹਾਂ ਪੱਥਰਾਂ ਨੂੰ ਦੇਖ ਰਿਹਾ ਸੀ, ਜੋ ਅਵਾਰ ਪਿੰਡ ਵਿੱਚੋਂ ਲਿਆਂਦੇ ਗਏ ਪ੍ਰਤੀਤ ਹੁੰਦੇ ਸਨ ਅਤੇ ਸੋਚ ਰਿਹਾ ਸੀ, "ਅਦਭੁੱਤ ਦੇਸ਼ ਐ ਜਾਪਾਨ। ਉਸ ਵਿੱਚ ਉਹ ਸਭ ਕੁੱਝ ਐ, ਜੋ ਦੁਨੀਆ ਦੇ ਦੂਜੇ ਸਾਰੇ ਦੇਸ਼ਾਂ ਵਿੱਚ ਐ, ਪਰ ਫਿਰ ਵੀ ਉਹ ਹੋਰ ਕਿਸੇ ਦੇਸ਼ ਵਰਗਾ ਨਹੀਂ। ਉਹ ਜਾਪਾਨ ਐ।"

ਮੇਰੀ ਕਿਤਾਬ, ਤੇਰੇ ਵਿੱਚ ਹਰ ਕੋਈ ਆਪਣੇ ਆਪ ਨੂੰ ਦੇਖ ਸਕੇ, ਫਿਰ ਵੀ ਤੂੰ ਮੇਰੀ ਕਿਤਾਬ ਰਹਿਣਾ, ਆਪਣਾ ਵੱਖਰਾ ਰੂਪ ਬਣਾਈ ਰੱਖਣਾ, ਹੋਰ ਸਾਰੀਆਂ ਕਿਤਾਬਾਂ ਤੋਂ ਵੱਖਰੀ ਰਹਿਣਾ। ਤੂੰ ਮੇਰਾ ਅਵਾਰ, ਮੇਰਾ ਦਾਗ਼ਿਸਤਾਨੀ ਘਰ ਹੈਂ। ਇਸ ਘਰ ਵਿੱਚ ਸਦੀਆਂ ਤੋਂ ਰਹਿ ਰਹੇ ਉਸ ਸਭ ਕੁੱਝ ਦੇ ਨਾਲ-ਨਾਲ, ਉਹ ਕੁੱਝ ਵੀ ਦਿਖਾਈ ਦੇਵੇ, ਜੋ ਕਦੇ ਨਹੀਂ ਰਿਹਾ।

ਪਿਤਾ ਜੀ ਕਿਹਾ ਕਰਦੇ ਸਨ ਕਿ ਜਿਸ ਸਾਹਿਤਕ ਰਚਨਾ ਵਿੱਚ ਲੇਖਕ ਸਪੱਸ਼ਟ ਦਿਖਾਈ ਨਹੀਂ ਦਿੰਦਾ, ਉਹ ਸਵਾਰ ਤੋਂ ਬਿਨਾਂ ਭੱਜੇ ਜਾਂਦੇ ਘੋੜੇ ਵਰਗੀ ਹੈ।

ਕਹਿੰਦੇ ਹਨ ਕਿ ਇੱਕ ਪਹਾੜੀ ਦੇ ਘਰ ਵਿੱਚ ਲਗਾਤਾਰ ਬੇਟੀਆਂ ਹੀ ਜਨਮ ਲੈਂਦੀਆਂ ਸਨ, ਪਰ ਉਹ ਬੇਟਾ ਚਾਹੁੰਦਾ ਸੀ। ਹਰ ਆਦਮੀ ਉਸ ਬਦਕਿਸਮਤ ਬਾਪ ਨੂੰ ਕੋਈ ਨਾ ਕੋਈ ਸਲਾਹ ਦੇਣਾ ਆਪਣਾ ਫ਼ਰਜ਼ ਸਮਝਦਾ ਸੀ। ਉਸ ਨੂੰ ਇੰਨੀਆਂ ਸਲਾਹਾਂ ਮਿਲੀਆਂ ਕਿ ਆਖ਼ਰ ਉਹ ਪਾਗਲ ਹੋ ਗਿਆ ਅਤੇ ਬੋਲਿਆ:

"ਬਸ, ਰਹਿਣ ਦਿਓ ਆਪਣੀਆਂ ਸਲਾਹਾਂ ਨੂੰ। ਉਨ੍ਹਾਂ ਨੂੰ ਸੁਣਦੇ-ਸੁਣਦੇ ਮੈਂ ਜੋ ਕੁੱਝ ਕਰਨਾ ਜਾਣਦਾ ਸੀ, ਉਹ ਸਭ ਵੀ ਭੁੱਲ ਗਿਆ।"

ਇਸ ਪੁਸਤਕ ਦੀ ਇਮਾਰਤ ਅਤੇ ਵਿਸ਼ਾ-ਵਸਤੂ

ਅਸੀਂ ਪੱਥਰ ਹਾਂ, ਚਿਣੇ ਜਾਵਾਂਗੇ ਜਲਦੀ, ਕਿਸੇ ਦੀਵਾਰ ਵਿੱਚ,
ਕਿਸੇ ਮਹਿਲ, ਸ਼ੈੱਡ, ਜੇਲ੍ਹ, ਮਸਜਿਦ ਜਾਂ ਕਿਸੇ ਮਜ਼ਾਰ ਵਿੱਚ।

-ਇੱਕ ਪੱਥਰ 'ਤੇ ਉੱਕਰੇ ਸ਼ਬਦ

ਹੀਰੇ ਦੀ ਸ਼ੋਭਾ ਦੇਖੀ ਜਾਂਦੀ ਹੈ, ਉਸ ਦੇ ਸੈੱਟ ਵਿੱਚ,
ਇਨਸਾਨ ਦੀ ਉਸ ਦੇ ਘਰ ਵਿੱਚ।
ਸ਼ਾਦੀ ਹੋ ਗਈ, ਹੁਣ ਘਰ ਬਣਾਉਣਾ ਚਾਹੀਦੈ।

ਮੇਰੇ ਵਿਚਾਰਾਂ ਦੇ ਮਹਿਲ ਬਹੁਤ ਵੱਡੇ-ਵੱਡੇ ਹਨ, ਮੇਰੇ ਚਿੰਤਨ ਦੇ ਮੀਨਾਰ, ਮੇਰੀਆਂ ਕਹਾਣੀਆਂ ਦੇ ਭਵਨ ਬਹੁਤ ਵੱਡੇ ਆਕਾਰ ਦੇ ਹਨ, ਮੇਰੀਆਂ ਕਵਿਤਾਵਾਂ ਦੇ ਨੋਕਦਾਰ ਸਿਰੇ ਬਹੁਤ ਉੱਚੇ-ਉੱਚੇ ਹਨ...ਲਓ, ਮੈਂ ਪੱਥਰਾਂ ਨੂੰ ਢੋਅ ਲਿਆਇਆ, ਮੈਂ ਲੱਕੜ ਤਿਆਰ ਕਰ ਲਈ ਅਤੇ ਇਮਾਰਤ ਬਣਾਉਣ ਦਾ ਸਥਾਨ ਚੁਣ ਲਿਆ। ਹੁਣ ਮੈਨੂੰ ਕੁੱਝ ਹੱਦ ਤੱਕ ਸਭ ਕੁੱਝ ਹੀ ਬਣਨਾ ਪਵੇਗਾ, ਵਾਸਤੂਕਾਰ, ਇੰਜੀਨੀਅਰ, ਲੇਖਾਕਾਰ, ਰਾਜ ਮਿਸਤਰੀ ਅਤੇ ਤਰਖਾਣ।

ਕਿਹੋ ਜਿਹੀ ਇਮਾਰਤ ਖੜ੍ਹੀ ਕਰਾਂ ਮੈਂ? ਉਸ ਨੂੰ ਕਿਹੋ ਜਿਹਾ ਰੂਪ ਪ੍ਰਦਾਨ ਕਰਾਂ ਕਿ ਅੱਖਾਂ ਦੇਖ ਕੇ ਖ਼ੁਸ਼ ਹੋਣ? ਕਿ ਉਹ ਸੁੱਘੜ ਅਤੇ ਸੁੰਦਰ ਹੋਵੇ, ਕਿ ਹੁਣ ਤੱਕ ਉਸ ਨੂੰ ਕਿਸੇ ਨੇ ਨਾ ਦੇਖਿਆ ਹੋਵੇ ਅਤੇ ਫਿਰ ਵੀ ਜਾਣੀ-ਪਛਾਣੀ ਲੱਗੇ। ਅਜਿਹਾ ਨਾ ਹੋਵੇ ਕਿ ਛੱਤ ਨਾਲ ਸਿਰ ਟਕਰਾਵੇ, ਜਿਵੇਂ ਕਿ ਅੱਜਕੱਲ੍ਹ ਦੇ ਛੋਟੇ-ਛੋਟੇ ਫਲੈਟਾਂ ਵਿੱਚ ਹੁੰਦਾ ਹੈ, ਪਰ ਅਜਿਹੀ ਵੀ ਨਾ ਹੋਵੇ ਕਿ ਛੱਤ ਨੂੰ ਦੇਖਣ ਲਈ ਸਿਰ ਨੂੰ ਪਿੱਛੇ ਵੱਲ ਮੋੜਨਾ ਪਵੇ। ਅਜਿਹੀ ਵੀ ਨਹੀਂ ਕਿ ਦਰਵਾਜ਼ੇ ਵਿੱਚੋਂ ਸਾਧਾਰਨ ਮੇਜ ਨਾ ਲੰਘ ਸਕੇ, ਪਰ ਅਜਿਹੀ ਵੀ ਨਹੀਂ ਕਿ ਊਠ 'ਤੇ ਚੜ੍ਹ ਕੇ ਵੀ ਅੰਦਰ ਜਾਇਆ ਜਾ ਸਕੇ। ਅਜਿਹੀ ਵੀ ਨਹੀਂ ਕਿ ਸਰਾਂ ਜਾਂ ਕਲੱਬ ਹੋਵੇ, ਜਿੱਥੇ ਲੋਕ ਸੰਗੀਤ ਸੁਣਨ ਅਤੇ ਚਲੇ ਜਾਣ, ਪਰ ਅਜਿਹੀ ਵੀ ਨਹੀਂ ਕਿ ਉਹ ਮਸਜਿਦ ਹੋਵੇ, ਜਿੱਥੇ ਲੋਕ ਸਿਰਫ਼ ਨਮਾਜ਼ ਅਦਾ ਕਰਨ ਲਈ ਹੀ ਆਉਣ। ਉਹ ਪ੍ਰਮਾਣ-ਪੱਤਰਾਂ ਅਤੇ ਅਰਜ਼ੀਆਂ ਨਾਲ ਖਚਾ-ਖਚ ਭਰੇ ਦਫ਼ਤਰ ਵਰਗੀ ਵੀ ਨਾ ਹੋਵੇ ਅਤੇ ਨਾ ਹੀ ਲਗਾਤਾਰ ਘੁੰਮਣ ਵਾਲੀ ਅਲੀ ਦੀ ਪੌਣ-ਚੱਕੀ ਵਰਗੀ ਹੀ ਲੱਗੇ।

ਇੱਕ ਪਹਾੜੀ ਨੌਜਵਾਨ ਦੀ ਲੰਬੀ ਕਵਿਤਾ ਪੜ੍ਹ ਕੇ ਪਿਤਾ ਜੀ ਬੋਲੇ:

"ਇਸ ਕਵਿਤਾ ਦੀਆਂ ਕੰਧਾਂ ਕੁੱਝ ਜ਼ਿਆਦਾ ਸੁੰਦਰ ਨੇ। ਉਹ ਅਲੀਕਬਦ ਵੱਲੋਂ ਬਣਾਏ ਗਏ ਮੁਰਗੀਖਾਨੇ ਵਰਗੀਆਂ ਲੱਗਦੀਆਂ ਨੇ। ਮੁਰਗੀਖਾਨੇ ਨੂੰ ਦੇਖ ਕੇ ਮਹਿਲ ਦੀ ਯਾਦ ਨਹੀਂ ਆਉਣੀ ਚਾਹੀਦੀ ਅਤੇ ਮਹਿਲ ਦੀ ਮੁਰਗੀਖਾਨੇ ਦੇ ਰੂਪ ਵਿੱਚ ਵਰਤੋਂ ਨਹੀਂ ਹੋਣੀ ਚਾਹੀਦੀ।"

ਇਸੇ ਤਰ੍ਹਾਂ ਪਿਤਾ ਜੀ ਨੇ ਜਦੋਂ ਇੱਕ ਦੂਜੇ ਲੇਖਕ ਦੀ ਬਹੁਤ ਹੀ ਲੰਬੀ ਕਹਾਣੀ ਪੜ੍ਹੀ, ਜਿਸ ਨੂੰ ਉਹ ਕਿਸੇ ਤਰ੍ਹਾਂ ਵੀ ਸਮਾਪਤ ਨਹੀਂ ਕਰ ਰਿਹਾ ਸੀ, ਤਾਂ ਉਨ੍ਹਾਂ ਨੇ ਉਸ ਨੂੰ ਕਿਹਾ:

"ਤੁਸੀਂ ਉਹ ਦਰਵਾਜ਼ਾ ਖੋਲ੍ਹ ਦਿੱਤੈ, ਜਿਸ ਨੂੰ ਬੰਦ ਨਹੀਂ ਕਰ ਸਕਦੇ। ਤੁਸੀਂ ਟੂਟੀ ਖੋਲ੍ਹ ਦਿੱਤੀ ਐ, ਜਿਸ ਨੂੰ ਬੰਦ ਕਰਨਾ ਤੁਹਾਡੇ ਵੱਸ ਵਿੱਚ ਨਹੀਂ। ਗੰਢ ਦਿੰਦੇ ਸਮੇਂ ਤੁਸੀਂ ਰੱਸੀ ਨੂੰ ਹੀ ਬਹੁਤ ਜ਼ਿਆਦਾ ਭਿਉਂ ਦਿੱਤਾ।"

ਮੈਨੂੰ ਯਾਦ ਹੈ ਕਿ ਮੇਰੇ ਬਚਪਨ ਦੇ ਦਿਨਾਂ ਵਿੱਚ ਸਾਡੇ ਪਿੰਡ ਵਿੱਚ ਗਾਇਕ ਆਇਆ ਕਰਦੇ ਸਨ। ਮੈਂ ਛੱਤ ਦੇ ਸਿਰੇ 'ਤੇ ਲੇਟਿਆ ਹੋਇਆ ਹੇਠਾਂ ਦੇਖਦਾ ਅਤੇ ਇਨ੍ਹਾਂ ਗਾਇਕਾਂ ਨੂੰ ਸੁਣਦਾ। ਉਨ੍ਹਾਂ ਵਿੱਚੋਂ ਕੋਈ ਆਪਣੇ ਗਾਣੇ ਨਾਲ ਡੱਫਲੀ ਵਜਾਉਂਦਾ, ਕੋਈ ਵਾਇਲਨ, ਕੋਈ ਚੁੰਗਰ ਅਤੇ ਬਹੁਤੇ ਵਾਜਾ ਵਜਾਉਂਦੇ। ਉਹ ਵੱਖ-ਵੱਖ ਮੌਸਮਾਂ ਵਿੱਚ ਵੱਖ-ਵੱਖ ਥਾਵਾਂ ਤੋਂ ਆਉਂਦੇ। ਉਹ ਤਰ੍ਹਾਂ-ਤਰ੍ਹਾਂ ਦੇ ਗਾਣੇ ਗਾਉਂਦੇ ਅਤੇ ਇੱਕ ਹੀ ਗਾਣੇ ਨੂੰ ਕਦੇ ਨਾ ਦੁਹਰਾਉਂਦੇ। ਜਦੋਂ ਦੋ-ਤਿੰਨ ਗਾਇਕ ਆਪਸ ਵਿੱਚ ਮੁਕਾਬਲੇ ਕਰਨ ਲੱਗਦੇ, ਉਦੋਂ ਤਾਂ ਮੈਨੂੰ ਖ਼ਾਸ ਤੌਰ 'ਤੇ ਬਹੁਤ ਮਜ਼ਾ ਆਉਂਦਾ।

ਉਹ ਗਾਣੇ ਲੰਬੇ-ਲੰਬੇ ਸਨ ਅਤੇ ਮੈਂ ਉਨ੍ਹਾਂ ਸਾਰਿਆਂ ਨੂੰ ਭੁੱਲ ਚੁੱਕਿਆਂ ਹਾਂ, ਪਰ ਫਿਰ ਵੀ ਲੱਗਭੱਗ ਹਰ ਗਾਣੇ ਵਿੱਚੋਂ ਕਿਸੇ ਦੀਆਂ ਚਾਰ, ਕਿਸੇ ਦੀਆਂ ਅੱਠ ਅਤੇ ਕਿਸੇ ਦੀਆਂ ਦੋ ਪੰਕਤੀਆਂ ਯਾਦ ਰਹਿ ਗਈਆਂ ਹਨ। ਸ਼ਾਇਦ ਇਹ ਯਾਦ ਰਹਿ ਜਾਣ ਵਾਲੀਆਂ ਪੰਕਤੀਆਂ ਹੀ ਸਭ ਤੋਂ ਜ਼ਿਆਦਾ ਕਾਵਿਕ, ਸਭ ਤੋਂ ਜ਼ਿਆਦਾ ਸੂਝ-ਬੂਝ ਵਾਲੀਆਂ, ਸਭ ਤੋਂ ਜ਼ਿਆਦਾ ਸਰਗਰਮ, ਸਭ ਤੋਂ ਜ਼ਿਆਦਾ ਖ਼ੁਸ਼ੀ ਭਰੀਆਂ ਜਾਂ ਸਭ ਤੋਂ ਜ਼ਿਆਦਾ ਦੁੱਖਦਾਈ ਸਨ।

ਪਤਾ ਨਹੀਂ ਕਿਉਂ, ਮੈਨੂੰ ਦੂਜੀਆਂ ਨਹੀਂ, ਇਹੀ ਪੰਕਤੀਆਂ ਯਾਦ ਰਹਿ ਗਈਆਂ, ਪਰ ਉਹ ਅਜੇ ਤੱਕ ਮੇਰੀ ਆਤਮਾ ਵਿੱਚ ਵੱਸੀਆਂ ਹੋਈਆਂ ਹਨ ਅਤੇ ਮੈਂ ਆਪਣੀ ਪਿਆਰੀ ਦੇ ਨਾਂ ਵਾਂਗ ਉਨ੍ਹਾਂ ਨੂੰ ਕਦੇ-ਕਦੇ ਦੁਹਰਾਇਆ ਕਰਦਾ ਹਾਂ।

ਸਬੱਬ ਨਾਲ ਇਹ ਵੀ ਦੱਸ ਦਿਆਂ ਕਿ ਸ਼ੁਰੂ ਤੋਂ ਅੰਤ ਤੱਕ ਜ਼ੁਬਾਨੀ ਯਾਦ ਹੋਰ ਅਵਾਰ ਗਾਣਿਆਂ ਵਿੱਚ ਵੀ ਅਜਿਹੀਆਂ ਪੰਕਤੀਆਂ ਹਨ, ਜੋ ਮੈਨੂੰ ਬਾਕੀ ਪੂਰੇ ਗਾਣੇ ਦੇ ਮੁਕਾਬਲੇ ਜ਼ਿਆਦਾ ਪਸੰਦ ਹਨ।

ਫਿਰ ਗਾਣਿਆਂ ਦੀ ਹੀ ਕੀ ਗੱਲ ਹੈ? ਆਪਣੀਆਂ ਕਵਿਤਾਵਾਂ ਵਿੱਚ ਵੀ ਮੈਂ ਕੁੱਝ ਪੰਕਤੀਆਂ ਵਿੱਚ ਫ਼ਰਕ ਸਮਝਦਾ ਹਾਂ ਅਤੇ ਉਹ ਮੈਨੂੰ ਜ਼ਿਆਦਾ ਪਿਆਰੀਆਂ ਲੱਗਦੀਆਂ ਹਨ, ਉਹ ਮੈਨੂੰ ਦੂਜੀਆਂ ਪੰਕਤੀਆਂ ਦੇ ਮੁਕਾਬਲੇ ਜ਼ਿਆਦਾ ਉੱਤਮ, ਜਾਨਦਾਰ ਅਤੇ ਕਾਵਿਕ ਪ੍ਰਤੀਤ ਹੁੰਦੀਆਂ ਹਨ। ਤੁਹਾਨੂੰ ਆਪਣੇ ਰਾਜ਼ ਦੀ ਇੱਕ ਗੱਲ ਕਹਿੰਦਾ ਹਾਂ, ਮੇਰੀਆਂ ਅਜਿਹੀਆਂ ਲੰਬੀਆਂ ਕਵਿਤਾਵਾਂ ਵੀ ਹਨ, ਜਿਨ੍ਹਾਂ ਨੂੰ ਮੈਂ ਕੇਵਲ ਆਪਣੀਆਂ ਕੁੱਝ ਪਿਆਰੀਆਂ ਪੰਕਤੀਆਂ ਲਈ ਲਿਖਿਆ ਹੈ।

ਕਵਿਤਾ ਜੇ ਕਰ ਪੇਟੀ ਹੈ, ਤਾਂ ਪੰਕਤੀਆਂ ਉਸ ਵਿੱਚ ਲਟਕਦਾ ਹੋਇਆ ਖੰਜਰ ਹਨ, ਕਵਿਤਾ ਜੇਕਰ ਖੇਤ ਹੈ, ਤਾਂ ਇਹ ਪੰਕਤੀਆਂ ਉਸ ਵਿੱਚ ਅਨਾਜ ਨਾਲ ਭਰੀਆਂ

ਬੱਲੀਆਂ ਹਨ, ਕਵਿਤਾ ਜੇਕਰ ਪੰਛੀ ਹੈ, ਤਾਂ ਇਹ ਪੰਕਤੀਆਂ ਉਸ ਦੇ ਖੰਭ ਹਨ, ਕਵਿਤਾ ਜੇਕਰ ਚੱਟਾਨ ਦੇ ਸਿਰੇ 'ਤੇ ਖੜ੍ਹਾ ਹਿਰਨ ਹੈ, ਤਾਂ ਇਹ ਪੰਕਤੀਆਂ ਦੂਰ ਤੱਕ ਦੇਖਣ ਵਾਲੀਆਂ ਉਸ ਦੀਆਂ ਅੱਖਾਂ ਹਨ।

ਇੱਕ ਵਾਰ ਮੇਰੇ ਦਿਮਾਗ ਵਿੱਚ ਇਹ ਖ਼ਿਆਲ ਆਇਆ ਕਿ ਮਿਸਾਲ ਦੇ ਤੌਰ 'ਤੇ ਜੇਕਰ ਕਿਸੇ ਕਵਿਤਾ ਵਿੱਚ ਮੈਨੂੰ ਅੱਠ ਪੰਕਤੀਆਂ ਪਸੰਦ ਹਨ, ਤਾਂ ਮੈਂ ਉਸ ਵਿੱਚ ਅੱਸੀ ਪੰਕਤੀਆਂ ਹੋਰ ਕਿਉਂ ਜੋੜਦਾ ਹਾਂ? ਕੀ ਇਹ ਸਭ ਤੋਂ ਵਧੀਆ ਅੱਠ ਪੰਕਤੀਆਂ ਲਿਖ ਦੇਣਾ ਹੀ ਸਹੀ ਨਹੀਂ ਹੋਵੇਗਾ? ਇਸੇ ਲਈ ਮੈਂ ਅਸ਼ਟਪਦੀਆਂ ਦੀ ਇੱਕ ਪੂਰੀ ਕਿਤਾਬ ਲਿਖ ਦਿੱਤੀ।

ਮਹਿਮਾਨ ਦੇ ਆਉਣ ਨਾਲ ਖ਼ੁਸ਼ ਹੋ ਕੇ ਪਹਾੜੀ ਆਦਮੀ ਛੁਰਾ ਚੁੱਕਦਾ ਹੈ ਅਤੇ ਸਾਨ੍ਹ ਨੂੰ ਕੱਟ ਲੈਂਦਾ ਹੈ। ਪਰ ਮਹਿਮਾਨ ਨੂੰ ਤਾਂ ਮਾਸ ਦਾ ਛੋਟਾ ਜਿਹਾ ਟੁਕੜਾ ਹੀ ਚਾਹੀਦਾ ਹੈ। ਕੋਈ ਵੀ ਮਹਿਮਾਨ ਪੂਰਾ ਸਾਨ੍ਹ ਨਹੀਂ ਖਾ ਸਕਦਾ।

"ਜੇਕਰ ਮੇਰੇ ਲਈ ਮੁਰਗੀ ਹੀ ਕਾਫ਼ੀ ਐ, ਤਾਂ ਭਲਾਂ ਮੈਨੂੰ ਵੀ ਵੱਡਾ ਸਾਨ੍ਹ ਕੱਟਣ ਦੀ ਕੀ ਲੋੜ ਪਈ ਐ?" ਮੈਂ ਸੋਚਿਆ।

ਇਸ ਲਈ ਉਸ ਕਿਤਾਬ ਵਿੱਚੋਂ, ਜੋ ਮੈਂ ਕਦੇ ਲਿਖਾਂਗਾ, ਮੈਂ ਸਭ ਕੁੱਝ ਫਾਲਤੂ ਕੱਢ ਦਿਆਂਗਾ ਅਤੇ ਸਿਰਫ਼ ਉਹੀ ਰਹਿਣ ਦਿਆਂਗਾ, ਜੋ ਮੈਨੂੰ ਪਿਆਰਾ ਹੋਵੇਗਾ, ਚਾਹੇ ਪੁਸਤਕ ਦਸ ਜਾਂ ਵੀਹ ਗੁਣਾ ਲੰਬੀ ਹੀ ਕਿਉਂ ਨਾ ਹੋਵੇ।

ਇੱਕ ਵਾਰ ਮੇਰੀ ਹਾਜ਼ਰੀ ਵਿੱਚ ਇੱਕ ਨੌਜਵਾਨ ਲਾਕ ਕਵੀ ਨੇ ਅਬੂਤਾਲਿਬ ਨੂੰ ਆਪਣੀਆਂ ਕਵਿਤਾਵਾਂ ਸੁਣਾਈਆਂ। ਦਸ ਕਵਿਤਾਵਾਂ ਸੁਣਾ ਕੇ ਉਹ ਚਲਾ ਗਿਆ। ਉਦੋਂ ਅਬੂਤਾਲਿਬ ਨੇ ਮੈਨੂੰ ਕਿਹਾ:

"ਸ਼ਾਬਾਸ਼ ਐ ਇਸ ਨੂੰ, ਇਹ ਜ਼ਰੂਰ ਕੁੱਝ ਬਣ ਜਾਵੇਗਾ।"

"ਤੁਹਾਨੂੰ ਚੰਗੀਆਂ ਲੱਗੀਆਂ ਉਸ ਦੀਆਂ ਕਵਿਤਾਵਾਂ?"

"ਉਸ ਦੀਆਂ ਕਵਿਤਾਵਾਂ ਕਮਜ਼ੋਰ ਸੀ। ਪਰ ਅੱਠ ਪੰਕਤੀਆਂ ਅਜਿਹੀਆਂ ਸੀ, ਜਿਨ੍ਹਾਂ ਲਈ ਲੜਾਈ ਵਿੱਚ ਹੁਣੇ-ਹੁਣੇ ਜਿੱਤਿਆ ਗਿਆ ਕਿਲਾ ਉਸ ਨੂੰ ਦਿੱਤਾ ਜਾ ਸਕਦੈ। ਲਾਕ ਭਾਸ਼ਾ ਵਿੱਚ ਅਜਿਹੀ ਅਸ਼ਟਪਦੀ ਕਿਸੇ ਨੇ ਨਹੀਂ ਲਿਖੀ।"

ਹਾਂ, ਜੇਕਰ ਕਵਿਤਾਵਾਂ ਅਤੇ ਗਾਣਿਆਂ ਵਿੱਚ ਅਜਿਹੀਆਂ ਪੰਕਤੀਆਂ, ਚਉਪਦੀਆਂ ਅਤੇ ਅਸ਼ਟਪਦੀਆਂ ਹੁੰਦੀਆਂ ਹਨ, ਜਿਨ੍ਹਾਂ ਨੂੰ ਭੁਲਾਇਆ ਨਹੀਂ ਜਾ ਸਕਦਾ, ਤਾਂ ਅਜਿਹੀਆਂ ਹੀ ਯਾਦਗਾਰੀ ਮੁਲਾਕਾਤਾਂ ਅਤੇ ਦਿਨ ਜਾਂ ਕਿਸੇ ਦੇਸ਼ ਦੇ ਮਾਮਲੇ ਵਿੱਚ ਅਜਿਹੀਆਂ ਘਟਨਾਵਾਂ ਅਤੇ ਪ੍ਰਾਪਤੀਆਂ ਵੀ ਹੁੰਦੀਆਂ ਹਨ, ਜੋ ਮਨ-ਮਸਤਿਕ 'ਤੇ ਅਮਿਟ ਛਾਪ ਛੱਡ ਜਾਂਦੀਆਂ ਹਨ। ਮੈਂ ਉਨ੍ਹਾਂ ਨੂੰ ਵੀ ਸ਼ਾਮਲ ਕਰ ਲੈਣਾ ਚਾਹੁੰਦਾ ਹਾਂ, ਆਪਣੀ ਨਵੀਂ ਇਮਾਰਤ, ਆਪਣੀ ਨਵੀਂ ਕਿਤਾਬ ਦੀਆਂ ਕੰਧਾਂ ਨੂੰ ਚੂਨਾ ਅਤੇ ਸੀਮਿੰਟ ਨਾਲ ਪੱਕਾ ਕਰ ਦੇਣਾ ਚਾਹੁੰਦਾ ਹਾਂ। ਮੈਂ ਸਪੱਸ਼ਟੀਕਰਨ ਦੇ ਸੁੰਦਰ ਸ਼ਬਦਾਂ ਨੂੰ ਉਨ੍ਹਾਂ ਦਾ ਸਥਾਨ ਨਹੀਂ ਦੇਣਾ ਚਾਹੁੰਦਾ। ਚੰਗਾ ਹੋਵੇਗਾ ਕਿ ਉਹ ਖ਼ੁਦ ਹੀ ਆਪਣੀ ਗੱਲ ਕਹਿਣ।

ਸਾਗਰ-ਤੱਟ 'ਤੇ ਮਾਰਚ ਹਮੇਸ਼ਾ ਤੂਫ਼ਾਨਾਂ ਦਾ ਮਹੀਨਾ ਹੁੰਦਾ ਹੈ। ਉਨ੍ਹਾਂ ਹੀ ਦਿਨਾਂ ਵਿੱਚ ਮਖ਼ਚਕਲਾ ਵਿੱਚ ਇੱਕ ਵਾਰ ਤੂਫ਼ਾਨ ਆਇਆ। ਇੱਕ ਕਾਸਪੀਅਨ ਸਾਗਰ ਤੋਂ ਅਤੇ

ਦੂਜੀ ਪਹਾੜਾਂ ਤੋਂ ਆਉਣ ਵਾਲੀਆਂ, ਦੋ ਤੇਜ ਹਵਾਵਾਂ, ਆਪਸ ਵਿੱਚ ਟਕਰਾਈਆਂ। ਇੱਕ ਹਵਾ ਸਾਗਰ ਦੇ ਖੁੱਲ੍ਹੇ ਵਿਸਥਾਰ 'ਤੇ ਫੁੰਕਾਰਦੀ ਹੋਈ ਸ਼ਹਿਰ ਵਿੱਚ ਦਾਖ਼ਲ ਹੋਈ ਅਤੇ ਦੂਜੀ ਬਹੁਤ ਉਚਾਈ ਤੋਂ ਹੇਠਾਂ ਆ ਡਿੱਗੀ। ਦੋਵੇਂ ਹਵਾਵਾਂ ਆਪਸ ਵਿੱਚ ਬੁਰੀ ਤਰ੍ਹਾਂ ਉਲਝ ਗਈਆਂ ਅਤੇ ਉਨ੍ਹਾਂ ਵਿੱਚ ਦਵੰਧ ਹੋਣ ਲੱਗਿਆ। ਜਦੋਂ ਦੋ ਰਾਖਸ਼ ਆਪਸ ਵਿੱਚ ਭਿੜ ਰਹੇ ਹੋਣ, ਤਾਂ ਉਨ੍ਹਾਂ ਵਿਚਕਾਰ ਆਉਣਾ ਖ਼ਤਰਨਾਕ ਹੁੰਦਾ ਹੈ। ਪਰ ਇਸ ਵਾਰ ਮਖ਼ਚਕਲਾ ਉਨ੍ਹਾਂ ਦੇ ਵਿਚਕਾਰ ਆ ਗਿਆ ਸੀ।

ਜ਼ਮੀਨ 'ਤੇ ਜੋ ਕੁੱਝ ਵੀ ਢਿੱਲਾ ਜਿਹਾ ਪਿਆ ਸੀ, ਮਜ਼ਬੂਤੀ ਨਾਲ ਜੁੜਿਆ-ਬੰਨ੍ਹਿਆ ਹੋਇਆ ਨਹੀਂ ਸੀ, ਤੁਰੰਤ ਹਵਾ ਵਿੱਚ ਉੱਡ ਗਿਆ। ਛੋਟੇ-ਪਤਲੇ ਦਰੱਖਤ-ਪੌਦਿਆਂ, ਖਾਲੀ ਡੱਬੇ-ਪੇਟੀਆਂ, ਝੁੱਗੀਆਂ ਦੇ ਛੱਪਰਾਂ, ਪਲਾਈਵੁੱਡ ਦੇ ਸਟਾਲਾਂ ਅਤੇ ਹਰ ਤਰ੍ਹਾਂ ਦੇ ਕੂੜੇ-ਕਰਕਟ ਦਾ ਇਹੀ ਹਾਲ ਹੋਇਆ।

ਪਰ ਜ਼ਮੀਨ ਵਿੱਚ ਚੰਗੀ ਤਰ੍ਹਾਂ ਆਪਣੀਆਂ ਜੜ੍ਹਾਂ ਜਮਾਈਂ ਬੈਠੇ ਪੁਰਾਣੇ ਦਰੱਖਤ ਅਤੇ ਵੱਡੇ-ਵੱਡੇ ਮਕਾਨ ਬੜੀ ਮਜ਼ਬੂਤੀ ਅਤੇ ਸ਼ਾਨ ਨਾਲ ਖੜ੍ਹੇ ਰਹੇ। ਜੋ ਕੁੱਝ ਵੀ ਹਲਕਾ-ਫੁਲਕਾ ਅਤੇ ਅਸਥਿਰ ਸੀ, ਹਵਾ ਵਿੱਚ ਉੱਡ ਗਿਆ ਅਤੇ ਮਜ਼ਬੂਤ ਜਾਂ ਦ੍ਰਿੜ੍ਹ ਉੱਥੇ ਦਾ ਉੱਥੇ ਬਣਿਆ ਰਿਹਾ।

ਇਸੇ ਤਰ੍ਹਾਂ ਅਜਿਹੀਆਂ ਘਟਨਾਵਾਂ, ਅਜਿਹੀਆਂ ਮਾਨਵੀ ਭਾਵਨਾਵਾਂ ਅਤੇ ਵਿਚਾਰ ਵੀ ਹੁੰਦੇ ਹਨ, ਜੋ ਸਮੇਂ ਦੀ ਹਲਕੀ ਜਿਹੀ ਹਵਾ ਵਿੱਚ ਵੀ ਉੱਡ ਜਾਂਦੇ ਹਨ। ਪਰ ਕੁੱਝ ਅਜਿਹੇ ਵੀ ਹੁੰਦੇ ਹਨ, ਜਿਨ੍ਹਾਂ ਨੂੰ ਜ਼ਿੰਦਗੀ ਦੇ ਤੇਜ਼ ਤੋਂ ਤੇਜ਼ ਤੂਫ਼ਾਨ ਵੀ ਨਾ ਤਾਂ ਇੱਧਰ-ਉੱਧਰ ਖਿੰਡਾ ਸਕਦੇ ਹਨ ਅਤੇ ਨਾ ਹੀ ਉਡਾ ਸਕਦੇ ਹਨ।

ਅਜਿਹੀਆਂ ਜਾਨਦਾਰ ਘਟਨਾਵਾਂ, ਵਿਚਾਰਾਂ ਅਤੇ ਭਾਵਨਾਵਾਂ ਨਾਲ ਹੀ ਮੈਂ ਆਪਣੀ ਪੁਸਤਕ ਦੀ ਇਮਾਰਤ ਖੜ੍ਹੀ ਕਰਨੀ ਹੈ। ਪਰੰਪਰਿਕ ਅਵਾਰ ਸ਼ੈਲੀ ਵਿੱਚ ਉਸ ਦਾ ਨਿਰਮਾਣ ਹੋਣਾ ਚਾਹੀਦਾ ਹੈ, ਨਾਲ ਹੀ ਇਹ ਵੀ ਜ਼ਰੂਰੀ ਹੈ ਕਿ ਉਹ ਆਧੁਨਿਕ ਹੋਵੇ। ਘਰ ਅਜਿਹਾ ਹੋਣਾ ਚਾਹੀਦਾ ਹੈ ਕਿ ਪਰਿਵਾਰ ਵੀ ਉਸ ਵਿੱਚ ਖ਼ੁਸ਼ ਰਹੇ ਅਤੇ ਮਹਿਮਾਨ ਨੂੰ ਵੀ ਸੁੱਖ ਮਿਲੇ। ਘਰ ਅਜਿਹਾ ਹੋਣਾ ਚਾਹੀਦਾ ਹੈ ਕਿ ਉਸ ਵਿੱਚ ਬੱਚਿਆਂ ਲਈ ਖ਼ੁਸ਼ੀ ਦਾ ਸਾਮਾਨ ਹੋਵੇ, ਜਵਾਨਾਂ ਲਈ ਪਿਆਰ ਸੁਵਿਧਾ ਅਤੇ ਬਜ਼ੁਰਗਾਂ ਲਈ ਚੈਨ ਦਾ ਆਧਾਰ ਹੋਵੇ।

ਮੇਰੀ ਕਿਤਾਬ ਹੈ, ਮੇਰਾ ਦਾਗ਼ਿਸਤਾਨ। ਮੇਰੇ ਸਾਹਮਣੇ ਕਿਹੋ ਜਿਹੀਆਂ ਰੂਪ-ਰੇਖਾਵਾਂ ਹਨ ਉਸ ਦੀਆਂ? ਕਿਸ ਨਾਲ ਤੁਲਨਾ ਕਰਾਂ ਮੈਂ ਉਸ ਦੀ? ਖੰਭ ਫ਼ੈਲਾ ਕੇ ਉੱਡਦੇ ਹੋਏ ਉਕਾਬ ਨਾਲ? ਪਰ ਉਕਾਬ ਨੂੰ ਤਾਂ ਇਨਸਾਨੀ ਹੱਥਾਂ ਨੇ ਨਹੀਂ ਬਣਾਇਆ ਅਤੇ ਸਾਡੇ ਵਿਚਾਰਾਂ ਦਾ ਉਸ ਵਿੱਚ ਕੁੱਝ ਵੀ ਹਿੱਸਾ ਨਹੀਂ ਹੈ। ਤਾਂ ਸ਼ਾਇਦ ਹਵਾਈ ਜਹਾਜ਼ ਨਾਲ ਉਸ ਦੀ ਤੁਲਨਾ ਕੀਤੀ ਜਾਵੇ? ਪਰ ਹਵਾਈ ਜਹਾਜ਼ ਤਾਂ ਜ਼ਮੀਨ ਤੋਂ ਬਹੁਤ ਹੀ ਉਚਾਈ 'ਤੇ ਉੱਡਦਾ ਹੈ ਅਤੇ ਜਦੋਂ ਜ਼ਮੀਨ 'ਤੇ ਹੁੰਦਾ ਹੈ, ਤਾਂ ਹਵਾਈ ਅੱਡੇ ਦੇ ਦ੍ਰਿਸ਼ ਤੋਂ ਇਲਾਵਾ ਉਸ ਦੇ ਆਲੇ-ਦੁਆਲੇ ਹੋਰ ਕੁੱਝ ਵੀ ਨਜ਼ਰ ਨਹੀਂ ਆਉਂਦਾ। ਧਰਤੀ ਨੂੰ ਜਦੋਂ ਉਚਾਈ ਤੋਂ ਦੇਖਿਆ ਜਾਂਦਾ ਹੈ ਅਤੇ ਉਚਾਈ ਤੋਂ ਹੀ ਉਸ ਦੀ ਚਰਚਾ ਕੀਤੀ ਜਾਂਦੀ ਹੈ, ਤਾਂ ਮੈਨੂੰ ਚੰਗਾ ਨਹੀਂ ਲੱਗਦਾ। ਨਹੀਂ, ਮੈਂ ਅਜਿਹੇ ਯੰਤਰ ਦੀ ਰੂਪ-ਰੇਖਾ ਦੇਖ ਰਿਹਾ ਹਾਂ, ਜੋ ਹਵਾਈ ਜਹਾਜ਼ ਵਾਂਗ

ਉੱਡਦਾ ਹੈ, ਰੇਲ-ਗੱਡੀ ਵਾਂਗ ਦੌੜਦਾ ਹੈ ਅਤੇ ਸਮੁੰਦਰੀ ਜਹਾਜ਼ ਵਾਂਗ ਤੈਰਦਾ ਹੈ। ਮੈਂ ਹੀ ਉਸ ਦਾ ਪਾਇਲਟ, ਡਰਾਇਵਰ ਅਤੇ ਚਾਲਕ ਹਾਂ। ਸਾਡਾ ਰਵਾਨਗੀ ਸਥਾਨ, ਸਾਡਾ ਹਵਾਈ ਅੱਡਾ, ਸਾਡਾ ਘਾਟ, ਸਾਡਾ ਸਟੇਸ਼ਨ ਹੈ, ਹਜ਼ਾਰਾਂ ਸਾਲਾਂ ਦੀ ਉਮਰ ਵਾਲਾ ਦਾਗ਼ਿਸਤਾਨ। ਜਿੱਥੋਂ ਹਵਾਈ ਜਹਾਜ਼, ਰੇਲ-ਗੱਡੀ ਅਤੇ ਸਮੁੰਦਰੀ ਜਹਾਜ਼ ਰਾਹੀਂ ਦੁਨੀਆ ਦੇ ਕਿਸੇ ਵੀ ਕਿਨਾਰੇ 'ਤੇ ਜਾ ਸਕਦੇ ਹਾਂ। ਉੱਥੇ, ਜਿੱਥੇ ਮੈਂ ਜਾ ਆਇਆ ਹਾਂ, ਜਾਂ ਜਿੱਥੇ ਘੱਟ ਤੋਂ ਘੱਟ ਮੇਰੀ ਕਲਪਨਾ ਜਾ ਕੇ ਆਈ ਹੈ। ਅਸੀਂ ਰੇਲ-ਗੱਡੀ ਵਿੱਚ ਜਾਂਦੇ ਹਾਂ, ਹਵਾਈ ਜਹਾਜ਼ ਵਿੱਚ ਉੱਡਦੇ ਹਾਂ, ਸਮੁੰਦਰੀ ਜਹਾਜ਼ ਵਿੱਚ ਤੈਰਦੇ ਹਾਂ। ਸਾਨੂੰ ਖਿੜਕੀਆਂ ਵਿੱਚਾਂ ਨਜ਼ਰ ਆਉਂਦੇ ਹਨ, ਬਰਫ਼ ਨਾਲ ਢਕੇ ਸਫ਼ੈਦ ਪਹਾੜ, ਰਸੀਲੇ-ਹਰੇ ਘਾਹ ਦੇ ਮੈਦਾਨ, ਚੌੜੀਆਂ ਨਦੀਆਂ ਅਤੇ ਬਿਨਾਂ ਤੱਟ ਵਾਲਾ ਮਹਾਂਸਾਗਰ। ਸਾਡੀਆਂ ਖਿੜਕੀਆਂ ਦੇ ਸਾਹਮਣੇ ਤੋਂ ਲੰਘਦੇ ਹਨ, ਉਮੀਦਾਂ ਭਰੇ ਬਸੰਤ, ਨਿਮਰਤਾ ਭਰਪੂਰ ਪੱਤਝੜ, ਕੜਾਕੇਦਾਰ ਸਰਦੀ ਅਤੇ ਝੁਲਸਦੀ ਗਰਮੀ। ਅਤੇ ਮੁਸਾਫ਼ਿਰ ਤਾਂ ਕਿੰਨੇ ਜ਼ਿਆਦਾ ਹਨ ਮੇਰੇ ਆਲੇ-ਦੁਆਲੇ! ਇੱਥੇ ਹੀ ਹਨ ਸ਼ਾਮਿਲ ਦੇ ਪੱਟੀਆਂ ਨਾਲ ਬੰਨ੍ਹੇ ਮੁਰੀਦ, ਜਿਨ੍ਹਾਂ ਦੀਆਂ ਪੇਟੀਆਂ ਵਿੱਚੋਂ ਖ਼ੂਨ ਰਿਸ ਰਿਹਾ ਹੈ, ਇੱਥੇ ਹੀ ਹਨ ਪਹਾੜੀ ਛਾਪਾਮਾਰ ਅਤੇ ਵੱਖ-ਵੱਖ ਪੇਸ਼ਿਆਂ ਵਾਲੇ ਮੇਰੇ ਸਮਕਾਲੀ। ਮੇਰੇ ਆਲੇ-ਦੁਆਲੇ ਉਹ ਸਾਰੇ ਹਨ, ਜਿਨ੍ਹਾਂ ਨੂੰ ਮੈਂ ਕਦੇ ਦੇਖਿਆ ਹੈ, ਜਿਨ੍ਹਾਂ ਨਾਲ ਮੇਰੀ ਮੁਲਾਕਾਤ ਹੋਈ ਹੈ, ਜਿਨ੍ਹਾਂ ਨਾਲ ਮੈਂ ਕਦੇ ਗੱਲਬਾਤ ਕੀਤੀ ਅਤੇ ਜੋ ਮੈਨੂੰ ਯਾਦ ਰਹਿ ਗਏ ਹਨ।

ਹਾਂ, ਮੇਰੀ ਰੇਲ-ਗੱਡੀ ਪੁਸਤਕ, ਹਵਾ ਵਿੱਚ ਉੱਡਣ ਵਾਲੀ ਪੁਸਤਕ, ਜਲ ਵਿੱਚ ਤੈਰਨ ਵਾਲੀ ਪੁਸਤਕ ਲਈ ਬਸ ਇੱਕ ਹੀ ਟਿਕਟ ਜਾਂ ਆਗਿਆ-ਪੱਤਰ ਦੀ ਜ਼ਰੂਰਤ ਹੈ ਕਿ ਉਨ੍ਹਾਂ ਦੀ ਮੇਰੇ ਮਨ-ਮਸਤਿਕ 'ਤੇ ਛਾਪ ਰਹਿ ਗਈ ਹੋਵੇ। ਲੋਕ ਅਤੇ ਘਟਨਾਵਾਂ ਉਨ੍ਹਾਂ ਅਸ਼ਟਪਦੀਆਂ ਅਤੇ ਪੰਕਤੀਆਂ ਵਾਂਗ ਹੋਣੀਆਂ ਚਾਹੀਦੀਆਂ ਹਨ, ਜੋ ਮੈਨੂੰ ਗਲੀ ਵਿੱਚ ਘੁੰਮਦੇ ਹੋਏ ਗਾਇਕਾਂ ਦੇ ਲੰਬੇ-ਲੰਬੇ ਗਾਣਿਆਂ ਵਿੱਚੋਂ ਯਾਦ ਰਹਿ ਗਈਆਂ ਹਨ। ਉਹ ਉਨ੍ਹਾਂ ਅੱਠ ਪੰਕਤੀਆਂ ਵਰਗੀਆਂ ਹੋਣੀਆਂ ਚਾਹੀਦੀਆਂ ਹਨ, ਜਿਨ੍ਹਾਂ ਦੀ ਅਬੂਤਾਲਿਬ ਨੇ ਨੌਜਵਾਨ ਕਵੀ ਦੀਆਂ ਦਸ ਲੰਬੀਆਂ ਕਵਿਤਾਵਾਂ ਸੁਣ ਕੇ ਸਿਫ਼ਤ ਕੀਤੀ ਸੀ। ਉਹ ਉਨ੍ਹਾਂ ਦਰੱਖਤਾਂ ਅਤੇ ਮਕਾਨਾਂ ਵਰਗੀਆਂ ਹੋਣੀਆਂ ਚਾਹੀਦੀਆਂ ਹਨ, ਜੋ ਤੂਫ਼ਾਨ ਵਿੱਚ ਵੀ ਆਪਣੀ ਥਾਂ ਖੜ੍ਹੇ ਰਹੇ, ਜਦੋਂ ਕਿ ਜੋ ਕੁੱਝ ਹਲਕਾ-ਫੁਲਕਾ ਅਤੇ ਅਸਥਿਰ ਸੀ, ਉਹ ਪੱਤਝੜ ਦੇ ਪੱਤਿਆਂ ਵਾਂਗ ਉੱਡ ਗਿਆ ਸੀ।

ਇੱਥੇ ਹੀ ਤਾਂ ਗ਼ਾਜ਼ਾਨਿਚੀ ਪਿੰਡ ਦੇ ਇੱਕ ਮੁਸਲਿਮ ਨਾਲ ਮੇਰੀ ਤੁਲਨਾ ਹੋ ਜਾਵੇਗੀ। ਹੁਣ ਮੈਂ ਤੁਹਾਨੂੰ ਇਹ ਦੱਸਦਾ ਹਾਂ ਕਿ ਉਸ ਨਾਲ ਕੀ ਹੋਇਆ ਸੀ।

ਮਈ ਮਹੀਨੇ ਵਿੱਚ ਭੇਡਾਂ ਨੂੰ ਧੂੜ ਭਰੀਆਂ ਅਤੇ ਗਰਮ ਸਤੇਪੀਆਂ ਤੋਂ ਹਰੇ-ਭਰੇ, ਠੰਢੇ ਪਹਾੜਾਂ ਵਿੱਚ ਲਿਜਾਇਆ ਜਾਂਦਾ ਹੈ। ਉਸ ਵੇਲੇ ਗ਼ਾਜ਼ਾਨਿਚੀ ਪਿੰਡ ਦੇ ਮੁਸਲਿਮ ਨਾਮਕ ਇੱਕ ਲੇਖਕ ਨੇ ਲੇਖਕ ਸੰਘ ਨੂੰ ਇਹ ਕਿਹਾ ਸੀ ਕਿ ਉਸ ਨੂੰ ਭੇਡਾਂ ਨੂੰ ਇੱਕ ਜਗ੍ਹਾ ਤੋਂ ਦੂਜੀ ਜਗ੍ਹਾ ਲਿਜਾਣ ਬਾਰੇ ਸ਼ਬਦ-ਚਿੱਤਰ ਲਿਖਣ ਲਈ ਦੌਰੇ 'ਤੇ ਭੇਜਿਆ ਜਾਵੇ। ਵੈਸੇ ਸੰਭਵ ਹੈ ਕਿ ਇਹ ਸਤੰਬਰ ਮਹੀਨੇ ਦੀ ਗੱਲ ਹੋਵੇ, ਜਦੋਂ ਭੇਡਾਂ ਨੂੰ ਪਹਾੜਾਂ ਤੋਂ, ਜਿੱਥੇ ਇਸ ਵੇਲੇ ਠੰਢ ਹੋ ਜਾਂਦੀ ਹੈ, ਸਰਦੀ ਲਈ ਗਰਮ ਸਤੇਪੀਆਂ ਵਿੱਚ ਭੇਜਿਆ ਜਾਂਦਾ ਹੈ। ਅਸੀਂ

ਮੁਸਲਿਮ ਨੂੰ ਦੌਰੇ 'ਤੇ ਭੇਜ ਦਿੱਤਾ। ਮੁਸਲਿਮ ਰਵਾਨਾ ਹੋ ਗਿਆ ਅਤੇ ਉਸ ਨੇ ਚਾਰਵਾਹਿਆਂ ਅਤੇ ਇੱਜੜਾਂ ਨਾਲ ਈਮਾਨਦਾਰੀ ਨਾਲ ਸਫ਼ਰ ਕੀਤਾ। ਜਦੋਂ ਉਹ ਵਾਪਸ ਮੁੜਿਆ, ਤਾਂ ਉਸ ਵੱਲੋਂ ਲਿਖੀਆਂ ਗਈਆਂ ਡਾਇਰੀਆਂ ਇੱਕ ਵੱਖਰੇ ਘੋੜੇ 'ਤੇ ਲੱਦ ਕੇ ਲਿਆਂਦੀਆਂ ਗਈਆਂ। ਹੋਇਆ ਇਹ ਕਿ ਉਸ ਨੇ ਜੋ ਕੁੱਝ ਵੀ ਦੇਖਿਆ, ਉਹ ਸਾਰਾ ਕੁੱਝ ਹਰ ਰੋਜ਼ ਲਿਖਦਾ ਗਿਆ। ਕੋਈ ਵੀ ਚੀਜ਼, ਕੋਈ ਛੋਟੀ-ਮੋਟੀ ਗੱਲ ਵੀ ਉਸ ਨੇ ਨਹੀਂ ਛੱਡੀ। ਕਿਸੇ ਘੋੜੇ ਨੂੰ ਦੇਖਿਆ, ਤਾਂ ਉਸ ਬਾਰੇ, ਚਰਵਾਹੇ ਨੂੰ ਦੇਖਿਆ, ਤਾਂ ਉਸ ਬਾਰੇ ਅਤੇ ਭੇਡ ਨੂੰ ਦੇਖਿਆ, ਤਾਂ ਉਸ ਬਾਰੇ ਲਿਖ ਦਿੱਤਾ। ਜਰਾ ਖ਼ਿਆਲ ਕਰੋ ਕਿ ਉੱਥੇ ਕਿੰਨੀਆਂ ਭੇਡਾਂ ਅਤੇ ਕਿੰਨੇ ਚਰਵਾਹੇ ਸਨ! ਉਸ ਨੇ ਜੋ ਕੁੱਝ ਦੇਖਿਆ, ਉਹ ਵੀ ਲਿਖਿਆ ਅਤੇ ਜੋ ਕੁੱਝ ਸੁਣਿਆ, ਉਹ ਵੀ। ਅਤੇ ਉਹ ਵੀ ਸਾਰਾ ਕੁੱਝ, ਉਸ ਨੇ ਉਨ੍ਹਾਂ ਬਾਰੇ ਲਿਖਿਆ, ਜੋ ਜ਼ਿਆਦਾ ਤੇਜੀ ਦਿਖਾ ਰਹੇ ਸਨ ਅਤੇ ਜਿਨ੍ਹਾਂ ਦਾ ਥੋੜ੍ਹਾ ਜਿਹਾ ਰੁਕਣਾ ਜ਼ਰੂਰੀ ਸੀ। ਉਨ੍ਹਾਂ ਦੇ ਸਬੰਧ ਵਿੱਚ ਵੀ, ਜੋ ਪਛੜ ਗਏ ਸਨ ਅਤੇ ਜਿਨ੍ਹਾਂ ਦਾ ਅੱਗੇ ਨਿੱਕਲਣਾ ਜ਼ਰੂਰੀ ਸੀ। ਇਸ ਲਈ ਰਸਤੇ ਬਾਰੇ ਰਸਤੇ ਤੋਂ ਜ਼ਿਆਦਾ ਲੰਬੀ ਕਿਤਾਬ ਬਣ ਗਈ। ਅਜਿਹੀ ਕਿਤਾਬ ਬਣ ਗਈ, ਜਿਸ ਨੂੰ ਪੜ੍ਹਨ ਲਈ ਉਨਾ ਹੀ ਸਮਾਂ ਲਗਾਉਣਾ ਜ਼ਰੂਰੀ ਸੀ, ਜਿੰਨਾ ਮੁਸਲਿਮ ਨੇ ਆਪਣੇ ਸਫ਼ਰ ਵਿੱਚ ਲਗਾਇਆ ਸੀ। ਚਰਵਾਹਿਆਂ ਨੇ ਬਾਅਦ ਵਿੱਚ ਸਾਨੂੰ ਦੱਸਿਆ ਕਿ ਜਦੋਂ ਉਹ ਗਿਮਰਾ ਪਰਬਤ-ਮਾਲਾ 'ਤੇ ਚੜ੍ਹ ਰਹੇ ਸਨ, ਤਾਂ ਇੱਕ ਖੱਚਰ ਦਿਖਾਈ ਦਿੱਤੀ। ਇੰਨਾ ਹੀ ਨਹੀਂ ਕਿ ਖੱਚਰ ਨੂੰ ਦੇਖਦੇ ਹੀ ਮੁਸਲਿਮ ਨੇ ਉਸ ਵਿਚਾਰੀ ਬਾਰੇ ਵੀ ਕਲਮ ਚਲਾ ਦਿੱਤੀ ਬਲਕਿ ਉਸ ਨੂੰ ਉਸ ਦੇ ਚਾਰੇ ਸੁੰਮ ਦੇਖਣ ਦੀ ਇੱਛਾ ਵੀ ਹੋਈ। ਮੁਸਲਿਮ ਉਸ ਵੱਲ ਵਧਿਆ, ਉਸ ਦੀ ਇੱਕ ਪਿਛਲੀ ਲੱਤ ਫੜ ਲਈ ਅਤੇ ਉਸ ਨੇ ਉਸ ਨੂੰ ਉੱਪਰ ਉਠਾਉਣਾ ਚਾਹਿਆ। ਪਰ ਖੱਚਰ ਨੇ ਲੇਖਕ ਦੇ ਨੇਕ ਇਰਾਦੇ ਅਤੇ ਇਸ ਘਟਨਾ ਦੇ ਮਹੱਤਵ ਨੂੰ ਨਾ ਸਮਝਦੇ ਹੋਏ ਬਦਕਿਸਮਤ ਮੁਸਲਿਮ ਨੂੰ ਲੱਤ ਮਾਰ ਦਿੱਤੀ ਅਤੇ ਉਹ ਉਸ ਦੇ ਨੱਕ 'ਤੇ ਜਾ ਲੱਗੀ।

ਆਲੇ-ਦੁਆਲੇ ਇਕੱਠੇ ਹੋਏ ਚਰਵਾਹੇ ਹੱਸ ਪਏ।

"ਮੁਸਲਿਮ ਨੂੰ ਇਹ ਵੀ ਲਿਖਣਾ ਪਵੇਗਾ!"

ਬੇਸ਼ੱਕ ਇਹ ਸਹੀ ਹੈ ਕਿ ਖੱਚਰ ਖ਼ਬਤੀ ਅਤੇ ਬਦਤਮੀਜ਼ ਜਾਨਵਰ ਹੈ, ਪਰ ਮੁਸਲਿਮ ਦੇ ਮਾਮਲੇ ਵਿੱਚ ਉਸ ਨੇ ਠੀਕ ਹੀ ਕੀਤਾ ਸੀ। ਜ਼ਰੂਰਤ ਤੋਂ ਜ਼ਿਆਦਾ ਤੰਗ ਕਰਨ ਵਾਲੇ ਆਦਮੀ ਨੂੰ ਸਜ਼ਾ ਮਿਲਣੀ ਹੀ ਚਾਹੀਦੀ ਹੈ।

ਬਾਅਦ ਵਿੱਚ ਅਸੀਂ ਲੇਖਕ ਸੰਘ ਵਿੱਚ ਮੁਸਲਿਮ ਦੀ ਇਸ ਰਚਨਾ ਬਾਰੇ ਵਿਚਾਰ ਕੀਤਾ। ਮਜ਼ਾਕ ਕਰਦੇ ਹੋਏ ਅਸੀਂ ਉਸ ਨੂੰ ਇਹ ਪੁੱਛਿਆ:

"ਮੁਸਲਿਮ ਤੁਹਾਡੀ ਕਿਤਾਬ ਵਿੱਚ ਹਾਰੀਕੁਲੀ ਪਿੰਡ ਦੇ ਗਧੇ ਦੇ ਬੱਚੇ ਤੋਂ ਲੈ ਕੇ ਖੱਚਰ ਦੇ ਸੁੰਮ ਤੱਕ ਸਭ ਕੁੱਝ ਲਿਖਿਆ ਹੋਇਐ। ਪਰ ਇਹ ਦੱਸੋ ਕਿ ਬਿਨਾਂ ਸਿੰਗਾਂ ਵਾਲੇ ਬੱਕਰੇ ਨੂੰ ਤੁਸੀਂ ਕਿਵੇਂ ਭੁੱਲ ਗਏ?"

"ਤੁਸੀਂ ਇਹ ਕੀ ਕਹਿ ਰਹੇ ਹੋ? ਕਿਵੇਂ ਭੁੱਲ ਸਕਦਾ ਸੀ ਮੈਂ ਉਸ ਨੂੰ! ਬਿਨਾਂ ਸਿੰਗਾਂ ਵਾਲਾ ਬੱਕਰਾ ਵੀ ਐ ਮੇਰੀ ਕਿਤਾਬ ਵਿੱਚ। ਪਰ ਮੈਂ ਸਥਾਨਕ ਬੋਲੀ ਵਿੱਚ ਉਸ ਦਾ ਜ਼ਿਕਰ ਕੀਤੈ। ਮੈਂ 'ਖ਼ਾਨਕਵਾ' ਦੇ ਨਾਂ ਨਾਲ ਉਸ ਬਾਰੇ ਲਿਖਿਐ।"

ਅਸੀਂ ਸਾਰੇ ਖ਼ੂਬ ਹੱਸੇ। ਪਰ ਫਿਰ ਵੀ ਬਾਅਦ ਵਿੱਚ ਅਸੀਂ ਉਸ ਨੂੰ ਇਹ ਸਮਝਾਉਣ ਦੀ ਕੋਸ਼ਿਸ਼ ਕੀਤੀ ਕਿ ਲੇਖਕ ਜੋ ਕੁੱਝ ਲਿਖਦਾ ਹੈ, ਉਸ ਨੂੰ ਉਨ੍ਹਾਂ ਸਾਰਿਆਂ ਬਾਰੇ ਨਹੀਂ ਲਿਖਣਾ ਚਾਹੀਦਾ, ਉਸ ਨੂੰ ਤਾਂ ਆਪਣੀ ਜ਼ਰੂਰਤ ਦੀ ਸਮੱਗਰੀ ਚੁਣਨੀ ਚਾਹੀਦੀ ਹੈ। ਇੱਕ ਵਾਕ ਬਹੁਤ ਵੱਡੇ ਵਿਚਾਰ ਨੂੰ, ਇੱਕ ਸ਼ਬਦ ਬਹੁਤ ਵੱਡੇ ਭਾਵ ਅਤੇ ਇੱਕ ਅੰਸ਼ ਪੂਰੀ ਘਟਨਾ ਨੂੰ ਪ੍ਰਗਟ ਕਰ ਸਕਦਾ ਹੈ।

* * *

ਕੁੱਝ ਹੀ ਸਮਾਂ ਪਹਿਲਾਂ ਸਾਡੇ ਇੱਥੇ ਹਰ ਤਰ੍ਹਾਂ ਦਾ ਪੁਨਰ-ਗਠਨ ਕੀਤਾ ਗਿਆ। ਅਜੇ ਵੀ ਅਸੀਂ ਕਿਸੇ ਨਾ ਕਿਸੇ ਚੀਜ਼ ਦਾ ਅਚਾਨਕ ਪੁਨਰ-ਗਠਨ ਕਰਨ ਲੱਗਦੇ ਹਾਂ। ਮੈਨੂੰ ਵੀ ਇਹ ਲਾਗ ਲੱਗ ਗਈ ਹੈ। ਮੈਂ ਆਪਣੀ ਵਿਧਾ ਦਾ ਪੁਨਰ-ਗਠਨ ਕਰਦਾ ਹਾਂ। ਮੈਂ ਸਾਰੀਆਂ ਵਿਧਾਵਾਂ ਨੂੰ ਇੱਕ ਕਿਤਾਬ ਵਿੱਚ ਇਕੱਠਾ ਕਰ ਰਿਹਾ ਹਾਂ, ਉਨ੍ਹਾਂ 'ਤੇ ਆਪਣੀ ਪਕੜ ਮਜ਼ਬੂਤ ਕਰ ਰਿਹਾ ਹਾਂ। ਕਿਤੇ ਮੈਂ ਕਰਮਚਾਰੀਆਂ ਦੀ ਗਿਣਤੀ ਘਟਾ ਰਿਹਾ ਹਾਂ ਅਤੇ ਕਿਤੇ ਵਧਾ ਰਿਹਾ ਹਾਂ। ਕਿਤੇ-ਕਿਤੇ ਵਿਧਾਵਾਂ ਨੂੰ ਬਦਲ ਰਿਹਾ ਹਾਂ, ਦੋ ਨੂੰ ਇੱਕ ਵਿੱਚ ਮਿਲਾ ਰਿਹਾ ਹਾਂ ਅਤੇ ਇੱਕ ਨੂੰ ਦੋ ਵਿੱਚ ਵੰਡ ਰਿਹਾ ਹਾਂ। ਜੇਕਰ ਬਹੁਤ ਜ਼ਿਆਦਾ ਪੁਨਰ-ਗਠਨ ਕੀਤੇ ਜਾਣ, ਤਾਂ ਚਾਹੇ ਸਬੱਬ ਨਾਲ ਹੀ ਸਹੀ, ਕੋਈ ਨਾ ਕੋਈ ਪੁਨਰ-ਗਠਨ ਤਾਂ ਵਧੀਆ ਹੋ ਹੀ ਜਾਵੇਗਾ।

ਮਖ਼ਚਕਲਾ ਵਿੱਚ ਆਉਣ ਵਾਲੇ ਪਹਾੜੀ ਦਾ ਕਿੱਸਾ

ਇੱਕ ਪਹਾੜੀ ਸਰਕਾਰੀ ਦੌਰ 'ਤੇ ਮਖ਼ਚਕਲਾ ਆਇਆ। ਉਸ ਕੋਲ ਬਹੁਤ ਪੈਸੇ ਸਨ ਅਤੇ ਉਹ ਵੀ ਆਪਣੇ ਨਹੀਂ, ਸਰਕਾਰੀ। ਉਹ ਦੋਵੇਂ ਵੇਲੇ ਢਾਬੇ ਵਿੱਚ ਖਾਣਾ ਖਾਂਦਾ। ਆਉਣ ਸਾਰ ਪਹਿਲੇ ਦਿਨ ਹੀ ਉਸ ਨੇ ਸਾਰੇ ਹਾਲ ਨੂੰ ਸੁਣਾਉਂਦੇ ਹੋਏ ਉੱਚੀ ਆਵਾਜ਼ ਵਿੱਚ ਕਿਹਾ:

"ਬੈਰਾ, ਹੋਰ ਬ੍ਰਾਂਡੀ ਲਿਆਓ!"

ਸਾਰਿਆਂ ਨੇ ਇਹ ਸੁਣਿਆ, ਉਸ ਵੱਲ ਮੁੜੇ ਅਤੇ ਹੈਰਾਨ ਹੋਏ ਕਿ ਇਹ ਕੌਣ ਹੈ, ਜੋ ਇੰਨੀ ਜ਼ਿਆਦਾ ਪੀਂਦਾ ਹੈ ਅਤੇ ਜਿਸ ਨੂੰ ਮਹਿੰਗੀ 'ਤੇ ਪੈਸੇ ਖਰਚ ਕਰਦੇ ਹੋਏ ਵੀ ਤਕਲੀਫ਼ ਨਹੀਂ ਹੁੰਦੀ।

ਆਪਣੇ ਦੌਰੇ ਦੇ ਆਖ਼ਰੀ ਦਿਨ ਸਾਡੇ ਇਸੇ ਪਹਾੜੀ ਨੇ ਉਸੇ ਬੈਰੇ ਨੂੰ ਹੌਲੀ ਜਿਹੀ ਪੁੱਛਿਆ:

"ਤੁਹਾਡੇ ਢਾਬੇ ਵਿੱਚ ਸੇਵੀਆਂ ਦੇ ਸ਼ੋਰਬੇ ਦੀ ਕੀ ਕੀਮਤ ਐ?"

ਤਾਂ ਇਸ ਲਈ ਬਲਦ ਦਾ ਵਾਹੀ ਦੇ ਸ਼ੁਰੂ ਵਿੱਚ ਨਹੀਂ, ਅੰਤ ਵਿੱਚ ਪਤਾ ਲੱਗਦਾ ਹੈ। ਇਸ ਗੱਲ ਨਾਲ ਨਹੀਂ ਕਿ ਉਹ ਘਾਹ ਦੇ ਮੈਦਾਨ ਵਿੱਚ ਕਿਵੇਂ ਛੜਾਂ ਮਾਰਦਾ ਹੈ, ਬਲਕਿ ਇਸ ਗੱਲ ਨਾਲ ਕਿ ਉਹ ਵਾਹਣ ਵਿੱਚ ਕਿਵੇਂ ਚੱਲਦਾ ਹੈ। ਘੋੜੇ 'ਤੇ ਸਵਾਰੀ ਕਰਨ ਸਮੇਂ ਨਹੀਂ, ਬਲਕਿ ਉਸ ਤੋਂ ਉੱਤਰਦੇ ਸਮੇਂ ਉਸ ਦੀ ਸਿਫ਼ਤ ਕਰਨੀ ਚਾਹੀਦੀ ਹੈ।

ਕੀ ਮੈਂ ਅਨਸਾਲਤੀ ਵਾਸੀਆਂ ਦੇ ਬਿਗਲ ਵਾਂਗ ਆਪਣੀ ਕਿਤਾਬ ਦਾ ਭੋਂਪੂ ਤਾਂ

ਨਹੀਂ ਵਜਾ ਰਿਹਾ? ਕੀ ਮੈਂ ਸਿਵੁਖ਼ ਵਾਸੀਆਂ ਵਾਂਗ ਲੱਕੜ ਦਾ ਚੁੱਲ੍ਹਾ ਤਾਂ ਨਹੀਂ ਬਣਾ ਰਿਹਾ? ਕੀ ਮੈਂ ਭੇੜੀਏ ਦੀ ਜਗ੍ਹਾ ਕਿਸੇ ਕੁੱਤੇ ਨੂੰ ਤਾਂ ਨਹੀਂ ਮਾਰ ਰਿਹਾ, ਜਿਵੇਂ ਕਿ ਇੱਕ ਵਾਰ ਮੇਰੇ ਤਸਾਦਾ ਪਿੰਡ ਵਾਲਿਆਂ ਨੇ ਕੀਤਾ ਸੀ।

ਮੰਜ਼ਿਲ ਦੇ ਸ਼ੁਰੂ ਵਿੱਚ ਮੰਜ਼ਿਲ ਦੂਰ ਲੱਗਦੀ ਹੈ। ਉਸ ਤੱਕ ਪਹੁੰਚਣ ਲਈ ਮੇਰੇ ਵਿੱਚ ਲੋੜੀਂਦਾ ਸਾਹਸ, ਪਿਆਰ ਅਤੇ ਸਬਰ ਤਾਂ ਬਣਿਆ ਰਹੇਗਾ? ਜਾਂ ਫਿਰ ਅੰਤ ਤੱਕ ਪਹੁੰਚਣ 'ਤੇ ਠੋਡੀ ਖੁਰਕਦੇ ਹੋਏ ਇਹ ਸੋਚਣਾ ਪਵੇਗਾ ਕਿ ਸੇਵੀਆਂ ਦੀ ਕੀ ਕੀਮਤ ਹੈ?

ਯਾਦਾਂ

ਇੱਕ ਵਾਰ ਦਾਗ਼ਿਸਤਾਨ ਵਿੱਚ ਬਹੁਤ ਕੜਾਕੇ ਦੀ ਠੰਢ ਪਈ। ਅਚਾਨਕ ਹੀ ਬਰਫ ਡਿੱਗੀ ਅਤੇ ਜ਼ਮੀਨ 'ਤੇ ਕੋਈ ਇੱਕ ਮੀਟਰ ਉੱਚੀ ਤਹਿ ਜੰਮ ਗਈ।

ਭੇਡਾਂ-ਮੇਮਣੇ ਚਰਨ ਤਾਂ ਕੀ? ਉਹ ਮਰਨ ਲੱਗੇ। ਮੈਨੂੰ ਸੂਬਾਈ ਪਾਰਟੀ ਕਮੇਟੀ ਵਿੱਚ ਬੁਲਾ ਕੇ ਕਿਹਾ ਗਿਆ:

"ਰਸੂਲ, ਘਾਹ ਦੇ ਮੈਦਾਨਾਂ ਵਿੱਚ ਜਾਓ, ਭੇਡਾਂ ਨੂੰ ਬਚਾਉਣਾ ਜ਼ਰੂਰੀ ਹੈ।"

"ਮੈਂ ਉਨ੍ਹਾਂ ਦੀ ਕੀ ਮੱਦਦ ਕਰ ਸਕਦਾਂ?"

"ਉੱਥੇ ਜਾ ਕੇ ਜਿਵੇਂ ਜ਼ਰੂਰੀ ਸਮਝੋ, ਕੁੱਝ ਸੋਚ ਲੈਣਾ। ਉਨ੍ਹਾਂ ਨੂੰ ਬਚਾਉਣ ਦਾ ਤਰੀਕਾ ਲੱਭਣਾ ਹੀ ਪਵੇਗਾ।"

ਘਾਹ ਦੇ ਮੈਦਾਨਾਂ ਦਾ ਰਸਤਾ ਤਾਂ ਮੈਂ ਚੰਗੇ ਮੌਸਮ ਵਿੱਚ ਵੀ ਢੰਗ ਨਾਲ ਨਹੀਂ ਜਾਣਦਾ ਸੀ ਅਤੇ ਬਰਫ਼ੀਲੇ ਤੂਫ਼ਾਨ ਵਿੱਚ ਉਸ ਨੂੰ ਲੱਭਣਾ ਮੇਰੇ ਲਈ ਕਿਵੇਂ ਰਿਹਾ ਹੋਵੇਗਾ, ਇਹ ਤਾਂ ਤੁਸੀਂ ਸੋਚ ਹੀ ਸਕਦੇ ਹੋ। ਪਰ ਪਾਰਟੀ ਦਾ ਅਨੁਸ਼ਾਸਨ ਤਾਂ ਸਭ ਤੋਂ ਉੱਪਰ ਠਹਿਰਿਆ ਅਤੇ ਇਸ ਲਈ ਮੈਂ ਬਰਫ਼ ਅਤੇ ਤੇਜ ਹਵਾ ਵਿੱਚ ਆਪਣਾ ਰਸਤਾ ਬਣਾਉਂਦਾ ਹੋਇਆ ਚੱਲ ਪਿਆ। ਆਖ਼ਰ ਇੱਕ ਇੱਜੜ ਤੱਕ ਜਾ ਪਹੁੰਚਿਆ। ਚਰਵਾਹਿਆਂ ਦੇ ਚਿਹਰਿਆਂ 'ਤੇ ਉਦਾਸੀ ਛਾਈ ਹੋਈ ਸੀ। ਉਨ੍ਹਾਂ ਦੀਆਂ ਗੱਲ੍ਹਾਂ ਅਤੇ ਮੁੱਛਾਂ 'ਤੇ ਹੰਝੂਆਂ ਦੀਆਂ ਜੰਮੀਆਂ ਹੋਈਆਂ ਬੂੰਦਾਂ ਦੀਆਂ ਧੁੰਦਲੀਆਂ ਜਿਹੀਆਂ ਮਾਲਾਵਾਂ ਬਣੀਆਂ ਹੋਈਆਂ ਸਨ। ਲਹੂ-ਲੁਹਾਣ ਨੱਕਾਂ ਵਾਲੀਆਂ ਭੇਡਾਂ ਬਰਫ਼ ਦੀਆਂ ਤਹਿਆਂ ਦੇ ਹੇਠੋਂ ਘਾਹ ਲੱਭਣ ਦੀ ਕੋਸ਼ਿਸ਼ ਕਰਦੀਆਂ ਸਨ। ਪਰ ਇਸ ਵਿੱਚ ਉਨ੍ਹਾਂ ਨੂੰ ਕਾਮਯਾਬੀ ਨਹੀਂ ਮਿਲਦੀ ਸੀ ਅਤੇ ਉਹ ਮਰ ਜਾਂਦੀਆਂ ਸਨ। ਭੇੜੀਆਂ ਅਤੇ ਚੋਰਾਂ ਦਾ ਫ਼ਿਕਰ ਨਾ ਕਰਦੇ ਹੋਏ ਕੁੱਤੇ ਹਵਾ ਤੋਂ ਬਚਣ ਲਈ ਇੱਧਰ-ਉੱਧਰ ਜਾ ਛਿਪੇ ਸਨ। ਮਤਲਬ ਇਹ ਕਿ ਮੇਰੇ ਸਾਹਮਣੇ ਮੁਸੀਬਤ ਅਤੇ ਲਾਚਾਰੀ ਦਾ ਨਜ਼ਾਰਾ ਸੀ। ਮੈਨੂੰ ਦੇਖ ਕੇ ਚਰਵਾਹੇ ਕੌੜਾ ਜਿਹਾ ਹਾਸਾ ਹੱਸਣ ਲੱਗੇ।

ਬਸ, ਕਵਿਤਾਵਾਂ ਅਤੇ ਗੀਤਾਂ ਦੀ ਹੀ ਕਸਰ ਰਹਿ ਗਈ ਸੀ। ਤਸਾਦਾ ਪਿੰਡ ਦੇ ਹਮਜ਼ਾਤ ਦੇ ਬੇਟੇ, ਤੁਸੀਂ ਤਾਂ ਸਾਨੂੰ ਕਵਿਤਾ ਅਤੇ ਗੀਤ ਸੁਣਾਉਣ ਲਈ ਹੀ ਆਏ ਹੋ ਨਾ? ਇਹ ਜ਼ਿਆਦਾ ਚੰਗਾ ਹੋਵੇਗਾ ਕਿ ਤੁਸੀਂ ਕੋਈ ਮਰਸੀਆ ਪੜ੍ਹੋ ਅਤੇ ਅਸੀਂ ਫੁੱਟ-ਫੁੱਟ ਕੇ ਰੋਈਏ।

ਤਿੰਨ ਦਿਨਾਂ ਤੱਕ ਮੈਂ ਚਰਵਾਹਿਆਂ ਦੀ ਝੁੱਗੀ ਵਿੱਚ ਬੈਠਾ ਰਿਹਾ ਅਤੇ ਫਿਰ ਇਹ

ਦੇਖ ਕੇ ਕਿ ਮੇਰੇ ਉੱਥੇ ਬੈਠੇ ਰਹਿਣ ਦਾ ਕੋਈ ਫ਼ਾਇਦਾ ਨਹੀਂ ਅਤੇ ਨਾ ਹੀ ਹੋ ਸਕਦਾ ਹੈ, ਪਿੱਠ ਦਿਖਾ ਕੇ ਭੱਜ ਆਇਆ। ਮੈਂ ਮਖ਼ਚਕਲਾ ਵਾਪਸ ਆ ਗਿਆ।

"ਸੁਣਾਓ, ਬਚਾ ਲਈਆਂ ਭੇਡਾਂ?" ਮੈਥੋਂ ਸੂਬਾਈ ਪਾਰਟੀ ਕਮੇਟੀ ਵਿੱਚ ਪੁੱਛਿਆ ਗਿਆ।

"ਹਾਂ, ਤਿੰਨ ਭੇਡਾਂ ਬਚਾ ਲਈਆਂ।"

"ਉਹ ਕਿਵੇਂ, ਦੱਸੋ ਤਾਂ!"

"ਬੜੇ ਸਿੱਧੇ-ਸਾਦੇ ਢੰਗ ਨਾਲ। ਚਰਵਾਹਿਆਂ ਨੇ ਤਿੰਨ ਭੇਡਾਂ ਕੱਟ ਲਈਆਂ ਅਤੇ ਅਸੀਂ ਉਨ੍ਹਾਂ ਨੂੰ ਖਾ ਲਿਆ। ਮੇਰੇ ਖ਼ਿਆਲ ਵਿੱਚ ਤਾਂ ਮੈਂ ਇਹ ਤਿੰਨੇ ਭੇਡਾਂ ਬਚਾ ਲਈਆਂ।"

"ਇਸ ਵਿੱਚ ਕੀ ਸ਼ੱਕ ਐ।" ਸੂਬਾਈ ਕਮੇਟੀ ਵਿੱਚ ਮੈਨੂੰ ਇੱਕ ਗੁੱਸੇ ਵਾਲਾ ਜਵਾਬ ਮਿਲਿਆ, "ਜਾਓ, ਆਪਣੀਆਂ ਕਵਿਤਾਵਾਂ ਰਚੋ ਅਤੇ ਜਿੱਥੋਂ ਤੱਕ ਭੇਡਾਂ ਦਾ ਸਵਾਲ ਐ, ਉਨ੍ਹਾਂ ਨੂੰ ਤਾਂ ਤੁਹਾਡੇ ਤੋਂ ਬਿਨਾਂ ਸਾਨੂੰ ਹੀ ਬਚਾਉਣਾ ਪਵੇਗਾ। ਇਸ ਲਈ ਤੁਸੀਂ ਚੰਗੀ ਕਵਿਤਾ ਲਿਖ ਸਕੋ, ਅਸੀਂ ਤੁਹਾਡੀ ਸਖ਼ਤ ਆਲੋਚਨਾ ਕਰਦੇ ਆਂ।"

ਮੇਰੀ ਕਿਤਾਬ ਨਾਲ ਵੀ ਕਿਤੇ ਅਜਿਹਾ ਨਾ ਹੋਵੇ। ਇੱਜੜਾਂ ਨੂੰ ਬਚਾਉਣ ਜਾਵਾਂ, ਪਰ ਪਤਾ ਨਹੀਂ ਕਿਹੜਾ ਮੂੰਹ ਲੈ ਕੇ ਵਾਪਸ ਮੁੜਾਂ? ਸੁਬ੍ਹਾ-ਸਵੇਰੇ ਸ਼ੁਰੂ ਹੋਣ ਵਾਲਾ ਦਿਨ ਹਮੇਸ਼ਾ ਹੀ ਤਾਂ ਉਹੋ ਜਿਹਾ ਸਾਬਤ ਨਹੀਂ ਹੁੰਦਾ, ਜਿਹੋ ਜਿਹਾ ਅਸੀਂ ਚਾਹੁੰਦੇ ਹਾਂ।

ਯਾਦਾਂ

ਮਾਸਕੋ ਦੀ ਸਾਹਿਤਕ ਸੰਸਥਾ ਵਿੱਚ ਮੈਨੂੰ ਆਪਣਾ ਪਹਿਲਾ ਦਿਨ ਯਾਦ ਆ ਰਿਹਾ ਹੈ। ਅਸੀਂ ਪੜ੍ਹਾਈ ਸ਼ੁਰੂ ਕੀਤੀ ਹੀ ਸੀ ਕਿ ਮੇਰਾ ਜਨਮ ਦਿਨ ਆ ਗਿਆ। ਜ਼ਾਹਿਰ ਹੈ ਕਿ ਕਿਸੇ ਨੇ ਵੀ ਮੈਨੂੰ ਵਧਾਈ ਨਹੀਂ ਦਿੱਤੀ, ਕਿਉਂਕਿ ਕੋਈ ਜਾਣਦਾ ਹੀ ਨਹੀਂ ਸੀ ਕਿ ਮੈਂ ਇਸ ਦਿਨ ਜਨਮ ਲਿਆ ਸੀ। ਮੈਂ ਓਵਰਕੋਟ ਖਰੀਦਣ ਲਈ ਕੁੱਝ ਰਕਮ ਵੱਖਰੀ ਰੱਖੀ ਹੋਈ ਸੀ, ਜੋ ਮੈਨੂੰ ਪਿਤਾ ਜੀ ਨੇ ਦਿੱਤੀ ਸੀ।

"ਹਾਂ, ਤਾਂ ਵਿਚਾਰੇ ਰਸੂਲ।" ਮੈਂ ਆਪਣੇ ਆਪ ਨੂੰ ਕਿਹਾ, "ਚਲੋ, ਆਪਣੇ ਜਨਮ ਦਿਨ 'ਤੇ ਖ਼ੁਦ ਹੀ ਆਪਣੇ ਲਈ ਤੋਹਫ਼ਾ ਖਰੀਦ ਲਵੋ।" ਮੈਂ ਉਹ ਰਕਮ ਲੈ ਕੇ ਤੀਸ਼ੀਂਸਕੀ ਮੰਡੀ ਵੱਲ ਚੱਲ ਪਿਆ।

ਦੂਜੇ ਵਿਸ਼ਵ-ਯੁੱਧ ਤੋਂ ਬਾਅਦ ਵਾਲੇ ਪਹਿਲੇ ਸਾਲਾਂ ਵਿੱਚ ਮਾਸਕੋ ਦੀਆਂ ਮੰਡੀਆਂ ਵੀ ਕੀ ਕਮਾਲ ਦੀਆਂ ਸਨ! ਉਨ੍ਹਾਂ ਦੇ ਆਪਣੇ ਕਾਇਦੇ-ਕਾਨੂੰਨ ਸਨ, ਆਪਣੇ ਚੋਰ-ਬਾਜ਼ਾਰੀ ਕਰਨ ਵਾਲੇ ਅਤੇ ਆਪਣੇ ਹੀ ਮਿਲੀਸ਼ੀਆ ਵਾਲੇ। ਸ਼ਾਇਦ ਉੱਥੇ ਗਧੇ ਅਤੇ ਗਧੀ ਨੂੰ ਛੱਡ ਕੇ ਬਾਕੀ ਸਾਰਾ ਕੁੱਝ ਖਰੀਦਿਆ ਜਾ ਸਕਦਾ ਸੀ।

ਤੀਸ਼ੀਂਸਕੀ ਮੰਡੀ ਬਹੁਤੀ ਤਾਂ ਕੀੜੀਆਂ ਦੇ ਉਸ ਢੇਰ ਵਰਗੀ ਲੱਗਦੀ ਸੀ, ਜਿਸ ਨੂੰ ਕਿਸੇ ਨੇ ਛੇੜ ਦਿੱਤਾ ਹੋਵੇ। ਇੱਕ ਘੰਟਾ ਮੈਂ ਲੋਕਾਂ ਦੀ ਭੀੜ ਵਿੱਚ ਧੱਕੇ ਖਾਂਦਾ ਰਿਹਾ, ਜੋ ਹਰ ਤਰ੍ਹਾਂ ਦੀਆਂ ਰੱਦੀ ਚੀਜ਼ਾਂ, ਸੂਟ, ਗੋਡਿਆਂ ਤੱਕ ਦੇ ਬੂਟ, ਜਾਕਟਾਂ, ਫ਼ੌਜੀ ਓਵਰਕੋਟ, ਟੋਪੀਆਂ, ਫ਼੍ਰਾਕ, ਸਵੈਟਰ, ਸੈਂਡਲ ਅਤੇ ਬੈਸਾਖੀਆਂ ਮੇਰੇ ਵੱਲ ਵਧਾ-ਵਧਾ ਕੇ ਦਿਖਾਉਂਦੇ ਸਨ....।

ਉਨ੍ਹਾਂ ਦਿਨਾਂ ਵਿੱਚ ਮੈਂ ਕਿਸੇ ਰਾਜ-ਮੰਤਰੀ ਵਰਗਾ ਦਿਸਣਾ ਚਾਹੁੰਦਾ ਸੀ। ਭੀੜ-ਭੜੱਕੇ ਵਿੱਚ ਅਜਿਹਾ ਓਵਰਕੋਟ ਲੱਭ ਰਿਹਾ ਸੀ, ਜਿਸ ਨੂੰ ਪਹਿਨਦੇ ਹੀ ਮੰਤਰੀ ਵਰਗਾ ਦਿਸਣ ਲੱਗਾਂ। ਆਖ਼ਰ ਮੈਨੂੰ ਚੋਰ-ਬਾਜ਼ਾਰੀ ਕਰਨ ਵਾਲੇ ਇੱਕ ਆਦਮੀ ਦੇ ਮੋਢੇ 'ਤੇ ਕੁੱਝ ਇਸੇ ਤਰ੍ਹਾਂ ਦਾ ਓਵਰਕੋਟ ਨਜ਼ਰ ਆਇਆ। ਉਸ ਦੇ ਨਾਲ ਓਵਰਕੋਟ ਦੇ ਰੰਗ ਅਤੇ ਉਸੇ ਕੱਪੜੇ ਦੀ ਟੋਪੀ ਵੀ ਸੀ।

ਜ਼ਾਹਿਰ ਹੈ ਕਿ ਮੈਂ ਟੋਪੀ ਤੋਂ ਹੀ ਸ਼ੁਰੂ ਕੀਤਾ। ਉਸ ਨੂੰ ਪਹਿਨ ਕੇ ਸ਼ੀਸ਼ੇ ਵਿੱਚ ਆਪਣੀ ਸੂਰਤ ਦੇਖੀ, ਬਿਲਕੁੱਲ ਮੰਤਰੀ ਲੱਗ ਰਿਹਾ ਸੀ। ਸੌਦੇਬਾਜ਼ੀ ਸੁਰ ਕੀਤੀ। ਜਦੋਂ ਤੱਕ ਮੈਂ ਉੱਚੀ ਆਵਾਜ਼ ਵਿੱਚ ਘੱਟ ਕੀਮਤ ਕਹਿੰਦਾ ਰਿਹਾ, ਉਸ ਨੂੰ ਜਿਵੇਂ ਉਹ ਸੁਣਾਈ ਹੀ ਨਹੀਂ ਦਿੱਤੀ। ਪਰ ਜਦੋਂ ਮੈਂ ਹੌਲੀ ਜਿਹੀ, ਕੰਨ ਵਿੱਚ ਅਸਲੀ ਕੀਮਤ ਕਹੀ, ਤਾਂ ਉਸ ਨੂੰ ਤੁਰੰਤ ਸੁਣ ਗਿਆ। ਅਸੀਂ ਹੱਥ ਮਿਲਾਏ ਅਤੇ ਸੌਦਾ ਤੈਅ ਹੋ ਗਿਆ। ਆਪਣੇ ਤਿੰਨ ਅਤੇ ਪੰਜ ਰੂਬਲਾਂ ਦੇ ਨੋਟਾਂ ਨੂੰ ਗਿਣਨ ਲਈ ਮੈਂ ਓਵਰਕੋਟ ਚੋਰ-ਬਾਜ਼ਾਰੀ ਕਰਨ ਵਾਲੇ ਨੂੰ ਫੜਾ ਦਿੱਤਾ। ਦੋ ਹਜ਼ਾਰ ਦੋ ਸੌ ਪੰਜਾਹ ਰੂਬਲ ਗਿਣ ਕੇ ਮੈਂ ਉਸ ਨੂੰ ਸੌਂਪ ਦਿੱਤੇ। ਪੂਰੀ ਸ਼ਾਨ ਨਾਲ ਮੰਤਰੀ ਵਾਂਗ ਆਕੜਦਾ ਹੋਇਆ ਮੈਂ ਹੋਸਟਲ ਵਿੱਚ ਪਹੁੰਚਿਆ। ਫਿਰ ਯਾਦ ਆਇਆ ਕਿ ਓਵਰਕੋਟ ਤਾਂ ਚੋਰ-ਬਾਜ਼ਾਰੀ ਕਰਨ ਵਾਲੇ ਦੇ ਹੱਥ ਵਿੱਚ ਹੀ ਰਹਿ ਗਿਆ। ਦੋ ਹਜ਼ਾਰ ਦੋ ਸੌ ਪੰਜਾਹ ਰੂਬਲ ਦੇ ਕੇ ਮੈਂ ਸਿਰਫ਼ ਇੱਕ ਟੋਪੀ ਹੀ ਖਰੀਦੀ।

ਤਾਂ ਇਸ ਤਰ੍ਹਾਂ ਮੰਤਰੀ ਬਣਨ ਦਾ ਸੁਪਨਾ ਦੇਖਦੇ ਹੋਏ ਮੈਂ ਓਵਰਕੋਟ ਅਤੇ ਪੈਸਿਆਂ ਤੋਂ ਵੀ ਹੱਥ ਧੋ ਬੈਠਾ। ਕਿਤੇ ਮੇਰੀ ਕਿਤਾਬ ਨਾਲ ਵੀ ਅਜਿਹਾ ਹੀ ਨਾ ਹੋ ਜਾਵੇ।

ਸਾਰਿਆਂ ਨੂੰ ਇਹ ਪਤਾ ਹੁੰਦਾ ਹੈ ਕਿ ਉਨ੍ਹਾਂ ਨੂੰ ਕੀ ਚਾਹੀਦਾ ਹੈ, ਪਰ ਸਾਰੇ ਉਸ ਨੂੰ ਹਾਸਲ ਨਹੀਂ ਕਰ ਸਕਦੇ। ਸਾਰੇ ਆਪਣੀ ਮੰਜ਼ਿਲ ਜਾਣਦੇ ਹਨ, ਪਰ ਉੱਥੋਂ ਤੱਕ ਸਾਰੇ ਨਹੀਂ ਪਹੁੰਚਦੇ। ਅਜਿਹੇ ਲੋਕ ਵੀ ਹਨ, ਜਿਨ੍ਹਾਂ ਨੂੰ ਅਜਿਹਾ ਲੱਗਦਾ ਹੈ ਕਿ ਉਨ੍ਹਾਂ ਨੂੰ ਇਹ ਪਤਾ ਹੈ ਕਿ ਕਿਤਾਬ ਕਿਵੇਂ ਲਿਖਣੀ ਚਾਹੀਦੀ ਹੈ, ਪਰ ਉਹ ਉਸ ਨੂੰ ਲਿਖ ਨਹੀਂ ਸਕਦੇ।

ਕਹਿੰਦੇ ਹਨ ਕਿ ਇੱਕ ਹੀ ਸੂਈ ਸ਼ਾਦੀ ਦਾ ਫ੍ਰਾਕ ਅਤੇ ਮੁਰਦੇ ਦਾ ਕਫ਼ਨ ਸਿਊਂਦੀ ਹੈ।

ਕਹਿੰਦੇ ਹਨ ਕਿ ਉਹ ਦਰਵਾਜ਼ਾ ਨਾ ਖੋਲ੍ਹੋ, ਜਿਸ ਨੂੰ ਬਾਅਦ ਵਿੱਚ ਬੰਦ ਨਾ ਕਰ ਸਕੋ।

ਪ੍ਰਤਿਭਾ

ਬਲੋ ਕਿ ਚਾਨਣ ਹੋਵੇ।

–ਲੈਂਪ 'ਤੇ ਉੱਕਰੇ ਸ਼ਬਦ

ਕਵੀ ਅਤੇ ਸੁਨਹਿਰੀ ਮੱਛੀ ਦਾ ਕਿੱਸਾ: ਕਹਿੰਦੇ ਹਨ ਕਿ ਕਿਸੇ ਅਭਾਗੇ ਕਵੀ ਨੇ ਕਾਸਪੀਅਨ ਸਾਗਰ ਵਿੱਚ ਇੱਕ ਸੁਨਹਿਰੀ ਮੱਛੀ ਫੜ ਲਈ।

"ਕਵੀ, ਕਵੀ, ਮੈਨੂੰ ਸਾਗਰ ਵਿੱਚ ਛੱਡ ਦਿਓ।" ਸੁਨਹਿਰੀ ਮੱਛੀ ਨੇ ਕਿਹਾ।

"ਤਾਂ ਇਸ ਦੇ ਬਦਲੇ ਤੂੰ ਮੈਨੂੰ ਕੀ ਦੇਵੇਂਗੀ?"

"ਤੁਹਾਡੇ ਦਿਲ ਦੀਆਂ ਸਾਰੀਆਂ ਮੁਰਾਦਾਂ ਪੂਰੀਆਂ ਹੋ ਜਾਣਗੀਆਂ।"

ਕਵੀ ਨੇ ਖ਼ੁਸ਼ ਹੋ ਕੇ ਸੁਨਹਿਰੀ ਮੱਛੀ ਨੂੰ ਛੱਡ ਦਿੱਤਾ। ਹੁਣ ਕਵੀ ਦੀ ਕਿਸਮਤ ਦਾ ਸਿਤਾਰਾ ਬੁਲੰਦ ਹੋਣ ਲੱਗਿਆ। ਇੱਕ ਤੋਂ ਬਾਅਦ ਇੱਕ ਉਸ ਦੇ ਕਾਵਿ-ਸੰਗ੍ਰਹਿ ਛਪਣ ਲੱਗੇ। ਸ਼ਹਿਰ ਵਿੱਚ ਉਸ ਦਾ ਘਰ ਬਣ ਗਿਆ ਅਤੇ ਸ਼ਹਿਰ ਤੋਂ ਬਾਹਰ ਵਧੀਆ ਬੰਗਲਾ ਵੀ। ਸਨਮਾਨ-ਚਿੰਨ੍ਹ ਅਤੇ 'ਬਹਾਦਰੀ ਲਈ' ਤਮਗਾ ਵੀ ਉਸ ਦੇ ਸੀਨੇ 'ਤੇ ਚਮਕਣ ਲੱਗਿਆ। ਕਵੀ ਨੇ ਪ੍ਰਸਿੱਧੀ ਪ੍ਰਾਪਤ ਕਰ ਲਈ ਅਤੇ ਸਾਰਿਆਂ ਦੀ ਜ਼ੁਬਾਨ ਤੋਂ ਉਸ ਦਾ ਨਾਂ ਸੁਣਾਈ ਦੇਣ ਲੱਗਿਆ। ਉੱਚੇ ਤੋਂ ਉੱਚੇ ਅਹੁਦੇ ਉਸ ਨੂੰ ਮਿਲੇ ਅਤੇ ਸਾਰੀ ਦੁਨੀਆ ਉਸ ਦੇ ਸਾਹਮਣੇ ਪਿਆਜ ਅਤੇ ਨਿੰਬੂ ਨਾਲ ਮਜ਼ੇਦਾਰ ਬਣੇ ਭੁੰਨੇ ਹੋਏ ਸੀਖ-ਕਬਾਬ ਵਰਗੀ ਸੀ। ਹੱਥ ਵਧਾਓ, ਲਓ ਅਤੇ ਮਜ਼ੇ ਨਾਲ ਖਾਓ।

ਜਦੋਂ ਉਹ ਅਕਾਦਮੀ ਅਤੇ ਸੰਸਦ ਦਾ ਮੈਂਬਰ ਬਣ ਗਿਆ ਅਤੇ ਉਹ ਸਨਮਾਨਿਤ ਹੋ ਚੁੱਕਿਆ ਸੀ, ਤਾਂ ਇੱਕ ਦਿਨ ਉਸ ਦੀ ਪਤਨੀ ਨੇ ਵੈਸੇ ਹੀ ਕਿਹਾ:

"ਆਹ, ਇਨ੍ਹਾਂ ਸਭ ਚੀਜ਼ਾਂ ਦੇ ਨਾਲ-ਨਾਲ ਤੁਸੀਂ ਮੱਛੀ ਕੋਲੋਂ ਕੁੱਝ ਪ੍ਰਤਿਭਾ ਵੀ ਕਿਉਂ ਨਹੀਂ ਮੰਗ ਲਈ?"

ਕਵੀ ਜਿਵੇਂ ਤ੍ਰਬਕਿਆ, ਜਿਵੇਂ ਉਹ ਸਮਝ ਗਿਆ ਕਿ ਇਨ੍ਹਾਂ ਸਾਲਾਂ ਦੌਰਾਨ ਕਿਹੜੀ ਚੀਜ਼ ਦੀ ਉਸ ਦੇ ਕੋਲ ਘਾਟ ਰਹੀ ਸੀ। ਉਹ ਸਾਗਰ-ਤੱਟ 'ਤੇ ਦੌੜਿਆ ਗਿਆ ਅਤੇ ਮੱਛੀ ਨੂੰ ਬੋਲਿਆ:

"ਮੱਛੀ, ਮੱਛੀ, ਮੈਨੂੰ ਥੋੜ੍ਹੀ ਜਿਹੀ ਪ੍ਰਤਿਭਾ ਵੀ ਦੇ ਦਿਓ।"

ਸੁਨਹਿਰੀ ਮੱਛੀ ਨੇ ਜਵਾਬ ਦਿੱਤਾ:

"ਤੁਸੀਂ ਜੋ ਵੀ ਚਾਹਿਆ, ਮੈਂ ਉਹ ਸਾਰਾ ਕੁੱਝ ਤੁਹਾਨੂੰ ਦਿੱਤਾ। ਭਵਿੱਖ ਵਿੱਚ ਵੀ ਤੁਸੀਂ ਜੋ ਕੁੱਝ ਮੰਗੋਗੇ, ਮੈਂ ਤੁਹਾਨੂੰ ਦਿਆਂਗੀ। ਪਰ ਪ੍ਰਤਿਭਾ ਨਹੀਂ ਦੇ ਸਕਦੀ। ਉਹ ਕਾਵਿ-ਪ੍ਰਤਿਭਾ ਤਾਂ ਖ਼ੁਦ ਮੇਰੇ ਕੋਲ ਵੀ ਨਹੀਂ।"

ਤਾਂ ਪ੍ਰਤਿਭਾ ਜਾਂ ਤਾਂ ਹੈ, ਜਾਂ ਨਹੀਂ। ਉਸ ਨੂੰ ਨਾ ਤਾਂ ਕੋਈ ਦੇ ਸਕਦਾ ਹੈ ਅਤੇ ਨਾ ਹੀ ਲੈ ਸਕਦਾ ਹੈ। ਪ੍ਰਤਿਭਾਸ਼ਾਲੀ ਤਾਂ ਪੈਦਾ ਹੀ ਹੋਣਾ ਚਾਹੀਦਾ ਹੈ।

ਸਾਡੇ ਕਵੀ ਨੇ ਜਲਦੀ ਹੀ ਆਪਣੇ ਆਪ ਨੂੰ ਹੰਸਾਂ ਦੇ ਖੰਭ ਲਗਾ ਲੈਣ ਵਾਲੇ ਕਾਂ ਵਾਂਗ ਮਹਿਸੂਸ ਕਰਨਾ ਸ਼ੁਰੂ ਕਰ ਦਿੱਤਾ, ਜਿਸ ਨੂੰ ਸੁਨਹਿਰੀ ਮੱਛੀ ਨੇ ਹਰ ਤਰ੍ਹਾਂ ਨਾਲ ਖ਼ੁਸ਼ਹਾਲ ਕਰ ਦਿੱਤਾ ਸੀ। ਪਰਾਏ ਖੰਭਾਂ ਦੀ ਸੁੰਦਰਤਾ ਜਲਦੀ ਹੀ ਖ਼ਤਮ ਹੋ ਗਈ ਅਤੇ ਉਸ ਦੇ ਆਪਣੇ ਖੰਭ ਵੀ ਬਹੁਤ ਘੱਟ ਰਹਿ ਗਏ ਸਨ। ਇਸ ਤਰ੍ਹਾਂ ਕਵੀ ਪਹਿਲਾਂ ਦੇ ਮੁਕਾਬਲੇ ਭੱਦਾ ਦਿਸਣ ਲੱਗਿਆ।

ਦੁਹਰਾਉਣ ਨਾਲ ਪ੍ਰਾਰਥਨਾ ਕੋਈ ਖਰਾਬ ਨਹੀਂ ਹੋ ਜਾਂਦੀ। ਇਸ ਲਈ ਮੈਂ ਵੀ ਦੁਹਰਾਉਂਦਾ ਹਾਂ। ਲਿਖਣ ਲਈ ਪ੍ਰਤਿਭਾ ਦਾ ਹੋਣਾ ਜ਼ਰੂਰੀ ਹੈ ਅਤੇ ਜੇਕਰ ਉਹ ਸੁਨਹਿਰੀ ਮੱਛੀ ਕੋਲ ਵੀ ਨਹੀਂ, ਤਾਂ ਉਸ ਨੂੰ ਕਿੱਥੋਂ ਹਾਸਲ ਕੀਤਾ ਜਾਵੇ?

ਪਿਤਾ ਜੀ ਨੇ ਇਹ ਗੱਲ ਸੁਣਾਈ

ਦੂਰ ਦੇ ਕਿਸੇ ਪਿੰਡ ਤੋਂ ਇੱਕ ਪਹਾੜੀ ਆਦਮੀ ਪਿਤਾ ਜੀ ਕੋਲ ਆਇਆ ਅਤੇ ਆਪਣੀਆਂ ਕਵਿਤਾਵਾਂ ਸੁਣਾਉਣ ਲੱਗਿਆ। ਪਿਤਾ ਜੀ ਨੇ ਇਸ ਨਵੇਂ ਕਵੀ ਦੀਆਂ ਰਚਨਾਵਾਂ ਬਹੁਤ ਧਿਆਨ ਨਾਲ ਸੁਣੀਆਂ ਅਤੇ ਫਿਰ ਤੁਲਨਾਤਮਿਕ ਰੂਪ ਵਿੱਚ ਜ਼ਿਆਦਾ ਕਮਜ਼ੋਰ ਅਤੇ ਬੇਜਾਨ ਪੰਕਤੀਆਂ ਵੱਲ ਇਸ਼ਾਰਾ ਕੀਤਾ। ਇਸ ਤੋਂ ਬਾਅਦ ਉਨ੍ਹਾਂ ਨੇ ਪਹਾੜੀ ਨੂੰ ਇਹ ਦੱਸਿਆ ਕਿ ਉਹ ਖ਼ੁਦ, ਤਸਾਦਾ ਦਾ ਹਮਜ਼ਾਤ ਇਨ੍ਹਾਂ ਕਵਿਤਾਵਾਂ ਨੂੰ ਕਿਵੇਂ ਲਿਖਦਾ।

"ਪਿਆਰੇ ਹਮਜ਼ਾਤ।" ਪਹਾੜੀ ਆਦਮੀ ਕਹਿ ਉੱਠਿਆ, "ਅਜਿਹੀਆਂ ਕਵਿਤਾਵਾਂ ਲਿਖਣ ਲਈ ਤਾਂ ਪ੍ਰਤਿਭਾ ਚਾਹੀਦੀ ਐ।"

"ਸ਼ਾਇਦ ਤੁਸੀਂ ਠੀਕ ਹੀ ਕਹਿੰਦੇ ਹੋ, ਥੋੜ੍ਹੀ ਜਿਹੀ ਪ੍ਰਤਿਭਾ ਨਾਲ ਤੁਹਾਨੂੰ ਕੋਈ ਨੁਕਸਾਨ ਨਹੀਂ ਹੋਵੇਗਾ।"

"ਤਾਂ ਦੱਸੋ ਕਿ ਉਹ ਕਿੱਥੋਂ ਮਿਲ ਸਕਦੀ ਐ?" ਹਮਜ਼ਾਤ ਦੇ ਜਵਾਬ ਵਿੱਚ ਸ਼ਾਮਲ ਵਿਅੰਗ ਨੂੰ ਨਾ ਸਮਝਦੇ ਹੋਏ ਪਹਾੜੀ ਨੇ ਖ਼ੁਸ਼ ਹੋ ਕੇ ਪੁੱਛਿਆ।

"ਦੁਕਾਨਾਂ 'ਤੇ ਤਾਂ ਮੈਂ ਅੱਜ ਗਿਆ ਸੀ, ਉੱਥੇ ਉਹ ਨਹੀਂ ਸੀ, ਸ਼ਾਇਦ ਮੰਡੀ ਵਿੱਚ ਹੋਵੇ।"

ਕੋਈ ਵੀ ਇਹ ਨਹੀਂ ਜਾਣਦਾ ਕਿ ਆਦਮੀ ਵਿੱਚ ਪ੍ਰਤਿਭਾ ਕਿੱਥੋਂ ਆਉਂਦੀ ਹੈ। ਇਹ ਵੀ ਕਿਸੇ ਨੂੰ ਪਤਾ ਨਹੀਂ ਕਿ ਇਸ ਨੂੰ ਧਰਤੀ ਦਿੰਦੀ ਹੈ ਜਾਂ ਆਕਾਸ਼। ਜਾਂ ਸ਼ਾਇਦ ਉਹ ਧਰਤੀ ਅਤੇ ਆਕਾਸ਼ ਦੋਵਾਂ ਦੀ ਸੰਤਾਨ ਹੈ? ਇਸੇ ਤਰ੍ਹਾਂ ਇਹ ਵੀ ਕੋਈ ਨਹੀਂ ਜਾਣਦਾ ਕਿ ਇਨਸਾਨ ਵਿੱਚ ਕਿਹੜੀ ਜਗ੍ਹਾ ਉਹ ਰਹਿੰਦੀ ਹੈ, ਦਿਲ ਵਿੱਚ, ਖ਼ੂਨ ਵਿੱਚ ਜਾਂ ਦਿਮਾਗ ਵਿੱਚ? ਜਨਮ ਤੋਂ ਹੀ ਉਹ ਛੋਟੇ ਜਿਹੇ ਦਿਲ ਵਿੱਚ ਆਪਣਾ ਘਰ ਬਣਾ ਲੈਂਦੀ ਹੈ ਜਾਂ ਧਰਤੀ 'ਤੇ ਆਪਣਾ ਮੁਸ਼ਕਿਲ ਰਸਤਾ ਤੈਅ ਕਰਦੇ ਹੋਏ ਆਦਮੀ ਬਾਅਦ ਵਿੱਚ ਉਸ ਨੂੰ ਹਾਸਲ ਕਰਦਾ ਹੈ? ਕਿਹੜੀ ਚੀਜ਼ ਤੋਂ ਉਸ ਨੂੰ ਜ਼ਿਆਦਾ ਬਲ ਮਿਲਦਾ ਹੈ, ਪਿਆਰ ਤੋਂ ਜਾਂ ਨਫ਼ਰਤ ਤੋਂ, ਖ਼ੁਸ਼ੀ ਤੋਂ ਜਾਂ ਗ਼ਮ ਤੋਂ, ਹਾਸੇ ਤੋਂ ਜਾਂ ਹੰਝੂਆਂ ਤੋਂ? ਜਾਂ ਪ੍ਰਤਿਭਾ ਦੇ ਲਈ ਇਨ੍ਹਾਂ ਸਾਰਿਆਂ

ਦੀ ਜ਼ਰੂਰਤ ਹੁੰਦੀ ਹੈ? ਉਹ ਵਿਰਾਸਤ ਵਿੱਚ ਮਿਲਦੀ ਹੈ ਜਾਂ ਮਾਨਵ ਜੋ ਕੁੱਝ ਦੇਖਦਾ, ਸੁਣਦਾ, ਪੜ੍ਹਦਾ, ਅਨੁਭਵ ਕਰਦਾ ਅਤੇ ਜਾਣਦਾ ਹੈ, ਉਸ ਸਭ ਕੁੱਝ ਦੇ ਨਤੀਜੇ ਵਜੋਂ ਉਹ ਉਸ ਵਿੱਚ ਸੰਚਿਤ ਹੁੰਦੀ ਹੈ?

ਪ੍ਰਤਿਭਾ ਮਿਹਨਤ ਦਾ ਫ਼ਲ ਹੈ ਜਾਂ ਕੁਦਰਤ ਦੀ ਦੇਣ? ਇਹ ਅੱਖਾਂ ਦੇ ਉਸ ਰੰਗ ਵਰਗੀ ਹੈ, ਜੋ ਆਦਮੀ ਨੂੰ ਜਨਮ ਤੋਂ ਹੀ ਮਿਲਦਾ ਹੈ ਜਾਂ ਉਨ੍ਹਾਂ ਮਾਸ-ਪੇਸ਼ੀਆਂ ਵਾਂਗ, ਜਿਨ੍ਹਾਂ ਦਾ ਰੋਜ਼ਾਨਾ ਕਸਰਤ ਦੇ ਨਤੀਜੇ ਵਜੋਂ ਉਹ ਵਿਕਾਸ ਕਰਦਾ ਹੈ? ਇਹ ਮਾਲੀ ਵੱਲੋਂ ਬੜੀ ਮਿਹਨਤ ਨਾਲ ਉਗਾਏ ਗਏ ਸੇਬ ਦੇ ਦਰੱਖਤ ਵਾਂਗ ਹੈ ਜਾਂ ਉਸ ਸੇਬ ਵਾਂਗ, ਜੋ ਦਰੱਖਤ ਤੋਂ ਸਿੱਧਾ ਲੜਕੇ ਦੀ ਹੱਥੇਲੀ 'ਤੇ ਆ ਡਿੱਗਦਾ ਹੈ?

ਪ੍ਰਤਿਭਾ, ਇਹ ਤਾਂ ਇੰਨੀ ਰਹੱਸਮਈ ਹੈ ਕਿ ਜਦੋਂ ਪ੍ਰਿਥਵੀ, ਉਸ ਦੇ ਅਤੀਤ ਅਤੇ ਭਵਿੱਖ, ਸੂਰਜ ਅਤੇ ਤਾਰਿਆਂ, ਅੱਗ ਅਤੇ ਫੁੱਲਾਂ, ਇੱਥੋਂ ਤੱਕ ਕਿ ਇਨਸਾਨ ਬਾਰੇ ਵੀ ਸਭ ਕੁੱਝ ਪਤਾ ਕਰ ਲਿਆ ਜਾਵੇਗਾ, ਉਦੋਂ ਸਭ ਤੋਂ ਬਾਅਦ ਵਿੱਚ ਹੀ ਇਹ ਪਤਾ ਲੱਗ ਸਕੇਗਾ ਕਿ ਪ੍ਰਤਿਭਾ ਕਿਹੜੀ ਚੀਜ਼ ਹੈ, ਉਹ ਕਿੱਥੋਂ ਆਉਂਦੀ ਹੈ, ਕਿੱਥੇ ਉਸ ਦਾ ਵਾਸ ਹੁੰਦਾ ਹੈ ਅਤੇ ਕਿਉਂ ਉਹ ਇੱਕ ਆਦਮੀ ਨੂੰ ਮਿਲਦੀ ਹੈ ਅਤੇ ਦੂਜੇ ਨੂੰ ਨਹੀਂ ਮਿਲਦੀ।

ਦੋ ਪ੍ਰਤਿਭਾਸ਼ਾਲੀ ਵਿਅਕਤੀਆਂ ਦੀ ਪ੍ਰਤਿਭਾ ਇੱਕੋ ਜਿਹੀ ਨਹੀਂ ਹੁੰਦੀ, ਕਿਉਂਕਿ ਸਮਾਨ ਪ੍ਰਤਿਭਾਵਾਂ ਤਾਂ ਪ੍ਰਤਿਭਾਵਾਂ ਹੀ ਨਹੀਂ ਹੁੰਦੀਆਂ। ਸ਼ਕਲ-ਸੂਰਤ ਦੀ ਸਮਾਨਤਾ 'ਤੇ ਤਾਂ ਪ੍ਰਤਿਭਾ ਬਿਲਕੁੱਲ ਹੀ ਨਿਰਭਰ ਨਹੀਂ ਕਰਦੀ। ਮੈਂ ਆਪਣੇ ਪਿਤਾ ਜੀ ਦੇ ਚਿਹਰੇ ਨਾਲ ਮਿਲਦੇ-ਜੁਲਦੇ ਚਿਹਰਿਆਂ ਵਾਲੇ ਬਹੁਤ ਸਾਰੇ ਲੋਕ ਦੇਖੇ ਹਨ, ਪਰ ਪਿਤਾ ਜੀ ਵਰਗੀ ਪ੍ਰਤਿਭਾ ਕਿਸੇ ਵਿੱਚ ਵੀ ਦਿਖਾਈ ਨਹੀਂ ਦਿੱਤੀ।

ਪ੍ਰਤਿਭਾ ਵਿਰਾਸਤ ਵਿੱਚ ਵੀ ਨਹੀਂ ਮਿਲਦੀ, ਨਹੀਂ ਤਾਂ ਕਲਾ ਦੇ ਖੇਤਰ ਵਿੱਚ ਘਰਾਣਿਆਂ ਦਾ ਬੋਲਬਾਲਾ ਹੁੰਦਾ। ਬੁੱਧੀਮਾਨ ਦੇ ਘਰ ਅਕਸਰ ਮੂਰਖ ਬੇਟਾ ਪੈਦਾ ਹੁੰਦਾ ਹੈ ਅਤੇ ਮੂਰਖ ਦਾ ਬੇਟਾ ਬੁੱਧੀਮਾਨ ਹੋ ਸਕਦਾ ਹੈ।

ਕਿਸੇ ਵਿਅਕਤੀ ਵਿੱਚ ਆਪਣਾ ਸਥਾਨ ਬਣਾਉਂਦੇ ਸਮੇਂ ਪ੍ਰਤਿਭਾ ਕਦੇ ਇਸ ਗੱਲ ਦੀ ਪ੍ਰਵਾਹ ਨਹੀਂ ਕਰਦੀ ਕਿ ਜਿਸ ਰਾਜ ਵਿੱਚ ਉਹ ਰਹਿੰਦਾ ਹੈ, ਉਹ ਕਿੰਨਾ ਵੱਡਾ ਹੈ ਜਾਂ ਉਸ ਦੀ ਜਾਤੀ ਦੇ ਲੋਕਾਂ ਦੀ ਗਿਣਤੀ ਕਿੰਨੀ ਹੈ। ਪ੍ਰਤਿਭਾ ਬੜੀ ਦੁਰਲੱਭ ਹੁੰਦੀ ਹੈ, ਅਚਾਨਕ ਹੀ ਆਉਂਦੀ ਹੈ ਅਤੇ ਇਸੇ ਲਈ ਉਹ ਬਿਜਲੀ ਦੀ ਚਮਕ, ਸਤਰੰਗੀ ਪੀਂਘ ਅਤੇ ਗਰਮੀ ਨਾਲ ਬੁਰੀ ਤਰ੍ਹਾਂ ਝੁਲਸੇ ਅਤੇ ਉਮੀਦ ਛੱਡ ਚੁੱਕੇ ਰੇਗਿਸਤਾਨ ਵਿੱਚ ਅਚਾਨਕ ਹੋਣ ਵਾਲੀ ਬਾਰਿਸ਼ ਵਾਂਗ ਹੈਰਾਨ ਕਰ ਦਿੰਦੀ ਹੈ।

ਕਿਵੇਂ ਮੈਂ ਇੱਕ ਦੋਸਤ ਖੋ ਦਿੱਤਾ

ਇੱਕ ਦਿਨ ਮੈਂ ਆਪਣੇ ਮੇਜ 'ਤੇ ਬੈਠਾ ਕੰਮ ਕਰ ਰਿਹਾ ਸੀ ਕਿ ਇੱਕ ਜਵਾਨ ਘੋੜ-ਸਵਾਰ ਮੇਰੇ ਘਰ ਆਇਆ।

"ਸਲਾਮ ਅਲੈਕੁਮ।"

"ਵਾਲੈਕੁਮ ਸਲਾਮ।"

"ਰਸੂਲ, ਮੈਂ ਤੁਹਾਡੇ ਕੋਲ ਇੱਕ ਛੋਟੀ ਜਿਹੀ ਪ੍ਰਾਰਥਨਾ ਲੈ ਕੇ ਆਇਆਂ।"

"ਅੰਦਰ ਆ ਕੇ ਆਪਣੀ ਪ੍ਰਾਰਥਨਾ ਮੇਜ 'ਤੇ ਰੱਖ ਦਿਓ।"

ਨੌਜਵਾਨ ਨੇ ਜੇਬ ਵਿੱਚ ਹੱਥ ਪਾਇਆ ਅਤੇ ਸੱਚਮੁੱਚ ਹੀ ਕੁੱਝ ਕਾਗਜ਼ ਕੱਢ ਕੇ ਮੇਜ 'ਤੇ ਰੱਖ ਦਿੱਤੇ। ਪਹਿਲਾ ਕਾਗਜ਼ ਮੇਰੇ ਪਿਤਾ ਜੀ ਦੇ ਪਰਮ ਮਿੱਤਰ ਅਤੇ ਮੇਰੇ ਕੋਲ ਅਕਸਰ ਆਉਣ ਵਾਲੇ ਵਿਅਕਤੀ ਦਾ ਪੱਤਰ ਸੀ। ਸਾਡੇ ਘਰ ਅਤੇ ਪਰਿਵਾਰ ਦੇ ਮਿੱਤਰ ਨੇ ਲਿਖਿਆ ਸੀ:

"ਪਿਆਰੇ ਰਸੂਲ, ਇਹ ਨੌਜਵਾਨ ਸਾਡਾ ਨੇੜਲਾ ਰਿਸ਼ਤੇਦਾਰ ਅਤੇ ਬਹੁਤ ਭਲਾ ਆਦਮੀ ਐ। ਇਸ ਨੂੰ ਆਪਣੇ ਵਰਗਾ ਪ੍ਰਸਿੱਧ ਕਵੀ ਬਣਨ ਵਿੱਚ ਮੱਦਦ ਕਰੋ।"

ਬਾਕੀ ਕਾਗਜ਼ ਸਨ, ਗ੍ਰਾਮ-ਸੋਵੀਅਤ ਦਾ ਪ੍ਰਮਾਣ-ਪੱਤਰ, ਸਾਂਝੇ ਫ਼ਾਰਮ ਦਾ ਪ੍ਰਮਾਣ-ਪੱਤਰ, ਪਾਰਟੀ ਸੰਗਠਨ ਦਾ ਪ੍ਰਮਾਣ-ਪੱਤਰ ਅਤੇ ਯੋਗਤਾ-ਪੱਤਰ।

ਗ੍ਰਾਮ-ਸੋਵੀਅਤ ਦੇ ਪ੍ਰਮਾਣ-ਪੱਤਰ ਵੱਚ ਲਿਖਿਆ ਸੀ ਕਿ ਫਲਾਣਾ-ਫਲਾਣਾ ਅਸਲ ਵਿੱਚ ਹੀ ਕਾਹਾਬ-ਰੋਸੋ ਦੇ ਮਸ਼ਹੂਰ ਸ਼ਾਇਰ ਦਾ ਭਤੀਜਾ ਹੈ ਅਤੇ ਗ੍ਰਾਮ-ਸੋਵੀਅਤ ਅਨੁਸਾਰ ਪ੍ਰਸਿੱਧ ਦਾਗ਼ਿਸਤਾਨੀ ਕਵੀਆਂ ਦੀ ਸੂਚੀ ਵਿੱਚ ਸਥਾਨ ਪ੍ਰਾਪਤ ਕਰਨ ਲਈ ਬਹੁਤ ਹੀ ਯੋਗ ਉਮੀਦਵਾਰ ਹੈ।

ਦੂਜੇ ਪ੍ਰਮਾਣ-ਪੱਤਰਾਂ ਵਿੱਚ ਇਹ ਦੱਸਿਆ ਗਿਆ ਸੀ ਕਿ ਮਹਿਮੂਦ ਦਾ ਭਤੀਜਾ ਪੱਚੀ ਸਾਲ ਦਾ ਹੈ, ਕਿ ਉਹ ਨੌਂਵੀਂ ਜਮਾਤ ਤੱਕ ਪੜ੍ਹਿਆ ਹੈ ਅਤੇ ਬਿਲਕੁੱਲ ਤੰਦਰੁਸਤ ਹੈ।

"ਬਹੁਤ ਖ਼ੂਬ।" ਮੈਂ ਕਿਹਾ, "ਲਿਆਓ ਦਿਖਾਓ ਆਪਣੀਆਂ ਰਚਨਾਵਾਂ। ਸੰਭਵ ਹੈ ਕਿ ਤੁਸੀਂ ਸੱਚਮੁੱਚ ਪ੍ਰਤਿਭਾਸ਼ਾਲੀ ਹੋਵੋ ਅਤੇ ਸਮਾਂ ਆਉਣ 'ਤੇ ਪ੍ਰਸਿੱਧ ਕਵੀ ਬਣ ਸਕੋਗੇ। ਮੈਥੋਂ ਜੋ ਕੁੱਝ ਵੀ ਹੋ ਸਕੇਗਾ, ਹਰ ਤਰ੍ਹਾਂ ਨਾਲ ਤੁਹਾਡੀ ਮੱਦਦ ਕਰਾਂਗਾ ਅਤੇ ਇਸ ਤਰ੍ਹਾਂ ਸਾਡੇ ਸਾਂਝੇ ਮਿੱਤਰ ਦੀ ਪ੍ਰਾਰਥਨਾ ਵੀ ਪੂਰੀ ਹੋ ਜਾਵੇਗੀ।"

"ਪਰ ਇਹ ਤੁਸੀਂ ਕੀ ਕਹਿ ਰਹੇ ਹੋ? ਮੈਨੂੰ ਤਾਂ ਤੁਹਾਡੇ ਕੋਲ ਭੇਜਿਆ ਹੀ ਇਸ ਲਈ ਗਿਐ ਕਿ ਤੁਸੀਂ ਮੈਨੂੰ ਕਵਿਤਾ ਲਿਖਣੀ ਸਿਖਾਓ। ਮੈਂ ਤਾਂ ਹੁਣ ਤੱਕ ਕਦੇ ਕਵਿਤਾ ਨਹੀਂ ਲਿਖੀ।"

"ਤਾਂ ਤੁਸੀਂ ਕਰਦੇ ਕੀ ਹੋ?"

"ਸਾਂਝੇ ਫ਼ਾਰਮ ਵਿੱਚ ਕੰਮ ਕਰਦਾਂ। ਪਰ ਇਸ ਕੰਮ ਤੋਂ ਕੁੱਝ ਵੀ ਬਣਦਾ-ਬਣਾਉਂਦਾ ਨਹੀਂ। ਕੰਮ ਦੇ ਦਿਨ ਲਿਖ ਲੈਂਦੇ ਨੇ, ਪਰ ਬਾਅਦ ਵਿੱਚ ਕੁੱਝ ਦਿੰਦੇ-ਦਿਵਾਉਂਦੇ ਨਹੀਂ। ਪਰਿਵਾਰ ਸਾਡਾ ਵੱਡਾ ਐ। ਇਸ ਲਈ ਮੈਨੂੰ ਕਵੀ ਬਣਾਉਣ ਦੀ ਗੱਲ ਸੋਚੀ ਗਈ ਐ। ਮੈਨੂੰ ਪਤੈ ਕਿ ਮੇਰੇ ਚਾਚਾ ਮਹਿਮੂਦ ਕਾਫ਼ੀ ਕਮਾਉਂਦੇ ਸੀ, ਜਿੰਨਾ ਮੈਂ ਸਾਂਝੇ ਫ਼ਾਰਮ ਵਿੱਚ ਕਮਾਉਨਾਂ, ਉਸ ਤੋਂ ਕਿਤੇ ਜ਼ਿਆਦਾ। ਕਹਿੰਦੇ ਨੇ ਕਿ ਰਸੂਲ, ਤੁਸੀਂ ਵੀ ਬਹੁਤ ਪੈਸੇ ਕਮਾਉਂਦੇ ਹੋ।"

"ਮੈਨੂੰ ਲੱਗਦੈ ਕਿ ਬਹੁਤ ਚਾਹੁੰਦਾ ਹੋਇਆ ਵੀ ਮੈਂ ਤੁਹਾਨੂੰ ਕਵੀ ਨਹੀਂ ਬਣਾ ਸਕਾਂਗਾ।"

"ਇਹ ਤੁਸੀਂ ਕੀ ਕਹਿੰਦੇ ਹੋ? ਮੈਂ ਤਾਂ ਮਹਿਮੂਦ ਦਾ ਭਤੀਜਾ ਆਂ। ਪ੍ਰਮਾਣ-ਪੱਤਰ ਵਿੱਚ ਸਭ ਕੁੱਝ ਲਿਖਿਆ ਹੋਇਐ? ਗ੍ਰਾਮ-ਸੋਵੀਅਤ ਵੀ ਮੇਰਾ ਸਮਰਥਨ ਕਰਦੀ ਐ ਅਤੇ ਪਾਰਟੀ ਸੰਗਠਨ ਵੀ।"

"ਜੇਕਰ ਤੁਸੀਂ ਮਹਿਮੂਦ ਦੇ ਬੇਟੇ ਵੀ ਹੁੰਦੇ, ਤਾਂ ਵੀ ਮੈਂ ਕੁੱਝ ਨਾ ਕਰ ਸਕਦਾ। ਜਿਵੇਂ ਕਿ ਸਾਰੇ ਜਾਣਦੇ ਨੇ, ਮਹਿਮੂਦ ਦਾ ਬਾਪ ਲੱਕੜ ਦਾ ਕੋਲਾ ਬਣਾਉਂਦਾ ਸੀ, ਕਵੀ ਨਹੀਂ ਸੀ।"

"ਤਾਂ ਦੱਸੋ, ਇਹ ਵੀ ਕੋਈ ਇਨਸਾਫ਼ ਐ? ਤੁਸੀਂ ਕਵੀ ਅਤੇ ਲੇਖਕ ਇੱਥੇ ਮਖ਼ਚਕਲਾ ਵਿੱਚ ਸਾਹਿਤ ਦਾ ਚਰਬੀ ਵਾਲਾ ਧੜ ਆਪਸ ਵਿੱਚ ਵੰਡ ਲੈਂਦੇ ਹੋ। ਕੀ ਮੈਨੂੰ ਕੁੱਝ ਅੰਤੜੀਆਂ ਵੀ ਨਹੀਂ ਮਿਲ ਸਕਦੀਆਂ? ਮੈਂ ਅੰਤੜੀਆਂ ਲਈ ਵੀ ਰਾਜ਼ੀ ਆਂ। ਤਾਂ ਮੈਂ ਹੁਣ ਕੀ ਕਰਾਂ? ਮੈਨੂੰ ਕਿਤੇ ਚੰਗੀ ਨੌਕਰੀ ਲੈਣ ਵਿੱਚ ਮੱਦਦ ਕਰੋ। ਮੇਰੇ ਪ੍ਰਮਾਣ-ਪੱਤਰ ਬਿਲਕੁੱਲ ਠੀਕ-ਠਾਕ ਨੇ।"

ਮਹਿਮੂਦ ਦਾ ਭਤੀਜਾ ਹੋਣ ਦੇ ਨਾਤੇ ਅਸੀਂ ਸਾਹਿਤਕ-ਕੋਸ਼ ਵਿੱਚੋਂ ਉਸ ਦੀ ਕੁੱਝ ਮਾਲੀ ਮੱਦਦ ਕਰ ਦਿੱਤੀ ਅਤੇ ਫਿਰ ਮੇਰੀ ਪ੍ਰਾਰਥਨਾ 'ਤੇ ਦਾਗ਼ਿਸਤਾਨ ਬਿਜਲੀ ਮਸ਼ੀਨ ਕਾਰਖਾਨੇ ਦੇ ਡਾਇਰੈਕਟਰ ਨੇ ਉਸ ਨੂੰ ਆਪਣੇ ਕੋਲ ਨੌਕਰੀ ਦੇ ਦਿੱਤੀ।

ਪਰ ਹਰਮਨ ਪਿਆਰੇ ਕਵੀਆਂ ਦੀ ਸੂਚੀ ਵਿੱਚ ਜਗ੍ਹਾ ਪ੍ਰਾਪਤ ਕਰਨ ਦੇ ਇਸ ਉਮੀਦਵਾਰ ਨੂੰ ਆਪਣੀ ਕਿਸਮਤ 'ਤੇ ਤਸੱਲੀ ਨਾ ਹੋਈ। ਕੁੱਝ ਹੀ ਸਮੇਂ ਬਾਅਦ ਉਸ ਦੇ ਪਿਤਾ ਨੇ, ਜੋ ਸਾਡੇ ਮਿੱਤਰ ਸਨ, ਨਾਰਾਜ਼ਗੀ ਭਰਿਆ ਇਹ ਪੱਤਰ ਭੇਜਿਆ:

"ਤੁਹਾਡੇ ਪਿਤਾ ਹਮਜ਼ਾਤ ਮੇਰੀਆਂ ਸਾਰੀਆਂ ਬੇਨਤੀਆਂ ਹਮੇਸ਼ਾ ਪੂਰੀਆਂ ਕਰਦੇ ਸਨ। ਉਨ੍ਹਾਂ ਨੇ ਮੈਨੂੰ ਕਦੇ ਕਿਸੇ ਚੀਜ਼ ਲਈ ਇਨਕਾਰ ਨਹੀਂ ਕੀਤਾ ਸੀ। ਪਰ ਤੁਸੀਂ ਹਮਜ਼ਾਤ ਦਾ ਬੇਟਾ ਹੋ ਕੇ ਮੇਰੀ ਅਜਿਹੀ ਛੋਟੀ ਜਿਹੀ ਇੱਛਾ ਪੂਰੀ ਕਰਨ ਤੋਂ ਵੀ ਇਨਕਾਰ ਕਰ ਦਿੱਤਾ ਕਿ ਮੇਰੇ ਬੇਟੇ ਨੂੰ ਕਵੀ ਬਣਾ ਦਿਓ। ਲੱਗਦਾ ਹੈ ਕਿ ਰਸੂਲ, ਤੁਹਾਨੂੰ ਘਮੰਡ ਹੋ ਗਿਆ ਹੈ। ਤੁਸੀਂ ਆਪਣੇ ਬਾਪ ਵਰਗੇ ਨਹੀਂ ਹੋ। ਮੈਂ ਕਦੇ ਵੀ ਆਪਣੇ ਦੋਸਤਾਂ ਤੋਂ ਨਾਤਾ ਨਹੀਂ ਤੋੜਿਆ, ਪਰ ਹੁਣ ਅਜਿਹਾ ਕਰਨਾ ਪੈ ਰਿਹਾ ਹੈ। ਬਸ, ਖ਼ਤਮ।"

ਤਾਂ ਇਸ ਤਰ੍ਹਾਂ ਪ੍ਰਤਿਭਾ ਦੇ ਕਾਰਨ ਜਾਂ ਇਹ ਕਹਿਣਾ ਜ਼ਿਆਦਾ ਸਹੀ ਹਵੇਗਾ ਕਿ ਪ੍ਰਤਿਭਾ ਦੀ ਅਣਹੋਂਦ ਦੇ ਕਾਰਨ ਮੈਂ ਇੱਕ ਚੰਗਾ ਦੋਸਤ ਗਵਾ ਬੈਠਾ। ਮੇਰਾ ਮਿੱਤਰ ਸਚਮੁੱਚ ਹੀ ਚੰਗਾ ਆਦਮੀ ਸੀ, ਪਰ ਸਿਰਫ਼ ਇੰਨਾ ਹੀ ਨਹੀਂ ਸਮਝਦਾ ਸੀ ਕਿ ਕੋਈ ਵੀ, ਚਾਹੇ ਉਹ ਲੇਖਕ ਸੰਘ ਦਾ ਪ੍ਰਧਾਨ ਹੋਵੇ, ਉਵੇਂ ਹੀ ਪ੍ਰਤਿਭਾ ਨਹੀਂ ਵੰਡ ਸਕਦਾ, ਜਿਵੇਂ ਮੇਜ 'ਤੇ ਰੱਖੀ, ਭੁੰਨੀ ਹੋਈ ਗਰਮ-ਗਰਮ ਭੇਡ ਦੇ ਮਾਸ ਦੇ ਟੁਕੜੇ ਮੇਜ ਦੇ ਚਾਰੇ ਪਾਸੇ ਬੈਠੇ ਪਹਾੜੀ ਲੋਕਾਂ ਵਿੱਚ ਵੰਡੇ ਜਾਂਦੇ ਹਨ।

ਜਾਂ ਫਿਰ ਦਾਗ਼ਿਸਤਾਨ ਦੇ ਰਸਤੇ 'ਤੇ ਜਾਂਦੇ ਹੋਏ ਅਸੀਂ ਮਾਲ ਨਾਲ ਲੱਦੀ ਬਲਦ-ਗੱਡੀ ਨੂੰ ਉੱਪਰ ਚੜ੍ਹਦੇ ਦੇਖਦੇ ਹਾਂ। ਇੱਕ ਆਦਮੀ ਉਸ ਨੂੰ ਉੱਪਰ ਵੱਲ ਖਿੱਚਣ ਵਿੱਚ ਮੱਦਦ ਕਰਦਾ ਹੈ ਅਤੇ ਦੂਜਾ ਪਿੱਛੋਂ ਧੱਕਦਾ ਹੈ।

ਜਾਂ ਫਿਰ ਅਸੀਂ ਭਾਰੀ ਟਰੱਕ ਵੱਲੋਂ ਬਰਫ਼ ਦੇ ਢੇਰ ਵਿੱਚ ਛੋਟੀ ਜਿਹੀ 'ਮੋਸਕਵੀਚ' ਕਾਰ ਨੂੰ ਰੱਸੇ ਨਾਲ ਆਪਣੇ ਪਿੱਛੇ ਬੰਨ੍ਹ ਕੇ ਖਿੱਚਦੇ ਹੋਏ ਦੇਖਦੇ ਹਾਂ।

ਜਾਂ ਫਿਰ ਸਾਨੂੰ ਇਹ ਨਜ਼ਰ ਆਉਂਦਾ ਹੈ ਕਿ ਤੰਗ ਪਹਾੜੀ ਰਸਤੇ 'ਤੇ ਹੌਲੀ-ਹੌਲੀ ਚੱਲਣ ਵਾਲਾ ਭਾਰੀ ਟਰੱਕ ਤੇਜ ਕਾਰ ਨੂੰ ਕਿਸੇ ਵੀ ਤਰ੍ਹਾਂ ਅੱਗੇ ਨਹੀਂ ਨਿੱਕਲਣ ਦਿੰਦਾ।

ਪ੍ਰਤਿਭਾ ਬਲਦ-ਗੱਡੀ ਨਹੀਂ, ਜਿਸ ਨੂੰ ਦੋ ਆਦਮੀ ਮਿਲ ਕੇ ਧੱਕ ਸਕਦੇ ਹਨ ਜਾਂ

ਅੱਗ ਖਿੱਚ ਸਕਦੇ ਹਨ, ਪ੍ਰਤਿਭਾ 'ਮੋਸਕਵੀਚ' ਕਾਰ ਵੀ ਨਹੀਂ, ਜਿਸ ਨੂੰ ਰੱਸਾ ਬੰਨ੍ਹ ਕੇ ਖਿੱਚਿਆ ਜਾਵੇ, ਪ੍ਰਤਿਭਾ ਉਹ ਕਾਰ ਵੀ ਨਹੀਂ, ਜੋ ਆਪਣੇ ਲਈ ਰਸਤਾ ਬਣਾ ਕੇ ਅੱਗੇ ਨਾ ਨਿੱਕਲ ਸਕੇ।

ਪ੍ਰਤਿਭਾ ਨੂੰ ਪਿੱਛੋਂ ਧੱਕਣ ਦੀ ਜ਼ਰੂਰਤ ਨਹੀਂ ਅਤੇ ਹੱਥ ਫੜ ਕੇ ਉਸ ਨੂੰ ਅੱਗੇ ਵਧਾਉਣ ਦੀ ਵੀ ਜ਼ਰੂਰਤ ਨਹੀਂ ਪੈਂਦੀ। ਉਹ ਖ਼ੁਦ ਆਪਣਾ ਰਸਤਾ ਬਣਾ ਲੈਂਦੀ ਹੈ ਅਤੇ ਖ਼ੁਦ ਹੀ ਸਭ ਤੋਂ ਅੱਗੇ ਪਹੁੰਚ ਜਾਂਦੀ ਹੈ।

ਪਰ ਬਹੁਤ ਸਾਰੇ ਅਜਿਹੇ ਲੋਕ ਹਨ, ਜਿਹੜੇ ਇਹ ਉਮੀਦ ਲਗਾਈ ਰੱਖਦੇ ਹਨ ਕਿ ਉਨ੍ਹਾਂ ਨੂੰ ਜਾਂ ਤਾਂ ਪਿੱਛੋਂ ਧੱਕਿਆ ਜਾਵੇ ਜਾਂ ਅੱਗੇ ਵੱਲ ਖਿੱਚਿਆ ਜਾਵੇ। ਲਓ, ਇਹ ਰਿਹਾ ਛੋਟਾ ਜਿਹਾ ਇੱਕ ਹੋਰ ਕਿੱਸਾ, ਜਿਸ ਨੂੰ ਹੇਠਲਾ ਸਿਰਲੇਖ ਦਿੱਤਾ ਜਾ ਸਕਦਾ ਹੈ:

ਬੇਸ਼ੱਕ ਬੁੱਢੀ ਪਰ ਪ੍ਰਤਿਭਾਸ਼ਾਲੀ ਹੋਵੇ

ਜਦੋਂ ਮੈਂ ਮਾਸਕੋ ਦੀ ਸਾਹਿਤਕ ਸੰਸਥਾ ਵਿੱਚ ਪੜ੍ਹਦਾ ਸੀ, ਤਾਂ ਅਨੇਕਾਂ ਰੂਸੀ ਕਵੀਆਂ ਨਾਲ ਮੇਰੀ ਦੋਸਤੀ ਹੋ ਗਈ, ਜਿਹੜੇ ਉਸੇ ਸੰਸਥਾ ਵਿੱਚ ਵਿੱਦਿਆਰਥੀ ਸਨ। ਉਹ ਮੇਰੀਆਂ ਕਵਿਤਾਵਾਂ ਦਾ ਅਨੁਵਾਦ ਕਰਨ ਲੱਗੇ। ਵੱਖ-ਵੱਖ ਪੱਤਰ-ਪੱਤ੍ਰਿਕਾਵਾਂ ਵਿੱਚ ਇਹ ਅਨੁਵਾਦ ਛਪਣ ਲੱਗੇ। ਰੂਸੀ ਅਨੁਵਾਦਾਂ ਕਾਰਨ ਦਾਗ਼ਿਸਤਾਨ ਦੀਆਂ ਹੋਰ ਕੌਮਾਂ ਦੇ ਲੋਕਾਂ ਨੇ ਵੀ ਮੇਰੀਆਂ ਕਵਿਤਾਵਾਂ ਪੜ੍ਹੀਆਂ।

ਉਨ੍ਹਾਂ ਸਾਲਾਂ ਵਿੱਚ ਕੁੱਝ ਅਜਿਹੇ ਲੋਕ ਸਨ, ਜਿਹੜੇ ਬੇਕਾਰ ਇਹ ਬਕ-ਬਕ ਕਰਿਆ ਕਰਦੇ ਸਨ ਕਿ ਰਸੂਲ ਹਮਜ਼ਾਤੋਵ ਤਾਂ ਅਵਾਰ ਭਾਸ਼ਾ ਵਿੱਚ ਕਵਿਤਾ ਰਚ ਹੀ ਨਹੀਂ ਸਕਦਾ, ਕਿ ਪ੍ਰਤਿਭਾਸ਼ਾਲੀ ਰੂਸੀ ਅਨੁਵਾਦਕ ਉਸ ਦਾ ਨਾਂ ਬਣਾਉਣ ਦੀ ਕੋਸ਼ਿਸ਼ ਕਰ ਰਹੇ ਹਨ ਅਤੇ ਇਹ ਕਿ ਉਹ ਰੂਸੀ ਪਾਠਕਾਂ ਦੀ ਰੁਚੀ ਦੇ ਅਨੁਸਾਰ ਹੀ ਕਵਿਤਾ ਰਚਦਾ ਹੈ।

ਇਸੇ ਸਿਲਸਿਲੇ ਵਿੱਚ ਅਕਸਰ ਮੈਨੂੰ ਇੱਕ ਦਾਗ਼ਿਸਤਾਨੀ ਕਵੀ ਦੀ ਯਾਦ ਆ ਜਾਂਦੀ ਹੈ। ਦਾਗ਼ਿਸਤਾਨ ਵਿੱਚ ਤਾਤ ਨਾਂ ਦੀ ਇੱਕ ਛੋਟੀ ਜਿਹੀ ਕੌਮ ਹੈ। ਇਸ ਕੌਮ ਦੇ ਲੋਕਾਂ ਦੀ ਕੁੱਲ ਸੰਖਿਆ ਪੰਦਰਾਂ ਹਜ਼ਾਰ ਤੋਂ ਜ਼ਿਆਦਾ ਨਹੀਂ ਹੋਵੇਗੀ। ਫਿਰ ਵੀ ਪੰਜ-ਛੇ ਅਜਿਹੇ ਤਾਤ ਲੇਖਕ ਹਨ, ਜਿਹੜੇ ਦਾਗ਼ਿਸਤਾਨ ਵਿੱਚ ਪ੍ਰਸਿੱਧ ਹਨ। ਉਨ੍ਹਾਂ ਦੀਆਂ ਕਿਤਾਬਾਂ ਮਖ਼ਚਕਲਾ ਵਿੱਚ ਮਾਤ-ਭਾਸ਼ਾ ਵਿੱਚ ਵੀ ਛਪਦੀਆਂ ਹਨ ਅਤੇ ਉਨ੍ਹਾਂ ਦੇ ਰੂਸੀ ਅਨੁਵਾਦ ਵੀ ਪ੍ਰਕਾਸ਼ਿਤ ਹੁੰਦੇ ਹਨ। ਮੈਂ ਇੱਕ ਤਾਤ ਕਵੀ ਦੀ ਹੀ ਚਰਚਾ ਕਰਨਾ ਚਾਹੁੰਦਾ ਹਾਂ। ਉਸ ਦਾ ਨਾਂ ਦੱਸਣਾ ਜ਼ਰੂਰੀ ਨਹੀਂ ਹੈ।

ਮਾਸਕੋ ਦੀ ਸਾਹਿਤਕ ਸੰਸਥਾ ਦੀ ਪੜ੍ਹਾਈ ਸਮਾਪਤ ਕਰ ਕੇ ਮੈਂ ਮਖ਼ਚਕਲਾ ਵਿੱਚ ਵਾਪਸ ਆ ਗਿਆ ਸੀ। ਮੇਰੇ ਵਾਪਸ ਆਉਣ ਤੋਂ ਕੁੱਝ ਹੀ ਦਿਨਾਂ ਬਾਅਦ ਉਪਰੋਕਤ ਤਾਤ ਕਵੀ ਨੇ ਮੈਨੂੰ ਬੁਲਾਇਆ। ਉਸ ਨੇ ਬਾਹਰ ਖੁੱਲ੍ਹੀ ਹਵਾ ਵਿੱਚ ਮੇਰੀ ਦਾਵਤ ਕੀਤੀ। ਸਾਡੇ ਸਾਹਮਣੇ ਸੀ ਦੂਰ-ਦੂਰ ਤੱਕ ਫ਼ੈਲਿਆ ਹੋਇਆ ਕਾਸਪੀਅਨ ਸਾਗਰ ਅਤੇ ਸਾਡੇ ਪਿੱਛੇ ਸਨ ਉੱਚੇ ਪਹਾੜ। ਮੇਰਾ ਕਵੀ ਮਿੱਤਰ ਤਾਤ ਭਾਸ਼ਾ ਵਿੱਚ ਕਵਿਤਾ ਸੁਣਾਉਂਦਾ ਅਤੇ ਫਿਰ ਇੱਕ-ਇੱਕ ਸ਼ਬਦ ਦਾ ਰੂਸੀ ਵਿੱਚ ਅਨੁਵਾਦ ਕਰਦਾ, ਤਾਂ ਕਿ ਉਸ ਦੀ ਕਵਿਤਾ ਦੇ ਭਾਵ ਮੇਰੀ ਸਮਝ ਵਿੱਚ ਆ ਜਾਣ।

ਇਹ ਧਿਆਨ ਰੱਖਦੇ ਹੋਏ ਕਿ ਮੈਂ ਮਹਿਮਾਨ ਹਾਂ ਅਤੇ ਉਹ ਮੇਜ਼ਬਾਨ, ਇਹ ਧਿਆਨ ਵਿੱਚ ਰੱਖਦੇ ਹੋਏ ਕਿ ਕਿਤੇ ਉਹ ਇਹ ਨਾ ਸਮਝੇ ਕਿ ਮਾਸਕੋ ਵਿੱਚ ਪ੍ਰਾਪਤ ਕੀਤੇ ਆਪਣੇ ਗਿਆਨ ਦੀ ਫੜ੍ਹ ਮਾਰਨੀ ਚਾਹੁੰਦਾ ਹਾਂ, ਇਹ ਵੀ ਧਿਆਨ ਰੱਖਦੇ ਹੋਏ ਕਿ ਸਾਰੇ ਕਵੀ ਆਲੋਚਨਾ ਦੀ ਤੁਲਨਾ ਵਿੱਚ ਪ੍ਰਸ਼ੰਸਾ ਜ਼ਿਆਦਾ ਪਸੰਦ ਕਰਦੇ ਹਨ, ਇਹ ਵੀ ਦ੍ਰਿਸ਼ਟੀ ਵਿੱਚ ਰੱਖਦੇ ਹੋਏ ਕਿ ਕਿਸੇ ਤਰ੍ਹਾਂ ਦੀ ਆਲੋਚਨਾ ਨਾਲ ਵੀ ਉਸ ਨੂੰ ਕੋਈ ਲਾਭ ਨਹੀਂ ਹੋਵੇਗਾ, ਅਤੇ ਅੰਤ ਵਿੱਚ ਇਸ ਗੱਲ ਨੂੰ ਵੀ ਧਿਆਨ ਵਿੱਚ ਰੱਖਦੇ ਹੋਏ ਕਿ ਉਸ ਨੇ ਮੇਰੀ ਹਰ ਕਵਿਤਾ ਅਤੇ ਹਰ ਪੰਕਤੀ ਦੀਆਂ ਸਿਫ਼ਤਾਂ ਦੇ ਪੁਲ ਬੰਨ੍ਹੇ ਹਨ, ਮੈਂ ਬੜੀ ਬੇਸ਼ਰਮੀ ਨਾਲ ਉਸ ਦੀਆਂ ਸਾਰੀਆਂ ਕਵਿਤਾਵਾਂ ਦੀ ਪ੍ਰਸ਼ੰਸਾ ਕਰਦਾ ਰਿਹਾ।

ਇਹ ਸੱਚ ਹੈ ਕਿ ਉਸ ਦੀਆਂ ਕੁੱਝ ਕਵਿਤਾਵਾਂ ਮੈਨੂੰ ਪਸੰਦ ਵੀ ਆਈਆਂ ਅਤੇ ਮੈਂ ਦਿਲੋਂ ਉਨ੍ਹਾਂ ਦੀ ਸਿਫ਼ਤ ਕੀਤੀ। ਪਰ ਕੁੱਝ ਕਵਿਤਾਵਾਂ ਮੈਨੂੰ ਚੰਗੀਆਂ ਨਹੀਂ ਲੱਗੀਆਂ ਅਤੇ ਉਨ੍ਹਾਂ ਦੇ ਮਾਮਲੇ ਵਿੱਚ ਮੈਂ ਬੇਈਮਾਨੀ ਤੋਂ ਕੰਮ ਲਿਆ। ਹਾਂ, ਉਸੇ ਵੇਲੇ ਮੈਂ ਮਨ ਹੀ ਮਨ ਕਾਸਪੀਅਨ ਸਾਗਰ ਦੀਆਂ ਲਹਿਰਾਂ ਵੱਲ ਆਪਣੀਆਂ ਬਾਹਾਂ ਫ਼ੈਲਾ ਦਿੱਤੀਆਂ, ਉਨ੍ਹਾਂ ਦੇ ਸਾਹਮਣੇ ਗੋਡੇ ਵੀ ਟੇਕੇ ਅਤੇ ਕਿਹਾ, "ਮੇਰਾ ਇਹ ਝੂਠ ਮਾਫ਼ ਕਰਨਾ।" ਇਸ ਤੋਂ ਬਾਅਦ ਮੈਂ ਮਨ ਹੀ ਮਨ ਪਹਾੜਾਂ ਵੱਲ ਮੁੜਿਆ, ਉਨ੍ਹਾਂ ਦੀਆਂ ਸਫ਼ੈਦ ਬਰਫ਼ ਨਾਲ ਮੜ੍ਹੀਆਂ ਚੋਟੀਆਂ ਵੱਲ ਬਾਹਾਂ ਫ਼ੈਲਾਈਆਂ, ਉਨ੍ਹਾਂ ਦੇ ਸਾਹਮਣੇ ਗੋਡੇ ਟੇਕੇ ਅਤੇ ਕਿਹਾ, "ਮੇਰਾ ਇਹ ਝੂਠ ਮਾਫ਼ ਕਰਨਾ।"

ਇੱਕ-ਦੂਜੇ ਨੂੰ ਆਪਣੀਆਂ ਕਵਿਤਾਵਾਂ ਸੁਣਾਉਣ ਅਤੇ ਇੱਕ-ਦੂਜੇ ਦੀ ਸਿਫ਼ਤ ਕਰਨ ਤੋਂ ਬਾਅਦ ਅਸੀਂ ਕੁੱਝ ਦੇਰ ਚੁੱਪ ਰਹੇ। ਮੈਂ ਸਾਗਰ ਦਾ ਸੰਗੀਤ ਸੁਣਦਾ ਰਿਹਾ ਅਤੇ ਮੇਰਾ ਦੋਸਤ ਜਿਵੇਂ ਕਿ ਬਾਅਦ ਵਿੱਚ ਸਿੱਧ ਹੋਇਆ, ਆਪਣੇ ਖ਼ਿਆਲਾਂ ਵਿੱਚ ਖੋਇਆ ਹੋਇਆ ਸੀ। ਆਖ਼ਰ ਉਸ ਨੇ ਇਹ ਗੱਲਬਾਤ ਸ਼ੁਰੂ ਕੀਤੀ:

"ਰਸੂਲ, ਮੈਂ ਇੱਕ ਬਹੁਤ ਹੀ ਜ਼ਰੂਰੀ ਮਾਮਲੇ ਵਿੱਚ ਤੁਹਾਡੀ ਰਾਇ ਲੈਣੀ ਚਾਹੁਨਾਂ। ਪਰ ਵਾਅਦਾ ਕਰੋ ਕਿ ਕਿਸੇ ਕੋਲ ਇਸ ਦਾ ਜ਼ਿਕਰ ਨਹੀਂ ਕਰੋਗੇ।"

ਮੈਂ ਵਾਅਦਾ ਕੀਤਾ।

"ਇਹ ਤਾਂ ਤੁਸੀਂ ਜਾਣਦੇ ਹੀ ਹੋ ਕਿ ਤਾਤ ਕੌਮ ਦੇ ਸਾਡੇ ਲੋਕਾਂ ਦੀ ਸੰਖਿਆ ਬਹੁਤ ਘੱਟ ਐ। ਇਸ ਲਈ ਮੈਨੂੰ ਅਤੇ ਮੇਰੀਆਂ ਕਵਿਤਾਵਾਂ ਨੂੰ ਘੁਟਣ ਜਿਹੀ ਮਹਿਸੂਸ ਹੁੰਦੀ ਐ। ਤੁਸੀਂ ਠੀਕ ਕਰਦੇ ਹੋ ਕਿ ਮਾਸਕੋ ਵਿੱਚ ਆਪਣੇ ਪਾਠਕ ਲੱਭਦੇ ਹੋ। ਮੈਂ ਤੁਹਾਡੀ ਹੀ ਰੀਸ ਕਰਨੀ ਚਾਹੁਨਾਂ, ਜਾ ਕੇ ਮਾਸਕੋ ਵਿੱਚ ਰਹਿਣਾ ਚਾਹੁਨਾਂ। ਪਰ ਮੇਰੇ ਤਾਂ ਨਾ ਉੱਥੇ ਰਿਸ਼ਤੇਦਾਰ ਨੇ, ਨਾ ਦੋਸਤ ਅਤੇ ਨਾ ਜਾਣ-ਪਛਾਣ ਵਾਲੇ ਹੀ। ਸਿਰ ਛਿਪਾਉਣ ਦੀ ਜਗ੍ਹਾ ਵੀ ਨਹੀਂ! ਤੁਹਾਡਾ ਕੀ ਖ਼ਿਆਲ ਐ, ਜੇਕਰ ਮੈਂ ਆਪਣੀ ਕਿਤਾਬ ਲਈ ਮਿਲਣ ਵਾਲੇ ਪੈਸੇ ਲੈ ਕੇ ਮਾਸਕੋ ਚਲਾ ਜਾਵਾਂ, ਤਾਂ ਕੀ ਉੱਥੇ ਰਹਿਣ ਲਈ ਕੋਈ ਢੰਗ ਦੀ ਜਗ੍ਹਾ ਮਿਲ ਜਾਵੇਗੀ?"

"ਕਿਉਂ ਨਹੀਂ ਮਿਲੇਗੀ? ਜੇਬ ਵਿੱਚ ਪੈਸੇ ਹੋਣ, ਤਾਂ ਕਮਰਾ ਕਿਰਾਏ 'ਤੇ ਲਿਆ ਜਾ ਸਕਦੈ।"

"ਮੇਰਾ ਇਹ ਮਤਲਬ ਨਹੀਂ ਸੀ। ਉੱਥੇ ਮੈਨੂੰ ਬੀਵੀ ਮਿਲ ਜਾਵੇਗੀ ਜਾਂ ਨਹੀਂ?

ਬੇਸ਼ੱਕ ਉਹ ਬੁੱਢੀ ਹੋਵੇ, ਬਦਸੂਰਤ ਹੋਵੇ, ਕਿਹੋ ਜਿਹੀ ਵੀ ਕਿਉਂ ਨਾ ਹੋਵੇ, ਰੂਸੀ ਭਾਸ਼ਾ ਵਿੱਚ ਮੇਰੀਆਂ ਕਵਿਤਾਵਾਂ ਦਾ ਅਨੁਵਾਦ ਕਰ ਸਕੇ, ਮੇਰੀਆਂ ਰਚਨਾਵਾਂ ਨੂੰ ਲੋਕਾਂ ਤੱਕ ਪਹੁੰਚਾ ਸਕੇ। ਬਾਅਦ ਵਿੱਚ, ਆਪਣੇ ਪੈਰਾਂ 'ਤੇ ਖੜ੍ਹੇ ਹੋ ਜਾਣ ਤੋਂ ਬਾਅਦ ਤਾਂ ਮੈਂ ਆਪਣੀ ਰਸਤਾ ਲੱਭ ਲਵਾਂਗਾ। ਇਸ ਤੋਂ ਬਿਨਾਂ ਤਾਂ ਮੈਂ ਖੂਹ ਦਾ ਡੱਡੂ ਹੀ ਬਣ ਕੇ ਰਹਿ ਜਾਵਾਂਗਾ।"

ਮੈਂ ਇੱਕ ਵਾਰ ਫਿਰ ਉਸ ਨੂੰ ਬਹੁਤ ਗ਼ੌਰ ਨਾਲ ਦੇਖਿਆ। ਜ਼ਿੰਦਗੀ ਦੀ ਅੱਗ ਨਾਲ ਦਹਿਕਦਾ ਹੋਇਆ ਪੱਚੀ ਸਾਲ ਦਾ ਤਕੜਾ ਕਾਕੇਸ਼ੀਆਈ ਨੌਜਵਾਨ ਸੀ ਉਹ। ਵੱਡੇ-ਵੱਡੇ ਹੱਥ ਅਤੇ ਉਂਗਲਾਂ ਵਾਲਾਂ ਨਾਲ ਢਕੀਆਂ ਹੋਈਆਂ, ਛਾਤੀ ਦੇ ਵਾਲ ਕੰਧ ਵਿੱਚ ਠੁਕੀਆਂ ਹੋਈਆਂ ਮੇਖਾਂ ਵਾਂਗ ਸਖ਼ਤ, ਸਾਂਵਲੇ, ਲੱਗਭੱਗ ਕਣਕਵੰਨੇ ਚਿਹਰੇ 'ਤੇ ਮੋਟੇ-ਮੋਟੇ ਹੋਂਠ ਅਤੇ ਝੀਲ ਵਾਂਗ ਨੀਲੀਆਂ ਅੱਖਾਂ। ਸਿਰ ਸੇਹ ਵਰਗਾ ਲੱਗਦਾ ਸੀ, ਦੰਦ ਵੱਡੇ-ਵੱਡੇ ਅਤੇ ਸਫ਼ੈਦ ਸਨ, ਲੱਤਾਂ ਡਾਂਗਾਂ ਵਰਗੀਆਂ ਸਨ। ਸਾਰੇ ਸਰੀਰ 'ਤੇ ਮਾਸ-ਪੇਸ਼ੀਆਂ ਉੱਭਰੀਆਂ ਹੋਈਆਂ ਸਨ। ਆਦਮ ਮਾਨਵ ਦਾ ਵਧੀਆ ਨਮੂਨਾ ਸੀ ਉਹ। ਕਈ ਲੱਖ ਦੀ ਆਬਾਦੀ ਵਾਲੇ ਸ਼ਹਿਰ ਵਿੱਚ, ਉਹ ਵੀ ਯੁੱਧ ਤੋਂ ਬਾਅਦ ਦੇ ਤੀਜੇ ਸਾਲ, ਇਸ ਨੂੰ ਬੀਵੀ ਹਾਸਲ ਕਰਨ ਵਿੱਚ ਕੀ ਮੁਸ਼ਕਿਲ ਹੋ ਸਕਦੀ ਸੀ। ਮੈਂ ਉਸ ਨੂੰ ਜਵਾਬ ਦਿੱਤਾ:

"ਤੁਸੀਂ ਤਾਂ ਬਸ, ਸੜਕ ਦੇ ਵਿਚਕਾਰ ਖੜ੍ਹੇ ਹੋ ਕੇ ਸੀਟੀ ਵਜਾ ਦੇਣਾ ਅਤੇ ਫਿਰ ਦੇਖਣਾ ਕਿ ਬੀਵੀਆਂ ਕਿਵੇਂ ਭੱਜੀਆਂ ਆਉਂਦੀਆਂ ਨੇ, ਜਿਹੋ ਜਿਹੀਆਂ ਵੀ ਤੁਸੀਂ ਚਾਹੋ।"

ਮੇਰਾ ਦੋਸਤ ਇੱਕ ਬੱਚੇ ਵਾਂਗ ਖਿੜ ਉੱਠਿਆ। ਉਹ ਸਿਰ ਪਰਨੇ ਹੋ ਗਿਆ ਅਤੇ ਇਸੇ ਤਰ੍ਹਾਂ ਹੱਥਾਂ 'ਤੇ ਚੱਲਦਾ ਹੋਇਆ ਸਮੁੰਦਰ ਦੇ ਪਾਣੀ ਵਿੱਚ ਚਲਾ ਗਿਆ। ਤੈਰਨ ਤੋਂ ਪਹਿਲਾਂ ਉਸ ਨੇ ਇੰਨਾ ਹੋਰ ਪੁੱਛਿਆ:

"ਤੁਸੀਂ ਕੀ ਸਲਾਹ ਦਿੰਦੇ ਹੋ, ਹਵਾਈ ਜਹਾਜ਼ ਰਾਹੀਂ ਮੈਨੂੰ ਮਾਸਕੋ ਜਾਣਾ ਚਾਹੀਦੈ ਜਾਂ ਗੱਡੀ ਰਾਹੀਂ?"

ਛੇ ਮਹੀਨੇ ਬੀਤ ਗਏ। ਟੋਪੀ ਤੋਂ ਬਰਫ਼ ਝਾੜਦੇ ਹੋਏ ਮੈਂ 'ਮੋਲੋਦਾਇਆ ਗਵਾਰਦਿਆ' (ਜਵਾਨ ਗਾਰਡ) ਪ੍ਰਕਾਸ਼ਨ-ਘਰ ਦੀ ਚੌਥੀ ਮੰਜ਼ਿਲ ਦੀਆਂ ਪੌੜੀਆਂ ਚੜ੍ਹ ਰਿਹਾ ਸੀ ਕਿ ਸਾਹਮਣੇ ਤੋਂ ਮੈਨੂੰ ਵੱਡਾ ਸਾਰਾ ਝੋਲਾ ਕੱਛ ਵਿੱਚ ਲੈ ਕੇ ਉਹ ਤਾਤ ਕਵੀ ਹੇਠਾਂ ਉੱਤਰਦਾ ਦਿਖਾਈ ਦਿੱਤਾ, ਜਿਸ ਨੇ ਕਾਸਪੀਅਨ ਸਾਗਰ ਦੇ ਤੱਟ 'ਤੇ ਮੇਰੀ ਦਾਵਤ ਕੀਤੀ ਸੀ। ਸਭ ਤੋਂ ਪਹਿਲਾਂ ਤਾਂ ਮੇਰਾ ਧਿਆਨ ਇਸ ਗੱਲ ਵੱਲ ਗਿਆ ਕਿ ਉਸ ਨੇ ਬਾਕੀ ਲੇਖਕਾਂ ਵਾਂਗ ਝੋਲਾ ਹੱਥ ਵਿੱਚ ਵਿੱਚ ਨਹੀਂ ਉਠਾਇਆ ਸੀ, ਬਲਕਿ ਲੇਖਪਾਲ ਅਤੇ ਖਜ਼ਾਨਚੀਆਂ ਵਾਂਗ ਕੱਛ ਵਿੱਚ ਲਿਆ ਸੀ। ਮੈਂ ਇਹ ਵੀ ਨੋਟ ਕੀਤਾ ਕਿ ਇੱਕ-ਅੱਧੇ ਸਾਲ ਵਿੱਚ ਉਹ ਬਹੁਤ ਬਦਲ ਗਿਆ ਹੈ। ਸੇਹ ਵਰਗੇ ਵਾਲ ਲੰਬੇ ਹੋ ਗਏ ਸਨ ਅਤੇ ਉਨ੍ਹਾਂ ਵਿੱਚ ਢੰਗ ਨਾਲ ਚੀਰ ਨਿੱਕਲਿਆ ਹੋਇਆ ਸੀ। ਗੱਲ੍ਹਾਂ 'ਤੇ ਦਸੰਬਰਵਾਦੀਆਂ ਵਰਗੀਆਂ ਕਲਮਾਂ ਸਨ। ਚੀਚੀ ਦਾ ਨਹੁੰ ਤਿੱਖਾ ਸੀ ਅਤੇ ਸੰਗੀਨ ਵਰਗਾ ਲੱਗਦਾ ਸੀ। ਦੂਜੀ ਉਂਗਲ ਵਿੱਚ ਨਗ ਵਾਲੀ ਅੰਗੂਠੀ ਸੀ। ਟਾਈ ਦੀ ਜਗ੍ਹਾ ਭੌਰੇ ਦੇ ਖੰਭਾਂ ਵਰਗਾ ਕੁੱਝ ਲੱਗਿਆ ਸੀ। ਬਹੁਤ ਵਧੀਆ, ਬਣਿਆ-ਠਣਿਆ। ਸਲਾਮ-ਦੁਆ ਤੋਂ ਬਾਅਦ ਉਸ ਨੇ ਮੇਰੀ ਟਾਈ ਠੀਕ ਕੀਤੀ, ਜੋ ਸ਼ਾਇਦ ਇੱਕ ਪਾਸੇ ਨੂੰ ਖਿਸਕ ਗਈ ਸੀ। ਜ਼ਾਹਿਰ ਹੈ ਕਿ ਇਸ ਲਈ ਮੈਂ ਉਸ ਦਾ ਧੰਨਵਾਦ ਕੀਤਾ।

ਅਹਿਮਦ ਨੇ ਆਪਣੀ ਬੀਵੀ ਨਾਲ ਮੇਰੀ ਜਾਣ-ਪਛਾਣ ਕਰਵਾਈ।

"ਬੜੀ ਖ਼ੁਸ਼ੀ ਹੋਈ।" ਉਸ ਨੇ ਕਿਹਾ ਅਤੇ ਆਪਣੀਆਂ ਤਿੰਨ ਉਂਗਲਾਂ ਮੇਰੇ ਵੱਲ ਵਧਾਈਆਂ।

ਸਾਡੇ ਦਾਗ਼ਿਸਤਾਨ ਵਿੱਚ ਔਰਤਾਂ ਦਾ ਹੱਥ ਚੁੰਮਣ ਦੀ ਪ੍ਰਥਾ ਨਹੀਂ ਹੈ, ਇਸ ਲਈ ਮੈਂ ਹੌਲੀ ਜਿਹੀ ਹੱਥ ਮਿਲਾਇਆ। ਪਰ ਉਹ ਦਰਦ ਨਾਲ ਇਸ ਤਰ੍ਹਾਂ ਚੀਕ ਉੱਠੀ, ਜਿਵੇਂ ਮੈਂ ਉਸ ਦੀਆਂ ਉਂਗਲਾਂ ਦੀਆਂ ਸਾਰੀਆਂ ਹੱਡੀਆਂ ਕੁਚਲ ਦਿੱਤੀਆਂ ਹੋਣ।

"ਮੈਨੂੰ ਮੂਰਖ ਪਹਾੜੀ ਨੂੰ ਮਾਫ਼ ਕਰੋ...ਮੈਂ ਤਾਂ ਅਜਿਹਾ ਨਹੀਂ ਚਾਹਿਆ ਸੀ......।"

"ਹੁਣ ਤੱਕ ਕੁੱਝ ਤਾਂ ਤੌਰ-ਤਰੀਕੇ ਸਿੱਖ ਲੈਣੇ ਚਾਹੀਦੇ ਸੀ।" ਉਸ ਨੇ ਗੁੱਸੇ ਹੋ ਕੇ ਕਿਹਾ ਅਤੇ ਸ਼ੀਸ਼ੇ ਸਾਹਮਣੇ ਜਾ ਕੇ ਇਸ ਤਰ੍ਹਾਂ ਮੂੰਹ ਬਣਾਉਣ ਲੱਗੀ, ਜਿਵੇਂ ਉਹ ਉਸ ਦੀ ਸ਼ਕਲ-ਸੂਰਤ ਨੂੰ ਬਿਹਤਰ ਬਣਾ ਸਕਦਾ ਹੋਵੇ।

ਹਾਂ, ਉਹ ਬੁੱਢੀ ਵੀ ਸੀ ਅਤੇ ਬਦਸੂਰਤ ਵੀ, ਇੰਨਾ ਪਾਉਡਰ ਥੱਪਿਆ ਸੀ ਕਿ ਉਸ ਨਾਲ ਦਰਮਿਆਨੇ ਆਕਾਰ ਦੇ ਕਮਰੇ ਵਿੱਚ ਸਫ਼ੈਦੀ ਹੋ ਸਕਦੀ ਸੀ। ਸਭ ਤੋਂ ਜ਼ਿਆਦਾ ਅਫ਼ਸੋਸ ਤਾਂ ਮੈਨੂੰ ਇਸ ਗੱਲ ਦਾ ਹੋਇਆ ਕਿ ਇਸ ਵੇਲੇ ਅਬੂਤਾਲਿਬ ਨਹੀਂ ਸੀ, ਨਹੀਂ ਤਾਂ ਜ਼ਰੂਰ ਹੀ ਇਸ ਬਾਰੇ ਨਿਸ਼ਾਨੇ 'ਤੇ ਠੀਕ ਬੈਠਣ ਵਾਲੇ ਕੁੱਝ ਵਧੀਆ ਸ਼ਬਦ ਕਹਿੰਦਾ।

ਕਹਿੰਦੇ ਹਨ ਕਿ ਲੂੰਬੜੀ ਅਤੇ ਉਸ ਦੀ ਪੂਛ ਨਾਲੋਂ ਜ਼ਿਆਦਾ ਮੱਕਾਰ ਹੋਰ ਕੁੱਝ ਵੀ ਨਹੀਂ ਹੈ। ਪਰ ਉਹ ਚਾਂਦੀ ਰੰਗੀ ਲੂੰਬੜੀ ਵੀ ਕਿਹੋ ਜਿਹੀ ਉੱਲੂ ਹੋਵੇਗੀ, ਜੋ ਇਸ ਬੁੱਢੀ ਦੇ ਕਾਲਰ ਦੇ ਕੰਮ ਆਈ। ਮੇਰੇ ਦੋਸਤ ਦੀ ਬੀਵੀ ਪੱਤਰ-ਪੱਤ੍ਰਿਕਾਵਾਂ ਦੀ ਦੁਕਾਨ 'ਤੇ ਚਲੀ ਗਈ ਅਤੇ ਕੁੱਝ ਦੇਰ ਲਈ ਅਸੀਂ ਦੋਵੇਂ ਹੀ ਰਹਿ ਗਏ।

"ਕੀ ਹਾਲ-ਚਾਲ ਐ, ਕਿਹੋ ਜਿਹੀ ਜ਼ਿੰਦਗੀ ਚੱਲ ਰਹੀ ਐ, ਦੋਸਤ ਅਹਿਮਦ?"

"ਮੈਂ ਆਪਣੇ ਆਪ ਨੂੰ ਬਲਦ ਜਿਹਾ ਮਹਿਸੂਸ ਕਰਦਾਂ, ਜਿਸ ਨੂੰ ਮੂੰਗ ਦਲਣ ਲਈ ਜੋੜ ਦਿੱਤਾ ਗਿਐ। ਮੇਰੀ ਬੀਵੀ ਦੇ ਹੱਥ ਵਿੱਚ ਹੀ ਮੇਰੀ ਅਤੇ ਮੇਰੇ ਕੰਮ ਦੀ ਨਕੇਲ ਐ। ਕਾਸ਼ ਕਿ ਤੁਹਾਨੂੰ ਪਤਾ ਹੁੰਦਾ ਕਿ ਉਹ ਕਿੰਨੀ ਪੜ੍ਹੀ-ਲਿਖੀ ਐ। ਬੜੀ ਹੀ ਰੌਸ਼ਨ ਦਿਮਾਗ ਐ। ਬਲੋਕ ਅਤੇ ਮਿਆਕੋਵਸਕੀ ਨੂੰ ਨਿੱਜੀ ਤੌਰ 'ਤੇ ਜਾਣਦੀ ਸੀ। ਸੇਗ੍ਰੇਈ ਯੇਸੇਨਿਨ ਦੀ ਦੋਸਤ ਰਹੀ ਐ। ਪੈਰਿਸ ਜਾ ਆਈ ਐ। ਖ਼ੂਬ ਵਧੀਆ ਅਗਰੇਜ਼ੀ ਬੋਲਦੀ ਐ। ਸਾਡੇ ਕੋਲ ਚਾਰ ਕਮਰਿਆਂ ਦਾ ਫਲੈਟ ਐ ਅਤੇ ਉਸ ਵਿੱਚ ਅਸੀਂ ਦੋਵੇਂ ਹੀ ਰਹਿਨੇ ਆਂ। ਸਾਡੇ ਬੱਚੇ ਨਹੀਂ। ਹਾਂ, ਤੋਸ਼ਿਕ ਨਾਂ ਦਾ ਜਾਪਾਨੀ ਕੁੱਤਾ ਐ, ਬਿੱਲੀ ਤੋਂ ਵੀ ਛੋਟਾ।"

"ਲੱਗਦੈ ਕਿ ਤੁਹਾਡੀ ਕਿਸਮਤ ਨੇ ਖ਼ੂਬ ਸਾਥ ਦਿੱਤੈ। ਇਸ ਵੇਲੇ ਕਿੱਥੇ ਜਾ ਰਹੇ ਹੋ?"

"ਬਾਲ-ਪੱਤ੍ਰਿਕਾ 'ਮੁਰਜ਼ੀਲਕਾ' ਲਈ ਕੁੱਝ ਕਵਿਤਾਵਾਂ ਲਿਆਇਆ ਸੀ, ਪਰ ਇਹ ਲੋਕ ਕਹਿੰਦੇ ਨੇ ਕਿ ਬੱਚਿਆਂ ਦੀ ਦ੍ਰਿਸ਼ਟੀ ਤੋਂ ਕੁੱਝ ਜ਼ਿਆਦਾ ਹੀ ਡੂੰਘੀਆਂ ਨੇ। ਸੋਚਦਾਂ ਕਿ ਇਨ੍ਹਾਂ ਨੂੰ ਨਾਬਾਲਗ ਸਾਂਝੇ ਕਿਸਾਨਾਂ ਦੀ ਪੱਤ੍ਰਿਕਾ ਵਿੱਚ ਛਪਣ ਲਈ ਦਿਆਂਗਾ। ਉਨ੍ਹਾਂ ਨੂੰ ਇਹ ਕਵਿਤਾਵਾਂ ਪਸੰਦ ਆਈਆਂ ਨੇ, ਸਿਰਫ਼ ਇਨ੍ਹਾਂ ਵਿੱਚ 'ਸਾਂਝਾ ਫ਼ਾਰਮ' ਸ਼ਬਦ ਜੋੜਨਾ ਪਵੇਗਾ। ਅੱਜ ਸ਼ਾਮ ਨੂੰ ਅਜਿਹਾ ਕਰ ਕੇ ਕੱਲ੍ਹ ਨੂੰ ਫਿਰ ਉੱਥੇ ਲੈ ਜਾਵਾਂਗਾ...ਹਾਂ, ਰਸੂਲ, ਇਸੇ

ਤਰ੍ਹਾਂ ਹੀ ਕੰਮ ਕਰਨਾ ਅਤੇ ਜਿਊਣਾ ਚਾਹੀਦੈ...ਮੇਰੀ ਬੀਵੀ ਮੈਨੂੰ ਕਿਹਾ ਕਰਦੀ ਐ ਕਿ ਚੱਲਣਾ ਸਿੱਖਣ ਤੋਂ ਪਹਿਲਾਂ ਬੱਚੇ ਵੀ ਗੋਡਿਆਂ ਭਾਰ ਰਿੜ੍ਹਦੇ ਨੇ। ਬਾਅਦ ਵਿੱਚ ਮੈਂ ਵੀ ਕੋਈ ਵਧੀਆ ਚੀਜ਼ ਲਿਖ ਦਿਆਂਗਾ।"

"ਅਲਿਯੋਸ਼ਾ।" ਉਸ ਦੀ ਬੀਵੀ ਨੇ ਵਾਪਸ ਮੁੜਦੇ ਹੋਏ ਪਿਆਰ ਅਤੇ ਸਖ਼ਤਾਈ ਨਾਲ ਕਿਹਾ, "ਚਲੋ, ਘਰ ਚੱਲ ਕੇ ਤੋਸ਼ਿਕ ਨੂੰ ਖਵਾ-ਪਿਲਾ ਦੇਈਏ ਅਤੇ ਉਸ ਤੋਂ ਬਾਅਦ ਅਸੀਂ 'ਕ੍ਰੋਕੋਡੀਲ' (ਮੱਛ) ਅਤੇ 'ਰਾਬੋਤਨਿਤਸਾ' (ਕਾਮਗਾਰਿਨ) ਦਾ ਵੀ ਚੱਕਰ ਲਗਾ ਆਵਾਂਗੇ।"

ਇਸ ਮੁਲਾਕਤ ਤੋਂ ਬਾਅਦ ਬਹੁਤ ਅਰਸੇ ਤੱਕ ਅਹਿਮਦ ਨਾਲ ਫਿਰ ਮਿਲਾਪ ਨਹੀਂ ਹੋਇਆ। ਇੱਕ ਵਾਰ ਮੈਨੂੰ ਉਸ ਦਾ ਇੱਕ ਖ਼ਤ ਮਿਲਿਆ। ਉਸ ਵਿੱਚ ਉਸ ਨੇ ਕਿਹਾ ਸੀ ਕਿ ਬਾਲਖ਼ਾਰੀ ਦੇ ਘੁਮਿਆਰਾਂ ਨੂੰ ਇੱਕ ਘੜਾ ਬਣਾਉਣ ਦਾ ਆਰਡਰ ਦੇ ਦਿਆਂ, ਜਿਸ 'ਤੇ ਇਹ ਲਿਖਿਆ ਹੋਵੇ, "ਮੇਰੀ ਪਿਆਰੀ ਬੀਵੀ ਨੂੰ।" ਮੈਂ ਘੜੇ ਦਾ ਆਰਡਰ ਦੇ ਦਿੱਤਾ ਅਤੇ ਸੋਚਿਆ:

"ਸ਼ਾਇਦ ਉਹ ਸੱਚਮੁੱਚ ਹੀ ਉਸ ਲਈ ਬਹੁਤ ਕੁੱਝ ਕਰਦੀ ਐ।" ਬੀਵੀ ਵੱਲੋਂ ਅਨੁਵਾਦਿਤ ਉਸ ਦੀਆਂ ਕਵਿਤਾਵਾਂ ਦੀ ਕਦੇ 'ਮੁਰਜ਼ੀਲਕਾ', ਕਦੇ 'ਪਾਯਨਿਯਰ' ਅਤੇ ਕਦੇ 'ਕ੍ਰੋਕੋਡੀਲ' ਵਿੱਚ ਝਲਕ ਮਿਲ ਜਾਂਦੀ। ਪਰ ਸਾਡੇ ਮਖ਼ਚਕਲਾ ਵਿੱਚ ਉਸ ਦੀ ਤਾਤ ਮਾਤ-ਭਾਸ਼ਾ ਵਿੱਚ ਕਦੇ ਕੋਈ ਕਵਿਤਾ ਦਿਖਾਈ ਨਹੀਂ ਦਿੱਤੀ। ਕਈ ਵਾਰ ਅਸੀਂ ਉਸ ਨੂੰ ਕੁੱਝ ਭੇਜਣ ਲਈ ਕਿਹਾ, ਪਰ ਉਸ ਦਾ ਕਦੇ ਕੋਈ ਜਵਾਬ ਨਹੀਂ ਆਇਆ।

ਇਸ ਪਹਿਲੀ ਮੁਲਾਕਾਤ ਤੋਂ ਪੰਦਰਾਂ ਸਾਲ ਬਾਅਦ ਅਸੀਂ ਫਿਰ ਮਿਲੇ। ਮਾਸਕੋ ਵਿੱਚ ਦਾਗ਼ਿਸਤਾਨੀ ਕਲਾ ਦਾ ਦਸ ਦਿਨਾਂ ਦਾ ਸਮਾਰੋਹ ਹੋ ਰਿਹਾ ਸੀ। ਦਾਗ਼ਿਸਤਾਨ ਤੋਂ ਚਾਲੀ ਕਵੀ ਮਾਸਕੋ ਆਏ ਸਨ। ਦਾਗ਼ਿਸਤਾਨ ਦੀਆਂ ਵੱਖ-ਵੱਖ ਭਾਸ਼ਾਵਾਂ ਵਿੱਚ ਅਸੀਂ ਟ੍ਰੇਡ-ਯੂਨੀਅਨਾਂ ਦੇ ਥਮਲਿਆਂ ਵਾਲੇ ਭਵਨ ਵਿੱਚ, ਕ੍ਰੇਮਲਿਨ ਥਿਏਟਰ, ਮੋਟਰ ਕਾਰਖਾਨੇ ਅਤੇ ਕਾਂਤੇਮੀਰੋਵਸਕਾਯਾ ਗਾਰਡ ਡਿਵੀਜਨ ਵਿੱਚ ਆਪਣੀਆਂ ਕਵਿਤਾਵਾਂ ਪੜ੍ਹੀਆਂ।

ਸਮਾਰੋਹ ਦੀ ਅੰਤਿਮ ਸ਼ਾਮ ਨੂੰ ਸਾਡਾ ਸੁੰਦਰ-ਸੁੱਘੜ ਅਹਿਮਦ ਪਿਛਲੇ ਪਾਸੇ ਤੋਂ ਸਾਡੇ ਕੋਲ ਮੰਚ 'ਤੇ ਆਇਆ।

"ਰਸੂਲ।" ਉਸ ਨੇ ਮੇਰੀ ਮਿੰਨਤ ਕਰਦੇ ਹੋਏ ਕਿਹਾ, "ਮੈਨੂੰ ਮਾਸਕੋ ਤੋਂ ਦਾਗ਼ਿਸਤਾਨ ਲੈ ਚੱਲੋ। ਮੈਂ ਦੁੰਬਾ ਬਣਨਾ ਚਾਹੁੰਦਾ ਸੀ, ਪਰ ਆਪਣੀ ਛੋਟੀ ਜਿਹੀ ਪੂਛ ਵੀ ਖੋ ਬੈਠਾ।"

ਤਾਂ ਇਸ ਤਰ੍ਹਾਂ ਅਹਿਮਦ ਦਾਗ਼ਿਸਤਾਨ ਵਾਪਸ ਮੁੜ ਆਇਆ। ਪਰ ਕਿਸੇ ਤਰ੍ਹਾਂ ਵੀ ਉਸ ਦੇ ਪੰਦੂਰ ਦੀਆਂ ਤਾਰਾਂ ਕੱਸੀਆਂ ਨਹੀਂ ਜਾਂਦੀਆਂ, ਕਿਸੇ ਤਰ੍ਹਾਂ ਵੀ ਉਹ ਸੁਰ ਵਿੱਚ ਨਹੀਂ ਆ ਸਕਦਾ। ਉਹ ਮਿੱਟੀ ਦੇ ਉਸ ਬਰਤਨ ਵਰਗਾ ਹੈ, ਜਿਹੜਾ ਤਿੜਕ ਗਿਆ ਹੈ ਅਤੇ ਉਸ ਵਿੱਚੋਂ ਸਾਰੀ ਸ਼ਰਾਬ ਡੁੱਲ੍ਹ ਗਈ ਹੈ। ਉਸ ਘੜੇ ਨੂੰ ਬਾਅਦ ਵਿੱਚ ਚਾਹੇ ਕਿਵੇਂ ਵੀ ਕਿਉਂ ਨਾ ਜੋੜੋ, ਸ਼ਰਾਬ ਉਸ ਵਿੱਚੋਂ ਫਿਰ ਵੀ ਰਿਸਦੀ ਰਹੇਗੀ, ਨਿੱਕਲਦੀ ਰਹੇਗੀ।

ਤਾਂ ਇਸ ਤਰ੍ਹਾਂ ਨਤੀਜਾ ਇਹ ਨਿੱਕਲਦਾ ਹੈ ਕਿ ਅਨੁਵਾਦਕ ਉਸ ਵਿਅਕਤੀ ਦੀ ਪ੍ਰਤਿਭਾ ਨਹੀਂ ਵਧਾ ਸਕਦਾ, ਜਿਸ ਵਿੱਚ ਉਹ ਹੈ ਹੀ ਨਹੀਂ। ਕੁੱਝ ਲੋਕਾਂ ਦਾ ਕਹਿਣਾ ਹੈ ਕਿ

ਆਫ਼ੰਦੀ ਕਾਪੀਏਵ ਨੇ ਸੁਲੇਮਾਨ ਸਤਾਲਸਕੀ ਦਾ ਨਿਰਮਾਣ ਕੀਤਾ। ਦੂਜਿਆਂ ਦਾ ਕਹਿਣਾ ਹੈ ਕਿ ਸੁਲੇਮਾਨ ਨੇ ਆਫ਼ੰਦੀ ਕਾਪੀਏਵ ਨੂੰ ਬਣਾਇਆ। ਪਰ ਹਕੀਕਤ ਇਹ ਹੈ ਕਿ ਉਹ ਦੋਵੇਂ ਹੀ ਪ੍ਰਤਿਭਾਸ਼ਾਲੀ ਸਨ। ਆਫ਼ੰਦੀ ਦੀ ਪ੍ਰਤਿਭਾ ਨੇ ਆਫ਼ੰਦੀ ਅਤੇ ਸੁਲੇਮਾਨ ਦੀ ਪ੍ਰਤਿਭਾ ਨੇ ਸੁਲੇਮਾਨ ਨੂੰ ਬਣਾਇਆ।

ਮੈਂ ਈਜ਼ਾ ਨੂੰ ਕਹਿ ਦਿਆਂਗੀ:

ਮੈਨੂੰ ਜੋ ਅਗਲਾ ਕਿੱਸਾ ਯਾਦ ਆ ਰਿਹਾ ਹੈ, ਉਸ ਦਾ ਉਪਰੋਕਤ ਸਿਰਲੇਖ ਹੋ ਸਕਦਾ ਹੈ।

ਇਸ ਸਮੇਂ ਦਾਗ਼ਿਸਤਾਨ ਦਾ ਪ੍ਰਸਿੱਧ ਲੇਖਕ ਮੁਹੰਮਦ ਸੁਲੇਮਾਨੋਵ ਅਵਾਰ ਅਧਿਆਪਕ ਸਿੱਖਲਾਈ ਸੰਸਥਾ ਵਿੱਚ ਮੇਰੇ ਨਾਲ ਪੜ੍ਹਦਾ ਸੀ। ਉਹ ਬਚਪਨ ਤੋਂ ਹੀ ਬਹੁਮੁਖੀ ਪ੍ਰਤਿਭਾ ਦਾ ਧਨੀ ਸੀ, ਚੰਗੀ ਚਿੱਤਰਕਾਰੀ ਕਰਦਾ ਸੀ, ਲੋਕ-ਨਾਚ ਨੱਚਦਾ ਸੀ, ਕਵਿਤਾਵਾਂ ਰਚਦਾ ਸੀ। 'ਯੇਵਗੇਨੀ ਓਨੇਗਿਨ' ਨਾਲ ਬਹੁਤ ਹੀ ਪਿਆਰ ਸੀ ਉਸ ਨੂੰ। ਇਹ ਕਿਤਾਬ ਤਾਂ ਹਮੇਸ਼ਾ ਉਸ ਦੇ ਕੋਲ ਰਹਿੰਦੀ ਸੀ ਅਤੇ ਲੱਗਭੱਗ ਪੂਰੀ ਉਸ ਨੂੰ ਜ਼ੁਬਾਨੀਂ ਯਾਦ ਸੀ। ਉਨ੍ਹਾਂ ਦਿਨਾਂ ਵਿੱਚ ਹੀ ਉਹ ਅਵਾਰ ਭਾਸ਼ਾ ਵਿੱਚ ਉਸ ਦਾ ਅਨੁਵਾਦ ਕਰਨ ਦਾ ਸੁਪਨਾ ਦੇਖਿਆ ਕਰਦਾ ਸੀ। ਯੁੱਧ ਦੇ ਮੋਰਚੇ 'ਤੇ ਵੀ ਉਹ ਉਸ ਨੂੰ ਆਪਣੇ ਨਾਲ ਲੈ ਗਿਆ।

ਯੁੱਧ ਦੇ ਅੰਤ ਵਿੱਚ ਗੋਲੀਆਂ ਅਤੇ ਗੋਲਿਆਂ ਦੇ ਟੁਕੜਿਆਂ ਨਾਲ ਛਲਣੀ ਹੋਣ 'ਤੇ ਉਸ ਨੂੰ ਮਾਸਕੋ ਦੇ ਇੱਕ ਹਸਪਤਾਲ ਵਿੱਚ ਭੇਜ ਦਿੱਤਾ ਗਿਆ। ਉੱਥੇ ਹੀ ਮਰੀਆ ਨਾਂ ਦੀ ਇੱਕ ਮਾਸਕੋ ਦੀ ਰਹਿਣ ਵਾਲੀ ਮੁਟਿਆਰ ਨਾਲ ਉਸ ਦੀ ਜਾਣ-ਪਛਾਣ ਹੋ ਗਈ। ਜ਼ਖ਼ਮ ਭਰ ਜਾਣ 'ਤੇ ਉਸ ਨੇ ਮਰੀਆ ਨਾਲ ਸ਼ਾਦੀ ਕਰ ਲਈ ਅਤੇ ਮਾਸਕੋ ਵਿੱਚ ਹੀ ਰਹਿ ਗਿਆ।

ਮੈਂ ਜਦੋਂ ਪੜ੍ਹਨ ਲਈ ਮਾਸਕੋ ਪਹੁੰਚਿਆ, ਤਾਂ ਪੁੱਛ-ਗਿੱਛ ਬਿਊਰੋ ਤੋਂ ਮੈਂ ਆਪਣੇ ਦੋਸਤ ਦਾ ਪਤਾ ਲਗਾ ਲਿਆ। ਮੈਂ ਉਸ ਨੂੰ ਮਿਲਣ ਲਈ ਬਹੁਤ ਉਤਸੁਕ ਸੀ ਅਤੇ ਉਹ ਮੈਨੂੰ। ਮਰੀਆ ਨੇ ਸਾਡੀ ਦਿਲੀ ਅਤੇ ਜੋਸ਼ੀਲੀ ਗੱਲਬਾਤ ਵਿੱਚ ਕਿਸੇ ਤਰ੍ਹਾਂ ਦਾ ਵਿਘਨ ਨਹੀਂ ਪਾਇਆ। ਵਧੀਆ ਸ਼ਰਾਬ ਪੀਂਦੇ ਹੋਏ ਅਸੀਂ ਤਿੰਨੇ ਦੇਰ ਤੱਕ ਬੈਠੇ ਰਹੇ। ਮੁਹੰਮਦ ਯੁੱਧ ਦੀ ਚਰਚਾ ਕਰਦਾ ਰਿਹਾ ਅਤੇ ਮੈਂ ਦਾਗ਼ਿਸਤਾਨ, ਆਪਣੇ ਪਿਆਰੇ ਪਹਾੜਾਂ ਅਤੇ ਆਪਣੇ ਜਨਮ-ਪਿੰਡ ਦੀ। ਮੈਂ ਉਨ੍ਹਾਂ ਨੂੰ ਆਪਣੀਆਂ ਅਤੇ ਹੋਰ ਨੌਜਵਾਨ ਅਵਾਰ ਕਵੀਆਂ ਦੀਆਂ ਕਵਿਤਾਵਾਂ ਸੁਣਾਉਂਦਾ ਰਿਹਾ। ਬਾਅਦ ਵਿੱਚ ਮੈਂ ਮੁਹੰਮਦ ਤੋਂ ਪੁੱਛਿਆ ਕਿ ਉਹ ਕਿਸ ਕੰਮ ਵਿੱਚ ਆਪਣਾ ਜੀਵਨ ਲਗਾਉਣਾ ਚਾਹੁੰਦਾ ਹੈ।

"ਮੈਂ ਇਸ ਸਵਾਲ 'ਤੇ ਬਹੁਤ ਸਿਰ ਖਪਾਇਆ ਕਿ ਮੈਂ ਕੀ ਕਰਾਂ। ਪਰ ਮਰੀਆ ਦੀ ਇੱਕ ਮਾਸੀ ਐ ਅਤੇ ਮਾਸੀ ਦਾ ਈਜ਼ਾ ਐ, ਜੋ ਮਾਸਕੋ ਵਿੱਚ ਬਹੁਤ ਹੀ ਪ੍ਰਭਾਵਸ਼ਾਲੀ ਵਿਅਕਤੀ ਐ। ਮਾਸੀ ਨੇ ਦੇਖਿਆ ਕਿ ਮੈਂ ਕਿਸੇ ਸੋਚ ਵਿੱਚ ਡੁੱਬਿਆ ਹੋਇਆ ਘੁਲਦਾ ਰਹਿਨਾਂ। ਉਹ ਬੋਲੀ, "ਤੁਸੀਂ ਇਸ ਤਰ੍ਹਾਂ ਪ੍ਰੇਸ਼ਾਨ ਕਿਉਂ ਰਹਿੰਦੇ ਹੋ, ਮੁਹੰਮਦ? ਮੈਂ ਈਜ਼ਾ ਨੂੰ ਕਹਿ ਦਿਆਂਗੀ ਅਤੇ ਉਹ ਸਭ ਕੁੱਝ ਠੀਕ-ਠਾਕ ਕਰ ਦੇਵੇਗਾ।" ਅਤੇ ਸੱਚਮੁੱਚ ਅਜਿਹਾ ਹੀ ਹੋਇਆ। ਈਜ਼ਾ ਨੇ ਵਿਗਿਆਨ ਅਕਾਦਮੀ ਵਿੱਚ ਮੇਰੇ ਲਈ ਚੰਗੀ ਜਿਹੀ ਨੌਕਰੀ ਲੱਭ ਦਿੱਤੀ। ਹੁਣ ਮੈਂ ਉੱਥੇ ਹੀ ਕੰਮ ਕਰਦਾਂ।"

"ਤੁਹਾਡੀ ਚਿੱਤਰਕਾਰੀ ਦਾ ਕੀ ਹੋਇਆ?"

"ਗੋਲੀਆਂ ਨੇ ਮੇਰੇ ਸਰੀਰ 'ਤੇ ਜੋ ਚਿੱਤਰਕਾਰੀ ਕਰ ਦਿੱਤੀ ਐ, ਉਹ ਕਾਫ਼ੀ ਐ।"

"ਅਤੇ ਕਵਿਤਾ?"

"ਉਹ ਬਚਪਨ ਸੀ, ਰਸੂਲ। ਹੁਣ ਮੈਂ ਖ਼ਾਸ ਉਮਰ ਦਾ ਸੰਜੀਦਾ ਆਦਮੀ ਆਂ ਅਤੇ ਮੈਨੂੰ ਕੋਈ ਸੰਜੀਦਾ ਕੰਮ ਹੀ ਕਰਨਾ ਚਾਹੀਦੈ।"

"ਅਤੇ 'ਯੇਵਗੇਨੀ ਓਨੇਗਿਨ'?"

ਮੇਰਾ ਦੋਸਤ ਸੋਚ ਵਿੱਚ ਡੁੱਬ ਗਿਆ। ਹਾਂ, ਮੈਂ ਉਸ ਦੀ ਦੁਖਦੀ ਰਗ 'ਤੇ ਹੱਥ ਰੱਖ ਦਿੱਤਾ ਸੀ।

"ਤੁਸੀਂ ਦਾਗ਼ਿਸਤਾਨ ਕਿਉਂ ਨਹੀਂ ਵਾਪਸ ਮੁੜਨਾ ਚਾਹੁੰਦੇ?"

"ਫਿਰ ਮਰੀਆ ਦਾ ਕੀ ਹੋਵੇਗਾ?"

"ਉਸ ਨੂੰ ਆਪਣੇ ਨਾਲ ਲੈ ਚੱਲੋ।"

"ਮੇਰੇ ਕੋਲ ਤਾਂ ਪਿੰਡ ਤੋਂ ਇਲਾਵਾ ਹੋਰ ਕਿਤੇ ਕੋਈ ਘਰ ਨਹੀਂ। ਮਰੀਆ ਨੂੰ ਲੈ ਕੇ ਤਾਂ ਮੈਂ ਪਿੰਡ ਵਿੱਚ ਨਹੀਂ ਜਾ ਸਕਦਾ। ਉਹ ਤਾਂ ਮੇਰੀ ਮਾਂ ਨਾਲ ਵੀ ਗੱਲਬਾਤ ਨਹੀਂ ਕਰ ਸਕੇਗੀ। ਇਸ ਲਈ ਕਿ ਮਰੀਆ ਮੇਰੀ ਮਾਂ ਦੀ ਗੱਲ ਸਮਝ ਸਕੇ ਅਤੇ ਮਰੀਆ ਮਾਂ ਦੀ, ਮੈਂ ਦੁਭਾਸ਼ੀਆ ਤਾਂ ਨਾਲ ਲੈ ਕੇ ਜਾਣ ਤੋਂ ਰਿਹਾ।"

ਮੁਹੰਮਦ ਲਈ ਇਸ ਦੁੱਖਦਾਇਕ ਗੱਲਬਾਤ ਨੂੰ ਇੱਥੇ ਹੀ ਬੰਦ ਕਰਨ ਲਈ ਮੈਂ ਮੁਹੰਮਦ, ਮਰੀਆ ਅਤੇ 'ਯੇਵਗੇਨੀ ਓਨੇਗਿਨ' ਦੇ ਨਾਂ 'ਤੇ ਜਾਮ ਉਠਾਇਆ।

ਅਗਲੀ ਵਾਰ ਜਦੋਂ ਮੈਂ ਆਪਣੇ ਦੋਸਤ ਕੋਲ ਗਿਆ, ਤਾਂ ਮਰੀਆ ਨੇ ਮੈਨੂੰ ਕਿਹਾ ਕਿ ਮੁਹੰਮਦ ਜਿਵੇਂ ਬਿਲਕੁੱਲ ਬਦਲ ਗਿਆ ਹੈ। ਦਿਨਾਂ ਅਤੇ ਰਾਤਾਂ ਨੂੰ ਜਾਂ ਵਿਹਲ ਦੇ ਹਰ ਪਲ ਵਿੱਚ ਉਹ ਭੁੱਖ-ਪਿਆਸ, ਆਰਾਮ ਅਤੇ ਨੀਂਦ ਦੀ ਪ੍ਰਵਾਹ ਕੀਤੇ ਬਿਨਾਂ ਕੁੱਝ ਲਿਖਦਾ ਰਹਿੰਦਾ ਹੈ, ਲਿਖ ਕੇ ਕਾਗਜ਼ ਪਾੜ ਦਿੰਦਾ ਹੈ, ਦੁਬਾਰਾ ਲਿਖਦਾ ਹੈ ਅਤੇ ਦੁਬਾਰਾ ਕਾਗਜ਼ ਦੇ ਟੁਕੜੇ-ਟੁਕੜੇ ਕਰ ਦਿੰਦਾ ਹੈ।

ਮਰੀਆ ਦੀ ਮਾਸੀ ਕੁੱਝ ਸਮੇਂ ਤੱਕ ਮੁਹੰਮਦ ਨੂੰ ਅਜਿਹਾ ਕਰਦੇ ਦੇਖਦੀ ਰਹੀ ਅਤੇ ਆਖ਼ਰ ਉਸ ਨੇ ਇਹ ਜਾਣਨਾ ਚਾਹਿਆ ਕਿ ਉਹ ਕੀ ਲਿਖਦਾ ਹੈ ਅਤੇ ਕਿਉਂ ਲਿਖੇ ਹੋਏ ਕਾਗਜ਼ਾਂ ਨੂੰ ਪਾੜ ਦਿੰਦਾ ਹੈ।

"ਮੈਂ ਕਵੀ ਬਣਨਾ ਚਾਹੁਨਾਂ।" ਮੁਹੰਮਦ ਨੇ ਜਵਾਬ ਦਿੱਤਾ, "ਯੇਵਗੇਨੀ ਓਨੇਗਿਨ ਦਾ ਅਨੁਵਾਦ ਕਰਨਾ ਚਾਹੁਨਾਂ।"

"ਤਾਂ ਫਿਰ ਇਸ ਵਿੱਚ ਕੀ ਮੁਸੀਬਤ ਐ ਅਤੇ ਕਿਉਂ ਤੁਸੀਂ ਇੰਨੇ ਪ੍ਰੇਸ਼ਾਨ ਹੁੰਦੇ ਰਹਿੰਦੇ ਹੋ? ਮੈਂ ਈਜ਼ਾ ਨੂੰ ਕਹਿ ਦਿਆਂਗੀ ਅਤੇ ਉਹ ਸਭ ਕੁੱਝ ਠੀਕ-ਠਾਕ ਕਰ ਦੇਵੇਗਾ।"

"ਨਹੀਂ, ਮੇਰੀ ਪਿਆਰੀ ਮਾਸੀ, ਨਾ ਤਾਂ ਈਜ਼ਾ, ਨਾ ਉਸ ਦਾ ਅਫ਼ਸਰ, ਇੱਥੋਂ ਤੱਕ ਕਿ ਈਜ਼ਾ ਦੀ ਬੀਵੀ ਵੀ ਕਵੀ ਬਣਨ ਵਿੱਚ ਮੇਰੀ ਮੱਦਦ ਨਹੀਂ ਕਰ ਸਕਦੀ। ਉਹ ਤਾਂ ਸਿਰਫ਼ ਮੈਂ ਖ਼ੁਦ ਹੀ ਬਣ ਸਕਦਾਂ।"

ਕੁੱਝ ਹੀ ਸਮੇਂ ਬਾਅਦ ਮੁਹੰਮਦ ਨੇ ਮੈਨੂੰ 'ਯੇਵਗੇਨੀ ਓਨੇਗਿਨ' ਦੇ ਪਹਿਲੇ

ਅਧਿਆਇ ਦਾ ਅਵਾਰ ਭਾਸ਼ਾ ਵਿੱਚ ਕੀਤਾ ਆਪਣਾ ਅਨੁਵਾਦ ਸੁਣਾਇਆ। ਤਿੰਨ ਸਾਲ ਬਾਅਦ ਸਾਰੇ ਅਵਾਰ ਇਸ ਮਹਾਨ ਬਿਰਤਾਂਤਕ ਕਵਿਤਾ ਨੂੰ ਆਪਣੀ ਮਾਤ-ਭਾਸ਼ਾ ਵਿੱਚ ਪੜ੍ਹ ਸਕੇ।

ਕਿਸ ਦੀ ਫੋਟੋ ਛਾਪੀ ਜਾਵੇ:

ਕਹਿੰਦੇ ਹਨ ਕਿ ਹਿੰਮਤੀ ਬੀਵੀ ਆਪਣੇ ਪਤੀ ਦੀ ਸਫ਼ਲਤਾ ਵਿੱਚ ਬਹੁਤ ਹੱਥ ਵਟਾ ਸਕਦੀ ਹੈ। ਹਾਂ, ਅਜਿਹੀਆਂ ਉਤਸ਼ਾਹੀ ਬੀਵੀਆਂ ਨਾਲ ਸਾਡਾ ਵੀ ਵਾਹ ਪਿਆ ਹੈ। ਇੱਕ ਨਾਮੀ ਦਾਗ਼ਿਸਤਾਨੀ ਕਵੀ ਦੀ ਅਜਿਹੀ ਹੀ ਬੀਵੀ ਸੀ। ਉਸ ਦਾ ਨਾਂ ਸੁਣਦੇ ਹੀ ਲੇਖਕ-ਸੰਘ, ਸਾਰੇ ਪ੍ਰਕਾਸ਼ਨ-ਘਰ ਅਤੇ ਅਖ਼ਬਾਰਾਂ ਦੇ ਸੰਪਾਦਕੀ ਦਫ਼ਤਰਾਂ ਵਿੱਚ ਲੋਕਾਂ ਨੂੰ ਕੰਬਣੀ ਚੜ੍ਹ ਜਾਂਦੀ ਸੀ। ਮੈਂ ਵੀ ਉਸ ਤੋਂ ਥੋੜ੍ਹਾ ਜਿਹਾ ਡਰਦਾ ਸੀ ਅਤੇ ਉਸ ਨੂੰ ਆਪਣੇ ਹੱਕ ਵਿੱਚ ਕਰਨ ਲਈ ਹੀ ਮੈਂ ਆਪਣੇ ਕਮਰੇ ਵਿੱਚ ਉਸ ਦੇ ਪਤੀ ਦੀ ਫੋਟੋ ਵੀ ਲਗਾ ਲਈ। ਮੈਂ ਸੋਚਿਆ ਕਿ ਉਹ ਖ਼ੁਸ਼ ਹੋਵੇਗੀ ਅਤੇ ਮੇਰੇ ਨਾਲ ਨਰਮੀ ਨਾਲ ਪੇਸ਼ ਆਵੇਗੀ। ਪਰ ਇਸ ਦਾ ਉਸ 'ਤੇ ਬਹੁਤ ਘੱਟ ਅਸਰ ਹੋਇਆ। ਗੱਲ ਇਹ ਸੀ ਕਿ ਉਸ ਦੇ ਪਤੀ ਦੀ ਫੋਟੋ ਮੇਰੇ ਕਮਰੇ ਵਿੱਚ ਲਟਕਣ ਨਾਲ ਉਸ ਨੂੰ ਤਾਂ ਇੱਕ ਕੋਪੇਕ ਵੀ ਨਹੀਂ ਮਿਲਿਆ ਸੀ।

ਇੱਕ ਵਾਰ ਉਸ ਨੇ ਪ੍ਰਕਾਸ਼ਨ-ਘਰ ਤੋਂ ਇਹ ਮੰਗ ਕੀਤੀ ਕਿ ਤੁਰੰਤ ਹੀ ਉਸ ਦੇ ਪਤੀ ਦੀਆਂ ਕਵਿਤਾਵਾਂ ਦਾ ਸੰਗ੍ਰਹਿ ਛਾਪਿਆ ਜਾਵੇ। ਡਾਇਰੈਕਟਰ ਨੇ ਡਰਦੇ-ਡਰਦੇ ਕਿਹਾ ਕਿ ਇਸ ਸਾਲ ਦੀਆਂ ਯੋਜਨਾਵਾਂ ਦੀ ਪੁਸ਼ਟੀ ਹੋ ਚੁੱਕੀ ਹੈ, ਕਾਗਜ਼ ਦੀ ਘਾਟ ਹੈ ਅਤੇ ਇਸ ਲਈ ਉਹ ਸੰਗ੍ਰਹਿ ਅਗਲੇ ਸਾਲ ਛਾਪਣਾ ਸੰਭਵ ਹੋਵੇਗਾ......।

"ਬਿਲਕੁੱਲ ਬੇਸ਼ਰਮ ਆਦਮੀ ਹੋ ਤੁਸੀਂ।" ਉਹ ਔਰਤ ਅੱਗ-ਬਬੂਲਾ ਹੋ ਕੇ ਬੋਲੀ, "ਤੁਹਾਨੂੰ ਡਰ ਐ ਕਿ ਲੋਕ ਇਹ ਦੇਖ ਸਕਣਗੇ ਕਿ ਮੇਰੇ ਪਤੀ ਦੀਆਂ ਕਵਿਤਾਵਾਂ ਤੁਹਾਡੀਆਂ ਕਵਿਤਾਵਾਂ ਨਾਲੋਂ ਕਿਤੇ ਜ਼ਿਆਦਾ ਚੰਗੀਆਂ ਨੇ। ਇਸ ਲਈ ਤੁਸੀਂ ਕਾਗਜ਼ ਦੀ ਘਾਟ ਅਤੇ ਯੋਜਨਾਵਾਂ ਦਾ ਰਾਗ ਅਲਾਪ ਰਹੇ ਹੋ। ਮੈਂ ਤੁਹਾਡੀ ਰਗ-ਰਗ ਪਛਾਣਦੀ ਆਂ। ਤੁਸੀਂ ਮੇਰੀਆਂ ਅੱਖਾਂ ਵਿੱਚ ਧੂੜ ਨਹੀਂ ਝੋਕ ਸਕਦੇ। ਦੇਖਾਂਗੀ ਕਿ ਕਿਵੇਂ ਤੁਸੀਂ ਮੇਰੇ ਪਤੀ ਦਾ ਕਵਿਤਾ-ਸੰਗ੍ਰਹਿ ਨਹੀਂ ਛਾਪਦੇ।"

ਇੰਨਾ ਕਹਿ ਕੇ ਉਸ ਔਰਤ ਨੇ ਝੱਟ ਦਰਵਾਜ਼ਾ ਬੰਦ ਕੀਤਾ ਅਤੇ ਚਲੀ ਗਈ।

ਦੋ ਘੰਟਿਆਂ ਬਾਅਦ ਡਾਇਰੈਟਰ ਦੇ ਟੈਲੀਫੋਨ ਦੀ ਘੰਟੀ ਵੱਜੀ। ਸੂਬਾਈ ਕਮੇਟੀ ਦੇ ਸਕੱਤਰ ਦੀ ਆਵਾਜ਼ ਸੁਣਾਈ ਦਿੱਤੀ।

"ਖ਼ੁਦਾ ਦੇ ਵਾਸਤੇ ਕੁੱਝ ਅਜਿਹਾ ਕਰੋ ਕਿ ਇਹ ਔਰਤ ਕਦੇ ਮੇਰੇ ਦਫ਼ਤਰ ਵਿੱਚ ਨਾ ਆਵੇ।" ਸਕੱਤਰ ਨੇ ਮਿੰਨਤ ਕਰਦੇ ਹੋਏ ਕਿਹਾ, "ਆਏ ਦਿਨ ਮੈਂ ਆਪਣੇ ਮੇਜ ਦਾ ਸ਼ੀਸ਼ਾ ਨਹੀਂ ਬਦਲਵਾ ਸਕਦਾ। ਉਹ ਹਰ ਵਾਰ ਮੇਜ 'ਤੇ ਮੁੱਕਾ ਮਾਰ ਕੇ ਉਸ ਨੂੰ ਤੋੜ ਦਿੰਦੀ ਐ।"

ਇਸ ਸਾਰੇ ਕਿੱਸੇ ਦਾ ਨਤੀਜਾ ਕੀ ਹੋਇਆ? ਲੀਓ ਟਾਲਸਟਾਏ ਦਾ ਲਘੂ-ਨਾਵਲ 'ਹਾਜੀ ਮੁਰਾਦ' ਅਤੇ ਹਮਜ਼ਾਤ ਤਸਾਦਾਸਾ ਦੀ ਬੱਚਿਆਂ ਦੀ ਇੱਕ ਕਿਤਾਬ ਵੀ ਯੋਜਨਾ ਵਿੱਚੋਂ ਕੱਢਣੀ ਪਈ। ਇਨ੍ਹਾਂ ਦੋ ਕਿਤਾਬਾਂ ਦੀ ਬਲੀ ਦੇ ਕੇ ਉਸ ਲੜਾਕੀ ਔਰਤ ਦੇ ਪਤੀ ਦਾ

ਕਾਵਿ-ਸੰਗ੍ਰਹਿ ਯੋਜਨਾ ਵਿੱਚ ਸ਼ਾਮਲ ਕੀਤਾ ਗਿਆ।

ਸਾਨੂੰ ਲੱਗਿਆ ਕਿ ਹੁਣ ਸ਼ਾਂਤੀ ਰਹੇਗੀ। ਪਰ ਨਹੀਂ, ਜਲਦੀ ਹੀ ਨਵਾਂ ਬਖੇੜਾ ਉੱਠ ਖੜ੍ਹਾ ਹੋਇਆ। ਉਸ ਦਾ ਕਾਰਨ ਇਹ ਸੀ ਕਿ ਸੰਗ੍ਰਹਿ ਵਿੱਚ ਕਵੀ ਦੀ ਫੋਟੋ ਨਹੀਂ ਛਾਪੀ ਗਈ ਸੀ।

"ਕਿੰਨੇ ਬੇਸ਼ਰਮ ਲੋਕ ਨੇ।" ਗੁੱਸੇ ਵਿੱਚ ਪਾਗਲ ਹੋਈ ਉਹ ਔਰਤ ਉੱਚੀ ਆਵਾਜ਼ ਵਿੱਚ ਬੋਲੀ, "ਤੁਹਾਨੂੰ ਇਸੇ ਗੱਲ ਦਾ ਡਰ ਐ ਨਾ ਕਿ ਲੋਕ ਇਹ ਦੇਖ ਸਕਣਗੇ ਕਿ ਮੇਰਾ ਪਤੀ ਤੁਹਾਡੇ ਸਾਰਿਆਂ ਤੋਂ ਕਿੰਨਾ ਖ਼ੂਬਸੂਰਤ ਐ। ਇਸ ਲਈ ਤੁਸੀਂ ਉਸ ਦੀ ਫੋਟੋ ਨਹੀਂ ਛਾਪੀ।"

"ਨਹੀਂ, ਅਜਿਹੀ ਗੱਲ ਨਹੀਂ।" ਪ੍ਰਕਾਸ਼ਨ-ਘਰ ਦੇ ਡਾਇਰੈਕਟਰ ਨੇ ਜਵਾਬ ਦਿੱਤਾ, "ਅਸੀਂ ਇਹ ਨਹੀਂ ਜਾਣਦੇ ਸੀ ਕਿ ਇਸ ਕਿਤਾਬ ਵਿੱਚ ਫੋਟੋ ਕਿਸ ਦੀ ਛਾਪੀ ਜਾਵੇ, ਤੁਹਾਡੀ ਜਾਂ ਤੁਹਾਡੇ ਪਤੀ ਦੀ?"

"ਹਾਂ, ਇਹ ਵੀ ਇੱਕ ਸਵਾਲ ਐ।" ਇਸ ਔਰਤ ਨੇ ਦੰਦ ਦਿਖਾਏ, "ਕੀ ਪਤਾ, ਮੇਰੇ ਬਿਨਾਂ ਉਹ ਕਵੀ ਵੀ ਬਣ ਸਕਦਾ ਕਿ ਨਹੀਂ।"

ਅਬੂਤਾਲਿਬ ਨੇ ਉਸ ਕਵੀ ਨਾਲ ਮੁਲਾਕਾਤ ਹੋਣ 'ਤੇ ਕਿਹਾ:

"ਕੂਸਾ, ਮੇਰੀ ਗੱਲ ਮੰਨ ਲਵੋ। ਇੱਕ ਹਫਤੇ ਲਈ ਮੈਨੂੰ ਆਪਣੀ ਬੀਵੀ ਦੇ ਦਿਓ। ਮੈਨੂੰ ਤੁਰੰਤ ਸਟਾਲਿਨ ਪੁਰਸਕਾਰ ਮਿਲ ਜਾਵੇਗਾ।"

"ਛੱਡੋ ਵੀ ਇਸ ਗੱਲ ਨੂੰ, ਅਬੂਤਾਲਿਬ। ਮੈਂ ਦਸ ਸਾਲਾਂ ਤੋਂ ਉਸ ਦੇ ਨਾਲ ਰਹਿ ਰਿਹਾਂ ਅਤੇ ਮੈਨੂੰ ਹਾਜੀ ਕਾਸਿਮ ਦਾ ਇਨਾਮ ਵੀ ਨਹੀਂ ਮਿਲਿਆ।"

"ਤਾਂ ਉਸ ਤੋਂ ਕੁੱਝ ਪ੍ਰਤਿਭਾ ਮੰਗ ਲਵੋ।"

ਅਬੂਤਾਲਿਬ ਅਤੇ ਖ਼ਾਤਿਮਤ ਦਾ ਕਿੱਸਾ:

ਅਬੂਤਾਲਿਬ ਸ਼ੁਰੂ ਵਿੱਚ ਭੇਡਾਂ ਚਰਾਉਂਦੇ ਰਹੇ। ਇਸ ਤੋਂ ਬਾਅਦ ਉਹ ਕਲੀ ਕਰਨ ਲੱਗੇ। ਪਰ ਚਰਵਾਹੇ ਵਾਲੀ ਆਪਣੀ ਮੁਰਲੀ ਉਹ ਉਦੋਂ ਵੀ ਆਪਣੇ ਨਾਲ ਹੀ ਰੱਖਦੇ ਅਤੇ ਵਿਹਲੇ ਵੇਲੇ ਉਸ ਨੂੰ ਵਜਾਉਂਦੇ। ਆਪਣੇ ਧੰਦੇ ਦੇ ਸਿਲਸਿਲੇ ਵਿੱਚ ਉਹ ਪਿੰਡ-ਪਿੰਡ ਜਾਂਦੇ। ਕੁੱਝ ਲੋਕਾਂ ਦਾ ਕਹਿਣਾ ਹੈ ਕਿ ਕੂਲੀ ਪਿੰਡ ਵਿੱਚ ਅਤੇ ਦੂਜਿਆਂ ਮੁਤਾਬਿਕ ਗ਼ੂਮੁਕ ਵਿੱਚ ਖ਼ਾਤਿਮਤ ਨਾਂ ਦੀ ਇੱਕ ਲੜਕੀ ਗਾਗਰ ਦੀ ਮੁਰੰਮਤ ਕਰਵਾਉਣ ਲਈ ਅਬੂਤਾਲਿਬ ਕੋਲ ਆਈ।

ਬਹੁਤ ਦੇਰ ਤੱਕ ਅਬੂਤਾਲਿਬ ਉਸ ਗਾਗਰ ਦੀ ਮੁਰੰਤ ਕਰਦੇ ਰਹੇ। ਕਦੇ ਉਹ ਉਸ ਨੂੰ ਇੱਕ ਪਾਸੇ ਰੱਖ ਕੇ ਤਸੱਲੀ ਨਾਲ ਸਿਗਰਟ ਪੀਣ ਲੱਗਦੇ, ਕਦੇ ਮੁਰਲੀ ਵਜਾਉਣੀ ਸ਼ੁਰੂ ਕਰਦੇ ਅਤੇ ਕਦੇ ਖ਼ਾਤਿਮਤ ਨੂੰ ਝੂਠੇ-ਸੱਚੇ ਕਿੱਸੇ-ਕਹਾਣੀਆਂ ਸੁਣਾਉਣ ਲੱਗਦੇ।

ਖ਼ਾਤਿਮਤ ਉਸ ਨੂੰ ਜਲਦੀ ਕਰਨ ਲਈ ਕਹਿੰਦੀ ਹੋਈ ਚਿੱਲਾਈ:

"ਤੁਸੀਂ ਆਪਣੀ ਸਿਗਰਟ ਕੁੱਝ ਘੱਟ ਲੰਬੀ ਲਪੇਟੋ।"

"ਇਹ ਤੁਸੀਂ ਕੀ ਕਹਿ ਰਹੀ ਹੋ, ਮੇਰੀ ਪਿਆਰੀ ਖ਼ਾਤਿਮਤ। ਹੁਣ ਮੈਂ ਗ਼ਜ ਲੰਬੀ

ਸਿਗਰਟ ਬਣਾਵਾਂਗਾ, ਤਾਂ ਕਿ ਉਹ ਹੋਰ ਜ਼ਿਆਦਾ ਦੇਰ ਤੱਕ ਜਲਦੀ ਰਹੇ।"

ਆਖ਼ਰ ਲੜਕੀ ਬਿਲਕੁੱਲ ਹੀ ਆਪੇ ਤੋਂ ਬਾਹਰ ਹੋ ਗਈ ਅਤੇ ਅਬੂਤਾਲਿਬ ਨੂੰ ਮਜ਼ਬੂਰ ਹੋ ਕੇ ਗਾਗਰ ਉਸ ਨੂੰ ਮੋੜਨੀ ਪਈ। ਗਾਗਰ ਇਸ ਤਰ੍ਹਾਂ ਲਿਸ਼ਕਦੀ ਸੀ ਕਿ ਜਿਵੇਂ ਨਵੀਂ ਹੋਵੇ। ਇੰਨੀ ਜ਼ਿਆਦਾ ਕੋਸ਼ਿਸ਼ ਨਾਲ ਅਬੂਤਾਲਿਬ ਨੇ ਉਸ ਦੀ ਮੁਰੰਮਤ ਕੀਤੀ ਸੀ। ਪਰ ਲੜਕੀ ਨੇ ਜਿਉਂ ਹੀ ਉਸ ਵਿੱਚ ਪਾਣੀ ਭਰਿਆ, ਤਾਂ ਉਹ ਚੋਣ ਲੱਗੀ। ਗੁੱਸੇ ਵਿੱਚ ਲੋਹੀ-ਲਾਖੀ ਹੋਈ, ਬੜੀ ਮੁਸ਼ਕਿਲ ਨਾਲ ਆਪਣੇ ਦੁੱਖ ਦੇ ਹੰਝੂਆਂ ਨੂੰ ਰੋਕਦੀ ਹੋਈ ਉਹ ਦੁਬਾਰਾ ਅਬੂਤਾਲਿਬ ਕੋਲ ਆਈ।

"ਇੰਨੀ ਦੇਰ ਤੱਕ ਤੁਸੀਂ ਗਾਗਰ ਦੀ ਮੁਰੰਮਤ ਕੀਤੀ ਅਤੇ ਉਹ ਪਹਿਲਾਂ ਨਾਲੋਂ ਵੀ ਜ਼ਿਆਦਾ ਚੋਂਦੀ ਐ।"

"ਅੱਲ੍ਹਾ ਕਰੇ ਕਿ ਦਲੇਰ ਅਤੇ ਖ਼ੂਬਸੂਰਤ ਲੜਕੇ ਹਰ ਰੋਜ਼ ਤੁਹਾਡੀ ਗਾਗਰ 'ਤੇ ਰੋੜੇ ਮਾਰਨ। ਤੁਸੀਂ ਨਾਰਾਜ਼ ਕਿਉਂ ਹੋ ਰਹੀ ਹੋ, ਖ਼ਾਤਿਮਤ। ਮੈਂ ਤਾਂ ਜਾਣ-ਬੁੱਝ ਕੇ ਉਸ ਵਿੱਚ ਸੁਰਾਖ ਛੱਡ ਦਿੱਤਾ ਸੀ, ਤਾਂ ਕਿ ਤੁਸੀਂ ਫਿਰ ਮੇਰੇ ਕੋਲ ਆਓ ਅਤੇ ਮੈਂ ਤੁਹਾਨੂੰ ਦੇਖ ਸਕਾਂ।"

"ਚੰਗਾ ਹੋਵੇ ਕਿ ਲੜਕੇ ਮੇਰੀ ਗਾਗਰ 'ਤੇ ਨਹੀਂ, ਤੁਹਾਡੇ ਸਿਰ 'ਤੇ ਰੋੜੇ ਮਾਰਨ।" ਖ਼ਾਤਿਮਤ ਚਿੱਲਾਈ ਅਤੇ ਫਿਰ ਕਦੇ ਅਬੂਤਾਲਿਬ ਕੋਲ ਨਹੀਂ ਆਈ।

ਅਬੂਤਾਲਿਬ ਨੂੰ ਉਸ ਦੀ ਬੜੀ ਯਾਦ ਆਉਂਦੀ। ਖ਼ਾਤਿਮਤ ਪ੍ਰਤੀ ਉਸ ਦਾ ਪਿਆਰ ਵਧਦਾ ਹੀ ਚਲਾ ਗਿਆ। ਪਿਆਰ ਜਿੰਨਾ ਵਧਿਆ, ਯਾਦ ਉਨੀ ਹੀ ਜ਼ਿਆਦਾ ਸਤਾਉਣ ਲੱਗੀ। ਇਸ ਤਰ੍ਹਾਂ ਉਸ ਲੜਕੀ ਦੀ ਯਾਦ ਵਿੱਚ ਘੁਲਦੇ ਹੋਏ ਅਬੂਤਾਲਿਬ ਨੇ ਗੀਤ ਰਚਿਆ, ਜਿਸ ਵਿੱਚ ਉਸ ਨੇ ਖ਼ਾਤਿਮਤ ਅਤੇ ਉਸ ਪ੍ਰਤੀ ਆਪਣੇ ਪਿਆਰ ਦਾ ਪ੍ਰਗਟਾਵਾ ਕੀਤਾ। ਇਸ ਤੋਂ ਬਾਅਦ ਉਨ੍ਹਾਂ ਨੇ ਦੂਜਾ, ਫਿਰ ਦਸਵਾਂ, ਫਿਰ ਵੀਹਵਾਂ ਗੀਤ ਰਚਿਆ ਅਤੇ ਇਸ ਤਰ੍ਹਾਂ ਉਹ ਕਲੀ ਕਰਨ ਵਾਲੇ ਦੀ ਜਗ੍ਹਾ ਮੰਨੇ-ਪ੍ਰਮੰਨੇ ਕਵੀ ਬਣ ਗਏ।

ਇਸੇ ਦੌਰਾਨ ਖ਼ਾਤਿਮਤ ਨੇ ਹਾਜੀ ਨਾਂ ਦੇ ਇੱਕ ਆਦਮੀ ਨਾਲ ਸ਼ਾਦੀ ਕਰ ਲਈ। ਕੁੱਝ ਅਰਸੇ ਬਾਅਦ ਉਸ ਨੂੰ ਤਲਾਕ ਦੇ ਕੇ ਮੂਸਾ ਦੀ ਬੀਵੀ ਬਣ ਗਈ।

ਇੱਕ ਦਿਨ ਪ੍ਰਸਿੱਧ ਕਵੀ ਅਬੂਤਾਲਿਬ ਬਾਜ਼ਾਰ ਵਿੱਚੋਂ ਜਾ ਰਹੇ ਸਨ, ਤਾਂ ਕਿਸੇ ਨੇ ਉਨ੍ਹਾਂ ਨੂੰ ਆਵਾਜ਼ ਦਿੱਤੀ:

"ਅਬੂਤਾਲਿਬ, ਗਾਗਰ ਦੀ ਮੁਰੰਮਤ ਨਹੀਂ ਕਰੋਗੇ?"

ਕਵੀ ਨੇ ਮੁੜ ਕੇ ਦੇਖਿਆ, ਤਾਂ ਝੁਕੀ ਹੋਈ ਬੁੱਢੀ ਅਤੇ ਬਿਮਾਰ ਖ਼ਾਤਿਮਤ ਨੂੰ ਆਪਣੇ ਸਾਹਮਣੇ ਪਾਇਆ।

"ਸ਼ਾਇਦ ਤੁਹਾਡਾ ਦਿਮਾਗ ਆਸਮਾਨ 'ਤੇ ਜਾ ਚੜ੍ਹਿਐ, ਅਬੂਤਾਲਿਬ। ਅਜਿਹਾ ਤਾਂ ਹੋਣਾ ਹੀ ਸੀ। ਹੁਣ ਤੁਸੀਂ ਸਰਬ-ਉੱਚ ਸੋਵੀਅਤ ਦੇ ਮੈਂਬਰ ਹੋ, ਤਮਗਾ ਲਗਾਇਆ ਹੋਇਐ। ਲੱਗਦੈ ਕਿ ਆਪਣਾ ਕਲੀ ਵਾਲਾ ਧੰਦਾ ਭੁੱਲ ਗਏ ਹੋ। ਪਰ ਜੇਕਰ ਮਾਮਲੇ ਦੀ ਗਹਿਰਾਈ ਵਿੱਚ ਜਾਇਆ ਜਾਵੇ, ਤਾਂ ਮੈਂ ਹੀ ਤੁਹਾਨੂੰ ਕਵੀ ਬਣਾਇਐ, ਅਬੂਤਾਲਿਬ। ਉਸ ਵੇਲੇ ਜੇਕਰ ਮੈਂ ਮੁਰੰਮਤ ਲਈ ਗਾਗਰ ਲੈ ਕੇ ਤੁਹਾਡੇ ਕੋਲ ਨਾ ਲਿਆਉਂਦੀ, ਤਾਂ ਤੁਸੀਂ ਅਜੇ ਤੱਕ ਉਸੇ ਤਰ੍ਹਾਂ ਬਾਜ਼ਾਰ ਵਿੱਚ ਬੈਠੇ ਕਲੀ ਕਰਦੇ ਹੁੰਦੇ।"

"ਖ਼ਾਤਿਮਤ, ਜੇਕਰ ਤੁਹਾਡੇ ਵਿੱਚ ਅਜਿਹੀ ਤਾਕਤ ਐ, ਜੇਕਰ ਤੁਸੀਂ ਸੱਚਮੁੱਚ ਹੀ ਲੋਕਾਂ ਨੂੰ ਕਵੀ ਬਣਾ ਸਕਦੀ ਹੋ, ਤਾਂ ਤੁਸੀਂ ਪਹਿਲੇ ਪਤੀ ਮਿਲਿਸ਼ੀਆਮੈਨ ਹਾਜੀ ਨੂੰ ਕਿਉਂ ਨਹੀਂ ਕਵੀ ਬਣਾ ਦਿੱਤਾ? ਅਤੇ ਹਾਂ, ਤੁਹਾਡੇ ਦੂਜੇ ਪਤੀ ਮੂਸਾ ਦੇ ਗੀਤ ਵੀ ਹੁਣ ਤੱਕ ਸੁਣਨ ਨੂੰ ਨਹੀਂ ਮਿਲੇ......।"

ਅਬੂਤਾਲਿਬ ਤਾਂ ਚਲੇ ਵੀ ਗਏ, ਪਰ ਖ਼ਾਤਿਮਤ ਇਹ ਨਾ ਸਮਝਦੇ ਹੋਏ ਵੀ ਕਿ ਕੀ ਜਵਾਬ ਦੇਵੇ, ਉੱਥੇ ਹੀ ਮੂੰਹ ਅੱਡ ਕੇ ਖੜ੍ਹੀ ਸੀ। ਬਾਰਿਸ਼ ਦੀਆਂ ਕਣੀਆਂ ਨਾਲ ਹੀ ਉਹ ਸੰਭਲੀ।

ਤਾਂ ਇਸ ਤਰ੍ਹਾਂ ਜੇਕਰ ਕੋਈ ਖ਼ੁਦ ਹੀ ਸ਼ਾਇਰ ਨਹੀਂ ਬਣਦਾ, ਤਾਂ ਕਿਸੇ ਵੀ ਦੂਜੇ ਆਦਮੀ ਵਿੱਚ ਉਸ ਨੂੰ ਸ਼ਾਇਰ ਬਣਾਉਣ ਦੀ ਤਾਕਤ ਨਹੀਂ ਹੈ।

ਪਿਤਾ ਜੀ ਨੇ ਇਹ ਗੱਲ ਸੁਣਾਈ ਕਿ ਜਦੋਂ ਮੈਂ ਆਪਣੀਆਂ ਪਹਿਲੀਆਂ ਕੁੱਝ ਕਵਿਤਾਵਾਂ ਰਚ ਚੁੱਕਿਆ ਸੀ, ਤਾਂ ਪਿਤਾ ਜੀ ਦੇ ਇੱਕ ਪੁਰਾਣੇ ਮਿੱਤਰ ਦਾਗ਼ਿਸਤਾਨ ਦੇ ਇੱਕ ਪ੍ਰਸਿੱਧ ਅਤੇ ਸਨਮਾਨਿਤ ਵਿਅਕਤੀ ਨੇ ਉਨ੍ਹਾਂ ਨੂੰ ਕਿਹਾ:

"ਬਹੁਤ ਚੰਗਾ ਰਹੇ ਕਿ ਰਸੂਲ ਹੁਣ ਕਿਸੇ ਨੂੰ ਜੀਅ-ਜਾਨ ਨਾਲ ਪਿਆਰ ਕਰਨ ਲੱਗੇ। ਇਸ ਵਿੱਚ ਕੋਈ ਫ਼ਰਕ ਨਹੀਂ ਪਵੇਗਾ ਕਿ ਆਪਣੇ ਪਿਆਰ ਤੋਂ ਉਸ ਨੂੰ ਖ਼ੁਸ਼ੀ ਮਿਲੇਗੀ ਜਾਂ ਗ਼ਮ, ਉਸ ਵਿੱਚ ਉਸ ਨੂੰ ਸਫ਼ਲਤਾ ਮਿਲੇਗੀ ਜਾਂ ਅਸਫ਼ਲਤਾ। ਸ਼ਾਇਦ ਇਹ ਤਾਂ ਜ਼ਿਆਦਾ ਚੰਗਾ ਹੋਵੇਗਾ ਕਿ ਦੂਜੇ ਪਾਸੇ ਤੋਂ ਉਸ ਨੂੰ ਪਿਆਰ ਨਾ ਮਿਲੇ, ਕਿ ਪਿਆਰ ਉਸ ਦੇ ਲਈ ਪੀੜਾ ਅਤੇ ਵੇਦਨਾ ਹੀ ਲੈ ਕੇ ਆਵੇ। ਫਿਰ ਉਹ ਅਚਾਨਕ ਵੱਡਾ ਕਵੀ ਬਣ ਜਾਵੇਗਾ।"

ਮੇਰੇ ਪਿਤਾ ਜੀ ਦੇ ਦੋਸਤ ਨੇ ਤਾਂ ਅਜਿਹੀ ਸੁੰਦਰ ਲੜਕੀ ਵੀ ਲੱਭ ਲਈ, ਜਿਸ ਨੇ ਮੈਨੂੰ ਬਦਕਿਸਮਤ, ਪਰ ਵੱਡਾ ਕਵੀ ਬਣਾਉਣਾ ਸੀ।

ਮੇਰੇ ਪਿਤਾ ਜੀ ਨੇ ਮੇਰੇ ਦੋਸਤ ਨੂੰ ਇਹ ਜਵਾਬ ਦਿੱਤਾ:

"ਦੇਖੋ ਤਾਂ ਦੁਨੀਆ ਵਿੱਚ ਕਿੰਨੇ ਹੀ ਲੋਕ ਨੇ ਪਿਆਰ ਕਰਨ ਵਾਲੇ, ਪਰ ਕੀ ਉਨ੍ਹਾਂ ਵਿੱਚੋਂ ਹਰ ਕੋਈ ਕਵੀ ਐ? ਦਿਲੋਂ ਪਿਆਰ ਕਰਨ ਲਈ ਵੀ ਪ੍ਰਤਿਭਾ ਦੀ ਲੋੜ ਹੁੰਦੀ ਐ। ਪ੍ਰਤਿਭਾ ਨੂੰ ਪਿਆਰ ਦੀ ਜਿੰਨੀ ਜ਼ਰੂਰਤ ਐ, ਸ਼ਾਇਦ ਪਿਆਰ ਨੂੰ ਪ੍ਰਤਿਭਾ ਦੀ ਉਸ ਤੋਂ ਵੀ ਕਿਤੇ ਜ਼ਿਆਦਾ ਜ਼ਰੂਰਤ ਐ। ਇਸ ਵਿੱਚ ਕੋਈ ਸ਼ੱਕ ਨਹੀਂ ਕਿ ਪਿਆਰ ਨਾਲ ਪ੍ਰਤਿਭਾ ਪੈਦਾ ਹੁੰਦੀ ਐ, ਪਰ ਉਹ ਉਸ ਦੀ ਜਗ੍ਹਾ ਨਹੀਂ ਲੈ ਸਕਦਾ। ਪ੍ਰੇਮ ਦੇ ਉਲਟ ਭਾਵਨਾ, ਭਾਵ ਘਿਰਣਾ ਬਾਰੇ ਵੀ ਮੈਂ ਇਹੀ ਕਹਿ ਸਕਦਾਂ।"

"ਪਰ ਮਿਸਾਲ ਦੇ ਤੌਰ 'ਤੇ ਪਿਆਰ ਦੇ ਗਾਇਕ ਕਵੀ ਮਹਿਮੂਦ ਨੂੰ ਲਿਆ ਜਾ ਸਕਦੈ......।"

"ਤੁਸੀਂ ਸਹੀ ਕਹਿੰਦੇ ਹੋ। ਕਵੀ ਦੇ ਰੂਪ ਵਿੱਚ ਅਸੀਂ ਜਿਵੇਂ ਮਹਿਮੂਦ ਨੂੰ ਜਾਣਦੇ ਆਂ, ਉਹ ਆਪਣੀ ਪ੍ਰੇਮਿਕਾ ਕਰਕੇ ਹੀ ਕਾਫ਼ੀ ਹੱਦ ਤੱਕ ਉਹੋ ਜਿਹਾ ਬਣਿਆ। ਪਰ ਮੇਰਾ ਖ਼ਿਆਲ ਐ ਕਿ ਉਸ ਦੀ ਪ੍ਰੇਮਿਕਾ ਦਾ ਜੇਕਰ ਇਸ ਦੁਨੀਆ ਵਿੱਚ ਵਜੂਦ ਨਾ ਵੀ ਹੁੰਦਾ, ਤਾਂ ਵੀ ਮਹਿਮੂਦ ਵੱਡਾ ਕਵੀ ਬਣਦਾ। ਉਸ ਦੀਆਂ ਬੇਚੈਨ ਅਤੇ ਅਲੰਕਾਰੀ ਭਾਵਨਾਵਾਂ ਉਸੇ ਤਰ੍ਹਾਂ ਆਪਣਾ ਰਸਤਾ ਲੱਭ ਲੈਂਦੀਆਂ, ਜਿਵੇਂ ਘਾਹ ਦੀ ਕੋਮਲ ਪੱਤੀ ਸਿੱਲ੍ਹੀ, ਬੋਝਲ ਅਤੇ

ਕਾਲੀ ਮਿੱਟੀ ਵਿੱਚੋਂ ਸੂਰਜ ਵੱਲ ਆਪਣਾ ਰਸਤਾ ਬਣਾ ਲੈਂਦੀ ਐ। ਕਦੇ-ਕਦੇ ਉਹ ਪੱਥਰ ਦੇ ਹੇਠੋਂ ਵੀ ਬਾਹਰ ਨਿੱਕਲ ਆਉਂਦੀ ਐ।"

ਹਾਂ, ਇਹ ਆਸਾਨੀ ਨਾਲ ਮੰਨਿਆ ਜਾ ਸਕਦਾ ਹੈ ਕਿ ਜਿਸ ਤਰ੍ਹਾਂ ਅੱਗ ਸੁੱਕੀਆਂ ਲੱਕੜਾਂ ਨਾਲ ਭੜਕਦੀ ਹੈ, ਉਸ ਤਰ੍ਹਾਂ ਪ੍ਰਤਿਭਾ ਦੇ ਪੁੰਗਰਨ ਲਈ ਪ੍ਰਬਲ ਮਾਨਵੀ ਭਾਵਨਾਵਾਂ, ਪਿਆਰ ਅਤੇ ਘਿਰਣਾ ਜ਼ਰੂਰੀ ਹੁੰਦੀਆਂ ਹਨ, ਕਿ ਖਿੜੀ ਮੁਸਕਰਾਹਟ ਜਾਂ ਖਾਰੇ ਹੰਝੂਆਂ ਨਾਲ ਹੀ ਕਵਿਤਾ ਜਨਮ ਲੈਂਦੀ ਹੈ। ਪਰ ਮੈਂ ਤੁਹਾਡੇ ਸਾਹਮਣੇ ਦੋ ਉਦਾਹਰਣ ਪੇਸ਼ ਕਰਦਾ ਹਾਂ।

ਉਸ ਮਾਂ ਦੇ ਦੁੱਖ, ਉਸ ਮਾਂ ਦੀ ਪੀੜਾ ਤੋਂ ਜ਼ਿਆਦਾ ਪੀੜਾ ਕਿਸ ਦੀ ਹੋ ਸਕਦੀ ਹੈ, ਜਿਸ ਦੇ ਬੇਟੇ ਦੀ ਮੌਤ ਹੋ ਜਾਂਦੀ ਹੈ? ਬੇਟੇ ਨੂੰ ਦਫ਼ਨਾਉਣ ਦੀ ਤਿਆਰੀ ਹੋਣ ਲੱਗਦੀ ਹੈ, ਲੋਕ ਇਕੱਠੇ ਹੋ ਜਾਂਦੇ ਹਨ। ਪਰ ਮਾਂ ਬਸ ਰੋਂਦੀ ਹੀ ਰਹਿੰਦੀ ਹੈ, ਉਹ ਸ਼ਬਦਾਂ ਵਿੱਚ, ਅਜਿਹੇ ਸ਼ਬਦਾਂ ਵਿੱਚ ਆਪਣਾ ਦੁੱਖ ਪ੍ਰਗਟ ਨਹੀਂ ਕਰ ਸਕਦੀ ਕਿ ਸਾਰੇ ਉਸੇ ਤਰ੍ਹਾਂ ਰੋਣ ਲੱਗਣ, ਜਿਵੇਂ ਉਹ ਖ਼ੁਦ ਰੋ ਰਹੀ ਹੈ।

ਇਸੇ ਤਰ੍ਹਾਂ ਵਿਰਲਾਪ ਕਰਨ ਦੀ ਕਲਾ ਵਿੱਚ ਨਿਪੁੰਨ ਔਰਤਾਂ ਹੁੰਦੀਆਂ ਹਨ। ਉਨ੍ਹਾਂ ਦੀਆਂ ਅੱਖਾਂ ਵਿੱਚ ਹੰਝੂ ਨਹੀਂ ਹੁੰਦੇ, ਕਿਉਂਕਿ ਉਨ੍ਹਾਂ ਦਾ ਆਪਣਾ ਨਹੀਂ, ਪਰਾਇਆ ਦੁੱਖ ਹੁੰਦਾ ਹੈ। ਪਰ ਜਿਉਂ ਹੀ ਆਪਣੀ ਭਿਆਨਕ ਕਲਾ ਦਾ ਪ੍ਰਦਰਸ਼ਨ ਕਰਨ ਲੱਗਦੀਆਂ ਹਨ, ਤਿਉਂ ਹੀ ਨੇੜੇ-ਤੇੜੇ ਦੇ ਸਾਰੇ ਲੋਕ ਹਉਕੇ ਭਰਨ ਲੱਗਦੇ ਹਨ।

ਮੈਂ ਇਸ ਕਲਾ ਨੂੰ ਭਿਆਨਕ ਕਲਾ ਕਿਹਾ ਹੈ। ਉਹ ਅਸਲ ਵਿੱਚ ਹੀ ਬੜੀ ਬੇਰਹਿਮ ਅਤੇ ਭਿਆਨਕ ਹੈ। ਇਸਲਾਮ ਵਿੱਚ ਇਸੇ ਲਈ ਤਾਂ ਇਹ ਕਿਹਾ ਗਿਆ ਹੈ ਕਿ ਦੂਜੀ ਦੁਨੀਆ ਵਿੱਚ ਵਿਰਲਾਪ ਕਰਨ ਵਾਲੀਆਂ ਨੂੰ ਢੌਂਗੀਆਂ, ਪਾਖੰਡੀਆਂ ਅਤੇ ਚੁਗਲਖੋਰਾਂ ਵਾਂਗ ਹੀ ਲਗਾਤਾਰ ਤਸੀਹੇ ਦਿੱਤੇ ਜਾਂਦੇ ਹਨ। ਪਰ ਉਹ ਤਾਂ ਕਲਾ ਹੀ ਅਜਿਹੀ ਹੈ, ਜਿਸ ਦਾ ਕੰਮ ਲੋਕਾਂ ਨੂੰ ਰੁਆਉਣਾ ਹੀ ਹੈ।

ਹੁਣ ਇਸ ਦੇ ਉਲਟ ਉਦਾਹਰਣ ਲਵੋ। ਅਜਿਹੇ ਮਾਂ-ਬਾਪ ਤੋਂ ਜ਼ਿਆਦਾ ਸੁਖੀ ਕੌਣ ਹੋ ਸਕਦਾ ਹੈ, ਜਿਨ੍ਹਾਂ ਦਾ ਬੇਟਾ ਹੱਟਾ-ਕੱਟਾ ਅਤੇ ਜਵਾਨ ਮਰਦ ਬਣ ਗਿਆ ਹੈ ਅਤੇ ਹੁਣ ਸ਼ਾਦੀ ਕਰਨੀ ਚਾਹੁੰਦਾ ਹੈ। ਸ਼ਾਦੀ ਤਾਂ ਹਾਸੀ-ਖ਼ੁਸ਼ੀ ਦਾ ਜਸ਼ਨ ਹੁੰਦੀ ਹੈ। ਸ਼ਾਦੀ ਦੇ ਮੌਕਿਆਂ 'ਤੇ ਲੋਕ ਨੱਚਦੇ ਅਤੇ ਗਾਉਂਦੇ ਹਨ। ਜ਼ਾਹਿਰ ਹੈ ਕਿ ਦੁੱਲ੍ਹੇ ਦੇ ਮਾਤਾ-ਪਿਤਾ ਹੀ ਸਭ ਤੋਂ ਜ਼ਿਆਦਾ ਖ਼ੁਸ਼ ਹੁੰਦੇ ਹਨ। ਪਰ ਕੀ ਸਾਰੇ ਮਾਤਾ-ਪਿਤਾ ਸ਼ਬਦਾਂ ਵਿੱਚ, ਗੀਤ ਵਿੱਚ, ਅਜਿਹੇ ਗੀਤ ਵਿੱਚ ਆਪਣੀ ਖ਼ੁਸ਼ੀ ਜ਼ਾਹਿਰ ਕਰ ਸਕਦੇ ਹਨ ਕਿ ਉੱਥੇ ਹਾਜ਼ਰ ਸਾਰੇ ਲੋਕ ਖਿੜ ਜਾਣ ਅਤੇ ਉਨ੍ਹਾਂ ਲਈ ਸ਼ਾਦੀ ਦੀ ਇਹ ਪਰਾਈ ਖ਼ੁਸ਼ੀ ਆਪਣੀ ਖ਼ੁਸ਼ੀ ਬਣ ਜਾਵੇ?

ਨਹੀਂ, ਉਹ ਅਜਿਹਾ ਨਹੀਂ ਕਰ ਸਕਦੇ। ਇਸੇ ਲਈ ਉਹ ਪਹਿਲਾਂ ਤੋਂ ਹੀ ਪਿੰਡ ਵਿੱਚ ਜਾ ਕੇ ਚੰਗੇ ਗਾਇਕਾਂ ਨੂੰ ਸੱਦਾ ਦੇ ਆਉਂਦੇ ਹਨ। ਗਾਇਕ ਆ ਜਾਂਦੇ ਹਨ। ਇੱਕ ਦਿਨ ਪਹਿਲਾਂ ਉਹ ਕਿਸੇ ਦੂਜੇ ਦੀ ਸ਼ਾਦੀ ਵਿੱਚ ਗਾਉਂਦੇ ਰਹੇ ਸਨ ਅਤੇ ਅਗਲੇ ਦਿਨ ਕਿਸੇ ਹੋਰ ਦੀ ਸ਼ਾਦੀ ਵਿੱਚ ਗਾਉਣਗੇ। ਉਨ੍ਹਾਂ ਨੂੰ ਇਸ ਗੱਲ ਨਾਲ ਕੋਈ ਫ਼ਰਕ ਨਹੀਂ ਪੈਂਦਾ। ਪਰ ਉਨ੍ਹਾਂ ਦੀ ਪ੍ਰਤਿਭਾ ਨਾਲ ਲੋਕ ਰੰਗ ਵਿੱਚ ਆ ਜਾਂਦੇ ਹਨ ਅਤੇ ਉਨ੍ਹਾਂ ਨੂੰ ਸੱਚੀ ਖ਼ੁਸ਼ੀ ਮਿਲਦੀ ਹੈ।

ਤਾਂ ਸ਼ਾਇਦ ਪ੍ਰਤਿਭਾ ਜੀਵਨ ਦੇ ਲੰਬੇ ਅਨੁਭਵ ਨਾਲ ਪੁੰਘਰਦੀ ਹੈ ਅਤੇ ਕਲਾ

ਵਿੱਚ ਪ੍ਰਤਿਭਾ ਦਾ ਪ੍ਰਗਟ ਹੋਣਾ ਵਿਸ਼ਾਲ ਗਿਆਨ, ਮੁਸ਼ਕਿਲ ਹੋਣੀਆਂ ਅਤੇ ਮਹਾਨ ਕਾਰਜਾਂ ਦਾ ਨਤੀਜਾ ਹੈ?

ਪਰ ਜੇਕਰ ਅਜਿਹਾ ਹੁੰਦਾ, ਤਾਂ ਕੀ ਚੌਦਾਂ ਸਾਲਾ ਅਤੇ ਉਹ ਵੀ ਅੰਨ੍ਹਾ ਅਵਾਰ ਲੜਕਾ ਆਪਣੇ ਪੰਦੂਰ-ਵਾਦਨ ਨਾਲ ਅਵਾਰ ਪਿੰਡਾਂ ਦੇ ਲੋਕਾਂ ਨੂੰ ਹੈਰਾਨ ਅਤੇ ਮਸਤ ਕਰ ਸਕਦਾ ਸੀ?

ਮੁਹੰਮਦ ਰਜਬੋਵ ਨਾਂ ਦੇ ਇੱਕ ਹੋਰ ਲੜਕੇ ਨੇ, ਜੋ ਬਚਪਨ ਤੋਂ ਹੀ ਮੰਜੇ ਵਿੱਚ ਪਿਆ ਹੈ, ਮਾਂ ਬਾਰੇ ਇੱਕ ਅਜਿਹਾ ਗੀਤ ਰਚਿਆ ਹੈ, ਜਿਸ ਨੂੰ ਸ਼ਾਇਦ ਹੀ ਕੋਈ ਅਵਾਰ ਨਾ ਜਾਣਦਾ ਅਤੇ ਨਾ ਗਾਉਂਦਾ ਹੋਵੇ। ਇਸ ਗੀਤ ਨੂੰ ਲੈਅ-ਬੱਧ ਕੀਤਾ ਅਹਿਮਦ ਤਸੂਰਮੀਲੋਵ ਨੇ, ਜਿਸ ਦੀਆਂ ਦੋਵੇਂ ਲੱਤਾਂ ਨੂੰ ਅਧਰੰਗ ਹੋ ਗਿਆ ਹੈ। ਉਨ੍ਹਾਂ ਬਾਰੇ ਮੈਂ ਇਹ ਪੰਕਤੀਆਂ ਲਿਖੀਆਂ ਸਨ:

ਤੇਰੀ ਮੈਂਡੋਲਿਨ ਵਿੱਚ ਕੇਵਲ ਅੱਠ ਤਾਰਾਂ,
ਪਰ ਧੁਨਾਂ ਨੇ ਅੱਠ ਹਜ਼ਾਰ......।

ਪ੍ਰਤਿਭਾਸ਼ਾਲੀ ਅੰਨ੍ਹਾ ਪ੍ਰਤਿਭਾਹੀਣ ਵਿਅਕਤੀ ਨਾਲੋਂ ਕਿਤੇ ਜ਼ਿਆਦਾ ਦੇਖਦਾ ਹੈ। ਕਿਸੇ ਨੇ ਇਹ ਵੀ ਕਿਹਾ ਹੈ ਕਿ ਬੁੱਧੀਮਾਨ ਆਪਣੇ ਕਮਰੇ ਵਿੱਚ ਬੈਠਾ ਹੋਇਆ ਹੀ ਸਾਰੀ ਦੁਨੀਆ ਦਾ ਚੱਕਰ ਲਗਾਉਣ ਵਾਲੇ ਮੂਰਖ ਦੇ ਮੁਕਾਬਲੇ ਕਿਤੇ ਜ਼ਿਆਦਾ ਦੇਖ ਸਕਦਾ ਹੈ।

ਇੰਨਾ ਹੀ ਨਹੀਂ, ਅੰਨ੍ਹਾ ਮੁਹੰਮਦ ਬਾਜ਼ਾਰ ਵਿੱਚ ਮੰਗੇ ਹੋਏ ਭੀਖ ਦੇ ਪੈਸਿਆਂ ਦੀ ਗਿਣਤੀ ਕਰਦੇ ਸਮੇਂ ਵੀ ਕਦੇ ਗਲਤੀ ਨਹੀਂ ਕਰਦਾ ਸੀ।

ਡਾਇਰੀ ਵਿੱਚੋਂ:

ਜੇਕਰ ਸਿਰਫ਼ ਨਜ਼ਰ ਵਿੱਚ ਹੀ ਪ੍ਰਤਿਭਾ ਦਾ ਰਹੱਸ ਛਿਪਿਆ ਹੈ, ਤਾਂ ਲੇਜ਼ਗੀਨ ਕਵੀ ਕੋਚਖ਼ਿਊਰਸਕੀ ਕਿਵੇਂ ਉਸ ਤੋਂ ਬਾਅਦ ਵੀ ਕਾਵਿ-ਰਚਨਾ ਕਰਦਾ ਰਿਹਾ, ਜਦੋਂ ਖ਼ਾਨ ਨੇ ਉਸ ਦੀਆਂ ਦੋਵੇਂ ਅੱਖਾਂ ਕਢਵਾ ਦਿੱਤੀਆਂ ਸਨ? ਜੇਕਰ ਧਨ ਵਿੱਚ ਹੀ ਪ੍ਰਤਿਭਾ-ਸ਼ਕਤੀ ਛਿਪੀ ਹੈ, ਤਾਂ ਗਰੀਬ ਅਤੇ ਯਤੀਮ ਲੇਜ਼ਗੀਨ ਕਵੀ ਯਤੀਮ ਆਮੀਨ ਕਿਵੇਂ ਪ੍ਰਸਿੱਧ ਹੋ ਗਿਆ? ਜੇਕਰ ਸਿੱਖਿਆ ਵਿੱਚ ਹੀ ਪ੍ਰਤਿਭਾ-ਸ਼ਕਤੀ ਛਿਪੀ ਹੈ, ਤਾਂ ਸੁਲੇਮਾਨ ਸਤਾਲਸਕੀ, ਜੋ ਆਪਣਾ ਨਾਂ ਵੀ ਨਹੀਂ ਸੀ ਲਿਖ ਸਕਦਾ ਅਤੇ ਦਸਤਖ਼ਤ ਦੀ ਜਗ੍ਹਾ ਸਿਆਹੀ ਵਿੱਚ ਅੰਗੂਠਾ ਭਿਉਂ ਕੇ ਲਗਾਉਂਦਾ ਸੀ, 'ਵੀਹਵੀਂ ਸਦੀ ਦਾ ਹੋਮਰ' ਕਿਵੇਂ ਬਣ ਗਿਆ? ਜੇਕਰ ਬਹੁਤ ਪੜ੍ਹਨ-ਲਿਖਣ ਅਤੇ ਗਿਆਨ ਵਿੱਚ ਹੀ ਪ੍ਰਤਿਭਾ-ਸ਼ਕਤੀ ਹੈ, ਤਾਂ ਕਿਉਂ ਇੰਨੇ ਪੜ੍ਹੇ-ਲਿਖੇ ਅਤੇ ਵਿੱਦਵਾਨ ਲੋਕਾਂ ਨਾਲ ਮੇਰਾ ਵਾਹ ਪਿਆ ਹੈ, ਜਿਹੜੇ ਚੱਜ ਦੀ ਇੱਕ ਪੰਕਤੀ ਵੀ ਨਹੀਂ ਲਿਖ ਸਕਦੇ ਸਨ?

ਪਹਿਲਾਂ ਪਹਾੜਾਂ ਵਿੱਚ ਬਹੁਤ ਹੀ ਦਿਲਚਸਪ ਪ੍ਰਤੀਯੋਗਤਾਵਾਂ ਕਰਵਾਈਆਂ ਜਾਂਦੀਆਂ ਸਨ। ਇੱਕ ਪਾਸੇ ਹੁੰਦੇ ਸਨ ਅਵਾਰ ਭਾਸ਼ਾ ਵਿੱਚ ਪੜ੍ਹ-ਲਿਖ ਸਕਣ ਵਾਲੇ ਸਿੱਖਿਅਤ ਮੁਤਅੱਲਿਮ (ਵਿੱਦਵਾਨ) ਅਤੇ ਦੂਜੇ ਪਾਸੇ ਆਪਣੇ ਧੰਦੇ ਤੋਂ ਇਲਾਵਾ ਹੋਰ ਕੁੱਝ ਵੀ ਨਾ ਜਾਣਨ ਵਾਲੇ ਅਨਪੜ੍ਹ ਚਰਵਾਹੇ। ਇਨ੍ਹਾਂ ਦੋਵਾਂ ਪੱਖਾਂ ਵਿਚਕਾਰ ਸ਼ਿਅਰੋ-ਸ਼ਾਇਰੀ ਦਾ

ਮੁਕਾਬਲਾ ਹੁੰਦਾ ਸੀ। ਇਸ ਮੁਕਾਬਲੇ ਵਿੱਚ ਅਕਸਰ ਚਰਵਾਹੇ ਜਿੱਤਦੇ ਸਨ। ਹਰੀਆਂ-ਭਰੀਆਂ ਢਲਾਣਾਂ 'ਤੇ ਹਵਾ ਵਾਂਗ ਸੁਤੰਤਰ ਹੋ ਕੇ ਉੱਡਣ ਵਾਲੇ ਗੀਤ, ਸਿੱਖਿਅਤ ਲੋਕਾਂ ਦੀ ਨਾਪੀ-ਤੋਲੀ ਆਵਾਜ਼ 'ਤੇ ਭਾਰੂ ਹੋ ਜਾਂਦੇ ਸਨ, ਉਨ੍ਹਾਂ 'ਤੇ ਆਪਣੀ ਜਿੱਤ ਦਾ ਝੰਡਾ ਗੱਡ ਦਿੰਦੇ ਸਨ।

ਪਰ ਇਨ੍ਹਾਂ ਦੋਵਾਂ ਤੋਂ ਹੀ ਉਹ ਕਵੀ ਜਿੱਤ ਜਾਂਦੇ ਸਨ, ਜੋ ਵਿੱਦਵਾਨ ਵੀ ਹੁੰਦੇ ਸਨ ਅਤੇ ਚਰਵਾਹੇ ਵੀ। ਅਜਿਹੀ ਪ੍ਰਯੋਗਤਾ ਵਿੱਚ ਜੇਕਰ ਮਹਿਮੂਦ ਜਾਂ ਮੇਰੇ ਪਿਤਾ ਹਿੱਸਾ ਲੈਂਦੇ, ਤਾਂ ਉਹ ਦੂਜੇ ਕਵੀਆਂ ਨਾਲ ਨਹੀਂ, ਬਲਕਿ ਆਪਸ ਵਿੱਚ ਮੁਕਾਬਲਾ ਕਰਦੇ। ਦੂਜੇ ਕਵੀ ਬਹੁਤ ਪਿੱਛੇ ਰਹਿ ਜਾਂਦੇ।

ਸ਼ਾਇਦ ਅਕਲ ਹੀ ਪ੍ਰਤਿਭਾ ਦੀ ਸ਼ਕਤੀ ਦਾ ਆਧਾਰ ਹੈ ਪਰ ਮਾਸਕੋ ਅਤੇ ਦੁਨੀਆ ਦੇ ਅਨੇਕਾਂ ਦੇਸ਼ਾਂ ਵਿੱਚ ਬਹੁਤ ਹੀ ਬੁੱਧੀਮਾਨ ਲੋਕਾਂ ਨਾਲ ਮੇਰੀ ਮੁਲਾਕਾਤ ਹੋ ਚੁੱਕੀ ਹੈ। ਜੇਕਰ ਉਨ੍ਹਾਂ ਦੀ ਅਕਲ ਅਚਾਨਕ ਕਵਿਤਾਵਾਂ, ਕਹਾਣੀਆਂ ਜਾਂ ਨਾਵਲਾਂ ਦਾ ਰੂਪ ਲੈ ਲੈਂਦੀ, ਤਾਂ ਕਲਾ ਦੀਆਂ ਅਮੁੱਲ ਰਚਨਾਵਾਂ ਸਾਡੇ ਸਾਹਮਣੇ ਆ ਜਾਂਦੀਆਂ। ਪਰ ਪਤਾ ਨਹੀਂ ਕਿਉਂ, ਉਨ੍ਹਾਂ ਦੇ ਬੁੱਧੀਮਾਨੀ ਭਰੇ ਵਿਚਾਰ ਕਾਗਜ਼ 'ਤੇ ਨਹੀਂ ਉੱਤਰ ਸਕਦੇ, ਹਵਾ ਵਿੱਚ ਬਿੱਖਰ ਕੇ ਰਹਿ ਜਾਂਦੇ ਹਨ ਜਾਂ ਉਨ੍ਹਾਂ ਦੇ ਨਾਲ ਹੀ ਕਬਰਾਂ ਵਿੱਚ ਚਲੇ ਜਾਂਦੇ ਹਨ।

ਤਾਂ ਸ਼ਾਇਦ ਪ੍ਰਤਿਭਾ ਦੀ ਸ਼ਕਤੀ ਬਹੁਤ ਜ਼ਿਆਦਾ ਮਿਹਨਤ ਵਿੱਚ, ਅੱਡੀ ਤੋਂ ਸਿਰ ਤੱਕ ਦਾ ਪਸੀਨਾ ਇੱਕ ਕਰ ਦੇਣ ਵਿੱਚ ਛਿਪੀ ਹੈ? ਬੜੀ ਵਾਰ ਮੈਨੂੰ ਇਹ ਸੁਣਨ ਨੂੰ ਮਿਲਿਆ ਹੈ ਕਿ ਪ੍ਰਤਿਭਾ ਨਾਂ ਦੀ ਕੋਈ ਚੀਜ਼ ਹੈ ਹੀ ਨਹੀਂ, ਕਿ ਉਹ ਤਾਂ ਕੇਵਲ ਸਖ਼ਤ ਮਿਹਨਤ ਨਾਲ ਹੀ ਸਾਹਮਣੇ ਆ ਸਕਦੀ ਹੈ। ਪਰ ਜਿੱਥੋਂ ਤੱਕ ਮੇਰਾ ਸਬੰਧ ਹੈ, ਮੈਨੂੰ ਟਾਹਣੀ 'ਤੇ ਮਜ਼ੇ ਨਾਲ ਬੈਠੀ ਬੁਲਬੁਲ ਦਾ ਤਰਾਨਾ, ਭਾਰੀ ਬੋਝ ਲੈ ਕੇ ਜਾਣ ਵਾਲੇ ਗਧੇ ਦੇ ਹੀਂਗਣ ਨਾਲੋਂ ਕਿਤੇ ਜ਼ਿਆਦਾ ਚੰਗਾ ਲੱਗਦਾ ਹੈ।

ਗੱਡੇ ਨੂੰ ਖਿੱਚਣ ਵਾਲਾ ਨਹੀਂ, ਬਲਕਿ ਉਸ ਵਿੱਚ ਸਵਾਰੀ ਕਰਨ ਵਾਲਾ ਹੀ ਗਾਣਾ ਗਾਉਂਦਾ ਹੈ।

ਹੇ ਮੇਰੇ ਅੱਲ੍ਹਾ, ਕਿੰਨੀਆਂ ਬੇਮੇਲ ਗੱਲਾਂ ਹਨ ਇਸ ਦੁਨੀਆ ਵਿੱਚ! ਜੇਕਰ ਗੀਤ ਗੱਡੇ 'ਤੇ ਬੈਠੇ ਇਨਸਾਨ ਦੀ ਬੇਕਾਰੀ ਦਾ ਨਤੀਜਾ ਹਨ, ਤਾਂ ਸ਼ਾਇਦ ਸਾਰੀ ਕਲਾ ਬੇਕਾਰੀ ਅਤੇ ਵਿਹਲ, ਆਰਥਿਕ ਬੇਫ਼ਿਕਰੀ ਅਤੇ ਹਰ ਤਰ੍ਹਾਂ ਦੇ ਫ਼ਿਕਰਾਂ ਤੋਂ ਆਜ਼ਾਦ ਹੋਣ ਦਾ ਨਤੀਜਾ ਹੈ?

ਪਰ ਕੀ ਗਰੀਬਾਂ ਦੀਆਂ ਝੁੱਗੀਆਂ ਵਿੱਚ ਜਨਮ ਲੈਣ ਵਾਲੇ ਗੀਤ ਅਮੀਰਾਂ ਦੇ ਮਹਿਲਾਂ ਵਿੱਚ ਨਹੀਂ ਗਾਏ ਜਾਂਦੇ? ਖ਼ਾਨਾਂ ਅਤੇ ਅਮੀਰਾਂ ਬਾਰੇ ਸਾਰੇ ਕਿੱਸੇ ਗਰੀਬਾਂ ਨੇ ਹੀ ਤਾਂ ਘੜੇ ਹਨ। ਸ਼ਾਮਖ਼ਾਲ ਨੇ ਇਰਚੇ ਗ਼ਾਜ਼ਾਖ਼ ਨੂੰ ਦੇਸ਼ ਨਿਕਾਲਾ ਦੇ ਕੇ ਸਾਈਬੇਰੀਆ ਭੇਜ ਦਿੱਤਾ। ਇਰਚੇ ਗ਼ਾਜ਼ਾਖ਼ ਉੱਥੇ ਜਾ ਕੇ ਵੀ ਕਵਿਤਾਵਾਂ ਰਚਦਾ ਰਿਹਾ। ਇਰਚੇ ਗ਼ਾਜ਼ਾਖ਼ ਦੀਆਂ ਕਵਿਤਾਵਾਂ ਨਾਲ ਹੀ ਲੋਕ ਹੁਣ ਕੁਮੀਕ ਸ਼ਾਮਖ਼ਾਲ ਬਾਰੇ ਜਾਣਦੇ ਹਨ।

ਜਾਰਜੀਆ ਦੇ ਜਵਾਨ ਰਾਜਕੁਮਾਰ ਦਾਵੀਦ ਗੁਰਾਮਿਸ਼ਵੀਲੀ ਨੂੰ ਪਹਾੜੀ ਲੋਕ ਉਡਾ ਕੇ ਲੈ ਗਏ। ਉਨ੍ਹਾਂ ਨੇ ਊਨਸੂਕੂਲ ਵਿੱਚ ਇੱਕ ਖਾਈ ਵਿੱਚ ਲਿਜਾ ਕੇ ਉਸ ਨੂੰ ਸੁੱਟ

ਦਿੱਤਾ। ਸਿੱਲ੍ਹੀ ਖਾਈ ਵਿੱਚ ਬੈਠਾ, ਆਪਣੇ ਨੀਲਾਕਾਸ਼ ਵਾਲੇ ਸੁੰਦਰ ਜਾਰਜੀਆ ਲਈ ਤੜਫ਼ਦਾ ਹੋਇਆ ਰਾਜਕੁਮਾਰ ਕਵਿਤਾ ਰਚਣ ਲੱਗਿਆ। ਇਸ ਸਿਲਸਿਲੇ ਵਿੱਚ ਕੁਝ ਹੱਦ ਤੱਕ ਇਹ ਕਿਹਾ ਜਾ ਸਕਦਾ ਹੈ ਕਿ ਪਹਾੜੀ ਲੋਕਾਂ ਨੇ ਰਾਜਕੁਮਾਰ ਗੁਰਾਮਿਸ਼ਵੀਲੀ ਨੂੰ ਕਵੀ ਬਣਾ ਦਿੱਤਾ।

ਖ਼ੂੰਜ਼ਹ ਦੇ ਖ਼ਾਨ ਦੀ ਬੇਟੀ ਏਸ਼ਾਤ ਨੂੰ ਇੱਕ ਜਵਾਨ ਅਤੇ ਸੁੰਦਰ ਚਰਵਾਹੇ ਨਾਲ ਪਿਆਰ ਹੋ ਗਿਆ ਸੀ। ਪਿਤਾ ਨੂੰ ਜਦੋਂ ਇਹ ਪਤਾ ਲੱਗਿਆ, ਤਾਂ ਉਸ ਨੇ ਬੇਟੀ ਨੂੰ ਘਰੋਂ ਕੱਢ ਦਿੱਤਾ। ਸਰਦੀ ਦੀ ਠੰਢੀ ਰਾਤ ਸੀ। ਭਿਆਨਕ ਠੰਢ, ਗੋਡਿਆਂ ਤੱਕ ਬਰਫ਼ ਅਤੇ ਜਿਸਮ ਚੀਰਦੀ ਹਵਾ ਵਿੱਚ ਹਲਕਾ ਜਿਹਾ ਫ੍ਰਾਕ ਪਹਿਨੀਂ ਏਸ਼ਾਤ ਨੇ ਆਪਣਾ ਗੀਤ ਰਚਿਆ ਸੀ।

ਪਰ ਜੇਕਰ ਅਜਿਹਾ ਹੈ, ਤਾਂ ਸ਼ਾਇਦ ਇਨਸਾਨੀ ਕਮਜ਼ੋਰੀ ਅਤੇ ਗਰੀਬੀ ਵਿੱਚ ਹੀ ਪ੍ਰਤਿਭਾ ਦੀ ਸਾਰੀ ਸ਼ਕਤੀ ਛਿਪੀ ਹੈ? ਸ਼ਾਇਦ ਬਦਕਿਸਮਤੀ ਅਤੇ ਦੁੱਖ-ਮੁਸੀਬਤ ਨਾਲ ਹੀ ਸਰਬ-ਉੱਤਮ ਗੀਤਾਂ ਦਾ ਜਨਮ ਹੁੰਦਾ ਹੈ? ਕਵਿਤਾ, ਤੂੰ ਕੌਣ ਹੈਂ ਅਤੇ ਤੈਨੂੰ ਕੀ ਚਾਹੀਦੈ? ਬਾਤੀਰਾਈ ਕੋਲ ਤੂੰ ਉਦੋਂ ਆਈ, ਜਦੋਂ ਉਹ ਬਿਮਾਰ ਅਤੇ ਬੁੱਢਾ ਸੀ, ਭੁੱਖੇ ਪੇਟ ਠੰਢੇ ਅਤੇ ਬੁਝੇ ਹੋਏ ਚੁੱਲ੍ਹੇ ਕੋਲ ਬੈਠਾ ਸੀ। ਮਹਿਮੂਦ ਕੋਲ ਤੂੰ ਉਦੋਂ ਆਈ, ਜਦੋਂ ਉਹ ਕਾਰਪੇਥਿਯੰਸ ਦੀਆਂ ਖਾਈਆਂ ਵਿੱਚ ਠਰ ਰਿਹਾ ਸੀ ਅਤੇ ਉਸ ਦੀ ਉਹ ਪ੍ਰੇਮਿਕਾ, ਜੋ ਉਸ ਨੂੰ ਸੂਰਜ, ਪ੍ਰਿਥਵੀ ਅਤੇ ਜੀਵਨ ਤੋਂ ਵੀ ਜ਼ਿਆਦਾ ਪਿਆਰੀ ਸੀ, ਕਿਸੇ ਦੂਜੇ ਦੀ ਬੀਵੀ ਬਣ ਗਈ ਸੀ। ਤੂੰ ਅਬੂਤਾਲਿਬ ਕੋਲ ਉਦੋਂ ਆਈ, ਜਦੋਂ ਉਹ ਖੁਰਜੀ ਅਤੇ ਸੋਟੀ ਚੁੱਕ ਕੇ ਪਿੰਡ-ਪਿੰਡ ਫਿਰਿਆ ਕਰਦਾ ਸੀ ਅਤੇ ਜਦੋਂ ਉਸ ਦੇ ਦਿਲ ਦੀ ਰਾਣੀ ਖ਼ਾਤਿਮਤ ਨੇ ਉਸ ਨੂੰ ਠੁਕਰਾ ਕੇ ਇੱਕ ਮਿਲੀਸ਼ੀਆਮੈਨ ਨਾਲ ਸ਼ਾਦੀ ਕਰ ਲਈ ਸੀ। ਤੂੰ ਅਲਦਰਿਲਾਵ ਕੋਲ ਉਦੋਂ ਆਈ, ਜਦੋਂ ਉਸ ਨੇ ਆਪਣੇ ਹੱਤਿਆਰਿਆਂ ਹੱਥੋਂ ਜ਼ਹਿਰ ਦਾ ਪਿਆਲਾ ਲਿਆ। ਪੱਥਰ-ਦਿਲ ਜ਼ੰਦਿਨਾਇਬ ਨੇ ਧਾਗਿਆਂ ਨਾਲ ਆਂਖ਼ੀਲ-ਮਾਰੀਨ ਦਾ ਮੂੰਹ ਹੀ ਸਿਉਂ ਦਿੱਤਾ ਸੀ ਅਤੇ ਉਦੋਂ ਮਾਰੀਨ ਨੇ ਆਪਣਾ ਸਭ ਤੋਂ ਚੰਗਾ ਗੀਤ ਰਚਿਆ ਸੀ। ਇਸ ਗੀਤ ਨੇ ਬਾਕੀ ਸਾਰੇ ਜੀਵਨ ਲਈ ਨਾਇਬ ਦਾ ਚੈਨ ਅਤੇ ਉਸ ਦੀ ਨੀਂਦ ਹਰ ਲਈ ਸੀ।

ਪ੍ਰਤਿਭਾ, ਸੁਣਾ ਤਾਂ ਕਿਹੜੀ ਚੀਜ਼ ਵਿੱਚ ਤੇਰੀ ਸ਼ਕਤੀ ਛਿਪੀ ਹੈ? ਕੌਣ ਹੈਂ ਤੂੰ, ਆਤਮਾ ਦੀ ਆਵਾਜ਼, ਮਾਨ-ਸਨਮਾਨ, ਸਾਹਸ ਜਾਂ ਸ਼ਾਇਦ ਡਰ? ਕਾਇਰ ਵੀ ਤਾਂ ਰਾਤ ਦੇ ਵੇਲੇ ਆਪਣੀ ਮੰਜ਼ਿਲ ਤੈਅ ਕਰਦਾ ਹੋਇਆ ਗਾਉਂਦਾ ਹੈ ਅਤੇ ਇਸ ਤਰ੍ਹਾਂ ਦਲੇਰੀ ਬਟੋਰਦਾ ਹੈ।

ਤੂੰ ਖ਼ੁਸ਼ਕਿਸਮਤੀ ਹੈਂ ਜਾਂ ਬਦਕਿਸਮਤੀ, ਪੁਰਸਕਾਰ ਹੈਂ ਜਾਂ ਦੰਡ? ਕੀ ਤੂੰ ਉਹ ਸੁੰਦਰਤਾ ਹੈਂ, ਜਿਸ ਦੇ ਕਾਰਨ ਲੋਕ ਦੁਖੀ ਹੁੰਦੇ ਹਨ ਜਾਂ ਉਹ ਵੇਦਨਾ ਹੈਂ, ਜਿਸ ਤੋਂ ਸੁੰਦਰਤਾ ਜਨਮ ਲੈਂਦੀ ਹੈ ਜਾਂ ਤੂੰ ਸਮੇਂ ਅਤੇ ਘਟਨਾਵਾਂ ਦੀ ਸੰਤਾਨ ਹੈਂ? ਪੱਥਰਾਂ ਦੇ ਆਪਸ ਵਿੱਚ ਟਕਰਾਉਣ ਨਾਲ ਚਿੰਗਾੜੀਆਂ ਪੈਦਾ ਹੁੰਦੀਆਂ ਹਨ। ਯੁੱਧ ਨਾਲ ਪ੍ਰਿਥਵੀ 'ਤੇ ਲੋਕ ਨਹੀਂ ਵਧਦੇ, ਪਰ ਉਸ ਨਾਲ ਬਹਾਦਰਾਂ ਦੀ ਗਿਣਤੀ ਵਧ ਜਾਂਦੀ ਹੈ।

ਮੈਨੂੰ ਪਤਾ ਨਹੀਂ ਕਿ ਪ੍ਰਤਿਭਾ ਕਿਸ ਨੂੰ ਕਹਿੰਦੇ ਹਨ, ਠੀਕ ਉਸੇ ਤਰ੍ਹਾਂ, ਜਿਵੇਂ ਮੈਂ ਇਹ ਨਹੀਂ ਦੱਸ ਸਕਦਾ ਕਿ ਕਵਿਤਾ ਕੀ ਹੁੰਦੀ ਹੈ। ਪਰ ਕਦੇ-ਕਦੇ ਜਾਂ ਤਾਂ ਘਰ ਜਾਂਦੇ ਸਮੇਂ, ਜਾਂ ਕਿਸੇ ਪਰਾਈ ਜਗ੍ਹਾ 'ਤੇ, ਜਾਂ ਫਿਰ ਸੌਂਦੇ ਸਮੇਂ (ਜਿਵੇਂ ਮੇਰੇ ਉੱਨ ਦੇ ਚੋਗੇ ਦਾ ਪੱਲਾ

ਉਠਾਉਂਦੇ ਹੋਏ) ਜਾਂ ਫਿਰ ਜਦੋਂ ਮੈਂ ਹਰੇ-ਹਰੇ ਘਾਹ 'ਤੇ ਕਦਮ ਰੱਖਦਾ ਹਾਂ (ਜਿਵੇਂ ਸਜੀਵ ਹਰਿਆਲੀ ਮੇਰੇ ਅੰਦਰ ਜਾ ਕੇ ਮੇਰੇ ਖ਼ੂਨ ਵਿੱਚ ਘੁਲ-ਮਿਲ ਜਾਂਦੀ ਹੈ) ਜਾਂ ਫਿਰ ਖਾਣੇ ਦੇ ਸਮੇਂ, ਜਾਂ ਫਿਰ ਸੰਗੀਤ ਸੁਣਦੇ ਸਮੇਂ, ਜੋ ਪਰਿਵਾਰ ਦੇ ਲੋਕਾਂ ਵਿਚਕਾਰ ਬੈਠੇ ਹੋਏ ਜਾਂ ਫਿਰ ਹੱਲਾ-ਗੁੱਲਾ ਮਚਾਉਣ ਵਾਲੇ ਦੋਸਤਾਂ ਨਾਲ ਗੱਪ-ਸ਼ੱਪ ਕਰਦੇ ਸਮੇਂ, ਜਾਂ ਫਿਰ ਉਸ ਵੇਲੇ ਜਦੋਂ ਕਿਸੇ ਬੱਚੇ ਨੂੰ ਗੋਦ ਵਿੱਚ ਉਠਾ ਕੇ ਜਿਵੇਂ ਉਸ ਦੇ ਲੰਬੇ ਜੀਵਨ-ਰਾਹ ਲਈ ਆਸ਼ੀਰਵਾਦ ਦਿੰਦਾ ਹਾਂ, ਜਾਂ ਫਿਰ ਉਸ ਸਮੇਂ ਜਦੋਂ ਮੈਂ ਆਪਣੇ ਕਿਸੇ ਦੋਸਤ ਨੂੰ ਉਸ ਦੀ ਆਖ਼ਰੀ ਮੰਜ਼ਿਲ 'ਤੇ ਪਹੁੰਚਾਉਣ ਲਈ ਉਸ ਦੇ ਜਨਾਜ਼ੇ ਨੂੰ ਮੋਢਾ ਦਿੰਦਾ ਹਾਂ, ਤਾਂ ਉਸ ਵੇਲੇ ਮੈਨੂੰ ਕਿਸੇ ਦੁਰਲੱਭ, ਅਦਭੁੱਤ, ਰਹੱਸਮਈ ਅਤੇ ਸ਼ਕਤੀਸ਼ਾਲੀ ਚੀਜ਼ ਦਾ ਅਨੁਭਵ ਹੁੰਦਾ ਹੈ। ਉਹ ਕਦੇ ਤਾਂ ਖ਼ੁਸ਼ੀ ਨਾਲ ਛਲਕਦੀ ਹੁੰਦੀ ਹੈ ਅਤੇ ਕਦੇ ਦੁੱਖ ਵਿੱਚ ਡੁੱਬੀ ਹੋਈ, ਪਰ ਹਮੇਸ਼ਾ ਹੀ ਉਹ ਮੈਨੂੰ ਕੁੱਝ ਕਰਨ ਲਈ ਪ੍ਰੇਰਿਤ ਕਰਦੀ ਹੈ, ਹਮੇਸ਼ਾ ਹੀ ਬੋਲਣ ਲਈ ਮਜ਼ਬੂਰ ਕਰਦੀ ਹੈ। ਉਹ ਬਿਨਾਂ ਬੁਲਾਏ ਅਤੇ ਬਿਨਾਂ ਆਗਿਆ ਦੇ ਹੀ ਆਉਂਦੀ ਹੈ।

ਉਹ ਆਉਂਦੀ ਹੈ ਅਤੇ ਉਸ ਦੇ ਪਿੱਛੇ ਹੀ ਮੈਨੂੰ ਲੰਬਾ ਚੇਰਕੇਸੀ ਕੋਟ ਪਹਿਨੀਂ ਜਾਂ ਹੱਥ ਵਿੱਚ ਪੰਦੂਰ ਲਈਂ ਪ੍ਰੇਮ ਦੀਵਾਨਾ ਮਹਿਮੂਦ, ਜੋ ਆਪਣੇ ਗੀਤਾਂ ਵਿੱਚ ਪੂਰੀ ਤਰ੍ਹਾਂ ਆਪਣਾ ਦੁੱਖ-ਦਰਦ ਨਹੀਂ ਭਰ ਸਕਿਆ, ਉਦਾਸੀ ਭਰੀ ਨਾਜ਼ੁਕ ਮੁਸਕਰਾਹਟ ਵਾਲੇ ਮੇਰੇ ਪਿਤਾ ਜੀ, ਹੱਥਾਂ ਵਿੱਚ ਜ਼ਹਿਰ ਦਾ ਪਿਆਲਾ ਲਈਂ ਅਲਦਰਿਲਾਵ, ਪੱਥਰ-ਦਿਲ ਨਾਇਬ ਵੱਲੋਂ ਸਿਉਂਤੇ ਗਏ ਖ਼ੂਨ ਨਾਲ ਰੰਗੇ ਹੋਂਠਾਂ ਵਾਲੀ ਮਾਰੀਨ ਆਦਿ ਆਉਂਦੇ ਦਿਖਾਈ ਦਿੰਦੇ ਹਨ ਅਤੇ ਉਨ੍ਹਾਂ ਦੇ ਪਿੱਛੇ, ਕਿਤੇ ਬਹੁਤ ਦੂਰ ਸਾਹਿਤਕ ਮਹਾਂਰਥੀਆਂ ਦਾਂਤੇ, ਟਾਲਸਟਾਏ, ਸ਼ਿਲਰ, ਬਲੋਕ, ਗੇਟੇ, ਬਲਜ਼ਾਕ ਅਤੇ ਦੋਸਤੋਵਸਕੀ ਦੀ ਝਲਕ ਮਿਲਦੀ ਹੈ। ਕਦੇ-ਕਦੇ ਮੈਨੂੰ ਅਜਿਹਾ ਲੱਗਦਾ ਹੈ ਕਿ ਕਿਰਨ ਨਾਲ ਤਿੱਤਰ-ਬਿੱਤਰ ਹੋਈ ਧੁੰਦ ਵਿੱਚੋਂ ਖ਼ੁਦ ਭਗਵਾਨ ਦਾ ਰੂਪ ਝਿਲਮਿਲਾਉਂਦਾ ਹੈ।

"ਕੀ ਐਂ ਤੂੰ?" ਮੈਂ ਇਸ ਚੀਜ਼ ਨੂੰ ਪੁੱਛਦਾ ਹਾਂ।

"ਮੈਂ ਤੁਹਾਡੀ ਪ੍ਰਤਿਭਾ ਆਂ, ਤੁਹਾਡੀ ਕਵਿਤਾ ਆਂ।"

"ਕਿੱਥੋਂ ਆਈ ਐਂ ਤੂੰ?"

"ਮੈਂ ਤਾਂ ਹਰ ਜਗ੍ਹਾ ਹੀ ਆਂ।"

"ਕੀ ਤੇਰੀ ਉਮਰ ਮੇਰੇ ਹੀ ਜਿੰਨੀ ਐ?"

"ਨਹੀਂ, ਮੇਰੀ ਉਮਰ ਇੱਕ ਪਲ ਵੀ ਐ ਅਤੇ ਹਜ਼ਾਰਾਂ ਸਦੀਆਂ ਵੀ। ਮੇਰੇ ਵਿੱਚ ਬੱਚੇ ਦਾ ਭੋਲਾਪਣ ਐ, ਸਿਰ-ਫਿਰੇ ਨੌਜਵਾਨ ਦਾ ਜਨੂੰਨ ਐ ਅਤੇ ਬਜ਼ੁਰਗ ਦੀ ਸੂਝ-ਬੂਝ ਐ। ਮੇਰੀ ਕੋਈ ਉਮਰ ਨਹੀਂ। ਮੈਂ ਉਹ ਅੱਗ ਆਂ, ਜੋ ਕਦੇ ਨਹੀਂ ਬੁਝ ਸਕਦੀ। ਮੈਂ ਉਹ ਗੀਤ ਆਂ, ਜਿਸ ਨੂੰ ਕਦੇ ਕੋਈ ਪੂਰੀ ਤਰ੍ਹਾਂ ਨਹੀਂ ਗਾ ਸਕਦਾ। ਮੈਂ ਅਜਿਹੀ ਉਡਾਣ ਆਂ, ਜੋ ਕਿਸੇ ਦੇ ਵੱਸ ਦੀ ਗੱਲ ਨਹੀਂ। ਮੈਂ ਤੁਹਾਡੇ ਕੋਲੋਂ ਬਹੁਤ ਦੂਰ ਆਂ ਅਤੇ ਖ਼ੁਦ ਤੁਹਾਡੇ ਅੰਦਰ ਆਂ। ਮੈਨੂੰ ਆਪਣੇ ਅੰਦਰ ਸਹੇਜਣਾ ਪ੍ਰਸੰਨਤਾ ਐ, ਪਰਮ-ਆਨੰਦ ਐ ਅਤੇ ਨਾਲ ਹੀ ਭਾਰੀ ਦੁੱਖ ਅਤੇ ਪੀੜਾ ਵੀ ਐ। ਮੈਥੋਂ ਜ਼ਿਆਦਾ ਸੁੱਖਦਾਈ ਅਤੇ ਦੁੱਖਦਾਈ ਕੁੱਝ ਵੀ ਨਹੀਂ।"

"ਜੇਕਰ ਮੈਂ ਆਂ, ਤਾਂ ਵਾਇਲਨ ਦੀਆਂ ਤਾਰਾਂ ਦੀ ਕੰਬਣੀ ਨਾਲ ਠੰਢੀਆਂ ਚੱਟਾਨਾਂ ਟੁਕੜੇ-ਟੁਕੜੇ ਹੋ ਜਾਣਗੀਆਂ। ਜੇਕਰ ਮੈਂ ਆਂ, ਤਾਂ ਸ਼ਹਿਨਾਈ-ਵਾਦਨ ਨਾਲ ਖੱਡਾਂ ਵਿੱਚ

ਪਹਾੜੀ ਬੱਕਰੇ ਨੱਚਣ ਲੱਗਣਗੇ। ਜੇਕਰ ਮੈਂ ਆਂ, ਤਾਂ ਹੱਤਿਆਰੇ ਦੇ ਹੱਥ ਵਿੱਚੋਂ ਖੰਜਰ ਡਿੱਗ ਪਵੇਗਾ ਅਤੇ ਪ੍ਰੇਮੀ ਚੁੰਮਣਾਂ ਵਿੱਚ ਖੋ ਜਾਣਗੇ।"

"ਆਨਦੀ ਪਿੰਡ ਦੀ ਪਾਤੀ ਦਾ ਜਦੋਂ ਬੁਰਕਾ ਲਾਹਿਆ ਗਿਆ, ਤਾਂ ਮੈਂ ਉੱਥੇ ਸੀ। ਮਰੀਅਮ ਨੂੰ ਜਦੋਂ ਘੋੜੇ 'ਤੇ ਲੱਦ ਕੇ ਭਜਾ ਕੇ ਲਿਜਾਇਆ ਗਿਆ ਸੀ, ਤਾਂ ਮੈਂ ਉੱਥੇ ਸੀ। ਜਾਨ ਆਫ ਆਰਕ ਨੇ ਜਦੋਂ ਮਿਆਨ ਵਿੱਚੋਂ ਤਲਵਾਰ ਕੱਢ ਕੇ ਆਪਣੇ ਵੱਲੋਂ ਪ੍ਰੇਰਿਤ ਸੈਨਾਵਾਂ ਨੂੰ ਅੱਗ ਵਧਣ ਲਈ ਲਲਕਾਰਿਆ ਸੀ, ਤਾਂ ਮੈਂ ਉੱਥੇ ਸੀ। ਜਦੋਂ ਆਦਮੀ ਨੇ ਖੰਭ ਬਣਾ ਕੇ ਛੱਜੇ ਤੋਂ ਛਾਲ ਮਾਰ ਦਿੱਤੀ ਸੀ, ਤਾਂ ਮੈਂ ਉੱਥੇ ਸੀ। ਜਦੋਂ ਮੇਗੇਲਨ ਜਾਂ ਕੋਲੰਬਸ ਨੇ ਆਪਣੇ ਜਹਾਜ਼ ਉੱਚੇ ਉਠਾਏ ਸੀ, ਤਾਂ ਮੈਂ ਉੱਥੇ ਸੀ। ਜਦੋਂ 'ਸਿਮਤੀਨ ਮਾਦੋਨਾ' ਦਾ ਚਿੱਤਰ ਬਣਾਇਆ ਜਾ ਰਿਹਾ ਸੀ, ਤਾਂ ਮੈਂ ਉੱਥੇ ਸੀ।"

"ਸਾਰੇ ਯੁੱਗ ਅਤੇ ਸਾਰੀ ਪ੍ਰਿਥਵੀ ਮੇਰਾ ਕਰਮ-ਖੇਤਰ ਨੇ। ਵੱਖ-ਵੱਖ ਮਹਾਂਦੀਪ ਅਤੇ ਰਾਜ ਨੇ, ਪਾਰਟੀਆਂ ਅਤੇ ਸਰਕਾਰਾਂ ਨੇ, ਵਰਗ ਅਤੇ ਜਾਤੀਆਂ ਨੇ। ਪਰ ਇਨਸਾਨ ਵੀ ਨੇ। ਇਨਸਾਨਾਂ ਕੋਲ ਦਿਮਾਗ ਅਤੇ ਆਤਮਾਵਾਂ ਨੇ। ਉਹ ਕਿਸੇ ਵੀ ਮਹਾਂਦੀਪ ਵਿੱਚ ਕਿਉਂ ਨਾ ਹੋਣ, ਪਿਆਰ ਅਤੇ ਨਫ਼ਰਤ ਕਰਦੇ ਨੇ, ਉਨ੍ਹਾਂ ਵਿੱਚ ਦਲੇਰੀ ਅਤੇ ਭੈਅ ਐ, ਸੱਜਣਤਾ ਅਤੇ ਦੁਸ਼ਟਤਾ ਐ, ਆਤਮ-ਤਿਆਗ ਅਤੇ ਝੂਠ ਐ, ਉਹ ਮਹਾਤਮਾ ਨੇ ਅਤੇ ਚੁਗਲਖ਼ੋਰ ਵੀ। ਲੋਕਾਂ ਦਾ ਦਿਮਾਗ ਅਤੇ ਆਤਮਾ, ਇਹ ਨੇ ਮੇਰੀ ਰੰਗ-ਭੂਮੀ, ਮੇਰੀ ਜਿੱਤ-ਹਾਰ ਦੇ ਖੇਤਰ, ਮੇਰੀ ਸਿੱਧੀ ਅਤੇ ਪ੍ਰਾਪਤੀ।"

"ਤਾਂ ਮੈਨੂੰ ਸੱਚੋ-ਸੱਚ ਕਹਿ ਦਿਓ ਕਿ ਮੈਂ ਕਿਸ ਯੋਗ ਆਂ? ਕੀ ਮੈਂ ਉਸ ਬਰਫ਼ ਵਰਗਾ ਤਾਂ ਨਹੀਂ, ਜੋ ਅਗਲੇ ਦਿਨ ਪਿਘਲ ਜਾਵੇਗੀ, ਉਸ ਗਾਗਰ ਵਿੱਚ ਤਾਂ ਪਾਣੀ ਪਾਉਣ ਦੀ ਕੋਸ਼ਿਸ਼ ਨਹੀਂ ਕਰ ਰਿਹਾ, ਜਿਸ ਦੇ ਤਲ ਵਿੱਚ ਸੁਰਾਖ ਐ? ਤੁਹਾਡੀ ਕਦੇ ਨਾ ਬੁਝਣ ਵਾਲੀ ਅੱਗ ਦੀ ਇੱਕ ਚਿੰਗਾੜੀ ਤਾਂ ਮੇਰੇ ਅੰਦਰ ਆ ਡਿੱਗੀ ਐ ਜਾਂ ਨਹੀਂ, ਤੁਹਾਡੀ ਉਤੇਜਿਤ ਅਤੇ ਮਸਤ ਕਰ ਦੇਣ ਵਲੀ ਸ਼ਰਾਬ ਦੀ ਇੱਕ ਬੂੰਦ ਤਾਂ ਮੇਰੇ ਹੋਠਾਂ 'ਤੇ ਆ ਡਿੱਗੀ ਐ ਜਾਂ ਨਹੀਂ?"

ਮੇਰੀਆਂ ਅੱਖਾਂ ਵਿੱਚੋਂ ਖ਼ੁਸ਼ੀ-ਗ਼ਮੀ ਦੇ ਹੰਝੂ ਵਹਿ ਰਹੇ ਹਨ। ਪਰ ਕੁੱਝ ਦੂਜੇ ਹੰਝੂ ਵੀ ਹਨ, ਜੋ ਮੇਰੀਆਂ ਅੱਖਾਂ ਦੀ ਗਹਿਰਾਈ ਵਿੱਚ ਛਿਪੇ ਹੋਏ ਹਨ, ਠੀਕ ਉਸ ਤਰ੍ਹਾਂ ਜਿਵੇਂ ਸ਼ਿਕਾਰੀ ਦੀ ਪੈੜਚਾਲ ਸੁਣ ਕੇ ਡਰਪੋਕ ਪੰਛੀ ਛਿਪ ਜਾਂਦਾ ਹੈ। ਪਰ ਇਨ੍ਹਾਂ ਛਿਪੇ ਹੋਏ ਹੰਝੂਆਂ ਵਿੱਚ ਵੀ ਇੱਕ ਪਿਆਰ ਦਾ ਹੈ, ਦੂਜਾ ਦੁੱਖ ਦਾ, ਇੱਕ ਬਦਕਿਸ਼ਮਤੀ ਦਾ ਹੈ, ਦੂਜਾ ਖ਼ੁਸ਼ਕਿਸਮਤੀ ਦਾ। ਮੇਰੇ ਸਿਰ 'ਤੇ ਵਾਲ ਵੀ ਦੋ ਰੰਗਾਂ ਦੇ ਹਨ, ਕਾਲੇ ਅਤੇ ਸਫ਼ੈਦ। ਮੇਰੀ ਇੱਕ ਲੱਤ ਜਵਾਨੀ ਵਿੱਚ ਹੈ ਅਤੇ ਦੂਜੀ ਬੁਢਾਪੇ ਵਿੱਚ। ਬੁਢਾਪਾ ਅਤੇ ਜਵਾਨੀ ਹਮੇਸ਼ਾ ਆਪਸ ਵਿੱਚ ਜੂਝਦੇ ਰਹਿੰਦੇ ਹਨ ਅਤੇ ਉਨ੍ਹਾਂ ਦੀ ਰੰਗ-ਭੂਮੀ ਹੈ ਮੇਰੀ ਆਤਮਾ।

ਪਿਆਰ ਮੈਨੂੰ ਚਿਨਾਰ, ਜਿਸ ਦੇ ਤਣੇ,
ਇੱਕ ਸੁੱਕਿਆ ਅਤੇ ਦੂਜਾ ਹਰਿਆ-ਭਰਿਆ।

ਪਿਆਰਾ ਮੈਨੂੰ ਉਕਾਬ, ਦੋ ਖੰਭ ਵੱਡੇ-ਵੱਡੇ,
ਇੱਕ ਹੇਠਾਂ ਡਿੱਗੇ, ਦੂਜਾ ਉੱਤੇ ਉੱਠ ਰਿਹਾ।

ਚਸਕ ਰਹੇ ਦੋ ਜ਼ਖ਼ਮ, ਸੀਨੇ ਵਿੱਚ ਮੇਰੇ,
ਇੱਕ ਰਿਸਦਾ ਅਤੇ ਦੂਜਾ ਭਰਦਾ ਜਾ ਰਿਹਾ।

ਇਉਂ ਹੀ ਹੁੰਦੈ, ਆਉਂਦੀ ਕਦੇ ਖ਼ੁਸ਼ੀ,
ਉਸ ਨੂੰ ਹਟਾ ਕੇ, ਦੁੱਖ ਦੁਬਾਰਾ ਆ ਰਿਹਾ।

ਜੀਵਨ ਦੀਆਂ ਹੱਦਾਂ ਹਨ, ਉਹ ਛੋਟਾ ਹੈ ਅਤੇ ਕਲਪਨਾਵਾਂ ਹਨ ਬੇਹੱਦ। ਖ਼ੁਦ ਮੈਂ ਅਜੇ ਸੜਕ 'ਤੇ ਤੁਰਿਆ ਜਾ ਰਿਹਾ ਹਾਂ, ਪਰ ਕਲਪਨਾ ਘਰ ਤੱਕ ਪਹੁੰਚ ਚੁੱਕੀ ਹੈ। ਖ਼ੁਦ ਮੈਂ ਪ੍ਰੇਮਿਕਾ ਦੇ ਘਰ ਜਾ ਰਿਹਾ ਹਾਂ, ਪਰ ਕਲਪਨਾ ਉਸ ਦੀਆਂ ਬਾਹਾਂ ਵਿੱਚ ਪਹੁੰਚ ਚੁੱਕੀ ਹੈ। ਖ਼ੁਦ ਮੈਂ ਇਸ ਵੇਲੇ ਸਾਹ ਲੈ ਰਿਹਾ ਹਾਂ, ਪਰ ਕਲਪਨਾ ਕਈ ਸਾਲ ਅੱਗੇ ਪਹੁੰਚ ਜਾਂਦੀ ਹੈ। ਉਹ ਉਨ੍ਹਾਂ ਹੱਦਾਂ ਤੋਂ ਵੀ ਦੂਰ ਪਹੁੰਚ ਜਾਂਦੀ ਹੈ, ਜਿੱਥੇ ਜੀਵਨ ਹਨੇਰੇ ਵਿੱਚ ਜਾ ਕੇ ਖ਼ਤਮ ਹੋ ਜਾਂਦਾ ਹੈ। ਕਲਪਨਾ ਅਗਲੀਆਂ ਸਦੀਆਂ ਦੀ ਉਡਾਣ ਭਰਦੀ ਹੈ।

ਆਪਣੀਆਂ ਕਲਪਨਾਵਾਂ ਵਿੱਚ ਮੈਂ ਜਿਨ੍ਹਾਂ ਖੇਤਾਂ ਨੂੰ ਵਾਹੁੰਦਾ ਹਾਂ, ਉਹ ਉਨ੍ਹਾਂ ਦੇ ਮੁਕਾਬਲੇ ਕਿਤੇ ਜ਼ਿਆਦਾ ਵਿਸ਼ਾਲ ਹਨ, ਜਿਨ੍ਹਾਂ ਨੂੰ ਮੈਂ ਅਸਲ ਵਿੱਚ ਵਾਹੁੰਦਾ ਹਾਂ। ਪ੍ਰਤਿਭਾ, ਤੂੰ ਕਿਸ ਦੀ ਸੇਵਾ ਕਰੇਂਗੀ, ਮੇਰੀ ਜਾਂ ਮੈਥੋਂ ਬਹੁਤ ਦੂਰ ਉੱਡ ਜਾਣ ਵਾਲੀਆਂ ਮੇਰੀਆਂ ਕਲਪਨਾਵਾਂ ਦੀ?

ਹਾਂ, ਤੂੰ ਕਦੇ ਨਾ ਬੁਝਣ ਵਾਲੀ ਅੱਗ ਹੈਂ। ਤੂੰ ਉਹ ਗੀਤ ਹੈਂ, ਜਿਸ ਨੂੰ ਕੋਈ ਅੰਤ ਤੱਕ ਨਹੀਂ ਗਾ ਸਕਦਾ। ਤੂੰ ਉਹ ਉਡਾਣ ਹੈਂ, ਜੋ ਕਿਸੇ ਦੇ ਵੱਸ ਦੀ ਗੱਲ ਨਹੀਂ। ਪਰ ਤੇਰੇ ਸਦੀਵੀ ਗੀਤ ਵਿੱਚ ਕੀ ਮੈਂ ਆਪਣੀ ਇੱਕ ਧੁਨ, ਅਵਾਰ ਧੁਨ ਜੋੜ ਸਕਦਾ ਹਾਂ? ਸੰਭਵ ਹੈ ਕਿ ਫਿਰ ਸਾਰਾ ਗੀਤ ਹੀ ਜ਼ਿਆਦਾ ਸੁੰਦਰ ਹੋ ਜਾਵੇ?

ਕੀ ਮੈਂ ਅਮਰ ਜਵਾਲਾ ਵਿੱਚੋਂ ਲਈ ਗਈ ਇੱਕ ਚਿੰਗਾੜੀ ਨਾਲ ਦਾਗ਼ਿਸਤਾਨ ਦੇ ਸਿਖਰਾਂ 'ਤੇ ਥੋੜ੍ਹੀ ਜਿਹੀ ਅੱਗ ਬਾਲ ਸਕਦਾ ਹਾਂ? ਕੀ ਮੈਂ ਤੁਹਾਡੀ ਅਨੰਤ ਅਤੇ ਅੰਤਹੀਣ ਉਡਾਣ ਨੂੰ ਥੋੜ੍ਹਾ ਜਿਹਾ, ਬੇਸ਼ੱਕ ਇੱਕ ਚੱਟਾਨ ਤੋਂ ਦੂਜੀ ਤੱਕ ਹੀ ਵਧਾ ਸਕਦਾ ਹਾਂ?

ਮੇਰਾ ਪਿੰਡ ਹੈ, ਤਸਾਦਾ। ਇਸ ਦਾ ਅਰਥ ਹੈ, ਅੱਗ। ਇੱਕ ਵਾਰ ਕਿਸੇ ਦੂਜੇ ਪਿੰਡ ਦੇ ਇੱਕ ਆਦਮੀ ਨੇ ਮੈਨੂੰ ਪੁੱਛਿਆ:

"ਕਿੱਥੋਂ ਦੇ ਰਹਿਣ ਵਾਲੇ ਹੋ, ਨੌਜਵਾਨ?"

"ਤਸਾਦਾ ਦਾ।"

ਉਹ ਬੋਲਿਆ:

"ਪਹਿਲਾਂ ਆਪਣੀਆਂ ਕੁੱਝ ਕਵਿਤਾਵਾਂ ਸੁਣਾਓ ਅਤੇ ਫਿਰ ਮੈਂ ਤੁਹਾਨੂੰ ਇਹ ਦੱਸਾਂਗਾ ਕਿ ਉਨ੍ਹਾਂ ਵਿੱਚ ਅੱਗ ਐ ਜਾਂ ਠੰਢੀ ਰਾਖ।"

ਸ਼ੱਕ ਮੇਰੇ 'ਤੇ ਭਾਰੂ ਹੋ ਜਾਂਦੇ ਹਨ। ਕੀ ਮੈਂ ਆਪਣਾ ਉੱਨ ਦਾ ਚੋਗਾ ਉਸ ਵੇਲੇ ਤਾਂ ਪਹਿਨ ਰਿਹਾ, ਜਦੋਂ ਠੰਢੇ-ਬੁਰੇ ਮੌਸਮ ਦਾ ਅੰਤ ਹੋ ਚੁੱਕਿਆ ਹੈ ਅਤੇ ਤਿੱਤਰ-ਬਿੱਤਰ ਹੁੰਦੇ ਬੱਦਲਾਂ ਦੇ ਪਿੱਛੋਂ ਸੂਰਜ ਝਾਕਣ ਲੱਗਿਆ ਹੈ? ਕੀ ਮੈਂ ਉਸ ਵੇਲੇ ਤਾਂ ਬਾੜੇ ਦੇ ਦਰਵਾਜ਼ੇ ਨੂੰ ਜਿੰਦਾ ਨਹੀਂ ਲਗਾ ਰਿਹਾ, ਜਦੋਂ ਚੋਰ ਬਲਦ ਨੂੰ ਭਜਾ ਕੇ ਵੀ ਲਿਜਾ ਚੁੱਕੇ ਹਨ? ਕੀ ਉਹੀ ਕੁੱਝ ਨਹੀਂ ਸੁਣ ਰਿਹਾ ਹਾਂ, ਜਿਸ ਨੂੰ ਸਾਰੇ ਅਨੇਕਾਂ ਵਾਰ ਸੁਣ ਚੁੱਕੇ ਹਨ? ਕੀ ਉਨ੍ਹਾਂ ਲੋਕਾਂ ਨੂੰ ਮੈਂ

ਦਾਵਤ 'ਤੇ ਨਹੀਂ ਬੁਲਾ ਰਿਹਾ ਹਾਂ, ਜੋ ਹੁਣੇ-ਹੁਣੇ ਕਿਸੇ ਮੇਜ਼ਬਾਨ ਕੋਲੋਂ ਖਾ-ਪੀ ਕੇ ਆਏ ਹਨ? ਮੈਨੂੰ ਆਪਣੀ ਕਿਤਾਬ ਲਿਖਣੀ ਵੀ ਚਾਹੀਦੀ ਹੈ ਜਾਂ ਨਹੀਂ?

"ਜੇਕਰ ਲਿਖੇ ਬਿਨਾਂ ਰਹਿ ਸਕਦੇ ਹੋ ਤਾਂ ਨਾ ਲਿਖੋ।"

"ਕੀ ਮੈਂ ਲਿਖੇ ਬਿਨਾਂ ਰਹਿ ਸਕਦਾਂ? ਰੋਗੀ ਨੂੰ ਜਦੋਂ ਬਹੁਤ ਪੀੜਾ ਹੁੰਦੀ ਐ, ਤਾਂ ਕੀ ਉਹ ਕਰਾਹੇ ਬਿਨਾਂ ਰਹਿ ਸਕਦੈ, ਕੀ ਕੋਈ ਸੁਖੀ ਆਦਮੀ ਮੁਸਕਰਾਏ ਬਿਨਾਂ ਰਹਿ ਸਕਦੈ? ਕੀ ਬੁਲਬੁਲ ਚਾਨਣੀ ਰਾਤ ਦੀ ਖ਼ਾਮੋਸ਼ੀ ਵਿੱਚ ਗਾਏ ਬਿਨਾਂ ਰਹਿ ਸਕਦੀ ਐ? ਜਦੋਂ ਸਿੱਲ੍ਹੀ ਅਤੇ ਗਰਮ ਮਿੱਟੀ ਵਿੱਚ ਬੀਜ ਫੁੱਟ ਚੁੱਕਿਐ, ਤਾਂ ਘਾਹ ਵਧੇ ਬਿਨਾਂ ਕਿਵੇਂ ਰਹਿ ਸਕਦੈ? ਬਸੰਤ ਦਾ ਸੂਰਜ ਜਦੋਂ ਕਲੀਆਂ ਨੂੰ ਗਰਮਾਉਂਦੈ, ਤਾਂ ਫੁੱਲ ਕਿਵੇਂ ਖਿੜੇ ਬਿਨਾਂ ਰਹਿ ਸਕਦੇ ਨੇ? ਜਦੋਂ ਬਰਫ਼ ਪਿਘਲ ਜਾਂਦੀ ਐ ਅਤੇ ਪੱਥਰਾਂ ਨਾਲ ਟਕਰਾਉਂਦਾ ਅਤੇ ਸ਼ੋਰ ਮਚਾਉਂਦਾ ਹੋਇਆ ਪਾਣੀ ਹੇਠਾਂ ਵਹਿਣ ਲੱਗਦੈ, ਤਾਂ ਪਹਾੜੀ ਨਦੀਆਂ ਸਾਗਰ ਵੱਲ ਵਹੇ ਬਿਨਾਂ ਕਿਵੇਂ ਰਹਿ ਸਕਦੀਆਂ ਨੇ? ਟਾਹਣੀਆਂ ਜੇਕਰ ਸੁੱਕੀਆਂ ਹੋਣ ਅਤੇ ਉਨ੍ਹਾਂ ਵਿੱਚ ਚਿੰਗਾੜੀ ਭੜਕ ਚੁੱਕੀ ਹੋਵੇ, ਤਾਂ ਅੱਗ ਬਲੇ ਬਿਨਾਂ ਕਿਵੇਂ ਸਕਦੀ ਐ?

ਬਚਪਨ ਵਿੱਚ ਹੀ ਮੈਨੂੰ ਭਾਬੜਾਂ ਨਾਲ ਪਿਆਰ ਹੋ ਗਿਆ ਸੀ। ਮੈਂ ਰਾਤ ਨੂੰ ਚਰਵਾਹਿਆਂ ਕੋਲ, ਨਦੀ ਦੇ ਤੱਟ 'ਤੇ, ਚੱਟਾਨ ਦੀ ਬੁੱਕਲ ਵਿੱਚ, ਆਲੇ-ਦੁਆਲੇ ਦੇ ਪਹਾੜਾਂ ਦੀਆਂ ਚੋਟੀਆਂ ਜਾਂ ਘਰੇਲੂ ਚੁੱਲ੍ਹਿਆਂ ਵਿੱਚ ਅੱਗ ਬਲਦੀ ਦੇਖਿਆ ਕਰਦਾ ਸੀ। ਮੈਂ ਜਾਣਦਾ ਹਾਂ ਕਿ ਅੱਗ ਬਾਲਣਾ ਤਾਂ ਅੱਧਾ ਕੰਮ ਹੈ ਅਤੇ ਬੁਰੇ ਮੌਸਮ ਵਾਲੀ ਲੰਬੀ ਰਾਤ ਵਿੱਚ ਅੱਗ ਨੂੰ ਜਲਾਈ ਰੱਖਣਾ ਕਿਤੇ ਜ਼ਿਆਦਾ ਮੁਸ਼ਕਿਲ ਹੁੰਦਾ ਹੈ।

ਮੈਂ ਅਨੁਭਵ ਕਰਦਾ ਹਾਂ ਕਿ ਮੇਰੇ ਦਿਲ ਵਿੱਚ ਅੱਗ ਹੈ। ਪਰ ਮੈਂ ਕੀ ਕਰਾਂ, ਕਿਸ ਤਰ੍ਹਾਂ ਦਾ ਵਿਹਾਰ ਕਰਾਂ ਕਿ ਇਹ ਅੱਗ ਠੰਢੀ ਨਾ ਹੋ ਜਾਵੇ, ਕਿਸੇ ਨੂੰ ਗਰਮਾਏ ਬਿਨਾਂ, ਹਨੇਰੇ ਵਿੱਚ ਕਿਸੇ ਦਾ ਰਾਹ ਰੁਸ਼ਨਾਏ ਬਿਨਾਂ ਬੁਝ ਨਾ ਜਾਵੇ? ਆਪਣੀ ਪ੍ਰਤਿਭਾ ਸੁਰੱਖਿਅਤ ਰੱਖਣ ਅਤੇ ਦ੍ਰਿੜ ਬਣਾਉਣ ਲਈ ਮੈਂ ਕੀ ਕਰਾਂ?

ਪਿਤਾ ਜੀ ਦੀ ਯਾਦ ਵਿੱਚੋਂ:

ਇੱਕ ਪਹਾੜੀ ਆਦਮੀ ਨੇ ਪਿਤਾ ਜੀ ਕੋਲ ਆ ਕੇ ਕਿਹਾ:

"ਮੈਂ ਕੋਸ਼ਿਸ਼ ਕਰ ਕੇ ਦੇਖ ਚੁੱਕਿਆਂ ਅਤੇ ਮੈਨੂੰ ਇਸ ਗੱਲ ਦਾ ਵਿਸ਼ਵਾਸ ਹੋ ਗਿਐ ਕਿ ਮੈਂ ਤੁਕ ਮਿਲਾ ਸਕਦਾਂ। ਪਰ ਮੈਨੂੰ ਇਹ ਪਤਾ ਨਹੀਂ ਕਿ ਅਸਲੀ ਕਵਿਤਾ ਰਚਣ ਲਈ ਕੀ ਕਰਨਾ ਚਾਹੀਦੈ।"

ਪਿਤਾ ਜੀ ਦਾ ਜਵਾਬ ਸੀ:

"ਵਾਇਲਨ ਦੀਆਂ ਤਾਰਾਂ ਨੂੰ ਸੁਰ ਵਿੱਚ ਕਰਨਾ ਹੀ ਕਾਫ਼ੀ ਨਹੀਂ, ਉਨ੍ਹਾਂ ਨੂੰ ਵਜਾਉਣਾ ਆਉਣਾ ਚਾਹੀਦੈ। ਜ਼ਮੀਨ ਹੋਣੀ ਹੀ ਕਾਫ਼ੀ ਨਹੀਂ, ਉਸ ਨੂੰ ਵਾਹੁਣਾ ਵੀ ਆਉਣਾ ਚਾਹੀਦੈ।"

"ਕਵਿਤਾ ਰਚਣ ਲਈ ਮੈਂ ਕੀ ਕਰਾਂ?"

"ਕੀ ਕਰਾਂ? ਕੰਮ ਵਿੱਚ ਜੁੱਟ ਜਾਓ।

ਕੰਮ

ਜੇਕਰ ਕਿਸੇ ਨੂੰ ਕੰਮ ਸਾਡਾ ਲੱਗੇ ਸ਼ਹਿਦ ਵਰਗਾ,
ਉਹ ਕੂਬਾਚੀ ਵਿੱਚ ਆ ਦੇਖੇ ਉਹ ਸੱਚੀਂ ਕਿਹੋ ਜਿਹਾ।

–ਕੂਬਾਚੀ ਦਾ ਦਸਤਕਾਰੀ 'ਤੇ ਉੱਕਰ ਸ਼ਬਦ

ਮੈਂ ਗ਼ੁਲਾਮ ਹਾਂ ਇਨ੍ਹਾਂ ਕਵਿਤਾਵਾਂ ਦਾ ਮਿਹਨਤ ਕਰਦਾ ਰਹਿੰਦਾ ਡਟ ਕੇ,
ਹੱਡੀਆਂ ਤੁੜਾਉਂਦਾ, ਲੱਕ ਝੁਕਾਵਾਂ ਰਾਤ-ਦਿਨ, ਵਹੇ ਪਸੀਨੇ ਮੱਥੇ 'ਤੇ।
ਫਿਰ ਵੀ ਮੇਰੀਆਂ ਮਾਲਕ ਕਵਿਤਾਵਾਂ ਮੈਥੋਂ ਸੰਤੁਸ਼ਟ ਨਾ ਹੋ ਸਕਦੀਆਂ,
ਬਹੁਤ ਰਾਤ ਨੂੰ, ਬਹੁਤ ਦੇਰ, ਉਹ ਮੈਨੂੰ ਫਿਰਨ ਭਜਾਉਂਦੀਆਂ।

ਮੈਂ ਹਾਂ ਰਿਕਸ਼ਾ ਖਿੱਚਣ ਵਾਲਾ, ਜਿਸ ਦੇ ਦੋਵੇਂ ਪਾਸੇ,
ਮੇਰੀ ਚਮੜੀ ਨੂੰ ਪੱਛੀਂ ਜਾਵੇ, ਸਦਾ ਹਝੋਕੇ ਖਾਵੇ।
ਅਤੇ ਪਹੀਏ, ਜਿਨ੍ਹਾਂ ਨਾਲ ਜੁੜਿਆ ਹੋਇਆ ਸਰੀਰ,
ਜਿਉਂ-ਜਿਉਂ ਦਿਨ ਬੀਤੇ, ਹੋਰ ਭਾਰਾ ਹੁੰਦਾ ਜਾਵੇ।

ਇਹ ਘਟਨਾ ਬਹੁਤ ਪਹਿਲਾਂ ਵਾਪਰੀ ਸੀ, ਪਰ ਮੈਨੂੰ ਅੱਜ ਵੀ ਉਹ ਇੰਨੀ ਚੰਗੀ ਤਰ੍ਹਾਂ ਅਤੇ ਸਪੱਸ਼ਟ ਰੂਪ ਵਿੱਚ ਯਾਦ ਹੈ, ਜਿਵੇਂ ਉਹ ਕੱਲ੍ਹ ਹੀ ਵਾਪਰੀ ਹੋਵੇ। ਮੈਂ ਤਾਂ ਇਸ 'ਤੇ ਇੱਕ ਕਵਿਤਾ ਵੀ ਰਚ ਚੁੱਕਿਆ ਹਾਂ, ਪਰ ਇੱਥੇ ਦੁਹਰਾਏ ਬਿਨਾਂ ਨਹੀਂ ਰਹਿ ਸਕਦਾ।

ਮੈਂ ਦਾਗ਼ਿਸਤਾਨ ਦੇ ਕਵੀ ਹਮਜ਼ਾਤ ਦਾ ਬੇਟਾ, ਜਿਸ ਨੂੰ ਉਸ ਵੇਲੇ ਕੋਈ ਨਹੀਂ ਜਾਣਦਾ ਸੀ, ਆਪਣਾ ਪਿੰਡ ਛੱਡ ਕੇ ਪਹਿਲਾਂ ਮਖ਼ਚਕਲਾ ਅਤੇ ਫਿਰ ਮਾਸਕੋ ਚਲਾ ਗਿਆ। ਸਾਲ ਬੀਤੇ। ਮੈਂ ਸਾਹਿਤਕ ਸੰਸਥਾ ਦੀ ਪੜ੍ਹਾਈ ਸਮਾਪਤ ਕੀਤੀ, ਦਸ ਕਵਿਤਾ-ਸੰਗ੍ਰਹਿ ਛਪਵਾ ਦਿੱਤੇ। ਇੱਕ ਸੰਗ੍ਰਹਿ ਲਈ ਮੈਨੂੰ ਸਟਾਲਿਨ ਪੁਰਸਕਾਰ ਵੀ ਮਿਲ ਗਿਆ। ਮੈਂ ਸ਼ਾਦੀ ਕੀਤੀ। ਸੰਖੇਪ ਵਿੱਚ ਇਹ ਕਿ ਕਵੀ ਰਸੂਲ ਹਮਜ਼ਾਤੋਵ ਬਣ ਗਿਆ। ਉਹੋਂ ਮੇਰੇ ਦਿਲ ਵਿੱਚ ਦੁਬਾਰਾ ਆਪਣੇ ਪਿੰਡ ਜਾਣ ਦਾ ਖ਼ਿਆਲ ਆਇਆ।

ਸਾਰਾ-ਸਾਰਾ ਦਿਨ ਮੈਂ ਉਨ੍ਹਾਂ ਥਾਵਾਂ 'ਤੇ ਘੁੰਮਦਾ ਰਹਿੰਦਾ, ਜਿੱਥੇ ਕਦੇ ਬਚਪਨ ਅਤੇ ਨਾਬਾਲਗ ਅਵਸਥਾ ਵਿੱਚ ਭੱਜਿਆ ਫਿਰਦਾ ਰਿਹਾ ਸੀ। ਮੈਂ ਚੱਟਾਨਾਂ ਅਤੇ ਗੁਫ਼ਾਵਾਂ ਨੂੰ ਦੇਖਦਾ, ਲੋਕਾਂ ਨਾਲ ਗੱਲਾਂ ਕਰਦਾ, ਨਦੀਆਂ ਦੇ ਗੀਤ ਸੁਣਦਾ, ਕਬਰਿਸਤਾਨ ਵਿੱਚ ਚੁੱਪ-ਚਾਪ ਬੈਠਾ ਰਹਿੰਦਾ ਅਤੇ ਫਿਰ ਖੇਤਾਂ ਵਿੱਚ ਘੁੰਮਣ ਲੱਗਦਾ।

ਸੰਯੁਕਤ ਰਾਸ਼ਟਰ ਅਮਰੀਕਾ ਵਿੱਚ ਮੈਂ ਫ਼ੋਰਡ ਦੇ ਕਾਰਖਾਨੇ ਵਿੱਚ ਉਹ ਜਗ੍ਹਾ

ਦੇਖੀ, ਜਿੱਥੇ ਨਵੀਆਂ ਕਾਰਾਂ ਦੀ ਪਰਖ ਕੀਤੀ ਜਾਂਦੀ ਸੀ। ਲੇਖਕ ਲਈ ਅਜਿਹਾ ਪ੍ਰੀਖਿਆ-ਸਥਾਨ ਉਹ ਹੋਣਾ ਚਾਹੀਦੈ, ਜਿੱਥੇ ਉਸ ਦਾ ਜਨਮ ਹੋਇਆ ਹੈ।

ਔਰਤਾਂ ਕਣਕ ਦੇ ਖੇਤਾਂ ਵਿੱਚ ਗੋਡੀ ਕਰ ਕੇ ਵਾਪਸ ਮੁੜ ਰਹੀਆਂ ਸਨ। ਉਹ ਥੱਕੀਆਂ-ਹਾਰੀਆਂ ਅਤੇ ਧੂੜ ਨਾਲ ਲੱਥ-ਪੱਥ ਸਨ, ਤਿੱਖੇ ਘਾਹ ਨਾਲ ਉਨ੍ਹਾਂ ਦੇ ਹੱਥਾਂ 'ਤੇ ਝਰੀਟਾਂ ਪੈ ਗਈਆਂ ਸਨ, ਉਨ੍ਹਾਂ ਵਿੱਚ ਚੀਰ ਪੈ ਗਏ ਸਨ। ਔਰਤਾਂ ਆਰਾਮ ਕਰਨ ਲਈ ਸੜਕ ਕਿਨਾਰੇ ਬੈਠ ਗਈਆਂ। ਮੈਂ ਉਨ੍ਹਾਂ ਕੋਲ ਗਿਆ।

ਪਤਾ ਨਹੀਂ ਕਿ ਜਾਂ ਤਾਂ ਮੈਨੂੰ ਦੇਖ ਕੇ ਉਹ ਮੇਰੀ ਚਰਚਾ ਕਰਨ ਲੱਗੀਆਂ ਸਨ ਜਾਂ ਪਹਿਲਾਂ ਤੋਂ ਹੀ ਮੇਰਾ ਜ਼ਿਕਰ ਛਿੜਿਆ ਹੋਇਆ ਸੀ, ਪਰ ਅਚਾਨਕ ਮੈਂ ਮੁੱਠੀ ਭਰ ਘਾਹ ਨਾਲ ਮੱਥੇ ਦਾ ਪਸੀਨਾ ਪੂੰਝਣ ਵਾਲੀ ਔਰਤ ਨੂੰ ਕਹਿੰਦੀ ਸੁਣਿਆ:

"ਜੇਕਰ ਕੋਈ ਮੈਨੂੰ ਇਹ ਪੁੱਛੇ ਕਿ ਮੈਂ ਸਭ ਤੋਂ ਜ਼ਿਆਦਾ ਕੀ ਚਾਹੁਨੀ ਆਂ, ਤਾਂ ਮੇਰਾ ਦਿਲ ਜਵਾਬ ਦੇਵੇਗਾ, ਰਸੂਲ ਹਮਜ਼ਾਤੋਵ ਵਾਲਾ ਬੇਫ਼ਿਕਰ ਦਿਲ ਅਤੇ ਉਸ ਵਰਗੀ ਮਜ਼ੇ ਵਾਲੀ ਜ਼ਿੰਦਗੀ।"

"ਤੁਸੀਂ ਕੀ ਸਮਝਦੀਆਂ ਹੋ ਕਿ ਰਸੂਲ ਦੇ ਸੀਨੇ ਵਿੱਚ ਦਿਲ ਦੀ ਜਗ੍ਹਾ ਪਨੀਰ ਦਾ ਟੁਕੜਾ ਐ ਅਤੇ ਉਹ ਕਦੇ ਨਹੀਂ ਦੁਖਦਾ?" ਮੇਰੀ ਇੱਕ ਰਿਸ਼ਤੇਦਾਰ ਨੇ ਮੇਰਾ ਪੱਖ ਲਿਆ।

"ਪਨੀਰ ਦਾ ਟੁਕੜਾ ਤਾਂ ਚਾਹੇ ਨਾ ਹੋਵੇ, ਪਰ ਫਿਰ ਵੀ ਉਸ ਨੂੰ ਕਣਕ ਦੇ ਖੇਤ ਦੀ ਗੋਡੀ ਨਹੀਂ ਕਰਨੀ ਪੈਂਦੀ। ਸਾਂਝੇ ਫ਼ਾਰਮ ਦੀ ਘੰਟੀ ਉਸ ਨੂੰ ਕੰਮ 'ਤੇ ਨਹੀਂ ਬੁਲਾਉਂਦੀ ਅਤੇ ਦੁਪਹਿਰ ਦਾ ਖਾਣਾ ਖਾਣ ਦੀ ਆਗਿਆ ਨਹੀਂ ਦਿੰਦੀ। ਉਸ ਨੂੰ ਇਹ ਪਤਾ ਨਹੀਂ ਕਿ ਦਿਨ ਦੀ ਮਿਹਨਤ ਕਿਸ ਨੂੰ ਕਹਿੰਦੇ ਨੇ, ਕਿਵੇਂ ਉਸ ਲਈ ਕੰਮ ਕੀਤਾ ਜਾਂਦੈ ਅਤੇ ਕੀ ਮਜ਼ਦੂਰੀ ਮਿਲਦੀ ਐ। ਮਜ਼ੇ ਨਾਲ ਊਟ-ਪਟਾਂਗ ਲਿਖਦਾ ਰਹਿੰਦੈ...ਉਸ ਨੂੰ ਕਿਸ ਗੱਲ ਦੀ ਚਿੰਤਾ ਹੋ ਸਕਦੀ ਐ? ਕਿਸ ਲਈ ਉਸ ਦਾ ਦਿਲ ਦੁਖ ਸਕਦੈ? ਇਸ ਤੋਂ ਜ਼ਿਆਦਾ ਕੀ ਮੌਜ ਹੋ ਸਕਦੀ ਐ?"

ਭਲੀਓ-ਮਾਣਸੇ! ਕਿਵੇਂ ਮੈਂ ਤੈਨੂੰ ਆਪਣੇ ਕੰਮ, ਆਪਣੇ ਆਰਾਮ ਅਤੇ ਸਖ਼ਤ ਮਿਹਨਤ ਬਾਰੇ ਦੱਸਾਂ?

ਉਦਾਸ-ਉਦਾਸ ਜਿਹਾ ਮੈਂ ਖੇਤ ਤੋਂ ਪਿੰਡ ਵੱਲ ਚਲਾ ਗਿਆ। ਪਿੰਡ ਦੀ ਸੱਥ ਵਿੱਚ ਸਫ਼ੈਦ ਵਾਲਾਂ ਵਾਲੇ ਬਜ਼ੁਰਗ ਠੰਢੇ ਪੱਥਰਾਂ ਨੂੰ ਗਰਮਾ ਰਹੇ ਸਨ। ਬੜੀ ਤਸੱਲੀ ਨਾਲ ਉਹ ਆਪਸ ਵਿੱਚ ਜ਼ਮੀਨ, ਆਉਣ ਵਾਲੀ ਫ਼ਸਲ, ਪਹਾੜਾਂ, ਘਾਹ ਦੇ ਮੈਦਾਨਾਂ, ਬਿਮਾਰੀਆਂ ਅਤੇ ਜੜੀਆਂ-ਬੂਟੀਆਂ ਜਾਂ ਸਾਡੇ ਪਿੰਡ ਦੇ ਬੀਤੇ ਦਿਨਾਂ ਦੀ ਚਰਚਾ ਕਰ ਰਹੇ ਸਨ। ਮੈਂ ਉਨ੍ਹਾਂ ਕੋਲ ਗਿਆ, ਸਲਾਮ-ਦੁਆ ਕੀਤੀ ਅਤੇ ਠੰਢੇ ਪੱਥਰ 'ਤੇ ਬੈਠ ਗਿਆ।

ਇੱਕ ਬਜ਼ੁਰਗ ਕੋਲ ਤਾਂ ਅਖ਼ਬਾਰ ਸੀ, ਜਿਸ ਵਿੱਚ ਮੇਰੀਆਂ ਕਵਿਤਾਵਾਂ ਛਪੀਆਂ ਹੋਈਆਂ ਸਨ। ਉਨ੍ਹਾਂ ਬਾਰੇ ਗੱਲਬਾਤ ਹੋਣ ਲੱਗੀ। ਘੋੜ-ਸਵਾਰ ਨੂੰ ਆਪਣੇ ਘੋੜੇ ਦੀ ਸਿਫ਼ਤ ਨਾਲ ਖ਼ੁਸ਼ੀ ਹੁੰਦੀ ਹੈ। ਮੈਨੂੰ ਵੀ ਉਮੀਦ ਸੀ ਕਿ ਮੇਰੇ ਪਿੰਡ ਵਾਲੇ ਮੇਰੀ ਕਵਿਤਾ ਦੀ ਪ੍ਰਸ਼ੰਸਾ ਕਰਨਗੇ। ਗੱਲ ਇਹ ਹੈ ਕਿ ਮਾਸਕੋ ਅਤੇ ਮਖ਼ਚਕਲਾ ਵਿੱਚ ਮੈਂ ਸਿਫ਼ਤ ਸੁਣਨ ਦਾ ਆਦੀ ਹੋ ਗਿਆ ਸੀ। ਉਸ ਬਜ਼ੁਰਗ ਨੇ ਕਿਹਾ, ਜਿਸ ਦੇ ਹੱਥ ਵਿੱਚ ਅਖ਼ਬਾਰ ਸੀ:

"ਤੁਹਾਡੇ ਪਿਤਾ ਹਮਜ਼ਾਤ ਕਵਿਤਾ ਰਚਦੇ ਸੀ। ਤੁਸੀਂ, ਹਮਜ਼ਾਤ ਦੇ ਬੇਟੇ ਵੀ ਕਵਿਤਾ ਲਿਖਦੇ ਹੋ। ਤੁਸੀਂ ਕੰਮ ਕਦੋਂ ਕਰੋਗੇ? ਜਾਂ ਤੁਸੀਂ ਰੋਟੀ ਦੇ ਟੁਕੜਿਆਂ ਤੋਂ ਕੋਈ ਜ਼ਿਆਦਾ ਭਾਰੀ ਚੀਜ਼ ਉਠਾਏ ਬਿਨਾਂ ਹੀ ਆਪਣੀ ਸਾਰੀ ਜ਼ਿੰਦਗੀ ਬਿਤਾ ਦੇਣ ਦਾ ਇਰਾਦਾ ਰੱਖਦੇ ਹੋ?"

"ਕਵਿਤਾ ਹੀ ਤਾਂ ਮੇਰਾ ਕੰਮ ਐ।" ਮੈਂ ਸਮਰੱਥਾ ਅਨੁਸਾਰ ਧੀਰਜ ਨਾਲ ਜਵਾਬ ਦਿੱਤਾ। ਗੱਲਬਾਤ ਦੇ ਅਜਿਹਾ ਰੁਖ਼ ਧਾਰ ਲੈਣ ਕਾਰਨ ਮੈਂ ਸੁੰਨ ਰਹਿ ਗਿਆ ਸੀ।

"ਜੇਕਰ ਕਵਿਤਾ ਲਿਖਣਾ ਹੀ ਕੰਮ ਐ, ਤਾਂ ਵਿਹਲੜਪੁਣਾ ਕਿਸ ਨੂੰ ਕਹਿੰਦੇ ਨੇ? ਜੇਕਰ ਗੀਤ ਵੀ ਮਿਹਨਤ ਐ, ਤਾਂ ਮੌਜ ਅਤੇ ਮਨੋਰੰਜਨ ਕੀ ਐ?"

"ਗੀਤ ਗਾਉਣ ਵਾਲਿਆਂ ਲਈ ਉਹ ਸੱਚਮੁੱਚ ਮਨੋਰੰਜਨ ਨੇ, ਪਰ ਜੋ ਉਨ੍ਹਾਂ ਨੂੰ ਰਚਦੇ ਨੇ, ਉਨ੍ਹਾਂ ਲਈ ਉਹੀ ਕੰਮ ਐ। ਨੀਂਦ ਅਤੇ ਆਰਾਮ, ਸਪਤਾਹਿਕ ਅਤੇ ਸਾਲਾਨਾ ਛੁੱਟੀਆਂ ਬਿਨਾਂ ਕੰਮ। ਮੇਰੇ ਲਈ ਕਾਗਜ਼ ਉਹੀ ਅਰਥ ਰੱਖਦੈ, ਜੋ ਖੇਤ ਤੁਹਾਡੇ ਲਈ। ਮੇਰੇ ਸ਼ਬਦ ਮੇਰੇ ਦਾਣੇ ਨੇ, ਮੇਰੇ ਅਨਾਜ ਦੀਆਂ ਬੱਲੀਆਂ ਨੇ।"

"ਹਾਂ, ਇਹ ਤਾਂ ਬੜੇ ਸੁੰਦਰ ਸ਼ਬਦ ਨੇ। ਖੇਤ ਮੇਰੇ ਘਰ ਦੀ ਛੱਤ 'ਤੇ ਨਹੀਂ ਆ ਜਾਂਦਾ। ਮੈਨੂੰ ਖੇਤ ਵਿੱਚ ਕੰਮ ਕਰਨ ਜਾਣਾ ਪੈਂਦੈ। ਪਰ ਤੁਸੀਂ ਤਾਂ ਕਿਤੇ ਵੀ ਕਿਉਂ ਨਾ ਹੋਵੋ, ਚਾਹੇ ਬਿਸਤਰੇ ਵਿੱਚ ਹੀ, ਗੀਤ ਆਪਣੇ ਆਪ ਹੀ ਤੁਹਾਡੇ ਕੋਲ ਆ ਜਾਂਦੈ। ਤੁਹਾਡਾ ਹਰ ਗੀਤ ਤਾਂ ਜਿਵੇਂ ਤੁਹਾਡਾ ਮਹਿਮਾਨ ਹੁੰਦੈ, ਜੋ ਤੁਹਾਡੇ ਦਰਵਾਜ਼ੇ 'ਤੇ ਦਸਤਕ ਦਿੰਦੈ। ਇਸ ਦਾ ਮਤਲਬ ਇਹ ਐ ਕਿ ਹਰ ਗੀਤ ਇੱਕ ਉਤਸਵ ਐ। ਪਰ ਸਾਡਾ ਖੇਤ ਤਾਂ ਰੋਜ਼ਾਨਾ ਦੀ ਆਮ ਜ਼ਿੰਦਗੀ ਐ।"

ਸਾਡੇ ਪਿੰਡ ਦੇ ਬਜ਼ੁਰਗਾਂ ਨੇ ਇਸ ਤਰ੍ਹਾਂ ਜਾਂ ਲੱਗਭੱਗ ਇਸ ਤਰ੍ਹਾਂ ਆਪਣੇ ਵਿਚਾਰ ਪ੍ਰਗਟ ਕੀਤੇ।

"ਪਰ ਗੀਤ ਹੀ ਤਾਂ ਮੇਰੀ ਜ਼ਿੰਦਗੀ ਐ।"

"ਇਸ ਦਾ ਮਤਲਬ ਇਹ ਐ ਕਿ ਤੁਹਾਡੀ ਜ਼ਿੰਦਗੀ ਤਾਂ ਸਥਾਈ ਉਤਸਵ ਐ। ਗੱਲ ਇਹ ਐ ਕਿ ਗੀਤ ਤਾਂ ਪ੍ਰਤਿਭਾ ਦਾ ਮਾਮਲਾ ਐ। ਜਿਸ ਕੋਲ ਪ੍ਰਤਿਭਾ ਐ, ਉਸ ਲਈ ਚੰਗਾ ਗੀਤ ਰਚਣਾ ਬਹੁਤ ਆਸਾਨ ਕੰਮ ਐ। ਪਰ ਜਿਸ ਕੋਲ ਉਸ ਦੀ ਘਾਟ ਐ, ਉਸ ਨੂੰ ਮਿਹਨਤ ਕਰਨੀ ਪੈਂਦੀ ਐ। ਹਾਂ, ਇਸ ਮਾਮਲੇ ਵਿੱਚ ਮਿਹਨਤ ਨਾਲ ਬਹੁਤਾ ਲਾਭ ਨਹੀਂ ਹੁੰਦਾ।"

"ਨਹੀਂ, ਤੁਹਾਡੀ ਗੱਲ ਸਹੀ ਨਹੀਂ। ਜਿਸ ਕੋਲ ਘੱਟ ਪ੍ਰਤਿਭਾ ਹੁੰਦੀ ਐ, ਉਹ ਕਲਾ ਨੂੰ ਬੱਚਿਆਂ ਦੀ ਖੇਡ ਸਮਝਦੈ। ਉਹ ਇੱਕ ਗੀਤ ਤੋਂ ਦੂਜੇ ਗੀਤ ਤੱਕ ਉੱਡਦਾ ਫਿਰਦੈ। ਜਿਵੇਂ ਕਿ ਕਿਹਾ ਜਾਂਦੈ, ਘਾਹ ਕੱਟਦੈ। ਪ੍ਰਤਿਭਾ ਦੇ ਨਾਲ-ਨਾਲ ਉਸ ਪ੍ਰਤੀ ਜ਼ਿੰਮੇਵਾਰੀ ਵੀ ਆਉਂਦੀ ਐ ਅਤੇ ਅਸਲੀ ਪ੍ਰਤਿਭਾ ਵਾਲਾ ਵਿਅਕਤੀ ਆਪਣੀਆਂ ਕਵਿਤਾਵਾਂ ਨੂੰ ਬਹੁਤ ਮੁਸ਼ਕਿਲ ਅਤੇ ਮਹੱਤਵਪੂਰਨ ਕੰਮ ਮੰਨਦੈ। ਗਾਈ ਜਾਣ ਵਾਲੀ ਹਰ ਚੀਜ਼ ਗੀਤ ਨਹੀਂ ਹੁੰਦੀ, ਸੁਣਾਈ ਜਾਣ ਵਾਲੀ ਹਰ ਚੀਜ਼ ਕਹਾਣੀ ਨਹੀਂ ਹੁੰਦੀ।"

"ਤਾਂ ਦੱਸੋ ਕਿ ਤੁਸੀਂ ਕਿਵੇਂ ਕੰਮ ਕਰਦੇ ਹੋ ਅਤੇ ਤੁਹਾਡੇ ਧੰਦੇ ਵਿੱਚ ਕਿਹੜੀਆਂ ਮੁਸ਼ਕਿਲਾਂ ਹੁੰਦੀਆਂ ਨੇ?"

ਮੇਰੇ ਆਲੇ-ਦੁਆਲੇ ਬਜ਼ੁਰਗ ਹਾਲੀ ਬੈਠੇ ਸਨ। ਮੈਂ ਉਨ੍ਹਾਂ ਨੂੰ ਆਪਣੇ ਕੰਮ ਬਾਰੇ ਦੱਸਣ ਲੱਗਿਆ, ਪਰ ਜਲਦੀ ਹੀ ਇਹ ਸਮਝ ਗਿਆ ਕਿ ਮੇਰੇ ਲਈ ਬਹੁਤ ਹੀ ਸਾਧਾਰਨ ਗੱਲਾਂ ਨੂੰ, ਜਿਨ੍ਹਾਂ ਨੂੰ ਮੈਂ ਬਹੁਤ ਹੀ ਚੰਗੀ ਤਰ੍ਹਾਂ ਸਮਝਦਾ ਹਾਂ, ਦੂਜਿਆਂ ਨੂੰ ਸਮਝਾਉਣਾ ਮੁਸ਼ਕਿਲ ਹੈ। ਮੈਂ ਥਿੜਕਣ ਅਤੇ ਬੇਚੈਨੀ ਮਹਿਸੂਸ ਕਰਨ ਲੱਗਿਆ ਅਤੇ ਖ਼ਾਮੋਸ਼ ਹੋ ਗਿਆ। ਬਾਜ਼ੀ ਬਜ਼ੁਰਗਾਂ ਦੇ ਹੱਥ ਰਹੀ ਸੀ। ਮੈਂ ਉਨ੍ਹਾਂ ਨੂੰ ਇਹ ਨਹੀਂ ਸਮਝਾ ਸਕਿਆ ਕਿ ਕਵਿਤਾ ਕਿਉਂ ਮੁਸ਼ਕਿਲ ਹੈ ਅਤੇ ਕੁੱਲ ਮਿਲਾ ਕੇ ਕਵਿਤਾ ਰਚਣਾ ਹੀ ਕੀ ਹੈ।

ਉਦੋਂ ਤੋਂ ਹੁਣ ਤੱਕ ਬਹੁਤ ਸਾਲ ਬੀਤ ਚੁੱਕੇ ਹਨ। ਪਰ ਅੱਜ ਵੀ ਜੇਕਰ ਕੋਈ ਮੈਥੋਂ ਇਹ ਪੁੱਛਦਾ ਕਿ ਮੇਰਾ ਕੰਮ ਕੀ ਹੈ, ਕਿ ਉਹ ਕਿਉਂ ਮੁਸ਼ਕਿਲ ਅਤੇ ਦੂਜਿਆਂ ਕੰਮਾਂ ਤੋਂ ਕਿਵੇਂ ਵੱਖਰਾ ਹੈ, ਤਾਂ ਸ਼ਾਇਦ ਮੈਂ ਸਾਫ਼ ਤੌਰ 'ਤੇ ਇਹ ਨਾ ਸਮਝਾ ਸਕਦਾ।

ਮੇਰੇ ਕੰਮ ਦੀ ਜਗ੍ਹਾ ਕਿੱਥੇ ਹੈ? ਮੇਜ 'ਤੇ, ਹਾਂ, ਕੰਮ ਵਾਲੇ ਮੇਜ 'ਤੇ। ਪਰ ਸੈਰ ਵੇਲੇ ਉਹ ਪਹਾੜੀ ਪਗਡੰਡੀ 'ਤੇ ਵੀ ਹੁੰਦੀ ਹੈ, ਜਦੋਂ ਮੈਂ ਆਪਣੀ ਕਵਿਤਾ ਦੀ ਕਲਪਨਾ ਕਰਦਾ ਹਾਂ ਅਤੇ ਸ਼ਬਦ ਜਾਂ ਧੁਨੀਆਂ ਮੇਰੇ ਕੋਲ ਆਉਂਦੀਆਂ ਹਨ, ਪਰ ਮੈਂ ਉਨ੍ਹਾਂ ਨੂੰ ਠੁਕਰਾ ਕੇ ਇੱਕ ਪਾਸੇ ਸੁੱਟ ਦਿੰਦਾ ਹਾਂ। ਮੇਰੇ ਕੰਮ ਵਾਲੀ ਜਗ੍ਹਾ ਰੇਲ-ਗੱਡੀ ਵੀ ਹੈ, ਜਿਸ ਵਿੱਚ ਬੈਠ ਕੇ ਮੈਂ ਕਿਸੇ ਦੂਜੇ ਦੇਸ਼ ਨੂੰ ਜਾਂਦਾ ਹਾਂ। ਕਿਉਂਕਿ ਇਸ ਵੇਲੇ ਵੀ ਮੇਰੇ ਦਿਮਾਗ ਵਿੱਚ ਨਵੀਂ ਕਵਿਤਾ ਦੇ ਵਿਚਾਰ ਆ ਸਕਦੇ ਹਨ। ਹਵਾਈ ਜਹਾਜ਼, ਟ੍ਰਾਮ, ਲਾਲ ਚੌਕ, ਨਦੀ-ਤੱਟ, ਜੰਗਲ ਅਤੇ ਕਿਸੇ ਮੰਤਰੀ ਦਾ ਸਵਾਗਤ-ਸਥਾਨ ਵੀ ਮੇਰੇ ਕੰਮ ਵਾਲੀ ਜਗ੍ਹਾ ਹੋ ਸਕਦੀ ਹੈ। ਪ੍ਰਿਥਵੀ 'ਤੇ ਹਰ ਜਗ੍ਹਾ ਹੀ ਮੇਰਾ ਕਾਰਜ-ਸਥਾਨ, ਮੇਰਾ ਖੇਤ ਹੈ, ਜਿੱਥੇ ਮੈਂ ਰਹਿੰਦਾ ਅਤੇ ਹਲ ਚਲਾਉਂਦਾ ਹਾਂ।

ਕਿਸ ਵੇਲੇ ਮੈਂ ਕੰਮ ਕਰਦਾ ਹਾਂ? ਸੁਬ੍ਹਾ ਨੂੰ ਜਾਂ ਸ਼ਾਮ ਨੂੰ? ਕਿੰਨਾ ਵੱਡਾ ਮੇਰਾ ਕੰਮ ਵਾਲਾ ਦਿਨ? ਅੱਠ ਘੰਟੇ ਜਾਂ ਛੇ ਘੰਟੇ ਦਾ, ਬਾਰਾਂ ਘੰਟੇ ਦਾ ਜਾਂ ਇਸ ਤੋਂ ਜ਼ਿਆਦਾ ਲੰਬਾ ਹੈ ਉਹ? ਪਰ ਜੇਕਰ ਇਸ ਤੋਂ ਵੱਡਾ ਹੈ, ਤਾਂ ਮੈਂ ਕਿਉਂ ਹੜਤਾਲ ਨਹੀਂ ਕਰਦਾ, ਅੱਠ ਘੰਟੇ ਦੇ ਕੰਮ ਵਾਲੇ ਦਿਨ ਲਈ ਸੰਘਰਸ਼ ਕਿਉਂ ਨਹੀਂ ਕਰਦਾ?

ਗੱਲ ਇਹ ਹੈ ਕਿ ਜਦੋਂ ਤੋਂ ਮੈਨੂੰ ਹੋਸ਼ ਹੈ, ਮੈਂ ਹਮੇਸ਼ਾ ਹੀ ਕੰਮ ਕਰਦਾ ਰਿਹਾ ਹਾਂ। ਖਾਣੇ ਵੇਲੇ ਅਤੇ ਥਿਏਟਰ ਵਿੱਚ, ਬੈਠਕ ਵਿੱਚ ਅਤੇ ਸ਼ਿਕਾਰ ਵੇਲੇ, ਚਾਹ ਪੀਂਦੇ ਅਤੇ ਮਾਤਮ ਮਨਾਉਂਦੇ ਹੋਏ ਵੀ, ਗੱਡੀ ਵਿੱਚ ਅਤੇ ਸ਼ਾਦੀ ਦੇ ਮੌਕੇ 'ਤੇ ਵੀ। ਇੱਥੋਂ ਤੱਕ ਕਿ ਨੀਂਦ ਵਿੱਚ ਵੀ ਕਵਿਤਾ ਦੀਆਂ ਪੰਕਤੀਆਂ, ਉਪਮਾਵਾਂ ਅਤੇ ਵਿਚਾਰ ਜਾਂ ਕਦੇ-ਕਦੇ ਤਾਂ ਪੂਰੀਆਂ ਦੀਆਂ ਪੂਰੀਆਂ ਤਿਆਰ ਕਵਿਤਾਵਾਂ ਦਿਖਾਈ ਦਿੰਦੀਆਂ ਹਨ। ਇਸ ਦਾ ਮਤਲਬ ਇਹ ਹੈ ਕਿ ਨੀਂਦ ਵਿੱਚ ਵੀ ਮੇਰਾ ਕੰਮ ਵਾਲਾ ਦਿਨ ਜਾਰੀ ਰਹਿੰਦਾ ਹੈ। ਬਹੁਤ ਪਹਿਲਾਂ ਹੀ ਹੜਤਾਲ ਕਰ ਦੇਣੀ ਚਾਹੀਦੀ ਸੀ ਮੈਨੂੰ।

ਮੈਂ ਕਿਵੇਂ ਕੰਮ ਕਰਦਾ ਹਾਂ? ਇਸ ਸਵਾਲ ਦਾ ਜਵਾਬ ਦੇਣਾ ਸਭ ਤੋਂ ਜ਼ਿਆਦਾ ਮੁਸ਼ਕਿਲ ਹੈ। ਕਦੇ-ਕਦੇ ਮੈਨੂੰ ਅਜਿਹਾ ਲੱਗਦਾ ਹੈ ਕਿ ਮੇਰਾ ਕੰਮ ਦੂਜੇ ਸਾਰੇ ਲੋਕਾਂ ਵਰਗਾ ਹੈ। ਕਦੇ-ਕਦੇ ਮੈਨੂੰ ਅਜਿਹਾ ਪ੍ਰਤੀਤ ਹੁੰਦਾ ਹੈ ਕਿ ਉਹ ਬਿਲਕੁੱਲ ਅਨੂਠਾ ਹੈ ਅਤੇ ਦੁਨੀਆ ਦੇ ਲੋਕ ਜਿੰਨੇ ਵੀ ਕੰਮ ਕਰ ਰਹੇ ਹਨ, ਉਨ੍ਹਾਂ ਵਿੱਚੋਂ ਕਿਸੇ ਨਾਲ ਵੀ ਇਸ ਦੀ ਤੁਲਨਾ ਨਹੀਂ ਕੀਤੀ ਜਾ ਸਕਦੀ।

ਕਦੇ-ਕਦੇ ਮੈਂ ਅਜਿਹਾ ਮਹਿਸੂਸ ਕਰਦਾ ਹਾਂ ਕਿ ਆਲੇ-ਦੁਆਲੇ ਸਾਰੇ ਲੋਕ ਕੰਮ ਕਰਦੇ ਹਨ ਅਤੇ ਮੈਂ ਇਕੱਲਾ ਹੀ ਕੁੱਝ ਨਹੀਂ ਕਰਦਾ। ਕਦੇ-ਕਦੇ ਮੈਨੂੰ ਅਜਿਹਾ ਅਨੁਭਵ ਹੁੰਦਾ ਹੈ ਕਿ ਸਿਰਫ਼ ਮੈਂ ਹੀ ਕੰਮ ਕਰਦਾ ਹਾਂ ਅਤੇ ਮੇਰੇ ਮੁਕਾਬਲੇ ਬਾਕੀ ਸਾਰੇ ਨਿਕੰਮੇ ਹਨ।

ਪੰਛੀਆਂ ਦੇ ਬੜੇ ਮਜ਼ੇ ਹਨ। ਉਹ ਜ਼ਿੰਦਗੀ ਭਰ ਉਹੀ ਗੀਤ ਗਾਉਂਦੇ ਰਹਿੰਦੇ ਹਨ, ਜੋ ਉਨ੍ਹਾਂ ਦੇ ਮਾਂ-ਬਾਪ ਉਨ੍ਹਾਂ ਨੂੰ ਸਿਖਾ ਦਿੰਦੇ ਹਨ। ਨਦੀ ਵੀ ਮੌਜ ਕਰਦੀ ਹੈ। ਹਜ਼ਾਰਾਂ ਸਾਲਾਂ ਤੋਂ ਉਹ ਇੱਕ ਹੀ ਧੁਨ ਗਾਉਂਦੀ ਆ ਰਹੀ ਹੈ। ਪਰ ਮੈਂ ਤਾਂ ਆਪਣੀ ਛੋਟੀ ਜਿਹੀ ਜ਼ਿੰਦਗੀ ਵਿੱਚ ਇੰਨੇ ਗੀਤ ਰਚਣੇ ਹਨ, ਜੋ ਬਹੁਤ-ਬਹੁਤ ਸਾਲਾਂ ਤੱਕ ਕਾਫ਼ੀ ਹੋਣ।

ਜ਼ਮੀਨ ਦਾ ਛੋਟਾ ਜਿਹਾ ਟੁਕੜਾ ਵਾਹੁਣ ਲਈ ਪਹਿਲਾਂ ਆਦਮੀ ਦਾ ਕੰਮ ਸ਼ਾਇਦ ਕਾਫ਼ੀ ਮੁਸ਼ਕਿਲ ਰਿਹਾ ਹੋਵੇਗਾ। ਪਹਿਲਾ ਗੀਤ ਰਚਣ ਵਾਲੇ ਦਾ ਕੰਮ ਵੀ ਆਸਾਨ ਨਹੀਂ ਰਿਹਾ ਹੋਵੇਗਾ।

ਜੇਕਰ ਇੱਕ ਹਜ਼ਾਰ ਆਦਮੀ ਜ਼ਮੀਨ ਵਾਹ ਚੁੱਕੇ ਹੋਣ, ਤਾਂ ਇੱਕ ਹਜ਼ਾਰ ਇੱਕਵੇਂ ਲਈ ਇਹ ਕੰਮ ਮੁਕਾਬਲੇ ਵਿੱਚ ਆਸਾਨ ਹੋਵੇਗਾ। ਪਰ ਜੇਕਰ ਇੱਕ ਹਜ਼ਾਰ ਆਦਮੀ ਕਵਿਤਾਵਾਂ ਲਿਖ ਚੁੱਕੇ ਹਨ, ਤਾਂ ਇੱਕ ਹਜ਼ਾਰ ਇੱਕਵੇਂ ਲਈ ਇਹ ਹੋਰ ਵੀ ਜ਼ਿਆਦਾ ਮੁਸ਼ਕਿਲ ਕੰਮ ਹੋਵੇਗਾ।

ਹਾਂ, ਕਿਸਾਨ, ਕੁੱਝ ਹੱਦ ਤੱਕ ਮੇਰਾ ਕੰਮ ਤੁਹਾਡੇ ਵਰਗਾ ਹੀ ਹੈ। ਇਸ ਲਈ ਕਿਰਪਾ ਕਰ ਕੇ ਮੈਨੂੰ ਇੰਨਾ ਨਿਕੰਮਾ ਨਾ ਸਮਝੋ, ਜਿਸ ਦਾ ਜੀਵਨ ਸਥਾਈ ਰੂਪ ਵਿੱਚ ਮਨੋਰੰਜਨ ਅਤੇ ਮੌਜ-ਬਹਾਰ ਹੀ ਹੈ। ਲੰਬੀਆਂ ਅਤੇ ਉਨੀਂਦੀਆਂ ਰਾਤਾਂ ਵਿੱਚ ਮੈਂ ਤੁਹਾਡੇ ਹੀ ਵਾਂਗ ਖੇਤ ਬਾਰੇ ਸੋਚਦਾ ਰਹਿੰਦਾ ਹਾਂ। ਤੁਸੀਂ ਆਪਣੇ ਖੇਤ ਲਈ ਵਧੀਆ ਬੀਜ ਚੁਣਦੇ ਹੋ ਅਤੇ ਮੈਂ ਕੁੱਲ ਸ਼ਬਦਾਂ ਵਿੱਚੋਂ ਸਭ ਤੋਂ ਵਧੀਆ ਸ਼ਬਦ ਚੁਣਦਾ ਹਾਂ। ਹਜ਼ਾਰਾਂ ਵਿੱਚੋਂ ਮੈਂ ਕੇਵਲ ਇੱਕ ਹੀ ਚੁਣਨਾ ਹੁੰਦਾ ਹੈ। ਮੇਰਾ ਵੀ ਆਪਣਾ ਵਾਹਣ ਹੈ, ਉਸ ਵਿੱਚ ਵੀ ਬੀਜ ਪੁੰਗਰਦੇ ਹਨ, ਜਿਨ੍ਹਾਂ ਤੋਂ ਮੈਨੂੰ ਖ਼ੁਸ਼ੀ ਹੁੰਦੀ ਹੈ, ਮੈਨੂੰ ਵੀ ਆਪਣੀ ਮਿਹਨਤ ਦੇ ਫ਼ਲ ਮਿਲਦੇ ਹਨ। ਮੈਂ ਵੀ ਆਪਣੇ ਢੰਗ ਦੀ ਬਿਜਾਈ-ਗੁਡਾਈ ਕਰਦਾ ਹਾਂ, ਕਿਉਂਕਿ ਮੇਰੇ ਖੇਤ ਵਿੱਚ ਵੀ ਕੰਡੇ ਅਤੇ ਘਾਹ-ਪੱਤੇ ਹਨ। ਮਸ਼ੀਨ ਦੀ ਮੱਦਦ ਨਾਲ ਵੀ ਚੰਗੇ-ਬੁਰੇ ਬੀਜਾਂ ਨੂੰ ਵੱਖ ਕਰਨਾ ਮੁਸ਼ਕਿਲ ਹੁੰਦਾ ਹੈ। ਉਪਯੋਗੀ, ਲਾਭਕਾਰੀ ਅਤੇ ਚੰਗੇ ਸ਼ਬਦਾਂ ਨੂੰ ਗੰਦੇ-ਮੰਦੇ ਸ਼ਬਦਾਂ ਨਾਲੋਂ ਵੱਖ ਕਰਨਾ ਹੋਰ ਵੀ ਜ਼ਿਆਦਾ ਮੁਸ਼ਕਿਲ ਹੁੰਦਾ ਹੈ।

ਕਿਸਾਨ, ਤੁਸੀਂ ਗੜਿਆਂ, ਪਾਲੇ ਅਤੇ ਸੋਕੇ ਤੋਂ ਆਪਣੇ ਖੇਤ ਦੀ ਰੱਖਿਆ ਕਰਦੇ ਹੋ। ਮੇਰੇ ਲਈ ਅਜਿਹੇ ਗੀਤ ਰਚਣਾ ਜ਼ਰੂਰੀ ਹੈ, ਜੋ ਆਪਣੇ ਸਭ ਤੋਂ ਭਿਆਨਕ ਦੁਸ਼ਮਣ, ਭਾਵ ਸਮੇਂ ਦੇ ਭੈਅ ਤੋਂ ਮੁਕਤ ਹੋਣ, ਕਿਉਂਕਿ ਮੈਂ ਅਜਿਹੇ ਗੀਤ ਰਚਣਾ ਚਾਹੁੰਦਾ ਹਾਂ, ਜੋ ਸਦੀਆਂ ਤੱਕ ਜਿਊਂਦੇ ਰਹਿਣ।

ਮੈਨੂੰ ਵੀ ਆਪਣੇ ਢੰਗ ਦੇ ਹਾਨੀਕਾਰਕ ਜੀਵ-ਜੰਤੂਆਂ, ਕੀੜੇ-ਮਕੌੜਿਆਂ, ਟਿੱਡੀਆਂ ਅਤੇ ਚੂਹਿਆਂ ਨਾਲ ਨਿਪਟਣਾ ਪੈਂਦਾ ਹੈ। ਉਹ ਮੇਰੀ ਫ਼ਸਲ ਨੂੰ ਘੱਟ ਕਰ ਸਕਦੇ ਹਨ ਜਾਂ ਬਿਲਕੁੱਲ ਹੀ ਨਸ਼ਟ ਕਰ ਸਕਦੇ ਹਨ ਅਤੇ ਅਜਿਹੀ ਬੁਰੀ ਹਾਲਤ ਕਰ ਸਕਦੇ ਹਨ ਕਿ ਲੋਕ ਮੇਰੀ ਮਿਹਨਤ ਦੇ ਫ਼ਲਾਂ ਤੋਂ ਮੂੰਹ ਮੋੜ ਲੈਣਗੇ।

ਇੰਨਾ ਹੀ ਨਹੀਂ, ਤੁਹਾਡੇ ਚੂਹਿਆਂ ਅਤੇ ਕਾਟੋਆਂ ਦੇ ਮੁਕਾਬਲੇ ਮੇਰੇ ਖੇਤ ਦੇ ਫ਼ਸਲ-ਨਾਸ਼ਕ ਚੂਹੇ ਕਿਤੇ ਵੱਡੇ ਅਤੇ ਭਿਆਨਕ ਹਨ, ਉਨ੍ਹਾਂ ਦੇ ਵਿਰੁੱਧ ਸੰਘਰਸ਼ ਕਰਨਾ ਕਿਤੇ ਜ਼ਿਆਦਾ ਮੁਸ਼ਕਿਲ ਅਤੇ ਕਦੇ-ਕਦੇ ਤਾਂ ਬਿਲਕੁੱਲ ਬੇਅਰਥ ਹੁੰਦਾ ਹੈ।

ਚੁੱਲ੍ਹਾ ਬਲਦਾ, ਛੱਤ ਦੇ ਉੱਪਰ ਵਿੰਗਾ-ਟੇਢਾ ਧੂਆਂ ਦਿਸੇ,
ਫਿਰ ਵੀ ਜੇਕਰ ਵਿਰਲ ਹੈ ਕਿਤੇ, ਛੋਟੀ ਜਿਹੀ ਵੀ ਘਰ ਵਿੱਚ।
ਫਿਰ ਤਾਂ ਹਵਾ ਕਿਸੇ ਝੋਟੇ ਵਰਗਾ ਆਪਣਾ ਸਿਰ ਲੈ ਕੇ,
ਵੜ ਜਾਵੇਗੀ ਅੰਦਰ ਝੱਟ, ਬਰਫ਼ ਜੰਮੇਗੀ ਘਰ ਭਰ ਵਿੱਚ।

ਮੇਰੀ ਕਵਿਤਾ ਦੇ ਨਾਲ ਵੀ ਤਾਂ, ਅਜਿਹਾ ਹੀ ਕੁੱਝ ਹੁੰਦੈ,
ਉਸ ਦੀਆਂ ਵਿਰਲਾਂ ਦਾ ਵੀ ਮੈਂ, ਮੁੱਲ ਚੁਕਾਉਂਦਾ ਹਾਂ ਭਾਰੀ।
ਢਿੱਲਮ-ਢਿੱਲੇ ਸ਼ਬਦਾਂ ਵਿੱਚ ਤਾਂ, ਹਵਾ ਤੁਰੰਤ ਵੜ ਜਾਂਦੀ,
ਅਤੇ ਬਰਫ਼ ਵਾਂਗ ਜੰਮ ਜਾਂਦੀ ਹੈ, ਕਵਿਤਾ ਮੇਰੀ ਸਾਰੀ।

ਬਾਅਦ ਵਿੱਚ ਮੈਂ ਆਪਣੇ ਫ਼ਲ ਲੋਕਾਂ ਵਿੱਚ ਵੰਡ ਦੇਣੇ ਹੁੰਦੇ ਹਨ। ਦਾਗ਼ਿਸਤਾਨ ਅਤੇ ਦੂਜੇ ਦੇਸ਼ਾਂ ਦੇ ਲੋਕਾਂ ਨੇ ਉਨ੍ਹਾਂ ਨੂੰ ਚੱਖਣਾ ਹੁੰਦਾ ਹੈ, ਉਨ੍ਹਾਂ ਦੀ ਮਿਠਾਸ ਜਾਂ ਕੁੜੱਤਣ, ਉਨ੍ਹਾਂ ਦੇ ਵਿਸ਼ੇਸ਼ ਸਵਾਦ ਨੂੰ ਜਾਣਨਾ ਹੁੰਦਾ ਹੈ। ਮੇਰੇ ਫ਼ਲ ਦਾ ਸਵਾਦ ਹੋਰ ਸਾਰੇ ਫ਼ਲਾਂ ਦੇ ਸਵਾਦ ਨਾਲੋਂ ਵੱਖ ਹੋਣਾ ਚਾਹੀਦਾ ਹੈ।

ਮੈਨੂੰ ਯਾਦ ਹੈ ਕਿ ਕਿਵੇਂ ਮੇਰੇ ਬਚਪਨ ਦੇ ਦਿਨਾਂ ਵਿੱਚ ਪਿਤਾ ਜੀ ਮੈਨੂੰ ਪੂਲੇ ਬੰਨ੍ਹਣਾ ਸਿਖਾਉਂਦੇ ਸਨ। ਜਦੋਂ ਮੈਂ ਗੋਡੇ ਟੇਕ ਕੇ ਪੂਰੇ ਜ਼ੋਰ ਨਾਲ ਪੂਲੇ ਨੂੰ ਕੱਸਦਾ ਸੀ, ਤਾਂ ਪਿਤਾ ਜੀ ਕਹਿੰਦੇ ਸਨ:

"ਰਸੂਲ, ਧਿਆਨ ਨਾਲ। ਪੂਲੇ ਦਾ ਗਲਾ ਨਾ ਘੁੱਟੋ।"

ਹੁਣ ਜਦੋਂ ਕਦੇ ਕੋਈ ਕਵਿਤਾ ਨਹੀਂ ਬਣਦੀ, ਮੇਰੇ ਬਹੁਤ ਜ਼ੋਰ ਲਗਾਉਣ 'ਤੇ ਵੀ ਕੋਈ ਪੰਕਤੀ ਬਾਹਰ ਨਿੱਕਲ ਜਾਂਦੀ ਹੈ ਅਤੇ ਮੈਂ ਕਵਿਤਾ ਨੂੰ ਜਿਵੇਂ-ਕਿਵੇਂ ਖ਼ਤਮ ਕਰ ਦੇਣ ਲਈ ਅੱਡੀ ਤੋਂ ਲੈ ਕੇ ਸਿਰ ਤੱਕ ਦਾ ਜ਼ੋਰ ਲਗਾਉਂਦਾ ਹਾਂ, ਤਾਂ ਅਜਿਹੇ ਪਲਾਂ ਵਿੱਚ ਮੈਨੂੰ ਅਕਸਰ ਪਿਤਾ ਜੀ ਦੀ ਇਹ ਸਿੱਖਿਆ ਯਾਦ ਆ ਜਾਂਦੀ ਹੈ, "ਰਸੂਲ, ਧਿਆਨ ਨਾਲ। ਪੂਲੇ ਦਾ ਗਲਾ ਨਾ ਘੁੱਟੋ।"

ਖੇਤਾਂ ਵਿੱਚ ਹਰ ਸਾਲ ਇੱਕੋ ਜਿਹੀਆਂ ਫ਼ਸਲਾਂ ਨਹੀਂ ਹੁੰਦੀਆਂ। ਇੱਕ ਸਾਲ ਤਾਂ ਇੰਨਾ ਅਨਾਜ ਹੋ ਜਾਂਦਾ ਹੈ ਕਿ ਕੁੱਪ ਅਤੇ ਸਾਧਨ ਵੀ ਕਾਫ਼ੀ ਨਹੀਂ ਹੁੰਦੇ ਅਤੇ ਫਿਰ ਅਜਿਹਾ ਵੀ ਹੁੰਦਾ ਹੈ ਕਿ ਤਿੰਨ ਸਾਲ ਤੱਕ ਕੁੱਝ ਵੀ ਪੈਦਾ ਨਹੀਂ ਹੁੰਦਾ। ਮੇਰਾ ਵੀ ਅਜਿਹਾ ਹੀ ਹਾਲ ਹੈ। ਹਮੇਸ਼ਾ ਇੱਕ ਹੀ ਤਰ੍ਹਾਂ ਨਾਲ ਕੰਮ ਨਹੀਂ ਕਰ ਸਕਦਾ। ਵੈਸੇ ਖਾਦ ਅਤੇ ਬੀਜ ਤਾਂ ਮੈਂ ਵੀ ਵਧੀਆ ਪਾਉਂਦਾ ਹਾਂ, ਗੋਡੀ ਵੀ ਵਧੀਆ ਕਰਦਾ ਹਾਂ, ਪਰ ਅਨਾਜ ਪੈਦਾ ਨਹੀਂ ਹੁੰਦਾ। ਅਜਿਹੇ ਸਮਿਆਂ ਵਿੱਚ ਅਨੁਵਾਦ ਕਰਨਾ ਅਤੇ ਅਨਾਜ ਕਿਤੇ ਆਸਟ੍ਰੇਲੀਆ ਜਾਂ ਕੈਨੇਡਾ ਤੋਂ ਖਰੀਦਣਾ ਪੈਂਦਾ ਹੈ। ਜਦੋਂ ਮੇਰੀ ਕਵਿਤਾ ਦੀ ਲਾਟ ਮੰਦੀ ਪੈ ਜਾਂਦੀ ਹੈ ਅਤੇ ਕਵਿਤਾਵਾਂ ਮੇਰੀ ਆਤਮਾ ਵਿੱਚੋਂ ਨਿੱਕਲ ਕੇ ਕਾਗਜ਼ 'ਤੇ ਨਹੀਂ ਆਉਣਾ ਚਾਹੁੰਦੀਆਂ, ਉਦੋਂ ਕਿਸੇ ਵੀ ਤਰ੍ਹਾਂ ਦੇ ਰਸਾਇਣਕ ਪਦਾਰਥ ਮੇਰੀ ਮੱਦਦ ਨਹੀਂ ਕਰ ਸਕਦੇ।

ਪਰ ਕੀ ਕੀਤਾ ਜਾਵੇ? ਜੇਕਰ ਹਰ ਮੁਹਿੰਮ ਅਤੇ ਸ਼ੁਰੂ ਕੀਤਾ ਗਿਆ ਹਰ ਕੰਮ ਸਿਰੇ ਹੀ ਚੜ੍ਹ ਜਾਂਦਾ, ਤਾਂ ਸਾਰੇ ਸੰਤੁਸ਼ਟ ਅਤੇ ਖ਼ੁਸ਼ ਰਹਿੰਦੇ। ਜੇਕਰ ਜ਼ਮੀਨ ਹਰ ਸਾਲ ਭਰਪੂਰ ਫ਼ਸਲ ਦਿੰਦੀ, ਤਾਂ ਦੁਨੀਆ ਵਿੱਚ ਕੋਈ ਵੀ ਭੁੱਖਾ ਨਾ ਰਹਿੰਦਾ। ਜੇਕਰ ਕਾਗ਼ਜ਼ 'ਤੇ ਲਿਖੀ ਹਰ ਚੀਜ਼ ਗੀਤ ਹੁੰਦੀ, ਤਾਂ ਲੋਕ ਕਦੋਂ ਦੇ ਸਾਧਾਰਨ ਭਾਸ਼ਾ ਵਿੱਚ ਗੱਲਬਾਤ ਕਰਨ ਦੀ ਬਜਾਇ ਗਾਉਂਦੇ ਹੀ ਰਹਿੰਦੇ। ਪਰ ਗੀਤ ਰਚਣਾ ਬਹੁਤ ਟੇਢੀ ਖੀਰ ਹੈ।

ਮੈਨੂੰ ਦਾਗ਼ਿਸਤਾਨ, ਜਾਰਜੀਆ, ਆਰਮੀਨੀਆ ਅਤੇ ਬਲਗਾਰੀਆ ਦੇ ਸ਼ਰਾਬ ਦੇ ਕਾਰਖਾਨਿਆਂ ਜਾਂ ਪੀਲਜ਼ੇਨ ਦੀ ਬੀਅਰ ਦੀਆਂ ਫੈਕਟਰੀਆਂ ਵਿੱਚ ਵੀ ਜਾਣ ਦਾ ਮੌਕਾ ਮਿਲਿਆ ਹੈ। ਮੈਨੂੰ ਲੱਗਦਾ ਹੈ ਕਿ ਕਵੀਆਂ ਅਤੇ ਸ਼ਰਾਬ ਬਣਾਉਣ ਵਾਲਿਆਂ ਵਿੱਚ ਬਹੁਤ ਕੁੱਝ ਸਾਂਝਾ ਹੈ। ਦੋਵਾਂ ਦੀਆਂ ਆਪਣੀਆਂ ਬਾਰੀਕੀਆਂ ਅਤੇ ਰਹੱਸ ਹਨ। ਸ਼ਰਾਬ ਵਾਂਗ ਕਵਿਤਾ ਵੀ ਆਤਮਾ ਵਿੱਚੋਂ ਉੱਠਣੀ ਚਾਹੀਦੀ ਹੈ, ਉਸ ਨੂੰ ਉੱਥੇ ਹੀ ਪੱਕਣਾ ਚਾਹੀਦਾ ਹੈ। ਸ਼ਰਾਬ ਵਾਂਗ ਚੰਗੀ ਕਵਿਤਾ ਵਿੱਚ ਵੀ ਆਤਮਾ ਨੂੰ ਖ਼ੁਸ਼ ਕਰਨ ਵਾਲਾ ਕੋਈ ਰਹੱਸਮਈ ਖ਼ੁਮਾਰ ਛਿਪਿਆ ਰਹਿੰਦਾ ਹੈ। ਇਸ ਦ੍ਰਿਸ਼ਟੀ ਤੋਂ ਕਵਿਤਾ ਅਤੇ ਸ਼ਰਾਬ ਇੱਕ-ਦੂਜੀ ਦੇ ਬਹੁਤ ਨੇੜੇ ਹਨ।

ਕਦੇ-ਕਦੇ ਕਿਸੇ ਪਹਾੜੀ ਪਿੰਡ ਵਿੱਚ, ਜਿੱਥੇ ਦੁਕਾਨ ਹੈ, ਸ਼ਰਾਬ ਦੇ ਡਰੰਮ ਲੱਦੇ ਹੋਏ ਟਰੱਕ ਆਉਂਦੇ ਹਨ। ਇੱਕ ਡਰੰਮ ਇਸ ਪਿੰਡ ਵਿੱਚ, ਦੂਜਾ ਉਸ ਪਿੰਡ ਵਿੱਚ, ਬੂਯਨਾਕਸਕ ਤੋਂ ਲਿਆਂਦੀ ਹੋਈ ਸ਼ਰਾਬ ਨੂੰ ਡਰਾਇਵਰ ਇਸ ਤਰ੍ਹਾਂ ਪਹਾੜੀ ਪਿੰਡਾਂ ਵਿੱਚ ਪਹੁੰਚਾਉਂਦੇ ਹਨ।

ਅਜਿਹੇ ਟਰੱਕਾਂ ਨੂੰ ਦੇਖਦੇ ਹੀ ਨੌਜਵਾਨ ਲੋਕ ਅਜਿਹਾ ਜ਼ਾਹਿਰ ਕਰਦੇ ਹੋਏ ਕਿ ਨਾ ਤਾਂ ਉਨ੍ਹਾਂ ਨੂੰ ਕੋਈ ਕਾਹਲੀ ਹੈ ਅਤੇ ਨਾ ਜਲਦੀ, ਪਰ ਅਸਲ ਵਿੱਚ ਬੇਹੱਦ ਬੇਸਬਰੇ ਹੁੰਦੇ ਹੋਏ, ਪਿੰਡ ਦੇ ਸਾਰੇ ਪਾਸਿਆਂ ਤੋਂ ਉਸ ਦੁਕਾਨ ਵੱਲ ਚੱਲ ਪੈਂਦੇ ਹਨ। ਉਹ ਡਰੰਮ ਨੂੰ ਇਸ ਤਰ੍ਹਾਂ ਘੇਰ ਲੈਂਦੇ ਹਨ, ਜਿਵੇਂ ਚਰਵਾਹੇ ਵੱਲੋਂ ਰੱਖੇ ਹੋਏ ਲੂਣ ਦੇ ਡਲੇ ਨੂੰ ਭੇਡਾਂ।

ਸ਼ਰਾਬ ਨੂੰ ਘੜਿਆਂ ਵਿੱਚ ਪਾਇਆ ਜਾਂਦਾ ਹੈ, ਸਾਰੇ ਉਸ ਨੂੰ ਚੱਖਣ ਲੱਗਦੇ ਹਨ ਅਤੇ ਉਦੋਂ ਸਾਰਿਆਂ ਨੂੰ ਭਾਰੀ ਨਿਰਾਸ਼ਾ ਹੁੰਦੀ ਹੈ। ਅਜਿਹੀਆਂ ਆਵਾਜ਼ਾਂ ਸੁਣਨ ਨੂੰ ਮਿਲਦੀਆਂ ਹਨ:

"ਇਹ ਵੀ ਕੋਈ ਸ਼ਰਾਬ ਐ। ਇਹ ਤਾਂ ਪਾਣੀ ਐ।"

"ਨਾਲੇ ਦਾ ਮਾਮੂਲੀ ਪਾਣੀ।"

"ਵੇਚਣ ਵਾਲੇ ਖ਼ੁਦ ਹੀ ਪੀ ਲੈਣ ਅਜਿਹੀ ਸ਼ਰਾਬ।"

"ਮੇਰੇ ਨਾਲ ਕਿਉਂ ਨਾਰਾਜ਼ ਹੋ ਰਹੇ ਹੋ?" ਤੁਹਾਡੇ ਸਾਹਮਣੇ ਹੀ ਹੇਠਾਂ ਲਾਹੀ ਐ। ਵੇਚਣ ਵਾਲਾ ਵਿਰੋਧ ਕਰਦਾ ਹੈ, "ਤੁਸੀਂ ਦੇਖਿਐ ਕਿ ਡਰੰਮ ਟਰੱਕ ਵਿੱਚ ਲਿਆਂਦਾ ਗਿਐ। ਤੁਹਾਡੇ ਸਾਹਮਣੇ ਹੀ ਹੇਠਾਂ ਲਾਹਿਆ ਗਿਐ। ਤੁਸੀਂ ਉਸ ਨੂੰ ਲੁਹਾਉਣ ਵਿੱਚ ਮੱਦਦ ਕੀਤੀ ਐ। ਤਾਂ ਫਿਰ ਮੇਰਾ ਕੀ ਦੋਸ਼ ਐ? ਜਿਹੋ ਜਿਹੀ ਸ਼ਰਾਬ ਆਈ ਐ, ਉਹੋ ਜਿਹੀ ਹੀ ਵੇਚ ਰਿਹਾਂ। ਨਹੀਂ ਚਾਹੁੰਦੇ, ਤਾਂ ਨਾ ਖਰੀਦੋ।"

ਅਸਲ ਗੱਲ ਇਹ ਹੈ ਕਿ ਸ਼ਹਿਰ ਦੇ ਗੋਦਾਮ ਵਿੱਚ ਅਜਿਹੇ ਲੋਕ ਹਨ, ਜੋ ਹਲਕੇ ਵਿੱਚ ਸ਼ਰਾਬ ਭੇਜਣ ਤੋਂ ਪਹਿਲਾਂ ਪੀਪੇ ਵਿੱਚੋਂ ਜਿੰਨੀ ਵੀ ਚਾਹੁੰਦੇ ਹਨ, ਸ਼ਰਾਬ ਕੱਢ ਲੈਂਦੇ ਹਨ

ਅਤੇ ਉਸ ਦੀ ਜਗ੍ਹਾ ਸ਼ੁੱਧ ਪਾਣੀ ਪਾ ਦਿੰਦੇ ਹਨ, "ਹਲਕਿਆਂ ਵਿੱਚ ਤਾਂ ਅਜਿਹੀ ਸ਼ਰਾਬ ਪੀ ਕੇ ਵੀ ਬਹੁਤ ਖ਼ੁਸ਼ ਹੋਣਗੇ।" ਹਲਕੇ ਦੇ ਗੋਦਾਮ ਤੋਂ ਪਿੰਡਾਂ ਨੂੰ ਸ਼ਰਾਬ ਰਵਾਨਾ ਕਰਨ ਤੋਂ ਪਹਿਲਾਂ ਉੱਥੋਂ ਦੇ ਕਰਮਚਾਰੀ ਵੀ ਇਹ ਕਿੱਸਾ ਇਸੇ ਤਰ੍ਹਾਂ ਦੁਹਰਾਉਂਦੇ ਹਨ, "ਪਿੰਡਾਂ ਲਈ ਤਾਂ ਅਜਿਹੀ ਸ਼ਰਾਬ ਵੀ ਚੱਲੇਗੀ।" ਉਹ ਕਹਿੰਦੇ ਹਨ। ਰਸਤੇ ਵਿੱਚ ਡਰਾਇਵਰ ਅਤੇ ਕੁਲੀ ਸਰੀਰ ਗਰਮਾਉਣ ਅਤੇ ਲੰਬੇ ਸਫ਼ਰ ਦਾ ਅਕੇਵਾਂ ਮਿਟਾਉਣ ਲਈ ਕਈ ਲੀਟਰ ਸ਼ਰਾਬ ਕੱਢ ਲੈਂਦੇ ਹਨ ਅਤੇ ਕਿਸੇ ਨਦੀ ਜਾਂ ਨਾਲੇ ਦਾ ਨਿਰਮਲ ਪਾਣੀ ਪਾ ਦਿੰਦੇ ਹਨ। ਤਾਂ ਇਸ ਤਰ੍ਹਾਂ ਜਾਂ ਤਾਂ ਪਾਣੀ ਨਾਲ ਪਤਲੀ ਹੋਈ ਸ਼ਰਾਬ ਜਾਂ ਸ਼ਰਾਬ ਨਾਲ ਰੰਗਿਆ ਹੋਇਆ ਪਾਣੀ ਬਣ ਜਾਂਦਾ ਹੈ।

ਕੁੱਝ ਕਵਿਤਾਵਾਂ ਨੂੰ ਪੜ੍ਹਦੇ ਹੋਏ ਵੀ ਇਹ ਸਮਝ ਵਿੱਚ ਨਹੀਂ ਆਉਂਦਾ ਕਿ ਉਸ ਵਿੱਚ ਕਾਵਿਕਤਾ ਜ਼ਿਆਦਾ ਹੈ ਜਾਂ ਕੋਰੀ ਸ਼ਬਦ-ਭਰਮਾਰ। ਮਿਹਨਤ ਤੋਂ ਘਬਰਾਉਣ ਵਾਲੇ ਸੁਸਤ ਕਵੀ ਹੀ ਅਜਿਹੀਆਂ ਕਵਿਤਾਵਾਂ ਰਚਦੇ ਹਨ। ਪਰ ਨੱਚਣ-ਟੱਪਣ ਵਾਲੀ ਨਦੀ ਸ਼ਾਇਦ ਹੀ ਕਦੇ ਸਾਗਰ ਤੱਕ ਪਹੁੰਚ ਸਕਦੀ ਹੈ। ਸੁਸਤ ਯਾਤਰੀ ਸ਼ਾਇਦ ਹੀ ਕਦੇ ਮੱਕੇ ਤੱਕ ਪਹੁੰਚ ਸਕਦਾ ਹੈ। ਜਦੋਂ ਦੋ ਸਵਾਰਾਂ ਨੂੰ ਇੱਕ ਹੀ ਘੋੜੇ 'ਤੇ ਜਾਣਾ ਪੈਂਦਾ ਹੈ, ਤਾਂ ਉਹ ਉਹ ਇੱਕ-ਦੂਜੇ ਨੂੰ ਸਹਾਰਾ ਦਿੰਦੇ ਹਨ। ਪ੍ਰਤਿਭਾ ਅਤੇ ਮਿਹਨਤ ਵੀ ਇੱਕ ਹੀ ਘੋੜੇ 'ਤੇ ਸਵਾਰੀ ਕਰਦੇ ਹਨ।

ਅਬੂਤਾਲਿਬ ਕਿਹਾ ਕਰਦੇ ਸਨ ਕਿ ਪ੍ਰਤਿਭਾ ਅਤੇ ਮਿਹਨਤ ਨੂੰ ਕਵਿਤਾ ਵਿੱਚ ਇਸ ਤਰ੍ਹਾਂ ਘੁਲ-ਮਿਲ ਜਾਣਾ ਚਾਹੀਦਾ ਹੈ, ਜਿਵੇਂ ਖੰਜਰ ਅਤੇ ਮਿਆਨ ਮਿਲ ਕੇ ਇੱਕ ਹੋ ਜਾਂਦੇ ਹਨ।

ਡਾਇਰੀ ਵਿੱਚੋਂ

ਉਨ੍ਹਾਂ ਦਿਨਾਂ ਵਿੱਚ ਮੈਂ ਘਰ ਦੀ ਬਜਾਇ ਬਾਹਰ ਸੜਕ 'ਤੇ ਜ਼ਿਆਦਾ ਸਮਾਂ ਬਿਤਾਉਂਦਾ ਸੀ। ਮੈਂ ਸਕੂਲ ਵਿੱਚ ਪੜ੍ਹਦਾ ਸੀ ਅਤੇ ਕਵਿਤਾ ਰਚਣ ਲੱਗਿਆ ਸੀ। ਪਰ ਮੇਰੇ ਵਿੱਚ ਕਵਿਤਾ ਰਚਣ, ਪੜ੍ਹਣ ਅਤੇ ਘਰੇ ਤਿਆਰ ਕਰਨ ਲਈ ਸਕੂਲੀ ਪਾਠਾਂ ਨੂੰ ਪੂਰਾ ਕਰਨ ਦਾ ਧੀਰਜ ਹੀ ਨਹੀਂ ਹੁੰਦਾ ਸੀ। ਮੇਜ ਕੋਲ ਟਿਕ ਕੇ ਬੈਠਣਾ ਤਾਂ ਮੈਂ ਜਾਣਦਾ ਹੀ ਨਹੀਂ ਸੀ। ਬਹੁਤ ਜਲਦੀ ਹੀ ਮੈਂ ਬੇਚੈਨੀ ਮਹਿਸੂਸ ਕਰਨ ਲੱਗਦਾ, ਮੇਜ ਤੋਂ ਉੱਠਦਾ ਅਤੇ ਮੌਕਾ ਮਿਲਦੇ ਹੀ ਬਾਹਰ ਸੜਕ 'ਤੇ ਭੱਜ ਜਾਂਦਾ। ਅਜੇ ਵੀ ਮੈਂ ਨਾ ਤਾਂ ਬਹੁਤਾ ਟਿਕ ਕੇ ਬੈਠ ਸਕਦਾ ਹਾਂ ਅਤੇ ਨਾ ਮੇਰੇ ਵਿੱਚ ਬਹੁਤਾ ਧੀਰਜ ਹੈ।

ਇੱਕ ਦਿਨ ਪਾਠ ਤਿਆਰ ਕਰਨ ਜਾਂ ਕਵਿਤਾ ਰਚਣ ਲਈ ਮੈਨੂੰ ਬਿਠਾ ਕੇ ਪਿਤਾ ਜੀ ਥੋੜ੍ਹੀ ਦੇਰ ਲਈ ਬਾਹਰ ਗਏ। ਦਰਵਾਜ਼ਾ ਬੰਦ ਹੋਇਆ ਹੀ ਸੀ ਕਿ ਮੈਂ ਝੱਟ-ਪੱਟ ਮੇਜ ਤੋਂ ਉੱਠਿਆ ਅਤੇ ਘਰ ਦੀ ਛੱਤ 'ਤੇ ਜਾ ਪਹੁੰਚਿਆ। ਮੈਨੂੰ ਉੱਥੇ ਦੇਖ ਕੇ ਪਿਤਾ ਜੀ ਨੇ ਮਾਂ ਨੂੰ ਬੁਲਾਇਆ ਅਤੇ ਕਿਹਾ:

"ਜਰਾ ਮੈਨੂੰ ਉਹ ਰੱਸਾ ਲਿਆ ਦਿਓ, ਜਿਹੜਾ ਕਿੱਲ 'ਤੇ ਲਟਕਿਆ ਹੋਇਐ।"

"ਕੀ ਲੋੜ ਐ ਤੁਹਾਨੂੰ ਉਸ ਦੀ?"

"ਮੈਂ ਰਸੂਲ ਨੂੰ ਕੁਰਸੀ ਨਾਲ ਬੰਨ੍ਹਣਾ ਚਾਹੁਨਾਂ, ਨਹੀਂ ਤਾਂ ਉਹ ਕਦੇ ਕੰਮ ਦਾ ਆਦਮੀ ਨਹੀਂ ਬਣੇਗਾ।" ਪਿਤਾ ਜੀ ਨੇ ਬੜੀ ਤਸੱਲੀ ਨਾਲ ਅਤੇ ਕੱਸ ਕੇ ਮੈਨੂੰ ਕੁਰਸੀ ਨਾਲ ਬੰਨ੍ਹ ਦਿੱਤਾ, ਹੌਲੀ-ਹੌਲੀ ਮੇਰੇ ਮੱਥੇ 'ਤੇ ਚੱਪਾ ਲਗਾਇਆ ਅਤੇ ਕਾਗਜ਼ ਵੱਲ ਇਸ਼ਾਰਾ ਕਰ ਕੇ ਬੋਲੇ:

"ਦਿਮਾਗ ਵਿੱਚ ਜੋ ਕੁੱਝ ਐ, ਇੱਥੇ ਲਿਖੋ।"

ਕਾਸ਼ ਕਿ ਸਾਨੂੰ ਲੇਖਕਾਂ ਨੂੰ ਹੁਣ ਵੀ ਕੋਈ ਕਦੇ-ਕਦੇ ਕੁਰਸੀ ਨਾਲ ਬੰਨ੍ਹ ਦਿੰਦਾ।

ਸੰਭਵ ਹੈ ਕਿ ਦਿਮਾਗ ਤਾਂ ਕੰਮ ਕਰਦਾ ਹੋਵੇ, ਪਰ ਜੇਕਰ ਦਿਮਾਗ ਕੰਮ ਕਰਦਾ ਹੈ ਅਤੇ ਹੱਥ ਕੁੱਝ ਨਹੀਂ ਕਰਦੇ, ਤਾਂ ਇਹ ਤਾਂ ਉਹੋ ਜਿਹੀ ਗੱਲ ਹੋਵੇਗੀ ਕਿ ਚੱਕੀ ਆਟਾ ਪੀਹਣ ਦੀ ਬਜਾਇ ਖਾਲੀ ਹੀ ਘੁੰਮਦੀ ਜਾਵੇ।

ਸ਼ਾਨਗਿਰਾਈ, ਉਸ ਦੇ ਬੇਟੇ ਅਤੇ ਪੰਜ ਰੂਬਲਾਂ ਦਾ ਕਿੱਸਾ

ਕੁੱਝ ਸਮਾਂ ਪਹਿਲਾਂ ਦੀ ਗੱਲ ਹੈ ਕਿ ਖ਼ੁਜ਼ਹ ਵਿੱਚ ਸ਼ਾਨਗਿਰਾਈ ਨਾਂ ਦਾ ਇੱਕ ਧਨੀ ਅਤੇ ਸਰਬ-ਸਤਿਕਾਰਤ ਵਿਅਕਤੀ ਰਹਿੰਦਾ ਸੀ। ਉਸ ਦਾ ਇਕਲੌਤਾ ਅਤੇ ਇਸੇ ਕਰ ਕੇ ਵਿਗੜਿਆ ਹੋਇਆ ਜਾਂ ਸਨਕੀ ਬੇਟਾ ਸੀ। ਪਿਤਾ ਨੇ ਚਾਹਿਆ ਕਿ ਉਸ ਦਾ ਬੇਟਾ ਪਿੰਡ ਦੇ ਹੋਰ ਲੋਕਾਂ ਵਾਂਗ ਕੰਮ ਕਰੇ ਅਤੇ ਇਸ ਤਰ੍ਹਾਂ ਸਹੀ ਅਰਥਾਂ ਵਿੱਚ ਇਨਸਾਨ ਬਣੇ। ਪਰ ਬੇਟਾ ਕੰਮ ਨਹੀਂ ਕਰਨਾ ਚਾਹੁੰਦਾ ਸੀ। ਪਿਤਾ ਦੇ ਦੋਸਤ ਅਤੇ ਰਿਸ਼ਤੇਦਾਰ ਉਸ ਨੂੰ ਵਿਗਾੜਦੇ ਸਨ। ਕੋਈ ਉਸ ਨੂੰ ਘੋੜਾ ਭੇਟ ਕਰ ਦਿੰਦਾ, ਕੋਈ ਚੇਰਕੇਸੀ ਕੋਟ, ਕੋਈ ਪੈਸੇ ਅਤੇ ਕੋਈ ਖੰਜਰ

ਇੱਕ ਵਾਰ ਸ਼ਾਨਗਿਰਾਈ ਬਹੁਤ ਸਖ਼ਤ ਬਿਮਾਰ ਹੋ ਗਿਆ। ਦਵਾਈਆਂ ਨਾਲ ਉਸ ਨੂੰ ਕੋਈ ਫ਼ਾਇਦਾ ਨਾ ਹੋਇਆ। ਸਾਰੇ ਰਿਸ਼ਤੇਦਾਰ, ਦੋਸਤ-ਮਿੱਤਰ ਬਿਮਾਰ ਕੋਲ ਇਕੱਠੇ ਹੋ ਗਏ।

"ਤੁਸੀਂ ਠੀਕ ਹੋ ਜਾਵੋ, ਇਸ ਲਈ ਅਸੀਂ ਕੀ ਕਰੀਏ?"

"ਮੈਂ ਤਾਂ ਜਾਣਦਾਂ ਕਿ ਕਿਵੇਂ ਮੈਂ ਚੰਗਾ-ਭਲਾ ਹੋ ਸਕਦਾਂ, ਪਰ ਤੁਸੀਂ ਮੇਰੀ ਇੱਛਾ ਪੂਰੀ ਕਰਨ ਵਿੱਚ ਅਸਮਰੱਥ ਹੋ।"

"ਤੁਸੀਂ ਆਪਣੀ ਇੱਛਾ ਪ੍ਰਗਟ ਤਾਂ ਕਰੋ। ਅਸੀਂ ਉਸ ਨੂੰ ਪੂਰੀ ਕਰਨ ਵਿੱਚ ਕੋਈ ਕਸਰ ਬਾਕੀ ਨਹੀਂ ਛੱਡਾਂਗੇ।"

"ਜੇਕਰ ਮੇਰਾ ਬੇਟਾ ਖ਼ੁਦ ਕਮਾ ਕੇ ਪੰਜ ਰੂਬਲ ਲਿਆਵੇ ਅਤੇ ਮੈਨੂੰ ਕਹੇ, 'ਪਿਤਾ ਜੀ, ਇਨ੍ਹਾਂ ਨੂੰ ਲੈ ਲਵੋ, ਇਹ ਤੁਹਾਡੇ ਨੇ।' ਤਾਂ ਮੈਂ ਠੀਕ ਹੋ ਜਾਵਾਂਗਾ।"

ਦੋ ਦਿਨਾਂ ਬਾਅਦ ਬੇਟਾ ਆਪਣੇ ਬਾਪ ਕੋਲ ਆਇਆ ਅਤੇ ਪੰਜ ਰੂਬਲ ਦਾ ਨੋਟ ਵਧਾਉਂਦੇ ਹੋਏ ਬੋਲਿਆ:

"ਪਿਤਾ ਜੀ ਇਹ ਰੂਬਲ ਲੈ ਲਵੋ। ਮੈਂ ਗੋਈਸੁਵ ਖੱਡ ਵਿੱਚ ਤਣੇ ਰੋੜ੍ਹ ਕੇ ਕਮਾਏ ਨੇ।"

ਪਿਤਾ ਜੀ ਨੇ ਨੋਟ ਵੱਲ, ਫਿਰ ਬੇਟੇ ਵੱਲ ਦੇਖਿਆ ਅਤੇ ਨੋਟ ਨੂੰ ਅੱਗ ਵਿੱਚ ਸੁੱਟ ਦਿੱਤਾ। ਬੇਟਾ ਬੁੱਤ ਬਣਿਆ ਖੜ੍ਹਾ ਰਹਿ ਗਿਆ। ਉਸ ਦੇ ਚਿਹਰੇ ਦਾ ਰੰਗ ਉੱਡ ਗਿਆ, ਜਿਵੇਂ ਕਿਸੇ ਨੇ ਥੱਪੜ ਮਾਰ ਦਿੱਤਾ ਹੋਵੇ।

ਅਸਲ ਵਿੱਚ ਬਿਮਾਰ ਸ਼ਾਨਗਿਰਾਈ ਦੀ ਇੱਛਾ ਜਾਣ ਕੇ ਲੜਕੇ ਦੀ ਮੱਦਦ ਕਰਨ ਲਈ ਉਹ ਪੰਜ ਰੂਬਲ ਉਸ ਦੇ ਚਾਚੇ ਨੇ ਦਿੱਤੇ ਸਨ।

ਕੁੱਝ ਦਿਨ ਬਾਅਦ ਬੇਟਾ ਦੁਬਾਰਾ ਬਾਪ ਕੋਲ ਆਇਆ ਅਤੇ ਪੰਜ ਰੂਬਲ ਦਾ ਨੋਟ ਵਧਾਉਂਦੇ ਹੋਏ ਬੋਲਿਆ:

"ਮੈਂ ਗ਼ੁਨੀਬ ਵਿੱਚ ਬਣ ਰਹੀ ਨਵੀਂ ਸੜਕ ਦਾ ਕੰਮ ਕਰ ਕੇ ਇਹ ਖ਼ੁਦ ਕਮਾਏ ਨੇ।"

ਪਿਤਾ ਨੇ ਬੇਟੇ ਵੱਲ, ਫਿਰ ਨੋਟ ਵੱਲ ਦੇਖਿਆ ਅਤੇ ਉਸ ਨੂੰ ਮੋੜ ਕੇ ਖਿੜਕੀ ਤੋਂ ਬਾਹਰ ਸੁੱਟ ਦਿੱਤਾ।

ਬੇਟਾ ਬੁੱਤ ਬਣਿਆ ਖੜ੍ਹਾ ਰਿਹਾ। ਉਸ ਨੂੰ ਇਹ ਰੂਬ ਹੋਤਸਾਤਲ ਵਿੱਚ ਰਹਿਣ ਵਾਲੇ ਪਿਤਾ ਦੇ ਇੱਕ ਦੋਸਤ ਨੇ ਦਿੱਤੇ ਸਨ।

ਬੇਟਾ ਤੀਜੀ ਵਾਰ ਪਿਤਾ ਕੋਲ ਆਇਆ ਅਤੇ ਤੀਜੀ ਵਾਰ ਉਸ ਨੇ ਪੰਜ ਰੂਬਲ ਦਾ ਨੋਟ ਪਿਤਾ ਵੱਲ ਵਧਾਇਆ। ਪਿਤਾ ਨੇ ਬੇਟੇ ਵੱਲ ਦੇਖੇ ਬਿਨਾਂ ਹੀ ਨੋਟ ਲਿਆ ਅਤੇ ਉਸ ਦੇ ਦੋ ਟੁਕੜੇ ਕਰ ਦਿੱਤੇ। ਬੇਟਾ ਬਾਜ਼ ਵਾਂਗ ਉਨ੍ਹਾਂ ਨੋਟ ਦੇ ਦੋ ਟੁਕੜਿਆਂ 'ਤੇ ਝਪਟਿਆ ਅਤੇ ਉਨ੍ਹਾਂ ਨੂੰ ਉਠਾ ਕੇ ਜੋੜਨ ਲੱਗਿਆ। ਉਸ ਨੇ ਉੱਚੀ ਆਵਾਜ਼ ਵਿੱਚ ਪਿਤਾ ਨੂੰ ਕਿਹਾ:

"ਮੈਂ ਪੇਤ੍ਰੋਵਸਕ ਵਿੱਚ ਅਸਤਬਲਾਂ ਦੀ ਸਫ਼ਾਈ ਕਰ ਕੇ ਇਹ ਰੂਬਲ ਇਸ ਲਈ ਨਹੀਂ ਕਮਾਏ ਸਨ ਕਿ ਤੁਸੀਂ ਇਨ੍ਹਾਂ ਨੂੰ ਮਾਮੂਲੀ ਕਾਗਜ਼ ਵਾਂਗ ਪਾੜ ਕੇ ਸੁੱਟ ਦਿਓ। ਮੇਰੇ ਹੱਥਾਂ 'ਤੇ ਅੱਟਣ ਪੈ ਗਏ ਨੇ।"

"ਹਾਂ, ਹੁਣ ਗੱਲ ਬਿਲਕੁੱਲ ਸਪੱਸ਼ਟ ਐ ਕਿ ਤੁਸੀਂ ਖ਼ੁਦ ਹੀ ਇਹ ਰੂਬਲ ਕਮਾਏ ਨੇ।"

ਸ਼ਾਨਗਿਰਾਈ ਖ਼ੁਸ਼ ਹੋ ਉੱਠਿਆ, ਉਸ ਦੀ ਤਬੀਅਤ ਸੰਭਲਣ ਲੱਗੀ ਅਤੇ ਜਲਦੀ ਹੀ ਉਹ ਬਿਲਕੁੱਲ ਤੰਦਰੁਸਤ ਹੋ ਗਿਆ।

ਅਸਲ ਵਿੱਚ ਆਪਣੀ ਮਿਹਨਤ ਨਾਲ ਕਮਾਈ ਗਈ ਦੌਲਤ ਦਾ ਹੀ ਮੁੱਲ ਹੁੰਦਾ ਹੈ।

ਸ਼ਾਇਦ ਕਵਿਤਾ ਬਾਰੇ ਵੀ ਅਜਿਹਾ ਹੀ ਕਿਹਾ ਜਾ ਸਕਦਾ ਹੈ। ਜੇਕਰ ਕਵਿਤਾ ਰਚਣ ਲਈ ਕਵੀ ਨੂੰ ਖ਼ੁਦ ਦੁੱਖ ਝੱਲਣਾ ਪਿਆ ਹੈ, ਤਾਂ ਹਰ ਸ਼ਬਦ ਅਤੇ ਹਰ ਕੌਮਾ ਵੀ ਉਸ ਨੂੰ ਪਿਆਰਾ ਹੋਵੇਗਾ। ਜੇਕਰ ਉਸ ਨੇ ਰਾਹ ਚੱਲਦੇ ਵਿਚਾਰ ਇਕੱਠੇ ਕਰ ਲਏ ਹਨ, ਤਾਂ ਉਨ੍ਹਾਂ ਨਾਲ ਵਧੀਆ ਕਵਿਤਾ ਨਹੀਂ ਬਣੇਗੀ।

ਮੇਰੇ ਘਰ ਦੇ ਕੋਲ ਸੁਨਿਆਰ ਕਈ ਰਹਿੰਦੇ,
ਦੇਖ ਚੁੱਕਿਆ ਹਾਂ ਕਦੇ-ਕਦੇ ਉਨ੍ਹਾਂ ਦੇ ਘਰ।
ਘਸ ਕੇ ਤਾਂਬਾ, ਸੋਨਾ ਜਰਾ ਕਸੌਟੀ 'ਤੇ,
ਆਸਾਨੀ ਨਾਲ ਦੱਸਦੇ ਉਸ ਦਾ ਅੰਤਰ।

ਮੇਰੇ ਪਾਠਕੋ, ਮੇਰੀ ਤੁਸੀਂ ਕਸੌਟੀ ਹੋ,
ਤੁਸੀਂ ਹੀ ਮੈਨੂੰ ਮੇਰਾ ਸੱਚ ਦਿਖਾਉਂਦੇ।

ਚਲਾਕੀ ਨਾਲ ਬੁਣੀਆਂ ਪੰਕਤੀਆਂ ਵਿੱਚ,
ਸੋਨੇ-ਚਾਂਦੀ ਦਾ ਅੰਤਰ ਸਮਝਾਉਂਦੇ।

ਜੇਕਰ ਤੁਸੀਂ ਇਹ ਚਾਹੁੰਦੇ ਹੋ ਕਿ ਮੱਛੀ ਸਵਾਦਲੀ ਹੋਵੇ, ਤਾਂ ਝੀਲ 'ਤੇ ਜਾ ਕੇ ਉਸ ਨੂੰ ਖ਼ੁਦ ਫੜੋ। ਉਕਾਬ ਹਵਾ ਰੁਖ਼ ਦੇ ਉਲਟ ਉੱਡਦਾ ਹੈ। ਮੱਛੀ ਵਹਾਅ ਦੇ ਉਲਟ ਤੈਰਦੀ ਹੈ। ਕਵੀ ਵੀ ਪ੍ਰਬਲ ਭਾਵਨਾਵਾਂ ਵੱਲ ਵਧਦਾ ਹੋਇਆ ਹੀ ਕਾਵਿ ਰਚਨਾ ਕਰਦਾ ਹੈ, ਉਹ ਚਾਹੇ ਸੁੱਖਦਾਈ ਹੋਣ ਦੀ ਬਜਾਇ ਦੁੱਖਦਾਈ ਹੋਣ। ਇੱਕ ਵਾਰ ਅਬੂਤਾਲਿਬ ਨੇ ਮੈਨੂੰ ਕੁੱਝ ਅਜਿਹਾ ਹੀ ਕਿੱਸਾ ਸੁਣਾਇਆ ਸੀ।

ਬਾਲਖ਼ਾਰੀ ਦੇ ਘੁਮਿਆਰਾਂ, ਉਨ੍ਹਾਂ ਦੇ ਮਿੱਟੀ ਦੇ ਬਰਤਨਾਂ ਦਾ ਕਿੱਸਾ

ਬਾਲਖ਼ਾਰੀ ਦੇ ਘੁਮਿਆਰਾਂ ਨੇ ਮਿੱਟੀ ਨਾਲ ਬਣਾਈਆਂ ਹੋਈਆਂ ਆਪਣੀਆਂ ਚੀਜ਼ਾਂ ਨੂੰ ਵੱਡੀਆਂ-ਵੱਡੀਆਂ ਟੋਕਰੀਆਂ ਵਿੱਚ ਰੱਖਿਆ, ਉਨ੍ਹਾਂ ਨੂੰ ਗਧਿਆਂ ਅਤੇ ਖੱਚਰਾਂ 'ਤੇ ਲੱਦਿਆ ਅਤੇ ਵੇਚਣ ਲਈ ਚੱਲ ਪਏ। ਰਸਤੇ ਵਿੱਚ ਉਨ੍ਹਾਂ ਨੂੰ ਆਪਣੇ ਨੇੜਲੇ ਪਿੰਡਾਂ ਦੇ ਸ਼ਰਾਰਤੀ ਲੜਕੇ ਮਿਲੇ।

"ਘੁਮਿਆਰੋ, ਕੀ ਬਹੁਤ ਦੂਰ ਜਾ ਰਹੇ ਹੋ?"

"ਬਰਤਨ ਵੇਚਣ।"

"ਕੀ ਕੀਮਤ ਐ ਇਨ੍ਹਾਂ ਦੀ?"

"ਛੋਟਿਆਂ ਦੀ ਵੀਹ ਕੋਪੇਕ ਅਤੇ ਵੱਡਿਆਂ ਦੀ ਪੰਜ।"

"ਅਜਿਹਾ ਕਿਉਂ?"

"ਇਸ ਲਈ ਵੱਡੇ ਬਰਤਨਾਂ ਦੇ ਮੁਕਾਬਲੇ ਛੋਟੇ ਬਰਤਨ ਬਣਾਉਣੇ ਜ਼ਿਆਦਾ ਮੁਸ਼ਕਿਲ ਹੁੰਦੇ ਨੇ।"

ਸ਼ਰਾਰਤੀ ਲੜਕਿਆਂ ਨੇ ਬਾਲਖ਼ਾਰ ਵਾਸੀਆਂ ਤੋਂ ਉਨ੍ਹਾਂ ਦੇ ਸਾਰੇ ਬਰਤਨ ਖਰੀਦ ਲਏ।

"ਸਾਡੇ ਮਾਲ ਨਾਲ ਬਹੁਤ ਖ਼ੁਸ਼ੀ ਹੋਵੇਗੀ ਤੁਹਾਨੂੰ।" ਘੁਮਿਆਰਾਂ ਨੇ ਲੜਕਿਆਂ ਤੋਂ ਵਿਦਾ ਲੈਂਦੇ ਅਤੇ ਆਪਣਿਆਂ ਗਧਿਆਂ-ਖੱਚਰਾਂ ਨੂੰ ਪਿੰਡ ਵੱਲ ਮੋੜਦੇ ਹੋਏ ਕਿਹਾ, "ਬਹੁਤ ਮਨ ਲਗਾ ਕੇ ਅਸੀਂ ਆਪਣਾ ਮਾਲ ਤਿਆਰ ਕੀਤੈ। ਤੁਹਾਡੇ ਪੋਤੇ-ਪੋਤੀਆਂ ਤੱਕ ਸਾਡੇ ਬਣਾਏ ਹੋਏ ਇਹ ਬਰਤਨ ਕੰਮ ਦਿੰਦੇ ਰਹਿਣਗੇ।"

ਪਹਾੜ 'ਤੇ ਚੜ੍ਹ ਕੇ ਘੁਮਿਆਰ ਆਰਾਮ ਕਰਨ ਲਈ ਬੈਠ ਗਏ। ਉਨ੍ਹਾਂ ਨੇ ਦੂਰ ਤੋਂ ਪਹਾੜੀ ਸੜਕ 'ਤੇ ਨਜ਼ਰ ਮਾਰੀ ਅਤੇ ਅਚਾਨਕ ਉਨ੍ਹਾਂ ਨੂੰ ਇਹ ਜਾਣਨ ਦੀ ਤਾਂਘ ਹੋਈ ਕਿ ਲੜਕੇ ਉਨ੍ਹਾਂ ਦੇ ਬਣਾਏ ਹੋਏ ਟੁਣਕਦੇ ਅਤੇ ਸੁੰਦਰ ਬਰਤਨਾਂ ਦਾ ਕੀ ਕਰ ਰਹੇ ਹਨ। ਲੜਕਿਆਂ ਨੇ ਉਨ੍ਹਾਂ ਬਰਤਨਾਂ ਨੂੰ ਖੱਡ ਦੇ ਸਿਰੇ 'ਤੇ ਰੱਖ ਦਿੱਤਾ ਸੀ ਅਤੇ ਖ਼ੁਦ ਉਨ੍ਹਾਂ ਤੋਂ ਵੀਹ ਕਦਮ ਹਟ ਕੇ ਉਨ੍ਹਾਂ 'ਤੇ ਰੋੜੇ ਮਾਰ ਰਹੇ ਸਨ। ਸ਼ਾਇਦ ਉਨ੍ਹਾਂ ਵਿੱਚ ਹੋੜ ਲੱਗੀ ਹੋਈ ਸੀ ਕਿ ਕਿਹੜਾ ਜ਼ਿਆਦਾ ਬਰਤਨ ਤੋੜਦਾ ਹੈ। ਬਰਤਨ ਟੁਣਕਦੀ ਆਵਾਜ਼ ਕਰਦੇ ਹੋਏ ਟੁੱਟਦੇ ਅਤੇ ਟੁਕੜੇ ਖੱਡ ਵਿੱਚ ਖਿੰਡ ਜਾਂਦੇ। ਲੜਕਿਆਂ ਨੂੰ ਇਸ ਨਾਲ ਬਹੁਤ ਖ਼ੁਸ਼ੀ ਹੋ ਰਹੀ ਸੀ।

ਘੁਮਿਆਰ ਅਚਾਨਕ ਇਸ ਤਰ੍ਹਾਂ ਛਾਲ ਮਾਰ ਕੇ ਖੜ੍ਹੇ ਹੋਏ, ਜਿਵੇਂ ਉਨ੍ਹਾਂ ਨੂੰ ਫ਼ੌਜੀ ਹੁਕਮ ਮਿਲਿਆ ਹੋਵੇ ਅਤੇ ਮਿਆਨਾਂ ਵਿੱਚੋਂ ਖੰਜਰ ਕੱਢ ਕੇ ਉਹ ਉਨ੍ਹਾਂ ਬਦਮਾਸ਼ ਲੜਕਿਆਂ ਵੱਲ ਦੌੜੇ।

"ਓਏ ਦੁਸ਼ਟ ਲੜਕਿਓ, ਇਹ ਤੁਸੀਂ ਕੀ ਕਰ ਰਹੇ ਹੋ?" ਉਹ ਉੱਚੀ ਆਵਾਜ਼ ਵਿੱਚ ਬੋਲੇ, "ਅਸੀਂ ਤਾਂ ਆਪਣੇ ਬਹੁਤ ਹੀ ਵਧੀਆ ਬਰਤਨ ਵੇਚੇ ਨੇ ਅਤੇ ਤੁਸੀਂ...ਕੋਈ ਸ਼ਰਮ-ਹਯਾ ਹੈ ਤੁਹਾਨੂੰ?"

"ਕਿਸ ਲਈ ਨਾਰਾਜ਼ ਹੋ ਰਹੇ ਹੋ ਤੁਸੀਂ? ਕੁੱਝ ਨਾ ਸਮਝਦੇ ਹੋਏ ਲੜਕਿਆਂ ਨੇ ਪੁੱਛਿਆ, "ਤੁਸੀਂ ਆਪਣਾ ਮਾਲ ਸਾਨੂੰ ਵੇਚ ਦਿੱਤਾ, ਅਸੀਂ ਤੁਹਾਨੂੰ ਉਸ ਦੇ ਚੰਗੇ ਪੈਸੇ ਦੇ ਦਿੱਤੇ, ਹੁਣ ਇਹ ਬਰਤਨ ਸਾਡੇ ਨੇ। ਅਸੀਂ ਇਨ੍ਹਾਂ ਦਾ ਕੀ ਕਰਦੇ ਆਂ, ਤੁਹਾਨੂੰ ਇਸ ਨਾਲ ਕੀ ਮਤਲਬ? ਜੀਅ ਕਰੇਗਾ, ਤਾਂ ਤੋੜਾਂਗੇ, ਜੀਅ ਕਰੇਗਾ, ਤਾਂ ਘਰੇ ਲੈ ਜਾਵਾਂਗੇ ਅਤੇ ਜੀਅ ਕਰੇਗਾ, ਤਾਂ ਸੜਕ 'ਤੇ ਸੁੱਟ ਦਿਆਂਗੇ।"

"ਪਰ ਇਨ੍ਹਾਂ ਬਰਤਨਾਂ ਨਾਲ ਸਾਡਾ ਵੀ ਤਾਂ ਨਾਤਾ ਐ। ਬਰਤਨ ਬਣਨ ਤੋਂ ਪਹਿਲਾਂ ਅਸੀਂ ਇਨ੍ਹਾਂ ਲਈ ਮਿੱਟੀ ਤਿਆਰ ਕਰਨ ਵਿੱਚ ਬਹੁਤ ਮਿਹਨਤ ਕੀਤੀ। ਅਸੀਂ ਬੜੇ ਮਨ ਨਾਲ ਉਸ ਨੂੰ ਗੁੰਨ੍ਹਿਆ, ਤਾਂ ਕਿ ਉਸ ਦੇ ਸੁੰਦਰ ਬਰਤਨ ਬਣਨ, ਤਾਂ ਕਿ ਲੋਕ ਉਨ੍ਹਾਂ ਬਰਤਨਾਂ ਨੂੰ ਦੇਖ ਕੇ ਹੈਰਾਨ ਹੋਣ। ਅਸੀਂ ਤਾਂ ਇਹ ਸੋਚਿਆ ਸੀ ਕਿ ਸਾਡੀਆਂ ਬਣਾਈਆਂ ਹੋਈਆਂ ਚੀਜ਼ਾਂ ਨਾਲ ਲੋਕਾਂ ਨੂੰ ਖ਼ੁਸ਼ੀ ਮਿਲੇਗੀ, ਕਿ ਉਹ ਕਿਸੇ ਦੇ ਜੀਵਨ ਵਿੱਚ ਰੰਗੀਨੀ ਲਿਆਉਣਗੀਆਂ। ਤੁਹਾਨੂੰ ਇਨ੍ਹਾਂ ਬਰਤਨਾਂ ਨੂੰ ਵੇਚਦੇ ਹੋਏ ਅਸੀਂ ਇਹ ਉਮੀਦ ਕੀਤੀ ਸੀ ਕਿ ਇੱਕ ਗਾਗਰ ਨਾਲ ਤਾਂ ਤੁਸੀਂ ਆਪਣੇ ਮਹਿਮਾਨਾਂ ਨੂੰ ਘਰ ਦੀ ਸ਼ਰਾਬ ਪਿਲਾਓਗੇ, ਦੂਜੀ ਵਿੱਚ ਚਸ਼ਮੇ ਦਾ ਠੰਢਾ ਪਾਣੀ ਰੱਖੋਗੇ ਅਤੇ ਕੁੱਝ ਗਮਲਿਆਂ ਵਿੱਚ ਸੁੰਦਰ ਫੁੱਲ ਉਗਾਓਗੇ। ਪਰ ਤੁਸੀਂ ਤਾਂ ਬੜੇ ਹੀ ਬੇਸ਼ਰਮ ਹੋ, ਇਨ੍ਹਾਂ ਸਾਰੇ ਬਰਤਨਾਂ ਦੇ ਟੁਕੜੇ ਕਰ ਦਿੱਤੇ। ਸਾਡੀ ਸਾਰੀ ਮਿਹਨਤ, ਸਾਡੀ ਸਾਰੀ ਕੋਸ਼ਿਸ਼, ਸਾਡੇ ਸਾਰੇ ਸੁਪਨਿਆਂ ਨੂੰ ਤੁਸੀਂ ਖੱਡ ਦੇ ਸਿਰੇ 'ਤੇ ਚੂਰ-ਚੂਰ ਕਰ ਦਿੱਤਾ। ਤੁਸੀਂ ਸਾਰੀਆਂ ਬਣਾਈਆਂ ਹੋਈਆਂ ਚੀਜ਼ਾਂ ਨੂੰ ਉਵੇਂ ਰੋੜੇ ਮਾਰੇ ਨੇ, ਜਿਵੇਂ ਕਿ ਬੇਸਮਝ ਬੱਚੇ ਗਾਉਣ ਵਾਲੇ ਸੁੰਦਰ ਪੰਛੀਆਂ ਨੂੰ ਰੋੜੇ ਮਾਰਦੇ ਨੇ।"

ਘੁਮਿਆਰਾਂ ਨੇ ਲੜਕਿਆਂ ਤੋਂ ਉਹ ਸਾਰੇ ਬਰਤਨ, ਜਿਹੜੇ ਉਨ੍ਹਾਂ ਤੋਂ ਅਜੇ ਤੋੜੇ ਨਹੀਂ ਗਏ ਸਨ, ਸਖ਼ਤਾਈ ਨਾਲ ਖੋਹ ਲਏ ਅਤੇ ਆਪਣੇ ਘਰ ਵਾਪਸ ਚਲੇ ਗਏ।

ਘੁਮਿਆਰਾਂ ਦੇ ਦਿਲ ਨੂੰ ਲੱਗੀ ਠੇਸ ਨੂੰ ਹਰ ਉਹ ਆਦਮੀ ਸਹਿਜੇ ਹੀ ਸਮਝ ਜਾਵੇਗਾ, ਜੋ ਖ਼ੁਦ ਸਖ਼ਤ ਮਿਹਨਤ ਕਰਦਾ ਹੈ, ਆਪਣੇ ਕੰਮ ਵਿੱਚ ਪੂਰੀ ਤਰ੍ਹਾਂ ਆਪਣਾ ਮਨ ਲਗਾ ਦਿੰਦਾ ਹੈ ਅਤੇ ਆਪਣੀ ਮਿਹਨਤ ਦੇ ਫ਼ਲ 'ਤੇ ਪ੍ਰਸੰਨ ਹੁੰਦਾ ਹੈ। ਇਸ ਤਰ੍ਹਾਂ ਅਬੂਤਾਲਿਬ ਨੇ ਆਪਣਾ ਇਹ ਕਿੱਸਾ ਖ਼ਤਮ ਕੀਤਾ।

ਅਬੂਤਾਲਿਬ ਦਾ ਸੁਣਾਇਆ ਹੋਇਆ ਇਹ ਕਿੱਸਾ ਮੈਨੂੰ ਪਤਾ ਨਹੀਂ ਕਿਉਂ, ਉਦੋਂ ਯਾਦ ਆ ਗਿਆ, ਜਦੋਂ ਦੂਰ ਜਾਪਾਨ ਵਿੱਚ ਮੈਂ ਮੋਤੀ ਲੱਭਣ ਵਾਲੀਆਂ ਲੜਕੀਆਂ ਨੂੰ ਦੇਖਿਆ। ਜਵਾਨ ਅਤੇ ਤੰਦਰੁਸਤ ਸੁੰਦਰੀਆਂ ਸਮੁੰਦਰ ਦੇ ਪਾਣੀ ਵਿੱਚ ਗਹਿਰੇ ਗੋਤੇ ਲਗਾਉਂਦੀਆਂ ਅਤੇ ਉੱਥੇ ਬੜੀ ਮੁਸ਼ਕਿਲ ਨਾਲ ਸਾਹ ਲੈਂਦੀਆਂ ਹੋਈਆਂ ਆਪਣੇ ਲੱਕ

ਨਾਲ ਲਟਕਦੇ ਹੋਏ ਥੈਲੇ ਵਿੱਚ ਕੁੱਝ ਸਿੱਪੀਆਂ ਪਾ ਲੈਂਦੀਆਂ। ਅਜਿਹੀ ਹੀ ਕਿਸੇ ਇੱਕ ਸਿੱਪੀ ਵਿੱਚ ਸ਼ਾਇਦ ਕੋਈ ਮੋਤੀ ਹੋ ਸਕਦਾ ਹੈ, ਪਰ ਮੋਤੀ ਵਾਲੀ ਅਜਿਹੀ ਇੱਕ ਖ਼ੁਸ਼ਕਿਸਮਤ ਸਿੱਪੀ ਪਾਉਣ ਲਈ ਹਜ਼ਾਰਾਂ ਸਿੱਪੀਆਂ ਕੱਢਣੀਆਂ ਪੈਂਦੀਆਂ ਹਨ। ਹੁਣ ਕਲਪਨਾ ਕਰੋ ਕਿ ਅਸਲੀ ਮੋਤੀਆਂ ਦੀ ਮਾਲਾ ਬਣਾਉਣ ਲਈ ਕਿੰਨੀ ਵਾਰੀ ਗੋਤੇ ਲਗਾਉਣਾ ਅਤੇ ਕਿੰਨੇ ਹਜ਼ਾਰ ਸਿੱਪੀਆਂ ਕੱਢਣੀਆਂ ਜ਼ਰੂਰੀ ਹੋਵੇਗਾ?

ਤਾਂ ਕੀ ਉਨ੍ਹਾਂ ਹੀ ਸ਼ਬਦਾਂ ਨਾਲ ਗੀਤਾਂ ਦੀ ਮਾਲਾ ਤਿਆਰ ਕਰਨੀ ਆਸਾਨ ਹੈ, ਜਿਨ੍ਹਾਂ ਦੀ ਲੋਕ ਹਰ ਰੋਜ਼ ਦੀ ਗੱਲਬਾਤ ਵਿੱਚ ਵਰਤੋਂ ਕਰਦੇ ਹਨ? ਸਾਰੇ ਸਾਧਾਰਨ ਸ਼ਬਦ, ਸਾਰੀਆਂ ਘਟਨਾਵਾਂ, ਸਾਰੀਆਂ ਭਾਵਨਾਵਾਂ, ਜੀਵਨ ਦੇ ਸਾਰੇ ਅਨੁਭਵ, ਇਹ ਹੈ ਉਹ ਮਹਾਂਸਾਗਰ, ਜਿਸ ਵਿੱਚ ਢੇਰ ਸਾਰੀਆਂ ਸਿੱਪੀਆਂ ਖਿੰਡੀਆਂ ਪਈਆਂ ਹਨ। ਪਰ ਮੋਤੀ ਦੀ ਭਾਲ ਕਰਨ ਵਾਲਿਆਂ ਨੂੰ ਬਹੁਤ ਜ਼ਿਆਦਾ ਸਖ਼ਤ ਮਿਹਨਤ ਕਰਨੀ ਪੈਂਦੀ ਹੈ, ਲਗਾਤਾਰ ਮਹਾਂਸਾਗਰ ਦੀਆਂ ਗਹਿਰਾਈਆਂ ਵਿੱਚ ਗੋਤੇ ਲਗਾਉਣੇ ਪੈਂਦੇ ਹਨ। ਇਸ ਦੇ ਲਈ ਬਹੁਤ ਜ਼ਿਆਦਾ ਨਿਪੁੰਨਤਾ, ਧੀਰਜ, ਤੰਦਰੁਸਤੀ ਅਤੇ ਸਹਿਣਸ਼ੀਲਤਾ ਜਾਂ ਕੋਸ਼ਿਸ਼ ਜ਼ਰੂਰੀ ਹੈ। ਇਹ ਵੀ ਜ਼ਰੂਰੀ ਹੈ ਕਿ ਕਿਸਮਤ ਸਾਥ ਦੇਵੇ। ਮੋਤੀ ਲੱਭਣ ਵਾਲੇ ਦਾ ਧੀਰਜ, ਚਾਂਦੀ 'ਤੇ ਕਾਲੀ ਨੱਕਾਸ਼ੀ ਕਰਨ ਵਾਲੇ ਕੂਬਾਚੀ ਕਾਰੀਗਰ ਦਾ ਧੀਰਜ, ਇਸ ਸਭ ਕੁੱਝ ਦਾ ਪ੍ਰਤਿਭਾ ਨਾਲ ਸਬੰਧ ਹੈ, ਇਹ ਸਾਰਾ ਕੁੱਝ ਹੈ ਪ੍ਰਤਿਭਾ ਅਤੇ ਮਿਹਨਤ।

ਜ਼ਿਆਦਾ ਸਮੇਂ ਤੱਕ ਜਿਊਂ ਸਕੇ ਕਵਿਤਾ ਮੇਰੀ,
ਸੁਖੀ-ਦੁਖੀ ਹੋ ਕੇ, ਮੈਂ ਵੀ ਅਪਣਾ ਲਵਾਂ।
ਕਿਵੇਂ ਉਸ ਕੂਬਾਚੀ ਦੇ ਕਾਰੀਗਰ ਜਿਹਾ,
ਮੈਂ ਵੀ ਆਖ਼ਰ ਧੀਰਜ, ਦ੍ਰਿੜ੍ਹਤਾ ਪਾ ਲਵਾਂ।

ਨਿਯਮ, ਜਿਨ੍ਹਾਂ ਨੂੰ ਹਰ ਪਹਾੜੀ ਜਾਣਦਾ ਹੈ:

ਬਾਲਗ ਹੋਣ ਤੋਂ ਪਹਿਲਾਂ ਸ਼ਾਦੀ ਨਾ ਕਰੋ।
ਪਾਣੀ ਤੱਕ ਪਹੁੰਚਣ ਤੋਂ ਪਹਿਲਾਂ ਬੂਟ ਨਾ ਲਾਹੋ।

ਜਦੋਂ ਤੱਕ ਜਾਨਵਰ ਜੰਗਲ ਵਿੱਚ ਹੈ ਅਤੇ ਤੁਸੀਂ ਉਸ ਦਾ ਸ਼ਿਕਾਰ ਨਹੀਂ ਕਰ ਲਿਆ, ਉਸ ਨੂੰ ਪਕਾਉਣ ਲਈ ਪਤੀਲਾ ਅੱਗ 'ਤੇ ਨਾ ਰੱਖੋ।

ਚਾਂਦੀ ਰੰਗੀ ਲੂੰਬੜੀ ਉਸ ਦੀ ਨਹੀਂ ਹੈ, ਜਿਸ ਨੇ ਉਸ ਨੂੰ ਦੇਖਿਆ, ਬਲਕਿ ਉਸ ਦੀ ਹੈ, ਜਿਸ ਨੇ ਉਸ ਨੂੰ ਫੜਿਆ।

ਯਾਦਾਂ

ਮੈਂ ਇੱਕ ਘਟਨਾ ਲੋਕਾਂ ਨੂੰ ਦੱਸਣੀ ਤਾਂ ਨਹੀਂ ਚਾਹੁੰਦਾ, ਕਿਉਂਕਿ ਉਸ ਵਿੱਚ ਮੇਰੀ ਸਿਫ਼ਤ ਦੀ ਕੋਈ ਗੱਲ ਨਹੀਂ ਹੈ, ਪਰ ਜਦੋਂ ਲੜੀਵਾਰ ਸਭ ਕੁੱਝ ਦੱਸਣਾ ਸ਼ੁਰੂ ਕਰ ਹੀ ਦਿੱਤਾ, ਤਾਂ ਹੁਣ ਇਸ ਨੂੰ ਕੀ ਛਿਪਾਉਣਾ? ਪਹਾੜਾਂ ਵਿੱਚ ਠੀਕ ਹੀ ਕਿਹਾ ਜਾਂਦਾ ਹੈ, "ਜੇਕਰ ਪੇਟ ਤੱਕ ਪਾਣੀ ਵਿੱਚ ਚਲੇ ਜਾਓ, ਤਾਂ ਪੂਰੀ ਤਰ੍ਹਾਂ ਹੀ ਵੜ ਜਾਓ।" ਅਤੇ "ਜੇਕਰ ਬੋਰੀ ਦਾ ਮੂੰਹ ਖੋਲ੍ਹ ਹੀ ਦਿੱਤਾ, ਤਾਂ ਉਸ ਵਿੱਚ ਜੋ ਕੁੱਝ ਵੀ ਐ, ਖਿੱਚ ਕੇ ਬਾਹਰ ਕੱਢ ਦਿਓ।"

ਇਹ ਕਿਤਾਬ, ਜੋ ਮੈਂ ਇਸ ਵੇਲੇ ਲਿਖ ਰਿਹਾ ਹਾਂ, ਕਦੋਂ ਦੀ ਪੂਰੀ ਹੋ ਗਈ ਹੁੰਦੀ, ਜੇਕਰ ਇਹ ਮੂਰਖਤਾ ਭਰਪੂਰ ਘਟਨਾ ਨਾ ਵਾਪਰ ਜਾਂਦੀ, ਜਿਸ ਦੀ ਮੈਂ ਹੁਣ ਚਰਚਾ ਕਰਨ ਲੱਗਿਆ ਹਾਂ।

ਆਮ ਤੌਰ 'ਤੇ ਅਜਿਹਾ ਹੁੰਦਾ ਹੈ ਕਿ ਜੇਕਰ ਕੋਈ ਕਿਤਾਬ ਲਿਖਣੀ ਸ਼ੁਰੂ ਕਰ ਚੁੱਕਿਆ ਹੋਵਾਂ ਅਤੇ ਫਿਰ ਮੈਨੂੰ ਕਿਤੇ ਜਾਣਾ ਪੈ ਜਾਵੇ, ਤਾਂ ਉਸ ਦਾ ਖਰੜਾ ਮੈਂ ਆਪਣੇ ਨਾਲ ਲੈ ਜਾਂਦਾ ਹਾਂ। ਇਸ ਤਰ੍ਹਾਂ ਮੇਰੇ ਖਰੜੇ ਵੱਖ-ਵੱਖ ਦੇਸ਼ਾਂ ਦੀ ਯਾਤਰਾ ਕਰ ਚੁੱਕੇ ਹਨ। ਜ਼ਾਹਿਰ ਹੈ ਕਿ ਮੈਂ ਉਨ੍ਹਾਂ ਨੂੰ ਉਂਝ ਹੀ ਆਪਣੇ ਨਾਲ ਨਹੀਂ ਲੈ ਜਾਂਦਾ, ਹੋਟਲ ਵਿੱਚ ਹਮੇਸ਼ਾ ਹੀ ਅਜਿਹੀ ਕੋਈ ਨਾ ਕੋਈ ਸੁਬ੍ਹਾ ਮਿਲ ਜਾਂਦੀ ਹੈ, ਜਦੋਂ ਖਰੜਾ ਲੈ ਕੇ ਬੈਠਿਆ ਜਾ ਸਕਦਾ ਹੈ, ਉਸ 'ਤੇ ਵਿਚਾਰ ਕਰਨੀ ਅਤੇ ਇੱਕ-ਅੱਧਾ ਪੰਨਾ ਲਿਖਣਾ ਸੰਭਵ ਹੁੰਦਾ ਹੈ। ਤਾਂ ਇਸ ਤਰ੍ਹਾਂ ਇਹ ਕਿਤਾਬ ਵੀ ਮੇਰੇ ਨਾਲ ਸਮੁੰਦਰਾਂ, ਮਹਾਂਸਾਗਰਾਂ ਅਤੇ ਮਹਾਂਦੀਪਾਂ ਦੀ ਸੈਰ ਕਰ ਆਈ ਹੈ।

ਇੱਕ ਵਾਰ ਬ੍ਰਸੇਲਸ ਤੋਂ ਵਾਪਸ ਮੁੜਦੇ ਹੋਏ ਮੈਂ ਮਾਸਕੋ ਦੇ 'ਮੋਸਕਵਾ' ਹੋਟਲ ਵਿੱਚ ਅੱਠਵੀਂ ਮੰਜ਼ਿਲ 'ਤੇ ਠਹਿਰਿਆ। ਹੁਣ ਜਦੋਂ ਇਸ ਹੋਟਲ ਦਾ ਜ਼ਿਕਰ ਆ ਹੀ ਗਿਆ ਹੈ, ਤਾਂ ਇਹ ਵੀ ਦੱਸ ਦਿਆਂ ਕਿ ਇਹ ਮੇਰੇ ਲਈ ਮਹਿਜ਼ ਹੋਟਲ ਹੀ ਨਹੀਂ ਹੈ। ਇਹ ਇੱਕ ਤਰ੍ਹਾਂ ਮੇਰਾ ਦੂਜਾ ਘਰ ਹੈ। ਜੇਕਰ ਉਨ੍ਹਾਂ ਸਾਲਾਂ ਨੂੰ ਧਿਆਨ ਵਿੱਚ ਰੱਖਿਆ ਜਾਵੇ, ਜਦੋਂ ਤੋਂ ਮੈਂ ਲੇਖਕ ਬਣਿਆ ਹਾਂ ਅਤੇ ਤਰ੍ਹਾਂ-ਤਰ੍ਹਾਂ ਦੇ ਕੰਮਾਂ ਦੇ ਸਿਲਸਿਲੇ ਵਿੱਚ ਰਾਜਧਾਨੀ ਆਉਂਦਾ-ਜਾਂਦਾ ਰਿਹਾ ਹਾਂ, ਤਾਂ ਲੱਗਭੱਗ ਮੇਰੀ ਅੱਧੀ ਉਮਰ ਇਸੇ ਹੋਟਲ ਵਿੱਚ ਗੁਜ਼ਰੀ ਹੈ।

ਸਾਰੇ ਪ੍ਰਬੰਧਕਾਂ, ਸਾਰੀਆਂ ਮੰਜ਼ਿਲਾਂ 'ਤੇ ਡਿਊਟੀ ਕਰਨ ਵਾਲੀਆਂ ਅਤੇ ਸਫ਼ਾਈ ਕਰਨ ਵਲੀਆਂ ਔਰਤਾਂ ਮੈਨੂੰ ਚੰਗੀ ਤਰ੍ਹਾਂ ਜਾਣਦੀਆਂ ਹਨ ਅਤੇ ਮੈਂ ਵੀ ਉਨ੍ਹਾਂ ਨੂੰ ਜਾਣਦਾ ਹਾਂ। ਮਾਸਕੋ ਦੇ ਮੇਰੇ ਦੋਸਤਾਂ ਨੂੰ ਵੀ ਇਹ ਪਤਾ ਹੈ ਕਿ ਮੈਂ ਹਮੇਸ਼ਾ 'ਮੋਸਕਵਾ' ਹੋਟਲ ਵਿੱਚ ਹੀ ਠਹਿਰਦਾ ਹਾਂ। ਇਨ੍ਹਾਂ ਦੋਸਤਾਂ ਵਿੱਚ ਸੱਚਮੁੱਚ ਕੁੱਝ ਤਾਂ ਅਜਿਹੇ ਵੀ ਹਨ, ਜਿਨ੍ਹਾਂ ਲਈ 'ਰਸੂਲ ਮਾਸਕੋ ਵਿੱਚ' ਸ਼ਬਦਾਂ ਦਾ ਇਹੀ ਅਰਥ ਹੁੰਦਾ ਹੈ ਕਿ ਵਿਹਲ ਦਾ ਸਮਾਂ ਕੱਟਣ ਦਾ ਇੱਕ ਚੰਗਾ ਸਬੱਬ ਬਣਿਆ ਹੈ।

ਮੈਂ ਅਜੇ ਮੂੰਹ-ਹੱਥ ਵੀ ਨਹੀਂ ਧੋਤੇ ਹਨ ਕਿ ਵਾਰ-ਵਾਰ ਟੈਲੀਫੋਨ ਦੀ ਘੰਟੀ ਵੱਜਣ ਲੱਗਦੀ ਹੈ, ਦਰਵਾਜ਼ੇ 'ਤੇ ਵਾਰ-ਵਾਰ ਦਸਤਕ ਹੋਣ ਲੱਗਦੀ ਹੈ ਅਤੇ ਕੁੱਝ ਹੀ ਦੇਰ ਬਾਅਦ ਕਮਰੇ ਵਿੱਚ ਕਿਤੇ ਬੈਠਣ ਜਾਂ ਹਿੱਲਣ-ਜੁੱਲਣ ਦੀ ਵੀ ਜਗ੍ਹਾ ਨਹੀਂ ਰਹਿੰਦੀ। ਹੋਟਲ ਦਾ ਕਮਰਾ ਬੇਸ਼ੱਕ ਪਹਾੜੀ ਘਰ ਨਹੀਂ ਹੁੰਦਾ, ਫਿਰ ਵੀ ਪੁਰਾਣੀ ਪਰੰਪਰਾ ਅਨੁਸਾਰ ਅਸੀਂ ਪਹਾੜੀ ਲੋਕ ਤੀਜੇ ਦਿਨ ਹੀ ਮਹਿਮਾਨ ਦਾ ਨਾਂ ਪੁੱਛਦੇ ਹਾਂ। ਪਰ ਕਿਉਂਕਿ ਤਿੰਨ ਦਿਨਾਂ ਤੱਕ ਕੋਈ ਮਹਿਮਾਨ ਵੀ ਕਮਰੇ ਵਿੱਚ ਬੈਠਾ ਨਹੀਂ ਰਹਿੰਦਾ, ਇਸ ਲਈ ਆਪਣੇ ਕੋਲ ਆਉਣ ਵਾਲੇ ਬਹੁਤ ਸਾਰੇ ਲੋਕਾਂ ਦੇ ਨਾਂ ਮੈਨੂੰ ਕਦੇ ਪਤਾ ਹੀ ਨਹੀਂ ਲੱਗ ਸਕਦੇ।

ਤਾਂ ਖ਼ੈਰ, ਬ੍ਰਸੇਲਸ ਤੋਂ ਵਾਪਸ ਮੁੜਨ 'ਤੇ ਇੱਕ ਵਾਰ ਮੈਂ 'ਮੋਸਕਵਾ' ਹੋਟਲ ਵਿੱਚ ਠਹਿਰਿਆ। ਹਮੇਸ਼ਾ ਵਾਂਗ ਮੇਰੇ ਕਮਰੇ ਵਿੱਚ ਲੋਕਾਂ ਦੀ ਭੀੜ ਸੀ। ਕੁੱਝ ਮੇਰੇ ਵਿਦੇਸ਼ ਤੋਂ ਵਾਪਸ ਆਉਣ ਦੀ ਵਧਾਈ ਅਤੇ ਕੁੱਝ ਦਾਗ਼ਿਸਤਾਨ ਦੀ ਮੇਰੀ ਯਾਤਰਾ ਲਈ ਸ਼ੁਭ-ਕਾਮਨਾਵਾਂ ਦੇਣ ਆਏ ਸਨ ਅਤੇ ਕੁੱਝ ਵੈਸੇ ਹੀ, ਕਿਸੇ ਵੀ ਕੰਮ ਤੋਂ ਬਿਨਾਂ ਆ ਗਏ ਸਨ। ਕੁੱਝ ਨੂੰ ਤਾਂ ਮੈਂ

ਖ਼ੁਦ ਬੁਲਾਇਆ ਸੀ ਅਤੇ ਕੁੱਝ ਬਿਨਾਂ ਬੁਲਾਏ ਮਹਿਮਾਨ ਸਨ।

ਹੱਲਾ-ਗੁੱਲਾ ਕਰਦੇ ਹੋਏ ਅਸੀਂ ਕੁੱਝ ਦੀ ਸਿਫ਼ਤ ਕੀਤੀ ਅਤੇ ਇਸ ਲਈ ਜਾਮ ਚੜ੍ਹਾਏ, ਸ਼ੋਰ ਮਚਾਉਂਦੇ ਹੋਏ ਦੂਜਿਆਂ ਦੀ ਆਲੋਚਨਾ ਕੀਤੀ ਅਤੇ ਇਸੇ ਲਈ ਪੀਤੀ। ਅਸੀਂ ਗੱਲਾਂ ਕਰਦੇ ਸੀ ਅਤੇ ਪੀਂਦੇ ਸੀ। ਖਿੜ-ਖਿੜਾ ਕੇ ਹੱਸਦੇ ਸੀ ਅਤੇ ਪੀਂਦੇ ਸੀ। ਗਾਣੇ ਗਾਉਂਦੇ ਸੀ ਅਤੇ ਪੀਂਦੇ ਸੀ। ਇਸ ਤੋਂ ਇਲਾਵਾ ਕਮਰੇ ਵਿੱਚ ਇੰਨਾ ਧੂਆਂ ਫ਼ੈਲਿਆ ਹੋਇਆ ਸੀ, ਜਿਵੇਂ ਮੇਜ ਜਾਂ ਪਲੰਘ ਦੇ ਹੇਠਾਂ ਗਿੱਲੀਆਂ ਲੱਕੜਾਂ ਦੀ ਅੱਗ ਬਲ ਰਹੀ ਹੋਵੇ।

ਅੱਬੂਤਾਲਿਬ ਕਿਹਾ ਕਰਦੇ ਸਨ ਕਿ ਤਿੰਨ ਕਾਰਨਾਂ ਕਰਕੇ ਉਹ ਬੁੱਢੇ ਹੋ ਗਏ ਹਨ।

ਸਭ ਤੋਂ ਪਹਿਲਾਂ ਤਾਂ ਇਹ ਕਿ ਜਦੋਂ ਸੱਦੇ ਹੋਏ ਮਹਿਮਾਨ ਆ ਜਾਂਦੇ ਹਨ ਅਤੇ ਇੱਕ ਉਸ ਮਹਿਮਾਨ ਦੀ ਉਡੀਕ ਕਰਨੀ ਪੈਂਦੀ ਹੈ, ਜੋ ਵੇਲੇ ਸਿਰ ਨਹੀਂ ਪਹੁੰਚਦਾ।

ਦੂਜਾ ਕਾਰਨ ਇਹ ਕਿ ਬੀਵੀ ਨੇ ਤਾਂ ਮੇਜ਼ 'ਤੇ ਖਾਣਾ ਲਗਾ ਦਿੱਤਾ ਹੈ, ਪਰ ਵੋਦਕਾ ਦੀ ਬੋਤਲ ਲਈ ਭੇਜਿਆ ਹੋਇਆ ਬੇਟਾ ਆਉਣ ਦਾ ਨਾਂ ਹੀ ਨਹੀਂ ਲੈਂਦਾ।

ਤੀਜਾ ਕਾਰਨ ਇਹ ਹੈ ਕਿ ਜਦੋਂ ਸਾਰੇ ਮਹਿਮਾਨ ਚਲੇ ਜਾਂਦੇ ਹਨ ਅਤੇ ਜਿਹੜਾ ਸਾਰੀ ਰਾਤ ਗੁੰਮ-ਸੁੰਮ ਬੈਠਾ ਰਿਹਾ ਹੈ, ਸਿਰਫ਼ ਉਹੀ ਦੇਹਲੀ ਕੋਲ ਰੁਕ ਕੇ ਬੋਲਣਾ ਸ਼ੁਰੂ ਕਰ ਦਿੰਦਾ ਹੈ ਅਤੇ ਆਪਣੀ ਖ਼ਾਮੋਸ਼ੀ ਦੇ ਘੰਟਿਆਂ ਦੀ ਘਾਟ ਪੂਰੀ ਕਰਨ ਲੱਗਦਾ ਹੈ ਜਾਂ ਅਜਿਹਾ ਅਨੁਭਵ ਹੁੰਦਾ ਹੈ ਕਿ ਉਸ ਦੀਆਂ ਗੱਲਾਂ ਦਾ ਕਦੇ ਅੰਤ ਨਹੀਂ ਹੋਵੇਗਾ।

ਅਸੀਂ ਚਾਹੇ ਕਿੰਨੇ ਵੀ ਥੱਕੇ ਹੋਏ ਕਿਉਂ ਨਾ ਹੋਈਏ, ਸਾਡੀਆਂ ਅੱਖਾਂ ਚਾਹੇ ਨੀਂਦ ਨਾਲ ਬੰਦ ਹੁੰਦੀਆਂ ਜਾ ਰਹੀਆਂ ਹੋਣ, ਪਰ ਸਾਨੂੰ ਉਸ ਦੀ ਬਕਵਾਸ ਸੁਣਨੀ ਪੈਂਦੀ ਹੈ। ਅਸੀਂ ਉਸ ਦੀ ਹਰ ਗੱਲ ਨਾਲ ਸਹਿਮਤ ਹੋਣ ਦੀ ਕੋਸ਼ਿਸ਼ ਕਰਦੇ ਹਾਂ, ਤਾਂ ਕਿ ਉਹ ਜਲਦੀ ਚੱਲਦਾ ਬਣੇ। ਪਰ ਸਾਡੇ ਇਸ ਤਰ੍ਹਾਂ ਸਹਿਮਤ ਹੋਣ ਨਾਲ ਉਸ ਨੂੰ ਹੋਰ ਉਤਸ਼ਾਹ ਮਿਲ਼ਦਾ ਹੈ ਅਤੇ ਉਹ ਨਵੀਂ ਤੋਂ ਨਵੀਂ ਬਕਵਾਸ ਜਾਰੀ ਰੱਖਦਾ ਹੈ।

* * *

ਅਜਿਹਾ ਹੀ ਇੱਕ ਮਹਿਮਾਨ ਉਸ ਸ਼ਾਮ ਨੂੰ, ਜਿਸ ਦਾ ਇੰਨਾ ਭਿਆਨਕ ਅੰਤ ਹੋਇਆ ਅਤੇ ਜਿਸ ਦੀ ਹੁਣ ਮੈਂ ਚਰਚਾ ਕਰਨੀ ਚਾਹੁੰਦਾ ਹਾਂ, ਹੋਟਲ ਦੇ ਮੇਰੇ ਕਮਰੇ ਵਿੱਚ ਆ ਗਿਆ। ਸਾਰੇ ਮਹਿਮਾਨਾਂ ਦੇ ਚਲੇ ਜਾਣ ਤੋਂ ਬਾਅਦ ਵੀ ਉਹ ਨਸ਼ੇ ਵਿੱਚ ਗੁੱਟ ਮੇਰੀ ਖੋਪੜੀ 'ਤੇ ਸਵਾਰ ਰਿਹਾ, ਕਮਰੇ ਦੀ ਹਰ ਸੰਭਵ ਜਗ੍ਹਾ 'ਤੇ ਉਸ ਨੇ ਸਿਗਰਟ ਦੇ ਟੋਟੇ ਬੁਝਾਏ। ਅਜਿਹਾ ਕਰਦੇ ਹੋਏ ਉਸ ਨੇ ਨਾ ਤਾਂ ਪਰਦਿਆਂ ਨੂੰ ਛੱਡਿਆ, ਨਾ ਕੁਰਸੀ ਦੀ ਬਾਂਹ ਨੂੰ, ਨਾ ਮੇਰੇ ਸੂਟਕੇਸ ਅਤੇ ਨਾ ਹੀ ਮੇਜ 'ਤੇ ਰੱਖੇ ਮੇਰੇ ਕਾਗਜ਼ਾਂ ਨੂੰ।

ਸ਼ੁਰੂ ਵਿੱਚ ਉਸ ਨੇ ਮੇਰੀ ਸਿਫ਼ਤ ਕੀਤੀ ਅਤੇ ਮੈਂ ਉਸ ਦੀ ਹਾਂ ਵਿੱਚ ਹਾਂ ਮਿਲਾਈ। ਫਿਰ ਉਸ ਨੇ ਆਪਣੀ ਸਿਫ਼ਤ ਕੀਤੀ, ਮੈਂ ਸਹਿਮਤੀ ਪ੍ਰਗਟ ਕੀਤੀ। ਉਸ ਤੋਂ ਬਾਅਦ ਉਸ ਨੇ ਆਪਣੀ ਬੀਵੀ ਦੀ ਸਿਫ਼ਤ ਕੀਤੀ, ਮੈਂ ਇਸ ਨਾਲ ਵੀ ਸਹਿਮਤ ਰਿਹਾ। ਆਖ਼ਰ ਉਹ ਮੈਨੂੰ ਬੁਰਾ-ਭਲਾ ਕਹਿਣ ਅਤੇ ਮੇਰੇ 'ਤੇ ਹਰ ਤਰ੍ਹਾਂ ਦਾ ਚਿੱਕੜ ਉਛਾਲਣ ਲੱਗਿਆ, ਮੈਂ ਇਸ ਦੇ ਨਾਲ ਵੀ ਸਹਿਮਤੀ ਪ੍ਰਗਟ ਕੀਤੀ, "ਹੁਣ ਇਹ ਆਪਣੇ ਆਪ ਨੂੰ ਅਤੇ ਫਿਰ ਆਪਣੀ ਬੀਵੀ ਨੂੰ ਬੁਰਾ-ਭਲਾ ਕਹਿਣਾ ਸ਼ੁਰੂ ਕਰੇਗਾ।" ਮੈਂ ਘਬਰਾ ਕੇ ਮਨ ਹੀ ਮਨ ਵਿੱਚ ਸੋਚਿਆ। ਪਰ ਉਸ

ਜਗ੍ਹਾ ਤੱਕ ਪਹੁੰਚਦੇ ਨਾ ਪਹੁੰਚਦੇ, ਜਿੱਥੇ ਤਰਕਸ਼ੀਲ ਢੰਗ ਨਾਲ ਉਸ ਨੇ ਆਪਣੇ ਆਪ ਨੂੰ ਕੋਸਣਾ ਸ਼ੁਰੂ ਕਰਨਾ ਸੀ, ਮੇਰੇ ਮਹਿਮਾਨ ਨੇ ਅਚਾਨਕ ਕਾਹਲੀ ਦਿਖਾਉਣੀ ਸ਼ੁਰੂ ਕਰ ਦਿੱਤੀ ਅਤੇ ਆਪਣੇ ਕਮਰੇ ਵਿੱਚ ਸੌਣ ਲਈ ਚਲਾ ਗਿਆ। ਹਾਂ, ਇਸ ਖ਼ਿਆਲ ਨਾਲ ਕਿ ਉਸ ਦੇ ਜਾਣ ਨਾਲ ਮੈਨੂੰ ਬਹੁਤਾ ਦੁੱਖ ਨਾ ਹੋਵੇ, ਉਹ ਅਗਲੇ ਦਿਨ ਆਉਣ ਦਾ ਵਾਅਦਾ ਕਰ ਗਿਆ।

ਕਦੇ-ਕਦੇ ਅਜਿਹਾ ਕਿਹਾ ਜਾਂਦਾ ਹੈ ਕਿ ਮਹਿਮਾਨ ਹਰ ਪੱਖੋਂ ਸੁੰਦਰ ਹੁੰਦਾ ਹੈ, ਪਰ ਫਿਰ ਵੀ ਉਸ ਦੀ ਪਿੱਠ ਸਭ ਤੋਂ ਸੁੰਦਰ ਹੁੰਦੀ ਹੈ। ਇਸ ਦਿਨ ਮੈਂ ਇਸ ਕਹਾਵਤ ਦਾ ਸਹੀ ਅਰਥ ਸਮਝਿਆ। ਆਪਣੇ ਇਸ ਜਾਂਦੇ ਹੋਏ ਮਹਿਮਨ ਦੀ ਪਿੱਠ ਮੈਨੂੰ ਬਹੁਤ ਹੀ ਖ਼ੂਬਸੂਰਤ ਲੱਗੀ, "ਤਾਂ ਅੱਜ ਦੀ ਸ਼ਾਮ ਸਾਰੀਆਂ ਮੁਸੀਬਤਾਂ ਤੋਂ ਖਹਿੜਾ ਛੁੱਟਿਆ।" ਮੈਂ ਰਾਹਤ ਦਾ ਸਾਹ ਲੈਂਦੇ ਹੋਏ ਮਨ ਹੀ ਮਨ ਸੋਚਿਆ, "ਹੁਣ ਚੈਨ ਨਾਲ ਸੁੱਤਾ ਜਾ ਸਕਦੈ।" ਮੈਂ ਝੱਟ ਦਰਵਾਜ਼ਾ ਬੰਦ ਕੀਤਾ, ਦੱਬੇ ਪੈਰ ਕੰਬਲ ਵਿੱਚ ਜਾ ਵੜਿਆ ਅਤੇ ਤੁਰੰਤ ਹੀ ਮੇਰੀ ਅੱਖ ਲੱਗ ਗਈ। ਮੈਨੂੰ ਅਜਿਹੀ ਮਜ਼ੇ ਦੀ ਨੀਂਦ ਆਈ, ਜਿਵੇਂ ਉਸ ਸਮੇਂ ਲੰਬੇ ਗਰਮ ਚੋਗੇ ਵਿੱਚ ਆਉਂਦੀ ਹੈ, ਜਦੋਂ ਬਾਹਰ ਬਾਰਿਸ਼ ਕਿਣ-ਮਿਣ ਦਾ ਆਪਣਾ ਰਾਗ ਅਲਾਪਦੀ ਹੁੰਦੀ ਹੈ। ਸੁਪਨੇ ਵਿੱਚ ਮੈਨੂੰ ਦਿਖਾਈ ਦਿੱਤਾ ਕਿ ਮੈਂ ਸੱਚਮੁੱਚ ਹੀ ਅੱਗ ਕੋਲ ਲੰਬਾ ਗਰਮ ਚੋਗਾ ਪਹਿਨੀਂ ਪਿਆ ਹਾਂ ਅਤੇ ਮੇਰੇ ਆਲੇ-ਦੁਆਲੇ ਚਰਵਾਹੇ ਬੈਠੇ ਹਨ। ਉਹ ਅੱਗ ਵਿੱਚ ਲੱਕੜਾਂ ਲਗਾ ਰਹੇ ਹਨ। ਅੱਗ ਵਿੱਚੋਂ ਧੂਆਂ ਨਿੱਕਲ ਰਿਹਾ ਸੀ, ਜਿਸ ਨਾਲ ਮੇਰੀਆਂ ਅੱਖਾਂ ਵਿੱਚ ਜਲਣ ਅਤੇ ਨੱਕ ਵਿੱਚ ਖੁਰਕ ਹੋ ਰਹੀ ਸੀ। ਇਸ ਤੋਂ ਬਾਅਦ ਮੈਂ ਆਪਣੇ ਆਪ ਨੂੰ ਜਿਵੇਂ ਬੇਕਰੀ ਵਿੱਚ ਮਹਿਸੂਸ ਕੀਤਾ, ਜਿੱਥੇ ਪਤਾ ਨਹੀਂ ਕਿਸ ਕਾਰਨ ਜਲੀ ਹੋਈ ਰੋਟੀ ਦੀ ਗੰਧ ਆ ਰਹੀ ਸੀ। ਇਸ ਤੋਂ ਬਾਅਦ ਮੈਂ ਇਹ ਦੇਖਿਆ ਕਿ ਐਤਵਾਰ ਦੇ ਦਿਨ ਮੈਂ ਦੋਸਤਾਂ ਨਾਲ ਸ਼ਹਿਰ ਤੋਂ ਬਾਹਰ ਗਿਆ ਹਾਂ ਅਤੇ ਉੱਥੇ ਅਸੀਂ ਸਵਾਦਲਾ ਸੀਖ-ਕਬਾਬ ਭੁੰਨ ਰਹੇ ਹਾਂ।

ਅੱਖਾਂ ਵਿੱਚ ਅਸਹਿ ਜਲਣ ਅਨੁਭਵ ਹੋਣ 'ਤੇ ਮੇਰੀ ਅੱਖ ਖੁੱਲ੍ਹੀ। ਮੈਂ ਇੱਕ ਦਮ ਉੱਠਿਆ, ਮੈਨੂੰ ਕੁੱਝ ਵੀ ਦਿਖਾਈ ਨਹੀਂ ਦੇ ਰਿਹਾ ਸੀ! ਕਮਰਾ ਧੂਏਂ ਨਾਲ ਭਰਿਆ ਹੋਇਆ ਸੀ ਅਤੇ ਦਰਵਾਜ਼ੇ ਦੇ ਨੇੜੇ ਵੀ ਜਿਵੇਂ ਅੱਗ ਬਲ ਰਹੀ ਸੀ। ਮੈਂ ਅੱਗ ਵੱਲ ਦੌੜਿਆ, ਤਾਂ ਦੇਖਿਆ ਕਿ ਮੇਰਾ ਸੂਟਕੇਸ ਜਲ ਰਿਹਾ ਹੈ।

ਮੇਰੇ ਸੂਟਕੇਸ 'ਤੇ ਦੁਨੀਆ ਦੇ ਬਿਹਤਰੀਨ ਹੋਟਲਾਂ ਦੇ ਨਿਸ਼ਾਨ ਲੱਗੇ ਹੋਏ ਸਨ। ਕਿੰਨੇ ਦੇਸ਼ਾਂ ਦੀ ਮੈਂ ਇਸ ਦੇ ਨਾਲ ਯਾਤਰਾ ਕੀਤੀ ਸੀ। ਕਿੰਨੇ ਚੁੰਗੀਆਂ ਤੋਂ ਅਸੀਂ ਬਿਨਾਂ ਕਿਸੇ ਪ੍ਰੇਸ਼ਾਨੀ ਤੋਂ ਨਿੱਕਲੇ ਸੀ। ਇਹ ਸਹੀ ਹੈ ਕਿ ਉਸ ਵਿੱਚ ਕਦੇ ਕੋਈ ਇਤਰਾਜ਼ਯੋਗ ਚੀਜ਼ ਨਹੀਂ ਹੁੰਦੀ ਸੀ, ਪਰ ਫਿਰ ਵੀ ਵੋਦਕਾ ਦੀ ਬੋਤਲ, ਜੋ ਦੋਸਤਾਂ ਨੂੰ ਭੇਟ ਕਰਨ ਲਈ ਹੁੰਦੀ ਸੀ, ਜਾਂ ਸਿਗਰਟਾਂ ਦਾ ਵਾਧੂ ਪੈਕਿਟ ਜਾਂ ਬੀਵੀ ਲਈ ਸੁੰਦਰ ਬਲਾਊਜ ਦੇਖ ਕੇ ਚੁੰਗੀ ਵਾਲੇ ਕਦੇ-ਕਦੇ ਚਮਕ ਉੱਠਦੇ ਸਨ।

ਤਾਂ ਮੇਰਾ ਇਹ ਸੂਟਕੇਸ, ਜੋ ਇੰਨੀਆਂ ਚੁੰਗੀਆਂ ਤੋਂ ਸਹੀ-ਸਲਾਮਤ ਨਿੱਕਲ ਆਇਆ ਸੀ, ਮਾਸਕੋ ਹੋਟਲ ਦੇ ਸ਼ਾਂਤ ਕਮਰੇ ਵਿੱਚ ਆ ਕੇ ਜਲ ਗਿਆ।

ਮੈਂ ਜਲਦੇ ਹੋਏ ਸੂਟਕੇਸ ਦੇ ਬਚੇ-ਖੁਚੇ ਹਿੱਸਿਆਂ ਨੂੰ ਜਲਦੀ ਨਾਲ ਚੁੱਕਿਆ,

ਨਹਾਉਣ ਵਾਲੇ ਟੱਬ ਵਿੱਚ ਪਾਇਆ ਅਤੇ ਟੂਟੀ ਚਲਾ ਦਿੱਤੀ। ਧੂਏਂ ਦੇ ਨਵੇਂ ਬੱਦਲ ਉੱਠੇ। ਮੇਰੇ ਹੱਥ ਅਤੇ ਸ਼ਾਇਦ ਚਿਹਰਾ ਵੀ ਕੁੱਝ ਜਲ ਗਿਆ ਸੀ। ਪਰ ਜਿਸ ਕੁਰਸੀ 'ਤੇ ਪਹਿਲਾਂ ਸੂਟਕੇਸ ਰੱਖਿਆ ਸੀ, ਹੁਣ ਉਸ ਦੀ ਜਾਂ ਗਲੀਚੇ ਅਤੇ ਪਰਦਿਆਂ ਦੀ ਅੱਗ ਬੁਝਾਉਣੀ ਜ਼ਰੂਰੀ ਸੀ। ਮੈਂ ਦੌੜ ਕੇ ਆਪਣੀ ਮੰਜ਼ਿਲ 'ਤੇ ਡਿਊਟੀ ਦੇਣ ਵਾਲੀ ਔਰਤ ਨੂੰ ਟੈਲੀਫੋਨ ਕੀਤਾ।

"ਮੈਂ ਜਲ ਰਿਹਾਂ।" ਮੈਂ ਉੱਚੀ ਆਵਾਜ਼ ਵਿੱਚ ਕਿਹਾ, "ਮੇਰੀ ਮੱਦਦ ਲਈ ਆਓ।"

ਪਰ ਡਿਊਟੀ ਵਾਲੀ ਨੇ ਸ਼ਾਇਦ ਇਹੀ ਸੋਚਿਆ ਕਿ ਰਸੂਲ ਤਾਂ ਸਿਰਫ਼ ਪਿਆਰ ਦੀ ਅੱਗ ਵਿੱਚ ਹੀ ਜਲ ਸਕਦਾ ਹੈ ਅਤੇ ਇਸ ਵੇਲੇ ਉਸੇ ਦੀ ਮੁਹੱਬਤ ਦੀ ਅੱਗ ਵਿੱਚ ਜਲ ਰਿਹਾ ਹੈ। ਇਸ ਲਈ ਉਸ ਨੇ ਬੜੀ ਤਸੱਲੀ ਨਾਲ, ਮਾਂ ਵਰਗੇ ਅੰਦਾਜ਼ ਵਿੱਚ ਜਵਾਬ ਦਿੱਤਾ:

"ਰਸੂਲ, ਬਸ ਇਹ ਸਭ ਰਹਿਣ ਦਿਓ, ਹੁਣ ਸੌਂ ਜਾਓ। ਸੁਬ੍ਹਾ ਤੱਕ ਬਿਲਕੁੱਲ ਠੀਕ-ਠਾਕ ਹੋ ਜਾਓਗੇ।"

ਔਰਤੋ! ਕਿੰਨੀ ਵਾਰ ਮੈਂ ਉਨ੍ਹਾਂ ਨੂੰ ਮਜ਼ਾਕ ਵਿੱਚ ਇਹ ਕਿਹਾ ਸੀ ਕਿ ਮੈਂ ਜਲਿਆ ਜਾ ਰਿਹਾ ਹਾਂ ਅਤੇ ਮੇਰੇ 'ਤੇ ਵਿਸ਼ਵਾਸ ਕਰ ਕੇ ਉਹ ਮੇਰੀ ਮੱਦਦ ਲਈ ਆਈਆਂ ਸਨ। ਪਰ ਜਦੋਂ ਜ਼ਿੰਦਗੀ ਵਿੱਚ ਸਿਰਫ਼ ਇੱਕ ਵਾਰ ਹੀ ਅਸਲੀ ਅੱਗ ਨੇ ਮੈਨੂੰ ਆ ਘੇਰਿਆ ਸੀ, ਤਾਂ ਕਿਸੇ ਨੇ ਮੇਰੇ 'ਤੇ ਵਿਸ਼ਵਾਸ ਨਹੀਂ ਕੀਤਾ।

ਅੱਗ ਬੁਝਾਉਣ ਵਾਲੇ ਇੱਕ ਬਹਾਦਰ ਆਦਮੀ ਵਾਂਗ ਮੈਂ ਅੱਗ ਦੇ ਖ਼ਿਲਾਫ਼ ਮੋਰਚਾ ਲਗਾਇਆ। ਆਖ਼ਰ ਮੈਨੂੰ ਗਲੀਚੇ, ਕੁਰਸੀਆਂ ਅਤੇ ਪਰਦਿਆਂ ਦੀ ਅੱਗ ਅਤੇ ਲੱਕੜ ਦੇ ਫ਼ਰਸ਼ ਦੀਆਂ ਸੁਲਘਦੀਆਂ ਤਖ਼ਤੀਆਂ ਨੂੰ ਬੁਝਾਉਣ ਵਿੱਚ ਵੀ ਕਾਮਯਾਬੀ ਮਿਲ ਗਈ। ਹਾਂ, ਮੈਂ ਅੱਗ 'ਤੇ ਜਿੱਤ ਤਾਂ ਪ੍ਰਾਪਤ ਕਰ ਲਈ ਸੀ, ਪਰ ਅਜਿਹਾ ਕਰ ਸਕਣ ਤੋਂ ਪਹਿਲਾਂ ਉਸ ਨੇ ਮੇਰਾ ਕਾਫ਼ੀ ਨੁਕਸਾਨ ਕਰ ਦਿੱਤਾ ਸੀ।

ਸ਼ਾਇਦ ਨਸ਼ੇ ਵਿੱਚ ਗੁੱਟ ਮਹਿਮਾਨ ਨੇ ਮੇਰੇ ਸੂਟਕੇਸ ਵਿੱਚ ਸਿਗਰਟ ਦਾ ਟੋਟਾ ਸੁੱਟ ਦਿੱਤਾ ਸੀ ਅਤੇ ਉੱਥੋਂ ਹੀ ਸਾਰੀ ਮੁਸੀਬਤ ਸ਼ੁਰੂ ਹੋਈ ਸੀ। ਮੇਰੀਆਂ ਕਮੀਜ਼ਾਂ, ਸੂਟ ਅਤੇ ਬ੍ਰਸੇਲਸ ਤੋਂ ਲਿਆਂਦੇ ਹੋਏ ਸਾਰੇ ਤੋਹਫ਼ੇ ਜਲ ਗਏ। ਹੋਟਲ ਦੇ ਪ੍ਰਬੰਧਕਾਂ ਨੇ ਗਲੀਚੇ, ਕੁਰਸੀਆਂ ਅਤੇ ਪਰਦਿਆਂ ਦਾ ਹਿਸਾਬ ਜੋੜ ਕੇ ਖ਼ਾਸੀ ਵੱਡੀ ਰਕਮ ਦਾ ਬਿੱਲ ਮੇਰੇ ਸਾਹਮਣੇ ਪੇਸ਼ ਕਰ ਦਿੱਤਾ। ਖ਼ੁਦ ਮੈਨੂੰ ਹਸਪਤਾਲ ਜਾਣਾ ਪਿਆ। ਘਰੇ ਬੀਵੀ ਨੂੰ ਟੈਲੀਫੋਨ ਕੀਤਾ ਕਿ ਕਿਸੇ ਜ਼ਰੂਰੀ ਕੰਮ ਕਰਕੇ ਰੁਕ ਰਿਹਾ ਹਾਂ। ਪਰ ਕਿਉਂਕਿ ਇਹ ਨਹੀਂ ਸੋਚਿਆ ਸੀ ਕਿ ਕਿਹੜੇ ਜ਼ਰੂਰੀ ਕੰਮ ਕਰਕੇ ਰੁਕ ਰਿਹਾ ਹਾਂ, ਇਸ ਲਈ ਫਿਰ ਫੋਨ ਕਰਨ ਦਾ ਵਾਅਦਾ ਕੀਤਾ। ਤਾਂ ਕੰਬਖ਼ਤ ਇੱਕ ਟੋਟੇ ਨੇ ਕੀ ਗ਼ਜ਼ਬ ਕਰ ਦਿੱਤਾ ਸੀ।

ਪਰ ਸੱਚ ਤਾਂ ਇਹ ਹੈ ਕਿ ਮੇਰੇ ਸਭ ਤੋਂ ਵੱਡੇ ਨੁਕਸਾਨ ਦੇ ਮੁਕਾਬਲੇ ਇਹ ਸਾਰੀ ਹਾਨੀ ਤਾਂ ਬੜੀ ਤੁੱਛ ਜਿਹੀ ਮਹਿਸੂਸ ਹੋਈ। ਸੂਟਕੇਸ ਵਿੱਚ ਉਹ ਖਰੜਾ ਪਿਆ ਸੀ, ਜਿਸ 'ਤੇ ਮੈਂ ਪਿਛਲੇ ਦੋ ਸਾਲ ਤੋਂ ਕੰਮ ਕਰ ਰਿਹਾ ਸੀ......।

ਕਹਿੰਦੇ ਹਨ ਕਿ ਸਭ ਤੋਂ ਵੱਡੀ ਮੱਛੀ ਉਹ ਹੁੰਦੀ ਹੈ, ਜੋ ਕਾਂਟੇ ਵਿੱਚੋਂ ਨਿੱਕਲ ਜਾਵੇ, ਸਭ ਤੋਂ ਮੋਟਾ ਪਹਾੜੀ ਬੱਕਰਾ ਉਹ ਹੁੰਦਾ ਹੈ, ਜਿਸ 'ਤੇ ਸਾਧਿਆ ਹੋਇਆ ਨਿਸ਼ਾਨਾ ਖੁੰਝ ਜਾਵੇ, ਸਭ ਤੋਂ ਜ਼ਿਆਦਾ ਖ਼ੂਬਸੂਰਤ ਔਰਤ ਉਹ ਹੁੰਦੀ ਹੈ, ਜੋ ਤੁਹਾਨੂੰ ਛੱਡ ਜਾਵੇ।

ਮੇਰੇ ਖਰੜੇ ਦੇ ਬਹੁਤ ਸਾਰੇ ਪੰਨੇ ਜਲ ਗਏ। ਹੁਣ ਮੈਨੂੰ ਲੱਗਦਾ ਹੈ ਕਿ ਉਹੀ ਮੇਰੇ ਸਭ ਤੋਂ ਵਧੀਆ ਪੰਨੇ ਸਨ।

ਇਸ ਤੋਂ ਇਲਾਵਾ, ਕਾਂਟੇ ਵਿੱਚੋਂ ਨਿੱਕਲ ਜਾਣ ਵਾਲੀ ਮੱਛੀ ਤਾਂ ਮੇਰੀ ਸੀ ਹੀ ਨਹੀਂ, ਜਿਸ ਪਹਾੜੀ ਬੱਕਰੇ 'ਤੇ ਸਾਧਿਆ ਨਿਸ਼ਾਨਾ ਖੁੰਝਿਆ, ਉਹ ਵੀ ਮੇਰਾ ਨਹੀਂ ਸੀ। ਛੱਡ ਕੇ ਜਾਣ ਵਾਲੀ ਔਰਤ ਵੀ ਮੇਰੀ ਨਹੀਂ ਸੀ। ਪਰ ਜਲ ਜਾਣ ਵਾਲੇ ਪੰਨੇ ਮੇਰੇ ਸਨ। ਉਨ੍ਹਾਂ ਦੀ ਕਲਪਨਾ ਮੈਂ ਖ਼ੁਦ ਕੀਤੀ ਸੀ, ਮੈਂ ਉਨ੍ਹਾਂ ਨੂੰ ਜਿਊਂਇਆ ਸੀ ਅਤੇ ਪ੍ਰੇਸ਼ਾਨ ਹੋ ਕੇ ਰਚਿਆ ਸੀ। ਬੜੇ ਧੀਰਜ ਨਾਲ ਅਨੇਕਾਂ ਉਨੀਂਦੀਆਂ ਰਾਤਾਂ ਅਤੇ ਦਿਨਾਂ ਵਿੱਚ ਮੈਂ ਉਨ੍ਹਾਂ 'ਤੇ ਮਿਹਨਤ ਕੀਤੀ ਸੀ। ਇਸ ਲਈ ਆਪਣੇ ਖਰੜੇ ਦੇ ਨਸ਼ਟ ਹੋਣ 'ਤੇ ਮੈਨੂੰ ਬੜਾ ਦੁੱਖ ਹੋਇਆ ਸੀ। ਇਸ ਲਈ ਮੈਂ ਸੋਚਦਾ ਹਾਂ ਕਿ ਉਹ ਮੇਰੀ ਸਭ ਤੋਂ ਚੰਗੀ ਪੁਸਤਕ ਸੀ।

ਮੈਂ ਕੁੱਝ ਹੀ ਸਮੇਂ ਵਿੱਚ ਵਿੱਚ ਉਸ ਖੇਤ ਵਾਂਗ ਉਜਾੜ ਜਿਹਾ ਹੋ ਗਿਆ, ਜਿਸ ਤੋਂ ਪੂਲੇ ਚੁੱਕ ਲਏ ਜਾਂਦੇ ਹਨ ਜਾਂ ਉਸ ਆਖ਼ਰੀ ਪੂਲੇ ਵਰਗਾ ਹੋ ਗਿਆ, ਜਿਸ ਨੂੰ ਲੋਕ ਲਿਜਾਣਾ ਭੁੱਲ ਗਏ ਸਨ।

ਜਲੇ ਹੋਏ ਪੰਨਿਆਂ ਦਾ ਹਰ ਸ਼ਬਦ ਮੈਨੂੰ ਮੋਤੀ ਜਿਹਾ ਪ੍ਰਤੀਤ ਹੋਣ ਲੱਗਿਆ। ਪੰਕਤੀਆਂ ਮੇਰੀ ਕਲਪਨਾ ਵਿੱਚ ਕੀਮਤੀ ਹਾਰ ਬਣ ਗਈਆਂ।

ਮੈਨੂੰ ਅਜਿਹਾ ਧੱਕਾ ਲੱਗਿਆ ਸੀ ਕਿ ਦੋ ਸਾਲ ਤੱਕ ਮੈਂ ਨਸ਼ਟ ਹੋਏ ਖਰੜੇ ਨੂੰ ਬਹਾਲ ਕਰਨ ਲਈ ਨਹੀਂ ਬੈਠ ਸਕਿਆ। ਆਖ਼ਰ ਜਦੋਂ ਸ਼ਾਂਤ ਹੋ ਗਿਆ, ਤਾਂ ਇਹ ਗੱਲ ਮੇਰੀ ਸਮਝ ਵਿੱਚ ਆਈ ਕਿ ਬੇਸ਼ੱਕ ਮੈਂ ਲੱਗਭੱਗ ਉਨ੍ਹਾਂ ਹੀ ਚੀਜ਼ਾਂ ਬਾਰੇ ਦੁਬਾਰਾ ਲਿਖ ਸਕਦਾ ਹਾਂ, ਪਰ ਪਹਿਲਾਂ ਵਾਲੇ ਪੰਨਿਆਂ ਨੂੰ ਵਾਪਸ ਲਿਆਉਣਾ ਸੰਭਵ ਨਹੀਂ।

ਇਹ ਬਿਲਕੁੱਲ ਉਹੋ ਜਿਹੀ ਹੀ ਗੱਲ ਸੀ ਕਿ ਜਿਵੇਂ ਕਿਸੇ ਮਾਂ-ਬਾਪ ਦਾ ਬਹੁਤ ਪਿਆਰਾ ਬੱਚਾ ਮਰ ਜਾਂਦਾ ਹੈ, ਤਾਂ ਕੁੱਝ ਸਮਾਂ ਗੁਜ਼ਰਨ 'ਤੇ ਉਨ੍ਹਾਂ ਦਾ ਦੂਜਾ ਬੱਚਾ ਹੋ ਸਕਦਾ ਹੈ ਅਤੇ ਉਸ ਨੂੰ ਵੀ ਉਹ ਉਨਾ ਹੀ ਪਿਆਰ ਕਰਨਗੇ, ਪਰ ਫਿਰ ਵੀ ਉਹ ਓਹੀ ਨਹੀਂ ਬਣ ਸਕਦਾ, ਜਿਸ ਨੂੰ ਉਹ ਖੋਅ ਚੁੱਕੇ ਹਨ, ਬਲਕਿ ਦੂਜਾ ਵਿਅਕਤੀ ਹੋਵੇਗਾ।

ਕਹਿੰਦੇ ਹਨ ਕਿ ਕਵਿਤਾ ਪਾਣੀ ਤੋਂ ਘਬਰਾਉਂਦੀ ਹੈ। ਕਵਿਤਾ ਤਾਂ ਅੱਗ ਹੈ ਅਤੇ ਕਵੀ ਦੀ ਸਿਰਜਣਾ ਉਸ ਅੱਗ ਵਿੱਚ ਉਸ ਦਾ ਜਲ ਜਾਣਾ। ਹਾਂ, ਕਵਿਤਾਵਾਂ ਵਿੱਚ ਪਾਣੀ ਨਹੀਂ ਹੋਣਾ ਚਾਹੀਦਾ। ਪਰ ਅੱਲ੍ਹਾ ਉਨ੍ਹਾਂ ਨੂੰ ਅਜਿਹੀ ਅੱਗ ਤੋਂ ਵੀ ਬਚਾਵੇ, ਜਿਸ ਨਾਲ ਹੋਟਲ ਦੇ ਕਮਰੇ ਵਿੱਚ ਮੇਰੀਆਂ ਕਵਿਤਾਵਾਂ ਦਾ ਵਾਹ ਪਿਆ।

ਅਬੂਤਾਲਿਬ ਦੇ ਫਲੈਟ ਵਿੱਚ ਕਿਵੇਂ ਚੋਰੀ ਹੋਈ

ਮੈਂ ਨਹੀਂ ਜਾਣਦਾ ਕਿ ਇਹ ਕਿਵੇਂ ਹੋਇਆ, ਕਿਸ ਨੇ ਇਹ ਚਾਲ ਚੱਲੀ ਅਤੇ ਕਿਉਂ ਅਜਿਹਾ ਹੋਇਆ ਕਿ ਅਬੂਤਾਲਿਬ ਦੇ ਘਰ ਕੋਈ ਨਹੀਂ ਸੀ ਅਤੇ ਉਸ ਦੇ ਫਲੈਟ ਵਿੱਚ ਚੋਰੀ ਹੋ ਗਈ। ਜਦੋਂ ਜਾਂਚ ਕੀਤੀ ਗਈ, ਤਾਂ ਬੇਟੀ ਦੀ ਸੋਨੇ ਦੀ ਘੜੀ, ਸੋਨੇ ਦੀ ਅੰਗੂਠੀ, ਕਾਂਟੇ ਅਤੇ ਅਜਿਹੇ ਹੀ ਕੁੱਝ ਹੋਰ ਗਹਿਣੇ ਗ਼ਾਇਬ ਸਨ। ਫ਼ਰ ਦਾ ਕੋਟ, ਫ਼ਾਕ, ਸੈਂਡਲ, ਬੂਟ ਅਤੇ ਰੁਪਏ ਵੀ ਨਹੀਂ ਸਨ...ਅਬੂਤਾਲਿਬ ਦੀ ਬੀਵੀ ਤਾਂ ਗਸ਼ ਖਾਂਦੇ-ਖਾਂਦੇ ਬਚੀ, ਬੇਟੀ

ਪਲੰਘ 'ਤੇ ਡਿੱਗ ਕੇ ਰੋਣ ਲੱਗੀ। ਪਰ ਅਬੂਤਾਲਿਬ ਦੂਜੇ ਕਮਰੇ ਵਿੱਚ ਜਾ ਕੇ ਫ਼ਰਸ਼ 'ਤੇ ਬੈਠ ਗਏ ਅਤੇ ਸ਼ਹਿਨਾਈ ਵਜਾਉਣ ਲੱਗੇ।

ਅਬੂਤਾਲਿਬ ਦੀ ਬੀਵੀ ਝੱਟ-ਪੱਟ ਉੱਥੇ ਆ ਕੇ ਨਾਰਾਜ਼ ਹੋਣ ਲੱਗੀ:

"ਕੋਈ ਸ਼ਰਮ-ਹਯਾ ਹੈ ਤੁਹਾਨੂੰ? ਇੰਨੀ ਵੱਡੀ ਮੁਸੀਬਤ ਅਤੇ ਤੁਸੀਂ ਕੀ ਕਰ ਰਹੇ ਹੋ? ਜਲਦੀ ਹੀ ਮਿਲੀਸ਼ੀਆਮੈਨ ਜਾਂ ਪ੍ਰੋਸੀਕਿਊਟਰ ਨੂੰ ਬੁਲਾਉਣਾ ਚਾਹੀਦੈ......।"

"ਅਜਿਹੀ ਵੀ ਕੀ ਮੁਸੀਬਤ ਐ। ਮੇਰੀਆਂ ਕਵਿਤਾਵਾਂ ਸਹੀ-ਸਲਾਮਤ ਨੇ। ਦੇਖੋ ਤਾਂ, ਮੇਰੇ ਸਾਰੇ ਕਾਗਜ਼ ਪਹਿਲਾਂ ਵਾਂਗ ਹੀ ਪਏ ਨੇ। ਚੋਰਾਂ ਨੇ ਉਨ੍ਹਾਂ ਨੂੰ ਛੂਹਿਆ ਵੀ ਨਹੀਂ। ਮੈਨੂੰ ਤਾਂ ਦੁਖੀ ਹੋਣ ਦੀ ਕੋਈ ਵਜ੍ਹਾ ਨਜ਼ਰ ਨਹੀਂ ਆਉਂਦੀ।"

"ਕਿਸ ਨੂੰ ਜ਼ਰੂਰਤ ਐ ਤੁਹਾਡੀਆਂ ਕਵਿਤਾਵਾਂ ਦੀ, ਉਹ ਵੀ ਲਾਕ ਭਾਸ਼ਾ ਵਿੱਚ?"

"ਮੇਰੀ ਭੋਲੀ ਬੀਵੀ, ਤੁਸੀਂ ਕੁੱਝ ਵੀ ਤਾਂ ਨਹੀਂ ਜਾਣਦੇ। ਅਜਿਹੇ ਵੀ ਲੋਕ ਨੇ, ਜੋ ਕਵੀ ਵੀ ਕਹਾਉਂਦੇ ਨੇ ਅਤੇ ਵੈਸੇ, ਪਰਾਈਆਂ ਕਵਿਤਾਵਾਂ ਵੀ ਚੁਰਾਇਆ ਕਰਦੇ ਨੇ। ਸ਼ੁਕਰ ਐ ਅੱਲ੍ਹਾ ਦਾ ਕਿ ਮੇਰੀਆਂ ਕਵਿਤਾਵਾਂ ਨਹੀਂ ਚੁਰਾਈਆਂ ਗਈਆਂ। ਸਾਲ ਭਰ ਮੈਂ ਇਨ੍ਹਾਂ 'ਤੇ ਮਿਹਨਤ ਕੀਤੀ ਐ ਅਤੇ ਜੇਕਰ ਇਨ੍ਹਾਂ ਵਿੱਚੋਂ ਇੱਕ ਵੀ ਖੋ ਜਾਂਦੀ, ਤਾਂ ਮੇਰੇ ਲਈ ਬੜੇ ਦੁੱਖ ਦੀ ਗੱਲ ਹੁੰਦੀ। ਇਸ ਤੋਂ ਇਲਾਵਾ ਮੇਰੀ ਸ਼ਹਿਨਾਈ ਵੀ ਠੀਕ ਐ। ਤਾਂ ਫਿਰ ਮੈਂ ਖ਼ੁਸ਼ ਹੋ ਕੇ ਇਸ ਨੂੰ ਕਿਉਂ ਨਾ ਵਜਾਵਾਂ?"

ਅਤੇ ਅਬੂਤਾਲਿਬ ਆਪਣੀ ਬੀਵੀ-ਬੇਟੀ ਦੇ ਚੀਕ-ਚਿਹਾੜੇ 'ਤੇ ਹੋਰ ਧਿਆਨ ਨਾ ਦੇ ਕੇ ਸ਼ਹਿਨਾਈ ਵਜਾਉਂਦੇ ਰਹੇ।

ਆਫ਼ੰਦੀ ਕਾਪੀਏਵ ਨੇ ਮੈਨੂੰ ਇਹ ਗੱਲ ਸੁਣਾਈ

ਗਰਮੀ ਦੇ ਇੱਕ ਸੁਹਾਵਣੇ ਦਿਨ ਸੁਲੇਮਾਨ ਸਤਾਲਸਕੀ ਆਪਣੇ ਪਹਾੜੀ ਘਰ ਦੀ ਛੱਤ 'ਤੇ ਲੇਟਿਆ ਹੋਇਆ ਆਸਮਾਨ ਨੂੰ ਦੇਖ ਰਿਹਾ ਸੀ। ਆਲੇ-ਦੁਆਲੇ ਪੰਛੀ ਚਹਿਕ ਰਹੇ ਸਨ, ਝਰਨੇ ਝਰ-ਝਰ ਕਰ ਰਹੇ ਸਨ। ਹਰ ਕੋਈ ਇਹੀ ਸੋਚਦਾ ਸੀ ਕਿ ਸੁਲੇਮਾਨ ਆਰਾਮ ਕਰ ਰਿਹਾ ਹੈ। ਉਸ ਦੀ ਬੀਵੀ ਨੇ ਵੀ ਅਜਿਹਾ ਹੀ ਸੋਚਿਆ। ਛੱਤ 'ਤੇ ਚੜ੍ਹ ਕੇ ਉਸ ਨੇ ਪਤੀ ਨੂੰ ਆਵਾਜ਼ ਮਾਰੀ:

"ਖ਼ੀਨਕਾਲ ਤਿਆਰ ਹੋ ਗਏ। ਮੈਂ ਮੇਜ 'ਤੇ ਲਗਾ ਦਿੱਤੇ ਨੇ। ਖਾਣੇ ਦਾ ਸਮਾਂ ਹੋ ਗਿਆ।"

ਸੁਲੇਮਾਨ ਨੇ ਕੋਈ ਜਵਾਬ ਨਹੀਂ ਦਿੱਤਾ, ਸਿਰ ਵੀ ਨਹੀਂ ਘੁਮਾਇਆ।

ਕੁੱਝ ਦੇਰ ਬਾਅਦ ਐਨਾ ਨੇ ਦੂਜੀ ਵਾਰ ਪਤੀ ਨੂੰ ਬੁਲਾਇਆ:

"ਖ਼ੀਨਕਾਲ ਠੰਢੇ ਹੋਈ ਜਾ ਰਹੇ ਨੇ। ਥੋੜ੍ਹੀ ਦੇਰ ਬਾਅਦ ਖਾਣ ਵਾਲੇ ਨਹੀਂ ਰਹਿਣੇ।"

ਸੁਲੇਮਾਨ ਹਿੱਲਿਆ-ਜੁੱਲਿਆ ਵੀ ਨਹੀਂ।

ਫਿਰ ਉਸ ਦੀ ਬੀਵੀ ਇਹ ਸੋਚ ਕੇ ਕਿ ਪਤੀ ਹੇਠਾਂ ਨਹੀਂ ਆਉਣਾ ਚਾਹੁੰਦਾ, ਛੱਤ 'ਤੇ ਹੀ ਖਾਣਾ ਲੈ ਆਈ। ਉਸ ਨੇ ਇਹ ਕਹਿੰਦੇ ਹੋਏ ਉਸ ਵੱਲ ਥਾਲੀ ਵਧਾਈ:

"ਤੁਸੀਂ ਸੁਬ੍ਹਾ ਤੋਂ ਕੁੱਝ ਨਹੀਂ ਖਾਧਾ। ਦੇਖੋ ਤਾਂ, ਮੈਂ ਤੁਹਾਡੇ ਲਈ ਕਿਹੋ ਜਿਹੇ ਸਵਾਦਲੇ ਖ਼ੀਨਕਾਲ ਤਿਆਰ ਕੀਤੇ ਨੇ।"

ਸੁਲੇਮਾਨ ਆਪੇ ਤੋਂ ਬਾਹਰ ਹੋ ਗਿਆ। ਉਹ ਆਪਣੀ ਜਗ੍ਹਾ ਤੋਂ ਉੱਠਿਆ ਅਤੇ ਚਿੰਤਿਤ ਪਤਨੀ 'ਤੇ ਵਰ੍ਹ ਪਿਆ:

"ਤੁਸੀਂ ਤਾਂ ਹਮੇਸ਼ਾ ਮੇਰੇ ਕੰਮ ਵਿੱਚ ਵਿਘਨ ਪਾਉਂਦੇ ਰਹਿੰਦੇ ਹੋ।"

"ਪਰ ਤੁਸੀਂ ਤਾਂ ਵੈਸੇ ਹੀ ਬੇਕਾਰ ਲੇਟੇ ਹੋਏ ਸੀ। ਮੈਂ ਸੋਚਿਆ......।"

"ਨਹੀਂ, ਮੈਂ ਕੰਮ ਕਰ ਰਿਹਾਂ। ਫਿਰ ਕਦੇ ਮੇਰੇ ਕੰਮ ਵਿੱਚ ਵਿਘਨ ਨਾ ਪਾਉਣਾ।"

ਹਾਂ, ਇਸੇ ਦਿਨ ਸੁਲੇਮਾਨ ਨੇ ਨਵੀਂ ਕਵਿਤਾ ਰਚੀ ਸੀ।

ਤਾਂ ਕਵੀ ਜਦੋਂ ਲੇਟਿਆ ਹੋਇਆ ਆਕਾਸ਼ ਨੂੰ ਦੇਖਦਾ ਹੈ, ਉਦੋਂ ਵੀ ਕੰਮ ਕਰਦਾ ਹੁੰਦਾ ਹੈ।

ਪਤਨੀ ਪ੍ਰਤੀ ਕਵੀ ਨੇ ਅਜਿਹੇ ਭਾਵ ਜਤਾਏ:

ਤੂੰ ਪ੍ਰਕਾਸ਼ ਮੇਰੇ ਜੀਵਨ ਦਾ, ਤੂੰ ਪ੍ਰਭਾਤ, ਤੂੰ ਤਾਰਾ,
ਜਦੋਂ ਤੂੰ ਨੇੜੇ, ਕੋਲੇ ਮੇਰੇ, ਸੁੱਖਦਾਈ, ਮਿੱਠਾ ਜੀਵਨ,
ਜਦੋਂ ਤੂੰ ਦੂਰ, ਤਦੇ ਬਣਦਾ ਉਹ, ਕੌੜਾ ਸਾਗਰ ਖਾਰਾ।

ਪਰ ਪ੍ਰਕਾਸ਼ ਉਹ ਜਿਸ ਪਲ, ਕਵੀ ਦੇ ਸਨਮੁੱਖ ਆਇਆ,
ਉਸ ਨੂੰ ਦੇਖ ਉਹ ਤ੍ਰਬਕਿਆ, ਘਬਰਾ ਕੇ ਚਿੱਲਾਇਆ।
ਫਿਰ ਤੂੰ ਦੁਬਾਰਾ ਆ ਗਈ ਇੱਥੇ, ਹਾਏ ਰਾਮ ਜੀ,
ਮੈਨੂੰ ਕੰਮ ਕਰਨ ਦੇ ਕੁੱਝ ਤਾਂ, ਕਿਉਂ ਮੈਨੂੰ ਤੜਫ਼ਾਇਆ।

ਪਿਤਾ ਜੀ ਨੇ ਇਹ ਗੱਲ ਸੁਣਾਈ

ਪ੍ਰੇਮ ਦਾ ਮਹਾਨ ਗਾਇਕ ਮਹਿਮੂਦ ਕਿਸੇ ਸਨਮਾਨਿਤ ਵਿਅਕਤੀ ਕੋਲ ਮਹਿਮਾਨ ਸੀ। ਦੂਜੇ ਕਈ ਮਹਿਮਾਨ ਵੀ ਸਨ। ਅੱਧੀ ਰਾਤ ਤੱਕ ਕਵੀ ਨੇ ਆਪਣੀਆਂ ਕਵਿਤਾਵਾਂ ਦਾ ਰਸ-ਪਾਣ ਕਰਵਾਇਆ। ਇਸ ਤੋਂ ਬਾਅਦ ਸਾਰੇ ਸੌਣ ਚਲੇ ਗਏ। ਮਹਿਮੂਦ ਨੂੰ ਸੌਣ ਲਈ ਸਭ ਤੋਂ ਚੰਗਾ ਕਮਰਾ ਦਿੱਤਾ ਗਿਆ। ਘਰ ਦੇ ਮਾਲਕ ਨੇ ਉੱਥੇ ਹੱਥ-ਮੂੰਹ ਧੋਣ ਲਈ ਥਾਲ ਅਤੇ ਗਾਗਰ ਰੱਖ ਦਿੱਤੀ, ਸ਼ੁਭ-ਰਾਤ ਦੀ ਕਾਮਨਾ ਕੀਤੀ ਅਤੇ ਚਲਾ ਗਿਆ।

ਸੁਬ੍ਹਾ ਨੂੰ ਇਸ ਡਰ ਕਰਕੇ ਕਿ ਮਹਿਮੂਦ ਸੁਬ੍ਹਾ ਦੀ ਨਮਾਜ਼ ਵੇਲੇ ਕਿਤੇ ਸੁੱਤਾ ਹੀ ਨਾ ਰਹਿ ਜਾਵੇ, ਘਰ ਦੇ ਮਾਲਕ ਨੇ ਦੱਬੇ ਪੈਰ ਮਹਿਮੂਦ ਦੇ ਕਮਰੇ ਵਿੱਚ ਝਾਕਿਆ। ਉਸ ਨੇ ਦੇਖਿਆ ਕਿ ਕਵੀ ਨੇ ਤਾਂ ਸੌਣ ਬਾਰੇ ਸੋਚਿਆ ਹੀ ਨਹੀਂ। ਗਲੀਚੇ 'ਤੇ ਪੈਰਾਂ ਭਾਰ ਬੈਠਾ ਹੋਇਆ ਉਹ ਤਾਂ ਬੋਲ-ਬੋਲ ਕੇ ਇਹ ਕਵਿਤਾ ਲਿਖ ਰਿਹਾ ਸੀ:

ਨਹੀਂ ਚਾਹੀਦਾ ਜ਼ੰਨਤ ਦਾ ਉਹ ਬਾਗ਼ ਮੈਨੂੰ,
ਸੱਚ ਕਹਿੰਦਾ ਹਾਂ, ਉਸ ਤੋਂ ਮੈਨੂੰ ਬਚਾਓ।
ਬੜੀ ਖ਼ੁਸ਼ੀ ਨਾਲ ਲੈ ਲਓ ਤੁਸੀਂ ਜ਼ੰਨਤ ਸਾਰੀ,
ਮੇਰੇ ਦਿਲ ਦਾ ਪਿਆਰ ਪਰ ਦਿੰਦੇ ਜਾਓ।

"ਮਹਿਮੂਦ, ਸੁਬ੍ਹਾ ਦੀ ਨਮਾਜ਼ ਦਾ ਸਮਾਂ ਹੋ ਗਿਆ, ਕਵਿਤਾ ਛੱਡ ਕੇ ਅੱਲ੍ਹਾ ਦੀ ਬੰਦਗੀ ਕਰੋ।"

"ਮੇਰੀ ਤਾਂ ਇਹੀ ਬੰਦਗੀ ਐ।" ਮਹਿਮੂਦ ਨੇ ਜਵਾਬ ਦਿੱਤਾ। ਤਾਂ ਇਸ ਤਰ੍ਹਾਂ ਕਵੀ ਪੂਜਾ-ਪਾਠ ਦੇ ਸਮੇਂ ਵੀ ਕੰਮ ਕਰਦਾ ਰਹਿੰਦਾ ਹੈ।

ਡਾਇਰੀ ਵਿੱਚੋਂ

ਹੁਣ ਮੈਂ ਖ਼ੁਦ ਇੱਕ ਅਵਾਰ ਕਵੀ ਦਾ ਕਿੱਸਾ ਸੁਣਾਉਂਦਾ ਹਾਂ। ਮੈਂ ਉਸ ਦਾ ਨਾਂ ਨਹੀਂ ਦੱਸਾਂਗਾ। ਮੈਂ ਨਹੀਂ ਚਾਹੁੰਦਾ ਕਿ ਬਾਅਦ ਵਿੱਚ ਤੁਸੀਂ ਉਸ 'ਤੇ ਉਂਗਲਾਂ ਉਠਾਓ ਅਤੇ ਉਸ ਦਾ ਮਜ਼ਾਕ ਉਡਾਓ, ਕਿਉਂਕਿ ਮਜ਼ਾਕ ਉਡਾਉਣ ਵਾਲੀ ਗੱਲ ਵੀ ਹੈ।

ਇਸ ਕਵੀ ਨੇ ਸ਼ਾਦੀ ਕੀਤੀ, ਖ਼ੂਬ ਧੂਮ-ਧਾਮ ਰਹੀ। ਆਖ਼ਰ ਮਹਿਮਾਨ ਨਵੇਂ ਜੋੜੇ ਨੂੰ ਉਨ੍ਹਾਂ ਲਈ ਵਿਸ਼ੇਸ਼ ਰੂਪ ਵਿੱਚ ਤਿਆਰ ਕੀਤੇ ਗਏ ਕਮਰੇ ਵਿੱਚ ਛੱਡ ਕੇ ਚਲੇ ਗਏ। ਦੁੱਲਹਣ ਸੁਹਾਗ-ਰਾਤ ਦੇ ਅਰਮਾਨ ਲੈ ਕੇ ਪਲੰਘ 'ਤੇ ਜਾ ਲੇਟੀ ਅਤੇ ਦੁੱਲ੍ਹੇ ਦੀ ਉਡੀਕ ਕਰਨ ਲੱਗੀ। ਪਰ ਦੁੱਲ੍ਹਾ ਆਪਣੀ ਦੁੱਲਹਣ ਕੋਲ ਜਾਣ ਦੀ ਬਜਾਇ ਮੇਜ 'ਤੇ ਬੈਠ ਕੇ ਕਵਿਤਾ ਲਿਖਣ ਲੱਗਿਆ। ਰਾਤ ਭਰ ਉਹ ਕਵਿਤਾ ਲਿਖਦਾ ਰਿਹਾ ਅਤੇ ਸੁਬ੍ਹਾ ਹੋਣ 'ਤੇ ਉਸ ਨੇ ਪਿਆਰ, ਦੁੱਲਹਣ ਅਤੇ ਸੁਹਾਗ-ਰਾਤ ਬਾਰੇ ਆਪਣੀ ਕਵਿਤਾ ਖ਼ਤਮ ਕੀਤੀ।

ਤਾਂ ਕੀ ਅਸੀਂ ਇਹ ਨਤੀਜਾ ਕੱਢੀਏ ਕਿ ਕਵੀ ਪਿਆਰ ਵਾਲੀ ਰਾਤ ਵਿੱਚ ਵੀ ਕੰਮ ਕਰਦਾ ਰਹਿੰਦਾ ਹੈ? ਜੇਕਰ ਮੈਂ ਵੀ ਇਸ ਅਵਾਰ ਕਵੀ ਵਾਂਗ ਕੰਮ ਕਰਦਾ, ਤਾਂ ਜਿੰਨੀਆਂ ਹੁਣ ਮੇਰੀਆਂ ਕਿਤਾਬਾਂ ਹਨ, ਉਸ ਤੋਂ ਪੰਜਾਹ ਗੁਣਾ ਜ਼ਿਆਦਾ ਹੁੰਦੀਆਂ। ਪਰ ਮੇਰੇ ਖ਼ਿਆਲ ਵਿੱਚ ਉਨ੍ਹਾਂ ਵਿੱਚ ਬਨਾਵਟ ਹੀ ਬਨਾਵਟ ਹੁੰਦੀ।

ਦੁੱਲਹਣ ਜਦੋਂ ਆਪਣੇ ਦੁੱਲ੍ਹੇ ਨੂੰ ਬਾਹਾਂ ਵਿੱਚ ਭਰਨ ਲਈ ਤਿਆਰ ਹੋਵੇ, ਤਾਂ ਉਸ ਵੇਲੇ ਜਿਹੜਾ ਮੇਜ 'ਤੇ ਲਿਖਣ ਬੈਠ ਜਾਂਦਾ ਹੈ, ਰੂਪ ਦੀ ਰਾਣੀ ਦੀ ਹਾਜ਼ਰੀ ਵਿੱਚ ਜਿਹੜਾ ਕਾਗਜ਼ ਅਤੇ ਕਲਮ ਨੂੰ ਉਠਾ ਕੇ ਇੱਕ ਪਾਸੇ ਨਹੀਂ ਰੱਖ ਦਿੰਦਾ, ਉਹ ਸਿਰਫ਼ ਪਾਖੰਡੀ ਹੈ। ਬੇਸ਼ੱਕ ਉਹ ਦਸ ਜਾਂ ਵੀਹ ਗੁਣਾ ਜ਼ਿਆਦਾ ਲਿਖ ਲਵੇ, ਪਰ ਉਸ ਦੇ ਸ਼ਬਦਾਂ ਵਿੱਚ ਈਮਾਨਦਾਰੀ ਨਹੀਂ ਹੋਵੇਗੀ।

ਹਾਂ, ਮਿਹਨਤ ਕਰਨੀ ਜ਼ਰੂਰੀ ਹੈ। ਕਹਿੰਦੇ ਹਨ ਕਿ ਕੋਈ ਅਕਲਮੰਦ ਆਦਮੀ ਇਸ ਉਮੀਦ ਨਾਲ ਦਰੱਖਤ ਹੇਠਾਂ ਲੇਟਿਆ ਰਿਹਾ ਕਿ ਕਦੋਂ ਸੇਬ ਉਸ ਦੇ ਮੂੰਹ ਵਿੱਚ ਆ ਕੇ ਡਿੱਗਦਾ ਹੈ। ਸੇਬ ਨਹੀਂ ਡਿੱਗਿਆ।

ਪਰ ਕੰਮ ਅਤੇ ਸ਼ਾਇਦ ਪ੍ਰਤਿਭਾ ਤੋਂ ਵੀ ਜ਼ਿਆਦਾ ਕਵੀ ਲਈ ਦੂਜਿਆਂ ਦੇ ਅਤੇ ਖ਼ੁਦ ਆਪਣੇ ਸਾਹਮਣੇ ਵੀ ਈਮਾਨਦਾਰ ਹੋਣਾ ਜ਼ਰੂਰੀ ਹੈ।

ਕਹਿੰਦੇ ਹਨ ਕਿ ਬਹਾਦਰ ਜਾਂ ਤਾਂ ਕਾਠੀ 'ਤੇ ਹੁੰਦਾ ਹੈ ਜਾਂ ਜ਼ਮੀਨ 'ਤੇ।

ਕਹਿੰਦੇ ਹਨ:

"ਦੁਨੀਆ ਵਿੱਚ ਸਭ ਤੋਂ ਬੁਰਾ ਅਤੇ ਘਿਰਣਾਯੋਗ ਕੀ ਐ?"

"ਡਰ ਨਾਲ ਕੰਬਣ ਵਾਲਾ ਮਰਦ।"

"ਇਸ ਤੋਂ ਵੀ ਵਧ ਕੇ ਬੁਰਾ ਅਤੇ ਘਿਰਣਾਯੋਗ ਕੀ ਐ?"

"ਡਰ ਨਾਲ ਕੰਬਣ ਵਾਲਾ ਮਰਦ।"

ਸੱਚਾਈ ਅਤੇ ਦਲੇਰੀ

"ਉਹ ਹੀ ਬਣੇ ਇਮਾਮ ਕਿ ਜੋ ਸਭ ਤੋਂ ਚਤਰ-ਸੁਜਾਨ।"
ਸੱਥ ਵਿੱਚ ਇੱਕ ਨਾਇਬ ਨੇ ਉੱਠ ਕੇ ਇਹ ਕਿਹਾ।
"ਉਹ ਹੀ ਬਣੇ ਇਮਾਮ ਕਿ ਜੋ ਸਭ ਤੋਂ ਵੱਧ ਬਲਵਾਨ।"
ਪਰ ਦੂਜੇ ਨਾਇਬ ਨੇ ਕੁੱਝ ਹੋਰ ਹੀ ਕਿਹਾ।
ਕਵਿਤਾ 'ਤੇ ਹੱਕ ਵਾਲੇ ਗਾਇਕ, ਕਵੀ ਦੀ ਤੁਲਨਾ ਵਿੱਚ,
ਸ਼ਾਇਦ ਹੈ ਸਾਰੀ ਦੁਨੀਆ 'ਤੇ ਸ਼ਾਸਨ ਕਰਨਾ ਆਸਾਨ।
ਉਪਰੋਕਤ ਗੁਣਾਂ ਦੇ ਨਾਲ-ਨਾਲ ਹੀ ਉਸ ਨੂੰ ਚਾਹੀਦੈ,
ਕਿੰਨਾ ਕੁੱਝ ਹੀ ਹੋਰ ਜਾਣਨਾ ਕਿ ਜੀਵਨ ਬਣੇ ਮਹਾਨ।

ਅਵਾਰ ਸੁਣਾਉਂਦੇ ਹਨ:

ਯੁੱਗਾਂ-ਯੁੱਗਾਂ ਤੋਂ ਸੱਚ ਅਤੇ ਝੂਠ ਇੱਕ-ਦੂਜੇ ਦੇ ਨਾਲ-ਨਾਲ ਚੱਲ ਰਹੇ ਹਨ ਯੁੱਗਾਂ-ਯੁੱਗਾਂ ਤੋਂ ਉਨ੍ਹਾਂ ਵਿਚਾਲੇ ਇੱਕ ਬਹਿਸ ਚੱਲ ਰਹੀ ਹੈ ਕਿ ਉਨ੍ਹਾਂ ਵਿੱਚੋਂ ਕਿਸ ਦੀ ਜ਼ਿਆਦਾ ਜ਼ਰੂਰਤ ਹੈ, ਕਿਹੜਾ ਜ਼ਿਆਦਾ ਉਪਯੋਗੀ ਅਤੇ ਤਾਕਤਵਰ ਹੈ। ਝੂਠ ਕਹਿੰਦਾ ਹੈ ਕਿ ਮੈਂ ਅਤੇ ਸੱਚ ਕਹਿੰਦਾ ਹੈ ਕਿ ਮੈਂ। ਇਸ ਬਹਿਸ ਦਾ ਕਦੇ ਅੰਤ ਨਹੀਂ ਹੁੰਦਾ।

ਇੱਕ ਦਿਨ ਉਨ੍ਹਾਂ ਨੇ ਦੁਨੀਆ ਵਿੱਚ ਜਾ ਕੇ ਲੋਕਾਂ ਨੂੰ ਪੁੱਛਣ ਦਾ ਫ਼ੈਸਲਾ ਕੀਤਾ ਝੂਠ ਤੰਗ ਅਤੇ ਵਿੰਗੀਆਂ-ਟੇਢੀਆਂ ਪਗਡੰਡੀਆਂ 'ਤੇ ਅੱਗੇ-ਅੱਗੇ ਭੱਜ ਚੱਲਿਆ, ਉਹ ਹਰ ਵਿਰਲ ਵਿੱਚੋਂ ਝਾਕਦਾ, ਹਰ ਸੁਰਾਖ ਵਿੱਚ ਸੁੰਘਦਾ ਰਹਿੰਦਾ ਅਤੇ ਹਰ ਗਲੀ ਵਿੱਚ ਮੁੜਦਾ ਪਰ ਸੱਚ ਮਾਣ ਨਾਲ ਗਰਦਨ ਉਠਾ ਕੇ ਸਿਰਫ਼ ਸਿੱਧੇ, ਚੌੜੇ ਰਸਤਿਆਂ 'ਤੇ ਹੀ ਜਾਂਦਾ। ਝੂਠ ਲਗਾਤਾਰ ਹੱਸਦਾ ਸੀ, ਪਰ ਸੱਚ ਸੋਚ ਵਿੱਚ ਡੁੱਬਿਆ ਹੋਇਆ ਅਤੇ ਉਦਾਸ-ਉਦਾਸ ਸੀ।

ਉਨ੍ਹਾਂ ਦੋਵਾਂ ਨੇ ਬਹੁਤ ਸਾਰੇ ਰਸਤੇ, ਸ਼ਹਿਰ ਅਤੇ ਪਿੰਡ ਤੈਅ ਕੀਤੇ, ਉਹ ਬਦਮਾਸ਼ਾਂ, ਕਵੀਆਂ, ਖ਼ਾਨਾਂ, ਜੱਜਾਂ, ਵਪਾਰੀਆਂ, ਜੋਤਿਸ਼ੀਆਂ ਅਤੇ ਸਾਧਾਰਨ ਲੋਕਾਂ ਕੋਲ ਵੀ ਗਏ ਜਿੱਥੇ ਝੂਠ ਪਹੁੰਚਦਾ, ਉੱਥੇ ਲੋਕ ਤਸੱਲੀ ਨਾਲ ਅਤੇ ਆਜ਼ਾਦੀ ਮਹਿਸੂਸ ਕਰਦੇ। ਉਹ ਹੱਸਦੇ ਹੋਏ ਇੱਕ-ਦੂਜੇ ਦੀਆਂ ਅੱਖਾਂ ਵਿੱਚ ਦੇਖਦੇ, ਬੇਸ਼ੱਕ ਉਸ ਸਮੇਂ ਇੱਕ-ਦੂਜੇ ਨੂੰ ਧੋਖਾ ਦਿੰਦੇ ਹੁੰਦੇ ਅਤੇ ਉਨ੍ਹਾਂ ਨੂੰ ਇਹ ਵੀ ਪਤਾ ਹੁੰਦਾ ਕਿ ਉਹ ਅਜਿਹਾ ਕਰ ਰਹੇ ਹਨ। ਪਰ ਫਿਰ ਵੀ ਉਹ ਬੇਫ਼ਿਕਰ ਅਤੇ ਮਸਤ ਸਨ, ਇੱਕ-ਦੂਜੇ ਨੂੰ ਧੋਖਾ ਦਿੰਦੇ ਹੋਏ, ਉਨ੍ਹਾਂ ਨੂੰ ਜਰਾ ਵੀ ਸ਼ਰਮ ਨਹੀਂ ਆਉਂਦੀ ਸੀ।

ਜਦੋਂ ਸੱਚ ਸਾਹਮਣੇ ਆਇਆ, ਤਾਂ ਲੋਕ ਉਦਾਸ ਹੋ ਗਏ, ਉਨ੍ਹਾਂ ਨੂੰ ਇੱਕ-ਦੂਜੇ

ਨਾਲ ਨਜ਼ਰਾਂ ਮਿਲਾਉਂਦੇ ਹੋਏ ਸ਼ਰਮ ਆਉਣ ਲੱਗੀ, ਉਨ੍ਹਾਂ ਦੀਆਂ ਨਜ਼ਰਾਂ ਝੁਕ ਗਈਆਂ। ਲੋਕਾਂ ਨੇ (ਸੱਚ ਦੇ ਨਾਂ 'ਤੇ) ਖੰਜਰ ਕੱਢ ਲਏ, ਪੀੜਤਾਂ ਦੇ ਵਿਰੁੱਧ ਪੀੜਤ ਉੱਠ ਖੜ੍ਹੇ ਹੋਏ, ਗਾਇਕ ਵਪਾਰੀਆਂ 'ਤੇ, ਸਾਧਾਰਨ ਲੋਕ ਖ਼ਾਨਾਂ 'ਤੇ ਝਪਟੇ, ਪਤੀ ਨੇ ਪਤਨੀ ਅਤੇ ਉਸ ਦੇ ਪ੍ਰੇਮੀ ਦੀ ਹੱਤਿਆ ਕਰ ਦਿੱਤੀ। ਖ਼ੂਨ ਵਹਿਣ ਲੱਗਿਆ। ਇਸ ਲਈ ਬਹੁਤੇ ਲੋਕਾਂ ਨੇ ਝੂਠ ਨੂੰ ਕਿਹਾ:

"ਤੁਸੀਂ ਛੱਡ ਕੇ ਨਾ ਜਾਓ। ਤੁਸੀਂ ਸਾਡੇ ਸਭ ਤੋਂ ਚੰਗੇ ਦੋਸਤ ਹੋ। ਤੁਹਾਡੇ ਨਾਲ ਜਿਊਣਾ ਬੜਾ ਸਿੱਧਾ-ਸਾਦਾ ਅਤੇ ਆਸਾਨ ਮਾਮਲਾ ਐ। ਅਤੇ ਸੱਚ, ਤੁਸੀਂ ਤਾਂ ਸਾਡੇ ਲਈ ਸਿਰਫ਼ ਪ੍ਰੇਸ਼ਾਨੀ ਹੀ ਲਿਆਉਂਦੇ ਹੋ। ਤੁਹਾਡੇ ਆਉਣ ਨਾਲ ਸਾਨੂੰ ਸੋਚਣਾ ਪੈਂਦੈ, ਹਰ ਚੀਜ਼ ਨੂੰ ਦਿਲੋਂ ਮਹਿਸੂਸ ਕਰਨਾ, ਘੁਲਣਾ ਅਤੇ ਸੰਘਰਸ਼ ਕਰਨਾ ਪੈਂਦੈ। ਕੀ ਤੁਹਾਡੀ ਵਜ੍ਹਾ ਨਾਲ ਘੱਟ ਯੋਧੇ, ਕਵੀ ਅਤੇ ਸੂਰਮੇ ਮਰ ਚੁੱਕੇ ਨੇ?"

"ਹੁਣ ਬੋਲੋ।" ਝੂਠ ਨੇ ਸੱਚ ਨੂੰ ਕਿਹਾ, "ਦੇਖ ਲਿਆ ਨਾ ਕਿ ਮੇਰੀ ਜ਼ਿਆਦਾ ਲੋੜ ਐ ਅਤੇ ਮੈਂ ਹੀ ਜ਼ਿਆਦਾ ਉਪਯੋਗੀ ਆਂ। ਕਿੰਨੇ ਘਰਾਂ ਦਾ ਆਪਾਂ ਚੱਕਰ ਲਗਾਇਐ ਅਤੇ ਹਰ ਜਗ੍ਹਾ ਤੁਹਾਡਾ ਨਹੀਂ, ਮੇਰਾ ਸਵਾਗਤ ਹੋਇਐ।"

"ਹਾਂ, ਬਹੁਤ ਆਬਾਦ ਥਾਵਾਂ 'ਤੇ ਜਾ ਆਏ। ਆਓ, ਹੁਣ ਚੋਟੀਆਂ 'ਤੇ ਚੱਲੀਏ। ਚੱਲ ਕੇ ਨਿਰਮਲ ਜਲ ਦੇ ਠੰਢੇ ਚਸ਼ਮਿਆਂ, ਉੱਚੇ ਘਾਹ ਦੇ ਮੈਦਾਨਾਂ ਵਿੱਚ ਖਿੜਨ ਵਾਲੇ ਫੁੱਲਾਂ, ਸਦਾ ਚਮਕਣ ਵਾਲੀਆਂ ਬੇਦਾਗ਼ ਸਫ਼ੈਦ ਬਰਫ਼ਾਂ ਨੂੰ ਪੁੱਛੀਏ।"

"ਸਿਖਰਾਂ 'ਤੇ ਹਜ਼ਾਰਾਂ ਸਾਲਾਂ ਦਾ ਜੀਵਨ ਐ। ਉੱਥੇ ਨਾਇਕਾਂ, ਬਹਾਦਰਾਂ, ਕਵੀਆਂ, ਬੁੱਧੀਮਾਨਾਂ ਅਤੇ ਸਾਧੂ-ਸੰਤਾਂ ਦੇ ਅਮਰ ਅਤੇ ਨਿਆਂਕਾਰੀ ਕਾਰਜ, ਉਨ੍ਹਾਂ ਦੇ ਵਿਚਾਰ, ਗੀਤ ਅਤੇ ਗਿਆਨ ਭਰਪੂਰ ਜੀਵਤ ਰਹਿੰਦੇ ਨੇ। ਚੋਟੀਆਂ 'ਤੇ ਉਹ ਰਹਿੰਦੈ, ਜਿਹੜਾ ਅਮਰ ਐ ਅਤੇ ਪ੍ਰਿਥਵੀ ਦੀਆਂ ਤੁੱਛ ਚਿੰਤਾਵਾਂ ਤੋਂ ਮੁਕਤ ਐ।"

"ਨਹੀਂ, ਮੈਂ ਉੱਥੇ ਨਹੀਂ ਜਾਵਾਂਗਾ।" ਝੂਠ ਨੇ ਜਵਾਬ ਦਿੱਤਾ।

"ਤਾਂ ਕੀ ਤੁਸੀਂ ਉਚਾਈ ਤੋਂ ਡਰਦੇ ਹੋ। ਸਿਰਫ਼ ਕਾਂ ਹੀ ਨੀਵੀਆਂ ਥਾਵਾਂ 'ਤੇ ਆਲ੍ਹਣੇ ਬਣਾਉਂਦੇ ਨੇ ਅਤੇ ਉਕਾਬ ਤਾਂ ਸਭ ਤੋਂ ਉੱਚੇ ਪਹਾੜਾਂ 'ਤੇ ਉਡਾਣ ਭਰਦੇ ਨੇ। ਕੀ ਤੁਸੀਂ ਉਕਾਬ ਦੀ ਬਜਾਇ ਕਾਂ ਹੋਣਾ ਜ਼ਿਆਦਾ ਬਿਹਤਰ ਸਮਝਦੇ ਹੋ? ਹਾਂ, ਮੈਨੂੰ ਪਤੈ ਕਿ ਤੁਸੀਂ ਡਰਦੇ ਹੋ। ਤੁਸੀਂ ਤਾਂ ਹੋ ਹੀ ਬੁਜ਼ਦਿਲ। ਤੁਸੀਂ ਤਾਂ ਸ਼ਾਦੀ ਵਾਲੇ ਮੇਜ 'ਤੇ ਹੀ ਬਹਿਸਣਾ ਪਸੰਦ ਕਰਦੇ ਹੋ, ਜਿੱਥੇ ਸ਼ਰਾਬ ਦੀ ਨਦੀ ਵਹਿੰਦੀ ਹੁੰਦੀ ਐ, ਪਰ ਬਾਹਰ ਵਿਹੜੇ ਵਿੱਚ ਜਾਂਦੇ ਤੁਸੀਂ ਡਰਦੇ ਹੋ, ਜਿੱਥੇ ਜਾਮਾਂ ਦੀ ਨਹੀਂ, ਖੰਜਰਾਂ ਦੀ ਟੁਣਕਾਰ ਹੁੰਦੀ ਐ।"

"ਨਹੀਂ, ਮੈਂ ਤੁਹਾਡੀਆਂ ਉਚਾਈਆਂ ਤੋਂ ਨਹੀਂ ਡਰਦਾ। ਪਰ ਮੈਂ ਉੱਥੇ ਕਰਾਂਗਾ ਹੀ ਕੀ? ਕਿਉਂਕਿ ਉੱਥੇ ਲੋਕ ਨਹੀਂ। ਮੇਰਾ ਤਾਂ ਉੱਥੇ ਹੀ ਬੋਲ-ਬਾਲਾ ਐ, ਜਿੱਥੇ ਲੋਕ ਰਹਿੰਦੇ ਨੇ। ਮੈਂ ਤਾਂ ਉਨ੍ਹਾਂ 'ਤੇ ਹੀ ਰਾਜ ਕਰਦਾਂ। ਉਹ ਮੇਰੀ ਪਰਜਾ ਨੇ। ਕੇਵਲ ਕੁੱਝ ਦਲੇਰ ਹੀ ਮੇਰਾ ਵਿਰੋਧ ਕਰਨ ਦੀ ਹਿੰਮਤ ਕਰਦੇ ਨੇ ਅਤੇ ਤੁਹਾਡੇ ਮਾਰਗ 'ਤੇ, ਸੱਚਾਈ ਦੇ ਮਾਰਗ 'ਤੇ ਚੱਲਦੇ ਨੇ, ਪਰ ਅਜਿਹੇ ਲੋਕ ਤਾਂ ਗਿਣੇ-ਚੁਣੇ ਨੇ।"

"ਹਾਂ, ਗਿਣੇ-ਚੁਣੇ ਨੇ। ਪਰ ਇਸੇ ਲਈ ਇਨ੍ਹਾਂ ਲੋਕਾਂ ਨੂੰ ਯੁੱਧ-ਨਾਇਕ ਮੰਨਿਆ ਜਾਂਦੈ ਅਤੇ ਕਵੀ ਅਪਣੇ ਸਰਬ-ਉੱਤਮ ਗੀਤਾਂ ਵਿੱਚ ਉਨ੍ਹਾਂ ਦਾ ਗੁਣਗਾਨ ਕਰਦੇ ਨੇ।"

ਇਕੱਲੇ ਕਵੀ ਦਾ ਕਿੱਸਾ

ਇਹ ਕਿੱਸਾ ਮੈਨੂੰ ਅਬੂਤਾਲਿਬ ਨੇ ਸੁਣਾਇਆ। ਕਿਸੇ ਖ਼ਾਨ ਦੀ ਰਿਆਸਤ ਵਿੱਚ ਬਹੁਤ ਸਾਰੇ ਕਵੀ ਰਹਿੰਦੇ ਸਨ। ਉਹ ਪਿੰਡ-ਪਿੰਡ ਘੁੰਮਦੇ ਅਤੇ ਆਪਣੇ ਗੀਤ ਗਾਉਂਦੇ। ਉਨ੍ਹਾਂ ਵਿੱਚੋਂ ਕੋਈ ਵਾਇਲਨ ਵਜਾਉਂਦਾ, ਕੋਈ ਡੱਫਲੀ, ਕੋਈ ਸ਼ਹਿਨਾਈ ਅਤੇ ਕੋਈ ਹੋਰ ਸਾਜ਼। ਖ਼ਾਨ ਨੂੰ ਜਦੋਂ ਆਪਣੇ ਕੰਮਾਂ-ਕਾਰਾਂ ਅਤੇ ਬੀਵੀਆਂ ਤੋਂ ਵਿਹਲ ਮਿਲਦੀ, ਤਾਂ ਉਹ ਸ਼ੌਕ ਨਾਲ ਉਨ੍ਹਾਂ ਦੇ ਗੀਤ ਸੁਣਦਾ।

ਇੱਕ ਦਿਨ ਉਸ ਨੇ ਇੱਕ ਅਜਿਹਾ ਗੀਤ ਸੁਣਿਆ, ਜਿਸ ਵਿੱਚ ਖ਼ਾਨ ਦੀ ਬੇਰਹਿਮੀ, ਅਨਿਆਂ ਅਤੇ ਲਾਲਚ ਦਾ ਜ਼ਿਕਰ ਕੀਤਾ ਗਿਆ ਸੀ। ਖ਼ਾਨ ਅੱਗ-ਬਬੂਲਾ ਹੋ ਗਿਆ। ਉਸ ਨੇ ਹੁਕਮ ਦਿੱਤਾ ਕਿ ਅਜਿਹਾ ਵਿਦਰੋਹ ਭਰਿਆ ਗੀਤ ਰਚਣ ਵਾਲੇ ਕਵੀ ਨੂੰ ਫੜ ਕੇ ਉਸ ਦੇ ਮਹਿਲ ਵਿੱਚ ਲਿਆਂਦਾ ਜਾਵੇ।

ਗੀਤਕਾਰ ਦਾ ਪਤਾ ਨਹੀਂ ਲੱਗ ਸਕਿਆ। ਫਿਰ ਵਜ਼ੀਰਾਂ ਅਤੇ ਨੌਕਰਾਂ-ਚਾਕਰਾਂ ਨੂੰ ਸਾਰੇ ਕਵੀ ਫੜਨ ਦਾ ਹੁਕਮ ਦਿੱਤਾ ਗਿਆ। ਖ਼ਾਨ ਦੇ ਟੁੱਕੜਬੋਚ ਸ਼ਿਕਾਰੀ ਕੁੱਤਿਆਂ ਵਾਂਗ ਸਾਰੇ ਪਿੰਡਾਂ, ਰਸਤਿਆਂ, ਪਹਾੜੀ ਪਗਡੰਡੀਆਂ ਅਤੇ ਸੁੰਨਸਾਨ ਦੱਰਿਆਂ ਵਿੱਚ ਜਾ ਪਹੁੰਚੇ। ਉਨ੍ਹਾਂ ਨੇ ਸਾਰੇ ਗੀਤ ਲਿਖਣ ਅਤੇ ਗਾਉਣ ਵਾਲਿਆਂ ਨੂੰ ਫੜ ਲਿਆ ਅਤੇ ਲਿਆ ਕੇ ਮਹਿਲ ਦੀਆਂ ਕਾਲ-ਕੋਠੜੀਆਂ ਵਿੱਚ ਬੰਦ ਕਰ ਦਿੱਤਾ। ਸੁਬ੍ਹਾ ਨੂੰ ਖ਼ਾਨ ਸਾਰੇ ਕਵੀਆਂ ਕੋਲ ਜਾ ਕੇ ਬੋਲਿਆ:

"ਹੁਣ ਤੁਹਾਡੇ ਵਿੱਚੋਂ ਹਰੇਕ ਮੈਨੂੰ ਇੱਕ ਗੀਤ ਗਾ ਕੇ ਸੁਣਾਵੇ।"

ਸਾਰੇ ਕਵੀ ਵਾਰੀ-ਵਾਰੀ ਖ਼ਾਨ ਦੀ ਸਮਝਦਾਰੀ, ਉਸ ਦੇ ਉਦਾਰ ਦਿਲ, ਉਸ ਦੀਆਂ ਸੁੰਦਰ ਬੀਵੀਆਂ, ਉਸ ਦੀ ਤਾਕਤ, ਉਸ ਦੀ ਵਡਿਆਈ ਅਤੇ ਪ੍ਰਸਿੱਧੀ ਦੇ ਗੀਤ ਗਾਉਣ ਲੱਗੇ। ਉਨ੍ਹਾਂ ਨੇ ਇਹ ਗਾਇਆ ਕਿ ਪ੍ਰਿਥਵੀ 'ਤੇ ਅਜਿਹਾ ਮਹਾਨ ਅਤੇ ਨਿਆਂਕਾਰੀ ਖ਼ਾਨ ਕਦੇ ਪੈਦਾ ਹੀ ਨਹੀਂ ਹੋਇਆ ਸੀ।

ਖ਼ਾਨ ਇੱਕ ਤੋਂ ਬਾਅਦ ਇੱਕ ਕਵੀ ਨੂੰ ਛੱਡਣ ਦਾ ਹੁਕਮ ਦਿੰਦਾ ਗਿਆ। ਆਖ਼ਰ ਤਿੰਨ ਕਵੀ ਰਹਿ ਗਏ, ਜਿਨ੍ਹਾਂ ਨੇ ਕੁੱਝ ਵੀ ਨਹੀਂ ਗਾਇਆ। ਉਨ੍ਹਾਂ ਤਿੰਨਾਂ ਨੂੰ ਦੁਬਾਰਾ ਕੋਠੜੀਆਂ ਵਿੱਚ ਬੰਦ ਕਰ ਦਿੱਤਾ ਗਿਆ ਅਤੇ ਸਾਰਿਆਂ ਨੇ ਇਹ ਸੋਚਿਆ ਕਿ ਖ਼ਾਨ ਉਨ੍ਹਾਂ ਬਾਰੇ ਭੁੱਲ ਗਿਆ ਹੈ।

ਪਰ ਤਿੰਨ ਮਹੀਨੇ ਬਾਅਦ ਖ਼ਾਨ ਫਿਰ ਇਨ੍ਹਾਂ ਬੰਦੀਆਂ ਕੋਲ ਆਇਆ।

"ਤਾਂ ਹੁਣ ਤੁਹਾਡੇ ਵਿੱਚੋਂ ਹਰੇਕ ਮੈਨੂੰ ਕੋਈ ਗੀਤ ਗਾ ਕੇ ਸੁਣਾਵੇ।"

ਉਨ੍ਹਾਂ ਤਿੰਨੇ ਕਵੀਆਂ ਵਿੱਚੋਂ ਇੱਕ ਤੁਰੰਤ ਖ਼ਾਨ, ਉਸ ਦੀ ਸਮਝਦਾਰੀ, ਉਦਾਰ ਦਿਲ, ਸੁੰਦਰ ਬੀਵੀਆਂ, ਉਸ ਦੀ ਵਡਿਆਈ ਅਤੇ ਪ੍ਰਸਿੱਧੀ ਦੇ ਗੀਤ ਗਾਉਣ ਲੱਗਿਆ। ਉਸ ਨੇ ਇਹ ਵੀ ਗਾਇਆ ਕਿ ਪ੍ਰਿਥਵੀ 'ਤੇ ਕਦੇ ਕੋਈ ਅਜਿਹਾ ਮਹਾਨ ਖ਼ਾਨ ਪੈਦਾ ਹੀ ਨਹੀਂ ਹੋਇਆ।

ਇਸ ਕਵੀ ਨੂੰ ਵੀ ਛੱਡ ਦਿੱਤਾ ਗਿਆ। ਉਨ੍ਹਾਂ ਦੋ ਨੂੰ ਮੈਦਾਨ ਵਿੱਚ ਪਹਿਲਾਂ ਤੋਂ ਹੀ ਤਿਆਰ ਕੀਤੀਆਂ ਗਈਆਂ ਭੱਠੀਆਂ ਕੋਲ ਲਿਜਾਇਆ ਗਿਆ, ਜਿਹੜੇ ਕੁੱਝ ਵੀ ਗਾਉਣ ਨੂੰ ਤਿਆਰ ਨਹੀਂ ਹੋਏ।

"ਹੁਣ ਤੁਹਾਨੂੰ ਅੱਗ ਵਿੱਚ ਜਲਾ ਦਿੱਤਾ ਜਾਵੇਗਾ।" ਖ਼ਾਨ ਨੇ ਕਿਹਾ, "ਆਖ਼ਰੀ ਵਾਰ ਤੁਹਾਨੂੰ ਇਹ ਕਹਿਨਾਂ ਕਿ ਆਪਣਾ ਕੋਈ ਗੀਤ ਸੁਣਾਓ।"

ਉਨ੍ਹਾਂ ਦੋਵਾਂ ਵਿੱਚੋਂ ਇੱਕ ਦੀ ਹਿੰਮਤ ਟੁੱਟ ਗਈ ਅਤੇ ਉਸ ਨੇ ਖ਼ਾਨ, ਉਸ ਦੀ ਅਕਲਮੰਦੀ, ਉਦਾਰ ਦਿਲ, ਉਸ ਦੀਆਂ ਸੁੰਦਰ ਬੀਵੀਆਂ, ਉਸ ਦੀ ਤਾਕਤ, ਉਸ ਦੀ ਵਡਿਆਈ ਅਤੇ ਪ੍ਰਸਿੱਧੀ ਦੇ ਗੀਤ ਗਾਉਣਾ ਸ਼ੁਰੂ ਕਰ ਦਿੱਤੇ। ਉਨ੍ਹਾਂ ਨੇ ਗਾਇਆ ਕਿ ਦੁਨੀਆ ਵਿੱਚ ਅਜਿਹਾ ਮਹਾਨ ਅਤੇ ਨਿਆਂਕਾਰੀ ਖ਼ਾਨ ਕਦੇ ਨਹੀਂ ਹੋਇਆ।

ਇਸ ਕਵੀ ਨੂੰ ਵੀ ਛੱਡ ਦਿੱਤਾ ਗਿਆ। ਬਸ, ਇੱਕ ਉਹੀ ਜ਼ਿੱਦੀ ਬਾਕੀ ਰਹਿ ਗਿਆ, ਜਿਹੜਾ ਕੁੱਝ ਵੀ ਗਾਉਣਾ ਨਹੀਂ ਚਾਹੁੰਦਾ ਸੀ।

"ਉਸ ਨੂੰ ਖੰਭੇ ਨਾਲ ਬੰਨ੍ਹ ਕੇ ਜਲਾ ਦਿਓ।" ਖ਼ਾਨ ਨੇ ਹੁਕਮ ਦਿੱਤਾ।

ਖੰਭੇ ਨਾਲ ਬੰਨ੍ਹਿਆ ਹੋਇਆ ਕਵੀ ਅਚਾਨਕ ਖ਼ਾਨ ਦੀ ਬੇਰਹਿਮੀ, ਅਨਿਆਂ ਅਤੇ ਲਾਲਚ ਬਾਰੇ ਉਹੀ ਗੀਤ ਗਾਉਣ ਲੱਗਿਆ, ਜਿਸ ਕਰਕੇ ਇਹ ਸਾਰਾ ਮਾਮਲਾ ਸ਼ੁਰੂ ਹੋਇਆ ਸੀ।

"ਜਲਦੀ ਇਸ ਨੂੰ ਖੋਲ੍ਹ ਕੇ ਅੱਗ ਤੋਂ ਹੇਠਾਂ ਲਾਹੋ।" ਖ਼ਾਨ ਚਿੱਲਾਇਆ, "ਮੈਂ ਆਪਣੇ ਮੁਲਕ ਵਿੱਚ ਇਕੱਲੇ ਅਸਲੀ ਸ਼ਾਇਰ ਤੋਂ ਹੱਥ ਨਹੀਂ ਧੋਣੇ ਚਾਹੁੰਦਾ।"

"ਅਜਿਹੇ ਸਮਝਦਾਰ ਅਤੇ ਨੇਕ-ਦਿਲ ਖ਼ਾਨ ਤਾਂ ਸ਼ਾਇਦ ਹੀ ਕਿਤੇ ਹੋਣਗੇ।" ਅਬੂਤਾਲਿਬ ਨੇ ਇਹ ਕਿੱਸਾ ਖ਼ਤਮ ਕਰਦੇ ਹੋਏ ਕਿਹਾ, "ਪਰ ਅਜਿਹੇ ਕਵੀ ਵੀ ਬਹੁਤੇ ਨਹੀਂ ਹੋਣਗੇ।"

ਪਿਤਾ ਜੀ ਨੇ ਇਹ ਗੱਲ ਸੁਣਾਈ

ਇੱਕ ਵਾਰ ਮਹਾਨ ਸ਼ਾਮਿਲ ਨਾਲ ਨੇੜਤਾ ਰੱਖਣ ਵਾਲਿਆਂ ਨੇ ਪੁੱਛਿਆ:

"ਇਮਾਮ, ਇਹ ਦੱਸੋ ਕਿ ਤੁਸੀਂ ਕਵਿਤਾਵਾਂ ਰਚਣ ਅਤੇ ਉਨ੍ਹਾਂ ਨੂੰ ਗਾਉਣ ਦੀ ਮਨਾਹੀ ਕਿਉਂ ਕਰ ਦਿੱਤੀ?"

ਇਮਾਮ ਨੇ ਜਵਾਬ ਦਿੱਤਾ:

"ਮੈਂ ਚਾਹੁਨਾਂ ਕਿ ਕੇਵਲ ਅਸਲੀ ਕਵੀ ਹੀ ਕਵੀ ਰਹਿ ਜਾਣ। ਅਸਲੀ ਸ਼ਾਇਰ ਤਾਂ ਫਿਰ ਵੀ ਸ਼ਾਇਰੀ ਕਰਨਗੇ ਹੀ। ਪਰ ਢੋਂਗੀ, ਪਾਖੰਡੀ, ਤੁਕਬੰਦੀ ਕਰਨ ਵਾਲੇ ਅਤੇ ਝੂਠੀ-ਮੂਠੀ ਆਪਣੇ ਆਪ ਨੂੰ ਕਵੀ ਕਹਿਣ ਵਾਲੇ ਮੇਰੇ ਹੁਕਮ ਤੋਂ ਡਰ ਜਾਣਗੇ, ਉਨ੍ਹਾਂ ਦੀ ਹਿੰਮਤ ਟੁੱਟ ਜਾਵੇਗੀ ਅਤੇ ਉਹ ਖ਼ਾਮੋਸ਼ ਹੋ ਜਾਣਗੇ। ਇਸ ਤਰ੍ਹਾਂ ਉਹ ਲੋਕਾਂ ਨੂੰ ਅਤੇ ਖ਼ੁਦ ਨੂੰ ਧੋਖਾ ਨਹੀਂ ਦੇ ਸਕਣਗੇ।"

"ਇਮਾਮ, ਇੰਨਾ ਹੋਰ ਦੱਸੋ ਕਿ ਤੁਸੀਂ ਸਈਦ ਹਾਰਕਾਂਸਕੀ ਦੀਆਂ ਕਵਿਤਾਵਾਂ ਨਦੀ ਵਿੱਚ ਕਿਉਂ ਸੁੱਟ ਦਿੱਤੀਆਂ?"

"ਅਸਲੀ ਕਵਿਤਾਵਾਂ ਨੂੰ ਨਦੀ ਵਿੱਚ ਡੁਬੋਇਆ ਨਹੀਂ ਜਾ ਸਕਦਾ, ਉਹ ਲੋਕਾਂ ਦੇ ਦਿਲਾਂ ਵਿੱਚ ਸਾਹ ਲੈਂਦੀਆਂ ਨੇ। ਪਰ ਜੇਕਰ ਕਵਿਤਾਵਾਂ ਉਨ੍ਹਾਂ ਕਾਗਜ਼ਾਂ ਜਿੰਨੀ ਹੀ ਕੀਮਤ ਰੱਖਦੀਆਂ ਨੇ, ਜਿਨ੍ਹਾਂ 'ਤੇ ਉਹ ਲਿਖੀਆਂ ਹੋਈਆਂ ਨੇ, ਤਾਂ ਨਦੀ ਵਿੱਚ ਹੀ ਉਨ੍ਹਾਂ ਦੀ ਜਗ੍ਹਾ

ਐ। ਅਜਿਹੀਆਂ ਘਟੀਆ ਕਵਿਤਾਵਾਂ ਰਚਣ ਦੀ ਬਜਾਇ, ਜੋ ਨਦੀ ਵਿੱਚ ਡੁੱਬ ਜਾਣ, ਸਈਦ ਲਈ ਕੋਈ ਹੋਰ ਅਤੇ ਫ਼ਾਇਦੇਮੰਦ ਕੰਮ ਕਰਨਾ ਜ਼ਿਆਦਾ ਬਿਹਤਰ ਹੋਵੇਗਾ।"

ਕਹਿੰਦੇ ਹਨ ਕਿ ਜਦੋਂ ਮਹਾਨ ਕਵੀ ਮਹਿਮੂਦ ਦੀ ਮੌਤ ਹੋ ਗਈ, ਤਾਂ ਦੁੱਖ ਦੇ ਸਾਗਰ ਵਿੱਚ ਬੁਰੀ ਤਰ੍ਹਾਂ ਡੁੱਬੇ ਹੋਏ ਉਨ੍ਹਾਂ ਦੇ ਪਿਤਾ ਨੇ ਮਹਿਮੂਦ ਦੇ ਖਰੜਿਆਂ ਨਾਲ ਭਰਿਆ ਸੂਟਕੇਸ ਉਠਾ ਕੇ ਅੱਗ ਵਿੱਚ ਸੁੱਟ ਦਿੱਤਾ।

"ਲਾਹਣਤ ਦੇ ਮਾਰੇ ਕਾਗਜ਼ੋ, ਜਲ ਜਾਓ। ਤੁਹਾਡੇ ਕਾਰਨ ਹੀ ਮੇਰੇ ਬੇਟੇ ਦੀ ਸਮੇਂ ਤੋਂ ਪਹਿਲ੍ਹਾਂ ਮੌਤ ਹੋ ਗਈ।"

ਸਾਰੇ ਕਾਗਜ਼ ਜਲ ਗਏ, ਪਰ ਮਹਿਮੂਦ ਦੀਆਂ ਕਵਿਤਾਵਾਂ ਫਿਰ ਵੀ ਜਿਊਂਦੀਆਂ ਰਹਿ ਗਈਆਂ। ਉਨ੍ਹਾਂ ਦੇ ਰਚੇ ਹੋਏ ਗੀਤਾਂ ਦੀ ਇੱਕ ਵੀ ਪੰਕਤੀ ਨਹੀਂ ਭੁਲਾਈ ਗਈ। ਉਹ ਗੀਤ ਲੋਕਾਂ ਦੇ ਦਿਲਾਂ ਵਿੱਚ ਜਿਊਂ ਰਹੇ ਹਨ। ਉਨ੍ਹਾਂ ਨੂੰ ਨਾ ਤਾਂ ਅੱਗ ਜਲਾ ਸਕਦੀ ਹੈ, ਨਾ ਪਾਣੀ ਗਾਲ ਸਕਦਾ ਹੈ, ਕਿਉਂਕਿ ਉਨ੍ਹਾਂ ਵਿੱਚ ਕਵੀ ਦੀ ਆਤਮਾ ਦੀ ਆਵਾਜ਼ ਹੈ।

ਮੇਰੇ ਪਿਤਾ ਜੀ ਉਨ੍ਹਾਂ ਲੋਕਾਂ 'ਤੇ ਹੱਸਿਆ ਕਰਦੇ ਸਨ, ਜੋ ਇਸ ਡਰ ਨਾਲ ਰਾਤ ਨੂੰ ਲੁਕ-ਛਿਪ ਕੇ ਸਫ਼ਰ 'ਤੇ ਨਿੱਕਲਦੇ ਸਨ, ਕਿ ਉਨ੍ਹਾਂ ਨੂੰ ਕਿਸੇ ਦੀ ਬੁਰੀ ਨਜ਼ਰ ਨਾ ਲੱਗ ਜਾਵੇ।

ਉਨ੍ਹਾਂ 'ਤੇ ਵੀ, ਜੋ ਖੁਰਜੀ ਵਿੱਚ ਇਸ ਲਈ ਪੱਥਰ ਭਰ ਲਿਆ ਕਰਦੇ ਸਨ ਕਿ ਦੂਜੇ ਇਹ ਸਮਝਣ ਕਿ ਇਨ੍ਹਾਂ ਵਿੱਚ ਰੋਟੀ ਭਰੀ ਹੈ।

ਉਨ੍ਹਾਂ ਸ਼ਿਕਾਰੀਆਂ 'ਤੇ ਵੀ, ਜੋ ਤਿੱਤਰ ਦੀ ਜਗ੍ਹਾ ਕਾਂ ਲੈ ਕੇ ਘਰ ਮੁੜਦੇ ਹਨ।

ਅਬੂਤਾਲਿਬ ਨੇ ਇਹ ਗੱਲ ਸੁਣਾਈ

ਕਿਤੇ ਕੋਈ ਗਰੀਬ ਆਦਮੀ ਰਹਿੰਦਾ ਸੀ, ਜਿਸ ਨੂੰ ਆਪਣੇ ਆਪ ਨੂੰ ਅਮੀਰ ਦਿਖਾਉਣ ਦਾ ਚਾਅ ਚੜ੍ਹਿਆ। ਹਰ ਰੋਜ਼ ਉਹ ਬਹੁਤ ਖ਼ੁਸ਼-ਖ਼ੁਸ਼ ਅਤੇ ਮੁਸਕਰਾਉਂਦਾ ਹੋਇਆ ਸੱਥ ਵਿੱਚ ਆਉਂਦਾ ਅਤੇ ਉਸ ਦੀਆਂ ਮੁੱਛਾਂ ਚਿਕਣਾਈ ਨਾਲ ਚਮਕਦੀਆਂ ਹੁੰਦੀਆਂ, ਜਿਵੇਂ ਉਹ ਹੁਣੇ-ਹੁਣੇ ਜਵਾਨ ਅਤੇ ਵਧੀਆ ਭੇਡ ਖਾ ਕੇ ਆਇਆ ਹੋਵੇ। ਗਰੀਬ ਆਦਮੀ ਸਭ ਨੂੰ ਸੁਣਾ ਕੇ ਫੜ੍ਹ ਮਾਰਦਾ:

"ਆਹਾ, ਕਿੰਨਾ ਮੋਟਾ ਮੇਮਣਾ ਅੱਜ ਮੈਂ ਖਾਣ ਵਾਸਤੇ ਕੱਟਿਆ। ਕਿੰਨਾ ਨਰਮ ਅਤੇ ਸਵਾਦਲਾ ਸੀ ਉਸ ਦਾ ਮਾਸ।"

"ਹਰ ਰੋਜ਼ ਉਸ ਕੋਲ ਮੇਮਣਾ ਕਿੱਥੋਂ ਆ ਜਾਂਦੈ?" ਪਿੰਡ ਦੇ ਲੋਕ ਹੈਰਾਨ ਹੁੰਦੇ, "ਮਾਮਲੇ ਦੀ ਜਾਂਚ ਕਰਨੀ ਚਾਹੀਦੀ ਐ।"

ਚੁਸਤ ਨੌਜਵਾਨ ਉਸ ਦੇ ਘਰ ਦੀ ਛੱਤ 'ਤੇ ਚੜ੍ਹ ਗਏ ਅਤੇ ਚੌੜੀ ਚਿਮਨੀ ਵਿੱਚੋਂ ਉਨ੍ਹਾਂ ਨੇ ਹੇਠਾਂ ਨਜ਼ਰ ਮਾਰੀ। ਉਨ੍ਹਾਂ ਨੇ ਗਰੀਬ ਆਦਮੀ ਨੂੰ ਪੁਰਾਣੀਆਂ, ਸੁੱਟੀਆਂ ਹੋਈਆਂ ਹੱਡੀਆਂ ਉਬਾਲਦੇ ਹੋਏ ਦੇਖਿਆ। ਉਸ ਨੇ ਉੱਪਰ ਆ ਜਾਣ ਵਾਲੀ ਥੋੜ੍ਹੀ ਜਿਹੀ ਚਰਬੀ ਇਕੱਠੀ ਕੀਤੀ ਅਤੇ ਉਸ ਨਾਲ ਮੁੱਛਾਂ ਚੀਕਣੀਆਂ ਕਰ ਲਈਆਂ। ਇਸ ਤੋਂ ਬਾਅਦ ਉਸ ਨੇ ਥੋੜ੍ਹਾ ਜਿਹਾ ਸਫ਼ੈਦ ਜੀਰਾ ਖਾ ਲਿਆ। ਉਸ ਦੇ ਘਰ ਵਿੱਚ ਖਾਣ ਵਾਸਤੇ ਬਸ ਇਹੀ ਸੀ।

ਨੌਜਵਾਨ ਝੱਟ-ਪੱਟ ਛੱਤ ਤੋਂ ਹੇਠਾਂ ਉੱਤਰੇ ਅਤੇ ਗਰੀਬ ਆਦਮੀ ਦੇ ਘਰ ਵਿੱਚ ਗਏ।

"ਸਲਾਮ ਅਲੈਕੁਮ। ਅਸੀਂ ਇੱਧਰੋਂ ਲੰਘ ਰਹੇ ਸੀ। ਸੋਚਿਆ ਕਿ ਅਮੀਰ ਆਦਮੀ ਕੋਲ ਚੱਲੀਏ।"

"ਜਰਾ ਦੇਰ ਨਾਲ ਆਏ, ਮੈਂ ਹੁਣੇ-ਹੁਣੇ ਮੋਟੀ ਭੇਡ ਖ਼ਤਮ ਕੀਤੀ ਐ। ਹੁਣ ਘਰੋਂ ਬਾਹਰ ਜਾਣ ਹੀ ਵਾਲਾ ਸੀ।"

"ਤਾਂ ਤੁਸੀਂ ਇਹੀ ਦੱਸੋ ਕਿ ਅਜਿਹਾ ਖ਼ੁਸ਼ਬੂਦਾਰ ਅਤੇ ਸਵਾਦਲਾ ਜੀਰਾ ਕਿੱਥੋਂ ਲਿਆਉਂਦੇ ਹੋ?"

ਗਰੀਬ ਸਮਝ ਗਿਆ ਕਿ ਨੌਜਵਾਨਾਂ ਨੂੰ ਸਭ ਕੁੱਝ ਪਤਾ ਹੈ ਅਤੇ ਉਸ ਦਾ ਸਿਰ ਝੁਕ ਗਿਆ। ਇਸ ਤੋਂ ਬਾਅਦ ਉਸ ਦੀਆਂ ਮੁੱਛਾਂ 'ਤੇ ਕਦੇ ਚਿਕਣਾਈ ਨਜ਼ਰ ਨਹੀਂ ਆਈ।

ਯਾਦ

ਬਚਪਨ ਵਿੱਚ ਪਿਤਾ ਜੀ ਨੇ ਇੱਕ ਵਾਰ ਮੈਨੂੰ ਬਹੁਤ ਹੀ ਸਖ਼ਤ ਸਜ਼ਾ ਦਿੱਤੀ ਸੀ। ਕੁਟਾਪਾ ਤਾਂ ਮੈਂ ਭੁੱਲ ਗਿਆ, ਪਰ ਕੁਟਾਪੇ ਦਾ ਕਾਰਨ ਮੈਨੂੰ ਅਜੇ ਤੱਕ ਬਹੁਤ ਚੰਗੀ ਤਰ੍ਹਾਂ ਯਾਦ ਹੈ।

ਇੱਕ ਦਿਨ ਸੁਬ੍ਹਾ ਮੈਂ ਸਕੂਲ ਜਾਣ ਲਈ ਘਰੋਂ ਨਿੱਕਲਿਆ, ਪਰ ਸਕੂਲ ਗਿਆ ਨਹੀਂ। ਇੱਕ ਗਲੀ ਤੋਂ ਦੂਜੀ ਗਲੀ ਵਿੱਚ ਮੁੜ ਗਿਆ ਅਤੇ ਸ਼ਾਮ ਤੱਕ ਅਵਾਰਾ ਲੜਕਿਆਂ ਨਾਲ ਜੂਆ ਖੇਡਦਾ ਰਿਹਾ। ਪਿਤਾ ਜੀ ਨੇ ਕਿਤਾਬਾਂ ਖਰੀਦਣ ਲਈ ਮੈਨੂੰ ਕੁੱਝ ਪੈਸੇ ਦਿੱਤੇ ਸਨ ਅਤੇ ਉਨ੍ਹਾਂ ਹੀ ਨਾਲ ਮੈਂ ਦੁਨੀਆ ਦੀ ਸੁੱਧ-ਬੁੱਧ ਭੁੱਲ ਕੇ ਦਾਅ ਲਗਾਉਂਦਾ ਰਿਹਾ। ਪੈਸੇ ਜਲਦੀ ਹੀ ਖ਼ਤਮ ਹੋ ਗਏ। ਹੁਣ ਮੈਨੂੰ ਇਹ ਫ਼ਿਕਰ ਹੋਇਆ ਕਿ ਹੋਰ ਪੈਸੇ ਕਿੱਥੋਂ ਹਾਸਲ ਕੀਤੇ ਜਾਣ। ਅਸੀਂ ਜਦੋਂ ਜੂਆ ਖੇਡਦੇ ਹਾਂ ਅਤੇ ਆਖ਼ਰੀ ਕੌਡੀ ਵੀ ਹਾਰ ਜਾਂਦੇ ਹਾਂ, ਤਾਂ ਸਾਨੂੰ ਅਜਿਹਾ ਲੱਗਦਾ ਹੈ ਕਿ ਕਿਤੋਂ ਪੰਜ ਕੋਪੇਕ ਦਾ ਇੱਕ ਸਿੱਕਾ ਹੱਥ ਲੱਗ ਜਾਵੇ, ਤਾਂ ਨਾ ਸਿਰਫ਼ ਹਾਰੇ ਹੋਏ ਪੈਸੇ ਹੀ ਵਾਪਸ ਆ ਜਾਣਗੇ, ਬਲਕਿ ਕੁੱਝ ਹੋਰ ਵੀ ਜਿੱਤ ਲਵਾਂਗੇ। ਮੈਨੂੰ ਵੀ ਅਜਿਹਾ ਹੀ ਲੱਗਿਆ ਕਿ ਜੇਕਰ ਕਿਤੋਂ ਕੁੱਝ ਪੈਸੇ ਹੋਰ ਮਿਲ ਜਾਣ, ਤਾਂ ਹਾਰੇ ਹੋਏ ਪੈਸੇ ਵਾਪਸ ਆ ਜਾਣਗੇ।

ਮੈਂ ਜਿਨ੍ਹਾਂ ਲੜਕਿਆਂ ਨਾਲ ਖੇਡ ਰਿਹਾ ਸੀ, ਉਨ੍ਹਾਂ ਤੋਂ ਉਧਾਰ ਮੰਗਣ ਲੱਗਿਆ। ਪਰ ਕੋਈ ਵੀ ਅਜਿਹਾ ਕਰਨ ਲਈ ਤਿਆਰ ਨਹੀਂ ਹੋਇਆ। ਗੱਲ ਇਹ ਹੈ ਕਿ ਜੁਆਰੀਆਂ ਵਿੱਚ ਅਜਿਹਾ ਮੰਨਿਆ ਜਾਂਦਾ ਹੈ ਕਿ ਜਿਹੜਾ ਕੋਈ ਹਾਰਨ ਵਾਲੇ ਨੂੰ ਉਧਾਰ ਦਿੰਦਾ ਹੈ, ਉਹ ਖ਼ੁਦ ਹਾਰ ਜਾਂਦਾ ਹੈ।

ਫਿਰ ਮੈਂ ਇੱਕ ਵਿਉਂਤ ਬਣਾਈ। ਮੈਂ ਪਿੰਡ ਵਿੱਚ ਘਰ-ਘਰ ਜਾਣ ਅਤੇ ਇਹ ਕਹਿਣ ਲੱਗਿਆ ਕਿ ਕੱਲ੍ਹ ਨੂੰ ਇੱਥੇ ਪਹਿਲਵਾਨ ਆਉਣਗੇ ਅਤੇ ਮੈਨੂੰ ਉਨ੍ਹਾਂ ਲਈ ਪੈਸੇ ਇਕੱਠੇ ਕਰਨ ਦਾ ਕੰਮ ਸੌਂਪਿਆ ਗਿਆ ਹੈ।

ਦਰ-ਦਰ ਜਾਣ ਵਾਲੇ ਭੁੱਖੇ ਕੁੱਤੇ ਨੂੰ ਕੀ ਮਿਲਦਾ ਹੈ ਜਾਂ ਤਾਂ ਹੱਡੀ ਜਾਂ ਡੰਡੇ ਦੀ ਮਾਰ। ਮੇਰੇ ਨਾਲ ਵੀ ਅਜਿਹਾ ਹੀ ਹੋਇਆ, ਕੁੱਝ ਨੇ ਇਨਕਾਰ ਕਰ ਦਿੱਤਾ, ਕੁੱਝ ਨੇ ਕੁੱਝ ਦੇ ਦਿੱਤਾ। ਹਾਂ, ਜਿਨ੍ਹਾਂ ਨੇ ਕੁੱਝ ਦਿੱਤਾ, ਉਹ ਵੀ ਸ਼ਾਇਦ ਮੇਰੇ ਪਿਤਾ ਦੇ ਨਾਂ ਦੀ ਇੱਜ਼ਤ ਕਰਦੇ ਹੋਏ।

ਪਿੰਡ ਦਾ ਚੱਕਰ ਲਗਾਉਣ ਤੋਂ ਬਾਅਦ ਜਦੋਂ ਮੈਂ ਪੈਸੇ ਗਿਣੇ, ਤਾਂ ਇਸ ਨਤੀਜੇ 'ਤੇ ਪਹੁੰਚਿਆ ਕਿ ਜੂਆ ਜਾਰੀ ਰੱਖਿਆ ਜਾ ਸਕਦਾ ਹੈ। ਪਰ ਕਿਸਮਤ ਦੇ ਮਾਰੇ ਇਹ ਪੈਸੇ ਵੀ ਜਲਦੀ ਹੀ ਖ਼ਤਮ ਹੋ ਗਏ। ਇਹ ਖੇਡ ਜ਼ਮੀਨ 'ਤੇ ਗੋਡਿਆਂ ਭਾਰ ਘਿਸਰ ਕੇ ਖੇਡੀ ਜਾਂਦੀ ਸੀ। ਦਿਨ ਭਰ ਵਿੱਚ ਮੇਰੀ ਪੈਂਟ ਬਿਲਕੁੱਲ ਫਟ ਗਈ ਅਤੇ ਗੋਡਿਆਂ 'ਤੇ ਝਰੀਟਾਂ ਪੈ ਗਈਆਂ।

ਇਸੇ ਦੌਰਾਨ ਘਰੇ ਮੇਰਾ ਫ਼ਿਕਰ ਹੋਇਆ। ਵੱਡੇ ਭਰਾ ਮੈਨੂੰ ਸਾਰੇ ਪਿੰਡ ਵਿੱਚ ਲੱਭਣ ਲੱਗੇ।

ਪਿੰਡ ਵਾਲੇ, ਜਿਨ੍ਹਾਂ ਨੂੰ ਮੈਂ ਪਹਿਲਵਾਨਾਂ ਦੇ ਆਉਣ ਦੀ ਮਨਘੜਤ ਗੱਲ ਕਹੀ ਸੀ, ਉਨ੍ਹਾਂ ਦੇ ਆਉਣ ਬਾਰੇ ਵਿਸਥਾਰ ਸਹਿਤ ਜਾਣਨ ਲਈ ਸਾਡੇ ਘਰ ਪਹੁੰਚਣ ਲੱਗੇ। ਮਤਲਬ ਇਹ ਕਿ ਕੰਨੋਂ ਫੜ ਕੇ ਮੈਨੂੰ ਘਰੇ ਲਿਆਂਦਾ ਗਿਆ, ਤਾਂ ਮੇਰੀਆਂ ਕਰਤੂਤਾਂ ਦਾ ਪੂਰਾ ਪਤਾ ਲੱਗ ਚੁੱਕਿਆ ਸੀ।

ਤਾਂ ਮੈਂ ਪਿਤਾ ਜੀ ਦੀ ਅਦਾਲਤ ਵਿੱਚ ਖੜ੍ਹਾ ਸੀ। ਉਨ੍ਹਾਂ ਦੀ ਇਸ ਅਦਾਲਤ ਤੋਂ ਹੀ ਮੈਂ ਦੁਨੀਆ ਵਿੱਚ ਸਭ ਤੋਂ ਜ਼ਿਆਦਾ ਡਰਦਾ ਸੀ। ਪਿਤਾ ਜੀ ਨੇ ਸਿਰ ਤੋਂ ਪੈਰਾਂ ਤੱਕ ਮੈਨੂੰ ਗ਼ੌਰ ਨਾਲ ਦੇਖਿਆ। ਮੇਰੇ ਨੰਗੇ, ਸੁੱਜੇ ਹੋਏ ਲਾਲ ਗੋਡੇ ਸੁਰਾਖਾਂ ਵਿੱਚੋਂ ਇਸ ਤਰ੍ਹਾਂ ਝਾਕ ਰਹੇ ਸਨ, ਜਿਸ ਤਰ੍ਹਾਂ ਖੰਭਾਂ ਨਾਲ ਭਰੇ ਹੋਏ ਸਿਰ੍ਹਾਣੇ ਝਾਕਦੇ ਦਿਖਾਈ ਦਿੰਦੇ ਹਨ, ਜਿਨ੍ਹਾਂ ਨੂੰ ਪਹਾੜੀ ਘਰਾਂ ਦੀਆਂ ਖਿੜਕੀਆਂ ਵਿੱਚ ਠੋਸ ਦਿੱਤਾ ਜਾਂਦਾ ਹੈ।

"ਇਹ ਕੀ ਐ?" ਪਿਤਾ ਜੀ ਨੇ ਜਿਵੇਂ ਸ਼ਾਂਤੀ ਨਾਲ ਪੁੱਛਿਆ।

"ਗੋਡੇ ਨੇ।" ਫਟੀ ਪੈਂਟ ਦੇ ਸੁਰਾਖਾਂ ਨੂੰ ਹੱਥਾਂ ਨਾਲ ਛਿਪਾਉਣ ਦੀ ਕੋਸ਼ਿਸ਼ ਕਰਦੇ ਹੋਏ ਮੈਂ ਜਵਾਬ ਦਿੱਤਾ।

"ਗੋਡੇ ਨੇ, ਇਹ ਤਾਂ ਮੈਂ ਵੀ ਜਾਣਦਾਂ, ਪਰ ਉਹ ਮੈਨੂੰ ਦਿਖਾਈ ਕਿਉਂ ਦਿੰਦੇ ਨੇ? ਇਹ ਦੱਸੋ ਕਿ ਪੈਂਟ ਕਿਵੇਂ ਪੜਵਾਈ?"

ਮੈਂ ਆਪਣੀ ਪੈਂਟ ਨੂੰ ਇਸ ਤਰ੍ਹਾਂ ਦੇਖਣ ਲੱਗਿਆ, ਜਿਵੇਂ ਹੁਣੇ ਮੈਂ ਉਸ ਵਿੱਚ ਸੁਰਾਖ ਦੇਖੇ ਹੋਣ। ਅਜੀਬ ਮਨੋਦਿਸ਼ਾ ਹੁੰਦੀ ਹੈ ਝੂਠੇ ਅਤੇ ਡਰਪੋਕ ਦੀ। ਉਹ ਜਾਣਦਾ ਹੈ ਕਿ ਵੱਡਿਆਂ ਨੂੰ ਸਭ ਕੁੱਝ ਪਤਾ ਹੈ ਅਤੇ ਸੱਚਾਈ ਤੋਂ ਇਨਕਾਰ ਕਰਨਾ ਕੇਵਲ ਆਪਣਾ ਮਜ਼ਾਕ ਉਡਾਉਣਾ ਹੈ ਅਤੇ ਇਸ ਨਾਲ ਕੋਈ ਫ਼ਾਇਦਾ ਨਹੀਂ ਹੋਵੇਗਾ, ਪਰ ਫਿਰ ਵੀ ਉਹ ਸਾਫ਼-ਸਾਫ਼ ਅਤੇ ਸਹੀ ਜਵਾਬ ਦੇਣ ਤੋਂ ਕਤਰਾਉਂਦਾ ਹੈ ਅਤੇ ਆਪਣੇ ਮਨ ਨਾਲ ਤਰ੍ਹਾਂ-ਤਰ੍ਹਾਂ ਦੇ ਬਹਾਨੇ ਬਣਾਉਂਦਾ ਹੈ।

ਪਿਤਾ ਜੀ ਦੀ ਆਵਾਜ਼ ਵਿੱਚ ਗੁੱਸਾ ਝਲਕਣ ਲੱਗਿਆ। ਪਰਿਵਾਰ ਦੇ ਲੋਕ ਘਰ ਦੇ ਮੁਖੀ ਦਾ ਸੁਭਾਅ ਸਮਝਦੇ ਸਨ, ਇਸ ਲਈ ਮੇਰੀ ਰੱਖਿਆ ਲਈ ਆਲੇ-ਦੁਆਲੇ ਆ ਗਏ। ਪਰ ਪਿਤਾ ਜੀ ਨੇ ਉਨ੍ਹਾਂ ਸਾਰਿਆਂ ਨੂੰ ਦੂਰ ਹਟਣ ਲਈ ਹੱਥ ਦਾ ਇਸ਼ਾਰਾ ਕੀਤਾ ਅਤੇ ਫਿਰ ਮੈਨੂੰ ਪੁੱਛਿਆ:

"ਤਾਂ ਤੁਸੀਂ ਪੈਂਟ ਕਿਵੇਂ ਪੜਵਾਈ?"

"ਸਕੂਲ ਵਿੱਚ ਫਟ ਗਈ...ਕਿੱਲ ਵਿੱਚ ਫਸ ਕੇ......।"

"ਕਿਵੇਂ, ਕਿਵੇਂ, ਜਰਾ ਦੁਹਰਾਓ ਤਾਂ......।"

"ਕਿੱਲ ਵਿੱਚ ਫਸ ਕੇ।"

"ਕਿਸ ਜਗ੍ਹਾ?"

"ਸਕੂਲ ਵਿੱਚ।"

"ਕਦੋਂ?"

"ਅੱਜ।"

ਪਿਤਾ ਜੀ ਦਾ ਥੱਪੜ ਜ਼ੋਰ ਨਾਲ ਮੇਰੀ ਗੱਲ੍ਹ 'ਤੇ ਪਿਆ।

"ਹੁਣ ਦੱਸੋ ਕਿ ਪੈਂਟ ਕਿਵੇਂ ਫਟੀ?"

ਮੈਂ ਚੁੱਪ ਰਿਹਾ। ਪਿਤਾ ਜੀ ਨੇ ਦੂਜੀ ਗੱਲ੍ਹ 'ਤੇ ਇੱਕ ਹੋਰ ਥੱਪੜ ਮਾਰਿਆ।

"ਹੁਣ ਦੱਸੋ।"

ਮੈਂ ਰੋ ਪਿਆ।

"ਰੋਣਾ ਬੰਦ ਕਰੋ।" ਪਿਤਾ ਜੀ ਨੇ ਹੁਕਮ ਦਿੱਤਾ ਅਤੇ ਛਾਂਟਾ ਚੁੱਕ ਲਿਆ।

ਮੈਂ ਰੋਣਾ ਬੰਦ ਕਰ ਦਿੱਤਾ। ਪਿਤਾ ਜੀ ਨੇ ਛਾਂਟਾ ਹਿਲਾਇਆ।

"ਜੇਕਰ ਹੁਣੇ ਸੱਚ-ਸੱਚ ਨਹੀਂ ਦੱਸ ਦਿਓਗੇ, ਤਾਂ ਛਾਂਟੇ ਨਾਲ ਕੁਟਾਪਾ ਚਾੜ੍ਹਾਂਗਾ।"

ਮੈਂ ਜਾਣਦਾ ਸੀ ਕਿ ਸਿਰੇ 'ਤੇ ਸਖ਼ਤ ਗੰਢ ਵਾਲਾ ਇਹ ਛਾਂਟਾ ਕੀ ਮੁਸੀਬਤ ਹੈ। ਛਾਂਟੇ ਦੇ ਡਰ ਨੇ ਸੱਚ ਦੇ ਡਰ 'ਤੇ ਬਾਜ਼ੀ ਮਾਰ ਲਈ ਅਤੇ ਮੈਂ ਆਪਣੀਆਂ ਦਿਨ ਭਰ ਦੀਆਂ ਸਾਰੀਆਂ ਹਰਕਤਾਂ ਲੜੀਵਾਰ ਕਹਿ ਸੁਣਾਈਆਂ।

ਮੁਕੱਦਮੇ ਦੀ ਕਾਰਵਾਈ ਖ਼ਤਮ ਹੋ ਗਈ। ਤਿੰਨ ਦਿਨਾਂ ਤੱਕ ਮੈਂ ਬਹੁਤ ਪ੍ਰੇਸ਼ਾਨ ਰਿਹਾ। ਘਰ ਅਤੇ ਸਕੂਲ ਦਾ ਜੀਵਨ ਤਾਂ ਜਿਵੇਂ ਆਪਣੇ ਆਮ ਢੰਗ ਨਾਲ ਹੀ ਚੱਲਦਾ ਰਿਹਾ, ਪਰ ਮੇਰੇ ਮਨ ਨੂੰ ਚੈਨ ਨਹੀਂ ਸੀ। ਮੈਂ ਜਾਣਦਾ ਸੀ ਕਿ ਅਜੇ ਪਿਤਾ ਜੀ ਨਾਲ ਇੱਕ ਵਾਰ ਫਿਰ ਗੱਲਬਾਤ ਹੋਵੇਗੀ। ਇੰਨਾ ਹੀ ਨਹੀਂ, ਹੁਣ ਮੈਂ ਖ਼ੁਦ ਇਸ ਗੱਲਬਾਤ ਲਈ ਬੜਾ ਉਤਸੁਕ ਸੀ, ਇਸ ਦੀ ਉਡੀਕ ਵਿੱਚ ਸੀ। ਇਨ੍ਹਾਂ ਦਿਨਾਂ ਵਿੱਚ ਮੇਰੇ ਲਈ ਸਭ ਤੋਂ ਜ਼ਿਆਦਾ ਦੁੱਖ ਦੀ ਗੱਲ ਤਾਂ ਇਹ ਸੀ ਕਿ ਪਿਤਾ ਜੀ ਮੇਰੇ ਨਾਲ ਗੱਲਬਾਤ ਨਹੀਂ ਕਰਨਾ ਚਾਹੁੰਦੇ।

ਤੀਜੇ ਦਿਨ ਮੈਨੂੰ ਕਿਹਾ ਗਿਆ ਕਿ ਪਿਤਾ ਜੀ ਨੇ ਬੁਲਾਇਆ ਹੈ। ਉਨ੍ਹਾਂ ਨੇ ਮੈਨੂੰ ਆਪਣੇ ਕੋਲ ਬਿਠਾਇਆ, ਸਿਰ 'ਤੇ ਹੱਥ ਫੇਰਿਆ, ਇਹ ਪੁੱਛਿਆ ਕਿ ਸਕੂਲ ਵਿੱਚ ਅਸੀਂ ਅੱਜਕੱਲ੍ਹ ਕੀ ਪੜ੍ਹ ਰਹੇ ਹਾਂ, ਕਿ ਮੈਨੂੰ ਕਿੰਨੇ ਅੰਕ ਮਿਲ ਰਹੇ ਹਨ। ਇਸ ਤੋਂ ਬਾਅਦ ਅਚਾਨਕ ਇਹ ਸਵਾਲ ਕੀਤਾ:

"ਜਾਣਦੇ ਹੋ ਕਿ ਮੈਂ ਕਿਸ ਲਈ ਤੁਹਾਨੂੰ ਕੁਟਾਪਾ ਚਾੜ੍ਹਿਆ ਸੀ?"

"ਹਾਂ, ਜਾਣਦਾਂ।"

"ਜਰਾ ਦੱਸੋ ਤਾਂ ਸਹੀ ਕਿ ਤੁਸੀਂ ਕੀ ਸਮਝਦੇ ਹੋ?"

"ਇਸ ਲਈ ਮੈਂ ਜੂਆ ਖੇਡਿਆ ਸੀ।"

"ਨਹੀਂ, ਇਸ ਲਈ ਨਹੀਂ। ਬਚਪਨ ਵਿੱਚ ਕੌਣ ਜੂਆ ਨਹੀਂ ਖੇਡਦਾ? ਮੈਂ ਵੀ ਖੇਡਿਆ ਅਤੇ ਤੁਹਾਡੇ ਵੱਡੇ ਭਰਾਵਾਂ ਨੇ ਵੀ।"

"ਇਸ ਲਈ ਕਿ ਪੈਂਟ ਪੜਵਾ ਲਈ।"

"ਨਹੀਂ, ਇਸ ਲਈ ਵੀ ਨਹੀਂ। ਬਚਪਨ ਵਿੱਚ ਸਾਡੇ ਵਿੱਚੋਂ ਕਿਸ ਨੇ ਪੈਂਟਾਂ ਜਾਂ ਕਮੀਜਾਂ ਨਹੀਂ ਪੜਵਾਈਆਂ? ਇੰਨਾ ਹੀ ਸ਼ੁਕਰ ਐ ਕਿ ਸਿਰ ਸਲਾਮਤ ਐ। ਤੁਸੀਂ ਕੋਈ ਲੜਕੀ ਤਾਂ ਹੋ ਨਹੀਂ ਕਿ ਨੱਕ ਦੀ ਸੇਧ ਵਿੱਚ ਆਓ-ਜਾਓ।"

"ਇਸ ਲਈ ਕਿ ਸਕੂਲ ਨਹੀਂ ਗਿਆ?"

"ਹਾਂ, ਇਹ ਤੁਹਾਡੀ ਵੱਡੀ ਗਲਤੀ ਸੀ। ਇਸੇ ਨੇ ਉਸ ਦਿਨ ਤੁਹਾਡੀਆਂ ਮੁਸੀਬਤਾਂ ਸ਼ੁਰੂ ਕੀਤੀਆਂ। ਇਸ ਦੇ ਲਈ ਅਤੇ ਇਸੇ ਤਰ੍ਹਾਂ ਪੈਂਟ ਪੜਵਾਉਣ ਜਾਂ ਜੂਆ ਖੇਡਣ ਲਈ ਤੁਹਾਡੀ ਝਿੜਕ-ਝੰਬ ਹੋਣੀ ਚਾਹੀਦੀ ਸੀ। ਜ਼ਿਆਦਾ ਤੋਂ ਜ਼ਿਆਦਾ ਮੈਂ ਤੁਹਾਡੇ ਕੰਨ ਖਿੱਚੇ ਹੁੰਦੇ। ਮੇਰੇ ਬੇਟੇ, ਮੈਂ ਤੁਹਾਡੇ ਝੂਠ ਲਈ ਤੁਹਾਡੀ ਕੁੱਟ-ਮਾਰ ਕੀਤੀ। ਝੂਠ, ਇਹ ਭੁੱਲ ਨਹੀਂ, ਸਬੱਬ ਨਾਲ ਹੋਣ ਵਾਲੀ ਗੱਲ ਨਹੀਂ, ਇਹ ਸਾਡੇ ਚਰਿੱਤਰ ਦਾ ਲੱਛਣ ਐ, ਜਿਹੜਾ ਜੜ ਫੜ ਸਕਦੈ। ਇਹ ਤੁਹਾਡੀ ਆਤਮਾ ਦੇ ਖੇਤ ਵਿੱਚ ਭਿਆਨਕ ਜੰਗਲੀ ਘਾਹ ਐ। ਜੇਕਰ ਉਸ ਨੂੰ ਸਮੇਂ ਸਿਰ ਨਾ ਉਖਾੜ ਸੁੱਟਿਆ ਜਾਵੇ, ਤਾਂ ਉਹ ਸਾਰੇ ਖੇਤ ਵਿੱਚ ਫ਼ੈਲ ਜਾਵੇਗੀ ਅਤੇ ਚੰਗੇ ਬੀਜ ਦੇ ਫੁੱਟ ਨਿੱਕਲਣ ਲਈ ਕਿਤੇ ਵੀ ਜਗ੍ਹਾ ਨਹੀਂ ਬਚੇਗੀ। ਝੂਠ ਤੋਂ ਜ਼ਿਆਦਾ ਖ਼ਤਰਨਾਕ ਹੋਰ ਕੋਈ ਚੀਜ਼ ਇਸ ਦੁਨੀਆ ਵਿੱਚ ਨਹੀਂ। ਇਸ ਤੋਂ ਖਹਿੜਾ ਛੁਡਾਉਣਾ ਸੰਭਵ ਨਹੀਂ ਹੁੰਦਾ। ਜੇਕਰ ਤੁਸੀਂ ਇੱਕ ਵਾਰ ਫਿਰ ਮੈਨੂੰ ਝੂਠ ਬੋਲੋਗੇ, ਤਾਂ ਮੈਂ ਤੁਹਾਨੂੰ ਮਾਰ ਦਿਆਂਗਾ। ਅੱਜ ਤੋਂ ਤੁਸੀਂ ਸਿਰਫ਼ ਸੱਚ ਹੀ ਬੋਲੋਗੇ। ਟੇਢੇ ਨਾਲ ਨੂੰ ਤੁਸੀਂ ਟੇਢਾ ਨਾਲ, ਘੜੇ ਦੇ ਟੇਢੇ ਹੱਥੇ ਨੂੰ ਟੇਢਾ ਹੱਥਾ ਅਤੇ ਟੇਢੇ ਦਰੱਖਤ ਨੂੰ ਟੇਢਾ ਦਰੱਖਤ ਹੀ ਕਹੋਗੇ। ਸਮਝ ਗਏ?"

"ਸਮਝ ਗਿਆ।"

"ਤਾਂ ਜਾਓ।"

ਮੈਂ ਉੱਥੋਂ ਚਲਾ ਗਿਆ ਅਤੇ ਮੈਂ ਮਨ ਹੀ ਮਨ ਕਦੇ ਵੀ ਝੂਠ ਨਾ ਬੋਲਣ ਦੀ ਸਹੁੰ ਖਾਧੀ। ਇਸ ਤੋਂ ਇਲਾਵਾ ਮੈਂ ਇਹ ਵੀ ਜਾਣਦਾ ਸੀ ਕਿ ਜੇਕਰ ਮੈਂ ਦੁਬਾਰਾ ਝੂਠ ਬੋਲਿਆ, ਤਾਂ ਪਿਤਾ ਜੀ ਆਪਣੇ ਕਹੇ ਹੋਏ ਸ਼ਬਦਾਂ ਨੂੰ ਸੱਚ ਕਰ ਦਿਖਾਉਣਗੇ ਅਤੇ ਚਾਹੇ ਮੈਨੂੰ ਕਿੰਨਾ ਹੀ ਜ਼ਿਆਦਾ ਪਿਆਰ ਕਿਉਂ ਨਾ ਕਰਦੇ ਹੋਣ, ਉਹ ਮੈਨੂੰ ਮਾਰ ਸੁੱਟਣਗੇ।

ਬਹੁਤ ਸਾਲਾਂ ਬਾਅਦ ਮੈਂ ਆਪਣੇ ਇੱਕ ਦੋਸਤ ਨੂੰ ਇਹ ਘਟਨਾ ਸੁਣਾਈ।

"ਓਏ!" ਮੇਰੇ ਦੋਸਤ ਨੇ ਹੈਰਾਨ ਹੋ ਕੇ ਕਿਹਾ, "ਤੁਸੀਂ ਅਜੇ ਤੱਕ ਆਪਣੇ ਉਸ ਨਿੱਕੇ ਜਿਹੇ ਤੁੱਛ ਝੂਠ ਨੂੰ ਨਹੀਂ ਭੁੱਲੇ?"

ਮੈਂ ਜਵਾਬ ਦਿੱਤਾ:

"ਝੂਠ, ਝੂਠ ਐ ਅਤੇ ਸੱਚ, ਸੱਚ। ਉਹ ਛੋਟੇ-ਵੱਡੇ ਨਹੀਂ ਹੋ ਸਕਦੇ। ਜੀਵਨ, ਜੀਵਨ ਐ ਅਤੇ ਮੌਤ, ਮੌਤ। ਜਦੋਂ ਮੌਤ ਆਉਂਦੀ ਐ, ਤਾਂ ਜ਼ਿੰਦਗੀ ਖ਼ਤਮ ਹੋ ਜਾਂਦੀ ਐ। ਇਸ ਦੇ ਉਲਟ, ਜਦੋਂ ਤੱਕ ਜ਼ਿੰਦਗੀ ਦੀ ਗਰਮੀ ਬਣੀ ਰਹਿੰਦੀ ਐ, ਉਦੋਂ ਤੱਕ ਮੌਤ ਨਹੀਂ ਹੁੰਦੀ। ਉਹ ਨਾਲ-ਨਾਲ ਨਹੀਂ ਰਹਿ ਸਕਦੀਆਂ। ਇੱਕ-ਦੂਜੀ ਦਾ ਅੰਤ ਕਰ ਦਿੰਦੀਆਂ ਨੇ। ਸੱਚ ਅਤੇ ਝੂਠ ਬਾਰੇ ਵੀ ਅਜਿਹਾ ਹੀ ਐ।"

ਝੂਠ, ਇਹ ਹੈ ਸ਼ਰਮ ਦੀ ਗੱਲ, ਇਹ ਹੈ ਗੰਦਗੀ ਅਤੇ ਕੂੜਾ-ਕਰਕਟ। ਸੱਚ, ਇਹ ਹੈ ਸੁੰਦਰਤਾ, ਸਫ਼ਾਈ ਅਤੇ ਨਿਰਮਲ ਆਕਾਸ਼। ਝੂਠ, ਬੁਜ਼ਦਿਲੀ ਹੈ, ਸੱਚ, ਦਲੇਰੀ ਹੈ। ਜਾਂ ਤਾਂ

ਸੱਚ ਹੈ ਜਾਂ ਝੂਠ, ਇਨ੍ਹਾਂ ਦੋਵਾਂ ਦੇ ਵਿਚਕਾਰ ਕੋਈ ਚੀਜ਼ ਨਹੀਂ ਹੋ ਸਕਦੀ।

ਹੁਣ ਜਿਸ ਵੇਲੇ ਮੈਨੂੰ ਝੂਠੇ ਲੇਖਕਾਂ ਦੀਆਂ ਝੂਠੀਆਂ ਰਚਨਾਵਾਂ ਪੜ੍ਹਨੀਆਂ ਪੈਂਦੀਆਂ ਹਨ, ਤਾਂ ਮੈਨੂੰ ਪਿਤਾ ਜੀ ਦੇ ਛਾਂਟੇ ਦੀ ਬਹੁਤ ਯਾਦ ਆਉਂਦੀ ਹੈ। ਕਿੰਨੀ ਸਖ਼ਤ ਜ਼ਰੂਰਤ ਹੈ ਉਸ ਦੀ। ਕਿੰਨੀ ਸਖ਼ਤ ਜ਼ਰੂਰਤ ਹੈ ਕਠੋਰ ਅਤੇ ਨਿਆਂਕਾਰੀ ਪਿਤਾ ਦੀ, ਜੋ ਸਹੀ ਸਮੇਂ 'ਤੇ ਇਹ ਧਮਕੀ ਦੇ ਸਕੇ, "ਜੇਕਰ ਝੂਠ ਬੋਲੋਗੇ, ਤਾਂ ਮਾਰ ਦਿਆਂਗਾ।" ਪਰ ਹੇ ਅੱਲ੍ਹਾ, ਕਿੰਨਾ ਝੂਠ ਬੋਲਿਆ ਜਾਂਦਾ ਹੈ ਅੱਜਕੱਲ੍ਹ ਅਤੇ ਉਸ ਦੀ ਸਜ਼ਾ ਵੀ ਕੋਈ ਨਹੀਂ।

ਕਾਸ਼, ਝੂਠ ਨੂੰ ਵੀ ਕਦੇ ਸਜ਼ਾ ਮਿਲ ਸਕਦੀ। ਕੀ ਸੱਚ ਵਾਸਤੇ ਲੋਕਾਂ ਨੂੰ ਦੰਡ ਨਹੀਂ ਮਿਲਦਾ? ਕੀ ਇਤਿਹਾਸ ਵਿੱਚ ਅਜਿਹੀਆਂ ਉਦਾਹਰਣਾਂ ਦੀ ਘਾਟ ਹੈ, ਜਦੋਂ ਲੋਕਾਂ ਨੂੰ ਸੱਚ ਲਈ ਸਜ਼ਾ ਦਿੱਤੀ ਗਈ, ਜਦੋਂ ਸੱਚ ਲਈ ਉਨ੍ਹਾਂ 'ਤੇ ਛਾਂਟੇ ਬਰਸਾਏ ਗਏ?

ਬਚਪਨ ਵਿੱਚ ਮੈਨੂੰ ਸੱਚ ਤੋਂ ਇਨਕਾਰ ਕਰਨ ਲਈ ਬਹੁਤ ਦਲੇਰੀ ਦੀ ਜ਼ਰੂਰਤ ਮਹਿਸੂਸ ਹੁੰਦੀ ਸੀ। ਕਿਉਂਕਿ ਉਸ ਤੋਂ ਇਨਕਾਰ ਕਰਨ 'ਤੇ ਰਾਹਤ ਮਿਲਣ ਦੀ ਬਜਾਇ ਸਭ ਤੋਂ ਭਿਆਨਕ ਤਸੀਹੇ, ਭਾਵ ਆਤਮਾ ਦੀ ਫਿਟਕਾਰ ਦਾ ਸਾਹਮਣਾ ਕਰਨਾ ਪੈਂਦਾ ਹੈ।

ਦਲੇਰ ਲੋਕ ਆਪਣੇ ਵਿਸ਼ਵਾਸਾਂ ਨੂੰ ਕਦੇ ਨਹੀਂ ਬਦਲਦੇ। ਉਨ੍ਹਾਂ ਨੂੰ ਪਤਾ ਹੈ ਕਿ ਪ੍ਰਿਥਵੀ ਘੁੰਮਦੀ ਹੈ। ਉਨ੍ਹਾਂ ਨੂੰ ਪਤਾ ਹੈ ਰਾਤ ਤੋਂ ਬਾਅਦ ਜ਼ਰੂਰ ਸੁਬ੍ਹਾ ਹੁੰਦੀ ਹੈ, ਫਿਰ ਦਿਨ ਨਿੱਕਲਦਾ ਹੈ ਅਤੇ ਦਿਨ ਤੋਂ ਬਾਅਦ ਰਾਤ ਆਉਂਦੀ ਹੈ...ਸਰਦੀ ਤੋਂ ਬਾਅਦ ਬਸੰਤ ਆਉਂਦੀ ਹੈ ਅਤੇ ਬਸੰਤ ਤੋਂ ਬਾਅਦ ਪਿਆਰੀ ਗਰਮੀ.....।

ਅਤੇ ਕੁੱਝ ਅਜਿਹਾ ਹੀ ਹੁੰਦਾ ਹੈ ਕਿ ਆਖ਼ਰ ਆਤਮਾ ਦਾ ਛਾਂਟਾ, ਸਤਿਕਾਰ ਦਾ ਛਾਂਟਾ, ਸੱਚ ਦਾ ਛਾਂਟਾ ਝੂਠਾਂ ਅਤੇ ਢੌਂਗੀਆਂ ਨੂੰ ਚਿੱਤ ਕਰ ਦਿੰਦਾ ਹੈ ਅਤੇ ਝੂਠ ਕਦੇ ਵੀ ਸੱਚ 'ਤੇ ਜੇਤੂ ਨਹੀਂ ਹੋ ਸਕਦਾ।

ਪਿੰਡ ਦੀ ਸੱਥ ਵਿੱਚ ਹੋਈ ਗੱਲਬਾਤ ਵਿੱਚੋਂ:

"ਸੱਚ ਅਤੇ ਝੂਠ ਦੇ ਵਿਚਕਾਰ ਕਿੰਨਾ ਫ਼ਾਸਲਾ ਐ?"

"ਦੋ ਇੰਚ ਦਾ।"

"ਉਹ ਕਿਉਂ?"

"ਕਿਉਂਕਿ ਕੰਨਾਂ ਨਾਲੋਂ ਅੱਖਾਂ ਤੱਕ ਦਾ ਵੀ ਦੋ ਇੰਚ ਦਾ ਫ਼ਾਸਲਾ ਐ। ਜੋ ਕੁੱਝ ਆਪਣੀਆਂ ਅੱਖਾਂ ਨਾਲ ਦੇਖਿਆ ਗਿਆ, ਉਹ ਸੱਚ ਐ ਅਤੇ ਜੋ ਕੁੱਝ ਕੰਨਾਂ ਨਾਲ ਸੁਣਿਆ ਗਿਆ, ਝੂਠ ਐ।"

ਖ਼ੈਰ ਅਜਿਹਾ ਹੀ ਸਹੀ। ਇਸ ਵਿੱਚ ਕੋਈ ਸ਼ੱਕ ਨਹੀਂ ਕਿ ਸੌ ਵਾਰ ਸੁਣਨ ਦੀ ਬਜਾਇ ਇੱਕ ਵਾਰ ਦੇਖ ਲੈਣਾ ਹੀ ਜ਼ਿਆਦਾ ਚੰਗਾ ਹੁੰਦਾ ਹੈ। ਪਰ ਲੇਖਕ ਨੂੰ ਤਾਂ ਹਰ ਚੀਜ਼ ਤੋਂ ਸੱਚਾਈ ਗ੍ਰਹਿਣ ਕਰਨੀ ਚਾਹੀਦੀ ਹੈ, ਉਸ ਤੋਂ ਵੀ, ਜਿਹੜਾ ਦੇਖੇ, ਉਸ ਤੋਂ ਵੀ, ਜਿਹੜਾ ਸੁਣੇ, ਜਿਹੜਾ ਪੜ੍ਹੇ ਅਤੇ ਜਿਹੜਾ ਖ਼ੁਦ ਜਿਉਂਏ।

ਕੀ ਲੇਖਕ ਲਈ ਸਿਰਫ਼ ਅੱਖਾਂ 'ਤੇ ਭਰੋਸਾ ਕਰਨਾ ਹੀ ਕਾਫ਼ੀ ਹੋਵੇਗਾ? ਉਹ ਜ਼ਿੰਦਗੀ ਨੂੰ ਦੇਖਦਾ ਹੈ ਆਪਣੀਆਂ ਅੱਖਾਂ ਨਾਲ, ਪਰ ਸੰਗੀਤ ਸੁਣਦਾ ਹੈ ਕੰਨਾਂ ਨਾਲ ਅਤੇ ਆਪਣੇ ਦੇਸ਼ ਦੇ ਇਤਿਹਾਸ ਨੂੰ ਪੜ੍ਹਦਾ ਹੈ। ਕੁੱਝ ਲੇਖਕ ਤਾਂ ਨਾ ਅੱਖਾਂ ਅਤੇ ਨਾ ਕੰਨਾਂ ਨੂੰ,

ਬਲਕਿ ਆਪਣੀ ਸੁੰਘਣ ਸ਼ਕਤੀ ਨੂੰ ਹੀ ਪਹਿਲਾ ਸਥਾਨ ਪ੍ਰਦਾਨ ਕਰਦੇ ਹਨ।

ਲੇਖਕ ਨੂੰ ਹਰ ਤਰ੍ਹਾਂ ਦੇ ਕੰਮ ਕਰਨਯੋਗ ਮਜ਼ਬੂਤ ਹੱਥਾਂ, ਮਜ਼ਬੂਤ ਲੱਤਾਂ ਅਤੇ ਮਜ਼ਬੂਤ ਦੰਦਾਂ ਦੀ ਜ਼ਰੂਰਤ ਹੁੰਦੀ ਹੈ। ਇਸ ਲਈ ਕਿ ਉਹ ਜੋ ਕੁੱਝ ਦੇਖਦਾ ਹੈ, ਸੁਣਦਾ ਅਤੇ ਪੜ੍ਹਦਾ ਹੈ, ਉਸ ਸਾਰੇ ਕੁੱਝ ਨੂੰ, ਹਮੇਸ਼ਾ ਝੂਠ-ਸੱਚ, ਸੋਨੇ ਅਤੇ ਦੂਜੀਆਂ ਚਮਕੀਲੀਆਂ ਸਸਤੀਆਂ ਧਾਤੂਆਂ, ਅਨਾਜ਼ ਅਤੇ ਤੂੜੀ ਨੂੰ ਵੱਖ ਰੱਖ ਸਕਣ ਦੇ ਸਮਰੱਥ ਹੋਵੇ, ਉਸ ਨੂੰ ਅਕਲ ਅਤੇ ਗਿਆਨ ਦੀ ਵੀ ਜ਼ਰੂਰਤ ਹੁੰਦੀ ਹੈ। ਅਕਲ ਅਤੇ ਗਿਆਨ ਤੋਂ ਬਿਨਾਂ ਆਦਮੀ ਆਪਣੀਆਂ ਅੱਖਾਂ 'ਤੇ ਵੀ ਭਰੋਸਾ ਨਹੀਂ ਕਰ ਸਕਦਾ।

ਕਿਸੇ ਪਹਾੜੀ ਪਿੰਡ ਦੇ ਅਗਿਆਨੀ ਲੋਕਾਂ ਨੂੰ ਇੱਕ ਭਾਰੀ ਸੰਦੂਕ ਕਿਤੇ ਪਿਆ ਮਿਲ ਗਿਆ, ਜਿਨ੍ਹਾਂ ਨੇ ਕਦੇ ਸੋਨੇ ਨੂੰ ਦੇਖਿਆ ਨਹੀਂ ਸੀ, ਪਰ ਉਸ ਬਾਰੇ ਸੁਣਿਆ ਬਹੁਤ ਸੀ। ਉਨ੍ਹਾਂ ਨੇ ਸੋਚਿਆ ਕਿ ਕਿਉਂਕਿ ਭਾਰੀ ਹੈ, ਇਸ ਲਈ ਜ਼ਰੂਰ ਸੋਨੇ ਦਾ ਹੈ। ਹੱਥ ਆਏ ਇਸ ਮਾਲ ਲਈ ਉਹ ਆਪਸ ਵਿੱਚ ਲੜ ਪਏ ਅਤੇ ਉਨ੍ਹਾਂ ਨੇ ਇੱਕ-ਦੂਜੇ ਦੀ ਜਾਨ ਲੈ ਲਈ। ਪਰ ਸੰਦੂਕ ਤਾਂ ਤਾਂਬੇ ਦਾ ਸੀ।

ਪ੍ਰਤਿਭਾ, ਅੱਗ ਹੈ। ਪਰ ਕਿਸੇ ਮੂਰਖ ਦੇ ਹੱਥ ਵਿੱਚ ਅੱਗ ਸਭ ਕੁੱਝ ਜਲਾ ਕੇ ਰਾਖ ਕਰ ਸਕਦੀ ਹੈ। ਅਕਲ ਹੀ ਉਸ ਨੂੰ ਰਸਤਾ ਦਿਖਾਉਂਦੀ ਹੈ। ਅਕਲ ਤਾਂ ਖ਼ੂਬਸੂਰਤੀ ਨੂੰ ਵੀ ਉਸੇ ਤਰ੍ਹਾਂ ਕਾਬੂ ਵਿੱਚ ਕਰਦੀ ਹੈ, ਜਿਵੇਂ ਅਨੁਭਵੀ ਘੋੜ-ਸਵਾਰ ਤੇਜ ਘੋੜੇ ਨੂੰ।

ਦੋ ਪਹਾੜੀ ਆਦਮੀਆਂ ਨੂੰ ਪੁੱਛਿਆ ਗਿਆ

ਤੁਸੀਂ ਕੀ ਚਾਹੁੰਦੇ ਹੋ, ਜਵਾਨ ਆਦਮੀ ਦਾ ਖ਼ੂਬਸੂਰਤ ਚਿਹਰਾ ਜਾਂ ਬੁੱਢੇ ਆਦਮੀ ਦੀ ਸਮਝਦਾਰੀ।

ਬੁੱਧੂ ਨੇ ਖ਼ੂਬਸੂਰਤ ਚਿਹਰਾ ਚੁਣਿਆ, ਪਰ ਬੇਵਕੂਫ਼ ਹੀ ਬਣਿਆ ਰਿਹਾ। ਖ਼ੂਬਸੂਰਤ ਬੇਵਕੂਫ਼ ਨੂੰ ਉਸ ਦੀ ਬੀਵੀ ਛੱਡ ਕੇ ਚਲੀ ਗਈ। ਅਕਲਮੰਦ ਨੇ ਸਮਝ ਚੁਣੀ ਅਤੇ ਸਮਝਦਾਰੀ ਦੀ ਬਦੌਲਤ ਉਸ ਦੀ ਬੀਵੀ ਉਸ ਦੇ ਕੋਲ ਹੀ ਰਹੀ। ਇੱਕ ਲੋਕ-ਕਥਾ ਵਿੱਚ ਵੀ ਇਹੀ ਦੱਸਿਆ ਗਿਆ ਹੈ ਕਿ ਸਮੁੰਦਰੀ ਘੋੜੇ ਦੀ ਕਾਠੀ 'ਤੇ ਸੁੰਦਰੀ ਨੂੰ ਉਹੀ ਸਵਾਰ ਕਰ ਸਕਿਆ ਸੀ, ਜਿਸ ਨੇ ਆਪਣੇ ਲਈ ਅਕਲ ਨੂੰ ਚੁਣਿਆ ਸੀ। ਇੱਕ ਹੋਰ ਲੋਕ-ਕਥਾ ਵਿੱਚ ਤਿੰਨ ਭਰਾਵਾਂ, ਤਿੰਨ ਰਾਹਾਂ ਅਤੇ ਤਿੰਨ ਸਿਆਣਪ ਭਰੀਆਂ ਨਸੀਹਤਾਂ ਦਾ ਜ਼ਿਕਰ ਆਉਂਦਾ ਹੈ। ਜਿਸ ਨੇ ਇਨ੍ਹਾਂ ਨਸੀਹਤਾਂ ਨੂੰ ਮੰਨਿਆ, ਉਹ ਤਾਂ ਆਪਣੇ ਘਰ ਵਾਪਸ ਮੁੜ ਆਇਆ ਅਤੇ ਜਿਸ ਨੇ ਇਨ੍ਹਾਂ ਦੀ ਪ੍ਰਵਾਹ ਨਹੀਂ ਕੀਤੀ, ਉਹ ਪਰਾਈ ਧਰਤੀ 'ਤੇ ਹੀ ਢੇਰੀ ਹੋ ਕੇ ਰਹਿ ਗਿਆ। ਐ ਮੇਰੀ ਵਰਦਾਇਨੀ ਸੁਨਹਿਰੀ ਮੱਛੀ, ਮੈਨੂੰ ਪ੍ਰਤਿਭਾ ਦਿਓ, ਲਗਨ ਦਿਓ, ਜਵਾਨ ਦਾ ਸੱਚਾ ਅਤੇ ਉਤਸ਼ਾਹੀ ਦਿਲ ਦਿਓ ਅਤੇ ਬਜ਼ੁਰਗਾਂ ਦੀ ਸੁਲਝੀ ਹੋਈ ਅਕਲ ਦਿਓ। ਸਹੀ ਰਸਤਾ ਚੁਣਨ ਵਿੱਚ ਮੇਰੀ ਮੱਦਦ ਕਰੋ।

ਸਹੀ ਰਸਤਾ ਬੇਸ਼ੱਕ ਰੋੜਿਆਂ-ਪੱਥਰਾਂ ਵਾਲਾ ਹੋਵੇ, ਮੁਸ਼ਕਿਲ ਅਤੇ ਖ਼ਤਰਨਾਕ ਹੋਵੇ, ਪਰ ਮੈਂ ਉਸ 'ਤੇ ਸੱਪ ਵਾਂਗ ਸੱਜੇ-ਖੱਬੇ ਵਲ ਨਹੀਂ ਖਾਣੇ ਚਾਹੁੰਦਾ। "ਸੱਪ ਟੇਢੇ-ਵਿੰਗੇ ਕਿਉਂ ਹੁੰਦੇ ਨੇ?" ਪਹਾੜੀ ਲੋਕ ਇਹ ਸਵਾਲ ਕਰਦੇ ਹਨ ਅਤੇ ਖ਼ੁਦ ਹੀ ਜਵਾਬ ਦਿੰਦੇ ਹਨ,

"ਕਿਉਂਕਿ ਉਹ ਸੁਰਾਖ ਅਤੇ ਖੱਡਾਂ ਵਿੰਗੀਆਂ-ਟੇਢੀਆਂ ਹੁੰਦੀਆਂ ਨੇ, ਜਿਨ੍ਹਾਂ ਵਿੱਚੋਂ ਉਨ੍ਹਾਂ ਨੂੰ ਰੇਂਗਣਾ ਪੈਂਦੈ।" ਪਰ ਮੈਂ ਤਾਂ ਸੱਪ ਨਹੀਂ, ਆਦਮੀ ਹਾਂ। ਮੈਨੂੰ ਉਚਾਈ, ਸ਼ੁੱਧ ਹਵਾ ਅਤੇ ਸਿੱਧੇ ਰਾਹ ਪਸੰਦ ਹਨ।

ਮੈਨੂੰ ਬਿਮਾਰੀ ਅਤੇ ਭੈਅ, ਬੋਝਲ ਪ੍ਰਸਿੱਧੀ ਅਤੇ ਥੋਥੇ ਵਿਚਾਰਾਂ ਤੋਂ ਬਚਾਓ।

ਮੈਨੂੰ ਨਸ਼ੇ ਤੋਂ ਬਚਾਓ, ਕਿਉਂਕਿ ਨਸ਼ੇ ਵਿੱਚ ਆਦਮੀ ਨੂੰ ਹਰ ਚੀਜ਼ ਸੌ ਗੁਣਾ ਜ਼ਿਆਦਾ ਚੰਗੀ ਲੱਗਦੀ ਹੈ। ਮੈਨੂੰ ਸੂਫ਼ੀ ਹੋਣ ਤੋਂ ਵੀ ਬਚਾਓ, ਕਿਉਂਕਿ ਸੂਫ਼ੀ ਨੂੰ ਹਰ ਚੀਜ਼ ਸੌ ਗੁਣਾ ਜ਼ਿਆਦਾ ਬੁਰੀ ਲੱਗਦੀ ਹੈ।

ਸੱਚਾਈ ਲਈ ਮੇਰੇ ਵਿੱਚ ਅਜਿਹੀ ਭਾਵਨਾ ਪੈਦਾ ਕਰੋ ਕਿ ਮੈਂ ਟੇਢੇ ਨੂੰ ਟੇਢਾ ਅਤੇ ਸਿੱਧੇ ਨੂੰ ਸਿੱਧਾ ਕਹਿ ਸਕਾਂ।

ਬੜੀ ਬੁਰੀ ਹੈ, ਬੜੀ ਬੇਤੁਕੀ ਹੈ ਇਹ ਦੁਨੀਆ,
ਇੰਨਾ ਕਹਿ ਕੇ ਅੱਕੇ ਕਵੀ ਨੇ ਛੱਡ ਦਿੱਤਾ ਸੰਸਾਰ।
ਬੜੀ ਸੁਹਾਵਣੀ, ਬੇਹੱਦ ਸੁੰਦਰ ਹੈ ਇਹ ਦੁਨੀਆ,
ਕਿਹਾ ਦੂਜੇ ਕਵੀ ਨੇ, ਜੱਗ ਤੋਂ ਗਿਆ ਸਿਧਾਰ।

ਪਰ ਤੀਜੇ ਕਵੀ ਨੇ ਦੁਨੀਆ ਇਸ ਤਰ੍ਹਾਂ ਛੱਡੀ,
ਮੌਤ ਨਾ ਜਿਸ ਨੂੰ ਜਿੱਤਦੀ, ਸਮਾਂ ਨਾ ਕਰਦਾ ਵਾਰ।
ਬੁਰੇ ਨੂੰ ਬੁਰਾ, ਸੁੰਦਰ ਨੂੰ ਸੁੰਦਰ ਕਹਿੰਦਾ ਸੀ,
ਇਸੇ ਲਈ ਤਾਂ ਉਹ ਅਮਰ, ਅਮਰਤਾ ਦਾ ਸਾਰ।

ਕਿਸੇ ਪਹਾੜੀ ਆਦਮੀ ਨੇ ਆਪਣੀ ਗਾਂ ਦੇ ਕੰਨਾਂ ਵਿੱਚ ਕਾਂਟੇ ਪਾ ਦਿੱਤੇ, ਤਾਂ ਕਿ ਪਰਾਈਆਂ ਗਾਵਾਂ ਨਾਲੋਂ ਉਸ ਦੀ ਪਛਾਣ ਹੋ ਸਕੇ। ਕਿਸੇ ਪਹਾੜੀ ਆਦਮੀ ਨੇ ਆਪਣੇ ਘੋੜੇ ਦੀ ਗਰਦਨ ਨਾਲ ਘੰਟੀਆਂ ਬੰਨ੍ਹ ਦਿੱਤੀਆਂ, ਤਾਂ ਕਿ ਗੁਆਂਢੀ ਦੇ ਘੋੜਿਆਂ ਵਿੱਚ ਨਾ ਰਲੇ। ਪਰ ਉਹ ਸਵਾਰ ਤਾਂ ਕਿਸੇ ਵੀ ਕੰਮ ਦਾ ਨਹੀਂ, ਜਿਹੜਾ ਰਾਤ ਵੇਲੇ ਵੀ ਆਪਣੇ ਪਿਆਰੇ ਘੋੜੇ ਨੂੰ ਦੂਰੋਂ ਹੀ ਨਾ ਪਛਾਣ ਲਵੇ।

ਮੇਰੀ ਕਿਤਾਬ ਤੁਹਾਡੇ ਸਾਹਮਣੇ ਹੈ। ਮੈਂ ਇਸ ਨੂੰ ਨਾ ਤਾਂ ਕਾਂਟੇ ਪਹਿਨਾਉਣੇ ਚਾਹੁੰਦਾ ਹਾਂ, ਨਾ ਘੰਟੀਆਂ ਅਤੇ ਨਾ ਕੋਈ ਦੂਜੇ ਗਹਿਣੇ ਹੀ। ਆਪਣੀਆਂ ਜਾਂ ਪਰਾਈਆਂ ਹੋਰ ਕਿਤਾਬਾਂ ਨਾਲ ਮੈਂ ਇਸ ਦਾ ਭੁਲੇਖਾ ਨਹੀਂ ਖਾਵਾਂਗਾ। ਇਸ ਤਰ੍ਹਾਂ ਹੀ ਲੋਕ ਵੀ ਭੁਲੇਖਾ ਨਾ ਖਾਣ। ਚਾਹੇ ਇਸ ਕਿਤਾਬ ਦਾ ਮੁੱਖ ਪੰਨਾ ਫਟਿਆ ਹੋਇਆ ਹੋਵੇ, ਫਿਰ ਵੀ ਜੋ ਕੋਈ ਇਸ ਨੂੰ ਪੜ੍ਹੇ, ਤੁਰੰਤ ਇਹ ਕਹਿ ਦੇਵੇ ਕਿ ਇਸ ਨੂੰ ਤਸਾਦਾ ਪਿੰਡ ਦੇ ਹਮਜ਼ਾਤ ਦੇ ਬੇਟੇ ਰਸੂਲ ਨੇ ਲਿਖਿਆ ਹੈ।

ਕਹਿੰਦੇ ਹਨ ਕਿ ਦਲੇਰੀ ਇਹ ਨਹੀਂ ਪੁੱਛਦੀ ਕਿ ਚੱਟਾਨ ਕਿੰਨੀ ਉੱਚੀ ਹੈ

ਸ਼ੱਕ

ਮੇਰੀਆਂ ਸਾਰੀਆਂ ਕਿਤਾਬਾਂ ਮੇਰੇ ਰਾਹ ਨੇ,
ਜਿਨ੍ਹਾਂ 'ਤੇ ਤੁਰਿਆ ਕਦੇ ਡਰਿਆ ਜਿਹਾ, ਕਦੇ ਨਿਡਰ।
ਕਦੇ ਡਿੱਗਿਆ ਜਾ ਕੇ ਖੱਡਾਂ ਵਿੱਚ, ਖਾਈਆਂ ਵਿੱਚ,
ਕਦੇ ਚੜ੍ਹਿਆ ਉੱਚੇ-ਉੱਚੇ, ਛੂਹ ਲਿਆ ਸਿਖਰ।

ਮੇਰੀਆਂ ਸਾਰੀਆਂ ਕਿਤਾਬਾਂ ਖ਼ੂਨੀ ਜਿੱਤਾਂ ਜਿਹੀਆਂ,
ਕੀ ਪਤਾ ਸਾਨੂੰ ਕਿ ਜਦੋਂ ਮਰਾਂਗੇ ਜੋਬਨ ਰੁੱਤੇ।
ਸਾਡਾ ਨਾਂ ਚਮਕੇਗਾ ਇਸ ਦੁਨੀਆ ਵਿੱਚ,
ਜਾਂ ਬੇਅਰਥ ਖ਼ੂਨ ਵਹੇਗਾ ਧਰਤੀ ਉੱਤੇ।

ਦਾਗ਼ਿਸਤਾਨ ਵਿੱਚ ਬਹੁਤ ਸਾਰੀਆਂ ਭਾਸ਼ਾਵਾਂ ਹਨ, ਬਹੁਤ ਸਾਰੇ ਸਥਾਨਕ ਰੰਗ-ਢੰਗ ਹਨ! ਉੱਥੋਂ ਦੇ ਲੋਕ ਬਹੁਤ ਸਾਰੇ ਵੱਖ-ਵੱਖ ਰਸਮ-ਰਿਵਾਜ਼ਾਂ ਨੂੰ ਸੁਰੱਖਿਅਤ ਰੱਖ ਰਹੇ ਹਨ। ਤਾਤ ਲੇਖਕ ਹਿਜ਼ਗੀਲ ਅਵਸ਼ਾਲੂਮੋਵ ਨੇ ਅਜਿਹੇ ਹੀ ਇੱਕ ਰਿਵਾਜ਼ ਦੀ ਮੇਰੇ ਨਾਲ ਚਰਚਾ ਕੀਤੀ।

ਕਿਸੇ ਪਹਾੜੀ ਦੇ ਘਰ ਜੇਕਰ ਬੱਚੇ ਨਹੀਂ ਹੁੰਦੇ ਸਨ, ਤਾਂ ਪਤੀ ਉੱਨ ਦੀ ਪੇਟੀ ਬੰਨ੍ਹ ਲੈਂਦਾ ਸੀ, ਤਾਂ ਕਿ ਅੱਲ੍ਹਾ ਦੂਜੇ ਪਹਾੜੀ ਲੋਕਾਂ ਵਿੱਚੋਂ ਉਸ ਨੂੰ ਪਛਾਣ ਲਵੇ। ਨਾਲ ਹੀ ਉਹ ਅੱਲ੍ਹਾ ਤੋਂ ਇਹ ਦੁਆ ਵੀ ਮੰਗਦਾ ਸੀ:

"ਅੱਲ੍ਹਾ, ਆਪਣੇ ਇਸ ਵਿਚਾਰੇ ਗ਼ੁਲਾਮ 'ਤੇ ਰਹਿਮ ਕਰੋ। ਉਸ ਨੂੰ ਬੇਟਾ ਦੇ ਦਿਓ।"

ਅਜਿਹੀਆਂ ਹੀ ਪੇਟੀਆਂ ਉਹ ਵੀ ਬੰਨ੍ਹਦੇ ਸਨ, ਜਿਨ੍ਹਾਂ ਦੇ ਸਿਰਫ਼ ਬੇਟੀਆਂ ਹੁੰਦੀਆਂ ਸਨ ਅਤੇ ਉਹ ਵੀ, ਜਿਨ੍ਹਾਂ ਦੇ ਬੱਚੇ ਦੁਬਲੇ-ਪਤਲੇ, ਅੰਨ੍ਹੇ-ਕਾਣੇ, ਗੂੰਗੇ-ਬਹਿਰੇ, ਲੰਗੜੇ-ਲੂਲ੍ਹੇ, ਟੇਢੇ-ਮੇਢੇ ਅੰਗਾਂ ਵਾਲੇ, ਕੁੱਬੇ ਜਾਂ ਕੁੱਝ-ਕੁੱਝ ਪਾਗਲ ਹੁੰਦੇ ਸਨ। ਅਜਿਹੀ ਪੇਟੀ ਪਹਿਨਣ ਵਾਲਾ ਪਹਾੜੀ ਇਹ ਯਕੀਨ ਕਰਦਾ ਸੀ ਕਿ ਅਗਲੀ ਵਾਰ ਅੱਲ੍ਹਾ ਉਸ ਨੂੰ ਤੰਦਰੁਸਤ ਅਤੇ ਤਕੜਾ ਬੇਟਾ ਦੇਵੇਗਾ, ਜੋ ਸੱਚਮੁੱਚ ਹੀ ਅਸਲੀ ਬਹਾਦਰ ਸਵਾਰ ਬਣੇਗਾ।

ਮੇਰੇ ਮਨ ਵਿੱਚ ਵੀ ਅਜਿਹੇ ਹੀ ਸ਼ੱਕ ਪੈਦਾ ਹੁੰਦੇ ਹਨ

ਕੀ ਮੈਂ ਵੀ ਉਹੋ ਜਿਹੀ ਹੀ ਪੇਟੀ ਬੰਨ੍ਹਣੀ ਨਾ ਸ਼ੁਰੂ ਕਰ ਦਿਆਂ, ਜਿਹੋ ਜਿਹੀ ਇਹ ਸ਼ੱਕ ਕਰਨ ਵਾਲੇ ਤਾਤ ਲੋਕ ਪਹਿਨਦੇ ਹਨ ਕਿ ਉਨ੍ਹਾਂ ਦਾ ਹੋਣ ਵਾਲਾ ਬੱਚਾ ਤੰਦਰੁਸਤ ਹੋਵੇਗਾ ਜਾਂ ਤੰਦਰੁਸਤ ਨਹੀਂ ਹੋਵੇਗਾ? ਮੇਰੀ ਨਵੀਂ ਕਿਤਾਬ ਬੇਟਾ ਅਤੇ ਸਵਾਰ ਹੋਵੇਗੀ ਜਾਂ

ਉਹ ਅਪੰਗ, ਕੁੱਬੇ ਅਤੇ ਗੂੰਗੇ–ਬਹਿਰੇ ਬੱਚੇ ਦਾ ਰੂਪ ਲਵੇਗੀ?

ਹਾਂ, ਹਰ ਮਾਂ ਨੂੰ ਆਪਣਾ ਬੱਚਾ ਬਹੁਤ ਪਿਆਰਾ ਲੱਗਦਾ ਹੈ। ਮਾਵਾਂ ਆਪਣੇ ਬੱਚਿਆਂ ਦੀਆਂ ਘਾਟਾਂ ਨੂੰ ਦੇਖਦੀਆਂ ਵੀ ਹਨ ਅਤੇ ਫਿਰ ਵੀ ਅਣਦੇਖੀ ਕਰ ਦਿੰਦੀਆਂ ਹਨ। ਮੇਰੀ ਕਿਤਾਬ ਦੇ ਮਾਮਲੇ ਵਿੱਚ ਵੀ ਕਿਤੇ ਅਜਿਹਾ ਹੀ ਨਾ ਹੋ ਜਾਵੇ।

ਮੇਰਾ ਦਿਲ ਡਰਦਾ ਹੈ। ਮੇਰੀ ਕਲਮ ਕੰਬਦੀ ਹੈ। ਸ਼ੱਕ ਮੇਰੇ 'ਤੇ ਭਾਰੂ ਹੁੰਦੇ ਹਨ। ਮੈਂ ਬਿੱਲੀ ਨੂੰ ਉਕਾਬ ਸਮਝ ਕੇ ਤਾਂ ਕਿਤੇ ਨਿਸ਼ਾਨਾ ਨਹੀਂ ਲਗਾ ਰਿਹਾ? ਗਧੇ ਨੂੰ ਘੋੜਾ ਸਮਝ ਕੇ ਕਿਤੇ ਮੈਂ ਇਸੇ 'ਤੇ ਸਵਾਰੀ ਤਾਂ ਨਹੀਂ ਕਰ ਰਿਹਾਂ? ਕੀ ਮੈਂ ਉਸ ਆਖ਼ਾਲਚੀ ਵਾਸੀਆਂ ਵਾਂਗ ਸ਼ਤੀਰ ਨੂੰ ਲੰਬਾਈ ਦੇ ਰੁਖ਼ ਰੱਖਣ ਦੀ ਬੇਕਾਰ ਕੋਸ਼ਿਸ਼ ਤਾਂ ਨਹੀਂ ਕਰ ਰਿਹਾ, ਜਦੋਂ ਕਿ ਉਸ ਨੂੰ ਚੌੜਾਈ ਦੇ ਰੁਖ਼ ਰੱਖਣਾ ਚਾਹੀਦਾ ਸੀ ਅਤੇ ਇਸੇ ਲਈ ਉਹ ਛੋਟਾ ਰਹਿ ਗਿਆ ਸੀ? ਕੀ ਮੈਂ ਹਰੀਕੁਲੀ ਵਾਸੀਆਂ ਵਾਂਗ ਆਪਣੇ ਚੁੱਲ੍ਹੇ ਕੋਲ ਬੈਠਾ–ਬੈਠਾ ਹੀ ਆਨਦੀ ਦੇ ਕਿਲੇ 'ਤੇ ਧਾਵਾ ਤਾਂ ਨਹੀਂ ਬੋਲ ਰਿਹਾ?

ਪੁਸਤਕ ਦੀ ਸਮਾਪਤੀ ਤੋਂ ਪਹਿਲਾਂ ਮੈਂ ਆਪਣੇ ਆਪ ਨੂੰ ਉਸ ਕਸਾਈ ਵਾਂਗ ਮਹਿਸੂਸ ਕਰ ਰਿਹਾ ਹਾਂ, ਜੋ ਭੇਡ ਦਾ ਚੂਲਾ ਕੱਟਦਾ–ਕੱਟਦਾ ਪੂਛ ਤੱਕ ਜਾ ਪਹੁੰਚੇ ਅਤੇ ਉਦੋਂ ਉਸ ਦਾ ਛੁਰਾ ਟੁੱਟ ਜਾਵੇ। ਕੀ ਮੈਂ ਅੰਤ ਤੱਕ ਪਹੁੰਚ ਸਕਾਂਗਾ? ਕੀ ਫ਼ਲ ਸਾਹਮਣੇ ਆਵੇਗਾ? ਸਾਗਰ ਦੀ ਗਹਿਰਾਈ ਵਿੱਚੋਂ ਮੈਂ ਖਾਲੀ ਸਿੱਪੀ ਲੈ ਕੇ ਆ ਰਿਹਾ ਹਾਂ, ਜਾਂ ਉਸ ਵਿੱਚੋਂ ਕੋਈ ਵਧੀਆ ਮੋਤੀ ਵੀ ਨਿੱਕਲੇਗਾ?

ਤੇਜ ਹਨੇਰੀ ਦਰੱਖਤ ਦੀ ਟਾਹਣੀ ਜਾਂ ਉਸ ਦਾ ਤਣਾ ਵੀ ਤੋੜ ਸਕਦੀ ਹੈ। ਪਰ ਬਸੰਤ ਵਿੱਚ ਜੜ੍ਹਾਂ ਤੋਂ ਦੁਬਾਰਾ ਨਵੀਆਂ ਟਾਹਣੀਆਂ ਨਿੱਕਲ ਆਉਣਗੀਆਂ ਅਤੇ ਨਵਾਂ ਦਰੱਖਤ ਵਧਣ ਲੱਗੇਗਾ। ਪਰ ਜੇਕਰ ਦਰੱਖਤ ਨੂੰ ਘੁਣ ਲੱਗ ਜਾਵੇ, ਉਹ ਉਸ ਨੂੰ ਅੰਦਰੋਂ ਖਾ ਜਾਵੇ, ਜੇਕਰ ਉਹ ਦਰੱਖਤ ਦੀਆਂ ਜੜ੍ਹਾਂ ਨੂੰ ਵੀ ਖੋਖਲਾ ਕਰ ਦੇਵੇ, ਉਦੋਂ ਕੁੱਝ ਵੀ ਨਹੀਂ ਹੋ ਸਕੇਗਾ। ਇਨਸਾਨ ਬਾਰੇ ਅਜਿਹੀ ਹੀ ਗੱਲ ਹੈ। ਜੇਕਰ ਉਸ ਨੂੰ ਕੋਈ ਬਾਹਰੀ ਸੱਟ ਵੱਜ ਜਾਵੇ, ਜ਼ਖ਼ਮ ਹੋ ਜਾਵੇ, ਇੱਥੋਂ ਤੱਕ ਕਿ ਜੇਕਰ ਉਸ ਦੀ ਹੱਡੀ ਵੀ ਟੁੱਟ ਜਾਵੇ, ਤਾਂ ਉਹ ਵੀ ਜਲਦੀ ਠੀਕ ਹੋ ਸਕਦੀ ਹੈ, ਪਰ ਸਰੀਰ ਦੇ ਅੰਦਰ, ਕਿਤੇ ਗਹਿਰਾਈ ਵਿੱਚ ਪੈਦਾ ਹੋਣ ਵਾਲੀ ਬਿਮਾਰੀ ਤਾਂ ਜ਼ਰੂਰ ਹੀ ਜਾਨ ਲੈ ਲੈਂਦੀ ਹੈ। ਮੇਰੀ ਕਿਤਾਬ ਹੈ ਜਾਂ ਨਹੀਂ, ਉਸ ਦੀਆਂ ਜੜ੍ਹਾਂ ਕਾਫ਼ੀ ਮਜ਼ਬੂਤ ਅਤੇ ਭਰੋਸੇ ਦੇ ਯੋਗ ਹਨ ਜਾਂ ਨਹੀਂ?

ਮੇਰੀ ਕਿਤਾਬ ਜਵਾਨ ਹੋ ਗਏ ਬੇਟੇ ਵਾਂਗ ਹੈ, ਪਹਾੜੀ ਘਰ ਉਸ ਨੂੰ ਤੰਗ ਮਹਿਸੂਸ ਹੁੰਦਾ ਹੈ, ਹੁਣ ਉਸ ਨੂੰ ਲੋਕਾਂ ਵਿੱਚ ਭੇਜਣ, ਆਪਣਾ ਰਾਹ ਫੜਨ, ਵੱਡੀ ਦੁਨੀਆ ਵਿੱਚ ਰਵਾਨਾ ਕਰਨ ਦਾ ਸਮਾਂ ਆ ਗਿਆ ਹੈ। ਉਸ ਦੇ ਨਾਲ ਉੱਥੇ ਕਿਹੋ ਜਿਹਾ ਵਰਤਾਓ ਹੋਵੇਗਾ, ਉਸ ਨੂੰ ਪਿਆਰ ਮਿਲੇਗਾ ਜਾਂ ਝਿੜਕ–ਝੰਬ? ਖਵਾ–ਪਿਲਾ ਕੇ ਸੰਵਾਇਆ ਜਾਵੇਗਾ ਜਾਂ ਦੇਹਲੀ ਤੋਂ ਹੀ ਦੁਰਕਾਰ ਦਿੱਤਾ ਜਾਵੇਗਾ? ਹੁਣ ਮੇਰੇ ਵੱਸ ਵਿੱਚ ਕੁੱਝ ਨਹੀਂ ਹੈ।

ਕਵਿਤਾ ਮੁੱਕੀ, ਤੁਹਾਡਾ ਬੁਣਿਆ ਗਿਆ ਗਲੀਚਾ,
ਪਰ ਰੁਕੋ ਕੁੱਝ ਦੇਰ, ਨਖਰੇ ਨਾ ਦਿਖਾਓ।
ਕੋਨੇ ਸਾਧੋ, ਇੱਧਰ-ਉੱਧਰ ਧਾਗੇ ਕੱਟੋ,
ਨਜ਼ਰ ਨਮੂਨਿਆਂ 'ਤੇ ਤੁਸੀਂ ਫਿਰ ਦੌੜਾਓ।

ਕਵਿਤਾ ਮੁੱਕੀ ਕਿ ਪੂਰਾ ਖੇਤ ਵਾਹਿਆ ਗਿਆ,
ਪਰ ਇਹ ਕੱਲ੍ਹ ਦੀ ਮਿਹਨਤ ਹੈ, ਰੁਕ ਜਾਓ।
ਦੁਬਾਰਾ ਜਾ ਕੇ ਦੇਖੋ ਸਾਰੇ ਹੀ ਸਿਆੜਾਂ ਨੂੰ,
ਸੰਭਵ ਹੈ ਕਿ ਨੁਕਸ ਤੁਸੀਂ ਕਿਤੇ ਹੋਰ ਪਾਓ।

ਮੇਰੀ ਕਿਤਾਬ ਤਾਂ ਸਮਾਪਤ ਹੋ ਚੁੱਕੇ ਅਜਿਹੇ ਗਲੀਚੇ ਵਾਂਗ ਹੈ, ਜਿਸ ਨੂੰ ਵਿਛਾ ਦਿੱਤਾ ਗਿਆ ਹੈ, ਤਾਂ ਕਿ ਪਹਿਲੀ ਵਾਰ ਉਸ ਨੂੰ ਇੱਕੋ ਨਜ਼ਰ ਵਿੱਚ ਹੀ ਦੇਖਿਆ ਜਾ ਸਕੇ। ਮੈਨੂੰ ਉਸ ਵਿੱਚ ਅਨੇਕਾਂ ਗਲਤ ਰੇਖਾਵਾਂ, ਨੁਕਸਦਾਇਕ ਨਮੂਨੇ ਅਤੇ ਅਸਪੱਸ਼ਟ ਵੇਲ-ਬੂਟੇ ਦਿਖਾਈ ਦੇ ਰਹੇ ਹਨ, ਸਜਾਵਟ ਕਿਤੇ-ਕਿਤੇ ਵਿੰਗੀ-ਟੇਢੀ ਹੈ। ਪਰ ਇਨ੍ਹਾਂ ਗਲਤੀਆਂ ਨੂੰ ਹੁਣ ਠੀਕ ਕਰਨਾ ਸੰਭਵ ਨਹੀਂ, ਕਿਉਂਕਿ ਗਲੀਚਾ ਬੁਣਿਆ ਜਾ ਚੁੱਕਿਆ ਹੈ। ਉਸ ਦਾ ਛੋਟਾ ਤੋਂ ਛੋਟਾ ਨੁਕਸ ਦੂਰ ਕਰਨ ਲਈ ਵੀ ਸਾਰੇ ਗਲੀਚੇ ਨੂੰ ਉਧੇੜਨਾ ਪਵੇਗਾ।

ਮੇਰੀ ਕਿਤਾਬ ਤਾਂ ਬਹੁਤ ਲੰਬੇ ਅਤੇ ਮੁਸ਼ਕਿਲ ਰਸਤੇ ਤੋਂ ਬਾਅਦ ਘਰ ਮੁੜਨ ਵਾਂਗ ਹੈ, ਦੋ ਸਾਲ ਤੱਕ ਮੈਂ ਘਰ ਨਹੀਂ ਰਿਹਾ, ਪਿੰਡ ਵਾਲੇ, ਗੁਆਂਢੀ, ਯਾਰ-ਦੋਸਤ ਅਤੇ ਬੁੱਢੇ-ਜਵਾਨ ਦੋ ਸਾਲ ਤੱਕ ਮੇਰੇ ਬਾਰੇ ਕੁੱਝ ਨਹੀਂ ਸੁਣ ਸਕੇ। ਤਾਂ ਮੈਂ ਪਿੰਡ ਦੇ ਕਿਨਾਰੇ ਵਾਲੇ ਘਰ ਕੋਲ ਹੀ ਘੋੜੇ ਤੋਂ ਹੇਠਾਂ ਉੱਤਰ ਜਾਂਦਾ ਹਾਂ ਅਤੇ ਲਗਾਮ ਫੜ ਕੇ ਹੌਲੀ-ਹੌਲੀ ਘੋੜੇ ਨਾਲ ਤੁਰ ਪੈਂਦਾ ਹਾਂ। ਪਹਾੜੀ ਔਰਤ ਨੇ ਆਪਣੀ ਖਿੜਕੀ ਵਿੱਚ ਜੋ ਦੀਵਾ ਜਲਾ ਕੇ ਰੱਖ ਦਿੱਤਾ ਸੀ, ਤਾਂ ਕਿ ਮੇਰਾ ਰਸਤਾ ਰੌਸ਼ਨ ਰਹੇ, ਉਸ ਨੂੰ ਹੁਣ ਬੁਝਾਇਆ ਜਾ ਸਕਦਾ ਹੈ। ਮੈਂ ਘਰ ਵਾਪਸ ਮੁੜ ਰਿਹਾ ਹਾਂ। ਸਲਾਮ, ਮੇਰੇ ਪਿੰਡ ਵਾਲਿਓ! ਮੈਂ ਦੋ ਸਾਲ ਦੀ ਯਾਤਰਾ ਤੋਂ ਬਾਅਦ ਘਰ ਵਾਪਸ ਮੁੜ ਰਿਹਾ ਹਾਂ। ਇਨ੍ਹਾਂ ਦੋ ਸਾਲਾਂ ਦੌਰਾਨ ਮੇਰਾ ਘੋੜਾ ਬੁੱਢਾ ਹੋ ਗਿਆ ਹੈ। ਮੇਰੇ ਵਾਲ ਵੀ ਕੁੱਝ ਹੋਰ ਜ਼ਿਆਦਾ ਸਫ਼ੈਦ ਹੋ ਗਏ ਹਨ। ਘੋੜੇ ਦੀ ਲਗਾਮ ਫੜ ਕੇ ਮੈਂ ਹੌਲੀ-ਹੌਲੀ ਪਿੰਡ ਦੀ ਸੜਕ 'ਤੇ ਜਾ ਰਿਹਾ ਹਾਂ ਅਤੇ ਹਰ ਮਿਲਣ ਵਾਲੇ ਨੂੰ ਕਹਿੰਦਾ ਹਾਂ:

"ਅਸਲਾਮਾਲੈਕੁਮ!"

"ਵਾਲੈਕੁਮ ਸਲਾਮ, ਹਮਜ਼ਾਤ ਦੇ ਬੇਟੇ ਰਸੂਲ! ਤੁਹਾਡਾ ਸਫ਼ਰ ਕਿਵੇਂ ਰਿਹਾ? ਥੱਕ ਤਾਂ ਨਹੀਂ ਗਏ? ਕੀ ਲੈ ਕੇ ਆਏ ਹੋ? ਤੁਹਾਡੀਆਂ ਖੁਰਜੀਆਂ ਵਿੱਚ ਕੀ ਭਰਿਆ ਹੋਇਐ?"

ਮੈਂ ਲੋਕਾਂ ਨੂੰ ਕਹਿਣਾ ਚਾਹੁੰਦਾ ਹਾਂ ਕਿ ਉਨ੍ਹਾਂ ਲਈ ਇੱਕ ਨਵੀਂ ਕਿਤਾਬ ਲਿਆਇਆ ਹਾਂ। ਪਰ ਕਿਤਾਬ ਤਾਂ ਅਜਿਹੀ ਚੀਜ਼ ਹੈ, ਜੋ ਨਾ ਤਾਂ ਪਿੰਡ ਵਾਲਿਆਂ ਅਤੇ ਨਾ ਹੀ ਕਿਸੇ ਹੋਰ ਵਿਅਕਤੀ ਦੇ ਹੱਥਾਂ ਵਿੱਚ ਦਿੱਤੀ ਜਾ ਸਕਦੀ ਹੈ। ਸਭ ਤੋਂ ਪਹਿਲਾਂ ਤਾਂ ਉਸ ਨੂੰ ਪ੍ਰਕਾਸ਼ਕ ਦੇ ਹੱਥਾਂ ਵਿੱਚ ਜਾਣਾ ਪਵੇਗਾ ਅਤੇ ਉਹੀ ਉਸ ਦੀ ਕਿਸਮਤ ਦਾ ਫ਼ੈਸਲਾ ਕਰੇਗਾ।

ਪ੍ਰਕਾਸ਼ਕ ਨੇ ਮੈਥੋਂ ਖਰੜਾ ਲੈ ਕੇ ਉਸ ਨੂੰ ਹੱਥਾਂ ਵਿੱਚ ਤੋਲਿਆ, ਇੱਧਰ-ਉੱਧਰ ਘੁਮਾਇਆ, ਉਸ ਦੇ ਪੰਨੇ ਉਲਟੇ-ਪਲਟੇ, ਸਭ ਤੋਂ ਪਹਿਲਾ, ਫਿਰ ਇੱਕ ਵਾਰ ਹੀ ਸਤਾਰਵਾਂ ਅਤੇ ਫਿਰ ਆਖ਼ਰੀ ਪੰਨਾ ਅਤੇ ਖਰੜੇ ਨੂੰ ਸੁਰੱਖਿਅਤ ਜਗ੍ਹਾ 'ਤੇ ਰੱਖ ਦਿੱਤਾ।

"ਹੋ ਸਕਦੈ ਕਿ ਤੁਹਾਡੀ ਕਿਤਾਬ ਚੰਗੀ ਹੀ ਹੋਵੇ, ਪਰ ਸਾਡੀਆਂ ਤਾਂ ਇਸ ਸਾਲ ਅਤੇ ਅਗਲੇ ਸਾਲ ਦੀਆਂ ਪ੍ਰਕਾਸ਼ਨ ਯੋਜਨਾਵਾਂ ਬਣ ਚੁੱਕੀਆਂ ਨੇ, ਉਨ੍ਹਾਂ ਦੀ ਪੁਸ਼ਟੀ ਵੀ ਹੋ ਚੁੱਕੀ ਐ। ਤੁਹਾਡੀ ਕਿਤਾਬ ਤਾਂ ਸਾਡੀਆਂ ਯੋਜਨਾਵਾਂ ਵਿੱਚ ਨਹੀਂ।"

"ਉਹ ਤਾਂ ਮੇਰੀ ਆਪਣੀ ਯੋਜਨਾ ਵਿੱਚ ਵੀ ਨਹੀਂ ਸੀ। ਬਿਲਕੁੱਲ ਅਚਾਨਕ ਹੀ

ਆ ਗਈ। ਹੁਣ ਕੀ ਕੀਤਾ ਜਾਵੇ ਇਸ ਦਾ?"

"ਆਪਣੇ ਵੱਲੋਂ ਅਰਜ਼ੀ ਲਿਖ ਦਿਓ। ਇਸ ਨੂੰ ਦੇਖ ਲਵਾਂਗੇ, ਸੋਚ-ਵਿਚਾਰ ਕਰ ਲਵਾਂਗੇ, ਕਿਸੇ ਨਤੀਜੇ 'ਤੇ ਪਹੁੰਚ ਜਾਵਾਂਗੇ। ਸੰਪਾਦਕੀ ਬੋਰਡ ਦੀ ਵਿਸ਼ੇਸ਼ ਯੋਜਨਾ ਵਿੱਚ ਸਥਾਨ ਦੇ ਦਿਆਂਗੇ। ਇੱਕ ਸਾਲ ਬਾਅਦ ਇਸੇ ਵੇਲੇ ਜਾਂ ਤਾਂ ਖ਼ੁਦ ਆ ਜਾਣਾ ਜਾਂ ਟੈਲੀਫੋਨ ਕਰ ਲੈਣਾ।"

ਪ੍ਰਕਾਸ਼ਨ-ਘਰ ਦੇ ਨਾਂ ਅਬੂਤਾਲਿਬ ਦਾ ਪੱਤਰ

"ਦਾਗ਼ਿਸਤਾਨ ਦੇ ਸਤਿਕਾਰਯੋਗ ਪ੍ਰਕਾਸ਼ਨ-ਘਰ! ਮੈਂ ਤੁਹਾਡਾ ਲੋਕ-ਕਵੀ ਹਾਂ, ਦਾਗ਼ਿਸਤਾਨ ਦੀ ਸਰਬ-ਉੱਚ ਸੋਵੀਅਤ ਦੇ ਪ੍ਰਧਾਨਗੀ ਮੰਡਲ ਦਾ ਮੈਂਬਰ ਹਾਂ, ਵਿਸ਼ੇਸ਼ ਪੈਨਸ਼ਨ ਲੈਂਦਾ ਹਾਂ। ਇਸ ਸਾਲ ਮੈਂ ਪਚਾਸੀ ਸਾਲ ਦਾ ਹੋ ਜਾਵਾਂਗਾ। ਮੈਂ ਜਾਣਦਾ ਹਾਂ ਕਿ ਜੇਕਰ ਕਿਸਮਤ ਦੀ ਮੇਰੇ 'ਤੇ ਟੇਢੀ ਨਿਗ੍ਹਾ ਹੋ ਜਾਵੇ ਅਤੇ ਮੈਂ ਇਸ ਦੁਨੀਆ ਤੋਂ ਕੂਚ ਕਰ ਜਾਵਾਂ, ਤਾਂ ਤੁਸੀਂ ਮੇਰੀਆਂ ਕਵਿਤਾਵਾਂ ਦੇ ਦੋ ਵੱਡੇ ਗ੍ਰੰਥ ਛਾਪਣ ਦਾ ਨਿਰਣਾ ਲਵੋਗੇ। ਮੇਰੀ ਤੁਹਾਨੂੰ ਇਹ ਪ੍ਰਾਰਥਨਾ ਹੈ ਕਿ ਮੇਰੀ ਮੌਤ ਤੋਂ ਬਾਅਦ ਛਾਪੇ ਜਾਣ ਵਾਲੇ ਉਨ੍ਹਾਂ ਦੋ ਗ੍ਰੰਥਾਂ ਦੀ ਬਜਾਇ, ਤੁਸੀਂ ਮੇਰੇ ਜਿਊਂਦੇ ਜੀਅ ਹੀ ਮੇਰੀ ਇੱਕ ਕਿਤਾਬ ਛਾਪ ਦਿਓ।

ਸਤਿਕਾਰ ਸਹਿਤ। ਤੁਹਾਡਾ ਅਬੂਤਾਲਿਬ।"

ਅਜਿਹੀ ਅਰਜ਼ੀ ਲਿਖਦੇ ਹਨ ਸ਼ਾਂਤ ਅਤੇ ਭੋਲੇ ਲੋਕ। ਪਰ ਅਜਿਹੀਆਂ ਵੀ ਅਰਜ਼ੀਆਂ ਹੁੰਦੀਆਂ ਹਨ, ਜਿਨ੍ਹਾਂ ਵਿੱਚ ਸ਼ਿਕਾਇਤਾਂ ਭਰੀਆਂ ਹੁੰਦੀਆਂ ਹਨ, ਖ਼ੂਬ ਕੋਸਿਆ ਹੁੰਦਾ ਹੈ। ਪਰ ਅਜਿਹੀਆਂ ਵੀ ਅਰਜ਼ੀਆਂ ਹੁੰਦੀਆਂ ਹਨ, ਜਿਨ੍ਹਾਂ ਵਿੱਚ ਆਪਣੀਆਂ ਸਿਫ਼ਤਾਂ ਦੇ ਪੁਲ ਬੰਨ੍ਹੇ ਹੁੰਦੇ ਹਨ। ਚਾਪਲੂਸੀ ਨਾਲ ਭਰੀਆਂ ਅਰਜ਼ੀਆਂ ਵੀ ਹੁੰਦੀਆਂ ਬਨ। ਖਿੱਝ-ਗੁੱਸੇ ਅਤੇ ਚੀਕ-ਚਿਹਾੜੇ ਵਾਲੀਆਂ ਅਰਜ਼ੀਆਂ ਵੀ ਲਿਖੀਆਂ ਜਾਂਦੀਆਂ ਹਨ।

ਪ੍ਰਕਾਸ਼ਨ-ਘਰਾਂ ਨੂੰ ਲਿਖੀਆਂ ਜਾਣ ਵਾਲੀਆਂ ਨਹੀਂ, ਬਲਕਿ ਉਨ੍ਹਾਂ ਦੇ ਖ਼ਿਲਾਫ਼ ਲਿਖੀਆਂ ਜਾਣ ਵਾਲੀਆਂ ਅਰਜ਼ੀਆਂ ਹੀ ਸਭ ਤੋਂ ਖ਼ਤਰਨਾਕ ਹੁੰਦੀਆਂ ਹਨ। ਪ੍ਰਕਾਸ਼ਕਾਂ ਦੀ ਔਕੜਾਂ ਨੂੰ ਵੀ ਸਮਝਣਾ ਚਾਹੀਦਾ ਹੈ। ਜੇਕਰ ਕੁਰਸੀ 'ਤੇ ਇੱਕ ਹੀ ਆਦਮੀ ਦੇ ਬੈਠਣ ਦੀਆਂ ਜਗ੍ਹਾ ਹੈ, ਤਾਂ ਉਸ 'ਤੇ ਤਿੰਨ ਜਾਂ ਚਾਰ ਆਦਮੀ ਤਾਂ ਨਹੀਂ ਬੈਠ ਸਕਦੇ। ਜੇਕਰ ਦੋ ਵੀ ਦੇਰ ਤੱਕ ਬੈਠੇ ਰਹਿਣ, ਤਾਂ ਉਨ੍ਹਾਂ ਨੂੰ ਵੀ ਤਕਲੀਫ਼ ਹੋਵੇਗੀ। ਕੋਈ ਕਹਿੰਦਾ ਹੈ, "ਤੁਸੀਂ ਅਹਿਮਦ ਦੀ ਕਿਤਾਬ ਕਿਉਂ ਛਾਪ ਰਹੇ ਹੋ ਅਤੇ ਮੇਰੀ ਕਿਉਂ ਨਹੀਂ ਛਾਪਣੀ ਚਾਹੁੰਦੇ? ਕੀ ਮੈਂ ਉਸ ਤੋਂ ਬੁਰਾ ਆਂ?" ਦੂਜਾ ਚਿੱਲਾਉਂਦਾ ਹੈ, "ਮੇਰੀ ਕਿਤਾਬ ਉਨ੍ਹਾਂ ਸਾਰੀਆਂ ਕਿਤਾਬਾਂ ਤੋਂ ਚੰਗੀ ਐ, ਜੋ ਤੁਸੀਂ ਪਿਛਲੇ ਸਾਲਾਂ ਵਿੱਚ ਛਾਪੀਆਂ ਨੇ? ਇਸ ਵਾਰ ਵੀ ਮੈਨੂੰ ਯੋਜਨਾ ਵਿੱਚ ਕਿਉਂ ਨਹੀਂ ਰੱਖਿਆ ਗਿਆ?"

ਨਹੀਂ, ਮੈਂ ਪ੍ਰਕਾਸ਼ਕ ਨਾਲ ਝਗੜਾ ਨਹੀਂ ਕਰਨਾ ਚਾਹੁੰਦਾ। ਮੈਂ ਉਡੀਕ ਕਰਨ ਲਈ ਤਿਆਰ ਹਾਂ। ਮੈਨੂੰ ਪਤਾ ਹੈ ਕਿ ਪ੍ਰਕਾਸ਼ਕਾਂ ਕੋਲ ਹਮੇਸ਼ਾ ਕਾਗਜ਼ ਦੀ ਘਾਟ ਰਹਿੰਦੀ ਹੈ। ਕਾਗਜ਼ ਚਲਾ ਕਿੱਥੇ ਗਿਆ? ਉਸ ਨੂੰ ਲੇਖਕ ਖਰਾਬ ਕਰਦੇ ਹਨ, ਜਿਨ੍ਹਾਂ ਵਿੱਚ ਮੈਂ ਵੀ ਸ਼ਾਮਲ ਹਾਂ। ਇਸ ਲਈ ਮੈਂ ਕਿਉਂ ਉਨ੍ਹਾਂ ਨੂੰ ਬੁਰਾ-ਭਲਾ ਕਹਾਂਗਾ! ਹਾਂ, ਕਦੇ-ਕਦੇ ਕਾਗਜ਼ ਖਰਾਬ ਹੋਣ ਦੀ ਬਜਾਇ ਉਸ 'ਤੇ ਕੁੱਝ ਅਜਿਹਾ ਰਚਿਆ ਜਾਂਦਾ ਹੈ ਕਿ ਉਹ ਲੇਖਕ ਅਤੇ ਪ੍ਰਕਾਸ਼ਕ

ਦੇ ਇਸ ਦੁਨੀਆ ਤੋਂ ਚਲੇ ਜਾਣ 'ਤੇ ਵੀ ਜਿਊਂਦਾ ਰਹਿੰਦਾ ਹੈ। ਆਹ! ਮੇਰੀ ਇਹ ਬਹੁਤ ਵੱਡੀ ਇੱਛਾ ਹੈ ਕਿ ਕਾਗਜ਼ ਦੇ ਕਿਸੇ ਵੀ ਟੁਕੜੇ 'ਤੇ ਅਜਿਹੇ ਸ਼ਬਦ ਲਿਖੇ ਜਾਣ, ਜੋ ਅੰਮ੍ਰਿਤ ਵਾਂਗ ਉਸ ਦਾ ਉਸ ਹਰੇ-ਭਰੇ ਅਤੇ ਸਜੀਵ ਦਰੱਖਤ ਵਿੱਚ ਰੂਪਾਂਤਰਣ ਕਰ ਦੇਣ, ਜਿਸ ਤੋਂ ਕਦੇ ਉਹ ਕਾਗਜ਼ ਬਣਾਇਆ ਗਿਆ ਸੀ।

ਨਹੀਂ, ਮੈਂ ਪ੍ਰਕਾਸ਼ਕ ਨਾਲ ਝਗੜਾ ਨਹੀਂ ਕਰਨਾ ਚਾਹੁੰਦਾ। ਮੈਂ ਤਾਂ ਸ਼ਾਂਤੀ ਨਾਲ ਉਸ ਨੂੰ ਇਹ ਕਹਿੰਦਾ ਹਾਂ:

"ਤੁਸੀਂ ਮੇਰੇ ਅਤੇ ਪਿੰਡ ਵਾਲਿਆਂ ਦੇ ਵਿਚਕਾਰ, ਮਾਸਕੋ ਅਤੇ ਹੋਰ ਸ਼ਹਿਰਾਂ ਦੇ ਮੇਰੇ ਪਾਠਕਾਂ ਅਤੇ ਮੇਰੇ ਵਿਚਕਾਰ ਖੜ੍ਹੇ ਹੋ। ਤੁਸੀਂ ਹੀ ਤਾਂ ਸਾਡੇ ਵਿਚਕਾਰਲੀ, ਸਾਨੂੰ ਜੋੜਨ ਵਾਲੀ ਕੜੀ ਹੋ। ਕਿਰਪਾ ਕਰ ਕੇ ਮੇਰਾ ਕਿਹਾ ਮੰਨਦੇ ਹੋਏ ਕੁੱਝ ਅਜਿਹਾ ਕਰੋ ਕਿ ਸਾਡੇ ਹੱਥ ਮਿੱਤਰਤਾ ਨਾਲ ਮਿਲ ਜਾਣ। ਮੈਂ ਤੁਹਾਡੀ ਮਿੰਨਤ ਕਰਦਾਂ......।"

ਪ੍ਰਕਾਸ਼ਕ ਮੇਰੀ ਇਸ ਸ਼ਾਂਤੀਪੂਰਨ ਬੇਨਤੀ ਅੱਗੇ ਝੁਕ ਜਾਂਦਾ ਹੈ ਅਤੇ ਮੇਰਾ ਖਰੜਾ ਤੁਰੰਤ ਸੰਪਾਦਕ ਦੇ ਹੱਥਾਂ ਵਿੱਚ ਪਹੁੰਚ ਜਾਂਦਾ ਹੈ।

ਸੰਪਾਦਕ:

"ਸੰਖੇਪ ਕਰੋ!" ਉਸ ਦੇ ਦਰਵਾਜ਼ੇ 'ਤੇ ਲਿਖਿਆ ਹੈ।

ਪ੍ਰਕਾਸ਼ਕ ਨੇ ਕਿਹਾ ਸੀ, "ਇੱਕ ਸਾਲ ਬਾਅਦ ਆਉਣਾ। ਸੰਪਾਦਕ ਨੇ ਤਿੰਨ ਹਫਤਿਆਂ ਬਾਅਦ ਆਉਣ ਲਈ ਕਿਹਾ। ਇਸ ਅਰਸੇ ਨਾਲ ਤਾਂ ਮੈਨੂੰ ਖ਼ੁਸ਼ੀ ਵੀ ਹੋਈ, ਕਿਉਂਕਿ ਇਸੇ ਦੌਰਾਨ ਤੁਹਾਨੂੰ ਛੋਟੇ-ਛੋਟੇ ਤਿੰਨ ਕਿੱਸੇ ਵੀ ਸੁਣਾ ਲਵਾਂਗਾ।

ਇੱਕ ਸੰਪਾਦਕ ਨੂੰ ਕਿਵੇਂ ਖਿੜਕੀ ਤੋਂ ਬਾਹਰ ਸੁੱਟ ਦਿੱਤਾ ਗਿਆ

ਇੱਕ ਅਵਾਰ ਕਵੀ ਨਵੇਂ ਵਰ੍ਹੇ ਦੇ ਅੰਕ ਵਿੱਚ ਪ੍ਰਕਾਸ਼ਿਤ ਕਰਵਾਉਣ ਲਈ ਆਪਣੀਆਂ ਕਵਿਤਾਵਾਂ ਲੈ ਕੇ ਇੱਕ ਅਖ਼ਬਾਰ ਦੇ ਦਫ਼ਤਰ ਵਿੱਚ ਪਹੁੰਚਿਆ। ਕਵਿਤਾਵਾਂ ਪਸੰਦ ਆਈਆਂ ਅਤੇ ਛਾਪ ਦਿੱਤੀਆਂ ਗਈਆਂ।

ਕਵੀ ਬਹੁਤ ਖ਼ੁਸ਼ ਹੋਇਆ ਅਤੇ ਉਸ ਦਿਨ ਉਸ ਦੇ ਘਰ ਦੋਸਤ-ਮਿੱਤਰਾਂ ਦੀ ਮਹਿਫ਼ਲ ਲੱਗੀ। ਕਵੀ ਨੇ ਬੜੀ ਸ਼ਾਨ ਨਾਲ ਅਖ਼ਬਾਰ ਖੋਲ੍ਹਿਆ ਅਤੇ ਉੱਚੀ-ਉੱਚੀ ਆਪਣੀਆਂ ਕਵਿਤਾਵਾਂ ਸੁਣਾਉਣ ਲੱਗਿਆ। ਅਚਾਨਕ ਉਸ ਦੇ ਚਿਹਰੇ ਦਾ ਰੰਗ ਉੱਡ ਗਿਆ, ਉਸ ਨੇ ਖੱਬੇ ਹੱਥ ਨਾਲ ਇਸ ਤਰ੍ਹਾਂ ਦਿਲ ਫੜ ਲਿਆ, ਜਿਵੇਂ ਉਸ ਵਿੱਚ ਤੀਰ ਆ ਲੱਗਿਆ ਹੋਵੇ। ਅਖ਼ਬਾਰ ਉਸ ਦੇ ਹੱਥਾਂ ਵਿੱਚੋਂ ਹੇਠਾਂ ਡਿੱਗ ਗਿਆ। ਦੋਸਤ ਦੌੜ ਕੇ ਉਸ ਕੋਲ ਗਏ, ਉਨ੍ਹਾਂ ਨੇ ਉਸ ਨੂੰ ਸੰਭਾਲਿਆ, ਪਾਣੀ ਪਿਲਾਇਆ। ਕਵੀ ਦੇ ਹੋਸ਼ ਟਿਕਾਣੇ ਆਉਣ 'ਤੇ ਉਸ ਦੀ ਅਜਿਹੀ ਹਾਲਤ ਹੋ ਜਾਣ ਦਾ ਕਾਰਨ ਪਤਾ ਲੱਗਿਆ। ਹੋਇਆ ਇਹ ਸੀ ਕਿ ਉਸ ਦੀਆਂ ਕਵਿਤਾਵਾਂ ਵਿੱਚੋਂ ਚਾਰ ਪੰਕਤੀਆਂ ਗ਼ਾਇਬ ਸਨ। ਕਵੀ ਅਖ਼ਬਾਰ ਦੇ ਦਫ਼ਤਰ ਵਿੱਚ ਦੌੜਿਆ ਗਿਆ।

"ਤੁਹਾਡੇ ਅਖ਼ਬਾਰ ਰੂਪੀ ਘਾਹ ਦੇ ਮੈਦਾਨ ਵਿੱਚ ਮੈਂ ਆਪਣੀ ਭੇਡਾਂ ਚਰਨ ਲਈ ਛੱਡੀਆਂ ਸੀ, ਉਨ੍ਹਾਂ ਵਿੱਚੋਂ ਚਾਰ ਸਭ ਤੋਂ ਵਧੀਆ ਭੇਡਾਂ ਨੂੰ ਕਿਸ ਨੇ ਕਤਲ ਕੀਤੈ?"

ਅਖ਼ਬਾਰ ਦੇ ਸੰਪਾਦਕ ਨੇ ਬੜੀ ਸ਼ਾਂਤੀ ਨਾਲ ਜਵਾਬ ਦਿੱਤਾ:

"ਮੈਂ...ਕੀ ਗੱਲ ਐ?"

"ਤੁਸੀਂ ਅਜਿਹਾ ਕਿਉਂ ਕੀਤਾ?"

"ਇਸ ਲਈ ਕਿ ਕੁੱਝ ਬਹੁਤ ਜ਼ਰੂਰੀ ਸਮੱਗਰੀ ਆ ਗਈ ਸੀ, ਜਗ੍ਹਾ ਦੀ ਘਾਟ ਸੀ।"

"ਪਰ ਜੇਕਰ ਤੁਸੀਂ ਕਵੀ ਦੀ ਆਗਿਆ ਤੋਂ ਬਿਨਾਂ ਉਸ ਦੀ ਕਵਿਤਾ ਦੀਆਂ ਪੰਕਤੀਆਂ ਕੱਢ ਕੇ ਸੁੱਟ ਸਕਦੇ ਹੋ, ਤਾਂ ਮੈਂ ਖ਼ੁਦ ਤੁਹਾਨੂੰ ਹੁਣੇ ਖਿੜਕੀ ਵਿੱਚੋਂ ਬਾਹਰ ਸੁੱਟ ਸਕਦਾਂ।"

ਕਵੀ ਦੀਆਂ ਰਗਾਂ ਵਿੱਚ ਗਰਮ ਅਵਾਰ ਖ਼ੂਨ ਸੀ। ਉਸ ਨੇ ਸੰਪਾਦਕ ਨੂੰ ਗਰਦਨ ਅਤੇ ਲੱਤਾਂ ਤੋਂ ਫੜ ਕੇ ਸੱਚਮੁੱਚ ਹੀ ਖਿੜਕੀ ਵਿੱਚੋਂ ਬਾਹਰ ਸੁੱਟ ਦਿੱਤਾ। ਇੰਨੀ ਹੀ ਖ਼ੁਸ਼ਕਿਸਮਤੀ ਕਹੋ ਕਿ ਇਹ ਘਟਨਾ ਦੂਜੀ ਮੰਜ਼ਿਲ 'ਤੇ ਵਾਪਰੀ ਅਤੇ ਖਿੜਕੀ ਦੇ ਹੇਠਾਂ ਨਰਮ ਕਿਆਰੀ ਸੀ। ਅਦਾਲਤ ਵਿੱਚ ਕਵੀ ਨੇ ਕਿਹਾ, "ਖ਼ੂਨ ਦਾ ਬਦਲਾ ਖ਼ੂਨ! ਦੰਦ ਦੇ ਬਦਲੇ ਦੰਦ! ਉਸ ਨੇ ਮੇਰਾ ਸੰਪਾਦਨ ਕੀਤਾ ਅਤੇ ਮੈਂ ਉਸ ਦਾ ਸੰਪਾਦਨ ਕਰ ਦਿੱਤਾ।"

ਕਹਿੰਦੇ ਹਨ ਕਿ ਇਹ 'ਸੰਪਾਦਿਤ' ਸੰਪਾਦਕ ਅਜੇ ਵੀ ਕਵਿਤਾਵਾਂ ਦੀ ਕੱਟ-ਵੱਢ ਕਰਦਾ ਰਹਿੰਦਾ ਹੈ (ਇਸ ਤੋਂ ਬਿਨਾਂ ਤਾਂ ਉਹ ਸ਼ਾਇਦ ਸੰਪਾਦਕ ਹੀ ਨਹੀਂ ਹੋ ਸਕਦਾ), ਪਰ ਹੁਣ ਉਹ ਕਵੀਆਂ ਦੀ ਪਹਿਲਾਂ ਆਗਿਆ ਲੈ ਲੈਂਦਾ ਹੈ।

ਡਾਇਰੀ ਵਿੱਚੋਂ

ਮੇਰੇ ਪਿਤਾ ਜੀ ਨੇ 'ਮੋਚੀ' ਅਤੇ 'ਕੋਦੋਲਾਵ ਦੀ ਸ਼ਾਦੀ' ਨਾਮਕ ਦੋ ਨਾਟਕ ਲਿਖੇ। ਸ਼ੁਰੂ ਵਿੱਚ ਉਹ ਥਿਏਟਰ ਵਿੱਚ ਗਏ, ਫਿਰ ਸੱਭਿਆਚਾਰ ਵਿਭਾਗ ਵਿੱਚ ਅਤੇ ਉਸ ਤੋਂ ਬਾਅਦ ਦਾਗ਼ਿਸਤਾਨ ਦੇ ਕਲਾ-ਸੰਚਾਲਨ ਦਫ਼ਤਰ ਵਿੱਚ ਜਾ ਪਹੁੰਚੇ। ਪਿਤਾ ਜੀ ਨੂੰ ਚੰਗੀ ਤਰ੍ਹਾਂ ਪਤਾ ਸੀ ਕਿ ਉਹ ਉੱਥੇ ਗਏ ਹਨ ਅਤੇ ਉੱਥੋਂ ਕਿਸੇ ਦੂਜੀ ਜਗ੍ਹਾ ਨਹੀਂ ਗਏ। ਪਰ ਉੱਥੇ ਵੀ ਉਨ੍ਹਾਂ ਦਾ ਕਿਤੇ ਅਤਾ-ਪਤਾ ਨਹੀਂ ਸੀ।

ਬੁਰੇ ਮੌਸਮ ਦੇ ਬਾਵਜੂਦ, ਜਿਵੇਂ ਚਰਵਾਹਾ ਘਾਹ ਦੇ ਮੈਦਾਨ ਵਿੱਚ ਰਹਿ ਗਈਆਂ ਭੇਡਾਂ ਦੀ ਭਾਲ ਵਿੱਚ ਨਿੱਕਲ ਪੈਂਦਾ ਹੈ, ਉਵੇਂ ਪਿਤਾ ਜੀ ਵੀ ਆਪਣੇ ਨਾਟਕਾਂ ਦੀ ਭਾਲ ਵਿੱਚ ਨਿੱਕਲ ਪਏ।

ਸੰਚਾਲਨ ਦਫ਼ਤਰ ਵਿੱਚ ਕੇਵਲ ਨਾਟਕਾਂ ਨਾਲ ਸਬੰਧ ਰੱਖਣ ਵਾਲਾ ਇੱਕ ਆਦਮੀ ਬੈਠਾ ਸੀ। ਉਸ ਨੂੰ ਵੀ ਸੰਪਾਦਕ ਹੀ ਕਿਹਾ ਜਾਂਦਾ ਸੀ। ਪਿਤਾ ਜੀ ਕੋਈ ਇੱਕ ਘੰਟੇ ਤੋਂ ਜ਼ਿਆਦਾ ਸਮੇਂ ਤੱਕ ਉਸ ਨਾਲ ਗੱਲਬਾਤ ਕਰਦੇ ਰਹੇ ਅਤੇ ਅਚਾਨਕ ਉਨ੍ਹਾਂ ਨੂੰ ਇਹ ਮਹਿਸੂਸ ਹੋਇਆ ਕਿ ਜਦੋਂ ਤੱਕ ਮੌਸਮ, ਘਾਹ ਦੇ ਮੈਦਾਨਾਂ, ਭੇਡਾਂ ਅਤੇ ਗਾਂਵਾਂ ਜਾਂ ਘੋੜਿਆਂ ਦਾ ਜ਼ਿਕਰ ਹੁੰਦਾ ਰਹਿੰਦਾ ਹੈ, ਤਾਂ ਗੱਲਬਾਤ ਵਿੱਚ ਰੰਗੀਨੀ ਰਹਿੰਦੀ ਹੈ, ਪਰ ਜਿਉਂ ਹੀ ਸਾਹਿਤਕ ਅਤੇ ਨਾਟਕ-ਕਲਾ ਦੀ ਚਰਚਾ ਹੋਣ ਲੱਗਦੀ ਸੀ, ਤਿਉਂ ਹੀ ਉਨ੍ਹਾਂ ਪੱਲੇ ਕੁੱਝ ਨਹੀਂ ਪੈਂਦਾ ਸੀ। ਇਸ ਦੇ ਬਾਵਜੂਦ ਸੰਪਾਦਕ ਲਗਾਤਾਰ ਨਾਟਕ-ਕਲਾ ਦੀ ਹੀ ਚਰਚਾ ਕਰਨ ਦੀ ਕੋਸ਼ਿਸ਼ ਕਰਦਾ ਸੀ, ਪਿਤਾ ਜੀ ਨੂੰ ਚੰਗੇ ਨਾਟਕ ਲਿਖਣ ਬਾਰੇ ਉਪਦੇਸ਼ ਅਤੇ ਨਸੀਹਤਾਂ ਦਿੰਦਾ ਸੀ। ਆਖ਼ਰ ਪਿਤਾ ਜੀ ਤੋਂ ਬਰਦਾਸ਼ਤ ਨਾ ਹੋਇਆ ਅਤੇ ਉਨ੍ਹਾਂ ਨੇ ਸਾਫ਼-ਸਾਫ਼ ਹੀ ਪੁੱਛ ਲਿਆ ਕਿ ਉਹ ਆਦਮੀ ਹੈ ਕੌਣ, ਉਸ ਨੇ ਕੀ ਸਿੱਖਿਆ ਪ੍ਰਾਪਤ ਕੀਤੀ ਹੈ

ਅਤੇ ਕਲਾ-ਸੰਚਾਲਨ ਵਿੱਚ ਆਉਣ ਤੋਂ ਪਹਿਲਾਂ ਕਿੱਥੇ ਕੰਮ ਕਰ ਚੁੱਕਿਆ ਹੈ।

"ਮੈਂ ਉੱਚ ਸਿੱਖਿਆ ਪ੍ਰਾਪਤ ਆਂ।" ਸੰਪਾਦਕ ਨੇ ਸ਼ਾਨ ਨਾਲ ਜਵਾਬ ਦਿੱਤਾ, "ਪੇਸ਼ੇ ਤੋਂ ਮੈਂ ਡੰਗਰ-ਡਾਕਟਰ ਆਂ। ਹੁਣ ਇਸ ਕੰਮ 'ਤੇ ਲਗਾ ਦਿੱਤਾ ਗਿਆਂ।"

"ਤਾਂ ਕੀ ਮੇਰੇ ਨਾਟਕ ਗਾਂਵਾਂ ਨੇ ਕਿ ਉਨ੍ਹਾਂ ਦਾ ਇਲਾਜ ਕਰਨ ਦੀ ਕੋਸ਼ਿਸ਼ ਕਰ ਰਹੇ ਹੋ! ਕਵੀ ਭਲਾਂ ਡੰਗਰ-ਡਾਕਟਰਾਂ ਨੂੰ ਕਦੇ ਸਲਾਹ ਕਿਉਂ ਨਹੀਂ ਦਿੰਦੇ? ਪਰ ਕਵੀਆਂ ਨੂੰ ਜਿਸ ਦਾ ਜੀਅ ਕਰਦੈ, ਸਿੱਖਿਆ ਦੇਣ ਲੱਗਦੈ।"

ਕਿਤੇ ਮੇਰੀ ਕਿਤਾਬ ਵੀ ਤਾਂ ਕਿਸੇ ਅਜਿਹੇ ਹੀ ਸੰਪਾਦਕ ਦੇ ਹੱਥਾਂ ਵਿੱਚ ਨਹੀਂ ਪੈ ਰਹੀ, ਜੋ ਪਹਿਲਾਂ ਡੰਗਰ-ਡਾਕਟਰ ਸੀ?

ਅਬੂਤਾਲਿਬ ਅਤੇ ਸੰਪਾਦਕ

ਅਬੂਤਾਲਿਬ ਦੇ ਖਰੜੇ ਨੂੰ ਸੰਪਾਦਕ ਨੇ ਉਵੇਂ ਹੀ ਨੋਚ ਲਿਆ ਸੀ, ਜਿਵੇਂ ਰਣਭੂਮੀ ਵਿੱਚ ਮਾਰੇ ਗਏ ਸੈਨਿਕ ਦੀ ਲਾਸ਼ ਨੂੰ ਕਾਂ ਨੋਚ ਲੈਂਦਾ ਹੈ। ਇਸੇ ਨੋਚੀ ਹੋਈ ਹਾਲਤ ਵਿੱਚ ਉਸ ਦੇ ਪਰੂਫ਼ ਅਬੂਤਾਲਿਬ ਕੋਲ ਆਏ। ਅਬੂਤਾਲਿਬ ਨੇ ਉਨ੍ਹਾਂ ਨੂੰ ਪੜ੍ਹਿਆ ਅਤੇ ਹੈਰਾਨ ਹੋ ਕੇ ਕਿਹਾ:

"ਮੇਰੇ ਹਰੇ-ਭਰੇ ਮੈਦਾਨ ਨੂੰ ਘੋੜਿਆ ਨੇ ਕੁਚਲ ਦਿੱਤੈ। ਜਿੱਥੇ ਪਹਿਲਾਂ ਫੁੱਲ ਸੀ, ਉੱਥੇ ਹੁਣ ਦਲਦਲ ਐ! ਜੇਕਰ ਕੋਈ ਵਿੱਦਿਆਰਥੀ ਲਿਖਤ ਵਿੱਚ ਕੁੱਝ ਗਲਤੀਆਂ ਕਰਦੈ, ਤਾਂ ਅਧਿਆਪਕ ਉਨ੍ਹਾਂ ਨੂੰ ਸੁਧਾਰਦੈ। ਪਰ ਇਹ ਕਿਹੜਾ ਅਧਿਆਪਕ ਐ, ਜੋ ਇਹ ਜਾਣਦੈ ਕਿ ਮੇਰੇ ਜੀਵਨ ਵਿੱਚ ਕੀ ਸਹੀ ਅਤੇ ਕੀ ਗਲਤ ਸੀ?"

ਅਬੂਤਾਲਿਬ ਨੇ ਬਹੁਤ ਧਿਆਨ ਨਾਲ ਪਰੂਫ਼ ਪੜ੍ਹੇ ਅਤੇ ਅਚਾਨਕ ਕਹਿ ਉੱਠੇ:

"ਮੈਂ ਜਾਣਦਾਂ ਕਿ ਮੇਰਾ ਸੰਪਾਦਕ ਕਿਹੜੇ ਪਿੰਡ ਦਾ ਰਹਿਣ ਵਾਲਾ ਐ। ਉਹ ਮੇਰੀ ਕਿਤਾਬ ਨੂੰ ਆਪਣੇ ਪਿੰਡ ਦੀ ਬੋਲੀ ਮੁਤਾਬਿਕ ਸੁਧਾਰਨਾ ਚਾਹੁੰਦੈ। ਬੇਸ਼ੱਕ ਬੋਲੀਆਂ ਅਨੇਕਾਂ ਨੇ, ਪਰ ਭਾਸ਼ਾ ਇੱਕ, ਜਨਤਾ ਇੱਕ ਐ! ਜੇਕਰ ਹਰ ਸੰਪਾਦਕ ਆਪਣੇ ਪਿੰਡ ਦੀ ਬੋਲੀ ਵੱਲ ਖਿੱਚਣ ਦੀ ਕੋਸ਼ਿਸ਼ ਕਰੇਗਾ, ਤਾਂ ਅਸੀਂ ਆਪਣੀ ਕਵਿਤਾ ਦਾ ਪਿੰਡ ਕਦੇ ਨਹੀਂ ਵਸਾ ਸਕਾਂਗੇ।"

ਮੇਰੇ ਸੰਪਾਦਕ, ਇਹ ਯਾਦ ਰੱਖਣਾ ਕਿ ਤੁਹਾਡੇ ਪਿੰਡ ਤੋਂ ਇਲਾਵਾ ਦੁਨੀਆ ਵਿੱਚ ਹੋਰ ਸਥਾਨ ਵੀ ਹਨ, ਤੁਹਾਡੇ ਇਲਾਵਾ ਹੋਰ ਲੋਕ ਵੀ ਹਨ। ਉਂਝ ਤਾਂ ਸਾਡੇ ਵਿਚਕਾਰ ਮੱਤਭੇਦ ਨਹੀਂ ਹੋ ਸਕਦੇ। ਤੁਹਾਡੀਆਂ ਟਿੱਪਣੀਆਂ ਨਾਲ ਜੇਕਰ ਕੋਈ ਲਾਭ ਹੋ ਸਕੇਗਾ, ਤਾਂ ਮੈਂ ਜ਼ਰੂਰ ਉਨ੍ਹਾਂ ਦਾ ਉਪਯੋਗ ਕਰਾਂਗਾ। ਪਰ ਤੁਹਾਨੂੰ ਇਹ ਯਾਦ ਰੱਖਣਾ ਚਾਹੀਦਾ ਹੈ ਕਿ ਆਪਣੇ ਗੀਤਾਂ ਪ੍ਰਤੀ ਮੈਂ ਜੱਦੀ-ਪੁਸ਼ਤੀ ਵੈਰ ਜਿੰਨਾ ਪਿਆਰ ਰੱਖਦਾ ਹਾਂ। ਅਜਿਹੀ ਭਾਵਨਾ ਮੇਰੇ ਵਿੱਚ ਹੁਣੇ ਨਹੀਂ ਆਈ। ਜਵਾਨੀ ਦੇ ਦਿਨਾਂ ਵਿੱਚ ਲਿਖੀ ਗਈ ਮੇਰੀ ਇੱਕ ਕਵਿਤਾ ਇਸ ਤਰ੍ਹਾਂ ਹੀ ਸ਼ੁਰੂ ਹੋਈ ਸੀ:

ਸੀਨੇ ਵਿੱਚ ਸੰਭਾਲੀ ਰੱਖਿਆ, ਬਹੁਤ ਪਿਆਰੇ ਬਦਲੇ ਵਾਂਗੂੰ,
ਆਪਣੀਆਂ ਕਵਿਤਾਵਾਂ ਦਾ ਨਿੱਘ ਅਤੇ ਕੰਬਣੀ ਲਿਆਇਆ।
ਕਿਸੇ ਵਰਜਿਤ ਪਿਆਰ ਵਾਂਗੂੰ, ਭੈੜੀਆਂ ਨਿਗਾਹਾਂ ਤੋਂ,
ਆਪਣੇ ਗੀਤਾਂ ਦੀ ਮੈਂ, ਹਮੇਸ਼ਾ ਰਾਖੀ ਕਰਦਾ ਆਇਆ।

ਬੜੇ ਪਿਆਰ ਨਾਲ ਪਾਲਿਆ-ਪੋਸਿਆ, ਜਦ ਸੀ ਛੋਟੇ,
ਉਨ੍ਹਾਂ ਦੀ ਮੱਧਮ ਜਿਹੀ ਪਹਿਲੀ ਆਵਾਜ਼ ਨੂੰ ਫੜਿਆ।
ਘੜੀਸਾਜ਼ ਕੋਈ ਜਿਵੇਂ ਚੁਣਦਾ ਹੈ ਪੁਰਜਿਆਂ ਨੂੰ,
ਇਸ ਤਰ੍ਹਾਂ ਛੰਦਾਂ ਵਾਸਤੇ ਮੈਂ ਸ਼ਬਦਾਂ ਨੂੰ ਘੜਿਆ।

ਮਿਲਦੇ-ਜੁਲਦੇ ਇੱਕ ਤਰ੍ਹਾਂ ਦੇ ਢੇਰਾਂ ਸ਼ਬਦਾਂ ਵਿੱਚੋਂ,
ਚੰਗੇ ਤੋਲ-ਤੁਕਾਂਤ ਲਈ ਚੋਣ ਏਦਾਂ ਕਰੀਏ।
ਜਿਵੇਂ ਘਰ ਆਏ ਕਿਸੇ ਪਿਆਰੇ ਮਹਿਮਾਨ ਲਈ,
ਵਧੀਆ ਤੋਂ ਵਧੀਆ ਸ਼ਰਾਬ ਲਿਆ ਕੇ ਧਰੀਏ।

ਰਾਤਾਂ ਨੂੰ ਤੁਰ ਪੈਂਦਾ ਹਾਂ, ਕਵਿਤਾ ਦੇ ਸਫ਼ਰ ਲਈ,
ਸੁਬ੍ਹਾ ਤੱਕ ਮੋਤੀ ਚੁਣ-ਚੁਣ ਬਣਾਉਂਦਾ ਹਾਂ ਮਾਲਾ।
ਜਿਵੇਂ ਸੁੰਦਰ, ਮਨਮੋਹਕ ਗਲੀਚਾ ਬਣਾਉਣ ਲਈ,
ਰੰਗ ਸੁਹਾਵਣੇ ਚੁਣਦੀ ਹੈ ਕੋਈ ਪਹਾੜੀ ਬਾਲਾ।

ਹੋਰਾਂ ਨੇ ਗਾਇਆ ਮੈਥੋਂ ਵਧੀਆ ਵਧ-ਚੜ੍ਹ ਕੇ,
ਦੁੱਖ ਹੈ ਕਿ ਮੈਥੋਂ ਨਹੀਂ ਗਿਆ ਇੰਝ ਗਾਇਆ।
ਸਫ਼ਲਤਾ ਨਾਲ ਪ੍ਰਗਟ ਕੀਤਾ ਜਾਂ ਨਹੀਂ ਭਾਵਾਂ ਨੂੰ,
ਸ਼ਬਦਾਂ ਦਾ ਸੁੰਦਰ ਚੋਲਾ ਪਹਿਨਾਇਆ।

ਭਾਵੇਂ ਮੇਰੀਆਂ ਕਵਿਤਾਵਾਂ ਇੰਨੀਆਂ ਵਧੀਆ ਨਹੀਂ,
ਪਰ ਮੇਰੇ ਸ਼ਬਦਾਂ ਵਿੱਚ ਹੈ ਮੇਰਾ ਜੀਵਨ ਸਾਰਾ।
ਮੈਨੂੰ ਦੱਸੋ ਮੇਰੇ ਪਿਆਰੇ ਸੰਪਾਦਕ ਸਾਹਿਬ ਜੀ,
ਕਿਉਂ ਬਣਾਉਣਾ ਚਾਹੋ ਇਨ੍ਹਾਂ ਨੂੰ ਹੋਰ ਵੀ ਮਾੜਾ।
ਮੈਂ ਹਾਂ ਇਨ੍ਹਾਂ ਦਾ ਬਾਪ, ਮੈਂ ਹੀ ਇਨ੍ਹਾਂ ਨੂੰ ਸਮਝਦਾਂ,
ਹੋਰ ਕਿਸੇ ਲਈ ਇਹ ਕੰਮ ਕਰਨਾ ਹੈ ਮੁਸ਼ਕਿਲ।
ਮੈਨੂੰ ਦੱਸੋ ਇਨ੍ਹਾਂ ਵਿੱਚ ਕੀ-ਕੀ ਨੁਕਸ ਰੜਕਦਾ ਹੈ,
ਕੰਨ ਫੜ ਕੇ ਖ਼ੁਦ ਕਰ ਦਿਆਂਗਾ ਮੈਂ ਠੀਕ ਅਕਲ।

ਉਨ੍ਹਾਂ ਦਿਨਾਂ ਵਿੱਚ ਮੈਂ 'ਪਹਾੜਣ' ਨਾਂ ਦਾ ਇੱਕ ਨਾਟਕ ਲਿਖਿਆ ਸੀ। ਉਹ ਦਾਗ਼ਿਸਤਾਨ ਦੇ ਕਈ ਥਿਏਟਰਾਂ ਵਿੱਚ ਖੇਡਿਆ ਗਿਆ ਅਤੇ ਉਸ ਦਾ ਇਹ ਹਾਲ ਹੋਇਆ।

ਨਾਟਕ ਦੇ ਅੰਤ ਵਿੱਚ ਘਟਨਾ-ਚੱਕਰ ਅਜਿਹਾ ਰੂਪ ਧਾਰ ਲੈਂਦਾ ਹੈ ਕਿ ਨਾਇਕ, ਨਾਇਕਾ ਦੀ ਹੱਤਿਆ ਕਰ ਦਿੰਦਾ ਹੈ। ਆਪਣੀ ਪਹਾੜਣ ਲਈ ਮੈਨੂੰ ਬਹੁਤ ਅਫ਼ਸੋਸ ਸੀ ਅਤੇ ਜਦੋਂ ਮੈਂ ਹੱਤਿਆ ਦਾ ਦ੍ਰਿਸ਼ ਲਿਖਿਆ, ਤਾਂ ਮੇਰਾ ਹੱਥ ਕੰਬ ਰਿਹਾ ਸੀ ਅਤੇ ਦਿਲ ਖ਼ੂਨ ਦੇ ਹੰਝੂ ਰੋ ਰਿਹਾ ਸੀ। ਪਰ ਮੈਂ ਕੁੱਝ ਵੀ ਪਰਿਵਰਤਨ ਨਹੀਂ ਕਰ ਸਕਦਾ ਸੀ। ਘਟਨਾ-ਚੱਕਰ ਹੀ ਪਹਾੜਣ ਦੀ ਮੌਤ ਦੀ ਮੰਗ ਕਰਦਾ ਸੀ। ਅਵਾਰ ਥਿਏਟਰ ਨੇ ਉਸ ਨੂੰ ਇਸੇ ਰੂਪ ਵਿੱਚ ਪੇਸ਼

ਕੀਤਾ। ਦਰਸ਼ਕਾਂ ਨੂੰ ਨਾਇਕਾ ਲਈ ਚਾਹੇ ਮੈਥੋਂ ਵੀ ਜਿਆਦਾ ਦੁੱਖ ਅਤੇ ਅਫ਼ਸੋਸ ਹੋਇਆ, ਪਰ ਉਹ ਸਮਝ ਗਏ ਕਿ ਇਸ ਤੋਂ ਇਲਾਵਾ ਹੋਰ ਕੁੱਝ ਹੋ ਹੀ ਨਹੀਂ ਸਕਦਾ ਸੀ।

ਦਾਰਗ਼ਿਨ ਥਿਏਟਰ ਵਿੱਚ ਨਾਟਕ ਦਾ ਸੰਪਾਦਨ ਕਰ ਦਿੱਤਾ ਗਿਆ। ਲੜਕੀ ਦੀ ਹੱਤਿਆ ਦੀ ਬਜਾਇ ਉਨ੍ਹਾਂ ਨੇ ਉਸ ਦੀ ਗੁੱਤ ਕਟਵਾ ਦਿੱਤੀ। ਬੇਸ਼ੱਕ ਇਹ ਸਹੀ ਹੈ ਕਿ ਕਿਸੇ ਪਹਾੜਣ ਦੀ ਗੁੱਤ ਕੱਟ ਦੇਣਾ ਉਸ ਦੇ ਲਈ ਬਹੁਤ ਹੀ ਸ਼ਰਮ ਵਾਲੀ ਗੱਲ ਹੁੰਦੀ ਹੈ। ਸ਼ਾਇਦ ਅਜਿਹਾ ਕਰਨਾ ਮੌਤ ਤੋਂ ਵੀ ਬੁਰਾ ਹੁੰਦਾ ਹੈ, ਫਿਰ ਵੀ ਇਹ ਮੌਤ ਤਾਂ ਨਹੀਂ ਹੁੰਦੀ।

ਕੁਮੀਕ ਥਿਏਟਰ ਵਾਲਿਆਂ ਨੇ ਨਾ ਤਾਂ ਉਸ ਦੀ ਹੱਤਿਆ ਕਰਵਾਈ ਅਤੇ ਨਾ ਹੀ ਗੁੱਤ ਕੱਟੀ, ਬਲਕਿ ਉਸ ਨੂੰ ਅੰਨ੍ਹਾ ਕਰ ਦਿੱਤਾ। ਇਹ ਤਾਂ ਬਹੁਤ ਭਿਆਨਕ ਗੱਲ ਹੈ। ਸ਼ਾਇਦ ਇਹ ਹੱਤਿਆ ਕਰਨ ਜਾਂ ਗੁੱਤ ਕੱਟਣ ਤੋਂ ਵੀ ਜ਼ਿਆਦਾ ਭਿਆਨਕ ਗੱਲ ਹੈ। ਪਰ ਫਿਰ ਵੀ ਪਹਾੜੀ ਲੜਕੀ ਗੁੱਤ ਸਮੇਤ ਜਿਊਂਦੀ ਰਹਿ ਗਈ, ਕਿਉਂਕਿ ਥਿਏਟਰ ਵਾਲਿਆਂ ਨੇ ਅਜਿਹਾ ਚਾਹਿਆ।

ਚੇਚੇਨਾਂ ਨੇ ਆਪਣੇ ਥਿਏਟਰ ਵਿੱਚ ਸਭ ਤੋਂ ਜ਼ਿਆਦਾ ਆਸਾਨ ਰਸਤਾ ਅਪਣਾਇਆ ਕਿ ਹੱਤਿਆ ਕਿਉਂ ਕਰਵਾਈ ਜਾਵੇ। ਉਨ੍ਹਾਂ ਨੇ ਫ਼ੈਸਲਾ ਕੀਤਾ, "ਗੁੱਤ ਕੱਟਣ ਜਾਂ ਅੰਨ੍ਹਾ ਕਰਨ ਦੀ ਵੀ ਕੀ ਜ਼ਰੂਰਤ ਐ? ਪਹਾੜਣ ਨੂੰ ਜਿਊਣ ਅਤੇ ਮੌਜ ਕਰਨ ਦਿਓ।"

ਤਾਂ ਇਸ ਤਰ੍ਹਾਂ ਹਰ ਨਿਰਦੇਸ਼ਕ ਨੇ ਆਪਣੀ ਇੱਛਾ ਅਤੇ ਵਿਚਾਰ ਅਨੁਸਾਰ ਨਾਟਕ ਨੂੰ ਬਦਲ ਦਿੱਤਾ। ਪਰ ਕਿਸੇ ਨੇ ਵੀ ਉਨ੍ਹਾਂ ਨੂੰ ਇਹ ਨਹੀਂ ਸਮਝਾਇਆ ਕਿ ਮੇਰੀ ਨਾਇਕਾ 'ਤੇ ਤਰਸ ਖਾਂਦੇ ਅਤੇ ਉਸ ਦੀ ਜਾਨ ਬਚਾਉਂਦੇ ਹੋਏ ਉਹ ਨਾਟਕ ਦੀ ਹੱਤਿਆ ਕਰ ਰਹੇ ਹਨ ਅਤੇ ਨਾਟਕਕਾਰ ਦੀ ਗੱਲ ਤਾਂ ਇੱਕ ਪਾਸੇ ਰਹੀ, ਦਰਸ਼ਕਾਂ ਨਾਲ ਵੀ ਬੇਇਨਸਾਫ਼ੀ ਕਰ ਰਹੇ ਹਨ।

ਪਿਤਾ ਜੀ ਨੇ ਇੱਕ ਵਾਰ ਆਪਣੀ ਛਪੀ ਹੋਈ ਕਵਿਤਾ ਵਾਲਾ ਅਖ਼ਬਾਰ ਮਿਲਣ 'ਤੇ ਸਾਨੂੰ ਕਿਹਾ:

"ਲੱਗਦੈ ਕਿ ਮੇਰੀ ਕਵਿਤਾ ਕਿਹੜੇ ਕਸਾਈਆਂ ਦੇ ਹੱਥਾਂ ਵਿੱਚ ਹੋ ਕੇ ਆਈ ਐ। ਉਸ ਦਾ ਕੋਈ ਹਿੱਸਾ ਵੀ ਤਾਂ ਸਹੀ-ਸਲਾਮਤ ਨਹੀਂ ਬਚਿਆ।"

ਮਹਿਮੂਦ...ਮਹਿਮੂਦ ਨੇ ਕੁੱਝ ਵੀ ਨਹੀਂ ਕਿਹਾ, ਕਿਉਂਕਿ ਉਸ ਦੇ ਜੀਵਨ ਵਿੱਚ ਉਸ ਦੀ ਕੋਈ ਵੀ ਕਿਤਾਬ ਨਹੀਂ ਛਪੀ ਸੀ। ਪਰ ਜੇਕਰ ਉਹ ਇਹ ਦੇਖ ਸਕਦਾ ਕਿ ਇਸੇ ਤਰ੍ਹਾਂ ਦੇ ਕਿਸੇ ਸੰਪਾਦਕ ਨੇ ਉਸ ਦੀਆਂ ਕਵਿਤਾਵਾਂ ਨੂੰ ਕਿਵੇਂ ਬਦਲ ਦਿੱਤਾ ਹੈ, ਤਾਂ ਉਹ ਦੂਜੀ ਵਾਰ ਮਰ ਜਾਂਦਾ।

ਆਧੁਨਿਕ ਕਾਰ ਵਿੱਚ ਪਹਾੜੀ ਪਗਡੰਡੀ 'ਤੇ ਜਾਣਾ ਸੰਭਵ ਨਹੀਂ। ਜੇਕਰ ਸੰਪਾਦਕ ਪ੍ਰਲੋਕ ਸਿਧਾਰ ਗਏ ਲੇਖਕਾਂ ਨੂੰ ਵੀ ਨਹੀਂ ਛੱਡਦੇ, ਤਾਂ ਭਲਾਂ ਮੈਂ ਉਨ੍ਹਾਂ ਨੂੰ ਇਹ ਕਿਵੇਂ ਕਹਿ ਸਕਦਾਂ ਕਿ ਉਹ ਮੇਰੀ ਰਚਨਾ ਨੂੰ ਨਾ ਛੇੜਣ?

ਪਰ, ਮੇਰੇ ਸੰਪਾਦਕ, ਮੈਂ ਜੋ ਕੁੱਝ ਕਿਹਾ ਹੈ, ਉਸ ਨੂੰ ਆਪਣੇ ਉੱਪਰ ਹੀ ਲਾਗੂ ਨਾ ਕਰ ਲੈਣਾ। ਮੈਂ ਅਜਿਹੇ ਸੰਪਾਦਕਾਂ ਨੂੰ ਵੀ ਜਾਣਦਾ ਹਾਂ, ਜੋ ਬੜੇ ਸਮਝਦਾਰ ਅਤੇ ਸੁਲਝੇ ਹੋਏ ਸਲਾਹਕਾਰਾਂ ਦੇ ਰੂਪ ਵਿੱਚ ਲੇਖਕ ਕੋਲ ਆਉਂਦੇ ਹਨ। ਮੈਂ ਜਾਣਦਾ ਹਾਂ ਕਿ ਤੁਸੀਂ ਵੀ ਅਜਿਹੇ ਹੀ ਹੋ। ਲੱਗਦਾ ਹੈ ਕਿ ਤੁਹਾਡੇ ਨਾਲ ਕੰਮ ਕਰਨ ਵਿੱਚ ਬੜਾ ਸੁੱਖ ਅਤੇ ਚੈਨ ਮਿਲਦਾ ਹੈ।

ਤੁਸੀਂ ਬੇਫ਼ਿਕਰ ਰਹਿ ਸਕਦੇ ਹੋ ਕਿ ਮੈਂ ਆਪਣੇ ਖਰੜੇ ਦੇ ਹਾਸ਼ੀਏ ਵਿੱਚ ਤੁਹਾਡੀ ਖ਼ੁਸ਼ੀ ਪ੍ਰਗਟ ਕਰਨ ਵਾਲੇ ਵਿਸਮਾਦ-ਚਿੰਨ੍ਹਾਂ, ਤੁਹਾਡੀ ਪ੍ਰੇਸ਼ਾਨੀ ਜ਼ਾਹਿਰ ਕਰਨ ਵਾਲੇ ਪ੍ਰਸ਼ਨ-ਚਿੰਨ੍ਹਾਂ ਅਤੇ ਉਨ੍ਹਾਂ 'ਤੀਰਾਂ' ਵੱਲ ਪੂਰਾ ਧਿਆਨ ਦਿਆਂਗਾ, ਜੋ ਇਹ ਜ਼ਾਹਿਰ ਕਰਨਗੇ ਕਿ ਪੁਸਤਕ ਨੂੰ ਬਿਹਤਰ ਬਣਾਉਣ ਲਈ ਚਿੰਨ੍ਹ ਲਗਾਈਆਂ ਹੋਈਆਂ ਪੰਕਤੀਆਂ ਨੂੰ ਬਦਲ ਦੇਣਾ ਚਾਹੁੰਦੇ ਹੋ।

ਮੇਰੀ ਕਿਤਾਬ ਵਿੱਚ ਸ਼ਾਇਦ ਅਜਿਹੀਆਂ ਪੰਕਤੀਆਂ ਹਨ, ਜੋ ਤਰੀਕੇ ਨਾਲ ਕੱਸੀਆਂ ਹੋਈਆਂ ਨਹੀਂ ਹਨ ਅਤੇ ਪੁਰਾਣੇ ਗਲੇ ਹੋਏ ਦੰਦ ਵਾਂਗ ਹਿੱਲਦੀਆਂ ਹਨ। ਸ਼ਾਇਦ ਮੈਂ ਆਪਣੇ ਆਪ ਨੂੰ ਦੁਹਰਾਇਆ ਵੀ ਹੈ। ਤੁਹਾਨੂੰ ਬੇਨਤੀ ਕਰਦਾ ਹਾਂ ਕਿ ਅਜਿਹੀਆਂ ਥਾਵਾਂ ਲੱਭ ਲਵੋ, ਉਨ੍ਹਾਂ ਦੇ ਹੇਠਾਂ ਨਿਸ਼ਾਨ ਲਗਾ ਦਿਓ, ਮੈਨੂੰ ਉਹ ਦਿਖਾਓ। ਇੱਕ ਸਿਰ ਚੰਗਾ ਹੁੰਦਾ ਹੈ ਅਤੇ ਡੇਢ ਬਿਹਤਰ! ਮੈਨੂੰ ਉਮੀਦ ਹੈ ਕਿ ਸਾਡੇ ਤਾਂ ਇੱਕੋ ਜਿਹੇ ਦੋ ਸਿਰ ਅਤੇ ਚਾਰ ਹੱਥ ਹੋਣਗੇ ਅਤੇ ਸਾਡਾ ਕੰਮ ਖ਼ੂਬ ਵਧੀਆ ਢੰਗ ਨਾਲ ਚੱਲੇਗਾ! ਕੱਲ੍ਹ ਨੂੰ ਝਗੜਾ ਕਰਨ ਦੀ ਬਜਾਇ ਅੱਜ ਹੀ ਝੜੱਪ ਹੋ ਜਾਵੇ, ਤਾਂ ਜ਼ਿਆਦਾ ਚੰਗਾ ਹੈ। ਉਮਰ ਭਰ ਲੜਦੇ ਰਹਿਣ ਦੀ ਬਜਾਇ ਇੱਕ ਵਾਰ ਲੜ ਲੈਣਾ ਬਿਹਤਰ ਹੈ। ਅਤੇ ਸਭ ਤੋਂ ਵੱਡੀ ਗੱਲ ਇਹ ਹੈ ਕਿ ਮੇਰੀ ਜ਼ਿਆਦਾ ਸਿਫ਼ਤ ਨਾ ਕਰਨਾ।

ਕਿਸੇ ਸ਼ਿਕਾਰੀ ਨੇ ਇਸ ਲਈ ਇੱਕ ਖ਼ਰਗੋਸ਼ ਦੀ ਸਿਫ਼ਤ ਕੀਤੀ ਕਿ ਉਹ ਡਰਿਆ ਨਹੀਂ ਅਤੇ ਛਾਲ ਮਾਰ ਕੇ ਖੁੱਲ੍ਹੇ ਟਿੱਬੇ 'ਤੇ ਸਾਹਮਣੇ ਆ ਗਿਆ। ਸ਼ਿਕਾਰੀ ਨੇ ਤਾਂ ਉਸ 'ਤੇ ਗੋਲੀ ਵੀ ਨਹੀਂ ਚਲਾਈ। ਖ਼ਰਗੋਸ਼ ਨੂੰ ਹੰਕਾਰ ਹੋ ਗਿਆ ਅਤੇ ਉਹ ਕਿਸੇ ਦੂਜੇ ਸ਼ਿਕਾਰੀ ਦੇ ਸਾਹਮਣੇ ਵੀ ਉਸੇ ਤਰ੍ਹਾਂ ਛਾਲ ਮਾਰ ਕੇ ਟਿੱਬੇ 'ਤੇ ਆ ਗਿਆ। ਪਰ ਇਹ ਸ਼ਿਕਾਰੀ ਦੂਜੀ ਤਰ੍ਹਾਂ ਦਾ ਸੀ। ਤੁਸੀਂ ਆਸਾਨੀ ਨਾਲ ਇਹ ਸਮਝ ਸਕਦੇ ਹੋ ਕਿ ਇਸ ਦਾ ਨਤੀਜਾ ਕੀ ਨਿੱਕਲਿਆ ਹੋਵੇਗਾ।

ਮਾਂ ਜਾਣਦਾ ਹਾਂ ਕਿ ਕੁੱਲ ਮਿਲਾ ਕੇ ਤੁਹਾਡਾ ਕੰਮ ਅਜਿਹਾ ਹੈ, ਜਿਸ ਲਈ ਕੋਈ ਵੀ ਤੁਹਾਡਾ ਧੰਨਵਾਦ ਨਹੀਂ ਕਰਦਾ। ਪਾਠਕ ਜਦੋਂ ਕਿਤਾਬ ਹੱਥ ਵਿੱਚ ਫੜਦਾ ਹੈ, ਤਾਂ ਇਹ ਦੇਖਦਾ ਹੈ ਕਿ ਉਸ ਨੂੰ ਕਿਸ ਨੇ ਲਿਖਿਆ ਹੈ, ਕਿਸੇ ਨੇ ਉਸ ਦੇ ਚਿੱਤਰ ਬਣਾਏ ਹਨ, ਪਰ ਉਹ ਇਹ ਕਦੇ ਨਹੀਂ ਦੇਖਦਾ ਕਿ ਉਸ ਦਾ ਸੰਪਾਦਕ ਕੌਣ ਹੈ। ਬਸ, ਕੁੱਝ ਅਜਿਹਾ ਹੀ ਸੁਭਾਅ ਹੈ ਲੋਕਾਂ ਦਾ!

ਆਮ ਤੌਰ 'ਤੇ ਅਜਿਹਾ ਮੰਨਿਆ ਜਾਂਦਾ ਹੈ ਕਿ ਕਵੀ ਜਨਤਾ ਦਾ ਬੁਲਾਰਾ ਹੁੰਦਾ ਹੈ। ਪਰ ਪਤਾ ਲੱਗਦਾ ਹੈ ਕਿ ਕਦੇ-ਕਦੇ ਸੰਪਾਦਕ ਵੀ ਜਨਤਾ ਵੱਲੋਂ ਬੋਲਦਾ ਹੈ। ਇੱਕ ਵਾਰ ਮੈਂ ਸੰਪਾਦਕ ਕੋਲ ਆਪਣੇ ਦਿਲ ਦੀ ਰਾਣੀ ਬਾਰੇ ਇੱਕ ਪ੍ਰੇਮ-ਗੀਤ ਲੈ ਕੇ ਗਿਆ। ਸੰਪਾਦਕ ਨੇ ਉਸ ਨੂੰ ਇੱਕ ਪਾਸੇ ਰੱਖਦੇ ਹੋਏ ਕਿਹਾ ਕਿ ਉਹ ਉਸ ਨੂੰ ਨਹੀਂ ਛਾਪ ਸਕਦਾ।

"ਕਿਉਂ?"

"ਜਨਤਾ ਇਸ ਨੂੰ ਨਹੀਂ ਪੜ੍ਹੇਗੀ। ਜਨਤਾ ਦਾ ਤੁਹਾਡੀ ਪਤਨੀ ਨਾਲ ਸਬੰਧਿਤ ਕਵਿਤਾ ਨਾਲ ਕੀ ਲੈਣਾ-ਦੇਣਾ ਐ?"

ਉਸੇ ਵੇਲੇ ਮੈਂ ਇਹ ਚਉਪਦੀ ਲਿਖੀ:

ਤੈਨੂੰ ਸਮਰਪਿਤ ਸੀ ਜੋ ਕਵਿਤਾ, ਸੰਪਾਦਕ ਨੇ ਫਿਰ ਠੁਕਰਾਈ,
ਕਿਹਾ, ਤੁਹਾਡੀ ਇਸ ਕਵਿਤਾ ਨੂੰ, ਜਨਤਾ ਨਹੀਂ ਪੜ੍ਹੇਗੀ ਭਾਈ।

ਲੇਕਿਨ ਹਾਂ, ਮੇਰੀ ਇਹ ਕਵਿਤਾ, ਮੋੜ ਕੇ ਮੈਨੂੰ ਨਹੀਂ ਫੜਾਈ,
ਕਿਹਾ ਸੁਣਾਵਾਂਗਾ ਪਤਨੀ ਨੂੰ, ਇੰਨੀ ਉਸ ਦੇ ਮਨ 'ਤੇ ਛਾਈ।

ਪਿਤਾ ਜੀ ਕਿਹਾ ਕਰਦੇ ਸਨ ਕਿ ਲੇਖਕ ਅਤੇ ਕਵੀ ਡਰਾਇਵਰਾਂ ਵਾਂਗ ਹੁੰਦੇ ਹਨ, ਜੋ ਕੁੱਲ ਮਿਲਾ ਕੇ ਢੰਗ ਨਾਲ ਗੱਡੀ ਚਲਾਉਂਦੇ ਰਹਿੰਦੇ ਹਨ, ਪਰ ਕਦੇ-ਕਦੇ ਉਨ੍ਹਾਂ ਤੋਂ ਗਲਤੀ ਵੀ ਹੋ ਜਾਂਦੀ ਹੈ ਅਤੇ ਇਹ ਆਵਾਜਾਈ ਦੇ ਨਿਯਮਾਂ ਦਾ ਉਲੰਘਣ ਕਰ ਜਾਂਦੇ ਹਨ। ਇਸ ਸਿਲਸਿਲੇ ਵਿੱਚ ਸੰਪਾਦਕ ਮਿਲੀਸ਼ੀਆਮੈਨਾਂ ਵਾਂਗ ਹੁੰਦੇ ਹਨ। ਪਿਤਾ ਜੀ ਨੇ ਕੁੱਝ ਦੇਰ ਸੋਚ ਕੇ ਇੱਕ ਵਾਰ ਇਹ ਪੁੱਛਿਆ:

"ਤੁਹਾਡਾ ਕੀ ਖ਼ਿਆਲ ਐ, ਇੱਕ ਡਰਾਇਵਰ ਲਈ ਤਿੰਨ ਮਿਲੀਸ਼ੀਆਮੈਨ ਕੁੱਝ ਜ਼ਿਆਦਾ ਨਹੀਂ?"

ਪਰ ਮਿਲੀਸ਼ੀਆਮੈਨਾਂ ਤੋਂ ਬਿਨਾਂ ਵੀ ਕੰਮ ਨਹੀਂ ਚੱਲ ਸਕਦਾ। ਇੱਕ ਦਾਵਤ ਵਿੱਚ ਹਾਜ਼ਰ ਹਰ ਵਿਅਕਤੀ ਲਈ ਵਾਰੀ-ਵਾਰੀ ਜਾਮ ਉਠਾਇਆ ਜਾਂਦਾ ਸੀ। ਉੱਥੇ ਇੱਕ ਮਿਲੀਸ਼ੀਆਮੈਨ ਵੀ ਸੀ। ਦਾਵਤ ਦੇ ਤਾਮਾਦਾ (ਚੌਧਰੀ) ਨੇ ਮਿਲੀਸ਼ੀਆਮੈਨ ਦੇ ਨਾਂ ਦਾ ਜਾਮ ਉਠਾਇਆ। ਪਰ ਉਦੋਂ ਉੱਥੇ ਹਾਜ਼ਰ ਉਪਭੋਗਤਾ ਸਹਿਕਾਰੀ ਕਮੇਟੀ ਦੇ ਪ੍ਰਧਾਨ ਨੇ ਆਪਣਾ ਜਾਮ ਹੇਠਾਂ ਰੱਖ ਕੇ ਕਿਹਾ:

"ਕਮਿਊਨਿਜ਼ਮ ਵਿੱਚ ਮਿਲੀਸ਼ੀਆਮੈਨ ਨਹੀਂ ਹੋਣਗੇ। ਉਨ੍ਹਾਂ ਦਾ ਕੋਈ ਭਵਿੱਖ ਨਹੀਂ। ਕਿਸ ਲਈ ਉਨ੍ਹਾਂ ਦਾ ਜਾਮ ਪੀਤਾ ਜਾਵੇ!"

ਮਿਲੀਸ਼ੀਆਮੈਨ ਨੇ ਇਸ ਦਾ ਜਵਾਬ ਦਿੱਤਾ:

"ਕਮਿਊਨਿਜ਼ਮ ਵਿੱਚ ਮਿਲੀਸ਼ੀਆਮੈਨ ਹੋਣਗੇ ਜਾਂ ਨਹੀਂ, ਇਹ ਇਸ ਗੱਲ 'ਤੇ ਨਿਰਭਰ ਕਰਦੈ ਕਿ ਉੱਥੇ ਉਪਭੋਗਤਾ ਸਹਿਕਾਰੀ ਕਮੇਟੀ ਹੋਵੇਗੀ ਜਾਂ ਨਹੀਂ।"

ਖ਼ੈਰ, ਮਜ਼ਾਕ ਤਾਂ ਮਜ਼ਾਕ ਰਹੇ, ਮੇਰੇ ਸੰਪਾਦਕ, ਆਓ ਮੈਂ ਤੁਹਾਨੂੰ ਇਹ ਦੱਸਾਂ ਕਿ ਕਿਹੜੇ ਪਲ ਮੈਨੂੰ ਸਭ ਤੋਂ ਜ਼ਿਆਦਾ ਚੰਗੇ ਲੱਗਦੇ ਹਨ? ਉਹ ਜਦੋਂ ਅਸੀਂ-ਤੁਸੀਂ ਕਾਗਜ਼ਾਂ ਦੇ ਢੇਰ ਵਿਚਕਾਰ ਕੰਮ ਵਾਲੇ ਮੇਜ 'ਤੇ ਨਹੀਂ, ਬਲਕਿ ਢੰਗ ਨਾਲ ਸਜੇ ਹੋਏ ਖਾਣੇ ਦੇ ਮੇਜ 'ਤੇ ਬੈਠੇ ਹੁੰਦੇ ਹਾਂ। ਹਾਂ, ਅਤੇ ਉਹ ਸੁੱਖਦਾਈ ਪਲ ਵੀ ਬੀਤ ਚੁੱਕੇ ਹੁੰਦੇ ਹਨ, ਜਦੋਂ ਤੁਸੀਂ ਮੇਰੇ ਖਰੜੇ 'ਤੇ 'ਕੰਪੋਜਿੰਗ ਦੇ ਲਈ!' ਇਸ ਤੋਂ ਬਾਅਦ 'ਪ੍ਰੈੱਸ ਦੇ ਲਈ!' ਅਤੇ ਬਾਅਦ ਵਿੱਚ 'ਪ੍ਰਕਾਸ਼ਨ ਦੇ ਲਈ!' ਲਿਖਦੇ ਹੋ। ਤੁਹਾਡੇ ਇਸ਼ਾਰੇ ਮੁਤਾਬਿਕ ਹੀ ਕਿਤਾਬ ਦੀ ਕੰਪੋਜਿੰਗ ਹੁੰਦੀ ਹੈ, ਉਹ ਛਪਦੀ ਹੈ ਅਤੇ ਪਾਠਕਾਂ ਦੇ ਹੱਥ ਵਿੱਚ ਪਹੁੰਚਦੀ ਹੈ। ਜਰਾ ਖ਼ਿਆਲ ਤਾਂ ਕਰੋ ਕਿ ਤੁਸੀਂ ਕਿਹੋ ਜਿਹੇ ਸ਼ਬਦ ਲਿਖਦੇ ਹੋ, 'ਪ੍ਰਕਾਸ਼ਨ ਦੇ ਲਈ!' ਕੇਵਲ ਇਸੇ ਲਈ ਤੁਹਾਡੇ ਸਾਰੇ ਗੁਨਾਹ ਮਾਫ਼ ਕੀਤੇ ਜਾ ਸਕਦੇ ਹਨ। ਸਿਰਫ਼ ਇਸੇ ਲਈ ਜਾਮ ਉਠਾਇਆ ਜਾ ਸਕਦਾ ਹੈ। ਜਲਦੀ ਹੀ ਇਹ ਸ਼ਬਦ ਲਿਖ ਦਿਓ ਅਤੇ ਮੈਂ ਤੁਹਾਨੂੰ ਆਪਣੇ ਦਸਤਖ਼ਤ ਸਹਿਤ ਪਹਿਲੀ ਕਾਪੀ ਭੇਟ ਕਰ ਦਿਆਂਗਾ।

* * *

ਯਕੀਨਨ ਹੀ ਮੈਂ ਇਹ ਚਾਹੁੰਦਾ ਹਾਂ ਕਿ ਉਹ ਸਮਾਂ ਜਲਦੀ ਆ ਜਾਵੇ, ਜਦੋਂ ਦੁਨੀਆ ਵਿੱਚ ਕੋਈ ਵੀ ਰਹੱਸ ਨਾ ਰਹੇ। ਪਰ ਕੀ ਅਸੀਂ ਉਸ ਨੂੰ ਕਵੀ ਕਹਿ ਸਕਦੇ ਹਾਂ, ਜੋ ਦੁਨੀਆ ਸਾਹਮਣੇ ਕਿਸੇ ਵੀ ਰਹੱਸ ਦਾ ਉਦਘਾਟਨ ਨਹੀਂ ਕਰਦਾ, ਭਾਵ ਉਹ ਨਹੀਂ ਦੱਸਦਾ,

ਜੋ ਉਸ ਨੂੰ ਉਸ ਤੋਂ ਪਹਿਲਾਂ ਪਤਾ ਨਹੀਂ ਹੁੰਦਾ? ਮੈਂ ਕਵੀ ਹਾਂ ਅਤੇ ਦੁਨੀਆ ਵਿੱਚ ਆ ਕੇ ਸਥਾਨ ਅਤੇ ਸਮੇਂ ਤੋਂ ਠੀਕ ਉਸੇ ਤਰ੍ਹਾਂ ਹੀ ਪਰਦਾ ਹਟਾਉਂਦਾ ਹਾਂ, ਜਿਸ ਤਰ੍ਹਾਂ ਦੁੱਲਹਣ ਦੇ ਮੂੰਹ ਤੋਂ ਦੁੱਲ੍ਹਾ ਪਰਦਾ ਹਟਾਉਂਦਾ ਹੈ। ਸ਼ਾਦੀ ਵੇਲੇ ਕੇਵਲ ਦੁੱਲ੍ਹੇ ਨੂੰ ਹੀ ਅਜਿਹਾ ਕਰਨ ਦਾ ਹੱਕ ਹੁੰਦਾ ਹੈ ਅਤੇ ਇਸ ਤੋਂ ਬਾਅਦ ਦੁੱਲਹਣ ਦਾ ਚਿਹਰਾ ਸਾਰੇ ਦੇਖ ਸਕਦੇ ਹਨ। ਕੇਵਲ ਕਵੀ ਹੀ ਜੀਵਨ ਵਿੱਚ ਅਜਿਹਾ ਕਰਨ ਦੇ ਸਮਰੱਥ ਹੈ ਅਤੇ ਲੋਕਾਂ ਦਾ ਅਸਲੀਅਤ ਨਾਲ ਸਾਹਮਣਾ ਹੁੰਦਾ ਹੈ, ਉਹ ਉਸ ਨੂੰ ਦੇਖ ਕੇ ਹੈਰਾਨ ਹੁੰਦੇ ਹਨ, ਉਨ੍ਹਾਂ ਨੂੰ ਉਨ੍ਹਾਂ ਚੀਜ਼ਾਂ ਬਾਰੇ ਹੈਰਾਨੀ ਹੁੰਦੀ ਹੈ, ਜਿਨ੍ਹਾਂ ਨੂੰ ਉਹ ਪਹਿਲਾਂ ਨਹੀਂ ਦੇਖ ਸਕੇ ਸਨ, ਸੰਸਾਰ ਦੀ ਸੁੰਦਰਤਾ ਜਾਂ ਮਾਨਵੀ ਆਤਮਾ ਦੀ ਸੁੰਦਰਤਾ, ਜੋ ਬੁਰਾਈ ਦੀਆਂ ਸ਼ਕਤੀਆਂ ਦਾ ਵਿਰੋਧ ਕਰਦੀਆਂ ਹਨ।

ਸੰਪਾਦਕ, ਮੈਂ ਤੁਹਾਨੂੰ ਬੇਨਤੀ ਕਰਦਾ ਹਾਂ ਕਿ ਗਾਲੜੀਆਂ ਨੂੰ ਉਹ ਸਭ ਕੁੱਝ ਨਾ ਕਹਿਣ ਦਿਓ, ਜੋ ਅਣਕਿਹਾ ਹੀ ਰਹਿਣਾ ਚਾਹੀਦਾ ਹੈ, ਪਰ ਉਸ ਨੂੰ ਵੀ ਨਾ ਛੁਪਾਓ, ਜੋ ਮੈਂ ਕਵੀ ਦੇ ਰੂਪ ਵਿੱਚ ਸਾਹਮਣੇ ਲਿਆ ਰਿਹਾ ਹਾਂ। ਮੇਰੇ ਵੇਲ-ਬੂਟਿਆਂ, ਮੇਰੀ ਸਜਾਵਟ ਅਤੇ ਮੇਰੇ ਨਮੂਨਿਆਂ ਨੂੰ ਸ਼ੱਕ ਦੀ ਨਿਗ੍ਹਾ ਨਾਲ ਨਾ ਦੇਖੋ। ਜੇਕਰ ਮੇਰੇ ਗਲੀਚੇ ਦੇ ਵੇਲ-ਬੂਟਿਆਂ ਵਿੱਚ ਕਿਤੇ ਕੋਈ ਗਲਤੀ ਵੀ ਰਹਿ ਗਈ ਹੈ, ਤਾਂ ਅਜਿਹਾ ਨਾ ਕਰਨਾ ਕਿ ਉਸ ਜਗ੍ਹਾ 'ਤੇ ਸਿਆਹੀ ਫੇਰ ਦਿਓ ਜਾਂ ਉਸ ਨੂੰ ਕੱਟ ਦਿਓ। ਅਜਿਹਾ ਕਰਨ ਨਾਲ ਜਾਂ ਤਾਂ ਉੱਥੇ ਧੱਬਾ ਪੈ ਜਾਵੇਗਾ ਜਾਂ ਸੁਰਾਖ ਹੋ ਜਾਵੇਗਾ।

ਇਸ ਤੋਂ ਇਲਾਵਾ, ਕਿਸੇ ਵਿਚਾਰ ਨੂੰ ਇਸ ਲਈ ਗਲਤ ਨਾ ਕਹਿਣਾ ਕਿ ਉਹ ਤੁਹਾਡੇ ਵਿਚਾਰ ਵਰਗਾ ਨਹੀਂ ਹੈ!

ਇਸ ਤੋਂ ਇਲਾਵਾ, ਰੋਟੀ, ਚੀਨੀ, ਮੱਖਣ ਅਤੇ ਕਿੱਲਾਂ ਨੂੰ ਤੱਕੜੀ ਵਿੱਚ ਤੋਲਿਆ ਜਾਂਦਾ ਹੈ, ਪਰ ਪਿਆਰ ਨੂੰ ਨਹੀਂ!

ਇਸ ਤੋਂ ਇਲਾਵਾ, ਕੱਪੜੇ ਦੀ ਲੰਬਾਈ, ਕਮਰੇ ਦੀ ਉਚਾਈ ਅਤੇ ਕਬਰ ਦੀ ਵਾੜ ਨੂੰ ਮੀਟਰਾਂ ਵਿੱਚ ਨਾਪਿਆ ਜਾ ਸਕਦਾ ਹੈ, ਪਰ ਸੁੰਦਰਤਾ ਨੂੰ ਨਹੀਂ!

ਇਸ ਤੋਂ ਇਲਾਵਾ, ਜੋ ਸਭ ਤੋਂ ਜ਼ਿਆਦਾ ਸਮਝਦਾਰ ਬਣਨ ਦੀ ਕੋਸ਼ਿਸ਼ ਕਰਦਾ ਹੈ, ਉਹ ਅਸਲ ਵਿੱਚ ਜਿੰਨਾ ਮੂਰਖ ਹੁੰਦਾ ਹੈ, ਉਸ ਤੋਂ ਵੀ ਜ਼ਿਆਦਾ ਮੂਰਖ ਸਿੱਧ ਹੁੰਦਾ ਹੈ।

ਇਸ ਤੋਂ ਇਲਾਵਾ, ਮੈਂ ਵੀ ਬਾਲਗ ਹਾਂ ਅਤੇ ਮੇਰੇ 'ਤੇ ਵੀ ਥੋੜ੍ਹਾ ਜਿਹਾ ਵਿਸ਼ਵਾਸ ਤਾਂ ਕਰੋ!

ਮੈਂ ਇਹ ਸਮਝਦਾ ਹਾਂ ਕਿ ਇੱਕ ਆਦਮੀ ਕੋਲ ਜ਼ਿਆਦਾ ਅਤੇ ਦੂਜੇ ਕੋਲ ਘੱਟ ਰਹੱਸ ਹੁੰਦੇ ਹਨ, ਕਿਉਂਕਿ:

ਅਬੂਤਾਲਿਬ ਨੇ ਕਿਹਾ ਹੈ ਕਿ ਜੇਕਰ ਪਾਣੀ ਗੰਦਾ ਹੋ ਜਾਵੇ, ਤਾਂ ਚਾਹੇ ਉਹ ਗੋਡਿਆਂ ਤੱਕ ਹੀ ਉੱਚਾ ਹੋਵੇ, ਤਲ ਦਿਖਾਈ ਨਹੀਂ ਦੇਵੇਗਾ।

ਡਾਇਰੀ ਵਿੱਚੋਂ

ਜਦੋਂ ਮੈਂ ਛੋਟਾ ਸੀ, ਤਾਂ ਮੈਨੂੰ ਘਰ ਵਿੱਚ ਸਭ ਤੋਂ ਜ਼ਿਆਦਾ ਗਾਲੜੀ ਮੰਨਿਆ ਜਾਂਦਾ ਸੀ। ਬਾਹਰ ਗਲੀ ਵਿੱਚ ਜੋ ਕੁੱਝ ਸੁਣਦਾ, ਉਹ ਜ਼ਰੂਰ ਹੀ ਘਰੇ ਜਾ ਕੇ ਕਹਿ ਸੁਣਾਉਂਦਾ ਅਤੇ ਜੋ ਕੁੱਝ ਘਰੇ ਸੁਣਦਾ, ਉਹੀ ਬਾਹਰ ਗਲੀ ਵਿੱਚ ਜਾ ਸੁਣਾਉਂਦਾ।

ਕਦੇ-ਕਦੇ ਇੱਕ ਬਜ਼ੁਰਗ ਮੇਰੇ ਪਿਤਾ ਜੀ ਕੋਲ ਆਉਂਦੇ। ਉਹ ਇੱਧਰ-ਉੱਧਰ ਨਜ਼ਰ ਘੁਮਾਉਂਦੇ ਅਤੇ ਬੜੇ ਮਹੱਤਵਪੂਰਨ ਢੰਗ ਨਾਲ ਹੌਲੀ ਜਿਹੀ ਕਹਿੰਦੇ:

"ਹਮਜ਼ਾਤ, ਤੁਹਾਡੇ ਨਾਲ ਦੂਜੇ ਕਮਰੇ ਵਿੱਚ ਦੋ-ਚਾਰ ਗੱਲਾਂ ਕਰ ਸਕਦਾਂ?"

ਉਹ ਦੂਜੇ ਕਮਰੇ ਵਿੱਚ ਚਲੇ ਜਾਂਦੇ ਅਤੇ ਉੱਥੇ ਕੁੱਝ ਘੁਸਰ-ਮੁਸਰ ਕਰਦੇ। ਕਈ ਵਾਰ ਅਜਿਹਾ ਹੀ ਹੋਇਆ। ਬਜ਼ੁਰਗ ਇੱਕ ਵਾਰ ਫਿਰ ਆਏ।

"ਹਮਜ਼ਾਤ, ਦੂਜੇ ਕਮਰੇ ਵਿੱਚ ਤੁਹਾਡੇ ਨਾਲ ਦੋ-ਚਾਰ ਗੱਲਾਂ ਕਰ ਲਵਾਂ?"

"ਬਸ, ਬਹੁਤ ਹੋ ਚੁੱਕੀ ਇਹ ਖੇਡ!" ਪਿਤਾ ਜੀ ਨੇ ਜਵਾਬ ਦਿੱਤਾ, "ਤੁਸੀਂ ਛਿਪ-ਛਿਪਾ ਕੇ ਜੋ ਕੁੱਝ ਹੌਲੀ ਜਿਹੀ ਕਹਿੰਦੇ ਹੋ, ਉਸ ਨੂੰ ਤਾਂ ਸਾਡੇ ਰਸੂਲ ਦੇ ਸਾਹਮਣੇ ਵੀ ਕਿਹਾ ਜਾ ਸਕਦੈ। ਇਸ ਲਈ ਜੋ ਕਹਿਣੈ, ਕਹੋ ਅਤੇ ਬਿਲਕੁੱਲ ਨਾ ਡਰੋ।"

ਹਾਂ, ਮੈਨੂੰ ਤਾਂ ਬਚਪਨ ਤੋਂ ਹੀ ਰਹੱਸ ਪਸੰਦ ਨਹੀਂ ਸਨ।

ਗੀਤਾਂ ਨੂੰ ਖੁੱਲ੍ਹ ਕੇ, ਉੱਚੀ ਆਵਾਜ਼ ਵਿੱਚ ਅਤੇ ਉੱਚੀ ਜਗ੍ਹਾ ਚੜ੍ਹ ਕੇ ਗਾਇਆ ਜਾਂਦਾ ਹੈ, ਤਾਂ ਕਿ ਜ਼ਿਆਦਾ ਤੋਂ ਜ਼ਿਆਦਾ ਲੋਕ ਉਸ ਨੂੰ ਸੁਣ ਸਕਣ।

ਇਸ ਤੋਂ ਇਲਾਵਾ, ਆਪਣੇ ਹਰ ਸ਼ਬਦ ਲਈ ਮੈਂ ਹੀ ਜ਼ਿੰਮੇਵਾਰ ਨਹੀਂ ਹਾਂ। ਮੇਰਾ ਅਨੁਵਾਦਕ ਵੀ ਤਾਂ ਹੈ।

ਅਨੁਵਾਦਕ:-ਮੈਂ ਅਵਾਰ ਹਾਂ, ਅਵਾਰ ਹੀ ਪੈਦਾ ਹੋਇਆ ਸੀ ਅਤੇ ਦੂਜਾ ਕੁੱਝ ਨਹੀਂ ਬਣ ਸਕਦਾ। ਅੱਖ ਖੋਲ੍ਹਦੇ ਹੀ ਜਿਨ੍ਹਾਂ ਲੋਕਾਂ ਨੂੰ ਮੈਂ ਸ਼ੁਭ ਤੋਂ ਪਹਿਲਾਂ ਦੇਖਿਆ, ਉਹ ਵੀ ਅਵਾਰ ਹੀ ਸਨ। ਪਹਿਲੇ ਸ਼ਬਦ ਵੀ ਮੈਂ ਅਵਾਰ ਭਾਸ਼ਾ ਦੇ ਹੀ ਸੁਣੇ। ਮੇਰੇ ਪੰਘੂੜੇ 'ਤੇ ਝੁਕ ਕੇ ਮੇਰੀ ਮਾਂ ਨੇ ਜੋ ਪਹਿਲੀ ਲੋਰੀ ਗਾਈ, ਉਹ ਵੀ ਅਵਾਰ ਵਿੱਚ ਹੀ ਸੀ। ਅਵਾਰ ਭਾਸ਼ਾ ਮੇਰੀ ਮਾਤ-ਭਾਸ਼ਾ ਬਣ ਗਈ। ਮੇਰੀ ਹੀ ਕਿਉਂ, ਸਾਰੇ ਅਵਾਰ ਲੋਕਾਂ ਦੀ ਇਹੀ ਸਭ ਤੋਂ ਕੀਮਤੀ ਚੀਜ਼ ਹੈ।

ਅਵਾਰ ਲੋਕਾਂ ਦੀ ਸੰਖਿਆ ਕੁੱਝ ਜ਼ਿਆਦਾ ਨਹੀਂ ਹੈ, ਉਹ ਸਿਰਫ਼ ਤਿੰਨ ਲੱਖ ਹਨ। ਪਰ ਇਹ ਸੰਖਿਆ ਕੋਈ ਘੱਟ ਵੀ ਨਹੀਂ ਹੈ। ਦਾਗ਼ਿਸਤਾਨ ਵਿੱਚ ਉਸ ਭਾਸ਼ਾ ਦੇ ਕਵੀ ਵੀ ਹਨ, ਜੋ ਸਿਰਫ਼ ਦੋ ਹਜ਼ਾਰ ਲੋਕਾਂ ਦੀ ਭਾਸ਼ਾ ਹੈ।

ਰਾਜ ਦੀ ਹੱਦ ਲੋਕਾਂ ਨੂੰ ਵੱਖ ਕਰਦੀ ਹੈ, ਪਰ ਉਨ੍ਹਾਂ ਦੀਆਂ ਭਾਸ਼ਾਵਾਂ ਉਨ੍ਹਾਂ ਨੂੰ ਹੋਰ ਵੀ ਜ਼ਿਆਦਾ ਵੱਖ ਕਰਦੀਆਂ ਹਨ। ਹੱਦਾਂ ਤਾਂ ਬਦਲ ਜਾਂਦੀਆਂ ਹਨ ਅਤੇ ਕਦੇ-ਕਦੇ ਤਾਂ ਬਿਲਕੁੱਲ ਖ਼ਤਮ ਹੋ ਜਾਂਦੀਆਂ ਹਨ ਜਾਂ ਕੇਵਲ ਰਵਾਇਤ ਹੀ ਬਣ ਕੇ ਰਹਿ ਜਾਂਦੀਆਂ ਹਨ। ਪਰ ਭਾਸ਼ਾ ਤਾਂ ਕਿਸੇ ਕੌਮ ਦੇ ਲੋਕਾਂ ਨੂੰ ਸਦਾ-ਸਦਾ ਲਈ ਮਿਲਦੀ ਹੈ ਅਤੇ ਉਸ ਨੂੰ ਬਦਲਣਾ ਜਾਂ ਮਿਟਾ ਦੇਣਾ ਸੰਭਵ ਨਹੀਂ।

ਉਸ ਜ਼ਮਾਨੇ ਦੀ ਕਲਪਨਾ ਕਰਨਾ ਵੀ ਮੁਸ਼ਕਿਲ ਹੈ, ਜਦੋਂ ਅਵਾਰ ਲੋਕ ਪੁਸ਼ਕਿਨ ਤੋਂ ਅਣਜਾਣ ਸਨ, ਲੇਰਮੋਂਤੋਵ ਨੂੰ ਨਹੀਂ ਪੜ੍ਹਦੇ ਸਨ, ਟਾਲਸਟਾਏ ਨੂੰ ਨਹੀਂ ਜਾਣਦੇ ਸਨ ਅਤੇ ਚੈਖ਼ੋਵ ਦੀਆਂ ਰਚਨਾਵਾਂ ਦਾ ਰਸ-ਪਾਨ ਨਹੀਂ ਕਰਦੇ ਸਨ।

ਪਿਤਾ ਜੀ ਕਿਹਾ ਕਰਦੇ ਸਨ ਕਿ ਇਹ ਸਾਡਾ ਸੁਭਾਗ ਹੈ ਕਿ ਪਹਾੜਾਂ ਵਿੱਚ ਵੀ ਪੁਸ਼ਕਿਨ ਦਾ ਦਰੱਖਤ ਲੱਗ ਗਿਆ ਹੈ। ਇਸ ਦਰੱਖਤ ਨੂੰ ਚਾਹੇ ਕਿੰਨਾ ਵੀ ਕਿਉਂ ਨਾ ਝਾੜੋ, ਉਸ ਦੇ ਮਿੱਠੇ ਅਤੇ ਰਸੀਲੇ ਫ਼ਲਾਂ ਦਾ ਕਦੇ ਅੰਤ ਨਹੀਂ ਹੁੰਦਾ।

ਅਬੂਤਾਲਿਬ ਕਿਹਾ ਕਰਦੇ ਸਨ ਕਿ ਉਨ੍ਹਾਂ ਦਾ ਧੰਨਵਾਦ ਕਰਦਾ ਹਾਂ, ਜਿਨ੍ਹਾਂ ਦੀ ਬਦੌਲਤ ਮੇਰੇ ਹਨੇਰੇ ਭੋਰੇ ਵਿੱਚ ਚੈਖ਼ੋਵ ਪਹੁੰਚੇ! ਉਨ੍ਹਾਂ ਦਾ ਵੀ ਧੰਨਵਾਦ ਕਰਦਾ ਹਾਂ, ਜੋ ਭੋਰੇ ਵਿੱਚੋਂ ਮੇਰੇ ਗੀਤਾਂ ਨੂੰ ਮਾਸਕੋ ਦੇ ਕ੍ਰੇਮਲਿਨ ਦੀਆਂ ਕੰਧਾਂ ਤੱਕ ਲੈ ਗਏ!

ਅਤੇ ਮੈਂ ਕਹਿੰਦਾ ਹਾਂ ਕਿ ਕਾਕੇਸ਼ੀਆ ਨੇ ਜਨਰਲ ਦੇ ਸਾਹਮਣੇ ਨਹੀਂ, ਜਵਾਨ ਲੈਫ਼ਟੀਨੈਂਟ (ਲੇਰਮੋਂਤੋਵ) ਦੀਆਂ ਕਵਿਤਾਵਾਂ ਦੇ ਸਾਹਮਣੇ ਸਿਰ ਝੁਕਾਇਆ।

ਮੇਰੇ ਨਾਲ ਇੱਕ ਵਾਰ ਇੱਕ ਅਨੋਖੀ ਘਟਨਾ ਵਾਪਰੀ। ਦਾਗ਼ਿਸਤਾਨ ਵਿੱਚ ਮੇਰੀਆਂ ਕਵਿਤਾਵਾਂ ਅਤੇ ਖੰਡ-ਕਾਵਿ ਦੇ ਰੂਸੀ ਅਨੁਵਾਦ ਦਾ ਸੰਗ੍ਰਹਿ ਛਪਣ ਵਾਲਾ ਸੀ। ਸੰਪਾਦਕ ਨੇ ਖਰੜੇ ਦੇ ਪੰਨੇ ਉਲਟੇ-ਪਲਟੇ ਅਤੇ ਬੋਲਿਆ:

"ਤੁਸੀਂ ਇਸ ਵਿੱਚ 'ਪੋਲਤਾਵਾ' ਖੰਡ-ਕਾਵਿ ਕਿਉਂ ਨਹੀਂ ਸ਼ਾਮਲ ਕੀਤਾ?"

"ਪਰ ਉਹ ਤਾਂ ਮੇਰੀ ਰਚਨਾ ਨਹੀਂ। ਪੁਸ਼ਕਿਨ ਦੀ ਰਚਨਾ ਐ। ਮੈਂ ਤਾਂ ਅਵਾਰ ਭਾਸ਼ਾ ਵਿੱਚ ਉਸ ਦਾ ਕੇਵਲ ਅਨੁਵਾਦ ਕੀਤੈ। ਪੁਸ਼ਕਿਨ ਦੇ ਖੰਡ-ਕਾਵਿ ਨੂੰ ਰੂਸੀ ਭਾਸ਼ਾ ਦੇ ਆਪਣੇ ਸੰਗ੍ਰਹਿ ਵਿੱਚ ਕਿਵੇਂ ਸ਼ਾਮਲ ਕਰ ਸਕਦਾਂ!"

ਪਰ ਖ਼ੈਰ, ਅਸੀਂ ਸੰਪਾਦਕ ਪ੍ਰਤੀ ਸਖ਼ਤਾਈ ਤੋਂ ਕੰਮ ਨਹੀਂ ਲਵਾਂਗੇ। ਅਸਲ ਵਿੱਚ ਦੂਜੀਆਂ ਭਾਸ਼ਾਵਾਂ ਵਿੱਚੋਂ ਅਵਾਰ ਭਾਸ਼ਾ ਵਿੱਚ ਅਨੁਵਾਦਤ ਚੰਗੀਆਂ ਰਚਨਾਵਾਂ ਦੇ ਅਵਾਰ ਲੋਕ ਆਪਣੀਆਂ ਅਵਾਰ ਰਚਨਾਵਾਂ ਵਾਂਗ ਆਦੀ ਹੋ ਗਏ ਹਨ ਅਤੇ ਉਨ੍ਹਾਂ ਤੋਂ ਬਿਨਾਂ ਅਸੀਂ ਆਪਣੇ ਅਵਾਰ ਸਾਹਿਤ ਦੀ ਕਲਪਨਾ ਹੀ ਨਹੀਂ ਕਰ ਸਕਦੇ।

ਮੈਨੂੰ ਪਤਾ ਹੈ ਕਿ ਕਦੇ-ਕਦੇ ਮੇਰੀ ਪਿੱਠ ਪਿੱਛੇ ਅਜਿਹਾ ਕਿਹਾ ਜਾਂਦਾ ਹੈ, "ਹਾਂ, ਰਸੂਲ ਹੈ ਤਾਂ ਕਾਬਲ ਆਦਮੀ, ਪਰ ਬਹੁਤਾ ਨਹੀਂ। ਮਾਸਕੋ ਵਾਸੀ ਅਨੁਵਾਦਕਾਂ ਨੇ ਉਸ ਲਈ ਬਹੁਤ ਕੁੱਝ ਕੀਤੈ।"

ਮੈਂ ਇਸ ਤੋਂ ਇਨਕਾਰ ਨਹੀਂ ਕਰਾਂਗਾ ਸੱਚ ਤਾਂ ਇਹ ਹੈ ਕਿ ਜੇਕਰ ਅਨੁਵਾਦਕ ਨਾ ਹੁੰਦੇ, ਤਾਂ ਮੈਂ ਵੀ ਨਾ ਹੁੰਦਾ।

ਪਹਿਲੀ ਗੱਲ ਤਾਂ ਇਹ ਹੈ ਕਿ ਉਨ੍ਹਾਂ ਨੇ ਮੈਨੂੰ ਹਾਈਨੇ, ਬਨਰਸ, ਸ਼ੈਕਸਪੀਅਰ, ਸ਼ੇਖ਼ ਸ਼ਾਅਦੀ, ਸੇਰਵਾਂਤੇਸ, ਗੇਟੇ, ਡਿਕੰਸ, ਲਾਂਗਫ਼ੇਲੋ, ਵਿਟਮੈਨ ਅਤੇ ਉਨ੍ਹਾਂ ਸਾਰਿਆਂ ਤੋਂ ਜਾਣੂ ਕਰਵਾਇਆ, ਜਿਨ੍ਹਾਂ ਨੂੰ ਮੈਂ ਆਪਣੇ ਜੀਵਨ ਵਿੱਚ ਪੜ੍ਹਿਆ ਅਤੇ ਜਿਨ੍ਹਾਂ ਬਿਨਾਂ ਮੈਂ ਲੇਖਕ ਹੀ ਨਾ ਬਣ ਸਕਦਾ।

ਦੂਜਾ, ਇਨ੍ਹਾਂ ਅਨੁਵਾਦਕਾਂ ਨੇ ਹੀ ਮੇਰੀਆਂ ਕਵਿਤਾਵਾਂ ਲਈ ਮਾਰਗ ਬਣਾਏ। ਉਹ ਉਨ੍ਹਾਂ ਨੂੰ ਤੂਫ਼ਾਨੀ ਨਦੀਆਂ, ਉੱਚੇ ਪਰਬਤਾਂ, ਮੋਟੀਆਂ ਕੰਧਾਂ, ਸੀਮਾ-ਚੌਕੀਆਂ ਅਤੇ ਸਭ ਤੋਂ ਮਜ਼ਬੂਤ ਹੱਦਾਂ, ਦੂਜੀ ਭਾਸ਼ਾ ਦੀਆਂ ਹੱਦਾਂ, ਬਹਿਰੇਪਣ, ਅੰਨ੍ਹੇਪਣ ਅਤੇ ਗੂੰਗੇਪਣ ਦੀਆਂ ਹੱਦਾਂ ਤੋਂ ਪਾਰ ਲੈ ਗਏ। ਕਦੇ-ਕਦੇ ਮੈਂ ਆਪਣੇ ਆਪ ਨੂੰ ਇਹ ਸਵਾਲ ਕਰਦਾ ਹਾਂ ਕਿ ਕਿਹੜੀ ਚੀਜ ਜ਼ਿਆਦਾ ਮਹੱਤਵਪੂਰਨ ਹੈ, ਅਨੁਵਾਦਕ ਦਾ ਮੇਰੀ ਭਾਸ਼ਾ ਵਿੱਚ ਜਾਣਨਾ (ਚਾਹੇ ਮੇਰੀ ਕਵਿਤਾ ਉਸ ਲਈ ਪਰਾਈ ਹੋਵੇ) ਜਾਂ ਇਹ ਕਿ ਉਹ ਮੇਰੇ ਕਾਵਿ ਨੂੰ ਆਪਣੀ ਆਤਮਾ, ਆਪਣੇ ਹਿਰਦੇ ਤੋਂ ਜਾਣੇ-ਸਮਝੇ ਅਤੇ ਉਸ ਨੂੰ ਆਪਣਾ ਹੀ ਮੰਨੇ?

1937 ਵਿੱਚ ਮਖ਼ਚਕਲਾ ਵਿੱਚ ਪੁਸ਼ਕਿਨ ਦੀ ਕਵਿਤਾ 'ਪਿੰਡ' ਦੇ ਸਰਬ-ਉੱਤਮ ਅਨੁਵਾਦ ਦੀ ਪ੍ਰਤੀਯੋਗਤਾ ਕਰਵਾਈ ਗਈ। ਚਾਲੀ ਕਵੀਆਂ ਨੇ ਅਵਾਰ ਭਾਸ਼ਾ ਵਿੱਚ ਉਸ

ਦਾ ਅਨੁਵਾਦ ਕੀਤਾ। ਉਨ੍ਹਾਂ ਵਿੱਚੋਂ ਬਹੁਤੇ ਰੂਸੀ ਭਾਸ਼ਾ ਜਾਣਦੇ ਸਨ। ਫਿਰ ਵੀ ਪਹਿਲਾ ਪੁਰਸਕਾਰ ਹਮਜ਼ਾਤ ਤਸਾਦਾਸਾ ਨੂੰ ਮਿਲਿਆ, ਜੋ ਉਸ ਵੇਲੇ ਤੱਕ ਰੂਸੀ ਭਾਸ਼ਾ ਬਿਲਕੁੱਲ ਨਹੀਂ ਜਾਣਦੇ ਸਨ।

ਇਹ ਜ਼ਰੂਰੀ ਹੈ ਕਿ ਅਨੁਵਾਦਕ ਵੀ ਕਵੀ, ਲੇਖਕ, ਕਲਾਕਾਰ ਹੋਵੇ। ਇਹ ਵੀ ਜ਼ਰੂਰੀ ਹੈ ਕਿ ਉਹ ਆਪਣੇ ਆਪ ਨੂੰ ਉਸੇ ਤਰ੍ਹਾਂ ਆਪਣੀ ਜਨਤਾ ਦਾ ਬੇਟਾ ਅਨੁਭਵ ਕਰੇ, ਜਿਵੇਂ ਮੈਂ ਆਪਣੇ ਆਪ ਨੂੰ ਅਨੁਭਵ ਕਰਦਾ ਹਾਂ।

ਅਜਿਹੇ ਰੂਸੀ ਵੀ ਹਨ, ਜੋ ਅਵਾਰ ਭਾਸ਼ਾ ਪੜ੍ਹ ਸਕਦੇ ਹਨ, ਪਰ ਹਾਏ ਉਹ ਕਵੀ ਨਹੀਂ ਹਨ। ਰੂਸੀ ਕਵੀ ਤਾਂ ਹਨ, ਪਰ ਹਾਏ ਉਹ ਅਵਾਰ ਭਾਸ਼ਾ ਨਹੀਂ ਜਾਣਦੇ। ਤਾਂ ਕੀ ਕੀਤਾ ਜਾਵੇ? ਪੰਕਤੀਆਂ ਦੇ ਸ਼ਬਦੀ ਅਨੁਵਾਦ ਦਾ ਸਹਾਰਾ ਲੈਣਾ ਪੈਂਦਾ ਹੈ।

ਰੂਸੀ ਪਿੰਡਾਂ ਵਿੱਚ ਸਤੀਰੀਆਂ ਦੇ ਘਰ ਨੂੰ ਇੱਕ ਪਿੰਡ ਤੋਂ ਦੂਜੇ ਪਿੰਡ ਕਿਵੇਂ ਲਿਜਾਇਆ ਜਾਂਦਾ ਹੈ। ਮੈਂ ਇਹ ਦੇਖਿਆ ਹੈ। ਪੂਰੇ ਦਾ ਪੂਰਾ ਝੌਂਪੜਾ ਲਿਜਾਣਾ ਤਾਂ ਸੰਭਵ ਨਹੀਂ। ਉਸ ਦੇ ਸਤੀਰੀਆਂ-ਫੱਟੇ ਅਤੇ ਤਖ਼ਤੇ ਵੱਖ ਕਰ ਕੇ ਦੂਜੀ ਜਗ੍ਹਾ ਲਿਜਾਏ ਜਾਂਦੇ ਹਨ ਅਤੇ ਫਿਰ ਉਨ੍ਹਾਂ ਨੂੰ ਉੱਥੇ ਜੋੜਿਆ ਜਾਂਦਾ ਹੈ।

ਸ਼ਬਦੀ ਅਨੁਵਾਦ ਵੀ ਝੌਂਪੜਾ ਹੀ ਹੈ, ਜਿਸ ਨੂੰ ਦੂਜੇ ਸਥਾਨ 'ਤੇ ਲਿਜਾਣ ਲਈ ਵੱਖ-ਵੱਖ ਕੀਤਾ ਜਾਂਦਾ ਹੈ। ਇਹ ਸਤੀਰੀਆਂ, ਤਖ਼ਤਿਆਂ, ਛੱਤ ਦੀਆਂ ਲੋਹੇ ਦੀਆਂ ਚਾਦਰਾਂ ਅਤੇ ਇੱਟਾਂ ਦਾ ਢੇਰ ਹੈ। ਅਨੁਵਾਦਕ ਇਸ ਆਕਾਰਹੀਣ ਢੇਰ ਤੋਂ ਨਵਾਂ ਝੌਂਪੜਾ ਬਣਾਉਂਦਾ ਹੈ। ਜੇਕਰ ਕੋਈ ਸਤੀਰ ਗਲ-ਸੜ ਗਿਆ ਹੈ, ਤਾਂ ਉਹ ਉਸ ਨੂੰ ਬਦਲ ਦਿੱਤਾ ਹੈ, ਜੇਕਰ ਕੋਈ ਤਖ਼ਤਾ ਰਸਤੇ ਵਿੱਚ ਖੋ ਗਿਆ ਹੈ, ਤਾਂ ਉਹ ਨਵਾਂ ਤਖ਼ਤਾ ਲਗਾ ਦਿੰਦਾ ਹੈ। ਜੇਕਰ ਕੋਈ ਖਿੜਕੀ ਦੀ ਨੱਕਾਸ਼ੀ ਵਾਲੀ ਤਖ਼ਤੀ ਦਾ ਕੋਈ ਵੇਲ-ਬੂਟਾ ਖਰਾਬ ਹੋ ਗਿਆ ਹੈ, ਤਾਂ ਉਹ ਉਸ ਨੂੰ ਠੀਕ-ਠਾਕ ਕਰ ਦਿੰਦਾ ਹੈ।

ਖਿੜਕੀਆਂ ਦੇ ਸ਼ੀਸ਼ੇ ਸਾਫ਼ ਕਰ ਦਿੱਤੇ ਜਾਂਦੇ ਹਨ, ਚੁੱਲ੍ਹੇ ਵਿੱਚ ਅੱਗ ਜਲਾ ਦਿੱਤੀ ਜਾਂਦੀ ਹੈ, ਤਾਂ ਕਿ ਚਿਮਨੀਆਂ ਵਿੱਚੋਂ ਧੂਆਂ ਨਿੱਕਲਣ ਲੱਗੇ, ਦਰਵਾਜ਼ੇ ਕੋਲ ਬੱਚੇ ਖੇਡਣ-ਕੁੱਦਣ ਲੱਗਦੇ ਹਨ ਅਤੇ ਛੱਤ ਦੇ ਹੇਠਾਂ ਕਾਲੀਆਂ ਚਿੜੀਆਂ ਆਲ੍ਹਣਾ ਬਣਾ ਲੈਂਦੀਆਂ ਹਨ।

ਸ਼ਬਦੀ ਅਨੁਵਾਦ ਕੀ ਹੈ? ਉਹ ਵਿਅਕਤੀ ਜਿਸ ਦੀ ਅੱਖਾਂ ਦੀ ਜੋਤ ਜਾਂਦੀ ਰਹੀ ਹੈ ਅਤੇ ਜਿਸ ਦੇ ਹਿਰਦੇ ਦੀ ਧੜਕਣ ਬੰਦ ਹੋ ਗਈ ਹੈ। ਪਰ ਡਾਕਟਰ ਆਉਂਦਾ ਹੈ, ਟੀਕਾ ਲਗਾਉਂਦਾ ਹੈ, ਖ਼ੂਨ ਦਿੰਦਾ ਹੈ, ਹਿਰਦੇ ਦੀਆਂ ਮਾਸ-ਪੇਸ਼ੀਆਂ ਦੀ ਮਾਲਿਸ਼ ਕਰਦਾ ਹੈ ਅਤੇ ਮਾਨਵੀ ਸਰੀਰ ਵਿੱਚ ਫਿਰ ਜੀਵਨ ਆ ਜਾਂਦਾ ਹੈ।

ਸ਼ਬਦੀ ਅਨੁਵਾਦ ਕੀ ਹੈ? ਇੱਕ ਨਾਈ ਨੇ ਮੇਰੇ ਵਾਲ ਕੱਟੇ, ਦਾੜ੍ਹੀ ਬਣਾਈ, ਵਾਲਾਂ ਨੂੰ ਸੰਵਾਰਿਆ ਅਤੇ ਇਹ ਕਹਿ ਕੇ ਵਿਦਾ ਕੀਤਾ:

"ਸ਼ਬਦੀ ਅਨੁਵਾਦ ਦੇ ਰੂਪ ਵਿੱਚ ਮੇਰੇ ਕੋਲ ਆਏ ਸੀ ਅਤੇ ਅਸਲੀ ਅਨੁਵਾਦ ਬਣ ਕੇ ਜਾ ਰਹੇ ਹੋ।"

ਕਿਉਂਕਿ ਨਾਈ ਦਾ ਜ਼ਿਕਰ ਆ ਹੀ ਗਿਆ ਹੈ, ਤਾਂ ਲੱਗੇ ਹੱਥ ਤੁਹਾਨੂੰ ਇੱਕ ਹੋਰ ਘਟਨਾ ਵੀ ਸੁਣਾ ਦਿੰਦਾ ਹਾਂ।

ਇਹ ਘਟਨਾ ਕਿਊਬਾ ਦੇ ਸਾਂਤਿਆਗੋ ਸ਼ਹਿਰ ਵਿੱਚ ਵਾਪਰੀ। ਮੈਂ ਉੱਥੇ ਪਹੁੰਚਿਆ

ਹੀ ਸੀ ਕਿ ਮੈਂ ਵਾਲ ਕਟਵਾਉਣ ਅਤੇ ਦਾੜ੍ਹੀ ਬਣਵਾਉਣ ਦਾ ਫ਼ੈਸਲਾ ਕੀਤਾ। ਮੈਂ ਨਾਈ ਕੋਲ ਗਿਆ ਅਤੇ ਸੰਕੇਤਾਂ ਨਾਲ ਉਸ ਨੂੰ ਆਪਣੀ ਗੱਲ ਸਮਝਾਈ।

ਕਿਊਬਾ ਵਿੱਚ ਦਾੜ੍ਹੀ ਬਣਾਉਂਦੇ ਸਮੇਂ ਆਰਾਮ ਕੁਰਸੀ ਵਿੱਚ ਵੈਸੇ ਹੀ ਲਿਟਾ ਦਿੱਤਾ ਜਾਂਦਾ ਹੈ, ਜਿਵੇਂ ਕਿ ਪਲੰਘ 'ਤੇ। ਮੈਨੂੰ ਵੀ ਲਿਟਾ ਦਿੱਤਾ ਗਿਆ। ਸਾਬਣ ਲਗਾਈ ਜਾਣ ਲੱਗੀ। ਜਦੋਂ ਤੱਕ ਕਿਊਬਾਈ ਨਾਈ ਦੇ ਉਸਤਰੇ ਨੇ ਮੇਰੀਆਂ ਗੱਲ੍ਹਾਂ ਨੂੰ ਨਹੀਂ ਛੂਹਿਆ, ਸਭ ਕੁੱਝ ਠੀਕ-ਠਾਕ ਰਿਹਾ। ਜਾਂ ਤਾਂ ਉਸਤਰਾ ਬਿਲਕੁੱਲ ਤਿੱਖਾ ਨਹੀਂ ਸੀ ਜਾਂ ਨਾਈ ਨਿਕੰਮਾ ਸੀ, ਕਾਰਨ ਕੁੱਝ ਵੀ ਹੋਵੇ, ਪਰ ਮੈਂ ਤਾਂ ਦਰਦ ਦੇ ਮਾਰੇ ਬੜੀ ਮੁਸ਼ਕਿਲ ਨਾਲ ਹੀ ਆਪਣੀ ਚੀਕ ਨੂੰ ਰੋਕ ਸਕਿਆ ਸੀ। ਕੁੱਝ ਦੇਰ ਤੱਕ ਤਾਂ ਮੈਂ ਦਰਦ ਬਰਦਾਸ਼ਤ ਕੀਤਾ ਅਤੇ ਆਖ਼ਰ ਇਹ ਸਮਝ ਗਿਆ ਕਿ ਪੂਰੀ ਦਾੜ੍ਹੀ ਬਣਨ ਤੱਕ ਮੈਂ ਇਹ ਸਹਿਣ ਨਹੀਂ ਕਰ ਸਕਾਂਗਾ। ਰੂਸੀ ਅਤੇ ਅਵਾਰ ਭਾਸ਼ਾ ਬੋਲਦੇ ਹੋਏ ਮੈਂ ਆਪਣੇ ਗੱਲ੍ਹਾਂ ਵੱਲ ਸੰਕੇਤ ਕਰਨ ਲੱਗਿਆ। ਨਾਈ ਘਬਰਾ ਗਿਆ, ਭੱਜ ਕੇ ਬਾਹਰ ਗਿਆ ਅਤੇ ਥੋੜ੍ਹੀ ਦੇਰ ਬਾਅਦ ਸਫ਼ੈਦ ਚੋਗਾ ਪਹਿਨੀਂ ਇੱਕ ਵਿਅਕਤੀ ਨੂੰ ਨਾਲ ਲੈ ਕੇ ਮੁੜਿਆ। ਇਸ ਵਿਅਕਤੀ ਨੇ ਆਪਣਾ ਬਕਸਾ ਖੋਲ੍ਹਿਆ ਅਤੇ ਦੰਦ ਕੱਢਣ ਵਾਲੇ ਸੰਦ ਕੱਢ-ਕੱਢ ਕੇ ਬਾਹਰ ਰੱਖਣ ਲੱਗਿਆ। ਦਾੜ੍ਹੀ ਬਣਾਉਣ ਵਾਲੀ ਆਰਾਮ ਕੁਰਸੀ ਤੋਂ ਮੈਂ ਅਚਾਨਕ ਦੰਦਾਂ ਦੇ ਡਾਕਟਰ ਵਾਲੀ ਕੁਰਸੀ ਵਿੱਚ ਬੈਠਾ ਨਜ਼ਰ ਆਇਆ। ਤਾਂ ਮੇਰੇ ਅਤੇ ਨਾਈ ਦੇ ਇੱਕ-ਦੂਜੇ ਨੂੰ ਸਮਝਾ ਸਕਣ ਦਾ ਇਹ ਨਤੀਜਾ ਨਿੱਕਲਿਆ। ਬਸ, ਜੇਕਰ ਜਰਾ ਜਿਹੀ ਦੇਰ ਹੋਰ ਹੋ ਜਾਂਦੀ, ਤਾਂ ਮੈਂ ਆਪਣੇ ਚੰਗੇ-ਭਲੇ ਦੰਦਾਂ ਤੋਂ ਹੱਥ ਧੋ ਬੈਠਦਾ।

ਅਨੁਵਾਦਕ ਅਕਸਰ ਕਵਿਤਾਵਾਂ ਦੇ ਸਾਰੇ ਦੰਦ ਕੱਢ ਸੁੱਟਦੇ ਹਨ ਅਤੇ ਉਨ੍ਹਾਂ ਨੂੰ ਥਾਪੜਦੇ-ਪਲੋਸਦੇ ਹੋਏ ਚਿਪਕੇ ਜਿਹੇ ਮੂੰਹ ਨਾਲ ਦੁਨੀਆ ਵਿੱਚ ਘੁੰਮਣ ਲਈ ਭੇਜ ਦਿੰਦੇ ਹਨ।

ਡਾਇਰੀ ਵਿੱਚੋਂ

ਜਦੋਂ ਅਸੀਂ ਵਿਦੇਸ਼ ਜਾਂਦੇ ਹਾਂ, ਤਾਂ ਨਿੱਜੀ ਕਾਰੀਗਰੀ ਦੀਆਂ ਕੁੱਝ ਚੀਜ਼ਾਂ ਵੀ ਇਸ ਲਈ ਆਪਣੇ ਨਾਲ ਲੈ ਜਾਂਦੇ ਹਾਂ ਕਿ ਮਾਣ-ਸਤਿਕਾਰ ਲਈ ਕਿਸੇ ਨੂੰ ਉਹ ਤੋਹਫ਼ੇ ਵਜੋਂ ਦੇ ਸਕੀਏ। ਇਸ ਲਈ ਜਦੋਂ ਮੈਂ ਜਾਪਾਨ ਗਿਆ, ਤਾਂ ਬਾਲਖ਼ਾਰੀ ਦੇ ਕਾਰੀਗਰਾਂ ਦੇ ਕਲਾਤਮਿਕ ਹੱਥਾਂ ਨਾਲ ਬਣੀਆਂ ਹੋਈਆਂ ਕੁੱਝ ਸੁਰਾਹੀਆਂ ਆਪਣੇ ਨਾਲ ਲੈ ਗਿਆ। ਹੀਰੋਸ਼ੀਮਾ ਵਿੱਚ ਇੱਕ ਚਿੱਤਰਕਾਰ-ਜੋੜਾ ਮੇਰੇ ਕੋਲ ਮਹਿਮਾਨ ਆਇਆ। ਅਸੀਂ ਬਹੁਤ ਦੇਰ ਤੱਕ ਗੱਲਾਂ ਕਰਦੇ ਰਹੇ ਅਤੇ ਜਿਵੇਂ ਦੋਸਤ ਜਿਹੇ ਬਣ ਗਏ। "ਜੇਕਰ ਚਿੱਤਰਕਾਰਾਂ ਨੂੰ ਨਹੀਂ, ਤਾਂ ਮੈਂ ਹੋਰ ਕਿਸ ਨੂੰ ਬਾਲਖ਼ਾਰੀ ਦੀਆਂ ਕਲਾਤਮਿਕ ਵਸਤੂਆਂ ਭੇਟ ਕਰਾਂਗਾ।" ਮੈਂ ਮਨ ਹੀ ਮਨ ਸੋਚਿਆ। ਬੜੇ ਉਤਸ਼ਾਹ ਨਾਲ ਮੈਂ ਆਪਣਾ ਸੂਟਕੇਸ ਖੋਲ੍ਹਿਆ ਅਤੇ ਫਿਰ ਮੇਰਾ ਕਲੇਜਾ ਧੱਕ ਕਰ ਕੇ ਰਹਿ ਗਿਆ। ਮੇਰੀਆਂ ਸੁਰਾਹੀਆਂ ਦੇ ਤਾਂ ਬਸ ਟੁਕੜੇ ਹੀ ਬਾਕੀ ਰਹਿ ਗਏ ਸਨ। ਅਜਿਹਾ ਲੱਗਦਾ ਸੀ ਕਿ ਜਿਵੇਂ ਉਨ੍ਹਾਂ 'ਤੇ ਹਥੌੜਾ ਚਲਾਇਆ ਗਿਆ ਹੋਵੇ, ਇਸ ਤਰ੍ਹਾਂ ਚਕਨਾਚੂਰ ਹੋ ਗਈਆਂ ਸਨ ਉਹ। ਬਹੁਤ ਸੰਭਵ ਹੈ ਕਿ ਮਾਸਕੋ, ਭਾਰਤ ਜਾਂ ਟੋਕੀਓ ਦੇ ਹਵਾਈ ਅੱਡੇ 'ਤੇ ਕੁਲੀਆਂ ਨੇ ਮੇਰੇ ਸੂਟਕੇਸ ਨੂੰ ਬਹੁਤ ਲਾਪ੍ਰਵਾਹੀ ਨਾਲ ਸੁੱਟਿਆ ਹੋਵੇ। ਮੈਨੂੰ ਇਹ ਪਤਾ ਨਹੀਂ,

ਪਰ ਉਸ ਵੇਲੇ ਤਾਂ ਮੈਂ ਇਹ ਚਾਹੁੰਦਾ ਸੀ ਕਿ ਜ਼ਮੀਨ ਫਟ ਜਾਵੇ ਅਤੇ ਮੈਂ ਉਸ ਵਿੱਚ ਸਮਾ ਜਾਵਾਂ। ਕਿਉਂਕਿ ਮੈਂ ਤੋਹ.ਫ਼ਾ ਦੇਣ ਦੀ ਗੱਲ ਕਹਿ ਚੁੱਕਿਆ ਸੀ ਅਤੇ ਜਾਪਾਨੀ ਚਿੱਤਰਕਾਰ-ਜੋੜਾ ਮੇਜ ਦੇ ਦੁਆਲੇ ਉਸ ਦੀ ਉਡੀਕ ਕਰ ਰਿਹਾ ਸੀ। ਉਹ ਵੀ ਪ੍ਰੇਸ਼ਾਨੀ ਨਾਲ ਮੇਰੇ ਵੱਲ ਦੇਖਣ ਲੱਗੇ, ਕਿਉਂਕਿ ਮੈਂ ਤਾਂ ਸੂਟਕੇਸ ਕੋਲ ਬੁੱਤ ਬਣਿਆ ਖੜ੍ਹਾ ਰਹਿ ਗਿਆ ਸੀ। ਨਾ ਹਿੱਲਿਆ-ਜੁੱਲਿਆ ਅਤੇ ਨਾ ਮੇਰੇ ਮੂੰਹ ਵਿੱਚੋਂ ਕੋਈ ਸ਼ਬਦ ਹੀ ਨਿੱਕਲਿਆ।

ਆਖ਼ਰ ਮੇਰੇ ਜਾਪਾਨੀ ਮਹਿਮਾਨ ਵੀ ਸਮਝ ਗਏ ਕਿ ਕਿਤੇ ਕੁੱਝ ਗੜਬੜ ਹੋ ਗਈ ਹੈ। ਉਹ ਮੇਰੇ ਕੋਲ ਆਏ ਅਤੇ ਉਨ੍ਹਾਂ ਨੇ ਸੁਰਾਹੀਆਂ ਦੇ ਟੁਕੜੇ ਦੇਖੇ। ਉਨ੍ਹਾਂ ਨੇ ਦੁਖੀ ਹੋ ਕੇ ਸਿਰ ਹਿਲਾਇਆ ਅਤੇ ਮੋਢਾ ਥਾਪੜਦੇ ਹੋਏ ਮੈਨੂੰ ਤਸੱਲੀ ਦੇਣ ਲੱਗੇ। ਕਿਸੇ ਦੂਜੇ ਮੌਕੇ ਉਹ ਕਦੇ ਮੋਢਾ ਨਾ ਥਾਪੜਦੇ, ਕਿਉਂਕਿ ਉਹ ਬਹੁਤ ਹੀ ਸਲੀਕੇ ਵਾਲੇ ਲੋਕ ਹਨ ਅਤੇ ਨੇੜਤਾ ਜਤਾਉਣਾ ਪਸੰਦ ਨਹੀਂ ਕਰਦੇ। ਇਸ ਦਾ ਮਤਲਬ ਤਾਂ ਇਹੀ ਹੈ ਕਿ ਮੈਂ ਬਹੁਤ ਹੀ ਦੁਖੀ ਅਤੇ ਬਹੁਤ ਹੀ ਪ੍ਰੇਸ਼ਾਨ ਹੋ ਗਿਆ ਸੀ।

ਮੈਂ ਅਖ਼ਬਾਰ ਵਿੱਚ ਟੁਕੜੇ ਸਮੇਟੇ ਅਤੇ ਉਨ੍ਹਾਂ ਨੂੰ ਕੂੜੇਦਾਨ ਵਿੱਚ ਸੁੱਟ ਦੇਣਾ ਚਾਹਿਆ। ਪਰ ਚਿੱਤਰਕਾਰਾਂ ਨੇ ਮੈਨੂੰ ਅਜਿਹਾ ਨਹੀਂ ਕਰਨ ਦਿੱਤਾ। ਉਨ੍ਹਾਂ ਨੇ ਬੜੀ ਸਾਵਧਾਨੀ ਨਾਲ ਇੱਕ-ਇੱਕ ਟੁਕੜਾ ਲਪੇਟਿਆ ਅਤੇ ਆਪਣੇ ਘਰ ਲੈ ਗਏ।

ਕੁੱਝ ਦਿਨਾਂ ਬਾਅਦ ਇਸੇ ਚਿੱਤਰਕਾਰ-ਜੋੜੇ ਨੇ ਮੈਨੂੰ ਆਪਣੇ ਘਰ ਬੁਲਾਇਆ। ਆਪਣੀਆਂ ਉਨ੍ਹਾਂ ਸੁਰਾਹੀਆਂ ਨੂੰ ਮੈਂ ਜਦੋਂ ਸਹੀ-ਸਲਾਮਤ ਅਤੇ ਅਜਿਹੀ ਚੰਗੀ ਹਾਲਤ ਵਿੱਚ ਦੇਖਿਆ, ਜਿਵੇਂ ਉਹ ਹੁਣੇ-ਹੁਣੇ ਘੁਮਿਆਰ ਦੇ ਚੱਕ ਤੋਂ ਲਾਹੀਆਂ ਹੋਣ, ਤਾਂ ਮੇਰੀ ਹੈਰਾਨੀ ਦਾ ਕੋਈ ਟਿਕਾਣਾ ਨਾ ਰਿਹਾ। ਮੈਂ ਹੁਣ ਤੱਕ ਇਹ ਨਹੀਂ ਸਮਝ ਸਕਿਆ ਕਿ ਅਜਿਹੇ ਚੂਰੇ ਨੂੰ ਇੰਨੀ ਹੁਸ਼ਿਆਰੀ ਨਾਲ ਜੋੜਨਾ ਕਿਵੇਂ ਸੰਭਵ ਸੀ।

ਕਹਿੰਦੇ ਹਨ ਕਿ ਤਿੜਕ ਜਾਣ ਵਾਲੀ ਸੁਰਾਹੀ ਕਦੇ ਸਾਬਤ ਨਹੀਂ ਹੋ ਸਕਦੀ, ਹਰ ਹਾਲਤ ਵਿੱਚ ਉਸ ਵਿੱਚੋਂ ਪਾਣੀ ਰਿਸੇਗਾ। ਜਾਪਾਨੀ ਚਿੱਤਰਕਾਰਾਂ ਵੱਲੋਂ ਜੋੜੀਆਂ ਗਈਆਂ ਸੁਰਾਹੀਆਂ ਵਿੱਚ ਅਸੀਂ ਦਾਗਿ਼ਸਤਾਨੀ ਬ੍ਰਾਂਡੀ ਵੀ ਪਾਈ ਅਤੇ ਜਾਪਾਨੀ ਸਾਕੇ ਵੀ ਪਾਈ, ਪਰ ਇੱਕ ਬੂੰਦ ਵੀ ਨਹੀਂ ਰਿਸੀ।

ਜਾਪਾਨੀ ਚਿੱਤਰਕਾਰਾਂ ਨੂੰ ਦੇਖਦੇ ਹੋਏ ਮੈਨੂੰ ਆਪਣੇ ਉੱਤਮ ਅਨੁਵਾਦਕਾਂ ਦਾ ਖ਼ਿਆਲ ਆ ਗਿਆ। ਮੇਰੀਆਂ ਕਵਿਤਾਵਾਂ ਦੀਆਂ ਪੰਕਤੀਆਂ ਦੇ ਸ਼ਬਦੀ ਅਨੁਵਾਦ ਟੁੱਟੀਆਂ ਸੁਰਾਹੀਆਂ ਦੇ ਟੁਕੜਿਆਂ ਵਰਗੇ ਲੱਗਦੇ ਸਨ। ਬਾਅਦ ਵਿੱਚ ਉਨ੍ਹਾਂ ਨੂੰ ਜੋੜਿਆ ਗਿਆ ਅਤੇ ਉਹ ਨਵੀਆਂ ਵਰਗੀਆਂ ਹੋ ਗਈਆਂ ਅਤੇ ਉਨ੍ਹਾਂ ਦੇ ਅਵਾਰ ਵੇਲ-ਬੂਟੇ ਵੀ ਜਿਉਂ ਦੇ ਤਿਉਂ ਉਨ੍ਹਾਂ ਦੀ ਸ਼ੋਭਾ ਵਧਾਉਂਦੇ ਰਹੇ।

ਜ਼ਾਹਿਰ ਹੈ ਕਿ ਜੇਕਰ ਸੁਰਾਹੀ ਦਾ ਹੱਥਾ ਨਹੀਂ ਹੈ, ਤਾਂ ਅਨੁਵਾਦਕ ਨੂੰ ਉਹ ਲਗਾਉਣਾ ਨਹੀਂ ਚਾਹੀਦਾ ਜਾਂ ਇੱਕ ਦੀ ਜਗ੍ਹਾ ਦੋ ਤਲ ਨਹੀਂ ਬਣਾਉਣੇ ਚਾਹੀਦੇ।

ਕੁੱਝ ਹੀ ਸਮਾਂ ਪਹਿਲਾਂ ਦਾਗਿ਼ਸਤਾਨ ਦੇ ਪ੍ਰਕਾਸ਼ਨ-ਘਰ ਨੇ 'ਹਾਜੀ-ਮੁਰਾਦ' ਦਾ ਅਵਾਰ ਭਾਸ਼ਾ ਵਿੱਚ ਨਵਾਂ ਅਨੁਵਾਦ ਪ੍ਰਕਾਸ਼ਿਤ ਕੀਤਾ। ਮੈਂ ਉਸ ਨੂੰ ਪੜ੍ਹਨ ਲੱਗਿਆ ਤਾਂ ਕੀ ਦੇਖਿਆ ਕਿ 'ਹਾਜੀ-ਮੁਰਾਦ' ਦੇ ਦੋ ਕਾਂਡ ਵਧ ਗਏ ਹਨ। ਮੈਂ ਅਨੁਵਾਦਕ ਨੂੰ ਪੁੱਛਿਆ:

"ਇਹ ਦੋ ਕਾਂਡ ਕਿੱਥੋਂ ਆ ਗਏ?"

"ਗੱਲ ਇਹ ਐ ਕਿ ਟਾਲਸਟਾਏ ਨੇ ਤਾਂ ਇਹ ਲਘੂ-ਨਾਵਲ ਅਕਤੂਬਰ ਇਨਕਲਾਬ ਤੋਂ ਪਹਿਲਾਂ ਲਿਖਿਆ ਸੀ। ਇਸ ਲਈ ਉਸ ਵਿੱਚ ਕੁੱਝ ਗਲਤ ਦ੍ਰਿਸ਼ਟੀਕੋਣ ਨੇ। ਇਸ ਤੋਂ ਇਲਾਵਾ ਪਾਠਕਾਂ ਨੂੰ ਹਾਜੀ-ਮੁਰਾਦ ਦੇ ਸਿਰ ਅਤੇ ਵਾਰਿਸਾਂ ਦੇ ਭਵਿੱਖ ਬਾਰੇ ਵੀ ਦੱਸਣਾ ਜ਼ਰੂਰੀ ਸੀ।"

ਡਾਇਰੀ ਵਿੱਚੋਂ

ਪਿਤਾ ਜੀ ਦੀ ਇੱਕ ਕਵਿਤਾ ਦਾ ਰੂਸੀ ਵਿੱਚ ਅਨੁਵਾਦ ਕੀਤਾ ਗਿਆ। ਅਨੁਵਾਦਕ ਸ਼ਾਇਦ ਕੱਚਾ ਸੀ। ਪਿਤਾ ਜੀ ਨੇ ਨਵੇਂ ਰੂਸੀ ਅਤੇ ਅਵਾਰ ਭਾਸ਼ਾ ਜਾਣਨ ਵਾਲੇ ਇੱਕ ਆਦਮੀ ਤੋਂ ਅਨੁਵਾਦ ਦਾ ਦੁਬਾਰਾ ਅਨੁਵਾਦ ਕਰਵਾ ਕੇ ਉਸ ਦਾ ਸਾਰ ਦੱਸਣ ਲਈ ਕਿਹਾ। ਜਦੋਂ ਅਜਿਹਾ ਕੀਤਾ ਗਿਆ, ਤਾਂ ਪਿਤਾ ਜੀ ਨੇ ਹੈਰਾਨੀ ਨਾਲ ਕਿਹਾ:

"ਮੇਰਾ ਬੇਟਾ ਲੰਬੇ ਸਫ਼ਰ ਤੋਂ ਮੁੜਿਐ ਅਤੇ ਮੈਂ ਉਸ ਨੂੰ ਪਛਾਣ ਨਹੀਂ ਸਕਿਆ। ਨਹੀਂ, ਅਜਿਹੇ ਰੂਪਾਂਤਰਣ ਨਾਲੋਂ ਤਾਂ ਇਹ ਕਿਤੇ ਜ਼ਿਆਦਾ ਚੰਗਾ ਹੋਵੇਗਾ ਕਿ ਮੇਰੇ ਬੱਚੇ ਇੱਥੇ ਹੀ ਪਹਾੜਾਂ ਵਿੱਚ ਬੈਠੇ ਰਹਿਣ।

ਹਾਂ, ਕਵਿਤਾਵਾਂ ਦੇ ਅਨੁਵਾਦ ਉਨ੍ਹਾਂ ਬੇਟਿਆਂ ਵਰਗੇ ਹੁੰਦੇ ਹਨ, ਜਿਨ੍ਹਾਂ ਨੂੰ ਮਾਂ-ਬਾਪ ਪੜ੍ਹਨ ਜਾਂ ਕੰਮ ਕਰਨ ਲਈ ਪਿੰਡ ਤੋਂ ਭੇਜਦੇ ਹਨ। ਬੇਸ਼ੱਕ ਹਰ ਹਾਲਤ ਵਿੱਚ ਹੀ ਬੇਟੇ ਉਸੇ ਰੂਪ ਵਿੱਚ ਪਿੰਡ ਨਹੀਂ ਮੁੜਦੇ, ਜਿਸ ਰੂਪ ਵਿੱਚ ਉਹ ਘਰ ਛੱਡ ਕੇ ਜਾਂਦੇ ਹਨ।

ਬੇਟਾ ਕੁੱਝ ਪਾ ਕੇ ਜਾਂ ਗਵਾ ਕੇ, ਡਿਪਲੋਮਾ ਲੈ ਕੇ ਜਾਂ ਅਦਾਲਤ ਵਿੱਚ ਪੇਸ਼ੀ ਭੁਗਤ ਕੇ, ਤਕੜਾ ਜਾਂ ਕਮਜ਼ੋਰ ਅਤੇ ਬਿਮਾਰ ਹੋ ਕੇ, ਵਿਦਵਾਨ ਜਾਂ ਜ਼ਨਾਨੀਬਾਜ਼ ਦਾ ਨਾਂ ਲੈ ਕੇ, ਸਾਰੇ ਰਿਸ਼ਤੇਦਾਰਾਂ ਲਈ ਕੀਮਤੀ ਤੋਹਫ਼ੇ ਲੈ ਕੇ ਜਾਂ ਆਪਣੇ ਕੱਪੜੇ ਵੀ ਲੁਹਾ ਕੇ ਘਰ ਮੁੜਦਾ ਹੈ।

ਮੈਂ ਆਪਣੀ ਕਿਤਾਬ ਨੂੰ ਵੱਡੇ ਸ਼ਹਿਰਾਂ ਅਤੇ ਲੋਕਾਂ ਵਿੱਚ ਭੇਜ ਰਿਹਾ ਹਾਂ। ਅਜਨਬੀ ਥਾਵਾਂ 'ਤੇ ਉਸ ਦਾ ਕਿਹੋ ਜਿਹਾ ਰੰਗ-ਢੰਗ ਰਹੇਗਾ? ਕੀ ਉਹ ਆਪਣੀ ਜਨਤਾ, ਆਪਣੇ ਤੌਰ-ਤਰੀਕਿਆਂ ਨੂੰ ਭੁੱਲ ਜਾਵੇਗੀ?

ਮੈਂ ਇਹ ਚੰਗੀ ਤਰ੍ਹਾਂ ਸਮਝਦਾ ਹਾਂ ਕਿ ਪਹਾੜ 'ਤੇ ਬੈਠਾ ਬੁਰਾ ਆਦਮੀ (ਯਾਮਾਨ) ਕੇਵਲ ਇਸ ਲਈ ਚੰਗਾ (ਯਾਕਸ਼ੀ) ਆਦਮੀ ਨਹੀਂ ਬਣ ਜਾਵੇਗਾ ਕਿ ਉਹ ਘਾਟੀ ਵਿੱਚ ਉੱਤਰ ਆਇਆ ਹੈ। ਇਸ ਲਈ ਮੈਂ ਆਪਣੀ ਪੁਸਤਕ ਦੇ ਅਨੁਵਾਦਕ ਨੂੰ ਕਹਿੰਦਾ ਹਾਂ ਕਿ ਜੇਕਰ ਉਹ 'ਯਾਮਾਨ' ਹੈ, ਤਾਂ ਉਸ ਨੂੰ ਉਹੋ ਜਿਹਾ ਹੀ ਰਹਿਣ ਦਿਓ। ਜੇਕਰ ਮੈਂ ਲੰਗੜਾ ਅਤੇ ਅੰਨ੍ਹਾ ਹਾਂ, ਤਾਂ ਮੇਰੀ ਬਾਂਹ ਫੜ ਕੇ ਮੈਨੂੰ ਮੇਰੇ ਘਰ ਤੋਂ ਬਾਹਰ ਨਾ ਲਿਜਾਓ, ਮੈਨੂੰ ਆਪਣੇ ਚੁੱਲ੍ਹੇ ਕੋਲ, ਆਪਣੀ ਦੇਹਲੀ 'ਤੇ ਹੀ ਬੈਠਾ ਰਹਿਣ ਦਿਓ। ਮੇਰੇ ਤਾਂਬੇ ਦੇ ਬਰਤਨਾਂ 'ਤੇ ਕਲੀ ਨਾ ਕਰੋ, ਮੇਰੀ ਚਾਂਦੀ 'ਤੇ ਸੋਨੇ ਦਾ ਲੇਪ ਨਾ ਚੜ੍ਹਾਓ।

ਅਬੂਤਾਲਿਬ ਨੇ ਇਹ ਗੱਲ ਸੁਣਾਈ

"ਮੇਰਾ ਇੱਕ ਬੇਟਾ ਅਤੇ ਇੱਕ ਬੇਟੀ ਐ। ਬੇਟੀ ਬਹੁਤ ਚੰਗੀ ਐ, ਬੜੀ ਅਨੁਸ਼ਾਸਿਤ ਐ ਅਤੇ ਦੂਜਿਆਂ ਲਈ ਮਿਸਾਲ ਮੰਨੀ ਜਾਂਦੀ ਐ। ਪਰ ਬੇਟਾ ਸ਼ਰਾਰਤੀ ਅਤੇ ਚੰਚਲ ਐ।

ਬੇਟੀ ਦੀ ਰੇਡੀਓ 'ਤੇ ਚਰਚਾ ਹੁੰਦੀ ਐ, ਅਖ਼ਬਾਰਾਂ ਵਿੱਚ ਉਸ ਬਾਰੇ ਬਹੁਤ ਕੁੱਝ ਲਿਖਿਆ ਜਾਂਦੈ, ਕਿਉਂਕਿ ਉਹ ਮੋਹਰੀ ਕੰਮ ਕਰਨ ਵਾਲੀ ਐ। ਬੇਟੇ ਦੀਆਂ ਕਦੇ ਸਕੂਲ ਵਿੱਚੋਂ ਅਤੇ ਕਦੇ ਮਿਲੀਸ਼ੀਆ ਦੇ ਦਫ਼ਤਰ ਵਿੱਚੋਂ ਸ਼ਿਕਾਇਤਾਂ ਆਉਂਦੀਆਂ ਨੇ। ਬੇਟੀ ਬਾਰੇ ਇਹ ਕਿਹਾ ਜਾਂਦੈ ਕਿ ਸਕੂਲ, ਮੋਹਰੀ ਸੰਗਠਨ, ਨੌਜਵਾਨ ਕਮਿਊਨਿਸਟ ਸੰਘ ਅਤੇ ਦੇਸ਼ ਨੇ ਉਸ ਨੂੰ ਸਿਖਲਾਈ ਦਿੱਤੀ, ਉਸ ਨੂੰ ਇੰਨਾ ਚੰਗਾ ਬਣਾਇਆ। ਪਰ ਬੇਟੇ ਬਾਰੇ ਇਹ ਕਿਹਾ ਜਾਂਦੈ ਕਿ ਲੋਕ-ਕਵੀ ਅਬੂਤਾਲਿਬ ਨੇ ਉਸ ਨੂੰ ਬੜੇ ਬੁਰੇ ਢੰਗ ਨਾਲ ਪਾਲਿਆ-ਪੋਸਿਆ ਐ।"

ਇਹ ਕਿੱਸਾ ਸੁਣ ਕੇ ਮੈਂ ਸੋਚਿਆ ਕਿ ਕਵਿਤਾਵਾਂ ਦੇ ਅਨੁਵਾਦ ਸਬੰਧੀ ਵੀ ਅਜਿਹਾ ਹੀ ਸਮਝਿਆ ਜਾਂਦਾ ਹੈ। ਅਨੁਵਾਦ ਚੰਗਾ ਹੋਣ 'ਤੇ ਮੂਲ ਲੇਖਕ ਦੀ ਪ੍ਰਸ਼ੰਸਾ ਕੀਤੀ ਜਾਂਦੀ ਹੈ ਅਤੇ ਇਹ ਭੁਲਾ ਦਿੱਤਾ ਜਾਂਦਾ ਹੈ ਕਿ ਅਨੁਵਾਦਕ ਕੌਣ ਹੈ। ਜੇਕਰ ਅਨੁਵਾਦ ਬੁਰਾ ਹੁੰਦਾ ਹੈ, ਤਾਂ ਅਨੁਵਾਦਕ ਨੂੰ ਕੋਸਿਆ ਜਾਂਦਾ ਹੈ ਅਤੇ ਮੂਲ ਲੇਖਕ ਦਾ ਨਾਂ ਬਚਾਉਣ ਦੀ ਕੋਸ਼ਿਸ਼ ਕੀਤੀ ਜਾਂਦੀ ਹੈ।

ਨਹੀਂ, ਮੇਰੇ ਅਨੁਵਾਦਕ ਦੋਸਤ, ਭਲੇ-ਬੁਰੇ ਦੀ ਜ਼ਿੰਮੇਵਾਰੀ ਆਪਾਂ ਦੋਵੇਂ ਹੀ ਆਪਣੇ ਸਿਰ ਲਵਾਂਗੇ। ਆਪਾਂ ਦੋਵਾਂ ਦਾ ਇੱਕ ਹੀ ਗੱਡਾ ਹੈ। ਆਓ, ਮਿਲ ਕੇ ਉਸ ਨੂੰ ਪਹਾੜ 'ਤੇ ਚੜ੍ਹਾਈਏ ਅਤੇ ਆਪੋ ਆਪਣੇ ਵੱਲ ਨਾ ਖਿੱਚੀਏ। ਨਹੀਂ ਤਾਂ ਗੱਡਾ ਅਤੇ ਆਪਾਂ ਦੋਵੇਂ ਵੀ ਉੱਥੇ ਦੇ ਉੱਥੇ ਹੀ ਖੜ੍ਹੇ ਰਹਾਂਗੇ।

ਸਾਡੇ ਇਲਾਕੇ ਵਿੱਚ ਇੱਕ ਅਦਭੁੱਤ ਘਟਨਾ ਵਾਪਰੀ। ਇੱਕ ਵੱਡਾ ਪਹਾੜ ਅਚਾਨਕ ਆਪਣੀ ਜਗ੍ਹਾ ਤੋਂ ਹਿੱਲਿਆ ਅਤੇ ਹੇਠਾਂ ਵੱਲ ਖਿਸਕ ਗਿਆ। ਉਹ ਮੋਚੋਖ਼ ਪਿੰਡ ਤੋਂ ਥੋੜ੍ਹੀ ਦੂਰ ਇੱਧਰਲੀ ਪਹਾੜੀ ਨਦੀ ਨੂੰ ਰੋਕ ਕੇ ਰੁਕ ਗਿਆ। ਭੇਡਾਂ ਦੇ ਇੱਜੜ, ਚਰਵਾਹੇ, ਚਾਰਵਾਹਿਆਂ ਦੀਆਂ ਧੂਣੀਆਂ ਅਤੇ ਉਨ੍ਹਾਂ ਦੇ ਝੌਂਪੜੇ ਕਿਸੇ ਵੀ ਤਰ੍ਹਾਂ ਦੇ ਨੁਕਸਾਨ ਤੋਂ ਬਿਨਾਂ ਬੜੀ ਸ਼ਾਂਤੀ ਨਾਲ ਪਹਾੜ ਦੇ ਨਾਲ-ਨਾਲ ਹੇਠਾਂ ਆ ਗਏ। ਹੁਣ ਉਹ ਜਿਉਂ ਦਾ ਤਿਉਂ ਖੜ੍ਹਾ ਹੈ, ਪਰ ਉਸ ਦੇ ਪੈਰਾਂ ਵਿੱਚ ਝੀਲ ਬਣ ਗਈ ਹੈ ਅਤੇ ਝੀਲ ਵਿੱਚ ਟ੍ਰਾਉਟ ਮੱਛੀਆਂ ਪਾਲੀਆਂ ਜਾਂਦੀਆਂ ਹਨ। ਜਦੋਂ ਤੱਕ ਇਹ ਪਹਾੜ ਆਪਣੀ ਪੁਰਾਣੀ ਜਗ੍ਹਾ 'ਤੇ ਖੜ੍ਹਾ ਸੀ, ਕੋਈ ਉਸ 'ਤੇ ਨਹੀਂ ਚੜ੍ਹਦਾ ਸੀ, ਪਰ ਹੁਣ ਉਸ ਦੇ ਆਲੇ-ਦੁਆਲੇ ਹਮੇਸ਼ਾ ਯਾਤਰੀਆਂ, ਮੁਹਿੰਮ ਚਲਾਉਣ ਵਾਲੇ ਦਲਾਂ, ਮਛੇਰਿਆਂ ਅਤੇ ਸੈਰ-ਸਪਾਟੇ ਲਈ ਆਏ ਸਕੂਲੀ ਬੱਚਿਆਂ ਨੂੰ ਦੇਖਿਆ ਜਾ ਸਕਦਾ ਹੈ।

ਮੈਂ ਚਾਹੁੰਦਾ ਹਾਂ ਕਿ ਮੇਰੀ ਕਿਤਾਬ ਵੀ ਕਿਸੇ ਤਰ੍ਹਾਂ ਦੀ ਹਾਨੀ ਤੋਂ ਬਿਨਾਂ ਨਵੀਂ ਭਾਸ਼ਾ ਵਿੱਚ ਪਹੁੰਚ ਜਾਵੇ। ਉਹ ਵੀ ਉਸੇ ਤਰ੍ਹਾਂ ਲੋਕਾਂ ਨੂੰ ਆਪਣੇ ਵੱਲ ਖਿੱਚੇ, ਜਿਵੇਂ ਮੋਚੋਖ਼ ਪਿੰਡ ਦੇ ਕੋਲ ਵਾਲਾ ਪਹਾੜ। ਮੁਸਲਮਾਨਾਂ ਵਿੱਚ ਇਹ ਕਿਹਾ ਜਾਂਦਾ ਹੈ ਕਿ ਜਨਮ ਵੇਲੇ ਜਿਹੋ ਜਿਹੀਆਂ ਲਕੀਰਾਂ ਪੈ ਜਾਂਦੀਆਂ ਹਨ, ਉਹੋ ਜਿਹਾ ਹੀ ਹੋ ਕੇ ਰਹਿੰਦਾ ਹੈ। ਇਹ ਸ਼ਾਇਦ ਇਸ ਰੂਸੀ ਕਹਾਵਤ, ਮੇਰੇ ਮਨ ਕੁੱਝ ਹੋਰ ਹੈ, ਸਾਈਂ ਦੇ ਮਨ ਕੁੱਝ ਹੋਰ, ਦੇ ਅਨੁਸਾਰ ਹੀ ਹੈ। ਜਾਂ ਹੋਰ ਵੀ ਜ਼ਿਆਦਾ ਸੰਖੇਪ ਰੂਪ ਵਿੱਚ ਇਉਂ ਕਿਹਾ ਜਾ ਸਕਦਾ ਹੈ, ਕਿਸਮਤ ਦਾ ਲਿਖਿਆ ਹੋ ਕੇ ਰਹੇਗਾ।

ਆਲੋਚਕ: ਉਸ ਬਾਰੇ ਲਿਖਣਾ ਸਭ ਤੋਂ ਮੁਸ਼ਕਿਲ ਕੰਮ ਹੈ। ਜੇਕਰ ਉਸ ਨੂੰ ਬੁਰਾ-ਭਲਾ ਕਿਹਾ ਜਾਵੇ, ਤਾਂ ਇਹ ਸਮਝਿਆ ਜਾਵੇਗਾ ਕਿ ਹਜ਼ਰਤ ਉਸ ਦੀਆਂ ਆਲੋਚਨਾਤਮਿਕ

ਟਿੱਪਣੀਆਂ ਤੋਂ ਭੜਕ ਉੱਠੇ ਹਨ ਅਤੇ ਬਦਲਾ ਲੈ ਰਹੇ ਹਨ। ਜੇਕਰ ਸਿਫ਼ਤ ਕਰੀਏ, ਤਾਂ ਇਹ ਸੋਚਿਆ ਜਾਵੇਗਾ ਕਿ ਭਵਿੱਖ ਨੂੰ ਧਿਆਨ ਵਿੱਚ ਰੱਖਦੇ ਹੋਏ ਚਾਪਲੂਸੀ ਹੋ ਰਹੀ ਹੈ।

ਪਿਤਾ ਜੀ ਕਿਹਾ ਕਰਦੇ ਸਨ ਕਿ ਉਹ ਅਤੇ ਆਲੋਚਕ ਦੋਵੇਂ ਹੀ ਕਵੀ ਹਨ। ਮੈਂ ਕਵਿਤਾਵਾਂ ਲਿਖਦਾ ਹਾਂ ਅਤੇ ਉਹ ਮੇਰੀਆਂ ਕਵਿਤਾਵਾਂ ਬਾਰੇ ਲਿਖਦਾ ਹੈ।

ਅਬੂਤਾਲਿਬ ਨੇ ਇੱਕ ਦਾਗ਼ਿਸਤਾਨੀ ਆਲੋਚਕ ਨੂੰ ਕਿਹਾ ਹੈ:

"ਮੈਂ ਅੰਗੂਰਾਂ ਦੀ ਸ਼ਰਾਬ ਬਣਾਉਂਦਾ ਹਾਂ ਅਤੇ ਤੁਸੀਂ ਉਸ ਦਾ ਸਵਾਦ ਚੱਖਦੇ ਹੋ।"

ਆਲੋਚਕ ਬਾਰੇ ਮੈਂ ਆਪਣੇ ਵਿਚਾਰ ਪ੍ਰਗਟ ਨਹੀਂ ਕਰਾਂਗਾ, ਪਰ ਉਸ ਨੂੰ ਕੁੱਝ ਸਲਾਹਾਂ ਦੇਣੀਆਂ ਚਾਹੁੰਦਾ ਹਾਂ।

1. ਬੁਰੇ ਨੂੰ ਹਮੇਸ਼ਾ ਬੁਰਾ ਅਤੇ ਚੰਗੇ ਨੂੰ ਚੰਗਾ ਕਹੋ।

2. ਜਿਸ ਚੀਜ਼ ਦੀ ਸਿਫ਼ਤ ਕਰਦੇ ਹੋ, ਬਾਅਦ ਵਿੱਚ ਉਸ ਨੂੰ ਬੁਰਾ ਨਾ ਕਹੋ। ਜੇਕਰ ਬੁਰਾ ਕਹਿੰਦੇ ਹੋ, ਤਾਂ ਬਾਅਦ ਵਿੱਚ ਸਿਫ਼ਤ ਨਾ ਕਰੋ।

3. ਰਾਈ ਨੂੰ ਪਹਾੜ ਨਾ ਬਣਾਓ ਅਤੇ ਪਹਾੜ ਨੂੰ ਰਾਈ ਬਣਾਉਣ ਦੀ ਤਾਂ ਹੋਰ ਵੀ ਘੱਟ ਕੋਸ਼ਿਸ਼ ਕਰੋ।

4. ਕਿਤਾਬ ਵਿੱਚ ਜੋ ਕੁੱਝ ਹੈ, ਉਸ ਦੀ ਚਰਚਾ ਕਰੋ, ਨਾ ਕਿ ਉਸ ਦੀ, ਜੋ ਨਹੀਂ ਹੈ।

5. ਆਪਣੇ ਵਿਚਾਰਾਂ ਦੀ ਪੁਸ਼ਟੀ ਲਈ ਬੇਲੀਂਸਕੀ ਤੋਂ ਸ਼ੁਰੂ ਕਰ ਕੇ ਸਾਰੇ ਵਿਦਵਾਨਾਂ ਦੇ ਹਵਾਲੇ ਨਾ ਦਿਓ। ਜੇਕਰ ਉਹ ਵਿਚਾਰ ਅਸਲ ਵਿੱਚ ਤੁਹਾਡੇ ਆਪਣੇ ਹੀ ਹਨ, ਤਾਂ ਆਪਣੀ ਹੀ ਅਕਲ ਨਾਲ ਉਨ੍ਹਾਂ ਨੂੰ ਸਾਬਤ ਕਰਨ ਦੀ ਕੋਸ਼ਿਸ਼ ਕਰੋ।

6. ਸਪੱਸ਼ਟ ਵਿਚਾਰਾਂ ਨੂੰ ਸਪੱਸ਼ਟ ਅਤੇ ਸਮਝ ਵਿੱਚ ਆਉਣ ਵਾਲੀ ਭਾਸ਼ਾ ਵਿੱਚ ਪ੍ਰਗਟ ਕਰੋ। ਅਸਪੱਸ਼ਟ ਵਿਚਾਰਾਂ ਨੂੰ ਪ੍ਰਗਟ ਹੀ ਨਾ ਕਰੋ।

7. ਹਵਾ ਦੇ ਰੁਖ਼ ਨਾਲ ਬਦਲਣ ਵਾਲੇ ਮੁਰਗੇ ਨਾ ਬਣੋ।

8. ਜੋ ਕੁੱਝ ਅਜੇ ਖ਼ੁਦ ਨਹੀਂ ਸਮਝਦੇ, ਉਸ ਬਾਰੇ ਦੂਜਿਆਂ ਨੂੰ ਉਪਦੇਸ਼ ਦੇਣ ਦੀ ਕੋਸ਼ਿਸ਼ ਨਾ ਕਰੋ।

9. ਜੇਕਰ ਤੁਹਾਡੀ ਜੇਬ ਵਿੱਚ ਸੌ ਰੂਬਲ ਨਹੀਂ ਹੈ, ਤਾਂ ਅਜਿਹਾ ਢੌਂਗ ਨਾ ਕਰੋ ਕਿ ਜਿਵੇਂ ਤੁਹਾਡੇ ਕੋਲ ਹੈ।

10. ਜੇਕਰ ਤੁਸੀਂ ਬਹੁਤ ਚਿਰ ਤੋਂ ਆਪਣੇ ਪਿੰਡ ਨਹੀਂ ਗਏ ਅਤੇ ਤੁਹਾਨੂੰ ਇਹ ਪਤਾ ਨਹੀਂ ਕਿ ਉੱਥੇ ਕੀ ਹਾਲ-ਚਾਲ ਹੈ, ਤਾਂ ਇਹ ਦਾਅਵਾ ਨਾ ਕਰੋ ਕਿ ਤੁਸੀਂ ਹੁਣੇ-ਹੁਣੇ ਆਪਣੇ ਪਿੰਡੋਂ ਵਾਪਸ ਆਏ ਹੋ।

ਮੇਰੀ ਇਨ੍ਹਾਂ ਇੱਛਾਵਾਂ ਵਿੱਚ ਕੋਈ ਵੀ ਨਵੀਂ ਗੱਲ ਨਹੀਂ ਹੈ। ਉਹ ਪਹਾੜੇ ਦੀ ਪਹਿਲੀ ਪੰਕਤੀ ਵਰਗੀਆਂ ਹਨ। ਫਿਰ ਵੀ ਜੇਕਰ ਸਾਡਾ ਹਰ ਆਲੋਚਕ ਇਨ੍ਹਾਂ 'ਤੇ ਈਮਾਨਦਾਰੀ ਨਾਲ ਅਮਲ ਕਰੇ, ਤਾਂ ਸਾਡੀ ਆਲੋਚਨਾ ਕਿਤੇ ਜ਼ਿਆਦਾ ਚੰਗੀ ਹੋ ਸਕਦੀ ਹੈ।

ਪਾਠਕ: ਮੈਂ ਸੰਪਾਦਕ, ਪ੍ਰਕਾਸ਼ਕ, ਅਨੁਵਾਦਕ ਅਤੇ ਆਲੋਚਕ ਨਾਲ ਤਾਂ ਗੱਲਬਾਤ ਕਰ ਲਈ। ਹੁਣ ਸਭ ਤੋਂ ਮਹੱਤਵਪੂਰਨ ਵਿਅਕਤੀ, ਜਿਸ ਦੇ ਲਈ ਸਾਰੀਆਂ ਕਿਤਾਬਾਂ

ਲਿਖੀਆਂ ਜਾਂਦੀਆਂ ਹਨ, ਉਸ ਪਾਠਕ ਨੂੰ ਕੁੱਝ ਸ਼ਬਦ ਕਹਿਣੇ ਚਾਹੁੰਦਾ ਹਾਂ।

ਪਾਠਕ, ਮੇਰੇ ਮਿੱਤਰ! ਯਕੀਨਨ ਹੀ ਤੁਹਾਡੀਆਂ ਆਪਣੀਆਂ ਮਨਪਸੰਦ ਕਿਤਾਬਾਂ ਹਨ। ਸਾਡੀਆਂ ਲੇਖਕਾਂ ਦੀਆਂ ਵੀ ਅਜਿਹੀਆਂ ਕਿਤਾਬਾਂ ਹਨ। ਕਿਹਾ ਜਾਂਦਾ ਹੈ ਕਿ ਲੇਖਕ ਦੀ ਸਭ ਤੋਂ ਮੁੱਖ ਕਿਤਾਬ ਉਹ ਹੈ, ਜੋ ਉਹ ਅਜੇ ਲਿਖ ਨਹੀਂ ਸਕਿਆ, ਪਰ ਲਿਖੇਗਾ ਜ਼ਰੂਰ। ਪਤਾ ਨਹੀਂ ਕਿ ਬਾਕੀ ਲੇਖਕਾਂ ਬਾਰੇ ਇਹ ਕਿੱਥੋਂ ਤੱਕ ਠੀਕ ਹੈ, ਪਰ ਮੇਰੇ ਸਬੰਧ ਵਿੱਚ ਤਾਂ ਸੋਲਾਂ ਆਨੇ ਸਹੀ ਹੈ।

ਹਾਂ, ਮੈਂ ਇੱਕ ਜ਼ਮਾਨੇ ਤੋਂ ਆਪਣੀ ਮਾਤ-ਭੂਮੀ ਬਾਰੇ ਇੱਕ ਕਿਤਾਬ ਲਿਖਣ ਦਾ ਸੁਪਨਾ ਦੇਖ ਰਿਹਾ ਹਾਂ। ਬਹੁਤ ਚਿਰ ਤੋਂ ਇਹ ਵਿਚਾਰ ਮੇਰੇ ਦਿਮਾਗ ਵਿੱਚ ਘੁੰਮ ਰਿਹਾ ਹੈ, ਪਰ ਉਸ ਨੂੰ ਕਿਸੇ ਤਰ੍ਹਾਂ ਵੀ ਅਮਲੀ ਸ਼ਕਲ ਨਹੀਂ ਦੇ ਸਕਿਆ। ਹੋ ਸਕਦਾ ਹੈ ਕਿ ਪ੍ਰਤਿਭਾ ਦੀ ਘਾਟ ਹੈ, ਹੋ ਸਕਦਾ ਹੈ ਕਿ ਹਰ ਰੋਜ਼ ਦੀ ਭੱਜ-ਦੌੜ ਇਸ ਵਿੱਚ ਰੁਕਾਵਟ ਪਾਉਂਦੀ ਹੈ, ਜਾਂ ਸਬਰ ਦੀ ਘਾਟ ਹੈ ਜਾਂ ਫਿਰ ਹਿੰਮਤ ਸਾਥ ਨਹੀਂ ਦਿੰਦੀ।

ਜਿਵੇਂ-ਜਿਵੇਂ ਸਮਾਂ ਬੀਤਦਾ ਹੈ, ਉਵੇਂ-ਉਵੇਂ ਖ਼ੁਦ ਆਪਣੇ ਅਤੇ ਪਾਠਕ ਦੇ ਸਾਹਮਣੇ ਜ਼ਿੰਮੇਵਾਰੀ ਦਾ ਅਹਿਸਾਸ ਵਧਦਾ ਜਾਂਦਾ ਹੈ। ਹਰ ਵਿਚਾਰ ਨੂੰ ਲਿਖ ਲੈਣ ਲਈ ਹੱਥ ਕਲਮ ਵੱਲ ਨਿਧੜਕ ਨਹੀਂ ਵਧ ਸਕਦਾ। ਮਾਤ-ਭੂਮੀ ਬਾਰੇ ਕਿਤਾਬ, ਸਾਰੀਆਂ ਕਿਤਾਬਾਂ ਤੋਂ ਜ਼ਿਆਦਾ ਜ਼ਿੰਮੇਵਾਰੀ ਵਾਲਾ ਕੰਮ ਹੈ।

ਇਹ ਕਿਤਾਬ ਮੈਂ ਅਜੇ ਤੱਕ ਲਿਖੀ ਤਾਂ ਨਹੀਂ, ਪਰ ਮੈਂ ਉਸ ਬਾਰੇ ਸੋਚਿਆ ਬਹੁਤ ਹੈ ਅਤੇ ਹੁਣ ਮੈਂ ਚੰਗੀ ਤਰ੍ਹਾਂ ਜਾਣਦਾ ਹਾਂ ਕਿ ਇਹ ਕਿਹੋ ਜਿਹੀ ਹੋਣੀ ਚਾਹੀਦੀ ਹੈ। ਆਪਣੇ ਜੀਵਨ ਦੀ ਸਭ ਤੋਂ ਮਹੱਤਵਪੂਰਨ ਇਸ ਕਿਤਾਬ ਬਾਰੇ ਆਪਣੇ ਵਿਚਾਰਾਂ ਨੂੰ ਲਿਖਣ ਦਾ ਮੈਂ ਨਿਰਣਾ ਲਿਆ ਹੈ।

ਇਹ ਕੋਟ ਨਹੀਂ, ਕੋਟ ਦਾ ਕੱਪੜਾ ਹੈ। ਇਹ ਗਲੀਚਾ ਨਹੀਂ, ਗਲੀਚੇ ਲਈ ਧਾਗੇ ਹੀ ਹਨ। ਇਹ ਗੀਤ ਨਹੀਂ, ਕੇਵਲ ਹਿਰਦੇ ਦੀ ਧੜਕਣ ਹੈ, ਜਿਸ ਵਿੱਚੋਂ ਗੀਤ ਦਾ ਜਨਮ ਹੋਵੇਗਾ।

ਕਹਿੰਦੇ ਹਨ ਕਿ ਜੇਕਰ ਤੁਸੀਂ ਪ੍ਰਾਰਥਨਾ ਨਹੀਂ ਕੀਤੀ, ਪਰ ਇੰਨਾ ਸੋਚ ਹੀ ਲਿਆ ਕਿ ਪ੍ਰਾਰਥਨਾ ਕਰਨੀ ਬੁਰੀ ਨਹੀਂ, ਤਾਂ ਇਸੇ ਦੀ ਬਦੌਲਤ ਨਰਕ ਵਿੱਚ ਜਾਣ ਤੋਂ ਬਚ ਜਾਓਗੇ।

ਕਹਿੰਦੇ ਹਨ ਕਿ ਦੋਸਤ ਕੋਲ ਜੋ ਕੁੱਝ ਹੈ, ਦੋਸਤ ਨੂੰ ਉਸੇ ਨਾਲ ਖ਼ੁਸ਼ੀ ਹੁੰਦੀ ਹੈ। ਜੇਕਰ ਦੋਸਤ ਦੇ ਘਰੇ ਸਿਰਫ਼ ਦੇਸ਼ੀ ਸ਼ਰਾਬ ਹੀ ਹੈ, ਤਾਂ ਕੀ ਮਹਿਮਾਨ ਦੋਸਤ ਇਸ ਲਈ ਨਾਰਾਜ਼ ਹੋ ਜਾਵੇਗਾ ਕਿ ਵਿਦੇਸ਼ੀ ਸ਼ਰਾਬਾਂ ਨਾਲ ਉਸ ਦੀ ਆਓ-ਭਗਤ ਨਹੀਂ ਕੀਤੀ ਗਈ, ਜੋ ਨਾ ਤਾਂ ਘਰੇ ਅਤੇ ਨਾ ਹੀ ਕਿਤੇ ਆਲੇ-ਦੁਆਲੇ ਹਨ।

ਕਹਿੰਦੇ ਹਨ ਕਿ ਜੇਕਰ ਤੁਸੀਂ ਕੋਈ ਨੇਕੀ ਨਹੀਂ ਕੀਤੀ, ਤਾਂ ਇਸ ਦੇ ਲਈ ਵੀ ਧੰਨਵਾਦ ਕਿ ਅਜਿਹਾ ਕਰਨ ਦਾ ਇਰਾਦਾ ਰੱਖਦੇ ਹੋ।

ਪਾਠਕ, ਮੇਰੇ ਮਿੱਤਰ! ਹਰ ਪੁਸਤਕ ਤੁਹਾਡੇ ਲਈ ਹੀ ਲਿਖੀ ਜਾਂਦੀ ਹੈ। ਮੈਂ ਪ੍ਰਕਾਸ਼ਕ ਨੂੰ ਆਪਣੀ ਗੱਲ ਦਾ ਵਿਸ਼ਵਾਸ ਦਿਵਾ ਸਕਦਾ ਹਾਂ, ਸੰਪਾਦਕਾਂ ਅਤੇ ਆਲੋਚਕਾਂ ਨਾਲ ਬਹਿਸ ਕਰ ਸਕਦਾ ਹਾਂ। ਪਰ ਤੁਹਾਡਾ ਫ਼ੈਸਲਾ ਹੀ ਅਸਲੀ ਅਤੇ ਆਖ਼ਰੀ ਹੁੰਦਾ ਹੈ। ਜੱਜਾਂ ਦੀ

ਭਾਸ਼ਾ ਵਿੱਚ, ਉਸ ਦੇ ਖ਼ਿਲਾਫ਼ ਅਪੀਲ ਨਹੀਂ ਹੋ ਸਕਦੀ।

ਲੇਖਕ ਤਾਂ ਤੁਹਾਡੇ ਨਾਲ ਮੁਲਾਕਾਤ ਕਰਨ ਲਈ ਹੀ ਜਿਊਂਦਾ ਹੈ। ਮੇਰੇ ਸਮੁੱਚੇ ਜੀਵਨ ਵਿੱਚ ਤਿੰਨ ਤਰ੍ਹਾਂ ਦੀਆਂ ਪ੍ਰੇਸ਼ਾਨੀਆਂ ਲਗਾਤਾਰ ਬਣੀਆਂ ਰਹੀਆਂ ਹਨ। ਤੁਹਾਡੇ ਨਾਲ ਮੁਲਾਕਾਤ ਹੋਣ ਤੋਂ ਪਹਿਲਾਂ ਮੈਂ ਉਡੀਕ ਵਿੱਚ ਅਤੇ ਇਹ ਅਨੁਮਾਨ ਲਗਾਉਂਦੇ ਹੋਏ ਪ੍ਰੇਸ਼ਾਨ ਹੁੰਦਾ ਰਹਿੰਦਾ ਹਾਂ ਕਿ ਸਾਡੀ ਇਹ ਮੁਲਾਕਾਤ ਕਿਹੋ ਜਿਹੀ ਰਹੇਗੀ। ਫਿਰ ਮੁਲਾਕਾਤ ਦੇ ਸਮੇਂ ਮੈਨੂੰ ਪ੍ਰੇਸ਼ਾਨੀ ਹੁੰਦੀ ਰਹਿੰਦੀ ਹੈ, ਜੋ ਕਿ ਸੁਭਾਵਿਕ ਹੈ ਅਤੇ ਸਮਝ ਵਿੱਚ ਆ ਸਕਦੀ ਹੈ। ਅੰਤ ਵਿੱਚ ਮੈਂ ਮੁਲਾਕਾਤ ਦੇ ਹਰ ਵਿਸਥਾਰ ਨੂੰ ਯਾਦ ਕਰਦੇ ਅਤੇ ਇਹ ਅਨੁਮਾਨ ਲਗਾਉਂਦੇ ਹੋਏ ਪ੍ਰੇਸ਼ਾਨ ਹੁੰਦਾ ਰਹਿੰਦਾ ਹਾਂ ਕਿ ਮੈਂ ਕਿਹੋ ਜਿਹਾ ਪ੍ਰਭਾਵ ਛੱਡਿਆ ਹੈ।

ਆਪਣੇ ਪਾਠਕਾਂ ਦੇ ਤਰ੍ਹਾਂ-ਤਰ੍ਹਾਂ ਦੇ ਚਿਹਰੇ ਮੈਨੂੰ ਦਿਖਾਈ ਦਿੰਦੇ ਹਨ। ਕੁੱਝ ਦੇ ਮੱਥਿਆਂ 'ਤੇ ਵਲ ਪੈ ਗਏ ਹਨ। ਭਲਾਂ ਮੈਂ ਅਜਿਹੇ ਸ਼ਬਦ ਕਿੱਥੋਂ ਲਿਆਵਾਂ ਕਿ ਉਨ੍ਹਾਂ ਦੇ ਵਲ ਖ਼ਤਮ ਹੋ ਜਾਣ? ਦੂਜਿਆਂ ਨੇ ਅਜਿਹਾ ਮੂੰਹ ਬਣਾ ਲਿਆ ਹੈ, ਜਿਵੇਂ ਕੋਈ ਬੇਸੁਆਦੀ ਅਤੇ ਬੇਕਾਰ ਚੀਜ਼ ਉਨ੍ਹਾਂ ਦੇ ਮੂੰਹ ਵਿੱਚ ਚਲੀ ਗਈ ਹੋਵੇ। ਤੀਜਿਆਂ ਦੇ ਚਿਹਰੇ 'ਤੇ ਅਕੇਵੇਂ ਦਾ ਭਾਵ ਹੈ, ਜੋ ਸਭ ਤੋਂ ਜ਼ਿਆਦਾ ਭਿਆਨਕ ਅਤੇ ਨਿਰਾਸ਼ਾਜਨਕ ਚੀਜ਼ ਹੈ।

ਪਹਾੜੀ ਲੋਕਾਂ ਨੂੰ ਪੁੱਛਿਆ ਗਿਆ

ਤੁਸੀਂ ਕਿਸ ਲਈ ਇੰਨੀ ਦੂਰ ਅਤੇ ਉੱਚੇ ਪਹਾੜਾਂ ਵਿੱਚ ਆਪਣੇ ਪਿੰਡ ਬਣਾਉਂਦੇ ਹੋ? ਤੁਹਾਡੇ ਤੱਕ ਪਹੁੰਚਣਾ ਲੱਗਭੱਗ ਅਸੰਭਵ ਅਤੇ ਨਾਲ ਹੀ ਖ਼ਤਰਨਾਕ ਵੀ ਹੈ, ਪਗਡੰਡੀਆਂ ਖੱਡਾਂ ਦੇ ਸਿਰਾਂ 'ਤੇ ਹਨ, ਉੱਪਰੋਂ ਪੱਥਰ ਅਤੇ ਚੱਟਾਨਾਂ ਟੁੱਟ ਕੇ ਡਿੱਗ ਸਕਦੀਆਂ ਹਨ। ਪਹਾੜੀ ਲੋਕਾਂ ਨੇ ਜਵਾਬ ਦਿੱਤਾ, "ਚੰਗੇ ਦੋਸਤ ਤਾਂ ਹਰ ਤਰ੍ਹਾਂ ਦੇ ਖ਼ਤਰਿਆਂ ਦਾ ਸਾਹਮਣਾ ਕਰਦੇ ਹੋਏ ਮੁਸ਼ਕਿਲ ਰਸਤਿਆਂ ਤੋਂ ਵੀ ਸਾਡੇ ਤੱਕ ਪਹੁੰਚ ਜਾਣਗੇ ਅਤੇ ਬੁਰੇ ਦੋਸਤਾਂ ਦੀ ਸਾਨੂੰ ਜ਼ਰੂਰਤ ਨਹੀਂ।"

ਪਾਠਕ, ਮੇਰੇ ਮਿੱਤਰ! ਮੇਰੀ ਉਮਰ ਚੁਤਾਲੀ ਸਾਲ ਹੈ। ਇਸ ਉਮਰ ਵਿੱਚ ਆਦਮੀ ਨੂੰ ਹਰ ਤਰ੍ਹਾਂ ਦੀ ਜ਼ਿੰਮੇਵਾਰੀ ਵਾਲੇ ਕੰਮ ਸੌਂਪੇ ਜਾ ਸਕਦੇ ਹਨ। ਇਸ ਉਮਰ ਵਿੱਚ ਲੇਖਕ ਨੂੰ ਆਪਣੇ ਹਰ ਸ਼ਬਦ ਲਈ ਜਵਾਬਦੇਹ ਹੋਣਾ ਚਾਹੀਦਾ ਹੈ।

ਜੇਕਰ ਮੇਰੀ ਕਿਤਾਬ ਵਿੱਚ ਤੁਹਾਨੂੰ ਕੋਈ ਅਜਿਹਾ ਵਿਚਾਰ ਮਿਲੇ, ਜੋ ਕਿਸੇ ਦੂਜੀ ਕਿਤਾਬ ਵਿੱਚ ਰੈਣ-ਬਸੇਰਾ ਕਰ ਚੁੱਕਿਆ ਹੈ, ਤਾਂ ਉਸ ਨੂੰ ਆਪਣੇ ਦਿਮਾਗ ਵਿੱਚੋਂ ਇਸ ਤਰ੍ਹਾਂ ਕੱਢ ਕੇ ਸੁੱਟ ਦੇਣਾ, ਜਿਵੇਂ ਕਦੇ ਪਹਾੜਾਂ ਵਿੱਚ ਸੁਹਾਗ-ਰਾਤ ਤੋਂ ਬਾਅਦ ਉਸ ਦੁੱਲਹਣ ਨੂੰ ਕੱਢ ਦਿੱਤਾ ਜਾਂਦਾ ਸੀ, ਜਿਸ ਨੇ ਉਸ ਰਾਤ ਤੱਕ ਆਪਣੀ ਇੱਜ਼ਤ ਨੂੰ ਬਚਾ ਕੇ ਨਹੀਂ ਰੱਖਿਆ ਹੁੰਦਾ ਸੀ।

ਜੇਕਰ ਮੇਰੀ ਪੁਸਤਕ ਵਿੱਚ ਤੁਹਾਨੂੰ ਕੋਈ ਸਹੀ ਵਿਚਾਰ ਮਿਲੇ, ਤਾਂ ਉਸ ਦੇ ਹੇਠਾਂ ਲਕੀਰ ਖਿੱਚ ਦੇਣੀ। ਜੇਕਰ ਕੋਈ ਗਲਤ ਵਿਚਾਰ ਮਿਲੇ, ਤਾਂ ਦੋ ਲਕੀਰਾਂ ਖਿੱਚ ਦੇਣੀਆਂ।

ਜੇਕਰ ਤੁਹਾਨੂੰ ਇਸ ਵਿੱਚ ਰੱਤੀ ਭਰ ਵੀ ਝੂਠ ਮਿਲੇ, ਤਾਂ ਕਿਤਾਬ ਨੂੰ ਹੀ ਤੁਰੰਤ ਦੂਰ ਵਗਾਹ ਮਾਰਨਾ, ਇਹ ਕੌਡੀ ਕੰਮ ਦੀ ਨਹੀਂ।

ਵਿਦਾ ਲੈਣ ਤੋਂ ਪਹਿਲਾਂ ਇੱਕ ਕਿੱਸਾ ਹੋਰ ਸੁਣਾ ਦਿੰਦਾ ਹਾਂ।

ਅਮੀਰ ਖ਼ਾਨ, ਉਸ ਦੇ ਬੇਟੇ ਅਤੇ ਭੇਡ ਦੀ ਮੋਟੀ ਪੂਛ ਦੇ ਲਸਣ ਵਾਲੇ ਖ਼ੀਨਕਾਲਾਂ ਦਾ ਕਿੱਸਾ

ਕਹਿੰਦੇ ਹਨ ਕਿ ਅਵਾਰਿਸਤਾਨ ਵਿੱਚ ਕਦੇ ਇੱਕ ਬਹੁਤ ਹੀ ਅਮੀਰ ਰਹਿੰਦਾ ਸੀ। ਬੇਟੇ ਦੀ ਇੱਛਾ ਵਿੱਚ ਉਸ ਨੇ ਤਿੰਨ ਵਾਰ ਸ਼ਾਦੀ ਕੀਤੀ, ਪਰ ਇੱਕ ਵੀ ਬੀਵੀ ਨੇ ਨਾ ਸਿਰਫ਼ ਵਾਰਿਸ ਹੀ ਪੈਦਾ ਕੀਤਾ, ਬਲਕਿ ਖ਼ਾਨ ਨੂੰ ਬੇਟੀ ਦਾ ਵੀ ਮੂੰਹ ਦੇਖਣਾ ਨਸੀਬ ਨਾ ਹੋਇਆ। ਇਸ ਲਈ ਉਸ ਨੂੰ ਚੌਥੀ ਵਾਰ ਸ਼ਾਦੀ ਕਰਨੀ ਪਈ।

ਆਖ਼ਰ ਖ਼ਾਨ ਦੇ ਘਰ ਬੇਟਾ ਪੈਦਾ ਹੋਇਆ। ਉਸ ਦੀ ਖ਼ੁਸ਼ੀ ਦਾ ਕੋਈ ਟਿਕਾਣਾ ਨਾ ਰਿਹਾ। ਢੋਲ-ਨਗਾਰੇ ਅਤੇ ਸ਼ਹਿਨਾਈਆਂ ਵਜਾਈਆਂ ਗਈਆਂ, ਖ਼ੂਬ ਨੱਚਣਾ-ਗਾਉਣਾ ਹੋਇਆ। ਤਿੰਨ ਦਿਨ ਅਤੇ ਤਿੰਨ ਰਾਤਾਂ ਤੱਕ ਦਾਵਤਾਂ ਚੱਲਦੀਆਂ ਰਹੀਆਂ।

ਪਰ ਖ਼ਾਨ ਦੇ ਆਲੀਸ਼ਾਨ ਮਹਿਲ ਵਿੱਚ ਬਹੁਤ ਅਰਸੇ ਤੱਕ ਇਹ ਖ਼ੁਸ਼ੀ ਬਣੀ ਨਾ ਰਹਿ ਸਕੀ। ਬੇਟਾ ਬਿਮਾਰ ਹੋ ਗਿਆ ਅਤੇ ਉਸ ਦੀ ਬਿਮਾਰੀ ਕਿਸੇ ਦੀ ਵੀ ਸਮਝ ਵਿੱਚ ਨਾ ਆਈ। ਕਿਹੋ ਜਿਹੀਆਂ ਵੀ ਲੋਰੀਆਂ ਕਿਉਂ ਨਾ ਗਾਈਆਂ ਜਾਂਦੀਆਂ, ਪਰ ਉਸ ਦੀ ਅੱਖ ਨਾ ਲੱਗਦੀ। ਕਿੰਨੀ ਵੀ ਵਧੀਆ ਖ਼ੁਰਾਕ ਉਸ ਨੂੰ ਕਿਉਂ ਨਾ ਦਿੱਤੀ ਜਾਂਦੀ, ਉਹ ਕੁੱਝ ਵੀ ਨਾ ਪੀਂਦਾ-ਖਾਂਦਾ। ਸਭ ਸਮਝਣ ਲੱਗੇ ਕਿ ਹੁਣ ਉਹ ਕੁੱਝ ਹੀ ਦਿਨਾਂ ਦਾ ਮਹਿਮਾਨ ਹੈ। ਨਾ ਤਾਂ ਵਿਦੇਸ਼ਾਂ ਤੋਂ ਬੁਲਾਏ ਗਏ ਵੈਦ-ਹਕੀਮ, ਨਾ ਹਿੰਦੁਸਤਾਨੀ ਧਾਗੇ-ਤਵੀਤ ਅਤੇ ਨਾ ਤਿੱਬਤੀ ਜੜੀਆਂ-ਬੂਟੀਆਂ ਹੀ ਖ਼ਾਨ ਦੇ ਇਕਲੌਤੇ ਬੇਟੇ ਨੂੰ ਤੰਦਰੁਸਤ ਕਰ ਸਕੀਆਂ। ਬੇਟੇ ਦੀ ਮੌਤ ਸ਼ਾਇਦ ਖ਼ਾਨ ਦੀ ਮੌਤ ਵੀ ਹੁੰਦੀ।

ਗੁਆਂਢੀ ਪਿੰਡ ਤੋਂ ਇੱਕ ਮਾਮੂਲੀ ਗਰੀਬ ਆਦਮੀ ਖ਼ਾਨ ਕੋਲ ਆਇਆ। ਉਸ ਨੂੰ ਤਾਂ ਕੋਈ ਆਦਮੀ ਵੀ ਮੰਨਣ ਨੂੰ ਤਿਆਰ ਨਹੀਂ ਸੀ। ਉਸ ਨੇ ਕਿਹਾ ਕਿ ਉਹ ਵਾਰਿਸ ਨੂੰ ਬਚਾ ਸਕਦਾ ਹੈ। ਖ਼ਾਨ ਦੇ ਅਹਿਲਕਾਰਾਂ ਨੇ ਉਸ ਨੂੰ ਭਜਾ ਦੇਣਾ ਚਾਹਿਆ, ਪਰ ਖ਼ਾਨ ਨੇ ਉਨ੍ਹਾਂ ਨੂੰ ਅਜਿਹਾ ਕਰਨ ਤੋਂ ਰੋਕਿਆ। "ਬੇਟਾ ਤਾਂ ਉਂਝ ਵੀ ਮਰ ਹੀ ਜਾਵੇਗਾ।" ਉਸ ਨੇ ਮਨ ਵਿੱਚ ਸੋਚਿਆ, "ਇਸ ਦਾ ਇਲਾਜ ਵੀ ਆਜ਼ਮਾ ਕੇ ਦੇਖ ਲੈਣ ਵਿੱਚ ਕੀ ਹਰਜ਼ ਐ?"

"ਮੇਰੇ ਬੇਟੇ ਦੀ ਜਾਨ ਬਚਾਉਣ ਲਈ ਤੁਹਾਨੂੰ ਕਿਸ ਚੀਜ਼ ਦੀ ਜ਼ਰੂਰਤ ਐ?"

"ਮੈਨੂੰ ਤੁਹਾਡੀ ਬੀਵੀ ਨਾਲ ਇਕਾਂਤ ਵਿੱਚ ਕੋਈ ਗੱਲ ਕਰਨੀ ਪਵੇਗੀ।"

"ਕੀ ਕਿਹਾ? ਮੇਰੀ ਬੀਵੀ ਨਾਲ ਇਕਾਂਤ ਵਿੱਚ? ਤੁਹਾਡਾ ਦਿਮਾਗ ਖਰਾਬ ਹੋ ਗਿਆ! ਦਫ਼ਾ ਹੋ ਜਾਓ ਮੇਰੀਆਂ ਅੱਖਾਂ ਦੇ ਸਾਹਮਣੇ ਤੋਂ!"

ਗਰੀਬ ਆਦਮੀ ਮੁੜਿਆ ਅਤੇ ਚੱਲ ਪਿਆ। ਖ਼ਾਨ ਨੇ ਸੋਚਿਆ, "ਬੇਟਾ ਉਂਝ ਵੀ ਤਾਂ ਮਰ ਹੀ ਜਾਵੇਗਾ। ਜੇਕਰ ਉਹ ਮੇਰੀ ਬੀਵੀ ਨਾਲ ਇਕਾਂਤ ਵਿੱਚ ਗੱਲ ਕਰ ਲਵੇਗਾ, ਤਾਂ ਮੇਰਾ ਇਸ ਨਾਲ ਕੀ ਵਿਗੜ ਜਾਵੇਗਾ?"

"ਉਏ ਗਰੀਬ ਆਦਮੀ, ਵਾਪਸ ਆ ਜਾਓ, ਮੈਂ ਆਪਣਾ ਖ਼ਿਆਲ ਬਦਲ ਲਿਐ। ਮੈਂ ਤੁਹਾਨੂੰ ਆਪਣੀ ਬੀਵੀ ਨਾਲ ਗੱਲ ਕਰਨ ਦੀ ਇਜਾਜ਼ਤ ਦਿੰਨਾਂ।"

ਗਰੀਬ ਆਦਮੀ ਅਤੇ ਖ਼ਾਨ ਦੀ ਬੀਵੀ ਜਦੋਂ ਇਕੱਲੇ ਰਹਿ ਗਏ, ਤਾਂ ਗਰੀਬ ਆਦਮੀ ਨੇ ਪੁੱਛਿਆ, "ਤੁਸੀਂ ਇਹ ਚਾਹੁੰਦੀ ਹੋ ਕਿ ਤੁਹਾਡਾ ਬੇਟਾ ਜਿਊਂਦਾ ਅਤੇ ਤੰਦਰੁਸਤ ਰਹੇ?"

ਖ਼ਾਨ ਦੀ ਬੀਵੀ ਨੇ ਕੋਈ ਜਵਾਬ ਦੇਣ ਦੀ ਬਜਾਇ ਉਸ ਦੇ ਸਾਹਮਣੇ ਗੋਡੇ ਟੇਕ ਦਿੱਤੇ ਅਤੇ ਤਰਲੇ-ਮਿੰਨਤਾਂ ਕਰਨ ਲੱਗੀ।

"ਤਾਂ ਮੈਨੂੰ ਇਹ ਦੱਸ ਦਿਓ ਕਿ ਇਸ ਦਾ ਅਸਲੀ ਬਾਪ ਕੌਣ ਐ?"

ਖ਼ਾਨ ਦੀ ਬੀਵੀ ਨੇ ਘਬਰਾ ਕੇ ਇੱਧਰ-ਉੱਧਰ ਨਿਗ੍ਹਾ ਮਾਰੀ।

"ਡਰੋ ਨਾ। ਆਪਣੀ ਗੱਲਬਾਤ ਆਪਣੇ ਨਾਲ ਹੀ ਕਬਰ ਵਿੱਚ ਜਾਵੇਗੀ। ਨਹੀਂ ਤਾਂ ਤੁਹਾਡਾ ਬੇਟਾ ਜਿਊਂਦਾ ਨਹੀਂ ਰਹੇਗਾ।"

"ਖ਼ਾਨ ਨੂੰ ਬੇਟੇ ਦੀ ਬੜੀ ਇੱਛਾ ਸੀ। ਮੈਂ ਜਾਣਦੀ ਸੀ ਕਿ ਜੇਕਰ ਬੇਟਾ ਪੈਦਾ ਨਾ ਕਰਾਂਗੀ, ਤਾਂ ਮੈਨੂੰ ਵੀ ਉਸ ਦੀਆਂ ਪਹਿਲੀਆਂ ਪਤਨੀਆਂ ਵਾਂਗ ਕੱਢ ਦਿੱਤਾ ਜਵੇਗਾ। ਇਸ ਲਈ ਮੈਂ ਪਹਾੜ 'ਤੇ ਗਈ ਅਤੇ ਉੱਥੇ ਇੱਕ ਮਾਮੂਲੀ ਨੌਜਵਾਨ ਚਰਵਾਹੇ ਨਾਲ ਮੈਂ ਰਾਤ ਬਿਤਾਈ। ਉਸ ਤੋਂ ਬਾਅਦ ਹੀ ਖ਼ਾਨ ਦੇ ਵਾਰਿਸ ਦਾ ਜਨਮ ਹੋਇਆ......।"

"ਉਏ ਉੱਚੇ ਨਾਂ ਵਾਲੇ ਖ਼ਾਨ!" ਇਸ ਗੱਲਬਾਤ ਤੋਂ ਬਾਅਦ ਅਖੌਤੀ ਹਕੀਮ ਨੇ ਕਿਹਾ, "ਮੈਂ ਜਾਣਦਾਂ ਕਿ ਤੁਹਾਡਾ ਬੇਟਾ ਕਿਵੇਂ ਬਚ ਸਕਦੈ। ਇਸੇ ਵੇਲੇ ਇਸ ਦਾ ਪੰਘੂੜਾ ਇਸ ਤਰ੍ਹਾਂ ਧੂਣੀ ਕੋਲ ਰੱਖਣਾ ਚਾਹੀਦੈ, ਜਿਵੇਂ ਕਿ ਚਰਵਾਹੇ ਪਹਾੜਾਂ ਵਿੱਚ ਬਾਲਦੇ ਨੇ। ਉਸ ਦੇ ਪੰਘੂੜੇ ਵਿੱਚ ਭੇਡ ਦੀ ਖੱਲ ਵਿਛਾਈ ਜਾਵੇ ਅਤੇ ਉਸ ਨੂੰ ਅਜਿਹੀ ਖ਼ੁਰਾਕ ਦਿੱਤੀ ਜਾਵੇ, ਜਿਹੋ ਜਿਹੀ ਤੁਹਾਡੇ ਚਰਵਾਹੇ ਖਾਂਦੇ ਨੇ।"

"ਪਰ...ਪਰ ਉਹ ਤਾਂ ਭੇਡ ਦੀ ਮੋਟੀ ਪੂਛ ਦੇ ਲਸਣ ਵਾਲੇ ਖ਼ੀਨਕਾਲ ਖਾਂਦੇ ਨੇ। ਮੇਰਾ ਇਹ ਨੰਨ੍ਹਾ ਜਿਹਾ ਵਾਰਿਸ ਭਲਾਂ ਉਨ੍ਹਾਂ ਨੂੰ ਕਿਵੇਂ ਖਾਵੇਗਾ...?"

ਗਰੀਬ ਆਦਮੀ ਮੁੜਿਆ ਅਤੇ ਚੱਲ ਪਿਆ। "ਬੇਟਾ ਤਾਂ ਉਂਝ ਵੀ ਮਰ ਹੀ ਜਾਵੇਗਾ।" ਖ਼ਾਨ ਨੇ ਸੋਚਿਆ ਅਤੇ ਥਾਲੀ ਵਿੱਚ ਖ਼ੀਨਕਾਲ ਲਿਆਉਣ ਦਾ ਹੁਕਮ ਦਿੱਤਾ।

ਖ਼ਾਨ ਦੀ ਬੀਵੀ ਆਪਣੇ ਹੱਥਾਂ ਨਾਲ ਉਨ੍ਹਾਂ ਨੂੰ ਤਿਆਰ ਕਰਨ ਲੱਗੀ। ਉਸ ਨੇ ਉਸੇ ਤਰ੍ਹਾਂ ਖ਼ੀਨਕਾਲ ਤਿਆਰ ਕੀਤੇ, ਜਿਵੇਂ ਪਹਾੜਾਂ ਵਿੱਚ ਬਿਤਾਈ ਗਈ ਰਾਤ ਤੋਂ ਪਹਿਲਾਂ ਉਸ ਨੌਜਵਾਨ ਚਰਵਾਹੇ ਨੇ ਤਿਆਰ ਕੀਤੇ ਸਨ, ਜੋ ਉਸ ਦੇ ਜੀਵਨ ਦੀ ਸਭ ਤੋਂ ਪਿਆਰੀ ਰਾਤ ਸੀ। ਉਸ ਨੇ ਬੇਟੇ ਦੇ ਸਾਹਮਣੇ ਉਵੇਂ ਹੀ ਲੱਕੜ ਦੀ ਥਾਲੀ ਰੱਖੀ, ਜਿਵੇਂ ਉਦੋਂ ਨੌਜਵਾਨ ਚਰਵਾਹੇ ਨੇ ਸਾਹਮਣੇ ਰੱਖੀ ਸੀ।

ਖ਼ੀਨਕਾਲ ਵੱਡੇ-ਵੱਡੇ ਪੱਥਰਾਂ ਵਰਗੇ ਵੱਡੇ ਅਤੇ ਗੋਲ-ਮੋਲ ਸਨ। ਭੇਡਾਂ ਦੀਆਂ ਉੱਬਲੀਆਂ ਹੋਈਆਂ ਮੋਟੀਆਂ ਪੂਛਾਂ ਵਿੱਚੋਂ ਚਰਬੀ ਦੀ ਬੂਅ ਆ ਰਹੀ ਸੀ। ਨੇੜੇ ਹੀ ਗਾਗਰ ਵਿੱਚ ਪਹਾੜੀ ਚਸ਼ਮੇ ਦਾ ਪਾਣੀ ਰੱਖ ਦਿੱਤਾ ਗਿਆ।

ਜਿਉਂ ਹੀ ਲਸਣ ਅਤੇ ਉੱਬਲੀ ਹੋਈ ਚਰਬੀ ਦੀ ਗੰਧ ਵਾਰਿਸ ਦੇ ਨੱਕ ਵਿੱਚ ਪਹੁੰਚੀ, ਉਸ ਨੇ ਅੱਖਾਂ ਖੋਲ੍ਹ ਦਿੱਤੀਆਂ ਅਤੇ ਅਚਾਨਕ ਦੋਵੇਂ ਹੱਥਾਂ ਨਾਲ ਸਭ ਤੋਂ ਵੱਡਾ ਖ਼ੀਨਕਾਲ ਉਠਾ ਲਿਆ। ਇਸੇ ਪਲ ਤੋਂ ਪਿਤਾ ਦੀ ਤਾਕਤ ਬੇਟੇ ਦੀਆਂ ਰਗਾਂ ਵਿੱਚ ਦੌੜਨ ਲੱਗੀ। ਉਹ ਭੁੱਖੇ ਸ਼ੇਰ ਵਾਂਗ ਖ਼ੀਨਕਾਲਾਂ ਨੂੰ ਹੜੱਪਣ ਲੱਗਿਆ। ਉਹ ਦਿਨਾਂ ਦੀ ਬਜਾਇ ਘੰਟਿਆਂ ਵਿੱਚ ਵਧਣ ਲੱਗਿਆ ਅਤੇ ਜਲਦੀ ਹੀ ਗਠਿਆ ਹੋਇਆ ਖ਼ੂਬਸੂਰਤ ਜਵਾਨ ਬਣ ਗਿਆ। ਉਸ ਦੀ ਬਿਮਾਰੀ ਦਾ ਤਾਂ ਨਾਮੋ-ਨਿਸ਼ਾਨ ਹੀ ਬਾਕੀ ਨਾ ਰਿਹਾ।

ਸ਼ਾਇਦ ਅਜਿਹੀ ਘਟਨਾ ਕਦੇ ਨਾ ਵਾਪਰੀ ਹੋਵੇ, ਪਰ ਮੈਂ ਇੱਕ ਗੱਲ ਜਾਣਦਾ ਹਾਂ

ਕਿ ਸਾਹਿਤ ਜਦੋਂ ਆਪਣੇ ਬਾਪ-ਦਾਦਿਆਂ ਦੀ ਖ਼ੁਰਾਕ ਛੱਡ ਕੇ, ਪਰਾਏ ਵਧੀਆ ਵਿਦੇਸ਼ੀ ਖਾਣਿਆਂ ਦੇ ਚੱਕਰ ਵਿੱਚ ਪੈ ਜਾਂਦਾ ਹੈ, ਜਦੋਂ ਉਹ ਆਪਣੀ ਜਨਤਾ ਦੀਆਂ ਪਰੰਪਰਾਵਾਂ ਅਤੇ ਰੀਤੀ-ਰਿਵਾਜ਼ਾਂ, ਭਾਸ਼ਾ ਅਤੇ ਸੁਭਾਅ ਨਾਲੋਂ ਨਾਤਾ ਤੋੜ ਲੈਂਦਾ ਹੈ, ਉਸ ਨਾਲ ਵਿਸ਼ਵਾਸ-ਘਾਤ ਕਰਦਾ ਹੈ, ਤਾਂ ਉਹ ਬਿਮਾਰ ਹੋ ਜਾਂਦਾ ਹੈ, ਉਸ ਦਾ ਦਮ ਟੁੱਟਣ ਲੱਗਦਾ ਹੈ ਅਤੇ ਕੋਈ ਵੀ ਦਵਾਈ ਉਸ ਨੂੰ ਬਚਾ ਨਹੀਂ ਸਕਦੀ।

ਮੇਰੇ ਖ਼ਿਆਲ ਵਿੱਚ ਬਸ, ਇਨ੍ਹਾਂ ਸਬਦਾਂ ਨਾਲ ਹੀ ਮੈਂ ਆਪਣੀ ਇਸ ਕਿਤਾਬ ਨੂੰ ਸਮਾਪਤ ਕਰਾਂਗਾ। ਗਰਮੀ ਦੇ ਇੱਕ ਗਰਮ ਦਿਨ ਮੈਂ ਇਸ ਨੂੰ ਸ਼ੁਰੂ ਕੀਤਾ ਸੀ ਅਤੇ ਹੁਣ ਠਰੀ ਹੋਈ ਪੱਤਝੜ ਹੈ। ਇਸ ਨੂੰ ਸ਼ੁਰੂ ਕੀਤਾ ਸੀ ਇੱਕ ਪਹਾੜੀ ਪਿੰਡ ਵਿੱਚ ਅਤੇ ਸਮਾਪਤ ਕਰ ਰਿਹਾ ਹਾਂ ਇੱਕ ਵੱਡੇ ਭੀੜ-ਭੜੱਕੇ ਵਾਲੇ ਸ਼ਹਿਰ ਵਿੱਚ। ਪਹਿਲੀ ਪੰਕਤੀ ਤੜਕੇ ਹੀ ਲਿਖੀ ਸੀ, ਪਰ ਹੁਣ ਅੱਧੀ ਰਾਤ ਹੋਣ ਵਾਲੀ ਹੈ ਅਤੇ ਸ਼ਹਿਰ ਵਿੱਚ ਵੀ ਬੱਤੀਆਂ ਬੁਝਦੀਆਂ ਜਾ ਰਹੀਆਂ ਹਨ।

ਮੈਂ ਲੰਬੇ ਸਫ਼ਰ ਤੋਂ ਮੁੜਿਆ ਹਾਂ। ਪਿੰਡ ਦੇ ਕਿਨਾਰੇ 'ਤੇ ਮੈਂ ਘੋੜੇ ਤੋਂ ਹੇਠਾਂ ਉੱਤਰ ਗਿਆ ਹਾਂ। ਹੁਣ ਤਾਂ ਇਹੀ ਠੀਕ ਰਹੇਗਾ ਕਿ ਘੋੜੇ ਦੀ ਕਾਠੀ ਲਾਹੀ ਜਾਵੇ, ਉਸ ਦੀ ਗਰਦਨ ਥਾਪੜੀ ਜਾਵੇ ਅਤੇ ਉਸ ਨੂੰ ਚਰਨ ਲਈ ਖੁੱਲ੍ਹੇ ਮੈਦਾਨ ਵਿੱਚ ਛੱਡ ਦਿੱਤਾ ਜਾਵੇ।

* * *

ਮੇਰੇ ਖ਼ਿਆਲ ਵਿੱਚ ਮੈਂ ਖ਼ੁਦ ਤਾਂ ਅੱਗ ਦੇ ਕੋਲ ਬੈਠ ਕੇ ਸਿਗਰਟ ਸੁਲਘਾਵਾਂਗਾ ਅਤੇ ਉਸ ਦੇ ਕਸ਼ ਲਗਾਵਾਂਗਾ। ਕਹਿੰਦੇ ਹਨ ਕਿ ਖ਼ੁਦ ਅੱਲ੍ਹਾ ਵੀ ਆਪਣੀ ਕੋਈ ਨਸੀਹਤ ਭਰੀ ਕਹਾਣੀ ਸੁਣਾਉਣ ਤੋਂ ਬਾਅਦ ਤੰਬਾਕੂ-ਨੋਸ਼ੀ ਕਰਦਾ ਹੈ। ਉਹ ਸਿਗਰਟ ਸੁਲਘਾਉਂਦਾ ਹੈ, ਕਸ਼ ਖਿੱਚਦਾ ਹੈ ਅਤੇ ਸੋਚ ਵਿੱਚ ਡੁੱਬ ਜਾਂਦਾ ਹੈ।

ਆਓ ਆਪਾਂ ਵੀ ਸੋਚੀਏ। ਹਰ ਮੰਜ਼ਿਲ ਖ਼ੁਸ਼ੀ ਬਣ ਕੇ ਨਹੀਂ ਆਉਂਦੀ। ਹਰ ਕਿਤਾਬ ਕਾਮਯਾਬ ਨਹੀਂ ਰਹਿੰਦੀ। ਨਵੀਂ ਸੁਬ੍ਹਾ ਹੋਣ 'ਤੇ ਨਵੀਂ ਕਿਤਾਬ ਸ਼ੁਰੂ ਕਰਾਂਗਾ, ਨਵੇਂ ਸਫ਼ਰ 'ਤੇ ਨਿੱਕਲਾਂਗਾ।

ਹੁਣ ਤਾਂ ਮੈਂ ਸਫ਼ਰ ਕਰਦਾ-ਕਰਦਾ ਥੱਕ ਗਿਆ ਹਾਂ। ਆਪਣਾ ਵੱਡੇ ਕੰਬਲ ਦਾ ਚੋਗਾ ਪਹਿਨ ਕੇ ਮੈਂ ਸੌਣ ਜਾ ਰਿਹਾ ਹਾਂ। ਸ਼ੁਭ-ਰਾਤ ਭਲੇ ਲੋਕੋ! ਸਲਾਮ-ਦੁਆ ਨਾਲ ਹੀ ਮੈਂ ਇਸ ਨੂੰ ਸ਼ੁਰੂ ਕੀਤਾ ਸੀ ਅਤੇ ਸਲਾਮ ਦੁਆ ਨਾਲ ਹੀ ਸਮਾਪਤ ਕਰਦਾ ਹਾਂ। ਵਾਸਲਾਮ, ਵਾਕਲਾਮ, ਆਮੀਨ!

ਮੇਰਾ ਦਾਗ਼ਿਸਤਾਨ

(ਭਾਗ ਦੂਜਾ)

ਛੋਟੀ ਜਿਹੀ ਚਾਬੀ ਨਾਲ ਵੱਡਾ ਸੰਦੂਕ ਖੋਲ੍ਹਿਆ ਜਾ ਸਕਦਾ ਹੈ, ਮੇਰੇ ਪਿਤਾ ਜੀ ਕਦੇ-ਕਦੇ ਅਜਿਹਾ ਕਿਹਾ ਕਰਦੇ ਸਨ। ਅੰਮਾਂ ਤਰ੍ਹਾਂ-ਤਰ੍ਹਾਂ ਦੇ ਕਿੱਸੇ-ਕਹਾਣੀਆਂ ਸੁਣਾਇਆ ਕਰਦੇ ਸਨ, "ਸਾਗਰ ਵੱਡਾ ਐ ਨਾ? ਹਾਂ, ਵੱਡਾ ਐ। ਕਿਵੇਂ ਬਣਿਆ ਸਾਗਰ? ਛੋਟੀ ਜਿਹੀ ਚਿੜੀ ਨੇ ਜ਼ਮੀਨ 'ਤੇ ਚੁੰਝ ਮਾਰੀ, ਚਸ਼ਮਾ ਫੁੱਟ ਪਿਆ। ਚਸ਼ਮੇ ਵਿੱਚੋਂ ਬਹੁਤ ਵੱਡਾ ਸਾਗਰ ਵਹਿ ਤੁਰਿਆ।"

ਅੰਮਾਂ ਮੈਨੂੰ ਇਹ ਵੀ ਕਿਹਾ ਕਰਦੇ ਸਨ ਕਿ ਜਦੋਂ ਕਾਫ਼ੀ ਦੇਰ ਤੱਕ ਦੌੜ ਲਵੋ, ਤਾਂ ਦਮ ਲੈਣਾ ਚਾਹੀਦਾ ਹੈ, ਬੇਸ਼ੱਕ ਉਦੋਂ ਤੱਕ, ਜਦੋਂ ਤੱਕ ਕਿ ਹਵਾ ਵਿੱਚ ਉੱਪਰ ਨੂੰ ਸੁੱਟੀ ਗਈ ਟੋਪੀ ਹੇਠਾਂ ਡਿੱਗਦੀ ਹੈ। ਬੈਠ ਜਾਓ, ਸਾਹ ਲੈ ਲਵੋ।

ਆਮ ਕਿਸਾਨ ਵੀ ਇਹ ਜਾਣਦੇ ਹਨ ਕਿ ਜੇਕਰ ਕੋਈ ਖੇਤ ਚਾਹੇ ਕਿੰਨਾ ਵੀ ਛੋਟਾ ਕਿਉਂ ਨਾ ਹੋਵੇ, ਜੇਕਰ ਉਸ ਦੀ ਵਾਹੀ ਪੂਰੀ ਕਰ ਦਿੱਤੀ ਗਈ ਹੈ ਅਤੇ ਦੂਜੇ ਖੇਤ ਵਿੱਚ ਵਾਹੀ ਸ਼ੁਰੂ ਕਰਨੀ ਹੈ, ਤਾਂ ਜ਼ਰੂਰੀ ਹੈ ਕਿ ਇਸ ਤੋਂ ਪਹਿਲਾਂ ਵੱਟ 'ਤੇ ਬੈਠ ਕੇ ਚੰਗੀ ਤਰ੍ਹਾਂ ਆਰਾਮ ਕਰ ਲਿਆ ਜਾਵੇ।

ਦੋ ਪੁਸਤਕਾਂ ਦੇ ਵਿਚਕਾਰ ਵਿਸ਼ਰਾਮ, ਕੀ ਅਜਿਹੀ ਹੀ ਵੱਟ ਨਹੀਂ ਹੈ? ਮੈਂ ਉਸ 'ਤੇ ਲੇਟ ਗਿਆ, ਲੋਕ ਕੋਲ ਦੀ ਲੰਘਦੇ ਸਨ, ਮੇਰੇ ਵੱਲ ਦੇਖਦੇ ਅਤੇ ਕਹਿੰਦੇ ਸਨ, ਹਾਲੀ ਹਲ ਚਲਾਉਂਦਾ-ਚਲਾਉਂਦਾ ਥੱਕ ਗਿਆ, ਸੌਂ ਗਿਆ।

ਮੇਰੀ ਇਹ ਵੱਟ ਦੋ ਪਿੰਡਾਂ ਵਿਚਕਾਰਲੀ ਘਾਟੀ ਜਾਂ ਘਾਟੀਆਂ ਵਿਚਕਾਰ ਟਿੱਲੇ 'ਤੇ ਵੱਸੇ ਪਿੰਡ ਵਾਂਗ ਸੀ।

ਮੇਰੀ ਵੱਟ ਦਾਗ਼ਿਸਤਾਨ ਅਤੇ ਬਾਕੀ ਸਾਰੀ ਦੁਨੀਆ ਵਿਚਕਾਰ ਇੱਕ ਹੱਦ ਵਾਂਗ ਸੀ। ਮੈਂ ਆਪਣੀ ਵੱਟ 'ਤੇ ਲੇਟਿਆ ਹੋਇਆ ਸੀ, ਪਰ ਸੌਂ ਨਹੀਂ ਰਿਹਾ ਸੀ।

ਮੈਂ ਇਸ ਤਰ੍ਹਾਂ ਲੇਟਿਆ ਹੋਇਆ ਸੀ, ਜਿਵੇਂ ਸਫ਼ੈਦ ਵਾਲਾਂ ਵਾਲੀ ਬੁੱਢੀ ਲੂੰਬੜੀ ਉਸ ਸਮੇਂ ਲੇਟੀ ਰਹਿੰਦੀ ਹੈ, ਜਦੋਂ ਥੋੜ੍ਹੀ ਹੀ ਦੂਰ ਤਿੱਤਰ ਦੇ ਬੱਚੇ ਦਾਣਾ-ਦੂਣਾ ਚੁਗ ਰਹੇ ਹੁੰਦੇ ਹਨ। ਮੇਰੀ ਇੱਕ ਅੱਖ ਅੱਧੀ ਖੁੱਲ੍ਹੀ ਹੋਈ ਸੀ ਅਤੇ ਦੂਜੀ ਅੱਧੀ ਬੰਦ ਸੀ। ਮੇਰਾ ਇੱਕ ਕੰਨ ਪੰਜੇ 'ਤੇ ਟਿਕਿਆ ਹੋਇਆ ਸੀ ਅਤੇ ਦੂਜੇ 'ਤੇ ਮੈਂ ਪੰਜਾ ਰੱਖ ਲਿਆ ਸੀ। ਇਸ ਪੰਜੇ ਨੂੰ ਮੈਂ ਕਦੇ-ਕਦੇ ਜਰਾ ਉੱਪਰ ਉਠਾ ਲੈਂਦਾ ਸੀ ਅਤੇ ਕੰਨ ਲਗਾ ਕੇ ਸੁਣਦਾ ਸੀ। ਮੇਰੀ ਪਹਿਲੀ ਪੁਸਤਕ ਲੋਕਾਂ ਤੱਕ ਪਹੁੰਚ ਗਈ ਜਾਂ ਨਹੀਂ? ਉਨ੍ਹਾਂ ਨੇ ਉਸ ਨੂੰ ਪੜ੍ਹ ਲਿਆ ਜਾਂ ਨਹੀਂ? ਉਹ ਉਸ ਦੀ ਚਰਚਾ ਕਰਦੇ ਹਨ ਜਾਂ ਨਹੀਂ? ਕੀ ਕਹਿੰਦੇ ਹਨ ਉਹ ਉਸ ਬਾਰੇ?

ਪਿੰਡ ਦਾ ਮੁਨਿਆਦੀ ਕਰਨ ਵਾਲਾ, ਜੋ ਉੱਚੀ ਛੱਤ 'ਤੇ ਚੜ੍ਹ ਕੇ ਤਰ੍ਹਾਂ-ਤਰ੍ਹਾਂ ਦੇ

ਐਲਾਨ ਕਰਦਾ ਹੈ, ਉਸ ਵੇਲੇ ਤੱਕ ਕੋਈ ਐਲਾਨ ਨਹੀਂ ਕਰਦਾ, ਜਦੋਂ ਤੱਕ ਉਸ ਨੂੰ ਇਹ ਵਿਸ਼ਵਾਸ ਨਹੀਂ ਹੋ ਜਾਂਦਾ ਕਿ ਲੋਕਾਂ ਨੇ ਉਸ ਤੋਂ ਪਹਿਲਾਂ ਵਾਲਾ ਐਲਾਨ ਸੁਣ ਲਿਆ ਹੈ।

ਗਲੀ ਵਿੱਚੋਂ ਲੰਘਦਾ ਹੋਇਆ ਕੋਈ ਪਹਾੜੀ ਆਦਮੀ ਜੇਕਰ ਇਹ ਦੇਖਦਾ ਹੈ ਕਿ ਕਿਸੇ ਘਰ ਵਿੱਚੋਂ ਕੋਈ ਮਹਿਮਾਨ ਨੱਕ-ਮੂੰਹ ਚੜ੍ਹਾ ਕੇ, ਨਾਰਾਜ਼ਗੀ ਅਤੇ ਗੁੱਸੇ ਵਿੱਚ ਬਾਹਰ ਆਉਂਦਾ ਹੈ, ਤਾਂ ਕੀ ਉਹ ਉਸ ਘਰ ਵਿੱਚ ਜਾਵੇਗਾ?"

ਮੈਂ ਪੁਸਤਕਾਂ ਦੇ ਵਿਚਕਾਰਲੀ ਵੱਟ 'ਤੇ ਲੇਟਿਆ ਹੋਇਆ ਸੀ ਅਤੇ ਇਹ ਸੁਣ ਰਿਹਾ ਸੀ ਕਿ ਮੇਰੀ ਪਹਿਲੀ ਪੁਸਤਕ ਬਾਰੇ ਵੱਖ-ਵੱਖ ਲੋਕਾਂ ਦੀ ਵੱਖ-ਵੱਖ ਪ੍ਰਤੀਕਿਰਿਆ ਹੋਈ ਹੈ।

ਇਹ ਗੱਲ ਸਮਝ ਵਿੱਚ ਵੀ ਆਉਂਦੀ ਹੈ, ਕਿਸੇ ਨੂੰ ਸੇਬ ਚੰਗੇ ਲੱਗਦੇ ਹਨ ਅਤੇ ਕਿਸੇ ਨੂੰ ਅਖਰੋਟ। ਸੇਬ ਖਾਂਦੇ ਸਮੇਂ ਉਸ ਦਾ ਛਿਲਕਾ ਲਾਹਿਆ ਜਾਂਦਾ ਹੈ ਅਤੇ ਅਖਰੋਟ ਦੀਆਂ ਗਿਰੀਆਂ ਕੱਢਣ ਲਈ ਉਸ ਨੂੰ ਤੋੜਨਾ ਪੈਂਦਾ ਹੈ। ਤਰਬੂਜ ਅਤੇ ਖਰਬੂਜੇ ਵਿੱਚੋਂ ਉਨ੍ਹਾਂ ਦੇ ਬੀਜ ਕੱਢਣੇ ਪੈਂਦੇ ਹਨ। ਇਸ ਤਰ੍ਹਾਂ ਵੱਖ-ਵੱਖ ਪੁਸਤਕਾਂ ਬਾਰੇ ਵੱਖ-ਵੱਖ ਦ੍ਰਿਸ਼ਟੀਕੋਣ ਹੋਣਾ ਚਾਹੀਦਾ ਹੈ। ਅਖਰੋਟ ਤੋੜਨ ਲਈ ਖਾਣੇ ਵਾਲੇ ਮੇਜ 'ਤੇ ਕੰਮ ਆਉਣ ਵਾਲੀ ਛੁਰੀ ਨਹੀਂ, ਮੂੰਗਲੀ ਦੀ ਜ਼ਰੂਰਤ ਹੁੰਦੀ ਹੈ। ਇਸੇ ਤਰ੍ਹਾਂ ਕੋਮਲ ਅਤੇ ਮਹਿਕਦੇ ਸੇਬ ਨੂੰ ਛਿੱਲਣ ਲਈ ਮੂੰਗਲੀ ਤੋਂ ਕੰਮ ਨਹੀਂ ਲਿਆ ਜਾ ਸਕਦਾ।

ਕਿਤਾਬ ਪੜ੍ਹਦੇ ਹੋਏ ਹਰ ਪਾਠਕ ਨੂੰ ਉਸ ਵਿੱਚ ਕੋਈ ਨਾ ਕੋਈ ਖ਼ਾਮੀ, ਕੋਈ ਘਾਟ ਮਿਲ ਜਾਂਦੀ ਹੈ। ਕਹਿੰਦੇ ਹਨ ਕਿ ਖ਼ਾਮੀਆਂ-ਘਾਟਾਂ ਤਾਂ ਮੁੱਲ੍ਹਾਂ ਦੀ ਬੇਟੀ ਵਿੱਚ ਵੀ ਹੁੰਦੀਆਂ ਹਨ, ਫਿਰ ਮੇਰੀ ਕਿਤਾਬ ਦੀ ਤਾਂ ਗੱਲ ਹੀ ਕੀ ਕੀਤੀ ਜਾਵੇ।

ਖ਼ੈਰ, ਮੈਂ ਥੋੜ੍ਹਾ ਜਿਹਾ ਦਮ ਲੈ ਲਿਆ ਅਤੇ ਹੁਣ ਮੈਂ ਆਪਣੀ ਦੂਜੀ ਕਿਤਾਬ ਲਿਖਣੀ ਸ਼ੁਰੂ ਕਰਦਾ ਹਾਂ। ਕਿੰਨੇ ਪਾਠਕਾਂ ਲਈ ਮੈਂ ਇਸ ਨੂੰ ਲਿਖਣ ਲੱਗਿਆ ਹਾਂ, ਮੈਨੂੰ ਪਤਾ ਨਹੀਂ। ਇਸ ਦੀਆਂ ਕਿੰਨੀਆਂ ਕਾਪੀਆਂ ਛਪਣਗੀਆਂ, ਇਸ ਤੋਂ ਤਾਂ ਕੋਈ ਨਤੀਜਾ ਨਹੀਂ ਕੱਢਿਆ ਜਾ ਸਕਦਾ। ਅਜਿਹੀਆਂ ਪੁਸਤਕਾਂ ਹਨ, ਜਿਨ੍ਹਾਂ ਦੀਆਂ ਇੱਕ-ਇੱਕ ਲੱਖ ਕਾਪੀਆਂ ਛਪੀਆਂ ਹਨ, ਪਰ ਉਨ੍ਹਾਂ ਨੂੰ ਕੋਈ ਨਹੀਂ ਪੜ੍ਹਦਾ, ਉਹ ਕਿਤਾਬਾਂ ਦੀਆਂ ਦੁਕਾਨਾਂ ਅਤੇ ਲਾਇਬਰੇਰੀਆਂ ਦੇ ਖਾਨਿਆਂ ਵਿੱਚ ਜਾਂ ਅਲਮਾਰੀਆਂ ਵਿੱਚ ਪਈਆਂ ਰਹਿੰਦੀਆਂ ਹਨ। ਪੈਰ ਕਿਸੇ ਦੂਜੀ ਕਿਤਾਬ ਦੀ ਕੇਵਲ ਇੱਕ ਹੀ ਕਾਪੀ ਹੁੰਦੀ ਹੈ ਅਤੇ ਉਹ ਲਗਾਤਾਰ ਇੱਕ ਪਾਠਕ ਤੋਂ ਦੂਜੇ ਪਾਠਕ ਦੇ ਹੱਥ ਵਿੱਚ ਜਾਂਦੀ ਰਹਿੰਦੀ ਹੈ ਅਤੇ ਉਸ ਨੂੰ ਅਨੇਕਾਂ ਲੋਕ ਪੜ੍ਹਦੇ ਹਨ। ਮੈਨੂੰ ਤਾਂ ਨਾ ਪਹਿਲੀ ਚੀਜ਼ ਦੀ ਜ਼ਰੂਰਤ ਹੈ ਅਤੇ ਨਾ ਦੂਜੀ ਦੀ। ਜੇਕਰ ਇੱਕ ਪਾਠਕ ਵੀ ਮੇਰੀ ਪੁਸਤਕ ਨੂੰ ਪੜ੍ਹ ਲਵੇਗਾ ਤਾਂ ਮੈਨੂੰ ਖ਼ੁਸ਼ੀ ਹੋਵੇਗੀ। ਮੈਂ ਇਸ ਪਾਠਕ ਨੂੰ ਆਪਣੇ ਛੋਟੇ ਜਿਹੇ, ਸਾਧਾਰਨ ਅਤੇ ਗੌਰਵਮਈ ਦੇਸ਼ ਬਾਰੇ ਦੱਸਣਾ ਚਾਹੁੰਦਾ ਹਾਂ। ਮੈਂ ਇਹ ਦੱਸਣਾ ਚਾਹੁੰਦਾ ਹਾਂ ਕਿ ਇਹ ਦੇਸ਼ ਕਿੱਥੇ ਹੈ, ਇਸ ਦੇ ਨਿਵਾਸੀ ਕਿਹੜੀ ਭਾਸ਼ਾ ਬੋਲਦੇ ਹਨ, ਕਿਹੜੀਆਂ ਗੱਲਾਂ ਦੀ ਚਰਚਾ ਕਰਦੇ ਹਨ ਅਤੇ ਕਿਹੋ ਜਿਹੇ ਗੀਤ ਗਾਉਂਦੇ ਹਨ।

ਮੈਂ ਸਭ ਕੁੱਝ ਤਾਂ ਨਹੀਂ ਦੱਸ ਸਕਦਾ। ਵੱਡੇ-ਬਜ਼ੁਰਗਾਂ ਨੇ ਸਾਨੂੰ ਇਹ ਸਿੱਖਿਆ ਦਿੱਤੀ ਸੀ, "ਸਭ ਕੁੱਝ ਤਾਂ ਕੇਵਲ ਸਾਰੇ ਹੀ ਦੱਸ ਸਕਦੇ ਨੇ। ਪਰ ਤੁਸੀਂ ਉਹ ਦੱਸੋ, ਜੋ ਦੱਸ

ਸਕਦੇ ਹੋ ਅਤੇ ਫਿਰ ਸਭ ਕੁੱਝ ਦੱਸ ਦਿੱਤਾ ਜਾਵੇਗਾ। ਹਰ ਕਿਸੇ ਨੇ ਆਪਣਾ ਘਰ ਬਣਾਇਆ ਅਤੇ ਨਤੀਜਾ ਇਹ ਹੋਇਆ ਕਿ ਪਿੰਡ ਬਣ ਗਿਆ। ਹਰ ਕਿਸੇ ਨੇ ਆਪਣਾ ਖੇਤ ਵਾਹਿਆ ਅਤੇ ਨਤੀਜੇ ਦੇ ਤੌਰ 'ਤੇ ਸਾਰੀ ਪ੍ਰਿਥਵੀ ਹੀ ਵਾਹੀ ਗਈ।"

ਤਾਂ ਮੈਂ ਤੜਕੇ ਹੀ ਉੱਠ ਗਿਆ। ਅੱਜ ਮੈਂ ਪਹਿਲਾ ਸਿਆੜ ਬਣਾਵਾਂਗਾ। ਨਵੇਂ ਖੇਤ ਵਿੱਚ ਨਵਾਂ ਸਿਆੜ। ਪ੍ਰਾਚੀਨ ਪਰੰਪਰਾ ਅਨੁਸਾਰ ਇੱਕ ਹੀ ਅੱਖਰ ਤੋਂ ਸ਼ੁਰੂ ਹੋਣ ਵਾਲੀਆਂ ਸੱਤ ਚੀਜ਼ਾਂ ਮੇਜ 'ਤੇ ਹੋਣੀਆਂ ਚਾਹੀਦੀਆਂ ਹਨ। ਮੈਂ ਆਪਣੇ ਮੇਜ 'ਤੇ ਨਜ਼ਰ ਮਾਰਦਾ ਹਾਂ ਅਤੇ ਮੈਨੂੰ ਸੱਤਾਂ ਚੀਜ਼ਾਂ ਉੱਥੇ ਦਿਖਾਈ ਦਿੰਦੀਆਂ ਹਨ। ਇਹ ਹਨ ਉਹ ਚੀਜ਼ਾਂ:

1. ਕੋਰਾ ਕਾਗਜ਼
2. ਚੰਗੀ ਤਰ੍ਹਾਂ ਘੜੀ ਹੋਈ ਪੈਨਸਿਲ
3. ਮਾਂ ਦੀ ਫੋਟੋ
4. ਦੇਸ਼ ਦਾ ਨਕਸ਼ਾ
5. ਦੁੱਧ ਤੋਂ ਬਿਨਾਂ ਤਿੱਖੀ ਕੌਫ਼ੀ
6. ਉੱਚ ਕੋਟੀ ਦੀ ਦਾਗ਼ਿਸਤਾਨੀ ਬ੍ਰਾਂਡੀ
7. ਸਿਗਰਟਾਂ ਦਾ ਪੈਕਟ

ਜੇਕਰ ਹੁਣ ਵੀ ਮੈਂ ਆਪਣੀ ਕਿਤਾਬ ਨਹੀਂ ਲਿਖਾਂਗਾ, ਤਾਂ ਕਦੋਂ ਲਿਖਾਂਗਾ?"

ਚੁੱਲ੍ਹਾ ਗਰਮ ਹੋ ਗਿਆ ਹੈ। ਉਸ 'ਤੇ ਰੱਖੀ ਹੋਈ ਕੜਾਹੀ ਵਿੱਚੋਂ ਭਾਫ ਨਿੱਕਲਣ ਲੱਗੀ ਹੈ। ਬਾਹਰ ਹਲਕੀ-ਹਲਕੀ ਅਤੇ ਵਿਰਲੀ ਬੂੰਦਾ-ਬਾਂਦੀ ਵਿੱਚੋਂ ਸੂਰਜ ਦੀਆਂ ਕਿਰਨਾਂ ਛਣ ਕੇ ਆ ਰਹੀਆਂ ਹਨ। ਕਹਿੰਦੇ ਹਨ ਕਿ ਅਜਿਹੇ ਦਿਨ ਪਹਾੜਾਂ ਵਿੱਚ ਸਾਰੇ ਜਾਨਵਰ ਰੱਸੇ 'ਤੇ ਤੁਰਨ ਵਾਲੇ ਬਾਜ਼ੀਗਰਾਂ ਵਾਂਗ ਸਤਰੰਗੀ ਪੀਂਘ 'ਤੇ ਨੱਚਦੇ ਹਨ। ਜਦੋਂ ਕਦੇ ਅਜਿਹੇ ਦਿਨ ਆਉਂਦੇ ਸਨ, ਤਾਂ ਅੰਮਾਂ ਕਿਹਾ ਕਰਦੇ ਸਨ ਕਿ ਆਸਮਾਨ ਬਾਰਿਸ਼ ਦੇ ਧਾਗਿਆਂ ਨਾਲ ਕੱਢਿਆ ਹੋਇਆ ਹੈ ਅਤੇ ਸੂਰਜ ਦੀਆਂ ਕਿਰਨਾਂ ਸੂਈਆਂ ਹਨ।

ਅੱਜ ਪਹਾੜਾਂ ਵਿੱਚ ਬਸੰਤ ਹੈ, ਬਸੰਤ ਦਾ ਪਹਿਲਾ ਦਿਨ ਹੈ। ਮੇਰੇ ਵਾਂਗ ਉਹ ਵੀ ਅੱਜ ਪਹਿਲਾ ਸਿਆੜ ਬਣਾਉਣਾ ਸ਼ੁਰੂ ਕਰ ਰਿਹਾ ਹੈ।

"ਦਾਗ਼ਿਸਤਾਨ ਦੇ ਬਸੰਤ, ਇਹ ਦੱਸੋ ਕਿ ਤੁਹਾਡੇ ਕੋਲ ਅਜਿਹੇ ਕਿਹੜੇ ਤੋਹਫ਼ੇ ਨੇ, ਜੋ ਇੱਕ ਹੀ ਅੱਖਰ ਤੋਂ ਸ਼ੁਰੂ ਹੁੰਦੇ ਹੋਣ?"

"ਮੇਰੇ ਕੋਲ ਅਜਿਹੇ ਤੋਹਫ਼ੇ ਨੇ।" ਬਸੰਤ ਨੇ ਉੱਤਰ ਦਿੱਤਾ, "ਦਾਗ਼ਿਸਤਾਨ ਨੇ ਹੀ ਉਨ੍ਹਾਂ ਨੂੰ ਮੈਨੂੰ ਭੇਟ ਕੀਤੈ। ਮੈਂ ਆਪਣੀ ਭਾਸ਼ਾ ਵਿੱਚ ਇਨ੍ਹਾਂ ਤੋਹਫ਼ਿਆਂ ਦੇ ਨਾਂ ਲਵਾਂਗਾ ਅਤੇ ਤੁਸੀਂ ਉੱਗਲਾਂ 'ਤੇ ਉਨ੍ਹਾਂ ਨੂੰ ਗਿਣਦੇ ਜਾਣਾ।"

1. ਤਸਾ-ਅੱਗ। ਜ਼ਿੰਦਗੀ ਲਈ। ਪਿਆਰ ਅਤੇ ਨਫ਼ਰਤ ਲਈ।

2. ਤਸਾਰ-ਨਾਮ। ਇੱਜ਼ਤ ਲਈ। ਬਹਾਦਰੀ ਲਈ। ਕਿਸੇ ਨੂੰ ਨਾਂ ਲੈ ਕੇ ਬੁਲਾਉਣ ਲਈ।

3. ਤਸਾਸ-ਲੂਣ। ਜ਼ਿੰਦਗੀ ਦੇ ਸਵਾਦ ਲਈ, ਜੀਵਨ ਦੀ ਮਰਿਆਦਾ ਲਈ।

4. ਤਸਵਾ-ਤਾਰਾ। ਉੱਚੇ ਆਦਰਸ਼ਾਂ ਅਤੇ ਉਮੀਦਾਂ ਲਈ। ਨਿਰਮਲ ਉਦੇਸ਼ਾਂ ਅਤੇ ਸਿੱਧੇ ਮਾਰਗ ਲਈ।

5. ਤਸੂਮ-ਉਕਾਬ। ਉਦਾਹਰਣ ਅਤੇ ਆਦਰਸ਼ ਲਈ।

6. ਤਸਮੂਰ-ਘੰਟੀ, ਵੱਡਾ ਘੰਟਾ, ਤਾਂ ਕਿ ਸਾਰਿਆਂ ਨੂੰ ਇੱਕ ਜਗ੍ਹਾ 'ਤੇ ਇਕੱਠਾ ਕੀਤਾ ਜਾ ਸਕੇ।

7. ਤਸੱਲਕੂ-ਛੱਜ, ਛਾਣਨੀ, ਤਾਂ ਕਿ ਅਨਾਜ ਦੇ ਚੰਗੇ ਦਾਣਿਆਂ ਅਤੇ ਹਲਕੀ ਫੂਸ-ਪਰਾਲੀ ਤੋਂ ਵੱਖ ਕੀਤਾ ਜਾ ਸਕੇ।

ਦਾਗ਼ਿਸਤਾਨ! ਇੱਹ ਸੱਤ ਚੀਜ਼ਾਂ, ਤੁਹਾਡੇ ਮਜ਼ਬੂਤ ਜੜਾਂ ਵਾਲੇ ਦਰੱਖਤ ਦੀਆਂ ਸੱਤ ਟਾਹਣੀਆਂ ਹਨ। ਇਨ੍ਹਾਂ ਨੂੰ ਆਪਣੇ ਸਾਰੇ ਬੇਟਿਆਂ ਵਿੱਚ ਵੰਡ ਦਿਓ, ਮੈਨੂੰ ਵੀ ਦੇ ਦਿਓ। ਮੈਂ ਅੱਗ ਅਤੇ ਲੂਣ, ਉਕਾਬ ਅਤੇ ਤਾਰਾ, ਘੰਟਾ ਅਤੇ ਛੱਜ-ਛਾਣਨੀ ਬਣਨਾ ਚਾਹੁੰਦਾ ਹਾਂ। ਮੈਂ ਈਮਾਨਦਾਰ ਆਦਮੀ ਦਾ ਨਾਂ ਕਮਾਉਣਾ ਚਾਹੁੰਦਾ ਹਾਂ।

ਮੈਂ ਨਿਗ੍ਹਾ ਉੱਪਰ ਉਠਾ ਕੇ ਦੇਖਦਾ ਹਾਂ ਅਤੇ ਉੱਥੇ ਮੈਨੂੰ ਸੂਰਜ ਅਤੇ ਬਾਰਿਸ਼, ਅੱਗ ਅਤੇ ਪਾਣੀ ਨਾਲ ਬੁਣਿਆ ਹੋਇਆ ਆਸਮਾਨ ਦਿਖਾਈ ਦਿੰਦਾ ਹੈ। ਅੰਮਾਂ ਹਮੇਸ਼ਾ ਕਿਹਾ ਕਰਦੇ ਸਨ ਕਿ ਸੁਪਨੇ ਵੇਲੇ ਹੀ ਅੱਗ ਅਤੇ ਪਾਣੀ ਨਾਲ ਦਾਗ਼ਿਸਤਾਨ ਬਣਿਆ ਸੀ।

ਅੱਗ ਪਿਤਾ, ਪਾਣੀ ਮਾਂ

"ਅੱਗ ਨਾਲ ਖਿਲਵਾੜ ਨਾ ਕਰੋ।"

ਮੇਰੇ ਪਿਤਾ ਜੀ ਕਿਹਾ ਕਰਦੇ ਸਨ।

"ਪਾਣੀ ਵਿੱਚ ਇੱਟ-ਪੱਥਰ ਨਾ ਸੁੱਟੋ।"

ਅੰਮਾਂ ਕਿਹਾ ਕਰਦੇ ਸਨ।

ਵੱਖ-ਵੱਖ ਲੋਕਾਂ ਨੂੰ ਉਨ੍ਹਾਂ ਦੀ ਮਾਂ ਵੱਖ-ਵੱਖ ਰੂਪਾਂ ਵਿੱਚ ਯਾਦ ਆਉਂਦੀ ਹੈ। ਮੈਂ ਆਪਣੀ ਮਾਂ ਨੂੰ ਸੁਬ੍ਹਾ, ਦੁਪਹਿਰੇ ਅਤੇ ਸ਼ਾਮ ਨੂੰ ਯਾਦ ਕਰਦਾ ਹਾਂ।

ਸੁਬ੍ਹਾ ਨੂੰ ਉਹ ਪਾਣੀ ਨਾਲ ਭਰਿਆ ਹੋਇਆ ਘੜਾ ਲੈ ਕੇ ਚਸ਼ਮੇ 'ਤੋਂ ਵਾਪਸ ਮੁੜਦੇ ਸਨ। ਉਹ ਬਹੁਤ ਹੀ ਕੀਮਤੀ ਚੀਜ਼ ਵਾਂਗ ਉਸ ਨੂੰ ਲੈ ਕੇ ਆਉਂਦੇ ਸਨ। ਉਹ ਪੱਥਰ ਦੀਆਂ ਪੌੜੀਆਂ ਚੜ੍ਹਦੇ, ਘੜੇ ਨੂੰ ਜ਼ਮੀਨ 'ਤੇ ਰੱਖ ਦਿੰਦੇ ਅਤੇ ਚੁੱਲ੍ਹੇ ਵਿੱਚ ਅੱਗ ਬਾਲਣ ਲੱਗਦੇ। ਅੱਗ ਵੀ ਉਹ ਬਹੁਤ ਹੀ ਕੀਮਤੀ ਚੀਜ਼ ਵਾਂਗ ਬਾਲਦੇ। ਉਹ ਕਦੇ ਚਿੰਤਾ ਅਤੇ ਕਦੇ ਮਸਤ ਹੋ ਕੇ ਉਸ ਵੱਲ ਦੇਖਦੇ। ਅੱਗ ਚੰਗੀ ਜਲ ਜਾਣ ਤੱਕ ਅੰਮਾਂ ਪੰਘੂੜਾ ਝੁਲਾਉਂਦੇ ਰਹਿੰਦੇ। ਉਸ ਨੂੰ ਵੀ ਕਿਸੇ ਬਹੁਤ ਹੀ ਕੀਮਤੀ ਚੀਜ਼ ਵਾਂਗ ਝੁਲਾਉਂਦੇ। ਦੁਪਹਿਰ ਵੇਲੇ ਅੰਮਾਂ ਖਾਲੀ ਘੜਾ ਲੈ ਕੇ ਪਾਣੀ ਲਿਆਉਣ ਲਈ ਚਸ਼ਮੇ 'ਤੇ ਜਾਂਦੇ। ਇਸ ਤੋਂ ਬਾਅਦ ਅੱਗ ਬਾਲਦੇ, ਇਸ ਤੋਂ ਬਾਅਦ ਪੰਘੂੜਾ ਝੁਲਾਉਂਦੇ। ਸ਼ਾਮ ਨੂੰ ਅੰਮਾਂ ਘੜੇ ਵਿੱਚ ਪਾਣੀ ਲਿਆਉਂਦੇ, ਪੰਘੂੜਾ ਝੁਲਾਉਂਦੇ, ਅੱਗ ਬਾਲਦੇ।

ਉਹ ਬਸੰਤ, ਗਰਮੀ, ਪੱਤਝੜ ਅਤੇ ਸਰਦੀ ਵਿੱਚ ਹਰ ਰੋਜ਼ ਇਸ ਤਰ੍ਹਾਂ ਹੀ ਕਰਦੇ। ਉਹ ਹੌਲੀ-ਹੌਲੀ, ਬੜੀ ਗੰਭੀਰਤਾ ਨਾਲ ਇਸ ਤਰ੍ਹਾਂ ਕਰਦੇ, ਜਿਵੇਂ ਕਿ ਕੋਈ ਬਹੁਤ ਜ਼ਿਆਦਾ ਜ਼ਰੂਰੀ ਅਤੇ ਮਹੱਤਵਪੂਰਨ ਕੰਮ ਕਰ ਰਹੇ ਹੋਣ। ਉਹ ਪਾਣੀ ਲੈਣ ਜਾਂਦੇ, ਪੰਘੂੜਾ ਝੁਲਾਉਂਦੇ, ਅੱਗ ਬਾਲਦੇ। ਅੱਗ ਬਾਲਦੇ, ਪਾਣੀ ਲੈਣ ਜਾਂਦੇ ਅਤੇ ਪੰਘੂੜਾ ਝੁਲਾਉਂਦੇ। ਪਾਣੀ ਲੈਣ ਜਾਂਦੇ, ਪੰਘੂੜਾ ਝੁਲਾਉਂਦੇ, ਅੱਗ ਬਾਲਦੇ। ਮੇਰੇ ਮਨ ਵਿੱਚ ਮੇਰੀ ਮਾਂ ਦੀ ਯਾਦ ਇਸੇ ਰੂਪ ਵਿੱਚ ਉੱਕਰੀ ਹੋਈ ਹੈ। ਪਾਣੀ ਲੈਣ ਜਾਂਦੇ ਸਮੇਂ ਉਹ ਹਮੇਸ਼ਾ ਮੈਨੂੰ ਕਹਿੰਦੇ ਸਨ, "ਅੱਗ ਦਾ ਧਿਆਨ ਰੱਖਣਾ।"

ਅੱਗ ਦੀ ਚਿੰਤਾ ਕਰਦੇ ਹੋਏ ਮੈਨੂੰ ਨਸੀਹਤ ਦਿੰਦੇ ਸਨ, "ਇਸ ਨੂੰ ਬੁਝਣ ਨਹੀਂ ਦੇਣਾ, ਪਾਣੀ ਨਹੀਂ ਡੋਗਣਾ।" ਮੈਨੂੰ ਲੋਰੀ ਦਿੰਦੇ ਹੋਏ ਉਹ ਇਹ ਵੀ ਕਿਹਾ ਕਰਦੇ ਸਨ, "ਦਾਗ਼ਿਸਤਾਨ ਲਈ ਅੱਗ ਪਿਤਾ ਐ ਅਤੇ ਪਾਣੀ ਮਾਂ ਐ।"

ਸਾਡੇ ਪਹਾੜ ਤਾਂ ਸੱਚਮੁੱਚ ਸੁਨਹਿਰੀ ਅੱਗ ਵਰਗੇ ਲੱਗਦੇ ਹਨ। ਤਾਂ ਆਓ, ਅੱਗ ਦੀ ਚਰਚਾ ਕਰੀਏ।

ਪੱਥਰ ਨਾਲ ਪੱਥਰ ਟਕਰਾਓ, ਨਿੱਕਲੇਗੀ ਉਨ੍ਹਾਂ ਵਿੱਚੋਂ ਚਿੰਗਾੜੀ।
ਦੋ ਚੱਟਾਨਾਂ ਨੂੰ ਟਕਰਾਓ, ਨਿੱਕਲੇਗੀ ਉਨ੍ਹਾਂ ਵਿੱਚੋਂ ਚਿੰਗਾੜੀ।
ਤਲੀ ਨਾਲ ਤਲੀ ਟਕਰਾਓ, ਨਿੱਕਲੇਗੀ ਉਨ੍ਹਾਂ ਵਿੱਚੋਂ ਚਿੰਗਾੜੀ।
ਸ਼ਬਦ-ਸ਼ਬਦ ਨੂੰ ਜੇ ਟਕਰਾਓ, ਨਿੱਕਲੇਗੀ ਉਨ੍ਹਾਂ ਵਿੱਚੋਂ ਚਿੰਗਾੜੀ।
ਸ਼ਹਿਨਾਈ ਦੀਆਂ ਤਾਰਾਂ ਨੂੰ ਛੇੜੋ, ਨਿੱਕਲੇਗੀ ਉਨ੍ਹਾਂ ਵਿੱਚੋਂ ਚਿੰਗਾੜੀ।
ਵਾਦਕ, ਗਾਇਕ ਦੀਆਂ ਅੱਖਾਂ ਵਿੱਚ ਝਾਕੋ, ਦੇਖੋਗੇ ਚਿੰਗਾੜੀ।

ਮੇਮਣੇ ਦੀ ਖੱਲ ਨਾਲ ਸਿਉਂਤੀ ਹੋਈ ਆਦਮੀ ਦੀ ਟੋਪੀ ਵਿੱਚੋਂ ਵੀ ਚਿੰਗਾੜੀਆਂ ਨਿੱਕਲਦੀਆਂ ਹਨ, ਖ਼ਾਸ ਤੌਰ 'ਤੇ ਜਦੋਂ ਉਸ ਨੂੰ ਹੱਥ ਨਾਲ ਪਲੋਸਿਆ ਜਾਂਦਾ ਹੈ।

ਪਹਾੜੀ ਆਦਮੀ ਸਮੂਰ ਦੀ ਅਜਿਹੀ ਟੋਪੀ ਪਹਿਨ ਕੇ ਜਦੋਂ ਆਪਣੇ ਘਰ ਦੀ ਛੱਤ 'ਤੇ ਆਉਂਦਾ ਹੈ, ਤਾਂ ਗੁਆਂਢ ਦੇ ਪਹਾੜ 'ਤੇ ਬਰਫ਼ ਪਿਘਲਣ ਲੱਗਦੀ ਹੈ।

ਖ਼ੁਦ ਬਰਫ਼ ਵਿੱਚੋਂ ਵੀ ਅੱਗ ਦੀਆਂ ਚਿੰਗਾੜੀਆਂ ਨਿੱਕਲਦੀਆਂ ਰਹਿੰਦੀਆਂ ਹਨ। ਪਹੁ ਫਟਣ ਵੇਲੇ ਪਹਾੜ ਦੀ ਚੋਟੀ 'ਤੇ ਖੜ੍ਹੇ ਬੱਕਰੇ ਦੇ ਸਿੰਗਾਂ 'ਤੇ ਵੀ ਅੱਗ ਚਮਕਦੀ ਹੁੰਦੀ ਹੈ। ਸੂਰਜ ਛਿਪਣ ਵੇਲੇ ਪਹਾੜੀ ਚੱਟਾਨਾਂ ਵੀ ਲਾਲ-ਲਾਲ ਅੱਗ ਵਿੱਚ ਪਿਘਲਦੀਆਂ ਹੁੰਦੀਆਂ ਹਨ।

ਪਹਾੜੀ ਕਹਾਵਤ ਅਤੇ ਪਹਾੜੀ ਔਰਤ ਦੇ ਹੰਝੂਆਂ ਵਿੱਚ ਵੀ ਅੱਗ ਹੁੰਦੀ ਹੈ। ਬੰਦੂਕ ਦੀ ਨਾਲੀ ਦੇ ਸਿਰੇ ਅਤੇ ਮਿਆਨ ਵਿੱਚੋਂ ਕੱਢੇ ਗਏ ਖੰਜਰ ਦੀ ਧਾਰ ਵਿੱਚ ਵੀ ਅੱਗ ਹੁੰਦੀ ਹੈ। ਪਰ ਸਭ ਤੋਂ ਜ਼ਿਆਦਾ ਦਿਆਲੂ ਅਤੇ ਸਨੇਹ ਭਰਪੂਰ ਅੱਗ ਮਾਂ ਦੇ ਹਿਰਦੇ ਅਤੇ ਹਰ ਘਰ ਦੇ ਚੁੱਲ੍ਹੇ ਵਿੱਚ ਹੁੰਦੀ ਹੈ।

ਪਹਾੜੀ ਆਦਮੀ ਜਦੋਂ ਆਪਣੇ ਬਾਰੇ ਕੁੱਝ ਚੰਗੇ ਸ਼ਬਦ ਕਹਿਣੇ ਚਾਹੁੰਦਾ ਹੈ ਜਾਂ ਕੇਵਲ ਆਪਣੀ ਫੜ੍ਹ ਮਾਰਨੀ ਚਾਹੁੰਦਾ ਹੈ, ਤਾਂ ਕਹਿੰਦਾ ਹੈ, "ਮੈਨੂੰ ਕਿਸੇ ਤੋਂ ਅੱਗ ਮੰਗਣ ਲਈ ਤਾਂ ਹੁਣ ਤੱਕ ਜਾਣਾ ਨਹੀਂ ਪਿਆ।"

ਪਹਾੜੀ ਆਦਮੀ ਜਦੋਂ ਕਿਸੇ ਬੁਰੇ, ਕਿਸੇ ਅਣਚਾਹੇ ਵਿਅਕਤੀ ਬਾਰੇ ਕੁੱਝ ਕਹਿਣਾ ਚਾਹੁੰਦਾ ਹੈ, ਤਾਂ ਕਹਿੰਦਾ ਹੈ, "ਉਸ ਦੀ ਚਿਮਨੀ ਵਿੱਚੋਂ ਨਿੱਕਲਣ ਵਾਲਾ ਧੂਆਂ ਚੂਹੇ ਦੀ ਪੂਛ ਤੋਂ ਵੱਡਾ ਨਹੀਂ।"

ਜਦੋਂ ਦੋ ਪਹਾੜੀ ਬੁੱਢੀਆਂ ਇੱਕ-ਦੂਜੀ ਨਾਲ ਝਗੜਦੀਆਂ ਹਨ, ਤਾਂ ਉਨ੍ਹਾਂ ਵਿੱਚੋਂ ਇੱਕ ਚੀਕ ਕੇ ਕਹਿੰਦੀ ਹੈ, "ਤੁਹਾਡੇ ਚੁੱਲ੍ਹੇ ਵਿੱਚ ਕਦੇ ਅੱਗ ਨਾ ਬਲੇ।" ਦੂਜੀ ਜਵਾਬ ਦਿੰਦੀ, "ਤੁਹਾਡੇ ਚੁੱਲ੍ਹੇ ਦੀ ਉਹ ਅੱਗ ਬੁਝ ਜਾਵੇ, ਜੋ ਬਲ ਰਹੀ ਐ।"

ਕਿਸੇ ਬਹਾਦਰ ਦਲੇਰ ਆਦਮੀ ਦੀ ਚਰਚਾ ਕਰਦੇ ਹੋਏ ਪਹਾੜੀ ਲੋਕ ਕਹਿੰਦੇ ਹਨ, "ਉਹ ਤਾਂ ਆਦਮੀ ਨਹੀਂ, ਅੱਗ ਐ।"

ਇੱਕ ਨੌਜਵਾਨ ਦੀਆਂ ਉਦਾਸ ਅਤੇ ਅਕੇਵੇਂ ਭਰੀਆਂ ਕਵਿਤਾਵਾਂ ਸੁਣਨ ਤੋਂ ਬਾਅਦ ਮੇਰੇ ਪਿਤਾ ਜੀ ਬੋਲੇ, "ਇਨ੍ਹਾਂ ਕਵਿਤਾਵਾਂ ਵਿੱਚ ਉਂਝ ਤਾਂ ਸਭ ਕੁੱਝ ਐ, ਪਰ ਅਜਿਹਾ ਹੁੰਦੈ ਕਿ ਘਰ ਐ, ਚੁੱਲ੍ਹਾ ਐ, ਲੱਕੜ ਐ, ਪਤੀਲੇ ਵਿੱਚ ਗੋਸ਼ਤ ਵੀ ਐ, ਪਰ ਅੱਗ ਨਹੀਂ। ਘਰ ਵਿੱਚ ਠੰਢ ਐ, ਪਤੀਲੇ ਵਿੱਚ ਕੁੱਝ ਉੱਬਲਦਾ ਨਹੀਂ, ਗੋਸ਼ਤ ਸਵਾਦਲਾ ਨਹੀਂ। ਅੱਗ ਨਹੀਂ

ਤਾਂ ਜ਼ਿੰਦਗੀ ਨਹੀਂ! ਇਸ ਲਈ ਤੁਹਾਡੀਆਂ ਕਵਿਤਾਵਾਂ ਨੂੰ ਅੱਗ ਦੀ ਜ਼ਰੂਰਤ ਐ!"

ਦਾਗ਼ਿਸਤਾਨ ਦੀ ਆਜ਼ਾਦੀ ਲਈ ਵਰ੍ਹਿਆਂ ਤੱਕ ਜ਼ਾਰਸ਼ਾਹੀ ਵਿਰੁੱਧ ਸੰਘਰਸ਼ ਕਰਨ ਵਾਲੇ ਬਹਾਦਰ ਆਗੂ ਸ਼ਾਮਿਲ ਤੋਂ ਇੱਕ ਵਾਰ ਪੁੱਛਿਆ ਗਿਆ, "ਇਮਾਮ, ਇਹ ਦੱਸੋ, ਭਲਾਂ ਇਹ ਕਿਵੇਂ ਹੋਇਆ ਕਿ ਇੱਕ ਛੋਟਾ ਜਿਹਾ ਅੱਧ-ਭੁੱਖਾ ਦਾਗ਼ਿਸਤਾਨ ਸਦੀਆਂ ਤੱਕ ਵੱਡੇ-ਵੱਡੇ ਸ਼ਕਤੀਸ਼ਾਲੀ ਰਾਜਾਂ ਦੇ ਵਿਰੁੱਧ ਜੂਝਦਾ ਅਤੇ ਉਨ੍ਹਾਂ ਦਾ ਮੁਕਾਬਲਾ ਕਰਦਾ ਰਿਹਾ?" ਕਿਵੇਂ ਉਹ ਪੂਰੇ ਤੀਹ ਸਾਲਾਂ ਤੱਕ ਬਹੁਤ ਹੀ ਸ਼ਕਤੀਸ਼ਾਲੀ ਗੋਰੇ ਜ਼ਾਰ ਦੇ ਵਿਰੁੱਧ ਸੰਘਰਸ਼ ਕਰਦਾ ਰਿਹਾ?"

ਸ਼ਾਮਿਲ ਨੇ ਜਵਾਬ ਦਿੱਤਾ, "ਜੇਕਰ ਦਾਗ਼ਿਸਤਾਨ ਦੀ ਛਾਤੀ ਵਿੱਚ ਪਿਆਰ ਅਤੇ ਨਫ਼ਰਤ ਦੀ ਅੱਗ ਨਾ ਬਲਦੀ ਹੁੰਦੀ, ਤਾਂ ਉਹ ਕਦੇ ਵੀ ਅਜਿਹਾ ਸੰਘਰਸ਼ ਨਾ ਕਰ ਸਕਦਾ। ਇਸੇ ਅੱਗ ਨੇ ਚਮਤਕਾਰ ਕੀਤੇ ਅਤੇ ਬਹਾਦਰੀ ਦੇ ਕਾਰਨਾਮੇ ਕਰ ਦਿਖਾਏ। ਇਹ ਅੱਗ ਹੀ ਦਾਗ਼ਿਸਤਾਨ ਦੀ ਆਤਮਾ, ਭਾਵ ਖ਼ੁਦ ਦਾਗ਼ਿਸਤਾਨ ਐ।"

"ਮੈਂ ਖ਼ੁਦ ਵੀ ਕੌਣ ਆਂ।" ਸ਼ਾਮਿਲ ਕਹਿੰਦਾ ਗਿਆ, "ਗੀਮਰੀ ਨਾਂ ਦੇ ਇੱਕ ਬਹੁਤ ਦੂਰ-ਦੁਰਾਡੇ ਦੇ ਪਿੰਡ ਦੇ ਮਾਲੀ ਦਾ ਬੇਟਾ। ਦੂਜੇ ਲੋਕਾਂ ਦੇ ਮੁਕਾਬਲੇ ਵਿੱਚ ਮੈਂ ਨਾ ਤਾਂ ਲੰਬਾ ਅਤੇ ਨਾ ਚੌੜੀ ਛਾਤੀ ਵਾਲਾ ਆਂ। ਬਚਪਨ ਵਿੱਚ ਮੈਂ ਤਾਂ ਬਹੁਤ ਕਮਜ਼ੋਰ ਅਤੇ ਦੁਬਲਾ-ਪਤਲਾ ਲੜਕਾ ਸੀ। ਮੈਨੂੰ ਦੇਖ ਕੇ ਬਾਲਗ ਲੋਕ ਅਫ਼ਸੋਸ ਨਾਲ ਸਿਰ ਹਿਲਾਉਂਦੇ ਸੀ ਅਤੇ ਕਹਿੰਦੇ ਸੀ ਕਿ ਬਹੁਤੇ ਦਿਨਾਂ ਤੱਕ ਜਿਊਂਦਾ ਨਹੀਂ ਰਹੇਗਾ ਇਹ। ਸ਼ੁਰੂ ਵਿੱਚ ਮੇਰਾ ਨਾਂ ਆਲੀ ਸੀ। ਜਦੋਂ ਮੈਂ ਬਿਮਾਰ ਰਹਿੰਦਾ, ਤਾਂ ਇਹ ਉਮੀਦ ਕਰਦੇ ਹੋਏ ਕਿ ਪੁਰਾਣੇ ਨਾਂ ਨਾਲ ਮੇਰੀ ਬਿਮਾਰੀ ਵੀ ਖ਼ਤਮ ਹੋ ਜਾਵੇਗੀ, ਮੇਰਾ ਨਾਂ ਬਦਲ ਕੇ ਸ਼ਾਮਿਲ ਰੱਖ ਦਿੱਤਾ ਗਿਆ। ਮੈਂ ਬਹੁਤੀ ਦੁਨੀਆ ਨਹੀਂ ਦੇਖੀ ਸੀ, ਵੱਡੇ ਸ਼ਹਿਰਾਂ ਵਿੱਚ ਮੇਰਾ ਪਾਲਣ-ਪੋਸ਼ਣ ਨਹੀਂ ਹੋਇਆ ਸੀ। ਮੇਰੇ ਕੋਲ ਜ਼ਿਆਦਾ ਧਨ-ਦੌਲਤ ਨਹੀਂ ਸੀ। ਆਪਣੇ ਪਿੰਡ ਦੇ ਸਕੂਲ ਵਿੱਚ ਮੈਂ ਵਿੱਦਿਆ ਹਾਸਲ ਕੀਤੀ। ਮੇਰੇ ਮਾਤਾ-ਪਿਤਾ ਗਧੇ 'ਤੇ ਗੀਮਰੀ ਦੇ ਆੜੂ ਲੱਦ ਕੇ ਮੈਨੂੰ ਤੇਮੀਰਖ਼ਾਨ-ਸ਼ੂਰਾ ਮੰਡੀ ਵਿੱਚ ਵੇਚਣ ਲਈ ਭੇਜਦੇ ਸੀ। ਬਹੁਤ ਸਮੇਂ ਤੱਕ ਮੈਂ ਗਧੇ ਨੂੰ ਹੱਕਦੇ ਹੋਏ ਪਹਾੜੀ ਪਗਡੰਡੀਆਂ 'ਤੇ ਆਉਂਦਾ-ਜਾਂਦਾ ਰਿਹਾ। ਇੱਕ ਦਿਨ ਮੇਰੇ ਨਾਲ ਇੱਕ ਘਟਨਾ ਵਾਪਰੀ। ਇਹ ਪੁਰਾਣੀ ਗੱਲ ਐ, ਪਰ ਮੈਂ ਇਸ ਨੂੰ ਭੁੱਲ ਨਹੀਂ ਸਕਦਾ ਅਤੇ ਭੁੱਲਣਾ ਵੀ ਨਹੀਂ ਚਾਹੁੰਦਾ। ਉਹ ਇਸ ਕਰਕੇ ਕਿ ਉਸੇ ਵੇਲੇ ਮੇਰੀ ਹਿੰਮਤ, ਮੇਰੇ ਅੰਦਰ ਅੱਗ ਜਾਗੀ। ਉਸੇ ਵੇਲੇ ਮੈਂ ਸ਼ਾਮਿਲ ਬਣਿਆ।

ਤੇਮੀਰਖ਼ਾਨ-ਸ਼ੂਰਾ ਮੰਡੀ ਦੇ ਨੇੜੇ, ਇੱਕ ਪਿੰਡ ਦੇ ਕਿਨਾਰੇ 'ਤੇ ਮੈਨੂੰ ਕੁੱਝ ਸ਼ਰਾਰਤੀ ਲੜਕੇ ਮਿਲੇ, ਜਿਨ੍ਹਾਂ ਨੇ ਮੇਰਾ ਮਜ਼ਾਕ ਉਡਾਉਣਾ ਚਾਹਿਆ। ਇੱਕ ਲੜਕੇ ਨੇ ਮੇਰੇ ਸਿਰ ਤੋਂ ਸਮੂਰੀ ਟੋਪੀ ਲਾਹੀ ਅਤੇ ਉਸ ਨੂੰ ਲੈ ਕੇ ਭੱਜ ਗਿਆ। ਜਦੋਂ ਤੱਕ ਮੈਂ ਇਸ ਸ਼ੈਤਾਨ ਨੂੰ ਫੜਨ ਲਈ ਉਸ ਦੇ ਪਿੱਛੇ ਭੱਜਦਾ ਰਿਹਾ। ਇਸੇ ਦੌਰਾਨ ਦੂਜੇ ਲੜਕੇ ਮੇਰੇ ਗਧੇ ਤੋਂ ਫ਼ਲਾਂ ਦੀਆਂ ਟੋਕਰੀਆਂ ਲਾਹੁਣ ਲੱਗੇ। ਮੇਰੀ ਬੇਸਹਾਰਾ ਅਤੇ ਰੋਣੀ ਸੂਰਤ ਦੇਖ ਕੇ ਉਹ ਸਾਰੇ ਠਹਾਕੇ ਲਗਾਉਂਦੇ ਸੀ, ਖ਼ੂਬ ਮਜ਼ੇ ਲੈਂਦੇ ਸੀ। ਉਨ੍ਹਾਂ ਦੇ ਮਜ਼ਾਕ ਮੈਨੂੰ ਚੰਗੇ ਨਹੀਂ ਲੱਗੇ ਅਤੇ ਮੇਰੇ ਅੰਦਰ ਉਹ ਅੱਗ ਬਲ ਉੱਠੀ, ਜਿਸ ਤੋਂ ਮੈਂ ਅਜੇ ਤੱਕ ਅਣਜਾਣ ਸੀ। ਮੈਂ ਹੱਡੀ ਦੇ ਸਫ਼ੈਦ ਹੱਥੇ ਵਾਲਾ

ਖੰਜਰ ਮਿਆਨ ਵਿੱਚੋਂ ਬਾਹਰ ਖਿੱਚ ਲਿਆ। ਉਸ ਲੜਕੇ ਨੂੰ, ਜੋ ਮੇਰੀ ਸਮੂਰੀ ਟੋਪੀ ਲੈ ਕੇ ਭੱਜਿਆ ਸੀ, ਮੈਂ ਪਿੰਡ ਦੇ ਦਰਵਾਜ਼ੇ 'ਤੇ ਜਾ ਫੜਿਆ। ਉਸ ਨੂੰ ਗੰਦੀ ਨਾਲੀ ਵਿੱਚ ਸੁੱਟ ਕੇ ਮੈਂ ਉਸ ਦੇ ਗਲੇ 'ਤੇ ਤਿੱਖਾ ਖੰਜਰ ਰੱਖ ਦਿੱਤਾ। ਉਸ ਨੇ ਮਾਫ਼ੀ ਮੰਗੀ।

"ਤੁਸੀਂ ਅੱਗ ਨਾਲ ਖਿਲਵਾੜ ਨਾ ਕਰੋ।"

ਇਸ ਸ਼ਰਾਰਤੀ ਲੜਕੇ ਨੂੰ ਨਾਲੀ ਵਿੱਚ ਹੀ ਛੱਡ ਕੇ ਮੈਂ ਇੱਧਰ-ਉੱਧਰ ਨਜ਼ਰ ਮਾਰੀ। ਮੇਰੇ ਆੜੂਆਂ ਨੂੰ ਇੱਧਰ-ਉੱਧਰ ਖਿੰਡਾਉਣ ਵਾਲੇ ਵੱਖ-ਵੱਖ ਦਿਸ਼ਾਵਾਂ ਵਿੱਚ ਭੱਜ ਗਏ। ਫਿਰ ਮੈਂ ਇੱਕ ਘਰ ਦੀ ਛੱਤ 'ਤੇ ਚੜ੍ਹ ਕੇ ਚਿੱਲਾਇਆ:

"ਉਏ, ਕੰਨ ਖੋਲ੍ਹ ਕੇ ਸੁਣ ਲਓ! ਜੇਕਰ ਮੇਰੇ ਖੰਜਰ ਦੀ ਅੱਗ ਤੋਂ ਆਪਣੇ ਪੇਟ ਨਹੀਂ ਜਲਾਉਣੇ ਚਾਹੁੰਦੇ, ਤਾਂ ਸਭ ਕੁੱਝ ਉਵੇਂ ਹੀ ਕਰ ਦਿਓ, ਜਿਵੇਂ ਪਹਿਲਾਂ ਸੀ।"

ਮਜ਼ਾਕ ਕਰਨ ਵਾਲੇ ਲੜਕਿਆਂ ਨੇ ਮੈਨੂੰ ਦੂਜੀ ਵਾਰ ਦੁਹਰਾਉਣ ਲਈ ਮਜ਼ਬੂਰ ਨਹੀਂ ਕੀਤਾ।

ਉਸੇ ਦਿਨ ਮੈਂ ਵੱਡੇ ਬਜ਼ੁਰਗਾਂ ਨੂੰ ਮੰਡੀ ਵਿੱਚ ਕਹਿੰਦੇ ਸੁਣਿਆ ਕਿ ਇਹ ਲੜਕਾ ਅਜੇ ਬਹੁਤ ਕੁੱਝ ਕਰ ਕੇ ਦਿਖਾਵੇਗਾ।

ਮੈਂ ਆਪਣੀ ਸਮੂਰੀ ਟੋਪੀ ਨੂੰ ਭਿੱਫਣਾਂ ਤੱਕ ਹੇਠਾਂ ਖਿੱਚ ਲਿਆ ਅਤੇ ਆਪਣੇ ਚੰਗੇ ਗਧੇ ਨੂੰ ਹੱਕਦੇ ਹੋਏ ਅੱਗੇ ਚੱਲ ਪਿਆ। ਕੀ ਮੈਂ ਸ਼ੋਰ-ਸ਼ਰਾਬਾ ਅਤੇ ਲੜਾਈ-ਝਗੜਾ ਚਾਹਿਆ ਸੀ? ਉਨ੍ਹਾਂ ਨੇ ਹੀ ਮੇਰੇ ਸਬਰ ਦਾ ਪਿਆਲਾ ਛਲਕਾ ਦਿੱਤਾ ਸੀ, ਮੇਰੇ ਦਿਲ ਦੀ ਅੱਗ ਨੂੰ ਬਾਹਰ ਆਉਣ ਲਈ ਮਜ਼ਬੂਰ ਕਰ ਦਿੱਤਾ ਸੀ।

ਇਸ ਤੋਂ ਬਾਅਦ ਕਈ ਸਾਲ ਬੀਤ ਗਏ। ਇੱਕ ਸੁਬ੍ਹਾ ਮੈਂ ਬਾਗ਼ ਵਿੱਚ ਕੰਮ ਕਰ ਰਿਹਾ ਸੀ। ਬਾਹਾਂ ਚੜ੍ਹਾ ਕੇ ਮੈਂ ਉਪਜਾਊ ਮਿੱਟੀ ਨੂੰ ਹੇਠੋਂ ਉੱਪਰ ਲਿਜਾ ਰਿਹਾ ਸੀ ਅਤੇ ਉਸ ਨੂੰ ਹਰ ਦਰੱਖਤ ਦੇ ਆਲੇ-ਦੁਆਲੇ ਪਾ ਰਿਹਾ ਸੀ। ਮੈਂ ਪੁਰਾਣੀ ਸਮੂਰੀ ਟੋਪੀ ਵਿੱਚ ਮਿੱਟੀ ਭਰ-ਭਰ ਕੇ ਲੈ ਜਾਂਦਾ ਸੀ। ਇਸ ਵੇਲੇ ਤੱਕ ਮੇਰੇ ਜਿਸਮ 'ਤੇ ਕਈ ਜ਼ਖ਼ਮ ਹੋ ਚੁੱਕੇ ਸੀ। ਉਹ ਜ਼ਖ਼ਮ ਵੱਖ-ਵੱਖ ਮੁੱਠ-ਭੇੜਾਂ ਵਿੱਚ ਮੇਰੇ ਜਿਸਮ 'ਤੇ ਹੋਏ ਸੀ। ਤਾਂ ਦੂਜੇ ਪਿੰਡਾਂ ਦੇ, ਬਹੁਤ ਦੂਰ ਦੇ ਪਿੰਡਾਂ ਦੇ ਸਾਡੇ ਪਹਾੜੀ ਲੋਕ ਮੇਰੇ ਕੋਲ ਆਏ ਅਤੇ ਬੋਲੇ ਕਿ ਮੈਂ ਆਪਣੇ ਘੋੜੇ 'ਤੇ ਕਾਠੀ ਕੱਸ ਲਵਾਂ, ਹਥਿਆਰ ਬੰਨ੍ਹ ਲਵਾਂ। ਮੈਂ ਹਥਿਆਰ ਬੰਨ੍ਹਣੇ ਨਹੀਂ ਚਾਹੁੰਦਾ ਸੀ, ਮੈਂ ਇਨਕਾਰ ਕਰ ਦਿੱਤਾ, ਕਿਉਂਕਿ ਮੈਨੂੰ ਲੜਾਈ ਦੇ ਮੁਕਾਬਲੇ ਬਾਗ਼ਵਾਨੀ ਕਿਤੇ ਜ਼ਿਆਦਾ ਪਸੰਦ ਸੀ।

ਉਦੋਂ ਵੱਖ-ਵੱਖ ਪਿੰਡਾਂ ਤੋਂ ਆਉਣ ਵਾਲੇ ਇਹ ਪਹਾੜੀਏ ਮੈਨੂੰ ਕਹਿਣ ਲੱਗੇ:

"ਸ਼ਾਮਿਲ! ਪਰਾਏ ਘੋੜੇ ਸਾਡੇ ਚਸ਼ਮਿਆਂ ਤੋਂ ਪਾਣੀ ਪੀਂਦੇ ਨੇ, ਪਰਾਏ ਲੋਕ ਸਾਡੇ ਚਿਰਾਗ਼ ਬੁਝਾਉਂਦੇ ਨੇ। ਤੁਸੀਂ ਖ਼ੁਦ ਘੋੜੇ 'ਤੇ ਸਵਾਰ ਹੁੰਦੇ ਹੋ, ਜਾਂ ਅਸੀਂ ਤੁਹਾਡੀ ਮੱਦਦ ਕਰੀਏ?"

ਅਤੇ ਮੇਰੇ ਦਿਲ ਵਿੱਚ ਉਸੇ ਤਰ੍ਹਾਂ ਦੀ ਅੱਗ ਭੜਕ ਉੱਠੀ, ਜਿਵੇਂ ਉਸ ਵੇਲੇ ਭੜਕੀ ਸੀ, ਜਦੋਂ ਲੜਕਿਆਂ ਨੇ ਮੇਰੇ ਸਿਰ ਤੋਂ ਸਮੂਰੀ ਟੋਪੀ ਲਾਹ ਕੇ ਅਤੇ ਆੜੂ ਖਿੰਡਾ ਕੇ ਮੇਰੇ ਦਿਲ ਨੂੰ ਠੇਸ ਪੁਚਾਈ ਸੀ। ਉਸੇ ਤਰ੍ਹਾਂ, ਬਲਕਿ ਇਸ ਤੋਂ ਵੀ ਜ਼ਿਆਦਾ ਜ਼ੋਰ ਨਾਲ ਮੇਰੇ ਦਿਲ ਵਿੱਚ ਅੱਗ ਭੜਕ ਉੱਠੀ। ਮੈਨੂੰ ਆਪਣੇ ਬਾਗ਼ ਅਤੇ ਦੁਨੀਆ ਦੀ ਕਿਸੇ ਚੀਜ਼ ਦੀ ਸੁੱਧ-ਬੁੱਧ ਨਾ

ਰਹੀ। ਉਹ ਅੱਗ, ਜੋ ਪੱਚੀ ਸਾਲਾਂ ਤੋਂ ਮੈਨੂੰ ਪਹਾੜਾਂ ਵਿੱਚ ਜਿਥੇ-ਕਿਤੇ ਲਿਜਾ ਰਹੀ ਐ, ਉ ਨੂੰ ਨਾ ਤਾਂ ਬਾਰਿਸ਼, ਨਾ ਹਵਾ ਅਤੇ ਨਾ ਠੰਢ ਹੀ ਬੁਝਾ ਸਕਦੀ ਐ। ਪਿੰਡ ਧੂ-ਧੂ ਕਰ ਕੇ ਜ ਰਹੇ ਨੇ, ਜੰਗਲਾਂ ਵਿੱਚੋਂ ਧੂਆਂ ਉੱਠ ਰਿਹੈ, ਲੜਾਈ ਵੇਲੇ ਧੂਏਂ ਵਿੱਚੋਂ ਅੱਗ ਦੀਆਂ ਲਪ ਚਮਕਦੀਆਂ ਨੇ, ਪੂਰਾ ਕਾਕੇਸ਼ੀਆ ਹੀ ਜਲ ਰਿਹੈ। ਤਾਂ ਅਜਿਹੀ ਚੀਜ਼ ਐ ਅੱਗ!"

ਸਾਡੇ ਲੋਕ ਸੁਣਾਉਂਦੇ ਹਨ ਕਿ ਪੁਰਾਣੇ ਵੇਲਿਆਂ ਵਿੱਚ ਜੇਕਰ ਦੁਸ਼ਮਣ ਦਾਗ਼ਿਸਤਾ ਦੀ ਹੱਦ ਵਿੱਚ ਵੜ ਆਉਂਦੇ ਸਨ, ਤਾਂ ਸਭ ਤੋਂ ਉੱਚੇ ਪਹਾੜ 'ਤੇ ਮਿਨਾਰ ਜਿੰਨੀ ਉੱਚੀ ਅੱ ਮਚਾ ਦਿੱਤੀ ਜਾਂਦੀ ਸੀ। ਉਸ ਨੂੰ ਦੇਖਦੇ ਹੀ ਸਾਰੇ ਪਿੰਡ ਆਪਣੇ ਭਾਂਬੜ ਬਾਲ ਲੈਂਦੇ ਸਨ ਇਹੀ ਉਹ ਜ਼ੋਰਦਾਰ ਪੁਕਾਰ ਹੁੰਦੀ ਸੀ, ਜੋ ਪਹਾੜੀ ਲੋਕਾਂ ਨੂੰ ਆਪਣੇ ਜੰਗੀ ਘੋੜਿਆਂ ' ਸਵਾਰ ਹੋਣ ਲਈ ਪ੍ਰੇਰਿਤ ਕਰਦੀ ਸੀ। ਹਰ ਘਰ ਵਿੱਚੋਂ ਘੋੜ-ਸਵਾਰ ਰਵਾਨਾ ਹੁੰਦੇ ਸਨ, ਹ ਪਿੰਡ ਵਿੱਚੋਂ ਤਿਆਰ ਦਸਤੇ ਰਵਾਨਾ ਹੁੰਦੇ ਸਨ। ਅੱਗ ਦੇ ਸੱਦੇ 'ਤੇ ਘੋੜ-ਸਵਾਰ ਅਤੇ ਪੈਦ ਲੋਕ ਦੁਸ਼ਮਣ ਨਾਲ ਲੋਹਾ ਲੈਣ ਲਈ ਚੱਲ ਪੈਂਦੇ ਸਨ। ਜਦੋਂ ਤੱਕ ਪਹਾੜਾਂ 'ਤੇ ਭਾਂਬੜ ਬਲ ਰਹਿੰਦੇ ਸਨ, ਪਿੰਡਾਂ ਵਿੱਚ ਪਿੱਛੇ ਰਹਿ ਜਾਣ ਵਾਲੇ ਬੁੱਢਿਆਂ, ਔਰਤਾਂ ਅਤੇ ਬੱਚਿਆਂ ਨੂੰ ਇ ਪਤਾ ਹੁੰਦਾ ਸੀ ਕਿ ਦੁਸ਼ਮਣ ਅਜੇ ਦਾਗ਼ਿਸਤਾਨ ਦੀਆਂ ਹੱਦਾਂ ਵਿੱਚ ਹੀ ਹੈ। ਭਾਂਬੜ ਬੁ ਜਾਂਦੇ ਤਾਂ ਇਸ ਦਾ ਮਤਲਬ ਹੁੰਦਾ ਸੀ ਕਿ ਖ਼ਤਰਾ ਟਲ ਗਿਆ ਹੈ ਅਤੇ ਪੁਰਖਿਆਂ ਦੀ ਧਰਤ 'ਤੇ ਦੁਬਾਰਾ ਸ਼ਾਂਤੀ ਦਾ ਸਮਾਂ ਆ ਗਿਆ ਹੈ। ਸਦੀਆਂ ਦੇ ਲੰਬੇ ਇਤਿਹਾਸ ਵਿੱਚ ਪਹਾੜ ਲੋਕਾਂ ਨੂੰ ਬਹੁਤ ਵਾਰ ਪਹਾੜਾਂ ਦੀਆਂ ਚੋਟੀਆਂ 'ਤੇ ਲੜਾਈ ਦਾ ਸੰਕੇਤ ਦੇਣ ਵਾਲੀ ਇ ਤਰ੍ਹਾਂ ਦੀ ਅੱਗ ਬਾਲਣੀ ਪਈ ਹੈ।

ਇਸ ਤਰ੍ਹਾਂ ਦੀ ਅੱਗ ਲੜਾਈ ਦਾ ਝੰਡਾ ਵੀ ਹੁੰਦੀ ਸੀ ਅਤੇ ਉਸ ਦਾ ਹੁਕਮ ਵੀ ਪਹਾੜੀ ਲੋਕਾਂ ਲਈ ਉਹ ਆਧੁਨਿਕ ਤਕਨੀਕੀ ਸਾਧਨਾਂ ਰੇਡੀਓ, ਤਾਰ ਅਤੇ ਟੈਲੀਫੋਨ ਦ ਕੰਮ ਦਿੰਦੀ ਸੀ। ਪਹਾੜੀ ਢਲਾਣਾਂ 'ਤੇ ਅਜੇ ਵੀ ਅਜਿਹੀਆਂ ਬਣਹੀਣ ਥਾਵਾਂ ਦੇਖੀਆਂ ਜ ਸਕਦੀਆਂ ਹਨ, ਜਿੱਥੇ ਅਜਿਹਾ ਲੱਗਦਾ ਹੈ ਕਿ ਜਿਵੇਂ ਵਿਰਾਟ ਜਿਸਮ ਵਾਲੇ ਝੋਟੇ ਲਿਟ ਰਹੇ ਹੋਣ।

ਪਹਾੜੀ ਲੋਕਾਂ ਦਾ ਕਹਿਣਾ ਹੈ ਕਿ ਖੰਜਰ ਲਈ ਸਭ ਤੋਂ ਭਰੋਸੇ ਵਾਲੀ ਜਗ੍ਹ ਮਿਆਨ ਹੈ, ਅੱਗ ਲਈ ਚੁੱਲ੍ਹਾ ਅਤੇ ਅਤੇ ਮਰਦ ਲਈ ਘਰ। ਪਰ ਜੇਕਰ ਅੱਗ ਚੁੱਲ੍ਹੇ ਵਿੱਚ ਬਾਹਰ ਆ ਕੇ ਪਹਾੜੀ ਚੋਟੀਆਂ 'ਚੇ ਭੜਕਣ ਲੱਗਦੀ ਹੈ, ਤਾਂ ਮਿਆਨ ਵਿੱਚ ਚੈਨ ਨਾਲ ਪਿਆ ਰਹਿਣ ਵਾਲਾ ਖੰਜਰ, ਖੰਜਰ ਨਹੀਂ ਅਤੇ ਘਰ ਦੇ ਚੁੱਲ੍ਹੇ ਦੇ ਨੇੜੇ ਬੈਠਾ ਰਹਿਣ ਵਾਲ ਮਰਦ, ਮਰਦ ਨਹੀਂ।

ਦਾਗ਼ਿਸਤਾਨ ਦੇ ਚਰਵਾਹਿਆਂ ਦੇ ਕਰਤੱਵ ਬੜੀ ਕਰੜਾਈ ਨਾਲ ਵੰਡੇ ਹੁੰ ਹਨ। ਕੁੱਝ ਚਰਵਾਹੇ ਦਿਨ ਵੇਲੇ ਭੇਡਾਂ ਚਰਾਉਂਦੇ ਹਨ, ਦੂਜੇ ਰਾਤ ਵੇਲੇ ਉਨ੍ਹਾਂ ਦੀ ਜਗ੍ ਡਿਊਟੀ ਕਰਦੇ ਹਨ ਅਤੇ ਭੇੜੀਆਂ ਤੋਂ ਭੇਡਾਂ ਦੇ ਇੱਜੜਾਂ ਦੀ ਰੱਖਿਆ ਕਰਦੇ ਹਨ। ਪਰ ਉਨ੍ਹ ਵਿੱਚ ਇੱਕ ਅਜਿਹਾ ਵੀ ਆਦਮੀ ਹੁੰਦਾ ਹੈ, ਜੋ ਨਾ ਤਾਂ ਭੇਡਾਂ ਅਤੇ ਨਾ ਹੀ ਭੇੜੀਆਂ ਤੋਂ ਉਨ੍ਹ ਨੂੰ ਬਚਾਉਣ ਦੀ ਚਿੰਤਾ ਕਰਦਾ ਸੀ। ਉਸ ਦਾ ਕੰਮ ਅੱਗ ਦੀ ਰੱਖਿਆ ਕਰਨਾ, ਉਸ ਨੂੰ ਜਲਾਈ ਰੱਖਣਾ, ਉਸ ਨੂੰ ਬੁਝਣ ਨਾ ਦੇਣਾ ਹੁੰਦਾ ਹੈ। ਉਸ ਨੂੰ ਅਗਨੀ-ਰਾਖਾ, ਅੱਗ ਜਲਾਈ

ਰੱਖਣ ਵਾਲਾ ਕਿਹਾ ਜਾਂਦਾ ਹੈ। ਅਜਿਹਾ ਕਹਿਣਾ ਠੀਕ ਨਹੀਂ ਹੋਵੇਗਾ ਕਿ ਕਿਸੇ ਇੱਕ ਆਦਮੀ ਨੂੰ ਵਿਸ਼ੇਸ਼ ਰੂਪ ਵਿੱਚ ਇਹੀ ਕੰਮ ਸੌਂਪ ਦਿੱਤਾ ਜਾਂਦਾ ਹੈ ਕਿ ਇਹ ਆਦਮੀ ਸਿਰਫ਼ ਅੱਗ ਦੀ ਹੀ ਰੱਖਿਆ ਕਰਦਾ ਹੈ। ਪਰ ਰਾਤ ਹੋਣ ਤੋਂ ਪਹਿਲਾਂ ਚਰਵਾਹੇ ਜ਼ਰੂਰ ਹੀ ਇੱਕ ਅਜਿਹੇ ਆਦਮੀ ਨੂੰ ਚੁਣ ਲੈਂਦੇ ਹਨ ਅਤੇ ਉਸ ਨੂੰ ਅੱਗ ਦੀ ਚਿੰਤਾ ਕਰਨ ਦਾ ਕੰਮ ਸੌਂਪ ਦਿੰਦੇ ਹਨ।

ਬਹੁਤ ਜ਼ਰੂਰੀ ਅਤੇ ਮੁਸ਼ਕਿਲ ਕੰਮ ਹੈ! ਖਾਣਾ ਪਕਾਉਣਾ, ਨਿੱਘ ਲੈਣਾ, ਗਿੱਲੇ ਕੱਪੜੇ ਸੁਕਾਉਣਾ, ਪ੍ਰਕਾਸ਼, ਚੰਗੀ ਗੱਲਬਾਤ ਅਤੇ ਬੰਦਿਆਂ ਦੀ ਗੰਭੀਰ ਗੱਲਬਾਤ ਸਮੇਂ ਬਹੁਤ ਜ਼ਿਆਦਾ ਜ਼ਰੂਰੀ ਤੰਬਾਕੂ ਪੀਣ ਨੂੰ ਜਾਰੀ ਰੱਖ ਸਕਣਾ, ਇਹ ਸਭ ਕੁੱਝ ਅੱਗ 'ਤੇ ਹੀ ਨਿਰਭਰ ਕਰਦਾ ਹੈ।

ਚਰਵਾਹਿਆਂ ਦੇ ਝੌਂਪੜਿਆਂ ਵਿੱਚ ਚੁੱਲ੍ਹੇ ਨਹੀਂ ਹੁੰਦੇ। ਅੱਗ ਬਾਹਰ ਬਲਦੀ ਰਹਿੰਦੀ ਹੈ ਅਤੇ ਉਸ ਦੇ ਲਈ ਖ਼ਾਸ ਭੱਜ-ਦੌੜ ਅਤੇ ਚਿੰਤਾ ਕਰਨ ਦੀ ਜ਼ਰੂਰਤ ਹੁੰਦੀ ਹੈ। ਹਥੇਲੀਆਂ, ਸਮੂਰੀ ਟੋਪੀ, ਚੋਗੇ ਦੇ ਪੱਲੇ ਨਾਲ ਅੱਗ ਨੂੰ ਬੁਰੇ ਮੌਸਮ, ਬਾਰਿਸ਼, ਬਰਫ਼ ਅਤੇ ਬਰਫ਼ ਦੇ ਤੂਫ਼ਾਨ ਤੋਂ ਬਚਾਉਣਾ ਪੈਂਦਾ ਹੈ।

ਕੀ ਬਹਾਦਰਾਂ, ਕਵੀਆਂ, ਗੀਤਕਾਰਾਂ, ਕਥਾਕਾਰਾਂ, ਨਚਾਰਾਂ ਅਤੇ ਸੰਗੀਤਕਾਰਾਂ-ਗਾਇਕਾਂ ਨੂੰ ਅਗਨੀ-ਰਾਖੇ ਕਹਿਣਾ ਠੀਕ ਨਹੀਂ ਹੋਵੇਗਾ? ਸਾਡੇ ਇੱਥੇ ਬਹੁਤ ਸਾਰੇ ਅਜਿਹੇ ਲੋਕ ਹਨ, ਜਿਨ੍ਹਾਂ ਦੇ ਦਿਲਾਂ ਵਿੱਚ ਕਵਿਤਾ, ਸਮਰਪਣ ਅਤੇ ਮਾਤ-ਭੂਮੀ ਪ੍ਰਤੀ ਪਿਆਰ ਦੀ ਸਦੀਵੀ ਅੱਗ ਬਲਦੀ ਹੈ, ਜੋ ਉਸ ਨੂੰ ਸੰਭਾਲਦੇ ਹਨ ਅਤੇ ਦੂਜਿਆਂ ਤੱਕ ਪਹੁੰਚਾਉਂਦੇ ਹਨ।

ਮੈਂ ਵੀ ਆਪਣੇ ਹਿਰਦੇ ਵਿੱਚ ਇਸ ਸਦੀਵੀ ਅੱਗ ਨੂੰ ਅਨੁਭਵ ਕਰਦਾ ਹਾਂ। ਮੈਂ ਵੀ ਇਸ ਨੂੰ ਆਪਣਾ ਫ਼ਰਜ਼ ਮੰਨਦਾ ਹਾਂ ਕਿ ਇਸ ਚਿੰਗਾੜੀ ਨੂੰ ਬੁਝਣ ਨਾ ਦਿਆਂ। ਇਸ ਨੂੰ ਹੋਰ ਜ਼ਿਆਦਾ ਤੇਜ ਹੋਣ, ਜ਼ਿਆਦਾ ਰੌਸ਼ਨੀ ਅਤੇ ਨਿੱਘ ਦੇਣ ਲਈ ਮਜ਼ਬੂਰ ਕਰਨਾ ਮੇਰਾ ਫ਼ਰਜ਼ ਹੈ, ਤਾਂ ਕਿ ਮੇਰੇ ਪਿੱਛੇ-ਪਿੱਛੇ ਆਉਣ ਵਾਲਾ ਵਿਅਕਤੀ ਇਸ ਮਸ਼ਾਲ ਨੂੰ ਮੇਰੇ ਹੱਥੋਂ ਲੈ ਕੇ ਇਸ ਨੂੰ ਅੱਗੇ ਲੈ ਜਾਵੇ।

ਆਪਣੇ ਦਿਲ ਵਿੱਚ ਅੱਗ ਨੂੰ ਉਸੇ ਤਰ੍ਹਾਂ ਸੰਭਾਲਣਾ ਚਾਹੀਦਾ ਹੈ, ਜਿਸ ਤਰ੍ਹਾਂ ਅਸੀਂ ਬਾਹਰਲੀ ਆਮ ਅੱਗ ਤੋਂ ਆਪਣੇ ਆਪ ਨੂੰ ਸੰਭਾਲਦੇ ਅਤੇ ਬਚਾਉਂਦੇ ਹਾਂ।

ਕਿਸੇ ਜਸ਼ਨ ਦੇ ਮੌਕੇ ਪਿੰਡ ਵਿੱਚ ਗਾਉਣ ਤੋਂ ਬਾਅਦ ਹਮੇਸ਼ਾ ਹਾਸਾ-ਮਜ਼ਾਕ ਹੁੰਦਾ ਰਹਿੰਦਾ ਹੈ, ਸੰਗੀਤ ਅਤੇ ਨਾਚ ਤੋਂ ਬਾਅਦ ਗੱਲਬਾਤ ਹੁੰਦੀ ਹੈ। ਸਮਾਰੋਹੀ ਸ਼ਬਦਾਂ ਵਿੱਚ ਅਗਨੀ ਦਾ ਗੁਣਗਾਨ ਕਰਨ ਤੋਂ ਬਾਅਦ ਲੋਕ ਇਹ ਸੁਣਾਉਂਦੇ ਹਨ ਕਿ ਕਿਵੇਂ ਸਾਡੇ ਦਾਗ਼ਿਸਤਾਨ ਵਿੱਚ ਹਿਮ-ਮਾਨਵ ਦੀ ਖੋਜ ਕੀਤੀ ਗਈ।

ਮੈਂ ਖ਼ੁਦ ਉਸ ਬਹੁਤ ਵੱਡੇ ਤਮਾਸ਼ੇ ਦਾ ਗਵਾਹ ਰਿਹਾ ਹਾਂ, ਜੋ ਹਿਮ-ਮਾਨਵ ਦੀ ਖੋਜ ਕਰਨ ਲਈ ਸਾਡੇ ਕੋਲ ਆਉਣ ਵਾਲੇ ਕੁੱਝ ਵਿਗਿਆਨੀਆਂ ਵੇਲੇ ਪਹਾੜੀ ਲੋਕਾਂ ਨੇ ਦੇਖਿਆ ਸੀ।

ਅਵਾਰ ਜਾਤੀ ਦੇ ਲੋਕਾਂ ਨੇ ਉਨ੍ਹਾਂ ਨੂੰ ਕਿਹਾ, "ਤੁਸੀਂ ਦਾਰਗੀਨਾਂ ਕੋਲ ਜਾਓ, ਸ਼ਾਇਦ ਉਹ ਉਨ੍ਹਾਂ ਕੋਲ ਰਹਿੰਦਾ ਹੋਵੇ, ਜਿਸ ਨੂੰ ਤੁਸੀਂ ਭਾਲ ਰਹੇ ਹੋ?"

ਦਾਰਗੀਨਾਂ ਨੇ ਉਨ੍ਹਾਂ ਨੂੰ ਲਾਕਤੀਆਂ ਕੋਲ ਭੇਜ ਦਿੱਤਾ, ਲਾਕਤੀਆਂ ਨੇ ਲੇਜ਼ਗੀਨਾਂ ਕੋਲ, ਲੇਜ਼ਗੀਨਾਂ ਨੇ ਕੁਮਿਕਾਂ ਕੋਲ, ਕੁਮਿਕਾਂ ਨੇ ਸਤੇਪੀ ਵਿੱਚ ਰਹਿਣ ਵਾਲੇ ਨੋਗਾਈਆਂ ਕੋਲ, ਨੋਗਾਈਆਂ ਨੇ ਤਾਬਾਸਾਰਾਂਤਸੀਆਂ ਕੋਲ। ਇਹ ਵਿਗਿਆਨੀ ਸਾਰੇ ਦਾਗ਼ਿਸਤਾਨ ਵਿੱਚ ਭਟਕਦੇ ਰਹੇ। ਬੁਰੀ ਤਰ੍ਹਾਂ ਥੱਕ-ਹਾਰ ਕੇ ਉਹ ਕਿਕੂਨੀ ਪਿੰਡ ਵਿੱਚ ਆ ਕੇ ਠਹਿਰੇ, ਜਿੱਥੇ ਸਾਡਾ ਮਹਾਂਬਲੀ ਓਸਮਾਨ ਅਬਦੁਰ ਰਹਿਮਾਨੋਵ ਰਹਿੰਦਾ ਹੈ। ਸੰਭਵ ਹੈ ਕਿ ਇਨ੍ਹਾਂ ਪੰਕਤੀਆਂ ਨੂੰ ਪੜ੍ਹਨ ਵਾਲੇ ਕੁੱਝ ਲੋਕਾਂ ਨੇ ਓਸਮਾਨ ਨੂੰ 'ਖਜ਼ਾਨਿਆਂ ਦਾ ਦੀਪ' ਫ਼ਿਲਮ ਵਿੱਚ ਦੇਖਿਆ ਹੋਵੇ। ਉੱਥੇ ਉਹ ਤਿੰਨ ਆਦਮੀਆਂ ਨੂੰ ਇਕੱਠਿਆਂ ਫੜ ਕੇ ਸਮੁੰਦਰ ਵਿੱਚ ਸੁੱਟ ਦਿੰਦਾ ਹੈ।

ਕੁੱਝ ਅਜਿਹਾ ਹੋਇਆ ਕਿ ਇਨ੍ਹਾਂ ਵਿਗਿਆਨੀਆਂ ਦੀ ਕਾਰ ਕਿਕੂਨੀ ਪਿੰਡ ਨੇੜੇ ਇੱਕ ਛੋਟੀ ਜਿਹੀ ਨਦੀ ਵਿੱਚ ਫਸ ਗਈ। ਵਿਗਿਆਨੀ ਉਸ ਨੂੰ ਅੱਗੇ-ਪਿੱਛੇ ਧੱਕਦੇ ਰਹੇ, ਪਰ ਕਾਰ ਨੂੰ ਨਦੀ ਵਿੱਚੋਂ ਨਾ ਕੱਢ ਸਕੇ।

ਇਸ ਵੇਲੇ ਓਸਮਾਨ ਆਪਣੇ ਘਰ ਦੀ ਛੱਤ 'ਤੇ ਬੈਠਾ ਸੀ। ਉਸ ਨੇ ਦੇਖਿਆ ਕਿ ਕਿਵੇਂ ਬੇਸਾਹਾਰਾ ਲੋਕ ਪ੍ਰੇਸ਼ਾਨ ਹੁੰਦੇ ਹੋਏ ਕਾਰ ਦੇ ਆਸੇ-ਪਾਸੇ ਕੁੱਝ ਕਰ ਰਹੇ ਹਨ। ਉਹ ਹੇਠਾਂ ਉੱਤਰਿਆ ਅਤੇ ਮਹਾਂਬਲੀ ਵਾਲੀ ਮੱਧਮ-ਮੱਧਮ ਚਾਲ ਨਾਲ ਉਨ੍ਹਾਂ ਕੋਲ ਗਿਆ। ਉਸ ਨੇ ਚਰਬੀ ਨਾਲ ਚੀਕਣੇ ਹੋਏ ਪਿਆਲੇ ਵਿੱਚੋਂ ਨਿੱਕਲਣ ਤੋਂ ਅਸਮਰੱਥ ਬੀਂਡੇ ਵਾਂਗ, ਕਾਰ ਨੂੰ ਉੱਪਰ ਉਠਾਇਆ ਅਤੇ ਤੱਟ 'ਤੇ ਲਿਜਾ ਕੇ ਰੱਖ ਦਿੱਤਾ।

ਵਿਗਿਆਨੀ ਆਪਸ ਵਿੱਚ ਘੁਸਰ-ਮੁਸਰ ਅਤੇ ਕਾਨਾਫੂਸੀ ਕਰਨ ਲੱਗੇ ਕਿ ਕਿਤੇ ਹਿਮ-ਮਾਨਵ ਹੀ ਤਾਂ ਉਨ੍ਹਾਂ ਦੀ ਮੱਦਦ ਲਈ ਨਹੀਂ ਆਇਆ ਹੈ ਪਰ ਓਸਮਾਨ ਉਨ੍ਹਾਂ ਦੀ ਗੱਲਬਾਤ ਸਮਝ ਗਿਆ ਅਤੇ ਬੋਲਿਆ:

"ਬੇਅਰਥ ਹੀ ਤੁਸੀਂ ਲੋਕ ਉਸ ਨੂੰ ਇੱਥੇ ਭਾਲਦੇ ਫਿਰ ਰਹੇ ਹੋ। ਅਸੀਂ ਪਹਾੜੀ ਲੋਕ ਬਰਫ਼ ਦੇ ਨਹੀਂ, ਬਲਕਿ ਅੱਗ ਦੇ ਬਣੇ ਹੋਏ ਆਂ। ਜੇਕਰ ਮੇਰੇ ਅੰਦਰ ਅੱਗ ਨਾ ਹੁੰਦੀ, ਤਾਂ ਤੁਹਾਡੀ ਕਾਰ ਨੂੰ ਮੈਂ ਚਿੱਕੜ ਵਿੱਚੋਂ ਬਾਹਰ ਕਿਵੇਂ ਕੱਢ ਲਿਜਾਂਦਾ?"

ਇਸ ਤੋਂ ਬਾਅਜਦ ਉਸ ਨੇ ਬੜੀ ਤਸੱਲੀ ਨਾਲ ਸਿਗਰਟ ਲਪੇਟੀ, ਚੈਨ ਨਾਲ ਚਕਮਕ ਕੱਢਿਆ, ਉਸ ਨਾਲ ਚਿੰਗਾੜੀ ਪੈਦਾ ਕਰ ਕੇ ਸਿਗਰਟ ਸੁਲਘਾਈ ਅਤੇ ਮੂੰਹ ਵਿੱਚੋਂ ਧੂਏਂ ਦਾ ਬੱਦਲ ਕੱਢਿਆ। ਉਦੋਂ ਧੂਏਂ ਨਾਲ ਓਸਮਾਨ ਦੀ ਚੌੜੀ ਛਾਤੀ ਵਿੱਚੋਂ ਬੱਦਲ ਦੀ ਗਰਜ ਵਰਗਾ ਠਹਾਕਾ ਗੂੰਜ ਉੱਠਿਆ। ਪਹਾੜਾਂ ਵਿੱਚ ਚੱਟਾਨ ਦੇ ਟੁੱਟ ਕੇ ਡਿੱਗਣ ਨਾਲ ਅਜਿਹੀ ਆਵਾਜ਼ ਹੁੰਦੀ ਹੈ, ਪਹਾੜਾਂ ਨੂੰ ਝੰਜੋੜਦਾ ਹੋਇਆ ਭੂਚਾਲ ਅਜਿਹੀ ਗਰਜ ਪੈਦਾ ਕਰਦਾ ਹੈ।

ਇਸ ਕਿੱਸੇ ਨੂੰ ਸੁਣ ਕੇ ਅਬੂਤਾਲਿਬ ਨੇ ਇੰਨਾ ਹੋਰ ਕਹਿ ਦਿੱਤਾ, "ਬੇਅਰਥ ਦੇ ਅਜਿਹੇ ਕੰਮਾਂ ਵਿੱਚ ਉਲਝਣ ਵਾਲੇ ਲੋਕਾਂ ਦੀਆਂ ਕਾਰਾਂ ਚਿੱਕੜ ਵਿੱਚ ਫਸਣ ਬਿਨਾਂ ਨਹੀਂ ਰਹਿ ਸਕਦੀਆਂ।"

ਮੈਂ ਰੌਸ਼ਨੀਆਂ ਦੇ ਤਿਉਹਾਰ (ਦੀਵਾਲੀ) ਦੇ ਮੌਕੇ ਭਾਰਤ ਗਿਆ ਸੀ। ਕਿੰਨੀ ਚੰਗੀ ਗੱਲ ਹੈ ਕਿ ਲੋਕਾਂ ਦੇ ਅਜਿਹੇ ਪੁਰਬ-ਤਿਉਹਾਰ ਵੀ ਹਨ! ਮੈਨੂੰ ਉੱਥੇ ਜਗਦਾ ਹੋਇਆ ਦੀਵਾ ਭੇਟ ਕੀਤਾ ਗਿਆ ਅਤੇ ਮੈਂ ਉਸ ਨੂੰ ਆਪਣੇ ਪਹਾੜੀ ਖੇਤਰ ਪ੍ਰਤੀ ਦੂਰ-ਦੁਰਾਡੇ ਦੇ ਦੇਸ਼ ਦੇ

ਸਲਾਮ ਦੇ ਰੂਪ ਵਿੱਚ ਆਪਣੇ ਨਾਲ ਲੈ ਆਇਆ। ਰੂਸੀ ਅਤੇ ਆਪਣੀਆਂ ਕਈ ਹੋਰ ਭਾਸ਼ਾਵਾਂ ਵਿੱਚ ਅਸੀਂ ਅਕਸਰ ਕਹਿੰਦੇ ਹਾਂ, "ਦਹਿਕਦਾ ਹੋਇਆ ਸਲਾਮ! ਉਨ੍ਹਾਂ ਦਾ ਦਹਿਕਦਾ ਹੋਇਆ ਸਲਾਮ ਕਬੂਲ ਕਰੋ!" ਸ਼ਾਇਦ ਕਦੇ ਅਜਿਹਾ ਵੀ ਸਮਾਂ ਰਿਹਾ ਹੋਵੇ, ਜਦੋਂ ਸਲਾਮ ਨੂੰ ਸ਼ਬਦ ਦੇ ਰੂਪ ਵਿੱਚ ਪ੍ਰਗਟ ਕਰਨ ਦੀ ਬਜਾਇ ਅਗਨੀ, ਜਵਾਲਾ ਜਾਂ ਮਸ਼ਾਲ ਭੇਜੀ ਜਾਂਦੀ ਹੋਵੇ। ਸ਼ਾਂਤੀਪੂਰਨ ਜਵਾਲਾ। ਭਸਮ ਕਰਨ ਵਾਲੀ ਅੱਗ ਅਤੇ ਲੜਾਈ ਦੀ ਜਵਾਲਾ ਨਹੀਂ, ਬਲਕਿ ਚੁੱਲ੍ਹੇ ਦੀ ਅੱਗ, ਨਿੱਘ ਅਤੇ ਪ੍ਰਕਾਸ਼ ਦੀ ਅੱਗ।

ਸਾਡੇ ਇੱਥੇ ਇੱਕ ਪਰੰਪਰਾ ਹੈ, ਸਰਦੀ ਦੇ ਪਹਿਲੇ ਦਿਨ ਦੀ ਸ਼ਾਮ ਨੂੰ (ਕਦੇ-ਕਦੇ ਬਸੰਤ ਦੇ ਪਹਿਲੇ ਦਿਨ ਦੀ ਸ਼ਾਮ ਨੂੰ ਵੀ) ਪਹਾੜੀ ਪਿੰਡਾਂ ਵਿੱਚ ਚੱਟਾਨਾਂ 'ਤੇ ਸਲਾਮ ਵਜੋਂ ਭਾਂਬੜ ਜਲਾਏ ਜਾਂਦੇ ਹਨ। ਹਰ ਪਿੰਡ ਇੱਕ ਭਾਂਬੜ ਬਾਲਦਾ ਹੈ। ਇਹ ਭਾਂਬੜ ਦੂਰ ਤੱਕ ਦਿਖਾਈ ਦਿੰਦੇ ਹਨ। ਖੱਡਾਂ, ਖਾਈਆਂ ਅਤੇ ਚੱਟਾਨਾਂ ਵਿੱਚੋਂ ਦੀ ਪਿੰਡ ਇੱਕ-ਦੂਜੇ ਨੂੰ ਸਰਦੀ ਜਾਂ ਬਸੰਤ ਦੇ ਆਗਮਨ ਦੀ ਵਧਾਈ ਦਿੰਦੇ ਹਨ! ਅਗਨੀ ਰੂਪੀ ਸਲਾਮ, ਅਗਨੀ ਰੂਪੀ ਸ਼ੁਭ-ਕਾਮਨਾਵਾਂ ਭੇਜਦੇ ਹਨ। ਖ਼ੁਦ ਮੈਂ ਵੀ ਸਾਡੇ ਤਸਾਦਾ ਪਿੰਡ ਦੇ ਉੱਪਰ ਖੜ੍ਹੀ ਖ਼ਾਮੀਰਖ਼ੋ ਚੱਟਾਨ 'ਤੇ ਅਨੇਕਾਂ ਵਾਰ ਅਜਿਹਾ ਭਾਂਬੜ ਜਲਾਇਆ ਹੈ।

ਇਹ ਸਬੱਬ ਦੀ ਗੱਲ ਨਹੀਂ ਹੈ ਕਿ ਦਾਗ਼ਿਸਤਾਨ ਦੇ ਪਹਿਲੇ ਕਾਰਖਾਨੇ ਨੂੰ 'ਦਾਗ਼ਿਸਤਾਨ ਦਾ ਦੀਵਾ' ਨਾਂ ਦਿੱਤਾ ਗਿਆ ਸੀ। ਹੁਣ ਭਾਂਬੜਾਂ ਤੋਂ ਇਲਾਵਾ ਅਨੇਕਾਂ ਹੋਰ ਨਵੇਂ ਪ੍ਰਕਾਸ਼-ਸਰੋਤ ਸਾਹਮਣੇ ਆ ਗਏ ਹਨ। ਬਿਜਲੀ ਦੇ ਖੰਭਿਆਂ 'ਤੇ ਪੰਛੀ ਵੈਸੇ ਹੀ ਸਾਧਾਰਨ ਢੰਗ ਨਾਲ ਬੈਠਦੇ ਹਨ, ਜਿਵੇਂ ਦਰੱਖਤਾਂ 'ਤੇ। ਚੱਟਾਨਾਂ ਉੱਪਰ ਬਲਦੀਆਂ ਬਿਜਲੀ ਦੀਆਂ ਰੌਸ਼ਨੀਆਂ ਤੋਂ ਕਬੂਤਰ ਜਰਾ ਨਹੀਂ ਡਰਦੇ।

ਇੱਕ ਵਾਰ ਮੈਂ ਕਾਸਪੀ ਸਾਗਰ ਨੂੰ ਬਲਦੇ ਦੇਖਿਆ। ਪੂਰੇ ਇੱਕ ਹਫ਼ਤੇ ਤੱਕ ਲਹਿਰਾਂ ਉਸ ਨੂੰ ਬੁਝਾ ਨਹੀਂ ਸਕੀਆਂ। ਇਹ ਇਜ਼ਬੇਰਬਾਸ਼ ਸ਼ਹਿਰ ਦੇ ਨੇੜੇ ਦੀ ਗੱਲ ਹੈ। ਆਖ਼ਰ ਜਦੋਂ ਅੱਗ ਬੁਝਣ ਲੱਗੀ ਅਤੇ ਹੌਲੀ-ਹੌਲੀ ਬੁਝ ਗਈ, ਤਾਂ ਉਸ ਨੇ ਡੁੱਬਦੇ ਹੋਏ ਜਹਾਜ਼ ਦੀ ਯਾਦ ਤਾਜ਼ਾ ਕਰ ਦਿੱਤੀ।

ਸਾਗਰ ਦੀ ਅੱਗ ਬੁਝ ਸਕਦੀ ਹੈ, ਪਰ ਦਾਗ਼ਿਸਤਾਨ ਦੇ ਦਿਲ ਵਿੱਚ ਦਹਿਕਦੀ ਅੱਗ ਕਦੇ ਨਹੀਂ ਬੁਝ ਸਕਦੀ। ਕੀ ਆਦਮੀ ਦੇ ਦਿਲ ਵਿੱਚ ਦਹਿਕਦੀ ਅੱਗ ਪਾਣੀ ਤੋਂ ਡਰਦੀ ਹੈ? ਉਹ ਤਾਂ ਪਾਣੀ ਨੂੰ ਭਾਲਦੀ ਹੈ, ਪਾਣੀ ਮੰਗਦੀ ਹੈ। ਅੰਦਰਲੀ ਅੱਗ ਨਾਲ ਸੁੱਕਣ, ਫਟਣ, ਦਹਿਕਣ ਅਤੇ ਜਲਣ ਵਾਲੇ ਹੋਂਠ ਕੀ ਇਹ ਨਹੀਂ ਬੁੜਬੁੜਾਉਂਦੇ, "ਪਾਣੀ, ਪਾਣੀ!"

ਇਸ ਦਾ ਮਤਲਬ ਇਹ ਹੈ ਕਿ ਪਾਣੀ ਅਤੇ ਅੱਗ ਵਿਚਕਾਰ ਬੇਹੱਦ ਗਹਿਰਾ ਸਬੰਧ ਹੈ।

ਮੇਰੇ ਮਾਤਾ ਜੀ ਕਿਹਾ ਕਰਦੇ ਸਨ ਕਿ ਚੁੱਲ੍ਹਾ ਘਰ ਦਾ ਦਿਲ ਹੈ ਅਤੇ ਚਸ਼ਮਾ ਪਿੰਡ ਦਾ ਦਿਲ ਹੈ।

ਪਹਾੜਾਂ ਨੂੰ ਅੱਗ ਚਾਹੀਦੀ ਹੈ ਅਤੇ ਘਾਟੀਆਂ ਨੂੰ ਪਾਣੀ। ਦਾਗ਼ਿਸਤਾਨ, ਉੱਥੇ ਤਾਂ ਪਹਾੜ ਵੀ ਹਨ ਅਤੇ ਘਾਟੀਆਂ ਵੀ, ਉਸ ਨੂੰ ਅੱਗ ਵੀ ਚਾਹੀਦੀ ਹੈ ਅਤੇ ਪਾਣੀ ਵੀ।

ਜੇਕਰ ਕੋਈ ਆਦਮੀ ਸਫ਼ਰ ਲਈ ਰਵਾਨਾ ਹੁੰਦੇ ਸਮੇਂ ਜਾਂ ਵਾਪਸ ਮੁੜਦੇ ਸਮੇਂ ਪਿੰਡ

ਦੇ ਕਿਨਾਰੇ 'ਤੇ ਇੱਕ ਸ਼ੀਸ਼ੇ ਵਾਂਗ ਚਸ਼ਮੇ ਵਿੱਚ ਝਾਕ ਲੈਂਦਾ ਹੈ, ਤਾਂ ਇਸ ਦਾ ਅਰਥ ਹੁੰਦਾ ਹੈ ਕਿ ਇਸ ਵਿਅਕਤੀ ਦੇ ਹਿਰਦੇ ਵਿੱਚ ਪਿਆਰ ਹੈ, ਅੱਗ ਹੈ। ਪਹਾੜੀ ਲੋਕ ਅਜਿਹਾ ਮੰਨਦੇ ਹਨ।

ਪਰ ਕੀ ਸਾਰਾ ਦਾਗ਼ਿਸਤਾਨ ਹੀ ਕਾਸਪੀ ਸਾਗਰ ਦੇ ਸਵੱਛ ਸ਼ੀਸ਼ੇ ਵਿੱਚ ਆਪਣੇ ਆਪ ਨੂੰ ਨਹੀਂ ਦੇਖਦਾ? ਕੀ ਉਹ ਹੁਣੇ-ਹੁਣੇ ਪਾਣੀ ਵਿੱਚੋਂ ਬਾਹਰ ਆਉਣ ਵਾਲੇ ਸੁੱਘੜ-ਸੁਡੌਲ ਅਤੇ ਉਤਸ਼ਾਹੀ ਜਵਾਨ ਵਰਗਾ ਨਹੀਂ ਹੈ?

ਮੇਰਾ ਦਾਗ਼ਿਸਤਾਨ ਕਾਸਪੀ ਸਾਗਰ ਦੇ ਉੱਪਰ ਇਸ ਤਰ੍ਹਾਂ ਝੁਕਿਆ ਹੋਇਆ ਹੈ, ਜਿਵੇਂ ਪਹਾੜੀ ਆਦਮੀ ਚਸ਼ਮੇ ਉੱਪਰ। ਉਹ ਆਪਣੀ ਪੁਸ਼ਾਕ ਠੀਕ-ਠਾਕ ਕਰਦਾ ਹੈ, ਮੁੱਛਾਂ ਨੂੰ ਤਾਅ ਦਿੰਦਾ ਹੈ।

ਪਹਾੜੀ ਲੋਕ ਇੱਕ ਬਦਦੁਆ ਇਹ ਦਿੰਦੇ ਹਨ, "ਜੋ ਆਦਮੀ ਚਸ਼ਮੇ ਨੂੰ ਗੰਦਾ ਕਰਦਾ ਹੈ, ਉਸ ਦਾ ਘੋੜਾ ਮਰ ਜਾਵੇ।" ਇੱਕ ਹੋਰ ਸਰਾਪ ਇਹ ਹੈ, "ਤੁਹਾਡੇ ਘਰ ਦੇ ਆਲੇ-ਦੁਆਲੇ ਸਾਰੇ ਚਸ਼ਮੇ ਸੁੱਕ ਜਾਣ।" ਪ੍ਰਸ਼ੰਸਾ ਕਰਦੇ ਹੋਏ ਪਹਾੜੀਏ ਕਹਿੰਦੇ ਹਨ, "ਸ਼ਾਇਦ ਇਸ ਪਿੰਡ ਦੇ ਵਾਸੀ ਚੰਗੇ ਨੇ, ਇੱਥੇ ਚਸ਼ਮਾ ਅਤੇ ਕਬਰਗਿਸਤਾਨ ਚੰਗੀ ਹਾਲਤ ਵਿੱਚ ਨੇ, ਸਾਫ਼-ਸੁਥਰੇ ਨੇ।"

ਸਾਡੇ ਇੱਥੇ ਬੀਰ-ਗਤੀ ਨੂੰ ਪ੍ਰਾਪਤ ਹੋਏ ਲੋਕਾਂ ਦੇ ਸਤਿਕਾਰ ਵਿੱਚ ਅਨੇਕ ਚਸ਼ਮੇ ਅਤੇ ਖੂਹ ਪੁੱਟੇ ਗਏ ਹਨ, ਉਨ੍ਹਾਂ ਨੂੰ ਤਾਂ ਉਨ੍ਹਾਂ ਦੇ ਨਾਂ ਵੀ ਦਿੱਤੇ ਗਏ ਹਨ, ਅਲੀ ਦਾ ਚਸ਼ਮਾ, ਓਮਾਰ ਦਾ ਚਸ਼ਮਾ, ਹਾਜੀ-ਮੁਰਾਦ ਦਾ ਖੂਹ, ਮਹਿਮੂਦ ਦਾ ਚਸ਼ਮਾ।

ਮੁਟਿਆਰਾਂ ਜਦੋਂ ਮੋਢਿਆਂ 'ਤੇ ਘੜੇ ਰੱਖ ਕੇ ਚਸ਼ਮਿਆਂ ਵੱਲ ਜਾਂਦੀਆਂ ਹਨ, ਤਾਂ ਗੱਭਰੂ ਵੀ ਉਨ੍ਹਾਂ ਨੂੰ ਦੇਖਣ ਅਤੇ ਆਪਣੇ ਲਈ ਦੁੱਲਹਣ ਚੁਣਨ ਲਈ ਇੱਥੇ ਆਉਂਦੇ ਹਨ। ਪਤਾ ਨਹੀਂ ਇਨ੍ਹਾਂ ਚਸ਼ਮਿਆਂ ਕੋਲ ਕਿੰਨੀਆਂ ਪ੍ਰੇਮ-ਭਾਵਨਾਵਾਂ ਜਾਗੀਆਂ ਹਨ, ਪਤਾ ਨਹੀਂ ਕਿੰਨੇ ਹੋਣ ਵਾਲੇ ਪਰਿਵਾਰਾਂ ਦੇ ਵਿਆਹ ਅਤੇ ਰਿਸ਼ਤਿਆਂ ਦੀਆਂ ਗੰਢਾਂ ਇੱਥੇ ਬੱਝੀਆਂ ਹਨ।

ਨਹੀਂ ਤੁਹਾਨੂੰ ਪਤਾ ਕਿ ਕਿਸ ਦੇ ਬਾਰੇ ਇਹ ਗੀਤ ਰਚਿਆ।
ਚਸ਼ਮੇ 'ਤੇ ਆ ਕੇ ਖ਼ੁਦ ਦੇਖੋ, ਕੌਣ ਗੀਤ ਵਿੱਚ ਹੈ ਛਿਪਿਆ?

ਸਾਡੇ ਸ਼ਾਇਰ ਮਹਿਮੂਦ ਨੇ ਅਜਿਹਾ ਲਿਖਿਆ ਹੈ।

ਇੱਕ ਵਾਰ ਪਰਬਤ ਵੱਲ ਜਾਂਦੇ ਹੋਏ ਮੈਂ ਗੋਤਸਾਤਲ ਪਿੰਡ ਦੇ ਚਸ਼ਮੇ ਦੇ ਨੇੜੇ ਰੁਕਿਆ। ਮੈਂ ਕੀ ਦੇਖਿਆ ਕਿ ਇੱਕ ਰਾਹੀ ਚਸ਼ਮੇ 'ਤੇ ਝੁਕਿਆ ਹੋਇਆ ਚੂਲੀ ਭਰ-ਭਰ ਕੇ ਨਿਰਮਲ ਜਲ ਪੀ ਰਿਹਾ ਹੈ ਅਤੇ ਕਹਿੰਦਾ ਜਾ ਰਿਹਾ ਹੈ:

"ਆਹਾ, ਮਜ਼ਾ ਆ ਗਿਆ!"

"ਮੱਗ ਲੈ ਲਵੋ।" ਮੈਂ ਸਲਾਹ ਦਿੱਤੀ।

"ਮੈਂ ਦਸਤਾਨੇ ਪਹਿਨ ਕੇ ਖਾਣਾ ਨਹੀਂ ਖਾਂਦਾ।" ਰਾਹੀ ਨੇ ਜਵਾਬ ਦਿੱਤਾ।

ਪਿਤਾ ਜੀ ਨੂੰ ਇਹ ਕਹਿਣਾ ਚੰਗਾ ਲੱਗਦਾ ਸੀ, ਬਾਰਿਸ਼ ਅਤੇ ਨਦੀ ਦੇ ਸ਼ੋਰ ਤੋਂ ਜ਼ਿਆਦਾ ਮਿੱਠਾ ਹੋਰ ਕੋਈ ਸੰਗੀਤ ਨਹੀਂ ਹੁੰਦਾ। ਵਹਿੰਦੇ ਪਾਣੀ ਦੀ ਕਲ-ਕਲ ਸੁਣਦੇ ਅਤੇ ਉਸ ਨੂੰ ਦੇਖਦੇ ਹੋਏ ਕਦੇ ਮਨ ਨਹੀਂ ਭਰਦਾ।

ਬਸੰਤ ਵਿੱਚ ਜਦੋਂ ਪਹਾੜਾਂ ਵਿੱਚ ਬਰਫ਼ ਪਿਘਲਣ ਲੱਗਦੀ ਸੀ, ਤਾਂ ਮੇਰੇ ਅੰਮਾਂ ਾਟੀ ਵਿੱਚ ਤੇਜੀ ਨਾਲ ਵਹਿੰਦੀਆਂ ਆਉਣ ਵਾਲੀਆਂ ਲਹਿਰਾਂ ਨੂੰ ਘੰਟਿਆਂ ਬੱਧੀ ਦੇਖਦੇ ਹਿ ਸਕਦੇ ਸਨ। ਉਹ ਤਾਂ ਸਰਦੀ ਵਿੱਚ ਹੀ ਲੱਕੜ ਦੇ ਪੀਪੇ ਤਿਆਰ ਕਰਨ ਲੱਗਦੇ ਸਨ, ਤਾਂ ਰ ਗਰਮੀਆਂ ਵਿੱਚ ਉਨ੍ਹਾਂ ਨੂੰ ਪਰਨਾਲਿਆਂ ਦੇ ਹੇਠਾਂ ਰੱਖ ਕੇ ਬਾਰਿਸ਼ ਦਾ ਪਾਣੀ ਇਕੱਠਾ ਕਰ ਕਣ।

ਮੇਰਾ ਸਭ ਤੋਂ ਪਿਆਰਾ ਸ਼ੌਕ ਤਾਂ ਪਾਣੀ ਨਾਲ ਭਰੇ ਟੋਇਆਂ ਵਿੱਚ ਨੰਗੇ ਪੈਰੀਂ ੜੱਪ-ਛੜੱਪ ਕਰਦੇ ਫਿਰਨਾ ਸੀ। ਬਾਰਿਸ਼ ਤੋਂ ਜਰਾ ਵੀ ਡਰੇ ਬਿਨਾਂ ਅਸੀਂ ਪਾਣੀ ਦੀਆਂ ਾਰਾਵਾਂ ਨੂੰ ਰੋਕਣ ਵਾਲੇ ਬੰਨ੍ਹ ਖੜ੍ਹੇ ਕਰਦੇ ਸੀ ਅਤੇ ਇਸ ਤਰ੍ਹਾਂ ਛੋਟੇ-ਛੋਟੇ ਤਲਾਬ ਬਣਾਉਂਦੇ ੀ।

ਮੈਂ ਕਲਪਨਾ ਕਰ ਸਕਦਾ ਹਾਂ ਕਿ ਪਰਿੰਦੇ ਜਦੋਂ ਪਥਰੀਲੇ ਪਿਆਲਿਆਂ ਨਾਲ ਾਰਿਸ਼ ਦਾ ਪਾਣੀ ਪੀਂਦੇ ਹਨ, ਤਾਂ ਉਨ੍ਹਾਂ ਨੂੰ ਕਿਹੋ ਜਿਹਾ ਆਨੰਦ ਆਉਂਦਾ ਹੋਵੇਗਾ।

ਸ਼ਾਮਿਲ ਆਪਣੇ ਸੂਰਮਿਆਂ ਨੂੰ ਕਿਹਾ ਕਰਦਾ ਸੀ, "ਕੋਈ ਗੱਲ ਨਹੀਂ ਕਿ ਦੁਸ਼ਮਣ ' ਸਾਡੇ ਪਿੰਡ, ਸਾਡੇ ਖੇਤਾਂ 'ਤੇ ਕਬਜ਼ਾ ਕਰ ਲਿਆ। ਪਰ ਚਸ਼ਮਾ ਤਾਂ ਅਜੇ ਸਾਡੇ ਕੋਲ ਐ, ਸੀਂ ਜਿੱਤਾਂਗੇ।"

ਦੁਸ਼ਮਣਾਂ ਦਾ ਹਮਲਾ ਹੋਣ 'ਤੇ ਕਠੋਰ ਇਮਾਮ ਸ਼ਾਮਿਲ ਸਭ ਤੋਂ ਪਹਿਲਾਂ ਤਾਂ ਪਿੰਡ ' ਚਸ਼ਮੇ ਦੀ ਰਾਖੀ ਕਰਨ ਦਾ ਹੁਕਮ ਦਿੰਦਾ ਸੀ। ਜਦੋਂ ਖ਼ੁਦ ਦੁਸ਼ਮਣਾਂ 'ਤੇ ਹਮਲਾ ਕਰਦਾ ਸੀ, ਾਂ ਸਭ ਤੋਂ ਪਹਿਲਾਂ ਪਿੰਡ ਦੇ ਚਸ਼ਮੇ 'ਤੇ ਕਬਜ਼ਾ ਕਰਨ ਦਾ ਹੁਕਮ ਦਿੰਦਾ ਸੀ।

ਪੁਰਾਣੇ ਸਮਿਆਂ ਵਿੱਚ ਜੇਕਰ ਕੋਈ ਆਦਮੀ ਆਪਣੇ ਜਾਨੀ ਦੁਸ਼ਮਣ ਨੂੰ ਨਦੀ ਵੱਚ ਨਹਾਉਂਦੇ ਦੇਖਦਾ ਸੀ, ਤਾਂ ਉਸ ਦੇ ਪਾਣੀ ਵਿੱਚੋਂ ਬਾਹਰ ਆ ਜਾਣ ਅਤੇ ਆਪਣੇ ਥਿਆਰ ਬੰਨ੍ਹ ਲੈਣ ਤੋਂ ਪਹਿਲਾਂ ਉਹ ਕਦੇ ਉਸ 'ਤੇ ਵਾਰ ਨਹੀਂ ਕਰਦਾ ਸੀ।

ਪਰ ਅਕਸਰ ਹੀ ਮੈਨੂੰ ਇੱਕ ਬਹੁਤ ਜ਼ਿਆਦਾ ਸ਼ਾਂਤੀਪੂਰਨ ਪ੍ਰਥਾ ਦੀ ਯਾਦ ਆਉਂਦੀ ' ਅਤੇ ਉਹ ਵੀ ਪਾਣੀ ਨਾਲ ਹੀ ਸਬੰਧ ਰੱਖਦੀ ਹੈ। ਇਸ ਨੂੰ 'ਨੰਨ੍ਹਾ ਬਾਰਿਸ਼ੀ ਗਧਾ' ਕਿਹਾ ਾਂਦਾ ਸੀ।

ਲੇਰਮੋਂਤੋਵ ਦੀ ਕਵਿਤਾ ਦੀ ਪਹਿਲੀ ਪੰਕਤੀ 'ਦਾਗ਼ਿਸਤਾਨੀ ਘਾਟੀ ਦੀ ਬਲਦੀ ਪਹਿਰ ਵਿੱਚ' ਵਿੱਚ ਇਹ ਉਂਝ ਹੀ ਨਹੀਂ ਸੀ ਲਿਖਿਆ ਗਿਆ। ਦੁਪਹਿਰ ਦੀ ਗਰਮੀ ਸਾਡੇ ਥੇ ਬਹੁਤ ਭਿਆਨਕ ਅਤੇ ਸਭ ਕੁੱਝ ਸੁਕਾ ਦੇਣ ਵਾਲੀ ਹੁੰਦੀ ਹੈ। ਗਰਮੀ ਨਾਲ ਧਰਤੀ ਫਟ ਾਂਦੀ ਹੈ, ਚੱਟਾਨਾਂ ਵਿੱਚੋਂ ਦਹਿਕਦੀ ਹੋਈ ਭੱਠੀ ਵਾਂਗ ਗਰਮ ਹਵਾ ਦੇ ਬੁੱਲੇ ਆਉਂਦੇ ਸਨ। ਰੱਖਤਾਂ ਦੀਆਂ ਸ਼ਾਖਾਵਾਂ ਝੁਕ ਜਾਂਦੀਆਂ ਹਨ, ਖੇਤ ਸੁੱਕ ਜਾਂਦੇ ਹਨ, ਸਭ ਕੁੱਝ, ਦਰੱਖਤ, ਦੇ, ਪੰਛੀ, ਭੇਡਾਂ ਅਤੇ ਯਕੀਨਨ ਹੀ ਲੋਕ ਵੀ ਆਸਮਾਨ ਦੇ ਪਾਣੀ ਭਾਵ ਬਾਰਿਸ਼ ਲਈ ਰਸਦੇ ਹਨ। ਉਸ ਵੇਲੇ ਪਿੰਡ ਦੇ ਕਿਸੇ ਲੜਕੇ ਨੂੰ ਫੜ ਕੇ ਧੁੱਪ ਵਿੱਚ ਮੁਰਝਾਏ ਤਰ੍ਹਾਂ-ਤਰ੍ਹਾਂ ਦੇ ਾਹ ਦੀ ਪੁਸ਼ਾਕ ਪਹਿਨਾ ਕੇ ਰੈੱਡ ਇੰਡੀਅਨ ਜਿਹਾ ਬਣਾ ਦਿੰਦੇ ਹਨ। ਇਹੀ ਹੈ 'ਨੰਨ੍ਹਾ ਾਰਿਸ਼ੀ ਗਧਾ'। ਉਸ ਬੱਚੇ ਵਾਂਗ ਦੂਜੇ ਬੱਚੇ ਉਸ ਨੂੰ ਰੱਸੇ ਬੰਨ੍ਹ ਕੇ ਪਿੰਡ ਵਿੱਚ ਘੁਮਾਉਂਦੇ ਹਨ ਤੇ ਇਹ ਭਜਨ ਜਾਂ ਪ੍ਰਾਰਥਨਾ ਗੀਤ ਗਾਉਂਦੇ ਹਨ:

ਅੱਲ੍ਹਾ-ਅੱਲ੍ਹਾ, ਜਲਦੀ ਬਾਰਿਸ਼ ਭੇਜੋ,
ਆਸਮਾਨ ਤੋਂ ਧਰਤੀ ਤੱਕ ਪਾਣੀ ਕਰ ਦਿਓ।
ਪਰਨਾਲਿਆਂ ਵਿੱਚ ਬਾਰਿਸ਼ ਦਾ ਸ਼ੋਰ ਮੱਚੇ,
ਪਾਣੀ ਬਰਸਾਓ, ਹਰ ਕੋਈ ਇਹੀ ਕਹੇ।
ਬੱਦਲ ਅਤੇ ਘਟਾਓ, ਅੰਬਰ 'ਤੇ ਛਾ ਜਾਓ,
ਪਾਣੀ ਦੀਆਂ ਨਦੀਆਂ ਬਣ ਧਰਤੀ 'ਤੇ ਆਓ!
ਪਿਆਰੀ-ਪਿਆਰੀ ਸਾਰੀ ਧਰਤੀ ਧੋਤੀ ਜਾਵੇ,
ਖੇਤਾਂ ਵਿੱਚ ਫਿਰ ਹਰਿਆਲੀ ਛਾ ਜਾਵੇ!

ਪਿੰਡ ਦੇ ਬਾਲਗ ਲੋਕ ਬਾਹਰ ਗਲੀ ਵਿੱਚ ਆ ਜਾਂਦੇ ਹਨ, 'ਨੰਨ੍ਹੇ ਬਾਰਿਸ਼ੀ ਗਧੇ' 'ਤੇ ਘੜੇ ਜਾਂ ਚਿਲਮਚੀ ਨਾਲ ਪਾਣੀ ਪਾਉਂਦੇ ਹਨ ਅਤੇ ਬੱਚਿਆਂ ਦੇ ਉਪਰੋਕਤ ਗੀਤ ਨੂੰ ਦੁਹਰਾਉਂਦੇ ਹੋਏ 'ਆਮੀਨ! ਆਮੀਨ!' ਕਹਿੰਦੇ ਹਨ।

ਇੱਕ ਵਾਰ ਮੈਂ ਵੀ 'ਨੰਨ੍ਹਾ ਬਾਰਿਸ਼ੀ ਗਧਾ' ਬਣਿਆ। ਮੇਰੇ ਉੱਪਰ ਇੰਨਾ ਪਾਣੀ ਪਾਇਆ ਗਿਆ ਕਿ ਸੱਚਮੁੱਚ ਅੱਧੀ ਬਾਰਿਸ਼ ਲਈ ਕਾਫ਼ੀ ਹੁੰਦਾ।

ਪਰ ਅੱਲ੍ਹਾ ਜਾਂ ਆਸਮਾਨ ਸਾਡੇ ਇਨ੍ਹਾਂ ਗੀਤਾਂ ਨੂੰ ਬਹੁਤ ਘੱਟ ਹੀ ਸੁਣਦੇ ਸਨ। ਸੂਰਜ ਅੱਗ ਬਰਸਾਉਂਦਾ ਰਹਿੰਦਾ ਸੀ। ਉਹ ਸਾਡੇ ਦਾਗ਼ਿਸਤਾਨ 'ਤੇ ਜਿਵੇਂ ਗਰਮ ਪ੍ਰੈੱਸ ਫੇਰਦਾ ਰਹਿੰਦਾ ਸੀ। ਉਹ ਦੁੱਖ-ਤਕਲੀਫ਼ਾਂ ਦਿੰਦਾ ਸੀ। ਅਸੀਂ ਉਸ ਨੂੰ ਦੁੱਖਦਾਈ ਸੂਰਜ ਹੀ ਕਹਿੰਦੇ ਸੀ। ਸੈਂਕੜੇ, ਹਜ਼ਾਰਾਂ ਸਾਲਾਂ ਤੱਕ ਧਰਤੀ ਦੁੱਖਦਾਈ ਸੂਰਜ ਦੀ ਅੱਗ ਦੇ ਹੇਠਾਂ ਝੁਲਸਦੀ ਰਹੀ। ਜੇਕਰ ਯੂਰਪ ਨੂੰ ਧਿਆਨ ਵਿੱਚ ਰੱਖਿਆ ਜਾਵੇ, ਤਾਂ ਸਭ ਤੋਂ ਜ਼ਿਆਦਾ ਧੁੱਪ ਵਾਲੇ ਦਿਨ ਦਾਗ਼ਿਸਤਾਨ ਦੇ ਗ਼ੁਨੀਬ ਪਿੰਡ ਦੇ ਹੀ ਹਿੱਸੇ ਆਉਂਦੇ ਹਨ। ਮੇਰਾ ਤਸਾਦਾ ਪਿੰਡ ਵੀ ਉਸ ਨਾਲੋਂ ਕੋਈ ਪਿੱਛੇ ਨਹੀਂ ਹੈ। ਬਾਕੀ ਪਿੰਡਾਂ ਬਾਰੇ ਵੀ ਇਹੀ ਕਿਹਾ ਜਾ ਸਕਦਾ ਹੈ। ਬੇਅਰਥ ਹੀ ਤਾਂ ਇਨ੍ਹਾਂ ਨੂੰ 'ਪਾਣੀ ਦੇ ਪਿਆਸੇ' ਨਹੀਂ ਕਿਹਾ ਜਾਂਦਾ।

ਮੈਨੂੰ ਅੰਮਾਂ ਦਾ ਥੱਕਿਆ ਹੋਇਆ ਚਿਹਰਾ ਯਾਦ ਆਉਂਦਾ ਹੈ, ਜਦੋਂ ਉਹ ਪਾਣੀ ਨਾਲ ਭਰਿਆ ਘੜਾ ਪਿੱਠ 'ਤੇ ਲੱਦ ਕੇ ਅਤੇ ਗਾਗਰ ਹੱਥ ਵਿੱਚ ਫੜ ਕੇ ਵਾਪਸ ਮੁੜਦੇ ਸਨ। ਪਾਣੀ ਸਾਡੇ ਪਿੰਡ ਤੋਂ ਤਿੰਨ ਕਿਲੋਮੀਟਰ ਦੂਰ ਸੀ।

ਮੈਨੂੰ ਅੰਮਾਂ ਦਾ ਖ਼ੁਸ਼ੀ ਨਾਲ ਖਿੜਿਆ ਚਿਹਰਾ ਯਾਦ ਆਉਂਦਾ ਹੈ, ਜਦੋਂ ਬਾਰਿਸ਼ ਹੁੰਦੀ ਸੀ, ਧਰਤੀ ਭਿੱਜ ਜਾਂਦੀ ਸੀ ਅਤੇ ਪਰਨਾਲਿਆਂ ਦੇ ਹੇਠਾਂ ਰੱਖੇ ਪੀਪਿਆਂ ਵਿੱਚ ਪਾਣੀ ਡਿੱਗਦਾ ਸੀ, ਉਹ ਪਾਣੀ ਨਾਲ ਭਰ ਜਾਂਦੇ ਸਨ ਅਤੇ ਉਨ੍ਹਾਂ ਦੇ ਕਿਨਾਰਿਆਂ ਤੋਂ ਪਾਣੀ ਛਲਕ ਕੇ ਹੇਠਾਂ ਡਿੱਗਣ ਲੱਗਦਾ ਸੀ।

ਮੈਨੂੰ ਯਾਦ ਆਉਂਦੀ ਹੈ, ਆਪਣੇ ਪਿੰਡ ਦੀ ਬੁੱਢੀ, ਝੁਕੀ ਪਿੱਠ ਵਾਲੀ ਹਬੀਬਾਤ ਦੀ। ਹਰ ਸੁਬ੍ਹਾ ਮੋਢੇ 'ਤੇ ਕਹੀ ਰੱਖ ਕੇ ਉਹ ਪਿੰਡ ਦੀ ਹੱਦ ਤੋਂ ਪਰ੍ਹੇ ਜਾਂਦੀ ਅਤੇ ਜਿੱਥੇ-ਕਿਤੇ ਜ਼ਮੀਨ ਪੁੱਟਣ ਲੱਗਦੀ। ਉਸ ਦੇ ਦਿਮਾਗ ਵਿੱਚ ਪਾਣੀ ਲੱਭਣ ਦੀ ਖ਼ਬਤ ਸੀ ਅਤੇ ਉਹ ਲਗਾਤਾਰ ਉਸ ਨੂੰ ਲੱਭਦੀ ਰਹਿੰਦੀ ਸੀ।

ਸਾਰੇ ਇਹ ਜਾਣਦੇ ਸਨ ਕਿ ਉਹ ਬੇਅਰਥ ਹੀ ਕੋਸ਼ਿਸ਼ ਕਰਦੀ ਹੈ, ਪਰ ਕੋਈ ਵੀ

ਉਸ ਨੂੰ ਕੁੱਝ ਨਹੀਂ ਕਹਿੰਦਾ ਸੀ। ਸਿਰਫ਼ ਮੈਂ, ਬੇਸਮਝ ਬੱਚੇ ਨੇ ਹੀ ਇੱਕ ਵਾਰ ਉਸ ਨੂੰ ਕਿਹਾ:

"ਮਾਸੀ ਹਬੀਬਾਤ, ਤੁਸੀਂ ਬੇਕਾਰ ਹੀ ਮਿਹਨਤ ਕਰਦੇ ਰਹਿੰਦੇ ਹੋ, ਇੱਥੇ ਪਾਣੀ ਨਹੀਂ।"

ਇਸ ਗੱਲ ਕਰਕੇ ਮੇਰੇ ਪਿਤਾ ਜੀ ਮੇਰੇ ਨਾਲ ਨਾਰਾਜ਼ ਹੋ ਗਏ।

"ਪਰ ਉੱਥੇ ਤਾਂ ਪਾਣੀ ਹੈ ਹੀ ਨਹੀਂ।"

"ਅਜਿਹਾ ਵੀ ਹੁੰਦੈ ਕਿ ਲੋਕਾਂ ਕੋਲ ਰੋਟੀ ਨਹੀਂ ਹੁੰਦੀ, ਪਰ ਕੀ ਉਨ੍ਹਾਂ 'ਤੇ ਹੱਸਿਆ ਜਾਵੇ? ਮੇਰੇ ਬੇਟੇ, ਇਸ ਗੱਲ ਨੂੰ ਯਾਦ ਕਰ ਲਵੋ ਕਿ ਗਰੀਬੀ ਅਤੇ ਉਨ੍ਹਾਂ ਲੋਕਾਂ ਦਾ ਕਦੇ ਮਜ਼ਾਕ ਨਹੀਂ ਉਡਾਉਣਾ ਚਾਹੀਦਾ, ਜੋ ਪਾਣੀ ਲੱਭਦੇ ਨੇ।"

"ਪਰ ਤੁਸੀਂ ਤਾਂ ਖ਼ੁਦ ਹੀ ਇਸ ਬਾਰੇ ਇੱਕ ਹਾਸੇ ਵਾਲੀ ਕਵਿਤਾ ਲਿਖੀ ਸੀ ਕਿ ਕਿਵੇਂ ਇੰਕਵਾਚੂਲੀਨਿਆਂ ਨੇ ਇਸ ਉਦੇਸ਼ ਨਾਲ ਪੁਲ ਨੂੰ ਲੰਬਾ ਕਰਨ ਦੀ ਕੋਸ਼ਿਸ਼ ਕੀਤੀ ਸੀ ਕਿ ਉਨ੍ਹਾਂ ਨੂੰ ਜ਼ਿਆਦਾ ਪਾਣੀ ਮਿਲ ਸਕੇ।"

"ਇਸ ਮਜ਼ਾਕ ਵਿੱਚ ਤਾਂ ਹੰਝੂ ਮਿਲੇ ਹੋਏ ਨੇ। ਜਵਾਨ ਲੋਕ ਇਸ ਨੂੰ ਨਹੀਂ ਸਮਝ ਸਕਦੇ। ਤੁਸੀਂ ਅਜੇ ਇਹ ਨਹੀਂ ਜਾਣਦੇ ਕਿ ਦਾਗ਼ਿਸਤਾਨ ਲਈ ਪਾਣੀ ਦਾ ਕੀ ਮਹੱਤਵ ਐ। ਤੁਸੀਂ ਸੋਚੋ ਕਿ ਮਾਸੀ ਹਬੀਬਾਤ ਦੇ ਮਨ ਵਿੱਚ ਕਿੰਨੀ ਮਜ਼ਬੂਤ ਇੱਛਾ ਹੋਵੇਗੀ ਕਿ ਉਹ ਉਸ ਜਗ੍ਹਾ ਪਾਣੀ ਲੱਭ ਰਹੀ ਐ, ਜਿੱਥੇ ਉਹ ਨਹੀਂ ਹੈ। ਪਰ ਖ਼ੈਰ, ਹੁਣ ਇਹੀ ਚੰਗਾ ਹੋਵੇਗਾ ਕਿ ਤੁਸੀਂ ਚੁੱਪ ਰਹੋ, ਬਾਰਿਸ਼ ਆ ਰਹੀ ਐ।"

ਇਸ ਸਮੇਂ ਸੱਚਮੁੱਚ ਹੀ ਹਲਕੀ-ਹਲਕੀ ਆਵਾਜ਼ ਪੈਦਾ ਕਰਦੀਆਂ ਕਣੀਆਂ ਪੈਣ ਲੱਗੀਆਂ।

"ਕਿਉਂ ਖ਼ਾਮੋਸ਼ ਹੋ ਤੁਸੀਂ ਸੁਬ੍ਹਾ ਤੋਂ ਹੀ ਪੰਛੀਓ?"
"ਹੋ ਰਹੀ ਬਾਰਿਸ਼, ਉਸ ਨੂੰ ਅਸੀਂ ਸੁਣ ਰਹੇ!"
"ਕਿਉਂ ਖ਼ਾਮੋਸ਼ ਹੋ ਤੁਸੀਂ ਸ਼ਾਇਰੋ, ਕਵੀਓ ਸਾਰੇ?"
"ਹੋ ਰਹੀ ਬਾਰਿਸ਼, ਉਸ ਨੂੰ ਅਸੀਂ ਸੁਣ ਰਹੇ!"

ਪਿਤਾ ਜੀ ਹਮੇਸ਼ਾ ਇਹ ਕਿਹਾ ਕਰਦੇ ਸਨ ਕਿ ਉਨ੍ਹਾਂ ਦੇ ਜੀਵਨ ਵਿੱਚ ਸਭ ਤੋਂ ਜ਼ਿਆਦਾ ਖ਼ੁਸ਼ੀ ਦਾ ਦਿਨ ਉਹ ਸੀ, ਜਦੋਂ ਦੂਰ-ਦੁਰਾਡੇ ਪਰਬਤ ਤੋਂ ਪਾਇਪਾਂ ਵਿੱਚ ਵਹਿੰਦਾ ਹੋਇਆ ਪਾਣੀ ਉਨ੍ਹਾਂ ਦੇ ਪਿੰਡ ਵਿੱਚ ਆਇਆ। ਇਸ ਤੋਂ ਪਹਿਲਾਂ ਪਿਤਾ ਜੀ ਹਰ ਰੋਜ਼ ਕਹੀ ਲੈ ਕੇ ਹੋਰ ਸਾਰੇ ਲੋਕਾਂ ਨਾਲ ਪਾਣੀ ਦਾ ਖਾਲ ਬਣਾਉਣ ਲਈ ਕੰਮ ਕਰਦੇ ਰਹਿੰਦੇ ਸਨ। ਸਾਡੇ ਪਿੰਡ ਵਿੱਚ ਪਾਣੀ ਆਉਣ ਦਾ ਇਹ ਦਿਨ ਮੈਨੂੰ ਬਹੁਤ ਚੰਗੀ ਤਰ੍ਹਾਂ ਯਾਦ ਹੈ, ਜਦੋਂ ਪਾਣੀ ਵਹਿਣ ਲੱਗਿਆ, ਤਾਂ ਪਿਤਾ ਜੀ ਨੇ ਉਸ ਵਿੱਚ ਫੁੱਲ ਸੁੱਟਣ ਤੋਂ ਵੀ ਮਨ੍ਹਾਂ ਕਰ ਦਿੱਤਾ।

ਪਿੰਡ ਵਾਲਿਆਂ ਨੇ ਸੌ ਸਾਲਾ ਇੱਕ ਬੁੱਢੀ ਨੂੰ ਪਾਣੀ ਦਾ ਪਹਿਲਾ ਘੜਾ ਭਰਨ ਲਈ ਚੁਣਿਆ। ਬੁੱਢੀ ਨੇ ਘੜਾ ਭਰ ਲਿਆ ਅਤੇ ਉਸ ਵਿੱਚੋਂ ਪਹਿਲਾ ਜੱਗ ਭਰ ਕੇ ਉਸ ਨੂੰ ਮੇਰੇ ਪਿਤਾ ਜੀ ਕੋਲ ਲੈ ਗਈ।

ਤਮਗਿਆਂ ਅਤੇ ਸਨਮਾਨ-ਚਿੰਨ੍ਹਾਂ ਨਾਲ ਸਨਮਾਨਿਤ ਪਿਤਾ ਜੀ ਨੇ ਕਿਹਾ ਕਿ ਇੰਨਾ ਕੀਮਤੀ ਪੁਰਸਕਾਰ ਉਨ੍ਹਾਂ ਨੂੰ ਪਹਿਲਾਂ ਕਦੇ ਨਹੀਂ ਮਿਲਿਆ। ਉਸੇ ਦਿਨ ਉਨ੍ਹਾਂ ਨੇ

ਪਾਣੀ ਬਾਰੇ ਇੱਕ ਕਵਿਤਾ ਰਚੀ। ਇਸ ਕਵਿਤਾ ਵਿੱਚ ਉਨ੍ਹਾਂ ਨੇ ਪੰਛੀਆਂ ਨੂੰ ਸੰਬੋਧਿਤ ਹੁੰਦੇ ਹੋਏ ਕਿਹਾ ਕਿ ਉਹ ਹੁਣ ਆਪਣੀ ਫੜ੍ਹ ਨਾ ਮਾਰਨ ਕਿ ਉਨ੍ਹਾਂ ਦੇ ਮੁਕਾਬਲੇ ਹੁਣ ਅਸੀਂ ਵੀ ਕੋਈ ਬੁਰਾ ਪਾਣੀ ਪੀਂਦੇ। ਉਨ੍ਹਾਂ ਨੇ ਕਿਹਾ ਕਿ ਕਿਸੇ ਸ਼ਾਦੀ ਅਤੇ ਕਿਸੇ ਵੀ ਜਸ਼ਨ ਮੌਕੇ ਉਨ੍ਹਾਂ ਨੇ ਪਾਣੀ ਦੀ ਕਲ-ਕਲ ਤੋਂ ਜ਼ਿਆਦਾ ਮਿੱਠਾ ਅਤੇ ਪਿਆਰਾ ਸੰਗੀਤ ਨਹੀਂ ਸੁਣਿਆ। ਉਨ੍ਹਾਂ ਨੇ ਵਿਸ਼ਵਾਸ ਦਿਵਾਇਆ ਕਿ ਕਦਮ-ਕਦਮ ਚੱਲਣ ਵਾਲਾ ਕੋਈ ਘੋੜਾ ਜਾਂ ਕੋਈ ਜਵਾਨ ਘੋੜੀ ਹੁਣ ਪਾਣੀ ਲਿਆਉਣ ਲਈ ਜਾਣ ਵਾਲੀ ਔਰਤ ਦੀ ਚਾਲ ਦਾ ਮੁਕਾਬਲਾ ਨਹੀਂ ਕਰ ਸਕਦੇ। ਉਨ੍ਹਾਂ ਨੇ ਕਹੀ, ਫਹੁੜੇ ਅਤੇ ਨਾਲੇ ਦਾ ਧੰਨਵਾਦ ਕੀਤਾ। ਉਨ੍ਹਾਂ ਨੇ ਉਸ ਸਮੇਂ ਦੀ ਯਾਦ ਦਿਵਾਈ, ਜਦੋਂ ਪਾਣੀ ਜਮ੍ਹਾਂ ਕਰਨ ਲਈ ਚੁੱਲ੍ਹਿਆਂ ਕੋਲ ਬਰਫ਼ ਪਿਘਲਾਈ ਜਾਂਦੀ ਸੀ। ਉਦੋਂ ਹਰ ਰੋਜ਼ ਪਾਣੀ ਨਾਲ ਭਰੇ ਭਾਰੀ ਘੜੇ ਲਿਆਉਣ ਕਰਕੇ ਸਾਡੀਆਂ ਪਹਾੜੀ ਔਰਤਾਂ ਦੀ ਸਮੇਂ ਤੋਂ ਪਹਿਲਾਂ ਹੀ ਕਮਰ ਝੁਕ ਜਾਂਦੀ ਸੀ। ਹਾਂ, ਪਿਤਾ ਜੀ ਲਈ ਇਹ ਮਹਾਨ ਦਿਨ ਸੀ।

ਮੈਨੂੰ ਮਖ਼ਚਕਲਾ ਵਿੱਚ ਜੁਲਾਈ ਦੀ ਭਿਆਨਕ ਗਰਮੀ ਯਾਦ ਆ ਰਹੀ ਹੈ। ਪਿਤਾ ਜੀ ਸਖ਼ਤ ਬਿਮਾਰ ਸਨ, ਡਾਕਟਰਾਂ ਅਤੇ ਦਵਾਈਆਂ ਨਾਲ ਘਿਰੇ ਰਹਿੰਦੇ ਸਨ। ਉਹ ਬੋਲੇ, "ਮੈਨੂੰ ਬਹੁਤ ਤਕਲੀਫ਼ ਹੋ ਰਹੀ ਐ। ਵੀਹ ਚਿਮਟੀਆਂ ਅਤੇ ਜਮੂਰ ਮੇਰੇ ਜਿਸਮ ਨੂੰ ਵੱਖ-ਵੱਖ ਪਾਸਿਆਂ ਨੂੰ ਖਿੱਚ ਰਹੇ ਨੇ।"

ਉਹ ਇਹ ਮੰਨਦੇ ਹੋਏ ਕਿ ਦਵਾਈਆਂ ਪੀਣ ਦੇ ਮਾਮਲੇ ਵਿੱਚ ਬਹੁਤ ਦੇਰ ਹੋ ਚੁੱਕੀ ਹੈ ਅਤੇ ਉਸ ਨਾਲ ਕੋਈ ਫ਼ਾਇਦਾ ਨਹੀਂ ਹੋਵੇਗਾ, ਹੁਣ ਉਨ੍ਹਾਂ ਨੂੰ ਨਹੀਂ ਪੀਂਦੇ ਸਨ। ਉਹ ਤਾਂ ਸਿਰ੍ਹਾਣਾ ਠੀਕ ਕਰਨ ਦੀ ਕੋਈ ਤੁਕ ਵੀ ਨਾ ਸਮਝਦੇ ਹੋਏ ਉਸ ਨੂੰ ਵੀ ਠੀਕ ਨਹੀਂ ਕਰਨ ਦਿੰਦੇ ਸਨ। ਜਦੋਂ ਉਨ੍ਹਾਂ ਦੀ ਤਬੀਅਤ ਬਹੁਤ ਹੀ ਜ਼ਿਆਦਾ ਕਰਾਬ ਹੋ ਗਈ, ਤਾਂ ਉਨ੍ਹਾਂ ਨੇ ਮੈਨੂੰ ਕੋਲ ਬੁਲਾ ਕੇ ਕਿਹਾ:

"ਇੱਕ ਅਜਿਹੀ ਦਵਾਈ ਐ, ਜਿਸ ਨੂੰ ਪੀਣ ਨਾਲ ਮੇਰੀ ਤਬੀਅਤ ਬਿਹਤਰ ਹੋ ਜਾਵੇਗੀ।"

"ਕਿਹੜੀ?"

"ਬੁਤਸਰਾਬ ਖੱਡ ਵਿੱਚ ਇੱਕ ਛੋਟਾ ਜਿਹਾ ਖੂਹ ਐ....ਇੱਕ ਚਸ਼ਮਾ ਐ.....ਮੈਂ ਹੀ ਉਸ ਨੂੰ ਲੱਭਿਆ ਸੀ....ਉੱਥੋਂ ਇੱਕ ਘੁੱਟ ਪਾਣੀ ਮੰਗਵਾ ਦਿਓ....।"

ਅਗਲੇ ਦਿਨ ਇੱਕ ਪਹਾੜੀ ਔਰਤ ਉਸ ਚਸ਼ਮੇ ਤੋਂ ਪਾਣੀ ਲਿਆਈ। ਪਿਤਾ ਜੀ ਨੇ ਅੱਖਾਂ ਬੰਦ ਕਰ ਕੇ ਉਸ ਨੂੰ ਖ਼ੁਸ਼ ਹੋ ਕੇ ਪੀਤਾ।

"ਧੰਨਵਾਦ, ਮੇਰੇ ਡਾਕਟਰ।"

ਅਸੀਂ ਉਨ੍ਹਾਂ ਨੂੰ ਇਹ ਨਹੀਂ ਪੁੱਛਿਆ ਕਿ ਉਨ੍ਹਾਂ ਨੇ ਕਿਸ ਨੂੰ ਡਾਕਟਰ ਕਿਹਾ ਸੀ, ਪਾਣੀ ਨੂੰ, ਪਾਣੀ ਲਿਆਉਣ ਵਾਲੀ ਪਹਾੜੀ ਔਰਤ ਨੂੰ, ਦੂਰ ਖੱਡ ਵਾਲੇ ਚਸ਼ਮੇ ਨੂੰ ਜਾਂ ਉਸ ਚਸ਼ਮੇ ਨੂੰ ਜਨਮ ਦੇਣ ਵਾਲੀ ਆਪਣੀ ਸਾਰੀ ਮਾਤ-ਭੂਮੀ ਨੂੰ।

ਅੰਮਾਂ ਮੈਨੂੰ ਕਿਹਾ ਕਰਦੇ ਸਨ ਕਿ ਹਰ ਕਿਸੇ ਦਾ ਇੱਛਤ ਸਰੋਤ ਹੋਣਾ ਚਾਹੀਦਾ ਹੈ। ਉਹ ਇਹ ਵੀ ਕਿਹਾ ਕਰਦੇ ਸਨ ਕਿ ਜੇਕਰ ਖੇਤ ਦੇ ਨੇੜੇ ਠੰਢੇ ਪਾਣੀ ਦਾ ਚਸ਼ਮਾ ਵਹਿੰਦਾ ਹੋਵੇ, ਤਾਂ ਫ਼ਸਲ ਕੱਟਣ ਵਾਲੀ ਔਰਤ ਕਦੇ ਨਹੀਂ ਥੱਕੇਗੀ।

ਇੱਕ ਕਿੱਸਾ ਅੱਜ ਤੱਕ ਸੁਣਨ ਨੂੰ ਮਿਲਦਾ ਹੈ ਕਿ ਜਵਾਨੀ ਦੇ ਦਿਨਾਂ ਵਿੱਚ ਹੀ ਸ਼ਾਮਿਲ ਅਤੇ ਉਸ ਦੇ ਉਸਤਾਦ ਕਾਜ਼ੀ ਮੁਹੰਮਦ ਗੀਮਰੀ ਖੱਡ ਦੀ ਇੱਕ ਬੁਰਜੀ ਵਿੱਚ ਦੁਸ਼ਮਣਾਂ ਵਿੱਚ ਘਿਰ ਗਏ ਸਨ। ਸ਼ਾਮਿਲ-ਦੁਸ਼ਮਣਾਂ ਦੀਆਂ ਸੰਗੀਨਾਂ ਵਿੱਚ ਬੁਰਜੀ ਤੋਂ ਹੇਠਾਂ ਛਾਲ ਮਾਰ ਗਿਆ ਅਤੇ ਉਸ ਨੇ ਖੰਜਰ ਚਲਾਉਂਦੇ ਹੋਏ ਆਪਣੇ ਨਿੱਕਲ ਜਾਣ ਦਾ ਰਸਤਾ ਬਣਾ ਲਿਆ। ਉਦੋਂ ਉਸ ਦੇ ਬਦਨ 'ਤੇ ਉੱਨੀ ਜ਼ਖ਼ਮ ਹੋਏ ਸਨ, ਫਿਰ ਵੀ ਉਹ ਬਚ ਨਿੱਕਲਿਆ ਸੀ, ਪਹਾੜਾਂ ਵਿੱਚ ਭੱਜ ਗਿਆ ਸੀ। ਪਹਾੜੀ ਲੋਕਾਂ ਦਾ ਖ਼ਿਆਲ ਸੀ ਕਿ ਉਹ ਮਰ ਗਿਆ। ਜਦੋਂ ਉਹ ਪਿੰਡ ਵਿੱਚ ਵਾਪਸ ਮੁੜਿਆ, ਤਾਂ ਮਾਤਮੀ ਕੱਪੜੇ ਪਹਿਨੀਂ ਉਸ ਦੀ ਮਾਂ ਨੇ ਹੈਰਾਨ ਅਤੇ ਖ਼ੁਸ਼ ਹੁੰਦੇ ਹੋਏ ਪੁੱਛਿਆ:

"ਸ਼ਾਮਿਲ, ਮੇਰੇ ਬੇਟੇ ਤੁਸੀਂ ਜਿਉਂਦੇ ਕਿਵੇਂ ਬਚ ਗਏ?"

"ਉੱਪਰ ਪਹਾੜਾਂ 'ਤੇ ਮੈਨੂੰ ਇੱਕ ਚਸ਼ਮਾ ਮਿਲਿਆ ਸੀ।" ਸ਼ਾਮਿਲ ਨੇ ਜਵਾਬ ਦਿੱਤਾ।

ਅਤੇ ਜਦੋਂ ਪਹਾੜੀ ਲੋਕਾਂ ਨੇ ਇਹ ਸੁਣਿਆ ਕਿ ਉਨ੍ਹਾਂ ਦਾ ਇਮਾਮ, ਉਨ੍ਹਾਂ ਦਾ ਬੁੱਢਾ ਸ਼ਾਮਿਲ ਅਰਬੀ ਰੇਗਿਸਤਾਨ ਵਿੱਚ ਉੱਠ ਤੋਂ ਡਿੱਗ ਕੇ ਮਰ ਗਿਆ, ਤਾਂ ਆਪਣੇ ਪਿੰਡਾਂ ਵਿੱਚ ਘਰਾਂ ਦੀਆਂ ਦੇਹਲੀਆਂ 'ਤੇ ਬੈਠੇ ਹੋਏ ਉਨ੍ਹਾਂ ਨੇ ਕਿਹਾ:

"ਅਫ਼ਸੋਸ, ਕੋਲ ਕੋਈ ਦਾਗ਼ਿਸਤਾਨੀ ਚਸ਼ਮਾ ਨਹੀਂ ਸੀ।"

ਨੂਹਾ ਵਿੱਚ ਮੈਂ ਹਾਜੀ-ਮੁਰਾਦ ਦੀ ਕਬਰ 'ਤੇ ਜਾ ਕੇ ਆਇਆ ਹਾਂ, ਮੈਂ ਕਬਰ 'ਤੇ ਲੱਗੇ ਪੱਥਰ ਅਤੇ ਉਸ 'ਤੇ ਲਿਖੇ ਹੋਏ ਇਹ ਸ਼ਬਦ ਵੀ ਪੜ੍ਹੇ ਹਨ, "ਇੱਥੇ ਦਾਗ਼ਿਸਤਾਨ ਦਾ ਬੱਬਰ ਸ਼ੇਰ ਦੱਫ਼ਨ ਹੈ।" ਮੈਂ ਇਸ ਬੱਬਰ ਸ਼ੇਰ ਦਾ ਕੱਟਿਆ ਹੋਇਆ ਸਿਰ ਵੀ ਦੇਖਿਆ ਹੈ।

"ਉਏ ਸਿਰ, ਤੂੰ ਜਿਸਮ ਤੋਂ ਵੱਖ ਕਿਵੇਂ ਹੋ ਗਿਆ?"

"ਦਾਗ਼ਿਸਤਾਨ, ਆਪਣੀ ਮਾਤ-ਭੂਮੀ, ਆਪਣੇ ਚਸ਼ਮੇ ਦਾ ਰਾਹ ਭੁੱਲ ਗਿਆ ਸੀ, ਭਟਕ ਗਿਆ ਸੀ।"

ਮੇਰਾ ਪਿੰਡ ਪਹਾੜ ਦੀ ਬੁੱਕਲ ਵਿੱਚ ਵੱਸਿਆ ਹੈ। ਉਸ ਦੇ ਸਾਹਮਣੇ ਪੱਧਰਾ ਪਠਾਰ ਹੈ, ਜਿੱਥੇ ਕਾਫ਼ੀ ਦੂਰੀ 'ਤੇ ਖ਼ੂੰਜ਼ਹ ਕਿਲਾ ਦਿਖਾਈ ਦਿੰਦਾ ਹੈ। ਕਿਲੇ ਦੇ ਸਾਰੇ ਪਾਸੇ ਕਾਫ਼ੀ ਦੂਰੀ 'ਤੇ ਪਿੰਡਾਂ ਨੇ ਉਸ ਨੂੰ ਘੇਰਿਆ ਹੋਇਆ ਹੈ। ਸਾਰੀਆਂ ਦਿਸ਼ਾਵਾਂ ਵਿੱਚ ਕਿਲੇ ਤੋਂ ਗੋਲੀਆਂ ਚਲਾਉਣ ਲਈ ਉਸ ਵਿੱਚ ਬਣਾਏ ਹੋਏ ਛੇਕ ਨਜ਼ਰ ਆਉਂਦੇ ਹਨ, ਕਿਲਾ ਡਰਾਉਂਦਾ-ਧਮਕਾਉਂਦਾ, ਅੱਗੇ ਵਧਣ ਤੋਂ ਰੋਕਦਾ ਅਤੇ ਸਭ ਕੁੱਝ ਦੇਖਦਾ ਪ੍ਰਤੀਤ ਹੁੰਦਾ ਹੈ। ਕਿਲੇ ਦੇ ਛੇਕਾਂ ਵਿੱਚੋਂ ਚੈਨ ਤੋਂ ਬੇਖ਼ਬਰ ਅਤੇ ਕਿਸੇ ਅੱਗੇ ਨਾ ਝੁਕਣ ਵਾਲੇ ਪਹਾੜੀ ਲੋਕਾਂ 'ਤੇ ਅਕਸਰ ਗੋਲੀਆਂ ਚੱਲੀਆਂ ਹਨ। ਮੇਰੇ ਤਸਾਦਾ ਪਿੰਡ ਦੇ ਕਬੂਤਰ ਇਸ ਕਿਲੇ ਦੀਆਂ ਗੋਲੀਆਂ ਦੀ ਆਵਾਜ਼ ਕਾਰਨ ਬਹੁਤ ਵਾਰ ਡਰ ਕੇ ਉੱਡੇ ਹਨ ਅਤੇ ਪਿੰਡ ਦੇ ਉੱਪਰ ਚੱਕਰ ਕੱਢਦੇ ਰਹੇ ਹਨ। "ਕਿਸ ਦੀ ਸਭ ਤੋਂ ਖ਼ਤਰਨਾਕ ਨਜ਼ਰ ਅਤੇ ਉੱਚੀ ਆਵਾਜ਼ ਐ" ਪਹਾੜੀ ਲੋਕ ਪੁੱਛਿਆ ਕਰਦੇ ਸਨ, "ਖ਼ੂੰਜ਼ਹ ਕਿਲੇ ਦੀ।"

ਪਰ ਮੇਰੇ ਜ਼ਮਾਨੇ ਵਿੱਚ ਖ਼ੂੰਜ਼ਹ ਕਿਲੇ ਦੀ ਭਿਆਨਕਤਾ ਕੇਵਲ ਕਿੱਸੇ-ਕਹਾਣੀਆਂ ਵਿੱਚ ਰਹਿ ਗਈ ਹੈ। ਗੋਲੀਆਂ ਚਲਾਉਣ ਲਈ ਬਣਾਏ ਗਏ ਉਸ ਦੇ ਛੇਕਾਂ ਵਿੱਚੋਂ ਅਸੀਂ

ਸਕੂਲ ਦੇ ਵਿੱਦਿਆਰਥੀ ਇੱਕ-ਦੂਜੇ 'ਤੇ ਸੇਬਾਂ ਦੇ ਟੁਕੜੇ ਜਾਂ ਬਰਫ਼ ਦੇ ਗੋਲੇ ਸੁੱਟਿਆ ਕਰਦੇ ਸੀ ਅਤੇ ਬਿਗਲ ਵਜਾਇਆ ਕਰਦੇ ਸੀ। ਅਜਿਹਾ ਕਰਦੇ ਹੋਏ ਅਸੀਂ ਵੀ ਆਲੇ-ਦੁਆਲੇ ਦੀਆਂ ਚੱਟਾਨਾਂ ਤੋਂ ਕਬੂਤਰਾਂ ਨੂੰ ਉੱਡਣ ਲਈ ਮਜ਼ਬੂਰ ਕਰ ਦਿਆ ਕਰਦੇ ਸੀ। ਹਾਂ, ਖ਼ੂੰਜ਼ਹ ਕਿਲੇ ਨੂੰ ਸਕੂਲ ਬਣਾ ਦਿੱਤਾ ਗਿਆ ਸੀ, ਜਿੱਥੇ ਮੈਂ ਸੱਤ ਸਾਲ ਤੱਕ ਵਿੱਦਿਆ ਹਾਸਲ ਕੀਤੀ।

ਹੁਣ ਮੈਂ ਕਿਤੇ ਵੀ ਕਿਉਂ ਨਾ ਜਾਵਾਂ, ਕਿਸੇ ਵੀ ਜਗ੍ਹਾ 'ਤੇ ਕਿਉਂ ਨਾ ਹੋਵਾਂ, ਸਿੰਫ਼ਨੀ ਦੀ ਜ਼ੋਰਦਾਰ ਗੂੰਜ ਅਤੇ ਨਾਚ ਦੀਆਂ ਧੁਨਾਂ ਵਿੱਚ ਮੈਨੂੰ ਆਪਣੇ ਬਚਪਨ ਦਾ ਮਿੱਠਾ ਸੰਗੀਤ ਸੁਣਾਈ ਦਿੰਦਾ ਹੈ, ਸਕੂਲ ਦੀ ਘੰਟੀ ਦੀ ਪਿਆਰੀ ਟਨ-ਟਨ ਸੁਣਾਈ ਦਿੰਦੀ ਹੈ। ਖ਼ਾਸ ਤੌਰ 'ਤੇ ਉਸ ਘੰਟੀ ਦੀ ਸੁੱਖਦਾਈ ਆਵਾਜ਼, ਜੋ ਪਾਠਾਂ ਦੀ ਸਮਾਪਤੀ ਦੀ ਸੂਚਨਾ ਦਿੰਦੀ ਸੀ। ਮੈਂ ਹੁਣ ਵੀ ਉਸ ਨੂੰ ਸੁਣ ਰਿਹਾ ਹਾਂ ਅਤੇ ਉਹ ਮੈਨੂੰ ਵਿਹੜੇ ਜਾਂ ਗਲੀ ਵੱਲ ਨਹੀਂ, ਬਲਕਿ ਇਸ ਦੇ ਉਲਟ, ਸਕੂਲ ਵੱਲ, ਜਮਾਤ ਅਤੇ ਹੋਸਟਲ ਵੱਲ ਬੁਲਾਉਂਦੀ ਹੈ।

ਸਾਡੀ ਜਮਾਤ ਵਿੱਚ ਤੀਹ ਵਿੱਦਿਆਰਥੀ ਸਨ। ਮਹੀਨੇ ਵਿੱਚ ਇੱਕ ਵਾਰ ਸਾਡੇ ਵਿੱਚੋਂ ਹਰ ਕਿਸੇ ਨੂੰ ਪੜ੍ਹਾਈ ਤੋਂ ਮੁਕਤ ਕਰ ਦਿੱਤਾ ਜਾਂਦਾ ਸੀ ਅਤੇ ਉਸ ਨੂੰ ਪਾਣੀ ਲਿਆਉਣ ਦਾ ਕੰਮ ਕਰਨਾ ਪੈਂਦਾ ਸੀ। ਸਜ਼ਾ ਦੇ ਰੂਪ ਵਿੱਚ ਦੋ ਦਿਨਾਂ ਤੱਕ ਵੀ ਇਹ ਡਿਊਟੀ ਵਜਾਉਣੀ ਪੈ ਸਕਦੀ ਸੀ। ਵੈਸੇ ਮੈਂ ਤਾਂ ਕਿਸੇ ਅਪਰਾਧ ਦੇ ਦੰਡ ਤੋਂ ਬਿਨਾਂ ਵੀ ਹਮੇਸ਼ਾ ਲਗਾਤਾਰ ਦੋ ਦਿਨਾਂ ਤੱਕ ਪਾਣੀ ਲਿਆਉਂਦਾ ਸੀ। ਉਹ ਇਸ ਲਈ ਕਿ ਮੇਰਾ ਦੋਸਤ ਅਬਦੁਲ ਗਫ਼ੂਰ ਯੂਸੂਪੋਵ ਉਸ ਦੀ ਵਾਰੀ ਆਉਣ 'ਤੇ ਹਮੇਸ਼ਾ ਬਿਮਾਰ ਹੋ ਜਾਂਦਾ ਸੀ। ਮੈਨੂੰ ਯਾਦ ਆ ਰਿਹਾ ਹੈ ਕਿ ਹਮੇਸ਼ਾ ਹਰ ਮਹੀਨੇ ਦੀ ਸੱਤਵੀਂ-ਅੱਠਵੀਂ ਤਰੀਕ ਨੂੰ ਹੀ ਮੇਰੀ ਵਾਰੀ ਆਉਂਦੀ ਸੀ।

ਪਾਣੀ ਦਾ ਚਸ਼ਮਾ ਕਿਲੇ ਤੋਂ ਬਾਹਰ ਸੀ। ਉੱਥੇ ਜਾਣਾ ਤਾਂ ਆਸਾਨ ਹੁੰਦਾ ਸੀ, ਸਭ ਤੋਂ ਪਹਿਲਾਂ ਤਾਂ ਇਸ ਲਈ ਕਿ ਬਾਲਟੀ ਖਾਲੀ ਹੁੰਦੀ ਸੀ, ਦੂਜੇ ਇਸ ਲਈ ਕਿ ਪਗਡੰਡੀ ਸਿੱਧੀ ਹੇਠਾਂ ਜਾਂਦੀ ਸੀ। ਇਹ ਅਨੁਮਾਨ ਲਗਾਉਣਾ ਮੁਸ਼ਕਿਲ ਨਹੀਂ ਕਿ ਵਾਪਸ ਮੁੜਦੇ ਸਮੇਂ ਸਭ ਕੁੱਝ ਬੇਹੱਦ ਬਦਲ ਜਾਂਦਾ ਸੀ। ਇਸ ਤੋਂ ਇਲਾਵਾ ਇੱਕ ਤੰਗ ਜਿਹੀ ਗਲੀ ਵਿੱਚ ਐਲੂਮੀਨੀਅਮ ਦੇ ਮੱਗ ਹੱਥਾਂ ਵਿੱਚ ਲੈ ਕੇ ਵਿੱਦਿਆਰਥੀਆਂ ਦੀ ਭੀੜ ਮੇਰੀ ਉਡੀਕ ਕਰ ਰਹੀ ਹੁੰਦੀ ਸੀ। ਉਹ ਪਾਣੀ ਪੀਣਾ ਚਾਹੁੰਦੇ ਸਨ। ਉਹ ਮੇਰੀ ਬਾਲਟੀ 'ਤੇ ਟੁੱਟ ਪੈਂਦੇ ਸਨ, ਅੱਧਾ ਪਾਣੀ ਪੀਂਦੇ ਸਨ, ਅੱਧਾ ਡੋਲ੍ਹ ਦਿੰਦੇ ਸਨ, ਉਨ੍ਹਾਂ ਤੋਂ ਬਚਣਾ ਆਸਾਨ ਨਹੀਂ ਹੁੰਦਾ ਸੀ। ਪਰ ਮੇਰੇ ਲਈ ਸਕੂਲ ਤੱਕ ਪਾਣੀ ਪਹੁੰਚਾਉਣਾ ਜ਼ਰੂਰੀ ਹੁੰਦਾ ਸੀ।

ਇਸ ਚਸ਼ਮੇ ਬਾਰੇ ਬਹੁਤ ਸਾਰੇ ਕਿੱਸੇ-ਕਹਾਣੀਆਂ ਹਨ। ਉਨ੍ਹਾਂ ਵਿੱਚੋਂ ਇੱਕ ਹਿੱਸਾ ਮੈਂ ਇੱਥੇ ਉਸ ਰੂਪ ਵਿੱਚ ਦੇ ਰਿਹਾ ਹਾਂ, ਜਿਸ ਰੂਪ ਵਿੱਚ ਮੇਰੇ ਪਿਤਾ ਜੀ ਨੇ ਸੁਣਾਇਆ ਸੀ।

ਇਸ ਕਿਲੇ ਦੀਆਂ ਕੰਧਾਂ ਗੋਲੀਆਂ ਦੇ ਨਿਸ਼ਾਨਾਂ ਨਾਲ ਛਲਣੀ ਹੋਈਆਂ ਪਈਆਂ ਸਨ। ਇਸ ਦੀਆਂ ਬੁਰਜੀਆਂ 'ਤੇ ਕਈ ਵਾਰ ਝੰਡੇ ਬਦਲੇ ਹਨ। ਗ੍ਰਹਿ-ਯੁੱਧ ਦੇ ਦਿਨਾਂ ਵਿੱਚ ਇਸ ਕਿਲੇ 'ਤੇ ਰਹਿ-ਰਹਿ ਕੇ ਕਬਜ਼ਾ ਬਦਲਦਾ ਰਿਹਾ ਹੈ, ਕਦੇ ਸਫ਼ੈਦ ਗਾਰਡ ਅਤੇ ਕਦੇ ਲਾਲ ਸੈਨਿਕ ਇਸ 'ਤੇ ਅਧਿਕਾਰ ਜਮਾ ਲੈਂਦੇ ਸਨ। ਛਾਪੇਮਾਰਾਂ ਨੇ ਛੇ ਮਹੀਨਿਆਂ ਤੱਕ ਇਸ ਕਿਲੇ ਦੀ ਦੁਸ਼ਮਣਾਂ ਤੋਂ ਰੱਖਿਆ ਕੀਤੀ। ਪਰ ਹਰ ਰੋਜ਼ ਦੋ ਘੰਟਿਆਂ ਲਈ ਗੋਲੀਬਾਰੀ ਬੰਦ ਕਰ ਦਿੱਤੀ ਜਾਂਦੀ ਸੀ। ਇਨ੍ਹਾਂ ਦੋ ਘੰਟਿਆਂ ਦੌਰਾਨ ਕਿਲੇ ਦੇ ਰਾਖਿਆਂ ਦੀਆਂ ਪਤਨੀਆਂ

ਪਾਣੀ ਲੈਣ ਲਈ ਕਿਲੇ ਤੋਂ ਬਾਹਰ ਜਾਂਦੀਆਂ ਸਨ। ਇੱਕ ਦਿਨ ਕਰਨਲ ਅਲਾਖ਼ਾਨੋਵ ਨੇ ਕਰਨਲ ਜ਼ਫ਼ਾਰੋਵ ਨੂੰ ਕਿਹਾ:

"ਆਓ, ਆਪਾਂ ਔਰਤਾਂ ਨੂੰ ਚਸ਼ਮੇ 'ਤੇ ਜਾਣ ਤੋਂ ਰੋਕ ਦੇਈਏ। ਅਤਾਯੇਬ ਦੇ ਦਸਤੇ ਨੂੰ ਪਿਆਸ ਨਾਲ ਮਰਨ ਦਿੱਤਾ ਜਾਵੇ।"

ਕਰਨਲ ਜ਼ਫ਼ਾਰੋਵ ਨੇ ਜਵਾਬ ਦਿੱਤਾ:

"ਜੇਕਰ ਅਸੀਂ ਪਾਣੀ ਲਿਆਉਣ ਵਾਲੀਆਂ ਔਰਤਾਂ 'ਤੇ ਗੋਲੀਆਂ ਚਲਾਵਾਂਗੇ, ਤਾਂ ਸਾਰਾ ਦਾਗ਼ਿਸਤਾਨ ਸਾਥੋਂ ਮੂੰਹ ਫੇਰ ਲਵੇਗਾ।"

ਤਾਂ ਇਸ ਤਰ੍ਹਾਂ ਜਦੋਂ ਤੱਕ ਔਰਤਾਂ ਚਸ਼ਮੇ ਤੋਂ ਪਾਣੀ ਲੈ ਕੇ ਵਾਪਸ ਨਹੀਂ ਮੁੜ ਜਾਂਦੀਆਂ ਸਨ, ਦੋਵੇਂ ਧਿਰਾਂ ਕਿਸੇ ਸਮਝੌਤੇ ਤੋਂ ਬਿਨਾਂ ਸ਼ਾਂਤੀ ਬਣਾਈ ਰੱਖਦੀਆਂ ਸਨ।

ਜਦੋਂ ਮੇਰੇ ਅੰਮਾਂ ਨੂੰ, ਜੋ ਉਸ ਵੇਲੇ ਬਿਮਾਰ ਸੀ, ਇਹ ਦੱਸਿਆ ਗਿਆ ਕਿ ਉਨ੍ਹਾਂ ਦੇ ਬੇਟੇ ਨੂੰ ਲੈਨਿਨ ਪੁਰਸਕਾਰ ਦਿੱਤਾ ਗਿਆ ਹੈ, ਤਾਂ ਉਨ੍ਹਾਂ ਨੇ ਹਉਕਾ ਭਰਿਆ ਅਤੇ ਬੋਲੇ, "ਚੰਗੀ ਖ਼ਬਰ ਐ। ਪਰ ਮੈਨੂੰ ਇਹ ਸੁਣ ਕੇ ਜ਼ਿਆਦਾ ਖ਼ੁਸ਼ੀ ਹੁੰਦੀ ਕਿ ਮੇਰੇ ਬੇਟੇ ਨੇ ਕਿਸੇ ਗਰੀਬ ਆਦਮੀ ਜਾਂ ਯਤੀਮ ਦੀ ਮੱਦਦ ਕੀਤੀ ਐ। ਮੈਂ ਤਾਂ ਇਹੀ ਚਾਹੁੰਦੀ ਆਂ ਕਿ ਉਹ ਪਾਣੀ ਲਈ ਤਰਸ ਰਹੇ ਕਿਸੇ ਪਿੰਡ ਵਿੱਚ ਪਾਣੀ ਪਹੁੰਚਾਉਣ ਵਾਸਤੇ ਇਹ ਰਕਮ ਦੇ ਦੇਵੇ। ਲੋਕ ਉਸ ਦੀ ਸਿਫ਼ਤ ਕਰਨਗੇ। ਉਸ ਦੇ ਪਿਤਾ ਜੀ ਨੂੰ ਜਦੋਂ ਪੁਰਸਕਾਰ ਮਿਲਿਆ ਸੀ, ਤਾਂ ਉਨ੍ਹਾਂ ਨੇ ਸਾਰੀ ਰਕਮ ਨਵੇਂ ਚਸ਼ਮੇ ਦੀ ਭਾਲ ਲਈ ਦੇ ਦਿੱਤੀ ਸੀ। ਜਿੱਥੇ ਚਸ਼ਮਾ ਐ, ਉੱਥੇ ਪਗਡੰਡੀ ਐ, ਉੱਥੇ ਰਸਤਾ ਐ। ਅਤੇ ਰਸਤੇ ਦੀ ਸਾਰੇ ਲੋਕਾਂ ਨੂੰ, ਹਰ ਕਿਸੇ ਨੂੰ ਜ਼ਰੂਰਤ ਐ। ਰਸਤੇ ਤੋਂ ਬਿਨਾਂ ਆਦਮੀ ਆਪਣਾ ਘਰ ਨਹੀਂ ਲੱਭ ਸਕੇਗਾ, ਕਿਸੇ ਖੱਡ-ਖਾਈ ਵਿੱਚ ਲੁੜਕ ਜਾਵੇਗਾ।"

ਮੇਰੇ ਪਿਤਾ ਜੀ ਹਮੇਸ਼ਾ ਦੁਹਰਾਇਆ ਕਰਦੇ ਸਨ ਕਿ ਮੇਰਾ ਉਸ ਸਾਲ ਜਨਮ ਹੋਇਆ ਸੀ, ਜਦੋਂ ਦਾਗ਼ਿਸਤਾਨ ਵਿੱਚ ਪਹਿਲੀ ਵਾਰ ਨਹਿਰ ਪੁੱਟੀ ਗਈ ਸੀ। ਉਸ ਨੂੰ ਸੁਲਾਕ ਤੋਂ ਮਖ਼ਚਕਲਾ ਤੱਕ ਬਣਾਇਆ ਗਿਆ ਸੀ। 'ਪਾਣੀ ਨਹੀਂ ਤਾਂ ਜ਼ਿੰਦਗੀ ਨਹੀਂ', ਪਲਾਈਵੁੱਡ ਦੀ ਤਖ਼ਤੀ 'ਤੇ ਲਿਖਿਆ ਹੋਇਆ ਇਹ ਨਾਅਰਾ ਨਹਿਰ ਪੁੱਟਣ ਵਾਲੇ ਆਪਣੇ ਨਾਲ ਲੈ ਕੇ ਆਏ ਸਨ।

ਪਾਣੀ! ਲਓ, ਹੁਣ ਚੱਟਾਨਾਂ ਵਿੱਚੋਂ ਪਾਣੀ ਵਹਿੰਦਾ ਹੈ, ਜਿਵੇਂ ਕਿਸੇ ਦਾ ਸ਼ਕਤੀਸ਼ਾਲੀ ਹੱਥ ਉਨ੍ਹਾਂ ਨੂੰ ਨਿਚੋੜ ਰਿਹਾ ਹੋਵੇ। ਲਓ, ਪਾਣੀ ਦੀਆਂ ਲਹਿਰਾਂ ਬੜੀ ਤੇਜੀ ਨਾਲ ਹੇਠਾਂ ਵਹਿੰਦੀਆਂ ਹਨ, ਪੱਥਰਾਂ ਵਿੱਚੋਂ ਛਾਲਾਂ ਮਾਰਦੀਆਂ ਹਨ, ਚੱਟਾਨਾਂ ਤੋਂ ਹੇਠਾਂ ਕੁੱਦਦੀਆਂ ਹਨ, ਜ਼ਖ਼ਮੀ ਦਰਿੰਦੇ ਵਾਂਗ ਦੱਰੇ ਵਿੱਚ ਗਰਜਦੀਆਂ-ਦਹਾੜਦੀਆਂ ਹਨ ਅਤੇ ਹਰੀਆਂ-ਭਰੀਆਂ ਘਾਟੀਆਂ ਵਿੱਚ ਮੇਮਣੇ ਵਾਂਗ ਨੱਚਦੀਆਂ-ਟੱਪਦੀਆਂ ਹਨ।

ਮੇਰੇ ਦਾਗ਼ਿਸਤਾਨ ਦੇ ਦੁਆਲੇ ਚਾਰ ਚਾਂਦੀ ਰੰਗੀਆਂ ਪੇਟੀਆਂ ਬੰਨ੍ਹੀਆਂ ਹੋਈਆਂ ਹਨ, ਚਾਰ ਕੋਇਸੂ ਨਦੀਆਂ ਉਸ ਦੇ ਦੁਆਲੇ ਵਹਿੰਦੀਆਂ ਹਨ। ਸੁਲਾਕ ਅਤੇ ਸਮੂਰ ਨਗਰ ਸਕੀਆਂ ਭੈਣਾਂ ਵਾਂਗ ਉਨ੍ਹਾਂ ਦਾ ਸਵਾਗਤ ਕਰਦੇ ਹਨ। ਇਸ ਤੋਂ ਬਾਅਦ ਇਹ ਸਭ ਦਾਗ਼ਿਸਤਾਨ ਦੀਆਂ ਨਦੀਆਂ, ਸਾਗਰ ਦੀ ਗੋਦ ਵਿੱਚ ਚਲੀਆਂ ਜਾਂਦੀਆਂ ਹਨ।

ਅੱਗ ਅਤੇ ਪਾਣੀ, ਸਮੁੱਚੇ ਜਨ-ਸਮੂਹ ਦੀ ਕਿਸਮਤ ਹਨ, ਅੱਗ ਅਤੇ ਪਾਣੀ,

ਦਾਗ਼ਿਸਤਾਨ ਦੇ ਮਾਤਾ-ਪਿਤਾ ਹਨ, ਅੱਗ ਅਤੇ ਪਾਣੀ, ਉਹ ਖੁਰਜੀਆਂ ਹਨ, ਜਿਨ੍ਹਾਂ ਵਿੱਚ ਸਾਡੀ ਸਾਰੀ ਦੌਲਤ ਜਮ੍ਹਾਂ ਹੈ।

ਸਾਡੇ ਦਾਗ਼ਿਸਤਾਨ ਵਿੱਚ ਬਜ਼ੁਰਗ ਅਤੇ ਇਕਲਾਪੇ ਲੋਕਾਂ ਕੋਲ ਗੱਭਰੂ-ਮੁਟਿਆਰਾਂ ਆਉਂਦੇ ਹਨ, ਤਾਂ ਕਿ ਘਰ-ਗ੍ਰਹਿਸਥੀ ਦੇ ਕੰਮ-ਕਾਜ ਵਿੱਚ ਉਨ੍ਹਾਂ ਦੀ ਕੁੱਝ ਮੱਦਦ ਕਰ ਦੇਣ। ਸਭ ਤੋਂ ਪਹਿਲਾਂ ਉਹ ਕੀ ਕਰਦੇ ਹਨ? ਅੱਗ ਜਲਾਉਣ ਲਈ ਲੱਕੜ ਚੀਰਦੇ ਹਨ ਅਤੇ ਘੜਿਆਂ ਵਿੱਚ ਪਾਣੀ ਲਿਆਉਂਦੇ ਹਨ। ਕਾਲੇ ਕਾਂ ਪਤਾ ਨਹੀਂ ਇਹ ਕਿਵੇਂ ਅਨੁਭਵ ਕਰ ਲੈਂਦੇ ਹਨ ਕਿ ਕਿਸ ਪਹਾੜੀ ਘਰ ਵਿੱਚ ਅੱਗ ਬੁਝ ਗਈ ਹੈ। ਉਹ ਤੁਰੰਤ ਉੱਡ ਕੇ ਉੱਥੇ ਜਾ ਬਹਿੰਦੇ ਹਨ ਅਤੇ ਕਾਂ-ਕਾਂ ਕਰਨ ਲੱਗਦੇ ਹਨ।

ਅੱਗ ਅਤੇ ਪਾਣੀ, ਇਹ ਦੋ ਹਸਤਾਖ਼ਰ, ਦੋ ਪ੍ਰਤੀਕ ਹਨ, ਜੋ ਦਾਗ਼ਿਸਤਾਨ ਦੀ ਰਚਨਾ ਦੇ ਸਮਝੌਤੇ ਹੇਠਾਂ ਦਰਜ ਹਨ।

ਦਾਗ਼ਿਸਤਾਨ ਦੀਆਂ ਅੱਧੀਆਂ ਲੋਕ-ਕਥਾਵਾਂ ਉਸ ਦਲੇਰ ਨੌਜਵਾਨ ਬਾਰੇ ਹਨ, ਜੋ ਅਜਗਰ ਦੀ ਹੱਤਿਆ ਕਰਕੇ ਅੱਗ ਲਿਆਉਂਦਾ ਹੈ, ਤਾਂ ਕਿ ਪਿੰਡ ਵਿੱਚ ਨਿੱਘ ਅਤੇ ਰੌਸ਼ਨੀ ਹੋਵੇ।

ਦਾਗ਼ਿਸਤਾਨ ਦੀਆਂ ਲੋਕ-ਕਥਾਵਾਂ ਦਾ ਦੂਜਾ ਭਾਗ, ਉਸ ਸਮਝਦਾਰ ਲੜਕੀ ਬਾਰੇ ਹੈ, ਜੋ ਚਲਾਕੀ ਨਾਲ ਅਜਗਰ ਨੂੰ ਸੰਵਾ ਕੇ ਪਾਣੀ ਲਿਆਉਂਦੀ ਹੈ, ਤਾਂ ਕਿ ਪਿੰਡ ਦੇ ਲੋਕ ਜੀਅ ਭਰ ਕੇ ਪਾਣੀ ਪੀ ਸਕਣ ਅਤੇ ਖੇਤ ਸਿੰਜੇ ਜਾ ਸਕਣ।

ਦਲੇਰ ਨੌਜਵਾਨ ਅਤੇ ਸਮਝਦਾਰ ਮੁਟਿਆਰ ਵੱਲੋਂ ਮਾਰਿਆ ਗਿਆ ਅਜਗਰ ਪਹਾੜ ਅਤੇ ਕੱਥੇ ਰੰਗੀਆਂ ਪਹਾੜੀ-ਚੋਟੀਆਂ ਵਿੱਚ ਬਦਲ ਗਿਆ।

ਦਾਗ਼ ਦਾ ਅਰਥ ਹੈ ਪਹਾੜ ਅਤੇ ਸਤਾਨ ਦਾ ਅਰਥ ਹੈ ਦੇਸ਼। ਦਾਗ਼ਿਸਤਾਨ ਦਾ ਮਤਲਬ ਹੈ ਪਹਾੜਾਂ ਦਾ ਦੇਸ਼, ਪਰਬਤ-ਦੇਸ਼, ਪਹਾੜੀ ਮੁਲਕ, ਗੌਰਵਮਈ ਦੇਸ਼, ਦਾਗ਼ਿਸਤਾਨ

ਅੱਖਰ ਜੋੜ ਕੇ ਜਿਵੇਂ
ਪੜ੍ਹਦਾ ਹੈ ਬਾਲਕ,
ਉਸੇ ਤਰ੍ਹਾਂ ਮੈਂ ਦੁਹਰਾਵਾਂ
ਕਦੇ ਨਾ ਕਹਿੰਦਾ ਥੱਕਾਂ
ਦਾਗ਼ਿਸਤਾਨ, ਦਾਗ਼ਿਸਤਾਨ!

ਕਿਹੜਾ ਅਤੇ ਕੀ? ਦਾਗ਼ਿਸਤਾਨ।
ਕਿਸ ਬਾਰੇ ਮੈਂ ਗਾਵਾਂ, ਕੇਵਲ ਉਸ ਬਾਰੇ।
ਅਤੇ ਸੁਣਾਵਾਂ ਇਹ ਮੈਂ ਕਿਸ ਨੂੰ? ਉਸ ਨੂੰ, ਦਾਗ਼ਿਸਤਾਨ ਨੂੰ।

ਸਾਡੇ ਛੋਟੇ ਜਿਹੇ ਲੋਕਾਂ ਦੇ ਸਮੂਹ ਨੂੰ ਅਨੇਕਾਂ ਅਜਗਰਾਂ ਨਾਲ ਲੜਨਾ ਪਿਆ ਹੈ ਤਾਂ ਕਿ ਉਸ ਦੇ ਕੋਲ ਹਮੇਸ਼ਾ ਅੱਗ ਅਤੇ ਪਾਣੀ ਹੋਵੇ। ਨਦੀਆਂ ਹੁਣ ਪ੍ਰਕਾਸ਼ ਦਿੰਦੀਆਂ ਹਨ ਪਾਣੀ ਅੱਗ ਦਾ ਰੂਪ ਲੈ ਲੈਂਦਾ ਹੈ। ਅਨਾਦਿ ਕਾਲ ਦੇ ਇਹ ਦੋ ਪ੍ਰਤੀਕ ਹੁਣ ਇੱਕ ਵਿੱਚ ਬਦਲ ਗਏ ਹਨ।

ਚੁੱਲ੍ਹਾ ਅਤੇ ਚਸ਼ਮਾ, ਪਹਾੜੀ ਲੋਕਾਂ ਲਈ ਇਹ ਦੋ ਸ਼ਬਦ ਸਭ ਤੋਂ ਪਿਆਰੇ ਹਨ। ਦਲੇਰ ਆਦਮੀ ਬਾਰੇ ਕਿਹਾ ਜਾਂਦਾ ਹੈ, "ਉਹ ਆਦਮੀ ਨਹੀਂ, ਅੱਗ ਐ।" ਗੁਣਹੀਣ, ਨਾਲਾਇਕ ਆਦਮੀ ਬਾਰੇ ਕਿਹਾ ਜਾਂਦਾ ਹੈ, "ਬੁਝਿਆ ਹੋਇਆ ਦੀਵਾ ਐ।" ਬੁਰੇ ਆਦਮੀ ਬਾਰੇ ਕਿਹਾ ਜਾਂਦਾ ਹੈ, "ਉਹ ਉਨ੍ਹਾਂ ਵਿੱਚੋਂ ਐ, ਜੋ ਚਸ਼ਮੇ ਜਾਂ ਸਰੋਤ ਵਿੱਚ ਥੁੱਕ ਸਕਦੇ ਹਨ।"

ਸ਼ਰਾਬ ਨਾਲ ਭਰਿਆ ਹੋਇਆ ਜਾਮ ਹੱਥ ਵਿੱਚ ਫੜ ਕੇ ਅਸੀਂ ਵੀ ਇਹੀ ਕਹਾਂਗੇ:

ਚੁੱਲ੍ਹਾ, ਚਸ਼ਮਾ, ਦੋ ਅਨਾਦਿ ਆਧਾਰਾਂ ਦਾ,
ਜੋ ਗੁਣਗਾਨ ਕਰੇ, ਹੋਵੇ ਉਨ੍ਹਾਂ ਦੀ ਅਮਰ ਸ਼ੋਭਾ,
ਬਹੁਤ ਵਧੇ ਜਸ਼ ਉਨ੍ਹਾਂ ਦਾ, ਸਿਲਤ ਬਾਲ ਸਕਣ ਜੋ ਕੇਵਲ,
ਅਤੇ ਜਿਨ੍ਹਾਂ ਦੀ ਕਹੀ ਪੁੱਟ ਸਕੇ ਚਸ਼ਮਾ।

ਇੱਕ ਬਜ਼ੁਰਗ ਪਹਾੜੀ ਨੇ ਜਵਾਨ ਪਹਾੜੀ ਨੂੰ ਪੁੱਛਿਆ:

"ਤੁਸੀਂ ਆਪਣੀ ਜ਼ਿੰਦਗੀ ਵਿੱਚ ਅੱਗ ਦੇਖੀ ਐ, ਕਦੇ ਉਸ ਵਿੱਚੋਂ ਲੰਘੇ ਹੋ?"

"ਮੈਂ ਉਸ ਵਿੱਚ ਇਸ ਤਰ੍ਹਾਂ ਛਾਲ ਮਾਰੀ ਸੀ, ਜਿਵੇਂ ਪਾਣੀ ਵਿੱਚ।"

"ਬਰਫ਼ ਵਰਗੇ ਠੰਢੇ ਪਾਣੀ ਨਾਲ ਕਦੇ ਤੁਹਾਡਾ ਵਾਸਤਾ ਪਿਐ, ਕਦੇ ਉਸ ਵਿੱਚ ਛਾਲ ਮਾਰੀ ਐ?"

"ਜਿਵੇਂ ਅੱਗ ਵਿੱਚ।"

"ਫਿਰ ਤੁਸੀਂ ਬਾਲਗ ਹੋ ਚੁੱਕੇ ਪਹਾੜੀ ਆਦਮੀ ਹੋ। ਆਪਣੇ ਘੋੜੇ 'ਤੇ ਕਾਠੀ ਪਾਓ, ਮੈਂ ਤੁਹਾਨੂੰ ਪਹਾੜਾਂ ਵਿੱਚ ਲੈ ਚੱਲਦਾਂ।"

ਦੋ ਪਹਾੜੀ ਆਦਮੀਆਂ ਵਿੱਚ ਝਗੜਾ ਹੋ ਜਾਣ 'ਤੇ ਇੱਕ ਨੇ ਦੂਜੇ ਨੂੰ ਕਿਹਾ:

"ਕੀ ਮੇਰੇ ਘਰ ਦੀ ਛੱਤ ਉੱਪਰ, ਤੁਹਾਡੇ ਘਰ ਦੀ ਛੱਤ ਦੇ ਮੁਕਾਬਲੇ ਧੂਆਂ ਘੱਟ ਐ? ਕੀ ਮੈਂ ਕਦੇ ਕਿਸੇ ਤੋਂ ਪਾਣੀ ਮੰਗਣ ਗਿਆਂ? ਜੇਕਰ ਤੁਸੀਂ ਅਜਿਹਾ ਸਮਝਦੇ ਹੋ, ਤਾਂ ਆਓ, ਉਸ ਪਹਾੜੀ ਦੇ ਪਿੱਛੇ ਚੱਲੀਏ ਅਤੇ ਮਾਮਲਾ ਤੈਅ ਕਰ ਲਈਏ।"

ਦਰਵਾਜ਼ਿਆਂ 'ਤੇ ਮੈਂ ਇਹ ਲਿਖਿਆ ਦੇਖਿਆ ਹੈ, "ਚੁੱਲ੍ਹੇ ਵਿੱਚ ਅੱਗ ਬਲ ਰਹੀ ਐ, ਮਹਿਮਾਨ ਅੰਦਰ ਆਉਣ ਦੀ ਮਿਹਰਬਾਨੀ ਕਰਨ।" ਬੜੇ ਅਫ਼ਸੋਸ ਦੀ ਗੱਲ ਹੈ ਕਿ ਦਾਗ਼ਿਸਤਾਨ ਵਿੱਚ ਅਜਿਹੇ ਫਾਟਕ ਨਹੀਂ ਹਨ, ਜਿਨ੍ਹਾਂ 'ਤੇ ਇਹ ਸ਼ਬਦ ਲਿਖੇ ਜਾ ਸਕਣ, "ਚੁੱਲ੍ਹੇ ਵਿੱਚ ਅੱਗ ਬਲ ਰਹੀ ਹੈ, ਮਹਿਮਾਨ ਅੰਦਰ ਆਉਣ ਦੀ ਮਿਹਰਬਾਨੀ ਕਰਨ।"

ਅੱਗ ਤਾਂ ਸੱਚਮੁੱਚ ਬਲ ਰਹੀ ਹੈ। ਕੇਵਲ ਕਹਿਣ ਲਈ, ਸੁੰਦਰ ਸ਼ਬਦ-ਭੰਡਾਰ ਦੇ ਰੂਪ ਵਿੱਚ ਹੀ ਤੁਹਾਨੂੰ ਆਉਣ ਦੀ ਦਾਵਤ ਨਹੀਂ ਦਿੱਤੀ ਜਾ ਰਹੀ, ਸ਼ਰਮਾਓ ਨਾ, ਅੰਦਰ ਆਓ, ਚੁੱਲ੍ਹੇ ਵਿੱਚ ਅੱਗ ਬਲ ਰਹੀ ਹੈ ਅਤੇ ਚਸ਼ਮਿਆਂ ਵਿੱਚ ਨਿਰਮਲ ਜਲ ਹੈ, ਸਵਾਗਤ ਹੈ ਤੁਹਾਡਾ!

ਘਰ

ਅਵਾਰ ਭਾਸ਼ਾ ਦੇ 'ਰੀਗ' ਸ਼ਬਦ ਦੇ ਦੋ ਵੱਖਰੇ ਅਰਥ ਹਨ, 'ਉਮਰ' ਅਤੇ 'ਘਰ'। ਮੇਰੇ ਲਈ ਇਹ ਦੋਵੇਂ ਹੀ ਅਰਥ ਇੱਕ ਵਿੱਚ ਹੀ ਘੁਲ-ਮਿਲ ਜਾਂਦੇ ਹਨ। ਉਮਰ-ਘਰ। ਉਮਰ ਹੋ ਗਈ, ਤਾਂ ਆਪਣਾ ਘਰ ਵੀ ਹੋਣਾ ਚਾਹੀਦਾ ਹੈ। ਅਵਾਰ ਭਾਸ਼ਾ ਦੀ ਕਹਾਵਤ ਦਾ ਉਚਾਰਣ ਕੀਤਾ ਜਾਵੇ (ਸਾਡੇ ਇੱਥੇ ਇੱਕ ਅਜਿਹੀ ਕਹਾਵਤ ਹੈ) ਤਾਂ ਅਜਿਹਾ ਸ਼ਬਦ-ਖਿਲਵਾੜ ਸਾਹਮਣੇ ਆਉਂਦਾ ਹੈ, ਜਿਸ ਦਾ ਅਨੁਵਾਦ ਸੰਭਵ ਨਹੀਂ, 'ਰੀਗ-ਰੀਗ', ਉਮਰ-ਘਰ।

ਤਾਂ ਇਸ ਤਰ੍ਹਾਂ ਮੰਨਿਆ ਜਾ ਸਕਦਾ ਹੈ ਕਿ ਦਾਗ਼ਿਸਤਾਨ ਬਹੁਤ ਪਹਿਲਾਂ ਹੀ ਬਾਲਗ ਹੋ ਚੁੱਕਿਆ ਹੈ ਅਤੇ ਇਸ ਲਈ ਇਸ ਦੁਨੀਆ ਵਿੱਚ ਉਸ ਦਾ ਉਚਿੱਤ ਅਤੇ ਠੋਸ ਸਥਾਨ ਹੈ।

ਮੈਂ ਅਕਸਰ ਅੰਮਾਂ ਨੂੰ ਪੁੱਛਿਆ ਕਰਦਾ ਸੀ:

"ਦਾਗ਼ਿਸਤਾਨ ਕਿੱਥੇ ਐ?"

"ਤੁਹਾਡੇ ਪੰਘੂੜੇ ਵਿੱਚ।" ਮੇਰੀ ਸਮਝਦਾਰ ਅੰਮਾਂ ਜਵਾਬ ਦਿੰਦੇ।

"ਤੁਹਾਡਾ ਦਾਗ਼ਿਸਤਾਨ ਕਿੱਥੇ ਐ?" ਆਂਦੀ ਪਿੰਡ ਦੇ ਇੱਕ ਵਿਅਕਤੀ ਨੂੰ ਪੁੱਛਿਆ।

ਉਸ ਨੇ ਚਕਰਾਉਂਦੇ ਹੋਏ ਇੱਧਰ-ਉੱਧਰ ਦੇਖਿਆ।

ਇਹ ਟਿੱਲਾ ਦਾਗ਼ਿਸਤਾਨ ਹੈ, ਇਹ ਘਾਹ ਦਾਗ਼ਿਸਤਾਨ ਹੈ, ਇਹ ਨਦੀ ਦਾਗ਼ਿਸਤਾਨ ਹੈ, ਪਰਬਤ 'ਤੇ ਪਈ ਹੋਈ ਬਰਫ਼ ਦਾਗ਼ਿਸਤਾਨ ਹੈ, ਸਿਰ ਦੇ ਉੱਪਰ ਬੱਦਲ, ਕੀ ਇਹ ਦਾਗ਼ਿਸਤਾਨ ਨਹੀਂ ਹੈ?

"ਮੇਰਾ ਦਾਗ਼ਿਸਤਾਨ ਹਰ ਜਗ੍ਹਾ ਐ!" ਆਂਦੀ ਪਿੰਡ ਦੇ ਵਾਸੀ ਨੇ ਉੱਤਰ ਦਿੱਤਾ।

ਗ੍ਰਹਿ-ਯੁੱਧ ਤੋਂ ਬਾਅਦ 1921 ਵਿੱਚ ਸਾਡੇ ਪਿੰਡਾਂ ਦਾ ਹਾਲ ਬੁਰਾ ਸੀ, ਲੋਕ ਭੁੱਖੇ ਰਹਿੰਦੇ ਸਨ ਅਤੇ ਨਹੀਂ ਜਾਣਦੇ ਸਨ ਕਿ ਅੱਗੇ ਕੀ ਹੋਵੇਗਾ। ਉਸੇ ਵੇਲੇ ਤਾਂ ਪਹਾੜੀ ਲੋਕਾਂ ਦਾ ਇੱਕ ਪ੍ਰਤੀਨਿਧੀ-ਮੰਡਲ ਲੈਨਿਨ ਨੂੰ ਮਿਲਣ ਗਿਆ। ਲੈਨਿਨ ਦੇ ਕਮਰੇ ਵਿੱਚ ਜਾ ਕੇ ਦਾਗ਼ਿਸਤਾਨ ਦੇ ਇਹ ਪ੍ਰਤੀਨਿਧੀ ਕੁੱਝ ਵੀ ਕਹੇ ਬਿਨਾਂ ਦੁਨੀਆ ਦਾ ਇੱਕ ਬਹੁਤ ਵੱਡਾ ਨਕਸ਼ਾ ਖੋਲ੍ਹਣ ਲੱਗੇ।

"ਇਹ ਨਕਸ਼ਾ ਤੁਸੀਂ ਕਿਉਂ ਲਿਆਏ ਹੋ?" ਲੈਨਿਨ ਨੇ ਹੈਰਾਨ ਹੋ ਕੇ ਪੁੱਛਿਆ।

ਤੁਹਾਨੂੰ ਅਨੇਕਾਂ ਜਨ-ਸਮੂਹਾਂ ਦੇ ਫ਼ਿਕਰ ਨੇ, ਤੁਸੀਂ ਇਹ ਯਾਦ ਨਹੀਂ ਰੱਖ ਸਕਦੇ ਕਿ ਕਿਹੜੇ ਲੋਕ ਕਿੱਥੇ ਰਹਿੰਦੇ ਨੇ। ਇਸ ਲਈ ਅਸੀਂ ਤੁਹਾਨੂੰ ਇਹ ਦਿਖਾਉਣਾ ਚਾਹੁੰਦੇ ਹਾਂ

ਕਿ ਦਾਗ਼ਿਸਤਾਨ ਕਿੱਥੇ ਐ।"

ਲੇਕਿਨ ਸਾਡੇ ਪਹਾੜੀ ਲੋਕ ਚਾਹੇ ਕਿੰਨਾ ਹੀ ਕਿਉਂ ਨਾ ਲੱਭਦੇ ਰਹੇ, ਆਪਣੇ ਖੇਤਰ ਨੂੰ ਲੱਭ ਨਹੀਂ ਸਕੇ, ਵੱਡੇ ਨਕਸ਼ੇ ਦੇ ਗੜਬੜ-ਘੁਟਾਲੇ ਵਿੱਚ ਫਸ ਗਏ, ਆਪਣੇ ਛੋਟੇ ਜਿਹੇ ਦੇਸ਼ ਨੂੰ ਖੋ ਬੈਠੇ। ਫਿਰ ਲੈਨਿਨ ਨੇ ਕਿਸੇ ਤਰ੍ਹਾਂ ਭਾਲ-ਤਲਾਸ਼ ਕੀਤੇ ਬਿਨਾਂ ਤੁਰੰਤ ਹੀ ਪਹਾੜੀ ਲੋਕਾਂ ਨੂੰ ਉਹ ਦਿਖਾ ਦਿੱਤਾ, ਜੋ ਉਹ ਲੱਭ ਰਹੇ ਸਨ।

"ਇਹੀ ਤਾਂ ਐ ਤੁਹਾਡਾ ਦਾਗ਼ਿਸਤਾਨ।" ਅਤੇ ਉਹ ਚਹਿਕਦੇ ਹੋਏ ਹੱਸ ਪਏ।

"ਇਸ ਨੂੰ ਕਹਿੰਦੇ ਨੇ ਦਿਮਾਗ।" ਸਾਡੇ ਪਹਾੜੀਆਂ ਨੇ ਸੋਚਿਆ ਅਤੇ ਲੈਨਿਨ ਨੂੰ ਦੱਸਿਆ ਕਿ ਉਨ੍ਹਾਂ ਕੋਲ ਆਉਣ ਤੋਂ ਪਹਿਲਾਂ ਜਨ-ਕਮਿਸਾਰ ਕੋਲ ਗਏ ਸੀ ਅਤੇ ਉਹ ਲਗਾਤਾਰ ਉਨ੍ਹਾਂ ਨੂੰ ਇਹੀ ਦੱਸਣ ਲਈ ਕਹਿੰਦਾ ਰਿਹਾ ਸੀ ਕਿ ਦਾਗ਼ਿਸਤਾਨ ਕਿੱਥੇ ਐ। ਜਨ-ਕਮਿਸਾਰ ਦੇ ਸਹਿਕਰਮੀ ਤਰ੍ਹਾਂ-ਤਰ੍ਹਾਂ ਦੇ ਅਨੁਮਾਨ-ਅਟਕਲਾਂ ਲਗਾਉਂਦੇ ਰਹੇ ਸੀ। ਇੱਕ ਨੇ ਕਿਹਾ ਕਿ ਉਹ ਕਿਤੇ ਜਾਰਜੀਆ ਵਿੱਚ ਐ, ਦੂਜੇ ਨੇ ਕਿਹਾ ਤੁਰਕਿਸਤਾਨ ਵਿੱਚ। ਇੱਕ ਸਹਿਕਰਮੀ ਨੇ ਤਾਂ ਇਹ ਦਾਅਵਾ ਵੀ ਕੀਤਾ ਕਿ ਉਹ ਦਾਗ਼ਿਸਤਾਨ ਵਿੱਚ ਹੀ ਬਸਮਾਚੀਆਂ (ਮੱਧ ਏਸ਼ੀਆ ਵਿੱਚ ਇਨਕਲਾਬ-ਵਿਰੋਧੀ ਧਨੀ ਜ਼ਿਮੀਂਦਾਰਾਂ ਅਤੇ ਉਨ੍ਹਾਂ ਦੇ ਪੈਰੋਕਾਰ) ਨਾਲ ਲੋਹਾ ਲੈਂਦਾ ਰਿਹਾ ਹੈ।

ਲੈਨਿਨ ਤਾਂ ਹੋਰ ਵੀ ਜ਼ਿਆਦਾ ਜ਼ੋਰ ਨਾਲ ਹੱਸ ਪਏ:

"ਕਿੱਥੇ, ਕਿੱਥੇ, ਤੁਰਕਿਸਤਾਨ ਵਿੱਚ? ਬਹੁਤ ਖ਼ੂਬ। ਇਹ ਤਾਂ ਕਮਾਲ ਹੀ ਗਈ।"

ਲੈਨਿਨ ਨੇ ਉਸੇ ਵੇਲੇ ਟੈਲੀਫੋਨ ਦਾ ਰਿਸੀਵਰ ਹੱਥ ਵਿੱਚ ਲਿਆ ਅਤੇ ਉਸ ਜਨ-ਕਮਿਸਾਰ ਨੂੰ ਇਹ ਸਪੱਸ਼ਟ ਕੀਤਾ ਕਿ ਤੁਰਕਿਸਤਾਨ ਕਿੱਥੇ ਹੈ, ਦਾਗ਼ਿਸਤਾਨ ਕਿੱਥੇ ਹੈ, ਬਰਾਮਚੀ ਅਤੇ ਮਿਊਰੀਦ ਕਿੱਥੇ ਹੈ।

ਕ੍ਰੇਮਲਿਨ ਵਿੱਚ ਲੈਨਿਨ ਦੇ ਕਮਰੇ ਵਿੱਚ ਅਜੇ ਤੱਕ ਕਾਕੇਸ਼ੀਆ ਦਾ ਬਹੁਤ ਵੱਡਾ ਨਕਸ਼ਾ ਲਟਕਿਆ ਹੋਇਆ ਹੈ।

ਹੁਣ ਦਾਗ਼ਿਸਤਾਨ ਇੱਕ ਜਨਤੰਤਰ ਹੈ। ਉਹ ਛੋਟਾ ਹੈ ਜਾਂ ਵੱਡਾ, ਇਸ ਗੱਲ ਦਾ ਕੋਈ ਮਹੱਤਵ ਨਹੀਂ। ਉਹ ਵੈਸਾ ਹੀ ਹੈ, ਜਿਹੋ ਜਿਹਾ ਹੋਣਾ ਚਾਹੀਦਾ ਹੈ। ਸਾਡੇ ਸੋਵੀਅਤ ਦੇਸ਼ ਵਿੱਚ ਤਾਂ ਸ਼ਾਇਦ ਹੁਣ ਕੋਈ ਨਹੀਂ ਕਹੇਗਾ ਕਿ ਦਾਗ਼ਿਸਤਾਨ ਤੁਰਕਿਸਤਾਨ ਵਿੱਚ ਹੈ, ਪਰ ਦੂਰ-ਦੁਰਾਡੇ ਦੇ ਕਿਸੇ ਦੇਸ਼ ਵਿੱਚ ਤਾਂ ਮੈਨੂੰ ਸਪੱਸ਼ਟੀਕਰਨ ਦੇਣ ਵਾਲੀ ਇਸ ਤਰ੍ਹਾਂ ਦੀ ਗੱਲਬਾਤ ਜ਼ਰੂਰ ਕਰਨੀ ਪੈਂਦੀ ਹੈ:

"ਤੁਸੀਂ ਕਿੱਥੋਂ ਸਾਡੇ ਇੱਥੇ ਆਏ ਹੋ?"

"ਦਾਗ਼ਿਸਤਾਨ ਤੋਂ।"

"ਦਾਗ਼ਿਸਤਾਨ...ਦਾਗ਼ਿਸਤਾਨ....ਇਹ ਕਿੱਥੇ ਐ?"

"ਕਾਕੇਸ਼ੀਆ ਵਿੱਚ।"

"ਪੂਰਬ ਵਿੱਚ ਜਾਂ ਪੱਛਮ ਵਿੱਚ?"

"ਕਾਸਪੀ ਸਾਗਰ ਦੇ ਤੱਟ 'ਤੇ।"

"ਅੱਛਾ, ਬਾਕੂ?"

"ਨਹੀਂ ਜੀ, ਬਾਕੂ ਨਹੀਂ, ਕੁੱਝ ਉੱਤਰ ਵਾਲੇ ਪਾਸੇ।"

"ਤੁਹਾਡੀਆਂ ਹੱਦਾਂ ਕਿਸ ਨਾਲ ਲੱਗਦੀਆਂ ਨੇ?"

"ਰੂਸ, ਜਾਰਜੀਆ ਅਤੇ ਆਜ਼ਰਬਾਇਜਾਨ ਨਾਲ....।"

"ਪਰ ਕੀ ਉੱਥੇ ਚੇਰਕੇਸ ਨਹੀਂ ਰਹਿੰਦੇ? ਅਸੀਂ ਤਾਂ ਸੋਚਿਆ ਸੀ ਕਿ ਉੱਥੇ ਚੇਰਕੇਸ ਰਹਿੰਦੇ ਨੇ।"

"ਚੇਰਕੇਸ ਤਾਂ ਚੇਰਕੇਸੀਆ ਵਿੱਚ ਰਹਿੰਦੇ ਨੇ ਅਤੇ ਦਾਗ਼ਿਸਤਾਨ ਵਿੱਚ ਦਾਗ਼ਿਸਤਾਨੀ ਰਹਿੰਦੇ ਨੇ। ਟਾਲਸਟਾਏ....ਹਾਜੀ-ਮੁਰਾਦ...ਟਾਲਸਟਾਏ ਦੀ ਇਹ ਰਚਨਾ ਪੜ੍ਹੀ ਐ? ਬੇਸਤੂਜੇਵ-ਮਾਰਲੀਂਸਕੀ....ਜਾਂ ਫਿਰ ਲੇਰਮੋਂਤੋਵ: "ਦਾਗ਼ਿਸਤਾਨੀ ਘਾਟੀ ਦੀ ਬਲਦੀ ਦੁਪਹਿਰ ਵਿੱਚ" ਪੜ੍ਹੀ ਐ

"ਕੀ ਇਹ ਉੱਥੇ ਐ, ਜਿੱਥੇ ਐਲਬਰੂਸ ਐ?"

"ਐਲਬਰੂਸ ਤਾਂ ਕਾਬਾਰਦੀਨੋ-ਬਾਲਕਾਰੀਆ ਵਿੱਚ ਐ, ਕਜ਼ਬੇਕ-ਜਾਰਜੀਆ ਵਿੱਚ ਅਤੇ ਸਾਡੇ ਇੱਥੇ ਗੁਨੀਬ ਪਿੰਡ ਐ, ਤਸਾਦਾ ਪਿੰਡ ਐ।"

ਦੂਰ-ਦੁਰਾਡੇ ਦੇ ਕਿਸੇ ਦੇਸ਼ ਵਿੱਚ ਮੈਨੂੰ ਕਦੇ-ਕਦੇ ਇਹ ਸੱਚ ਕਹਿਣਾ ਪੈਂਦਾ ਹੈ। ਇਹ ਤਾਂ ਸਾਰੇ ਜਾਣਦੇ ਹਨ ਕਿ ਨੂੰਹ ਨੂੰ ਇਸ਼ਾਰੇ ਨਾਲ ਸਮਝਾਉਣ ਲਈ ਬਿੱਲੀ ਨੂੰ ਝਿੜਕਿਆ ਜਾਂਦਾ ਹੈ। ਸ਼ਾਇਦ ਸਾਡੇ ਦੇਸ਼ ਵਿੱਚ ਵੀ ਕੋਈ ਅਜਿਹਾ ਹੋਛਾ ਬੰਦਾ ਮਿਲ ਜਾਵੇ, ਜੋ ਅਜੇ ਤੱਕ ਅਜਿਹਾ ਸੋਚਦਾ ਹੈ ਕਿ ਦਾਗ਼ਿਸਤਾਨ ਵਿੱਚ ਚੇਰਕੇਸ ਰਹਿੰਦੇ ਹਨ ਜਾਂ ਸ਼ਾਇਦ ਅਜਿਹਾ ਕਹਿਣਾ ਹੋਰ ਜ਼ਿਆਦਾ ਸਹੀ ਹੋਵੇਗਾ ਕਿ ਉਹ ਕੁੱਝ ਵੀ ਨਾ ਸੋਚਦਾ ਹੋਵੇ।

ਮੈਨੂੰ ਬਹੁਤ ਦੂਰ ਦੇ ਦੇਸ਼ਾਂ ਵਿੱਚ ਜਾਣ ਦਾ ਮੌਕਾ ਮਿਲਿਆ ਹੈ, ਮੈਂ ਵੱਖ-ਵੱਖ ਸੰਮੇਲਨਾਂ, ਕਾਂਗਰਸਾਂ ਅਤੇ ਗੋਸ਼ਟੀਆਂ ਵਿੱਚ ਹਿੱਸਾ ਲਿਆ ਹੈ।

ਵੱਖ-ਵੱਖ ਮਹਾਂਦੀਪਾਂ, ਏਸ਼ੀਆ, ਯੂਰਪ, ਅਫ਼ਰੀਕਾ, ਅਮਰੀਕਾ ਅਤੇ ਆਸਟ੍ਰੇਲੀਆ ਤੋਂ ਲੋਕ ਇਕੱਠੇ ਹੁੰਦੇ ਹਨ। ਉੱਥੇ, ਜਿੱਥੇ ਸਾਰੀਆਂ ਚੀਜ਼ਾਂ ਦੀ ਮਹਾਂਦੀਪਾਂ ਦੇ ਪੱਧਰ 'ਤੇ ਚਰਚਾ ਕੀਤੀ ਜਾਂਦੀ ਹੈ, ਮੈਂ ਤਾਂ ਉੱਥੇ ਵੀ ਇਹੀ ਕਹਿੰਦਾ ਹਾਂ ਕਿ ਮੈਂ ਦਾਗ਼ਿਸਤਾਨ ਤੋਂ ਆਇਆ ਹਾਂ।

"ਤੁਸੀਂ ਏਸ਼ੀਆ ਜਾਂ ਯੂਰਪ ਦੇ ਪ੍ਰਤੀਨਿਧੀ ਹੋ, ਇਹ ਸਪੱਸ਼ਟ ਕਰਨ ਦੀ ਕ੍ਰਿਪਾਲਤਾ ਕਰੋ।" ਮੈਨੂੰ ਕਿਹਾ ਜਾਂਦਾ ਹੈ, "ਤੁਹਾਡਾ ਦਾਗ਼ਿਸਤਾਨ ਕਿਹੜੇ ਮਹਾਂਦੀਪ ਵਿੱਚ ਐ?"

"ਮੇਰਾ ਇੱਕ ਪੈਰ ਏਸ਼ੀਆ ਵਿੱਚ ਐ ਅਤੇ ਦੂਜਾ ਯੂਰਪ ਵਿੱਚ। ਕਦੇ-ਕਦੇ ਅਜਿਹਾ ਵੀ ਹੁੰਦਾ ਹੈ ਕਿ ਦੋ ਮਰਦ ਇਕੱਠਿਆਂ ਘੋੜੇ ਦੀ ਗਰਦਨ 'ਤੇ ਆਪਣੇ ਹੱਥ ਰੱਖ ਦਿੰਦੇ ਹਨ, ਇੱਕ ਮਰਦ ਇੱਕ ਪਾਸੇ ਤੋਂ ਅਤੇ ਦੂਜਾ ਦੂਜੇ ਪਾਸੇ ਤੋਂ। ਠੀਕ ਇਸੇ ਤਰ੍ਹਾਂ ਦਾਗ਼ਿਸਤਾਨ ਦੇ ਪਹਾੜਾਂ ਦੀ ਚੋਟੀ 'ਤੇ ਦੋ ਮਹਾਂਦੀਪਾਂ ਨੇ ਇਕੱਠਿਆਂ ਹੱਥ ਰੱਖ ਦਿੱਤੇ ਨੇ। ਮੇਰੀ ਧਰਤੀ 'ਤੇ ਉਨ੍ਹਾਂ ਦੇ ਹੱਥ ਮਿਲ ਗਏ ਨੇ ਅਤੇ ਮੈਨੂੰ ਇਸ ਗੱਲ ਦੀ ਬੜੀ ਖ਼ੁਸ਼ੀ ਐ।"

ਪਹਿੰਦੇ ਅਤੇ ਨਦੀਆਂ, ਪਹਾੜੀ ਬੱਕਰੇ ਅਤੇ ਲੂੰਬੜੀਆਂ ਜਾਂ ਬਾਕੀ ਸਭ ਜਾਨਵਰ ਵੀ ਇਕੱਠਿਆਂ ਹੀ ਯੂਰਪ ਅਤੇ ਏਸ਼ੀਆ ਦੇ ਹਨ। ਮੈਨੂੰ ਅਜਿਹਾ ਲੱਗਦਾ ਹੈ ਕਿ ਉਨ੍ਹਾਂ ਨੇ ਯੂਰਪ ਅਤੇ ਏਸ਼ੀਆ ਦੀ ਏਕਤਾ ਦੀ ਕਮੇਟੀ ਬਣਾਈ ਹੈ। ਆਪਣੀਆਂ ਕਵਿਤਾਵਾਂ ਨਾਲ ਮੈਂ

ਬੜੀ ਖ਼ੁਸ਼ੀ ਨਾਲ ਅਜਿਹੀ ਕਮੇਟੀ ਦਾ ਮੈਂਬਰ ਬਣਨ ਲਈ ਤਿਆਰ ਹਾਂ।

ਫਿਰ ਵੀ ਕੁੱਝ ਲੋਕ, ਜਿਵੇਂ ਮੇਰਾ ਮੂੰਹ ਚਿੜਾਉਂਦੇ ਹੋਏ ਜਾਣ-ਬੁੱਝ ਕੇ ਹੀ ਮੈਨੂੰ ਇਹ ਕਹਿੰਦੇ ਹਨ, "ਤੁਹਾਨੂੰ ਕੋਈ ਕਹੇ ਵੀ ਤਾਂ ਕੀ, ਤੁਸੀਂ ਕਾਕੇਸ਼ੀਆਈ ਠਹਿਰੇ।" ਜਾਂ ਇਸ ਦੇ ਉਲਟ, ਏਸ਼ੀਆ ਦੇ ਕਿਸੇ ਦੂਰ-ਦੁਰਾਡੇ ਦੇ ਸਥਾਨ 'ਤੇ ਮੈਨੂੰ ਅਜਿਹਾ ਕਿਹਾ ਜਾਂਦਾ ਹੈ, "ਤੁਹਾਥੋਂ ਕੋਈ ਹੋਰ ਉਮੀਦ ਹੀ ਕੀ ਕੀਤੀ ਜਾ ਸਕਦੀ ਐ, ਤੁਸੀਂ ਯੂਰਪੀ ਆਦਮੀ ਜੋ ਹੋ।" ਮੈਂ ਨਾ ਤਾਂ ਪਹਿਲੇ ਅਤੇ ਨਾ ਹੀ ਦੂਜੇ ਲੋਕਾਂ ਦੀ ਗੱਲ ਦਾ ਖੰਡਣ ਕਰਦਾ ਹਾਂ। ਦੋਵੇਂ ਹੀ ਸਹੀ ਹਨ।

ਜਦੋਂ ਕਦੇ ਮੈਂ ਕਿਸੇ ਔਰਤ ਪ੍ਰਤੀ ਆਪਣੀ ਪ੍ਰੇਮ ਭਾਵਨਾ ਪ੍ਰਗਟ ਕਰਨ ਲੱਗਦਾ ਹਾਂ, ਤਾਂ ਉਹ ਸ਼ੱਕ ਨਾਲ ਆਪਣਾ ਸਿਰ ਹਿਲਾ ਕੇ ਕਹਿੰਦੀ ਹੈ:

"ਉਫ਼, ਇਹ ਚਲਾਕੀ ਅਤੇ ਮੱਕਾਰੀ ਨਾਲ ਭਰਿਆ ਪੂਰਬ!"

"ਜਦੋਂ ਕਦੇ ਮੇਰੇ ਕੋਲ ਦਾਗ਼ਿਸਤਾਨੀ ਮਹਿਮਾਨ ਆਉਂਦੇ ਹਨ, ਮੇਰੀ ਗਤੀਵਿਧੀ ਵਿੱਚ ਉਨ੍ਹਾਂ ਨੂੰ ਕੋਈ ਅਜੀਬ ਗੱਲ ਦਿਖਾਈ ਦਿੰਦੀ ਹੈ, ਤਾਂ ਉਹ ਆਪਣੇ ਸਿਰ ਹਿਲਾਉਂਦੇ ਹਨ ਅਤੇ ਕਹਿ ਉੱਠਦੇ ਹਨ:

"ਉਫ਼, ਇਹ ਯੂਰਪੀ ਅੰਦਾਜ਼!"

ਹਾਂ, ਦਾਗ਼ਿਸਤਾਨ ਪੂਰਬ ਨੂੰ ਪਿਆਰ ਕਰਦਾ ਹੈ, ਪਰ ਪੱਛਮ ਵੀ ਉਸ ਲਈ ਪਰਾਇਆ ਨਹੀਂ ਹੈ। ਉਹ ਤਾਂ ਉਸ ਦਰੱਖਤ ਵਾਂਗ ਹੈ, ਜਿਸ ਦੀਆਂ ਜੜ੍ਹਾਂ ਇਕੱਠਿਆਂ ਦੋ ਮਹਾਂਦੀਪਾਂ ਦੀ ਧਰਤੀ ਵਿੱਚ ਹਨ।

ਕਿਊਬਾ ਵਿੱਚ ਮੈਂ ਫ਼ੀਦਲ ਕਾਸਤ੍ਰੋ ਨੂੰ ਦਾਗ਼ਿਸਤਾਨੀ ਚੋਗਾ ਭੇਟ ਕੀਤਾ।

"ਇਸ ਵਿੱਚ ਬਟਨ ਕਿਉਂ ਨਹੀਂ?" ਫ਼ੀਦਲ ਕਾਸਤ੍ਰੋ ਨੇ ਹੈਰਾਨ ਹੋ ਕੇ ਪੁੱਛਿਆ।

"ਇਸ ਲਈ ਕਿ ਜ਼ਰੂਰਤ ਪੈਣ 'ਤੇ ਇਸ ਨੂੰ ਝੱਟ-ਪੱਟ ਮੋਢੇ 'ਤੋਂ ਲਾਹ ਕੇ ਸੁੱਟਿਆ ਜਾਵੇ ਅਤੇ ਹੱਥ ਵਿੱਚ ਤਲਵਾਰ ਚੁੱਕੀ ਜਾ ਸਕੇ।"

"ਅਸਲੀ ਛਾਪੇ-ਮਾਰਾਂ ਦੀ ਪੁਸ਼ਾਕ ਐ।" ਛਾਪੇ-ਮਾਰ ਫ਼ੀਦਲ ਕਾਸਤ੍ਰੋ ਨੇ ਸਹਿਮਤੀ ਪ੍ਰਗਟ ਕੀਤੀ।

ਦੂਜੇ ਦੇਸ਼ਾਂ ਨਾਲ ਦਾਗ਼ਿਸਤਾਨ ਦੀ ਤੁਲਨਾ ਕਰਨ ਦੀ ਕੋਈ ਤੁਕ ਨਹੀਂ। ਉਹ ਜਿਹੋ ਜਿਹਾ ਹੈ, ਉਹੋ ਜਿਹਾ ਹੀ ਚੰਗਾ ਹੈ। ਉਸ ਦੀ ਛੱਤ ਤੋਂ ਪਾਣੀ ਨਹੀਂ ਚੋਂਦਾ, ਉਸ ਦੀਆਂ ਕੰਧਾਂ ਵਿੰਗੀਆਂ-ਟੇਢੀਆਂ ਨਹੀਂ, ਦਰਵਾਜ਼ੇ ਚਰਰ-ਚਰਰ ਨਹੀਂ ਕਰਦੇ, ਖਿੜਕੀਆਂ ਵਿੱਚੋਂ ਤੇਜ ਹਵਾ ਨਹੀਂ ਆਉਂਦੀ। ਪਹਾੜਾਂ ਵਿੱਚ ਜਗ੍ਹਾ ਤੰਗ ਹੈ, ਪਰ ਦਿਲ ਵੱਡੇ ਹਨ।

"ਤੁਹਾਡਾ ਕਹਿਣਾ ਐ ਕਿ ਮੇਰੀ ਧਰਤੀ ਛੋਟੀ ਅਤੇ ਤੁਹਾਡੀ ਵੱਡੀ ਐ?" ਆਂਦੀ ਪਿੰਡ ਦੇ ਇੱਕ ਵਾਸੀ ਨੇ ਕਿਸੇ ਆਦਮੀ ਨੂੰ ਚੁਣੌਤੀ ਦੇ ਅੰਦਾਜ਼ ਵਿੱਚ ਕਿਹਾ, "ਤਾਂ ਆਓ, ਇਸ ਚੀਜ਼ ਦਾ ਮੁਕਾਬਲਾ ਕਰੀਏ ਕਿ ਅਸੀਂ ਕਿਸ ਦੀ ਧਰਤੀ ਦਾ ਜਲਦੀ ਪੈਦਲ ਚੱਕਰ ਲਗਾਉਨੇ ਆਂ, ਤੁਸੀਂ ਮੇਰੀ ਧਰਤੀ ਦਾ ਅਤੇ ਮੈਂ ਤੁਹਾਡੀ ਧਰਤੀ ਦਾ? ਮੈਂ ਵੀ ਦੇਖਾਂਗਾ ਕਿ ਕਿਵੇਂ ਤੁਸੀਂ ਸਾਡੀਆਂ ਪਹਾੜੀ ਚੋਟੀਆਂ 'ਤੇ ਚੜ੍ਹੋਗੇ, ਚਾਰ ਪੈਰਾਂ ਵਾਲਿਆਂ ਵਾਂਗ ਹੱਥਾਂ-ਪੈਰਾਂ ਦੇ ਬਲ ਕਿਵੇਂ ਚੱਟਾਨਾਂ 'ਤੇ ਉੱਪਰ ਜਾਓਗੇ, ਸਾਡੀਆਂ ਖੱਡਾਂ ਵਿੱਚ ਕਿਵੇਂ ਘਿਸਰੋਗੇ, ਸਾਡੀਆਂ

ਖਾਈਆਂ ਵਿੱਚ ਕਿਵੇਂ ਕਲਾਬਾਜ਼ੀਆਂ ਕਰੋਗੇ।"

ਮੈਂ ਦਾਗ਼ਿਸਤਾਨ ਦੀ ਸਭ ਤੋਂ ਉੱਚੀ ਪਹਾੜੀ ਚੋਟੀ 'ਤੇ ਚੜ੍ਹ ਜਾਂਦਾ ਹਾਂ ਅਤੇ ਉੱਥੋਂ ਸਾਰੇ ਪਾਸੇ ਨਜ਼ਰ ਘੁਮਾਉਂਦਾ ਹਾਂ। ਦੂਰ-ਦੂਰ ਤੱਕ ਰਸਤੇ ਦਿਖਾਈ ਦਿੰਦੇ ਹਨ, ਦੂਰ-ਦੂਰ ਤੱਕ ਰੌਸ਼ਨੀਆਂ ਝਿਲਮਿਲਾਉਂਦੀਆਂ ਨਜ਼ਰ ਆਉਂਦੀਆਂ ਹਨ ਅਤੇ ਜ਼ਿਆਦਾ ਦੂਰੀ 'ਤੇ ਕਿਤੇ ਘੰਟੀਆਂ ਵੱਜਦੀਆਂ ਸੁਣਾਈ ਦਿੰਦੀਆਂ ਹਨ, ਧਰਤੀ ਨੀਲੇ-ਨੀਲੇ ਧੂਏਂ ਦੀ ਚਾਦਰ ਤਾਣ ਕੇ ਲਿਪਟੀ ਹੋਈ ਹੈ। ਆਪਣੇ ਪੈਰਾਂ ਹੇਠਾਂ ਆਪਣੀ ਮਾਤ-ਭੂਮੀ ਨੂੰ ਮਹਿਸੂਸ ਕਰਦੇ ਹੋਏ ਮੈਨੂੰ ਦੁਨੀਆ 'ਤੇ ਨਜ਼ਰ ਮਾਰਨੀ ਚੰਗੀ ਲੱਗਦੀ ਹੈ।

ਆਦਮੀ ਜਦੋਂ ਇਸ ਦੁਨੀਆ ਵਿੱਚ ਜਨਮ ਲੈਂਦਾ ਹੈ, ਤਾਂ ਉਹ ਆਪਣੀ ਮਾਤ-ਭੂਮੀ ਚੁਣਦਾ ਨਹੀਂ, ਜੋ ਵੀ ਮਿਲ ਜਾਂਦੀ ਹੈ, ਸੋ ਮਿਲ ਜਾਂਦੀ ਹੈ। ਮੈਨੂੰ ਵੀ ਕਿਸੇ ਨੇ ਇਹ ਨਹੀਂ ਪੁੱਛਿਆ ਸੀ ਕਿ ਮੈਂ ਦਾਗ਼ਿਸਤਾਨੀ ਬਣਨਾ ਚਾਹੁੰਦਾ ਹਾਂ ਜਾਂ ਨਹੀਂ। ਬਹੁਤ ਸੰਭਵ ਹੈ ਕਿ ਜੇਕਰ ਮੈਂ ਦੁਨੀਆ ਦੇ ਕਿਸੇ ਦੂਜੇ ਹਿੱਸੇ ਵਿੱਚ ਜਨਮ ਲੈਂਦਾ, ਮੇਰੇ ਦੂਜੇ ਹੀ ਮਾਤਾ-ਪਿਤਾ ਹੁੰਦੇ, ਤਾਂ ਮੇਰੇ ਲਈ ਉਸ ਧਰਤੀ ਤੋਂ ਜ਼ਿਆਦਾ ਪਿਆਰੀ ਹੋਰ ਕੋਈ ਨਾ ਹੁੰਦੀ, ਜਿੱਥੇ ਮੈਂ ਪੈਦਾ ਹੋਇਆ ਹੁੰਦਾ। ਮੈਨੂੰ ਇਸ ਬਾਰੇ ਨਹੀਂ ਪੁੱਛਿਆ ਗਿਆ। ਪਰ ਹੁਣ ਪੁੱਛਿਆ ਜਾਂਦਾ ਹੈ, ਤਾਂ ਮੈਂ ਕੀ ਜਵਾਬ ਦਿਆਂ?

ਦੂਰੀ 'ਤੇ ਮੈਨੂੰ ਪੰਦੂਰ ਵੱਜਦਾ ਸੁਣਾਈ ਦੇ ਰਿਹਾ ਹੈ। ਧੁਨ ਜਾਣੀ-ਪਛਾਣੀ ਹੈ, ਸ਼ਬਦ ਵੀ ਜਾਣੇ-ਪਛਾਣੇ ਹਨ।

ਨਦ-ਨਾਲੇ ਤਾਂ ਸਦਾ ਤੜਫ਼ਦੇ, ਸਾਗਰ ਨੂੰ ਮਿਲ ਜਾਵਣ,
ਨਦ-ਨਾਲੇ ਤੋਂ ਬਿਨਾਂ ਚੈਨ ਪਰ ਸਾਗਰ ਵੀ ਕਦ ਪਾਵਣ?
ਦੋ ਹੱਥਾਂ ਵਿੱਚ ਦਿਲ ਲੈ ਲਈਏ, ਇੰਝ ਤਾਂ ਹੋਵੇ ਸੰਭਵ,
ਪਰ ਦੁਨੀਆ ਨੂੰ ਦਿਲ 'ਚ ਸਮਾਈਏ, ਇੰਝ ਤਾਂ ਹੈ ਅਸੰਭਵ।
ਸਾਰੇ ਦੇਸ਼ ਦੁਨੀਆ ਦੇ ਚੰਗੇ, ਸੁੰਦਰ ਨੇ ਦੇਸ਼ ਬਥੇਰੇ,
ਪਿਆਰਾ ਦਾਗ਼ਿਸਤਾਨ ਹੈ ਮੈਨੂੰ, ਉੱਕਰਿਆ ਦਿਲ 'ਤੇ ਮੇਰੇ।

ਪੰਦੂਰ ਵਜਾ ਕੇ ਗਾਉਣ ਵਾਲਾ ਨਹੀਂ, ਬਲਕਿ ਆਪਣੇ ਮੂੰਹ ਨਾਲ ਖ਼ੁਦ ਦਾਗ਼ਿਸਤਾਨ ਇਹ ਕਹਿੰਦਾ ਹੈ:

ਮੈਨੂੰ ਦੇਖ ਕੇ ਜੋ ਵੀ ਨੱਕ ਚੜ੍ਹਾਏ,
ਚੰਗਾ ਹੈ, ਉਹ ਵਾਪਸ ਘਰ ਜਾਏ।

ਸਾਡੇ ਇੱਥੇ ਇੱਕ ਪੁਰਾਣੀ ਪਰੰਪਰਾ ਹੈ, ਸਰਦੀ ਦੀਆਂ ਲੰਬੀਆਂ ਰਾਤਾਂ ਵਿੱਚ ਨੌਜਵਾਨ ਲੋਕ ਕਿਸੇ ਵੱਡੇ ਘਰ ਵਿੱਚ ਇਕੱਠੇ ਹੁੰਦੇ ਹਨ ਅਤੇ ਤਰ੍ਹਾਂ-ਤਰ੍ਹਾਂ ਦੀਆਂ ਖੇਡਾਂ ਖੇਡਦੇ ਹਨ। ਮਿਸਾਲ ਦੇ ਤੌਰ 'ਤੇ ਕਿਸੇ ਲੜਕੇ ਨੂੰ ਕੁਰਸੀ 'ਤੇ ਬਿਠਾ ਦਿੱਤਾ ਜਾਂਦਾ ਹੈ। ਉਸ ਦੇ ਦੁਆਲੇ ਲੜਕੀ ਚੱਕਰ ਕੱਢਦੀ ਹੋਈ ਕੁੱਝ ਗਾਉਂਦੀ ਹੈ। ਲੜਕੇ ਨੂੰ ਵੀ ਗਾਣੇ ਵਿੱਚ ਹੀ ਉਸ ਦੇ ਸਵਾਲਾਂ ਦੇ ਜਵਾਬ ਦੇਣੇ ਹੁੰਦੇ ਹਨ। ਇਸ ਤੋਂ ਬਾਅਦ ਲੜਕੀ ਨੂੰ ਕੁਰਸੀ 'ਤੇ ਬਿਠਾ ਦਿੱਤਾ ਜਾਂਦਾ ਹੈ ਅਤੇ ਲੜਕਾ ਉਸ ਦੇ ਦੁਆਲੇ ਚੱਕਰ ਕੱਢਦਾ ਹੋਇਆ ਕੁੱਝ ਗਾਉਂਦਾ ਹੈ। ਇਹ ਗਾਣੇ ਪੂਰੀ ਤਰ੍ਹਾਂ ਰੂਸੀ ਭਾਸ਼ਾ ਵਿੱਚ ਪ੍ਰਚੱਲਿਤ ਚਉਪਦੀਆਂ ਵਰਗੇ ਤਾਂ ਨਹੀਂ ਹੁੰਦੇ, ਪਰ ਉਨ੍ਹਾਂ

ਵਿੱਚ ਕੁੱਝ ਸਮਾਨਤਾ ਜ਼ਰੂਰ ਹੁੰਦੀ ਹੈ। ਇਸ ਤਰ੍ਹਾਂ ਜਵਾਨ ਲੋਕਾਂ ਵਿਚਕਾਰ ਇੱਕ ਤਰ੍ਹਾਂ ਦਾ ਵਾਰਤਾਲਾਪ ਹੋਣ ਲੱਗਦਾ ਹੈ। ਤਿੱਖੇ-ਚੁਭਵੇਂ ਸ਼ਬਦ ਦੇ ਜਵਾਬ ਵਿੱਚ ਹੋਰ ਵੀ ਜ਼ਿਆਦਾ ਤਿੱਖਾ-ਚੁਭਵਾਂ ਸ਼ਬਦ ਕਿਹਾ ਜਾਣਾ ਚਾਹੀਦਾ ਹੈ, ਨਪੇ-ਤੁਲੇ ਸਵਾਲ ਦਾ ਨਪਿਆ-ਤੁਲਿਆ ਜਵਾਬ ਹੋਣਾ ਚਾਹੀਦਾ ਹੈ। ਇਸ ਪ੍ਰਤੀਯੋਗਤਾ ਵਿੱਚ ਜੋ ਵੀ ਜਿੱਤ ਜਾਂਦਾ ਹੈ, ਉਸ ਨੂੰ ਸਿੰਗ ਤੋਂ ਬਣਾਇਆ ਹੋਇਆ ਜਾਮ ਸ਼ਰਾਬ ਨਾਲ ਭਰ ਕੇ ਦਿੱਤਾ ਜਾਂਦਾ ਹੈ।

ਇਸ ਤਰ੍ਹਾਂ ਦੀਆਂ ਖੇਡਾਂ ਸਾਡੇ ਘਰ ਦੀ ਪਹਿਲੀ ਮੰਜ਼ਿਲ 'ਤੇ ਵੀ ਖੇਡੀਆਂ ਜਾਂਦੀਆਂ ਸਨ। ਮੈਂ ਉਦੋਂ ਛੋਟਾ ਸੀ, ਖੇਡਾਂ ਵਿੱਚ ਹਿੱਸਾ ਨਹੀਂ ਲੈਂਦਾ ਸੀ, ਇਸ ਬੈਂਤਬਾਜ਼ੀ ਨੂੰ ਸਿਰਫ਼ ਸੁਣਿਆ ਕਰਦਾ ਸੀ। ਮੈਨੂੰ ਯਾਦ ਹੈ ਕਿ ਚੁੱਲ੍ਹੇ ਦੇ ਨੇੜੇ ਫੇਨਿਲ ਸੁਰਾ ਅਤੇ ਘਰ ਵਿੱਚ ਬਣਾਈਆਂ ਗਈਆਂ ਸਾਸੇਜਾਂ ਰੱਖੀਆਂ ਹੁੰਦੀਆਂ ਸਨ। ਕਮਰੇ ਦੇ ਵਿਚਕਾਰ ਤਿੰਨ ਲੱਤਾਂ ਵਾਲੀ ਕੁਰਸੀ ਰੱਖ ਦਿੱਤੀ ਜਾਂਦੀ ਸੀ। ਲੜਕੇ ਅਤੇ ਲੜਕੀਆਂ ਵਾਰੀ-ਵਾਰੀ ਇਸ ਕੁਰਸੀ 'ਤੇ ਬੈਠੇ ਰਹਿੰਦੇ ਸਨ। ਗਾਣਿਆਂ ਦੇ ਵਾਰਤਾਲਾਪਾਂ ਦੌਰਾਨ ਉਨ੍ਹਾਂ ਵਿੱਚ ਤਰ੍ਹਾਂ-ਤਰ੍ਹਾਂ ਦੀਆਂ ਗੱਲਾਂ ਹੁੰਦੀਆਂ ਰਹਿੰਦੀਆਂ ਸਨ, ਪਰ ਵਾਰਤਾਲਾਪ ਦਾ ਅੰਤਿਮ ਹਿੱਸਾ ਦਾਗ਼ਿਸਤਾਨ ਨੂੰ ਸਮਰਪਿਤ ਹੁੰਦਾ ਸੀ। ਅਜਿਹੇ ਸਵਾਲਾਂ ਦਾ ਕਮਰੇ ਵਿੱਚ ਹਾਜ਼ਰ ਸਾਰੇ ਲੋਕ ਮਿਲ ਕੇ ਜਵਾਬ ਦਿੰਦੇ ਸਨ।

"ਤੂੰ ਕਿੱਥੇ ਐਂ, ਦਾਗ਼ਿਸਤਾਨ?"
"ਉੱਚੀ ਚੱਟਾਨ 'ਤੇ, ਕੋਇਸੂ ਨਦੀ ਦੇ ਤੱਟ 'ਤੇ।'
"ਤੂੰ ਕੀ ਕਰ ਰਿਹੈਂ, ਦਾਗ਼ਿਸਤਾਨ?"
"ਮੁੱਛਾਂ ਨੂੰ ਤਾਅ ਦੇ ਰਿਹਾਂ।"
"ਤੂੰ ਕਿੱਥੇ ਐਂ, ਦਾਗ਼ਿਸਤਾਨ?"
"ਮੈਨੂੰ ਘਾਟੀ ਵਿੱਚ ਲੱਭੋ।"
"ਤੂੰ ਕੀ ਕਰ ਰਿਹੈਂ, ਦਾਗ਼ਿਸਤਾਨ?"
"ਜੌਆਂ ਦੀਆਂ ਬੱਲੀਆਂ ਦਾ ਪੂਲਾ ਬਣਾ ਕੇ ਖੜ੍ਹਾਂ।"
"ਤੂੰ ਕੌਣ ਐਂ, ਦਾਗ਼ਿਸਤਾਨ?"
"ਮੈਂ ਖੰਜਰ 'ਤੇ ਚੜ੍ਹਾਇਆ ਗਿਆ ਗੋਸ਼ਤ ਆਂ।"
"ਤੂੰ ਕਿੱਥੇ ਐਂ, ਦਾਗ਼ਿਸਤਾਨ?"
"ਖੰਜਰ, ਜਿਸ ਨੇ ਆਪਣੀ ਧਾਰ 'ਤੇ ਗੋਸ਼ਤ ਚੜ੍ਹਾਇਆ ਹੋਇਐ।"
"ਤੂੰ ਕਿੱਥੇ ਐਂ, ਦਾਗ਼ਿਸਤਾਨ?"
"ਨਦੀ ਵਿੱਚੋਂ ਪਾਣੀ ਪੀਣ ਵਾਲਾ ਹਿਰਨ।"
"ਤੂੰ ਕਿੱਥੇ ਐਂ, ਦਾਗ਼ਿਸਤਾਨ?"
"ਹਿਰਨ ਨੂੰ ਪਾਣੀ ਪਿਲਾਉਣ ਵਾਲੀ ਨਦੀ।"
"ਤੂੰ ਕਿਵੇਂ ਐਂ, ਦਾਗ਼ਿਸਤਾਨ?"
"ਮੈਂ ਛੋਟਾ ਜਿਹਾ ਆਂ, ਮੁੱਠੀ ਵਿੱਚ ਸਮਾ ਸਕਦਾਂ।"
"ਤੂੰ ਕਿੱਧਰ ਚੱਲ ਪਿਆ, ਦਾਗ਼ਿਸਤਾਨ?"
"ਆਪਣੇ ਲਈ ਕੁੱਝ ਵੱਡਾ ਲੱਭਣ।"

ਤਾਂ ਗੱਭਰੂ-ਮੁਟਿਆਰਾਂ ਇੱਕ-ਦੂਜੇ ਨੂੰ ਜਵਾਬ ਦਿੰਦੇ ਹੋਏ ਇਸ ਤਰ੍ਹਾਂ ਗਾਉਂਦੇ ਸਨ। ਕਦੇ-ਕਦੇ ਮੈਨੂੰ ਅਜਿਹਾ ਲੱਗਦਾ ਸੀ ਕਿ ਮੇਰੀਆਂ ਸਾਰੀਆਂ ਕਿਤਾਬਾਂ ਵਿੱਚ ਇਸੇ ਤਰ੍ਹਾਂ ਦੇ ਸਵਾਲ-ਜਵਾਬ ਹਨ। ਸਿਰਫ਼ ਕੁਰਸੀ 'ਤੇ ਬੈਠੀ ਹੋਈ ਉਹ ਲੜਕੀ ਨਹੀਂ, ਜਿਸ ਦੇ ਦੁਆਲੇ ਮੈਂ ਚੱਕਰ ਕੱਢਦਾ ਰਹਿੰਦਾ। ਖ਼ੁਦ ਹੀ ਸਵਾਲ ਕਰਦਾ ਹਾਂ, ਖ਼ੁਦ ਹੀ ਜਵਾਬ ਦਿੰਦਾ ਹਾਂ। ਜੇਕਰ ਕੋਈ ਵਧੀਆ ਜਵਾਬ ਸੁੱਝ ਜਾਂਦਾ ਹੈ, ਤਾਂ ਕੋਈ ਵੀ ਮੈਨੂੰ ਸ਼ਰਾਬ ਨਾਲ ਭਰਿਆ ਹੋਇਆ ਸਿੰਗ ਪੇਸ਼ ਨਹੀਂ ਕਰਦਾ।

"ਤੂੰ ਕਿੱਥੇ ਐਂ, ਦਾਗ਼ਿਸਤਾਨ?"

"ਉੱਥੇ, ਜਿੱਥੇ ਮੇਰੇ ਸਾਰੇ ਪਹਾੜੀ ਲੋਕ ਨੇ।"

"ਤੁਹਾਡੇ ਪਹਾੜੀ ਲੋਕ ਕਿੱਥੇ ਨੇ?"

"ਉਫ਼, ਹੁਣ ਉਹ ਕਿੱਥੇ ਨਹੀਂ!"

"ਦੁਨੀਆ ਬਹੁਤ ਵੱਡੀ ਥਾਲੀ ਐ ਅਤੇ ਤੂੰ ਛੋਟਾ ਜਿਹਾ ਚਮਚਾ। ਕੀ ਇੰਨੀ ਵੱਡੀ ਥਾਲੀ ਲਈ ਉਹ ਬਹੁਤ ਛੋਟਾ ਨਹੀਂ?"

ਮੇਰੇ ਅੰਮਾਂ ਕਿਹਾ ਕਰਦੇ ਸਨ ਕਿ ਛੋਟਾ ਮੂੰਹ ਵੀ ਵੱਡਾ ਸ਼ਬਦ ਕਹਿ ਸਕਦਾ ਹੈ।

ਮੇਰੇ ਪਿਤਾ ਜੀ ਕਿਹਾ ਕਰਦੇ ਸਨ ਕਿ ਛੋਟਾ ਜਿਹਾ ਦਰੱਖਤ ਵੀ ਵੱਡੇ ਬਾਗ਼ ਦੀ ਸ਼ੋਭਾ ਵਧਾਉਂਦਾ ਹੈ।

ਸ਼ਾਮਿਲ ਕਿਹਾ ਕਰਦਾ ਸੀ ਕਿ ਛੋਟੀ ਜਿਹੀ ਗੋਲੀ ਵੱਡੇ ਜਹਾਜ਼ ਵਿੱਚ ਛੇਕ ਕਰ ਦਿੰਦੀ ਹੈ। ਆਪਣੀਆਂ ਕਵਿਤਾਵਾਂ ਵਿੱਚ ਤੁਸੀਂ ਤਾਂ ਖ਼ੁਦ ਹੀ ਕਿਹਾ ਹੈ ਕਿ ਛੋਟੇ ਜਿਹੇ ਦਿਲ ਵਿੱਚ ਵਿਰਾਟ ਸੰਸਾਰ ਅਤੇ ਬਹੁਤ ਵੱਡਾ ਪਿਆਰ ਸਮਾ ਜਾਂਦਾ ਹੈ।

"ਜਾਮ ਉਠਾਉਂਦੇ ਹੋਏ ਤੁਸੀਂ ਹਮੇਸ਼ਾ ਇਹ ਕਿਉਂ ਕਹਿੰਦੇ ਹੋ, "ਨੇਕੀ ਲਈ!"

"ਕਿਉਂਕਿ ਖ਼ੁਦ ਨੇਕੀ ਦੀ ਭਾਲ ਵਿੱਚ ਆਂ।"

"ਤੁਸੀਂ ਪੱਥਰਾਂ ਅਤੇ ਚੱਟਾਨਾਂ 'ਤੇ ਕਿਉਂ ਘਰ ਬਣਾਉਂਦੇ ਹੋ?"

"ਇਸ ਲਈ ਕਿ ਧਰਤੀ 'ਤੇ ਤਰਸ ਆਉਂਦੈ। ਉੱਥੇ ਮੈਂ ਥੋੜ੍ਹਾ ਜਿਹਾ ਅਨਾਜ ਉਗਾਉਨਾਂ। ਮੈਂ ਤਾਂ ਪੱਧਰੀਆਂ ਛੱਤਾਂ 'ਤੇ ਵੀ ਅਨਾਜ ਉਗਾਉਨਾਂ। ਚੱਟਾਨਾਂ 'ਤੇ ਮਿੱਟੀ ਲੈ ਜਾਨਾਂ ਅਤੇ ਉੱਥੇ ਆਪਣਾ ਅਨਾਜ ਉਗਾਉਨਾਂ। ਅਜਿਹਾ ਹੀ ਐ ਮੇਰਾ ਅਨਾਜ।"

ਦਾਗ਼ਿਸਤਾਨ ਦੇ ਤਿੰਨ ਖਜ਼ਾਨੇ

ਸਾਡੇ ਪਹਾੜੀ ਲੋਕ ਚਿਰਾਂ ਦੇ ਮੁਸਾਫ਼ਿਰ ਹਨ। ਉਨ੍ਹਾਂ ਵਿੱਚੋਂ ਕੁੱਝ ਧਨ-ਦੌਲਤ ਲਈ ਯਾਤਰਾ 'ਤੇ ਜਾਂਦੇ ਹਨ, ਦੂਜੇ ਨਾਂ ਕਮਾਉਣ ਲਈ ਅਤੇ ਤੀਜੇ ਸੱਚਾਈ ਦੀ ਭਾਲ ਵਿੱਚ।

ਅਤੇ ਲਓ, ਜੋ ਧਨ ਕਮਾਉਣ ਲਈ ਗਏ ਸਨ, ਉਹ ਉਸ ਨੂੰ ਪ੍ਰਾਪਤ ਕਰ ਕੇ ਵਾਪਸ ਆ ਗਏ ਅਤੇ ਹੁਣ ਆਪਣੀ ਯਾਤਰਾ ਦੇ ਫ਼ਲਾਂ ਨਾਲ ਆਨੰਦਿਤ ਹੋ ਰਹੇ ਹਨ।

ਅਤੇ ਇਹ ਹਨ ਉਹ, ਜੋ ਨਾਂ ਕਮਾਉਣ ਲਈ ਗਏ ਸਨ, ਉਨ੍ਹਾਂ ਨੇ ਮਸ਼ਹੂਰੀ ਹਾਸਲ ਕਰ ਲਈ ਅਤੇ ਹੁਣ ਇਹ ਸਮਝਦੇ ਹੋਏ ਜ਼ਿੰਦਗੀ ਬਿਤਾ ਰਹੇ ਹਨ ਕਿ ਇਸ ਦੀ ਦੋ ਕੌਡੀ ਵੀ ਕੀਮਤ ਨਹੀਂ ਅਤੇ ਬੇਅਰਥ ਹੀ ਇਸ ਲਈ ਇੰਨੀ ਭੱਜ-ਦੌੜ ਕੀਤੀ।

ਪਰ ਜੋ ਸੱਚਾਈ ਦੀ ਭਾਲ ਵਿੱਚ ਨਿੱਕਲੇ ਸਨ, ਉਨ੍ਹਾਂ ਦਾ ਰਸਤਾ ਸਭ ਤੋਂ ਲੰਬਾ ਅਤੇ ਬੇਅੰਤ ਰਿਹਾ। ਸੱਚਾਈ ਦੀ ਭਾਲ ਕਰਨ ਵਾਲਿਆਂ ਨੇ ਆਪਣੀ ਕਿਸਮਤ ਨੂੰ ਸਦੀਵੀ ਮਾਰਗ ਲਈ ਸਮਰਪਿਤ ਕਰ ਦਿੱਤਾ।

ਕੋਈ ਪਹਾੜੀ ਜਦੋਂ ਕਿਤੇ ਜਾਂਦਾ ਹੈ, ਤਾਂ ਆਪਣੇ ਗਧੇ ਨੂੰ ਜ਼ਰੂਰ ਹੀ ਆਪਣੇ ਨਾਲ ਲੈ ਜਾਂਦਾ ਹੈ। ਇਸ ਦਿਆਲੂ ਜਾਨਵਰ ਦੀ ਪਿੱਠ 'ਤੇ ਹਮੇਸ਼ਾ ਤਿੰਨ ਚੀਜ਼ਾਂ ਲੱਦੀਆਂ ਦਿਖਾਈ ਦਿੰਦੀਆਂ ਹਨ, ਕਿਸੇ ਚੀਜ਼ ਨਾਲ ਭਰੀ ਹੋਈ ਵੱਡੀ ਬੋਰੀ, ਉਸ ਦੇ ਨਾਲ ਹੀ ਖੱਲ ਦਾ ਬਣਿਆ ਹੋਇਆ ਸ਼ਰਾਬ ਵਾਲਾ ਥੈਲਾ ਅਤੇ ਉਸ ਦੇ ਨਾਲ ਹੀ ਗਾਗਰ।

ਸੈਂਕੜੇ ਸਾਲ ਤੋਂ ਪਹਾੜੀ ਆਦਮੀ ਯਾਤਰਾ ਕਰ ਰਿਹਾ ਹੈ, ਇੱਕ ਪਿੰਡ ਤੋਂ ਦੂਜੇ ਪਿੰਡ ਅਤੇ ਇੱਕ ਖੇਤਰ ਤੋਂ ਦੂਜੇ ਖੇਤਰ ਵਿੱਚ ਜਾਂਦਾ ਹੈ। ਉਸ ਦੇ ਅੱਗੇ-ਅੱਗੇ ਲਾਜ਼ਮੀ ਰੂਪ ਵਿੱਚ ਉਸ ਦਾ ਗਧਾ ਚੱਲਦਾ ਹੈ ਅਤੇ ਗਧੇ ਦੀ ਪਿੱਠ 'ਤੇ ਬੋਰੀ, ਖੱਲ ਦਾ ਬਣਿਆ ਹੋਇਆ ਸ਼ਰਾਬ ਵਾਲਾ ਛੋਟਾ ਜਿਹਾ ਥੈਲਾ ਅਤੇ ਗਾਗਰ ਹੁੰਦੀ ਹੈ।

ਇੱਕ ਖ਼ੁਸ਼ਹਾਲ ਪ੍ਰਦੇਸ਼ ਵਿੱਚ ਪਹਾੜੀ ਆਦਮੀ ਦੇ ਗਧੇ ਤੋਂ ਕਿਤੇ ਦੂਰ ਹਟ ਜਾਣ 'ਤੇ ਚੰਗੇ ਖਾਂਦੇ-ਪੀਂਦੇ ਨਿਕੰਮੇ ਲੋਕਾਂ ਨੇ ਵਿਚਾਰੇ ਜਾਨਵਰ ਨੂੰ ਤੰਗ ਕਰਨਾ ਸ਼ੁਰੂ ਕਰ ਦਿੱਤਾ। ਉਹ ਉਸ ਦੇ ਜਿਸਮ 'ਤੇ ਨੋਕਦਾਰ ਡੰਡੇ ਅਤੇ ਕੰਡੇ ਚੁਭੋਣ ਲੱਗੇ ਅਤੇ ਉਸ ਨੂੰ ਦੁਲੱਤੀ ਮਾਰਨ ਲਈ ਮਜ਼ਬੂਰ ਕਰਨ ਲੱਗੇ। ਇਨ੍ਹਾਂ ਬੇਹੂਦਾ ਲੋਕਾਂ ਨੂੰ ਅਜਿਹਾ ਪ੍ਰਤੀਤ ਹੋਇਆ ਕਿ ਗਧਾ ਉਨ੍ਹਾਂ ਵੱਲੋਂ ਚੁਭੋਏ ਜਾਣ ਵਾਲੇ ਇਨ੍ਹਾਂ ਕੰਡਿਆਂ ਨਾਲ ਨੱਚਦਾ-ਟੱਪਦਾ ਹੈ।

ਪਹਾੜੀ ਆਦਮੀ ਨੇ ਦੇਖਿਆ ਕਿ ਉਸ ਦੇ ਵਫ਼ਾਦਾਰ ਦੋਸਤ, ਭਾਵ ਗਧੇ ਦਾ ਮਜ਼ਾਕ ਉਡਾਇਆ ਜਾ ਰਿਹਾ ਹੈ ਅਤੇ ਉਸ ਨੇ ਖੰਜਰ ਕੱਢ ਲਿਆ।

"ਪਹਾੜੀ ਆਦਮੀ ਨੂੰ ਚਿੜਾਉਣ ਦੀ ਬਜਾਇ ਤੁਸੀਂ ਕਿਸੇ ਰਿੱਛ ਨੂੰ ਚਿੜਾਉਂਦੇ, ਤਾਂ ਤੁਹਾਡੇ ਲਈ ਜ਼ਿਆਦਾ ਚੰਗਾ ਹੁੰਦਾ।" ਉਸ ਨੇ ਕਿਹਾ।

ਪਰ ਇਹ ਨਿਕੰਮੇ ਜਵਾਨ ਡਰ ਗਏ, ਉਨ੍ਹਾਂ ਨੇ ਮਾਫ਼ੀ ਮੰਗੀ, ਤਰ੍ਹਾਂ-ਤਰ੍ਹਾਂ ਦੇ ਮਿੱਠੇ ਸ਼ਬਦ ਕਹੇ ਅਤੇ ਇਸ ਤਰ੍ਹਾਂ ਪਹਾੜੀ ਆਦਮੀ ਨੂੰ ਖੰਜਰ ਮਿਆਨ ਵਿੱਚ ਰੱਖਣ ਲਈ ਰਾਜ਼ੀ ਕਰ ਲਿਆ। ਜਦੋਂ ਸ਼ਾਂਤੀਪੂਰਨ ਗੱਲਬਾਤ ਸ਼ੁਰੂ ਹੋਈ, ਤਾਂ ਜਵਾਨ ਲੋਕਾਂ ਨੇ ਪੁੱਛਿਆ:

"ਤੁਹਾਡੇ ਗਧੇ 'ਤੇ ਇਹ ਕੀ ਬੰਨ੍ਹਿਆ ਹੋਇਐ? ਤੁਸੀਂ ਇਹ ਸਾਨੂੰ ਵੇਚ ਦਿਓ।"

"ਤੁਹਾਡੇ ਕੋਲ ਇਸ ਨੂੰ ਖਰੀਦਣ ਲਈ ਨਾ ਤਾਂ ਸੋਨਾ ਅਤੇ ਨਾ ਚਾਂਦੀ ਹੀ ਹੋਵੇਗੀ।"

"ਤੁਸੀਂ ਆਪਣੀ ਕੀਮਤ ਤਾਂ ਦੱਸੋ ਅਤੇ ਫਿਰ ਦੇਖਿਆ ਜਾਵੇਗਾ।"

"ਇਸ ਦੀ ਕੋਈ ਕੀਮਤ ਨਹੀਂ ਹੋ ਸਕਦੀ।"

"ਤੁਹਾਡੀਆਂ ਬੋਰੀਆਂ ਵਿੱਚ ਅਜਿਹਾ ਕੀ ਐ, ਜਿਸ ਦੀ ਕੋਈ ਕੀਮਤ ਹੀ ਨਹੀਂ ਹੋ ਸਕਦੀ?"

"ਮੇਰਾ ਵਤਨ, ਮੇਰਾ ਦਾਗ਼ਿਸਤਾਨ।"

"ਗਧੇ ਦੀ ਪਿੱਠੇ 'ਤੇ ਵਤਨ ਲੱਦਿਆ ਹੋਇਐ!" ਜਵਾਨ ਲੋਕ ਠਹਾਕਾ ਲਗਾ ਕੇ ਹੱਸ ਪਏ, "ਤਾਂ ਜਰਾ ਦਿਖਾਓ ਤਾਂ ਆਪਣਾ ਵਤਨ!"

ਪਹਾੜੀ ਆਦਮੀ ਨੇ ਬੋਰੀ ਖੋਲ੍ਹੀ ਅਤੇ ਲੋਕਾਂ ਨੂੰ ਉਸ ਵਿੱਚ ਆਮ ਮਿੱਟੀ ਦਿਖਾਈ ਦਿੱਤੀ।

ਪਰ ਇਹ ਆਮ ਮਿੱਟੀ ਨਹੀਂ ਸੀ। ਉਸ ਵਿੱਚ ਤਿੰਨ-ਚੌਥਾਈ ਕੰਕਰ-ਪੱਥਰ ਸਨ।

"ਬਸ ਇਹੀ ਐ ਇਸ ਵਿੱਚ? ਇਹੀ ਤੁਹਾਡਾ ਖਜ਼ਾਨਾ ਐ?"

"ਹਾਂ, ਇਹ ਮੇਰੇ ਪਹਾੜਾਂ ਦੀ ਮਿੱਟੀ ਐ। ਇਹ ਮੇਰੇ ਪਿਤਾ ਜੀ ਦੀ ਪਹਿਲੀ ਪ੍ਰਾਰਥਨਾ ਐ, ਮੇਰੀ ਮਾਂ ਦਾ ਪਹਿਲਾ ਹੰਝੂ ਐ, ਮੇਰੀ ਪਹਿਲੀ ਸਹੁੰ ਐ, ਮੇਰੇ ਦਾਦਾ ਜੀ ਵੱਲੋਂ ਛੱਡੀ ਗਈ ਅੰਤਿਮ ਚੀਜ਼ ਐ, ਉਹ ਆਖ਼ਰੀ ਚੀਜ਼ ਐ, ਜੋ ਮੈਂ ਆਪਣੇ ਪੋਤੇ ਲਈ ਛੱਡ ਜਾਵਾਂਗਾ।"

"ਅਤੇ ਇਹ ਦੂਜੀ ਚੀਜ਼ ਕੀ ਐ?"

"ਪਹਿਲਾਂ ਤਾਂ ਮੈਨੂੰ ਆਪਣੀ ਬੋਰੀ ਬੰਨ੍ਹ ਲੈਣ ਦਿਓ।"

ਬੋਰੀ ਬੰਨ੍ਹ ਕੇ ਅਤੇ ਉਸ ਨੂੰ ਗਧੇ ਦੀ ਪਿੱਠ 'ਤੇ ਟਿਕਾ ਕੇ ਪਹਾੜੀ ਆਦਮੀ ਨੇ ਗਾਗਰ ਦਾ ਢੱਕਣ ਖੋਲ੍ਹਿਆ। ਸਾਰੇ ਲੋਕਾਂ ਨੇ ਦੇਖਿਆ ਕਿ ਉਸ ਵਿੱਚ ਮਾਮੂਲੀ ਪਾਣੀ ਹੈ। ਇੰਨਾ ਹੀ ਨਹੀਂ, ਇਹ ਪਾਣੀ ਤਾਂ ਕੁੱਝ-ਕੁੱਝ ਨਮਕੀਨ ਜਿਹਾ ਵੀ ਸੀ।

"ਤੁਸੀਂ ਅਜਿਹਾ ਪਾਣੀ ਆਪਣੇ ਲੈ ਕੇ ਘੁੰਮਦੇ ਹੋ, ਜਿਸ ਨੂੰ ਪੀਣਾ ਵੀ ਸੰਭਵ ਨਹੀਂ!"

"ਕਾਸਪੀ ਸਾਗਰ ਦਾ ਪਾਣੀ ਐ। ਕਾਸਪੀ ਸਾਗਰ ਵਿੱਚ ਇੱਕ ਸ਼ੀਸ਼ੇ ਵਾਂਗ ਦਾਗ਼ਿਸਤਾਨ ਪ੍ਰਤੀਬਿੰਬਤ ਹੁੰਦੈ।"

"ਅਤੇ ਖੱਲ ਦੇ ਇਸ ਥੈਲੇ ਵਿੱਚ ਕੀ ਐ?"

"ਦਾਗ਼ਿਸਤਾਨ ਦੇ ਤਿੰਨ ਹਿੱਸੇ ਨੇ: ਪਹਿਲਾ ਧਰਤੀ, ਦੂਜਾ ਸਾਗਰ ਅਤੇ ਤੀਜਾ ਬਾਕੀ ਸਭ ਕੁੱਝ।"

"ਮਤਲਬ ਇਹ ਕਿ ਖੱਲ ਦੇ ਇਸ ਥੈਲੇ ਵਿੱਚ ਬਾਕੀ ਸਭ ਕੁੱਝ ਐ?"

"ਹਾਂ, ਸਭ ਕੁੱਝ ਐ।"

"ਕਿਸ ਲਈ ਤੁਸੀਂ ਇਹ ਬੋਝ ਆਪਣੇ ਨਾਲ ਚੁੱਕੀ ਫਿਰਦੇ ਹੋ?"

"ਇਸ ਲਈ ਕਿ ਮੇਰੀ ਮਾਤ-ਭੂਮੀ, ਮੇਰਾ ਵਤਨ ਹਮੇਸ਼ਾ ਮੇਰੇ ਨਾਲ ਰਹੇ। ਜੇਕਰ ਕਿਤੇ ਰਸਤੇ ਵਿੱਚ ਹੀ ਮੈਨੂੰ ਮੌਤ ਆ ਜਾਵੇ, ਤਾਂ ਮੇਰੀ ਕਬਰ 'ਤੇ ਇਹ ਮਿੱਟੀ ਪਾ ਦਿੱਤੀ ਜਾਵੇ ਅਤੇ ਕਬਰ ਦੇ ਉੱਪਰ ਲਗਾਏ ਜਾਣ ਵਾਲੇ ਪੱਤਰ ਨੂੰ ਸਾਗਰ ਦੇ ਪਾਣੀ ਨਾਲ ਧੋ ਦਿੱਤਾ ਜਾਵੇ।"

ਪਹਾੜੀ ਆਦਮੀ ਨੇ ਆਪਣੇ ਵਤਨ ਦੀ ਚੁਟਕੀ ਭਰ ਮਿੱਟੀ ਲਈ, ਉਸ ਨੂੰ ਉਂਗਲਾਂ ਨਾਲ ਮਲਿਆ ਅਤੇ ਫਿਰ ਉਂਗਲਾਂ ਨੂੰ ਸਾਗਰ ਦੇ ਪਾਣੀ ਨਾਲ ਧੋ ਦਿੱਤਾ।

"ਤੁਸੀਂ ਇਸ ਤਰ੍ਹਾਂ ਕਿਸ ਲਈ ਕੀਤਾ?"

"ਇਸ ਲਈ ਕਿ ਜਿਨ੍ਹਾਂ ਹੱਥਾਂ ਦਾ ਨਿਕੰਮੇ ਅਤੇ ਸੁਸਤ ਲੋਕਾਂ ਦੇ ਹੱਥਾਂ ਨਾਲ ਸਪੱਰਸ਼ ਹੋਇਆ ਹੋਵੇ, ਉਨ੍ਹਾਂ ਨੂੰ ਇਸੇ ਤਰ੍ਹਾਂ ਹੀ ਧੋਣਾ ਚਾਹੀਦੈ।"

ਪਹਾੜੀ ਆਦਮੀ ਅੱਗੇ ਚੱਲ ਪਿਆ। ਉਸ ਦਾ ਸਫ਼ਰ ਅਜੇ ਵੀ ਜਾਰੀ ਹੈ।

ਇਸ ਤਰ੍ਹਾਂ ਦਾਗ਼ਿਸਤਾਨ ਦੇ ਤਿੰਨ ਖਜ਼ਾਨੇ ਹਨ, ਪਰਬਤ, ਸਾਗਰ ਅਤੇ ਬਾਕੀ ਸਭ ਕੁੱਝ।

ਪਹਾੜੀ ਲੋਕਾਂ ਦੇ ਤਿੰਨ ਹੀ ਗੀਤ ਹਨ। ਪ੍ਰਾਰਥਨਾ ਕਰਨ ਵਾਲਿਆਂ ਦੀਆਂ ਤਿੰਨ ਹੀ ਪ੍ਰਾਰਥਨਾਵਾਂ ਹਨ। ਮੁਸਾਫ਼ਿਰਾਂ ਦੇ ਤਿੰਨ ਹੀ ਉਦੇਸ਼ ਹਨ, ਧਨ-ਦੌਲਤ, ਮਸ਼ਹੂਰੀ ਅਤੇ ਸੱਚਾਈ।

ਬਚਪਨ ਵਿੱਚ ਅੰਮਾਂ ਮੈਨੂੰ ਕਿਹਾ ਕਰਦੇ ਸਨ, ਦਾਗ਼ਿਸਤਾਨ ਇੱਕ ਪੰਛੀ ਹੈ ਅਤੇ ਉਸ ਦੇ ਖੰਭਾਂ ਵਿੱਚ ਤਿੰਨ ਵਡਮੁੱਲੇ ਰੋਮ ਹਨ।

ਪਿਤਾ ਜੀ ਕਿਹਾ ਕਰਦੇ ਸਨ, ਤਿੰਨ ਕਾਰੀਗਰਾਂ ਨੇ ਤਿੰਨ ਕੀਮਤੀ ਵਸਤੂਆਂ ਤੋਂ ਸਾਡਾ ਦਾਗ਼ਿਸਤਾਨ ਬਣਾਇਆ ਹੈ।

ਪਰ ਅਸਲ ਵਿੱਚ ਤਾਂ ਜਿਨ੍ਹਾਂ ਚੀਜ਼ਾਂ ਅਤੇ ਪਦਾਰਥਾਂ ਤੋਂ ਦਾਗ਼ਿਸਤਾਨ ਦੀ ਰਚਨਾ ਹੋਈ ਹੈ, ਉਨ੍ਹਾਂ ਦੀ ਗਿਣਤੀ ਕਿਤੇ ਵੱਧ ਹੈ। ਇੱਕ ਕੌੜੇ ਅਨੁਭਵ ਦੇ ਆਧਾਰ 'ਤੇ ਮੈਨੂੰ ਉਸ ਦਾ ਵਿਸ਼ਵਾਸ ਹੋਇਆ।

ਕੋਈ ਪੱਚੀ ਸਾਲ ਪਹਿਲਾਂ ਮੈਨੂੰ ਦਾਗ਼ਿਸਤਾਨ ਬਾਰੇ ਇੱਕ ਪਟਕਥਾ ਲਿਖਣ ਲਈ ਕਿਹਾ ਗਿਆ ਅਤੇ ਮੈਂ ਉਸ ਨੂੰ ਲਿਖਿਆ। ਉਸ 'ਤੇ ਵਿਚਾਰ-ਚਰਚਾ ਹੋਣ ਲੱਗੀ। ਉਸ ਵੇਲੇ ਬਹੁਤ ਸਾਰੇ ਲੋਕਾਂ ਨੇ ਆਪਣੇ ਵਿਚਾਰ ਪ੍ਰਗਟ ਕੀਤੇ।

ਕੁੱਝ ਨੇ ਕਿਹਾ ਕਿ ਫੁੱਲਾਂ ਦੀ ਚਰਚਾ ਨਹੀਂ ਕੀਤੀ ਗਈ ਹੈ, ਦੂਜਿਆਂ ਨੇ ਇਤਰਾਜ਼ ਕੀਤਾ ਕਿ ਮਧੂ-ਮੱਖੀਆਂ ਦਾ ਜ਼ਿਕਰ ਨਹੀਂ ਹੋਇਆ, ਕੁੱਝ ਹੋਰ ਨੇ ਰਾਇ ਪ੍ਰਗਟ ਕੀਤੀ ਕਿ ਦਰੱਖਤਾਂ ਦਾ ਜ਼ਿਕਰ ਨਹੀਂ ਹੈ। ਹਰ ਬੁਲਾਰੇ ਨੇ ਕਿਸੇ ਨਾ ਕਿਸੇ ਘਾਟ ਦਾ ਜ਼ਿਕਰ ਕੀਤਾ। ਇਹ ਕਿਹਾ ਗਿਆ ਕਿ ਅਤੀਤ 'ਤੇ ਘੱਟ ਰੌਸ਼ਨੀ ਪਾਈ ਗਈ ਹੈ ਅਤੇ ਇਹ ਵੀ ਕਿਹਾ ਗਿਆ ਕਿ

ਵਰਤਮਾਨ ਨੂੰ ਵੀ ਲੋੜੀਂਦਾ ਨਹੀਂ ਉਭਾਰਿਆ ਗਿਆ। ਆਖ਼ਰ ਗੱਲ ਇੱਥੇ ਆ ਕੇ ਖ਼ਤਮ ਹੋਈ ਕਿ ਪਟਕਥਾ ਵਿੱਚ ਗਧੇ ਜਾਂ ਗਧੀ ਨੂੰ ਜਗ੍ਹਾ ਨਹੀਂ ਦਿੱਤੀ ਗਈ ਅਤੇ ਇਸ ਤੋਂ ਬਿਨਾਂ ਦਾਗ਼ਿਸਤਾਨ ਦੀ ਕਲਪਨਾ ਹੀ ਕਿਵੇਂ ਕੀਤੀ ਜਾ ਸਕਦੀ ਹੈ।

ਜੇਕਰ ਫ਼ਿਲਮ ਵਿੱਚ ਇਹ ਸਭ ਕੁੱਝ ਦਿਖਾਇਆ ਜਾਂਦਾ, ਜਿਸ ਦੀ ਉਪਰੋਕਤ ਚਰਚਾ ਕੀਤੀ ਗਈ ਸੀ, ਤਾਂ ਫ਼ਿਲਮ ਦੀ ਸ਼ੂਟਿੰਗ ਹੁਣ ਤੱਕ ਜਾਰੀ ਰਹੀ ਹੁੰਦੀ।

ਫਿਰ ਵੀ ਦਾਗ਼ਿਸਤਾਨ ਦੇ ਤਿੰਨ ਹੀ ਭਾਗ ਹਨ, ਪਰਬਤ (ਧਰਤੀ), ਸਾਗਰ (ਕਾਸਪੀ) ਅਤੇ ਹੋਰ ਸਭ ਕੁੱਝ।

ਹਾਂ, ਧਰਤੀ ਦਾ ਮਤਲਬ ਹੈ, ਪਰਬਤ, ਖੱਡ, ਪਹਾੜੀ ਪਗਡੰਡੀਆਂ ਅਤੇ ਚੱਟਾਨਾਂ। ਫਿਰ ਵੀ ਇਹ ਸਾਡੀ ਮਾਤ-ਭੂਮੀ ਹੈ, ਸਾਡੇ ਪੁਰਖਿਆਂ ਦੇ ਖ਼ੂਨ-ਪਸੀਨੇ ਨਾਲ ਸਿੰਜੀ ਹੋਈ। ਇਹ ਕਹਿਣਾ ਮੁਸ਼ਕਿਲ ਹੈ ਕਿ ਇੱਥੇ ਪਸੀਨਾ ਜ਼ਿਆਦਾ ਵਗਿਆ ਹੈ ਕਿ ਖ਼ੂਨ। ਲੰਬੇ ਯੁੱਧ, ਛੋਟੀਆਂ-ਛੋਟੀਆਂ ਲੜਾਈਆਂ-ਮੁੱਠਭੇੜਾਂ ਅਤੇ ਖ਼ੂਨ ਨਾਲ ਬਦਲਾ ਲੈਣ ਦੀ ਪ੍ਰਥਾ....ਪਹਾੜੀ ਲੋਕਾਂ ਦੀ ਡੱਬ ਵਿੱਚ ਕੇਵਲ ਸੁੰਦਰਤਾ ਲਈ ਹੀ ਸਦੀਆਂ ਤੱਕ ਖੰਜਰ ਨਹੀਂ ਲਮਕਦਾ ਰਿਹਾ।

ਇੱਕ ਲੋਕ-ਗੀਤ ਵਿੱਚ ਅਜਿਹਾ ਕਿਹਾ ਗਿਆ ਹੈ:

ਅੰਨ ਜਿੱਥੇ ਤਿੰਨ ਕਿੱਲੋ ਪੈਦਾ ਹੁੰਦਾ,
ਵੀਹ ਬਾਰਾਂ ਦਾ ਉਸ ਲਈ ਧਰਤੀ 'ਤੇ ਖ਼ੂਨ ਵਹਿਆ।
ਪੰਦਰਾਂ ਕਿੱਲੋਂ ਉਗਾਇਆ ਜਾਵੇ ਅੰਨ ਜਿੱਥੇ,
ਉੱਥੇ ਸੈਂਕੜੇ ਹੀ ਬੀਰਾਂ ਦਾ ਅੰਤ ਹੋਇਆ।

ਮੇਰੇ ਪਿਤਾ ਜੀ ਨੇ ਸਾਡੀ ਧਰਤੀ ਬਾਰੇ ਇਹ ਲਿਖਿਆ ਸੀ:

ਬਹੁਤ ਵੱਡੀ ਗਿਣਤੀ ਵਿੱਚ ਮੁਰਦੇ ਦੱਫ਼ਨ ਇੱਥੇ,
ਮਰੇ ਹੋਇਆਂ ਨਾਲੋਂ ਮਾਰੇ ਗਏ ਕਿਤੇ ਜ਼ਿਆਦਾ।

ਭੂਗੋਲ ਦੀ ਪਾਠ-ਪੁਸਤਕ ਵਿੱਚ ਸੂਚਨਾ ਦੇਣ ਵਾਲਾ ਇਹ ਅੰਕੜਾ ਛਪਿਆ ਹੋਇਆ ਹੈ ਕਿ ਸਾਡੀ ਧਰਤੀ ਦਾ ਇੱਕ-ਤਿਹਾਈ ਹਿੱਸਾ ਬੰਜਰ ਚੱਟਾਨਾਂ ਦਾ ਹੈ।

ਮੈਂ ਵੀ ਇਸ ਬਾਰੇ ਇਹ ਲਿਖਿਆ ਹੈ:

ਧੁੰਦ-ਧੁੰਦਲੀਆਂ ਘਾਟੀਆਂ ਜਿੱਥੇ,
ਰੁੱਖ ਸਿੰਗਾਂ ਜਿਹੇ ਫ਼ਲਾਂ ਬਿਨਾਂ।
ਊਠ ਦੀ ਪਿੱਠ ਤੋਂ ਉੱਚੇ ਪਰਬਤ,
ਝਰ-ਝਰ ਝਰਨੇ ਵਹਿਣ ਤਹਾਂ।
ਜਿੱਦਾਂ ਸ਼ੇਰ ਦਹਾੜਦੇ ਹੋਵਣ,
ਇੰਝ ਪਹਾੜੀ ਨਦੀਆਂ ਗਰਜਣ।
ਵਾਲ ਧੌਣ ਦੇ ਝਰਨਿਆਂ ਵਰਗੇ,
ਸਰੋਤ ਨੇ ਪੰਛੀ-ਨੈਣਾਂ ਵਰਗੇ।
ਖੜ੍ਹੀਆਂ ਹੋਈਆਂ ਚੱਟਾਨਾਂ ਵਿੱਚੋਂ,
ਪੱਥਰਾਂ 'ਚੋਂ ਇੰਝ ਨਿੱਕਲਣ ਰਾਹ।

ਗੀਤ ਗੂੰਜਦੇ ਟਿੱਲਿਆਂ ਵਿੱਚੋਂ,
ਛੂੰਹਦੇ ਦਿਲ ਇਨਸਾਨਾਂ ਦਾ।

ਸੁਬ੍ਹਾ ਨੂੰ ਰੇਡੀਓ 'ਤੇ ਮੌਸਮ ਦਾ ਹਾਲ ਸੁਣਾਉਂਦੇ ਹੋਏ ਇਹ ਪਤਾ ਲੱਗਦਾ ਹੈ ਕਿ ਖ਼ੂੰਜ਼ਹ ਵਿੱਚ ਬਰਫ਼ ਡਿੱਗ ਰਹੀ ਹੈ, ਆਖ਼ਤਾ ਵਿੱਚ ਬਾਰਿਸ਼ ਹੋ ਰਹੀ ਹੈ, ਦੇਰਬੇਂਤ ਵਿੱਚ ਖ਼ੂਬਾਨੀਆਂ ਦੇ ਦਰੱਖਤਾਂ 'ਤੇ ਬੂਰ ਆ ਰਿਹਾ ਹੈ ਅਤੇ ਕੁਮੁਖ਼ ਵਿੱਚ ਸਖ਼ਤ ਗਰਮੀ ਹੈ।

ਛੋਟੇ ਜਿਹੇ ਦਾਗ਼ਿਸਤਾਨ ਵਿੱਚ ਇੱਕੋ ਹੀ ਸਮੇਂ ਸਰਦੀ, ਪੱਤਝੜ, ਬਸੰਤ ਅਤੇ ਗਰਮੀ ਹੁੰਦੀ ਹੈ। ਪਥਰੀਲੇ, ਸ਼ਾਂਤ, ਗੜਗੜਾਉਂਦੇ ਅਤੇ ਉੱਚੇ-ਉੱਚੇ ਪਰਬਤ ਸਾਲ ਦੇ ਇਨ੍ਹਾਂ ਮੌਸਮਾਂ ਨੂੰ ਇੱਕ-ਦੂਜੇ ਤੋਂ ਵੱਖ ਕਰਦੇ ਹਨ।

ਅਵਾਰ ਭਾਸ਼ਾ ਦੇ 'ਮੇਏਰ' ਸ਼ਬਦ ਦੇ ਦੋ ਅਰਥ ਹਨ, ਪਰਬਤ ਅਤੇ ਨੱਕ।

ਮੇਰੇ ਪਿਤਾ ਜੀ ਨੇ ਇਨ੍ਹਾਂ ਦੋਵਾਂ ਅਰਥਾਂ ਵਿੱਚ ਇਸ ਤਰ੍ਹਾਂ ਮੇਲ ਬਿਠਾਇਆ, ਪਰਬਤ ਵਿਸ਼ਵ ਦੀ ਹਰ ਘਟਨਾ ਅਤੇ ਮੌਸਮ ਦੇ ਹਰ ਪਰਿਵਰਤਨ ਦੀ ਗੰਧ ਲੈਂਦੇ ਹਨ।

ਮੈਦਾਨ ਇਹ ਦੇਖਣ ਲਈ ਆਪਣੇ ਪਿਛਲੇ ਪੈਰਾਂ 'ਤੇ ਖੜ੍ਹੇ ਹੋ ਗਏ ਕਿ ਕੌਣ ਉਨ੍ਹਾਂ ਵੱਲ ਆ ਰਿਹਾ ਹੈ। ਇਸ ਤਰ੍ਹਾਂ ਪਰਬਤਾਂ ਦਾ ਜਨਮ ਹੋਇਆ। ਹਾਜੀ-ਮੁਰਾਦ ਇਸ ਤਰ੍ਹਾਂ ਕਿਹਾ ਕਰਦਾ ਸੀ।

ਅੰਮਾਂ ਮੇਰੇ ਪੰਘੂੜੇ ਉੱਪਰ ਹੌਲੀ ਜਿਹੀ ਕਿਹਾ ਕਰਦੇ ਸਨ ਕਿ ਮੈਂ ਪਰਬਤ ਵਾਂਗ ਵੱਡਾ ਹੋ ਜਾਵਾਂ।

ਕਿਹੋ ਜਿਹੇ ਬੁੱਧੂ ਪਰਬਤ-ਨਦੀਆਂ ਦੇ ਪਾਣੀ,
ਸਿੱਲ੍ਹ ਬਿਨਾਂ ਚੱਟਾਨਾਂ ਇੱਥੇ ਤਿੜਕਦੀਆਂ।
ਕਿਉਂ ਤੁਸੀਂ ਛੇਤੀ-ਛੇਤੀ ਉੱਧਰ ਵਹੀ ਜਾਂਦੇ,
ਜਿੱਥੇ ਲਹਿਰਾਂ ਤੁਹਾਡੇ ਬਿਨਾਂ ਮਚਲਦੀਆਂ।
ਬੜੀ ਮੁਸੀਬਤ ਹੋ ਤੁਸੀਂ ਮੇਰੇ ਪਾਗਲ ਦਿਲ,
ਪਿਆਰਿਆਂ ਨੂੰ ਤੁਸੀਂ ਪਿਆਰ ਨਾ ਕਰਦੇ।
ਖਿੱਚੇ ਆਉਂਦੇ ਹੋ ਉਸ ਪਾਸੇ ਹੀ ਸਦਾ,
ਜਿੱਧਰ ਨੈਣ ਤੁਹਾਡਾ ਰਾਹ ਨਹੀਂ ਤੱਕਦੇ।

ਮੇਰੇ ਅੰਮਾਂ ਹੁਣ ਜਦੋਂ ਕਦੇ ਬੱਲਹਾਰ ਜਾਤੀ ਦੇ ਲੋਕਾਂ ਨੂੰ ਘੜੇ, ਮਿੱਟੀ ਦੇ ਬਰਤਨ ਅਤੇ ਥਾਲੀਆਂ ਵੇਚਦੇ ਹੋਏ ਦੇਖਦੇ, ਤਾਂ ਹਮੇਸ਼ਾ ਇਹ ਕਹਿੰਦੇ, "ਕੀ ਇੰਨੀ ਮਿੱਟੀ ਬਰਬਾਦ ਕਰਦੇ ਹੋਏ ਇਨ੍ਹਾਂ ਨੂੰ ਅਫ਼ਸੋਸ ਨਹੀਂ ਹੋਇਆ? ਮਿੱਟੀ ਵੇਚਣ ਵਾਲੇ ਤਾਂ ਮੈਨੂੰ ਫੁੱਟੀ ਅੱਖ ਨਹੀਂ ਭਾਉਂਦੇ!"

ਇਸ ਵਿੱਚ ਤਾਂ ਜਰਾ ਵੀ ਸ਼ੱਕ ਨਹੀਂ ਕਿ ਬੱਲਹਾਰ ਲੋਕ ਆਪਣੇ ਹੁਨਰ ਦੇ ਬੜੇ ਮਾਹਿਰ ਹਨ। ਪਰ ਪਹਾੜਾਂ ਵਿੱਚ, ਜਿੱਥੇ ਇੰਨੀ ਘੱਟ ਮਿੱਟੀ ਹੈ, ਹਮੇਸ਼ਾ ਇਹ ਮੰਨਿਆ ਜਾਂਦਾ ਹੈ ਕਿ ਬੱਲਹਾਰਾਂ ਦੇ ਘੜਿਆਂ ਦੇ ਮੁਕਾਬਲੇ ਮਿੱਟੀ ਜ਼ਿਆਦਾ ਕੀਮਤੀ ਹੈ।

ਪੁਰਾਣੇ ਜ਼ਮਾਨੇ ਦੀ ਗੱਲ ਹੈ ਕਿ ਇੱਕ ਹਰਕਾਰਾ ਤੇਜੀ ਨਾਲ ਘੋੜਾ ਭਜਾਉਂਦਾ ਹੋਇਆ ਪਿੰਡ ਵਿੱਚ ਆਇਆ। ਉਸ ਵੇਲੇ ਸਾਰੇ ਮਰਦ ਮਸਜਿਦ ਵਿੱਚ ਨਮਾਜ਼ ਪੜ੍ਹ ਰਹੇ ਸਨ। ਘੋੜ-ਸਵਾਰ ਚਰਵਾਹਾ ਜੁੱਤੀ ਸਮੇਤ ਹੀ ਮਸਜਿਦ ਵਿੱਚ ਵੜ ਗਿਆ।

"ਉਏ ਬੁੱਧੂਆ, ਉਏ ਕਾਫ਼ਰਾ!" ਮੁੱਲ੍ਹਾਂ ਨੇ ਚਿੱਲਾ ਕੇ ਕਿਹਾ, "ਕੀ ਤੂੰ ਇੰਨਾ ਵੀ ਨਹੀਂ ਜਾਣਦਾ ਕਿ ਮਸਜਿਦ ਵਿੱਚ ਦਾਖ਼ਲ ਹੋਣ ਤੋਂ ਪਹਿਲਾਂ ਜੁੱਤੀ ਲਾਹੁਣੀ ਚਾਹੀਦੀ ਐ?"

"ਮੇਰੀ ਜੁੱਤੀ ਨੂੰ ਲੱਗੀ ਮਿੱਟੀ ਮੇਰੀ ਪਿਆਰੀ ਘਾਟੀ ਦੀ ਧੂੜ ਐ। ਉਹ ਇਨ੍ਹਾਂ ਗਲੀਚਿਆਂ ਤੋਂ ਜ਼ਿਆਦਾ ਕੀਮਤੀ ਐ, ਕਿਉਂਕਿ ਇਸ ਮਿੱਟੀ 'ਤੇ ਦੁਸ਼ਮਣ ਟੁੱਟ ਪਿਐ।"

ਪਹਾੜੀ ਲੋਕ ਭੱਜ ਕੇ ਮਸਜਿਦ ਤੋਂ ਬਾਹਰ ਆਏ ਅਤੇ ਆਪਣੇ ਘੋੜਿਆਂ ਨੂੰ ਤੇਜੀ ਨਾਲ ਭਜਾਉਣ ਲੱਗੇ।

"ਦੂਰੋਂ ਆਉਣ ਵਾਲਾ ਮਹਿਮਾਨ ਜ਼ਿਆਦਾ ਚੰਗਾ ਹੁੰਦੈ।" ਅਬੂਤਾਲਿਬ ਨੂੰ ਇਸ ਤਰ੍ਹਾਂ ਕਹਿਣਾ ਚੰਗਾ ਲੱਗਦਾ ਹੈ। ਦੂਰ-ਦੁਰਾਡੇ ਤੋਂ ਆਉਣ ਵਾਲਾ ਮਹਿਮਾਨ ਬੜੀ ਖ਼ੁਸ਼ੀ, ਬੜਾ ਪਿਆਰ ਜਾਂ ਬੜਾ ਦੁੱਖ-ਗ਼ਮ ਲੈ ਕੇ ਆਉਂਦਾ ਹੈ। ਕੋਈ ਉਦਾਸੀਨ ਵਿਅਕਤੀ ਦੂਰ ਤੋਂ ਨਹੀਂ ਆਵੇਗਾ।

ਅਜਿਹੀ ਪਰੰਪਰਾ ਵੀ ਹੈ, ਜੇਕਰ ਮਹਿਮਾਨ ਨੂੰ ਤੁਹਾਡੇ ਘਰ ਵਿੱਚ ਕੋਈ ਚੀਜ਼ ਪਸੰਦ ਆ ਜਾਂਦੀ ਹੈ ਅਤੇ ਉਹ ਉਸ ਦੀ ਪ੍ਰਸ਼ੰਸਾ ਕਰਦਾ ਹੈ, ਤਾਂ ਬੇਸ਼ੱਕ ਤੁਹਾਨੂੰ ਹੰਝੂ ਵਹਾਉਣੇ ਪੈਣ, ਪਰ ਤੁਸੀਂ ਉਹ ਚੀਜ਼ ਉਸ ਨੂੰ ਭੇਟ ਕਰ ਦਿਓ। ਕਹਿੰਦੇ ਹਨ ਕਿ ਇੱਕ ਨੌਜਵਾਨ ਨੇ ਆਪਣੀ ਮੰਗੇਤਰ ਵੀ ਉਸ ਨੂੰ ਭੇਟ ਕਰ ਦਿੱਤੀ ਸੀ, ਜਿਸ 'ਤੇ ਪਿੰਡ ਦੇ ਚਸ਼ਮੇ ਕੋਲ ਉਸ ਦੇ ਦੋਸਤ ਦੀ ਨਜ਼ਰ ਟਿਕ ਗਈ ਸੀ। ਪਰ ਇਹੀ ਮੰਨਣਾ ਚਾਹੀਦਾ ਹੈ ਕਿ ਉਹ ਨੌਜਵਾਨ ਦੋ ਸੌ ਪ੍ਰਤੀਸ਼ਤ ਉੱਤਮ ਪਹਾੜੀ ਸੀ।

ਬੇਸ਼ਰਮ ਕਿਸਮ ਦਾ ਮਹਿਮਾਨ ਹਮੇਸ਼ਾ ਹੀ ਸਾਡੇ ਪੁਰਾਣੇ ਰੀਤੀ-ਰਿਵਾਜ਼ਾਂ ਤੋਂ ਫ਼ਾਇਦਾ ਉਠਾ ਸਕਦਾ ਹੈ। ਪਰ ਪਹਾੜੀ ਲੋਕ ਵੀ ਹੁਣ ਜ਼ਿਆਦਾ ਸਮਝਦਾਰ ਹੋ ਗਏ ਹਨ, ਸੁੰਦਰ ਚੀਜ਼ਾਂ ਨੂੰ ਮਹਿਮਾਨਾਂ ਦੀਆਂ ਨਜ਼ਰਾਂ ਤੋਂ ਦੂਰ ਹਟਾ ਦਿੰਦੇ ਹਨ।

ਤਾਂ ਬਹੁਤ ਪਹਿਲਾਂ ਇੱਕ ਵਾਰ ਅਜਿਹਾ ਹੋਇਆ ਕਿ ਕੁਮੁਖ਼ ਤੋਂ ਇੱਕ ਮਹਿਮਾਨ ਆਇਆ ਅਤੇ ਸਭ ਚੀਜ਼ਾਂ ਦੀ ਸਿਫ਼ਤ ਕਰਨ ਲੱਗਿਆ। ਉਹ ਸਾਰੀਆਂ ਚੀਜ਼ਾਂ ਹੀ ਉਸ ਨੂੰ ਭੇਟ ਕਰ ਦਿੱਤੀਆਂ ਗਈਆਂ, ਜਿਸ ਨੂੰ ਉਸ ਨੇ ਲਲਚਾਈਆਂ ਨਜ਼ਰਾਂ ਨਾਲ ਦੇਖਿਆ ਸੀ। ਪਰ ਵਿਦਾ ਕਰਨ ਤੋਂ ਪਹਿਲਾਂ ਉਸ ਨੂੰ ਆਪਣੇ ਬੂਟਾਂ ਤੋਂ ਮਿੱਟੀ ਝਾੜਣ ਲਈ ਮਜ਼ਬੂਰ ਕੀਤਾ ਗਿਆ।

"ਮਿੱਟੀ ਭੇਟ ਕਿਉਂ ਨਹੀਂ ਕੀਤੀ ਜਾਂਦੀ।" ਪਹਾੜੀ ਲੋਕਾਂ ਨੇ ਉਸ ਨੂੰ ਇਹ ਵੀ ਕਹਿ ਦਿੱਤਾ, "ਮਿੱਟੀ ਦੀ ਤਾਂ ਖ਼ੁਦ ਸਾਡੇ ਕੋਲ ਵੀ ਘਾਟ ਐ। ਲੋਕ ਬੂਟਾਂ ਨਾਲ ਸਾਰੀ ਮਿੱਟੀ ਲੈ ਜਾਣਗੇ, ਤਾਂ ਅਸੀਂ ਅਨਾਜ ਕਿੱਥੇ ਬੀਜਾਂਗੇ?"

ਇੱਕ ਵਿਦੇਸ਼ੀ ਨੇ ਸਾਡੀ ਧਰਤੀ ਨੂੰ ਪਥਰੀਲੇ ਬੋਰੇ ਦਾ ਨਾਂ ਦਿੱਤਾ।

ਹਾਂ, ਸਾਡੀ ਧਰਤੀ ਵਿੱਚ ਕੋਮਲਤਾ ਦੀ ਘਾਟ ਹੈ। ਪਹਾੜਾਂ 'ਤੇ ਦਰੱਖਤ ਵੀ ਅਕਸਰ ਨਜ਼ਰ ਨਹੀਂ ਆਉਂਦੇ। ਸਾਡੇ ਪਹਾੜ ਮੁਰੀਦਾਂ ਦੇ ਮੁੰਨੇ ਹੋਏ ਸਿਰਾਂ, ਹਾਥੀਆਂ ਦੇ ਸਿੱਧੇ, ਚੀਕਣੇ ਮੋਢਿਆਂ ਵਰਗੇ ਹਨ। ਬਿਜਾਈ ਲਈ ਜ਼ਮੀਨ ਥੋੜ੍ਹੀ ਹੈ, ਉਸ ਤੋਂ ਹਾਸਲ ਹੋਣ ਵਾਲੀ ਫ਼ਸਲ ਵੀ ਬਹੁਤ ਘੱਟ ਹੁੰਦੀ ਹੈ।

ਕਦੇ ਸਾਡੇ ਇੱਥੇ ਕਿਹਾ ਜਾਂਦਾ ਸੀ, "ਇਸ ਵਿਚਾਰੇ ਦੀ ਫ਼ਸਲ ਤਾਂ ਗੁਆਂਢੀ ਦੀਆਂ ਨਾਸਾਂ ਵਿੱਚ ਭਰਨ ਜੋਗੀ ਵੀ ਨਹੀਂ।"

ਹਾਂ, ਸਾਡੇ ਪਹਾੜੀ ਲੋਕਾਂ ਦੇ ਨੱਕ ਵੀ ਖ਼ੂਬ ਵੱਡੇ-ਵੱਡੇ ਅਤੇ ਗ਼ਜ਼ਬ ਦੇ ਹਨ। ਦੁਸ਼ਮਣ ਘੁਰਾੜਿਆਂ ਦੀ ਆਵਾਜ਼ ਸੁਣ ਕੇ ਬਹੁਤ ਦੂਰ ਤੋਂ ਇਹ ਜਾਣ ਜਾਂਦੇ ਸਨ ਕਿ ਪਹਾੜੀ ਲੋਕ ਸੌਂ ਰਹੇ ਹਨ ਅਤੇ ਇਸੇ ਨਿਸ਼ਾਨੀ ਨਾਲ ਅਚਾਨਕ ਹਮਲਾ ਕਰ ਦਿੰਦੇ ਸਨ।

ਕਿਸੇ ਦੇ ਚਿਹਰੇ 'ਤੇ ਚੇਚਕ ਦੇ ਢੇਰ ਸਾਰੇ ਨਿਸ਼ਾਨ ਦੇਖ ਕੇ ਅਬੂਤਾਲਿਬ ਨੇ ਕਿਹਾ, "ਮੇਰੇ ਪਿਤਾ ਜੀ ਦੇ ਖੇਤ ਵਿੱਚ ਸਾਰੇ ਦਾਣੇ ਇਸ ਵਿਚਾਰੇ ਦੇ ਚਿਹਰੇ 'ਤੇ ਜਾ ਚਿਪਕੇ, ਤਾਂ ਕਿ ਉਸ 'ਤੇ ਆਪਣੇ ਨਿਸ਼ਾਨ ਛੱਡ ਦੇਣ।"

ਪਹਾੜੀ ਲੋਕਾਂ ਕੋਲ ਜ਼ਮੀਨ ਘੱਟ ਅਤੇ ਘੱਟ ਉਪਜਾਊ ਵੀ ਹੈ। ਇਸ ਬਾਰੇ ਇੱਕ ਕਿੱਸਾ ਹੈ, ਜਿਸ ਨੂੰ ਸ਼ਾਇਦ ਕਈ ਵਾਰ ਸੁਣਿਆ ਗਿਆ ਹੋਵੇ, ਕਿਉਂਕਿ ਉਹ ਬਹੁਤ ਦੇਰ ਤੋਂ ਇੱਕ ਭਾਸ਼ਾ ਤੋਂ ਦੂਜੀ ਭਾਸ਼ਾ ਵਿੱਚ ਅਤੇ ਇੱਕ ਪੱਧਰੀ ਛੱਤ ਤੋਂ ਦੂਜੀ ਪੱਧਰੀ ਛੱਤ ਤੱਕ ਸੁਣਾਇਆ ਜਾਂਦਾ ਰਿਹਾ ਹੈ। ਬੇਸ਼ੱਕ ਉਹ ਲੋਕ ਮੈਨੂੰ ਕੋਸਣ, ਜੋ ਇਸ ਨੂੰ ਪਹਿਲਾਂ ਸੁਣ ਚੁੱਕੇ ਹਨ, ਫਿਰ ਵੀ ਮੈਂ ਉਸ ਨੂੰ ਸੁਣਾਏ ਬਿਨਾਂ ਨਹੀਂ ਰਹਿ ਸਕਦਾ।

ਕਿਸੇ ਪਹਾੜੀ ਨੇ ਆਪਣਾ ਖੇਤ ਵਾਹੁਣ ਦਾ ਫ਼ੈਸਲਾ ਕੀਤਾ। ਉਸ ਦਾ ਖੇਤ ਪਿੰਡ ਤੋਂ ਦੂਰ ਸੀ। ਉਹ ਸ਼ਾਮ ਨੂੰ ਹੀ ਉੱਥੇ ਚਲਾ ਗਿਆ, ਤਾਂ ਕਿ ਤੜਕੇ ਕੰਮ ਵਿੱਚ ਜੁੱਟ ਜਾਵੇ। ਇਹ ਪਹਾੜੀ ਆਦਮੀ ਉੱਥੇ ਪਹੁੰਚਿਆ, ਉਸ ਨੇ ਆਪਣਾ ਚੋਗਾ ਉੱਥੇ ਵਿਛਾਇਆ ਅਤੇ ਸੌਂ ਗਿਆ। ਉਹ ਸੁਬ੍ਹਾ ਹੀ ਜਾਗ ਗਿਆ, ਤਾਂ ਕਿ ਖੇਤ ਵਾਹੁਣਾ ਸ਼ੁਰੂ ਕਰੇ, ਪਰ ਖੇਤ ਤਾਂ ਕਿਤੇ ਸੀ ਹੀ ਨਹੀਂ। ਉਸ ਨੇ ਇੱਧਰ-ਉੱਧਰ ਨਜ਼ਰ ਘੁਮਾਈ, ਪਰ ਖੇਤ ਕਿਤੇ ਵਿਖਾਈ ਨਹੀਂ ਦਿੱਤਾ। ਕੀ ਗੁਨਾਹਾਂ ਦੀ ਸਜ਼ਾ ਦੇਣ ਲਈ ਅੱਲ੍ਹਾ ਨੇ ਉਸ ਨੂੰ ਖੋਹ ਲਿਆ ਜਾਂ ਈਮਾਨਦਾਰ ਆਦਮੀ ਦਾ ਮਜ਼ਾਕ ਉਡਾਉਣ ਲਈ ਸ਼ੈਤਾਨ ਨੇ ਉਸ ਨੂੰ ਕਿਤੇ ਛਿਪਾ ਦਿੱਤਾ।

ਕੋਈ ਚਾਰਾ ਨਹੀਂ ਸੀ। ਪਹਾੜੀ ਆਦਮੀ ਮਨ ਹੀ ਮਨ ਦੁਖੀ ਹੁੰਦਾ ਰਿਹਾ ਅਤੇ ਆਖ਼ਰ ਉਸ ਨੇ ਘਰ ਵਾਪਸ ਮੁੜਨ ਦਾ ਫ਼ੈਸਲਾ ਕੀਤਾ। ਉਸ ਨੇ ਜ਼ਮੀਨ ਤੋਂ ਚੋਗਾ ਉਠਾਇਆ ਅਤੇ....ਹੇ ਭਗਵਾਨ! ਇਹ ਰਿਹਾ ਚੋਗੇ ਦੇ ਹੇਠਾਂ ਉਸ ਦਾ ਖੇਤ!

ਪਹਾੜੀ ਲੋਕਾਂ ਲਈ ਉੱਚੀ ਜ਼ਮੀਨ ਬਹੁਤ ਕੀਮਤੀ ਹੈ, ਬੇਸ਼ੱਕ ਉੱਥੇ ਉਨ੍ਹਾਂ ਦੀ ਜ਼ਿੰਦਗੀ ਬੜੀ ਮੁਸ਼ਕਿਲ ਹੈ। ਰਾਹੀ ਪਰਬਤਾਂ ਦੀਆਂ ਢਲਾਣਾਂ ਅਤੇ ਕਦੇ-ਕਦੇ ਤਾਂ ਚੱਟਾਨਾਂ 'ਤੇ ਖੇਤਾਂ ਦੇ ਇਨ੍ਹਾਂ ਟੁਕੜਿਆਂ, ਪੱਥਰਾਂ ਵਿੱਚ ਉਗਾਏ ਬਾਗ਼-ਬਗੀਚਿਆਂ ਅਤੇ ਖੱਡਾਂ ਉੱਪਰ ਪਗਡੰਡੀ 'ਤੇ ਜਾਂਦੀਆਂ ਹੋਈਆਂ ਭੇਡਾਂ ਨੂੰ ਦੇਖ ਕੇ ਹੈਰਾਨ ਰਹਿ ਜਾਂਦੇ ਹਨ, ਜੋ ਰੱਸੇ 'ਤੇ ਤੁਰਨ ਵਾਲੇ ਬਾਜ਼ੀਗਰਾਂ ਜਿਹੀ ਮੁਹਾਰਤ ਅਤੇ ਫੁਰਤੀ ਨਾਲ ਟੋਇਆਂ-ਖਾਈਆਂ ਨੂੰ ਪਾਰ ਕਰਦੀਆਂ ਹਨ।

ਇਹ ਸਭ ਕੁੱਝ ਦੇਖਣ ਵਿੱਚ ਤਾਂ ਅਸਾਧਾਰਨ ਰੂਪ ਵਿੱਚ ਸੁੰਦਰ ਹੈ, ਇਸ ਲਈ ਬਣਾਇਆ ਗਿਆ ਹੈ ਕਿ ਕਵਿਤਾਵਾਂ ਵਿੱਚ ਇਸ ਦਾ ਗੁਣਗਾਨ ਕੀਤਾ ਜਾਵੇ, ਪਰ ਇੱਥੇ ਕੰਮ ਕਰਨਾ ਅਤੇ ਜਿਊਣਾ ਮੁਸ਼ਕਿਲ ਹੈ।

ਇਸ ਦੇ ਬਾਵਜੂਦ ਜੇਕਰ ਕਿਸੇ ਪਹਾੜੀ ਆਦਮੀ ਨੂੰ ਮੈਦਾਨਾਂ ਵਿੱਚ ਜਾ ਕੇ ਵੱਸਣ ਲਈ ਕਿਹਾ ਜਾਵੇ, ਤਾਂ ਉਹ ਅਜਿਹੇ ਪ੍ਰਸਤਾਵ ਨੂੰ ਆਪਣਾ ਅਪਮਾਨ ਸਮਝੇਗਾ। ਲੋਕ ਦੱਸਦੇ ਹਨ ਕਿ ਇੱਕ ਪਹਾੜੀ ਆਦਮੀ ਦਾ ਬੇਟਾ ਸ਼ਹਿਰ ਤੋਂ ਆਇਆ ਅਤੇ ਆਪਣੇ ਬੁੱਢੇ ਬਾਪ ਨੂੰ ਸ਼ਹਿਰ ਚੱਲਣ ਲਈ ਮਨਾਉਣ ਲੱਗਿਆ।

"ਅਜਿਹੇ ਸ਼ਬਦਾਂ ਨਾਲ ਮੇਰਾ ਦਿਲ ਦੁਖਾਉਣ ਦੀ ਬਜਾਇ ਇਹੀ ਬਿਹਤਰ ਹੁੰਦਾ ਕਿ ਤੁਸੀਂ ਖੰਜਰ ਮਾਰ ਕੇ ਮੇਰਾ ਪੇਟ ਪਾੜ ਦਿੰਦੇ।" ਬੁੱਢੇ ਪਹਾੜੀਏ ਨੇ ਜਵਾਬ ਦਿੱਤਾ।

ਇਹ ਸਮੱਸਿਆ ਵਿਦਮਾਨ ਹੈ ਅਤੇ ਕਾਫ਼ੀ ਗੁੰਝਲਦਾਰ ਹੈ। ਬਹੁਤ ਸਾਲ ਪਹਿਲਾਂ ਹੀ ਪਹਾੜੀ ਪਿੰਡਾਂ ਵਿੱਚ ਬਹੁਤ ਪ੍ਰਭਾਵਸ਼ਾਲੀ ਇਹ ਨਾਅਰਾ ਲਗਾਇਆ ਗਿਆ ਸੀ, "ਅਸੀਂ ਪਥਰੀਲੇ ਬੋਰਿਆਂ ਵਿੱਚੋਂ ਨਿੱਕਲ ਕੇ ਫੁੱਲਾਂ ਵਾਲੇ ਮੈਦਾਨ ਵਿੱਚ ਵੱਸਾਂਗੇ।"

"ਪਹਾੜਾਂ ਵਿੱਚ ਧੂਏਂ ਵਾਲੇ ਚੁੱਲ੍ਹੇ ਦੇ ਨੇੜੇ, ਮੈਦਾਨ ਦੀ ਵਧੀਆ ਭੱਠੀ ਤੋਂ ਕਿਤੇ ਜ਼ਿਆਦਾ ਮਜ਼ਾ ਐ।" "ਜਿਸ ਨੂੰ ਪੇਟ ਦੀ ਚਿੰਤਾ ਐ, ਉਹ ਬੇਸ਼ੱਕ ਚਲਾ ਜਾਵੇ ਅਤੇ ਜਿਸ ਨੂੰ ਦਿਲ ਦੀ ਚਿੰਤਾ ਐ, ਉਹ ਇੱਥੇ ਰਹੇਗਾ।" "ਅਸੀਂ ਕਿਸੇ ਦੀ ਹੱਤਿਆ ਨਹੀਂ ਕੀਤੀ, ਕਿਸੇ ਦੇ ਘਰ ਨਹੀਂ ਜਲਾਏ, ਤਾਂ ਫਿਰ ਸਾਨੂੰ ਦੇਸ਼ ਨਿਕਾਲਾ ਕਿਉਂ ਦਿੱਤਾ ਜਾ ਰਿਹੈ।" "ਮਸ਼ੀਨਾਂ ਤਾਂ ਇੱਥੇ ਵੀ ਕੰਮ ਕਰ ਸਕਦੀਆਂ ਨੇ।" "ਖੰਭਿਆਂ 'ਤੇ ਬੱਤੀਆਂ ਤਾਂ ਇੱਥੇ ਵੀ ਲਟਕ ਸਕਦੀਆਂ ਨੇ।" "ਤਾਰ ਤਾਂ ਇੱਥੋਂ ਵੀ ਚਲੀ ਜਾਵੇਗੀ।" "ਮੱਛਰਾਂ ਅਤੇ ਮੱਖੀਆਂ ਦਾ ਪੇਟ ਭਰਨ ਲਈ ਅਸੀਂ ਜਨਮ ਨਹੀਂ ਲਿਆ।" "ਪੈਟਰੋਲ ਦੀ ਗੰਧ ਨਾਲੋਂ ਪਾਥੀ ਦਾ ਧੂਆਂ ਕਿਤੇ ਬਿਹਤਰ ਐ।" "ਪਹਾੜੀ ਫੁੱਲ ਜ਼ਿਆਦਾ ਚਮਕੀਲੇ ਨੇ।" "ਨਲਕੇ ਦੇ ਪਾਣੀ ਨਾਲੋਂ ਚਸ਼ਮੇ ਦਾ ਪਾਣੀ ਕਿਤੇ ਜ਼ਿਆਦਾ ਮਿੱਠਾ ਐ।" "ਅਸੀਂ ਇੱਥੋਂ ਕਿਤੇ ਨਹੀਂ ਜਾਵਾਂਗੇ!"

"ਅਸੀਂ ਪਥਰੀਲੇ ਬੋਰਿਆਂ ਵਿੱਚੋਂ ਨਿੱਕਲ ਕੇ ਫੁੱਲਾਂ ਵਾਲੇ ਮੈਦਾਨ ਵਿੱਚ ਜਾ ਵੱਸਾਂਗੇ।" ਇਸ ਨਾਅਰੇ ਦਾ ਪਹਾੜੀ ਆਦਮੀ ਨੇ ਆਪਣੇ ਢੰਗ ਨਾਲ ਜਵਾਬ ਦਿੱਤਾ।

ਪਹਾੜੀ ਲੋਕ ਇਸੇ ਸਿਲਸਿਲੇ ਵਿੱਚ ਸਲਾਹ ਲੈਣ ਲਈ ਮੇਰੇ ਪਿਤਾ ਜੀ ਕੋਲ ਵੀ ਆਏ ਕਿ ਉਹ ਕਿਤੇ ਦੂਜੀ ਜਗ੍ਹਾ ਜਾ ਵੱਸਣ ਜਾਂ ਇੱਥੇ ਹੀ ਰਹਿਣ। ਕੋਈ ਨਿਸ਼ਚਿਤ ਜਵਾਬ ਦਿੰਦੇ ਹੋਏ ਪਿਤਾ ਜੀ ਨੇ ਝਿਜਕ ਮਹਿਸੂਸ ਕੀਤੀ।

"ਜੇਕਰ ਇੱਥੇ ਰਹਿਣ ਦੀ ਸਲਾਹ ਦੇ ਦਿਆਂਗਾ ਅਤੇ ਬਾਅਦ ਇਨ੍ਹਾਂ ਨੂੰ ਪਤਾ ਲੱਗੇਗਾ ਕਿ ਮੈਦਾਨਾਂ ਵਿੱਚ ਜ਼ਿੰਦਗੀ ਬਿਹਤਰ ਐ, ਤਾਂ ਮੈਨੂੰ ਬੁਰਾ-ਭਲਾ ਕਹਿਣਗੇ। ਜੇਕਰ ਇਹ ਸਲਾਹ ਦਿਆਂਗਾ ਕਿ ਹੇਠਾਂ ਜਾ ਵੱਸਣ ਅਤੇ ਉੱਥੇ ਜ਼ਿੰਦਗੀ ਕਿਸੇ ਕੰਮ ਦੀ ਨਹੀਂ ਹੋਵੇਗੀ, ਤਾਂ ਵੀ ਮੈਨੂੰ ਕੋਸਣਗੇ।"

"ਖ਼ੁਦ ਹੀ ਤੈਅ ਕਰ ਲਵੋ।" ਮੇਰੇ ਪਿਤਾ ਹਮਜ਼ਾਤ ਤਸਾਦਾਸਾ ਨੇ ਉਦੋਂ ਉਨ੍ਹਾਂ ਨੂੰ ਜਵਾਬ ਦਿੱਤਾ।

ਸਮਾਂ ਬਦਲਦਾ ਹੈ ਅਤੇ ਉਸ ਦੇ ਨਾਲ ਜ਼ਿੰਦਗੀ ਵੀ। ਸਿਰ ਦੀਆਂ ਟੋਪੀਆਂ ਹੀ ਨਹੀਂ ਬਦਲੀਆਂ, (ਫ਼ਰ ਦੀਆਂ ਟੋਪੀਆਂ ਦੀ ਜਗ੍ਹਾ ਛੱਜੇਦਾਰ ਹਲਕੀਆਂ ਟੋਪੀਆਂ) ਬਲਕਿ ਟੋਪੀਆਂ ਦੇ ਹੇਠਾਂ ਜਵਾਨ ਲੋਕਾਂ ਦੇ ਦਿਮਾਗਾਂ ਵਿੱਚ ਵਿਚਾਰ ਵੀ ਬਦਲ ਗਏ ਹਨ। ਤਰ੍ਹਾਂ-ਤਰ੍ਹਾਂ ਦੀਆਂ ਜਾਤੀਆਂ, ਕਬੀਲਿਆਂ ਅਤੇ ਬਰਾਦਰੀਆਂ ਦਾ ਆਪਸ ਵਿੱਚ ਮੇਲ ਹੋ ਰਿਹਾ ਹੈ। ਸਾਡੇ ਬੇਟਿਆਂ ਦੀਆਂ ਕਬਰਾਂ ਪੁਰਖਿਆਂ ਦੇ ਪਿੰਡਾਂ ਤੋਂ ਬਹੁਤ ਦੂਰ ਹੁੰਦੀਆਂ ਜਾ ਰਹੀਆਂ ਹਨ....ਪੱਥਰ, ਸਿਲਾਂ, ਵੱਡੇ-ਵੱਡੇ ਪੱਥਰ, ਛੋਟੇ-ਛੋਟੇ ਕੰਕਰ, ਗੋਲ ਪੱਥਰ, ਤਿੱਖੇ ਪੱਥਰ। ਇਨ੍ਹਾਂ ਪੱਥਰਾਂ 'ਤੇ ਕੁੱਝ ਉਗਾਉਣ ਲਈ ਪਹਾੜ ਦੀ ਗੋਦ ਵਿੱਚੋਂ ਟੋਕਰੀਆਂ ਭਰ-ਭਰ ਕੇ ਮਿੱਟੀ ਉੱਪਰ ਢੋਈ ਜਾਂਦੀ ਹੈ। ਪੱਤਝੜ ਅਤੇ ਸਰਦੀ ਵਿੱਚ ਘਾਹ ਨਾਲ ਢਕੀਆਂ ਢਲਾਣਾਂ ਨੂੰ

ਜਲਾਇਆ ਜਾਂਦਾ ਸੀ, ਤਾਂ ਕਿ ਜ਼ਿਆਦਾ ਵਧੀਆ ਘਾਹ ਉੱਗੇ। ਪਹਾੜਾਂ ਵਿੱਚ ਇਹ ਅਨੇਕਾਂ ਭਾਬੜਾਂ ਮੈਨੂੰ ਯਾਦ ਹਨ। ਪਹਿਲੇ ਹਲ ਦੇ ਸਿਆੜ ਦੀ ਮੈਨੂੰ ਯਾਦ ਹੈ ਅਤੇ ਬਸੰਤ ਵੀ। ਉਦੋਂ ਬੁੱਢੇ ਇੱਕ-ਦੂਜੇ 'ਤੇ ਮਿੱਟੀ ਦੇ ਗੋਲੇ ਸੁੱਟਦੇ ਸਨ।

ਕੰਮ-ਕਾਜੀ ਆਦਮੀ ਬਾਰੇ ਸਾਡੇ ਇੱਥੇ ਕਿਹਾ ਜਾਂਦਾ ਹੈ, "ਬਹੁਤ ਸਾਰੇ ਪਰਬਤ ਅਤੇ ਚੋਟੀਆਂ ਪਾਰ ਕੀਤੀਆਂ ਨੇ ਉਸ ਨੇ।"

ਨਿਕੰਮੇ ਆਦਮੀ ਬਾਰੇ ਕਿਹਾ ਜਾਂਦਾ ਹੈ, "ਉਸ ਨੇ ਤਾਂ ਪੱਥਰ 'ਤੇ ਇੱਕ ਵਾਰ ਵੀ ਕਹੀ ਨਹੀਂ ਚਲਾਈ।"

"ਤੁਹਾਡੇ ਖੇਤਾਂ ਵਿੱਚ ਫ਼ਸਲਾਂ ਦੀਆਂ ਇੰਨੀਆਂ ਜ਼ਿਆਦਾ ਬੱਲੀਆਂ ਹੋਣ ਕਿ ਉਨ੍ਹਾਂ ਲਈ ਜਗ੍ਹਾ ਥੋੜ੍ਹੀ ਪੈ ਜਾਵੇ।" ਪਹਾੜੀ ਲੋਕਾਂ ਦੀ ਇਹ ਸਭ ਤੋਂ ਵਧੀਆ ਸ਼ੁਭ-ਕਾਮਨਾ ਹੁੰਦੀ ਹੈ।

"ਤੁਹਾਡੀ ਜ਼ਮੀਨ ਸੁੱਕ ਜਾਵੇ, ਬੰਜਰ ਹੋ ਜਾਵੇ।" ਸਭ ਤੋਂ ਵੱਡਾ ਸਰਾਪ ਹੁੰਦਾ ਹੈ।

"ਇਸ ਧਰਤੀ ਦੀ ਸਹੁੰ।" ਸਭ ਤੋਂ ਪੱਕੀ ਸਹੁੰ ਹੁੰਦੀ ਹੈ।

ਕਿਸੇ ਪਰਾਏ ਖੇਤ ਵਿੱਚ ਆ ਜਾਣ ਵਾਲੇ ਗਧੇ ਦੀ ਹੱਤਿਆ ਕੀਤੀ ਜਾ ਸਕਦੀ ਸੀ ਅਤੇ ਇਸ ਦੇ ਲਈ ਕੋਈ ਸਜ਼ਾ ਨਹੀਂ ਹੁੰਦੀ ਸੀ। ਇੱਕ ਪਹਾੜੀ ਆਦਮੀ ਚਿੱਲਾ ਕੇ ਕਹਿੰਦਾ ਰਿਹਾ ਸੀ, "ਜੇਕਰ ਕੋਈ ਹਾਜੀ-ਮੁਰਾਦ ਦਾ ਗਧਾ ਵੀ ਮੇਰੀ ਧਰਤੀ 'ਤੇ ਆ ਜਾਵੇਗਾ, ਤਾਂ ਉਸ ਦੀ ਵੀ ਖ਼ੈਰ ਨਹੀਂ।"

ਹਰ ਪਿੰਡ ਦੇ ਆਪਣੇ ਨਿਯਮ ਸਨ। ਪਰ ਸਾਰੀਆਂ ਥਾਵਾਂ 'ਤੇ ਖੇਤ ਜਾਂ ਧਰਤੀ ਨੂੰ ਨੁਕਸਾਨ ਪਹੁੰਚਾਉਣ ਲਈ ਸਭ ਤੋਂ ਵੱਡਾ ਜੁਰਮਾਨਾ ਵਸੂਲ ਕੀਤਾ ਜਾਂਦਾ ਸੀ।

* * *

1859 ਦੇ ਅਗਸਤ ਮਹੀਨੇ ਵਿੱਚ ਗੁਨੀਬ ਪਰਬਤ 'ਤੇ ਇਮਾਮ ਸ਼ਾਮਿਲ ਆਪਣੇ ਜੰਗੀ ਘੋੜੇ ਤੋਂ ਹੇਠਾਂ ਉੱਤਰਿਆ ਅਤੇ ਉਸ ਨੇ ਇੱਕ ਮਹਾਨ ਕੈਦੀ ਦੇ ਰੂਪ ਵਿੱਚ ਖ਼ੁਦ ਨੂੰ ਕਾਕੇਸ਼ੀਆਈ ਯੁੱਧ ਵਿੱਚ ਰੂਸੀ ਫ਼ੌਜਾਂ ਦੇ ਕਮਾਂਡਰ ਪ੍ਰਿੰਸ ਬਰਿਆਤੀਂਸਕੀ ਦੇ ਸਾਹਮਣੇ ਪੇਸ਼ ਕੀਤਾ। ਖੱਬੇ ਪੈਰ ਨੂੰ ਥੋੜ੍ਹਾ ਜਿਹਾ ਅੱਗੇ ਵਧਾ ਕੇ, ਉਸ ਨੂੰ ਇੱਕ ਪੱਥਰ 'ਤੇ ਟਿਕਾ ਕੇ ਅਤੇ ਸੱਜੇ ਹੱਥ ਨੂੰ ਤਲਵਾਰ ਦੇ ਮੁੱਠੇ 'ਤੇ ਰੱਖ ਕੇ, ਆਲੇ-ਦੁਆਲੇ ਦੇ ਪਹਾੜਾਂ 'ਤੇ ਧੁੰਦਲੀ ਜਿਹੀ ਨਜ਼ਰ ਮਾਰ ਕੇ ਸ਼ਾਮਿਲ ਨੇ ਕਿਹਾ:

"ਹਜ਼ੂਰ! ਇਨ੍ਹਾਂ ਪਹਾੜਾਂ ਅਤੇ ਪਹਾੜੀ ਲੋਕਾਂ ਦੀ ਇੱਜ਼ਤ ਬਚਾਉਂਦੇ ਹੋਏ ਮੈਂ ਪੱਚੀ ਸਾਲ ਤੱਕ ਲੜਦਾ ਰਿਹਾ। ਮੇਰੇ ਉੱਨੀ ਜ਼ਖ਼ਮ ਚਸਕਦੇ ਨੇ ਅਤੇ ਉਹ ਕਦੇ ਨਹੀਂ ਭਰਨਗੇ। ਹੁਣ ਮੈਂ ਕੈਦੀ ਦੇ ਰੂਪ ਵਿੱਚ ਆਪਣੇ ਆਪ ਨੂੰ ਪੇਸ਼ ਕਰਦਾਂ ਅਤੇ ਆਪਣੀ ਧਰਤੀ ਨੂੰ ਤੁਹਾਡੇ ਹਵਾਲੇ ਕਰਦਾਂ।"

"ਇਸ ਦੇ ਲਈ ਬਹੁਤਾ ਦੁਖੀ ਹੋਣ ਦੀ ਕੀ ਜ਼ਰੂਰਤ ਐ? ਖ਼ੂਬ ਐ ਤੁਹਾਡੀ ਇਹ ਧਰਤੀ ਵੀ, ਸਿਰਫ਼ ਚੱਟਾਨਾਂ ਅਤੇ ਪੱਥਰ ਹੀ ਤਾਂ ਨੇ!"

"ਹਜ਼ੂਰ, ਇਹ ਦੱਸੋ ਕਿ ਸਾਡੀ ਇਸ ਜੰਗ ਵਿੱਚ ਕੌਣ ਜ਼ਿਆਦਾ ਸਹੀ ਸੀ, ਇਸ ਧਰਤੀ ਨੂੰ ਸ਼ਾਨਦਾਰ ਮੰਨਦੇ ਹੋਏ, ਇਸ ਦੇ ਲਈ ਆਪਣੀਆਂ ਜਾਨਾਂ ਕੁਰਬਾਨ ਕਰਨ ਵਾਲੇ ਅਸੀਂ ਜਾਂ ਇਸ ਨੂੰ ਬੁਰੀ ਮੰਨਦੇ ਹੋਏ, ਇਸ ਦੀ ਖ਼ਾਤਰ ਮਰਦੇ ਹੋਏ ਤੁਸੀਂ?"

ਕੈਦੀ ਸ਼ਾਮਿਲ ਨੂੰ ਇੱਕ ਮਹੀਨੇ ਤੱਕ ਦਾ ਰਸਤਾ ਤੈਅ ਕਰ ਕੇ ਪੀਟਰਸਬਰਗ ਲਿਜਾਇਆ ਗਿਆ।

ਪੀਟਰਸਬਰਗ ਵਿੱਚ ਸਮਰਾਟ ਨੇ ਉਸ ਨੂੰ ਪੁੱਛਿਆ:

"ਤੁਹਾਨੂੰ ਰਸਤਾ ਕਿਵੇਂ ਲੱਗਿਆ?"

"ਵੱਡਾ ਮੁਲਕ ਐ, ਬਹੁਤ ਵੱਡਾ ਮੁਲਕ ਐ।"

"ਇਮਾਮ, ਇਹ ਦੱਸੋ ਕਿ ਜੇਕਰ ਤੁਹਾਨੂੰ ਇਹ ਪਤਾ ਲੱਗ ਜਾਂਦਾ ਕਿ ਮੇਰਾ ਰਾਜ ਇੰਨਾ ਵੱਡਾ ਅਤੇ ਇੰਨਾ ਸ਼ਕਤੀਸ਼ਾਲੀ ਐ, ਤਾਂ ਕੀ ਤੁਸੀਂ ਇਸ ਦੇ ਵਿਰੁੱਧ ਇੰਨੀ ਦੇਰ ਤੱਕ ਲੜਦੇ ਰਹਿੰਦੇ ਜਾਂ ਸਮਝਦਾਰੀ ਦਿਖਾਉਂਦੇ ਹੋਏ ਸਮੇਂ ਸਿਰ ਹੀ ਹਥਿਆਰ ਸੁੱਟ ਦਿੰਦੇ?"

"ਪਰ ਤੁਸੀਂ ਵੀ ਤਾਂ ਇਹ ਜਾਣਦੇ ਹੋਏ ਕਿ ਸਾਡਾ ਦੇਸ਼ ਇੰਨਾ ਛੋਟਾ ਅਤੇ ਕਮਜ਼ੋਰ ਐ, ਇੰਨੀ ਦੇਰ ਤੱਕ ਸਾਡੇ ਨਾਲ ਲੜਦੇ ਰਹੇ!"

ਮੇਰੇ ਪਿਤਾ ਜੀ ਕੋਲ ਸ਼ਾਮਿਲ ਦਾ ਇੱਕ ਪੱਤਰ, ਜ਼ਿਆਦਾ ਸਪੱਸ਼ਟ ਰੂਪ ਵਿੱਚ ਕਿਹਾ ਜਾਵੇ ਤਾਂ ਉਸ ਦਾ ਵਿਦਾਈ-ਪੱਤਰ ਸੁਰੱਖਿਅਤ ਰਿਹਾ ਹੈ। ਇਹ ਹੈ ਉਹ ਪੱਤਰ:

"ਮੇਰੇ ਪਹਾੜੀ ਲੋਕੋ! ਆਪਣੀਆਂ ਨੰਗੀਆਂ ਅਤੇ ਵਿਰਾਨ ਚੱਟਾਨਾਂ ਨੂੰ ਪਿਆਰ ਕਰੋ! ਉਹ ਬਹੁਤ ਘੱਟ ਦੌਲਤ ਲਿਆਈਆਂ ਨੇ ਤੁਹਾਡੇ ਲਈ, ਪਰ ਇਨ੍ਹਾਂ ਚੱਟਾਨਾਂ ਤੋਂ ਬਿਨਾਂ ਤੁਹਾਡੀ ਧਰਤੀ, ਤੁਹਾਡੀ ਧਰਤੀ ਵਰਗੀ ਨਹੀਂ ਹੋਵੇਗੀ ਅਤੇ ਧਰਤੀ ਤੋਂ ਬਿਨਾਂ ਵਿਚਾਰੇ ਪਹਾੜੀ ਲੋਕਾਂ ਲਈ ਆਜ਼ਾਦੀ ਨਹੀਂ ਹੋਵੇਗੀ। ਇਨ੍ਹਾਂ ਚੱਟਾਨਾਂ ਲਈ ਸੰਘਰਸ਼ ਕਰੋ, ਇਨ੍ਹਾਂ ਦੀ ਰੱਖਿਆ ਕਰੋ। ਇਹੀ ਕਾਮਨਾ ਹੈ ਕਿ ਤੁਹਾਡੀਆਂ ਤਲਵਾਰਾਂ ਦੀ ਟੁਣਕਾਰ ਮੇਰੀ ਕਬਰ ਦੀ ਨੀਂਦ ਨੂੰ ਮਿੱਠੀ ਬਣਾ ਦੇਵੇ।"

ਸ਼ਾਮਿਲ ਨੇ ਪਹਾੜੀ ਲੋਕਾਂ ਦੀਆਂ ਤਲਵਾਰਾਂ ਦੀ ਟੁਣਕਾਰ ਅਤੇ ਆਵਾਜ਼ ਅਨੇਕਾਂ ਵਾਰ ਸੁਣੀ, ਬੇਸ਼ੱਕ ਪਹਾੜੀ ਲੋਕ ਹੁਣ ਇੱਕ ਹੋਰ ਉਦੇਸ਼ ਲਈ ਜੂਝਦੇ ਸਨ। ਦਾਗ਼ਿਸਤਾਨੀਆਂ ਦੀ ਮਾਤ-ਭੂਮੀ ਹੁਣ ਵੱਡੀ ਹੋ ਗਈ ਹੈ। ਉਨ੍ਹਾਂ ਦੀਆਂ ਕਬਰਾਂ ਯੂਕ੍ਰੇਨ, ਬੇਲੋਰੂਸ, ਮਾਸਕੋ ਦੇ ਨੇੜੇ ਹੰਗਰੀ, ਪੋਲੈਂਡ, ਚੈਕੋਸਲੋਵਾਕੀਆ, ਕਾਰਪੇਥੀਆ, ਬਾਲਕਾਨ ਅਤੇ ਬਰਲਿਨ ਦੇ ਨੇੜੇ ਤੱਕ ਖਿੰਡੀਆਂ ਹੋਈਆਂ ਹਨ।"

"ਇੱਕ ਪਿੰਡ ਦੇ ਲੋਕ ਪਹਿਲਾਂ ਕਿਹੜੀ ਚੀਜ਼ ਲਈ ਲੜਦੇ-ਭਿੜਦੇ ਸੀ?"

"ਦੋ ਪਹਾੜੀ ਲੋਕਾਂ ਦੇ ਖੇਤਾਂ ਵਿਚਲੀ ਗਿੱਠ ਭਰ ਜ਼ਮੀਨ, ਥੋੜ੍ਹੀ ਜਿਹੀ ਢਲਾਣ ਅਤੇ ਪੱਥਰ ਲਈ।"

"ਦਾਗ਼ਿਸਤਾਨ ਕਿਸ ਲਈ ਦੂਜੇ ਰਾਜਾਂ ਨਾਲ ਲੜਦਾ-ਜੂਝਦਾ ਸੀ?"

"ਦਾਗ਼ਿਸਤਾਨ ਦੀਆਂ ਹੱਦਾਂ 'ਤੇ ਗਿੱਠ ਭਰ ਜ਼ਮੀਨ ਲਈ।"

"ਬਾਅਦ ਵਿੱਚ ਦਾਗ਼ਿਸਤਾਨ ਕਿਸ ਚੀਜ਼ ਲਈ ਲੜਦਾ-ਭਿੜਦਾ ਰਿਹਾ?"

"ਮਹਾਨ ਸੋਵੀਅਤ ਦੇਸ਼ ਦੀਆਂ ਹੱਦਾਂ 'ਤੇ ਗਿੱਠ ਭਰ ਜ਼ਮੀਨ ਲਈ।"

"ਦਾਗ਼ਿਸਤਾਨ ਹੁਣ ਕਿਸ ਚੀਜ਼ ਲਈ ਜੂਝ ਰਿਹੈ?"

"ਸਾਰੀ ਦੁਨੀਆ ਵਿੱਚ ਸ਼ਾਂਤੀ ਲਈ।"

ਸ਼ਾਮਿਲ ਨਾਲ ਉਸ ਦੇ ਦੋ ਬੇਟੇ ਵੀ ਬੰਦੀ ਬਣਾਏ ਗਏ ਸਨ। ਉਨ੍ਹਾਂ ਦੀ ਕਿਸਮਤ

ਵੱਖ-ਵੱਖ ਰਹੀ। ਛੋਟਾ ਬੇਟਾ, ਮੁਹੰਮਦ ਸ਼ਫ਼ੀ ਜ਼ਾਰ ਦਾ ਜਨਰਲ ਬਣ ਗਿਆ, ਜਦੋਂ ਕਿ ਵੱਡਾ ਬੇਟਾ ਗਾਜ਼ੀ-ਮੁਹੰਮਦ ਤੁਰਕੀ ਚਲਾ ਗਿਆ।

ਇੱਕ ਵਾਰ ਤੁਰਕੀ ਪੁਸ਼ਾਕ ਪਹਿਨੀਂ ਇੱਕ ਬਜ਼ੁਰਗ ਔਰਤ ਮੇਰੇ ਕੋਲ ਆਈ। ਜਾਰਜੀਆਈ ਜਾਤੀ ਦੀ ਇਸ ਔਰਤ ਨੇ ਜਵਾਨੀ ਦੇ ਦਿਨਾਂ ਵਿੱਚ ਹੀ ਇੱਕ ਤੁਰਕ ਨਾਲ ਸ਼ਾਦੀ ਕਰ ਲਈ ਸੀ, ਚਾਲੀ ਸਾਲ ਤੱਕ ਇਸਤੰਬੂਲ ਵਿੱਚ ਰਹਿ ਚੁੱਕੀ ਸੀ। ਬਾਅਦ ਵਿੱਚ ਪਤੀ ਦੀ ਮੌਤ ਹੋਣ ਅਤੇ ਇਕੱਲੀ ਰਹਿ ਜਾਣ 'ਤੇ ਉਹ ਜਾਰਜੀਆ ਵਾਪਸ ਮੁੜ ਆਈ ਸੀ। ਤਾਂ ਉਹ ਮੇਰੇ ਕੋਲ ਆਈ। ਉਸ ਦੇ ਆਉਣ ਦਾ ਕਾਰਨ ਇਹ ਸੀ, ਇਸਤੰਬੂਲ ਵਿੱਚ ਰਹਿੰਦੇ ਹੋਏ ਸ਼ਾਮਿਲ ਦੇ ਸਭ ਤੋਂ ਛੋਟੇ ਬੇਟੇ ਦੇ ਵਾਰਿਸਾਂ ਨਾਲ ਉਸ ਦੀ ਦੋਸਤੀ ਰਹੀ ਸੀ।

"ਕੀ ਹਾਲ ਐ ਉਨ੍ਹਾਂ ਦਾ?" ਮੈਂ ਪੁੱਛਿਆ।

"ਬੁਰਾ ਹਾਲ-ਚਾਲ ਐ।"

"ਕਿਸ ਕਰਕੇ?"

"ਇਸ ਕਰਕੇ ਕਿ ਉਨ੍ਹਾਂ ਦਾ ਦਾਗ਼ਿਸਤਾਨ ਨਹੀਂ ਐ। ਕਾਸ਼! ਤੁਹਾਨੂੰ ਪਤਾ ਹੁੰਦਾ ਕਿ ਕਿਵੇਂ ਉਹ ਉੱਥੇ ਉਦਾਸੀ ਮਹਿਸੂਸ ਕਰਦੇ ਨੇ! ਕਦੇ-ਕਦੇ ਸਰਕਾਰੀ ਕਰਮਚਾਰੀ ਇਹ ਧਮਕੀ ਦਿੰਦੇ ਹੋਏ ਉਨ੍ਹਾਂ ਦਾ ਅਪਮਾਨ ਕਰਦੇ ਨੇ ਕਿ ਉਨ੍ਹਾਂ ਕੋਲ ਜੋ ਜ਼ਮੀਨ ਐ, ਉਹ ਉਸ ਨੂੰ ਖੋਹ ਲੈਣਗੇ। "ਖੋਹ ਲਓ।" ਇਮਾਮ ਦੇ ਵਾਰਿਸ ਜਵਾਬ ਦਿੰਦੇ ਹਨ, "ਦਾਗ਼ਿਸਤਾਨ ਤਾਂ ਸਾਡੇ ਕੋਲ ਹੈ ਨਹੀਂ, ਦੂਜੀਆਂ ਜ਼ਮੀਨਾਂ ਸਾਨੂੰ ਪਿਆਰੀਆਂ ਨਹੀਂ।" ਇਹ ਪਤਾ ਲੱਗਣ 'ਤੇ ਕਿ ਮੈਂ ਮਾਤ-ਭੂਮੀ ਵਾਪਸ ਮੁੜ ਰਹੀ ਹਾਂ, ਜਾਰਜੀਆਈ ਔਰਤ ਕਹਿੰਦੀ ਗਈ, "ਉਨ੍ਹਾਂ ਨੇ ਮੈਨੂੰ ਕਿਹੈ ਕਿ ਮੈਂ ਦਾਗ਼ਿਸਤਾਨ ਜਾਵਾਂ, ਸ਼ਾਮਿਲ ਜੇ ਜਨਮ-ਪਿੰਡ ਅਤੇ ਉਨ੍ਹਾਂ ਪਹਾੜਾਂ ਵਿੱਚ ਵੀ ਜਾਵਾਂ, ਜਿੱਥੇ ਉਹ ਲੜਦਾ ਰਿਹਾ ਸੀ ਅਤੇ ਤੁਹਾਨੂੰ ਵੀ ਮਿਲਾਂ। ਉਨ੍ਹਾਂ ਨੇ ਮੈਨੂੰ ਇਹ ਰੁਮਾਲ ਦਿੱਤੈ ਕਿ ਤੁਸੀਂ ਇਸ ਵਿੱਚ ਥੋੜ੍ਹੀ ਜਿਹੀ ਮਿੱਟੀ ਬੰਨ੍ਹ ਕੇ ਉਨ੍ਹਾਂ ਨੂੰ ਭੇਜ ਦਿਓ।"

ਮੈਂ ਰੁਮਾਲ ਖੋਲ੍ਹਿਆ। ਉਸ 'ਤੇ ਅਰਬੀ ਭਾਸ਼ਾ ਵਿੱਚ 'ਸ਼ਾਮਿਲ' ਲਿਖਿਆ ਹੋਇਆ ਸੀ।

ਜਾਰਜੀਆਈ ਔਰਤ ਨੇ ਜੋ ਕੁੱਝ ਦੱਸਿਆ, ਉਸ ਨੇ ਮੇਰੇ ਦਿਲ ਨੂੰ ਮੋਹ ਲਿਆ। ਮੈਂ ਮਿੱਟੀ ਭੇਜਣ ਦਾ ਵਚਨ ਦਿੱਤਾ। ਇਸ ਬਾਰੇ ਮੈਂ ਅਨੇਕਾਂ ਬਜ਼ੁਰਗਾਂ ਨਾਲ ਸਲਾਹ-ਮਸ਼ਵਰਾ ਕੀਤਾ।

"ਵਿਦੇਸ਼ ਵਿੱਚ ਰਹਿਣ ਵਾਲੇ ਲੋਕਾਂ ਨੂੰ ਤਾਂ ਆਪਣੀ ਮਿੱਟੀ ਭੇਜਣ ਦੀ ਕੋਈ ਤੁਕ ਨਹੀਂ?"

"ਦੂਜਿਆਂ ਨੂੰ ਭੇਜਣ ਦੀ ਤਾਂ ਜ਼ਰੂਰਤ ਨਹੀਂ ਸੀ, ਪਰ ਸ਼ਾਮਿਲ ਦੇ ਵਾਰਿਸਾਂ ਨੂੰ ਭੇਜ ਦਿਓ।" ਬਜ਼ੁਰਗਾਂ ਨੇ ਜਵਾਬ ਦਿੱਤਾ।

ਇੱਕ ਬਜ਼ੁਰਗ ਨੇ ਸ਼ਾਮਿਲ ਦੇ ਪਿੰਡ ਵਿੱਚੋਂ ਮੁੱਠੀ ਭਰ ਮਿੱਟੀ ਮੈਨੂੰ ਲਿਆ ਦਿੱਤੀ ਅਤੇ ਅਸੀਂ ਇਸ ਰੁਮਾਲ ਵਿੱਚ ਉਸ ਨੂੰ ਲਪੇਟ ਦਿੱਤਾ, ਜਿਸ 'ਤੇ ਸ਼ਾਮਿਲ ਦਾ ਨਾਂ ਕੱਢਿਆ ਹੋਇਆ ਸੀ। ਬਜ਼ੁਰਗ ਨੇ ਕਿਹਾ:

"ਉਨ੍ਹਾਂ ਨੂੰ ਆਪਣੀ ਮਿੱਟੀ ਭੇਜ ਦਿਓ, ਪਰ ਇਹ ਵੀ ਦੱਸ ਦੇਣਾ ਕਿ ਉਸ ਦਾ

ਹਰੇਕ ਕਣ ਬਹੁਤ ਕੀਮਤੀ ਐ। ਉਨ੍ਹਾਂ ਨੂੰ ਇਹ ਵੀ ਲਿਖ ਦੇਣਾ ਕਿ ਸਾਡੀ ਇਸ ਧਰਤੀ 'ਤੇ ਹੁਣ ਜ਼ਿੰਦਗੀ ਬਦਲ ਗਈ ਐ, ਇੱਥੇ ਹੁਣ ਨਵਾਂ ਦੌਰ ਆ ਗਿਐ। ਸਭ ਕੁੱਝ ਬਾਰੇ ਲਿਖ ਦੇਣਾ, ਤਾਂ ਕਿ ਉਨ੍ਹਾਂ ਨੂੰ ਪਤਾ ਲੱਗ ਜਾਵੇ।"

ਪਰ ਮੈਨੂੰ ਲਿਖਣਾ ਨਹੀਂ ਪਿਆ। ਜਲਦੀ ਹੀ ਮੈਂ ਤੁਰਕੀ ਗਿਆ। ਕੀਮਤੀ ਭੇਟ ਵੀ ਮੈਂ ਆਪਣੇ ਹੱਥ ਹੀ ਲੈ ਗਿਆ।

ਮੈਂ ਸ਼ਾਮਿਲ ਦੇ ਵਾਰਿਸਾਂ ਨੂੰ ਲੱਭਿਆ, ਪਰ ਉਨ੍ਹਾਂ ਨਾਲ ਮੇਰੀ ਮੁਲਾਕਾਤ ਨਹੀਂ ਹੋਈ। ਮੈਨੂੰ ਦੱਸਿਆ ਗਿਆ ਕਿ ਇਮਾਮ ਸ਼ਾਮਿਲ ਦਾ ਪੜਪੋਤਾ ਸ਼ਾਇਦ ਮੱਕੇ ਗਿਆ ਹੈ। ਪੜਪੋਤੀਆਂ ਨਜਾਵਤ ਅਤੇ ਨਾਜਿਆਤ ਵੀ ਮੈਨੂੰ ਮਿਲਣ ਨਹੀਂ ਆਈਆਂ। ਮੈਨੂੰ ਦੱਸਿਆ ਗਿਆ ਕਿ ਇੱਕ ਦੇ ਸਿਰ ਦੇ ਵਿੱਚ ਦਰਦ ਹੈ ਅਤੇ ਦੂਜੀ ਨੂੰ ਦਿਲ ਦਾ ਦੌਰਾ ਪੈ ਗਿਆ ਹੈ। ਮੈਂ ਆਪਣੇ ਵਤਨ ਦੀ ਮਿੱਟੀ ਕਿਸ ਨੂੰ ਦਿਆਂ? ਉੱਥੇ ਅਵਾਰ ਜਾਤੀ ਦੇ ਹੋਰ ਲੋਕ ਵੀ ਸਨ, ਪਰ ਉਹ ਆਪਣੀ ਇੱਛਾ ਨਾਲ ਦਾਗ਼ਿਸਤਾਨ ਛੱਡ ਕੇ ਗਏ ਸਨ।

ਫਿਰ ਮੈਂ ਸਮਝ ਗਿਆ ਕਿ ਉਨ੍ਹਾਂ ਦਾ ਸ਼ਾਮਿਲ ਅਤੇ ਮੇਰਾ ਸ਼ਾਮਿਲ, ਵੱਖ-ਵੱਖ ਸ਼ਾਮਿਲ ਹਨ।

ਦੂਰ-ਦੁਰਾਡੇ ਤੁਰਕੀ ਵਿੱਚ ਆਪਣੇ ਪਿਆਰੇ ਦਾਗ਼ਿਸਤਾਨ ਦੀ ਮੁੱਠੀ ਭਰ ਮਿੱਟੀ ਮੇਰੇ ਹੱਥਾਂ ਵਿੱਚ ਸੀ। ਇਸ ਥੋੜ੍ਹੀ ਜਿਹੀ ਮਿੱਟੀ ਵਿੱਚ ਮੈਂ ਆਪਣੇ ਪਿੰਡਾਂ ਗੁਨੀਬ, ਚਿਰਕੇਈ, ਆਖ਼ਤਾ, ਕੁਮੁਖ਼, ਖ਼ੂੰਜ਼ਹ, ਤਸਾਦਾ, ਤਸੂੰਤਾ ਅਤੇ ਚਾਰੋਦਾ ਦੀ ਝਲਕ ਦੇਖ ਸਕਦਾ ਹਾਂ....ਇਹ ਸਭ ਮੇਰੀ ਧਰਤੀ ਹੈ। ਮੈਂ ਇਸ ਬਾਰੇ ਬਹੁਤ ਲਿਖਿਆ ਹੈ ਅਤੇ ਲਿਖਾਂਗਾ। ਇਸ ਨੂੰ ਹੁਣ ਚੋਗੇ ਨਾਲ ਢਕਿਆ ਨਹੀਂ ਜਾ ਸਕਦਾ, ਜਿਵੇਂ ਕਿ ਉਸ ਬਦਕਿਸਮਤ ਪਹਾੜੀ ਆਦਮੀ ਨਾਲ ਹੋਇਆ ਸੀ, ਜਿਸ ਬਾਰੇ ਮਜ਼ਾਕੀਆ ਕਿੱਸਾ ਸੁਣਾਇਆ ਜਾਂਦਾ ਹੈ।

ਦਾਗ਼ਿਸਤਾਨ ਦਾ ਦੂਜਾ ਖਜ਼ਾਨਾ, ਸਾਗਰ ਹੈ।

ਮਾਸਕੋ ਅਤੇ ਗੁਨੀਬ ਪਿੰਡ ਵਿਚਕਾਰ ਟੈਲੀਫੋਨ 'ਤੇ ਇਸ ਤਰ੍ਹਾਂ ਦੀ ਗੱਲਬਾਤ ਹੁੰਦੀ ਹੈ।

"ਹੈਲੋ, ਹੈਲੋ, ਗੁਨੀਬੇ ਓਮਾਰ, ਤੁਸੀਂ ਬੋਲ ਰਹੇ ਹੋ? ਤੁਸੀਂ ਮੇਰੀ ਆਵਾਜ਼ ਸੁਣ ਰਹੇ ਹੋ? ਦਿਨ ਕਿਹੋ ਜਿਹੈ, ਮੂਡ ਕਿਵੇਂ ਐ?"

"ਸੁਣ ਰਿਹਾਂ। ਸਾਡੇ ਇੱਥੇ ਸਭ ਕੁੱਝ ਠੀਕ-ਠਾਕ ਐ। ਅੱਜ ਸੁਬ੍ਹਾ ਤੋਂ ਸਾਗਰ ਦਿਖਾਈ ਦੇ ਰਿਹੈ....!"

ਜਾਂ

"ਹੈਲੋ, ਗੁਨੀਬ? ਇਹ ਤੁਸੀਂ ਬੋਲ ਰਹੇ ਹੋ, ਫ਼ਤਿਮਾ? ਕੀ ਹਾਲ-ਚਾਲ ਐ, ਮੂਡ ਕਿਵੇਂ ਐ?"

"ਮੂਡ ਤਾਂ ਐਸਾ-ਵੈਸਾ ਹੀ ਐ। ਧੁੰਦ ਐ, ਸਾਗਰ ਦਿਖਾਈ ਨਹੀਂ ਦੇ ਰਿਹਾ।"

"ਅੱਬਾਜਾਨ, ਸਮੁੰਦਰ ਨਜ਼ਰ ਨਹੀਂ ਆ ਰਿਹਾ।" ਸ਼ਾਮਿਲ ਦੇ ਬੇਟੇ ਜਮਾਲੁਦੀਨ ਨੇ ਕਿਹਾ।

ਉਹ ਜ਼ਾਰ ਦਾ ਕੈਦੀ ਸੀ, ਜ਼ਾਰ ਦੇ ਫ਼ੌਜੀ ਕਾਲਜ ਵਿੱਚ ਅਫ਼ਸਰ ਦੇ ਤੌਰ 'ਤੇ

ਸਿੱਖਿਆ ਪ੍ਰਾਪਤ ਕਰ ਰਿਹਾ ਸੀ ਅਤੇ ਮਾਤ-ਭੂਮੀ ਵਾਪਸ ਮੁੜਨ 'ਤੇ ਗੋਰੇ ਜ਼ਾਰ ਦੇ ਵਿਰੁੱਧ ਪਿਤਾ ਅਤੇ ਪਹਾੜੀ ਲੋਕਾਂ ਦੇ ਸੰਘਰਸ਼ ਨੂੰ ਬੇਕਾਰ ਮੰਨਦਾ ਸੀ।

"ਤੁਸੀਂ ਸਮੁੰਦਰ ਨੂੰ ਦੇਖ ਸਕੋਗੇ, ਮੇਰੇ ਬੇਟੇ।" ਸ਼ਾਮਿਲ ਨੇ ਜਵਾਬ ਦਿੱਤਾ, "ਪਰ ਉਸ ਨੂੰ ਮੇਰੀਆਂ ਅੱਖਾਂ ਨਾਲ ਦੇਖੋ।"

ਗੁਨੀਬ ਪਰਬਤ ਤੋਂ ਸਾਗਰ ਇੱਕ ਸੌ ਪੰਜਾਹ ਕਿਲੋਮੀਟਰ ਦੂਰ ਹੈ। ਦਿਨ ਕਿੰਨਾ ਸਾਫ਼, ਸਾਗਰ ਕਿੰਨਾ ਨੀਲਾ ਅਤੇ ਚਮਕਦਾ ਹੋਇਆ ਅਤੇ ਨਜ਼ਰਾਂ ਕਿੰਨੀਆਂ ਤੇਜ ਹੋਣੀਆਂ ਚਾਹੀਦੀਆਂ ਨੇ, ਪਰਬਤ ਕਿੰਨਾ ਉੱਚਾ ਹੋਣਾ ਚਾਹੀਦੈ ਕਿ ਸਹਿਜੇ ਹੀ ਇਹ ਕਿਹਾ ਜਾ ਸਕੇ, 'ਸਾਗਰ ਦਿਖਾਈ ਦੇ ਰਿਹੈ।"

ਇੱਥੋਂ ਤੱਕ ਕਿ ਉਨ੍ਹਾਂ ਪਿੰਡਾਂ ਵਿੱਚ, ਜਿੱਥੋਂ ਸਾਗਰ ਦੇਖਣਾ ਸੰਭਵ ਨਹੀਂ, ਜਦੋਂ ਇਹ ਪੁੱਛਿਆ ਜਾਂਦਾ ਹੈ ਕਿ ਮੂਡ ਕਿਵੇਂ ਹੈ, ਤਾਂ ਕਦੇ-ਕਦੇ ਇਹ ਜਵਾਬ ਮਿਲਦਾ ਹੈ, "ਬਹੁਤ ਵਧੀਆ, ਜਿਵੇਂ ਸਾਗਰ ਅੱਖਾਂ ਦੇ ਸਾਹਮਣੇ ਹੋਵੇ।"

ਕੌਣ, ਕਿਸ ਦੀ ਸ਼ੋਭਾ ਵਧਾਉਂਦਾ ਹੈ, ਕਾਸਪੀ ਸਾਗਰ ਦਾਗ਼ਿਸਤਾਨ ਦੀ ਜਾਂ ਦਾਗ਼ਿਸਤਾਨ ਕਾਸਪੀ ਸਾਗਰ ਦੀ? ਕੌਣ ਕਿਸ 'ਤੇ ਮਾਣ ਕਰਦਾ ਹੈ, ਪਹਾੜੀ ਲੋਕ ਸਾਗਰ 'ਤੇ ਜਾਂ ਸਾਗਰ ਪਹਾੜੀ ਲੋਕਾਂ 'ਤੇ?

ਜਦੋਂ ਮੈਂ ਸਾਗਰ ਨੂੰ ਦੇਖਦਾ ਹਾਂ, ਤਾਂ ਸਾਰੇ ਸੰਸਾਰ ਨੂੰ ਦੇਖਦਾ ਹਾਂ ਜਦੋਂ ਸਾਗਰ ਵਿੱਚ ਉੱਥਲ-ਪੁੱਥਲ ਹੁੰਦੀ ਹੈ, ਤਾਂ ਲੱਗਦਾ ਹੈ ਕਿ ਸਾਰੀ ਦੁਨੀਆ ਵਿੱਚ ਬੇਚੈਨੀ ਹੈ, ਤੂਫ਼ਾਨੀ ਮੌਸਮ ਹੈ। ਜਦੋਂ ਉਹ ਸ਼ਾਂਤ ਹੁੰਦਾ ਹੈ, ਤਾਂ ਲੱਗਦਾ ਹੈ ਕਿ ਹਰ ਜਗ੍ਹਾ ਸ਼ਾਂਤੀ ਛਾਈ ਹੈ।

ਮੈਂ ਲੜਕਾ ਹੀ ਸੀ ਕਿ ਸਾਗਰ ਨਾਲ ਮੇਰਾ ਨਾਤਾ ਜੁੜ ਗਿਆ ਸੀ। ਮੈਂ ਖੜ੍ਹੀਆਂ ਅਤੇ ਵਿੰਗੀਆਂ-ਟੇਢੀਆਂ ਪਹਾੜੀਆਂ ਤੋਂ ਹੇਠਾਂ ਉੱਤਰ ਕੇ ਸਾਗਰ ਕੋਲ ਪਹੁੰਚਿਆ ਸੀ। ਉਸ ਵੇਲੇ ਤੋਂ ਮੇਰੇ ਘਰ ਦੀਆਂ ਖਿੜਕੀਆਂ ਸਾਗਰ ਵੱਲ ਖੁੱਲ੍ਹੀਆਂ ਹੋਈਆਂ ਹਨ। ਖ਼ੁਦ ਦਾਗ਼ਿਸਤਾਨ ਦੀਆਂ ਖਿੜਕੀਆਂ ਵੀ ਉੱਧਰ ਹੀ ਦੇਖਦੀਆਂ ਹਨ।

ਮੈਂ ਜਦੋਂ ਸਮੁੰਦਰ ਦੀ ਗਰਜ ਨਹੀਂ ਸੁਣਦਾ, ਤਾਂ ਮੈਨੂੰ ਮੁਸ਼ਕਿਲ ਨਾਲ ਨੀਂਦ ਆਉਂਦੀ ਹੈ।

"ਪਰ ਤੁਸੀਂ ਕਿਉਂ ਨਹੀਂ ਸੌਂਦੇ, ਦਾਗ਼ਿਸਤਾਨ?"

"ਸਾਗਰ ਸ਼ੋਰ ਨਹੀਂ ਮਚਾ ਰਿਹਾ, ਨੀਂਦ ਨਹੀਂ ਆਉਂਦੀ।"

ਬਹੁਤ ਭੜਕੀਲੇ ਰੰਗ ਬਾਰੇ ਅਸੀਂ ਕਹਿੰਦੇ ਹਾਂ, ਸਾਗਰ ਵਾਂਗ। ਬਹੁਤ ਤੇਜ ਸ਼ੋਰ ਬਾਰੇ ਕਹਿੰਦੇ ਹਾਂ, ਸਾਗਰ ਵਾਂਗ। ਕੂਟੂ ਦੇ ਉੱਚੇ-ਉੱਚੇ ਲਹਿਰਾਉਂਦੇ ਖੇਤਾਂ ਬਾਰੇ ਕਹਿੰਦੇ ਹਾਂ, ਸਾਗਰ ਵਾਂਗ।

ਬੁੱਧੀਮਾਨੀ ਅਤੇ ਆਤਮਾ ਦੀ ਗਹਿਰਾਈ ਬਾਰੇ ਕਹਿੰਦੇ ਹਾਂ, ਸਾਗਰ ਵਾਂਗ।

ਨਿਰਮਲ ਆਕਾਸ਼ ਬਾਰੇ ਵੀ ਅਸੀਂ ਇਹੀ ਕਹਿੰਦੇ ਹਾਂ, ਸਾਗਰ ਵਾਂਗ।

ਜਦੋਂ ਸਾਡੀ ਗਾਂ ਬਹੁਤ ਦੁੱਧ ਦਿੰਦੀ ਹੈ, ਤਾਂ ਅੰਮਾਂ ਉਸ ਨੂੰ 'ਮੇਰਾ ਸਾਗਰ' ਕਿਹਾ ਕਰਦੇ ਸਨ।

ਮੈਨੂੰ ਖੱਟੀ ਕਰੀਮ ਦਾ ਘੜਾ ਹੱਥਾਂ ਵਿੱਚ ਲੈ ਕੇ ਛੱਜੇ ਵਿੱਚ ਖੜ੍ਹੀ ਆਪਣੀ ਅੰਮਾਂ

ਦੀ ਯਾਦ ਆਉਂਦੀ ਹੈ। ਉਹ ਸਾਨੂੰ ਆਪਣੇ ਆਲੇ-ਦੁਆਲੇ ਖੇਡਦਿਆਂ ਨੂੰ ਖਵਾਉਣ ਲਈ ਉਸ ਵਿੱਚੋਂ ਮੱਖਣ ਕੱਢਿਆ ਕਰਦੇ ਸਨ। ਉਸ ਘੜੇ ਦੀ ਗਰਦਨ ਸਾਗਰ ਦੀਆਂ ਸਿੱਪੀਆਂ ਦਾ ਮਾਲਾ ਨਾਲ ਸਜੀ ਹੋਈ ਸੀ।

"ਤਾਂ ਕਿ ਜ਼ਿਆਦਾ ਮੱਖਣ ਨਿੱਕਲੇ।" ਅੰਮਾਂ ਸਾਨੂੰ ਮਾਲਾ ਦਾ ਮਹੱਤਵ ਸਮਝਾਉਂਦੇ ਸਨ। ਇਸ ਤੋਂ ਇਲਾਵਾ ਉਹ ਇਹ ਵੀ ਕਿਹਾ ਕਰਦੇ ਸਨ ਕਿ ਸਿੱਪੀਆਂ ਦੀ ਮਾਲਾ ਬੁਰੀ ਨਜ਼ਰ ਤੋਂ ਬਚਾਉਂਦੀ ਹੈ।

ਦਾਗ਼ਿਸਤਾਨ ਦਾ ਪਥਰੀਲਾ ਸੀਨਾ ਵੀ ਸਿੱਪੀਆਂ ਦੀ ਮਾਲਾ, ਤੱਟਵਰਤੀ ਪੱਥਰਾਂ ਦੀ ਮਾਲਾ, ਸਾਗਰ-ਤਰੰਗਾਂ ਦੀ ਮਾਲਾ ਨਾਲ ਸਜਿਆ ਹੋਇਆ ਹੈ।

ਦਾਗ਼ਿਸਤਾਨ ਕਾਸਪੀ ਸਾਗਰ ਦੀਆਂ ਲਹਿਰਾਂ ਦੇ ਸ਼ੋਰ ਦਾ ਆਦੀ ਹੈ, ਉਦਾਸ-ਚੁੱਪ ਵਿੱਚ ਉਸ ਨੂੰ ਚੰਗੀ ਤਰ੍ਹਾਂ ਨੀਂਦ ਨਹੀਂ ਆਉਂਦੀ ਅਤੇ ਜੇਕਰ ਉਹ ਸਾਗਰ ਤੋਂ ਵੰਚਿਤ ਹੋ ਜਾਂਦਾ, ਤਾਂ ਉਸ ਨੂੰ ਬਿਲਕੁੱਲ ਵੀ ਨੀਂਦ ਨਾ ਆਉਂਦੀ।

ਬਰ.ਫ ਜਿਹੀਆਂ ਸ.ਫੈਦ-ਸ.ਫੈਦ ਸਾਗਰ ਦੀਓ ਲਹਿਰੋ,
ਕਿਸ ਭਾਸ਼ਾ ਵਿੱਚ ਗੱਲ ਕਰਦੀਆਂ ਹੋ, ਮੈਨੂੰ ਸਮਝਾਓ।

ਤੁਸੀਂ ਚੱਟਾਨਾਂ ਨਾਲ ਟਕਰਾ ਕੇ ਇਉਂ ਨਾ ਪਾਓ ਰੌਲਾ,
ਜਿੱਦਾਂ ਪਿੰਡ ਦੀ ਮੰਡੀ ਦੇ ਵਿੱਚ ਬੰਦਾ ਹੋ ਜਾਏ ਬੌਲਾ।

ਉੱਥੇ ਦਰਜਨਾਂ ਭਾਸ਼ਾਵਾਂ ਦਾ ਇਉਂ ਸੋਰ-ਸ਼ਰਾਬਾ ਚੱਲੇ,
ਅੱਲ੍ਹਾ ਵੀ ਚਾਹੇ ਤਾਂ ਉਸ ਦੇ ਕੁੱਝ ਨਾ ਪੈਂਦਾ ਪੱਲੇ।

ਜਰਾ ਨਾ ਗਰਜਣ ਹੁੰਦੀ ਜਿੱਦੋਂ ਕਦੇ-ਕਦੇ ਦਿਨ ਆਵੇ,
ਲਹਿਰਾਂ ਹੌਲੀ ਵਹਿਣ ਕਿ ਜਿੱਦਾਂ ਘਾਹ ਕਿਤੇ ਲਹਿਰਾਵੇ।

ਕਦੇ-ਕਦੇ ਤਾਂ ਸਾਹ ਤੁਹਾਨੂੰ ਇੰਨਾ ਮੁਸ਼ਕਿਲ ਆਉਂਦਾ,
ਪੁੱਤਰ ਦੇ ਦੁੱਖ ਵਿੱਚ ਹੈ ਜਿੱਦਾਂ ਮਾਂ ਦਾ ਦਿਲ ਘਬਰਾਉਂਦਾ।

ਵਾਰਿਸ ਦੇ ਮਰ ਜਾਣ 'ਤੇ ਜਿੱਦਾਂ ਬੁੱਢਾ ਭਰਦਾ ਹਉਕੇ,
ਪਾਣੀ ਦੇ ਵਿੱਚ ਫਸਿਆ ਜਿੱਦਾਂ ਘੋੜਾ ਲੱਭਦਾ ਰਸਤੇ।

ਛਲ-ਛਲ ਕਰਦੇ ਕਦੇ-ਕਦੇ ਤੁਸੀਂ ਉੱਚੀ ਸ਼ੋਰ ਮਚਾਉਂਦੇ,
ਆਪਣੀ ਭਾਸ਼ਾ ਵਿੱਚ ਤੁਸੀਂ ਸਾਗਰ ਆਪਣੀ ਗੱਲ ਸੁਣਾਉਂਦੇ।

ਤੇਰੇ-ਮੇਰੇ ਦਿਲ ਦੀ ਗਹਿਰਾਈ ਵਿੱਚ ਹੈ ਕੋਈ ਬੰਧਨ,
ਅਤੇ ਸਮਝ ਸਕਦਾਂ ਮੈਂ ਤੇਰੇ ਸਾਰੇ ਰੂਪ ਪਰਿਵਰਤਨ।

ਕੀ ਕਦੇ ਮੇਰੇ ਦਿਲ ਦਾ ਵੀ ਖ਼ੂਨ ਉਬਾਲੇ ਖਾਵੇ,
ਪਿੰਜੇ ਆਪਣੇ ਸਿਰ ਨੂੰ, ਜੀਵਨ ਲਹਿਰਾਂ ਨਾਲ ਟਕਰਾਵੇ।

ਪਰ ਬਾਅਦ ਵਿੱਚ ਹੌਲੀ-ਹੌਲੀ ਸ਼ਾਂਤ ਤੁਸੀਂ ਹੋ ਜਾਂਦੇ,
ਢਾਲੂ ਤੱਟ ਦੇ ਕੋਲੇ ਜਾ ਕੇ ਥੱਕ ਕੇ ਹੋ ਸਹਿਲਾਉਂਦੇ।

ਸਾਗਰ ਤੇਰੀ ਗਹਿਰਾਈ ਵਿੱਚ ਰਾਜ਼ ਨੇ ਤੇਰੇ ਖੋਏ,
ਦੋਵਾਂ ਦੇ ਦੁੱਖ-ਸੁੱਖ ਦੇ ਸਾਡੇ ਰੂਪ ਇੱਕੋ ਹੀ ਹੋਏ।

ਪਰ ਮੇਰਾ ਇੱਕ ਦਰਦ ਵੱਖਰਾ ਤੈਨੂੰ ਆਖ ਸੁਣਾਵਾਂ,
ਪੀਣਾ ਚਾਹਾਂ ਸਾਗਰ ਪਰ ਮੈਂ ਖਾਰਾ ਨਾ ਪੀ ਪਾਵਾਂ।

ਮਾਸਕੋ ਤੋਂ ਮਖ਼ਚਕਲਾ ਜਾਣ ਵਾਲੀ ਗੱਡੀ ਉੱਥੇ ਤੜਕੇ ਪਹੁੰਚਦੀ ਹੈ। ਰਸਤੇ ਵਿੱਚ ਬੀਤਣ ਵਾਲੀ ਇਹ ਰਾਤ ਮੇਰੇ ਲਈ ਸਭ ਤੋਂ ਜਿਆਦਾ ਬੇਚੈਨੀ ਵਾਲੀ ਰਾਤ ਹੁੰਦੀ ਹੈ। ਮੈਂ ਅੱਧੀ ਰਾਤ ਨੂੰ ਉੱਠ ਕੇ ਹਨੇਰੇ ਵਿੱਚ ਲਿਪਟੀ ਖਿੜਕੀ ਤੋਂ ਬਾਹਰ ਝਾਕਦਾ ਹਾਂ। ਖਿੜਕੀ ਤੋਂ ਬਾਹਰ ਅਜੇ ਸਤੇਪੀ ਹੁੰਦਾ ਹੈ। ਗੱਡੀ ਸ਼ੋਰ ਮਚਾਉਂਦੀ ਹੁੰਦੀ ਹੈ, ਗੱਡੀ ਦੇ ਡੱਬੇ ਤੋਂ ਬਾਹਰ ਬਹੁਤ ਜ਼ੋਰ ਨਾਲ ਹਵਾ ਸ਼ੂੰ-ਸ਼ੂੰ ਦਾ ਆਵਾਜ਼ ਕਰਦੀ ਹੈ। ਮੈਂ ਦੂਜੀ ਵਾਰ ਉੱਠ ਕੇ ਖਿੜਕੀ ਤੋਂ ਬਾਹਰ ਦੇਖਦਾ ਹਾਂ, ਫਿਰ ਉਹੀ ਸਤੇਪੀ ਮੈਦਾਨ। ਆਖ਼ਰ ਤੀਜੀ ਵਾਰ ਉੱਠ ਕੇ ਬਾਹਰ ਨਿਗ੍ਹਾ ਮਾਰਦਾ ਹਾਂ, ਸਾਗਰ ਦਿਖਾਈ ਦਿੰਦਾ ਹੈ। ਇਸ ਦਾ ਮਤਲਬ ਹੈ ਕਿ ਇਹ ਮੇਰਾ ਦਾਗ਼ਿਸਤਾਨ ਹੈ।

ਧੰਨਵਾਦ ਤੁਹਾਡੇ, ਨੀਲੇ ਸਾਗਰ, ਵਿਰਾਟ ਜਲ-ਵਿਸਥਾਰ! ਤੁਸੀਂ ਹੀ ਮੈਨੂੰ ਸਭ ਤੋਂ ਪਹਿਲਾਂ ਇਹ ਸੂਚਨਾ ਦਿੰਦੇ ਹੋ ਕਿ ਮੈਂ ਆਪਣੇ ਘਰ ਪਹੁੰਚ ਗਿਆ ਹਾਂ।

ਮੇਰੇ ਪਿਤਾ ਜੀ ਨੂੰ ਇਹ ਕਹਿਣਾ ਚੰਗਾ ਲੱਗਦਾ ਸੀ, "ਜਿਸ ਦੇ ਕੋਲ ਸਮੁੰਦਰ ਐ, ਉਸ ਦਾ ਘਰ ਮਹਿਮਾਨਾਂ ਦਾ ਘਰ ਐ।"

ਜਵਾਬ ਵਿੱਚ ਅਬੂਤਾਲਿਬ ਕਿਹਾ ਕਰਦਾ ਸੀ, "ਜਿਸ ਦੇ ਕੋਲ ਸਮੁੰਦਰ ਐ, ਉਸ ਦਾ ਜੀਵਨ ਸੁੰਦਰ ਅਤੇ ਖ਼ੁਸ਼ਹਾਲ ਐ। ਪਹਾੜ ਹੀ ਸਮੁੰਦਰ ਤੋਂ ਜ਼ਿਆਦਾ ਖ਼ੂਬਸੂਰਤ ਹੋ ਸਕਦੇ ਨੇ, ਪਰ ਸਾਡੇ ਕੋਲ ਤਾਂ ਉਹ ਵੀ ਨੇ।"

ਇਹ ਦੋ ਬਜ਼ੁਰਗ, ਮੇਰੇ ਪਿਤਾ ਜੀ ਅਤੇ ਅਬੂਤਾਲਿਬ ਪਹਿਲਾਂ ਤੋਂ ਹੀ ਕੁੱਝ ਤੈਅ ਕੀਤੇ ਬਿਨਾਂ ਜਦੋਂ ਕਦੇ ਮਿਲਦੇ, ਤਾਂ ਅਕਸਰ ਸਾਗਰ ਵੱਲ ਚਲੇ ਜਾਂਦੇ। ਇਹ ਉਸ ਟਿੱਲੇ 'ਤੇ ਚੜ੍ਹ ਜਾਂਦੇ, ਜਿੱਥੋਂ ਬੰਦਰਗਾਹ 'ਤੇ ਆਉਣ ਵਾਲੇ ਸਾਰੇ ਜਹਾਜ਼ ਨਜ਼ਰ ਆਉਂਦੇ। ਮੱਛੀਆਂ ਅਤੇ ਲੂਣ ਦੀ ਗੰਧ ਇਨ੍ਹਾਂ ਦੋਵੇਂ ਬਜ਼ੁਰਗਾਂ ਤੱਕ ਪਹੁੰਚਦੀ ਰਹਿੰਦੀ। ਇਹ ਦੋਵੇਂ ਕੇਵਲ ਸਾਗਰ ਨੂੰ ਆਪਣੀ ਗੱਲ ਕਹਿਣ ਦੀ ਸੰਭਾਵਨਾ ਦਿੰਦੇ ਹੋਏ ਘੰਟਿਆਂ ਤੱਕ ਇੱਥੇ ਚੁੱਪ-ਚਾਪ ਬੈਠੇ ਰਹਿੰਦੇ।

ਸਾਗਰ ਆਪਣੀ ਗੱਲ ਕਹੇ, ਤੁਸੀਂ ਧਾਰ ਕੇ ਮੌਨ ਰਹੋ,
ਆਪਣੀਆਂ ਖ਼ੁਸ਼ੀਆਂ, ਨਾ ਆਪਣੇ ਮਨ ਦਾ ਦਰਦ ਕਹੋ।
ਉਹ ਮਹਾਨ ਕਵੀ ਦਾਂਤੇ ਵੀ, ਉਸ ਰਾਤ ਮੌਨ ਸੀ ਰਹਿੰਦਾ,

ਕਿਤੇ ਕੋਲ ਜਦ ਉਸ ਦੇ ਨੀਲਾ ਸਾਗਰ ਸੀ ਬਹਿੰਦਾ।
ਭੀੜ ਹੋਵੇ ਸਾਗਰ-ਤਟ 'ਤੇ, ਜਾਂ ਸੁੰਨਸਾਨ ਹੋ ਜਾਵੇ,
ਮੂਹੋਂ ਸ਼ਬਦ ਕੱਢੇ ਨਾ ਇੱਕ ਵੀ, ਸਾਗਰ ਹੀ ਬਸ ਗਾਵੇ,
ਗੱਲਾਂ ਦੀ ਕਲਾ ਦਾ ਮਾਹਿਰ ਪੁਸ਼ਕਿਨ ਵੀ ਚੁੱਪ ਰਹਿੰਦਾ,
ਜਦ ਵੀ ਸਾਗਰ ਆਪਣੇ ਦਿਲ ਦੀ ਗਾਥਾ ਸੀ ਕਹਿੰਦਾ।

ਮੇਰੇ ਪਿਤਾ ਜੀ ਕਿਹਾ ਕਰਦੇ ਸਨ ਕਿ ਸਾਗਰ ਨੂੰ ਸੁਣਦੇ ਹੋਏ ਉਸ ਦੀ ਗੱ ਸਮਝਣਾ ਸਿੱਖੋ। ਸਾਗਰ ਨੇ ਬਹੁਤ ਕੁੱਝ ਦੇਖਿਆ ਹੈ, ਉਹ ਬਹੁਤ ਕੁੱਝ ਜਾਣਦਾ ਹੈ।

"ਸਾਗਰ ਮੈਨੂੰ ਸਮਝਾਓ, ਕਿਉਂ ਤੇਰਾ ਜਲ ਖਾਰੀ?"
"ਕਿਉਂਕਿ ਮਿਲੇ ਹਮੇਸ਼ਾ ਇਸ ਨੂੰ ਜੱਗ ਦੇ ਹੰਝੂ ਭਾਰੀ।"
"ਸਾਗਰ ਮੈਨੂੰ ਦੱਸੋ, ਕਿਸ ਨੇ ਤੇਰਾ ਰੂਪ ਸੰਵਾਰਿਆ?"
"ਮੂੰਗਿਆਂ ਤੇ ਮੋਤੀਆਂ ਨੇ ਹੀ ਮੇਰਾ ਰੂਪ ਨਿਖਾਰਿਆ।"
"ਸਾਗਰ ਮੈਨੂੰ ਸਮਝਾਓ, ਕਿਉਂ ਤੁਸੀਂ ਇੰਨੇ ਬਿਹਬਲ?"
"ਕਿਉਂਕਿ ਭੰਵਰ ਵਿੱਚ ਡੁੱਬ ਗਏ ਬੜੇ ਬੀਰ ਪ੍ਰਬਲ।"
"ਕੁੱਝ ਨੇ ਸੁਪਨਾ ਦੇਖਿਆ, ਮਿੱਠਾ ਹੋਵੇ ਜਲ ਖਾਰੀ?"
"ਅਤੇ ਦੂਜਿਆਂ ਨੂੰ ਮੂੰਗਿਆਂ ਦੀ ਖੋਜ ਬੜੀ ਪਿਆਰੀ।"

ਸਫ਼ੈਦ ਵਾਲਾਂ ਵਾਲੇ ਦੋ ਪਹਾੜੀ ਬਜ਼ੁਰਗ, ਦੋ ਕਵੀ, ਦੋ ਬੁੱਢੇ ਉਕਾਬਾਂ ਵਾਂਗ ਟਿੱ 'ਤੇ ਬੈਠੇ ਹਨ। ਚੁੱਪ-ਚਾਪ ਅਤੇ ਸਥਿਰ ਬੈਠ ਕੇ ਸਾਗਰ ਨੂੰ ਸੁਣ ਰਹੇ ਹਨ। ਸਾਗਰ ਸ਼ੋਰ ਮਚ ਰਿਹਾ ਹੈ, ਆਪਣੇ ਵਰਗੇ ਹੀ ਜੀਵਨ ਬਾਰੇ, ਸੋਚਣ ਲਈ ਮਜ਼ਬੂਰ ਕਰਦਾ ਹੈ, ਉਸ ਦੇ ਖੁੱ ਅਤੇ ਭਿਆਨਕ ਵਿਸਥਾਰ ਵਿੱਚ ਬੇਸ਼ੱਕ ਕਿਸੇ ਵੀ ਤਰ੍ਹਾਂ ਦੇ ਮੌਸਮ ਦਾ ਸਾਹਮਣਾ ਨਾ ਕਰਨ ਪਵੇ, ਜੀਵਨ ਵਿੱਚ ਸ਼ਾਂਤ ਬੰਦਰਗਾਹ, ਸ਼ਾਂਤ ਘਾਟ ਨਹੀਂ ਹੈ। ਕੋਈ ਚਾਹੇ ਜਾਂ ਨਾ ਚਾਹੇ ਜੀਵਨ-ਸਾਗਰ ਤੋਂ ਪਾਰ ਤਾਂ ਜਾਣਾ ਹੀ ਪਵੇਗਾ। ਸਿਰਫ਼ ਇੱਕ ਆਖ਼ਰੀ ਬੰਦਰਗਾਹ, ਕੇਵ ਇੱਕ ਅੰਤਿਮ ਘਾਟ ਹੀ ਹੋਵੇਗਾ।

ਕਾਸਪੀ ਸਾਗਰ ਸ਼ੋਰ ਮਚਾਉਂਦਾ ਰਹਿੰਦਾ ਹੈ, ਖ਼ਵਾਲੀਂਸਕ ਸਾਗਰ (ਕਾਸਪੀ ਸਾਗ ਦਾ ਦੂਜਾ ਨਾਂ) ਸ਼ੋਰ ਮਚਾਉਂਦਾ ਰਹਿੰਦਾ ਹੈ। ਉਸ ਵਿੱਚ ਨਦੀਆਂ ਆ ਕੇ ਡਿੱਗਦੀਆਂ ਹਨ ਇੱਕ ਪਾਸੇ ਤੋਂ ਵੋਲਗਾ, ਉਰਾਲ ਅਤੇ ਦੂਜੇ ਪਾਸੇ ਤੋਂ ਕੂਰਾ, ਤੇਰੇਕ, ਸੁਲਾਕ। ਇਹ ਸਭ ਆਪ ਵਿੱਚ ਘੁਲ-ਮਿਲ ਗਈਆਂ ਹਨ ਅਤੇ ਇਨ੍ਹਾਂ ਨੂੰ ਇੱਕ-ਦੂਜੀ ਤੋਂ ਵੱਖ ਨਹੀਂ ਕੀਤਾ ਜ ਸਕਦਾ। ਉਨ੍ਹਾਂ ਲਈ ਸਾਗਰ ਵੀ ਇੱਕ ਤਰ੍ਹਾਂ ਨਾਲ ਆਖ਼ਰੀ ਘਾਟ ਹੈ। ਹਾਂ, ਇਹ ਸਹੀ ਹੈ ਕਿ ਇਨ੍ਹਾਂ ਦਾ ਪਾਣੀ ਅਲੋਪ ਨਹੀਂ ਹੋਵੇਗਾ, ਜੀਵਨਹੀਣ ਨਹੀਂ ਹੋਵੇਗਾ, ਗਤੀਹੀਣ ਨਹ ਹੋਵੇਗਾ, ਵਹਿੰਦਾ ਰਹੇਗਾ, ਨੀਲੀਆਂ-ਨੀਲੀਆਂ ਲਹਿਰਾਂ ਦੇ ਰੂਪ ਵਿੱਚ ਉੱਪਰ ਉੱਠਦ ਰਹੇਗਾ। ਇਨ੍ਹਾਂ ਲਹਿਰਾਂ 'ਤੇ ਦੁਨੀਆ ਦੇ ਵੱਖ-ਵੱਖ ਕੋਨਿਆਂ ਤੱਕ ਵੱਡੇ-ਵੱਡੇ ਜਹਾਜ਼ ਚੱਲ ਰਹਿਣਗੇ।

ਪਹਾੜੀ ਲੋਕੋ, ਦਾਗ਼ਸਤਾਨ ਦੇ ਬੇਟੇ-ਬੇਟੀਓ, ਕੀ ਤੁਹਾਡੀ ਕਿਸਮਤ ਵੀ ਇਨ ਨਦੀਆਂ ਵਰਗੀ ਨਹੀਂ? ਤੁਸੀਂ ਵੀ ਤਾਂ ਸਾਡੇ ਜੀਵਨ ਦੇ ਮਹਾਨ ਭਾਈਚਾਰੇ ਦੇ ਸਾਂਝੇ ਸਾਗ ਵਿੱਚ ਸ਼ਾਮਲ ਹੋ ਕੇ ਘੁਲ-ਮਿਲ ਗਏ ਹੋ।

ਕਾਸਪੀ ਸਾਗਰ ਸ਼ੋਰ ਮਚਾ ਰਿਹਾ ਹੈ। ਸਫ਼ੈਦ ਵਾਲਾਂ ਵਾਲੇ ਦੋ ਬਜ਼ੁਰਗ ਚੁੱਪ-ਚਾਪ ਖੜ੍ਹੇ ਹਨ ਅਤੇ ਉਨ੍ਹਾਂ ਦੇ ਨਾਲ ਮੈਂ ਨਾਬਾਲਗ ਵੀ ਖੜ੍ਹਾ ਹਾਂ। ਬਾਅਦ ਵਿੱਚ ਜਦੋਂ ਅਸੀਂ ਘਰ ਵੱਲ ਰਵਾਨਾ ਹੋਏ, ਤਾਂ ਅਬੂਤਾਲਿਬ ਨੇ ਮੇਰੇ ਪਿਤਾ ਜੀ ਨੂੰ ਕਿਹਾ:

"ਤੁਹਾਡੇ ਬੇਟਾ ਵੱਡਾ ਹੁੰਦਾ ਜਾ ਰਿਹੈ। ਅੱਜ ਉਸ ਨੂੰ ਉੱਚ-ਭਾਵਨਾ ਦਾ ਅਨੁਭਵ ਹੋਇਐ।"

"ਜਿਸ ਜਗ੍ਹਾ 'ਤੇ ਅਸੀਂ ਖੜ੍ਹੇ ਸੀ, ਉੱਥੇ ਕਿਸੇ ਨੂੰ ਵੀ ਛੋਟਾ ਨਹੀਂ ਹੋਣਾ ਚਾਹੀਦਾ।" ਮੇਰੇ ਪਿਤਾ ਜੀ ਨੇ ਅਬੂਤਾਲਿਬ ਨੂੰ ਜਵਾਬ ਦਿੱਤਾ।

ਹੁਣ ਜਦੋਂ ਕਦੇ ਵੀ ਮੈਂ ਸਾਗਰ-ਤੱਟ 'ਤੇ ਜਾਂਦਾ ਹਾਂ, ਤਾਂ ਮੈਨੂੰ ਲਗਾਤਾਰ ਅਜਿਹਾ ਲੱਗਦਾ ਹੈ ਕਿ ਪਿਤਾ ਜੀ ਦੇ ਨਾਲ ਹੀ ਖੜ੍ਹਾ ਹਾਂ।

ਕਹਿੰਦੇ ਹਨ ਕਿ ਕਾਸਪੀ ਦੀ ਹਰ ਸਾਲ ਡੂੰਘਾਈ ਘਟਦੀ ਜਾ ਰਹੀ ਹੈ। ਜਿੱਥੇ ਕਦੇ ਪਾਣੀ ਕਲ-ਕਲ ਕਰਦਾ ਸੀ, ਉੱਥੇ ਹੁਣ ਸ਼ਹਿਰੀ ਮਕਾਨ ਖੜ੍ਹੇ ਹਨ। ਪਰ ਮੈਂ ਇਹ ਵਿਸ਼ਵਾਸ ਨਹੀਂ ਕਰਦਾ ਕਿ ਸਾਗਰ, ਸਾਗਰ ਨਹੀਂ ਰਹੇਗਾ। ਸੰਭਵ ਹੈ ਕਿ ਉਹ ਘੱਟ ਡੂੰਘਾ ਹੁੰਦਾ ਜਾ ਰਿਹਾ ਹੈ, ਫਿਰ ਵੀ ਉਸ ਵਿੱਚ ਤੁੱਛਤਾ ਨਹੀਂ ਆ ਰਹੀ।

ਮੈਂ ਤਾਂ ਲੋਕਾਂ ਨੂੰ ਵੀ ਇਹੀ ਕਹਿੰਦਾ ਹਾਂ ਕਿ ਘੱਟ ਗਿਣਤੀ ਵਾਲੇ ਹੋਣ 'ਤੇ ਵੀ ਤੁਹਾਡੇ ਵਿੱਚ ਤੁੱਛਤਾ ਨਹੀਂ ਆਉਣੀ ਚਾਹੀਦੀ।

ਪਤੀ ਵਿਦਵਾਨ ਹਿਲਾਉਂਦਾ ਸਿਰ, ਦੁੱਖ ਨਾਲ ਵਿਆਕੁਲ ਹੋ ਕੇ,
ਕਵੀ, ਲੇਖਕ ਵੀ ਦੁੱਖ ਭੋਗ ਰਹੇ ਨੇ, ਦਿਲ ਵਿੱਚ ਦਰਦ ਸੰਜੋ ਕੇ।
ਇਨ੍ਹਾਂ ਦੀ ਪੀੜਾ ਇਹੀ ਕਿ ਕਾਸਪੀ ਤਟ ਤੋਂ ਹਟਦਾ ਜਾਵੇ,
ਘਟਦੀ ਜਾਂਦੀ ਹੈ ਗਹਿਰਾਈ, ਨੀਵਾਂ ਹੁੰਦਾ ਦਿਲ ਘਬਰਾਵੇ।
ਇਹ ਸਾਰਾ ਬਕਵਾਸ ਮੈਨੂੰ ਤਾਂ ਕਦੇ-ਕਦੇ ਹੈ ਲੱਗਦਾ,
ਬੁੱਢਾ ਕਾਸਪੀ ਘੱਟ ਡੂੰਘਾ ਤਾਂ ਕਦੇ ਨਹੀਂ ਹੋ ਸਕਦਾ।
ਤੁੱਛ ਹੋ ਰਹੇ ਕੁੱਝ ਲੋਕਾਂ ਦੇ ਦਿਲ, ਇਹ ਡਰ ਹੀ ਮੈਨੂੰ,
ਹੋਰ ਸਾਰੀਆਂ ਚੀਜ਼ਾਂ ਤੋਂ ਵੱਧ, ਬੜਾ ਵਿਆਕੁਲ ਕਰਦਾ।

ਮਖ਼ਚ ਨੇ ਵੀ ਸਾਗਰ ਦੀ ਚਰਚਾ ਕੀਤੀ ਹੈ। ਉਹ ਦਾਗ਼ਿਸਤਾਨ ਦੀ ਕ੍ਰਾਂਤੀਕਾਰੀ ਕਮੇਟੀ ਦਾ ਪਹਿਲਾ ਕਮਿਸਾਰ ਸੀ ਅਤੇ ਸਾਡੀ ਰਾਜਧਾਨੀ ਉਸੇ ਦੇ ਨਾਂ 'ਤੇ ਮਖ਼ਚਕਲਾ ਅਖਵਾਉਂਦੀ ਹੈ। ਇਸ ਤੋਂ ਪਹਿਲਾਂ ਇਸ ਨੂੰ ਪੋਰਟ-ਪੇਤ੍ਰੋਵਸਕ ਕਿਹਾ ਜਾਂਦਾ ਸੀ। ਗ੍ਰਹਿ-ਯੁੱਧ ਵੇਲੇ ਮਖ਼ਚ ਨੇ ਇਸ ਨੂੰ ਅਟੁੱਟ ਕਿਲਾ ਬਣਾ ਦਿੱਤਾ ਸੀ।

ਤਾਂ ਸਾਗਰ ਬਾਰੇ ਮਖ਼ਚ ਨੇ ਕਿਹਾ ਸੀ, "ਦੁਸ਼ਮਣ ਚਾਹੇ ਕਿੰਨੇ ਹੀ ਕਿਉਂ ਨਾ ਹੋਣ, ਅਸੀਂ ਉਨ੍ਹਾਂ ਸਾਰਿਆਂ ਨੂੰ ਸਾਗਰ ਵਿੱਚ ਸੁੱਟ ਦਿਆਂਗੇ। ਗਹਿਰਾ ਸਾਗਰ ਐ, ਉਸ ਦੇ ਤਲ ਵਿੱਚ ਸਾਰਿਆਂ ਲਈ ਕਾਫ਼ੀ ਜਗ੍ਹਾ ਰਹੇਗੀ।"

ਪਹਾੜੀ ਲੋਕ ਜਦੋਂ ਜ਼ਿੰਦਗੀ ਦੇ ਮਸਲੇ 'ਤੇ ਸੋਚ-ਵਿਚਾਰ ਕਰਨ ਲਈ ਮਸਜਿਦ ਨੇੜੇ ਜਾਂ ਕਿਸੇ ਦਰੱਖਤ ਹੇਠਾਂ ਇਕੱਠੇ ਹੁੰਦੇ ਹਨ, ਤਾਂ ਅਜਿਹੇ ਇਕੱਠ ਨੂੰ ਸਾਡੇ ਇੱਥੇ ਗੋਦੇਕਾਨ ਦਾ ਨਾਂ ਦਿੱਤਾ ਜਾਂਦਾ ਹੈ। ਅਜਿਹੇ ਇੱਕ ਇਕੱਠ ਵਿੱਚ ਪਹਾੜੀ ਲੋਕਾਂ ਤੋਂ ਇੱਕ ਵਾਰ ਇਹ

ਪੁੱਛਿਆ ਗਿਆ ਕਿ ਕਿਹੜੀ ਆਵਾਜ਼ ਆਤਮਾ ਨੂੰ ਸਭ ਤੋਂ ਜ਼ਿਆਦਾ ਪਿਆਰੀ ਲੱਗਦੀ ਹੈ? ਪਹਾੜੀ ਲੋਕਾਂ ਨੇ ਸੋਚ-ਵਿਚਾਰ ਕੇ ਜਵਾਬ ਦੇਣਾ ਸ਼ੁਰੂ ਕੀਤਾ:

"ਚਾਂਦੀ ਦੀ ਖਣਕ।"

"ਘੋੜੇ ਦੀ ਹਿਣਕ।"

"ਪ੍ਰੇਮਿਕਾ ਦੀ ਆਵਾਜ਼।"

"ਪਹਾੜੀ ਦੱਰੇ ਵਿੱਚ ਘੋੜੇ ਦੀਆਂ ਖੁਰੀਆਂ ਦੀ ਗੂੰਜ।"

"ਬੱਚੇ ਦੀ ਹਾਸੀ।"

"ਮਾਂ ਦੀ ਲੋਰੀ।"

"ਪਾਣੀ ਦੀ ਕਲ-ਕਲ।"

ਪਰ ਇੱਕ ਪਹਾੜੀ ਆਦਮੀ ਨੇ ਜਵਾਬ ਦਿੱਤਾ:

"ਸਾਗਰ ਦੀ ਆਵਾਜ਼। ਕਿਉਂਕਿ ਸਾਗਰ ਵਿੱਚ ਉਹ ਸਾਰੀਆਂ ਧੁਨੀਆਂ ਸ਼ਾਮਲ ਨੇ, ਜਿਨ੍ਹਾਂ ਦੀ ਤੁਸੀਂ ਗਿਣਤੀ ਕੀਤੀ ਐ।"

ਕਿਸੇ ਦੂਜੇ ਮੌਕੇ 'ਤੇ ਅਜਿਹੇ ਹੀ ਇੱਕ ਇਕੱਠ ਵਿੱਚ ਪਹਾੜੀ ਲੋਕਾਂ ਤੋਂ ਇਹ ਪੁੱਛਿਆ ਗਿਆ ਕਿ ਆਤਮਾ ਨੂੰ ਕਿਸ ਚੀਜ਼ ਦਾ ਰੰਗ ਸਭ ਤੋਂ ਪਿਆਰਾ ਲੱਗਦਾ ਹੈ? ਪਹਾੜੀ ਲੋਕ ਕੁੱਝ ਦੇਰ ਸੋਚਣ ਤੋਂ ਬਾਅਦ ਜਵਾਬ ਦੇਣ ਲੱਗੇ:

"ਨਿਰਮਲ ਆਕਾਸ਼ ਦਾ।"

"ਸਫ਼ੈਦ ਬਰਫ਼ ਨਾਲ ਮੜ੍ਹੀਆਂ ਪਰਬਤ-ਚੋਟੀਆਂ ਦਾ।"

"ਮਾਂ ਦੀਆਂ ਅੱਖਾਂ ਦਾ।"

"ਬੇਟੇ ਦਾ ਵਾਲਾਂ ਦਾ।"

"ਆੜੂ ਦੇ ਬੂਰ ਲੱਗੇ ਰੁੱਖ ਦਾ।"

"ਪੱਤਝੜ ਵਿੱਚ ਸਰਕੰਡੇ ਦਾ।"

"ਚਸ਼ਮੇ ਦੇ ਪਾਣੀ ਦਾ।"

ਪਰ ਪਹਾੜੀ ਆਦਮੀ ਨੇ ਜਵਾਬ ਦੱਤਾ:

"ਸਾਗਰ ਦਾ। ਕਿਉਂਕਿ ਉਸ ਵਿੱਚ ਉਹ ਸਾਰੇ ਰੰਗ ਸ਼ਾਮਲ ਨੇ, ਜਿਨ੍ਹਾਂ ਦੀ ਤੁਸੀਂ ਗਿਣਤੀ ਕੀਤੀ ਐ।"

ਅਜਿਹੇ ਹੀ ਇਕੱਠਾਂ ਵਿੱਚ ਜਦੋਂ ਗੰਧਾਂ, ਪੀਣ ਵਾਲੀਆਂ ਚੀਜ਼ਾਂ ਜਾਂ ਕਿਸੇ ਹੋਰ ਚੀਜ਼ ਬਾਰੇ ਪੁੱਛਿਆ ਗਿਆ, ਤਾਂ ਹਮੇਸ਼ਾ ਸਾਗਰ 'ਤੇ ਆ ਕੇ ਹੀ ਗੱਲ ਖ਼ਤਮ ਹੋਈ।

ਸਾਗਰ ਤੋਂ ਪ੍ਰਭਾਵਿਤ ਹੋ ਕੇ ਆਮ ਲੋਕਾਂ ਨੇ ਨੌਜਵਾਨ, ਸਮੁੰਦਰੀ ਰਾਜਕੁਮਾਰੀ ਅਤੇ ਆਸਮਾਨੀ ਰੰਗ ਦੇ ਉਸ ਪੰਛੀ ਬਾਰੇ ਕਿੱਸੇ ਘੜੇ ਹੋਏ ਹਨ, ਜੋ ਜਿੱਥੇ ਵੀ ਚੁੰਝ ਮਾਰਦਾ ਹੈ, ਉੱਥੇ ਹੀ ਚਸ਼ਮਾ ਫੁੱਟ ਪੈਂਦਾ ਹੈ।

ਯਕੀਨਨ ਹੀ ਇਕੱਠ ਵਿੱਚ ਹਰ ਕੋਈ ਆਪਣੇ ਘੋੜੇ ਦੀਆਂ ਸਿਫ਼ਤਾਂ ਦੇ ਪੁਲ ਬੰਨ੍ਹਦਾ ਹੈ। ਆਪਣੇ ਕਾਸਪੀ ਸਾਗਰ ਦੀ ਸਿਫ਼ਤ ਕਰਦੇ ਹੋਏ ਕੀ ਮੈਂ ਵੀ ਇਹੀ ਨਹੀਂ ਕਰ ਰਿਹਾ? ਕਦੇ-ਕਦੇ ਮੈਨੂੰ ਕਿਹਾ ਜਾਂਦਾ ਹੈ, ਕਾਸਪੀ ਦੀ ਕੀ ਫੜ੍ਹ ਮਾਰ ਰਹੇ ਹੋ। ਇਹ ਤਾਂ ਸਾਗਰ ਵੀ ਨਹੀਂ, ਵੱਡੀ ਝੀਲ ਹੈ। ਅਸਲੀ ਸਾਗਰ ਤਾਂ ਕਾਲਾ ਸਾਗਰ ਹੈ।

ਹਾਂ, ਇਹ ਸਹੀ ਹੈ ਕਿ ਕਾਸਪੀ ਸਾਗਰ ਕਾਲੇ ਸਾਗਰ ਵਰਗਾ ਮਖ਼ਮਲੀ ਅਤੇ ਕੋਮਲ ਨਹੀਂ ਹੈ। ਅਡਰਿਆਟਿਕ ਜਾਂ ਈਓਨੀਚੇਸਕੀ ਸਾਗਰ ਵਰਗਾ ਵੀ ਨਹੀਂ ਹੈ। ਪਰ ਉੱਥੇ ਤਾਂ ਲੋਕ ਮੁੱਖ ਰੂਪ ਵਿੱਚ ਆਰਾਮ ਕਰਨ ਜਾਂ ਨਹਾਉਣ ਜਾਂਦੇ ਹਨ, ਜਦੋਂ ਕਿ ਕਾਸਪੀ ਸਾਗਰ 'ਤੇ ਮੁੱਖ ਰੂਪ ਵਿੱਚ ਕੰਮ ਕਰਨ ਲਈ। ਕਾਸਪੀ ਸਾਗਰ ਮੱਛੀਆਂ, ਖਣਿਜ ਤੇਲ ਕੱਢਣ ਵਾਲਿਆਂ ਅਤੇ ਮਿਹਨਤਕਸ਼ ਲੋਕਾਂ ਦਾ ਸਾਗਰ ਹੈ। ਇਸ ਲਈ ਉਨ੍ਹਾਂ ਦਾ ਸੁਭਾਅ ਵੀ ਕੁੱਝ ਜ਼ਿਆਦਾ ਕਠੋਰ ਹੈ। ਕੋਈ ਕਰ ਹੀ ਕੀ ਸਕਦਾ ਹੈ, ਹਰ ਝੋਟੇ ਦਾ ਆਪਣਾ ਸੁਭਾਅ, ਹਰ ਮਰਦ ਦਾ ਆਪਣਾ ਸੁਭਾਅ ਅਤੇ ਸਾਗਰ ਦਾ ਆਪਣਾ ਰਵੱਈਆ ਹੁੰਦਾ ਹੈ...ਕੀ ਦਾਗ਼ਿਸਤਾਨ ਦੇ ਪਰਬਤ ਸੁਭਾਅ ਦੀ ਦ੍ਰਿਸ਼ਟੀ ਤੋਂ ਜਾਰਜੀਆ, ਅਬਖ਼ਾਜ਼ੀਆ ਅਤੇ ਹੋਰ ਸਥਾਨਾਂ ਦੇ ਪਹਾੜਾਂ ਤੋਂ ਵੱਖਰੇ ਨਹੀਂ ਹਨ?

ਪਰ ਸੱਚ ਕਹਾਂ, ਤਾਂ ਮੈਨੂੰ ਸਾਰੇ ਸਾਗਰ ਇੱਕੋ ਜਿਹੇ ਲੱਗਦੇ ਹਨ, ਜਦੋਂ ਕਾਸਪੀ ਵਿੱਚ ਮੈਂ ਯਾਤਰਾ ਕਰਦਾ ਹੁੰਦਾ ਹਾਂ, ਤਾਂ ਮਹਾਂਸਾਗਰ ਨੂੰ ਵੀ ਯਾਦ ਕਰ ਸਕਦਾ ਹਾਂ। ਸਾਡਾ ਸਾਗਰ ਦੂਜੇ ਸਾਗਰਾਂ ਤੋਂ ਕਿਸੇ ਤਰ੍ਹਾਂ ਵੀ ਊਣਾ ਨਹੀਂ ਹੈ। ਹੋਰ ਸਾਗਰਾਂ ਵਾਂਗ ਸਾਰੇ ਲੋਕ ਇਸ ਮਾਨਤਾ ਅਨੁਸਾਰ ਉਸ ਵਿੱਚ ਇਸ ਲਈ ਕੋਈ ਸਿੱਕਾ ਸੁੱਟਦੇ ਹਨ ਕਿ ਦੁਬਾਰਾ ਇਸ ਸਾਗਰ 'ਤੇ ਆ ਸਕਣਗੇ।

ਪਿਤਾ ਜੀ ਕਿਹਾ ਕਰਦੇ ਸਨ ਕਿ ਜੇਕਰ ਕਿਸੇ ਵਿਅਕਤੀ ਨੂੰ ਸਾਗਰ ਸੁੰਦਰ ਨਹੀਂ ਲੱਗਦਾ, ਤਾਂ ਇਸ ਦਾ ਮਤਲਬ ਹੈ ਕਿ ਉਹ ਆਦਮੀ ਖ਼ੁਦ ਸੁੰਦਰ ਨਹੀਂ ਹੈ।

ਕਿਸੇ ਨੇ ਇੱਕ ਵਾਰ ਅਬੂਤਾਲਿਬ ਨੂੰ ਕਿਹਾ:

"ਸਾਗਰ ਅੱਜ ਬਹੁਤ ਬੁਰੇ ਢੰਗ ਨਾਲ ਸ਼ੋਰ ਮਚਾ ਰਿਹੈ।"

"ਤੁਸੀਂ ਮੇਰੇ ਕੰਨਾਂ ਨਾਲ ਸੁਣੋ।"

ਤਾਂ ਤੁਸੀਂ ਕਾਸਪੀ ਸਾਗਰ ਨੂੰ ਦਾਗ਼ਿਸਤਾਨ ਦੀਆਂ ਨਜ਼ਰਾਂ ਨਾਲ ਦੇਖੋ ਅਤੇ ਉਹ ਤੁਹਾਨੂੰ ਬਹੁਤ ਸੁੰਦਰ ਦਿਖਾਈ ਦੇਵੇਗਾ।

ਦਾਗ਼ਿਸਤਾਨ ਦੇ ਮੇਗੇਬ ਪਿੰਡ ਦੇ ਰਹਿਣ ਵਾਲੇ, ਪਣਡੁੱਬੀ ਦੇ ਦੂਜੀ ਸ਼੍ਰੇਣੀ ਦੇ ਪ੍ਰਸਿੱਧ ਕਪਤਾਨ ਮੁਹੰਮਦ ਗਾਜੀਏਵ ਦੇ ਬਹਾਦਰੀ ਵਾਲੇ ਕਾਰਨਾਮਿਆਂ ਤੋਂ ਸਾਰਾ ਜੰਗੀ ਜਹਾਜ਼ੀ ਬੇੜਾ ਜਾਣੂ ਹੈ। ਉਸ ਨੇ ਬਾਲਟਿਕ, ਉੱਤਰੀ ਅਤੇ ਬਾਰੇਂਤਸੇਵ ਸਾਗਰ ਵਿੱਚ ਵੀ ਦੁਸ਼ਮਣ ਦੇ ਖ਼ਿਲਾਫ਼ ਲੋਹਾ ਲਿਆ। ਮੁਹੰਮਦ ਗਾਜੀਏਵ ਦੇ ਤਾਰਪੀਡੋ ਨਾਲ ਅਨੇਕਾਂ ਫ਼ਾਸਿਸਟ ਜੰਗੀ ਜਹਾਜ਼ਾਂ ਦੀਆਂ ਠੰਢੇ ਪਾਣੀ ਵਿੱਚ ਕਬਰਾਂ ਬਣੀਆਂ। ਮਹਾਨ ਦੇਸ਼ਭਗਤੀ ਭਰਪੂਰ ਯੁੱਧ ਦੇ ਇਤਿਹਾਸ ਵਿੱਚ ਉਸ ਦੀ ਪਣਡੁੱਬੀ ਨੇ ਪਹਿਲੀ ਵਾਰ ਫ਼ਾਸਿਸਟ ਜੰਗੀ ਸਮੁੰਦਰੀ ਬੇੜੇ ਤੋਂ ਆਹਮਣੇ-ਸਾਹਮਣੇ ਲੜਾਈ ਲੜੀ ਸੀ। ਉਸ ਦਾ ਇੱਕ ਨਿਯਮ ਸੀ, ਜਦੋਂ ਤੱਕ ਦੁਸ਼ਮਣ ਦਾ ਕੋਈ ਜੰਗੀ ਜਹਾਜ਼ ਨਾ ਡੁਬੋ ਲਵੋ, ਉਦੋਂ ਤੱਕ ਮੁੱਛਾਂ ਸਾਫ਼ ਨਾ ਕਰੋ।

ਮੁਹੰਮਦ ਗਾਜੀਏਵ ਨਾਲ ਮੇਰੀ ਇੱਕ ਵਾਰ ਮੁਲਾਕਾਤ ਹੋਈ। ਉਸ ਵੇਲੇ ਮੈਂ ਬੂਯਨਾਕਸਕ ਸ਼ਹਿਰ ਦੇ ਅਬਾਸ਼ੀਲੋਵ ਨਾਮਕ ਅਧਿਆਪਕ ਸਿਖਲਾਈ ਕਾਲਜ ਵਿੱਚ ਪੜ੍ਹਦਾ ਸੀ। ਮੁਹੰਮਦ ਗਾਜੀਏਵ ਛੁੱਟੀ 'ਤੇ ਸੀ ਅਤੇ ਅਸੀਂ ਉਸ ਨੂੰ ਆਪਣੇ ਕਾਲਜ ਵਿੱਚ ਬੁਲਾਇਆ। ਅਸੀਂ ਉਸ ਤੋਂ ਪੁੱਛਿਆ:

"ਭਲਾਂ ਇਹ ਕਿਵੇਂ ਹੋਇਆ ਕਿ ਪਹਾੜਾਂ-ਚੱਟਾਨਾਂ ਵਿੱਚ ਜਨਮ ਲੈ ਕੇ ਵੀ ਤੁਸੀਂ ਜਹਾਜ਼ੀ ਬਣ ਗਏ?"

"ਬਚਪਨ ਵਿੱਚ ਇੱਕ ਪਰਬਤ ਦੇ ਸਿਖਰ ਤੋਂ ਮੈਂ ਕਾਸਪੀ ਸਾਗਰ ਦੇਖਿਆ ਅਤੇ ਹੈਰਾਨੀ ਨਾਲ ਮੈਨੂੰ ਆਪਣੀਆਂ ਅੱਖਾਂ 'ਤੇ ਵਿਸ਼ਵਾਸ ਨਹੀਂ ਹੋਇਆ। ਉਸ ਨੇ ਮੈਨੂੰ ਬੁਲਾਇਆ ਅਤੇ ਮੈਂ ਉਸ ਵੱਲ ਚੱਲ ਪਿਆ। ਮੈਂ ਸਾਗਰ ਦੀ ਪੁਕਾਰ ਦੀ ਅਵੱਗਿਆ ਨਹੀਂ ਕਰ ਸਕਦਾ ਸੀ।"

ਪਹਾੜਾਂ ਵਿੱਚ ਰਹਿਣ ਵਾਲਾ, ਸੋਵੀਅਤ ਸੰਘ ਦਾ ਬੀਰ, ਮੁਹੰਮਦ ਗਾਜ਼ੀਏਵ ਬਾਰੇਂਤਸੇਵ ਸਾਗਰ ਵਿੱਚ ਬੀਰਗਤੀ ਨੂੰ ਪ੍ਰਾਪਤ ਹੋਇਆ। ਉਸੇ ਦਾ ਨਾਂ ਧਾਰਨ ਕਰਨ ਵਾਲੇ ਕਾਰਖਾਨੇ ਦੇ ਸਾਹਮਣੇ ਮਖ਼ਚਕਲਾ ਵਿੱਚ ਬਣੇ ਹੋਏ ਉਸ ਦੇ ਸਮਾਰਕ ਨੇ ਕਾਸਪੀ ਦੇ ਵਿਸਥਾਰ 'ਤੇ ਹੀ ਨਜ਼ਰ ਟਿਕਾਈ ਹੋਈ ਹੈ। ਸੇਵੇਰੋਮੋਸਰਕ ਨਗਰ ਵਿੱਚ ਉਸ ਦੇ ਨਾਂ ਦਾ ਇੱਕ ਅਦਭੁੱਤ ਸਕੂਲ ਵੀ ਹੈ।

ਦਲੇਰ ਲੋਕ ਹੀ ਸਾਗਰ ਵਿੱਚ ਕੰਮ ਕਰਨ ਜਾਂਦੇ ਹਨ, ਪਰ ਸਾਰੇ ਉੱਥੋਂ ਵਾਪਸ ਨਹੀਂ ਆਉਂਦੇ। ਇਸ ਲਈ ਪਹਾੜੀ ਲੋਕ ਬਸੰਤ ਤੋਂ ਪਹਿਲਾਂ ਸਾਗਰ ਨੂੰ ਫੁੱਲ ਭੇਟ ਕਰਦੇ ਹਨ ਅਤੇ ਇਸ ਤਰ੍ਹਾਂ ਸਾਗਰ ਵਿੱਚ ਹੀ ਰਹਿ ਜਾਣ ਵਾਲੇ ਸਾਰੇ ਬੀਰਾਂ ਨੂੰ ਸ਼ਰਧਾਂਜਲੀ ਅਰਪਣ ਕਰਦੇ ਹਨ। ਮੇਰੇ ਫੁੱਲ ਵੀ ਲਹਿਰਾਂ ਵਿੱਚ ਅਨੇਕਾਂ ਵਾਰ ਤੈਰਦੇ ਹਨ।

ਬਾਰੇਂਤਸੇਵ ਸਾਗਰ ਵਿੱਚ, ਜਿੱਥੇ ਗਾਜ਼ੀਏਵ ਅਤੇ ਉਸ ਦੇ ਸਾਥੀ ਸ਼ਹੀਦ ਹੋਏ, ਉੱਥੇ ਗਾਜ਼ੀਏਵ ਦੀ ਯਾਦ ਨੂੰ ਸ਼ਰਧਾਂਜਲੀ ਅਰਪਣ ਕਰਨ ਲਈ ਜਹਾਜ਼ ਰੁਕ ਜਾਂਦੇ ਹਨ।

ਕਾਸਪੀ ਸਾਗਰ ਵਿੱਚ ਵੀ ਅਜਿਹੀ ਪਰੰਪਰਾ ਹੈ। ਜਹਾਜ਼ ਉੱਥੇ ਰੁਕਦੇ ਹਨ, ਬੀਰਗਤੀ ਨੂੰ ਪ੍ਰਾਪਤ ਹੋਣ ਵਾਲਿਆਂ ਦੀ ਯਾਦ ਵਿੱਚ ਜਹਾਜ਼ੀ ਤਿੰਨ ਮਿੰਟ ਦਾ ਮੌਨ ਧਾਰਨ ਕਰਦੇ ਹਨ।

ਸਾਡਾ ਸ਼ਹਿਰ ਮਖ਼ਚਕਲਾ ਇੱਕ ਜਹਾਜ਼ ਵਾਂਗ ਘਾਟ 'ਤੇ ਖੜ੍ਹਾ ਹੈ। ਕਿਨਾਰੇ ਬਣੇ ਪਾਰਕ ਤੋਂ ਪੁਸ਼ਕਿਨ ਦੀ ਮੂਰਤੀ ਅਤੇ ਉਸ ਦੇ ਨੇੜੇ ਹੀ ਸੁਲੇਮਾਨ ਸਤਾਲਸਕੀ ਦੀ ਮੂਰਤੀ ਸਾਗਰ ਵੱਲ ਦੇਖ ਰਹੀ ਹੈ, ਬਿਰਖ-ਪੱਥ ਵੱਲੋਂ ਮੇਰੇ ਪਿਤਾ ਜੀ ਦੇ ਬੁੱਤ ਨੇ ਕਾਸਪੀ 'ਤੇ ਨਜ਼ਰ ਟਿਕਾਈ ਹੋਈ ਹੈ।

ਕਹਿੰਦੇ ਹਨ ਕਿ ਸਾਗਰ ਦੀ ਜਗ੍ਹਾ ਕਦੇ ਉਦਾਸ ਅਤੇ ਬਨਸਪਤੀ ਤੋਂ ਸੱਖਣਾ ਮਾਰੂਥਲ ਸੀ। ਬਾਅਦ ਵਿੱਚ ਉਸ ਨੇ ਪਰਬਤਾਂ ਨੂੰ ਦੇਖਿਆ ਅਤੇ ਖ਼ੁਸ਼ੀ ਨਾਲ ਭਰਪੂਰ ਹੋ ਕੇ ਉਨ੍ਹਾਂ ਦੀ ਗੋਦ ਵਿੱਚ ਨੀਲਾ ਵਿਸਥਾਰ ਫ਼ੈਲਾ ਦਿੱਤਾ।

ਕਹਿੰਦੇ ਹਨ ਕਿ ਪਰਬਤ ਕਦੇ ਆਪਸ ਵਿੱਚ ਲੜਨ ਵਾਲੇ ਅਜਗਰ ਸਨ। ਬਾਅਦ ਵਿੱਚ ਉਨ੍ਹਾਂ ਨੇ ਸਾਗਰ ਨੂੰ ਦੇਖਿਆ ਅਤੇ ਹੈਰਾਨ ਹੋ ਕੇ ਬੁੱਤ ਬਣੇ ਰਹਿ ਗਏ ਅਤੇ ਪੱਥਰਾਂ ਵਿੱਚ ਬਦਲ ਗਏ। ਅੰਮਾਂ ਮੇਰੇ ਪੰਘੂੜੇ ਉੱਪਰ ਗਾਇਆ ਕਰਦੇ ਸਨ:

ਬੇਟੇ ਵੱਡੇ ਬਣੋ, ਕਿ ਪਾਓ
ਪਰਬਤ ਦੀ ਉਚਾਈ।
ਬੇਟੇ ਵੱਡੇ ਬਣੋ, ਕਿ ਪਾਓ,
ਸਾਗਰ ਦੀ ਚੌੜਾਈ।

ਮੁਟਿਆਰ ਨੇ ਆਪਣੇ ਜਵਾਨ ਮਹਿਬੂਬ ਲਈ ਇਹ ਗਾਇਆ:

ਜਨਮ ਹੋਇਆ ਉੱਚੇ ਪਰਬਤ 'ਤੇ,
ਸਾਫ਼ ਨਜ਼ਰ ਇਹ ਆਉਂਦਾ ਹੈ।
ਟੇਢੀ ਟੋਪੀ ਪਹਿਨ ਘਮੰਡੀ,
ਆਪਣੀ ਆਕੜ ਦਿਖਾਉਂਦਾ ਹੈ।

ਜਵਾਨ ਜਿਗੀਤ ਭਾਵ ਸੂਰਮੇ ਨੇ ਸੁੰਦਰ ਪਹਾੜੀ ਮੁਟਿਆਰ ਲਈ ਇਹ ਗਾਇਆ:

ਸਾਗਰ-ਤਲ ਤੋਂ ਕੀ ਤੂੰ ਆਈ,
ਸੁਣ ਅੱਲੜ੍ਹ ਮੁਟਿਆਰੇ।
ਐਸੇ ਜੋਬਨ ਦੇ ਪਹਿਲਾਂ,
ਦੇਖੇ ਨਾ ਕਦੇ ਨਜ਼ਾਰੇ।

ਇੱਕ ਸਭਾ ਵਿੱਚ ਮੈਂ ਹੇਠ ਲਿਖੀ ਗੱਲਬਾਤ ਸੁਣੀ:

"ਅਸੀਂ ਲੋਕ ਹਰ ਵੇਲੇ ਸਾਗਰ ਅਤੇ ਪਹਾੜਾਂ, ਪਹਾੜਾਂ ਅਤੇ ਸਾਗਰ ਦਾ ਹੀ ਕਿਉਂ ਰਾਗ ਅਲਾਪਦੇ ਰਹਿਨੇ ਆਂ? ਸਾਡੇ ਇੱਥੇ ਕੁੱਝ ਹੋਰ ਤਰ੍ਹਾਂ ਦੇ ਪਹਾੜ ਅਤੇ ਸਾਗਰ ਵੀ ਨੇ, ਜਿਨ੍ਹਾਂ ਦੀ ਸਾਨੂੰ ਚਰਚਾ ਕਰਨੀ ਚਾਹੀਦੀ ਐ। ਸਾਡੇ ਇੱਥੇ ਲੇਜ਼ਗੀਨੀ ਬਾਗ਼ਾਂ ਵਾਲਾ ਸਾਗਰ ਵੀ ਐ, ਮਵੇਸ਼ੀਆਂ ਦਾ ਸਾਗਰ ਐ, ਉੱਨ ਦੇ ਪਹਾੜ ਨੇ।"

ਪਰ ਠੀਕ ਹੀ ਕਿਹਾ ਜਾਂਦਾ ਹੈ, "ਤਿੰਨੇ ਗਾਣੇ ਖ਼ੁਦ ਹੀ ਨਾ ਗਾਓ, ਇੱਕ ਸਾਡੇ ਲਈ ਵੀ ਰਹਿਣ ਦਿਓ। ਤਿੰਨੇ ਨਮਾਜ਼ਾਂ ਖ਼ੁਦ ਹੀ ਨਾ ਅਦਾ ਕਰੋ, ਇੱਕ ਸਾਡੇ ਲਈ ਵੀ ਰਹਿਣ ਦਿਓ।"

ਦਾਗ਼ਿਸਤਾਨ ਜਿਨ੍ਹਾਂ ਭਾਗਾਂ ਦਾ ਬਣਿਆ ਹੋਇਆ ਹੈ, ਮੈਂ ਉਨ੍ਹਾਂ ਵਿੱਚੋਂ ਦੋ ਮੁੱਖ ਭਾਗਾਂ ਦਾ ਜ਼ਿਕਰ ਕੀਤਾ ਹੈ। ਬਾਕੀ ਸਭ ਕੁੱਝ, ਉਸ ਦਾ ਤੀਜਾ ਭਾਗ ਹੈ। ਕੀ ਉਸ ਦੇ ਰਸਤਿਆਂ ਅਤੇ ਨਦੀਆਂ, ਦਰੱਖਤਾਂ ਅਤੇ ਘਾਹ-ਪੌਦਿਆਂ ਦੀ ਚਰਚਾ ਘੱਟ ਕੀਤੀ ਜਾ ਸਕਦੀ ਹੈ? ਸਭ ਕੁੱਝ ਦਾ ਵਰਣਨ ਕਰਨ ਲਈ ਤਾਂ ਪੂਰੀ ਜ਼ਿੰਦਗੀ ਵੀ ਕਾਫ਼ੀ ਨਹੀਂ ਹੋਵੇਗੀ।

ਗੀਤਾਂ-ਗਾਣਿਆਂ ਬਾਰੇ ਵੀ ਇਹੀ ਸਹੀ ਹੈ। ਦੁਨੀਆ ਵਿੱਚ ਸਿਰਫ਼ ਤਿੰਨ ਗੀਤ ਹਨ, ਪਹਿਲਾ ਮਾਂ ਦਾ ਗੀਤ, ਦੂਜਾ ਮਾਂ ਦਾ ਗੀਤ ਅਤੇ ਤੀਜਾ ਬਾਕੀ ਸਾਰੇ ਗੀਤ।

ਪਹਾੜੀ ਲੋਕ ਇਹ ਕਹਿੰਦੇ ਹੋਏ ਕਿਸੇ ਨੂੰ ਆਪਣੇ ਕੋਲ ਬੁਲਾਉਂਦੇ ਹਨ, "ਸਾਡੇ ਕੋਲ ਆਓ। ਸਾਡੇ ਪਹਾੜ, ਸਾਡਾ ਸਾਗਰ ਅਤੇ ਸਾਡੇ ਦਿਲ ਤੁਹਾਡੀ ਸੇਵਾ ਵਿੱਚ ਹਾਜ਼ਰ ਨੇ। ਸਾਡੀ ਧਰਤੀ, ਧਰਤੀ ਐ, ਘਰ, ਘਰ ਐ, ਆਦਮੀ, ਆਦਮੀ ਐ। ਉਨ੍ਹਾਂ ਵਿੱਚ ਤੀਜਾ ਕੁੱਝ ਨਹੀਂ।"

ਇਨਸਾਨ

ਅਵਾਰ ਭਾਸ਼ਾ ਵਿੱਚ ਇਨਸਾਨ ਅਤੇ ਆਜ਼ਾਦੀ ਲਈ ਇੱਕ ਹੀ ਸ਼ਬਦ ਦੀ ਵਰਤੋਂ ਹੁੰਦੀ ਹੈ। 'ਉਜ਼ਦੇਨ'- ਇਨਸਾਨ, 'ਉਜ਼ਦੇਨਲੀ'- ਆਜ਼ਾਦੀ। ਇਸ ਲਈ ਜਦੋਂ ਇਨਸਾਨ ਦਾ ਜ਼ਿਕਰ ਕੀਤਾ ਜਾਂਦਾ ਹੈ, ਤਾਂ ਉਸ ਦਾ ਮਤਲਬ ਵੀ ਹੁੰਦਾ ਹੈ ਕਿ ਉਹ ਆਜ਼ਾਦ ਹੈ।

ਇੱਕ ਕਬਰ ਦੇ ਪੱਥਰ 'ਤੇ ਉੱਕਰੇ ਸ਼ਬਦ:

ਬੁੱਧੀਮਾਨ ਹੋਣ ਦਾ ਉਸ ਨੇ ਕਦੇ ਨਾ ਨਾਮ ਕਮਾਇਆ,
ਬਾਂਕਾ ਬੀਰ-ਸੂਰਮਾ ਉਹ ਤਾਂ ਕਦੇ ਨਹੀਂ ਅਖਵਾਇਆ।
ਪਰ ਉਸ ਦੇ ਅੱਗੇ ਤੁਸੀਂ ਸਾਰੇ ਆਪਣੇ ਸੀਸ ਝੁਕਾਓ,
ਕਿਉਂਕੀ ਸੱਚਮੁੱਚ ਓਹੀ ਇਨਸਾਨ ਭਲਾ ਬਣ ਪਾਇਆ।

ਖੰਜਰ 'ਤੇ ਉੱਕਰੇ ਸ਼ਬਦ:

ਦੁਸ਼ਮਣੀ ਜਾਂ ਮਿੱਤਰਤਾ ਨਾਲ,
ਮਿਲੇ ਜੀਵਨ ਵਿੱਚ ਕੋਈ।
ਯਾਦ ਰੱਖੀਂ, ਖੰਜਰ ਵਾਲਿਆ,
'ਉਹ ਇਨਸਾਨ' ਖ਼ੁਸ਼ਬੋਈ।

ਬਹੁਤ ਸਮੇਂ ਤੱਕ ਗ਼ੈਰ-ਹਾਜ਼ਰ ਰਹਿਣ ਤੋਂ ਬਾਅਦ ਇੱਕ ਪਹਾੜੀਆ ਜਦੋਂ ਮਾਤ-ਭੂਮੀ ਵਾਪਸ ਮੁੜਿਆ, ਤਾਂ ਉਸ ਤੋਂ ਪੁੱਛਿਆ ਗਿਆ:

"ਇਹ ਦੱਸੋ ਕਿ ਉੱਥੇ ਕੀ ਹਾਲ-ਚਾਲ ਐ, ਉੱਥੋਂ ਦੀ ਜ਼ਮੀਨ ਕਿਹੋ ਜਿਹੀ ਐ, ਉੱਥੋਂ ਦੇ ਤੌਰ-ਤਰੀਕੇ ਕਿਹੋ ਜਿਹੇ ਨੇ?"

"ਉੱਥੇ ਇਨਸਾਨ ਰਹਿੰਦੇ ਨੇ।" ਪਹਾੜੀ ਆਦਮੀ ਨੇ ਜਵਾਬ ਦਿੱਤਾ।

ਜਦੋਂ ਹਾਜੀ-ਮੁਰਾਦ ਅਤੇ ਸ਼ਾਮਿਲ ਵਿਚਕਾਰ ਝਗੜਾ ਹੋ ਗਿਆ, ਤਾਂ ਕੁੱਝ ਲੋਕਾਂ ਨੇ ਨਾਇਬ (ਸਹਾਇਕ) ਭਾਵ ਹਾਜੀ-ਮੁਰਾਦ ਨੂੰ ਖ਼ੁਸ਼ ਕਰਨ ਲਈ ਸ਼ਾਮਿਲ ਨੂੰ ਬੁਰਾ-ਭਲਾ ਕਹਿਣਾ ਸੁਰੂ ਕਰ ਦਿੱਤਾ। ਕਠੋਰ ਸੰਕੇਤ ਨਾਲ ਚੁੱਪ ਕਰਵਾਉਂਦੇ ਹੋਏ ਹਾਜੀ-ਮੁਰਾਦ ਨੇ ਕਿਹਾ:

"ਖ਼ਬਰਦਾਰ, ਜੇ ਅਜਿਹੇ ਸ਼ਬਦ ਮੂੰਹੋਂ ਕੱਢੇ। ਉਹ ਇਨਸਾਨ ਐ ਅਤੇ ਆਪਣੇ ਝਗੜੇ ਨੂੰ ਅਸੀਂ ਖ਼ੁਦ ਨਿਪਟਾ ਸਕਦੇ ਆਂ।"

ਹਾਜੀ-ਮੁਰਾਦ ਬੇਸ਼ੱਕ ਸ਼ਾਮਿਲ ਨੂੰ ਛੱਡ ਕੇ ਚਲਾ ਗਿਆ, ਫਿਰ ਵੀ ਗੁਨੀਬ ਪਹਾੜ 'ਤੇ ਆਖ਼ਰੀ ਲੜਾਈ ਵੇਲੇ ਆਪਣੇ ਨਾਇਬ ਦੀ ਬਹਾਦਰੀ ਅਤੇ ਦਲੇਰੀ ਨੂੰ ਯਾਦ ਕਰਦੇ ਹੋਏ ਸ਼ਾਮਿਲ ਨੇ ਕਿਹਾ:

"ਹੁਣ ਅਜਿਹੇ ਲੋਕ ਨਹੀਂ ਰਹੇ। ਉਹ ਇਨਸਾਨ ਸੀ।"

ਅਨੇਕਾਂ ਸਦੀਆਂ ਤੋਂ ਪਹਾੜੀ ਲੋਕ ਪਹਾੜਾਂ ਵਿੱਚ ਰਹਿ ਰਹੇ ਹਨ ਅਤੇ ਹਮੇਸ਼ਾ ਹੀ ਉਨ੍ਹਾਂ ਨੂੰ ਇਨਸਾਨ ਦੀ ਜ਼ਰੂਰਤ ਮਹਿਸੂਸ ਹੁੰਦੀ ਰਹੀ ਹੈ। ਇਨਸਾਨ ਦੀ ਜ਼ਰੂਰਤ ਹੈ। ਇਨਸਾਨ ਤੋਂ ਬਿਨਾਂ ਕਿਸੇ ਤਰ੍ਹਾਂ ਵੀ ਕੰਮ ਨਹੀਂ ਚੱਲ ਸਕਦਾ।

ਪਹਾੜੀ ਆਦਮੀ ਵਿਸ਼ਵਾਸ ਦਿਵਾਉਂਦਾ ਹੈ ਕਿ ਇਨਸਾਨ ਦੇ ਰੂਪ ਵਿੱਚ ਪੈਦਾ ਹੋਇਆ ਹਾਂ, ਇਨਸਾਨ ਦੇ ਰੂਪ ਵਿੱਚ ਹੀ ਮਰਾਂਗਾ!

ਪਹਾੜੀਆਂ ਦਾ ਇਹ ਨਿਯਮ ਹੈ ਕਿ ਖੇਤ ਅਤੇ ਘਰ ਵੇਚ ਦਿਓ, ਸਾਰੀ ਜਾਇਦਾਦ ਗਵਾ ਦਿਓ, ਪਰ ਆਪਣੇ ਅੰਦਰਲੇ ਇਨਸਾਨ ਨੂੰ ਨਾ ਵੇਚੋਂ ਅਤੇ ਨਾ ਗਵਾਓ।

ਪਹਾੜੀ ਲੋਕ ਆਪਣੇ ਆਪ ਨੂੰ ਸਰਾਪ ਦਿੰਦੇ ਹਨ ਕਿ ਸਾਡੇ ਬੰਸ ਵਿੱਚ ਨਾ ਇਨਸਾਨ ਹੋਵੇ, ਨਾ ਘੋੜਾ।

ਜਦੋਂ ਕਿਸੇ ਅਯੋਗ, ਤੁੱਛ ਅਤੇ ਕਮੀਨੇ ਆਦਮੀ ਦੀ ਚਰਚਾ ਕੀਤੀ ਜਾਣ ਲੱਗਦੀ ਹੈ, ਤਾਂ ਪਹਾੜੀ ਲੋਕ ਉਸ ਨੂੰ ਵਿੱਚੋਂ ਹੀ ਟੋਕ ਕੇ ਕਹਿੰਦੇ ਹਨ:

"ਉਸ ਬਾਰੇ ਆਪਣੇ ਸ਼ਬਦ ਬਰਬਾਦ ਨਾ ਕਰੋ। ਉਹ ਤਾਂ ਇਨਸਾਨ ਹੀ ਨਹੀਂ।"

ਜਦੋਂ ਕਦੇ ਕਿਸੇ ਪਹਾੜੀ ਦੀ ਭੁੱਲ, ਦੋਸ਼-ਅਪਰਾਧ, ਘਾਟ-ਕਮਜ਼ੋਰੀ ਦਾ ਜ਼ਿਕਰ ਸ਼ੁਰੂ ਕੀਤਾ ਜਾਂਦਾ ਹੈ, ਤਾਂ ਪਹਾੜੀ ਲੋਕ ਵਿੱਚੋਂ ਹੀ ਟੋਕ ਕੇ ਕਹਿੰਦੇ ਹਨ:

"ਉਹ ਇਨਸਾਨ ਐ ਅਤੇ ਉਸ ਦੇ ਇਸ ਅਪਰਾਧ ਨੂੰ ਮਾਫ਼ ਕੀਤਾ ਜਾ ਸਕਦੈ।"

ਜਿਸ ਪਿੰਡ ਵਿੱਚ ਕੋਈ ਪ੍ਰਬੰਧ ਨਹੀਂ ਹੁੰਦਾ, ਜੋ ਤੰਗ ਅਤੇ ਗੰਦਾ ਹੁੰਦਾ ਹੈ, ਜਿੱਥੇ ਲੜਾਈ-ਝਗੜਾ ਹੁੰਦਾ ਰਹਿੰਦਾ ਹੈ ਜਾਂ ਜੋ ਕਿਸੇ ਕੰਮ ਦਾ ਨਹੀਂ ਹੁੰਦਾ, ਉਸ ਬਾਰੇ ਪਹਾੜੀ ਲੋਕ ਕਹਿੰਦੇ ਹਨ:

"ਉੱਥੇ ਇਨਸਾਨ ਨਹੀਂ।"

ਜਿਸ ਪਿੰਡ ਵਿੱਚ ਪ੍ਰਬੰਧ ਅਤੇ ਸ਼ਾਂਤੀ ਹੁੰਦੀ ਹੈ, ਉਸ ਬਾਰੇ ਕਿਹਾ ਜਾਂਦਾ ਹੈ:

"ਉੱਥੇ ਇਨਸਾਨ ਐ।"

ਇਨਸਾਨ, ਇਹ ਮੁੱਖ ਲੱਛਣ, ਅਨਮੋਲ ਗਹਿਣਾ ਅਤੇ ਮਹਾਨ ਚਮਤਕਾਰ ਹੈ। ਦਾਗਿਸਤਾਨ ਵਿੱਚ ਇਨਸਾਨ ਕਿੱਥੋਂ ਪ੍ਰਗਟ ਹੋਇਆ, ਪਹਾੜੀ ਲੋਕਾਂ ਦੇ ਅਨੂਠੇ ਕਬੀਲੇ ਦੀ ਕਿਵੇਂ ਸ਼ੁਰੂਆਤ ਹੋਈ, ਉਸ ਦੀਆਂ ਜੜ੍ਹਾਂ ਕਿੱਥੇ ਹਨ? ਇਸ ਬਾਰੇ ਬਹੁਤ ਸਾਰੇ ਕਿੱਸੇ-ਕਹਾਣੀਆਂ ਅਤੇ ਦੰਦ-ਕਥਾਵਾਂ ਹਨ। ਇਨ੍ਹਾਂ ਵਿੱਚੋਂ ਇੱਕ ਮੈਂ ਬਚਪਨ ਵਿੱਚ ਸੁਣੀ ਸੀ।

ਧਰਤੀ 'ਤੇ ਤਰ੍ਹਾਂ-ਤਰ੍ਹਾਂ ਦੇ ਜਾਨਵਰਾਂ ਅਤੇ ਪਰਿੰਦਿਆਂ ਦਾ ਜਨਮ ਹੋ ਚੁੱਕਿਆ ਸੀ ਅਤੇ ਉਨ੍ਹਾਂ ਦੇ ਨਿਸ਼ਾਨ ਦੇਖਣ ਨੂੰ ਮਿਲ ਰਹੇ ਸਨ, ਪਰ ਇਨਸਾਨ ਦੇ ਪੈਰਾਂ ਦੇ ਚਿੰਨ੍ਹ ਹੀ ਕਿਤੇ ਨਹੀਂ ਸਨ। ਤਰ੍ਹਾਂ-ਤਰ੍ਹਾਂ ਦੀਆਂ ਆਵਾਜ਼ਾਂ ਸੁਣਾਈ ਦਿੰਦੀਆਂ ਸਨ, ਪਰ ਸਿਰਫ਼ ਇਨਸਾਨ ਦੀ ਆਵਾਜ਼ ਸੁਣਨ ਨੂੰ ਨਹੀਂ ਮਿਲਦੀ ਸੀ। ਇਨਸਾਨ ਤੋਂ ਬਿਨਾਂ ਧਰਤੀ, ਜ਼ੁਬਾਨ ਤੋਂ ਬਿਨਾਂ ਮੂੰਹ ਅਤੇ ਦਿਲ ਤੋਂ ਬਿਨਾਂ ਛਾਤੀ ਵਾਂਗ ਸੀ।

ਇਸ ਧਰਤੀ ਉੱਪਰ ਬੜੇ ਸ਼ਕਤੀਸ਼ਾਲੀ ਅਤੇ ਬਹਾਦਰ ਉਕਾਬ ਪੰਛੀ ਆਸਮਾਨ ਵਿੱਚ ਉੱਡਦੇ ਰਹਿੰਦੇ ਸਨ। ਜਿਸ ਦਿਨ ਦੀ ਚਰਚਾ ਚੱਲ ਰਹੀ ਹੈ, ਉਸ ਦਿਨ ਇਸ ਤਰ੍ਹਾਂ

ਜ਼ੋਰਦਾਰ ਬਰਫ਼ਬਾਰੀ ਹੋ ਰਹੀ ਸੀ, ਜਿਵੇਂ ਪ੍ਰਿਥਵੀ ਦੇ ਸਾਰੇ ਪੰਛੀਆਂ ਦੇ ਖੰਭ ਨੋਚੇ ਜਾ ਰਹੇ ਹੋਣ ਅਤੇ ਉਹ ਹਵਾ ਵਿੱਚ ਉੱਡ ਰਹੇ ਹੋਣ। ਕਾਲੇ ਬੱਦਲਾਂ ਨੇ ਆਕਾਸ਼ ਢਕ ਦਿੱਤਾ, ਧਰਤੀ ਬਰਫ਼ ਨਾਲ ਢਕੀ ਗਈ, ਸਭ ਕੁੱਝ ਰਲਗੱਡ ਹੋ ਗਿਆ ਅਤੇ ਇਹ ਸਮਝ ਸਕਣਾ ਮੁਸ਼ਕਿਲ ਸੀ ਕਿ ਧਰਤੀ ਕਿੱਥੇ ਹੈ ਅਤੇ ਆਕਾਸ਼ ਕਿੱਥੇ। ਇਸ ਵੇਲੇ ਇੱਕ ਉਕਾਬ ਆਪਣੇ ਆਲ੍ਹਣੇ ਵੱਲ ਵਾਪਸ ਮੁੜ ਰਿਹਾ ਸੀ, ਜਿਸ ਦੇ ਖੰਭ ਤਲਵਾਰਾਂ ਵਰਗੇ ਅਤੇ ਚੁੰਝ ਖੰਜਰ ਵਰਗੀ ਸੀ।

ਜਾਂ ਤਾਂ ਉਕਾਬ ਉਚਾਈ ਬਾਰੇ ਭੁੱਲ ਗਿਆ ਸੀ ਜਾਂ ਉਚਾਈ ਉਸ ਬਾਰੇ ਭੁੱਲ ਗਈ ਸੀ, ਪਰ ਉੱਡਦੇ-ਉੱਡਦੇ ਹੀ ਉਹ ਕਠੋਰ ਚੱਟਾਨ ਨਾਲ ਜਾ ਟਕਰਾਇਆ। ਅਵਾਰ ਜਾਤੀ ਦੇ ਲੋਕਾਂ ਦਾ ਕਹਿਣਾ ਹੈ ਕਿ ਗੁਨੀਬ ਪਰਬਤ 'ਤੇ ਅਜਿਹਾ ਹੋਇਆ, ਲਾਕ ਜਾਤੀ ਵਾਲੇ ਕਹਿੰਦੇ ਹਨ ਕਿ ਇਹ ਘਟਨਾ ਤੁਰਚੀਦਾਗ਼ ਪਰਬਤ 'ਤੇ ਵਾਪਰੀ, ਲੇਜ਼ਗੀਨ ਜਾਤੀ ਦੇ ਲੋਕ ਵਿਸ਼ਵਾਸ ਦਿਵਾਉਂਦੇ ਹਨ ਕਿ ਇਹ ਤਾਂ ਸ਼ਾਹਦਾਗ਼ ਪਰਬਤ 'ਤੇ ਹੋਇਆ ਸੀ। ਪਰ ਇਹ ਘਟਨਾ ਚਾਹੇ ਕਿਤੇ ਵੀ ਕਿਉਂ ਨਾ ਵਾਪਰੀ ਹੋਵੇ, ਚੱਟਾਨ ਤਾਂ ਚੱਟਾਨ ਹੈ ਅਤੇ ਉਕਾਬ, ਉਕਾਬ ਹੈ। ਬੇਅਰਥ ਹੀ ਤਾਂ ਇਹ ਨਹੀਂ ਕਿਹਾ ਜਾਂਦਾ, "ਪਰਿੰਦੇ ਨੂੰ ਪੱਥਰ ਮਾਰੋ, ਪਰਿੰਦਾ ਮਰ ਜਾਵੇਗਾ, ਪਰਿੰਦੇ ਨੂੰ ਪੱਥਰ 'ਤੇ ਮਾਰੋ, ਪਰਿੰਦਾ ਮਰ ਜਾਵੇਗਾ।"

ਸ਼ਾਇਦ ਚੱਟਾਨ 'ਤੇ ਡਿੱਗ ਕੇ ਮਰਨ ਵਾਲਾ ਇਹ ਪਹਿਲਾ ਉਕਾਬ ਨਹੀਂ ਸੀ। ਪਰ ਇਹ ਉਕਾਬ ਚੱਟਾਨ ਨਾਲ ਟਕਰਾ ਕੇ ਮਰਿਆ ਨਹੀਂ, ਜਿਸ ਦੇ ਖੰਭ ਤਲਵਾਰਾਂ ਵਰਗੇ ਸਨ ਅਤੇ ਚੁੰਝ ਖੰਜਰ ਵਰਗੀ। ਇਸ ਦੇ ਖੰਭ ਟੁੱਟ ਗਏ, ਪਰ ਦਿਲ ਧੜਕਦਾ ਰਿਹਾ, ਤਿੱਖੀ ਚੁੰਝ ਅਤੇ ਲੋਹੇ ਵਾਂਗ ਮਜ਼ਬੂਤ ਪੰਜੇ ਜਿਉਂ ਦੇ ਤਿਉਂ ਬਣੇ ਰਹੇ। ਇਸ ਨੂੰ ਆਪਣੀ ਜ਼ਿੰਦਗੀ ਲਈ ਸੰਘਰਸ਼ ਕਰਨਾ ਪਿਆ। ਖੰਭਾਂ ਤੋਂ ਬਿਨਾਂ ਖੁਰਾਕ ਹਾਸਲ ਕਰਨੀ ਮੁਸ਼ਕਿਲ ਹੈ, ਖੰਭਾਂ ਤੋਂ ਬਿਨਾਂ ਦੁਸ਼ਮਣ ਨਾਲ ਜੂਝਣਾ ਮੁਸ਼ਕਿਲ ਹੈ। ਇਹ ਉਕਾਬ ਹਰ ਰੋਜ਼ ਇੱਕ ਪੱਥਰ ਤੋਂ ਦੂਜੇ ਪੱਥਰ ਅਤੇ ਇੱਕ ਚੱਟਾਨ ਤੋਂ ਦੂਜੀ ਚੱਟਾਨ ਤੱਕ ਪਹੁੰਚ ਗਿਆ, ਜਿਸ 'ਤੇ ਬੈਠ ਕੇ ਇਸ ਨੂੰ ਆਲੇ-ਦੁਆਲੇ ਨਜ਼ਰ ਮਾਰਨੀ ਚੰਗੀ ਲੱਗਦੀ ਸੀ।

ਖੰਭਾਂ ਤੋਂ ਬਿਨਾਂ ਖੁਰਾਕ ਹਾਸਲ ਕਰਨੀ ਮੁਸ਼ਕਿਲ ਸੀ, ਦੁਸ਼ਮਣ ਤੋਂ ਆਪਣੇ ਆਪ ਨੂੰ ਬਚਾਉਣਾ ਕਠਿਨ ਸੀ, ਉਚਾਈ 'ਤੇ ਜਾਣਾ ਅਤੇ ਆਲ੍ਹਣਾ ਬਣਾਉਣਾ ਆਸਾਨ ਨਹੀਂ ਸੀ। ਇਨ੍ਹਾਂ ਸਾਰੇ ਕਠਿਨ ਕੰਮਾਂ ਦੌਰਾਨ ਉਕਾਬ ਦੀਆਂ ਮਾਸ-ਪੇਸ਼ੀਆਂ ਬਦਲ ਗਈਆਂ ਅਤੇ ਉਸ ਦੀ ਬਾਹਰੀ ਸ਼ਕਲ-ਸੂਰਤ ਵੀ ਬਦਲਣ ਲੱਗੀ। ਜਦੋਂ ਆਲ੍ਹਣਾ ਬਣ ਗਿਆ, ਤਾਂ ਉਹ ਅਸਲ ਵਿੱਚ ਪਹਾੜੀ ਘਰ ਹੀ ਸੀ ਅਤੇ ਖੰਭਾਂ ਤੋਂ ਬਿਨਾਂ ਉਕਾਬ, ਪਹਾੜੀ ਆਦਮੀ।

ਉਹ ਪੈਰਾਂ 'ਤੇ ਖੜ੍ਹਾ ਹੋ ਗਿਆ ਅਤੇ ਟੁੱਟੇ ਹੋਏ ਖੰਭਾਂ ਦੀ ਜਗ੍ਹਾ ਉਸ ਦੀਆਂ ਬਾਹਾਂ ਨਿੱਕਲ ਆਈਆਂ। ਉਸ ਦੀ ਅੱਧੀ ਚੁੰਝ ਸਾਧਾਰਨ, ਪਰ ਵੱਡੇ ਨੱਕ ਵਿੱਚ ਬਦਲ ਗਈ ਅਤੇ ਬਾਕੀ ਅੱਧੀ ਚੁੰਝ ਪਹਾੜੀ ਆਦਮੀ ਦੀ ਪੇਟੀ ਨਾਲ ਲਟਕਣ ਵਾਲਾ ਖੰਜਰ ਬਣ ਗਈ। ਸਿਰਫ਼ ਉਸ ਦਾ ਦਿਲ ਨਹੀਂ ਬਦਲਿਆ, ਉਹ ਪਹਿਲਾਂ ਵਾਂਗ ਉਕਾਬ ਦਾ ਦਿਲ ਹੀ ਬਣਿਆ ਰਿਹਾ।

"ਤਾਂ ਦੇਖਿਆ ਤੁਸੀਂ ਬੇਟੇ।" ਅੰਮਾਂ ਨੇ ਇਹ ਕਿੱਸਾ ਖ਼ਤਮ ਕਰਦੇ ਹੋਏ ਕਿਹਾ, "ਪਹਾੜੀ ਆਦਮੀ ਬਣਨ ਲਈ ਪਹਿਲਾਂ ਉਕਾਬ ਨੂੰ ਕਿੰਨੀ ਜ਼ਿਆਦਾ ਮੁਸ਼ਕਿਲ ਦਾ ਸਾਹਮਣਾ

ਕਰਨਾ ਪਿਆ। ਤੁਹਾਨੂੰ ਇਸ ਚੀਜ਼ ਦੇ ਮਹੱਤਵ ਨੂੰ ਸਮਝਣਾ ਚਾਹੀਦੈ।"

ਮੈਂ ਨਹੀਂ ਜਾਣਦਾ ਕਿ ਇਹ ਸਭ ਕੁੱਝ ਇਸੇ ਤਰ੍ਹਾਂ ਹੀ ਹੋਇਆ ਸੀ ਜਾਂ ਨਹੀਂ, ਪਰ ਇੱਕ ਗੱਲ ਨਿਰਵਿਵਾਦ ਹੈ ਕਿ ਪਹਾੜੀ ਲੋਕਾਂ ਨੂੰ ਪਰਿੰਦਿਆਂ ਵਿੱਚੋਂ ਉਕਾਬ ਹੀ ਸਭ ਤੋਂ ਜ਼ਿਆਦਾ ਪਿਆਰਾ ਹੈ। ਨੇਕ ਅਤੇ ਬਹਾਦਰ ਆਦਮੀ ਨੂੰ ਉਕਾਬ ਕਿਹਾ ਜਾਂਦਾ ਹੈ। ਬੇਟੇ ਦਾ ਜਨਮ ਹੁੰਦਾ ਹੈ, ਤਾਂ ਪਿਤਾ ਇਹ ਐਲਾਨ ਕਰਦਾ ਹੈ, ਮੇਰੇ ਘਰ ਉਕਾਬ ਦਾ ਜਨਮ ਹੋਇਆ ਹੈ। ਬੇਟੀ ਜਦ ਜਲਦੀ-ਜਲਦੀ ਅਤੇ ਬੜੀ ਫ਼ੁਰਤੀ ਨਾਲ ਘਰ ਮੁੜਦੀ ਹੈ, ਤਾਂ ਮਾਂ ਕਹਿੰਦੀ ਹੈ, ਮੇਰੀ ਉਕਾਬ ਬੇਟੀ ਉੱਡ ਆਈ ਹੈ।

ਮਹਾਨ ਦੇਸ਼-ਭਗਤੀ ਭਰਪੂਰ ਯੁੱਧ ਵੇਲੇ ਦਾਗ਼ਿਸਤਾਨ ਦੇ ਬੀਰਾਂ ਵਿੱਚ ਇੱਕ ਕਿਤਾਬ ਲਿਖੀ ਗਈ ਸੀ, ਜਿਸ ਦਾ ਸਿਰਲੇਖ 'ਪਹਾੜੀ ਉਕਾਬ' ਸੀ।

ਪੁਰਾਣੇ ਘਰਾਂ ਦੇ ਦਰਵਾਜ਼ਿਆਂ, ਪੰਘੂੜਿਆਂ ਅਤੇ ਖੰਜਰਾਂ 'ਤੇ ਅਕਸਰ ਪੱਚੀਕਾਰੀ ਦੇ ਰੂਪ ਵਿੱਚ ਜਾਂ ਕਿਸੇ ਹੋਰ ਰੂਪ ਵਿੱਚ ਉਕਾਬ ਦਾ ਆਕਾਰ ਬਣਿਆ ਦਿਖਾਈ ਦਿੰਦਾ ਹੈ।

ਇਹ ਸਹੀ ਹੈ ਕਿ ਇਸ ਸਿਲਸਿਲੇ ਵਿੱਚ ਦੂਜੇ ਕਿੱਸੇ-ਕਹਾਣੀਆਂ ਵੀ ਹਨ।

ਜਦੋਂ ਇਸ ਦੁਨੀਆ ਵਿੱਚ ਕਿਸਮਤ ਦੇ ਉਲਟ-ਫੇਰ ਬਾਰੇ ਸੋਚਿਆ ਜਾਂਦਾ ਹੈ, ਜਦੋਂ ਪਿਤਾ ਮਾਤ-ਭੂਮੀ ਤੋਂ ਦੂਰ ਦੂਜੀ ਦੁਨੀਆ ਨੂੰ ਕੂਚ ਕਰਨ ਵਾਲੇ ਬੇਟਿਆਂ ਨੂੰ ਯਾਦ ਕਰਦੇ ਹਨ ਜਾਂ ਜਦੋਂ ਬੇਟੇ ਪਰਲੋਕ ਸਿਧਾਰ ਗਏ ਪੁਰਖਿਆਂ ਨੂੰ ਯਾਦ ਕਰਦੇ ਹਨ, ਤਾਂ ਅਜਿਹਾ ਮੰਨਦੇ ਹਨ ਕਿ ਪਹਾੜੀ ਆਦਮੀ ਉਕਾਬ ਤੋਂ ਨਹੀਂ, ਬਲਕਿ ਉਕਾਬ ਪਹਾੜੀ ਆਦਮੀਆਂ ਤੋਂ ਬਣੇ ਹਨ।

"ਨਦੀਆਂ-ਚੱਟਾਨਾਂ ਉੱਪਰ ਤੁਸੀਂ ਉੱਚੇ ਉੱਡਣ ਵਾਲੇ,
ਕੌਣ ਤੁਹਾਡਾ ਵਾਰਿਸ ਉਕਾਬੋ, ਕਿੱਥੋਂ ਤੁਸੀਂ ਆਏ?"
"ਬਹੁਤ ਤੁਹਾਡੇ ਬੇਟੇ-ਪੋਤੇ, ਮਾਤ-ਭੂਮੀ ਲਈ ਮਿਟੇ,
ਅਸੀਂ ਉਨ੍ਹਾਂ ਦੇ ਦਿਲ-ਖੰਭ ਲਗਾ ਕੇ ਧਰਤੀ 'ਤੇ ਆਏ।"
"ਦੂਰ ਗਗਨ ਦੇ ਹਨੇਰੇ ਵਿੱਚ ਝਿਲਮਿਲ ਕਰਦੇ ਤਾਰਿਓ,
ਕੌਣ ਤੁਹਾਡਾ ਵਾਰਿਸ ਦੱਸੋ ਅਤੇ ਕਿੱਥੋਂ ਤੁਸੀਂ ਆਏ?"
"ਜੂਝ ਮਰੇ ਰਣਭੂਮੀ ਵਿੱਚ, ਤੁਹਾਡੇ ਬੀਰ ਜਵਾਨ ਬੜੇ,
ਉਨ੍ਹਾਂ ਦੀਆਂ ਅੱਖਾਂ ਦੀ ਅਸੀਂ ਤਾਂ ਬਣ ਕੇ ਰੌਸ਼ਨੀ ਆਏ।"

ਤਾਂ ਇਹੀ ਕਾਰਨ ਹੈ ਕਿ ਦਾਗ਼ਿਸਤਾਨ ਦੇ ਲੋਕ ਪਿਆਰ ਅਤੇ ਉਮੀਦ ਨਾਲ ਆਕਾਸ਼ ਨੂੰ ਦੇਖਦੇ ਹਨ। ਉੱਡ ਕੇ ਆਉਣ ਅਤੇ ਉੱਡ ਕੇ ਜਾਣ ਵਾਲੇ ਪੰਛੀਆਂ ਨੂੰ ਵੀ ਉਹ ਇਸ ਤਰ੍ਹਾਂ ਹੀ ਦੇਖਦੇ ਹਨ। ਪਹਾੜੀ ਲੋਕ ਨੀਲੇ ਆਕਾਸ਼ ਨੂੰ ਬਹੁਤ ਚਾਹੁੰਦੇ ਹਨ।

1942 ਦਾ ਸਾਲ ਯਾਦ ਆ ਰਿਹਾ ਹੈ। ਫ਼ੀਲਡ-ਮਾਰਸ਼ਲ ਕਲੇਇਸਟ ਦੀਆਂ ਫ਼ੌਜਾਂ ਨੇ ਕਾਕੇਸ਼ੀਆ ਦੇ ਉੱਚੇ ਸਥਾਨਾਂ 'ਤੇ ਅਧਿਕਾਰ ਜਮਾ ਲਿਆ ਸੀ। ਫ਼ਾਸਿਸਟਾਂ ਦੇ ਹਵਾਈ ਜਹਾਜ਼ ਗ੍ਰੋਜ਼ਨੀ ਸ਼ਹਿਰ ਦੇ ਖਣਿਜ-ਤੇਲ ਦੇ ਟਿਕਾਣਿਆਂ 'ਤੇ ਬੰਬਬਾਰੀ ਕਰਦੇ ਸਨ। ਸਾਡੇ ਦਾਗ਼ਿਸਤਾਨ ਦੀਆਂ ਉਚਾਈਆਂ ਤੋਂ ਅੱਗ ਦਾ ਧੂਆਂ ਨਜ਼ਰ ਆਉਂਦਾ ਸੀ।

ਉਨ੍ਹਾਂ ਦਿਨਾਂ ਵਿੱਚ ਕਾਕੇਸ਼ੀਆ ਦੇ ਸਾਰੇ ਰਾਜ ਗਣਤੰਤਰਾਂ ਦੇ ਨੌਜਵਾਨਾਂ ਦੇ

ਪ੍ਰਤੀਨਿਧੀ ਗ੍ਰੋਜ਼ਨੀ ਵਿੱਚ ਇਕੱਠੇ ਹੋਏ। ਦਾਗ਼ਿਸਤਾਨ ਦੇ ਪ੍ਰਤੀਨਿਧੀ ਮੰਡਲ ਵਿੱਚ ਮੈਂ ਵੀ ਸ਼ਾਮਲ ਸੀ। ਸਾਡੀ ਮੀਟਿੰਗ ਵਿੱਚ ਸੋਵੀਅਤ ਸੰਘ ਦੇ ਬਹਾਦਰ, ਲੇਜ਼ਗੀਨ ਜਾਤੀ ਦੇ ਮਸ਼ਹੂਰ ਹਵਾਵਾਜ਼ ਵਾਲੇਂਤੀਨ ਅਮੀਰੋਵ ਨੇ ਭਾਸ਼ਣ ਦਿੱਤਾ। ਮੈਂ ਨਾ ਤਾਂ ਕਦੇ ਮੰਚ ਤੋਂ ਦਿੱਤਾ ਗਿਆ ਉਨ੍ਹਾਂ ਦਾ ਭਾਸ਼ਣ ਅਤੇ ਨਾ ਮੀਟਿੰਗ ਤੋਂ ਬਾਅਦ ਉਸ ਦੇ ਨਾਲ ਹੋਈ ਆਪਣੀ ਥੋੜ੍ਹੀ ਜਿਹੀ ਗੱਲਬਾਤ ਹੀ ਭੁੱਲ ਸਕਾਂਗਾ। ਉੱਥੋਂ ਜਾਣ ਵੇਲੇ ਉਸ ਨੇ ਆਕਾਸ਼ ਵੱਲ ਇਸ਼ਾਰਾ ਕਰਦੇ ਹੋਏ ਕਿਹਾ:

"ਉੱਥੇ ਜਾਣ ਦੀ ਕਾਹਲੀ ਵਿੱਚ ਆਂ। ਧਰਤੀ ਦੇ ਮੁਕਾਬਲੇ ਮੇਰੀ ਉੱਥੇ ਜ਼ਿਆਦਾ ਲੋੜ ਐ।"

ਦੋ ਹਫ਼ਤਿਆਂ ਬਾਅਦ ਉਸ ਦੀ ਮੌਤ ਦੀ ਖ਼ਬਰ ਆ ਗਈ। ਦਾਗ਼ਿਸਤਾਨ ਦਾ ਪ੍ਰਸਿੱਧ ਸਪੂਤ ਮੌਤ ਦੇ ਮੂੰਹ ਵਿੱਚ ਚਲਾ ਗਿਆ, ਜਲ ਗਿਆ। ਪਰ ਹਰ ਵਾਰ ਹੀ, ਜਦੋਂ ਮੈਂ ਚੀਕ ਕੇ ਆਪਣੇ ਸਿਰ ਉੱਤੋਂ ਉਕਾਬ ਨੂੰ ਉੱਡਦੇ ਹੋਏ ਦੇਖਦਾ ਹਾਂ, ਤਾਂ ਇਹ ਵਿਸ਼ਵਾਸ ਕਰਦਾ ਹਾਂ ਕਿ ਉਸ ਦੇ ਸੀਨੇ ਵਿੱਚ ਵਾਲੇਂਤੀਨ ਦਾ ਦਹਿਕਦਾ ਹੋਇਆ ਦਿਲ ਹੈ।

1945, ਮਾਸਕੋ:

ਅਸੀਂ ਵਿੱਦਿਆਰਥੀ ਪਹਾੜੀ ਇਲਾਕੇ ਮਖ਼ਚਕਲਾ ਦੀਆਂ ਖ਼ਬਰਾਂ ਜਾਣਨ ਲਈ ਮਾਸਕੋ ਵਿੱਚ ਦਾਗ਼ਿਸਤਾਨ ਦੇ ਪ੍ਰਤੀਨਿਧੀ-ਭਵਨ ਵਿੱਚ ਜਾਂਦੇ ਸੀ। ਸਾਡਾ ਜਨਤੰਤਰ ਉਸ ਸਮੇਂ ਆਪਣੀ ਸਿਲਵਰ-ਜੁਬਲੀ ਮਨਾਉਣ ਦੀ ਤਿਆਰੀ ਕਰ ਰਿਹਾ ਸੀ। ਇੱਕ ਵਾਰ ਉੱਥੇ ਨਬੀ ਅਮੀਨਤਾਯੇਵ ਨਾਲ ਮੇਰੀ ਮੁਲਾਕਾਤ ਹੋ ਗਈ। ਦਾਗ਼ਿਸਤਾਨ ਵਿੱਚ ਉਸ ਸਮੇਂ ਸ਼ਾਇਦ ਹੀ ਕੋਈ ਅਜਿਹਾ ਵਿਅਕਤੀ ਹੋਵੇਗਾ, ਜੋ ਲਾਕ ਤਾਤ ਦੇ ਨਬੀ ਅਮੀਨਤਾਯੇਵ ਨੂੰ ਨਾ ਜਾਣਦਾ ਹੋਵੇ। ਆਕਾਸ਼ ਦਾ ਛੱਤਰੀਬਾਜ਼ ਸੂਰਮਾ, ਇਹ ਨਿਰਮਾਣ ਵਿਅਕਤੀ ਪੈਰਾਸ਼ੂਟ ਦੇ ਸਹਾਰੇ ਅਨੇਕਾਂ ਵਾਰ ਦੁਸ਼ਮਣ ਦੇ ਇਲਾਕੇ ਵਿੱਚ ਉੱਤਰਿਆ ਸੀ ਅਤੇ ਹਰ ਵਾਰ ਹੀ ਸਹੀ-ਸਲਾਮਤ ਵਾਪਸ ਆ ਗਿਆ ਸੀ।

"ਹੁਣ ਤਾਂ ਜੰਗ ਨਹੀਂ, ਤੁਸੀਂ ਦਾਗ਼ਿਸਤਾਨ ਵਾਪਸ ਆ ਜਾਓ।" ਮੈਂ ਉਸ ਨੂੰ ਕਿਹਾ।

"ਆਕਾਸ਼ ਤਾਂ ਹੈਗਾ।"

ਕੁੱਝ ਦਿਨਾਂ ਬਾਅਦ 'ਪ੍ਰਾਵਦਾ' ਅਖ਼ਬਾਰ ਨੇ ਉਸ ਦੀ ਫੋਟੋ ਛਾਪੀ। ਉਸ ਦੇ ਹੇਠਾਂ ਇਹ ਲਿਖਿਆ ਸੀ, "ਨਬੀ ਅਮੀਨਤਾਯੇਵ ਨੇ ਪੈਰਾਸ਼ੂਟ ਨਾਲ ਛਾਲ ਮਾਰਨ ਦਾ ਵਿਸ਼ਵ-ਕੀਰਤੀਮਾਨ ਸਥਾਪਿਤ ਕੀਤਾ ਹੈ। ਨਬੀ ਅਮੀਨਤਾਯੇਵ ਨੇ ਆਪਣਾ ਰਿਕਾਰਡ ਦਾਗ਼ਿਸਤਾਨ ਨੂੰ ਸਮਰਪਿਤ ਕੀਤਾ ਹੈ।"

ਕੁੱਝ ਦਿਨਾਂ ਬਾਅਦ ਮੇਰੀ ਫਿਰ ਨਬੀ ਨਾਲ ਮੁਲਾਕਾਤ ਹੋਈ।

"ਆਓ, ਦਾਗ਼ਿਸਤਾਨ ਚੱਲੀਏ।"

"ਆਕਾਸ਼ ਉਡੀਕ ਕਰ ਰਿਹੈ। ਮੈਂ ਆਕਾਸ਼ ਤੋਂ ਬਿਨਾਂ ਨਹੀਂ ਰਹਿ ਸਕਦਾ।"

ਪਰ ਜ਼ਿੰਦਗੀ ਛੋਟੀ ਜਿਹੀ ਹੈ। ਇੱਕ ਵਾਰ ਪੈਰਾਸ਼ੂਟ ਨੇ ਧੋਖਾ ਦੇ ਦਿੱਤਾ ਅਤੇ ਸਾਡਾ

ਨਬੀ ਟੁੱਟੇ ਹੋਏ ਖੰਭਾਂ ਵਾਲੇ ਉਕਾਬ ਵਾਂਗ ਹੇਠਾਂ ਡਿੱਗ ਕੇ ਮਰ ਗਿਆ। ਉਦੋਂ ਤੋਂ ਹੁਣ ਤੱਕ ਅਨੇਕਾਂ ਸਾਲ ਬੀਤ ਚੁੱਕੇ ਹਨ, ਪਰ ਜਦੋਂ ਵੀ ਮੈਂ ਆਕਾਸ਼ ਵਿੱਚ ਉਕਾਬ ਦੀ ਚੀਕ ਸੁਣਦਾ ਹਾਂ, ਤਾਂ ਇਹੀ ਸੋਚਦਾ ਹਾਂ ਕਿ ਉਸ ਦੇ ਸੀਨੇ ਵਿੱਚ ਨਬੀ ਦਾ ਦਹਿਕਦਾ ਹੋਇਆ ਦਿਲ ਹੈ।

ਸੁੰਦਰ ਰੇਜ਼ੇਦਾ ਦੀ ਵੀ ਮੈਨੂੰ ਯਾਦ ਆ ਰਹੀ ਹੈ। ਦਾਗ਼ਿਸਤਾਨ ਦੇ ਆਸਮਾਨ ਤੋਂ ਉਸ ਨੇ ਗੁਨੀਬ ਪਰਬਤ 'ਤੇ ਛਾਲ ਮਾਰੀ ਸੀ। ਉਸ ਦੀ ਖਿੜਕੀ ਹੇਠਾਂ ਉਦੋਂ ਕਿੰਨੇ ਪੰਦੂਰ ਵਾਜੇ ਗੂੰਜ ਉੱਠੇ ਸਨ। ਇੱਕ ਵੀ ਤਾਂ ਅਜਿਹਾ ਜਵਾਨ ਕਵੀ ਨਹੀਂ ਸੀ, ਜਿਸ ਨੇ ਆਪਣੀ ਕਵਿਤਾ ਉਸ ਨੂੰ ਸਮਰਪਿਤ ਨਾ ਕੀਤੀ ਹੋਵੇ। ਬੁਯਨਾਕਸਕ ਨਗਰ ਵਿੱਚ ਇੱਟਾਂ ਦਾ ਛੋਟਾ ਜਿਹਾ ਪੱਕਾ ਘਰ ਹੈ। ਉਨ੍ਹਾਂ ਦਿਨਾਂ ਵਿੱਚ ਕਿੰਨੀਆਂ ਨਜ਼ਰਾਂ ਉਸ ਦੀ ਖਿੜਕੀ 'ਤੇ ਟਿਕੀਆਂ ਰਹੀਆਂ ਸਨ! ਖ਼ੂੰਜ਼ਹ, ਗੁਨੀਬ ਅਤੇ ਕੁਮੁਖ਼ ਪਿੰਡਾਂ ਵਿੱਚ ਘੋੜਿਆਂ 'ਤੇ ਕਾਠੀਆਂ ਕਸੀਆਂ ਗਈਆਂ, ਤਾਂ ਕਿ ਲੰਬੀਆਂ ਗੁੱਤਾਂ ਵਾਲੀ ਹਸੀਨਾ ਨੂੰ ਅਗਵਾ ਕਰ ਲਿਆ ਜਾਵੇ। ਪਰ ਇੱਕ ਲੈਨਿਨਗ੍ਰਾਦ ਵਾਸੀ ਆਇਆ ਅਤੇ ਸਾਡੀ ਰੇਜ਼ੇਦਾ ਨੂੰ ਹਵਾਈ ਜਹਾਜ਼ ਵਿੱਚ ਬਿਠਾ ਕੇ ਆਪਣੇ ਨਾਲ ਲੈ ਗਿਆ। ਉਸ ਨੇ ਹਵਾ ਵਿੱਚ ਉੱਡਦੇ ਜਹਾਜ਼ ਤੋਂ ਹੱਥ ਹਿਲਾ ਕੇ ਧਰਤੀ 'ਤੇ ਰਹਿ ਜਾਣ ਵਾਲੇ ਆਪਣੇ ਸਾਰੇ ਪ੍ਰੇਮ ਦੀਵਾਨਿਆਂ ਨੂੰ ਅਲਵਿਦਾ ਕਹਿ ਦਿੱਤਾ। ਸਾਡੇ ਕਵੀ ਮੂੰਹ ਅੱਡ ਕੇ ਉਸ ਨੂੰ ਜਾਂਦੇ ਹੋਏ ਦੇਖਦੇ ਰਹੇ ਅਤੇ ਬਾਅਦ ਵਿੱਚ ਉਸ ਕਬੂਤਰੀ ਬਾਰੇ ਕਵਿਤਾਵਾਂ ਰਚਣ ਲੱਗੇ, ਜਿਸ ਨੂੰ ਉਕਾਬ ਆਪਣੇ ਨਾਲ ਉਡਾ ਕੇ ਲੈ ਗਿਆ ਸੀ....।

ਦੂਜੇ ਵਿਸ਼ਵ-ਯੁੱਧ ਵੇਲੇ ਰੇਜ਼ੇਦਾ ਲੈਨਿਨਗ੍ਰਾਦ ਵਿੱਚ ਸੀ। ਉਸ ਨੇ ਲਿਖਿਆ, "ਇਸ ਨਗਰ ਵਿੱਚ ਨਾ ਕੇਵਲ ਹੁਣ ਦੂਧੀਆ ਜਾਂ ਚਾਂਦੀ ਰੰਗੀਆਂ ਰਾਤਾਂ ਹੀ ਨਹੀਂ ਰਹੀਆਂ, ਬਲਕਿ ਦਿਨ ਵੀ ਕਾਲੇ ਹੋ ਗਏ। ਲੈਨਿਨਗ੍ਰਾਦ ਅੱਗ ਦੀਆਂ ਲਪਟਾਂ ਵਿੱਚ ਹੈ। ਮੈਂ ਵੀ ਲਪਟਾਂ ਨਾਲ ਘਿਰੀ ਹੋਈ ਹਾਂ। ਧੂਏਂ ਅਤੇ ਅੱਗ ਵਿੱਚੋਂ ਆਕਾਸ਼ ਨੂੰ ਦੇਖਦੀ ਹਾਂ। ਪਰ ਆਕਾਸ਼ ਵਿੱਚ ਵੀ ਲੜਾਈ ਚੱਲ ਰਹੀ ਹੈ। ਮੇਰੇ ਪਤੀ ਸੇਈਦ ਅਨੇਕਾਂ ਵਾਰ ਦੁਸ਼ਮਣ ਦੀਆਂ ਆਖ਼ਰੀ ਸਫ਼ਾਂ ਵਿੱਚ ਜਾ ਕੇ ਮੁੜੇ ਹਨ। ਹੁਣ ਮੈਂ ਇਸ ਸੂਚਨਾ ਦੇ ਤਿੰਨ ਪੱਤਰ ਪਾ ਚੁੱਕੀ ਹਾਂ ਕਿ ਉਹ ਬੀਰ-ਗਤੀ ਨੂੰ ਪ੍ਰਾਪਤ ਹੋ ਗਏ ਹਨ! ਉਹ ਦੁਸ਼ਮਣ ਦੀਆਂ ਆਖ਼ਰੀ ਸਫ਼ਾਂ ਵਿੱਚ ਪਹੁੰਚਣ ਵਾਲੇ ਡਾਕਟਰ ਸਨ। ਮੇਰੇ ਕੋਲ ਉਹ ਲੋਕ ਰਹਿੰਦੇ ਹਨ, ਜਿਨ੍ਹਾਂ ਦੀਆਂ ਉਨ੍ਹਾਂ ਨੇ ਜਾਨਾਂ ਬਚਾਈਆਂ।"

ਰੇਜ਼ੇਦਾ ਦਾਗ਼ਿਸਤਾਨ ਵਾਪਸ ਮੁੜ ਆਈ। ਆਪਣੇ ਦਾਗ਼ਿਸਤਾਨ ਦੇ ਆਕਾਸ਼ ਵਿੱਚ ਜਦੋਂ ਉਹ ਉਕਾਬ ਦੀ ਚੀਕ ਸੁਣਦੀ ਹੈ, ਤਾਂ ਇਹੀ ਸੋਚਦੀ ਹੈ ਕਿ ਉਸ ਦੇ ਸੀਨੇ ਵਿੱਚ ਸੇਈਦ ਦਾ ਦਹਿਕਦਾ ਹੋਇਆ ਦਿਲ ਹੈ।

ਮੇਰੇ ਭਰਾ ਅਖ਼ੀਲਚੀ...ਤੁਸੀਂ ਤਾਂ ਬਿਲਕੁੱਲ ਧਰਤੀ ਨਾਲ ਸਬੰਧਿਤ, ਖੇਤੀ-ਸੰਸਥਾ ਵਿੱਚ ਸਿੱਖਿਆ ਪ੍ਰਾਪਤ ਕਰ ਰਹੇ ਸੀ....ਪਰ ਯੁੱਧ ਵੇਲੇ ਤੁਸੀਂ ਆਕਾਸ਼ ਨੂੰ ਚੁਣਿਆ, ਹਵਾਬਾਜ਼ ਬਣ ਗਏ। ਕਾਲੇ ਸਾਗਰ ਉੱਪਰ ਤੁਸੀਂ ਬੀਰ-ਗਤੀ ਪ੍ਰਾਪਤ ਕੀਤੀ। ਉਸ ਵੇਲੇ ਤੁਹਾਡੀ ਉਮਰ ਬਾਈ ਸਾਲ ਸੀ। ਮੈਂ ਇਹ ਜਾਣਦਾ ਹਾਂ ਕਿ ਤੁਸੀਂ ਆਪਣੇ ਜਨਮ ਸਥਾਨ ਦੇ ਪਿਆਰੇ ਪਹਾੜੀ ਘਰ ਵਿੱਚ ਹੁਣ ਕਦੇ ਵਾਪਸ ਨਹੀਂ ਆਓਗੇ। ਪਰ ਹਰ ਵਾਰ ਹੀ ਜਦੋਂ ਮੇਰੇ ਉੱਪਰ ਕਿਤੇ ਉਕਾਬ ਦੀ ਚੀਕ ਸੁਣਾਈ ਦਿੰਦੀ ਹੈ, ਤਾਂ ਮੈਂ ਇਹ ਮੰਨਦਾ ਹਾਂ ਕਿ ਇਹ ਅਖ਼ੀਲਚੀ ਦਾ ਦਿਲ ਹੈ, ਜੋ ਮੈਨੂੰ, ਆਪਣੇ ਭਰਾ ਨੂੰ ਕੁੱਝ ਕਹਿ ਰਿਹਾ ਹੈ।

ਦਾਗ਼ਿਸਤਾਨ ਦੇ ਆਕਾਸ਼ ਵਿੱਚ ਉਕਾਬ ਉੱਡਦੇ ਰਹਿੰਦੇ ਹਨ। ਵੱਡੀ ਗਿਣਤੀ ਹੈ ਉਨ੍ਹਾਂ ਦੀ। ਪਰ ਅਜਿਹੇ ਬੀਰਾਂ ਦੀ ਗਿਣਤੀ ਵੀ ਕੋਈ ਘੱਟ ਨਹੀਂ ਹੈ, ਜਿਨ੍ਹਾਂ ਨੇ ਮਾਤ-ਭੂਮੀ ਲਈ ਆਪਣੀਆਂ ਜਾਨਾਂ ਕੁਰਬਾਨ ਕੀਤੀਆਂ ਹਨ। ਉਕਾਬ ਦੀ ਹਰ ਚੀਕ ਵਿੱਚ ਬਹਾਦਰੀ ਅਤੇ ਦਲੇਰੀ ਦੀ ਲਲਕਾਰ ਹੁੰਦੀ ਹੈ। ਹਰ ਚੀਕ, ਲੜਾਈ ਵਿੱਚ ਕੁੱਦਣ ਦਾ ਸੱਦਾ ਹੁੰਦੀ ਹੈ।

ਮੈਂ ਜਾਣਦਾ ਹਾਂ ਕਿ ਇਹ ਸੁੰਦਰ ਕਿੱਸਾ, ਮਨਘੜਤ ਕਹਾਣੀ ਹੈ। ਲੋਕ ਚਾਹੁੰਦੇ ਹਨ ਕਿ ਅਜਿਹਾ ਹੀ ਹੋਵੇ। ਪਰ ਇੱਕ ਵਿਅਕਤੀ ਨੂੰ, ਜੋ ਬਹੁਤ ਉਚਾਈ 'ਤੇ ਚੜ੍ਹ ਗਿਆ ਸੀ, ਆਂਦੀ ਜਾਤੀ ਦੇ ਇੱਕ ਵਿਅਕਤੀ ਨੇ ਕਿਹਾ:

"ਇਨਸਾਨ ਬਣਨ ਲਈ ਉਕਾਬ ਵੀ ਧਰਤੀ 'ਤੇ ਉੱਤਰ ਆਉਂਦੇ ਨੇ। ਤੁਸੀਂ ਵੀ ਆਪਣੀਆਂ ਉਚਾਈਆਂ ਤੋਂ ਹੇਠਾਂ ਆਓ। ਸਾਰੇ ਲੋਕਾਂ ਦਾ ਇੱਥੇ ਧਰਤੀ 'ਤੇ ਜਨਮ ਹੋਇਐ। ਪਹਾੜੀਆ, ਇਸ ਲਈ ਪਹਾੜੀਆ ਅਖਵਾਉਂਦੈ, ਕਿਉਂਕਿ ਉਹ ਪਹਾੜਾਂ ਦਾ, ਧਰਤੀ ਦਾ ਆਦਮੀ ਐ। ਸਾਡੇ ਇੱਥੇ 'ਉੱਡਣਾ' ਸ਼ਬਦ ਬਹੁਤ ਪਸੰਦ ਕੀਤਾ ਜਾਂਦੈ। ਘੋੜ-ਸਵਾਰ ਤੇਜ ਘੋੜਾ ਭਜਾਉਂਦੈ, ਤਾਂ ਅਸੀਂ ਕਹਿੰਦੇ ਆਂ, ਉੱਡਿਆ ਆ ਰਿਹੈ। ਗੀਤ ਜਾਂ ਗਾਣਾ ਉੱਡ ਰਿਹੈ। ਸਾਡੇ ਬਹੁਤੇ ਗੀਤ-ਗਾਣੇ ਉਕਾਬਾਂ ਬਾਰੇ ਹੀ ਨੇ।"

ਅਨੇਕਾਂ ਵਾਰ ਮੇਰੀ ਇਸ ਗੱਲ ਲਈ ਆਲੋਚਨਾ ਕੀਤੀ ਗਈ ਹੈ ਕਿ ਆਪਣੀਆਂ ਕਵਿਤਾਵਾਂ ਵਿੱਚ ਮੈਂ ਅਕਸਰ ਉਕਾਬਾਂ ਦਾ ਜ਼ਿਕਰ ਕਰਦਾ ਹਾਂ। ਪਰ ਜੇਕਰ ਦੂਜੇ ਪੰਛੀਆਂ ਦੇ ਮੁਕਾਬਲੇ ਮੈਨੂੰ ਉਕਾਬ ਜ਼ਿਆਦਾ ਚੰਗੇ ਲੱਗਦੇ ਹਨ, ਤਾਂ ਮੈਂ ਕੀ ਕਰਾਂ? ਉਹ ਦੂਰ-ਦੂਰ ਤੱਕ ਅਤੇ ਉੱਚੀ ਉਡਾਣ ਭਰਦੇ ਹਨ, ਜਦੋਂ ਕਿ ਦੂਜੇ ਪੰਛੀ ਜਵਾਰ-ਬਾਜਰੇ ਦੇ ਦਾਣਿਆਂ ਕੋਲ ਹੀ ਭੱਜ-ਦੌੜ ਕਰਦੇ ਅਤੇ ਚਹਿਕਦੇ ਰਹਿੰਦੇ ਹਨ। ਉਕਾਬਾਂ ਦੀ ਆਵਾਜ਼ ਉੱਚੀ ਅਤੇ ਸਾਫ਼ ਹੈ। ਜਿਵੇਂ ਹੀ ਠੰਢ ਸ਼ੁਰੂ ਹੁੰਦੀ ਹੈ, ਤਿਵੇਂ ਹੀ ਦੂਜੇ ਪੰਛੀ ਦਾਗ਼ਿਸਤਾਨ ਨਾਲ ਗੱਦਾਰੀ ਕਰ ਕੇ ਪਰਾਏ ਇਲਾਕਿਆਂ ਵਿੱਚ ਉੱਡ ਜਾਂਦੇ ਹਨ। ਪਰ ਉਕਾਬ ਤਾਂ ਕਦੇ ਆਪਣੀ ਮਾਤ-ਭੂਮੀ ਨੂੰ ਨਹੀਂ ਛੱਡਦੇ, ਚਾਹੇ ਕਿਹੋ ਜਿਹਾ ਵੀ ਮੌਸਮ ਕਿਉਂ ਨਾ ਹੋਵੇ, ਗੋਲੀਆਂ ਦੀ ਠਾਹ-ਠਾਹ ਚਾਹੇ ਕਿੰਨੀ ਵੀ ਦਹਿਸ਼ਤ ਕਿਉਂ ਨਾ ਪੈਦਾ ਕਰੇ। ਉਕਾਬਾਂ ਲਈ ਗਰਮ, ਸਿਹਤ-ਪੱਖੀ ਸਥਾਨਾਂ ਦਾ ਵਜੂਦ ਨਹੀਂ ਹੈ। ਦੂਜੇ ਪੰਛੀ ਹਰ ਸਮੇਂ ਜ਼ਮੀਨ ਨਾਲ ਚਿਪਕੇ ਰਹਿੰਦੇ ਹਨ, ਇੱਕ ਛੱਤ ਤੋਂ ਦੂਜੀ ਛੱਤ ਅਤੇ ਧੂਏਂ ਦੀ ਇੱਕ ਚਿਮਨੀ ਤੋਂ ਦੂਜੀ 'ਤੇ, ਇੱਕ ਖੇਤ ਤੋਂ ਦੂਜੇ ਖੇਤ ਵਿੱਚ ਉੱਡਦੇ ਰਹਿੰਦੇ ਹਨ। ਕਿਸੇ ਛੋਟੇ ਜਿਹੇ ਦੱਰੇ ਨੂੰ ਸਾਡੇ ਇੱਥੇ ਪੰਛੀ ਦਾ ਦੱਰਾ ਕਹਿੰਦੇ ਹਨ।

ਕਿਸੇ ਬਹੁਤ ਵੱਡੀ ਚੱਟਾਨ ਨੂੰ ਸਾਡੇ ਇੱਥੇ ਉਕਾਬ ਦੀ ਚੱਟਾਨ ਕਿਹਾ ਜਾਂਦਾ ਹੈ।

ਇਸ ਧਰਤੀ 'ਤੇ ਜਨਮ ਲੈਣ ਵਾਲਾ ਹਰ ਆਦਮੀ ਇਨਸਾਨ ਨਹੀਂ ਹੁੰਦਾ। ਉੱਡਣ ਵਾਲਾ ਹਰ ਪਰਿੰਦਾ ਉਕਾਬ ਨਹੀਂ ਹੁੰਦਾ।

ਪਹਾੜੀ ਉਕਾਬ

....ਸ਼ਕਤੀ ਅਤੇ ਸ਼ੋਭਾ ਮੇਰੀ ਨਾਲ, ਧਰਤੀ ਭਰਪੂਰ ਹੈ,
ਤਰ੍ਹਾਂ-ਤਰ੍ਹਾਂ ਦੇ ਪੰਛੀ, ਜਿਨ੍ਹਾਂ ਪਿਆਰੇ ਮਧੁਰ ਤਰਾਨੇ ਨੇ।
ਉਨ੍ਹਾਂ 'ਤੇ ਉੱਡਦੇ ਰਹਿੰਦੇ ਇਹ ਪੰਛੀ ਦੇਵਤਿਆਂ ਵਰਗੇ,
ਉਹ ਉਕਾਬ ਜਿਨ੍ਹਾਂ ਬਾਰੇ ਬਹੁਤ ਗੀਤ-ਅਫ਼ਸਾਨੇ ਨੇ।

ਇਸੇ ਲਈ ਕਿ ਉਨ੍ਹਾਂ ਦੀ ਉੱਚੇ ਅੰਬਰ ਵਿੱਚ ਝਲਕ ਮਿਲੇ,
ਬਣੇ ਸੰਤਰੀ ਰਹਿਣ, ਭਿਆਨਕ ਦਿਨ ਜਦ ਆਉਂਦੇ ਨੇ।
ਉੱਚੀਆਂ ਦਿਸਣ ਚੱਟਾਨਾਂ, ਦੂਰ ਪਹੁੰਚ ਤੋਂ ਬਾਹਰ ਜੋ,
ਅੰਬਰ ਛੂਹਣ ਵਾਲੇ ਪੰਛੀ, ਆਲ੍ਹਣੇ ਉੱਥੇ ਪਾਉਂਦੇ ਨੇ।

ਕਦੇ ਇਕੱਲਾ, ਮਾਣ ਨਾਲ ਉਹ ਉਡਾਣਾਂ ਜਦ ਭਰਦਾ,
ਖੰਭਾਂ ਦੇ ਨਾਲ ਧੁੰਦ ਨੂੰ ਚੀਰ-ਚੀਰ ਕੇ ਅੱਗੇ ਵਧਦਾ ਹੈ।
ਕਦੇ-ਕਦੇ ਜੇ ਖ਼ਤਰਾ ਬਣੇ, ਵੱਡਾ ਸਾਰਾ ਝੁੰਡ ਉਨ੍ਹਾਂ ਦਾ,
ਨੀਲੇ ਸਾਗਰ ਅਤੇ ਮਹਾਂਸਾਗਰ ਉੱਤੇ ਉੱਡਦਾ ਹੈ।

ਬਹੁਤ ਦੂਰ ਉਚਾਈਆਂ 'ਤੇ ਉਹ ਧਰਤੀ ਉੱਪਰ ਉੱਡਦੇ,
ਤੇਜ ਨਿਗ੍ਹਾ ਨਾਲ ਬਣ ਕੇ ਰਾਖੇ ਧਰਤੀ ਨੂੰ ਤੱਕਦੇ ਨੇ।
ਭਾਰੀ, ਗਹਿਰੀ ਆਵਾਜ਼ ਵਿੱਚ ਉਨ੍ਹਾਂ ਦੀ ਚੀਕ ਸੁਣ ਕੇ,
ਕਾਲੇ ਕਾਂ ਭੱਜ ਜਾਣ, ਉਨ੍ਹਾਂ ਦੇ ਦਿਲ ਧੱਕ-ਧੱਕ ਕਰਦੇ ਨੇ।

ਜਿੱਦਾਂ ਬਚਪਨ ਵਿੱਚ ਮੈਂ ਬਰਫ਼ਾਂ ਲੱਦੀਆਂ ਚੋਟੀਆਂ ਨੂੰ,
ਘੰਟਿਆਂ ਤੱਕ ਸੀ ਦੇਖਦਾ, ਦੇਖ ਅਜੇ ਨਾ ਥੱਕਦਾ ਹਾਂ।
ਕਿਵੇਂ ਉੱਡਦੇ ਨੇ ਉਕਾਬ ਫ਼ੈਲਾ ਕੇ ਆਪਣੇ ਖੰਭਾਂ ਨੂੰ,
ਪ੍ਰੇਮ-ਦੀਵਾਨੇ ਵਾਂਗੂੰ ਮੈਂ ਹੁਣ ਵੀ ਮਸਤ ਹੋ ਸਕਦਾ ਹਾਂ।

ਕਦੇ ਪਹਾੜਾਂ ਉੱਪਰੋਂ ਇਹ ਆਪਣੀ ਨਜ਼ਰ ਦੌੜਾਉਂਦੇ ਨੇ,
ਅਤੇ ਕਦੇ ਸਤੇਪੀ ਮੈਦਾਨਾਂ ਵਿੱਚੋਂ ਉਡਾਰੀ ਲਾਉਂਦੇ ਨੇ।

ਸਭ ਤੋਂ ਜ਼ਿਆਦਾ ਦਲੇਰ, ਹਿੰਮਤੀ ਪਰਬਤ ਵਾਸੀ ਜੋ,
ਉਹ ਉਕਾਬ ਮੇਰੀ ਧਰਤੀ ਦੇ ਹਰ ਥਾਂ ਅਖਵਾਉਂਦੇ ਨੇ।

ਜਾਪਾਨੀ ਲੋਕ ਹੰਸਾਂ ਨੂੰ ਹੀ ਸਭ ਤੋਂ ਜ਼ਿਆਦਾ ਮਹੱਤਵਪੂਰਨ ਪੰਛੀ ਮੰਨਦੇ ਹਨ। ਉਨ੍ਹਾਂ ਵਿੱਚ ਅਜਿਹਾ ਮੰਨਿਆ ਜਾਂਦਾ ਹੈ ਕਿ ਜੇਕਰ ਕੋਈ ਬਿਮਾਰ ਆਦਮੀ ਕਾਗਜ਼ ਦੇ ਇੱਕ ਹਜ਼ਾਰ ਹੰਸ ਬਣਾ ਲੈਂਦਾ ਹੈ, ਤਾਂ ਉਹ ਤੰਦਰੁਸਤ ਹੋ ਜਾਵੇਗਾ। ਉੱਡਦੇ ਹੋਏ ਹੰਸਾਂ, ਖ਼ਾਸ ਤੌਰ 'ਤੇ ਫੂਜੀਆਮਾ ਪਰਬਤ ਉੱਪਰੋਂ ਉੱਡੇ ਜਾ ਰਹੇ ਹੰਸਾਂ ਨਾਲ ਜਾਪਾਨੀ ਲੋਕ ਆਪਣੀਆਂ ਖ਼ੁਸ਼ੀਆਂ ਅਤੇ ਗਮੀਆਂ, ਮਿਲਣ ਅਤੇ ਜੁਦਾਈ, ਸੁਪਨਿਆਂ ਅਤੇ ਪਿਆਰੀਆਂ ਯਾਦਾਂ ਦੇ ਸੂਤਰ-ਸਬੰਧ ਜੋੜਦੇ ਹਨ।

ਹੰਸ ਮੈਨੂੰ ਵੀ ਚੰਗੇ ਲੱਗਦੇ ਹਨ। ਫਿਰ ਵੀ ਜਦੋਂ ਜਾਪਾਨੀਆਂ ਨੇ ਮੈਨੂੰ ਇਹ ਪੁੱਛਿਆ ਕਿ ਕਿਹੜਾ ਪੰਛੀ ਮੈਨੂੰ ਸਭ ਤੋਂ ਜ਼ਿਆਦਾ ਪਿਆਰਾ ਲੱਗਦਾ ਹੈ, ਤਾਂ ਮੈਂ ਜਵਾਬ ਦਿੱਤਾ, ਉਕਾਬ। ਉਨ੍ਹਾਂ ਨੂੰ ਇਹ ਚੰਗਾ ਨਹੀਂ ਲੱਗਿਆ।

ਪਰ ਕੁੱਝ ਹੀ ਸਮੇਂ ਬਾਅਦ ਟੋਕੀਓ ਵਿੱਚ ਕਰਵਾਈ ਗਈ ਪ੍ਰਤੀਯੋਗਤਾ ਵਿੱਚ ਜਦੋਂ ਸਾਡਾ ਪਹਿਲਵਾਨ ਅਲੀ ਅਲੀਯੇਵ ਵਿਸ਼ਵ ਚੈਂਪੀਅਨ ਬਣ ਗਿਆ, ਤਾਂ ਮੇਰੇ ਇੱਕ ਜਾਪਾਨੀ ਦੋਸਤ ਨੇ ਮੈਨੂੰ ਕਿਹਾ:

"ਤੁਹਾਡੇ ਉਕਾਬ ਕੋਈ ਬੁਰੇ ਪਰਿੰਦੇ ਨਹੀਂ।"

* * *

ਆਪਣੇ ਪਹਾੜੀ ਲੋਕਾਂ ਨਾਲ ਮੈਂ ਤੁਰਕੀ ਦੇ ਆਕਾਸ਼ ਵਿੱਚ ਉਕਾਬਾਂ ਅਤੇ ਹੰਸਾਂ ਵਿਚਕਾਰ ਹੋਈ ਲੜਾਈ ਦੀ ਚਰਚਾ ਕੀਤੀ। ਜਦੋਂ ਮੈਂ ਉਨ੍ਹਾਂ ਨੂੰ ਇਹ ਦੱਸਿਆ ਕਿ ਇਸ ਲੜਾਈ ਵਿੱਚ ਉਕਾਬ ਹਾਰ ਗਏ, ਤਾਂ ਪਹਾੜੀ ਲੋਕ ਹੈਰਾਨ ਰਹਿ ਗਏ ਅਤੇ ਕੁੱਝ ਤਾਂ ਬੁਰਾ ਵੀ ਮੰਨ ਗਏ। ਉਨ੍ਹਾਂ ਨੇ ਮੇਰੇ ਸ਼ਬਦਾਂ 'ਤੇ ਵਿਸ਼ਵਾਸ ਨਹੀਂ ਕੀਤਾ, ਪਰ ਜੋ ਸੱਚਾਈ ਸੀ, ਉਹ ਤਾਂ ਸੱਚਾਈ ਹੀ ਸੀ।

"ਤੁਸੀਂ ਠੀਕ ਨਹੀਂ ਕਹਿ ਰਹੇ, ਰਸੂਲ।" ਆਖ਼ਰ ਇੱਕ ਪਹਾੜੀਏ ਨੇ ਕਿਹਾ, "ਸ਼ਾਇਦ ਉਕਾਬ ਲੜਾਈ ਵਿੱਚ ਹਾਰੇ ਨਹੀਂ, ਬਲਕਿ ਸਾਰੇ ਮਾਰੇ ਗਏ। ਪਰ ਇਹ ਤਾਂ ਬਿਲਕੁੱਲ ਦੂਜੀ ਗੱਲ ਐ।"

ਦੋ ਵਾਰ ਸੋਵੀਅਤ ਸੰਘ ਦੇ ਸੂਰਮੇ ਦੀ ਉਪਾਧੀ ਨਾਲ ਸਨਮਾਨਿਤ ਮੇਰਾ ਇੱਕ ਮਸ਼ਹੂਰ ਦੋਸਤ ਸੀ, ਅਹਿਮਦ ਖ਼ਾਨ ਸੁਲਤਾਨ। ਉਸ ਦੇ ਪਿਤਾ ਦਾਗ਼ਿਸਤਾਨੀ ਅਤੇ ਮਾਂ ਤਾਤਾਰ ਸੀ। ਉਹ ਮਾਸਕੋ ਵਿੱਚ ਰਹਿੰਦਾ ਸੀ। ਦਾਗ਼ਿਸਤਾਨੀ ਉਸ ਨੂੰ ਆਪਣਾ ਅਤੇ ਤਾਤਾਰ ਉਸ ਨੂੰ ਆਪਣਾ ਸੂਰਮਾ ਮੰਨਦੇ ਸਨ।

"ਤੁਸੀਂ ਕਿਸ ਦੇ ਸੂਰਮੇ ਹੋ?" ਮੈਂ ਇੱਕ ਵਾਰ ਉਸ ਨੂੰ ਪੁੱਛਿਆ।

"ਮੈਂ ਨਾ ਤਾਂ ਤਾਤਾਰਾਂ ਅਤੇ ਨਾ ਹੀ ਦਾਗ਼ਿਸਤਾਨ ਦੀ ਲਾਕ ਜਾਤੀ ਦੇ ਲੋਕਾਂ ਦਾ ਹੀ ਸੂਰਮਾ ਆਂ। ਮੈਂ ਤਾਂ ਸੋਵੀਅਤ ਸੰਘ ਦਾ ਸੂਰਮਾ ਆਂ। ਕਿਸ ਦਾ ਬੇਟਾ ਆਂ? ਆਪਣੇ ਮਾਤਾ-ਪਿਤਾ ਦਾ। ਕੀ ਉਨ੍ਹਾਂ ਨੂੰ ਇੱਕ-ਦੂਜੇ ਤੋਂ ਵੱਖ ਕੀਤਾ ਜਾ ਸਕਦੈ? ਮੈਂ ਇਨਸਾਨ ਆਂ।"

* * *

ਸ਼ਾਮਿਲ ਨੇ ਆਪਣੇ ਸਕੱਤਰ ਮੁਹੰਮਦ ਤਾਹਿਰ ਅਲ-ਕਾਰਾਹੀ ਤੋਂ ਇੱਕ ਵਾਰ ਪੁੱਛਿਆ:

"ਦਾਗ਼ਿਸਤਾਨ ਵਿੱਚ ਕਿੰਨੇ ਲੋਕ ਰਹਿੰਦੇ ਨੇ?"

ਮੁਹੰਮਦ ਤਾਹਿਰ ਨੇ ਆਬਾਦੀ ਦੇ ਅੰਕੜਿਆਂ ਦੀ ਕਿਤਾਬ ਲੈ ਕੇ ਉਨ੍ਹਾਂ ਦੀ ਗਿਣਤੀ ਦੱਸ ਦਿੱਤੀ।

"ਮੈਂ ਅਸਲੀ ਇਨਸਾਨਾਂ ਬਾਰੇ ਪੁੱਛ ਰਿਹਾਂ।" ਸ਼ਾਮਿਲ ਨੇ ਖਿਝ ਕੇ ਕਿਹਾ।

"ਪਰ ਮੇਰੇ ਕੋਲ ਅਜਿਹੇ ਅੰਕੜੇ ਤਾਂ ਹੈ ਨਹੀਂ।"

"ਅਗਲੀ ਲੜਾਈ ਵਿੱਚ ਉਨ੍ਹਾਂ ਦੀ ਗਿਣਤੀ ਕਰਨੀ ਨਾ ਭੁੱਲਣਾ।" ਇਮਾਮ ਨੇ ਹੁਕਮ ਦਿੱਤਾ।

ਪਹਾੜੀ ਲੋਕਾਂ ਵਿੱਚ ਕਿਹਾ ਜਾਂਦਾ ਹੈ, "ਕਿਸੇ ਇਨਸਾਨ ਦੀ ਅਸਲੀ ਕੀਮਤ ਜਾਣਨ ਲਈ ਹੇਠ ਲਿਖੇ ਸੱਤਾਂ ਕੋਲੋਂ ਉਸ ਬਾਰੇ ਪੁੱਛਣਾ ਚਾਹੀਦੈ:

1. ਮੁਸੀਬਤ ਤੋਂ
2. ਖ਼ੁਸ਼ੀ ਤੋਂ
3. ਔਰਤ ਤੋਂ
4. ਤਲਵਾਰ ਤੋਂ
5. ਚਾਂਦੀ ਤੋਂ
6. ਬੋਤਲ ਤੋਂ
7. ਖ਼ੁਦ ਉਸ ਤੋਂ

ਹਾਂ, ਇਨਸਾਨ ਅਤੇ ਆਜ਼ਾਦੀ, ਇਨਸਾਨ ਅਤੇ ਇੱਜ਼ਤ, ਇਨਸਾਨ ਅਤੇ ਬਹਾਦਰੀ, ਇਨ੍ਹਾਂ ਸਭਨਾਂ ਦਾ ਇੱਕ ਹੀ ਅਰਥ ਹੈ। ਪਹਾੜੀ ਲੋਕ ਇਸ ਗੱਲ ਦੀ ਕਲਪਨਾ ਵੀ ਨਹੀਂ ਕਰ ਸਕਦੇ ਕਿ ਉਕਾਬ ਦੋਗਲੀ ਚਾਲ ਚੱਲਣ ਵਾਲਾ ਵੀ ਹੋ ਸਕਦਾ ਹੈ। ਉਹ ਕਾਂ ਨੂੰ ਦੋਗਲਾ ਮੰਨਦੇ ਹਨ। ਇਨਸਾਨ, ਇਹ ਤਾਂ ਕੇਵਲ ਨਾਂ ਨਹੀਂ, ਉਪਾਧੀ ਹੈ, ਉਹ ਵੀ ਬਹੁਤ ਉੱਚੀ ਅਤੇ ਇਸ ਨੂੰ ਹਾਸਲ ਕਰਨਾ ਕੋਈ ਆਸਾਨ ਨਹੀਂ।

ਕੁੱਝ ਹੀ ਸਮਾਂ ਪਹਿਲਾਂ ਮੈਂ ਬੋਤਲੀਖ਼ ਵਿੱਚ ਇੱਕ ਔਰਤ ਨੂੰ ਅਜਿਹੇ ਮਰਦ ਬਾਰੇ ਗੀਤ ਗਾਉਂਦੇ ਸੁਣਿਆ, ਜੋ ਕਿਸੇ ਵੀ ਲਾਇਕ ਨਾ ਹੋਵੇ:

ਤੇਰੇ ਵਿੱਚ ਕੁੱਝ ਤਾਂ ਘੋੜੇ ਵਰਗਾ, ਕੁੱਝ ਹੈ ਭੇਡ ਸਮਾਨ।
ਅੰਸ਼ ਇੱਲ੍ਹ ਦਾ, ਅਤੇ ਲੂੰਬੜੀ, ਦੀ ਹੋਵੇ ਪਹਿਚਾਣ।
ਕੁੱਝ ਮੱਛੀ ਜਿਹਾ, ਪਰ ਬੀਰਤਾ, ਉਸ ਦਾ ਨਹੀਂ ਨਿਸ਼ਾਨ।
ਕਿੱਥੇ ਮਾਨ-ਸਨਮਾਨ?

ਇੱਕ ਹੋਰ ਔਰਤ ਦੇ ਮੂੰਹੋਂ ਮੈਂ ਝੂਠੇ ਅਤੇ ਕਪਟੀ ਆਦਮੀ ਬਾਰੇ ਇਹ ਗੀਤ ਸੁਣਿਆ:

ਤੂੰ ਹੈਂ ਮਾਨਵ, ਮੈਂ ਸੋਚਿਆ, ਭੇਤ ਕਿਹਾ ਤੈਨੂੰ ਖੁੱਲ੍ਹ ਕੇ,
ਤੂੰ ਅਖਰੋਟ, ਬਿਨਾਂ ਗਿਰੀ ਤੋਂ, ਖੜ੍ਹੀ ਇਕੱਲੀ ਮੈਂ ਪਥ 'ਤੇ।

ਬਹੁਤ ਦੇਰ ਤੋਂ ਤੈਨੂੰ ਸਮਝੀ, ਮੇਰਾ ਹੀ ਇਹ ਦੋਸ਼ ਪਰ,
ਤਨ ਤੋਂ ਬਿਨਾਂ ਚੋਗਾ ਹੈਂ ਤੂੰ, ਟੋਪੀ ਵਾਲੇ, ਪਰ ਨਾ ਸਿਰ।

ਆਪਣੇ ਲਈ ਵਰ ਦੀ ਭਾਲ ਕਰਨ ਵਾਲੀ ਮੁਟਿਆਰ ਨੇ ਰੋਸਾ ਕਰਦੇ ਹੋਏ ਕਿਹਾ:

"ਜੇਕਰ ਮੈਨੂੰ ਸਮੂਰ ਦੀ ਟੋਪੀ ਪਹਿਨਣ ਵਾਲੇ ਵਰ ਦੀ ਭਾਲ ਹੁੰਦੀ, ਤਾਂ ਮੈਂ ਉਸ ਨੂੰ ਕਦੋਂ ਦਾ ਲੱਭ ਲਿਆ ਹੁੰਦਾ। ਜੇਕਰ ਮੁੱਛਾਂ ਵਾਲੇ ਵਰ ਦੀ ਭਾਲ ਹੁੰਦੀ, ਤਾਂ ਉਹ ਵੀ ਕਦੋਂ ਦਾ ਮਿਲ ਗਿਆ ਹੁੰਦਾ। ਮੈਂ ਇਨਸਾਨ ਦੀ ਭਾਲ ਵਿੱਚ ਆਂ।"

ਪਹਾੜੀ ਲੋਕ ਜਦੋਂ ਭੇਡ ਖਰੀਦਦੇ ਹਨ, ਤਾਂ ਉਸ ਦੀ ਪੂਛ, ਉੱਨ ਅਤੇ ਮੋਟਾਪੇ ਜਾਂ ਚਰਬੀ ਵੱਲ ਧਿਆਨ ਦਿੰਦੇ ਹਨ। ਜਦੋਂ ਉਹ ਘੋੜਾ ਖਰੀਦਦੇ ਹਨ, ਤਾਂ ਉਸ ਦੇ ਨੱਕ, ਲੱਤਾਂ ਅਤੇ ਪੂਰੇ ਬਾਹਰੀ ਆਕਾਰ ਨੂੰ ਜਾਂਚਦੇ-ਪਰਖਦੇ ਹਨ। ਪਰ ਇਨਸਾਨ ਦਾ ਕਿਵੇਂ ਮੁੱਲਾਂਕਣ ਕੀਤਾ ਜਾਵੇ? ਉਸ ਦੇ ਕਿਹੜੇ ਲੱਛਣਾਂ ਵੱਲ ਧਿਆਨ ਦਿੱਤਾ ਜਾਵੇ? ਉਸ ਦੇ ਨਾਂ ਅਤੇ ਕੰਮ ਵੱਲ...ਪ੍ਰਸੰਗ ਮੁਤਾਬਿਕ ਇਹ ਦੱਸਣਾ ਜਾਇਜ਼ ਹੋਵੇਗਾ ਕਿ ਅਵਾਰ ਭਾਸ਼ਾ ਵਿੱਚ 'ਨਾਮ' ਸ਼ਬਦ ਦੇ ਅਰਥ ਹਨ। ਪਹਿਲਾਂ ਅਰਥ ਤਾਂ ਨਾਂ ਹੀ ਹੈ ਅਤੇ ਦੂਜਾ ਅਰਥ ਹੈ, ਕਿਸੇ ਆਦਮੀ ਦਾ ਕੰਮ, ਉਸ ਦੀ ਯੋਗਤਾ-ਸੇਵਾ, ਉਸ ਦੇ ਬੀਰਤਾ ਵਾਲੇ ਕਾਰਨਾਮੇ। ਜਦੋਂ ਸਾਡੇ ਇੱਥੇ ਬੇਟੇ ਦਾ ਜਨਮ ਹੁੰਦਾ ਹੈ, ਤਾਂ ਇਹੀ ਕਾਮਨਾ ਕੀਤੀ ਜਾਂਦੀ ਹੈ, "ਉਸ ਦਾ ਕੰਮ, ਉਸ ਦਾ ਨਾਂ ਪੈਦਾ ਕਰੇ।" ਕਿਸੇ ਵੱਡੇ ਕੰਮ ਜਾਂ ਪ੍ਰਾਪਤੀ ਤੋਂ ਬਿਨਾਂ ਨਾਂ ਤਾਂ ਨਿਰਾਰਥਕ ਧੁਨੀ ਹੈ।

ਅੰਮਾਂ ਮੈਨੂੰ ਸਿੱਖਿਆ ਦਿਆ ਕਰਦੇ ਸਨ, ਨਾਂ ਤੋਂ ਵੱਡਾ ਕੋਈ ਪੁਰਸਕਾਰ ਨਹੀਂ, ਜ਼ਿੰਦਗੀ ਤੋਂ ਵੱਡਾ ਕੋਈ ਖਜ਼ਾਨਾ ਨਹੀਂ। ਇਸ ਨੂੰ ਸੰਭਾਲ ਕੇ ਰੱਖੋ।

ਸਿੰਗੀ 'ਤੇ ਉੱਕਰੇ ਸ਼ਬਦ:
ਸਾਲ ਹਜ਼ਾਰਾਂ-ਲੱਖਾਂ ਬੀਤੇ
ਹੌਲੀ-ਹੌਲੀ, ਉਦੋਂ ਬਾਂਦਰ।
ਮਾਨਵ ਬਣਿਆ, ਪਿਅਕੜ ਫਿਰ,
ਪਰ ਬਣਿਆ ਹਾਏ ਜਾਨਵਰ।

ਸ਼ਾਮਿਲ ਨੇ ਜਦੋਂ ਗੁਨੀਬ ਪਹਾੜ 'ਤੇ ਮਜ਼ਬੂਤ ਕਿਲੇਬੰਦੀ ਕਰ ਲਈ, ਤਾਂ ਉਸ ਨੂੰ ਹਰਾਉਣਾ ਕਿਸੇ ਤਰ੍ਹਾਂ ਵੀ ਸੰਭਵ ਨਹੀਂ ਰਿਹਾ। ਪਰ ਇੱਕ ਅਜਿਹਾ ਗੱਦਾਰ ਨਿੱਕਲ ਆਇਆ, ਜਿਸ ਨੇ ਦੁਸ਼ਮਣ ਨੂੰ ਗੁਪਤ ਪਗਡੰਡੀ ਦਿਖਾ ਦਿੱਤੀ। ਫੀਲਡ-ਮਾਰਸ਼ਲ ਪ੍ਰਿੰਸ ਬਰਿਆਤੀਂਸਕੀ ਨੇ ਇਸ ਪਹਾੜੀਏ ਨੂੰ ਬਹੁਤ ਸਾਰਾ ਸੋਨਾ ਇਨਾਮ ਦਿੱਤਾ।

ਬਾਅਦ ਵਿੱਚ ਜਦੋਂ ਕੈਦੀ ਸ਼ਾਮਿਲ ਕਾਲੂਗਾ ਪਹੁੰਚ ਚੁੱਕਿਆ ਸੀ, ਤਾਂ ਇਹ ਗੱਦਾਰ ਆਪਣੇ ਘਰ ਵਾਪਸ ਮੁੜਿਆ। ਪਰ ਉਸ ਦੇ ਪਿਤਾ ਨੇ ਕਿਹਾ:

"ਤੂੰ ਗੱਦਾਰ ਐਂ, ਪਹਾੜੀਆ ਨਹੀਂ, ਇਨਸਾਨ ਨਹੀਂ। ਤੂੰ ਮੇਰਾ ਬੇਟਾ ਨਹੀਂ।"

ਇੰਨਾ ਕਹਿ ਕੇ ਉਸ ਨੇ ਉਸ ਦੀ ਹੱਤਿਆ ਕਰ ਦਿੱਤੀ, ਗਲਾ ਵੱਢ ਦਿੱਤਾ ਅਤੇ ਸੋਨੇ ਸਮੇਤ ਉਸ ਨੂੰ ਚੱਟਾਨ ਤੋਂ ਨਦੀ ਵਿੱਚ ਸੁੱਟ ਦਿੱਤਾ। ਦੇਸ਼-ਧ੍ਰੋਹੀ ਦਾ ਪਿਤਾ ਵੀ ਹੁਣ ਆਪਣੇ ਇਸ ਪਿੰਡ ਵਿੱਚ ਨਹੀਂ ਰਹਿ ਸਕਦਾ ਸੀ ਅਤੇ ਲੋਕਾਂ ਨਾਲ ਨਜ਼ਰਾਂ ਨਹੀਂ ਮਿਲਾ ਸਕਦਾ ਸੀ। ਬੇਟੇ ਕਾਰਨ ਉਸ ਦਾ ਸਿਰ ਵੀ ਸ਼ਰਮ ਨਾਲ ਝੁਕ ਜਾਂਦਾ ਸੀ। ਉਹ ਕਿਤੇ ਚਲਾ ਗਿਆ ਅਤੇ ਉਦੋਂ ਤੋਂ ਉਸ ਦਾ ਕੋਈ ਪਤਾ-ਠਿਕਾਣਾ ਨਹੀਂ।

ਉਸ ਜਗ੍ਹਾ ਦੇ ਕੋਲ ਦੀ ਲੰਘਦੇ ਹੋਏ ਪਹਾੜੀ ਲੋਕ ਅੱਜ ਤੱਕ ਪੱਥਰ ਮਾਰਦੇ ਹਨ, ਜਿੱਥੇ ਗੱਦਾਰ ਦਾ ਸਿਰ ਸੁੱਟਿਆ ਗਿਆ ਸੀ। ਕਿਹਾ ਜਾਂਦਾ ਹੈ ਕਿ ਇਸ ਚੱਟਾਨ ਉੱਪਰੋਂ ਉੱਡਦੇ ਹੋਏ ਪਰਿੰਦੇ ਵੀ 'ਗੱਦਾਰ-ਗੱਦਾਰ' ਚਿੱਲਾਉਂਦੇ ਹਨ।

* * *

ਇੱਕ ਵਾਰ ਮਖ਼ਚ ਦਾਖਾਦਾਯੇਵ ਆਪਣੀ ਸੈਨਾ ਵਿੱਚ ਸੈਨਿਕ ਭਰਤੀ ਕਰਨ

ਲਈ ਪਿੰਡ ਵਿੱਚ ਆਇਆ। ਗੋਦੇਕਾਨ ਵਿੱਚ ਉਸ ਨੇ ਦੋ ਪਹਾੜੀ ਲੋਕਾਂ ਨੂੰ ਤਾਸ਼ ਖੇਡਦੇ ਦੇਖਿਆ।

"ਅਸਲਾਮਾਲੇਕੁਮ। ਤੁਹਾਡੇ ਮਰਦ ਲੋਕ ਕਿੱਥੇ ਨੇ, ਉਨ੍ਹਾਂ ਨੂੰ ਜਰਾ ਇਕੱਠੇ ਕਰੋ।"

"ਸਾਡੇ ਇਲਾਵਾ ਪਿੰਡ ਵਿੱਚ ਹੋਰ ਕੋਈ ਮਰਦ ਨਹੀਂ।"

"ਬਈ ਵਾਹ! ਮਰਦਾਂ ਬਿਨਾਂ ਵੀ ਕੀ ਪਿੰਡ! ਕਿੱਥੇ ਨੇ ਉਹ?"

"ਲੜ ਰਹੇ ਨੇ।"

"ਤਾਂ ਇਹ ਗੱਲ ਐ! ਇਸ ਦਾ ਇਹ ਮਤਲਬ ਹੋਇਆ ਕਿ ਤੁਹਾਡੇ ਦੋਵਾਂ ਤੋਂ ਬਿਨਾਂ ਪਿੰਡ ਵਿੱਚ ਬਾਕੀ ਸਭ ਮਰਦ ਨੇ।"

ਅਬੂਤਾਲਿਬ ਨਾਲ ਇੱਕ ਵਾਰ ਇਹ ਕਿੱਸਾ ਹੋਇਆ। ਇੱਕ ਘੜੀਸਾਜ਼ ਕੋਲ ਉਹ ਘੜੀ ਠੀਕ ਕਰਵਾਉਣ ਗਿਆ। ਉਸ ਵੇਲੇ ਘੜੀਸਾਜ਼ ਕੋਲ ਬੈਠੇ ਹੋਏ ਇੱਕ ਨੌਜਵਾਨ ਦੀ ਘੜੀ ਦੀ ਮੁਰੰਮਤ ਕਰਨ ਵਿੱਚ ਵਿਅਸਤ ਸੀ।

"ਬੈਠੋ।" ਘੜੀਸਾਜ਼ ਨੇ ਕਿਹਾ।

"ਦੇਖ ਰਿਹਾਂ ਕਿ ਤੁਹਾਡੇ ਕੋਲ ਲੋਕ ਬੈਠੇ ਨੇ। ਮੈਂ ਫਿਰ ਕਦੇ ਆ ਜਾਵਾਂਗਾ।"

"ਤੁਹਾਨੂੰ ਲੋਕ ਕਿੱਥੇ ਦਿਖਾਈ ਦੇ ਗਏ?" ਘੜੀਸਾਜ਼ ਨੇ ਹੈਰਾਨ ਹੋ ਕੇ ਪੁੱਛਿਆ।

"ਇਹ ਨੌਜਵਾਨ?"

"ਜੇਕਰ ਇਹ ਸਹੀ ਅਰਥਾਂ ਵਿੱਚ ਇਨਸਾਨ ਹੁੰਦਾ, ਤਾਂ ਤੁਹਾਡੇ ਇੱਥੇ ਆਉਂਦੇ ਹੀ ਉੱਠ ਕੇ ਖੜ੍ਹਾ ਹੋ ਜਾਂਦਾ ਅਤੇ ਆਪਣੀ ਜਗ੍ਹਾ 'ਤੇ ਤੁਹਾਨੂੰ ਬਿਠਾ ਦਿੰਦਾ.....ਦਾਗ਼ਿਸਤਾਨ ਨੂੰ ਇਸ ਗੱਲ ਨਾਲ ਲੈਣਾ-ਦੇਣਾ ਕੀ ਐ ਕਿ ਇਸ ਨਿਕੰਮੇ ਦੀ ਘੜੀ ਠੀਕ ਸਮਾਂ ਦੱਸਦੀ ਐ ਜਾਂ ਨਹੀਂ, ਪਰ ਤੁਹਾਡੀ ਘੜੀ ਠੀਕ ਢੰਗ ਨਾਲ ਚੱਲਣੀ ਚਾਹੀਦੀ ਐ।"

ਅਬੂਤਾਲਿਬ ਨੇ ਬਾਅਦ ਵਿੱਚ ਦੱਸਿਆ ਕਿ ਜਦੋਂ ਉਸ ਨੂੰ ਦਾਗ਼ਿਸਤਾਨ ਦੇ ਲੋਕ-ਕਵੀ ਦਾ ਰੁਤਬਾ ਦਿੱਤਾ ਗਿਆ, ਤਾਂ ਉਸ ਵੇਲੇ ਉਸ ਨੂੰ ਇੰਨੀ ਖ਼ੁਸ਼ੀ ਨਹੀਂ ਹੋਈ ਸੀ, ਜਿੰਨੀ ਇਸ ਘੜੀਸਾਜ਼ ਦੀ ਦੁਕਾਨ 'ਤੇ।

* * *

ਦਾਗ਼ਿਸਤਾਨ ਵਿੱਚ ਤੀਹ ਜਾਤੀਆਂ ਦੇ ਲੋਕ ਰਹਿੰਦੇ ਹਨ, ਪਰ ਕੁੱਝ ਬੁੱਧੀਮਾਨ ਇਹ ਦਾਅਵਾ ਕਰਦੇ ਹਨ ਕਿ ਦਾਗ਼ਿਸਤਾਨ ਵਿੱਚ ਸਿਰਫ਼ ਦੋ ਆਦਮੀ ਰਹਿੰਦੇ ਹਨ।

"ਇਹ ਕਿਵੇਂ ਸੰਭਵ ਐ?"

"ਬਿਲਕੁੱਲ ਸੰਭਵ ਐ। ਇੱਕ ਚੰਗਾ ਆਦਮੀ ਅਤੇ ਇੱਕ ਬੁਰਾ ਆਦਮੀ।"

"ਜੇਕਰ ਇਸੇ ਦ੍ਰਿਸ਼ਟੀਕੋਣ ਤੋਂ ਦੇਖਿਆ ਜਾਵੇ।" ਦੂਜੇ ਨੇ ਉਸ ਦੀ ਭੁੱਲ ਸੁਧਾਰੀ, "ਤਾਂ ਦਾਗ਼ਿਸਤਾਨ ਵਿੱਚ ਸਿਰਫ਼ ਇੱਕ ਆਦਮੀ ਰਹਿੰਦੈ, ਕਿਉਂਕਿ ਬੁਰੇ ਆਦਮੀ ਤਾਂ ਆਦਮੀ ਨਹੀਂ ਹੁੰਦੇ।"

ਕੁਸ਼ੀਨ ਦੇ ਕਾਰੀਗਰ ਸਮੂਰ ਦੀਆਂ ਟੋਪੀਆਂ ਬਣਾਉਂਦੇ ਹਨ। ਪਰ ਕੁੱਝ ਲੋਕ ਤਾਂ ਉਨ੍ਹਾਂ ਨੂੰ ਸਿਰਾਂ 'ਤੇ ਪਹਿਨਦੇ ਹਨ, ਜਦੋਂ ਕਿ ਦੂਜੇ ਕਿੱਲੀਆਂ 'ਤੇ ਟੰਗਦੇ ਹਨ।

ਅਮਗੂਜ਼ਿਨ ਦੇ ਲੁਹਾਰ ਖੰਜਰ ਬਣਾਉਂਦੇ ਹਨ, ਪਰ ਕੁੱਝ ਲੋਕ ਤਾਂ ਉਨ੍ਹਾਂ ਨੂੰ ਆਪਣੀਆਂ ਪੇਟੀਆਂ ਵਿੱਚ ਲਟਕਾਉਂਦੇ ਹਨ ਅਤੇ ਕੁੱਝ ਕਿੱਲੀਆਂ 'ਤੇ।

ਆਂਦੀ ਦੇ ਕਾਰੀਗਰ ਚੋਗੇ ਬਣਾਉਂਦੇ ਹਨ। ਪਰ ਕੁੱਝ ਲੋਕ ਤਾਂ ਉਸ ਨੂੰ ਬੁਰੇ ਮੌਸਮ ਵਿੱਚ ਪਹਿਨਦੇ ਹਨ, ਜਦੋਂ ਕਿ ਦੂਜੇ ਸੰਦੂਕਾਂ ਵਿੱਚ ਛਿਪਾਉਂਦੇ ਹਨ।

ਲੋਕਾਂ ਬਾਰੇ ਵੀ ਇਹੀ ਸਹੀ ਹੈ। ਕੁੱਝ ਤਾਂ ਹਮੇਸ਼ਾ ਕੰਮ-ਕਾਜ ਵਿੱਚ ਜੁੱਟੇ ਰਹਿੰਦੇ ਹਨ, ਧੁੱਪ ਅਤੇ ਹਵਾ ਦਾ ਸਾਹਮਣਾ ਕਰਦੇ ਹਨ, ਜਦੋਂ ਕਿ ਦੂਜੇ ਸੰਦੂਕ ਵਿੱਚ ਬੰਦ ਚੋਗੇ, ਕਿੱਲੀ 'ਤੇ ਲਟਕੀ ਸਮੂਰ ਦੀ ਟੋਪੀ ਅਤੇ ਖੰਜਰ ਵਾਂਗ ਹਨ।

ਇਸ ਤਰ੍ਹਾਂ ਇਉਂ ਕਿਹਾ ਜਾ ਸਕਦਾ ਹੈ ਕਿ ਜਿਵੇਂ ਤਿੰਨ ਤਰ੍ਹਾਂ ਦੇ ਬੁੱਧੀਮਾਨ ਬਜ਼ੁਰਗਾਂ ਨੇ ਦਾਗ਼ਿਸਤਾਨ 'ਤੇ ਨਜ਼ਰ ਟਿਕਾਈ ਹੋਈ ਹੈ। ਉਹ ਜਿਵੇਂ ਕਈ ਸਦੀਆਂ ਤੱਕ ਜਿਉਂ ਚੁੱਕੇ ਹਨ, ਉਨ੍ਹਾਂ ਨੇ ਸਭ ਕੁੱਝ ਦੇਖਿਆ ਹੈ ਅਤੇ ਉਹ ਸਭ ਕੁੱਝ ਜਾਣਦੇ ਹਨ। ਉਨ੍ਹਾਂ ਵਿੱਚੋਂ ਇੱਕ ਇਤਿਹਾਸ ਦੀ ਗਹਿਰਾਈ ਵਿੱਚ ਜਾ ਕੇ, ਪ੍ਰਾਚੀਨ ਕਬਰਾਂ 'ਤੇ ਨਜ਼ਰ ਮਾਰ ਕੇ ਅਤੇ ਆਕਾਸ਼ ਵਿੱਚ ਉੱਡਦੇ ਪੰਛੀਆਂ ਬਾਰੇ ਸੋਚਦਾ ਹੋਇਆ ਕਹਿੰਦਾ ਹੈ, "ਦਾਗ਼ਿਸਤਾਨ ਵਿੱਚ ਕਦੇ ਅਸਲੀ ਇਨਸਾਨ ਸੀ।" ਦੂਜਾ ਬਜ਼ੁਰਗ ਅੱਜ ਦੀ ਦੁਨੀਆ 'ਤੇ ਨਜ਼ਰ ਮਾਰਦਾ, ਦਾਗ਼ਿਸਤਾਨ ਵਿੱਚ ਜਗਮਗਾਉਂਦੀਆਂ ਬੱਤੀਆਂ ਵੱਲ ਇਸ਼ਾਰਾ ਕਰਦਾ ਅਤੇ ਦਲੇਰ ਬਹਾਦਰਾਂ ਦੇ ਨਾਂ ਲੈਂਦੇ ਹੋਇਆ ਕਹਿੰਦਾ ਹੈ, "ਹਾਂ, ਦਾਗ਼ਿਸਤਾਨ ਵਿੱਚ ਇਨਸਾਨ ਨੇ।" ਤੀਜੀ ਕਿਸਮ ਦਾ ਬਜ਼ੁਰਗ ਮਨ ਹੀ ਮਨ ਨਜ਼ਰ ਮਾਰਦਾ, ਉਸ ਨੀਂਹ ਦਾ ਮੁੱਲਾਂਕਣ ਕਰਦਾ ਹੋਇਆ, ਜੋ ਅਸੀਂ ਅੱਜ ਭਵਿੱਖ ਲਈ ਰੱਖੀ ਹੈ, ਇਹ ਕਹਿੰਦਾ ਹੈ, "ਦਾਗ਼ਿਸਤਾਨ ਵਿੱਚ ਕਦੇ ਇਨਸਾਨ ਹੋਣਗੇ।"

ਸ਼ਾਇਦ ਤਿੰਨੇ ਤਰ੍ਹਾਂ ਦੇ ਬਜ਼ੁਰਗ ਸਹੀ ਹਨ।

ਕੁੱਝ ਸਮਾਂ ਪਹਿਲਾਂ ਮਸ਼ਹੂਰ ਪੁਲਾੜ-ਯਾਤਰੀ ਆਂਦ੍ਰਿਆਨ ਨਿਕੋਲਾਯੇਵ ਦਾਗ਼ਿਸਤਾਨ ਵਿੱਚ ਆਇਆ। ਉਹ ਮੇਰੇ ਘਰ ਵੀ ਆਇਆ। ਮੇਰੀ ਛੋਟੀ ਬੇਟੀ ਨੇ ਪੁੱਛਿਆ:

"ਕੀ ਦਾਗ਼ਿਸਤਾਨ ਦਾ ਆਪਣਾ ਪੁਲਾੜ-ਯਾਤਰੀ ਨਹੀਂ?"

"ਨਹੀਂ।" ਮੈਂ ਜਵਾਬ ਦਿੱਤਾ।

"ਹੋਵੇਗਾ?"

"ਹਾਂ, ਹੋਵੇਗਾ।"

ਇਸ ਲਈ ਹੋਵੇਗਾ ਕਿ ਬੱਚੇ ਜਨਮ ਲੈਂਦੇ ਹਨ, ਕਿ ਅਸੀਂ ਉਨ੍ਹਾਂ ਨੂੰ ਨਾਂ ਦਿੰਦੇ ਹਾਂ, ਕਿ ਉਹ ਵੱਡੇ ਹੁੰਦੇ ਹਨ ਅਤੇ ਸਾਡੇ ਦੇਸ਼ ਨਾਲ ਕਦਮ ਮਿਲਾ ਕੇ ਚੱਲਦੇ ਹਨ। ਹਰ ਕਦਮ ਦੇ ਵਧਣ 'ਤੇ ਉਹ ਆਪਣੇ ਇੱਛਤ ਉਦੇਸ਼ ਦੇ ਨੇੜੇ ਪਹੁੰਚ ਜਾਂਦੇ ਹਨ। ਸਾਡੀ ਤਾਂ ਇਹੀ ਕਾਮਨਾ ਹੈ ਕਿ ਕਿ ਦੂਜੀਆਂ ਥਾਵਾਂ 'ਤੇ ਦਾਗ਼ਿਸਤਾਨ ਬਾਰੇ ਉਵੇਂ ਹੀ ਕਿਹਾ ਜਾਵੇ, ਜਿਵੇਂ ਉਸ ਪਿੰਡ ਬਾਰੇ ਕਹਿੰਦੇ ਹਨ, ਜਿਸ ਵਿੱਚ ਪ੍ਰਬੰਧ ਅਤੇ ਸ਼ਾਂਤੀ ਹੈ, ਉੱਥੇ ਇਨਸਾਨ ਹੈ।

ਜਨ-ਸਮੂਹ

"ਇਹ ਦੱਸੋ ਕਿ ਕੀ ਅਮਰੀਕਾ ਸਾਡੇ ਦੇਸ਼ ਜਿੰਨਾ ਹੀ ਵੱਡਾ ਐ? ਉੱਥੇ ਜ਼ਿਆਦਾ ਆਬਾਦੀ ਐ ਜਾਂ ਸਾਡੇ ਇੱਥੇ? 1959 ਵਿੱਚ ਅਮਰੀਕਾ ਤੋਂ ਵਾਪਸ ਆਉਣ 'ਤੇ ਮੇਰੀ ਮਾਂ ਨੇ ਮੈਨੂੰ ਪੁੱਛਿਆ।

ਸ਼ੋਰ ਕੀਤੇ ਬਿਨ ਮਨ ਬਹਿਲਾਵੇ ਜੋ ਆਪਣਾ,
ਬਿਨਾਂ ਹੰਝੂਆਂ ਤੋਂ ਹੀ ਜੋ ਰੋ ਸਕਦਾ ਹੈ।
ਹਉਕਾ ਭਰੇ ਬਿਨਾਂ ਜੋ ਚੁੱਪ ਕੀਤਾ ਮਰ ਜਾਵੇ,
ਅਜਿਹਾ ਬੰਦਾ ਪਹਾੜੀ, ਅਜਿਹੀ ਜਨਤਾ ਹੈ।

ਰਾਤ ਦੇ ਸੰਨਾਟੇ ਅਤੇ ਸੌਂ ਰਹੇ ਪਿੰਡ ਵਿੱਚ ਚਾਹੇ ਪਾਣੀ ਵਰ੍ਹ ਰਿਹਾ ਹੋਵੇ ਜਾਂ ਚੰਗਾ ਮੌਸਮ ਹੋਵੇ, ਖਿੜਕੀ 'ਤੇ ਹਲਕੀ ਜਿਹੀ ਦਸਤਕ ਹੁੰਦੀ ਹੈ।

"ਕਿਉਂ ਬਈ, ਇੱਥੇ ਕੋਈ ਮਰਦ ਹੈਗਾ? ਘੋੜੇ 'ਤੇ ਕਾਠੀ ਕਸੋ!"

"ਤੁਸੀਂ ਕੌਣ ਹੋ?"

"ਜੇਕਰ ਇਹ ਪੁੱਛ ਰਹੇ ਹੋ ਕਿ ਕੌਣ ਆਂ, ਤਾਂ ਘਰ ਹੀ ਰਹੋ। ਤੁਹਾਡਾ ਕੋਈ ਫ਼ਾਇਦਾ ਨਹੀਂ ਹੋਣਾ।"

ਫਿਰ ਦੂਜੀ ਖਿੜਕੀ 'ਤੇ ਦਸਤਕ ਹੁੰਦੀ ਹੈ, ਠਕ-ਠਕ।

"ਕਿਉਂ ਬਈ, ਇਸ ਘਰ ਵਿੱਚ ਕੋਈ ਮਰਦ ਹੈਗਾ? ਘੋੜੇ 'ਤੇ ਕਾਠੀ ਕਸੋ!"

"ਕਿੱਥੇ ਜਾਣ ਲਈ? ਕਿਸ ਲਈ?"

"ਜੇਕਰ ਕਿੱਥੇ ਅਤੇ ਕਿਸ ਲਈ ਪੁੱਛਦੇ ਹੋ, ਤਾਂ ਘਰ ਹੀ ਰਹੋ। ਤੁਹਾਡਾ ਕੋਈ ਫ਼ਾਇਦਾ ਨਹੀਂ ਹੋਣਾ।"

ਤੀਜੀ ਖਿੜਕੀ 'ਤੇ ਦਸਤਕ ਹੁੰਦੀ ਹੈ।

"ਕਿਉਂ ਬਈ, ਇਸ ਘਰ ਵਿੱਚ ਕੋਈ ਮਰਦ ਹੈਗਾ? ਘੋੜੇ 'ਤੇ ਕਾਠੀ ਕਸੋ!"

"ਹੁਣੇ ਹੀ, ਮੈਂ ਤਿਆਰ ਆਂ।"

ਤਾਂ ਇਹ ਮਰਦ ਹੈ, ਇਹ ਪਹਾੜੀ ਆਦਮੀ ਹੈ! ਅਤੇ ਇਹ ਦੋਵੇਂ ਚੱਲ ਪੈਂਦੇ ਹਨ। ਫਿਰ ਠਕ-ਠਕ, "ਇੱਥੇ ਕੋਈ ਮਰਦ ਹੈਗਾ? ਘੋੜੇ 'ਤੇ ਕਾਠੀ ਕਸੋ!" ਅਤੇ ਹੁਣ ਉਹ ਦੋ ਨਹੀਂ, ਤਿੰਨ ਨਹੀਂ, ਦਸ ਨਹੀਂ, ਬਲਕਿ ਸੈਂਕੜੇ ਅਤੇ ਹਜ਼ਾਰਾਂ ਹਨ। ਉਕਾਬ ਕੋਲ ਉਕਾਬ ਉੱਡ ਆਇਆ, ਇੱਕ ਵਿਅਕਤੀ ਪਿੱਛੇ ਦੂਜਾ ਵਿਅਕਤੀ ਚੱਲ ਪਿਆ। ਇਸ ਤਰ੍ਹਾਂ ਦਾਗ਼ਿਸਤਾਨ ਦੇ ਜਨ-ਸਮੂਹ, ਇਸ ਦੀ ਜਨਤਾ ਨੇ ਰੂਪ ਧਾਰਿਆ। ਘਾਟੀ ਤੋਂ ਆਉਣ

ਵਾਲੀਆਂ ਹਵਾਵਾਂ ਪੰਘੂੜੇ ਝੁਲਾਉਂਦੀਆਂ ਹਨ, ਪਹਾੜੀ ਨਦੀਆਂ ਲੋਰੀਆਂ ਗਾਉਂਦੀਆਂ ਹਨ:

ਤੁਸੀਂ ਕਿੱਥੇ ਗਏ ਸੀ, ਡਿੰਗੀਰ-ਡਾਂਗਾਰਚੂ?
ਬਣ ਵਿੱਚ ਗਿਆ ਸੀ ਡਿੰਗੀਰ-ਡਾਂਗਾਰਚੂ।

ਬੇਟੇ ਦਾ ਜਨਮ ਹੋਇਆ, ਉਸ ਦੇ ਸਿਰ੍ਹਾਣੇ ਹੇਠਾਂ ਖੰਜਰ ਰੱਖ ਦਿੱਤਾ ਗਿਆ। ਖੰਜਰ 'ਤੇ ਇਹ ਲਿਖਿਆ ਸੀ, "ਤੁਹਾਡੇ ਪਿਤਾ ਦਾ ਅਜਿਹਾ ਹੱਥ ਸੀ ਕਿ ਜਿਸ ਵਿੱਚ ਤੁਸੀਂ ਨਹੀਂ ਕੰਬਦੇ ਸੀ। ਕੀ ਤੁਹਾਡਾ ਹੱਥ ਵੀ ਅਜਿਹਾ ਹੀ ਹੋਵੇਗਾ?"

ਬੇਟੀ ਦਾ ਜਨਮ ਹੋਇਆ, ਪੰਘੂੜੇ ਉੱਪਰ ਘੰਟੀ ਲਟਕਾ ਦਿੱਤੀ ਗਈ, ਜਿਸ 'ਤੇ ਲਿਖਿਆ ਸੀ, "ਸੱਤ ਭਰਾਵਾਂ ਦੀ ਭੈਣ ਹੋਵੇਗੀ।"

ਇੱਕ ਚੱਟਾਨ ਤੋਂ ਦੂਜੀ ਚੱਟਾਨ ਤੱਕ ਫ਼ੈਲਾਈਆਂ ਗਈਆਂ ਰੱਸੀਆਂ ਦੇ ਸਹਾਰੇ ਘਾਟੀ ਵਿੱਚ ਪੰਘੂੜੇ ਝੂਲਦੇ ਹਨ। ਬੇਟੇ ਵੱਡੇ ਹੋ ਰਹੇ ਹਨ, ਬੇਟੀਆਂ ਵੀ ਵੱਡੀਆਂ ਹੋ ਰਹੀਆਂ ਹਨ। ਦਾਗ਼ਿਸਤਾਨ ਦੇ ਜਨ-ਸਮੂਹ ਵੱਡੇ ਹੋ ਗਏ, ਉਨ੍ਹਾਂ ਦੀਆਂ ਮੁੱਛਾਂ ਵੀ ਵੱਡੀਆਂ ਹੋ ਗਈਆਂ, ਹੁਣ ਉਨ੍ਹਾਂ ਨੂੰ ਤਾਅ ਦਿੱਤਾ ਜਾ ਸਕਦਾ ਹੈ।

ਦਾਗ਼ਿਸਤਾਨ ਵਿੱਚ ਸੋਲਾਂ ਲੱਖ ਬਹੱਤਰ ਹਜ਼ਾਰ ਲੋਕ ਹੋ ਗਏ। ਦੂਰ-ਦੂਰ ਦੇ ਪਹਾੜਾਂ ਤੱਕ ਉਨ੍ਹਾਂ ਦੀ ਮਸ਼ਹੂਰੀ ਫ਼ੈਲ ਗਈ, ਇਸ ਮਸ਼ਹੂਰੀ ਨਾਲ ਕਦੇ ਨਾ ਤ੍ਰਿਪਤ ਹੋਣ ਵਾਲੇ ਜੇਤੂਆਂ ਦੇ ਮੂੰਹ ਵਿੱਚ ਪਾਣੀ ਭਰ ਆਇਆ ਅਤੇ ਉਨ੍ਹਾਂ ਨੇ ਦਾਗ਼ਿਸਤਾਨ ਵੱਲ ਆਪਣੇ ਲਾਲਚੀ ਹੱਥ ਵਧਾਏ।

ਦਾਗ਼ਿਸਤਾਨੀਆਂ ਨੇ ਕਿਹਾ, "ਸਾਨੂੰ ਆਪਣੇ ਘਰਾਂ ਵਿੱਚ ਮਾਤਾ-ਪਿਤਾ ਅਤੇ ਪਤਨੀਆਂ ਨਾਲ ਚੈਨ ਨਾਲ ਰਹਿਣ ਦਿਓ। ਸਾਡੀ ਗਿਣਤੀ ਤਾਂ ਵੈਸੇ ਹੀ ਘੱਟ ਐ।"

ਪਰ ਦੁਸ਼ਮਣਾਂ ਨੇ ਜਵਾਬ ਦਿੱਤਾ, "ਜੇਕਰ ਤੁਹਾਡੀ ਗਿਣਤੀ ਘੱਟ ਐ, ਤਾਂ ਅਸੀਂ ਤੁਹਾਡੇ ਦੋ-ਦੋ ਟੁਕੜੇ ਕਰ ਦਿਆਂਗੇ ਅਤੇ ਤੁਹਾਡੀ ਗਿਣਤੀ ਦੁੱਗਣੀ ਹੋ ਜਾਵੇਗੀ।"

ਲੜਾਈਆਂ ਸ਼ੁਰੂ ਹੋ ਗਈਆਂ।

ਦਾਗ਼ਿਸਤਾਨ ਵਿੱਚ ਭਾਂਬੜ ਭੜਕਣ ਲੱਗੇ, ਦਾਗ਼ਿਸਤਾਨ ਧੂ-ਧੂ ਕਰ ਕੇ ਜਲਣ ਲੱਗਿਆ। ਪਹਾੜੀ ਢਲਾਣਾਂ, ਘਾਟੀਆਂ-ਦੱਰਿਆਂ ਵਿੱਚ ਅਤੇ ਚੱਟਾਨਾਂ 'ਤੇ ਦਾਗ਼ਿਸਤਾਨ ਦੇ ਸਭ ਤੋਂ ਚੰਗੇ ਇੱਕ ਲੱਖ ਸਪੂਤ, ਪੂਰੇ ਜਵਾਨ, ਮਜ਼ਬੂਤ ਅਤੇ ਦਲੇਰ ਬੇਟੇ ਜੂਝ ਮਰੇ।

ਪਰ ਦਸ ਲੱਖ ਦਾਗ਼ਿਸਤਾਨੀ ਜਿਊਂਦੇ ਬਚ ਗਏ। ਹਵਾਵਾਂ ਪਹਿਲਾਂ ਵਾਂਗ ਪੰਘੂੜਿਆਂ ਨੂੰ ਝੁਲਾਉਂਦੀਆਂ ਰਹੀਆਂ, ਲੋਰੀਆਂ ਗਾਈਆਂ ਜਾਂਦੀਆਂ ਰਹੀਆਂ। ਇੱਕ ਲੱਖ ਨਵੇਂ ਦਾਗ਼ਿਸਤਾਨੀ ਬੇਟੇ ਵੱਡੇ ਹੋ ਗਏ। ਉਨ੍ਹਾਂ ਨੂੰ ਜੂਝ ਮਰੇ ਜਵਾਨਾਂ ਦੇ ਨਾਂ ਦੇ ਦਿੱਤੇ ਗਏ। ਫਿਰ ਦਾਗ਼ਿਸਤਾਨ 'ਤੇ ਹਮਲਾ ਕਰ ਦਿੱਤਾ ਗਿਆ।

ਬਹੁਤ ਹੀ ਵੱਡੀ ਲੜਾਈ ਹੋਈ, ਲੜਾਈ ਦਾ ਬਹੁਤ ਵੱਡਾ ਸ਼ੋਰ-ਸ਼ਰਾਬਾ ਰਿਹਾ। ਵੱਢੇ ਹੋਏ ਸਿਰ ਪੱਥਰਾਂ ਵਾਂਗ ਦੱਰਿਆਂ ਘਾਟੀਆਂ ਵਿੱਚ ਲੁਡਕਦੇ ਰਹੇ। ਦਾਗ਼ਿਸਤਾਨ ਦੇ ਸਭ ਤੋਂ ਚੰਗੇ ਇੱਕ ਲੱਖ ਸਪੂਤ ਸ਼ਹੀਦ ਹੋ ਗਏ। ਇੱਕ ਲੱਖ ਸੈਨਿਕ, ਇੱਕ ਲੱਖ ਹਾਲੀ, ਇੱਕ ਲੱਖ ਪਤੀ, ਇੱਕ ਲੱਖ ਪਿਤਾ।

ਪਰ ਦਸ ਲੱਖ ਜਿਊਂਦੇ ਰਹਿ ਗਏ। ਪੰਘੂੜੇ ਝੂਲਦੇ ਰਹੇ, ਗਾਣੇ ਗਾਏ ਜਾਂਦੇ ਰਹੇ, ਜਵਾਨ ਸੂਰਮੇ ਆਪਣੀਆਂ ਪ੍ਰੇਮਿਕਾਵਾਂ ਨੂੰ ਭਜਾ ਕੇ ਲਿਜਾਂਦੇ ਰਹੇ, ਇੱਕ ਹੀ ਚੋਗੇ ਹੇਠਾਂ ਤਨ ਗਰਮਾਉਂਦੇ ਅਤੇ ਗਲਵੱਕੜੀਆਂ ਪਾਉਂਦੇ ਰਹੇ, ਦਾਗ਼ਿਸਤਾਨ ਦਾ ਸੰਤਾਨ-ਵਾਧਾ ਕਰਦੇ ਰਹੇ। ਇੱਕ ਲੱਖ ਨਵੇਂ ਬੇਟੇ-ਬੇਟੀਆਂ ਦਾ ਜਨਮ ਹੋਇਆ, ਇੱਕ ਲੱਖ ਦਾਤੀਆਂ, ਖੰਜਰ, ਪੰਦੂਰ ਅਤੇ ਡੱਫਲੀਆਂ ਸਾਹਮਣੇ ਆ ਗਈਆਂ।

ਫਿਰ ਇੱਕ ਨਵਾਂ ਯੁੱਧ ਆਰੰਭ ਹੋਇਆ। ਘਾਟੀਆਂ ਵਿੱਚ ਅਤੇ ਪਹਾੜੀ ਰਸਤਿਆਂ 'ਤੇ ਤੋਪਾਂ ਦਹਾੜਨ ਲੱਗੀਆਂ। ਪਹਾੜੀ ਬਣਾਂ ਦੀਆਂ ਢਲਾਣਾਂ 'ਤੇ ਕੁਹਾੜੇ ਚੱਲਣ ਦੀਆਂ ਆਵਾਜ਼ਾਂ ਆਉਣ ਲੱਗੀਆਂ। ਸੰਗੀਨਾਂ ਚਮਕ ਉੱਠੀਆਂ, ਗੋਲੀਆਂ ਠਾਹ-ਠਾਹ ਕਰਨ ਲੱਗੀਆਂ।

ਉਦੋਂ ਉਰਾਲ ਤੋਂ ਡੇਨਿਊਬ ਤੱਕ,
ਚੌੜੀ ਨਦੀ ਦੇ ਆਰ-ਪਾਰ ਤੱਕ।
ਫ਼ੌਜਾਂ ਅੱਗੇ ਹੀ ਵਧਦੀਆਂ ਜਾਵਣ,
ਚਮਕ-ਚਮਕ ਸੰਗੀਨਾਂ ਡਰਾਵਣ।
ਸਫ਼ੈਦ ਟੋਪੀਆਂ ਲਹਿਰਾਉਂਦੀਆਂ ਸੀ,
ਹਰੇ ਘਾਹ ਵਾਂਗ ਵਲ ਖਾਂਦੀਆਂ ਸੀ।
ਘੋੜੇ ਜਿਨ੍ਹਾਂ ਦੇ ਧੂੜ ਉਡਾਉਂਦੇ,
ਘੋੜ-ਸਵਾਰ ਵੀ ਵਧਦੇ ਜਾਂਦੇ।
ਸਜ-ਧਜ, ਮਿਲ-ਜੁਲ ਵਧਦੀਆਂ ਨੇ,
ਫ਼ੌਜਾਂ ਕਦਮ ਮਿਲਾ ਚੱਲਦੀਆਂ ਨੇ।
ਝੰਡੇ ਉਨ੍ਹਾਂ ਦੇ ਨੇ ਲਹਿਰਾਉਂਦੇ,
ਅਤੇ ਢੋਲੀ ਵੀ ਢੋਲ ਵਜਾਉਂਦੇ।
ਤੋਪਾਂ ਉਨ੍ਹਾਂ ਦੀਆਂ ਸ਼ੋਰ ਮਚਾਉਣ,
ਉਹ ਦਨ-ਦਨ ਗੋਲੇ ਵਰਸਾਉਣ।
ਉੱਥੇ ਪਲੀਤੇ ਵੀ ਜਲਦੇ ਨੇ,
ਠਾਹ-ਠਾਹ ਗੋਲੇ ਚੱਲਦੇ ਨੇ।
ਪੱਕੇ ਸਫ਼ੈਦ ਵਾਲਾਂ ਵਾਲੇ ਉਹ,
ਜਨਰਲ ਕਰਦਾ ਹੈ ਅਗਵਾਈ।
ਉਸਦੀਆਂ ਅੱਖਾਂ ਵਿੱਚ ਸ਼ੋਲੇ ਨੇ,
ਅੱਗ ਨਜ਼ਰ ਵਿੱਚ ਪਵੇ ਦਿਖਾਈ।
ਵਧਦੀਆਂ ਜਾਂਦੀਆਂ ਨੇ ਸੈਨਾਵਾਂ,
ਜਿਵੇਂ ਤੇਜ, ਪ੍ਰਬਲ ਧਾਰਾਵਾਂ।
ਬੱਦਲਾਂ ਵਾਂਗੂ ਗੜਗੜਾ ਰਹੀਆਂ,
ਜਿਵੇਂ ਘੋਰ-ਘਟਾਵਾਂ ਛਾ ਰਹੀਆਂ।

ਉਹ ਪੂਰਬ ਵੱਲ ਵਧਦੀਆਂ ਜਾਣ,
ਉਹ ਮਨਸੂਬੇ ਬੁਰੇ ਬਣਾਉਣ।
ਕਜ਼ਬੇਕ ਦੁੱਖ-ਚਿੰਤਾ ਵਿੱਚ ਡੁੱਬਿਆ,
ਜਦ ਦੁਸ਼ਮਣ ਨੂੰ ਦੇਖੇ, ਘਬਰਾਵੇ।
ਗਿਣਤੀ ਕਰਨੀ ਚਾਹੇ ਉਨ੍ਹਾਂ ਦੀ,
ਪਰ ਨਾ ਉਨ੍ਹਾਂ ਨੂੰ ਗਿਣ ਪਾਵੇ।

ਹਾਂ, ਉਨ੍ਹਾਂ ਦੀ ਗਿਣਤੀ ਕਰਨੀ ਮੁਸ਼ਕਿਲ ਸੀ। ਸਾਡੇ ਗੀਤਾਂ ਵਿੱਚ ਇਹ ਗਾਇਆ ਜਾਂਦਾ ਹੈ ਕਿ ਸਾਡੇ ਇੱਕ ਵਿਅਕਤੀ ਨੂੰ ਇੱਕ ਸੌ ਦੁਸ਼ਮਣਾਂ ਦਾ ਸਾਹਮਣਾ ਕਰਨਾ ਪਿਆ। ਬੁੱਢੇ ਉਸ ਯੁੱਧ ਬਾਰੇ ਅਜਿਹਾ ਦੱਸਦੇ ਸਨ, "ਇੱਕ ਹੱਥ ਵੱਢਿਆ ਜਾਂਦਾ ਤਾਂ ਉਹ ਦੂਜੇ ਹੱਥ ਨਾਲ ਲੜਦਾ, ਸਿਰ ਵੱਢਿਆ ਜਾਂਦਾ ਤਾਂ ਉਸ ਦਾ ਧੜ ਲੜਦਾ ਰਹਿੰਦਾ।" ਮਰੇ ਘੋੜਿਆਂ ਨਾਲ ਰਸਤੇ ਅਤੇ ਦੱਰੇ ਰੋਕ ਦਿੱਤੇ ਜਾਂਦੇ ਸਨ, ਸੈਨਿਕ ਉੱਚੀਆਂ-ਉੱਚੀਆਂ ਚੱਟਾਨਾਂ ਤੋਂ ਸੰਗੀਨਾਂ 'ਤੇ ਛਾਲਾਂ ਮਾਰਦੇ ਸਨ। ਸਾਥੋਂ ਇਹ ਕਿਹਾ ਜਾਂਦਾ ਸੀ ਕਿ ਖ਼ੂਨ ਵਹਾਉਣਾ ਬੰਦ ਕਰੋ। ਵਿਰੋਧ ਕਰਨ ਦੀ ਕੋਈ ਤੁਕ ਨਹੀਂ। ਕਿੱਥੇ ਜਾਓਗੇ ਤੁਸੀਂ? ਤੁਹਾਡੇ ਖੰਭ ਨਹੀਂ ਕਿ ਆਸਮਾਨ ਵਿੱਚ ਉੱਡ ਜਾਓ। ਤੁਹਾਡੇ ਅਜਿਹੇ ਨਹੁੰ ਨਹੀਂ ਕਿ ਧਰਤੀ ਨੂੰ ਪੁੱਟ ਕੇ ਉਸ ਵਿੱਚ ਸਮਾ ਜਾਓ।

ਪਰ ਸ਼ਾਮਿਲ ਜਵਾਬ ਦਿੰਦਾ ਸੀ।

"ਮੇਰੀ ਤਲਵਾਰ ਖੰਭ ਐ। ਸਾਡੇ ਖੰਜਰ ਅਤੇ ਤੀਰ ਸਾਡੇ ਨਹੁੰ ਨੇ।"

ਪੱਚੀ ਸਾਲ ਤੱਕ ਪਹਾੜੀ ਲੋਕ ਸ਼ਾਮਿਲ ਦੀ ਅਗਵਾਈ ਵਿੱਚ ਲੜਦੇ ਰਹੇ। ਇਨ੍ਹਾਂ ਸਾਲਾਂ ਦੌਰਾਨ ਨਾ ਕੇਵਲ ਦਾਗ਼ਿਸਤਾਨ ਦਾ ਬਾਹਰੀ ਰੰਗ-ਰੂਪ ਬਦਲਿਆ, ਬਲਕਿ ਸਥਾਨਾਂ ਅਤੇ ਨਦੀਆਂ ਦੇ ਨਾਂ ਵੀ ਬਦਲ ਗਏ। ਅਵਾਰ-ਕੋਇਸੂ ਦਾ ਨਾਂ ਕਾਰਾ-ਕੋਇਸੂ ਭਾਵ ਕਾਲੀ ਨਦੀ ਹੋ ਗਿਆ। 'ਜ਼ਖ਼ਮੀ ਚੱਟਾਨਾਂ' ਅਤੇ 'ਮੌਤ ਦਾ ਦੱਰਾ' ਬਣ ਗਏ, ਵਾਲੇਰਿਕ ਨਦੀ ਮਸ਼ਹੂਰ ਹੋ ਗਈ, ਸ਼ਾਮਿਲ ਦੀ ਪਗਡੰਡੀ, ਸ਼ਾਮਿਲ ਦਾ ਮਾਰਗ ਅਤੇ ਸ਼ਾਮਿਲ ਦਾ ਨਾਚ ਲੋਕਾਂ ਦੀ ਚੇਤਿਆਂ ਵਿੱਚ ਉੱਕਰੇ ਗਏ।

ਗੁਨੀਬ ਪਰਬਤ ਉਸ ਯੁੱਧ ਦੇ ਅਪਾਰ ਦੁੱਖ ਦਾ ਸਿਖਰ ਬਣ ਕੇ ਰਹਿ ਗਿਆ ਹੈ। ਇਮਾਮ ਨੇ ਇਸੇ ਦੀ ਚੋਟੀ 'ਤੇ ਆਖ਼ਰੀ ਵਾਰ ਇਬਾਦਤ ਕੀਤੀ ਸੀ। ਇਬਾਦਤ ਵੇਲੇ ਉੱਪਰ ਉੱਠੇ ਹੋਏ ਹੱਥਾਂ ਵਿੱਚ ਗੋਲੀਆਂ ਲੱਗੀਆਂ। ਇਮਾਮ ਡਰਿਆ ਨਹੀਂ, ਉਸ ਨੇ ਆਪਣੇ ਨਮਾਜ਼ ਜਾਰੀ ਰੱਖੀ। ਇਮਾਮ ਸ਼ਾਮਿਲ ਦੇ ਗੋਡਿਆਂ ਅਤੇ ਉਸ ਚੱਟਾਨ 'ਤੇ, ਜਿਸ 'ਤੇ ਉਹ ਖੜ੍ਹਾ ਸੀ, ਖ਼ੂਨ ਡੁੱਲ੍ਹਦਾ ਰਿਹਾ। ਜ਼ਖ਼ਮੀ ਇਮਾਮ ਨੇ ਆਪਣੀ ਨਮਾਜ਼ ਪੂਰੀ ਕੀਤੀ। ਜਦੋਂ ਉਹ ਉੱਠ ਕੇ ਖੜ੍ਹਾ ਹੋਇਆ, ਤਾਂ ਲੋਕਾਂ ਨੇ ਕਿਹਾ:

"ਤੁਸੀਂ ਜ਼ਖ਼ਮੀ ਹੋ ਇਮਾਮ।"

"ਇਹ ਜ਼ਖ਼ਮ ਤਾਂ ਮਾਮੂਲੀ ਜਿਹਾ ਐ। ਠੀਕ ਹੋ ਜਾਵੇਗਾ।" ਸ਼ਾਮਿਲ ਨੇ ਮੁੱਠੀ ਭਰ ਘਾਹ ਤੋੜਿਆ ਅਤੇ ਹੱਥ ਨਾਲ ਵਹਿ ਰਿਹਾ ਖ਼ੂਨ ਪੂੰਝਣ ਲੱਗਿਆ, "ਦਾਗ਼ਿਸਤਾਨ ਲਹੂ-ਲੁਹਾਣ ਹੋ ਰਿਹੈ। ਇਸ ਜ਼ਖ਼ਮ ਦਾ ਇਲਾਜ ਕਿਤੇ ਜ਼ਿਆਦਾ ਮੁਸ਼ਕਿਲ ਐ।"

ਇਸੇ ਔਖੀ ਘੜੀ ਵਿੱਚ ਇਮਾਮ ਨੇ ਸਹਾਇਤਾ ਲਈ ਆਪਣੇ ਉਨ੍ਹਾਂ ਸਾਰੇ ਬੀਰਾਂ

ਨੂੰ ਬੁਲਾਇਆ, ਜੋ ਬਹੁਤ ਪਹਿਲਾਂ ਹੀ ਕਬਰਾਂ ਵਿੱਚ ਜਾ ਚੁੱਕੇ ਸਨ। ਉਸ ਨੇ ਉਨ੍ਹਾਂ ਨੂੰ ਅਪੀਲ ਕੀਤੀ, ਜਿਨ੍ਹਾਂ ਨੇ ਅਖ਼ੂਲਗੋ ਵਿੱਚ ਆਪਣੇ ਪ੍ਰਾਣ ਦਿੱਤੇ, ਜਿਹੜੇ ਖ਼ੂੰਜ਼ਹ ਵਿੱਚ ਪ੍ਰਾਣ ਦੇ ਚੁੱਕੇ ਸਨ, ਜਿਹੜੇ ਸਾਲਟੀ ਪਿੰਡ ਨੇੜੇ ਪਥਰੀਲੀ ਧਰਤੀ 'ਤੇ ਮਰੇ ਪਏ ਰਹੇ, ਜਿਹੜੇ ਗੇਰਗੇਬਿਲ ਵਿੱਚ ਦਫ਼ਨ ਹਨ, ਜਿਹੜੇ ਦਾਰਗੋ ਵਿੱਚ ਬੀਰ-ਗਤੀ ਨੂੰ ਪ੍ਰਾਪਤ ਹੋਏ।

ਇਮਾਮ ਸ਼ਾਮਿਲ ਨੇ ਆਪਣੇ ਹੀ ਪਿੰਡ ਵਾਸੀ ਅਤੇ ਆਗੂ, ਪਹਿਲੇ ਇਮਾਮ ਕਾਜ਼ੀ-ਮੁਹੰਮਦ, ਲੰਗੜੇ ਹਾਜੀ-ਮੁਰਾਦ, ਅਲੀਬੇਕੀਲਾਵ, ਅਖ਼ਬੇਰਦੀਲਾਵ ਅਤੇ ਅਨੇਕਾਂ ਹੋਰ ਬੀਰਾਂ ਨੂੰ ਯਾਦ ਕੀਤਾ। ਇਨ੍ਹਾਂ ਵਿੱਚ ਕੋਈ ਸਿਰ ਤੋਂ ਬਿਨਾਂ, ਕੋਈ ਹੱਥ ਤੋਂ ਬਿਨਾਂ ਅਤੇ ਕੋਈ ਗੋਲੀਆਂ ਨਾਲ ਛਲਣੀ ਹੋਏ ਦਿਲ ਨਾਲ ਦਾਗ਼ਿਸਤਾਨ ਦੀ ਧਰਤੀ ਵਿੱਚ ਦਫ਼ਨ ਪਿਆ ਹੈ। ਯੁੱਧ ਦਾ ਮਤਲਬ ਹੈ ਮੌਤ। ਦਾਗ਼ਿਸਤਾਨ ਦੇ ਇੱਕ ਲੱਖ ਸਭ ਤੋਂ ਚੰਗੇ ਸਪੂਤ।

ਪਰ ਸ਼ਾਮਿਲ ਵਿਸ਼ਾਲ ਰੂਸ ਦੀ ਧਰਤੀ 'ਤੇ ਗੁਜ਼ਰਦਾ ਹੋਇਆ ਲਗਾਤਾਰ ਇਹੀ ਦੁਹਰਾਉਂਦਾ ਰਿਹਾ:

"ਦਾਗ਼ਿਸਤਾਨ ਛੋਟਾ ਐ, ਸਾਡੇ ਲੋਕਾਂ ਦੀ ਗਿਣਤੀ ਘੱਟ ਐ। ਕਾਸ਼, ਮੇਰੇ ਕੋਲ ਇੱਕ ਹਜ਼ਾਰ ਸੂਰਮੇ ਹੋਰ ਹੁੰਦੇ।"

ਵੇਖ਼ਰਨੀ (ਉੱਪਰ ਵਾਲੇ) ਗੁਨੀਬ ਵਿੱਚ ਉਹ ਪੱਥਰ ਅਜੇ ਤੱਕ ਸੁਰੱਖਿਅਤ ਹੈ, ਜਿਸ 'ਤੇ ਲਿਖਿਆ ਹੋਇਆ ਹੈ, "ਪ੍ਰਿੰਸ, ਬਰਿਆਤੀਂਸਕੀ ਨੇ ਇਸੇ 'ਤੇ ਬੈਠ ਕੇ ਕੈਦੀ ਸ਼ਾਮਿਲ ਨਾਲ ਗੱਲਬਾਤ ਕੀਤੀ ਸੀ।"

"ਤੁਹਾਡੀਆਂ ਸਾਰੀਆਂ ਕੋਸ਼ਿਸ਼ਾਂ, ਤੁਹਾਡਾ ਸਾਰਾ ਸੰਘਰਸ਼ ਬੇਕਾਰ ਰਿਹਾ।" ਪ੍ਰਿੰਸ ਬਰਿਆਤੀਂਸਕੀ ਨੇ ਆਪਣੇ ਕੈਦੀ ਨੂੰ ਕਿਹਾ।

"ਨਹੀਂ, ਬੇਕਾਰ ਨਹੀਂ ਰਿਹਾ!" ਸ਼ਾਮਿਲ ਨੇ ਜਵਾਬ ਦਿੱਤਾ, "ਲੋਕਾਂ ਦੇ ਦਿਲ ਵਿੱਚ ਉਸ ਦੀ ਯਾਦ ਬਣੀ ਰਹੇਗੀ। ਮੇਰੇ ਸੰਘਰਸ਼ ਨੇ ਅਨੇਕਾਂ ਜਾਨੀ ਦੁਸ਼ਮਣਾਂ ਨੂੰ ਭਰਾ ਬਣਾ ਦਿੱਤਾ, ਆਪਸ ਵਿੱਚ ਦੁਸ਼ਮਣੀ ਰੱਖਣ ਵਾਲੇ ਅਨੇਕਾਂ ਪਿੰਡਾਂ ਵਿੱਚ ਮਿੱਤਰਤਾ ਪੈਦਾ ਕਰ ਦਿੱਤੀ, ਇੱਕ-ਦੂਜੇ ਨਾਲ ਵੈਰ ਰੱਖਣ ਅਤੇ 'ਮੇਰੇ ਲੋਕ', 'ਮੇਰੀ ਜਾਤੀ' ਦੀ ਰੱਟ ਲਗਾਉਣ ਵਾਲੇ ਬਹੁਤ ਸਾਰੇ ਜਨ-ਸਮੂਹ ਨੂੰ ਇੱਕ-ਜੁੱਟ ਕਰ ਦਿੱਤਾ। ਮੈਂ ਮਾਤ-ਭੂਮੀ, ਅਖੰਡ ਦਾਗ਼ਿਸਤਾਨ ਦੀ ਭਾਵਨਾ ਪੈਦਾ ਕਰ ਦਿੱਤੀ ਅਤੇ ਉਸ ਨੂੰ ਆਪਣੇ ਵਾਰਿਸਾਂ ਲਈ ਛੱਡ ਕੇ ਜਾ ਰਿਹਾਂ। ਕੀ ਇਹ ਘੱਟ ਐ?"

ਮੈਂ ਪਿਤਾ ਜੀ ਤੋਂ ਪੁੱਛਿਆ:

"ਦੁਸ਼ਮਣਾਂ ਨੇ ਕਿਉਂ ਸਾਡੇ 'ਤੇ ਹਮਲਾ ਕੀਤਾ, ਖ਼ੂਨ ਵਹਾਇਆ, ਨਫ਼ਰਤ ਅਤੇ ਘਿਰਣਾ ਦੇ ਬੀਜ ਬੀਜੇ? ਕਿਉਂ ਉਨ੍ਹਾਂ ਨੂੰ ਦਾਗ਼ਿਸਤਾਨ ਦੀ ਜ਼ਰੂਰਤ ਸੀ, ਜੋ ਪਿਆਰ-ਮੁਹੱਬਤ ਤੋਂ ਅਣਜਾਣ ਭੇੜੀਏ ਦੇ ਬੱਚੇ ਵਰਗਾ ਐ?"

"ਮੈਂ ਤੁਹਾਨੂੰ ਇੱਕ ਬਹੁਤ ਹੀ ਅਮੀਰ ਆਦਮੀ ਦਾ ਕਿੱਸਾ ਸੁਣਾਉਨਾਂ। ਹਾਂ, ਉਹ ਆਦਮੀ ਬੇਹੱਦ ਅਮੀਰ ਸੀ। ਇੱਕ ਟਿੱਲੇ 'ਤੇ ਚੜ੍ਹ ਕੇ ਉਸ ਨੇ ਜਦੋਂ ਸਾਰੇ ਪਾਸੇ ਨਿਗ੍ਹਾ ਮਾਰੀ, ਤਾਂ ਦੇਖਿਆ ਕਿ ਪਹਾੜ ਦੀ ਗੋਦ ਤੋਂ ਸਾਗਰ-ਤੱਟ ਤੱਕ ਸਾਰੀ ਘਾਟੀ ਵਿੱਚ ਉਸ ਦੇ ਭੇਡਾਂ ਦੇ ਇੱਜੜ ਚਰ ਰਹੇ ਹਨ। ਉਸ ਦੇ ਮਵੇਸ਼ੀਆਂ ਅਤੇ ਤੇਜ ਘੋੜਿਆਂ ਦੇ ਝੁੰਡਾਂ ਦਾ ਵੀ ਕੋਈ ਅੰਤ

ਨਹੀਂ ਸੀ। ਹਵਾ ਵਿੱਚ ਉਸੇ ਦੇ ਮੇਮਣਿਆਂ ਦੀਆਂ ਆਵਾਜ਼ਾਂ ਗੂੰਜ ਰਹੀਆਂ ਸਨ। ਇਸ ਅਮੀਰ ਆਦਮੀ ਦਾ ਦਿਲ ਖ਼ੁਸ਼ੀ ਨਾਲ ਨੱਚ ਉੱਠਿਆ ਕਿ ਸਾਰੀ ਜ਼ਮੀਨ ਉਸ ਦੀ ਐ ਅਤੇ ਉਸ ਜ਼ਮੀਨ 'ਤੇ ਸਾਰੇ ਪਸ਼ੂ ਵੀ ਉਸੇ ਦੇ ਨੇ।

ਪਰ ਇਸ ਅਮੀਰ ਆਦਮੀ ਨੂੰ ਉਦੋਂ ਅਚਾਨਕ ਜ਼ਮੀਨ ਦਾ ਇੱਕ ਅਜਿਹਾ ਟੁਕੜਾ ਦਿਖਾਈ ਦਿੱਤਾ, ਜੋ ਖ਼ਾਲੀ ਪਿਆ ਸੀ ਅਤੇ ਜਿਸ 'ਤੇ ਉਸ ਦੇ ਪਸ਼ੂਆਂ ਦਾ ਝੁੰਡ ਨਹੀਂ ਸੀ। ਇਹ ਦੇਖ ਕੇ ਉਸ ਦਾ ਦਿਲ ਇਸ ਤਰ੍ਹਾਂ ਤੜਫ਼ ਉੱਠਿਆ, ਜਿਵੇਂ ਕਿਸੇ ਨੇ ਉਸ ਦੇ ਦਿਲ ਵਿੱਚ ਗਹਿਰਾ ਜ਼ਖ਼ਮ ਕਰ ਦਿੱਤਾ ਹੋਵੇ। ਅਮੀਰ ਆਦਮੀ ਗੁੱਸੇ ਵਿੱਚ ਆ ਕੇ ਭਿਆਨਕ ਆਵਾਜ਼ ਵਿੱਚ ਚਿੱਲਾਇਆ, "ਕਿਉਂ ਬਈ, ਉਹ ਵਾਲਾਂ ਤੋਂ ਸੱਖਣੀ ਹੋਣ ਵਾਲੀ ਖੱਲ ਵਰਗਾ ਜ਼ਮੀਨ ਦਾ ਟੁਕੜਾ ਖਾਲੀ ਕਿਉਂ ਪਿਐ? ਕੀ ਉਸ ਨੂੰ ਭਰਨ ਜੋਗੀਆਂ ਮੇਰੇ ਕੋਲ ਭੇਡਾਂ ਨਹੀਂ? ਮੇਰੇ ਇੱਜੜ ਉੱਧਰ ਭੇਜ ਦਿਓ, ਮੇਰੇ ਪਸ਼ੂਆਂ-ਘੋੜਿਆਂ ਦੇ ਝੁੰਡ ਉੱਧਰ ਹੱਕ ਦਿਓ!"

ਪਰ ਮੇਰੇ ਪਿਤਾ ਜੀ ਨੂੰ ਖ਼ੁਦ ਸ਼ਾਮਿਲ ਬਾਰੇ ਗੱਲਾਂ ਸੁਣਾਉਣੀਆਂ ਕਿਤੇ ਜ਼ਿਆਦਾ ਪਸੰਦ ਸਨ।

ਮਿਸਾਲ ਦੇ ਤੌਰ 'ਤੇ ਇਹ ਕਿ ਸ਼ਾਮਿਲ ਨੇ ਇੱਕ ਦਲੇਰ ਡਾਕੂ 'ਤੇ ਕਿਵੇਂ ਜਿੱਤ ਪ੍ਰਾਪਤ ਕੀਤੀ।

ਇੱਕ ਵਾਰ ਆਪਣੇ ਮੁਰੀਦਾਂ ਨਾਲ ਇਮਾਮ ਇੱਕ ਪਿੰਡ ਵਿੱਚ ਗਿਆ। ਪਿੰਡ ਦੇ ਬਜ਼ੁਰਗ-ਮੁਖੀ ਲੋਕ ਉਸ ਨੂੰ ਕੁੜੱਤਣ ਨਾਲ ਮਿਲੇ। ਉਹ ਬੋਲੇ:

"ਅਸੀਂ ਜੰਗ ਤੋਂ ਤੰਗ ਆ ਗਏ ਆਂ। ਅਸੀਂ ਅਮਨ-ਚੈਨ ਨਾਲ ਰਹਿਣਾ ਚਾਹੁਨੇ ਆਂ। ਜੇਕਰ ਤੁਸੀਂ ਨਾ ਹੁੰਦੇ, ਤਾਂ ਅਸੀਂ ਬਹੁਤ ਪਹਿਲਾਂ ਹੀ ਜ਼ਾਰ ਨਾਲ ਸੁਲਾਹ ਕਰ ਲਈ ਹੁੰਦੀ।"

"ਕਿਉਂ ਬਈ, ਤੁਸੀਂ ਕਦੇ ਪਹਾੜੀ ਹੁੰਦੇ ਸੀ! ਤੁਸੀਂ ਦਾਗ਼ਿਸਤਾਨ ਦੀ ਰੋਟੀ ਖਾਣੀ ਅਤੇ ਉਸ ਦੇ ਦੁਸ਼ਮਣਾਂ ਦੀ ਸੇਵਾਦਾਰੀ ਕਰਨੀ ਚਾਹੁੰਦੇ ਹੋ? ਕੀ ਮੈਂ ਤੁਹਾਡੇ ਅਮਨ-ਚੈਨ ਵਿੱਚ ਵਿਘਨ ਪਾਇਐ? ਮੈਂ ਤਾਂ ਉਸ ਦੀ ਰਾਖੀ ਕਰ ਰਿਹਾਂ।"

"ਇਮਾਮ, ਅਸੀਂ ਵੀ ਦਾਗ਼ਿਸਤਾਨੀ ਆਂ, ਪਰ ਦੇਖ ਰਹੇ ਆਂ ਕਿ ਇਸ ਲੜਾਈ ਨਾਲ ਦਾਗ਼ਿਸਤਾਨ ਦਾ ਕੋਈ ਭਲਾ ਨਹੀਂ ਹੋ ਰਿਹਾ ਅਤੇ ਅੱਗੇ ਵੀ ਨਹੀਂ ਹੋਵੇਗਾ। ਕੇਵਲ ਹੱਠ-ਧਰਮੀ ਨਾਲ ਤਾਂ ਕੁੱਝ ਨਹੀਂ ਹੋ ਸਕਣਾ।"

"ਤੁਸੀਂ ਦਾਗ਼ਿਸਤਾਨੀ ਹੋ? ਰਹਿਣ ਵਾਲੀ ਜਗ੍ਹਾ ਦੀ ਦ੍ਰਿਸ਼ਟੀ ਤੋਂ ਤਾਂ ਤੁਸੀਂ ਦਾਗ਼ਿਸਤਾਨੀ ਹੋ, ਪਰ ਤੁਹਾਡੇ ਦਿਲ ਖ਼ਰਗੋਸ਼ਾਂ ਵਰਗੇ ਨੇ। ਤੁਹਾਨੂੰ ਆਪਣੇ ਚੁੱਲ੍ਹਿਆਂ ਵਿੱਚ ਉਸ ਵੇਲੇ ਕੋਲਾ ਹਿਲਾਉਣਾ ਚੰਗਾ ਲੱਗਦੈ, ਜਦੋਂ ਦਾਗ਼ਿਸਤਾਨ ਖ਼ੂਨ ਨਾਲ ਲੱਥ-ਪੱਥ ਹੋ ਰਿਹੈ। ਆਪਣੇ ਪਿੰਡ ਦਾ ਫਾਟਕ ਖੋਲ੍ਹ ਦਿਓ, ਨਹੀਂ ਤਾਂ ਅਸੀਂ ਆਪਣੀਆਂ ਤਲਵਾਰਾਂ ਨਾਲ ਉਸ ਨੂੰ ਖੋਲ੍ਹ ਲਵਾਂਗੇ!"

ਪਿੰਡ ਦੇ ਬਜ਼ੁਰਗ-ਮੁਖੀ ਬਹੁਤ ਦੇਰ ਤੱਕ ਇਮਾਮ ਨਾਲ ਗੱਲਬਾਤ ਕਰਦੇ ਰਹੇ ਅਤੇ ਆਖ਼ਰ ਉਨ੍ਹਾਂ ਨੇ ਉਸ ਨੂੰ ਆਪਣੇ ਪਿੰਡ ਵਿੱਚ ਆਉਣ ਦੀ ਆਗਿਆ ਦੇਣ ਅਤੇ ਇੱਕ ਸਨਮਾਨਿਤ ਮਹਿਮਾਨ ਦੇ ਰੂਪ ਵਿੱਚ ਉਸ ਦਾ ਸਵਾਗਤ-ਸਤਿਕਾਰ ਕਰਨ ਦਾ ਨਿਰਣਾ

ਲਿਆ। ਇਸ ਦੇ ਬਦਲੇ ਵਿੱਚ ਸ਼ਾਮਿਲ ਨੇ ਉਨ੍ਹਾਂ ਨੂੰ ਵਚਨ ਦਿੱਤਾ ਕਿ ਉਹ ਇਸ ਪਿੰਡ ਦੇ ਇੱਕ ਵੀ ਵਿਅਕਤੀ ਦੀ ਹੱਤਿਆ ਨਹੀਂ ਕਰੇਗਾ ਅਤੇ ਪੁਰਾਣੇ ਰੋਸਿਆਂ-ਗਿਲਿਆਂ ਨੂੰ ਆਪਣੀ ਜ਼ੁਬਾਨ 'ਤੇ ਨਹੀਂ ਲਿਆਵੇਗਾ। ਇਮਾਮ ਸ਼ਾਮਿਲ ਆਪਣੇ ਇੱਕ ਵਫ਼ਾਦਾਰ ਦੋਸਤ ਦੇ ਪਹਾੜੀ ਘਰ ਵਿੱਚ ਠਹਿਰਿਆ ਅਤੇ ਪਿੰਡ ਦੇ ਬਜ਼ੁਰਗ-ਮੁਖੀਆਂ ਨਾਲ ਗੱਲਬਾਤ ਕਰਦੇ ਹੋਏ ਉਸ ਨੇ ਇੱਥੇ ਕੁੱਝ ਦਿਨ ਬਿਤਾਏ।

ਇਸੇ ਵੇਲੇ ਇਸ ਪਿੰਡ ਅਤੇ ਇਸ ਦੇ ਆਸ-ਪਾਸ ਦੇ ਇਲਾਕਿਆਂ ਵਿੱਚ ਦੋ ਮੀਟਰ ਤੋਂ ਵੀ ਜ਼ਿਆਦਾ ਲੰਬੇ ਕੱਦ ਦਾ ਇੱਕ ਮਹਾਂਬਲੀ, ਇੱਕ ਭਿਆਨਕ ਡਾਕੂ ਲੁੱਟ-ਮਾਰ ਕਰਦਾ ਸੀ। ਇਹ ਕਿਸੇ ਭੇਦ-ਭਾਵ ਤੋਂ ਬਿਨਾਂ ਸਾਰਿਆਂ ਨੂੰ ਲੁੱਟਦਾ ਸੀ, ਲੋਕਾਂ ਤੋਂ ਉਨ੍ਹਾਂ ਦਾ ਅਨਾਜ, ਡੰਗਰ-ਪਸ਼ੂ ਅਤੇ ਘੋੜੇ ਖੋਹ ਲੈਂਦਾ ਸੀ, ਪਿੰਡ ਵਾਲਿਆਂ ਦੀ ਹੱਤਿਆ ਕਰਦਾ ਸੀ ਅਤੇ ਉਨ੍ਹਾਂ ਨੂੰ ਡਰਾਉਂਦਾ ਧਮਕਾਉਂਦਾ ਸੀ। ਉਸ ਲਈ ਕੁੱਝ ਵੀ ਪਾਵਨ-ਪਵਿੱਤਰ ਨਹੀਂ ਸੀ। ਅੱਲ੍ਹਾ, ਜ਼ਾਰ ਅਤੇ ਇਮਾਮ, ਇਨ੍ਹਾਂ ਸ਼ਬਦਾਂ ਦਾ ਉਸ ਲਈ ਕੋਈ ਅਰਥ ਨਹੀਂ ਸੀ।

ਇਸ ਲਈ ਪਿੰਡ ਦੇ ਬਜ਼ੁਰਗ-ਮੁਖੀਆਂ ਨੇ ਸ਼ਾਮਿਲ ਨੂੰ ਕਿਹਾ:

"ਇਮਾਮ, ਕਿਸੇ ਤਰ੍ਹਾਂ ਸਾਨੂੰ ਇਸ ਲੁਟੇਰੇ ਤੋਂ ਮੁਕਤੀ ਦਿਵਾ ਦਿਓ।"

"ਕਿਸ ਤਰ੍ਹਾਂ ਦੀ ਮੁਕਤੀ ਦਿਵਾਵਾਂ ਮੈਂ ਤੁਹਾਨੂੰ ਇਸ ਤੋਂ?"

"ਇਸ ਨੂੰ ਮਾਰ ਦਿਓ, ਇਮਾਮ, ਮਾਰ ਦਿਓ। ਇਸ ਨੇ ਤਾਂ ਖ਼ੁਦ ਬਹੁਤ ਸਾਰੇ ਲੋਕਾਂ ਦੀ ਹੱਤਿਆ ਕੀਤੀ ਐ।"

ਮੈਂ ਤਾਂ ਤੁਹਾਡੀ ਪੰਚਾਇਤ ਨੂੰ ਇਸ ਪਿੰਡ ਦੇ ਇੱਕ ਵੀ ਵਿਅਕਤੀ ਦੀ ਹੱਤਿਆ ਨਾ ਕਰਨ ਦਾ ਵਚਨ ਦਿੱਤੈ। ਮੈਨੂੰ ਆਪਣਾ ਵਚਨ ਨਿਭਾਉਣਾ ਚਾਹੀਦੈ।"

"ਇਮਾਮ, ਸਾਨੂੰ ਇਸ ਦੁਸ਼ਟ ਤੋਂ ਮੁਕਤੀ ਦਿਵਾਉਣ ਦਾ ਕੋਈ ਉਪਾਅ ਜ਼ਰੂਰ ਸੋਚੋ!"

ਕੁੱਝ ਦਿਨਾਂ ਬਾਅਦ ਸ਼ਾਮਿਲ ਦੇ ਮੁਰੀਦਾਂ ਨੇ ਇਸ ਲੁਟੇਰੇ ਨੂੰ ਘੇਰ ਲਿਆ, ਫੜ ਕੇ ਉਸ ਦੀਆਂ ਮੁਸ਼ਕਾਂ ਬੰਨ੍ਹ ਦਿੱਤੀਆਂ ਅਤੇ ਪਿੰਡ ਵਿੱਚ ਲਿਆ ਕੇ ਤਹਿਖਾਨੇ ਵਿੱਚ ਬੰਦ ਕਰ ਦਿੱਤਾ। ਇਸ ਅਪਰਾਧੀ ਨੂੰ ਇਸ ਦੇ ਭਿਆਨਕ ਅਪਰਾਧਾਂ ਮੁਤਾਬਿਕ ਸਜ਼ਾ ਦੇਣ ਲਈ ਇੱਕ ਖ਼ਾਸ ਅਦਾਲਤ ਲੱਗੀ। ਇਹ ਤੈਅ ਕੀਤਾ ਗਿਆ ਕਿ ਇਸ ਬਦਮਾਸ਼ ਦੀਆਂ ਅੱਖਾਂ ਕੱਢ ਦਿੱਤੀਆਂ ਜਾਣ। ਅੰਨ੍ਹਾ ਕਰ ਕੇ ਇਸ ਸ਼ੈਤਾਨ ਨੂੰ ਫਿਰ ਤਹਿਖਾਨੇ ਵਿੱਚ ਬਿਠਾ ਦਿੱਤਾ ਗਿਆ ਅਤੇ ਦਰਵਾਜ਼ੇ 'ਤੇ ਜਿੰਦਾ ਲਗਾ ਦਿੱਤਾ ਗਿਆ।

ਕੁੱਝ ਦਿਨ ਬੀਤ ਗਏ। ਇੱਕ ਰਾਤ ਨੂੰ ਜਦੋਂ ਪਹੁ ਫਟਣ ਵਾਲੀ ਸੀ ਅਤੇ ਸ਼ਾਮਿਲ ਗਹਿਰੀ ਨੀਂਦ ਸੁੱਤਾ ਪਿਆ ਸੀ, ਉਸ ਦੇ ਕਮਰੇ ਵਿੱਚ ਸ਼ੋਰ ਅਤੇ ਖਟ-ਖਟ ਸੁਣਾਈ ਦਿੱਤੀ। ਇਮਾਮ ਛਾਲ ਮਾਰ ਕੇ ਬਿਸਤਰੇ ਤੋਂ ਉੱਠਿਆ ਅਤੇ ਉਸ ਨੇ ਆਪਣੇ ਆਲੇ-ਦੁਆਲੇ ਨਜ਼ਰ ਮਾਰੀ। ਉਸ ਨੇ ਦੇਖਿਆ ਕਿ ਕੁਹਾੜੇ ਨਾਲ ਦਰਵਾਜ਼ੇ ਦੇ ਛੋਟੇ-ਛੋਟੇ ਟੁਕੜੇ ਕਰ ਕੇ ਇੱਕ ਪਰਬਤ ਵਰਗਾ, ਜੰਗਲੀ ਜਾਨਵਰ ਅਤੇ ਰਾਖਸ਼ ਵਰਗਾ ਵਿਅਕਤੀ ਚੀਕਦਾ-ਚਿੱਲਾਉਂਦਾ ਅਤੇ ਬੁਰਾ-ਭਲਾ ਕਹਿੰਦਾ ਹੋਇਆ ਉਸ ਵੱਲ ਵਧ ਰਿਹਾ ਹੈ। ਇਮਾਮ ਸਮਝ ਗਿਆ ਕਿ ਇਹ ਲੁਟੇਰਾ ਕਿਸੇ ਤਰ੍ਹਾਂ ਤਹਿਖਾਨੇ ਦਾ ਜਿੰਦਾ ਤੋੜ ਕੇ ਨਿੱਕਲਣ ਵਿੱਚ ਸਫ਼ਲ ਹੋ ਗਿਆ ਹੈ ਅਤੇ ਹੁਣ ਬਦਲਾ ਲੈਣ ਲਈ ਇੱਥੇ ਆਇਆ ਹੈ।

ਦੰਦ ਪੀਂਹਦਾ ਹੋਇਆ ਇਹ ਦਾਨਵ ਵਧਦਾ ਆ ਰਿਹਾ ਸੀ। ਉਸ ਦੇ ਇੱਕ ਹੱਥ ਵਿੱਚ ਬਹੁਤ ਵੱਡਾ ਖੰਜਰ ਅਤੇ ਦੂਜੇ ਹੱਥ ਵਿੱਚ ਕੁਹਾੜਾ ਸੀ। ਇਮਾਮ ਨੇ ਵੀ ਆਪਣਾ ਖੰਜਰ ਚੁੱਕ ਲਿਆ। ਉਸ ਨੇ ਮੁਰੀਦਾਂ ਨੂੰ ਬੁਲਾਇਆ, ਪਰ ਇਸ ਬਦਮਾਸ਼ ਨੇ ਉਨ੍ਹਾਂ ਨੂੰ ਪਹਿਲਾਂ ਹੀ ਦੂਜੀ ਦੁਨੀਆ ਵਿੱਚ ਪੁਚਾ ਦਿੱਤਾ ਸੀ। ਪਿੰਡ ਦੇ ਲੋਕ ਸੌਂ ਰਹੇ ਸਨ। ਕਿਸੇ ਨੇ ਵੀ ਇਮਾਮ ਦੀ ਪੁਕਾਰ ਨਹੀਂ ਸੁਣੀ।

ਸ਼ਾਮਿਲ ਪਿੱਛੇ ਹਟਦਾ ਹੋਇਆ ਦੁਸ਼ਮਣ 'ਤੇ ਵਾਰ ਕਰਨ ਦਾ ਵਧੀਆ ਮੌਕਾ ਲੱਭ ਰਿਹਾ ਸੀ। ਅੰਨ੍ਹਾ ਬਦਮਾਸ਼ ਇੱਧਰ-ਉੱਧਰ ਨੱਚ-ਟੱਪ ਰਿਹਾ ਸੀ ਅਤੇ ਕੁਹਾੜਾ ਚਲਾ ਰਿਹਾ ਸੀ। ਕਮਰੇ ਵਿੱਚ ਜੋ ਕੁੱਝ ਵੀ ਸੀ, ਉਸ ਨੇ ਸਭ ਭੰਨ-ਤੋੜ ਦਿੱਤਾ।

"ਕਿੱਥੇ ਐਂ ਤੂੰ ਸੂਰਮਾ, ਜਿਸ ਦੀ ਕਿਤਾਬਾਂ ਵਿੱਚ ਚਰਚਾ ਕੀਤੀ ਜਾਂਦੀ ਐ?" ਉਹ ਲੰਮ-ਤਲੰਮਾ ਲੁਟੇਰਾ ਚਿੱਲਾਅ ਰਿਹਾ ਸੀ, "ਕਿੱਥੇ ਛਿਪਿਐਂ ਤੂੰ? ਇੱਧਰ ਆ, ਮੇਰੇ ਹੱਥ ਬੰਨ੍ਹ, ਮੈਨੂੰ ਫੜ, ਮੇਰੀਆਂ ਅੱਖਾਂ ਕੱਢ!"

"ਮੈਂ ਇੱਥੇ ਆਂ!" ਇਮਾਮ ਨੇ ਜ਼ੋਰ ਨਾਲ ਚਿੱਲਾਅ ਕੇ ਜਵਾਬ ਦਿੱਤਾ ਅਤੇ ਉਸੇ ਪਲ ਛਾਲ ਮਾਰ ਕੇ ਇੱਕ ਪਾਸੇ ਹਟ ਗਿਆ। ਕੁਹਾੜਾ ਉਸੇ ਜਗ੍ਹਾ 'ਤੇ ਕੰਧ ਵਿੱਚ ਡੂੰਘਾ ਜਾ ਲੱਗਿਆ, ਜਿੱਥੇ ਇੱਕ ਪਲ ਪਹਿਲਾਂ ਸ਼ਾਮਿਲ ਖੜ੍ਹਾ ਸੀ। ਫਿਰ ਇਮਾਮ ਇਸੇ ਪਲ ਦਾ ਲਾਭ ਉਠਾਉਂਦੇ ਹੋਏ ਦੁਸ਼ਮਣ 'ਤੇ ਝਪਟਿਆ। ਲੁਟੇਰਾ ਜ਼ਿਆਦਾ ਤਾਕਤਵਰ ਅਤੇ ਪ੍ਰਚੰਡ ਸੀ। ਉਹ ਸ਼ਾਮਿਲ ਨੂੰ ਇੱਧਰ-ਉੱਧਰ ਸੁੱਟਣ ਅਤੇ ਉੱਛਾਲਣ-ਪਟਕਾਉਣ ਲੱਗਿਆ ਅਤੇ ਉਸ ਨੂੰ ਕਈ ਵਾਰ ਜ਼ਖ਼ਮੀ ਕਰਨ ਵਿੱਚ ਵੀ ਸਫ਼ਲ ਹੋ ਗਿਆ। ਪਰ ਸ਼ਾਮਿਲ ਦੀ ਚੁਸਤੀ-ਫ਼ੁਰਤੀ ਨੇ ਹਰ ਵਾਰ ਹੀ ਉਸ ਦੀ ਮੱਦਦ ਕੀਤੀ ਅਤੇ ਉਹ ਘਾਤਕ ਰੂਪ ਵਿੱਚ ਜ਼ਖ਼ਮੀ ਹੋਣ ਤੋਂ ਬਚ ਗਿਆ। ਇਹ ਸੰਘਰਸ਼ ਕੋਈ ਦੋ ਘੰਟਿਆਂ ਤੱਕ ਚੱਲਦਾ ਰਿਹਾ। ਆਖ਼ਰ ਉਸ ਬਦਮਾਸ਼ ਨੇ ਸ਼ਾਮਿਲ ਨੂੰ ਫੜ ਲਿਆ, ਸਿਰ ਉੱਪਰ ਉਠਾ ਲਿਆ, ਉਸ ਨੂੰ ਜ਼ੋਰ ਨਾਲ ਫ਼ਰਸ਼ 'ਤੇ ਪਟਕਾਉਣਾ ਅਤੇ ਫਿਰ ਉਸ ਦਾ ਸਿਰ ਵੱਢਣਾ ਚਾਹਿਆ। ਪਰ ਹਵਾ ਵਿੱਚ ਉੱਪਰ ਚੁੱਕਿਆ ਹੋਇਆ ਸ਼ਾਮਿਲ ਫ਼ੁਰਤੀ ਤੋਂ ਕੰਮ ਲੈਂਦਾ ਹੋਇਆ ਇਸ ਲੁਟੇਰੇ ਦੇ ਸਿਰ 'ਤੇ ਕਈ ਵਾਰ ਖੰਜਰ ਨਾਲ ਵਾਰ ਕਰਨ ਵਿੱਚ ਸਫ਼ਲ ਹੋ ਗਿਆ। ਬਦਮਾਸ਼ ਡਾਕੂ ਅਚਾਨਕ ਝੁਕ ਗਿਆ, ਉਸ ਦਾ ਸਰੀਰ ਢਿੱਲਾ ਪੈ ਗਿਆ, ਲੜਖੜਾਇਆ ਅਤੇ ਉਹ ਇੱਟਾਂ ਦੇ ਮਿਨਾਰ ਵਾਂਗ ਹੇਠਾਂ ਡਿੱਗ ਗਿਆ। ਉਸ ਦੇ ਹੱਥਾਂ ਵਿੱਚੋਂ ਖੰਜਰ ਛੁੱਟ ਗਿਆ। ਸੁਬ੍ਹਾ ਹੋਣ ਤੱਕ ਲੋਕਾਂ ਨੇ ਉਨ੍ਹਾਂ ਦੋਵਾਂ ਨੂੰ ਖ਼ੂਨ ਦੇ ਛੱਪੜ ਵਿੱਚ ਪਿਆ ਦੇਖਿਆ। ਸ਼ਾਮਿਲ ਦੇ ਜਿਸਮ 'ਤੇ ਨੌਂ ਜ਼ਖ਼ਮ ਹੋਏ ਸਨ ਅਤੇ ਉਸ ਨੂੰ ਇੱਕ ਮਹੀਨੇ ਤੱਕ ਇਸੇ ਪਿੰਡ ਵਿੱਚ ਇਲਾਜ ਕਰਵਾਉਣਾ ਪਿਆ।

ਸ਼ਕਤੀਸ਼ਾਲੀ ਬਾਹਰੀ ਦੁਸ਼ਮਣ ਦੇ ਵਿਰੁੱਧ ਸ਼ਾਮਿਲ ਦਾ ਸੰਘਰਸ਼ ਮੁੱਠ-ਭੇੜ ਵਰਗਾ ਹੀ ਸੀ। ਬਾਹਰੋਂ ਆਉਣ ਵਾਲਾ ਦੁਸ਼ਮਣ ਉਸ ਲਈ ਅਣਜਾਣੇ ਪਹਾੜਾਂ ਵਿੱਚ ਅੰਨ੍ਹੇ ਵਰਗੀਆਂ ਹਰਕਤਾਂ ਕਰਦਾ ਸੀ। ਸ਼ਾਮਿਲ ਬੜੀ ਫ਼ੁਰਤੀ ਨਾਲ ਉਸ ਦੇ ਹਮਲਿਆਂ ਤੋਂ ਬਚ ਨਿੱਕਲਦਾ ਸੀ ਅਤੇ ਫਿਰ ਅਚਾਨਕ ਕਦੇ ਵੱਖੀ ਵੱਲੋਂ ਅਤੇ ਕਦੇ ਪਿੱਛੋਂ ਉਸ 'ਤੇ ਹਮਲਾ ਕਰਦਾ ਸੀ।

ਹਰ ਪਹਾੜੀ ਆਦਮੀ ਦੇ ਦਿਲ ਵਿੱਚ ਸ਼ਾਇਦ ਸ਼ਾਮਿਲ ਦਾ ਆਪਣਾ ਇੱਕ ਬਿੰਬ ਹੈ। ਮੈਂ ਵੀ ਉਸ ਨੂੰ ਆਪਣੇ ਹੀ ਢੰਗ ਨਾਲ ਦੇਖਦਾ ਹਾਂ।

ਉਹ ਅਜੇ ਜਵਾਨ ਹੈ। ਅਖ਼ੂਲਗੋ ਨਾਮਕ ਪੱਧਰੀ ਚੱਟਾਨ 'ਤੇ ਗੋਡਿਆਂ ਭਾਰ ਹੋ ਕੇ ਉਹ ਅਵਾਰ ਜਾਤੀ ਦੇ ਇਲਾਕੇ ਵਿੱਚ ਵਹਿਣ ਵਾਲੀ ਕੋਇਸੂ ਨਦੀ ਦੀ ਲਹਿਰ ਵਿੱਚ ਹੁਣੇ-ਹੁਣੇ ਧੋਤੇ ਹੋਏ ਆਪਣੇ ਹੱਥ ਉੱਪਰ ਉਠਾਉਂਦਾ ਹੈ। ਉਸ ਦੇ ਚੇਰਕੇਸਕਾ (ਲੰਬੇ ਫ਼ੌਜੀ ਕੋਟ) ਦੀਆਂ ਬਾਹਾਂ ਉੱਪਰ ਚੜ੍ਹੀਆਂ ਹੋਈਆਂ ਹਨ। ਉਸ ਦੇ ਹੋਂਠ ਕੋਈ ਸ਼ਬਦ ਬੁੜਬੁੜਾ ਰਹੇ ਹਨ, ਕੁੱਝ ਲੋਕਾਂ ਦਾ ਕਹਿਣਾ ਹੈ ਕਿ ਇਬਾਦਤ ਵੇਲੇ ਜਦੋਂ ਉਹ 'ਅੱਲ੍ਹਾ' ਸ਼ਬਦ ਬੁੜਬੁੜਾਉਂਦਾ ਸੀ, ਤਾਂ ਲੋਕਾਂ ਨੂੰ 'ਆਜ਼ਾਦੀ' ਸੁਣਾਈ ਦਿੰਦਾ ਸੀ ਅਤੇ ਜਦੋਂ 'ਆਜ਼ਾਦੀ' ਬੁੜਬੁੜਾਉਂਦਾ ਸੀ, ਤਾਂ 'ਅੱਲ੍ਹਾ' ਸੁਣਾਈ ਦਿੰਦਾ ਸੀ।

ਉਹ ਬੁੱਢਾ ਹੋ ਗਿਆ ਸੀ। ਕਾਸਪੀ ਸਾਗਰ ਦੇ ਤੱਟ 'ਤੇ ਉਹ ਹਮੇਸ਼ਾ ਲਈ ਦਾਗ਼ਿਸਤਾਨ ਤੋਂ ਵਿਦਾ ਲੈਂਦਾ ਹੈ। ਉਹ ਗੋਰੇ ਜ਼ਾਰ ਦਾ ਬੰਦੀ ਹੈ। ਇੱਕ ਪੱਥਰ 'ਤੇ ਚੜ੍ਹ ਕੇ ਉਸ ਨੇ ਕਾਸਪੀ ਦੀਆਂ ਝੱਗ ਉਗਲਦੀਆਂ ਲਹਿਰਾਂ 'ਤੇ ਨਜ਼ਰ ਮਾਰੀ। ਉਸ ਦੇ ਹੋਂਠ 'ਅੱਲ੍ਹਾ' ਅਤੇ 'ਆਜ਼ਾਦੀ' ਦੀ ਜਗ੍ਹਾ ਵਿਦਾ ਬੁੜਬੁੜਾ ਰਹੇ ਹਨ। ਲੋਕਾਂ ਦਾ ਕਹਿਣਾ ਹੈ ਕਿ ਇਸ ਪਲ ਉਸ ਦੀਆਂ ਗੱਲ੍ਹਾਂ 'ਤੇ ਪਾਣੀ ਦੀਆਂ ਬੂੰਦਾਂ ਦਿਖਾਈ ਦਿੱਤੀਆਂ ਸਨ। ਪਰ ਸ਼ਾਮਿਲ ਤਾਂ ਕਦੇ ਵੀ ਰੋਂਦਾ ਨਹੀਂ ਸੀ। ਸ਼ਾਇਦ ਇਹ ਬੂੰਦਾਂ ਸਾਗਰ ਦੀਆਂ ਫ਼ੁਹਾਰਾਂ ਸਨ।

ਪਰ ਸਭ ਤੋਂ ਜ਼ਿਆਦਾ ਤਿੱਖੇ ਰੂਪ ਵਿੱਚ ਮੈਂ ਪਿਤਾ ਜੀ ਵੱਲੋਂ ਸੁਣਾਏ ਗਏ ਕਿੱਸੇ ਅਨੁਸਾਰ ਉਸ ਦੀ ਕਲਪਨਾ ਕਰਦਾਂ ਹਾਂ, ਇੱਕ ਤੰਗ ਪਹਾੜੀ ਘਰ ਵਿੱਚ ਗੁੱਸੇ ਨਾਲ ਪਾਗਲ ਹੋਏ ਡਾਕੂ ਨਾਲ ਇਕੱਲਿਆਂ ਹੱਥੋ-ਪਾਈ ਕਰਦੇ, ਲੰਬੇ ਅਤੇ ਖ਼ੂਨੀ ਸੰਘਰਸ਼ ਵਿੱਚ ਉਲਝੇ ਹੋਏ।

ਹਾਜੀ-ਮੁਰਾਦ ਨਾਲ ਸ਼ਾਮਿਲ ਦੀ ਕਦੇ ਤਾਂ ਸ਼ਾਂਤੀ ਨਾਲ ਨਿਭੀ ਅਤੇ ਕਦੇ ਉਨ੍ਹਾਂ ਵਿਚਕਾਰ ਝਗੜਾ ਹੁੰਦਾ ਰਿਹਾ। ਇਨ੍ਹਾਂ ਦੋਵਾਂ ਬਾਰੇ ਬਹੁਤ ਸਾਰੀਆਂ ਦੰਦ-ਕਥਾਵਾਂ ਅਤੇ ਕਿੱਸੇ-ਕਹਾਣੀਆਂ ਹਨ।

ਹਾਜੀ-ਮੁਰਾਦ ਨੂੰ ਆਪਣਾ ਨਾਇਬ ਬਣਾ ਕੇ ਸ਼ਾਮਿਲ ਨੇ ਉਸ ਨੂੰ ਹਾਇਦਾਕ ਅਤੇ ਤਾਬਾਸਾਰਾਨ ਪਿੰਡਾਂ ਵਿੱਚ ਭੇਜਿਆ, ਤਾਂ ਕਿ ਲੋਕਾਂ ਨੂੰ ਆਪਣੇ ਪੱਖ ਵਿੱਚ ਕਰ ਲਵੇ ਜਾਂ ਸ਼ਾਇਦ ਇਹ ਕਹਿਣਾ ਜ਼ਿਆਦਾ ਸਹੀ ਹੋਵੇਗਾ ਕਿ ਉਨ੍ਹਾਂ ਨੂੰ ਯੁੱਧ ਵਿੱਚ ਖਿੱਚ ਲਵੇ। ਉਸ ਨੂੰ ਉਮੀਦ ਸੀ ਕਿ ਹਾਜੀ-ਮੁਰਾਦ ਲੋਕਾਂ ਨੂੰ ਸਮਝਾ-ਬੁਝਾ ਕੇ ਆਪਣੇ ਪੱਖ ਵਿੱਚ ਕਰ ਲਵੇਗਾ, ਪਰ ਨਵੇਂ ਨਾਇਬ ਨੇ ਅਜਿਹਾ ਕਰਨ ਦੀ ਬਜਾਇ ਹਾਇਦਾਕ ਅਤੇ ਤਾਬਾਸਾਰਾਨ ਵਿੱਚ ਕੋਰੜਿਆਂ ਅਤੇ ਬੰਦੂਕ ਤੋਂ ਕੰਮ ਲਿਆ। ਜੇਕਰ ਕੋਈ ਕਾਨੂੰਨ ਬਾਰੇ ਮੂੰਹੋਂ ਸ਼ਬਦ ਕੱਢਣ ਦੀ ਹਿੰਮਤ ਕਰਦਾ, ਤਾਂ ਹਾਜੀ-ਮੁਰਾਦ ਉਸ ਨੂੰ ਘਸੁੰਨ ਦਿਖਾ ਕੇ ਕਹਿੰਦਾ, "ਇਹ ਐ ਤੁਹਾਡਾ ਕਾਨੂੰਨ। ਮੈਂ ਖ਼ੂੰਜ਼ਹ ਦਾ ਰਹਿਣ ਵਾਲਾ ਹਾਜੀ-ਮੁਰਾਦ ਆਂ। ਤੁਹਾਡੇ ਲਈ ਮੈਂ ਹੀ ਸਭ ਤੋਂ ਵੱਡਾ ਕਾਨੂੰਨ ਆਂ।"

ਹਾਜੀ-ਮੁਰਾਦ ਦੀ ਬੇਰਹਿਮੀ ਦੀ ਖ਼ਬਰਾਂ ਸ਼ਾਮਿਲ ਤੱਕ ਪਹੁੰਚੀਆਂ। ਉਸ ਨੇ ਹਰਕਾਰੇ ਨੂੰ ਭੇਜ ਕੇ ਨਾਇਬ ਨੂੰ ਆਪਣੇ ਕੋਲ ਬੁਲਾਇਆ। ਹਾਜੀ-ਮੁਰਾਦ ਲੁੱਟ ਦਾ ਕਾਫ਼ੀ ਵੱਡਾ ਮਾਲ ਲੈ ਕੇ ਮੁੜਿਆ। ਉਸ ਦਾ ਫ਼ੌਜੀ ਦਸਤਾ ਮਵੇਸ਼ੀਆਂ ਦਾ ਝੁੰਡ, ਭੇਡਾਂ ਦੇ ਇੱਜੜ ਅਤੇ ਘੋੜਿਆਂ ਦੇ ਝੁੰਡ ਆਪਣੇ ਅੱਗੇ-ਅੱਗੇ ਹੱਕਦਾ ਲਿਆ ਰਿਹਾ ਸੀ। ਖ਼ੁਦ ਹਾਜੀ-ਮੁਰਾਦ ਅਗਵਾ ਕੀਤੀ

ਗਈ ਇੱਕ ਹਸੀਨਾ ਨੂੰ ਆਪਣੇ ਘੋੜੇ 'ਤੇ ਬਿਠਾ ਕੇ ਲਿਆ ਰਿਹਾ ਸੀ।

"ਅਸਲਾਮਾਲੇਕੁਮ, ਇਮਾਮ!" ਹਾਜੀ-ਮੁਰਾਦ ਨੇ ਘੋੜੇ ਤੋਂ ਉੱਤਰਦਿਆਂ ਆਪਣੇ ਸੈਨਾਪਤੀ ਦਾ ਸਤਿਕਾਰ ਕੀਤਾ।

"ਵਾਲੇਕੁਮ ਸਲਾਮ, ਨਾਇਬ। ਤੁਹਾਡਾ ਸਵਾਗਤ ਐ, ਕੀ ਖ਼ਬਰ ਲਿਆਏ ਹੈ?"

"ਖਾਲੀ ਹੱਥ ਨਹੀਂ ਮੁੜਿਆ। ਚਾਂਦੀ ਲਿਆਇਆਂ, ਭੇਡਾਂ ਦੇ ਇੱਜੜ, ਘੋੜੇ ਅਤੇ ਗਲੀਚੇ ਵੀ। ਤਾਬਾਸਾਰਾਨ ਵਿੱਚ ਵਧੀਆ ਗਲੀਚੇ ਬੁਣੇ ਜਾਂਦੇ ਨੇ।"

"ਕੀ ਕੋਈ ਹਸੀਨਾ ਨਹੀਂ ਲਿਆਏ?"

"ਹਸੀਨਾ ਵੀ ਲਿਆਇਆਂ। ਅਤੇ ਉਹ ਵੀ ਬਹੁਤ ਗ਼ਜ਼ਬ ਦੀ! ਤੁਹਾਡੇ ਲਈ ਹੀ ਲਿਆਇਆਂ, ਇਮਾਮ।"

ਦੋਵੇਂ ਯੋਧੇ ਕੁੱਝ ਦੇਰ ਇੱਕ-ਦੂਜੇ ਨੂੰ ਘੂਰਦੇ ਰਹੇ। ਇਸ ਤੋਂ ਬਾਅਦ ਸ਼ਾਮਿਲ ਨੇ ਕਿਹਾ:

"ਤੁਸੀਂ ਇਹ ਦੱਸੋ ਕਿ ਕੀ ਮੈਂ ਇਸ ਹਸੀਨਾ ਨੂੰ ਆਪਣੇ ਨਾਲ ਲੈ ਕੇ ਲੜਨ ਜਾਵਾਂਗਾ? ਮੈਨੂੰ ਭੇਡਾਂ ਦੀ ਨਹੀਂ, ਲੋਕਾਂ ਦੀ ਜ਼ਰੂਰਤ ਐ। ਮੈਨੂੰ ਘੋੜੇ ਨਹੀਂ, ਘੋੜ-ਸਵਾਰ ਚਾਹੀਦੇ ਨੇ। ਤੁਸੀਂ ਉਨ੍ਹਾਂ ਦੇ ਪਸ਼ੂ ਭਜਾ ਲਿਆਏ। ਅਜਿਹਾ ਕਰ ਕੇ ਤੁਸੀਂ ਉਨ੍ਹਾਂ ਦੇ ਦਿਲਾਂ ਨੂੰ ਠੇਸ ਪੁਚਾਈ ਐ ਅਤੇ ਉਨ੍ਹਾਂ ਨੂੰ ਸਾਡੇ ਵਿਰੁੱਧ ਕਰ ਦਿੱਤੈ। ਉਨ੍ਹਾਂ ਨੂੰ ਸਾਡੇ ਸੈਨਿਕ ਬਣ ਕੇ ਬੀਰ-ਗਤੀ ਨੂੰ ਪ੍ਰਾਪਤ ਕਰਨਾ ਅਤੇ ਜ਼ਖ਼ਮੀ ਹੋਣ ਵਾਲੇ ਸੈਨਿਕਾਂ ਦੀ ਜਗ੍ਹਾ ਲੈਣੀ ਚਾਹੀਦੀ ਸੀ। ਹੁਣ ਕੌਣ ਉਨ੍ਹਾਂ ਦੀ ਜਗ੍ਹਾ ਲਵੇਗਾ? ਜੇਕਰ ਹਾਇਦਾਕ ਅਤੇ ਤਾਬਾਸਾਰਾਨ ਦੇ ਲੋਕ ਸਾਡੇ ਨਾਲ ਹੁੰਦੇ, ਤਾਂ ਕੀ ਸਾਡੇ ਨਾਲ ਉਹੋ ਜਿਹੀ ਬੀਤ ਸਕਦੀ ਸੀ, ਜਿਹੋ ਜਿਹੀ ਸਾਲਟੀ ਅਤੇ ਗੇਰਗੇਬਿਲ ਪਿੰਡ ਨਾਲ ਬੀਤੀ? ਕੀ ਇਹ ਚੰਗੀ ਗੱਲ ਐ ਕਿ ਕੁੱਝ ਦਾਗ਼ਿਸਤਾਨੀ ਦੂਜੇ ਦਾਗ਼ਿਸਤਾਨੀਆਂ ਨੂੰ ਲੁੱਟਣ?"

"ਪਰ ਇਮਾਮ, ਉਹ ਲੋਕ ਤਾਂ ਦੂਜੀ ਜ਼ੁਬਾਨ ਸਮਝਦੇ ਹੀ ਨਹੀਂ!"

"ਕੀ ਤੁਸੀਂ ਖ਼ੁਦ ਉਨ੍ਹਾਂ ਦੀ ਜ਼ੁਬਾਨ ਸਮਝਣ ਦੀ ਕੋਸ਼ਿਸ਼ ਕੀਤੀ? ਜੇਕਰ ਸਮਝ ਜਾਂਦੇ, ਤਾਂ ਕੋਰੜੇ ਅਤੇ ਬੰਦੂਕ ਤੋਂ ਕੰਮ ਨਾ ਲੈਂਦੇ। ਕੀ ਮੇਰੇ ਨਾਇਬ ਲੁਟੇਰੇ ਨੇ?"

"ਇਮਾਮ, ਮੈਂ ਖ਼ੂੰਜ਼ਹ ਦਾ ਰਹਿਣ ਵਾਲਾ ਹਾਜੀ-ਮੁਰਾਦ ਆਂ!"

"ਮੈਂ ਵੀ ਗੀਮਰੀ ਦਾ ਰਹਿਣ ਵਲਾ ਸ਼ਾਮਿਲ ਆਂ। ਕੇਬੇਦ-ਮੁਹੰਮਦ ਤੇਲੇਤਲ ਅਤੇ ਹੁਸੈਨ ਚਿਰਕੇਈ ਦਾ ਰਹਿਣ ਵਾਲਾ ਐ। ਇਸ ਕੀ ਫ਼ਰਕ ਪੈਂਦੈ ਅਵਾਰ, ਹਿੰਦਾਲਿਆਲ, ਕੁਮਿਕ, ਲੇਜ਼ਗੀਨ, ਲਾਕ ਅਤੇ ਤੁਹਾਡੇ ਵੱਲੋਂ ਲੁੱਟੇ ਗਏ ਹਾਇਦਾਕ ਅਤੇ ਤਾਬਾਸਾਰਾਨ ਦੇ ਲੋਕ, ਅਸੀਂ ਸਾਰੇ ਇੱਕ ਹੀ ਦਾਗ਼ਿਸਤਾਨ ਦੇ ਬੇਟੇ ਆਂ। ਸਾਨੂੰ ਇੱਕ-ਦੂਜੇ ਨੂੰ ਸਮਝਣਾ ਚਾਹੀਦੈ। ਅਸੀਂ ਤਾਂ ਇੱਕ ਹੀ ਹੱਥ ਦੀਆਂ ਉਂਗਲਾਂ ਆਂ। ਘਸੁੰਨ ਬਣਨ ਲਈ ਸਾਰੀਆਂ ਉਂਗਲਾਂ ਨੂੰ ਮਜ਼ਬੂਤੀ ਨਾਲ ਇੱਕ-ਦੂਜੀ ਨਾਲ ਜੁੜ ਜਾਣਾ ਚਾਹੀਦੈ। ਬਹਾਦਰੀ ਲਈ ਤੁਹਾਡਾ ਧੰਨਵਾਦ। ਬਹਾਦਰੀ ਲਈ ਤੁਸੀਂ ਕਿਸੇ ਵੀ ਈਨਾਮ ਦੇ ਹੱਕਦਾਰ ਹੋ। ਪੱਗ ਤੁਹਾਡੇ ਸਿਰ ਦੀ ਸ਼ੋਭਾ ਵਧਾ ਰਹੀ ਐ। ਪਰ ਇਸ ਵਾਰ ਤੁਸੀਂ ਜੋ ਕੁੱਝ ਕੀਤੈ, ਮੈਂ ਇਸ ਦਾ ਸਮਰਥਨ ਨਹੀਂ ਕਰ ਸਕਦਾ।"

"ਜਦੋਂ ਅਜਿਹੀਆਂ ਹੀ ਪੱਗਾਂ ਬੰਨ੍ਹਣ ਵਾਲੇ ਦੂਜੇ ਲੋਕਾਂ ਨੇ ਲੁੱਟ ਮਚਾਈ, ਉਦੋਂ ਉਨ੍ਹਾਂ ਨੂੰ ਤਾਂ ਤੁਸੀਂ ਕੁੱਝ ਨਹੀਂ ਕਿਹਾ, ਇਮਾਮ। ਪਰ ਹੁਣ ਸਾਰਿਆਂ ਦਾ ਦੋਸ਼ ਮੇਰੇ ਮੱਥੇ ਮੜ੍ਹਿਆ ਜਾ ਰਿਹੈ।"

"ਮੈਂ ਜਾਣਦਾਂ ਕਿ ਤੁਸੀਂ ਕਿਸ ਵੱਲ ਇਸ਼ਾਰਾ ਕਰ ਰਹੇ ਹੋ, ਹਾਜੀ-ਮੁਰਾਦ। ਤੁਹਾਡਾ ਮਤਲਬ ਅਖ਼ਬੇਰਦੀਲਾਵ ਤੋਂ ਐ, ਮੇਰੇ ਬੇਟੇ ਕਾਜ਼ੀ-ਮੁਹੰਮਦ ਜਾਂ ਖ਼ੁਦ ਮੇਰੇ ਤੋਂ ਐ। ਪਰ ਅਖ਼ਬੇਰਦੀਲਾਵ ਨੇ ਮੋਜ਼ਦੋਕ ਵਿੱਚ ਸਾਡੇ ਦੁਸ਼ਮਣ ਨੂੰ ਲੁੱਟਿਆ ਸੀ। ਮੈਂ ਉਨ੍ਹਾਂ ਖ਼ਾਨਾਂ ਦੀ ਦੌਲਤ ਲੁੱਟੀ ਸੀ, ਜੋ ਸਾਡਾ ਸਾਥ ਨਹੀਂ ਦੇਣਾ ਚਾਹੁੰਦੇ ਸੀ ਅਤੇ ਜਿਨ੍ਹਾਂ ਨੇ ਸਾਡਾ ਵਿਰੋਧ ਵੀ ਕਰਨ ਦੀ ਕੋਸ਼ਿਸ਼ ਕੀਤੀ। ਨਹੀਂ, ਹਾਜੀ-ਮੁਰਾਦ। ਨਾਇਬ ਬਣਨ ਲਈ ਦਲੇਰ ਦਿਲ ਅਤੇ ਤੇਜ ਖੰਜਰ ਹੀ ਕਾਫ਼ੀ ਨਹੀਂ, ਇਸ ਦੇ ਲਈ ਚੰਗਾ ਦਿਮਾਗ ਵੀ ਹੋਣਾ ਚਾਹੀਦੈ।"

ਸ਼ਾਮਿਲ ਅਤੇ ਹਾਜੀ-ਮੁਰਾਦ ਵਿਚਕਾਰ ਇਸ ਤਰ੍ਹਾਂ ਦੀਆਂ ਬਹਿਸਾਂ ਹੁੰਦੀਆਂ ਰਹਿੰਦੀਆਂ ਸਨ। ਅਫ਼ਵਾਹਾਂ ਕਾਰਨ ਇਹ ਝਗੜੇ ਵਧਦੇ ਅਤੇ ਜ਼ਿਆਦਾ ਤਿੱਖਾ ਰੂਪ ਲੈਂਦੇ ਗਏ ਅਤੇ ਆਖ਼ਰ ਨਫ਼ਰਤ ਭਰੀ ਦੁਸ਼ਮਣੀ ਨੇ ਉਨ੍ਹਾਂ ਨੂੰ ਵੱਖ ਕਰ ਦਿੱਤਾ। ਹਾਜੀ-ਮੁਰਾਦ ਸ਼ਾਮਿਲ ਨੂੰ ਛੱਡ ਕੇ ਦੁਸ਼ਮਣ ਧਿਰ ਵਿੱਚ ਚਲਾ ਗਿਆ ਅਤੇ ਉਸ ਦਾ ਸਿਰ ਵੱਢ ਦਿੱਤਾ ਗਿਆ। ਉਸ ਦਾ ਸਰੀਰ ਨੂਖ਼ਾ ਵਿੱਚ ਦਫ਼ਨ ਹੈ। ਉਸ ਦੇ ਸਰੀਰ ਦੀ ਇਹ ਵੰਡ ਵੀ ਬੜੀ ਅਰਥ ਭਰਪੂਰ ਹੈ, ਉਸ ਦਾ ਸਿਰ ਦੁਸ਼ਮਣ ਕੋਲ ਚਲਾ ਗਿਆ ਅਤੇ ਦਿਲ ਦਾਗ਼ਿਸਤਾਨ ਵਿੱਚ ਰਹਿ ਗਿਆ। ਕਿਹੋ ਜਿਹੀ ਕਿਸਮਤ ਸੀ ਉਸ ਦੀ।

ਹਾਜੀ-ਮੁਰਾਦ ਦਾ ਸਿਰ

ਵੱਢਿਆ ਸਿਰ ਦੇਖ ਰਿਹਾ ਹਾਂ,
ਵਹਿੰਦੀਆਂ ਖ਼ੂਨ ਦੀਆਂ ਧਾਰਾਂ।
ਕੱਟ-ਵੱਢ ਦਾ ਹੈ ਸ਼ੋਰ ਮੱਚਿਆ,
ਸਭ ਲੋਕ ਇਹ ਕਰਨ ਵਿਚਾਰਾਂ।

ਤੇਜ-ਧਾਰ, ਤਿੱਖੀਆਂ ਤਲਵਾਰਾਂ,
ਉੱਚੀਆਂ-ਉੱਚੀਆਂ ਲਹਿਰਾਵਣ।
ਟੇਢੇ ਅਤੇ ਮੁਸ਼ਕਿਲ ਰਾਹਾਂ 'ਤੇ,
ਮੁਰੀਦ ਅੱਗੇ ਹੀ ਵਧਦੇ ਜਾਵਣ।

ਲਹੂ-ਗੱਚ ਸਿਰ ਨੂੰ ਇਹ ਪੁੱਛਿਆ,
ਮੈਨੂੰ ਕਿਰਪਾ ਕਰ ਕੇ ਸਮਝਾਓ।
ਸੱਤ ਬਿਗਾਨਿਆਂ ਵਿੱਚ ਰਲ ਕੇ,
ਕੌਣ ਕਹਿੰਦੈ ਵੈਰੀ ਨੂੰ ਅਜ਼ਮਾਓ।

ਮੈਂ ਤਾਂ ਸਿਰ ਹਾਜੀ-ਮੁਰਾਦ ਦਾ,
ਭੇਤ ਨਹੀਂ ਮੈਂ ਇਹ ਛਿਪਾਉਣਾ।
ਭਟਕਣ ਕਰਕੇ ਹੀ ਤਾਂ ਵੱਢਿਆ,
ਬਣ ਗਿਆ ਮੇਰਾ ਪਛਤਾਉਣਾ।

ਗਲਤ ਰਾਹ 'ਤੇ ਚੱਲ ਪਿਆ,
ਮੈਨੂੰ ਘਮੰਡ ਸੀ ਬੜਾ ਭਾਰਾ।
ਦੇਖ ਰਿਹਾ ਸੀ ਭਟਕਿਆ ਸਿਰ,
ਵੱਢਿਆ ਪਿਆ ਸੀ ਜੋ ਵਿਚਾਰਾ।

ਮਰਦ ਪਹਾੜਾਂ ਵਿੱਚ ਜੋ ਸਨਮੇ,
ਬੇਸ਼ੱਕ ਦੂਰ ਕਿਤੇ ਵੀ ਜਾਈਏ।
ਅਸੀਂ ਜਿਉਂਦੇ ਜਾਂ ਭਾਵੇਂ ਮੁਰਦਾ,
ਅੰਤ ਵਾਪਸ ਘਰ ਹੀ ਆਈਏ।

ਇਮਾਮ ਸ਼ਾਮਿਲ ਨੂੰ ਦਾਗ਼ਿਸਤਾਨ ਤੋਂ ਲਿਜਾਇਆ ਗਿਆ। ਸਾਰੇ ਪਾਸੇ ਤੋਪਾਂ ਅਤੇ ਬੰਦੂਕਾਂ ਚਲਾਉਣ ਦੇ ਸੁਰਾਖਾਂ ਵਾਲੇ ਕਿਲੇ ਬਣਾ ਦਿੱਤੇ ਗਏ। ਇਨ੍ਹਾਂ ਸੁਰਾਖਾਂ ਵਿੱਚੋਂ ਤੋਪਾਂ ਅਤੇ ਬੰਦੂਕਾਂ ਦੇ ਮੂੰਹ ਬਾਹਰ ਨਿੱਕਲੇ ਰਹਿੰਦੇ ਸਨ। ਭਾਵੇਂ ਉਹ ਗੋਲੇ-ਗੋਲੀਆਂ ਨਹੀਂ ਚਲਾਉਂਦੀਆਂ ਸਨ, ਫਿਰ ਵੀ ਇਹ ਕਹਿੰਦੀਆਂ ਪ੍ਰਤੀਤ ਹੁੰਦੀਆਂ ਸਨ, "ਸ਼ਾਂਤੀ ਨਾਲ ਬੈਠੇ ਰਹੋ, ਪਹਾੜੀ ਲੋਕੋ, ਢੰਗ ਨਾਲ ਵਿਹਾਰ ਕਰੋ, ਕਿਸੇ ਤਰ੍ਹਾਂ ਹੰਗਾਮਾ ਨਾ ਮਚਾਓ।"

ਦੁੱਖ ਵਿੱਚ ਡੁੱਬੇ ਹੋਏ ਇੱਥੋਂ ਦੇ ਪਰਬਤ ਵਾਸੀ,
ਦੁੱਖ ਵਿੱਚ ਡੁੱਬੀਆਂ ਨਦੀਆਂ,ਪੰਛੀ, ਜਾਨਵਰ।
ਇੰਝ ਲੱਗਦਾ ਨਹੀਂ ਇੱਥੇ ਵਿਸਥਾਰ ਕਿਤੇ,
ਸਿਰ.ਫ ਮੌਤ ਹੀ ਕਾਲ ਕੋਠੜੀ ਤੋਂ ਬਾਹਰ।

"ਜੰਗਲੀਆਂ ਦੀ ਧਰਤੀ' ਇੱਕ ਗਵਰਨਰ ਨੇ ਦਾਗ਼ਿਸਤਾਨ ਤੋਂ ਜਾਂਦੇ ਹੋਏ ਕਿਹਾ। "ਇਹ ਧਰਤੀ 'ਤੇ ਨਹੀਂ, ਖੱਡ ਵਿੱਚ ਰਹਿੰਦੇ ਨੇ।" ਦੂਜੇ ਨੇ ਲਿਖਿਆ।

"ਇਨ੍ਹਾਂ ਅਸੱਭਿਅਕ ਆਦਿਵਾਸੀਆਂ ਕੋਲ ਜੋ ਧਰਤੀ ਐ, ਉਹ ਵੀ ਫਾਲਤੂ ਐ।" ਤੀਜੇ ਨੇ ਪੁਸ਼ਟੀ ਕੀਤੀ।

ਪਰ ਉਸ ਬੁਰੇ ਵੇਲੇ ਵਿੱਚ ਵੀ ਦਾਗ਼ਿਸਤਾਨ ਦੇ ਪੱਖ ਵਿੱਚ ਲੇਰਮੋਂਤੋਵ, ਦੋਬ੍ਰੋਲਿਊਬੋਵ, ਚੇਰਨੀਸ਼ੇਵਸਕੀ, ਬੇਸਤੂਜੇਵ-ਮਾਰਲੀਂਸਕੀ ਅਤੇ ਪਿਰੋਗੋਵ ਦੀਆਂ ਆਵਾਜ਼ਾਂ ਸੁਣਾਈ ਦਿੱਤੀਆਂ...ਹਾਂ, ਜ਼ਾਰਕਾਲੀਨ ਰੂਸ ਵਿੱਚ ਵੀ ਅਜਿਹੇ ਲੋਕ ਸਨ, ਜੋ ਪਹਾੜੀ ਲੋਕਾਂ ਦੀ ਆਤਮਾ ਨੂੰ ਸਮਝਦੇ ਸਨ, ਜਿਨ੍ਹਾਂ ਨੇ ਦਾਗ਼ਿਸਤਾਨ ਦੇ ਜਨ-ਸਮੂਹ ਬਾਰੇ ਕੁੱਝ ਚੰਗੇ ਸ਼ਬਦ ਕਹੇ। ਕਾਸ਼, ਪਹਾੜੀ ਲੋਕ ਉਸ ਵੇਲੇ ਉਨ੍ਹਾਂ ਦੀ ਭਾਸ਼ਾ ਸਮਝ ਸਕਦੇ!

ਪਰਬਤ-ਮਾਲਾ 'ਤੇ ਸਦੀਵੀ ਬਰ.ਫ ਦੀ ਚਾਦਰ,
ਸਦੀਵੀ ਰਾਤ, ਹਨੇਰਾ ਹੈ ਉਨ੍ਹਾਂ ਦੇ ਉੱਪਰ।

ਆਪਣੀ ਮਾਤ-ਭੂਮੀ ਨੂੰ ਦੇਖਦੇ ਹੋਏ ਸੁਲੇਮਾਨ ਸਤਾਲਸਕੀ ਨੇ ਕਦੇ ਕਿਹਾ ਸੀ।

"ਦਾਗ਼ਿਸਤਾਨ ਨੂੰ ਜਦੋਂ ਤੋਂ ਕਾਲ ਕੋਠੜੀ ਵਿੱਚ ਬੰਦ ਕਰ ਦਿੱਤਾ ਗਿਐ, ਸਾਲ ਦੇ ਹਰ ਮਹੀਨੇ ਦੇ ਇੱਕੀ ਦਿਨ ਹੁੰਦੇ ਨੇ।" ਮੇਰੇ ਪਿਤਾ ਜੀ ਨੇ ਕਦੇ ਲਿਖਿਆ ਸੀ।

"ਪਰਬਤੋ, ਅਸੀਂ ਤੁਹਾਡੇ ਨਾਲ ਤਹਿਖਾਨੇ ਵਿੱਚ ਬੰਦ ਆਂ।" ਅਬੂਤਾਲਿਬ ਨੇ ਕਦੇ ਕਿਹਾ ਸੀ।

"ਅਜਿਹੇ ਦੁੱਖ ਤੋਂ ਤਾਂ ਪਹਾੜਾਂ ਵਿੱਚ ਪਹਾੜੀ ਬੱਕਰਾ ਵੀ ਉਦਾਸ ਹੋ ਰਿਹੈ।" ਅਨਖ਼ੀਲ ਮਾਰੀਨ ਨੇ ਕਦੇ ਗਾਇਆ ਸੀ।

"ਇਸ ਦੁਨੀਆ ਬਾਰੇ ਤਾਂ ਸੋਚਣਾ ਹੀ ਬੇਅਰਥ ਐ। ਜਿਸ ਦਾ ਜ਼ਿਆਦਾ ਘਿਉ ਵਾਲਾ ਭੋਜਨ ਐ, ਉਸੇ ਦੀ ਜ਼ਿਆਦਾ ਪ੍ਰਸਿੱਧੀ ਐ।" ਮਹਿਮੂਦ ਨੇ ਨਿਰਾਸ਼ਾ ਨਾਲ ਕਿਹਾ ਸੀ।

"ਸੁੱਖ ਕਿਤੇ ਨਹੀਂ।" ਕੁਬਾਚੀ ਦੇ ਰਹਿਣ ਵਾਲੇ ਅਹਿਮਦ ਮੁੰਗੀ ਨੇ ਸਾਰੀ ਦੁਨੀਆ ਦਾ ਚੱਕਰ ਲਗਾਉਣ ਤੋਂ ਬਾਅਦ ਇਹ ਨਤੀਜਾ ਕੱਢਿਆ।

ਪਰ ਇਸੇ ਸਮੇਂ ਇਰਚੀ ਕਜ਼ਾਕ ਨੇ ਲਿਖਿਆ, "ਦਾਗ਼ਿਸਤਾਨ ਦੇ ਮਰਦ ਨੂੰ ਤਾਂ ਹਰ ਜਗ੍ਹਾ ਦਾਗ਼ਿਸਤਾਨ ਦਾ ਮਰਦ ਹੋਣਾ ਚਾਹੀਦੈ।"

ਮਰਨ ਤੋਂ ਪਹਿਲਾਂ ਬਾਤੀਰਾਏ ਨੇ ਇਹ ਲਿਖਿਆ, "ਬਹਾਦਰਾਂ ਦੇ ਘਰ ਬੁਜ਼ਦਿਲ ਬੇਟੇ ਪੈਦਾ ਨਾ ਹੋਣ।"

ਉਸੇ ਮਹਿਮੂਦ ਨੇ ਇਹ ਗਾਇਆ:

ਜੇਕਰ ਪਹਾੜੀ ਬੱਕਰਾ ਪਹਾੜਾਂ ਦੇ ਹਨੇਰੇ ਵਿੱਚ ਖੋ ਜਾਵੇ,
ਉਹ ਜਾਂ ਤਾਂ ਪਗਡੰਡੀ ਲੱਭੇ ਜਾਂ ਫਿਰ ਮੌਤ ਨੂੰ ਗਲੇ ਲਗਾਵੇ।

ਉਸੇ ਅਬੂਤਾਲਿਬ ਨੇ ਇਹ ਵੀ ਕਿਹਾ ਸੀ, "ਇਸ ਦੁਨੀਆ ਵਿੱਚ ਜਦੋਂ ਧਮਾਕਾ ਹੋਇਆ ਕਿ ਹੋਇਆ। ਇਹੀ ਚੰਗਾ ਐ ਕਿ ਇਹ ਧਮਾਕਾ ਜ਼ਿਆਦਾ ਜ਼ੋਰ ਨਾਲ ਹੋਵੇ।"

ਅਤੇ ਉਹ ਸਮਾਂ ਆਇਆ, ਜ਼ੋਰ ਦਾ ਧਮਾਕਾ ਹੋਇਆ। ਧਮਾਕਾ ਤਾਂ ਦੂਰ ਹੋਇਆ, ਉਸੇ ਸਮੇਂ ਦਾਗ਼ਿਸਤਾਨ ਤੱਕ ਉਸ ਦੀ ਗੂੰਜ ਨਹੀਂ ਪਹੁੰਚੀ, ਫਿਰ ਵੀ ਸਭ ਕੁੱਝ ਸਪੱਸ਼ਟ ਦਿਖਾਈ ਦੇਣ ਵਾਲੇ ਲਾਲ ਨਿਸ਼ਾਨ ਤੋਂ ਉਹ ਦੋ ਹਿੱਸਿਆਂ ਵਿੱਚ ਵੰਡਿਆ ਗਿਆ ਸੀ। ਉਸ ਦਾ ਇਤਿਹਾਸ, ਕਿਸਮਤ, ਹਰ ਵਿਅਕਤੀ ਦਾ ਜੀਵਨ, ਪੂਰੀ ਮਾਨਵ ਜਾਤੀ! ਕਰੋਧ ਅਤੇ ਪਿਆਰ, ਵਿਚਾਰ ਅਤੇ ਸੁਪਨੇ, ਸਭ ਕੁੱਝ ਦੋ ਹਿੱਸਿਆਂ ਵਿੱਚ ਵੰਡਿਆ ਗਿਆ।

"ਧਮਾਕਾ ਹੋ ਗਿਆ!"

"ਕਿੱਥੇ ਹੋਇਆ ਧਮਾਕਾ?"

"ਪੂਰੇ ਰੂਸ ਵਿੱਚ।"

"ਕਿਸ ਚੀਜ਼ ਦਾ ਧਮਾਕਾ ਹੋਇਆ?"

"ਇਨਕਲਾਬ ਦਾ।"

"ਕਿਸ ਦੇ ਇਨਕਲਾਬ ਦਾ?"

"ਮਿਹਨਤਕਸ਼ਾਂ ਦੇ ਇਨਕਲਾਬ ਦਾ।"

"ਉਸ ਦਾ ਉਦੇਸ਼?"

"ਜੋ ਸੀ ਖਾਲੀ ਹੱਥ, ਹੁਣ ਸਭ ਚੀਜ਼ਾਂ ਦੇ ਨਾਥ।"

"ਉਸ ਦਾ ਰੰਗ ਕਿਹੜਾ ਐ?"

"ਲਾਲ।"

"ਉਸ ਦਾ ਗਾਣਾ ਕਿਹੜਾ ਐ?"

"ਇਹ ਜੰਗ ਆਖ਼ਰੀ ਅਤੇ ਨਿਰਣਾਇਕ ਜੰਗ ਐ।"

"ਉਸ ਦੀ ਸੈਨਾ?"

"ਸਾਰੇ ਭੁੱਖੇ ਅਤੇ ਦੀਨ-ਦੁਖੀ। ਕਿਰਤ ਦੀ ਮਹਾਨ ਸੈਨਾ।"

"ਉਸ ਦੀ ਭਾਸ਼ਾ, ਉਸ ਦੀ ਜਾਤੀ?"

"ਸਾਰੀਆਂ ਭਾਸ਼ਾਵਾਂ, ਸਾਰੀਆਂ ਜਾਤੀਆਂ।"

"ਉਸ ਦਾ ਨੇਤਾ?"

"ਲੈਨਿਨ।"

"ਦਾਗ਼ਿਸਤਾਨ ਦੇ ਪਹਾੜੀ ਲੋਕਾਂ ਨੂੰ ਇਨਕਲਾਬ ਕੀ ਕਹਿੰਦੈ? ਅਨੁਵਾਦ ਕਰ ਕੇ ਸਾਨੂੰ ਦੱਸੋ।"

"ਨਾਇਕਾਂ ਅਤੇ ਗਾਇਕਾਂ ਨੇ ਦਾਗ਼ਿਸਤਾਨ ਦੀਆਂ ਸਾਰੀਆਂ ਭਾਸ਼ਾਵਾਂ-ਬੋਲੀਆਂ ਵਿੱਚ ਅਨੁਵਾਦ ਕਰ ਦਿੱਤਾ:

"ਸਦੀਆਂ ਤੋਂ ਪੀੜਤ ਦਾਗ਼ਿਸਤਾਨ ਦੇ ਜਨ-ਸਮੂਹ! ਵਿੰਗੀਆਂ-ਟੇਢੀਆਂ ਪਹਾੜੀ ਪਗਡੰਡੀਆਂ ਤੋਂ ਸਾਡੇ ਘਰਾਂ, ਸਾਡੇ ਖੇਤਾਂ ਵਿੱਚ ਇਨਕਲਾਬ ਆਇਐ। ਉਸ ਨੂੰ ਸੁਣੋ ਅਤੇ ਆਪਣੇ ਆਪ ਨੂੰ ਉਸ ਦੀ ਸੇਵਾ ਵਿੱਚ ਲਗਾ ਦਿਓ। ਉਹ ਤੁਹਾਨੂੰ ਅਜਿਹੇ ਸ਼ਬਦ ਕਹਿੰਦੈ, ਜੋ ਤੁਸੀਂ ਕਦੇ ਨਹੀਂ ਸੁਣੇ। ਉਹ ਕਹਿੰਦੈ:

ਭਰਾਵੋ! ਨਵਾਂ ਰੂਸ ਤੁਹਾਡੇ ਵੱਲ ਦੋਸਤੀ ਦਾ ਹੱਥ ਵਧਾਉਂਦੈ। ਉਸ ਹੱਥ ਨੂੰ ਫੜ ਲਵੋ, ਬੜੇ ਨਿੱਘ ਨਾਲ ਉਸ ਦੇ ਹੱਥ ਨਾਲ ਹੱਥ ਮਿਲਾਓ, ਉਸੇ ਵਿੱਚ ਤੁਹਾਡੀ ਸ਼ਕਤੀ ਅਤੇ ਵਿਸ਼ਵਾਸ ਲੁਕਿਆ ਹੋਇਐ।"

"ਘਾਟੀਆਂ ਅਤੇ ਪਰਬਤਾਂ ਦੇ ਬੇਟੇ-ਬੇਟੀਓ! ਵੱਡੀ ਦੁਨੀਆ ਵੱਲ ਖਿੜਕੀਆਂ ਖੋਲ੍ਹੋ। ਨਵਾਂ ਦਿਨ ਨਹੀਂ, ਬਲਕਿ ਨਵੀਂ ਕਿਸਮਤ ਦਾ ਸ੍ਰੀ ਗਣੇਸ਼ ਹੋ ਰਿਹੈ। ਇਸ ਕਿਸਮਤ ਦਾ ਸਵਾਗਤ ਕਰੋ।"

"ਹੁਣ ਤੁਹਾਨੂੰ ਸਕਤਿਆਂ ਦੇ ਲਈ ਆਪਣੀ ਕਮਰ ਨਹੀਂ ਤੁੜਵਾਉਣੀ ਪੈਣੀ। ਹੁਣ ਪਰਾਏ ਲੋਕ ਤੁਹਾਡੇ ਘੋੜਿਆਂ 'ਤੇ ਸਵਾਰੀ ਨਹੀਂ ਕਰਨਗੇ। ਹੁਣ ਤੁਹਾਡੇ ਘੋੜੇ, ਤੁਹਾਡੇ ਘੋੜੇ ਹੋਣਗੇ, ਤੁਹਾਡੇ ਖੰਜਰ, ਤੁਹਾਡੇ ਖੰਜਰ ਹੋਣਗੇ, ਤੁਹਾਡੇ ਖੇਤ, ਤੁਹਾਡੇ ਖੇਤ ਹੋਣਗੇ, ਤੁਹਾਡੀ ਆਜ਼ਾਦੀ, ਤੁਹਾਡੀ ਆਜ਼ਾਦੀ ਹੋਵੇਗੀ।"

* * *

'ਅਵ੍ਰੋਰਾ' ਜਹਾਜ਼ 'ਤੇ ਅਕਤੂਬਰ ਇਨਕਲਾਬ ਦੇ ਆਰੰਭ ਦਾ ਸੰਕੇਤ ਦੇਣ ਵਾਲੀ ਤੋਪ ਦੀ ਗਰਜ ਦਾ ਦਾਗ਼ਿਸਤਾਨ ਦੇ ਜਨ-ਸਮੂਹ ਦੀਆਂ ਭਾਸ਼ਾਵਾਂ ਵਿੱਚ ਉਪਰੋਕਤ ਅਨੁਵਾਦ ਕੀਤਾ ਗਿਆ। ਇਸ ਨੂੰ ਅਨੁਵਾਦਿਤ ਕੀਤਾ ਮਖ਼ਚ, ਉੱਲੂਬੀ, ਓਸਕਾਰ, ਜਲਾਲ, ਕਾਜ਼ੀ-ਮੁਹੰਮਦ, ਮੁਹੰਮਦ-ਮਿਰਜ਼ਾ, ਹਾਰੂੰ ਅਤੇ ਇਨਕਲਾਬ ਦੇ ਹੋਰ ਮੁਰੀਦਾਂ ਨੇ, ਜੋ ਦਾਗ਼ਿਸਤਾਨ ਦੇ ਦੁੱਖਾਂ-ਦਰਦਾਂ ਤੋਂ ਭਲੀ-ਭਾਂਤ ਜਾਣੂ ਸਨ।

ਅਤੇ ਦਾਗ਼ਿਸਤਾਨ ਆਪਣੀ ਕਿਸਮਤ ਦੇ ਸਵਾਗਤ ਲਈ ਵਧਿਆ। ਪਹਾੜੀ ਲੋਕਾਂ ਨੇ ਇਨਕਲਾਬ ਦੇ ਰੰਗ ਅਤੇ ਉਸ ਦੇ ਗੀਤਾਂ ਨੂੰ ਅਪਣਾ ਲਿਆ। ਪਰ ਇਨਕਲਾਬ ਦੇ ਦੁਸ਼ਮਣ ਭੈਅ-ਭੀਤ ਹੋ ਉੱਠੇ। ਇਹ ਤਾਂ ਉਨ੍ਹਾਂ ਦੇ ਹੀ ਸਿਰਾਂ 'ਤੇ ਬਿਜਲੀ ਕੜਕ ਉੱਠੀ ਸੀ, ਉਨ੍ਹਾਂ ਦੇ ਹੀ ਪੈਰਾਂ ਹੇਠੋਂ ਧਰਤੀ ਹਿੱਲ ਗਈ ਸੀ। ਉਨ੍ਹਾਂ ਦੀਆਂ ਹੀ ਪਿੱਠਾਂ ਹੇਠੋਂ ਚੱਟਾਨਾਂ ਟੁੱਟ ਗਈਆਂ ਸਨ। ਪੁਰਾਣੀ ਦੁਨੀਆ ਜ਼ੋਰ ਨਾਲ ਕੰਬੀ ਅਤੇ ਢਹਿ ਗਈ। ਇੱਕ ਬਹੁਤ ਗਹਿਰੀ ਖਾਈ ਬਣ ਗਈ।

"ਆਪਣਾ ਹੱਥ ਸਾਡੇ ਵੱਲ ਵਧਾਓ।" ਇਨਕਲਾਬ ਦੇ ਦੁਸ਼ਮਣਾਂ ਨੇ ਆਪਣੇ ਆਪ ਨੂੰ ਦਾਗ਼ਿਸਤਾਨ ਦੇ ਦੋਸਤ ਦੱਸਦੇ ਹੋਏ ਕਿਹਾ।

"ਤੁਹਾਡੇ ਹੱਥ ਖ਼ੂਨ ਨਾਲ ਰੰਗੇ ਹੋਏ ਨੇ।"

"ਜਰਾ ਰੁਕੋ, ਤੁਸੀਂ ਉੱਧਰ ਨਾ ਜਾਓ, ਪਿੱਛੇ ਮੁੜ ਕੇ ਦੇਖੋ, ਦਾਗ਼ਿਸਤਾਨ।"

"ਜਿਸ ਚੀਜ਼ ਨੂੰ ਪਿੱਛੇ ਮੁੜ ਕੇ ਦੇਖਿਆ ਜਾਵੇ, ਕੀ ਐ ਪਿੱਛੇ ਦੇਖਣ ਲਈ? ਗਰੀਬੀ, ਝੂਠ, ਹਨੇਰਾ ਅਤੇ ਖ਼ੂਨ।"

"ਛੋਟੇ ਜਿਹੇ ਦਾਗ਼ਿਸਤਾਨ! ਕਿੱਧਰ ਚੱਲ ਪਏ ਤੁਸੀਂ?"

"ਕੁੱਝ ਵੱਡਾ ਲੱਭਣ ਲਈ।"

"ਮਹਾਂਸਾਗਰ ਵਿੱਚ ਤੁਸੀਂ ਇੱਕ ਛੋਟੀ ਜਿਹੀ ਕਿਸ਼ਤੀ ਵਰਗੇ ਹੋਵੋਗੇ। ਤੁਸੀਂ ਕਿਤੋਂ ਦੇ ਨਹੀਂ ਰਹੋਗੇ। ਤੁਹਾਡੀ ਭਾਸ਼ਾ, ਤੁਹਾਡਾ ਧਰਮ, ਤੁਹਾਡਾ ਰੰਗ-ਢੰਗ, ਤੁਹਾਡੀ ਸਮੂਰੀ ਟੋਪੀ, ਤੁਹਾਡਾ ਸਿਰ, ਇਨ੍ਹਾਂ ਵਿੱਚੋਂ ਕੁੱਝ ਵੀ ਤਾਂ ਬਾਕੀ ਨਹੀਂ ਰਹੇਗਾ।" ਇਨ੍ਹਾਂ ਲੋਕਾਂ ਨੇ ਧਮਕੀ ਦਿੱਤੀ।

"ਮੈਂ ਤੰਗ ਪਹਾੜੀਆਂ 'ਤੇ ਚੱਲਣ ਦਾ ਆਦੀ ਆਂ। ਕੀ ਹੁਣ ਚੌੜੇ ਰਸਤੇ 'ਤੇ ਆਪਣਾ ਪੈਰ ਤੋੜ ਲਵਾਂਗਾ? ਬਹੁਤ ਅਰਸੇ ਤੋਂ ਮੈਂ ਇਸ ਰਸਤੇ ਦੀ ਭਾਲ ਕਰ ਰਿਹਾ ਸੀ। ਮੇਰਾ ਇੱਕ ਵਾਲ ਵੀ ਵਿੰਗਾ ਨਹੀਂ ਹੋਵੇਗਾ।"

"ਦਾਗ਼ਿਸਤਾਨ ਧਰਮ-ਭ੍ਰਿਸ਼ਟ ਹੋ ਗਿਆ। ਉਹ ਨਸ਼ਟ ਹੋ ਰਿਹੈ। ਦਾਗ਼ਿਸਤਾਨ ਨੂੰ ਦੱਸੋ।" ਕਾਵਾਂ ਨੇ ਕਾਂ-ਕਾਂ ਕੀਤੀ, ਭੇੜੀਏ ਚੀਕੇ-ਚਿੱਲਾਏ। ਖ਼ੂਬ ਸ਼ੋਰ ਮਚਾਇਆ ਗਿਆ, ਧਮਕੀਆਂ ਦਿੱਤੀਆਂ ਗਈਆਂ, ਮਿੰਨਤਾਂ ਅਤੇ ਹੌਂਤਿਆਵਾਂ ਕੀਤੀਆਂ ਗਈਆਂ, ਛਲ-ਕਪਟ ਕੀਤਾ ਗਿਆ। ਇਨਕਲਾਬ ਦਾ ਜੋ ਦੀਪ ਬਲ ਉੱਠਿਆ ਸੀ, ਉਸ ਨੂੰ ਬੁਝਾਉਣ ਦੀਆਂ ਕਿੰਨੀਆਂ ਕੋਸ਼ਿਸ਼ਾਂ ਨਹੀਂ ਕੀਤੀਆਂ ਗਈਆਂ। ਇਸ ਮਹਾਨ ਪੁਲ ਨੂੰ ਜਲਾ ਦੇਣ ਦੇ ਕਿੰਨੇ ਯਤਨ ਨਹੀਂ ਕੀਤੇ ਗਏ। ਇੱਕ ਤੋਂ ਬਾਅਦ ਇੱਕ ਝੰਡਾ ਬਦਲਿਆ, ਇੱਕ ਤੋਂ ਬਾਅਦ ਇੱਕ ਲੁਟੇਰਾ ਆਇਆ। ਸਰਦੀ ਦੀ ਬੇਹੱਦ ਠੰਢੀ ਰਾਤ ਵਿੱਚ ਸਮੂਰ ਦੇ ਕੋਟ ਵਾਂਗ ਉਨ੍ਹਾਂ ਨੇ ਛੋਟੇ ਜਿਹੇ ਦਾਗ਼ਿਸਤਾਨ ਨੂੰ ਆਪਣੇ-ਆਪਣੇ ਵੱਲ ਖਿੱਚਿਆ, ਉਸ ਦੇ ਟੁਕੜੇ-ਟੁਕੜੇ ਕਰ ਦਿੱਤੇ। ਅਤੇ ਉਹ ਜੰਜ਼ੀਰ ਤੋਂ ਮੁਕਤ ਹੋਣ ਵਾਲੇ ਪਹਾੜੀ ਬੱਕਰੇ ਵਾਂਗ ਕਦੇ ਇੱਕ ਅਤੇ ਕਦੇ ਦੂਜੀ ਦਿਸ਼ਾ ਵਿੱਚ ਭੱਜਦਾ ਰਿਹਾ। ਕਿਹੋ-ਕਿਹੋ ਜਿਹੇ ਸ਼ਿਕਾਰੀਆਂ ਨੇ ਉਸ 'ਤੇ ਗੋਲੀਆਂ ਨਹੀਂ ਚਲਾਈਆਂ।

"ਮੈਂ ਦਾਗ਼ਿਸਤਾਨ ਦਾ ਇਮਾਮ ਨਜਮੁਦੀਨ ਗੋਤਸੀਂਸਕੀ ਆਂ, ਜਿਸ ਨੂੰ ਆਂਦੀ ਦੀ ਝੀਲ ਦੇ ਤੱਟ 'ਤੇ ਲੋਕਾਂ ਨੇ ਚੁਣਿਐ। ਮੇਰੀ ਤਲਵਾਰ ਅਜਿਹੀਆਂ ਸਮੂਰੀ ਟੋਪੀਆਂ ਦੀ ਭਾਲ ਵਿੱਚ ਐ, ਜਿਨ੍ਹਾਂ 'ਤੇ ਲਾਲ ਕੱਪੜੇ ਦੇ ਟੁਕੜੇ ਲੱਗੇ ਹੋਏ ਨੇ। ਇੱਕ ਹੀ ਧਰਮ ਨੂੰ ਮੰਨਣ ਵਾਲੇ ਮੁਸਲਮਾਨ ਭਰਾਵੋ, ਮੇਰੇ ਪਿੱਛੇ-ਪਿੱਛੇ ਆਓ। ਮੈਂ ਹੀ ਇਸਲਾਮ ਦਾ ਹਰਾ ਝੰਡਾ ਉੱਪਰ ਉਠਾਇਐ।" ਇੱਕ ਹੋਰ ਵਿਅਕਤੀ ਬੜੇ ਜ਼ੋਰ ਨਾਲ ਚਿੱਲਾ ਕੇ ਇਸ ਤਰ੍ਹਾਂ ਕਹਿੰਦਾ ਸੀ। ਉਸ ਦਾ ਨਾਂ ਸੀ ਉਜ਼ੁਨ-ਹਾਜੀ।

"ਜਦੋਂ ਤੱਕ ਮੈਂ ਆਖ਼ਰੀ ਬੋਲਸ਼ੇਵਿਕ ਦਾ ਸਿਰ ਬਾਂਸ 'ਤੇ ਲਟਕਾ ਕੇ ਦਾਗ਼ਿਸਤਾਨ ਦੇ ਸਭ ਤੋਂ ਉੱਚੇ ਪਰਬਤ 'ਤੇ ਉਸ ਦੀ ਨੁਮਾਇਸ਼ ਨਹੀਂ ਲਗਾ ਦਿਆਂਗਾ, ਉਦੋਂ ਤੱਕ ਆਪਣੀ ਬੰਦੂਕ ਨੂੰ ਕਿੱਲੀ 'ਤੇ ਨਹੀਂ ਲਟਕਾਵਾਂਗਾ।" ਪ੍ਰਿੰਸ ਨੂਹਬੇਕ ਤਾਰਕੋਵਸਕੀ ਇਹ ਸ਼ੋਰ ਮਚਾਇਆ ਕਰਦਾ ਸੀ।

ਇਸੇ ਸਾਲ ਜ਼ਾਰ ਦੀ ਫ਼ੌਜ ਦੇ ਕਰਨਲ ਕਾਇਤਮਾਜ਼ ਅਲੀਖ਼ਾਨੋਵ ਨੇ ਖ਼ੂੰਜ਼ਹ ਵਿੱਚ ਆਪਣੇ ਲਈ ਇੱਕ ਮਹਿਲ ਬਣਵਾਇਆ। ਉਸ ਨੇ ਇੱਕ ਪਹਾੜੀਏ ਨੂੰ ਆਪਣਾ ਘਰ ਦਿਖਾਉਣ ਲਈ ਆਪਣੇ ਕੋਲ ਬੁਲਾਇਆ। ਖ਼ੁਦ ਆਪਣੇ 'ਤੇ ਅਤੇ ਮਹਿਲ 'ਤੇ ਮੋਹਿਤ ਹੁੰਦੇ ਹੋਏ ਕਾਇਤਮਾਜ਼ ਨੇ ਪੁੱਛਿਆ:

"ਸੁਣਾਓ, ਵਧੀਆ ਐ ਨਾ ਮੇਰਾ ਮਹਿਲ?"

"ਮਰਦੇ ਆਦਮੀ ਲਈ ਤਾਂ ਬਹੁਤ ਹੀ ਵਧੀਆ ਐ।" ਪਹਾੜੀ ਆਦਮੀ ਨੇ ਜਵਾਬ ਦਿੱਤਾ।

"ਮੇਰੇ ਮਰਨ ਦਾ ਭਲਾਂ ਕੀ ਸਵਾਲ ਪੈਦਾ ਹੁੰਦੈ?"

"ਇਨਕਲਾਬ....।"

"ਮੈਂ ਉਸ ਨੂੰ ਖ਼ੂੰਜ਼ਹ ਵਿੱਚ ਨਹੀਂ ਆਉਣ ਦਿਆਂਗਾ।" ਕਰਨਲ ਅਲੀਖ਼ਾਨੋਵ ਨੇ ਜਵਾਬ ਦਿੱਤਾ ਅਤੇ ਛਾਲ ਮਾਰ ਕੇ ਤੇਜ, ਸਫ਼ੈਦ ਘੋੜੇ 'ਤੇ ਸਵਾਰ ਹੋ ਗਿਆ।

"ਮੈਂ ਸਈਦਬੇਈ ਆਂ, ਇਮਾਮ ਸ਼ਾਮਿਲ ਦਾ ਸਕਾ ਪੋਤਾ। ਮੈਂ ਤੁਰਕੀ ਦੇ ਸੁਲਤਾਨ ਵੱਲੋਂ ਇੱਥੇ ਆਇਆਂ, ਤਾਂ ਕਿ ਉਸ ਦੇ ਬਹਾਦਰਾਂ ਦੀ ਮੱਦਦ ਨਾਲ ਦਾਗ਼ਿਸਤਾਨ ਨੂੰ ਆਜ਼ਾਦ ਕਰਵਾਵਾਂ।" ਬਾਹਰੋਂ ਆਉਣ ਵਾਲੇ ਇਸ ਇੱਕ ਹੋਰ ਵਿਅਕਤੀ ਨੇ ਅਜਿਹਾ ਐਲਾਨ ਕੀਤਾ ਅਤੇ ਉਸ ਨਾਲ ਸਭ ਤਰ੍ਹਾਂ ਦੇ ਤੁਰਕ ਪਾਸ਼ਾ ਅਤੇ ਬੇਈ ਸਨ।

"ਅਸੀਂ ਦਾਗ਼ਿਸਤਾਨ ਦੇ ਦੋਸਤ ਆਂ।" ਦਖ਼ਲ ਦੇਣ ਵਾਲਿਆਂ ਨੇ ਚਿੱਲਾਅ ਕੇ ਕਿਹਾ ਅਤੇ ਦਾਗ਼ਿਸਤਾਨ ਦੀ ਧਰਤੀ 'ਤੇ ਭੰਨ-ਤੋੜ ਦੀਆਂ ਕਾਰਵਾਈਆਂ ਕਰਨ ਵਾਲੇ ਬਰਤਾਨਵੀ ਫ਼ੌਜੀ ਆ ਗਏ।

"ਦਾਗ਼ਿਸਤਾਨ, ਇਹ ਬਾਕੂ ਦਾ ਫਾਟਕ ਐ। ਇਸ ਫਾਟਕ 'ਤੇ ਮੈਂ ਮਜ਼ਬੂਤ ਜਿੰਦਾ ਲਗਾ ਦਿਆਂਗਾ।" ਜ਼ਾਰ ਦੀ ਸੈਨਾ ਦੇ ਕਰਨਲ ਬਿਚੇਰਾਖ਼ੋਵ ਨੇ ਫੜ੍ਹ ਮਾਰੀ ਅਤੇ ਪੋਰਟ-ਪੇਤ੍ਰੋਵਸਕ ਨੂੰ ਤਬਾਹ ਕਰ ਦਿੱਤਾ।

ਬਹੁਤ ਸਾਰੇ ਬਿਨਾਂ ਬੁਲਾਏ ਮਹਿਮਾਨ ਆਏ। ਕਿਸ-ਕਿਸ ਦੇ ਗੰਦੇ ਹੱਥਾਂ ਨੇ ਦਾਗ਼ਿਸਤਾਨ ਦੀ ਛਾਤੀ ਤੋਂ ਕਮੀਜ ਨੂੰ ਨਹੀਂ ਪਾੜਿਆ। ਕਿਹੋ-ਕਿਹੋ ਜਿਹੇ ਝੰਡਿਆਂ ਦੀ ਝਲਕ ਇੱਥੇ ਨਹੀਂ ਮਿਲੀ। ਕਿਹੋ-ਕਿਹੋ ਜਿਹੀਆਂ ਹਵਾਵਾਂ ਇੱਥੇ ਨਹੀਂ ਚੱਲੀਆਂ। ਕਿਹੋ-ਕਿਹੋ ਜਿਹੀਆਂ ਲਹਿਰਾਂ ਪੱਥਰਾਂ ਨਾਲ ਨਹੀਂ ਟਕਰਾਈਆਂ।

"ਦਾਗ਼ਿਸਤਾਨ, ਜੇਕਰ ਤੁਸੀਂ ਸਾਡੀ ਗੱਲ ਨਹੀਂ ਮੰਨੋਗੇ, ਤਾਂ ਅਸੀਂ ਤੁਹਾਨੂੰ ਧੱਕੇ ਮਾਰ ਕੇ ਸਮੁੰਦਰ ਵਿੱਚ ਡੁਬੋ ਦਿਆਂਗੇ।" ਬਾਹਰੋਂ ਆਉਣ ਵਾਲਿਆਂ ਨੇ ਧਮਕੀ ਦਿੱਤੀ।

ਮੇਰੇ ਪਿਤਾ ਜੀ ਨੇ ਉਸ ਵੇਲੇ ਲਿਖਿਆ ਸੀ, "ਦਾਗ਼ਿਸਤਾਨ ਅਜਿਹੇ ਜਾਨਵਰ ਵਾਂਗ ਐ, ਜਿਸ ਨੂੰ ਸਾਰੇ ਪਾਸਿਆਂ ਤੋਂ ਪਰਿੰਦੇ ਨੋਚਦੇ ਨੇ।"

ਗੋਲਾਬਾਰੀ ਹੋਈ, ਅੱਗ ਦੀਆਂ ਲਪਟਾਂ ਉੱਠੀਆਂ, ਖ਼ੂਨ ਡੁੱਲ੍ਹਿਆ, ਚੱਟਾਨਾਂ ਵਿੱਚੋਂ ਧੂਆਂ ਉੱਠਿਆ, ਫ਼ਸਲਾਂ ਜਲੀਆਂ, ਪਿੰਡ ਤਬਾਹ ਹੋਏ, ਬਿਮਾਰੀਆਂ ਨੇ ਲੋਕਾਂ ਦੀਆਂ ਜਾਨਾਂ ਲਈਆਂ, ਕਿਲੇ ਕਦੇ ਇੱਕ ਦੇ ਹੱਥ ਵਿੱਚ ਅਤੇ ਕਦੇ ਦੂਜੇ ਦੇ ਹੱਥ ਵਿੱਚ ਜਾਂਦੇ ਰਹੇ। ਇਹ ਸਭ ਕੁੱਝ ਚਾਰ ਸਾਲ ਤੱਕ ਚੱਲਦਾ ਰਿਹਾ।

"ਖੇਤ ਵੇਚ ਕੇ ਘੋੜਾ ਖਰੀਦਿਆ, ਗਾਂ ਵੇਚ ਕੇ ਤਲਵਾਰ ਖਰੀਦੀ।" ਪਹਾੜੀ ਲੋਕ ਉਨ੍ਹਾਂ ਦਿਨਾਂ ਵਿੱਚ ਕਹਿੰਦੇ ਸਨ।

ਸਵਾਰਾਂ ਨੂੰ ਗਵਾ ਕੇ ਘੋੜੇ ਹਿਣਕਦੇ ਸਨ। ਕਾਂ ਮੁਰਦਿਆਂ ਦੀਆਂ ਅੱਖਾਂ ਕੱਢਦੇ ਸਨ।

ਮੇਰੇ ਪਿਤਾ ਜੀ ਨੇ ਉਸ ਵੇਲੇ ਦੇ ਦਾਗ਼ਿਸਤਾਨ ਦੀ ਅਜਿਹੇ ਪੱਥਰ ਨਾਲ ਤੁਲਨਾ ਕੀਤੀ ਸੀ, ਜਿਸ ਦੇ ਕੋਲ ਦੀ ਅਨੇਕਾਂ ਨਦੀਆਂ ਸ਼ੋਰ ਮਚਾਉਂਦੀਆਂ ਲੰਘੀਆਂ ਹੋਣ। ਮੇਰੀ ਮਾਂ ਨੇ ਅਨੇਕਾਂ ਤੂਫ਼ਾਨੀ ਲਹਿਰਾਂ ਦੇ ਉਲਟ ਜਾਣ ਵਾਲੀ ਮੱਛੀ ਨਾਲ ਉਸ ਦੀ ਤੁਲਨਾ ਕੀਤੀ ਸੀ।

ਅਬੂਤਾਲਿਬ ਨੇ ਯਾਦ ਕਰਦੇ ਹੋਏ ਲਿਖਿਆ ਸੀ, "ਸਾਡੇ ਦੇਸ਼ ਨੇ ਕਿਹੋ-ਕਿਹੋ ਜਿਹੇ ਸ਼ਹਿਨਾਈ-ਵਾਦਕਾਂ ਨੂੰ ਨਹੀਂ ਦੇਖਿਆ, "ਖ਼ੁਦ ਅਬੂਤਾਲਿਬ ਛਾਪਾਮਾਰ ਦਸਤੇ ਦਾ ਸ਼ਹਿਨਾਈ-ਵਾਦਕ ਸੀ।

ਹੁਣ ਕਲਮਾਂ ਨਾਲ ਉਸ ਕਿੱਸੇ, ਉਸ ਕਹਾਣੀ ਨੂੰ ਲਿਖਿਆ ਜਾਂਦਾ ਹੈ, ਜੋ ਤਲਵਾਰਾਂ ਨਾਲ ਲਿਖੀ ਗਈ ਸੀ। ਹੁਣ ਉਨ੍ਹਾਂ ਦਿਨਾਂ ਦਾ ਅਧਿਐਨ ਕਰਦੇ ਹੋਏ ਪ੍ਰਸਿੱਧੀ ਅਤੇ ਬਹਾਦਰੀ ਦੇ ਕਾਰਨਾਮਿਆਂ ਨੂੰ ਤੱਕੜੀ 'ਤੇ ਤੋਲਿਆ ਜਾਂਦਾ ਹੈ। ਬੀਰ-ਨਾਇਕਾਂ ਦਾ ਮੁੱਲਾਂਕਣ ਕਰਦੇ ਹੋਏ ਵਿਦਵਾਨ ਆਪਸ ਵਿੱਚ ਬਹਿਸ ਕਰਦੇ ਹਨ, ਅਸੀਂ ਕਹਿ ਸਕਦੇ ਹਾਂ ਕਿ ਉਹ ਆਪਸ ਵਿੱਚ ਜੂਝਦੇ ਹਨ।

ਪਰ ਖ਼ੈਰ, ਬੀਰਾਂ ਨੇ ਲੜਾਈ ਲੜ ਲਈ। ਮੇਰੇ ਲਈ ਸੱਚਮੁੱਚ ਇਸ ਗੱਲ ਦਾ ਕੋਈ ਮਹੱਤਵ ਨਹੀਂ ਹੈ ਕਿ ਇਨ੍ਹਾਂ ਵਿੱਚੋਂ ਕਿਸ ਨੂੰ ਪਹਿਲਾ, ਦੂਜਾ ਅਤੇ ਤੀਜਾ ਸਥਾਨ ਦਿੱਤਾ ਜਾਵੇ। ਜ਼ਿਆਦਾ ਮਹੱਤਵਪੂਰਨ ਤਾਂ ਇਹ ਚੀਜ਼ ਹੈ ਕਿ ਇਨਕਲਾਬ ਨੇ ਚੇਰਕੇਸਕਾ ਦੇ ਮੌਤ ਦੇ ਘਾਟ ਉਤਾਰੇ ਗਏ ਆਪਣੇ ਅੰਤਿਮ ਦੁਸ਼ਮਣ ਦਾ ਪੱਲੇ ਨਾਲ ਖ਼ੂਨ ਪੂੰਝ ਕੇ ਖੰਜਰ ਨੂੰ ਮਿਆਨ ਵਿੱਚ ਰੱਖ ਲਿਆ। ਪਹਾੜੀ ਆਦਮੀ ਨੇ ਇਸ ਤੋਂ ਦਾਤੀ ਬਣਾ ਲਈ। ਆਪਣੀ ਤਿੱਖੀ ਸੰਗੀਨ ਨੂੰ ਉਸ ਨੇ ਪਹਾੜੀ ਢਲਾਣ 'ਤੇ ਪੱਥਰਾਂ ਵਿੱਚ ਗੱਡ ਦਿੱਤਾ। ਹਲ ਵਿੱਚ ਆਪਣੀ ਤਾਕਤ ਲਗਾਉਂਦੇ ਹੋਏ ਉਹ ਆਪਣੀ ਧਰਤੀ ਨੂੰ ਵਾਹੁਣ ਲੱਗਿਆ, ਬਲਦਾਂ ਨੂੰ ਹੱਕਦੇ ਹੋਏ ਆਪਣੇ ਖੇਤ ਤੋਂ ਬਲਦ-ਗੱਡੀ ਵਿੱਚ ਘਾਹ ਲੱਦ ਕੇ ਲਿਜਾਣ ਲੱਗਿਆ।

ਪਹਾੜ ਦੀ ਚੋਟੀ 'ਤੇ ਲਾਲ ਝੰਡਾ ਲਹਿਰਾ ਕੇ ਦਾਗ਼ਿਸਤਾਨ ਨੇ ਆਪਣੀਆਂ ਮੁੱਛਾਂ ਨੂੰ ਤਾਅ ਦਿੱਤਾ। ਨਕਲੀ ਇਮਾਮ ਗੋਸਤੀਂਸਕੀ ਦੀ ਪੱਗ ਨਾਲ ਉਸ ਨੇ ਕਾਂਵਾਂ ਨੂੰ ਡਰਾਉਣ ਵਾਲਾ ਪੁਤਲਾ ਬਣਾ ਕੇ ਖੇਤ ਵਿੱਚ ਖੜ੍ਹਾ ਕਰ ਦਿੱਤਾ ਅਤੇ ਖ਼ੁਦ ਇਮਾਮ ਨੂੰ ਤਾਂ ਇਨਕਲਾਬ ਨੇ ਸਜ਼ਾ ਦਿੱਤੀ। ਗੋਸਤੀਂਸਕੀ ਅਦਾਲਤ ਵਿੱਚ ਗਿੜਗਿੜਾਉਂਦਾ ਰਿਹਾ ਸੀ, "ਗੋਰੇ ਜ਼ਾਰ ਨੇ ਸ਼ਾਮਿਲ ਨੂੰ ਜਿਊਂਦਾ ਛੱਡ ਦਿੱਤਾ ਸੀ। ਉਸ ਦਾ ਕੁੱਝ ਵੀ ਨਹੀਂ ਵਿਗੜਿਆ ਸੀ। ਤੁਸੀਂ ਲੋਕ ਮੈਨੂੰ ਕਿਉਂ ਮੌਤ ਦੀ ਸਜ਼ਾ ਦੇ ਰਹੇ ਹੋ?"

ਦਾਗ਼ਿਸਤਾਨ ਅਤੇ ਇਨਕਲਾਬ ਨੇ ਉਸ ਨੂੰ ਜਵਾਬ ਦਿੱਤਾ, ਤੁਹਾਡੇ ਵਰਗੇ ਦਾ ਤਾਂ ਸ਼ਾਮਿਲ ਨੇ ਵੀ ਸਿਰ ਵੱਢ ਦਿੱਤਾ ਹੁੰਦਾ। ਉਹ ਕਿਹਾ ਕਰਦਾ ਸੀ, "ਗੱਦਾਰ ਦਾ ਤਾਂ ਧਰਤੀ ਉੱਪਰ ਰਹਿਣ ਦੀ ਬਜਾਇ ਉਸ ਦੇ ਹੇਠਾਂ ਹੋਣਾ ਕਿਤੇ ਜ਼ਿਆਦਾ ਚੰਗਾ ਐ।" ਹਾਂ, ਉਸ ਨੂੰ ਸਜ਼ਾ ਦਿੱਤੀ ਗਈ, ਇੱਕ ਵੀ ਪਹਾੜੀ ਨਹੀਂ ਕੰਬੀ, ਕਿਸੇ ਨੇ ਵੀ ਹੰਝੂ ਨਹੀਂ ਵਹਾਏ, ਕਿਸੇ ਨੇ ਵੀ ਉਸ ਦੀ ਕਬਰ 'ਤੇ ਯਾਦ ਦਾ ਪੱਥਰ ਨਹੀਂ ਲਗਾਇਆ।

ਕਾਇਤਮਾਜ਼ ਅਲੀਖ਼ਾਨੋਵ ਆਪਣੇ ਸਫ਼ੈਦ ਘੋੜੇ 'ਤੇ ਸਵਾਰ ਹੋ ਕੇ ਤਸੂਨਤੀ ਇਲਾਕੇ ਦੇ ਬਣਾਂ ਵਿੱਚੋਂ ਭੱਜ ਗਿਆ। ਉਸ ਦੇ ਦੋ ਬੇਟੇ ਵੀ ਉਸ ਦੇ ਨਾਲ ਭੱਜ ਰਹੇ ਸਨ। ਪਰ

ਉਹ ਲਾਲ ਛਾਪੇਮਾਰਾਂ ਦੀਆਂ ਗੋਲੀਆਂ ਦੇ ਸ਼ਿਕਾਰ ਹੋ ਗਏ। ਕਰਨਲ ਦਾ ਸਫ਼ੈਦ ਘੋੜਾ ਉਦਾਸ ਹੁੰਦਾ ਅਤੇ ਇੱਕ ਲੱਤ ਨਾਲ ਲੰਗੜਾਉਂਦਾ ਹੋਇਆ ਖ਼ੂੰਜ਼ਹ ਦੇ ਕਿਲੇ ਵਿੱਚ ਵਾਪਸ ਮੁੜ ਆਇਆ।

"ਤੁਹਾਨੂੰ ਗਲਤ ਰਸਤੇ 'ਤੇ ਛੱਡ ਦਿੱਤਾ ਸੀ ਉਨ੍ਹਾਂ ਨੇ।" ਮੁਸਲਿਮ ਅਤਾਯੇਵ ਨੇ ਵਿਚਾਰੇ ਘੋੜੇ ਨੂੰ ਕਿਹਾ, "ਉਹ ਤਾਂ ਦਾਗ਼ਿਸਤਾਨ ਨੂੰ ਵੀ ਉਸੇ ਰਸਤੇ 'ਤੇ ਲੈ ਜਾਣਾ ਚਾਹੁੰਦੇ ਸੀ।"

ਬਿਚੇਰਾਖ਼ੋਵ ਨੂੰ ਵੀ ਭਜਾ ਦਿੱਤਾ ਗਿਆ। ਉਸ ਦੇ ਇੱਧਰ-ਉੱਧਰ ਖਿੰਡੇ ਹੋਏ ਸੈਨਿਕ ਦਸਤੇ ਕਾਸਪੀ ਦੀਆਂ ਲਹਿਰਾਂ ਵਿੱਚ ਡੁੱਬ ਗਏ। 'ਆਮੀਨ।" ਉਨ੍ਹਾਂ ਨੂੰ ਆਪਣੇ ਹੇਠਾਂ ਛਿਪਾਉਂਦੇ ਹੋਏ ਲਹਿਰਾਂ ਨੇ ਕਿਹਾ। "ਆਮੀਨ।" ਪਹਾੜ ਕਹਿ ਉੱਠੇ, "ਅੱਲ੍ਹਾ ਕਰੇ ਕਿ ਉਹ ਨਰਕ ਵਿੱਚ ਚਲੇ ਜਾਣ, ਜੋ ਇਸ ਧਰਤੀ ਨੂੰ ਨਰਕ ਬਣਾ ਰਹੇ ਸੀ।"

ਇਸਤੰਬੂਲ ਵਿੱਚ ਮੈਂ ਬਾਜ਼ਾਰ ਵਿੱਚ ਗਿਆ। ਮੇਰੇ ਆਲੇ-ਦੁਆਲੇ ਇਕੱਠੇ ਹੋਏ ਸਾਬਕਾ ਅਵਾਰ ਲੋਕਾਂ ਨੇ ਮੈਨੂੰ ਭੀੜ ਵਿੱਚੋਂ ਜਾਂਦਾ ਹੋਇਆ ਇੱਕ ਬੁੱਢਾ ਦਿਖਾਇਆ। ਉਹ ਅਜਿਹੀ ਬੋਰੀ ਵਰਗਾ ਲੱਗਦਾ ਸੀ, ਜਿਸ ਵਿੱਚੋਂ ਅਨਾਜ ਦੇ ਦਾਣੇ ਨਿੱਕਲ ਕੇ ਬਾਹਰ ਡਿੱਗ ਗਏ ਹੋਣ।

"ਇਹ ਕਾਜ਼ਿਮਬੇਈ ਐ।"

"ਕਿਹੜਾ ਕਾਜ਼ਿਮਬੇਈ?"

"ਉਹ, ਜਿਹੜਾ ਤੁਰਕੀ ਦੇ ਸੁਲਤਾਨ ਦੀਆਂ ਫ਼ੌਜਾਂ ਲੈ ਕੇ ਦਾਗ਼ਿਸਤਾਨ ਗਿਆ ਸੀ।"

"ਕੀ ਉਹ ਅਜੇ ਤੱਕ ਜਿਊਂਦਾ ਐ?"

"ਜਿਵੇਂ ਕਿ ਦੇਖ ਰਹੇ ਆਂ, ਉਸ ਦਾ ਜਿਸਮ ਤਾਂ ਅਜੇ ਤੱਕ ਵੀ ਜਿਊਂਦਾ ਐ।"

ਸਾਡੀ ਜਾਣ-ਪਛਾਣ ਕਰਵਾਈ ਗਈ।

"ਦਾਗ਼ਿਸਤਾਨ.....ਮੈਂ ਜਾਣਦਾਂ ਉਸ ਦੇਸ਼ ਨੂੰ।" ਉਸ ਬੁੱਢੇ ਨੇ ਕਿਹਾ।

"ਤੁਹਾਨੂੰ ਵੀ ਦਾਗ਼ਿਸਤਾਨ ਵਿੱਚ ਜਾਣਦੇ ਨੇ।" ਮੈਂ ਜਵਾਬ ਦਿੱਤਾ।

"ਹਾਂ, ਮੈਂ ਉੱਥੇ ਗਿਆ ਸੀ।"

"ਫਿਰ ਜਾਓਗੇ?" ਮੈਂ ਜਾਣ-ਬੁੱਝ ਕੇ ਪੁੱਛਿਆ।

"ਹੁਣ ਕਦੇ ਨਹੀਂ ਜਾਵਾਂਗਾ।" ਉਸ ਨੇ ਜਵਾਬ ਦਿੱਤਾ ਅਤੇ ਜਲਦੀ ਆਪਣੀ ਦੁਕਾਨ ਵੱਲ ਚਲਾ ਗਿਆ।

ਇਸਤੰਬੂਲ ਦੇ ਬਾਜ਼ਾਰ ਦਾ ਇਹ ਛੋਟਾ ਜਿਹਾ ਦੁਕਾਨਦਾਰ ਕੀ ਇਹ ਭੁੱਲ ਗਿਆ ਹੈ ਕਿ ਕਾਸੁਮਕੇਂਟ ਵਿੱਚ ਕਿਵੇਂ ਉਸ ਦੇ ਖੇਤ ਵਿੱਚ ਹੀ ਤਿੰਨ ਸ਼ਾਂਤਮਈ ਹਾਲੀਆਂ ਨੂੰ ਮਾਰ ਦਿੱਤਾ ਸੀ? ਕੀ ਇਸ ਨੂੰ ਪਹਾੜਾਂ ਵਿੱਚ ਉਹ ਚੱਟਾਨ ਯਾਦ ਨਹੀਂ, ਜਿੱਥੋਂ ਇੱਕ ਪਹਾੜੀ ਮੁਟਿਆਰ ਇਸ ਲਈ ਖੱਡ ਵਿੱਚ ਛਾਲ ਮਾਰ ਗਈ ਸੀ ਕਿ ਤੁਰਕ ਸਿਪਾਹੀਆਂ ਦੇ ਹੱਥਾਂ ਵਿੱਚ ਨਾ ਆਵੇ? ਕੀ ਇਸ ਦੁਕਨਦਾਰ ਨੂੰ ਇਹ ਯਾਦ ਨਹੀਂ ਕਿ ਕਿਵੇਂ ਬਾਗ਼ ਵਿੱਚੋਂ ਇੱਕ ਬੱਚੇ ਨੂੰ ਉਸ ਦੇ ਸਾਹਮਣੇ ਲਿਆਂਦਾ ਗਿਆ ਸੀ, ਕਿਵੇਂ ਉਸ ਨੇ ਉਸ ਦੀਆਂ ਚੈਰੀਆਂ ਖੋਹ ਲਈਆਂ

ਸਨ ਅਤੇ ਗੁਠਲੀ ਨੂੰ ਉਸ ਦੀ ਅੱਖ ਵਿੱਚ ਥੁੱਕ ਦਿੱਤਾ ਸੀ? ਪਰ ਖ਼ੈਰ, ਇਹ ਤਾਂ ਨਹੀਂ ਭੁੱਲਿਆ ਹੋਵੇਗਾ ਕਿ ਕਿਵੇਂ ਕੱਛਾ ਪਹਿਨ ਕੇ ਭੱਜਿਆ ਸੀ ਅਤੇ ਇੱਕ ਪਹਾੜੀ ਔਰਤ ਨੇ ਪਿੱਛੋਂ ਹਾਕ ਮਾਰ ਕੇ ਕਿਹਾ ਸੀ, "ਮਖਿਆ, ਤੂੰ ਆਪਣੀ ਸਮੂਰ ਦੀ ਟੋਪੀ ਤਾਂ ਭੁੱਲ ਹੀ ਗਿਆ।

"ਭੰਨ-ਤੋੜ ਦੀਆਂ ਕਾਰਵਾਈਆਂ ਕਰਨ ਵਾਲੇ ਦਾਗ਼ਿਸਤਾਨ ਤੋਂ ਭੱਜ ਗਏ। ਕਾਜ਼ਿਮਬੇਈ ਵੀ ਭੱਜ ਗਿਆ, ਸ਼ਾਮਿਲ ਦਾ ਪੋਤਾ ਵੀ ਭੱਜ ਗਿਆ।

"ਸਈਦਬੇਈ ਹੁਣ ਕਿੱਥੇ ਐ?" ਮੈਂ ਇਸਤੰਬੂਲ ਵਿੱਚ ਪੁੱਛਿਆ।

"ਸਾਉਦੀ ਅਰਬ ਚਲਾ ਗਿਆ।"

"ਕਿਸ ਲਈ?"

"ਵਪਾਰ ਕਰਨ ਲਈ, ਉੱਥੇ ਉਸ ਦੀ ਥੋੜ੍ਹੀ ਜਿਹੀ ਜ਼ਮੀਨ ਐ।"

ਵਪਾਰੀਓ! ਤੁਹਾਨੂੰ ਦਾਗ਼ਿਸਤਾਨ ਵਿੱਚ ਵਪਾਰ ਕਰਨ ਦਾ ਮੌਕਾ ਨਹੀਂ ਮਿਲਿਆ। ਇਨਕਲਾਬ ਨੇ ਕਿਹਾ, "ਬਾਜ਼ਾਰ ਬੰਦ ਐ।" ਖ਼ੂਨ ਵਿੱਚ ਭਿੱਜੇ ਝਾੜੂ ਨਾਲ ਉਸ ਨੇ ਪਹਾੜੀ ਧਰਤੀ ਤੋਂ ਸਾਰਾ ਕੂੜਾ-ਕਰਕਟ ਸਾਫ਼ ਕਰ ਦਿੱਤਾ। ਹੁਣ ਤਾਂ ਦਾਗ਼ਿਸਤਾਨ ਦੇ ਅਖੌਤੀ ਰਾਖਿਆਂ ਅਤੇ ਬਚਾਉਣ ਵਾਲਿਆਂ ਦੇ ਪਿੰਜਰ ਹੀ ਪਰਾਏ ਦੇਸ਼ਾਂ ਵਿੱਚ ਭਟਕਦੇ ਫਿਰਦੇ ਹਨ।

ਕੁੱਝ ਸਾਲ ਪਹਿਲਾਂ ਬੇਰੂਤ ਵਿੱਚ ਏਸ਼ੀਆ ਅਤੇ ਅਫ਼ਰੀਕਾ ਦੇ ਲੇਖਕਾਂ ਦਾ ਸੰਮੇਲਨ ਹੋਇਆ। ਮੈਨੂੰ ਵੀ ਇਸ ਸੰਮੇਲਨ ਵਿੱਚ ਭੇਜਿਆ ਗਿਆ। ਮੈਨੂੰ ਸੰਮੇਲਨ ਵਿੱਚ ਹੀ ਨਹੀਂ, ਕਦੇ-ਕਦੇ ਉਨ੍ਹਾਂ ਦੂਜੀਆਂ ਥਾਵਾਂ 'ਤੇ ਬੋਲਣਾ ਪਿਆ, ਜਿੱਥੇ ਸਾਨੂੰ ਬੁਲਾਇਆ ਗਿਆ। ਅਜਿਹੀ ਹੀ ਇੱਕ ਸਭਾ ਵਿੱਚ ਮੈਂ ਆਪਣੇ ਦਾਗ਼ਿਸਤਾਨ, ਆਪਣੇ ਇੱਥੋਂ ਦੇ ਲੋਕਾਂ ਅਤੇ ਰੀਤੀ-ਰਿਵਾਜ਼ਾਂ ਦੀ ਚਰਚਾ ਕੀਤੀ, ਦਾਗ਼ਿਸਤਾਨ ਦੇ ਵੱਖ-ਵੱਖ ਕਵੀਆਂ ਦੀਆਂ ਅਤੇ ਆਪਣੀਆਂ ਕਵਿਤਾਵਾਂ ਵੀ ਸੁਣਾਈਆਂ।

ਇਸ ਸਭਾ ਦੀ ਸਮਾਪਤੀ 'ਤੇ ਇੱਕ ਸੁੰਦਰ ਜਵਾਨ ਔਰਤ ਨੇ ਮੈਨੂੰ ਪੌੜੀਆਂ ਨੇੜੇ ਰੋਕ ਲਿਆ।

"ਜਨਾਬ ਹਮਜ਼ਾਤੋਵ, ਮੈਂ ਤੁਹਾਡੇ ਨਾਲ ਕੋਈ ਗੱਲ ਕਰ ਸਕਦੀ ਆਂ, ਤੁਸੀਂ ਆਪਣਾ ਕੁੱਝ ਸਮਾਂ ਮੈਨੂੰ ਦੇ ਸਕਦੇ ਹੋ?"

ਅਸੀਂ ਸ਼ਾਮ ਦੀ ਚਾਦਰ ਵਿੱਚ ਲਿਪਟੀਆਂ ਬੇਰੂਤ ਦੀਆਂ ਸੜਕਾਂ 'ਤੇ ਤੁਰ ਪਏ।

"ਦਾਗ਼ਿਸਤਾਨ ਬਾਰੇ ਦੱਸੋ। ਕਿਰਪਾ ਕਰਕੇ ਸਭ ਕੁੱਝ।" ਅਚਾਨਕ ਹੀ ਮੇਰੇ ਨਾਲ ਚੱਲਣ ਵਾਲੀ ਇਸ ਔਰਤ ਨੇ ਕਿਹਾ।

"ਮੈਂ ਤਾਂ ਹੁਣ ਪੂਰਾ ਇੱਕ ਘੰਟਾ ਇਹੀ ਦੱਸਦਾ ਰਿਹਾਂ।"

"ਹੋਰ ਦੱਸੋ, ਹੋਰ ਦੱਸੋ।"

"ਕਿਹੜੀ ਚੀਜ਼ ਵਿੱਚ ਤੁਹਾਡੀ ਜ਼ਿਆਦਾ ਦਿਲਚਸਪੀ ਐ?"

"ਹਰ ਚੀਜ਼ ਵਿੱਚ! ਦਾਗ਼ਿਸਤਾਨ ਨਾਲ ਸਬੰਧਿਤ ਸਾਰੀਆਂ ਚੀਜ਼ਾਂ ਵਿੱਚ।"

ਮੈਂ ਦੱਸਣਾ ਸ਼ੁਰੂ ਕੀਤਾ। ਅਸੀਂ ਇੱਧਰ-ਉੱਧਰ ਘੁੰਮਦੇ ਰਹੇ। ਮੇਰਾ ਵਰਣਨ ਸਮਾਪਤ ਹੋਣ ਤੋਂ ਪਹਿਲਾਂ ਹੀ ਉਹ ਦੁਬਾਰਾ ਕਹਿਣ ਲੱਗਦੀ:

"ਹੋਰ ਦੱਸੋ, ਹੋਰ ਦੱਸੋ।"

ਮੈਂ ਦੱਸਦਾ ਰਿਹਾ।

"ਅਵਾਰ ਭਾਸ਼ਾ ਵਿੱਚ ਆਪਣੀਆਂ ਕਵਿਤਾਵਾਂ ਸੁਣਾਓ।"

"ਪਰ ਤੁਸੀਂ ਤਾਂ ਉਨ੍ਹਾਂ ਨੂੰ ਨਹੀਂ ਸਮਝੋਗੇ?"

"ਫਿਰ ਵੀ ਸੁਣਾਓ।"

ਮੈਂ ਕਵਿਤਾਵਾਂ ਸੁਣਾਈਆਂ। ਜਦੋਂ ਸੁੰਦਰ ਅਤੇ ਜਵਾਨ ਔਰਤ ਕਿਸੇ ਗੱਲ ਲਈ ਕਹੇ, ਤਾਂ ਅਸੀਂ ਕੀ ਕੁੱਝ ਨਹੀਂ ਕਰਦੇ। ਫਿਰ ਉਸ ਦੀ ਆਵਾਜ਼ ਵਿੱਚ ਦਾਗ਼ਿਸਤਾਨ ਪ੍ਰਤੀ ਅਜਿਹੀ ਸੱਚੀ ਦਿਲਚਸਪੀ ਦਾ ਅਨੁਭਵ ਹੋ ਰਿਹਾ ਸੀ ਕਿ ਇਨਕਾਰ ਕਰਨਾ ਸੰਭਵ ਨਹੀਂ ਸੀ।

"ਤੁਸੀਂ ਕੋਈ ਅਵਾਰ ਗਾਣਾ ਨਹੀਂ ਗਾਓਗੇ?"

"ਨਹੀਂ ਜੀ, ਮੈਨੂੰ ਗਾਉਣਾ ਨਹੀਂ ਆਉਂਦਾ।"

"ਅਜੇ ਇਹ ਮੈਨੂੰ ਨੱਚਣ ਲਈ ਵੀ ਮਜ਼ਬੂਰ ਕਰੇਗੀ।" ਮੈਂ ਸੋਚਿਆ।

"ਤੁਸੀਂ ਚਾਹੋ, ਤਾਂ ਮੈਂ ਗਾਵਾਂ?"

"ਬੜੀ ਮਿਹਰਬਾਨੀ ਹੋਵੇਗੀ।"

ਇਸੇ ਸਮੇਂ ਅਸੀਂ ਸਾਗਰ-ਤੱਟ 'ਤੇ ਪਹੁੰਚ ਗਏ ਸੀ। ਸਾਫ਼ ਚਾਨਣੀ ਵਿੱਚ ਸਾਗਰ ਹਰੀ ਜਿਹੀ ਝਲਕ ਦਿਖਾਉਂਦਾ ਹੋਇਆ ਚਮਕ ਰਿਹਾ ਸੀ।

ਤਾਂ ਬਹੁਤ ਦੂਰ ਬੇਰੂਤ ਵਿੱਚ ਇੱਕ ਅਣਜਾਣੀ ਸੁੰਦਰੀ ਸਮਝ ਵਿੱਚ ਨਾ ਆਉਣ ਵਾਲੀ ਭਾਸ਼ਾ ਵਿੱਚ ਮੈਨੂੰ ਦਾਗ਼ਿਸਤਾਨੀ 'ਦਾਲਾਲਾਈ' ਗਾਣਾ ਸੁਣਾਉਣ ਲੱਗੀ। ਪਰ ਜਦੋਂ ਉਹ ਦੂਜਾ ਗਾਣਾ ਗਾਉਣ ਲੱਗੀ, ਤਾਂ ਮੈਂ ਸਮਝ ਗਿਆ ਕਿ ਉਹ ਕੁਮਿਕ ਭਾਸ਼ਾ ਵਿੱਚ ਗਾ ਰਹੀ ਹੈ।

"ਤੁਸੀਂ ਕੁਮਿਕ ਭਾਸ਼ਾ ਕਿਵੇਂ ਜਾਣਦੇ ਹੋ?" ਮੈਂ ਹੈਰਾਨ ਹੁੰਦੇ ਹੋਏ ਪੁੱਛਿਆ।

"ਬਦਕਿਸਮਤੀ ਨਾਲ ਮੈਂ ਉਸ ਨੂੰ ਨਹੀਂ ਜਾਣਦੀ।"

"ਪਰ ਗਾਣਾ.....।"

"ਇਹ ਗਾਣਾ ਤਾਂ ਮੈਨੂੰ ਮੇਰੇ ਦਾਦਾ ਜੀ ਨੇ ਸਿਖਾਇਆ ਸੀ।"

"ਕੀ ਉਹ ਦਾਗ਼ਿਸਤਾਨ ਗਏ ਸੀ?"

"ਹਾਂ, ਇੱਕ ਤਰ੍ਹਾਂ ਗਏ ਸੀ।"

"ਬਹੁਤ ਪਹਿਲਾਂ?"

"ਗੱਲ ਇਹ ਐ ਕਿ ਨੂਹਬੇਕ ਤਾਰਕੋਵਸਕੀ ਮੇਰੇ ਦਾਦਾ ਸੀ।"

"ਕਰਨਲ? ਹੁਣ ਕਿੱਥੇ ਨੇ ਉਹ?"

"ਉਹ ਤਹਿਰਾਨ ਵਿੱਚ ਰਹਿੰਦੇ ਸੀ। ਇਸ ਸਾਲ ਚੱਲ ਵੱਸੇ। ਮਰਦੇ ਸਮੇਂ ਉਹ ਲਗਾਤਾਰ ਮੈਨੂੰ ਇਹੀ ਗਾਣਾ ਗਾਉਣ ਲਈ ਕਹਿੰਦੇ ਰਹੇ।"

"ਕਿਸ ਬਾਰੇ ਐ ਇਹ ਗਾਣਾ?"

"ਮੌਸਮੀ ਪਰਿੰਦਿਆਂ ਬਾਰੇ....ਉਨ੍ਹਾਂ ਨੇ ਮੈਨੂੰ ਮੈਨੂੰ ਇੱਕ ਦਾਗ਼ਿਸਤਾਨੀ ਨਾਚ ਵੀ ਸਿਖਾਇਆ ਸੀ। ਦੇਖੋ!"

ਇਹ ਔਰਤ ਨਵੇਂ ਚੰਦ ਵਾਂਗ ਚਮਕ ਉੱਠੀ, ਉਸ ਨੇ ਬੜੀ ਲੋਚ ਨਾਲ ਹੱਥ ਫ਼ੈਲਾਏ ਅਤੇ ਝੀਲ ਵਿੱਚ ਤੈਰਨ ਵਾਲੀ ਹੰਸਣੀ ਵਾਂਗ ਚੱਕਰ ਕੱਢਣ ਲੱਗੀ।

ਕੁੱਝ ਦੇਰ ਬਾਅਦ ਮੈਂ ਉਸ ਨੂੰ ਮੌਸਮੀ ਪਰਿੰਦਿਆਂ ਬਾਰੇ ਦੁਬਾਰਾ ਗਾਣਾ ਸੁਣਾਉਣ ਦੀ ਬੇਨਤੀ ਕੀਤੀ। ਉਸ ਨੇ ਮੈਨੂੰ ਗਾਣੇ ਦੇ ਸ਼ਬਦਾਂ ਦੇ ਅਰਥ ਵੀ ਦੱਸੇ। ਹੋਟਲ ਵਿੱਚ ਵਾਪਸ ਆ ਕੇ ਮੈਂ ਯਾਦ-ਸ਼ਕਤੀ ਦੇ ਆਧਾਰ 'ਤੇ ਅਵਾਰ ਭਾਸ਼ਾ ਵਿੱਚ ਅਨੁਵਾਦ ਕਰ ਕੇ ਇਸ ਗਾਣੇ ਨੂੰ ਲਿਖ ਲਿਆ।

ਹਾਂ, ਦਾਗ਼ਿਸਤਾਨ ਵਿੱਚ ਬਸੰਤ ਆ ਗਿਆ ਹੈ। ਪਰ ਮੈਂ ਲਗਾਤਾਰ ਇਹ ਸੋਚਦਾ ਰਹਿੰਦਾ ਹਾਂ ਕਿ ਪ੍ਰਿੰਸ ਨੂਹਬੇਕ ਤਾਰਕੋਵਸਕੀ ਦਾ ਮੌਸਮੀ ਪਰਿੰਦਿਆਂ ਬਾਰੇ ਇਸ ਗਾਣੇ ਨਾਲ ਕੀ ਸਬੰਧ ਹੋ ਸਕਦਾ ਹੈ? ਤੇਹਰਾਨ ਵਿੱਚ ਰਹਿਣ ਵਾਲੇ ਉਸ ਕਰਨਲ ਨੂੰ, ਜੋ ਇਨਕਲਾਬੀ ਖੇਤਰ ਅਤੇ ਦਾਗ਼ਿਸਤਾਨ ਦੇ ਬਦਲੇ ਤੋਂ ਬਚ ਕੇ ਭੱਜਿਆ ਸੀ, ਕਿਸ ਲਈ ਪਹਾੜਾਂ ਦੇ ਇਨਕਲਾਬੀ ਲਾਲ ਸੂਰਜ ਦੀ ਯਾਦ ਆਉਂਦੀ ਸੀ? ਉਸ ਨੂੰ ਕਿਵੇਂ ਮਾਤ-ਭੂਮੀ ਤੋਂ ਵਿਛੋੜੇ ਦੀ ਤੜਫ਼ ਹੋ ਸਕਦੀ ਸੀ?

ਈਰਾਨ ਵਿੱਚ ਰਹਿੰਦੇ ਹੋਏ ਸ਼ੁਰੂ ਵਿੱਚ ਤਾਂ ਤਾਰਕੋਵਸਕੀ ਇਹ ਕਹਿੰਦਾ ਰਿਹਾ, "ਮੇਰੇ ਅਤੇ ਦਾਗ਼ਿਸਤਾਨ ਨਾਲ ਜੋ ਕੁੱਝ ਹੋਇਐ, ਉਹ ਕਿਸਮਤ ਦੀ ਭੁੱਲ ਐ ਅਤੇ ਇਸ ਭੁੱਲ ਨੂੰ ਸੁਧਾਰਨ ਲਈ ਮੈਂ ਉੱਥੇ ਵਾਪਸ ਜਾਵਾਂਗਾ।" ਤਾਰਕੋਵਸਕੀ ਅਤੇ ਉਸ ਦੇ ਨਾਲ ਹੋਰ ਪਰਵਾਸੀ ਵੀ ਹਰ ਰੋਜ਼ ਕਾਸਪੀ ਸਾਗਰ ਦੇ ਤੱਟ 'ਤੇ ਜਾਂਦੇ ਸਨ, ਤਾਂ ਕਿ ਦਾਗ਼ਿਸਤਾਨ ਤੋਂ ਆਉਣ ਵਾਲੀ ਕੋਈ ਖ਼ਬਰ ਜਾਣ ਸਕਣ। ਪਰ ਉਨ੍ਹਾਂ ਨੂੰ ਹਰ ਵਾਰ ਹੀ ਇਹ ਦੇਖਣ ਨੂੰ ਮਿਲਦਾ ਸੀ ਕਿ ਕਾਸਪੀ ਸਾਗਰ ਤੋਂ ਆਉਣ ਵਾਲੇ ਜਹਾਜ਼ਾਂ ਦੇ ਮਸਤੂਲਾਂ 'ਤੇ ਲਾਲ ਝੰਡੇ ਲਹਿਰਾ ਰਹੇ ਹਨ। ਪੱਤਝੜ ਵਿੱਚ ਉੱਤਰ ਵੱਲੋਂ ਉੱਡ ਕੇ ਆਉਣ ਵਾਲੇ ਪੰਛੀਆਂ ਨੂੰ ਦੇਖ ਕੇ ਮਾਤ-ਭੂਮੀ ਦੀ ਯਾਦ ਵਿੱਚ ਹੂਕ ਮਹਿਸੂਸ ਕਰਦੇ ਹੋਏ ਉਸ ਦੀ ਪਤਨੀ ਗਾਣੇ ਗਾਉਂਦੀ। ਉਹ ਮੌਸਮੀ ਪੰਛੀਆਂ ਬਾਰੇ ਉਪਰੋਕਤ ਗਾਣਾ ਵੀ ਗਾਉਂਦੀ। ਸ਼ੁਰੂ ਵਿੱਚ ਤਾਂ ਪ੍ਰਿੰਸ ਤਾਰਕੋਵਸਕੀ ਨੂੰ ਇਹ ਗਾਣਾ ਬਿਲਕੁੱਲ ਚੰਗਾ ਨਹੀਂ ਲੱਗਦਾ ਸੀ।

ਸਾਲ ਬੀਤਦੇ ਗਏ। ਬੱਚੇ ਵੱਡੇ ਹੋ ਗਏ। ਕਰਨਲ ਤਾਰਕੋਵਸਕੀ ਬੁੱਢਾ ਹੋ ਗਿਆ। ਉਹ ਸਮਝ ਗਿਆ ਕਿ ਹੁਣ ਕਦੇ ਵੀ ਦਾਗ਼ਿਸਤਾਨ ਨਹੀਂ ਵਾਪਸ ਮੁੜ ਸਕੇਗਾ। ਉਸ ਦੀ ਸਮਝ ਵਿੱਚ ਇਹ ਗੱਲ ਆ ਗਈ ਕਿ ਦਾਗ਼ਿਸਤਾਨ ਦੀ ਦੂਜੀ ਹੀ ਕਿਸਮਤ ਹੈ, ਕਿ ਦਾਗ਼ਿਸਤਾਨ ਨੇ ਖ਼ੁਦ ਹੀ ਆਪਣੇ ਲਈ ਇੱਕੋ-ਇੱਕ ਅਤੇ ਸਹੀ ਰਸਤਾ ਚੁਣਿਆ ਹੈ। ਉਦੋਂ ਬੁੱਢਾ ਪ੍ਰਿੰਸ ਵੀ ਮੌਸਮੀ ਪਰਿੰਦਿਆਂ ਬਾਰੇ ਇਹ ਗਾਣਾ ਗਾਉਣ ਲੱਗਿਆ।

ਪਿਤਾ ਜੀ ਕਿਹਾ ਕਰਦੇ ਸਨ:

"ਦਾਗ਼ਿਸਤਾਨ ਉਨ੍ਹਾਂ ਦਾ ਸਾਥ ਨਹੀਂ ਦੇਵੇਗਾ, ਜਿਨ੍ਹਾਂ ਨੇ ਦਾਗ਼ਿਸਤਾਨ ਦਾ ਸਾਥ ਨਹੀਂ ਦਿੱਤਾ।"

ਅਬੂਤਾਲਿਬ ਇਸ ਵਿੱਚ ਜੋੜਿਆ ਕਰਦਾ ਸੀ:

"ਜੋ ਪਰਾਏ ਘੋੜੇ 'ਤੇ ਸਵਾਰ ਹੁੰਦੈ, ਉਹ ਛੇਤੀ ਹੀ ਹੇਠਾਂ ਡਿੱਗ ਜਾਂਦੈ। ਸਾਡਾ ਖੰਜਰ ਕਿਸੇ ਦੂਜੇ ਦੀ ਪੁਸ਼ਾਕ ਨਾਲ ਸ਼ੋਭਾ ਨਹੀਂ ਦਿੰਦਾ।"

ਸੁਲੇਮਾਨ ਸਤਾਲਸਕੀ ਨੇ ਲਿਖਿਆ ਸੀ:

"ਮੈਂ ਜ਼ਮੀਨ ਵਿੱਚ ਦੱਬੇ ਹੋਏ ਖੰਜਰ ਵਰਗਾ ਸੀ। ਸੋਵੀਅਤ ਸੱਤ੍ਹਾ ਨੇ ਮੈਨੂੰ ਬਾਹਰ ਕੱਢਿਆ, ਮੇਰੀ ਜੰਗਾਲ ਸਾਫ਼ ਕਰ ਦਿੱਤੀ ਅਤੇ ਮੈਂ ਚਮਕ ਉੱਠਿਆ।"

ਪਿਤਾ ਜੀ ਇਹ ਵੀ ਕਿਹਾ ਕਰਦੇ ਸਨ:

"ਅਸੀਂ ਬੇਸ਼ੱਕ ਹਮੇਸ਼ਾ ਹੀ ਪਹਾੜੀ ਲੋਕ ਸੀ, ਪਰ ਪਹਾੜ ਦੀ ਚੋਟੀ 'ਤੇ ਕੇਵਲ ਹੁਣ ਹੀ ਚੜ੍ਹੇ ਆਂ।"

ਅਬੂਤਲਿਬ ਕਿਹਾ ਕਰਦਾ ਸੀ:

"ਦਾਗ਼ਿਸਤਾਨ, ਤਹਿਖਾਨੇ ਵਿੱਚੋਂ ਬਾਹਰ ਆ!"

ਪੰਘੂੜਾ ਝੁਲਾਉਂਦੇ ਹੋਏ ਮੇਰੇ ਅੰਮਾਂ ਗਾਇਆ ਕਰਦੇ ਸਨ:

ਬੜੇ ਚੈਨ ਨਾਲ ਸੌਂਵੋ ਬੇਟਾ, ਸ਼ਾਂਤੀ ਪਹਾੜਾਂ ਵਿੱਚ ਆਈ,
ਕਿਤੇ ਗੋਲੀਆਂ ਦੀਆਂ ਆਵਾਜ਼ਾਂ ਦਿੰਦੀਆਂ ਨਹੀਂ ਸੁਣਾਈ।

"ਫਰਵਰੀ ਦਾ ਮਹੀਨਾ ਸਭ ਤੋਂ ਛੋਟਾ, ਪਰ ਕਿੰਨਾ ਮਹੱਤਵਪੂਰਨ ਐ।" ਅਬੂਤਲਿਬ ਦਾ ਹੀ ਕਹਿਣਾ ਸੀ, "ਫਰਵਰੀ ਵਿੱਚ ਜ਼ਾਰ ਦਾ ਤਖ਼ਤਾ ਪਲਟਿਆ ਗਿਆ, ਫਰਵਰੀ ਵਿੱਚ ਲਾਲ ਸੈਨਾ ਬਣੀ ਅਤੇ ਫਰਵਰੀ ਵਿੱਚ ਹੀ ਲੈਨਿਨ ਲੋਕਾਂ ਦੇ ਪ੍ਰਤੀਨਿਧੀ-ਮੰਡਲ ਨੂੰ ਮਿਲੇ।"

ਇਸੇ ਸਮੇਂ ਦੂਰ-ਦੁਰਾਡੇ ਦੇ ਰੁਗੁਜਾ ਪਿੰਡ ਵਿੱਚ ਔਰਤਾਂ ਨੇ ਲੈਨਿਨ ਬਾਰੇ ਇੱਕ ਗਾਣਾ ਰਚਿਆ:

ਤੁਸੀਂ ਹੀ ਤਾਂ ਸਭ ਤੋਂ ਪਹਿਲਾਂ ਆ ਕੇ, ਇਨਸਾਨ ਕਿਹਾ ਸਾਨੂੰ,
ਹਥਿਆਰ ਜਿੱਤ ਦਾ ਤੁਸੀਂ ਹੀ ਸਭ ਤੋਂ ਪਹਿਲਾਂ ਦਿੱਤਾ ਸਾਨੂੰ।
ਸੁਣ ਉਕਾਬ ਦੀ ਚੀਕ ਜਿਵੇਂ ਹੰਸਾਂ ਦੀਆਂ ਡਾਰਾਂ ਉੱਡ ਗਈਆਂ,
ਚੜ੍ਹਿਆ ਲੈਨਿਨੀ ਸੂਰਜ, ਤਾਂ ਰਾਤਾਂ ਕਾਲੀਆਂ ਨਾ ਰਹੀਆਂ।

ਸਾਡੇ ਛੋਟੇ ਜਿਹੇ ਜਨ-ਸਮੂਹ ਦੀ ਵੱਡੀ ਕਿਸਮਤ ਹੈ। ਦਾਗ਼ਿਸਤਾਨ ਦੇ ਪੰਛੀ ਗਾਉਂਦੇ ਹਨ। ਇਨਕਲਾਬ ਦੇ ਸਪੂਤਾਂ ਦੇ ਸ਼ਬਦ ਗੂੰਜਦੇ ਹਨ। ਬੱਚੇ ਉਸ ਦੀ ਚਰਚਾ ਕਰਦੇ ਹਨ। ਉਨ੍ਹਾਂ ਦੀਆਂ ਕਬਰਾਂ ਦੇ ਪੱਥਰਾਂ 'ਤੇ ਉਨ੍ਹਾਂ ਦੇ ਨਾਂ ਉੱਕਰ ਹੋਏ ਹਨ। ਪਰ ਕੁੱਝ ਬੀਰਾਂ ਦੀਆਂ ਕਬਰਾਂ ਅਗਿਆਤ ਹਨ।

ਸ਼ਾਂਤ ਰਾਤ ਵਿੱਚ ਮੈਨੂੰ ਦਾਗ਼ਿਸਤਾਨ ਦੀਆਂ ਸੜਕਾਂ 'ਤੇ ਘੁੰਮਣਾ ਚੰਗਾ ਲੱਗਦਾ ਹੈ। ਜਦੋਂ ਮੈਂ ਸੜਕਾਂ ਦੇ ਨਾਂ ਪੜ੍ਹਦਾ ਹਾਂ, ਤਾਂ ਮੈਨੂੰ ਅਜਿਹਾ ਪ੍ਰਤੀਤ ਹੁੰਦਾ ਹੈ ਕਿ ਦੁਬਾਰਾ ਸਾਡੇ ਜਨ-ਸਮੂਹ ਦੀ ਇਨਕਲਾਬੀ ਕਮੇਟੀ ਦੀ ਮੀਟਿੰਗ ਹੋ ਰਹੀ ਹੈ। ਮਖ਼ਚ ਦਾਖ਼ਦਾਇਏਬ। ਮੈਨੂੰ ਉਸ ਦੀ ਆਵਾਜ਼ ਸੁਣਾਈ ਦਿੰਦੀ ਹੈ, "ਅਸੀਂ ਇਨਕਲਾਬ ਦਾ ਸੰਘਰਸ਼ ਕਰਨ ਵਾਲੇ ਆਂ। ਸਾਡੀਆਂ ਭਾਸ਼ਾਵਾਂ, ਸਾਡੇ ਨਾਂ ਅਤੇ ਸੁਭਾਅ ਵੱਖ-ਵੱਖ ਨੇ। ਪਰ ਇੱਕ ਚੀਜ਼ ਸਾਂਝੀ ਐ, ਇਨਕਲਾਬ ਅਤੇ ਦਾਗ਼ਿਸਤਾਨ ਪ੍ਰਤੀ ਸ਼ਰਧਾ। ਇਨਕਲਾਬ ਅਤੇ ਦਾਗ਼ਿਸਤਾਨ ਲਈ ਸਾਡੇ ਵਿੱਚੋਂ ਕੋਈ ਵੀ, ਨਾਂ ਤਾਂ ਆਪਣਾ ਖ਼ੂਨ ਅਤੇ ਨਾ ਹੀ ਜ਼ਿੰਦਗੀ ਕੁਰਬਾਨ ਕਰਨ ਤੋਂ ਹੀ ਝਿਜਕੇਗਾ।"

ਪ੍ਰਿੰਸ ਤਾਰਕੋਵਸਕੀ ਦੇ ਦਸਤੇ ਦੇ ਬਦਮਾਸ਼ਾਂ ਨੇ ਮਖ਼ਚ ਦੀ ਹੱਤਿਆ ਕਰ ਦਿੱਤੀ।

ਉੱਲੂਬੀ ਬੂਯਨਾਕਸਕੀ, ਮੈਨੂੰ ਉਸ ਦੀ ਆਵਾਜ਼ ਸੁਣਾਈ ਦੇ ਰਹੀ ਹੈ, "ਦੁਸ਼ਮਣ ਮੈਨੂੰ ਮਾਰ ਸੁੱਟਣਗੇ। ਉਹ ਮੇਰੇ ਦੋਸਤਾਂ ਦੀ ਵੀ ਹੱਤਿਆ ਕਰ ਦੇਣਗੇ। ਪਰ ਇੱਕ ਘਸੁੰਨ ਦੇ ਰੂਪ ਵਿੱਚ ਇਕੱਠੀਆਂ ਹੋਈਆਂ ਸਾਡੀਆਂ ਉਂਗਲਾਂ ਨੂੰ ਕੋਈ ਵੱਖ ਨਹੀਂ ਕਰ ਸਕੇਗਾ। ਇਹ ਘਸੁੰਨ ਭਾਰੀ ਅਤੇ ਭਰੋਸੇ ਵਾਲਾ ਐ, ਕਿਉਂਕਿ ਦਾਗ਼ਿਸਤਾਨ ਦੇ ਦੁੱਖ-ਦਰਦਾਂ ਅਤੇ ਇਨਕਲਾਬ ਦੇ ਵਿਚਾਰਾਂ ਨੇ ਉਸ ਨੂੰ ਘਸੁੰਨ ਦਾ ਰੂਪ ਦੇ ਦਿੱਤੈ। ਜ਼ਾਲਮਾਂ ਦੀ ਸ਼ਾਮਤ ਲਿਆ ਦੇਵੇਗਾ। ਇਹ ਜਾਣ ਲਵੋ।"

ਦੇਨੀਕਿਨ ਦੇ ਸੈਨਿਕਾਂ ਨੇ ਦਾਗ਼ਿਸਤਾਨ ਦੇ ਜਵਾਨ ਕਮਿਊਨਿਸਟ, ਅਠਾਈ ਸਾਲ ਦੇ ਉਲੂਬੀ ਦੀ ਹੱਤਿਆ ਕਰ ਦਿੱਤੀ। ਉਨ੍ਹਾਂ ਨੇ ਉਸ ਨੂੰ ਰੇਗਿਸਤਾਨ ਵਿੱਚ ਮਾਰਿਆ ਸੀ। ਹੁਣ ਉੱਥੇ ਪੋਸਤ ਦੇ ਫੁੱਲ ਖਿੜਦੇ ਹਨ।

ਮੈਨੂੰ ਓਸਕਾਰ ਲੇਸ਼ਚੀਂਸਕੀ, ਕਾਜ਼ੀ-ਮੁਹੰਮਦ, ਅਗਾਸੀਏਵ, ਹਾਰੂੰ ਸਈਦੋਵ, ਅਲੀਬੇਕ ਬਗਾਤੀਰੋਵ, ਸਾਫ਼ਾਰ ਦੁਦਾਰੋਵ, ਸੋਲਤਨ-ਸਈਦ, ਕਜ਼ਬੇਕੋਵ, ਪਿਤਾ-ਪੁੱਤਰ ਬਾਤਿਰਮੁਰਜ਼ਾਏਵ, ਓਮਾਰੋਵ-ਚੋਖਸਕੀ ਦੀਆਂ ਆਵਾਜ਼ਾਂ ਵੀ ਸੁਣਾਈ ਦਿੰਦੀਆਂ ਹਨ। ਬਹੁਤ ਵੱਡੀ ਗਿਣਤੀ ਹੈ ਉਨ੍ਹਾਂ ਦੀ, ਜਿਨ੍ਹਾਂ ਦੀ ਹੱਤਿਆ ਕੀਤੀ ਗਈ। ਪਰ ਨਾਂ ਅੱਗ ਹੈ, ਚਮਕਦਾ ਤਾਰਾ ਅਤੇ ਗੀਤ ਹੈ। ਉਹ ਸਾਰੇ ਬੀਰ ਹਨ, ਜੋ ਹਮੇਸ਼ਾ ਜਵਾਨ ਰਹਿਣਗੇ। ਉਹ ਸਾਡੇ ਦਾਗ਼ਿਸਤਾਨ ਦੇ ਚਾਪਯੇਵ, ਸ਼ੋਰਸ ਅਤੇ ਸ਼ਾਉਮਿਆਨ ਹਨ। ਆਖ਼ਤੀ, ਆਯਾ-ਕਾਕਾ ਦੇ ਦੱਰੇ, ਕਾਸੂਮਕੇਂਟ ਦੇ ਝਰਨੇ, ਖ਼ੂੰਜ਼ਹ ਕਿਲੇ ਦੀ ਕੰਧ ਪਿੱਛੇ ਜਲਾ ਦਿੱਤੇ ਗਏ ਹਾਸਾਵਯੂਰਤ ਅਤੇ ਪ੍ਰਾਚੀਨ ਦੇਬੇਂਤ ਵਿੱਚ ਉਨ੍ਹਾਂ ਦੀਆਂ ਜਾਨਾਂ ਗਈਆਂ। ਅਰਾਕਾਨ ਦੱਰੇ ਵਿੱਚ ਇੱਕ ਵੀ ਅਜਿਹਾ ਪੱਥਰ ਨਹੀਂ ਹੈ, ਜੋ ਦਾਗ਼ਿਸਤਾਨ ਦੇ ਕਮਿਸਾਰਾਂ ਦੇ ਖ਼ੂਨ ਨਾਲ ਲੱਥ-ਪੱਥ ਨਾ ਹੋਇਆ ਹੋਵੇ। ਮੋਖ਼ੋਚ ਪਰਬਤ-ਮਾਲਾ ਵਿੱਚ ਹੀ ਬਗਾਤੀਰੋਵ ਨੂੰ ਫਸਾਉਣ ਲਈ ਫ਼ੌਜੀ ਫੰਦੇ ਦਾ ਪ੍ਰਬੰਧ ਕੀਤਾ ਗਿਆ ਸੀ। ਤੇਮੀਰਖ਼ਾਨ-ਸ਼ੂਰਾ, ਪੋਰਟ-ਪੇਤ੍ਰੋਵਸਕ ਅਤੇ ਚਾਰੇ ਕੋਇਸੂ ਨਦੀਆਂ ਨੇ ਵੀ ਖ਼ੂਨ ਵਹਿੰਦਾ ਦੇਖਿਆ ਸੀ, ਜਿੱਥੇ ਹੁਣ ਸ਼ਹੀਦਾਂ ਦੀ ਯਾਦ ਵਿੱਚ ਫੁੱਲ ਸੁੱਟੇ ਜਾਂਦੇ ਹਨ। ਇੱਕ ਲੱਖ ਦਾਗ਼ਿਸਤਾਨੀ ਕਮਿਊਨਿਸਟ ਅਤੇ ਪਾਰਟੀਜ਼ਾਨ ਜਾਂ ਛਾਪੇ-ਮਾਰ ਜੂਝ ਮਰੇ। ਪਰ ਦੂਜੇ ਜਨ-ਸਮੂਹ ਦਾਗ਼ਿਸਤਾਨ ਬਾਰੇ ਜਾਣ ਗਏ। ਲੱਖਾਂ ਲੋਕਾਂ ਨੇ ਲਾਲ ਦਾਗ਼ਿਸਤਾਨ ਵੱਲ ਦੋਸਤੀ ਦੇ ਹੱਥ ਵਧਾਏ। ਇਨ੍ਹਾਂ ਮਿੱਤਰਤਾ ਭਰਪੂਰ ਹੱਥਾਂ ਦੀ ਗਰਮੀ ਅਨੁਭਵ ਕਰਕੇ ਦਾਗ਼ਿਸਤਾਨ ਦੇ ਲੋਕਾਂ ਨੇ ਕਿਹਾ, "ਹੁਣ ਸਾਡੀ ਗਿਣਤੀ ਘੱਟ ਨਹੀਂ।"

ਯੁੱਧ ਨਾਲ ਲੋਕਾਂ ਦਾ ਜਨਮ ਨਹੀਂ ਹੁੰਦਾ, ਪਰ ਇਨਕਲਾਬੀ ਲੜਾਈਆਂ ਦੀ ਅੱਗ ਵਿੱਚ ਨਵੇਂ ਦਾਗ਼ਿਸਤਾਨ ਦਾ ਜਨਮ ਹੋਇਆ।

13 ਨਵੰਬਰ, 1920 ਨੂੰ ਦਾਗ਼ਿਸਤਾਨ ਦੇ ਜਨ-ਸਮੂਹ ਦੀ ਪਹਿਲੀ ਅਸਾਧਾਰਨ ਕਾਂਗਰਸ ਹੋਈ। ਇਸ ਕਾਂਗਰਸ ਵਿੱਚ ਰੂਸੀ ਸੰਘ ਦੀ ਸਰਕਾਰ ਵੱਲੋਂ ਸਟਾਲਿਨ ਨੇ ਭਾਸ਼ਣ ਦਿੱਤਾ। ਉਨ੍ਹਾਂ ਨੇ ਪਰਬਤੀ ਦੇਸ਼ ਦਾਗ਼ਿਸਤਾਨ ਨੂੰ ਖ਼ੁਦ-ਮੁਖਤਿਆਰ ਐਲਾਨਿਆ। ਨਵਾਂ ਨਾਂ, ਨਵਾਂ ਮਾਰਗ, ਨਵੀਂ ਕਿਸਮਤ।

ਛੇਤੀ ਹੀ ਦਾਗ਼ਿਸਤਾਨ ਦੇ ਜਨ-ਸਮੂਹ ਨੂੰ ਇੱਕ ਤੋਹਫ਼ਾ ਮਿਲਿਆ। ਲੈਨਿਨ ਨੇ 'ਲਾਲ ਦਾਗ਼ਿਸਤਾਨ ਲਈ', ਇਹ ਸ਼ਬਦ ਲਿਖ ਕੇ ਫੋਟੋ ਭੇਜੀ। ਕੁਬਾਚੀ ਦੇ ਸੁਨਿਆਰਾਂ ਅਤੇ

ਉੱਤਸੂਕੂਲ ਦੇ ਲੱਕੜੀ 'ਤੇ ਨੱਕਾਸ਼ੀ ਕਰਨ ਵਾਲਿਆਂ ਨੇ ਇਸ ਤਸਵੀਰ ਲਈ ਅਦਭੁੱਤ ਫਰੇਮ ਬਣਾਇਆ। ਇਸੇ ਸਾਲ ਮਖ਼ਚਕਲਾ ਦੀ ਬੰਦਰਗਾਹ ਤੋਂ 'ਲਾਲ ਦਾਗ਼ਿਸਤਾਨ' ਨਾਂ ਦਾ ਨਵਾਂ ਜਹਾਜ਼ ਪਾਣੀ ਵਿੱਚ ਉੱਤਰਿਆ। ਪਰ ਖ਼ੁਦ ਦਾਗ਼ਿਸਤਾਨ ਹੀ ਹੁਣ ਇੱਕ ਅਜਿਹੇ ਸ਼ਕਤੀਸ਼ਾਲੀ ਜਹਾਜ਼ ਵਰਗਾ ਸੀ, ਜੋ ਬਹੁਤ ਵੱਡੇ ਅਤੇ ਨਵੇਂ ਸਫ਼ਰ 'ਤੇ ਰਵਾਨਾ ਹੋਇਆ ਸੀ।

"ਸਰਘੀ ਦਾ ਤਾਰਾ', ਦਾਗ਼ਿਸਤਾਨ ਦੀ ਪਹਿਲੀ ਪੱਤ੍ਰਿਕਾ ਨੂੰ ਇਹੀ ਨਾਂ ਦਿੱਤਾ ਗਿਆ ਸੀ। ਦਾਗ਼ਿਸਤਾਨ ਵਿੱਚ ਸੁਬ੍ਹਾ ਹੋ ਗਈ ਸੀ। ਵਿਸ਼ਾਲ ਸੰਸਾਰ ਵੱਲ ਖਿੜਕੀ ਖੁੱਲ੍ਹ ਗਈ ਸੀ।

ਗ੍ਰਹਿ-ਯੁੱਧ ਦੇ ਮੁਸ਼ਕਿਲ ਦਿਨਾਂ ਵਿੱਚ, ਜਦੋਂ ਪਹਾੜਾਂ ਵਿੱਚ ਗੋਤਸੀਂਸਕੀ ਦੇ ਫ਼ੌਜੀ ਦਸਤਿਆਂ ਦਾ ਬੋਲਬਾਲਾ ਸੀ, ਮੇਰੇ ਪਿਤਾ ਜੀ ਨੂੰ ਸਕੂਲ ਦੇ ਆਪਣੇ ਇੱਕ ਸਹਿਪਾਠੀ ਦਾ ਪੱਤਰ ਮਿਲਿਆ।

ਇਸ ਪੱਤਰ ਵਿੱਚ ਸਾਬਕਾ ਸਹਿਪਾਠੀ ਨੇ ਨਜਮੁਦੀਨ ਗੋਤਸੀਂਸਕੀ ਅਤੇ ਉਸ ਦੀਆਂ ਫ਼ੌਜਾਂ ਦੀ ਚਰਚਾ ਕੀਤੀ ਸੀ। ਪੱਤਰ ਦੇ ਅੰਤ ਵਿੱਚ ਲਿਖਿਆ ਸੀ, "ਇਮਾਮ ਨਜਮੁਦੀਨ ਤੁਹਾਡੇ ਨਾਲ ਨਾਰਾਜ਼ ਐ। ਮੈਨੂੰ ਲੱਗਿਆ ਕਿ ਉਸ ਦੀ ਬੜੀ ਇੱਛਾ ਐ ਕਿ ਤੁਸੀਂ ਪਹਾੜੀ ਗਰੀਬਾਂ ਨੂੰ ਸੰਬੋਧਨ ਕਰਦੇ ਹੋਏ ਕਵਿਤਾਵਾਂ ਲਿਖੋ, ਜਿਨ੍ਹਾਂ ਵਿੱਚ ਇਮਾਮ ਬਾਰੇ ਸੱਚਾਈ ਦੱਸੋ। ਮੈਂ ਤੁਹਾਡੇ ਨਾਲ ਸੰਪਰਕ ਸਥਾਪਿਤ ਕਰਨ ਦੀ ਜ਼ਿੰਮੇਵਾਰੀ ਲਈ ਐ ਅਤੇ ਉਸ ਨੂੰ ਵਚਨ ਦਿੱਤੈ ਕਿ ਤੁਸੀਂ ਅਜਿਹਾ ਕਰ ਦਿਉਗੇ। ਮੈਂ ਤੁਹਾਨੂੰ ਆਪਣੀ ਬੇਨਤੀ ਅਤੇ ਇਮਾਮ ਦੀ ਇੱਛਾ ਪੂਰੀ ਕਰਨ ਦੀ ਗੁਜ਼ਾਰਿਸ਼ ਕਰਦਾਂ। ਨਜਮੁਦੀਨ ਤੁਹਾਡੇ ਜਵਾਬ ਦੀ ਉਡੀਕ ਵਿੱਚ ਐ।"

ਪਿਤਾ ਜੀ ਨੇ ਉੱਤਰ ਦਿੱਤਾ, "ਜੇਕਰ ਤੁਸੀਂ ਆਪਣੇ ਉੱਪਰ ਅਜਿਹੀ ਜ਼ਿੰਮੇਵਾਰੀ ਲਈ ਐ, ਤਾਂ ਤੁਸੀਂ ਹੀ ਨਜਮੁਦੀਨ ਬਾਰੇ ਕਵਿਤਾ ਲਿਖੋ। ਜਿੱਥੋਂ ਤੱਕ ਮੇਰਾ ਸਬੰਧ ਐ, ਤਾਂ ਮੈਂ ਉਸ ਦੀ ਪਣ-ਚੱਕੀ ਨੂੰ ਚਲਾਉਣ ਲਈ ਪਾਣੀ ਪਹੁੰਚਾਉਣ ਦਾ ਇਰਾਦਾ ਨਹੀਂ ਰੱਖਦਾ। ਵਾਸਲਾਮ, ਵਾਕਲਾਮ....।"

ਇਸੇ ਵੇਲੇ ਬੋਲਸ਼ੇਵਿਕ ਮੁਹੰਮਦ-ਮਿਰਜ਼ਾ ਖ਼ਿਜ਼ਰੇਏਵ ਨੇ ਪਿਤਾ ਜੀ ਨੂੰ ਤੇਮੀਰਖ਼ਾਨ-ਸ਼ੂਰਾ ਤੋਂ ਨਿੱਕਲਣ ਵਾਲੇ 'ਲਾਲ ਪਰਬਤ' ਅਖ਼ਬਾਰ ਨਾਲ ਸਹਿਯੋਗ ਕਰਨ ਲਈ ਬੁਲਾਇਆ। ਇਸੇ ਅਖ਼ਬਾਰ ਵਿੱਚ ਪਿਤਾ ਜੀ ਦੀ ਕਵਿਤਾ 'ਪਹਾੜੀ ਗਰੀਬਾਂ ਨੂੰ ਅਪੀਲ' ਪ੍ਰਕਾਸ਼ਿਤ ਹੋਈ।

ਪਿਤਾ ਜੀ ਨਵੇਂ ਦਾਗ਼ਿਸਤਾਨ ਬਾਰੇ ਲਿਖਦੇ ਰਹੇ, 'ਲਾਲ ਪਰਬਤ' ਅਖ਼ਬਾਰ ਵਿੱਚ ਕੰਮ ਕਰਦੇ ਰਹੇ। ਪਿਤਾ ਜੀ ਨੂੰ ਬੱਚੀ ਦਾ ਨਾਂ ਰੱਖਣ ਲਈ ਬੁਲਾਇਆ ਗਿਆ। ਬੱਚੀ ਨੂੰ ਹੱਥ ਵਿੱਚ ਉੱਚਾ ਉਠਾ ਕੇ ਪਿਤਾ ਜੀ ਨੇ ਉਸ ਦੇ ਨਾਂ ਦਾ ਐਲਾਨ ਕੀਤਾ:

"ਜ਼ਾਗਰਾ!"

ਜ਼ਾਗਰਾ ਦਾ ਅਰਥ ਹੈ, ਤਾਰਾ।

ਨਵੇਂ ਤਾਰਿਆਂ ਦਾ ਜਨਮ ਹੋਇਆ। ਰਣਭੂਮੀ ਵਿੱਚ ਜੂਝ ਮਰਨ ਵਲੇ ਬੀਰਾਂ ਦੇ ਨਾਂ ਵਾਲੇ ਬੱਚੇ ਵੱਡੇ ਹੋ ਰਹੇ ਸਨ। ਪੂਰਾ ਦਾਗ਼ਿਸਤਾਨ ਇੱਕ ਬਹੁਤ ਵੱਡੇ ਪੰਘੂੜੇ ਵਰਗਾ ਬਣ ਗਿਆ।

ਕਾਸਪੀ ਸਾਗਰ ਦੀਆਂ ਲਹਿਰਾਂ ਉਸ ਲਈ ਲੋਰੀ ਗਾਉਂਦੀਆਂ ਸਨ। ਵਿਰਾਟ

ਸੋਵੀਅਤ ਦੇਸ਼ ਜਿਵੇਂ ਬੱਚੇ ਵਰਗੇ ਦਾਗ਼ਿਸਤਾਨ ਦੀ ਚਿੰਤਾ ਕਰਨ ਲਈ ਉਸ ਦੇ ਉੱਪਰ ਝੁਕ ਗਿਆ।

* * *

ਮੇਰੇ ਅੰਮਾਂ ਉਸ ਵੇਲੇ ਕਾਲੀਆਂ ਚਿੜੀਆਂ, ਪੱਥਰਾਂ ਦੇ ਹੇਠਾਂ ਉੱਗਣ ਵਾਲੇ ਘਾਹ, ਖ਼ੁਸ਼ਹਾਲ ਪੱਤਝੜ ਬਾਰੇ ਗੀਤ ਗਾਉਂਦੇ ਸਨ। ਇਨ੍ਹਾਂ ਲੋਰੀਆਂ ਦੇ ਪਰਛਾਵੇਂ ਵਿੱਚ ਸਾਡੇ ਘਰ ਵਿੱਚ ਤਿੰਨ ਬੇਟੇ ਅਤੇ ਇੱਕ ਬੇਟੀ ਵੱਡੀ ਹੋ ਰਹੀ ਸੀ।

ਦਾਗ਼ਿਸਤਾਨ ਵਿੱਚ ਦੁਬਾਰਾ ਇੱਕ ਲੱਖ ਬੇਟੇ-ਬੇਟੀਆਂ ਵੱਡੇ ਹੋ ਗਏ। ਹਲਵਾਹਕ, ਪਸ਼ੂ-ਪਾਲਕ, ਮਾਲੀ, ਮਛੇਰੇ, ਬੁੱਤਘਾੜੇ, ਪੱਚੀਕਾਰ, ਖੇਤੀ ਵਿਗਿਆਨੀ, ਡਾਕਟਰ, ਅਧਿਆਪਕ, ਇੰਜੀਨੀਅਰ ਕਵੀ ਅਤੇ ਕਲਾਕਾਰ ਜਵਾਨ ਹੋ ਗਏ। ਜਹਾਜ਼ ਤੈਰਨ ਲੱਗੇ, ਹਵਾਈ ਜਹਾਜ਼ ਉਡਾਣਾਂ ਭਰਨ ਲੱਗੇ ਅਤੇ ਹੁਣ ਤੱਕ ਅਣਦੇਖੀਆਂ-ਅਣਜਾਣੀਆਂ ਬੱਤੀਆਂ ਜਗਮਗਾ ਉੱਠੀਆਂ।

"ਹੁਣ ਮੈਂ ਬਹੁਤ ਵੱਡੀ ਦੌਲਤ ਦਾ ਮਾਲਕ ਬਣ ਗਿਆਂ।" ਸੁਲੇਮਾਨ ਸਤਾਲੀਂਸਕੀ ਨੇ ਕਿਹਾ।

"ਹੁਣ ਮੈਂ ਕੇਵਲ ਆਪਣੇ ਪਿੰਡ ਲਈ ਨਹੀਂ, ਬਲਕਿ ਪੂਰੇ ਦੇਸ਼ ਲਈ ਜਵਾਬਦੇਹ ਆਂ।"

"ਮੇਰੇ ਗੀਤੋ, ਕ੍ਰੇਮਲਿਨ ਨੂੰ ਉੱਡ ਜਾਓ।" ਅਬੂਤਾਲਿਬ ਨੇ ਉਤਸ਼ਾਹ ਨਾਲ ਕਿਹਾ।

ਨਵੀਆਂ ਪੀੜ੍ਹੀਆਂ ਨੇ ਸਾਡੀ ਜਨਤਾ ਨੂੰ ਨਵੇਂ ਲੱਛਣ ਪ੍ਰਦਾਨ ਕੀਤੇ।

ਸੋਵੀਅਤਾਂ ਦਾ ਮਹਾਨ ਦੇਸ਼, ਇੱਕ ਬਹੁਤ ਸ਼ਕਤੀਸ਼ਾਲੀ ਦਰੱਖਤ ਹੈ। ਦਾਗ਼ਿਸਤਾਨ ਉਸ ਦੀ ਇੱਕ ਟਾਹਣੀ ਹੈ।

ਇਸ ਦਰੱਖਤ ਦੀ ਜੜ ਪੁੱਟਣ, ਇਸ ਦੇ ਤਣੇ ਅਤੇ ਟਾਹਣੀਆਂ ਨੂੰ ਜਲਾ ਦੇਣ ਲਈ ਫ਼ਾਸਿਸਟਾਂ ਨੇ ਸਾਡੇ 'ਤੇ ਹਮਲਾ ਕਰ ਦਿੱਤਾ।

ਉਸ ਦਿਨ ਜੀਵਨ ਆਪਣੇ ਸਾਧਾਰਨ ਢੰਗ ਨਾਲ ਚੱਲਣ ਵਾਲਾ ਸੀ। ਖ਼ੂੰਜ਼ਹ ਵਿੱਚ ਐਤਵਾਰ ਦੇ ਦਿਨ ਮੰਡੀ ਲੱਗੀ ਹੋਈ ਸੀ। ਕਿਸੇ ਵਿੱਚ ਖੇਤੀ-ਖੇਤਰ ਦੀਆਂ ਪ੍ਰਾਪਤੀਆਂ ਦੀ ਪ੍ਰਦਰਸ਼ਨੀ ਲਗਾਈ ਗਈ ਸੀ। ਨੌਜਵਾਨਾਂ ਦਾ ਦਲ ਸੇਦਲੋ ਪਹਾੜ ਦੀ ਚੋਟੀ 'ਤੇ ਜਿੱਤ ਪ੍ਰਾਪਤ ਕਰਨ ਗਿਆ ਸੀ। ਅਵਾਰ ਥਿਏਟਰ ਮੇਰੇ ਪਿਤਾ ਜੀ ਦਾ ਨਾਟਕ 'ਮੁਸੀਬਤਾਂ ਨਾਲ ਭਰਿਆ ਸੰਦੂਕ' ਪੇਸ਼ ਕਰਨ ਦੀ ਤਿਆਰੀ ਕਰ ਰਿਹਾ ਸੀ। ਉਸ ਸ਼ਾਮ ਨੂੰ ਉਸ ਦਾ ਪਹਿਲਾ ਪ੍ਰਦਰਸ਼ਨ ਹੋਣ ਵਾਲਾ ਸੀ।

ਪਰ ਸੁਬ੍ਹਾ ਨੂੰ ਮੁਸੀਬਤਾ ਦਾ ਅਜਿਹਾ ਸੰਦੂਕ ਖੁੱਲ੍ਹਿਆ ਕਿ ਬਾਕੀ ਮੁਸੀਬਤਾਂ ਭੁੱਲ ਜਾਣੀਆਂ ਪਈਆਂ। ਸੁਬ੍ਹਾ ਨੂੰ ਯੁੱਧ ਸ਼ੁਰੂ ਹੋ ਗਿਆ।

ਉਸੇ ਵੇਲੇ ਵੱਖ-ਵੱਖ ਪਿੰਡਾਂ ਤੋਂ ਮਰਦਾਂ ਅਤੇ ਨੌਜਵਾਨਾਂ ਦਾ ਤਾਂਤਾ ਬੱਝ ਗਿਆ। ਇੱਕ ਦਿਨ ਪਹਿਲਾਂ ਤੱਕ ਇਹ ਲੋਕ ਸ਼ਾਂਤੀਪੂਰਨ ਜੀਵਨ ਬਿਤਾਉਣ ਵਾਲੇ ਚਰਵਾਹੇ ਅਤੇ ਹਲਵਾਹਕ ਸਨ ਅਤੇ ਹੁਣ ਮਾਤ-ਭੂਮੀ ਦੇ ਰਾਖੇ। ਦਾਗ਼ਿਸਤਾਨ ਦੇ ਸਾਰੇ ਪਿੰਡਾਂ ਦੇ ਘਰਾਂ ਦੀਆਂ ਛੱਤਾਂ 'ਤੇ ਬੁੱਢੀਆਂ, ਬੱਚੇ ਅਤੇ ਔਰਤਾਂ ਖੜ੍ਹੀਆਂ ਦੇਰ ਤੱਕ ਮੋਰਚੇ 'ਤੇ ਜਾਣ ਵਾਲੇ

ਇਨ੍ਹਾਂ ਲੋਕਾਂ ਨੂੰ ਦੇਖਦੀਆਂ ਰਹੀਆਂ। ਇਹ ਬਹੁਤ ਸਮੇਂ ਲਈ ਅਤੇ ਕੁੱਝ ਤਾਂ ਹਮੇਸ਼ਾ ਲਈ ਆਪਣੇ ਘਰਾਂ ਤੋਂ ਚਲੇ ਗਏ। ਬਸ, ਇਹੀ ਸੁਣਨ ਨੂੰ ਮਿਲਦਾ ਸੀ:

"ਅਲਵਿਦਾ, ਅੰਮਾਂ।"

"ਸੁਖੀ ਰਹੋ, ਪਿਤਾ ਜੀ।"

"ਅਲਵਿਦਾ, ਦਾਗ਼ਿਸਤਾਨ।"

"ਤੁਹਾਡਾ ਸਫ਼ਰ ਖ਼ੁਸ਼ੀਆਂ ਭਰਪੂਰ ਹੋਵੇ, ਬੱਚਿਓ। ਜੇਤੂ ਹੋ ਕੇ ਘਰ ਵਪਸ ਆਓ।"

ਸਾਗਰ ਤੋਂ ਪਰਬਤਾਂ ਨੂੰ ਜਿਵੇਂ ਵੱਖ ਕਰਦੀਆਂ ਹੋਈਆਂ ਗੱਡੀਆਂ 'ਤੇ ਗੱਡੀਆਂ ਮਖ਼ਚਕਲਾ ਤੋਂ ਤੁਰੀਆਂ ਜਾ ਰਹੀਆਂ ਸਨ। ਉਹ ਦਾਗ਼ਿਸਤਾਨ ਦੀ ਜਵਾਨੀ, ਸ਼ਕਤੀ ਅਤੇ ਖ਼ੂਬਸੂਰਤੀ ਨੂੰ ਆਪਣੇ ਨਾਲ ਲਈ ਜਾ ਰਹੀਆਂ ਸਨ। ਸਾਰੇ ਦੇਸ਼ ਨੂੰ ਇਸ ਸ਼ਕਤੀ ਦੀ ਜ਼ਰੂਰਤ ਸੀ। ਰਹਿ-ਰਹਿ ਕੇ ਇਹੀ ਸੁਣਨ ਨੂੰ ਮਿਲਦਾ ਸੀ:

"ਅਲਵਿਤਾ, ਮੇਰੀ ਮੰਗੇਤਰ।"

"ਨਮਸਤੇ, ਪਿਆਰੀ ਪਤਨੀ।"

"ਮੈਨੂੰ ਛੱਡ ਕੇ ਨਾ ਜਾਓ, ਮੈਂ ਤੁਹਾਡੇ ਨਾਲ ਰਹਿਣਾ ਚਾਹੁਨੀ ਆਂ।"

"ਜੇਤੂ ਹੋ ਕੇ ਵਾਪਸ ਮੁੜਾਂਗੇ।"

ਗੱਡੀਆਂ ਜਾ ਰਹੀਆਂ ਸਨ। ਲਗਾਤਾਰ ਗੱਡੀਆਂ ਜਾ ਰਹੀਆਂ ਸਨ।

ਮੈਨੂੰ ਆਪਣੇ ਪਿਆਰੇ ਅਧਿਆਪਕ ਸਿਖਲਾਈ ਕਾਲਜ ਦੀ ਯਾਦ ਆਉਂਦੀ ਹੈ। ਇਨਕਲਾਬੀ ਸ਼ਹੀਦਾਂ ਦੇ ਬੰਧੂ-ਕਬਰਿਸਤਾਨ ਦੇ ਨੇੜੇ ਦਾਗ਼ਿਸਤਨ ਦੀ ਘੋੜ-ਰੈਜਿਮੈਂਟ ਤਿਆਰ ਖੜ੍ਹੀ ਸੀ। ਲਾਲ ਛਾਪੇ-ਮਾਰ, ਪ੍ਰਸਿੱਧ ਕਾਰਾ ਕਾਰਾਯੇਵ ਉਸ ਦੀ ਕਮਾਂਡ ਸੰਭਾਲ ਰਿਹਾ ਸੀ। ਘੋੜ-ਸੈਨਿਕਾਂ ਦੇ ਚਿਹਰੇ 'ਤੇ ਬੜੇ ਕਠੋਰ ਅਤੇ ਗੰਭੀਰ ਸਨ। ਰੈਜਿਮੈਂਟ ਵਫ਼ਾਦਾਰੀ ਸਹੁੰ ਖਾ ਰਹੀ ਸੀ।

ਨੱਬੇ ਸਾਲ ਦੇ ਪਹਾੜੀ ਬਜ਼ੁਰਗ ਨੇ ਰੈਜਿਮੈਂਟ ਨੂੰ ਵਿਦਾ ਕਰਦੇ ਹੋਏ ਇਹ ਸ਼ਬਦ ਕਹੇ:

"ਅਫ਼ਸੋਸ ਦੀ ਗੱਲ ਐ ਕਿ ਮੇਰੀ ਉਮਰ ਅੱਜ ਤੀਹ ਸਾਲ ਦੀ ਨਹੀਂ। ਫਿਰ ਵੀ ਮੈਂ ਆਪਣੇ ਤਿੰਨ ਬੇਟਿਆਂ ਦੇ ਨਾਲ ਜਾ ਸਕਦਾਂ।"

ਬਾਅਦ ਵਿੱਚ 'ਦਾਗ਼ਿਸਤਾਨ' ਨਾਮਕ ਲੜਾਕੂ ਹਵਾਈ ਜਹਾਜ਼ਾਂ ਦਾ ਦਸਤਾ ਬਣਿਆ, 'ਸ਼ਾਮਿਲ' ਨਾਂ ਦਾ ਟੈਂਕ-ਦਲ ਅਤੇ 'ਦਾਗ਼ਿਸਤਾਨੀ ਕੋਮਸੋਮੋਲ' ਨਾਮਕ ਬਖ਼ਤਰਬੰਦ ਗੱਡੀ। ਪਿਤਾ ਅਤੇ ਪੁੱਤਰ ਇੱਕ ਹੀ ਕਤਾਰ ਵਿੱਚ ਦੁਸ਼ਮਣ ਦੇ ਖ਼ਿਲਾਫ਼ ਲੜ ਰਹੇ ਸਨ। ਪਹਾੜਾਂ ਉੱਪਰ ਫਿਰ ਫ਼ੌਜੀ ਸ਼ਾਨ ਚਮਕਣ ਲੱਗੀ। ਸਾਡੀਆਂ ਔਰਤਾਂ ਨੇ ਆਪਣੇ ਕੰਗਣ ਅਤੇ ਝੁਮਕੇ, ਪੇਟੀਆਂ ਅਤੇ ਅੰਗੂਠੀਆਂ, ਆਪਣੇ ਚੁਣੇ ਹੋਏ ਵਰਾਂ, ਪਤੀਆਂ ਅਤੇ ਪਿਤਾਵਾਂ ਦੇ ਤੋਹਫ਼ੇ, ਸੋਨਾ-ਚਾਂਦੀ, ਰਤਨ-ਹੀਰੇ ਅਤੇ ਦਾਗ਼ਿਸਤਾਨ ਦੀਆਂ ਪ੍ਰਾਚੀਨ ਕਲਾ-ਕ੍ਰਿਤਾਂ ਵੱਡੇ ਸੋਵੀਅਤ ਦੇਸ਼ ਨੂੰ ਭੇਟ ਕਰ ਦਿੱਤੀਆਂ, ਤਾਂ ਕਿ ਉਹ ਜਿੱਤ ਹਾਸਲ ਕਰ ਸਕੇ।

ਹਾਂ, ਦਾਗ਼ਿਸਤਾਨ ਮੋਰਚੇ 'ਤੇ ਚਲਾ ਗਿਆ। ਉਸ ਨੇ ਪੂਰੇ ਦੇਸ਼ ਨਾਲ ਮਿਲ ਕੇ

ਯੁੱਧ ਵਿੱਚ ਹਿੱਸਾ ਲਿਆ। ਸੈਨਾ ਦੇ ਹਰ ਹਿੱਸੇ, ਜਹਾਜ਼ੀਆਂ, ਪੈਦਲ ਫ਼ੌਜੀਆਂ, ਟੈਂਕਚੀਆਂ ਹਵਾਬਾਜ਼ਾਂ ਅਤੇ ਤੋਪਚੀਆਂ ਵਿੱਚ, ਕਿਸੇ ਨਾ ਕਿਸੇ ਦਾਗ਼ਿਸਤਾਨੀ ਨਿਸ਼ਾਨੇਬਾਜ਼, ਹਵਾਬਾਜ਼, ਕਮਾਂਡਰ ਜਾਂ ਛਾਪੇਮਾਰ ਨੂੰ ਦੇਖਿਆ ਜਾ ਸਕਦਾ ਸੀ। ਬਹੁਤ ਦੂਰ ਤੱਕ ਫ਼ੈਲੇ ਮੋਰਚਿਆਂ ਤੋਂ ਛੋਟੇ ਦਾਗ਼ਿਸਤਾਨ ਵਿੱਚ ਸੋਗ-ਪੱਤਰ ਆਉਂਦੇ ਸਨ।

ਸਾਡੇ ਤਸਾਦਾ ਪਿੰਡ ਵਿੱਚ ਸੱਤਰ ਪਹਾੜੀ ਘਰ ਹਨ। ਲੱਗਭੱਗ ਇੰਨੇ ਹੀ ਨੌਜਵਾਨ ਲੜਾਈ ਵਿੱਚ ਗਏ। ਯੁੱਧ ਦੇ ਵਰ੍ਹਿਆਂ ਵਿੱਚ ਅੰਮਾਂ ਕਿਹਾ ਕਰਦੇ ਸਨ, "ਮੈਂ ਸੁਪਨੇ ਵਿੱਚ ਅਕਸਰ ਇਹ ਦੇਖਦੀ ਆਂ, ਜਿਵੇਂ ਸਾਡੇ ਤਸਾਦਾ ਪਿੰਡ ਦੇ ਸਾਰੇ ਨੌਜਵਾਨ ਨੀਜਨੀ ਬਣ-ਵਿਹੜੇ ਵਿੱਚ ਇਕੱਠੇ ਹੋ ਰਹੇ ਨੇ।" ਕਦੇ-ਕਦੇ ਆਕਾਸ਼ ਵਿੱਚ ਤਾਰਾ ਦੇਖ ਕੇ ਉਹ ਕਹਿੰਦੀਆਂ, "ਸ਼ਾਇਦ ਇਸ ਵੇਲੇ ਸਾਡੇ ਪਿੰਡ ਦੇ ਨੌਜਵਾਨ ਵੀ ਲੈਨਿਨਗ੍ਰਾਦ ਦੇ ਨੇੜੇ ਹੀ ਕਿਤੇ ਇਸ ਤਾਰੇ ਨੂੰ ਦੇਖ ਰਹੇ ਨੇ।" ਜਦੋਂ ਮੌਸਮੀ ਪੰਛੀ ਉੱਤਰ ਤੋਂ ਉੱਡ ਕੇ ਸਾਡੇ ਇੱਥੇ ਆਉਂਦੇ, ਤਾਂ ਮੇਰੀ ਮਾਂ ਉਨ੍ਹਾਂ ਨੂੰ ਪੁੱਛਦੀ, "ਤੁਸੀਂ ਸਾਡੇ ਤਸਾਦਾ ਦੇ ਨੌਜਵਾਨਾਂ ਨੂੰ ਤਾਂ ਨਹੀਂ ਦੇਖਿਆ?"

ਪਹਾੜੀ ਔਰਤਾਂ ਪੱਤਰ ਪੜ੍ਹਦੇ ਅਤੇ ਰੇਡੀਓ ਸੁਣਦੇ ਹੋਏ ਆਪਣੇ ਲਈ ਮੁਸ਼ਕਿਲ ਅਤੇ ਸਮਝ ਵਿੱਚ ਨਾ ਆਉਣ ਵਾਲੇ ਕੇਰਚ, ਬ੍ਰੇਸਤ, ਕੋਰਸੂਨ-ਸ਼ੇਵਚੇਂਕੋਵਸਕੀ, ਪਲੋਯੇਸਟੀ, ਕੋਂਸਤਾਆਤਸਾ, ਫ਼੍ਰੈਂਕਫੋਰਟ ਓਨ ਮਾਈਨ, ਬ੍ਰਾਂਡੇਨਬਰਗ ਆਦਿ ਸ਼ਬਦਾਂ ਨੂੰ ਮੂੰਹ ਜ਼ੁਬਾਨੀ ਯਾਦ ਕਰਨ ਦੀ ਕੋਸ਼ਿਸ਼ ਕਰਦੀਆਂ। ਪਹਾੜੀ ਔਰਤਾਂ ਖ਼ਾਸ ਤੌਰ 'ਤੇ ਦੋ ਸ਼ਹਿਰਾਂ ਦੇ ਮਾਮਲੇ ਵਿੱਚ ਗੜਬੜ ਕਰਦੀਆਂ। ਇਹ ਸ਼ਹਿਰ ਸਨ, ਬੁਖ਼ਾਰੇਸਟ ਅਤੇ ਬੁਡਾਪੇਸਟ ਅਤੇ ਹੈਰਾਨ ਹੁੰਦੀਆਂ ਕਿ ਇਹ ਦੋ ਵੱਖ ਸ਼ਹਿਰ ਹਨ।

ਹਾਂ, ਕਿੱਥੇ-ਕਿੱਥੇ ਨਹੀਂ ਗਏ ਸਾਡੇ ਤਸਾਦਾ ਪਿੰਡ ਦੇ ਨੌਜਵਾਨ।

1943 ਵਿੱਚ ਪਿਤਾ ਜੀ ਦੇ ਨਾਲ ਮੈਂ ਬਾਲਾਸ਼ੋਵ ਸ਼ਹਿਰ ਗਿਆ। ਉੱਥੇ ਮੇਰੇ ਵੱਡੇ ਭਰਾ ਦਾ ਹਸਪਤਾਲ ਵਿੱਚ ਦੇਹਾਂਤ ਹੋ ਗਿਆ ਸੀ। ਛੋਟੀ ਜਿਹੀ ਨਦੀ ਦੇ ਕਿਨਾਰੇ ਅਸੀਂ ਕਬਰ ਲੱਭ ਲਈ ਅਤੇ ਉਸ 'ਤੇ ਇਹ ਸ਼ਬਦ ਪੜ੍ਹੇ, "ਮੁਹੰਮਦ ਹਮਜ਼ਾਤੋਵ।"

ਪਿਤਾ ਜੀ ਨੇ ਇਸ ਕਬਰ 'ਤੇ ਰੂਸੀ ਬੇਰਯੋਜ਼ਾ, ਭਾਵ ਭੂਰਜ ਬਿਰਖ ਲਗਾਇਆ। ਪਿਤਾ ਜੀ ਨੇ ਕਿਹਾ, "ਸਾਡੇ ਤਸਾਦਾ ਦਾ ਕਬਰਿਸਤਾਨ ਹੁਣ ਬਹੁਤ ਫ਼ੈਲ ਗਿਐ। ਸਾਡਾ ਪਿੰਡ ਹੁਣ ਵੱਡਾ ਹੋ ਗਿਐ।"

ਮਾਤ-ਭਾਸ਼ਾ

ਤਸਾਦਾ ਦਾ ਕਬਰਿਸਤਾਨ....
ਸਫ਼ੈਦ ਕੱਫ਼ਨ ਵਿੱਚ ਪਿਆਰੇ ਗੁਆਂਵੀਓ,
ਤੁਸੀਂ ਕਬਰਾਂ ਵਿੱਚ ਹੋਏ ਦੱਫ਼ਨ ਇੱਥੇ।
ਤੁਸੀਂ ਹੋ ਨੇੜੇ, ਫਿਰ ਵੀ ਨਾ ਘਰ ਮੁੜੋਗੇ,
ਮੁੜਿਆ ਹਾਂ ਮੈਂ, ਦੂਰ ਜਾ ਕੇ ਕਿੱਥੇ-ਕਿੱਥੇ।

ਇੱਥੇ ਪਿੰਡ ਵਿੱਚ ਦੋਸਤ ਬਹੁਤ ਹੁਣ ਮੇਰੇ,
ਰਿਸ਼ਤੇਦਾਰ ਨਾ ਹੁਣ ਤਾਂ ਮੇਰੇ ਬਹੁਤ ਰਹੇ।
ਵੱਡੇ ਭਰਾ ਦੀ ਬੇਟੀ, ਮੇਰੀ ਭਤੀਜੀ ਵੀ,
ਸਵਾਗਤ ਮੇਰਾ ਕਰੇ, ਨਾ ਮੈਨੂੰ ਚਾਚਾ ਕਹੇ।

ਹੱਸਮੁਖ, ਅੱਲੜ੍ਹ ਬੱਚੀ, ਤੇਰੇ ਨਾਲ ਕੀ ਬੀਤੀ?
ਸਾਲ ਬੀਤਦੇ ਜਾਣ, ਜਿਉਂ ਕੋਈ ਨਦੀ ਵਹੇ।
ਖ਼ਤਮ ਸਕੂਲੀ ਪੜ੍ਹਾਈ ਕੀਤੀ ਸਹੇਲੀਆਂ ਨੇ,
ਪਰ ਜਿੱਥੇ ਤੂੰ, ਉੱਥੇ ਨਾ ਬਾਕੀ ਕੁੱਝ ਵੀ ਰਹੇ।

ਮੈਨੂੰ ਬੜਾ ਹੀ ਅਜਬ, ਬੇਤੁਕਾ ਇੱਥੇ ਲੱਗਿਆ,
ਜਿੱਥੇ ਨਾ ਕੋਈ ਪ੍ਰਾਣੀ, ਸਭ ਸੁੰਨਸਾਨ ਜਿਹਾ।
ਉੱਥੇ ਹੀ, ਪਿੰਡ ਦੇ ਸਾਥੀ ਦੀ ਹੈ ਕਬਰ ਜਿੱਥੇ,
ਅਚਾਨਕ ਉਸ ਦਾ ਵਾਜਾ ਵੱਜਣ ਲੱਗ ਪਿਆ।

ਜਿਵੇਂ ਪੁਰਾਣੇ ਸਮਿਆਂ ਵਾਂਗ ਹੀ ਹੁਣ ਵੀ,
ਉਸ ਦੇ ਸਾਥੀ ਦੀ ਡਫਲੀ ਵੀ ਗੂੰਜ ਉੱਠੀ।
ਮੈਨੂੰ ਲੱਗਿਆ ਆਪਣੇ ਕਿਸੇ ਗੁਆਂਢੀ ਦੀ,
ਉਸ ਦੀ ਸ਼ਾਦੀ ਦੀ, ਮਨਾਉਂਦੇ ਨੇ ਉਹ ਖ਼ੁਸ਼ੀ।
ਨਹੀਂ....ਇੱਥੇ ਜੋ ਰਹਿੰਦੇ ਸ਼ੋਰ ਨਹੀਂ ਕਰਦੇ,

ਕੋਈ ਵੀ ਤਾਂ ਇੱਥੇ ਨਹੀਂ ਦਿੰਦਾ ਉੱਤਰ।
ਕਬਰਿਸਤਾਨ ਤਸਾਦਾ ਦਾ, ਉਦਾਸ, ਚੁੱਪ,
ਮੇਰੇ ਪਿੰਡ ਵਾਸੀਆਂ ਦਾ ਅੰਤਿਮ ਘਰ।

ਤੁਸੀਂ ਵਧਦੇ ਜਾਂਦੇ, ਹੱਦਾਂ ਫ਼ੈਲ ਰਹੀਆਂ,
ਤੰਗ ਤੁਹਾਡਾ ਹੁੰਦਾ ਜਾਂਦਾ ਹਰ ਕੋਣਾ।
ਹੈ ਮੈਨੂੰ ਪਤਾ ਕਿ ਇੱਕ ਦਿਨ ਆਵੇਗਾ,
ਮੈਨੂੰ ਵੀ ਇੱਥੇ ਹੀ ਪਵੇਗਾ ਜਦ ਸੌਣਾ।

ਰਾਹ ਸਾਨੂੰ ਕਿਤੇ ਲੈ ਜਾਣ, ਉਹ ਮਿਲਦੇ,
ਅੰਤ ਸਭ ਦਾ ਇੱਕ, ਸਭ ਆ ਮਿਲਣ ਇੱਥੇ।
ਪਰ ਤਸਾਦਾ ਦੇ ਕੁੱਝ ਲੋਕਾਂ ਦੀਆਂ ਕਬਰਾਂ,
ਨਜ਼ਰ ਨਾ ਆਉਂਦੀਆਂ ਮੈਨੂੰ, ਮੈਂ ਦੇਖਾਂ ਜਿੱਥੇ।

ਨੌਜਵਾਨ ਵੀ, ਬੁੱਢੇ, ਕਰਮਯੋਗੀ ਸੈਨਿਕ ਵੀ,
ਘਰ ਤੋਂ ਦੂਰ ਹਨੇਰੀਆਂ ਕਬਰਾਂ ਵਿੱਚ ਸੁੱਤੇ।
ਪਤਾ ਨਹੀਂ ਕਿੱਥੇ ਹਸਨ, ਕਿੱਥੇ ਮੁਹੰਮਦ ਹੈ,
ਘਰ ਤੋਂ ਕਿੰਨੀ ਦੂਰ ਜਾ ਕੇ ਮਰੇ ਬੇਟੇ-ਪੋਤੇ।

ਮੇਰੇ ਭਰਾਵੋ, ਤੁਸੀਂ ਸ਼ਹੀਦ ਹੋ, ਗਏ ਕਿੱਥੇ?
ਕਦੇ ਮਿਲਣ ਨਾ ਹੋਣਾ, ਅੱਜ ਨਾ ਕੱਲ੍ਹ ਮੈਨੂੰ।
ਪਰ ਤੁਹਾਡੀਆਂ ਕਬਰਾਂ ਇੱਥੇ ਤਸਾਦਾ ਵਿੱਚ,
ਨਹੀਂ ਮਿਲੀਆਂ, ਦੁੱਖ ਦਿੰਦੀ ਇਹ ਗੱਲ ਮੈਨੂੰ।

ਦੂਰ ਕਿਤੇ ਗੋਲੀ ਦਿਲ ਵਿੱਚ ਤੁਹਾਡੇ ਲੱਗੀ,
ਜ਼ਖ਼ਮੀ ਹੋ ਕੇ ਦੂਰ ਪਿੰਡ ਤੋਂ ਕਿਤੇ ਤੁਸੀਂ ਮਰੇ।
ਕਬਰਿਸਤਾਨ ਤਸਾਦਾ ਦੇ, ਕਬਰਾਂ ਤੇਰੀਆਂ,
ਦੂਰ-ਦੂਰ ਤੱਕ ਫ਼ੈਲੀਆਂ, ਇਹ ਪਰ੍ਹੇ ਤੋਂ ਪਰ੍ਹੇ।

ਠੰਢੇ ਖੇਤਰਾਂ ਵਿੱਚ, ਹੁਣ ਗਰਮ ਪ੍ਰਦੇਸ਼ਾਂ ਵਿੱਚ,
ਵਰ੍ਹੇ ਅੱਗ, ਜਿੱਥੇ ਬਰਫ਼ ਦੇ ਤੂਫ਼ਾਨ ਠਰਨ।
ਬੜੇ ਪਿਆਰ ਨਾਲ ਲੋਕ ਫੁੱਲ ਲੈ ਕੇ ਆਉਣ,
ਸੀਸ ਝੁਕਾ ਕੇ, ਸ਼ਰਧਾ ਦਾ ਪ੍ਰਗਟ ਕਰਨ।

ਯੁੱਧ ਦੇ ਸਮੇਂ ਸਾਡੇ ਪਿੰਡ ਦੀ ਗ੍ਰਾਮ ਸੋਵੀਅਤ ਵਿੱਚ ਇੱਕ ਬਹੁਤ ਵੱਡਾ ਨਕਸ਼ਾ ਲਟਕਿਆ ਹੋਇਆ ਸੀ। ਉਸ ਵੇਲੇ ਸਾਰੇ ਦੇਸ਼ ਵਿੱਚ ਇਸ ਤਰ੍ਹਾਂ ਦੇ ਬਹੁਤ ਸਾਰੇ ਨਕਸ਼ੇ ਲਟਕੇ ਹੋਏ ਸਨ। ਆਮ ਤੌਰ 'ਤੇ ਉੱਥੇ ਲਾਲ ਝੰਡੀਆਂ ਦੇ ਰੂਪ ਵਿੱਚ ਮੋਰਚੇ ਦੀ ਰੇਖਾ ਅੰਕਿਤ ਕੀਤੀ ਜਾਂਦੀ ਸੀ। ਸਾਡੇ ਨਕਸ਼ੇ 'ਤੇ ਵੀ ਝੰਡੀਆਂ ਬਣੀਆਂ ਹੋਈਆਂ ਸਨ, ਪਰ ਉਨ੍ਹਾਂ ਦਾ ਮਤਲਬ ਹੋਰ ਸੀ। ਇਹ ਝੰਡੀਆਂ ਉਨ੍ਹਾਂ ਥਾਵਾਂ 'ਤੇ ਗੱਡੀਆਂ ਗਈਆਂ ਸਨ, ਜਿੱਥੇ ਸਾਡੇ ਤਸਾਦਾ ਵਾਸੀ ਜੂਝ ਮਰੇ ਸਨ। ਅਨੇਕਾਂ ਝੰਡੀਆਂ ਸਨ ਨਕਸ਼ੇ 'ਤੇ। ਉਨੀਆਂ ਹੀ, ਜਿੰਨੇ ਮਾਵਾਂ ਦੇ ਹਿਰਦੇ ਇਨ੍ਹਾਂ ਤਿੱਖੇ ਬਕਸੂਇਆਂ ਨਾਲ ਜ਼ਖ਼ਮੀ ਹੋਏ ਸਨ।

ਹਾਂ, ਤਸਾਦਾ ਦਾ ਕਬਰਿਸਤਾਨ ਕੋਈ ਛੋਟਾ ਨਹੀਂ ਸੀ, ਇਹ ਪਤਾ ਲੱਗਿਆ ਕਿ ਸਾਡਾ ਪਿੰਡ ਵੀ ਕੋਈ ਛੋਟਾ ਨਹੀਂ ਸੀ।

ਬੇਟਿਆਂ ਦੀ ਯਾਦ ਵਿੱਚ ਤੜਫ਼ਣ ਵਾਲੀਆਂ ਮਾਂਵਾਂ, ਜੋਤਿਸ਼ ਵਾਲੀਆਂ ਕੋਲ ਜਾਂਦੀਆਂ, ਜੋਤਿਸ਼ ਵਾਲੀਆਂ ਪਹਾੜਣਾਂ ਨੂੰ ਤਸੱਲੀ ਦਿੰਦੀਆਂ, "ਦੇਖੋ, ਇਹ ਐ ਰਸਤਾ। ਇਹ ਐ ਮੋਰਚਾ। ਇਹ ਐ ਜਿੱਤ। ਤੁਹਾਡਾ ਬੇਟਾ ਤੁਹਾਡੇ ਕੋਲ ਮੁੜ ਆਵੇਗਾ। ਸ਼ਾਂਤੀ ਅਤੇ ਅਮਨ-ਚੈਨ ਹੋ ਜਾਵੇਗਾ।"

ਜੋਤਿਸ਼ ਵਾਲੀਆਂ ਚਲਾਕੀ ਤੋਂ ਕੰਮ ਲੈਂਦੀਆਂ ਸਨ। ਪਰ ਜਿੱਤ ਬਾਰੇ ਉਨ੍ਹਾਂ ਨੇ ਗਲਤੀ ਨਹੀਂ ਕੀਤੀ ਸੀ। ਰੇਇਖ਼ਸਤਾਗ ਦੀ ਕੰਧ 'ਤੇ ਹੋਰ ਬਹੁਤ ਸਾਰੀਆਂ ਲਿਖਤਾਂ ਵਿੱਚ ਸੰਗੀਨ ਨਾਲ ਇਹ ਵੀ ਖੁਦਿਆ ਹੋਇਐ, "ਅਸੀਂ ਦਾਗ਼ਿਸਤਾਨੀ ਆਂ।"

ਦੁਬਾਰਾ ਬੁੱਢੇ, ਔਰਤਾਂ ਅਤੇ ਬੱਚੇ ਆਪਣੇ ਘਰਾਂ ਦੀਆਂ ਛੱਤਾਂ 'ਤੇ ਖੜ੍ਹੇ ਹੋ ਕੇ ਦੂਰ ਤੱਕ ਨਜ਼ਰ ਮਾਰਦੇ ਸਨ। ਪਰ ਹੁਣ ਉਹ ਆਪਣੇ ਸੂਰਮਿਆਂ ਨੂੰ ਵਿਦਾਈ ਨਹੀਂ ਦਿੰਦੇ ਸਨ, ਬਲਕਿ ਉਨ੍ਹਾਂ ਦਾ ਸਵਾਗਤ ਕਰਦੇ ਸਨ। ਪਹਾੜੀ ਰਸਤਿਆਂ 'ਤੇ ਲੋਕਾਂ ਦੀਆਂ ਕਤਾਰਾਂ ਨਹੀਂ ਸਨ। ਉਹ ਗਏ ਤਾਂ ਇਕੱਠੇ ਸਨ, ਪਰ ਮੁੜ ਰਹੇ ਸਨ ਇਕੱਲੇ-ਇਕੱਲੇ। ਕੁੱਝ ਔਰਤਾਂ ਨੇ ਆਪਣੇ ਸਿਰਾਂ 'ਤੇ ਚਮਕੀਲੇ ਅਤੇ ਹੋਰ ਕਾਲੇ ਰੁਮਾਲ ਬੰਨ੍ਹੇ ਸਨ। ਮੁੜਣ ਵਾਲੇ ਜਵਾਨਾਂ ਨੂੰ ਦੂਜਿਆਂ ਦੀਆਂ ਮਾਂਵਾਂ ਪੁੱਛਦੀਆਂ ਸਨ:

"ਮੇਰਾ ਓਮਾਰ ਕਿੱਥੇ ਐ?"

"ਤੂੰ ਮੇਰੇ ਅਲੀ ਨੂੰ ਨਹੀਂ ਦੇਖਿਆ?"

"ਮੇਰਾ ਮੁਹੰਮਦ ਛੇਤੀ ਹੀ ਵਾਪਸ ਆ ਜਾਵੇਗਾ?"

ਮੇਰੀ ਅੰਮਾਂ ਨੇ ਵੀ ਆਪਣੇ ਸਿਰ 'ਤੇ ਕਾਲਾ ਰੁਮਾਲ ਬੰਨ੍ਹ ਰੱਖਿਆ ਸੀ। ਉਨ੍ਹਾਂ ਦੇ ਦੋ ਬੇਟੇ, ਮੇਰੇ ਦੋ ਭਰਾ, ਮੁਹੰਮਦ ਅਤੇ ਅਖ਼ੀਲਚੀ ਮੋਰਚੇ ਤੋਂ ਨਹੀਂ ਮੁੜੇ ਸਨ। ਉਨ੍ਹਾਂ ਵਿੱਚੋਂ ਅਨੇਕਾਂ ਵਾਪਸ ਨਹੀਂ ਆਏ ਸਨ, ਜਿਨ੍ਹਾਂ ਨੂੰ ਅੰਮਾਂ ਆਪਣੀਆਂ ਖਿੜਕੀਆਂ ਵਿੱਚੋਂ ਨੀਜਨੀ ਬਣ-ਵਿਹੜੇ ਵਿੱਚ ਖੇਡਦੇ ਦੇਖਦੇ ਰਹੇ ਸਨ। ਉਹ ਨਹੀਂ ਵਾਪਸ ਮੁੜੇ, ਜਿਨ੍ਹਾਂ ਬਾਰੇ ਜੋਤਿਸ਼ ਵਾਲੀਆਂ ਨੇ ਛੇਤੀ ਹੀ ਵਾਪਸ ਮੁੜਣ ਦੀ ਭਵਿੱਖਬਾਣੀ ਕੀਤੀ ਸੀ। ਸਾਡੇ ਛੋਟੇ ਜਿਹੇ ਪਿੰਡ ਵਿੱਚ ਇੱਕ ਸੌ ਵਿਅਕਤੀ ਵਾਪਸ ਨਹੀਂ ਆਏ। ਪੂਰੇ ਦਾਗ਼ਿਸਤਾਨ ਵਿੱਚ ਇੱਕ ਲੱਖ ਲੋਕ ਨਹੀਂ ਮੁੜੇ।

ਮੈਂ ਨਕਸ਼ੇ 'ਤੇ ਲੱਗੀਆਂ ਝੰਡੀਆਂ ਨੂੰ ਦੇਖਦਾ ਹਾਂ, ਥਾਂਵਾਂ ਦੇ ਨਾਂ ਪੜ੍ਹਦਾ ਹਾਂ ਅਤੇ ਹਮਵਤਨਾਂ ਦੇ ਨਾਂ ਯਾਦ ਕਰਦਾ ਹਾਂ। ਮੁਹੰਮਦ ਗਾਜੀਏਵ ਬਰੇਂਤਸੇਵ ਸਾਗਰ ਵਿੱਚ ਹੀ ਰਹਿ

ਗਿਆ। ਟੈਂਕਚੀ ਮੁਹੰਮਦ ਜ਼ਾਗੀਦ ਅਬਦੁਲਮਾਨਾਪੋਵ ਸਿੰਫ਼ਰੋਪੋਲ ਵਿੱਚ ਸ਼ਹੀਦ ਹੋਇਆ। ਮਸ਼ੀਨਗੰਨ ਚਾਲਕ ਖ਼ਾਨਪਾਸ਼ਾ ਨੂਰਾਦੀਲੋਵ, ਜੋ ਚੇਚੇਨ ਜਾਤੀ ਦਾ, ਪਰ ਦਾਗ਼ਿਸਤਾਨ ਦਾ ਬੇਟਾ ਸੀ, ਸਟਾਲਿਨਗ੍ਰਾਦ ਵਿੱਚ ਜੂਝ ਮਰਿਆ। ਬਹਾਦਰ ਕਾਮਾਲੋਵ ਨੇ ਇਟਲੀ ਵਿੱਚ ਛਾਪੇ-ਮਾਰਾਂ ਦੀ ਅਗਵਾਈ ਕਰਦੇ ਹੋਏ ਬੀਰ-ਗਤੀ ਪ੍ਰਾਪਤ ਕੀਤੀ।

ਹਰ ਪਹਾੜੀ ਪਿੰਡ ਵਿੱਚ ਪਿਰਾਮਿਡੀ ਸਮਾਰਕ ਖੜ੍ਹੇ ਹਨ ਅਤੇ ਉਨ੍ਹਾਂ 'ਤੇ ਨਾਂ ਹੀ ਨਾਂ ਲਿਖੇ ਹਨ। ਉਨ੍ਹਾਂ ਦੇ ਨੇੜੇ ਪਹੁੰਚਣ 'ਤੇ ਪਹਾੜੀ ਲੋਕ ਘੋੜਿਆਂ ਤੋਂ ਹੇਠਾਂ ਉੱਤਰ ਜਾਂਦੇ ਹਨ ਅਤੇ ਪੈਦਲ ਚੱਲਣ ਵਾਲੇ ਆਪਣੇ ਸਿਰਾਂ ਤੋਂ ਸਮੂਰ ਦੀਆਂ ਟੋਪੀਆਂ ਲਾਹ ਲੈਂਦੇ ਹਨ।

ਪਹਾੜਾਂ ਵਿੱਚ ਸ਼ਹੀਦਾਂ ਦੇ ਨਾਂ ਵਾਲੇ ਚਸ਼ਮੇ ਵਹਿੰਦੇ ਹਨ। ਬਜ਼ੁਰਗ ਲੋਕ ਚਸ਼ਮਿਆਂ ਦੇ ਨੇੜੇ ਬੈਠਦੇ ਹਨ, ਕਿਉਂਕਿ ਉਹ ਪਾਣੀ ਦੀ ਭਾਸ਼ਾ ਸਮਝਦੇ ਹਨ। ਹਰ ਘਰ ਵਿੱਚ ਬਹੁਤ ਹੀ ਸਤਿਕਾਰਯੋਗ ਸਥਾਨ 'ਤੇ ਉਨ੍ਹਾਂ ਦੀਆਂ ਤਸਵੀਰਾਂ ਲਟਕੀਆਂ ਹੋਈਆਂ ਹਨ, ਜੋ ਸਦੀਵੀ ਜਵਾਨ ਅਤੇ ਸੁੰਦਰ ਬਣੇ ਰਹਿਣਗੇ।

ਜਦੋਂ ਕਦੇ ਮੈਂ ਦੂਰ-ਦੁਰਾਡੇ ਦੀ ਕਿਸੇ ਯਾਤਰਾ ਤੋਂ ਵਾਪਸ ਮੁੜਦਾ ਹਾਂ, ਤਾਂ ਕੁੱਝ ਮਾਂਵਾਂ ਦਿਲ ਵਿੱਚ ਉਮੀਦ ਲੈ ਕੇ ਮੈਨੂੰ ਪੁੱਛਦੀਆਂ ਹਨ, "ਸਬੱਬ ਨਾਲ ਮੇਰੇ ਬੇਟੇ ਨਾਲ ਤੁਹਾਡੀ ਮੁਲਾਕਾਤ ਤਾਂ ਨਹੀਂ ਹੋਈ?" ਇਸੇ ਤਰ੍ਹਾਂ ਮਨ ਵਿੱਚ ਉਮੀਦ ਅਤੇ ਕਸਕ ਲੈ ਕੇ ਉਹ ਹੰਸਾਂ ਦੇ ਲੰਬੇ-ਲੰਬੇ ਕਾਫ਼ਲਿਆਂ ਨੂੰ ਜਾਂਦੇ ਹੋਏ ਦੇਖਦੀਆਂ ਰਹਿੰਦੀਆਂ ਹਨ। ਮੈਂ ਵੀ ਆਪਣੇ ਕੋਲ ਦੀ ਉੱਡੇ ਜਾਂਦੇ ਹੰਸਾਂ ਤੋਂ ਆਪਣੀ ਨਿਗ੍ਹਾ ਨਹੀਂ ਹਟਾ ਸਕਦਾ ਹਾਂ।

ਹੰਸ

ਕਦੇ-ਕਦੇ ਲੱਗਦਾ ਹੈ ਕਿ ਮੈਨੂੰ ਉਹ ਸੈਨਿਕ,
ਖ਼ੂਨੀ ਯੁੱਧ-ਭੂਮੀ ਤੋਂ ਮੁੜ ਕੇ ਨਾ ਜੋ ਆਏ।
ਉੱਡੇ ਗਗਨ ਵਿੱਚ, ਬਣ ਕੇ ਜਿਵੇਂ ਹੰਸ,
ਉੱਡੇ ਗਗਨ ਵਿੱਚ, ਸਫ਼ੈਦ ਖੰਭ ਫ਼ੈਲਾਏ।

ਉਨ੍ਹਾਂ ਹੀ ਦਿਨਾਂ ਤੋਂ, ਬੀਤੇ ਜ਼ਮਾਨੇ ਤੋਂ,
ਗਗਨ ਵਿੱਚ, ਉਨ੍ਹਾਂ ਦੀ ਆਵਾਜ਼ਾਂ ਸੁਣੀਏ।
ਕੀ ਇਸੇ ਕਾਰਨ ਹੀ ਸਦਾ ਚੁੱਪ ਰਹਿ ਕੇ,
ਭਾਰੀ ਮਨ ਨਾਲ ਨੀਲੇ ਗਗਨ ਨੂੰ ਤੱਕੀਏ।

ਅੱਜ ਸ਼ਾਮ ਦੇ ਵਧਦੇ ਹੋਏ ਹਨੇਰੇ ਵਿੱਚ,
ਦੇਖਾਂ, ਧੁੰਦ-ਧੁੰਦਲਕੇ ਵਿੱਚ ਹੰਸ ਉੱਡਦੇ।
ਆਪਣਾ ਦਲ ਜਿਹਾ ਬਣਾ ਉਸੇ ਤਰ੍ਹਾਂ ਹੀ,
ਜਿਵੇਂ ਆਦਮੀ ਜ਼ਮੀਨ 'ਤੇ ਕਦਮ ਰੱਖਦੇ।

ਉਹ ਉੱਡਦੇ ਨੇ, ਲੰਬੀ ਮੰਜ਼ਿਲ ਤੈਅ ਕਰਦੇ,
ਅਤੇ ਬੁਲਾਉਣ ਜਿਵੇਂ ਨਾਂ ਲੈ ਕੇ ਕਿਸੇ ਦੇ।
ਸ਼ਾਇਦ ਇਨ੍ਹਾਂ ਦੀ ਪੁਕਾਰ ਨਾਲ ਇਸੇ ਲਈ,
ਸ਼ਬਦ ਸਾਡੀ ਭਾਸ਼ਾ ਦੇ ਮਿਲਦੇ-ਜੁਲਦੇ।

ਉੱਡਦੇ ਜਾਂਦੇ ਨੇ ਹੰਸ-ਦਲ ਥੱਕੇ-ਥੱਕੇ,
ਧੁੰਦ-ਹਨੇਰੇ ਵਿੱਚ ਜਦੋਂ ਦਿਲ ਢਲਦਾ ਹੈ।
ਉਸ ਤਿਕੋਣ ਵਿੱਚ ਉਨ੍ਹਾਂ ਦੇ ਜਗ੍ਹਾ ਖਾਲੀ,
ਉਹ ਤਾਂ ਮੇਰੇ ਲਈ, ਮੈਨੂੰ ਇਹ ਲੱਗਦਾ ਹੈ।

ਉਹ ਦਿਨ ਆਵੇਗਾ, ਹੰਸ-ਦਲ ਦੇ ਨਾਲ,
ਹਲਕੇ ਨੀਲੇ ਹਨੇਰੇ ਵਿੱਚ ਉੱਡ ਜਾਵਾਂਗਾ।

ਉਨ੍ਹਾਂ ਨੂੰ ਹੰਸਾਂ ਵਾਂਗ ਹੀ ਮੈਂ ਬੁਲਾਵਾਂਗਾ,
ਛੱਡ ਕੇ ਜਿਨ੍ਹਾਂ ਨੂੰ ਧਰਤੀ 'ਤੇ ਜਾਵਾਂਗਾ।

ਹੰਸ ਉੱਡਦੇ ਹਨ, ਘਾਹ ਉੱਚਾ ਹੁੰਦਾ ਹੈ, ਪੰਘੂੜੇ ਝੁਲਾਏ ਜਾਂਦੇ ਹਨ। ਮੇਰੇ ਘਰ ਵਿੱਚ ਵੀ ਤਿੰਨ ਨੂੰ ਪੰਘੂੜੇ ਵਿੱਚ ਝੁਲਾਇਆ ਗਿਆ, ਮੇਰੇ ਘਰ ਤਿੰਨ ਬੇਟੀਆਂ ਦਾ ਜਨਮ ਹੋਇਆ। ਕਿਸੇ ਹੋਰ ਦੇ ਘਰ ਚਾਰ, ਕਿਸੇ ਹੋਰ ਦੇ ਦਸ, ਕਿਸੇ ਹੋਰ ਦੇ ਪੰਦਰਾਂ ਬੱਚਿਆਂ ਨੇ ਜਨਮ ਲਿਆ। ਤਸਾਦਾ ਪਿੰਡ ਦੇ ਇੱਕ ਸੌ ਝੂਲੇ ਝੁਲਾਏ ਜਾਂਦੇ ਹਨ। ਜਨਮ-ਦਰ ਦੀ ਦ੍ਰਿਸ਼ਟੀ ਤੋਂ ਦਾਗ਼ਿਸਤਾਨ ਦਾ ਰੂਸੀ ਸੰਘ ਵਿੱਚ ਪਹਿਲਾ ਸਥਾਨ ਹੈ। ਅਸੀਂ ਪੰਦਰਾਂ ਲੱਖ ਹੋ ਗਏ। ਜਿੰਨੇ ਜ਼ਿਆਦਾ ਲੋਕ ਹੁੰਦੇ ਹਨ, ਉਨੀਆਂ ਹੀ ਜ਼ਿਆਦਾ ਸ਼ਾਦੀਆਂ ਹੁੰਦੀਆਂ ਹਨ ਅਤੇ ਜਿੰਨੀਆਂ ਜ਼ਿਆਦਾ ਸ਼ਾਦੀਆਂ ਹੁੰਦੀਆਂ ਹਨ, ਉਨੇ ਹੀ ਜ਼ਿਆਦਾ ਲੋਕ ਹੁੰਦੇ ਹਨ।

ਪਹਾੜੀ ਲੋਕਾਂ ਵਿੱਚ ਕਿਹਾ ਜਾਂਦਾ ਹੈ ਕਿ ਤਿੰਨ ਮਾਮਲਿਆਂ ਵਿੱਚ ਕਦੇ ਦੇਰ ਨਹੀਂ ਕਰਨੀ ਚਾਹੀਦੀ, ਜਦੋਂ ਮੁਰਦੇ ਨੂੰ ਦਫ਼ਨਾਉਣਾ ਹੋਵੇ, ਜਦੋਂ ਮਹਿਮਾਨ ਨੂੰ ਖਾਣਾ ਖਵਾਉਣਾ ਹੋਵੇ ਅਤੇ ਜਦੋਂ ਜਵਾਨ ਬੇਟੀ ਦੀ ਸ਼ਾਦੀ ਕਰਨੀ ਹੋਵੇ।

ਇਨ੍ਹਾਂ ਤਿੰਨਾਂ ਮਾਮਲਿਆਂ ਵਿੱਚ ਦਾਗ਼ਿਸਤਾਨ ਵਿੱਚ ਕਦੇ ਦੇਰ ਨਹੀਂ ਹੋਣ ਦਿੰਦੇ। ਲਓ, ਢੋਲ ਢਮ-ਢਮ ਕਰਨ ਲੱਗਿਆ, ਸ਼ਹਿਨਾਈ ਵੱਜਣ ਲੱਗੀ ਅਤੇ ਸ਼ਾਦੀਆਂ ਸ਼ੁਰੂ ਹੋ ਗਈਆਂ। ਸ਼ਰਾਬ ਦਾ ਪਹਿਲਾ ਜਾਮ ਉਠਾ ਕੇ ਕਾਮਨਾ ਕੀਤੀ ਜਾਂਦੀ ਹੈ, "ਬਹੂ ਬੇਟੇ ਨੂੰ ਜਨਮ ਦੇਵੇ।"

ਤਿੰਨ ਚੀਜ਼ਾਂ ਹੋਰ ਵੀ ਹਨ, ਜੋ ਪਹਾੜੀ ਲੋਕਾਂ ਨੂੰ ਜ਼ਰੂਰ ਹੀ ਪੂਰੀਆਂ ਕਰਨੀਆਂ ਚਾਹੀਦੀਆਂ ਹਨ, ਸ਼ਰਾਬ ਨਾਲ ਭਰੇ ਸਿੰਗ ਨੂੰ ਪੀਣਾ ਚਾਹੀਦਾ ਹੈ, ਆਪਣੇ ਨਾਂ ਨੂੰ ਵੱਟਾ ਨਹੀਂ ਲੱਗਣ ਦੇਣਾ ਚਾਹੀਦਾ ਅਤੇ ਮੁਸ਼ਕਿਲ ਪ੍ਰੀਖਿਆ ਵੇਲੇ ਆਪਣੀ ਦਲੇਰੀ ਨਹੀਂ ਛੱਡਣੀ ਚਾਹੀਦੀ।

ਪਹਾੜੀ ਲੋਕਾਂ ਨੂੰ ਕਾਫ਼ੀ ਪ੍ਰੀਖਿਆਵਾਂ-ਆਜ਼ਮਾਇਸ਼ਾਂ ਦਾ ਸਾਹਮਣਾ ਕਰਨਾ ਪਿਆ ਹੈ। ਕਿਸਮਤ ਦੇ ਹਥੌੜੇ ਨੇ ਦਾਗ਼ਿਸਤਾਨ ਦੇ ਘਰਾਂ ਨੂੰ ਤੋੜਣ ਲਈ ਕੋਈ ਘੱਟ ਸੱਟਾਂ ਨਹੀਂ ਮਾਰੀਆਂ, ਪਰ ਉਨ੍ਹਾਂ ਨੇ ਉਨ੍ਹਾਂ ਨੂੰ ਸਹਿਣ ਕਰ ਲਿਆ।

ਵੈਸੇ ਸੰਸਾਰ ਵਿੱਚ ਅੱਜ ਵੀ ਸ਼ਾਂਤੀ ਨਹੀਂ ਹੈ। ਸਾਡੀ ਪ੍ਰਿਥਵੀ 'ਤੇ ਕਦੇ ਇੱਥੇ ਅਤੇ ਕਦੇ ਉੱਥੇ ਗੋਲਾ-ਬਾਰੀ ਹੋਣ ਲੱਗਦੀ ਹੈ, ਬੰਬ ਫਟਣ ਲੱਗਦੇ ਹਨ ਅਤੇ ਹਮੇਸ਼ਾ ਵਾਂਗ ਅੱਜ ਵੀ ਮਾਂਵਾਂ ਆਪਣੇ ਬੱਚਿਆਂ ਨੂੰ ਛਾਤੀ ਨਾਲ ਚਿਪਕਾ ਲੈਂਦੀਆਂ ਹਨ।

ਜਦੋਂ ਆਕਾਸ਼ ਵਿੱਚ ਬਾਰਿਸ਼ ਲਿਆਉਣ ਵਾਲੀਆਂ ਘਟਾਵਾਂ ਛਾ ਜਾਂਦੀਆਂ ਹਨ, ਤਾਂ ਕਿਸਾਨ ਕੱਟੀ ਹੋਈ ਫ਼ਸਲ ਨੂੰ ਸਮੇਟਣ ਲਈ ਖੇਤਾਂ ਵੱਲ ਦੌੜਦੇ ਹਨ। ਜਦੋਂ ਸਾਡੀ ਧਰਤੀ ਉੱਪਰ ਖ਼ਤਰੇ ਦੇ ਬੱਦਲ ਮੰਡਰਾਉਣ ਲੱਗਦੇ ਹਨ, ਤਾਂ ਲੋਕ ਸ਼ਾਂਤੀ ਦੀ ਰਾਖੀ ਕਰਨ, ਉਸ ਨੂੰ ਯੁੱਧ ਦੇ ਖ਼ਤਰੇ ਤੋਂ ਬਚਾਉਣ ਦੀ ਕੋਸ਼ਿਸ਼ ਕਰਦੇ ਹਨ।

ਦਾਗ਼ਿਸਤਾਨ ਵਿੱਚ ਅਜਿਹਾ ਕਿਹਾ ਜਾਂਦਾ ਹੈ, ਲੜਾਕੇ ਝੋਟੇ ਦੇ ਸਿੰਗ ਕੱਟ ਦਿੱਤੇ ਜਾਂਦੇ ਹਨ ਅਤੇ ਵੱਢਣ ਵਾਲੇ ਕੁੱਤੇ ਨੂੰ ਜੰਜ਼ੀਰ ਨਾਲ ਬੰਨ੍ਹ ਕੇ ਰੱਖਿਆ ਜਾਂਦਾ ਹੈ। ਜੇਕਰ ਸਾਡੀ ਦੁਨੀਆ ਵਿੱਚ ਵੀ ਅਜਿਹੀ ਹੀ ਰੀਤ-ਪਰੰਪਰਾ ਹੁੰਦੀ, ਤਾਂ ਜਿਊਣਾ ਆਸਾਨ ਹੁੰਦਾ। ਹੁਣ

ਛੋਟਾ ਜਿਹਾ ਦਾਗ਼ਿਸਤਾਨ ਵੱਡੀ ਦੁਨੀਆ ਬਾਰੇ ਚਿੰਤਾ ਕਰਦਾ ਹੋਇਆ ਜਿੱਤਿਆ ਹੈ।

ਪਹਿਲੇ ਵੇਲਿਆਂ ਵਿੱਚ ਪਹਾੜੀ ਲੋਕ ਜਦੋਂ ਕਦੇ ਕਿਸੇ ਹਮਲਾ ਕਰਨ ਜਾਂਦੇ ਸਨ, ਤਾਂ ਬਹੁਤ ਹੀ ਜਵਾਨ ਸੂਰਮਿਆਂ ਨੂੰ ਆਪਣੇ ਨਾਲ ਨਹੀਂ ਲੈਂਦੇ ਸਨ। ਪਰ ਸ਼ਾਮਿਲ ਨੇ ਕਿਹਾ ਕਿ ਅਜਿਹਾ ਕਰਨਾ ਚਾਹੀਦਾ ਹੈ। ਚੀਚੀ ਬਹੁਤ ਛੋਟੀ ਹੁੰਦੀ ਹੈ, ਪਰ ਉਸ ਤੋਂ ਬਿਨਾਂ ਮਜ਼ਬੂਤ ਘਸੁੰਨ ਨਹੀਂ ਬਣਦਾ।

ਸਾਡੇ ਦੇਸ਼ ਦੇ ਵੱਡੇ ਅਤੇ ਭਾਰੀ ਘਸੁੰਨ ਵਿੱਚ ਬੇਸ਼ੱਕ ਦਾਗ਼ਿਸਤਾਨ ਚੀਚੀ ਵਰਗਾ ਹੀ ਹੋਵੇ, ਪਰ ਸਾਡੇ ਦੁਸ਼ਮਣ ਆਪਣਾ ਪੂਰਾ ਜ਼ੋਰ ਲਗਾ ਕੇ ਵੀ ਇਸ ਘਸੁੰਨ ਨੂੰ ਕਮਜ਼ੋਰ ਨਹੀਂ ਕਰ ਸਕਣਗੇ।

ਇਹ ਘਸੁੰਨ ਤਾਂ ਦੁਸ਼ਮਣਾਂ ਲਈ ਹੈ, ਪਰ ਦੋਸਤ ਦੇ ਮੋਢੇ 'ਤੇ ਤਾਂ ਚੌੜੀ ਹਥੇਲੀ ਹੀ ਟਿਕੀ ਰਹਿੰਦੀ ਹੈ। ਉਸ ਹਥੇਲੀ ਵਿੱਚ ਵੀ ਚੀਚੀ ਹੁੰਦੀ ਹੈ।

ਜਦੋਂ ਮੈਂ ਵਿਦੇਸ਼ਾਂ ਵਿੱਚ ਜਾਂਦਾ ਹਾਂ, ਤਾਂ ਸਭ ਤੋਂ ਪਹਿਲਾਂ ਕਵੀਆਂ-ਸ਼ਾਇਰਾਂ ਨਾਲ ਜਾਣ-ਪਛਾਣ ਕਰਦਾ ਹਾਂ। ਗੀਤ, ਗੀਤ ਨੂੰ ਚੰਗੀ ਤਰ੍ਹਾਂ ਸਮਝਦਾ ਹੈ। ਇਸ ਤੋਂ ਇਲਾਵਾ ਮੈਂ ਹਮਵਤਨਾਂ ਨਾਲ ਮਿਲਣ ਦੀ ਕੋਸ਼ਿਸ਼ ਕਰਦਾ ਹਾਂ, ਜੇਕਰ ਉਹ ਉੱਥੇ ਹੁੰਦੇ ਹਨ। ਬੇਸ਼ੱਕ ਇਹ ਸਹੀ ਹੈ ਕਿ ਵਿਦੇਸ਼ਾਂ ਵਿੱਚ ਹਮਵਤਨ ਵੀ ਵੱਖ-ਵੱਖ ਹਨ। ਪਰ ਹਮਵਤਨਾਂ ਪ੍ਰਤੀ ਘਮੰਡ ਨੂੰ ਮੈਂ ਇਸ ਕਾਰਨ ਬਰਦਾਸ਼ਤ ਨਹੀਂ ਕਰ ਸਕਦਾ ਕਿ ਉਹ ਵੱ-ਵੱਖ ਹਨ। ਮੇਰੀ ਉਨ੍ਹਾਂ ਨਾਲ ਤੁਰਕੀ, ਸੀਰੀਆ ਅਤੇ ਪੱਛਮੀ ਜਰਮਨੀ ਵਿੱਚ ਜਾਂ ਕਿੰਨੀਆਂ ਹੀ ਹੋਰ ਦੂਜੀਆਂ ਥਾਵਾਂ 'ਤੇ ਮੁਲਾਕਾਤ ਹੋਈ।

ਕੁੱਝ ਦਾਗ਼ਿਸਤਾਨੀ ਤਾਂ ਸ਼ਾਮਿਲ ਦੇ ਸਮੇਂ ਵਿੱਚ ਹੀ ਆਪਣੀ ਮਾਤ-ਭੂਮੀ ਤੋਂ ਦੂਰ ਚਲੇ ਗਏ ਸਨ। ਉਹ ਆਪਣੇ ਘਰ-ਬਾਰ ਛੱਡ ਕੇ ਉਸ ਸੁੱਖ ਦੀ ਭਾਲ ਵਿੱਚ ਚਲੇ ਗਏ ਸਨ, ਜੋ ਉਨ੍ਹਾਂ ਨੂੰ ਆਪਣੇ ਵਤਨ ਵਿੱਚ ਨਹੀਂ ਮਿਲਿਆ ਸੀ।

ਦੂਜੇ ਇਸ ਲਈ ਚਲੇ ਗਏ ਕਿ ਉਨ੍ਹਾਂ ਨੇ ਇਨਕਲਾਬ ਨੂੰ ਨਹੀਂ ਸਮਝਿਆ ਜਾਂ ਸਮਝ ਗਏ, ਪਰ ਡਰ ਗਏ। ਕੁੱਝ ਅਜਿਹੇ ਸਨ, ਜਿਨ੍ਹਾਂ ਨੂੰ ਖ਼ੁਦ ਇਨਕਲਾਬ ਨੇ ਹੀ ਬਾਹਰ ਕੱਢ ਦਿੱਤਾ। ਚੌਥੀ ਕਿਸਮ ਦੇ ਲੋਕ ਵੀ ਹਨ, ਜੋ ਬਿਲਕੁੱਲ ਤੁੱਛ, ਤਰਸਯੋਗ ਅਤੇ ਕੁਰਾਹੇ ਪਏ ਹੋਏ ਹਨ। ਇਨ੍ਹਾਂ ਨੇ ਮਹਾਨ ਦੇਸ਼-ਭਗਤੀ ਦੇ ਯੁੱਧ ਵਿੱਚ ਮਾਤ-ਭੂਮੀ ਨਾਲ ਗੱਦਾਰੀ ਕੀਤੀ।

ਵੱਖ-ਵੱਖ ਦਾਗ਼ਿਸਤਾਨੀਆਂ ਨੂੰ ਮਿਲਿਆ ਹਾਂ ਮੈਂ। ਤੁਰਕੀ ਵਿੱਚ ਤਾਂ ਦਾਗ਼ਿਸਤਾਨੀ ਪਿੰਡ ਵਿੱਚ ਵੀ ਗਿਆ ਸੀ।

"ਸਾਡੇ ਇੱਥੇ ਵੀ ਇੱਕ ਛੋਟਾ ਜਿਹਾ ਦਾਗ਼ਿਸਤਾਨ ਐ।" ਇਸ ਪਿੰਡ ਦੇ ਵਾਸੀਆਂ ਨੇ ਮੈਨੂੰ ਕਿਹਾ।

"ਨਹੀਂ, ਤੁਸੀਂ ਠੀਕ ਨਹੀਂ ਕਹਿ ਰਹੇ। ਦਾਗ਼ਿਸਤਾਨ ਤਾਂ ਸਿਰਫ਼ ਇੱਕ ਹੀ ਐ। ਦੋ ਦਾਗ਼ਸਤਾਨ ਨਹੀਂ ਹੋ ਸਕਦੇ।"

"ਤਾਂ ਤੁਹਾਡੇ ਖ਼ਿਆਲ ਵਿੱਚ ਅਸੀਂ ਕੌਣ ਆਂ, ਕਿੱਥੋਂ ਆਏ ਆਂ?"

"ਹਾਂ ਤੁਸੀਂ ਕੌਣ ਹੋ ਅਤੇ ਕਿੱਥੋਂ ਆਏ ਹੋ?"

"ਅਸੀਂ ਕਾਰਾਤ, ਬਤਲੂਖ, ਖ਼ੂੰਜ਼ਹ, ਆਕੂਸ਼, ਕੁਮੁਖ, ਚੋਖ਼ ਅਤੇ ਸੋਗਰਾਤਲ ਦੇ

ਰਹਿਣ ਵਾਲੇ ਆਂ। ਅਸੀਂ ਦਾਗ਼ਿਸਤਾਨ ਦੇ ਵੱਖ-ਵੱਖ ਪਿੰਡਾਂ ਦੇ ਆਂ, ਠੀਕ ਉਸ ਤਰ੍ਹਾਂ, ਜਿਸ ਤਰ੍ਹਾਂ ਉਹ ਜੋ ਸਾਡੇ ਪਿੰਡ ਦੇ ਕਬਰਿਸਤਾਨ ਵਿੱਚ ਹਮੇਸ਼ਾ ਲਈ ਸੁੱਤੇ ਹੋਏ ਨੇ। ਅਸੀਂ ਵੀ ਇੱਕ ਛੋਟਾ ਜਿਹਾ ਦਾਗ਼ਿਸਤਾਨ ਆਂ!"

"ਤੁਸੀਂ, ਕਦੇ ਸੀ। ਕੁੱਝ ਅਜੇ ਵੀ ਦਾਗ਼ਿਸਤਾਨੀ ਬਣੇ ਰਹਿਣਾ ਚਾਹੁੰਦੇ ਨੇ। ਸ਼ਾਇਦ ਇਹ ਵੀ ਦਾਗਿਸਤਾਨੀ ਨੇ?" ਮੈਂ ਗੌਤਸੀਤਸਕੀ ਅਲੀਖ਼ਾਨੋਵ ਅਤੇ ਊਜ਼ੂਨ-ਹਾਜ਼ੀ ਦੀਆਂ ਤਸਵੀਰਾਂ ਵੱਲ ਇਸ਼ਾਰਾ ਕਰਦੇ ਹੋਏ ਪੁੱਛਿਆ।

"ਜੇਕਰ ਦਗ਼ਿਸਤਾਨੀ ਨਹੀਂ, ਤਾਂ ਕੌਣ ਨੇ ਇਹ? ਇਹ ਸਾਡੇ ਹੀ ਲੋਕਾਂ ਵਿੱਚੋਂ ਨੇ, ਸਾਡੀ ਹੀ ਭਾਸ਼ਾ ਬੋਲਦੇ ਨੇ।"

"ਦਾਗ਼ਿਸਤਾਨ ਇਨ੍ਹਾਂ ਦੀ ਭਾਸ਼ਾ ਨਹੀਂ ਸਮਝ ਸਕਿਆ ਅਤੇ ਇਹ ਦਾਗ਼ਿਸਤਾਨ ਦੀ ਭਾਸ਼ਾ।"

"ਹਰ ਕੋਈ ਆਪਣੀ ਹੀ ਢੰਗ ਨਾਲ ਦਾਗ਼ਿਸਤਾਨ ਨੂੰ ਸਮਝਦੈ। ਹਰ ਕਿਸੇ ਦੇ ਦਿਲ ਵਿੱਚ ਦਾਗ਼ਿਸਤਾਨ ਐ।"

"ਪਰ ਦਾਗ਼ਿਸਤਾਨ ਹਰ ਕਿਸੇ ਨੂੰ ਆਪਣਾ ਬੇਟਾ ਨਹੀਂ ਮੰਨਦਾ।"

"ਕਿਸ ਨੂੰ ਮੰਨਦੈ?"

"ਉੱਥੇ ਆਓ, ਜਿੱਥੇ ਸਾਡੇ ਬੱਚਿਆਂ ਦੇ ਪੰਘੂੜੇ ਝੁਲਾਏ ਜਾਂਦੇ ਨੇ।"

"ਉੱਥੇ ਸਾਡੇ ਬਾਰੇ ਕੀ ਕਿਹਾ ਜਾਂਦੈ?"

"ਅਜਿਹੇ ਪੱਥਰ, ਜੋ ਦਾਗ਼ਿਸਤਾਨ ਦੇ ਨਿਰਮਾਣ ਵੇਲੇ ਉਸ ਦੀ ਇਮਾਰਤ ਦੀ ਕੰਧ ਵਿੱਚ ਚਿਣੇ ਨਹੀਂ ਜਾ ਸਕੇ ਅਤੇ ਫਾਲਤੂ ਪਏ ਰਹੇ! ਅਜਿਹੇ ਪੱਤੇ, ਜਿਨ੍ਹਾਂ ਨੂੰ ਪੱਤਝੜ ਦੀ ਹਵਾ ਉਡਾ ਕੇ ਲੈ ਗਈ, ਅਜਿਹੀਆਂ ਤਾਰਾਂ, ਜੋ ਪੰਦੂਰ ਦੀਆਂ ਮੁੱਖ ਤਾਰਾਂ ਨਾਲ ਇੱਕ ਸੁਰ ਵਿੱਚ ਨਹੀਂ ਵੱਜ ਸਕੀਆਂ।"

ਤਾਂ ਇਸ ਤਰ੍ਹਾਂ ਗੱਲਾਂ ਕੀਤੀਆਂ ਮੈਂ ਵਿਦੇਸ਼ਾਂ ਵਿੱਚ ਰਹਿਣ ਵਾਲੇ ਹਮਵਤਨਾਂ ਨਾਲ। ਉਨ੍ਹਾਂ ਵਿੱਚ ਅਮੀਰ ਵੀ ਹਨ, ਗਰੀਬ ਵੀ, ਦਿਆਲੂ ਵੀ, ਕਰੋਧੀ ਵੀ, ਈਮਾਨਦਾਰ ਵੀ ਅਤੇ ਬੇਈਮਾਨ ਵੀ, ਧੋਖੇ ਵਿੱਚ ਆਉਣ ਵਾਲੇ ਅਤੇ ਧੋਖਾ ਦੇਣ ਵਾਲੇ ਵੀ। ਉਨ੍ਹਾਂ ਨੇ ਮੇਰੇ ਸਾਹਮਣੇ ਲੈਜ਼ਗੀਂਕਾ ਨਾਚ ਨੱਚਿਆ, ਪਰ ਡੱਫਲੀ ਪਰਾਈ ਸੀ।

ਜਦੋਂ ਅਸੀਂ ਇਹ ਕਹਿੰਦੇ ਹਾਂ ਕਿ ਦਾਗ਼ਿਸਤਾਨ ਵਿੱਚ ਅਸੀਂ ਪੰਦਰਾਂ ਲੱਖ ਹਾਂ, ਤਾਂ ਉਨ੍ਹਾਂ ਲੋਕਾਂ ਨੂੰ ਨਹੀਂ ਗਿਣਦੇ, ਜਿਨ੍ਹਾਂ ਦਾ ਉੱਪਰ ਜ਼ਿਕਰ ਕੀਤਾ ਗਿਆ ਹੈ।

ਜਦੋਂ ਮੈਂ ਸੀਰੀਆ ਤੋਂ ਰਵਾਨਾ ਹੋ ਰਿਹਾ ਸੀ, ਤਾਂ ਇੱਕ ਅਵਾਰ ਔਰਤ ਮੈਨੂੰ ਲਗਾਤਾਰ ਇਹ ਕਹਿੰਦੀ ਰਹੀ ਕਿ ਮੈਂ ਗੇਰਗੇਬਿਲ ਪਿੰਡ ਵਿੱਚ ਖ਼ੂਬਾਨੀਆਂ ਦੇ ਦਰੱਖਤ ਨੂੰ ਹੱਥਾਂ ਨਾਲ ਛੂਹ ਕੇ ਉਸ ਨੂੰ ਨਮਸਤੇ ਕਹਾਂ।

ਸੰਗਮਰਮਰ ਸਾਗਰ ਦੇ ਤੱਟ 'ਤੇ ਅਵਾਰ ਜਾਤੀ ਦੇ ਕੁੱਝ ਬੱਚਿਆਂ ਨੇ, ਜਿਨ੍ਹਾਂ ਦਾ ਬਾਪ ਹੱਜ ਕਰਨ ਮੱਕੇ ਗਿਆ ਸੀ, ਮੈਨੂੰ ਕਿਹਾ:

"ਸਾਡੇ ਲਈ ਤਾਂ ਦਾਗ਼ਿਸਤਾਨ ਹੀ ਮੱਕਾ ਐ। ਮੱਕੇ ਜਾ ਆਉਣ ਵਾਲੇ ਨੂੰ ਹਾਜੀ ਕਿਹਾ ਜਾਂਦੈ। ਪਰ ਸਾਡੇ ਲਈ ਤਾਂ ਹੁਣ ਉਹੀ ਹਾਜੀ ਐ, ਜਿਸ ਨੂੰ ਦਾਗ਼ਿਸਤਾਨ ਜਾ ਆਉਣ ਦਾ ਸੁਭਾਗ ਪ੍ਰਾਪਤ ਹੋਇਐ।"

ਮਖ਼ਚਕਲਾ ਵਿੱਚ ਮੇਰੇ ਕੋਲ ਇੱਕ ਅਜਿਹਾ ਹਾਜੀ ਆਇਆ ਸੀ, ਜੋ ਚਾਲੀ ਸਾਲ ਤੱਕ ਆਪਣੀ ਮਾਤ-ਭੂਮੀ ਤੋਂ ਦੂਰ ਰਿਹਾ ਸੀ।

"ਸੁਣਾਓ, ਕਿਹੋ ਜਿਹਾ ਲੱਗਿਆ ਤੁਹਾਨੂੰ ਇੱਥੇ?" ਮੈਂ ਉਨ੍ਹਾਂ ਨੂੰ ਪੁੱਛਿਆ, "ਦਾਗ਼ਿਸਤਾਨ ਬਦਲ ਗਿਆ ਨਾ?"

"ਜੇਕਰ ਮੈਂ ਉੱਥੇ ਇਹ ਸਭ ਕੁੱਝ ਦੱਸਾਂਗਾ, ਤਾਂ ਲੋਕ ਵਿਸ਼ਵਾਸ ਨਹੀਂ ਕਰਨਗੇ। ਪਰ ਮੈਂ ਉਨ੍ਹਾਂ ਨੂੰ ਇੱਕ ਗੱਲ ਕਹਾਂਗਾ, ਦਾਗ਼ਿਸਤਾਨ ਕਾਇਮ ਐ।"

ਮੇਰਾ ਦਾਗ਼ਿਸਤਾਨ ਕਾਇਮ ਹੈ। ਉਹ ਜਨਤੰਤਰ ਹੈ। ਉਸ ਵਿੱਚ ਜਨ-ਸਮੂਹ ਹਨ, ਭਾਸ਼ਾ ਹੈ, ਨਾਂ ਹਨ, ਰੀਤੀ-ਰਿਵਾਜ਼ ਹਨ। ਅਜਿਹੀ ਹੈ ਦਾਗ਼ਿਸਤਾਨ ਦੀ ਕਿਸਮਤ। ਸ਼ਾਦੀਆਂ ਹੁੰਦੀਆਂ ਹਨ, ਪੰਘੂੜੇ ਝੁਲਾਏ ਜਾਂਦੇ ਹਨ, ਜਾਮ ਉਠਾਏ ਜਾਂਦੇ ਹਨ, ਗਾਣੇ ਗਾਏ ਜਾਂਦੇ ਹਨ।

ਸ਼ਬਦ

ਅਵਾਰ ਭਾਸ਼ਾ ਵਿੱਚ 'ਮਿੱਲਤ' ਸ਼ਬਦ ਦੇ ਦੋ ਅਰਥ ਹਨ, ਜਾਤੀ ਅਤੇ ਚਿੰਤਾ। "ਜੋ ਆਪਣੀ ਜਾਤੀ ਦੀ ਚਿੰਤਾ ਨਹੀਂ ਕਰਦਾ, ਉਹ ਸਾਰੀ ਦੁਨੀਆ ਦੀ ਚਿੰਤਾ ਨਹੀਂ ਕਰ ਸਕਦਾ।" ਮੇਰੇ ਪਿਤਾ ਜੀ ਕਿਹਾ ਕਰਦੇ ਸਨ।

"ਕੀ ਜਾਤੀ ਨੂੰ ਉਸ ਦੀ ਚਿੰਤਾ ਕਰਨੀ ਚਾਹੀਦੀ ਐ, ਜੋ ਜਾਤੀ ਦੀ ਚਿੰਤਾ ਨਹੀਂ ਕਰਦਾ?" ਅਬੂਤਾਲਿਬ ਨੇ ਸਵਾਲ ਕੀਤਾ ਸੀ।

"ਲੱਗਦੈ ਕਿ ਮੁਰਗੇ-ਮੁਰਗੀਆਂ, ਹੰਸਾਂ ਅਤੇ ਚੂਹਿਆਂ ਦੀ ਜਾਤੀ ਨਹੀਂ ਹੁੰਦੀ, ਪਰ ਲੋਕਾਂ ਦੀ ਜਾਤੀ ਹੋਣੀ ਚਾਹੀਦੀ ਐ।" ਮੇਰੇ ਅੰਮਾਂ ਕਿਹਾ ਕਰਦੇ ਸਨ।

ਇੱਕ ਜਾਤੀ ਦੇ ਦੋ ਜਨਤੰਤਰ ਹੁੰਦੇ ਹਨ, ਜਿਵੇਂ ਕਿ ਸਾਡੇ ਓਸੇਤੀ ਗੁਆਂਢੀਆਂ ਦੇ ਹਨ। ਇੱਕ ਜਨਤੰਤਰ ਅਤੇ ਉਸ ਵਿੱਚ ਚਾਲੀ ਜਾਤੀਆਂ ਵੀ ਹੁੰਦੀਆਂ ਹਨ।

"ਭਾਸ਼ਾਵਾਂ ਅਤੇ ਜਾਤੀਆਂ ਦਾ ਪੂਰਾ ਢੇਰ ਹੀ ਐ।" ਕਿਸੇ ਰਾਹੀ ਨੇ ਦਾਗ਼ਿਸਤਾਨ ਬਾਰੇ ਕਿਹਾ ਸੀ।

"ਇੱਕ ਹਜ਼ਾਰ ਸਿਰਾਂ ਵਾਲਾ ਅਜਗਰ।" ਦੁਸ਼ਮਣ ਦਾਗ਼ਿਸਤਾਨ ਬਾਰੇ ਕਹਿੰਦੇ ਸਨ।

"ਅਨੇਕਾਂ ਟਾਹਣੀਆਂ ਵਾਲਾ ਦਰੱਖਤ।" ਦਾਗ਼ਿਸਤਾਨ ਬਾਰੇ ਮਿੱਤਰ ਕਹਿੰਦੇ ਹਨ।

"ਬੇਸ਼ੱਕ ਦਿਨ ਵੇਲੇ ਚਿਰਾਗ਼ ਲੈ ਕੇ ਸਾਰੀ ਦੁਨੀਆ ਵਿੱਚ ਭਾਲ ਲਵੋ, ਕਿਤੇ ਵੀ ਅਜਿਹੀ ਜਗ੍ਹਾ ਨਹੀਂ ਮਿਲੇਗੀ, ਜਿੱਥੇ ਇੰਨੇ ਘੱਟ ਲੋਕ ਅਤੇ ਇੰਨੀਆਂ ਜ਼ਿਆਦਾ ਜਾਤੀਆਂ ਹੋਣ।" ਸੈਲਾਨੀਆਂ ਨੇ ਇਹ ਰਾਏ ਪ੍ਰਗਟ ਕੀਤੀ।

ਅਬੂਤਾਲਿਬ ਨੂੰ ਇਹ ਮਜ਼ਾਕ ਕਰਨਾ ਪਸੰਦ ਸੀ:

"ਅਸੀਂ ਜਾਰਜੀਆਈ ਸੱਭਿਆਚਾਰ ਦੇ ਵਿਕਾਸ ਵਿੱਚ ਵੱਡਾ ਯੋਗਦਾਨ ਪਾਇਐ।"

"ਇਹ ਤੁਸੀਂ ਕੀ ਕਹਿ ਰਹੇ ਹੋ? ਉਨ੍ਹਾਂ ਦਾ ਸੱਭਿਆਚਾਰ ਹਜ਼ਾਰਾਂ ਸਾਲ ਪੁਰਾਣਾ ਐ। ਪ੍ਰਸਿੱਧ ਜਾਰਜੀਆਈ ਕਵੀ ਸ਼ੋਤਾ ਰੁਸਤਾਵੇਲੀ ਤਾਂ ਅੱਠ ਸੌ ਸਾਲ ਪਹਿਲਾਂ ਹੋਏ ਸੀ, ਜਦੋਂ ਕਿ ਅਸੀਂ ਤਾਂ ਕੁੱਝ ਹੀ ਸਾਲ ਪਹਿਲਾਂ ਲਿਖਣਾ ਸਿੱਖਿਐ। ਭਲਾਂ ਅਸੀਂ ਉਨ੍ਹਾਂ ਦੀ ਕਿਵੇਂ ਮੱਦਦ ਕੀਤੀ?"

"ਅਸੀਂ ਇਸ ਤਰ੍ਹਾਂ ਮੱਦਦ ਕੀਤੀ। ਸਾਡੇ ਹਰ ਪਿੰਡ ਦੀ ਆਪਣੀ ਭਾਸ਼ਾ ਐ। ਸਾਡੇ ਜਾਰਜੀਆਈ ਗੁਆਂਢੀਆਂ ਨੇ ਇਨ੍ਹਾਂ ਭਾਸ਼ਾਵਾਂ ਦਾ ਅਧਿਐਨ ਅਤੇ ਉਨ੍ਹਾਂ ਦੀ ਤੁਲਨਾ ਕਰਨ ਦਾ ਨਿਰਣਾ ਲਿਆ। ਖੋਜ ਕਰਤਿਆਂ ਨੇ ਇਨ੍ਹਾਂ ਬਾਰੇ ਲੇਖ ਅਤੇ ਵਿਗਿਆਨਿਕ

ਪੁਸਤਕਾਂ ਲਿਖੀਆਂ। ਉਹ ਵਿਦਵਾਨ ਬਣ ਗਏ, ਉਨ੍ਹਾਂ ਨੇ ਪੀ. ਐੱਚ. ਡੀ. ਅਤੇ ਡੀ. ਲਿੱਟ. ਦੀਆਂ ਡਿਗਰੀਆਂ ਪ੍ਰਾਪਤ ਕਰ ਲਈਆਂ। ਜੇਕਰ ਪੂਰੇ ਦਾਗ਼ਿਸਤਾਨ ਵਿੱਚ ਇੱਕ ਹੀ ਭਾਸ਼ਾ ਹੁੰਦੀ, ਤਾਂ ਕੀ ਉਨ੍ਹਾਂ ਕੋਲ ਇੰਨੇ ਡਾਕਟਰ ਹੋ ਸਕਦੇ ਸਨ? ਤਾਂ ਇਸ ਤਰ੍ਹਾਂ ਅਸੀਂ ਉਨ੍ਹਾਂ ਦੀ ਮੱਦਦ ਕੀਤੀ।"

ਹਾਂ, ਦਾਗ਼ਿਸਤਾਨ ਦੀਆਂ ਭਾਸ਼ਾਵਾਂ ਦੇ ਵਿਆਕਰਣ, ਵਾਕ-ਬੁਣਤੀ, ਉਚਾਰਣ ਅਤੇ ਸ਼ਬਦ-ਕੋਸ਼ ਬਾਰੇ ਹਰ ਤਰ੍ਹਾਂ ਦੀਆਂ ਪੁਸਤਕਾਂ ਲਿਖੀਆਂ ਜਾਂਦੀਆਂ ਹਨ। ਇੱਥੇ ਕੰਮ ਕਰਨ ਲਈ ਬੜੀ ਸਮੱਗਰੀ ਹੈ। ਵਿਦਵਾਨੋ! ਆਓ, ਤੁਹਾਡੇ ਅਤੇ ਤੁਹਾਡੇ ਬੱਚਿਆਂ ਲਈ ਵੀ ਕਾਫ਼ੀ ਕੰਮ ਹੈ।

ਵਿਦਵਾਨ ਆਪਸ ਵਿੱਚ ਬਹਿਸ ਕਰਦੇ ਹਨ। ਕੁੱਝ ਕਹਿੰਦੇ ਹਨ ਕਿ ਦਾਗ਼ਿਸਤਾਨ ਵਿੱਚ ਇੰਨੀਆਂ ਭਾਸ਼ਾਵਾਂ ਹਨ, ਦੂਜਿਆਂ ਦਾ ਕਹਿਣਾ ਹੈ ਕਿ ਇੰਨੀਆਂ। ਕੁੱਝ ਕਹਿੰਦੇ ਹਨ ਕਿ ਇਨ੍ਹਾਂ ਭਾਸ਼ਾਵਾਂ ਦਾ ਜਨਮ ਇਸ ਤਰ੍ਹਾਂ ਹੋਇਆ ਅਤੇ ਦੂਜਿਆਂ ਦੀ ਸਲਾਹ ਹੈ ਕਿ ਇਸ ਤਰ੍ਹਾਂ। ਇਨ੍ਹਾਂ ਦੇ ਮੱਤਭੇਦਾਂ ਅਤੇ ਪ੍ਰਮਾਣਾਂ ਵਿੱਚ ਬਹੁਤ ਸਾਰੇ ਵਿਰੋਧਾਭਾਸ ਹਨ।

ਪਰ ਮੈਂ ਤਾਂ ਸਿਰਫ਼ ਇੰਨਾ ਜਾਣਦਾ ਹਾਂ ਕਿ ਸਾਡੇ ਇੱਥੇ ਇੱਕ ਬਲਦ-ਗੱਡੀ ਵਿੱਚ ਪੰਜ ਭਾਸ਼ਾਵਾਂ ਬੋਲਣ ਵਾਲੇ ਲੋਕ ਯਾਤਰਾ ਕਰਦੇ ਹੋਏ ਦੇਖੇ ਜਾ ਸਕਦੇ ਹਨ। ਜੇਕਰ ਕਿਸੇ ਚੌਰਾਹੇ 'ਤੇ ਪੰਜ ਬਲਦ-ਗੱਡੀਆਂ ਰੁਕ ਜਾਂਦੀਆਂ ਹਨ, ਤਾਂ ਉੱਥੇ ਤੀਹ ਭਾਸ਼ਾਵਾਂ ਸੁਣੀਆਂ ਜਾ ਸਕਦੀਆਂ ਹਨ।

ਜਦੋਂ ਉਲੂਬੀ ਬੂਯਨਾਕਸਕੀ ਦੀ ਅਗਵਾਈ ਵਿੱਚ ਪਾਰਟੀ ਦੇ ਗੁਪਤ ਸੰਗਠਨ ਦੇ ਮੈਂਬਰਾਂ ਨੂੰ, ਜਿਨ੍ਹਾਂ ਦੀ ਗਿਣਤੀ ਛੇ ਸੀ, ਗੋਲੀਆਂ ਚਲਾ ਕੇ ਮੌਤ ਦੇ ਘਾਟ ਉਤਾਰਿਆ ਗਿਆ, ਤਾਂ ਉਨ੍ਹਾਂ ਨੇ ਪੰਜ ਵੱਖ-ਵੱਖ ਭਾਸ਼ਾਵਾਂ ਵਿੱਚ ਦੁਸ਼ਮਣ ਨੂੰ ਸਰਾਪ ਦਿੱਤਾ:

ਉਲੂਬੀ ਬੂਯਨਾਕਸਕੀ ਨੇ ਕੁਮਿਕ ਭਾਸ਼ਾ ਵਿੱਚ।
ਸਈਦ ਅਬੁਲਗਾਲੀਮੋਵ ਨੇ ਅਵਾਰ ਭਾਸ਼ਾ ਵਿੱਚ।
ਅਬਦੁਲ-ਵਾਗਾਬ ਗਾਜੀਏਵ ਨੇ ਦਾਰਗੀਨ ਭਾਸ਼ਾ ਵਿੱਚ।
ਮਜੀਦ ਅਲੀ-ਓਗਲੀ ਨੇ ਕੁਮਿਕ ਭਾਸ਼ਾ ਵਿੱਚ।
ਅਬਦੁਰ ਰਹਿਮਾਨ ਇਸਮਾਈਲੋਵ ਨੇ ਲੇਜ਼ਗੀਨ ਭਾਸ਼ਾ ਵਿੱਚ।
ਓਸਕਾਰ ਲੇਸ਼ਚੀਂਸਕੀ ਨੇ ਰੂਸੀ ਭਾਸ਼ਾ ਵਿੱਚ।

ਦਾਗ਼ਿਸਤਾਨੀ ਲੇਖਕ ਮੁਹੰਮਦ ਸੁਲੀਮਾਨੋਵ ਨੇ ਦਾਗ਼ਿਸਲਤਾਨ ਦੀਆਂ ਪੰਦਰਾਂ ਵੱਖ-ਵੱਖ ਜਾਤੀਆਂ ਦੇ ਪੰਦਰਾਂ ਮੁਹੰਮਦਾਂ ਬਾਰੇ ਪੰਦਰਾਂ ਦਿਲਚਸਪ ਕਹਾਣੀਆਂ ਲਿਖੀਆਂ ਹਨ। ਇਨ੍ਹਾਂ ਕਹਾਣੀਆਂ ਦੇ ਸੰਗ੍ਰਹਿ ਦਾ ਇਹੀ ਸਿਰਲੇਖ ਹੈ, "ਪੰਦਰਾਂ ਮੁਹੰਮਦ।"

ਰੂਸੀ ਲੇਖਕ ਦਮੀਤ੍ਰੀ ਤਰੂਨੋਵ ਨੇ ਇੱਕ ਅਜਿਹੇ ਸਮੂਹਿਕ ਫ਼ਾਰਮ ਬਾਰੇ ਸ਼ਬਦ-ਚਿੱਤਰ ਲਿਖਿਆ ਹੈ, ਜਿੱਥੇ ਬੱਤੀ ਜਾਤੀਆਂ-ਉਪ ਜਾਤੀਆਂ ਦੇ ਲੋਕ ਕੰਮ ਕਰਦੇ ਹਨ।

ਏਫ਼ੰਦੀ ਕਾਪੀਏਵ ਦੀ ਡਾਇਰੀ ਵਿੱਚ ਇਹ ਲਿਖਿਆ ਹੋਇਆ ਹੈ ਕਿ ਕਿਵੇਂ ਉਹ ਅਤੇ ਤਿੰਨ ਹੋਰ ਦਾਗ਼ਿਸਤਾਨੀ ਲੇਖਕ ਸੁਲੇਮਾਨ ਸਤਾਲਸਕੀ, ਹਮਜ਼ਾਤ ਤਸਾਦਾਸਾ ਅਤੇ ਅਬਦੁੱਲਾ ਮੁਹੰਮਦ ਰੇਲ-ਗੱਡੀ ਦੇ ਇੱਕ ਹੀ ਡੱਬੇ ਵਿੱਚ ਸੋਵੀਅਤ ਸੰਘ ਦੇ ਲੇਖਕਾਂ ਦੀ

ਪਹਿਲੀ ਕਾਂਗਰਸ ਵਿੱਚ ਹਿੱਸਾ ਲੈਣ ਲਈ ਮਾਸਕੋ ਗਏ। ਦਾਗ਼ਿਸਤਾਨ ਦੇ ਇਹ ਸਾਰੇ ਲੋਕ-ਕਵੀ ਤਿੰਨ ਦਿਨ, ਤਿੰਨ ਰਾਤਾਂ ਤੱਕ ਗੱਡੀ ਵਿੱਚ ਸਫ਼ਰ ਕਰਦੇ ਰਹੇ, ਪਰ ਇੱਕ-ਦੂਜੇ ਨਾਲ ਗੱਲਬਾਤ ਨਹੀਂ ਕਰ ਸਕੇ। ਹਰ ਕਿਸੇ ਦੀ ਆਪਣੀ ਭਾਸ਼ਾ ਸੀ। ਇਸ਼ਾਰਿਆਂ ਨਾਲ ਇੱਕ-ਦੂਜੇ ਨੂੰ ਆਪਣੀ ਗੱਲ ਸਮਝਾਉਂਦੇ ਸਨ ਅਤੇ ਬੜੀ ਮੁਸ਼ਕਿਲ ਮੁਸ਼ਕਿਲ ਨਾਲ ਇੱਕ-ਦੂਜੇ ਨੂੰ ਸਮਝ ਸਕਦੇ ਸਨ।

ਛਾਪੇਮਾਰਾਂ ਨਾਲ ਆਪਣੇ ਜੀਵਨ ਦੀ ਚਰਚਾ ਕਰਦੇ ਹੋਏ ਅਬੂਤਾਲਿਬ ਨੇ ਲਿਖਿਆ ਹੈ, "ਦਲੀਏ ਦੇ ਇੱਕ ਕੜਾਹੇ ਦੁਆਲੇ ਵੀਹ ਭਾਸ਼ਾਵਾਂ ਬੋਲੀਆਂ ਜਾਂਦੀਆਂ ਸੀ। ਆਟੇ ਦੀ ਇੱਕ ਬੋਰੀ ਵੀਹ ਜਾਤੀਆਂ ਵਿੱਚ ਵੰਡੀ ਜਾਂਦੀ ਸੀ।"

ਸਾਡੇ ਇੱਥੇ ਨੀਜਨੀ ਜੇਨਗੁਤਾਈ ਅਤੇ ਵੇਰਖ਼ਨੀ ਜੇਨਗੁਤਾਈ ਨਾਂ ਦੇ ਪਿੰਡ ਹਨ। ਉਨ੍ਹਾਂ ਵਿਚਕਾਰ ਤਿੰਨ ਕਿਲੋਮੀਟਰ ਦਾ ਫ਼ਾਸਲਾ ਹੈ। ਨੀਜਨੀ ਜੇਨਗੁਤਾਈ ਵਿੱਚ ਕੁਮਿਕ ਭਾਸ਼ਾ ਬੋਲੀ ਜਾਂਦੀ ਹੈ ਅਤੇ ਵੇਰਖ਼ਨੀ ਜੇਨਗੁਤਾਈ ਵਿੱਚ ਅਵਾਰ।

ਦਾਰਗੀਨ ਜਾਤੀ ਦੇ ਲੋਕਾਂ ਦਾ ਕਹਿਣਾ ਹੈ ਕਿ ਮੇਗੇਬ ਵਿੱਚ ਦਾਰਗੀਨ ਰਹਿੰਦੇ ਹਨ ਅਤੇ ਅਵਾਰ ਜਾਤੀ ਵਾਲੇ ਕਹਿੰਦੇ ਹਨ ਕਿ ਉੱਥੇ ਅਵਾਰ ਰਹਿੰਦੇ ਹਨ। ਪਰ ਖ਼ੁਦ ਮੇਗੇਬ ਵਾਸੀਆਂ ਦਾ ਕੀ ਕਹਿਣਾ ਹੈ? ਉਨ੍ਹਾਂ ਦਾ ਕਹਿਣਾ ਹੈ ਕਿ ਅਸੀਂ ਨਾ ਤਾਂ ਦਾਰਗੀਨ ਹਾਂ ਅਤੇ ਨਾ ਹੀ ਅਵਾਰ। ਅਸੀਂ ਤਾਂ ਮੇਗੇਬੀ ਹਾਂ। ਸਾਡੀ ਆਪਣੀ ਮੇਗੇਬੀ ਭਾਸ਼ਾ ਹੈ। ਮੇਗੇਬ ਤੋਂ ਸੱਤ ਕਿਲੋਮੀਟਰ ਦੂਰ ਜਾਣ 'ਤੇ ਅਸੀਂ ਚੋਖ਼ ਪਿੰਡ ਵਿੱਚ ਪਹੁੰਚ ਜਾਂਦੇ ਹਾਂ। ਮੇਗਬੀ ਭਾਸ਼ਾ ਨਾਲ ਉੱਥੇ ਨਾ ਜਾਓ, ਕਿਉਂਕਿ ਚੋਖ਼ ਦੀ ਆਪਣੀ ਵਿਸ਼ੇਸ਼ ਭਾਸ਼ਾ ਹੈ।

ਲੋਕਾਂ ਦਾ ਕਹਿਣਾ ਹੈ ਕਿ ਕੁਬਾਚੀ ਦੇ ਸੁਨਿਆਰਾਂ ਦੀ ਕਲਾ ਇਸ ਕਰਕੇ ਬਹੁਤ ਚਿਰ ਤੱਕ ਵਿਸ਼ਵਾਸਯੋਗ ਢੰਗ ਨਾਲ ਗੁਪਤ ਬਣੀ ਰਹੀ ਕਿ ਕੋਈ ਵੀ ਉਨ੍ਹਾਂ ਦੀ ਭਾਸ਼ਾ ਨਹੀਂ ਸਮਝ ਸਕਦਾ ਸੀ। ਜੇਕਰ ਕੋਈ ਇਸ ਰਾਜ਼ ਨੂੰ ਖੋਲ੍ਹਣਾ ਵੀ ਚਾਹੁੰਦਾ, ਤਾਂ ਕਿਸ ਦੇ ਸਾਹਮਣੇ ਅਜਿਹਾ ਕਰਦਾ?

ਇਹ ਕਿਹਾ ਜਾਂਦਾ ਹੈ ਕਿ ਖ਼ੂੰਜ਼ਹ ਦੇ ਖ਼ਾਨ ਨੇ ਇਸ ਉਦੇਸ਼ ਨਾਲ ਗੀਦਾਤਲੀ ਵਿੱਚ ਆਪਣਾ ਜਾਸੂਸ ਭੇਜਿਆ ਕਿ ਉਹ ਉੱਥੋਂ ਦੀਆਂ ਸਭਾਵਾਂ ਅਤੇ ਬਾਜ਼ਾਰਾਂ ਵਿੱਚ ਜਾ ਕੇ ਲੋਕਾਂ ਦੀਆਂ ਸਾਰੀਆਂ ਗੱਲਾਂ ਸੁਣੇ, ਤਾਂ ਕਿ ਇਹ ਪਤਾ ਲਗਾ ਸਕੇ ਕਿ ਗੀਦਾਲਤੀ ਦੇ ਲੋਕ ਕੀ ਸੋਚਦੇ ਹਨ।

ਜਾਸੂਸ ਬਹੁਤ ਹੀ ਜਲਦੀ ਵਾਪਸ ਆ ਗਿਆ।

"ਸਭ ਕੁੱਝ ਪਤਾ ਕਰ ਆਏ?"

"ਕੁੱਝ ਵੀ ਪਤਾ ਨਹੀਂ ਕਰ ਸਕਿਆ।"

"ਕਿਉਂ?"

"ਉੱਥੇ ਹਰ ਕੋਈ ਆਪਣੀ ਭਾਸ਼ਾ ਵਿੱਚ ਬੋਲਦੈ। ਉਨ੍ਹਾਂ ਦੀਆਂ ਭਾਸ਼ਾਵਾਂ ਸਾਡੀ ਸਮਝ 'ਵਿੱਚ ਨਹੀਂ ਆਉਂਦੀਆਂ।"

ਇੱਕ ਪਹਾੜੀਆ ਆਪਣੇ ਲਈ ਚੋਗਾ ਖਰੀਦਣ ਦੇ ਵਿਚਾਰ ਨਾਲ ਆਂਦੀ ਪਿੰਡ ਵਿੱਚ ਗਿਆ। ਉਸ ਨੇ ਚੋਗਾ ਪਸੰਦ ਕੀਤਾ, ਕੀਮਤ ਪੁੱਛੀ ਅਤੇ ਮੁੱਲ-ਭਾਅ ਕਰਨ ਲੱਗਿਆ।

ਮੁੱਲ-ਭਾਅ ਹੁੰਦਾ ਰਿਹਾ ਅਤੇ ਅਚਾਨਕ ਆਂਦੀ ਪਿੰਡ ਦੇ ਦੁਕਾਨਦਾਰ ਆਪਣੀ ਭਾਸ਼ਾ ਵਿੱਚ ਬੋਲਣ ਲੱਗੇ। ਗ੍ਰਾਹਕ ਪਹਾੜੀਏ ਨੇ ਇਤਰਾਜ਼ ਕਰਦੇ ਹੋਏ ਕਿਹਾ:

"ਕਿਉਂਕਿ ਮੈਂ ਗ੍ਰਾਹਕ ਆਂ, ਇਸ ਲਈ ਤੁਹਾਨੂੰ ਅਜਿਹੀ ਭਾਸ਼ਾ ਵਿੱਚ ਗੱਲ ਕਰਨੀ ਚਾਹੀਦੀ ਐ, ਜੋ ਮੇਰੀ ਸਮਝ ਵਿੱਚ ਆ ਸਕੇ।"

"ਅਸੀਂ ਤੁਹਾਡੇ ਸਮਝ ਆਉਣ ਵਾਲੀ ਭਾਸ਼ਾ ਵਿੱਚ ਉਦੋਂ ਗੱਲ ਕਰਾਂਗੇ, ਜਦੋਂ ਤੁਸੀਂ ਸਾਡੀ ਕੀਮਤ ਮਨਜ਼ੂਰ ਕਰ ਲਵੋਗੇ।"

ਹਾਂ, ਇਹ ਸੱਚ ਹੈ ਕਿ ਆਂਦੀ ਪਿੰਡ ਦੇ ਲੋਕਾਂ ਨੇ ਵਪਾਰ ਵਿੱਚ ਅਜੇ ਤੱਕ ਕਦੇ ਮਾਰ ਨਹੀਂ ਖਾਧੀ।

ਕਿਸੇ ਪਹਾੜੀਏ ਨੂੰ ਇੱਕ ਹਸੀਨਾ ਨਾਲ ਮੁਹੱਬਤ ਹੋ ਗਈ। ਉਸ ਨੇ ਇਸ ਸੁੰਦਰੀ ਨੂੰ ਇਹ ਪਾਵਨ ਸ਼ਬਦ 'ਮੈਂ ਤੁਹਾਨੂੰ ਪਿਆਰ ਕਰਦਾਂ' ਲਿਖਣ ਦਾ ਨਿਰਣਾ ਲਿਆ, ਪਰ ਪੱਤਰ ਦੇ ਰੂਪ ਵਿੱਚ ਨਹੀਂ, ਬਲਕਿ ਉਸ ਜਗ੍ਹਾ, ਜਿੱਥੇ ਉਹ ਮੁਟਿਆਰ ਆਉਂਦੀ-ਜਾਂਦੀ ਸੀ ਅਤੇ ਜਿੱਥੇ ਉਹ ਉਸ ਦੀ ਪ੍ਰੇਮ ਭਾਵਨਾ ਦੇ ਪ੍ਰਗਟਾਵੇ ਨੂੰ ਦੇਖ ਸਕਦੀ ਸੀ। ਉਸ ਨੇ ਉਪਰੋਕਤ ਸ਼ਬਦਾਂ ਨੂੰ ਕਿਸੇ ਚੱਟਾਨ, ਚਸ਼ਮੇ ਵੱਲ ਜਾਣ ਵਾਲੀ ਪਗਡੰਡੀ, ਉਸ ਦੇ ਘਰ ਦੀ ਕੰਧ, ਆਪਣੇ ਪੰਦੂਰ ਬਾਜੇ 'ਤੇ ਲਿਖਣ ਦਾ ਨਿਰਣਾ ਲਿਆ। ਇਸ ਵਿੱਚ ਕੋਈ ਬੁਰੀ ਗੱਲ ਨਹੀਂ ਸੀ। ਪਰ ਇਸ ਪ੍ਰੇਮੀ ਦੇ ਦਿਮਾਗ ਵਿੱਚ ਇਹ ਸਨਕ ਆ ਗਈ ਕਿ ਇਨ੍ਹਾਂ ਸ਼ਬਦਾਂ ਨੂੰ ਉਹ ਦਾਗ਼ਿਸਤਾਨ ਦੀਆਂ ਸਾਰੀਆਂ ਭਾਸ਼ਾਵਾਂ ਵਿੱਚ ਲਿਖੇ। ਇਸੇ ਉਦੇਸ਼ ਨਾਲ ਉਹ ਆਪਣੇ ਰਾਹ 'ਤੇ ਚੱਲ ਪਿਆ। ਉਸ ਦਾ ਖ਼ਿਆਲ ਸੀ ਕਿ ਉਸ ਦੀ ਇਹ ਯਾਤਰਾ ਬਹੁਤ ਲੰਬੀ ਨਹੀਂ ਰਹੇਗੀ, ਪਰ ਅਸਲ ਵਿੱਚ ਉਸ ਨੇ ਇਹ ਦੇਖਿਆ ਕਿ ਹਰ ਪਿੰਡ ਵਿੱਚ ਇਨ੍ਹਾਂ ਸ਼ਬਦਾਂ ਨੂੰ ਆਪਣੇ ਹੀ ਢੰਗ ਨਾਲ ਕਿਹਾ ਜਾਂਦਾ ਹੈ....ਅਵਾਰ ਭਾਸ਼ਾ ਵਿੱਚ ਇੱਕ ਢੰਗ ਨਾਲ, ਲੇਜ਼ਗੀਨੀ ਵਿੱਚ ਦੂਜੇ ਢੰਗ ਨਾਲ, ਲਾਕਸਕੀ ਵਿੱਚ ਤੀਜੇ ਢੰਗ ਨਾਲ, ਦਾਰਗੀਂਸਕੀ ਵਿੱਚ ਚੌਥੇ ਢੰਗ ਨਾਲ, ਕੁਮਿਕਸਕੀ ਵਿੱਚ ਪੰਜਵੇਂ ਢੰਗ ਨਾਲ, ਤਾਬਾਸਾਰੰਸਕੀ ਵਿੱਚ ਛੇਵੇਂ ਢੰਗ ਨਾਲ, ਤਾਤਸਕੀ ਵਿੱਚ ਸੱਤਵੇਂ ਢੰਗ ਨਾਲ, ਆਦਿ ਆਦਿ।

ਲੋਕਾਂ ਦਾ ਕਹਿਣਾ ਹੈ ਕਿ ਇਹ ਪ੍ਰੇਮੀ ਅਜੇ ਤੱਕ ਪਹਾੜਾਂ ਵਿੱਚ ਭਟਕਦਾ ਫਿਰ ਰਿਹਾ ਹੈ, ਉਸ ਦੀ ਪ੍ਰੇਮਿਕਾ ਦੀ ਸ਼ਾਦੀ ਹੋਇਆਂ ਇੱਕ ਜ਼ਮਾਨਾ ਬੀਤ ਗਿਆ, ਉਹ ਬੁੱਢੀ ਵੀ ਹੋ ਗਈ, ਪਰ ਸਾਡਾ ਇਹ ਆਸ਼ਿਕ ਸੂਰਮਾ ਅਜੇ ਤੱਕ ਆਪਣੇ ਪ੍ਰੇਮ ਦੇ ਸ਼ਬਦ ਲਿਖਦਾ ਜਾ ਰਿਹਾ ਹੈ।

"ਮੈਂ ਤੁਹਾਨੂੰ ਪਿਆਰ ਕਰਦਾਂ, ਇਨ੍ਹਾਂ ਸ਼ਬਦਾਂ ਨੂੰ ਤੁਹਾਡੀ ਭਾਸ਼ਾ ਵਿੱਚ ਕਿਵੇਂ ਕਿਹਾ ਜਾਂਦੈ, ਤੁਹਾਨੂੰ ਇਹ ਪਤਾ ਐ ਜਾਂ ਨਹੀਂ?" ਇੱਕ ਬਜ਼ੁਰਗ ਨੇ ਕਿਸੇ ਨੌਜਵਾਨ ਨੂੰ ਪੁੱਛਿਆ।

ਨੌਜਵਾਨ ਨੇ ਆਪਣੇ ਕੋਲ ਖੜ੍ਹੀ ਮੁਟਿਆਰ ਨੂੰ ਜੱਫੀ ਪਾਉਂਦੇ ਹੋਏ ਇਹ ਜਵਾਬ ਦਿੱਤਾ:

"ਮੇਰੀ ਭਾਸ਼ਾ ਵਿੱਚ ਇਹ ਸ਼ਬਦ ਇਸ ਤਰ੍ਹਾਂ ਕਹੇ ਜਾਂਦੇ ਨੇ।"

ਦਾਗ਼ਿਸਤਾਨ ਦੇ ਹਰ ਛੋਟੇ ਜਿਹੇ ਪਰਿੰਦੇ, ਹਰ ਨਦੀ-ਨਾਲੇ ਦੇ ਵੀਹ ਨਾਂ ਹਨ।

ਸੰਵਿਧਾਨ ਮੁਤਾਬਿਕ ਸਾਡੇ ਇੱਥੇ ਅੱਠ ਮੁੱਖ ਜਾਤੀਆਂ ਹਨ, ਅਵਾਰ, ਦਾਰਗੀਨ, ਕੁਮਿਕ, ਲੇਜ਼ਗੀਨ, ਲਾਕ, ਤਾਤ, ਤਾਬਾਸਾਰਾਨ ਅਤੇ ਨੋਗਾਈ।

ਅਸੀਂ ਪੰਜ ਭਾਸ਼ਾਵਾਂ ਵਿੱਚ ਪੰਜ ਸਾਹਿਤਕ ਸੰਗ੍ਰਹਿ ਛਾਪਦੇ ਹਾਂ। ਉਨ੍ਹਾਂ ਦੇ ਨਾਂ ਹਨ, ਦੁਸਤਵਾਲ, ਦੋਸਲੁਕ, ਗਾਲਮਾਗਦੇਸ਼, ਗੁਦੂਲੀ, ਦੁਸਸ਼ੀਵੂ। ਉਂਝ ਇਨ੍ਹਾਂ ਸਾਰਿਆਂ ਦਾ ਇੱਕ ਸਾਂਝਾ ਨਾਂ ਹੈ, ਦਰੂਜਵਾ, ਭਾਵ ਦੋਸਤੀ।

ਦਾਗ਼ਿਸਤਾਨ ਵਿੱਚ ਨੌਂ ਭਾਸ਼ਾਵਾਂ ਵਿੱਚ ਕਿਤਾਬਾਂ ਛਪਦੀਆਂ ਹਨ। ਪਰ ਕਿੰਨੀਆਂ ਭਾਸ਼ਾਵਾਂ ਵਿੱਚ ਗਾਣੇ ਗਾਏ ਜਾਂਦੇ ਹਨ? ਹਰ ਗਲੀਚੇ 'ਤੇ ਆਪਣੇ ਵੱਖਰੇ ਵੇਲ-ਬੂਟੇ ਹੁੰਦੇ ਹਨ। ਹਰ ਤਲਵਾਰ 'ਤੇ ਆਪਣੀ ਲਿਖਤ ਉੱਕਰੀ ਹੁੰਦੀ ਹੈ।

ਪਰ ਇਹ ਕਿਵੇਂ ਹੋਇਆ ਕਿ ਇੱਕ ਹੱਥ 'ਤੇ ਇੰਨੀਆਂ ਜ਼ਿਆਦਾ ਉਂਗਲਾਂ ਹੋ ਗਈਆਂ? ਇਹ ਕਿਵੇਂ ਹੋਇਆ ਕਿ ਇੱਕ ਦਾਗ਼ਿਸਤਾਨ ਵਿੱਚ ਇੰਨੀਆਂ ਜ਼ਿਆਦਾ ਭਾਸ਼ਾਵਾਂ ਹੋ ਗਈਆਂ?

ਵਿਦਵਾਨ ਲੋਕ ਆਪਣੇ ਢੰਗ ਨਾਲ ਇਸ ਨੂੰ ਸਪੱਸ਼ਟ ਕਰਦੇ ਰਹਿਣ, ਪਰ ਇਸ ਬਾਰੇ ਮੇਰੇ ਪਿਤਾ ਜੀ ਇਹ ਕਿਹਾ ਕਰਦੇ ਸਨ:

"ਅੱਲ੍ਹਾ ਦਾ ਭੇਜਿਆ ਹੋਇਆ ਇੱਕ ਦੂਤ ਖੱਚਰ 'ਤੇ ਸਵਾਰ ਹੋ ਕੇ ਇਸ ਪ੍ਰਿਥਵੀ 'ਤੇ ਜਾ ਰਿਹਾ ਸੀ ਅਤੇ ਬਹੁਤ ਵੱਡੀ ਖੁਰਜੀ ਵਿੱਚੋਂ ਭਾਸ਼ਾਵਾਂ ਕੱਢ-ਕੱਢ ਕੇ ਜਨ-ਸਮੂਹਾਂ ਅਤੇ ਰਾਸ਼ਟਰਾਂ ਨੂੰ ਦਿੰਦਾ ਜਾਂਦਾ ਸੀ। ਚੀਨੀਆਂ ਨੂੰ ਉਸ ਨੇ ਚੀਨੀ ਭਾਸ਼ਾ ਦੇ ਦਿੱਤੀ। ਅਰਬਾਂ ਕੋਲ ਗਿਆ, ਤਾਂ ਉਨ੍ਹਾਂ ਨੂੰ ਅਰਬੀ ਭਾਸ਼ਾ ਦੇ ਦਿੱਤੀ। ਯੂਨਾਨੀਆਂ ਨੂੰ ਉਸ ਨੇ ਯੂਨਾਨੀ, ਰੂਸੀਆਂ ਨੂੰ ਰੂਸੀ ਅਤੇ ਫ਼੍ਰਾਂਸੀਸੀਆਂ ਨੂੰ ਫ਼੍ਰਾਂਸੀਸੀ ਭਾਸ਼ਾ ਦੇ ਦਿੱਤੀ। ਭਾਸ਼ਾਵਾਂ ਵੱਖ-ਵੱਖ ਸਨ, ਕੁੱਝ ਮਿੱਠੀਆਂ ਸੀ ਅਤੇ ਕੁੱਝ ਕਠੋਰ, ਕੁੱਝ ਲੱਛੇਦਾਰ ਸੀ ਅਤੇ ਕੁੱਝ ਕੋਮਲ। ਜਨ-ਸਮੂਹ ਅਜਿਹੇ ਤੋਹਫ਼ੇ ਨਾਲ ਬਹੁਤ ਖ਼ੁਸ਼ ਹੋਏ ਅਤੇ ਉਸੇ ਵੇਲੇ ਸਰੇ ਆਪਣੀ-ਆਪਣੀ ਭਾਸ਼ਾ ਵਿੱਚ ਬੋਲਣ ਲੱਗੇ। ਆਪਣੀਆਂ ਭਾਸ਼ਾਵਾਂ ਦੀ ਬਦੌਲਤ ਲੋਕ ਇੱਕ-ਦੂਜੇ ਨੂੰ ਜ਼ਿਆਦਾ ਚੰਗੀ ਤਰ੍ਹਾਂ ਜਾਣਨ-ਪਛਾਣਨ ਲੱਗੇ।

ਆਪਣੀ ਖੱਚਰ 'ਤੇ ਸਵਾਰੀ ਕਰਦੇ ਹੋਏ ਇਹ ਆਦਮੀ ਸਾਡੇ ਦਾਗ਼ਿਸਤਾਨ ਤੱਕ ਪਹੁੰਚ ਗਿਆ। ਕੁੱਝ ਹੀ ਸਮਾਂ ਪਹਿਲਾਂ ਉਸ ਨੇ ਜਾਰਜੀਆਈ ਲੋਕਾਂ ਨੂੰ ਉਨ੍ਹਾਂ ਦੀ ਭਾਸ਼ਾ ਦਿੱਤੀ ਸੀ, ਜਿਸ ਭਾਸ਼ਾ ਵਿੱਚ ਬਾਅਦ ਵਿੱਚ ਸ਼ੋਤਾ ਰੁਸਤਾਵੇਲੀ ਨੇ ਆਪਣਾ ਮਹਾਂ-ਕਾਵਿ ਰਚਿਆ, ਕੁੱਝ ਹੀ ਸਮਾਂ ਪਹਿਲਾਂ ਓਸੇਤੀਆਂ 'ਤੇ ਕਿਰਪਾ ਕਰਦੇ ਹੋਏ ਉਨ੍ਹਾਂ ਨੂੰ ਉਨ੍ਹਾਂ ਦੀ ਭਾਸ਼ਾ ਦਿੱਤੀ ਸੀ, ਜਿਸ ਭਾਸ਼ਾ ਵਿੱਚ ਕੋਸਤਾ ਹੇਤਾਗੂਰੋਵ ਨੇ ਸਾਹਿਤਕ-ਸਿਰਜਣਾ ਕੀਤੀ। ਆਖ਼ਰ ਸਾਡੀ ਵਾਰੀ ਵੀ ਆ ਗਈ।

ਪਰ ਕੁੱਝ ਅਜਿਹਾ ਹੋਇਆ ਕਿ ਦਾਗ਼ਿਸਤਾਨ ਦੇ ਪਹਾੜਾਂ ਵਿੱਚ ਉਸ ਦਿਨ ਬਰਫ਼ ਦਾ ਤੂਫ਼ਾਨ ਆ ਰਿਹਾ ਸੀ। ਦੱਰੇ ਵਿੱਚ ਬਰਫ਼ ਜ਼ੋਰ ਨਾਲ ਚੱਕਰ ਕੱਢ ਰਹੀ ਸੀ ਅਤੇ ਆਕਾਸ਼ ਤੱਕ ਉੱਪਰ ਉੱਠ ਰਹੀ ਸੀ। ਕੁੱਝ ਵੀ ਨਜ਼ਰ ਨਹੀਂ ਆ ਰਿਹਾ ਸੀ, ਨਾ ਰਸਤੇ ਅਤੇ ਨਾ ਘਰ-ਮਕਾਨ। ਸਿਰਫ਼ ਹਨੇਰੇ ਵਿੱਚ ਹਵਾ ਜ਼ੋਰ ਨਾਲ ਸੀਟੀਆਂ ਵਜਾਉਂਦੀ ਹੋਈ ਸੁਣਾਈ ਦੇ ਰਹੀ ਸੀ, ਕਦੇ-ਕਦੇ ਪੱਥਰ ਟੁੱਟ ਕੇ ਡਿੱਗਦੇ ਸਨ ਅਤੇ ਸਾਡੀਆਂ ਚਾਰ ਨਦੀਆਂ, ਸਾਡੀਆਂ ਚਾਰ ਕੋਇਸੂ ਸ਼ੋਰ ਮਚਾ ਰਹੀਆਂ ਸੀ।"

"ਨਹੀਂ।" ਭਾਸ਼ਾਵਾਂ ਵੰਡਣ ਵਾਲੇ ਨੇ ਕਿਹਾ, ਜਿਸ ਦੀਆਂ ਮੁੱਛਾਂ 'ਤੇ ਬਰਫ਼ ਜੰਮਣ ਲੱਗੀ ਸੀ, "ਮੈਂ ਇਨ੍ਹਾਂ ਚੱਟਾਨਾਂ 'ਤੇ ਨਹੀਂ ਚੜ੍ਹਾਂਗਾ ਅਤੇ ਉਹ ਵੀ ਅਜਿਹੇ ਬੁਰੇ ਮੌਸਮ ਵਿੱਚ।"

"ਉਸ ਨੇ ਆਪਣੀਆਂ ਖੁਰਜੀਆਂ ਵਿੱਚ ਥੱਲੇ ਲੱਗੀਆਂ ਪਈਆਂ ਦੋ ਮੁੱਠੀਆਂ ਭਾਸ਼ਾਵਾਂ ਨੂੰ ਸਾਡੇ ਪਹਾੜਾਂ ਵਿੱਚ ਖਿੰਡਾ ਦਿੱਤਾ, ਜਿਹੜੀਆਂ ਅਜੇ ਵੰਡੀਆਂ ਨਹੀਂ ਗਈਆਂ ਸੀ।"

"ਜਿਸ ਨੂੰ ਜੋ ਚੰਗੀ ਲੱਗੇ, ਉਹੀ ਲੈ ਲਵੇ।" ਉਸ ਨੇ ਕਿਹਾ ਅਤੇ ਅੱਲ੍ਹਾ ਕੋਲ ਵਾਪਸ ਚਲਾ ਗਿਆ।

"ਇਸ ਤਰ੍ਹਾਂ ਖਿੰਡਾਈਆਂ ਗਈਆਂ ਭਾਸ਼ਾਵਾਂ ਨੂੰ ਬਰਫ਼ ਦੇ ਤੂਫ਼ਾਨ ਨੇ ਝਪਟ ਲਿਆ ਅਤੇ ਉਨ੍ਹਾਂ ਨੂੰ ਦੱਰਿਆਂ ਜਾਂ ਚੱਟਾਨਾਂ 'ਤੇ ਲਿਜਾਣ ਅਤੇ ਇੱਧਰ-ਉੱਧਰ ਸੁੱਟਣ ਲੱਗਿਆ। ਪਰ ਇਸੇ ਸਮੇਂ ਸਾਰੇ ਦਾਗ਼ਿਸਤਾਨੀ ਦੌੜ ਕੇ ਆਪਣੇ ਘਰਾਂ ਤੋਂ ਬਾਹਰ ਆ ਗਏ। ਹੰਗਾਮਾ ਕਰਦੇ ਹੋਏ ਅਤੇ ਇੱਕ-ਦੂਜੇ ਨੂੰ ਧੱਕਦੇ ਹੋਏ ਉਹ ਭਾਸ਼ਾਵਾਂ ਦੀ ਇਸ ਸੁੱਖਦਾਈ ਅਤੇ ਪਿਆਰੀ ਸੁਨਹਿਰੀ ਵਰਖਾ ਵੱਲ ਭੱਜਣ ਲੱਗੇ, ਜਿਸ ਦੀ ਉਨ੍ਹਾਂ ਨੂੰ ਇੱਕ ਮੁੱਦਤ ਤੋਂ ਉਡੀਕ ਸੀ। ਉਹ ਅਨਾਜ ਦੇ ਕੀਮਤੀ ਦਾਣਿਆਂ ਨੂੰ, ਜਿਨ੍ਹਾਂ ਨੂੰ ਜੋ ਵੀ ਮਿਲ ਗਏ, ਬਟੋਰਨ ਲੱਗੇ। ਹਰ ਕਿਸੇ ਨੇ ਉਦੋਂ ਆਪਣੀ ਜ਼ੁਬਾਨ ਲੈ ਲਈ। ਆਪਣੀ-ਆਪਣੀ ਭਾਸ਼ਾ ਲੈ ਕੇ ਪਹਾੜੀ ਲੋਕ ਘਰਾਂ ਵਿੱਚ ਜਾ ਕੇ ਬਰਫ਼ ਦੇ ਤੂਫ਼ਾਨ ਦਾ ਅੰਤ ਹੋਣ ਦੀ ਉਡੀਕ ਕਰਨ ਲੱਗੇ।

ਸੁਬ੍ਹਾ ਜਦੋਂ ਉਹ ਜਾਗੇ, ਤਾਂ ਧੁੱਪ ਖਿੜੀ ਹੋਈ ਸੀ, ਬਰਫ਼ ਤਾਂ ਜਿਵੇਂ ਡਿੱਗੀ ਹੀ ਨਹੀਂ ਸੀ। ਲੋਕਾਂ ਨੇ ਦੇਖਿਆ ਕਿ ਸਾਹਮਣੇ ਪਹਾੜ ਐ! ਇਹ ਤਾਂ ਹੁਣ 'ਪਹਾੜ' ਸੀ। ਉਸ ਨੂੰ ਪਹਾੜ ਕਹਿ ਕੇ ਬੁਲਾਇਆ ਜਾ ਸਕਦਾ ਸੀ। ਲੋਕਾਂ ਨੇ ਦੇਖਿਆ ਕਿ ਸਾਹਮਣੇ ਸਮੁੰਦਰ ਐ! ਇਹ ਤਾਂ ਹੁਣ 'ਸਮੁੰਦਰ' ਸੀ। ਉਸ ਨੂੰ ਸਮੁੰਦਰ ਕਹਿ ਕੇ ਬੁਲਾਇਆ ਜਾ ਸਕਦਾ ਸੀ। ਸਾਹਮਣੇ ਆਉਣ ਵਾਲੀ ਹਰ ਚੀਜ਼ ਨੂੰ ਹੀ ਹੁਣ ਕੋਈ ਨਾਂ ਦਿੱਤਾ ਜਾ ਸਕਦਾ ਸੀ। ਕਿੰਨੀ ਖ਼ੁਸ਼ੀ ਵਾਲੀ ਗੱਲ ਸੀ! ਇਹ ਰਹੀ ਰੋਟੀ, ਇਹ ਮਾਂ ਐ, ਇਹ ਪਹਾੜੀ ਘਰ ਐ, ਇਹ ਚੁੱਲ੍ਹਾ ਐ, ਇਹ ਬੇਟਾ ਐ, ਇਹ ਗੁਆਂਢੀ ਐ, ਇਹ ਲੋਕ ਨੇ।

ਸਾਰੇ ਲੋਕ ਸੜਕ 'ਤੇ ਇਕੱਠੇ ਹੋ ਗਏ, ਸਾਰੇ ਮਿਲ ਕੇ ਚਿੱਲਾਏ, "ਪਹਾੜ।" ਉਨ੍ਹਾਂ ਨੇ ਕੰਨ ਲਗਾ ਕੇ ਪ੍ਰਤੀਧੁਨੀ ਸੁਣੀ, ਸਾਰਿਆਂ ਨੇ ਇਸ ਸ਼ਬਦ ਨੂੰ ਵੱਖ-ਵੱਖ ਢੰਗ ਨਾਲ ਕਿਹਾ ਸੀ। ਸਾਰੇ ਮਿਲ ਕੇ ਚਿੱਲਾਏ, "ਸਮੁੰਦਰ!" ਸਾਰਿਆਂ ਨੇ ਇਸ ਸ਼ਬਦ ਨੂੰ ਵੱਖ-ਵੱਖ ਢੰਗ ਨਾਲ ਕਿਹਾ ਸੀ। ਇਸੇ ਵੇਲੇ ਤੋਂ ਅਵਾਰ, ਲੈਜ਼ਗੀਨ, ਦਾਰਗੀਨ, ਕੁਮਿਕ, ਤਾਤ ਅਤੇ ਲਾਕ ਜਾਤੀਆਂ ਅਤੇ ਭਾਸ਼ਾਵਾਂ ਬਣ ਗਈਆਂ....ਅਤੇ ਉਸੇ ਵੇਲੇ ਤੋਂ ਇਹ ਸਭ ਕੁੱਝ ਦਾਗ਼ਿਸਤਾਨ ਅਖਵਾਉਂਦੈ। ਲੋਕ ਭੇਡਾਂ, ਘੋੜਿਆਂ ਅਤੇ ਟਿੱਡਿਆਂ ਤੋਂ ਵੱਖ ਹੋ ਗਏ....ਕਹਿੰਦੇ ਨੇ ਕਿ 'ਘੋੜੇ ਦੇ ਇਨਸਾਨ ਬਣਨ ਵਿੱਚ ਥੋੜ੍ਹੀ ਜਿਹੀ ਹੀ ਘਾਟ ਐ।"

ਪਰ ਅੱਲ੍ਹਾ ਦੇ ਭੇਜੇ ਹੋਏ ਦੂਤ! ਤੁਸੀਂ ਉਸ ਵੇਲੇ ਬਰਫ਼ ਦੇ ਤੂਫ਼ਾਨ ਅਤੇ ਖੜ੍ਹੇ ਪਰਬਤਾਂ ਵਿੱਚ ਕਿਉਂ ਘਬਰਾ ਗਏ? ਕਿਸ ਲਈ ਤੁਸੀਂ ਸੋਚੇ-ਸਮਝੇ ਬਿਨਾਂ ਸਾਡੇ ਸਾਹਮਣੇ ਭਾਸ਼ਾਵਾਂ ਖਿੰਡਾ ਦਿੱਤੀਆਂ? ਇਹ ਤੁਸੀਂ ਕੀ ਕੀਤਾ? ਜੋ ਲੋਕ ਆਪਣੀ ਭਾਵਨਾ, ਆਪਣੇ ਦਿਲ, ਆਚਾਰ-ਵਿਹਾਰ, ਰਸਮ-ਰਿਵਾਜ਼ ਅਤੇ ਜੀਵਨ ਦੇ ਰੰਗ-ਢੰਗ ਦੀ ਦ੍ਰਿਸ਼ਟੀ ਤੋਂ

ਇੱਕ-ਦੂਜੇ ਦੇ ਇੰਨੇ ਜ਼ਿਆਦਾ ਨੇੜੇ ਹਨ, ਤੁਸੀਂ ਉਨ੍ਹਾਂ ਨੂੰ ਵੰਡ ਦਿੱਤਾ, ਭਾਸ਼ਾਵਾਂ ਦੇ ਕਾਰਨ ਇੱਕ-ਦੂਜੇ ਤੋਂ ਵੱਖ ਕਰ ਦਿੱਤਾ।

ਖ਼ੈਰ ਇਸ ਲਈ ਵੀ ਧੰਨਵਾਦ। ਬੁਰੀਆਂ ਭਾਸ਼ਾਵਾਂ ਨਹੀਂ ਹੁੰਦੀਆਂ। ਬਾਕੀ ਚੀਜ਼ਾਂ ਦੇ ਮਾਮਲੇ ਵਿੱਚ ਖ਼ੁਦ ਹੀ ਸੋਚ-ਸਮਝ ਲੈਣਗੇ। ਇੱਕ-ਦੂਜੇ ਦੇ ਨੇੜੇ ਹੋਣ ਦਾ ਰਾਹ ਲੱਭ ਲੈਣਗੇ, ਅਜਿਹਾ ਕਰਨਗੇ ਕਿ ਵੱਖ-ਵੱਖ ਭਾਸ਼ਾਵਾਂ ਸਾਨੂੰ ਵੱਖ ਕਰਨ ਦੀ ਬਜਾਇ ਸੂਤਰਬੱਧ ਕਰਨ।

ਬਾਅਦ ਵਿੱਚ ਲੰਗੜੇ ਤੈਮੂਰ, ਅਰਬਾਂ ਅਤੇ ਈਰਾਨ ਦੇ ਸ਼ਾਹ ਨੇ ਸਾਡੇ 'ਤੇ ਚੜ੍ਹਾਈ ਕੀਤੀ ਅਤੇ ਹਰ ਕਿਸੇ ਨੇ ਸਾਡੇ 'ਤੇ ਆਪਣੀ ਭਾਸ਼ਾ ਲੱਦਣ ਦੀ ਕੋਸ਼ਿਸ਼ ਕੀਤੀ। ਪਰ ਸਾਡੇ ਹੱਥ ਦੇ ਝੰਜੋੜੇ ਜਾਣ ਨਾਲ ਸਾਡੀਆਂ ਉਂਗਲਾਂ ਟੁੱਟ ਕੇ ਨਹੀਂ ਡਿੱਗੀਆਂ, ਸਾਡੇ ਦਰੱਖਤ ਦੇ ਝੰਜੋੜੇ ਜਾਣ ਨਾਲ ਸਾਡੀਆਂ ਟਾਹਣੀਆਂ ਨਹੀਂ ਟੁੱਟੀਆਂ।

"ਭਾਸ਼ਾ ਦੀ ਮਾਤ-ਭੂਮੀ ਵਾਂਗ ਰਾਖੀ ਕਰਨੀ ਚਾਹੀਦੀ ਐ।" ਸ਼ਾਮਿਲ ਨੇ ਕਿਹਾ ਸੀ।

"ਸ਼ਬਦ, ਉਹ ਤਾਂ ਗੋਲੀਆਂ ਨੇ, ਉਨ੍ਹਾਂ ਨੂੰ ਬੇਅਰਥ ਬਰਬਾਦ ਨਾ ਕਰੋ।" ਹਾਜੀ-ਮੁਰਾਦ ਨੇ ਜੋੜਿਆ ਸੀ।

"ਜਦੋਂ ਬਾਪ ਮਰਦਾ ਹੈ, ਤਾਂ ਉਹ ਵਿਰਾਸਤ ਦੇ ਰੂਪ ਵਿੱਚ ਬੇਟਿਆਂ ਲਈ ਘਰ, ਖੇਤ, ਤਲਵਾਰ ਅਤੇ ਪੰਦੂਰ ਛੱਡਦੈ। ਪਰ ਮਰਨ ਵਾਲੀਆਂ ਪੀੜ੍ਹੀਆਂ ਆਉਣ ਵਾਲੀਆਂ ਪੀੜ੍ਹੀਆਂ ਲਈ ਵਿਰਾਸਤ ਦੇ ਰੂਪ ਵਿੱਚ ਭਾਸ਼ਾ ਛੱਡਦੀਆਂ ਨੇ। ਜਿਸ ਕੋਲ ਭਾਸ਼ਾ ਐ, ਉਹ ਆਪਣੇ ਲਈ ਘਰ ਬਣਾ ਲਵੇਗਾ, ਖੇਤ ਵਾਹ ਲਵੇਗਾ, ਤਲਵਾਰ ਬਣਾ ਲਵੇਗਾ, ਪੰਦੂਰ ਨੂੰ ਸੁਰ ਕਰ ਲਵੇਗਾ ਅਤੇ ਉਸ ਨੂੰ ਵਜਾ ਲਵੇਗਾ।" ਮੇਰੇ ਪਿਤਾ ਜੀ ਕਿਹਾ ਕਰਦੇ ਸਨ।

ਮੇਰੀ ਪਿਆਰੀ ਮਾਤ-ਭਾਸ਼ਾ! ਮੈਂ ਨਹੀਂ ਜਾਣਦਾ ਕਿ ਤੂੰ ਮੈਥੋਂ ਖ਼ੁਸ਼ ਹੈਂ ਕਿ ਨਹੀਂ, ਪਰ ਤੂੰ ਮੇਰੇ ਹਰ ਸਾਹ ਵਿੱਚ ਵੱਸੀ ਹੋਈ ਹੈਂ ਅਤੇ ਮੈਂ ਤੇਰੇ 'ਤੇ ਮਾਣ ਕਰਦਾ ਹਾਂ। ਜਿਵੇਂ ਚਸ਼ਮੇ ਦਾ ਨਿਰਮਲ ਪਾਣੀ ਹਨੇਰੀਆਂ ਗਹਿਰਾਈਆਂ ਵਿੱਚੋਂ ਹਰਿਆਲੀ ਵਾਲੀਆਂ ਧੁੱਪ-ਨਹਾਈਆਂ ਥਾਵਾਂ ਵੱਲ ਜਾਣ ਦੀ ਕੋਸ਼ਿਸ਼ ਕਰਦਾ ਹੈ, ਉਸੇ ਤਰ੍ਹਾਂ ਮਾਤ-ਭਾਸ਼ਾ ਦੇ ਸ਼ਬਦ ਬੜੀ ਤੇਜੀ ਨਾਲ ਮੇਰੇ ਦਿਲ ਦੀ ਗਹਿਰਾਈ ਤੋਂ ਮੇਰੇ ਕੰਠ ਵੱਲ ਵਧਦੇ ਹਨ। ਹੋਂਠ ਬੁੜਬੁੜਾਉਂਦੇ ਹਨ। ਮੈਂ ਆਪਣੀ ਬੁੜ-ਬੁੜ ਨੂੰ ਬਹੁਤ ਧਿਆਨ ਨਾਲ ਸੁਣਦਾ ਹਾਂ। ਮੇਰੀ ਭਾਸ਼ਾ, ਮੈਂ ਤੇਰੇ ਵੱਲ ਕੰਨ ਲਗਾ ਲੈਂਦਾ ਹਾਂ ਅਤੇ ਮੈਨੂੰ ਲੱਗਦਾ ਹੈ ਕਿ ਕੋਈ ਬਹੁਤ ਹੀ ਪ੍ਰਬਲ ਪਹਾੜੀ ਨਦੀ ਆਪਣੇ ਲਈ ਰਸਤਾ ਬਣਾਉਣ ਲਈ ਦੱਰੇ ਵਿੱਚ ਦਹਾੜ ਰਹੀ ਹੈ। ਮੈਨੂੰ ਪਾਣੀ ਦਾ ਸ਼ੋਰ ਚੰਗਾ ਲੱਗਦਾ ਹੈ। ਜਦੋਂ ਮਿਆਨ ਵਿੱਚੋਂ ਨਿੱਕਲੇ ਹੋਏ ਦੋ ਖੰਜਰ ਆਪਸ ਵਿੱਚ ਟਕਰਾਉਂਦੇ ਹਨ, ਤਾਂ ਇਸਪਾਤ ਦਾ ਖੜਕਣਾ ਵੀ ਮੈਨੂੰ ਚੰਗਾ ਲੱਗਦਾ ਹੈ। ਮੇਰੀ ਭਾਸ਼ਾ ਵਿੱਚ ਇਹ ਸਭ ਕੁੱਝ ਹੈ। ਮੈਨੂੰ ਪਿਆਰ ਦੀ ਬੁੜ-ਬੁੜ ਵੀ ਬਹੁਤ ਚੰਗੀ ਲੱਗਦੀ ਹੈ।

ਮੇਰੀ ਮਾਤ-ਭਾਸ਼ਾ, ਮੇਰੇ ਲਈ ਇਹ ਕਰ ਸਕਣਾ ਬਹੁਤ ਮੁਸ਼ਕਿਲ ਹੈ ਕਿ ਸਾਰੇ ਤੈਨੂੰ ਜਾਣ ਲੈਣ। ਕਿੰਨੀ ਖ਼ੁਸ਼ਹਾਲ ਹੈਂ ਤੂੰ ਧੁਨੀਆਂ ਦੀ ਦ੍ਰਿਸ਼ਟੀ ਤੋਂ, ਕਿੰਨੀਆਂ ਜ਼ਿਆਦਾ ਧੁਨੀਆਂ ਹਨ ਤੇਰੇ ਵਿੱਚ, ਜੋ ਅਵਾਰ ਜਾਤੀ ਦਾ ਵਿਅਕਤੀ ਨਹੀਂ, ਕਿੰਨਾ ਮੁਸ਼ਕਿਲ ਹੈ ਉਸ

ਲਈ ਇਨ੍ਹਾਂ ਧੁਨੀਆਂ ਦਾ ਉਚਾਰਣ ਕਰਨਾ। ਪਰ ਜੋ ਇਨ੍ਹਾਂ ਦਾ ਉਚਾਰਣ ਕਰ ਸਕਦਾ ਹੈ, ਉਸ ਦੇ ਲਈ ਉਹ ਕਿੰਨੀਆਂ ਮਿੱਠੀਆਂ ਹਨ। ਮਿਸਾਲ ਦੇ ਤੌਰ 'ਤੇ ਦਸ ਤੱਕ ਦੀ ਮਾਮੂਲੀ ਗਿਣਤੀ, ਤਸੋ (ਇੱਕ), ਕੀਗੋ (ਦੋ), ਲਬੱਗੋ (ਤਿੰਨ), ਉਂਕਗੋ (ਚਾਰ), ਸ਼ਚੂਜੇ (ਪੰਜ), ਅਨਲਗੋ (ਛੇ), ਮੀਕਗੋ (ਸੱਤ), ਇਚਗੋ (ਅੱਠ), ਅੰਤਸਗੋ (ਨੌਂ) ਜਦੋਂ ਕਦੇ ਅਵਾਰ ਭਾਸ਼ਾ ਵਿੱਚ ਦਸ ਤੱਕ ਸਹੀ ਉਚਾਰਣ ਕਰਨ ਵਾਲੇ ਵਿਅਕਤੀ ਨਾਲ ਮੇਰੀ ਮੁਲਾਕਾਤ ਹੁੰਦੀ ਹੈ, ਤਾਂ ਮੈਂ ਉਸ ਦੇ ਬਹਾਦਰੀ ਵਰਗੇ ਇਸ ਕਾਰਨਾਮੇ ਦੀ, ਉਸ ਵਿਅਕਤੀ ਦੀ ਬੀਰਤਾ ਨਾਲ ਤੁਲਨਾ ਕਰਦਾ ਹਾਂ, ਜੋ ਮੋਢੇ 'ਤੇ ਭਾਰੀ ਪੱਥਰ ਰੱਖ ਕੇ ਹੜ੍ਹ ਨਾਲ ਉੱਛਲਦੀ ਹੋਈ ਨਦੀ ਨੂੰ ਇੱਕ ਤੱਟ ਤੋਂ ਦੂਜੇ ਤੱਟ ਤੱਕ ਪਾਰ ਕਰ ਲਵੇ। ਜੇਕਰ ਕੋਈ ਵਿਅਕਤੀ ਦਸ ਤੱਕ ਸਹੀ ਗਿਣਤੀ ਕਰ ਸਕਦਾ ਹੈ, ਤਾਂ ਉਹ ਅੱਗੇ ਵੀ ਵਧਦਾ ਜਾ ਸਕਦਾ ਹੈ। ਉਹ ਤੈਰਨਾ ਵੀ ਜਾਣਦਾ ਹੈ। ਦਲੇਰੀ ਨਾਲ ਅੱਗੇ ਵਧਦਾ ਜਾਵੇ।

ਦੂਜੀਆਂ ਜਾਤੀਆਂ ਦੇ ਲੋਕਾਂ ਦੀ ਤਾਂ ਗੱਲ ਹੀ ਕੀ ਕੀਤੀ ਜਾਵੇ। ਸਾਡੀ ਅਵਾਰ ਜਾਤੀ ਦੇ ਬੱਚਿਆਂ ਨੂੰ ਵੀ ਬਜ਼ੁਰਗ ਲੋਕ ਕਿਹਾ ਕਰਦੇ ਸਨ ਕਿ ਇਸ ਵਾਕ ਨੂੰ ਅਟਕੇ ਬਿਨਾਂ ਤਿੰਨ ਵਾਰ ਦੁਹਰਾਓ, "ਕਿਓਦਾ ਗਿਓਰਕ ਕਵੇਰਕ ਕਵਾਕਵਾਦਾਨਾ" (ਪੁਲ ਦੇ ਹੇਠਾਂ ਡੱਡ ਟਰ-ਟਰਾ ਰਹੀ ਸੀ)। ਅਵਾਰ ਭਾਸ਼ਾ ਦੇ ਇਸ ਵਾਕ ਵਿੱਚ ਕੇਵਲ ਚਾਰ ਸ਼ਬਦ ਹਨ, ਪਰ ਬਹੁਤ ਵਾਰ ਅਜਿਹਾ ਹੁੰਦਾ ਸੀ ਕਿ ਅਸੀਂ ਪਿੰਡ ਦੇ ਬੱਚੇ ਇਸ ਵਿਸ਼ੇ ਨੂੰ ਸਹੀ ਢੰਗ ਨਾਲ ਅਤੇ ਜਲਦੀ-ਜਲਦੀ ਕਹਿ ਸਕਣ ਲਈ ਸਾਰਾ-ਸਾਰਾ ਦਿਨ ਅਭਿਆਸ ਕਰਦੇ ਰਹਿੰਦੇ ਸੀ।

ਅਬੂਤਾਲਿਬ ਅਵਾਰ ਭਾਸ਼ਾ ਬੋਲ ਲੈਂਦਾ ਸੀ। ਉਸ ਨੇ ਆਪਣੇ ਬੇਟੇ ਨੂੰ ਤਸਾਦਾ ਪਿੰਡ ਵਿੱਚ ਸਾਡੇ ਕੋਲ ਇਸ ਲਈ ਭੇਜਿਆ ਕਿ ਉਹ ਵੀ ਅਵਾਰ ਭਾਸ਼ਾ ਸਿੱਖ ਲਵੇ। ਬੇਟੇ ਦੇ ਘਰ ਵਾਪਸ ਮੁੜਣ 'ਤੇ ਅਬੂਤਾਲਿਬ ਨੇ ਉਸ ਤੋਂ ਪੁੱਛਿਆ:

"ਗਧੇ ਦੀ ਸਵਾਰੀ ਕੀਤੀ?"

"ਹਾਂ, ਕੀਤੀ।"

"ਦਸ ਤੱਕ ਗਿਣਤੀ ਕਰ ਸਕਦੇ ਹੋ?"

"ਕਰ ਸਕਦਾਂ।"

"ਇਹ ਵਾਕ ਲਗਾਤਾਰ ਤਿੰਨ ਵਾਰ ਦੁਹਰਾਓ, "ਕਿਓਦਾ ਗਿਓਰਕ ਕਵੇਰਕ ਕਵਾਕਵਾਦਾਨਾ।"

ਬੇਟੇ ਨੇ ਦੁਹਰਾਇਆ:

"ਆਹ! ਇਹ ਮੰਨਿਆ ਜਾ ਸਕਦੈ ਕਿ ਤੁਸੀਂ ਅਸੰਭਵ ਨੂੰ ਸੰਭਵ ਕਰ ਦਿਖਾਇਆ।"

ਤਾਂ ਅਜਿਹੀਆਂ ਹਨ ਚੱਟਾਨਾਂ ਵਿੱਚ ਦੱਬੇ ਹੋਏ ਸਾਡੇ ਪਿੰਡਾਂ ਦੀਆਂ ਭਾਸ਼ਾਵਾਂ-ਬੋਲੀਆਂ। ਸਾਡੇ ਉਚਾਰਣ, ਸਾਡੀਆਂ ਕੰਠ ਅਤੇ ਸਾਹ-ਧੁਨੀਆਂ ਨੂੰ ਲਿਖਣ ਲਈ ਜਾਂ ਲਿੱਪੀਅੰਤਰ ਕਰਨ ਲਈ ਕਿਸੇ ਵੀ ਵਰਣਮਾਲਾ ਵਿੱਚ ਅੱਖਰ ਨਹੀਂ ਮਿਲੇ। ਇਸੇ ਲਈ ਜਦੋਂ ਸਾਡੀ ਲਿੱਪੀ ਬਣਾਈ ਗਈ, ਤਾਂ ਰੂਸੀ ਭਾਸ਼ਾ ਦੀ ਵਰਣਮਾਲਾ ਵਿੱਚ ਵਿਸ਼ੇਸ਼ ਅੱਖਰ ਸੰਜੋਗ-ਅੱਖਰ ਜੋੜਣੇ ਪਏ। ਵਿਅੰਜਨ ਦੇ ਮਾਮਲੇ ਵਿੱਚ ਤਾਂ ਖ਼ਾਸ ਤੌਰ 'ਤੇ ਇਸ ਤਰ੍ਹਾਂ ਹੀ ਕਰਨਾ ਪਿਆ।

ਸ਼ਾਇਦ ਇਨ੍ਹਾਂ ਫਾਲਤੂ ਅੱਖਰਾਂ ਦੇ ਕਾਰਨ ਅਵਾਰ ਭਾਸ਼ਾ ਦੀ ਰੂਸੀ ਭਾਸ਼ਾ ਵਿੱਚ ਅਨੁਵਾਦਿਤ ਹਰ ਪੁਸਤਕ ਕਿਤੇ ਜ਼ਿਆਦਾ ਪਤਲੀ ਲੱਗਦੀ ਹੈ। ਉਸ ਦੀ ਅਜਿਹੇ ਪਹਾੜੀ ਆਦਮੀ ਨਾਲ ਤੁਲਨਾ ਕੀਤੀ ਜਾ ਸਕਦੀ ਹੈ, ਜਿਸ ਨੇ ਤਿੰਨ ਮਹੀਨਿਆਂ ਤੱਕ ਰੋਜ਼ੇ (ਵਰਤ) ਰੱਖੇ ਹੋਣ।

ਸ਼ਾਮਿਲ ਤੋਂ ਕਿਸੇ ਨੇ ਪੁੱਛਿਆ:

"ਦਾਗਿਸਤਾਨ ਨੂੰ ਇੰਨੀਆਂ ਜ਼ਿਆਦਾ ਜਾਤੀਆਂ ਦੀ ਕੀ ਜ਼ਰੂਰਤ ਐ?"

"ਇਸ ਲਈ ਕਿ ਇੱਕ ਦੇ ਮੁਸੀਬਤ ਵਿੱਚ ਫਸ ਜਾਣ 'ਤੇ, ਦੂਜੀ ਉਸ ਦੀ ਮੱਦਦ ਕਰ ਸਕੇ। ਇਸ ਲਈ ਕਿ ਜੇਕਰ ਇੱਕ ਜਾਤੀ ਕੋਈ ਗਾਣਾ ਸ਼ੁਰੂ ਕਰ ਦੇਵੇ, ਤਾਂ ਦੂਜੀ ਉਸ ਦਾ ਸਾਥ ਦੇ ਸਕੇ।"

"ਤਾਂ ਕੀ ਸਾਰੀਆਂ ਜਾਤੀਆਂ ਕਿਸੇ ਇੱਕ ਦੀ ਮੱਦਦ ਕਰਨ ਲਈ ਸਾਹਮਣੇ ਆਈਆਂ?" ਹੁਣ ਮੈਥੋਂ ਪੁੱਛਿਆ ਜਾਂਦਾ ਹੈ।

"ਹਾਂ, ਆਈਆਂ।"

"ਕੀ ਇੱਕ ਹੀ ਸੁਰ ਵਿੱਚ ਗਾਣਾ ਗਾਇਆ ਗਿਆ?"

"ਹਾਂ, ਗਾਇਆ ਗਿਆ ਆਖ਼ਰ ਸਾਡੀ ਮਾਤ-ਭੂਮੀ ਤਾਂ ਇੱਕ ਹੀ ਐ।"

ਅਨੇਕਾਂ ਧੁਨਾਂ ਹਨ, ਪਰ ਉਹ ਮਿਲ ਕੇ ਇੱਕ ਹੀ ਗਾਣੇ ਦਾ ਰੂਪ ਲੈਂਦੀਆਂ ਹਨ ਭਾਸ਼ਾਵਾਂ ਵਿਚਕਾਰ ਹੱਦਾਂ ਹਨ, ਪਰ ਦਿਲਾਂ ਵਿੱਚ ਹੱਦਾਂ ਨਹੀਂ। ਵੱਖ-ਵੱਖ ਲੋਕਾਂ ਦੇ ਬੀਰਤਾ ਭਰੇ ਕਾਰਨਾਮੇ ਅੰਤ ਵਿੱਚ ਇੱਕ ਹੀ ਬੀਰਤਾ ਭਰੇ ਕਾਰਨਾਮੇ ਵਿੱਚ ਘੁਲ-ਮਿਲ ਗਏ ਹਨ।

"ਫਿਰ ਵੀ ਵੱਖ-ਵੱਖ ਜਾਤੀਆਂ ਵਿੱਚ ਕੁੱਝ ਫ਼ਰਕ ਤਾਂ ਹੈਗਾ? ਕੀ ਫ਼ਰਕ ਐ ਉਹ?"

"ਇਸ ਸਵਾਲ ਦਾ ਜਵਾਬ ਦੇਣਾ ਬੜਾ ਮੁਸ਼ਕਿਲ ਐ।"

ਸਾਡੀਆਂ ਜਾਤੀਆਂ ਬਾਰੇ ਕਿਹਾ ਜਾਂਦਾ ਹੈ, ਕੁੱਝ ਲੜਨ ਲਈ ਬਣੀਆਂ ਹਨ ਕੁੱਝ ਹਥਿਆਰ ਬਣਾਉਣ ਲਈ, ਕੁੱਝ ਭੇਡਾਂ ਚਰਾਉਣ ਲਈ, ਕੁੱਝ ਜ਼ਮੀਨ 'ਤੇ ਹਲ ਵਾਹੁਣ ਲਈ ਅਤੇ ਕੁੱਝ ਬਾਗ-ਬਗੀਚੇ ਲਗਾਉਣ ਲਈ.....ਪਰ ਇਹ ਬੇਤੁਕੀ ਗੱਲ ਹੈ। ਹਰ ਜਾਤੀ ਦੇ ਆਪਣੇ ਸੈਨਿਕ-ਸੂਰਮੇ, ਚਰਵਾਹੇ, ਲੁਹਾਰ ਅਤੇ ਮਾਲੀ ਹਨ। ਹਰ ਕਿਸੇ ਦੇ ਹੀਰੋ, ਗਾਇਕ ਅਤੇ ਨਿਪੁੰਨ ਕਾਰੀਗਰ ਹਨ।

ਅਵਾਰਾਂ ਦੇ: ਸ਼ਾਮਿਲ ਹਾਜੀ-ਮੁਰਾਦ, ਹਮਜ਼ਾਤ, ਮਹਿਮੂਦ, ਮਖ਼ਚ।

ਦਾਰਗੀਨਾਂ ਦੇ: ਬਾਤੀਰਾਏ, ਬਗਾਤੀਰੋਵ, ਅਹਿਮਦ ਮੁੰਗੀ, ਰਾਬਾਦਾਨ ਨੂਰੋਵ ਕਾਰਾ ਕਾਰਾਏਵ।

ਲੇਜ਼ਗੀਨਾਂ ਦੇ: ਸੁਲੇਮਾਨ, ਏਮੀਨ, ਤਾਹਿਰ, ਅਗੀਸੀਏਵ, ਅਮੀਰੋਵ।

ਕੁਮਿਕਾਂ ਦੇ: ਇਰਚੀ ਕਜ਼ਾਕ, ਅਲੀਮ ਪਾਸ਼ਾ, ਉਲੂਬੀ, ਸੋਲਤਨ-ਸਈਦ ਜ਼ਾਇਨੁਲਾਬੀਦ, ਬਾਤਿਰਮੁਰਜ਼ਾਏਵ, ਨੁਖ਼ਾਈ।

ਲਾਕਾਂ ਦੇ: ਹਾਰੂੰ ਸਈਦੋਵ, ਸਈਦ ਹਾਬੀਏਵ, ਏਫ਼ੰਦੀ ਕਾਪੀਏਵ, ਸੁਰਖ਼ਾਈ ਅਤੇ ਮੇਰਾ ਦੋਸਤ ਅਬੂਤਲਿਬ।

ਅਨੇਕਾਂ ਜਾਤੀਆਂ ਵਿੱਚੋਂ ਮੈਂ ਕੇਵਲ ਉਨ੍ਹਾਂ ਦਾ ਜ਼ਿਕਰ ਕੀਤਾ ਹੈ, ਜੋ ਸਭ ਤੋਂ ਪਹਿਲਾਂ ਮੇਰੇ ਦਿਮਾਗ ਵਿੱਚ ਆ ਗਈਆਂ। ਹਰੇਕ ਜਾਤੀ ਵਿੱਚੋਂ ਮੈਂ ਕੇਵਲ ਉਨ੍ਹਾਂ ਨਾਵਾਂ ਦਾ ਜ਼ਿਕਰ ਕੀਤਾ ਹੈ, ਜੋ ਸਭ ਤੋਂ ਪਹਿਲਾਂ ਮੈਨੂੰ ਯਾਦ ਆ ਗਏ। ਪਰ ਉਂਝ ਤਾਂ ਸਾਡੇ ਇੱਥੇ ਅਨੇਕ ਜਾਤੀਆਂ ਹਨ ਅਤੇ ਅਨੇਕ ਜਾਣੇ-ਪਛਾਣੇ ਨਾਂ ਹਨ।

ਕੁੱਝ ਜਾਤੀਆਂ ਦੇ ਲੋਕਾਂ ਬਾਰੇ ਕਿਹਾ ਜਾਂਦਾ ਹੈ ਕਿ ਚੰਚਲ ਸੁਭਾਅ ਦੇ ਹਨ, ਕੁੱਝ ਬਾਰੇ ਇਹ ਕਿ ਬੁੱਧੂ ਜਿਹੇ ਹਨ, ਕੁੱਝ ਬਾਰੇ ਇਹ ਕਿ ਚੋਰ ਹਨ, ਕੁੱਝ ਬਾਰੇ ਇਹ ਕਿ ਧੋਖੇਬਾਜ਼ ਹਨ। ਸ਼ਾਇਦ ਇਹ ਸਭ ਨਿੰਦਿਆ-ਚੁਗਲੀ ਹੈ।

ਹਰ ਜਾਤੀ ਵਿੱਚ ਵਧੀਆ ਅਤੇ ਘਟੀਆ, ਸੁੰਦਰ ਅਤੇ ਕੁਰੂਪ ਲੋਕ ਹੁੰਦੇ ਹਨ। ਉਸ ਵਿੱਚ ਚੋਰ ਅਤੇ ਚੁਗਲਖ਼ੋਰ ਵੀ ਮਿਲ ਜਾਣਗੇ। ਪਰ ਇਹ ਤਾਂ ਜਾਤੀ ਨਹੀਂ, ਉਸ ਦਾ ਕੂੜਾ-ਕਰਕਟ ਹੋਣਗੇ।

ਮੇਰਾ ਇੱਕ ਹੋਰ ਮਿੱਤਰ ਇਸ ਤਰ੍ਹਾਂ ਕਹਿੰਦਾ ਸੀ:

"ਮੈਂ ਤਾਂ ਹਮੇਸ਼ਾ ਪਹਿਲਾਂ ਤੋਂ ਹੀ ਇਹ ਜਾਣ ਲੈਨਾਂ ਕਿ ਕੋਈ ਵਿਅਕਤੀ ਕਿਹੜੀ ਜਾਤੀ ਦਾ ਐ।"

"ਇਹ ਕਿਵੇਂ?"

"ਬਹੁਤ ਹੀ ਆਸਾਨੀ ਨਾਲ। ਦਾਗ਼ਿਸਤਾਨ ਦੀ ਇੱਕ ਜਾਤੀ (ਅਸੀਂ ਉਸ ਦਾ ਨਾਂ ਨਹੀਂ ਲਵਾਂਗੇ) ਦੇ ਲੋਕ ਮਖ਼ਚਕਲਾ ਵਿੱਚ ਆਉਂਦੇ ਹੀ ਸਭ ਤੋਂ ਪਹਿਲਾਂ ਇਹ ਭਾਲਦੇ ਨੇ ਕਿ ਇੱਥੇ ਰੈਸਟੋਰੈਂਟ ਕਿੱਥੇ ਐ ਅਤੇ ਕਿਸੇ ਖ਼ੂਬਸੂਰਤ ਲੜਕੀ ਨਾਲ ਮੁਲਾਕਾਤ ਕਿੱਥੇ ਹੋ ਸਕਦੀ ਐ। ਇਨ੍ਹਾਂ ਦੇ ਤਿੰਨ ਆਦਮੀ ਸ਼ੋਰ-ਸ਼ਰਾਬਾ ਕਰਨ ਵਾਲੀ ਪੂਰੀ ਮੰਡਲੀ ਜਾਂ ਦਾਵਤ ਵਾਲੇ ਵੱਡੇ ਮੇਜ 'ਤੇ ਇਕੱਠੇ ਹੋਣ ਵਾਲੇ ਲੋਕਾਂ ਦਾ ਸਥਾਨ ਲੈ ਸਕਦੇ ਨੇ। ਦੂਜੀ ਜਾਤੀ (ਅਸੀਂ ਉਸ ਦਾ ਵੀ ਨਾਂ ਨਹੀਂ ਲਵਾਂਗੇ) ਦੇ ਲੋਕ ਸਿਨੇਮਾ, ਥਿਏਟਰ ਜਾਂ ਸਮਾਰੋਹ-ਹਾਲ ਵੱਲ ਜਾਣ ਦੀ ਕਾਹਲੀ ਕਰਦੇ ਨੇ। ਇਨ੍ਹਾਂ ਦੇ ਤਿੰਨ ਆਦਮੀ ਜਿੱਥੇ ਹੁੰਦੇ ਹਨ, ਉੱਥੇ ਆਰਕੈਸਟਰਾ ਬਣ ਜਾਂਦੈ, ਜਿੱਥੇ ਪੰਜ ਹੁੰਦੇ ਨੇ, ਉੱਥੇ ਨਾਚ-ਗਾਣੇ ਵਾਲੀ ਮੰਡਲੀ। ਤੀਜੀ ਜਾਤੀ ਦੇ ਲੋਕ ਲਾਇਬਰੇਰੀ ਵੱਲ ਦੌੜਦੇ ਨੇ, ਇੰਸਟੀਚਿਊਟ ਵਿੱਚ ਦਾਖ਼ਲਾ ਲੈਣ ਅਤੇ ਖੋਜ-ਪ੍ਰਬੰਧ ਤਿਆਰ ਕਰਨ ਦੀ ਕੋਸ਼ਿਸ਼ ਕਰਦੇ ਨੇ। ਇਸ ਜਾਤੀ ਦੇ ਤਿੰਨ ਆਦਮੀ ਜਿੱਥੇ ਇਕੱਠੇ ਹੁੰਦੇ ਹਨ, ਉੱਥੇ ਵਿਦਵਾਨ-ਪ੍ਰੀਸ਼ਦ ਬਣ ਜਾਂਦੀ ਐ ਅਤੇ ਜਿੱਥੇ ਪੰਜ ਇਕੱਠੇ ਹੋ ਜਾਂਦੇ ਨੇ, ਉੱਥੇ ਵਿਗਿਆਨ ਅਕੈਡਮੀ ਦੀ ਸ਼ਾਖਾ ਬਣ ਜਾਂਦੀ ਐ। ਚੌਥੀ ਜਾਤੀ (ਅਸੀਂ ਇਸ ਦਾ ਵੀ ਨਾਂ ਨਹੀਂ ਲਵਾਂਗੇ) ਦੇ ਲੋਕ ਸਿਰਫ਼ ਇਹੀ ਸੋਚਦੇ ਨੇ ਕਿ ਕਿਸ ਤਰ੍ਹਾਂ ਕਾਰ ਖਰੀਦੀ ਜਾਵੇ ਜਾਂ ਉਹ ਟੈਕਸੀ-ਡਰਾਇਵਰ ਬਣ ਜਾਣ ਅਤੇ ਜੇਕਰ ਹੋਰ ਕੁੱਝ ਨਹੀਂ, ਤਾਂ ਟ੍ਰੈਫਿਕ-ਕੰਟਰੋਲ ਕਰਨ ਵਾਲੇ ਪੁਲਿਸ-ਮੁਲਾਜ਼ਮ ਹੀ ਬਣ ਜਾਣ। ਇਸ ਜਾਤੀ ਦੇ ਤਿੰਨ ਆਦਮੀ ਜਿੱਥੇ ਹੁੰਦੇ ਨੇ, ਉੱਥੇ ਮੋਟਰਾਂ ਦਾ ਅੱਡਾ ਅਤੇ ਜਿੱਥੇ ਪੰਜ ਹੁੰਦੇ ਨੇ, ਉੱਥੇ ਟੈਕਸੀਆਂ ਦਾ ਵੱਡਾ ਸਟੈਂਡ ਬਣ ਜਾਂਦੈ। ਪੰਜਵੀਂ ਜਾਤੀ ਦੇ ਲੋਕ ਸਹਿਕਾਰੀ ਸੰਘ, ਕਿਸੇ ਦੁਕਾਨ, ਵਪਾਰ-ਕੇਂਦਰ, ਢਾਬਾ ਜਾਂ ਘੱਟ ਤੋਂ ਘੱਟ ਸਟਾਲ ਨੂੰ ਹੀ ਤਰਜੀਹ ਦਿੰਦੇ ਨੇ। ਇਸ ਜਾਤੀ ਦੇ ਤਿੰਨ ਆਦਮੀ ਜਿੱਥੇ ਜਮ੍ਹਾਂ ਹੋ ਜਾਂਦੇ ਨੇ, ਉੱਥੇ ਡਿਪਾਰਟਮੈਂਟ ਸਟੋਰ ਬਣ ਜਾਂਦੈ ਅਤੇ ਜਿੱਥੇ ਪੰਜ ਜਮ੍ਹਾਂ ਹੋ ਜਾਂਦੇ ਨੇ, ਉੱਥੇ ਕਾਰਖਾਨਾ ਬਣ ਜਾਂਦੈ।"

ਪਰ ਇਹ ਸਭ ਤਾਂ ਮਜ਼ਾਕ ਦੇ ਰੂਪ ਵਿੱਚ ਕਿਹਾ ਜਾਂਦਾ ਹੈ। ਭਲਾਂ ਕੋਈ ਅਜਿਹੀ ਜਾਤੀ ਵੀ ਹੈ, ਜਿਸ ਦੇ ਮਰਦ ਸੁੰਦਰ ਮੁਟਿਆਰਾਂ ਨੂੰ ਨਾ ਚਾਹੁੰਦੇ ਹੋਣ ਜਾਂ ਰੈਸਟੋਰੈਂਟ ਵਿੱਚ ਬੈਠਣ ਦੀ ਇੱਛਾ ਨਾ ਰੱਖਦੇ ਹੋਣ?

ਸਾਰੀਆਂ ਜਾਤੀਆਂ ਦੇ ਆਪਣੇ ਥਿਏਟਰ, ਆਪਣੇ ਨਾਚ, ਆਪਣੇ ਗਾਣੇ ਹਨ। ਸਾਡੇ ਇੱਥੇ ਤਾਂ ਸਾਰੀਆਂ ਜਾਤੀਆਂ ਦੀ ਇੱਕ ਸਾਂਝੀ ਕਲਾ-ਮੰਡਲੀ 'ਲੇਜ਼ਗੀਂਕਾਂ' ਵੀ ਹੈ। ਸਾਰੀਆਂ ਜਾਤੀਆਂ ਵਿੱਚ 'ਵੋਲਗਾ' ਕਾਰ ਖਰੀਦਣ ਜਾਂ ਕਿਸੇ ਦੁਕਾਨ 'ਤੇ ਕੰਮ ਕਰਨ ਦੇ ਇੱਛਕ ਲੋਕ ਵੀ ਮਿਲ ਜਾਣਗੇ। ਪਰ ਕੀ ਇਹ ਕੋਈ ਜਾਤੀ ਲੱਛਣ ਹੈ? ਅਬੂਤਾਲਿਬ ਨੇ ਇੱਕ ਵਾਰ ਅਜਿਹੀ ਬਿਮਾਰੀ ਦਾ ਨਾਂ ਲਿਆ, ਜਿਸ ਬਾਰੇ ਦਾਗ਼ਿਸਤਾਨ ਵਿੱਚ ਪਹਿਲਾਂ ਕਿਸੇ ਨੇ ਸੁਣਿਆ ਹੀ ਨਹੀਂ ਸੀ। ਇਹ ਬਿਮਾਰੀ ਸੀ, ਸ਼ਰਾਬਨੋਸ਼ੀ।

ਅਬੂਤਾਲਿਬ ਨੇ ਇਸ ਤਰ੍ਹਾਂ ਆਪਣੀ ਗੱਲ ਕਹੀ, "ਪਹਿਲਾਂ ਸਾਡੇ ਪਿੰਡ ਵਿੱਚ ਇੱਕ ਸ਼ਰਾਬੀ ਸੀ ਅਤੇ ਉਹ ਇਸੇ ਵਜ੍ਹਾ ਨਾਲ ਮਸ਼ਹੂਰ ਸੀ ਕਿ ਸਾਰੇ ਇਲਾਕੇ ਵਿੱਚ ਲੋਕ ਉਸ ਨੂੰ ਜਾਣਦੇ ਸੀ। ਹੁਣ ਸਾਡੇ ਪਿੰਡ ਵਿੱਚ ਸ਼ਰਾਬ ਨਾ ਪੀਣ ਵਾਲਾ ਸਿਰਫ਼ ਇੱਕ ਆਦਮੀ ਐ। ਇੱਕ ਅਜੂਬੇ ਦੇ ਤੌਰ 'ਤੇ ਉਸ ਨੂੰ ਦੇਖਣ ਲਈ ਦੂਰ-ਦੂਰ ਤੋਂ ਲੋਕ ਆਉਂਦੇ ਨੇ।"

ਇਸ ਸਿਲਸਿਲੇ ਵਿੱਚ ਅਬੂਤਾਲਿਬ ਨੂੰ ਬਹੁਤ ਸਾਰੇ ਕਿੱਸੇ-ਕਹਾਣੀਆਂ ਯਾਦ ਹਨ। ਪਰ ਜੇਕਰ ਅਸੀਂ ਉਸ ਦੇ ਕਿੱਸੇ-ਕਹਾਣੀਆਂ ਦੇ ਚੱਕਰ ਵਿੱਚ ਪਵਾਂਗੇ, ਤਾਂ ਮੈਨੂੰ ਡਰ ਹੈ ਕਿ ਪੂਰੀ ਤਰ੍ਹਾਂ ਇਹ ਭੁੱਲ ਜਾਵਾਂਗੇ ਕਿ ਕਿਸ ਗੱਲ ਦੀ ਚਰਚਾ ਕਰ ਰਹੇ ਸੀ। ਅਸੀਂ ਹਰ ਚੀਜ਼ 'ਤੇ ਵਿਚਾਰ ਕਰ ਰਹੇ ਸੀ ਕਿ ਕਿਹੜੇ ਲੱਛਣਾਂ ਦੇ ਆਧਾਰ 'ਤੇ ਦਾਗ਼ਿਸਤਾਨ ਦੀ ਇੱਕ ਜਾਤੀ ਦੇ ਵਿਅਕਤੀ ਨੂੰ ਦੂਜੀ ਜਾਤੀ ਦੇ ਵਿਅਕਤੀ ਤੋਂ ਵੱਖ ਕੀਤਾ ਜਾ ਸਕਦਾ ਹੈ। ਸ਼ਾਇਦ ਪੁਸ਼ਾਕ ਦੇ ਆਧਾਰ 'ਤੇ? ਸਮੂਰੀ ਟੋਪੀ ਦੀ ਬਣਾਵਟ ਅਤੇ ਉਸ ਨੂੰ ਪਹਿਨਣ ਦੇ ਢੰਗ ਦੇ ਆਧਾਰ 'ਤੇ? ਪਰ ਹੁਣ ਤਾਂ ਸਾਰੇ ਇੱਕੋ ਜਿਹੇ ਕੋਟ, ਇੱਕੋ ਜਿਹੀਆਂ ਪੈਂਟਾਂ, ਇੱਕੋ ਜਿਹੇ ਬੂਟ ਅਤੇ ਇੱਕੋ ਜਿਹੀ ਛੱਜੇਦਾਰ ਟੋਪੀ ਜਾਂ ਟੋਪ ਪਹਿਨਦੇ ਹਨ। ਜੇਕਰ ਕੋਈ ਅਜਿਹੀ ਚੀਜ਼ ਰਹਿ ਗਈ ਹੈ, ਜੋ ਨਿਰਣਾਇਕ ਰੂਪ ਵਿੱਚ ਕਿਸੇ ਜਾਤੀ ਦਾ ਵਿਸ਼ੇਸ਼ ਲੱਛਣ ਪੇਸ਼ ਕਰਦੀ ਹੈ ਅਤੇ ਉਸ ਨੂੰ ਦੂਜੀ ਜਾਤੀ ਤੋਂ ਵੱਖਰਾ ਬਣਾਉਂਦੀ ਹੈ, ਤਾਂ ਉਹ ਭਾਸ਼ਾ ਹੈ। ਇਸ ਸਬੰਧ ਵਿੱਚ ਇਹ ਗੱਲ ਵੀ ਬਹੁਤ ਦਿਲਚਸਪ ਹੈ ਕਿ ਜਦੋਂ ਲੇਜ਼ਗੀਨ ਜਾਂ ਤਾਤ, ਅਵਾਰ ਜਾਂ ਦਾਰਗੀਨ ਜਾਤੀ ਦਾ ਕੋਈ ਵਿਅਕਤੀ ਰੂਸੀ ਭਾਸ਼ਾ ਬੋਲਦਾ ਹੈ, ਤਾਂ ਉਸ ਦੇ ਲਹਿਜੇ ਤੋਂ ਹੀ, ਭਾਵ ਰੂਸੀ ਭਾਸ਼ਾ ਦੇ ਵਿਗੜੇ ਉਚਾਰਣ ਤੋਂ ਹੀ ਕੁਮਿਕ ਨੂੰ ਲਾਕ ਅਤੇ ਲੇਜ਼ਗੀਨ ਨੂੰ ਕੁਮਿਕ ਤੋਂ ਬਿਲਕੁੱਲ ਵੱਖਰੇ ਰੂਪ ਵਿੱਚ ਪਛਾਣਿਆ ਜਾ ਸਕਦਾ ਹੈ।

ਮਿਸਾਲ ਦੇ ਤੌਰ 'ਤੇ ਰੂਸੀ ਭਾਸ਼ਾ ਦਾ ਹਰ ਸ਼ਬਦ ਜੋ 'ਸ' ਅੱਖਰ ਨਾਲ ਸ਼ੁਰੂ ਹੁੰਦਾ ਹੈ, ਅਵਾਰ ਜਾਤੀ ਦੇ ਲੋਕ ਉਸ ਦਾ ਉਚਾਰਣ ਕਰਦੇ ਸਮੇਂ ਉਸ ਵਿੱਚ 'ਇ' ਜੋੜ ਦਿੰਦੇ ਹਨ। ਇਹ 'ਸਤੰਬੂਲ' ਨੂੰ 'ਇਸਤੰਬੂਲ', 'ਸਤਾਕਾਨ' ਨੂੰ 'ਇਸਤਾਕਾਨ' (ਗਿਲਾਸ), 'ਸਤਾਲਸਕੀ' ਨੂੰ 'ਇਸਤਾਲਸਕੀ' ਅਤੇ 'ਸੋਨ' (ਸੁਪਨਾ) ਨੂੰ 'ਇਸੋਨ' ਕਹਿੰਦੇ ਹਨ।

ਜੇਕਰ ਕਿਸੇ ਸ਼ਬਦ ਦੇ ਮੱਧ ਵਿੱਚ 'ਇ' ਦੀ ਧੁਨੀ ਆ ਜਾਂਦੀ ਹੈ, ਤਾਂ ਅਵਾਰ ਜਾਤੀ ਦੇ ਲੋਕ ਉਸ ਦਾ ਉਚਾਰਣ ਨਹੀਂ ਕਰਦੇ। ਇਸ ਲਈ ਉਹ 'ਸੀਬੀਰ' (ਸਾਇਬੇਰੀਆ)

ਦੀ ਜਗ੍ਹਾ 'ਸਬੀਰ', 'ਬੇਲੀਬੇਰਦਾ' (ਬਕਵਾਸ) ਦੀ ਜਗ੍ਹਾ 'ਬੇਲਬੇਰਦਾ' ਕਹਿੰਦੇ ਹਨ। 'ਤ' ਦੀ ਧੁਨੀ ਦੇ ਬਾਅਦ ਅਸੀਂ ਥੋੜ੍ਹਾ ਜਿਹਾ ਰੁਕਦੇ ਹਾਂ, ਜਿਵੇਂ ਜਰਾ ਠੋਕ੍ਰ ਖਾਂਦੇ ਹਾਂ।

ਦਾਰਗੀਨ ਜਾਤੀ ਦੇ ਲੋਕਾਂ ਦੇ ਉਚਾਰਣ ਵਿੱਚ 'ਓ' ਦੀ ਜਗ੍ਹਾ ਅਕਸਰ 'ਊ' ਅਤੇ 'ਯੂ' ਦੀ ਜਗ੍ਹਾ 'ਉ' ਦੀ ਧੁਨੀ ਸੁਣਾਈ ਦਿੰਦੀ ਹੈ। ਉਹ 'ਪੋਚਦਾ' (ਡਾਕਖਾਨਾ) ਦੀ ਜਗ੍ਹਾ 'ਪੂਚਦਾ' ਅਤੇ 'ਕੋਸ਼ਕਾ' (ਬਿੱਲੀ) ਦੀ ਜਗ੍ਹਾ 'ਕੂਸ਼ਕਾ' ਜਾਂ 'ਲਿਊਬੋਵ' (ਪ੍ਰੈਸ) ਦੀ ਜਗ੍ਹਾ 'ਲੁਬੋਵ' ਕਹਿੰਦੇ ਹਨ। ਕਿਸੇ ਸ਼ਬਦ ਦੇ ਅੰਤ ਵਿੱਚ ਉਹ 'ਇ' ਦਾ ਤਾਂ ਉਚਾਰਣ ਹੀ ਨਹੀਂ ਕਰਦੇ।

ਇਸੇ ਤਰ੍ਹਾਂ ਲਾਕ ਜਾਤੀ ਦੇ ਲੋਕ 'ਖ਼' ਧੁਨੀ ਦਾ ਕੋਮਲ ਉਚਾਰਣ ਕਰਦੇ ਹਨ।

ਸੰਖੇਪ ਵਿੱਚ ਕਿਹਾ ਜਾਵੇ, ਤਾਂ ਕੁੱਝ ਜਾਤੀਆਂ ਦੇ ਲੋਕ ਵਿਅੰਜਨਾਂ ਨੂੰ ਲੰਬਾ ਖਿੱਚਦੇ ਹਨ, ਦੂਜੇ ਉਨ੍ਹਾਂ ਨੂੰ ਛੋਟਾ ਕਰਦੇ ਹਨ ਅਤੇ ਕੁੱਝ ਛੱਡ ਵੀ ਦਿੰਦੇ ਹਨ, ਕੁੱਝ ਕਠੋਰ ਅਤੇ ਕੁੱਝ ਕੋਮਲ ਉਚਾਰਣ ਕਰਦੇ ਹਨ। ਕੁੱਝ 'ਫ਼' ਦੀ ਜਗ੍ਹਾ 'ਪ' ਕਹਿੰਦੇ ਹਨ।

ਇੱਕ ਵਾਰ ਅਸੀਂ ਅਬੂਤਾਲਿਬ ਦੀ ਹਾਜ਼ਰੀ ਵਿੱਚ ਆਪਣੀਆਂ ਭਾਸ਼ਾਵਾਂ ਦੀ ਚਰਚਾ ਕਰ ਰਹੇ ਸੀ ਅਤੇ ਮੇਰਾ ਸਹਿਭਾਸ਼ੀ ਸਾਡੇ ਉਚਾਰਣਾਂ ਦੀ ਨਕਲ ਕਰਦੇ ਹੋਏ ਉਨ੍ਹਾਂ ਦੇ ਅੰਤਰ ਨੂੰ ਸਪੱਸ਼ਟ ਕਰ ਰਿਹਾ ਸੀ। ਅਬੂਤਾਲਿਬ ਸ਼ੁਰੂ ਵਿੱਚ ਤਾਂ ਸੁਣਦਾ ਰਿਹਾ, ਪਰ ਬਾਅਦ ਵਿੱਚ ਉਸ ਨੇ ਉਸ ਨੂੰ ਟੋਕ ਦਿੱਤਾ ਅਤੇ ਕਿਹਾ:

"ਚੁੱਪ ਹੋ ਕੇ ਬੈਠ ਜਾਓ। ਤੁਸੀਂ ਬਹੁਤ ਬੋਲ ਚੁੱਕੇ ਅਤੇ ਹੁਣ ਮੈਂ ਆਪਣੀ ਗੱਲ ਕਹਿਨਾਂ। ਕਿਸੇ ਇੱਕ ਵਿਅਕਤੀ ਦੇ ਔਗੁਣਾਂ-ਘਾਟਾਂ ਨੂੰ ਸਾਰੀ ਜਾਤੀ 'ਤੇ ਨਹੀਂ ਥੋਪਣਾ ਚਾਹੀਦਾ। ਇੱਕ ਦਰੱਖਤ ਨਾਲ ਬਣ ਨਹੀਂ ਬਣਦਾ, ਤਿੰਨ ਦਰੱਖਤਾਂ ਨਾਲ ਵੀ ਅਜਿਹਾ ਨਹੀਂ ਹੁੰਦਾ। ਇੱਕ ਸੌ ਦਰੱਖਤ ਹੋ ਜਾਣ ਨਾਲ ਵੀ ਬਣ ਨਹੀਂ ਬਣ ਜਾਂਦਾ। ਸਾਡੀਆਂ ਭਾਸ਼ਾਵਾਂ ਦਾ ਸਵਾਲ ਬੜਾ ਗੁੰਝਲਦਾਰ ਐ। ਇਹ ਤਿੰਨ ਗੰਢਾਂ ਵਾਲੀ ਗੰਢ ਐ, ਜੋ ਉਸ ਵੇਲੇ ਬਣਦੀ ਐ, ਜਦੋਂ ਗਿੱਲੀ ਰੱਸੀ ਨੂੰ ਬੰਨ੍ਹਿਆ ਜਾਂਦੈ। ਇੱਕ ਸਮਾਂ ਅਜਿਹਾ ਮੰਨਿਆ ਜਾਂਦਾ ਸੀ ਕਿ ਇਸ ਸਵਾਲ ਦਾ ਬਹੁਤ ਸਿੱਧਾ-ਸਾਦਾ ਹੱਲ ਇਹ ਦਿਖਾਵਾ ਕਰਨਾ ਐ ਕਿ ਇਸ ਦਾ ਵਜੂਦ ਹੀ ਨਹੀਂ। ਇਸ ਦੀ ਚਰਚਾ ਨਾ ਕਰੋ, ਇਸ ਨੂੰ ਛੇੜੋ ਹੀ ਨਾ, ਮਸਲਾ ਹੱਲ ਹੋ ਗਿਆ। ਪਰ ਇਹ ਮਸਲਾ ਕਾਇਮ ਤਾਂ ਹੈ। ਪੁਰਾਣੇ ਸਮਿਆਂ ਵਿੱਚ ਲੋਕ ਸਭ ਤੋਂ ਜ਼ਿਆਦਾ ਤਾਂ ਜਾਤੀ ਜਾਂ ਰਾਸ਼ਟਰੀ ਮੁੱਦਿਆਂ ਦੇ ਕਾਰਨ ਹੀ ਤਲਵਾਰਾਂ ਕੱਢ ਕੇ ਇੱਕ-ਦੂਜੇ ਦੇ ਸਾਹਮਣੇ ਆ ਜਾਂਦੇ ਸੀ।"

ਮੈਨੂੰ ਮਖ਼ਚਕਲਾ ਵਿੱਚ ਹੋਏ ਇੱਕ ਪੱਤਰਕਾਰ-ਸੰਮੇਲਨ ਦੀ ਯਾਦ ਆ ਰਹੀ ਹੈ। ਮਾਸਕੋ ਤੋਂ ਉੱਨੀ ਰਾਜਾਂ ਦੀ ਨੁਮਾਇੰਦਗੀ ਕਰਨ ਵਾਲੇ ਅਠੱਤੀ ਭਰੋਸੇਯੋਗ ਪੱਤਰਕਾਰ ਦਾਗ਼ਿਸਤਾਨ ਆਏ। ਸ਼ੁਰੂ ਵਿੱਚ ਉਨ੍ਹਾਂ ਨੇ ਸਾਡੇ ਪਿੰਡਾਂ ਦਾ ਦੌਰਾ ਕੀਤਾ, ਸਾਡੇ ਪਹਾੜੀ ਮਰਦਾਂ-ਔਰਤਾਂ ਨਾਲ ਗੱਲਬਾਤ ਕੀਤੀ ਅਤੇ ਇਸ ਤੋਂ ਬਾਅਦ ਪੱਤਰਕਾਰ ਸੰਮੇਲਨ ਹੋਇਆ। ਫੋਟੋ-ਕੈਮਰਿਆਂ ਦੀ ਖਟ-ਖਟ ਅਤੇ ਵੀਡੀਓ-ਕੈਮਰਿਆਂ ਦੀ ਖਰ-ਖਰ ਸ਼ੁਰੂ ਹੋਈ। ਪੱਤਰਕਾਰਾਂ ਨੇ ਆਪਣੀਆਂ ਪੈਨਸਿਲਾਂ ਦੀਆਂ ਨੋਕਾਂ ਤਿੱਖੀ ਕਰੀਆਂ ਅਤੇ ਕੋਰੇ ਕਾਗਜ਼ ਆਪਣੇ ਸਾਹਮਣੇ ਰੱਖ ਲਏ।

ਇੱਕ ਬਹੁਤ ਵੱਡੇ ਮੇਜ ਦੁਆਲੇ ਅਸੀਂ ਸਾਰੇ ਬੈਠ ਗਏ। ਅਬੂਤਾਲਿਬ ਸਾਡੇ ਵਿੱਚ ਸਭ ਤੋਂ ਬਜ਼ੁਰਗ ਸੀ। ਉਸ ਨੂੰ ਹੀ ਇਸ ਸੰਮੇਲਨ ਦਾ ਉਦਘਾਟਨ ਕਰਨ ਲਈ ਕਿਹਾ ਗਿਆ। ਅਬੂਤਾਲਿਬ ਨੇ ਕਹਿਣਾ ਸ਼ੁਰੂ ਕੀਤਾ:

"ਦੇਵੀਓ ਅਤੇ ਸੱਜਣੋ.....! (ਅਸੀਂ ਉਸ ਨੂੰ ਇਹ ਸਿਖਾ ਦਿੱਤਾ ਸੀ ਕਿ ਇਨ੍ਹਾਂ ਸ਼ਬਦਾਂ ਨਾਲ ਸੰਮੇਲਨ ਦਾ ਉਦਘਾਟਨ ਕਰਨ ਚਾਹੀਦੈ। ਇਸ ਤੋਂ ਬਾਅਦ ਉਸ ਨੇ ਜੋ ਕੁੱਝ ਕਿਹਾ, ਉਹ ਖ਼ੁਦ ਹੀ ਕਿਹਾ)। ਆਓ, ਜਾਣ-ਪਛਾਣ ਕਰ ਲਈਏ। ਇਹ ਸਾਡਾ ਘਰ ਐ। ਇਹ ਅਸੀਂ ਆਂ। ਇਹ ਸਾਡੇ ਮਸ਼ਹੂਰ ਸ਼ਾਇਰ ਨੇ।" ਅਬੂਤਾਲਿਬ ਨੇ ਕੰਧ 'ਤੇ ਲਟਕੀਆਂ ਹੋਈਆਂ ਤਸਵੀਰਾਂ ਵੱਲ ਇਸ਼ਾਰਾ ਕੀਤਾ। ਕੰਧ 'ਤੇ ਬਾਤੀਰਾਏ, ਕਜ਼ਾਕ, ਮਹਿਮੂਦ, ਸੁਲੇਮਾਨ, ਹਮਜ਼ਾਤ ਅਤੇ ਏਫ਼ੰਦੀ ਦੀਆਂ ਤਸਵੀਰਾਂ ਲਟਕੀਆਂ ਹੋਈਆਂ ਸਨ।

ਇਨ੍ਹਾਂ ਸ਼ਾਇਰਾਂ ਵਿੱਚੋਂ ਹਰੇਕ ਬਾਰੇ ਅਬੂਤਾਲਿਬ ਨੇ ਕੁੱਝ ਸ਼ਬਦ ਕਹੇ। ਕੌਣ ਕਿਸ ਜਾਤੀ ਦਾ ਐ, ਕਿਸ ਨੇ ਕਿਹੜੀ ਭਾਸ਼ਾ ਵਿੱਚ ਸਿਰਜਣਾ ਕੀਤੀ, ਕਿਹੜੀਆਂ ਭਾਵਨਾਵਾਂ ਤੋਂ ਪ੍ਰੇਰਿਤ ਹੋਇਆ ਅਤੇ ਕਿਹੋ ਜਿਹੀ ਪ੍ਰਸਿੱਧੀ ਪ੍ਰਾਪਤ ਕੀਤੀ। ਜਦੋਂ ਖ਼ੁਦ ਅਬੂਤਾਲਿਬ ਦੀ ਤਸਵੀਰ ਦੀ ਵਾਰੀ ਆਈ, ਤਾਂ ਕਿਸੇ ਤਰ੍ਹਾਂ ਦੀ ਝਿਜਕ ਮਹਿਸੂਸ ਕੀਤੇ ਬਿਨਾਂ ਉਸ ਨੇ ਕਿਹਾ:

"ਇਹ ਮੈਂ ਆਂ। ਕਿਰਪਾ ਕਰਕੇ ਇਹ ਨਾ ਸੋਚਣਾ ਕਿ ਮੈਂ ਕੰਧ ਤੋਂ ਉੱਤਰ ਕੇ ਮੇਜ 'ਤੇ ਆ ਗਿਆਂ। ਮੈਂ ਤਾਂ ਇੱਥੋਂ, ਮੇਜ ਦੇ ਪਿੱਛੋਂ ਕੰਧ 'ਤੇ ਪਹੁੰਚ ਗਿਆਂ।"

ਇਸ ਤੋਂ ਬਾਅਦ ਅਬੂਤਾਲਿਬ ਨੇ ਮਹਿਮਾਨਾਂ ਨੂੰ ਮੇਜ ਦੁਆਲੇ ਬੈਠੇ ਕਵੀਆਂ ਬਾਰੇ ਜਾਣਕਾਰੀ ਦਿੱਤੀ ਅਤੇ ਨਾਲ ਹੀ ਇਹ ਵੀ ਕਹਿ ਦਿੱਤਾ:

"ਸੰਭਵ ਐ ਕਿ ਇਨ੍ਹਾਂ ਵਿੱਚੋਂ ਕੁੱਝ ਨੂੰ ਇਸ ਕੰਧ 'ਤੇ ਜਗ੍ਹਾ ਮਿਲ ਜਾਵੇ। ਲਓ, ਜਾਣ-ਪਛਾਣ ਕਰੋ, ਅਹਿਮਦ ਖ਼ਾਨ ਅਬੂਬਕਾਰ, ਕੁਬਾਚੀ ਦੇ ਸੁਨਿਆਰ ਅਤੇ ਦਾਗ਼ਿਸਤਾਨ ਦੇ ਲੋਕ-ਕਵੀ।

ਫ਼ਾਜ਼ੂ ਅਤੇ ਮੂਸਾ। ਪਤੀ ਅਤੇ ਪਤਨੀ, ਇੱਕ ਪਰਿਵਾਰ ਵਿੱਚ ਦੋ ਲੇਖਕ, ਦੋ ਨਾਵਲਕਾਰ, ਦੋ ਕਵੀ ਅਤੇ ਦੋ ਨਾਟਕਕਾਰ। ਕਦੇ-ਕਦੇ ਇਕੱਠੇ ਅਤੇ ਕਦੇ-ਕਦੇ ਵੱਖ-ਵੱਖ ਲਿਖਦੇ ਨੇ।

ਮੁਤਾਲਿਬ ਮਿਤਾਰੋਵ, ਅਵਾਰ ਜਾਤੀ ਦਾ ਦਾਮਾਦ, ਤਾਬਾਸਾਰਨ ਜਾਤੀ ਦਾ ਕਵੀ।

ਸ਼ਾਹ-ਏਮੀਰ ਮੁਰਾਦੋਵ, 'ਸ਼ਾਂਤੀ-ਕਪੋਤ।" ਲੇਜ਼ਗੀਨ ਜਾਤੀ ਦਾ ਕਵੀ। ਹਮੇਸ਼ਾ ਕਪੋਤਾਂ ਜਾਂ ਕਬੂਤਰਾਂ ਬਾਰੇ ਲਿਖਦੈ।

ਜਾਮੀਦੀਨ, ਸਾਡਾ ਵਿਅੰਗਕਾਰ, ਸਾਡਾ ਮਾਰਕ ਟਵੇਨ।

ਅਨਵਰ, ਦਾਗ਼ਿਸਤਾਨ ਦਾ ਲੋਕ-ਕਵੀ, ਸਾਡੇ ਪੰਜ ਸਾਹਿਤਕ ਸੰਗ੍ਰਹਿਆਂ ਦਾ ਮੁੱਖ ਸੰਪਾਦਕ।

ਤਰੂਨੋਵ, ਦਾਗ਼ਿਸਤਾਨ ਵਿੱਚ ਰਹਿਣ ਵਾਲਾ ਰੂਸੀ ਲੇਖਕ।

ਹਿਜ਼ਗਿਲ ਅਵਸ਼ਾਲੂਮੋਵ, ਤਾਤ ਜਾਤੀ ਦਾ ਲੇਖਕ, ਆਪਣੀ ਮਾਤ-ਭਾਸ਼ਾ ਅਤੇ ਰੂਸੀ ਵਿੱਚ ਲਿਖਦੈ।"

ਮਹਿਮਾਨ ਪੱਤਰਕਾਰਾਂ ਨੂੰ ਦਾਗ਼ਿਸਤਾਨ ਦੇ ਲੇਖਕਾਂ ਬਾਰੇ ਜਾਣਕਾਰੀ ਦੇਣੀ ਜਾਰੀ ਰੱਖਦੇ ਹੋਏ ਅਬੂਤਾਲਿਬ ਨੇ ਬਾਦਾਵੀ, ਸੁਲੇਮਾਨ, ਸਾਸ਼ਾ ਗ੍ਰਾਚ, ਇਬ੍ਰਾਹੀਮ, ਅਲਰੀਜ਼ਾ, ਮੇਦਜੀਦ ਅਸ਼ੁਗਾ ਰਤੀਲਸਕੀ ਨੂੰ ਉਨ੍ਹਾਂ ਸਾਹਮਣੇ ਪੇਸ਼ ਕੀਤਾ। ਉਸ ਨੇ ਸਾਹਿਤਕ ਸੰਗ੍ਰਹਿਆਂ ਦੇ ਸੰਪਾਦਕਾਂ ਤੋਂ ਮਹਿਮਾਨਾਂ ਨੂੰ ਜਾਣੂ ਕਰਵਾਇਆ ਅਤੇ ਇਸ ਤੋਂ ਬਾਅਦ ਕਿਹਾ:

ਮਹਿਮਾਨ ਨਿਵਾਜ਼ੀ ਦੇ ਅਸੂਲ ਸਾਨੂੰ ਇਸ ਗੱਲ ਦੀ ਇਜਾਜ਼ਤ ਨਹੀਂ ਦਿੰਦੇ ਕਿ ਅਸੀਂ ਮਹਿਮਾਨਾਂ ਦੇ ਨਾਂ ਪੁੱਛੀਏ...।"

ਪਰ ਅਬੂਤਾਲਿਬ ਦੇ ਅਜਿਹਾ ਕਹਿਣ 'ਤੇ ਸਾਰੇ ਮਹਿਮਾਨ ਵਾਰੀ-ਵਾਰੀ ਉੱਠ ਕੇ ਆਪਣੀ ਜਾਣ-ਪਛਾਣ ਕਰਵਾਉਣ ਅਤੇ ਦੱਸਣ ਲੱਗੇ ਕਿ ਉਹ ਕਿਹੜੇ ਦੇਸ਼ ਅਤੇ ਕਿਹੜੇ ਪੱਤਰ ਜਾਂ ਪੱਤ੍ਰਿਕਾ ਦੀ ਨੁਮਾਇੰਦਗੀ ਕਰਦੇ ਹਨ।

ਇਸ ਤੋਂ ਬਾਅਦ, ਜਿਵੇਂ ਕਿ ਪੱਤਰਕਾਰ-ਸੰਮੇਲਨ ਵਿੱਚ ਹੋਣਾ ਚਾਹੀਦਾ ਹੈ, ਸਵਾਲ-ਜਵਾਬ ਸ਼ੁਰੂ ਹੋ ਗਏ।

ਸਵਾਲ: ਤੁਹਾਡੇ ਇੱਥੇ ਇੰਨੀਆਂ ਜ਼ਿਆਦਾ ਭਾਸ਼ਾਵਾਂ, ਇੰਨੀਆਂ ਜ਼ਿਆਦਾ ਜਾਤੀਆਂ ਨੇ ਕਿ ਉਨ੍ਹਾਂ ਦਾ ਪੂਰਾ ਰੋਲ-ਘਚੋਲਾ ਪਿਆ ਹੋਇਐ। ਤੁਸੀਂ ਇੱਕ-ਦੂਜੇ ਨੂੰ ਕਿਵੇਂ ਸਮਝ ਲੈਂਦੇ ਹੋ?

ਅਬੂਤਾਲਿਬ ਦਾ ਜਵਾਬ: ਜੋ ਭਾਸ਼ਾਵਾਂ ਅਸੀਂ ਬੋਲਦੇ ਆਂ, ਵੱਖ ਨੇ, ਪਰ ਸਾਡੇ ਮੂੰਹਾਂ ਵਿੱਚ ਜੋ ਜ਼ੁਬਾਨਾਂ ਨੇ, ਉਹ ਇੱਕੋ ਜਿਹੀਆਂ ਨੇ। (ਦਿਲ 'ਤੇ ਹੱਥ ਰੱਖ ਕੇ) ਇਹ ਸਭ ਕੁੱਝ ਚੰਗੀ ਤਰ੍ਹਾਂ ਸਮਝਦੈ। (ਆਪਣੇ ਕੰਨਾਂ ਨੂੰ ਖਿੱਚਦੇ ਹੋਏ) ਪਰ ਇਹ ਬੁਰੀ ਤਰ੍ਹਾਂ।

ਸਵਾਲ: ਮੈਂ ਬਲਗਾਰੀਆ ਦੇ ਅਖ਼ਬਾਰ ਦਾ ਪੱਤਰਕਾਰ ਆਂ। ਇਹ ਦੱਸੋ ਕਿ ਕੀ ਦਾਗ਼ਿਸਤਾਨ ਦੀਆਂ ਵੱਖ-ਵੱਖ ਭਾਸ਼ਾਵਾਂ ਵਿੱਚ ਉਸੇ ਤਰ੍ਹਾਂ ਦੀ ਨੇੜਤਾ ਹੈ, ਜਿਵੇਂ ਬਲਗਾਰੀਆਈ ਅਤੇ ਰੂਸੀ ਭਾਸ਼ਾ ਵਿੱਚ?

ਅਬੂਤਾਲਿਬ ਦਾ ਜਵਾਬ: ਬਲਗਾਰੀਆਈ ਅਤੇ ਰੂਸੀ ਭਾਸ਼ਾ ਸਕੀਆਂ ਭੈਣਾਂ ਵਰਗੀਆਂ ਨੇ। ਪਰ ਸਾਡੀਆਂ ਭਾਸ਼ਾਵਾਂ ਤਾਂ ਬਹੁਤ ਦੂਰ ਦੇ ਰਿਸ਼ਤੇ ਦੀਆਂ ਚਚੇਰੀਆਂ-ਮਮੇਰੀਆਂ ਭੈਣਾਂ ਵਰਗੀਆਂ ਵੀ ਨਹੀਂ। ਇਨ੍ਹਾਂ ਵਿੱਚ ਸਮਾਨ ਸ਼ਬਦ ਤਾਂ ਹੈ ਹੀ ਨਹੀਂ। ਸਾਡੇ ਲੇਖਕਾਂ ਵਿੱਚ ਤਾਂ ਕੁੱਝ ਧੜੇਬੰਦੀ ਐ, ਪਰ ਸਾਡੀਆਂ ਭਾਡੀਆਂ ਭਾਸ਼ਾਵਾਂ ਵਿੱਚ ਕਿਸੇ ਤਰ੍ਹਾਂ ਦੀ ਧੜੇਬੰਦੀ ਨਹੀਂ। ਹਰ ਭਾਸ਼ਾ ਦਾ ਆਪਣਾ ਵੱਖਰਾ ਰੂਪ ਐ।

ਸਵਾਲ: ਤੁਹਾਡੀਆਂ ਭਾਸ਼ਾਵਾਂ ਕਿਹੜੀਆਂ ਹੋਰ ਭਾਸ਼ਾਵਾਂ ਨਾਲ ਨੇੜਤਾ ਅਤੇ ਕਿਹੜੇ ਭਾਸ਼ਾ-ਪਰਿਵਾਰਾਂ ਨਾਲ ਸਬੰਧ ਰੱਖਦੀਆਂ ਨੇ?

ਅਬੂਤਾਲਿਬ ਦਾ ਜਵਾਬ: ਤਾਤ ਜਾਤੀ ਦੇ ਲੋਕਾਂ ਦਾ ਕਹਿਣਾ ਐ ਕਿ ਉਹ ਤਾਜਿਕ ਭਾਸ਼ਾ ਸਮਝਦੇ ਨੇ ਅਤੇ ਹਫ਼ੀਜ ਦਾ ਸਾਹਿਤ ਪੜ੍ਹਦੇ ਸਕਦੇ ਨੇ। ਪਰ ਮੈਂ ਉਨ੍ਹਾਂ ਨੂੰ ਪੁੱਛਦਾਂ ਕਿ ਜੇਕਰ ਤੁਸੀਂ ਸੇਖ਼ ਸਾਅਦੀ ਅਤੇ ਉਮਰ ਖ਼ਯਾਮ ਦੀ ਭਾਸ਼ਾ ਸਮਝਦੇ ਹੋ, ਤਾਂ ਉਨ੍ਹਾਂ ਦੇ ਵਾਂਗ ਹੀ ਸਿਰਜਣਾ ਕਿਉ ਨਹੀਂ ਕਰਦੇ?

ਪੁਰਾਣੇ ਸਮਿਆਂ ਵਿੱਚ ਮੰਗਣੀ ਕਰਨ ਵੇਲੇ ਵਰ ਦੀ ਪ੍ਰਸ਼ੰਸਾ ਕਰਦੇ ਹੋਏ ਕਿਹਾ ਜਾਂਦਾ ਸੀ, "ਉਹ ਕੁਮਿਕ ਭਾਸ਼ਾ ਜਾਣਦੈ।" ਇਸ ਦਾ ਮਤਲਬ ਹੁੰਦਾ ਸੀ ਕਿ ਵਰ ਬਹੁਤ ਹੀ

ਜਾਣਨ-ਸਮਝਣ ਵਾਲਾ ਵਿਅਕਤੀ ਐ, ਅਜਿਹੇ ਵਿਅਕਤੀ ਦੀ ਪਤਨੀ ਬੜੀ ਸੁਖੀ ਰਹੇਗੀ।

ਅਸਲ ਵਿੱਚ ਹੀ ਕੁਮਿਕ ਭਾਸ਼ਾ ਜਾਣਨ ਵਾਲਾ ਵਿਅਕਤੀ ਤੁਰਕੀ, ਆਜ਼ਰਬਾਈਜਾਨੀ, ਤਾਤਾਰੀ, ਬਲਕਾਰ, ਕਜ਼ਾਖ਼, ਉਜ਼ਬੇਕ, ਕਿਰਗ਼ਿਜ਼, ਬਸ਼ਕੀਰੀ ਅਤੇ ਆਪਸ ਵਿੱਚ ਮਿਲਦੀਆਂ-ਜੁਲਦੀਆਂ ਬਹੁਤ ਸਾਰੀਆਂ ਅਜਿਹੀਆਂ ਹੋਰ ਭਾਸ਼ਾਵਾਂ ਵੀ ਸਮਝ ਸਕਦੈ। ਅਨੁਵਾਦ ਤੋਂ ਬਿਨਾਂ ਹਿਕਮਤ, ਕਾਇਸੀਨ ਕੁਲੀਏਵ ਅਤੇ ਮੁਸਤਾਇ ਕਰੀਮ ਦੀਆਂ ਰਚਨਾਵਾਂ ਪੜ੍ਹ ਸਕਦੈ...ਪਰ ਮੇਰੀ ਭਾਸ਼ਾ! ਸਾਡੇ ਲਾਕਾਂ ਤੋਂ ਬਿਨਾਂ ਇਸ ਨੂੰ ਵਿਦਵਾਨ ਹੀ ਸਮਝਦੇ ਹੋਣਗੇ, ਜਿਨ੍ਹਾਂ ਨੇ ਡੀ. ਲਿੱਟ. ਦੀ ਡਿਗਰੀ ਪ੍ਰਾਪਤ ਕਰਨ ਲਈ ਇਸ ਦੇ ਮਾਧਿਅਮ ਵਿੱਚ ਅਨੇਕ ਸਾਲ ਲਗਾਏ ਹੋਣਗੇ।

ਲਾਕ ਜਾਤੀ ਦਾ ਇੱਕ ਪ੍ਰਸਿੱਧ ਵਿਅਕਤੀ ਸਾਰੀ ਦੁਨੀਆ ਵਿੱਚ ਘੁੰਮ ਕੇ ਇਥੋਪੀਆ ਪਹੁੰਚ ਗਿਆ ਅਤੇ ਉੱਥੇ ਮੰਤਰੀ ਬਣ ਗਿਆ। ਉਸ ਨੇ ਇਸ ਗੱਲ 'ਤੇ ਜ਼ੋਰ ਦਿੱਤਾ ਕਿ ਆਪਣੀ ਇੰਨੀ ਲੰਬੀ ਯਤਰਾ ਦੌਰਾਨ ਉਸ ਦੀ ਸਾਡੀ ਲਾਕ ਭਾਸ਼ਾ ਨਾਲ ਮਿਲਦੀ-ਜੁਲਦੀ ਇੱਕ ਵੀ ਭਾਸ਼ਾ ਨਾਲ ਜਾਣ-ਪਛਾਣ ਨਹੀਂ ਹੋਈ।

ਓਮਾਰ-ਹਾਜੀ: ਸਾਡੀ ਅਵਾਰ ਭਾਸ਼ਾ ਵੀ ਕਿਸੇ ਹੋਰ ਭਾਸ਼ਾ ਵਰਗੀ ਨਹੀਂ।

ਅਬੂਤਾਲਿਬ: ਦਾਰਗੀਨ, ਲੇਜ਼ਗੀਨ ਅਤੇ ਤਾਬਾਸਾਰਾਨ ਭਾਸ਼ਾਵਾਂ ਨਾਲ ਮਿਲਦੀਆਂ-ਜੁਲਦੀਆਂ ਭਾਸ਼ਾਵਾਂ ਵੀ ਨਹੀਂ।

ਸਵਾਲ: ਇੱਕ-ਦੂਜੀ ਨਾਲ ਕੋਈ ਸਮਾਨਤਾ ਨਾ ਰੱਖਣ ਵਾਲੀਆਂ ਇਹ ਭਾਸ਼ਾਵਾਂ ਤੁਸੀਂ ਕਿਵੇਂ ਸਿੱਖ ਲਈਆਂ?

ਅਬੂਤਾਲਿਬ: ਕਿਸੇ ਵੇਲੇ ਮੈਂ ਦਾਗ਼ਿਸਤਾਨ ਵਿੱਚ ਬਹੁਤ ਘੁੰਮਦਾ ਰਿਹਾ ਸੀ। ਲੋਕਾਂ ਨੂੰ ਗੀਤਾਂ-ਗਾਣਿਆਂ ਅਤੇ ਮੈਨੂੰ ਰੋਟੀ ਦੀ ਜ਼ਰੂਰਤ ਸੀ। ਜਦੋਂ ਕੋਈ ਆਦਮੀ ਪਰਾਏ ਪਿੰਡ ਵਿੱਚ ਜਾਂਦੈ ਅਤੇ ਉੱਥੋਂ ਦੀ ਭਾਸ਼ਾ ਨਹੀਂ ਸਮਝਦਾ, ਤਾਂ ਕੁੱਤੇ ਵੀ ਉਸ ਨੂੰ ਜ਼ਿਆਦਾ ਗੁੱਸੇ ਨਾਲ ਭੌਂਕਦੇ ਨੇ। ਜ਼ਰੂਰਤ ਨੇ ਮੈਨੂੰ ਸਾਰੇ ਦਾਗ਼ਿਸਤਾਨ ਦੀਆਂ ਭਾਸ਼ਾਵਾਂ ਸਿੱਖਣ ਲਈ ਮਜ਼ਬੂਰ ਕੀਤਾ।

ਸਵਾਲ: ਫਿਰ ਵੀ ਕੀ ਦਾਗ਼ਿਸਤਾਨ ਦੀਆਂ ਭਾਸ਼ਾਵਾਂ ਦੀ ਸਮਾਨਤਾ ਅਤੇ ਅਸਮਾਨਤਾ ਦੇ ਲੱਛਣਾਂ ਦੀ ਜ਼ਿਆਦਾ ਵਿਸਥਾਰ ਨਾਲ ਚਰਚਾ ਕਰਨੀ ਸੰਭਵ ਨਹੀਂ? ਭਲਾਂ ਇਹ ਕਿਵੇਂ ਹੋਇਆ ਕਿ ਇੰਨੇ ਛੋਟੇ ਜਿਹੇ ਦੇਸ਼ ਵਿੱਚ ਇੰਨੀਆਂ ਵੱਖਰੀਆਂ ਭਾਸ਼ਾਵਾਂ ਨੇ?

ਅਬੂਤਾਲਿਬ: ਸਾਡੀਆਂ ਭਾਸ਼ਾਵਾਂ ਦੀ ਸਮਾਨਤਾ ਅਤੇ ਅਸਮਾਨਤਾ ਬਾਰੇ ਅਨੇਕਾਂ ਪੁਸਤਕਾਂ ਲਿਖੀਆਂ ਜਾ ਚੁੱਕੀਆਂ ਨੇ। ਮੈਂ ਵਿਦਵਾਨ ਜਾਂ ਭਾਸ਼ਾ ਸ਼ਾਸਤਰੀ ਨਹੀਂ, ਪਰ ਜਿਸ ਰੂਪ ਵਿੱਚੋਂ ਮੈਂ ਇਸ ਸਮੱਸਿਆ ਦੀ ਕਲਪਨਾ ਕਰਦਾਂ, ਉਸ ਨੂੰ ਤੁਹਾਡੇ ਸਾਹਮਣੇ ਪੇਸ਼ ਕਰਦਾਂ। ਅਸੀਂ ਇੱਥੇ ਬੈਠੇ ਹੋਏ ਆਂ। ਸਾਡੇ ਵਿੱਚੋਂ ਕੁੱਝ ਦਾ ਪਹਾੜਾਂ ਵਿੱਚ ਅਤੇ ਕੁੱਝ ਦਾ ਮੈਦਾਨਾਂ ਵਿੱਚ ਜਨਮ ਹੋਇਆ ਅਤੇ ਅਸੀਂ ਉੱਥੇ ਹੀ ਵੱਡੇ ਹੋਏ। ਕੁੱਝ ਗਰਮ ਖੇਤਰਾਂ ਅਤੇ ਕੁੱਝ ਠੰਢੇ ਖੇਤਰਾਂ ਵਿੱਚ, ਕੁੱਝ ਨਦੀ ਦੇ ਕਿਨਾਰੇ ਅਤੇ ਕੁੱਝ ਸਾਗਰ ਦੇ ਕਿਨਾਰੇ ਜਨਮੇ ਅਤੇ ਵੱਡੇ ਹੋਏ। ਕੁੱਝ ਨੇ ਉੱਥੇ ਜਨਮ ਲਿਆ, ਜਿੱਥੇ ਖੇਤ ਨੇ ਪਰ ਬਲਦ ਨਹੀਂ, ਕੁੱਝ ਉੱਥੇ ਜਨਮੇ, ਜਿੱਥੇ ਬਲਦ ਨੇ ਪਰ ਖੇਤ ਨਹੀਂ। ਕੁੱਝ ਉੱਥੇ ਜਨਮੇ, ਜਿੱਥੇ ਅੱਗ ਐ ਪਰ ਪਾਣੀ ਨਹੀਂ ਅਤੇ ਕੁੱਝ ਉੱਥੇ ਜਨਮੇ, ਜਿੱਥੇ

ਪਾਣੀ ਐ ਪਰ ਅੱਗ ਨਹੀਂ। ਇੱਕ ਜਗ੍ਹਾ ਮਾਸ ਐ, ਦੂਜੀ ਜਗ੍ਹਾ ਅਨਾਜ ਅਤੇ ਤੀਜੀ ਜਗ੍ਹਾ ਫ਼ਲ। ਜਿੱਥੇ ਪਨੀਰ ਰੱਖਿਆ ਜਾਂਦੈ, ਉੱਥੇ ਚੂਹੇ ਹੋ ਜਾਂਦੇ ਨੇ, ਜਿੱਥੇ ਭੇਡਾਂ ਚਰਾਈਆਂ ਜਾਂਦੀਆਂ ਨੇ, ਉੱਥੇ ਭੇੜੀਆਂ ਦੀ ਭਰਮਾਰ ਹੋ ਜਾਂਦੀ ਐ। ਇਸ ਤੋਂ ਇਲਾਵਾ ਇਤਿਹਾਸ, ਯੁੱਧ, ਵੱਖ-ਵੱਖ ਗੁਆਂਢੀਆਂ ਅਤੇ ਪ੍ਰਕਿਰਤੀ ਨੂੰ ਵੀ ਧਿਆਨ ਵਿੱਚ ਰੱਖਣਾ ਚਾਹੀਦੈ।

ਸਾਡੇ ਇੱਥੇ ਪ੍ਰਕਿਰਤੀ ਸ਼ਬਦ ਦੇ ਦੋ ਅਰਥ ਨੇ, ਭੂਮੀ ਅਤੇ ਘਾਹ, ਦਰੱਖਤ, ਪਰਬਤ ਅਤੇ ਦੂਜਾ ਅਰਥ ਐ ਮਨੁੱਖ ਦਾ ਸੁਭਾਅ। ਵੱਖ-ਵੱਖ ਸਥਾਨਾਂ 'ਤੇ ਪ੍ਰਕਿਰਤੀ ਨੇ ਵੱਖ-ਵੱਖ ਨਾਂਵਾਂ, ਨਿਯਮਾਂ ਅਤੇ ਰੀਤੀ-ਰਿਵਾਜ਼ਾਂ ਦੇ ਪ੍ਰਗਟ ਹੋਣ ਵਿੱਚ ਯੋਗਦਾਨ ਪਾਇਆ।

ਵੱਖ-ਵੱਖ ਥਾਵਾਂ 'ਤੇ ਵੱਖ-ਵੱਖ ਢੰਗ ਨਾਲ ਸਮੂਰੀ ਟੋਪੀ ਪਹਿਨੀ ਜਾਂਦੀ ਐ, ਵੱਖ-ਵੱਖ ਢੰਗ ਨਾਲ ਕੱਪੜੇ ਪਹਿਨੇ ਜਾਂਦੇ ਨੇ ਅਤੇ ਮਕਾਨ ਬਣਾਏ ਜਾਂਦੇ ਨੇ। ਪੰਘੂੜੇ ਦੇ ਨੇੜੇ ਵੱਖ-ਵੱਖ ਲੋਰੀਆਂ ਗਾਈਆਂ ਜਾਂਦੀਆਂ ਨੇ। ਮਹਿਮੂਦ ਨੇ ਦੋ ਤਾਰਾਂ ਵਾਲੇ ਪੰਦੂਰ 'ਤੇ ਆਪਣੇ ਗਾਣੇ ਗਾਏ, ਇਰਚੀ ਕਜ਼ਾਕ ਦੇ ਪੰਦੂਰ ਵਿੱਚ ਤਿੰਨ ਤਾਰਾਂ ਸੀ। ਲੇਜ਼ਗੀਨ ਜਾਤੀ ਦਾ ਸੁਲੇਮਾਨ ਸਤਾਲਸਕੀ ਤਾਰਾ ਨਾਮਕ ਵਾਜਾ ਵਜਾਉਂਦਾ ਸੀ। ਕੁੱਝ ਵਾਜਿਆਂ ਲਈ ਬੱਕਰੀ ਦੀਆਂ ਅੰਤੜੀਆਂ ਅਤੇ ਕੁੱਝ ਲਈ ਲੋਹੇ ਦੀਆਂ ਤਾਰਾਂ ਬਣਾਈਆਂ ਜਾਂਦੀਆਂ ਨੇ।

ਜਾਤੀਆਂ ਜਾਂ ਜਨ-ਸਮੂਹ ਅਨੇਕਾਂ ਨੇ ਅਤੇ ਹਰੇਕ ਦੇ ਆਪਣੇ ਰਸਮ-ਰਿਵਾਜ਼ ਨੇ। ਸਭ ਜਗ੍ਹਾ ਅਜਿਹਾ ਹੀ ਐ। ਬੱਚੇ ਦਾ ਜਨਮ ਹੁੰਦੈ। ਇੱਕ ਜਾਤੀ ਵਿੱਚ ਬੱਚੇ ਨੂੰ ਬਪਤਿਸਮਾ ਦਿੱਤਾ ਜਾਂਦੈ, ਦੂਜੀ ਵਿੱਚ ਉਸ ਦੀ ਸੁੰਨਤ ਕੀਤੀ ਜਾਂਦੀ ਐ ਅਤੇ ਤੀਜੀ ਵਿੱਚ ਉਸ ਦੇ ਜਨਮ ਦਾ ਪ੍ਰਮਾਣ-ਪੱਤਰ ਤਿਆਰ ਕੀਤਾ ਜਾਂਦੈ। ਲੜਕਾ ਜਦੋਂ ਬਾਲਗ ਹੁੰਦੈ, ਤਾਂ ਦੂਜੇ ਰੀਤੀ-ਰਿਵਾਜ਼ ਸਾਹਮਣੇ ਆਉਂਦੇ ਨੇ। ਕਿਸੇ ਲੜਕੀ ਨਾਲ ਉਸ ਦੀ ਮੰਗਣੀ ਹੁੰਦੀ ਐ...ਵੈਸੇ ਮੰਗਣੀ ਕਰਨੀ, ਇਹ ਵੀ ਇੱਕ ਰੀਤੀ-ਰਿਵਾਜ਼ ਹੀ ਐ। ਮੈਂ ਇਹ ਕਹਿਣਾ ਚਾਹੁੰਦਾ ਸੀ ਕਿ ਕੋਈ ਨੌਜਵਾਨ ਸ਼ਾਦੀ ਕਰਦੈ, ਤਾਂ ਤੀਜੇ ਢੰਗ ਵਾਲੇ ਰੀਤੀ-ਰਿਵਾਜ਼ਾਂ ਨਾਲ ਵਾਹ ਪੈਂਦੈ। ਦਾਗ਼ਿਸਤਾਨ ਵਿੱਚ ਵਿਆਹ ਦੇ ਰੀਤੀ-ਰਿਵਾਜ਼ਾਂ ਦੀ ਚਰਚਾ ਕਰਨ ਲਈ ਤਾਂ ਪੂਰਾ ਇੱਕ ਦਿਨ ਵੀ ਘੱਟ ਰਹੇਗਾ। ਜੇਕਰ ਤੁਹਾਡੇ ਵਿੱਚੋਂ ਕੋਈ ਉਨ੍ਹਾਂ ਬਾਰੇ ਜਾਣਨਾ ਚਾਹੇਗਾ, ਤਾਂ ਉਸ ਨੂੰ ਅਸੀਂ 'ਦਾਗ਼ਿਸਤਾਨ ਦੇ ਜਨ-ਸਮੂਹ ਦੇ ਰੀਤੀ-ਰਿਵਾਜ਼' ਪੁਸਤਕ ਭੇਟ ਕਰ ਦਿਆਂਗੇ। ਤੁਸੀਂ ਘਰ ਜਾ ਕੇ ਇਸ ਨੂੰ ਪੜ੍ਹ ਲੈਣਾ।

ਸਵਾਲ: ਰੀਤੀ-ਰਿਵਾਜ਼ ਵੀ ਵੱਖ-ਵੱਖ ਨੇ। ਅਜਿਹੀ ਸਥਿਤੀ ਵਿੱਚ ਕਿਹੜੀਆਂ ਚੀਜ਼ਾਂ ਤੁਹਾਡੇ ਲੋਕਾਂ ਨੂੰ ਨੇੜੇ ਲਿਆਉਂਦੀਆਂ ਨੇ, ਸੂਤਰਬੱਧ ਕਰਦੀਆਂ ਨੇ?

ਅਬੂਤਾਲਿਬ: ਦਾਗ਼ਿਸਤਾਨ।

ਸਵਾਲ: ਦਾਗ਼ਿਸਤਾਨ...ਸਾਨੂੰ ਇਹ ਦੱਸਿਆ ਗਿਐ ਕਿ ਦਾਗ਼ਿਸਤਾਨ ਦਾ ਅਰਥ 'ਪਰਬਤਾਂ ਦੇ ਦੇਸ਼' ਐ। ਇਸ ਦਾ ਮਤਲਬ ਤਾਂ ਇਹ ਹੋਇਆ ਕਿ ਦਾਗ਼ਿਸਤਾਨ ਇੱਕ ਜਗ੍ਹਾ ਦਾ ਨਾਂ ਐ।

ਅਬੂਤਾਲਿਬ: ਜਗ੍ਹਾ ਦਾ ਨਾਂ ਨਹੀਂ, ਬਲਕਿ ਮਾਤ-ਭੂਮੀ, ਜਨ-ਸਮੂਹ ਦਾ ਨਾਂ ਐ। ਜੋ ਪਹਾੜਾਂ ਵਿੱਚ ਰਹਿੰਦੇ ਨੇ ਅਤੇ ਜੋ ਘਾਟੀਆਂ ਵਿੱਚ, ਸਾਰਿਆਂ ਲਈ ਇਹ ਸ਼ਬਦ ਸਮਾਨ ਅਰਥ ਰੱਖਦੈ। ਨਹੀਂ, ਦਾਗ਼ਿਸਤਾਨ, ਇਹ ਕੇਵਲ ਭੂਗੋਲਿਕ ਧਾਰਨਾ ਨਹੀਂ।

ਦਾਗ਼ਿਸਤਾਨ ਦਾ ਆਪਣਾ ਰੰਗ-ਰੂਪ ਐ, ਉਸ ਦੀਆਂ ਆਪਣੀਆਂ ਇੱਛਾਵਾਂ-ਲਾਲਸਾਵਾਂ ਅਤੇ ਸੁਪਨੇ ਨੇ। ਉਸ ਦਾ ਸਾਂਝਾ ਇਤਿਹਾਸ, ਸਾਂਝੀ ਕਿਸਮਤ, ਸਾਂਝੇ ਦੁੱਖ-ਸੁੱਖ ਨੇ। ਕੀ ਇੱਕ ਉਂਗਲੀ ਦਾ ਦਰਦ ਦੂਜੀ ਉਂਗਲੀ ਮਹਿਸੂਸ ਨਹੀਂ ਕਰਦੀ? ਸਾਡੇ ਇੱਥੇ 'ਅਕਤੂਬਰ ਇਨਕਲਾਬ', 'ਲੈਨਿਨ' ਅਤੇ 'ਰੂਸ' ਵਰਗੇ ਸਾਂਝੇ ਸ਼ਬਦ ਵੀ ਨੇ। ਇਨ੍ਹਾਂ ਸ਼ਬਦਾਂ ਦਾ ਹਰ ਭਾਸ਼ਾ ਵਿੱਚ ਅਨੁਵਾਦ ਕਰਨ ਦੀ ਵੀ ਜ਼ਰੂਰਤ ਨਹੀਂ। ਅਨੁਵਾਦ ਤੋਂ ਬਿਨਾਂ ਹੀ ਉਹ ਤਾਂ ਸਮਝ ਵਿੱਚ ਆ ਜਾਂਦੇ ਨੇ। ਸਾਡੇ ਲੇਖਕਾਂ ਵਿੱਚ ਬਹੁਤ ਸਾਰੇ ਵਾਦ-ਵਿਵਾਦ ਹੁੰਦੇ ਨੇ, ਪਰ ਇਨ੍ਹਾਂ ਸ਼ਬਦਾਂ ਬਾਰੇ ਸਾਡੇ ਵਿੱਚ ਕੋਈ ਮੱਤਭੇਦ ਨਹੀਂ। ਤੁਸੀਂ ਸਮਝ ਗਏ?

ਸਵਾਲ: ਇਹ ਤਾਂ ਅਸੀਂ ਸਮਝ ਗਏ, ਪਰ ਮੈਂ ਇੱਕ ਹੋਰ ਗੱਲ ਪੁੱਛਣੀ ਚਾਹੁਨਾਂ। ਇੱਕ ਅਖ਼ਬਾਰ ਵਿੱਚ ਮੈਂ ਅੱਜ ਅੱਦਾਲੋ ਅਲੀਏਵ ਦੀ ਕਵਿਤਾ ਪੜ੍ਹੀ। ਅਨਾਤੋਲੀ ਜ਼ਾਇਤਸ ਨੇ ਉਸ ਦਾ ਰੂਸੀ ਵਿੱਚ ਅਨੁਵਾਦ ਕੀਤੈ। ਉੱਥੇ ਕਿਹਾ ਗਿਐ ਕਿ ਅਨੁਵਾਦ ਦਾਗ਼ਿਸਤਾਨੀ ਭਾਸ਼ਾ ਤੋਂ ਕੀਤਾ ਗਿਐ। ਇਹ ਕਿਹੜੀ ਭਾਸ਼ਾ ਐ?

ਅਬੂਤਾਲਿਬ: ਇਹ ਭਾਸ਼ਾ ਤਾਂ ਮੈਂ ਵੀ ਨਹੀਂ ਜਾਣਦਾ। ਅੱਦਾਲੋ ਅਲੀਏਵ ਨਾਲ ਮੇਰੀ ਕੱਲ੍ਹ ਮੁਲਾਕਾਤ ਹੋਈ ਸੀ ਅਤੇ ਮੈਂ ਉਸ ਨਾਲ ਗੱਲਬਾਤ ਕੀਤੀ ਸੀ। ਕੱਲ੍ਹ ਤੱਕ ਤਾਂ ਉਹ ਅਵਾਰ ਸੀ। ਪਤਾ ਨਹੀਂ ਕਿ ਉਸ ਵਿੱਚ ਅਜਿਹਾ ਕਿਹੜਾ ਪਰਿਵਰਤਨ ਹੋ ਗਿਆ। ਪਰ ਤੁਸੀਂ ਇਸ ਮਾਮਲੇ ਵੱਲ ਕੋਈ ਖ਼ਾਸ ਧਿਆਨ ਨਾ ਦਿਓ, ਇਹ ਤਾਂ ਮਹਿਜ ਗਲਤੀ ਐ।

ਸਵਾਲ: ਸਾਡੇ ਸੰਯੁਕਤ ਰਾਜ ਅਮਰੀਕਾ ਵਿੱਚ ਵੀ ਅਨੇਕਾਂ ਜਾਤੀਆਂ ਅਤੇ ਭਾਸ਼ਾਵਾਂ ਨੇ। ਪਰ ਮੁੱਢਲੀ, ਸਰਕਾਰੀ ਭਾਸ਼ਾ ਅੰਗਰੇਜ਼ੀ ਐ। ਸਾਰੇ ਕੰਮ-ਕਾਜ, ਪੈਦਵਾਰ ਦੇ ਸਾਰੇ ਮਾਮਲਿਆਂ ਅਤੇ ਦਸਤਾਵੇਜ਼ਾਂ ਵਿੱਚ ਇਸੇ ਭਾਸ਼ਾ ਦੀ ਵਰਤੋਂ ਹੁੰਦੀ ਐ। ਪਰ ਤੁਹਾਡੇ ਇੱਥੇ? ਤੁਹਾਡੇ ਇੱਥੇ ਮੁੱਢਲੀ ਭਾਸ਼ਾ ਕਿਹੜੀ ਐ?

ਅਬੂਤਾਲਿਬ: ਹਰ ਵਿਅਕਤੀ ਲਈ ਉਸ ਦੀ ਮੁੱਢਲੀ ਭਾਸ਼ਾ ਉਸ ਦੀ ਮਾਂ ਦੀ ਭਾਸ਼ਾ ਐ। ਜੋ ਆਦਮੀ ਆਪਣੇ ਪਹਾੜਾਂ ਨੂੰ ਪਿਆਰ ਨਹੀਂ ਕਰਦਾ, ਉਹ ਪਰਾਏ ਮੈਦਾਨਾਂ ਨੂੰ ਵੀ ਪਿਆਰ ਨਹੀਂ ਕਰ ਸਕਦਾ। ਜੋ ਸੁੱਖ ਘਰੇ ਨਹੀਂ ਮਿਲਿਆ, ਉਹ ਬਾਹਰ ਸੜਕ 'ਤੇ ਵੀ ਨਹੀਂ ਮਿਲ ਸਕੇਗਾ। ਜੋ ਆਪਣੀ ਮਾਂ ਦੀ ਚਿੰਤਾ ਨਹੀਂ ਕਰਦਾ, ਉਹ ਪਰਾਈ ਔਰਤ ਦੀ ਵੀ ਚਿੰਤਾ ਨਹੀਂ ਕਰੇਗਾ। ਜਦੋਂ ਹੱਥ ਵਿੱਚ ਮਜ਼ਬੂਤੀ ਨਾਲ ਤਲਵਾਰ ਫੜਨੀ ਹੋਵੇ ਜਾਂ ਕਿਸੇ ਦੋਸਤ ਨਾਲ ਨਿੱਘ ਭਰੇ ਜੋਸ਼ ਨਾਲ ਹੱਥ ਮਿਲਾਉਣਾ ਹੋਵੇ, ਤਾਂ ਹੱਥ ਦੀਆਂ ਸਾਰੀਆਂ ਉਂਗਲਾਂ ਮੁੱਢਲੀਆਂ ਹੁੰਦੀਆਂ ਨੇ।

ਸਵਾਲ: ਮੈਂ ਮੁਤਾਲਿਬ ਮਿਤਾਰੋਵ ਦੀ ਲੰਬੀ ਕਵਿਤਾ ਪੜ੍ਹੀ ਐ। ਉਸ ਵਿੱਚ ਉਸ ਨੇ ਇਸ ਗੱਲ 'ਤੇ ਜ਼ੋਰ ਦਿੱਤੈ ਕਿ ਉਹ ਨਾਂ ਤਾਂ ਅਵਾਰ, ਨਾ ਤਾਤ, ਨਾ ਤਾਬਾਸਾਰਾਨ ਅਤੇ ਨਾ ਦਾਗ਼ਿਸਤਾਨੀ ਹੀ ਐ। ਤੁਸੀਂ ਇਸ ਬਾਰੇ ਕੀ ਕਹਿ ਸਕਦੇ ਹੋ?

ਅਬੂਤਾਲਿਬ: (ਮਿਤਾਰੋਵ ਨੂੰ ਨਜ਼ਰਾਂ ਨਾਲ ਲੱਭਦਿਆਂ ਹੋਇਆਂ) ਸੁਣੋ ਮਿਤਾਰੋਵ, ਤੁਸੀਂ ਅਵਾਰ, ਕੁਮਿਕ, ਤਾਤ, ਨੋਗਾਈ, ਲੇਜ਼ਗੀਨ ਨਹੀਂ ਹੋ, ਇਹ ਮੈਂ ਪਹਿਲੀ ਵਾਰ ਸੁਣ ਰਿਹਾਂ। ਆਖ਼ਰ ਤੁਸੀਂ ਕੌਣ ਹੋ? ਕੱਲ੍ਹ ਨੂੰ ਸ਼ਾਇਦ ਤੁਸੀਂ ਇਹ ਲਿਖ ਦਿਓ ਕਿ ਮੁਤਾਲਿਬ ਵੀ ਨਹੀਂ ਹੋ ਅਤੇ ਮਿਤਾਰੋਵ ਵੀ ਨਹੀਂ। ਮਿਸਾਲ ਦੇ ਤੌਰ 'ਤੇ ਮੈਂ ਅਬੂਤਾਲਿਬ ਗਫ਼ੂਰੋਵ ਆਂ। ਮੈਂ

ਸਭ ਤੋਂ ਪਹਿਲਾਂ ਤਾਂ ਲਾਕ ਜਾਤੀ ਦਾ ਆਂ, ਦੂਜਾ ਮੈਂ ਦਾਗ਼ਿਸਤਾਨੀ ਆਂ, ਤੀਜਾ ਮੈਂ ਸੋਵੀਅਤ ਦੇਸ਼ ਦਾ ਸ਼ਾਇਰ ਆਂ। ਜਾਂ ਇਸ ਦੇ ਉਲਟ ਇਸ ਤਰ੍ਹਾਂ ਕਿਹਾ ਜਾ ਸਕਦੈ ਕਿ ਸਭ ਤੋਂ ਪਹਿਲਾਂ ਮੈਂ ਸੋਵੀਅਤ ਸ਼ਾਇਰ ਆਂ, ਦੂਜਾ ਇਹ ਕਿ ਮੈਂ ਦਾਗ਼ਿਸਤਾਨ-ਜਨਤੰਤਰ ਵਿੱਚ ਰਹਿਨਾਂ ਅਤੇ ਤੀਜਾ ਇਹ ਕਿ ਲਾਕ ਜਾਤੀ ਦਾ ਆਂ ਅਤੇ ਲਾਕ ਭਾਸ਼ਾ ਵਿੱਚ ਲਿਖਦਾਂ। ਇਹ ਸਭ ਕੁੱਝ ਮੇਰੇ ਨਾਲ ਅਟੁੱਟ ਰੂਪ ਵਿੱਚ ਜੁੜਿਆ ਹੋਇਐ। ਇਹ ਮੇਰਾ ਸਭ ਤੋਂ ਕੀਮਤੀ ਖਜ਼ਾਨਾ ਐ। ਮੈਂ ਇਨ੍ਹਾਂ ਵਿੱਚੋਂ ਕਿਸੇ ਵੀ ਚੀਜ਼ ਤੋਂ ਇਨਕਾਰ ਨਹੀਂ ਕਰਨਾ ਚਾਹੁੰਦਾ। ਇਨ੍ਹਾਂ ਲਈ ਮੈਂ ਆਪਣੀ ਜਾਨ ਦੀ ਬਾਜ਼ੀ ਵੀ ਲਗਾ ਦਿਆਂਗਾ।

ਸਵਾਲ: (ਜਰਮਨ ਜਨਵਾਦੀ ਜਨਤੰਤਰ ਦਾ ਪੱਤਰਕਾਰ) ਮੇਰੇ ਹੱਥਾਂ ਵਿੱਚ ਚਕਿਤਸਾ-ਵਿਗਿਆਨ ਦੇ ਪੀ. ਐੱਚ. ਡੀ. ਸਾਥੀ ਅਲੀਕਿਸ਼ੀਏਵ ਦੀ ਪੁਸਤਕ ਐ। ਇਸ ਦਾ ਸਿਰਲੇਖ ਐ, 'ਦਾਗ਼ਿਸਤਾਨ ਵਿੱਚ ਲੰਬੀ ਉਮਰ।' ਇਸ ਵਿੱਚ ਲੇਖਕ ਨੇ ਇੱਕ ਸੌ ਨੱਬੇ ਸਾਲ ਤੋਂ ਜ਼ਿਆਦਾ ਉਮਰ ਦੇ ਲੋਕਾਂ ਬਾਰੇ ਲਿਖਿਆ ਐ ਅਤੇ ਇਹ ਸਾਬਤ ਕੀਤੈ ਕਿ ਲੰਬੀ ਉਮਰ ਦੀ ਦ੍ਰਿਸ਼ਟੀ ਤੋਂ ਦਾਗ਼ਿਸਤਾਨ ਦਾ ਸੋਵੀਅਤ ਸੰਘ ਵਿੱਚ ਪਹਿਲਾ ਸਥਾਨ ਐ। ਪਰ ਅੱਗੇ ਉਸ ਨੇ ਇਸ ਗੱਲ ਦੀ ਵੀ ਪੁਸ਼ਟੀ ਕੀਤੀ ਐ ਕਿ ਇੱਥੋਂ ਦੀਆਂ ਜਾਤੀਆਂ ਵਿੱਚ ਹੌਲੀ-ਹੌਲੀ ਇੱਕ-ਦੂਜੀ ਦੇ ਨੇੜੇ ਹੋਣ ਦੀ ਪ੍ਰਬਿਰਤੀ ਦਿਖਾਈ ਦੇ ਰਹੀ ਐ ਅਤੇ ਅੰਤ ਨੂੰ ਦਾਗ਼ਿਸਤਾਨ ਵਿੱਚ ਇੱਕੋ ਹੀ ਜਾਤੀ ਹੋ ਜਾਣ ਦੀ ਵੀ ਸੰਭਾਵਨਾ ਐ। ਕੁੱਝ ਸਾਲਾਂ ਤੋਂ ਬਾਅਦ ਅਵਾਰ, ਦਾਰਗੀਨ, ਅਤੇ ਨੋਗਾਈ ਜਾਤੀ ਦੇ ਲੋਕ ਆਪਣੇ ਆਪ ਨੂੰ ਦਾਗ਼ਿਸਤਾਨੀ ਮੰਨਣ ਲੱਗਣਗੇ ਅਤੇ ਪਾਸਪੋਰਟ ਵਿੱਚ ਵੀ ਅਜਿਹਾ ਹੀ ਲਿਖਣਗੇ। ਮੈਂ ਤੁਹਾਡੇ ਇੱਕ ਹੋਰ ਵਿਦਵਾਨ ਦੇ ਲੇਖ ਵੀ ਪੜ੍ਹੇ ਨੇ, ਜੋ ਇਸ ਗੱਲ ਦੀ ਪੁਸ਼ਟੀ ਕਰਦੈ ਕਿ ਤੁਹਾਡਾ ਸਾਹਿਤ ਜਾਤੀਆਂ ਦੀਆਂ ਹੱਦਾਂ ਤੋੜ ਕੇ ਪੂਰੇ ਦਾਗ਼ਿਸਤਾਨ ਦਾ ਸਾਹਿਤ ਬਣਦਾ ਜਾ ਰਿਹੈ। ਜੇਕਰ ਵਿਗਿਆਨ ਦੇ ਪੀ. ਐੱਚ. ਡੀ. ਅਤੇ ਡੀ. ਲਿੱਟ. ਆਪਣੀਆਂ ਪੁਸਤਕਾਂ ਅਤੇ ਲੇਖਾਂ ਵਿੱਚ ਅਜਿਹੇ ਸਵਾਲ ਉਠਾਉਂਦੇ ਨੇ, ਤਾਂ ਇਸ ਦਾ ਮਤਲਬ ਹੈ ਕਿ ਇਹ ਸਵਾਲ ਮਹੱਤਵਪੂਰਨ ਅਤੇ ਗੰਭੀਰ ਨੇ?

ਅਬੂਤਾਲਿਬ: ਸਾਥੀ ਅਲੀਕਿਸ਼ੀਏਵ ਤੋਂ ਵੀ ਮੈਂ ਜਾਣੂ ਆਂ। ਉਹ ਸਾਡੇ ਹੀ ਇਲਾਕੇ ਦਾ ਰਹਿਣ ਵਾਲਾ ਐ। ਇਹ ਵਿਦਵਾਨ ਅਨੇਕਾਂ ਬਜ਼ੁਰਗਾਂ ਨਾਲ ਇਸ ਲਈ ਮਿਲਿਆ ਕਿ ਉਹ ਉਸ ਨੂੰ ਆਪਣੇ ਜੀਵਨ ਬਾਰੇ ਦੱਸਣ। ਪਰ ਸਾਰੀਆਂ ਜਾਤੀਆਂ ਦੀ ਇੱਕ ਜਾਤੀ ਬਣਾਉਣ ਦਾ ਵਿਚਾਰ ਸ਼ਾਇਦ ਹੀ ਕਿਸੇ ਸਤਿਕਾਰਤ ਬਜ਼ੁਰਗ ਨੇ ਪ੍ਰਗਟ ਕੀਤਾ ਹੋਵੇ। ਇਹ ਉਸ ਦੇ ਆਪਣੇ ਹੀ ਦਿਮਾਗ ਦੀ ਉਪਜ ਐ। ਮੈਂ ਬਹੁਤ ਸਾਰੇ ਅਜਿਹੇ 'ਮਿਚੂਰਿਨਾਂ' (ਬਨਸਪਤੀ-ਵਿਗਿਆਨੀ) ਨੂੰ ਜਾਣਦਾਂ, ਜਿਨ੍ਹਾਂ ਨੇ ਆਪਣੀਆਂ 'ਪ੍ਰਯੋਗਸ਼ਾਲਾਵਾਂ' ਵਿੱਚ ਵੱਖ-ਵੱਖ ਭਾਸ਼ਾਵਾਂ ਨੂੰ ਮਿਲਾ ਕੇ ਅਤੇ ਉਨ੍ਹਾਂ 'ਤੇ ਖ਼ਰਗੋਸ਼ਾਂ ਵਾਂਗ ਤਰ੍ਹਾਂ-ਤਰ੍ਹਾਂ ਦੇ ਪ੍ਰਯੋਗ ਕਰਕੇ ਇੱਕ ਨਵੀਂ ਭਾਸ਼ਾ ਬਣਾਉਣ ਦੀ ਕੋਸ਼ਿਸ਼ ਕੀਤੀ ਐ। ਦਾਗ਼ਿਸਤਾਨ ਦੇ ਸੱਤ ਜਾਤੀ ਥਿਏਟਰਾਂ ਨੂੰ ਮਿਲਾ ਕੇ ਇੱਕ ਥਿਏਟਰ ਬਣਾਉਣ ਦੀ ਕੋਸ਼ਿਸ਼ ਕੀਤੀ ਗਈ। ਦਾਗ਼ਿਸਤਾਨ ਦੇ ਪੰਜ ਜਾਤੀ ਅਖ਼ਬਾਰਾਂ ਨੂੰ ਮਿਲਾ ਕੇ ਇੱਕ ਪੱਤਰ ਬਣਾਉਣ ਦਾ ਯਤਨ ਕੀਤਾ ਗਿਆ, ਪਰ ਇਹ ਸਾਰੀਆਂ ਕੋਸ਼ਿਸ਼ਾਂ ਤਾਂ ਉਹੋ ਜਿਹੀਆਂ ਹੀ ਨੇ, ਜਿਵੇਂ ਕਿ ਅਨੇਕਾਂ ਸ਼ਾਖਾਵਾਂ ਵਾਲੇ ਦਰੱਖਤ ਨੂੰ ਸਿੱਧੇ ਤਣੇ ਵਿੱਚ ਬਦਲਣ ਦੀਆਂ ਕੋਸ਼ਿਸ਼ਾਂ।

ਸਵਾਲ: ਮੈਂ ਭਾਰਤੀ ਅਖ਼ਬਾਰ ਦਾ ਪੱਤਰਕਾਰ ਆਂ। ਸਾਡੇ ਭਾਰਤ ਵਿੱਚ ਵੀ ਅਨੇਕਾਂ ਭਾਸ਼ਾਵਾਂ ਨੇ, ਹਿੰਦੀ, ਉਰਦੂ, ਬੰਗਾਲੀ...ਕੁੱਝ ਰਾਸ਼ਟਰਵਾਦੀਆਂ ਨੇ ਇਹ ਚਾਹਿਆ ਕਿ ਉਨ੍ਹਾਂ ਦੀ ਭਾਸ਼ਾ ਹੀ ਸਾਰੇ ਭਾਰਤ ਦੀ ਸਰਕਾਰੀ ਭਾਸ਼ਾ ਬਣ ਜਾਵੇ। ਇਸ ਦੇ ਕਾਰਨ ਵਾਦ-ਵਿਵਾਦ ਅਤੇ ਖ਼ੂਨੀ ਦੰਗੇ-ਫ਼ਸਾਦ ਵੀ ਹੋਏ। ਤੁਹਾਡੇ ਇੱਥੇ ਤਾਂ ਅਜਿਹਾ ਕੁੱਝ ਨਹੀਂ ਹੋਇਆ?

ਅਬੂਤਾਲਿਬ: ਇੱਕ ਵਾਰ ਦੋ ਲੜਕਿਆਂ ਵਿਚਕਾਰ ਇਸ ਤਰ੍ਹਾਂ ਦਾ ਝਗੜਾ ਹੋਇਆ ਸੀ। ਅਵਾਰ ਅਤੇ ਕੁਮਿਕ ਜਾਤੀ ਦੇ ਦੋ ਲੜਕੇ ਇੱਕ ਗਧੇ 'ਤੇ ਜਾ ਰਹੇ ਸੀ। ਅਵਾਰ ਜਾਤੀ ਦਾ ਲੜਕਾ ਚਿੱਲਾ ਰਿਹਾ ਸੀ, "ਖ਼ਯਾ! ਖ਼ਯਾ! ਖ਼ਯਾਮਾ!" ਅਤੇ ਕੁਮਿਕ ਲੜਕਾ ਚਿੱਲਾ ਰਿਹਾ ਸੀ, "ਏਸ਼! ਏਸ਼! ਏਸ਼!" ਇਨ੍ਹਾਂ ਦੋਵਾਂ ਸ਼ਬਦਾਂ ਦਾ ਇੱਕ ਹੀ ਅਰਥ ਸੀ, ਗਧਾ। ਪਰ ਲੜਕਿਆਂ ਦਾ ਝਗੜਾ ਇੰਨਾ ਜ਼ਿਆਦਾ ਵਧ ਗਿਆ ਕਿ ਦੋਵੇਂ ਹੀ ਗਧੇ ਤੋਂ ਹੇਠਾਂ ਡਿੱਗ ਗਏ ਅਤੇ 'ਖ਼ਯਾਮਾ' ਅਤੇ 'ਏਸ਼' ਤੋਂ ਬਿਨਾਂ ਰਹਿ ਗਏ। ਸ਼ਾਇਦ ਇਹ ਦੋ ਬੱਚਿਆਂ ਦਾ ਵਾਦ-ਵਿਵਾਦ ਐ। ਅਸੀਂ ਆਪਣੀਆਂ ਭਾਸ਼ਾਵਾਂ ਨੂੰ ਭੇੜੀਏ ਨਹੀਂ ਬਣਾਉਂਦੇ। ਉਹ ਸਾਨੂੰ ਚੀਰਦੇ-ਪਾੜਦੇ ਨਹੀਂ। ਸਾਡੇ ਇੱਥੇ ਤਾਂ ਇਹ ਵੀ ਕਿਹਾ ਜਾਂਦੈ, "ਘਰੇਲੂ ਮੂਰਖ ਆਪਣੇ ਗੁਆਂਢੀਆਂ ਦੀ ਨਿੰਦਿਆ ਕਰਦੈ, ਪਿੰਡ ਦਾ ਮੂਰਖ ਗੁਆਂਢ ਦੇ ਪਿੰਡਾਂ ਦੀ ਨਿੰਦਿਆ ਕਰਦੈ ਅਤੇ ਰਾਸ਼ਟਰੀ ਮੂਰਖ ਦੂਜੇ ਦੇਸ਼ਾਂ ਦੀ ਨਿੰਦਿਆ ਕਰਦੈ।" ਜੋ ਆਦਮੀ ਕਿਸੇ ਦੂਜੀ ਭਾਸ਼ਾ ਬਾਰੇ ਬੁਰਾ ਕਹਿੰਦੈ, ਉਸ ਨੂੰ ਸਾਡੇ ਇੱਥੇ ਆਦਮੀ ਹੀ ਨਹੀਂ ਮੰਨਿਆ ਜਾਂਦਾ।

ਸਵਾਲ: ਤਾਂ ਤੁਸੀਂ ਇਹ ਜਾਣਦੇ ਹੋ ਕਿ ਇਸ ਸਵਾਲ ਨੂੰ ਲੈ ਕੇ ਤੁਹਾਡੇ ਇੱਥੇ ਵਾਦ-ਵਿਵਾਦ ਅਤੇ ਕਿਸੇ ਤਰ੍ਹਾਂ ਦੀਆਂ ਗਲਤ-ਫ਼ਹਿਮੀਆਂ ਨਹੀਂ ਹੋਈਆਂ?

ਅਬੂਤਾਲਿਬ: ਵਾਦ-ਵਿਵਾਦ ਤਾਂ ਹੋਏ। ਪਰ ਸਾਡੀਆਂ ਭਾਸ਼ਾਵਾਂ ਦੇ ਮਾਮਲੇ ਵਿੱਚ ਕਦੇ ਹੋਰ ਕਿਸੇ ਨੇ ਵੀ ਗੰਭੀਰ ਦਖ਼ਲ ਨਹੀਂ ਦਿੱਤਾ। ਸਾਡੇ ਨਾਂਵਾਂ ਦੇ ਮਾਮਲੇ ਵਿੱਚ ਵੀ। ਹਰ ਕੋਈ ਉਸ ਭਾਸ਼ਾ ਵਿੱਚ ਲਿਖ, ਪੜ੍ਹ, ਗਾ ਅਤੇ ਗੱਲਬਾਤ ਕਰ ਸਕਦੈ, ਜਿਸ ਵਿੱਚ ਉਹ ਚਾਹੁੰਦੈ। ਇਹ ਸਾਬਤ ਕਰਦੇ ਹੋਏ ਬਹਿਸ ਤਾਂ ਕੀਤੀ ਜਾ ਸਕਦੀ ਐ ਕਿ ਫਲਾਣੀ ਚੀਜ਼ ਚੰਗੀ ਐ ਜਾਂ ਬੁਰੀ, ਸਹੀ ਜਾਂ ਗਲਤ ਅਤੇ ਸੁੰਦਰ ਜਾਂ ਕੁਰੂਪ ਐ। ਪਰ ਕੀ ਪੂਰੀਆਂ ਦੀਆਂ ਪੂਰੀਆਂ ਜਾਤੀਆਂ ਅਤੇ ਉਪ-ਜਾਤੀਆਂ ਗਲਤ, ਬੁਰੀਆਂ ਜਾਂ ਕੁਰੂਪ ਹੋ ਸਕਦੀਆਂ ਨੇ? ਇਸ ਵਿਸ਼ੇ 'ਤੇ ਜੇਕਰ ਵਾਦ-ਵਿਵਾਦ ਹੋਏ ਵੀ, ਤਾਂ ਉਨ੍ਹਾਂ ਵਿੱਚ ਨਾ ਤਾਂ ਕਿਸੇ ਦੀ ਜਿੱਤ ਅਤੇ ਨਾ ਕਿਸੇ ਦੀ ਹਾਰ ਹੀ ਹੋਈ।

ਸਵਾਲ: ਫਿਰ ਵੀ ਕੀ ਇਹ ਜ਼ਿਆਦਾ ਚੰਗਾ ਨਹੀਂ ਹੋਵੇਗਾ ਕਿ ਦਾਗ਼ਿਸਤਾਨ ਵਿੱਚ ਇੱਕ ਹੀ ਜਾਤੀ ਅਤੇ ਇੱਕ ਹੀ ਭਾਸ਼ਾ ਹੋਵੇ?

ਅਬੂਤਾਲਿਬ: ਅਨੇਕਾਂ ਲੋਕ ਇਸ ਤਰ੍ਹਾਂ ਕਹਿੰਦੇ ਨੇ, "ਕਾਸ਼, ਸਾਡੀ ਇੱਕ ਹੀ ਭਾਸ਼ਾ ਹੁੰਦੀ! ਲੰਗੜੇ ਰਾਜਬਾਦਿਨ ਨੇ ਜਾਰਜੀਆ 'ਤੇ ਆਪਣੀ ਇੱਕ ਚੜ੍ਹਾਈ ਵੇਲੇ ਜ਼ਾਰ ਇਰਾਕਲੀ ਨੂੰ ਇਹ ਕਿਹਾ, "ਇਸ ਸਾਰੀ ਮੁਸੀਬਤ ਦੀ ਜੜ੍ਹ ਇਹ ਐ ਕਿ ਅਸੀਂ ਇੱਕ-ਦੂਜੇ ਦੀ ਭਾਸ਼ਾ ਨਹੀਂ ਜਾਣਦੇ।" ਹਾਜੀ-ਮੁਰਾਦ ਨੇ ਹਾਇਦਾਕ-ਤਾਬਾਸਾਰਨ ਤੋਂ ਆਪਣੇ ਇਮਾਮ ਨੂੰ ਇਹ ਲਿਖਿਆ, "ਅਸੀਂ ਇੱਕ-ਦੂਜੇ ਨੂੰ ਨਹੀਂ ਸਮਝੇ।

ਬੇਸ਼ੱਕ ਇਹ ਜ਼ਿਆਦਾ ਚੰਗਾ ਰਹਿੰਦੈ, ਜਦੋਂ ਲੋਕ ਆਸਾਨੀ ਅਤੇ ਪਹਿਲੇ ਹੀ

ਸ਼ਬਦ ਤੋਂ ਇੱਕ-ਦੂਜੇ ਨੂੰ ਸਮਝ ਜਾਂਦੇ ਨੇ! ਉਦੋਂ ਬਹੁਤ ਕੁੱਝ ਜ਼ਿਆਦਾ ਆਸਾਨ ਹੋ ਜਾਂਦਾ, ਕਿਤੇ ਘੱਟ ਮਿਹਨਤ ਨਾਲ ਬਹੁਤ ਕੁੱਝ ਪ੍ਰਾਪਤ ਕੀਤਾ ਜਾ ਸਕਦਾ, ਪਰ ਜੇਕਰ ਪਰਿਵਾਰ ਵਿੱਚ ਬਹੁਤ ਬੱਚੇ ਹੋਣ, ਤਾਂ ਇਸ ਵਿੱਚ ਵੀ ਕੋਈ ਬੁਰਾਈ ਨਹੀਂ। ਪਰਿਵਾਰ ਨੂੰ ਹਰ ਬੱਚੇ ਦੀ ਚਿੰਤਾ ਕਰਨੀ ਚਾਹੀਦੀ ਐ। ਬਹੁਤ ਘੱਟ ਮਾਤਾ-ਪਿਤਾ ਹੀ ਬਾਅਦ ਵਿੱਚ ਇਸ ਚੀਜ਼ ਲਈ ਪਛਤਾਉਂਦੇ ਨੇ ਕਿ ਉਨ੍ਹਾਂ ਦੇ ਬਹੁਤ ਬੱਚੇ ਨੇ।

ਕੁੱਝ ਲੋਕ ਕਹਿੰਦੇ ਨੇ, "ਦੇਰਬੇਂਤ ਦੀਆਂ ਹੱਦਾਂ ਤੋਂ ਪਰ੍ਹੇ ਸਾਡੀ ਭਾਸ਼ਾ ਦੀ ਕਿਸ ਨੂੰ ਜ਼ਰੂਰਤ ਐ? ਸਾਨੂੰ ਤਾਂ ਉੱਥੇ ਕੋਈ ਵੀ ਨਹੀਂ ਸਮਝ ਸਕੇਗਾ।"

ਦੂਜੇ ਕਹਿੰਦੇ ਨੇ, "ਅਰਾਕਾਨ ਦੱਰੇ ਤੋਂ ਅੱਗੇ ਸਾਡੀ ਭਾਸ਼ਾ ਕਿਹੜੇ ਕੰਮ ਦੀ ਐ?"

ਕੁੱਝ ਹੋਰ ਸ਼ਿਕਾਇਤ ਕਰਦੇ ਨੇ, "ਸਾਡੇ ਗੀਤ ਤਾਂ ਸਾਗਰ ਤੱਕ ਵੀ ਨਹੀਂ ਪਹੁੰਚ ਸਕਣਗੇ।"

"ਪਰ ਅਜਿਹੇ ਲੋਕ ਆਪਣੀਆਂ ਭਾਸ਼ਾਵਾਂ ਨੂੰ ਪੁਰਾਲੇਖ ਭਵਨਾਂ ਵਿੱਚ ਭੇਜਣ ਦੀ ਬਹੁਤ ਹੀ ਕਾਹਲੀ ਕਰ ਰਹੇ ਨੇ।"

ਸਵਾਲ: ਸਮੇਕਨ ਜਾਂ ਇੱਜੁੱਟਤਾ ਬਾਰੇ ਤੁਹਾਡੀ ਰਾਇ ਕੀ ਐ?

ਅਬੂਤਾਲਿਬ: ਸਮੇਕਨ ਦੀ ਪਰਾਏ ਜਾਂ ਬਿਗਾਨੇ ਲੋਕਾਂ ਨੂੰ ਜ਼ਰੂਰਤ ਹੁੰਦੀ ਐ। ਭਰਾਵਾਂ ਨੇ ਸਮੇਕਨ ਤੋਂ ਕੀ ਲੈਣਾ-ਦੇਣਾ।

ਸਵਾਲ: ਫਿਰ ਵੀ ਇਸ ਲਈ ਕਿ ਭਰਾ, ਭਰਾ ਨਾਲ ਗੱਲ ਕਰ ਸਕੇ, ਉਨ੍ਹਾਂ ਦੀ ਇੱਕ ਹੀ ਭਾਸ਼ਾ ਹੋਣੀ ਚਾਹੀਦੀ ਐ।

ਅਬੂਤਾਲਿਬ: ਸਾਡੇ ਇੱਥੇ ਅਜਿਹੀ ਇੱਕ ਭਾਸ਼ਾ ਹੈਗੀ।

ਸਵਾਲ: ਕਿਹੜੀ?

ਅਬੂਤਾਲਿਬ: ਉਹ ਭਾਸ਼ਾ, ਜਿਸ ਵਿੱਚ ਅਸੀਂ ਇਸ ਸਮੇਂ ਤੁਹਾਡੇ ਨਾਲ ਗੱਲ ਕਰ ਰਹੇ ਆਂ। ਉਹ ਭਾਸ਼ਾ ਰੂਸੀ ਐ। ਉਸ ਨੂੰ ਅਵਾਰ, ਦਾਰਗੀਨ, ਲੇਜ਼ਗੀਨ, ਕੁਮਿਕ, ਲਾਕ ਅਤੇ ਤਾਤ, ਸਾਰੀਆਂ ਜਾਤੀਆਂ ਦੇ ਲੋਕ ਸਮਝਦੇ ਨੇ। (ਅਬੂਤਾਲਿਬ ਨੇ ਲੇਰਮੋਂਤੋਵ, ਪੁਸ਼ਕਿਨ ਅਤੇ ਲੈਨਿਨ ਦੇ ਚਿੱਤਰਾਂ ਵੱਲ ਸੰਕੇਤ ਕੀਤਾ।) ਇਨ੍ਹਾਂ ਦੇ ਨਾਲ ਤਾਂ ਅਸੀਂ ਇੱਕ-ਦੂਜੇ ਨੂੰ ਬਹੁਤ ਚੰਗੀ ਤਰ੍ਹਾਂ ਸਮਝਦੇ ਆਂ।

ਸਵਾਲ: ਮੈਂ ਰਸੂਲ ਹਮਜ਼ਾਤੋਵ ਦੀਆਂ ਦੋ ਹਿੱਸਿਆਂ ਵਿੱਚ ਪ੍ਰਕਾਸ਼ਿਤ ਰਚਨਾਵਾਂ ਪੜ੍ਹੀਆਂ ਨੇ। ਪਹਿਲੇ ਹਿੱਸੇ ਵਿੱਚ 'ਮਾਤ-ਭਾਸ਼ਾ' ਨਾਮਕ ਕਵਿਤਾ ਵਿੱਚ ਉਨ੍ਹਾਂ ਨੇ ਅਵਾਰ ਭਾਸ਼ਾ ਦਾ ਗੁਣਗਾਨ ਕੀਤੈ, ਪਰ ਦੂਜੇ ਹਿੱਸੇ ਵਿੱਚ ਇਸੇ ਸਿਰਲੇਖ ਦੀ ਕਵਿਤਾ ਵਿੱਚ ਉਨ੍ਹਾਂ ਨੇ ਰੂਸੀ ਭਾਸ਼ਾ ਦੀ ਉਸਤਤ ਕੀਤੀ ਐ। ਕੀ ਇੱਕੋ ਵੇਲੇ ਦੋ ਘੋੜਿਆਂ 'ਤੇ ਸਵਾਰ ਹੋਇਆ ਜਾ ਸਕਦੈ? ਅਸੀਂ ਕਿਹੜੇ ਹਮਜ਼ਾਤੋਵ 'ਤੇ ਵਿਸ਼ਵਾਸ ਕਰੀਏ, ਪਹਿਲੇ ਜਾਂ ਦੂਜੇ ਹਿੱਸੇ ਵਾਲੇ ਹਮਜ਼ਾਤੋਵ 'ਤੇ?

ਅਬੂਤਾਲਿਬ: ਇਸ ਸਵਾਲ ਦਾ ਖ਼ੁਦ ਹਮਜ਼ਾਤੋਵ ਹੀ ਜਵਾਬ ਦੇਣ।

ਰਸੂਲ: ਮੈਂ ਵੀ ਇਹੋ ਹੀ ਸਮਝਦਾਂ ਕਿ ਇੱਕੋ ਸਮੇਂ ਦੋ ਘੋੜਿਆਂ 'ਤੇ ਸਵਾਰ ਨਹੀਂ ਹੋਇਆ ਜਾ ਸਕਦਾ, ਪਰ ਦੋ ਘੋੜਿਆਂ ਨੂੰ ਇੱਕ ਹੀ ਬੱਘੀ ਵਿੱਚ ਜੋੜਿਆ ਤਾਂ ਸਕਦੈ। ਦੋਵੇਂ

ਬੱਘੀ ਨੂੰ ਖਿੱਚਣ। ਦੋ ਘੋੜੇ, ਦੋ ਭਾਸ਼ਾਵਾਂ ਦਾਗ਼ਿਸਤਾਨ ਨੂੰ ਅੱਗੇ ਲੈ ਜਾਂਦੀਆਂ ਨੇ। ਉਨ੍ਹਾਂ ਵਿੱਚੋਂ ਇੱਕ ਰੂਸੀ ਐ ਅਤੇ ਦੂਜੀ ਸਾਡੀ ਅਵਾਰ ਜਾਤੀ ਵਾਲਿਆਂ ਲਈ ਅਵਾਰ, ਲਾਕਾਂ ਲਈ ਲਾਕ। ਮੈਨੂੰ ਆਪਣੀ ਮਾਤ-ਭਾਸ਼ਾ ਪਿਆਰੀ ਐ। ਮੈਨੂੰ ਆਪਣੀ ਦੂਜੀ ਮਾਤ-ਭਾਸ਼ਾ ਵੀ ਪਿਆਰੀ ਐ, ਜੋ ਮੈਨੂੰ ਇਨ੍ਹਾਂ ਪਰਬਤਾਂ, ਇਨ੍ਹਾਂ ਪਗਡੰਡੀਆਂ ਤੋਂ ਪ੍ਰਿਥਵੀ ਦੇ ਵਿਸਥਾਰ, ਬਹੁਤ ਵੱਡੀ ਅਤੇ ਖ਼ੁਸ਼ਹਾਲ ਦੁਨੀਆ ਵਿੱਚ ਲੈ ਗਈ। ਸਕੇ ਨੂੰ ਹੀ ਮੈਂ ਸਕਾ ਕਹਿਨਾਂ। ਮੈਂ ਹੋਰ ਕੁੱਝ ਕਰ ਹੀ ਨਹੀਂ ਸਕਦਾ।

ਸਵਾਲ: ਇਸ ਬਾਰੇ ਮੈਂ ਰਸੂਲ ਹਮਜ਼ਾਤੋਵ ਤੋਂ ਕੁੱਝ ਹੋਰ ਵੀ ਪੁੱਛਣਾ ਚਾਹੁਨਾਂ। ਆਪਣੀ ਕਵਿਤਾ ਵਿੱਚ ਉਨ੍ਹਾਂ ਨੇ ਲਿਖਿਐ, "ਜੇਕਰ ਅਵਾਰ ਭਾਸ਼ਾ ਦੀ ਕਿਸਮਤ ਵਿੱਚ ਕੱਲ੍ਹ ਨੂੰ ਮਰਨਾ ਲਿਖਿਐ, ਤਾਂ ਮੈਂ ਦਿਲ ਦੇ ਦੌਰ ਨਾਲ ਅੱਜ ਹੀ ਮਰ ਜਾਵਾਂ। ਸਾਡੇ ਇੱਥੇ ਤਾਂ ਇਹ ਵੀ ਕਿਹਾ ਜਾਂਦੈ, "ਜਦੋਂ ਵੱਡਾ ਆਵੇ ਤਾਂ ਛੋਟੇ ਨੂੰ ਉੱਠ ਕੇ ਖੜ੍ਹਾ ਹੋ ਜਾਣਾ ਚਾਹੀਦੈ।" ਰੂਸੀ ਆ ਗਈ। ਕੀ ਛੋਟੀ, ਸਥਾਨਕ ਭਾਸ਼ਾ ਨੂੰ ਉਸ ਲਈ ਆਪਣੀ ਜਗ੍ਹਾ ਨਹੀਂ ਛੱਡਣੀ ਚਾਹੀਦੀ? ਤੁਹਾਡੇ ਸ਼ਬਦਾਂ ਵਿੱਚ ਹੀ ਸਿਰ 'ਤੇ ਦੋ ਟੋਪੀਆਂ ਇੱਕੋ ਵੇਲੇ ਨਹੀਂ ਪਹਿਨਣੀਆਂ ਚਾਹੀਦੀਆਂ। ਜਾਂ ਕਿਸ ਲਈ ਇੱਕੋ ਹੀ ਸਮੇਂ ਦੋ ਸਿਗਰਟਾਂ ਮੂੰਹ ਵਿੱਚ ਲਈਆਂ ਜਾਣ?

ਰਸੂਲ: ਭਾਸ਼ਾਵਾਂ ਨਾ ਤਾਂ ਟੋਪੀਆਂ ਨੇ ਅਤੇ ਨਾ ਹੀ ਸਿਗਰਟਾਂ। ਭਾਸ਼ਾ ਦੀ ਭਾਸ਼ਾ ਨਾਲ ਦੁਸ਼ਮਣੀ ਨਹੀਂ ਹੁੰਦੀ। ਇੱਕ ਗੀਤ ਦੂਜੇ ਗੀਤ ਦੀ ਹੱਤਿਆ ਨਹੀਂ ਕਰਦਾ। ਪੁਸ਼ਕਿਨ ਦੇ ਦਾਗ਼ਿਸਤਾਨ ਵਿੱਚ ਆ ਜਾਣ ਨਾਲ ਮਹਿਮੂਦ ਨੂੰ ਆਪਣੀ ਮਾਤ-ਭੂਮੀ ਨਹੀਂ ਛੱਡਣੀ ਚਾਹੀਦੀ। ਲੇਰਮੋਂਤੋਵ ਕਿਸ ਲਈ ਬਾਤੀਰਾਏ ਦੀ ਜਗ੍ਹਾ ਲਵੇ। ਜੇਕਰ ਕੋਈ ਚੰਗਾ ਦੋਸਤ ਸਾਡੇ ਨਾਲ ਹੱਥ ਮਿਲਾਉਂਦੈ, ਤਾਂ ਸਾਡਾ ਹੱਥ ਉਸ ਦੇ ਹੱਥ ਵਿੱਚ ਗੁੰਮ ਨਹੀਂ ਜਾਂਦਾ। ਉਹ ਜ਼ਿਆਦਾ ਗਰਮ ਅਤੇ ਮਜ਼ਬੂਤ ਹੀ ਹੋ ਜਾਂਦੈ। ਭਾਸ਼ਾਵਾਂ ਸਿਗਰਟਾਂ ਨਹੀਂ, ਜੀਵਨ ਦੇ ਦੀਵੇ ਨੇ। ਮੇਰੇ ਦੋ ਦੀਵੇ ਨੇ। ਇੱਕ ਨੇ ਪਿਤਾਪੁਰਖੀ ਘਰ ਦੀ ਖਿੜਕੀ ਵਿੱਚੋਂ ਮੇਰਾ ਮਾਰਗ-ਦਰਸ਼ਨ ਕੀਤਾ। ਉਸ ਨੂੰ ਮੇਰੀ ਮਾਂ ਨੇ ਜਗਾਇਆ ਸੀ, ਤਾਂ ਕਿ ਮੈਂ ਰਸਤੇ ਤੋਂ ਭਟਕ ਨਾ ਜਾਵਾਂ। ਜੇਕਰ ਇਹ ਦੀਪਕ ਬੁਝ ਜਾਵੇਗਾ, ਤਾਂ ਸੱਚਮੁੱਚ ਮੇਰੇ ਜੀਵਨ ਦਾ ਦੀਵਾ ਬੁਝ ਜਾਵੇਗਾ। ਜੇਕਰ ਮੈਂ ਸਰੀਰਕ ਰੂਪ ਵਿੱਚ ਨਹੀਂ ਮਰਾਂਗਾ, ਤਾਂ ਵੀ ਮੇਰਾ ਜੀਵਨ ਗਹਿਰੇ ਹਨੇਰੇ ਵਿੱਚ ਡੁੱਬ ਜਾਵੇਗਾ। ਦੂਜਾ ਦੀਵਾ ਮੇਰੇ ਮਹਾਨ ਦੇਸ਼, ਮੇਰੀ ਵੱਡੀ ਮਾਤ-ਭੂਮੀ ਰੂਸ ਨੇ ਜਗਾਇਐ, ਤਾਂ ਕਿ ਮੈਂ ਵੱਡੀ ਦੁਨੀਆ ਵਿੱਚ ਆਪਣਾ ਰਾਹ ਨਾ ਭੁੱਲ ਜਾਵਾਂ। ਉਸ ਦੇ ਬਿਨਾਂ ਮੇਰਾ ਜੀਵਨ ਹਨੇਰਾ ਅਤੇ ਤੁੱਛ ਹੋ ਜਾਵੇਗਾ।

ਅਬੂਤਾਲਿਬ: ਪੱਥਰ ਨੂੰ ਉਠਾਉਣਾ ਕਿਵੇਂ ਜਿਆਦਾ ਆਸਾਨ ਐ, ਇੱਕ ਹੱਥ ਨਾਲ ਮੋਢੇ ਤੋਂ ਦੀ ਜਾਂ ਦੋਵੇਂ ਹੱਥਾਂ ਨਾਲ ਛਾਤੀ ਤੋਂ ਦੀ?

ਸਵਾਲ: ਫਿਰ ਵੀ ਪਹਾੜੀ ਲੋਕ ਆਪਣੇ ਉਨ੍ਹਾਂ ਘਰਾਂ ਨੂੰ ਛੱਡ ਕੇ ਜਾ ਰਹੇ ਨੇ, ਜਿੱਥੇ ਉਨ੍ਹਾਂ ਦੀਆਂ ਮਾਂਵਾਂ ਨੇ ਦੀਵੇ ਜਗਾਏ ਅਤੇ ਜਾ ਕੇ ਮੈਦਾਨਾਂ ਵਿੱਚ ਵੱਸ ਰਹੇ ਨੇ?

ਅਬੂਤਾਲਿਬ: ਪਰ ਦੂਜੀਆਂ ਥਾਵਾਂ 'ਤੇ ਜਾ ਕੇ ਵੱਸਣ ਵੇਲੇ ਉਹ ਆਪਣੀ ਭਾਸ਼ਾ ਅਤੇ ਨਾਂ ਵੀ ਆਪਣੇ ਨਾਲ ਲੈ ਜਾਂਦੇ ਨੇ। ਉਹ ਸਮੂਰੀ ਟੋਪੀਆਂ ਵੀ ਲਿਜਾਣੀਆਂ ਨਹੀਂ ਭੁੱਲਦੇ। ਉਨ੍ਹਾਂ ਦੀਆਂ ਖਿੜਕੀਆਂ ਵਿੱਚ ਰੌਸ਼ਨੀ ਵੀ ਉਹੀ ਜਗਮਗਾਉਂਦੀ ਐ।

ਸਵਾਲ: ਪਰ ਨਵੀਆਂ ਥਾਵਾਂ 'ਤੇ ਨੌਜਵਾਨ ਲੋਕ ਅਕਸਰ ਦੂਜੀਆਂ ਜਾਤੀਆਂ ਦੀਆਂ ਮੁਟਿਆਰਾਂ ਨਾਲ ਸ਼ਾਦੀ ਕਰ ਲੈਂਦੇ ਨੇ। ਉਹ ਕਿਹੜੀ ਭਾਸ਼ਾ ਵਿੱਚ ਗੱਲ ਕਰਦੇ ਨੇ? ਅਤੇ ਬਾਅਦ ਵਿੱਚ ਉਨ੍ਹਾਂ ਦੇ ਬੱਚੇ ਕਿਹੜੀ ਭਾਸ਼ਾ ਵਿੱਚ ਗੱਲ ਕਰਦੇ ਨੇ?

ਅਬੂਤਾਲਿਬ: ਸਾਡੇ ਇੱਥੇ ਇੱਕ ਪੁਰਾਣਾ ਕਿੱਸਾ ਐ। ਇੱਕ ਨੌਜਵਾਨ ਨੂੰ ਕਿਸੇ ਦੂਜੀ ਜਾਤੀ ਦੀ ਮੁਟਿਆਰ ਨਾਲ ਮੁਹੱਬਤ ਹੋ ਗਈ ਅਤੇ ਉਸ ਨੇ ਉਸ ਨਾਲ ਸ਼ਾਦੀ ਕਰਨ ਦਾ ਫ਼ੈਸਲਾ ਕਰ ਲਿਆ। ਮੁਟਿਆਰ ਨੇ ਕਿਹਾ, "ਮੈਂ ਤੁਹਾਡੇ ਨਾਲ ਉਦੋਂ ਸ਼ਾਦੀ ਕਰਾਂਗੀ, ਜਦੋਂ ਤੁਸੀਂ ਮੇਰੀਆਂ ਸੌ ਇੱਛਾਵਾਂ ਪੂਰੀਆਂ ਕਰ ਦਿਉਗੇ।" ਨੌਜਵਾਨ ਉਸ ਦੀਆਂ ਸਨਕਾਂ ਪੂਰੀਆਂ ਕਰਨ ਲੱਗਿਆ। ਸਭ ਤੋਂ ਪਹਿਲਾਂ ਤਾਂ ਉਸ ਨੇ ਨੌਜਵਾਨ ਨੂੰ ਅਜਿਹੀ ਚੱਟਾਨ 'ਤੇ ਚੜ੍ਹਨ ਲਈ ਮਜ਼ਬੂਰ ਕੀਤਾ, ਜਿਸ ਵਿੱਚ ਪੈਰ ਟਿਕਾਉਣ ਲਈ ਅੱਗੇ ਨੂੰ ਵਧਿਆ ਹੋਇਆ ਕੋਈ ਵੀ ਹਿੱਸਾ ਨਹੀਂ ਸੀ। ਇਸ ਤੋਂ ਬਾਅਦ ਇਸ ਚੱਟਾਨ ਤੋਂ ਹੇਠਾਂ ਛਾਲ ਮਾਰਨ ਲਈ ਕਿਹਾ। ਨੌਜਵਾਨ ਨੇ ਛਾਲ ਮਾਰੀ ਅਤੇ ਉਸ ਦੀ ਲੱਤ 'ਤੇ ਸੱਟ ਵੱਜ ਗਈ। ਮੁਟਿਆਰ ਨੇ ਤੀਜੀ ਇੱਛਾ ਇਹ ਪ੍ਰਗਟ ਕੀਤੀ ਕਿ ਉਹ ਲੰਗੜਾਏ ਬਿਨਾਂ ਚੱਲੇ। ਖ਼ੈਰ, ਨੌਜਵਾਨ ਨੇ ਲੰਗੜਾਉਣਾ ਬੰਦ ਕਰ ਦਿੱਤਾ। ਮੁਟਿਆਰ ਨੇ ਉਸ ਨੂੰ ਤਰ੍ਹਾਂ-ਤਰ੍ਹਾਂ ਦੇ ਕੰਮ ਕਰਨ ਲਈ ਕਿਹਾ, ਜਿਵੇਂ ਕਿ ਖ਼ੁਰਜੀ ਨੂੰ ਭਿੱਜਣ ਨਾ ਦੇ ਕੇ ਤੈਰਦੇ ਹੋਏ ਨਦੀ ਨੂੰ ਪਾਰ ਕਰੇ, ਤੇਜ ਦੌੜਦੇ ਹੋਏ ਘੋੜੇ ਨੂੰ ਰੋਕ ਦੇਵੇ, ਘੋੜੇ ਨੂੰ ਗੋਡੇ ਟੇਕਣ ਲਈ ਮਜ਼ਬੂਰ ਕਰੇ, ਇੱਥੋਂ ਤੱਕ ਕਿ ਉਸ ਸੇਬ ਨੂੰ ਵੀ ਕੱਟ ਦੇਵੇ, ਜਿਸ ਨੂੰ ਮੁਟਿਆਰ ਨੇ ਆਪਣੀ ਛਾਤੀ 'ਤੇ ਰੱਖ ਲਿਆ ਸੀ....ਨੌਜਵਾਨ ਨੇ ਮੁਟਿਆਰ ਦੇ ਨੜ੍ਹਿਨਵੇਂ ਹੁਕਮ ਪੂਰੇ ਕਰ ਦਿੱਤੇ। ਸਿਰਫ਼ ਇੱਕ ਹੀ ਬਾਕੀ ਰਹਿ ਗਿਆ। ਫਿਰ ਮੁਟਿਆਰ ਨੇ ਕਿਹਾ, "ਹੁਣ ਤੁਸੀਂ ਆਪਣੀ ਮਾਂ, ਪਿਤਾ ਅਤੇ ਭਾਸ਼ਾ ਨੂੰ ਭੁੱਲ ਜਾਓ।" ਇਹ ਸੁਣਦੇ ਹੀ ਨੌਜਵਾਨ ਛਾਲ ਮਾਰ ਕੇ ਘੋੜੇ 'ਤੇ ਸਵਾਰ ਹੋ ਗਿਆ ਅਤੇ ਹਮੇਸ਼ਾ ਲਈ ਉਸ ਨਾਲੋਂ ਨਾਤਾ ਤੋੜ ਕੇ ਚਲਾ ਗਿਆ।

ਸਵਾਲ: ਇਹ ਸੁੰਦਰ ਕਿੱਸਾ ਐ, ਪਰ ਹਕੀਕਤ ਕੀ ਐ?

ਅਬੂਤਾਲਿਬ: ਹਕੀਕਤ ਤਾਂ ਇਹ ਐ ਕਿ ਕੋਈ ਨੌਜਵਾਨ ਅਤੇ ਮੁਟਿਆਰ ਜਦੋਂ ਪਰਿਵਾਰਕ ਜੀਵਨ ਸ਼ੁਰੂ ਕਰਦੇ ਨੇ, ਤਾਂ ਆਪਣੇ ਉੱਪਰ ਬਹੁਤ ਸਾਰੀਆਂ ਜ਼ਿੰਮੇਵਾਰੀਆਂ ਲੈਂਦੇ ਨੇ। ਪਰ ਕੋਈ ਵੀ ਦੂਜੇ ਨੂੰ ਆਪਣੀ ਭਾਸ਼ਾ ਭੁੱਲ ਜਾਣ ਲਈ ਨਹੀਂ ਕਹਿੰਦਾ। ਇਸ ਦੇ ਉਲਟ, ਹਰ ਕੋਈ ਦੂਜੇ ਦੀ ਭਾਸ਼ਾ ਜਾਣਨ ਦੀ ਕੋਸ਼ਿਸ਼ ਕਰਦੈ।

ਹਕੀਕਤ ਤਾਂ ਇਹ ਐ ਕਿ ਅਸੀਂ ਬੜੀ ਉਦਾਸੀ ਨਾਲ ਅਤੇ ਨਿੰਦਿਆ ਕਰਦੇ ਹੋਏ ਅਜਿਹੇ ਬੱਚਿਆਂ ਵੱਲ ਦੇਖਦੇ ਆਂ, ਜੋ ਆਪਣੇ ਮਾਤਾ-ਪਿਤਾ ਦੀ ਭਾਸ਼ਾ ਨਹੀਂ ਜਾਣਦੇ। ਖ਼ੁਦ ਬੱਚੇ ਹੀ ਮਾਤਾ-ਪਿਤਾ ਦੀ ਇਸ ਲਈ ਨਿੰਦਿਆ ਕਰਨ ਲੱਗਦੇ ਨੇ ਕਿ ਉਨ੍ਹਾਂ ਨੇ ਉਨ੍ਹਾਂ ਨੂੰ ਆਪਣੀ ਭਾਸ਼ਾ ਨਹੀਂ ਸਿਖਾਈ। ਅਜਿਹੇ ਲੋਕਾਂ 'ਤੇ ਤਰਸ ਆਉਂਦੈ।

ਹਕੀਕਤ ਇਹ ਐ ਕਿ ਅਸੀਂ ਤੁਹਾਡੇ ਸਾਹਮਣੇ ਬੈਠੇ ਆਂ। ਇਹ ਨੇ ਸਾਡੀਆਂ ਕਵਿਤਾਵਾਂ, ਕਹਾਣੀਆਂ, ਨਾਵਲ ਅਤੇ ਪੁਸਤਕਾਂ। ਇਹ ਨੇ ਸਾਡੀਆਂ ਪੱਤਰ-ਪੱਤ੍ਰਿਕਾਵਾਂ। ਇਹ ਵੱਖ-ਵੱਖ ਭਾਸ਼ਾਵਾਂ ਵਿੱਚ ਛਪਦੀਆਂ ਨੇ ਅਤੇ ਹਰ ਸਾਲ ਵੱਧ ਤੋਂ ਵੱਧ ਗਿਣਤੀ ਵਿੱਚ ਛਾਪੀਆਂ ਜਾਂਦੀਆਂ ਨੇ। ਵਿਰਾਟ ਦੇਸ਼ ਨੇ ਸਾਡੀਆਂ ਭਾਸ਼ਾਵਾਂ ਨੂੰ ਪਿੱਛੇ ਨਹੀਂ ਧੱਕਿਆ। ਉਸ

ਨੇ ਉਨ੍ਹਾਂ ਨੂੰ ਕਾਨੂੰਨੀ ਮਾਨਤਾ ਦਿੱਤੀ ਐ, ਉਨ੍ਹਾਂ ਦੀ ਪੁਸ਼ਟੀ ਕੀਤੀ ਐ ਅਤੇ ਉਹ ਤਾਰਿਆਂ ਵਾਂਗ ਜਗਮਗਾ ਉੱਠੀਆਂ ਨੇ। "ਅਤੇ ਤਾਰਿਕ, ਤਾਰਿਕਾ ਨਾਲ ਗੱਲ ਕਰਦਾ" (ਲੇਰਮੋਂਤੋਵ ਦੀ ਕਵਿਤਾ ਦੀ ਇੱਕ ਪੰਕਤੀ)। ਅਸੀਂ ਦੂਜਿਆਂ ਨੂੰ ਦੇਖਦੇ ਆਂ ਅਤੇ ਦੂਜੇ ਸਾਨੂੰ ਦੇਖਦੇ ਨੇ। ਜੇਕਰ ਅਜਿਹਾ ਨਾ ਹੁੰਦਾ, ਤਾਂ ਤੁਸੀਂ ਵੀ ਸਾਡੇ ਬਾਰੇ ਕੁੱਝ ਨਾ ਸੁਣਿਆ ਹੁੰਦਾ, ਸਾਡੇ ਵਿੱਚ ਕੋਈ ਦਿਲਚਸਪੀ ਨਾ ਲਈ ਹੁੰਦੀ। ਸਾਡੀ ਇਹ ਮੁਲਾਕਾਤ ਵੀ ਨਾ ਹੁੰਦੀ। ਤਾਂ ਹਕੀਕਤ ਇਸ ਤਰ੍ਹਾਂ ਐ....।"

ਸਵਾਲ-ਜਵਾਬ, ਸਵਾਲ-ਜਵਾਬ। ਜੇਕਰ ਸਮਾਂ ਹੁੰਦਾ, ਤਾਂ ਲੱਗਦੈ ਕਿ ਸਾਡਾ ਇਹ ਸੰਮੇਲਨ ਕਦੇ ਸਮਾਪਤ ਨਾ ਹੁੰਦਾ। ਸਾਰੇ ਜਨ-ਸਮੂਹ ਵਿੱਚ ਲਗਾਤਾਰ ਭਾਸ਼ਾ ਬਾਰੇ ਗੱਲਬਾਤ ਹੁੰਦੀ ਰਹੀ ਐ ਅਤੇ ਹੋ ਰਹੀ ਐ, ਪਰ ਇਸ ਗੱਲਬਾਤ ਦਾ ਅੰਤ ਹੁੰਦਾ ਨਜ਼ਰ ਨਹੀਂ ਆਉਂਦਾ।

"ਸਾਡਾ ਇਹ ਪੱਤਰਕਾਰ-ਸੰਮੇਲਨ ਝੂਮਰ ਨਾਚ-ਗਾਣੇ ਦੀ ਖੇਡ ਵਾਂਗ ਐ, ਜਿਸ ਵਿੱਚ ਕੁੱਝ ਲੋਕ ਸਵਾਲ ਪੁੱਛਦੇ ਨੇ ਅਤੇ ਦੂਜੇ ਜਵਾਬ ਦਿੰਦੇ ਨੇ।" ਇਸ ਤਰ੍ਹਾਂ ਦੇ ਸੰਮੇਲਨ ਦੇ ਆਦੀ ਨਾ ਹੋਣ ਕਾਰਨ ਬੁਰੀ ਤਰ੍ਹਾਂ ਥੱਕੇ-ਹਾਰੇ ਅਬੂਤਾਲਿਬ ਨੇ ਅੰਤ ਵਿੱਚ ਕਿਹਾ।

ਸਵਾਲ, ਉਹ ਤਾਂ ਕਮਾਣ ਵਿੱਚੋਂ ਛੱਡਿਆ ਹੋਇਆ ਤੀਰ ਐ, ਜਿਹੜਾ ਕਿਤੇ ਵੀ ਜਾ ਡਿੱਗੇ। ਜਵਾਬ, ਉਹ ਤਾਂ ਨਿਸ਼ਾਨੇ 'ਤੇ ਜਾ ਲੱਗਣ ਵਾਲਾ ਤੀਰ ਐ। ਸਵਾਲ-ਜਵਾਬ। ਸਵਾਲੀਆ ਨਿਸ਼ਾਨ, ਵਿਸਮਿਕ ਚਿੰਨ੍ਹ। ਅਤੀਤ, ਸਵਾਲ ਹੈ, ਵਰਤਮਾਨ, ਜਵਾਬ ਹੈ।

ਪੁਰਾਣਾ ਦਾਗ਼ਿਸਤਾਨ ਪੱਥਰ 'ਤੇ ਬੈਠੀ ਹੋਈ ਬੁੱਢੀ ਵਰਗਾ ਸੀ। ਉਹ ਸਵਾਲੀਆ ਚਿੰਨ੍ਹ ਸੀ। ਅੱਜ ਦਾ ਦਾਗ਼ਿਸਤਾਨ ਵਿਸਮਿਕ ਚਿੰਨ੍ਹ ਹੈ। ਉਹ ਧਿਆਨ ਨਾਲ ਬਾਹਰ ਨਿੱਕਲੀ ਅਤੇ ਤਣੀ ਹੋਈ ਤਲਵਾਰ ਹੈ।

ਜਦੋਂ ਦਾਗ਼ਿਸਤਾਨ ਵਿੱਚ ਇਨਕਲਾਬ ਪਹੁੰਚਿਆ, ਤਾਂ ਉਸ ਤੋਂ ਸਹਿਮੇ ਹੋਏ ਲੋਕਾਂ ਨੇ ਕਿਹਾ ਕਿ ਜਲਦੀ ਹੀ ਜਾਤੀਆਂ, ਭਾਸ਼ਾਵਾਂ, ਨਾਂ ਅਤੇ ਰੰਗ ਅਲੋਪ ਹੋ ਜਾਣਗੇ। ਸਾਡੀਆਂ ਔਰਤਾਂ ਦਾ ਮੇਸੇਦਾ ਨਾਂ ਮਾਰੂਸਿਆ ਬਣ ਜਾਵੇਗਾ ਅਤੇ ਮਰਦਾਂ ਦਾ ਮੂਸਾ ਨਾਂ ਵਾਸਿਆ ਹੋ ਜਾਵੇਗਾ। ਇਹ ਵੀ ਕਿਹਾ ਗਿਆ ਕਿ ਆਦਮੀ ਨੂੰ ਇਹ ਸੋਚਣ ਦੀ ਵੀ ਵਿਹਲ ਨਹੀਂ ਹੋਵੇਗੀ ਕਿ ਉਹ ਕਿਹੜੀ ਜਾਤੀ ਅਤੇ ਜਗ੍ਹਾ ਦਾ ਹੈ। ਸਾਰਿਆਂ ਨੂੰ ਇੱਕ ਸਾਂਝੇ ਕੰਬਲ ਹੇਠਾਂ ਲਿਟਾ ਦਿੱਤਾ ਜਾਵੇਗਾ। ਬਾਅਦ ਵਿੱਚ ਜ਼ਿਆਦਾ ਸ਼ਕਤੀਸ਼ਾਲੀ ਲੋਕ ਕੰਬਲ ਨੂੰ ਆਪਣੇ ਵੱਲ ਖਿੱਚ ਲੈਣਗੇ ਅਤੇ ਜ਼ਿਆਦਾ ਕਮਜ਼ੋਰ ਲੋਕ ਠਰਦੇ ਰਹਿ ਜਾਣਗੇ।

ਦਾਗ਼ਿਸਤਾਨ ਨੇ ਅਜਿਹੇ ਲੋਕਾਂ ਦੀਆਂ ਗੱਲਾਂ ਵੱਲ ਧਿਆਨ ਨਹੀਂ ਦਿੱਤਾ। ਪਰਬਤੀ ਸਰਕਾਰ ਦੇ ਮੈਂਬਰ, ਗਾਇਦਾਰ ਬਾਮਾਤੋਵ ਨੇ ਉਸ ਨੂੰ ਵਿਦੇਸ਼ ਲਿਜਾਣ ਵਾਲੇ ਜਹਾਜ਼ 'ਤੇ ਚੜ੍ਹਦੇ ਹੋਏ ਕਿਹਾ ਸੀ, "ਉਨ੍ਹਾਂ ਦੀਆਂ ਆਤਮਾਵਾਂ ਨੇ ਮੇਰੇ ਸ਼ਬਦਾਂ ਨੂੰ ਸਵੀਕਾਰ ਨਹੀਂ ਕੀਤਾ। ਦੇਖਾਂਗੇ ਕਿ ਅੱਗੇ ਕੀ ਹੁੰਦੈ।"

ਅੱਗੇ ਕੀ ਹੋਇਆ, ਇਹ ਸਾਰੇ ਦੇਖ ਰਹੇ ਹਨ। ਇਸ ਨੂੰ ਪੁਸਤਕ ਵਿੱਚ ਲਿਖਿਆ ਜਾ ਚੁੱਕਿਆ ਹੈ, ਗੀਤਾਂ ਵਿੱਚ ਗਾਇਆ ਜਾ ਚੁੱਕਿਆ ਹੈ। ਜਿਨ੍ਹਾਂ ਦੇ ਕੰਨ ਹਨ, ਉਹ ਸੁਣ ਲੈਣਗੇ, ਜਿਨ੍ਹਾਂ ਦੀਆਂ ਅੱਖਾਂ ਹਨ, ਉਹ ਦੇਖ ਲੈਣਗੇ।

ਇੱਕ ਪਹਾੜੀਏ ਨੇ ਸਾਂਝੇ ਕੰਬਲ ਤੋਂ ਡਰ ਕੇ ਦਾਗ਼ਿਸਤਾਨ ਛੱਡ ਦਿੱਤਾ ਅਤੇ ਤੁਰਕੀ ਚਲਾ ਗਿਆ। ਪੰਜਾਹ ਸਾਲ ਬਾਅਦ ਉਹ ਦਾਗ਼ਿਸਤਾਨ ਵਿੱਚ ਇਹ ਦੇਖਣ ਆਇਆ ਕਿ ਸਾਡੇ ਇੱਥੇ ਜ਼ਿੰਦਗੀ ਦਾ ਰੰਗ-ਢੰਗ ਕਿਹੋ ਜਿਹਾ ਹੈ। ਮੈਂ ਉਸ ਨੂੰ ਮਖ਼ਚਕਲਾ ਵਿੱਚ ਘੁੰਮਣ ਲਈ ਸੱਦਾ ਦਿੱਤਾ, ਜੋ ਪਹਿਲਾਂ ਪੋਰਟ-ਪੇਤ੍ਰੋਵਸਕ ਅਖਵਾਉਂਦਾ ਸੀ। ਰੂਸੀ ਜ਼ਾਰ ਦੇ ਨਾਂ ਵਾਲੇ ਸ਼ਹਿਰ ਨੇ ਹੁਣ ਦਾਗ਼ਿਸਤਾਨ ਦੇ ਇਨਕਲਾਬੀ ਮਖ਼ਚ ਦਾ ਨਾਂ ਧਾਰਨ ਕੀਤਾ ਹੋਇਆ ਹੈ ਮੈਂ ਮਹਿਮਾਨ ਨੂੰ ਦਾਗ਼ਿਸਤਾਨ ਦੇ ਸਪੂਤਾਂ, ਬਾਤੀਰਾਏ, ਉੱਲੂਬੀ, ਕਾਪੀਏਵ ਦੇ ਸਤਿਕਾਰ ਵਿੱਚ ਉਨ੍ਹਾਂ ਦੇ ਨਾਂਵਾਂ ਵਾਲੀਆਂ ਸੜਕਾਂ ਦਿਖਾਈਆਂ। ਮਹਿਮਾਨ ਸਾਗਰ ਤੱਟਵਰਤੀ ਚੌਕ ਵਿੱਚ ਸੁਲੇਮਾਨ ਸਤਾਲਸਕੀ ਦੇ ਸਮਾਰਕ ਨੂੰ ਦੇਰ ਤੱਕ ਦੇਖਦਾ ਰਿਹਾ। ਲੈਨਿਨ ਸੜਕ 'ਤੇ ਉਸ ਨੇ ਮੇਰੇ ਪਿਤਾ ਹਮਜ਼ਾਤ ਤਸਾਦਾਸਾ ਦਾ ਸਮਾਰਕ ਦੇਖਿਆ। ਪਤਾ ਲੱਗਿਆ ਕਿ ਦਾਗ਼ਿਸਤਾਨ ਛੱਡ ਕੇ ਜਾਣ ਤੋਂ ਪਹਿਲਾਂ ਉਹ ਮੇਰੇ ਪਿਤਾ ਜੀ ਤੋਂ ਜਾਣੂ ਸੀ।

ਵਿਗਿਆਨ ਅਕੈਡਮੀ ਦੀ ਸ਼ਾਖਾ ਦੇ ਵਿਦਵਾਨਾਂ ਨੇ ਉਸ ਨਾਲ ਮੁਲਾਕਾਤ ਕੀਤੀ। ਉਸ ਨੇ ਇਤਿਹਾਸ, ਭਾਸ਼ਾ ਅਤੇ ਸਾਹਿਤ ਦੇ ਵਿਗਿਆਨਕ-ਖੋਜ ਇੰਸਟੀਚਿਊਟ ਦੇ ਸਹਿਕਰਮੀਆਂ ਨਾਲ ਗੱਲਬਾਤ ਕੀਤੀ। ਉਸ ਨੇ ਦਾਗ਼ਿਸਤਾਨ ਦੇ ਇਤਿਹਾਸ ਅਤੇ ਕਲਾ-ਭਵਨਾਂ ਦੇ ਹਾਲ ਦੇਖੇ। ਉਹ ਯੂਨੀਵਰਸਿਟੀ ਵਿੱਚ ਵੀ ਗਿਆ, ਜਿੱਥੇ ਪਹਾੜੀ ਗੱਭਰੂ-ਮੁਟਿਆਰਾਂ ਪੰਦਰਾਂ ਵਿਭਾਗਾਂ ਵਿੱਚ ਸਿੱਖਿਆ ਪ੍ਰਾਪਤ ਕਰਦੇ ਹਨ। ਸ਼ਾਮ ਨੂੰ ਅਸੀਂ ਸਰਕਾਰੀ ਅਵਾਰ ਥਿਏਟਰ ਵਿੱਚ ਗਏ। ਅਵਾਰ ਜਾਤੀ ਦੇ ਨਾਂ ਵਾਲੇ ਥਿਏਟਰ ਵਿੱਚ ਅਵਾਰ ਲੋਕ ਅਵਾਰ ਲੇਖਕ ਦਾ ਅਵਾਰ ਮੁਟਿਆਰ ਬਾਰੇ ਲਿਖਿਆ ਹੋਇਆ ਨਾਟਕ ਦੇਖ ਰਹੇ ਸਨ। ਇਹ ਹਾਜੀ ਜ਼ਾਲੋਵ ਵੱਲੋਂ ਲਿਖਿਆ ਗਿਆ 'ਅਨਖ਼ੀਲ ਮਾਰੀਨ' ਨਾਟਕ ਸੀ। ਜਦੋਂ ਮਾਰੀਨ ਦੀ ਭੂਮਿਕਾ ਨਿਭਾ ਰਹੀ ਰੂਸੀ ਸੰਘ ਦੀ ਲੋਕ-ਕਲਾਕਾਰ ਪਾਤੀਮਾਤ ਹਿਜ਼ਰੋਏਵਾ ਨੇ, ਇੱਕ ਪੁਰਾਣਾ ਅਵਾਰ ਗਾਣਾ ਗਾਇਆ, ਤਾਂ ਸਾਡਾ ਮਹਿਮਾਨ ਆਪਣੀਆਂ ਭਾਵਨਾਵਾਂ ਨੂੰ ਵੱਸ ਵਿੱਚ ਨਾ ਰੱਖ ਸਕਿਆ ਅਤੇ ਉਸ ਦੀਆਂ ਅੱਖਾਂ ਭਰ ਆਈਆਂ।

ਚੌਕ ਵਿੱਚ ਉਹ ਦੇਰ ਤੱਕ ਲੈਨਿਨ ਦੇ ਸਮਾਰਕ ਸਾਹਮਣੇ ਖੜ੍ਹਾ ਰਿਹਾ। ਇਸ ਤੋਂ ਬਾਅਦ ਬੋਲਿਆ:

"ਮੈਂ ਇਹ ਸੁਪਨਾ ਤਾਂ ਨਹੀਂ ਦੇਖ ਰਿਹਾ?"

"ਇਸ ਸੁਪਨੇ ਬਾਰੇ ਤੁਸੀਂ ਤੁਰਕੀ ਵਿੱਚ ਰਹਿਣ ਵਾਲੇ ਅਵਾਰ ਜਾਤੀ ਦੇ ਲੋਕਾਂ ਨੂੰ ਦੱਸੋ।"

"ਉਹ ਵਿਸ਼ਵਾਸ ਨਹੀਂ ਕਰਨਗੇ। ਜੇਕਰ ਮੈਂ ਆਪਣੀਆਂ ਅੱਖਾਂ ਨਾਲ ਇਹ ਸਭ ਨਾ ਦੇਖਿਆ ਹੁੰਦਾ, ਤਾਂ ਖ਼ੁਦ ਮੈਂ ਵੀ ਵਿਸ਼ਵਾਸ ਨਾ ਕਰਦਾ।"

* * *

ਅਬੂਤਾਲਿਬ ਨੇ ਇਸ ਤਰ੍ਹਾਂ ਕਿਹਾ ਸੀ, "ਪਹਿਲੀ ਵਾਰ ਮੈਂ ਬਾਂਸ ਵੱਢਿਆ, ਉਸ ਦੀ ਮੁਰਲੀ ਬਣਾਈ ਅਤੇ ਉਸ ਨੂੰ ਵਜਾਇਆ। ਮੇਰੇ ਪਿੰਡ ਨੇ ਮੇਰੀ ਮੁਰਲੀ ਦੀ ਆਵਾਜ਼ ਸੁਣੀ। ਇਸ ਤੋਂ ਬਾਅਦ ਮੈਂ ਦਰੱਖਤ ਦੀ ਮੋਟੀ ਟਾਹਣੀ ਕੱਟੀ, ਉਸ ਦੀ ਤੁਰ੍ਹੀ ਬਣਾਈ ਅਤੇ ਉਸ 'ਤੇ ਦੂਜਾ ਗਾਣਾ ਵਜਾਇਆ। ਇਸ ਤੋਂ ਬਾਅਦ ਮੈਂ ਦਰੱਖਤ ਕੱਟ ਕੇ ਸ਼ਹਿਨਾਈ ਬਣਾਈ

ਅਤੇ ਉਸ ਦੀ ਆਵਾਜ਼ ਸਾਰੇ ਦਾਗ਼ਿਸਤਾਨ ਵਿੱਚ ਗੂੰਜ ਗਈ। ਇਸ ਤੋਂ ਬਾਅਦ ਮੈਂ ਛੋਟੀ ਜਿਹੀ ਪੈਨਸਿਲ ਲੈ ਕੇ ਕਾਗਜ਼ 'ਤੇ ਕਵਿਤਾ ਲਿਖ ਦਿੱਤੀ। ਉਹ ਦਾਗ਼ਿਸਤਾਨ ਦੀ ਹੱਦਾਂ ਤੋਂ ਕਿਤੇ ਦੂਰ ਉੱਡ ਗਈ।"

ਤਾਂ ਭਾਸ਼ਾਵਾਂ ਵੰਡਣ ਵਾਲੇ ਪ੍ਰਮਾਤਮਾ ਦੇ ਦੂਤ, ਤੁਹਾਡਾ ਇੱਕ ਵਾਰ ਫਿਰ ਧੰਨਵਾਦ, ਇਸ ਚੀਜ਼ ਲਈ ਧੰਨਵਾਦ ਕਿ ਤੁਸੀਂ ਸਾਡੇ ਪਰਬਤਾਂ, ਸਾਡੇ ਪਿੰਡਾਂ ਅਤੇ ਸਾਡੇ ਦਿਲਾਂ ਦੀ ਅਣਦੇਖੀ ਨਹੀਂ ਕੀਤੀ।

ਉਨ੍ਹਾਂ ਸਾਰਿਆਂ ਦਾ ਵੀ ਧੰਨਵਾਦ, ਜੋ ਆਪਣੀਆਂ ਮਾਤ-ਭਾਸ਼ਾਵਾਂ ਵਿੱਚ ਗਾਉਂਦੇ ਅਤੇ ਸੋਚਦੇ ਹਨ।

ਗੀਤ

"ਬਾਕਅਨ।" ਅਵਾਰ ਭਾਸ਼ਾ ਦੇ ਇਸ ਸ਼ਬਦ ਦੋ ਅਰਥ ਹਨ, ਧੁਨ, ਲੈਅ-ਸੁਰ ਅਤੇ ਤਬੀਅਤ, ਕਿਸੇ ਵਿਅਕਤੀ ਦਾ ਹਾਲ-ਚਾਲ, ਸੰਸਾਰ ਦੀ ਰਾਜ਼ੀ-ਖ਼ੁਸ਼ੀ। ਜਦੋਂ ਕੋਈ ਵਿਅਕਤੀ ਇਹ ਕਹਿਣਾ ਚਾਹੁੰਦਾ ਹੈ, "ਮੇਰੇ ਲਈ ਇੱਕ ਧੁਨ ਵਜਾ ਦਿਓ।" ਤਾਂ 'ਬਾਕਅਨ' ਸ਼ਬਦ ਕਿਹਾ ਜਾਂਦਾ ਹੈ। ਜਦੋਂ ਇਹ ਪੁੱਛਿਆ ਜਾਂਦਾ ਹੈ, "ਤੁਹਾਡੀ ਤਬੀਅਤ ਕਿਵੇਂ ਐ ਜਾਂ ਤੁਹਾਡਾ ਹਾਲ-ਚਾਲ ਕੀ ਐ?" ਫਿਰ ਵੀ 'ਬਾਕਅਨ' ਸ਼ਬਦ ਕਿਹਾ ਜਾਂਦਾ ਹੈ। ਤਾਂ ਇਸ ਤਰ੍ਹਾਂ ਹਾਲ-ਚਾਲ ਅਤੇ ਗੀਤ, ਇੱਕ ਹੀ ਸ਼ਬਦ ਵਿੱਚ ਘੁਲ-ਮਿਲ ਜਾਂਦੇ ਹਨ।

ਪੰਦੂਰ 'ਤੇ ਉੱਕਰੇ ਸ਼ਬਦ:

ਖੰਜਰ ਹੱਸਦੇ-ਖੇਡਦੇ ਨੂੰ, ਮੌਤ ਦੀ ਸੇਜ ਸੰਵਾਏ,
ਪੰਦੂਰ ਮਰੇ ਪਏ ਬੰਦੇ ਨੂੰ, ਜੀਵਤ ਕਰੇ, ਉਠਾਏ।

ਸ਼ਬਦਾਂ, ਗੱਲਬਾਤ ਨੂੰ ਛਾਣਨੀ ਵਿੱਚ ਛਾਣ ਲਓ, ਗੀਤ ਬਣ ਜਾਵੇਗਾ। ਘਿਰਣਾ, ਕਰੋਧ ਅਤੇ ਪਿਆਰ ਨੂੰ ਛਾਣਨੀ ਵਿੱਚ ਛਾਣ ਲਓ, ਗੀਤ ਬਣ ਜਾਵੇਗਾ। ਘਟਨਾਵਾਂ, ਲੋਕਾਂ ਦੇ ਕੰਮ-ਕਾਜ, ਪੂਰੇ ਜੀਵਨ ਨੂੰ ਛਾਣਨੀ ਵਿੱਚ ਛਾਣ ਲਓ, ਗੀਤ ਬਣ ਜਾਵੇਗਾ।

ਪਹਾੜੀ ਲੋਕਾਂ ਦਾ ਇੱਕ ਗਾਣਾ ਤਾਂ ਵਿਸ਼ੇਸ਼ ਰੂਪ ਵਿੱਚ ਅਬੂਤਾਲਿਬ ਦੇ ਮਨ ਨੂੰ ਟੁੰਬਦਾ ਸੀ। ਉਸ ਵਿੱਚ ਸ਼ਬਦ ਤਾਂ ਗਿਣੇ-ਚੁਣੇ ਸਨ ਅਤੇ ਉਸ ਦੀ ਸਾਰੀ ਸੁੰਦਰਤਾ, ਉਸ ਦੀ ਕਰੁਣਾਮਈ ਟੇਕ, "ਆਈ! ਦਾਈ, ਦਾਲਾਲਾਈ!" ਵਿੱਚ ਹੀ ਛਿਪੀ ਹੋਈ ਸੀ। ਯੇਰੋਸ਼ਕਾ ਨੇ ਗਾਣੇ ਦੇ ਸ਼ਬਦਾਂ ਦਾ ਅਨੁਵਾਦ ਕੀਤਾ, "ਇੱਕ ਨੌਜਵਾਨ ਭੇਡਾਂ ਚਰਾਉਣ ਲਈ ਉਨ੍ਹਾਂ ਨੂੰ ਪਿੰਡ ਤੋਂ ਪਹਾੜ 'ਤੇ ਲੈ ਗਿਆ, ਰੂਸੀ ਆ ਗਏ, ਉਨ੍ਹਾਂ ਨੇ ਪਿੰਡ ਦਿੱਤਾ, ਸਾਰੇ ਮਰਦਾਂ ਨੂੰ ਮੌਤ ਦੇ ਘਾਟ ਉਤਾਰ ਦਿੱਤਾ ਅਤੇ ਸਾਰੀਆਂ ਔਰਤਾਂ ਨੂੰ ਬੰਦੀ ਬਣਾ ਲਿਆ। ਨੌਜਵਾਨ ਪਹਾੜ ਤੋਂ ਵਾਪਸ ਮੁੜਿਆ, ਜਿੱਥੇ ਪਿੰਡ ਸੀ, ਉੱਥੇ ਹੁਣ ਉਜਾੜ ਸੀ, ਮਾਂ ਨਹੀਂ ਸੀ, ਭਰਾ ਨਹੀਂ ਸਨ, ਘਰ ਨਹੀਂ ਸੀ, ਸਿਰਫ਼ ਇੱਕ ਦਰੱਖਤ ਰਹਿ ਗਿਆ ਸੀ। ਨੌਜਵਾਨ ਦਰੱਖਤ ਦੇ ਹੇਠਾਂ ਬੈਠ ਗਿਆ ਅਤੇ ਭੁੱਬਾਂ ਮਾਰ ਕੇ ਰੋਣ ਲੱਗਿਆ। ਉਹ ਇਕੱਲਾ, ਇਕੱਲਾ ਰਹਿ ਗਿਆ ਅਤੇ ਦੁਖੀ ਹੁੰਦੇ ਹੋਏ ਗਾਣੇ ਗਾਉਣ ਲੱਗਿਆ, "ਆਈ! ਦਾਈ, ਦਾਲਾਲਾਈ!" (ਲੀਓ, ਟਾਲਸਟਾਏ, ਕਜ਼ਾਕ)।

...ਆਈ, ਦਾਈ, ਦਾਲਾ-ਲਾਈ, ਦਾਲਾ, ਦਾਲਾ, ਦੁੱਲਾ-ਲਾਈ-ਦੁੱਲਾਲਾਈ!
ਪਹਾੜਾਂ ਦੇ ਪਿਆਰੇ ਅਤੇ ਦਰਦ ਭਰੇ ਗੀਤੋ, ਤੁਹਾਡਾ ਕਦੋਂ, ਕਿੱਥੇ ਅਤੇ ਕਿਵੇਂ ਜਨਮ ਹੋਇਆ?
ਕਿੱਥੋਂ ਆ ਗਏ ਤੁਸੀਂ ਇੰਨੇ ਅਦਭੁੱਤ ਅਤੇ ਇੰਨੇ ਪਿਆਰੇ?
ਪੰਦੂਰ 'ਤੇ ਉੱਕਰੇ ਸ਼ਬਦ:

ਤੁਹਾਨੂੰ ਲੱਗਦੈ ਕਿ ਇਹ ਧੁਨਾਂ, ਤਾਰਾਂ ਦਾ ਹੀ ਕਮਾਲ ਹੈ,
ਪਰ ਧੁਨੀਆਂ ਵਿੱਚ ਗੂੰਜਦਾ, ਸਾਡੇ ਦਿਲ ਦਾ ਹਾਲ ਹੈ।

ਖੰਜਰ 'ਤੇ ਉੱਕਰੇ ਸ਼ਬਦ:

ਦੋ ਗੀਤ, ਦੋ ਤੇਜ ਫ਼ਲ, ਦੋ ਪੱਖ, ਦਿਸ਼ਾਵਾਂ ਨੇ,
ਵੈਰੀ ਦੀ ਮੌਤ, ਆਜ਼ਾਦੀ ਦੀਆਂ ਸਦਾਵਾਂ ਨੇ।

ਪੰਘੂੜੇ 'ਤੇ ਉੱਕਰੇ ਸ਼ਬਦ:

ਵਿਅਕਤੀ ਨਾ ਕੋਈ ਦੁਨੀਆ ਵਿੱਚ
ਜਿਸ ਦੇ ਪੰਘੂੜੇ ਦੇ ਉੱਤੇ,
ਪਿਆਰੀਆਂ-ਮਿੱਠੀਆਂ ਲੋਰੀਆਂ
ਅਤੇ ਮਾਂ ਦੇ ਗੀਤ ਨਾ ਗੂੰਜੇ।

ਸੜਕ ਕਿਨਾਰੇ ਦੇ ਪੱਥਰ 'ਤੇ ਉੱਕਰੇ ਸ਼ਬਦ:

ਰਸਤਾ ਅਤੇ ਗਾਣਾ, ਬਸ ਇਹੀ ਬਣਦੇ ਭਾਗ ਜਵਾਨ ਦੇ,
ਨਾਲ ਸਦਾ ਹੀ ਦੋਵੇਂ ਰਹਿੰਦੇ, ਉਸ ਦੇ ਜੀਵਨ-ਪ੍ਰਾਣ ਦੇ।

ਕਬਰ ਦੇ ਪੱਥਰ 'ਤੇ ਉੱਕਰੇ ਸ਼ਬਦ:

ਉਹ ਗਾਉਂਦਾ ਸੀ, ਲੋਕ ਉਸ ਨੂੰ ਸੀ ਸੁਣਦੇ,
ਹੁਣ ਉਹ ਸੁਣਦਾ, ਲੋਕ ਇੱਥੇ ਜਦ ਗਾਉਂਦੇ।

ਪੁਰਾਣੇ ਗੀਤ, ਨਵੇਂ ਗੀਤ....ਲੋਰੀਆਂ, ਸ਼ਾਦੀ ਦੇ ਗੀਤ, ਜੁਝਾਰੂ ਗੀਤ। ਲੰਬੇ ਅਤੇ ਛੋਟੇ ਗੀਤ। ਦਰਦਮਈ ਗੀਤ ਅਤੇ ਖ਼ੁਸ਼ੀ ਦੇ ਗੀਤ। ਸਾਰੀ ਪ੍ਰਿਥਵੀ 'ਤੇ ਤੁਹਾਨੂੰ ਗਾਇਆ ਜਾਂਦਾ ਹੈ। ਸ਼ਬਦ ਤਾਂ ਮਾਲਾ ਵਾਂਗ ਚਾਂਦੀ ਰੰਗੇ ਧਾਗੇ ਵਿੱਚ ਪਰੋਏ ਜਾਂਦੇ ਹਨ। ਸ਼ਬਦ ਤਾਂ ਕਿੱਲ ਵਾਂਗ ਮਜ਼ਬੂਤੀ ਨਾਲ ਗੱਡੇ ਜਾਂਦੇ ਹਨ। ਸ਼ਬਦ ਤਾਂ ਕਿਸੇ ਸੁੰਦਰੀ ਦੇ ਹੰਝੂਆਂ ਵਾਂਗ ਸਹਿਜਤਾ ਨਾਲ ਜਨਮ ਲੈਂਦੇ ਅਤੇ ਉੱਭਰ ਆਉਂਦੇ ਹਨ। ਸ਼ਬਦ ਕਿਸੇ ਸਾਧੇ ਹੋਏ ਅਨੁਭਵੀ ਹੱਥ ਵੱਲੋਂ ਛੱਡੇ ਗਏ ਤੀਰ ਵਾਂਗ ਠੀਕ ਨਿਸ਼ਾਨੇ 'ਤੇ ਜਾ ਕੇ ਲੱਗਦੇ ਹਨ। ਸ਼ਬਦ ਤੇਜੀ ਨਾਲ ਉੱਡਦੇ ਹਨ ਅਤੇ ਪਹ ੜੀ ਪਗਡੰਡੀਆਂ ਵਾਂਗ ਦੂਰ ਲੈ ਜਾਂਦੇ ਹਨ, ਜਿਨ੍ਹਾਂ 'ਤੇ ਆਖ਼ਰ ਪ੍ਰਿਥਵੀ ਦੇ ਕਿਨਾਰੇ ਤੱਕ ਜਾਇਆ ਜਾ ਸਕਦਾ ਹੈ।

ਪੰਕਤੀਆਂ ਵਿਚਕਾਰਲਾ ਸਥਾਨ ਜਿਵੇਂ ਸੜਕ ਹੋਵੇ, ਜਿਸ 'ਤੇ ਤੁਹਾਡੀ ਪ੍ਰੇਮਿਕਾ ਦਾ ਘਰ ਹੈ। ਇਹ ਸਥਾਨ ਤਾਂ ਪਿਤਾ ਦੇ ਖੇਤ ਦੀ ਵੱਟ ਹੈ। ਇਹ ਤਾਂ ਦਿਨ ਨੂੰ ਰਾਤ ਨਾਲੋਂ ਵੱਖ ਕਰਨ ਵਾਲੀ ਸਵੇਰ ਅਤੇ ਸ਼ਾਮ ਹੈ।

ਕਾਗਜ਼ 'ਤੇ ਲਿਖੇ ਅਤੇ ਕਾਗਜ਼ 'ਤੇ ਨਾ ਲਿਖੇ ਹੋਏ ਗੀਤ। ਪਰ ਚਾਹੇ ਕੋਈ ਵੀ ਗੀਤ ਕਿਉਂ ਨਾ ਹੋਵੇ, ਉਸ ਨੂੰ ਗਾਇਆ ਜਾਣਾ ਚਾਹੀਦਾ ਹੈ। ਗਾਇਆ ਨਾ ਜਾਣ ਵਾਲਾ ਗੀਤ ਤਾਂ ਜਿਵੇਂ ਉੱਡ ਨਾ ਸਕਣ ਵਾਲਾ ਪਰਿੰਦਾ ਹੈ, ਜਿਵੇਂ ਨਾ ਫਰਕਣ ਵਾਲਾ, ਨਾ ਧੜਕਣ ਵਾਲਾ ਦਿਲ ਹੈ।

ਸਾਡੇ ਪਹਾੜੀ ਇਲਾਕਿਆਂ ਵਿੱਚ ਕਿਹਾ ਜਾਂਦਾ ਹੈ ਕਿ ਚਰਵਾਹੇ ਜਦੋਂ ਗੀਤ ਨਹੀਂ ਗਾਉਂਦੇ, ਤਾਂ ਭੇਡਾਂ ਘਾਹ ਚਰਨਾ ਬੰਦ ਕਰ ਦਿੰਦੀਆਂ ਹਨ। ਪਰ ਜਦੋਂ ਪਹਾੜ ਦੀ ਹਰੀ-ਭਰੀ

ਢਲਾਣ ਉੱਪਰ ਗੀਤ ਗੂੰਜਦਾ ਹੈ, ਤਾਂ ਕੁੱਝ ਹੀ ਸਮਾਂ ਪਹਿਲਾਂ ਜਨਮੇ ਅਤੇ ਘਾਹ ਚਰਨਾ ਨਾ ਜਾਣਨ ਵਾਲੇ ਮੇਮਣੇ ਵੀ ਘਾਹ ਚਰਨ ਲੱਗਦੇ ਹਨ।

ਇੱਕ ਪਹਾੜੀਏ ਨੇ ਆਪਣੇ ਪਹਾੜੀ ਦੋਸਤ ਨੂੰ ਕਿਹਾ ਕਿ ਉਹ ਆਪਣੀ ਮਾਤ-ਭਾਸ਼ਾ ਵਿੱਚ ਕੋਈ ਗੀਤ ਗਾਵੇ । ਜਾਂ ਤਾਂ ਮਹਿਮਾਨ ਇੱਕ ਵੀ ਗਾਣਾ ਨਹੀਂ ਜਾਣਦਾ ਸੀ, ਜਾਂ ਉਸ ਨੂੰ ਗਾਉਣਾ ਨਹੀਂ ਆਉਂਦਾ ਸੀ, ਪਰ ਉਸ ਨੇ ਇਹ ਜਵਾਬ ਦਿੱਤਾ ਕਿ ਉਸ ਦੇ ਜਨ-ਸਮੂਹ ਵਿੱਚ ਇੱਕ ਵੀ ਗਾਣਾ ਨਹੀਂ ਹੈ।

"ਫਿਰ ਤਾਂ ਇਹ ਦੇਖਣਾ ਪਵੇਗਾ ਕਿ ਤੁਸੀਂ ਖ਼ੁਦ ਤਾਂ ਹੋ ਜਾਂ ਨਹੀਂ? ਗੀਤ ਗਾਉਣ ਤੋਂ ਬਿਨਾਂ ਜਨ-ਸਮੂਹ ਦਾ ਵਜੂਦ ਨਹੀਂ ਹੋ ਸਕਦਾ!"

ਆਈ, ਦਾਈ, ਦਾਲਾਲਾਈ! ਦਾਲਾ-ਦਾਲਾ! ਦੁੱਲਾ-ਲਾਈ! ਗੀਤ, ਇਹ ਤਾਂ ਚਾਬੀਆਂ ਹਨ, ਜਿਨ੍ਹਾਂ ਨਾਲ ਭਾਸ਼ਾਵਾਂ ਦੇ ਨਖਿੱਧ ਸੰਦੂਕ ਖੋਲ੍ਹੇ ਜਾਂਦੇ ਹਨ। ਆਈ, ਦਾਈ, ਦਾਲਾ-ਲਾਈ! ਦਾਲਾ-ਦਾਲਾ! ਦੁੱਲਾ-ਲਾਈ!

ਮੈਂ ਇਹ ਨਹੀਂ ਦੱਸਦਾ ਕਿ ਗੀਤ ਦਾ ਜ਼ਨਮ ਕਿਵੇਂ ਹੋਇਆ। ਇਸ ਬਾਰੇ ਮੈਂ ਬਹੁਤ ਪਹਿਲਾਂ ਹੀ ਇੱਕ ਕਵਿਤਾ ਰਚੀ ਸੀ। ਇੱਥੇ ਪੇਸ਼ ਹੈ:

ਖੰਜਰ ਅਤੇ ਕੁਮੁਜ਼

ਇੱਕ ਜਵਾਨ ਦੱਰੇ ਦੇ ਪਿੱਛੇ,
ਰਹਿੰਦਾ ਸੀ ਜੋ ਪਰਬਤ ਉੱਤੇ।
ਬਿਰਖ ਅੰਜੀਰ ਅਤੇ ਬਸ ਖੰਜਰ।
ਦੋਵੇਂ ਹੀ ਸਨ ਉਸ ਦੀ ਦੌਲਤ।

ਇੱਕ ਇਕੱਲੀ ਬੱਕਰੀ ਉਸ ਦੀ
ਚਰਾਉਂਦਾ ਸੀ ਜਿਸ ਨੂੰ ਬਣ ਵਿੱਚ।
ਕਿਸੇ ਖ਼ਾਨ ਬੇਟੀ ਇੱਕ ਦਿਨ
ਵੱਸ ਗਈ ਸੀ ਉਸ ਦੇ ਮਨ ਵਿੱਚ।

ਜਵਾਨ ਦਲੇਰ ਤੇ ਸਿਆਣਾ ਸੀ
ਸ਼ਾਦੀ ਦਾ ਪ੍ਰਸਤਾਵ ਦਿੱਤਾ।
ਖ਼ਾਨ ਹੱਸੇ ਸੁਣ ਗੱਲ ਓਸ ਦੀ
ਰੁੱਖ ਜਿਹਾ ਸੀ ਜਵਾਬ ਦਿੱਤਾ।

ਇੱਕ ਬਿਰਖ, ਖੰਜਰ ਦੇ ਮਾਲਕ
ਧੋਵੋ ਆਪਣੇ ਮੂੰਹ ਨੂੰ ਜਾ ਕੇ।
ਕੱਢਿਆ ਕਰ ਬੱਕਰੀ ਦੀ ਧਾਰ
ਚੈਨ ਨਾਲ ਆਪਣਾ ਮਨ ਲਾ ਕੇ।

ਉਸ ਨਾਲ ਸ਼ਾਦੀ ਕਰੀ ਬੇਟੀ ਦੀ
ਸੋਨੇ ਦੀਆਂ ਜਿਸ ਕੋਲ ਸੀ ਮੋਹਰਾਂ।
ਢੇਰਾਂ ਭੇਡ-ਬੱਕਰੀਆਂ ਉਸ ਦੀਆਂ
ਰਹਿਣ ਹਮੇਸ਼ਾ ਚੜ੍ਹੀਆਂ ਲੋਰਾਂ।

ਜਵਾਨ ਨਿਰਾਸ਼ਾ-ਦੁੱਖ ਵਿੱਚ ਡੁੱਬਿਆ,
ਰਾਖ ਹੋਇਆ ਉਹਦਾ ਦਿਲ ਸੜ ਕੇ।
ਬਿਰਹਾ ਦੇ ਵਿੱਚ ਮਨ ਕੁਰਲਾਇਆ
ਹੱਥ ਆਪਣੇ ਵਿੱਚ ਖੰਜਰ ਫੜ ਕੇ।

ਬਲੀ ਬੱਕਰੀ ਦੀ ਦਿੱਤੀ ਉਸ ਨੇ,
ਅਤੇ ਦਰੱਖਤ ਵੀ ਸੀ ਕੱਟ ਦਿੱਤਾ।
ਬੜੇ ਪਿਆਰ ਨਾਲ ਜੋ ਬੀਜਿਆ,
ਜਿਸ ਨੂੰ ਸਿੰਜ ਕੇ ਵੱਡਾ ਕੀਤਾ।

ਤਣੇ ਤੋਂ ਉਹਨੇ ਕੁਮੁਜ਼ ਬਣਾਇਆ
ਵਾਜਾ ਇੰਞ ਤਿਆਰ ਕੀਤਾ।
ਬੱਕਰੀ ਦੀਆਂ ਅੰਤੜੀਆਂ ਲੈ ਕੇ,
ਉਸ 'ਤੇ ਉਨ੍ਹਾਂ ਨੂੰ ਤਾਣ ਦਿੱਤਾ।

ਤਾਰ ਛੇੜਦੇ ਹੀ ਵਾਜੇ ਦੀ,
ਉਸ ਨੇ ਅਜਿਹਾ ਸੁਰ ਕੱਢਿਆ।
ਪਾਵਨ ਪੁਸਤਕ ਦਾ ਸ਼ਬਦ ਜਿਵੇਂ,
ਹੋਵੇ ਕੋਈ ਸਵਰਗ-ਕਲਾ।

ਨਹੀਂ ਉਦੋਂ ਤੋਂ ਬੁੱਢੀ ਹੋਈ,
ਕੋਲ ਪ੍ਰੇਮਿਕਾ ਹੈ ਉਸ ਦੇ।
ਕੁਮੁਜ਼ ਅਤੇ ਖੰਜਰ ਇਹ ਦੋਵੇਂ,
ਸਿਰਫ਼ ਖਜ਼ਾਨੇ ਨੇ ਜਿਸ ਦੇ।

ਧੁੰਦ-ਚਟਾਨਾਂ ਦੇ ਵਿੱਚ ਘਿਰਿਆ,
ਹਮੇਸ਼ਾ ਪਿੰਡ ਉਚਾਈਆਂ ਉੱਤੇ।
ਕੁਮੁਜ਼ ਅਤੇ ਖੰਜਰ ਦੋਵੇਂ ਹੀ।
ਲਟਕ ਰਹੇ ਨੇ ਸਾਹਮਣੇ ਉੱਥੇ।

ਕੁਮੁਜ਼ ਅਤੇ ਖੰਜਰ। ਲੜਾਈ ਅਤੇ ਗੀਤ। ਪਿਆਰ ਅਤੇ ਬੀਰਤਾ। ਮੇਰੀ ਜਨਤਾ ਦਾ ਇਤਿਹਾਸ। ਇਨ੍ਹਾਂ ਦੋ ਚੀਜ਼ਾਂ ਨੂੰ ਮੇਰੇ ਪਹਾੜੀ ਲੋਕ ਸਭ ਤੋਂ ਵੱਧ ਸਨਮਾਨਿਤ ਸਥਾਨ ਦਿੰਦੇ ਹਨ।

ਪਹਾੜੀ ਘਰਾਂ ਵਿੱਚ ਦੀਵਾਰੀ-ਗਲੀਚਿਆਂ 'ਤੇ ਇਹ ਦੋਵੇਂ ਨਿਧੀਆਂ ਇੱਕ-ਦੂਜੀ ਦੇ ਸਾਹਮਣੇ ਇਸ ਤਰ੍ਹਾਂ ਟੰਗੀਆਂ ਰਹਿੰਦੀਆਂ ਹਨ, ਜਿਵੇਂ ਕੁਲ-ਚਿੰਨ੍ਹ। ਪਹਾੜੀ ਲੋਕ ਬੜੀ ਸਾਵਧਾਨੀ, ਆਦਰ ਅਤੇ ਪਿਆਰ ਨਾਲ ਇਨ੍ਹਾਂ ਨੂੰ ਹੱਥਾਂ ਵਿੱਚ ਲੈਂਦੇ ਹਨ। ਜ਼ਰੂਰਤ ਤੋਂ ਬਿਨਾਂ ਤਾਂ ਬਿਲਕੁੱਲ ਹੱਥ ਨਹੀਂ ਲਗਾਉਂਦੇ। ਜਦੋਂ ਕੋਈ ਵਿਅਕਤੀ ਖੰਜਰ ਨੂੰ ਗਲੀਚੇ ਤੋਂ ਲਾਹੁਣ ਲੱਗਦਾ ਹੈ, ਤਾਂ ਪਿੱਛੋਂ ਕੋਈ ਬਜ਼ੁਰਗ ਜ਼ਰੂਰ ਕਹਿ ਉੱਠਦਾ ਹੈ, "ਸਾਵਧਾਨੀ ਨਾਲ, ਕਿਤੇ ਪੰਦੂਰ ਦੀਆਂ ਤਾਰਾਂ ਨਾ ਤੋੜ ਦੇਣਾ।" ਜਦੋਂ ਕੋਈ ਪਹਾੜੀਆ ਪੰਦੂਰ ਨੂੰ ਕੰਧ ਤੋਂ

ਲਾਹੁੰਦਾ ਹੈ, ਤਾਂ ਪਿੱਛੋਂ ਕੋਈ ਬਜ਼ੁਰਗ ਜ਼ਰੂਰ ਕਹਿ ਉੱਠਦਾ ਹੈ, "ਸਾਵਧਾਨੀ ਨਾਲ, ਉਂਗਲਾਂ ਨਾ ਕੱਟ ਲੈਣਾ।" ਖੰਜਰ 'ਤੇ ਪੰਦੂਰ ਅਤੇ ਪੰਦੂਰ 'ਤੇ ਖੰਜਰ ਦੀ ਪੱਚੀਕਾਰੀ ਕੀਤੀ ਜਾਂਦੀ ਹੈ। ਮੁਟਿਆਰ ਦੀ ਚਾਂਦੀ ਦੀ ਪੇਟੀ ਅਤੇ ਛਾਤੀ ਦੇ ਚਾਂਦੀ ਦੇ ਗਹਿਣਿਆਂ 'ਤੇ ਕੁਮੁਜ਼ ਅਤੇ ਖੰਜਰ ਨੂੰ ਉਸੇ ਤਰ੍ਹਾਂ ਨਾਲ-ਨਾਲ ਚਿੱਤਰਿਆ ਜਾਂਦਾ ਹੈ, ਜਿਵੇਂ ਉਹ ਦੀਵਾਰੀ ਗਲੀਚੇ 'ਤੇ ਨਾਲ-ਨਾਲ ਲਟਕਦੇ ਰਹਿੰਦੇ ਹਨ। ਪਹਾੜੀ ਲੋਕ ਯੁੱਧ ਖੇਤਰ ਵਿੱਚ ਜਾਂਦੇ ਵੇਲੇ ਖੰਜਰ ਅਤੇ ਕੁਮੁਜ਼ ਨੂੰ ਆਪਣੇ ਨਾਲ ਲੈ ਜਾਂਦੇ ਸਨ। ਪਹਾੜੀ ਘਰ ਦੀ ਸਨਮਾਨਿਤ ਦੀਵਾਰ ਸੁੰਨੀ ਅਤੇ ਨੰਗੀ-ਬੁੱਚੀ ਹੋ ਜਾਂਦੀ ਸੀ।

"ਪਰ ਯੁੱਧ-ਖੇਤਰ ਵਿੱਚ ਪੰਦੂਰ ਕਿਉਂ ਲਿਜਾਇਆ ਜਾਵੇ?"

"ਬਈ ਵਾਹ! ਜਿਵੇਂ ਹੀ ਤਾਰਾਂ ਨੂੰ ਟੁਣਕਾਇਆ ਜਾਂਦੈ, ਉਵੇਂ ਹੀ ਬਾਪ-ਦਾਦਿਆਂ ਦਾ ਖੇਤਰ, ਪਿਆਰਾ ਪਿੰਡ ਅਤੇ ਮਾਂ ਦੀਆਂ ਯਾਦਾਂ ਵਾਲਾ ਪਹਾੜੀ ਘਰ, ਇਹ ਸਭ ਕੁੱਝ ਸਾਡੇ ਕੋਲ ਆ ਜਾਂਦੈ। ਇਸੇ ਲਈ ਤਾਂ ਲੜਣ ਅਤੇ ਮਰਨ ਦੀ ਕੋਈ ਤੁਕ ਐ।"

"ਜਦੋਂ ਤਲਵਾਰਾਂ ਦੀ ਟੁਣਕਾਰ ਹੁੰਦੀ ਐ, ਤਾਂ ਪਿੰਡ ਨੇੜੇ ਆ ਜਾਂਦੇ ਨੇ।" ਸਾਡੇ ਸੂਰਮੇ ਵੀ ਕਿਹਾ ਕਰਦੇ ਸਨ। ਪਰ ਪਿਆਰੇ ਪਿੰਡਾਂ ਦੇ ਰਸਤੇ ਪੰਦੂਰ ਦੀ ਟੁਣਕਾਰ ਨਾਲ ਤਾਂ ਕੋਈ ਘੱਟ ਨਹੀਂ ਕਰਦਾ।

"ਆਈ, ਦਾਈ, ਦਾਲਾ-ਲਾਈ! ਦਾਲਾ-ਦਾਲਾ! ਦੁੱਲਾ-ਲਾਈ!"

***

ਮਹਿਮੂਦ ਕਾਰਪੇਥੀਆ ਦੇ ਪਹਾੜਾਂ ਵਿੱਚ ਗਾਉਂਦਾ ਸੀ ਅਤੇ ਆਪਣੇ ਪਿੰਡ, ਆਪਣੇ ਪਿਆਰੇ ਪਰਬਤਾਂ ਨੂੰ ਆਪਣੇ ਨੇੜੇ ਮਹਿਸੂਸ ਕਰਦਾ ਸੀ। ਉਸ ਦੀ ਮਰੀਅਮ ਵੀ ਜਿਵੇਂ ਉਸ ਦੇ ਨੇੜੇ ਹੁੰਦੀ ਸੀ। ਬਾਅਦ ਵਿੱਚ ਮਹਿਮੂਦ ਨੇ ਵਸੀਅਤ ਕੀਤੀ:

ਤਾਂ ਕਿ ਮਿੱਟੀ ਦੇ ਡਲੇ ਨਾ, ਰੁਕਾਵਟ ਬਣਨ,
ਮੇਰੀ ਕਬਰ ਦੇ ਉੱਤੇ, ਮਿੱਟੀ ਘੱਟ ਪਾਉਣਾ।
ਤਾਂ ਕਿ ਹਿਰਦਾ ਅਤੇ ਕੰਨ ਮੇਰੇ ਸੁਣ ਸਕਣ,
ਪਿੰਡ ਵਿੱਚ ਜੇ ਕਿਸੇ ਨੇ ਗੀਤ ਗਾਉਣਾ।

ਮੇਰੇ ਪਿਆਰੇ ਪੰਦੂਰ ਨੂੰ ਦਫ਼ਨਾਉਣਾ ਮੇਰੇ ਹੀ ਨਾਲ,
ਤਾਂ ਕਿ ਮੇਰੇ ਗੀਤਾਂ ਨਾਲ ਉਹ ਗੂੜ੍ਹੀ ਨੀਂਦ ਸੌਂ ਜਾਵਣ।
ਤਾਂ ਕਿ ਦਰਦ ਨਾਲ ਭਰੀ ਭਰੀ ਹੋਈ ਆਵਾਜ਼ ਕੋਈ,
ਮੇਰੇ ਪਿੰਡ ਦੀਆਂ ਸੁੰਦਰੀਆਂ ਦੀ ਸੁਣਨ-ਸੁਣਾਵਣ।

ਮਹਿਮੂਦ ਨੇ ਜਿਵੇਂ ਇੰਝ ਕਿਹਾ ਸੀ:

ਪਰਬਤ ਵੀ ਝੁਕ ਜਾਂਦੇ ਨੇ, ਮੇਰੇ ਪੰਦੂਰ ਨੂੰ ਸੁਣ ਕੇ,
ਤੁਹਾਡੇ ਦਿਲ ਨੂੰ ਕਿਵੇਂ ਪਿਘਲਾਵਾਂ ਮਰੀਅਮ ਪਿਆਰੀ?
ਸੱਪ-ਨਾਗ ਵੀ ਨੱਚਣ ਲੱਗਣ, ਮੇਰੇ ਪੰਦੂਰ ਦੀ ਧੁਨ 'ਤੇ,
ਤੁਹਾਡੇ ਦਿਲ ਨੂੰ ਕਿਵੇਂ ਪਿਘਲਾਵਾਂ ਮਰੀਅਮ ਪਿਆਰੀ?

ਤੁਸੀਂ ਇਹ ਜਾਣਨਾ ਚਾਹੁੰਦੇ ਹੋ ਕਿ ਪਹਾੜੀ ਗੀਤ ਦਾ ਜਨਮ ਕਿਵੇਂ ਹੋਇਆ?

ਜਨਤਾ ਦੇ ਸੁਪਨਿਆਂ ਵਿੱਚ ਇਸ ਨੇ ਜਨਮ ਲਿਆ,
ਨਹੀਂ ਕਿਸੇ ਨੂੰ ਪਤਾ ਕਿ ਕਦੋਂ ਸੀ ਜਨਮਿਆ।
ਇਹ ਤਾਂ ਚੌੜੀ ਛਾਤੀ ਵਿੱਚੋਂ ਜਿਵੇਂ ਪਿਘਲਿਆ,
ਗਰਮ ਖ਼ੂਨ ਦੀਆਂ ਧਾਰਾਂ ਵਿੱਚ ਇਹ ਉੱਬਲਿਆ।
ਇਹ ਤਾਂ ਤਾਰਿਆਂ ਦੀ ਉਚਾਈ ਤੋਂ ਆਇਆ,
ਦਾਗ਼ਿਸਤਾਨੀ ਪਿੰਡਾਂ ਨੇ ਇਸ ਨੂੰ ਗਾਇਆ।
ਸੁਣਿਆ ਸੈਂਕੜੇ ਪੀੜ੍ਹੀਆਂ ਨੇ ਬਹੁਤ ਇਸ ਨੂੰ,
ਜਦੋਂ ਪਹਿਲਾਂ ਤੁਸੀਂ ਸੁਣਿਆ ਨਹੀਂ ਸੀ ਜਿਸ ਨੂੰ।

ਗੀਤ, ਇਹ ਤਾਂ ਪਹਾੜੀ ਜਲ-ਧਾਰਾਵਾਂ ਹਨ। ਗੀਤ, ਇਹ ਤਾਂ ਲੜਾਈ ਦੇ ਮੈਦਾਨ ਵਿੱਚੋਂ ਤੇਜ ਘੋੜੇ ਦੌੜਾਉਂਦੇ ਹੋਏ ਸਮਾਚਾਰ ਲੈ ਕੇ ਆਉਣ ਵਾਲੇ ਹਰਕਾਰੇ ਹਨ। ਗੀਤ, ਇਹ ਤਾਂ ਅਚਾਨਕ ਮਹਿਮਾਨ ਦੇ ਰੂਪ ਵਿੱਚ ਆ ਜਾਣ ਵਾਲੇ ਦੋਸਤ ਹਨ, ਮਿੱਤਰ ਹਨ। ਤੁਸੀਂ ਆਪਣੇ ਤਰ੍ਹਾਂ-ਤਰ੍ਹਾਂ ਦੇ ਵਾਜੇ, ਪੰਦੂਰ, ਚੋਂਗੂਰ, ਚਾਗਾਨ, ਕੋਮਾਂਚੂ, ਜ਼ੁਰਨਾ, ਡੱਫਲੀ, ਵਾਜਾ, ਢੋਲ ਹੱਥਾਂ ਵਿੱਚ ਲੈ ਲਵੋ ਜਾਂ ਚਿਲਮਚੀ ਅਤੇ ਤਾਂਬੇ-ਕਾਂਸੇ ਹੀ ਲੈ ਲਵੋ। ਤਾੜੀ ਨਾਲ ਤਾਲ ਦਿਓ। ਫ਼ਰਸ਼ 'ਤੇ ਅੱਡੀਆਂ ਮਾਰੋ। ਸੁਣੋ, ਤਲਵਾਰਾਂ ਕਿਵੇਂ ਤਲਵਾਰਾਂ ਨਾਲ ਟਕਰਾਉਂਦੀਆਂ ਹਨ। ਸੁਣੋ, ਪ੍ਰੇਮਿਕਾ ਦੀ ਖਿੜਕੀ ਵਿੱਚ ਸੁੱਟਿਆ ਹੋਇਆ ਕੰਕਰ ਕਿਹੋ ਜਿਹੀ ਆਵਾਜ਼ ਕਰਦਾ ਹੈ। ਸਾਡੇ ਗੀਤਾਂ ਨੂੰ ਗਾਓ ਅਤੇ ਸੁਣੋ। ਇਹ ਗ਼ਮ ਅਤੇ ਖ਼ੁਸ਼ੀ ਦੇ ਦੂਤ ਹਨ। ਇਹ ਇੱਜ਼ਤ-ਆਬਰੂ ਅਤੇ ਬਹਾਦਰੀ ਦੇ ਪਾਸਪੋਰਟ ਹਨ, ਵਿਚਾਰਾਂ ਅਤੇ ਕਾਰਜਾਂ ਦੇ ਪ੍ਰਮਾਣ-ਪੱਤਰ ਹਨ। ਇਹ ਜਵਾਨਾਂ ਨੂੰ ਦਲੇਰ ਅਤੇ ਬੁੱਧੀਮਾਨ, ਬੁੱਢਿਆਂ ਅਤੇ ਬੁੱਧੀਮਾਨਾਂ ਨੂੰ ਜਵਾਨ ਬਣਾਉਂਦੇ ਹਨ। ਇਹ ਘੋੜ-ਸਵਾਰ ਨੂੰ ਘੋੜੇ ਤੋਂ ਉੱਤਰਨ ਅਤੇ ਇਨ੍ਹਾਂ ਨੂੰ ਸੁਣਨ ਲਈ ਮਜ਼ਬੂਰ ਕਰਦੇ ਹਨ। ਨਸ਼ੇ ਵਿੱਚ ਗੁੱਟ ਨੂੰ ਇਹ ਨਸ਼ਾ ਦੂਰ ਕਰ ਕੇ ਗੰਭੀਰ ਬਣਾਉਂਦੇ ਹਨ, ਆਪਣੀ ਕਿਸਮਤ ਬਾਰੇ ਸੋਚਣ ਲਈ ਮਜ਼ਬੂਰ ਕਰਦੇ ਹਨ ਅਤੇ ਨਸ਼ੇ ਵਿੱਚ ਨਾ ਹੋਣ ਵਾਲਿਆਂ ਨੂੰ ਜਾਨ ਦੀ ਬਾਜ਼ੀ ਲਾ ਦੇਣ ਵਾਲੇ ਦਲੇਰ ਅਤੇ ਜਿਵੇਂ ਨਸ਼ੇ ਵਿੱਚ ਗੁੱਟ ਕਰਦੇ ਹਨ। ਇਸ ਦੁਨੀਆ ਵਿੱਚ ਕਿਹੜੀ-ਕਿਹੜੀ ਚੀਜ਼ ਬਾਰੇ ਗੀਤ ਨਹੀਂ। ਪਹਾੜੀ ਆਦਮੀ ਨੂੰ ਆਪਣੇ ਗਰਮ ਚੁੱਲ੍ਹੇ ਕੋਲ ਬਿਠਾਓ, ਉਸ ਲਈ ਘਰ ਦੀ ਝੱਗ ਵਾਲੀ ਬੀਅਰ ਨਾਲ ਭਰਿਆ ਸਿੰਗ ਲਿਆਓ ਅਤੇ ਉਸ ਨੂੰ ਗਾਉਣ ਲਈ ਕਹੋ। ਉਹ ਗਾਉਣ ਲੱਗੇਗਾ। ਜੇਕਰ ਤੁਸੀਂ ਚਾਹੋਗੇ, ਤਾਂ ਉਹ ਸੁਬ੍ਹਾ ਤੱਕ ਗਾਉਂਦਾ ਰਹੇਗਾ। ਸਿਰਫ਼ ਤੁਸੀਂ ਉਸ ਨੂੰ ਜ਼ੋਰਦਾਰ ਢੰਗ ਨਾਲ ਕਹੋ ਅਤੇ ਇਹ ਵੀ ਦੱਸ ਦਿਓ ਕਿ ਉਹ ਕਿਸ ਬਾਰੇ ਗਾਵੇ। ਪਿਆਰ ਬਾਰੇ ਤੁਸੀਂ ਪਿਆਰ ਬਾਰੇ ਵੀ ਗੀਤ ਸੁਣ ਸਕੋਗੇ।

ਆਈ, ਦਾਈ, ਦਾਲਾਲਾਈ!
ਪਿਆਰ ਖ਼ੂਨ ਜਿਹਾ ਲਾਲ, ਲਾਲ ਗੁਲਲਾਲਾ ਜਿਹਾ,
ਪਿਆਰ ਰਾਤ ਜਿਹਾ, ਛਲ-ਫ਼ਰੇਬ ਜਿਹਾ, ਕਾਲਾ ਜਿਹਾ।

ਇਹ ਸਫ਼ੈਦ ਜਿਹਾ, ਰਿਬਨ ਜਿਵੇਂ ਸਿਰ ਦਾ,
ਉਹ ਸਫ਼ੈਦ ਹੈ, ਕੱਫ਼ਨ ਜਿਵੇਂ ਚਾਦਰ ਦਾ।
ਆਸਾਮਨ ਵਰਗਾ, ਉਹ ਅੰਬਰ, ਬਰਫ਼ ਜਿਹਾ,
ਉਹ ਤਾਂ ਪਿਆਰਾ ਤਾਰਿਆਂ ਦੀ ਝਿਲਮਿਲ ਜਿਹਾ।
ਬਰਫ਼ ਝੜ ਜਾਂਦੀ, ਸੁੱਕ ਜਾਂਦੀ ਜਲ-ਧਾਰਾ,
ਪ੍ਰੇਮ-ਪੁਰਖ ਦਾ ਰੰਗ ਸਦਾ ਰਹਿੰਦਾ ਨਿਆਰਾ।

"ਇਸ ਦੁਨੀਆ ਵਿੱਚ ਸਭ ਤੋਂ ਸੁੰਦਰ ਕੀ ਐ?"

"ਪਹਾੜਾਂ ਵਿੱਚ ਬਨਫ਼ਸ਼ਾ ਦਾ ਫੁੱਲ।"

"ਪਹਾੜਾਂ ਵਿੱਚ ਬਨਫ਼ਸ਼ਾ ਦੇ ਫੁੱਲ ਤੋਂ ਸੁੰਦਰ ਕੀ ਐ?"

"ਪ੍ਰੇਮ।"

"ਦੁਨੀਆ ਵਿੱਚ ਸਭ ਤੋਂ ਜ਼ਿਆਦਾ ਸਾਫ਼ ਕੀ ਐ?"

"ਪਹਾੜਾਂ ਵਿੱਚ ਸੁਬ੍ਹਾ ਦਾ ਸੂਰਜ।"

ਪਹਾੜਾਂ ਵਿੱਚ ਸੁਬ੍ਹਾ ਦੇ ਸੂਰਜ ਤੋਂ ਜ਼ਿਆਦਾ ਸੁੰਦਰ ਕੀ ਐ?

"ਪ੍ਰੇਮ।"

"ਆਈ, ਦਾਈ, ਦਾਲਾਲਾਈ! ਤੁਹਾਨੂੰ ਹੋਰ ਕਿਹੜੀ ਚੀਜ਼ ਬਾਰੇ ਗੀਤ ਸੁਣਾਈਏ?"

"ਪ੍ਰੇਮ ਵਿੱਚ ਮਰਨ ਵਾਲੇ ਪ੍ਰੇਮੀਆਂ ਬਾਰੇ।"

"ਰੋਮੀਓ ਅਤੇ ਜੂਲਿਅਟ, ਤਾਹਿਰ ਅਤੇ ਜੁਹਰਾ, ਤ੍ਰੀਸਤਾਨ ਅਤੇ ਇਜ਼ੋਲਡਾ...।"

ਕੀ ਕੁੱਝ ਘੱਟ ਗਿਣਤੀ ਸੀ ਉਨ੍ਹਾਂ ਦੀ, ਸਾਡੇ ਦਾਗ਼ਿਸਤਾਨ ਵਿੱਚ! ਕਿੰਨੇ ਸਨ ਸਾਡੇ ਇੱਥੇ ਅਜਿਹੇ ਪ੍ਰੇਮੀ, ਜੋ ਇੱਕ-ਦੂਜੇ ਦੇ ਨਹੀਂ ਬਣ ਸਕੇ! ਉਨ੍ਹਾਂ ਦੇ ਸੁਪਨੇ ਸਾਕਾਰ ਨਹੀਂ ਹੋਏ, ਉਨ੍ਹਾਂ ਦੇ ਹੋਂਠ ਅਤੇ ਹੱਥ ਨਹੀਂ ਮਿਲ ਸਕੇ। ਅਨੇਕਾਂ ਜਵਾਨਾਂ ਨੂੰ ਜੰਗ ਨਿਗਲ ਗਈ ਅਤੇ ਅਨੇਕਾਂ ਪ੍ਰੇਮ ਕਾਰਨ ਮੌਤ ਦੇ ਮੂੰਹ ਵਿੱਚ ਚਲੇ ਗਏ। ਉਹ ਉਸ ਦੀ ਅੱਗ ਵਿੱਚ ਜਲ ਗਏ, ਉੱਚੀਆਂ ਚੱਟਾਨਾਂ ਤੋਂ ਹੇਠਾਂ ਛਾਲ ਮਾਰ ਗਏ, ਤੂਫ਼ਾਨੀ ਨਦੀਆਂ ਦੀਆਂ ਲਹਿਰਾਂ ਵਿੱਚ ਸਮਾ ਗਏ। ਅਜ਼ਾਇਨੀ ਪਿੰਡ ਦੀ ਮੁਟਿਆਰ ਅਤੇ ਕੁਮੁਖ਼ ਪਿੰਡ ਦਾ ਗੱਭਰੂ। ਤਾਂ ਇਹ ਹੈ ਉਨ੍ਹਾਂ ਦਾ ਕਿੱਸਾ, ਉਨ੍ਹਾਂ ਦੇ ਪਿਆਰ ਦਾ ਕਿੱਸਾ। ਮੈਂ ਤੁਹਾਨੂੰ ਉਨ੍ਹਾਂ ਦੇ ਪਿਆਰ ਦਾ ਅੰਤ ਦੱਸਦਾ ਹਾਂ।

ਕੁਮੁਖ਼ ਪਿੰਡ ਦਾ ਗੱਭਰੂ ਆਪਣੀ ਪ੍ਰੇਮਿਕਾ ਨੂੰ ਇੱਕ ਨਜ਼ਰ ਦੇਖ ਲੈਣ ਲਈ ਅਜ਼ਾਇਨੀ ਪਿੰਡ ਗਿਆ। ਪਰ ਉਹ ਨਜ਼ਰ ਨਹੀਂ ਆਈ। ਗੱਭਰੂ ਨੇ ਚਾਰ ਦਿਨ ਅਤੇ ਚਾਰ ਰਾਤਾਂ ਤੱਕ ਉਡੀਕ ਕੀਤੀ। ਪੰਜਵੇਂ ਦਿਨ ਉਹ ਆਪਣੇ ਮੁੜਣ ਲਈ ਘੋੜੇ 'ਤੇ ਸਵਾਰ ਹੋ ਗਿਆ।

ਉਸ ਨੇ ਹੇਠਾਂ ਦੇਖਿਆ, ਸੁੱਕੀ ਧਰਤੀ ਪਈ ਨਜ਼ਰ,
ਨੀਲਾ ਸੀ ਆਕਾਸ਼ ਕਿ ਉਸ ਨੇ ਜਦੋਂ ਦੇਖਿਆ ਉੱਪਰ।
ਕਿੱਥੋਂ ਇਹ ਬਾਰਿਸ਼ ਆਈ, ਪਾਣੀ ਬਰਸਿਆ,
ਨੌਜਵਾਨ ਦਾ ਚੋਗਾ ਉਸ ਨੇ ਭਿਉਂ ਦਿੱਤਾ?
ਉੱਥੇ ਪ੍ਰੇਮਿਕਾ ਮੇਸੇਦਾ ਵੀ ਖੜ੍ਹੀ ਸੀ ਛੱਤ ਉੱਪਰ,

ਹੰਝੂ ਵਹਿੰਦੇ ਸਨ ਅੱਖਾਂ ਵਿੱਚੋਂ ਝਰ-ਝਰ।
"ਚਾਰ ਦਿਨਾਂ ਤੱਕ ਮੈਂ ਤੇਰੀ ਰਾਹ ਦੇਖੀ,
ਕਿਹੜੇ ਕਾਰਨ ਨਾ ਆਈ, ਮੈਥੋਂ ਰਹੀ ਛਿਪੀ?"
"ਬਹੁਤ ਦੂਰ ਤੋਂ ਹੀ ਘੋੜੇ ਦੀਆਂ ਟਾਪਾਂ ਸੁਣੀਆਂ,
ਚਾਰ ਜਿੰਦਿਆਂ ਨੇ ਮੇਰੀਆਂ ਰਾਹਾਂ ਰੋਕ ਲਈਆਂ।
ਮੇਰੇ ਭਰਾਵਾਂ ਨੇ ਹੀ ਮਰੇ 'ਤੇ ਜ਼ੁਲਮ ਸੀ ਕਰਿਆ,
ਚਾਰ ਦਿਨਾਂ ਤੱਕ ਮਨ ਮੇਰਾ ਕੈਦੀ ਬਣ ਮਰਿਆ।
ਪਰ ਪੰਜਵੇਂ ਦਿਨ ਜਦ ਤੁਸੀਂ ਵਾਪਸ ਚੱਲ ਪਏ,
ਮੇਰੇ ਧੀਰਜ ਅਤੇ ਸਬਰ ਦੇ ਬੰਧਨ ਟੁੱਟ ਗਏ।
ਮੈਂ ਫਿਰ ਚਾਰੇ ਦਰਵਾਜ਼ਿਆਂ ਦੇ ਜਿੰਦੇ ਤੋੜੇ,
ਅਜਿਹਾ ਉੱਠਿਆ ਤੂਫ਼ਾਨ ਕਿ ਸਭ ਪਹਿਰੇ ਰੋੜ੍ਹੇ।
ਮੈਨੂੰ ਮਾਲ ਵਾਂਗ ਇੱਥੇ ਤਾਂ ਵੇਚਿਆ ਜਾਂਦਾ ਹੈ,
ਸਭ ਸੌਦਾਗਰ, ਨਹੀਂ ਕਿਸੇ ਨਾਲ ਮੇਰਾ ਨਾਤਾ ਹੈ।
ਉਸ ਨਾਲ ਸ਼ਾਦੀ ਚਾਹਾਂ, ਜਿਸ ਨੂੰ ਪਿਆਰ ਕਰਾਂ,
ਤੁਸੀਂ ਨਾ ਜਾਓ, ਰੁਕੋ ਮੈਂ ਤੁਹਾਨੂੰ ਇਹੀ ਕਹਾਂ।

....ਪਰ ਕੁਮੁਖ਼ ਤੋਂ ਆਉਣ ਵਾਲਾ ਨੌਜਵਾਨ ਹੁਣ ਰੁਕਣਾ ਨਹੀਂ ਚਾਹੁੰਦਾ ਸੀ।

ਕਾਠੀ ਕਸੀ ਮੈਂ ਘੋੜੇ 'ਤੇ, ਹੁਣ ਨਹੀਂ ਸਕਦਾ ਲਾਹ।
ਕੀ ਕੁੱਝ ਕਹਿਣ ਗੁਆਂਢੀ-ਸਾਥੀ, ਇਹ ਵੀ ਦੱਸ ਜਰਾ?
ਸਫ਼ਲ ਯਾਤਰਾ ਕਹਿ ਕੇ ਦੋਸਤ ਕਰ ਦੇਣ ਜਦੋਂ ਵਿਦਾ,
ਮੁੜਨਾ ਫਿਰ ਉਸ ਦੇ ਘਰ ਨੂੰ, ਲੱਗਦਾ ਬੜਾ ਬੁਰਾ।
ਮੈਂ ਜਾਂਦਾ ਅਤੇ ਹਿਰਦਾ ਤੇਰੇ ਕੋਲ ਛੱਡ ਜਾਂਦਾ,
ਭਰਾ ਉਸ ਨੂੰ ਨੋਚਦੇ, ਜਿਵੇਂ ਨੋਚ ਕੇ ਕਾਂ ਖਾਂਦਾ।
ਬੜੀ ਖ਼ੁਸ਼ੀ ਨਾਲ ਮੈਂ ਆਪਣੀਆਂ ਅੱਖਾਂ ਇੱਥੇ ਛੱਡ ਜਾਵਾਂ,
ਭਰਾ ਖਾਣਗੇ ਉਨ੍ਹਾਂ ਨੂੰ ਦਾਖਾਂ ਵਾਂਗੂ, ਮੈਂ ਇਹ ਸਮਝਾਵਾਂ।
ਹਰ ਹਾਲਤ ਵਿੱਚ ਜੇਕਰ ਤੁਸੀਂ ਛੱਡਣਾ ਹੀ ਚਾਹੁੰਦੇ,
ਫਿਰ ਪਿੰਡ ਦੇ ਕਿਨਾਰੇ ਤੱਕ ਆਪਣਾ ਘੋੜਾ ਲਿਆਉਂਦੇ।
ਫੜ ਕੇ ਲਗਾਮ ਤੁਸੀਂ ਪਿੰਡ ਦੇ ਬਾਹਰ ਤੱਕ ਆਓ,
ਉੱਥੇ ਆ ਕੇ ਫਿਰ ਮੇਰੇ ਨਾਲ ਨਜ਼ਰ ਮਿਲਾਓ।
ਘਾਟੀ ਵਿੱਚ ਆਪਣੇ ਘੋੜੇ ਨੂੰ ਘਾਹ ਖਵਾਉਣਾ,
ਅਤੇ ਨਦੀ ਵਿੱਚ ਠੰਢਾ ਪਾਣੀ ਉਸ ਨੂੰ ਪਿਲਾਉਣਾ।
ਜਦ ਹੋ ਜਾਵੇ ਰਾਤ ਤਾਂ ਫਿਰ ਮੂੰਹ ਢਕ ਕੇ ਸੌਣਾ,
ਜਾਗ ਆਵੇ ਜਦ ਯਾਦ ਮੇਰੀ ਹਿਰਦੇ ਲਿਆਉਣਾ।
ਜਦ ਬਾਰਿਸ਼ ਹੋਵੇ ਇਹ ਸਮਝਣਾ, ਹੰਝੂ ਜਲ ਵਰਸੇ,
ਬਰਫ਼ ਡਿੱਗੇ ਤਾਂ ਸਮਝ ਲੈਣਾ ਕਿ ਮੇਰਾ ਦਿਲ ਤਰਸੇ।

ਮਾਣਮੱਤੇ ਨੌਜਵਾਨ ਨੇ ਘੋੜੇ ਨੂੰ ਤਿੰਨ ਵਾਰ ਛਾਂਟਾ ਮਾਰਿਆ, ਤਿੰਨ ਵਾਰ ਪਿੱਛੇ ਮੁੜ ਕੇ ਦੇਖਿਆ ਅਤੇ ਪਿੰਡ ਚਲਾ ਗਿਆ। ਤਿੰਨ ਹਫਤੇ ਬੀਤ ਗਏ। ਬਰਫ਼ ਨੇ ਪਰਬਤਾਂ ਨੂੰ ਢਕ ਲਿਆ। ਕਿਸਮਤ ਦੀ ਮਾਰੀ ਮੇਸੇਦਾ ਨੇ ਉਸ ਵਿਅਕਤੀ ਨਾਲ ਸ਼ਾਦੀ ਨਹੀਂ ਕਰਨੀ ਚਾਹੀ, ਜਿਸ ਨੂੰ ਪਿਆਰ ਨਹੀਂ ਕਰਦੀ ਸੀ ਅਤੇ ਇਸ ਲਈ ਚੱਟਾਨ ਤੋਂ ਡਿੱਗ ਕੇ ਖ਼ੁਦਕੁਸ਼ੀ ਕਰ ਲਈ। ਉਸੇ ਸ਼ਾਮ ਨੂੰ ਪਿਤਾ ਅਤੇ ਭਰਾਵਾਂ ਨੇ ਆਗਿਆ ਦੀ ਉਲੰਘਣਾ ਕਰਨ ਵਾਲੀ ਮੇਸੇਦਾ ਨੂੰ ਬਰਫ਼ ਦੇ ਤੂਫ਼ਾਨ ਵਿੱਚ ਬਾਹਰ ਸੜਕ 'ਤੇ ਕੱਢ ਦਿੱਤਾ ਸੀ।

ਉਹ ਰਾਤ ਨੂੰ ਉਹ ਇਹੀ ਗਾਉਂਦੀ ਰਹੀ ਸੀ:

ਸੌ ਪੋਤੀਆਂ ਹੋਣ ਪਿਤਾ ਦੇ ਘਰ, ਮਨ ਇਹੋ ਚਾਹੇ,
ਪਿਤਾ ਉਨ੍ਹਾਂ ਨੂੰ ਵੇਚੇ ਅਤੇ ਪੈਸੇ ਲੈ ਕੇ ਉਨ੍ਹਾਂ ਨੂੰ ਵਿਆਹੇ।
ਉਨ੍ਹਾਂ ਦੀਆਂ ਸ਼ਾਦੀਆਂ ਨਾਲ ਉਹ ਇੰਨੀ ਮੌਜ ਕਰਨ,
ਦੌਲਤ-ਸੋਨਾ ਇਕੱਠਾ ਕਰ ਲੈਣ ਅਤੇ ਫਿਰ ਮਰਨ।
ਇਹੀ ਕਾਮਨਾ, ਭਰਾ ਉਨ੍ਹਾਂ ਨੂੰ ਵਿਆਹ ਕੇ ਲਿਆਉਣ,
ਜਿਨ੍ਹਾਂ ਨੂੰ ਪਿਆਰ ਨਾ ਕਰਨ, ਪਰ ਜੀਵਨ ਬਿਤਾਉਣ।
ਉਹ ਹੋਂਠਾਂ ਨੂੰ ਨਹੀਂ, ਆਪਣੀ ਦੌਲਤ ਨੂੰ ਚੁੰਮਣ,
ਬਰਫ਼ ਜੋ ਮੈਨੂੰ ਕੱਟੇ, ਉਹ ਚਾਂਦੀ ਵਿੱਚ ਬਦਲਣ।
ਪੈਰ ਛੂੰਹਦੀਆਂ ਨਦੀ ਦੀਆਂ ਲਹਿਰਾਂ ਐਸਾ ਰੂਪ ਧਰਨ,
ਪਿਤਾ, ਭਰਾਵਾਂ ਦੇ ਲਾਲਚ ਨੂੰ ਕੁੱਝ ਤਾਂ ਤ੍ਰਿਪਤ ਕਰਨ।
ਮੇਰੇ ਪਿਆਰੇ ਬਰਫ਼ੀਲੇ ਝੱਖੜ ਉਸ ਦਾ ਸ਼ੋਰ ਸੁਣੋ,
ਰਾਤ ਬਿਤਾਉਣ ਲਈ ਤੁਸੀਂ ਕੋਈ ਚੰਗੀ ਜਗ੍ਹਾ ਚੁਣੋ।
ਪਿਆਰੇ ਪੈਰਾਂ ਹੇਠ ਹਿਮ-ਪਰਤਾਂ ਸੰਭਲ ਕੇ ਪੈਰ ਧਰੋ,
ਤੁਸੀਂ ਪਿੱਛੇ ਨਾ ਨਜ਼ਰ ਘੁਮਾਓ, ਅੱਗੇ ਧਿਆਨ ਕਰੋ।

ਜਾਂ ਤਾਂ ਨੌਜਵਾਨ ਨੂੰ ਮੌਤ ਦੇ ਮੂੰਹ ਵਿੱਚ ਜਾਂਦੀ ਆਪਣੀ ਮੇਸੇਦਾ ਦੇ ਹਉਕੇ ਸੁਣਾਈ ਦੇ ਗਏ ਜਾਂ ਉਸ ਦੇ ਦਿਲ ਨੇ ਉਸ ਨੂੰ ਸਭ ਕੁੱਝ ਦੱਸ ਦਿੱਤਾ, ਪਰ ਉਹ ਪਸੀਨੇ ਨਾਲ ਭਿੱਜਿਆ ਆਪਣੇ ਘੋੜੇ ਨੂੰ ਤੇਜ ਭਜਾਉਂਦਾ ਹੋਇਆ ਕੁਮੁਖ਼ ਪਹੁੰਚ ਗਿਆ। ਉਸ ਨੂੰ ਦੁੱਖਦਾਈ ਘਟਨਾ ਦਾ ਪਤਾ ਲੱਗ ਗਿਆ। ਉਸ ਨੇ ਲਗਾਮਾਂ ਸੁੱਟ ਦਿੱਤੀਆਂ, ਘੋੜੇ ਨੂੰ ਛੱਡ ਦਿੱਤਾ। ਉਸ ਨੇ ਪੇਟੀ ਖੋਲ੍ਹੀ ਅਤੇ ਬੰਦੂਕ ਲਾਹ ਕੇ ਸੁੱਟ ਦਿੱਤੀ। ਬੰਦੂਕ ਪੱਥਰ ਨਾਲ ਟਕਰਾ ਕੇ ਟੁੱਟ ਗਈ। ਇਸ ਦੁਨੀਆ ਤੋਂ ਕੂਚ ਕਰ ਚੁੱਕੀ ਆਪਣੀ ਪ੍ਰੇਮਿਕਾ ਦੇ ਪਿਤਾ ਅਤੇ ਭਰਾਵਾਂ ਨੂੰ ਸੰਬੋਧਿਤ ਹੋ ਕੇ ਨੌਜਵਾਨ ਨੇ ਕਿਹਾ:

ਨਹੀਂ ਚਾਹੁੰਦਾ ਮੈਂ ਭੰਗ ਕਰਾਂ ਚੈਨ ਆਪਣੇ ਘਰ ਦਾ,
ਇੱਥੇ ਹੀ ਤਿੱਖਾ ਕਰਾਂ ਮੈਂ ਫਲ ਆਪਣੇ ਖੰਜਰ ਦਾ।
ਨਹੀਂ ਚਲਾਉਣੀ ਗੋਲੀ ਚਾਹਾਂ, ਨਾ ਆਪਣਾ ਖੰਜਰ,
ਸਿਰਫ਼ ਚਾਹਾਂ ਕਿ ਦੇਖਾਂ ਉਸ ਦਾ ਮੁੱਖੜਾ ਪਲ ਭਰ।

ਜੋਬਨ ਨਾਲ ਮਦਹੋਸ਼ ਗੋਰੀ ਛਾਤੀ ਮੈਨੂੰ ਦਿਖਾਵੇ,
ਮੇਰੀ ਨਜ਼ਰ ਝਲਕ ਅੰਤਿਮ ਉਸ ਦੀ ਹੀ ਪਾਵੇ।
ਇਹ ਸੁਣ ਬਜ਼ੁਰਗ ਪਿਤਾ ਨੇ ਕੱਫ਼ਨ ਹਟਾਇਆ,
ਮੌਤ ਦੇ ਪਰਛਾਵੇਂ ਨੇ ਚਿਹਰਾ ਪੀਲਾ ਸੀ ਪਾਇਆ।
ਗੋਰੀ ਛਾਤੀ ਦੇਖੀ ਉਸ ਨੇ, ਸਿਰ ਸੀ ਚਕਰਾਇਆ,
ਲੜਖੜਾ ਕੇ ਡਿੱਗਿਆ, ਸੀ ਅੰਤਿਮ ਪਲ ਆਇਆ।

ਕਿਸਮਤ ਨੇ ਉਨ੍ਹਾਂ ਨੂੰ ਮਿਲਾ ਕੇ ਇੱਕ ਕਰ ਦਿੱਤਾ ਸੀ, ਸਿਰਫ਼ ਉਨ੍ਹਾਂ ਦੇ ਜਿਸਮ ਹੀ ਵੱਖ-ਵੱਖ ਪਏ ਹੋਏ ਸਨ। ਇਨ੍ਹਾਂ ਦੋਵਾਂ ਅੰਤਿਮ ਸੰਸਕਾਰ ਕਿਵੇਂ ਕੀਤਾ ਜਾਵੇ, ਇਨ੍ਹਾਂ ਨੂੰ ਕਿਵੇਂ ਦਫ਼ਨਾਇਆ ਜਾਵੇ? ਫਿਰ ਇੱਕ ਬਹੁਤ ਵੱਡੀ ਸਭਾ ਹੋਈ। ਪੂਰੇ ਦਾਗ਼ਿਸਤਾਨ ਵਿੱਚੋਂ ਵਿਦਵਾਨ ਲੋਕ ਆਏ, ਸਭ ਮਿਲ ਕੇ ਸੋਚ-ਵਿਚਾਰ ਕਰਨ ਲੱਗੇ।

ਪ੍ਰੇਮ ਦੇ ਜਾਣੇ-ਪਛਾਣੇ ਪੈਗੰਬਰਾਂ ਨੇ ਕਿਹਾ:

ਜੀਵਨ-ਦੀਪ ਬੁਝ ਗਿਆ, ਰੁਕਿਆ ਖ਼ੂਨ-ਸੰਚਾਰ,
ਪਰ ਬਹੁਤ ਹੀ ਸੱਚਾ ਸੀ ਇਨ੍ਹਾਂ ਦੋਵਾਂ ਦਾ ਪਿਆਰ।
ਬੇਸ਼ੱਕ ਤਨ ਸੀ ਦੋ, ਪਰ ਪ੍ਰੀਤ ਸੀ ਇੱਕ ਹੀ ਪਾਈ,
ਦੋ ਜੀਵਨ ਸੀ, ਪਰ ਇਨ੍ਹਾਂ ਨੂੰ ਮੌਤ ਇੱਕ ਹੀ ਆਈ।

ਇਨ੍ਹਾਂ ਦੋਵਾਂ ਲਈ ਇੱਕ ਹੀ ਵੱਡੀ ਸਾਰੀ ਕਬਰ ਪੁੱਟਵਾਓ,
ਤਾਂ ਕਿ ਉੱਥੇ ਕਿਸੇ ਤਰ੍ਹਾਂ ਵੀ, ਜਗ੍ਹਾ ਘੱਟ ਨਾ ਰਹਿ ਜਾਵੇ,
ਜੀਵਨ ਨੇ ਕੁੱਝ ਪਲ ਤਾਂ ਇਨ੍ਹਾਂ ਨੂੰ ਭਾਵੇਂ ਵੱਖ ਹੈ ਕੀਤਾ,
ਪਰ ਇਨ੍ਹਾਂ ਦੀ ਮੌਤ, ਇਨ੍ਹਾਂ ਨੂੰ ਸਦਾ ਲਈ ਮਿਲਾਵੇ।

ਇੱਕ ਚੋਗੇ ਵਿੱਚ ਦੋਵਾਂ ਨੂੰ ਆਪਾਂ ਇਕੱਠੇ ਲਪੇਟੀਏ,
ਇੱਕ ਢੇਰ ਤੋਂ ਆਪਾਂ ਇਨ੍ਹਾਂ ਦੋਵਾਂ 'ਤੇ ਮਿੱਟੀ ਪਾਈਏ।
ਸੌਣਗੇ ਜਿਹੜੀ ਕਬਰ ਦੇ ਵਿੱਚ ਇਹ ਦੋਵੇਂ ਪ੍ਰੇਮੀ,
ਉਸ ਦੇ ਉੱਪਰ ਆਪਾਂ ਪੱਥਰ ਇੱਕੋ ਲਗਾਈਏ।

ਜਿਵੇਂ ਕਿਹਾ ਗਿਆ, ਸਭ ਕੁੱਝ ਉਵੇਂ ਹੀ ਕੀਤਾ ਗਿਆ। ਇਨ੍ਹਾਂ ਦੋਵਾਂ ਪ੍ਰੇਮੀਆਂ ਦੀ ਕਬਰ 'ਤੇ ਲੱਗੇ ਪੱਥਰ ਨੇੜੇ ਇੱਕ ਲਾਲ ਫੁੱਲ ਖਿੜ ਗਿਆ। ਉਸ ਦੀਆਂ ਪੰਖੜੀਆਂ ਤਾਂ ਬਰਫ਼ ਹੇਠਾਂ ਵੀ ਨਹੀਂ ਮੁਰਝਾਉਂਦੀਆਂ ਸਨ। ਬਰਫ਼ ਇਸ ਫੁੱਲ ਨੂੰ ਛੂੰਹਦੇ ਹੀ ਪਿਘਲ ਜਾਂਦੀ ਸੀ, ਜਿਵੇਂ ਇਹ ਲਾਲ ਫੁੱਲ ਅੱਗ ਹੋਵੇ। ਕਬਰ ਹੇਠਾਂ ਇੱਕ ਚਸ਼ਮਾ ਫੁੱਟ ਨਿੱਕਲਿਆ। ਲੋਕ ਉਸ ਦਾ ਪਾਣੀ ਪੀਂਦੇ ਹਨ। ਕਬਰ ਦੇ ਦੋਵੇਂ ਪਾਸੇ ਦੋ ਦਰੱਖਤ ਉੱਗ ਪਏ। ਅਜਿਹੇ ਸੁੰਦਰ ਦਰੱਖਤ ਤਾਂ ਕਿੱਸੇ-ਕਹਾਣੀਆਂ ਵਿੱਚ ਵੀ ਨਹੀਂ ਹੁੰਦੇ। ਜਦੋਂ ਠੰਢੀ ਹਵਾ ਚੱਲਦੀ, ਤਾਂ ਉਹ ਆਪਣੀਆਂ ਸ਼ਾਖਾਵਾਂ ਨੂੰ ਇੱਧਰ-ਉੱਧਰ ਹਿਲਾਉਂਦੇ-ਜੁਲਾਉਂਦੇ ਵੱਖ ਹੋ ਜਾਂਦੇ ਅਤੇ ਗਰਮ ਹਵਾ ਚੱਲਦੀ, ਤਾਂ ਫਿਰ ਮਿਲ ਜਾਂਦੇ, ਜਿਵੇਂ ਦੋ ਪ੍ਰੇਮੀ, ਕੁਮੁਖ਼ ਦਾ ਨੌਜਵਾਨ ਅਤੇ ਅਜ਼ਾਇਨੀ ਦੀ ਮੁਟਿਆਰ

ਨੇ ਇੱਕ-ਦੂਜੇ ਨੂੰ ਬਾਹਾਂ ਵਿੱਚ ਘੁੱਟਿਆ ਹੋਵੇ।

ਮੈਂ ਅਲੀ ਬਾਰੇ ਵੀ ਇੱਕ ਗੀਤ ਗਾ ਦਿੱਤਾ ਹੁੰਦਾ, ਪਰ ਉਹ ਬਹੁਤ ਹੀ ਲੰਬਾ ਹੈ। ਇਸ ਲਈ ਮੈਨੂੰ ਇਸ ਗੱਲ ਦੀ ਇਜਾਜ਼ਤ ਦਿਓ ਕਿ ਪਹਿਲੇ ਗੀਤ ਵਾਂਗ ਉਸ ਨੂੰ ਕਿਤੇ ਤਾਂ ਗਾ ਦਿਆਂ ਅਤੇ ਕਿਤੇ ਆਪਣੇ ਸ਼ਬਦਾਂ ਵਿੱਚ ਬਿਆਨ ਕਰ ਦਿਆਂ।

ਕਿਸੇ ਪਿੰਡ ਵਿੱਚ ਅਲੀ ਰਹਿੰਦਾ ਸੀ। ਉਸ ਦੀ ਖ਼ੂਬਸੂਰਤ ਅਤੇ ਜਵਾਨ ਬੀਵੀ ਅਤੇ ਬੁੱਢੀ ਮਾਂ ਸੀ। ਅਲੀ ਭੇਡਾਂ ਚਰਾਉਣ ਲਈ ਲੰਬੇ ਅਰਸੇ ਤੱਕ ਪਹਾੜਾਂ ਵਿੱਚ ਚਲਾ ਗਿਆ।

ਇੱਕ ਦਿਨ ਕੋਈ ਆਦਮੀ ਮਾਂ ਦਾ ਇਹ ਹੁਕਮ ਲੈ ਕੇ ਅਲੀ ਕੋਲ ਆਇਆ ਕਿ ਉਹ ਆਪਣੀਆਂ ਭੇਡਾਂ ਛੱਡ-ਛਡਾ ਕੇ ਜਲਦੀ ਘਰ ਪਹੁੰਚ ਜਾਵੇ।

ਅਲੀ ਦੇ ਦਿਲ ਵਿੱਚ ਬੁਰੇ-ਬੁਰੇ ਖ਼ਿਆਲ ਆਉਣ ਲੱਗੇ। ਕੋਈ ਵੱਡੀ ਮੁਸੀਬਤ ਤਾਂ ਨਹੀਂ ਆ ਗਈ? ਘਰੇ ਉਸ ਦੀ ਕੀ ਲੋੜ ਹੋ ਸਕਦੀ ਹੈ ਪਰ ਜੇਕਰ ਕੋਈ ਵੱਡੀ ਮੁਸ਼ਕਿਲ ਆ ਗਈ ਹੈ, ਤਾਂ ਜਵਾਨ ਬੀਵੀ ਤੋਂ ਇਲਾਵਾ ਕਿਸ ਤੋਂ ਇਸ ਦੀ ਉਮੀਦ ਕੀਤੀ ਜਾ ਸਕਦੀ ਹੈ।

ਅਲੀ ਨੇ ਸੁਨੇਹਾ ਲਿਆਉਣ ਵਾਲੇ ਤੋਂ ਪੁੱਛਿਆ, ਪਰ ਉਹ ਚੁੱਪ ਰਿਹਾ। ਅਲੀ ਬਹੁਤ ਜ਼ੋਰ ਦੇਣ, ਉਸ ਨਾਲ ਨਾਰਾਜ਼ ਹੋਣ ਅਤੇ ਖੰਜਰ ਦਿਖਾ ਕੇ ਧਮਕਾਉਣ ਲੱਗਿਆ। ਫਿਰ ਇਸ ਸੁਨੇਹਾ ਲਿਆਉਣ ਵਾਲੇ ਨੇ ਉਸ ਨੂੰ ਇਹ ਕਿਹਾ:

ਅਲੀ ਤੁਹਾਡੀ ਬੀਵੀ ਬੇਹੱਦ ਸੁੰਦਰ ਹੈ,
ਰਾਤ ਮੌਨ, ਜਦ ਘਰ ਵਿੱਚ ਸਭ ਸੌਂ ਜਾਂਦੇ ਨੇ।
ਮੈਨੂੰ ਦੱਸੋ ਮਿੱਤਰ ਹਨੇਰੇ ਵਿੱਚ ਹੌਲੀ-ਹੌਲੀ,
ਖਿੜਕੀ ਦੇ ਦਰਵਾਜ਼ੇ ਕਿਉਂ ਖੁੱਲ੍ਹ ਜਾਂਦੇ ਨੇ?

ਅਲੀ ਤੁਹਾਡੀ ਬੀਵੀ ਸੋਹਣੀ ਜੋਬਨ-ਮੱਤੀ,
ਬਰ.ਫ ਨਾਲ ਢਕੀ ਹੋਈ ਧਰਤੀ ਉੱਪਰ।
ਮੈਨੂੰ ਦੱਸੋ ਕਿਸੇ ਦੇ ਪੈਰਾਂ ਦੇ ਭਲਾਂ ਮਿੱਤਰ,
ਕਿਉਂ ਉੱਥੇ ਨਿਸ਼ਾਨ ਆਉਂਦੇ ਨੇ ਉੱਭਰ।

ਨਹੀਂ ਹਵਾ ਖੋਲ੍ਹਦੀ ਖਿੜਕੀ ਦੇ ਦਰਵਾਜ਼ੇ,
ਉਨ੍ਹਾਂ ਨੂੰ ਖੋਲ੍ਹੇ ਬੀਵੀ, ਹੋਵੇ ਪ੍ਰੇਮ-ਮਿਲਣ।
ਨਾ ਅੰਗੂਠੀ ਪਹਿਨੇ ਉਹ ਤੇਰੇ ਵਾਲੀ,
ਅਤੇ ਨਾ ਹੁਣ ਪਹਿਨੇ ਉਹ ਤੇਰਾ ਕੰਗਣ।

ਜ਼ਾਹਿਰ ਹੈ ਕਿ ਅਲੀ ਜਲਦੀ-ਜਲਦੀ ਪਿੰਡ ਵੱਲ ਚੱਲ ਪਿਆ। ਤੁਰੰਤ ਮਾਂ ਦੇ ਕੋਲ ਨਾ ਜਾ ਕੇ ਉਹ ਸੁੰਦਰ ਬੀਵੀ ਕੋਲ ਗਿਆ। ਬੀਵੀ ਨੇ ਪਤੀ ਦਾ ਚੋਗਾ ਅਤੇ ਸਮੂਰ ਦੀ ਟੋਪੀ ਲਾਹ ਕੇ ਹੇਠਾਂ ਰੱਖਣੀ ਚਾਹੀ, ਘਰ ਦੀ ਬਣੀ ਬੀਅਰ ਪਿਲਾਉਣੀ ਚਾਹੀ, ਇਹ ਚਾਹਿਆ ਕਿ ਉਹ ਸਫ਼ਰ ਦਾ ਥਕੇਵਾਂ ਮਿਟਾ ਲਵੇ।

"ਆਪਣਾ ਕੋਟ, ਉਤਾਰੋ ਕੱਪੜੇ,
ਹੁਣੇ ਬੀਅਰ ਮੈਂ ਲਿਆਉਂਦੀ।"
"ਜਦੋਂ ਮੈਂ ਇੱਥੇ ਨਹੀਂ ਸੀ ਤਾਂ ਕਿਸ ਨੂੰ,
ਰਹੀ ਚੋਗਾ ਪਹਿਨਾਉਂਦੀ?"

"ਮੇਰੇ ਸੁਆਮੀ, ਫ਼ਰ ਦੀ ਟੋਪੀ,
ਹੁਣ ਉਤਾਰ ਲਓ ਪਿਆਰੇ।"
"ਕਿਸ ਨੂੰ ਪਿਲਾਉਂਦੀ ਰਹੀ ਬੀਅਰ,
ਜਦੋਂ ਰਿਹਾ ਮੈਂ ਦੂਰ ਮਨ-ਮਾਰੇ।"
ਅਲੀ ਨੇ ਖੰਜਰ ਕੱਢਿਆ ਅਤੇ ਦੋ ਵਾਰ ਬੀਵੀ 'ਤੇ ਵਾਰ ਕੀਤਾ।
"ਸੂਰਮਾ ਅਲੀ ਰਹੋ ਤੁਸੀਂ ਕਿਸਮਤ ਵਾਲੇ,
ਵਰ੍ਹੇ ਤਿੰਨ ਸੌ ਜੀਓ ਸਾਡੀ ਧਰਤੀ ਉੱਪਰ।
ਪਰ ਸੂਰਮਾ ਅਲੀ, ਮੈਂ ਆਪਣੇ ਖ਼ੂਨ ਵਿੱਚ,
ਪਈ ਲੱਥ-ਪੱਥ ਹੋ ਕੇ, ਦੇਖੋ ਜਰਾ ਇੱਧਰ।

ਤੁਹਾਡੇ 'ਤੇ ਅੱਲ੍ਹਾ ਰਹਿਮਤ ਵਰਸਾਵੇ,
ਦੁਨੀਆ ਭਰ ਦੀਆਂ ਖ਼ੁਸ਼ੀਆਂ ਤੁਸੀਂ ਪਾਓ।
ਕੇਵਲ ਬਾਹਾਂ ਵਿੱਚ ਉਠਾ ਕੇ ਪ੍ਰੀਤਮ,
ਇੱਕ ਵਾਰੀ ਮੈਨੂੰ ਪਲੰਘ 'ਤੇ ਲੈ ਜਾਓ।"

"ਇਹ ਕਹਿਣਾ ਕਰਾਂ ਪੂਰਾ, ਜੇਕਰ ਦੱਸੋ,
ਨਾ ਛਿਪਾਓ ਕੁੱਝ, ਕਹਿ ਦਿਓ ਸਭ ਖੁੱਲ੍ਹ ਕੇ।
ਨਹੀਂ ਪਹਿਨਦੀ ਤੂੰ ਅੰਗੂਠੀ ਕਿਉਂ ਮੇਰੀ?
ਕੀਮਤੀ ਕੰਗਣ ਵੀ ਨਾ ਆਵੇ ਨਜ਼ਰ ਕਿਤੇ।"

"ਤੁਸੀਂ ਖੋਲ੍ਹੋ ਸੰਦੂਕ ਸੂਰਮਾ ਅਲੀ ਜਰਾ,
ਉਸ ਦੇ ਹੇਠਾਂ ਪਏ ਅੰਗੂਠੀ ਤੇ ਕੰਗਣ।
ਸ਼ਿੰਗਾਰ ਕਰ ਕੇ ਮੈਂ ਕਿਸ ਨੂੰ ਦਿਖਾਉਂਦੀ?
ਜਦੋਂ ਤੁਸੀਂ ਮੇਰੇ ਕੋਲ ਨਹੀਂ ਸੀ ਸੱਜਣ।"
ਅਲੀ ਦੌੜ ਕੇ ਮਾਂ ਕੋਲ ਗਿਆ:
"ਕਿਸ ਲਈ ਤੁਸੀਂ ਮੈਨੂੰ ਬੁਲਾਇਐ, ਕੀ ਗੱਲ ਹੋ ਗਈ ਐ?"

"ਤੁਹਾਡੇ ਬਿਨਾਂ ਤੁਹਾਡੀ ਬੀਵੀ ਬਹੁਤ ਉਦਾਸ ਹੋ ਗਈ ਸੀ, ਬੱਚੇ ਵੀ ਉਦਾਸ ਹੋ ਰਹੇ ਸੀ। ਫਿਰ ਮੈਂ ਸੋਚਿਆ ਕਿ ਤੁਸੀਂ ਭੇਡ ਦਾ ਤਾਜ਼ਾ-ਤਾਜ਼ਾ ਗੋਸ਼ਤ ਆਪਣੇ ਨਾਲ ਲਿਆਵੋਗੇ। ਬਹੁਤ ਦਿਨਾਂ ਤੋਂ ਨਹੀਂ ਖਾਧਾ।"

ਅਲੀ ਨੇ ਆਪਣਾ ਸਿਰ ਫੜ ਲਿਆ ਅਤੇ ਉਹ ਭੱਜ ਕੇ ਪਤਨੀ ਕੋਲ ਗਿਆ।

ਜੋਤੀ ਬੁਝੀ ਜਾਂਦੀ ਸੀ ਉਸ ਦੇ ਨੈਣਾਂ ਦੀ,
ਠੰਢੇ ਹੱਥ ਪਤਨੀ ਦੇ, ਸਾਹ ਨਾ ਆਵੇ।
ਹੰਝੂ-ਧਾਰਾ ਵਹੇ ਅਲੀ ਦੀਆਂ ਅੱਖਾਂ ਵਿੱਚੋਂ,
ਪਰ ਪਤਨੀ ਪ੍ਰਲੋਕ ਧਾਮ ਨੂੰ ਵਧਦੀ ਜਾਵੇ।

ਖੰਜਰ ਲਿਆ ਕੱਢ ਅਲੀ ਨੇ ਜਦੋਂ ਆਪਣਾ,
ਤੇਜ ਧਾਰ ਵਾਲਾ ਅਤੇ ਖ਼ੂਨ ਨਾਲ ਭਿੱਜਿਆ।
ਆਪਣੇ ਉੱਪਰ ਖ਼ੂਬ ਜ਼ੋਰ ਨਾਲ ਵਾਰ ਕੀਤਾ,
ਅਤੇ ਪਤਨੀ ਦੇ ਨੇੜੇ ਹੀ, ਉਹ ਵੀ ਡਿੱਗਿਆ।

ਤਾਂ ਇਸ ਤਰ੍ਹਾਂ ਅੰਤ ਹੋਇਆ ਇਸ ਘਟਨਾ ਦਾ। ਇਨ੍ਹਾਂ ਦੋਵਾਂ ਨੂੰ ਇਕੱਠਿਆਂ ਦਫ਼ਨਾਇਆ ਗਿਆ। ਇਨ੍ਹਾਂ ਦੀ ਕਬਰ ਦੇ ਨੇੜੇ ਦੋ ਦਰੱਖਤ ਉੱਗ ਆਏ।

ਤਾਂ ਮੈਂ ਹੋਰ ਕਿਸ ਦੀ ਦਾਸਤਾਨ ਗਾਵਾਂ? ਸ਼ਾਇਦ ਕਾਮਾਲੀਲ ਬਾਸ਼ੀਰ ਦੀ? ਕੌਣ ਸੀ ਇਹ ਕਾਮਾਲੀਲ ਬਾਸ਼ੀਰ? ਇੰਝ ਕਿਹਾ ਜਾ ਸਕਦਾ ਹੈ ਕਿ ਉਹ ਸਾਡੇ ਦਾਗ਼ਿਸਤਾਨ ਦਾ ਡੋਨ-ਜੁਆਨ ਸੀ। ਲੋਕਾਂ ਦਾ ਕਹਿਣਾ ਹੈ ਕਿ ਜਦੋਂ ਉਹ ਪਾਣੀ ਪੀਂਦਾ ਸੀ, ਤਾਂ ਉਸ ਦੇ ਗਲੇ ਵਿੱਚੋਂ ਨਿਰਮਲ ਜਲ ਸਪੱਸ਼ਟ ਰੂਪ ਵਿੱਚ ਹੇਠਾਂ ਜਾਂਦਾ ਦਿਖਾਈ ਦਿੰਦਾ ਸੀ। ਇੰਨੀ ਕੋਮਲ ਸੀ ਉਸ ਦੀ ਚਮੜੀ। ਉਸ ਦੀ ਇਸੇ ਗਰਦਨ ਨੂੰ ਉਸ ਦੇ ਪਿਤਾ ਨੇ ਵੱਢ ਦਿੱਤਾ ਸੀ। ਕਿਉਂ? ਇਸ ਲਈ ਕਿ ਬੇਟਾ ਬਹੁਤ ਹੀ ਜ਼ਿਆਦਾ ਖ਼ੂਬਸੂਰਤ ਸੀ।

ਕਾਮਾਲੀਲ ਤਾਂ ਮਰ ਗਿਆ, ਪਰ ਪਿਆਰ ਬਾਰੇ ਤਾਂ ਉਸੇ ਤਰ੍ਹਾਂ ਗਾਇਆ ਜਾਂਦਾ ਹੈ, ਜਿਵੇਂ ਪਹਿਲਾਂ ਗਾਇਆ ਜਾਂਦਾ ਸੀ।

ਬੱਚਾ ਤਾਂ ਪੰਘੂੜੇ ਵਿੱਚ ਹੀ ਹੁੰਦਾ ਹੈ, ਪਰ ਪ੍ਰੇਮ ਦਾ ਗੀਤ ਉਸ ਉੱਪਰ ਗੂੰਜਣ ਲੱਗਦਾ ਹੈ।

ਦੁਬਾਰਾ ਮੈਂ ਸਾਡੀ ਇੱਕ ਸਿੱਧੀ-ਸਾਦੀ ਲੋਕ-ਖੇਡ ਦੀ ਯਾਦ ਦਿਵਾਉਣਾ ਚਾਹੁੰਦਾ ਹਾਂ।

ਇਹ ਖੇਡ ਗੀਤਮਇਤਾ, ਹਾਜ਼ਰ-ਜਵਾਬੀ, ਜ਼ਰੂਰੀ ਅਤੇ ਜਲਦੀ ਢੁਕਵਾਂ ਸ਼ਬਦ ਲੱਭ ਸਕਣ ਦੀ ਸਮਰੱਥਾ ਦਾ ਮੁਕਾਬਲਾ ਹੁੰਦੀ ਹੈ। ਅਜਿਹੀ ਖੇਡ ਹੈ ਇਹ। ਦਾਗ਼ਿਸਤਾਨ ਦੇ ਹਰ ਪਿੰਡ ਵਿੱਚ ਲੋਕ ਇਸ ਨੂੰ ਜਾਣਦੇ ਹਨ। ਸਰਦੀਆਂ ਦੀਆਂ ਲੰਬੀਆਂ ਰਾਤਾਂ ਨੂੰ ਪਿੰਡ ਦੇ ਗੱਭਰੂ-ਮੁਟਿਆਰਾਂ ਕਿਸੇ ਪਹਾੜੀ ਘਰ ਵਿੱਚ ਇਕੱਠੇ ਹੋ ਜਾਂਦੇ ਹਨ। ਉਹ ਨਾ ਤਾਂ ਵੋਦਕਾ ਪੀਂਦੇ ਹਨ, ਨਾ ਤਾਸ਼ ਖੇਡਦੇ ਹਨ, ਨਾ ਬੀਜ ਛਿੱਲ ਕੇ ਖਾਂਦੇ ਹਨ ਅਤੇ ਨਾ ਬੇਹੂਦਾ ਹਰਕਤਾਂ ਕਰਦੇ ਹਨ, ਬਲਕਿ ਕਵਿਤਾ ਦੀ ਖੇਡ ਖੇਡਦੇ ਹਨ, ਭਾਵ ਬੈਂਤਬਾਜ਼ੀ ਕਰਦੇ ਹਨ। ਇਹ ਬਹੁਤ ਵਧੀਆ ਗੱਲ ਹੈ ਨਾ!

ਇੱਕ ਛੋਟੀ ਜਿਹੀ ਛਟੀ ਲਿਆਂਦੀ ਜਾਂਦੀ ਹੈ। ਕੋਈ ਮੁਟਿਆਰ ਉਸ ਨੂੰ ਹੱਥ ਵਿੱਚ ਲੈ ਲੈਂਦੀ ਹੈ। ਮੁਟਿਆਰ ਇਸ ਛਟੀ ਨਾਲ ਕਿਸੇ ਗੱਭਰੂ ਨੂੰ ਛੂੰਹਦੀ ਹੈ ਅਤੇ ਗਾਉਂਦੀ ਹੈ:

ਲੈ ਲਓ ਤੁਸੀਂ ਇਹ ਛਟੀ, ਜੋ ਸਭ ਤੋਂ ਹੋਵੇ ਸੋਹਣੀ,
ਚੁਣੋ ਸੁੰਦਰੀ, ਜੋ ਸਭ ਤੋਂ ਵਧ-ਚੜ੍ਹ ਕੇ ਮਨਮੋਹਣੀ।

ਗੱਭਰੂ ਕਿਸੇ ਮੁਟਿਆਰ ਨੂੰ ਚੁਣ ਲੈਂਦਾ ਹੈ ਅਤੇ ਉਹ ਸਟੂਲ 'ਤੇ ਬੈਠ ਜਾਂਦੀ ਹੈ। ਇਨ੍ਹਾਂ ਦੋਵਾਂ ਵਿਚਕਾਰ ਕਵਿਤਾ ਵਿੱਚ ਗੱਲਬਾਤ ਹੁੰਦੀ ਹੈ:

ਸੁਣੋ ਸੋਹਣੀਏ, ਸੁਣੋ ਸੋਹਣੀਏ,
ਨਾਂ ਤੁਹਾਡਾ ਕੀ ਐ, ਬੋਲ ਸੁਣਾਓ।
ਕਿਹੜੇ ਕੁਲ ਤੇ ਮਾਂ-ਬਾਪ ਦੀ,
ਸੁਣੋ ਸੋਹਣੀਏ, ਮੈਨੂੰ ਸਮਝਾਓ।

ਬਾਕੀ ਸਾਰੇ ਗੱਭਰੂ ਤਾੜੀ ਵਜਾਉਂਦੇ ਹੋਏ ਗਾਉਂਦੇ ਹਨ: "ਆਈ, ਦਾਈ, ਦਾਲਾਲਾਈ!"

ਆਪਣਾ ਨਾਂ ਹੈ ਦੱਸਿਆ ਮੈਂ,
ਕਿਸੇ ਹੋਰ ਨੂੰ, ਨਹੀਂ ਤੁਹਾਨੂੰ।
ਵਚਨ ਪਿਆਰ ਦਾ ਦੇ ਬੈਠੀ ਮੈਂ,
ਕਿਸੇ ਹੋਰ ਨੂੰ, ਨਹੀਂ ਤੁਹਾਨੂੰ।

ਬਾਕੀ ਸਾਰੇ ਤਾੜੀ ਵਜਾਉਂਦੇ ਹੋਏ ਗਾਉਂਦੇ ਹਨ: "ਆਈ, ਦਾਈ, ਦਾਲਾਲਾਈ!"

ਮੁਟਿਆਰ ਸਟੂਲ ਤੋਂ ਉੱਠਦੀ ਹੈ, ਛਟੀ ਨਾਲ ਕਿਸੇ ਗੱਭਰੂ ਨੂੰ ਚੁਣਦੀ ਹੈ, ਜੋ ਉਸ ਦੀ ਜਗ੍ਹਾ ਬੈਠ ਜਾਂਦਾ ਹੈ। ਇਹ ਨਵਾਂ ਜੋੜਾ ਨਵਾਂ ਕਾਵਿ-ਵਾਰਤਾਲਾਪ ਸ਼ੁਰੂ ਕਰਦਾ ਹੈ।

ਮੁਟਿਆਰ:

ਬਰ.ਫ ਦੇ ਪਰਬਤ ਢਕੇ ਜਾ ਰਹੇ,
ਰਾਹ ਨਾ ਕਿਤੇ ਨਿਗ੍ਹਾ ਆਵੇ।
ਲੱਭੇ ਘਾਹ ਮੇਮਣਾ ਪਿਆਰਾ,
ਕਿੱਥੇ, ਉਸ ਨੂੰ ਉਹ ਪਾਵੇ।

ਗੱਭਰੂ:

ਬਰ.ਫ ਤਾਂ ਹਰ ਪਲ ਪਿਘਲਦੀ,
ਵਹੇ ਚਾਂਦੀ ਜਿਹੀ ਹਿਮ-ਧਾਰਾ।
ਘਾਹ ਤੇਰੇ ਸੀਨੇ ਤੋਂ ਪਾਵੇ,
ਮੇਮਣਾ ਉਹ ਵਿਚਾਰਾ।

"ਆਈ, ਦਾਈ, ਦਾਲਾਲਾਈ!" ਨਵਾਂ ਜੋੜਾ ਸਾਹਮਣੇ ਆਉਂਦਾ ਹੈ।

ਮੁਟਿਆਰ:

ਸ਼ੀਤਲ ਜਲ ਦਾ ਖੂਹ ਹੈ ਜਿੱਥੇ,
ਨੇੜੇ ਉੱਥੇ ਰਹਿੰਦਾ ਅਜਗਰ।
ਬੱਕਰੇ ਦਾ ਪਾਣੀ ਪੀ ਲੈਣਾ,
ਉਹ ਕਰ ਦਿੰਦਾ ਹੈ ਦੁੱਭਰ।

ਗੱਭਰੂ

ਬੇਸ਼ੱਕ ਰਹੇ ਉੱਥੇ ਅਜਗਰ,
ਨਹੀਂ ਕਿਸੇ ਨੂੰ ਉਸ ਦਾ ਡਰ।
ਤੇਰੀਆਂ ਅੱਖਾਂ ਦੇ ਪਿਆਲੇ ਨਾਲ,
ਉਹ ਜਲ ਪੀ ਲਏਗਾ ਜੀਅ ਭਰ।

"ਆਈ, ਦਾਈ, ਦਾਲਾਲਾਈ!" ਨਵਾਂ ਜੋੜਾ ਸਾਹਮਣੇ ਆਉਂਦਾ ਹੈ।

ਗੱਭਰੂ:

ਦੱਰੇ ਵਿੱਚ ਤੂਫ਼ਾਨ ਗਰਜਦਾ,
ਵਿਛੀ ਨਦੀ 'ਤੇ ਹਿਮ-ਚਾਦਰ।
ਤੇਰੇ ਨਾਲ ਸ਼ਾਦੀ ਕਰਨੀ ਚਾਹਾਂ,
ਅਤੇ ਵਸਾਉਣਾ ਆਪਣਾ ਘਰ।

ਮੁਟਿਆਰ:

ਕਿਸੇ ਦੂਜੀ ਗਲੀ, ਪਿੰਡ ਵਿੱਚ,
ਲੱਭ ਤੂੰ ਆਪਣੀ ਦੁੱਲਹਣ।
ਨਹੀਂ ਤਿੱਤਰੀ ਅਪਣਾ ਸਕਦੀ,
ਮੁਰਗੀਖਾਨੇ ਦਾ ਬੰਧਨ।

"ਆਈ, ਦਾਈ, ਦਾਲਾਲਾਈ!" ਸਾਰੇ ਤਾੜੀਆਂ ਵਜਾਉਂਦੇ ਅਤੇ ਹੱਸਦੇ ਹਨ ਇਸ ਤਰ੍ਹਾਂ ਬੀਤਦੀਆਂ ਹਨ ਸਰਦੀਆਂ ਦੀਆਂ ਲੰਬੀਆਂ ਰਾਤਾਂ।

ਪਿਆਰ ਬਾਰੇ ਦਾਗ਼ਿਸਤਾਨੀ ਗੀਤ-ਗਾਣੇ! ਜਦੋਂ ਤੱਕ ਇਸ ਗੱਭਰੂ ਨੇ ਇਸ ਚੀਜ਼ ਲਈ ਮਿੰਨਤ ਕੀਤੀ ਕਿ ਇਹ ਮੁਟਿਆਰ ਉਸ ਨਾਲ ਸ਼ਾਦੀ ਕਰ ਲਵੇ, ਦੂਜੇ ਗੱਭਰੂ ਕਿਸੇ ਤਰ੍ਹਾਂ ਦੀ ਰਸਮ ਤੋਂ ਬਿਨਾਂ ਹੀ ਉਸ ਚੁਰਾ ਕੇ ਲੈ ਜਾਂਦੇ ਹਨ।

ਜਦੋਂ ਤੱਕ ਇਸ ਮੁਟਿਆਰ ਦੇ ਦਰਵਾਜ਼ੇ 'ਤੇ ਸੱਭਿਅਕ ਢੰਗ ਨਾਲ ਦਸਤਕ ਦਿੱਤੀ ਜਾਂਦੀ ਰਹੀ, ਦੂਜੇ ਗੱਭਰੂ ਖਿੜਕੀ ਵਿੱਚੋਂ ਟੱਪ ਕੇ ਉਸ ਕੋਲ ਜਾ ਪਹੁੰਚੇ।

ਸਦੀਆਂ ਬੀਤਦੀਆਂ ਰਹੀਆਂ ਹਨ, ਪਰ ਗਾਣੇ ਇਸ ਤਰ੍ਹਾਂ ਹੀ ਜਿਉਂਦੇ ਰਹਿੰਦੇ ਹਨ, ਜੀਵਤ ਰਹਿੰਦੇ ਹਨ। ਗਾਇਕ ਉਨ੍ਹਾਂ ਨੂੰ ਰਚਦੇ ਹਨ, ਪਰ ਗੀਤ ਸਾਰੇ ਗਾਇਕਾਂ ਨੂੰ ਜਨਮ ਦਿੰਦੇ ਹਨ।

ਕੀ ਗੀਤ-ਗਾਣਿਆਂ ਤੋਂ ਬਿਨਾਂ ਸ਼ਾਦੀ ਹੋ ਸਕਦੀ ਹੈ? ਕੀ ਗਾਣਿਆਂ ਤੋਂ ਬਿਨਾਂ ਇੱਕ ਦਿਨ ਵੀ ਬੀਤ ਸਕਦਾ ਹੈ? ਕੀ ਕੋਈ ਆਦਮੀ ਗਾਣਿਆਂ ਬਿਨਾਂ ਜ਼ਿੰਦਗੀ ਬਿਤਾ ਸਕਦਾ ਹੈ?

ਸਾਡੇ ਇੱਥੇ ਕਿਹਾ ਜਾਂਦਾ ਹੈ ਕਿ ਜੋ ਗਾਉਣਾ ਨਹੀਂ ਜਾਣਦਾ, ਉਸ ਨੂੰ ਪਸ਼ੂਆਂ ਦੇ ਵਾੜੇ ਵਿੱਚ ਰਹਿਣਾ ਚਾਹੀਦਾ ਹੈ।

ਇਹ ਵੀ ਕਿਹਾ ਜਾਂਦਾ ਹੈ ਕਿ ਪਿਆਰ ਤੋਂ ਅਣਜਾਣ ਮਹਾਂਬਲੀ ਕਿਸੇ ਪ੍ਰੇਮ-ਦੀਵਾਨੇ ਦੀ ਕਮਰ ਤੱਕ ਵੀ ਨਹੀਂ ਪਹੁੰਚਦਾ।

ਮਹਿਮੂਦ ਬਾਰੇ ਇਹ ਕਿੱਸਾ ਸੁਣਾਇਆ ਜਾਂਦਾ ਹੈ। ਪਹਿਲੇ ਵਿਸ਼ਵ-ਯੁੱਧ ਵੇਲੇ

ਉਹ ਦਾਗ਼ਿਸਤਾਨੀ ਘੋੜ-ਸਵਾਰ ਰੈਜੀਮੈਂਟ ਨਾਲ ਕਾਰਪੇਥੀਆ ਦੇ ਮੋਰਚੇ 'ਤੇ ਸੀ। ਉਸ ਨੇ ਆਪਣਾ ਪ੍ਰਸਿੱਧ ਗੀਤ 'ਮਰੀਅਮ' ਉੱਥੇ ਹੀ ਰਚਿਆ ਅਤੇ ਮਹਿਮੂਦ ਦੇ ਫ਼ੌਜੀ ਸਾਥੀ ਉਸ ਨੂੰ ਪੜਾਵਾਂ 'ਤੇ ਗਾਉਣ ਲੱਗੇ। ਇਸ ਗਾਣੇ ਦੀ ਕਹਾਣੀ ਇਹ ਹੈ।

ਇੱਕ ਘਮਸਾਨ ਦੀ ਲੜਾਈ ਵਿੱਚ ਰੂਸੀ ਫ਼ੌਜਾਂ ਨੇ ਆਸਟ੍ਰਿਆਈ ਫ਼ੌਜਾਂ ਨੂੰ ਖਦੇੜ ਕੇ ਇੱਕ ਪਿੰਡ 'ਤੇ ਕਬਜ਼ਾ ਕਰ ਲਿਆ। ਭੱਜਦੇ ਦੁਸ਼ਮਣਾਂ ਦਾ ਪਿੱਛਾ ਕਰਦੇ ਹੋਏ ਮਹਿਮੂਦ ਇੱਕ ਗਿਰਜੇ ਦੇ ਨੇੜੇ ਪਹੁੰਚ ਗਿਆ। ਇੱਕ ਡਰਿਆ ਹੋਇਆ ਆਸਟ੍ਰਿਆਈ ਗਿਰਜੇ ਦੇ ਦਰਵਾਜ਼ੇ ਵਿੱਚੋਂ ਦੌੜ ਕੇ ਬਾਹਰ ਆਇਆ, ਪਰ ਗੁੱਸੇ ਨਾਲ ਦਹਿਕਦੇ ਹੋਏ ਇੱਕ ਪਹਾੜੀ ਘੋੜ-ਸਵਾਰ ਨੂੰ ਆਪਣੇ ਸਾਹਮਣੇ ਦੇਖ ਕੇ ਦੁਬਾਰਾ ਗਿਰਜੇ ਵਿੱਚ ਭੱਜ ਗਿਆ।

ਇਸ ਘਟਨਾ ਤੋਂ ਕੁੱਝ ਦਿਨ ਪਹਿਲਾਂ ਮਹਿਮੂਦ ਦਾ ਭਰਾ ਲੜਾਈ ਵਿੱਚ ਮਾਰਿਆ ਗਿਆ ਸੀ ਅਤੇ ਉਹ ਬਦਲਾ ਲੈਣ ਲਈ ਬੇਕਰਾਰ ਸੀ। ਜ਼ਿਆਦਾ ਸੋਚ-ਵਿਚਾਰ ਕੀਤੇ ਬਿਨਾਂ ਉਸ ਨੇ ਘੋੜੇ ਤੋਂ ਛਾਲ ਮਾਰੀ, ਖੰਜਰ ਕੱਢਦੇ ਹੋਏ ਇਰਾਦਾ ਬਣਾ ਲਿਆ ਕਿ ਅੰਦਰ ਜਾ ਕੇ ਤੁਰੰਤ ਇਸ ਆਸਟ੍ਰਿਆਈ ਦੀ ਜਾਨ ਲੈ ਲਵੇਗਾ। ਪਰ ਭੱਜਦੇ ਹੋਏ ਗਿਰਜੇ ਵਿੱਚ ਜਾਣ 'ਤੇ ਮਹਿਮੂਦ ਸੁੰਨ ਰਹਿ ਗਿਆ।

ਉਸ ਨੇ ਆਸਟ੍ਰਿਆਈ ਨੂੰ ਗੋਡੇ ਟੇਕ ਕੇ ਈਸਾ ਦੀ ਮਾਂ ਮਰੀਅਮ ਦੀ ਪ੍ਰਤਿਮਾ ਸਾਹਮਣੇ ਪ੍ਰਾਰਥਨਾ ਕਰਦੇ ਦੇਖਿਆ।

ਦਾਗ਼ਿਸਤਾਨ ਵਿੱਚ ਤਾਂ ਗੋਡੇ ਟੇਕਣ ਵਾਲੇ 'ਤੇ ਉਂਝ ਵੀ ਹੱਥ ਨਹੀਂ ਚੁੱਕਿਆ ਜਾਂਦਾ ਅਤੇ ਪ੍ਰਭੂ ਈਸਾ ਦੀ ਮਾਂ ਦੀ ਪ੍ਰਤਿਮਾ ਦੇ ਸਾਹਮਣੇ ਪ੍ਰਾਰਥਨਾ ਕਰਨ ਵਾਲੇ 'ਤੇ ਹੱਥ ਚੁੱਕਣ ਦਾ ਤਾਂ ਸਵਾਲ ਹੀ ਨਹੀਂ ਸੀ ਪੈਦਾ ਹੁੰਦਾ। ਇਸ ਤੋਂ ਇਲਾਵਾ ਮਹਿਮੂਦ ਉਸ ਔਰਤ ਦੀ ਸੁੰਦਰਤਾ ਤੋਂ ਵੀ ਸੁੰਨ ਰਹਿ ਗਿਆ, ਜਿਸ ਦੀ ਆਸਟ੍ਰਿਆਈ ਪੂਜਾ ਕਰ ਰਿਹਾ ਸੀ।

ਮਹਿਮੂਦ ਨੇ ਅਚਾਨਕ ਦੇਖਿਆ ਕਿ ਉਸ ਦੇ ਸਾਹਮਣੇ ਉਸ ਦੀ ਪ੍ਰੇਮਿਕਾ ਦੀ ਮੂਰਤੀ ਹੈ, ਉਸੇ ਦੀਆਂ ਅੱਖਾਂ ਹਨ, ਅੱਖਾਂ ਵਿੱਚ ਉਸੇ ਦੀ ਪੀੜਾ ਹੈ, ਉਸੇ ਦਾ ਚਿਹਰਾ-ਮੁਹਰਾ, ਉਸੇ ਦੀ ਪੁਸ਼ਾਕ ਹੈ। ਮਹਿਮੂਦ ਦੇ ਹੱਥ ਵਿੱਚੋਂ ਖੰਜਰ ਡਿੱਗ ਗਿਆ। ਇਹ ਤਾਂ ਪਤਾ ਨਹੀਂ ਕਿ ਆਸਟ੍ਰਿਆਈ ਨੇ ਇਸ ਘਟਨਾ ਬਾਰੇ ਕੀ ਕਿਹਾ, ਪਰ ਗੁੱਸੇ ਨਾਲ ਉੱਬਲਿਆ ਮਹਿਮੂਦ ਵੀ ਉਸ ਦੇ ਨੇੜੇ ਹੀ ਗੋਡੇ ਟੇਕ ਕੇ ਈਸਾਈਆਂ ਵਾਲੇ ਢੰਗ ਨਾਲ ਪ੍ਰਾਰਥਨਾ ਕਰਨ, ਅਜੀਬ ਢੰਗ ਨਾਲ ਮੱਥੇ, ਮੋਢਿਆਂ ਅਤੇ ਛਾਤੀ ਨਾਲ ਆਪਣੀਆਂ ਉਂਗਲਾਂ ਛੁਹਾਉਣ ਲੱਗਿਆ। ਆਸਟ੍ਰਿਆਈ ਕਦੋਂ ਉੱਥੋਂ ਖਿਸਕ ਗਿਆ, ਮਹਿਮੂਦ ਨੇ ਇਹ ਨਹੀਂ ਦੇਖਿਆ। ਹੋਸ਼-ਹਵਾਸ਼ ਟਿਕਾਣੇ ਆਉਣ 'ਤੇ ਉਸ ਨੇ ਆਪਣੀ ਪ੍ਰਸਿੱਧ ਕਵਿਤਾ 'ਮਰੀਅਮ' ਭਾਵ ਮਰੀਆ ਬਾਰੇ ਕਵਿਤਾ ਰਚੀ। ਮਹਿਮੂਦ ਲਈ ਮੂਈ ਅਤੇ ਮਰੀਆ ਇੱਕ ਹੀ ਬਿੰਬ ਵਿੱਚ ਘੁਲ-ਮਿਲ ਗਈਆਂ। ਉਸ ਨੇ ਮਰੀਆ ਬਾਰੇ ਕਵਿਤਾ ਰਚੀ, ਪਰ ਸੋਚਦਾ ਰਿਹਾ ਮੂਈ ਬਾਰੇ, ਸਿਰਜਣਾ ਕੀਤੀ ਮੂਈ ਬਾਰੇ, ਪਰ ਸੋਚਦਾ ਰਿਹਾ ਮਰੀਆ ਬਾਰੇ।

ਇਸ ਤੋਂ ਬਾਅਦ ਮਹਿਮੂਦ ਪਿਆਰ ਤੋਂ ਬਿਨਾਂ ਕਿਸੇ ਦੂਜੀ ਚੀਜ਼ ਨੂੰ ਮਾਨਤਾ ਹੀ ਨਹੀਂ ਦਿੰਦਾ ਸੀ। ਉਸ ਦੀ ਆਤਮਾ ਦੂਜੇ ਗੀਤਾਂ ਨੂੰ ਗ੍ਰਹਿਣ ਹੀ ਨਹੀਂ ਕਰਦੀ ਸੀ। ਦਾਗ਼ਿਸਤਾਨ ਦੇ ਕਵੀਆਂ ਵਿੱਚ ਹੋਰ ਕੋਈ ਵੀ ਅਜਿਹਾ ਨਹੀਂ ਸੀ, ਜੋ ਉਸ ਦੀਆਂ ਭਾਵਨਾਵਾਂ ਦੇ ਆਵੇਗ

ਦੀ ਉਚਾਈ ਨੂੰ ਛੂਹ ਸਕਦਾ, ਉਸ ਦੇ ਗੀਤਾਂ ਦੀ ਗਹਿਰਾਈ ਤੱਕ ਜਾ ਸਕਦਾ। ਉਸ ਨੂੰ ਤਾਂ ਇਸ ਗੱਲ ਦੀ ਚੇਤਨਾ ਹੀ ਨਹੀਂ ਰਹੀ ਸੀ ਕਿ ਉਹ ਕਵਿਤਾ ਰਚ ਰਿਹਾ ਹੈ, ਕਿ ਕਵਿਤਾ ਵਿੱਚ ਗੱਲ ਕਰ ਰਿਹਾ ਹੈ, ਕਿ ਬੋਲ ਨਹੀਂ ਰਿਹਾ, ਬਲਕਿ ਗਾ ਰਿਹਾ ਹੈ। ਜਿਵੇਂ ਕੋਈ ਦੂਜਾ ਹੀ ਉਸ ਦੀ ਜਗ੍ਹਾ ਬੋਲ ਅਤੇ ਗਾ ਰਿਹਾ ਹੋਵੇ। ਉਹ ਮੂਈ ਅਤੇ ਉਸ ਪ੍ਰਤੀ ਆਪਣੀਆਂ ਭਾਵਨਾਵਾਂ ਨੂੰ ਹੀ ਆਪਣੀਆਂ ਸਾਰੀਆਂ ਸਫ਼ਲਤਾਵਾਂ ਦਾ ਸਿਹਰਾ ਦਿੰਦਾ ਸੀ। ਜੇਕਰ ਉਸ ਦਾ ਕੋਈ ਦੋਸਤ ਉਸ ਨਾਲ ਮੂਈ ਦੀ ਗੱਲ ਨਾ ਕਰਦਾ, ਤਾਂ ਉਹ ਉਸ ਦੀ ਗੱਲ ਹੀ ਸੁਣਨੀ ਬੰਦ ਕਰ ਦਿੰਦਾ ਸੀ।

ਮਹਿਮੂਦ ਬਾਰੇ ਮੇਰੇ ਪਿਤਾ ਜੀ ਨੇ ਮੈਨੂੰ ਇਹ ਦੱਸਿਆ ਸੀ।

ਮਹਿਮੂਦ ਕੋਲ ਬਹੁਤ ਸਾਰੇ ਲੋਕ ਆਉਣ ਲੱਗੇ, ਪਰ ਕੇਵਲ ਪ੍ਰੇਮ-ਦੀਵਾਨੇ ਹੀ ਆਉਂਦੇ ਸਨ। ਉਹ ਮਹਿਮੂਦ ਦੇ ਸ਼ਬਦਾਂ ਦੀ ਸ਼ਕਤੀ ਨੂੰ ਸਮਝਦੇ ਸਨ ਅਤੇ ਉਸ ਨੂੰ ਆਪਣੇ ਲਈ ਕਵਿਤਾ ਰਚਣ ਲਈ ਕਹਿੰਦੇ ਸਨ। ਅਜਿਹਾ ਪ੍ਰੇਮੀ ਵੀ ਆਉਂਦਾ, ਜਿਸ ਨੂੰ ਪਹਿਲੀ ਵਾਰ ਕਿਸੇ ਲੜਕੀ ਨਾਲ ਪ੍ਰੇਮ ਹੋਇਆ ਹੁੰਦਾ ਸੀ ਅਤੇ ਉਹ ਨਹੀਂ ਜਾਣਦਾ ਸੀ ਕਿ ਉਸ ਨਾਲ ਇਸ ਗੱਲ ਦੀ ਚਰਚਾ ਕਿਵੇਂ ਕਰੇ। ਅਜਿਹਾ ਪ੍ਰੇਮੀ ਵੀ ਆਉਂਦਾ ਸੀ, ਜਿਸ ਦੀ ਪ੍ਰੇਮਿਕਾ ਨੇ ਕਿਸੇ ਦੂਜੇ ਨਾਲ ਸ਼ਾਦੀ ਕਰ ਲਈ ਸੀ ਅਤੇ ਉਹ ਵਿਚਾਰਾ ਇਹ ਨਹੀਂ ਜਾਣਦਾ ਸੀ ਕਿ ਆਪਣੇ ਬਿਰਹਾ-ਗ੍ਰਸਤ ਹਿਰਦੇ ਦਾ ਕੀ ਕਰੇ। ਅਜਿਹਾ ਵਿਅਕਤੀ ਵੀ ਆਉਂਦਾ ਸੀ, ਜਿਸ ਨੂੰ ਕਿਸੇ ਵਿਧਵਾ ਨਾਲ ਪ੍ਰੇਮ ਹੋ ਜਾਂਦਾ ਸੀ, ਜੋ ਆਪਣੇ ਮਰ ਚੁੱਕੇ ਪਤੀ ਲਈ ਹੀ ਵਫ਼ਾਦਾਰ ਬਣੀ ਰਹਿੰਦੀ ਸੀ ਅਤੇ ਪ੍ਰੇਮੀ ਇਹ ਨਹੀਂ ਜਾਣਦਾ ਸੀ ਕਿ ਉਸ ਵਿਧਵਾ ਦੇ ਦਿਲ ਨੂੰ ਕਿਵੇਂ ਮੋਮ ਬਣਾਵੇ।

ਮਹਿਮੂਦ ਕੋਲ ਅਜਿਹੇ ਪ੍ਰੇਮੀ ਵੀ ਆਉਂਦੇ, ਜਿਨ੍ਹਾਂ ਦੀਆਂ ਪ੍ਰੇਮਿਕਾਵਾਂ ਨੇ ਉਨ੍ਹਾਂ ਨਾਲ ਬੇਵਫ਼ਾਈ ਕੀਤੀ ਸੀ। ਅਜਿਹੇ ਵੀ ਆਉਂਦੇ, ਜਿਨ੍ਹਾਂ ਦੇ ਦਿਲ ਪ੍ਰੇਮ ਦਾ ਜਵਾਬ ਨਾ ਮਿਲਣ ਕਰਕੇ ਤੜਫ਼ਦੇ ਸਨ। ਅਜਿਹੇ ਵੀ ਆਉਂਦੇ, ਜਿਨ੍ਹਾਂ ਦਾ ਆਪਣੀਆਂ ਪ੍ਰੇਮਿਕਾਵਾਂ ਨਾਲ ਝਗੜਾ ਹੋ ਜਾਂਦਾ ਸੀ। ਅਜਿਹੇ ਵੀ ਆਉਂਦੇ, ਜਿਹੜੇ ਵਿੱਛੜ ਜਾਂਦੇ ਸਨ।

ਜਿੰਨੇ ਲੋਕ ਹਨ, ਉਨੇ ਹੀ ਪ੍ਰੇਮ-ਦੀਵਾਨੇ ਹਨ। ਜਿੰਨੇ ਪ੍ਰੇਮ-ਦੀਵਾਨੇ ਹਨ, ਉਨ੍ਹਾਂ ਦੇ ਪ੍ਰੇਮ ਦੇ ਰੂਪ ਵੀ ਉਨੇ ਹੀ ਵੱਖਰੇ ਹਨ। ਦੋ ਪ੍ਰੇਮੀ ਇੱਕੋ ਜਿਹੇ ਨਹੀਂ ਹੋ ਸਕਦੇ।

ਮਹਿਮੂਦ ਹਰੇਕ ਵਿਸ਼ੇਸ਼ ਪ੍ਰੇਮ-ਸਮੱਸਿਆ ਦੇ ਅਨੁਸਾਰ ਕਵਿਤਾ ਰਚਦਾ। ਪ੍ਰੇਮੀ ਆਪਸ ਵਿੱਚ ਮਿਲ ਜਾਂਦੇ, ਜਿਨ੍ਹਾਂ ਵਿੱਚ ਝਗੜਾ ਹੋ ਗਿਆ ਸੀ, ਉਨ੍ਹਾਂ ਵਿੱਚ ਸੁਲਾਹ ਹੋ ਜਾਂਦੀ, ਕਠੋਰ ਅਤੇ ਦੁੱਖ ਵਿੱਚ ਡੁੱਬੀ ਵਿਧਵਾ ਦਾ ਦਿਲ ਮੋਮ ਹੋ ਜਾਂਦਾ, ਝਿਜਕਦੇ-ਘਬਰਾਉਂਦੇ ਗੱਭਰੂ ਦੇ ਦਿਲ ਵਿੱਚ ਦਲੇਰੀ ਦਾ ਸੰਚਾਰ ਹੋ ਜਾਂਦਾ, ਬੇਵਫ਼ਾਈ ਕਰਨ ਵਾਲੇ ਸ਼ਰਮ ਨਾਲ ਪਾਣੀ-ਪਾਣੀ ਹੋ ਜਾਂਦੇ, ਧੋਖਾ ਕਰਨ ਵਾਲੇ ਮਾਫ਼ ਕਰ ਦਿੰਦੇ। ਇੱਕ ਵਾਰ ਮਹਿਮੂਦ ਨੂੰ ਪੁੱਛਿਆ ਗਿਆ।

"ਤੁਸੀਂ ਬਹੁਤ ਹੀ ਵੱਖ-ਵੱਖ ਲੋਕਾਂ ਦੀ ਮਨੋ-ਸਥਿਤੀ ਦੇ ਅਨੁਸਾਰ ਕਵਿਤਾਵਾਂ ਕਿਵੇਂ ਰਚ ਲੈਂਦੇ ਹੋ?"

"ਸਭ ਲੋਕਾਂ ਦਾ ਭਾਗ ਇੱਕ ਮਨੁੱਖ ਦੇ ਹਿਰਦੇ ਵਿੱਚ ਹੀ ਸਮਾ ਸਕਦੈ। ਕੀ ਮੈਂ ਉਨ੍ਹਾਂ

ਬਾਰੇ ਕਵਿਤਾ ਰਚਦਾਂ? ਉਨ੍ਹਾਂ ਦੇ ਪਿਆਰ? ਉਨ੍ਹਾਂ ਦੀਆਂ ਵੇਦਨਾਵਾਂ ਬਾਰੇ? ਨਹੀਂ, ਮੈਂ ਤਾਂ ਆਪਣੇ ਬਾਰੇ ਕਵਿਤਾ ਰਚਦਾਂ। ਲੱਕੜ ਦਾ ਕੋਲਾ ਬਣਾਉਣ ਵਾਲੇ ਇੱਕ ਗਰੀਬ ਆਦਮੀ ਦੇ ਬੇਟੇ ਨੂੰ, ਭਾਵ ਮੈਨੂੰ ਚੜ੍ਹਦੀ ਜਵਾਨੀ ਵਿੱਚ ਹੀ ਬੇਤਲਾ ਪਿੰਡ ਦੀ ਰਹਿਣ ਵਾਲੀ ਮੂਈ ਨਾਲ ਪ੍ਰੇਮ ਹੋ ਗਿਆ ਸੀ। ਬਾਅਦ ਵਿੱਚ ਮੂਈ ਦੀ ਕਿਸੇ ਹੋਰ ਨਾਲ ਸ਼ਾਦੀ ਹੋ ਗਈ। ਮੇਰਾ ਦਿਲ ਖ਼ੂਨ ਦੇ ਹੰਝੂ ਵਹਾਉਣ ਲੱਗਿਆ। ਸਾਲ ਬੀਤੇ ਅਤੇ ਮੂਈ ਦੇ ਪਤੀ ਦਾ ਦੇਹਾਂਤ ਹੋ ਗਿਆ। ਮੇਰੀ ਆਤਮਾ ਨੂੰ ਪਹਿਲਾਂ ਵਾਂਗ ਹੀ ਚੈਨ ਨਹੀਂ ਮਿਲਿਆ...ਨਹੀਂ, ਮੈਂ ਪ੍ਰੇਮ ਬਾਰੇ ਸਭ ਕੁੱਝ ਜਾਣਦਾਂ ਅਤੇ ਮੈਨੂੰ ਦੂਜਿਆਂ ਬਾਰੇ ਕਵਿਤਾ ਰਚਣ ਦੀ ਕੋਈ ਜ਼ਰੂਰਤ ਨਹੀਂ।"

ਕਹਿੰਦੇ ਹਨ ਕਿ ਮਹਿਮੂਦ ਕੋਲ ਯੁੱਧ ਵਿੱਚ ਜੂਝ ਮਰਨ ਜਾਂ ਬੀਰ-ਗਤੀ ਪ੍ਰਾਪਤ ਕਰਨ ਵਾਲਿਆਂ ਬਾਰੇ ਵੀ ਕਵਿਤਾ ਰਚਣ ਦੀ ਇੱਛਾ ਲੈ ਕੇ ਲੋਕ ਆਉਂਦੇ ਸਨ। ਬੇਟਿਆਂ ਦੀਆਂ ਮਾਂਵਾਂ, ਭਰਾਵਾਂ ਦੀਆਂ ਭੈਣਾਂ, ਪਤੀਆਂ ਦੀਆਂ ਪਤਨੀਆਂ ਅਤੇ ਵਰਾਂ ਦੀਆਂ ਮੰਗੇਤਰਾਂ ਵੀ ਅਜਿਹੀਆਂ ਬੇਨਤੀਆਂ ਲੈ ਕੇ ਆਉਂਦੀਆਂ। ਪਰ ਮਹਿਮੂਦ ਇੱਕ ਅਜਿਹੀ ਕਵਿਤਾ ਨਾ ਰਚ ਸਕਦਾ। ਉਹ ਜਵਾਬ ਦਿੰਦਾ:

"ਜੇਕਰ ਯੁੱਧ ਵਿੱਚ ਵੀ ਮੈਂ ਪ੍ਰੇਮ ਕਵਿਤਾਵਾਂ ਰਚੀਆਂ ਨੇ, ਤਾਂ ਮੈਂ ਸ਼ਾਂਤਮਈ ਪਿੰਡ ਵਿੱਚ ਯੁੱਧ ਬਾਰੇ ਕਿਵੇਂ ਲਿਖ ਸਕਦਾਂ?"

ਪਰ ਪਹਾੜੀ ਲੋਕ ਇਸ ਸਿਲਸਿਲੇ ਵਿੱਚ ਇਹ ਵੀ ਕਹਿੰਦੇ ਹਨ, "ਸ਼ਾਂਤੀ ਦੇ ਗੀਤ ਦਾ ਅਸਲੀ ਮਹੱਤਵ ਉਦੋਂ ਹੀ ਸਮਝ ਵਿੱਚ ਆਉਂਦੈ, ਜਦੋਂ ਲੜਾਈ ਹੁੰਦੀ ਐ।" ਉਹ ਇਹ ਵੀ ਕਹਿੰਦੇ ਹਨ, "ਆਪਣੇ ਪ੍ਰੇਮ ਦੀ ਪ੍ਰੀਖਿਆ ਲੈਣੀ ਹੋਵੇ, ਤਾਂ ਯੁੱਧ-ਖੇਤਰ ਵਿੱਚ ਜਾਓ।"

ਖੰਜਰ ਦੋਧਾਰਾ ਹੁੰਦਾ ਹੈ, ਉਸ ਦੀ ਇੱਕ ਧਾਰ ਹੈ ਮਾਤ-ਭੂਮੀ ਪ੍ਰਤੀ ਪਿਆਰ, ਦੂਜੀ ਹੈ ਮਾਤ-ਭੂਮੀ ਪ੍ਰਤੀ ਘਿਰਣਾ। ਪੰਦੂਰ ਦੇ ਦੋ ਤਾਰਾਂ ਹੁੰਦੀਆਂ ਹਨ, ਇੱਕ ਤਾਰ ਘਿਰਣਾ ਦਾ ਗੀਤ ਗਾਉਂਦੀ ਹੈ, ਦੂਜੀ ਪਿਆਰ ਦਾ।

ਪਹਾੜੀ ਲੋਕਾਂ ਬਾਰੇ ਕਿਹਾ ਜਾਂਦਾ ਹੈ ਕਿ ਜਦੋਂ ਉਹ ਇੱਕ ਹੱਥ ਨਾਲ ਪ੍ਰੇਮਿਕਾ ਨੂੰ ਜੱਫੀ ਪਾਕੇ ਲੇਟੇ ਹੁੰਦੇ ਹਨ, ਤਾਂ ਉਨ੍ਹਾਂ ਦਾ ਦੂਜਾ ਹੱਥ ਖੰਜਰ ਨੂੰ ਪਿਆ ਰਹਿੰਦਾ ਹੈ। ਬਿਨਾਂ ਕਾਰਨ ਹੀ ਤਾਂ ਸਾਡੇ ਬਹੁਤ ਸਾਰੇ ਗੀਤ ਅਤੇ ਪੁਰਾਣੇ ਕਿੱਸੇ-ਕਹਾਣੀਆਂ ਖੰਜਰ ਦੇ ਵਾਰ ਨਾਲ ਸਮਾਪਤ ਨਹੀਂ ਹੁੰਦੇ। ਪਰ ਬਹੁਤ ਸਾਰੇ ਕਿੱਸੇ-ਕਹਾਣੀਆਂ ਇਸ ਤਰ੍ਹਾਂ ਵੀ ਖ਼ਤਮ ਹੁੰਦੇ ਹਨ ਕਿ ਪਹਾੜੀ ਆਦਮੀ ਆਪਣੀ ਪ੍ਰੇਮਿਕਾ ਨੂੰ ਕਾਠੀ 'ਤੇ ਆਪਣੇ ਅੱਗੇ ਬਿਠਾ ਕੇ ਪਿੰਡ ਵਾਪਸ ਮੁੜਦਾ ਹੈ।

ਪਹਾੜਾਂ ਵਿੱਚ ਜਦੋਂ ਪੁਰਾਣੀਆਂ ਕਬਰਾਂ ਨੂੰ ਪੁੱਟਿਆ ਜਾਂਦਾ ਹੈ, ਤਾਂ ਉਨ੍ਹਾਂ ਵਿੱਚ ਖੰਜਰ ਅਤੇ ਤਲਵਾਰਾਂ ਮਿਲਦੀਆਂ ਹਨ।

"ਉੱਥੇ ਪੰਦੂਰ ਕਿਉਂ ਨਹੀਂ ਮਿਲਦਾ?"

"ਪੰਦੂਰ ਜਿਊਂਦਿਆਂ ਲਈ ਰਹਿ ਜਾਂਦੇ ਨੇ, ਤਾਂ ਕਿ ਜੀਵਤ ਮ੍ਰਿਤਕ ਬੀਰਾਂ ਬਾਰੇ ਗਾਣੇ ਗਾਉਣ। ਜੇਕਰ ਸਾਡੀ ਪ੍ਰਿਥਵੀ 'ਤੇ ਸਾਰੇ ਹਥਿਆਰ ਅਲੋਪ ਹੋ ਜਾਣਗੇ, ਇੱਕ ਵੀ ਖੰਜਰ ਬਾਕੀ ਨਹੀਂ ਰਹੇਗਾ, ਤਾਂ ਗੀਤ ਤਾਂ ਫਿਰ ਵੀ ਅਲੋਪ ਨਹੀਂ ਹੋਵੇਗਾ।"

ਮੇਰੇ ਪਿਤਾ ਜੀ ਕਿਹਾ ਕਰਦੇ ਸਨ ਕਿ ਸਾਧਾਰਨ ਮਹਿਮਾਨ ਤਾਂ ਤੁਹਾਡੇ ਘਰ ਦਾ

ਮਹਿਮਾਨ ਹੁੰਦਾ ਹੈ, ਪਰ ਗਾਇਕ ਮਹਿਮਾਨ, ਸੰਗੀਤਕਾਰ ਮਹਿਮਾਨ ਸਾਰੇ ਪਿੰਡ ਦਾ ਮਹਿਮਾਨ ਹੁੰਦਾ ਹੈ। ਸਾਰਾ ਪਿੰਡ ਉਸ ਦਾ ਸਵਾਗਤ ਅਤੇ ਉਸ ਨੂੰ ਵਿਦਾ ਕਰਦਾ ਹੈ। ਮਿਸਾਲ ਦੇ ਤੌਰ 'ਤੇ ਮਹਿਮੂਦ ਦਾ ਹਰ ਜਗ੍ਹਾ 'ਤੇ ਗਵਰਨਰ ਤੋਂ ਵਧ ਕੇ ਸਵਾਗਤ-ਸਤਿਕਾਰ ਕੀਤਾ ਜਾਂਦਾ ਸੀ। ਸ਼ਾਇਦ ਇਸੇ ਲਈ ਗਵਰਨਰਾਂ ਨੂੰ ਸੁਤੰਤਰ ਕਵੀ-ਗਾਇਕ ਚੰਗੇ ਨਹੀਂ ਲੱਗਦੇ ਸਨ?

ਪਿਤਾ ਜੀ ਨੇ ਇਹ ਕਿੱਸਾ ਸੁਣਾਇਆ ਕਿ ਕਿਵੇਂ ਦੋ ਮੁਸਾਫ਼ਿਰ ਦਾਗ਼ਿਸਤਾਨ ਤੋਂ ਜਾ ਰਹੇ ਸਨ। ਜਦੋਂ ਸ਼ਾਮ ਦਾ ਹਨੇਰਾ ਹੋ ਗਿਆ, ਤਾਂ ਇੱਕ ਮੁਸਾਫ਼ਿਰ ਨੇ ਦੂਜੇ ਨੂੰ ਕਿਹਾ:

"ਕੀ ਸਾਡੇ ਲਈ ਆਰਾਮ ਕਰਨ ਦਾ ਵੇਲਾ ਨਹੀਂ ਹੋ ਗਿਆ? ਛੇਤੀ ਹੀ ਰਾਤ ਹੋ ਜਾਵੇਗੀ। ਮੈਂ ਦੇਖ ਰਿਹਾਂ ਕਿ ਤੁਸੀਂ ਥੱਕ ਅਤੇ ਠਰ ਗਏ ਹੋ। ਦੇਖੋ, ਉਹ ਸਾਹਮਣੇ ਪਿੰਡ ਨਜ਼ਰ ਆ ਰਿਹੈ। ਅਸੀਂ ਉੱਧਰ ਹੀ ਚਲੇ ਜਾਨੇ ਆਂ ਅਤੇ ਉੱਥੇ ਰਾਤ ਬਿਤਾਉਣ ਦੀ ਕੋਈ ਜਗ੍ਹਾ ਲੱਭ ਲੈਨੇ ਆਂ।"

"ਮੈਂ ਤਾਂ ਸੱਚਮੁੱਚ ਹੀ ਥੱਕ ਅਤੇ ਠਰ ਗਿਆਂ। ਸ਼ਾਇਦ ਮੈਂ ਤਾਂ ਬਿਮਾਰ ਵੀ ਹੋ ਗਿਆਂ। ਪਰ ਇਸ ਪਿੰਡ ਵਿੱਚ ਮੈਂ ਨਹੀਂ ਠਹਿਰਾਂਗਾ।"

"ਕਿਉਂ?"

"ਕਿਉਂਕਿ ਇਹ ਪਿੰਡ ਉਦਾਸੀ ਭਰਿਆ ਐ। ਇੱਥੇ ਅੱਜ ਤੱਕ ਕਿਸੇ ਨੇ ਕਿਸੇ ਨੂੰ ਗਾਉਂਦੇ ਨਹੀਂ ਸੁਣਿਆ।"

ਬਹੁਤ ਸੰਭਵ ਹੈ ਕਿ ਮੁਸਾਫ਼ਿਰਾਂ ਦੇ ਰਸਤੇ ਵਿੱਚ ਅਜਿਹਾ ਪਿੰਡ ਆ ਗਿਆ ਹੋਵੇ। ਪਰ ਪੂਰੇ ਦਾਗ਼ਿਸਤਾਨ ਬਾਰੇ ਤਾਂ ਕੋਈ ਵੀ ਇਹ ਨਹੀਂ ਕਹਿ ਸਕਦਾ ਕਿ ਇਹ ਅਜਿਹਾ ਦੇਸ਼ ਹੈ, ਜਿੱਥੇ ਗਾਣੇ ਸੁਣਾਈ ਨਹੀਂ ਦਿੰਦੇ ਅਤੇ ਇਸ ਲਈ ਉਹ ਇਸ ਤੋਂ ਬਚ ਕੇ ਨਿੱਕਲ ਜਾਣ।

ਬੇਸਤੂਜੇਵ-ਮਾਰਲੀਂਸਕੀ ਨੇ ਆਪਣੀ ਪੁਸਤਕ ਵਿੱਚ ਦਾਗ਼ਿਸਤਾਨੀ ਗੀਤਾਂ ਨੂੰ ਸਥਾਨ ਦਿੱਤਾ ਹੈ ਅਤੇ ਬੇਲੀਂਸਕੀ ਨੇ ਇਨ੍ਹਾਂ ਬਾਰੇ ਇਹ ਕਿਹਾ ਸੀ ਕਿ ਉਹ ਖ਼ੁਦ ਪੁਸਤਕ ਤੋਂ ਜ਼ਿਆਦਾ ਕੀਮਤੀ ਹਨ। ਉਨ੍ਹਾਂ ਨੇ ਕਿਹਾ ਸੀ ਕਿ ਪੁਸ਼ਕਿਨ ਨੂੰ ਵੀ ਆਪਣਾ ਕਹਿੰਦੇ ਹੋਏ ਉਨ੍ਹਾਂ ਨੂੰ ਸ਼ਰਮ ਮਹਿਸੂਸ ਨਹੀਂ ਹੁੰਦੀ।

ਨੌਜਵਾਨ ਲੇਰਮੋਂਤੋਵ ਵੀ ਤੇਮੀਰਖ਼ਾਨ-ਸ਼ੂਰਾ ਵਿੱਚ ਪਹਾੜੀ ਗੀਤ-ਗਾਣੇ ਸੁਣਦੇ ਰਹੇ ਸਨ। ਬੇਸ਼ੱਕ ਉਹ ਸਾਡੀ ਭਾਸ਼ਾ ਨਹੀਂ ਸਮਝਦੇ ਸਨ, ਫਿਰ ਵੀ ਉਨ੍ਹਾਂ ਨਾਲ ਆਨੰਦਿਤ ਹੁੰਦੇ ਸਨ।

ਪ੍ਰੋਫ਼ੈਸਰ ਉਸਲਾਰ ਨੇ ਕਿਹਾ ਸੀ ਕਿ ਗੁਨੀਬ ਪਿੰਡ ਦੀਆਂ ਧੁਨਾਂ ਮਾਨਵ ਜਾਤੀ ਲਈ ਅਦਭੁੱਤ ਤੋਹਫ਼ਾ ਹਨ।

ਕਿਸ ਨੇ ਸਾਨੂੰ ਇਹ ਧੁਨਾਂ ਅਤੇ ਗੀਤ-ਗਾਣੇ ਦਿੱਤੇ? ਪਹਾੜੀ ਲੋਕਾਂ ਵਿੱਚ ਕਿਸ ਨੇ ਅਜਿਹੀਆਂ ਭਾਵਨਾਵਾਂ ਪੈਦਾ ਕੀਤੀਆਂ? ਉਕਾਬਾਂ ਅਤੇ ਘੋੜਿਆਂ ਨੇ, ਤਲਵਾਰਾਂ ਅਤੇ ਘਾਹ ਨੇ, ਪੰਘੂੜੇ ਜਾਂ ਚਾਰ ਕੋਇਸੂ ਨਦੀਆਂ ਨੇ, ਕਾਸਪੀ ਸਾਗਰ ਦੀਆਂ ਲਹਿਰਾਂ ਅਤੇ ਮਹਿਮੂਦ ਦੀ ਪ੍ਰੇਮਿਕਾ ਮਰੀਅਮ ਨੇ, ਦਾਗ਼ਿਸਤਾਨ ਦੇ ਪੂਰੇ ਇਤਿਹਾਸ ਅਤੇ ਉਸ ਵਿੱਚ ਵਿਦਮਾਨ ਸਾਰੀਆਂ ਭਾਸ਼ਾਵਾਂ ਨੇ, ਪੂਰੇ ਦਾਗ਼ਿਸਤਾਨ ਨੇ।

ਅਬੂਤਾਲਿਬ ਨੂੰ ਇੱਕ ਵਾਰ ਪੁੱਛਿਆ ਗਿਆ:

"ਦਾਗ਼ਿਸਤਾਨ ਵਿੱਚ ਕਿੰਨੇ ਕਵੀ ਨੇ?"

"ਕੋਈ ਤੀਹ-ਚਾਲੀ ਲੱਖ ਹੋਣਗੇ।"

"ਉਹ ਕਿਵੇਂ? ਸਾਡੀ ਕੁੱਲ ਆਬਾਦੀ ਤਾਂ ਤਿੰਨ ਲੱਖ ਐ!"

"ਹਰ ਆਦਮੀ ਦੀ ਆਤਮ ਕਥਾ ਵਿੱਚ ਤਿੰਨ-ਚਾਰ ਗੀਤ-ਗਾਣੇ ਹੁੰਦੇ ਨੇ। ਹਾਂ, ਇਹ ਸਹੀ ਐ ਕਿ ਨਾ ਤਾਂ ਸਾਰੇ ਅਤੇ ਨਾ ਹੀ ਹਮੇਸ਼ਾ ਉਨ੍ਹਾਂ ਨੂੰ ਗਾਉਂਦੇ ਨੇ। ਸਾਰਿਆਂ ਨੂੰ ਇਹ ਪਤਾ ਵੀ ਨਹੀਂ ਹੁੰਦਾ।"

"ਫਿਰ ਵੀ ਸਭ ਤੋਂ ਚੰਗੇ ਗਾਇਕ-ਕਵੀ ਕਿਹੜੇ ਨੇ?"

"ਹਮੇਸ਼ਾ ਹੀ ਚੰਗੇ ਤੋਂ ਵੀ ਚੰਗਾ ਗਾਇਕ-ਕਵੀ ਮਿਲ ਜਾਵੇਗਾ। ਪਰ ਇੱਕ ਦਾ ਮੈਂ ਜ਼ਿਕਰ ਕਰ ਸਕਦਾਂ।"

"ਕੌਣ ਐ ਉਹ?"

"ਦਾਗ਼ਿਸਤਾਨੀ ਮਾਂ। ਕੁੱਲ ਮਿਲਾ ਕੇ ਪਹਾੜੀ ਲੋਕਾਂ ਦੇ ਇੱਥੇ ਤਿੰਨ ਗਾਣੇ ਮੰਨੇ ਜਾਂਦੇ ਨੇ।"

"ਕਿਹੜੇ?"

"ਪਹਿਲਾ ਗਾਣਾ ਤਾਂ ਪਹਾੜਣ ਮਾਂ ਉਦੋਂ ਗਾਉਂਦੀ ਐ, ਜਦੋਂ ਉਸ ਦੇ ਇੱਥੇ ਬੇਟੇ ਦਾ ਜਨਮ ਹੁੰਦੈ ਅਤੇ ਉਹ ਉਸ ਦੇ ਪੰਘੂੜੇ ਕੋਲ ਬੈਠਦੀ ਐ।"

"ਅਤੇ ਦੂਜਾ?"

"ਦੂਜਾ ਗਾਣਾ ਪਹਾੜਣ ਮਾਂ ਉਦੋਂ ਗਾਉਂਦੀ ਐ, ਜਦੋਂ ਬੇਟੇ ਤੋਂ ਵੰਚਿਤ ਹੋ ਜਾਂਦੀ ਐ।"

"ਅਤੇ ਤੀਜਾ?"

"ਤੀਜਾ ਗਾਣਾ, ਬਾਕੀ ਸਾਰੇ ਗਾਣੇ ਨੇ।"

ਹਾਂ, ਮਾਂ....ਉਹੀ ਖਿੜਣ ਅਤੇ ਮੁਰਝਾਉਣ, ਜਨਮ ਲੈਣ ਅਤੇ ਮਰਨ, ਇਸ ਦੁਨੀਆ ਵਿੱਚ ਆਉਣ ਅਤੇ ਇੱਥੋਂ ਜਾਣ ਵਾਲੇ ਦੀ ਸੱਚੀ ਅਤੇ ਲਗਾਅ ਰੱਖਣ ਵਲੀ ਗਵਾਹੀ ਹੁੰਦੀ ਹੈ। ਮਾਂ, ਜੋ ਪੰਘੂੜਾ ਝੁਲਾਉਂਦੀ ਹੈ, ਬੱਚੇ ਨੂੰ ਗੋਦ ਵਿੱਚ ਚੁੱਕੀ ਰੱਖਦੀ ਹੈ ਅਤੇ ਜੋ ਹਮੇਸ਼ਾ ਲਈ ਛੱਡ ਕੇ ਜਾਣ ਵਾਲੇ ਬੇਟੇ ਨੂੰ ਗਲੇ ਲਗਾਉਂਦੀ ਹੈ।

ਇਹੀ ਹੈ ਸੁੰਦਰਤਾ, ਸੱਚ ਅਤੇ ਮਾਣ।

ਚੰਗੇ-ਬੁਰੇ ਲੋਕ ਹੁੰਦੇ ਹਨ, ਇੱਥੋਂ ਤੱਕ ਕਿ ਚੰਗੇ-ਬੁਰੇ ਗੀਤ-ਗਾਣੇ ਵੀ ਹੁੰਦੇ ਹਨ। ਪਰ ਮਾਂ ਤਾਂ ਹਮੇਸ਼ਾ ਅਦਭੁੱਤ ਹੁੰਦੀ ਹੈ ਅਤੇ ਮਾਂ ਦਾ ਗਾਣਾ ਵੀ ਅਦਭੁੱਤ ਹੁੰਦਾ ਹੈ।

ਮੇਰੇ ਪੰਘੂੜੇ ਉੱਪਰ ਜੋ ਗਾਣੇ ਗਾਏ, ਜ਼ਾਹਿਰ ਹੈ ਕਿ ਮੈਨੂੰ ਉਹ ਯਾਦ ਨਹੀਂ। ਪਰ ਬਾਅਦ ਮੈਂ ਵੱਖ-ਵੱਖ ਪਿੰਡਾਂ ਵਿੱਚ ਮੈਂ ਬਹੁਤ ਸਾਰੇ ਚੰਗੇ ਗਾਣੇ, ਚੰਗੀਆਂ ਲੋਰੀਆਂ ਸੁਣੀਆਂ। ਉਦਾਹਰਣ ਲਈ ਉਨ੍ਹਾਂ ਵਿੱਚੋਂ ਇੱਕ ਪੇਸ਼ ਹੈ:

ਸ਼ਕਤੀ ਬਟੋਰੋਗੇ ਤੁਸੀਂ ਬੇਟੇ, ਹੋਰ ਵੱਡੇ ਹੋ ਜਾਓਗੇ,
ਖ਼ੂਨੀ ਭੇੜੀਏ ਦੇ ਦੰਦਾਂ 'ਚੋਂ ਕੱਢ ਕੇ ਮਾਸ ਲਿਆਓਗੇ।

ਮੇਰੇ ਲਾਲ ਵੱਡੇ ਜਦ ਹੋਵੋਗੇ, ਫ਼ੁਰਤੀ ਐਸੀ ਆਵੇਗੀ,
ਚੀਤੇ ਦੇ ਪੰਜਿਆਂ ਵਿੱਚੋਂ ਵੀ ਝਪਟ ਪਰਿੰਦਾ ਲਿਆਵੇਗੀ।

ਮੇਰੇ ਲਾਲ ਵੱਡੇ ਜਦ ਹੋਵੋਗੇ, ਸਾਰੇ ਹੁਨਰ ਆਵਣਗੇ,
ਗੱਲ ਵੱਡਿਆਂ ਦੀ ਮੰਨੋਗੇ, ਮੀਤ ਬਹੁਤ ਬਣ ਜਾਵਣਗੇ।

ਮੇਰੇ ਲਾਲ ਵੱਡੇ ਜਦ ਹੋਵੋਗੇ, ਸਮਝਦਾਰ ਬਣ ਜਾਓਗੇ,
ਤੰਗ ਪੰਘੂੜਾ ਹੋ ਜਾਣ 'ਤੇ, ਖੰਭ ਲਗਾ ਉੱਡ ਜਾਓਗੇ।

ਜਨਮ ਦਿੱਤਾ ਹੈ ਮੈਂ ਤੁਹਾਨੂੰ, ਮੇਰੇ ਪੁੱਤ ਰਹੋਗੇ ਤੁਸੀਂ,
ਜੋ ਦਾਮਾਦ ਬਣਾਏ ਤੁਹਾਨੂੰ, ਉਸ ਨੂੰ ਸੱਸ ਕਹੋਗੇ ਤੁਸੀਂ।

ਮੇਰੇ ਬੇਟੇ ਤੁਸੀਂ ਜਵਾਨ ਹੋ, ਪਤਨੀ ਪਿਆਰੀ ਲਿਆਓਗੇ,
ਪਿਆਰੇ ਦੇਸ਼ ਵਤਨ ਦੀ ਖਾਤਰ, ਮਿੱਠੇ ਗੀਤ ਸੁਣਾਓਗੇ।

ਕਿੰਨਾ ਵਿਸ਼ਵਾਸ ਹੈ ਇਸ ਲੋਰੀ ਵਿੱਚ! ਪਿਤਾ ਜੀ ਕਿਹਾ ਕਰਦੇ ਸਨ ਕਿ ਇੱਕ ਵੀ ਅਜਿਹੀ ਮਾਂ ਨਹੀਂ ਹੈ, ਜੋ ਗਾ ਨਾ ਸਕਦੀ ਹੋਵੇ। ਅਜਿਹੀ ਮਾਂ ਨਹੀਂ ਹੈ, ਜਿਸ ਦੀ ਆਤਮਾ ਵਿੱਚ ਕਵੀ ਨਾ ਵੱਸਿਆ ਹੋਵੇ।

ਖ਼ੁਸ਼ਕ, ਗਰਮ ਮੌਸਮ ਵਿੱਚ ਬਾਰਿਸ਼, ਮੇਰੇ ਬੱਚੇ ਤੁਸੀਂ ਹੋ,
ਬਰਸਾਤੀ ਮੌਸਮ ਵਿੱਚ ਸੂਰਜ, ਮੇਰੇ ਬੱਚੇ ਤੁਸੀਂ ਹੋ।
ਹੋਂਠ ਸ਼ਬਦ ਨਾਲ ਮਿੱਠੇ-ਮਿੱਠੇ, ਮੇਰੇ ਬੱਚੇ ਤੁਸੀਂ ਹੋ,
ਕਾਲੇ ਅੰਗੂਰਾਂ ਜਿਹੀਆਂ ਅੱਖਾਂ, ਮੇਰੇ ਬੱਚੇ ਤੁਸੀਂ ਹੋ।
ਨਾਂ ਸ਼ਬਦ ਤੋਂ ਵਧ ਕੇ ਮਿੱਠਾ, ਮੇਰੇ ਬੱਚੇ ਤੁਸੀਂ ਹੋ,
ਚੈਨ ਨੈਣਾਂ ਨੂੰ ਜੋ ਸੁੱਖ ਦਿੰਦਾ, ਮੇਰੇ ਬੱਚੇ ਤੁਸੀਂ ਹੋ।
ਧੜਕ ਰਿਹਾ ਜੋ ਜੀਵਤ ਦਿਲ, ਮੇਰੇ ਬੱਚੇ ਤੁਸੀਂ ਹੋ,
ਧੜਕਦੇ ਦਿਲ ਦੀ ਚਾਬੀ ਜਿਹੇ, ਮੇਰੇ ਬੱਚੇ ਤੁਸੀਂ ਹੋ।
ਜੋ ਸੰਦੂਕ ਮੜ੍ਹਿਆ ਚਾਂਦੀ ਨਾਲ, ਮੇਰੇ ਬੱਚੇ ਤੁਸੀਂ ਹੋ,
ਜੋ ਸੰਦੂਕ ਭਰਿਆ ਸੋਨੇ ਨਾਲ, ਮੇਰੇ ਬੱਚੇ ਤੁਸੀਂ ਹੋ।

ਹੁਣ ਤੁਸੀਂ ਧਾਗੇ ਦੇ ਗੋਲੇ ਹੋ,
ਗੋਲੀ ਬਣ ਜਾਓਗੇ ਪਰ।
ਬਣੋਗੇ ਹਥੌੜਾ ਅਜਿਹਾ ਭਾਰੀ,
ਜੋ ਤੋੜੇ ਪਰਬਤ-ਪੱਥਰ।
ਤੀਰ ਬਣੋਗੇ ਐਸਾ ਜਿਹੜਾ,

ਠੀਕ ਜਗ੍ਹਾ ਲੱਗ ਜਾਓਗੇ।
ਸੁੱਘੜ ਨਚਾਰ ਬਣੋਗੇ ਤੁਸੀਂ,
ਮਿੱਠੇ ਗੀਤ ਸੁਣਾਓਗੇ।
ਗਲੀ-ਮਹੱਲੇ ਦੇ ਲੜਕਿਆਂ ਵਿੱਚ,
ਤੇਜ ਸਾਰਿਆਂ ਤੋਂ ਭੱਜੋਗੇ।
ਘੋੜ-ਦੌੜ ਵਿੱਚ ਸਭ ਜਵਾਨਾਂ ਨੂੰ,
ਤੁਸੀਂ ਤਾਂ ਪਿੱਛੇ ਛੱਡੋਗੇ।
ਘਾਟੀ ਦੇ ਵਿੱਚ ਤੇਜ ਤੁਹਾਡਾ,
ਘੋੜਾ ਉੱਡਦਾ ਜਾਵੇਗਾ।
ਬੱਦਲ ਬਣ ਆਕਾਸ਼ ਵਿੱਚ ਜਾਊ,
ਉਹ ਐਸੀ ਧੂੜ ਉਡਾਵੇਗਾ।

ਮੇਰੇ ਪਿਤਾ ਜੀ ਕਿਹਾ ਕਰਦੇ ਸਨ ਕਿ ਜਿਸ ਨੇ ਮਾਂ ਦੀ ਲੋਰੀ ਨਹੀਂ ਸੁਣੀ, ਉਹ ਬੱਚਾ ਤਾਂ ਜਿਵੇਂ ਅਨਾਥ ਦੇ ਰੂਪ ਵਿੱਚ ਹੀ ਵੱਡਾ ਹੋਇਆ ਹੈ। ਪਰ ਜਿਸ ਦੇ ਪੰਘੂੜੇ ਉੱਪਰ ਸਾਡੇ ਦਾਗ਼ਿਸਤਾਨੀ ਗਾਣੇ ਗਾਏ ਗਏ ਹਨ, ਉਹ ਤਾਂ ਮਾਂ-ਬਾਪ ਤੋਂ ਬਿਨਾਂ ਵੱਡੇ ਹੋਣ 'ਤੇ ਵੀ ਅਨਾਥ ਨਹੀਂ। ਪਰ ਜੇਕਰ ਉਸ ਦੀ ਨਾ ਤਾਂ ਮਾਂ ਹੈ ਅਤੇ ਨਾ ਬਾਪ, ਤਾਂ ਕਿਸ ਨੇ ਗਾਏ ਇਹ ਗਾਣੇ? ਖ਼ੁਦ ਦਾਗ਼ਿਸਤਾਨ, ਉੱਚੇ-ਉੱਚੇ ਪਰਬਤਾਂ ਨੇ ਗਾਣੇ ਗਾਏ, ਉੱਚੇ ਪਰਬਤਾਂ ਨਾਲ ਵਹਿਣ ਵਾਲੇ ਨਦੀਆਂ-ਨਾਲਿਆਂ ਨੇ ਗਾਏ, ਪਹਾੜਾਂ ਵਿੱਚ ਰਹਿਣ ਵਾਲੇ ਲੋਕਾਂ ਨੇ ਗਾਏ।

ਸੋਨ-ਸੁਨਹਿਰੀ ਧਾਗਿਆਂ ਦੇ ਗੋਲੇ ਜਿਹੀ, ਬੇਟੀ ਹੈ ਮੇਰੀ।
ਚਾਂਦੀ ਵਰਗੇ, ਚਮ-ਚਮ ਕਰਦੇ ਫੀਤੇ ਜਿਹੀ, ਬੇਟੀ ਹੈ ਮੇਰੀ।
ਉੱਚੇ ਪਰਬਤ 'ਤੇ ਜੋ ਚਮਕੇ ਚੰਦ ਜਿਹੀ, ਬੇਟੀ ਹੈ ਮੇਰੀ।
ਪਰਬਤ 'ਤੇ ਕੁੱਦਣ ਵਾਲੀ ਬੱਕਰੀ ਜਿਹੀ, ਬੇਟੀ ਹੈ ਮੇਰੀ।

ਕਾਇਰ, ਬੁਜ਼ਦਿਲ, ਦੂਰ ਹਟੋ ਤੁਸੀਂ,
ਨਹੀਂ ਮਿਲੇਗੀ ਕਾਇਰ ਨੂੰ ਬੇਟੀ ਮੇਰੀ।
ਝੇਂਪੂ ਦਰਵਾਜ਼ੇ 'ਤੇ ਨਾ ਆਵੇ,
ਨਹੀਂ ਮਿਲੇਗੀ ਉਸ ਨੂੰ ਬੇਟੀ ਮੇਰੀ।
ਬਸੰਤੀ, ਚਮਕੀਲੇ ਸੁੰਦਰ ਫੁੱਲਾਂ ਜਿਹੀ, ਬੇਟੀ ਮੇਰੀ।
ਬਸੰਤੀ ਸੁੰਦਰ ਫੁੱਲਾਂ ਦੀ ਮਾਲਾ ਜਿਹੀ, ਬੇਟੀ ਮੇਰੀ।
ਹਰੇ ਮਖ਼ਮਲੀ ਘਾਹ ਜਿਹੀ ਕੋਮਲ, ਬੇਟੀ ਮੇਰੀ।
ਇੱਜੜ ਤਿੰਨ ਜੇਕਰ ਭੇਜੋਗੇ ਭੇਡਾਂ ਦੇ,
ਬੇਟੀ ਦੇ ਭਰਵੱਟੇ ਦਾ ਇੱਕ ਵਾਲ ਨਾ ਦਿਆਂਗੀ।
ਤਿੰਨ ਥੈਲੀਆਂ ਜੇਕਰ ਸੋਨੇ ਦੀਆਂ ਭੇਜੋਗੇ,
ਬੇਟੀ ਦੀ ਗੱਲ੍ਹ ਛੂਹਣ ਦੀ ਮਜ਼ਾਲ ਨਾ ਦਿਆਂਗੀ।
ਤਿੰਨ ਥੈਲੀਆਂ ਬਦਲੇ ਵੀ ਤੁਹਾਨੂੰ,

ਬੇਟੀ ਦੀ ਗੱਲ੍ਹ ਦਾ ਜਲਾਲ ਨਾ ਦਿਆਂਗੀ।
ਕਾਲੇ ਕਾਂ ਨੂੰ ਉਹ ਨਹੀਂ ਦਿਆਂਗੀ,
ਅਤੇ ਦਿਆਲੂ ਮੋਰ ਨੂੰ ਵੀ ਨਹੀਂ ਦਿਆਂਗੀ।
ਧੀਏ ਤੂੰ ਤਾਂ ਤਿੱਤਰੀ ਮੇਰੀ,
ਨੰਨ੍ਹੀ ਜਿਹੀ ਹੰਸਣੀ ਮੇਰੀ।
ਦੂਜੀ ਮਾਂ ਦੂਜੇ ਢੰਗ ਨਾਲ ਗਾਉਂਦੀ ਹੈ:
ਮਾਰ ਗਿਰਾਵੇ ਡੰਡੇ ਨਾਲ ਜੋ ਚੀਤੇ ਨੂੰ,
ਬੇਟੀ ਉਸ ਨੂੰ ਦੇ ਦਿਆਂਗੀ।
ਮੁੱਕਾ ਮਾਰ ਤੋੜ ਦੇ ਜਿਹੜਾ ਪੱਥਰ,
ਬੇਟੀ ਉਸ ਨੂੰ ਦੇ ਦਿਆਂਗੀ।
ਛਾਂਟੇ ਨਾਲ ਜੋ ਕਿਲਾ ਜਿੱਤ ਲਵੇ,
ਬੇਟੀ ਉਸ ਨੂੰ ਦੇ ਦਿਆਂਗੀ।
ਜੋ ਪਨੀਰ ਵਾਂਗ ਕੱਟੇ ਚੰਦਰਮਾ ਨੂੰ,
ਬੇਟੀ ਉਸ ਨੂੰ ਦੇ ਦਿਆਂਗੀ।
ਜੋ ਰੋਕੇ ਨਦੀ ਦੀ ਵਹਿੰਦੀ ਧਾਰਾ ਨੂੰ,
ਬੇਟੀ ਉਸ ਨੂੰ ਦੇ ਦਿਆਂਗੀ।
ਕਿਸੇ ਫੁੱਲ ਵਾਂਗ ਜੋ ਤੋੜੇ ਤਾਰਾ,
ਬੇਟੀ ਉਸ ਨੂੰ ਦੇ ਦਿਆਂਗੀ।
ਖੰਭ ਹਵਾ ਦੇ ਬੰਨ੍ਹ ਲਵੇ ਜਿਹੜਾ,
ਬੇਟੀ ਉਸ ਨੂੰ ਦੇ ਦਿਆਂਗੀ।
ਸੇਬ ਜਿਹੀਆਂ ਲਾਲ ਗੱਲ੍ਹਾਂ ਵਾਲੀ,
ਪਿਆਰੀ ਬੇਟੀ ਤੂੰ ਮੇਰੀ।
ਜਾਂ ਫਿਰ ਇੱਛਾ ਜ਼ਾਹਿਰ ਕਰਨ ਵਾਲਾ ਇਹ ਗੀਤ:
ਜਦ ਤੱਕ ਫੁੱਲ ਕਿਤੇ ਕੋਈ ਖਿੜ ਜਾਵੇ।
ਮੇਰੀ ਬੇਟੀ ਉਸ ਤੋਂ ਪਹਿਲਾਂ ਖਿੜ ਜਾਵੇ।

ਜਦ ਤੱਕ ਨਦੀਆਂ ਛਲਕਣ ਪਾਣੀ ਨਾਲ ਭਰ,
ਸੰਘਣੀਆਂ ਮੀਢੀਆਂ ਬੇਟੀ ਦੀਆਂ ਗੁੰਦਾਂ ਸੁੰਦਰ।
ਨਹੀਂ ਡਿੱਗੀ ਬਰਫ਼ ਹੁਣ ਤਕ ਧਰਤੀ 'ਤੇ,
ਆਏ ਲੋਕ ਮੰਗਣੀ ਦਾ ਸੁਨੇਹਾ ਲੈ ਕੇ।

ਲੋਕ ਮੰਗਣੀ ਕਰਨ ਲਈ ਜੇਕਰ ਆਉਣ,
ਸ਼ਹਿਦ ਭਰਿਆ ਪੀਪਾ ਆਪਣੇ ਨਾਲ ਲਿਆਉਣ।

ਭੇਡ-ਬੱਕਰੀਆਂ ਅਤੇ ਮੇਮਣੇ ਉਹ ਲਿਆਉਂਦੇ,
ਹੈ ਦੁੱਲਹਣ ਦਾ ਬਾਪ ਉਨ੍ਹਾਂ ਨੂੰ ਸਮਝਾਉਂਦੇ।

ਕੋਲ ਪਿਤਾ ਘੋੜੇ ਭੇਜਣ, ਤੇਜ ਹਵਾ ਸਮਾਨ,
ਅਤੇ ਪਿਤਾ ਜੀ ਦਾ ਕਰਦੇ ਇੰਝ ਸਨਮਾਨ।

ਪੰਘੂੜੇ ਉੱਪਰ ਗਾਇਆ ਜਾਣ ਵਾਲਾ ਇਹ ਕਾਮਨਾ ਗੀਤ:

ਇਸ ਤੋਂ ਪਹਿਲਾਂ ਕਿ ਕੋਈ ਪੰਛੀ ਗੀਤ ਸੁਬ੍ਹਾ ਦਾ ਗਾਵੇ,
ਕਣਕ ਦੇ ਖੇਤਾਂ ਵਿੱਚ ਕੋਈ ਬੇਟੀ ਦਾ ਮਨ ਬਹਿਲਾਵੇ।

ਇਸ ਤੋਂ ਪਹਿਲਾਂ ਕਿ ਕੋਈ ਕੋਇਲ ਕੂਕੇ ਬਣ ਵਿੱਚ,
ਮੇਰੀ ਬੇਟੀ ਖੇਡੇ-ਕੁੱਦੇ ਘਾਹ ਦੇ ਖੁੱਲ੍ਹੇ ਆਂਗਣ ਵਿੱਚ।

ਸੁੰਦਰੀਆਂ ਸ਼ਿੰਗਾਰ ਕਰ ਕੇ ਨਿੱਕਲਣ ਜਦ ਸੱਜ ਕੇ,
ਮੇਰੀ ਬੇਟੀ ਲੈ ਆਵੇਗੀ ਚਸ਼ਮੇ ਤੋਂ ਜਲ ਭਰ ਕੇ।

ਜੇਕਰ ਲੋਰੀਆਂ ਨਾ ਹੁੰਦੀਆਂ, ਤਾਂ ਦੁਨੀਆ ਵਿੱਚ ਸ਼ਾਇਦ ਦੂਜੇ ਗੀਤ ਵੀ ਨਾ ਹੁੰਦੇ। ਲੋਕਾਂ ਦੀ ਜ਼ਿੰਦਗੀ ਵਿੱਚ ਰੰਗੀਨੀ ਨਾ ਹੁੰਦੀ, ਬੀਰ-ਕਰਤੱਵ ਘੱਟ ਹੁੰਦੇ, ਜੀਵਨ ਵਿੱਚ ਕਵਿਤਾ ਘੱਟ ਹੁੰਦੀ।

ਮਾਂਵਾਂ, ਉਹੀ ਪਹਿਲੀਆਂ ਕਵਿੱਤਰੀਆਂ ਹੁੰਦੀਆਂ ਹਨ। ਉਹੀ ਆਪਣੇ ਬੇਟੇ-ਬੇਟੀਆਂ ਦੀ ਆਤਮਾ ਵਿੱਚ ਕਵਿਤਾ ਦੇ ਬੀਜ ਬੀਜਦੀਆਂ ਹਨ, ਜੋ ਬਾਅਦ ਵਿੱਚ ਕਲੀਆਂ ਬਣ ਕੇ ਫੁੱਟਦੇ ਹਨ, ਫੁੱਲਾਂ ਦੇ ਰੂਪ ਵਿੱਚ ਖਿੜਦੇ ਹਨ। ਮਰਦ ਆਪਣੇ ਜੀਵਨ ਦੇ ਸਭ ਤੋਂ ਔਖੇ, ਬੋਝਲ ਅਤੇ ਭਿਆਨਕ ਦਿਨਾਂ ਵਿੱਚ ਇਨ੍ਹਾਂ ਲੋਰੀਆਂ ਨੂੰ ਯਾਦ ਕਰਦੇ ਹਨ।

ਇੱਕ ਡਰਪੋਕ ਸੈਨਿਕ ਨੂੰ ਹਾਜੀ-ਮੁਰਾਦ ਨੇ ਕਿਹਾ ਸੀ, "ਸ਼ਾਇਦ ਤੁਹਾਡੇ ਪੰਘੂੜੇ ਉੱਪਰ ਤੁਹਾਡੀ ਮਾਂ ਨੇ ਲੋਰੀ ਨਹੀਂ ਗਾਈ ਸੀ।"

ਪਰ ਜਦੋਂ ਉਹ ਹਾਜੀ-ਮੁਰਾਦ ਸ਼ਾਮਿਲ ਨਾਲ ਗੱਦਾਰੀ ਕਰ ਕੇ ਦੁਸ਼ਮਣਾਂ ਨਾਲ ਜਾ ਮਿਲਿਆ, ਤਾਂ ਸ਼ਾਮਿਲ ਨੇ ਨਫ਼ਰਤ ਨਾਲ ਕਿਹਾ ਸੀ, "ਉਹ ਮਾਂ ਦੀ ਲੋਰੀ ਭੁੱਲ ਗਿਆ।"

ਅਤੇ ਹਾਜੀ-ਮੁਰਾਦ ਦੀ ਮਾਂ ਦੀ ਲੋਰੀ ਇਹ ਸੀ:

ਮੁੱਖ 'ਤੇ ਲਿਆ ਮੁਸਕਰਾਟ ਸੁਣੋ,
ਮੈਂ ਜਿਹੜੇ ਗੀਤ ਸੁਣਾਉਨੀ ਆਂ।
ਇੱਕ ਬੀਰ ਦਾ ਕਿੱਸਾ ਤੁਹਾਨੂੰ,
ਬੀਰ-ਬੇਟੇ ਸਮਝਾਉਨੀ ਆਂ।

ਖੜਗ ਲੱਕ ਨਾਲ ਬੜੇ ਮਾਣ ਨਾਲ,
ਉਹ ਆਪਣੀ ਲਟਕਾਉਂਦਾ ਸੀ।

ਤੇਜ਼ ਘੋੜੇ 'ਤੇ ਉੱਛਲ ਕੇ ਉਹ,
ਵੱਸ ਵਿੱਚ ਉਸ ਨੂੰ ਲਿਆਉਂਦਾ ਸੀ।

ਤੇਜ਼ ਪਹਾੜੀ ਨਦੀਆਂ ਵਾਂਗੂੰ,
ਕਰਦਾ ਉਹ ਹੱਦਾਂ ਪਾਰ।
ਤੇਜ਼ ਖੜਗ ਨਾਲ ਕੱਟੇ ਉਹ ਤਾਂ,
ਉੱਚੇ ਪਰਬਤ-ਪਹਾੜ।

ਸਦੀ ਪੁਰਾਣੇ ਸ਼ਾਹ ਬਲੂਤ ਨੂੰ,
ਇੱਕ ਹੱਥ ਨਾਲ ਉਹ ਮੋੜੇਂ।
ਤੂੰ ਵੀ ਬੀਰ ਬਣੇਂ ਵੈਸਾ ਹੀ,
ਬੀਰਾਂ ਨਾਲ ਨਾਤਾ ਜੋੜੇਂ।

ਮਾਂ ਬੇਟੇ ਨੂੰ ਮੁਸਕਰਾਉਂਦੇ ਹੋਏ ਪਿਆਰੇ ਜਿਹੇ ਚਿਹਰੇ ਨੂੰ ਦੇਖਦੀ ਸੀ ਅਤੇ ਆਪਣੀ ਲੋਰੀ ਦੇ ਸ਼ਬਦਾਂ 'ਤੇ ਵਿਸ਼ਵਾਸ ਕਰਦੀ ਸੀ। ਉਹ ਨਹੀਂ ਜਾਣਦੀ ਸੀ ਕਿ ਉਸ ਦੇ ਬੇਟੇ, ਹਾਜੀ-ਮੁਰਾਦ ਨੂੰ ਕਿਹੋ-ਕਿਹੋ ਜਿਹੀਆਂ ਮੁਸ਼ਕਿਲ ਸਮੱਸਿਆਵਾਂ ਦਾ ਸਾਹਮਣਾ ਕਰਨਾ ਪਵੇਗਾ।

ਇਹ ਪਤਾ ਹੋਣ 'ਤੇ ਕਿ ਹਾਜੀ-ਮੁਰਾਦ ਆਪਣੇ ਆਗੂ ਸ਼ਾਮਿਲ ਨੂੰ ਛੱਡ ਕੇ ਉਸ ਦੇ ਦੁਸ਼ਮਣਾਂ ਨਾਲ ਜਾ ਮਿਲਿਆ ਹੈ, ਮਾਂ ਨੇ ਦੂਜਾ ਗੀਤ ਗਾਇਆ:

ਤੂੰ ਚੱਟਾਨ ਤੋਂ ਵੀ ਖੱਡਾਂ ਵਿੱਚ ਕੁੱਦੇਂ,
ਨਾ ਕਿਸੇ ਉਚਾਈ ਤੋਂ ਤੂੰ ਘਬਰਾਵੇਂ।
ਪਰ ਡਿੱਗਿਆ ਤੂੰ ਜਿੰਨੇ ਡੂੰਘੇ ਤਲ ਵਿੱਚ,
ਉੱਥੋਂ ਨਿੱਕਲ ਕੇ ਨਾ ਵਾਪਸ ਘਰ ਆਵੇਂ।

ਹਮਲੇ ਹੋਏ ਜਦ ਤੇਰੇ ਪਰਬਤਾਂ 'ਤੇ,
ਕਦੇ ਰੋਕ ਨਾ ਸਕੇ ਸੰਘਣੇ ਹਨੇਰੇ।
ਤੂੰ ਸ਼ਿਕਾਰ ਖ਼ੁਦ ਬਣਿਆ ਦੁਸ਼ਮਣ ਦਾ,
ਨਾ ਵਾਪਸ ਆਈਂ ਹੁਣ ਤੂੰ ਘਰ ਮੇਰੇ।
ਮਾਂ ਦੇ ਦਿਨ ਵੀ ਹੁਣ ਤਾਂ ਕਾਲੇ ਨੇ,
ਉਨ੍ਹਾਂ ਵਿੱਚ ਕੁੜੱਤਣ-ਕਾਲਸ ਦੇ ਸਾਏ।
ਇਨ੍ਹਾਂ ਫ਼ੌਲਾਦੀ ਪੰਜਿਆਂ-ਫੰਦਿਆਂ ਵਿੱਚੋਂ,
ਕਦੇ ਨਾ ਕੋਈ ਵਾਪਸ ਘਰ ਨੂੰ ਆਏ।

ਨਫ਼ਰਤ ਕਰੇਂ ਜ਼ਾਰ ਨੂੰ, ਸ਼ਾਮਿਲ ਨੂੰ,
ਇਹ ਗੱਲ ਸਮਝ ਨਾ ਆਵੇ ਕਿਸੇ ਨੂੰ।

ਕੀਤਾ ਨਿਰਾਦਰ ਹੁਣ ਪਹਾੜਾਂ ਦਾ,
ਕਦੇ ਵਾਪਸ ਨਾ ਆਈਂ ਹੁਣ ਘਰ ਤੂੰ।

ਜਿਵੇਂ ਕਿ ਸਭ ਨੂੰ ਪਤਾ ਹੈ, ਬਾਅਦ ਵਿੱਚ ਹਾਜੀ-ਮੁਰਾਦ ਨੇ ਰੂਸੀਆਂ ਦਾ ਸਾਥ ਛੱਡ ਕੇ ਦੁਬਾਰਾ ਆਪਣੇ ਲੋਕਾਂ ਕੋਲ ਆਉਣਾ ਚਾਹਿਆ ਸੀ, ਪਰ ਭੱਜਣ ਵੇਲੇ ਹੀ ਉਹ ਮਾਰਿਆ ਗਿਆ ਸੀ ਅਤੇ ਮ੍ਰਿਤਕ ਹਾਜੀ-ਮੁਰਾਦ ਦਾ ਸਿਰ ਕੱਟ ਦਿੱਤਾ ਗਿਆ ਸੀ। ਉਦੋਂ ਪਹਾੜਾਂ ਵਿੱਚ ਮਾਂ ਦੇ ਇੱਕ ਹੋਰ ਗਾਣੇ ਦਾ ਜਨਮ ਹੋਇਆ:

ਚੱਲੇ ਵਾਰ ਉਹਦੀ ਖੜਗ ਦੇ, ਗਰਦਨ 'ਤੇ ਸਿਰ ਨਾ ਰਿਹਾ,
ਇਹ ਝੂਠੀ ਗੱਲਬਾਤ ਹੈ।
ਬਹੁਤ ਲੋੜ ਯੁੱਧ-ਵਿਉਂਤਾਂ ਜਾਂ ਮੁੱਠ-ਭੇੜਾਂ ਵਿੱਚ ਉਸ ਦੀ,
ਸਾਨੂੰ ਸਭ ਨੂੰ ਗਿਆਤ ਹੈ।

ਸੜਕ ਕਿਨਾਰੇ ਦਫ਼ਨ ਕਿਤੇ, ਸਿਰ ਤੋਂ ਬਿਨਾਂ ਧੜ ਉਸ ਦਾ,
ਇਹ ਗੱਲਾਂ ਬੇਕਾਰ ਨੇ।
ਘਿਰੇ ਕਿਲਿਆਂ, ਯੁੱਧਾਂ ਵਿੱਚ ਹੁਣ ਤੱਕ ਮੋਢੇ ਅਤੇ ਹੱਥ ਉਸ ਦੇ,
ਸਾਡੇ ਸਭ ਦੇ ਆਧਾਰ ਨੇ।

ਤੁਸੀਂ ਇਨ੍ਹਾਂ ਤਲਵਾਰਾਂ, ਤੇਜ ਖੰਜਰਾਂ ਨੂੰ ਪੁੱਛੋ,
ਕੀ ਹੁਣ ਹਾਜੀ ਨਹੀਂ ਇੱਥੇ?
ਚੱਟਾਨਾਂ ਵਿੱਚੋਂ ਬਾਰੂਦੀ ਗੰਧ ਨਹੀਂ ਹੁਣ ਆਉਂਦੀ,
ਉੱਡਦਾ ਧੂਆਂ ਗਿਆ ਕਿੱਥੇ?

ਉਸ ਦਾ ਨਾਂ ਗਰੁੜ ਜਿਹਾ ਉੱਡ ਕੇ, ਗਿਆ ਸਿਖਰਾਂ 'ਤੇ,
ਪਰ ਅੰਤ ਵਿੱਚ ਨਹੀਂ ਧੁੰਦਲਾਇਆ।
ਤਲਵਾਰਾਂ ਸਿੱਧਾ ਕਰ ਦੇਣਗੀਆਂ ਵਲ ਕੱਢ ਦੇਣਗੀਆਂ,
ਧੱਬਾ ਜੋ ਉਸ ਨੇ ਲਵਾਇਆ।

ਮਾਂ ਦਾ ਗਾਣਾ, ਉਹ ਮਨੁੱਖ ਦੇ ਸਭ ਗੀਤਾਂ ਦਾ ਮੁੱਢਲਾ ਬਿੰਦੂ, ਉਨ੍ਹਾਂ ਦਾ ਸਰੋਤ ਹੈ। ਪਹਿਲੀ ਮੁਕਰਾਹਟ ਅਤੇ ਅੰਤਿਮ ਹੰਝੂ, ਅਜਿਹਾ ਹੈ ਮਾਂ ਦਾ ਗੀਤ।

ਗੀਤਾਂ ਦਾ ਜਨਮ ਦਿਲ ਵਿੱਚ ਹੁੰਦਾ ਹੈ, ਫਿਰ ਦਿਲ ਉਨ੍ਹਾਂ ਨੂੰ ਜ਼ੁਬਾਨ ਤੱਕ ਪਹੁੰਚਾਉਂਦਾ ਹੈ, ਇਸ ਤੋਂ ਬਾਅਦ ਜ਼ੁਬਾਨ ਉਨ੍ਹਾਂ ਨੂੰ ਸਾਰੇ ਲੋਕਾਂ ਦੇ ਦਿਲਾਂ ਤੱਕ ਪਹੁੰਚਾਉਂਦੀ ਹੈ ਅਤੇ ਸਾਰੇ ਲੋਕਾਂ ਦੇ ਦਿਲ ਗੀਤ ਨੂੰ ਆਉਣ ਵਾਲੀਆਂ ਸਦੀਆਂ ਨੂੰ ਸੌਂਪ ਦਿੰਦੇ ਹਨ।

ਅਜਿਹੇ ਗੀਤਾਂ ਦੀ ਚਰਚਾ ਕਰਨੀ ਵੀ ਇੱਥੇ ਜਾਇਜ਼ ਹੀ ਹੋਵੇਗੀ।

ਸ਼ਾਮਿਲ ਦੀ ਮਾਂ ਦਾ ਗੀਤ

"ਗੀਤ-ਗਾਣਿਆਂ ਵਿੱਚ ਦੋ ਵਿੱਚੋਂ ਕੋਈ ਇੱਕ ਚੀਜ਼ ਹੋ ਸਕਦੀ ਹੈ ਜਾਂ ਤਾਂ ਹਾਸਾ ਜਾਂ ਹੰਝੂ। ਇਸ ਵੇਲੇ ਸਾਨੂੰ ਪਹਾੜੀ ਲੋਕਾਂ ਨੂੰ ਇਨ੍ਹਾਂ ਦੋਵਾਂ ਵਿੱਚੋਂ ਇੱਕ ਦੀ ਵੀ ਲੋੜ ਨਹੀਂ। ਅਸੀਂ ਯੁੱਧ ਕਰ ਰਹੇ ਆਂ। ਦਲੇਰੀ ਨੂੰ ਚਾਹੇ ਕਿੰਨੀਆਂ ਵੀ ਮੁਸ਼ਕਿਲ ਪ੍ਰੀਖਿਆਵਾਂ ਦਾ ਸਾਹਮਣਾ ਕਿਉਂ ਨਾ ਕਰਨਾ ਪਵੇ, ਉਸ ਨੂੰ ਨਾ ਤਾਂ ਸ਼ਿਕਵਾ-ਸ਼ਿਕਾਇਤ ਕਰਨੀ ਚਾਹੀਦੀ ਐ ਅਤੇ ਨਾ ਹੀ ਰੋਣਾ-ਧੋਣਾ ਚਾਹੀਦੈ। ਦੂਜੇ ਪਾਸੇ, ਸਾਡੇ ਲਈ ਖ਼ੁਸ਼ ਹੋਣ ਦੀ ਵੀ ਕੋਈ ਗੱਲ ਨਹੀਂ। ਸਾਡੇ ਦਿਲ ਗ਼ਮ ਅਤੇ ਦੁੱਖ-ਦਰਦ ਨਾਲ ਭਰੇ ਹੋਏ ਨੇ। ਕੱਲ੍ਹ ਮੈਂ ਉਨ੍ਹਾਂ ਜਵਾਨ ਲੋਕਾਂ ਨੂੰ ਸਜ਼ਾ ਦਿੱਤੀ, ਜੋ ਮਸਜਿਦ ਨੇੜੇ ਨੱਚ ਅਤੇ ਗਾ ਰਹੇ ਸੀ। ਉਹ ਮੂਰਖ ਨੇ। ਫਿਰ ਕਦੇ ਅਜਿਹਾ ਦੇਖਾਂਗਾ, ਤਾਂ ਫਿਰ ਸਜ਼ਾ ਦਿਆਂਗਾ। ਜੇਕਰ ਤੁਹਾਨੂੰ ਕਵਿਤਾ ਚਾਹੀਦੀ ਐ, ਤਾਂ ਕੁਰਾਨ ਪੜ੍ਹੋ। ਪੈਗੰਬਰ ਵੱਲੋਂ ਰਚੀਆਂ ਗਈਆਂ ਕਵਿਤਾਵਾਂ ਨੂੰ ਦੁਹਰਾਓ। ਉਨ੍ਹਾਂ ਦੀਆਂ ਕਵਿਤਾਵਾਂ ਤਾਂ ਕਾਅਬੇ ਦੇ ਦਰਵਾਜ਼ਿਆਂ 'ਤੇ ਵੀ ਉੱਕਰੀਆਂ ਹੋਈਆਂ ਨੇ।"

ਤਾਂ ਇਮਾਮ ਸ਼ਾਮਿਲ ਨੇ ਇਸ ਤਰ੍ਹਾਂ ਦਾਗ਼ਿਸਤਾਨ ਵਿੱਚ ਗਾਉਣ ਦੀ ਮਨਾਹੀ ਕਰ ਦਿੱਤੀ। ਗਾਉਣ ਵਾਲੀ ਔਰਤ ਨੂੰ ਝਾੜੂ ਨਾਲ ਕੁੱਟਿਆ ਜਾਂਦਾ ਸੀ ਅਤੇ ਮਰਦਾਂ ਨੂੰ ਕੋਰੜਿਆਂ ਨਾਲ। ਹੁਕਮ ਤਾਂ ਹੁਕਮ ਹੀ ਹੁੰਦੈ। ਉਨ੍ਹਾਂ ਸਾਲਾਂ ਵਿੱਚ ਬਹੁਤ ਸਾਰੇ ਗਾਇਕਾਂ ਨੂੰ ਕੋਰੜੇ ਲਗਾਏ ਗਏ।

ਪਰ ਕੀ ਗੀਤ-ਗਾਣਿਆਂ ਨੂੰ ਖ਼ਾਮੋਸ਼ ਹੋਣ ਲਈ ਮਜ਼ਬੂਰ ਕੀਤਾ ਜਾ ਸਕਦਾ ਹੈ? ਗਾਇਕ ਨੂੰ ਚੁੱਪ ਰਹਿਣ ਲਈ ਮਜ਼ਬੂਰ ਕੀਤਾ ਜਾ ਸਕਦਾ ਹੈ, ਪਰ ਗਾਣਿਆਂ ਨੂੰ ਕਦੇ ਨਹੀਂ। ਅਸੀਂ ਕਬਰਾਂ 'ਤੇ ਬਹੁਤ ਸਾਰੇ ਪੱਥਰ ਲੱਗੇ ਦੇਖਦੇ ਹਾਂ, ਉੱਥੇ ਲੋਕ ਦਫ਼ਨ ਹਨ। ਪਰ ਗੀਤ-ਗਾਣਿਆਂ ਦੀਆਂ ਕਬਰਾਂ ਕਿਸ ਨੇ ਦੇਖੀਆਂ ਹਨ?

ਇੱਕ ਕਬਰ ਦੇ ਪੱਥਰ 'ਤੇ ਮੈਂ ਇਹ ਪੜ੍ਹਿਆ, "ਮਰ ਗਿਆ, ਮਰਦੇ ਨੇ, ਮਰਨਗੇ।" ਗੀਤ ਬਾਰੇ ਕਿਹਾ ਜਾ ਸਕਦਾ ਹੈ, "ਨਹੀਂ ਮਰਿਆ, ਨਹੀਂ ਮਰਦਾ, ਨਹੀਂ ਮਰੇਗਾ।" ਇਸਲਾਮੀ ਜਿਹਾਦ ਦੇ ਉਸ ਜ਼ਮਾਨੇ ਵਿੱਚ ਗੀਤਾਂ-ਗਾਣਿਆਂ ਨਾਲ ਚਾਹੇ ਕਿਹੋ ਜਿਹਾ ਵੀ ਵਰਤਾਓ ਕਿਉਂ ਨਹੀਂ ਕੀਤਾ ਗਿਆ, ਫਿਰ ਵੀ ਉਹ ਨਾ ਕੇਵਲ ਜਿਉਂਦੇ ਰਹੇ ਅਤੇ ਸਾਡੇ ਵੇਲਿਆਂ ਤੱਕ ਪਹੁੰਚ ਗਏ, ਬਲਕਿ ਕਿਸਮਤ ਦਾ ਦੁੱਖਾਂਤ ਦੇਖੋ ਕਿ ਉਨ੍ਹਾਂ ਨੂੰ 'ਸ਼ਾਮਿਲ ਦੇ ਗਾਣੇ' ਕਿਹਾ ਜਾਂਦਾ ਹੈ।

ਹਾਂ, ਤਾਂ ਸ਼ਾਮਿਲ ਦੀ ਮਾਂ ਦੇ ਗਾਣੇ ਬਾਰੇ...ਉਨ੍ਹਾਂ ਦਿਨਾਂ ਵਿੱਚ ਦੁਸ਼ਮਣ ਦੀਆਂ ਫ਼ੌਜਾਂ ਨੇ ਅਖ਼ੂਲਗੋ ਪਿੰਡ 'ਤੇ ਕਬਜ਼ਾ ਕਰ ਲਿਆ। ਇਸ ਲੜਾਈ ਨੇ ਅਨੇਕਾਂ ਬੀਰਾਂ ਨੂੰ ਜਨਮ

ਦਿੱਤਾ, ਪਰ ਉਹ ਸਾਰੇ ਉੱਥੇ ਯੁੱਧ-ਭੂਮੀ ਵਿੱਚ ਹੀ ਜੂਝ ਕੇ ਮਰੇ। ਉਨ੍ਹਾਂ ਜ਼ਖ਼ਮੀਆਂ ਨੇ ਅਵਾਰ ਇਲਾਕੇ ਦੀ ਕੋਇਸੂ ਨਦੀ ਵਿੱਚ ਛਾਲ ਮਾਰ ਕੇ ਜਾਨ ਦੇ ਦਿੱਤੀ, ਜੋ ਦੁਸ਼ਮਣ ਦੇ ਕਾਬੂ ਵਿੱਚ ਨਹੀਂ ਆਉਣਾ ਚਾਹੁੰਦੇ ਸਨ। ਦੁਸ਼ਮਣ ਦੇ ਘੇਰੇ ਵਿੱਚ ਆਉਣ ਵਾਲਿਆਂ ਵਿੱਚ ਬੱਚਿਆਂ ਸਮੇਤ ਸ਼ਾਮਿਲ ਦੀ ਭੈਣ ਵੀ ਸੀ।

ਇਸ ਬਹੁਤ ਹੀ ਔਖੇ ਸਮੇਂ ਵਿੱਚ ਥੱਕਿਆ-ਹਾਰਿਆ ਅਤੇ ਜ਼ਖ਼ਮੀ ਇਮਾਮ ਸ਼ਾਮਿਲ ਆਪਣੇ ਜਨਮ-ਪਿੰਡ ਗੀਮਰੀ ਵਿੱਚ ਆਇਆ। ਉਸ ਨੇ ਆਪਣੇ ਮੁਰੀਦਾਂ ਨੂੰ ਘੋੜੇ ਦੀਆਂ ਲਗਾਮਾਂ ਫੜਾਈਆਂ ਹੀ ਸਨ ਕਿ ਉਸ ਨੂੰ ਇੱਕ ਗਾਣਾ ਸੁਣਾਈ ਦਿੱਤਾ। ਬਹੁਤ ਸਹੀ ਢੰਗ ਨਾਲ ਕਿਹਾ ਜਾਵੇ, ਤਾਂ ਵਿਰਲਾਪ ਸੁਣਾਈ ਦਿੱਤਾ:

ਸੋਗ ਮਨਾਓ, ਹੰਝੂ ਵਹਾਓ, ਪਿੰਡ-ਪਿੰਡ ਤੁਸੀਂ ਲੋਕੋ,
ਤੁਸੀਂ ਜਸ਼ ਗਾਓ, ਉਨ੍ਹਾਂ ਬੀਰਾਂ ਦਾ, ਰਹੇ ਨਾ ਧਰਤੀ ਉੱਪਰ।
ਹੁਣ ਅਖ਼ੁਲਗੋ 'ਤੇ ਦੁਸ਼ਮਣ ਨੇ, ਕਰ ਅਪਣਾ ਅਧਿਕਾਰ ਲਿਆ,
ਰਿਹਾ ਨਾ ਕੋਈ ਜੀਵਤ, ਸਭ ਨੇ ਕੀਤੇ ਪ੍ਰਾਣ ਨਿਛਾਵਰ।

ਇਸ ਗਾਣੇ ਵਿੱਚ ਅੱਗੇ ਉਨ੍ਹਾਂ ਸਾਰੇ ਬੀਰਾਂ ਦੇ ਨਾਂ ਗਿਣਾਏ ਗਏ ਸਨ, ਜਿਨ੍ਹਾਂ ਨੇ ਬੀਰ-ਗਤੀ ਪ੍ਰਾਪਤ ਕੀਤੀ ਸੀ। ਗੀਤ ਦੇ ਰਚੇਤਾ ਨੇ ਸਾਰਿਆਂ ਨੂੰ ਇਹ ਕਿਹਾ ਸੀ ਕਿ ਉਹ ਮਾਤਮੀ ਪੁਸ਼ਾਕ ਪਹਿਨ ਲੈਣ। ਇਹ ਵੀ ਕਿਹਾ ਗਿਆ ਸੀ ਕਿ ਅਜਿਹੇ ਸੋਗ-ਦੁੱਖ ਬਾਰੇ ਸੁਣ ਕੇ ਸਾਰੇ ਪਹਾੜੀ ਚਸ਼ਮੇ ਸੁੱਕ ਗਏ ਸਨ। ਇਸ ਗਾਣੇ ਵਿੱਚ ਅੱਲ੍ਹਾ ਨੂੰ ਇਹ ਪ੍ਰਾਰਥਨਾ ਕੀਤੀ ਗਈ ਸੀ ਕਿ ਉਹ ਪਹਾੜੀ ਲੋਕਾਂ ਦੀ ਰਾਖੀ ਕਰੇ, ਇਮਾਮ ਸ਼ਾਮਿਲ ਨੂੰ ਸ਼ਕਤੀ ਦੇਵੇ ਅਤੇ ਸ਼ਾਮਿਲ ਦੇ ਅੱਠ ਸਾਲਾ ਬੇਟੇ ਜਮਾਲੁਦੀਨ ਦੀ ਜਾਨ ਬਚਾਵੇ, ਜੋ ਪੀਟਰਸਬਰਗ ਵਿੱਚ ਗੋਰੇ ਜ਼ਾਰ ਦੇ ਕੈਦੀਆਂ ਵਿੱਚੋਂ ਇੱਕ ਸੀ।

ਸ਼ਾਮਿਲ ਇੱਕ ਪੱਥਰ 'ਤੇ ਬੈਠ ਗਿਆ, ਉਸ ਨੇ ਮਹਿੰਦੀ ਨਾਲ ਰੰਗੀ ਹੋਈ ਆਪਣੀ ਸੰਘਣੀ ਦਾੜ੍ਹੀ ਵਿੱਚ ਉਂਗਲਾਂ ਪਾ ਲਈਆਂ, ਆਪਣੇ ਆਲੇ-ਦੁਆਲੇ ਖੜ੍ਹੇ ਲੋਕਾਂ ਨੂੰ ਤਿੱਖੀ ਨਜ਼ਰ ਨਾਲ ਦੇਖਿਆ ਅਤੇ ਫਿਰ ਇੱਕ ਨੂੰ ਪੁੱਛਿਆ:

"ਯੂਨੁਸ, ਇਸ ਗਾਣੇ ਵਿੱਚ ਕਿੰਨੀਆਂ ਪੰਕਤੀਆਂ ਨੇ?"

"ਇੱਕ ਸੌ ਦੋ ਪੰਕਤੀਆਂ ਨੇ, ਇਮਾਮ।"

"ਇਸ ਗਾਣੇ ਦੇ ਰਚੇਤਾ ਨੂੰ ਲੱਭੋ ਅਤੇ ਉਸ ਨੂੰ ਇੱਕ ਸੌ ਕੋਰੜੇ ਲਗਾਓ। ਦੋ ਕੋਰੜੇ ਮੇਰੇ ਲਈ ਛੱਡ ਦੇਣੇ।"

ਮੁਰੀਦ ਨੇ ਤੁਰੰਤ ਕੋਰੜਾ ਕੱਢ ਲਿਆ।

"ਕਿਸ ਨੇ ਇਹ ਗੀਤ ਰਚਿਐ?"

ਸਭ ਖ਼ਾਮੋਸ਼ ਰਹੇ।

"ਮੈਂ ਪੁੱਛਦਾਂ, ਕਿਸੇ ਨੇ ਇਹ ਗੀਤ ਰਚਿਐ?"

ਇਸੇ ਵੇਲੇ ਸ਼ਾਮਿਲ ਦੀ ਝੁਕੀ ਕਮਰ ਵਾਲੀ ਅਤੇ ਦੁੱਖ ਵਿੱਚ ਡੁੱਬੀ ਮਾਂ ਉਸ ਦੇ ਸਾਹਮਣੇ ਆ ਕੇ ਖੜ੍ਹੀ ਹੋ ਗਈ। ਉਸ ਦੇ ਹੱਥ ਵਿੱਚ ਝਾੜੂ ਸੀ।

"ਮੇਰੇ ਬੇਟੇ, ਇਹ ਗੀਤ ਮੈਂ ਰਚਿਐ। ਸਾਡੇ ਘਰ ਵਿੱਚ ਵਿੱਚ ਅੱਜ ਮਾਤਮ ਐ। ਤੁਸੀਂ ਇਹ ਝਾੜੂ ਲੈ ਲਓ ਅਤੇ ਆਪਣਾ ਹੁਕਮ ਪੂਰਾ ਕਰੋ।"

ਇਮਾਮ ਸੋਚ ਵਿੱਚ ਡੁੱਬ ਗਿਆ। ਇਸ ਤੋਂ ਬਾਅਦ ਉਸ ਨੇ ਮਾਂ ਦੇ ਹੱਥੋਂ ਝਾੜੂ ਲੈ ਲਿਆ ਅਤੇ ਕੰਧ ਦਾ ਸਹਾਰਾ ਲੈ ਲਿਆ।

"ਮਾਂ ਤੁਸੀਂ ਘਰ ਚਲੇ ਜਾਓ।"

ਮੁੜ ਕੇ ਬੇਟੇ ਵੱਲ ਦੇਖਦੀ ਹੋਈ ਮਾਂ ਘਰ ਵੱਲ ਚੱਲ ਪਈ। ਜਿਵੇਂ ਹੀ ਉਹ ਗਲੀ ਵਿੱਚ ਦਿਖਾਈ ਦੇਣੋ ਹਟੀ, ਵੈਸੇ ਹੀ ਸ਼ਾਮਿਲ ਨੇ ਤਲਵਾਰ, ਕਮਰਬੰਦ ਅਤੇ ਆਪਣਾ ਚੇਰਕੇਸਕ ਲਾਹ ਸੁੱਟਿਆ।

"ਮਾਂ ਨੂੰ ਕੁੱਟਿਆ ਨਹੀਂ ਜਾ ਸਕਦਾ। ਉਸ ਦੇ ਕਸੂਰ ਦੀ ਸਜ਼ਾ ਮੈਨੂੰ, ਉਸ ਦੇ ਬੇਟੇ ਨੂੰ ਭੁਗਤਣੀ ਪਵੇਗੀ।"

ਕਮਰ ਤੱਕ ਨੰਗਾ ਹੋ ਕੇ ਉਹ ਜ਼ਮੀਨ 'ਤੇ ਲੇਟ ਗਿਆ ਅਤੇ ਉਸ ਨੇ ਆਪਣੇ ਮੁਰੀਦ ਨੂੰ ਕਿਹਾ:

"ਤੁਸੀਂ ਕੋਰੜਾ ਕਿਉਂ ਛਿਪਾ ਲਿਆ? ਉਸ ਨੂੰ ਕੱਢੋ ਅਤੇ ਜੋ ਮੈਂ ਕਹਿਨਾਂ, ਉਹ ਕਰੋ।"

ਮੁਰੀਦ ਦੁਬਿਧਾ ਵਿੱਚ ਪੈ ਗਿਆ। ਇਮਾਮ ਦੀ ਤਿਊੜੀ ਚੜ੍ਹ ਗਈ ਅਤੇ ਮੁਰੀਦ ਤਾਂ ਦੂਜਿਆਂ ਨਾਲੋਂ ਇਹ ਚੰਗੀ ਤਰ੍ਹਾਂ ਜਾਣਦਾ ਸੀ ਕਿ ਇਸ ਦਾ ਕੀ ਨਤੀਜਾ ਹੋ ਸਕਦਾ ਹੈ।

ਮੁਰੀਦ ਆਪਣੇ ਇਮਾਮ ਨੂੰ ਕੋਰੜੇ ਮਾਰਨ ਲੱਗਿਆ, ਪਰ ਬਹੁਤ ਹਲਕੇ-ਹਲਕੇ ਹੱਥ ਨਾਲ ਜਿਵੇਂ ਸਜ਼ਾ ਨਾ ਦੇ ਕੇ ਪੁਚਕਾਰ ਰਿਹਾ ਹੋਵੇ। ਸ਼ਾਮਿਲ ਅਚਾਨਕ ਉੱਠ ਕੇ ਖੜ੍ਹਾ ਹੋਇਆ ਅਤੇ ਚਿੱਲਾਇਆ:

"ਮੇਰੀ ਜਗ੍ਹਾ 'ਤੇ ਲੇਟੋ!"

ਮੁਰੀਦ ਬੈਂਚ 'ਤੇ ਲੇਟ ਗਿਆ। ਸ਼ਾਮਿਲ ਨੇ ਉਸ ਦਾ ਕੋਰੜਾ ਲੈ ਕੇ ਤਿੰਨ ਵਾਰ ਖ਼ੂਬ ਜ਼ੋਰ ਨਾਲ ਉਸ 'ਤੇ ਬਰਸਾਇਆ। ਮੁਰੀਦ ਦੀ ਪਿੱਠ 'ਤੇ ਲਾਲ ਲਕੀਰਾਂ ਉੱਭਰ ਆਈਆਂ।

"ਇਸ ਤਰ੍ਹਾਂ ਮਾਰਨੇ ਚਾਹੀਦੇ ਨੇ ਕੋਰੜੇ। ਸਮਝ ਗਏ? ਹੁਣ ਸ਼ੁਰੂ ਕਰੋ ਅਤੇ ਫਿਰ ਚਲਾਕੀ ਕਰਨ ਦੀ ਗੱਲ ਨਾ ਸੋਚਣਾ।"

ਮੁਰੀਦ ਜ਼ੋਰ-ਜ਼ੋਰ ਨਾਲ ਕੋਰੜੇ ਮਾਰਨ ਅਤੇ ਗਿਣਨ ਲੱਗਿਆ।

"ਅਠਾਈ, ਉਣੱਤੀ....।"

"ਨਹੀਂ, ਅਜੇ ਤਾਂ ਸਤਾਈ ਹੋਏ ਨੇ। ਵਿੱਚੋਂ ਛੱਡੋ ਨਾ, ਛਾਲ ਨਾ ਮਾਰੋ।"

ਮੁਰੀਦ ਪਸੀਨੇ ਨਾਲ ਤਰ ਹੋ ਰਿਹਾ ਸੀ ਅਤੇ ਉਹ ਖੱਬੇ ਹੱਥ ਨਾਲ ਉਸ ਨੂੰ ਪੂੰਝਦਾ ਜਾਂਦਾ ਸੀ। ਇਮਾਮ ਸ਼ਾਮਿਲ ਦੀ ਪਿੱਠ ਅਜਿਹੀ ਪਹਾੜੀ ਚੋਟੀ ਵਰਗੀ ਲੱਗ ਰਹੀ ਸੀ, ਜਿਸ 'ਤੇ ਇੱਕ-ਦੂਜੇ ਨੂੰ ਕੱਟਦੇ ਹੋਏ ਅਨੇਕਾਂ ਰਸਤੇ ਅਤੇ ਪਗਡੰਡੀਆਂ ਬਣੀਆਂ ਹੋਣ ਅਤੇ ਟਿੱਲੇ ਦੀ ਉਸ ਢਾਲ ਵਰਗੀ, ਜਿਸ ਨੂੰ ਘੋੜਿਆਂ ਦੇ ਅਨੇਕਾਂ ਝੁੰਡਾਂ ਨੇ ਲਤੜ ਦਿੱਤਾ ਹੋਵੇ।

ਅੰਤ ਇਹ ਤਸੀਹਾ ਸਮਾਪਤ ਹੋਇਆ। ਮੁਰੀਦ ਹੱਫਦਾ ਹੋਇਆ ਇੱਕ ਪਾਸੇ ਹਟ ਗਿਆ। ਸ਼ਾਮਿਲ ਨੇ ਕੱਪੜੇ ਪਹਿਨੇ ਅਤੇ ਹਥਿਆਰ ਬੰਨ੍ਹ ਲਏ। ਲੋਕਾਂ ਨੂੰ ਸੰਬੋਧਿਤ ਹੁੰਦੇ ਹੋਏ ਉਸ ਨੇ ਕਿਹਾ:

"ਪਹਾੜੀ ਲੋਕੋ, ਅਸੀਂ ਲੜਨਾ ਐ। ਸਾਡੇ ਕੋਲ ਗੀਤ ਰਚਣ ਅਤੇ ਉਨ੍ਹਾਂ ਨੂੰ

ਗਾਉਣ ਜਾਂ ਕਿੱਸੇ-ਕਹਾਣੀਆਂ ਸੁਣਨ ਦਾ ਵੇਲਾ ਨਹੀਂ। ਇਹੀ ਜ਼ਿਆਦਾ ਚੰਗਾ ਹੋਵੇਗਾ ਕਿ ਦੁਸ਼ਮਣ ਸਾਡੇ ਬਾਰੇ ਗੀਤ ਗਾਉਣ। ਸਾਡੀਆਂ ਤਲਵਾਰਾਂ ਉਨ੍ਹਾਂ ਨੂੰ ਇਹ ਸਿਖਾ ਦੇਣਗੀਆਂ। ਹੰਝੂ ਪੂੰਝ ਲਓ ਅਤੇ ਤਲਵਾਰਾਂ ਦੀ ਧਾਰਾਂ ਤੇਜ਼ ਕਰੋ। ਅਸੀਂ ਅਖੂਲਗੋ ਖੋ ਦਿੱਤਾ, ਪਰ ਦਾਗ਼ਿਸਤਾਨ ਤਾਂ ਅਜੇ ਕਾਇਮ ਐ, ਲੜਾਈ ਤਾਂ ਅਜੇ ਖ਼ਤਮ ਨਹੀਂ ਹੋਈ।"

ਇਸ ਦਿਨ ਤੋਂ ਪੱਚੀ ਸਾਲ ਬਾਅਦ ਤੱਕ ਦਾਗ਼ਿਸਤਾਨ ਦੁਸ਼ਮਣ ਨਾਲ ਲੋਹਾ ਲੈਂਦਾ ਰਿਹਾ, ਉਸ ਵੇਲੇ ਤੱਕ, ਜਦੋਂ ਤੱਕ ਕਿ ਆਖ਼ਰੀ ਲੜਾਈ ਖ਼ਤਮ ਨਹੀਂ ਹੋ ਗਈ ਅਤੇ ਗੁਨੀਬ ਦੁਸ਼ਮਣ ਦੇ ਹੱਥਾਂ ਵਿੱਚ ਨਹੀਂ ਚਲਾ ਗਿਆ।

ਗੁਨੀਬ ਦੀ ਕਈ ਦਿਨਾਂ ਤੱਕ ਜਾਰੀ ਰਹਿਣ ਵਾਲੀ ਲੜਾਈ, ਜਦੋਂ ਆਪਣੇ ਪੂਰੇ ਜ਼ੋਰ 'ਤੇ ਸੀ, ਤਾਂ ਇੱਕ ਦਿਨ ਇਮਾਮ ਮਸਜਿਦ ਵਿੱਚ ਇਬਾਦਤ ਕਰ ਰਿਹਾ ਸੀ।

"ਅਜਿਹੀ ਮੁਸੀਬਤ ਤਾਂ ਦਾਗ਼ਿਸਤਾਨ ਨੇ ਪਹਿਲਾਂ ਕਦੇ ਨਹੀਂ ਦੇਖੀ ਸੀ।" ਸ਼ਾਮਿਲ ਦੀ ਪਹਿਲੀ, ਵੱਡੀ ਬੀਵੀ ਨੇ ਕਿਹਾ।

"ਤੁਸੀਂ ਗਲਤੀ ਕਰ ਰਹੇ ਹੋ, ਪਾਤੀਮਾਤ। ਦਾਗ਼ਿਸਤਾਨ ਇਸ ਤੋਂ ਪਹਿਲਾਂ ਵੀ ਇੱਕ ਮੁਸੀਬਤ ਦੇਖ ਚੁੱਕਿਐ।"

"ਉਹ ਕਿਹੜੀ?"

"ਜਦੋਂ ਮੈਂ ਤੁਹਾਡੇ ਵਰਗੀ ਬੀਵੀ ਦੇ ਹੁੰਦੇ ਹੋਏ ਵੀ, ਇੱਕ ਹੋਰ ਬੀਵੀ ਬਣਾ ਲਈ ਸੀ, ਭਾਵ ਸ਼ੁਆਇਨਾਤ ਨਾਲ ਸ਼ਾਦੀ ਕਰ ਲਈ ਸੀ।"

ਸ਼ਾਮਿਲ ਹੱਸ ਪਿਆ। ਇਸੇ ਮਸਜਿਦ ਵਿੱਚ ਲੇਟੇ ਹੋਏ ਉਸ ਦੇ ਜ਼ਖ਼ਮੀ ਮੁਰੀਦ ਵੀ ਹੱਸ ਪਏ। ਇਸ ਤਰ੍ਹਾਂ ਲੱਗਿਆ, ਜਿਵੇਂ ਇਮਾਮ ਨੂੰ ਪਹਿਲੀ ਵਾਰ ਹੱਸਦੇ ਸੁਣ ਕੇ ਸਾਰਾ ਦਾਗ਼ਿਸਤਾਨ ਹੱਸ ਪਿਆ ਹੋਵੇ।

ਉਹ ਦਾਗ਼ਿਸਤਾਨ ਦੀ ਸਭ ਤੋਂ ਮੁਸ਼ਕਿਲ ਘੜੀ ਵਿੱਚ ਹੱਸਿਆ ਸੀ, ਜਦੋਂ ਉਹ ਸਭ ਕੁੱਝ ਨਸ਼ਟ ਹੋ ਰਿਹਾ ਸੀ, ਜਿਸ ਦਾ ਉਸ ਨੇ ਨਿਰਮਾਣ ਕੀਤਾ ਸੀ ਅਤੇ ਜਿਸ 'ਤੇ ਉਸ ਨੂੰ ਮਾਣ ਸੀ। ਉਹ ਆਪਣੇ ਕੈਦੀ ਬਣਾਏ ਜਾਣ ਤੋਂ ਕੁੱਝ ਘੰਟੇ ਪਹਿਲਾਂ ਹੱਸਿਆ ਸੀ।

ਸ਼ਾਮਿਲ ਅਚਾਨਕ ਖ਼ਾਮੋਸ਼ ਅਤੇ ਸੰਜੀਦਾ ਹੋ ਗਿਆ। ਆਪਣੀਆਂ ਤਿੰਨੇ ਬੀਵੀਆਂ ਨੂੰ ਉਸ ਨੇ ਗੁਨੀਬ ਦੇ ਪੱਥਰਾਂ 'ਤੇ ਆਪਣੇ ਨੇੜੇ ਬਿਠਾ ਲਿਆ ਅਤੇ ਉਨ੍ਹਾਂ ਨੂੰ ਕਿਹਾ:

"ਮੈਨੂੰ ਉਹ ਗਾਣਾ ਸੁਣਾਓ, ਜੋ ਅੱਲ੍ਹਾ ਨੂੰ ਪਿਆਰੀ ਹੋ ਗਈ ਮੇਰੀ ਮਾਂ ਨੇ ਰਚਿਆ ਸੀ।"

ਪਾਤੀਮਾਤ, ਨਾਪੀਸਾਤ ਅਤੇ ਸ਼ੁਆਇਨਾਤ ਨੇ ਗਾਉਣਾ ਸ਼ੁਰੂ ਕੀਤਾ:

ਸੋਗ ਮਨਾਓ, ਹੰਝੂ ਵਹਾਓ,
ਪਿੰਡ-ਪਿੰਡ ਵਿੱਚ ਤੁਸੀਂ ਲੋਕੋ....।

ਗਾਣੇ ਦੀਆਂ ਅੰਤਿਮ ਧੁਨੀਆਂ ਖ਼ਤਮ ਹੋ ਰਹੀਆਂ ਸਨ। ਆਸਮਾਨ ਵਿੱਚ ਚੰਦ ਚਮਕ ਰਿਹਾ ਸੀ। ਇਮਾਮ ਉਦਾਸ ਹੋ ਗਿਆ....

"ਇਸ ਨੂੰ ਦੁਬਾਰਾ ਗਾਓ।"

ਪਾਤੀਮਾਤ, ਨਾਪੀਸਾਤ ਅਤੇ ਸ਼ੁਆਇਨਾਤ ਇਸੇ ਗਾਣੇ ਨੂੰ ਦੁਬਾਰਾ ਗਾਉਣ

ਲੱਗੀਆਂ। ਇਸ ਵਾਰ ਇਹ ਗਾਣਾ ਦੂਰ ਤੱਕ ਪਹੁੰਚ ਗਿਆ। ਇਸ ਨੂੰ ਚਾਨਣੀ ਵਿੱਚ ਚਮਕਦੀਆਂ ਅਤੇ ਦੁੱਖ ਵਿੱਚ ਡੁੱਬੀਆਂ ਚੱਟਾਨਾਂ, ਬੇਦਮਜਨੂੰ ਅਤੇ ਗੁਨੀਬ ਦੇ ਚਿਨਾਰਾਂ ਨੇ ਸੁਣਿਆ।

"ਇਸ ਨੂੰ ਤੀਜੀ ਵਾਰ ਗਾਓ!" ਸ਼ਾਮਿਲ ਨੇ ਉੱਚੀ ਆਵਾਜ਼ ਵਿੱਚ ਕਿਹਾ।

ਗਾਣੇ ਦੀ ਧੁਨੀਆਂ ਹੋਰ ਅੱਗੇ ਪਹੁੰਚ ਗਈਆਂ। ਇਸ ਨੂੰ ਹੁਣ ਗੁਨੀਬ ਦੇ ਨੇੜੇ ਜਲਦੇ ਪਿੰਡਾਂ, ਦੂਰ ਦੇ ਪਹਾੜਾਂ ਵਿੱਚ ਖ਼ਾਮੋਸ਼ ਸਾਰੇ ਪਿੰਡਾਂ ਅਤੇ ਮ੍ਰਿਤਕ ਮੁਰੀਦਾਂ ਨੇ ਆਪਣੀਆਂ ਕਬਰਾਂ ਵਿੱਚ ਸੁਣਿਆ। ਪਰ ਇਸੇ ਸਮੇਂ ਪਹੁ ਫਟ ਗਈ, ਦੁਬਾਰਾ ਘਮਸਾਨ ਦੀ ਲੜਾਈ ਹੋਣ ਲੱਗੀ, ਆਖ਼ਰੀ ਲੜਾਈ। ਜਦੋਂ ਹਥਿਆਰਾਂ ਦਾ ਸ਼ੋਰ ਅਤੇ ਗੂੰਜ ਖ਼ਤਮ ਹੋਈ, ਤਾਂ ਗਾਣੇ ਦੀਆਂ ਧੁਨੀਆਂ ਨਹੀਂ ਰਹੀਆਂ ਸਨ।

ਇਮਾਮ ਸ਼ਾਮਿਲ ਕੈਦੀ ਬਣ ਚੁੱਕਿਆ ਸੀ। ਉਸ ਦੇ ਹਥਿਆਰ ਅਤੇ ਘੋੜੇ ਵਾਪਸ ਕਰ ਦਿੱਤੇ ਗਏ ਸਨ, ਉਸ ਦੀਆਂ ਬੀਵੀਆਂ ਵੀ ਉਸ ਕੋਲ ਹੀ ਛੱਡ ਦਿੱਤੀਆਂ ਗਈਆਂ ਸਨ, ਪਰ ਉਸ ਦਾ ਦਾਗ਼ਿਸਤਾਨ ਉਸ ਕੋਲ ਨਹੀਂ ਛੱਡਿਆ ਸੀ। ਉਹ ਉਸ ਨੂੰ ਕਿਤੇ ਦੂਰ ਉੱਤਰ ਵਿੱਚ ਲੈ ਗਏ ਸਨ। ਦਾਗ਼ਿਸਤਾਨ ਦਾ ਤਾਂ ਇੱਕ ਗੀਤ ਹੀ ਬਾਕੀ ਰਹਿ ਗਿਆ ਸੀ, ਜਿਸ ਨੂੰ ਉਸ ਦੀ ਬੁੱਢੀ ਮਾਂ ਨੇ ਕਦੇ ਰਚਿਆ ਸੀ। ਸ਼ੁਰੂ ਵਿੱਚ ਸਨਮਾਨਿਤ ਕੈਦੀ ਨੂੰ ਉਸ ਦੀਆਂ ਤਿੰਨ ਬੀਵੀਆਂ ਇਹ ਗਾਣਾ ਸੁਣਾਉਂਦੀਆਂ ਰਹੀਆਂ। ਬਾਅਦ ਵਿੱਚ ਨਾਪੀਸਾਤ ਅਤੇ ਸ਼ੁਆਇਨਾਤ ਰਹਿ ਗਈਆਂ। ਕੁੱਝ ਹੋਰ ਅਰਸੇ ਬਾਅਦ, ਦੂਰ-ਦੁਰਾਡੇ ਅਰਬ ਰੇਗਿਸਤਾਨ ਵਿੱਚ ਆਖ਼ਰੀ ਸਾਹ ਲੈਂਦੇ ਹੋਏ ਸ਼ਾਮਿਲ ਨੂੰ ਉਸ ਦੀਆਂ ਦੋਵੇਂ ਵੱਡੀਆਂ ਬੀਵੀਆਂ ਤੋਂ ਬਾਅਦ ਜਿਊਂਦੀ ਰਹਿ ਜਾਣ ਵਾਲੀ ਆਖ਼ਰੀ ਬੀਵੀ ਸ਼ੁਆਇਨਾਤ ਇਹ ਅੰਤਿਮ ਗਾਣਾ ਸੁਣਾਉਂਦੀ ਰਹੀ।

ਜਦੋਂ ਸ਼ੁਆਇਨਾਤ ਦੀ ਚਰਚਾ ਚੱਲਦੀ, ਤਾਂ ਮੇਰੇ ਪਿਤਾ ਜੀ ਕਹਿੰਦੇ:

"ਸ਼ਾਮਿਲ ਦੇ ਘਰ ਵਿੱਚ ਉਹ ਸਭ ਤੋਂ ਜ਼ਿਆਦਾ ਖ਼ੂਬਸੂਰਤ ਔਰਤ ਸੀ। ਉਹ ਇਮਾਮ ਦੀ ਆਖ਼ਰੀ ਬੀਵੀ ਅਤੇ ਉਸ ਦਾ ਪਹਿਲਾ ਪਿਆਰ ਸੀ। ਸਾਰੇ ਪਹਾੜੀ ਲੋਕਾਂ ਦੀ ਤਰ੍ਹਾਂ ਇਮਾਮ ਵੀ ਸਾਡੇ ਰਸਮ-ਰਿਵਾਜ਼ਾਂ ਮੁਤਾਬਿਕ ਸ਼ਾਦੀਆਂ ਕਰਦਾ ਸੀ। ਪਰ ਇਹ ਬੀਵੀ ਤਾਂ ਸਬੱਬ ਨਾਲ ਮਿਲਣ ਵਾਲਾ ਪੁਰਸਕਾਰ ਸੀ। ਜਦੋਂ ਸ਼ਾਮਿਲ ਦੇ ਇੱਕ ਬਹੁਤ ਹੀ ਬਹਾਦਰ ਨਾਇਬ ਅਖ਼ਬੇਰਦਿਲ ਮੁਹੰਮਦ ਨੇ ਮੋਜ਼ਦੋਕ 'ਤੇ ਧਾਵਾ ਬੋਲਿਆ, ਤਾਂ ਉਹ ਆਰਮੀਨੀ ਸੌਦਾਗਰ ਦੀ ਬੇਟੀ, ਬਹੁਤ ਹੀ ਖ਼ੂਬਸੂਰਤ ਅੰਨਾ ਨੂੰ ਉੱਥੋਂ ਉਡਾ ਲਿਆਇਆ। ਅੰਨਾ ਦੀ ਸ਼ਾਦੀ ਹੋਣ ਤੋਂ ਕੁੱਝ ਦਿਨ ਪਹਿਲਾਂ ਹੀ ਅਜਿਹਾ ਹੋਇਆ ਸੀ। ਮੁਰੀਦ ਆਪਣੇ ਇਸ ਸ਼ਿਕਾਰ ਨੂੰ ਚੋਗੇ ਵਿੱਚ ਲਪੇਟ ਕੇ ਇਮਾਮ ਦੇ ਮਹਿਲ ਵਿੱਚ ਲੈ ਗਿਆ। ਜਦੋਂ ਚੋਗਾ ਲਾਹਿਆ ਗਿਆ, ਤਾਂ ਇਮਾਮ ਨੂੰ ਦੋ ਵੱਡੀਆਂ-ਵੱਡੀਆਂ, ਨੀਲੀਆਂ ਅੱਖਾਂ ਤੋਂ ਇਲਾਵਾ, ਜੋ ਦਾਗ਼ਿਸਤਾਨ ਦੇ ਨੀਲੇ ਆਕਾਸ਼ ਲਈ ਹੀ ਬਣਾਈਆਂ ਗਈਆਂ ਹੋਣ, ਹੋਰ ਕੁੱਝ ਵੀ ਨਜ਼ਰ ਨਹੀਂ ਆ ਰਿਹਾ ਸੀ। ਇਹ ਅੱਖਾਂ ਕਿਸੇ ਵੀ ਤਰ੍ਹਾਂ ਦੇ ਡਰ-ਭੈਅ ਤੋਂ ਬਿਨਾਂ ਇਮਾਮ ਨੂੰ ਨਿਰੰਤਰ ਦੇਖ ਰਹੀਆਂ ਸਨ। ਉਹ ਪਤਲੇ, ਨਰਮ ਚਮੜੇ ਦੇ ਬੂਟ, ਇਮਾਮ ਦੇ ਹਥਿਆਰ, ਉਸ ਦੀ ਦਾੜ੍ਹੀ ਅਤੇ ਅੱਖਾਂ ਨੂੰ ਦੇਖ ਰਹੀਆਂ ਸਨ। ਆਰਮੀਨੀ ਮੁਟਿਆਰ ਨੇ ਆਪਣੇ ਸਾਹਮਣੇ ਅਜਿਹਾ ਆਦਮੀ ਦੇਖਿਆ,

ਜਿਸ ਨੂੰ ਕਿਸੇ ਤਰ੍ਹਾਂ ਵੀ ਜਵਾਨ ਜਾਂ ਸੁੰਦਰ ਨਹੀਂ ਕਿਹਾ ਜਾ ਸਕਦਾ ਸੀ। ਪਰ ਉਸ ਦੀ ਸ਼ਕਲ-ਸੂਰਤ ਵਿੱਚ ਕੁੱਝ ਤਾਂ ਅਜਿਹਾ ਸੀ, ਜੋ ਆਪਣੇ ਵੱਲ ਖਿੱਚਦਾ ਸੀ, ਆਕਰਸ਼ਿਤ ਕਰਦਾ ਸੀ। ਉਸ ਦੀ ਸ਼ਖ਼ਸੀਅਤ ਵਿੱਚ ਰੋਬ੍ਹ ਅਤੇ ਸ਼ਕਤੀ ਦੇ ਨਾਲ-ਨਾਲ ਕੋਮਲਤਾ ਜਾਂ ਉਦਾਰਤਾ ਦਾ ਵੀ ਅਨੁਭਵ ਹੁੰਦਾ ਸੀ। ਇਨ੍ਹਾਂ ਦੋਵਾਂ ਦੀਆਂ ਅੱਖਾਂ ਮਿਲੀਆਂ। ਕਠੋਰ ਸੈਨਿਕ ਨੇ ਆਪਣੇ ਦਿਲ ਵਿੱਚ ਕੁੱਝ ਕਮਜ਼ੋਰੀ ਮਹਿਸੂਸ ਕੀਤੀ। ਉਹ ਅਜਿਹੀ ਕਮਜ਼ੋਰੀ ਦਾ ਆਦੀ ਨਹੀਂ ਸੀ ਅਤੇ ਇਸ ਲਈ ਡਰ ਗਿਆ। ਇਸੇ ਵੇਲੇ ਉਸ ਦੀ ਰੋਬ੍ਹ ਭਰੀ ਆਵਾਜ਼ ਗੂੰਜ ਉੱਠੀ:

"ਇਸ ਲੜਕੀ ਨੂੰ ਤੁਰੰਤ ਉੱਥੇ ਹੀ ਛੱਡ ਆਓ, ਜਿੱਥੋਂ ਇਸ ਨੂੰ ਲਿਆਏ ਹੋ।"

"ਕੀ ਗੱਲ ਇਮਾਮ? ਇੰਨੀ ਹਸੀਨ ਲੜਕੀ ਐ। ਇਸ ਵਿੱਚ ਤਾਂ ਕਿਤੇ ਕੋਈ ਘਾਟ ਹੀ ਨਹੀਂ।"

"ਮੈਂ ਜਾਣਦਾਂ ਕਿ ਕਿਉਂ ਇਸ ਤਰ੍ਹਾਂ ਕਰਨਾ ਚਾਹੀਦੈ ਅਤੇ ਤੁਹਾਡਾ ਕੰਮ ਤਾਂ ਘੋੜੇ ਦੀ ਕਾਠੀ ਕਸਣਾ ਐ।"

"ਇਸ ਨੂੰ ਵਾਪਸ ਕਰਨ ਬਦਲੇ ਕੀ ਲਿਆ ਜਾਵੇ?"

"ਬਦਲੇ ਵਿੱਚ ਕੁੱਝ ਵੀ ਲਏ ਬਿਨਾਂ ਹੀ ਵਾਪਸ ਕਰ ਦੇਣਾ।"

ਅਖ਼ਬੇਰਦਿਲ ਮੁਹੰਮਦ ਨੂੰ ਬੜੀ ਹੈਰਾਨੀ ਹੋਈ। ਸ਼ਾਮਿਲ ਨੇ ਬਦਲੇ ਵਿੱਚ ਕੁੱਝ ਲਏ ਬਿਨਾਂ ਕਦੇ ਕੋਈ ਕੈਦੀ ਰਿਹਾ ਨਹੀਂ ਕੀਤਾ ਸੀ। ਪਰ ਉਹ ਇਮਾਮ ਦੇ ਸਾਹਮਣੇ ਇਤਰਾਜ਼ ਕਰਨ ਦੀ ਹਿੰਮਤ ਨਹੀਂ ਸਕਦਾ ਸੀ।

ਆਪਣੀ ਇਸ ਕੈਦਣ ਨੂੰ ਉਸ ਨੇ ਕਿਹਾ:

"ਮੈਂ ਹੁਣੇ ਤੁਹਾਨੂੰ ਤੁਹਾਡੇ ਮਾਂ-ਬਾਪ ਕੋਲ ਵਾਪਸ ਛੱਡ ਆਉਨਾਂ। ਉਨ੍ਹਾਂ ਨੂੰ ਬਹੁਤ ਖ਼ੁਸ਼ੀ ਹੋਵੇਗੀ। ਤੁਸੀਂ ਉਨ੍ਹਾਂ ਨੂੰ ਕਹਿ ਦੇਣਾ ਕਿ ਸ਼ਾਮਿਲ ਲੁਟੇਰਾ ਨਹੀਂ।"

ਜਦੋਂ ਮੁਰੀਦ ਦੇ ਉਪਰੋਕਤ ਸ਼ਬਦਾਂ ਦਾ ਅਨੁਵਾਦ ਕੀਤਾ ਗਿਆ, ਤਾਂ ਅੰਨਾ ਨੇ ਹੈਰਾਨੀ ਨਾਲ ਸ਼ਾਮਿਲ ਵੱਲ ਦੇਖਿਆ। ਸਾਰਿਆਂ ਨੇ ਇਹ ਸਮਝਿਆ ਕਿ ਉਸ ਨੂੰ ਆਪਣੀ ਇਸ ਖ਼ੁਸ਼ਕਿਸਮਤੀ 'ਤੇ ਵਿਸ਼ਵਾਸ ਨਹੀਂ ਹੋ ਰਿਹਾ।

ਉਸ ਨੂੰ ਦੂਜੀ ਵਾਰ ਇਹ ਕਿਹਾ ਗਿਆ:

"ਇਮਾਮ ਨੂੰ ਉਸ ਦਾ ਬਹੁਤ ਅਫ਼ਸੋਸ ਐ, ਜੋ ਹੋਇਐ। ਉਹ ਬਦਲੇ ਵਿੱਚ ਕੁੱਝ ਵੀ ਲਏ ਬਿਨਾਂ ਤੁਹਾਨੂੰ ਮੁਕਤ ਕਰ ਰਿਹੈ।"

ਉਦੋਂ ਖ਼ੂਬਸੂਰਤ ਅੰਨਾ ਨੇ ਸ਼ਾਮਿਲ ਨੂੰ ਸੰਬੋਧਿਤ ਹੁੰਦੇ ਹੋਏ ਕਿਹਾ:

"ਦਾਗ਼ਿਸਤਾਨ ਦੇ ਰਹਿਬਰ। ਮੈਨੂੰ ਤਾਂ ਕੋਈ ਵੀ ਭਜਾ ਕੇ ਨਹੀਂ ਲਿਆਇਆ। ਮੈਂ ਤਾਂ ਤੁਹਾਡੀ ਕੈਦਣ ਬਣਨ ਲਈ ਖ਼ੁਦ ਹੀ ਇੱਥੇ ਚਲੀ ਆਈ ਆਂ।"

"ਇਹ ਕਿਵੇਂ, ਕਿਸ ਲਈ?"

"ਤਾਂ ਕਿ ਉਸ ਸੂਰਮੇ ਨੂੰ ਆਪਣੀਆਂ ਅੱਖਾਂ ਨਾਲ ਦੇਖ ਸਕਾਂ, ਜਿਸ ਦੀ ਸਾਰਾ ਕਾਕੇਸ਼ੀਆ, ਸਾਰੀ ਦੁਨੀਆ ਚਰਚਾ ਕਰਦੀ ਐ। ਤੁਹਾਡੇ ਮਨ ਵਿੱਚ ਜੋ ਵੀ ਆਵੇ, ਤੁਸੀਂ ਉਹ ਕਰ ਸਕਦੇ ਹੋ, ਪਰ ਆਪਣੀ ਮਰਜ਼ੀ ਨਾਲ ਚੁਣੀ ਹੋਈ ਇਸ ਕੈਦ ਨੂੰ ਮੈਂ ਕਿਸੇ ਵੀ ਹਾਲਤ ਵਿੱਚ ਨਹੀਂ ਬਦਲਾਂਗੀ। ਮੈਂ ਇੱਥੋਂ ਕਦੇ ਵੀ ਨਹੀਂ ਜਾਵਾਂਗੀ।"

"ਨਹੀਂ, ਤੁਹਾਡਾ ਇੱਥੋਂ ਜਾਣਾ ਹੀ ਜ਼ਿਆਦਾ ਸਹੀ ਹੋਵੇਗਾ।"

"ਇਹ ਤੁਸੀਂ ਕਹਿ ਰਹੇ ਹੋ, ਇਹ ਸ਼ਾਮਿਲ ਕਹਿ ਰਿਹੈ, ਜਿਸ ਨੂੰ ਸਾਰੇ ਬਹਾਦਰ ਮਰਦ ਮੰਨਦੇ ਨੇ।"

"ਅਜਿਹਾ ਅੱਲ੍ਹਾ ਕਹਿ ਰਿਹੈ।"

"ਖ਼ੁਦਾ ਅਜਿਹਾ ਨਹੀਂ ਕਹਿ ਸਕਦਾ।"

"ਮੇਰਾ ਅੱਲ੍ਹਾ ਅਤੇ ਤੁਹਾਡਾ ਖ਼ੁਦਾ ਵੱਖ-ਵੱਖ ਜ਼ੁਬਾਨ ਬੋਲਦੇ ਨੇ।"

"ਦਾਗ਼ਿਸਤਾਨ ਦੇ ਰਹਿਬਰ, ਅੱਜ ਤੋਂ ਮੈਂ ਤੁਹਾਡੀ ਕੈਦਣ, ਤੁਹਾਡੀ ਦਾਸੀ ਆਂ। ਅੱਜ ਤੋਂ ਤੁਹਾਡਾ ਅੱਲ੍ਹਾ ਹੀ ਮੇਰਾ ਖ਼ੁਦਾ ਹੋਵੇਗਾ। ਬਚਪਨ ਵਿੱਚ ਹੀ ਮੈਂ ਤੁਹਾਡੇ ਬਾਰੇ ਗਾਣੇ ਸੁਣੇ ਸੀ। ਉਨ੍ਹਾਂ ਵਿੱਚੋਂ ਇੱਕ ਮੈਨੂੰ ਯਾਦ ਰਹਿ ਗਿਐ। ਉਸ ਨੇ ਮੇਰੇ ਦਿਲ ਵਿੱਚ ਘਰ ਕਰ ਲਿਐ।"

ਆਰਮੀਨੀ ਮੁਟਿਆਰ ਅਚਾਨਕ ਕਿਸੇ ਦੀ ਵੀ ਸਮਝ ਵਿੱਚ ਨਾ ਆਉਣ ਵਾਲੀ ਭਾਸ਼ਾ ਵਿੱਚ ਇੱਕ ਪਿਆਰਾ ਗਾਣਾ ਗਾਉਣ ਲੱਗੀ। ਉੱਚੇ ਪਰਬਤਾਂ ਪਿੱਛੇ ਚੰਦ ਨਿੱਕਲ ਆਇਆ। ਅਤੇ ਆਰਮੀਨੀਆ ਦੀ ਬੇਟੀ ਅਜੇ ਵੀ ਸ਼ਾਮਿਲ ਬਾਰੇ ਗਾਣਾ ਗਾਈ ਜਾ ਰਹੀ ਸੀ।

ਮੁਰੀਦ ਅੰਦਰ ਆਇਆ।

"ਇਮਾਮ, ਘੋੜੇ 'ਤੇ ਕਾਠੀ ਕਸੀ ਜਾ ਚੁੱਕੀ ਐ। ਮੈਂ ਇਸ ਲੜਕੀ ਨੂੰ ਲਿਜਾ ਸਕਦਾਂ?"

"ਇਸ ਨੂੰ ਇੱਥੇ ਹੀ ਰਹਿਣ ਦਿਓ। ਇਸ ਨੂੰ ਇਹ ਗਾਣਾ ਅੰਤ ਤੱਕ ਗਾਉਣਾ ਪਵੇਗਾ, ਬੇਸ਼ੱਕ ਇਸ ਦੇ ਲਈ ਉਸ ਨੂੰ ਪੂਰੀ ਜ਼ਿੰਦਗੀ ਹੀ ਲਗਾਉਣੀ ਪਵੇ।"

ਕੁੱਝ ਦਿਨਾਂ ਬਾਅਦ ਦਾਗ਼ਿਸਤਾਨ ਵਿੱਚ ਦਬ-ਦਬੀ ਕਾਨਾਫੂਸੀ ਹੋਣ ਲੱਗੀ। ਸੜਕ 'ਤੇ ਇੱਕ ਆਦਮੀ ਦੂਜੇ ਆਦਮੀ ਦੇ ਕੰਨ ਵਿੱਚ, ਇੱਕ ਪਿੰਡ ਦੇ ਲੋਕ ਦੂਜੇ ਪਿੰਡ ਦੇ ਲੋਕਾਂ ਦੇ ਕੰਨਾਂ ਵਿੱਚ ਹੌਲੀ-ਹੌਲੀ ਕਹਿੰਦੇ ਸਨ:

"ਸੁਣਿਐ ਤੁਸੀਂ? ਸ਼ਾਮਿਲ ਨੇ ਇੱਕ ਹੋਰ ਬੀਵੀ ਬਣਾ ਲਈ ਐ?"

"ਧਰਮ-ਈਮਾਨ ਨੂੰ ਮੰਨਣ ਵਾਲੇ ਇਮਾਮ ਨੇ ਇੱਕ ਆਰਮੀਨੀ ਲੜਕੀ ਨਾਲ ਸ਼ਾਦੀ ਕਰ ਲਈ ਐ।"

"ਇੱਕ ਕਾਫ਼ਿਰ ਲੜਕੀ ਹੁਣ ਇਮਾਮ ਦੀ ਪੱਗ ਧੋਂਦੀ ਐ। ਪ੍ਰਾਰਥਨਾ ਦੀ ਜਗ੍ਹਾ ਉਹ ਉਸ ਨੂੰ ਗਾਣੇ ਸੁਣਾਉਂਦੀ ਐ।"

ਸਾਰੇ ਦਾਗ਼ਿਸਤਾਨ ਵਿੱਚ ਇਹ ਕਾਨਾਫੂਸੀ ਹੋਣ ਲੱਗੀ। ਪਰ ਇਹ ਅਫ਼ਵਾਹਾਂ ਸੱਚੀਆਂ ਸਨ। ਇਮਾਮ ਨੇ ਤੀਜੀ ਬੀਵੀ ਨਾਲ ਸ਼ਾਦੀ ਕਰ ਲਈ। ਅੰਨਾ ਨੇ ਇਸਲਾਮ ਕਬੂਲ ਕਰ ਲਿਆ, ਪਹਾੜੀ ਢੰਗ ਨਾਲ ਦੁਪੱਟਾ ਪਹਿਨ ਲਿਆ ਅਤੇ ਅਵਾਰ ਜਾਤੀ ਦਾ ਨਾਂ ਗ੍ਰਹਿਣ ਕਰ ਕੇ ਅੰਨਾ ਤੋਂ ਸ਼ੁਆਇਨਾਤ ਬਣ ਗਈ। ਇਮਾਮ ਨੂੰ ਉਹੀ ਖਾਣਾ ਸਭ ਤੋਂ ਸਵਾਦਲਾ ਲੱਗਦਾ ਸੀ, ਜੋ ਸ਼ੁਆਇਨਾਤ ਬਣਾਉਂਦੀ ਸੀ, ਉਹੀ ਬਿਸਤਰਾ ਸਭ ਤੋਂ ਨਰਮ ਲੱਗਦਾ ਸੀ, ਜੋ ਉਹ ਵਿਛਾਉਂਦੀ ਸੀ। ਉਸੇ ਦਾ ਕਮਰਾ ਸਭ ਤੋਂ ਜ਼ਿਆਦਾ ਰੌਸ਼ਨ ਲੱਗਦਾ ਸੀ,

ਉਸੇ ਦੀ ਬੋਲੀ ਸਭ ਤੋਂ ਜ਼ਿਆਦਾ ਪਿਆਰੀ ਲੱਗਦੀ ਸੀ। ਇਮਾਮ ਦਾ ਕਠੋਰ ਚਿਹਰਾ ਨਰਮ, ਸਨੇਹਪੂਰਨ ਅਤੇ ਦਿਆਲੂ ਹੋ ਗਿਆ। ਮੋਜ਼ਦੇਕ ਤੋਂ ਅਨੇਕਾਂ ਵਾਰ ਸ਼ੁਆਇਨਾਤ ਮਾਤਾ-ਪਿਤਾ ਵੱਲੋਂ ਭੇਜੇ ਗਏ ਸੁਨੇਹਾ ਲਿਆਉਣ ਵਾਲੇ ਇਹ ਬੇਨਤੀ ਲੈ ਕੇ ਸ਼ਾਮਿਲ ਕੋਲ ਆਏ ਕਿ ਉਹ ਬਦਲੇ ਵਿੱਚ ਆਪਣੇ ਵੱਲੋਂ ਤੈਅ ਕੀਤੀ ਕੋਈ ਵੀ ਕੀਮਤ ਲੈ ਕੇ ਉਸ ਨੂੰ ਘਰ ਵਾਪਸ ਭੇਜ ਦੇਵੇ। ਸ਼ਾਮਿਲ ਇਹ ਸਭ ਸ਼ੁਆਇਨਾਤ ਨੂੰ ਦੱਸਦਾ, ਪਰ ਉਸ ਦਾ ਇੱਕ ਹੀ ਜਵਾਬ ਹੁੰਦਾ:

"ਇਮਾਮ, ਤੁਸੀਂ ਮੇਰੇ ਪਤੀ ਹੋ। ਬੇਸ਼ੱਕ ਮੇਰੀ ਗਰਦਨ ਵੱਢ ਦਿਓ, ਪਰ ਮੈਂ ਘਰ ਨਹੀਂ ਜਾਵਾਂਗੀ।"

ਇਮਾਮ ਮੋਜ਼ਦੇਕ ਤੋਂ ਸੁਨੇਹਾ ਲਿਆਉਣ ਵਾਲਿਆਂ ਨੂੰ ਬੀਵੀ ਦਾ ਇਹੀ ਜਵਾਬ ਸੁਣਾ ਦਿੰਦਾ। ਇੱਕ ਵਾਰ ਸ਼ੁਆਇਨਾਤ ਦਾ ਸਕਾ ਭਰਾ ਇਮਾਮ ਕੋਲ ਆਇਆ। ਇਮਾਮ ਨੇ ਉਸ ਦਾ ਪ੍ਰੇਮ ਸਹਿਤ ਆਦਰ-ਸਤਿਕਾਰ ਕੀਤਾ, ਉਸ ਨੂੰ ਸ਼ੁਆਇਨਾਤ ਨਾਲ ਮਿਲਣ ਅਤੇ ਉਸ ਨਾਲ ਗੱਲਬਾਤ ਕਰਨ ਦੀ ਇਜਾਜ਼ਤ ਦੇ ਦਿੱਤੀ। ਭੈਣ-ਭਰਾ ਦੋ ਘੰਟਿਆਂ ਤੱਕ ਇਕਾਂਤ ਵਿੱਚ ਰਹੇ। ਭਾਈ ਨੇ ਭੈਣ ਨਾਲ ਪਿਤਾ ਦੇ ਦੁੱਖ ਅਤੇ ਮਾਂ ਦੇ ਹੰਝੂਆਂ ਦੀ ਚਰਚਾ ਕੀਤੀ, ਇਹ ਕਿਹਾ ਕਿ ਘਰੇ ਉਸ ਦੀ ਜ਼ਿੰਦਗੀ ਕਿੰਨੀ ਖ਼ੁਸ਼ੀਆਂ ਭਰੀ ਹੋਵੇਗੀ, ਉਸ ਬਦਕਿਸਮਤ ਜਵਾਨ ਵਰ ਦਾ ਜ਼ਿਕਰ ਕੀਤਾ, ਜੋ ਅਜੇ ਤੱਕ ਉਸ ਨਾਲ ਮੁਹੱਬਤ ਕਰਦਾ ਹੈ।

ਸਭ ਬੇਅਸਰ ਰਿਹਾ। ਸ਼ੁਆਇਨਾਤ ਨੇ ਇਨਕਾਰ ਕਰ ਦਿੱਤਾ ਅਤੇ ਭਰਾ ਆਪਣਾ ਉਦਾਸ ਜਿਹਾ ਮੂੰਹ ਲੈ ਕੇ ਵਾਪਸ ਚਲਾ ਗਿਆ।

"ਇਮਾਮ, ਚਾਰੇ ਪਾਸੇ ਖ਼ੂਨ ਵਹਿ ਰਿਹੈ, ਲੋਕ ਮਰ ਰਹੇ ਨੇ। ਤੁਸੀਂ ਪ੍ਰਾਰਥਨਾ ਵਾਂਗ ਸ਼ੁਆਇਨਾਤ ਦੇ ਗਾਣੇ ਕਿਵੇਂ ਸੁਣ ਰਹੇ ਹੋ? ਤੁਸੀਂ ਤਾਂ ਦਾਗ਼ਿਸਤਾਨ ਵਿੱਚ ਗਾਉਣ ਦੀ ਮਨਾਹੀ ਕਰ ਦਿੱਤੀ ਐ। ਤੁਸੀਂ ਤਾਂ ਆਪਣੀ ਮਾਂ ਦੇ ਗਾਣੇ ਤੋਂ ਵੀ ਇਨਕਾਰ ਕਰ ਦਿੱਤਾ ਸੀ।"

"ਪਾਤੀਮਾਤ।" ਇਮਾਮ ਨੇ ਜਵਾਬ ਦਿੱਤਾ, "ਸ਼ੁਆਇਨਾਤ ਉਹ ਗਾਣੇ ਗਾਉਂਦੀ ਐ, ਜੋ ਸਾਡੇ ਦੁਸ਼ਮਣ ਸਾਡੇ ਬਾਰੇ ਗਾਉਂਦੇ ਨੇ। ਜੇਕਰ ਮੈਂ ਹੰਝੂਆਂ ਨਾਲ ਭਰੇ ਗਾਣਿਆਂ ਦੇ ਪ੍ਰਚਾਰ ਦੀ ਇਜਾਜ਼ਤ ਦੇ ਦਿੰਦਾ, ਤਾਂ ਉਹ ਦੁਸ਼ਮਣ ਤੱਕ ਪਹੁੰਚ ਜਾਂਦੇ ਅਤੇ ਦੁਸ਼ਮਣ ਸਾਡੇ ਬਾਰੇ ਦੂਜੇ ਹੀ ਢੰਗ ਨਾਲ ਸੋਚਣ ਲੱਗਦਾ। ਉਦੋਂ ਮੈਨੂੰ ਉਨ੍ਹਾਂ ਮਾਂਵਾਂ ਨਾਲ ਅੱਖਾਂ ਮਿਲਾਉਂਦੇ ਹੋਏ ਸ਼ਰਮ ਆਉਂਦੀ, ਜਿਨ੍ਹਾਂ ਦੇ ਬੇਟੇ ਮੇਰੇ ਨਾਲ ਜੰਗ ਦੇ ਮੈਦਾਨ ਵਿੱਚ ਜਾ ਕੇ ਜੂਝ ਕੇ ਮਰ ਰਹੇ ਨੇ। ਪਰ ਦੁਸ਼ਮਣ ਸਾਡੇ ਬਾਰੇ ਬੇਸ਼ੱਕ ਗਾਣੇ ਗਾਉਂਦੇ ਰਹਿਣ। ਮੈਂ ਖ਼ੁਸ਼ੀ ਨਾਲ ਉਨ੍ਹਾਂ ਨੂੰ ਸੁਣਾਂਗਾ ਅਤੇ ਉਨ੍ਹਾਂ ਨੂੰ ਸੁਣਨ ਲਈ ਦੂਜੇ ਲੋਕਾਂ ਨੂੰ ਵੀ ਆਪਣੇ ਕੋਲ ਬੁਲਾ ਲਵਾਂਗਾ।"

ਪਾਤੀਮਾਤ ਦੇ ਦੁੱਖ ਦਾ ਕਾਰਨ ਇਹ ਨਹੀਂ ਸੀ ਕਿ ਇਮਾਮ ਜਵਾਨ ਬੀਵੀ ਦੇ ਗਾਣੇ ਸੁਣਦਾ ਸੀ, ਬਲਕਿ ਇਹ ਸੀ ਕਿ ਪਹਿਲੀਆਂ ਦੋਵੇਂ ਬੀਵੀਆਂ ਨੂੰ ਉਹ ਪਹਿਲਾਂ ਵਾਂਗ ਆਪਣੇ ਦੁੱਖ-ਸੁੱਖ ਦਾ ਭਾਗੀ ਨਹੀਂ ਬਣਾਉਂਦਾ ਸੀ। ਜਲਦੀ ਹੀ ਹੇਠ ਲਿਖੀ ਘਟਨਾ ਵਾਪਰ ਗਈ।

ਇੱਕ ਵਾਰ ਇਮਾਮ ਨੂੰ ਇਹ ਸੂਚਨਾ ਦਿੱਤੀ ਗਈ ਕਿ ਰੂਸ ਦਾ ਗੋਰਾ ਜ਼ਾਰ ਉਸ ਦੇ ਬੇਟੇ ਜਮਾਲੁਦੀਨ ਨੂੰ ਸ਼ੁਆਇਨਾਤ ਦੇ ਬਦਲੇ ਵਾਪਸ ਕਰਨ ਲਈ ਤਿਆਰ ਹੈ, ਜੋ ਉਸ ਵੇਲੇ ਪੀਟਰਸਬਰਗ ਦੇ ਸੈਨਿਕ ਸਕੂਲ ਵਿੱਚ ਪੜ੍ਹਾਈ ਕਰ ਰਿਹਾ ਸੀ। ਅਜਿਹਾ ਕਰਨਾ ਤਾਂ ਬਹੁਤ

ਮੁਸ਼ਕਿਲ ਸੀ। ਇਮਾਮ ਨੇ ਇਨਕਾਰ ਕਰ ਦਿੱਤਾ। ਇਸ ਤਰ੍ਹਾਂ ਦੀ ਸੰਭਾਵਨਾ ਬਾਰੇ ਸ਼ਾਮਿਲ ਨੇ ਕਿਸੇ ਨੂੰ ਨਹੀਂ ਦੱਸਿਆ, ਪਰ ਇਹ ਖ਼ਬਰ ਕਿਸੇ ਤਰ੍ਹਾਂ ਪਾਤੀਮਾਤ ਤੱਕ ਪਹੁੰਚ ਹੀ ਗਈ।

ਇੱਕ ਦਿਨ ਉਹ ਆਪਣੀ ਜਵਾਨ ਸੌਕਣ ਕੋਲ ਗਈ।

"ਸ਼ੁਆਇਨਾਤ, ਮੈਨੂੰ ਇਹ ਵਚਨ ਦਿੰਦੇ ਹੋ ਕਿ ਅੱਲ੍ਹਾ ਤੋਂ ਇਲਾਵਾ ਸਾਡੀ ਗੱਲਬਾਤ ਹੋਰ ਕੋਈ ਨਹੀਂ ਸੁਣ ਸਕੇਗਾ?"

"ਵਚਨ ਦਿੰਨੀ ਆਂ।"

"ਤੁਸੀਂ ਤਾਂ ਬਹੁਤ ਬਿਹਤਰ ਜਾਣਦੇ ਹੋ ਕਿ ਪਿਛਲੇ ਕੁੱਝ ਅਰਸੇ ਤੋਂ ਸ਼ਾਮਿਲ ਨੂੰ ਨੀਂਦ ਨਹੀਂ ਆਉਂਦੀ, ਉਹ ਬਹੁਤ ਪ੍ਰੇਸ਼ਾਨ ਅਤੇ ਦੁਖੀ ਰਹਿੰਦੈ।"

"ਹਾਂ, ਮੈਂ ਦੇਖ ਰਹੀ ਆਂ, ਪਾਤੀਮਤ। ਦੇਖ ਰਹੀ ਆਂ।"

"ਤੁਹਾਨੂੰ ਪਤਾ ਐ ਕਿ ਅਜਿਹਾ ਕਿਉਂ ਐ"

"ਮੈਨੂੰ ਪਤਾ ਨਹੀਂ।"

"ਮੈਨੂੰ ਪਤਾ ਐ। ਜੇਕਰ ਤੁਸੀਂ ਚਾਹੋ, ਤਾਂ ਇਸ ਦਾ ਇਲਾਜ ਕਰ ਸਕਦੇ ਹੋ।"

"ਤਾਂ ਉਹ ਇਲਾਜ ਮੈਨੂੰ ਦੱਸੋ, ਮੈਨੂੰ ਦੱਸੋ ਮੇਰੀ ਪਿਆਰੀ।"

"ਤੁਸੀਂ ਮੇਰੇ ਅਤੇ ਸ਼ਾਮਿਲ ਦੇ ਬੇਟੇ ਜਮਾਲੁਦੀਨ ਬਾਰੇ ਤਾਂ ਜ਼ਰੂਰ ਸੁਣਿਆ ਹੋਵੇਗਾ?"

"ਹਾਂ, ਸੁਣਿਐ।"

"ਉਸ ਦਾ ਬੇਟਾ ਵਾਪਸ ਮੁੜ ਆਉਣਾ ਤੁਹਾਡੇ 'ਤੇ ਨਿਰਭਰ ਕਰਦੈ। ਤੁਸੀਂ ਆਪਣੀ ਮਾਂ ਨੂੰ ਯਾਦ ਕਰਦੇ ਰਹਿੰਦੇ ਹੋ। ਮੈਂ ਵੀ ਮਾਂ ਆਂ। ਮੈਂ ਦਸ ਸਾਲ ਤੋਂ ਆਪਣੇ ਬੇਟੇ ਨੂੰ ਨਹੀਂ ਦੇਖਿਆ। ਮੱਦਦ ਕਰੋ! ਮੇਰੀ ਖਾਤਰ ਨਹੀਂ, ਸ਼ਾਮਿਲ ਦੀ ਖਾਤਰ ਅਜਿਹਾ ਕਰੋ।"

"ਸ਼ਾਮਿਲ ਦੀ ਖਾਤਰ ਮੈਂ ਸਭ ਕੁੱਝ ਕਰਨ ਲਈ ਤਿਆਰ ਆਂ। ਪਰ ਕਿਵੇਂ ਮੱਦਦ ਕਰਾਂ"

"ਜੇਕਰ ਤੁਸੀਂ ਆਪਣੇ ਮਾਂ-ਬਾਪ ਕੋਲ ਵਾਪਸ ਚਲੇ ਜਾਓ, ਤਾਂ ਜ਼ਾਰ ਸਾਡਾ ਬੇਟਾ ਜਮਾਲੁਦੀਨ ਵਾਪਸ ਕਰ ਦੇਵੇਗਾ। ਮੈਨੂੰ ਮੇਰਾ ਬੇਟਾ ਵਾਪਸ ਕਰ ਦਿਓ। ਇਸ ਦੇ ਲਈ ਅੱਲ੍ਹਾ ਤੁਹਾਨੂੰ ਸਵਰਗ ਵਿੱਚ ਜਗ੍ਹਾ ਦੇਵੇਗਾ। ਮੈਂ ਤੁਹਾਡੀ ਮਿੰਨਤ ਕਰਦੀ ਆਂ।"

ਸ਼ੁਆਇਨਾਤ ਦੀਆਂ ਅੱਖਾਂ ਵਿੱਚ ਹੰਝੂ ਭਰ ਆਏ।

"ਸਭ ਕੁੱਝ ਕਰਾਂਗੀ, ਪਾਤੀਮਾਤ! ਸਭ ਕੁੱਝ ਕਰਾਂਗੀ।" ਉਸ ਨੇ ਕਿਹਾ ਅਤੇ ਚਲੀ ਗਈ।

ਆਪਣੇ ਕਮਰੇ ਵਿੱਚ ਜਾ ਕੇ ਉਹ ਗਲੀਚੇ 'ਤੇ ਡਿੱਗ ਪਈ। ਸ਼ੁਰੂ ਵਿੱਚ ਦੇਰ ਤੱਕ ਰੋਂਦੀ ਰਹੀ, ਫਿਰ ਦਰਦ ਭਰਿਆ ਗੀਤ ਗਾਉਣ ਲੱਗੀ। ਸ਼ਾਮਿਲ ਘਰ ਆਇਆ।

"ਕੀ ਗੱਲ ਐ, ਸ਼ੁਆਇਨਾਤ?"

"ਇਮਾਮ, ਮੈਨੂੰ ਮੇਰੇ ਮਾਤਾ-ਪਿਤਾ ਕੋਲ ਜਾਣ ਦੀ ਇਜਾਜ਼ਤ ਦੇ ਦਿਓ।"

"ਇਹ ਤੁਸੀਂ ਕੀ ਕਹਿ ਰਹੇ ਹੋ?"

"ਮੈਨੂੰ ਉਨ੍ਹਾਂ ਕੋਲ ਵਾਪਸ ਜਾਣਾ ਹੀ ਚਾਹੀਦੈ।"

"ਕਿਉਂ? ਕਿਹੋ ਜਿਹੀ ਗੱਲ ਕਰ ਰਹੇ ਹੋ? ਤੁਸੀਂ ਤਾਂ ਖ਼ੁਦ ਇਨਕਾਰ ਕੀਤਾ ਸੀ ਅਤੇ ਹੁਣ ਮੈਂ ਤੁਹਾਨੂੰ ਇਸ ਦੀ ਇਜਾਜ਼ਤ ਨਹੀਂ ਦੇ ਸਕਦਾ।"

"ਸ਼ਾਮਿਲ, ਮੈਨੂੰ ਮੇਰੇ ਘਰ ਭੇਜ ਦਿਓ। ਦੂਜਾ ਕੋਈ ਚਾਰਾ ਨਹੀਂ।"

"ਲੱਗਦੈ ਕਿ ਤੁਸੀਂ ਬਿਮਾਰ ਹੋ।"

"ਮੈਂ ਚਾਹੁਨੀ ਆਂ ਕਿ ਤੁਸੀਂ ਜਮਾਲੁਦੀਨ ਨੂੰ ਮਿਲ ਸਕੋ।"

"ਅੱਛਾ, ਤਾਂ ਇਹ ਮਾਮਲਾ ਐ! ਤੁਸੀਂ ਕਿਤੇ ਨਹੀਂ ਜਾਓਗੇ, ਸ਼ੁਆਇਨਾਤ। ਜੇਕਰ ਮੈਂ ਉਸ ਨੂੰ ਤੁਹਾਡੇ ਬਦਲੇ ਵਿੱਚ ਹੀ ਹਾਸਲ ਕਰ ਸਕਦਾਂ, ਤਾਂ ਮੈਂ ਹਮੇਸ਼ਾ ਲਈ ਉਸ ਤੋਂ ਬਿਨਾਂ ਰਹਿਣਾ ਬਿਹਤਰ ਸਮਝਾਂਗਾ। ਜੇਕਰ ਉਹ ਮੇਰਾ ਬੇਟਾ ਐ, ਤਾਂ ਖ਼ੁਦ ਆਪਣੀ ਮਾਂ, ਆਪਣੇ ਵਤਨ ਤੱਕ ਪਹੁੰਚਣ ਦਾ ਰਾਹ ਲੱਭ ਲਵੇਗਾ। ਮੈਂ ਤੁਹਾਡੇ ਬਣਾਏ ਰਸਤੇ 'ਤੇ ਆਪਣੇ ਬੇਟੇ ਕੋਲ ਨਹੀਂ ਜਾਵਾਂਗਾ। ਉਸ ਕੋਲ ਪਹੁੰਚਣ ਦਾ ਅਜਿਹਾ ਰਸਤਾ ਲੱਭਾਂਗਾ, ਜੋ ਮੇਰੀ ਅਤੇ ਉਸ ਦੀ ਸ਼ਾਨ ਦੇ ਯੋਗ ਹੋਵੇਗਾ। ਇਹੀ ਜ਼ਿਆਦਾ ਚੰਗਾ ਐ ਕਿ ਤੁਸੀਂ ਮੇਰਾ ਘੋੜਾ ਲੈ ਆਓ।"

ਸ਼ੁਆਇਨਾਤ ਫਾਟਕ ਤੋਂ ਸ਼ਾਮਿਲ ਦਾ ਘੋੜਾ ਲੈ ਆਈ। ਉਸ ਨੇ ਕੁੰਡੀ ਤੋਂ ਛਾਂਟਾ ਲਾਹ ਕੇ ਉਸ ਨੂੰ ਦੇ ਦਿੱਤਾ।

ਸ਼ਾਮਿਲ ਦੀਆਂ ਮੁਹਿੰਮਾਂ, ਉਸ ਦੀਆਂ ਸਾਰੀਆਂ ਯਾਤਰਾਵਾਂ ਵਿੱਚ ਉਸ ਦੀ ਬੀਵੀ ਸ਼ੁਆਇਨਾਤ ਇਮਾਮ ਦੀ ਜ਼ਿੰਦਗੀ ਦੀ ਆਖ਼ਰੀ ਘੜੀ ਤੱਕ ਹਮੇਸ਼ਾ ਉਸ ਦੇ ਨਾਲ ਰਹੀ, ਚਾਹੇ ਉਹ ਦਾਗ਼ਿਸਤਾਨ, ਪੀਟਰਸਬਰਗ, ਕਾਲੂਗਾ ਜਾਂ ਅਰਬ ਧਰਤੀ ਨਾਲ ਸਬੰਧਿਤ ਸਨ। ਅੱਜ ਵੀ, ਸਾਡੇ ਜ਼ਮਾਨੇ ਵਿੱਚ ਵੀ ਇਸ ਅਦਭੁੱਤ ਔਰਤ ਬਾਰੇ ਕਿੱਸੇ-ਕਹਾਣੀਆਂ ਸੁਣਾਏ ਜਾਂਦੇ ਹਨ। ਆਖ਼ਰ ਤਾਂ ਉਸ ਨੇ ਇਸ ਚੀਜ਼ ਵਿੱਚ ਵੀ ਮੱਦਦ ਕੀਤੀ ਕਿ ਇਮਾਮ ਦਾ ਬੇਟਾ ਜਮਾਲੁਦੀਨ ਉਸ ਕੋਲ ਵਾਪਸ ਮੁੜ ਆਇਆ। ਪਰ ਇਹ ਇੱਕ ਵੱਖਰੀ ਕਹਾਣੀ ਹੈ।

ਜਮਾਲੁਦੀਨ ਦਾ ਗਾਣਾ

ਅੱਠ ਸਾਲ ਦੀ ਉਮਰ ਵਿੱਚ ਬੰਦੀ ਬਣਾਇਆ ਗਿਆ ਜਮਾਲੁਦੀਨ ਚੌਵੀ ਸਾਲਾ ਜਵਾਨ ਦੇ ਰੂਪ ਵਿੱਚ ਦਾਗ਼ਿਸਤਾਨ ਵਾਪਸ ਆਇਆ। ਬੇਟੇ ਨੂੰ ਵਾਪਸ ਲਿਆਉਣ ਲਈ ਇਮਾਮ ਸ਼ਾਮਿਲ ਨੂੰ ਬਹੁਤ ਸਾਰੀ ਸ਼ਕਤੀ ਲਗਾਉਣੀ ਪਈ, ਬਹੁਤ ਸਬਰ ਅਤੇ ਚਲਾਕੀ ਤੋਂ ਕੰਮ ਲੈਣਾ ਪਿਆ। ਸ਼ਾਮਿਲ ਨੇ ਜ਼ਾਰ ਦੇ ਸਾਹਮਣੇ ਬੰਦੀ ਬਣਾਏ ਗਏ ਅਨੇਕਾਂ ਰੂਸੀ ਸੈਨਿਕਾਂ ਨੂੰ ਬੇਟੇ ਦੇ ਬਦਲੇ ਵਿੱਚ ਛੱਡਣ ਦੇ ਪ੍ਰਸਤਾਵ ਪੇਸ਼ ਕੀਤੇ, ਪਰ ਜ਼ਾਰ ਰਾਜ਼ੀ ਨਹੀਂ ਹੋਇਆ। ਜ਼ਾਰ ਨੂੰ ਦਾਗ਼ਿਸਤਾਨ ਦੇ ਨਾਬਲਿਗ ਦੀ ਪੀਟਰਸਬਰਗ ਵਿੱਚ ਜ਼ਰੂਰਤ ਸੀ। ਉਸ ਨੂੰ ਮੌਤ ਦੇ ਘਾਟ ਉਤਾਰ ਦੇਣ ਦੀ ਧਮਕੀ ਦੇ ਕੇ ਜ਼ਾਰ ਸ਼ਾਮਿਲ ਨੂੰ ਬੇਅਰਥ ਹੀ ਲੜਾਈ ਖ਼ਤਮ ਕਰਨ ਲਈ ਮਜ਼ਬੂਰ ਕਰਨਾ ਚਾਹੁੰਦਾ ਸੀ। ਇਮਾਮ ਨੇ ਇਨ੍ਹਾਂ ਧਮਕੀਆਂ ਦੀ ਕੋਈ ਪ੍ਰਵਾਹ ਨਹੀਂ ਕੀਤੀ। ਬੇਟੇ ਵੱਲੋਂ (ਸ਼ਾਇਦ ਖ਼ੁਦ ਬੇਟੇ ਨੇ) ਇਮਾਮ ਨੂੰ ਇਹ ਲਿਖਿਆ ਕਿ ਜ਼ਾਰ ਬਹੁਤ ਸ਼ਕਤੀਸ਼ਾਲੀ ਹੈ ਅਤੇ ਉਸ 'ਤੇ ਜਿੱਤ ਹਾਸਲ ਕਰਨ ਦੀ ਕੋਈ ਉਮੀਦ ਨਹੀਂ ਕੀਤੀ ਜਾ ਸਕਦੀ। ਦਾਗ਼ਿਸਤਾਨ ਵਿੱਚ ਖ਼ੂਨ ਵਹਿ ਰਿਹਾ ਹੈ ਅਤੇ ਜ਼ਾਰ ਦੇ ਵਿਰੁੱਧ ਜੂਝਦੇ ਰਹਿਣ ਨਾਲ ਨੁਕਸਾਨ ਅਤੇ ਦੁੱਖ-ਦਰਦ ਤੋਂ ਇਲਾਵਾ ਕੁੱਝ ਵੀ ਨਹੀਂ ਮਿਲੇਗਾ।

ਜ਼ਿੱਦੀ ਇਮਾਮ ਨੇ ਕਿਸੇ ਵੀ ਗੱਲ ਵੱਲ ਕੰਨ ਨਹੀਂ ਕਰਿਆ।

ਅਜਿਹਾ ਹੋਇਆ ਕਿ ਕੁੱਝ ਮੁਰੀਦਾਂ ਨਾਲ ਹਾਜੀ-ਮੁਰਾਦ ਰੂਸੀਆਂ ਨਾਲ ਜਾ ਮਿਲਿਆ। ਪਰ ਆਪਣੇ ਪਰਿਵਾਰ, ਮਾਂ, ਬੀਵੀ, ਭੈਣ ਅਤੇ ਬੇਟੇ ਨੂੰ ਉਸ ਨੇ ਪਹਾੜਾਂ ਵਿੱਚ ਹੀ ਛੱਡ ਦਿੱਤਾ। ਜ਼ਾਹਿਰ ਹੈ ਕਿ ਉਹ ਸਭ ਸ਼ਾਮਿਲ ਦੇ ਹੱਥਾਂ ਵਿੱਚ ਆ ਗਏ। ਸ਼ਾਮਿਲ ਨੇ ਹਾਜੀ-ਮੁਰਾਦ ਨੂੰ ਲਿਖਿਆ, "ਜੇਕਰ ਤੁਸੀਂ ਵਾਪਸ ਨਹੀਂ ਆਓਗੇ, ਤਾਂ ਤੁਹਾਡੇ ਬੇਟੇ ਬੂਲਿਚ ਦਾ ਸਿਰ ਵੱਢ ਦਿਆਂਗਾ ਅਤੇ ਤੁਹਾਡੀ ਮਾਂ, ਭੈਣ ਅਤੇ ਬੀਵੀ ਨੂੰ ਉਨ੍ਹਾਂ ਦੀ ਮਿੱਟੀ ਪਲੀਤ ਕਰਨ ਲਈ ਫ਼ੌਜੀਆਂ ਹਵਾਲੇ ਕਰ ਦਿਆਂਗਾ।"

ਉੱਧਰ ਹਾਜੀ-ਮੁਰਾਦ ਵੀ ਆਪਣੇ ਪਰਿਵਾਰ ਨੂੰ ਬਚਾਉਣ ਦੇ ਰਸਤੇ ਲੱਭ ਰਿਹਾ ਸੀ ਅਤੇ ਇਸ ਤਰ੍ਹਾਂ ਜ਼ਿੱਦੀ ਇਮਾਮ ਦੇ ਵਿਰੁੱਧ ਸੰਘਰਸ਼ ਕਰਨ ਲਈ ਆਪਣੇ ਆਪ ਨੂੰ ਆਜ਼ਾਦ ਕਰ ਲੈਣਾ ਚਾਹੁੰਦਾ ਸੀ। ਉਨ੍ਹਾਂ ਦਿਨਾਂ ਵਿੱਚ ਉਸ ਨੇ ਇਹ ਕਿਹਾ ਸੀ, "ਮੈਂ ਰੱਸੀ ਨਾਲ ਬੰਨ੍ਹਿਆ ਹੋਇਆਂ ਅਤੇ ਰੱਸੀ ਦਾ ਸਿਰਾ ਸ਼ਾਮਿਲ ਦੇ ਹੱਥ ਵਿੱਚ ਐ।" ਬਦਲੇ ਵਿੱਚ ਧਨ-ਦੌਲਤ ਦੇ ਕੇ ਪਰਿਵਾਰ ਛੁਡਾਉਣ ਦਾ ਕੋਈ ਸਵਾਲ ਹੀ ਪੈਦਾ ਨਹੀਂ ਹੁੰਦਾ। ਸ਼ਾਮਿਲ ਨੂੰ ਜਦੋਂ ਇਹ ਪਤਾ ਲੱਗਿਆ ਕਿ ਉਸ ਦਾ ਸਾਬਕਾ ਮੁਰੀਦ ਧਨ-ਦੌਲਤ ਦੇ ਕੇ ਆਪਣਾ ਪਰਿਵਾਰ ਛੁਡਾ ਲੈਣਾ ਚਾਹੁੰਦਾ ਹੈ, ਤਾਂ ਉਸ ਨੇ ਕਿਹਾ, "ਲੱਗਦੈ ਕਿ ਹੋਰ ਸਭ ਚੀਜ਼ਾਂ ਤੋਂ ਇਲਾਵਾ, ਹਾਜੀ-ਮੁਰਾਦ ਦਾ ਦਿਮਾਗ ਵੀ ਫਿਰ ਗਿਐ।"

ਪਰ ਜੇਕਰ ਸ਼ਾਮਿਲ ਦੇ ਹੱਥਾਂ ਵਿੱਚ ਹਾਜੀ-ਮੁਰਾਦ ਨੂੰ ਬੰਨ੍ਹਣ ਵਾਲੀ ਰੱਸੀ ਦਾ ਸਿਰਾ ਸੀ, ਤਾਂ ਹਾਜੀ-ਮੁਰਾਦ ਦੇ ਹੱਥਾਂ ਵਿੱਚ ਉਹ ਧਾਗਾ ਸੀ, ਜੋ ਸਿੱਧਾ ਸ਼ਾਮਿਲ ਦੇ ਦਿਲ ਤੱਕ ਪਹੁੰਚਦਾ ਸੀ। ਉਹ ਧਾਗਾ ਜਮਾਲੁਦੀਨ ਸੀ। ਹਾਜੀ-ਮੁਰਾਦ ਨੇ ਵੋਰੋਂਤਸੋਵ ਨੂੰ ਕਿਹਾ, "ਜ਼ਾਰ ਨੂੰ ਕਹੋ ਕਿ ਉਹ ਜਮਾਲੁਦੀਨ ਨੂੰ ਉਸ ਦੇ ਪਿਤਾ ਨੂੰ ਵਾਪਸ ਕਰ ਦੇਵੇ। ਫਿਰ ਇਹ ਸੰਭਵ ਐ ਕਿ ਸ਼ਾਮਿਲ ਮੇਰੇ ਪਰਿਵਾਰ ਦੇ ਲੋਕਾਂ ਨੂੰ ਆਜ਼ਾਦ ਕਰ ਦੇਵੇ। ਜਦੋਂ ਤੱਕ ਮੇਰਾ ਪਰਿਵਾਰ ਸ਼ਾਮਿਲ ਦੇ ਹੱਥਾਂ ਵਿੱਚ ਐ, ਮੇਰੇ ਲਈ ਉਸ ਦੇ ਵਿਰੁੱਧ ਲੜਣ ਦਾ ਮਤਲਬ ਐ, ਆਪਣੇ ਹੀ ਹੱਥਾਂ ਨਾਲ ਆਪਣੀ ਮਾਂ, ਬੇਟੇ ਅਤੇ ਬੀਵੀ, ਭਾਵ ਪੂਰੇ ਪਰਿਵਾਰ ਨੂੰ ਕਤਲ ਕਰ ਦੇਣਾ।"

ਵੋਰੋਂਤਸੋਵ ਨੇ ਜਾਰ ਨੂੰ ਇਹ ਸਭ ਕੁੱਝ ਲਿਖਿਆ ਅਤੇ ਜ਼ਾਰ ਇਸ ਦੇ ਲਈ ਰਾਜੀ ਹੋ ਗਿਆ। ਸ਼ਾਮਿਲ ਨੂੰ ਇਹ ਲਿਖਿਆ ਗਿਆ, "ਜੇਕਰ ਤੁਸੀਂ ਹਾਜੀ-ਮੁਰਾਦ ਦੇ ਪਰਿਵਾਰ ਨੂੰ ਛੱਡ ਦਿਉਗੇ, ਤਾਂ ਤੁਹਾਨੂੰ ਤੁਹਾਡਾ ਬੇਟਾ ਮਿਲ ਜਾਵੇਗਾ।"

ਸ਼ਾਮਿਲ ਦੇ ਸਾਹਮਣੇ ਹੁਣ ਇਹ ਦੁੱਖਦਾਈ ਚੋਣ ਸੀ। ਤਿੰਨ ਰਾਤਾਂ ਤੱਕ ਨਾ ਤਾਂ ਉਹ ਖ਼ੁਦ ਅਤੇ ਨਾ ਹੀ ਉਸ ਦਾ ਪਰਿਵਾਰ ਹੀ ਸੁੱਤਾ। ਚੌਥੇ ਦਿਨ ਇਮਾਮ ਨੇ ਹਾਜੀ-ਮੁਰਾਦ ਦੇ ਬੇਟੇ ਬੂਲਿਚ ਨੂੰ ਆਪਣੇ ਕੋਲ ਬੁਲਵਾਇਆ।

"ਤੁਸੀਂ ਹਾਜੀ-ਮੁਰਾਦ ਦੇ ਬੇਟੇ ਹੋ?"

"ਹਾਂ, ਮੈਂ ਹਾਜੀ-ਮੁਰਾਦ ਦਾ ਬੇਟਾ ਆਂ, ਇਮਾਮ।"

"ਤੁਸੀਂ ਜਾਣਦੇ ਹੋ ਕਿ ਉਸ ਨੇ ਕੀ ਕੀਤੈ?"

"ਜਾਣਦਾਂ, ਇਮਾਮ।"

"ਇਸ ਬਾਰੇ ਤੁਸੀਂ ਕੀ ਕਹੋਗੇ?"

"ਇਸ ਬਾਰੇ ਕੀ ਕਿਹਾ ਜਾ ਸਕਦੈ?"

"ਉਸ ਨੂੰ ਮਿਲਣਾ ਚਾਹੁੰਦੇ ਹੋ?"

"ਬੇਹੱਦ ਚਾਹੁਨਾਂ।"

"ਮੈਂ ਤੁਹਾਨੂੰ ਤੁਹਾਡੀ ਮਾਂ, ਦਾਦੀ, ਪੂਰੇ ਪਰਿਵਾਰ ਨਾਲ ਉਸ ਕੋਲ ਜਾਣ ਲਈ ਆਜ਼ਾਦ ਕਰਦਾਂ।"

"ਨਹੀਂ, ਮੈਂ ਪਿਤਾ ਜੀ ਕੋਲ ਨਹੀਂ ਜਾ ਸਕਦਾ। ਮੇਰਾ ਸਥਾਨ ਦਾਗ਼ਿਸਤਾਨ ਵਿੱਚ ਐ। ਪਰ ਉੱਥੇ ਤਾਂ ਦਾਗ਼ਿਸਤਾਨ ਨਹੀਂ।"

"ਤੁਹਾਨੂੰ ਜਾਣਾ ਚਾਹੀਦੈ, ਬੂਲਿਚ। ਇਹ ਮੇਰਾ ਹੁਕਮ ਐ।"

"ਮੈਂ ਨਹੀਂ ਜਾਵਾਂਗਾ, ਇਮਾਮ! ਇਹੋ ਬਿਹਤਰ ਹੋਵੇਗਾ ਕਿ ਤੁਸੀਂ ਇੱਥੇ ਹੀ ਅਤੇ ਇਸੇ ਵੇਲੇ ਮੇਰੀ ਜਾਨ ਲੈ ਲਵੋ।"

"ਮੈਂ ਦੇਖ ਰਿਹਾਂ ਕਿ ਆਪਣੇ ਬਾਪ ਵਾਂਗ ਤੁਸੀਂ ਵੀ ਮੇਰਾ ਹੁਕਮ ਮੰਨਣਾ ਨਹੀਂ ਜਾਣਦੇ।"

"ਅਸੀਂ ਸਭ ਤੁਹਾਡਾ ਹੁਕਮ ਮੰਨਣ ਲਈ ਤਿਆਰ ਆਂ, ਇਮਾਮ। ਪਰ ਮੈਨੂੰ ਇਹ ਨਾ ਕਹੋ ਕਿ ਉੱਥੇ ਜਾਵਾਂ। ਇਹੀ ਜ਼ਿਆਦਾ ਚੰਗਾ ਹੋਵੇਗਾ ਕਿ ਤੁਸੀਂ ਮੈਨੂੰ ਜੰਗ ਵਿੱਚ ਭੇਜ

ਦਿਓ। ਮੈਂ ਆਪਣੀ ਜਾਨ ਦੀ ਪ੍ਰਵਾਹ ਨਹੀਂ ਕਰਾਂਗਾ।"

"ਪਿਤਾ ਦੇ ਖ਼ਿਲਾਫ਼ ਲੜਣ ਲਈ?"

"ਦੁਸ਼ਮਣਾਂ ਦੇ ਖ਼ਿਲਾਫ਼।"

ਉਸ ਦਿਨ ਸ਼ਾਮਿਲ ਨੇ ਆਪਣਾ ਇੱਕ ਸਭ ਤੋਂ ਵਧੀਆ ਖੰਜਰ ਬੂਲਿਚ ਨੂੰ ਭੇਟ ਕੀਤਾ।

"ਆਪਣੇ ਪਿਤਾ ਵਾਂਗ ਹੀ ਇਸ ਨੂੰ ਵਰਤਣ ਦਾ ਕਮਾਲ ਹਾਸਲ ਕਰੋ। ਪਰ ਹਮੇਸ਼ਾ ਇਹ ਧਿਆਨ ਰੱਖਣਾ ਕਿ ਇਸ ਨਾਲ ਕਿਸ 'ਤੇ ਵਾਰ ਕਰਨੈ।"

ਹਾਜੀ-ਮੁਰਾਦ ਦੀ ਸੌਦੇਬਾਜ਼ੀ ਕਾਮਯਾਬ ਨਹੀਂ ਹੋਈ। ਉਸ ਦਾ ਬੇਟਾ ਉਸ ਕੋਲ ਨਹੀਂ ਗਿਆ। ਜਮਾਲੁਦਾਨ ਵੀ ਇਮਾਮ ਕੋਲ ਨਹੀਂ ਆਇਆ।

ਪਰ ਇਸੇ ਦੌਰਾਨ ਸ਼ਾਮਿਲ ਨੇ ਆਪਣੇ ਦੂਜੇ ਉਪਾਅ ਕੀਤੇ। ਉਸ ਨੇ ਆਪਣੇ ਦੂਜੇ ਬੇਟੇ, ਕਾਜ਼ੀ-ਮੁਹੰਮਦ ਨੂੰ ਜਾਰਜੀਆਈ ਰਿਆਸਤ ਤਸਿਨਾਨਦਾਲੀ 'ਤੇ ਹਮਲਾ ਬੋਲਣ ਲਈ ਭੇਜ ਦਿੱਤਾ। ਇਸ ਦੇ ਫਲਸਰੂਪ ਰਾਜਕੁਮਾਰੀ ਚਾਵਚਾਵਾਦਜ਼ੇ, ਰਾਜਕੁਮਾਰੀ ਓਰਬੇਲਿਆਨੀ ਅਤੇ ਇਨ੍ਹਾਂ ਦੇ ਨਾਲ ਉਨ੍ਹਾਂ ਦੀ ਫ੍ਰਾਂਸੀਸੀ ਅਧਿਆਪਿਕਾ ਵੀ ਬੰਦੀ ਬਣਾ ਲਈਆਂ ਗਈਆਂ। ਨੀਨਾ ਗ੍ਰਿਬੋਯੇਦੋਵਾ ਦੀ ਭੈਣ ਯੇਕਾਤੇਰੀਨਾ ਚਾਵਚਾਵਾਦਜ਼ੇ ਨੂੰ ਮੁਰੀਦਾਂ ਨੇ ਦਰੱਖਤ ਦੀ ਖੋੜ ਵਿੱਚ ਲੁਕੀ ਦੇਖਿਆ ਅਤੇ ਉਨ੍ਹਾਂ ਨੇ ਉਸ ਨੂੰ ਉੱਥੋਂ ਕੱਢ ਕੇ ਕੈਦੀ ਬਣਾ ਲਿਆ।

ਹੁਣ ਤਾਂ ਸ਼ਾਮਿਲ ਜ਼ਾਰ ਨੂੰ ਆਪਣੀਆਂ ਸ਼ਰਤਾਂ ਮੰਨਣ ਲਈ ਮਜ਼ਬੂਰ ਕਰ ਸਕਦਾ ਸੀ।

ਕਿਉਂਕਿ ਜ਼ਾਰ ਹਰ ਹਾਲਤ ਵਿੱਚ ਜਾਰਜੀਆਈ ਰਾਜਕੁਮਾਰੀਆਂ ਨੂੰ ਬਚਾਉਣਾ ਚਾਹੇਗਾ।

"ਆਪਣੇ ਬੇਟੇ ਦੇ ਬਦਲੇ ਵਿੱਚ ਹੀ ਰਾਜਕੁਮਾਰੀਆਂ ਨੂੰ ਵਾਪਸ ਕਰਾਂਗਾ।" ਸ਼ਾਮਿਲ ਨੇ ਆਪਣਾ ਆਖ਼ਰੀ ਫ਼ੈਸਲਾ ਸੁਣਾ ਦਿੱਤਾ।

ਤਾਂ ਉਹ ਦਿਨ ਆਇਆ। ਚੌੜੀ ਨਦੀ ਵਹਿ ਰਹੀ ਸੀ। ਉਸ ਦੇ ਇੱਕ ਤੱਟ 'ਤੇ ਬੰਦੀ ਬਣਾ ਕੇ ਲਿਆਂਦੀਆਂ ਗਈਆਂ ਰਾਜਕੁਮਾਰੀਆਂ ਆਪਣੇ ਆਜ਼ਾਦ ਹੋਣ ਦਾ ਰਸਤਾ ਦੇਖ ਰਹੀਆਂ ਸਨ। ਦੂਜੇ ਤੱਟ 'ਤੇ ਰੂਸੀ ਫ਼ੌਜੀਆਂ ਨਾਲ ਇਮਾਮ ਦਾ ਬੇਟਾ ਸਾਹਮਣੇ ਆਇਆ। ਸ਼ਾਮਿਲ ਵੀ ਆਪਣੇ ਘੋੜੇ 'ਤੇ ਸਵਾਰ ਹੋ ਕੇ ਨਦੀ ਦੇ ਤੱਟ 'ਤੇ ਆ ਗਿਆ। ਉਹ ਦੂਜੇ ਤੱਟ 'ਤੇ ਹੋਰ ਲੋਕਾਂ ਦੇ ਵਿਚਕਾਰ ਆਪਣੇ ਬੇਟੇ ਨੂੰ ਦੇਖਣ-ਪਛਾਣਨ ਦੀ ਕੋਸ਼ਿਸ਼ ਕਰ ਰਿਹਾ ਸੀ। ਉਨ੍ਹਾਂ ਨੇ ਇੰਨੇ ਸਾਲਾਂ ਤੱਕ ਇੱਕ-ਦੂਜੇ ਨੂੰ ਦੇਖਿਆ ਜੋ ਨਹੀਂ ਸੀ। ਕੀ ਬਾਪ ਅਤੇ ਬੇਟਾ ਇੱਕ-ਦੂਜੇ ਨੂੰ ਪਛਾਣ ਸਕਣਗੇ?

ਇਮਾਮ ਨੂੰ ਸੁਨਹਿਰੀ ਫੀਤਿਆਂ ਵਾਲੇ ਫ਼ੌਜੀ ਓਵਰਕੋਟ ਵਾਲਾ ਇੱਕ ਸੁੱਘੜ-ਸੁਡੌਲ ਰੂਸੀ ਫ਼ੌਜੀ ਅਫ਼ਸਰ ਦਿਖਾਇਆ ਗਿਆ। ਇਹ ਅਫ਼ਸਰ ਦੂਜੇ ਫ਼ੌਜੀ ਅਫ਼ਸਰਾਂ ਨਾਲ ਗੱਲਬਾਤ ਕਰ ਰਿਹਾ ਸੀ, ਉਸ ਨੇ ਉਨ੍ਹਾਂ ਤੋਂ ਵਿਦਾ ਲਈ ਅਤੇ ਉਨ੍ਹਾਂ ਨੂੰ ਗਲੇ ਲਗਾਇਆ। ਇਸ ਤੋਂ ਬਾਅਦ ਉਹ ਇੱਕ ਪਾਸੇ ਵੱਖਰੀ ਖੜ੍ਹੀ ਹੋਈ ਇੱਕ ਮੁਟਿਆਰ ਕੋਲ ਗਿਆ ਅਤੇ ਉਸ

ਨੇ ਉਸ ਦਾ ਹੱਥ ਚੁੰਮਿਆ। ਕਦੇ-ਕਦੇ ਉਹ ਸਫ਼ੈਦ ਘੋੜੇ 'ਤੇ ਸਵਾਰ ਆਪਣੇ ਪਿਤਾ ਵੱਲ ਵੀ ਦੇਖ ਲੈਂਦਾ ਸੀ।

"ਕੀ ਇਹੋ ਐ ਮੇਰਾ ਬੇਟਾ?" ਇਮਾਮ ਨੇ ਇਸ ਅਫ਼ਸਰ ਨੂੰ ਟਿਕਟਿਕੀ ਲਗਾ ਕੇ ਦੇਖਦੇ ਅਤੇ ਉਸ ਦੀ ਕਿਸੇ ਵੀ ਗਤੀਵਿਧੀ ਨੂੰ ਨਜ਼ਰ ਤੋਂ ਖੁੰਝਣ ਨਾ ਦੇਣ ਦੀ ਕੋਸ਼ਿਸ਼ ਕਰਦੇ ਹੋਏ ਕਿਹਾ।

"ਹਾਂ, ਇਹੀ ਐ ਜਮਾਲੁਦੀਨ।"

"ਚੇਰਕੇਸਕਾ ਅਤੇ ਸਾਡੇ ਹਥਿਆਰ ਉਸ ਤੱਟ 'ਤੇ ਲਿਜਾ ਕੇ ਉਸ ਨੂੰ ਦੇ ਦਿਓ। ਇਸ ਪਲ ਤੋਂ ਉਹ ਜ਼ਾਰ ਦੀ ਫ਼ੌਜ ਦਾ ਅਫ਼ਸਰ ਨਹੀਂ, ਬਲਕਿ ਦਾਗ਼ਿਸਤਾਨ ਦਾ ਸੈਨਿਕ ਐ। ਜੋ ਕੱਪੜੇ ਉਸ ਨੇ ਇਸ ਵੇਲੇ ਪਹਿਨੇ ਹੋਏ ਨੇ, ਉਨ੍ਹਾਂ ਨੂੰ ਨਦੀ ਵਿੱਚ ਸੁੱਟ ਦਿਓ। ਨਹੀਂ ਤਾਂ ਮੈਂ ਆਪਣੇ ਬੇਟੇ ਨੂੰ ਆਪਣੇ ਨੇੜੇ ਨਹੀਂ ਆਉਣ ਦਿਆਂਗਾ।"

ਜਮਾਲੁਦੀਨ ਨੇ ਆਪਣੇ ਪਿਤਾ ਦੀ ਇੱਛਾ ਅਨੁਸਾਰ ਆਪਣੇ ਕੱਪੜੇ ਬਦਲ ਲਏ। ਪਹਾੜੀ ਚੇਰਕੇਸਕਾ ਦੇ ਉੱਪਰ ਉਸ ਨੇ ਪਹਾੜੀ ਲੋਕਾਂ ਦੇ ਹਥਿਆਰ ਬੰਨ੍ਹ ਲਏ। ਪਰ ਚੇਰਕੇਸਕਾ ਅਤੇ ਸਮੂਰ ਦੀ ਵੱਡੀ ਟੋਪੀ ਦੇ ਹੇਠਾਂ ਜਮਾਲੁਦੀਨ ਦਾ ਦਿਲ ਅਤੇ ਸਿਰ ਤਾਂ ਉਸੇ ਤਰ੍ਹਾਂ ਹੀ ਰਹਿ ਗਏ ਸਨ ਅਤੇ ਉਨ੍ਹਾਂ ਨੂੰ ਤਾਂ ਕਿਸੇ ਤਰ੍ਹਾਂ ਵੀ ਬਦਲਣਾ ਸੰਭਵ ਨਹੀਂ ਸੀ।

ਆਖ਼ਰ ਉਹ ਨਦੀ ਪਾਰ ਕਰਕੇ ਆਪਣੇ ਪਿਤਾ ਕੋਲ ਆਇਆ।

"ਮੇਰਾ ਪਿਆਰਾ ਬੇਟਾ!"

"ਮੇਰੇ ਅੱਬਾ!"

ਜਮਾਲੁਦੀਨ ਨੂੰ ਘੋੜਾ ਦੇ ਦਿੱਤਾ ਗਿਆ। ਵੇਦੇਨੋ ਤੱਕ ਪੂਰੇ ਰਸਤੇ ਵਿੱਚ ਬਾਪ ਅਤੇ ਬੇਟਾ ਨਾਲ-ਨਾਲ ਸਵਾਰੀ ਕਰਦੇ ਰਹੇ। ਇਮਾਮ ਸ਼ਾਮਿਲ ਕਦੇ-ਕਦੇ ਪੁੱਛਦਾ:

"ਜਮਾਲੁਦੀਨ, ਇਹ ਦੱਸ ਕਿ ਤੈਨੂੰ ਇਹ ਥਾਵਾਂ ਯਾਦ ਨੇ? ਤੂੰ ਇਨ੍ਹਾਂ ਚੱਟਾਨਾਂ ਨੂੰ ਭੁੱਲ ਤਾਂ ਨਹੀਂ ਗਿਆ? ਤੈਨੂੰ ਆਪਣਾ ਪਿੰਡ ਗੀਮਰੀ ਯਾਦ ਐ ਅਖ਼ੂਲਗੋ ਯਾਦ ਐ?"

"ਅੱਬਾ, ਉਦੋਂ ਤਾਂ ਮੈਂ ਬਹੁਤ ਛੋਟਾ ਸੀ।"

"ਇਹ ਦੱਸ ਕਿ ਕਦੇ ਇੱਕ ਵਾਰ ਵੀ ਅੱਲ੍ਹਾ ਦੇ ਦਰਬਾਰ ਵਿੱਚ ਇਬਾਦਤ ਕੀਤੀ? ਤੂੰ ਆਪਣੀ ਇਬਾਦਤ ਤਾਂ ਨਹੀਂ ਭੁੱਲ ਗਿਆ, ਕੁਰਾਨ ਦੀਆਂ ਨਜ਼ਮਾਂ ਤਾਂ ਨਹੀਂ ਭੁੱਲ ਗਿਆ?"

"ਉੱਥੇ ਜਿੱਥੇ ਮੈਂ ਰਹਿੰਦਾ ਸੀ, ਕੁਰਾਨ ਨਹੀਂ ਸੀ।" ਜਮਾਲੁਦੀਨ ਨੇ ਮਨ ਮਾਰ ਕੇ ਜਵਾਬ ਦਿੱਤਾ।

"ਕੀ ਤੂੰ ਇੱਕ ਵਾਰ ਵੀ ਸਰਬ ਸ਼ਕਤੀਮਾਨ ਅੱਲ੍ਹਾ ਦੇ ਸਾਹਮਣੇ ਸਿਰ ਨਹੀਂ ਝੁਕਾਇਆ? ਉਸ ਦੀ ਇਬਾਦਤ ਨਹੀਂ ਕੀਤੀ? ਰੋਜ਼ੇ ਨਹੀਂ ਰੱਖੇ? ਨਮਾਜ਼ ਅਦਾ ਨਹੀਂ ਕੀਤੀ?"

"ਅੱਬਾ, ਸਾਨੂੰ ਇਹ ਗੱਲਾਂ ਨਹੀਂ ਕਰਨੀਆਂ ਚਾਹੀਦੀਆਂ।"

ਪਰ ਸ਼ਾਮਿਲ ਨੇ ਕੋਈ ਗੱਲ ਨਾ ਕਰ ਕੇ ਘੋੜੇ ਨੂੰ ਅੱਡਾ ਲਗਾ ਦਿੱਤੀ।

ਅਗਲੇ ਦਿਨ ਇਮਾਮ ਨੇ ਬੇਟੇ ਨੂੰ ਆਪਣੇ ਕੋਲ ਬੁਲਾ ਲਿਆ।

"ਦੇਖ, ਜਮਾਲੁਦੀਨ ਪਹਾੜਾਂ ਪਿੱਛੋਂ ਸੂਰਜ ਉੱਪਰ ਉੱਠ ਰਿਹੈ। ਬਹੁਤ ਖ਼ੂਬਸੂਰਤ ਨਜ਼ਾਰਾ ਐ ਨਾ।"

"ਹਾਂ, ਖ਼ੂਬਸੂਰਤ ਐ, ਅੱਬਾ।"

"ਤੂੰ ਇਨ੍ਹਾਂ ਪਹਾੜਾਂ, ਇਸ ਸੂਰਜ ਲਈ ਆਪਣੀ ਜ਼ਿੰਦਗੀ ਕੁਰਬਾਨ ਕਰਨ ਲਈ ਤਿਆਰ ਐਂ?"

"ਅੱਬਾ, ਸਾਨੂੰ ਕੁੱਝ ਗੱਲਾਂ ਕਰਨੀਆਂ ਚਾਹੀਦੀਆਂ ਨੇ।"

"ਤਾਂ ਕਰ ਲੈ।"

"ਅੱਬਾ, ਜ਼ਾਰ ਮਹਾਨ ਐ, ਬਹੁਤ ਅਮੀਰ ਐ, ਬੜਾ ਤਾਕਤਵਰ ਐ। ਸਾਨੂੰ ਇਨ੍ਹਾਂ ਪਹਾੜਾਂ ਦੀ ਗਰੀਬੀ, ਮੰਦਹਾਲੀ ਅਤੇ ਮੂਰਖਤਾ ਦੀ ਰੱਖਿਆ ਕਰਨ ਦੀ ਕੀ ਜ਼ਰੂਰਤ ਐ? ਰੂਸ ਵਿੱਚ ਮਹਾਨ ਸਾਹਿਤ, ਮਹਾਨ ਸੰਗੀਤ ਅਤੇ ਮਹਾਨ ਭਾਸ਼ਾ ਐ। ਇਹ ਸਭ ਸਾਡੇ ਹੋ ਜਾਣਗੇ। ਰੂਸ ਨਾਲ ਮਿਲ ਜਾਣ ਨਾਲ ਦਾਗ਼ਿਸਤਾਨ ਦਾ ਭਲਾ ਹੀ ਹੋਵੇਗਾ। ਅੱਖਾਂ ਖੋਲ੍ਹ ਕੇ ਸੱਚਾਈ ਨੂੰ ਦੇਖਣ, ਹਥਿਆਰ ਸੁੱਟਣ ਅਤੇ ਜ਼ਖ਼ਮਾਂ ਨੂੰ ਭਰਨ ਦਾ ਸਮਾਂ ਆ ਗਿਐ। ਵਿਸ਼ਵਾਸ ਕਰੋ ਕਿ ਮੈਂ ਦਾਗ਼ਿਸਤਾਨ ਨੂੰ ਤੁਹਾਡੇ ਨਾਲੋਂ ਕੋਈ ਘੱਟ ਪਿਆਰ ਨਹੀਂ ਕਰਦਾ....।"

"ਜਮਾਲੁਦੀਨ....!"

"ਅੱਬਾਜਾਨ, ਦਾਗ਼ਿਸਤਾਨ ਵਿੱਚ ਇੱਕ ਵੀ ਤਾਂ ਅਜਿਹਾ ਪਿੰਡ ਨਹੀਂ, ਜੋ ਘੱਟ ਤੋਂ ਘੱਟ ਇੱਕ ਵਾਰ ਨਾ ਜਲਿਆ ਹੋਵੇ। ਇੱਕ ਵੀ ਤਾਂ ਅਜਿਹੀ ਚੱਟਾਨ ਨਹੀਂ, ਜੋ ਜ਼ਖ਼ਮੀ ਨਾ ਹੋਈ ਹੋਵੇ। ਇੱਕ ਵੀ ਤਾਂ ਅਜਿਹਾ ਪੱਥਰ ਨਹੀਂ, ਜੋ ਖ਼ੂਨ ਨਾਲ ਨਾ ਰੰਗਿਆ ਹੋਵੇ।"

"ਮੈਂ ਦੇਖ ਰਿਹਾਂ ਕਿ ਤੂੰ ਨਾ ਤਾਂ ਇਨ੍ਹਾਂ ਜ਼ਖ਼ਮੀ ਚੱਟਾਨਾਂ ਦੀ ਰੱਖਿਆ ਕਰਨ ਲਈ ਤਿਆਰ ਐਂ ਅਤੇ ਨਾ ਹੀ ਅਜਿਹਾ ਕਰਨ ਦੇ ਯੋਗ ਐਂ।"

"ਅੱਬਾਜਾਨ!"

"ਮੈਂ ਤੇਰਾ ਅੱਬਾ ਨਹੀਂ। ਅਤੇ ਤੂੰ ਮੇਰਾ ਬੇਟਾ ਸਾਬਤ ਨਹੀਂ ਹੋਇਆ। ਤੇਰੇ ਸ਼ਬਦ ਸੁਣ ਕੇ ਤਾਂ ਮੁਰਦਿਆਂ ਨੂੰ ਕਬਰਾਂ ਵਿੱਚੋਂ ਨਿੱਕਲ ਆਉਣਾ ਚਾਹੀਦੈ। ਪਰ ਜਦੋਂ ਮੈਂ ਤੇਰੇ ਮੂੰਹੋਂ ਇਹ ਸਭ ਕੁੱਝ ਸੁਣਦਾਂ, ਤਾਂ ਮੈਂ ਜਿਊਂਦਾ ਆਦਮੀ ਕੀ ਕਰਾਂ? ਦੇਖਦੈਂ, ਚੱਟਾਨਾਂ ਕਿਵੇਂ ਕਾਲੀਆਂ ਹੋ ਗਈਆਂ ਨੇ?"

ਸ਼ਾਮਿਲ ਨੇ ਆਪਣੇ ਸਭ ਤੋਂ ਵਫ਼ਾਦਾਰ ਲੋਕਾਂ ਅਤੇ ਘਰ ਵਾਲਿਆਂ ਨੂੰ ਬੁਲਾ ਲਿਆ।

"ਲੋਕੋ, ਮੈਂ ਤੁਹਾਨੂੰ ਇਹ ਦੱਸਣਾ ਚਾਹੁਨਾਂ, ਜੋ ਮੇਰਾ ਬੇਟਾ ਕਹਿੰਦੈ। ਉਹ ਕਹਿੰਦੈ ਕਿ ਗੋਰਾ ਜ਼ਾਰ ਮਹਾਨ ਐ, ਕਿ ਦੁਸ਼ਮਣ ਤਾਕਤਵਰ ਐ, ਕਿ ਜ਼ਾਰ ਦਾ ਰਾਜ ਬਹੁਤ ਵੱਡਾ ਐ ਅਤੇ ਅਸੀਂ ਬੇਕਾਰ ਹੀ ਉਸ ਦੇ ਵਿਰੁੱਧ ਲੜ ਰਹੇ ਆਂ। ਉਸ ਦਾ ਕਹਿਣਾ ਐ ਕਿ ਸਾਨੂੰ ਹਥਿਆਰ ਸੁੱਟ ਕੇ ਬੜੀ ਨਿਮਰਤਾ ਨਾਲ ਜ਼ਾਰ ਦੇ ਸਾਹਮਣੇ ਆਪਣਾ ਸਿਰ ਝੁਕਾ ਦੇਣਾ ਚਾਹੀਦੈ। ਮੈਂ ਇਹ ਮੰਨਦਾ ਸੀ ਕਿ ਜੋ ਆਦਮੀ ਨਾ ਕੇਵਲ ਅਜਿਹਾ ਕਹਿਣ, ਬਲਕਿ ਅਜਿਹਾ ਸੋਚਣ ਦੀ ਹਿੰਮਤ ਵੀ ਕਰੇਗਾ, ਮੈਂ ਉਸ ਨੂੰ ਇੱਕ ਘੰਟੇ ਤੱਕ ਵੀ ਦਾਗ਼ਿਸਤਾਨ ਵਿੱਚ ਰਹਿਣ ਨਹੀਂ ਦਿਆਂਗਾ। ਅੱਜ ਇਹ ਸ਼ਬਦ ਸੁਣਾਈ ਦੇ ਰਹੇ ਨੇ ਅਤੇ ਉਹ ਵੀ ਕਿੱਥੇ ਆਪਣੇ ਘਰ ਵਿੱਚ। ਕੌਣ ਕਹਿ ਰਿਹੈ ਇਹ ਸ਼ਬਦ? ਮੇਰਾ ਬੇਟਾ! ਇਸ ਦੇ ਨਾਲ, ਅਜਿਹੇ ਆਦਮੀ ਨਾਲ ਕੀ ਕੀਤਾ ਜਾਵੇ, ਜਿਸ ਨੂੰ ਜ਼ਾਰ ਨੇ ਦਾਗ਼ਿਸਤਾਨ ਅਤੇ ਮੈਨੂੰ ਬੇਇੱਜ਼ਤ ਕਰਨ ਲਈ ਇੱਥੇ

ਭੇਜਿਐ? ਤੁਸੀਂ ਲੋਕ ਬਹੁਤ ਚੰਗੀ ਤਰ੍ਹਾਂ ਇਹ ਜਾਣਦੇ ਹੋ ਕਿ ਦੁਸ਼ਮਣ ਦੀਆਂ ਸੰਗੀਨਾਂ ਨੇ ਕਿੰਨੀ ਵਾਰ ਦਾਗ਼ਿਸਤਾਨ ਅਤੇ ਖ਼ੁਦ ਮੇਰੀ ਛਾਤੀ ਨੂੰ ਵੀ ਜ਼ਖ਼ਮੀ ਕੀਤੈ। ਪਰ ਜੋ ਸੰਗੀਨ ਮੈਂ ਖ਼ੁਦ ਬਣਾਈ ਸੀ, ਜ਼ਾਰ ਨੇ, ਉਸ ਨੂੰ ਤੇਜ ਕਰ ਕੇ ਉਸ ਨਾਲ ਮੇਰੇ ਦਿਲ ਨੂੰ ਨਿਸ਼ਾਨਾ ਬਣਾਇਐ। ਦੱਸੋ, ਹੁਣ ਕੀ ਕੀਤਾ ਜਾਵੇ?"

ਇਮਾਮ ਦੇ ਨੇੜਲੇ ਲੋਕਾਂ ਨੇ ਬੜੇ ਦੁਖੀ ਮਨ ਨਾਲ ਉਸ ਦੇ ਇਹ ਸ਼ਬਦ ਸੁਣੇ। ਸਿਰਫ਼ ਮਾਂ ਹੀ ਇਸ ਸਭ 'ਤੇ ਵਿਸ਼ਵਾਸ ਕਰਨ ਲਈ ਤਿਆਰ ਨਹੀਂ ਸੀ।

ਸ਼ਾਮਿਲ ਨੇ ਜਮਾਲੁਦੀਨ ਨੂੰ ਸੰਬੋਧਿਤ ਹੁੰਦੇ ਹੋਏ ਕਿਹਾ:

"ਉਏ ਪਹਾੜਾਂ ਦਿਆ ਦੁਸ਼ਮਣਾ! ਤੂੰ ਉੱਥੇ ਰਹੇਂਗਾ, ਜਿੱਥੇ ਮੈਨੂੰ ਤੇਰੀ ਆਵਾਜ਼ ਸੁਣਾਈ ਨਾ ਦੇਵੇ। ਨਾ ਤਾਂ ਹੁਣ ਤੇਰਾ ਕੋਈ ਬਾਪ ਐ, ਨਾ ਦਾਗ਼ਿਸਤਾਨ ਐ। ਮੈਂ ਜਾਰਜੀਆਈ ਰਾਜਕੁਮਾਰੀਆਂ ਨਾਲ ਤੈਨੂੰ ਬਦਲ ਲਿਆ, ਪਰ ਤੈਨੂੰ ਕਿਸ ਨਾਲ ਬਦਲਾਂ? ਮੈਂ ਤੇਰਾ ਕੀ ਕਰਾਂ?"

"ਆਪਣੇ ਬੇਟੇ ਨਾਲ ਤੁਸੀਂ ਜੋ ਚਾਹੋ, ਉਹੀ ਕਰ ਸਕਦੇ ਹੋ। ਬੇਸ਼ੱਕ ਮੇਰੀ ਜਾਨ ਲੈ ਲਵੋ, ਪਰ ਪਹਿਲਾਂ ਮੇਰੀ ਗੱਲ ਸੁਣ ਲਵੋ।"

"ਰਹਿਣ ਦੇ ਆਪਣੀ ਗੱਲ। ਮੈਂ ਹਮੇਸ਼ਾ ਅੱਲ੍ਹਾ ਦੀ ਗੱਲ ਸੁਣਦਾ ਰਿਹਾਂ, ਪਰ ਅੱਜ ਉਸ ਨੂੰ ਵੀ ਸੁਣ ਰਿਹਾ। ਅੱਲ੍ਹਾ ਕਹਿ ਰਿਹੈ, "ਇਸ ਦੁਸ਼ਮਣ ਨੂੰ ਕਤਲ ਕਰ ਦਿਓ!" ਪਰ ਮੈਂ ਉਸ ਨੂੰ ਜਵਾਬ ਦਿੰਨਾਂ ਕਿ ਇਹ ਦੁਸ਼ਮਣ ਨਹੀਂ, ਗੁੰਮਰਾਹ ਹੋ ਜਾਣ ਵਾਲਾ ਬੇਟਾ ਐ। ਮੈਂ ਉਸ ਨੂੰ ਕਹਿਨਾਂ ਕਿ ਮੇਰੇ ਵਿੱਚ ਆਪਣੇ ਹੱਥ ਦੀ ਉਂਗਲ ਕੱਟਣ ਦੀ ਹਿੰਮਤ ਨਹੀਂ। ਇਸ ਲਈ ਤੂੰ ਜਿਊਂਦਾ ਰਹਿ, ਪਰ ਖੰਜਰ ਲਾਹ ਦੇ। ਹਥਿਆਰ ਦੀ ਉਸ ਨੂੰ ਜ਼ਰੂਰਤ ਹੁੰਦੀ ਐ, ਜੋ ਦੁਸ਼ਮਣ ਨਾਲ ਲੋਹਾ ਲੈਣ ਲਈ ਤਿਆਰ ਹੋਵੇ।"

ਸ਼ਾਮਿਲ ਨੇ ਆਪਣੇ ਬੇਟੇ ਨੂੰ ਦੂਰ ਦੇ ਪਿੰਡ ਵਿੱਚ ਭੇਜ ਦਿੱਤਾ। ਜਮਾਲੁਦੀਨ ਉੱਥੇ ਦਰੱਖਤ ਤੋਂ ਟੁੱਟੇ ਪੱਤੇ ਵਾਂਗ ਰਹਿੰਦਾ ਸੀ। ਦੁੱਖਦਾਈ ਵਿਚਾਰਾਂ ਨਾਲ ਕਮਜ਼ੋਰ ਹੋਣ, ਘਟੀਆ ਖ਼ੁਰਾਕ ਅਤੇ ਅਜਿਹੇ ਜਲਵਾਯੂ ਦਾ ਆਦੀ ਨਾ ਹੋਣ ਕਾਰਨ ਜਮਾਲੁਦੀਨ ਨੂੰ ਤਪਦਿਕ ਹੋ ਗਈ। ਇਮਾਮ ਦੁਸ਼ਮਣ ਨਾਲ ਟਾਕਰਾ ਕਰ ਰਿਹਾ ਸੀ ਅਤੇ ਉੱਧਰ ਬੇਟੇ ਲਈ ਸਾਹ ਲੈਣਾ ਬਹੁਤ ਜ਼ਿਆਦਾ ਮੁਸ਼ਕਿਲ ਹੁੰਦਾ ਜਾ ਰਿਹਾ ਸੀ। ਉਸ ਨੂੰ ਉਸ ਦੀ ਕਿਸਮਤ 'ਤੇ ਛੱਡ ਦਿੱਤਾ ਗਿਆ ਸੀ। ਇਸੇ ਵੇਲੇ ਇਮਾਮ ਤੋਂ ਚੋਰੀ-ਛਿੱਪੇ ਜਮਾਲੁਦੀਨ ਦੀ ਮਾਂ ਪਾਤੀਮਾਤ ਉਸ ਕੋਲ ਗਈ। ਉਹ ਰੋਟੀ ਨਾਲ ਬਣਾਏ ਗਏ ਖਿਡੌਣੇ ਆਪਣੇ ਨਾਲ ਲੈ ਗਈ ਸੀ। ਅਜਿਹੇ ਇੱਕ ਖਿਡੌਣੇ ਦੀ ਸ਼ਕਲ ਖੰਜਰ ਵਰਗੀ ਸੀ, ਦੂਜੇ ਦੀ ਉਕਾਬ ਵਰਗੀ ਅਤੇ ਤੀਜੇ ਦੀ ਤਲਵਾਰ ਵਰਗੀ। ਇਸ ਤੋਂ ਬਾਅਦ ਉਸ ਨੇ ਵਿਹੜੇ ਵਿੱਚੋਂ ਪਾਥੀਆਂ ਲਿਆ ਕੇ ਅੱਗ ਮਚਾਈ। ਪਾਤੀਮਾਤ ਨੇ ਰੋਟੀ ਦੇ ਖਿਡੌਣੇ ਗਰਮ ਕੀਤੇ, ਆਪਣੇ ਗੋਡਿਆਂ 'ਤੇ ਰਗੜ ਕੇ ਉਨ੍ਹਾਂ ਦੀ ਸੁਆਹ ਸਾਫ਼ ਕੀਤੀ ਅਤੇ ਉਨ੍ਹਾਂ ਵਿੱਚੋਂ ਇੱਕ ਖਿਡੌਣੇ ਨੂੰ ਤੋੜ ਕੇ ਜਮਾਲੁਦੀਨ ਨੂੰ ਇਸ ਤਰ੍ਹਾਂ ਦਿੱਤਾ, ਜਿਵੇਂ ਉਹ ਬੱਚਾ ਹੋਵੇ।

"ਜਦੋਂ ਮਾਂ ਦਾ ਆਪਣਾ ਦੁੱਧ ਨਹੀਂ ਉੱਤਰਦਾ, ਤਾਂ ਉਹ ਬੱਚੇ ਨੂੰ ਬੱਕਰੀ ਦੇ ਦੁੱਧ ਦਾ ਆਦੀ ਬਣਾਉਣ ਦੀ ਕੋਸ਼ਿਸ਼ ਕਰਦੀ ਐ।" ਪਾਤੀਮਾਤ ਨੇ ਕਿਹਾ।

ਜਮਾਲੁਦੀਨ ਹੈਰਾਨੀ ਨਾਲ ਮਾਂ ਨੂੰ ਦੇਖ ਰਿਹਾ ਸੀ। ਉਸ ਨੂੰ ਲੱਗਿਆ, ਜਿਵੇਂ ਉਹ ਉਸ ਨੂੰ ਪਹਿਲੀ ਵਾਰ ਦੇਖ ਰਿਹਾ ਹੋਵੇ। ਅਚਾਨਕ ਉਹ ਜਵਾਨ ਅਤੇ ਸੁੰਦਰ ਔਰਤ ਦੇ ਰੂਪ ਵਿੱਚ ਉਸ ਨੂੰ ਚੇਤੇ ਆ ਗਈ। ਬਚਪਨ ਵਿੱਚ ਉਹ ਉਸ ਨੂੰ ਅਜਿਹੀਆਂ ਹੀ ਰੋਟੀਆਂ ਖਵਾਇਆ ਕਰਦੀ ਸੀ। ਘੋੜੇ ਦੀ ਸ਼ਕਲ ਵਾਲੇ ਪੰਘੂੜੇ ਦੇ ਨੇੜੇ ਬੈਠ ਕੇ ਉਹ ਉਸ ਨੂੰ ਸ਼ੇਰਨੀ ਦਾ ਦੁੱਧ ਪਿਲਾ ਕੇ ਪਾਲੇ-ਪੋਸੇ ਗਏ ਜਵਾਨ ਬਾਰੇ ਗਾਣਾ ਸੁਣਾਇਆ ਕਰਦੀ ਸੀ। ਉਸ ਦੇ ਸਿਰ੍ਹਾਣੇ, ਛੋਟੇ ਜਿਹੇ ਸਿਰ੍ਹਾਣੇ ਹੇਠਾਂ ਲੱਕੜ ਦਾ ਇੱਕ ਛੋਟਾ ਜਿਹਾ ਖੰਜਰ ਰੱਖਿਆ ਹੁੰਦਾ ਸੀ।

"ਅੰਮਾਂ!" ਜਮਾਲੁਦੀਨ ਬਚਪਨ ਵੇਲੇ ਵਾਂਗ ਚਿੱਲਾਅ ਉੱਠਿਆ।

"ਜਮਾਲ, ਮੇਰੇ ਬੇਟੇ, ਤੂੰ ਮੁੜ ਕੇ ਮੇਰਾ ਬੇਟਾ ਬਣ ਜਾ!" ਪਾਤੀਮਾਤ ਨੇ ਕਿਹਾ।

ਜਮਾਲੁਦੀਨ ਨੇ ਆਪਣੀ ਮਾਂ ਨੂੰ ਪਛਾਣ ਲਿਆ। ਚੁੱਲ੍ਹੇ ਦੀ ਬੁਝਦੀ ਅੱਗ ਨੇੜੇ ਬੈਠ ਕੇ ਅਤੇ ਬਿਮਾਰ ਬੇਟੇ ਉੱਪਰ ਝੁਕ ਕੇ ਮਾਂ ਉਸ ਨੂੰ ਉਸੇ ਤਰ੍ਹਾਂ ਲੋਰੀਆਂ ਸੁਣਾ ਰਹੀ ਸੀ, ਜਿਸ ਤਰ੍ਹਾਂ ਉਸ ਦੇ ਜੀਵਨ ਦੀ ਸਵੇਰ ਹੋਵੇ।

ਬੇਟਾ ਆਪਣੇ ਜਿਸ ਬਾਪ ਨੂੰ ਸਮਝ ਨਹੀਂ ਸਕਿਆ ਸੀ, ਉਹ ਮੁਰੀਦਾਂ ਨਾਲ ਕਿਤੇ ਦੂਰ ਮੋਰਚੇ 'ਤੇ ਜੂਝ ਰਿਹਾ ਸੀ। ਅਤੇ ਉਸ ਦੀ ਬੀਵੀ ਪਾਤੀਮਤ ਆਖ਼ਰੀ ਸਾਹ ਗਿਣ ਰਹੇ ਆਪਣੇ ਪਲੇਠੇ ਲਈ ਸਦੀਵੀ ਵਿਦਾਈ ਦਾ ਗੀਤ ਗਾ ਰਹੀ ਸੀ।

ਜਮਾਲੁਦੀਨ ਨੂੰ ਲੱਗਿਆ ਕਿ ਕਿਤੇ ਨੇੜੇ ਹੀ ਚੱਟਾਨਾਂ ਵਿੱਚ ਕੋਈ ਦਰਿਆ ਕਰਾਹ ਰਿਹਾ ਹੈ। ਉਸ ਨੂੰ ਅਜਿਹਾ ਮਹਿਸੂਸ ਹੋਇਆ ਕਿ ਦਰਵਾਜ਼ੇ ਕੋਲ ਕੱਟੇ ਹੋਏ ਅਤੇ ਸੁੱਕੇ ਘਾਹ 'ਤੇ ਵੱਛੜਾ ਲੇਟਿਆ ਹੋਇਆ ਹੈ।

ਉਸ ਨੂੰ ਗੀਮਰੀ ਵਿੱਚ ਆਪਣੇ ਘਰ, ਆਪਣੇ ਪਿਤਾ, ਆਪਣੇ ਪਹਿਲੇ ਘੋੜੇ ਦੀ ਯਾਦ ਆ ਗਈ। ਮਾਂ ਖ਼ੁਸ਼ੀ ਦੇ ਅੰਦਾਜ਼ ਵਿੱਚ ਡਿੰਗੀਰ-ਡੰਗਾਰਚੂ ਬਾਰੇ ਗਾਣਾ ਗਾ ਰਹੀ ਸੀ, ਜੋ ਬਾਰਿਸ਼ ਦੀ ਧਾਰ ਦੇ ਸਹਾਰੇ ਆਕਾਸ਼ ਵਿੱਚ ਚੜ੍ਹ ਗਿਆ ਸੀ।

"ਕਿੱਥੇ ਗਏ ਸੀ ਇਹ ਦੱਸੋ, ਡਿੰਗੀਰ-ਡੰਗਾਰਚੂ?"
"ਬਣ ਵਿੱਚ ਜਰਾ ਗਿਆ ਸੀ ਮੈਂ ਤਾਂ, ਡਿੰਗੀਰ-ਡੰਗਾਰਚੂ।"
"ਤੁਸੀਂ ਕੀ ਕਰਨ ਉੱਥੇ ਗਏ ਸੀ, ਡਿੰਗੀਰ-ਡੰਗਾਰਚੂ?"
"ਲੱਕੜੀ ਲਿਆਉਣ ਉੱਥੇ ਗਿਆ ਸੀ, ਡਿੰਗੀਰ-ਡੰਗਾਰਚੂ।"
"ਤੁਹਾਨੂੰ ਜ਼ਰੂਰਤ ਕੀ ਐ ਲੱਕੜੀ ਦੀ ਡਿੰਗੀਰ-ਡੰਗਾਰਚੂ?"
"ਤਾਂ ਕਿ ਬਣਾਵਾਂ ਮੈਂ ਘਰ ਆਪਣਾ, ਡਿੰਗੀਰ-ਡੰਗਾਰਚੂ।"
"ਤੁਹਾਨੂੰ ਜ਼ਰੂਰਤ ਕੀ ਐ ਘਰ ਦੀ, ਡਿੰਗੀਰ-ਡੰਗਾਰਚੂ?"
"ਸ਼ਾਦੀ ਕਰਨੀ ਚਾਹ ਰਿਹਾ ਮੈਂ, ਡਿੰਗੀਰ-ਡੰਗਾਰਚੂ।"
"ਚਾਹ ਰਿਹਾ ਕਿਉਂ ਸ਼ਾਦੀ ਕਰਨੀ, ਡਿੰਗੀਰ-ਡੰਗਾਰਚੂ?"
"ਤਾਂ ਕਿ ਜਨਮ ਦਿਆਂ ਮੈਂ ਬੀਰਾਂ ਨੂੰ, ਡਿੰਗੀਰ-ਡੰਗਾਰਚੂ।"
"ਤੁਹਾਨੂੰ ਜ਼ਰੂਰਤ ਕੀ ਐ ਬੀਰਾਂ ਦੀ, ਡਿੰਗੀਰ-ਡੰਗਾਰਚੂ?"
"ਤਾਂ ਕਿ ਮਾਣ ਹੋਵੇ ਉਨ੍ਹਾਂ 'ਤੇ ਜੱਗ ਨੂੰ, ਡਿੰਗੀਰ-ਡੰਗਾਰਚੂ।"

ਜਮਾਲੁਦੀਨ ਦੀਆਂ ਨਜ਼ਰਾਂ ਦੇ ਸਾਹਮਣੇ ਉਸ ਦੇ ਆਪਣੇ, ਪਿਆਰੇ ਪਰਬਤ

ਉੱਭਰ ਆਏ। ਬਰਫ਼ ਪਿਘਲ ਰਹੀ ਹੈ, ਪਾਣੀ ਦੀਆਂ ਧਾਰਾਂ ਵਿੱਚ ਕੰਕਰ-ਪੱਥਰ ਸ਼ੋਰ ਮਚਾ ਰਹੇ ਹਨ। ਪਰਬਤ-ਮਾਲਾ 'ਤੇ ਬੱਦਲ ਰਿੜ ਰਹੇ ਹਨ। ਪਰਾਏ ਖੇਤਰ ਵਿੱਚ ਰਹਿੰਦੇ ਹੋਏ ਉਹ ਦਾਗ਼ਿਸਤਾਨ ਨੂੰ ਭੁੱਲ ਗਿਆ ਸੀ, ਉਸ ਨੇ ਉਸ ਨੂੰ ਸਾਰੇ ਪਾਸਿਆਂ ਤੋਂ ਘੇਰ ਲਿਆ। ਅਤੇ ਮਾਂ ਗਾਉਂਦੀ ਜਾ ਰਹੀ ਸੀ, ਗਾਉਂਦੀ ਜ਼ਾ ਰਹੀ ਸੀ। ਉਨ੍ਹਾਂ ਵਿੱਚ ਉਹ ਗੀਤ ਵੀ ਸਨ, ਜੋ ਬੱਚੇ ਦੇ ਜਨਮ ਵੇਲੇ ਗਾਏ ਜਾਂਦੇ ਹਨ ਅਤੇ ਉਹ ਵੀ, ਜੋ ਬੇਟਿਆਂ ਦੇ ਮਰਨ 'ਤੇ ਗਾਏ ਜਾਂਦੇ ਹਨ। ਉਨ੍ਹਾਂ ਵਿੱਚ ਇਹ ਵੀ ਕਿਹਾ ਗਿਆ ਸੀ ਕਿ ਬੇਟਿਆਂ ਦੇ ਮਰ ਜਾਣ 'ਤੇ ਉਨ੍ਹਾਂ ਬਾਰੇ ਗੀਤ ਬਣੇ ਰਹਿੰਦੇ ਹਨ। ਮਾਂ ਗਾ ਰਹੀ ਸੀ ਸ਼ਾਮਿਲ ਬਾਰੇ, ਹਾਜੀ-ਮੁਰਾਦ, ਕਾਜ਼ੀ-ਮੁਹੰਮਦ, ਹਮਜ਼ਾਤ-ਬੇਕ, ਬਹਾਦਰ ਖ਼ੋਚਬਾਰ, ਪਾਰਤੂ-ਪਾਤੀਮਾਤ, ਨਾਦਿਰ ਸ਼ਾਹ ਦੇ ਛੱਕੇ ਛੁਡਾਏ ਜਾਣ ਅਤੇ ਉਨ੍ਹਾਂ ਬਹਾਦਰਾਂ ਬਾਰੇ, ਜੋ ਯੁੱਧ ਦੀਆਂ ਮੁਹਿੰਮਾਂ ਤੋਂ ਵਾਪਸ ਨਹੀਂ ਆਏ।

ਚੁੱਲ੍ਹੇ ਵਿੱਚ ਅੱਗ ਬੁਝਦੀ ਜਾ ਰਹੀ ਸੀ। ਦਾਗ਼ਿਸਤਾਨ ਯੁੱਧ ਦੇ ਭਾਂਬੜਾਂ ਵਿੱਚ ਜਲ ਰਿਹਾ ਸੀ। ਜਮਾਲੁਦੀਨ ਦੀਆਂ ਅੱਖਾਂ ਵਿੱਚ ਹੁਣ ਇਹ ਦੋਵੇਂ ਲਪਟਾਂ ਪ੍ਰਤੀਬਿੰਬਤ ਹੋ ਰਹੀਆਂ ਸਨ। ਮਾਂ ਦੇ ਗੀਤ ਨੇ ਉਸ ਨੂੰ ਬਿਹਬਲ ਕਰ ਦਿੱਤਾ। ਬੇਟੇ ਦੇ ਦਿਲ ਵਿੱਚ ਦਾਗ਼ਿਸਤਾਨ ਪ੍ਰਤੀ ਪ੍ਰੇਮ ਨੇ ਪਲਕ ਖੋਲ੍ਹ ਲਈ, ਉਹ ਭੜਕ ਉੱਠਿਆ। ਉਹ ਉਸ ਨੂੰ ਪਿਤਾ ਨਾਲ ਖੜ੍ਹਨ ਲਈ ਬੁਲਾਉਣ ਲੱਗਿਆ।

"ਮਾਂ, ਮੈਂ ਤਾਂ ਹੁਣੇ ਦਾਗ਼ਿਸਤਾਨ ਵਿੱਚ ਵਾਪਸ ਮੁੜਿਆਂ। ਆਪਣੇ ਅੱਬਾ ਨਾਲ ਹੁਣੇ ਮਿਲਿਆਂ। ਮੈਨੂੰ ਹਥਿਆਰ ਲਿਆ ਦਿਓ। ਮੈਂ ਸ਼ਾਮਿਲ ਦਾ ਬੇਟਾ ਆਂ। ਮੈਨੂੰ ਘਰ ਦੇ ਚੁੱਲ੍ਹੇ ਕੋਲ ਦਮ ਨਹੀਂ ਤੋੜਨਾ ਚਾਹੀਦਾ। ਮੈਨੂੰ ਉੱਥੇ ਜਾਣ ਦਿਓ, ਜਿੱਥੇ ਗੋਲੀਆਂ ਚੱਲਦੀਆਂ ਨੇ।"

ਤਾਂ ਇਸ ਤਰ੍ਹਾਂ ਮਾਂ ਦੇ ਗੀਤ ਨੇ ਉਹ ਕਰ ਦਿਖਾਇਆ, ਜੋ ਕੁਰਾਨ ਅਤੇ ਪਿਉ ਦੇ ਹੁਕਮ ਨਹੀਂ ਕਰ ਸਕੇ ਸਨ।

ਪਰ ਇਹ ਤਾਂ ਚਿੰਗਾੜੀ ਦੇ ਭੜਕ ਉੱਠਣ ਵਾਂਗ ਸੀ। ਮਾਂ ਦੀਆਂ ਲੋਰੀਆਂ ਅਤੇ ਗਾਣੇ ਜਮਾਲੁਦੀਨ ਦੇ ਦਿਲ ਵਿੱਚ ਵੱਸੇ ਹੋਏ ਦੂਜੇ ਗਾਣਿਆਂ ਨੂੰ ਮੂਕ ਨਹੀਂ ਬਣਾ ਸਕਦੇ ਸਨ। ਉਹ ਪੀਟਰਸਬਰਗ ਨੂੰ ਨਹੀਂ ਭੁੱਲ ਸਕਦਾ ਸੀ, ਜਿੱਥੇ ਵੱਡਾ ਹੋਇਆ ਸੀ। ਉਹ ਦਾਗ਼ਿਸਤਾਨ ਦੇ ਪਹਾੜੀ ਲੋਕਾਂ ਦੀ ਸਮਝ ਵਿੱਚ ਨਾ ਆਉਣ ਵਾਲੀ ਭਾਸ਼ਾ ਅਤੇ ਉਨ੍ਹਾਂ ਦੀ ਸਮਝ ਵਿੱਚ ਨਾ ਆਉਣ ਵਾਲੀਆਂ ਪੰਕਤੀਆਂ ਸੁਣਾਉਂਦਾ ਸੀ:

ਤੈਨੂੰ ਬੇਹੱਦ ਪਿਆਰ ਕਰਾਂ, ਐ ਪੀਟਰ ਦੀ ਰਚਨਾ,
ਪਿਆਰਾ ਰੂਪ ਤੇਰਾ, ਸੁੱਘੜ, ਧੀਰ-ਗੰਭੀਰ ਬਣਿਆ।
ਨੇਵਾ ਦੀ ਨਿਹਚਲ ਧਾਰਾ ਵੀ,
ਪੱਥਰ-ਤੱਟ ਦਾ ਰਾਹ ਪਿਆਰਾ ਵੀ।
ਸੋਹਣੀ ਨੱਕਾਸ਼ੀ ਵਾਲੇ ਲੋਹੇ ਦੇ ਜੰਗਲੇ ਪਿਆਰੇ ।
ਚਿੰਤਨ ਵਿੱਚ ਡੁੱਬੀਆਂ ਰਾਤਾਂ ਵੀ,
ਸਾਫ਼ ਸ਼ਾਮਾਂ ਦੇ ਪਾਰਦਰਸ਼ੀ ਝਲਕਾਰੇ।
ਦਿਨ-ਰਾਤ ਦੀਆਂ ਲੁਕਣ-ਮੀਚੀਆਂ ਵੀ,
ਅਤੇ ਚਮਕ ਚੰਦ ਤੋਂ ਬਿਨਾਂ।

ਜੋ ਛਾਈ ਰਹਿੰਦੀ ਗਗਨ ਉੱਪਰ
ਕਮਰੇ ਵਿੱਚ ਮੈਂ ਪੜ੍ਹਦਾ ਇਸ ਨਾਲ ਦੀਪ ਬਿਨਾਂ।
ਉੱਚੇ-ਉੱਚੇ ਭਵਨ ਊਂਘਦੇ, ਸੁੰਨੀਆਂ, ਉਦਾਸ ਸੜਕਾਂ।
ਮੈਨੂੰ ਸਪੱਸ਼ਟ ਸਭ ਕੁੱਝ ਦਿਸਦਾ,
ਅਤੇ 'ਐਡਮਿਰਲਟੀ' ਦਾ ਲੋਹੇ ਦਾ ਡੰਡਾ ਚਮਕਦਾ।

ਧੂਏਂ ਨਾਲ ਭਰੇ ਪਹਾੜੀ ਘਰ ਵਿੱਚ ਇਨ੍ਹਾਂ ਸ਼ਬਦਾਂ ਦੀ ਗੂੰਜ ਅਜੀਬ ਜਿਹੀ ਲੱਗਦੀ। ਜਮਾਲੁਦੀਨ ਨੂੰ ਰਾਤਾਂ ਨੂੰ ਸੁਪਨੇ ਆਉਂਦੇ, ਜਿਵੇਂ ਉਹ ਦੁਬਾਰਾ ਜ਼ਾਰ ਦੇ ਸੈਨਿਕ ਸਕੂਲ ਵਿੱਚ ਸਿੱਖਿਆ ਪ੍ਰਾਪਤ ਕਰ ਰਿਹਾ ਹੋਵੇ, ਜਿਵੇਂ ਗਰਮੀ ਰੁੱਤ ਦੇ ਬਾਗ਼ ਦੇ ਜੰਗਲੇ ਕੋਲ ਉਹ ਜਾਰਜੀਆਈ ਸੁੰਦਰੀ ਨੀਨਾ ਨੂੰ ਮਿਲ ਰਿਹਾ ਹੋਵੇ....।

ਜਮਾਲੁਦੀਨ ਦੇ ਦਿਲ ਵਿੱਚ ਦੋ ਉਕਾਬ ਨਾਲ-ਨਾਲ ਜਿਊਂ ਰਹੇ ਸਨ ਅਤੇ ਦੋਵੇਂ ਉਸ ਨੂੰ ਆਪਣੇ-ਆਪਣੇ ਵੱਲ ਖਿੱਚਦੇ ਸਨ। ਉਸ ਦੀ ਆਤਮਾ ਵਿੱਚ ਦੋ ਗੀਤ ਗੂੰਜਦੇ ਰਹਿੰਦੇ ਸਨ। ਉਸ ਦੀ ਪਿਆਰੀ ਨੀਨਾ ਬਹੁਤ ਦੂਰ ਸੀ। ਉਨ੍ਹਾਂ ਦੇ ਵਿਚਕਾਰ ਪ੍ਰਬਲ ਨਦੀ ਦੀ ਧਾਰਾ ਸੀ। ਇਸ ਨਦੀ ਦੇ ਪਾਰ ਡਾਕ ਵੀ ਨਹੀਂ ਜਾਂਦੀ ਸੀ। ਰੂਸੀ ਅਫ਼ਸਰ, ਦਾਗ਼ਿਸਤਾਨ ਦੇ ਇਮਾਮ ਦਾ ਬੇਟਾ, ਜਿਵੇਂ ਇਸ ਨਦੀ ਵਿੱਚ ਡੁੱਬ ਗਿਆ। ਇਹ ਨਦੀ ਉਸ ਦੇ ਸਾਰੇ ਸੁਪਨਿਆਂ ਨੂੰ ਵਹਾ ਕੇ ਲੈ ਗਈ ਅਤੇ ਉਨ੍ਹਾਂ ਸੁਪਨਿਆਂ ਵਿੱਚ ਉਸ ਦਾ ਇੱਕ ਸਭ ਤੋਂ ਵੱਡਾ ਸੁਪਨਾ ਵੀ ਸੀ।

ਜਮਾਲੁਦੀਨ ਦਾ ਇੱਕ ਸਭ ਤੋਂ ਪਿਆਰਾ ਸੁਪਨਾ ਇਸ ਪ੍ਰਬਲ ਨਦੀ ਉੱਪਰ ਇੱਕ ਪੁਲ ਬਣਾਉਣਾ ਸੀ, ਦੋਵੇਂ ਕਿਨਾਰਿਆਂ ਨੂੰ ਜੋੜਨਾ ਸੀ, ਯੁੱਧ ਦੀ ਕਰੂਰਤਾ, ਅਰਥਹੀਣ ਕੱਟ-ਵੱਢ ਦੀ ਜਗ੍ਹਾ ਦੋਸਤੀ, ਪਿਆਰ ਅਤੇ ਜ਼ਿੰਦਗੀ ਦੇ ਸੁੱਖਦਾਈ ਸੂਤਰ ਸਥਾਪਿਤ ਕਰਨਾ ਸੀ। ਉਹ ਪਹਾੜਾਂ ਵਿੱਚ ਗਾਏ ਜਾਣ ਵਾਲੇ ਗੀਤਾਂ, ਮਾਂ ਦੇ ਗੀਤਾਂ ਨੂੰ ਸਮਝਦਾ ਸੀ, ਪਰ ਨਾਲ ਹੀ ਪੁਸ਼ਕਿਨ ਦੇ ਗੀਤਾਂ ਨੂੰ ਵੀ। ਉਸ ਦੇ ਦਿਲ ਵਿੱਚ ਦੋ ਗੀਤ ਇੱਕ-ਦੂਜੇ ਨਾਲ ਘੁਲ-ਮਿਲ ਗਏ ਸਨ। ਕਾਸ਼, ਉਸ ਦੇ ਪਿਤਾ ਇਹ ਸਮਝ ਸਕਦੇ! ਕਾਸ਼, ਸਾਰੇ ਇਹ ਸਮਝ ਸਕਦੇ! ਕਾਸ਼, ਗੀਤ ਇੱਕ-ਦੂਜੇ ਨੂੰ ਸਮਝ ਲੈਂਦੇ ਅਤੇ ਪਿਆਰ ਕਰਦੇ!

ਪਰ ਗੀਤ ਤਾਂ ਤਲਵਾਰਾਂ ਵਰਗੇ ਸਨ। ਉਹ ਹਵਾ ਵਿੱਚ ਟਕਰਾਉਂਦੇ ਸਨ, ਉਨ੍ਹਾਂ ਵਿੱਚੋਂ ਚਿੰਗਾੜੀਆਂ ਨਿੱਕਲਦੀਆਂ ਸਨ। ਖ਼ੂਨ ਨਾਲ ਲੱਥ-ਪੱਥ ਹੁੰਦਾ ਹੋਇਆ ਦਾਗ਼ਿਸਤਾਨ ਖ਼ੂਨ, ਬਹਾਦਰਾਂ, ਕਾਂਵਾਂ ਵੱਲੋਂ ਨੋਚੀਆਂ ਜਾਣ ਵਾਲੀਆਂ ਅੱਖਾਂ, ਘੋੜਿਆਂ ਦੀ ਹਿਣਕ, ਖੰਜਰਾਂ ਦੀ ਖਣਕ ਅਤੇ ਉਸ ਘੋੜੇ ਬਾਰੇ ਹੀ ਗੀਤ ਗਾਉਂਦਾ ਸੀ, ਜੋ ਆਪਣੇ ਸਵਾਰ ਨੂੰ ਯੁੱਧ-ਭੂਮੀ ਵਿੱਚ ਗਵਾ ਕੇ ਘਰ ਵਾਪਸ ਆ ਜਾਂਦਾ ਸੀ।

ਅਤੇ ਜਦੋਂ ਗੀਤ ਇੱਕ-ਦੂਜੇ ਨੂੰ ਸਮਝ ਜਾਂਦੇ ਸਨ, ਜਦੋਂ ਇੱਕ ਤੱਟ ਦੇ ਲੋਕ, ਦੂਜੇ ਤੱਟ ਦੇ ਲੋਕਾਂ ਨੂੰ ਸਮਝ ਜਾਂਦੇ ਸਨ, ਤਾਂ ਗੋਲੀਆਂ ਚੱਲਣੀਆਂ ਬੰਦ ਹੋ ਜਾਂਦੀਆਂ ਸਨ, ਖੰਜਰਾਂ ਦੀ ਖਣਕ ਸ਼ਾਂਤ ਹੋ ਜਾਂਦੀ ਸੀ, ਖ਼ੂਨ ਵਹਿਣਾ ਬੰਦ ਹੋ ਜਾਂਦਾ ਸੀ, ਹੱਥ ਬਦਲਾ ਲੈਣ ਲਈ ਨਹੀਂ ਉੱਠਦਾ ਸੀ ਅਤੇ ਹਿਰਦੇ ਵਿੱਚ ਕਰੋਧ ਦੀ ਬਜਾਇ ਪਿਆਰ ਹਿਲੋਰੇ ਲੈਣ ਲੱਗਦਾ ਸੀ।

***

ਵਾਲੇਰਿਕ ਨਦੀ ਦੇ ਤੱਟ 'ਤੇ ਹੋਈ ਲੜਾਈ ਵਿੱਚ ਸ਼ਾਮਿਲ ਦਾ ਜ਼ਖ਼ਮੀ ਹੋ ਜਾਣ ਵਾਲਾ ਮੁਰੀਦ ਮੋਲਾ-ਮੁਹੰਮਦ ਰੂਸੀਆਂ ਦੇ ਹੱਥਾਂ ਵਿੱਚ ਆ ਗਿਆ। ਪਿੰਡ ਦੇ ਲੋਕਾਂ ਨੇ ਇਹ ਮੰਨਦੇ ਹੋਏ ਕਿ ਉਹ ਲੜਾਈ ਵਿੱਚ ਮਾਰਿਆ ਗਿਆ, ਉਸ ਦਾ ਮਾਤਮ ਵੀ ਮਨਾ ਲਿਆ। ਪਰ ਇੱਕ ਮਹੀਨੇ ਬਾਅਦ ਉਹ ਜਿਊਂਦਾ-ਜਾਗਦਾ ਅਤੇ ਬਿਲਕੁੱਲ ਤੰਦਰੁਸਤ ਵਿਅਕਤੀ ਦੇ ਰੂਪ ਵਿੱਚ ਘਰ ਵਾਪਸ ਆ ਗਿਆ। ਹੈਰਾਨ ਹੋਏ ਲੋਕ ਇਹ ਪੁੱਛਣ ਲੱਗੇ ਕਿ ਉਸ ਨੂੰ ਆਜ਼ਾਦ ਹੋਣ ਵਿੱਚ ਕਿਵੇਂ ਕਾਮਯਾਬੀ ਮਿਲ ਗਈ। ਮੁਰੀਦ ਨੂੰ ਇਹ ਗੱਲ ਬੁਰੀ ਲੱਗੀ ਅਤੇ ਉਸ ਨੇ ਕਿਹਾ:

"ਇਹ ਨਾ ਸੋਚਣਾ ਕਿ ਮੋਲਾ-ਮੁਹੰਮਦ ਝੂਠ ਜਾਂ ਖ਼ੁਸ਼ਾਮਦ ਦੀ ਬਦੌਲਤ ਆਜ਼ਾਦ ਹੋ ਕੇ ਆ ਗਿਐ। ਮੈਂ ਬੁਜ਼ਦਿਲ ਨਹੀਂ।"

"ਅਸੀਂ ਜਾਣਦੇ ਆਂ ਕਿ ਤੁਸੀਂ ਬਹਾਦਰ ਮੁਰੀਦ ਹੋ। ਸ਼ਾਇਦ ਤੁਸੀਂ ਤਲਵਾਰ ਦੀ ਮੱਦਦ ਨਾਲ ਆਜ਼ਾਦੀ ਹਾਸਲ ਕੀਤੀ ਐ।"

"ਮੇਰੇ ਕੋਲ ਤਲਵਾਰ ਨਹੀਂ ਸੀ। ਅਤੇ ਜੇਕਰ ਹੁੰਦੀ ਵੀ, ਤਾਂ ਉਹ ਮੇਰੀ ਮੱਦਦ ਨਾ ਕਰ ਸਕਦੀ।"

"ਤਾਂ ਤੁਸੀਂ ਬਚ ਕੇ ਕਿਵੇਂ ਆਏ?"

"ਮੈਨੂੰ ਤਹਿਖਾਨੇ ਵਿੱਚ ਬੰਦ ਕਰ ਦਿੱਤਾ ਗਿਆ। ਦਰਵਾਜ਼ੇ 'ਤੇ ਜਿੰਦਾ ਲਗਾ ਦਿੱਤਾ ਗਿਆ।"

"ਤਾਂ ਉੱਥੇ ਤੁਸੀਂ ਆਪਣੇ ਆਪ ਨੂੰ ਕਿਵੇਂ ਮਹਿਸੂਸ ਕੀਤਾ?"

"ਫੰਦੇ ਵਿੱਚ ਫਸ ਗਏ ਪਹਾੜੀ ਬੱਕਰੇ ਵਾਂਗ। ਪਰ ਇਸ ਤਹਿਖਾਨੇ ਵਿੱਚ ਮੈਨੂੰ ਅਚਾਨਕ ਅਲੀ ਬਾਰੇ ਗਾਣਾ ਯਾਦ ਆ ਗਿਆ, ਜਿਸ ਨੂੰ ਉਸ ਦੇ ਮੱਕਾਰ ਭਰਾਵਾਂ ਨੇ ਉੱਚੀ ਚੱਟਾਨ 'ਤੇ ਇਕੱਲਾ ਛੱਡ ਦਿੱਤਾ ਸੀ। ਮੈਂ ਇਹ ਗਾਣਾ ਗਾਇਆ। ਇਸ ਤੋਂ ਬਾਅਦ ਮੈਂ ਦੂਜੇ ਗੀਤ ਗਾਉਣ ਲੱਗਿਆ। ਮੈਂ ਬਸੰਤ ਵਿੱਚ ਵਾਪਸ ਮੁੜਨ ਵਾਲੇ ਪਰਿੰਦਿਆਂ, ਪੱਤਝੜ ਵਿੱਚ ਉੱਡ ਜਾਣ ਵਾਲੇ ਹੰਸਾਂ ਬਾਰੇ ਗਾਣੇ ਗਾਏ, ਉਸ ਹਿਰਨ ਬਾਰੇ ਵੀ ਗਾਣਾ ਗਾਇਆ, ਜਿਸ ਨੂੰ ਅਨਾੜੀ ਸ਼ਿਕਾਰੀ ਨੇ ਨੌਂ ਵਾਰੀ ਜ਼ਖ਼ਮੀ ਕੀਤਾ ਸੀ, ਪੱਤਝੜ ਅਤੇ ਸਰਦੀ ਬਾਰੇ ਵੀ ਗਾਣੇ ਗਾਏ। ਮੈਂ ਅਜਿਹੇ ਗਾਣੇ ਗਾਉਂਦਾ ਰਿਹਾ, ਜਿਨ੍ਹਾਂ ਨੂੰ ਅਜੇ ਤੱਕ ਕਿਸੇ ਨੇ ਨਹੀਂ ਗਾਇਆ ਸੀ। ਤਿੰਨ ਦਿਨਾਂ ਤੱਕ ਮੈਂ ਗੀਤ ਗਾਉਣ ਤੋਂ ਇਲਾਵਾ ਹੋਰ ਕੁੱਝ ਵੀ ਨਹੀਂ ਕੀਤਾ। ਪਹਿਰੇਦਾਰਾਂ ਨੇ ਕੋਈ ਅੜਿੱਕਾ ਨਹੀਂ ਲਗਾਇਆ। ਜੇਕਰ ਗਾਣੇ ਦੇ ਸ਼ਬਦ ਸਾਰਿਆਂ ਦੀ ਸਮਝ ਵਿੱਚ ਨਾ ਆਉਣ, ਤਾਂ ਵੀ ਗਾਣਾ ਤਾਂ ਗਾਣਾ ਹੀ ਹੁੰਦੈ। ਗਾਣੇ ਨੂੰ ਸਾਰੇ ਸੁਣਦੇ ਨੇ। ਇੱਕ ਦਿਨ ਇੱਕ ਜਵਾਨ ਅਫ਼ਸਰ ਪਹਿਰੇਦਾਰਾਂ ਕੋਲ ਆਇਆ। ਮੈਂ ਸੋਚਿਆ ਕਿ ਹੁਣ ਮੇਰਾ ਕੰਮ ਤਮਾਮ ਹੋਇਆ। ਇਸ ਅਫ਼ਸਰ ਨਾਲ ਇੱਕ ਹੋਰ ਆਦਮੀ ਵੀ ਸੀ, ਜੋ ਸਾਡੀ ਭਾਸ਼ਾ ਜਾਣਦਾ ਸੀ। ਉਸ ਆਦਮੀ ਨੇ ਮੈਨੂੰ ਕਿਹਾ, "ਅਫ਼ਸਰ ਜਾਣਨਾ ਚਾਹੁੰਦੈ ਕਿ ਤੁਸੀਂ ਕਿਸ ਬਾਰੇ ਗਾਣਾ ਗਾ ਰਹੇ ਹੋ। ਤੁਹਾਡੇ ਗੀਤ ਦਾ ਵਿਸ਼ਾ ਕੀ ਐ? ਤੁਸੀਂ ਸਾਡੇ ਲਈ ਇਸ ਨੂੰ ਇੱਕ ਵਾਰ ਫਿਰ ਗਾਓ।" ਮੈਂ ਅੱਗ ਦੀਆਂ ਲਪਟਾਂ ਵਿੱਚ ਜਲਦੇ ਦਾਗ਼ਿਸਤਾਨ ਬਾਰੇ ਗਾਉਣ ਲੱਗਿਆ। ਮੈਨੂੰ ਹੋਰ ਗਾਉਣ ਲਈ ਕਿਹਾ ਗਿਆ। ਮੈਂ ਵਿਚਾਰੀ ਮਾਂ ਅਤੇ ਪਿਆਰੀ ਪਤਨੀ ਬਾਰੇ ਗਾਇਆ। ਅਫ਼ਸਰ ਸੁਣਦਾ ਅਤੇ ਪਹਾੜਾਂ ਵੱਲ ਦੇਖਦਾ ਜਾਂਦਾ ਸੀ। ਪਹਾੜ ਬੱਦਲਾਂ ਨਾਲ ਢਕੇ ਹੋਏ ਸੀ।

ਉਸ ਨੇ ਪਹਿਰੇਦਾਰਾਂ ਨੂੰ ਕਿਹਾ ਕਿ ਮੈਨੂੰ ਛੱਡ ਦਿੱਤਾ ਜਾਵੇ। ਸਾਡੀ ਭਾਸ਼ਾ ਜਾਣਨ ਵਾਲੇ ਆਦਮੀ ਨੇ ਮੈਨੂੰ ਦੱਸਿਆ, "ਇਹ ਅਫ਼ਸਰ ਤੁਹਾਨੂੰ ਰਿਹਾ ਕਰਦੇ ਨੇ। ਇਨ੍ਹਾਂ ਨੂੰ ਤੁਹਾਡੇ ਗੀਤ ਬਹੁਤ ਚੰਗੇ ਲੱਗੇ ਨੇ ਅਤੇ ਇਸ ਲਈ ਉਹ ਤੁਹਾਨੂੰ ਮਾਤ-ਭੂਮੀ ਜਾਣ ਦੀ ਇਜਾਜ਼ਤ ਦਿੰਦੇ ਨੇ।" ਇਸ ਤੋਂ ਬਾਅਦ ਮੈਂ ਕਦੇ-ਕਦੇ ਇਹ ਸੋਚਦਾਂ ਕਿ ਸ਼ਾਇਦ ਖ਼ੂਨ ਵਹਾਉਣ ਦੀ ਬਜਾਇ ਦਾਗ਼ਿਸਤਾਨ ਨੂੰ ਹਮੇਸ਼ਾ ਆਪਣੇ ਗਾਣੇ ਹੀ ਗਾਉਣੇ ਚਾਹੀਦੇ ਨੇ।"

ਪਰ ਸ਼ਾਮਿਲ ਨੇ ਦੁਸ਼ਮਣ ਦੀ ਕੈਦ ਤੋਂ ਰਿਹਾ ਹੋ ਕੇ ਆਉਣ ਵਾਲੇ ਮੁਰੀਦ ਤੋਂ ਪੁੱਛਿਆ:

"ਮੈਂ ਤਾਂ ਗਾਉਣ ਦੀ ਮਨਾਹੀ ਕਰ ਦਿੱਤੀ ਐ, ਫਿਰ ਤੁਸੀਂ ਕਿਉਂ ਗਾਉਂਦੇ ਰਹੇ?"

"ਇਮਾਮ, ਤੁਸੀਂ ਦਾਗ਼ਿਸਤਾਨ ਵਿੱਚ ਗਾਉਣ ਦੀ ਮਨਾਹੀ ਕੀਤੀ ਐ, ਪਰ ਉੱਥੇ ਗਾਉਣ ਦੀ ਤਾਂ ਨਹੀਂ।"

"ਤੁਹਾਡਾ ਜਵਾਬ ਮੈਨੂੰ ਪਸੰਦ ਆਇਆ।" ਸ਼ਾਮਿਲ ਨੇ ਕਿਹਾ ਅਤੇ ਕੁੱਝ ਦੇਰ ਸੋਚਣ ਤੋਂ ਬਾਅਦ ਇੰਨਾ ਹੋਰ ਜੋੜ ਦਿੱਤਾ, "ਤੁਹਾਨੂੰ ਗਾਉਣ ਦੀ ਆਜ਼ਾਦੀ ਦਿੰਨਾਂ, ਮੋਲਾ-ਮੁਹੰਮਦ।"

ਇਸ ਵੇਲੇ ਤੋਂ ਲੋਕ ਮੋਲਾ-ਮੁਹੰਮਦ ਨੂੰ ਅਜਿਹਾ ਮੁਹੰਮਦ ਕਹਿਣ ਲੱਗੇ, ਜਿਸ ਨੂੰ ਗਾਣੇ ਨੇ ਬਚਾ ਲਿਆ।

ਦਾਗ਼ਿਸਤਾਨ ਨੂੰ ਬਚਾਉਣ ਲਈ ਵੀ ਗਾਣੇ ਦੀ ਜ਼ਰੂਰਤ ਸੀ। ਪਰ ਕੀ ਸਾਰਿਆਂ ਨੇ ਉਸ ਨੂੰ ਉਸੇ ਤਰ੍ਹਾਂ ਸਮਝ ਲੈਣਾ ਸੀ, ਜਿਸ ਤਰ੍ਹਾਂ ਉਸ ਅਫ਼ਸਰ ਨੇ ਸਮਝਿਆ? ਅਤੇ ਕੌਣ ਸੀ ਉਹ ਫ਼ੌਜੀ ਅਫ਼ਸਰ? ਕੀ ਲੈਫ਼ਟੀਨੈਂਟ ਲੇਰਮੋਂਤੋਵ ਤਾਂ ਨਹੀਂ? ਉਸ ਨੇ ਵੀ ਤਾਂ ਵਾਲੇਰਿਕ ਦੀ ਲੜਾਈ ਵਿੱਚ ਹਿੱਸਾ ਲਿਆ ਸੀ।

ਇੱਕ ਹੋਰ ਘਟਨਾ ਪੇਸ਼ ਹੈ। ਤੇਮੀਰਖ਼ਾਨ-ਸ਼ੂਰਾ 'ਤੇ ਕਾਮਯਾਬੀ ਨਾਲ ਧਾਵਾ ਬੋਲਣ ਤੋਂ ਬਾਅਦ ਹਾਜੀ-ਮੁਰਾਦ ਆਪਣੀ ਫ਼ੌਜ ਨਾਲ ਵਾਪਸ ਮੁੜ ਰਿਹਾ ਸੀ। ਸੜਕ ਤੋਂ ਕੁੱਝ ਦੂਰ ਇੱਕ ਜੰਗਲ ਵਿੱਚ ਉਸ ਨੂੰ ਦੋ ਰੂਸੀ ਸੈਨਿਕ ਦਿਖਾਈ ਦਿੱਤੇ। ਉਹ ਅੱਗ ਕੋਲ ਆਰਾਮ ਨਾਲ ਬੈਠੇ ਗਾਣੇ ਗਾ ਰਹੇ ਸਨ। ਗਾਜੀ-ਮੁਰਾਦ ਨੇ ਥੋੜ੍ਹੀ-ਬਹੁਤੀ ਰੂਸੀ ਸਮਝਣ ਵਾਲੇ ਇੱਕ ਸੈਨਿਕ ਨੂੰ ਪੁੱਛਿਆ:

"ਇਹ ਕਿਸ ਬਾਰੇ ਗਾ ਰਹੇ ਨੇ?"

"ਆਪਣੀ ਮਾਂ, ਆਪਣੀ ਪ੍ਰੇਮਿਕਾ ਅਤੇ ਦੂਰ-ਦੁਰਾਡੇ ਮਾਤ-ਭੂਮੀ ਬਾਰੇ।"

ਹਾਜੀ-ਮੁਰਾਦ ਦੇਰ ਤੱਕ ਰੂਸੀ ਗਾਣਾ ਸੁਣਦਾ ਰਿਹਾ। ਇਸ ਤੋਂ ਬਾਅਦ ਹੌਲੀ ਜਿਹੀ ਬੋਲਿਆ:

"ਇਹ ਲੋਕ ਦੁਸ਼ਮਣ ਨਹੀਂ। ਇਨ੍ਹਾਂ ਨੂੰ ਪ੍ਰੇਸ਼ਾਨ ਨਹੀਂ ਕਰਨਾ ਚਾਹੀਦਾ। ਗਾਉਂਦੇ ਰਹਿਣ ਮਾਂ ਬਾਰੇ ਆਪਣਾ ਗਾਣਾ।"

ਇਸ ਤਰ੍ਹਾਂ ਗਾਣੇ ਨੇ ਲੋਕਾਂ ਨੂੰ ਗੋਲੀਆਂ ਦਾ ਨਿਸ਼ਾਨਾ ਬਣਨ ਤੋਂ ਬਚਾ ਲਿਆ। ਜੇਕਰ ਲੋਕ ਇੱਕ-ਦੂਜੇ ਨੂੰ ਸਮਝ ਸਕਦੇ, ਤਾਂ ਕਿੰਨੀਆਂ ਹੀ ਅਜਿਹੀਆਂ ਗੋਲੀਆਂ ਚੱਲਣ ਤੋਂ ਰੁਕ ਜਾਂਦੀਆਂ, ਲੋਕਾਂ ਦੀਆਂ ਜਾਨਾਂ ਬਚ ਜਾਂਦੀਆਂ!

* * *

ਤੀਜੀ ਘਟਨਾ। ਦਾਗ਼ਿਸਤਾਨ ਦੀ ਇਨਕਲਾਬੀ ਕਮੇਟੀ ਦੇ ਪ੍ਰਧਾਨ ਮਖ਼ਾਚ ਨੇ ਮਸ਼ਹੂਰ ਸ਼ਾਇਰ ਮਹਿਮੂਦ ਨੂੰ ਇੱਕ ਬਹੁਤ ਮਹੱਤਵਪੂਰਨ ਰੁੱਕਾ ਦੇ ਕੇ ਖ਼ੂੰਜ਼ਹ ਦੇ ਛਾਪੇ-ਮਾਰਾਂ ਕੋਲ ਭੇਜਿਆ ਅਤੇ ਉਸ ਨੂੰ ਕਿਹਾ:

"ਖੰਜਰ ਨਾਲ ਨਹੀਂ, ਬਲਕਿ ਪੰਦੂਰ ਨਾਲ ਆਪਣੇ ਲਈ ਰਸਤਾ ਬਣਾਉਣਾ।"

ਤਸਾਦਾ ਪਿੰਡ ਦੇ ਮਹਿਮੂਦ ਨੂੰ ਗ੍ਰਿਫ਼ਤਾਰ ਕਰ ਕੇ ਕਾਲ-ਕੋਠੜੀ ਵਿੱਚ ਬੰਦ ਕਰ ਦਿੱਤਾ ਗਿਆ। ਮਹਿਮੂਦ ਕੋਲੋਂ ਉਨ੍ਹਾਂ ਨੂੰ ਮਖ਼ਾਚ ਦਾ ਰੁੱਕਾ ਵੀ ਮਿਲ ਗਿਆ ਅਤੇ ਜ਼ਾਹਿਰ ਹੈ ਕਿ ਉਸ ਨੂੰ ਗੋਲੀ ਮਾਰ ਦਿੱਤੀ ਗਈ ਹੁੰਦੀ। ਕਾਲ-ਕੋਠੜੀ ਵਿੱਚ ਬੈਠਾ ਹੋਇਆ ਸ਼ਾਇਰ ਮਹਿਮੂਦ ਆਪਣੇ ਪਿਆਰ ਬਾਰੇ ਗਾਣੇ ਗਾਉਣ ਲੱਗਿਆ। ਸਾਰਾ ਪਿੰਡ ਉਸ ਦਾ ਗਾਣਾ ਸੁਣਨ ਲਈ ਇਕੱਠਾ ਹੋ ਗਿਆ, ਦੂਜੇ ਪਿੰਡਾਂ ਤੱਕ ਦੇ ਲੋਕ ਵੀ ਆ ਗਏ। ਉਦੋਂ ਨਜਮੁਦੀਨ ਗੋਤਸੀਂਸਕੀ ਇਹ ਸਮਝ ਗਿਆ, "ਜੇਕਰ ਮੈਂ ਅੱਜ ਇਸ ਗਾਇਕ ਦੀ ਜਾਨ ਲੈ ਲਵਾਂ, ਤਾਂ ਕੱਲ੍ਹ ਨੂੰ ਸਾਰੇ ਪਹਾੜੀ ਲੋਕ ਮੈਥੋਂ ਮੂੰਹ ਮੋੜ ਲੈਣਗੇ।" ਸ਼ਾਇਰ ਮਹਿਮੂਦ ਨੂੰ ਰਿਹਾ ਕਰ ਦਿੱਤਾ ਗਿਆ।

ਇਰਚੀ ਕਜ਼ਾਕ ਕਿਹਾ ਕਰਦਾ ਸੀ ਕਿ ਸਾਇਬੇਰੀਆ ਦੀ ਜਲਾਵਤਨੀ ਵੇਲੇ ਜੇਕਰ ਗਾਣੇ ਉਸ ਦਾ ਸਾਥ ਨਾ ਦਿੰਦੇ, ਤਾਂ ਗ਼ਮ ਨਾਲ ਉਸ ਦੀ ਜਾਨ ਚਲੀ ਗਈ ਹੁੰਦੀ।

ਅਜਿਹੇ ਅਨੇਕਾਂ ਕਿੱਸੇ-ਕਹਾਣੀਆਂ ਹਨ। ਉਨ੍ਹਾਂ 'ਤੇ ਵਿਸ਼ਵਾਸ ਕਰਨਾ ਚਾਹੀਦਾ ਹੈ। ਗੀਤਾਂ-ਗਾਣਿਆਂ ਨੇ ਅਨੇਕਾਂ ਲੋਕਾਂ ਦੀ ਜਾਨਾਂ ਬਚਾਈਆਂ, ਅਨੇਕਾਂ ਪੈਦਲਾਂ ਨੂੰ ਘੋੜ-ਸਵਾਰ ਬਣਾ ਦਿੱਤਾ। ਬਹਾਦਰਾਂ ਬਾਰੇ ਗਾਣਾ ਸੁਣ ਕੇ ਅਨੇਕਾਂ ਡਰਪੋਕ ਲੋਕਾਂ ਨੇ ਡਰਨਾ ਛੱਡ ਦਿੱਤਾ।

ਇਹ ਕਿੱਸਾ ਮੈਂ ਅਬੂਤਾਲਿਬ ਤੋਂ ਸੁਣਿਆ।

ਜਦੋਂ ਮੈਂ ਭਾਰਤ ਤੋਂ ਵਾਪਸ ਮੁੜਿਆ, ਤਾਂ ਅਬੂਤਾਲਿਬ ਨੇ ਇਸ ਦੇਸ਼ ਬਾਰੇ ਮੈਥੋਂ ਬਹੁਤ ਕੁੱਝ ਪੁੱਛਿਆ। ਮੈਂ ਉਸ ਨੂੰ ਦੱਸਿਆ ਕਿ ਕਿਸ ਤਰ੍ਹਾਂ ਭਾਰਤ ਵਿੱਚ ਫ਼ਕੀਰ, ਸੱਪਾਂ ਨੂੰ ਵੱਸ ਵਿੱਚ ਕਰਨ ਵਾਲੇ ਸਪੇਰੇ ਇੱਕ ਖ਼ਾਸ ਤਰ੍ਹਾਂ ਦੀ ਬੀਨ ਵਜਾਉਂਦੇ ਹੋਏ ਇੱਕ ਕੋਬਰੇ ਨਾਗ ਨੂੰ ਬੈਲੇ-ਨਰਤਕੀ ਵਾਂਗ ਨਚਾਉਂਦੇ ਹਨ।

"ਇਹ ਤਾਂ ਕੋਈ ਖ਼ਾਸ ਹੈਰਾਨੀ ਵਾਲੀ ਗੱਲ ਨਹੀਂ।" ਅਬੂਤਾਲਿਬ ਨੇ ਕਿਹਾ, "ਸਾਡੇ ਚਰਵਾਹੇ ਵੀ ਤਾਂ ਉੱਚੇ ਪਹਾੜਾਂ ਵਿੱਚ ਮੁਰਲੀ ਵਜਾ ਕੇ ਪਹਾੜੀ ਬੱਕਰਿਆਂ ਨੂੰ ਨੱਚਣ ਲਈ ਮਜ਼ਬੂਰ ਕਰਿਆ ਕਰਦੇ ਸੀ। ਮੈਂ ਆਪਣੀਆਂ ਅੱਖਾਂ ਨਾਲ ਇਹ ਦੇਖਿਆ ਕਿ ਸਾਡੇ ਸਭ ਤੋਂ ਡਰਪੋਕ ਹਿਰਨ ਵੀ ਸੰਗੀਤ ਦੀ ਧੁਨ 'ਤੇ ਕਿੰਨੀ ਖ਼ੁਸ਼ੀ ਨਾਲ ਉਸ ਪਾਸੇ ਖਿੱਚੇ ਆਉਂਦੇ ਸੀ। ਮੈਂ ਸ਼ਹਿਨਾਈ ਦੀਆਂ ਸੁਰ-ਲਹਿਰਾਂ 'ਤੇ ਰੱਸੀਆਂ 'ਤੇ ਤੁਰਨ ਵਾਲੇ ਬਾਜ਼ੀਗਰਾਂ ਵਾਂਗ ਰਿੱਛਾਂ ਨੂੰ ਨੱਚਦੇ ਦੇਖਿਐ।" ਅਬੂਤਾਲਿਬ ਕੁੱਝ ਪਲ ਤੱਕ ਚੁੱਪ ਰਿਹਾ ਅਤੇ ਇਸ ਤੋਂ ਬਾਅਦ ਬੋਲਿਆ, "ਸੰਗੀਤ ਨੇ ਮੇਰੇ ਜੀਵਨ ਵਿੱਚ ਵੀ ਮੱਦਦ ਕੀਤੀ ਐ। ਤੁਸੀਂ ਤਾਂ ਸ਼ਾਇਦ ਇਹ ਜਾਣਦੇ ਹੀ ਹੋ ਕਿ ਸ਼ਹਿਨਾਈ ਨੂੰ ਹੀ ਮੈਂ ਸਭ ਤੋਂ ਜ਼ਿਆਦਾ ਪਿਆਰ ਕਰਦਾਂ। ਉਸ ਦੀ ਆਵਾਜ਼ ਦੂਰ ਤੱਕ ਗੂੰਜਦੀ ਐ। ਉਹ ਤਾਂ ਬੇਟੇ ਦੇ ਜਨਮ ਦਿਨ, ਦੋਸਤ ਦੇ ਆਗਮਨ ਅਤੇ ਸ਼ਾਦੀ-ਵਿਆਹ ਦਾ ਐਲਾਨ ਕਰਦੀ ਐ। ਕੋਈ ਕੁਸ਼ਤੀ ਵਿੱਚ ਜਿੱਤਦੈ ਜਾਂ ਘੋੜ-ਦੌੜ ਵਿੱਚ, ਦਾਗ਼ਿਸਤਾਨ ਵਿੱਚ

ਸ਼ਹਿਨਾਈ ਹੀ ਸਾਰੀਆਂ ਖ਼ੁਸ਼ੀਆਂ ਦੀ ਸੂਚਨਾ ਦਿੰਦੀ ਐ। ਸਾਰੇ ਸੰਗੀਤ-ਯੰਤਰਾਂ ਜਾਂ ਸਾਜ਼ਾਂ ਵਿਚਕਾਰ ਉਸ ਦੀ ਹੈਸੀਅਤ ਦਾਵਤ ਦੇ ਟੋਸਟ-ਮਾਸਟਰ ਵਰਗੀ ਐ। ਮੈਂ ਇਸ ਕਾਰਨ ਵੀ ਸ਼ਹਿਨਾਈ ਨੂੰ ਪਿਆਰ ਕਰਦਾਂ ਕਿ ਜਵਾਨੀ ਦੇ ਦਿਨਾਂ ਵਿੱਚ ਇਸ ਨੇ ਮੇਰਾ ਪੇਟ ਭਰਿਆ, ਮੈਨੂੰ ਰੋਟੀ ਦਿੱਤੀ। ਇੱਕ ਵਾਰ ਮੇਰੇ ਨਾਲ ਜੋ ਘਟਨਾ ਵਾਪਰੀ, ਮੈਂ ਤੁਹਾਨੂੰ ਉਹ ਸੁਣਾਉਣੀ ਚਾਹੁਨਾਂ।

ਇਹ ਮੇਰੇ ਜਵਾਨੀ ਦੇ ਦਿਨਾਂ ਦੀ ਗੱਲ ਐ। ਇੱਕ ਵਾਰ ਮੈਨੂੰ ਇੱਕ ਦੂਰ ਦੇ ਪਹਾੜੀ ਪਿੰਡ ਵਿੱਚ ਸ਼ਾਦੀ ਵਿੱਚ ਹਿੱਸਾ ਲੈਣ ਲਈ ਬੁਲਾਇਆ ਗਿਆ। ਸਰਦੀਆਂ ਦੇ ਦਿਨ ਸੀ। ਖ਼ੂਬ ਜ਼ੋਰ ਨਾਲ ਬਰਫ਼ ਡਿੱਗ ਰਹੀ ਸੀ। ਰਸਤਾ ਸੱਪ ਵਾਂਗ ਵਿੰਗਾ-ਟੇਢਾ ਅਤੇ ਵਲ ਖਾਂਦਾ ਹੋਇਆ ਸੀ। ਮੈਂ ਥੱਕ ਕੇ ਇੱਕ ਪੱਥਰ 'ਤੇ ਆਰਾਮ ਕਰਨ ਲਈ ਬੈਠ ਗਿਆ। ਪਿੰਡ ਅਜੇ ਇੰਨਾ ਦੂਰ ਸੀ ਕਿ ਸਿਗਰਟ ਪੀਂਦੇ-ਪੀਂਦੇ ਤੰਬਾਕੂ ਦੀ ਪੂਰੀ ਥੈਲੀ ਖ਼ਤਮ ਹੋ ਜਾਂਦੀ। ਅਚਾਨਕ ਮੋੜ ਦੇ ਪਿੱਛੋਂ ਘੰਟੀਆਂ ਦੀ ਆਵਾਜ਼ ਸੁਣਾਈ ਦਿੱਤੀ ਅਤੇ ਇੱਕ ਬੱਘੀ ਸਾਹਮਣੇ ਆਈ। ਬੱਘੀ ਵਿੱਚ ਖ਼ੂਬ ਪੇਟ ਭਰ ਕੇ ਖਾਣ ਅਤੇ ਸ਼ਰਾਬ ਪੀਣ ਤੋਂ ਬਾਅਦ ਸ਼ੋਰ-ਸ਼ਰਾਬਾ ਕਰਨ ਵਾਲੇ ਤਿੰਨ ਆਦਮੀ ਬੈਠੇ ਸੀ। ਇਹ ਅਮੀਰ ਲੋਕ ਸੀ। ਬੱਘੀ ਵਿੱਚ ਜੁੜੇ ਦੋ ਘੋੜਿਆਂ ਵਿੱਚੋਂ ਇੱਕ ਚੀਨੀ ਵਾਂਗ ਸਫ਼ੈਦ ਅਤੇ ਦੂਜਾ ਕਾਲਾ ਸੀ, ਜਿਸ ਦੇ ਮੱਥੇ 'ਤੇ ਸਫ਼ੈਦ ਪਦਮ ਸੀ। "ਅਸਲਾਮਾਲੇਕੁਮ-ਬਾਸਲਾਮਾਲੇਕੁਮ", ਸਲਾਮ-ਦੁਆ ਹੋਈ। ਇਹ ਪਤਾ ਲੱਗਣ 'ਤੇ ਕਿ ਬੱਘੀ ਵਿੱਚ ਸਵਾਰ ਇਹ ਲੋਕ ਉਸੇ ਸ਼ਾਦੀ ਵਿੱਚ ਜਾ ਰਹੇ ਨੇ, ਜਿਸ ਵਿੱਚ ਮੈਂ ਜਾਣਾ ਸੀ, ਮੈਂ ਉਨ੍ਹਾਂ ਨੂੰ ਕਿਹਾ ਕਿ ਉਹ ਮੈਨੂੰ ਆਪਣੇ ਨਾਲ ਬਿਠਾ ਲੈਣ। ਪਰ ਉਨ੍ਹਾਂ ਨੇ ਉਸੇ ਤਰ੍ਹਾਂ ਇਨਕਾਰ ਕਰ ਦਿੱਤਾ, ਜਿਸ ਤਰ੍ਹਾਂ ਅੱਜਕੱਲ੍ਹ ਕਾਰ ਵਾਲੇ ਬੁਰੇ ਲੋਕ ਜਾਂ ਟੈਕਸੀ-ਡਰਾਇਵਰ ਕਰਦੇ ਨੇ। ਇਸ ਤੋਂ ਇਲਾਵਾ ਮੇਰਾ ਮਜ਼ਾਕ ਵੀ ਉਡਾਇਆ, "ਕੋਈ ਗੱਲ ਨਹੀਂ, ਤੁਸੀਂ ਅਗਲੀ ਸ਼ਾਦੀ ਤੱਕ ਪਿੰਡ ਪਹੁੰਚ ਜਾਓਗੇ। ਲੱਗਦੈ ਕਿ ਇਸ ਵਿੱਚ ਤੁਹਾਡੇ ਬਿਨਾਂ ਹੀ ਕੰਮ ਚੱਲ ਜਾਵੇਗਾ।

ਮੈਂ ਥੱਕੇ-ਹਾਰੇ ਅਤੇ ਉਨ੍ਹਾਂ ਦੇ ਮਜ਼ਾਕ ਉਡਾਉਣ ਕਾਰਨ ਮੱਚੇ-ਸੜੇ ਨੇ ਆਪਣੀ ਸ਼ਹਿਨਾਈ ਕੱਢ ਕੇ ਵਜਾਉਣੀ ਸ਼ੁਰੂ ਕਰ ਦਿੱਤੀ। ਅਜਿਹੀ ਵਧੀਆ ਸ਼ਹਿਨਾਈ ਮੈਂ ਪਹਿਲਾਂ ਕਦੇ ਨਹੀਂ ਵਜਾਈ ਸੀ। ਬਸ ਕਮਾਲ ਹੀ ਹੋ ਗਈ। ਸ਼ਹਿਨਾਈ ਸੁਣ ਕੇ ਘੋੜੇ ਇਸ ਤਰ੍ਹਾਂ ਰੁਕ ਗਏ, ਜਿਵੇਂ ਉਨ੍ਹਾਂ ਦੇ ਪੈਰਾਂ ਵਿੱਚ ਕਿੱਲ ਠੋਕ ਦਿੱਤੇ ਗਏ ਹੋਣ। ਬੱਘੀ ਵਿੱਚ ਬੈਠੇ ਲੋਕ ਆਪੇ ਤੋਂ ਬਾਹਰ ਹੋ ਰਹੇ ਸੀ, ਘੋੜਿਆਂ 'ਤੇ ਛਾਂਟੇ ਵਰਸਾ ਰਹੇ ਸੀ, ਪਰ ਬੇਕਾਰ। ਘੋੜੇ ਟੱਸ ਤੋਂ ਮੱਸ ਨਹੀਂ ਹੋ ਰਹੇ ਸੀ। ਸ਼ਾਇਦ ਉਨ੍ਹਾਂ ਨੂੰ ਮੇਰੀ ਧੁਨ ਚੰਗੀ ਲੱਗੀ ਸੀ। ਸ਼ਾਇਦ ਘੋੜਿਆਂ ਵਿੱਚ ਉਨ੍ਹਾਂ ਦੇ ਮਾਲਕਾਂ ਦੇ ਮੁਕਾਬਲੇ ਜ਼ਿਆਦਾ ਮਾਨਵਤਾ ਸੀ। ਦੇਰ ਤੱਕ ਇਹ ਖਿੱਚੋ-ਤਾਣ ਚੱਲਦੀ ਰਹੀ। ਘੋੜਿਆਂ ਨੇ ਮੇਰਾ ਸਾਥ ਦਿੱਤਾ ਅਤੇ ਮਾਲਕਾਂ ਨੂੰ ਮਜ਼ਬੂਰ ਹੋ ਕੇ ਮੈਨੂੰ ਆਪਣੀ ਬੱਘੀ ਵਿੱਚ ਬਿਠਾਉਣਾ ਪਿਆ। ਤਾਂ ਮੇਰੀ ਸ਼ਹਿਨਾਈ ਨੇ ਇਸ ਤਰ੍ਹਾਂ ਮੇਰੀ ਮੱਦਦ ਕੀਤੀ। ਗੀਤ ਹੀ ਤਾਂ ਮੈਨੂੰ ਤਹਿਖਾਨੇ ਤੋਂ ਬਾਹਰ ਕੱਢ ਕੇ ਆਦਰ ਅਤੇ ਸਤਿਕਾਰ ਦੇ ਵੱਡੇ ਮਾਰਗ 'ਤੇ ਲੈ ਗਏ।"

ਮੈਂ ਅਬੂਤਾਲਿਬ ਨੂੰ ਪੁੱਛਿਆ:

"ਤੁਸੀਂ ਤਾਂ ਮੁਰਲੀ, ਸ਼ਹਿਨਾਈ ਅਤੇ ਹਰ ਤਰ੍ਹਾਂ ਦੀਆਂ ਬੰਸਰੀਆਂ ਵਜਾਉਂਦੇ ਹੋ। ਤੁਸੀਂ ਨਾ ਕੇਵਲ ਉਨ੍ਹਾਂ ਨੂੰ ਵਜਾਉਣਾ ਜਾਣਦੇ ਹੋ, ਬਲਕਿ ਆਪਣੇ ਹੱਥਾਂ ਨਾਲ ਉਨ੍ਹਾਂ ਨੂੰ

ਬਣਾਉਂਦੇ ਵੀ ਹੋ। ਪਰ ਤੁਸੀਂ ਵਾਇਲਨ ਕਿਉਂ ਨਹੀਂ ਵਜਾਉਂਦੇ? ਤੁਸੀਂ ਤਾਂ ਜਾਣਦੇ ਹੀ ਹੋ ਕਿ ਪਹਾੜੀ ਲੋਕਾਂ ਨੂੰ ਵਾਇਲਨ ਬੇਹੱਦ ਪਸੰਦ ਐ।"

"ਤੁਹਾਨੂੰ ਦੱਸਾਂ ਕਿ ਮੈਂ ਵਾਇਲਨ ਕਿਉਂ ਨਹੀਂ ਵਜਾਉਂਦਾ? ਤਾਂ ਸੁਣੋ। ਜਦੋਂ ਮੈਂ ਜਵਾਨ ਸੀ, ਤਾਂ ਵਾਇਲਨ ਵਜਾਉਂਦਾ ਸੀ। ਇੱਕ ਵਾਰ ਸਾਡੇ ਲਾਕ ਪਿੰਡ ਵਿੱਚ ਇੱਕ ਬਦਕਿਸਮਤ ਅਤੇ ਥੱਕਿਆ-ਹਾਰਿਆ ਅਵਾਰ ਆਇਆ। ਉਸ ਨੇ ਆਪਣੇ ਇੱਕ ਪਿੰਡ ਵਾਸੀ ਦੀ ਹੱਤਿਆ ਕਰ ਦਿੱਤੀ ਸੀ ਅਤੇ ਇਸ ਲਈ ਉਸ ਨੂੰ ਪਿੰਡ ਵਿੱਚੋਂ ਕੱਢ ਦਿੱਤਾ ਗਿਆ ਸੀ। ਇਸ ਤਰ੍ਹਾਂ ਦੇ ਕੱਢੇ ਗਏ ਵਿਅਕਤੀ ਨੂੰ ਹਮੇਸ਼ਾ ਪਿੰਡ ਦੇ ਕਿਨਾਰੇ ਵਾਲਾ ਪਹਾੜੀ ਘਰ ਰਹਿਣ ਲਈ ਦਿੱਤਾ ਜਾਂਦੈ। ਲੋਕ ਉਸ ਕੋਲ ਆਉਂਦੇ-ਜਾਂਦੇ ਨਹੀਂ। ਉਹ ਵੀ ਕਿਸੇ ਕੋਲ ਨਹੀਂ ਆਉਂਦਾ ਜਾਂਦਾ। ਕਿਉਂਕਿ ਮੈਂ ਥੋੜ੍ਹੀ ਜਿਹੀ ਅਵਾਰ ਭਾਸ਼ਾ ਜਾਣਦਾ ਸੀ, ਤਾਂ ਕਦੇ-ਕਦੇ ਉਸ ਕੋਲ ਆਉਣ-ਜਾਣ ਲੱਗਿਆ। ਇੱਕ ਸ਼ਾਮ ਨੂੰ ਮੈਂ ਆਪਣੀ ਵਾਇਲਨ ਲੈ ਕੇ ਉਸ ਕੋਲ ਗਿਆ। ਉਹ ਚੁੱਲ੍ਹੇ ਨੇੜੇ ਬੈਠਾ ਹੋਇਆ ਪਤੀਲੇ ਦੇ ਹੇਠਾਂ ਫੂਸ ਦੇ ਅੰਗਿਆਰਿਆਂ ਨੂੰ ਹਿਲਾ-ਜੁਲਾ ਰਿਹਾ ਸੀ। ਪਤੀਲੇ ਵਿੱਚ ਵੀ ਫੂਸ ਉੱਬਲ ਰਿਹਾ ਸੀ। ਮੈਂ ਵਾਇਲਨ ਵਜਾਉਣ ਲੱਗਿਆ ਅਤੇ ਕਿਸਮਤ ਦਾ ਮਾਰਿਆ ਅਵਾਰ ਅੱਗ ਨੂੰ ਦੇਖਦਾ ਚੁੱਪ-ਚਾਪ ਉਸ ਨੂੰ ਸੁਣਦਾ ਰਿਹਾ। ਇਸ ਤੋਂ ਬਾਅਦ ਉਸ ਨੇ ਅਚਾਨਕ ਮੇਰੀ ਵਾਇਲਨ ਹੱਥਾਂ ਵਿੱਚੋਂ ਫੜ ਲਈ, ਉਸ ਨੂੰ ਗ਼ੌਰ ਨਾਲ ਦੇਖਿਆ, ਉਸ ਨੂੰ ਇੱਧਰ-ਉੱਧਰ ਘੁਮਾਇਆ, ਉਸ ਦੀਆਂ ਕੁੱਝ ਤਾਰਾਂ ਕਸੀਆਂ ਅਤੇ ਵਜਾਉਣ ਲੱਗਿਆ।

ਵਾਹ-ਵਾਹ ਕਿੰਨੀ ਵਧੀਆ ਵਾਇਲਨ ਵਜਾਉਂਦਾ ਸੀ ਉਹ, ਰਸੂਲ! ਜ਼ਿੰਦਗੀ ਭਰ ਉਸ ਦੀ ਵਾਇਲਨ ਵਜਾਉਣੀ ਨਹੀਂ ਭੁੱਲ ਸਕਾਂਗਾ। ਚੁੱਲ੍ਹੇ ਵਿੱਚ ਫੂਸ ਜਲਦਾ ਜਾ ਰਿਹਾ ਸੀ। ਕਦੇ-ਕਦੇ ਉਹ ਜ਼ੋਰ ਨਾਲ ਭੜਕ ਉੱਠਦਾ ਅਤੇ ਉਦੋਂ ਉਸ ਦੀ ਲਪਟ ਦੀ ਰੌਸ਼ਨੀ ਵਿੱਚ ਸਾਡੀਆਂ ਅੱਖਾਂ ਚਮਕ ਉੱਠਦੀਆਂ। ਸਾਡੀਆਂ ਅੱਖਾਂ ਵਿੱਚੋਂ ਕਦੇ-ਕਦੇ ਹੰਝੂ ਵਹਿੰਦੇ ਹੁੰਦੇ। ਮੈਂ ਆਪਣੀ ਵਾਇਲਨ ਇਸ ਅਵਾਰ ਕੋਲ ਛੱਡ ਕੇ ਹੀ ਘਰ ਚਲਾ ਗਿਆ। ਅਗਲੇ ਦਿਨ ਮੈਂ ਪਹਾੜਾਂ ਵਿੱਚ ਗਿਆ, ਮੈਂ ਉਸ ਦਾ ਪਿੰਡ ਲੱਭਿਆ ਅਤੇ ਫਿਰ ਉਸ ਤੋਂ ਖ਼ੂਨ ਦਾ ਬਦਲਾ ਲੈਣ ਵਾਲਿਆਂ ਨੂੰ ਲੱਭਿਆ। ਮੈਂ ਉਨ੍ਹਾਂ ਨੂੰ ਉਸ ਦੇ ਪਿੰਡ ਵਿੱਚੋਂ ਕੱਢੇ ਗਏ ਅਵਾਰ ਦੇ ਘਰ ਲਿਆਇਆ। ਦਿਨ ਵੇਲੇ ਉਹ ਮੇਰੇ ਘਰ ਵਿੱਚ ਬੈਠੇ ਰਹਿੰਦੇ ਅਤੇ ਰਾਤਾਂ ਨੂੰ ਮੇਰੇ ਨਾਲ ਇਹ ਸੁਣਨ ਜਾਂਦੇ ਕਿ ਉਨ੍ਹਾਂ ਦਾ ਖ਼ੂਨੀ ਦੁਸ਼ਮਣ ਕਿੰਨੀ ਵਧੀਆ ਵਾਇਲਨ ਵਜਾਉਂਦੈ। ਲਗਾਤਾਰ ਤਿੰਨ ਰਾਤਾਂ ਤੱਕ ਇਹ ਸਿਲਸਿਲਾ ਚੱਲਦਾ ਰਿਹਾ। ਚੌਥੇ ਦਿਨ ਖ਼ੂਨ ਦਾ ਬਦਲਾ ਖ਼ੂਨ ਨਾਲ ਲੈਣ ਦੇ ਇੱਛਕਾਂ ਨੇ ਆਪਣੀ ਇਸ ਇੱਛਾ ਤੋਂ ਇਨਕਾਰ ਕਰ ਦਿੱਤਾ। ਉਨ੍ਹਾਂ ਨੇ ਆਪਣੇ ਪਿੰਡ ਵਾਸੀ ਨੂੰ ਕਿਹਾ, "ਤੁਸੀਂ ਘਰ ਚਲੇ ਜਾਓ, ਅਸੀਂ ਤੁਹਾਨੂੰ ਮਾਫ਼ ਕਰ ਦਿੱਤਾ।" ਮੈਥੋਂ ਵਿਦਾ ਲੈਂਦੇ ਸਮੇਂ ਉਸ ਅਵਾਰ ਨੇ ਮੇਰੀ ਵਾਇਲਨ ਮੈਨੂੰ ਵਾਪਸ ਦੇਣੀ ਚਾਹੀ, ਪਰ ਮੈਂ ਉਸ ਨੂੰ ਨਹੀ ਲਿਆ। ਮੈਂ ਉਸ ਨੂੰ ਕਿਹਾ, "ਤੁਹਾਡੇ ਵਾਂਗ ਵਾਇਲਨ ਵਜਾਉਣੀ ਮੈਨੂੰ ਕਦੇ ਨਹੀਂ ਆ ਸਕਣੀ ਅਤੇ ਉਸ ਤੋਂ ਮਾੜੇ ਢੰਗ ਨਾਲ ਮੈਂ ਇਸ ਨੂੰ ਵਜਾ ਨਹੀਂ ਸਕਦਾ। ਇਸ ਲਈ ਇਸ ਵਾਇਲਨ ਦੀ ਹੁਣ ਮੈਨੂੰ ਜ਼ਰੂਰਤ ਨਹੀਂ।" ਉਦੋਂ ਤੋਂ ਮੈਂ ਕਦੇ ਵਾਇਲਨ ਆਪਣੇ ਹੱਥ ਵਿੱਚ ਨਹੀਂ ਲਈ। ਪਰ ਜਿਸ ਸੰਗੀਤ ਨੇ ਖ਼ੂਨੀ ਦੁਸ਼ਮਣਾਂ ਵਿੱਚ ਸੁਲਾਹ ਕਰਵਾ ਦਿੱਤੀ, ਉਸ ਨੂੰ ਮੈਂ

ਕਦੇ ਨਹੀਂ ਭੁੱਲਾਂਗਾ। ਮੈਂ ਅਕਸਰ ਇਹ ਸੋਚਦਾਂ ਕਿ ਜੇਕਰ ਸਾਰੇ ਲੋਕ ਵਾਇਲਨ 'ਤੇ ਅਜਿਹਾ ਸੰਗੀਤ ਸੁਣ ਸਕਦੇ, ਤਾਂ ਬੁਰਾਈ ਕਰਨ ਵਾਲਾ ਇੱਕ ਵੀ ਆਦਮੀ ਦੁਨੀਆ ਵਿੱਚ ਨਾ ਮਿਲਦਾ ਅਤੇ ਕਿਤੇ ਵੀ ਵੈਰ-ਵਿਰੋਧ ਨਾ ਹੁੰਦਾ।"

***

ਹੁਣ ਮੈਂ ਆਪਣੇ ਪਿਤਾ ਜੀ ਨਾਲ ਸਬੰਧਿਤ ਦੋ ਘਟਨਾਵਾਂ ਦਾ ਜ਼ਿਕਰ ਕਰਦਾ ਹਾਂ।

ਗੋਤਸਾਲ ਪਿੰਡ ਦੇ ਨਿਵਾਸੀ ਹਾਜੀ ਨਾਂ ਦੇ ਇੱਕ ਵਿਅਕਤੀ ਨੇ ਖ਼ੂੰਜ਼ਹ ਵਿੱਚ ਇੱਕ ਰੈਸਟੋਰੈਂਟ ਖੋਲ੍ਹਿਆ। ਉਸ ਨੇ ਮੇਰੇ ਪਿਤਾ ਜੀ ਨੂੰ ਬੁਲਾ ਕੇ ਉਨ੍ਹਾਂ ਨੂੰ ਕਿਹਾ:

"ਤੁਸੀਂ ਪਹਾੜੀ ਇਲਾਕੇ ਵਿੱਚ ਬੜੇ ਪ੍ਰਸਿੱਧ ਵਿਅਕਤੀ ਹੋ। ਤੁਸੀਂ ਮੇਰੇ ਰੈਸਟੋਰੈਂਟ ਬਾਰੇ ਇੱਕ ਗੀਤ ਰਚ ਦਿਓ, ਉਸ ਵਿੱਚ ਉਸ ਦੀ ਕੁੱਝ ਪ੍ਰਸ਼ੰਸਾ ਕਰ ਦਿਓ, ਤਾਂ ਕਿ ਸਾਰੇ ਲੋਕ ਉਸ ਬਾਰੇ ਜਾਣ ਸਕਣ। ਇਸ ਦੇ ਲਈ ਮਿਹਨਤਾਨਾ ਦੇਣ ਦੇ ਮਾਮਲੇ ਵਿੱਚ ਜਰਾ ਵੀ ਦੇਰ ਨਹੀਂ ਹੋਵੇਗੀ।"

ਪਿਤਾ ਜੀ ਨੇ ਸੱਚਮੁੱਚ ਹੀ ਇੱਕ ਗੀਤ ਰਚ ਦਿੱਤਾ ਅਤੇ ਗੋਤਸਾਲ ਪਿੰਡ ਦੇ ਨਿਵਾਸੀ ਦੇ ਇਸ ਰੈਸਟੋਰੈਂਟ ਨੂੰ ਮਸ਼ਹੂਰ ਵੀ ਕਰ ਦਿੱਤਾ, ਪਰ ਗੰਦੇ ਅਤੇ ਬੇਹੂਦਾ ਰੈਸਟੋਰੈਂਟ ਦੇ ਰੂਪ ਵਿੱਚ। ਇਸ ਤੋਂ ਬਾਅਦ ਸਾਰੇ ਲੋਕ ਇਸ ਰੈਸਟੋਰੈਂਟ ਅਤੇ ਇਸ ਦੇ ਮਾਲਕ ਵੱਲ ਇਸ਼ਾਰਾ ਕਰਦੇ ਹੋਏ ਕਹਿੰਦੇ, "ਇਹ ਐ ਉਹ ਆਦਮੀ, ਜਿਸ ਨੂੰ ਸਾਡੇ ਹਮਜ਼ਾਤ ਨੇ ਧੂੜ ਵਿੱਚ ਮਿਲਾ ਦਿੱਤਾ।"

ਰੈਸਟੋਰੈਂਟ ਦੇ ਮਾਲਕ ਨੂੰ ਜਦੋਂ ਇਹ ਪਤਾ ਲੱਗਿਆ ਕਿ ਉਸ ਦੇ ਰੈਸਟੋਰੈਂਟ ਬਾਰੇ ਇੱਕ ਅਜਿਹਾ ਗੀਤ ਐ, ਤਾਂ ਉਹ ਪ੍ਰੇਸ਼ਾਨ ਹੋ ਉੱਠਿਆ।

ਉਸ ਨੇ ਪਿਤਾ ਜੀ ਨੂੰ ਕਿਹਾ ਕਿ ਜੇਕਰ ਉਹ ਆਪਣੇ ਇਸ ਗੀਤ ਦਾ ਆਮ ਲੋਕਾਂ ਵਿੱਚ ਪ੍ਰਚਾਰ ਨਹੀਂ ਕਰਨਗੇ, ਤਾਂ ਇਸ ਦੇ ਬਦਲੇ ਉਹ ਉਨ੍ਹਾਂ ਨੂੰ ਕਾਠੀ ਸਮੇਤ ਘੋੜਾ ਦੇਣ ਲਈ ਤਿਆਰ ਹੈ। ਪਰ ਜੇਕਰ ਕੋਈ ਵੀ ਸ਼ਬਦ ਦੱਰੇ ਨੂੰ ਪਾਰ ਕਰ ਜਾਂਦਾ ਹੈ, ਤਾਂ ਉਹ ਸਾਰੇ ਪਹਾੜਾਂ ਵਿੱਚ ਪਹੁੰਚ ਜਾਂਦਾ ਹੈ ਅਤੇ ਕੋਈ ਵੀ ਉਸ ਨੂੰ ਨਹੀਂ ਰੋਕ ਸਕਦਾ। ਕਿਸਮਤ ਦੇ ਮਾਰ ਇਸ ਹਾਜੀ ਬਾਰੇ ਰਚਿਆ ਗਿਆ ਇਹ ਗੀਤ ਜਲਦੀ ਹੀ ਸਾਰੇ ਪਿੰਡਾਂ ਵਿੱਚ ਪਹੁੰਚ ਗਿਆ। ਲੋਕ ਉਸ ਨੂੰ ਅਜੇ ਤੱਕ ਗਾਉਂਦੇ ਹਨ ਅਤੇ ਹਾਜੀ ਨੂੰ ਆਪਣਾ ਰੈਸਟੋਰੈਂਟ ਬੰਦ ਕਰਨਾ ਪਿਆ।

ਇੱਕ ਵਾਰ ਸਾਡੇ ਘਰੋਂ ਭੇਡ ਦਾ ਧੁੱਪ ਵਿੱਚ ਸੁਕਾਇਆ ਹੋਇਆ ਮਾਸ ਗ਼ਾਇਬ ਹੋ ਗਿਆ। ਉਸ ਦੇ ਵਾਪਸ ਆਉਣ ਦੀ ਕੋਈ ਉਮੀਦ ਨਹੀਂ ਹੋ ਸਕਦੀ ਸੀ। ਪਰ ਅਚਾਨਕ ਪਿੰਡ ਵਿੱਚ ਅਫ਼ਵਾਹ ਫ਼ੈਲ ਗਈ ਕਿ ਹਮਜ਼ਾਤ ਨੇ ਚੋਰ ਬਾਰੇ ਇੱਕ ਗੀਤ ਰਚਿਆ ਹੈ। ਨਤੀਜਾ ਇਹ ਨਿੱਕਲਿਆ ਕਿ ਸੁਕਾਇਆ ਹੋਇਆ ਮਾਸ ਉਸੇ ਦਿਨ ਸਾਡੇ ਛੱਜੇ ਵਿੱਚ ਸੁੱਟ ਦਿੱਤਾ ਗਿਆ, ਭਾਵੇਂ ਮੇਰੇ ਪਿਤਾ ਜੀ ਦਾ ਅਜਿਹਾ ਗੀਤ ਰਚਣ ਦਾ ਜਰਾ ਵੀ ਇਰਾਦਾ ਨਹੀਂ ਸੀ।

ਨਵੇਂ ਵਿਆਹੇ ਜੋੜਿਆਂ ਵਿੱਚ ਕਦੇ-ਕਦੇ ਝਗੜਾ ਹੋ ਜਾਂਦਾ ਹੈ। ਅਜਿਹੇ ਮੌਕਿਆਂ 'ਤੇ ਨਵੇਂ ਜੋੜਿਆਂ ਦੇ ਮਿੱਤਰ, ਅਕਸਰ ਜਵਾਨ ਪਤੀ ਦੇ ਮਿੱਤਰ ਘਰ ਦੀ ਖਿੜਕੀ ਹੇਠਾਂ ਖੜ੍ਹੇ ਹੋ ਕੇ ਚੋਂਗੂਰ ਵਾਜਾ ਵਜਾਉਣ ਲੱਗਦੇ ਹਨ। ਚੋਂਗੂਰ ਦੀਆਂ ਧੁਨੀਆਂ ਨਵੇਂ ਜੋੜੇ ਨੂੰ ਆਪਣੇ ਛੋਟੇ ਜਿਹੇ ਝਗੜੇ ਨੂੰ ਭੁੱਲਣ ਲਈ ਮਜ਼ਬੂਰ ਕਰ ਦਿੰਦੀਆਂ ਹਨ।

ਮੇਰਾ ਵੀ ਇੱਕ ਅਮੀਨ ਚੁਤੂਏਵ ਨਾਂ ਦਾ ਇੱਕ ਬਹੁਤ ਚੰਗਾ ਦੋਸਤ ਸੀ, ਫ਼ੋਟੋਗ੍ਰਾਫ਼ਰ ਅਤੇ ਸੰਗੀਤਕਾਰ। ਮੇਰੀ ਸ਼ਾਦੀ ਦੇ ਪਹਿਲੇ ਸਾਲ ਉਸ ਨੂੰ ਮੇਰੀਆਂ ਖਿੜਕੀਆਂ ਦੇ ਹੇਠਾਂ ਅਕਸਰ ਚੋਂਗੂਰ ਵਜਾਉਣਾ ਪਿਆ।

ਅਮੀਨ ਚੁਤੂਏਵ, ਤੁਸੀਂ ਆਪਣੀ ਵਾਇਲਨ ਲੈ ਕੇ ਦੁਨੀਆ ਦੀਆਂ ਖਿੜਕੀਆਂ ਹੇਠਾਂ ਕਿਉਂ ਨਹੀਂ ਵਜਾਉਂਦੇ, ਤਾਂ ਕਿ ਸਾਡੇ ਯੁੱਗ ਦੇ ਝਗੜੇ ਸੁਲਝ ਜਾਣ, ਸ਼ਾਂਤ ਹੋ ਜਾਣ?

ਸ਼ਿਕਾਗੋ ਦੀ ਇੱਕ ਭੇਟ ਵਿੱਚ ਇੱਕ ਅਮਰੀਕੀ ਸਹਿਯੋਗੀ ਨਾਲ ਮੇਰੀ ਬਹੁਤ ਹੀ ਗਰਮਾ-ਗਰਮ ਬਹਿਸ ਹੋ ਗਈ। ਬਹਿਸ ਨੇ ਬਹੁਤ ਹੀ ਭਿਆਨਕ ਰੂਪ ਲੈ ਲਿਆ ਅਤੇ ਅਜਿਹਾ ਲੱਗਦਾ ਸੀ ਕਿ ਇਹ ਕਦੇ ਖ਼ਤਮ ਨਹੀਂ ਹੋ ਸਕੇਗੀ। ਪਰ ਬਾਅਦ ਵਿੱਚ ਅਮਰੀਕੀ ਨੇ ਅਚਾਨਕ ਆਪਣੇ ਭਰਾ ਦੀ ਕਵਿਤਾ ਸੁਣਾ ਦਿੱਤੀ, ਜੋ ਪਹਿਲੇ ਯੁੱਧ ਵੇਲੇ ਜੂਝ ਮਰਿਆ ਸੀ। ਮੈਂ ਵੀ ਉਸੇ ਸਮੇਂ ਮੌਤ ਦੇ ਮੂੰਹ ਵਿੱਚ ਚਲੇ ਜਾਣ ਵਾਲੇ ਆਪਣੇ ਭਰਾ ਦੀ ਉੱਥੇ ਕਵਿਤਾ ਸੁਣਾਈ। ਸਾਡਾ ਵਾਦ-ਵਿਵਾਦ ਸ਼ਾਂਤ ਹੋ ਗਿਆ। ਕੇਵਲ ਕਵਿਤਾਵਾਂ ਹੀ ਬਾਕੀ ਰਹਿ ਗਈਆਂ। ਕਾਸ਼ ਕਿ ਅਸੀਂ ਅਕਸਰ ਹੀ ਬੀਰ-ਗਤੀ ਪ੍ਰਾਪਤ ਕਰਨ ਵਾਲਿਆਂ ਨੂੰ ਯਾਦ ਕਰਦੇ, ਕਾਸ਼ ਕਿ ਅਸੀਂ ਅਕਸਰ ਹੀ ਕਵਿਤਾਵਾਂ ਅਤੇ ਗੀਤਾਂ ਵੱਲ ਧਿਆਨ ਦਿੰਦੇ।

ਮੇਰੇ ਪੁਰਖੇ ਗੁਆਂਢ ਦੇ ਜਾਰਜੀਆ ਉੱਪਰ ਹਮਲੇ ਕਰਦੇ ਸਨ। ਅਜਿਹੇ ਹੀ ਇੱਕ ਹਮਲੇ ਸਮੇਂ ਉਹ ਜਵਾਨ ਦਵਿਦ ਗੁਰਾਮਿਸ਼ਵੀਲੀ ਨੂੰ ਉੱਥੋਂ ਭਜਾ ਕੇ ਅਵਾਰ ਪਰਬਤਾਂ ਵਿੱਚ ਲੈ ਆਏ, ਜੋ ਬਾਅਦ ਵਿੱਚ ਜਾਰਜੀਆ ਦਾ ਕਲਾਸਿਕ ਕਵੀ ਬਣਿਆ।

ਉੱਚੇ ਪਹਾੜੀ ਊਂਤਸੂਕੂਲ ਦੇ ਇੱਕ ਡੂੰਘੇ ਤਹਿਖਾਨੇ ਵਿੱਚ ਬੰਦ ਇਹ ਬਦਕਿਸਮਤ ਬੰਦੀ ਜਾਰਜੀਆਈ ਗਾਣੇ ਗਾਉਂਦਾ ਰਹਿੰਦਾ। ਉੱਥੇ ਹੀ ਉਹ ਕਵਿਤਾ ਰਚਣ ਲੱਗਿਆ। ਉਸ ਨੂੰ ਊਂਤਸੂਕੂਲ ਤੋਂ ਰੂਸ ਭੱਜਣ ਵਿੱਚ ਸਫ਼ਲਤਾ ਮਿਲ ਗਈ ਅਤੇ ਉੱਥੋਂ ਉਹ ਯੂਕ੍ਰੇਨ ਚਲਾ ਗਿਆ।

ਇਸ ਅਨੂਠੇ ਕਵੀ ਦੇ ਜਨਮ ਦਿਨ ਵੇਲੇ ਮੈਂ ਤਬਿਲੀਸੀ ਗਿਆ। ਮੈਨੂੰ ਉੱਥੇ ਬੋਲਣ ਲਈ ਕਿਹਾ ਗਿਆ। ਮੈਂ ਮਜ਼ਾਕ ਕਰਦੇ ਹੋਏ ਕਿਹਾ ਕਿ ਦਵਿਦ ਗੁਰਾਮਿਸ਼ਵੀਲੀ ਵਰਗੇ ਵੱਡੇ ਕਵੀ ਲਈ ਜਾਰਜੀਆ ਸਾਡੇ ਦਾਗ਼ਿਸਤਾਨੀਆਂ ਦਾ ਰਿਣੀ ਹੈ। ਜੇਕਰ ਅਸੀਂ ਉਸ ਨੂੰ ਭਜਾ ਕੇ ਨਾ ਲੈ ਜਾਂਦੇ, ਡੂੰਘੇ ਤਹਿਖਾਨੇ ਵਿੱਚ ਬੰਦ ਨਾ ਕਰ ਦਿੰਦੇ, ਤਾਂ ਸ਼ਾਇਦ ਉਹ ਕਵਿਤਾ ਨਾ ਰਚਣ ਲੱਗਦਾ, ਰੂਸ ਅਤੇ ਯੂਕ੍ਰੇਨ ਨਾ ਪਹੁੰਚ ਸਕਦਾ। ਉਸ ਦੀ ਜੀਵਨੀ ਨੇ ਦੂਜਾ ਹੀ ਰੂਪ ਲੈ ਲਿਆ ਹੁੰਦਾ। ਪਰ ਇਸ ਤੋਂ ਬਾਅਦ ਮੈਂ ਇਹ ਵੀ ਕਿਹਾ, “ਮੇਰੇ ਪੁਰਖੇ ਜਦੋਂ ਜਵਾਨ ਪ੍ਰਿੰਸ ਨੂੰ ਭਜਾ ਕੇ ਲਿਆਏ ਸੀ, ਤਾਂ ਇਹ ਨਹੀਂ ਜਾਣਦੇ ਸੀ ਕਿ ਇੱਕ ਕਵੀ ਨੂੰ ਭਜਾ ਕੇ ਲਿਜਾ ਰਹੇ ਨੇ। ਜੇਕਰ ਉਨ੍ਹਾਂ ਨੂੰ ਇਹ ਪਤਾ ਹੁੰਦਾ, ਤਾਂ ਉਹ ਕਦੇ ਅਜਿਹਾ ਨਾ ਕਰਦੇ। ਖ਼ੈਰ, ਜੋ ਹੋਇਆ, ਸੋ ਹੋਇਆ, ਪਰ ਇੰਨਾ ਜ਼ਰੂਰ ਐ ਕਿ ਜੇਕਰ ਪਹਿਲੇ ਦਾਗ਼ਿਸਤਾਨ ਨੇ ਦਵਿਦ ਗੁਰਾਮਿਸ਼ਵੀਲੀ ਨੂੰ ਆਪਣਾ ਬੰਦੀ ਬਣਾਇਆ ਸੀ, ਤਾਂ ਹੁਣ ਦਾਗ਼ਿਸਤਾਨ ਉਸ ਦੇ ਕਾਵਿ ਦੇ ਜਾਦੂ ਵਿੱਚ ਬੱਝਿਆ ਹੋਇਐ। ਕਿੰਨੀ ਉੱਥਲ-ਪੁੱਥਲ ਹੋਈ ਐ ਜ਼ਮਾਨੇ ਵਿੱਚ।”

ਹੁਣ ਨਵੇਂ ਗੀਤ ਗਾਏ ਜਾਂਦੇ ਹਨ। ਪਰ ਅਸੀਂ ਪੁਰਾਣੇ ਗੀਤਾਂ ਨੂੰ ਵੀ ਨਹੀਂ ਭੁੱਲੇ। ਹੁਣ ਦਾਗ਼ਿਸਤਾਨ ਦੀ ਜਨਤਾ ਆਪਣੀਆਂ ਇਨ੍ਹਾਂ ਬਹੁਮੁੱਲੀਆਂ ਨਿਧੀਆਂ ਨੂੰ ਸਾਰੀ ਦੁਨੀਆ ਨੂੰ ਭੇਟ ਕਰਦੀ ਹੈ।

ਪਰਬਤਾਂ ਵਿੱਚ ਪ੍ਰਕਿਰਤੀ ਆਪਣਾ ਕਠੋਰ ਰੂਪ ਦਿਖਾਉਂਦੀ ਹੈ। ਪੁਰਾਣੇ ਵੇਲਿਆਂ ਵਿੱਚ ਇੱਥੇ ਵੱਡੀ ਸੰਖਿਆ ਵਿੱਚ ਬੱਚੇ ਮਰਦੇ ਸਨ। ਪਰ ਜੋ ਜਿਊਂਦੇ ਰਹਿ ਜਾਂਦੇ ਸਨ, ਉਹ ਬਹੁਤ ਲੰਬੀ ਉਮਰ ਤੱਕ, ਸੌ ਸਾਲ ਤੋਂ ਜ਼ਿਆਦਾ ਸਮੇਂ ਤੱਕ ਜਿਊਂਦੇ ਰਹਿੰਦੇ ਸਨ।

ਗਾਏ ਗਏ ਸਾਰੇ ਗੀਤ ਜਿਊਂਦੇ ਨਹੀਂ ਰਹੇ, ਪਰ ਜੋ ਜਿਊਂਦੇ ਰਹਿ ਗਏ ਹਨ, ਉਹ ਸਦੀਆਂ ਤੱਕ ਜੀਵਤ ਰਹਿਣਗੇ।

ਬਚਪਨ ਵਿੱਚ ਬਹੁਤੇ ਲੜਕੇ ਹੀ ਮਰਦੇ ਸਨ। ਲੜਕੀਆਂ ਜ਼ਿਆਦਾ ਸ਼ਕਤੀਸ਼ਾਲੀ, ਜ਼ਿਆਦਾ ਜਾਨਦਾਰ ਸਿੱਧ ਹੁੰਦੀਆਂ ਸਨ।

ਗੀਤਾਂ ਬਾਰੇ ਵੀ ਇਹੀ ਠੀਕ ਹੈ। ਮਰਦਾਨਾ, ਜਵਾਨ ਸੂਰਮਿਆਂ ਦੇ ਗੀਤ, ਯੁੱਧ ਦੇ ਗੀਤ, ਹਮਲਿਆਂ ਅਤੇ ਕੱਟ-ਵੱਢ ਦੇ ਗੀਤ, ਕਬਰਾਂ, ਬਦਲਿਆਂ, ਖ਼ੂਨ, ਦਲੇਰੀ ਅਤੇ ਬੀਰਤਾ ਦੇ ਗੀਤ ਪਿਆਰ ਦੇ ਗੀਤਾਂ ਦੇ ਮੁਕਾਬਲੇ ਕਿਤੇ ਜ਼ਿਆਦਾ ਜੀਵਤ ਰਹੇ ਹਨ।

ਪਰ ਸਾਰੇ ਪੁਰਾਣੇ ਗੀਤ, ਜਿਵੇਂ ਦਾਗ਼ਿਸਤਾਨ ਦੇ ਨਵੇਂ ਸੰਗੀਤ ਦੀ ਭੂਮਿਕਾ ਹਨ। ਪੁਰਾਣੇ ਪੰਦੂਰ 'ਤੇ ਨਵੀਆਂ ਤਾਰਾਂ ਲਗਾਈਆਂ ਜਾ ਰਹੀਆਂ ਹਨ ਅਤੇ ਹੁਣ ਪਹਾੜੀ ਔਰਤਾਂ ਦੀਆਂ ਫ਼ੁਰਤੀਲੀਆਂ ਉਂਗਲਾਂ ਪਿਆਨੋ ਦੇ ਸਫ਼ੈਦ ਅਤੇ ਕਾਲੇ ਪਰਦਿਆਂ 'ਤੇ ਵੀ ਦੌੜਦੀਆਂ ਹਨ।

ਗੀਤਾਂ ਵਾਲੇ ਘਰ ਵਿੱਚ ਮੇਰਾ ਜਨਮ ਹੋਇਆ ਅਤੇ ਉੱਥੇ ਹੀ ਮੈਂ ਵੱਡਾ ਹੋਇਆ। ਮੈਂ ਬਹੁਤ ਝਿਜਕਦੇ-ਝਿਜਕਦੇ ਪੈਨਸਿਲ ਹੱਥ ਵਿੱਚ ਲਈ। ਮੈਂ ਕਵਿਤਾ ਨਾਲ ਨਾਤਾ ਜੋੜਦੇ ਹੋਏ ਘਬਰਾਉਂਦਾ ਸੀ, ਪਰ ਅਜਿਹਾ ਕੀਤੇ ਬਿਨਾਂ ਰਹਿ ਨਹੀਂ ਸਕਦਾ ਸੀ। ਮੇਰੀ ਸਥਿਤੀ ਬੜੀ ਗੁੰਝਲਦਾਰ ਸੀ। ਹਮਜ਼ਾਤ ਤਸਾਦਾਸਾ ਤੋਂ ਬਾਅਦ ਰਸੂਲ ਤਸਾਦਾਸਾ (ਭਾਵ ਤਸਾਦਾ ਪਿੰਡ ਦੇ ਵਾਸੀ) ਦੀ ਕਿਸ ਨੂੰ ਜ਼ਰੂਰਤ ਹੋ ਸਕਦੀ ਸੀ! ਉਸੇ ਪਿੰਡ, ਉਸੇ ਘਰ ਅਤੇ ਉਸੇ ਦਾਗ਼ਿਸਤਾਨ ਦੇ ਰਸੂਲ ਦੀ!

ਮੈਂ ਕਿਤੇ ਵੀ ਕਿਉਂ ਨਾ ਗਿਆ, ਕਿਸੇ ਵੀ ਜਗ੍ਹਾ ਮੈਨੂੰ ਲੋਕਾਂ ਨਾਲ ਮਿਲਣ ਅਤੇ ਗੱਲ ਕਰਨ ਦਾ ਮੌਕਾ ਕਿਉਂ ਨਾ ਮਿਲਿਆ, ਅਜੇ ਵੀ, ਜਦੋਂ ਮੇਰੇ ਵਾਲ ਸਫ਼ੈਦ ਹੋ ਗਏ ਹਨ, ਹਰ ਜਗ੍ਹਾ ਹਮੇਸ਼ਾ ਇਹੀ ਕਿਹਾ ਜਾਂਦਾ ਹੈ, "ਹੁਣ ਸਾਡੇ ਹਮਜ਼ਾਤ ਦੇ ਬੇਟੇ ਰਸੂਲ ਨੂੰ ਆਪਣੇ ਵਿਚਾਰ ਪ੍ਰਗਟ ਕਰਨ ਲਈ ਕਿਹਾ ਜਾਂਦੈ।" ਬੇਸ਼ੱਕ ਇਹ ਸਹੀ ਹੈ ਕਿ ਹਮਜ਼ਾਤ ਦਾ ਬੇਟਾ ਹੋਣਾ ਕੋਈ ਘੱਟ ਸਨਮਾਨ ਵਾਲੀ ਗੱਲ ਨਹੀਂ ਹੈ, ਪਰ ਮਨ ਚਾਹੁੰਦਾ ਹੈ ਕਿ ਮੇਰੀ ਆਪਣੀ ਵੱਖਰੀ ਪਛਾਣ ਹੋਵੇ।

ਇੱਕ ਵਾਰ ਮੈਂ ਪਹਾੜੀ ਖੇਤਰ ਵਿੱਚ ਗਿਆ। ਕਈ ਪਿੰਡਾਂ ਵਿੱਚ ਜਾਣ ਤੋਂ ਬਾਅਦ ਮੇਰੇ ਰਸਤੇ ਵਿੱਚ ਤਸੁਮਾਦਾ ਨਾਂ ਦਾ ਇੱਕ ਹੀ ਪਿੰਡ ਬਾਕੀ ਰਹਿ ਗਿਆ ਸੀ। ਮੈਂ ਦੂਰੋਂ ਦੇਖਿਆ ਕਿ ਪਿੰਡ ਦੇ ਕਿਨਾਰੇ 'ਤੇ ਬਹੁਤ ਸਾਰੇ ਲੋਕ ਜਮ੍ਹਾਂ ਹਨ। ਸ਼ਹਿਨਾਈ-ਵਾਦਨ ਅਤੇ ਗਾਣਿਆਂ ਦੀ ਧੁਨੀਆਂ ਸੁਣਾਈ ਦੇ ਰਹੀਆਂ ਸਨ। ਕਿਸੇ ਦਾ ਸਵਾਗਤ ਹੋਣ ਵਾਲਾ ਹੈ। ਪਰ ਮੇਰੇ ਤੋਂ ਇਲਾਵਾ ਉੱਥੇ ਕੋਈ ਆਉਣ ਵਾਲਾ ਨਹੀਂ ਸੀ। ਮੈਨੂੰ ਇਹ ਚੰਗਾ ਵੀ ਲੱਗਿਆ ਅਤੇ ਕੁੱਝ ਸ਼ਰਮ ਵੀ ਮਹਿਸੂਸ ਹੋਈ, ਕਿਉਂਕਿ ਮੈਂ ਤਾਂ ਜਿਵੇਂ ਅਜੇ ਅਜਿਹੇ ਵਧੀਆ ਸਵਾਗਤ-ਸਤਿਕਾਰ ਦੇ ਯੋਗ ਨਹੀਂ ਹੋਇਆ ਸੀ। ਸਾਡੀ ਮੋਟਰ ਲੋਕਾਂ ਦੇ ਨੇੜੇ ਪਹੁੰਚੀ। ਅਸੀਂ ਮੋਟਰ ਵਿੱਚੋਂ ਬਾਹਰ ਨਿੱਕਲੇ। ਲੋਕਾਂ ਨੇ ਪੁੱਛਿਆ:

"ਬਜ਼ੁਰਗ ਹਮਜ਼ਾਤ ਕਿੱਥੇ ਐ?"

"ਹਮਜ਼ਾਤ ਤਾਂ ਮਖ਼ਚਕਲਾ ਵਿੱਚ ਨੇ। ਉਨ੍ਹਾਂ ਦਾ ਤਾਂ ਇੱਥੇ ਆਉਣ ਦਾ ਕੋਈ ਪ੍ਰੋਗਰਾਮ ਨਹੀਂ ਸੀ। ਮੈਂ ਹਮਜ਼ਾਤ ਦਾ ਬੇਟਾ ਰਸੂਲ ਤੁਹਾਡੇ ਕੋਲ ਆਇਆਂ।"

"ਪਰ ਸਾਨੂੰ ਤਾਂ ਇਹ ਦੱਸਿਆ ਗਿਆ ਸੀ ਕਿ ਹਮਜ਼ਾਤ ਆਉਣਗੇ।"

ਲੋਕ ਆਪਣੇ ਘਰਾਂ ਨੂੰ ਜਾਣ ਲੱਗੇ। ਕੁੱਝ ਜਵਾਨ ਲੋਕ ਹੀ ਮੇਰੇ ਨਾਲ ਰਹਿ ਗਏ। ਅਸੀਂ ਗੀਤ ਗਾਉਣ ਲੱਗੇ। ਅਸੀਂ ਬਹੁਤ ਗਾਣੇ ਗਾਏ। ਉਹ ਗਾਣੇ, ਜਿਨ੍ਹਾਂ ਨੂੰ ਜਨਤਾ ਨੇ ਰਚਿਆ, ਜਿਨ੍ਹਾਂ ਨੂੰ ਮੇਰੇ ਪਿਤਾ ਜੀ ਨੇ ਰਚਿਆ ਅਤੇ ਇੱਥੋਂ ਤੱਕ ਕਿ ਮੇਰੇ ਵੱਲੋਂ ਰਚਿਆ ਗਿਆ ਇੱਕ ਗੀਤ ਵੀ।

ਮੇਰਾ ਇਹ ਗੀਤ ਉਸ ਲੜਕੇ ਵਰਗਾ ਸੀ, ਜੋ ਹੱਥ ਵਿੱਚ ਛੋਟਾ ਜਿਹਾ ਛਾਂਟਾ ਲੈ ਕੇ ਪੌੜੀਆਂ ਚੜ੍ਹਣ ਵਾਲੇ ਪਿਤਾ ਦੇ ਪਿੱਛੇ-ਪਿੱਛੇ ਪੌੜੀਆਂ ਚੜ੍ਹਦਾ ਜਾਂਦਾ ਹੈ।

ਸਾਡੇ ਪਹਾੜੀ ਪੰਦੂਰ। ਜਿਉਂ-ਜਿਉਂ ਮੇਰੀ ਉਮਰ ਵਧਦੀ ਜਾਂਦੀ ਹੈ, ਜਿਉਂ-ਜਿਉਂ ਮੈਨੂੰ ਜੀਵਨ, ਲੋਕਾਂ ਅਤੇ ਦੁਨੀਆ ਦਾ ਹੋਰ ਜ਼ਿਆਦਾ ਗਿਆਨ ਹੁੰਦਾ ਜਾਂਦਾ ਹੈ, ਤਿਉਂ-ਤਿਉਂ ਮੈਂ ਤੈਨੂੰ ਹੱਥ ਵਿੱਚ ਲੈਂਦਾ ਹੋਇਆ ਹੋਰ ਜ਼ਿਆਦਾ ਘਬਰਾਉਂਦਾ ਹਾਂ। ਹਜ਼ਾਰਾਂ ਸਾਲਾਂ ਤੋਂ ਤੇਰੀਆਂ ਤਾਰਾਂ ਨੂੰ ਕਸਿਆ ਅਤੇ ਸੁਰ ਵਿੱਚ ਕੀਤਾ ਗਿਆ ਹੈ। ਹਜ਼ਾਰਾਂ ਗਾਇਕਾਂ ਨੇ ਤੇਰੇ ਵਿੱਚੋਂ ਅਦਭੁੱਤ ਧੁਨੀਆਂ ਕੱਢੀਆਂ ਹਨ। ਜਦੋਂ ਮੈਂ ਤੇਰੀਆਂ ਤਾਰਾਂ ਕਸਣ ਲੱਗਦਾ ਹਾਂ, ਤਾਂ ਮੇਰੇ ਦਿਲ ਦੀ ਧੜਕਣ ਬੰਦ ਹੋ ਜਾਂਦੀ ਹੈ। ਜੇਕਰ ਇਸ ਪਲ ਤਾਰ ਟੁੱਟ ਜਾਵੇਗੀ, ਤਾਂ ਮੈਨੂੰ ਲੱਗਦਾ ਹੈ ਕਿ ਮੇਰੇ ਦਿਲ ਦੇ ਵੀ ਟੁਕੜੇ-ਟੁਕੜੇ ਹੋ ਜਾਣਗੇ। ਤਾਰ ਤਾਂ ਬਹੁਤ ਆਸਾਨੀ ਨਾਲ ਟੁੱਟ ਸਕਦੀ ਹੈ। ਇਸ ਦਾ ਮਤਲਬ ਹੈ ਕਿ ਗੀਤ ਦੀ ਹੱਤਿਆ ਹੋ ਜਾਵੇਗੀ।

ਪਰ ਚਾਹੇ ਕੁੱਝ ਵੀ ਕਿਉਂ ਨਾ ਹੋਵੇ, ਤੈਨੂੰ ਹੱਥਾਂ ਵਿੱਚ ਲੈਣਾ ਹੀ ਪਵੇਗਾ, ਸੁਰ ਵਿੱਚ ਕਰਨਾ ਅਤੇ ਆਪਣਾ ਗੀਤ ਗਾਉਣਾ ਪਵੇਗਾ। ਬੇਸ਼ੱਕ ਉਹ ਦਾਗ਼ਿਸਤਾਨ ਦੇ ਹੋਰ ਗੀਤਾਂ ਵਿੱਚ ਖੋ ਜਾਵੇ, ਕਿਉਂਕਿ ਮੇਰੀ ਆਵਾਜ਼ ਤਾਂ ਪੁਰਾਣੇ ਗਾਇਕਾਂ ਦੀ ਆਵਾਜ਼ ਦੀ ਬਰਾਬਰੀ ਨਹੀਂ ਕਰ ਸਕਦੀ। ਫਿਰ ਸਾਡੇ ਗਾਣੇ ਵੀ ਤਾਂ ਵੱਖਰੇ ਹਨ।

"ਕੀ ਮਹਿਮੂਦ ਤੋਂ ਬਾਅਦ ਕਦੇ ਕਿਸੇ ਨੇ ਮੁਹੱਬਤ ਨਹੀਂ ਕੀਤੀ? ਪਰ ਹੁਣ ਪ੍ਰੇਮ ਗੀਤ ਸੁਣਾਈ ਨਹੀਂ ਦਿੰਦੇ।"

"ਮੁਹੱਬਤ ਤਾਂ ਕੀਤੀ ਗਈ ਹੈ। ਪਰ ਗੀਤਾਂ ਦੀ ਕੀ ਜ਼ਰੂਰਤ ਐ? ਅੱਜ ਦੀ ਮੂਈ ਵਰਗੀ ਪ੍ਰੇਮਿਕਾ ਨੂੰ ਪ੍ਰੇਮ ਗੀਤ ਸੁਣਾਉਣ ਅਤੇ ਭਜਾ ਕੇ ਲਿਜਾਣ ਦੀ ਜ਼ਰੂਰਤ ਨਹੀਂ ਰਹੀ। ਉਹ ਤਾਂ ਖ਼ੁਦ ਹੀ ਚਲੀ ਆਉਂਦੀ ਐ।"

"ਕੀ ਸ਼ਾਮਿਲ ਤੋਂ ਬਾਅਦ ਬਹਾਦਰਾਂ ਦਾ ਨਾਮੋ-ਨਿਸ਼ਾਨ ਮਿਟ ਗਿਆ? ਹੁਣ ਤਾਂ ਬੀਰਾਂ ਦੇ ਬੀਰਤਾ ਭਰਪੂਰ ਕਾਰਨਾਮਿਆਂ ਅਤੇ ਸ਼ਾਨਦਾਰ ਲੜਾਈਆਂ ਦੇ ਗੀਤ ਸੁਣਾਈ ਨਹੀਂ ਦਿੰਦੇ।"

"ਬਹਾਦਰ ਤਾਂ ਸ਼ਾਇਦ ਹੁਣ ਵੀ ਨੇ। ਪਰ ਹੁਣ ਲੜਾਈਆਂ ਦੇ ਗੀਤਾਂ ਦੀ ਕੀ ਜ਼ਰੂਰਤ ਐ, ਜਦੋਂ ਕਿ ਖ਼ੁਦ ਤਲਵਾਰ ਵੀ ਆਰਾਮ ਚਾਹੁੰਦੀ ਐ।"

ਇਸ ਨਾਲ ਭਲਾਂ ਕੀ ਫ਼ਰਕ ਪੈਂਦਾ ਹੈ ਕਿ ਮੇਰੀ ਆਵਾਜ਼ ਦਾਗ਼ਿਸਤਾਨ ਦੀਆਂ

ਦੂਜੀਆਂ ਆਵਾਜ਼ਾਂ ਵਿੱਚ ਖੋ ਜਾਵੇਗੀ। ਦੂਜੇ ਗਾਇਕ ਆਉਣਗੇ, ਜੋ ਉਹ ਗਾ ਦੇਣਗੇ, ਜਿਸ ਨੂੰ ਮੈਂ ਨਹੀਂ ਗਾ ਸਕਿਆ।

ਬੁਢਾਪਾ ਆਦਮੀ ਨੂੰ ਜ਼ਿੰਦਗੀ ਦੀਆਂ ਬਹੁਤ ਸਾਰੀਆਂ ਖ਼ੁਸ਼ੀਆਂ ਤੋਂ ਵੰਚਿਤ ਕਰ ਦਿੰਦਾ ਹੈ। ਉਹ ਇਨਸਾਨ ਦੀ ਤਾਕਤ, ਅੱਖਾਂ ਦੀ ਰੌਸ਼ਨੀ, ਚੰਗੀ ਤਰ੍ਹਾਂ ਸੁਣਨ ਦੀ ਸਮਰੱਥਾ ਖੋਹ ਲੈਂਦਾ ਹੈ। ਕਦੇ-ਕਦੇ ਤਾਂ ਉਸ ਦਾ ਹੱਥ ਸ਼ਰਾਬ ਦਾ ਜਾਮ ਵੀ ਨਹੀਂ ਸੰਭਾਲ ਸਕਦਾ।

ਪਰ ਮੈਂ ਬੁਢਾਪੇ ਤੋਂ ਨਹੀਂ ਡਰਦਾ, ਕਿਉਂਕਿ ਉਹ ਮੈਥੋਂ ਸਭ ਕੁੱਝ ਖੋਹ ਕੇ ਵੀ ਮੇਰਾ ਗੀਤ ਨਹੀਂ ਖੋਹ ਸਕੇਗਾ। ਉਹ ਮੈਥੋਂ ਮੇਰਾ ਮਹਿਮੂਦ, ਬਾਤੀਰਾਏ, ਪੁਸ਼ਕਿਨ, ਹਾਈਨੇ, ਬਲੋਕ, ਸਾਰੇ ਮਹਾਨ ਗਾਇਕਾਂ ਨੂੰ ਕਦੇ ਨਹੀਂ ਖੋਹ ਸਕੇਗਾ, ਜਿਨ੍ਹਾਂ ਵਿੱਚ ਦਾਗ਼ਿਸਤਾਨ ਵਰਗਾ ਗਾਇਕ ਵੀ ਸ਼ਾਮਲ ਹੈ। ਜਦੋਂ ਤੱਕ ਦਾਗ਼ਿਸਤਾਨ ਹੈ, ਸਾਡੇ ਲਈ ਚਿੰਤਾ ਕਰਨ ਦੀ ਕੋਈ ਗੱਲ ਨਹੀਂ। ਉਹ ਬਣਿਆ ਰਹੇਗਾ, ਤਾਂ ਸਾਡਾ ਵਾਲ ਵੀ ਵਿੰਗਾ ਨਹੀਂ ਹੋਵੇਗਾ, ਅਸੀਂ ਵੀ ਬਣੇ ਰਹਾਂਗੇ।

ਇੱਕ ਪਹਾੜੀ ਪਿੰਡ ਵਿੱਚ ਬੱਚਿਆਂ ਦੀ ਲੁਕਣ-ਮੀਚੀ ਵਰਗੀ ਇੱਕ ਖੇਡ ਹੈ, ਜਿਸ ਨੂੰ ਕੁੱਝ ਅਜਿਹਾ ਨਾਂ ਦਿੱਤਾ ਜਾ ਸਕਦਾ ਹੈ, "ਜੋ ਖੋਜਦੈ, ਉਸ ਨੂੰ ਮਿਲਦੈ, ਜਿਸ ਨੂੰ ਮਿਲਦੈ, ਉਹ ਉਸੇ ਦਾ ਹੋ ਜਾਂਦੈ।" ਇੱਕ ਵਾਰ ਮੈਂ ਇਸ ਖੇਡ ਵਿੱਚ ਹਿੱਸਾ ਲਿਆ।

ਇੱਕ ਲੜਕੇ ਨੂੰ ਦੂਜੇ ਕਮਰੇ ਵਿੱਚ ਭੇਜ ਦਿੱਤਾ ਜਾਂਦਾ ਹੈ, ਤਾਂ ਕਿ ਉਹ ਇਹ ਨਾ ਦੇਖ ਸਕੇ ਕਿ ਲੜਕੀਆਂ ਵਿੱਚੋਂ ਕੋਈ ਉੱਥੇ ਲੁਕੀ ਹੈ। ਇੰਨਾ ਹੀ ਨਹੀਂ, ਲੜਕੇ ਦੀਆਂ ਅੱਖਾਂ 'ਤੇ ਪੱਟੀ ਬੰਨ੍ਹ ਦਿੱਤੀ ਜਾਂਦੀ ਹੈ। ਕੁੱਝ ਦੇਰ ਬਾਅਦ ਇਹ ਲੜਕਾ ਉਸ ਕਮਰੇ ਵਿੱਚ ਜਾ ਕੇ ਉਸ ਨੂੰ ਲੱਭਣ ਲੱਗਦਾ ਹੈ, ਜਿੱਥੇ ਲੜਕੀ ਲੁਕੀ ਹੁੰਦੀ ਹੈ। ਸਾਰੇ ਲੜਕੇ-ਲੜਕੀਆਂ ਮਿਲ ਕੇ "ਆਈ, ਦਾਈ, ਦਾਲਾਲਾਈ" ਗਾਉਂਦੇ ਹਨ। ਲੜਕਾ ਜਦੋਂ ਗਲਤ ਜਗ੍ਹਾ 'ਤੇ ਲੱਭਦਾ ਹੈ, ਤਾਂ ਗਾਉਣ ਵਾਲੇ ਹੌਲੀ ਅਤੇ ਦੁੱਖਦਾਈ ਆਵਾਜ਼ ਵਿੱਚ ਗਾਉਂਦੇ ਹਨ। ਜਦੋਂ ਉਹ ਠੀਕ ਦਿਸ਼ਾ ਵਿੱਚ ਵਧਦਾ ਹੈ, ਤਾਂ ਉਹ ਬੜੇ ਉਤਸ਼ਾਹ ਅਤੇ ਖ਼ੁਸ਼ੀ ਭਰੀ ਆਵਾਜ਼ ਵਿੱਚ ਗਾਉਣ ਲੱਗਦੇ ਹਨ। ਜਦੋਂ ਉਹ ਲੜਕੀ ਨੂੰ ਲੱਭ ਲੈਂਦਾ ਹੈ, ਤਾਂ ਸਾਰੇ ਤਾੜੀਆਂ ਮਾਰਦੇ ਹਨ ਅਤੇ ਉਨ੍ਹਾਂ ਦੋਵਾਂ ਨੂੰ ਨੱਚਣ ਲਈ ਮਜ਼ਬੂਰ ਕਰਦੇ ਹਨ। ਇਸ ਤਰ੍ਹਾਂ ਗਾਣਾ ਉਸ ਅੱਖਾਂ 'ਤੇ ਪੱਟੀ ਬੰਨ੍ਹੀ ਵਾਲੇ ਲੜਕੇ ਨੂੰ ਸਹੀ ਰਸਤਾ ਦਿਖਾਉਂਦਾ ਹੈ ਅਤੇ ਉਸ ਨੂੰ ਮਨਚਾਹੇ ਉਦੇਸ਼ ਤੱਕ ਪਹੁੰਚਾਉਂਦਾ ਹੈ।

ਗੀਤਾਂ ਵਾਲੇ ਘਰ, ਗੀਤਾਂ ਵਾਲੇ ਦਾਗ਼ਿਸਤਾਨ, ਗੀਤਾਂ ਵਾਲੇ ਰੂਸ ਅਤੇ ਗੀਤਾਂ ਵਾਲੀ ਦੁਨੀਆ ਵਿੱਚ ਮੇਰਾ ਜਨਮ ਹੋਇਆ ਹੈ। ਮੈਂ ਗੀਤ ਦੀ ਸ਼ਕਤੀ, ਗੀਤ ਦਾ ਮਹੱਤਵ ਜਾਣਦਾ ਹਾਂ। ਜੇਕਰ ਦਾਗ਼ਿਸਤਾਨ ਕੋਲ ਗੀਤ ਨਾ ਹੁੰਦੇ, ਤਾਂ ਕੋਈ ਵੀ ਉਸ ਨੂੰ ਇਸ ਤਰ੍ਹਾਂ ਨਾ ਜਾਣਦਾ, ਜਿਸ ਤਰ੍ਹਾਂ ਲੋਕ ਅੱਜ ਜਾਣਦੇ ਹਨ। ਫਿਰ ਦਾਗ਼ਿਸਤਾਨ ਭਟਕੇ ਹੋਏ ਪਹਾੜੀ ਬੱਕਰੇ ਵਰਗਾ ਹੁੰਦਾ। ਪਰ ਸਾਡਾ ਗੀਤ ਸਾਨੂੰ ਖੜ੍ਹਵੀਆਂ ਪਹਾੜੀ ਪਗਡੰਡੀਆਂ ਤੋਂ ਵਿਰਾਟ ਸੰਸਾਰ ਵਿੱਚ ਲੈ ਗਿਆ, ਉਸ ਨੇ ਸਾਨੂੰ ਦੋਸਤ ਦਿੱਤੇ।

"ਤੁਸੀਂ ਗਾਣਾ ਗਾ ਦਿਓ ਅਤੇ ਮੈਂ ਤੁਹਾਨੂੰ ਦੱਸ ਦਿਆਂਗਾ ਕਿ ਤੁਸੀਂ ਕਿਹੋ ਜਿਹੇ ਆਦਮੀ ਹੋ।" ਅਬੂਤਾਲਿਬ ਕਿਹਾ ਕਰਦਾ ਸੀ। ਦਾਗ਼ਿਸਤਾਨ ਨੇ ਆਪਣਾ ਗਾਣਾ ਗਾਇਆ ਅਤੇ ਦੁਨੀਆ ਉਸ ਨੂੰ ਸਮਝ ਗਈ।"

ਪੁਸਤਕ

ਅਵਾਰ ਭਾਸ਼ਾ ਵਿੱਚ ਤਯੇਹ ਸ਼ਬਦ ਦੇ ਦੋ ਅਰਥ ਹਨ, ਭੇਡ ਦੀ ਖੱਲ ਅਤੇ ਪੁਸਤਕ।

ਕਿਹਾ ਜਾਂਦਾ ਹੈ, "ਹਰ ਕਿਸੇ ਨੂੰ ਆਪਣਾ ਸਿਰ 'ਤੇ ਸਮੂਰੀ ਟੋਪੀ ਨੂੰ ਸੁਰੱਖਿਅਤ ਰੱਖਣਾ ਚਾਹੀਦੈ।" ਜਿਵੇਂ ਕਿ ਸਭ ਜਾਣਦੇ ਹਨ ਕਿ ਸਾਡੇ ਇੱਥੇ ਸਮੂਰੀ ਟੋਪੀ ਭੇਡ ਦੀ ਖੱਲ ਤੋਂ ਬਣਾਈ ਜਾਂਦੀ ਹੈ। ਪਰ ਪਹਾੜੀ ਆਦਮੀ ਦਾ ਸਿਰ ਸੈਂਕੜੇ ਸਾਲਾਂ ਤੱਕ ਉਹ ਇੱਕ ਮਾਤਰ ਅਣਲਿਖੀ ਪੁਸਤਕ ਸੀ, ਜਿਸ ਵਿੱਚ ਸਾਡੀ ਭਾਸ਼ਾ, ਸਾਡਾ ਇਤਿਹਾਸ, ਸਾਡੀਆਂ ਦਾਸਤਾਨਾਂ, ਸਾਡੇ ਕਿੱਸੇ-ਕਹਾਣੀਆਂ, ਅਖਾਣਾਂ, ਰੀਤੀ-ਰਿਵਾਜ਼ ਅਤੇ ਉਹ ਸਭ ਕੁੱਝ ਸੁਰੱਖਿਅਤ ਰਿਹਾ, ਜਿਸ ਦੀ ਜਨਤਾ ਨੇ ਕਲਪਨਾ ਕੀਤੀ। ਭੇਡ ਦੀ ਖੱਲ ਨੇ ਸਦੀਆਂ ਤੱਕ ਦਾਗ਼ਿਸਤਾਨ ਦੀ ਇਸ ਅਣਲਿਖੀ ਪੁਸਤਕ, ਪਹਾੜੀ ਆਦਮੀ ਦੇ ਸਿਰ ਦੀ ਰਾਖੀ ਕੀਤੀ, ਉਸ ਨੂੰ ਗਰਮਾਇਆ, ਉਸ ਨੂੰ ਸੰਭਾਲਿਆ। ਬਹੁਤ ਕੁੱਝ ਤਾਂ ਸੁਰੱਖਿਅਤ ਰਹਿ ਗਿਆ ਅਤੇ ਸਾਡੇ ਤੱਕ ਪਹੁੰਚ ਗਿਆ, ਪਰ ਬਹੁਤ ਕੁੱਝ ਖੋ ਵੀ ਗਿਆ, ਰਸਤੇ ਵਿੱਚ ਭਟਕ ਗਿਆ ਅਤੇ ਹਮੇਸ਼ਾ ਲਈ ਤਬਾਹ ਹੋ ਗਿਆ।

ਇਸ ਪੁਸਤਕ ਦੇ ਕਈ ਪੰਨੇ ਉਵੇਂ ਹੀ ਨਸ਼ਟ ਹੋ ਗਏ, ਜਿਵੇਂ ਯੁੱਧ ਦੀ ਅੱਗ ਵਿੱਚ ਬੀਰ ਨਸ਼ਟ ਹੋ ਜਾਂਦੇ ਹਨ (ਸਮੂਰੀ ਟੋਪੀ ਗੋਲੀ ਅਤੇ ਤਲਵਾਰ ਤੋਂ ਤਾਂ ਨਹੀਂ ਬਚਾ ਸਕਦੀ), ਪਰ ਕੁੱਝ ਉਨ੍ਹਾਂ ਬਦਕਿਸਮਤ ਰਾਹੀਆਂ ਵਾਂਗ ਨਸ਼ਟ ਹੋ ਗਏ, ਜੋ ਰਸਤੇ ਵਿੱਚ ਭਟਕ ਜਾਂਦੇ ਹਨ, ਬਰਫ਼ੀਲੇ ਤੂਫ਼ਾਨਾਂ ਵਿੱਚ ਘਿਰ ਜਾਂਦੇ ਹਨ, ਜਿਨ੍ਹਾਂ ਦੀ ਤਾਕਤ ਜਵਾਬ ਦੇ ਜਾਂਦੀ ਹੈ, ਜੋ ਖਾਈ-ਖੱਡ ਵਿੱਚ ਡਿੱਗ ਜਾਂਦੇ ਹਨ, ਹਿਮਾਨੀ ਦੀ ਲਪੇਟ ਵਿੱਚ ਆ ਜਾਂਦੇ ਹਨ, ਕਿਸੇ ਡਾਕੂ-ਲੁਟੇਰੇ ਦੇ ਖੰਜਰ ਦਾ ਸ਼ਿਕਾਰ ਹੋ ਜਾਂਦੇ ਹਨ।

ਕਿਹਾ ਜਾਂਦਾ ਹੈ ਕਿ ਭੁੱਲਿਆ ਅਤੇ ਖੋਇਆ ਹੋਇਆ ਹੀ ਚੰਗਾ ਅਤੇ ਮਹਾਨ ਹੁੰਦਾ ਹੈ।

ਕਿਉਂਕਿ ਜਦੋਂ ਅਸੀਂ ਕਵਿਤਾ ਸੁਣਾਉਂਦੇ ਹਾਂ ਅਤੇ ਕੋਈ ਇੱਕ ਪੰਕਤੀ ਭੁੱਲ ਜਾਂਦੇ ਹਾਂ, ਤਾਂ ਸਾਨੂੰ ਉਸੇ ਦੀ ਜ਼ਿਆਦਾ ਜ਼ਰੂਰਤ ਮਹਿਸੂਸ ਹੁੰਦੀ ਹੈ।

ਕਿਉਂਕਿ ਜਦੋਂ ਮਰ ਜਾਣ ਵਾਲੀ ਗਾਂ ਦੀ ਯਾਦ ਆਉਂਦੀ ਹੈ, ਤਾਂ ਲੱਗਦਾ ਹੈ ਕਿ ਉਹੀ ਦੂਜੀਆਂ ਗਾਂਵਾਂ ਤੋਂ ਜ਼ਿਆਦਾ ਦੁੱਧ ਦਿੰਦੀ ਸੀ ਅਤੇ ਉਸੇ ਦਾ ਦੁੱਧ ਸਭ ਤੋਂ ਜ਼ਿਆਦਾ ਗਾੜ੍ਹਾ ਹੁੰਦਾ ਸੀ।

ਮਹਿਮੂਦ ਦੇ ਪਿਤਾ ਨੇ ਆਪਣੇ ਸ਼ਾਇਰ ਬੇਟੇ ਦੇ ਖਰੜਿਆਂ ਨਾਲ ਭਰਿਆ ਹੋਇਆ ਸੰਦੂਕ ਜਲਾ ਦਿੱਤਾ ਸੀ। ਪਿਤਾ ਨੂੰ ਅਜਿਹਾ ਲੱਗਿਆ ਸੀ ਕਿ ਕਵਿਤਾਵਾਂ ਉਨ੍ਹਾਂ ਦੇ ਨਿਕੰਮੇ

ਬੇਟੇ ਦਾ ਸੱਤਿਆਨਾਸ਼ ਕਰਦੀਆਂ ਹਨ। ਹੁਣ ਸਾਰੇ ਇਹ ਕਹਿੰਦੇ ਹਨ ਕਿ ਉਸ ਸੰਦੂਕ ਵਿੱਚ ਮਹਿਮੂਦ ਦੀਆਂ ਸਭ ਤੋਂ ਚੰਗੀਆਂ ਕਵਿਤਾਵਾਂ ਸਨ।

ਬਾਤੀਰਾਏ ਆਪਣੇ ਗੀਤ ਨੂੰ ਕਦੇ ਦੋ ਵਾਰ ਨਹੀਂ ਗਾਉਂਦਾ ਸੀ। ਉਹ ਅਕਸਰ ਸ਼ਾਦੀ ਵੇਲੇ ਨਸ਼ੇ ਵਿੱਚ ਗੁੱਟ ਲੋਕਾਂ ਦੇ ਸਾਹਮਣੇ ਗਾਇਆ ਕਰਦਾ ਸੀ। ਇਹ ਗੀਤ ਉੱਥੇ ਹੀ ਰਹਿ ਗਏ, ਕਿਸੇ ਨੇ ਵੀ ਉਨ੍ਹਾਂ ਨਹੀਂ ਸੰਭਾਲਿਆ। ਹੁਣ ਸਾਰੇ ਲੋਕ ਇਹ ਕਹਿੰਦੇ ਹਨ ਕਿ ਇਹ ਉਸ ਦੇ ਸਭ ਤੋਂ ਚੰਗੇ ਗੀਤ ਸਨ।

ਇਰਚੀ ਕਜ਼ਾਕ ਨੇ ਸ਼ਾਮਹਾਲ (ਦਾਗ਼ਿਸਤਾਨ ਦੇ ਜਗੀਰਦਾਰ) ਦੇ ਦਰਬਾਰ ਵਿੱਚ ਬਹੁਤ ਸਾਰੇ ਗੀਤ ਗਾਏ। ਪਰ ਉਸ ਦੇ ਬਹੁਤ ਘੱਟ ਗੀਤ ਹੀ ਦਰਬਾਰ ਦੀ ਹੱਦ ਤੋਂ ਬਾਹਰ ਆਮ ਲੋਕਾਂ ਤੱਕ ਪਹੁੰਚੇ। ਇਰਚੀ ਕਜ਼ਾਕ ਖ਼ੁਦ ਇਹ ਕਿਹਾ ਕਰਦਾ ਸੀ ਕਿ ਚਾਹੇ ਕਿੰਨਾ ਵੀ ਕਿਉਂ ਨਾ ਗਾਓ, ਨਾ ਤਾਂ ਸ਼ਾਮਹਾਲ ਅਤੇ ਨਾ ਗਧਾ ਹੀ ਗੀਤਾਂ ਨੂੰ ਸਮਝਦਾ ਹੈ।

ਕਿਹਾ ਜਾਂਦਾ ਹੈ ਕਿ ਇਰਚੀ ਕਜ਼ਾਕ ਦੀਆਂ ਦਰਬਾਰ ਵਿੱਚ ਖੋ ਜਾਣ ਵਾਲੀਆਂ ਕਵਿਤਾਵਾਂ ਹੀ ਸਭ ਤੋਂ ਚੰਗੀਆਂ ਸਨ।

ਅੱਗ ਵਿੱਚ ਜਲਾ ਦਿੱਤੇ ਗਏ ਪੰਦੂਰਾਂ ਦੀ ਆਵਾਜ਼ ਸਾਡੇ ਤੱਕ ਨਹੀਂ ਪਹੁੰਚੀ। ਨਦੀ ਵਿੱਚ ਸੁੱਟ ਦਿੱਤੇ ਗਏ ਚੋਂਗੂਰਾਂ ਦੀਆਂ ਮਿੱਠੀਆਂ ਧੁਨਾਂ ਸਾਡੇ ਤੱਕ ਨਹੀਂ ਪਹੁੰਚ ਸਕੀਆਂ। ਮੌਤ ਦੇ ਘਾਟ ਉਤਾਰ ਦਿੱਤੇ ਗਏ ਅਤੇ ਮਰ ਚੁੱਕੇ ਲੋਕਾਂ ਲਈ ਅੱਜ ਮੇਰਾ ਦਿਲ ਉਦਾਸ ਹੁੰਦਾ ਹੈ।

ਪਰ ਜੋ ਕੁੱਝ ਬਾਕੀ ਬਚ ਗਿਆ ਹੈ, ਜਦੋਂ ਮੈਂ ਉਸ ਨੂੰ ਸੁਣਦਾ ਅਤੇ ਪੜ੍ਹਦਾ ਹਾਂ, ਤਾਂ ਮੇਰਾ ਦਿਲ ਖਿੜ ਉੱਠਦਾ ਹੈ। ਮੈਂ ਸੱਚੇ ਦਿਲੋਂ ਗਰੀਬ ਪਹਾੜੀ ਲੋਕਾਂ ਦਾ ਧੰਨਵਾਦ ਕਰਦਾ ਹਾਂ, ਜੋ ਸਾਡੀਆਂ ਅਣਲਿਖੀਆਂ ਪੁਸਤਕਾਂ ਨੂੰ ਆਪਣੇ ਹਿਰਦਿਆਂ ਵਿੱਚ ਸੰਭਾਲਦੇ ਰਹੇ ਅਤੇ ਉਨ੍ਹਾਂ ਨੂੰ ਸਾਡੇ ਸਮਿਆਂ ਤੱਕ ਲਿਆਏ।

ਇਹ ਦਾਸਤਾਨਾਂ, ਇਹ ਕਿੱਸੇ-ਕਹਾਣੀਆਂ, ਇਹ ਗੀਤ-ਗਾਣੇ, ਜਿਵੇਂ ਹੁਣ ਕਲਮ ਨਾਲ ਕਾਗਜ਼ 'ਤੇ ਲਿਖੇ ਅਤੇ ਕਿਤਾਬਾਂ ਦੇ ਰੂਪ ਵਿੱਚ ਛਪਿਆਂ ਹੋਇਆਂ ਨੂੰ ਕਹਿੰਦੇ ਹਨ, "ਅਸੀਂ ਜੋ ਅਣਲਿਖੇ ਆਂ, ਸੈਂਕੜੇ ਸਾਲਾਂ ਤੱਕ ਹਰ ਤਰ੍ਹਾਂ ਦੀਆਂ ਮੁਸ਼ਕਿਲਾਂ ਦਾ ਸਾਹਮਣਾ ਕਰਦੇ ਹੋਏ ਜਿਊਂਦੇ ਰਹੇ ਅਤੇ ਤੁਹਾਡੇ ਤੱਕ ਪਹੁੰਚ ਗਏ। ਪਰ ਇਹ ਜਾਣਨਾ ਦਿਲਚਸਪ ਹੋਵੇਗਾ ਕਿ ਤੁਸੀਂ ਜੋ ਇੰਨੇ ਸੁੰਦਰ ਢੰਗ ਨਾਲ ਛਪੇ ਹੋਏ ਹੋ, ਅਗਲੀ ਪੀੜ੍ਹੀ ਤੱਕ ਵੀ ਪਹੁੰਚ ਸਕੋਗੇ ਜਾਂ ਨਹੀਂ? ਅਸੀਂ ਦੇਖਾਂਗੇ।" ਉਹ ਕਹਿੰਦੇ ਹਨ, "ਲਾਇਬਰੇਰੀਆਂ ਅਤੇ ਪੁਸਤਕ-ਭੰਡਾਰ ਜ਼ਿਆਦਾ ਭਰੋਸੇਯੋਗ ਪੁਸਤਕ-ਭੰਡਾਰ ਨੇ ਜਾਂ ਮਨੁੱਖੀ ਹਿਰਦੇ।"

ਬਹੁਤ ਕੁੱਝ ਭੁੱਲ ਜਾਂਦਾ ਹੈ। ਸੈਂਕੜੇ ਪੰਕਤੀਆਂ ਵਿੱਚੋਂ ਕੇਵਲ ਇੱਕ ਪੰਕਤੀ ਬਚੀ ਰਹਿ ਜਾਂਦੀ ਹੈ ਅਤੇ ਜੇਕਰ ਉਹ ਬਚੀ ਰਹਿ ਜਾਂਦੀ ਹੈ, ਤਾਂ ਹਮੇਸ਼ਾ ਲਈ।

ਕਿਹਾ ਜਾ ਚੁੱਕਿਆ ਹੈ ਕਿ ਪਹਿਲਾਂ ਅਨੇਕਾਂ ਬੱਚੇ ਬਹੁਤ ਹੀ ਛੋਟੀ ਉਮਰ ਵਿੱਚ ਮਰ ਜਾਂਦੇ ਸਨ।

ਇਮਾਮ ਸ਼ਾਮਿਲ ਜ਼ਖ਼ਮੀਆਂ ਨੂੰ ਨਦੀ ਵਿੱਚ ਛਾਲ ਮਾਰਨ ਲਈ ਮਜ਼ਬੂਰ ਕਰਦਾ ਸੀ। ਵੱਢੇ-ਟੁੱਕੇ ਸੈਨਿਕਾਂ ਦੀ ਉਸ ਨੂੰ ਜ਼ਰੂਰਤ ਨਹੀਂ ਹੁੰਦੀ ਸੀ, ਕਿਉਂਕਿ ਉਹ ਦੁਸ਼ਮਣ ਨਾਲ ਲੋਹਾ ਲੈਣ ਦੇ ਅਸਮਰੱਥ ਹੁੰਦੇ ਸਨ, ਪਰ ਉਨ੍ਹਾਂ ਨੂੰ ਖਵਾਉਣਾ-ਪਿਲਾਉਣਾ ਤਾਂ ਜ਼ਰੂਰੀ ਹੁੰਦਾ ਸੀ।

ਹੁਣ ਦੂਜਾ ਜ਼ਮਾਨਾ ਹੈ। ਬੱਚਿਆਂ ਦੀ ਬਹੁਤ ਚੰਗੀ ਤਰ੍ਹਾਂ ਦੇਖ-ਭਾਲ ਕੀਤੀ ਜਾਂਦੀ ਹੈ, ਡਾਕਟਰ ਉਨ੍ਹਾਂ ਦੀ ਚਿੰਤਾ ਕਰਦੇ ਹਨ। ਜ਼ਖ਼ਮੀਆਂ ਦੀਆਂ ਮੱਲ੍ਹਮ-ਪੱਟੀ ਕੀਤੀ ਜਾਂਦੀ ਹੈ। ਲੰਗੜੇ-ਲੂਲ੍ਹਿਆਂ ਨੂੰ ਨਕਲੀ ਲੱਤਾਂ ਅਤੇ ਪੈਰ ਦਿੱਤੇ ਜਾਂਦੇ ਹਨ। ਲੋਕਾਂ ਦੇ ਮਾਮਲੇ ਵਿੱਚ ਤਾਂ ਇਨ੍ਹਾਂ ਪਰਿਵਰਤਨਾਂ ਨੂੰ ਬਹੁਤ ਹੀ ਸ਼ਲਾਘਾਯੋਗ ਅਤੇ ਮਾਨਵੀ ਮੰਨਿਆ ਜਾ ਸਕਦਾ ਹੈ।

ਪਰ ਵੱਢੇ-ਟੁੱਕੇ ਵਿਚਾਰਾਂ, ਕਮਜ਼ੋਰ ਕਵਿਤਾਵਾਂ, ਅੱਧਮਰੀਆਂ ਭਾਵਨਾਵਾਂ ਅਤੇ ਮੁਰਦਾ ਹੀ ਪੈਦਾ ਹੋਣ ਵਾਲੇ ਗੀਤਾਂ ਦੇ ਮਾਮਲੇ ਵਿੱਚ ਤਾਂ ਅਜਿਹਾ ਨਹੀਂ ਹੁੰਦਾ? ਸਭ ਕੁੱਝ ਪੁਸਤਕ ਵਿੱਚ ਹੀ ਰਹਿ ਜਾਂਦਾ ਹੈ। ਸਭ ਕੁੱਝ ਕਾਗਜ਼ 'ਤੇ ਹੀ ਰਹਿ ਜਾਂਦਾ ਹੈ।

ਪਹਿਲਾਂ ਇਹ ਕਿਹਾ ਜਾਂਦਾ ਸੀ, "ਜ਼ੁਬਾਨੀ ਕਹੀ ਗੱਲ ਖੋ ਜਾਂਦੀ ਐ, ਲਿਖੀ ਹੋਈ ਬਾਕੀ ਰਹਿ ਜਾਂਦੀ ਐ।" ਕਿਤੇ ਹੁਣ ਇਸ ਤੋਂ ਉਲਟ ਹੀ ਨਾ ਹੋ ਜਾਵੇ।

ਪਰ ਤੁਸੀਂ ਇਹ ਨਾ ਸਮਝ ਲੈਣਾ ਕਿ ਮੈਂ ਪੁਸਤਕ ਅਤੇ ਲਿਖਤੀ ਭਾਸ਼ਾ ਦੀ ਨਿੰਦਿਆ ਕਰ ਰਿਹਾ ਹਾਂ ਉਹ ਤਾਂ ਉਸ ਸੂਰਜ ਵਰਗੇ ਹਨ, ਜਿਸ ਨੇ ਪਰਬਤਾਂ ਦੇ ਪਿੱਛੋਂ ਉੱਪਰ ਉੱਠ ਕੇ ਘਾਟੀ ਨੂੰ ਰੌਸ਼ਨ ਕਰ ਦਿੱਤਾ, ਹਨੇਰੇ ਅਤੇ ਮੂਰਖਤਾ ਨੂੰ ਖਿੰਡਾ ਦਿੱਤਾ।

ਮੇਰੀ ਮਾਂ ਨੇ ਮੈਨੂੰ ਇੱਕ ਲੂੰਬੜੀ ਅਤੇ ਇੱਕ ਪੰਛੀ ਦਾ ਕਿੱਸਾ ਸੁਣਾਇਆ ਸੀ। ਉਹ ਇਸ ਤਰ੍ਹਾਂ ਸੀ:

ਕਿਸੇ ਦਰੱਖਤ 'ਤੇ ਇੱਕ ਘੁੱਗੀ ਰਹਿੰਦੀ ਸੀ। ਉਸ ਦਾ ਮਜ਼ਬੂਤ ਅਤੇ ਕਾਫ਼ੀ ਗਰਮ ਆਲ੍ਹਣਾ ਸੀ, ਜਿਸ ਵਿੱਚ ਉਹ ਆਪਣੇ ਬੱਚੇ ਪਾਲਦੀ ਸੀ। ਸਭ ਕੁੱਝ ਵਧੀਆ ਢੰਗ ਨਾਲ ਚੱਲ ਰਿਹਾ ਸੀ। ਪਰ ਇੱਕ ਦਿਨ ਲੂੰਬੜੀ ਆਈ, ਦਰੱਖਤ ਦੇ ਹੇਠਾਂ ਬੈਠ ਕੇ ਗਾਉਣ ਲੱਗੀ:

ਇਹ ਸਾਰੀਆਂ ਚੱਟਾਨਾਂ ਮੇਰੀਆਂ,
ਇਹ ਸਾਰਾ ਮੈਦਾਨ ਵੀ।
ਸਾਰੇ ਖੇਤ ਅਤੇ ਫ਼ਸਲ ਦੇ,
ਪਿੜਾਂ ਵਾਲੇ ਸਥਾਨ ਵੀ।
ਆਪਣੀ ਇਸ ਧਰਤੀ 'ਤੇ ਮੈਂ,
ਆਪਣਾ ਦਰਖੱਤ ਉਗਾਇਆ।
ਇਸੇ ਦਰਖੱਤ ਉੱਪਰ ਪਰ ਤੂੰ,
ਆਪਣਾ ਆਲ੍ਹਣਾ ਬਣਾਇਆ।
ਇਸੇ ਲਈ ਤੂੰ ਦੇ ਦੇ ਮੈਨੂੰ,
ਸਿਰਫ਼ ਇੱਕ ਬੱਚਾ ਆਪਣਾ।
ਨਹੀਂ ਤਾਂ ਕੱਟਾਂ ਦਰਖੱਤ ਮੈਂ,
ਜਿਉਂਦਾ ਨਾ ਇਹ ਬਚਣਾ।

ਆਪਣੇ ਪਿਆਰੇ ਦਰੱਖਤ, ਪਿਆਰੇ ਆਲ੍ਹਣੇ ਅਤੇ ਬਾਕੀ ਬੱਚਿਆਂ ਨੂੰ ਬਚਾਉਣ ਲਈ ਘੁੱਗੀ ਨੇ ਆਪਣਾ ਸਭ ਤੋਂ ਛੋਟਾ ਬੱਚਾ ਲੂੰਬੜੀ ਨੂੰ ਦੇ ਦਿੱਤਾ।

ਅਗਲੇ ਦਿਨ ਲੂੰਬੜੀ ਫਿਰ ਆ ਗਈ, ਉਸ ਨੇ ਫਿਰ ਆਪਣਾ ਉਹੀ ਗਾਣਾ ਗਾਇਆ। ਘੁੱਗੀ ਨੂੰ ਆਪਣਾ ਦੂਜਾ ਬੱਚਾ ਕੁਰਬਾਨ ਕਰਨਾ ਪਿਆ। ਇਸ ਤੋਂ ਬਾਅਦ ਤਾਂ

ਘੁੱਗੀ ਆਪਣੇ ਬੱਚਿਆਂ ਦਾ ਸੋਗ ਵੀ ਨਹੀਂ ਮਨਾ ਸਕਦੀ ਸੀ ਕਿ ਹਰ ਰੋਜ਼ ਹੀ ਇੱਕ ਬੱਚਾ ਲੂੰਬੜੀ ਦੇ ਮੂੰਹ ਵਿੱਚ ਚਲਾ ਜਾਂਦਾ ਸੀ।

ਦੂਜੇ ਪੰਛੀਆਂ ਨੂੰ ਇਸ ਘੁੱਗੀ ਦੀ ਬਦਕਿਸਮਤੀ ਬਾਰੇ ਪਤਾ ਲੱਗਿਆ। ਉਹ ਸਾਰੇ ਉੱਡ ਕੇ ਉਸ ਕੋਲ ਆਏ ਅਤੇ ਪੁੱਛਣ ਲੱਗੇ ਕਿ ਕੀ ਮਾਮਲਾ ਹੈ। ਬੁੱਧੂ ਘੁੱਗੀ ਨੇ ਆਪਣੀ ਦਰਦ-ਕਹਾਣੀ ਸੁਣਾਈ। ਸਮਝਦਾਰ ਪੰਛੀਆਂ ਨੇ ਗਾਉਂਦੇ ਹੋਏ ਉਸ ਨੂੰ ਕਿਹਾ:

ਤੂੰ ਤਾਂ ਖ਼ੁਦ ਹੀ ਦੋਸ਼ੀ ਘੁੱਗੀਏ,
ਬੁੱਧੂਏ ਸਮਝ ਨਾ ਆਇਆ।
ਚਲਾਕ ਲੂੰਬੜੀ ਨੇ ਤਾਂ ਤੈਨੂੰ,
ਉੱਲੂ ਖ਼ੂਬ ਬਣਾਇਆ।
ਦਰੱਖਤ ਭਲਾਂ ਕਿਵੇਂ ਕਟੇਗੀ,
ਸਾਨੂੰ ਦੱਸ ਨੂੰ, ਪੂਛ ਨਾਲ।
ਤੇਰੇ ਬੱਚਿਆਂ ਤੱਕ ਪਹੁੰਚੇਗੀ,
ਸਾਨੂੰ ਦੱਸ ਤੂੰ, ਪੂਛ ਨਾਲ।
ਕਿੱਥੇ ਕੁਹਾੜੀ ਉਸ ਦੀ ਬੋਲੋ,
ਅਤੇ ਕਿੱਥੇ ਹੈ ਆਰੀ?
ਰਹਿਣ ਲੱਗੀ ਫਿਰ ਤਾਂ ਉੱਥੇ,
ਚੈਨ ਨਾਲ ਘੁੱਗੀ ਵਿਚਾਰੀ।

ਪਰ ਲੂੰਬੜੀ ਤਾਂ ਇਹ ਕੁੱਝ ਵੀ ਨਹੀਂ ਜਾਣਦੀ ਸੀ। ਉਹ ਫਿਰ ਡਰਾਉਣ-ਧਮਕਾਉਣ ਅਤੇ ਬੱਚਾ ਮੰਗਣ ਲਈ ਆਈ। ਉਹ ਫਿਰ ਇਹ ਗਾਉਣ ਲੱਗੀ ਕਿ ਦਰੱਖਤ ਵੱਢ ਦੇਵੇਗੀ, ਘੁੱਗੀ ਦੇ ਸਾਰੇ ਬੱਚੇ ਮਾਰ ਦੇਵੇਗੀ। ਪਰ ਉਹੀ ਸ਼ਬਦ, ਜਿਨ੍ਹਾਂ ਨਾਲ ਘੁੱਗੀ ਬੁਰੀ ਤਰ੍ਹਾਂ ਭੈਅ-ਭੀਤ ਹੋ ਜਾਂਦੀ ਸੀ, ਹੁਣ ਉਸ ਨੂੰ ਹਾਸੋ-ਹੀਣੇ, ਆਪਣੀ ਫੜ੍ਹ ਮਾਰਨ ਵਾਲੇ ਅਤੇ ਬੇਅਰਥ ਪ੍ਰਤੀਤ ਹੋਏ। ਘੁੱਗੀ ਨੇ ਲੂੰਬੜੀ ਨੂੰ ਜਵਾਬ ਦਿੱਤਾ:

ਜੜ੍ਹਾਂ ਬਹੁਤ ਡੂੰਘੀਆਂ ਇਸ ਦੀਆਂ,
ਹੋਵੇ ਕਹੀ, ਤਾਂ ਹੀ ਪੁੱਟਿਆ ਜਾਵੇ।
ਤਣਾ ਬੜਾ ਮਜ਼ਬੂਤ ਦਰੱਖਤ ਦਾ,
ਹੋਵੇ ਕੁਹਾੜਾ, ਤਾਂ ਹੀ ਕੱਟਿਆ ਜਾਵੇ।
ਮੇਰਾ ਆਲ੍ਹਣਾ ਬੜਾ ਹੀ ਉੱਚਾ,
ਤਾਂ ਪਹੁੰਚੇਂ, ਜੇ ਕੋਈ ਪੌੜੀ ਲਿਆਵੇ।

ਲੂੰਬੜੀ ਆਪਣਾ ਮੂੰਹ ਜਿਹਾ ਲੈ ਕੇ ਚਲੀ ਗਈ ਅਤੇ ਉਸ ਨੇ ਉੱਥੇ ਆਉਣਾ ਬੰਦ ਕਰ ਦਿੱਤਾ। ਘੁੱਗੀ ਤਾਂ ਹੁਣ ਵੀ ਉੱਥੇ ਰਹਿੰਦੀ ਹੈ, ਬੱਚੇ ਪੈਦਾ ਕਰਦੀ ਹੈ, ਬੱਚੇ ਵੱਡੇ ਹੁੰਦੇ ਹਨ ਅਤੇ ਗੀਤ ਗਾਉਂਦੇ ਹਨ।

ਦਾਗਿਸਤਾਨ ਨੇ ਆਪਣੀ ਮੂਰਖਤਾ, ਪਛੜੇਵੇਂ ਅਤੇ ਅਗਿਆਨ ਕਾਰਨ ਆਪਣੇ ਕਿੰਨੇ ਬੱਚਿਆਂ ਨੂੰ ਨਸ਼ਟ ਕਰ ਲਿਆ ਹੈ! ਖ਼ੁਦ ਨੂੰ ਜਾਣਨ ਲਈ ਕਿਤਾਬ ਦੀ ਜ਼ਰੂਰਤ ਹੈ।

ਦੂਜਿਆਂ ਨੂੰ ਜਾਣਨ ਲਈ ਵੀ ਕਿਤਾਬ ਦੀ ਜ਼ਰੂਰਤ ਹੈ। ਪੁਸਤਕ ਤੋਂ ਬਿਨਾਂ ਕੋਈ ਵੀ ਜਾਤੀ ਉਸ ਆਦਮੀ ਵਰਗੀ ਹੈ, ਜਿਸ ਦੀਆਂ ਅੱਖਾਂ 'ਤੇ ਪੱਟੀ ਬੰਨ੍ਹੀ ਹੋਵੇ, ਜੋ ਇੱਧਰ-ਉੱਧਰ ਭਟਕਦਾ ਰਹਿੰਦਾ ਹੈ ਅਤੇ ਦੁਨੀਆ ਨੂੰ ਨਹੀਂ ਦੇਖ ਸਕਦਾ। ਪੁਸਤਕ ਤੋਂ ਬਿਨਾਂ ਕੋਈ ਵੀ ਜਾਤੀ ਉਸ ਵਿਅਕਤੀ ਵਰਗੀ ਹੈ, ਜਿਸ ਦੇ ਕੋਲ ਸ਼ੀਸ਼ਾ ਨਾ ਹੋਵੇ, ਉਹ ਆਪਣਾ ਚਿਹਰਾ ਨਹੀਂ ਦੇਖ ਸਕਦੀ।

"ਪਿਛੜੇ ਹੋਏ ਅਤੇ ਮੂਰਖਤਾ ਦੇ ਮਾਰੇ ਲੋਕ।" ਦਾਗ਼ਿਸਤਾਨ ਦੀ ਯਾਤਰਾ ਕਰਨ ਵਾਲਿਆਂ ਨੇ ਸਾਡੇ ਬਾਰੇ ਅਜਿਹਾ ਹੀ ਲਿਖਿਆ ਅਤੇ ਕਿਹਾ। ਇਨ੍ਹਾਂ ਸ਼ਬਦਾਂ ਵਿੱਚ ਉੱਤਮਤਾ ਦੇ ਪ੍ਰਗਟਾਵੇ ਜਾਂ ਦੁਰਭਾਵਨਾ ਦੇ ਮੁਕਾਬਲੇ ਸੱਚਾਈ ਜ਼ਿਆਦਾ ਹੈ। "ਇਹ ਬਾਲਗ ਬੱਚੇ ਹਨ।" ਸਾਡੇ ਬਾਰੇ ਕਿਸੇ ਵਿਦੇਸ਼ੀ ਨੇ ਲਿਖਿਆ।

"ਇਨ੍ਹਾਂ ਕੋਲ ਗਿਆਨ ਨਹੀਂ, ਇਸ ਦਾ ਫ਼ਾਇਦਾ ਉਠਾਉਣਾ ਚਾਹੀਦੈ।" ਸਾਡੇ ਦੁਸ਼ਮਣਾਂ ਦਾ ਕਹਿਣਾ ਸੀ।

"ਜੇਕਰ ਇੱਥੋਂ ਦੇ ਜਨ-ਸਮੂਹ ਯੁੱਧ-ਕਲਾ ਵਿੱਚ ਮਾਹਿਰ ਹੋ ਜਾਣ, ਤਾਂ ਕੋਈ ਵੀ ਇਨ੍ਹਾਂ 'ਤੇ ਹੱਥ ਉਠਾਉਣ ਦੀ ਹਿੰਮਤ ਨਾ ਕਰੇ।" ਇੱਕ ਸੈਨਾਪਤੀ ਨੇ ਕਿਹਾ ਸੀ।

"ਕਾਸ਼, ਅਸੀਂ ਹਾਜੀ-ਮੁਰਾਦ ਦੀ ਦਲੇਰੀ ਅਤੇ ਮਹਿਮੂਦ ਦੀ ਪ੍ਰਤਿਭਾ ਵਿੱਚ ਆਪਣਾ ਅੱਜ ਦਾ ਗਿਆਨ ਜੋੜ ਸਕਦੇ!" ਪਹਾੜੀ ਲੋਕ ਕਹਿੰਦੇ ਹਨ।

"ਇਮਾਮ, ਅਸੀਂ ਰੁਕ ਕਿਉਂ ਗਏ?" ਇੱਕ ਵਾਰ ਹਾਜੀ-ਮੁਰਾਦ ਨੇ ਸ਼ਾਮਿਲ ਤੋਂ ਪੁੱਛਿਆ, "ਸਾਡੀ ਛਾਤੀ ਵਿੱਚ ਦਿਲ ਧੜਕ ਰਿਹੈ ਅਤੇ ਹੱਥ ਵਿੱਚ ਖੰਜਰ ਐ। ਉਡੀਕ ਕਿਹੜੀ ਗੱਲ ਦੀ ਐ? ਅਸੀਂ ਅੱਗੇ ਵਧ ਕੇ ਆਪਣੇ ਲਈ ਰਸਤਾ ਬਣਾਵਾਂਗੇ।"

"ਜਰਾ ਸਬਰ ਤੋਂ ਕੰਮ ਲਵੋ, ਜਲਦੀ ਨਾ ਕਰੋ, ਹਾਜੀ-ਮੁਰਾਦ। ਤੇਜੀ ਨਾਲ ਦੌੜਣ ਵਾਲੀਆਂ ਨਦੀਆਂ ਕਦੇ ਸਾਗਰ ਤੱਕ ਨਹੀਂ ਪਹੁੰਚਦੀਆਂ। ਮੈਂ ਕਿਤਾਬ ਤੋਂ ਸਲਾਹ ਲਵਾਂਗਾ, ਉਹ ਕੀ ਸਲਾਹ ਦੇਵੇਗੀ। ਕਿਤਾਬ ਬੜੀ ਸਮਝਦਾਰੀ ਦੀ ਚੀਜ਼ ਐ।"

"ਇਮਾਮ, ਸ਼ਾਇਦ ਤੁਹਾਡੀ ਕਿਤਾਬ ਸਮਝਦਾਰੀ ਦੀ ਚੀਜ਼ ਹੋਵੇ, ਪਰ ਸਾਨੂੰ ਤਾਂ ਬਹਾਦਰੀ ਦੀ ਜ਼ਰੂਰਤ ਐ। ਅਤੇ ਬਹਾਦਰੀ ਐ, ਤਲਵਾਰ ਅਤੇ ਘੋੜੇ ਦੀ ਸਵਾਰੀ ਵਿੱਚ।"

"ਕਿਤਾਬਾਂ ਵੀ ਬਹੁਤ ਬਹਾਦਰ ਹੁੰਦੀਆਂ ਨੇ।"

ਕਿਤਾਬ....ਅੱਖਰ, ਪੰਕਤੀਆਂ, ਪੰਨਾ। ਹਾਂ, ਪੰਨਾ ਇੱਕ ਮਾਮੂਲੀ ਜਿਹਾ ਕਾਗਜ਼ ਲੱਗ ਸਕਦਾ ਹੈ। ਪਰ ਉਹ ਸ਼ਬਦਾਂ ਦਾ ਸੰਗੀਤ ਹੈ, ਭਾਸ਼ਾ ਦੇ ਸੁਰੀਲੇਪਣ ਅਤੇ ਵਿਚਾਰਾਂ ਦਾ ਭੰਡਾਰ ਹੈ। ਇਹ ਤਾਂ ਮੈਂ ਹਾਂ, ਜਿਸ ਨੇ ਉਸ ਨੂੰ ਲਿਖਿਆ। ਉਹ ਦੂਜੇ ਲੋਕ ਹਨ, ਜਿਨ੍ਹਾਂ ਬਾਰੇ ਮੈਂ ਲਿਖਿਆ, ਜਿਨ੍ਹਾਂ ਨੇ ਆਪਣੇ ਬਾਰੇ ਲਿਖਿਆ। ਇਹ ਕਾਗਜ਼ ਤਾਂ ਤੇਜ ਗਰਮੀ ਹੈ, ਸਰਦੀ ਦਾ ਬਰਫ਼ੀਲਾ ਤੂਫ਼ਾਨ ਹੈ, ਕੱਲ੍ਹ ਦੀਆਂ ਘਟਨਾਵਾਂ ਹਨ, ਅੱਜ ਦੇ ਸੁਪਨੇ ਹਨ, ਭਵਿੱਖ ਦਾ ਕਾਰਜ ਹੈ।

ਵਿਸ਼ਵ-ਇਤਿਹਾਸ ਅਤੇ ਹਰ ਆਦਮੀ ਦੀ ਕਿਸਮਤ ਨੂੰ ਦੋ ਹਿੱਸਿਆਂ ਵਿੱਚ ਵੰਡਣਾ ਚਾਹੀਦਾ ਹੈ, ਪੁਸਤਕ ਦੇ ਪ੍ਰਗਟ ਹੋਣ ਤੋਂ ਪਹਿਲਾਂ ਅਤੇ ਬਾਅਦ ਦਾ ਹਿੱਸਾ। ਪਹਿਲਾ ਹਿੱਸਾ ਕਾਲੀ ਰਾਤ ਹੈ ਅਤੇ ਦੂਜਾ ਹਿੱਸਾ ਚਾਨਣਾ ਦਿਨ। ਪਹਿਲਾ ਹਿੱਸਾ ਤੰਗ, ਹਨੇਰਾ ਦੱਰਾ ਹੈ ਅਤੇ ਦੂਜਾ ਹਿੱਸਾ ਖੁੱਲ੍ਹਾ ਮੈਦਾਨ ਜਾਂ ਪਰਬਤ ਦਾ ਸਿਖ਼ਰ ਹੈ।

"ਸ਼ਾਇਦ ਮੂਰਖਤਾ ਹੀ ਉਹ ਗੁਨਾਹ ਐ, ਜਿਸ ਲਈ ਇਤਿਹਾਸ ਨੇ ਸਾਨੂੰ ਇੰਨੀ ਦੇਰ ਤੱਕ ਇੰਨੀ ਸਖ਼ਤ ਸਜ਼ਾ ਦਿੱਤੀ ਐ।" ਪਿਤਾ ਜੀ ਕਿਹਾ ਕਰਦੇ ਸਨ।

ਦੋ ਦੌਰ, ਪੁਸਤਕ ਵਾਲਾ ਅਤੇ ਪੁਸਤਕ ਤੋਂ ਬਿਨਾਂ। ਇਨਸਾਨ ਕੋਲ ਹੁਣ ਬਹੁਤ ਜਲਦੀ ਹੀ ਉਸ ਦੇ ਪਹਿਲਾ ਕਦਮ ਰੱਖਦਿਆਂ ਹੀ ਕਾਇਦੇ ਦੇ ਰੂਪ ਵਿੱਚ ਕਿਤਾਬ ਆ ਜਾਂਦੀ ਹੈ। ਪਰ ਦਾਗ਼ਿਸਤਾਨ ਕੋਲ ਹਜ਼ਾਰਾਂ ਸਾਲ ਬੀਤਣ ਬਾਅਦ ਹੀ ਕਿਤਾਬ ਆਈ। ਦਾਗ਼ਿਸਤਾਨ ਨੇ ਬਹੁਤ ਦੇਰ ਨਾਲ, ਬਹੁਤ ਹੀ ਦੇਰ ਨਾਲ ਪੜ੍ਹਨਾ-ਲਿਖਣਾ ਸਿੱਖਿਆ।

ਇਸ ਤੋਂ ਪਹਿਲਾਂ ਪਹਾੜੀ ਲੋਕਾਂ ਲਈ ਅਨੇਕਾਂ ਸਦੀਆਂ ਤੱਕ ਆਕਾਸ਼ ਪੰਨਾ ਸੀ ਅਤੇ ਤਾਰੇ ਵਰਣਮਾਲਾ। ਕਾਲੇ ਬੱਦਲ ਦਵਾਤ ਸਨ, ਬਾਰਿਸ਼ ਸਿਆਹੀ, ਪ੍ਰਿਥਵੀ ਕਾਗਜ਼, ਘਾਹ ਅਤੇ ਫੁੱਲ ਅੱਖਰ ਸਨ ਅਤੇ ਖ਼ੁਦ ਉਚਾਈ ਪੜ੍ਹਨ ਲਈ ਅਜਿਹੇ ਪੰਨੇ 'ਤੇ ਝੁਕ ਜਾਂਦੀ ਸੀ।

ਸੂਰਜ ਦੀਆਂ ਲਾਲ ਕਿਰਨਾਂ ਪੈਨਸਿਲਾਂ ਸਨ। ਉਨ੍ਹਾਂ ਨੇ ਚੱਟਾਨਾਂ 'ਤੇ ਸਾਡਾ ਫੁੱਲਾਂ ਨਾਲ ਭਰਿਆ ਹੋਇਆ ਇਤਿਹਾਸ ਲਿਖਿਆ।

ਮਰਦ ਦਾ ਜਿਸਮ ਦਵਾਤ ਸੀ, ਖ਼ੂਨ ਸਿਆਹੀ ਅਤੇ ਖੰਜਰ ਪੈਨਸਿਲ। ਉਦੋਂ ਮੌਤ ਦੀ ਕਿਤਾਬ ਲਿਖੀ ਗਈ, ਉਸ ਦੀ ਭਾਸ਼ਾ ਹਰ ਕਿਸੇ ਨੂੰ ਸਮਝ ਵਿੱਚ ਆ ਜਾਂਦੀ ਸੀ, ਉਸ ਦੇ ਅਨੁਵਾਦ ਦੀ ਜ਼ਰੂਰਤ ਨਹੀਂ ਹੁੰਦੀ ਸੀ।

ਔਰਤ ਦੀ ਬਦਕਿਸਮਤੀ ਦਵਾਤ ਸੀ, ਹੰਝੂ ਸਿਆਹੀ, ਸਿਰ੍ਹਾਣਾ ਕਾਗਜ਼। ਉਦੋਂ ਦੁੱਖਾਂ-ਦਰਦਾਂ ਦੀ ਕਿਤਾਬ ਲਿਖੀ ਗਈ, ਪਰ ਬਹੁਤ ਘੱਟ ਹੀ ਉਸ ਨੂੰ ਕਿਸੇ ਨੇ ਪੜ੍ਹਿਆ, ਪਹਾੜੀ ਔਰਤਾਂ ਦੂਜਿਆਂ ਨੂੰ ਆਪਣੇ ਹੰਝੂ ਨਹੀਂ ਦਿਖਾਉਂਦੀਆਂ।

ਪੁਸਤਕ, ਲਿਖਤ ਭਾਸ਼ਾ....ਇਹ ਹਨ ਉਹ ਦੋ ਨਿਧੀਆਂ, ਜੋ ਭਾਸ਼ਾਵਾਂ ਵੰਡਣ ਵਾਲਾ ਸਾਨੂੰ ਦੇਣਾ ਭੁੱਲ ਗਿਆ।

ਪੁਸਤਕਾਂ, ਉਹ ਘਰ ਦੀਆਂ ਖੁੱਲ੍ਹੀਆਂ ਖਿੜਕੀਆਂ ਹਨ, ਪਰ ਅਸੀਂ ਬੰਦ ਕੰਧਾਂ ਦੇ ਅੰਦਰ ਬੈਠੇ ਰਹੇ.....ਖਿੜਕੀਆਂ ਵਿੱਚੋਂ ਪ੍ਰਿਥਵੀ ਅਤੇ ਸਾਗਰ ਦਾ ਵਿਸਥਾਰ ਅਤੇ ਲਹਿਰਾਂ 'ਤੇ ਤੈਰਨ ਵਾਲੇ ਅਦਭੁੱਤ ਜਹਾਜ਼ਾਂ ਨੂੰ ਦੇਖਿਆ ਜਾ ਸਕਦਾ ਸੀ। ਅਸੀਂ ਉਨ੍ਹਾਂ ਉਨ੍ਹਾਂ ਪੰਛੀਆਂ ਵਰਗੇ ਸੀ, ਜੋ ਪਤਾ ਨਹੀਂ ਕਿਉਂ ਸਰਦੀ ਵਿੱਚ ਗਰਮ ਪ੍ਰਦੇਸ਼ ਵਿੱਚ ਨਾ ਜਾ ਕੇ ਠੰਢ ਵਿੱਚ ਹੀ ਰਹਿ ਜਾਂਦੇ ਹਨ ਅਤੇ ਠਰਨ 'ਤੇ ਖਿੜਕੀਆਂ 'ਤੇ ਆਪਣੀਆਂ ਚੁੰਝਾਂ ਮਾਰਦੇ ਹਨ, ਤਾਂ ਕਿ ਉਨ੍ਹਾਂ ਨੂੰ ਘਰ ਦੇ ਅੰਦਰ ਨਿੱਘ ਵਿੱਚ ਆਉਣ ਦਿੱਤਾ ਜਾਵੇ।

ਪਹਾੜੀ ਲੋਕਾਂ ਦੇ ਹੋਂਠ ਸੁੱਕੇ ਅਤੇ ਪਿਆਸ ਕਾਰਨ ਮੁਰਝਾਏ ਹੋਏ ਹਨ....ਸਾਡੀਆਂ ਅੱਖਾਂ ਭੁੱਖੀਆਂ ਅਤੇ ਜਲਦੀਆਂ ਹੋਈਆਂ ਹਨ।

ਜੇਕਰ ਅਸੀਂ ਕਾਗਜ਼ ਅਤੇ ਪੈਨਸਿਲ ਦੀ ਵਰਤੋਂ ਕਰਨੀ ਜਾਣਦੇ ਹੁੰਦੇ, ਤਾਂ ਖੰਜਰ ਤੋਂ ਇੰਨਾ ਕੰਮ ਨਾ ਲੈਂਦੇ।

ਅਸੀਂ ਤਲਵਾਰ ਬੰਨ੍ਹਣ, ਘੋੜੇ 'ਤੇ ਕਾਠੀ ਕਸਣ, ਛਾਲ ਮਾਰ ਕੇ ਘੋੜੇ 'ਤੇ ਸਵਾਰ ਹੋਣ ਅਤੇ ਯੁੱਧ-ਭੂਮੀ ਵਿੱਚ ਪਹੁੰਚਣ ਵਿੱਚ ਕਦੇ ਦੇਰ ਨਹੀਂ ਕਰਦੇ ਸਨ। ਇਸ ਮਾਮਲੇ ਵਿੱਚ ਸਾਡੇ ਇੱਥੇ ਨਾ ਤਾਂ ਲੰਗੜੇ-ਲੂਲ੍ਹੇ, ਨਾ ਬਹਿਰੇ ਅਤੇ ਨਾ ਅੰਨ੍ਹੇ ਹੁੰਦੇ ਸੀ। ਪਰ ਅਸੀਂ ਬਹੁਤ

ਛੋਟੇ-ਛੋਟੇ, ਜਿਵੇਂ ਮਾਮੂਲੀ ਅੱਖਰਾਂ ਨੂੰ ਜਾਣਨ ਵਿੱਚ ਵੀ ਬਹੁਤ ਦੇਰ ਕਰ ਦਿੱਤੀ। ਇਹ ਤਾਂ ਸਭ ਨੂੰ ਪਤਾ ਹੈ ਕਿ ਜਿਸ ਦੇ ਭਾਵ, ਜਿਸ ਦੇ ਵਿਚਾਰ ਟੁੱਟੇ-ਭੱਜੇ ਹਨ, ਉਸ ਦੀ ਤਾਂ ਸਹਾਰਾ ਦੇਣ ਵਾਲੀ ਲਾਠੀ ਵੀ ਕੋਈ ਸਹਾਇਤ ਨਹੀਂ ਕਰ ਸਕਦੀ।

ਡੇਢ ਹਜ਼ਾਰ ਸਾਲ ਪਹਿਲਾਂ ਆਰਮੀਨੀਆ ਦੇ ਪ੍ਰਸਿੱਧ ਯੋਧੇ ਮਾਸਰੋਪ ਮਾਸ਼ਤੋਤਸ ਦੇ ਦਿਮਾਗ ਵਿੱਚ ਇਹ ਖ਼ਿਆਲ ਆਇਆ ਕਿ ਲਿਖਤ ਭਾਸ਼ਾ ਸ਼ਸਤਰਾਂ-ਅਸਤਰਾਂ ਤੋਂ ਜ਼ਿਆਦਾ ਸ਼ਕਤੀਸ਼ਾਲੀ ਹੈ ਅਤੇ ਉਸ ਨੇ ਆਰਮੀਨੀ ਵਰਣਮਾਲਾ ਦੀ ਰਚਨਾ ਕੀਤੀ।

ਮੈਂ ਮਾਤੇਨਾਦਾਰਾਨ ਜਾ ਚੁੱਕਿਆ ਹਾਂ, ਜਿੱਥੇ ਪੁਰਾਣੇ ਖਰੜੇ ਸੁਰੱਖਿਅਤ ਰੱਖੇ ਜਾ ਰਹੇ ਹਨ।

ਉੱਥੇ ਬਹੁਤ ਹੀ ਦੁਖੀ ਮਨ ਨਾਲ ਮੈਂ ਦਾਗ਼ਿਸਤਾਨ ਬਾਰੇ ਸੋਚਦਾ ਰਿਹਾ, ਜਿਸ ਨੇ ਕਿਤਾਬਾਂ ਅਤੇ ਲਿਖਤ ਭਾਸ਼ਾ ਤੋਂ ਬਿਨਾਂ ਹਜ਼ਾਰਾਂ ਸਾਲ ਬਿਤਾ ਦਿੱਤੇ। ਸਮੇਂ ਦੀ ਛਾਣਨੀ ਵਿੱਚੋਂ ਇਤਿਹਾਸ ਛਣਦਾ ਰਿਹਾ ਅਤੇ ਉਸ ਦੇ ਜਰਾ ਵੀ ਨਿਸ਼ਾਨ ਬਾਕੀ ਨਹੀਂ ਰਹੇ। ਕੇਵਲ ਧੁੰਦਲੀਆਂ ਅਤੇ ਅਜਿਹੀਆਂ ਬਾਤਾਂ ਅਤੇ ਗੀਤ ਹੀ ਇੱਕ ਵਿਅਕਤੀ ਮੂੰਹੋਂ ਦੂਜੇ ਵਿਅਕਤੀ ਦੇ ਮੂੰਹ ਤੱਕ, ਇੱਕ ਹਿਰਦੇ ਤੋਂ ਦੂਜੇ ਹਿਰਦੇ ਤੱਕ ਜਾਂਦੇ ਹੋਏ ਸਾਡੇ ਤੱਕ ਪਹੁੰਚਦੇ ਰਹੇ, ਜੋ ਹਮੇਸ਼ਾ ਪ੍ਰਮਾਣਿਕ ਨਹੀਂ ਹੁੰਦੇ ਸਨ।

ਹੈ ਆਸਾਨ ਕਥਾ-ਕਿੱਸਿਆਂ ਵਿੱਚ, ਭੁੱਲੇ ਨੂੰ ਚੇਤੇ ਰੱਖ ਪਾਉਣਾ।
ਮਾਂ ਤੋਂ ਸੁਣਿਆ ਕਦੇ ਜੋ ਕਿੱਸਾ, ਇੱਥੇ ਚਾਹੁੰਦਾ ਦੁਹਰਾਉਣਾ।

ਕਿਸੇ ਪਿੰਡ ਵਿੱਚ ਕਿਸੇ ਬੀਰ ਨੇ, ਉੱਚਾ ਨਾਮ ਕਮਾਇਆ ਜਦ।
ਵੱਡੇ ਖ਼ਾਨ ਨੇ, ਸ਼ਕਤੀਮਾਨ ਨੇ, ਉਸ ਨੂੰ ਕੋਲ ਬੁਲਾਇਆ ਤਦ।

ਨਾਮ ਸਲੀਮ, ਨਾਇਕ ਸਾਡਾ, ਵੱਡੇ ਮਹਿਲ ਵਿੱਚ ਜਦ ਆਇਆ।
ਵਾਰੀ-ਵਾਰੀ ਸਭ ਦਰਵਾਜ਼ਿਆਂ ਨੂੰ, ਉਸ ਨੇ ਸੀ ਖੁੱਲ੍ਹਦੇ ਪਾਇਆ।

ਝਾੜ ਗਲੀਚੇ, ਹੋਵੇ ਜਗਮਗ, ਅਤੇ ਚਾਂਦੀ ਰੰਗੇ ਫੁਹਾਰੇ।
ਧਨੀ ਖ਼ਾਨ ਨੇ ਮਾਲ-ਖ਼ਜ਼ਾਨੇ, ਖੋਲ੍ਹ ਦਿੱਤੇ ਸੀ ਆਪਣੇ ਸਾਰੇ।

ਜੋ ਕੁੱਝ ਦੇਖਿਆ ਇੱਥੇ ਬੀਰ ਨੇ, ਮੁਸ਼ਕਿਲ ਸਭ ਕੁੱਝ ਸਮਝਾਉਣਾ।
ਜੋ ਕੁੱਝ ਵੀ ਹੈ ਇਸ ਦੁਨੀਆ ਵਿੱਚ, ਸੰਭਵ ਹੈ ਇੱਥੇ ਦੇਖ ਪਾਉਣਾ।

ਕਿਹਾ ਖ਼ਾਨ ਨੇ, ਸੁਣੋ ਸੂਰਮਾ, ਜੋ ਵੀ ਚਾਹੋ ਲੈ ਲਓ ਉਹ।
ਦਿਲ-ਦਿਮਾਗ ਨੂੰ ਜੋ ਜਚ ਜਾਵੇ, ਦੇ ਦਿਆਂ, ਜੋ ਕਹਿ ਦਓ ਉਹ।

ਇੱਥੇ ਸਭ ਚੀਜ਼ਾਂ ਨੇ ਵਧੀਆ, ਪਰ ਯਾਦ ਇੰਨਾ ਰੱਖਣਾ।
ਹੋਵੇ ਨਾ ਅਫ਼ਸੋਸ ਮਗਰੋਂ, ਕਾਹਲੀ ਨਾ ਭੋਰਾ ਕਰਨਾ।

ਉੱਤਰ ਦਿੱਤਾ ਬੀਰ ਨੇ ਉਸ ਨੂੰ, ਦਿਓ ਤਲਵਾਰ, ਮੈਨੂੰ ਖੰਜਰ।
ਘੋੜਾ ਤੇਜ ਮੈਨੂੰ ਦੇ ਦਿਓ, ਕਰਾਂ ਸਵਾਰੀ ਜਿਸ ਉੱਪਰ।

ਹੀਰੇ-ਮੋਤੀ, ਮਾਲ-ਖਜ਼ਾਨੇ, ਪਰ ਮੈਂ ਇਹ ਸਭ ਨਾ ਚਾਹਾਂ।
ਹੈ ਤਲਵਾਰ, ਜੇਕਰ ਘੋੜਾ ਵੀ, ਦੇ ਦਿਓ ਮੈਂ ਲੈ ਕੇ ਜਾਵਾਂ।

ਮੇਰੇ ਪੁਰਖਿਓ ਵਾਹ ਤੁਸੀਂ ਤਾਂ, ਐਸੀ ਗਲਤੀ ਕਿਉਂ ਕੀਤੀ।
ਲਈ ਤਲਵਾਰ, ਲਿਆ ਘੋੜਾ ਵੀ, ਪਰ ਪੁਸਤਕ ਭੁਲਾ ਦਿੱਤੀ।

ਕਿਉਂ ਨਾ ਕਹੋ, ਥੈਲੇ ਵਿੱਚ ਤੁਸੀਂ, ਕਾਗਜ਼, ਪੈਨਸਿਲ ਵੀ ਰੱਖੀ।
ਭੁੱਲ ਗਏ ਕਿਸ ਲਈ ਲੇਖਣੀ, ਭੁੱਲ ਬੜੀ ਤੁਸੀਂ ਇਹ ਕੀਤੀ।

ਬੇਸ਼ੱਕ ਮਨ ਸੀ ਨਿਰਮਲ ਤੇਰਾ, ਪਰ ਅਕਲ ਦੀ ਇਹ ਘਾਟ ਰਹੀ।
ਪੁਸਤਕ, ਖੰਜਰ ਤੋਂ ਵਧ ਕੇ ਹੈ, ਗੱਲ ਨਾ ਇਹ ਦਿਲ ਵਿੱਚ ਬਹੀ।

ਭਾਗ ਸੌਂਪ ਲੋਹੇ ਨੂੰ ਆਪਣਾ, ਜਾਣ ਨਹੀਂ ਅਸੀਂ ਇਹ ਪਾਏ।
ਖੰਜਰ ਘੋੜਿਆਂ ਤੋਂ ਉਹ ਵਧ ਕੇ, ਪੁਸਤਕ ਜੋ ਕੁੱਝ ਸਿਖਲਾਏ।

ਸੂਝ-ਬੂਝ ਦੇ ਰਾਜ਼ ਛਿਪੇ ਨੇ, ਸੁੰਦਰਤਾ ਵੀ ਹੈ ਇਸ ਵਿੱਚ।
ਸਦੀਆਂ ਤੱਕ ਅਸੀਂ ਪਛੜ ਗਏ, ਹੋ ਕੇ ਖੰਜਰ ਦੇ ਵੱਸ ਵਿੱਚ।

ਇਹ ਪਰਿਣਾਮ ਭੁੱਲ ਨਾ ਤੇਰੀ, ਪਛੜ ਸਕੂਲੇ ਜੇਕਰ ਆਏ।
ਪਾਠ ਕਦੋਂ ਦਾ ਸ਼ੁਰੂ ਹੋਇਆ, ਉਹ ਤਾਂ ਪਿੱਛੇ ਰਹਿ ਜਾਏ।

ਪਰਬਤ–ਮਾਲਾ ਦੇ ਪਿੱਛੇ, ਸਾਡੇ ਬਿਲਕੁੱਲ ਨੇੜੇ ਹੀ ਜਾਰਜੀਆ ਹੈ। ਅਨੇਕਾਂ ਸਦੀਆਂ ਪਹਿਲਾਂ ਸ਼ੋਤਾ ਰੁਸਤਾਵੇਲੀ ਨੇ ਆਪਣਾ ਅਮਰ ਮਹਾਂ–ਕਾਵਿ 'ਸ਼ੇਰ ਦੀ ਖੱਲ ਵਿੱਚ ਸੂਰਮਾ' ਰਚ ਕੇ ਜਾਰਜੀਆਈ ਲੋਕਾਂ ਨੂੰ ਭੇਟ ਕਰ ਦਿੱਤਾ। ਜਾਰਜੀਆਈ ਲੋਕ ਬਹੁਤ ਅਰਸੇ ਤੱਕ ਮਹਾਂਕਵੀ ਦੀ ਕਬਰ ਦੀ ਖੋਜ ਕਰਦੇ ਰਹੇ, ਉਨ੍ਹਾਂ ਨੇ ਪੂਰਬ ਦੇ ਸਾਰੇ ਦੇਸ਼ ਛਾਣ ਮਾਰੇ। "ਮਹਾਂਕਵੀ ਦੀ ਕਬਰ ਤਾਂ ਕਿਤੇ ਨਹੀਂ, ਪਰ ਉਨ੍ਹਾਂ ਦੇ ਜੀਵਤ ਹਿਰਦੇ ਦੀ ਧੜਕਣ ਹਰ ਜਗ੍ਹਾ ਸੁਣੀ ਜਾ ਸਕਦੀ ਐ।" ਇੱਕ ਔਰਤ ਨੇ ਕਿਹਾ।

ਮਾਨਵ ਜਾਤੀ ਕਾਕੇਸ਼ੀਆ ਦੀ ਚੱਟਾਨ ਨਾਲ ਬੰਨ੍ਹੇ ਹੋਏ ਪ੍ਰੋਮੇਥਿਊ ਦੀ ਦਾਸਤਾਨ ਪੜ੍ਹਦੀ ਹੈ।

ਅਰਬ ਲੋਕ ਹਜ਼ਾਰਾਂ ਸਾਲਾਂ ਤੋਂ ਕਵਿਤਾਵਾਂ ਪੜ੍ਹ–ਪੜ੍ਹ ਕੇ ਸਿਰ ਖਪਾਉਂਦੇ ਹਨ। ਹਜ਼ਾਰਾਂ ਸਾਲ ਪਹਿਲਾਂ ਹਿੰਦੂਆਂ ਨੇ ਤਾੜ ਦੇ ਪੱਤਿਆਂ 'ਤੇ ਆਪਣੀਆਂ ਸੱਚਾਈਆਂ

ਅਤੇ ਸ਼ੰਕਿਆਂ ਨੂੰ ਲਿਖਿਆ। ਮੈਂ ਕੰਬਦੇ ਹੱਥਾਂ ਨਾਲ ਇਨ੍ਹਾਂ ਪੱਤਿਆਂ ਨੂੰ ਛੂਹਿਆ ਅਤੇ ਆਪਣੀਆਂ ਅੱਖਾਂ ਨਾਲ ਲਗਾਇਆ।

ਤਿੰਨ ਪੰਕਤੀਆਂ ਵਾਲੀ ਜਾਪਾਨੀ ਕਵਿਤਾ ਸੱਚਮੁੱਚ ਹੀ ਬੜੀ ਸੂਹਜ ਭਰਪੂਰ ਹੈ! ਕਿੰਨੀ ਪ੍ਰਾਚੀਨ ਹੈ ਚੀਨ ਦੀ ਭਾਸ਼ਾ, ਜਿਸ ਵਿੱਚ ਹਰ ਅੱਖਰ, ਜ਼ਿਆਦਾ ਸਹੀ ਰੂਪ ਵਿੱਚ ਕਿਹਾ ਜਾਵੇ, ਤਾਂ ਹਰ ਚਿੰਨ੍ਹ ਪਿੱਛੇ ਇੱਕ ਪੂਰੀ ਧਾਰਨਾ ਛਿਪੀ ਹੋਈ ਹੈ!

ਜੇਕਰ ਈਰਾਨ ਦੇ ਸ਼ਾਹ ਅੱਗ ਅਤੇ ਤਲਵਾਰ ਦੀ ਬਜਾਇ ਫ਼ਿਰਦੋਸੀ ਦੀ ਬੁੱਧੀਮਾਨੀ, ਹਫ਼ੀਜ਼ ਦੀ ਮੁਹੱਬਤ, ਸ਼ੇਖ਼ ਸਾਅਦੀ ਦੀ ਦਲੇਰੀ ਅਤੇ ਅਬੀਸਿਨ ਦੇ ਵਿਚਾਰ ਲੈ ਕੇ ਦਾਗ਼ਿਸਤਾਨ ਆਉਂਦੇ, ਤਾਂ ਇੱਥੋਂ ਸਿਰ ’ਤੇ ਪੈਰ ਰੱਖ ਕੇ ਨਾ ਭੱਜਣਾ ਪੈਂਦਾ।

ਨੀਸ਼ਾਪੁਰ ਵਿੱਚ ਮੈਂ ਉਮਰ ਖ਼ਯਾਮ ਦੀ ਕਬਰ ’ਤੇ ਗਿਆ। ਉੱਥੇ ਮੈਂ ਸੋਚਿਆ, “ਮੇਰੇ ਦੋਸਤ ਖ਼ਯਾਮ! ਈਰਾਨ ਦੇ ਸ਼ਾਹ ਦੀ ਜਗ੍ਹਾ ਜੇਕਰ ਤੁਸੀਂ ਸਾਡੇ ਇੱਥੇ ਆਏ ਹੁੰਦੇ, ਤਾਂ ਪਹਾੜੀ ਜਨ-ਸਮੂਹ ਨੇ ਕਿੰਨੀ ਖ਼ੁਸ਼ੀ ਨਾਲ ਤੁਹਾਡਾ ਸਵਾਗਤ ਕੀਤਾ ਹੁੰਦਾ!”

ਬੀਜ-ਗਣਿਤ ਦਾ ਜਨਮ ਹੋ ਚੁੱਕਿਆ ਸੀ ਅਤੇ ਅਸੀਂ ਗਿਣਤੀ ਕਰਨੀ ਵੀ ਨਹੀਂ ਜਾਣਦੇ ਸੀ। ਸ਼ਾਨਦਾਰ ਮਹਾਂ-ਕਾਵਿ ਗੂੰਜਦੇ ਸਨ ਅਤੇ ਅਸੀਂ ‘ਮਾਂ’ ਸ਼ਬਦ ਵੀ ਨਹੀਂ ਲਿਖ ਸਕਦੇ ਸੀ।

ਰੂਸੀ ਸੈਨਿਕਾਂ ਨਾਲ ਹੀ ਸਾਡਾ ਪਹਿਲਾ ਵਾਸਤਾ ਪਿਆ ਅਤੇ ਰੂਸੀ ਕਵੀਆਂ ਨਾਲ ਸਾਡੀ ਬਾਅਦ ਵਿੱਚ ਜਾਣ-ਪਛਾਣ ਹੋਈ।

ਜੇਕਰ ਪਹਾੜੀ ਲੋਕਾਂ ਨੇ ਪੁਸ਼ਕਿਨ ਅਤੇ ਲੇਰਮੋਂਤੋਵ ਨੂੰ ਪੜ੍ਹਿਆ ਹੁੰਦਾ, ਤਾਂ ਸ਼ਾਇਦ ਸਾਡਾ ਇਤਿਹਾਸ ਦੂਜਾ ਹੀ ਮਾਰਗ ਅਪਣਾ ਲੈਂਦਾ।

ਜਦੋਂ ਕਿਸੇ ਪਹਾੜੀ ਆਦਮੀ ਨੂੰ ਲੀਓ ਟਾਲਸਟਾਏ ਦੀ ‘ਹਾਜੀ-ਮੁਰਾਦ’ ਪੁਸਤਕ ਪੜ੍ਹ ਕੇ ਸੁਣਾਈ ਗਈ, ਤਾਂ ਉਸ ਨੇ ਕਿਹਾ, “ਅਜਿਹੀ ਬੁੱਧੀਮਾਨੀ ਵਾਲੀ ਪੁਸਤਕ ਤਾਂ ਮਾਨਵ ਨਹੀਂ, ਭਗਵਾਨ ਹੀ ਲਿਖ ਸਕਦਾ ਸੀ।”

ਪੁਸਤਕ ਲਈ ਜੋ ਕੁੱਝ ਚਾਹੀਦੈ, ਸਾਡੇ ਇੱਥੇ ਸਭ ਕੁੱਝ ਸੀ। ਦਹਿਕਦਾ ਹੋਇਆ ਪਿਆਰ, ਬੀਰ-ਨਾਇਕ, ਦੁੱਖਦਾਈ ਘਟਨਾਵਾਂ, ਕਠੋਰ ਪ੍ਰਕਿਰਤੀ, ਕੇਵਲ ਖ਼ੁਦ ਪੁਸਤਕ ਹੀ ਨਹੀਂ ਸੀ।

ਰਿਹਾ ਵਾਸਤਾ ਕਿੰਨੇ ਹੀ ਦੁੱਖ-ਦਰਦਾਂ ਨਾਲ ਇਸ ਧਰਤੀ ਦਾ,
ਅਤੇ ਈਰਖਾ ਨਾਲ ਜਲਦੇ ਮਰਦਾਂ ਨੇ ਲਏ ਆਪਣੇ ਖੰਜਰ।
ਕਈ ਪਹਾੜੀ ਦੇਜ਼ਦੇਮੋਨਾ ਨੂੰ ਹੱਥਾਂ ਨਾਲ ਕਤਲ ਕੀਤਾ,
ਬੇਰਹਿਮੀ ਨਾਲ ਚਲਾਏ ਖੰਜਰ, ਉਨ੍ਹਾਂ ਦੀ ਛਾਤੀ ਉੱਪਰ।

ਸਦੀਆਂ ਦੇ ਲੰਬੇ ਅਰਸੇ ਵਿੱਚ, ਕੀ-ਕੀ ਨਹੀਂ ਇੱਥੇ ਬੀਤਿਆ,
ਉੱਚੇ ਪਰਬਤਾਂ ਦੀ ਇਸ ਧਰਤੀ, ਦੁਨੀਆ ਦੀ ਛੱਤ ਉੱਪਰ।
ਇੱਥੇ ਜੂਲੀਅਟ ਅਤੇ ਓਫ਼ਲੀਆਂ, ਹੋਏ ਅਨੇਕਾਂ ਹੀ ਹੇਮਲੇਟ,
ਹੋਇਆ ਸਭ ਕੁੱਝ, ਪਰ ਪੈਦਾ ਨਾ ਹੋਇਆ ਸ਼ੈਕਸਪੀਅਰ।

ਇੱਥੇ ਮਿੱਠਾ ਸੰਗੀਤ ਗੂੰਜਦਾ, ਕਰਦੀਆਂ ਨਦੀਆਂ ਕਲ-ਕਲ,
ਇੱਥੇ ਤਰਾਨੇ ਪੰਛੀ ਗਾਉਣ, ਝਰਨੇ ਕਰਦੇ ਨੇ ਝਰ-ਝਰ।
ਪਰ ਬਾਖ਼ ਤਾਂ ਫਿਰ ਵੀ ਕੋਈ, ਇਸ ਧਰਤੀ 'ਤੇ ਨਾ ਹੋਇਆ,
ਅਤੇ ਨਾ ਗੂੰਜਿਆ ਇੱਥੇ ਬਿਥੋਵਨ ਦੀਆਂ ਕਵਿਤਾਵਾਂ ਦਾ ਸੁਰ।

ਕਿਸੇ ਜੂਲੀਅਟ ਦੇ ਜੀਵਨ ਦਾ ਦੁੱਖਦਾਈ ਅੰਤ ਜਦ ਹੁੰਦਾ ਸੀ,
ਕੌਣ ਇੱਥੇ ਕਰਦੇ ਸਨ ਚਰਚਾ, ਉਸ ਦਾ ਹਾਲ ਸਮਝਾਉਂਦੇ ਸੀ?
ਉਹੀ ਲੋਕ ਜੋ ਉਸ ਨੂੰ ਮਾਰ ਕੇ ਬਦਲਾ ਆਪਣਾ ਲੈ ਲੈਂਦੇ ਸੀ,
ਅਤੇ ਨਾ ਕਵੀ ਉਸ ਦੇ ਦੁੱਖ ਦੀ, ਗੌਰਵ-ਗਾਥਾ ਗਾਉਂਦੇ ਸੀ।

ਕੁਮੁਖ਼ ਪਿੰਡ ਦੇ ਨੇੜੇ ਤੈਮੂਰ ਦੇ ਗਿਰੋਹਾਂ ਨਾਲ ਭਿਆਨਕ ਲੜਾਈ ਤੋਂ ਬਾਅਦ ਪਹਾੜੀ ਲੋਕ ਜਦੋਂ ਜਿੱਤ ਦਾ ਮਾਲ ਲੁੱਟ ਰਹੇ ਸਨ, ਤਾਂ ਇੱਕ ਮੁਰਦਾ ਸੈਨਿਕ ਦੀ ਜੇਬ ਵਿੱਚੋਂ ਉਨ੍ਹਾਂ ਨੂੰ ਪੁਸਤਕ ਮਿਲ ਗਈ। ਸਾਡੇ ਸੈਨਿਕਾਂ ਨੇ ਉਸ ਦੇ ਪੰਨੇ ਉਲਟੇ-ਪਲਟੇ, ਅੱਖਰਾਂ 'ਤੇ ਝੁਕ ਕੇ ਉਨ੍ਹਾਂ ਨੂੰ ਬਹੁਤ ਗ਼ੌਰ ਨਾਲ ਦੇਖਿਆ। ਪਰ ਉਨ੍ਹਾਂ ਵਿੱਚੋਂ ਇੱਕ ਵੀ ਅਜਿਹਾ ਨਹੀਂ ਸੀ, ਜੋ ਉਨ੍ਹਾਂ ਨੂੰ ਪੜ੍ਹ ਸਕਦਾ ਹੋਵੇ। ਉਦੋਂ ਪਹਾੜੀਆਂ ਨੇ ਉਸ ਨੂੰ ਜਲਾ ਦੇਣਾ ਚਾਹਿਆ, ਉਸ ਨੂੰ ਪਾੜ ਕੇ ਉਸ ਦੇ ਪੰਨਿਆਂ ਨੂੰ ਹਵਾ ਵਿੱਚ ਉਡਾ ਦੇਣਾ ਚਾਹਿਆ। ਪਰ ਸਮਝਦਾਰ ਅਤੇ ਬਹਾਦਰ ਪਾਰਤੂ-ਪਾਤੀਮਾਤ ਨੇ ਅੱਗੇ ਵਧ ਕੇ ਕਿਹਾ:

"ਦੁਸ਼ਮਣ ਤੋਂ ਮਿਲੇ ਹਥਿਆਰਾਂ ਨਾਲ ਇਸ ਨੂੰ ਵੀ ਸੰਭਾਲ ਕੇ ਰੱਖੋ।"

"ਸਾਨੂੰ ਇਸ ਦੀ ਕੀ ਜ਼ਰੂਰਤ ਐ? ਸਾਡੇ ਵਿੱਚੋਂ ਤਾਂ ਕੋਈ ਵੀ ਇਸ ਨੂੰ ਪੜ੍ਹ ਨਹੀਂ ਸਕਦਾ।"

"ਜੇਕਰ ਅਸੀਂ ਨਹੀਂ ਪੜ੍ਹ ਸਕਦੇ, ਤਾਂ ਸਾਡੇ ਬੇਟੇ-ਪੋਤੇ ਇਸ ਨੂੰ ਪੜ੍ਹਨਗੇ। ਆਖ਼ਰ ਅਸੀਂ ਤਾਂ ਇਹ ਨਹੀਂ ਜਾਣਦੇ ਕਿ ਇਸ ਵਿੱਚ ਕੀ ਲਿਖਿਆ ਹੋਇਐ। ਹੋ ਸਕਦੈ ਕਿ ਇਸੇ ਵਿੱਚ ਹੀ ਸਾਡਾ ਭਾਗ ਛਿਪਿਆ ਹੋਵੇ।"

ਅਰਬਾਂ ਦੇ ਨਾਲ ਸੁਰਾਕਾਤ ਤਾਨੁਸੀਂਸਕੀ ਦੀ ਲੜਾਈ ਵੇਲੇ ਇੱਕ ਅਰਬ ਕੈਦੀ ਨੇ ਪਹਾੜੀ ਲੋਕਾਂ ਨੂੰ ਆਪਣਾ ਘੋੜਾ, ਹਥਿਆਰ ਅਤੇ ਢਾਲ ਵੀ ਦੇ ਦਿੱਤੀ, ਪਰ ਕਿਤਾਬ ਨੂੰ ਛਾਤੀ ਨਾਲ ਚਿਪਕਾ ਕੇ ਛਿਪਾ ਲਿਆ, ਉਸ ਨੂੰ ਨਹੀਂ ਦੇਣਾ ਚਾਹਿਆ। ਸੁਰਾਕਾਤ ਨੇ ਘੋੜਾ ਅਤੇ ਕੈਦੀ ਨੂੰ ਵਾਪਸ ਕਰ ਦਿੱਤੇ, ਪਰ ਕਿਤਾਬ ਖੋਹ ਲੈਣ ਦਾ ਹੁਕਮ ਦਿੱਤਾ। ਉਸ ਨੇ ਕਿਹਾ:

"ਘੋੜਿਆਂ ਅਤੇ ਤਲਵਾਰਾਂ ਦੀ ਤਾਂ ਖ਼ੁਦ ਸਾਡੇ ਕੋਲ ਕੋਈ ਘਾਟ ਨਹੀਂ, ਪਰ ਕਿਤਾਬ ਇੱਕ ਵੀ ਨਹੀਂ। ਤੁਹਾਡੇ ਅਰਬਾਂ ਦੇ ਕੋਲ ਅਨੇਕਾਂ ਕਿਤਾਬਾਂ ਨੇ। ਤੁਹਾਨੂੰ ਇਸ ਇੱਕ ਨੂੰ ਦਿੰਦੇ ਹੋਏ ਕਿਉਂ ਅਫ਼ਸੋਸ ਹੋ ਰਿਹੈ?"

ਸੈਨਿਕ ਨੇ ਹੈਰਾਨ ਹੋ ਕੇ ਆਪਣੇ ਸੈਨਾਪਤੀ ਨੂੰ ਪੁੱਛਿਆ:

"ਅਸੀਂ ਇਸ ਕਿਤਾਬ ਦਾ ਕੀ ਕਰਨੈ? ਅਸੀਂ ਤਾਂ ਨਾ ਕੇਵਲ ਇਸ ਨੂੰ ਪੜ੍ਹਨਾ ਹੀ ਨਹੀਂ ਜਾਣਦੇ, ਬਲਕਿ ਸਾਨੂੰ ਤਾਂ ਇਸ ਨੂੰ ਢੰਗ ਨਾਲ ਹੱਥ ਵਿੱਚ ਫੜਨਾ ਵੀ ਨਹੀਂ ਆਉਂਦਾ। ਘੋੜੇ ਅਤੇ ਹਥਿਆਰਾਂ ਦੀ ਬਜਾਇ ਇਸ ਨੂੰ ਲੈਣਾ ਕਿਹੜੀ ਸਮਝਦਾਰੀ ਦੀ ਗੱਲ ਐ?"

"ਉਹ ਵੇਲਾ ਆਵੇਗਾ, ਜਦੋਂ ਇਸ ਨੂੰ ਪੜ੍ਹਿਆ ਜਾਵੇਗਾ। ਉਹ ਵੇਲਾ ਆਵੇਗਾ, ਜਦੋਂ ਇਹ ਪਹਾੜੀ ਲੋਕਾਂ ਲਈ ਚੇਰਕੇਸਕਾ, ਸਮੂਰੀ ਟੋਪੀ, ਘੋੜੇ ਅਤੇ ਖੰਜਰ ਦੀ ਜਗ੍ਹਾ ਲੈ ਲਵੇਗੀ।"

ਦਾਗ਼ਿਸਤਾਨ 'ਤੇ ਹਮਲਾ ਕਰਨ ਵਾਲੇ ਈਰਾਨ ਦੇ ਸ਼ਾਹ ਦੀ ਜਦੋਂ ਕਾਫ਼ੀ ਪਤਲੀ ਹਾਲਤ ਹੋ ਗਈ, ਤਾਂ ਉਸ ਨੇ ਆਪਣਾ ਸੋਨਾ-ਚਾਂਦੀ ਅਤੇ ਹੀਰੇ-ਮੋਤੀ ਜ਼ਮੀਨ ਵਿੱਚ ਗੱਡ ਦਿੱਤੇ, ਜਿਨ੍ਹਾਂ ਨੂੰ ਹਮੇਸ਼ਾ ਆਪਣੇ ਨਾਲ ਰੱਖਦਾ ਸੀ। ਇਸ ਟੋਏ ਉੱਪਰ ਪੱਥਰ ਰੱਖ ਕੇ ਉਸ 'ਤੇ ਸੂਚਨਾ ਲਈ ਅੱਖਰ ਲਿਖ ਦਿੱਤੇ ਗਏ। ਗਵਾਹਾਂ ਨੂੰ ਸ਼ਾਹ ਨੇ ਮਰਵਾ ਦਿੱਤਾ। ਪਰ ਮੁਰਤਾਜ਼-ਅਲੀ ਖ਼ਾਨ ਨੇ ਫਿਰ ਵੀ ਇਸ ਟੋਏ ਨੂੰ ਲੱਭ ਲਿਆ, ਸੋਨੇ-ਚਾਂਦੀ ਅਤੇ ਹੀਰੇ-ਮੋਤੀਆਂ ਨਾਲ ਭਰੇ ਸੰਦੂਕ, ਉਹ ਸਭ ਕੁੱਝ ਕੱਢ ਲਿਆ, ਜੋ ਈਰਾਨ ਦੇ ਸ਼ਾਹ ਨੇ ਹੁਣ ਤੱਕ ਲੁੱਟਿਆ ਸੀ। ਵੀਹ ਖੱਚਰਾਂ 'ਤੇ ਸ਼ਾਹ ਦੀ ਇਹ ਸਾਰੀ ਦੌਲਤ ਲੱਦ ਕੇ ਲਿਆਂਦੀ ਗਈ। ਬਾਕੀ ਕੀਮਤੀ ਚੀਜ਼ਾਂ ਤੋਂ ਇਲਾਵਾ ਫ਼ਾਰਸੀ ਦੀਆਂ ਕੁੱਝ ਕਿਤਾਬਾਂ ਵੀ ਸਨ। ਮੁਰਤਾਜ਼-ਅਲੀ ਖ਼ਾਨ ਦੇ ਪਿਤਾ ਸੁਰਹਾਤ ਨੇ, ਜਿਸ ਦੇ ਦੋਵੇਂ ਹੱਥ ਕੱਟੇ ਹੋਏ ਸਨ, ਇਹ ਸਾਰਾ ਖਜ਼ਾਨਾ ਦੇਖ ਕੇ ਕਿਹਾ:

"ਮੇਰੇ ਬੇਟੇ, ਬਹੁਤ ਵੱਡਾ ਖਜ਼ਾਨਾ ਲੱਭਿਐ ਤੁਸੀਂ। ਇਸ ਨੂੰ ਸੈਨਿਕਾਂ ਵਿੱਚ ਵੰਡ ਦਿਓ, ਜੇਕਰ ਚਾਹੋ ਤਾਂ ਵੇਚ ਦਿਓ। ਇਹ ਤਾਂ ਹਰ ਹਾਲਤ ਵਿੱਚ ਖ਼ਤਮ ਹੋ ਜਾਵੇਗਾ। ਪਰ ਨੌਂ ਸਾਲ ਬਾਅਦ ਵੀ ਪਹਾੜੀ ਲੋਕਾਂ ਨੂੰ ਇਨ੍ਹਾਂ ਕਿਤਾਬਾਂ ਵਿੱਚ ਛਿਪੇ ਹੋਏ ਮੋਤੀ ਲੱਭ ਜਾਣਗੇ। ਤੁਸੀਂ ਇਨ੍ਹਾਂ ਨੂੰ ਨਾ ਦਿਓ। ਇਹ ਸਾਰੀਆਂ ਕੀਮਤੀ ਚੀਜ਼ਾਂ ਤੋਂ ਜ਼ਿਆਦਾ ਮੁੱਲਵਾਨ ਨੇ।"

ਇਮਾਮ ਸ਼ਾਮਿਲ ਦਾ ਮੁਹੰਮਦ ਤਾਹਿਰ ਨਾਂ ਦਾ ਸਕੱਤਰ ਸੀ। ਸ਼ਾਮਿਲ ਉਸ ਨੂੰ ਕਦੇ ਖ਼ਤਰਨਾਕ ਜਗ੍ਹਾ 'ਤੇ ਨਹੀਂ ਜਾਣ ਦਿੰਦਾ ਸੀ। ਮੁਹੰਮਦ ਤਾਹਿਰ ਨੂੰ ਇਸ ਕਾਰਨ ਬਹੁਤ ਬੁਰਾ ਲੱਗਦਾ ਸੀ। ਇੱਕ ਦਿਨ ਉਸ ਨੇ ਕਿਹਾ:

"ਇਮਾਮ, ਸ਼ਾਇਦ ਤੁਸੀਂ ਮੇਰੇ 'ਤੇ ਭਰੋਸਾ ਨਹੀਂ ਕਰਦੇ? ਮੈਨੂੰ ਜੰਗ ਦੇ ਮੈਦਾਨ ਵਿੱਚ ਜਾਣ ਦਿਓ।"

"ਜੇਕਰ ਸਭ ਮਰ ਜਾਣ, ਤੁਹਾਨੂੰ ਫਿਰ ਵੀ ਜਿਊਂਦਾ ਰਹਿਣਾ ਚਾਹੀਦੈ। ਤਲਵਾਰ ਹੱਥ ਵਿੱਚ ਫੜ ਕੇ ਲੜ ਤਾਂ ਕੋਈ ਵੀ ਸਕਦੈ, ਪਰ ਇਤਿਹਾਸ ਲਿਖਣ ਦਾ ਕੰਮ ਹਰ ਕੋਈ ਨਹੀਂ ਸਕਦਾ। ਤੁਸੀਂ ਆਪਣੇ ਸੰਘਰਸ਼ ਦੀ ਕਿਤਾਬ ਲਿਖਦੇ ਰਹੋ।"

ਮੁਹੰਮਦ ਤਾਹਿਰ ਆਪਣੀ ਕਿਤਾਬ ਪੂਰੀ ਕੀਤੇ ਬਿਨਾਂ ਹੀ ਇਸ ਦੁਨੀਆ ਤੋਂ ਕੂਚ ਕਰ ਗਿਆ। ਪਰ ਉਸ ਦੇ ਬੇਟੇ ਨੇ ਪਿਤਾ ਦੇ ਅਧੂਰੇ ਛੱਡ ਗਏ ਕੰਮ ਨੂੰ ਪੂਰਾ ਕੀਤਾ। ਇਸ ਪੁਸਤਕ ਦਾ ਨਾਂ ਹੈ, 'ਕੁੱਝ ਲੜਾਈਆਂ ਵਿੱਚ ਇਮਾਮ ਦੀ ਤਲਵਾਰ ਦੀ ਚਮਕ।'

ਇਮਾਮ ਸ਼ਾਮਿਲ ਦੀ ਬਹੁਤ ਵੱਡੀ ਨਿੱਜੀ ਲਾਇਬਰੇਰੀ ਸੀ। ਪੱਚੀ ਸਾਲ ਤੱਕ ਉਹ ਵੀਹ ਖੱਚਰਾਂ 'ਤੇ ਉਸ ਨੂੰ ਇੱਧਰ-ਉੱਧਰ ਲਿਜਾਂਦਾ ਰਿਹਾ। ਉਸ ਤੋਂ ਬਿਨਾਂ ਤਾਂ ਉਸ ਨੂੰ ਚੈਨ ਹੀ ਨਹੀਂ ਮਿਲਦੀ ਸੀ। ਬਾਅਦ ਵਿੱਚ ਗੁਨੀਬ ਪਰਬਤ 'ਤੇ ਕੈਦੀ ਹੋਣ ਵੇਲੇ ਉਸ ਨੇ ਕਿਹਾ ਸੀ ਕਿ ਉਸ ਦੀ ਤਲਵਾਰ ਅਤੇ ਕਿਤਾਬਾਂ ਉਸ ਦੇ ਕੋਲ ਹੀ ਰਹਿਣ ਦਿੱਤੀਆਂ ਜਾਣ। ਕਾਲੂਗਾ ਵਿੱਚ ਰਹਿੰਦੇ ਹੋਏ ਉਹ ਕਿਤਾਬਾਂ ਪ੍ਰਾਪਤ ਕਰਨ ਲਈ ਲਗਾਤਾਰ ਮਿੰਨਤ ਕਰਦਾ ਰਿਹਾ। ਉਹ ਕਿਹਾ ਕਰਦਾ ਸੀ, "ਤਲਵਾਰ ਦੇ ਕਾਰਨ ਤਾਂ ਬਹੁਤ ਲੜਾਈਆਂ ਹਾਰੀਆਂ ਗਈਆਂ, ਪਰ ਕਿਤਾਬ ਦੇ ਕਾਰਨ ਇੱਕ ਵੀ ਨਹੀਂ।"

ਇਮਾਮ ਦਾ ਬੇਟਾ ਜਮਾਲੁਦੀਨ ਜਦੋਂ ਰੂਸ ਤੋਂ ਵਾਪਸ ਮੁੜਿਆ, ਤਾਂ ਉਸ ਨੂੰ ਪਹਾੜੀ ਕੱਪੜੇ ਪਹਿਨਣ ਲਈ ਮਜ਼ਬੂਰ ਕੀਤਾ ਗਿਆ, ਪਰ ਉਸ ਦੀਆਂ ਕਿਤਾਬਾਂ ਨੂੰ ਛੂਹਿਆ ਵੀ ਨਹੀਂ ਗਿਆ। ਜਿਨ੍ਹਾਂ ਲੋਕਾਂ ਨੇ ਇਮਾਮ ਨੂੰ ਇਹ ਕਿਹਾ ਕਿ "ਕਾਫ਼ਿਰਾਂ ਦੀਆਂ ਕਿਤਾਬਾਂ ਨਦੀ ਵਿੱਚ ਸੁੱਟ ਦਿੱਤੀਆਂ ਜਾਣ।" ਉਸ ਨੇ ਉਨ੍ਹਾਂ ਨੂੰ ਇਹ ਜਵਾਬ ਦਿੱਤਾ, "ਇਨ੍ਹਾਂ ਕਿਤਾਬਾਂ ਨੇ ਸਾਡੀ ਧਰਤੀ 'ਤੇ ਸਾਡੇ 'ਤੇ ਗੋਲੀਆਂ ਨਹੀਂ ਚਲਾਈਆਂ। ਇਨ੍ਹਾਂ ਨੇ ਸਾਡੇ ਪਿੰਡ ਨਹੀਂ ਜਲਾਏ, ਲੋਕਾਂ ਨੂੰ ਮੌਤ ਦੇ ਘਾਟ ਨਹੀਂ ਉਤਾਰਿਆ। ਜੋ ਕੋਈ ਕਿਤਾਬ ਦੀ ਬੇਇੱਜ਼ਤੀ ਕਰੇਗਾ, ਉਹ ਉਸ ਦੀ ਬੇਇੱਜ਼ਤੀ ਕਰ ਦੇਵੇਗੀ।"

ਕਾਸ਼, ਹੁਣ ਅਸੀਂ ਇਹ ਜਾਣ ਸਕਦੇ ਕਿ ਜਮਾਲੁਦੀਨ ਪੀਟਰਸਬਰਗ ਤੋਂ ਕਿਹੜੀਆਂ ਕਿਤਾਬਾਂ ਆਪਣੇ ਨਾਲ ਲਿਆਇਆ ਸੀ?

ਆਪਣੀ ਲਿਖਤ ਭਾਸ਼ਾ ਨਾ ਹੋਣ ਕਾਰਨ ਦਾਗ਼ਿਸਤਾਨ ਦੇ ਲੋਕ ਪਰਾਈਆਂ ਭਾਸ਼ਾਵਾਂ ਵਿੱਚ ਕਦੇ-ਕਦਾਈਂ ਇੱਕ-ਅੱਧਾ ਸ਼ਬਦ ਲਿਖਦੇ ਸਨ। ਇਹ ਪੰਘੂੜਿਆਂ, ਖੰਜਰਾਂ, ਛੱਤ ਦੇ ਤਖਤਿਆਂ ਅਤੇ ਕਬਰਾਂ ਦੇ ਪੱਥਰਾਂ 'ਤੇ ਲਿਖੇ ਜਾਣ ਵਾਲੇ ਸ਼ਬਦ ਹੁੰਦੇ ਸਨ, ਜੋ ਅਰਬੀ, ਤੁਰਕੀ, ਜਾਰਜੀਆਈ ਅਤੇ ਫ਼ਾਰਸੀ ਵਿੱਚ ਲਿਖੇ ਜਾਂਦੇ ਸਨ। ਇਸ ਤਰ੍ਹਾਂ ਦੀਆਂ ਲਿਖਤਾਂ, ਵੇਲ-ਬੂਟਿਆਂ ਦੀ ਗਿਣਤੀ ਬਹੁਤ ਵੱਡੀ ਹੈ, ਇਨ੍ਹਾਂ ਸਾਰਿਆਂ ਨੂੰ ਇਕੱਠਾ ਕਰਨਾ ਸੰਭਵ ਨਹੀਂ। ਪਰ ਆਪਣੀ ਭਾਸ਼ਾ ਵਿੱਚ ਪੜ੍ਹਨ ਲਈ ਕੁੱਝ ਵੀ ਨਹੀਂ। ਆਪਣਾ ਨਾਂ ਵੀ ਲਿਖਣਾ ਨਾ ਜਾਣਨ ਵਾਲੇ ਪਹਾੜੀ ਲੋਕ ਤਲਵਾਰਾਂ, ਘੋੜਿਆਂ ਅਤੇ ਪਰਬਤਾਂ ਦੇ ਰੂਪ ਵਿੱਚ ਇਸ ਨੂੰ ਪ੍ਰਗਟ ਕਰਦੇ ਸਨ।

ਕਬਰਾਂ 'ਤੇ ਲਿਖੇ ਗਏ ਕੁੱਝ ਸ਼ਬਦਾਂ ਦਾ ਅਨੁਵਾਦ ਕੀਤਾ ਜਾ ਸਕਦਾ ਹੈ:

"ਇੱਥੇ ਬੁਗਬ-ਬਾਈ ਨਾਂ ਦੀ ਔਰਤ ਦੱਫ਼ਨ ਹੈ, ਜੋ ਆਪਣੀ ਮਨਪਸੰਦ ਉਮਰ ਤੱਕ ਜਿਊਂਦੀ ਰਹੀ ਅਤੇ ਦੋ ਸੌ ਸਾਲ ਦੀ ਹੋਣ 'ਤੇ ਮਰੀ।", "ਇੱਥੇ ਕੂਬਾ-ਅਲੀ ਦੱਫ਼ਨ ਹੈ, ਜੋ ਅਦਜਾਰਖ਼ਾਨ ਨਾਲ ਹੋਈ ਲੜਾਈ ਵਿੱਚ ਤਿੰਨ ਸੌ ਸਾਲ ਦੀ ਉਮਰ ਵਿੱਚ ਮਾਰਿਆ ਗਿਆ।"

ਕਈ ਭਾਗਾਂ ਵਾਲੇ ਇਤਿਹਾਸ ਦੀ ਜਗ੍ਹਾ ਕੁੱਝ ਤਰਸਯੋਗ ਅੰਸ਼, ਖਿੰਡੇ-ਪੁੰਡੇ ਸ਼ਬਦ ਅਤੇ ਵਾਕ।

ਜਦੋਂ ਮੈਂ ਸਾਹਿਤ-ਸੰਸਥਾ ਦਾ ਵਿਦਿਆਰਥੀ ਸੀ, ਤਾਂ ਸਫ਼ੈਦ ਵਾਲਾਂ ਵਾਲੇ ਦਿਆਲੂ ਸੇਰਗੇਈ ਇਵਾਨੋਵਿਚ ਰਾਦਤਸਿਗ ਸਾਨੂੰ ਪ੍ਰਾਚੀਨ ਯੂਨਾਨੀ ਸਾਹਿਤ ਪੜ੍ਹਾਉਂਦੇ ਸਨ। ਉਨ੍ਹਾਂ ਨੂੰ ਪ੍ਰਾਚੀਨ ਸਾਹਿਤ ਮੂੰਹ-ਜ਼ੁਬਾਨੀ ਯਾਦ ਸੀ, ਉਹ ਪ੍ਰਾਚੀਨ ਯੂਨਾਨੀ ਭਾਸ਼ਾ ਵਿੱਚ ਵੱਡੇ-ਵੱਡੇ ਅਧਿਆਇ ਸੁਣਾਉਂਦੇ ਸਨ, ਪ੍ਰਾਚੀਨ ਯੂਨਾਨੀਆਂ ਦੇ ਦੀਵਾਨੇ ਸਨ ਅਤੇ ਉਨ੍ਹਾਂ ਨੂੰ ਆਪਣੇ ਮਨ 'ਤੇ ਪੈਣ ਵਾਲੀ ਉਨ੍ਹਾਂ ਦੀ ਛਾਪ ਦੀ ਚਰਚਾ ਕਰਨੀ ਬਹੁਤ ਚੰਗੀ ਲੱਗਦੀ ਸੀ। ਪ੍ਰਾਚੀਨ ਕਵੀਆਂ ਦੀਆਂ ਕਵਿਤਾਵਾਂ ਦਾ ਉਹ ਇਸ ਤਰ੍ਹਾਂ ਪਾਠ ਕਰਦੇ ਸਨ, ਜਿਵੇਂ ਖ਼ੁਦ ਰਚੇਤਾ ਕਵੀ ਉਨ੍ਹਾਂ ਦਾ ਪਾਠ ਸੁਣਾ ਰਹੇ ਹੋਣ, ਜਿਵੇਂ ਪੱਕੇ ਮੁਸਲਮਾਨ ਵਾਂਗ ਡਰਦੇ ਹੋਣ ਕਿ ਕਿਤੇ ਅਚਾਨਕ ਕੁਰਾਨ ਪੜ੍ਹਦੇ ਹੋਏ ਕੋਈ ਗਲਤੀ ਨਾ ਹੋ ਜਾਵੇ। ਉਨ੍ਹਾਂ ਦਾ ਖ਼ਿਆਲ ਸੀ ਕਿ ਉਹ ਸਾਨੂੰ ਕੁੱਝ ਦੱਸਦੇ ਹਨ, ਅਸੀਂ ਬਹੁਤ ਪਹਿਲਾਂ ਤੋਂ ਅਤੇ ਬੜੀ ਚੰਗੀ ਤਰ੍ਹਾਂ ਜਾਣਦੇ ਹਾਂ। ਉਹ ਤਾਂ ਇਸ

ਗੱਲ ਦੀ ਕਲਪਨਾ ਵੀ ਨਹੀਂ ਕਰ ਸਕਦੇ ਸੀ ਕਿ ਕੋਈ 'ਓਦਿਸੀ' ਜਾਂ 'ਇਲਿਆਡ' ਤੋਂ ਅਣਜਾਣ ਹੋ ਸਕਦਾ ਹੈ। ਉਹ ਇਹੀ ਸਮਝਦੇ ਸਨ ਕਿ ਜੰਗ ਦੇ ਮੋਰਚੇ ਤੋਂ ਹੁਣੇ-ਹੁਣੇ ਵਾਪਸ ਮੁੜ ਵਾਲੇ ਇਹ ਨੌਜਵਾਨ ਚਾਰ ਸਾਲ ਪਹਿਲਾਂ, ਭਾਵ ਜਦੋਂ ਲੜਾਈ ਵਿੱਚ ਨਹੀਂ ਗਏ ਸਨ, ਤਾਂ ਬਸ ਹੋਮਰ, ਐਸਖ਼ਲ ਅਤੇ ਐਵਰੀਪੀਡ ਨੂੰ ਹੀ ਪੜ੍ਹਦੇ ਰਹਿੰਦੇ ਸਨ।

ਇੱਕ ਵਾਰ ਇਹ ਦੇਖ ਕੇ ਕਿ ਯੂਨਾਨੀ ਸਾਹਿਤ ਦੀ ਸਾਡੀ ਜਾਣਕਾਰੀ ਕਿੰਨੀ ਘੱਟ ਹੈ, ਉਹ ਲੱਗਭੱਗ ਰੋ ਪਏ।

ਮੈਂ ਤਾਂ ਉਨ੍ਹਾਂ ਨੂੰ ਖ਼ਾਸ ਤੌਰ 'ਤੇ ਬਹੁਤ ਹੈਰਾਨ ਕੀਤਾ। ਦੂਜੇ ਤਾਂ ਥੋੜ੍ਹਾ-ਬਹੁਤ ਇਹ ਜਾਣਦੇ ਹੀ ਸਨ। ਜਦੋਂ ਉਨ੍ਹਾਂ ਨੇ ਮੈਨੂੰ ਹੋਮਰ ਬਾਰੇ ਪੁੱਛਿਆ, ਤਾਂ ਮੈਂ ਮੈਕਸਿਮ ਗੋਰਕੀ ਦੇ ਇਹ ਸ਼ਬਦ ਯਾਦ ਕਰ ਕੇ ਕਿ ਉਨ੍ਹਾਂ ਨੇ ਸੁਲੇਮਾਨ ਸਤਾਲਸਕੀ ਨੂੰ ਵੀਹਵੀਂ ਸਦੀ ਦਾ ਹੋਮਰ ਕਿਹਾ ਸੀ, ਉਨ੍ਹਾਂ ਬਾਰੇ ਦੱਸਣਾ ਸ਼ੁਰੂ ਕਰ ਦਿੱਤਾ। ਬੜੇ ਦੁੱਖ ਨਾਲ ਮੇਰੇ ਵੱਲ ਦੇਖ ਕੇ ਪ੍ਰੋਫ਼ੈਸਰ ਨੇ ਮੈਥੋਂ ਪੁੱਛਿਆ:

"ਤੁਸੀਂ ਕਿਸ ਜਗ੍ਹਾ ਜੰਮੇ-ਪਲੇ ਹੋ ਕਿ ਤੁਸੀਂ 'ਓਦਿਸੀ' ਵੀ ਨਹੀਂ ਪੜ੍ਹੀ?"

ਮੈਂ ਜਵਾਬ ਦਿੱਤਾ ਕਿ ਮੈਂ ਦਾਗ਼ਿਸਤਾਨ ਵਿੱਚ ਜੰਮਿਆ-ਪਲਿਆ ਹਾਂ, ਜਿੱਥੇ ਕਿਤਾਬ ਕੁੱਝ ਹੀ ਸਮਾਂ ਪਹਿਲਾਂ ਪ੍ਰਗਟ ਹੋਈ ਹੈ। ਆਪਣੇ ਅਪਰਾਧ ਦੀ ਥੋੜ੍ਹੀ ਜਿਹੀ ਸਫ਼ਾਈ ਦੇਣ ਲਈ ਮੈਂ ਆਪਣੇ ਆਪ ਨੂੰ ਅਨਪੜ੍ਹ ਪਹਾੜੀਆ ਦੱਸਿਆ। ਉਦੋਂ ਪ੍ਰੋਫ਼ੈਸਰ ਨੇ ਇਹ ਸ਼ਬਦ ਕਹੇ, ਜਿਨ੍ਹਾਂ ਨੂੰ ਮੈਂ ਕਦੇ ਨਹੀਂ ਭੁੱਲ ਸਕਾਂਗਾ:

"ਨੌਜਵਾਨ, ਜੇਕਰ ਤੁਸੀਂ 'ਓਦਿਸੀ' ਨਹੀਂ ਪੜ੍ਹੀ, ਤਾਂ ਤੁਸੀਂ ਅਨਪੜ੍ਹ ਪਹਾੜੀਆਂ ਤੋਂ ਵੀ ਗਏ-ਗੁਜ਼ਰੇ ਹੋ। ਤੁਸੀਂ ਤਾਂ ਨਿਰੇ ਜੰਗਲੀ ਅਤੇ ਮੂਰਖ ਹੋ।"

ਹੁਣ ਮੈਂ ਜਦੋਂ ਕਦੇ ਯੂਨਾਨ ਅਤੇ ਇਟਲੀ ਜਾਂਦਾ ਹਾਂ, ਤਾਂ ਆਪਣੇ ਪ੍ਰੋਫ਼ੈਸਰ, ਉਨ੍ਹਾਂ ਦੇ ਸ਼ਬਦਾਂ ਅਤੇ ਸਾਹਿਤ ਪ੍ਰਤੀ ਉਨ੍ਹਾਂ ਦੇ ਰਵੱਈਏ ਦੀ ਮੈਨੂੰ ਅਕਸਰ ਯਾਦ ਆਉਂਦੀ ਰਹਿੰਦੀ ਹੈ।

ਪਰ ਜੇਕਰ ਮੈਂ ਰੂਸੀ ਭਾਸ਼ਾ ਵੀ ਬੜੀ ਮੁਸ਼ਕਿਲ ਨਾਲ ਬੋਲ ਅਤੇ ਲਿਖ ਸਕਦਾ ਸੀ, ਤਾਂ ਹੋਮਰ, ਸੋਫ਼ੋਕਲ, ਅਰਸਤੂ ਅਤੇ ਹੇਸਿਓਡ ਨੂੰ ਕਿਵੇਂ ਜਾਣ ਸਕਦਾ ਸੀ? ਦੁਨੀਆ ਵਿੱਚ ਬਹੁਤ ਕੁੱਝ ਅਜਿਹਾ ਸੀ, ਜੋ ਦਾਗ਼ਿਸਤਾਨ ਦੀ ਪਹੁੰਚ ਤੋਂ ਬਾਹਰ ਸੀ, ਬਹੁਤ ਸਾਰੇ ਖਜ਼ਾਨੇ ਉਸ ਲਈ ਨਹੀਂ ਸਨ।

ਮੈਂ ਇਸ ਗੱਲ ਦਾ ਜ਼ਿਕਰ ਕਰ ਚੁੱਕਿਆ ਹਾਂ ਕਿ ਸਾਡੇ ਗਾਇਕ ਤਾਤਮ ਮੁਰਾਦੋਵ ਦਾ ਗਾਣਾ ਸੁਣਦੇ ਹੋਏ ਪ੍ਰਸਿੱਧ ਰੂਸੀ ਗਾਇਕਾ ਮਾਕਸਾਕੋਵਾ ਕਿਵੇਂ ਰੋਈ ਸੀ। ਮੁਰਾਦੋਵ ਨੇ ਕਿਸੇ ਵੀ ਤਰ੍ਹਾਂ ਦੀ ਸਿੱਖਿਆ ਹਾਸਲ ਨਹੀਂ ਕੀਤੀ ਸੀ ਅਤੇ ਉਸ ਵੇਲੇ ਉਸ ਦੀ ਉਮਰ ਸੱਠ ਦੇ ਕਰੀਬ ਸੀ। ਸਾਰਿਆਂ ਨੇ ਇਹ ਸੋਚਿਆ ਸੀ ਕਿ ਗਾਇਕ ਦੀ ਆਵਾਜ਼ ਨੇ ਮਾਕਸਾਕੋਵਾ ਦੇ ਦਿਲ ਨੂੰ ਛੂਹ ਲਿਆ ਹੈ, ਪਰ ਉਸ ਨੇ ਕਿਹਾ ਸੀ:

"ਮੈਂ ਤਾਂ ਅਫ਼ਸੋਸ ਕਾਰਨ ਰੋ ਰਹੀ ਆਂ। ਕਿਹੋ ਜਿਹੀ ਗ਼ਜ਼ਬ ਦੀ ਆਵਾਜ਼ ਐ। ਜੇਕਰ ਸਹੀ ਸਮੇਂ 'ਤੇ ਇਸ ਗਾਇਕ ਨੂੰ ਸਿੱਖਿਅਕ ਮਿਲ ਜਾਂਦੇ, ਤਾਂ ਇਸ ਨੇ ਆਪਣੇ ਗਾਣੇ ਨਾਲ ਦੁਨੀਆ ਨੂੰ ਹੈਰਾਨ ਕਰ ਦਿੱਤਾ ਹੁੰਦਾ। ਪਰ ਹੁਣ ਕੁੱਝ ਵੀ ਨਹੀਂ ਹੋ ਸਕਦਾ।"

ਦਾਗ਼ਿਸਤਾਨ ਦੀ ਕਿਸਮਤ ਬਾਰੇ ਸੋਚਦੇ ਹੋਏ ਮੈਨੂੰ ਉਪਰੋਕਤ ਸ਼ਬਦ ਬਹੁਤ ਵਾਰ ਯਾਦ ਆਉਂਦੇ ਹਨ। ਉਹ ਕੇਵਲ ਤਾਤਮ ਬਾਰੇ ਹੀ ਨਹੀਂ ਕਹੇ ਗਏ ਹਨ। ਕੀ ਸਾਡੇ ਅਨੇਕਾਂ ਗਾਇਕ, ਯੋਧੇ, ਚਿੱਤਰਕਾਰ, ਪਹਿਲਵਾਨ ਆਪਣੇ ਗੁਣਾਂ, ਆਪਣੀ ਪ੍ਰਤਿਭਾ ਸਬੂਤ ਦਿੱਤੇ ਬਿਨਾਂ ਹੀ ਕਬਰਾਂ ਵਿੱਚ ਨਹੀਂ ਚਲੇ ਗਏ? ਉਨ੍ਹਾਂ ਦੇ ਨਾਂ ਅਗਿਆਤ ਰਹਿ ਗਏ। ਸ਼ਾਇਦ ਸਾਡੇ ਵੀ ਆਪਣੇ ਸ਼ਾਲਿਆਪਿਨ (ਰੂਸੀ ਗਾਇਕ) ਅਤੇ ਪੋਦੂਬਨੀ (ਰੂਸੀ ਪਹਿਲਵਾਨ) ਸਨ। ਜੇਕਰ ਓਸਮਾਨ ਅਬਦੁਰ ਰਹਿਮਾਨੋਵ ਨੂੰ, ਸਾਡੇ ਹਰਕੁਲੀਸ ਨੂੰ ਤਾਕਤ ਦੇ ਨਾਲ-ਨਾਲ ਕੁਸ਼ਤੀ-ਕਲਾ ਦੀ ਸਿੱਖਿਆ ਅਤੇ ਜਾਣਕਾਰੀ ਮਿਲ ਜਾਂਦੀ, ਤਾਂ ਸ਼ਾਇਦ ਕੋਈ ਵੀ ਉਸ ਨੂੰ ਜਿੱਤ ਨਾ ਸਕਦਾ। ਪਰ ਉਸ ਨੂੰ ਸਿੱਖਿਆ ਦੇਣ ਵਾਲਾ ਕੋਈ ਨਹੀਂ ਸੀ। ਸਾਡੇ ਇੱਥੇ ਸੰਗੀਤ-ਯੂਨੀਵਰਸਿਟੀ, ਥਿਏਟਰ, ਇੰਸਟੀਚਿਊਟ, ਅਕੈਡਮੀਆਂ, ਇੱਥੋਂ ਤੱਕ ਕਿ ਸਕੂਲ ਵੀ ਨਹੀਂ ਸਨ।

ਸ਼ਿਲਾ-ਲੇਖ ਬੀਤੀਆਂ ਸਦੀਆਂ ਦੀਆਂ ਨਾ ਦੱਸਣ ਗਾਥਾਵਾਂ,
ਉਨ੍ਹਾਂ ਤੋਂ ਵੰਚਿਤ, ਪਰ ਸਾਡੇ ਰਾਹ ਨਹੀਂ ਰੁਕ ਸਕਣਗੇ।
ਤਲਵਾਰਾਂ ਨਾਲ ਬਜ਼ੁਰਗਾਂ ਨੇ ਜੋ ਕਿੱਸੇ ਲਿਖੇ ਕਦੇ,
ਉਹ ਮੇਰੀ ਕਲਮ ਨਾਲ ਹੁਣ ਹੋਰ ਅੱਗੇ ਵਧਣਗੇ।

ਪਹਾੜੀ ਲੋਕ ਪੈਨਸਿਲ ਹੱਥ ਵਿੱਚ ਫੜਨ, ਉਸ ਨਾਲ ਅੱਖਰ ਲਿਖਣ ਦਾ ਢੰਗ ਨਹੀਂ ਜਾਣਦੇ ਸਨ। ਉਨ੍ਹਾਂ ਦੁਸ਼ਮਣਾਂ ਨੂੰ, ਜੋ ਉਨ੍ਹਾਂ ਨੂੰ ਗੋਡੇ ਟੇਕਣ ਲਈ ਕਹਿੰਦੇ ਸਨ, ਉਹ ਉਨ੍ਹਾਂ ਨੂੰ ਠੇਂਗਾ ਹੀ ਦਿਖਾਉਂਦੇ ਸਨ। ਜਾਂ ਫਿਰ ਕੁੱਝ ਹੋਰ ਸਪੱਸ਼ਟ ਢੰਗ ਨਾਲ ਇਸ ਨੂੰ ਚਿੱਤਰਿਤ ਕਰ ਕੇ ਦੁਸ਼ਮਣ ਕੋਲ ਭੇਜ ਦਿੰਦੇ ਸਨ।

ਦਾਗ਼ਿਸਤਾਨ ਬਾਰੇ ਕਿਹਾ ਜਾਂਦਾ ਸੀ, "ਇਹ ਦੇਸ਼ ਪੱਥਰ ਦੇ ਸੰਦੂਕ ਵਿੱਚ ਅਜਿਹੇ ਗੀਤ ਵਾਂਗ ਪਿਆ ਹੋਇਐ, ਜਿਸ ਨੂੰ ਨਾ ਲਿਖਤ ਰੂਪ ਦਿੱਤਾ ਗਿਐ ਅਤੇ ਨਾ ਹੀ ਗਾਇਆ ਗਿਐ। ਕੌਣ ਇਸ ਨੂੰ ਕੱਢੇਗਾ, ਕੌਣ ਇਸ ਬਾਰੇ ਗਾਏਗਾ ਅਤੇ ਲਿਖੇਗਾ?"

ਅੱਖਰ, ਸ਼ਬਦ, ਪੁਸਤਕਾਂ, ਇਹ ਉਸ ਜਿੰਦੇ ਦੀਆਂ ਚਾਬੀਆਂ ਨੇ, ਜੋ ਉਸ ਸੰਦੂਕ ਨੂੰ ਲੱਗਿਆ ਹੋਇਆ ਹੈ। ਦਾਗ਼ਿਸਤਾਨ ਦੇ ਭਾਰੀ ਅਤੇ ਸਦੀਆਂ ਪੁਰਾਣੇ ਜਿੰਦਿਆਂ ਦੀਆਂ ਚਾਬੀਆਂ ਕਿਨ੍ਹਾਂ ਦੇ ਹੱਥਾਂ ਵਿੱਚ ਨੇ?

ਵੱਖ-ਵੱਖ ਲੋਕ ਇਨ੍ਹਾਂ ਜਿੰਦਿਆਂ ਕੋਲ ਆਏ ਅਤੇ ਕਦੇ-ਕਦੇ ਤਾਂ ਉਨ੍ਹਾਂ ਨੇ ਸੰਦੂਕ ਦੇ ਅੰਦਰ ਝਾਕਣ ਲਈ ਉਸ ਦਾ ਢੱਕਣ ਵੀ ਉੱਪਰ ਉਠਾਇਆ। ਦਾਗ਼ਿਸਤਾਨ ਦੇ ਲੋਕ ਜਦੋਂ ਖ਼ੁਦ ਤਾਂ ਕਲਮ ਹੱਥ ਵਿੱਚ ਫੜਨਾ ਵੀ ਨਹੀਂ ਜਾਣਦੇ ਸਨ, ਉਸ ਵੇਲੇ ਵੀ ਅਨੇਕਾਂ ਮਹਿਮਾਨਾਂ, ਯਾਤਰੀਆਂ ਅਤੇ ਵਿਦਵਾਨਾਂ-ਖੋਜੀਆਂ ਨੇ ਦੂਜੀਆਂ ਭਾਸ਼ਾਵਾਂ, ਅਰਬੀ, ਫ਼ਾਰਸੀ, ਤੁਰਕੀ, ਯੂਨਾਨੀ, ਜਾਰਜੀਆਈ, ਆਰਮੀਨੀ, ਫ਼੍ਰਾਂਸੀਸੀ ਅਤੇ ਰੂਸੀ ਵਿੱਚ ਦਾਗ਼ਿਸਤਾਨ ਬਾਰੇ ਲਿਖਿਆ ਸੀ।

ਦਾਗ਼ਿਸਤਾਨ! ਮੈਂ ਪੁਰਾਣੇ ਪੁਸਤਕ-ਭੰਡਾਰਾਂ ਵਿੱਚ ਤੁਹਾਡਾ ਨਾਂ ਲੱਭਦਾ ਹਾਂ ਅਤੇ ਉਸ ਨੂੰ ਵੱਖ-ਵੱਖ ਭਾਸ਼ਾਵਾਂ ਵਿੱਚ ਲਿਖਿਆ ਦੇਖਦਾ ਹਾਂ। ਦੇਰਬੇਂਤ, ਕੁਬਾਚੀ, ਚਿਰਕੇ ਅਤੇ ਖ਼ੂੰਜ਼ਹ ਦਾ ਜ਼ਿਕਰ ਮਿਲਦਾ ਹੈ। ਯਾਤਰੀਆਂ ਦਾ ਧੰਨਵਾਦ। ਉਹ ਤੁਹਾਡੀ ਪੂਰੀ ਗਹਿਰਾਈ

ਅਤੇ ਗੁੰਝਲਾਂ ਦੀ ਤਹਿ ਤੱਕ ਨਹੀਂ ਜਾ ਸਕੇ, ਫਿਰ ਵੀ ਉਨ੍ਹਾਂ ਨੇ ਸਭ ਤੋਂ ਪਹਿਲਾਂ ਤੁਹਾਡੇ ਨਾਂ ਨੂੰ ਸਾਡੇ ਪਰਬਤਾਂ ਦੀਆਂ ਹੱਦਾਂ ਤੋਂ ਬਾਹਰ ਪਹੁੰਚਾਇਆ।

ਇਸ ਤੋਂ ਬਾਅਦ ਪੁਸ਼ਕਿਨ ਅਤੇ ਲੇਰਮੋਂਤੋਵ ਨੇ ਆਪਣੇ ਸ਼ਬਦ ਕਹੇ:

ਉਦੋਂ ਬਲਦੀ ਦੁਪਹਿਰ ਵਿੱਚ ਮੈਂ ਦਾਗ਼ਿਸਤਾਨੀ ਘਾਟੀ ਵਿੱਚ,
ਪਿਆ ਹੋਇਆ ਸੀ ਸਥਿਰ, ਸੀਨੇ ਵਿੱਚ ਆਪਣੇ ਗੋਲੀ ਖਾ ਕੇ।

ਅਦਭੁੱਤ ਪੰਕਤੀਆਂ ਹਨ ਇਹ! ਅਤੇ ਬੇਸਤੂਜੇਵ-ਮਾਰਲੀਂਸਕੀ ਨੇ ਆਪਣੀ 'ਅੰਮਾਲਾਤ-ਬੇਕ' ਰਚਨਾ ਲਿਖੀ। ਦੇਰਬੇਂਤ....ਕਬਰਿਸਤਾਨ ਵਿੱਚ ਅਜੇ ਤੱਕ ਮਾਰਲੀਸਕੀ ਵੱਲੋਂ ਉਸ ਦੀ ਮੰਗੇਤਰ ਦੀ ਕਬਰ 'ਤੇ ਲਗਾਇਆ ਗਿਆ ਪੱਥਰ ਕਾਇਮ ਹੈ।

ਅਲੇਕਸਾਂਦਰ ਦਿਊਮਾ ਦਾਗ਼ਿਸਤਾਨ ਵਿੱਚ ਆਏ ਸਨ। ਪੋਲੇਜਾਏਵ ਨੇ ਆਪਣੀਆਂ ਲੰਬੀਆਂ ਕਵਿਤਾਵਾਂ 'ਐਰਪੇਲੀ' ਅਤੇ 'ਚੀਰ-ਯੂਰਤ' ਰਚੀਆਂ। ਹਰ ਕਿਸੇ ਨੇ ਤੁਹਾਡੇ ਬਾਰੇ ਵੱਖ-ਵੱਖ ਢੰਗ ਨਾਲ ਲਿਖਿਆ ਹੈ, ਪਰ ਕਿਸੇ ਨੇ ਵੀ ਤੁਹਾਨੂੰ ਇੰਨੀ ਗਹਿਰਾਈ ਵਿੱਚ ਜਾ ਕੇ ਅਤੇ ਇੰਨੀ ਚੰਗੀ ਤਰ੍ਹਾਂ ਨਹੀਂ ਸਮਝਿਆ, ਜਿੰਨੀ ਚੰਗੀ ਤਰ੍ਹਾਂ ਜਵਾਨ ਲੇਰਮੋਂਤੋਵ ਅਤੇ ਬਜ਼ੁਰਗ ਟਾਲਸਟਾਏ ਨੇ। ਤੁਹਾਡੇ ਇਨਾਂ ਗਾਇਕਾਂ ਦੇ ਸਾਹਮਣੇ ਮੈਂ ਆਪਣਾ ਸਫ਼ੈਦ ਵਾਲਾਂ ਵਾਲਾ ਸਿਰ ਝੁਕਾਉਂਦਾ ਹਾਂ, ਇਹ ਕਿਤਾਬਾਂ ਮੈਂ ਉਵੇਂ ਹੀ ਪੜ੍ਹਦਾ ਹਾਂ, ਜਿਵੇਂ ਮੁਸਲਮਾਨ ਕੁਰਾਨ ਨੂੰ।

ਬੇਟੇ ਦੇ ਨਾਮਕਰਨ-ਸੰਸਕਾਰ ਵਾਲਾ ਦਿਨ ਬੜੀ ਖ਼ੁਸ਼ੀ ਵਾਲਾ ਦਿਨ ਹੁੰਦਾ ਹੈ। ਅਜਿਹਾ ਦਿਨ ਤਾਂ ਉਹੀ ਦਿਨ ਹੋਣਾ ਚਾਹੀਦਾ ਹੈ, ਜਦੋਂ ਦਾਗ਼ਿਸਤਾਨ ਦੇ ਬੇਟਿਆਂ ਨੇ ਪਹਿਲੀ ਵਾਰ ਆਪਣੀਆਂ ਮਾਤ-ਭਾਸ਼ਾਵਾਂ ਵਿੱਚ ਉਸ ਬਾਰੇ ਲਿਖਿਆ। ਮੈਨੂੰ ਯਾਦ ਹੈ ਕਿ ਜਦੋਂ ਮੇਰੀ ਪਹਿਲੀ ਅਧਿਆਪਕਾ ਵੇਰਾ ਵਸੀਲਿਏਵਨਾ ਨੇ ਮੈਨੂੰ ਬਲੇਕ-ਬੋਰਡ ਕੋਲ ਬੁਲਾ ਕੇ ਤੁਹਾਡਾ ਨਾਂ ਲਿਖਣ ਲਈ ਕਿਹਾ ਸੀ, ਤਾਂ ਮੈਂ ਕਿਹੜੀ ਗਲਤੀ ਕੀਤੀ ਸੀ। ਮੈਂ 'ਦ' ਨੂੰ ਵੱਡੇ ਅੱਖਰ ਦੇ ਰੂਪ ਵਿੱਚ ਲਿਖੇ ਬਿਨਾਂ ਦਾਗ਼ਿਸਤਾਨ ਲਿਖ ਦਿੱਤਾ ਸੀ। ਵੇਰਾ ਵਸੀਲਿਏਵਨਾ ਨੇ ਮੈਨੂੰ ਸਮਝਾਇਆ ਕਿ ਦਾਗ਼ਿਸਤਾਨ ਇੱਕ ਵਿਅਕਤੀ-ਵਾਚਕ ਨਾਂ ਹੈ ਅਤੇ ਇਸ ਲਈ ਇਸ ਦਾ ਪਹਿਲਾ ਅੱਖਰ ਵੱਡਾ ਹੋਣਾ ਚਾਹੀਦਾ ਹੈ। ਫਿਰ ਮੈਂ ਵੱਡਾ 'ਦ' ਲਿਖ ਕੇ ਉਸ ਤੋਂ ਅੱਗੇ ਦਾਗ਼ਿਸਤਾਨ, ਭਾਵ 'ਦਦਾਗਿਸਤਾਨ' ਲਿਖ ਦਿੱਤਾ। ਮੈਨੂੰ ਲੱਗਿਆ ਕਿ ਵੱਡਾ ਅਤੇ ਛੋਟਾ ਦੋਵੇਂ 'ਦ' ਲਿਖਣੇ ਚਾਹੀਦੇ ਹਨ। ਅਜਿਹਾ ਕਰਨਾ ਵੀ ਗਲਤ ਸੀ। ਇਸ ਤੋਂ ਬਾਅਦ ਮੈਂ ਤੀਜੀ ਵਾਰ ਸਹੀ ਲਿਖਿਆ।

ਕੀ ਤੁਹਾਨੂੰ ਵੀ ਇਸੇ ਤਰ੍ਹਾਂ ਆਪਣਾ ਨਾਂ ਲਿਖਣਾ ਨਹੀਂ ਸਿਖਾਇਆ ਗਿਆ, ਦਾਗ਼ਿਸਤਾਨ? ਕੀ ਤੁਹਾਨੂੰ ਵੀ ਆਪਣੇ ਬਾਰੇ ਦੱਸਣਾ ਨਹੀਂ ਸਿਖਾਇਆ ਗਿਆ? ਵਰਣਮਾਲਾ ਚੁਣੀ। ਤੁਸੀਂ ਅਰਬ, ਲਾਤੀਨਾ, ਰੂਸੀ ਅੱਖਰਾਂ ਵਿੱਚ ਲਿਖਿਆ। ਬਹੁਤ ਸਾਰੀਆਂ ਗਲਤੀਆਂ ਹੋਈਆਂ। ਕਿਉਂਕਿ ਜੋ ਕੁੱਝ ਵੱਡੇ ਅੱਖਰਾਂ ਵਿੱਚ ਲਿਖਿਆ ਜਾਣਾ ਚਾਹੀਦਾ ਸੀ, ਉਸ ਨੂੰ ਛੋਟੇ ਅੱਖਰਾਂ ਵਿੱਚ ਲਿਖਿਆ ਗਿਆ। ਕਿਉਂਕਿ ਜੋ ਕੁੱਝ ਛੋਟੇ ਅੱਖਰਾਂ ਵਿੱਚ ਲਿਖਿਆ ਜਾਣਾ ਚਾਹੀਦਾ ਸੀ, ਉਹ ਵੱਡੇ ਅੱਖਰਾਂ ਵਿੱਚ ਲਿਖਿਆ ਗਿਆ। ਕੇਵਲ ਤੀਜੀ ਵਾਰ ਹੀ ਤੁਸੀਂ ਸਹੀ ਢੰਗ ਨਾਲ ਲਿਖਣਾ ਸਿੱਖ ਸਕੇ, ਮੇਰੇ ਦਾਗ਼ਿਸਤਾਨ। ਦਾਗ਼ਿਸਤਾਨ ਦੀਆਂ ਕੁੱਝ ਪਹਿਲੀਆਂ

ਪੁਸਤਕਾਂ, 'ਸਰਘੀ ਦਾ ਤਾਰਾ', 'ਨਵੀਂ ਕਿਰਨ', 'ਲਾਲ ਪਹਾੜੀਆ', 'ਪਹਾੜੀ ਹਿਰਨ', 'ਪਹਾੜੀ ਕਹਾਵਤਾਂ, 'ਕੁਮਿਕ ਲੋਕ-ਕਥਾਵਾਂ', 'ਲਾਕ-ਜਾਤੀ ਦੀਆਂ ਧੁਨਾਂ', 'ਲੇਜ਼ਗੀਨ ਕਵਿਤਾਵਾਂ', 'ਸੋਵੀਅਤ ਦਾਗ਼ਿਸਤਾਨ'। ਇਹ ਸਾਰੀਆਂ ਦਾਗ਼ਿਸਤਾਨ ਦੀਆਂ ਮਾਤ-ਭਾਸ਼ਾਵਾਂ ਵਿੱਚ ਹਨ ਅਤੇ ਕੇਵਲ ਨਾਂ ਹੀ ਨਹੀਂ, ਬਲਕਿ ਖੰਭ ਹਨ।

1921 ਵਿੱਚ ਦਾਗ਼ਿਸਤਾਨ ਦੇ ਪ੍ਰਤੀਨਿਧੀ-ਮੰਡਲ ਨਾਲ ਗੱਲਬਾਤ ਕਰਨ ਤੋਂ ਬਾਅਦ ਲੈਨਿਨ ਨੇ ਸਾਡੇ ਪਹਾੜੀ ਪ੍ਰਦੇਸ਼ ਨੂੰ ਤਿੰਨ ਸਭ ਤੋਂ ਵੱਧ ਜ਼ਰੂਰੀ ਚੀਜ਼ਾਂ ਭੇਜੀਆਂ, ਅਨਾਜ, ਕੱਪੜਾ ਅਤੇ ਛਾਪੇਖਾਨੇ ਦੇ ਟਾਈਪ-ਰਾਈਟਰ। ਘੋੜਾ ਅਤੇ ਖੰਜਰ ਦਾਗ਼ਿਸਤਾਨ ਕੋਲ ਸਨ। ਲੈਨਿਨ ਨੇ ਅਨਾਜ ਨਾਲ ਉਨ੍ਹਾਂ ਨੂੰ ਕਿਤਾਬ ਦਿੱਤੀ। ਅਕਤੂਬਰ ਇਨਕਲਾਬ ਨੇ ਦਾਗ਼ਿਸਤਾਨੀ ਬੱਚੇ ਦੇ ਪੰਘੂੜੇ ਦੀ ਚਿੰਤਾ ਕੀਤੀ। ਦਾਗ਼ਿਸਤਾਨ ਨੇ ਸਾਗਰ, ਖ਼ੁਦ ਆਪਣੇ ਆਪ ਨੂੰ ਦੇਖਿਆ, ਆਪਣੇ ਅਤੀਤ ਅਤੇ ਭਵਿੱਖ ਨੂੰ ਦੇਖਿਆ ਅਤੇ ਉਸ ਨੇ ਆਪਣੇ ਬਾਰੇ ਖ਼ੁਦ ਲਿਖਣਾ ਸ਼ੁਰੂ ਕੀਤਾ।

ਸੁਲੇਮਾਨ ਸਤਾਲਸਕੀ ਨੇ ਮੈਕਸਿਮ ਗੋਰਕੀ ਨੂੰ ਕਿਹਾ, "ਆਪਾਂ ਦੋਵੇਂ ਬੁੱਢੇ ਹੋ ਚੁੱਕੇ ਆਂ। ਆਪਣੀ ਜ਼ਿੰਦਗੀ ਜਿਊਂ ਚੁੱਕੇ ਆਂ, ਦੁਨੀਆ ਦੇਖ ਚੁੱਕੇ ਆਂ। ਸਾਡੀਆਂ ਦੋਵਾਂ ਦੀਆਂ ਕਿਤਾਬਾਂ ਨੇ। ਪਰ ਤੁਸੀਂ ਕਾਗਜ਼ 'ਤੇ ਲਿਖਦੇ ਹੋ, ਤੁਸੀਂ ਪੜ੍ਹੇ-ਲਿਖੇ ਹੋ। ਮੈਂ ਗਾਉਨਾਂ। ਕਿਉਂਕਿ ਮੈਨੂੰ ਲਿਖਣਾ ਨਹੀਂ ਆਉਂਦਾ। ਅਸੀਂ ਰੂਸ ਅਤੇ ਦਾਗ਼ਿਸਤਾਨ ਦੇ ਸਾਕਾਰ ਰੂਪ ਆਂ। ਰੂਸ ਪੜ੍ਹਿਆ-ਲਿਖਿਆ ਐ। ਦਾਗ਼ਿਸਤਾਨ ਵਿੱਚ ਬਹੁਤੇ ਲੋਕ ਅਜੇ ਤੱਕ ਆਪਣੀ ਨਾਂ ਵੀ ਲਿਖਣਾ ਨਹੀਂ ਜਾਣਦੇ। ਉਹ ਦਸਤਖ਼ਤ ਕਰਨ ਦੀ ਬਜਾਇ ਅੰਗੂਠਾ ਲਗਾਉਂਦੇ ਨੇ। ਕੀ ਤੁਸੀਂ ਅਜਿਹੇ ਪੜ੍ਹੇ-ਲਿਖੇ ਲੇਖਕਾਂ ਦਾ ਦਲ ਇੱਥੇ ਨਹੀਂ ਭੇਜ ਸਕਦੇ, ਤਾਂ ਕਿ ਉਹ ਸਾਰੇ ਸੋਵੀਅਤ ਦੇਸ਼, ਸਾਰੀ ਦੁਨੀਆ ਨੂੰ ਸਾਡੇ ਦਾਗ਼ਿਸਤਾਨੀਆਂ ਬਾਰੇ ਦੱਸ ਸਕਣ?"

ਸੁਲੇਮਾਨ ਸਤਾਲਸਕੀ ਅਤੇ ਗੋਰਕੀ ਦੀ ਗੱਲਬਾਤ ਦਾ ਏਫ਼ੰਦੀ ਕਾਪੀਏਵ ਅਨੁਵਾਦ ਕਰ ਰਿਹਾ ਸੀ। ਗੋਰਕੀ ਨੇ ਸੁਲੇਮਾਨ ਦੀ ਇੱਛਾ ਪੂਰੀ ਕਰਨ ਦਾ ਵਚਨ ਦਿੱਤਾ, ਪਰ ਕਾਪੀਏਵ ਵੱਲ ਇਸ਼ਾਰਾ ਕਰਦੇ ਹੋਏ ਇਹ ਵੀ ਕਿਹਾ ਕਿ ਹੁਣ ਦਾਗ਼ਿਸਤਾਨ ਵਿੱਚ ਪੜ੍ਹੇ-ਲਿਖੇ ਅਤੇ ਪ੍ਰਭਾਵਸ਼ਾਲੀ ਨੌਜਵਾਨਾਂ ਦੀ ਪੀੜ੍ਹੀ ਤਿਆਰ ਹੋ ਗਈ ਹੈ। ਅਤੇ ਇਹ ਕਿਤੇ ਜ਼ਿਆਦਾ ਚੰਗਾ ਹੋਵੇਗਾ ਕਿ ਇਸ ਜਨਤੰਤਰ ਦੀਆਂ ਸਾਰੀਆਂ ਭਾਸ਼ਾਵਾਂ ਵਿੱਚ ਆਪਣੀ ਧਰਤੀ ਬਾਰੇ ਖ਼ੁਦ ਦਾਗ਼ਿਸਤਾਨੀ ਹੀ ਲਿਖਣ। ਕਿਉਂਕਿ ਜਿਵੇਂ ਤੁਹਾਡੇ ਇੱਥੇ ਕਿਹਾ ਜਾਂਦਾ ਹੈ, "ਘਰ ਦੀ ਹਾਲਤ ਬਾਰੇ ਉਸ ਦੀਆਂ ਕੰਧਾਂ ਹੀ ਸਭ ਤੋਂ ਜ਼ਿਆਦਾ ਚੰਗੀ ਤਰ੍ਹਾਂ ਜਾਣਦੀਆਂ ਨੇ।"

ਗੋਰਕੀ ਨੇ ਜਿਨ੍ਹਾਂ ਨੌਜਵਾਨਾਂ ਦਾ ਜ਼ਿਕਰ ਕੀਤਾ ਸੀ, ਉਹ ਹੁਣ ਵੱਡੇ ਅਤੇ ਬੁੱਢੇ ਵੀ ਹੋ ਚੁੱਕੇ ਹਨ। ਉਹ ਦਾਗ਼ਿਸਤਾਨ ਬਾਰੇ ਪੁਸਤਕਾਂ ਲਿਖ ਚੁੱਕੇ ਹਨ ਅਤੇ ਹੋਰ ਵੀ ਲਿਖਣਗੇ। ਪਹਿਲੇ ਸਮਿਆਂ ਵਿੱਚ ਪਿਤਾ ਆਪਣੇ ਬੇਟਿਆਂ ਲਈ ਵਿਰਾਸਤ ਵਿੱਚ ਤਲਵਾਰ ਅਤੇ ਪੰਦੂਰ ਛੱਡਦੇ ਸਨ, ਹੁਣ ਕਲਮ ਅਤੇ ਪੁਸਤਕ। ਦਾਗ਼ਿਸਤਾਨ ਵਿੱਚ ਅਜਿਹਾ ਦਿਨ ਨਹੀਂ ਹੁੰਦਾ, ਜਦੋਂ ਕਿਸੇ ਦੇ ਘਰ ਬੇਟੇ ਦਾ ਜਨਮ ਨਾ ਹੁੰਦਾ ਹੋਵੇ। ਇੱਥੇ ਅਜਿਹਾ ਦਿਨ ਵੀ ਨਹੀਂ ਹੁੰਦਾ, ਜਦੋਂ ਕੋਈ ਨਵੀਂ ਪੁਸਤਕ ਪ੍ਰਕਾਸ਼ਿਤ ਨਾ ਹੋਵੇ। ਹਰ ਕੋਈ ਆਪਣੇ ਹੀ ਦਾਗ਼ਿਸਤਾਨ ਬਾਰੇ ਲਿਖਦਾ ਹੈ। ਪੰਜਾਹ ਤੋਂ ਜ਼ਿਆਦਾ ਸਾਲਾਂ ਤੱਕ ਮੇਰੇ ਪਿਤਾ ਜੀ ਲਿਖਦੇ ਰਹੇ। ਪੂਰੀ ਜ਼ਿੰਦਗੀ ਹੀ ਕਾਫ਼ੀ

ਨਹੀਂ ਰਹੀ। ਹੁਣ ਮੈਂ ਲਿਖਦਾਂ, ਪਰ ਮੈਂ ਵੀ ਉਹ ਸਭ ਕੁੱਝ ਨਹੀਂ ਲਿਖ ਸਕਾਂਗਾ, ਜੋ ਲਿਖਣਾ ਚਾਹੁੰਦਾ ਹਾਂ। ਇਸ ਲਈ ਮੈਂ ਬੱਚਿਆਂ ਦੇ ਸਿਰ੍ਹਾਣੇ ਖੰਜਰ ਦੀ ਬਜਾਇ ਕਲਮ ਅਤੇ ਕੋਰੀ ਕਾਪੀ ਰੱਖਦਾ ਹਾਂ। ਮੇਰੇ ਪਿਤਾ ਜੀ ਦਾ ਅਤੇ ਮੇਰਾ ਇੱਕ ਹੀ ਦਾਗ਼ਿਸਤਾਨ ਹੈ। ਪਰ ਸਾਡੀਆਂ ਕਲਮਾਂ ਦੀਆਂ ਭਾਸ਼ਾਵਾਂ ਵਿੱਚ ਉਹ ਕਿੰਨਾ ਵੱਖ ਹੈ। ਸਾਡੀ ਆਪਣੀ-ਆਪਣੀ ਲਿਖਾਈ, ਆਪਣੇ-ਆਪਣੇ ਅੱਖਰ, ਆਪਣਾ-ਆਪਣਾ ਢੰਗ ਅਤੇ ਆਪਣਾ ਤਰਾਨਾ ਹੈ। ਆਪਣੇ ਲੰਬੇ ਰਸਤੇ 'ਤੇ ਬੋਝ ਢੋਣ ਵਾਲਿਆਂ ਨੂੰ ਬਦਲਦੇ ਹੋਏ ਇਹ ਬਲਦ-ਗੱਡੀ ਇਸੇ ਤਰ੍ਹਾਂ ਚੱਲਦੀ ਜਾ ਰਹੀ ਹੈ।

ਪਿਤਾ ਜੀ ਕਿਹਾ ਕਰਦੇ ਸਨ, "ਉਹੀ ਲਿਖੋ, ਜੋ ਜਾਣਦੇ ਹੋ ਅਤੇ ਲਿਖ ਸਕਦੇ ਹੋ। ਅਤੇ ਜੋ ਨਹੀਂ ਜਾਣਦੇ, ਉਸ ਨੂੰ ਦੂਜਿਆਂ ਦੀਆਂ ਕਿਤਾਬਾਂ ਵਿੱਚ ਪੜ੍ਹੋ।"

ਕਿਤਾਬ

ਪਿਆਰ ਕਰੋ ਤੁਸੀਂ ਤਾਂ ਪੁਸਤਕ ਨੂੰ, ਜਿਸ ਦੇ ਪੰਨੇ ਉਦਾਰ ਬੜੇ,
ਉਡੀਕ ਹੈ ਉਸ ਨੂੰ ਤੇਰੀ, ਜਿਹੜੀ ਕਦੇ ਨਾ ਜੋ ਧੋਖਾ ਦਿੰਦੀ।
ਚਾਹੇ ਤੁਸੀਂ ਹੋ ਧਨੀ ਖ਼ਾਨ, ਚਾਹੇ ਨਿਰਧਨ ਜਾਂ ਕੰਗਾਲ,
ਹਰ ਹਾਲਤ ਵਿੱਚ ਵਫ਼ਾਦਾਰ ਉਹ, ਅੱਖ ਨਾ ਕਦੇ ਚੁਰਾਉਂਦੀ।

ਬੜੇ ਯਤਨ ਨਾਲ, ਬੜੀ ਲਗਨ ਨਾਲ, ਪੁਸਤਕ ਦੇ ਪੰਨੇ ਪਲਟੋ,
ਉਸ ਦੀ ਤਾਂ ਹਰੇਕ ਪੰਕਤੀ ਵਿੱਚ ਸੂਝ-ਬੂਝ ਦਾ ਸ਼ਹਿਦ ਭਰਿਆ।
ਭੁੱਖ ਗਿਆਨ ਦੀ ਹਮੇਸ਼ਾ ਬਣੀ ਰਹੇ, ਬੇਟੇ ਤੁਸੀਂ ਇੰਨਾ ਜਾਣੋ,
ਹੋਵੇਗਾ ਸਬਰ ਉਸੇ ਨਾਲ, ਗਿਆਨ ਉਸ ਵਿੱਚ ਜੋ ਵਿੱਖਰਿਆ।

ਇਹ ਤਾਂ ਹੈ ਉਹ ਹਥਿਆਰ, ਹੱਥੋਂ ਨਹੀਂ ਗਵਾਉਣਾ ਇਸ ਨੂੰ,
ਵਾਰ ਬੇਸ਼ੱਕ ਨਾ ਕਰੋ, ਰਹੇਗਾ ਸਾਥੀ ਫਿਰ ਵੀ ਇਹ ਸੱਚਾ।
ਬੁਰਾ ਨਾ ਮੰਨੇਗਾ ਜੇਕਰ ਸੁੱਟੋ, ਇਸ ਤੋਂ ਜੇ ਤੁਸੀਂ ਮੂੰਹ ਮੋੜੋ,
ਇੰਨੀ ਵਧੀਆ ਮੀਤ ਇਹੀ ਹੈ, ਦੋਸਤ ਇਹੀ ਇੰਨਾ ਅੱਛਾ।

ਕਰੋ ਦੋਸਤੀ ਸਦਾ ਗਿਆਨ ਨਾਲ, ਉਸ ਦੇ ਘਰ ਹੈ ਸਭ ਕੁੱਝ,
ਉਸ ਦੇ ਫ਼ਲ ਨੇ ਮਿੱਠੇ-ਮਿੱਠੇ, ਬਾਗ-ਬਗੀਚੇ ਹਰੇ-ਭਰੇ।
ਸਵਾਗਤ ਸਦਾ ਉੱਥੇ ਹੋਵੇਗਾ, ਮਨਚਾਹੇ ਮਹਿਮਾਨ ਤੁਸੀਂ,
ਜਿੰਨੇ ਮਰਜ਼ੀ ਫ਼ਲ ਤੁਸੀਂ ਖਾਓ, ਰਹਿਣ ਖਜ਼ਾਨੇ ਭਰੇ-ਭਰੇ।

ਤੁਸੀਂ ਜੀਵਨ, ਸੁਪਨਿਆਂ ਦਾ, ਪੁਸਤਕ ਨਾਲ ਨਾਤਾ ਜੋੜੋ,
ਸਮਝ ਲਵੋ ਅਣਜਾਣੇ ਵਿੱਚ ਹੀ, ਕਵੀ ਅੰਤਰ ਵਿੱਚ ਆਵੇਗਾ।
ਜੋ ਮਨ ਵਿੱਚ, ਕਹੋ ਕਵਿਤਾ ਵਿੱਚ, ਮਿੱਠੇ ਉਸ ਦੇ ਹਾਸੇ,
ਸਭ ਪ੍ਰਸ਼ਨਾਂ ਦਾ ਦੇਵੇ ਉੱਤਰ, ਹਿਰਦਾ ਤਸੱਲੀ ਪਾਵੇਗਾ।

ਜਦੋਂ ਜਵਾਨ ਕਵੀ ਆਪਣੀਆਂ ਕਵਿਤਾਵਾਂ ਲੈ ਕੇ ਪਿਤਾ ਜੀ ਕੋਲ ਆਉਂਦੇ, ਤਾਂ ਸਭ ਤੋਂ ਪਹਿਲਾਂ ਤਾਂ ਉਹ ਉਨ੍ਹਾਂ ਦੀ ਲਿਖਾਈ ਵੱਲ ਧਿਆਨ ਦਿੰਦੇ। ਕਿਉਂਕਿ, "ਜਿਹੋ ਜਿਹੇ ਹਲ ਦੇ ਸਿਆੜ, ਉਹੋ ਜਿਹਾ ਖੇਤ ਦਾ ਮਲਕ।" ਇਸ ਤੋਂ ਬਾਅਦ ਉਹ ਗਲਤੀਆਂ ਠੀਕ

ਕਰਦੇ, ਵਿਸ਼ਰਾਮ-ਚਿੰਨ੍ਹ ਲਗਾਉਂਦੇ। ਅਫ਼ਸੋਸ ਨਾਲ ਆਪਣਾ ਸਿਰ ਹਿਲਾਉਂਦੇ ਹੋਏ ਉਹ ਜਿਵੇਂ ਕਹਿੰਦੇ, "ਸਹੀ ਢੰਗ ਨਾਲ ਲਿਖਣਾ ਸਿੱਖੋ।" ਕੁੱਝ ਦਬੀ ਜ਼ੁਬਾਨ ਨਾਲ ਇਹ ਖ਼ਿਆਲ ਜ਼ਾਹਿਰ ਕਰਦੇ, "ਵੀਹਵੀਂ ਸਦੀ ਦੇ ਹੋਮਰ" ਅਨਪੜ੍ਹ ਸੀ। "ਮੈਨੂੰ ਤਾਂ ਇਹ ਪਤਾ ਨਹੀਂ ਸੀ!" ਪਿਤਾ ਜੀ ਜਵਾਨ 'ਹੋਮਰ' ਨੂੰ ਜਵਾਬ ਦਿੰਦੇ। ਦਾਗ਼ਿਸਤਾਨ ਵਿੱਚ ਅਜੇ ਵੀ ਅਜਿਹੇ ਅਨੇਕਾਂ 'ਹੋਮਰ' ਹਨ। ਕਵਿਤਾ ਵਿੱਚ ਵਿਆਕਰਨ ਦੀ ਗਲਤੀ ਤੋਂ ਵੀ ਪਿਤਾ ਜੀ ਨੂੰ ਬੜੀ ਤਕਲੀਫ਼ ਹੁੰਦੀ ਸੀ। ਜਦੋਂ ਪਿਤਾ ਜੀ ਦੀ ਇੱਕ ਕਵਿਤਾ ਛਾਪੇ ਦੀਆਂ ਅਨੇਕਾਂ ਗਲਤੀਆਂ ਸਮੇਤ ਅਖ਼ਬਾਰ ਵਿੱਚ ਛਪੀ, ਤਾਂ ਉਨ੍ਹਾਂ ਨੇ ਇਹ ਕਵਿਤਾ ਲਿਖੀ ਸੀ:

ਅਚਾਨਕ ਗੀਤ 'ਤੇ ਮੇਰੇ, ਮੁਸੀਬਤ ਅੱਜ ਆਈ ਹੈ।
ਉਹ ਅਖ਼ਬਾਰ ਵਿੱਚ ਭੇਜਿਆ, ਛਪਣ ਲਈ, ਦੁਹਾਈ ਹੈ।

ਵਿਗਾੜਿਆ ਇਸ ਤਰ੍ਹਾਂ ਉਸ ਨੂੰ, ਬੁਰਾ ਇਉਂ ਹਾਲ ਕਰ ਦਿੱਤਾ।
ਕਿ ਜਿੱਦਾਂ ਬੈਂਤ, ਲਾਠੀ ਨਾਲ, ਕਿਤੇ ਪਾਲਾ ਪਿਆ ਉਸ ਦਾ।

ਨਸ਼ੇ ਵਿੱਚ ਗੁੱਟ ਲੋਕਾਂ ਨੇ, ਦਬੋਚਿਆ ਹੋਵੇ ਜਿਸ ਤਰ੍ਹਾਂ।
ਕੁਟਾਪਾ ਚੰਗਾ ਹੀ ਚਾੜ੍ਹਿਆ, ਨਜ਼ਰ ਆਉਂਦੈ ਹੈ ਇਸ ਤਰ੍ਹਾਂ।

ਕਿ ਸ਼ਾਇਦ ਰਾਹ ਵਿੱਚ ਚੱਲਦੇ, ਪਏ ਉਸ ਦੇ ਘਸੁੰਨ, ਮੁੱਕੇ।
ਪਤਾ ਨਹੀਂ ਕਿਸ ਤਰ੍ਹਾਂ ਉਹ ਤਾਂ, ਨਿੱਕਲਿਆ ਦੁਸ਼ਮਣ ਤੋਂ ਭੱਜ ਕੇ।

ਚੌਪਈ ਨੂੰ ਫੜ ਕੇ ਉਸ ਦੀ, ਇੰਝ ਗਰਦਨ ਮਰੋੜੀ ਹੈ।
ਹੋਇਆ ਹੈ ਅਰਥ ਹੀ ਗ਼ਾਇਬ, ਕਿ ਅਜਿਹੀ ਲੱਤ ਤੋੜੀ ਹੈ।

ਕਿ ਦੋਹਿਆਂ 'ਤੇ ਪਏ ਛਾਂਟੇ, ਨਜ਼ਰ ਕੁੱਝ ਇਸ ਤਰ੍ਹਾਂ ਆਉਂਦਾ।
ਭਰਨ ਹਉਕੇ, ਕਰਾਹੁੰਦੇ ਉਹ, ਉਨ੍ਹਾਂ ਨੂੰ ਦਰਦ ਤੜਫ਼ਾਉਂਦਾ।

ਵਿਚਾਰੀ ਖੋਪੜੀ ਜ਼ਖ਼ਮੀ, ਨਾ ਗਿਣਨੇ ਜ਼ਖ਼ਮ ਸੰਭਵ ਨੇ।
ਅਜਬ ਇਹ ਗੱਲ ਹੈ ਸੱਚਮੁੱਚ, ਭਿਆਨਕ ਖੇਲ ਇਹ ਸਭ ਨੇ।

ਨਾ ਅੰਤੜੀਆਂ ਦਿਖਾਈ ਦੇਣ, ਨਜ਼ਰ ਹੈ ਗੀਤ ਦੀ ਧੁੰਦਲੀ।
ਪਿਆਕੜ ਦੀ ਸਿਪਾਹੀ ਨੇ, ਜਿਵੇਂ ਕੁੱਟ-ਮਾਰ ਹੈ ਕੀਤੀ।

ਜੇਕਰ ਹਰ ਅੰਕ ਵਿੱਚ ਏਦਾਂ, ਗਲਤੀਆਂ ਇਸ ਤਰ੍ਹਾਂ ਹੋਈਆਂ।
ਤੁਹਾਡੀ ਹੋਵੇਗੀ ਮਸ਼ਹੂਰੀ, ਸੁਣੋ ਹੀਰੋ, ਇਹ ਅਰਜ਼ੋਈਆਂ।

ਕਰਨ ਆਲੋਚਨਾ ਆਪਣੀ, ਸੁਧਰਦੀ ਭੁੱਲ ਹੈ ਤਦ ਹੀ।
ਕਿ ਇਹ ਆਲੋਚਨਾ ਛਾਪੋ, ਇਹੀ ਹੈ ਬੇਨਤੀ ਹੁਣ ਵੀ।

ਮੇਰੇ ਪਿਤਾ ਜੀ....ਉਨ੍ਹਾਂ ਨੂੰ ਜਾਣਨ ਵਾਲਾ ਹਰ ਵਿਅਕਤੀ ਸ਼ਾਇਦ ਆਪਣੇ ਹੀ ਢੰਗ ਨਾਲ ਉਨ੍ਹਾਂ ਦੀ ਕਲਪਨਾ ਕਰਦਾ ਸੀ।

ਜ਼ਾਹਿਰ ਹੈ ਕਿ ਉਹ ਜ਼ਮੀਨ ਵਾਹੁੰਦੇ ਸਨ, ਘਾਹ ਕੱਟਦੇ ਸਨ, ਬਲਦ-ਗੱਡੀ 'ਤੇ ਘਾਹ ਲੱਦਦੇ ਸਨ, ਘੋੜੇ ਨੂੰ ਘਾਹ ਖਵਾਉਂਦੇ ਸਨ ਅਤੇ ਉਸ 'ਤੇ ਸਵਾਰੀ ਕਰਦੇ ਸਨ। ਪਰ ਮੈਂ ਉਨ੍ਹਾਂ ਦੇ ਹੱਥ ਵਿੱਚ ਕਿਤਾਬ ਫੜੀ ਹੋਈ ਹੀ ਦੇਖਦਾ ਹਾਂ। ਉਹ ਕਿਤਾਬ ਤਾਂ ਇਸ ਤਰ੍ਹਾਂ ਹਰ ਵੇਲੇ ਹੱਥ ਵਿੱਚ ਫੜੀ ਰੱਖਦੇ ਸਨ, ਜਿਵੇਂ ਉਹ ਹੱਥਾਂ ਵਿੱਚੋਂ ਨਿੱਕਲ ਕੇ ਕਿਸੇ ਵੀ ਪਲ ਉੱਡ ਸਕਦੀ ਹੋਵੇ। ਮਹਿਮਾਨਾਂ ਨੂੰ ਬਹੁਤ ਚਾਹੁੰਦੇ ਹੋਏ ਵੀ ਉਹ ਉਸ ਵੇਲੇ ਬੇਚੈਨੀ ਅਤੇ ਘਬਰਾਹਟ ਮਹਿਸੂਸ ਕਰਦੇ ਸਨ, ਜਦੋਂ ਕੋਈ ਅਚਾਨਕ ਆ ਕੇ ਉਨ੍ਹਾਂ ਦੇ ਅਧਿਐਨ ਵਿੱਚ ਵਿਘਨ ਪਾ ਦਿੰਦਾ ਸੀ, ਜਿਵੇਂ ਕੋਈ ਉਨ੍ਹਾਂ ਦੀ ਮਹੱਤਵਪੂਰਨ ਪ੍ਰਾਰਥਨਾ ਨੂੰ ਭੰਗ ਕਰ ਦਿੰਦਾ ਹੋਵੇ। ਪਿਤਾ ਜੀ ਜਦੋਂ ਕੁੱਝ ਪੜ੍ਹਦੇ ਹੁੰਦੇ, ਤਾਂ ਮਾਂ ਦਬੇ ਪੈਰ ਚੱਲਦੇ, ਹੋਂਠਾਂ 'ਤੇ ਲਗਾਤਾਰ ਉਂਗਲੀ ਰੱਖ ਕੇ ਸਭ ਨੂੰ ਚੁੱਪ ਰਹਿਣ ਦਾ ਇਸ਼ਾਰਾ ਕਰਦੇ ਅਤੇ ਹੌਲੀ ਗੱਲ ਕਰਨ ਲਈ ਮਜ਼ਬੂਰ ਕਰਦੇ:

"ਸ਼ੋਰ ਨਾ ਕਰੋ, ਤੁਹਾਡੇ ਪਿਤਾ ਜੀ ਕੰਮ ਕਰ ਰਹੇ ਨੇ।"

ਉਹ ਠੀਕ ਹੀ ਸਮਝਦੇ ਸਨ ਕਿ ਲੇਖਕ ਲਈ ਕਿਤਾਬਾਂ ਪੜ੍ਹਨਾ ਉਸ ਦਾ ਕੰਮ ਹੀ ਹੈ।

ਖ਼ੁਦ ਉਹ ਕਦੇ-ਕਦੇ ਹਿੰਮਤ ਬਟੋਰ ਕੇ ਇਹ ਜਾਣਨ ਲਈ ਉਨ੍ਹਾਂ ਦੇ ਕਮਰੇ ਵਿੱਚ ਚਲੇ ਜਾਂਦੇ ਸਨ ਕਿ ਉਨ੍ਹਾਂ ਨੂੰ ਕਿਸੇ ਚੀਜ਼ ਦੀ ਜ਼ਰੂਰਤ ਤਾਂ ਨਹੀਂ, ਉਨ੍ਹਾਂ ਦੀ ਦਵਾਤ ਵਿੱਚ ਸਿਆਹੀ ਤਾਂ ਖ਼ਤਮ ਨਹੀਂ ਹੋ ਰਹੀ। ਪਿਤਾ ਜੀ ਦੀ ਦਵਾਤ 'ਤੇ ਮਾਂ ਸਖ਼ਤ ਨਜ਼ਰ ਰੱਖਦੇ ਸਨ ਅਤੇ ਉਸ ਵਿੱਚ ਕਦੇ ਵੀ ਸਿਆਹੀ ਨਹੀਂ ਸੁੱਕਣ ਦਿੰਦੇ ਸਨ।

ਪਿਤਾ ਜੀ ਦੇ ਜੀਵਨ ਵਿੱਚ ਜੇਕਰ ਖ਼ੁਸ਼ੀ ਦੇ ਦੋ ਦਿਨ ਵੀ ਆਏ, ਤਾਂ ਉਨ੍ਹਾਂ ਨੂੰ ਇਹ ਕਿਤਾਬਾਂ ਦੀ ਬਦੌਲਤ ਹੀ ਨਸੀਬ ਹੋਏ ਸਨ।

ਪਿਤਾ ਜੀ ਦੇ ਜੀਵਨ ਵਿੱਚ ਜੇਕਰ ਦੁੱਖ ਦੇ ਦੋ ਦਿਨ ਵੀ ਆਏ, ਤਾਂ ਇਹ ਵੀ ਉਨ੍ਹਾਂ ਨੂੰ ਕਿਤਾਬਾਂ ਨੇ ਹੀ ਦਿੱਤੇ।

ਉਨ੍ਹਾਂ ਕਿਤਾਬਾਂ ਨੇ, ਜਿਨ੍ਹਾਂ ਨੂੰ ਉਹ ਪੜ੍ਹਦੇ ਸਨ ਅਤੇ ਜਿਨ੍ਹਾਂ ਨੂੰ ਉਹ ਲਿਖਦੇ ਸਨ

ਲੋਕ ਉਨ੍ਹਾਂ ਤੋਂ ਜੋ ਕੁੱਝ ਵੀ ਮੰਗਦੇ, ਉਸ ਨੂੰ ਦੇਣ ਤੋਂ ਉਹ ਕਦੇ ਇਨਕਾਰ ਨਹੀਂ ਕਰ ਸਕਦੇ ਸਨ। ਕਿਸੇ ਚੀਜ਼ ਦੇ ਆਪਣੇ ਕੋਲ ਹੁੰਦੇ ਹੋਏ ਉਸ ਤੋਂ ਇਨਕਾਰ ਕਰਨ ਨੂੰ ਪਿਤਾ ਜੀ ਸਭ ਤੋਂ ਵੱਡਾ ਝੂਠ ਅਤੇ ਸਭ ਤੋਂ ਵੱਡਾ ਪਾਪ ਮੰਨਦੇ ਸਨ। ਜਦੋਂ ਕੋਈ ਉਨ੍ਹਾਂ ਤੋਂ ਉਨ੍ਹਾਂ ਦੀ ਕੋਈ ਪਿਆਰੀ ਪੁਸਤਕ ਮੰਗਦਾ ਸੀ, ਉਦੋਂ ਤਾਂ ਉਨ੍ਹਾਂ ਦੀ ਹਾਲਤ ਸੱਚਮੁੱਚ ਤਰਸਯੋਗ ਹੋ ਜਾਂਦੀ ਸੀ। ਪੁਸਤਕ ਦੇ ਦਿੱਤੀ ਗਈ ਸੀ, ਉਹ ਪਰਾਏ ਹੱਥਾਂ ਵਿੱਚ ਸੀ, ਪਰ ਪਿਤਾ ਜੀ ਦੇ ਹੱਥ ਅਜੇ ਵੀ ਉਸ ਵੱਲ ਫ਼ੈਲੇ ਹੋਏ ਸਨ।

ਜਦੋਂ ਪੁਸਤਕ ਮੰਗ ਕੇ ਲਿਜਾਣ ਵਾਲਾ ਵਿਅਕਤੀ ਬਹੁਤ ਦੇਰ ਤੱਕ ਉਸ ਨੂੰ ਵਾਪਸ ਨਹੀਂ ਕਰਦਾ ਸੀ, ਤਾਂ ਪਿਤਾ ਜੀ ਉਸ ਨੂੰ ਲਿਖਦੇ ਸਨ, "ਮੈਂ ਆਪਣੇ ਉਸ ਦੋਸਤ

ਲਈ ਬਹੁਤ ਉਦਾਸ ਹੋ ਰਿਹਾ ਹਾਂ, ਜਿਸ ਨੂੰ ਤੁਸੀਂ ਪਿਛਲੀ ਵਾਰ ਨਾਲ ਲੈ ਗਏ ਸੀ। ਕੀ ਤੁਸੀਂ ਉਸ ਨੂੰ ਵਾਪਸ ਕਰਨ ਬਾਰੇ ਨਹੀਂ ਸੋਚ ਰਹੇ?"

ਮੇਰੇ ਪਿਤਾ ਜੀ ਸੱਤ ਭੈਣਾਂ ਦੇ ਇੱਕੋ ਇੱਕ ਭਰਾ ਸਨ (ਪਰਿਵਾਰ ਵਿੱਚ ਇੱਕੋ ਇੱਕ ਮਰਦ) ਅਤੇ ਇਹ ਸਾਰੇ ਛੋਟੀ ਉਮਰ ਵਿੱਚ ਹੀ ਅਨਾਥ ਹੋ ਗਏ ਸਨ। ਪਿਤਾ ਜੀ ਨੇ ਆਪਣਾ ਜਨਮ-ਪਿੰਡ ਵੀ ਜਲਦੀ ਹੀ ਛੱਡ ਦਿੱਤਾ ਸੀ। ਅਨਾਥਾਂ ਦੀ ਸਰਪ੍ਰਸਤੀ ਕਰਨ ਵਾਲੇ ਚਾਚਾ ਜੀ ਨੇ ਇਹ ਕਹਿ ਕੇ ਦੂਜੇ ਪਿੰਡ ਦੇ ਸਕੂਲ ਵਿੱਚ ਪੜ੍ਹਨ ਲਈ ਭੇਜ ਦਿੱਤਾ ਸੀ ਕਿ ਵੱਡੇ ਪਿੰਡ ਵਿੱਚ ਅਕਲ ਵੀ ਵੱਡੀ ਹੁੰਦੀ ਹੈ। ਉਦੋਂ ਤੋਂ ਪਿਤਾ ਜੀ ਮੋਢੇ 'ਤੇ ਖੁਰਜੀ ਰੱਖ ਕੇ ਜਾਂ ਝੋਲਾ ਲਟਕਾ ਕੇ ਇੱਕ ਪਿੰਡ ਤੋਂ ਦੂਜੇ ਪਿੰਡ ਵਿੱਚ ਜਾਂਦੇ ਰਹੇ, ਉਨ੍ਹਾਂ ਦੇ ਇੱਕ ਝੋਲੇ ਵਿੱਚ ਕਿਤਾਬਾਂ ਹੁੰਦੀਆਂ ਸਨ ਅਤੇ ਦੂਜੇ ਵਿੱਚ ਭੁੰਨਿਆ ਹੋਇਆ ਆਟਾ ਕਹਿਣਾ ਚਾਹੀਦਾ ਹੈ ਕਿ ਉਹ ਧਨੀ ਹੋ ਕੇ ਉੱਥੋਂ ਵਾਪਸ ਮੁੜੇ। ਪਿੰਡ-ਪਿੰਡ ਭਟਕਣ ਵਾਲੇ ਸਾਲਾਂ ਵਿੱਚ ਉਨ੍ਹਾਂ ਦਾ ਗਿਆਨ ਭੰਡਾਰ ਬਹੁਤ ਅਮੀਰ ਹੋ ਗਿਆ। ਪਿੰਡ ਦੀ ਪੰਚਾਇਤ ਵਿੱਚ ਉਸ ਵੇਲੇ ਉਨ੍ਹਾਂ ਨੂੰ ਕਿਹਾ ਗਿਆ ਕਿ ਜੇਕਰ ਤੁਸੀਂ ਆਪਣੇ ਗਿਆਨ ਅਤੇ ਪ੍ਰਤਿਭਾ ਨੂੰ ਇੱਕ ਬਲਦ-ਗੱਡੀ ਵਿੱਚ ਜੋੜ ਦਿਓਗੇ, ਤਾਂ ਬਹੁਤ ਲੰਬੀ ਯਾਤਰਾ ਕਰੋਗੇ।

ਪੰਚਾਇਤ ਦੀ ਭਵਿੱਖਬਾਣੀ ਠੀਕ ਨਿੱਕਲੀ। ਪਿਤਾ ਜੀ ਦਾ ਨਾਂ ਪ੍ਰਸਿੱਧ ਹੋ ਗਿਆ। ਉਨ੍ਹਾਂ ਦੀਆਂ ਬਹੁਤ ਸਾਰੀਆਂ ਕਵਿਤਾਵਾਂ ਤਾਂ ਕਹਾਵਤਾਂ ਬਣ ਗਈਆਂ।

ਪਿਤਾ ਜੀ ਨੇ ਵੱਡਿਆਂ ਅਤੇ ਬੱਚਿਆਂ ਲਈ, ਜੋ ਇਸ ਦੁਨੀਆ ਵਿੱਚ ਆਉਂਦੇ ਹਨ ਅਤੇ ਇਸ ਦੁਨੀਆ ਵਿੱਚੋਂ ਜਾਂਦੇ ਹਨ, ਉਨ੍ਹਾਂ ਸਾਰਿਆਂ ਲਈ ਬਹੁਤ ਕੁੱਝ ਲਿਖਿਆ। ਉਨ੍ਹਾਂ ਨੇ ਕਵਿਤਾਵਾਂ, ਖੰਡ-ਕਾਵਿ, ਨਾਟਕ, ਗਲਪ ਅਤੇ ਕਥਾਵਾਂ ਲਿਖੀਆਂ। ਉਨ੍ਹਾਂ ਦੀ ਲਿਖਾਈ ਸਿੱਧੀ ਅਤੇ ਵਧੀਆ ਸੀ। ਉਨ੍ਹਾਂ ਦੀ ਭਾਸ਼ਾ ਵੀ ਅਜਿਹੀ ਹੀ ਸੀ। ਹਮਜ਼ਾਤ ਦੀ ਚੰਗੀ ਲਿਖਾਈ ਕਾਰਨ ਹੀ ਉਨ੍ਹਾਂ ਦੀ ਜਵਾਨੀ ਦੇ ਦਿਨਾਂ ਵਿੱਚ ਉਨ੍ਹਾਂ ਨੂੰ ਮਹੱਤਵਪੂਰਨ ਦਸਤਾਵੇਜ਼ਾਂ, ਨਿਰਣਿਆਂ ਅਤੇ ਜਨਤਾ ਦੇ ਨਾਂ ਅਪੀਲਾਂ ਦੀ ਨਕਲ ਕਰਨ ਲਈ ਕਿਹਾ ਜਾਂਦਾ ਸੀ। ਉਹ ਵੱਖ-ਵੱਖ ਲਿੱਪੀਆਂ, ਅਰਬੀ, ਲਾਤੀਨੀ ਅਤੇ ਰੂਸੀ ਦੀ ਵਰਤੋਂ ਕਰਦੇ ਸਨ। ਉਹ ਸੱਜੇ ਤੋਂ ਖੱਬੇ ਅਤੇ ਖੱਬੇ ਤੋਂ ਸੱਜੇ ਲਿਖਦੇ ਸਨ।

ਉਨ੍ਹਾਂ ਨੂੰ ਇਹ ਪੁੱਛਿਆ ਜਾਂਦਾ:

"ਖੱਬੇ ਤੋਂ ਸੱਜੇ ਕਿਉਂ ਲਿਖਦੇ ਹੋ?"

"ਕਿਉਂਕਿ ਖੱਬੇ ਪਾਸੇ ਦਿਲ ਐ, ਪ੍ਰੇਰਣਾ ਐ। ਅਸੀਂ ਜਿਸ ਚੀਜ਼ ਨੂੰ ਵੀ ਬਹੁਤ ਜ਼ਿਆਦਾ ਪਿਆਰ ਕਰਦੇ ਆਂ, ਉਸ ਨੂੰ ਆਪਣੀ ਛਾਤੀ ਦੇ ਖੱਬੇ ਪਾਸੇ ਚਿਪਕਾ ਲੈਨੇ ਆਂ।"

"ਸੱਜੇ ਤੋਂ ਖੱਬੇ ਕਿਉਂ ਲਿਖਦੇ ਹੋ?"

"ਕਿਉਂਕਿ ਆਦਮੀ ਵਿੱਚ ਸੱਜੇ ਪਾਸੇ ਤਾਕਤ ਹੁੰਦੀ ਐ, ਸੱਜਾ ਹੱਥ ਐ। ਅਸੀਂ ਸੱਜੀ ਅੱਖ ਨਾਲ ਹੀ ਨਿਸ਼ਾਨਾ ਸਾਧਦੇ ਆਂ।"

ਜ਼ਾਹਿਰ ਹੈ ਕਿ ਇਹ ਸ਼ਬਦ ਮਜ਼ਾਕ ਨਾਲ ਕਹੇ ਗਏ ਸਨ, ਪਰ ਵੱਖ-ਵੱਖ ਲਿੱਪੀਆਂ ਸਿੱਖਣਾ ਕੋਈ ਮਜ਼ਾਕ ਨਹੀਂ ਸੀ। ਹਾਂ, ਇਹ ਸਹੀ ਹੈ ਕਿ ਕਵਿਤਾਵਾਂ ਤਾਂ ਉਹ ਲੱਗਭੱਗ ਸਦਾ ਹੀ ਆਪਣੀ ਮਾਤ-ਭਾਸ਼ਾ, ਭਾਵ ਅਵਾਰ ਭਾਸ਼ਾ ਵਿੱਚ ਲਿਖਦੇ ਸਨ।

ਪਿਤਾ ਜੀ ਨੇ ਕੁੱਝ ਕਵਿਤਾਵਾਂ ਅਰਬੀ ਵਿੱਚ ਵੀ ਰਚੀਆਂ। ਮੁੱਖ ਰੂਪ ਵਿੱਚ ਨਿੱਜੀ ਕਵਿਤਾਵਾਂ। ਪਰਿਵਾਰ ਦਾ ਕੋਈ ਵੀ ਮੈਂਬਰ ਉਨ੍ਹਾਂ ਨੂੰ ਨਹੀਂ ਪੜ੍ਹ ਸਕਦਾ ਸੀ। ਪਰ ਅਜਿਹੀਆਂ ਕਵਿਤਾਵਾਂ ਬਹੁਤ ਘੱਟ ਹਨ। ਹਮਜ਼ਾਤ ਤਾਂ ਸਿਧਾਂਤਿਕ ਰੂਪ ਵਿੱਚ ਹੀ ਅਜਿਹੀਆਂ ਕਵਿਤਾਵਾਂ ਦੇ ਵਿਰੋਧੀ ਸਨ। ਉਹ ਕਿਹਾ ਕਰਦੇ ਸਨ:

"ਕਵਿਤਾਵਾਂ ਅਜਿਹੀਆਂ ਨਹੀਂ ਹੋਣੀਆਂ ਚਾਹੀਦੀਆਂ ਕਿ ਮਾਂ, ਬੇਟੀ ਜਾਂ ਭੈਣ ਉਸ ਨੂੰ ਨਾ ਪੜ੍ਹ ਸਕੇ। ਮੈਨੂੰ ਉਹ ਫਿਲਮਾਂ ਬਿਲਕੁੱਲ ਪਸੰਦ ਨਹੀਂ, ਜਿਨ੍ਹਾਂ ਨੂੰ ਸੋਲਾਂ ਸਾਲ ਤੱਕ ਦੇ ਬੱਚਿਆਂ ਨੂੰ ਦੇਖਣ ਦੀ ਇਜਾਜ਼ਤ ਨਾ ਹੋਵੇ।"

ਪਿਤਾ ਜੀ ਅਕਸਰ ਅਰਬੀ ਲਿੱਪੀ ਦੀ ਵਰਤੋਂ ਕਰਦੇ ਸਨ। ਉਨ੍ਹਾਂ ਨੂੰ ਉਸ ਦੇ ਅੱਖਰ, ਉਨ੍ਹਾਂ ਦੀ ਬਨਾਵਟ ਬਹੁਤ ਪਸੰਦ ਸੀ, ਉਨ੍ਹਾਂ ਨੂੰ ਉਨ੍ਹਾਂ ਵਿੱਚ ਸੁੰਦਰਤਾ ਦਿਖਾਈ ਦਿੰਦੀ ਸੀ। ਘਡ਼ੀਸ ਵਾਲੀ ਅਤੇ ਭੱਦੀ ਲਿਖਾਈ ਉਨ੍ਹਾਂ ਨੂੰ ਫੁੱਟੀ ਅੱਖ ਨਹੀਂ ਸੀ ਭਾਉਂਦੀ। ਇੱਕ ਵਾਰ ਉਨ੍ਹਾਂ ਨੇ ਆਪਣੇ ਇੱਕ ਪੁਰਾਣੇ ਸਾਥੀ ਦਾ ਅਰਬੀ ਵਿੱਚ ਲਾਪ੍ਰਵਾਹੀ ਨਾਲ ਲਿਖਿਆ ਹੋਇਆ ਖ਼ਤ ਮਿਲਿਆ ਅਤੇ ਉਨ੍ਹਾਂ ਨੇ ਇੱਕ ਕਵਿਤਾ ਵਿੱਚ ਉਸ ਦਾ ਇਸ ਪ੍ਰਕਾਰ ਮਜ਼ਾਕ ਉਡਾਇਆ:

ਜਿੱਦਾਂ ਫਟੀ ਹੋਈ ਕੋਈ ਡਫਲੀ, ਇੰਝ ਤੇਰਾ ਇੱਕ ਅੱਖਰ,
ਬਿੰਦੂ ਬਣਾਇਆ ਏਦਾਂ, ਜਿੱਦਾਂ ਭਾਰੀ ਗੋਲ-ਮੋਲ ਪੱਥਰ।
ਦੂਜਾ ਅੱਖਰ ਇਉਂ ਲੱਗਦਾ, ਡਿੱਗ ਜਾਵੇ ਜਿਵੇਂ ਕੋਈ ਛੱਪਰ,
ਨਜ਼ਰ ਆ ਰਹੇ ਕੇਵਲ ਖੰਭੇ, ਕੱਖ-ਕਾਨੇ ਟਿਕੇ ਨੇ ਉੱਪਰ।
ਇਸ ਬਦਕਿਸਮਤ ਅੱਖਰ 'ਤੇ, ਸ਼ਿਲਾ-ਖੰਡ ਜਿਵੇਂ ਰੱਖਿਆ,
ਕਿਵੇਂ ਦਬਾਇਆ ਇਸ ਨੂੰ, ਗ਼ਜ਼ਬ ਅਜਿਹਾ ਕਿਵੇਂ ਕੀਤਾ?
ਚੌਥੇ ਅੱਖਰ ਦੀਆਂ ਪਲਕਾਂ ਤੱਕ, ਟੋਪੀ ਨੂੰ ਹੇਠਾਂ ਖਿੱਚਿਆ,
ਪੂਰਾ ਪੰਨਾ ਪੰਕਤੀ ਦੇ ਵਿੱਚ, ਤੁਸੀਂ ਤਾਂ ਜਿੱਦਾਂ ਘੁੱਟਿਆ।
ਸ਼ਾਇਦ ਕਲਮ ਨਾਲ ਨਹੀਂ, ਬਿੱਲੀ ਦੇ ਪੰਜੇ ਨਾਲ ਲਿਖਦੇ?
ਖਿੰਡੀਆਂ ਜਿਉਂ ਸ਼ਾਖਾਵਾਂ, ਅੱਖਰ ਬਿਰਖ ਦੀ ਝਾੜੀ ਦਿਸਦੇ।
ਜੰਗਲ ਜਿਹਾ ਹਰ ਪੰਨਾ, ਜਿਸ ਵਿੱਚ ਪ੍ਰਬਲ ਝੱਖੜ ਝੁੱਲਣ,
ਜਿਸ ਦੇ ਚਾਰੇ ਪਾਸੇ ਕੁਹਾੜੇ, ਜ਼ੋਰ-ਜ਼ੋਰ ਨਾਲ ਚੱਲਣ।
ਮੈਨੂੰ ਸਮਝ ਰਤਾ ਨਾ ਆਵੇ, ਇਹ ਤੂੰ ਫੜੇ ਕੀ ਲੱਛਣ।

ਇਸ ਕਵਿਤਾ ਨੇ ਆਪਣੇ ਸਮਿਆਂ ਵਿੱਚ ਬਹੁਤ ਲੋਕਾਂ ਨੂੰ ਨਾਰਾਜ਼ ਕੀਤਾ। ਕੁੱਝ ਇਸ ਲਈ ਨਾਰਾਜ਼ ਹੋ ਗਏ ਕਿ ਉਨ੍ਹਾਂ ਨੇ ਇਸ ਕਵਿਤਾ ਨੂੰ ਸਹੀ ਢੰਗ ਨਾਲ ਨਹੀਂ ਸਮਝਿਆ ਸੀ ਅਤੇ ਦੂਜੇ ਇਸ ਕਾਰਨ ਕਿ ਇਸ ਨੂੰ ਬਹੁਤ ਹੀ ਚੰਗੀ ਤਰ੍ਹਾਂ ਸਮਝ ਗਏ ਸਨ। ਕੁੱਝ ਲੋਕਾਂ ਨੇ ਅਜਿਹਾ ਮੰਨਿਆ ਕਿ ਹਮਜ਼ਾਤ ਭੱਦੇ ਢੰਗ ਨਾਲ ਲਿਖੇ ਗਏ ਅਰਬੀ ਦੇ ਅੱਖਰਾਂ ਦਾ ਨਹੀਂ, ਬਲਕਿ ਅਰਬੀ ਲਿੱਪੀ ਦਾ ਮਜ਼ਾਕ ਉਡਾਉਂਦੇ ਹਨ।

ਪਰ ਪਿਤਾ ਜੀ ਦੇ ਦਿਮਾਗ ਵਿੱਚ ਪੂਰੀ ਲਿੱਪੀ ਦੀ ਆਲੋਚਨਾ ਕਰਨ ਦਾ ਤਾਂ ਖ਼ਿਆਲ ਵੀ ਨਹੀਂ ਆਇਆ ਸੀ। ਉਨ੍ਹਾਂ ਨੇ ਤਾਂ ਉਨ੍ਹਾਂ 'ਤੇ ਚੋਟ ਕੀਤੀ ਸੀ, ਜੋ ਆਪਣੀ

ਲਾਪ੍ਰਵਾਹੀ ਕਾਰਨ ਇਸ ਲਿਪੀ ਨੂੰ ਵਿਗਾੜਦੇ ਸਨ, ਇਸ ਦੀ ਵਰਤੋਂ ਕਰਨੀ ਨਹੀਂ ਜਾਣਦੇ ਸਨ। ਪਿਤਾ ਜੀ ਨੇ ਕਦੇ ਕਿਸੇ ਲਿੱਪੀ ਦੀ ਬੁਰਾਈ ਨਹੀਂ ਕੀਤੀ ਸੀ। ਜੋ ਲੋਕ ਕਿਸੇ ਵੀ ਲਿੱਪੀ ਨੂੰ ਵਿਗਾੜਦੇ ਸਨ, ਉਹ ਉਨ੍ਹਾਂ ਨੂੰ ਨਫ਼ਰਤ ਦੀ ਨਿਗ੍ਹਾ ਨਾਲ ਦੇਖਦੇ ਸਨ।

"ਇਹ ਸਹੀ ਐ ਕਿ ਅਰਬਾਂ ਨੇ ਦਾਗ਼ਿਸਤਾਨ 'ਤੇ ਹਮਲਾ ਕੀਤਾ ਸੀ।" ਪਿਤਾ ਜੀ ਕਿਹਾ ਕਰਦੇ ਸਨ, "ਪਰ ਇਸ ਦੇ ਲਈ ਅਰਬੀ ਲਿੱਪੀ ਅਤੇ ਅਰਬੀ ਭਾਸ਼ਾ ਦੀਆਂ ਕਿਤਾਬਾਂ ਨੂੰ ਦੋਸ਼ੀ ਨਹੀਂ ਠਹਿਰਾਇਆ ਜਾ ਸਕਦਾ।"

ਦੁਪਹਿਰ ਦੇ ਭੋਜਨ ਤੋਂ ਬਾਅਦ ਪਿੰਡ ਦੇ ਲੋਕ ਸਾਡੇ ਘਰ ਦੀ ਛੱਤ 'ਤੇ ਇਕੱਠੇ ਹੋ ਜਾਂਦੇ ਸਨ। ਪਿਤਾ ਜੀ ਉਨ੍ਹਾਂ ਨੂੰ ਅਦਭੁੱਤ ਨਾਵਲਿਟ, ਕਹਾਣੀਆਂ ਅਤੇ ਕਵਿਤਾਵਾਂ ਪੜ੍ਹ ਕੇ ਸੁਣਾਉਂਦੇ ਸਨ। ਅਰਬੀ ਦੀਆਂ ਕਵਿਤਾਵਾਂ ਦੇ ਅਨੇਕਾਂ ਛੰਦਾਂ ਦਾ ਲੈਅ-ਬੱਧ ਸੰਗੀਤ ਗੂੰਜਦਾ ਰਹਿੰਦਾ ਸੀ।

ਪਿਤਾ ਜੀ ਰੂਸੀ ਭਾਸ਼ਾ ਨਹੀਂ ਜਾਣਦੇ ਸਨ। ਉਨ੍ਹਾਂ ਨੂੰ ਅਰਬੀ ਭਾਸ਼ਾ ਵਿੱਚ ਹੀ ਚੈਖ਼ੋਵ, ਟਾਲਸਟਾਏ ਅਤੇ ਰੋਮੇਨ ਰੋਲਾਂ ਨੂੰ ਪੜ੍ਹਨਾ ਪਿਆ। ਉਸ ਵੇਲੇ ਇਨ੍ਹਾਂ ਵਿੱਚੋਂ ਕਿਸੇ ਬਾਰੇ ਵੀ ਪਹਾੜੀ ਲੋਕ ਕੁੱਝ ਨਹੀਂ ਜਾਣਦੇ ਸਨ। ਦੂਜੇ ਲੇਖਕਾਂ ਦੇ ਮੁਕਾਬਲੇ ਮੇਰੇ ਪਿਤਾ ਜੀ ਨੂੰ ਚੈਖ਼ੋਵ ਜ਼ਿਆਦਾ ਪਸੰਦ ਸਨ, ਚੈਖ਼ੋਵ ਦੀ 'ਗਿਰਗਟ' ਕਹਾਣੀ ਤਾਂ ਉਨ੍ਹਾਂ ਨੂੰ ਖ਼ਾਸ ਤੌਰ 'ਤੇ ਬਹੁਤ ਚੰਗੀ ਲੱਗਦੀ ਸੀ ਅਤੇ ਉਨ੍ਹਾਂ ਨੇ ਉਸ ਨੂੰ ਕਈ ਵਾਰ ਪੜ੍ਹਿਆ ਸੀ।

ਕੁੱਲ ਮਿਲਾ ਕੇ ਅਰਬੀ ਭਾਸ਼ਾ ਦਾ ਕਾਫ਼ੀ ਰੁਝਾਨ ਸੀ। ਕੁੱਝ ਲੇਖਕ ਤਾਂ ਇਸ ਲਈ ਅਰਬੀ ਵਿੱਚ ਲਿਖਦੇ ਸਨ ਕਿ ਦਾਗ਼ਿਸਤਾਨ ਦੀ ਕੋਈ ਆਪਣੀ ਲਿੱਪੀ ਨਹੀਂ ਸੀ, ਕੁੱਝ ਇਸ ਲਈ ਕਿ ਉਨ੍ਹਾਂ ਨੂੰ ਦਾਗ਼ਿਸਤਾਨੀ ਭਾਸ਼ਾਵਾਂ ਦੇ ਮੁਕਾਬਲੇ ਅਰਬੀ ਜ਼ਿਆਦਾ ਖ਼ੁਸ਼ਹਾਲ ਅਤੇ ਸੁੰਦਰ ਪ੍ਰਤੀਤ ਹੁੰਦੀ ਸੀ। ਸਾਰੇ ਸਰਕਾਰੀ ਕਾਗਜ਼ ਅਤੇ ਦਸਤਾਵੇਜ਼ ਅਰਬੀ ਵਿੱਚ ਹੀ ਲਿਖੇ ਜਾਂਦੇ ਸਨ। ਸਭ ਮਕਬਰਿਆਂ 'ਤੇ ਅਰਬੀ ਵਿੱਚ ਹੀ ਸਾਰੇ ਸ਼ਬਦ ਉੱਕਰੇ ਜਾਂਦੇ ਸਨ। ਪਿਤਾ ਜੀ ਇਨ੍ਹਾਂ ਸ਼ਬਦਾਂ ਨੂੰ ਬਹੁਤ ਚੰਗੀ ਤਰ੍ਹਾਂ ਪੜ੍ਹ ਅਤੇ ਸਮਝ ਸਕਦੇ ਸਨ।

ਬਾਅਦ ਵਿੱਚ ਅਜਿਹੇ ਸਾਲ ਆਏ, ਜਦੋਂ ਅਰਬੀ ਭਾਸ਼ਾ ਨੂੰ ਬੁਰਜੁਆ ਰਹਿੰਦ-ਖੂੰਹਦ ਐਲਾਨ ਦਿੱਤਾ ਗਿਆ। ਅਰਬੀ ਵਿੱਚ ਲਿਖਣ ਅਤੇ ਪੜ੍ਹਨ ਵਾਲੇ ਲੋਕਾਂ ਨੂੰ ਬਹੁਤ ਨੁਕਸਾਨ ਪਹੁੰਚਿਆ, ਪੁਸਤਕਾਂ ਦਾ ਵੀ ਬਹੁਤ ਨੁਕਸਾਨ ਹੋਇਆ। ਦਾਗ਼ਿਸਤਾਨ ਦੇ ਪ੍ਰਬੰਧਕਾਂ, ਗਿਆਨ-ਪ੍ਰਚਾਰਕਾਂ ਅਲੀ ਬੇਕ ਤਾਖ਼ੋ-ਗੋਦੀ ਅਤੇ ਜਲਾਲ ਕੋਰਕਮਾਸੋਵ ਵੱਲੋਂ ਬੜੀ ਮਿਹਨਤ ਨਾਲ ਜਮ੍ਹਾਂ ਕੀਤੇ ਗਏ ਪੂਰੇ ਦੇ ਪੂਰੇ ਪੁਸਤਕ-ਭੰਡਾਰਾਂ ਨੂੰ ਨਸ਼ਟ ਕਰ ਦਿੱਤਾ ਗਿਆ। ਜਲਾਲ ਨੇ ਸੋਰਬੋਨਾ ਵਿੱਚ ਸਿੱਖਿਆ ਪ੍ਰਾਪਤ ਕੀਤੀ ਸੀ, ਉਹ ਬਾਰਾਂ ਭਾਸ਼ਾਵਾਂ ਜਾਣਦੇ ਸਨ ਅਤੇ ਅਨਾਤੋਲ ਫ਼ਰਾਂਸ ਨਾਲ ਉਨ੍ਹਾਂ ਦੀ ਮਿੱਤਰਤਾ ਸੀ। ਪਹਾੜੀ ਪਿੰਡਾਂ ਵਿੱਚ ਉਹ ਪੁਰਾਣੀਆਂ ਕਿਤਾਬਾਂ ਜਮ੍ਹਾਂ ਕਰਦੇ ਸਨ, ਉਨ੍ਹਾਂ ਦੇ ਬਦਲੇ ਵਿੱਚ ਹਥਿਆਰ, ਘੋੜਾ ਅਤੇ ਗਾਂ ਜਾਂ ਬਾਅਦ ਵਿੱਚ ਮੁੱਠੀ ਭਰ ਆਟਾ ਅਤੇ ਕੱਪੜੇ ਦਾ ਟੋਟਾ ਦਿੰਦੇ ਸਨ। ਬਹੁਤ ਸਾਰੇ ਖਰੜੇ ਵੀ ਗੁੰਮ ਹੋ ਗਏ। ਇਹ ਅਜਿਹਾ ਨਾ ਮਾਫ਼ ਕਰਨ ਯੋਗ ਘਾਟਾ ਸੀ, ਜਿਸ ਦੀ ਕਦੇ ਵੀ ਪੂਰਤੀ ਨਹੀਂ ਹੋ ਸਕਦੀ।

ਬੜੇ ਦੁੱਖ-ਦਰਦਾਂ ਨਾਲ ਭਰੀ ਹੋਈ ਹੈਂ ਤੂੰ, ਦਾਗ਼ਿਸਤਾਨ ਦੀ ਕਿਤਾਬ! ਤੈਨੂੰ ਵੱਖ-ਵੱਖ ਲਿਖਾਈਆਂ, ਵੱਖ-ਵੱਖ ਲਿੱਪੀਆਂ ਵਿੱਚ ਲਿਖਿਆ ਗਿਆ ਹੈ। ਇਸ ਲਈ

ਲਿਖਿਆ ਗਿਆ ਹੈ ਕਿ ਲੇਖਕ ਅਜਿਹਾ ਕੀਤੇ ਬਿਨਾਂ ਰਹਿ ਨਹੀਂ ਸਕਦੇ ਸਨ। ਉਨ੍ਹਾਂ ਨੇ ਇਸ ਨੂੰ ਨਿਸ਼ਕਾਮ ਭਾਵਨਾ ਨਾਲ ਲਿਖਿਆ ਹੈ, ਬਦਲੇ ਵਿੱਚ ਕਿਸੇ ਪ੍ਰਕਾਰ ਦੇ ਮਿਹਨਤਾਨੇ ਦੀ ਮੰਗ ਨਹੀਂ ਕੀਤੀ। ਇਨਕਲਾਬ ਨੇ ਇਸ ਪੁਸਤਕ ਦਾ ਪ੍ਰਕਾਸ਼ਨ ਕੀਤਾ ਹੈ।

'ਲਾਲ ਪਰਬਤ' ਅਖ਼ਬਾਰ ਨਿੱਕਲਣ ਲੱਗਿਆ, ਜਿਸ ਨੂੰ ਬਾਅਦ ਵਿੱਚ 'ਪਹਾੜੀਆ' ਅਤੇ ਫਿਰ 'ਬੋਲਸ਼ੇਵਿਕ ਪਹਾੜੀਆ' ਦਾ ਨਾਂ ਦਿੱਤਾ ਗਿਆ। ਇਸੇ ਅਖ਼ਬਾਰ ਵਿੱਚ ਸਭ ਤੋਂ ਪਹਿਲਾਂ ਮੇਰੇ ਪਿਤਾ ਜੀ ਦੀਆਂ ਕਵਿਤਾਵਾਂ ਛਪੀਆਂ ਸਨ। ਉਨ੍ਹਾਂ ਨੇ ਇਸ ਅਖ਼ਬਾਰ ਨੂੰ ਅਨੇਕਾਂ ਵਰ੍ਹਿਆਂ ਤੱਕ ਕੇਵਲ ਸਹਿਯੋਗ ਹੀ ਨਹੀਂ ਦਿੱਤਾ, ਬਲਕਿ ਉਹ ਇਸ ਦੇ ਸਕੱਤਰ ਦੇ ਰੂਪ ਵਿੱਚ ਵੀ ਕੰਮ ਕਰਦੇ ਰਹੇ। ਉਦੋਂ ਮੈਨੂੰ ਇਸ ਗੱਲ ਦੀ ਹੈਰਾਨੀ ਹੋਇਆ ਕਰਦੀ ਸੀ ਕਿ ਅਖ਼ਬਾਰ ਇੰਨੀ ਜਲਦੀ ਕਵਿਤਾਵਾਂ ਛਾਪ ਦਿੰਦਾ ਸੀ। ਸੱਚਮੁੱਚ ਮੈਂ ਹੈਰਾਨ ਹੋਏ ਬਿਨਾਂ ਰਹਿ ਵੀ ਨਹੀਂ ਸਕਦਾ ਸੀ। ਕਿਉਂਕਿ ਪਿਤਾ ਜੀ ਨੇ ਇੱਕ ਦਿਨ ਪਹਿਲਾਂ ਜੋ ਕਵਿਤਾ ਮੇਰੇ ਸਾਹਮਣੇ ਲਿਖੀ ਹੁੰਦੀ ਸੀ, ਅਗਲੇ ਦਿਨ ਉਸ ਨੂੰ ਅਖ਼ਬਾਰ ਵਿੱਚ ਪੜ੍ਹਿਆ ਜਾ ਸਕਦਾ ਸੀ। ਬਾਅਦ ਵਿੱਚ ਇਹ ਕਵਿਤਾਵਾਂ ਪੁਸਤਕ ਦਾ ਰੂਪ ਲੈ ਲੈਂਦੀਆਂ ਸਨ। ਮੋਟੇ-ਮੋਟੇ ਚਾਰ ਭਾਗਾਂ ਵਿੱਚ ਪਿਤਾ ਜੀ ਦਾ ਸਾਰਾ ਜੀਵਨ ਉਨ੍ਹਾਂ ਦੀ ਪੂਰੀ ਸਿਰਜਣਾ ਦਾ ਸੰਗ੍ਰਹਿ ਛਪਿਆ ਹੋਇਆ ਹੈ।

ਪਿਤਾ ਜੀ ਦਾ ਉਨ੍ਹਾਂ ਦੇ ਅਧਿਐਨ-ਕਮਰੇ ਵਿੱਚ, ਉਨ੍ਹਾਂ ਦੀਆਂ ਪੁਸਤਕਾਂ, ਕਲਮਾਂ, ਪੈਨਸਿਲਾਂ, ਲਿਖੇ ਹੋਏ ਅਤੇ ਬਿਨਾਂ ਲਿਖੇ ਕਾਗਜ਼ਾਂ ਕੋਲ ਹੀ ਦੇਹਾਂਤ ਹੋਇਆ, ਜਿਨ੍ਹਾਂ ਨੂੰ ਉਹ ਲਿਖ ਨਹੀਂ ਸਕੇ। ਖ਼ੈਰ ਕੋਈ ਗੱਲ ਨਹੀਂ, ਕੁੱਝ ਦੂਜੇ ਲੋਕ ਉਨ੍ਹਾਂ ਕਾਗਜ਼ਾਂ ਨੂੰ ਲਿਖ ਲੈਣਗੇ। ਦਾਗ਼ਿਸਤਾਨ ਹੁਣ ਸਿੱਖਿਆ ਪ੍ਰਾਪਤ ਕਰ ਰਿਹਾ ਹੈ, ਦਾਗ਼ਿਸਤਾਨ ਪੜ੍ਹਦਾ ਹੈ, ਦਾਗ਼ਿਸਤਾਨ ਲਿਖਦਾ ਹੈ।

ਹੁਣ ਮੈਂ ਤੁਹਾਨੂੰ ਇਹ ਦੱਸਦਾ ਹਾਂ ਕਿ ਖ਼ੁਦ ਮੈਂ ਕਿਵੇਂ ਪੜ੍ਹਨਾ-ਲਿਖਣਾ ਸਿੱਖਿਆ। ਇਹ ਕਹਿਣਾ ਜ਼ਿਆਦਾ ਸਹੀ ਹੋਵੇਗਾ ਕਿ ਕਿਵੇਂ ਮੈਨੂੰ ਪੜ੍ਹਨਾ-ਲਿਖਣਾ ਸਿੱਖਣ ਲਈ ਮਜ਼ਬੂਰ ਕੀਤਾ ਗਿਆ।

ਮੈਂ ਉਦੋਂ ਪੰਜ ਸਾਲ ਦਾ ਸੀ। ਸਾਰਾ ਦਾਗ਼ਿਸਤਾਨ ਹੀ ਪੜ੍ਹਨ-ਲਿਖਣ ਲੱਗਿਆ ਸੀ। ਇੱਕ ਤੋਂ ਬਾਅਦ ਇੱਕ ਸਕੂਲ, ਕਾਲਜ ਅਤੇ ਤਕਨੀਕੀ ਕਾਲਜ ਖੁੱਲ੍ਹਦੇ ਜਾ ਰਹੇ ਸਨ। ਬੱਚੇ ਅਤੇ ਬੁੱਢੇ, ਔਰਤਾਂ ਅਤੇ ਮਰਦ, ਸਾਰੇ ਪੜ੍ਹਦੇ ਸਨ। 'ਨਿਰਾਖਰਤਾ ਮਿਟਾਓ ਕੇਂਦਰ' ਅਤੇ ਸਿੱਖਿਆ-ਮੁਹਿੰਮਾਂ ਚਲਾਈਆਂ ਜਾਂਦੀਆਂ ਸਨ। ਮੈਨੂੰ ਪਹਿਲਾ ਕਾਇਦਾ ਅਤੇ ਪਹਿਲੀ ਕਾਪੀ ਵੀ ਯਾਦ ਹੈ, ਜੋ ਪਿਤਾ ਜੀ ਨੇ ਮੈਨੂੰ ਖਰੀਦ ਕੇ ਦਿੱਤੀ ਸੀ। ਉਹ ਖ਼ੁਦ ਪਿੰਡ-ਪਿੰਡ ਜਾ ਕੇ ਲੋਕਾਂ ਨੂੰ ਪੜ੍ਹਨ ਦੀ ਅਪੀਲ ਕਰਦੇ ਸਨ।

ਨਵੀਂ ਲਿੱਪੀ ਸਾਹਮਣੇ ਆਈ। ਪਿਤਾ ਜੀ ਨੇ ਬੜੇ ਉਤਸ਼ਾਹ ਨਾਲ ਉਸ ਦਾ ਸਵਾਗਤ ਕੀਤਾ। ਉਨ੍ਹਾਂ ਨੂੰ ਇਸ ਗੱਲ ਦਾ ਅਫ਼ਸੋਸ ਹੁੰਦਾ ਰਹਿੰਦਾ ਸੀ ਕਿ ਲਿੱਪੀ ਦੀ ਅਣਹੋਂਦ ਕਾਰਨ ਦਾਗ਼ਿਸਤਾਨ ਮਹਾਨ ਰੂਸੀ ਸੱਭਿਆਚਾਰ ਨਾਲੋਂ ਕੱਟਿਆ ਹੋਇਆ ਹੈ। ਉਹ ਕਿਹਾ ਕਰਦੇ ਸਨ, "ਦਾਗ਼ਿਸਤਾਨ ਸਾਡੇ ਮਹਾਨ ਦੇਸ਼ ਦਾ ਅੰਗ ਐ। ਉਸ ਦੇ ਲਈ ਉਸ ਨੂੰ ਜਾਣਨਾ, ਪੂਰੀ ਮਨੁੱਖ ਜਾਤੀ ਨੂੰ ਜਾਣਨਾ, ਉਸ ਦੇ ਜੀਵਨ ਦੀ ਪੁਸਤਕ ਪੜ੍ਹਨਾ, ਉਸ ਦੀ

ਲਿਖਾਈ ਨੂੰ ਸਮਝਣਾ-ਪਛਾਣਨਾ ਜ਼ਰੂਰੀ ਐ।"

'ਨਵਾਂ ਰਾਹ', 'ਨਵੀਂ ਰੌਸ਼ਨੀ', 'ਨਵੇਂ ਲੋਕ', ਇਹ ਸਨ ਉਨ੍ਹਾਂ ਦਿਨਾਂ ਦੇ ਨਾਅਰੇ। ਸਮੇਂ ਦੀ ਇਸ ਪੁਕਾਰ 'ਤੇ ਪਿਤਾ ਜੀ ਨੇ ਆਪਣੇ ਬੱਚਿਆਂ ਨੂੰ ਵੀ ਅੱਗੇ ਭੇਜਿਆ। ਨਵੇਂ ਜੀਵਨ ਲਈ ਆਪਣਾ ਰਾਹ ਲੱਭਣਾ ਆਸਾਨ ਨਹੀਂ ਸੀ। ਨਵੇਂ ਜੀਵਨ ਦੇ ਰਾਹ 'ਤੇ ਪੱਥਰ ਸੁੱਟਣ ਵਾਲਿਆਂ ਦੀ ਗਿਣਤੀ ਬਹੁਤ ਸੀ। ਪਹਿਲਾਂ ਸਕੂਲਾਂ ਦੀਆਂ ਬਹੁਤ ਸਾਰੀਆਂ ਖਿੜਕੀਆਂ ਤੋੜੀਆਂ ਗਈਆਂ। ਸਿੱਖਿਆ ਅਤੇ ਗਿਆਨ-ਪ੍ਰਚਾਰ ਦੇ ਦੁਸ਼ਮਣ ਕਹਿੰਦੇ ਸਨ, "ਇਹ ਭਲਾਂ ਕਿਹੋ ਜਿਹੀ ਦੁਨੀਆ ਐ, ਜਿਸ ਵਿੱਚ ਚਰਵਾਹਾ ਕਿਤਾਬ ਪੜ੍ਹਦੈ ਅਤੇ ਆਟੇ ਵਾਲੀ ਚੱਕੀ ਦਾ ਮਾਲਕ ਪਾਠ ਤਿਆਰ ਕਰਦੈ? ਉਨ੍ਹਾਂ ਨੂੰ ਤਾਂ ਭੇਡਾਂ ਚਰਾਉਣਾ ਅਤੇ ਆਟਾ ਪੀਹਣਾ ਚਾਹੀਦੈ।" ਉਂਝ ਤਾਂ ਹੋਰ ਵੀ ਜ਼ਿਆਦਾ ਬੁਰੀਆਂ ਗੱਲਾਂ ਹੁੰਦੀਆਂ ਸਨ। ਮੈਨੂੰ ਯਾਦ ਹੈ ਕਿ ਕਿਵੇਂ ਅਧਿਆਪਕ ਨੂੰ ਮਾਰਨ ਲਈ ਚਲਾਈ ਗਈ ਗੋਲੀ ਸਕੂਲ ਦੀ ਕੰਧ 'ਤੇ ਲਟਕਣ ਵਾਲੇ ਨਕਸ਼ੇ 'ਤੇ ਜਾ ਲੱਗੀ ਸੀ ਅਤੇ ਕਿਵੇਂ ਇਸ ਬਾਰੇ ਪਿਤਾ ਜੀ ਨੇ ਇਹ ਸ਼ਬਦ ਕਹੇ ਸਨ, "ਇਸ ਬਦਮਾਸ਼ ਨੇ ਇੱਕ ਹੀ ਗੋਲੀ ਨਾਲ ਲੱਗਭੱਗ ਸਾਰੀ ਦੁਨੀਆ ਨੂੰ ਛਲਣੀ ਕਰ ਦਿੱਤਾ।"

ਉਨ੍ਹਾਂ ਮੁੱਢਲੇ ਵਰ੍ਹਿਆਂ ਵਿੱਚ ਅਨੇਕਾਂ ਪਿੰਡਾਂ ਵਿੱਚ ਨਵੀਂ ਸਿੱਖਿਆ ਦਾ ਪੁਰਾਣੀ, ਧਾਰਮਿਕ ਸਿੱਖਿਆ ਨਾਲ ਤਾਲ-ਮੇਲ ਬਿਠਾਉਣ ਦੀ ਕੋਸ਼ਿਸ਼ ਕੀਤੀ ਗਈ। ਅਜਿਹਾ ਵੀ ਹੋਇਆ ਕਿ ਦੋਵੇਂ ਆਪਸ ਵਿੱਚ ਘੁਲ-ਮਿਲ ਗਈਆਂ। ਇਹ ਜਾਣ ਸਕਣਾ ਮੁਸ਼ਕਿਲ ਸੀ ਕਿ ਕਿੱਥੇ ਦੁਕਾਨ ਹੈ ਅਤੇ ਕਿੱਥੇ ਬਾਜ਼ਾਰ, ਕਿੱਥੇ ਅਲੀ ਹੈ ਅਤੇ ਕਿੱਥੇ ਓਮਾਰ। ਮੇਰੇ ਵੱਡੇ ਭਰਾ ਨੌਜਵਾਨਾਂ ਦੇ ਸਕੂਲ ਵਿੱਚ ਪੜ੍ਹਨ ਜਾਂਦੇ ਸਨ। ਮੈਨੂੰ ਉਨ੍ਹਾਂ ਨਾਲ ਬੜੀ ਈਰਖਾ ਹੁੰਦੀ ਸੀ, ਪਰ ਕੁੱਝ ਵੀ ਨਹੀਂ ਕਰ ਸਕਦਾ ਸੀ ਅਤੇ ਹਰ ਰੋਜ਼ ਬੜੀ ਬੇਚੈਨੀ ਨਾਲ ਉਨ੍ਹਾਂ ਦੀ ਉਡੀਕ ਕਰਦਾ ਸੀ। ਮੈਂ ਪੜ੍ਹਨ ਲਈ ਬਹੁਤ ਉਤਸੁਕ ਸੀ। ਪਰ ਉਦੋਂ ਮੈਂ ਸੱਤ ਸਾਲ ਦਾ ਨਹੀਂ ਹੋਇਆ ਸੀ।

ਇਸੇ ਵੇਲੇ ਸਾਡੇ ਪਿੰਡ ਵਿੱਚ ਉਨ੍ਹਾਂ ਲਈ ਸਕੂਲ ਖੁੱਲ੍ਹ ਗਿਆ, ਜੋ ਆਪਣੇ ਬੱਚਿਆਂ ਨੂੰ ਖ਼ੂੰਜ਼ਹ ਦੇ ਕਿਲੇ ਵਿੱਚ ਪੜ੍ਹਨ ਲਈ ਨਹੀਂ ਭੇਜਣਾ ਚਾਹੁੰਦੇ ਸਨ। ਇਹ ਅਰਧ-ਧਾਰਮਿਕ ਸਕੂਲ ਸੀ। ਇਸ ਨੂੰ 'ਹਸਨ ਦਾ ਸਕੂਲ' ਕਿਹਾ ਜਾਂਦਾ ਸੀ।

1. ਹਸਨ ਅਤੇ ਕੈਦੀ

ਛਾਪੇ-ਮਾਰਾਂ ਨੇ ਇੱਕ ਉਲਟ-ਇਨਕਲਾਬੀ ਸੈਨਿਕ ਨੂੰ ਬੰਦੀ ਬਣਾ ਲਿਆ। ਉਸ ਨੂੰ ਰਾਖੇ ਦੀ ਨਿਗਰਾਨੀ ਵਿੱਚ ਮੁਸਲਿਮ ਅਤਾਏਵ ਦੇ ਮੁੱਖ ਸੈਨਿਕ ਦਫ਼ਤਰ ਵਿੱਚ ਪਹੁੰਚਾਉਣਾ ਸੀ। ਇਹ ਕੰਮ ਹਸਨ ਨੂੰ ਸੌਂਪਿਆ ਗਿਆ। ਸ਼ੁਰੂ ਵਿੱਚ ਤਾਂ ਸਭ ਕੁੱਝ ਠੀਕ ਰਿਹਾ। ਪਰ ਆਖ਼ਰ ਨਮਾਜ਼ ਅਦਾ ਕਰਨ ਦਾ ਵੇਲਾ ਆ ਗਿਆ। ਹਸਨ ਇੱਕ ਛੋਟੀ ਜਿਹੀ ਨਦੀ ਤੋਂ ਪਾਰ ਰੁਕ ਕੇ ਨਮਾਜ਼ ਪੜ੍ਹਨ ਲੱਗਿਆ ਅਤੇ ਕੈਦੀ ਨੂੰ ਉਸ ਨੇ ਆਪਣੇ ਕੋਲ ਪੱਥਰ 'ਤੇ ਬਿਠਾ ਦਿੱਤਾ। ਕੈਦੀ ਨੇ ਉਸ ਨੂੰ ਬੇਨਤੀ ਕੀਤੀ ਕਿ ਉਸ ਦੇ ਹੱਥ ਖੋਲ੍ਹ ਦੇਵੇ, ਤਾਂ ਕਿ ਉਹ ਵੀ ਨਮਾਜ਼ ਅਦਾ ਕਰ ਲਵੇ। ਹਸਨ ਨੇ ਹੈਰਾਨੀ ਨਾਲ ਪੁੱਛਿਆ:

"ਤੁਸੀਂ ਕਿਸ ਲਈ ਇਬਾਦਤ ਕਰਨੀ ਚਾਹੁੰਦੇ ਹੋ? ਤੁਸੀਂ ਤਾਂ ਸਫ਼ੈਦ ਗਾਰਡਾਂ ਦਾ ਸਾਥ ਦੇ ਰਹੇ ਹੋ। ਤੁਸੀਂ ਤਾਂ ਬੇਸ਼ੱਕ ਕਿੰਨੀ ਹੀ ਇਬਾਦਤ ਕਿਉਂ ਨਾ ਕਰੋ, ਹਰ ਹਾਲਤ ਵਿੱਚ ਨਰਕ ਵਿੱਚ ਜਾਓਗੇ।"

"ਫਿਰ ਵੀ ਮੈਂ ਹਾਂ ਤਾਂ ਮੁਸਲਮਾਨ। ਮੁਸਲਿਮ ਅਤਾਏਵ ਤਾਂ ਮੇਰੇ 'ਤੇ ਰਹਿਮ ਨਹੀਂ ਕਰੇਗਾ, ਤੁਰੰਤ ਦੂਜੀ ਦੁਨੀਆ ਨੂੰ ਰਵਾਨਾ ਕਰ ਦੇਵੇਗਾ। ਇਸ ਲਈ ਮੈਨੂੰ ਆਖ਼ਰੀ ਵਾਰ ਅੱਲ੍ਹਾ ਦੀ ਇਬਾਦਤ ਕਰ ਲੈਣੀ ਚਾਹੀਦੀ ਐ।"

ਹਸਨ ਨੇ ਇਹ ਕਹਿੰਦੇ ਹੋਏ ਉਸ ਦੇ ਹੱਥ ਖੋਲ੍ਹ ਦਿੱਤੇ:

"ਤੁਸੀਂ ਤਾਂ ਸੋਵੀਅਤ ਸੱਤ੍ਹਾ ਨੂੰ ਕੋਸਦੇ ਸੀ, ਇਹ ਕਹਿੰਦੇ ਸੀ ਕਿ ਉਹ ਮੁਸਲਮਾਨਾਂ ਨੂੰ ਅੱਲ੍ਹਾ 'ਤੇ ਵਿਸ਼ਵਾਸ ਕਰਨ ਤੋਂ ਮਨ੍ਹਾਂ ਕਰਦੀ ਐ। ਹੁਣ ਤੁਸੀਂ ਜਿੰਨੀ ਵੀ ਚਾਹੋ, ਜੀਅ ਭਰ ਕੇ ਇਬਾਦਤ ਕਰ ਸਕਦੇ ਹੋ।"

ਇਸ ਤੋਂ ਬਾਅਦ ਹਸਨ ਇਬਾਦਤ ਵਿੱਚ ਇੰਨਾ ਖੋ ਗਿਆ ਕਿ ਜਦੋਂ ਉਸ ਨੇ ਮੁੜ ਕੇ ਦੇਖਿਆ, ਤਾਂ ਕੈਦੀ ਗ਼ਾਇਬ ਸੀ, ਉਹ ਭੱਜ ਗਿਆ ਸੀ। ਫਿਰ ਗੁੱਸੇ ਵਿੱਚ ਲਾਲ-ਪੀਲਾ ਹੁੰਦਾ ਹੋਇਆ ਹਸਨ ਚਿੱਲਾਇਆ:

"ਅੱਲ੍ਹਾ ਅਤੇ ਇਨਕਲਾਬ ਦੀ ਸਹੁੰ ਖਾ ਕੇ ਕਹਿਨਾਂ ਕਿ ਮੈਂ ਤੁਹਾਨੂੰ ਲੱਭ ਕੇ ਜ਼ਰੂਰ ਫੜ ਲਵਾਂਗਾ!"

"ਅਤੇ ਉਸ ਨੇ ਸੱਚਮੁੱਚ ਹੀ ਉਸ ਨੂੰ ਇੱਕ ਪਿੰਡ ਵਿੱਚ ਜਾ ਫੜਿਆ ਅਤੇ ਉੱਥੇ ਪਹੁੰਚਾ ਦਿੱਤਾ, ਜਿੱਥੇ ਪਹੁੰਚਾਉਣਾ ਸੀ।

2. ਇਬਾਦਤ ਅਤੇ ਗਾਣਾ

ਸੋਵੀਅਤ ਸੱਤ੍ਹਾ ਦੇ ਸ਼ੁਰੂ ਦੇ ਸਾਲਾਂ ਵਿੱਚ ਹਸਨ ਗ੍ਰਾਮ-ਸੋਵੀਅਤ ਦਾ ਸਕੱਤਰ ਸੀ। ਇਨ੍ਹਾਂ ਸਾਲਾਂ ਦੌਰਾਨ ਗ੍ਰਾਮ-ਸੋਵੀਅਤ ਦੀ ਮੋਹਰ ਪੂਰੀ ਤਰ੍ਹਾਂ ਘਸ ਗਈ ਅਤੇ ਬਿਲਕੁੱਲ ਪੱਧਰੀ ਹੋ ਗਈ, ਕਿਉਂਕਿ ਹਸਨ ਉਸ 'ਤੇ ਜਰਾ ਵੀ ਰਹਿਮ ਨਹੀਂ ਕਰਦਾ ਸੀ ਅਤੇ ਹਰ ਤਰ੍ਹਾਂ ਕਾਗਜ਼ ਜਾਂ ਦਸਤਾਵੇਜ਼ 'ਤੇ ਮੋਹਰ ਲਗਾ ਦਿੰਦਾ ਸੀ।

ਜੇਕਰ ਕੋਈ ਮੁਸ਼ਕਿਲ ਅਤੇ ਮਹੱਤਵਪੂਰਨ ਸਵਾਲ ਸਾਹਮਣੇ ਆ ਜਾਂਦਾ, ਤਾਂ ਉਹ ਕਹਿੰਦਾ:

"ਸਲਾਹ-ਮਸ਼ਵਰਾ ਕਰਨਾ ਪਵੇਗਾ।"

ਸਬੱਬ ਨਾਲ ਇਹ ਵੀ ਦੱਸ ਦਿਆਂ ਕਿ ਉਸ ਨੇ ਐਤਵਾਰ ਦੀ ਜਗ੍ਹਾ ਸ਼ੁੱਕਰਵਾਰ ਨੂੰ, ਭਾਵ ਰਮਜ਼ਾਨ ਦੇ ਦਿਨ ਨੂੰ ਛੁੱਟੀ ਦਾ ਦਿਨ ਬਣਾਉਣ ਦੀ ਵੀ ਕੋਸ਼ਿਸ਼ ਕੀਤੀ ਸੀ। ਉਹ ਸੋਵੀਅਤ ਸੱਤ੍ਹਾ ਦੀਆਂ ਹਦਾਇਤਾਂ ਅਤੇ ਨਿਰਣਿਆਂ ਦਾ ਅਣਥੱਕ ਰੂਪ ਵਿੱਚ ਲੋਕਾਂ ਵਿੱਚ ਪ੍ਰਚਾਰ ਕਰਦਾ, ਉਨ੍ਹਾਂ ਨੂੰ ਸਮਝਾਉਂਦਾ ਅਤੇ ਅਮਲੀ ਸ਼ਕਲ ਦਿੰਦਾ। ਇਸ ਦੇ ਨਾਲ ਹੀ ਉਸ ਨੇ ਉਸ ਮਸਜਿਦ ਦੀ ਮੁਰੰਮਤ ਵੀ ਕਰਵਾਈ, ਜੋ ਗ੍ਰਹਿ-ਯੁੱਧ ਦੇ ਦਿਨਾਂ ਵਿੱਚ ਟੁੱਟ-ਫੁੱਟ ਗਈ ਸੀ।

ਮਸਜਿਦ ਦੀ ਮੁਰੰਮਤ ਹੋ ਜਾਣ 'ਤੇ ਉਸ ਦੇ ਸਮਾਰੋਹੀ ਉਦਘਾਟਨ ਦਾ ਦਿਨ ਤੈਅ ਕੀਤਾ ਗਿਆ। ਇਸੇ ਵੇਲੇ ਇਸ ਖੇਤਰ ਵਿੱਚ ਸੱਭਿਆਚਾਰਕ ਕਰਮਚਾਰੀਆਂ, ਲੇਖਕਾਂ, ਚਿੱਤਰਕਾਰਾਂ, ਕਲਾਕਾਰਾਂ, ਗਾਇਕਾਂ ਅਤੇ ਸੁਰਕਾਰਾਂ-ਸੰਗੀਤਕਾਰਾਂ ਦਾ ਇੱਕ ਵੱਡਾ ਦਲ ਆ ਗਿਆ। ਖੇਤਰੀ ਕੇਂਦਰ ਤੋਂ ਇਸ ਪੂਰੇ ਦਲ ਨੂੰ ਉਸ ਪਿੰਡ ਵਿੱਚ ਭੇਜ ਦਿੱਤਾ ਗਿਆ, ਜਿੱਥੇ ਹਸਨ ਨੇ ਮਸਜਿਦ ਦੇ ਸਮਾਰੋਹੀ ਉਦਘਾਟਨ ਦੀ ਤਿਆਰੀ ਕੀਤੀ ਸੀ।

ਪਿੰਡ ਵਿੱਚ ਮਹਿਮਾਨਾਂ ਦਾ ਜ਼ੋਰਦਾਰ ਸਵਾਗਤ ਕੀਤਾ ਗਿਆ। ਉਨ੍ਹਾਂ ਨੇ ਘੋੜ-ਦੌੜਾਂ, ਕੁਸ਼ਤੀਆਂ ਅਤੇ ਮੁਰਗਿਆਂ ਦੀ ਲੜਾਈ ਦਿਖਾਈ ਗਈ। ਮਹਿਮਾਨ ਵੀ ਪਿੱਛੇ ਨਹੀਂ ਰਹੇ, ਉਨ੍ਹਾਂ ਵਿੱਚੋਂ ਕਿਸੇ ਨੇ ਭਾਸ਼ਣ ਦਿੱਤਾ, ਨੇੜਲੇ ਭਵਿੱਖ ਦੀਆਂ ਆਰਥਿਕ ਜ਼ਿੰਮੇਵਾਰੀਆਂ ਦੀ ਚਰਚਾ ਕੀਤੀ ਅਤੇ ਫਿਰ ਉਨ੍ਹਾਂ ਨੇ ਸੰਗੀਤ ਪੇਸ਼ ਕੀਤਾ।

ਸਮਾਗਮ ਜਦੋਂ ਪੂਰੇ ਰੰਗ ਵਿੱਚ ਸੀ, ਤਾਂ ਮੁਅੱਜ਼ਿਨ ਨੇ ਮਸਜਿਦ ਦੇ ਮਿਨਾਰ 'ਤੇ ਚੜ੍ਹ ਕੇ ਬਾਂਗ ਦਿੱਤੀ ਅਤੇ ਇਸ ਤਰ੍ਹਾਂ ਸੱਚੇ ਮੁਸਲਮਾਨਾਂ ਨੂੰ ਸ਼ਾਮ ਦੀ ਨਮਾਜ਼ ਲਈ ਬੁਲਾਇਆ। ਉਦੋਂ ਹਸਨ ਉੱਠ ਕੇ ਖੜ੍ਹਾ ਹੋਇਆ ਅਤੇ ਉਸ ਨੇ ਮਹਿਮਾਨਾਂ ਨੂੰ ਸੰਬੋਧਨ ਕਰਦੇ ਹੋਏ ਕਿਹਾ:

"ਬਹੁਤ ਧੰਨਵਾਦ ਕਿ ਤੁਸੀਂ ਸਾਨੂੰ ਇਹ ਇੱਜ਼ਤ ਬਖ਼ਸ਼ੀ ਅਤੇ ਅਜਿਹੇ ਮਹੱਤਵਪੂਰਨ

ਦਿਨ 'ਤੇ ਸਾਡੀ ਮਸਜਿਦ ਦੇ ਉਦਘਾਟਨ ਦੇ ਦਿਨ ਇੱਥੇ ਤਸ਼ਰੀਫ਼ ਲਿਆਏ। ਸਮਾਰੋਹ-ਹਾਲ ਲਈ ਵੀ ਧੰਨਵਾਦ। ਹੁਣ ਅਸੀਂ ਨਮਾਜ਼ ਪੜ੍ਹਨ ਜਾਨੇ ਆਂ। ਤੁਸੀਂ ਚਾਹੋ, ਤਾਂ ਸਮਾਰੋਹ ਜਾਰੀ ਰੱਖ ਸਕਦੇ ਹੋ, ਚਾਹੋ ਤਾਂ ਸਾਡੇ ਵਾਪਸ ਮੁੜਨ ਤੱਕ ਉਡੀਕ ਕਰ ਸਕਦੇ ਹੋ ਅਤੇ ਚਾਹੋ ਤਾਂ ਸਾਡੇ ਨਾਲ ਵੀ ਚੱਲ ਸਕਦੇ ਹੋ।"

ਪਿੰਡ ਦੇ ਕੁੱਝ ਲੋਕ ਮਸਜਿਦ ਵਿੱਚ ਚਲੇ ਗਏ, ਕੁੱਝ ਮਹਿਮਾਨਾਂ ਦੇ ਗਾਣੇ ਸੁਣਨ ਲਈ ਰੁਕੇ ਰਹੇ, ਕੁੱਝ ਦੁਬਿਧਾ ਵਿੱਚ ਪੈ ਕੇ ਖੜ੍ਹੇ ਰਹਿ ਗਏ, ਉਨ੍ਹਾਂ ਦੀ ਸਮਝ ਵਿੱਚ ਨਹੀਂ ਆ ਰਿਹਾ ਸੀ ਕਿ ਉਹ ਕੀ ਕਰਨ। ਮਹਿਮਾਨ ਵੀ ਉਲਝਣ ਵਿੱਚ ਪੈ ਗਏ। ਪਰ ਬਾਅਦ ਵਿੱਚ ਛੱਤ 'ਤੇ, ਜੋ ਇੱਕ ਤਰ੍ਹਾਂ ਰੰਗ-ਮੰਚ ਦਾ ਕੰਮ ਦੇ ਰਹੀ ਸੀ, ਪ੍ਰਸਿੱਧ ਗਾਇਕ ਅਰਾਸ਼ੀਲ, ਓਮਾਰ, ਗ਼ਾਜ਼ੀ ਮੁਹੰਮਦ ਅਤੇ ਕੇਗੇਰ ਦੀ ਗਾਇਕਾ ਪਾਤੀਮਾਤ ਸਾਹਮਣੇ ਆਏ। ਦੋ ਮਰਦਾਨਾ ਸਮੂਰੀ ਟੋਪੀਆਂ, ਇੱਕ ਦੁਪੱਟਾ, ਦੋ ਪੰਦੂਰ ਅਤੇ ਇੱਕ ਡੱਫਲੀ। ਅਤੇ ਪਰਬਤਾਂ ਦੇ ਉੱਪਰ ਇੱਕ ਨਵਾਂ ਗਾਣਾ ਗੂੰਜ ਉੱਠਿਆ। ਇਹ ਗਾਣਾ ਲੈਨਿਨ, ਲਾਲ ਤਾਰੇ ਅਤੇ ਦਾਗ਼ਿਸਤਾਨ ਬਾਰੇ ਸੀ। ਉਹ ਕਦੇ ਤਾਂ ਪੰਦੂਰਾਂ ਅਤੇ ਡੱਫਲੀ ਨੂੰ ਸਿਰ 'ਤੇ ਉੱਚਾ ਉਠਾ ਕੇ ਅਤੇ ਕਦੇ ਉਸ ਨੂੰ ਛਾਤੀ ਨਾਲ ਲਗਾ ਕੇ ਗਾਉਂਦੇ ਸਨ।

ਇਸ ਗਾਣੇ ਨੂੰ ਸੁਣ ਕੇ ਨਮਾਜ਼ ਪੜ੍ਹਨ ਵਾਲੇ ਕੁੱਝ ਲੋਕ ਮਸਜਿਦ ਤੋਂ ਬਾਹਰ ਆ ਗਏ ਅਤੇ ਕੁੱਝ, ਇਸ ਦੇ ਉਲਟ, ਮਸਜਿਦ ਵਿੱਚ ਚਲੇ ਗਏ।

ਇਹ ਦਿਲਚਸਪ ਘਟਨਾ ਹਸਨ ਦੇ ਪਿੰਡ ਵਿੱਚ ਅੱਜ ਤੱਕ ਸੁਣਾਈ ਜਾਂਦੀ ਹੈ।

ਸੱਭਿਆਚਾਰਕ-ਕਰਮਚਾਰੀਆਂ ਦੇ ਦਲ ਵਿੱਚ ਮੇਰੇ ਪਿਤਾ ਹਮਜ਼ਾਤ ਤਸਾਦਾਸਾ ਵੀ ਸਨ ਅਤੇ ਮੈਂ ਉਨ੍ਹਾਂ ਦੇ ਅੱਗੇ ਘੋੜੇ 'ਤੇ ਬੈਠਾ ਹੋਇਆ ਸੀ, ਜੋ ਉਸ ਵੇਲੇ ਕੁੱਝ ਵੀ ਨਹੀਂ ਸਮਝਦਾ ਸੀ।

ਪਿੰਡ ਤੋਂ ਵਿਦਾ ਹੋਣ ਵੇਲੇ ਮਹਿਮਾਨਾਂ ਨੇ ਗ੍ਰਾਮੋਫੋਨ ਅਤੇ ਲਾਊਡ-ਸਪੀਕਰ ਭੇਟ ਕੀਤਾ।

3. ਲਾਊਡ-ਸਪੀਕਰ ਅਤੇ ਹਸਨ

ਮੈਨੂੰ ਇਹ ਪਤਾ ਨਹੀਂ ਕਿ ਕਿਸ ਨੇ ਅਜਿਹਾ ਕਰਨ ਦਾ ਹੁਕਮ ਦਿੱਤਾ, ਸ਼ਾਇਦ ਖ਼ੁਦ ਹਸਨ ਨੇ ਹੀ, ਪਰ ਮਹਿਮਾਨਾਂ ਵੱਲੋਂ ਭੇਟ ਕੀਤੇ ਗਏ ਲਾਊਡ-ਸਪੀਕਰ ਨੂੰ ਮਸਜਿਦ ਦੇ ਨੇੜੇ ਟੈਲੀਫੋਨ ਦੇ ਖੰਭੇ 'ਤੇ ਲਟਕਾ ਦਿੱਤਾ ਗਿਆ। ਪਿੰਡ ਵਿੱਚ ਹੁਣ ਸੁਬ੍ਹਾ ਤੋਂ ਸ਼ਾਮ ਤੱਕ ਰੇਡੀਓ ਦਾ ਪ੍ਰੋਗਰਾਮ ਚੱਲਦਾ ਰਹਿੰਦਾ। ਇਹ ਆਲੇ-ਦੁਆਲੇ ਦੇ ਪਹਾੜਾਂ 'ਤੇ ਕਦੇ ਤਾਂ ਮੋਢੀਆਂ ਦੇ ਬਿਗਲਾਂ ਦੀ ਆਵਾਜ਼, ਕਦੇ ਕੋਈ ਗਾਣਾ, ਕਦੇ ਸੰਗੀਤ ਗੁੰਜਾਉਂਦਾ ਰਹਿੰਦਾ, ਕਦੇ ਕੋਈ ਵਾਰਤਾ ਸੁਣਾਉਂਦਾ ਰਹਿੰਦਾ ਅਤੇ ਕਦੇ ਸਿਰਫ਼ ਖੜ-ਖੜ, ਗੜ-ਗੜ ਕਰਦਾ ਰਹਿੰਦਾ।

ਕਦੇ-ਕਦੇ ਮਸਜਿਦ ਦੇ ਮਿਨਾਰ ਤੋਂ ਮੁਅੱਜ਼ਿਨ ਦੀ ਬਾਂਗ ਅਤੇ ਰੇਡੀਓ ਦੀ ਆਵਾਜ਼ ਆਪਸ ਵਿੱਚ ਘੁਲ-ਮਿਲ ਜਾਂਦੀਆਂ ਅਤੇ ਉਸ ਵੇਲੇ ਕੁੱਝ ਵੀ ਸਮਝ ਸਕਣਾ ਅਸੰਭਵ ਹੁੰਦਾ।

ਇੱਕ ਦਿਨ ਕੀ ਹੋਇਆ ਕਿ ਮੁਅੱਜ਼ਿਨ ਦੇ ਬਾਂਗ ਦੇਣ ਲਈ ਮਿਨਾਰ 'ਤੇ ਜਾਣ ਤੋਂ ਕੁੱਝ ਹੀ ਸਮਾਂ ਪਹਿਲਾਂ ਲਾਊਡ-ਸਪੀਕਰ ਖ਼ਾਮੋਸ਼ ਹੋ ਗਿਆ। ਕਿਸੇ ਨੇ ਚਲਾਕੀ ਨਾਲ ਖੰਭੇ 'ਤੇ ਚੜ੍ਹ ਕੇ ਤਾਰ ਕੱਟ ਦਿੱਤੀ। ਧਰਮ-ਈਮਾਨ ਨੂੰ ਮੰਨਣ ਵਾਲੇ ਮੁਸਲਮਾਨਾਂ ਦੇ ਨਮਾਜ਼ ਅਦਾ ਕਰ ਲੈਣ ਤੋਂ ਤੁਰੰਤ ਬਾਅਦ ਹਸਨ ਨੇ ਤਾਰ ਜੋੜ ਦਿੱਤੀ ਅਤੇ ਲਾਊਡ-ਸਪੀਕਰ ਫਿਰ ਕੰਮ ਕਰਨ ਲੱਗਿਆ।

ਅਗਲੇ ਦਿਨ ਹੀ ਨਮਾਜ਼ ਤੋਂ ਪਹਿਲਾਂ ਲਾਊਡ-ਸਪੀਕਰ ਦੁਬਾਰਾ ਚੁੱਪ ਹੋ ਗਿਆ। ਨਮਾਜ਼ ਖ਼ਤਮ ਹੋ ਜਾਣ ਤੋਂ ਬਾਅਦ ਦੁਬਾਰਾ ਫਿਰ ਖੰਭੇ 'ਤੇ ਚੜ੍ਹਨਾ ਪਿਆ।

ਇਹ ਕਿੱਸਾ ਕਈ ਦਿਨਾਂ ਤੱਕ ਚੱਲਦਾ ਰਿਹਾ। ਸਾਰੇ ਹੈਰਾਨ ਹੁੰਦੇ ਸਨ ਕਿ ਹਸਨ ਇਸ ਮਾਮਲੇ ਵੱਲ ਧਿਆਨ ਕਿਉਂ ਨਹੀਂ ਦਿੰਦਾ ਅਤੇ 'ਭੰਨ-ਤੋੜ' ਦੀ ਅਜਿਹੀ ਹਰਕਤ ਕਰਨ ਵਾਲੇ ਦਾ ਪਤਾ ਕਿਉਂ ਨਹੀਂ ਲਗਾਉਂਦਾ।

ਜਦੋਂ ਇਹ ਪਤਾ ਲੱਗਿਆ ਕਿ ਖ਼ੁਦ ਹਸਨ ਹੀ ਰੇਡੀਓ ਨੂੰ ਖ਼ਰਾਬ ਕਰ ਦਿੰਦਾ ਸੀ, ਤਾਂ ਪਿੰਡ ਦੇ ਸਭ ਲੋਕਾਂ ਦੀ ਹੈਰਾਨੀ ਦਾ ਕੋਈ ਠਿਕਾਣਾ ਨਾ ਰਿਹਾ।

ਹਸਨ ਦੇ ਮਨ ਵਿੱਚ ਦੋ ਸ਼ਕਤੀਆਂ, ਇਬਾਦਤ ਅਤੇ ਗਾਣੇ ਵਿਚਕਾਰ ਸੰਘਰਸ਼ ਹੁੰਦਾ ਰਹਿੰਦਾ ਸੀ। ਉਹ ਇਨ੍ਹਾਂ ਦੋਵਾਂ ਵਿੱਚ ਸਮਝੌਤਾ ਕਰਵਾਉਣ ਦੀ ਕੋਸ਼ਿਸ਼ ਕਰਦਾ ਸੀ। ਉਹ ਨਵੇਂ ਜੋੜੇ ਦਾ ਮਸਜਿਦ ਵਿੱਚ ਵਿਆਹ ਕਰਵਾਉਂਦਾ ਅਤੇ ਇਸ ਤੋਂ ਬਾਅਦ ਉਨ੍ਹਾਂ ਨੂੰ ਗ੍ਰਾਮ-ਸੋਵੀਅਤ ਵਿੱਚ ਰਜਿਸਟਰਡ ਕਰਵਾਉਣ ਲਈ ਲੈ ਜਾਂਦਾ।

ਪ੍ਰਕਿਰਤੀ ਦੇ ਅਧਿਐਨ ਦਾ ਵੀ ਉਸ ਦਾ ਆਪਣਾ ਹੀ ਤਰੀਕਾ ਸੀ। ਉਹ ਖੜ੍ਹਾ ਹੋ ਕੇ ਕਿਸੇ ਤਾਰੇ ਜਾਂ ਚੱਟਾਨ ਨੂੰ ਦੇਖਦਾ ਰਹਿੰਦਾ। ਘੰਟੇ ਬੀਤ ਜਾਂਦੇ ਅਤੇ ਹਸਨ ਉੱਥੇ ਹੀ ਖੜ੍ਹਾ

ਰਹਿੰਦਾ। ਜੇਕਰ ਉਸ ਨੂੰ ਕਿਸੇ ਕੰਮ-ਕਾਜ ਕਰਕੇ ਕਿਤੇ ਜਾਣਾ ਪੈਂਦਾ, ਤਾਂ ਉਹ ਆਪਣੀ ਬੀਵੀ ਜਾਂ ਕਦੇ-ਕਦੇ ਸਾਨੂੰ ਛੋਹਰਾਂ ਨੂੰ ਉੱਥੇ ਖੜ੍ਹਿਆਂ ਹੀ ਕਹਿ ਦਿੰਦਾ ਸੀ।

ਸਕੂਲ ਵਿੱਚ ਉਹ ਸਾਨੂੰ ਨਛੱਤਰਾਂ ਦੀ ਗਤੀ ਦੇ ਨਿਯਮ ਸਮਝਾਉਂਦਾ। ਉਹ ਸਾਨੂੰ ਭੂਚਾਲਾਂ, ਚੰਦ ਅਤੇ ਸੂਰਜ-ਗ੍ਰਹਿਣ, ਜਵਾਰ-ਭਾਟਿਆਂ ਬਾਰੇ ਬਹੁਤ ਕੁੱਝ ਦੱਸਦਾ। ਇਹ ਸਭ ਕੁੱਝ ਉਹ ਜਿਵੇਂ ਦਿਲਚਸਪ, ਪਰ ਕੁੱਝ ਅਜਿਹੇ ਅਜੀਬ ਢੰਗ ਨਾਲ ਦੱਸਦਾ ਕਿ ਹੁਣ ਉਸ ਦੀਆਂ ਗੱਲਾਂ ਵਿੱਚੋਂ ਮੇਰੇ ਦਿਮਾਗ ਵਿੱਚ ਕੁੱਝ ਵੀ ਬਾਕੀ ਨਹੀਂ ਰਿਹਾ।

ਉਸ ਦੇ ਸਿੱਖਿਆ-ਕ੍ਰਮ ਵਿੱਚ ਸਭ ਕੁੱਝ, ਅਰਬੀ, ਰੂਸੀ ਅਤੇ ਲਾਤੀਨੀ, ਰਲ-ਗੱਡ ਹੋ ਗਿਆ ਸੀ।

ਉਹ ਪਲਾਈਵੁੱਡ ਦੇ ਬਹੁਤ ਵੱਡੇ ਟੁਕੜੇ 'ਤੇ ਅਰਬੀ ਵਿੱਚ ਅੱਖਰ ਲਿਖਦਾ ਅਤੇ ਕਹਿੰਦਾ:

"ਇਨ੍ਹਾਂ ਅੱਖਰਾਂ ਨੂੰ ਲਿਖਣਾ ਸਿੱਖੋ। ਤੁਹਾਡੇ ਪਿਤਾ ਜ਼ਿੰਦਗੀ ਭਰ ਇਨ੍ਹਾਂ ਹੀ ਅੱਖਰਾਂ ਨੂੰ ਲਿਖਦੇ ਅਤੇ ਪੜ੍ਹਦੇ ਰਹੇ।"

ਇਸ ਤੋਂ ਬਾਅਦ ਉਹ ਰੂਸੀ ਭਾਸ਼ਾ ਦੇ ਵੱਡੇ-ਵੱਡੇ ਅੱਖਰ ਲਿਖਦਾ ਅਤੇ ਕਹਿੰਦਾ:

"ਇਨ੍ਹਾਂ ਨੂੰ ਸਿੱਖੋ। ਤੁਹਾਡੇ ਪਿਤਾ ਨੇ ਉਸ ਉਮਰ ਵਿੱਚ ਇਨ੍ਹਾਂ ਅੱਖਰਾਂ ਨੂੰ ਸਿੱਖ ਲਿਆ ਸੀ, ਜਦੋਂ ਐਨਕ ਲਗਾਈ ਜਾਂਦੀ ਐ। ਇਹ ਤੁਹਾਡੇ ਕੰਮ ਆਉਣਗੇ।"

ਕਦੇ-ਕਦੇ ਉਹ ਸਾਨੂੰ ਕੁੱਝ ਯਾਦ ਕਰਨ ਦਾ ਕੰਮ ਦੇ ਕੇ ਖ਼ੁਦ ਮਸਜਿਦ ਵਿੱਚ ਨਮਾਜ਼ ਪੜ੍ਹਨ ਚਲਾ ਜਾਂਦਾ।

ਜਦੋਂ ਉਹ ਸਾਨੂੰ ਅਰਬੀ ਲਿੱਪੀ ਸਿਖਾਉਂਦਾ, ਤਾਂ ਉਸ ਦੇ ਹੱਥ ਵਿੱਚ ਡੰਡਾ ਹੁੰਦਾ ਅਤੇ ਗਲਤੀਆਂ ਜਾਂ ਲਾਪ੍ਰਵਾਹੀ ਲਈ ਉਸੇ ਨਾਲ ਸਾਨੂੰ ਕੁਟਾਪਾ ਚਾੜ੍ਹਦਾ।

ਜਦੋਂ ਰੂਸੀ ਵਰਣਮਾਲਾ ਸਿਖਾਉਣ ਦਾ ਸਮਾਂ ਆਉਂਦਾ, ਤਾਂ ਉਹ ਆਪਣੇ ਹੱਥ ਵਿੱਚ ਲਕੀਰਾਂ ਖਿੱਚਣ ਵਾਲਾ ਰੂਲ ਫੜ ਲੈਂਦਾ। ਇਸ ਤਰ੍ਹਾਂ ਕਦੇ ਡੰਡੇ ਅਤੇ ਕਦੇ ਰੂਲ ਨਾਲ ਸਾਡਾ ਕੁਟਾਪਾ ਹੁੰਦਾ।

ਮੇਰੇ ਕੁਟਾਪੇ ਦਾ ਕਾਰਨ ਇਹ ਸੀ। ਸਾਡਾ ਘਰ ਮਸਜਿਦ ਦੇ ਬਿਲਕੁੱਲ ਨੇੜੇ ਸੀ। ਇਨ੍ਹਾਂ ਦੋਵਾਂ ਵਿੱਚ ਇੱਕ ਕਦਮ ਤੋਂ ਜ਼ਿਆਦਾ ਫ਼ਾਸਲਾ ਨਹੀਂ ਸੀ। ਮੈਨੂੰ ਇੱਕ ਛੱਤ ਤੋਂ ਦੂਜੀ ਛੱਤ 'ਤੇ ਛਾਲ ਮਾਰਨ ਦੀ ਆਦਤ ਪੈ ਗਈ ਸੀ। ਇਸ ਦੇ ਲਈ ਹਸਨ ਨੇ ਮੈਨੂੰ ਦੱਬ ਕੇ ਕੁਟਾਪਾ ਚਾੜ੍ਹਿਆ। ਇਸ ਤੋਂ ਬਾਅਦ ਮਸਜਿਦ ਬੰਦ ਕਰ ਕੇ ਉੱਥੇ ਇੱਕ ਤਰ੍ਹਾਂ ਦਾ ਗ੍ਰਾਮ-ਕਲੱਬ ਬਣਾ ਦਿੱਤਾ ਗਿਆ। ਮੈਂ ਪਹਿਲਾਂ ਵਾਂਗ ਹੀ ਆਪਣੀਆਂ ਛਾਲਾਂ ਮਾਰਨੀਆਂ ਜਾਰੀ ਰੱਖੀਆਂ। ਹਸਨ ਨੇ ਇਸ ਦੇ ਲਈ ਮੈਨੂੰ ਫਿਰ ਮੈਨੂੰ ਸਜ਼ਾ ਦਿੱਤੀ।

ਪਿਤਾ ਜੀ ਨੇ ਹਸਨ ਦਾ ਪੱਖ ਲਿਆ ਅਤੇ ਮੈਨੂੰ ਕਿਹਾ:

"ਤੁਸੀਂ ਟਿੱਡੇ ਤਾਂ ਨਹੀਂ ਹੋ ਕਿ ਨੱਚਦੇ-ਟੱਪਦੇ ਫਿਰੋ। ਧਰਤੀ 'ਤੇ ਚੱਲਣਾ ਸਿੱਖੋ।"

ਕੁੱਝ ਸਮੇਂ ਬਾਅਦ ਮੇਰੀ ਉਮਰ ਸੱਤ ਸਾਲ ਦੀ ਹੋ ਗਈ ਅਤੇ ਮੇਰੀ ਉੱਛਲ-ਕੁੱਦ, ਮੇਰੀਆਂ ਛਾਲਾਂ, ਆਪਣੇ ਆਪ ਹੀ ਬੰਦ ਹੋ ਗਈਆਂ। ਮੈਂ ਖ਼ੂੰਜ਼ਹ ਕਿਲੇ ਵਾਲੇ ਸਕੂਲ ਵਿੱਚ ਪੜ੍ਹਨ ਲੱਗਿਆ।

ਹਸਨ ਦੇ ਸਕੂਲ ਦੀ ਪੜ੍ਹਾਈ ਕੋਈ ਵੀ ਖ਼ਤਮ ਨਹੀਂ ਕਰ ਸਕਿਆ, ਉਸ ਨੂੰ ਬੰਦ ਕਰ ਦਿੱਤਾ ਗਿਆ। ਹਸਨ ਸਾਂਝੇ-ਫ਼ਾਰਮ ਵਿੱਚ ਕੰਮ ਕਰਨ ਲੱਗਿਆ, ਉਸ ਨੂੰ ਸਰਬ ਸੰਘ ਖੇਤੀ ਪ੍ਰਦਰਸ਼ਨੀ ਵਿੱਚ ਭੇਜਿਆ ਗਿਆ ਅਤੇ ਉੱਥੋਂ ਉਹ ਤਮਗਾ ਲੈ ਕੇ ਵਾਪਸ ਮੁੜਿਆ। ਦੋ ਹੋਰ ਸਨਮਾਨ ਉਸ ਨੂੰ ਮੋਰਚੇ 'ਤੇ ਮਿਲੇ। ਯੁੱਧ ਤੋਂ ਬਾਅਦ ਉਹ ਕਹਿੰਦਾ ਰਹਿੰਦਾ ਸੀ:

"ਮੈਂ ਬੇਸ਼ੱਕ ਕਿਸੇ ਵੀ ਜਗ੍ਹਾ 'ਤੇ ਕਿਉਂ ਨਾ ਰਿਹਾ, ਹਰ ਹਾਲਤ ਵਿੱਚ, ਇੱਥੋਂ ਤੱਕ ਕਿ ਪੂਰੇ ਯੁੱਧ ਦੌਰਾਨ ਨਿਯਮਤ ਰੂਪ ਵਿੱਚ ਨਮਾਜ਼ ਪੜ੍ਹਦਾ ਰਿਹਾ। ਜੇਕਰ ਮੈਂ ਅਜਿਹਾ ਨਾ ਕਰਦਾ, ਤਾਂ ਕੀ ਜਿਊਂਦਾ ਅਤੇ ਪੂਰੀ ਤਰ੍ਹਾਂ ਸਹੀ-ਸਲਾਮਤ ਘਰ ਵਾਪਸ ਮੁੜ ਸਕਦਾ ਸੀ?"

ਸੰਖੇਪ ਵਿੱਚ ਇਹ ਕਿ ਹਸਨ ਜਿਹੋ ਜਿਹਾ ਸੀ, ਹੁਣ ਵੀ ਉਹੋ ਜਿਹਾ ਹੀ ਹੈ। ਹੁਣ ਉਹ ਅਵਾਰ ਖ਼ਾਨ ਸੁਰਾਕਾਤ ਬਾਰੇ ਸਮੱਗਰੀ ਜਮ੍ਹਾਂ ਕਰ ਰਿਹਾ ਹੈ। ਉਹ ਪਹਿਲਾਂ ਵਾਂਗ ਹੀ ਹੱਸਮੁਖ, ਬੇਹੱਦ ਈਮਾਨਦਾਰ, ਬੇਸ਼ੱਕ ਕੁੱਝ ਸਨਕੀ ਆਦਮੀ ਹੈ।

ਜਦੋਂ ਕਦੇ ਮੈਂ ਆਪਣੇ ਪਿੰਡ ਜਾਂਦਾ ਹਾਂ, ਤਾਂ ਉਸ ਨੂੰ ਜ਼ਰੂਰ ਮਿਲਦਾ ਹਾਂ, ਕਿਉਂਕਿ ਉਸ ਨੂੰ ਆਪਣਾ ਪਹਿਲਾ ਅਧਿਆਪਕ ਮੰਨਦਾ ਹਾਂ।

ਮੈਨੂੰ ਸਾਧਾਰਨ ਸਕੂਲ ਵਿੱਚ ਆਪਣਾ ਦੂਜਾ ਅਧਿਆਪਕ ਵੀ ਯਾਦ ਹੈ। ਉਹ ਸਾਨੂੰ ਹਰ ਰੋਜ਼ ਆਪਣੇ ਬਾਰੇ ਹੀ ਕਿੱਸੇ-ਕਹਾਣੀਆਂ ਸੁਣਾਉਂਦਾ ਰਹਿੰਦਾ ਸੀ। ਹੁਣ ਤਾਂ ਮੈਂ ਇਸ ਗੱਲ ਨੂੰ ਚੰਗੀ ਤਰ੍ਹਾਂ ਸਮਝਦਾ ਹਾਂ ਕਿ ਉਹ ਅਸਲੀ ਅਵਾਰ ਮਿਊਨਖ਼ਗਾਉਜ਼ਨ (ਜਰਮਨ ਸਾਹਿਤ ਦਾ ਪ੍ਰਸਿੱਧ ਗੱਪੀ ਪਾਤਰ) ਸੀ। ਉਹ ਆਪਣਾ ਹਰ ਪਾਠ ਇਨ੍ਹਾਂ ਸਾਧਾਰਨ ਸ਼ਬਦਾਂ ਨਾਲ ਹੀ ਸ਼ੁਰੂ ਕਰਦਾ:

"ਤਾਂ ਬੱਚਿਓ, ਤੁਹਾਨੂੰ ਆਪਣੇ ਜੀਵਨ ਦੀ ਇੱਕ ਘਟਨਾ ਸੁਣਾਵਾਂ?"

"ਸੁਣਾਓ।"

"ਇੱਕ ਵਾਰ ਮੈਂ ਅਵਾਰ ਕੋਇਸੂ ਦੇ ਉੱਪਰ ਰੱਜੂ ਮਾਰਗ ਤੋਂ ਜਾ ਰਿਹਾ ਸੀ। ਸਾਹਮਣੇ ਤੋਂ ਇੱਕ ਵਿਸ਼ਾਲ ਕੱਦ ਵਾਲਾ ਰਿੱਛ ਆ ਰਿਹਾ ਸੀ। ਸਾਡੇ ਲਈ ਵੱਖ-ਵੱਖ ਦਿਸ਼ਾਵਾਂ ਵਿੱਚ ਜਾਣਾ ਕਿਸੇ ਤਰ੍ਹਾਂ ਵੀ ਸੰਭਵ ਨਹੀਂ ਸੀ। ਰਿੱਛ ਵੀ ਪਿੱਛੇ ਨਹੀਂ ਹਟਣਾ ਚਾਹੁੰਦਾ ਸੀ ਅਤੇ ਮੈਂ ਵੀ। ਰੱਜੂ ਮਾਰਗ ਦੇ ਅੱਧ ਵਿੱਚ ਅਸੀਂ ਗੁੱਥਮ-ਗੁੱਥਾ ਹੋ ਗਏ। ਇਹ ਰਿੱਛ ਉਨ੍ਹਾਂ ਸਾਰੇ ਰਿੱਛਾਂ ਤੋਂ ਵੀ ਕਿਤੇ ਜ਼ਿਆਦਾ ਤਾਕਤਵਰ ਸੀ, ਜਿਨ੍ਹਾਂ ਨਾਲ ਮੇਰਾ ਪਹਿਲਾਂ ਵਾਹ ਪਿਆ ਸੀ। ਫਿਰ ਵੀ ਮੈਂ ਬੜੀ ਫ਼ੁਰਤੀ ਦਿਖਾਈ, ਉਸ ਨੂੰ ਜੱਤ ਤੋਂ ਫੜ ਕੇ ਨਦੀ ਵਿੱਚ ਸੁੱਟ ਦਿੱਤਾ।"

ਅਸੀਂ ਮੂੰਹ ਬਣਾ ਕੇ ਅਧਿਆਪਕ ਦੇ ਗੱਪ ਸੁਣਿਆ ਕਰਦੇ ਸੀ।

"ਪਿਛਲੇ ਹਫਤੇ ਮੈਂ ਆਪਣੇ ਖੇਤ ਵਿੱਚ ਬੜੇ ਆਰਾਮ ਨਾਲ ਹਲ ਵਾਹੁਣ ਲੱਗਿਆ। ਮੇਰੇ ਬਲਦ ਬਹੁਤ ਚੰਗੇ ਨੇ, ਤਕੜੇ ਨੇ। ਪਰ ਇਹ ਅਚਾਨਕ ਰੁਕ ਗਏ ਅਤੇ ਉਨ੍ਹਾਂ ਨੇ ਹਲ ਅੱਗੇ ਖਿੱਚਣਾ ਬੰਦ ਕਰ ਦਿੱਤਾ। ਕੀ ਗੱਲ ਹੋ ਗਈ? ਮੈਂ ਗ਼ੌਰ ਨਾਲ ਦੇਖਿਆ, ਤਾਂ ਇਹ ਪਤਾ ਲੱਗਿਆ ਕਿ ਬਾਂਹ ਵਰਗੇ ਮੋਟੇ-ਮੋਟੇ ਨੌਂ ਸੱਪ ਮੇਰੇ ਹਲ ਨਾਲ ਲਿਪਟੇ ਹੋਏ ਨੇ। ਉਨ੍ਹਾਂ ਵਿੱਚੋਂ ਦੋ ਮੇਰੇ ਹੱਥਾਂ ਵੱਲ ਸਰਕ ਰਹੇ ਸੀ। ਆਪਣੇ ਹੋਸ਼-ਹਵਾਸ਼ ਠਿਕਾਣੇ ਰੱਖਦੇ ਹੋਏ ਮੈਂ ਪਿਸਤੌਲ ਕੱਢਿਆ ਅਤੇ ਸਾਰੇ ਦੇ ਸਾਰੇ ਸੱਪਾਂ ਨੂੰ ਗੋਲੀ ਨਾਲ ਉਡਾ ਦਿੱਤਾ। ਇੰਨਾ ਜ਼ਿਆਦਾ ਖ਼ੂਨ ਵਗਿਆ ਕਿ ਪੂਰੇ ਖੇਤ ਦੀ ਸਿੰਜਾਈ ਹੋ ਗਈ। ਮੈਂ ਚੈਨ ਨਾਲ ਹਲ ਵਾਹ ਕੇ ਘਰ ਚਲਾ

ਗਿਆ। ਕਦੇ-ਕਦੇ ਇਹ ਚਿੰਤਾ ਜ਼ਰੂਰ ਹੁੰਦੀ ਐ ਕਿ ਖੇਤ ਵਿੱਚ ਅਨਾਜ ਦੀ ਜਗ੍ਹਾ ਕਿਤੇ ਸੱਪ ਹੀ ਨਾ ਪੈਦਾ ਹੋ ਜਾਣ?"

"ਤੁਹਾਨੂੰ ਇਹ ਦੱਸਾਂ ਕਿ ਕਿਵੇਂ ਮੈਂ ਆਪਣੇ ਵਾਸਤੇ ਬੀਵੀ ਭਜਾ ਕੇ ਲਿਆਇਆ ਸੀ? ਉਨ੍ਹਾਂ ਦਿਨਾਂ ਵਿੱਚ ਮੈਂ ਤਸੂਨਤੀ ਦੇ ਜੰਗਲਾਂ ਵਿੱਚ ਡਾਕੂਆਂ ਨੂੰ ਫੜਿਆ ਕਰਦਾ ਸੀ। ਇੱਕ ਦਿਨ ਮੈਂ ਸਭ ਤੋਂ ਜ਼ਿਆਦਾ ਖ਼ਤਰਨਾਕ ਇੱਕ ਡਾਕੂ ਦੇ ਘਰ ਪਹੁੰਚਿਆ। ਉਹ ਖ਼ੁਦ ਤਾਂ ਭੱਜਣ ਵਿੱਚ ਕਾਮਯਾਬ ਹੋ ਗਿਆ, ਪਰ ਉਸ ਦੀ ਚੰਦ ਵਰਗੀ ਬੇਟੀ ਪਿੱਛੇ ਘਰ ਵਿੱਚ ਹੀ ਰਹਿ ਗਈ ਸੀ। ਸਾਡੀਆਂ ਦੋਵਾਂ ਦੀਆਂ ਅੱਖਾਂ ਚਾਰ ਹੋਈਆਂ ਅਤੇ ਸਾਨੂੰ ਤੁਰੰਤ ਹੀ ਇੱਕ-ਦੂਜੇ ਨਾਲ ਮੁਹੱਬਤ ਹੋ ਗਈ। ਮੈਂ ਉਸ ਨੂੰ ਗੋਦ ਵਿੱਚ ਉਠਾ ਕੇ ਘੋੜੇ ਦੀ ਕਾਠੀ 'ਤੇ ਬਿਠਾਇਆ ਅਤੇ ਤੇਜ ਘੋੜਾ ਭਜਾ ਕੇ ਲੈ ਚੱਲਿਆ। ਅਚਾਨਕ ਮੈਂ ਕੀ ਦੇਖਿਆ ਕਿ ਬਹੁਤ ਹੀ ਖ਼ਤਰਨਾਕ ਚਾਲੀ ਡਾਕੂ ਮੇਰਾ ਪਿੱਛਾ ਕਰ ਰਹੇ ਨੇ। ਉਨ੍ਹਾਂ ਵਿੱਚੋਂ ਹਰੇਕ ਨੇ ਦੰਦਾਂ ਵਿੱਚ ਖੰਜਰ ਦਬਾਇਆ ਹੋਇਆ ਸੀ, ਹਰੇਕ ਦੇ ਇੱਕ ਹੱਥ ਵਿੱਚ ਤਲਵਾਰ ਅਤੇ ਦੂਜੇ ਹੱਥ ਵਿੱਚ ਪਿਸਤੌਲ ਸੀ। ਮੈਂ ਮੁੜ ਕੇ ਦੇਖਿਆ ਅਤੇ ਬੜੇ ਪੱਕੇ ਨਿਸ਼ਾਨੇ ਨਾਲ ਗੋਲੀਆਂ ਚਲਾ ਕੇ ਸਾਰਿਆਂ ਨੂੰ ਦੂਜੀ ਦੁਨੀਆ ਵਿੱਚ ਪਹੁੰਚਾ ਦਿੱਤਾ। ਇਹ ਕਿੱਸਾ ਤਾਂ ਦਾਗ਼ਿਸਤਾਨ ਵਿੱਚ ਹਰ ਕੋਈ ਜਾਣਦੈ।"

ਇੱਕ ਦਿਨ ਪਾਠ ਵੇਲੇ ਮੈਂ ਡੈਸਕ 'ਤੇ ਆਪਣੇ ਨਾਲ ਬੈਠਣ ਵਾਲੇ ਬਸੀਰ ਨਾਲ ਗੱਲਾਂ ਕਰ ਰਿਹਾ ਸੀ। ਅਧਿਆਪਕ ਨੇ ਮੈਨੂੰ ਆਪਣੇ ਕੋਲ ਬੁਲਾ ਕੇ ਬੜੀ ਸਖ਼ਤਾਈ ਨਾਲ ਪੁੱਛਿਆ:

"ਤੁਸੀਂ ਪੜ੍ਹਾਈ ਵੇਲੇ ਗੱਲਾਂ ਕਿਉਂ ਕਰ ਰਹੇ ਹੋ? ਬਸੀਰ ਨਾਲ ਤੁਸੀਂ ਪੂਰੇ ਘੰਟੇ ਤੋਂ ਕੀ ਬਕ-ਬਕ ਕਰ ਰਹੇ ਹੋ?"

"ਸਾਡੇ ਵਿੱਚ ਬਹਿਸ ਹੋ ਰਹੀ ਸੀ। ਬਸੀਰ ਕਹਿ ਰਿਹਾ ਸੀ ਕਿ ਉਸ ਦਿਨ ਖੇਤ ਵਿੱਚ ਹਲ ਚਲਾਉਂਦੇ ਵੇਲੇ ਤੁਸੀਂ ਅੱਠ ਸੱਪ ਮਾਰੇ ਸੀ, ਪਰ ਮੈਂ ਕਹਿ ਰਿਹਾ ਸੀ ਕਿ ਅਠਾਰਾਂ।"

"ਤੁਸੀਂ ਬਸੀਰ ਨੂੰ ਕਹਿ ਦਿਓ ਕਿ ਉਸ ਦੀ ਨਹੀਂ, ਤੁਹਾਡੀ ਗੱਲ ਸਹੀ ਐ।"

ਉਸ ਦਿਨ ਤੋਂ ਬਾਅਦ ਮੇਰੇ ਮਾਤਾ-ਪਿਤਾ ਹਮੇਸ਼ਾ ਹੀ ਇਸ ਗੱਲੋਂ ਹੈਰਾਨ ਹੁੰਦੇ ਰਹਿੰਦੇ ਕਿ ਮੈਂ ਕੁੱਝ ਵੀ ਪੜ੍ਹੇ-ਲਿਖੇ ਬਿਨਾਂ ਸਕੂਲ ਵਿੱਚ ਚੰਗੇ ਅੰਕ ਕਿਵੇਂ ਲੈ ਲੈਂਦਾ ਹਾਂ।

ਬੜਾ ਦਿਆਲੂ ਵਿਅਕਤੀ ਸੀ ਉਹ, ਪਰ ਇੱਕ ਹੀ ਜਗ੍ਹਾ 'ਤੇ ਦੇਰ ਤੱਕ ਟਿਕ ਕੇ ਨਹੀਂ ਰਹਿੰਦਾ ਸੀ। ਉਸ ਨੂੰ ਬਹੁਤ ਦੂਰ-ਦੂਰ ਦੇ ਸੁੰਨਸਾਨ ਪਿੰਡਾਂ ਵਿੱਚ ਭੇਜਿਆ ਜਾਂਦਾ ਸੀ। ਕਦੇ ਸੀਲੂਖ਼ ਅਤੇ ਕਦੇ ਅਰਾਦੇਰੀਖ਼ ਵਿੱਚ, ਪਰ ਉੱਥੇ ਵੀ ਉਹ ਬਹੁਤ ਸਮਾਂ ਨਹੀਂ ਰੁਕਦਾ ਸੀ।

ਕੁੱਝ ਹੀ ਸਮਾਂ ਪਹਿਲਾਂ ਉਹ ਲੇਖਕ-ਸੰਘ ਦੇ ਦਫ਼ਤਰ ਵਿੱਚ ਮੇਰੇ ਕੋਲ ਆਇਆ ਅਤੇ ਬੋਲਿਆ ਕਿ ਮੈਂ ਉਸ ਨੂੰ ਕੋਈ ਕੰਮ ਦੇ ਦਿਆਂ।

"ਤੁਸੀਂ ਕਿਹੜਾ ਕੰਮ ਕਰਨਾ ਚਾਹੋਗੇ?"

"ਮੈਂ ਯੁੱਧ ਬਾਰੇ ਯਾਦਾਂ ਲਿਖ ਸਕਦਾਂ। ਗੱਲ ਇਹ ਐ ਕਿ ਸਾਰੇ ਮਾਰਸ਼ਲ ਮੇਰੇ ਦੋਸਤ ਸੀ। ਉਨ੍ਹਾਂ ਵਿੱਚੋਂ ਕੁੱਝ ਨੂੰ ਤਾਂ ਮੈਂ ਮੌਤ ਦੇ ਮੂੰਹੋਂ ਵੀ ਬਚਾਇਆ ਸੀ।"

ਮੇਰੇ ਕਈ ਅਧਿਆਪਕ ਰਹੇ, ਪਹਿਲਾ, ਦੂਜਾ, ਤੀਜਾ। ਪਰ ਆਪਣਾ ਅਸਲੀ ਪਹਿਲਾ ਅਧਿਆਪਕ ਮੈਂ ਦਿਆਲੂ ਰੂਸੀ ਅਧਿਆਪਿਕਾ ਵੇਰਾ ਵਸੀਲਿਏਵਨਾ ਨੂੰ ਹੀ ਮੰਨਦਾ

ਹਾਂ। ਉਨ੍ਹਾਂ ਨੇ ਮੈਨੂੰ ਰੂਸੀ ਭਾਸ਼ਾ ਦੀ ਸੁੰਦਰਤਾ ਅਤੇ ਰੂਸੀ ਸਾਹਿਤ ਦੀ ਮਹਾਨਤਾ ਤੋਂ ਜਾਣੂ ਕਰਵਾਇਆ।

ਅਵਾਰ ਅਧਿਆਪਕ ਸਿਖਲਾਈ ਕਾਲਜ ਦੇ ਪ੍ਰੋਫ਼ੈਸਰ ਅਤੇ ਮਾਸਕੋ ਦੀ ਸਾਹਿਤ ਸੰਸਥਾ ਦੇ ਪ੍ਰੋਫ਼ੈਸਰ ਸਾਹਿਬਾਨ:

ਮਨਸੂਰ ਹੈਦਰਬੇਕੋਵ ਅਤੇ ਪੋਸਪੇਲੋਵ, ਮੁਹੰਮਦ ਹੈਦਾਰੋਵ ਅਤੇ ਗਾਲੀਤਸਕੀ, ਸ਼ਾਂਬੀਨਾਗੋ, ਰਾਦਤਸੀਗ, ਅਸਮੂਸ, ਫ਼ੋਖ਼ਤ, ਬੋਂਦੀ, ਰੇਫ਼ੋਰਮਾਤਸਕੀ, ਵਸੀਲੀ ਸੇਮਿਓਨੋਵਿਚ ਸਿਦੋਰੀਨ.....ਬੇਸ਼ੱਕ ਇਹ ਸਹੀ ਹੈ ਕਿ ਪ੍ਰੀਖਿਆਵਾਂ ਸਮੇਂ ਮੈਂ ਤੁਹਾਡੇ ਸਵਾਲਾਂ ਦੇ ਚੰਗੀ ਤਰ੍ਹਾਂ ਜਵਾਬ ਨਹੀਂ ਦਿੱਤੇ, ਕਿਉਂਕਿ ਉਦੋਂ ਮੈਂ ਰੂਸੀ ਭਾਸ਼ਾ ਵੀ ਚੰਗੀ ਤਰ੍ਹਾਂ ਨਹੀਂ ਜਾਣਦਾ ਸੀ। ਪਰ ਮੈਨੂੰ ਲੱਗਦਾ ਹੈ ਕਿ ਮੇਰੀ ਪ੍ਰੀਖਿਆਵਾਂ ਅਜੇ ਵੀ ਸਮਾਪਤ ਨਹੀਂ ਹੋਈਆਂ। ਕਦੇ-ਕਦੇ ਮੈਨੂੰ ਲੱਗਦਾ ਹੈ ਕਿ ਜਿਵੇਂ ਮੈਂ ਆਪਣੇ ਲਈ ਅਜੇ ਵੀ ਮੁਸ਼ਕਿਲ ਪ੍ਰੀਖਿਆਵਾਂ ਦੇ ਰਿਹਾ ਹਾਂ, ਉਨ੍ਹਾਂ ਵਿੱਚ ਅਸਫ਼ਲ ਹੋ ਰਿਹਾ ਹਾਂ ਅਤੇ ਦੁਬਾਰਾ ਪਹਿਲੇ ਸਾਲ ਦਾ ਹੀ ਵਿੱਦਿਆਰਥੀ ਬਣਿਆ ਹੋਇਆ ਹਾਂ।

ਅਸਲ ਵਿੱਚ ਜਦੋਂ ਮੇਰੀ ਕੋਈ ਨਵੀਂ ਪੁਸਤਕ ਛਪਦੀ ਹੈ, ਤਾਂ ਮੈਂ ਕਾਮਨਾ ਕਰਦਾ ਰਹਿੰਦਾ ਹਾਂ ਕਿ ਸ਼ਾਇਦ ਉਹ ਮੇਰੇ ਅਧਿਆਪਕਾਂ ਦੇ ਹੱਥਾਂ ਵਿੱਚ ਪਹੁੰਚ ਜਾਵੇ ਅਤੇ ਉਹ ਉਸ ਨੂੰ ਪੜ੍ਹਨ। ਉਸ ਸਮੇਂ ਮੈਂ ਭਾਸ਼ਾ-ਵਿਗਿਆਨ ਜਾਂ ਪ੍ਰਾਚੀਨ ਯੂਨਾਨੀ ਸਾਹਿਤ ਦੀਆਂ ਪ੍ਰੀਖਿਆਵਾਂ ਦੇ ਮੁਕਾਬਲੇ ਵੀ ਆਪਣੇ ਦਿਲ ਵਿੱਚ ਕਿਤੇ ਜ਼ਿਆਦਾ ਘਬਰਾਹਟ ਮਹਿਸੂਸ ਕਰਦਾ ਹਾਂ। ਹੋ ਸਕਦਾ ਹੈ ਕਿ ਮੇਰੇ ਕੁੱਝ ਅਧਿਆਪਕਾਂ ਨੂੰ ਮੇਰੀ ਉਹ ਪੁਸਤਕ ਪਸੰਦ ਨਾ ਆਵੇ, ਉਸ ਨੂੰ ਅੰਤ ਤੱਕ ਪੜ੍ਹੇ ਬਿਨਾਂ ਹੀ ਉਹ ਉਸ ਨੂੰ ਇੱਕ ਪਾਸੇ ਰੱਖ ਦੇਣ ਅਤੇ ਇਹ ਕਹਿਣ, "ਰਸੂਲ ਨੇ ਵਧੀਆ ਕਿਤਾਬ ਨਹੀਂ ਲਿਖੀ, ਲੱਗਦਾ ਹੈ ਕਿ ਕਾਹਲ ਕੀਤੀ ਐ।" ਇਹੀ ਤਾਂ ਮੇਰੀ ਸਭ ਤੋਂ ਔਖੀ ਪ੍ਰੀਖਿਆ ਹੈ।

ਦਾਗ਼ਿਸਤਾਨ! ਤੁਹਾਡੇ ਵੀ ਵੱਖ-ਵੱਖ ਅਧਿਆਪਕ ਸਨ ਤੁਹਾਡੇ ਵੀ ਹਸਨ ਅਤੇ ਮਿਊਨਖ਼ਗਾਉਜ਼ਨ ਸਨ। ਉਨ੍ਹਾਂ ਵਿੱਚੋਂ ਕੁੱਝ ਤਾਂ ਉਸ ਵਿੱਚ ਵਿਸ਼ਵਾਸ ਨਹੀਂ ਰੱਖਦੇ ਸਨ, ਜਿਸ ਦੀ ਸਿੱਖਿਆ ਦਿੰਦੇ ਸਨ, ਕੁੱਝ ਮਾਰਗ ਤੋਂ ਭਟਕ ਜਾਂਦੇ ਸਨ। ਪਰ ਬਾਅਦ ਵਿੱਚ ਇੱਕ ਮਹਾਨ ਅਤੇ ਇਨਸਾਫ਼-ਪਸੰਦ, ਦਲੇਰ ਅਤੇ ਦਿਆਲੂ ਅਧਿਆਪਕ ਆਇਆ। ਉਹ ਅਧਿਆਪਕ ਸੀ, ਰੂਸ, ਸੋਵੀਅਤ ਸੰਘ, ਅਕਤੂਬਰ ਸਮਾਜਵਾਦੀ ਇਨਕਲਾਬ। ਨਵੀਂ ਜ਼ਿੰਦਗੀ, ਨਵਾਂ ਸਕੂਲ, ਨਵੀਂ ਕਿਤਾਬ।

ਪਹਿਲਾਂ ਤਾਂ ਪੂਰੇ ਪਿੰਡ ਵਿੱਚ ਵਿੱਚ ਕੇਵਲ ਇੱਕ ਮੁੱਲ੍ਹਾਂ ਹੀ ਖ਼ਤ ਜਾਂ ਕਿਤਾਬ ਪੜ੍ਹ ਸਕਦਾ ਸੀ। ਹੁਣ ਮੁੱਲ੍ਹਾਂ ਨੂੰ ਛੱਡ ਕੇ ਬਾਕੀ ਸਾਰੇ ਕਿਤਾਬਾਂ ਪੜ੍ਹਦੇ ਹਨ।

ਛੋਟੀ ਜਾਤੀ ਦੀ ਵੱਡੀ ਕਿਸਮਤ ਨਿੱਕਲੀ। ਦਾਗ਼ਿਸਤਾਨ ਬਾਰੇ ਅਜੇ ਵੀ ਕਿਤਾਬ ਲਿਖੀ ਜਾ ਰਹੀ ਹੈ। ਉਸ ਦਾ ਨਾ ਤਾਂ ਅੰਤ ਹੋਇਆ ਹੈ ਅਤੇ ਨਾ ਕਦੇ ਹੋਵੇਗਾ ਹੀ। ਜੇਕਰ ਇਸ ਸੁਨਹਿਰੀ ਅਤੇ ਸਦੀਵੀ ਪੁਸਤਕ ਵਿੱਚ ਮੇਰੇ ਵੱਲੋਂ ਲਿਖਿਆ ਹੋਇਆ ਇੱਕ ਪੰਨਾ ਵੀ ਹੋਵੇਗਾ, ਤਾਂ ਮੈਂ ਆਪਣੇ ਆਪ ਨੂੰ ਖ਼ੁਸ਼ਕਿਸਮਤ ਮੰਨਾਂਗਾ। ਮੈਂ ਆਪਣਾ ਗੀਤ ਗਾ ਰਿਹਾ ਹਾਂ, ਤੁਸੀਂ ਇਸ ਨੂੰ ਸਵੀਕਾਰ ਕਰੋ, ਦਾਗ਼ਿਸਤਾਨ!

ਮਿਲਿਆ ਜੋ ਕੁੱਝ ਲੋਕਾਂ ਤੋਂ, ਦਾਗ਼ਿਸਤਾਨ !
ਹੈ ਬਰਾਬਰ ਹੱਕ ਤੁਹਾਡਾ ਵੀ ਉਸ ਉੱਪਰ।
ਆਪਣੇ ਸਾਰੇ ਸਨਮਾਨ, ਸਾਰੇ ਤਮਗੇ ਆਪਣੇ,
ਤੇਰੇ 'ਤੇ ਮੀਤ ਸਜਾਵਾਂ, ਚਮਕਣ ਜੋ ਸਿਖਰ।
ਲਿਖੇ ਕਸੀਦੇ ਆਪਣੇ ਸਭ ਤੈਨੂੰ ਭੇਟ ਕਰਾਂ,
ਖ਼ੂਬ ਬਣਾਏ ਸੋਹਣੇ ਜੋ ਚੁਣ-ਚੁਣ ਅੱਖਰ।
ਮੈਨੂੰ ਸਿਰਫ਼ ਬਣਾਂ ਦਾ ਆਪਣਾ ਚੋਗਾ ਦਿਓ,
ਬਰਫ਼ ਨਾਲ ਢਕੇ ਪਹਾੜਾਂ ਦੀ ਟੋਪੀ ਸੁੰਦਰ।

ਤਾਂ ਬਸ, ਹੁਣ ਕਲਮ ਰੱਖਦਾ ਹਾਂ। ਸਾਡੇ ਵਿੱਛੜਣ ਦਾ ਸਮਾਂ ਆ ਗਿਆ। ਜੇਕਰ ਅੱਲ੍ਹਾ ਨੇ ਚਾਹਿਆ, ਤਾਂ ਫਿਰ ਮਿਲਾਂਗੇ।

ਇਹ ਵੱਖ-ਵੱਖ ਸਥਾਨਾਂ 'ਤੇ, ਤਸਾਦਾ ਪਿੰਡ ਵਿੱਚ, ਮਾਸਕੋ, ਮਖ਼ਚਕਲਾ, ਦਿਲੀਜਾਨ ਅਤੇ ਅਨੇਕਾਂ ਹੋਰ ਸ਼ਹਿਰਾਂ ਵਿੱਚ ਲਿਖਿਆ ਗਿਆ। ਮੈਂ ਇਸ ਨੂੰ ਕਦੋਂ ਲਿਖਣਾ ਸ਼ੁਰੂ ਕੀਤਾ, ਯਾਦ ਨਹੀਂ। ਹਾਂ, ਸਮਾਪਤ 25 ਸਤੰਬਰ 1970 ਨੂੰ ਕੀਤਾ।

ਵਾਸਸਲਾਮ, ਵਾਕਲਾਮ !